கயிறு

உள் அட்டையில் காணும் சிற்பக் காட்சியில், பகவான் புத்தரின் அன்னை மாயாதேவி கண்ட கனவின் பலனை மன்னர் சுத்தோதனருக்கு நிமித்திகர் மூவர் விளக்குகின்றனர். அவர்களுக்குக் கீழே அமர்ந்து அந்த விளக்கத்தை எழுதுகிறார் ஓர் எழுத்தர். எழுதும் கலையைச் சித்தரிக்கும் முதல் இந்தியச் சிற்பம் இதுவாகவே இருக்கலாம்.

நாகார்ஜுன மலைச்சிற்பம் கி.பி. இரண்டாம் நூற்றாண்டு. (படஉதவி: நேஷனல் மியூசியம், புது தில்லி)

கயிறு

மூலம்
தகழி சிவசங்கரப் பிள்ளை

தமிழாக்கம்
சி.ஏ. பாலன்

சாகித்திய அகாதெமி

Kayiru - Tamil translation by C.A. Balan of Thakazhi Sivasankara Pillai's novel 'Kayar' in Malayalam, Sahitya Akademi, New Delhi, (Re-Print 2018), Rs.1,150/-

உரிமை	:	© **சாகித்திய அகாதெமி**
ஆசிரியர்	:	தகழி சிவசங்கர பிள்ளை
மொழிபெயர்ப்பாளர்	:	சி.ஏ. பாலன்
பொருள்	:	நாவல்
வெளியீடு	:	**சாகித்திய அகாதெமி**
முதல் பதிப்பு	:	2002
இரண்டாம் பதிப்பு	:	2018

ISBN-978-93-88468-05-3

விலை: **Rs. 1,150.00**

All Rights reserved. No part of this Book may be reproduced or utilized in any form or by any means, electronic or mechanical including photocopying, recording or by any information storage and retrival system, without permission in writing from Sahitya Akademi.

தலைமை அலுவலகம்: 'ரவீந்திர பவன்,' 35, பெரோஸ் ஷா சாலை, புது தில்லி - 110 001. secretary@sahitya-akademi.gov.in - 011-23386626 / 27/ 28.

விற்பனை அலுவலகம்: 'ஸ்வாதி' மந்திர் சாலை, புது தில்லி - 110 001. sales@sahitya-akademi.gov.in - 011-23745297, 23364204.

கொல்கத்தா : 4, டி.எல். கான் சாலை, கொல்கத்தா- 700 025. rs.rok@sahitya-akademi.gov.in - 033-24191683/ 24191706.

சென்னை : குணா பில்டிங்ஸ், 443, அண்ணா சாலை, தேனாம்பேட்டை, சென்னை - 600 018. chennaioffice@sahitya-akademi.gov.in - 044-24311741 - 24354815.

மும்பை: 172, மும்பை மராத்தி கிரந்த சங்கிரகாலய சாலை, தாதர், மும்பை - 400 014. rs.rom@sahitya-akademi. gov.in - 022-24135744 / 24131948.

பெங்களூரு : மத்தியக் கல்லூரி வளாகம், பல்கலைக்கழக நூலகக் கட்டிடம், டாக்டர் அம்பேத்கர் வீதி, பெங்களூரு- 560 001. rs.rob@sahitya-akademi.gov.in - 080-22245152/ 22130870.

Laser Execution by: *VSN* - **Image Digital,** ***Chennai - 17.***

Cover Design: PSS Rao - Spectrum Graphics Studio, Chennai - 17.

Printer: Mani Offset, Chennai - 78.

Visit our Website at http://www.sahitya-akademi.gov.in

முன்னுரை

'கயிறு' என்னுமொரு நாவலை எழுதப் போகிறேன் என்று பல ஆண்டுகளாக நான் சொல்லியவாறு திரிந்ததுண்டு - ஒரு பயமுறுத்தல் என்பதைப் போல். இதே போன்றதொரு நிலைதான் 'செம்மீனைப் பற்றியும் அப்போது இருந்தது. 'செம்மீன்' நாவலை எழுதுவதற்கு முன்பும் நான் இப்படிச் சொல்லிக் கொண்டு திரிந்ததுண்டு. மீனவத் தொழிலாளர்களின் வர்க்கப் போராட்டத்தைப் பற்றிய கதையாகத்தான் 'செம்மீன்' இருக்கும் என்று சில நண்பர்கள் நினைத்திருந்தார்கள். அதேபோல்தான் 'கயிறு' நாவலும் கயிறுத் தொழிலாளர்களைப் பற்றியதாக இருக்குமென எண்ணினார்கள். கயிறு திரிக்கும் தொழில் நமக்கேயுரியதல்லவா - அதுதான் காரணம். அதுமட்டுமல்லாமல், அத்தொழிலிலிருக்கும் ஏராளமான தொழிலாளர்கள் கூட்டு சேர்ந்து பணியாற்றுவதும் தொழிலாளர் சங்கங்கள் உருவாக்குவதும் இயல்புதானே! அதன்படி, கேரளாவிலேயே ஆலப்புழையில்தான் முதன் முதலாக கயிறு தொழிலாளர் சங்கம் ஒன்றும் தோன்றியது. அந்தத் தொடக்கம் கேரளாவின் பின்னணியிலுள்ள ஒரு வரலாற்றையே அழுத்தமாகப் பாதித்தது. அதனால், ஒரு வலுவான நாவலுக்கு வகையுண்டாகிவிட்டது என்றே பலரும் எண்ணினார்கள். பலரிடமிருந்து இந்த எண்ணத்தை என்னால் புரிந்து கொள்ளவும் முடிந்தது.

தவமிருந்து வடிவம் பெறக்கூடிய ஒரு உன்னதமான கதைக்கருதான் அது. அதற்கு ஏராளமாகப் படிக்க வேண்டும். இயந்திரத்தனமாக சில வேலைகளையும் செய்ய வேண்டும். அதன்பின் அதன் அடிப்படையில் ஒரு நாவலை எழுத வேண்டும் என்னும் ஆவேசமும் என்னுள் இன்னும் கட்டுப்படாமல் உள்ளது. இந்தப் பிறவியில் இல்லையென்றாலும் அடுத்த பிறவியிலாவது அதை எழுதிவிட வேண்டும் என்றுதான் நான் ஆசைப்படுகிறேன். பழைய கயிறு தொழிலாளர்களின் பலவித பரிமாணங்களும், பல்வேறு கட்டங்களில் கேரளீய வாழ்க்கையில் புகுந்த மாற்றங்களும், தொழிலாளர் வர்க்கத்தின் வளர்ச்சிகளும் என எல்லாவற்றையும் உட்படுத்துகின்ற ஒரு பிரம்மாண்டமான மனிதகுல

வரலாற்றை எழுதுவதற்கு எனக்கு வாய்ப்பு இல்லையென்றாலும் வேறு யாருக்காவது கிடைக்கட்டும் என்றே நான் வாழ்த்துகிறேன்.

ஆனால், என் கற்பனையில் தோன்றிய 'கயிறு' அதுவல்ல. நான் கற்பனை செய்தது ஒரு துண்டு கயிறைத்தான். ஏனெனில், அதன் இரு முனைகளையும் பிரித்து பிரித்து நீளத்தை எவ்வளவு வேண்டுமானாலும் நீட்டலாம். அதன்படி, ஒரு கட்டத்திலிருந்து மற்றொரு கட்டம் வரையிலுள்ள ஒரு கயிற்றினைப் பற்றிதான் நான் யோசித்தேன். 'கயிறு' நாவலை விமரிசித்த பல நண்பர்களும் இதற்கு 'கயிறு' என எப்படி பெயர் சூட்டினீர்கள் என்று கேட்டதுமுண்டு. அதன் பின்னணி இதுதான்.

பெரும் அறிவாளியும் சட்ட வல்லுநருமான பி. பரமேஸ்வரன் பிள்ளையின் ஜூனியராகத்தான் நான் அம்பலப்புழை கோர்ட்டுகளில் வழக்கறிஞராகத் தொழிலைத் தொடங்கினேன். திருவனந்தபுரத்திலிருந்து ஆலப்புழைக்கு பிள்ளை பிராக்டிசை மாற்றிய போது இ.வி. என்னும் நண்பர்தான் என்னை அவரோடு சேர்த்து அம்பலப்புழைக்கு மூட்டைக் கட்டி அனுப்பினார்.

ஒரு நல்ல வழக்கறிஞரின் ஜூனியராக இருப்பது என்பது கடினமான வேலைதான். ஆனால், அதுவே ஒரு அநுக்கிரகமுமாகும். ஒரு குழப்பமான வழக்கில் அம்பலப்புழை வட்ட அலுவலகத்திலுள்ள பதிவேடுகளைத் தேடவும், தேவையான காகிதங்களை அவற்றிலிருந்து கண்டுபிடிக்கவும் பரமேஸ்வரன் பிள்ளை என்னிடம் பொறுப்பை ஒப்படைத்தார். இன்றைக்கு, நூற்றுக்கு மேற்பட்ட ஆண்டுகளுக்கு முன்பு நடத்த ஒரு நிலச்சீர்திருத்தத்திற்குட்பட்ட எல்லைகளைக் கண்டுபிடிக்க வேண்டியதிருந்தது. ஆனால், நான் தேடும் ஆதாரங்களை உள்ளடக்கிக் கொண்டிருந்த அம்பலப்புழை வட்ட அலுவலகமோ இருமுறைகள் இடமாற்றம் பெற்ற ஒன்றாக இருந்தது. அதனால் பழைய பதிவேடுகளெல்லாம் சிதைந்து சின்னாபின்னமாகக் கிடந்தன. இருந்தும், நான் அங்கேதான் கிளாசிப்பேரைச் சந்தித்தேன். பழைய குடும்பங்கள் பலவும் என் கண் முன்னால் தெரிந்தன. அங்கிருந்த பல குடும்பத் தலைவர்களும் மருமகன்களும் அந்த மங்கிய வரிகளுக்கிடையே வாழ்வதை நான் கண்டேன். அதற்கு முன்பும் நிலச்சீர்திருத்தம் இருந்துள்ளது என அந்த வரிகளில் குறிப்புகள் இருந்தன.

வழக்கிற்குத் தேவையான சில குறிப்புகளும் தீர்ப்புகளும் என்னால் கண்டுபிடிக்கப்பட்டன. இப்படிக் கண்டுபிடிக்கப்பட்ட எழுத்துக்களை எப்படி மிஸ்டர் பரமேஸ்வரன் பிள்ளை பயன்படுத்திக்கொண்டார் என்று நினைவிலில்லை. ஆனால், அம்பலப்புழை வட்ட அலுவலகத்திலுள்ள பதிவேடுகளை நேரம் கிடைக்கும்போதெல்லாம் படித்துப் பார்க்க

வேண்டும் என்னும் ஆவல் மட்டும் என்னுள் பலமாக உருவாயிற்று. முடிந்த மட்டில் தேடியதில், முந்தைய கண்டெழுத்தினுடைய சில பழமையான விவரங்கள் கிடைத்தன.

நான் ஒரு ஆராய்ச்சி மாணவன் இல்லை. தீஸிஸ் எழுதுவதும் என்னுடைய உத்தேசமில்லை. அதனால், 1970ல் நடைமுறைக்கு வந்த நிலச்சீர்திருத்த சட்டத்தைப் படித்தபோது 'கயிற்றின்' நீளத்தை என்னால் தீர்மானிக்க முடிந்தது. இதற்கிடையே நீதிமன்றங்களில் பழங்காலத்திய வழக்குகளிலும் என் கவனம் பதிந்தது. பாகப்பிரிவினை விவகாரங்கள், குடும்பத் தலைவர்களைத் திறமையற்றவர்களாக்கக் கூடிய செய்திகள், மருமக்கத்தாய சட்ட விளக்கங்களில் நீதிமன்ற விதிகள் - இப்படி ஒரு சமுதாய பரிணாம விளைவுகளின் சுவை மிகுந்த குறிப்புகள் அங்கு இருந்தன. ஹைந்தவர்களின் ஜாதி வேறுபாடுகளையும், ஒவ்வொரு ஜாதிக்குமுள்ள உபஜாதிகளையும், அவர்களின் வாழ்க்கை முறைகளை கோவில்களிலுள்ள குறிப்புகளிலிருந்து புரிந்து கொண்டேன். நம்முடைய கல்வி முறையிலுள்ள பரிணாமம் சிலவற்றைப் புரிந்து கொள்ளவும் வட்ட அலுவலகத்திலுள்ள பழைய குறிப்புகள் எனக்குத் திருப்தி அளித்தன.

இவ்வாறு பதிவேடுகள் அறையிலுள்ள தூசு படிந்த குறிப்புகளின் பழைய கூம்பாரத்தில் இரட்டைவால் புழுவும் கரப்பானுமாக கழிந்த காலத்தில், நல்ல புகழுடன் வாழ்ந்துகொண்டிருந்த பனம்பிள்ளி கோவிந்த மேனனை தற்செயலாகக் காணும் வாய்ப்புக் கிடைத்தது. அவர் என்னைப் பிடித்து நிறுத்தி ஏறக்குறைய இவ்வாறு கூறினார்:

"நான் உங்களிடம் ஒரு விஷயத்தைச் சொல்வதற்கு வெகு காலமாக ஆவலுடன் இருந்தேன். ஒரு கதையைப் பற்றி நீங்கள் கேள்விப் பட்டிருக்கிறீர்களா? சந்துமேனன் 'சாரதா' என்னும் நாவலை எழுதிக் கொண்டிருந்த காலத்தில் ஒருநாள் பல் தேய்த்துக் கொண்டிருக்கும் போது காரணமில்லாமல் உரக்கச் சிரித்தாராம். உடனே, அவரின் மனைவி, "என்ன இப்படி உரத்து சிரிக்கிறீர்கள்" என்று கேட்டாராம். அதற்கு அவர், 'பூஞ்சோலை கரையச்சன் கூண்டில் ஏறி நின்று சாட்சியம் அளித்ததை நான் நினைத்துக் கொண்டேன். உடனே சிரிப்பு வந்து விட்டது, என்று சொன்னாராம்."

மேலும் பனம்பிள்ளி தொடர்ந்தார்:

"மருமக்கத்தாய சம்பிரதாயத்தின் படிப்படியான தகர்வுகளை விவரித்து நீங்கள் ஒரு நாவலை எழுத வேண்டும் தகழி. அதை எழுத உங்களால் மட்டுமே முடியும். கோர்ட்டு குடும்பத் தலைவர்களை திறமையற்ற நிர்வாகிகளாக்குவதும், தாய்வழி பாகம் வருவதும்,

மருமக்கத்தாயத்திற்கு நீதிமன்ற விதிகள் விளக்கம் அளிப்பதும் எல்லாம் உட்கொண்டதாக அந்த நாவல் இருக்க வேண்டும்."

இவ்வளவையும் கூறிவிட்டு, தான் சொல்ல வேண்டிய விஷயத்தைச் சொல்லி முடித்து விட்டது போல் அவர் எனக்கு விடையளித்தார்.

நான் 'கயிறு' நாவலை எழுதத் தொடங்கினேன். இடையில், இந்த நாவலை எழுதிய முறையைப் பற்றியும் நான் கொஞ்சம் சொல்லி விடுகிறேன். இது ஒப்புக்குச் சொல்வதில்லை. என்னுடைய இந்த முறையினால் நான் நாவலாசிரியனே அல்ல என்று தீர்ப்புக் கூறினாலும் பரவாயில்லை. அதனால், என் சொந்த விஷயத்தை இங்கு கொஞ்சம் சொல்லி விடுகிறேன்.

சொல்ல வந்த விஷயம் உண்மையாகும் போதுதான் நான் எழுதத் தொடங்குகிறேன். அதனால், கதாபாத்திரங்களும் உருமாறாமல் இருக்கின்றார்கள். எழுதத் தொடங்கியதும், அவர்கள் என்னுள் வந்து சேர்ந்து விடுகிறார்கள். அவர்களுக்கென தனித்துவம் உண்டென்றும் இல்லையென்றும் தோன்றலாம். அவர்களால் நிர்வகிக்கக் கூடிய விஷயங்கள் நிர்வகித்து முடிந்துவிட்டால் அவர்கள் தாமாகவே என்னிடமிருந்து வெளியேறி விடுகிறார்கள். ஒரேயொரு நிகழ்ச்சியைக் கூட நான் திட்டமிட்டு கற்பனை செய்து எழுதியது இல்லை. நிகழ்வுகள் தாமாகவே பரிணாமம் பெற்று விடுகின்றன. அப்படித்தான் நான் எழுதிச் செல்கிறேன். ஆனால், தொடக்கமும் முடிவும் மட்டும் என் மனதில் உண்டாகியிருக்கும். சில சமயம் சில கதாபாத்திரங்களுக்கு ஏராளமான விஷயங்களை வெளிப்படுத்த வேண்டுமென்னும் எண்ணம் வரலாம். சில நிகழ்வுகள் வரலாறு படைத்தது எனவும் இருக்கலாம். இப்படி என்னுடைய இந்த முறையை பிரகடனமாகத் தெரிவிக்கின்ற ஒரு நாவல்தான் 'கயிறு' என்று தோன்றுகிறது. திருவிதாங்கூரிலுள்ள ஒரு பிரத்யேக பிரதேசத்தின் ஒரு கட்டம் முதல் இன்றைய நிலச்சீர்திருத்தம் நடைமுறைக்கு வந்த காலம் வரையிலுமுள்ள வாழ்க்கையின் எல்லா மாற்றங்களையுமுடைய பரிணாம விளைவுகளைத்தான் இந்தப் புத்தகத்தில் நான் சொல்லியுள்ளேன். மனிதனின் மண்ணின் மேலுள்ள தாகத்தின் கதை முதல் மற்ற எல்லா மாற்றங்களுடைய கதையையும் சொல்லத்தான் நான் முயன்றுள்ளேன். இந்தக் கதையில் தனிப்பட்டதொரு நாயகன் இல்லை. நாயகியும் இல்லை. இந்த சமூகம்தான் இதிலுள்ள நாயகன். அதே சமூகம்தான் நாயகியும். ஒரு இரு நூற்றைம்பது ஆண்டுகளில் இந்தப் பிரதேசத்தில் பிறந்து வளர்ந்து இறந்த சில மனிதர்களை இதில் காணலாம். அவர்கள் மகிழ்ந்திருக்கிறார்கள். சங்கடப்பட்டிருந்திருக்கிறார்கள். அவர்களுடைய ஆசாபாசங்களையும், அவர்களுடைய நிராசைகளையும், வெற்றி தோல்வி பலவீனங்களையும் எல்லாம் அதனதன் காலத்திய சூழலுக்குக்

கொண்டுசெல்லவே நான் முயன்றுள்ளேன். நாவலின் வழக்கமான அடையாளங்கள் கயிறில் இல்லாமல் இருக்கலாம். மனிதனின் கதையைச் சொல்லும்போது நாவலின் அடையாளங்கள் வேண்டுமென்று எனக்குத் தோன்றவில்லை. வழக்கமான அடையாளத்தை நாவலில் உட்படுத்தவும் நான் இதில் முயற்சிக்க முயலவில்லை. வாழ்க்கையில் அடையாளங்கள் என்பவை ஒரு அளவுகோலினுள்ளே அடங்குவதில்லையே...

என்னுடைய இந்த முறையானது மற்றவர்களுக்குச் சரியில்லாம லிருக்கலாம். ஆனால், என்னால் இப்படித்தான் சாதிக்க முடியும். என்னுடைய உள்ளக் குமுறல்களுக்கு என்னால் இப்படித்தான் சமாதானம் காண முடிகிறது. சமாதானத்தினால் மட்டுமே வாசகர்களின் முன்பும் விமர்சகர்களின் முன்பும் செல்ல முடியுமோ?

கயிறைப் பற்றி வெளியே வந்த விமர்சனங்களுக்கான பதிலும் கயிறிலேயே இருக்கிறது. இது கவனத்தில் படாமல் போனதற்கு என் படைப்புத் திறமையின்மேல் அவர்கள் குற்றம் கூறலாம். கூறட்டும்.

இறுதியாக ஒரு வார்த்தை, என்னுடைய இலக்கிய வாழ்விற்குள் திரும்பிப் பார்க்கும்போது எனக்குத் திருப்தி தருகின்ற ஒரு விஷயம் இந்த நாவலில் உண்டு. பல்வேறு விதமான வாழ்க்கையைக் கையாளுவதற்கு என் படைப்புகளின் மூலம் என்னால் முடிந்தது. அதுவும் முக்கியமாக இந்தக் 'கயிறி'னால்...

சங்கர மங்கலம்
தகழி
15-12-1983

தகழி சிவசங்கர பிள்ளை

- - - -

1

எருமத்ர மடத்தில் தங்கியிருக்க எவருக்கோ அனுமதியளிக்கப் போகிறார்கள் - செய்தி காதில் விழுந்ததும் விழாததுமாய் கோபிந்திரப் பெரிய ஆசான் அவ்விடத்தை நோக்கி விரைந்தார்.

இப்படிச் செய்வது வழக்கமல்லதான். எருமத்ர எட்டு கட்டு வீட்டில் இதுவரையிலும் யாருமே அவ்வாறு தங்கியிருந்ததில்லை. கோவிலின் முதன்மை அர்ச்சகரான 'தந்திரி,' அல்லது 'முறைஜப'த்தின் போது திருவனந்துபுரத்திற்குச் செல்கிற வழியில் கோவில் தரிசனத்திற்காக வருகின்ற வைதீகர்கள் மட்டும்தான் அந்த எட்டு கட்டு வீட்டில் தங்கியிருந்திருக்கிறார்கள். பிராமணர்களுக்கென்றே நிர்மாணிக்கப் பட்டிருக்கிற மடம்தான் எருமத்ர மடம்!

தேவஸ்தானத்தின் காரியஸ்தரான முதன்மை நிர்வாகியே முன் நின்று மடத்தைப் பழுதுபார்க்கச் செய்கிறார்-கோவிலின் பல்வகைச் சிப்பந்திகள் மடத்தின் முற்றத்திலுள்ள புல்-பூண்டுகளைக் களைந் தெறிகின்றனர். பணிப்பெண்கள் விளக்குமாற்றினால் கூட்டிச் சுத்தம் செய்கின்றனர். அவசர-அவசரமாய் வேலைகள் நடைபெறுகின்றன!

பெரிய ஆசான் அவ்விடத்தை நெருங்குகிறபோதே காரியஸ்தரைக் கூவியழைத்துக் கேட்டார்.

"காரியஸ்தரே--! என்ன இது?... எருமத்ர மடத்தை யாருக்குக் கொடுக்கப் போறீங்க?"

"கிளாசிப்பேருக்கு!" (Classifier- இது அந்தக் காலத்திய ஓர் அரசாங்க உத்தியோகம்.)

பெரிய ஆசானின் ஆவல், கோவில் காரியஸ்தரின் கவனத்திற்கு வரவில்லை. கேள்விக்குப் பதிலளித்தார். பதிலளித்தேயாக வேண்டும். கிராமத் தலைவர்களில் ஒருவராகத் திகழ்கிறவர்தான் கோடாந்திரப் பெரிய ஆசான். கோவிலை நிர்வகித்து வருகின்ற நபர்களிலேயே ஒருவரு மாவார். ஆசான் ஒரு கணம் பிரமை கொண்டவர் போல் நின்று விட்டார். ஒன்றும் புரியவில்லை.

காரியஸ்தர் மீண்டுமொருமுறை சாதாரணமாகவே சொன்னார்:

"கிளாசிப்பேர்!"

"அப்படீன்னா, என்ன சாதி?"

"மேல் ஜாதிக்காரனான சூத்திரனாகத்தான் இருக்கணும்."

காரியஸ்தர் இதையும் அவ்வாறே மேலெழுந்தவாரியாகத்தான் சொன்னார். இது திட்டவட்டமாக அறிந்து சொன்னது அல்ல. சமஸ்தானத்தை ஆளுகிற பொன்னுத் தம்பிரானுடைய உயர்ரக சிப்பந்திகளிலே ஒருவர், மேல்ஜாதியைச் சேர்ந்தவராகத்தான் இருக்க முடியும்- கீழ்ஜாதியைச் சேர்ந்த சூத்திரனாக இருக்க முடியா தென்கிற ஓர் எண்ணம்தான் காரியஸ்தருக்கு.

"அப்போ, யாராச்சும் நம்பூதிரித் திருமேனீங்க விஜயம் செஞ் சாங்கன்னா என்ன பண்ணுவீங்க?" கோடாந்திரக் குறுப்பு ஆசான் விசாரித்தார்.

"திருமேனீங்க தந்திரிமடத்திலே தங்கியிருப்பாங்க."

ஆசானுடைய ரோசம் சற்றுத் தணிந்தது- ஆயினும் இப்படி ஒரு வழக்கம் இதுவரையில் இல்லைதான்.

"குஞ்சா...!" காரியஸ்தர் நீண்டதொரு குரல் கொடுத்தார்.

கோவில், போஜன மண்டபங்கள், நெல்லைச் சேமித்து வைக்கப் பட்டிருக்கும் கிடங்குகள், மாடமாளிகைகள் மற்றும் கிடங்குகளிலும் எல்லாம் அந்தக் குரல் எதிரொலித்து முழங்கியது. காரியஸ்தர் அழைக்கிற குரல்வளம் அத்தகையது. உரத்தகுரல், கனகம்பீரமானது. காரியஸ்தரின் அழைப்புக் குரல் என்றால் அது அத்தகையதாகத்தான் இருக்கவேண்டும்.

கோவில் அமைந்திருக்கிற விசாலமான வளாகத்தின் ஏதோ ஒரு பகுதியிலிருந்து காவலாளிகள் எழுப்புவது போன்ற குரல் ஒன்று பதிலாக எழும்பியது:

"என்னாங்கோ...!"

அப்போது பல்வகை வேலை செய்கிற அந்த குஞ்சன் நாயர், நெல் குத்துகிற கூரையின் மறைவில் நின்றவாறு சிற்றாளாகிய கோதையுடன் சிறிது சல்லாபித்துக் கொண்டிருந்தான்.

ஒவ்வொரு நாளும் கோவில் நைவேத்தியத்திற்கான அரிசிக்காக நெல் அளந்து கொடுக்கப்படுவது இங்குதான். நெல்லை அளப்பவன் குஞ்சன் நாயர்தான். அளக்கிறபோது பார்வையைச் சற்று மறுபக்கம் திருப்பினால் நான்கு கவளம் அன்னத்திற்கான நெல்லை அள்ளியெடுக்க முடியும்.

அளவிலே சற்று தாராளமனம் காட்டினால் ஒருசில நாட்களுக்குக் கஞ்சி காய்ச்சிக் குடிக்கவும் முடியும். அதற்காகத் தான் குஞ்சன் நாயரைத் தாஜா செய்கிறாள் கோதை.

"அந்த செக்குந்தோது வீட்டு மாணிப்பொண்ணுக்கு மட்டும் என்ன, மணியா கட்டியிருக்கு? அவளும் பொண்ணு; நானும் பொண்ணு!" இது காதல் வசனம் அல்ல; அதிகார-ஆணவப்பேச்சு. கோதை இப்படிப் பேசிக் கொண்டிருந்த போதுதான் காரியஸ்தரின் அழைப்புக் குரல் அந்த நெல்குத்துகிற கூரையை வந்து மோதியது.

கோதைக்குப் பதிலடி கொடுப்பதற்கான வசனங்கள் குஞ்சன் நாயரிடமிருக்கத்தான் செய்கின்றன. சூடான வசனங்கள்! மாணிப் பெண்ணுக்கு கோதைக்கு இல்லாத ஒரு தனிச் சிறப்பு உண்டு. பெண் என்று சொல்வதனால் மட்டுமே பெண் ஆகிவிட முடியது. கோதை, உண்மையிலேயே ஒரு பெண்ணாகி விட்டாளா? -இதுதான் பதில். ஆனால், அதைச் சொல்ல நேரமில்லை. காரியஸ்தர் குரல் மறுபடியும் முழங்குகிறது. குஞ்சன் பதிலுக்குக் குரல் கொடுக்கவும் செய்தான். ஆனால் அது காரியஸ்தரின் காதில் சென்று விழுந்தால் தானே? குஞ்சன் ஓட்டமெடுத்தான். ஓடும் வழியிலேயே, உடுத்தியிருந்த துண்டுவேஷ்டி அவிழ்ந்து விழுந்தது. அவன் அதை எடுத்துச் சுற்றியுடுத்திக் கொண்டான்.

குஞ்சன் நாயரிடம் சரியான கேள்வியைக் கேட்டு விட்டோமென்ற திருப்தியில் கறுத்துத் தடித்துப் பருமனான அந்த மனிதன் ஓடுவதைப் பார்த்துக் கொண்டு நின்றாள் கோதை. -அவளுக்கு அந்த ஓட்டத்தைக் காண வெகுவேடிக்கையாக இருந்தது. துண்டுவேஷ்டி அவிழ்ந்து விழுந்ததைப் பார்த்து அவள் கலகலவெனச் சிரித்தாள்.

அவள் அவனைக் கூவியழைத்துக் கேட்டாள்: "ஏய், குஞ்சன் மாமா... சீக்கிரம் வந்திடுவியா?"

பதில் சொல்லவில்லை. குஞ்சன்நாயர் மாமா அல்ல. அந்த அளவுக்கு வயது ஆகிவிடவில்லை. ஆயினும் சிற்றாட்களான அந்தப் பெண்கள் அனைவரும் அவனை 'குஞ்சன்மாமா' என்றுதான் அழைத்து வருகின்றனர்.

வினயமுடன் அடக்க- ஒடுக்கமாய் நின்ற குஞ்சனை நோக்கிக் காரியஸ்தர் உத்திரவிட்டார்: "சின்ன அர்ச்சகரான திருமேனி கிட்டே போய் அதிகாலை நைவேத்தியமான உஷ: பாயசமிருக்குதான்னு கேளு!"

கிளர்ந்தெழுந்து துள்ளிக் குதித்து வருகிற போது ஓர் உஷ: பாயசக் கட்டியைக் கொடுத்து விட்டால் பெரிய ஆசானுடைய கிளர்ச்சியுள்ளம் குளிர்ந்து விடுமென்பதைக் காரியஸ்தர் நன்கு அறிந்து வைத்திருக்கிறார்.

* ** *

பெரிய குறுப்பு ஆசான் முன்னே; கோவில் காரியஸ்தர் பின்னே- என்றிவ்வாறாக அந்த இருவரும் எருமத்ர மடத்தின் வளாகத்தில் சுற்றி நடந்தனர்.

“காரியஸ்தரே, இந்த கிளாசிப்பேருன்னா, யாரு?” என்றார் ஆசான்.

“எனக்குத் தெரியாதுங்க. வருகிறவரு கிளாமானூரைச் சேர்ந்தவரு. பொன்னுத் தம்பிரானுக்கு மிகவும் நெருக்கமானவராக்கும். தம்பிரானை நேரிடையாகப் பார்க்கணும்னா, இவருக்கு முன்கூட்டி அனுமதி தேவையில்லையாம். நேரம் காலம் பார்க்காமெ நேரடியாச் சென்று பார்க்கலாமாம்! எனக்குத் தெரிந்ததெல்லாம் இவ்வளவுதானுங்க. கிளாசிப்பேருக்குத் தங்கியிருக்க இடவசதி செஞ்சு கொடுக்கணும்னு தம்பிரான் மண்டபத்து வாசலிலிருந்து சொல்லியனுப்பியிருக்கிறாங்க.”

குறுப்பு ஆசான் வியந்து போனார். நின்ற நிலையிலேயே தன்னையறியாமல் சிறிது நிமிர்ந்து நின்றார்.

“ஆகா...!”

“ஆமாம்; அப்படித்தான்!”

“ஓகோ! அப்படின்னா, இப்படி செய்றறதொண்ணும் போதாது. மடத்தை நல்லாச் சுத்தம் செஞ்சு இன்னும் கொஞ்சம் அழகு படுத்தணும்!” என்றார் குறுப்பு ஆசான்.

மாணி, குஞ்சுதேவி, குஞ்சிக்கா ஆகியோர் தரையைச் சாணி போட்டு மெழுகிக் கொண்டிருந்தனர். கிளாசிப்பேர் தங்கியிருக்க வருகிறார் என்றும் அவர் பொன்னுத்தம்பிரானுக்கு மிகவும் நெருக்கமானவரென்றும் அவர்களும் அறிந்திருக்கின்றனர். பொன்னு தம்பிரான் எவ்வாறிருப்பார்? அவர்களிடையே தம்பிரானைப் பற்றிய பேச்சு ஆரம்பமாயிற்று.

குஞ்சுதேவி சிறுமியாக இருந்தபோது, ‘அம்பலப்புழா’ எனும் ஊரில் தம்பிரானைப் பார்த்திருக்கிறாள். அவள் அந்தக் காட்சியை விளக்கிப் பேசினாள். கருமாடி வாய்க்கால் வழியாக நீண்ட துடுப்புக்கள் இணைக்கப்பட்ட திருவோடத்தில்தான் தம்பிரான் திருவனந்தபுரத்திலிருந்து திருப்பயணம் செய்து வந்தார். முன்னும் பின்னும் ஏராளமான ஓடங்கள் புடைசூழ்ந்து வந்த அந்தக் காட்சி மிகவும் மனோகரமாய் இருந்தது. குஞ்சுதேவி கருமாடிக்குச் சென்று தாத்தா தோள்மீது அமர்ந்து அந்த அழகிய படகுச் சவாரியைப் பார்த்தாளாம். பின்னர், அம்பலப்புழா கோவிலில் தம்பிரான் வலம் வந்து கொண்டிருந்தபோது அவரை நேரடியாகப் பார்த்திருக்கிறாள்.

“பொன்னுதம்பிரான் எப்படியிருப்பார்?” குஞ்சி விசாரித்தாள்.

“தம்பிரானும் ஒரு மனிசன்தான். ஒரு ஆம்புளே! ஆனா, குடுமி வச்சிருக்கார். தங்கச்சங்கிலி அணிஞ்சிருக்கார். விபூதி பூசியிருக்கார். அவர் நடந்து வர்றதே கண்கொள்ளாக் காட்சியாயிருக்கும். பின்னாலே ஒருத்தரு குடை பிடிச்சிருப்பாரு. முன்னாலும் பின்னாலும் ஒரு கையினால் வாயைப் பொத்திச் சேவகனுங்க நடந்து வருவாங்க. ‘அம்மச்சித் தம்பிராட்டி’யும் கூடவே நடந்து வருவா. தம்பிராட்டி பார்க்க எவ்வளவு அழகாயிருப்பா தெரியுமா? அழகா மடிச்சிருக்கிற ஜரிகை அங்கவஸ்திரத்தினால் மாரை மறைச்சு, வைரத்தோடு அணிஞ்சு கழுத்திலேயும் கைகளிலேயும் தங்க நகைகளுமாய் நடந்து வருவா. பொண்ணுன்னா, எப்படியிருப்பா, தெரியுமா? சுத்த தங்கம் மாதிரி. மாதிரீன்னு என்ன? தங்கத்தையும் அவ ஒடம்பையும் வேறு வேறுன்னே சொல்ல முடியாது. முடியின் நுனிப் பகுதியை முடித்துப் பின்னால போட்டிருப்பா. அந்த நாளிலே நான் ஒரு சிறுமியா இருந்திருந்தாக்கூட இன்னைக்கும் அந்தத் தம்பிராட்டியோட உருவம் எம் மனசிலே அப்படியேதான் இருக்கு.” என்றாள் குஞ்சுதேவி.

“நாம்பளும் பொண்ணுங்கதான். அவங்களும் பொண்ணுதான். இதிலென்ன அதிசயம்!” குஞ்சக்கிக்கு ஒரு சண்டையை வரவழைப்பதற்கான ஓர் அரிப்புத்தான் எப்போதும். அதை ஒரு வெறி என்றுகூடச் சொல்லலாம். குஞ்சக்கி அத்தகையவள். எங்கும் எதற்கும் முட்டிமோதிக் கொள்ளத் தயாராக இருப்பவள்.

‘இன்று கொளுத்தும் வெயில்தான்’ என்று யாராவது சொன்னால், ‘வெயில் காலம்னா அப்புறமென்ன, மழையா பெய்யும்?’ என்பாள் குஞ்சக்கி. அதை யாராவது எதிர்த்துப் பேசவேண்டும். இல்லாவிட்டால் குஞ்சக்கி யாரையாவது எதிர்த்துப் பேச வைப்பாள். அதுவும் அவளுடைய ஓர் இயல்பு-எப்படியும் ஒரு சண்டை நடந்தே தீர வேண்டும்.

“அவங்களும் பொண்ணுன்னு எதுக்காக ஒரு நெடுமூச்சோடு சொல்லணும்?”

“பின் இல்லாமென்ன? நம்ப ஜாதகம் என்ன? அவங்க அனுபவம் என்ன? நாம்பளும் பொண்ணுங்கதான்; அவங்களும் பொண்ணுதான். ஆனா, அனுபவம் தான் வேற” என்றாள் குஞ்சுதேவி.

குஞ்சக்கிக்கு அரிப்பு ஏறியது: “அவளை நான் பார்த்ததில்லே. ஆனா ஒரு விசயம் மட்டும் எனக்குத் தெரியும்...”

“அடி பொம்புளே, கொஞ்சம் மெதுவாப் பேசு! பொன்னு தம்பிரானோட அம்மச்சியைப் பற்றித்தான் பேசறோம். தலை போகிற விசயம்டீ!” குஞ்சக்கி சொல்லும்போதே இடைமறித்துப் பேசினாள் குஞ்சிளாச்சி.

குஞ்சக்கியா, அந்தப் பேச்சைக் கவனிக்கிறாள்? அவள் பாட்டுக்குப் பொழிந்து தள்ளுகிறாள்: "நாம்பளும் பொண்ணு; அவளும் பொண்ணு- நம்ப வயற்றிலே உருவாவது போல, நாம்ப பெத்துக்கிறது போலதான், அவ வயற்றிலும் உருவாகுது. பெத்துக்கிறா."

கூட்டத்தில் எவளோ ஒருத்தி- அனேகமாக அது குஞ்சுதேவிதான் என்று தோன்றுகிறது- சொன்னாள்:

"ஐயோடீ பொம்புளே! அப்படிச் சொல்லாதேடீ! அவங்க வயற்றிலே உருவாகுதுன்னு சொல்லாதே... அதுபோல பெத்துக்கிறான்னும் சொல்லிடாதே! திருவயிறு நிறையுது; திருவயிறு பிறவியளிக்குதுன்னுதான் சொல்லணும்!"

குஞ்சக்கி அதையும் கவனிக்கிறாளில்லை. இடை விடாமல் பேசிக் கொண்டேயிருக்கிறாள். இன்னும் என்னவெல்லாம் சொல்லி முடித்த பின்னர் இந்த வெறி அடங்குமோ; தெரியாது. அவள் அழுத்தமான குரலில் மீண்டும் சொல்கிறாள்:

"நம்ப மலத்துக்கு நாத்தமிருப்பது போலத்தான் அவங்க மலத்துக்கும் நாத்தமுண்டு. நாம்ப ஏதாவதொரு சமயத்திலே குசுவிடுவோம். அதப் போலத்தான் அவங்களும் குசுவுடறாங்க."

ஏனைய பெண்கள் காதைப் பொத்திக்கொண்டனர். குஞ்சக்கி இன்னும் நிறுத்தினபாடில்லை.

"அவங்களுக்கும் கள்ளக் காதலனுங்க இருப்பாங்க. நம்பளுக்கு இருக்கிறதெல்லாம் தான் அவங்களுக்கும் இருக்குது."

குஞ்சக்கியின் பேச்சில் கூடுதலான சுறுசுறுப்பு ஏற்பட்டது. மற்ற பெண்கள் அந்த ராஜத் துரோகத்தைச் சகிக்கமுடியாமல் காதைப் பொத்தியவாறு விலகி நின்றனர்.

'...இந்தப் பொம்பளைக்கு என்ன, பைத்தியம் பிடித்திருக்கிறதோ? இது ஒரு மாதிரியான பைத்தியமேதான்...' பெண்கள் நினைத்துக் கொண்டனர்... தம்புராட்டிக்கு அத்தகைய தங்கமேனி என்றால், அது அவர் தங்கத்தை அரைத்துப் பாலிலே கரைத்துக் குடித்ததனால் ஏற்பட்டதாகும். விளக்கு அணைத்துவிட்டால் அப்புறம் என்ன நிறமாயிருந்தாலென்ன? எல்லாப் பெண்களும் ஒரே மாதிரியாகத்தான் இருப்பார்கள். செத்து, அந்தப் பிணத்தைக் குழிதோண்டிப் புதைத்து விட்டால் புழுக்கள்; சுட்டுப் பொசுக்கினால் சாம்பல்தான்!...'

குஞ்சுதேவி, தம்பிரான் மற்றும் தம்பிராட்டியை மட்டும்தான் பார்த்திருக்கிறாள். அவ்வாறு பார்த்ததன் பற்றுதல் அவளுக்கு அவர்கள் மீது உண்டு. குஞ்சக்கியின் இந்த வெறித்தனத்தை நிறுத்த வேண்டுமென்றால்

அவளை எதிர்த்துத்தான் தீரவேண்டும். எதிர்த்தால் என்ன?

“ஏய் பொம்புளே, உம் பேச்சை நிறுத்து! ஊரை அழிச்சிடாதே! இதை யாராச்சும் கேட்டுட்டான்னா...”

“உம்! அதென்ன? நான் சொல்லறது உண்மைதானே? உண்மையைச் சொல்லறது தவறா? குற்றமா?”

காரியஸ்தரும் பெரிய ஆசானும் இதைக் கேட்டிருப்பார்களோ என்று ஏனைய பெண்கள் பயந்தனர்.

வேறு யாராவது கேட்டுவிட்டு, தம்பிரானுக்கு மிக நெருக்கமான அந்தக் கிளாசிப்பேர் வரும்போது அவரிடம் சொன்னால்?...

* ** *

பணிப்பெண்களை நோக்கி, குறுப்பு ஆசான் நடந்துசென்றார். எருமத்ர மடத்தை மிகவும் நன்றாகச் சுத்தம் செய்யவேண்டும். பொன்னு தம்பிரானுக்கு மிகவும் நெருக்கமானவர்தான் வரப்போகிறார்... அவர் பெண்களுக்குக் கட்டளையிட்டார்:

“சும்மா சாணி மட்டும் அள்ளித் தேய்த்து விட்டால் போதாது. அதோடு கரியைக் கூடச் சேர்த்து மெழுகணும்!”

பெண்கள் வாய் திறவாமல் நின்றுவிட்டனர். நிலத்தை மெழுகுவது நின்றுவிட்டது. இனி கரியைத் தயார் செய்யவேண்டும். அதுவும் பாக்கு மரத்தின் மட்டைகளைச் சுட்டெடுக்கிற கரி!

“உஷ:ப் பாயசம் பண்ணற வேலையைப் பாருங்கடி!” தேவி மெதுவாகச் சொன்னாள்.

கோடாந்திர பெரிய ஆசானும் உஷ:ப் பாயசமுமென்றால் அது ஊரார் அனைவரும் அறிந்த கதைதான்.

* ** *

கிளாசிப்பேர் தங்கப்போகும் விடுதி எவ்வாறிருக்கிறதென்பதைச் சோதித்துப் பார்க்க வட்டார-அரசு அதிகாரி வந்திருக்கிறார். பெரிய ஆசான் மற்றும் காரியஸ்தருடைய மேல்வேஷ்டிகள் கீழே இறங்கி வந்து அவர்களது இடுப்பில் சுற்றிக் கொண்டன.

“ஐயா, அதிகாரி அவர்களே! பொன்னு தம்பிரானுக்கு ரொம்பமும் நெருக்கமான அந்தப் பெரிய அதிகாரி தங்கியிருக்க இந்த எட்டுகட்டு வீடு போதுங்களா? இதைத் தவிர இங்கே வேறு வசதியான வீடு கிடையாதுங்க.”

அதிகாரிக்குத் திருப்திதான், கிளாசிப்பேர் தங்கியிருப்பதற்கான கட்டடத்தை கோடாந்திர பெரிய ஆசான் மற்றும் கோவில் காரியஸ்தர் முன்நின்று பழுது பார்த்து சுத்தம் செய்து வைத்திருக்கிறார்கள்.

“இருப்பதைத்தானே, கொடுக்கமுடியும்? ஆனால், சுத்தமா யிருக்கணும்!” என்றார் அரசு அதிகாரி.

“அதைத்தான் செய்யறோமே... அடி பொண்டுகளா! தரை மெழுகினா எப்படி இருக்கணும் தெரியுமா? குனிஞ்சு பார்த்தா, அதிலே முகம் தெரியணும். இங்கே எங்கேன்னாச்சும் உரைச்சு மினுக்கிற கல்லு இருந்தா, வாங்கி வா!” என்று பெண்கள் பக்கம் பார்த்துத் திரும்பவும் உத்தரவு போட்டார் ஆசான்.

பெண்களுக்குச் சிரிப்பு வந்தது. ஆனால், அவர்கள் அதை அடக்கிக் கொண்டனர். சாணி போட்டு மெழுகிய பின்னர் உரை கல்லினால் மினுக்கினால் நன்றாக இருக்குமென்கிற கருத்து குஞ்சுதேவிக்கு முதலிலிருந்தே இருக்கிறது. அவள்தானே பொன்னு தம்பிரானைப் பார்த்திருக்கிறாள். அந்தத் தம்பிரானுக்கு மிகவும் நெருக்கமானவர் அல்லவா, இங்கே தங்கியிருக்க வருகிறார்? அதனால் ஏற்பட்ட அக்கறையும் பற்றுதலும்தான் அவளுக்கு.

அங்கணமெங்கும் ஆற்று மணலைப் பரப்பிப் போடுவது போன்ற பல்வேறு விசயங்கள் குறித்து ஆசான் அதிகாரியுடன் ஆலோசனை நடத்தினார். அதனிடையே ஆசானுக்கு ஒரு சந்தேகம்:

“இந்தக் கிளாசிப்பேருன்னா, யாருங்க?”

“கண்டெழுத்து வருது குறுப்பு ஆசான்!”

(கண்டெழுத்து: இருநூற்றாண்டுகளுக்கு முன்பு நடைபெற்ற நிகழ்ச்சி இது. அந்தக் காலத்தில் நிலமெல்லாம் யாருக்கும் சொந்தமின்றி, யாருமே சொந்தமாக்க விருப்பமின்றி சும்மாதான் கிடந்தது- அன்றைய திருவாங்கூர் அரசன் அதைச் சும்மா போட்டுவிட விரும்பவில்லை. உழைக்கத் தகுதி வாய்ந்தவர்களைத் தேடிப்பிடித்து, அவர்கள் பேரில் எழுதிக்கொடுத்து நிர்ப்பந்தமாக அதில் விவசாயம் செய்ய வைத்தார். நிலத்தைத் தங்கள் பேரில் எழுதிவைப்பதை விரும்பாமல், ஆனால் அரசு அதிகாரத்தின் பலவந்தமான வற்புறுத்தலுக்குப் பயந்து ஒளிந்து ஓடிச் சென்றவர்களும் உண்டு. அவர்களைக் கண்டுபிடித்து அவர்களுக்கு நிலத்தை எழுதிக் கொடுக்கும் படலம்தான் ‘கண்டெழுத்து’ என்பது- மொ-ர்.)

அந்தப் பணிபுரிய நியமிக்கப்பட்ட அதிகாரிதான் கிளாசிப்பேர். (Classifier) ஆசானுக்கு விளக்கமளித்தார் வட்டார அதிகாரி.

ஆசானுக்குப் பொருள் புரிந்துவிட்டது போலிருந்தது. 'ஓகோ! அப்படியா?' என வினவும் முறையில் நிலை கொண்டார். கோவில் காரியஸ்தருக்கு ஒன்றுமே விளங்கவில்லை. குறுப்பு ஆசான் தலையாட்டுகிறார். அரசு-அதிகாரி சிறிது பரிகாசம் கலந்த குரலில் தொடர்ந்து பேசினார்:

"இனிமேல் பிரஜைங்களை மேம்படுத்தப் போகிறார் அல்லவா? இனிமேல் யாருமே வரியாக நெல்லு தானியம் என்று செலுத்தவேண்டியதில்லே. இனிமேல் அதிகாரி, முல்லக்காரன், கணக்குப்பிள்ளை என்று யாருமே தேவையில்லை."

ஆசான் திகைத்துப் போனார்; கேட்டார்: "அப்போ.. ராஜ போகம்...?"

"அதெல்லாம் ஒன்றும் வேண்டாம் ஆசான்! இனிமேல் பணத்தைப் பையிலே போட்டு வச்சு மூக்கை நீட்டிக்கிட்டு இருந்தாப் போதும். வரியெல்லாம் பணமாக் கொடுத்தாப் போதும். அதுக்குத்தான் இந்த கண்டெழுத்து!"

கோவில் காரியஸ்தரும் நடுக்கமுற்றார். வரியைப் பணமாகக் கொடுக்கவேண்டுமாம்! நடுங்கவைக்கிற செய்தி இது. விளைச்சலில் ஒரு பகுதிதான் ராஜபோகம். அதுதான் வரியெனப்படுவதும். இனி மேல் அங்ஙனம் இல்லை. பணம்தான் ராஜபோகமாகச் செலுத்த வேண்டியது. எந்த நிலத்திலே தான் பணம் விளைகிறது?"

"மண்ணில் விளையறது பணமா, ஐயனே?" காரியஸ்தர் வினவினார்.

"ஆனால் அப்படித்தான் அரசகட்டளை-பூமியில் விளைவது அல்ல ராஜபோகம். பணமேதான். கட்டளை என்றால் அது கல்லைக் கூடப் பிளந்து விடாதா, காரியஸ்தரே? கட்டளைதான் நடைமுறைக்கு வரும்."

"பொன்னு தம்பிரான் இப்படியொரு கட்டளை போடு வாருங்களா? அவர் மக்களுக்குக் கண்ணுக்குத் தெரிந்த கடவுள் அல்லவா?" என்றார் ஆசான்.

"இதெல்லாம் பற்றி தம்பிரானுக்கு என்ன தெரியும்? தளவாய் சொல்லறார். அது அமுலுக்கு வருது. திருமேனி ஸ்ரீ பத்மநாபதாஸன். ஒன்றுமறியாத அப்பாவி மனிதர்."

குறுப்பு ஆசானுக்கு இன்னும் சில சந்தேகங்கள்! அவற்றைத் தீர்த்துக் கொள்ள வேண்டியதிருக்கிறது.

"அதிகாரி ஐயா, நிலத்தை எல்லாம் 'கண்டெழுத்து' பண்ணறீங்க... அப்பறம்?" அடுத்தபடியாக எடுக்கப்படுகின்ற நடவடிக்கைகளைப் பற்றித்தான் ஆசானுக்கு அறியவேண்டும். பெரிய அளவில் மாறுதல்களை ஏற்படுத்துகின்ற நடவடிக்கைகள்!

"வரிப் பணத்தை நிர்ணயிப்பாங்க!"

"இவ்வளவு பணம்னு?"

"ஆமாம்!"

"அதை வசூல் பண்ணறது?"

"கிராமக் கச்சேரியிலுள்ள அரசு ஊழியர்கள்தான்!"

"முல்லக்காரன், ராஜபோகமான தானியங்களை படகோட்டி, அளக்கிறவன், சேவுகன்னு இருக்கிறவங்க நிலைமை எல்லாம் என்னாகும் ஐயனே?"

"எவனும் தேவையில்ல. இனிமேல் என்னோட அக்காபையன் கூட அதிகாரீங்கிற பதவிக்கு வரமாட்டான்."

(அந்தக் காலத்துச் சமுதாயத்தில் தாய்வழி உறவுதான் மிகப் பிரபலமாக இருந்தது. அவருடைய சகோதரியின் புதல்வனுக்கு அவரைத் தொடர்ந்து அதிகாரி என்கிற வாரிசு உரிமை இருந்தது வந்தது. மொ-ர்.)

"அப்புறம்?"

"எவர் எந்தப் பதவியிலிருந்தாலென்ன? பணமல்லவா? அது வசூலாகி விடும். இதை எல்லாம் குறுப்பு ஆசான் அறிந்திருக்கவேண்டிய விஷயங் களாகும்."

"அப்போ.. முல்லப்பள்ளி மூலகுடும்பம்? தம்பிரானுக்கு அந்தக் குடும்ப உறவு வேணாமா?"

"வேண்டாம். சமஸ்தானமெங்கிலுமுள்ள நல்ல குடும்பங்களுடனான உறவு இப்போது பொன்னு தம்பிரானுக்கு வேண்டாமாம்."

"அப்பறம் பணமானா கூட ராஜபோகம் எப்படி வசூலாகும்?"

"அதெல்லாம் அறிஞ்சிக்கணும் குறுப்பு ஆசான்! அறிய வேண்டிய காரியங்கள்தான்."

சற்றுநேரம் யோசித்துக் கொண்டு நின்ற பின் கோடாந்திர பெரிய குறுப்பு ஆசான் வினவினார்:

"வரிப்பணம் கொடுக்கலேன்னா?"

அதிகாரி சிறிது நிமிர்ந்து நின்றார். அமலாக்கப்பட இருக்கின்ற நடவடிக்கைகளின் மோசமான விளைவுகள் பற்றி விளக்கமாய் சொல்லத் தொடங்கினார்:

“இன்றைய தினம் ராஜபோகம் கொடுக்கத் தவறினால், அதன் விளைவுகள் எப்படி இருக்கும் ஆசான்?”

அதிகாரி முதன்முதலாக ஒரு கேள்வியைத் தொடுத்துவிட்டார்.

“கொளுத்தற வெயிலிலே நிக்கவச்சு புறமுதுகு மீது கல்லேற்றி வைக்கறது தானுங்க, வழக்கமா அளிக்கிற முதல் தண்டனை!”

இது சமஸ்தானமெங்கிலும் நடைபெற்று வருகிற தண்டனை முறைதான். அதிகாரி தலையாட்டினார்.

“இன்னைக்கு குறுப்பு ஆசான் ராஜபோகம் செலுத்தாவிட்டாலும், நம்ப பொன்னுதம்பிரான் ஆசானையும் அவங்க குடும்பத்தாரையும் கொழந்தை குட்டிங்களையும் குடியிருக்கறதில்லையல்லவா?”

“இனி குடியிறக்கு இருக்குங்களா? இந்தக் குடியிறக்கறதுன்னா, என்னங்கையா?”

“குறுப்பு ஆசானையும் குழந்தை குட்டிங்களையும் கோடாந்திரக் குடும்ப வளாகத்திலிருந்து வெளியேற்றிவிட்டு அந்த எட்டுகட்டு வீட்டைப் பூட்டி முத்திரை வைத்து கிராம அதிகாரியிடம் ஒப்படைத்து விடுவதுதான்.”

“அப்போ, அந்தக் குடும்பங்களைச் சேர்ந்த கொழந்தைகுட்டீங்க?” என்றார் அசந்து போன ஆசான்.

“தெருவை அபயமாகக் கொள்ளவேண்டியதுதான்”

“ஒரு குடும்பத் தலைவன் ராஜபோகம் செலுத்தாத குற்றத்துக்குங்களா இப்படி?”

“ஆமாம்!” அதிகாரி சிரித்தார்.

“அது ஒரு கொடூரமான செயல்தானுங்க!”

“இவைங்கல்லாம் இனிமேல் பார்க்க இருக்கிற விழாதான். பார்த்துக் கொள்ளுங்க!”

* ** *

கடந்த காலத்தில்கூட ‘கண்டெழுத்து’ நடைபெற்றிருக்கிறது. அதைப் பற்றி குறுப்பு ஆசானுக்கு நினைவு வருகிறது. நேரடியாகப் பார்த்த ஞாபகம் அல்ல. அவருடைய தாய்மாமன், ஆச்சோமனம்மாவன் சொல்லக் கேட்டு அறிந்திருக்கின்ற கதைகளின் ஞாபகம். அந்தக் கதைகள் அவர் மனத்திற்குள்ளே பதியப் பெற்றிருந்தன.

வெட்டிக்காட்டு நிலம் கோடாந்திரக் குடும்பத்திற்கு கண்டெழுத்தினால் கிடைக்கப் பெற்ற கதை, கோடாந்திர ஆச்சோமன் குறுப்பு 'அம்மாவன்' சொல்லிக்கொண்டே இருந்துள்ளார். தற்போதைய பெரிய குறுப்பு ஆசான் அதை நூறுமுறை கேட்டுமிருக்கிறார். மரணப் படுக்கையிலே கூட அந்த அம்மாவன் அந்தக் கதையைச் சொல்லியுள்ளார். வெட்டிக்காட்டு நிலம் கோடாந்திரக் குடும்பத்திற்குக் கைவந்த கதை அது. ஒரு நல்ல கதை. பயிர்செய்யத் தகுதி படைத்தவர்களுக்கு நிலம் 'கண்டெழுதி'யளிக்கப்படும். அன்றைய நடைமுறை அதுவாகத்தான் இருந்தது. அது அரசகட்டளை. அன்று அவ்வாறு பட்டா செய்து கொடுக்கற அதிகாரியின் பெயர் என்னவாக இருந்ததோ; என்னவோ? ஞாபகமில்லை. அந்தப் பெயர் பெரிய குறுப்பு ஆசானுடைய நினைவிலே இருந்ததுதான். இப்போது எவ்வளவோ நினைத்துப் பார்த்தும் நினைவுக்கு வருவதில்லை. அன்றைய 'முல்லக்காரர்' களாகிய அரசகிங்கரர்கள் உடல்வலிமையும் செயல் திறமையும் கொண்டவர்களைத் தேடியலைந்து கொண்டிருந்தனர். அப்போது உடல்வலிமையும் செயல்திறமையும் கொண்டவர்கள் ஓடியொளிந்து கொண்டிருப்பார்கள். கிங்கரர்கள் அவர்களைத் தேடிக் கண்டுபிடித்து மண்டபத்து வாசலுக்குக் கொண்டு சென்று ஒப்படைத்து விடுவார்கள். பின்னர் அவர்களுக்கு நிலத்தைப் பதிவு செய்து கொடுத்த பின்னர்தான் அவர்களை அனுப்பி வைப்பார்கள்.

குறிப்பிட்ட பிராந்தியத்திலே,

ஆற்றுக்குக் கிழக்கே, கால்வாய்க்கு மேற்கே என்றிவ்வாறு எல்லையைக் குறிப்பிட்டு, முதல் புஞ்சைநிலம், இரண்டாம் புஞ்சைநிலம் என்று பகுத்த பகுதியில் தென்கிழக்காய் இவ்வளவு 'கோல்-அளவு' நீளம் அகலம் ஆகியவற்றைக் குறிப்பிட்டு, அதன் நடுவில் நூறு பறை நிலத்தை (சுமார் பத்து ஏக்கர்) இற்றாமன் கோந்தி பெயருக்குப் பதிவு செய்யப்பட்டிருக்கிறது என்று கண்டெழுத்தாளர் சொல்லி விடுவார். அப்போது இற்றாமன் கோந்தி ஈசல்போல் நடுங்குவார். அவர் அதிகாரியின் காலைப் பிடித்து அழுது எழுபது நாணயத்தை அதிகாரிக்குக் காணிக்கையாகக் கொடுத்து சொல்லியிருப்பார். அந்த லஞ்சத்தினால் ஐநூறுபறை நிலம் (சுமார் ஐம்பது ஏக்கர்) அவர் பெயருக்குப் பதிவு செய்யத் தீர்மானிக்கப்பட்டிருந்தது. நூறு பறை நிலமென்றாகி விட்டது. ஆயினும் அதுவும் சுமைதான்.

ஏனென்று தெரியுமா? இற்றாமன் கோந்தியின் குடும்பத்தில் ஆள் இல்லை. அவர் சகோதரியின் புதல்வர்களாக இரண்டே இரண்டுபேர் தான் உள்ளனர். இந்த நூறுபறை நிலத்தில் அவர்களால் மட்டும் எப்படி விவசாயம் பண்ணமுடியும்? அதற்குப் போதிய அளவில் விதை நெல்லும் கிடையாது.

ஆனால், இற்றாமன் கோந்திக்கு வரி நிர்ணயிக்கப்பட்ட நேரத்தில் அதிகாரி சற்று தயாளகுணம் காட்டினார்.

ஆற்றோரத்தில் சேறும் சகதியும் வந்து விழுந்து படிந்துகிடக்கிற பூமி. அவற்றைத் தள்ளியகற்றிவிட்டுத் தான் விவசாயம் செய்யமுடியும். எனவே அதை நான்காம் ரக பூமியெனக் குறிப்பிடப்பட்டது...

இவ்வாறாகத் தமது தாய்மாமனான ஆசசோமன் அம்மாவன் அந்தக் கதைகளை விபரமாகக் கூறுவதை பெரிய ஆசான் காது கொடுத்துக் கேட்டிருக்கிறார். இப்படி ஒவ்வொரு குடும்பத்திற்கும் ஒவ்வொரு கதை உண்டு. ஒரு குடும்பத்தைப் பற்றி எதையாவது சொல்லவேண்டிய சந்தர்ப்பம் வாய்க்கிறபோது அந்தக் கதையை வருணித்துச் சொல்லத் தொடங்குவார். அதைக் கேட்க வெகுவேடிக்கையாக இருக்கும். ஊரிலுள்ள ஒவ்வொரு குடும்பத்தினுடைய ஆதிமூலத்தைக் குறித்துப் பெரிய ஆசானிடம் சொல்வதற்கு ஒவ்வொரு கதை இருக்கத்தான் செய்யும். அது எந்தக் காலத்திய கதையோ; என்னவோ? யாரும் கேள்வி மட்டும் கேட்கக் கூடாது!

* ** *

கண்டெழுத்து நடைபெறப் போகிறதென்று காதில் விழுந்ததும் பெரிய ஆசானுடைய நினைவில், முன்காலங்களில் நடைபெற்ற 'கண்டெழுத்து'க்கள் பற்றிச் சொல்லிக் கேட்ட கதைகள் பல கிளர்ந்தெழுந்து வந்தன. மறந்து போன சில கதைகள் மனத்தில் தெளிவுபெற்றன. பெரிய ஆசான் சிறுவயதில் கேட்ட அந்தக் கதை சொல்லும் முறை ரசிக்கத் தக்கதாயிருந்தது. ஆச்சோமன் அம்மாவனுடைய அந்தக் குரல் இப்போது கூடப் பெரிய ஆசான் காதுகளில் ரீங்காரம் செய்கிறது. அந்தக் கதைகள் கல்லிலே செதுக்கப்பட்ட சிற்பங்கள். ஆசானுக்கு மனப்பாடமானவை.

"...ஊரிலே ஆற்றுக்குக் கிழக்கே கால்வாய்க்கு மேற்கே என்றிவ்வாறு எல்லையைச் சொல்லிப் பகுத்த பகுதியிலேயே..." இவ்வாறாக சொல்லித் தொடர்கிற வாசகம் பெரிய ஆசான் காதாரக் கேட்டுக் கற்றுத் தெரிந்து கொண்டதுதான். வாரிசுகளின் படையே இல்லாத இற்றாமன் கோந்திக்கு நூறு பறைநிலம் நான்காம் ரகமாய்ப் பதிவுபெற்றுக் கிடைத்த கதையை ஆச்சோமன் அம்மாவன் சொன்னபடியே பெரிய ஆசான் மனத்தால் சொல்லத் தொடங்கினார். அப்போது அவர் முகத்தில் ஒரு களை தோன்றியது.

கோடாந்திர ஆச்சோமக் குறுப்புவுக்கு அந்தக் கதைசொல்லும் வேலை ஒன்று மட்டும்தான் இருந்திருக்கிறது- பண்டைக் காலத்துக் கதைகள் சொல்வது. நேரடியாகப் பார்த்து அறிந்துகொண்ட கதைகள்

மட்டுமல்ல; கேட்டுத் தெரிந்துகொண்ட கதைகள்கூட! கூரைக் குடிசைக்குள்ளே சொல்வதானாலும், விளையாட்டுக் களத்திலானாலும், வரிக்கைப் பலாமர நிழலிலேயானாலும் கதை கேட்க நண்பர்கள் இருப்பார்கள். கதை கேட்பது மகிழ்ச்சியளிக்கிற விசயம்தானே? நண்பர்கள் யாருமில்லையென்றால் எவனையாவது தேடிப் பிடித்து அழைத்து வந்து உட்காரவைத்துக் கதை சொல்லுவார். பறந்து செல்கிற காக்கையிடம் கேட்பார்:

“ஏ காக்கா, எங்கே போறே? கொஞ்சம் இங்கு வந்து உட்கார்ந்துட்டுப் போயேன்!”

வரிக்கை மாமரத்தடியிலே துள்ளிக் குதித்து விளையாடுகிற அணில் குஞ்சிடம் சொல்லுவார்: “கிட்டே வந்து அமைதியாக் கொஞ்ச நேரம் உட்காரு, குஞ்சு!”

ஆச்சோமன் அம்மாவனுக்கு ஊரில் ஒரு புனைப்பெயர் உண்டு: ‘புராணம்!’ அவர் சொன்ன கதைகளை பனையோலைகளில் நகலெடுத்து வைத்திருந்தார்கள் என்றால், அது ஒரு புராணமாகவே பரிணமித்திருக்கும்– ‘ஆச்சோம புராணம்!’ என்று.

ஆச்சோமன் அம்மாவன் குடும்பப் பிரச்சினைகள் எதையும் கவனிக்காமல்தான் இருந்திருக்கிறார். அங்கே சென்று மூன்று வேளை உணவு உட்கொள்வதோடு சரி. பின்னர் கதைகள் சொல்லிக் கொண்டு தான் சுற்றித்திரிவார்.

பாவம்! அவர் கதைசொல்லித் திரிந்தே உயிர்விட்டார். நான்கு நாள் படுத்துவிட்டார். அப்போதும் கூடக் கதைகள் சொன்னார். நோயைப் பற்றி விசாரிக்க வந்தவர்கள் எல்லோரும் கதைகள் கேட்டுத் திரும்பிச் சென்றனர்.

அதிகாரி முன்னே வந்து நிற்கிறார்.

முல்லேப்பள்ளிக் குடும்பத்திற்கும் கதையுண்டு; புராணமுண்டு. பெரிய ஆசான் அவற்றைப் பற்றி ஓரளவு கேட்டு அறிந்தும் வைத்திருக் கிறார்.

“அதிகாரி ஐயா, தங்களுக்கு முல்லேப்பள்ளிக் குடும்பத்தின் கதை தெரியுமா?”

அதிகாரியின் முகம் சற்று மங்கலாகிவிட்டது போல் தோன்றியது. அந்தக் குடும்பத்திற்கு ஏதோ கரும்புள்ளி ஏற்பட்டிருப்பதாகத் தோன்றியது. சின்னப்பொட்டு!

பெரிய ஆசான் பதிலுக்காகக் காத்து நிற்கவில்லை. அந்தக் கதையை சொல்லியேதான் ஆகவேண்டும். அதிகாரிக்குப் பிடிக்குமா, பிடிக்காதா என்பது பற்றிக் கவலை இல்லை. அந்தக் கதையை சொல்லவில்லை என்றால் பெரிய ஆசானுடைய வயிறு வீங்கிவெடித்துவிடும். பழைய கண்டெழுத்து சம்பந்தமான கதைதான் அது.

'கோடாந்திர புராணம்' ஆச்சோமன் அம்மாவனுடைய ஆவி கோடாந்திரப் பெரிய ஆசானுக்குள்ளே புகுந்தது போல் தோன்றியது. இந்த ஊர்க் காற்றிலே அம்மாவனுடைய ஆத்மா லயமாகியிருக்க வேண்டும். இங்குள்ள காற்று அந்தக் கதைகளைத் திரும்பத் திரும்பப் பேசுவதாக இருக்கலாம்.

"முல்லேப்பள்ளிக் குடும்பத்திற்கு ஒரு மரபு இருக்கு..." வேறு ஏதோ கதை சொல்லத் தொடங்குவது போல் இருந்தது. அதிகாரியின் முகத்தில் சற்றுக் களை தட்டியது.

அது ஒன்றும் ஆசானுடைய கவனத்திற்கு வரவில்லை.

"அது ஒரு பிரத்தியேகமான மரபுன்னுதான் சொல்லணும்."

காற்றிலேயே கொஞ்சம் கசப்புச் சுவை கலந்திருக்கிறதா? அதனால் தான் யார் முகத்தையும் பார்க்காமலேயேதான் அந்தக் காற்று கதை சொல்கிறதோ?

"முல்லேப்பள்ளி ஆம்புளப் பசங்க ரொம்ப ரொம்பப் பழங்காலத்தி லேருந்து பரங்கிகளோட, அதுக்கு முந்தி அரபிகளோட வியாபார ஸ்தாபனங்களிலே வேலைக்காரனுங்களா இருந்திருக்கிறானுங்க."

அதிகாரியின் முகம் வாடியது. கதை தொடர்கிறது:

"அந்தக் காலத்திலே எப்படீன்னா, முல்லேப்பள்ளிக் குடும்பத்தில் தங்கமும் வெள்ளியுமெல்லாம் எக்கச்சக்கமாயிருந்தது. வராகனும் தங்க நாணயமுமெல்லாம் மரக்காலினாலே அளந்து போடற அளவில் இருந்தது. பெரிய பெரிய கூடைகளிலேதான் வெள்ளிக்கட்டிகள அள்ளிப்போட்டு வச்சிருந்தாங்க. அந்தக் காலத்துக் கதை என்ன? குடும்பத்துக்கு பூமிங்கறதே இல்ல. பூமியைப் பற்றி அக்கறை இருந்திருந்தாத்தானே? அரபிகளோடும் பரங்கிகளோடும் சேர்ந்து வியாபாரத்தில் ஈடுபட்டுவந்தவங்களுக்கு அறுவடை செய்யறதுக்கும், மிதிக்கறதுக்கும் எல்லாம் நேரமெங்கே? நிலமை அப்படியிருந்தபோதுதான் 'கண்டெழுத்து' வந்தது."

கதை சொல்வதைச் சிறிதுநேரம் நிறுத்தினார். காற்று சுழன்று வீசுவது போல் தோன்றியது.

அந்தக் கதையைக் கேட்கவேண்டும் போலிருக்கிறது. ஆனால் எங்காவது அவமானத்திற்குரிய விசயம் மறைந்திருக்கிறதா என்கிற ஓர்

ஐயப்பாடும் அதிகாரி மனத்தில் தோன்றியது. இல்லாவிட்டால் கூட எந்த ஒரு குடும்பத்தில் வரலாற்றில்தான் கரும்புள்ளிகள் இல்லாமலிருக்கின்றன? வஞ்சனைகள், துரோகங்கள்-எல்லாம்தான் காணப்படுகின்றன. விஷத்தை ஊட்டி அல்லது உறங்கும்போது கழுத்தை வெட்டி-இவ்வாறாக நடைபெற்ற கொடிய கொலை பாதகங்கள் ஏற்பட்டிருக்கலாம். இது ஒன்றுமில்லாவிட்டால் கூட பெண்கள் வழிதவறியாவது நடந்திருக்கக் கூடும். நேரான வழியில் நடப்பவர்களுக்குப் பணம் வந்து குவியுமா? பணம் இல்லாவிட்டால் பெருமை ஏது? பிரதாபம் ஏது?

அரபிகள், பரங்கிகள் எல்லாம் ஈனர்கள். அவர்களோடு உறவாடுவது என்றால் அது ஒரு களங்கம்தானே? ஆனால், அவர்களிடம் தங்கமும் வெள்ளியும் அபரிமிதமாய் இருந்தது.

குடும்பத்திற்குக் கிடைத்த ‘நிலையான அதிகாரி’ என்கிற பதவி -அதன் துவக்கத்தில் வெட்கக் கேடுக்கு இடம் உண்டா?

பெரிய ஆசான் வழியாக அந்த ஊர்க்காற்று கதை சொல்லத் தொடங்குகிறது.

“அன்றைய கண்டெழுத்து அதிகாரி உடல்வலிமையும் செயல் திறனும் கொண்டவர்களைத் தேடி நடந்தார். பின்னர் கூடுதலான ஆட்களைக் கொண்ட குடும்பங்களைக் கண்டுபிடித்தார். காட்டிலும் மேட்டிலும் ஓடியொளிந்தவர்களைப் பிடித்துக் கொண்டுவந்தார். எவனையும் தப்பித்துச் செல்லவிடவில்லை. அரச_கட்டளையல்லவா? அப்புறம் எவ்வளவு தாங்கமுடியுமோ; அதுக்கும் மேலான அளவில் ஒவ்வொரு குடும்பத்துக்கும் பூமி பதிவு செஞ்சு கொடுத்தார். என்ன செய்யறது? -ஆனா, இந்த ஊரிலுள்ள ஒரு குடும்பத்தோட தலைவன் மட்டும் நிமிர்ந்து நின்று சொன்னார்... ‘எவ்வளவு பதிவு செஞ்சு தர முடியுமோ, அத்தனையும் தாங்கன்னு! அப்படிச் சொன்னவர் யார்ன்னு தெரியுங்களா?”

“இல்லை.”

“கோடாந்திர இட்டுண்ணாக் குறுப்பு! அவர் ஏன் அப்படிச் சொன்னார்ன்னு தெரியுங்களா?”

அதிகாரிக்குத் தெரியாது. பெரிய குறுப்பு ஆசான் புராணத்தைத் தொடர்ந்து கூறினார்:

“அனுமார் சேவை இருந்தது. கோடாந்திரக் குடும்பத்தின் அறையிலே அனுமாரைப் பிரதிஷ்டை செய்திருந்தார்கள். அனுமாருடைய வரப்பிரசாதமுள்ளவனால் எந்தக் காரியத்தைத் தான் சாதிக்க முடியாது? எந்தக் காரியமும் இல்லை!“

பேச்சுக்கு ஒரு முற்றுப் புள்ளி. காற்று சற்று அடங்கியது. அது மறுபடியும் தொடர்ந்து வீசியது:

"ஏராளமான பூமிய பதிவு செய்யப்பட்டுக் கொடுத்தபின்னரும், இன்னும் மீதியாய்க் கிடந்தது. கண்டெழுத்து அதிகாரிதான் என்ன செய்வார்? பூமி மீதியாய் இருக்கக் கூடாது. அதுதான் அரசகட்டளை. ஜனங்கள் பிறந்து பிறந்து பெருகுகின்றனர். அப்படிப் பெருகிவருகின்ற மக்களின் வயிற்றை நிரப்பவேண்டாமா? நிமிடத்துக்கு நிமிடம் பெருகிவருது. அவர்களுக்குச் சோறு போடுவதற்கான ஏற்பாடுகளையும் உண்டாக்கணும். ஆறுகள் வளம் சேர்த்துவிட்ட உரச் செழிப்புமிக்க மண். காலாகாலத்தில் வெயிலும் மழையுமுண்டு. விதை விழுந்தாலேபோதும்– ஆயிரம் மடங்காகத் திருப்பித் தர பஞ்சபூதங்கள் தயார். விதை விழுந்து முளைக்க வேண்டும் என்பதுல மண்ணுக்கும் பேராவல். ஆகவே மனிதனான இந்த மனிதன் தின்பதற்காகவே மண்ணிலே பிறந்தவன் உழைக்கணும். மண்ணைச் சும்மா போட்டுவைப்பது சரியில்லை; தவறுதான். அதுக்குத் தான் தம்பிரான் கண்டெழுத்தை ஏற்படுத்தியிருக்கார். அதனால, கண்டெழுத்து அதிகாரி நிலத்தைப் பதிவுசெஞ்சு கொடுக்காமெ சும்மா விட்டுடறதுன்னா, அது நியாயமாகுமா?... இப்படியாக அதிகாரியின் மனம் கவலை கொண்டிருந்தபோதுதான் கடவுள் அவருக்கு வழி காட்டினார்... முல்லேப்பள்ளிக் குடும்பத்தார்கள் இருக்கிறாங்களே– அவங்க கிட்டே தங்கமும் வெள்ளியும் நிறைய இருக்குதுன்னு முல்லேப்பள்ளி பிள்ளை அவர்களை ஆளனுப்பி வரவழைத்தார். பிள்ளைக்குத்தான் மண்ணின் குணம் தெரியுமா; என்ன? ஓரளவு நிலத்தைப் பதிவு செஞ்சு பெற்றுக் கொண்டதனாலேதான் முல்லேப்பள்ளிக் குடும்பத்தார்களுக்கு அதிகாரி என்கிற பதவி நிரந்தரமாவே கிடைத்தது."

சிறிது நேரம் நிறுத்திவிட்டு பெரிய ஆசான் தொடர்ந்து கூறினார்:

"முல்லேப்பள்ளியிலேருந்து கொஞ்சம் தங்க நாணயமோ, வராகனோ; என்னவோ? அதிகாரி கைக்கு வந்திட்டதுன்னு வச்சுக்குங்களேன்."– கோடாந்திர பெரிய ஆசான் ஒரு பிரசங்கியாகவே காணப்பட்டார். அவர், தான் நினைத்தது போன்ற, பார்த்தது போன்ற ஆள் அல்லவென்று அதிகாரிக்குத் தோன்றியது. ஆசானைத் தெரியும். அவருடன் பேசியிருக் கிறார். சீரழிந்துபோன கோடாந்திரக் குடும்பத்தின் தலைவர் அவர். பெரிய ஆசான் என்கிற பட்டப்பெயரை ஈட்டியிருக்கிறார். கிராமத்துப் பெரியவராக அவரை அனைவரும் அங்கீகரிக்கிறார்கள் - இவையெல்லாம் அதிகாரிக்குத் தெரியும். ஆசானுக்கு நல்ல அறிவு உண்டு. அது கதைகள் கேட்டுக் கேட்டு உண்டான அறிவாக இருக்கலாம். புராணங்களை வாசிப்பவர்களுக்கு அறிவு ஏற்படுவது போல், கதைகள் கேட்கிறவர்களுக்கும் அறிவு உண்டாகலாம் போலிருக்கிறது.

அதிகாரிக்குச் சில சந்தேகங்கள்:

"பெரியவரே, இந்தக் கண்டெழுத்தினால் நல்லதா, கெட்டதா?"

அது ஒரு சாதாரண வினாதான். ஆனால் திடீரென விடையளிக்கக் கடினமானது. ஆசான் கூட அந்த விசயத்தைப் பற்றி யோசித்திருக்கவில்லை.

நல்லதா? கெட்டதா?.. யோசிக்கத்தான் வேண்டும். யோசிக்க வேண்டிய விசயமும் கூட! ஆயினும் ஆசான் உரைத்தார்:

"நல்லதும் உண்டு; கெட்டதும் உண்டு!"

"நல்லது என்ன?"

"நல்லதா? நான் முன்னமே சொன்னேனில்லே? பெருகி வருகிற மக்கள் கூட்டத்துக்குச் சோறுபோட்டுக் காப்பாற்ற வேண்டியவங்க யாரு?"

அதிகாரியிடம் விடை இல்லை. ஆசானே பதிலளித்தார்.

"பிரஜைங்க சாப்பிடறதுக்கு அரிசி, பருப்பு, காய், கிழங்கு எல்லாம் நாட்டிலே நாள்தோறும் கூடுதலாய் உற்பத்தியாகணும். இல்லாவிட்டால் பஞ்சம் வந்திடும். பஞ்சம் ஏற்பட்ட ஒரு நாட்டின் அரசனுக்கு, 'கும்பீபாகம்' என்கிற நரகம்தான் கிடைக்கும். அப்படித் தான் சொல்லுது புராணம். அப்படிப்பட்ட ஓர் அரசனாக யாரும் ஆகக் கூடாது. அப்போ... சாப்பிடறதுக்கான பொருளெல்லாம் எங்கே உற்பத்தியாவுது?"

அதிகாரி பதிலளிக்கவில்லை. பதிலளிக்கும் முறையில் ஆசானே தொடர்ந்து பேசினார்:

"பூமியிலேதான். பூமி பரந்துகிடக்குது. அதை உழுது கிளறிப் பெருகிவர்ற மக்களுக்குச் சாப்பிடறதுக்கான பொருட்களை உற்பத்தி பண்ணணும். இல்லாவிட்டால் இந்த உடம்புதான் என்னத்துக்கு? அப்போ என்னன்னா... அரசன் வந்து மக்களை உழைக்க வைக்கறார். உழைக்கச் செய்யணும். அது அரசனோட கடமை. அதுக்கு ஏற்றாப்பலே தான் அப்படிப்பட்ட கட்டளை போடுவார். நம்ப பொன்னு தம்பிரான்களெல்லோருமே அப்படிப்பட்டவங்கதான்."

"அப்போ.. ஆசான்! இந்தக் கண்டெழுத்தினாலே கெட்டது வொன்று மில்லையே? ஆசான் சொல்லறதைக் கேட்டால் நல்லது மட்டும்தான்னு தோணுது" என்றார் அதிகாரி.

ஆசான் அமைதியாகச் சொன்னார்:

"அப்படீன்னா, எல்லாற்றுக்கும் நல்லதுமுண்டு; கெடுதலுமுண்டு. நான் முன்னமே சொன்னேனல்லவா, இந்தக் கண்டெழுத்தினாலே

குழந்தை குட்டீங்க தெருவே அபயமாயிடுவாங்கன்னு? அது கெடுதல்தான். நம்ப பொன்னு தம்பிரானுங்க அப்படிப்பட்ட ஒரு கட்டளை போடுவாங்கன்னு நினைச்சுப் பார்க்கவே முடியாது. குடிசையிலேருந்து வெளியேற்றறதுன்ன, அது மகாபாபம்! அப்பறம் ராஜபோகம் கொடுக்கலேன்னா தண்டிக்கணும். அப்பவும் ஒரு குழப்பமுண்டு. ராஜ போகம்னா ஒருமுறையிலே பார்த்தா சரியில்லே. ராஜபோகத்தை நிறுத்தித் தானாகணும். நாட்டிலே முறையீடு எப்படியுண்டாவுது? எப்படீன்னு கேக்கறேன்?" அதிகாரியின் முகத்தை நோக்கி ஒரு கேள்விக் கணையைத் தொடுத்துவிட்டார்.

அதிகாரி மௌனமானார்.

ஆசானே விடையளிக்கிறார்: "ராஜபோகம்கறத கொஞ்சம் யோசிச்சுப் பாருங்க! - இந்த ராஜபோகத்தினாலேதானே, குழந்தைகள் மத்தியிலே கூட அதிருப்தி ஏற்படறது? அதனாலே குடிமக்களுக்கும் பயம் ஏற்படுது. வரி வசூல் இல்லாத நாடுதான் நல்ல நாடு. அங்குள்ள அரசன் தான் நல்ல அரசன்."

அதிகாரிக்கு ஒன்றும் விளங்கவில்லை. வினவினார்: "நீங்க பேசறது பைத்தியக்காரத்தனமாயிருக்கே? வரிவசூலே வேணாங்கிறீங்களா?"

"ஆமாம்! அப்படித்தான் நான் சொல்லறேன்."

"அப்பறம் நம்ப தம்பிரான் நாட்டை ஆளுவதெப்படி? அதைக் கொஞ்சம் யோசிச்சுப் பாருங்க!"

ஆசானிடம் பதில் இல்லை. வரிவசூல் இல்லாவிட்டால் நாட்டை ஆள்வதெப்படி? வருமானமில்லையல்லவா?...

"மொத்தத்திலே பார்த்தா குளறுபடிதான். அதுக்குத்தான் கரம்னு ஒண்ணு வச்சிருக்காங்களே?... அப்போ என்னடான்னா... 'கர'மும் வேணும்; 'கண்டெழுத்து'ம் வேணும்!" என்றார் ஆசான்.

சற்று நேரத்திற்குப் பின், "அதிகாரி ஐயா, இப்போ கண்டெழுத்துக் குன்னு ஒருத்தரு வர்றாரு... அவரா, இல்ல நீங்களா, பெரிய அதிகாரி?" என்று கேட்டு ஒருகணம் யோசித்தவாறு நின்று விட்டார் ஆசான்.

"அது நீங்கதான்னு நான் நினைக்கிறேன்."

அதிகாரிக்குக் கூட அந்த விசயத்தில் தெளிவு இல்லை.

"நாங்க வேறு வேறு இலாகாவாகத்தானே, உத்தியோகம் பண்ணறோம்? அப்போ யாரு மேலே யாரு கீழேன்னு எதுவும் இல்லே."

கிராமத் தலைவன் என்கிற முறையில் கோடாந்திரப் பெரிய ஆசானுக்கு ஒரே ஒரு விசயத்தைப் பற்றி மட்டும் உணர்த்த வேண்டி

யிருந்தது. கட்டளை எதுவாக இருப்பினும் அதை அமுல் நடத்தும் அதிகாரி நினைத்தால் குடிமக்களுக்குக் கெடுதல் ஏற்படாமல் பார்த்துக் கொள்ளலாம். கட்டளையைத் தோற்கடிக்க வேண்டுமென்கிற கருத்து ஆசானுக்குக் கிடையாது. அமுலாக்கி வருகையில் அதிகமான கெடுதல் ஏற்பட்டுவிடக் கூடாது! அரச கட்டளையை அமுலாக்கியே தீரவேண்டும்.

ஆசான் அப்போதும்கூட அதிகம் பேசுகிறவராகக் காணப் பட்டார்.

கோவில் காரியஸ்தர் ஏற்கனவே அங்கிருந்து சென்று விட்டிருந்தார். ஆசான் சொல்கின்ற விசயங்களில் அவருக்கு அக்கறை ஏதுமிருக்கவில்லை. அவர் அத்தகைய ஒரு நபர்தான். உலகமே தலைகீழாகப் புரண்டால் கூட அது அப்படியே நடந்து விட்டுப் போகட்டுமென்று நினைக்கிற பேர்வழி.

அதிகாரியும் பயணமாகி விட்டார்.

ஆசான் யோசனையிலாழ்ந்து விட்டார்.

கண்டெழுத்து வருகிறது. அது எப்படியெல்லாம் இருக்குமோ; என்னவோ?

நெல்லாக அளந்து கொடுத்த வரியைப் பணமாகச் செலுத்த வேண்டும்.

அதனால் நல்லதா? கெடுதலா?

கோவிலைப் பற்றிய காரியாலோசனைகள் நடைபெறுமிடமான முன்முகப்பிலுள்ள சாய்வுப் பலகையில் ஆசான் சென்று அமர்ந்து கொண்டார். இன்னொரு சாய்வுப் பலகையிலே காரியஸ்தர் அமர்ந்திருக் கிறார்.

"காரியஸ்தரே, நம்ப ஊரிலே எங்கும் ஒரு நெருக்கடி ஏற்படப் போவுது."

எதிர்காலத்தில் என்னென்ன நேர்ந்து விடக் கூடுமென்கிற ஆராய்ச்சியின் நினைவில் முக்குழியிட்டுக் கொண்டிருந்தார் பெரிய ஆசான். ஒரு தீர்க்கதரிசனம் கூறுவது போல் யாரிடமென்றில்லாமல் கூறினார் அவர்.

"கண்டெழுத்து நடந்தா மங்கலச்சேரிக் குடும்பத்தாருக்குத்தான் நன்மை ஏற்படும்."

"அது என்னவாம்?"

"அதுவா? அங்கேதான் லக்கும் லகானுமில்லாத வாலிபப் பசங்க நிறையபேரு இருக்காங்க. இப்போ அங்கே எத்தனை காட்டுத் தடியனுங்க இருக்காங்கன்னு உங்களுக்குத் தெரியுமா?"

காரியஸ்தர் கணக்குப் போட்டுப் பார்க்க முயல்கிறார்.

“இருபது இருபத்தஞ்சு இருக்காதா? இருக்காங்கன்னு நினைக்கிறேன். பட்டாளக்காரங்க மாதிரி சில தடியனுங்களை அங்கே பார்த்திருக்கிறேன். எப்படிப்பட்ட தடிப்பசங்க!”

“அதனாலத்தான் நான் சொன்னேன் அவங்களுக்கு நன்மைன்னு. இப்பவே ஆண்டுதோறும் அவங்க பொன்னு தம்பிரானோட கரிசல் நிலத்தை யாரிடமும் கேக்காமெ வளைத்துக் கட்டிப் பயிர் செய்யறாங்க. அந்தப் பசங்களுக்கு விளைச்சல் வேணாம். உழைச்சாப் போதும்!’

காரியஸ்தர் அதோடு சேர்த்துச் சொன்னார்:

“அவங்களுக்கு விளைச்சலும் கிடைக்குது. இந்த ஆண்டிலே கூட அந்தக் குதிரை வனத்திலே ஆறு விளைச்சல் கிடைச்சுது. காலை நேரத்திலே எல்லோருமாச் சேர்ந்து குதிரைவனத்துக்குக் குதிச்சோடீடறாங்க. ஒரு மாசத்துக்குள்ளே அந்த வனத்தை வெட்டியழிச்சு விவசாய பூமியாப் பண்ணீட்டாங்க. தண்ணீர் இறைச்சதும் அவங்கதான். மங்கலச் சேரிப்பசங்களும் புலையனுங்களும் ஒரே மாதிரிதான்.”

பெரிய குறுப்பு ஆசான் தனது கருத்தைத் தெரிவித்தார்: “புதிய மண்தானே? அங்கே முன்பு எப்போதாவது விதை விழுந்திருக்கா? ஆறு விளைச்சல் என்பதிலே ஆச்சரியமில்லே.”

அவர் மேலும் தொடர்ந்து கூறினார்:

“பாருங்களேன்! அந்தப் பட்டாளம் தின்கறதுக்கே எவ்வளவு நெல்ல வேகவைக்கணும் தெரியுமா? இப்படியெல்லாமானாக் கூட வருசம் பூராவுக்கும் செலவுக்கு பற்றாது. அதுதான் மங்கலச்சேரிக் குடும்பத்து நிலைமை.”

“அப்போ... ஆசான், ஒரு விசயம். அதிகமான ஆட்களைக் கொண்ட குடும்பங்களுக்கு கண்டெழுத்து நல்லதுதான் செய்யும்னு சொன்னது- நபர்களை எண்ணி பூமி பதிவு செஞ்சு கொடுப்பாங்க என்கிறது தானா?”

ஆசான் கலகலவெனச் சிரித்தார். பாவம்! இந்தக் காரியஸ்தருக்கு ஒன்றுமே தெரியாது. சொல்லிக் கொடுக்கலாமென்றால் கூட அதை நீட்டியிழுத்துச் சொல்லவேண்டும். பெரிய ஆசான் ஒரு யோசனை சொன்னார்.

“காரியஸ்தரே, நீங்க ஒண்ணு செய்யுங்க- தேவஸ்தானத்துக்கு எவ்வளவு பூமி பதிவு செஞ்சு கிடைக்குமோ அத்தனையும் பதிவு செஞ்சு வாங்கிக்குங்க! தேவஸ்தானத்துக்குன்னு வரும்போது வரிவஜா செஞ்சு தருவாங்க. கிளாசிப்பேரோட உதட்டிலே கொஞ்சம் இனிப்பைத் தேய்ச்சு அவரைத் தாஜா பண்ணிக்கோங்கோ! தேவ காரியமல்லவா?”

* ** *

பாலத்தோள் முகுந்தர் என்பவர் ஒரு மகாபிராமணர். அவர் ஐம்பது ஆண்டுகள் வரையிலும் கோவிலில் பிரதான அர்ச்சகராக இருந்தவர். வடக்கே உள்ள வைதீகர்களுக்குச் சமானமாய் 'முறைஜபத்தில் அவருக்கும் பதவியுண்டு. பாலத்தோள் நம்பூதிரி வடக்குப் பிராந்தியத்திலே கூட அறியப்படுகின்றவர்தான். ருக்வேதி!

இடதுகைப் பெருவிரலினால் பூணூலைச் சுற்றி வலது கரத்தினால் வயிற்றைத் தடவியவாறு வயது முதிர்ச்சிபெற்ற அந்த பிராமணர் மெதுவாக நடந்து வருகிறார். அப்போது கோவில் முன்முகப்பில் சிறிது அசைவு ஏற்பட்டது. குஞ்சன் நாயர் பெரிய நாற்காலி பீடமொன்றை எடுத்துக் கொண்டுவந்து போட்டார்.

அது பிராமணர்கள் அமர்வதற்கான பீடமாகும். பிராமணர்களுக்கு மட்டும். பிறர் அதிலே உட்காரக் கூடாது. உட்காவும் மாட்டார்கள்.

பெரிய குறுப்பு ஆசான், கோவில் காரியஸ்தர், கணக்குப்பிள்ளை மார்கள் ஆகிய அனைவரும் அவரை வணங்கியவாறு எழுந்து நின்றனர்.

முகுந்தர் ஒளி சிந்துகிற தோற்றமுடையவர். மலையாள நாட்டிலுள்ள பிராமணீயத்தின் ஒளியானது முற்றிலும் மாறுபட்டது தான். முகுந்தர் திருமேனி அமர்ந்துகொண்டார்.

“என்ன, குறுப்பு?”

“அடியேன்!”

“உண்ணிகள் இல்லத்திலே என்னென்னவோ சொன்னார்கள். அதனால்தான் இங்க வந்தேன்.” (நம்பூதிரி பாலகர்களை கண்ணிகள் என்று சொல்வார்கள். நம்பூதிரி இல்லத்து இளைஞர்களைப் பற்றிச் சொல்லும்போது ஜாதிப் பெருமையால் உண்ணிகள் என்று அழைப்பது வழக்கம்.)

“எதை அறியவேண்டுமோ?” ஆசான் கையினால் வாய் பொத்தியவாறு வினவினார்.

“எருமத்ர மடத்தை யாருக்கோ குடியிருப்புக்காகக் கொடுக்கப் போறாங்கன்னு உண்ணிகள் ரகளை பண்ணறாங்க. அது உண்மை தானா?”

விடை இல்லை!

பெரிய குறுப்பு ஆசான் கோவில் காரியஸ்தரின் முகத்தைப் பார்த்தார். முகுந்தர் தொடர்ந்து பேசுகிறார்:

“அந்த மடம் கோவில் தரிசனத்துக்கு வருகின்ற பிராமணர்கள் இரவிலே தங்கறதுக்காக நிர்மாணிக்கப்பட்டதாகும். தந்திரி மடம்ங்கறது தந்திரிகளுக்கானது ஆகும். இதுவரையிலும் அப்படித்தான் நடந்து

வந்திருக்குது. வடக்கிலிருந்து 'ஓதிக்கர்'களும், வாத்தியார்களும், 'தம்பிறா'க்களும் தருமசாஸ்தாவை தரிசனம் செய்ய வருவாங்க. அன்னைக்கு வைக்கத்து அஷ்டமித் திருவிழாவின் போது ஆழ்வாஞ்சேரி தம்பிறாக்களைச் சந்திச்சேன். அப்போ அவரு இந்தக் கோவிலுக்கு விஜயம் செய்யப் போவதாச் சொன்னார். அப்படியானா, அந்த தம்பிறாக்கள் திருமேனி இரவைக் கழிப்பது எங்கே? அங்கே சூத்திரர்கள் குடியிருப்பார்களல்லவா? அதுவும் குடும்பத்தோடு! மீன், மாமிசம் எல்லாம் சமைச்சுச் சாப்பிடுவாங்கல்ல? வீட்டுக்குத் தூரமான சூத்திரப் பொண்டுகள் ஒரே கட்டடத்திலே தங்கறது. சே, சே! இதென்ன விபரீதம் குறுப்பு? குறுப்பு, கோடாந்திரக் குடும்பத்தைச் சேர்ந்தவர்தானே? குல தருமங்கள், அனுஷ்டானங்கள் எல்லாம் தெரிஞ்சவங்கதானே, நீங்க? குறுப்பு "மாகமகா காவியம் வரையிலும் சமஸ்கிருதம் படிச்சவரல்லவா?"

பெரிய குறுப்பு ஆசான் தளர்ந்து போனார்.

அவர் வினயமுடன் நிலைமையைத் தெளிவு படுத்தினார்:

"அடியேனும் அதை நினைச்சது தானுங்க. சொன்னப்பவே அடியேனுக்கு எல்லா விசயமும் தெரியுமுங்க. எல்லா விசயங்களைப் பற்றியும் அடியேன் காரியஸ்தர்கிட்டே சொல்லவும் செஞ்சேனுங்க. ஆனாக்கூட இது ஊருக்கு ரொம்பத் தேவையான ஒரு விசயமுங்க. அதனால வேறு எதுவும் அடியேனுக்குத் தோணவுமில்லீங்க."

முகுந்தர் புன்னகையுடன் வினவினார்:

"என்ன குறுப்பு, பிராமணர்களுக்கு ப்ரீதி பண்ணறதைவிட ஊருக்குத் தேவையான மகாகாரியம் வேறு என்ன இருக்குது?"

ஆசான் சிறிது, தடுமாறினார்:

"பிராமணர்களுக்குப் பிரீதி செய்ய வேணாம்னு நினைக்கலீங்க. இது பொன்னு தம்பிரானோட கட்டளைதானுங்க. அடியேனால் என்ன பண்ண முடியுமுங்க?...

முகுந்தர் வியந்துபோனார்:

"வேணாடு சொரூபத் (திருவாங்கூர் அரசு குடும்பம்) தின் கட்டளை என்றா, சொல்லறீங்க?"

"அட... ஆமாமுங்க!"

"அது என்ன?"

"கண்டெழுத்து நடக்கப் போவுது. கண்டெழுத்து அதிகாரியான கிளாசிப்பேருக்குத் தங்கியிருக்க நல்ல இடத்தை ஏற்பாடு செஞ்சு கொடுக்கணும்ன்னு!"

*“ஹ்ஹேய்! அபத்தப் பஞ்சாங்கம்! வேணாடு சொரூபத்துக்குன்னு இயல்பாகவே பிராமணீயமில்லாட்டாக் கூட ஹிரண்யகர்ப்பம் முடிந்து பிராமணனாயிடற போதிலும் பிராமணீயம்னா என்னன்னு அவங்களுக்குத் தெரியும். *‘ஆனா பிராமணன்’னு பிறவியெடுக்கிறாங்க. அதனாலே பிராமணர்களை நிந்தனை செய்யமாட்டாங்க.”*

“ஆமாங்க. அதனாலேதான் தந்திரிமடம் பிராமணாளுக்குன்னு முடிவு செஞ்சோமுங்க. அரச கட்டளையை மறுக்க முடியுங்களா?”

...‘காலம் மாறுகிறது. கலி தனது சுய உருவத்தைக் காட்டத் தொடங்கியிருக்கிறது’... என்றெல்லாம் யோசித்தவாறு முகுந்தர் திருமேனி அமர்ந்து கொண்டார்.

குறுப்பு ஆசான் தொடர்ந்து கூறினார்:

“கண்டெழுத்துக்கு வருகிறவர் பொன்னு தம்பிரானுடைய அரண்மனையோடு மிகவும் நெருக்கமானவருன்னுதான் தெரியுது. கிளிமானூரைச் சேர்ந்தவராம். ஒரு வேளை சூத்திரராயிருக்கமாட்டார். க்ஷத்திரியராக இருக்கலாம்.”

அவநம்பிக்கையை வெளிப்படுத்துகிற ஒரு சிரிப்புடன் முகுந்தர் கூறினார்:

“க்ஷத்திரியன்! வேணாடு சொரூபமே க்ஷத்திரிய வம்சத்தைச் சேர்ந்தது அல்ல. ‘ஆனால் க்ஷத்திரன்’ என்கிற வகையைச் சேர்ந்தது... ஆமாம்... இந்தக் கண்டெழுத்துன்னா, அது என்ன குறுப்பு?”

“பூமி பதிவு செஞ்சு கொடுக்கிறது தானுங்க... அதைத்தான் அடியேன் சொன்னேன்- ஊருக்காகன்னு! அந்த கிளாசிப்பேரு தயாளகுணம் காட்டலேன்னா, இந்த ஊர்க் குடியானவங்கல்லாம் ஊரை விட்டு ஓட வேண்டியிருக்கும். இந்தக் காடான காடு எல்லாம், கரிசலான கரிசல் நிலமெல்லாம் ஒவ்வொருத்தரு பேரிலே பதிவு செஞ்சு கூடுதலா வரிப்பணம் செலுத்தணும்னு எழுதிவச்சா, குடியானவங்க என்ன பண்ணுவாங்க? வருகிற மனுஷன் கோவத்தினாலே அப்படிச் செஞ்சு வச்சா? ஊரை விட்டு ஓடினாக் கூடத் தப்பமுடியாதுங்க. தங்கத் தம்பிரானோட கட்டளை அல்லவா? எந்த வனாந்திரத்திலே போயிப் பதுங்கிக்கொண்டாக் கூட தங்கத் தம்பிரான் கரம் அங்கே நீண்டு செல்லும். கிளாசிப்பேரைத் தாஜா பண்ணிவச்சா கொஞ்சம் நின்னுக்கலாம் போலிருக்கு. அடியேன் அதைத்தான் மனசிலே வச்சிருக்கிறேனுங்க.”

*** தங்கத்தாலான பசுமாட்டை நிர்மாணித்து அதன் வாய் வழியாகப் புகுந்து பின்வழியாக வெளியே வருதல். இவ்வாறாக பிராமணியமடைகின்றனர் திருவாங்கூர் அரசர்கள். (மொ.ர்.)*

அந்த வயோதிக பிராமணனுடைய மூளைக்குள்ளே ஒரு மின்னல் மின்னியது.

...'புறம்போக்கு நிலமெல்லாம் பதிவு செய்து கொடுக்கப் போகிறார்கள்'...

கோடாந்திர பெரிய ஆசான் சொன்ன வழியாக முகுந்தர் மூளை செயல்படவில்லை. ஒரு கணப்பொழுதில் அது இன்னொரு வழியாகச் சென்றது.

"அப்போ... ஏ குறுப்பு! தேவஸ்தானத்துக்கும், பிராமணச் சொத்துக்கும் வரிவஜா இருக்கணுமே. அப்படித்தானே?"

"ஐயோ! அப்படியெல்லாம் இருக்கமுடியாதே! வேணாடு சொரூபத்தின் அஸ்திவாரம் என்னங்க?"

முகுந்தர் சற்று யோசித்தார்.

"அப்படியானால் எப்படியும் நடக்கட்டும்! அப்பறம் வரப்போறாரே... அவர் க்ஷத்திரியன்தானா? உறுதியாச் சொல்ல முடியுமா?"

"அப்படித்தான் அடியேன் நினைக்கிறேனுங்க."

முகுந்தர் எழுந்தார். ஏதோ ஆழமான சிந்தனையோடு அவர் நடந்து சென்றார். இல்லத்து இளைஞர்களான உண்ணிகளைக் கலந்து யோசிக்க வேண்டியிருக்கிறது.

2

கறுப்பு நிறத்திற்கு ஏழு அழகு உண்டு. எண்ணெய்க் கறுப்பு மின்னி ஒளிவீசுகிற கறுப்பு நிறமுடைய பெண்ணைப் போல் அழகி யார்தான் உண்டு? எண்ணெய்க் கறுப்பு சிறப்பானதொரு நிறம். சொர்க்கலோகத்தில் அந்த நிறத்தைக் காணமுடியாது. பளிச்சிடுகிற கறுப்புநிறமுடைய பெண்ணின் பற்கள் முல்லைமொட்டுக்களாக இருக்கவேண்டும். ஆயின், அவளது இதழ்கள் மலர்கின்றபோது பூநிலவு பரவும். தங்க நிறமுடைய பெண்ணின் சிரிப்பு- தங்கத்தின் ஒளியில் வெள்ளியின் பளிச்சிடுதல் வெளிறிப் போய்விடாதா? கறுத்த பெண்ணின் சிரிப்பு வெண்ணிலவு - தங்கநிறமுடைய பெண் சிரிக்கவேண்டாம். அந்தச் சிரிப்புக்கு அழகே இராது.

கறுத்த பெண் ஒல்லியாக இருக்கவேண்டும். தடித்துப் பருமனான கறுத்த பெண் விகாரமான தோற்றமுடையவளாக இருப்பாள். கறுத்த பெண்ணுக்கு நீண்ட கரிய கூந்தல் இருக்கவேண்டும். கறுத்த பெண்ணுக்கு முடித்து வைத்தால் ஒரு புன்னைக்காய் அளவில்தான் முடி இருக்கு

மென்றால் அதுவும் விகாரமானதொரு தோற்றமேதான். கறுத்த பெண்ணின் கண் எவ்வாறிருக்கவேண்டும்? பூனைக் கண்ணாக இருக்கக் கூடாதென்பது கட்டாயம். பின்னர்? நீலக்கண்கள்!

எருமத்ர மடத்தில் குடியிருப்பவள் ஒரு கறுத்த பெண். தடித்துப் பருமனானவள்! அவள் நிறம் எண்ணெய்க் கறுப்பு அல்ல. அவளுக்குக் கரிய நீண்ட கூந்தலுமில்லை. சற்றே பதிந்து சப்பையான மூக்கு. பரந்த பெரிய முகம். அகலமில்லா நெற்றி. குள்ளமான உருவம்.

கிளாசிப்பேர் அழகானவர். குடுமி கட்டிவைத்துக் கல்பதிக்கப் பெற்ற கடுக்கண் அணிந்து வேட்டியும் அங்கவஸ்திரமும் அணிந்த வராய் நடந்து போகும் போது அவரை நோக்காதவர்கள் யாருமில்லை. உட்கார்ந்திருப்பவர்களுக்கு அப்படியே உட்கார மனம் ஒப்புக்கொள்ளாது. பெருந்தன்மை மற்றும் அதிகாரத்தில் முகக்களையை அவரிடம் காணலாம். கூடவே ஒளியும் அழகும்! பொன்னுதம்பிரானுடைய திருவுள்ளத்தின் கலையழகு பிரத்தியேகமாய்க் காணப்படுகிறது.

பதினெட்டு- இருபது வயதுப் பருவ மங்கையருக்கு அவரைப் பார்க்கும் போது ஒரு தடுமாற்றம்தான். கந்தர்வன் போல் காட்சி தருகிற ஒருத்தருக்குக் கற்கோயில் காளி போன்ற ஒரு மனைவி. அது ஒரு உடையாக் கட்டை.

அவர்களிடையே அன்பு உண்டு. இருவரும் சேர்ந்துதான் கோவிலுக்குப் போய்வருகின்றனர். இவர் எப்படி அவள் கூட உலாவுகிறார்? பெண்கள் தங்களிடையே இல்லாவிட்டால் கூடத் தங்கள் மனத்திற்குள் பேசிக் கொள்வார்கள்.

சாயந்தர வேளைகளில் பெரிய வரிக்கை மாமரத்தடியில் அவர்கள் இருவரும் காற்றுவாங்கியவாறு சல்லாபம் செய்து நிற்பதைக் காண முடிந்தது. மனைவி எதையோ சொன்னாள். கிளாசிப்பேர் கலகலவெனச் சிரித்துவிட்டார். அதேபோல் கிளாசிப்பேரும் சிலவற்றைப் பேசிக் கிளுகிளுக்க வைக்கிறார். படுக்கையறைக்குள்ளே விளக்கு அணைந்து விட்டால் பின்னர் கறுப்பு நிறத்தவளும் சிவப்பு நிறத்தவளும் எல்லாம் சமானமானவர்கள்தாம். இந்த நட்புறவின் பொருள் அதுவாகவும் இருக்கலாம். பார்த்தீர்களா, அந்தப் பெண் பிள்ளையின் வெட்கத்தை! இப்படி அவர்கள் வெட்கப்பட வேண்டியதில்லை.

கணவர் ஏதோ நுண்ணியதொரு சிருங்கார விசயத்தைப் பேசுகிறார். விகாரமான தோற்றமுடையவளாக இருப்பினும் மனைவிக்கு அதைக் கேட்டு வெட்கமடைய உரிமையுண்டு. ஊரிலே எதற்கும் தயாரான சில பெண்கள் உள்ளனர். அந்த வளாகத்திலும் இந்த வளாகத்திலும் நின்றவாறு கிளாசிப்பேரையும், அவர் மனைவியையும் கவனித்துப்

பார்ப்பதுதான் அவர்கள் தொழில். ஆனால், ஒரு விசயம்-யாருமே அவர்களைக் கவனித்துப் பார்க்கத்தான் செய்வார்கள். அவர்களிடையே நிலவுகிற ஒற்றுமை அத்தகைய ஆச்சரியத்தை விளைவிக்கிற ஒன்றாகும். கந்தர்வனுக்கும் கற்கோயில் காளிக்குமிடையிலான நெருக்கம்! கந்தர்வனுக்கு அழகைப் பற்றிய சிந்தனையே இல்லாமலிருக்கலாம். இல்லாவிட்டால் அந்தக் கரிய பூதத்தை இந்த கந்தர்வனால் எவ்வாறு இப்படி நேசிக்க முடிகிறது?

இடைக்கரையிலுள்ள பாருவின் நாக்கிற்கு எலும்பே கிடையாது. அவளும், கொச்சாட்டு நாணியும் சேர்ந்து மேற்கு வளாகத்தில், புல் அறுப்பதெனக் கூறி, கூடை மற்றும் அரிவாளுடன் புகுந்திருக்கிறார்கள். புல் அறுப்பது அல்ல காரியம். கிளாசிப்பேரைக் கண்டு ரசித்து நிற்கலாம். அப்புறம் அந்தக் கரிய பூதமும் கிளாசிப்பேரும் செய்கிற காதல் லீலைகளைப் பார்ப்பதுவும் ஓர் ஆனந்தமாகும். வேறு எந்த இடத்திலும் அத்தகைய காட்சிகளைக் காணமுடியாது. ஏனென்றால் வேறு எங்குமே இத்தகைய கணவன்-மனைவியர் இல்லை.

கிளாசிப்பேரும் மனைவியும் எருமத்ர மடத்திலுள்ள மாமரத் தடியில் உள்ளனர்.

பெண்களின் புல் அறுவடை நடைபெறவில்லை. பாரு நாணியின் காதோரமாய் முணுமுணுத்தாள். அது ஒரு பெரிய விசயமாக இருந்தது.

“அடியே நாணீ, நான் ஒரு விசயம் பற்றிச் சொல்றேன் கேட்கறியா?”

“உம்? என்னவாம்?”

“சில பொம்புளேங்க கிட்டே ஆம்புளேங்க போயிச் சேர்ந்துக் கிட்டா அப்பறம் அந்த ஆம்புளேங்க அவங்களெப் பிரிஞ்சு போகவே மாட்டாங்க. போவவும் முடியாது. அது அப்படித்தான்” என்று சொன்ன பாரு தொடர்ந்து கூறினாள்:

“காக்கைக்குப் போட்டாக் கொத்தாத அழுகலானாக் கூட அவளே சரணம்னு அடைகாத்துக் கிடக்கிற ஆம்புளேங்க இருக்காங்க. அது போல பக்கத்திலே வந்தாலே வாய் துர்நாற்றமடிக்கிற பொம்புளெ காலாலே, உதறி வீசியெறிஞ்சாக் கூட கெட்டியாப் புடிச்சுக் கிடக்கிற ஆம்புளெ இல்லியா? -நம்ப குற்றிக்காட்டு நாணுவண்ணனைப் பாரு. அவன் அப்படி யொருத்தன்தானே?”

“அதெல்லாம் எப்படி நடக்குது பாரு?” நாணி ஆவலுடன் விசாரிக்கிறாள்.

“சில பொம்புளைங்க கிட்டே அப்படியொரு தந்திரமிருக்கு. அது என்னன்னு ஆம்புளேங்களுக்குத்தான் தெரியும். அப்படிப்பட்ட

தந்திரம் தெரிஞ்ச பொம்புளேங்க கிட்டே ஒட்டிக்கிட்டா அப்பறம் பிடுங்கியெறிஞ்சாக் கூடப் போவமாட்டாங்க.”

இதைச் சொன்ன பாருவுக்கு ஒரு சிரிப்பு! பின்னர் அவள் நாணியின் காதுக்குள்ளே எதையோ முணுமுணுத்தாள். அதைக் கேட்ட நாணி பாருவின் முலைக்காம்பில் ஒரு கிள்ளு கிள்ளினாள். பாருவுக்குக் கிளுகிளுப்பு.

“அடிபோடீ, பொம்புளே! உனக்குக் காமவெறி தலைக்கேறீட்டது” என்று சொன்ன பாரு,

“உனக்கு அந்தத் தந்திரம் தெரியாது போலிருக்கு!” என்றாள்.

“உனக்குத் தெரியுமா?”

“நம்மாலே அதைத் தெரிஞ்சுக்க முடியாது. ஆம்புளேங்களாலேதான் அதைத் தெரிஞ்சுக்க முடியும்.”

கிளாசிப்பேரின் மனைவிக்கு அத்தகைய சிறப்பு இருக்கலாம். அது கிளாசிப்பேருக்குத்தான் தெரியும். அதனால்தான் அந்த நேச உறவு இவ்வளவு உறுதியாயிருக்கிறது. பிறரால் அறிந்துகொள்ளமுடியாத பரம ரகசியம் அது!

* ** *

எருமத்ர வளாகத்திலுள்ள குளத்தில் குஞ்சுலட்சுமியம்மா குளிக்க வந்திருக்கிறாள். குளித்துறைக் கூரையின் ஒரு பகுதியில் நாணியும் பாருவும் மறைந்து நின்றனர். குஞ்சுலட்சுமியம்மாவிடம் மேற்சொன்ன அந்தத் தந்திரமிருக்கும். அதைக் கண்டுபிடிக்கத்தான் அவர்கள் மறைந்து நிற்கின்றனர். குஞ்சுலட்சுமியம்மா ஒரு ‘பிரம்மதேசம் துண்டு’ உடுத்தியவாறு மேனியிலெங்கும் தைலத்தைப் புரட்டுகிறாள்.

அந்த ரகசியம் மறைத்து வைத்திருக்குமிடம் எதுவென்று பாருவுக்குத் தெரியும். பாரு நாணியிடம் அதைச் சொல்லியுமிருக்கிறாள். அதை எப்படிக் கண்டுபிடிக்க முடியும்? உடுத்திய துண்டினை அவிழ்க்கும் பொழுதா? அப்போதுகூடக் கண்டுபிடிக்க முடியுமா?

நாணி பொறுமையிழந்தாள். அவள் நாணியிடம் எதையோ கேட்டாள். அவளுக்கே அறியாமல் குரல் சற்று உயர்ந்தது.

குஞ்சுலட்சுமியம்மா திரும்பிப் பார்த்தாள். அவள் பாரு மற்றும் நாணியைப் பார்த்துவிட்டாள். அந்தப் பெண்கள் மறைந்து நின்று பார்த்து இருக்கின்றனர்.

நாணியும் பாருவும் இருபக்கமாய் ஓடினர்.

நான்கைந்து அடிகள்தான் ஓடியிருப்பார்கள்.

குஞ்சுலட்சுமி அம்மாவின் கட்டளை முழங்கியது:

"நில் அங்கே!"

பெண்கள் அப்படியே நின்றுவிட்டனர். மூச்சுவிடக் கூடச் சக்தியற்றவர்களாய் கற்சிலை போன்று நின்றுவிட்டனர்.

"நீங்க என்னோட எதைக் காண மறைஞ்சு நின்னீங்க?"

பாருவும் நாணியும் வாய் திறக்கவில்லை. எதற்கும் துணிந்த பாருதான் நாணியை அழைத்து வந்தாள். அந்த அரிய ரகசியத்தைக் கண்டுபிடித்துக் காண்பிக்கிறேன் என்கிற ஆசைவார்த்தை சொல்லி நாணியை அழைத்து வந்தது பாருதான். ரகசியம் காண்பதற்கான ஆவல் பெருகி வந்திருக்கிற சந்தர்ப்பத்தில்தான் அந்தக் கட்டளையும் கேள்வியும் பிறந்தது.

நாணி தளர்ந்து போனாள்.

பாரு தளர்ந்து விடவில்லை.

"எனக்குன்னு தனிச் சிறப்பு ஏதுமில்லே. உங்களுக்கெல்லாம் இருக்கிறதுதான் எனக்கும் இருக்குது. ஆனா, எனக்குப் பிரத்தியேகமா எதாச்சும் இருக்குன்னா, அது என்னோட தலையில் எழுதி வச்சிருக்கிறது தான்."

அந்தப் பெண்களுக்கு ஒன்றுமே புரியவில்லை. அவர்கள் ஒருவாறாக அங்கிருந்து தப்பிவிட்டனர்.

இனிமேல் நாணிக்கு பாருவின் உறவு வேண்டாம். பெரிய அம்மாவன் இதை அறிந்துவிட்டால் அப்புறம் விளையாட்டு வேறுவிதமாக இருக்கும். எப்படியும் அறிந்துவிடுவார். பெண்கள் குளிக்குமிடத்தில் பதுங்கி நின்று பார்த்தாள். பெண்ணானால் கூட, ஒருத்தி குளிப்பதை இன்னொருத்தி பதுங்கி நின்று பார்ப்பது குற்றமேதான்.

"யாருமிதை அறிஞ்சிடக் கூடாது என் கடவுளே...!" நாணி பிரார்த்தனை செய்தாள். சாஸ்தாவுக்கு வழிபாடு செய்வதாக வேண்டினாள். நிறைந்த நெய்விளக்கு. வீட்டிலுள்ள பால் அறையிலிருந்து யாருக்கும் தெரியாமல் நெய் எடுத்துக் கொள்ளலாம். தெரிந்து கொண்டால் கூட வேறு எந்தக் காரியத்துக்கும் அல்லவே! கோவிலில் நெய்விளக்கேற்றத்தானே?

முரிக்கல் சின்ன நாராயணன் அண்ணன்தான் பாருவுக்குச் சங்கதி சொல்லிக் கொடுத்தது.

எருமத்ரமடத்தில் தங்கியிருக்கிற அந்தக் கரிய பூதத்திடம், தங்கம் போலிருக்கிற அந்த எஜமானனுக்கு ஏன், இவ்வளவு பிரியமென்று பாரு

நாராயணனிடம் வினவினாள். அது சின்னநாராயணன் சொல்லிக் கொடுத்ததால் வந்த அறிவுதான். அது ஏதோவொரு சாஸ்திரத்தில் விபர மாகக் கூறப்பட்டிருக்கிறதாம்.

அந்தக் கரியபூதத்திடம் சென்று சேர்ந்துவிட்டால் போதும் பின்னர் எந்த ஓர் ஆடவனும் அவளை விட்டுப் பிரிந்து போக மாட்டானாம்!

சொல்லிவிட்டு சின்ன நாராயணன் கண்ணை ஒருமுறை இறுக்கிக் கொண்டு புன்னகையுடன் கூறினான்:

"உன்னோட லட்சணத்தைப் பார்த்தா உனக்கும் அப்படியொரு சிறப்பு இருக்கிறதாத் தோணுது."

அப்போது பாருவுக்குச் சிறுகோபம் வந்தது.

"இந்தாங்கண்ணா, அனாவசியமா இப்படியெல்லாம் பேசாதே!"

ஆயினும் சின்னப் பாருவுக்கு மனத்தில் ஒரு மகிழ்ச்சி. அவளுக்கும் அநதச் சிறப்பு இருக்கிறதென்று! அது ஒரு பிரத்தியேகமான குணாதிசய மல்லவா? தனக்கென்று வந்துசேருகிற மனிதன் தன்னை விட்டுப் பிரிந்து செல்லமாட்டானே!

பாரு ஒரு விசயத்தைப் பற்றித் தீர்மானித்துக் கொண்டாள். இனிமேல் சின்ன நாராயணன் அண்ணனைச் சந்திக்கும்போது நன்றாக நான்கு சொற்கள் சொல்லவேண்டும். அவளைச் சொல்லி வெறியேற்றியவன் அவன்தான். சுயமாகவே வெறிகொண்டாள் எனினும் அவன் சொன்னதனால்தானே, அந்த வெறி தலைக்கேறியது.

* ** *

அன்றைய தினம் குஞ்சுலட்சுமியம்மா கணவரிடம் முறையிட்டுக் கொண்டாள்.

'இந்த ஊரைச் சேர்ந்த பெண்களுக்கு மரியாதை இல்லை. அது மட்டுமல்ல; இந்த ஊரிலே எந்த நபருக்கும், அது ஆணாகட்டும் பெண்ணாகட்டும்- அறநெறிகளே கிடையாது. ஆண்கள்கூட அவளை ஒரு மாதிரியாகத்தான் பார்க்கிறார்கள்.' இதுதான் முறையீடு.

கிளாசிப்பேரின் பெயர் கொச்சுபிள்ளையாம்.

"அப்படி ஊரை ஒட்டுமொத்தமாகப் பேசலாமா? அவர்கள் என்ன செய்தார்கள்? உன்னைப் பார்ப்பது ஒரு குற்றமா?"

"ஒரு மாதிரியாப் பாக்கறாங்களே?"

"அவங்க எப்படிப் பார்க்கணும்னு நாம் சொல்லமுடியுமா?"

அழகி மற்றும் அழகே இல்லாதவளை யாரும் பார்ப்பார்கள். இயல்பாகவே பார்ப்பார்கள். அழகி மகிழ்ச்சியடைவாள். மற்றவள் கவலைகொள்வாள். குஞ்சுலட்சுமியம்மா கவலை கொண்டாள். அது ஒரு நிரந்தரமான கவலையேதான். கொச்சுபிள்ளை அதைப் புரிந்து கொண்டிருக்கிறார். ஆனால், குஞ்சுலட்சுமியம்மாவிடமும் ஓர் அகங்காரம் இருக்கிறது.

“இதபாருங்க! நான் யார் கூட வாழ்ந்துக்கிட்டிருக்கேன்?” ‘தலையெழுத்தைப் பாரு’ என்று எவனிடமும் சத்தம் செய்யாமல் சொல்லவும் செய்வாள்.

அழகியுடைய கணவனாக அவளுடன் நடந்து செல்வது உயரமில்லா மண்டூஸ்ஸாக இருந்தால் எல்லோரும் அவர்களைப் பார்ப்பார்கள். அழகியின் முகம் வாடிப் போய்விடும். குள்ள மண்டூஸ்ஸுக்குச் சற்று உயரக் கூடுதல் ஏற்பட்டுவிடும்.

கிளாசிப்பேர் எஜமானன். அதனால், காக்கைக் குறத்தியான குஞ்சுலட்சுமியம்மாவும் எஜமானி.

எஜமானனுக்குக் காணிக்கை அர்ப்பணிக்க வேண்டும்; எஜமானிக்கும் தான்.

மங்கலச்சேரி ரவிப் பிள்ளைதான் முதன்முதலாகக் காணிக்கை அர்ப்பணம் செய்ய அங்கே வந்தவர். அது ஒரு இரவு வேளையாக இருந்தது. யானைத் தந்தம் போன்ற நேந்திரம் பழக்குலைகள் பல, புதுவெல்லம், தேங்காய் எண்ணெய், சிறியரகக் காய்கறிகள் எல்லாமாகச் சேர்ந்து தனது சகோதரியின் புதல்வர்களான நான்கு தடிப் பயல்களாலேயே தாங்கமுடியாத சுமையாக இருந்தது. அவற்றை எல்லாம் எருமத்ரமடத்தின் கூடத்தில் இறக்கிவைத்தனர். புதிய விடுதியல்லவா? அதற்கான பொருட்கள்தான் இவை.

நுழைவாயிலில் தோன்றிய எஜமானியம்மாவின் முன்னால், இரண்டு குதிரைப் பவுன்களைக் கொண்ட சிவப்புத் துணிமுடிச்சு ஒன்றை ரவிப் பிள்ளை காணிக்கையாகச் சமர்ப்பணம் செய்தார்.

* ** *

முல்லக்காரன், அதிகாரி ஆகியோரால் பின்தொடரப்படுகிற கொச்சு பிள்ளை ‘அனுபவரெஜிஸ்டரை’த் தயாரிக்கும் பணியில் ஈடுபட்டிருந்தார். இவ்வாறாக கிளாசிப்பேர் தம் வேலையைத் துவக்கினார். அப்போதுதான் கண்டெழுத்து என்றால் என்னவென்று ஊர்ஜனங்களும் அறிகின்றனர்.

‘கர’த்தை உயர்த்தப் போகிறார்கள்.

கரத்தைப் பணமாகச் செலுத்தவேண்டியிருக்கும்.

கிளாசிப்பேரின் தயவு குடியானவர்களுக்குத் தேவையாக இருக்கிறது.

* ** *

பனவேலி நெற்களத்தினின்று பொன்னு தம்பிரானுடைய திருபோஜனத்திற்கான 'வரி அரிசி'யைச் சுமந்துகொண்டு வந்திருந்த இடைக்கரை கொச்சுமிச்சார் உபகாரச் சம்பளம் பெறத் தொடங்கி இப்போது வருடங்களாயின.

மூன்று பனிரெண்டு ஆண்டு காலத்தில் குறைந்தது மாதமொரு முறையாவது, சங்குமுத்திரை பதிக்கப்பெற்ற நிறைந்த புற்கூடை ஒன்றினைத் தலையிலேந்தியவாறு திருவனந்தபுரத்திற்கு வந்து கொண்டிருந்தார் கொச்சுமிச்சார். பொன்னு தம்பிரானுடைய திரு போஜனம் கொச்சுமிச்சார் சுமந்துகொண்டு செல்கிற வரியரிசிச் சோறுதான். எனவே கொச்சுமிச்சார் செய்யும் வேலையை ஒரு சின்னச் சேவுகமெனச் சொல்ல முடியாதல்லவா?

ஒன்றன் பின் ஒன்றென்ற முறையில் ஆட்சிபுரிந்த நான்கு பொன்னு தம்பிரான்களுக்கு, திருபோஜனத்திற்கான வரியரிசியை கொச்சுமிச்சார் கொண்டு வந்து தந்திருக்கிறார். ஐந்து ராஜமரணங்கள், பள்ளியடை மூலையை நோக்கிச் செல்கின்ற மயான ஊர்வலங்கள், ஹிரண்ய கர்ப்பம் மற்றும் பட்டாபிஷேகங்களை கொச்சுமிச்சார் பார்த்திருக்கிறார். அவை மட்டுமின்றி மூன்று முறை ஜபங்களும், லட்சதீபங்களும்! அரண்மனை அந்தப்புரத்தில் நடைபெற்ற நூற்றுக்கணக்கிலான கதைகள் கொச்சுமிச்சாருக்குத் தெரியும். அந்தப்புர அச்சிமார்களின் காதற்கதைகள். அரண்மனை உத்தியோகஸ்தர்களின் தில்லுமுல்லு திருகுதாளங்கள். பொன்னுதம்பிரானுடைய கனிவுகொண்ட உள்ளம்-இவ்வாறான ஒவ்வொரு விஷயங்களை பற்றியும் அவருக்குத் தெரியும். பவதிக்குட்டி என்கிற அரண்மனை அச்சியை நினைந்து மலர்ந்த முகமுடன் கொச்சுமிச்சார் இன்றைய தினத்தில் கூட அப்படியே அமர்ந்துவிடுவார். காதல் பருவத்தைக் கூட மறக்கச் செய்துவிடும். இன்று பவதிக்குட்டி உயிர் வாழ்கிறாளோ; என்னவோ?

ஒரு பொன்னுதம்பிரான் பொன்னு தளிகையில்தான் திரு போஜனம் அருந்திக் கொண்டிருந்தார். பின்னர் நாட்டை ஆண்டு வந்த இன்னொரு தம்பிரான் காக்கை உட்கார்ந்திராத வாழையிலையிலே தான் திருபோஜனம் அருந்துவதென்ற நிர்ப்பந்த மனமுடையவராக இருந்தார். கோழிமுக்குப் பிரதேசத்திலுள்ள நெற்களத்திலிருந்து வரவழைக்கப்படுகிற வரி அரிசியின் சோற்றை மட்டும்தான் இன்னோர் அரசன் விரும்பிச் சாப்பிட்டிருந்தார். அந்த வரியரிசிக்கு என்னதான் தனிச் சிறப்போ? யாருக்குத் தெரியும்? தம்பிரானுடைய திருநாவுக்கு அந்த அரிசியின்

ருசிதான் மிகவும் விருப்பமாயிருந்தது. கொச்சுமிச்சார் அந்த வரியரிசிச் சாதத்தைச் சாப்பிட்டுப் பார்த்திருக்கிறார். பிரத்தியேகமான ருசி ஏதும் அவருக்குத் தோன்றவில்லை. தம்பிரானின் திருநாவுக்கு அது ருசிகரமாகத் தோன்றியிருக்கும். அவ்வளவுதான்.

இடைக்கரையிலுள்ள குடியிருப்புக்களைப் பார்த்து ஒழுங்கு படுத்துவதற்காக கிளாசிப்பேர் கொச்சுபிள்ளை சென்றபோது கொச்சு மிச்சார் அவரைப் பார்த்து வாய் திறந்தவாறே நின்றுவிட்டார்.

கொச்சு பிள்ளையை கொச்சுமிச்சாருக்குத் தெரியும். ஆனால் கொச்சுமிச்சாரை கொச்சுபிள்ளைக்குத் தெரியாது.

கொச்சுமிச்சார் சொன்னார்: “என் பேரு கொச்சுமிச்சாருங்க. நான் நாலு பொன்னு தம்பிரான்களோட திருபோஜனத்துக்கான வரியரிசியைத் தவறாம கொண்டுபோய்க் கொடுத்திருக்கிறேனுங்க.”

கொச்சுபிள்ளை அவர் சொல்வதை அவ்வளவாகக் கவனிக்கவில்லை. கொச்சுமிச்சார் அதை அறிந்துகொண்டார். அப்புறம் அவர் பொருள் படைத்த ஒரு கேள்வியைத் தொடுத்துவிட்டார். கிளாசிப்பேருக்கு அவ்வளவு பெரிய திமிர்வேண்டாம். பெரிய பெரிய உத்தியோகஸ்தர் களோடு கொச்சுமிச்சாருக்கும் அறிமுகமுண்டு.

“சுப்பையன் சாமி இப்பவும் இருக்கிறாருங்களா?”

கொச்சுபிள்ளை சிறிது நடுங்கினார்:

“ஆமாம்! இருக்கார்.”

“ரொம்ப வயசாயிடுத்து. இல்லே?”

“ஆமாம். இவ்வளவு வயதான பின்னரும் இப்பவும் தினசரி காலையில் கோவிலுக்குப் போவார்.”

சுப்பையன் சாமி தம்பிரான் திருமணத்தின் சமையற்காரராய் இருந்தவர். திருமேனிக்குத் திருபோஜனம் தயாரிப்பவர். பின்னர் அந்த பிராமணர் உணவு இலாகா மேலாளராகி விட்டார். கொச்சுமிச்சாரிட மிருந்து சாமி வரி அரிசியை அளந்து வாங்கியிருக்கிறார். அனைத்துக் கதைகளையும் கொச்சுமிச்சார் விபரமாகச் சொன்னார்.

“நானும் சுப்பையன் சாமியும் மிக நெருக்கமாயிருந்தவங்க.”

இவ்வாறு கூறும்போது கொச்சுமிச்சார் மனத்தில் எதையோ வைத்துக் கொண்டு சொல்வதாக ஒரு சந்தேகம் கொச்சுபிள்ளைக்குத் தோன்றியது. பொன்னுதம்பிரானுடன் மிக நெருக்கமானவர்தான் கொச்சுபிள்ளை என்று ஊர்ஜனங்கள் கருதி வருகின்றனர். அதனால்

ஏற்படுகின்ற மதிப்பு, மரியாதை, பயம், பக்தி எல்லாம் சற்று வேறானது தான். கொச்சு பிள்ளை வெறும் ஒரு கிளாசிப்பேர் மட்டுமல்ல. வேறு எந்த ஒரு கிளாசிப் பேருக்கும் இத்தகைய அந்தஸ்து கிடைக்காது. அரண்மனையோடு மிகவும் நெருக்கமாயிருப்பதனால் தான் ஊர்ஜனங்கள் அவருக்கு இவ்வளவு தூரம் மதிப்பளிக்கிறார்கள்.

அப்போது எல்லாம் அறிந்து வைத்திருக்கிற ஒரு பெரியவர் இந்த ஊரிலே தோன்றியிருக்கிறார்!

சுப்பையன் அவரிடமிருந்து அரிசி அளந்து வாங்கியிருக்கிறார்.

சுப்பையனுக்கு கொச்சுமிச்சார் அரிசி வழங்கியிருக்கிறார்.

"சாமி இன்னும் திருவட்டாறுக்குப் போறாரா?" கொச்சுமிச்சார் விசாரிக்கிறார்.

பொருளை வைத்துக் கேட்கிற கேள்வி அது. அங்கே ஏதோ ஒரு பெரிய குடும்பத்து கர்ப்பிணிப் பெண்ணுக்கு 'புடவை கொடுத்திருக்கிறார் சுவாமி. (புடவை கொடை= கல்யாணம்) ஒரு பொல்லாத சிரிப்புடன் கிழவர் சொல்கிறார்:

"அந்தப் புடவை கொடைக்கு நானும் போயிருந்தேன்" - இந்தப் பெரியவர் பொல்லாதவர். தயக்கமின்றியே பேசுகிறார்: "அந்தச் சம்பந்தத்தினால் சுவாமிக்கு நல்லது ஏற்பட்டது."

கதையை நன்கு நினைவிலிருத்திக்கொண்டு கொச்சுமிச்சார் தன்னையறியாமல் சொல்லிவிட்டார்.

"பிரசவமானதும் அந்தப் பெண்பிள்ளை, 'சுவாமி இனிமே இங்கே வரக்கூடாது!' என்று சொல்லிவிட்டாள். ஓ... அவ எப்படிப் பட்டதொரு கெட்டிக்காரப் பெண்பிள்ளை!"

இதெல்லாம் இந்தக் கொச்சுமிச்சார் வேண்டுமென்றே புனைந்து சொல்வதோ?

கொச்சுபிள்ளைக்கு அங்கே நிற்கவே கஷ்டமாயிருந்தது.

இவர் ரொம்பவும் தந்திரசாலி. இவருக்கு எல்லாம் தெரியும். இனிமே இந்தக் கதைகளெல்லாம் ஊராருக்கும் தெரிந்துவிடும். இன்று கிடைத்திருக்கிற இந்த அந்தஸ்து தனக்கு இல்லாமல் போய்விடலாம்.

"திருவட்டாற்றில் நடந்திருக்கிற கதைகளை எல்லாம் அறிந்து வைத்திருக்கும் பெரியவராயிருக்கிற நீங்க, 'சுவாமி இப்பவும் திருவட்டாறுக்குப் போறாரா?'ன்னு ஏன் முதலிலே கேட்டீங்க?"

கொச்சுமிச்சாருக்குச் சற்று பதற்றம். அவர் உண்மையைச் சொல்லி விட்டார்:

"அது... அது... எனக்கு எல்லாம் தெரியும் என்கிறதனாலே கேட்டது தான் ஐயா! சொல்லிக்கிட்டே வந்தப்போ முதலில் கேட்டதை மறந்துட்டேன்."

கொச்சு பிள்ளை ஒரு முறை முனகி உறுதிப் படுத்திக்கொண்டார். அதன் பொருள் இந்தப் பெரியவர் ஒரு பொல்லாதவர் என்பதாக இருந்தது. ஆனால் கொச்சுமிச்சாருக்குப் புரியவில்லை. ஏதோ ஒன்று கொச்சுமிச்சார் நினைவில் கிளர்ந்தெழுந்தது. அதுவும் வெளிவந்தது.

"திருவட்டாற்றைச் சேர்ந்த அந்தப் பெண், இனிமேல் அங்கே வரவேண்டாமென்று சொன்னாளென்றாலும், சுவாமி அங்கே சென்று கொண்டிருந்தார்."

கொச்சுமிச்சார் தொடர்ந்து கூறினார்: "திருவனந்தபுரத்திலே நான் சாப்பிடறதுன்னா, அது தம்பிரானுக்காகச் சமைச்சு பிரத்தியேகமான பதார்த்தங்களோடு சேர்த்துத்தான். என் சுவாமி அதெல்லாம்கூட எனக்குத் தருவார்."

கொச்சு பிள்ளை பின்னர் நீண்டநேரம் அங்கே நிற்கவில்லை. கிளாசிப்பேர் எஜமானன் அவ்வளவு நல்ல மனத்தோடு அங்கிருந்து செல்லவில்லை. அங்கே கூடிநின்றவர்கள் சொன்னார்கள். கொச்சு மிச்சார் பேச்சுதான் குழப்பத்தை விளைவித்திருக்கிறது.

"அப்படி நான்தான் என்ன சொல்லிட்டேன்?" என்றார் கொச்சுமிச்சார்.

"நீங்க ஒண்ணும் சொல்லலே. எஜமானன் பண்ணற கெடுபிடி வரும் போதுதான் என்ன சொன்னீங்கன்னு தெரியும்." மேல் வீட்டைச் சேர்ந்த கிட்டு சொன்னான்.

கொச்சுமிச்சாருக்குக் கோபம் வந்தது. அவர் குரல் உயர்ந்தது.

"ஓ... அவர்தான் என்ன செய்யப் போறார்? செஞ்சாக் கூட நான் ஒரு தபா திருவனந்தபுரத்துக்குப் போய் வருவேன். அவர் அப்படி எதாச்சும் தகிடுதத்தம் பண்ணினா- என் சுப்பையம் சாமி இன்னமும் இருக்கார். நான் சாமியை அழைச்சுக்கிட்டு இங்கு வந்திட மாட்டேனா என்ன?" ஒரு கணம் பேச்சை நிறுத்திவிட்டு கொச்சுமிச்சார் தொடர்ந்து பேசினார்:

"டேய் கிட்டு, உனக்குத் தெரியுமா, எனக்கும் சாமிக்கும் இருக்கிற உறவுமுறை? கண்டெழுத்து அதிகாரி மரம் என்னன்னு தெரியாமதான் உளிவச்சுக்கப் பார்க்கிறார்."

கிட்டுவின் நாக்கு அடங்கியது.

கண்டெழுதிச் சென்ற விசயங்கள் என்னென்னவென்று அறிவதற்காக காச்சாட்டில் கோந்நச்சார் மாலைநேரத்தில் இடைக் கரைக்கு வந்தார். கோந்நச்சாருக்கும்கூட பொன்னுத் தம்பிரானுடன், முறை ஜபத்திற்கு வருகின்ற நம்பூதிரிமார்கள் வழியாக உறவு இருந்து வருகிறதாம். அந்தக் கதைகளை அவர் இவ்வாறு சொல்லுவார்: அவர் நான்கு முறை திருவனந்தபுரம் சென்றிருக்கிறார். இரண்டு லட்சதீபமுள்பட. திருக்குந்நப்புழை முதற்கொண்டு தம்பிரான் திருப்பயணம் செய்கிற திருப்படகிலே தண்டு இழுக்கின்றவர்களில் ஒருவராக திருப்பயணத்தில் தொண்டாற்றியிருக்கிறார். அது போலவே மாடத்துங்கல் முதற்கொண்டு அம்பலப்புழை வரையிலும் அனைத்துமுறை ஜபத்தின் போதும் ஆழ்வாஞ்சேரி தம்பிறாக்கள் பயணம் செய்கின்ற திருப்படகுகள் ஒவ்வொன்றுக்கும் தண்டு இழுப்போரின் தலைவனாகத் தொண்டாற்றிய வரும் கோந்நச்சாரேதான்.

ஒருக்கால் அவர் ஒரு சாகசம் புரிந்தார். அம்பலப் புழை வந்து சேர்ந்ததும் அவர் அந்தத் தண்டினை விட்டுக் கொடுக்கவில்லை. திருவனந்தபுரம் வரையிலும் தண்டுக்காரர்களின் தலைமைப் பீடத்தில் யாரைக் கண்டனர்? கோந்நச்சாரைத்தான்.

தலையில் சிவப்புத் தலைப்பாகையணிந்து கை தளராமல், தாளம் தவறாமல் தண்டு இழுக்கிற கறுத்துப் பருமனான அந்த ஆஜானுபாகுவினை தம்பிறாக்களுக்கு மிகவும் பிடித்துப்போயிற்று. சாக்கைத் துறையை அடைந்தபோது தம்பிறாக்கள் விசாரித்தனர்:

“உன் பெயர் என்னப்பா?”

“கோயிந்நன்பாங்க”

“நல்லாருக்கு. கெட்டிக்காரன்!”

தம்பிறாக்கள் கரமுயர்த்தி ஆசீர்வாதம் பண்ணினாராம்! அந்த அதிருஷ்டம் கொச்சுமிச்சாருக்குக் கிடைத்திருக்கிறதா? அந்த ஊரில் திருவனந்தபுரத்துடன் தொடர்புடைய ஒரே ஒரு எதிராளி கொச்சுமிச்சார் மட்டும்தான். ஆனால் கொச்சுமிச்சாருக்கு தம்பிறாக்களுடன் பழக்க மில்லை.

கோந்நச்சார் அந்தக் கதையை தினசரி நான்கு முறையாவது சொல்லுவார். யார் கிடைத்தாலும் அவர்கள் ஆண் ஆனாலும், பெண் ஆனாலும், சிறுவர்கள் ஆனாலும் - அவர்களிடம் சொல்லிக் கொண்டே யிருப்பார். அருகிலுள்ள கள்ளுக்கடையில் என்றால் கதைக்குக் கூடுதலான விறுவிறுப்பு இருக்கும்.

தம்பிறாக்களின் அந்த நாக்கு வீணாகவில்லை. ஆற்றுத் துறையிலுள்ள பத்து படகுகளையும் சொந்தமாக எழுதிவாங்கினார்.

நெஞ்சில் அடித்துக்கொண்டுதான் அதைச் சொல்கிறார்.

"அதுக்கு தம்பிறாக்கள் ஆசீர்வாதம் பண்ணலீங்களே? 'நல்லாருக்கு; கெட்டிக்காரன்'னு தானே, சொன்னாங்க?" எவனாவது இப்படியும் கேட்டிருக்கக் கூடும்.

அப்போது கோந்நச்சார் முகபாவம் மாறிவிடும்.

"உங்களுக்கெல்லாம் என்னடா, தெரியும்? அதுதான் அவங்களோட ஆசீர்வாதம்" என்பவர் மேலும் பேச்சைத் தொடர்ந்திடுவார்:

"ஆழ்வாஞ்சேரி தம்பிறாக்கள் கெட்டிக்காரன்னு சொல்லீட்டா, அப்பறம் எவனும் கெட்டிக்காரன்தான். அவன் அப்பறம் முட்டாளாக மாட்டான்."

"ஆமாம்... கொச்சுமிச்சார், அந்தக் கண்டெழுத்து என்னாச்சு?" கோந்நச்சார் கொச்சுமிச்சாரிடம் விசாரித்தார்.

"அடே கொச்சாடிப் பெரியவனே, இந்தக் கண்டெழுத்துக்கு வந்தவரு யாருன்னு நினைக்கறே?" கொச்சுமிச்சாருக்கு அப்போது கண்டெழுத்தைப் பற்றிப் பேச ஆர்வமிருக்கவில்லை.

"யாருன்னு சொல்லுங்க!"

"இதென்ன கூத்து! அதைப் பற்றிச் சொல்லறதுக்கு ரொம்ப நேரம் பிடிக்குமே. கிளிமானூரைச் சேர்ந்தவர்தான். சுப்பையன் சுவாமி இருக்காரே... ஓ... சுப்பையனைப் பற்றி உமக்கென்னவோய், எதிரியும்?"

அது சரிதான். கோந்நச்சாருக்கு சுப்பையன் சாமியை அறியச் சந்தர்ப்பம் கிடைத்ததில்லை.

"தங்கத் தம்பிரானுக்குத் திருபோஜனத்தைத் தயாரிக்கிற மனுஷாளா இருந்தவரு. அப்பறம், அரண்மனை உணவிலாகா மேலாளரா இருந்தவர் தான் சுப்பையன் சாமி."

கோந்நச்சார் நினைவுகளைத் தழுவித் தழுவி யோசிக்கிறார். அவருக்கு ஒரு பலவீனமேற்பட்டிருக்கிறது. கொச்சுமிச்சாருடைய அந்தக் கேள்வி சற்றுக் கடினமானதுதான்.

"ஆமாம்... உமக்கு எப்படியப்பா, சுப்பையனைத் தெரியும்?"

கொச்சுமிச்சாருக்கு திருநாவாய் வைதீகன், அல்லது தேச மங்கலத்து நம்பூதிரிப்பாடு போன்ற மகாபிராமணர்களில் யாரையாவது தெரியுமா? கொச்சுமிச்சார் அவ்வளவு பெரிய ஆளாக வேண்டியதில்லைதான்.

சுப்பையன் என்கிற ஓர் ஐயர் நினைவில் வந்தால் கோந்நச்சார் வென்று விடுவார். சுப்பையன் என்ன? ஒரு தமிழ் பிராமணனாவது திருவனந்தபுரத்தில் அவருக்கு அறிமுகமுண்டா? உண்டு. ஆனால் பெயர் தான் ஞாபகத்திற்கு வரமாட்டேன் என்கிறது.

“இயற்கை எய்திய தம்பிரானுக்குத்தான் திருபோஜனம் அருமையாயிருக்கணும். அதைத் தயாரிக்கிறவராய் இருந்தவர்தான் சுப்பையன் சுவாமி. அவரோட உதவியைக் கொண்டுதான் தம்பிராட்டி கூட தம்பிரான் கிட்டேயிருந்து ஏதாச்சும் பெற்றுக்கொள்ள வேண்டியிருந்தது... ஒரு விசயத்தைப் பற்றிச் சொல்லாமலிருக்க முடியாது. சுப்பையனோட பாசகம்னா அமுது! அமுது!! ஒருமுறை அவரோட பாசகத்தின் ருசியறிஞ்சிட்டாங்கன்னா, எவருமே அவருக்கு அடிமையாயிடுவாங்க.”

கேட்கக் கேட்க இனிமையான கதை, பொன்னு தம்பிரானைப் பற்றிய கதைகள்தாம். ஆனால் கொச்சுமிச்சாருக்கு ஆழ்வாஞ்சேரி தம்பிறாக்களின் திருபோஜனத்தைப் பற்றி என்ன தெரியும்?

கொச்சுமிச்சார் சொன்னது உண்மைதான். அந்தக் கதையைச் சொல்ல வேண்டுமானால் பத்து வாயாவது இருக்கவேண்டும்.

“அப்புறம் கோந்நச்சார், சுப்பையன் சாமிக்கு ஸ்ரீவராகத்திலே ஒரு ‘சம்பந்தம்’ இருந்தது. அவ பேரு பவதிப் பிள்ளை. அரண்மனை அம்மச்சியோட சொந்தக்காரப் பொண்ணு. கேளுங்க; அவளுக்கு ஒரு மகள். ஒரு கரும் பூதம். வெள்ளைக்கோழி கறுத்த முட்டையிட்டதுன்னு சொல்லுவாங்களே- அதுமாதிரி. சுப்பையனுக்குன்னா, சுசீந்திரத்திலே வேளியும் பசங்களுமிருக்காங்க. திருவட்டாற்றிலேயும் ஒரு ‘சம்பந்த’ம். ஆனாலும் பவதிப்பிள்ளை போட்ட கோட்டைத் தாண்டமாட்டார் சாமி.”

கொச்சுமிச்சார் சுறுசுறுப்படைந்தார். விறுவிறுப்பானதொரு காதற்கதை போன்றிருந்தது அவர் சொல்லும் கதை. கதை சொல்லும் போது சிறிது இடைவேளை வேண்டாமோ? ஒரு முறை, சொல்வதைச் சிறிது நேரம் நிறுத்தினார். கோந்நச்சாருக்குக் கதை கேட்பதில் இன்பமேற்பட்டது.

“அப்படியிருக்கையிலே, கதை கேளுங்க! கிளிமானூர் அரண்மனைக் காரியகர்த்தரோட மகன், திருவனந்தபுரம் அரண்மனையிலே கணக்கப் பிள்ளையா உத்தியோகம் பார்க்க வந்தான். அழகுப் பையன்னா அவன் தான். தங்கம் போலிருக்கும் மேனி-தோத்தியும் அங்கவஸ்திரமுமாய், முடி சரிவாகக் கட்டிவச்சு, பஸ்மம் சந்தனம் குறிகள் இட்டு நடந்துபோறதைப் பார்த்தா இளைய தம்பிரான் போறது மாதிரியேயிருக்கும். அவனைத் தம்பிரானா நெனைச்சு நானே வழிமாறி நின்னிருக்கேன். அப்பறம் கதைய கேளுங்க. பவதிப்பிள்ளையோட மகள் இந்தக் கணக்கப்பிள்ளையைக் கண்டாள். அப்பறம் அம்மா பவதிப்பிள்ளை கிட்டே போயி,” அம்மா,

எனக்கு அந்த ஆளுதான் வேணும்"னு சொன்னா அந்தக் கரும் பூதம். அவளுக்கு அப்படிச் சொல்லத் தகுதியுண்டு. பவதிப்பிள்ளையோட மகளாச்சே! உணவுத்துறை மேலாளர் சுப்பையன் சாமி அப்பா- தம்பிரானும் அம்மச்சியும் மனசு வச்சா, அப்பறம் என்னதான் நடக்காது? அந்தக் கரும்பூதத்துக்கு இளையதம்பிரான் மாதிரியுள்ள ஒருவன் 'புடவை கொடுத்தான்.!'

"கட்டளை, கல்லைக் கூடப் பிளந்திடும் இல்லையா, பெரியவரே!" கதையில் லயமாகியிருந்த கோந்நச்சார் சொன்னார். அவர் கண்கள் அரச பக்தியால் பாதியடைந்து போயின. கரங்கள் கூப்பின. கேட்ட கதை தங்கத் தம்பிரானை அணிவிக்கிற புகழ்மாலையாயிற்றே! பகவானுடைய கதைபோலாகும் அது. பின்னர் கண் திறந்தபோது இமைகள் ஈரமா யிருந்தன.

"அந்தக் கணக்கப்பிள்ளைதான் இன்னைக்கு வந்திருக்கிற கண்டெழுத்துப் பிள்ளை" என்று கொச்சுமிச்சார் கதை சொல்லி முடித்து விட்டார்.

"கண்டெழுத்துப் பிள்ளை இல்லே-கிளாசிப் பேருன்னுல்லே, சொல்லறாங்க?" கோந்நச்சார் கொச்சுமிச்சாரைத் தரம் தாழ்த்தி உட்கார வைத்து விட்டார்.

"ஆனாக் கூட முன்காலத்திலே கண்டெழுத்துப் பிள்ளைன்னுதான் இருந்ததுன்னு வச்சுக்கோங்கோ!"

பாரு கதவின் மறைவில் நின்றவாறு இந்தக் கதையைக் கேட்டுக் கொண்டிருந்தாள்.

அப்போ, இதுதான் அந்தக் கரியபூதத்தின் கதையா! நாணியிடமும், ஏனைய சினேகிதிகளிடமும் சொல்வதற்கான பொருள் அவளுக்குக் கிடைத்துவிட்டது.

3

முல்லக்காரன் ஊரான ஊரெங்கிலும், வீடான வீடெங்கிலும் ஏறியிறங்கி ஒரு தகவலை அறிவித்தான். பறையறைந்து சொல்லுகிற விளம்பரமாக அது இருக்கவில்லையென்று சொல்லலாம். குடியானவர்கள் அனைவரும் விசயமறிந்துகொண்டனர்.

குடியானவர்கள் இனிமேற்கொண்டு கிளாசிப்பேர் தங்கியிருக்கு மிடத்திற்கு எந்தப் பொருளையும் காணிக்கையாகக் கொண்டுவரக் கூடாது.

ஊர்ஜனங்கள் அவரை ஏளனம் செய்வது போல் இருக்கிறதாம்.

எருமத்ர மடத்திலுள்ள அறைகள் அனைத்தும் நேந்திரம் வாழைக் குலைகளால் நிரம்பிவிட்டன.

பச்சையானவை, பழமானவை மற்றும் பழுத்துக்கெட்டுப் போனவையான குலைகள்! தின்பதற்கு ஆளில்லாததால் பழங்கள் அழுகிப் போகின்றன. அவற்றை நாற்றமடிக்காமல் குழிதோண்டிப் புதைத்து விடுகின்றனர். வரட்டிய பழங்களை பத்திரமாகப் பாதுகாத்து வைத்திட தேவஸ்தானம் நிலவறையிலிருந்து வெளியே எடுக்கக் கூடிய சீன ஜாடிகளைக் கொண்டுவந்தனர்.

வெள்ளரிக்காய் மற்றும் தடியன்காய் அழுகிவிட்டால் அதன் நாற்றம் மூக்கினால் சகிக்கமுடியாது. சிறுரகக் காய்கறிகளும் அவ்வாறேதான். எருமத்ர மடத்தின் வளாகத்தில் நுழைந்து விட்டால் ஓர் அழுகல் நாற்றம் தான் மூக்குக்கு அனுபவமாகிறது. காய்கறிகள் அழுகிய நாற்றம் தான் அது.

இனிமேல் யாரும் காய்கறிப் பொருட்களைக் கொண்டு வரக்கூடாது.

முல்லக்காரன் கண்டிப்பான குரலில் அறிவித்தான். நேந்திரம் காய் வறுவல்! வெறுத்து விட்டது வெல்லப் பாவில் தோய்த்தெடுத்த வறுவல். வேண்டவே வேண்டாம்!

இந்த ஊரில் வேண்டியது வேண்டாதது பற்றி யாருக்கும் தெரியாது. எரிக்கில்லத்துப் பெரியவர் பப்புப் பணிக்கர் ரொம்ப சாது. நல்ல மனிதர் தான். இருப்பதை வைத்துக்கொண்டு ஒருவாறாகக் குடும்பத்தை நடத்திச் செல்கிறவர். பப்புப் பணிக்கர் யாருக்கும் தொந்திரவு கொடுக்க மாட்டார். யாருக்கும் உதவியும் செய்யமாட்டார்.

அண்மைக்காலமாய் தேவடி முல்லக்காரன் கொஞ்சம் வளர்ந்திருக்கிறான். பிரமுகனுமாயிருக்கிறான். கிளாசிப்பேருக்கு மிகநெருக்கமான சிப்பந்தி தேவடி முல்லக்காரன்தான். அதனால் இன்னும் கொஞ்சம் பெரியவனாகி விடுவானல்லவா?

எரிக்கில்லத்து வீட்டுப் படிவாசலில் நின்றவாறு தேவடி முல்லக்காரன் கூவியழைத்துக் கேட்டான்:

“பணிக்கர் இருக்கிறாரா, வீட்டிலே?”

முல்லக்காரன் குரல் பணிக்கருக்குத் தெரியும். தொண்டையில் இறுகிக் கரகரத்துத்தான் அது வெளிவரும்.

பப்புப் பணிக்கர் நடுங்கிவிட்டார். நடுக்கத்திற்கும் காரணமுண்டு.

பத்தாண்டுகளுக்கு முன்னால் ஒரு நாள் காலையில் முல்லக்காரன் இப்படியேதான் வந்து குரல் கொடுத்தான்:

“பணிக்கர் இருக்கிறாரா, வீட்டிலே?”

பணிக்கர் வெளியே வந்தார். முல்லக்காரன் கட்டளையிட்டான்:

"உம்மைக் காரிய கர்த்தரு, அதிகாரி வீட்டுவாசலுக்கு அழைத்து வரச் சொல்லறாரு."

வேஷ்டி மாற்றியுடுத்தி வருவதற்கு பணிக்கரை முல்லக்காரன் அனுமதிக்கவில்லை. வீட்டுக்குள்ளே செல்லவும் அனுமதிக்கவில்லை.

ஒரு நிமிடம் தயங்கி நின்றபோது முல்லக்காரனின் குரல் உயர்ந்தது.

"நடங்கடோய்!"

அந்தக் கட்டளையின் சக்தியினால் காற்றில் சருகுபோல் பணிக்கர் பறந்து நகர்ந்தார். நகர்ந்து சென்றபோது திரும்பிப் பார்த்துச் சகோதரியைக் கூப்பிட்டார்:

"குட்டிப்பொண்ணு, கேசுவை அதிகாரி வீட்டுவாசலுக்கு வரச் சொல்லு!"

முல்லக்காரன் அப்போதும் அதட்டினான்.

"ச்சி! தொண்டையைத் திறக்காதே!"

சிறிது தூரம் நடந்து சென்றதும் முல்லக்காரன் விசாரித்தான்:

"கரமளப்பதிலே பாக்கி வச்சிருக்கியா?"

"உண்டுங்க..."

"எத்தினியாண்டு பாக்கி?"

பதற்றம் மற்றும் பயத்திலே சொல்லவந்த தகவல் மூழ்கிப் போயிற்று.

"ஆனா, காது கொடுத்துக் கேளு! அஞ்சு வருஷத்திய ராஜபோகம் கொடுக்காத குற்றவாளி நீ! உன்னை இன்னைக்கு என்ன பண்ணறேன் பாரு! நட! உம்! நட!" முல்லக்காரன் ஒருமுறை கழுத்தைப் பிடித்துத் தள்ளினான்.

பாவம்! பணிக்கர் வினயமுடன் சமாதானமுணர்த்த முற்பட்டவர் தான்.

இந்த ஐந்து வருடத்தில் விவசாயமே நடக்கவில்லை. மங்கொம்பு சாமியிடமிருந்து கடன் வாங்கிய நெல்லை இன்னமும் திருப்பிக் கொடுக்கவில்லை. வீட்டுச் செலவுக்குக் கூட நெல் இல்லே... இதெல்லாம் அப்பட்டமான உண்மைகள்!

முல்லக்காரன் ஒருமுறை முனகினான். அவ்வளவுதான். அவனுக்கு இந்த உண்மைகள் தெரியுமோ; என்னமோ?

* ** *

கொளுத்துகிற பங்குனிமாத வெயில் சுட்டுப் பொசுக்குகிற மதிய நேரம். நான்கு ஆட்களுடன் பணிக்கரையும் அதிகாரி வீட்டு வாசலில் பிடித்து நிறுத்தியிருக்கின்றனர். இரண்டு பேரைக் குனிந்தவாறு நிற்கச் செய்து அவர்கள் முதுகு மீது கல் ஏற்றி வைக்கப் பட்டிருந்தது. அவர்கள் செய்த குற்றம் என்னவோ?

பணிக்கருக்கு மட்டும் அந்தத் தண்டனை வஜா அளிக்கப் பட்டிருக்கிறது.

அவர் முதுகில் கல்லை ஏற்றிவைத்திருக்கவில்லை. அவர் நல்லவராக இருப்பதனால் இருக்கலாம்.

சிறு ஜனக் கூட்டமொன்று இந்தக் காட்சியைப் பார்த்து நிற்கிறது. காரியகர்த்தர் கூடத்தில் அமர்ந்திருக்கிறார்.

-அத்தகைய அனுபவமுடைய பணிக்கர் தேவடி முல்லக்காரனுடைய குரலைக் கேட்டபோதும் தன்னையறியாமல் இரண்டு துளி மூத்திரம் பெய்தார் என்றால் அது குற்றமோ?

நடப்பாண்டு வரையிலும் கரையை அளந்து கொடுத்திருக்கிறார். சில நாட்களுக்கு முன்னர் தான் அதிகாரிக்கு பத்தும், முல்லக்காரனுக்கு ஐந்துமாகப் பதினைந்து பறை நெல் மாமூலாக அளந்து கொடுத்திருக்கிறார். இப்போது பிரத்தியேகமான விசயமென்னவோ?

முல்லக்காரன் குரலில் சற்று மென்மை தெரிந்தது. முகத்திலே கூட அவ்வளவு கடுமையில்லை.

"உன்னோட குடியிருப்பு மற்றும் புற வளாகங்களை கண்டெழுத்து நடத்த வேணாமா?" என்றான் முல்லக்காரன்.

"எல்லாம் உங்க விருப்பம் போல..."

"அதெல்லாம் நீ விசாரித்து தெரிஞ்சிக்க வேணாமோடா?"

"நான் என்ன செய்யணுங்க? எனக்கு ஒண்ணும் தெரியலிங்களே."

"உன் தலைக்குள்ளே களிமண்ணுதான். விசாரித்து தெரிஞ்சுக்காம இருந்தா உன் மண்டை உடைஞ்சு போயிடும். ஆமாம், இப்பவே சொல்லிடறேன்."

"அதெல்லாம் முல்லக்காரனேவா பார்த்து காத்துக்கணும்?"

முல்லக்காரன் இப்போது ஒரு தருமகர்த்தா மாதிரி தோற்றமளித்தான். பணிக்கரைப் பாதுகாக்கத் தீர்மானித்திருக்கிறான். தண்டிப்பதற்காக இல்லை.

"கிளாசிப்பேரு எஜமானனை நீ போயிப் பார்க்கணும். தெரியுமா? சும்மா வெறும் கையோடப் போவக் கூடாது. காணிக்கை இருக்கணும்

கையிலே!”

“செய்யறேனே...”

‘பலாக்காய் மாங்காய் ஒண்ணும் தேவையில்லே.”

காணிக்கை என்றால் அதெல்லாம்தானே! பணிக்கருடைய மூளையில் வேறு எதுவும் தோன்றவில்லை.

“இந்த ஊர்ஜனங்களுக்கு நல்லது கெட்டது ஏதும் தெரியாது பணிக்கர். அந்த எருமத்ர வளாகமெங்கும் பலாப்பழமும் மாம்பழமும் அழுகி நாற்றமடிக்குது.”

“அப்பறம் என்னதான் வேணும்?”

“ரெண்டு குதிரைப் பவுன் டோய்! அதுக்கு நூற்றி நாற்பது பணம் போதும். வாங்கிப் பட்டுத்துணியிலே பொதிஞ்சு அங்கே கொண்டுபோய்க் கொடு! அதுதான் வேணும்.”

நூற்றி நாற்பது பணம்! பணிக்கர் அப்படியே அசந்து நின்று விட்டார். ஆயினும் அதைச் செய்யத்தான் வேணும்!

* ** *

நூறு குதிரைப் பவுன் கோர்த்து இணைக்கப்பட்டிருக்கிற மாலையணிந்துதான் குஞ்சுலட்சுமியம்மா கோவிலுக்குச் சென்று வருகிறாள். குறுகலாய்த் தடித்திருக்கிற அந்தக் கழுத்துக்கு அது ஒரு சுமையாக இருந்தது. முதன்முதலில் பவுன் மாலையணிந்த நாளில் அவளுக்கு மிகவும் மனமகிழ்ச்சியாக இருந்தது.

ஆனால், அன்று முல்லக்காரனிடம் முறையிட்டாள்: “முல்லக்காரனே, இன்னைக்கு எஜமானனுக்குச் சாப்பிட என்ன கறி சமைக்கறது? காய்கறி ஒண்ணுமேயில்லியே!”

அன்றைய தினம் ஊரில் காய்கறிகள் வாங்கக் கிடைக்காது. முல்லக்காரன் மடத்திலிருந்து ஒரே ஓட்டமாக ஓடினான். ஒரு கட்டு கீரை, வெண்டைக்காய், கத்திரிக்காய், பொடலங்காய் சகிதமாகத் திரும்பி வந்தான். எல்லாம் குடியானவர்களின் வளாகங்களில் புகுந்து பறித்து எடுத்துக்கொண்டவை எல்லாம். பவுன் மாலையானதால் காய்கறிகள் இல்லை. காய்கறிகள் இருந்தபோது பவுன்மாலை இல்லை.

முல்லக்காரனுடைய அந்தக் கட்டளையால் ஏற்பட்ட ஒரு புண்ணியமற்ற பிரச்சினைதான் இது. சாப்பாட்டுக்குக் காய்கறிகள் இல்லை!

இந்த ஊரில் யாருக்கும் மரியாதை கிடையாது. அதனால்தானே, இந்த நிலைமையே ஏற்பட்டது? காய்கறிகள் காணிக்கையாகக் கொண்டு வர வேண்டாமென்றால் முற்றிலுமாக வேண்டாமென்றா, அதன் பொருள்? முல்லக்காரன் அன்றைய தினம் சந்தித்தவர்களை எல்லாம் கெட்ட

வார்த்தைகளால் பேசித் திட்டினான்.

* ** *

“முல்லைக்காரனே, நீ நாகராசி பார்த்திருக்கியா?”

“இல்லிங்களே...” வாய் பொத்தியவாறு கூறினான்.

“அது தனித் தங்கம் தாம்ப்பா!”

...‘தனித் தங்கத்தினாலான நாகராசியைத் தேடி எங்கே போவது?’... முல்லக்காரன் யோசித்தான்.

நாகராசி ஒரு பழைய நாணயம். வெள்ளிச் சக்கிரம் போல், (சக்கிரமென்பது அண்மைக்காலம் வரையில் திருவாங்கூர் சமஸ்தானத்தில் இருந்து வந்த நாணயத்தின் பெயர். மொார்) பவுன் போல், ‘பணம்’ போல் -அது எந்தக் காலத்திய நாணயம்? எந்த அரசன் ஆட்சிபுரிந்த காலத்தில் அமுலிலிருந்த நாணயம் அது? அந்தக் காலத்து மக்கள் அதிருஷ்டசாலிகள் தான்!

நாகராசி நாணயத்தைக் குவித்துவைத்தால் எப்படி இருக்கும் தெரியுமா? குஞ்சுலட்சுமியம்மா அதைப் பார்த்திருக்கிறாள். அது பளிச்சிடாத மஞ்சள் நிறமான நாணயங்களின் குவியல். அந்தக் குவியல் மீது பார்த்தால் கண்கூசாது. குஞ்சுலட்சுமியம்மா அதைப் பார்த்த தெப்படியென்று தெரியுமா?

இரவு நேரம். ரொம்ப காலத்துக்கு முன்னர்தான் அது நடந்தது. அவள் அம்மா ‘சங்கழி’ என்கிற அளவு பாத்திரத்தினால் நாகராசிக் குவியலை அளந்து பார்த்து நிர்ணயம் செய்கிறாள். பாட்டி அதைப் பார்த்துக்கொண்டு நிற்கிறாள்.

அன்று குஞ்சுலட்சுமியம்மாவுக்கு, அளந்து பார்த்து நிர்ணயம் செய்கிற அளவிலுள்ள ஒரு நாகராசிக் குவியல் வேண்டுமென்ற எண்ண முண்டாயிற்று.

* ** *

அன்றாடம் காலை நேரத்தில் கோடாந்திர பெரிய குறுப்பு ஆசான் எருமத்ரமடத்திற்கு வந்து விடுவார். ஒரு பாத்திரத்தில் காப்பி மற்றும் இன்னொரு கிண்ணத்தில் வெல்லப் பாகுவில் தோய்த்தெடுத்த நேந்திரம் காய் வறுவல் அவர் முன்னே வந்துவிடும்.

கிளாசிப்பேர் ஊர்வருவதற்கு முன்னர் வரையிலும் காப்பியின் ருசியென்னவென்றறியாமலிருந்த ஆசான், இப்போது தான் சந்திக்கின்றவர் களிடமெல்லாம் காப்பியின் குணத்தைப் பற்றிச் சொல்கிறார். அங்குள்ள எவருக்கும் காப்பியின் குணமே தெரியாது.

கோவில் காரியகர்த்தர் விசாரித்தார்: “அது என்ன ஆசான்?”

“அது ஒரு காயைப் பொடியாக்கினது. அதைக் குடிச்சா நல்ல சுறுசுறுப்பாயிடும். அருமையான ருசி.”

மங்கலச்சேரி ரவிப் பிள்ளை அதை இரண்டுமுறை குடித்திருக்கிறார். வேறு யாரும் குடித்ததில்லை. முல்லக்காரனுக்கு அதன் ருசி பிடிக்கவே பிடிக்காது.

குஞ்சுலட்சுமியம்மா ஒரு நாள் பெரிய குறுப்பு ஆசானிடம் விசாரித்தாள்:

“நாகராசி பார்த்திருக்கீங்களா, நாகராசி!”

ஆசானுக்கு நாகராசி பற்றித் தெரியும் - பார்த்துமிருக்கிறார்.

“கோவிலுக்கு மேற்குப் பக்கமுள்ள திறக்கப்படாத உண்டியலிலே பத்து வள்ளம் நாகராசியிருக்கும்னு சொல்றாங்க. ஆனா யாரும் பார்த்ததில்லே” என்றார்.

குஞ்சுலட்சுமியம்மா நடுங்கிப் போனாள்:

“ஐயோ! தருமசாஸ்தாவின் சொத்து எங்களுக்கு வேண்டாம்!”

நாகராசி மீதுள்ள ஆவேசம் சற்றுத் தணிந்தது.

“நாகராசியிருக்கா, நாகராசி?”

குடியிருப்புக்களில், “நாகராசியிருக்கா, நாகராசி?” என்று இருவர் கூவியழைத்துக் கேட்கிறார்கள் போல் தோன்றியது.

தேவடி முல்லக்காரனும், கோடாந்திரப் பெரிய ஆசானும் அனைத்து வீடுகளிலும் ஏறியிறங்கி விசாரிக்கிறார்கள்.

* ** *

ரொம்பரொம்ப காலத்துக்கு முன்பு நடந்ததுதான். அந்தக் காலமெது வென்று ஆசானுக்குத் தெரியாது. சொல்லிக் கேட்டு அறிந்த கதைதான்.

புல்லாற்றுக் குடும்பத்திலுள்ள கன்னி மூலையில் ஒரு குளம் தோண்டினார்கள். குளம், இன்று கூட அந்த வளாகத்தில் உண்டு. அன்றைய குடும்பத்தலைவன் இட்டியாதிக் கைமள் என்கிற ஒருவராக இருந்தார். குளம் தோண்டித் தோண்டிச் சென்றபோது ஒரு வார்ப்புச் செம்பு பாத்திரத்தின் அளவில் சேற்றுத் தண்ணீர் பீறிட்டு கிளர்ந்தெழும்பி வந்தது. அப்படி பீறிட்டுக் கிளம்பி வருகிற தண்ணீரை ‘மலரி’ என்பார்கள். ஒன்றன்பின் ஒன்றாக மலரிகள் வெடித்துக் கிளம்பிவந்தன. அந்த மலரிகள் வழியாக பத்து பறையளவுகொண்ட பெரியதொரு வார்ப்புச் செம்புப் பாத்திரம் மேலே வந்து உருண்டு புரண்டது. பின்னர் அது கீழே சென்றது. திரும்பவும் மேலே வந்து உருண்டு புரண்டது.

பூதம் பாதுகாத்து வருகிற புதையல் அது. குளத்தைத் தோண்டுகின்ற வேலையாட்கள் பயந்து பின்னால் விழுந்தனர். அப்போது இட்டியாதிக் கைமள் குளத்தை நோக்கிக் குதித்தார். நான்கு முறை காறியுமிழ்ந்தார். மலரிகள் அடங்கிவிட்டன. ஆயினும் தண்ணீர் திளைத்தது. தாழ்ந்து சென்ற செப்புக்கிடாரத்தை கைமள் உயர்த்தினார். அந்த கனமுள்ள கிடாரம் மேலே வந்தது. கைமள் காறியுமிழ்ந்துமிழ்ந்து துப்பியவாறு புதையலை அசுத்தமாக்கினார்.

அந்தப் புதையல் கிடாரத்தைப் பத்துபேர் சேர்ந்துதான் தூக்கி யெடுத்துக் கொண்டுவந்து வீட்டு அறைக்குள்ளே வைத்தனர். அது நிறைய நாகராசியாக இருந்தது. ஆனால், ஒரு விசயம் நடந்துவிட்டது. தன் வினை தன்னைச் சுடுமென்பது போல் பத்தாவது நாளில் இட்டியாதிக் கைமள் ரத்த வாந்தியெடுத்து இகத்தை விட்டு விட்டார்போலும்! தோஷம் அதோடு முடிந்துவிடவில்லை.

இன்றும் என்றும், ஒன்றும் ஒரு பாதியுமல்லாமல் புல்லாற்றுக் குடும்பத்தில் நிறைய சந்ததியினர் உண்டல்லவா?

சங்கதி உண்மைதான். இன்று ஓர் இட்டிராரிச்சக் கைமளும், ஒரு சகோதரியும், சகோதரிக்கு இரண்டு புதல்வர்களும் மட்டும்தான் அந்தக் குடும்பத்தில் உள்ளனர். ஓர் ஆணும் ஒரு பெண்ணும்!

ஆனால் ஒரு புதையல் கிடைத்த செழிப்பை அந்தக் குடும்பத்தில் காணமுடியாது. என்றும் போல் இன்றும் இருந்து வருகிறது.

புல்லாற்றுக் குடும்பத்தினர் என்றும் அடக்கமாய் வாழ்ந்து வருகின்றவர்கள்.

குஞ்சுலட்சுமியம்மாவுக்கு நாகராசி வேண்டும். முக்கடைக்கு மேற்பகுதியிலுள்ள முதற்புஞ்சை நிலத்தில் ஆயிரத்து ஐநூறு பறையளவிலான கரிசல் பூமி புல்லாற்று இட்டராரிச்சக் கைமள் கைவசத்திலும் அனுபவத்திலும் இருக்கிறதென்று அனுபவ ரெஜிஸ்டரில் சேர்க்கப்பட்டது.

ஒரே ஒரு சகோதரி மகன் மட்டுமுள்ள கைமள் என்ன செய்வா ரென்று பார்க்கலாமல்லவா? கரத்தைக் கொடுத்து புல்லாற்றுக் குடும்பம் சீரழிந்து போகட்டும். அந்த பூமி முழுவதிலும் பல்வேறு முட்செடிப் புதர்கள். அங்கே ஒரு படிநெல் வித்தினையாவது விதைத்திட முடியுமா?

நாகராசி கொடுக்காததின் விளைவினை, சந்திரனும் நட்சத்திரங் களும் இருக்கின்ற காலம் வரையிலும் அந்தக் குடும்பத்துச் சந்ததி பரம்பரை அறியட்டும்! தேவடி முல்லக்காரனின் போர்த் தந்திரம் தான் இது.

இரட்டிராரிச்சக் கைமள் இந்தச் செய்தியறிந்து குலுங்கிக் குலுங்கிச் சிரித்தார். முல்லக்காரன் ஒரு படி நாகராசி வேண்டுமென்று முன்னரே

கேட்டிருந்தான். பத்து பறையிலிருந்து ஒரு படி போனால் -அதென்ன?- பெரியதோர் இழப்பா? கிளாசிப்பேர் எஜமானனுடைய எஜமானிக்கு ஏற்பட்ட பேராவல்தான் அது. அதைச் சாதித்துக் கொடுக்கவில்லை யென்றால் இந்தக் குடும்பத்தைக் குளமாக்கிவிடும்... விடட்டும்!

“முல்லக்காரனே போய்விடு! இங்கே நாகராசி இல்லை-” இட்டிராரிச்சக் கைமள் சொன்ன பதில்தான் இது... இந்த நாகராசியை வைத்துக் கொண்டு எத்தனை வருடம் வரையில் கரத்தைச் செலுத்த முடியும்?”... தெரிந்துகொள்ளட்டும்; அளந்து கொடுத்து முடியட்டும்! பார்க்கலாமென்பது முல்லக்காரனின் போர்த் தந்திரம்.

* ** *

பெரிய குறுப்பு ஆசான் சொல்லிக் கொடுத்த பூமியெல்லாம் தேவஸ்தானத்தின் அனுபவத்திற்கென்று எழுதப்பட்டது.

குந்நும்ம என்கிற இடத்தில் மிகவும் நீண்டதொரு தரையை உயரமாய்க் கட்டியெழுப்பி அதன்மீது நூற்றியேழு புலையக் குடியிருப்புக்கள் அமைக்கப்பட்டன. அங்கே பனைமரங்கள் போன்று தென்னங்கன்றுகள் செழித்து வளர்ந்தன. தென்னந் தலைப்புக்களால் தாங்கிநிற்க முடியாத அளவு குலை குலையாகத் தேங்காய் விளைந்தது. அந்த இடமெல்லாம் தேவஸ்தானத்திற்கெனப் பதிவு செய்யப்பட்டது.

குடியானவர்களுக்குப் புலையர்களின் சொத்துக்கள் வேண்டாம். பயம் தான் காரணம். புலையர்களின் குல தெய்வம் கொடுங்காளி. கொடுங்காளி கோபித்துக்கொண்டால் ரத்தபேதியால் செத்துப்போக நேரிடும். குடும்பம் நிர்மூலமாகிவிடும். புலையன் மற்றும் பறையனின் சொத்து மீது கை வைத்தால் பிரம்மஸ்வம் போலவே சுட்டுவிடும். கொடுங்காளி தருமசாஸ்தாவைப் பிடிக்கமாட்டாள். கொடுங்காளியின் சொத்தினை தருமசாஸ்தா எடுத்துக்கொள்ளலாம். அந்தப் புலையர்கள் எவருமே தங்கள் சொத்து தேவஸ்தானத்திற்குச் சென்றுவிட்டதை அறியவில்லை. அறிந்துகொண்டால் கூட அவர்களுக்கு முறையீடு எதுவுமில்லை. அவர்களுக்குச் சொத்துப் பத்துக்கள் எதற்கு? உழைத்தாலே போதும்...

* ** *

காலையில் நடைபெறுகிற *ஸ்ரீபூதபலிக்கு முன்னால், தினசரி தவறாமல் ஒரு சடங்கு நடைபெற்று வருகிறது. கிளாசிப்பேர் மற்றும் குஞ்சுலட்சுமியம்மாவின் கோவில் தரிசனம்தான் அது. அந்தச் சடங்கின் முக்கியத்துவம் நாள் செல்லச் செல்லப் பெருகிவந்தது.

சிவந்த பட்டு வேஷ்டியும் அங்கவஸ்திரமுமாய், பொன் மாலையணிந்து கொச்சுபிள்ளை முன்னே நடப்பார். பவுன் மாலை, மிடுகு, வைரஜோடு

* (ஸ்ரீ பூதபலி என்பதை ‘சீவேலி’ யென்று மலையாளத்தில் சுருக்கிச் சொல்லுவார்கள். மொ.ர்.)

மற்றும் கூந்தாணித் தோடையணிந்து மனைவி குஞ்சுலட்சுமியம்மா பின்தொடர்ந்து செல்வாள். அது ஒரு அரச விஜயம் போல் காட்சி தரும். ஏன்? அரச விஜயமேதான்! தங்கத்தம்பிரானும் தம்பிராட்டியும் ஸ்ரீபத்மநாப கோவிலுக்கு விஜயம் செய்யும் நேரமிது. அது இந்தப் பட்டிக்காட்டில் நடைபெறுகிறது. தம்பிரானின் அந்த விஜயத்தை அப்படியே செய்துகாட்டுகிறார்கள் என்று சொல்லவேண்டாம். அவர்கள் அரசனின் கோவில் விஜயத்தைப் பார்த்திருக்கிறார்கள். இன்று குஞ்சுலட்சுமி எஜமானியம்மா பவுன்மாலை அணிந்து வருகிறாள் என்றால் நாளைய தினம் குமிழித் தாலிமாலையணிந்து வருவாள். இவ்வாறாக தினசரி நகைகளை மாற்றிமாற்றியணிந்திடுவாள். கோட்டாரன் ஜரிகைப் புடவையுடுத்தி வில்லூரஸ் ரவிக்கையணிந்து கைப்பத்தியகலமான ஜரிகைக் கோடுடைய அங்கவஸ்திரத்தை மடித்து மார்பினைச் சுற்றிக் கட்டியவாறுதான் எஜமானியம்மா கோவிலுக்குச் செல்கிறாள். மறுநாள் அந்த உடைகளையும் மாற்றிக் கொள்கிறாள்.

மலர்கள் நிறைந்த ஒரு வெள்ளித் தாம்பாளம் அவள் கையிலிருக்கும். இன்னொரு வெள்ளித்தாம்பாளத்தில் திரிமதுரமுடன் பின்னால் தேவடி முல்லக்காரன் இருப்பான். விளக்கேற்றுவதற்கான நெய்தான் கிளாசிப் பேர் கையிலிருக்கும் வெள்ளிக் கிண்ணத்திலிருக்கும்.

அனைத்து உலகத்திற்கும் நன்மையுண்டாகட்டுமென்று ஆசீர்வாதம் அருளியவாறு தியானத்தில் மூழ்கியிருக்கும் தருமசாஸ்தா தியானத்தி லிருந்து அசைந்து சிறிது பதட்டமுடன் பிரதான அர்ச்சகரான கோவிந்தரிடம், 'அதோ! கிளாசிப்பேரும் மனைவியும் வருகிறார்கள்' என்று சொல்வது போல் தோன்றும்.

தருமசாஸ்தாவினால் அப்படியே உட்காரமுடியாதோ என்கிற ஐயம் ஏற்பட்டுவிடுகிறது. ஒரு சிறு அசைவு. தருமசாஸ்தாவுக்கு கூட சொத்துக்கள் பதிவு செய்து கிடைக்கவேண்டுமென்றால் கிளாசிப்பேரின் தயாளப் பார்வை இருக்கவேண்டுமே!

* * *

ஒரு நாள் குறுப்பு ஆசான் காரியஸ்தரிடம் சொன்னார்:

"காரியஸ்தரே, நாம்ப ஒரு காரியத்துக்கு ஏற்பாடு செஞ்சா என்ன?"

"என்ன காரியம் ஆசான்?"

"அதோ, அங்கே பாருங்க, கிளாசிப்பேரு எஜமானனும் எஜமானி அம்மாவும் வர்றதைப் பார்த்தீங்களா?"

"பார்க்கிறேன்."

"அது ஒரு அரச விஜயம் போலல்லவா, இருக்கு? எப்படிப்பட்ட களை."

ஆமாம். உண்மைதான்! சில நேரங்களில் அவரது சிப்பந்திகளும், கிளாசிப்பேரைச் சந்திக்க வந்திருக்கின்ற ஊர்ஜனங்களும் கூடவே இருப்பார்கள். அன்றைய தினம் அப்படித்தான் இருந்தது.

அரச விஜயமேதான்!

"நாம்ப அந்த பாண்டிவாத்தியத்துக்கு ஏற்பாடு செஞ்சா என்ன?" என்ற குறுப்பு ஆசான் தன்னை மறந்த நிலையில், "எருமத்ர மடத்திலேருந்து எஜமானன் சாமி கும்பிடக் கிளம்பற நேரத்திலே அவரைப் புடை சூழ்ந்து வந்திட." என்று சொல்லிவிட்டார்.

திடீரென பதிலளிக்கிற நிலைமையில் காரியஸ்தர் இல்லை.

குறுப்பு ஆசான் தொடர்ந்து கூறினார்: "அது ஒரு அரங்கக் காட்சியாகத் தானிருக்கும். அதுவும்கூட இருந்தா எப்படி கோலாகல மாயிருக்கும்? பாண்டி வாத்தியம் கண்டிப்பா வேணும்!"

அப்போது காரியஸ்தருக்கு ஒரு சந்தேகம்.

"அதை ஏற்பாடு செய்ய விதிமுறை இருக்கான்னு தந்திரி அல்லது பிரதான அர்ச்சகரோடு ஆலோசனை கலக்கவேண்டியிருக்கு."

"அதைக் கேட்டுக்கலாம். விதிமுறை இல்லாம இருக்கமுடியாது. அரச விஜயத்தின் போது செய்ய விதிமுறை உண்டு. அப்படீன்னா, அது அரச பிரதிநிதிக்கும் ஆகலாமல்லவா? அப்படித்தான் இருக்க முடியுமுங்க!"

கிளாசிப்பேருக்கு கடவுள் சன்னிதானத்தில் என்னதான் பிரார்த்தனை இருக்குமோ என்னவோ?

அந்த இல்லறச் செடி பூவணியவில்லை. அது பூவணிந்து காய்த்து விட்டால் அந்தக் காய் குஞ்சுலட்சுமியம்மா மாதிரி இருக்கலாமோ? அப்படியிருக்குமானால் அது காய்த்து விடாமலிருப்பதே நல்லது தானே?

எந்த ஒரு கணவனும் அப்படிப் பிரார்த்திக்கவே மாட்டான். குஞ்சுலட்சுமியம்மா மாதிரியாயிருந்தால் கூட மடிமீது ஏற்றிவைத்துச் செல்லம் கொடுக்க ஒரு குழந்தை இருந்தேதான் தீரவேண்டும். மனைவி கர்ப்பிணியாயிருந்துவிட்டால், அதன் பின்னர் ஆண்குழந்தை பிறக்க வேண்டும். பெண் குழந்தையாக பிறக்கவேண்டும் என்கிற பிரார்த்தனையிலேதான் புருஷன்-மனைவியர் இருந்து வருவார்கள்.

கொச்சுபிள்ளை எஜமானன் பிரார்த்தனையில் லயமாகி நிற்கிறார். அவர் கொண்டுவந்த நெய் ஊற்றி எற்றிவைத்த விளக்குகள் கர்ப்பகிருகத்தில் பகவானுடைய முகத்தின் இருமருங்கிலும் ஜொலிக்கின்ற நட்சத்திரங்கள் போன்று ஒளியிட்டுப் பிரகாசிக்கின்றன. பகவான் முகம் அனுக்கிரகத்தின் மந்தகாசத்தால் களை கொண்டு காணப்படுகிறது.

பிரதான அர்ச்சகர் தாம்பாளத்திலிருந்த மலர்களால் பகவத் பாதங்களில் அர்ச்சனை செய்கிறார். இன்னொரு அர்ச்சகர் 'திரிமதுரம்' தயாரிக்கும் பணியில் ஈடுபட்டுக் கொண்டிருக்கிறார்.

இவ்வளவு பக்தி சிரத்தையுடன் கோவிலில் ஒரு பூஜை நடப்பதில்லை. பகவான் அதை ஏற்றுக்கொண்டு பிரசாதமருளுகிறான்.

எஜமானியம்மாவின் பிரார்த்தனை என்னவாக இருக்குமோ? நிச்சயமாக அது ஒரு பிஞ்சுக் காலுக்காகத்தானிருக்கும்.

அந்தப் பிஞ்சுக் கால்கள் கொச்சுபிள்ளையுடையதாக இருக்க வேண்டும். தான் ஓர் அழகியல்லவென்பதை கட்டாயமாய் அவள் அறிவாள்.

குஞ்சுலட்சுமி எஜமானியம்மா தன்னை மறந்த நிலையில் நின்றவாறு பிரார்த்தனை செய்கிறாள். என்னவெல்லாமோ முணுமுணுக்கிறாள். இதழ்கள் அசைவதைக் காணமுடிந்தது. கண்கள் நிறைந்து ததும்புகின்றன.

ஒரேயொரு குழந்தை!

ஏன், ஒரு குழந்தையும் பிறவாமலிருக்கிறது?

நாகராசித் தாலிமாலை தவிர தேவையானவை அனைத்தும் அவளுக்கு உண்டு. உயிருள்ள ஒரு குழந்தைமட்டுமில்லை. தங்கத்தினால் ஒரு குழந்தை மற்றும் குளிப்பாட்டும் மட்டையை அவள் தயாரிக்கச் செய்து வைத்திருக்கிறாள் என்று பொற்கொல்லர் சாமி மூப்பர் சொல்கிறார். ஊரெங்கும் கூட அந்தப் பேச்சு பரவியிருக்கிறது.

அந்தக் குழந்தையை அவள் அந்த மட்டையில் படுக்கவைத்துக் குளிப்பாட்டிக் கொண்டிருக்கக் கூடும். அதைப் பக்கவாட்டில் படுக்க வைத்துக்கொண்டுதான் அவர்கள் இரவில் தூங்குவார்கள்.

அழுகிற குழந்தையை, சிரிக்கிற குழந்தையை, மூத்திரம் பெய்து மெத்தையை ஈரமாக்கும் குழந்தையை ஏன், இந்தக் கடவுள் அவர்களுக்கு வழங்கவில்லை?

அந்தக் குழந்தைக்கும், குளிப்பாட்டும் மட்டைக்குமாக 250 பவுன் ஆகிவிட்டதாம். ஏதாவது கோவில் சன்னிதானத்தில் சமர்ப்பணம் செய்வதற்காக இருக்கலாம்.

அவர்கள் அவற்றை மிகவும் ரகசியமாகத்தான் தயாரிக்கச் செய்திருக்கிறார்கள். இரண்டு படியளவு நாகராசிக்காக அவள் பிரார்த்தனை செய்கிறாளா? அதுவும் பிரார்த்தனையில் சேர்த்துக் கொள்ளக் கூடியதுதான்.

* * * *

பிரதான அர்ச்சகரின் பெயரில், அவர் இல்லத்திற்குத் தென் பக்கத்திலுள்ள 500 பறை பூமி அனுபவ ரெஜிஸ்டரில் சேர்த்து

எழுதிக் கொடுக்கப்பட்டிருக்கிறது. வரிவஜா செய்து கிடைப்பதற்கான காணிக்கைப் பொருட்களும் அளிக்கப்பட்டிருக்கின்றன.

முகுந்தருக்குப் பரம சந்தோஷம்!

4

கிளாசிப்பேரைச் சென்று சந்திக்க வேண்டியவர்கள் இன்னும் எத்தனை பேர் இருக்கிறார்கள்?

முல்லக்காரன் கணக்குப்பார்த்தான். இன்னும் பத்தாயிரம் பறையளவு விதைகள் விழத்தகுதியுடைய பூமியுண்டு. பின்னர் கரடு உண்டு. கிளாசிப்பேரை முறைப்படி வந்து சந்திக்காத திமிர் கொண்டவர்கள் இருக்கிறார்கள் அல்லவா? அந்தத் திமிர் பிடித்தவர்கள் தங்கள் அகங்காரத்தின் பலனை அனுபவிக்கட்டும். முல்லக்காரன் தீர்மானித்துக் கொண்டான்.

யாரிடமும் பிரத்தியேகமான விருப்புவெறுப்பு இல்லாதவன்தான் முல்லக்காரன். யாருக்கும் கெடுதல் செய்யவேண்டுமென்கிற எண்ணமு மில்லை. கண்டெழுத்து என்கிற ஏற்பாடு வந்தது. அதனுடன் எல்லாக் குடிமக்களும் ஒத்துழைக்கவேண்டும். ஒத்துழைப்பதென்றால் என்ன வென்கிறீர்களா? முல்லக்காரனின் கேள்வியும் அதுதான்.

ஒரு நாள் எஜமானியம்மா முல்லக்காரனிடம் ஒரு விசயத்தைச் சொன்னாள். இந்தக் குடிமக்க்ள் எல்லோரும் தங்கமும் வெள்ளியுமாகக் காணிக்கை செலுத்துகின்றார்களே- அது பூராவும் கிளாசிப்பேருக்கும் தனக்கும் மட்டுமே இல்லை. அவற்றில் ஒரு குறிப்பிட்ட விகிதம்தான் தங்களுக்கு. ஒரு சிறுவிகிதம்! மீதி முழுவதும் திருவனந்தபுரத்திற்குச் சென்று சேர்ந்துவிடவேண்டும். இந்த ரகசியத்தை எஜமானியம்மா வேறு எவரிடமும் சொன்னதில்லை.

திருவனந்தபுரத்தில் எங்குதான் இது சென்று சேருகிறது? தம்பிராட்டியிடமா? அல்லது அரண்மனை அதிகாரிகளிடமா? அந்த அதிகாரிகள் தம்பிரான் திருமேனியின் அடியாளர்கள் ஆவார்கள். அவர்கள் சொல்வதற்கு மாறாக தம்பிரான் எந்தக் காரியத்தையும் செய்ய மாட்டார். வேறு யாருக்கெல்லாமோ வீதாச்சார அடிப்படையில் கொடுக்க வேண்டியிருக்கிறதாம்.

எனவே அனைத்துக் குடிமக்களும் தங்கள் தங்கள் சக்திக் கேற்றவாறு காணிக்கை செலுத்தியாக வேண்டும். இதுவும் அரண்மனைக் காரியம்தான். எந்த ஒரு குடிமகனும் விலகி நிற்கலாகாது. தங்கத் தம்பிரானிடம் பற்றுதலை வெளிப்படுத்தாதவன் அதன் பலனை அனுபவித்தேதான் தீரவேண்டும்.

இதுதான் தேவடி முல்லக்காரனின் நீதி சாத்திரம்.

'கரம்' பணமாக மாறினால் அதன் பொருள் என்னவென்றா, கேட்கிறீர்கள்? இவ்வளவு பணம் 'கர' மென்றால் அவ்வளவு கொடுத்தால் போதும். அதிகாரி, முல்லக்காரன், காரியஸ்தர் ஆகியோருக்கெல்லாம் எந்த வருமானமுமிருக்காது. பணத்தை எண்ணிக் கொடுத்து விடவேண்டும்.

கரம் என்கிற இனம் பண்டாரத்திற்குச் சொந்தமானது. அப்படி யென்றால் ஸ்ரீபத்மநாபனுடையது. தங்கத்தம்பிரான் கூட அதில் கை போடமுடியாது. எனவே இந்தக் காணிக்கைகளில் ஒரு விகிதம் தம்பிரானுக்குக் கூடப் போய் சேர்ந்துவிடுமாம். தம்பிரானுக்குக் கூடத் தன் கைவசத்தில் ஏதேனும் கொஞ்சம் இருக்கவேண்டும் போலிருக்கிறது. தமக்குத் தேவையானபோது செலவிடப் பத்து பணம் வேண்டும். பணம் எல்லோருக்குமே தேவைப்படுகிற பொருள். தம்பிரானுக்கும் அது தேவை தானே?

முல்லக்காரனால் அதை நம்பமுடியவில்லை. தங்கத் தம்பிரானுக்குக் காப்பீட்டுக் கையிருப்பு வேண்டுமாம். ஆனால், அப்படியும் நடை பெற்றிருப்பதாகக் கேள்விப்பட்டிருக்கிறான். பெரியமுல்லக்காரன் அம்மாவன், தலைமுறை தலைமுறையாகச் சொல்லிக் கேட்டு அறிந்திருக்கிற ஒரு கதையுண்டு. பெரிய அரண்மனையின் நிலத்தடி அறை (மதிப்புடையபொருட்களைக் காப்பாற்றி வைக்குமிடம்)யில் ஏழு பெரிய சீன ஜாடிகளில் தங்கத்தை உருக்கிக் கெட்டியாக்கி வைக்கப்பட்டிருக்கிறதாம். அதை ஒரு சாமந்தன்தான் செய்ய வைத்தானாம். அன்றைய தினம் பெரிய முல்லக்காரன் அம்மாவன் திருவனந்தபுரத்தில் இருந்திருக்கிறார்.

காப்பீட்டுக் கையிருப்பு! தங்கத்தம்பிரானுடைய குடும்பத்திற்கான கையிருப்புச் சொத்து! அது எல்லோருக்கும் தேவை. பெரிய முல்லக்காரன் அம்மாவன் பெரிய தந்திரக்காரராக இருந்திருக்கிறார். முன்னர் எப்பொழுதோ ஓர் அம்மாவன் முதற்கொண்டுதான் தேவடிக் குடும்பத்தினர் முல்லக்காரன் என்கிற நிரந்தரவாரிசினைப் பெற்றனர். அது ஒரு அரசகட்டளை மூலமாகப் பிரகடனப் படுத்தப்பட்டதாம். அது நடந்து பத்துக்கு மேற்பட்ட தலைமுறைகள் ஆகிவிட்டனவாம்.

இந்தக் கண்டெழுத்துடன் அந்தப் பதவி முடியப் போகிறது. குடும்பத்திற்கு வாரிசு இல்லாமலாகிவிடப் போகிறது. இன்றைய தேவடி முல்லக்காரனுக்கு உறவுமுறையினர் இல்லை. கிழவியான ஒரு சகோதரியும், முல்லக்காரனும்தான் தேவடிக் குடும்பத்தில் மிஞ்சியிருக்கின்றனர்.

கிளாசிப்பேர் எஜமானனின் விருப்பமென்னவோ, அதைச் செய்வது. அதிகாரி செய்யச் சொன்னதைச் செய்துவிட்டான். இப்போது கிளாசிப்பேரின் அந்தரங்கமென்னவோ, அதைச் செய்வது. கிளாசிப் பேரைச் சென்று பார்த்து காணிக்கை செலுத்தாத வீடுகளிலெல்லாம் முல்லக்காரன் ஏறியிறங்கி அறிவிப்பைக் கொடுத்தான். காணிக்கை இல்லா விட்டால், அனைவருக்கும் தென் கரிசல் காட்டிலுள்ள பூமி பதிவு

செய்யப்பட்டுவிடும். அப்புறம் முல்லக் காரனைக் குறை சொல்லக் கூடாது!

அனுபவரெஜிஸ்டர் தயாரிக்கப்பட்டு வருகிறது. அனுபவ ரெஜிஸ்டர் தயாராகிவிட்டால் அப்புறம் கரம் செலுத்துவதுதான் முறை. கரம் நிர்ணயிக்கப்பட்டுவிட்டால் பின்னர் நிலைமை மோசமாகி விடும். கரம் கொடுத்தே தீரவேண்டும்.

முல்லக்காரன்தான் துரோகி. அவனைத்தான் எல்லோரும் சபிக்கின்றனர். அவன் வீடுகளில் ஏறியிறங்கும் போது குழந்தைகள் உள்பட அனைவரும் தலையில் கைவைத்து சபிக்கின்றனர்.

"கடவுளே... இந்தத் துரோகி அம்மைநோய் வந்து செத்துப் போயிடணும்!"

உண்ணூலியம்மா சோறு நிரம்பிய பெரிய தளிகையைக் கொண்டு வந்து வைத்தாள். வாழையிலைக் கீற்றுகளில் பதார்த்தங்களையும், ஸ்நானம் மற்றும் மாலை நேரத்திய நாமஜெபங்களை முடித்துக்கொண்டு முல்லக்காரன் சாப்பிட உட்கார்ந்திருக்கிறான். புளிச்சேரிக் குழந்தை ஊற்றிப் பிசைந்து உருட்டிய சோற்று உருளைகள் ஒவ்வொன்றாக முல்லக்காரன் தொண்டை வழியாக உள்ளே சென்றுகொண்டிருந்தன. அவன் சாப்பிடுவதைப் பார்த்தால் சாப்பிடுவதற்காக மட்டும்தான் உயிர் வாழ்கிறான் என்று தோன்றி விடும். ருசி பார்த்துச் சாப்பிடுகிறான்.

அந்த கவளங்களுடன் சேர்ந்து உள்ளே போக வைப்பது போல் சகோதரி வினவினாள்:

"எதுக்குடா, இப்படி ஜனங்களுக்குத் துரோகம் பண்ணறே?"

முல்லக்காரன் தலையுயர்த்திப் பார்த்தான். உண்ணூலியம்மா தொடர்ந்து பேசுகிறாள்:

"தேவடிக் குடும்பத்தில் மனிசனுங்க குரலெழுப்பிப் பேசறதைக் கேட்டு எத்தனை வருசங்களாச்சு? இருபத்தஞ்சு ஆண்களாச்சே!" இருபத்தைந்து வருடத்திற்கு முன்னர் தான் அங்கே ஒரு மரணம் நடைபெற்றிருக்கிறது. அதற்கு எத்தனையோ ஆண்டுகளுக்கு முன்னர் தான் ஒரு ஜனனம் நடைபெற்றிருக்கிறது. அப்புறம் அங்கே இறப்பதற்கு யாருமில்லாத நிலை. குழந்தைப் பேறுக்கும் யாருமில்லாமல் போய் விட்டது. இந்த முல்லக்காரன் அல்லது உண்ணூலியம்மா எப்போது இறக்கப் போகின்றார்களோ? ஜனனத்தின் பிரச்சினையையே விட்டுவிடுவோம். ஓசையும் அசைவுமற்ற, ஜனனமும் மரணமுமில்லாத வீடு!

அடிக்கட்டை கூட மக்கிப்போயிற்று. இனி அங்கே துளிர்விடாது. இறந்துபோன உலகம் என்பது அதுதான்.

"மக்களுக்குச் செய்த துரோகத்தினால்தான் இப்படி இந்தக் குடும்பம் நிர்மூலமாச்சுன்னு எல்லாரும் சொல்லிக்கிறாங்க."

சாப்பாட்டின் ருசி குறையவில்லை. கவளங்கள் மறுபடியும் ஒவ்வொன்றாக உள்ளே போய்க் கொண்டிருந்தன.

“இனி ஒழுங்கா ஊரு போயிச் சேரறதுக்காச்சும் மனுஷாளைச் சபிக்கச் செய்யாதேடா!”

இனிமேல் குடும்பவிசயமாக எதையும் பார்க்கவேண்டிய அவசிய மில்லை. இருவரின் மரணத்தைப் பற்றி மட்டும்தான் யோசிக்க வேண்டி யிருந்தது.

சாப்பிட்டபின்னர், எதுவும் நடக்காததுபோல் ஒரு நீண்ட ஏப்ப மிட்டான் முல்லக்காரன். சாப்பாடு திருப்தியாயிற்று.

கோவிலிலிருந்து காவலாளியின் குரல் கேட்கத் தொடங்கியது. இனி பயப்படவேண்டிய அவசியமில்லை. ஊர்மக்கள் அனைவரும் பாதுகாப்பு உணர்வுடன் நிம்மதியாகப் படுத்துத் தூங்கலாம்.

அறைமுன் குத்துவிளக்கு ஒளி வீசிக்கொண்டிருந்தது. அதன் ஒளியில் அமர்ந்துகொண்டு முல்லக்காரன் வெற்றிலை போட்டான்.

சமையற்கட்டில் உண்ணூலியம்மா தனது இரவு உணவை முடித்துக் கொண்டு வெளியே வந்தாள்.

“அக்கா...!” முல்லக்காரன் அழைத்தான்.

“ஓ...!”

“அக்கா, நீங்க என்ன சொன்னீங்க?”

“உன்னை எல்லாரும் சபிக்கிறாங்கன்னு!” என்றவள் தொடர்ந்து பேசினாள்:

“இல்லே, இந்த ஊர்ஜனங்க சபிச்சு சபிச்சுதான் இந்தக் குடும்பம் இப்படியாச்சுன்னு சொன்னேன். எந்நாளும் ஜனங்க சபிச்சு நிர்மூலமாப் போன குடும்பம்தான் இது.”

“அவங்க எதுக்காகச் சபிக்கிறாங்க?”

அறைக்குள்ளே வெற்றிலை போட்டுக் கொண்டிருந்த உண்ணூலியம்மாவின் சிந்தனைகள் சொற்களாக வெளியே வந்து கொண்டிருந்தன. உரக்கச் சிந்திப்பதென்பது உண்மையில் அது தான்.

“எனக்கு நினைவு வந்த நாளிலே இங்கே பதினெட்டு பேர்கள் இருந்தார்கள். ஆண்கள், பெண்கள், குழந்தைகள் உள்பட! அம்மாவுக்கு நான்கு ஆண் குழந்தைகள், நான்கு பெண் குழந்தைகள். அப்புறம் தாய்மாமன்மார்கள் (அம்மாவன்மார்கள்) நான்கு. பெரிய சின்னம்மா அடுக்களையிலிருந்து வெளியே வரமாட்டாள். அவரை வெளியில் பார்க்கவே முடியாது. நடுவிலுள்ள சின்னம்மாவின் மகள் குஞ்சி–அவளைப்

போல் அழகுள்ள பெண்ணினை இந்த ஊரிலேயே பார்க்கமுடியாது. நள்ளிரவு ஆனால்கூட இங்கே இரவு உணவைப் பரிமாறி முடித்திருக்க முடியாத நிலைமைதான். அதன் பிறகுதான் அப்பாவும் சித்தப்பாவும் வருவார்கள். நடுவிலுள்ள சிற்றப்பாவின் வருகையைப் பார்க்க வேண்டியது தான். அவர் மனைவிதான் தங்கச்சிமார்களின் குழந்தைகளை எல்லாம் தூக்கத்திலிருந்து எழுப்பி கோவிலிலிருந்து கொண்டுவந்த அப்பத்தை கொடுப்பாள். தவறாமல் நிர்ப்பந்தமாக நடைபெற்று வந்த நிகழ்ச்சி அது. அந்த சித்தப்பா கோவில் பொருட்களைப் பாதுகாக்கும் பணியிலிருந்தவர். அவருக்கென்றே நான்கு அப்பம் உண்டு. அப்புறம் அரிசி, வெல்லம், பழம் எல்லாத்தையும் அவர்தானே எடுத்துக்கொடுக்கிறார்? கொஞ்சம் ஜாஸ்தியாகவே கொடுப்பார். அப்பமும் நிறையக் கிடைக்கும். ஆண் குழந்தைகள் எல்லாரையும் விட நீ பெரியவனாக இருந்ததனால், ஒவ்வொருவருக்கும் ஒவ்வொரு அப்பம் கொடுக்கும்போது உனக்கு இரண்டு அப்பம் தருவாள். நீ தூக்கமயக்கத்தில் எழுந்து உட்கார்ந்து அந்த அப்பத்தைக் கண்ணை மூடிக்கொண்டு கடித்துக் கடித்துத் தின்னும் காட்சியை இப்போது கூட என் கண்முன்னே காணமுடிகிறது."

உண்ணூலியம்மா சொல்லிக்கொண்டே போகிறாள். அது நீண்டு நீண்டு போகிறது. நிறுத்தவேண்டுமென்று நினைத்தால் கூட நிற்காது. ஒரு நீண்ட காலகட்டத்தின் சுருள்கள் அவிழ்கின்றன. வேதனை, மகிழ்ச்சி, அன்பு மற்றும் பகைமையின் கதைகள் அதில் உள்ளன.

எல்லோரும் அவரை விட்டுச் சென்றனர். அம்மா, சின்னம்மாமார்கள், அவர்களுடைய புதல்வர்கள்; புதல்வியர்கள், தாய்மாமன்மார்கள் என எல்லோருமே! சிலர் அவர்களைவி ச் சிறியவர்கள். பெரியவர்கள் போகட்டும். அவர்கள் முன்னர் வந்தவர்கள். பின்னால் வந்தவர்கள் ஏன் முன்னால் போய்விட்டார்கள்? வேதனையளிக்கிற விசயமேதான்.

இறந்துபோகிற மனிதன் பிறர் தன்னை நினைக்கவேண்டுமென்று விரும்புகிறான். எவர் நினைவிலாவது வாழ்ந்துவிடலாமல்லவா? உண்ணூலியம்மா பழைய கதைகள் கூறும்போது இறந்து போனவர்களுக்கு ஆறுதலாக இருக்கும். அவர்களுடைய ஆத்மாக்கள் காற்று வெளியினிலே பறந்து கொண்டிருக்கக் கூடும்.

"பாச்சன் இறக்கும் போது அவனுக்கு வயது பதிநான்குதான். அவன் அன்பு மனம் கொண்டவனாக இருந்தான்; வேடிக்கை பேசுகிறவனுமாக இருந்தான். குஞ்சிக்குட்டியின் பெரிய அக்காளைக் கூப்பிடும் குரல் என் காதில் இப்போதும் கூடக் கேட்கிறது. சின்னச் சின்னம்மா மகள் கோதைக்கு நான் மட்டும் போதும். நான் அவளைத் தூக்கிக்கொண்டு நடக்கவேண்டும். என் கூடவேதான் படுத்துக்கொள்வாள். என் மடியிலேயே படுத்துக்கொண்டு செத்துப் போயும் விட்டாள்..."

குரல் தழுதழுத்தது. பேச்சு நின்றுவிட்டது.

எத்தனையோ பேர்கள் குழியிலிருந்து மேலே வருகின்றனர்! எல்லோருக்கும் உயிர் பிறக்கிறது. பெரிய அக்காள், பாச்சன் - எல்லோருமே! உண்ணூலியம்மா நேசித்திருந்தவர்கள்; உண்ணூலியம்மாவை நேசித்திருந்தவர்கள்!...

"அக்கா! பதினெட்டு என்று சொன்னீங்க. அது தவறுதான்" என்றான் முல்லக்காரன்.

"ஆ... அப்படியாத்தான் இருக்கும். நிறைய ஆளுங்க இருந்தாங்க."

சொல்லி வந்தது நின்றுவிட்டது.

"ஏதாச்சும் விசயமில்லாமே அஞ்சாறு ஆண்டுக்குள்ளே எல்லாரும் இப்படிச் செத்துப் போயிடுவாங்களா?" அவள் வினவினாள்.

"செத்துப் போயிட்டாங்களே!"

"ச்சி! அது அப்படியல்ல. ஒவ்வொரு குடும்பத்திலும் சந்ததீங்க பொறந்து பெருகிடறாங்க. நம்ப குடும்பத்திலே மட்டும் இப்படி நடக்கக் காரணமென்ன?"

"எப்படியோ செத்துப் போயிட்டாங்க." முல்லக்காரன் பாச்சாரன் மறுபடியும் அதையே கூறினான்.

"அது அப்படியல்ல. குடும்பத்தில் என்னவோ தோஷமிருந்திருக்கு. ஜோசியம் பார்க்க யாரும் முயற்சியெடுக்கலே. தோஷமிருந்தா அதைப் போக்கறதுக்கும் யாரும் முயற்சி பண்ணலே. இல்லாட்டா அன்னைக்கிருந்த பொம்பளைங்கல்லாம் வளர்ந்து குழந்தைங்களைப் பெற்றிருந்தாங்கன்னா, இந்தக் குடும்பம் இன்னிக்கு நிறைஞ்சு நின்னிருக்கும்."

தனக்கு நினைவு வந்த நாளில் மொத்தமாக எவ்வளவு பேர்கள் இருந்தார்கள் என்று கணக்குப் போட்டுப் பார்க்கிறான் முல்லக்காரன்.

"அக்கா, நீங்க சொன்ன எண்ணிக்கை சரியில்லே."

ஒவ்வொரு சின்னம்மாவுக்கும் எத்தனை குழந்தைகள் இருந்தார்களென்று நினைவு கூர்ந்து பார்த்தான். பலர் பெயர் கூட நினைவுக்கு வருவதில்லை. இறந்துபோய் வருடங்கள் பல ஆகின்றன. பெயர்களை மறந்துவிட்டான். எத்தனை பேர்கள் என்கிற கணக்கைக் கூட சரிபார்க்க முடியவில்லை.

மறந்துபோவதென்பது ஒரு பெரும் குறைதான். என்ன செய்வது? அவ்வாறு நடைபெற்றுவிடுகிறது. நினைவில் வருவதில்லை.

உண்ணூலியம்மா சொல்லி முடித்துக்கொண்டாள்.

"இனி எதுக்கு ஜோசியக்காரனைப் பார்க்கச் சொல்லணும்?

தோஷமிருந்தாக் கூட இனி அதுக்குப் பரிகாரம் தேடவேண்டிய அவசிய மில்லை."

உண்ணூலியம்மாவுக்கு ஒரேயொரு விருப்பம் மட்டும்தான். முதலில் வந்தவர்கள் முதலில் போகவேண்டும். முல்லக்காரன் பாச்சரன் செத்துப் போன பிறகு உண்ணூலியம்மா எங்ஙனம் உயிர் வாழ்வாள்? அதற்காக மட்டும் ஏதாவது தோஷபரிகாரம் செய்ய வைக்க வேண்டும். ஆமாம், அதற்காக மட்டும்! அதற்குத் தேவையான சத்கருமங்கள் - நல்ல காரியங்கள் - செய்யவேண்டும்.

* ** *

மொத்தமாய் ஆயிரத்து முந்நூற்றுப் பதினேழு பணம் இருக்கிறது. பணம் இவ்வளவென்று துல்லியமாய் அறியவேண்டுமென்று அப்போது தோன்றியது. அறையைத் திறந்தாள். பெட்டியைத் திறந்தாள். பணப் பைகளைக் கையிலெடுத்தாள். சிறிய குத்துவிளக்கின் வெளிச்சத்தில் பணத்தை எண்ணிப்பார்த்தாள். ஆயிரத்து முந்நூற்றுப் பதினேழு பணம்! சரியாக இருக்கிறது.

அறையின் வடபகுதியிலுள்ள பெரிய மரப் பெட்டியில் மட்டுமே நெல் உண்டு. அதனால மட்டும் விவசாயச் செலவும் வீட்டுச் செலவும் நடக்குமா? சந்தேகம்தான். யாரிடமிருந்தாவது கொஞ்சம் நெல் வாங்கித்தானாக வேண்டும். பரவாயில்லை- முல்லக்காரன்தானே? யாரிடம் கேட்டாலும் கொஞ்சம் நெல் கிடைக்கும். திரும்பக் கொடுக்க முடிந்தால் கொடுத்துவிடுவது. இல்லாவிட்டால் இல்லை. அப்படித்தான் வழக்கம். இப்போதும் கூட அப்படி நடக்கும்.

முல்லக்காரனுக்குக் கடனாகக் கொடுத்துவிட்டுத் திரும்பக் கிடைத்தால் ஆயிற்று. இல்லாவிட்டால் இல்லை. ஆனால், பின்னர் கடன் கேட்டாலும் யாரும் கொடுப்பார்கள். நடைமுறையே அதுதான்.

சென்ற 'கரம்வசூல்'க் காலம் மோசமாக இருந்தது. நல்ல விளைச்சல் ஏற்பட்டால் கரமும் சரியாக வசூலாகிவிடும். ஓரிரு வயல் பரப்புக்களுக்குக் கரவஜா செய்து கொடுக்கப்பட்டது. தேவடி நெல்லறையிலே நெல் இல்லாமற் போனதற்கு அதுவே காரணம்.

அதிகாரி நெல் அளந்து வாங்கியதில் முல்லக்காரனுக்கு விகிதம் கொடுக்கவில்லை.

"முல்லக்காரனுக்கு என்ன செலவு? உண்ணூலிப் பெரியம்மாவும் முல்லக்காரனும் மட்டும் தானே?" என்றார் அதிகாரி.

அதிகாரிக்குச் செலவு நிறைய உண்டு. ஆறு சகோதரிகளும், அவர்கள் சந்ததியினரும் இருக்கிறார்கள். அப்புறம் அதிகாரி வீடாயிற்றே? எவ்வளவுதான் குறைந்தாலும் தினசரி ஒரு வேளைக்கு ஆறேழு நபர்கள்

சாப்பாட்டுக்கு இருப்பார்கள். அரிசி சமைத்தால்தானே, சோறு? முல்லப்பள்ளி பூமியிலிருந்து கிடைக்கிற விளைச்சல் அந்த வீட்டுச் செலவுக்குப் போதாது. அதனால்தான் முல்லக்காரனுக்கு விகிதம் கொடுக்கவில்லை. ஒரு மணி தானியம் கூட அவனுக்குக் கொடுக்க வில்லை. அவனால் கேட்கமுடியுமா? அதனால், முல்லக்காரன் பாச்சரன் தனக்குச் சேரவேண்டிய விகிதம் போனால் போகிறது என்று எண்ணிக்கொண்டான். அதிகாரியின் நெருக்கடி தீரட்டுமெனக் கருதினான். ஒரு வாழ்நாள் காலம் முழுவதிலும் முல்லக்காரனாயிருந்து உழைத்ததன் சம்பாதனைதான் ஆயிரத்து முந்நூற்றிப் பதினேழு பணம்! கால் நூற்றாண்டு காலம் ஒரு சகோதரனும் சகோதரியும் மட்டுமேயுள்ள ஒரு சிறு குடும்பத்தைப் பாதுகாக்கிற பொறுப்புமட்டும்தான் இருந்து வந்திருக்கிறது. இருந்தும் இவ்வளவுதான் சம்பாதனை. இவ்வளவேதான்! முல்லப்பள்ளி அதிகாரி ஒரு பெரிய குடும்பத்தைப் பராமரித்து வந்தார். நூறு பறை நெல் விதைக்கக் கூடிய இடத்தைச் சொந்தம் பண்ணி விட்டார். மூன்று மனைவிமார்கள் உள்ளனர். அவர்களுக்குப் புடவை யும் எண்ணெயும் கொடுத்து வந்தார். அவர்களுக்கு மாதாமாதம், வருடா வருடம் ஆக வேண்டிய காரியங்களையும் நிர்வகித்து வந்தார்.

முல்லக்காரன் பாச்சரனும் ஒருத்தியைச் 'சம்பந்தம்' செய்தவன் தான். அந்த உறவு ஏழு வருடக்காலம் நீடித்தது. பின்னர்தான் அவள் இன்னொருவனின் மனைவியாகி விட்டாள்.

ஒரு நாள் இரவு முல்லக்காரன் தன் மனைவியின் வீட்டுக்குச் சென்றான். அப்போது படுக்கையறைக்கு வெளியே அவனது பாயும் தலையணையும் வைக்கப்பட்டிருந்தன. கதவு உள்ளிருந்து தாழ்ப்பாள் போடப்பட்டிருந்தது. கூப்பிடவோ கேட்கவோ முற்படவில்லை. அவளது படுக்கையறையில் வேறுயாராவது இருந்திருக்கக் கூடும். முல்லக்காரன் திரும்பி நடந்தான். வெறும் கையுடன் போகவில்லை. அந்தப் பாயையும் தலையணையையுமெடுத்துக் கக்கத்தில் சுருட்டி வைத்துக் கொண்டுதான். அருமையான மெத்தைப் பாய் அது. தழவா என்ற ஊரிலிருந்து வாங்கப்பட்டது. தலையணைத் துணி ஆலப்புழையிலிருந்து வாங்கப்பட்டது. அந்தப் பாயையும் தலையணையையும் ஏன், அங்கே வைத்துவிட்டு வரவேண்டும்? அந்தப் பெண்ணின் பெயர் சின்னம்மிணியென்பதாகும். சின்னம்மிணிக்கு இன்று நான்கைந்து குழந்தைகள் உள்ளனர். அவர்கள் வளர்ந்திருக்கின்றனர். சம்பந்த உறவு கொண்ட சின்ன நாணு இறந்துவிட்டான். இறந்து ஆண்டுகளும் பல கடந்துவிட்டன.

கரம் வசூல் காலத்தின் போதெல்லாம் முல்லக்காரன் முரிக்கின் வீட்டிற்கும் செல்வதுண்டு. உத்தியோகமே அதுதானே? எல்லா வீடுகளுக்கும் செல்லவேண்டும். அப்போதெல்லாம் சின்னம்மிணியையும் பார்ப்பதுண்டு. அவள் முடி கொஞ்சம் கொஞ்சமாக நரைக்கத் தொடங்கியிருந்தது. சின்னம்மிணிக்கு மடிவரையிலும் தொங்கிக்

கொண்டிருக்கும் பூசணிக் காய்கள் போன்ற இரண்டு முலைகள் உள்ளன. திடகாத்திரம்தான் அவளுக்கு. தார்ப்பாய்ச்சி கட்டியுடுத்தியவாறு வீட்டுவேலை செய்து நடப்பதைக் காணலாம். சிறுவயதிலே கூடச் சிறிது தடித்தவளாகத்தான் அவள் இருந்திருக்கிறாள். முலைகளும் கூட சற்று பெரியவையாகவே இருந்தன.

...'இனி சின்னம்மிணியைக் காணும்போது வாய்திறந்து பேச வேண்டும். எதற்காகவுமில்லை. சும்மாதான்'- முல்லக்காரனுக்குத் தோன்றியது. ஆனால் எதைப் பேசுவது? எந்தக் காரியத்தைப் பற்றிப் பேசுவது?

"என்ன, முரிக்கில் பெரியம்மா, சவுக்கியமா?" இப்படிக் கேட்பது மரியாதைக்குறைவானது அல்ல. சாதாரணமாகக் கேட்கக்கூடிய கேள்விதான். ஆனால் முரிக்கில் பெரியம்மா என்று அழைக்கலாமா? சிலகாலம் வரையிலும் அவள் தனக்கு மனைவியாக இருந்தவளல்லவா? வெறும் சின்னம்மிணி என்றழைக்கலாமா? எப்படியானாலும் முதலில் நினைத்த அந்தக் கேள்விதான் அழகானது.

அப்போது சின்னம்மிணி என்ன பதில் சொல்வாளோ? "சவுக்கியம் தான்!" என்று சொல்லுவாளா? அல்லது "ஏய்யா, என்கிட்டே சிருங்காரம் பேச வந்திருக்கியா? இந்த முதுமையிலே என்னையா, சிருங்காரம்?" என்று ஏளனம் செய்வாளா?

* ** *

எட்டு-பத்து தலைமுறைகளாக முல்லக்காரர்களாகப் பணியாற்றி யிருந்திருக்கின்றனர். இருந்தும் அந்தக் குடும்பத் தலைவர்கள் சேர்த்து வைத்ததெல்லாம் முப்பது பறை நிலமும், தேவடி வீட்டு வளாகமும்தான். இப்போது மொத்தமாக உள்ள சொத்து, முப்பது பறை நிலம், தேவடி வீட்டுவளாகம் மற்றும் ஆயிரத்துமுந்நூற்றுப் பதினேழு பணமும் மட்டும் தான். குடும்பம் சந்ததியற்றுப் போகும்போது மிஞ்சுவது அதுமட்டும்தான்.

இல்லை; அது மட்டுமல்ல. கொஞ்சம் தங்கமும் உண்டு.

நள்ளிரவு-முல்லக்காரன் அக்காள் படுத்திருக்கிற அறை முன் சென்று அழைத்தான். "அக்கா...!" அவள் தூங்கியிருக்கவில்லை. அவள் பதட்டமடைந்தாள்.

"என்ன தம்பீ, பாச்சரா?"

"சின்னம்மாமார்கள், அம்மா, மற்றும் நம்ப ஏனைய பசங்களோட தங்கம் எங்கிருக்கு?"

"அதைப் பெட்டியிலே போட்டு அறையிலுள்ள பெரிய மரப் பெட்டிக்குள்ளே வச்சிருக்கோமல்ல? அது அங்கேதான் இருக்கும்."

"அன்னைக்கு அங்கே வச்சப்பறம் அதை எடுக்கலையா அக்கா?"

"நான் எதுக்கு எடுக்கறேன் தம்பீ? அதை என்னாலே காணவே சகிக்காது. நான் அதைப் பற்றி நினைச்சதுகூடக் கிடையாது. அதெல்லாம் அவங்க அவங்களோட அறைகளிலே குழிதோண்டிப் புதைச்சு வச்சிருக்கு. இனிமே அதை எல்லாம் பார்க்க வேண்டியதில்லை. இருபத்தியஞ்சு வருஷமா அது அங்கேயேதான் இருக்கு.

முல்லக்காரனுக்குத் திடீரென்று ஒரு கருத்துத் தோன்றியது. ஒரு நிமிடத்தில் வெடித்துக் கிளம்பியது போன்று.

...'இந்தத் தங்கத்தை முரிக்கின் வீட்டு சின்னம்மிணிக்குக் கொடுத்தாலென்ன? அவள் வாங்காமலிருப்பாளா? முதலில் கேட்கிற கேள்வியே அதுவாகலாம்- உசிதமல்லாத, மரியாதைக்குறைவான ஒரு கேள்வியாகிவிடுமா? "இந்தத் தங்கம் உனக்கே இருக்கட்டும்!" இனி தேவடி வீட்டில் முல்லக்காரன் இருக்கமாட்டான். முல்லக்காரனாகி விட ஆள் இருக்காது. முல்லக்காரக் குடும்பமும் இராது. அந்த ஏற்பாட்டை நிறுத்துகிறேன். இந்தச் சொத்துக்கள் 'பண்டாரவகை' யாகிவிடும். தருமசாஸ்தா சன்னிதானத்தில் சமர்ப்பணம் செய்தாலென்ன?

பகவானுக்கு எக்கச்சக்கமான சொத்து உண்டு.

அக்காள் மற்றும் தம்பியின் மரணத்திற்குப் பிறகு சின்னம்மிணி அனுபவிக்கட்டுமென்று எழுதி வைத்தால்?

அதுவும் அவளிடம் கேட்கக் கூடியதே. அதிலே மரியாதைக் குறைவு ஏற்படுமோ? அதுதான் சந்தேகம்.

எதுதான் இல்லாவிட்டாலும் ஆறேழுவருடக் காலம் ஒரே படுக்கையில் படுத்திருந்தவர்களல்லவா? அந்த அளவில் இந்த உலகிலே உறவுடையவர்கள் வேறுயாருமில்லை. அவளைத் தொட்டுப் படுத்துக் கொண்டால் வெயில் காலத்தில் தப்பமும், குளிர்காலத்தில் வெப்பமும் அனுபவமாகிவிடும். அவள் மேனி அத்தகையதாக இருந்தது. அவள் மேனிக்கு நறுமணமுண்டு. அந்தப் பெரிய தனங்கள் கைக்குள் அடங்கு வதாக இருக்கவில்லை.

அவளுக்கு அந்த நினைவுகள் இல்லாமலிருக்குமா? ஒரு சமயத்தில் அவளுக்கு இன்னொருவன் வேண்டுமென்று தோன்றியது. அதுவும் சரிதான். ஆனால் நினைவுகள் இறந்துபோவதில்லை. சில சந்தர்ப்பங்களில் சின்ன நாணுவைக் கட்டியணைத்துப் படுத்திருக்கும் போது முல்லக்காரனை அவள் நினைத்திருக்கக் கூடும்.

வேண்டாமென்கிற யோசனை எந்தக் காலத்திற்கும் நிலைத்து நின்று விடுமோ? முல்லக்காரனின் சிந்தனை அவ்வழியே சென்றது. சின்னம்மிணியுடன் இருந்த அளவிற்கு நெருங்கிய உறவுடைய இன்னொரு நபரைக் கண்டுபிடிக்க முல்லக்காரனால் முடியாது.

5

கண்டெழுத்து நடைபெறுவதையொட்டிய ஏற்பாடுகளை மேற்பார்வையிட *‘சர்வாதிகாரியக்கார்’ வர இருப்பதாகத் தகவல் அறிக்கை எழுத்து மூலமாகவே வந்திருக்கிறது. அப்போதிருந்தே அலுவல்கள் மிக விரைவாக நடைபெற்று வருகின்றன. நிலுவைகள் எல்லாம் பூர்த்தி செய்யவேண்டும். கண்டெழுதியது வரையிலுமான நிலங்கள் சம்பந்தமான அனுபவ ரெஜிஸ்டரைத் தயாரிக்கவேண்டும். அது ஒரு சுமையான வேலை. நிலுவைகள் ஏராளமாக இருக்கின்றனவாம். பழைய மாதிரியிலான ‘கோல் அளவு’ அல்ல இப்போது. பத்து பறை என்றும் நிலத்தில் விஸ்தாரமென்றெல்லாம் சொல்லக்கூடாது. ஏக்கர், ஸெண்ட் என்கிறமுறையில் இருக்கவேண்டும். பரப்பை நிர்ணயிப்பதற்காக அளவு அளக்கும் சிப்பந்திகள் வரவேண்டும். வளாகங்கள் எனில் அவற்றிலுள்ள மரங்களின் கணக்கு வேண்டும். அவற்றை இனம் பிரித்து எழுதவேண்டும்.

புன்னூரில் குஞ்சிக்குட்டனை உட்காரவைத்து கிளாசிப்பேர் வேலை செய்ய வைக்கிறார். குஞ்சிக்குட்டன் எழுதப் படிக்கக் கற்றுக் கொண்டவன். அவனுக்கு புத்தியுண்டு.

ஊரெங்கும் தகவல் எட்டியது - சர்வாதிகாரியக்கார் வருகிறார் என்று.

‘மண்டபத்தின் வாதில்க்க’லிருந்து இன்னொரு தகவல்- எழுத்து மூலமானது அல்ல - கொச்சுபிள்ளைக்குக் கிடைத்திருக்கிறது. சர்வாதிகாரியக்கார் வருகை, குடியானவர்களுக்கு முறையீடுகள் இருந்தால் அவற்றை உயர் நிலவரத்தில் விசாரணை நடத்தித் தீர்ப்புக் கூறுவதற்காக மட்டுமல்ல. கிளாசிப்பேருக்குக் கிடைத்த காணிக்கைகளிலிருந்து தமக்குச் சேரவேண்டிய விகிதத்தையும் பெறவேண்டும். அதை மனத்திலிருத்திக் கொள்ளவேண்டும். தஸ்தாவேஜுக்கள் மட்டும் போதாதென்று பொருள். இந்த விசயத்தில் பிரத்தியேகமான அறிவிப்பு எதுவும் தேவையில்லை. அதுதான் முறை.

* ** *

முல்லக்காரன்தான் அனைத்துக் காரியங்களையும் செய்ய வேண்டும். சர்வாதிகாரியக்காரருக்கான காணிக்கைகளுக்கு ஏற்பாடு செய்ய வேண்டுமென்று கிளாசிப்பேர் சொல்லவில்லை. பார்த்து அறிந்து தேவையானவற்றைச் செய்வதுதான் முறை. இன்னும் ஒரு வசூல் கூடச் செய்யவேண்டியிருக்கிறது. ஒருமுறையல்ல; இரு முறையல்ல; மூன்று முறை காட்டை இளக்கியாகிவிட்டது. அந்த இளக்கத்தினால் காடு இளகவும்

* (மகாராஜாவின் சொந்தச் சொத்துக்கள் மற்றும் சொந்தக் காரியங்களை நிர்வகித்து வருகிற மிகவும் உயர்ந்த அதிகாரி. (மொ.ர்.)

செய்தது. அனைத்துப் பகுதிகளும் இளகிவிட்டன. இன்னும் ஒரு முறை அப்படி நடைபெற வேண்டுமெனக் கருதவில்லை.

புலையன் ஒலோம்பி வரையிலும் கிளாசிப்பேருக்குக் காணிக்கை செலுத்தியவர்கள்தான். புலையர்கள் காணிக்கை செலுத்த வேண்டிய அவசியமில்லைதான். காரணம் புலையருக்கும் பறையருக்கும் சொத்து வகைகள் அனுபவத்தில் இருப்பதனால் அல்ல. புலையர்களெல்லோருக்குமாக ஒரு புலையர் காடு உண்டு. புலையர்காட்டில் வேதாளமுண்டு. அந்த பூமிக்கு 'கரவஜா' செய்ய வேண்டுமென்றால் கொச்சு பிள்ளைக்குக் காணிக்கை செலுத்தியேதானாக வேண்டும். அந்த விசயம் முல்லக்காரன் மூளையிலுதித்தது.

அதை அறிந்துகொண்ட உண்ணூலியம்மா 'அதைச் செய்யாதே' என்று தடுத்தாள்.

"புலையர்காட்டிலுள்ள வேதாளத்திடம் விளையாடக் கூடாது பாச்சா! வேதாளத்தின் அடிவிழுந்தால் அப்பறம் ஆளே மிஞ்சாது தம்பீ!"

"இது ஸ்ரீ பத்மனாபனோட விஷயம் அக்கா. வேதாளத்தின் தலை உயராது" முல்லக்காரன் பதில். "வேதாளம் துர்தேவதை அப்பனே."

"இ ஸ்ரீபத்நாபனுக்கான பொறுப்பினை நிறைவேற்றுகிறான். அதைச் செய்யும்போது வேதாளமென்ன? அதை விடக் கடூரமான துர்தேவதையால் கூட எதையும் செய்துவிடமுடியாது. எல்லா தேவதை களையும் விடப் பெரிய தேவதை ஸ்ரீபத்மநாபனேதான்.

புலையர்கள் ஒரு படி, இரண்டுபடி என்றிவ்வாறெல்லாம் வசூல் செய்து தான் காணிக்கை செலுத்தினார்கள். புலையர்களான புலையர்கள் அனைவரும், ஒசோம்பி முன்னால் நடக்க, எருமத்ர மடத்தை அடைந்தனர்.

காணிக்கை இரண்டு பவுன்தான். அதில் ஒன்று குதிரைப் பவுனாக இருக்கவில்லை. குதிரைப் பவுனுக்கும் ஏனைய பவுனுக்குமிருக்கிற வித்தியாசமென்னவென்று புலையனுக்கா, தெரியும்?

எஜமானியம்மாவின் முகம் சிறிது வாடியது.

"போவட்டும்! புலையர்கள்தானே? பாமரர்கள். அவர்களுக்கென்ன தெரியும்?" என்றார் கிளாசிப்பேர்.

ஆனால், வேதாளத்தினுடையதுதான் அந்தக் காணிக்கை என்று குஞ்சுலட்சுமியம்மா அறியவில்லை.

இன்னும் எதைச் சொல்லி மனிதனைப் பயமுறுத்துவது? புலையர் வரையிலானவர்களிடமிருந்தெல்லாம் இவையனைத்தும் வசூல் செய்யப் பட்டிருக்கிறது. இனி யாரிடம் கேட்க முடியும்? முல்லக்காரன் குழப்ப முற்றான்.

இரவில் சோற்றைப் பரிமாறிவைக்கும் போது மட்டுமின்றி காலையில் பாச்சரன் வெளியே செல்லும் போதும் கூட உண்ணூலியம்மா சொல்கிற ஒரு காரியமுண்டு. அது ஒரு வேண்டுகோள்தான்.

“என்னைச் சக்கிர சுவாசமிழுக்க வைக்காதே, பாச்சரா!”

தலையின் பின்பகுதியைத் தரையில் குத்தி, பாதங்களை நிலத்தில் ஊன்றி, உடம்பை மேலே வளைத்து அப்படியே ஒருவட்டம் சுற்றுவது. தலையும் பாதங்களும் மட்டும்தான் தரையில் ஊன்றியிருக்கும். உடம்பு வில்போன்று மேலே வளைந்து நிற்கும். ஒரு வட்டம் சுற்றிமுடியும்போது உடம்பு அப்படியே பொத்தென்று தரையில் விழுந்துவிடும். அடுத்த கணமே தலை மேலே நோக்கிக் குதித்துவிடும். மேலே எட்டிக் குதித்து எதையாவது கடிப்பதற்காக வாயைத் திறந்தவாறு! அது மரணத்திற்கு முன்னருள்ள ஓர் இழுப்புத்தான். கொடிய பாதகங்களைச் செய்தவர்கள் இப்படித்தான் மூச்சிழுத்துச் செத்துப் போய் விடுவார்கள். இதுதான் உண்ணூலியம்மா நம்பி பயப்படுகிற சக்கிர சுவாசம்!

இவ்வாறு மூச்சை இழுத்துச் சாவதற்கான நிலைமை உருவாகக் கூடாதென்றுதான் உண்ணூலியம்மா சொல்கிறாள். பிறருக்குத் துரோகம் செய்யாதே! அது எப்படிப்பட்ட சாபம் தெரியுமா? ஆயிரம் மனம் நொந்து சபித்துவிட்டால் அதன் விளைவு சக்கிர சுவாஸமிழுத்து ஏற்படுகிற மரணமாக ஏற்பட்டுவிடும். எந்த ஒரு வைதிகனாலோ அல்லது ஒரு தாந்திரீகனாலோ கொண்டு என்னதான் நற்காரியங்களைச் செய்ய வைத்தாலும் அதற்குப் பரிகாரமாகாது. அனுபவித்துத்தான் தீரவேண்டும். மனம் நொந்து சபிக்கிற சாபத்திலிருந்து யாரையும் பாதுகாத்திட எந்த ஒரு தேவனாலும் முடியாது. அந்தப் பாபம் புரிந்தவன் மட்டுமின்றி அவனைச் சேர்ந்தவர்களும் சக்கிர சுவாசமிழுத்துச் செத்துப் போய் விடுவார்கள்.

சபிப்பது சூடான கண்ணீர் மல்கிய கண்கள் மட்டும் என்றால் முகட்டு வளையத்தில் அது கடித்துத் தொங்கிக் கிடக்கும்.

பரிகாரமில்லாத பாபம். அப்படி என்று ஒன்று உண்டு. ஆயிரம் மனங்கள் நொந்து சாபம் கொடுத்த பாபம் அது!

இந்த முல்லக்காரன் முல்லக்காரனான பின்னர் ஆயிரம் பேர் மட்டுமா, சபித்திருக்கிறார்கள்? அல்ல; சூடான கண்ணீருடன் அல்லவா அந்த ஆயிரம் பேரும் சபித்திருக்கிறார்கள் - மனம் நொந்து! ஆறேழு தலைமுறைகளைச் சேர்ந்த முல்லக்காரர்களின் பாபம் ஒரு குடும்பத்திற்கு இருந்தது. ஆண், பெண், குழந்தை குட்டிகள் எல்லாருமாகச் சேர்ந்து முன்னோர்களால் சேர்த்துவைத்திருந்த அந்தப் பாபத்தினை ஒரு சில வருடங்களுக்குள் இல்லாததாக்கி விட்டனர். ஆமாம், குடும்பம் சூன்னியமாகி விட்டது. அது போகட்டும்.

குடும்பத் தலைவர்கள் ஒவ்வொருவருடைய கணக்கிலும் எவ்வளவு சாபமுண்டு? அங்கே சித்திரகுப்தனுடைய பேரேட்டினைப் பார்த்தால் தெரிந்துவிடும். அவர்கள் எல்லோருமே இப்போது நரகத்தில் இருப்பார்கள்.

வேண்டாம். கணக்கிலுள்ள அளவு சாபமே போதும். இது அதிகமாகிவிட வேண்டாம்! உண்ணூலியம்மா சொல்வதெல்லாம் அது தான்.

அப்போதுதான் சர்வாதிகாரியக்கார் வருகிறார். பாச்சரன் முல்லக் காரன் தலைமீதுதான் அந்தப் பொறுப்பு வந்து விழுந்திருக்கிறது. இன்னமும் சாபங்களை வாங்கவேண்டியிருக்கும். பாபம் அதிகரித்துவிடும்.

இப்போது நடைபெற்ற காடு இளக்கத்திலிருந்து ஒரு தம்பிடி கூடக் கிடைக்கவில்லை. கிடைக்க வேண்டுமென்று நினைக்கவுமில்லை. முன் காலத்தில் கரம் அளந்து வாங்கச் சென்றால் அளவில் ஒரு விகிதம் கிடைத்துவிடும். நல்ல மனத்தோடு ஏதாவது கொடுத்தால் வாங்கிவிடுவான். உண்மைதான். அப்படி நடைபெற்றுமிருக்கிறது. ஆயினும் சாபமுண்டு.

பாச்சரன் முல்லக்காரனாகிவிட்ட பின்னர் பல்வேறு நபர்களை, முதுகிலே கல் ஏற்றிவைத்து வெயிலிலே நிறுத்தியிருக்கிறான். அது ஸ்ரீ பத்மநாபன் வழக்கம். வழக்கமான தண்டனையைத்தான் நிறைவேற்றி யிருக்கிறான். அது ஒரு பாபமா?

சிறையில் தண்டிக்கப்பட்டவனைத் தூக்கிலேற்றி நிறுத்துகிற 'ஆராச்சார்' பாபிகளா? அவன் ஸ்ரீபத்மநாபனுடைய உத்தரவை நிறைவேற்றுகிறான். அதனால், முல்லக்காரன் பாச்சரனும் பாபியில்லை.

பண்டைய குடும்பத் தலைவர்கள் போல்தான் அவனும் வேலை செய்தான். ஆனால் அவர்கள் சொத்துக்களைச் சேர்த்து வைக்கவில்லை.

பொறுப்பை நிறைவேற்றியதற்கு சக்கிர சுவாஸமிழுத்துத்தான் சாக வேண்டுமென்றால் அப்படியேயாகட்டும்! ஆனால் அவ்வாறு நடை பெற வாய்ப்பு இல்லை.

ஆனால், இனி எதைச் சொல்லிக் குடிமக்களை இளக்குவது? அது ஒரு கடமைதானே? சர்வாதிகாரியக்காருக்குக் காணிக்கை செலுத்த வேண்டியிருக்கிறது. தலைமீது வந்து விழுந்திருக்கிற கடமை அது. முல்லக்காரனுக்கு சாபம் ஒரு பிரச்சினையே அல்ல.

இவ்வளவு நாள் முல்லக்காரனாக இருந்துவிட்டு அதற்கான வழிமுறைகள் தெரியாதா என்ன? முல்லக்காரன் தோற்றுவிட்டால் அப்புறம் ஸ்ரீபத்மநாபனே தோற்றுவிட்டார்.

* ** *

கார்த்திகப் பள்ளிமண்டபத்து வாசலிலிருந்து சர்வாதிகாரியக் காரை எதிர்கொண்டு வரவேற்று அழைத்து வரவேண்டியவர், அம்பலப்புழா

மண்டபவாயில் காரியஸ்தர்தான்.

திருக்குந்நுப் புழாவிலிருந்துதான் வரவேற்று அழைத்து வர வேண்டும். தண்டுத் துடுப்புடைய படகும் தயாராகி விட்டது.

கோந்நச்சார் தலைமையில் எட்டு தண்டுத் துடுப்பினரைத் தயார் செய்யலாம். இரண்டு நயம்புத் துடுப்பினரையும்! ஆனால், கோந்நச்சார் சொன்னார்:

"ஓதிக்கர்களையும், தம்பிறாக்களையும் ஏற்றி வருகிற படகு போன்ற படகில் அல்லாமல் கோந்நன் தண்டுத் துடுப்பைத் தொட மாட்டான்."

அந்த நிபந்தனையை எல்லோரும் அங்கீகரித்தனர். எனவே ஓதிக்கர்களும் தம்பிறாக்களும் திருப்பயணம் செய்கிற படகை ஏற்பாடு செய்யப்பட்டது. அனந்தபுரத்து அரண்மனையில் அத்தகைய ஒரு படகு இருந்தது.

* ** *

சர்வாதிகாரியக்கார் கறுத்துப் பருமனான, மிகவும் உயரமுடைய மனிதர். செழிப்பான குடுமியுண்டு. பளிச்சிடுகிற சிவப்புக்கல் பதிக்கப் பெற்ற காதணியான கடுக்கண் அந்த முகத்தை ஒளிமயமாக்குகிறது. வெள்ளைக்கல் பதிக்கப் பெற்ற பதக்கமுடைய ஒரு பொன்மணிமாலை தொப்புள் வரையிலும் தொங்கிக் கிடக்கிறது. கையிலே 'வீரசிருங்கலை.' அது தங்கத் தம்பிரானுடைய சன்மானமாகும்.

முன்னால் வில்லைக்காரன்; பின்னால் வாளைப் பிடித்திருக்கின்ற இரண்டு வாள்காரர்கள். அப்படித்தான் சர்வாதிகாரியக்கார் வருகை தருவது. பாதை எங்கிலும் இடுப்பில் கட்டிய மேல்வேட்டியுடன் மக்கள் ஒதுங்கி வணங்கி நின்றனர். அந்த ஊர்ஜனங்கள் ஒரு சர்வாதிகாரியக்காரரைச் சந்திப்பது இதுதான் முதன் முறையாகும்.

* ** *

கொச்சுபிள்ளை, ஒருவன் முன்னால் வாய்பொத்தி வணங்கி நிற்கிறார். அதுவும் ஒரு காட்சியாகத்தானிருந்தது. குஞ்சுலட்சுமி எஜமானியம்மாவால் அது சகிக்கக் கூடியதாக இல்லை. அப்படி நிற்க வேண்டுமா?

தனது பதவி தாழ்ந்துவிட்டதென்று அவளுக்குத் தோன்றியது. இனிமேல் இந்த ஊர்ஜனங்களெல்லாம் என்ன நினைப்பார்களோ? கொச்சுபிள்ளை நடந்து செல்கிறபோது எவன் மனத்திலும் உட்காருவது என்கிற எண்ணமிருக்காது. அவர்களெல்லோரும் இனிமேல் எழுந்து நிற்பார்களா?

சொல்லப்போனால், கொச்சுபிள்ளை கூனிக்குறுகி நிற்கிறார் எனலாம்.

சர்வாதிகாரியக்காரின் வழியனுப்பு விழாவில் இரண்டு படி தங்க மோதிரங்கள் நல்குவதென்று தீர்மானிக்கப்பட்டிருக்கிறது.

ஒரு சர்வாதிகாரியக்காரின் மனைவியாக இருப்பதென்பது அதிருஷ்டமுடைய பதவிதான் என்று குஞ்சுலட்சுமியம்மாவுக்குத் தோன்றியது.

ஊரானப்பட்ட ஊர்களிலெங்குமே ஒவ்வொரு பிராந்தியத்திலும் கிளாசிப்பேர்கள் இருக்கிறார்கள். அவர்கள் ஒவ்வொருவரும் இரண்டு படி மோதிரமென்ற முறையில் கொடுத்துவிட்டால் ஒரு சர்வாதிகாரியக்காருக்கு எவ்வளவு தங்கம் கிடைக்கிறது!

'அந்த மனிதரின் மனைவி ஓர் அதிருஷ்டக்காரிதான்!' குஞ்சு லட்சுமியம்மாவுக்குத் தோன்றியது.

மனிதன் எதையும் விரும்பலாம். இமயமலையை விழுங்கி வயிற்குக்குள்ளே வைக்கவேண்டுமென்று விரும்பினால் யாருக்கு நஷ்டம்? வேண்டுமானால் கனவு காணலாம்.

கொச்சுபிள்ளை ஒரு சர்வாதிகாரியக்கார் ஆகிவிடுவது போன்றும், தான் அவருடைய மனைவியாகிவிடுவது போன்றும் குஞ்சுலட்சுமியம்மா கனவு கண்டாள். இப்போது அவள் கோவிலுக்குச் செல்லும்போது பின்னால் வாள்வீரர்கள் இல்லை. வாள்வீரர்கள் இருக்கவேண்டுமென்று அவள் ஆசை கொண்டாள்.

முல்லக்காரனும் சில வேடங்களணிந்து நடக்கவேண்டியவன் தான். சிவந்த பட்டுத் துணியை மடித்துத் தலையிலே கட்டவேண்டும். சர்வாதிகாரியக்கார் வந்தபோது முல்லக்காரன் அப்படித்தான் நடக்க வேண்டும். தான் கோவிலுக்குச் செல்லும் போது அவன் பின்னால் நடந்து வரவேண்டும். அப்போதும்கூட அந்த வேடமணிந்திருக்கவேண்டும். குஞ்சுலட்சுமியம்மாவுக்கு அப்படித்தான் தோன்றியது.

இருந்தும் அவள் மனம் திருப்தியாகவில்லை. எப்படியாவது கொச்சு பிள்ளை சர்வாதிகாரியக்காரராகி விடவேண்டும். குஞ்சுலட்சுமியம்மா மனத்திலே உறுதிகொண்டாள்.

அவள் திருவனந்தபுரத்திலுள்ள சர்வாதிகாரியக்காரைப் பார்த்திருக் கிறாள். திவான்ஜியைக் கூட! அங்கே யாருக்குமே இந்த அளவில் கொடுக்கமாட்டார்கள். கிராமங்களில்தான் பெரிய அளவில் மதிப்பு கிடைத்து விடுகிறது.

மடத்தனம் ஏற்பட்டுவிட்டது. அப்பாவிடம் சொல்லியிருக்க வேண்டும்.

"அப்பா, எனக்கு சர்வாதிகாரியக்கார் வேணும்!"

அப்பா சர்வாதிகாரக்காரரையே கொண்டுவந்து தந்திருப்பார்.

அம்மா நினைத்தால்கூடச் சாதிக்கக் கூடிய காரியமாகத்தான் அது இருந்தது.

“அம்மா, எனக்கு ஒரு சர்வாதிகாரியக்கார்தான் வேணு!”

தம்பிராட்டிக்குக் கூட அம்மா மீது பயம்தான்.

அம்மா முகம் வாட்டமடைந்தால் தம்பிராட்டிக்குப் பதுட்டம் தான்.

“பவதீ, பவதீ, பவதிப்பிள்ளாய்!” என்று அழைத்தவாறு அம்மா பின்னாலேயே நடந்துகொண்டிருப்பாள். சர்வாதிகாரியக்கார் வேண்டு மென்று சொல்லியிருந்தால், தம்பிராட்டி தம்பிரானிடம் சொல்லியிருப்பாள். தம்பிரான் சர்வாதிகாரியக்காரை அழைத்துக் கட்டளை யிட்டிருப்பார்.

“அந்த பவதியோட மகளுக்கு ஒரு புடவை வாங்கிக் கொடு சர்வாதி!” என்று.

அத்தகைய இந்திரப் பட்டத்தைக் கேட்காமல் விட்டுவிட்டாளே!

ஆனால் ஒரு விசயம் - அந்த சர்வாதிகாரியக்கார் இவ்வளவு அழகனாயிருப்பானா? அந்தப் பழைய கணக்கப்பிள்ளையைப் போன்ற அழகனாய் திருவனந்தபுரத்திலேயே யாரும் இருக்கவில்லை. எந்துப் பெண் தான் கொச்சுபிள்ளை மீது மோகம் கொள்ளமலிருந்திருக்கிறாள்?

அம்மச்சி வீட்டைச் சேர்ந்த சின்னத் தங்கச்சிமார்களெல்லாம் பொறாமை கொண்டனர். தொடுவட்டி அம்மா வீட்டு லட்சுமிப் பிள்ளைத் போன்ற அழகனாய் திருவனந்தபுரத்திலேயே யாரும் இருக்கவில்லை. எந்துப் பெண்தான் கொச்சுபிள்ளை மீது மோகம் கொள்ளாமலிருந்திருக்கிறாள்?

அம்மச்சி வீட்டைச் சேர்ந்த சின்னத் தங்கச்சிமார்களெல்லாம் பொறாமை கொண்டனர். தொடுவட்டி அம்மாவீட்டு லட்சுமிப் பிள்ளைத் தங்கச்சி சொன்னது குஞ்சுலட்சுமியம்மா காதில் இப்போதும் கூட ரீங்கரிக்கிறது.

“குஞ்சுலட்சுமி அதிருஷ்டக்காரிதான்!”

அழகு கிடைத்தது. அதிகாரமும் சொத்தும் கிடைக்கவில்லை. ஒருவேளை அழகும் அதிகாரமும், சொத்தும் சேர்ந்து கிடைக்காமல் போகலாம். சர்வாதிகாரியக்கார்களில் இளைஞர்கள் உண்டா?

கிளாசிப் பேருக்கு சர்வாதிகாரியக்காராக முடியாதா? முடியாதென்ற சட்டமேதேனுமுணடா?

முன் ஒருக்கால் ஒரு கணக்கப்பிள்ளை தளவாய் ஆகியிருக்கிறான். ஒரு கிளாசிப்பேருக்கு ஏன், ஒரு சர்வாதிகாரியக்காராக முடியாதா?

அம்மா தம்பிராட்டியிடம் ஒரே ஒரு விசயத்தைப் பற்றி மட்டும் தான் சொல்லியிருக்கிறாள். அது குஞ்சுலட்சுமியம்மாவின் கலியாண

விசயம்தான். அது கூட மனமில்லா மனத்துடன்தான். அம்மாவுக்குச் சொல்ல மனம் வந்ததற்குக் காரணமே, கொச்சுபிள்ளையை அம்மா கூடப் பார்த்திருந்ததனால் தான். எந்த ஒரு பெண்பிள்ளைதான், தன் மகளுக்குக் கணவனாக அத்தகைய ஒருவனைக் கிடைப்பதற்கு ஆசை கொள்ளமாட்டாள்? பவதிப்பிள்ளை தம் பிராட்டியிடம் ஒரே ஒரு தடவை மட்டுமே தனது ஆசையை வெளிப்படுத்தியிருக்கிறாள். நான்காவது நாளிலேயே தம்பிரான் கட்டளைப்படி கொச்சுபிள்ளை குஞ்சுலட்சுமிக்குப் புடவை கொடுத்தார்.

பவதிப்பிள்ளைக்கும், தம்பிராட்டிக்குமிடையிலான உறவு அத்தகையது. பவதிப் பிள்ளையின் முகம் வாடினால் தம்பிராட்டி மிகவும் கவலைப்படுவாள்.

மகளுக்கு ஒரு சர்வாதிகாரியக்கார் வேண்டுமென்று சொல்லி யிருந்தால் அன்று அது நடந்திருக்கும். நடக்காமல் போய்விடாது.

அழகுக்கா 'அர்த்த'த்தை விட்டுவிட்டாள் என்று குஞ்சுலட் சுமிக்குத் தோன்றியதே? இல்லை. ஆயினும் அன்றைய தினம் இந்த அளவில் அறிவுக்குப் பரிகாசமிருக்கவில்லை என்று தோன்றியது. புடவை கொடைக்குப் பின்னர் தம்பிராட்டியிடம் ஒரு சொல் சொல்லி யிருந்தால்கூட போதுமாயிருந்தது. கொச்சுப்பிள்ளையை சர்வாதி காரியக்காராக நியமிக்கவேண்டுமென்று! அழகன் ஒருவன் தன் மகளுக்குக் கணவனாக வரவேண்டுமென்பதுதான் அன்று அம்மாவின் பெரிய ஆவலாக இருந்தது. கனவிலே கூடக் காணமுடியாத ஒரு காரியத்தைச் சாதித்தோமென்று அம்மாவும் மகளும் கருதினர்.

இன்று தான் சர்வாதிகாரியக்கார் என்கிற எண்ணமே மனத்திலு தித்தது.

'அம்மா தம்பிராட்டியிடம் சொன்னால் அது நடக்காதா?' என்று குஞ்சுலட்சுமி இப்போது எந்நேரமும் நினைக்கிறாள்.

'அது நடக்கும்' என்கிற உறுதி மட்டும் மனத்தில் இப்போது இருந்தது.

* ** *

மூன்று நாட்கள் அந்தக் கச்சேரி நடந்தது. சர்வாதி விசாரணை நடத்தினார். கண்டெழுத்து நடவடிக்கைகள் குறித்து எவனுமே முறையிடவில்லை. கோடாந்திர பெரிய ஆசான், கோந்நோத்துப் பெரிய எஜமானன், சீரட்டக் கைமள், மங்கலச்சேரி ரவிப்பிள்ளை, பாலத்தோள் முகுந்தர் ஆகியோர் மாளிகைக்குச் சென்று சர்வாதியைச் சந்தித்தனர். யாருக்கும் எந்தப் புகாருமேயில்லை. தமது அதிகார எல்லைக்குள்ளே புகார்கள் மற்றும் முறையீடுகளில்லாத எந்த ஓர் இடமும் இதுபோல் இல்லையென்று சர்வாதி தயக்கமின்றியே சொல்லி விட்டார். அதற்காக

கொச்சுபிள்ளையை அவர் பாராட்டினார்.

இவ்வாறாக தேவடிமுல்லக்காரன் மறுபடியும் ஸ்ரீபத்மநாபனுக்குச் சேவை புரிந்தார். தேவடிமுல்லக்காரன் இருக்கிறபோது புகார் அல்லது முறையீட்டுடன் எவனாவது முன்வருவானா?

சர்வாதிகாரியக்கார் வந்தார் என்பதனால் கொச்சுபிள்ளை மீதிருந்த மதிப்புக்குக் குறைவு ஏதுமேற்படவில்லை. ஒரு சீர்திருத்தம் அமலாக்கப் பட்டிருக்கிறது. முல்லக்காரன் அதே தலைப்பாகையுடன்தான் இப்போதும் எங்கும் தோன்றுகிறான். ஆயினும் கொச்சுபிள்ளை சர்வாதிகாரியக்கார் ஆகவேண்டும். அது குஞ்சுலட்சுமியம்மாவின் இன்றியமையாத் தேவை யாகும்.

கொச்சுபிள்ளை தரையிலுள்ள மெத்தைப் பாய் மீது சப்பணம் கட்டியமர்ந்து ஏதோ தஸ்தாவேஜியினைத் தயாரிக்கிறார். முன்னால் பெட்டி மேஜை.

"நாமும் சர்வாதிகாரியக்காராகிவிட முடியுமா?" மெல்ல விசயத்தைத் துவக்கினாள் குஞ்சுலட்சுமி.

கொச்சுபிள்ளை சிரமுயர்த்திப் பார்த்தார். இதழ்களிலே ஒரு மந்தகாசம்.

"அதுக்கு இன்னும் பல படிகள் ஏறவேண்டியிருக்கும்!"

அது நடக்காத காரியமல்ல. ஆனால் அது அவ்வளவு எளிதானது மல்ல என்கிற முறையிலே இருந்தது அந்த பதில்.

"அந்தப் படிகள் என்னென்னவோ?"

"சர்வாதியாகணும்னா பெரிய குடும்பத்திலே பிறந்திருக்கவேண்டும். அப்புறம் பழமை, அனுபவங்கள் வேணும். எங்காவது நல்ல படிப்பு வேணும். காரியக்கார் ஆன பிற்பாடுதான் சர்வாதிகாரியக்கார் ஆக முடியும்."

அந்த அறைகூவலை ஏற்றுக்கொள்ள குஞ்சுலட்சுமியம்மா தயாராகி விட்டாள்.

மேஜைப்பெட்டி மீதிருந்து கண் எடுக்காமல் கொச்சுபிள்ளை கூறினார்:

"நான் அவ்வளவு பெரிய குடும்பத்தைச் சேர்ந்தவன் அல்ல. எனவே சர்வாதிகாரியக்கார் பதவியை எதிர்பார்க்க வேண்டாம் குஞ்சுலட்சுமி!"

"பொன்னு தம்பிரான் நினைத்தால்?" குஞ்சுலட்சுமியின் குரலிலே ஒரு பிடிவாதம் தொனித்தது.

"பொன்னு தம்பிரான் நினைத்தால் எதுதான் நடக்காது? திருவுள்ளமிருந்தா எதுவும் நடக்கும்" கிளாசிப்பேர் தலையை

யுயர்த்தியவாறு கூறினார்.

"நான் திருவனந்தபுரத்துக்கு ஒருமுறை போய் வரட்டுமா?" உறுதியான குரலில் வினவினாள் குஞ்சுலட்சுமி.

கிளாசிப்பேர் மறுக்கும் முறையில் எதையும் சொல்லவில்லை. ஆனால் சில விசயங்கள் குறித்துச் சொல்லவேண்டியிருந்தது.

"பழைய சட்டங்கள் மாறுகின்றன. இந்தக் கண்டெழுத்தே அதுக்கு முன்னோடிதான். அந்தச் சட்டதிட்டங்களுக்கேற்றபடிதான் இனிமேல் தம்பிரானால் கூட நடந்து கொள்ளமுடியும். சில குடும்பத்தினருக்குப் பரம்பரையாக அந்த உத்தியோகமிருந்தது. இன்றைய தினத்தில் கூட இரண்டு சர்வாதிகாரியக்கார் உத்தியோகங்களும் இரண்டு குடும்பங்களைச் சேர்ந்தவைதான். அதிகாரி என்கிற பதவி கூட இனி மேல் குறிப்பிட்ட குடும்பங்களுக்கு என்றிராது. அப்புறம் படிப்பும் அனுபவமும் நோக்கித்தான் கட்டளையும் பிறக்கும். அதுதான் இனிமேல் அமலுக்குவரும் நடைமுறையுமாகும்.

பிடிவாதம் முற்றிவிட்டால் உடனே சில தீர்மானங்களைச் சிலர் எடுப்பார்கள். அந்தத் தீர்மானங்கள் அவர்களை எதையும் செய்ய வைக்கும்.

"ஆயின் தம்பிராட்டி சொல்லுவாள். தம்பிரான் அதைச் செய்வார். ஒரு சர்வாதிகாரியக்ார் உத்யோகத்துக்கான தங்கம் என் கையிலே உண்டு."

கொச்சுபிள்ளை பதில் சொல்லவில்லை.

தம்பிராட்டி சொல்லுவாள். தம்பிரான் அதைச் செய்வார். அது நடைபெறக் கூடியதே!

ஒரு சர்வாதிகாரியக்கார் உத்தியோகத்திற்கான தங்கம் குஞ்சலட்சுமியிடம் நிச்சயமாக இருக்கத்தான் செய்யும்.

சட்டத்தை உருவாக்குகின்றவர்கள் அதை மீறவும் செய்யலாம்.

6

பௌர்ணமி இரவுகளில் கோடாந்திர வளாகத்திற்குள்ளே பாரிஜாதத்தின் நறுமணம் பரவியிருக்கும். ஆம்; பாரிஜாதத்தின் பரிமளம் தான். இந்தப் பூமியில் வேறு எங்குமில்லாத சுகந்தம். அந்தப் பரிமளத்திலே, பூமியிலிருந்து உயர்ந்து நிலாவிலே சஞ்சரிக்கும் வெண் மேகம் போன்று, தான் மிதந்து நடப்பதாக நங்ஙையவருக்குச் சிறுவயதில் தோன்றுவதுண்டாம். இப்போதும் கூட சில பௌர்ணமி நாட்களில் நங்ஙையவருக்குச் சிறுவயதென்று தோன்றிவிடுவதுண்டாம்! அவர் முலைகள் களிவுகளில்லாத செப்புக்கள் போன்று பெருத்துவிடும்.

விசாலமான அந்த வளாகத்தில் ஏழு சர்ப்பக் கோவில்கள் உள்ளன. வானளாவி உயர்ந்து நிற்கின்ற பத்துப் பனிரண்டு மாபெரும் மாமரங்கள்

உள்ளன.

அவையனைத்தும் கன்றுகளாக இருந்த காலம் எதுவாக இருந்திருக்கும்? என்னவோ? யாருக்குத் தெரியும்? யாருக்கும் தெரியாது.

அந்தி மயங்கும் வேளையில் ஏதேதோ இனங்களைச் சேர்ந்த பறவைகள் அங்கே வந்து தங்கும். அவற்றில் ஒன்று கூட இந்த பூமியைச் சேர்ந்தது அன்று.

பழமையென்றால் எவ்வாறிருக்குமென்பீர்கள்? கோடாந்திர வளாகத்தில் அது அனுபவமாகலாம். பழமை! பழமைக்கும் மணமுண்டு; நிறமுண்டு; சுற்றுச் சார்புகள் உள்ளன. பழமையின் காற்று வாங்கி அனுபவித்து அறியவேண்டும்.

கோடாந்திர கோதா செம்பகச்சேரிப் பிரதேசத்திலுள்ள ஒரு பிரதான கோதாவாக இருந்தது. அங்கேதான் அந்தப் பிரதேசத்தின் பழைய வில்லாளிகள் பயின்று தெளிவு பெற்றிருந்தனர். கோடாந்திரக் குப்பிணி புகழ்பெற்றதாக இருந்தது.

கீழ்வளாகத்திலுள்ள தனிக் கட்டடத்தில்தான் பெரிய குறுப்பு ஆசான் தங்கிவருகிறார். முன்னர் அங்கே அந்தந்தக் காலத்திய பெரிய ஆசான்மார்களின் மனைவிமார்களும் ஆசான்மார்களுடன் தங்கி வந்திருக்கின்றனர்.

இப்போதைய பெரிய ஆசானுக்கு மனைவி இல்லை. அவர் தமது மாமன் மகளுக்குப் புடவை கொடுத்திருந்தாரென்று சொல்லக் கேட்டிருக் கிறோம்.

ஒரு நாள் - முன்னர்தான் - அன்றைய பெரிய ஆசானுக்குத் தலைமைப் பதவி கிடைக்கு முன்னர் அவர் தாயார், தமது சகோதரனுடைய மகளுக்கு ஒரு புடவையும் துண்டு வேஷ்டியும் முகூர்த்தம் பார்த்துக் கொடுத்தார். அந்தப் பெண்ணின் பெயர் இட்டிச்சிரி என்பதாக இருந்தது. பாலமுற்றத்து குடும்பத்தைச் சேர்ந்த இட்டிச்சிரி!

அன்று அந்த அம்மையார் மகனிடம் சொன்னார்:

'இன்னைக்கு ராத்திரிலே நீ பாலமுற்றத்து வீட்டிலே போய் தூங்கணும்! ஏ?"

சிறிது காலம் வரையில் அந்த இல்லற உறவும் நீடித்து நின்றது. பின்பு இட்டிச்சிரி இறந்து விட்டாள்.

பின்னர் குறுப்பு ஆசான் எவளுக்குமே புடவை கொடுக்கவில்லை. எவளுக்காவது புடவை வாங்கிக் கொடுக்கவேண்டுமென்று பெரிய ஆசானுக்குத் தோன்றவுமில்லை. யாருமே அவரிடம் சொல்லவுமில்லை.

காலம் அவ்வாறு கடந்து போயிற்று.

கோவிலில் சிற்றுவேலை செய்கின்ற பெண்கள் ஒருத்தியோடு ஒருத்தி கேட்பார்கள்:

"இந்த ஆசானுக்குப் பொண்டாட்டியே வேணாமா?" பெண் ஜாதி வேண்டாத ஆண்களுண்டோ? அத்தகைய ஆண்களும் இருக்கலாம். ஆனால் இருக்கமாட்டார்களென்றுதான் அந்தப் பெண்கள் சொல் கிறார்கள். கோடாந்திர தனிக்கட்டடத்திலேயே வாழ்ந்து படுத்து உறங்கி இட்டிக்குறுப்பு ஆசானும் கிழவனாகிவிட்டார்.

* ** *

ஒரு நாள் கிளாசிப்பேர் இட்டிக்குறுப்பு ஆசானிடம் வினவினார்.

"ஆசான், கோடாந்திரக் குடும்பத்திலே ஒரு சந்ததி மட்டும் தானே, இருக்கு?"

"அவ்வளவு தானுங்க."

"அப்போ அந்தச் சின்னப் பொண்ணு பெற்றுத்தான் இனி சந்ததியுண்டாகணுமாம்?"

"ஆமாங்க!"

அப்போதுதான் குடும்பம் நிலைபெற்று நிற்க வேண்டுமென்கிற எண்ணம் ஆசானுக்கு ஏற்பட்டது. சற்றுநேரம் யோசித்த பின்னர் கிளாசிப்பேர் சொன்னார்:

"அருமையான ஒரு தமிழ்பிராமணன் இருக்கிறார். அவரைக் கொண்டு சின்னம்மிணியை 'சம்பந்தம்' செய்யவச்சா என்ன?"

பெரிய குறுப்பு ஆசானுக்கும் சம்மதம்தான். பிராமணன்! அப்புறம் என்ன யோசிக்க இருக்கிறது?

* ** *

சில நாட்களாக கோடந்திராவில் 'கந்தர்வ சஞ்சாரம்' நடைபெற்று வருகிறது. அது நீண்ட நாட்களுக்குப் பின்னர்தான். இப்போது நங்ஙை-அவர் வெளியே கால்நடமாட்ட ஓசை கேட்கிறாள். இன்று பாரிஜாத மலர் மணம் மட்டுமல்ல; கஸ்தூரியும் புனுகும் கலந்த சந்தனச் சாறின் பரிமளமும் உண்டு. மெல்ல வீசிவரும் காற்றிலே சங்கீதம் லயம் பூண்டிருப்பதாய்த் தோன்றும். எல்லாமே கந்தர்வ சஞ்சாரத்தின் அறிகுறிகளேதான்.

முன்னர், குட்டிக்குஞ்சம்மா உயிர் வாழ்ந்திருந்தபோது இத்தகைய கந்தர்வ சஞ்சாரம் இருந்து வந்திருக்கிறது. நங்ஙையவர் அறிந்த விசயம் தான்.

கோடாந்திரக் குடும்பத்தில் சந்ததி பிறக்கப் போகிறது. அதன் அறிகுறிகள்தான் இவை.

இனி ஏதாவதொரு பிராமணன், குட்டிப் பெண்குஞ்சம்மாவுக்கு ஒரு புடவை கொடுத்தால் போதும்.

நங்ஙையவர் குட்டிப்பெண் குஞ்சம்மாவுக்குத் தனது உதரத்தில் இடம் கொடுக்கவில்லை என்பது மட்டும்தான். அவளை வளர்த்து வந்ததெல்லாம் நங்ஙையவரேதான். அவ்வாறாக அம்மாவேதான்.

தேவஸ்தானம் கண்டெழுத்தினால் ஆசானுக்கு நின்று திரும்பக் கூட நேரமில்லை. குடும்பத்திற்குச் சந்ததி வேண்டாமா? ஆசானுக்கு அதைப் பற்றிய நினைவில்லையா? சந்ததி பிறக்கவேண்டிய சமயமாகி விட்டது. கந்தர்வ சஞ்சாரம் ஆரம்பமாயிற்று. நங்ஙையவர் கதவுக்குப் பின்னால் மறைந்து நின்றவாறு இளையமுறை சின்ன ஆசானிடம் கூறினாள்:

"ஏதாவதொரு திருமேனியைக் கொண்டு குழந்தைக்கு ஒரு புடவை வாங்கிக் கொடுக்க வைக்கணும்!"

இளைய ஆசான் கஞ்சி குடித்துக் கொண்டிருந்தான்.

ஒரு முறை முனகினான்.

"குடும்பத்துக்கு ஒரு சந்ததி வேணும். நங்ஙை எப்படிப் பெரிய ஆசான்கிட்டே சொல்லறதுன்னு உன்கிட்டே சொல்லறேன்."

"அம்மாவனிடம் (தாய்மாமன்) நான் பேசறேன்."

"ஒரு 'கந்தர்வன் பாட்டு' நடத்தணும்."

"ஊம்!"

* ** *

திருவனந்தபுரத்திலிருந்து சின்னப் பட்டர் வந்தான். கிளாசிப்பேர் வரவழைத்ததுதான். நிறைய பின் குடுமி உண்டு. தார்ப் பாய்ச்சிக் கட்டியுடுத்தியிருக்கிறான். அழகனல்லாவிட்டாலும் விகார உருவமில்லை.

நல்ல முகூர்த்தத்தில் குட்டிப்பெண் குஞ்சம்மாவுக்கு சேஷையன் புடவை கொடுத்தான்.

அன்றைய தினம் கோவில் இரவு பூஜை முடிந்த பின்னர், மோகனராகத்தில் ஒரு கீர்த்தனையை முனகியவாறு சேஷையன் கோடாந்திர வீட்டுக்கு வந்தான். 'சம்பந்தம்' பண்ணினான். இனிமேல் மனைவி வீட்டில் இரவில் படுத்துறங்க அவனுக்கு உரிமையாகி விட்டது. அதனால்தான் வந்திருக்கிறான்.

பெரிய ஆசானும் இளைய ஆசானும் எழுந்து நின்றனர். வந்திருக்கிறவன் தங்கை மகள் கணவனென்றாலும் பிராமணன். காயத்திரி ஜபம் பண்ண அதிகாரமுடையவன்!

"சுவாமி! இரவுச் சாப்பாட்டை முடிச்சுக்கிட்டு வந்திங்களாக்கும்?" பெரிய ஆசான் வினவினார்.

சேஷையன் ஒரு நாற்காலிப் பலகையில் உட்கார்ந்து கொண்டான்:

"ஆமாம்- ராத்திரி பூஜைக்கப்பறம் *'நமஸ்காரம்' இருக்கும்னு அர்ச்சகர் நம்பூதிரி சொன்னார். ஒரு புளிங்கறி, இளம் பலாக்காய்த் தோரன், ஊறுகாய், மோர்- இவ்வளவு பதார்த்தங்கள். அப்பறம், சாதம்- முதல் தரம். அந்தச் சாதம் சாப்பிட கறிகிறி ஒண்ணும் தேவையில்லை. வெறும் உப்பும் தண்ணியுமே போதும்." சேஷையன் நன்றாகச் சாப்பிட்டிருக்கிறான் போல் தோன்றியது.

பெரிய ஆசான் சொன்னார்:

"அப்படித் தேவையில்ல. இங்கே மடமிருக்கு. சமையற்கட்டிருக்கு. பாத்திரங்கள் இருக்கு. இங்கே பிராமணாள் சம்பந்தமானது மட்டும்தான் இருந்திருக்கு. என் தந்தை இரிப்போள் நம்பூதிரி. இவனோட தந்தை ஒரு சுவாமி. (பட்டர்) பாலக்காட்டுக்காரரு. அம்பலப்புழையிலே துணி-கம்பிளி வியாபாரமாயிருந்தார். பிராமணாள் தங்கியிருக்க இங்கே எல்லா ஏற்பாடுமுண்டு."

"சரி; ஐசுவரியத்துக்கு அதுதான் காரணம் குறுப்பு! பிராமண சம்பந்தம்!"

"*நமஸ்காரச் சாப்பாட்டுக்கெல்லாம் போவணும்னே இல்லே. இல்லே... அது நைவேந்தியம்தான். நைவேத்தியம் சாப்பிடறது அவமானமுமில்ல. நமஸ்காரத்தை நிந்தனை செய்யறதுமில்லே. முறை ஜபத்துக்குப் போற ஓதிக்கர்களும் வைதீகர்களும் இந்தக் கோவில் தரிசனத்துக்கு வர்றப்போ பகவானோட நமஸ்கார சாப்பாடு சாப்பிடறது வழக்கம். இங்கே தங்கியிருக்க எல்லா ஏற்பாடுமுண்டுன்னு தெரிவிக்கத்தான் சொன்னேன்" என்றார் பெரிய ஆசான்.

"இந்தச் சமையல் வேலையிருக்கே... அது நேக்குத் தெரியும். நோம் பெரிய விருந்து சமைக்கிற மனுஷா. என் வேலையே அதுதான். இங்கே எந்த இடத்திலாச்சும் விருந்து நடக்கறதாயிருந்தா நாம் சமைச்சுப் போடறோம். எவ்வளவு பெரிய விருந்தானாக் கூட பரவாயில்ல நமக்கு நமஸ்காரம்தான் நல்லது."

"அப்படீன்னா, உங்க இஷ்டம்."

பெரிய ஆசானும் இளைய ஆசானும் உறங்குவதற்காகத் தனிக் கட்டடத்துக்குச் சென்றனர். அப்போது நங்கையவர் அரங்கத்துக்கு

---

* நமஸ்காரம்- ஒரு சடங்கு. அதற்காக வருகின்ற பிராமணர்கள் அனைவருக்கும் சாப்பாடு உண்டு.

வந்து சேர்ந்தாள்.

சேஷையன் நங்ஙையவரை ஒருமுறை மேலும் கீழும் பார்த்தான்.

"குஞ்சம்மாவோட அம்மா தானா?" சேஷையன் விசாரித்தான்.

நங்ஙையவர் என்ன பதில் சொல்லுவாள்?

ஆம் என்றோ, அல்லவென்றோ சொல்லவில்லை.

இப்படி ஒரு கேள்வியை, அவளிடம் இது வரையில் யாரும் கேட்டதில்லை. அவள் குஞ்சம்மாவின் அம்மாதான். குஞ்சம்மா யாரிடம் கொஞ்சுகிறாள்? மதியவேளையில் யார் மடிமீது தலை வைத்துத் தூங்குகிறாள்?

குஞ்சம்மா ஒருத்தியிடம் மட்டும்தான் தனது விருப்பங்களைத் தெரிவித்திருக்கிறாள். நங்ஙையவரிடம் மட்டும்தான். அவளை 'அம்மா!' வென்று அழைப்பதில்லை என்பது உண்மைதான். ஆனால் 'நங்ஙையவரே!' என்கிற அந்த அழைப்பு, 'அம்மா' என்கிற அழைப்பினை விடவும் நெருக்கமானதாக இருந்து வருகிறது.

நங்ஙையவரால் சிறிது நேரத்துக்குப் பிறகுதான் பதில் சொல்ல முடிந்தது.

"நான் வளர்த்த குழந்தை இவள். எனக்கு எல்லாமாக இவள் ஒருத்தி மட்டும்தான் இந்த உலகத்தில் இருக்கிறா."

"சரி; நாம் பணக்காரர் ஒண்ணுமில்லே. திருவனந்தபுரத்திலே நேக்கு அம்மா- அப்பா எல்லாம் இருக்கா. அவா அங்கேதான் குடியிருக்கா."

நங்ஙையவருக்கு மகளைப் பற்றித் தான் சொல்ல இருக்கிறது.

"என் குழந்தை சாது. பரமசாது!"

"ஆம். நல்ல ஆத்தெச் சேர்ந்தவா, அப்படித்தான் இருப்பா."

"என் குழந்தையோட மனசை நோவ விடக்கூடாது."

"நான் அப்பேர்ப்பட்ட துஷ்டனில்லே. நான் ஒரு நல்ல பிராமணன்! அப்பறம் இன்னொண்ணிருக்கல்ல, பெரியம்மா? குஞ்சம்மா ஒரு பாண்டி* பிராமணனோட மக. நானும் பாண்டி பிராமணன்."

தொடர்ந்து பேசினான் சேஷையன்.

"பெரியம்மா கிட்டே ஒரு விசயத்தைச் சொல்லீடறேன். நான் ஒரு ஏழை பிராமணன். நீங்கள் பெரிய பிரபுக்கள். இங்கே இப்போ குறுப்பு சொன்னா, நான் மடத்திலே சமைச்சு சாப்பிட்டுக்கலாம்னு.

---

* பாண்டி பிராமணன் - தமிழ் பிராமணன்.

நான்பகவானோட நைவேத்தியத்தைச் சாப்பிட்டுக்கறேன். நமஸ்காரம் சாப்பாடு பெரிய விருந்தைவிட நல்லது. பெரியம்மா, நீங்க எனக்குச் சமையலுக்கான அரிசி, பருப்பு, புளி, எண்ணெய் எல்லாம் கொடுத்துடுங்க. அதனாலே அங்கே திருவனந்தபுரத்திலுள்ள ஒரு பிராமணக் குடும்பம் உயிர்வாழ்ந்துடும்." சேஷையன் பல்லைக் காட்டி ஒரு முறை சிரித்தான்.

"என்ன பெரியம்மா, கிடைக்குமா?"

"அதுக்கென்ன? ஒரு கஷ்டமுமில்லே. தினசரி காலையிலே அரிசி, தேங்காய், எண்ணெய் எல்லாம் தந்திடறேன்."

"சரி!"

"அப்பறம் தூங்கறதுக்கு நேரமாச்சுல்ல?"

"தூங்கலாம்."

அப்போது கூட சேஷையன் பல்லைக்காட்டிச் சிரித்தான்.

* ** *

ஒரு மணிநேரம்கூட ஆகவில்லை. வக்குக் கட்டிலுள்ள மேற்கு அறையிலிருந்து சேஷையன் தானாகவே கதவைத் திறந்து எட்டு முழ வேஷ்டியை அள்ளிச் சுற்றிப் பிடித்தவாறு வெளியே எட்டிக் குதித்து விட்டான். அவன் முடி அவிழ்ந்து கிடந்தது. ஒரு மல்யுத்தம் நடந்தது போலிருந்தது.

"பெரியம்மா...! பெரியம்மா...!" பதட்டமுடன்தான் குரலெழுப்பினான். நங்கையவர் விளக்குடன் வந்தாள்.

"என்ன சாமீ?"

சேஷையனால் பேசமுடியவில்லை. ஆயினும் அவன் ஒருவாறு பேசி முடித்தான்:

"ஒண்ணுமில்லே; அறைக்குள்ளே ரொம்பப் புழுக்கம்!"

ஒரு மல் யுத்தச் சண்டை நடந்து முடிந்தது மாதிரி இருந்தது. சின்னப் பெண் குஞ்சம்மா மூச்சுத் திணறியவாறு நிற்கிறாள்!

தூக்குவிளக்கின் திரி ஆடாமல் அசையாமல் நிலையாய் நின்று எரிகிறது. ஒரு கதவைத் தவிர ஒரு சிறு துவாரம் கூட இல்லாத, சுற்றிலும் மரப்பலகைகளாலான அறை அது. அந்தப் பலகையில் பழமையின் எண்ணற்ற அடையாளங்கள் காணப்படுகின்றன.

நூற்றாண்டுகளாய், அதுதான் கோடாந்திர குஞ்சம்மாமார்களின் 'புடவைகொடை' முடிந்த முதல் இரவுகளைக் கழிக்கிற மணியறையாய்ப் பயன்படுத்தப்பட்டு வருகிறது. எத்தனை எத்தனை குஞ்சம்மாமார்களின் முதலிரவுகள் அங்கே கழிந்திருக்கின்றன!

ஒரே குஞ்சம்மாவின் பல முதலிரவுகளும் அங்கே நடந்திருக்கலாம்.

அந்தத் தூக்கு விளக்கு கறை படிந்திருந்தது. பழைய காலத்துப் பெரிய அலங்காரக் கட்டில் ஒன்று அங்கே உண்டு. அதன் நான்கு கால்களும் விசித்திரமாய்க் கடைந்தெடுக்கப்பட்டவை. கட்டிலுக்கு மேலலங்காரச் சீலை இல்லை. ஒரு சமயத்தில் இருந்த சீலையின் மிச்ச கொச்சங்கள் காணப்படுகின்றன. ஒரு முறையாவது அந்தக் கட்டில் அந்த அறைக்குள்ளிருந்து வெளியே கொண்டு வரப்பட்டதேயில்லை.

அந்த சப்பிரமஞ்சு அலங்காரக் கட்டில் நிர்மாணிக்கப்பட்டு, மேலலங்காரச் சீலை பொருத்தப்பட்டு அறைக்குள்ளே போட்டபோது அதன்மீது முதலிரவைக் கழித்த குஞ்சம்மா யாராக இருக்கும்? அவள் பெயர் என்ன? எந்த நம்பூதிரி அல்லது தமிழ் பிராமணன் அவள்கூடப் படுத்திருப்பான்?

அந்தக் குஞ்சம்மாவின் பெயர் அதிலே பொறிக்கப்பட்டிருக்க வேண்டும். அந்த நம்பூதிரி அல்லது தமிழ் பிராமணனின் பெயரும்!

"என்ன கண்ணு, என்ன நடந்தது?"

சின்னப்பெண் குஞ்சம்மாவும் பயந்து தளர்ந்து வாடிப் போயிருக்கிறாள்.

குஞ்சம்மா ஆறுதலுடன் நங்ஙையவர் மடிமீது தலைசாய்த்துக் கொண்டாள். ஒரு சிறு குழந்தையை என்பதுபோல் நங்ஙையவர் குஞ்சம்மாவின் தொடை மீது தட்டிக்கொடுத்துக் கொண்டிருந்தாள். குஞ்சம்மாவின் கண்கள் அந்த உபச்சாரத்தில் ஒரு குழந்தையுடையதைப் போல் மூடிக்கொண்டன.

குஞ்சம்மா தூங்கிவிட்டாள்.

மடிமீதிருந்து தலையை யெடுத்து மாற்றினால் குஞ்சம்மா கண்விழித்து விடலாம். அப்புறம் உரக்க அழுது விடுவாள். நள்ளிரவின் அமைதியான நிசப்த நிலையில் குழந்தைகள் அழுவதைக் கேட்டிருக்கிறீர்களல்லவா? தாய்மார்கள் தூக்கமயக்கத்தில், 'ராராரோ ராரிராரோ' என்று பாடுவது போல் சொல்வதையும் கேட்டிருப்பீர்கள். அதன் பின்னரும் அழுகையை நிறுத்தவில்லை என்றால் தாய்மார்கள் கோபப்படுவார்கள்.

"சீ, என்ன இது? இந்தக் குழந்தை மனுசாளைத் தூங்க விட மாட்டேன் என்கிறது போலிருக்கே!"

குழந்தையின் அழுகை கர்ண கடூரமாகிவிடும்.

பொறுமையிழந்து ஒரு அடிகொடுத்தாலும் கொடுக்கலாம்.

அவ்வாறு ஒன்றும் நிகழாமலிருக்க நங்ஙையவர் அசையாமலிருந்து விட்டாள்.

உறங்குகிற மகளுடைய முகத்தைப் பார்த்தவாறு கற்சிலைபோல் அசையாமல் அமர்ந்திருக்கிறாள் நங்ஙையவர். தூங்கட்டும்; சவுக்கியமாய்த் தூங்கட்டும்! பொழுது விடியும் வரையிலும் நங்ஙையவர் அவ்வாறே அமர்ந்திருப்பாள். அமர்ந்திருக்கவும் செய்திருக்கிறாள். குஞ்சம்மா ஆறுதலுடன் தூங்கவும் செய்கிறாள். அவளுக்கு வேறு எங்குதான் இத்தகைய அமைதியும் ஆறுதலும் கிடைக்கப் போகிறது?

எங்கேயும் கிடைக்காது!

* ** *

சேஷையன் கூடத்திலுள்ள பெரிய நெல் பெட்டிமீது படுத்திருக் கிறான். பட்டர் பயந்து நடுங்கிவிட்டான். தூக்கம் வரவில்லை. பயமகற்றிட, ‘அர்ஜுனா, பல்குனா, பார்த்தா, விஜயா’- என்றிவ்வாறு அர்ஜுனுடைய பத்து நாமங்களை ஜபிக்கிறான். ஆனால் சத்தம் வெளிவருவதில்லை.

ஓர் இரவுப் பறவை சிறகடித்துப் பறந்து சென்றது. சேஷையன், ‘அம்மா!’ வெனக் கதறிவிட்டான். அது உரத்த குரலாகவே இருந்தது.

* ** *

நங்ஙையவர் மூக்கை மலரச் செய்து மணம் பிடித்தாள். பாரிஜாதத்தின் சுகந்தமுண்டா? கஸ்தூரியின் வாசனையுண்டா? சந்தனக் குழம்பின் நன்மணமுண்டா?

அன்று இருள் இருபத்து நான்கு ‘நாழிகை’ (2 நாழிகை ஒரு மணிநேரம்) நேரம் வரையிலுமிருக்கும். அதாவது நல்ல இருள் இருக்கும். இருபத்து நான்கு நாழிகை இருட்டுக்குப் பிறகு சற்றுச் சரிவான பிறை, ஆங்கே மேற்கு மலைத்தொடருக்கப்பால் வெளிறிய உருவில் பார்க்கலாம். கோடாந்திர வளாகத்திலுள்ள வரிக்கை மாமரத்தின் உச்சியில் பிறை வரும்போது பொழுது விடிந்திருக்கும்.

அந்த வளாகத்திலுள்ள இருட்டாலே கூடச் சுகந்தமிருக்கும்; கஸ்தூரி சுகந்தம்! -சந்தனக் குழம்பின் மணம். பாரிஜாதம் பூமியில் வளர்வதில்லை. அது கந்தர்வ உலகத்திலேதான். இருளில் பாரிஜாதம் மலருமா?

சர்ப்பக்கோவில்களிலும் மாமரங்களிலும் தொட்டுவருகிற இளம் காற்றில் ஒரு பாட்டு லயம் கொண்டிருக்கிறது. பல்வேறு மெட்டுகளில், பல்வேறு சுருதிலயங்களில் கோடாந்திர வளாகத்திலுள்ள மரக்கிளைகள் பாடுவது வழக்கம். சில சந்தர்ப்பங்களில் பயமுறுத்துகின்ற தாளம் தவறாத அட்டகாசங்களின் பாட்டுகளாகவும் இருக்கும். வேறுசில சந்தர்ப்பங்களில் மனத்தை அசைய வைக்கின்ற பாட்டுகள். சில வேளைகளில் ஆங்கே வானத்திலிருந்து யாரோ நாமஜெபம் செய்வதாகத்

தோன்றும். வேறுசில சமயங்களில் அழச் செய்கிற பாட்டு; நொந்த மனத்தின் சோககீதம்!

அங்குள்ள காற்றுக்கு மட்டும் தான் பாட்டு. இன்னொன்று- கோவிலில். நங்ஙையவர் கர்ப்பிணியாக இருந்த காலம் - அன்று அவள் முழு நேரமும் கோவிலில் பகவானைச் சேவித்தவாறு தங்கியிருந்தாள். அன்று கோவிலில் வீசிக்கொண்டிருந்த காற்று பாட்டுப் பாடியதுண்டு. இடையிடையே பிரம்பினைச் சுழற்றி வீசுகிற போது எழும்புகிற முனகல் ஓசை முழங்கியதும் உண்டு.

மாதுச்சாரும் கிட்டுச்சாரும் இரவு பூஜை முடிந்த நேரத்தில் கோவில் வளாகத்தின் ஒவ்வொரு மூலையிலும் நின்றவாறு, இடுப்பில் கைவைத்து, வானத்தை நோக்கி முகமுயர்த்திக் காவலோசைகள் முழக்குவார்கள்.

“வாசுதேவோ....!” ஒவ்வொரு மூலையிலும் மும்மூன்று முறை அழைப்பார்கள். பெரிய பெரிய மாமரங்கள் மற்றும் வானளாவி நிற்கின்ற ஆஞ்சிலி மரங்களின் மேலாக வருகிற அந்தக் குரலோசையை கருமாடியூர் வரையிலும் கேட்க முடியும். அம்பலப்புழக் கோவிலின் காவலோசையுடன் அது பின்னிப் பிணைந்து விடும். வானத்தில் பரவி முழங்குகிற அந்தக் குரல் அத்தனை ஊர்களையும் பாதுகாக்கிறது. அவ்வொலியலைகள் நான்காம் யாமம் வரையிலும் வான மண்டலத்தில் தங்கிநிற்குமாம்!

பின்னர் தருமசாஸ்தாவின் பூதகணங்கள் கண்விழித்து ஊரில் காவல் புரியும். அவர்களில் சிலரிடம் பிரம்புத் தடியுண்டு. இருட்டின் கெட்டிதட்டி நிற்கின்ற சுருள்களில் தஞ்சம் புகுகின்ற கள்வர்கள் அல்லது துர்தேவதைகள் ஆகியோரை பயமுறுத்துவதற்காகத்தான் பூதகணங்கள் பிரம்பினை வீசுகின்றனர். அங்கே கேட்கிற முனகல் ஓசை நாய் எழுப்புவதல்ல. அடியேற்றுப் புரள்கிற ஏதோ ஒரு துர்தேவதையின் குரல் அது. இந்த ஊரில் இரவு நேரத்தில் எதற்கும் பயப்படத் தேவை யில்லை. அனைத்து துர்தேவதைகளின் தலையும் மயங்கிக் கிடக்கிறது. தருமசாஸ்தாவும் பூதகணங்களும் அணுக்கேழத்துப் பெரியப்பாவும் ஊரைப் பாதுகாக்க இருக்கின்றனர்.

எதுவாகிலும் இன்றைய தினம் கந்தர்வ சஞ்சாரமிருக்காது. ஆனால் அந்தப் பட்டர் பயப்படக் காரணமென்ன? பட்டர் கழுத்தை கந்தர்வன் பிடித்திருக்கலாம். பிடித்து நெருக்கியிருக்கலாம். அந்த அறையில் கந்தர்வன் நுழையமாட்டான். அதுதான் வழக்கம். அது ‘சம்பந்த’மாகிவிட்ட பெண்ணின் அறையாகும். அந்த அறையைத் தவிர எந்த அறையிலும் கந்தர்வன் தங்கியிருந்திருக்கலாம்.

அந்தப் பழைய வழக்கம் தவறிவிட்டதா?

குழந்தையும் பயந்துவிட்டாளே!

எங்கேயோ ஒரு முனகல் ஓசை கேட்கிறது. வேதனையால் ஏற்பட்ட முனகல். பட்டர் கழுத்தை கந்தர்வன் நசுக்குகிறானா? அப்படியாயின் இந்தக் குடும்பத்தின் தலைமீது பிராமணனைக் கொன்றுவிட்ட பாபத்தின் சுமைகூட ஏறிக் கொள்ளும். பிரம்ம ஹத்தி பாபம்!

கோடாந்திரக் குடும்பத்திலுள்ள ஒவ்வொரு அறைக்கும் சாய்வுக் கூடத்துக்கும் எத்தனை எத்தனை கதைகள் சொல்ல இருக்கின்றன! அனைத்து இடங்களிலிருந்தும் நள்ளிரவுக்குப் பிறகு ஒரு முனகல், அல்லது தேம்பியழுதல், அல்லது மூச்சுத் திணறல் ஆகியவற்றின் ஓசை உயர்ந்து வருவதுண்டு. சில சமயங்களில் அலறலாகவும் இருக்கும்.

இறந்துபோன கோடாந்திரக் குஞ்சம்மாமார்களின் தகர்ந்த வாழ்க்கை யின் விம்மல்கள் காலத்தினூடே சிதைந்து தேய்ந்து கேட்கின்றன.

நீண்ட காலத்திற்கு முன்னர்-

கோடாந்திரக் குடும்பத்தில் ஓர் அம்மாவும் மகனும் மகளும் மட்டுமே மீதியாயினர். ஆடவனாக யிருந்தவன் அந்த மகன் மட்டும் தான். சந்ததியாக அந்த மகளும். அம்மா முகத்தில் எந்நேரமும் கவலைக் குறிதான். சில சமயங்களில் கண் இமைகள் நனைந்து காணப்படும். நினைத்து நினைத்து அவள் கதறியழுது விடுவாள்.

"ஏம்மா, அழறே?" மகன் வினவினான்.

அம்மா கண்ணீரின் ஈரத்துடன் கூறினாள்:

"உனக்கு அதை அறிந்து கொள்ளும் பருவமாகவில்லைப்பா."

கோடாந்திரக் குடும்பத்துச் சமையற்கட்டின் விறகைப் போட்டு வைக்கப் பரணையில் தேங்காய்க் குலையின் 'குலைஞ்சல்' ஒன்று (தேங்காய் அகற்றப்பட்ட பிறகு மிஞ்சுவது) பல்லாண்டுகளாய்ப் புகையேற்றுக் காய்ந்து கிடந்தது.

ஒரு நாள் அந்தக் குலைஞ்சலைச் சுட்டிக்காட்டியவாறு அம்மா சொன்னாள்.

"அதைப் பாரடா, மகனே! அதென்னன்னு தெரியுமா?"

அம்மா அந்தக் குலைஞ்சலின் கதையைச் சொன்னாள்:

கோடாந்திர வளாகத்தின் தென்புறத்திலுள்ள நிலம் தைப்பறம்பு மேனோனுக்குச் சொந்தமாகயிருந்தது. தைப்பறம்பு மேனோன்கள் மிகவும் கர்வம் கொண்டவர்களாயிருந்தனர். கோடாந்திரப் பசுமாடு ஒன்று மேனோன் நிலத்தில் இறங்கிச் சென்று நெல் தின்றது. தைப்பறம்பில் மேனோன் ஒரு குலைஞ்சலினால் அம்மாவை இரண்டு அடியடித்தார். அன்று அந்தக் குழந்தை அம்மா வயிற்றில் வளர்ந்துகொண்டிருந்தது. மகன் பிறந்து பருவத்துக்கு வரும்போது காண்பிக்கவேண்டுமென்பதற்காக

அம்மா அந்தக் குலைஞ்சலைப் பாணையிலேயே போட்டு வைத்தாள்.

மகன் ஊரை விட்டுச் சென்றான். கோலஸ் நாட்டுக்குச் சென்று ஆயுதப் பயிற்சியை முடித்துக் கொண்டு ஊருக்குத் திரும்பிவந்த அவன் மேனோனைச் சண்டைக்கு அறைகூவியழைத்தான்.

கோடாந்திர வளாகத்தின் கிழக்குப் பகுதியில் இன்னும் புல் கூட முளைக்காது காணப்படுகிற அந்த இடத்தில்தான், 'அங்கம்' நடந்தது.

தைப்பறம்பு மேனோன் அங்கத்தில் உயிரிழந்தார்.

அம்மா அந்த அங்கத்தைக் கண்திறந்தவாறே நோக்கிக் கண்டாள்.

கோடாந்திரக் குடும்பத்துவளாகத்தில் ஆயுதப் பயிற்சியளிக்கும் 'களரி'யை, அமைத்தவர் அந்த குறுப்புதானாம்! கன்னிமூலையில் காணப் படுகிற அந்த நினைவு நிலையத்தில்தான் அந்த குறுப்புவினைப் பிரதிஷ்டை செய்திருக்கின்றனர். அந்தப் பெரிய அம்மாவன்தான் கோடாந்தரக் குடும்பத்துக் குலதெய்வம்!

அந்த அம்மாவின் பரம்பரைக் குணாதிசயம் கோடாந்திரக் குஞ்சம்மா மார்களுக்கும் உண்டோ, என்னவோ?

அந்த 'அங்க' திலே மகன் இறந்து போய் விட்டான் என்றால்?- ஊரெங்குமுள்ள அம்மமார்கள் கேட்கிற கேள்விதான்...

இன்னும் ஒரு கதை:

புல்ப்பத்திர கண்டச்சார் கோடாந்திரக் குடும்பத்துச் சிற்றாளாக இருந்தார். அவரை அன்றைய கோடாந்திரக் குடும்பத்தலைவர் அடித்தே கொன்று விட்டாராம்! கண்டச்சாரை மட்டுமின்றி ஒரு குஞ்சம்மாவையும்!

விசயமென்னவாம்?

குஞ்சம்மாவுக்கு ஒரு துளு பிராமணனைக் கொண்டு புடவை கொடுக்க வைக்கத் தீர்மானித்தனர். குஞ்சம்மா பெரிய அம்மாவனின் முகத்தை நோக்கி நேரிடையாகவே சொல்லிவிட்டாள்:

"முடியாது! நான் மாட்டேன்!" என்று.

ஒரே ஒரு அடிதான். குஞ்சம்மா மற்றும் கண்டச்சாரின் கதையே முற்றுப் பெற்று விட்டது.

நங்ஙையவருடைய பாட்டி சொல்லிக் கேட்ட கதை இது.

அந்தக் குஞ்சம்மா நல்ல அழகியாக இருந்தாளாம்!

அன்று அந்தக் குஞ்சம்மாவின் இதழ்கள் வழியாக வெளிவந்த 'முடியாது' என்கிற சொல் கோடாந்திர வீட்டு அறைகளில், சர்ப்பக் கோவிலில், கந்தர்வ ஆலயத்தில் எல்லாம் இன்றும் கூட முழங்கிக் கொண்டிருக்கலாம்.

பெண் சொன்ன 'முடியாது!' என்கிற சொல் வெளியே கேட்காது. அதற்கு ஒலியில்லை. ஆனால் அவள் இதழ்களை அசைத்துச் சொல்லி விட்டால் அது எட்டுத் திக்குகளையும் நடுங்கவைக்கும்.

"முடியாது!"

அந்தக் குஞ்சம்மா மீது கந்தர்வனுடைய 'ஆவேசம்' இருந்திருக்க வில்லை. எல்லாப் பெண்கள் மீதும் கந்தர்வனுடைய ஆவேசம் இருக்காது.

கந்தர்வனுக்கு அழகு வேண்டாம். கறுத்த பெண்மீதும் கந்தர்வனுக்குப் பிரியமிருக்கும். பெண்ணின் மணம் தேன் மணமாக இருக்கவேண்டும்.

கந்தர்வனுக்குப் பிரியமில்லாதிருந்த அந்தக் குஞ்சம்மாவின் மணம் என்னவாக இருந்திருக்கும்?

நங்ஙையவர் முகம் குனிந்து சின்னப்பெண் குஞ்சம்மாவை முகர்ந்து பார்த்தாள். அது ஒரு சுகந்தம் தான்.

நங்ஙையவருடைய விழுந்துவிட்ட பெருமுலையின் காம்பு குஞ்சம்மாவின் இதழ்களைத் தொடுகிறது.

அந்த முலையைக் குடிப்பதற்கென்று போல் அவள் இதழ்கள் அசைகின்றன.

குஞ்சம்மாவின் முலைக்காம்பு கறுத்துவிட்டிருக்கிறது. எந்த மாதத்திலிருந்து முலைக் காம்பு கறுக்கத் தொடங்குகிறது?

முகத்திற்குப் பிரத்தியேகமானதொரு களை பிறந்திருக்கிறது. அந்தக் களை ஆறுதலின் களை. அம்மா மடிமீது தலைவைத்துத் தூங்குகிற குழந்தையின் முகக்களை.

நங்ஙையவருடைய முகம் குஞ்சம்மாவின் கன்னத்தோடு சேர்ந்து கொண்டது. வெகுநேரம் வரையிலும் அது அப்படியேதான் இருந்தது.

தூக்குவிளக்கில் எண்ணெய் முடியப் போகிறது. கருந்திரியாகப் படர்ந்து எரிய அதிக நேரம் பிடிக்காது. கீழே சிறு ஜாடியில் புன்னைக்காய் எண்ணெயும் திரிக்கான துணியும் உண்டு. நங்ஙையவர்தான் மணியறையை அலங்கரித்தவள். ஆறுபடி ஓட்டுக் குழாய் பாத்திரத்தில் நிறைத்து வைத்த நீர் ஒரு துளி கூடப் போகாமல் அப்படியே நிறைந்திருக்கிறது.

ஒரு கோழி கூவியது. நள்ளிரவில் கூவும் கோழியா? நான்காம் யாமத்தில் கூவும் கோழியா?

நான்காம் யாமக்கோழி கூவினால் துர்தேவதைகள் ஒளிந்து கொள்வார்கள். அது தேவர்களின் யாமம்.

இப்போது சந்திரன் உதயமாகியிருக்கும்.

எங்கும் நிசப்தநிலை.

மகள் கண்ணைத் திறந்தாள். நங்ஙையவரின் முகத்தை நோக்கி அழகாகப் புன்னகைத்தாள்.

"நங்ஙையவர் தூங்கலியா?"

"குஞ்சம்மா தூங்கட்டுமென்றிருந்தேன்."

நங்ஙையவர் விளக்கில் எண்ணெயூற்றினாள். புதிய திரியைத் திரித்துப் போட்டாள்.

குஞ்சம்மா சொல்வதற்கு நிறைய விசயங்களிருக்கின்றன. அவை மனத்துக்குள்ளே இருந்துகொண்டு மூச்சைத் திணறடிக்கின்றன.

"அவன் கேட்கிறான் நங்ஙையவரே..." குஞ்சம்மா பேச்சை நிறுத்தினாள்.

"என்ன கேட்டான்?"

"அவன் வந்து நுழைந்தபோதே ஒரு நாற்றம். அவனைச் சுற்றி ஒரே நாற்றமடிக்கிறது."

"சுவாமி உடுத்தியிருந்த வேஷ்டியின் நாற்றமாயிருக்கும்."

"வந்து நுழைந்த உடனே கேட்கிறான், எனக்கு எத்தனை மாசம்ன்னு. எனக்குக் கோபம் வந்தது."

"நீ என்ன சொன்னே, குழந்தாய்?" என்றாள் நங்ஙயவர்..

"கந்தர்வன் உன்னைக் கழுத்தை நெரித்துக் கொன்றுவிடும் என்றேன்."

குஞ்சம்மா தொடர்ந்து பேசினாள்:

"வெளியே சுகந்தமிருந்தது. காலடியோசையும் கேட்டுக் கொண்டிருந்தது. கந்தர்வன் அவனை நெரித்துக் கொன்றிருப்பான்."

"இந்த அறையிலே கந்தர்வன் நுழையமாட்டான்."

நடந்தவை அனைத்தும் ஒவ்வொன்றாக குஞ்சம்மாவின் நினைவுக்குத் தெளிவாய் வந்தன. அவள் தொடர்ந்து கூறினாள்:

"கந்தர்வன் எப்படியிருப்பான் என்றான் அவன். நான் சொல்லிக் கொடுத்தேன். செழிப்பான குடுமியைக் கட்டிவைத்து, துளசிப் பூ சூடி, நெற்றியிலும் மார்பிலும் சந்தனக் குழம்பணிந்து, கஸ்தூரி பூசி, வேஷ்டியும்

அங்கவஸ்திரமுமாய்ப் புன்னகைத்தவாறு... அப்படியெல்லாம் தான் கந்தர்வன். பொன்மணிமாலையும் வைரக்கடுக்கனுமுண்டு."

குஞ்சம்மா வழக்கத்தை விடவும் கூடுதலாகப் பேசலானாள். குஞ்சம்மா நேரடியாக கந்தர்வனைப் பார்த்திருக்கிறாள். கந்தர்வன் அவளை ஆசீர்வதிக்கவும் செய்திருக்கிறான். நங்ஙையவருக்கு உறுதியாகிவிட்டது.

நங்ஙயவர் கந்தர்வனின் நிழலை மட்டும்தான் பார்த்திருக்கிறாள். அவளுக்கு அந்த அதிருஷ்டம் மட்டும்தான் கிடைத்திருந்தது. குழந்தை குஞ்சம்மா பருவத்துக்கு வரும் வரையில் இந்தக் கந்தர்வன் எங்கிருந்தான்? அன்றைய தினம் நங்ஙையவரின் வாலிபம் மறையத் தொடங்கியிருந்த போதிலும், அவளுக்குச் செழிப்பான கூந்தலிருந்தது. முலைகள் சற்றே தான் சாய்ந்திருந்தன. ஆயினும் அவற்றுக்குச் சொப்புக்களின் உருவ மிருந்தது. அத்தகைய பெண் மீதும் கந்தர்வன் ஆவேசமடைவான்.

மேனியின் மணம் என்னவாக இருந்தது? தேன் மணம் தானா?

தெரியாது.

என்னவாகிலும் கந்தர்வன் வரவில்லை.

குஞ்சம்மா அந்தக் கதையைத் தொடர்ந்து சொல்லத் தொடங்கினாள்:

"அந்தப் பட்டர் தலையாட்டியவாறு ஒரு முனகல் பாட்டைப் பாடத் தொடங்கினான். என் காதுகள் பிளந்து போவது போல் தோன்றியது. அவனுடைய அந்தத் தலையாட்டுதல் என்னைப் பயப்படுத்தியது. அப்புறம் ஒரு கேள்வி: 'கந்தர்வன் எருமத்ர மடத்தில் தங்கியிருக்கிறவன்தானா?' என்று. நான் எகிறி அவன் கழுத்தைப் பிடித்துக்கொண்டேன். அவன் நாக்கு வெளியே வந்தது. கண்விழிகள் பிதுங்கின. நடுங்கித் துடித்துக் கொண்டிருந்தான். நான் முயன்றும் என் கைவிரல்கள் நிமிர்ந்து விட வில்லை. பிடி அப்படியே இருந்தது. எனக்கும் பயமாயிற்று."

இப்போதுகூட குஞ்சம்மா பயந்து நடுங்குகிறாள். சேஷையன் செத்துப் போயிருப்பான் என்கிற நிலைமையைத்தான் அவள் நினைக் கிறாள்.

சேஷையன் முகம் நீலநிறமாயிற்று.

அவன் ஒருவாறு தப்பித்துக் கொண்டான்.

"நீ சொன்னியே, அந்த கந்தர்வனைப் பற்றி? எருமத்ரமடத்தில் தங்கியிருக்கிற அந்த எஜமானன், கந்தர்வன் போலத்தான் இருக்கிறார்." என்றாள் ந்ங்ஙையவர்.

குஞ்சம்மா வெட்கித் தலைகுனிந்தாள். அன்றுவரையிலும் அத்தகைய தொரு முகத்தோற்றம் நங்ஙையவர் குஞ்சம்மாவில் கண்டதில்லை.

"என்ன குழந்தாய், இது?" என்றாள் நங்ஙையவர்.

"அந்த ஆள்" ....குஞ்சம்மா சிரித்து மணிநாதமெழுப்பினாள்... "அந்த ஆள் இங்கே வந்திருக்கிறான்."

குழந்தை குலுங்கிச் சிரிக்கிறாள். குறும்புச் சிரிப்பு!

"என்னைக்கு வந்தான்?"

குழந்தைக்கு அது ஒரு விளையாட்டாக இருந்தது. ஏன், இது வரையிலும் அப்படி இல்லை. ஓர் ஆடவன் இந்த கோடாந்திரக் குடும்பத்து அறைக்குள்ளே நுழைந்துவிடச் சந்தர்ப்பமிருக்கவில்லை. ஏன் இந்த வளாகத்திலேயே கூட நுழைந்ததில்லை...

"இல்லை குழந்தாய், அது கந்தர்வன்."

குஞ்சம்மா புத்தி பிரமை கொண்டவள் போல் சிரிக்கிறாள்.

7

மறுநாள் பொழுது போகுமுன்னரே சேஷையன் கோடாந்திர வீட்டுக்கு வந்தான்.

அவன் கழுத்தின் இருபக்கங்களிலும் நகக்காயங்கள் இருந்தன.

"என்ன பெரியம்மா, நான் வரட்டுமா?" சேஷையன் எதுவும் நடவாததுபோல் வினவினான்.

அனுமதி கேட்கிறான். நங்கையவர் சிறிது தடுமாறினாள்.

"குஞ்சம்மாவுக்குப் புடவை கொடுத்த பட்டர், வரட்டுமான்னு என்கிட்டே அனுமதி கேக்கிறியே?" என்றாள்.

"சரி; நேக்குத் தரவேண்டிய அரிசி பருப்பு தேங்காய் தந்துடு! அன்னைக் கன்னாடம் தரவேண்டியதைத் தந்துடணும்!"

"சுவாமிக்கு எவ்வளவு அரிசி வேணும்?"

"நேக்குச் சாப்பாட்டுக்கானது."

"அது எவ்வளவோ; என்னவோ?"

"ஒண்ணேகால், அப்பறம் காய்கறிகள்ங்கறதுதானே, பிரமாணம்?"

"சாமிக்கென்ன, அவ்வளவு பெரிய வயிறா?"

"நேக்கு வயிறு நிரம்பச் சாப்பிடணும்!" அவன் ஒருமுறை சிரித்தான்.

கோடாந்திர வீட்டுமுற்றத்துக்கு சுவாமி காலெடுத்து வைக்கவில்லை. வெளியே நின்றவன்தான். அரிசியையும் பிற பொருட்களையும் துண்டு வேஷ்டியில் வாங்கி முடிச்சுப் போட்டுக் கொண்டே சேஷையன் நடந்து சென்றான்.

அப்போது இருள் பரவியிருக்கவில்லை.

* ** *

கோடாந்திரக் குறுப்பு ஆசான், சீரட்டக் கைமள், கோந்நோத்து பிள்ளை ஆகியோர் சேர்ந்து சேஷையனுக்குக் கோவிலில் ஓர் உத்தியோகத்துக்கு ஏற்பாடு செய்து கொடுத்தனர். பெரிய சமையற் கட்டுச் சேவகம்! அதாவது, உரிமையாளர்களுக்கும், கோவில் தரிசனத்துக்கு வந்து வழிபாடு செய்கின்றவர்களுக்கும் நைவேத்தியத்தைப் படையாகப் படைத்துக் கொடுப்பது. மாதமொன்றுக்கு மூன்று பறை நெல் சம்பளம். (பறை: சுமார் இருபது பட்டணம் பக்காபடி.)

சேஷையனுக்குச் சங்கீதம் தெரியும். மதியபூஜை முடிந்த பின்னர் கோவில் அங்கண அரங்கத்தில் அமர்ந்து பாடுவான். ஆனால் யாரும் வந்து அவனைச் சூழ்ந்துவிடுவதில்லை. ஊரில் யாருக்குமே அத்தகைய இசையோடு பிரியமில்லை. நாயனம் சங்குமாரார் மட்டும் சில சமயங்களில் அவனருகே வந்து அமர்ந்து தாளம் போடுவார். அப்போது அவன் பாடுவதும் ஓரங்க அவையை நோக்கித்தான்.

மாதம் ஓர் இரு முறை சேஷையன் எருமத்ர மடத்துக்குச் செல்வதுண்டு. குஞ்சுலட்சுமி என்கிற எஜமானியம்மா ஒருத்தி அந்த மடத்தில் தங்கியிருக்கிறாள் என்கிற எண்ணத்தையே அவன் வெளிக் காட்டுவதில்லை. அவளை சேஷையன் கவனித்ததேயில்லை.

தலையைச் சற்று தூக்கியவாறு ஒரு முனகல் பாட்டுடன்தான் அவன் எருமத்ர மடத்துக்குச் செல்வது. கிளாசிப்பேர் குசலம் விசாரிப்பார்:

"என்ன சேஷையன், சவுக்கியமா?"

"சவுக்கியம்தானுங்க!"

சேஷையன் காமோதரி ராகத்தை முனகியவாறு அப்படி இப்படி நின்று விடுவான்.

அப்போது கிளாசிப்பேர் சிறிது தடுமாறுவதைக் காணலாம். சேஷையன் தூரத்திலிருந்து வருவதைப் பார்த்தாலே அவருக்கு ஓர் உள் நடுக்கம்தான். ஆயினும் தமது கம்பீரத்தை விட்டு விடாமல்தான் விசாரிப்பது:

"எதுக்காக வந்தே?"

"சும்மாதானுங்க" பதில் வினயமுடன்தான் இருக்கும்.

தனிமையில் சந்தர்ப்பம் பார்த்துத் தனக்குள் பேசிக்கொள்வது போல் சேஷையன் தனது தேவையை வெளியிடுவான்:

"எழுபது பணம் வேணுமே..." அந்தக் கோரிக்கையில் சிறிது உரிமையின் தொனி கூடப் பிரதிபலிக்கும். அவர்களுக்கிடையே ஏதோ வொரு தொடர்பு உண்டு.

"கட்டியவளுக்கு அனுப்பிவைக்கத் தானுங்க." சில சமயங்களில் அவன் கோருவது நூறு பணமாக இருக்கும். பின்னர் கிளாசிப்பேருக்கு அந்த எழுபது அல்லது நூறு பணத்தைக் கையில் வரவழைப்பதற்கான பரபரப்புத்தான். பணம் காலடிமரப்பெட்டியிலேதான் இருக்கிறது. அதன் சாவி குஞ்சுலட்சுமியம்மாவின் புடவைத் தலைப்பிலே. அதை எப்படி வாங்குவது?

"ஊம்? சாவி எதுக்கு?" அவள் விசாரணை நடத்துகிறாள்.

பணம் வேண்டுமென்று சொன்னால் அதற்கான செலவுகளெல்லாம் சொல்லியாகவேண்டும். கிளாசிப்பேருக்குப் பணத்தின் செலவு என்ன? அவரிடம் பணமுமில்லை. தேவையுமில்லையே!

குஞ்சுலட்சுமிக்குத் தெரியாமல் ஒரு சல்லிக் காசு எடுக்க முடியாது. அவள் என்ன சொல்கிறாள் தெரியுமா? சாவியைக் கையில் கொடுத்து விட்டால் ஒரே ஒரு நாளுக்குள் காலடிப்பெட்டியின் உள்ளறை காலியாகி விடுமாம்! எப்படிச் செலவு செய்கிறாரென்று தெரியாது. அவளுடைய அனுபவம் அது. கேட்போருக்கெல்லாம் அள்ளிக் கொடுத்து விடுவாராம். ஒருமுறை எண்ணூறு பணம் கிளாசிப்பேர் கைக்கு வந்தது. மறுநாள் அந்தப் பணமில்லை. செலவாகி விட்டதாம். அவருக்குத் தேவையானதெல்லாம் இருக்கிறது. அப்புறம் பணமெதுக்கு?

"நீயேன், முணுமுணுக்கிறே? நாம இதெல்லாத்தையும் அள்ளிச் சேகரம் பண்ணிவைக்கறது யாருக்காக?"

இறுதியில்தான் அந்தக் கேள்வி. அதை குஞ்சுலட்சுமியால் சகித்துக் கொள்ளமுடியாது. அவள் கதறியழுதுவிடுவாள். சாவியை வீசியெறிந்து விட்டுக் கதறியழுதவாறு சொல்லுவாள்:

"அப்படீன்னா, எடுத்துக்கோங்கோ! எனக்கு ஒண்ணும் வேணாம்."

ஆனால் அந்தச் சாவியை எடுக்க முடியுமா? சாதாரணமாய் ஒருவனால் முடியாது. காலையில் காப்பி அல்லது கஞ்சி குடித்துவிட்டு குஞ்சுலட்சுமி எடுத்துக் கொடுக்கின்ற துணிமணிகள் அணிந்து நிற்பார் கிளாசிப்பேர்.

"என்ன, ஒரு குறும்புத்தனம் கண்ணிலே தெரியுதே?"

யாருக்கும் தெரியாமல் ஒரு முத்தம்! இல்லாவிட்டால் மகன் அம்மாவிடம் கொஞ்சுவது போன்றதொரு கொஞ்சு மொழி! எஜமானியம்மாவின் பின்னாலே கிளாசிப்பேர் முகர்ந்து முகர்ந்து நடப்பதைக் காணலாம்.

"இப்போ எதுக்குங்க, நூறுபணம்?" என்பாள்.

"கண்டெழுதப் போறேனல்லவா, குஞ்சுலட்சுமீ? கையிலே ஏதாவது கொஞ்சம் இருக்கவேண்டாமோ?"

"கையிலே எதுக்குப் பணமிருக்கணும்?"

"வேணும். செலவு செய்ய அல்ல!"

"ஓ... ஒரு செலவும் செய்யாத ஆளைப்பாரு. அந்த எண்ணூறு பணம் சமாச்சாரத்த நான் மறக்கலே."

"ஸ்ரீ பத்மநாபன் மீது ஆணையாச் சொல்லறேன். நான் பணம் செலவு செய்யமாட்டேன். இல்லாட்டா, நீயே பார்த்துக்கோ!"

"இப்போ வேணாம். நான் தரமாட்டேன்."

அறைக்குப் பின்னாலுள்ள சாய்வுக் கூடத்தில் வைத்து ஒரு கட்டியணைத்தல்! ஆலிங்கனம்!

இல்லாவிட்டால் கிளாசிப்பேர் ஆத்திரமுடன் வெளியேற்றம்.

கண் நிறைந்திருக்கும்.

கிளாசிப்பேருக்கு நூறு பணம் கிடைத்து விட்டது. கட்டாயமான நிபந்தனையோடுதான் அது கைமாறப்பட்டது.

"இனிமே பதினஞ்சு நாளைக்கு ஒரு காசு கூடத் தரமாட்டேன்."

அதற்கு மாறாக இன்னொரு சத்திய வாசகம்:

"ஒரு மாசத்துக்கு வேண்டாம். தினசரி சாயங்காலம் இந்தப் பணத்தை உன்கிட்டே ஒப்படைச்சிடறேன். மறுநாள் காலையில் தந்தால் போதும். இது சத்தியம்; சத்தியம்; சத்தியம்!"

சேஷையன் கைக்கு அந்தப் பணம் சென்று சேருவதை யாரும் அறியமாட்டார்கள்.

பகவானைக் 'களப' மணிவிக்கச் சந்தனம் அரைத்துக் கொடுப்பது போன்ற வேலைகள் ஆதாயகரமானவை. அனைத்து உரிமையாளர்களுக்கும் சோற்றுப் படை படைத்துக் கொடுத்துவிட்டு முடிந்தால் அந்தப் பெரிய வார்ப்புப் பாத்திரத்தில் சோறு மிச்சமிருக்கும். அது சில சமயங்களில் நான்கைந்து படியிருக்கும். சேஷையனுக்கு இரண்டு சோற்றுப் படையிருந்தால் சுபிட்சமாகும். மீதியிருப்பதை விற்கவும் செய்யலாம்.

சேஷையன் கோவில் வளாகத்தில் ஆங்காங்கே சுற்றி நடந்து கொண்டிருப்பான். அப்போது அசலூர்களிலிருந்து ஆட்கள்

தொழுகைக்காக வருகிறார்கள். அவர்கள் வழிபாடு நடத்தவும், மதிய உணவுக்கான சோற்றுக்காகவும் கோவிலின் 'ஏழுபுரப்பூமுக'த்திற்குச் செல்கின்றனர். சேஷையன் பல்லைக் காட்டி இளித்தவாறே அவர்கள் முன் தோன்றுகிறான். பருவம், ஆளின் நடை, உடை, பாவனை ஆகியவற்றிற்கேற்ற முறையில் இவன் அழைத்துப் பேசுவான்.

"ஓ... பிள்ளைவாள், எந்த ஊரு?"

"மாராரிக்குளம்!"

"அப்போ சாமிதரிசனத்தை முடிச்சிண்டு, சாமியின் நைவேத்தியச் சோறு சாப்பிட்டிண்டு, வெயில் கடுமை குறைஞ்சப்பறம்தான் திரும்புவேள் போலிருக்கு." என்பான். தொடர்ந்து, "அதுதான் நல்லது." என்றும் கூறுவான்.

சாமிதரிசனத்துக்கு வந்தவர்களின் நோக்கமும் அதுவாகத் தானிருக்கும்.

சேஷையன் சுயமாக அறிமுகப்படுத்திக் கொள்வான்:

"நான் சேஷையன். ஊரு திருவனந்தபுரம் கோட்டைக்ககம். இங்கே பெரிய சமையற்கட்டுச் சேவுகம். மத்தியான சாப்பாட்டுக்கு பகவானோட பிரசாதம் வேணும்னா ஆகலாம்."

அப்போது குறும்புக்காரனொருவன் கேட்கிறான்:

"அதுக்கு நாங்க என்னத்துக்கு உங்க கிட்டேயிருந்து வாங்கணும்? தேவஸ்தானத்திலேருந்து நைவேத்தியம் வாங்கிச் சாப்பிட்டுக்கலாமல்ல?"

"அதுவும் நைவேத்தியம்தான். உரிமையாளங்களுக்கும், கழகத்தாளுங் களுக்கும் நைவேத்தியம்தான் கொடுத்திண்டிருக்கேன். நைவேத்தியமல்லாத சோறு கோவிலிலேருந்து கிடைக்குமோ?" பின்னர் சேஷையன் தான் படுகிற பாட்டினைப் பற்றிக் கூறுவான்:

"சம்பளம் கொஞ்சம்தான். இங்கே எப்படிக் காலத்தைத் தள்ளுவேன்? ஊரிலே கட்டிய பொண்டாட்டி. குழந்தைங்களும் இருக்காங்க. ஏதாச்சும் உதவி பண்ணணும். தெய்வப் பிரீதிக்குச் சமானம்தானே, பிராமணப் பிரீதி?"

சேஷையன் தனது அழுக்குப் படிந்த பூணூலைப் பெருவிரலால் உயர்த்திக் காட்டுவான். பின்னர் அடக்கமான குரலில் கூறுவான்:

"ஏழுபுரப்பூ முகத்திலே கால் பணத்துக்கு நாலு படை சோறு. பெரிய போஜன மண்டபத்திலே கால் பணத்துக்கு ஆறு படை சோறு. ரெண்டுமே நைவேத்தியம்தான்! அப்பறம் தாமரை இலை வேண்டாமோ?

அதுவும் இருக்கு. அப்புமாங்காய், உப்பு, மிளகாய், தண்ணி எல்லாம் இருக்கு. தரலாமே..."

சேஷையன் வலையில் அகப்படாதவர்களுக்கு அவன் தொந்தரவு கொடுப்பான்.

வழிபாடு நடத்த வந்தவர்கள்தான். அவர்களுக்குச் சாப்பிடுவதற்கான சோற்றை கோவிலிலிருந்து கொடுப்பார்கள். வழிபாட்டுச் சோற்றை சேஷையன்தான் படைத்துக் கொடுக்கவேண்டும். தாமரையிலையுடன் போஜனமண்டப வாசலில் அவர்கள் நின்றுதான் தீரவேண்டும். மீதி அனைவரையும் அனுப்பிவிட்ட பின்னர் தான் சேஷையன் இவர்களை அனுப்பிவைப்பான்.

* * *

கோவில் சிற்றாளான சக்கி அல்லது குஞ்சோதை இவர்களில் யார் அழகி? ஆலமரத்து மேடை மீது கால்மேல் கால்வைத்து உட்கார்ந்திருக்கும் போது, சேஷையன் யோசிப்பான். சரியான யோசனைதான். இரண்டு பெண்களை ஒப்பிட்டுப் பார்க்கிறான். அப்போது கைவிரல்களால் சில சேஷ்டைகள். அழகைக் கணக்குப் போட்டுப் பார்க்கிறான்.

குஞ்சோதையின் பல் நன்று. ஒதுக்கமான திடகாத்திரம். சக்கி மாநிறம். செழிப்பான கூந்தல். தடித்தவள் அல்லள் ஆயினும் ஒதுக்கமற்றவள்போல் தோன்றும். நடந்துபோகும்போது பின்னாலிருந்து பார்த்தால் அவளுக்கு அழகு போதாது. குஞ்சோதையைப் பின்னாலிருந்தும் முன்னாலிருந்தும் பார்க்க அழகாயிருப்பாள். இருவரும் அழகிகள். யார் நல்ல அழகி?

சேஷையன் இரண்டு விரல்களை அசைத்துக் கொண்டே தானாக வினவிக்கொண்டான்.

வாங்குவதற்கு ஆளில்லாமல் சோறு மிஞ்சியது. மதிய பூஜையின் வார்ப்புப் பாத்திரத்தில் அது கிடக்கிறது. அன்று அளவு தவறாமல்தான் சேஷையன் சோற்றைப் படைத்துக் கொடுத்திருக்கிறான். இருந்தும் சோறு மிஞ்சிக் கிடக்கிறது. என்ன செய்வது?

ஐந்து நாழிகை பகலுள்ள போதே சக்கி முற்றத்தைப் பெருக்க வந்தாள். பொருட்பாதுகாப்பு அறைக்குப் பின்னாலுள்ள முற்றத்தைத்தான் அவள் பெருக்குகிறாள்.

குஞ்சோதை நாடகசாலைக்குச் சுற்றிலும் பெருக்குகிறாள்.

சக்கி பெருக்குவதைப் பார்க்க நன்றாக இல்லை. மிகவும் கஷ்டத் துடன் தான் அவள் அந்த வேலையைச் செய்வதாகத் தோன்றும்.

முற்றம் பெறுக்குவது ஒரு வேலை. கலையும் கூடத்தான். ஆனால் அதற்காகவே பிறந்த சில பெண்கள் இருக்கிறார்கள். முற்றம் பெருக்குவதிலே கூட ஒரு தாளமும் லயமும் உண்டு. அது ஒரு நடனம். சிலர் முற்றம் பெருக்குவதைப் பார்க்கின்றவர்கள் அப்படியே நின்று விடுவார்கள். அவ்வளவு அழகாக இருக்கும்.

ஆலமரத்தடி மேடையிலிருந்து தன்னையறியாமலேயே சேஷையன் நாடகசாலையின் முன்பகுதியை நோக்கி நடந்தான்.

அந்த நடனக்காரி, இவன் அருகில் வந்தும் அதை அறியவில்லை. ஈர்க்குமார்த் துடைப்பத்தின் நுனிப்பகுதியை வீசுவலை போல் பரப்பி, ஓர் இடத்தை மையப்படுத்தி நின்றவாறு அவள் சுறுசுறுப்புடன் பாதிவட்டங்களைச் செய்து செய்து தாளத்திற்கேற்ற முறையில் நகர்கிறாள். அதற்கு ஒரு பாத அசைத்தல் உண்டு. தாளச் சொல் உண்டு. அதைப் பார்த்தே நின்றுவிடுவார்கள். முற்றம் பெருக்குதலின் ஓசைக்கு இசையுமுண்டோ? உண்டு. அது ஓர் இசைதான். சேஷையன் அதைப் பார்த்தவாறு நின்றுவிட்டான். குஞ்சோதை அவனைக் கவனிக்கவில்லை. அவள், செய்யும் வேலையில் சிரத்தை கொண்டவள்.

அவன் அவளை விட்டுவிட்டு சக்கியை நோக்கி நடந்தான்.

* ** *

“சக்கீ!”

சக்கி திரும்பிப் பார்த்தாள்.

“என்ன சாமீ?”

“உன்னைப் பார்த்ததும் அப்படியே நின்னுட்டேன். அவ்வளவு தான்.”

“அப்படீன்னா, அப்படியே நின்னுக்கோ!”

“பத்மநாபஸ்வாமி கோவில் திருவிழாவிலே பெண்களோட ஒரு ஆட்டமிருக்கு. நீ முற்றம் பெருக்கறதைப் பார்த்தாலும் அப்படியே யிருக்கு.”

சாமி சொன்னதை சக்கி புரிந்துகொண்டாள். சாமிக்கு ஒரு நோக்க முண்டு. அவன் தொடர்ந்து கூறினான்:

“பெரிய போஜன சாலையிலே வார்ப்புப் பாத்திரத்திலேயே நைவேத்தியச் சோறு கெடக்குது. நீ போறப்போ அதை எடுத்திண்டு போயிடு!”

“சோற்று அளவைப் பெருக்க என்னென்னமோ பண்ணிக்கிட்டு, கொடுக்கவேண்டியவங்களுக்கு அளவைக் குறைச்சுக் கொடுத்துக்கிட்டு மீதி கெடக்கறதை என்னை எடுத்துக்கிட்டுப் போவச் சொல்லறே! சாபம்தான் எனக்குக் கெடைக்கும். அப்பறம் அது கெட்டும் போயிருக்கும்.” சூடான பதிலையளித்தாள் சக்கி.

“இல்லே... இல்லே... நான் அளவைப் பெருக்க ஒண்ணுமே செய்யலே.” மிரண்டு போனவன் போல் சேஷையன் சொன்னான்.

“போ, சாமீ, பொய் சொல்லாமே.”

“இல்லே சக்கீ, ஒரு சல்லிக்காசு இன்னைக்கு நேக்குக் கிடைக்கலே. அப்பறம் நான் என்னத்துக்கு பெருக்கிடணும்?”

சேஷையன் தொடர்ந்து சொன்னான்:

“நேக்கு உன் கிட்டே அன்பு. இன்னைக்குக் காலையிலே உனக்குச் சோறு தரணுமுன்னு நான் நெனைச்சேன்.”

“ஓ... சாமீயோட ஒரு அன்போ!”

“இல்லே சக்கீ, நேக்கு உன்மேலே அன்பு உண்டு. நேற்று நான் ஒரு கனவு கண்டேன். உன்னை! ஓய் சக்கீ, அருமையான கனவு.”

“இந்த பாரு சாமீ, உங்க அன்பை எல்லாம் கோடாந்திர குஞ்சம்மா மேலேயே வச்சுக்கோ!”

“ஓ... அந்தப் பொண்ணுக்கு ஒண்ணுமே தெரியாது.”

“நீதான் கற்றுக்கொடுக்கணும் சாமீ. ஆம்புளேங்கதான் பொம்புளேங்களுக்குக் கற்றுக் கொடுக்கணும்!” என்ற சக்கி தொடர்ந்து சொன்னாள்:

“அல்லாட்டாக் கூட இந்த பட்டரு சாமிக்கு என்ன தெரியும்?”

“நேக்கு எல்லாமே தெரியும் சக்கீ!”

சக்கியை ஒருவன் ‘சம்பந்தம்’ பண்ணினான்தான். அவன் போய் விட்டான். பின்னர் யாரும் அவளுக்குப் புடவை வாங்கிக் கொடுக்கவில்லை. அவளும் பொண்ணுன்னு பிறந்திருக்கிறாளே? பெண் ஆகிவிடவேண்டுமென்று எப்போதாவது ஒரு பெண்ணுக்குத் தோன்றாதா? ஆனால் பெண் ஆகமுடியாத நிலை. பெண் ஆக வேண்டு மென்றால் ஆண் வேண்டும். அவள் சில சமயங்களில் உறங்கும் பாயில் தடவிப் பார்ப்பாள். ஆண் தான் அங்கில்லை.

அவளிடம் மட்டும் வேலையாட்களுக்கு நெருக்கமில்லை. பேசுவதும் கூட இல்லை. அவள் யாரிடமாவது பேச முனைந்து சென்றால், அதில் அவர்களுக்கு விருப்பமுமில்லை. சில சமயங்களில் சக்கியை விரட்டினாலும் விரட்டிவிடுவார்கள்.

சேஷையன் அவளிடம் விலை கண்டான். ஓர் ஆடவன் பெண்ணிடம் விலை கண்டால் அது ஒரு சுகமாகும். பாவம்! சேஷையன் இப்போது எந்தப் பெண்ணிடமும் விலையைக் காண்கிறவன். சோற்றுப் படையும் நமஸ்காரத்தின் பதார்த்தங்களும் அவனிடமுண்டு. எவ்வளவு காலம்தான் இப்படியே சும்மா தள்ளுவது?

“ரெண்டு பணம் நான் எடுத்திண்டு வந்துடறேன்” என்றான் சேஷன்.

“போ சாமீ, போ!” என்றாள் சக்கி.

ஆவேசம் சற்றுத் தணிந்த நிலைதான் சேஷனுக்கு. இதுவரையிலும் காரியம் நடந்துவிடுமென்ற உற்சாகத்திலே இருந்திருக்கிறான். அவள் இப்போது போகச் சொல்கிறாள். சொல்வதிலே கூட சிறிது கரிசனை காணப்படுகிறது.

“சக்கீ, நீ பிகு பண்ணறே. அதைச் செய்யாதே! நான் ஒரு ஏழை பிராமணன்! தனியா காலத்தைக் கடத்தறேன். நேக்கு உன்மேலே ஒரு பிரியம் ஏற்பட்டுட்டது.”

அவன் நெஞ்சைத் தடவியவாறு தொடர்ந்து கூறினான்:

“அந்தப் பிரியத்தை நீதான் பூர்த்தி செஞ்சு தரணும்.”

அது கொடிய சூடான பிரியமாகத்தானிருந்தது. சந்தேகமில்லை.

சக்கியின் முகத்திலே களை கண்டது. இப்போது முற்றம் பெருக்குவதில் கூட ஒரு தாளமிருந்தது. அவளுக்கு லலிதமான ஓர் அழகும் கைவந்தது.

சேஷையன் மாடிக்குக் கீழுள்ள அறையை நோக்கி விரைந்தான். இரண்டு பணம் எடுத்து வருவதற்காக இருக்கலாம்.

இரண்டு பணமென்றால் எத்தனை சோற்றுப் பட்டை? பரவா யில்லை. அப்படியும் இப்படியுமாய் கிடைக்கிற காசுதான். தனது சுகத்திற்காகவும் கொஞ்சம் செலவாகட்டுமே. தட்டிக்கேட்க யார் இருக்கிறார்கள்?

* ** *

சேஷையனுக்கு அந்த ஊரில் அப்படி பல வேர்கள் ஓடத் தொடங்கின. எருமத்ர மடத்திலிருந்து நிரந்தரமாக மாதாமாதம் ஒரு தொகையை வருமானமாய் அவன் பெற்றுவருகிறான். வேறு யாருக்கும் அது தெரியாது. தொகை எவ்வளவென்று கிளாசிப்பேருக்குக் கூடத் தெரியாது. இந்த மாதத்தில் குறைவு என்றால், அடுத்த மாதத்தில் அவன் அதைச் சரிக்கட்டிவிடுவான். எப்போது எவ்வளவு கொடுத்தோமென்று கிளாசிப் பேருக்கு நினைவிருக்காது. கணக்கெழுதி வைக்கிற செலவுதானா, இது? ஒருவிதமான பயத்துடன்தான் அவர் அதைக் கொடுத்து வருகிறார். கோடாந்திரக் குடும்பத்திலிருந்து தினசரி 'ஒன்றேகாலும் பதார்த்தங்களும்' கிடைத்து வருகின்றன. இதெல்லாம் கூட ஒவ்வொரு வேர்தான். ஒரு சமயத்தில் இந்த வேர் எல்லாம் அற்றுப் போய்விடலாம். ஆயினும் சரிக்கட்டி விடுவான்.

இப்போது சக்கியுடனும் உறவு ஆகிவிட்டது. இந்த நல்ல ஊரிலேயே தங்கியிருக்கலாம்தான்.

சக்கி தொந்திரவு செய்கிற ஒரு பெண் அல்ல. ஓந்தும்தரை வீட்டில் அவளும், கிழவியாகிவிட்ட அவள் அம்மாவும் மட்டும்தான். பரம்பரையாக அவர்கள் கோவில் சிற்றாட்கள்தான். இனிமேல் சக்கி பெற்றுத்தான் அந்தக் குடும்பம் நிலைபெற்று நிற்கவேண்டும்.

இரவு பூஜைக்குப் பிறகு பரிமாறிவிட்ட மீதியுள்ள சோறும், கிழவிக்கான வெற்றிலை-பாக்கு-புகையிலையுமாய் சேஷன் ஓந்தும் தரைக்கு வந்து விடுவான். சக்கியின் தாய் அந்தப் புகையிலையை எடுத்து முகர்ந்து பார்ப்பாள். நல்ல புகையிலை. பெரியம்மாவுக்குத் திருப்திதான். மகளின் கணவன் கொண்டு வருகிற வெற்றிலைக் கட்டு அம்மாவுக்கு உரிமையுள்ளதுதான்.

கிழவி ஒரு நாள் சொன்னாள்:

"நான் ஒரு விசயத்தைச் சொல்லட்டுமா, சாமீ?"

"பெரியம்மாவு எதையும் சொல்லலாமே...! சொல்லுங்கோ; சொல்லுங்கோ!"

"சாமி இப்போ இந்த வீட்டுக்கு வந்துக்கிட்டிருக்கீங்க. சாமி நல்ல நேரம் பார்த்து நாலுபேரை அழைச்சுவந்து அவங்க முன்னாலே ஒரு புடவை கொடுத்தா என்ன?"

சேஷையன் சிறிது தடுமாறினான். அறைக்குள்ளே குத்துவிளக்கு வெளிச்சத்தில் அமர்ந்தவாறு சக்கி தலைசீவிப் பேனைக் கொன்று கொண்டிருந்தாள். ஒவ்வொரு பேனையுமெடுத்துச் சீப்பு மீது வைத்துப் பெருவிரல் நகத்தினால் 'ச்சு ச்சு' என்று ஒலியெழுப்பிக் கொல்லும் போது

'பேன்தலைச்சி'களான பெண்கள் கவனம் வேறு எந்த விசயத்துக்கும் செல்லாது.

சேஷன் இருமுறை சக்கியிடம் விசாரித்தான்:

"சக்கீ, அது வேணுமா?"

பதில் இல்லை. சக்கி பேன் வேட்டையையே தொடர்ந்து நடத்துகிறாள்.

சேஷன் மூன்றாவது முறையாகக் கேட்டான்:

"சக்கீ, அது வேணுமா?"

ஒரு தாய்ப் பேன் கைக்குக் கிடைத்துவிட்டது. தலையிலுள்ள அனைத்துப் பேன்களுடையவும் பாட்டிப் பேன். பலாக்கொட்டை போன்றிருந்தது. அதனைச் சீப்பின் பற்களுக்கிடையிலிருந்து தோண்டியெடுத்து நகத்தின்மீது வைத்து அழுத்த முற்படுகையில் சக்கி பதில் சொன்னாள்:

"ச்சு! அது வேணும்."

முடியை முன்னால் கட்டிவைத்து சக்கி வெளியே வந்து அமர்ந்து கொண்டாள்.

சேஷையன் கிழவியிடம்தான் பேசுகிறான்:

"பெரியம்மா, நான் சக்கியை நேசிக்கிறேன். என்னைக்கும் இவ கூடவே தான் இருப்பேன். சந்தேகம் வேணாம்."

சக்கியைப் பார்த்து அவன் வினவினான்:

"என்ன சக்கீ, இதை நான் உன்னண்டே சொல்லியிருக்கேன்ல்ல? சத்தியமாச் சொல்லு!"

"சொல்லியிருக்கே. ஆம்புளைங்க அப்படியெல்லாம் சொல்லுவாங்க தான்."

"அப்படிச் சொல்லாதே, சக்கீ! நேக்கு உன்மேலே ரொம்ப பிரியம்."

சேஷையனுடைய பதட்டத்தைப் பார்க்கும் போது சக்கியும், அவள் தாயும் சேர்ந்து அவனை துடைப்பக்கட்டையால் அடித்து வெளியேற்றி விடுவார்களோ என அவன் அஞ்சுகிறான் போலிருக்கிறதென்று எவருமே எண்ணிவிடுவார்கள்.

"சக்கீ, நான் இதை உன்னண்டே சொல்லலே?" சேஷன் கூப்பிய கரங்களை நெஞ்சுடன் சேர்த்து வைத்துக் கேட்டான்.

"என்னவாம்?" சக்கியின் இரக்கமில்லாத குரல்.

"நான் உனக்குப் புடவை கொடுத்தேன்னா, கோடாந்திர வீட்டிலிருந்து கிடைக்கிற 'ஒன்றேகாலும் பதார்த்தங்களும்' இல்லாமெ போய்விடுமின்னு!"

"நீ என்னென்னத்தையோ சொல்லிக்கிட்டிருந்தே. அதை எல்லாம் நான் எப்படி ஞாபகத்தலே வச்சுக்கறது?" என்று சக்கி அலட்சியமாகக் கூறினாள்.

உதவியற்ற சேஷன் கிழவியிடம் வினவினான்:

"நான் சக்கிக்குப் புடவை கொடுக்கணுமா? இல்லே, ...கோடாந்திர 'ஒன்றேகாலும் பதார்த்தங்களும்' வாங்கணுமா? இல்லே, சக்கியைப் புடவை கொடுக்காமெ என்னைக்கும் நான் அன்பா வச்சுக்கட்டுமா?"

கிழவி கேள்வி புரியாமல் அமர்ந்துகொண்டாள். சக்கியின் முகத்திலே சேஷயனை, ஒரு குரங்காக விளையாட வைத்தது போன்ற பரிகாசச் சிரிப்பு பரவியது.

8

தங்கக் கட்டி போன்ற ஒரு பெண்குழந்தை! கோடாந்திரக் குடும்பத்தில் ஒரு சந்ததி பிறந்திருக்கிறது! பெரிய குறுப்பு ஆசான் ஆனந்தக் கூத்தாடினார். சந்ததி பெற்றுப் பெருக ஒரு பெண் குழந்தை போதும். ஒரு பெண், குழந்தைப் பேறு ஆரம்பித்துவிட்டால் பெற்றுப் பெற்றுப் பெருகிவிடும்.

இத்தனை களைபொருந்திய ஒரு பெண்குழந்தை அந்த ஊரிலேயே பிறந்திருக்கவில்லை. அவ்வளவு அருமையான குழந்தை. மிருத்யுஞ் ஜய ஹோமம் மற்றும் சுதர்சன ஹோமம் பெரிய அளவில் ஒரு குறைவுமின்றியே நடத்தப்பட்டது. மாதாமாதம் பிறந்த நட்சத்திர நாளன்று கறுகை ஹோமம் மற்றும் பகவதி சேவை நடைபெற்று வந்தது. தவிரவும் அன்றைய தினம் குழந்தைகளுக்கு வெல்லக் கஞ்சியும் ஊற்றி வழங்கப்பட்டது. இதற்கும் மேல் குழந்தையின் நீண்ட ஆயுளுக்காக என்னதான் வழங்கவேண்டியிருக்கிறது? இவை அனைத்தும் சீலாந்திப்பிள்ளி பரமு ஆசான் உள்ளிட்ட பிரபல ஜோதிடர்களின் உபதேசத்திற்கிணங்கத்தான் நடந்தேறியது.

கிட்டுக் கணியாரைக் கொண்டு சிறிது நீண்டதொரு ஜாதகத்தை எழுத வைத்தனர். (கேரளாவில் 'கணியார்' வகுப்பினர்கள் ஜோதிட நிபுணர்களாவார்கள். மொ-ர்) அந்த ஜாதகத்தில் ஆயுளைப் பற்றிய சிந்தனை செய்யுட்களாகத்தான் விரிவுரைக்கப்பட்டிருந்தது. அதில் ஆயுளைப் பற்றித் திட்டவட்டமாகத் தெரிவிக்கப்பட்டிருக்கவில்லை.

பெரிய ஆசான் அதைப் பற்றிப் பெயர்த்துப் பெயர்த்துக் கேட்ட போது கிட்டுக்கணியார் தாழ்மையுடன் விடையளித்தது கீழ்க்காணும் முறையில் தான்.

“சிசுப் (குழந்தை) பருவத்திலே ஆயுளைப் பற்றிய சிந்தனை ஏதும் ஜாதகத்திலே அறுதியிட்டுக் கூறக் கூடாதென்பது சாஸ்திரப் பிரமாணம் ஐயனே!”

அது ஒரு நியாயம்தான். குழந்தைப் பருவத்திற்குப் பின்னர்தான் ஆயுளைப் பற்றிய சிந்தனைக்கு இயல்புத் தன்மை ஏற்படுகிறது. என்றால் சில சமயங்களில் முன்பிறவியின் மீதியாக இருக்கலாம் குழந்தைப் பருவம். அவ்வாறு ஆயின் ஜாதகிக்கு ஆயுள் நீடிப்பில் குறைவு ஏற்பட்டுவிடும்.

இளைய ஆசான் வடதிசையில் எங்கோ சென்று ஒரு பெரிய ஜோதிடரை அழைத்து வந்து குழந்தையின் ஜாதகத்தை எழுத வைத்தார். அந்த ஜாதகத்தை வாசித்துக் கேட்க வைப்பதற்காக கிட்டுக் கணியார், சீலாந்திப்பிள்ளி பரமு ஆசான் மற்றும் அம்பலப்புழையிலிருந்து ஐயாக் குட்டி சாஸ்திரி முதலியவர்களை வரவழைத்தார். அது ஒரு ஜோதிடர் சபையாகவே பரிணமித்தது.

ஜாதகம் வாசித்து முடிக்கவே இரண்டு நாட்கள் ஆயின. நடை பெற்றது ஆயுளைப் பற்றிய சிந்தனை என்கிற விசய விவாதமாக இருந்தது. வடதிசை ஜோதிடரைத் தோற்கடிக்க வேண்டுமென்கிற தந்திரத்தைத்தான் கிட்டுக்கணியாரும் ஐயாக்குட்டி சாஸ்திரிகளும் கையாண்டனர். விவாதத்தில் இரு பகுதியினரும் சுலோகமும் பதில் சுலோகமும் சொல்லிக் கொண்டனர். முடிவில்லாது நீடித்த சர்ச்சை. சுலோகம் சொல்வதும் விரிவுரை செய்வதுமாகவே இருந்தது.

அங்கே குழுமியிருந்த ஊர்ஜனங்களில் யாருக்கும் எதுவும் புரியவில்லை. கோடாந்திரக் குடும்பத்தில் பிறந்த, தங்கக் கட்டி போன்ற பெண் சந்ததிக்கு நீண்ட ஆயுள் உண்டா? அதைத்தான் ஊர்மக்கள் அறிய விரும்பினர். அதை மட்டும் எந்த ஜோதிடரும் அறுதியிட்டுக் கூற வில்லை.

பரமு ஆசான் தர்க்கம், வியாகரணம், (சமஸ்கிருத இலக்கணம்.) காவியம், ஜோதிடம் ஆகியவற்றை ஆழமாகக் கற்றறிந்தவர். ஊர்ஜனங்களுக் கெல்லாம் குருநாதர். ஊரில் உயர்ரகக்கல்வியை நிலைபெறச் செய்து வருகிறவர். பல வருடங்கள் வரையிலும் வட நாட்டில் தங்கியிருந்தவர். அனைத்து விசயங்களையும் விஸ்தாரமாகவும் ஆழமாகவும் கற்றறிந்து வந்திருக்கிறவர். அவர் முன்னால் உட்காரத் தகுதியுடையவர்களாய் அந்த ஊரில் யாருமில்லை என்றே சொல்ல வேண்டும்.

ஐயாக்குட்டி சாஸ்திரிகள் ஒரு சுலோகம் சொல்லி நிறுத்தியபோது வடதிசை ஜோதிடர் சிறிது திகைத்துப் போனார்.

'மரணம் வரையிலும்தான் ஆயுள் நீடிப்பு.' சுலோகத்தின் பொருள் அதுவாம். ஊர்ஜனங்கள் சிரித்துவிட்டனர்.

இரண்டாவது நாள் காலையிலும், மதியத்திற்குப் பிறகும் நடைபெற்ற சர்ச்சைக்குப் பின்னர் இரு பகுதியினரும் ஓர் உடன்பாட்டுக்கு வந்தனர். எந்த ஒரு குழந்தையுடையதையும் மூன்றரை வயது வரையிலான தலைக் குறிப்பு மட்டும் எழுதினால் போதும். பின்னர்தான் ஜாதகமாக எழுத வேண்டும்.

"அடியேன் பெரிய தம்பிரான்களின் சந்ததிகளுக்கு ஜாதகமே எழுதியிடுவேன்" என்றார் கிட்டுக்கணியார்.

பரமு ஆசான் அதற்குச் சம்மதமளித்தார். கணியார்கள் அவ்வாறு எழுதலாம். அதற்குப் பிரமாணமும் உண்டு. ஒரு சிரிப்புடன்தான் பரமு ஆசான் அதற்கு இணங்கினார்.

வடதிசை ஜோதிடருக்கும் ஒரு விசயத்தைச் சொல்ல வேண்டி யிருந்தது. அவர் ஜோதிடத்தைத் தமது தொழிலாக ஏற்றுக்கொண்டவர்.

"ஜாதகமெழுத வைப்பதற்கென்று வருகின்றவர்களுக்கு நான் ஜாதகத்தையே எழுதிக்கொடுப்பேன்." கணியார்களல்லாத ஜோதிடர் களும் அவ்வாறு செய்யலாமென்கிற பிரமாணமிருப்பதால் பரமு ஆசான் அதையும் ஒப்புக்கொண்டார்.

பரமு ஆசான் இதுவரையிலும் ஒரு தலைக்குறிப்பையோ அல்லது ஜாதகத்தையோ எழுதியவர் இல்லை. ஆனால் 'தேவப் பிரச்னம்' குடும்பப் பிரச்னம் ஆகியவற்றுக்கெல்லாம் சென்று வருவார்.

முன்னர் அர்ஜுனன் பிராமண சந்ததியைப் பாதுகாப்பதற்காகப் பிரசவ அறையைச் சுற்றி, காலன் நுழைந்து விடாதபடி ஒரு கோட்டை கட்டியதுபோல் - அவ்வாறு குழந்தையின் ஆயுள்-பலத்திற்காக ஏதாவது செய்யவேண்டும். அதுதான் பெரிய ஆசானுடைய தேவை. குழந்தையின் ஆயுள்-பலம் குறைந்தாலும் - காலனை நுழையவிடக் கூடாது!

'அங்கம்' (சண்டை) நடைபெற்ற வளாகப் பகுதியினின்று பலசாலியானதொரு அருங்கொலைப் பிசாசினுடைய சஞ்சாரமுண்டு. அந்த அரும்கொலைப் பிசாசு உக்கிரசபதம் செய்திருக்கக் கூடும். அதன் சஞ்சாரப் பாதையினை மாற்றியாக வேண்டும். தற்போதைக்கு ஒரு நவக்கிரபூஜை நடத்துவது. திக்பாலகர்களைப் பிரீதி செய்வதற்கான கருமங்களும், இடத்தைப் பாதுகாத்திட மாந்திரீகன் ஆக்கினையிடுகின்ற கருமங்களும்

நடத்துவது - ஆகியவைதான் மூன்று ஜோதிடர்களும் சேர்ந்து நல்கிய தீர்ப்பு. அதற்கான எழுத்து வடிவமும் தயாராகி விட்டது.

அனைத்து செவ்வாய் - வெள்ளிக் கிழமைகளிலும் கோடாந்திர வளாக வட்டாரத்தில் பிரம்புத்தடி வீச்சின் முழக்கம் கேட்பதுண்டு என்று நங்ஙையவர் கதவின் பின்னால் மறைந்து நின்றவாறு ஜோதிடர் அவைக்குத் தகவலளித்தாள். அரும்கொலைப் பிசாசின் சஞ்சாரமாயிருக்கலாம் அது. அது கந்தர்வ சஞ்சாரமென்றுதான் இதுவரையிலும் நம்பியிருந்தாளாம். அழுத்தமாய் மூச்சுவாங்கும் ஓசை கேட்டுவந்தாளாம். நங்ஙையவர் தனது அரை நூற்றாண்டுகால அனுபவத்தை விவரித்துக் கூறினாள். அனைவரும் அதை கவனித்துக் கேட்டனர்.

எப்படியாவது குழந்தையின் ஆயுளைப் பாதுகாக்கவேண்டும். கோடாந்திரக் குடும்பம் சந்ததியற்றுப் போய்விடக் கூடாது.

சபையின் கருத்து அது. விருப்பம். ஊராரின் விருப்பமும் அதுவே.

* ** *

சீரட்டக் குடும்பத்தில் கூட பிராமணர்கள் தங்கியிருக்க மடமுண்டு. கோடாந்திரக் குடும்பத்திலுள்ளதை விடவும் பெரியது; அழகானது. பல ஆண்டுகளாக கோடாந்திரமடத்தில் நிரந்தரமாய் யாரும் தங்கியிருந்ததில்லை. சின்னப்பெண் குஞ்சம்மா பிறக்குமுன் ஒரு பிராமணன் ஸ்திரமாக அங்கே தங்கிவந்தான். குஞ்சம்மாவின் தாய்க்குப் புடவை கொடுத்தவன். அவள் இறந்தபோது அவனும் போய்விட்டான். பின்னர் அவனுக்கு அங்கே இடமில்லை. அவனிடம் ஏதேனும் கைமுதல் இருந்திருக்கலாம். அவ்வளவு காலத்திற்குள் ஏதாவது சேர்த்து வைத்திருக்கலாம். என்னவோ?

என்னவாக இருந்தபோதிலும் பின்னர் அந்த பிராமணனை அந்த வட்டாரத்தில் எங்கும் கண்டதில்லை. எங்கு போய் விட்டானோ; என்னவோ? அவனுக்கும் திரும்பி வரவேண்டிய அவசியமில்லை. இறந்தும் போயிருக்கலாம். இல்லாவிட்டால் வேறு ஏதோவொரு குடும்பத்தின் மடத்தில் இப்போது ‘சம்பந்த’மாக ஒட்டிவிட்டுமிருக்கலாம்.

சின்னப்பெண் குஞ்சம்மாவின் வாய் ‘அப்பா’ வென்றழைக்கத் திறந்ததேயில்லை. அவ்வாறு அப்பாவென்ற சொல்லை உச்சரிக்க வேண்டிய அவசியமும் அந்தக் குடும்பங்களில் இல்லை.

சீரட்டக் குடும்பத்தில் ஏககாலத்தில் ஐந்து, ஆறு அல்லது அதற்கும் கூடுதலான எண்ணிக்கையிலே நம்பூதிரிகள், போற்றிகள் அல்லது பட்டர்கள் முன்னர் தங்கியிருந்திருக்கின்றனர். சீரட்டக் குடும்பத்துக்

குஞ்சம்மாமார்களுக்குப் புடவை கொடுத்தவர்கள்! சீரட்டக் குடும்பத்தில் ஆளும் அர்த்தமும் உண்டு. கிழவிகள், நடுத்தரப் பருவமங்கையர், இளம் பெண்கள் - ஆக பதினேழு குஞ்சம்மாமார்களின் கணக்கு காணப்படுகிறது.

சிருதைக் குஞ்சம்மாதான் சீரட்டக் குடும்பத்தில் மிகவும் வயோதிக முதிர்ச்சி பெற்ற குஞ்சம்மா. குடும்பத் தலைவரான பழைய பெரிய கைமளுடைய சின்னம்மாதான் அவள். வயது ஏறத்தாழ எண்பது. தலைமுடி முற்றாக நரைத்துப் போயிருந்தது. சிவப்பு மேனியெங்கும் சுருங்கிவிட்டது. வாயிலே ஒரு பல் கூடக் கிடையாது. சிறுவயதிலே சிறுதைக் குஞ்சம்மா சுந்தரியாகத் தானிருந்திருக்க வேண்டும்.

சிருதைக் குஞ்சம்மாவின்'சம்பந்த'க்காரராக இருந்தவர் ஒரு போற்றி. துளு பிராமணர் அல்லர். திருவல்லா ஊரைச் சேர்ந்த ஒரு மலையாள பிராமணர். நம்பூதிரியேதான். ஆட்டிய (சிறப்பு) பிராமணனைவிடச் சிறிது கீழான நம்பூதிரிவகுப்பிலே சேர்ந்தவர். கணபதிப் போற்றி என்று பெயர். அவரும் அந்த மடத்தில் பல்லாண்டுகளாகத் தங்கியிருந்து வருகிறார். சிருதைக் குஞ்சம்மாவின் 'சம்பந்தக்காரராக! (கணவன்)

சிறிதளவு கைமுதல் அவரிடமும் இருக்கும். சீரட்டக் குடும்பத்து மடத்தில் அவருக்குச் சொந்தமாக ஒரு காலடிப்பெட்டிதான் உண்டு. ஆனால் சீரட்டமடத்திலே பல பத்தாண்டுகள் குடியிருந்து சேர்த்துவைத்த கை முதலினால் சொந்தம் இல்லத்திற்காக ஓரளவு சொத்துக்களை உண்டாக்கியிருக்கிறார். அது கணபதிப் போற்றியின் அண்ணன் பையன்களுக்கும் தெரியும். சித்தப்பாவின் மரணத்திற்கும், இறுதிச் சடங்குகளுக்குமாய் யாருடைய உதவியும் தேவையில்லை என்று இல்லத்துப் பெரியவர் தம்பிமார்களிடம் சொல்வதுண்டு. அவர் சிறிதளவு பணத்தையும் இல்லத்தில் கொடுத்து வைத்திருக்கிறார்.

எனவே மரணத்திற்குப் பிறகு நடைபெற வேண்டிய காரியங்களுக்குப் போதுமான பணமுண்டு என்பது உறுதி.

சிருதைக் குஞ்சம்மாவின் கண் மூடிவிட்டால் பதினேழாவது நாளில் கணபதிப் போற்றி காலடிப்பெட்டியுடன் வெளியேறுவதுதான் சிறந்தது.

சிருதைக் குஞ்சம்மா ஏழு பெற்றவள். அதிலே மூன்று ஆண் குழந்தைகளும் ஒரு பெண்குழந்தையும் தான் உயிரோடு இருக்கிறார்கள். அவர்களில் பெரியவன்தான் அடுத்ததாகக் குடும்பத் தலைவனாக வேண்டியவன்.

சிருதைக் குஞ்சம்மாவின் பதினாறு நிறைவு தினத்திற்கு மறுநாள் கணபதிப் போற்றி மடத்தைவிட்டு வெளியேறும்போது சீரட்டக்

குடும்பத்தைச் சேர்ந்த பெரிய இளம் தலைமுறையினரும் தம்பிமார்களும் சேர்ந்து சென்று இவ்வாறு சொல்லுவார்களோ?

"அப்பா, போகவேண்டாம். அப்பா இறந்து விட்டால் நாங்கள் இல்லத்துக்குக் கொண்டு சென்று இறுதிச் சடங்குகளை நிறைவேற்றி வைப்போம்."

அவ்வாறு நேர்ந்து விடக் காரணமில்லை. எந்த ஒரு குடும்பத்திலும் அவ்வாறு நடைபெற்றதில்லை. கணபதிப் போற்றி வெளியேறிச் செல்வதைப் புதலவர்கள் அறியலாம்; அறியாமலுமிருக்கலாம்.

மடத்தில் தங்கியிருக்கின்ற ஏனைய சம்பந்தக்காரர்கள் அந்தக் கிழவர் போவதைக்கண்டு ஒரு பெருமூச்சு விடலாம். பழுத்த இலை உதிர்ந்து விழுகிறபோது அறிவுடைய பச்சை இலைகள் நடுங்கிக் குலுங்குவதுபோல்...

"இன்று நான்; நாளை நீ!"

கணபதிப் போற்றி எப்போதுமே காயத்ரி ஜெபத்தை முடித்துக் கொண்டு கண்ணை மூடி மோனநிலையில சிறிது நேரம் வரையிலும் வேறு ஏதோ சொந்த விசயம் குறித்துப் பிரார்த்தனை செய்வார். சுயம் மறந்த நிலையிலுள்ள பிரார்த்தனை அது. பிரார்த்தனையில் லயமாகி நீண்ட நேரம் வரையில் அமர்ந்துவிடுவார். அது ஆன்மிகத்திற்கான பிரார்த்தனையல்ல. இவ்வுலக வாழ்க்கைக்கான பிரார்த்தனை.

"அம்பலப்புழை கிருஷ்ணா! தருமசாஸ்தாவே..! சிருதைக்கு முன்னால் நான் செத்துப் போய்விட வேண்டும்!"

கணவர் அவ்வாறு பிரார்த்தனை செய்துகொள்வதில் என்ன தவறு? அது இயல்பானதுதானே?

இறந்து செல்கிற இளையவர் விசயம் இல்லத்தில் பத்திரமானது தான். இறப்பதற்காகச் செல்கின்றவர் விசயம் எவ்வாறிருக்குமோ? அவலத்திலே சென்று முடியலாம். கை முதல் அங்கே கொடுத்து வைத்திருந்தால் கூட! நாராயணர் நினைத்தால் கூட காரியங்கள் சரிவர நிறைவேற்றாமற் போய்விடலாம்.

சீரட்டமடத்தில் இன்னொரு பிராமணன் கூடத் தங்கியிருக்க வந்திருக்கிறான்.

சேஷையன்!

சீரட்டக் குடும்பத்தைச் சேர்ந்த சக்கிக் குஞ்சம்மாவுக்கு சேஷன் புடவை கொடுத்தான். புடவையும் மேல்வேஷ்டியும் சீரட்டக் குடும்பத்தி

லிருந்தே வாங்கப்பட்டவை.

ஆயினும் நங்கையவரிடமிருந்து சேஷையன் ஒன்றேகாலும் பதார்த்தங்களும் வாங்கிக் கொண்டிருந்தான். அது தனது உரிமையாம்! சில சமயங்களில் சிறிது விவாதம் கூட நடைபெற வேண்டியிருந்தது. சக்கி மற்றும் சக்கிக் குஞ்சம்மாவின் பட்டருக்கு இனிமேல் கோடாந்திரக் குடும்பத்திலிருந்து ஒன்றேகாலும் பதார்த்தங்களும் கொடுக்கவேண்டுமா? வேண்டுமென்று சேஷையன் சொல்கிறான். அது அவனுடைய பேராசை!

* ** *

இந்த வருடத்திய விவசாயம் ஊரெங்கிலும் மிகவும் சீரழிந்தது. ‘குட்டன்’ என்கிற பூச்சிகளின் தாக்குதல் எந்த வருடத்தையும் விட இந்த வருடத்தில் மிகக் கடுமையாக இருந்தது. ஒவ்வொரு குடும்பத்தினரும் கிழக்கத்திய மலைகளிலிருந்து எட்டிக்காய் மூட்டை மூட்டையாகக் கொண்டு வந்தனர். அந்தக் காய்களைச் சிதைத்துச் சாக்கில் போட்டு ஒவ்வொரு வயலினுடையவும் மடைவாயிலிலே வைத்து அவற்றின் மேல்வழியாகத் தண்ணீரைப் பாய்ச்சினர். ஆயினும் பலனளிக்கவில்லை. ஆம்! ஏழாம் நாட்களில் அவ்வாறு செய்தனர். விவசாயத்தின் சீரழிவைத் தடுக்கச் செய்கிற இறுதி நடவடிக்கை ஆகும் அது.

அது வழக்கமான ‘குட்ட’னாக இருக்கவில்லை. அனைத்து வயல்களிலுமுள்ள நெல்பயிர்களும் காய்ந்து குச்சியாகி விட்டது.

அந்தப் பிராந்தியம் முழுவதிலுமுள்ள புலையர்களும் அல்லாதவர்களும் எட்டிக்காய்க் காற்றுப்பட்டு உடல் எங்கும் வீங்கி சில நாட்கள் வரையிலும் படுத்த படுக்கையாகிவிட்டனர். எட்டி மரத்தடியில் நடந்தாலே போதும், சூடேற்று உடம்பு வீங்கிவிடும்! அப்படியிருக்க எட்டிக்காயை சிதைத்து விட்டால் நிலைமை எவ்வாறிருக்கும்? அந்த வயல்களின் வேலியோரமாய் நடந்தால் நிலைமை என்னவாகும்?

வருடாவருடம் விவசாயச் செலவுக்கும், போதாத குடும்பச் செலவுக்குமாய் மங்கொம்பு கணபதி ஐயனிடமிருந்து பத்துக்கு இரண்டு வட்டியாகக் கடன் வாங்குவது கோடாந்திரக் குடும்பத்தினரின் வழக்கமாக இருந்தது. இந்த வருடம் முற்றாகத் தீர்த்துத் தர வேண்டுமென்று ஐயர் பிடிவாதமாக நிற்கிறார். கடன் தீர்ந்த பிறகு நெல் வாங்கலாமாம்!

அவ்வாறாக வருடமொருமுறை மொத்தமாக வேகவைக்க நெல் இல்லாமல் போய்விட்டது. மங்கொம்பிலிருந்து நெல் கொண்டு வரவுமில்லை. ஐயர் காலைப்பிடித்து ஏதாவது வாங்கினால் கூட, அடைமழை பெய்து கொண்டிருக்கும் போது, நெல் வேகவைத்துக் காயப் போட முடியுமா?

சேஷையன் வந்திருக்கிறான். அவனுக்குக் கொடுத்துவிட்டால் மறுநாள் சமையலுக்கு அரிசியிருக்காது.

“ரெண்டு நாள் பொறுத்தீங்கன்னா எல்லாம் சரியாயிடும். தர வேண்டியதைப் பூராத் தந்திடறோம். ஒண்ணுமில்லாட்டாக் கூட தேவஸ்தானத்திலேருந்து பச்சரிசியாவது வாங்கித் தந்திடறேன்.”

விவசாயச் சீரழிவு முதற்கொண்டு அனைத்து விசயங்களையும் குறித்து நங்ஙையவர் சேஷையனிடம் விவரமாகக் கூறினாள். சேஷையன் முகம் கடுமையாயிற்று.

விளைச்சலின்போது கடனை முற்றாகக் கட்டமுடியாத நிலை ஏற்படும் போது மங்கொம்பு ஐயன் முகமிருப்பது போலிருந்தது சேஷனின் முகம்.

இந்த தமிழ் பிராமணர்கள் முகமெல்லாம் அத்தகைய சந்தர்ப்பங் களில் ஒரே மாதிரியாக இருக்கும்.

“இது சரியில்லே நங்நாய்! பிராமணனுக்குத் தரவேண்டியதை முதலில் தந்துடு!” சேஷன் தொடர்ந்து கூறினான்: “பிராமணன் மனம் தவிக்கக் கூடாது!”

பிராமணன் மனம் தவிப்பது!

அது கல்லையும் கரைத்துவிடும்.

பிராமண சாபம்!

அதனால் அனைத்தும் பற்றியெரிந்து சாம்பலாகிவிடும்!

கோடாந்திரக் குடும்பத்தில் ஒரு பெண் சந்ததி மட்டும்தான். நங்ஙையவர் பின்னர் யோசித்து நிற்கவில்லை. அரிசியளந்து கொடுத்தாள். மறுநாளைக்கு இல்லாவிட்டால் வேண்டாம்!

பல்லிளித்து மகிழ்ச்சியைத் தெரிவித்தவாறு சேஷன் நடந்து சென்றான்.

அவன் கோடாந்திர சந்ததியைப் பார்த்ததில்லை. அவன் அங்கே போகவும் மாட்டான்.

* ** *

கஸ்தூரி, புனுகு ஆகியவற்றைப் பன்னீரில் கலந்து சேர்ந்த சந்தனச் சாறின் சுகந்தம் கோடாந்திர வளாகத்தில் பரவியது.

சர்ப்பக் கோவிலிலுள்ள பன்னீர் மரம் பூத்தது. கந்தர்வ சஞ்சாரம் நடைபெறும் காலமிது.

‘அஷ்ட கந்த சாம்பிராணி’யின் புகைமணம் கோடாந்திர வீட்டுக்குள்ளே கந்தர்வனை வரவேற்பதுபோல் நிறைந்து ததும்பி நின்றது.

கந்தர்வன் கொச்சுபிள்ளையின் உருவத்தில் தோன்றினான். ராத்திரி நள்ளிரவை நோக்கிச் சென்று கொண்டிருந்தபோது கந்தர்வன் வருகிற நேரமாயிற்றென்று அறிவதுபோல் தோன்றியது. தூக்குவிளக்கின் வெள்ளியொளியில் குழந்தையின் காரணமில்லாச் சிரிப்பினையும், நீர்த்தடாகத்தின் நீலவண்ணம் கலந்த, அதன் கண்களையும், கைகளும் கால்களும் அசைத்து அது செய்கிற விளையாட்டினையும் கொச்சுபிள்ளை பார்த்து நின்றார். அவர் குழந்தையை அள்ளியெடுத்து அணைத்து முகர்ந்து முத்தமிட்டார்.

அந்தக் குழந்தை அழவில்லை.

அது ஒரு பலகைக் கட்டில். அதன் மீது மென்மையான ஒரு மெத்தை உண்டு. மெத்தையின் விரிப்பு மீது மலர்கள் தூவப்பட்டிருக்கின்றன. குஞ்சம்மா அந்தக் காட்சியிலே லயித்திருக்கிறாள். கொச்சுபிள்ளை எருமத்ர மடத்திலுள்ள தங்கக் குழந்தையை எடுத்துச் செல்லம் கொடுப்பாரா?

குஞ்சுலட்சுமி எஜமானியம்மா குழந்தையைப் பட்டுத்துணித் தூளியிலே போட்டுத் தான் தாலாட்டு பாடுவாள்.

"நன்மொழிப் பாட்டின் பொருளோ? மணி வீணையின் இன்னொலி தானோ?..."

குழந்தையைக் கரங்களில் ஏந்தியவாறு கணவர் அருகே சென்று எஜமானியம்மா,

"பாருங்க! இது யாருன்னு சொல்லுங்க." என்று சொல்லுவாள். அவர் குழந்தையை அவளிடமிருந்து வாங்கிக் கொள்ளவேண்டும். பின்னர் முத்தமிடவேண்டும்.

* ** *

"இத பாருங்க, இந்தக் குழந்தை அழுதான்னா கொஞ்சம் பாருங்க!" சின்னப்பெண் குஞ்சம்மா கூறினாள்.

கொச்சுபிள்ளையின் மார்புடன் ஒட்டியணைந்திருக்கிற குழந்தை அசையாமலிருக்கிறது.

"குழந்தையைப் படுக்கவையுங்க!" என்றாள் அம்மா.

"நான் இவளை எடுத்துக் கொண்டு அந்தச் சுகத்தைக் கொஞ்சம் அனுபவிக்கணும்."

"அது இதுக்கு ஒரு வழக்கமாயிடும்."

"ஆம். அது சரிதான். அது வழக்கமாயிடும்." கொச்சுபிள்ளை சற்றுக் கவலை தொனிக்கிற குரலில் சொன்னார்.

அப்பா எடுத்துச் செல்லம் கொடுப்பதென்பது அன்றைய குடும்பங்களிலுள்ள குழந்தைகளுக்கு வழக்கமாகிவிடுவதில்லை. அப்பா இல்லாவிட்டாலும் குழந்தைகள் வளர்ந்துவிடுவார்கள்.

கோடாந்திர அல்லது வேறு ஏதாவது குடும்பத்தில் தந்தையின் அன்பினை குழந்தைகள் அனுபவித்திருக்கின்றார்களா?

தூக்கு விளக்கிலுள்ள தேங்காய் எண்ணெய் திரியின் பிரகாசம் தெளிவானதாயிருந்தது. 'அஷ்டகந்த'த்தின் சுகந்தம் அங்கே கெட்டி தட்டி நின்றுகொண்டிருந்தது.

குழந்தை தூங்கியிருக்கவில்லை. அன்றிரவு அது தூங்காது போல் தோன்றியது.

கட்டில் மீது அணைந்து அமர்ந்திருக்கின்ற அம்மாவையும் கந்தர்வனையுமே அது பார்த்தவாறு படுத்துக் கிடந்தது.

பின்னர் திரிபுரசுந்தரியை அள்ளியெடுத்தது அம்மாதான். கந்தர்வன் அருகிலிருக்கையில் குழந்தையை அள்ளியெடுத்து அணைக்கிற அம்மா அப்புறம் என்ன செய்வாள்? அமுத கும்பத்தின் காம்பினை குழந்தையின் இதழ்களுக்குள்ளே நுழைப்பது! பால்நுரை யொட்டிய செவ்விதழ்களிலே தவழும் புன்னகையானது பக்கமிருக்கும் தந்தையை எத்தகைய மனிதனாகவும் ஆக்கிவிடும்?

* ** *

பல வருடங்களுக்கு முன்னால் கிளிமானூர் அரண்மனையைச் சேர்ந்த ஓர் இளையராஜா, அங்குள்ள ஒரு குடியானவனுடைய மனைவி யின் படுக்கையறையிலுள்ள கட்டில் மீது அவளுடன் ஒட்டியணைந்து அமர்ந்திருந்தான். கீழே படுத்துத் தூங்கிக் கொண்டிருந்த ஆண் குழந்தையை தம்பிரான் ஆவலுடன் பார்த்துக் கொண்டிருந்தான். அந்தக் குழந்தைக்கு நினைவு வரத் தொடங்கிய காலமாக இருந்தது அது.

குழந்தை கண் திறந்தது. அத்துடன் அந்தச் சிறு வதனமும் மலர்ந்தது. அம்மா சற்று நடுக்கமுற்று எழுந்துவிட்டாள். நித்திரை அந்தச் சிறு பாலகனின் இமைகளை மறுபடியும் தழுவியது. அந்தக் குழந்தை கண்விழித்தபோது ஒருமுறைதான் புன்னகை புரிந்தது. ஆயினும் அந்தக் காட்சி நினைவினில் பதிந்துவிட்டது.

தெளிவற்ற முறையில் அல்ல. மிகத் தெளிவான முறையிலேயே கொச்சுபிள்ளை அதை நினைத்துப் பார்க்கிறார்.

"இங்கிருந்து போயிட்டா, என் மகளை நான் எப்படிப் பார்ப்பேன்?" சிறிது கவலையுடன் வினவினார் கொச்சுபிள்ளை.

"அப்படீன்னா, போகாதீங்க!"

"போகாமலிருந்தால்,"

"போகாமலிருக்கலாம்."

"குஞ்சம்மாவுக்கு மூளையே இல்லை."

"இல்லை; எனக்கு மூளையில்லை."

குஞ்சம்மா வதனத்தில் ஒரு முத்தமளித்தவாறு கொச்சுபிள்ளை எதையோ சொன்னார்.

ஒரு வேளை இங்கிருந்து போகமாட்டேன்னு சொல்லியிருக்கலாம்.

9

கண்டெழுத்து வேலையைப் பூர்த்திசெய்ய இன்னொரு சங்கமும் வந்து சேர்ந்திருக்கிறது. அவர்கள்தான் அளக்கின்றவர்கள். அவர்களின் மேலதிகாரி நாகம் பிள்ளை என்கிற ஒரு தமிழனாவார். ஒரு குறிப்பெழுதும் நபரும், ஏழெட்டு சங்கிலிக்காரர்களும் உள்ளிட்டதுதான் அந்தச் சங்கம். உரிமை, கைவசமுள்ளது ஆகியவற்றிற்கேற்ற முறையில் நிலத்தை அளந்து திட்டம் செய்து அவர்கள் வரைபடத்தைத் தயார் செய்யவேண்டும். பின்னர் அந்த நிலங்களுக்கு சர்வே நம்பருமளிக்கவேண்டும். ஒரு பகுதியைச் சேர்ந்த நிலங்கள் எங்கெங்கென்று காகிதத்தில் காணமுடியும்.

கிளாசிப்பேர் சர்வே விசயத்தில் அவ்வளவு நிபுணர் அல்ல. ஆனால் சர்வே என்றால் என்னவென்று இந்தக் குறுகிய காலத்திலேயே கற்றறிந்து வைத்திருக்கிறார். நாகம் பிள்ளை அந்த விசயத்தில் ஒரு நிபுணராவார். அவருக்கு அடுத்தபடியாகவுள்ள அதிகாரியும் அவ்வாறேதான். அனைவர் மீதும் தமக்கு மேலதிகாரம் உண்டு என்று தான் கிளாசிப்பேர் கருதுகிறார்.

கிளாசிப்பேருக்கும், நாகம் பிள்ளைக்குமிடையில் சிறிது கெடுபிடி இருந்து வருகிறது. எப்படியோ அப்படியாகிவிட்டது. நாகம் பிள்ளை வந்து அளவெடுக்கத் தொடங்கிய நாள் முதற்கொண்டு குடியானவர்கள் அவரைப் பற்றிய சில புகார்களை கிளாசிப்பேர் முன்னால் உணர்த்தி வருகின்றனர். அனுபவத்தை அடிப்படையாகக் கொண்டு சங்கிலிவைத்து நிலத்தை அளக்கவில்லை என்றும் இன்ன பிற முறையீடுகளும்தான் அது. சில குடியானவர்களுக்கிடையிலும் சண்டை சச்சரவுகள் நிலவி வருகின்றன. எல்லைத் தகராறுகள்தான் காரணம். அந்த தேவடி முல்லக்காரன் செய்த சில தில்லுமுல்லுகள்தான் அவற்றிற்குப் பின்னணியாக இருக்க வேண்டும்.

ஒரு நிபுணர், நிபுணரல்லாத ஒருவரின் முன்னால் வாய்பொத்தி நிற்பாரா? என்ன மேலதிகாரம்தான் கிளாசிப்பேருக்கு இருந்து வருகிறது? என்று நாகம் பிள்ளை கேட்டார்.

விசயம் அதுவல்ல. நாகம் பிள்ளைக்கு எடுபிடியாக முல்லக்காரன் இல்லை; தேவடி முல்லக்காரன்தான்! மொத்தத்தில் அவருக்கு ஒரே ஒரு எடுபிடியாள் மட்டும்தான்- பருத்திக்காட்டு ஔத! அதுவும் இங்கு வந்த பின்னர் ஏற்படுத்திக்கொண்ட எடுபிடியாள். நாகம் பிள்ளை தமிழன். அதுவும் ஒரு குறைபாடுதான்.

நாகம் பிள்ளைக்கும் கூட சில மாமூல்கள் கிடைக்கவேண்டும். அதற்கு ஒரு தேவடிமுல்லக்காரன் தேவை. அரசு பணத்தைப் பராமரிக்கிற சர்வாதிகாரியக்காருடைய சொந்தக்காரர்தான் நாகம் பிள்ளை. 'சென்று நன்றாக்கித் திரும்பிவா!' என்று அந்த சர்வாதிகாரியக்கார் பெருமாள் பிள்ளை ஆசீர்வாதம் செய்து அனுப்பிவைத்திருக்கிற மனிதர்தான். ஆனால் எப்படி நன்றாக்க முடியும்? நன்றாவதற்கான சூழ்நிலை உண்டுதான். ஆனால் அதனைப் பயன்படுத்தி நன்று ஆக்குவதற்கான கிங்கரர்கள் இல்லையே! "சர்வேயர் எஜமானுக்குக் கொடு!" என்று சொல்ல யாருமில்லையே! யார் கவனிப்பார்? எனவே நாகம் பிள்ளை என்ன செய்கிறார்? சமையற் கட்டின் நடுப்பகுதி வழியாகச் சங்கிலியை வைக்கிறார். எல்லோருக்குமே கண்கண்ட தெய்வம் கொச்சுபிள்ளைதான். அவர்கள் புகார்களுடன் அந்த தெய்வத்தை நோக்கிச் செல்கிறார்கள். அதுதான் நடைபெற்றும் வருகிறது; நடைபெற்று வந்தது.

நாகம் பிள்ளை பேசுவதையும் குடியானவர்கள் புரிந்து கொள்வ தில்லை. அவருக்குத் தங்குவதற்கான வசதி செய்து கொடுப்பதற்கு யார் இருக்கிறார்கள்? கிளாசிப்பேர் எருமத்ர மடத்தில் எவ்வளவு படாடோபமாக வாழ்ந்து வருகிறார்! யார் இந்த கிளாசிப்பேர்? கிளிமானூர் அரண்மனையின் நிலத்தில் விவசாயம் பண்ணுகிறவனின் மகன். அவருக்கு என்ன கல்வித் தகுதியுண்டு? நாகம் பிள்ளை கேட்பது அதுதான்.

இத்தகைய திமிர்கொண்ட கேள்வி ஒன்று கிளாசிப் பேரைப் பற்றி இதுவரையிலும் எழுந்ததில்லை. இடைக்கரையைச் சேர்ந்த கொச்சுமிச்சார் சொல்லிப் பரப்பிய அவதூறாகவும் இருக்கவில்லை அது.

நாகம் பிள்ளை ஏதோ வெளியூருக்குச் சென்று கல்வி பயின்று வந்தவராவார். ஆனால் இந்த கொச்சுபிள்ளைக்கு என்ன கல்வித் தகுதி யிருக்கிறது? அது இன்னொரு கேள்வி? கோந்நோத்துப் பிள்ளையின் நெற்களக் கட்டடத்தில்தான் நாகம் பிள்ளை தங்கி வருகிறார். கிளாசிப் பேர் சொன்னதனால்தான் கோந்நோத்துப் பிள்ளை நாகம் பிள்ளைக்கு அதை விட்டுக் கொடுத்திருக்கிறார். அறுவடைக் காலங்களில் அசவுகரிய மேற்படுமென்று சொல்லித்தான் கொடுத்திருக்கிறார்.

கோந்நோத்துப் பிள்ளை யென்றில்லை-யாருமே அந்தப் பக்கம் திரும்பிப் பார்ப்பதில்லை. நாகம் பிள்ளை காலைவேளையில் வெளியோடு

தான் சங்கிலியும், பரிவாரங்களுமாய் வேலைக்காக வெளியே செல்கின்றார். செல்லுமிடமெல்லாம் சண்டையும் சச்சரவுகளும்தான். தொண்டை வரட்சியேற்படும் போது ஏதாவதொரு சமயத்தில் ஓர் இளநீர் கிடைத்தாலும் கிடைக்கலாம். கூடுதலான வெறியுடன்தான் வீட்டுக்குத் திரும்புவதும்.

* ** *

ஊரிலெங்கும் பூமிசம்பந்தமான எல்லைத் தகராறுகள்தான். அனைத்து அண்டை வீட்டினரும் ஒருவருக்கொருவர் எதிரிகளாகி விட்டனர். உந்துவதோ தள்ளுவதோ அல்ல; அடிதடியுமல்ல; வெட்டுவது குத்துவது என்கிற நிலைமை தான். மங்காட்டு சந்திரக்காரனை பொய்ப் பள்ளி கிட்டன் வெட்டியிருக்கிறான். ஆம்; வெட்டினான். ஆனால் சந்திரக்காரன் மீது வெட்டு விழ வில்லை. காயமேற்படவில்லை. கிட்டன் பாடுபட்டு வளர்த்த ஒரு வரிசை தென்னைமரங்கள், பூமியளந்து கல் போட்டபோது சந்திரக்காரன் குடியிருக்குமிடத்திற்குச் சேர்ந்து விட்டன. கிட்டனால் சகிக்கமுடியுமா? பத்து காய்தரும் தென்னை மரங்கள்!

நாகம் பிள்ளைக்கு சந்திரக்காரனின்மேல் பாசம் இருந்ததனால் அப்படிச் செய்ததும் இல்ல. நாகம் பிள்ளையைப் பார்த்தால் மதிக்காத வர்கள் பரஸ்பரம் மோதி மண்டை பிளந்துக்கட்டுமே. அழியட்டுமே! நாகம் பிள்ளை வரும்போது எழுந்து நிற்காதவர்கள் அண்டை வீட்டினனிடம் அடி வாங்கவேண்டும். அதுதான் முறை!

அனுபவத்தையும் கைத்திறனையும் அடிப்படையாக வைத்துக் கொண்டு நிலம் அளக்கவேண்டும். அதுதான் செய்யவேண்டியது. கிளாசிப்பேர் கடைபிடிக்கும் முறையும் அதுதான். ஆனால், நாகம் பிள்ளையின் உறுதியான நிலை இன்னொன்றாகும். ஆயிரத்துப் பத்தாவது வருடத்திய (மலையாள வருடம்) கண்டெழுத்தில் காணப்படும் முறையிலான கோல் அளவு, விஸ்தீரணம் ஆகியவற்றுக்கேற்றபடி நிலமளப்பதுதான் அது. அனுபவத்தின் அடிப்படை அதுதான்! அவரிடம் அதற்கான தஸ்தாவேஜுக்களும் இருக்கின்றன. கொச்சுபிள்ளை கண்டு எழுதிய அனுபவப் பத்திரத்தை நாகம் பிள்ளை ஏற்றுக்கொள்வதில்லை.

பருத்திக்காட்டு ஔதவிடம் நாகம்பிள்ளை சொல்லுவார்: "இந்தப் பயல்கள் அந்த கொச்சுபிள்ளையைச் சிக்கவைக்கட்டும்!"

"ஐய! இவங்க யாரை போய்ப் பார்க்கணும்? தென்னைமரத்தையும் மாமரத்தையும் எண்ணி நடக்கிறவங்களைப் பார்க்கணுமா? அல்லது, பூமியை அளந்து சரிபண்ணிக் கல்போடறவங்களையா? கல் அல்லவா, அடையாளம்?" ஔத சொல்வது இப்படித்தான்.

"அப்படிச் சொல்லுங்கோ, ஔதா! அப்படிச் சொல்லுங்க!"

நாகம் பிள்ளைக்கு அப்படியாவது ஒருவன் உடனிருக்கிறான்.

புகார்கள் இல்லாத குடியானவர்களே கிடையாது. அவர்க ளெல்லாம் அந்தப் புகார்களை எடுத்துச் செல்வது பல்வேறு காரணங்களை முன் வைத்துத் தான். யார் இந்த கிளாசிப்பேர்?

தங்கத் தம்பிரானிடம் மிக்க நெருக்கமானவர். என்னதான் பண்ணினாலும் இந்த வெள்ளாளப் பிள்ளையால் கிளாசிப்பேராகி விட முடியாது. இவர் பாண்டி தேசத்துக்காரர். கிளாசிப்பேர் மேலதிகாரி என்பதுதான் உறுதி. கிளாசிப்பேர் எஜமானனுக்குக் காணிக்கை செலுத்தப் பட்டது உண்மைதான். ஒருமுறை அல்ல; பன்முறை! அவர்தான் புகார் களுக்குப் பரிகாரம் காணவேண்டும்.

ஒரு மலையாளியை அளக்கிறவனாக அனுப்பி வைத்திருக்கக் கூடாதா? அளக்கத் தெரிந்தவர்கள் தமிழர்கள்தானாம்!

கிளாசிப்பேர் தடுமாற்றத்திற்குள்ளானார்.

அன்று வரையிலும் பெரிய மனிதராக அவர்தான் இருந்திருக்கிறார். வட்டார அதிகாரி உள்ளிட்ட அனைவருடையவும் மேலதிகாரி. இடைவேளையில் சர்வாதிகாரியக்கார் வந்தார். கிளாசிப்பேர் வணங்கி நிற்க வேண்டிய இன்னொருவர் இருக்கிறாரென்பது, சர்வாதி காரியக்கார் வந்தபோதுதான் அனைவருக்கும் தோன்றியது. அது பெரிய விசயமில்லை. சர்வாதிகாரியக்கார் வந்து போன பின்னரும் கிளாசிப்பேருக்கு இருந்து வந்திருக்கிற மரியாதைக்குச் சற்றேனும் குறைவு ஏற்பட்டுவிடவில்லை. இப்போது ஒரு தமிழர் வந்திருக்கிறார். கிளாசிப்பேரின் கையாலாகாத்தன்மை கொஞ்சம் கொஞ்சமாக வெளிப்படத் தொடங்கியிருக்கிறது. நினைத்தபடி அதிகாரம் கிளாசிப் பேருக்குக் கிடையாதா? இல்லாவிட்டால் அந்த தமிழர் இவ்வாறு சங்கிலியுடன் நடப்பாரா? தமிழரைத் தடுத்து நிறுத்திவிட கிளாசிப்பேரினால் முடியாது போலிருக்கிறது.

கிளாசிப்பேருக்கு என்ன செய்வதென்று தெரியவில்லை. உதவியற்ற ஊர்மக்களுக்கு இனிமேல் அபயமளிக்கிறவன் தேவடி முல்லக்காரன்தான்.

எரிக்கில்லத்து பணிக்கருடைய வடக்கு எல்லையிலும், தெற்கு எல்லையிலும் சண்டையே நடைபெற்று வருகிறது. பப்புப் பணிக்கர் ஏக காலத்தில் இருவருடனும் சண்டை போடவேண்டிய நிலைமையி லிருக்கிறார். பணிக்கர் கிளாசிப்பேர் முன்னால் சென்று முறையிட்டார். ஒருமுறை அல்ல; பன்முறை. கிளாசிப்பேர் பரிகாரமுண்டாக்கவில்லை.

தேவடிமுல்லக்காரனிடம் சரணமெனச் சென்றார். அவன் குண தோஷங்களைச் சொல்லிக் கொடுத்தான்.

“அந்தத் தமிழரைப் போய் பாருங்க! கிளாசிப்பேர் எஜமானன் தன்னோட அந்தஸ்தை விட்டுட்டு ஒரு அடி எடுத்து வைக்க மாட்டாரு. அவர் பெரிய குடும்பத்துப் பிள்ளையல்லவோ?”

அப்போது இன்னொரு விசயம் முன்வந்தது. நாகம்பிள்ளைக்குக் கூடக் காணிக்கை செலுத்தவேண்டுமே?

“அவருக்கும் எதாச்சும் வாய்க்கரிசி போட்டுடுங்க!”

எரிக்கில்லத்து பப்புப் பணிக்கர் காக்கை தரையில் இறங்குமுன் எழுபது பணமுடன், கோந்நோத்துப் பிள்ளையின் நெற்களக் கட்டடத் துக்குச் சென்றார்.

ஔத அப்போது அங்கிருந்தான்.

“ஓ... பணிக்கரைய்யாவா? என்ன சமாசாரமய்யனே?”

ஔதவின் காதோரமாய்த் தமது அவலநிலைமை குறித்துக் கூறினார் பணிக்கர்.

“ஆ.. ஆ.. ங்ஆ..! அப்படிப் புடியுங்க. பணிக்கரையே புடிச்சிட்டீக. இனி இந்த ஊர்சனங்க புரிஞ்சிக்கட்டும்- எவரு பெரியவருன்னு. கிளாசிப்பேரா, இல்லே... படிப்பும் பிடிப்பும் உள்ள நாகம் பிள்ளை எசமானான்னு!”

ஔத தொடர்ந்து பேசினான்:

“கிளாசிப்பேரை ஊர்சனங்க சேர்ந்து எருமத்ர மடத்திலே பிரதிஷ்டை பண்ணினாங்க. நாகம் பிள்ளை எசமானுக்கு கோந்நோத்து நெற்களத்து வீடு! கொசுக்கடியால் தூங்கமுடியுமா? இந்த ஊர்க்காரங் களுக்கு வால் ஏது, தலை ஏதுன்னு தெரியுமா?”

பணிக்கருக்கு ஒன்றுமே புரியவில்லை. நாகம் பிள்ளை கிளாசிப்பேரை விடப் பெரியவராகவே இருக்கட்டும். அவருக்கு எந்த எதிர்ப்பும் கிடையாது. இந்தச் சண்டைச்சச்சரவுகள் தீர்ந்து விட்டா போதும்.

“நான் ஒரு தந்திரம் பண்ணித் தர்றேன். பணிக்கரய்யாவுக்குக் கொஞ் சமும் கவலை வேணாம்.”

* ** *

பப்புப் பணிக்கர் என்கிற குடியானவனின் முறையீட்டைத் தொடர்ந்து கண்ணாடிக் கல்லைப் பறித்து மறுபடியும் பூமியளக்கப் பட்டது. எரிக்கில்லத்துத் தென்வீட்டுக் குடியானவனையும், வடக்கு வீட்டுக் குடியானவனையும் வரவழைத்து அவர்கள் முன்னால்தான் அளத்தல் நடைபெற்றது.

அதன் பின்னர் எந்த நாளிலும் எரிக்கில்லத்து நெற்களக் கட்டத்தில் காக்கை தரையிறங்கு முன்னரே கூட்டம் கூடிவிடுகிறது.

கோடாந்திர பெரிய குறுப்பு ஆசான், சீரட்டக் கைமள், கோந்நோத்து பிள்ளை, கோவில் காரியகர்த்தர் ஆகியோர் ஏழுகட்டு வீட்டின் கூடத்தில் அமர்ந்துகொண்டு ஒரு விசயத்தைப் பற்றி யோசிக்கிறார்கள்.

“அவர் இந்த ஊரெங்கிலும் குழப்பத்தை உண்டுபண்ணியிருக்கார்.” இது சீரட்டக் கைமளின் கருத்தாகும்.

பெரிய குறுப்பு ஆசானுக்குச் சொல்லவேண்டியிருந்ததெல்லாம், இந்த வெள்ளாளப் பிள்ளைமார்கள் கணக்கெழுதுவதில் ரொம்பவும் கெட்டிக்காரர்கள் என்பது மட்டும்தான்.

“அங்கே திருவனந்தபுரத்திலே சென்று பாருங்க! குனிஞ்சு உட்காண்டு குறிக்கிறவங்கல்லாம் இந்தப் பின்குடுமிக்காரனுங்கதான்.”

கோந்நோத்துப் பிள்ளைக்குத்தான் மிகப் பெரிய ஏமாற்றம் ஏற்பட்டிருக்கிறது. நாகம் பிள்ளை தங்கியிருக்க நெற்களக் கட்டடத்தைக் கொடுத்திருக்கிறார். ஆனால் அங்குள்ள குப்பை-கூளங்களைக் கூட அகற்றவில்லை. அடுத்த அறுவடையின்போது அசவுகரியம் ஏற்படக் கூடு மென்று மட்டும் தான் சொல்லியிருந்தார். அது நல்லதாயிற்று.

‘என் நாக்கில் வந்தது, அறுவடையின்போது காலி செய்ய வேண்டு மென்பதாகும். ஆனால் நான் அதைச் சொல்லவில்லை. பெரியோர்கள் நாக்கில் வந்து விளையாடினர். இல்லாவிட்டால் அவர் என்னென்ன துரோகங்கள் செய்திருப்பாரோ; என்னவோ? இருந்தும் சில விஷமத் தனங்களைச் செய்யத்தான் செய்திருக்கிறார்.’

கோந்நோத்துப் பிள்ளையின் அனைத்து நிலங்களுடையவும் சிற்சில பகுதிகள் அண்டைவீட்டு வளாகங்களுக்குள்ளே சென்று கிடக்கின்றன.

கோந்நோத்துப் பிள்ளை சொன்னார்:

“நானாக இருந்ததனால் யாருமே சண்டைக்கு வருவதில்லை. பழைய எல்லைகள்தான் இப்போது கூட இருந்து வருகின்றன.”

“மாளிகைவீட்டு மெத்தையை அவருக்குக் குடியிருக்க விட்டுக் கொடுத்தாலென்னவென்று யோசிக்கிறேன்.” கோவில் காரியகர்த்தர் கூறினார்.

குறுப்பு ஆசானுக்குச் சம்மதமில்லை. ஒரு தமிழன் தங்கியிருக்க மாளிகை வீட்டு மெத்தையை விட்டுக் கொடுபபதா?

சர்வாதிகாரியக்காரருக்குத் தங்கியிருக்கக் கொடுத்த இடம்தான் அது.

நாகம் பிள்ளையைச் சென்று பார்க்கணும். எங்காவது வேறு இடத்திலே மாற்றித் தங்கவைத்தேயாக வேண்டும். ஊரெங்கும் ஜனங்களுக்குள்ளே சண்டைகள் நடைபெறுகின்றன. அதைத் தவிர்ப்பது ஊர்ப் பிரமுகர்களின் கடமை.

இறுதியில் மாளிகைவீட்டு மெத்தையை நாகம் பிள்ளை தங்கி யிருக்கக் கொடுப்பதென்று முடிவெடுக்கப்பட்டது. குறுப்பு ஆசானும் ஊரில் அமைதி வேண்டுமென்பதற்காக இறுதியில் ஒப்புக் கொண்டார்.

அவரை யார் சென்று அழைத்து வருவது?

அனைவரும் சேர்ந்து சென்று அழைத்து வருவோமே. ஆனால் எல்லோருக்கும் ஒரு தடுமாற்றம். ஏன், இதுவரையிலும் தம்மை வந்து சந்தித்து அழைக்கவில்லை என்று அவர் கேட்டுவிட்டால்? அதற்கு இப்படிச் சொல்லுவோமே 'உங்கள் பெருமையை இதுகாறும் நாங்கள் அறியவில்லை' என்று ஏன் சொல்லக்கூடாது? அது ஓர் உண்மையும் கூட. அப்புறம், ஊர்ஜனங்களும் பரஸ்பரம் சண்டையிட்டு அழியக் கூடாது. அதற்காக இந்த வெட்கக் கேடினை கிராமத் தலைவர்கள் அனுபவித்துக் கொள்ளத்தான் வேண்டும்.

* ** *

அளந்த பூமியெல்லாம் திரும்பவும் அளக்கத் தொடங்கினர். இப்போது நாகம் பிள்ளை நடந்து போகும் போது வழியருகிலுள்ள வீடுகளில் யாரும் உட்கார மாட்டார்கள். உட்கார்ந்திருப்பவர்கள் எழுந்து நிற்பார்கள். தலைக்குக் கட்டியிருந்த துண்டு வேஷ்டி கீழிறங்கி வந்து இடுப்பைச் சுற்றிக் கொள்கிறது.

நாகம் பிள்ளையின் மேனி சிறிது சிவந்தது. முகத்தில் ஒரு புதுக்களை உருத் தோன்றியது. தொந்தி சிறிது முன்னே தள்ளி வருகிறதோ என்று ஒரு சந்தேகம்.

நாகம் பிள்ளை இப்போது சாப்பிடுவது அர்ச்சகரின் இல்லத்தில் தான். கிராமத்தலைவர்கள் மேல்கீழ் இல்லத்தில் ஏற்பாடு செய்தனர். அதற்கான நெல்லை தேவஸ்தானம் கணக்கில் செலவு எழுதினர். அவர் சிப்பந்திகள் கீழ்மாடியில் சுயமாகச் சமைத்துச் சாப்பிடுகின்றனர். அவர்களுக்குத் தேவையான அரிசியும் காய்கறிகளும் தேவஸ்தானத்திலிருந்தே கொடுக்கப் பட்டு வருகின்றன.

அங்கீகாரத்தைக் கைப்பற்றிக் கொண்ட நாகம் பிள்ளைக்கு ஒரு கம்பீரம் ஏற்பட்டிருக்கிறது. பெரிய எட்டு முழவேஷ்டி, அங்கவஸ்திரம். வேஷ்டியை இடது பக்கமாய் உடுத்தி, அங்கவஸ்திரத்தைத் தோளிலே போட்டு சாவிக்கொத்துடன் நாகம் பிள்ளை முன்னால் நடப்பார். பின்னால் குறிப்பெழுதும் பிள்ளை, அவருக்குப் பின்னால் சங்கிலிக்காரர்கள், அவர் களுக்குப் பின்னால் குடியானவர்கள்! அது இன்னொரு முறையிலான, தமிழ் நாட்டு ரீதியிலான விஜய ஊர்வலமாகவே இருந்தது.

பாதையோரங்களில் நிற்கின்ற ஜனங்களைப் பார்த்து நாகம் பிள்ளை புன்சிரிப்போடு தலையசைத்து ஆசீர்வாதம் பண்ணுவார். சொந்தத்

திறமையின் கம்பீரப் பார்வையும் அவரிடமுண்டு. அதை இதையும் அறிவிக்கவும் செய்து வந்தார்.

கிளாசிப்பேரின் காலத்திற்குச் சிறிது மங்கலேற்பட்டது போல் தோன்றியது. இப்போது நாகம் பிள்ளைதான் பிரமுகர். ஆனால் பணத்தைச் சேர்த்துக்கொண்டவர் கிளாசிப்பேர்தான். கிளாசிப்பேருக்குக் கிடைத்ததில் கால்வாசி கூட நாகம் பிள்ளைக்குக் கிடைத்ததில்லை. ஆயினும் அங்கீகாரம் கிடைத்தாய்விட்டது.

* ** *

ஔதவுக்கு மட்டும் ஓர் ஏமாற்றமேற்பட்டது. கோவில் வளாகத்திற்குள்ளேதான் மாளிகைவீடு. வளாகச் சுவருக்குள்ளே கிருஸ்தவர்கள் நுழையக் கூடாது. கோபுர வாசல் வரையிலும் வந்து, நாகம் பிள்ளை எஜமானன் வளாகத்திற்குள்ளே போவதை ஔத பார்த்து நிற்பான். எஜமானன் தூங்கும் வரையிலும் பக்கத்திலிருந்து கொண்டு சேவை செய்ய முடியாததாகிவிட்டது. காலையில் நாகம் பிள்ளை கோபுரத்திற்கு வெளியே வரும்போது மட்டும்தான் சந்திக்க முடிகிறது. பகல்வேளையில் என்றால் எஜமானனைச் சுற்றி எப்போதுமே குடியானவர்கள் கூட்டம் தான். வேறு எந்த விசயத்திற்காகவும் இல்லை. சும்மா எஜமானனுடன் அரட்டைக் கச்சேரி நடத்துவதற்காகத்தான். ஆயினும் பிள்ளைக்குப் பிரதான சிப்பந்தி இன்றும் ஔதவேதான்.

கோந்நோத்து நெற்களக் கட்டடத்திலிருந்தபோது எஜமானனைச் சுற்றி வேறு யாருமிருக்கவில்லை. ஔத மட்டும்தான். இப்போது அந்த அதிருஷ்டத்தை இழந்துவிட்டாள்.

ஔதவின் குடும்பம் பல தலைமுறைகளாய் அந்த ஊரிலே உறுதிப் பட்டதுதான். நீண்ட காலத்திற்கு முன்னர் கோவில் தேவைக்கான தேங்காய் எண்ணெய் தொட்டுச் சுத்தம் செய்ய ஓர் ஔதவை எங்கிருந்தோ அழைத்து வந்தனர். அந்த ஔத குடியிருக்க பருத்திக்காடு என்கிற வளாகத்தை தேவஸ்தானம் அவனுக்கு விட்டுக் கொடுத்தது. அங்கே ஒரு செக்கு அமைக்கப்பட்டது. அவ்வாறாகப் பண்டைய நாள் முதற்கொண்டு அந்த ஊரிலுள்ள எல்லாக் குடும்பங்களுக்கும் தேவையான புன்னைக்காய் எண்ணெய், தேங்காய் எண்ணெய், எள் எண்ணெய் ஆகியவற்றை ஆட்டிக் கொடுத்து வந்தது பருத்திக்காட்டு கிருஸ்தவர்கள் ஆவார்கள். இன்றைய தினம் பருத்திக்காடு மட்டுமின்றி வேறு பத்து கிருஸ்தவக் குடும்பங்கள் கூட அங்கே வாழ்ந்து வருகின்றன. ஔதவின் பாட்டன் பூட்டன்மார்கள்தான் அந்தக் குடும்பங்களை, தேவஸ்தானத்திற்கும், கோடாந்திர முதலிய பிரமுக குடும்பத்தினருக்கும் சொந்தமான வளாகங்களில் குடியேறி வாழ்வதற்கு அனுமதித்தனர்.

* ** *

பருத்திக்காடு வீட்டுக்குள்ளே நின்று திரும்ப இடமில்லை. ஊரிலுள்ள அனைத்து வீடுகளிலிருந்தும் அளந்து வாங்கிய காய்ந்த புன்னைக்காய் மூட்டை மூட்டையாகக் கட்டிவைக்கப்பட்டிருக்கிறது. பல இடங்களிலிருந்தும் எண்ணெய்க்காக ஆட்கள் வருகின்றனர். புன்னை எண்ணெய் இல்லாமல் எப்படி வாழமுடியும்? வெளிச்சம் வேண்டாமா?

எண்ணெய் ஆட்டியெடுக்கத் தோதான வகையில் 'கொப்பர' உண்டு. ஆட்டிக்கொடுக்கத்தான் முடிகிறதில்லை. ஜனங்கள் ஆத்திர மடைகின்றனர்; வார்த்தை பேசுகின்றனர். ஔதவின் வீட்டைப் பெயர்த்து ஆற்றில் எறிந்து விடுவார்களாம். இவ்வாறெல்லாம் பயமுறுத்துகின்றனர். ஔத வெள்ளி நட்சத்திரம் உதிக்கும் போது வீட்டிலிருந்து கிளம்பிவிடுவான். இரவு பத்து மணிக்குத்தான் திரும்பி வருவான். ஒரோதவும் வர்க்கியும் காலையிலிருந்து செக்கு ஆட்டத் தொடங்கினாலும் எவ்வளவு புன்னைக்காயைத்தான் ஆட்டியெடுக்க முடியும்?

ஔத வீட்டிலிருப்பானென்றால் பழைய செக்கிலே கூட எண்ணெய் ஆட்டலாம். வர்க்கியாலோ ஒறோதாவாலோ ஏதாவது கேட்க முடியுமா? ஒறோதா மனைவியாய் வந்த காலம் முதற்கொண்டு செக்கிழுத்து வருகிறாள். இழுக்கத் தொடங்கினால் பின்னர் செக்கை விடுவது மாலை நேரத்தில்தான். இடையில் ஔதவின் அடியையும் தாங்கிக் கொள்ள வேண்டியிருக்கிறது.

ஔதவுக்கு ஓர் ஆணும் இரண்டு பெண்களும் பிறந்தனர். பெண்கள் இரண்டையும், பெண் ஒருத்திக்கு ஐநூறு சக்கிரம் (பழைய திருவாங்கூர் நாணயம். 28½ சக்கிரம் ஒரு பிரிட்டிஷ் ரூபாய்க்குச் சமானம்) சீதனமாய்க் கொடுத்து அனுப்பிவைத்தான்.

வாழ்க்கையின் கடமை முடிந்து விட்டதென்று ஔத பெருமைப் படுகிறான். அது ஒரு துணிச்சலாகும்.

* ** *

பொறுமையிழந்த வர்க்கி தூரவிலகி நின்று முணுமுணுக்கிறான்.

இரவு நேரம். அப்போது ஔத வீட்டுக்கு வந்திருக்கிறான். ஔத கோந்நச்சாரோடு சேர்ந்து ஒரு சுற்று சுற்றிவந்திருக்கிறான். அவன் சும்மா 'ச்சூ' 'ச்சூ'வென்று துப்பிக்கொண்டிருந்தான்.

அது எதன் அறிகுறியென்று ஒறோதாவுக்குத் தெரியும்.

வேலுச் சோவனின் (சோவன் = ஈழவன்) பாடியிலிருந்து வருகிறான். (பாடி = கள்ளுக்கடை)

அன்று கோந்நோத்துப் பிள்ளையின் குடியானவனான சங்குச்சார் வந்து,"பருத்திக்காடு வீட்டைத் தீயிட்டுப் பொசுக்குவேன்" என்று

சொல்லி விட்டுச் சென்றிருக்கிறான். சங்குச்சார் அதைச் செய்யத் தயங்குகிறவன் அல்ல. இதன் முன்னர் புலையன் சோதியின் குடிசையையும் கூட அவன் தீயிட்டுச் சாம்பலாக்கியிருக்கிறான். தீயணைக்கச் சென்றவர்கள் கூட்டத்தில் வர்க்கியுமிருந்தான். குடிசை சாம்பலாகும் வரையில் சங்குச்சார் எந்த ஒரு மனிதனையும் குடிசையருகே செல்ல அனுமதித்ததில்லை. அவ்வளவு கொடூர நெஞ்சம் கொண்டவன்தான் சங்குச்சார். எனவே பருத்திக்காட்டு வீட்டைத் தீயிட்டுப் பொசுக்குவேன் என்று அவன் சொன்னால், அது நடந்துவிடக் கூடும்.

அன்றைய தினம் கோந்நோத்து வீட்டில் ஒரு திரி நனைக்கக் கூட புன்னைக்காய் எண்ணெயில்லையாம். சங்குச்சாருக்கு ஆத்திர மேற்படாமலிருக்குமா?

சங்குச்சார், வீட்டுக்குத் தீவைத்தால் அது எரிந்துவிடும், அவ்வளவு தான். எவனுமே வந்து தீயணைக்கமாட்டான். வேறு எங்கு மல்ல; கோந்நோத்துக் குடும்பத்திலே தான் விளக்கேற்றி வைக்க எண்ணையில்லாமலிருக்கிறது. கோந்நோத்திலிருந்து கொண்டு வந்திருக்கிற இரண்டு கூடை புன்னைக்காய்க் கொட்டையும்கூட பருத்திக் காட்டு வீட்டுக்குள்ளேயிருப்பதுமுண்டு. கொண்டுவந்து பதினைந்து நாட்களாகிவிட்டன.

“டேய் நீ என்ன முணுமுணுக்கிறே?” ஔத விசாரித்தான்.

“நான் இந்த ஊரிலிருந்தே போயிடறேன். என்னால் முடியாது.”

அடிப்பதாயிருந்தாலும் அடிக்கட்டும்; கொல்வதாயிருந்தாலும் கொல்லட்டும்!–வர்க்கி துணிந்து நிற்கிறான். அந்த நிலையில்தான் அப்படிச் சொன்னான்.

என்ன காரணத்தினாலோ; என்னவோ? ஔத அதை வெறுமனே தான் கேட்டுக் கொண்டிருந்தான். அதுவல்ல வழக்கம். வேலுச்சோவனின் கள்ளுக்கு அவ்வளவு போதை இல்லாமலிருந்திருக்கலாம். ஔத சொன்னான்:

“டேய், எனக்குச் சில விசயங்கள் மனசிலே வந்திடும். அதை நான் செஞ்சிடுவேன். ரெண்டு பொண்டுகளை, ஒவ்வொருத்திக்கும் ஐநூறு சக்கிரம் கொடுத்துக் கலியாணம் பண்ணி அனுப்பிச்சவன் நான். நான் இப்படி நடந்துக்கறேன்னா, அதுக்கு ஒரு நோக்கமிருக்குடே!”

என்ன நோக்கமாம்? வர்க்கி முணுமுணுத்தான்.

“கோந்நோத்து எஜமானன், என் எஜமானன் சொற்படி நடக்கிற வருதான்னு உனக்குத் தெரியுமா?”

ஔத கலகலவென நகைத்தான். “எனக்கு ஒரு ‘கப்பேள’ வேணும் - அப்பறம் ஒரு மாதா கோவில்!”

ஔத மேலே பார்த்தான்: "மாதாவே... அதுக்குக் கனிவுண்டாகணுமே...!" ஓசையெழுப்பாமல் பிரார்த்தனை செய்தான். சிலுவை வரைந்தான்.

10

மங்கலச்சேரி ரவிப் பிள்ளை இப்போது நாகம் பிள்ளையோடு மிகவும் நெருக்கமாகிவிட்ட ஒரு நபர்தான். மங்கலச்சேரியின் கரிசல் நிலத்தில் அனுபவத்திலிருப்பதில் பாதியளவுக்கு மேல் அளந்து எல்லை போட்டு ஆகிவிட்டது.

ஆயினும் அவர்களுக்கு பூமி போதவில்லை. சகோதரிமார்களின் மைந்தர்களுக்கெல்லாம் வேலை கொடுக்கவேண்டியிருக்கிறது. முன் காலத்தில் ஒரு பூதத்தின் கதை சொன்னது போல் தான் இந்த விசயமிருக்கிறது. அவர்கள் செய்ய வேலை வேண்டும். வேலை செய்யாமல் அடங்கியிருக்க யாராலும் முடியாது. எல்லாரும் நன்றாகச் சாப்பிடுவார்கள். சாப்பிட்டுவிட்டு வேலை செய்யவில்லையென்றால் உலகமே அழிந்து விடும்.

மங்கலச்சேரிக் குடும்பத்திற்கு ஒரு செல்லப் பெயர் இருந்து வருகிறது. 'காலமாடப் பொந்து' என்பார்கள். யார் அந்தப் பெயரைச் சூட்டினான்? காலமாடப்பொந்து! சிறுவயதிலே ரவிப்பிள்ளை கூட ஒரு காலமாட (காலனைப் போன்ற பயங்கர உருவம் கொண்டவன்) னாகத்தான் இருந்திருக்கிறான். அங்குள்ள பெண்களுக்கும் செல்லப் பெயர் உண்டு. தாடகைமார்கள்! நங்ஙத் தாடகை... சக்கித் தாடகை... என்றிவ்வாறெல்லாம் ஏனைய பெண்கள் ரகசியமாகப் பேசுவார்கள்.

மங்கலச்சேரிக் குடும்பத்தினருக்கு பிராமண 'சம்பந்தம்' வேண்டு மென்றில்லை. அவர்கள் நாயர் ஜாதியில் சற்றுத் தாழ்ந்தவர்கள். கோந்நோத்து பிள்ளை போன்ற குடும்பத்தினர்தான் அங்கே பெண் களுக்குப் புடவை கொடுத்தவர்கள்.

அங்கே பெண்பட்டாளம் பெருகிவருகிறது. ஆண்கள், பெண்கள் மற்றும் குழந்தைகளாய் அந்தக் குடும்பத்தில் எத்தனை பேர்கள் இருக்கிறார்கள் என்பது குடும்பத்தலைவருக்குக் கூடத் தெரியாது. அவ்வாறாகப் பெற்றுப் பெருகிவிடுகிறது. கறுத்துத் தடித்துப் பருமனான ஒரு பையன் மாடக் கட்டடத்தின் முற்றத்தினூடே போவதைக் கண்ட ரவிப் பிள்ளை பக்கத்திலிருந்த மனைவியிடம் விசாரித்தார்:

"யாரடியம்மா, அது? ஏதடியம்மா, அந்தப் பையன்?"

"ஐயோ... என்ன கேள்வி இது? நம்ம சின்னநங்கையின் மகனல்லவோ?" குடும்பத்துப் பெரியசாமி சொல்லுவாள்.

"ஓ... அப்படியா?"

யார் இந்த சின்ன நங்கையென்று அவர் அறிவாரோ; என்னவோ?

அத்தகைய ஒரு சகோதரி மகன் இருக்கிறான் என்பதை ரவிப்பிள்ளை அப்போதுதான் அறிந்துகொண்டார். மறுநாள் முதற் கொண்டு அவனுக்கு வேலையுமாயிற்று.

“அவன் தந்தை யாரம்மா?” மனைவியிடம் வினவினார் ரவிப் பிள்ளை.

மனைவி கொச்சுஞ்சியம்மா குறைசொல்லும் முறையிலேதான் கேட்பாள்:

“ஐயையோ! என்னால் முடியாது. இதென்ன ஞாபகமறதியோ? மற்றக்கரை வேலு ஆசான்தான், அவன் தந்தை!”

“ங்ஹா?”

வேலு ஆசான் சிவந்த உயரமான சற்று உள்வளைவுடைய உடலைக் கொண்ட ஓர் எலும்பு மனிதர். அவர் குடும்பத்துச் சமையற்கட்டில் சமைக்கிற சாப்பாட்டை எந்தக் குடும்பத்தைச் சேர்ந்த பெண்களும் சாப்பிடலாம். பிரஷ்டமிராது. வேலு ஆசான் குடும்பத்துச் சமையற்கட்டில் பிரவேசிக்க பிராமணர்களுக்கு மட்டும்தான் அனுமதியுண்டு. ஊரிலுள்ள வேறு யாருமே அதற்குள்ளே நுழையக் கூடாது. ஆசான் எழுத்துப் பள்ளி வைத்து எழுதக் கற்றுக் கொடுக்கிறவராக்கும்.

மனைவியின் அதட்டலால் சின்ன நங்கை யாரென்று ரவிப் பிள்ளை அப்போதும்கூட விசாரிக்கவில்லை. சின்ன நங்கை, ரவிப் பிள்ளையின் பாட்டிக்குத் தங்கை பேர்த்தியாகும். அவளும் மங்கலச்சேரிக் குடும்பத்துச் சந்ததியேதான். அங்கேதான் தங்கி வருகிறாள். அவள் செலவுக்கான நெல்லை அளந்து கொடுப்பது ரவிப் பிள்ளையேதான்.

அந்தத் தாய்வழி குறித்து ரவிப் பிள்ளை நன்கு அறிந்திருக்கவில்லை என்றால் என்ன? அடுத்ததாகத் தலைவர் பதவிக்கு வர இருக்கிற இன்றைய இளைய தலைவர் மாதுப்பிள்ளை சின்ன நங்கையின் நேரடியான தாய் மாமனாவார். நான்காவது இளையவர் கொச்சுகிட்டுப் பிள்ளை சகோதரனுமாவார்.

வாசு என்கிற அந்தப் பையனைப் பார்த்தால், ரவிப் பிள்ளையின் படகோட்டியான ஆண்டி மாதிரி இருக்கிறான். அவன் வளர்ந்து பெரியவனாகிவிட்டால் பார்வைக்கு ஆண்டியேதான். இரவிப் பிள்ளை யின் மனத்தில் அப்படித் தோன்றியிருக்கக்கூடுமோ? இருக்கலாம். ஆனால் வெளியே சொல்லவில்லை. அவன் மங்கலச் சேரிக் குடும்பத்தைச் சேர்ந்தவன். தந்தை எவனாயிருந்தாலென்ன?

* ** *

ஆயிரம் பறை நெல் விதைக்கிற நிலத்தை வளைத்தெடுக்கவேண்டும்.

அது தண்ணீர் தேங்கிக் கிடக்கிற சதுப்புநிலத்தைச் சேர்ந்தது. ஆளுயர சூடிப்பற்களும் ஏனைய செடிகொடிகளும் சிற்சில பாழ்மரங்களும் அடர்த்தியாக வளர்ந்து நிற்கின்றன. ஆள் இறங்கினால் தாழ்ந்து போகின்ற சகதிப் பள்ளங்களும், குன்றுகள் போன்ற மேடுகளும் உள்ளன. அவற்றையெல்லாம் வெட்டியகற்றி நிலத்தைச் சமமாக்க வேண்டும். அதைத்தான் முதலில் செய்யவேண்டியது. அத்துடன் வரப்பினை எழுப்பி எல்லை போட்டுப் புறவேலியையும் கட்டி முடிக்க வேண்டும்.

“கார்த்திகைத் திங்களில் விதை விதைக்கவேண்டும்.” ரவிப் பிள்ளை யின் கட்டளை - அது நடக்கும்.

மங்கலச் சேரியில் துடிப்பயல்கள் நிறையபேர் உள்ளனர். தேவஸ்தானம் சிறையில் குடியிருக்கின்ற பதினைந்து புலையர் குடும்பங்கள் உள்ளன. வேலைக்குத் தேவையான ஆட்களாயிற்று. வேலை நடக்கத்தான் செய்யும்.

பொழுது விடிகிறபோது இந்தக் கறுத்தப் பட்டாளம் குன்றின் மேற்குப் பகுதியை நோக்கி கோஷங்களும் ஆர்ப்பரிப்புமாய் பெரிய படகு களில் நகரத் தொடங்குகின்றன.

மதியவேளையில் பெரிய சொப்பு அண்டாக்களில்தான் சாப்பாடு செல்கிறது. ஐம்பதுக்கு மேற்பட்டவர்கள் சாப்பிட உள்ளனர்.

மங்கலச்சேரிப் பிள்ளையால் அது சாத்தியம். அவருக்கு ஆட்கள் உள்ளனர். கார்த்திகை மாதத்திலேயே ரவிப்பிள்ளை விதை விதைத்து விடுவார்.

* ** *

புல்லாற்று இட்டிராரிச்சக் கைமள் என்ன செய்வார்? முக்கட மேற்குப் பக்கமாய் ஆயிரத்து ஐந்நூறு பறை விதை போடும் நிலத்தைத்தான் கைமள் பெயரில் பதிவு செய்யப்பட்டிருக்கிறது. அதையும் அளந்து போட்டு கல் வைக்கப்பட்டிருக்கிறது. அது புதிதாகப் பதிவு செய்யப்பட்டிருக்கிற இடம். நாகராசி கொடுக்காமலிருந்ததன் விளைவாகும் அது. அளவிலே கூட விஸ்தீரணம் அதிகரிக்கப்பட்டிருக்கிறது. நாகம் பிள்ளைக்கும் நல்ல அபிப்பிராயமில்லாமலிருந்தது.

புல்லாற்று அறைக்குள்ளே நாகராசியுண்டு. எந்தப் பயமுமின்றி கைமள் இருப்பதற்குக் காரணம் அதுவாக இருக்கலாம். புல்லாற்றுக் குடும்பத்தினர் விவசாயம் செய்வதில்லை. அவர்களுக்கு அதற்குத் தோதான ஆட்கள் இல்லை. உறவினர்கள் இல்லை. விவசாயம் செய்யாமலேயே கரம் கொடுக்க வேண்டியிருக்கிறது.

* ** *

மங்கலச்சேரி கரிசல் ஏறத்தாழ சமனாக்கப்பட்டது. புறவேலி கட்டியாய் விட்டது.

ரவிப் பிள்ளை கரிசலின் ஒரு மூலையில் படகில் வந்து இறங்கி அந்த வளாகத்திற்கு 'மங்கலச்சேரி கரிசல்' என்று நாமகரணம் செய்தார்.

மூன்று முறை குரலை உயர எழுப்பிச் சொன்னார்:

"மங்கலச்சேரி கரிசல்!"

அந்தக் குரல் ஒரு மூலையிலிருந்து எதிர் மூலையை நோக்கி முழங்கிச் சென்றது. அங்கிருந்து அந்த ஒலி எங்கும் பரவி நின்றது.

மங்கலச்சேரிக்கு பூமி போதுமா?

* ** *

ரவிப் பிள்ளையின் மனைவி கொச்சுஞ்சியம்மா; ஒன்றாம் இளைய முறை மாதுப்பிள்ளையின் மனைவி கொச்சுமாணியம்மா ஆகிய இந்த அம்மாவிமார்களுக்கு குடும்பத்தில் பிரத்தியேகமானதோர் அந்தஸ்து இருந்து வருகிறது.

முல்லச்சேரிக் குடும்பத்திற்குப் பரம்பரையாக வந்து சேருகின்ற அம்மாவி (தாய்மாமன் மனைவி) மார்கள் வாய்பரச்சேரிக் குடும்பத்திலிருந்து தான். ஏதோ ஒருமுறை இருமுறை மாறுதல் ஏற்படுவதும் உண்டு. வேறு ஏதாவது குடும்பங்களிலிருந்து பெரிய அம்மாவிமார்களாய் வந்ததுண்டு. கொச்சுஞ்சியம்மாவி வாய்பரச்சேரிக் குடும்பத்தைச் சேர்ந்தவள்தான். ஒன்றாம் இளையமுறையின் மனைவி கொற்றியிலுள்ள இன்னொரு குடும்பத்தைச் சேர்ந்தவளாக இருக்கிறாள்- கொச்சுமாணியம்மா.

மாடக்கட்டடத்தில் பெரிய மாமனுடன் பெரியம்மா தங்கி யிருக்கலாம். அதுதான் முறை. அது அவசியமும் கூட. குடும்ப உறுப்பினர்களுக்குப் பெரிய மாமாவுடனான தொடர்புக்கு ஒரு கண்ணி வேண்டாமா? அந்தக் கண்ணிதான் பெரியமாமி.

அண்மைக்காலமாய் பெரியமாமி பெரியம்மாவனிடம் ஒரு விசயத்தைப் பற்றிச் சொல்லி அவரை அலட்டிக் கொண்டிருக்கிறாள். அந்த விசயம் குடும்பத்தின் ஐசுவரியத்திற்கானதுதான். மங்கலச்சேரியில் பதினோரு பெண் சந்ததிகளின் 'தாலி கட்டு கலியாணம்' (நாயர் ஜாதியில் அந்தக் காலத்தில் திருமணம் என்றால் 'புடவைகொடை' யாகும். அதற்கு முன்னர் பெண்குழந்தைகளுக்குத் தாலி கட்டவேண்டும். க்ஷத்திரிய ஜாதியைச் சேர்ந்த 'திருமுல்ப்பாடு' மார்கள்தான் அதைச் செய்வார்கள். அதற்குப் பெயர் தாலிகட்டு கலியாணம். தாலிகட்டாத பெண்ணுக்குப் புடவைகொடை கிடையாது. மொ-ர்) நடத்தப்பட வேண்டும். ஆறு குழந்தைகள் பதினொன்று- பனிரண்டு வயதிற்கு வந்திருக்கின்றனர். மற்றவர்கள் இவர்களைவிட வயது குறைந்தவர்கள்.

ரவிப்பிள்ளை ஒரு பெரிய விசயத்தை நோக்கிக் காலெடுத்து வைத்திருக்கிறாரல்லவா? மங்கலச்சேரிக் கரிசல் நிலத்தில் விவசாயத்தைத்

துவக்குவது. அது ஒரு சாதாரண, சில்லரை விசயமல்ல! குடும்பத்தின் சொத்தை அதிகப்படுத்துவதான காரியமாகும். பெரியம்மாவியின் வற்புறுத்தலுக்குப் பெரியம்மாவன் அளித்த பதில்:

“பங்குனியில் அறுவடை முடியட்டும். அப்புறமா தாலிகட்டு கலியாணம் நடக்கும்!”

மங்கலச்சேரி பதினாறு கட்டு வீட்டுக்குள்ளேயும், சமையற்கட்டுக் கூடத்திலுமெல்லாம் அடங்காத பேரிரைச்சல்தான். ஆனால் அந்த இரைச்சல் வெளியே வரவில்லை. அந்தப் பதினோரு பெண் சந்ததிகள், தாய்மார்கள், பாட்டிமார்கள், அக்காள் - தங்கையர்கள் ஆகியோரின் புகார்களும் முறையீடுகளும் கலந்து நீண்ட இரைச்சலாகப் பரிணமித் திருக்கின்றன.

பெரியம்மாவியைத் தவிர யார்தான் இந்த விசயத்தைப் பெரியம் மாவனின் காதுகளுக்கு எட்டவைக்க முடியும்?

கொச்சுஞ்சியம்மா தவிர யார்தான் இந்த விசயத்தைப் பெரியம் மாவனின் காதுகளுக்கு எட்டவைக்க முடியும்?

கொச்சுஞ்சியம்மா நல்லகுணமுள்ள ஒரு பெரியம்மாவியாக இருந்தாள். வாய்பரப்சேரியைச் சேர்ந்த பெரியம்மாவிமார்கள் பொதுவாக நல்லவர்களாகத்தான் இருந்திருக்கின்றனர்.

மங்கலச் சேரியில் மிகவும் வயது மூத்தவர் பாருப் பாட்டிதான். தாய் வழிமுறையில் பார்த்தால் அவர் ரவிப் பிள்ளையின் சின்னம்மா ஆவார். ரவிப் பிள்ளையின் தாய் ஸ்தானத்திற்கேற்ற வயோதிக முதிர்ச்சியுமுண்டு.

பாருப்பாட்டி எத்தனையோ பெரிய அம்மாவிமார்களைப் பார்த்திருக்கிறாள்! இன்று கொச்சுஞ்சி என்கிற பெரிய அம்மாவியையும் பார்க்கிறார். வெறும் ‘கொச்சுஞ்சீ!’ என்றுதான் கூப்பிடுகிறார் என்றாலும் பாருப்பாட்டியும் கொஞ்சம் தாழ்மையுடன்தான் நடந்துகொள்ள வேண்டியிருக்கிறது. அவ்வாறுதான் நடந்தும் கொள்கிறார்.

* ** *

பழைய ஒரு கதைதான்.

குஞ்சாண்டப் பிள்ளையம்மாவன் வாழ்ந்த காலம். அன்று பெரியம்மாவியாக இருந்தவள் பச்சாளத்துக் கோதை. ஒருமுறை மங்கலச்சேரிக் குடும்பத்துப் பெண்கள் நீண்ட நாள்வரையிலும் பட்டினியாக இருக்க நேர்ந்தது. பாருப்பாட்டி அன்று இளம்பெண். நீண்ட நாளைய பட்டினி. பட்டினியால் சுருண்டு படுத்தனர். பெரியம் மாவன் செலவுக்கு நெல் அளந்து கொடுக்கவில்லை. அம்மாவன் உத்தர விட்டார்:

"அந்தத் திமிர்கொண்டவளுங்க அனுபவிக்கட்டும்!"

பின்னர் அந்தக் குடும்பத்தில் யாருக்காவது தண்ணீராவது கிடைக்குமா? அம்மாவன் செலவுக்குக் கொடுக்காததால் ஏற்பட்ட வினை இது.

இதற்குக் காரணமென்னவென்றா, கேட்கின்றீர்கள்? பச்சாளத்துப் பெரியம்மாவின் கோள் மூட்டுதல்தான். தலையணை மந்திரம்! அவளுக்கு மங்கலச்சேரிப் பெண்களிடம் கடுமையான கோபம்.

மங்கலச் சேரிச் சொத்துக்கள் அனைத்தும் தன்னைச் சேர்ந்தவை யல்ல; எல்லாம் அந்தக் குடும்பத்துப் பெண்களுடையது என்கிற ஒரு நினைப்பு! பொறாமையாக இருந்ததோ? வெறும் பொறாமை! மங்கலச்சேரிப் பெண்கள் பட்டினியாய்க் கஷ்டப்படுவதைக் காண ஓர் இன்பம்! அதுவாகவும் இருக்கலாம்.

அன்றைய குடும்பத் தலைவி மாணிப்பாட்டியாக இருந்தார். அவர் எதற்கும் விட்டுக் கொடுக்காதவர். மாணிப்பாட்டி குஞ்சாண்டப் பெரியம் மாவனின் இளைய தங்கை.

நாத்தனார்களிடையே பேசிப் பேசி வந்தபோது மாணிப்பாட்டிக்கு ஆத்திரம் வந்தது. அவர் பச்சாளத்துப் பெரியம்மாவியிடம் சொன்னார்:

"நாத்தனார் அப்படியொண்ணும் சொல்லவேணாம். உங்க குடும்பத்தில் கூட்டும் புளிச் சேரியுமாச் சாப்பிடறாங்களே... அங்கே என்ன இருக்கு? மங்கலச்சேரிக் குடும்பத்துச் சொத்தினாலேதான் உங்க குடும்பமும் சாப்பிடுது. எங்க அண்ணனோட காலத்துக்கப்புறம் என்ன நடக்கும்னு பார்த்துக்கலாமல்ல?"

அப்படிச் சொன்னது கொஞ்சம் கடுமையாகி விட்டது. குடும்பத்துச் சொத்தினை தலைவன் மனைவி வீட்டுக்குக் கடத்திச் செல்கிறார் என்று தானே, அதன் பொருள்? குடும்பத்துப் பெரியம்மாவி யிடம் அப்படி யொன்றும் பேசக் கூடாது. 'அண்ணனோட காலத்துக்கப்புறம்' என்று கூடச் சொல்லி விட்டார்.

ஆனால் அப்படிச் சொல்லவும் காரணமிருந்தது.

அந்தக் காரணம் இன்னொரு கதையாகும்.

ஏதோ ஒரு குழந்தையின் பிறந்த நாள். எந்தக் குழந்தையுடைய தென்று பாருப்பாட்டிக்கு நினைவில்லை. பாயசம் வேண்டுமென்று பெண்களெல்லோரும் சேர்ந்து முடிவெடுத்தனர். அதுக்குப் பச்சைப் பருப்பு வேண்டும். வெல்லம் மற்றும் தேங்காய் வேண்டும். பெரியம்மாவனுக்குப் பருப்புக் குழம்பு சமைப்பதற்கான பச்சைப் பயிறு மாதா மாதம் வாங்கப்

படுகிறது. அதிலே மீதியிருப்பது கொஞ்சம் தான். அதிலிருந்து கொஞ்சம் கூட எடுப்பதற்கில்லை. எனவே பச்சைப் பருப்பு வாங்கவேண்டும்.

அன்று ஒரு குருடிச் சின்னம்மா இருந்தாள். அவளுக்கு ஓர் உபாயம் தோன்றியது. சிற்றாளாகிய பரமுவைக் கொண்டு வெல்லத்துக்கும் பருப்புக்குமாகத் தேங்காய் பறிக்கச் செய்து அதை விற்றுவிடுவது. சமையற்கட்டுக்கு வடபுறத்திலுள்ள தென்னை மரங்களிலிருந்து பறித்தெடுத்தால் பெரியம்மாவனுக்குத் தெரிந்துவிடாது. தேங்காய்ப் பாலுக்கு இளம் குலை போதும். பாயசம் குடிப்பதற்கான ஆர்வத்தில், அதன் விளைவுகளை மறந்து விட்டனர். இதற்கு முன் பாயசம் குடித்தது சென்ற திருவோணத்தன்றுதான். அதன் பின்னர் மாதங்கள் பல கடந்து போயிருக்கின்றன.

பெரியம்மாவனும் பெரியம்மாவியும் மட்டுமின்றி குடும்பத்திலுள்ள ஆண்கள் யாருக்குமே தெரியாதபடி பாயசம் சமைத்தனர். பரமுச்சாருககு மட்டும் ஒரு கிண்ணம் நிறைய ஊற்றிக் கொடுத்தனர்.

பெண்கள் சமையற்கட்டில் வட்டமாக அமர்ந்துகொண்டு பாயசத்தைப் பருகும் நேரத்திலேதான், மதிய உணவுக்குப் பிறகு தூங்குகிற தூக்கத்தை முடித்துக்கொண்டு பெரியம்மாவி அடுக்களை வாசலுக்கு வந்தாள். அவள் அடுக்களைக்குள்ளே வரக்கூடாது.

பெண்கள்அப்படியே மரத்துப் போயினர். அப்போது அவர்கள் வயிற்றுக்குள்ளே பற்றியெரிந்த நெருப்பிலேயே குடித்த பாயசம் ஜீரணித்துப் போயிற்று.

மறுநாள் காலையில் பெரியம்மாவன் இளைய அம்மாவனை அழைத்து உத்தரவிட்டார்:

“இந்த மாதச் செலவுக்காக நெல் அளக்கும்போது ஐம்பது பறை குறைத்து அளந்தால் போதும்.”

கடுமையான குற்றம்தான்! பெண்கள் திருட்டுத் தனமாகத் தேங்காய் பறிக்கச் செய்தனர். இனிமேல் அவர்கள் நெல் அறைக்கு கன்னம் வைத்து அது வழியாக நெல்லைத் திருடுவதற்குக் கூடத் தயங்கமாட்டார்கள். கெட்ட செயலை முளையிலேயே கிள்ளியெறிய வேண்டும்.

பெரிய மாணிப்பாட்டி பெரியம்மாவியிடம் வினவினார்: “ஒரு குடும்பத்திலேன்னா பெண்கள் தவறு செய்யலாம். அவர்களுக்கும் குற்றம்-குறைவுகளிலிருக்கும். அதையெல்லாம் அண்ணன் காதிலே போடறது நியாயம்தானா, நாத்தனாரே?

அப்படிக் கேட்டிருக்கக் கூடாதென்றுதான் எல்லோரும் சொன்னார்கள். ஆனால் ஒரு படிக்குள்ளே இன்னொரு படி நுழைந்து விடுமா? பெரியமாணிப் பாட்டியும், பெரியம்மாவியும் ஒருவருக்கொருவர்

குறைந்தவர்களாயில்லை.

பெரியம்மாவி சொன்னாள்:

"குடும்பத்துப் பெண்கள் செய்யறதுக்கு ஓர் எல்லையுண்டு. இனி நெல் அறைக்கும் துளைபோட்டா? குடும்பத்தை அழிக்கிற காரியத்தைப் பார்த்து வாளாயிருக்க என்னாலே முடியாது. நான் அப்படிக் கற்றுக்கலே."

அப்போது பெரிய மாணிப்பாட்டியின் நாவில் அரிப்பு வந்தது. முன்னர் சொன்னதை இன்னும் விபரமாகப் பரப்பிச் சொன்னார்: பச்சாளத்துக் குடும்பத்துக்கு இருக்கிற சொத்தை வைத்துத்தான் வாழ்க்கையை நடத்துகின்றார்களா? எல்லா சித்திரை மாதங்களிலும் சூரத்தறை வயலின் நெற்களத்திலிருந்து இரண்டு மடங்கு நெல் பச்சாளத்தை நோக்கிச் செல்கிறது. பின்னர் ஓணத்துக்குத் துணி யெடுக்கும் போது சால்யாடி ஐயன் கடையிலிருந்து ஒரு பெரிய துணி முடிச்சு பச்சாளத்துக்கென்று வாங்கப்படுகிறது. இன்னும் என்னென்னவோ பொருட்கள் இங்கிருந்து அங்கே செல்கின்றன! பெரிய மாணிப்பாட்டி எந்த விளைவினையும் பொருட்படுத்தாமல், மங்கலச் சேரியிலிருந்து பச்சாளத்திற்குச் செல்கின்றவை பற்றி அடுக்கடுக்காய்க் கூறிவிட்டார்.

பெரியமாணிப் பாட்டிக்குத் திடீரென மனத்திலுதித்ததை அல்ல சொன்னது. மங்கலச்சேரிக் குடும்பத்திலுள்ள ஒவ்வொரு ஆண் மற்றும் பெண்ணின் மனத்திலுள்ள உணர்ச்சிகளைத்தான் கொட்டியளந்தது.

இவ்வாறாக நீண்ட நாட்கள் வரையிலும் மங்கலச்சேரிக் குடும்பத்துப் பெண்கள் பட்டினியில் அவதிப்பட்டிருக்கின்றனர்.

* ** *

பல்வேறு பெரிய அம்மாவிமார்கள் வந்து ஆட்சி புரிந்திருக் கின்றனர். அவர்களிலே கோள் மூட்டுகின்றவர்களும் இருந்திருக் கிறார்கள். நல்லவர்கள், ஒன்றுமறியாதவர்களும் இருந்திருக்கின்றனர். பெரியம்மாவன் இறந்து, இறுதிச் சடங்குகள் முடிந்து, மறுநாள் ஒரு வருடத்திற்கான துணியும், எண்ணெயுமாய் அனைத்து அதிகாரங்களையும் பிரதாபத்தையும் விட்டுவிட்டு அந்த குடும்பத்திலிருந்து அவர் விடை பெற்றுக் கொண்டார். அந்த இடத்திற்குப் புதிதாக இன்னொரு பெரியம்மாவி வந்தார்.

பச்சாளத்துப் பெரியம்மாவி போனபோது நூறு பறை நெல்லைக் கொடுத்தனுப்பினார்கள். இல்லாவிட்டால் மறுநாளிலிருந்து அவருக்குப் பட்டினியாப் படுத்துக் கிடக்க நேர்ந்து விடும்.

பச்சாளத்து அம்மாவி நாதியற்றவராய் பின்னர் ஒருமுறை மங்கலச் சேரிக்கு வந்தார். பெரிய மாணிப் பாட்டி அப்பவும் இருந்திருக்கிறாள். அடுக்களையின் கூடத்தில் உட்கார்ந்தவாறு அந்த நாத்தனாமார்கள் இரவு பகலின்றி இரண்டு நாட்கள் பேசினர். பெரியம்மாவி பேச்சின்போது

பல சந்தர்ப்பங்களில் கண்ணீர் சிந்தினார். நாத்தனாரும் அழுதார். ஆறுதலளித்தார். ஆறுதலடைந்தார். விடைபெற்றுச் சென்றபோது அன்றைய பெரியம்மாவன் அவருக்கு நூறுபறை நெல்லைக் கொடுத்தனுப்பினார்.

மாதாமாதம் ஐந்து பறை நெல்லாவது அந்த அம்மாவிக்குக் கொடுக்க வேண்டுமென்று மாணிப்பாட்டி வழியாகப் பெண்கள் அம்மாவனுக்குக் கோரிக்கை சமர்ப்பித்தனர்.

அன்றைய பெரியம்மாவனும் ஒரு முனகலோடு அந்தக் கோரிக்கையை அங்கீகரித்தார். இவ்வாறாக பச்சாளத்துப் பெரியம்மாவி சாகிற வரையில் கஞ்சித் தண்ணீர் குடித்தார். அவர் இறந்தபோது ஈமக் கிரியைக்கும், இதர கிரியைகளுக்குமான செலவை நிர்வகித்தது மங்கலச் சேரிக் குடும்ப மாகும்.

எத்தனை எத்தனை பெரியம்மாவிமார்கள்! எத்தனை எத்தனை பெரியம்மாவன்மார்கள்!

ஆறுமாதம் வரையிலும்கூட பெரியம்மாவியாக இருந்த ஒருத்தி உண்டு. அவர் மங்கலச்சேரியிலிருந்து போனது பெரியம்மாவான் இறந்ததனால் அல்ல; அம்மாவன் இறந்து சடங்குகள் முடிந்து அல்ல. அம்மாவனே அவரை வெளியே அனுப்பிவைத்தார். அந்த அம்மாவன் இறந்துவிடும் வரையில் குடும்பத்தில் பெரியம்மாவியாக யாருமிருக்கவில்லை. அம்மாவன் அவரைக் குடும்பத்திலிருந்து வெளியேற்றியது என்ன காரணத்தினாலோ; என்னவோ? அது இன்று கூட அறியப்படாமலிருக்கிற விஷயம்தான்.

பாருப்பாட்டியின் 'சம்பந்த'த்தின்போது பெரியம்மாவி இல்லாம லிருந்ததால் மிகவும் சிரமப்படவேண்டியிதாயிற்று. பாருப்பாட்டியின் சம்பந்தக்காரன் முறைமாப்பிள்ளையாக இருந்தான். தந்தையின் தங்கை மகன். பாருப்பாட்டியின் அம்மா அன்றைய பெரியம்மாவனை விட வயதில் சிறியவளாக இருந்தார். கதவுக்குப் பின்னால் நின்றாவது பெரியம்மாவனிடம் பேச முடியாத நிலைமை. அவ்வாறு பேசுவது முறை தானா?

அந்தச் சந்தர்ப்பங்களிலேதான் ஒரு பெரியம்மாவியில்லாத குறை என்னவென்று குடும்பத்துப் பெண்கள் புரிந்து கொள்கின்றனர். குடும்ப விசயங்களைக் குறித்து அம்மாவனிடம் எடுத்துக் கூற யார் இருப்பார்கள்? நல்லவராகட்டும்; கெட்டவராகட்டும் - ஒரு பெரியம்மாவி இருக்கத்தான் வேண்டும். அப்பாவியானதோர் அம்மாவியும் இருந்திருக்கிறார். பாவம்! எந்த ஒரு பிடிப்புமில்லாதவர்!

* ** *

வாய்ப்பரப்சேரி கொச்சுஞ்சிப் பெரியம்மாவின் வற்புறுத்தலுக்கு ரவிப்பிள்ளை பணிந்துவிட்டார். பெண் சந்ததிகளின் 'தாலிகட்டு கலியாண'த்தை உடனே நடத்துவதாக ஒப்புக்கொண்டார்.

இளைய முறையினரான மாதுப்பிள்ளை அதற்கு அனுகூலமாய் இருக்கவில்லை. கொச்சு மாமணி அம்மாவி அதற்கு எதிராகப் பேச வேண்டிய விசயங்கள் குறித்து தன் கணவன் மாதுப்பிள்ளைக்குச் சொல்லிக் கொடுத்தாள். கொச்சுமாணியம்மாவிக்கு எப்பொழுதும் ஒரு நோக்கமிருக்கும். கொச்சுஞ்சிப் பெரியம்மாவியைத் தரம் தாழ்த்த வேண்டுமென்பதுதான் அது. அனைத்துக் காரியங்களிலும் அந்த நோக்கம் ஊடுருவிச் செயல் படுவதைக் காணலாம்.

இரண்டு அம்மாவிகளிடையே நடைபெறுகிற சண்டை!

மாதுப் பிள்ளை ரவிப்பிள்ளையிடம் கூறினார்:

"அண்ணா, மங்கலச் சேரிக் கரிசல் நிலம் புதிய மண் ஆகும். கார்த்திகை மாதத்தில் விதைவிதைத்தால் மாசிமாதத்திலே அறுவடை செய்யலாம். இளம் விதை விதைக்கவேண்டுமென்பது மட்டும்தான். பங்குனி இறுதியில் அல்லது சித்திரை துவக்கத்தில் கலியாணத்தை நடத்தி விடலாம். அதுவல்லவோ, நல்லது?"

முதலில் ரவிப்பிள்ளையின் அபிப்பிராயமும் அதுவாகத்தான் இருந்தது. ஆனால் கொச்சுஞ்சியம்மாவால் அந்தக் கருத்தை மாற்ற முடிந்தது.

அவர் மங்கலச்சேரிக் குடும்பத்துப் பெண்கள் பக்கமாய் நிலை கொண்டார் என்பது மட்டும்தான். அதுவுமல்ல; அது மங்கலச்சேரிக் குடும்பத்தின் இன்றியமையாத தேவையுமாகும். வாய்பரச்சேரிக் குடும்பத்தினருக்கு மங்கலச் சேரியிடம் பற்றுதல் உண்டு.

பெரியம்மாவி கொச்சுஞ்சியம்மா; சின்னம்மாவி கொச்சு மாணியம்மா– இவர்களில் யார் மீது தான் மங்கலச்சேரிப் பெண்களுக்குக் கூடுதலான பிரியம்? அதுவும் ஒரு போட்டிதான்.

பெரியம்மாவி கொச்சுஞ்சியம்மா மீது தான் அவர்களுக்குக் கூடுதலான பிரியம். எனவே அவர்களுக்கு ஒரு பாடம் கற்பிக்க வேண்டு மென்று சின்னம்மாவி தீர்மானித்துக் கொண்டார்.

மாதுப்பிள்ளையிடம் ரவிப்பிள்ளை கூறினார்:

"தாலிகட்டு கலியாணத்த உடனடியாக நடத்தவேண்டுமென்று நான் தீர்மானித்து விட்டேன். பதினோரு பெண்குழந்தைகள் இருக்கின்றனர். பெண் இருக்குமிடத்தில் பிழைகள் ஏற்பட்டு விடும். ஒரு பெண்ணுக்கு வயது பதினைந்து ஆகிவிட்டது. தாலிகெட்டு உடனடியாக நடத்த வேண்டியது அவசர அவசியமான காரியமாகும்."

மங்கலச்சேரிக் குடும்பமாகும் அது. ஆறு கரைகளைச் சேர்ந்தவர்களை அழைத்துப் பெரிய அளவில்தான் கலியாணத்தை நடத்த வேண்டும். அந்தக் குடும்பத்தினால்தான் அது சாத்தியம். அதற்குப் பெரிய அளவில் செலவாகும். மங்கலச் சேரிக் கரிசல் நிலத்தைப் பண்படுத்தியதனாலேயே அந்தக் குடும்பத்தின் பொருளாதார பலத்திற்குச் சற்று ஊனமேற்பட்டிருக்கிறது. அந்த ஊனத்தை வெள்ளாமையாலேதான் சரிக்கட்ட முடியும். இப்போது கலியாணத்தையும் நடத்த முற்பட்டால்?... இதுதான் மாதுப்பிள்ளையின் வாதமாக இருந்தது.

ரவிப் பிள்ளையால் பதில் சொல்லமுடியவில்லை. மாதுப்பிள்ளை சொல்வதும் நியாயம்தான். ஆனால் ரவிப் பிள்ளைக்குக் குடும்பத் தலைவன் என்கிற அதிகார சக்தியுண்டு.

"நான் அதைத் தீர்மானித்துவிட்டேன்."

மறுநாள் கொற்றியில் கொச்சுமாணியம்மாவி, மாதுப்பிள்ளையை ஊக்கமூட்டித்தான் ரவிப் பிள்ளையை அணுகவைத்தது.

மாதுப்பிள்ளை கணக்கைக் கேட்கும் முறையில் விசாரிக்கத் தொடங்கினார்.

"எப்படி இந்தக் கலியாணத்தை நடத்துவது? அறைக்குள்ளே நெல் இருக்கிறதா?"

"மங்கொம்பு சாமி ஐயனிடமிருந்து கடன் வாங்குவேன்."

"இப்போது நமக்கு எத்தனை பறை நெல் கடனுண்டு?"

ரவிப்பிள்ளை ஆத்திரமடைவார் என்று நினைத்தவாறே வினவினார். ஆத்திரப்படுவதாயிருந்தால் படட்டுமென்றும் எண்ணியிருந்தார்.

"ஐந்தாயிரம் பறை. அது மங்கலச்சேரிக் கரிசலுக்காகச் செலவு செய்ததுதான்."

இளையவருக்கும் கணக்கைக் கேட்டறிய உரிமையுண்டு.

"இன்னும் எவ்வளவு வாங்கப் போறீங்க?"

இப்போது ரவிப்பிள்ளைக்கு ஆத்திரம் வந்தது: "எவ்வளவு வேணுமோ; அவ்வளவு" என்றார்.

அந்தப் பேச்சு அத்துடன் முடிவுற்றது. அங்கிருந்து சென்றது மாதுப் பிள்ளையல்ல; ரவிப் பிள்ளையேதான்.

மங்கொம்பிலிருந்து படகுகள் படகுகளாக நெல்வந்து மங்கலச் சேரித்துறையில் இறங்கிக் கொண்டிருந்தது. இரவில் நெல் அறையில் அள்ளிப்போட்டுவிட்டுக் காலியான படகுகள் திரும்பிச் சென்று கொண்டிருந்தன. எத்தனை பறை நெல் வாங்கிப் போடப்படுகிறதென்று

மாதுப்பிள்ளை கவனிக்கவில்லை.

மங்கலச்சேரிக் கரிசலில் கொட்டும் பாட்டும் குரவையுமாக விதை விதைத்தனர். தாலிகட்டு கலியாணத்தின் பந்தக்கால் விழாவும் அன்றேதான் நடந்தது. இரண்டு சடங்குகளிலும் மாதுப்பிள்ளை கலந்துகொண்டார். ஆனால் மாதுப் பிள்ளையின் மனைவி கொச்சுமாணியம்மா பந்தக்கால் வைபோகத்தில் மட்டும் கலந்து கொள்ளவில்லை.

அன்றைய தினம் அவர் வீட்டுக்குத் தூரமாயிருந்தாராம். அது உண்மையா பொய்யா என்று பெண்களுக்குச் சந்தேகம்தான். விலகி நின்று, பின்னர் நான்காவது நாள் குளித்தால் போதுமல்லவா? உண்மை யாரறிவார்?

குடும்பம் அழிந்து விடுகிற சடங்கில் அவருக்குப் பங்கில்லையென்று கொற்றியிலுள்ள பெண்கள் சொல்லி நடக்கின்றனராம்! அவ்வாறாயின், கொச்சுமாணியம்மா மனப்பூர்வமாகவே பந்தக்கால் நாட்டு விழாவில் பங்கு கொள்ளாமலிருந்திருக்கிறாள்.

இனி கலியாணத்திலும் கலந்து கொள்ளாமலிருக்கலாம். ஆயின் தலைவனுக்கும் இளையதலைவனுக்குமிடையே தகராறும் ஏற்பட்டு விடக் கூடும்.

11

மங்கலச் சேரிக் கரிசலில் தடபுடலான விதைவிதைத்தல் என்ற செய்தி பரவியது. 'குளப்பால்' விதைதான் விதைக்கப்பட்டிருக்கிறதாம்.

ஆனால் அறிகுறிகள் திடீரென்று மாறுதலடைந்தன. நான்கு நாட்களிலேயே வயல் எங்கும் மங்கலாயிற்று. புளிப்பு இளகியிருக்கலா மென்று விவாயிகள் சொன்னார்கள். கரிசல் பிரதேசம் அது. நூற்றுக் கணக்கான கண்டாமரங்கள் வளர்ந்து அழிந்த இடம். அங்கிருந்து சிவப்பு நிறமான தண்ணீர் மேலே கிளர்ந்தெழுந்து வயலில் பரவியதாம். வயலிலே, மரத்தூள்களும் சகதியினூடே கலந்து பரவியது முன்னரே பார்த்ததுதான்.

அந்தப் பிராந்தியம் முழுவதும் வெகுநாட்களுக்கு முன்னர் பெரிய காடாக இருந்தது. காட்டுத் தீயில் வனம் பற்றியெரிந்து அழிந்து போயிற்று என்று ஐதீகம். ஆஞ்சிலி, தம்பகம், ஆலமரம் போன்ற மரங்கள் பாதி வெந்து மண்ணில் புதைந்து கிடப்பதை இப்போது கூடக் காணமுடியும். பாதி வெந்த மரத்தடிகள் ஏராளமாய்க் காணப்படுகின்றன.

நெருப்புப் பற்றிய மரத்தடி எதுக்குமாகாது. அதை யாருமே எடுப்பதில்லை. தீப்பாதியைப் பயன்படுத்தக் கூடாது. ஆயிரம் பறை நிலத்தில் நெற்பயிர்கள் மூழ்கிவிடுமளவில் வெள்ளம் புகுந்தது. நிலம் முழுவதும் ஒருமுறை கழுவிப் போய்விட்டால் அந்தப் புளிப்புப்

போய்விடுமென்று தலைப்புலையன் கருத்தைத் தெரிவித்தான். அது விவசாயத்திற்கான உத்தியாகும்.

'ஆறுவாரு' இருபத்து நான்கு இலைச் சக்கிரங்கள் புறவேலியில் மிதிக்கப்பட்டுக் கொண்டிருந்தன. இரவு பகலாய் நிலைப்படியை மிதிக்க வேண்டும்.

பெரிய அளவில் செலவு செய்ய வேண்டியிருக்கிறது. ஒரு வாரு சக்கிரத்தில் இரவு பகலாக நிலைப்படி மிதிக்க முப்பத்திரண்டு ஆட்கள் வேண்டும். ஒருமுறை பதினாறு ஆட்கள் வீதமாக. மங்கலச்சேரிக் குடும்பத்திலுள்ள எல்லாத் தடிப்பயல்களும் சக்கரம் மிதிக்க வரவில்லை. பத்துபேர் மட்டும் தான் வந்திருக்கிறார்கள். மங்கலச் சேரியினருக்குப் பல்வேறு வயல்களில் விவசாயமுண்டு. அங்கெல்லாம் பல்வேறு வேலைகள் நடக்கும் சமயமிது. மீதி ஆட்கள் அந்த இடங்களுக்குச் சென்றிருக்கலாம். அவர்கள் இங்கே வராமலிருப்பதற்கு அத்தகைய ஒரு காரணம் மட்டும்தான் காண முடியும். சொல்ல முடியும்.

வெள்ளம் புகுந்து அன்றைக்கு ஆறுநாட்களாகின்றன. நெற்பயிரின் நாம்பினைக் காணக் கூடிய நிலைமையாயிற்று. இரண்டு நாட்களுக்குள் வெள்ளத்தை முழுவதுமாக இரைத்துவிடவேண்டும். எவ்வளவோ தேடி நடந்த பின்னரும் 'ஆறுவாரு' சக்கிரங்களின் நிலைப்படிகளை மிதிக்கப் போதுமான ஆட்கள் கிடைக்கவில்லை. எல்லா இடங்களிலும் விவசாய வேலை மும்முரமாக இருந்தது.

ஊர் எங்கிலும் ஆளைத்தேடி ஓடிநடந்து சோர்வுகொண்ட தேவப் புலையன் மங்கலச் சேரி கொச்சுகுட்டனைக் கேட்டான்:

"தம்பிறா, அந்த தம்பிறாக்களெல்லாம் எங்கு போயிட்டாங்க தம்பிறா?"

"அவங்க யாரும் இங்கே வரமாட்டாங்க!"

விசயத்தைத் திறந்து சொல்லிவிட்டான் கொச்சுக்குட்டன்.

அப்படித்தான் அந்தக் கதை வெளிச்சத்திற்கு வந்தது.

தேவப்புலையன் அசந்து போனான். இப்படியும் நிகழ்ந்து விடுமோ? அந்த வயலில் புலையர்களை விட அதிகமாக உழைத்தவர்கள் மங்கலச் சேரி இளைஞர்கள்தான். கரிசலைப் பண்படுத்தும் வேலைக்காக அவர்கள் எல்லோரும் வந்திருந்தனர். இப்போது வருவதில்லை. மங்கலச் சேரியின் ஏனைய வயல்கள் எதிலுமே எந்தக் கெடுதலுமில்லை. விவசாயத்தைப் பாதுகாத்து எடுக்கவேண்டியது இந்த இடத்தில்தான்.

"அதென்ன தம்பிறா, இங்கே வராமெ இருக்காங்க?"

கொச்சுக் குட்டனுக்கு எதையும் மறைக்கத் தெரியாது. தெரிந்ததை ஒளிவுமறைவின்றிச் சொல்லிவிடுவான். அதுதான் அவன் சுபாவம்.

“நாங்கல்லாம் இப்போ இப்படித்தான் தலைப்புலையனே!”

“இந்த வயல் மங்கலச் சேரிக்குச் சொந்தம்தானே, தம்பிறா?”

“அதெல்லாம் சரிதான். ஆனா இப்போ அப்படியாக்கும்.”

தலைப்புலையன் தீர்க்கப் பார்வை கொண்டவன். அவனும் உடைத்தே சொல்லி விட்டான்.

“அப்போ... அழிவுகாலம்னு சொல்லுங்கோ, தம்பிறா!”

கொச்சுகுட்டன் பதிலளிக்கவில்லை. மாதுப் பிள்ளையின் கிளையைச் சேர்ந்தவர்கள்தான் விவசாய வேலைக்கு வராமலிருந்திருக்கின்றனர். அவர்கள் ‘தந்தானம் தந்தனம்’ பாடியவாறு வேறு வயல்களுக்குச் சென்றனர். வேலைக்குப் போனதாகக் கருத வேண்டுமல்லவா?

* ** *

தாலிகட்டு கலியாணம் மங்கலச் சேரிக் குடும்பத்தின் கட்டுறுதியை மிகவும் சீர்குலைத்ததென்றே சொல்லவேண்டும்.

ரவிப்பிள்ளைக்கும் பெரியவராய் ஓர் ஆடவர் மங்கலச்சேரிக் குடும்பத்தில் உண்டு. பப்பும்மாவன் என்று அவரை அழைப்பார்கள். வயதைக் கணக்கிட்டுப் பார்த்தால் குடும்பத்தலைவராக இருக்க வேண்டியர் அவர்தான். படிப்பு இல்லாததால் பப்பும்மாவன் தலைவராக வில்லை. பப்பும்மாவன் தலைவராகவும் முடியாது.

சாணகத்தரை வீட்டில்தான் பப்பும்மாவனுக்குச் ‘சம்பந்தம்.’ அங்கே தான் அவர் தங்கிவருகிறார். ஒவ்வொருமாதமும் முதல் தேதியன்று பதினைந்து பறைநெல் மங்கலச்சேரியிலிருந்து சாணகத்தரைக்கு வந்துவிடும். பின்னர் ஓணம், விஷு முதலிய பண்டிகை நாட்களிலும், வேறு விசேஷ நாட்களிலும் பிரத்தியேகமாக நெல் அனுப்பப்படுவதுண்டு. பப்பும்மாவனுக்கும் மனைவிக்கும் துணி, எண்ணெய் போன்ற அவசியப் பொருட்களும் தேவையான சமயங்களிலெல்லாம் தவறாமல் கிடைத்து விடும். அதெல்லாம் வயோதிக உதவி என்ற வகையில்தான்.

சாணகத்தரைக் குடும்பத்தினர் ஏழைகள். ஏழைகளென்றால் பரம ஏழைகள்! பப்பும்மாவனுக்கு இன்னொரு வீட்டில் ‘சம்பந்தம்’ கிடைத்திருக்காது. படிப்பு இல்லை என்பது மட்டுமின்றி தளர்ந்த உடலுடன் இருந்தார். குழைந்து வருகிற பேச்சு.

ஆயினும் மங்கலச் சேரிக் குடும்பத் தலைவர் யார்?

பப்பும்மாவன்!

யார் பெரியம்மாவி?

சாணகத்தரை வீட்டு கொச்சு கோதை! தாலி கட்டு கலியாணத்திற்கு யார் பெரியம்மாவி ஸ்தானத்திலிருக்க வேண்டியவர்? சாணகத்தரை கொச்சுகோதையக்காள்தான் அந்த ஸ்தானத்திலிருக்க வேண்டியவரென்பது கொச்சுமாணியம்மாவியின் வாதம்.

அதுதான் முறை; அதுதான் நியாயம்! ஆட்சி வேண்டாம். ஆனால் தலைவர் என்கிற பதவி போய்விடுமா? குடும்பத்தில் நடைபெறும் சடங்குகளை தலைவர்தான் நடத்தவேண்டும். அம்மாவிப் பதவியும் தலைவர் மனைவிக்குத் தான்.

மாதுப் பிள்ளைக்கும் அதே அபிப்பிராயம்தான். மாதுப்பிள்ளையின் கிளை வழிமுறையினர் அந்தப் பக்கம் சேர்ந்து கொண்டனர்.

கொச்சுமாணியம்மாவுக்கு சொச்சுஞ்சியம்மாவின் அந்தஸ்தைக் குறைத்துக காட்டவேண்டும். அவரைத் தரம் தாழ்த்தவேண்டும். அதுதான் அவர் நோக்கம். வாய்பரச்சேரியைச் சேர்ந்த பெண்கள்தான் அனேகமாக முன்காலத்திலிருந்தே மங்கலச்சேரியில் பெரியம்மா விமார்களாக இருந்து வருகின்றனர். ஆனால் இந்த முறை அந்த முறைக்கு மாறுதல் ஏற்படவேண்டும். வாய்பரச்சேரிப் பெண்களில்லா விட்டாலும் மங்கலச்சேரியில் தாலிகட்டு கலியாணம் நடக்கத்தான் செய்யும்.

கொச்சுஞ்சியம்மாவை மட்டுமல்ல; வாய்பரச் சேரிக் குடும்பத்தினரையே தரம் தாழ்த்தவேண்டும்.

ரவிப்பிள்ளையின் தாய்வழியினரான ஆண்களும் பெண்களும் அதை எதிர்த்தனர். வயதினை அடிப்படையாகக்கொண்டு தலைமைப் பதவியை நிர்ணயிக்கக் கூடாது. அதிக பல வயதுடையவர் பப்புவம்மாவனாகத் தான் இருப்பார். ஆனால் வருடங்களாக மங்கலச்சேரியை ஆட்சிபுரிந்து வருகிறவர் யார்? ரவிப்பிள்ளைதான்.

உண்ணத் தருகிறவன்தான் அம்மாவன். அதுதான் முறை. எனவே தாலிகட்டு கலியாணத்திலே பெரியம்மாவிப் பதவியிலே இருக்க வேண்டியவர் வாய்பரச்சேரி கொச்சுஞ்சிப் பெரியம்மாவியேதான். குடும்ப உறுப்பினர்களிடையே இந்த சர்ச்சை மும்முரமாய் நடந்து கொண்டிருந்தது. பெண்கள் இருமுகாம்களாக நின்று வாய்ச் சண்டை நடத்தினர்.

* ** *

கொச்சுமாணியம்மா, சாணகத்தரை அண்ணியைச் சென்று பார்த்தாள். ஆர்ப்பரிப்பு, குரவை, பஞ்சவாத்தியம், பாண்டிமேளம் ஆகியவற்றின் முழக்கமுடன், யானைக் காலடியளவிலுள்ள நெய்-அப்பங்கள் கொண்ட தாம்பாளமேந்தி, வைரத்தோடு, அட்டில் முதலிய

நகைகளணிந்து, ஜரிகைப் புடவையுடுத்தி, மார்பிலே அங்கவஸ்திரம் மடித்துக் கட்டி, நெற்றியிலே சந்தனச் சாறு பூசி பெரியம்மாவி நடந்து வருகிற அந்தக் காட்சியை கொச்சுமாணியம்மா கோதையண்ணியிடம் வருணித்துக் கூறினாள். சாணகத்தரை கோதை அதனைப் பல்வேறு இடங்களிலே பார்த்திருக்கிறாள். ஆறு கரைகளைச் சேர்ந்த ஆண்களும் பெண்களும் வந்து குழுமிவிடுவர். அப்பமேந்திய அம்மாவியின், வருகையைப் பார்ப்பதற்காக! பின்னால் ஆறு செப்பு--அண்டாக்கள் நிறைய நெய் அப்பம், தண்டு போட்டுத் தோளிலேதான் ஏற்றி வருவார்கள்.

அத்தகையதொரு வருகையை விரும்பாத எந்த ஒரு பெண் இருப்பாள்?

“வாய்பரச்சேரியண்ணி முறுக்கு சீடை முதலியவற்றுடன் பின்னால் வரட்டும். அதுக்குப் பின்னாலே என் பொருட்களுடன் நானும் வருவேன். கோதையண்ணிதான் முன்னால் செல்லவேண்டும்.” என்றாள் கொச்சுமாணியம்மா.

கோதையண்ணி அந்தக் காட்சியை மனத்துக்குள்ளே தெளிவாகக் கண்டாள்.

மங்கலச் சேரிப் பெரியம்மாவி!

உண்மையிலேயே கோதையல்லவோ, பெரியம்மாவி! ஆனால் ஒரு விசயம் - அது ஒரு பெரிய விசயம்தான்.

ஆறு அண்டாக்கள் நிறைய அப்பம் வேண்டும் அது எங்கிருந்து? பதினைந்து பறை நெல்லை வைத்துக்கொண்டு ஒரு மாதத்தைக் கடத்துகிறவள்தான் சாணகத்தரை கோயம்மாவி. மாதம் முதல் தேதியானால், அன்று செவ்வாயக் கிழமையோ ஏதேனும் கரிதினமோவாக இருந்தால் நெல் பெட்டியைச் சுத்தம் செய்து கிடைக்கிற நெல்லினால்தான் அன்றைய தினம் சாப்பாடு நடைபெறவேண்டியிருக்கிறது.

ஓர் அண்டாவில் குறைந்த பட்சம் ஐந்நூறு அப்பம் என்ற கணக்கில் பார்த்தால் ஆறு அண்டாக்களில் மூவாயிரம் அப்பம் தேவைப்படுகிறது. அதற்கு அரிசி எத்தனை பறையளவு வேண்டியிருக்கிறது. சர்க்கரை எத்தனை துலாம்? முற்றின தேங்காய், எள், சீரகம் எவ்வளவு? தேங்காய் எண்ணெய் எத்தனை படி?

மங்கலச் சேரியில் நடைபெறுகிற கலியாணமாக்கும். எந்த விசயத்திலும் கஞ்சத்தனம் கூடாது.

“அதைப் பற்றிக் கவலைவேணாம்; நெய்-அப்பத்தின் பொறுப்பை நான் ஏற்றுக்கறேன்” என்றாள் கொச்சுமாணி.

அப்படியென்றால் கோதையம்மாவுக்கு அது சம்மதம்தான்.

கொச்சுமாணியம்மா தொடர்ந்து பேசினாள்:

'அண்ணி, ஒரு காரியம் செய்யணும். பந்தக்கால் அன்னைக்கு மங்கலச் சேரிக்கு வர்றப்போ அங்கே எல்லோரும் இருப்பாங்கல்ல? அப்போ அண்ணன்கிட்டே, அண்ணிதான் நெய் அப்பம் பண்ணப் போறீங்கன்னு சொல்லிடணும். அது கூடாதுன்னு யாராலும் சொல்ல முடியாது. அண்ணிதானே, பெரியம்மாவி? எவனாச்சும் எதிர்த்துப் பேசுவான்னா, வரட்டும்!"

"ஆமாமாம். நீ சொல்லறதெல்லாம் சரிதான். ஆனா நான் மங்கலச் சேரியம்மாவியாறதுக்குக் கொடுத்து வச்சிருக்கேனா?"

"பின் இல்லாமே யார் பெரியம்மாவி? மங்கலச் சேரி ஆம்புளைங் களில் பெரியவர் பெரியண்ணன்தானே?"

"அதெல்லாம் அப்படித்தான்."

"அப்படீன்னா, அண்ணிதான் பெரியம்மாவி."

சாணகத்தரை கோதையம்மாவுக்குத் தைரியமில்லை. அவள்தான் பெரியம்மாவி என்கிற நம்பிக்கை அவளுக்கு இல்லை.

தளர்ந்த உடலும் தவறுகிற சொல் உச்சரிப்புமுடையவராக இருந்த போதிலும், ஏதோ ஒரு கற்பனைத் திறன் கொண்டவர்போல் பப்புவம்மாவன் சொன்னார்:

"வேணாம் வேணாம். அப்படி வானத்திலே நடக்கவேணாம். தரையிலே நின்னாப் போதும்."

"அதென்ன? நான் மங்கலச்சேரிப் பெரியம்மாவி இல்லையா?"

"அதெல்லாமாயிருக்கலாம். கஞ்சித்தண்ணி குடிக்கறது நின்னு போயிடும்... மாசாமாசம் கிடைக்கிற நெல் கிடைக்காம போனா என்ன செய்வே?"

உயிர்வாழவேண்டுமென்கிற எண்ணம்தான் பப்புவம்மாவனைக் கொண்டு இப்படி ஒரு நிலைப்பாடு எடுக்கச் செய்தது. சொந்தப்புத்தி யினால் அல்ல. கொச்சுகோதையம்மா நடுங்கிவிட்டாள்.

"அப்படீன்னா என்தாயே... எனக்கு அந்த அந்தஸ்தும் மானமும் ஒண்ணும் வேணாம்."

பப்புவம்மாவன் வெடித்துச் சிரித்தபோது அவருக்கு முன்னால் மழை பெய்தது.

* ** *

பெரியம்மாவி ஸ்தானத்திலிருந்தவர் கொச்சுஞ்சியம்மாவேதான். அவர் அலங்காரம் பண்ணிவந்தபோது அவரைப் பார்த்து மங்கலச் சேரிப் பெண்களில் சிலர், 'பெரியம்மாவிக்குக் கொள்ளையழகு' என்றனர்.

கொச்சுமாணியம்மாவி நன்றாகச் சிங்காரித்து வந்தால், இவரைவிட அழகியாயிருப்பாளென்று வேறு சில பெண்கள் கூறினர். பின்னல் சாணகத்தரை கொச்சு கோதை முறுக்கும் 'ஓரோட்டி'யுமாய் வந்தாள். அவளுக்குப் பின்னால்தான் கொச்சுமாணி அம்மாவுக்கு இடமிருந்தது. அவளும் நன்றாகத் தன்னை அலங்கரித்துத்தான் வந்தாள்.

ஆனால், அவள் முகம் துடுத்துக் கடுகடுத்து காணப்பட்டது. ஏதோ ஓர் உறுதியான தீர்மானத்திற்கு வந்திருக்கிறாள் போல் தோன்றியது.

'அம்மாவி காணும்' சடங்கில் கலந்துகொள்ள வேண்டாமென்கிற ஒரு தீர்மானத்தை கொச்சுமாணியம்மா முதலில் எடுத்திருந்ததுதான். ஆனால் அதுவும் சரியல்லவென்று பின்னர் தோன்றியது. அதை அடிப்படையாகக் கொண்டுதான் பதினைந்து பறை அரிசியால் முறுக்கும் சீடையும் உண்டாக்கினாள். அத்துடன் இந்த மங்கலச் சேரிக்காரர்களுக்கும் வாய்பரச்சேரி கொச்சுஞ்சியம்மாவுக்கும் ஒரு பாடத்தைக் கற்பிக்க வேண்டுமென்றும் கருதினாள்.

மாரனை வரவேற்கிற சடங்கில் கூடக் கடுமையான போட்டி யிருந்தது. கொற்றியில் குடும்பத்தினரும் அவர்களுடைய உறவினர்களும் சேர்ந்து ஒரு சங்கமாக அமைந்தனர். இவர்களுக்கெதிராக பரச்சேரியினரும் சங்கமாய் அமைந்தனர். இவ்வாறு பரஸ்பரம் எதிர்எதிராக நின்று - ஆண்கள்- ஆர்ப்பரித்தனர்; பெண்கள் குரவை அரவம் முழக்கினர். முகத்தோடு முகம் பார்த்துத்தான். வீறும் விறுவிறுப்பும் பரஸ்பரப் பகைமை வரையிலும் சென்று விட்டது.

மேளம் துரிதகதியிலாயிற்று. ஆனால் அது அசிங்க வசனங்களில் சென்று முடியுமா? வெடித்து விடுமா? கோடாந்திரப் பெரிய ஆசான், மற்றும் சீரட்டக் கைமள் ஆகியோர் எதிர் எதிராகப் பார்த்து நிற்கின்றவர்கள் மத்தியில் குறுக்கே நுழைந்தனர். அவர்களைப் பார்த்து யார்தான் அதனிடையே அசிங்கமாகப் பேசுவார்கள்?

'வாதில் துப்பொட்டு' என்கிற சடங்கில் கூட இரு முகாம்கள். அது தேவையற்றதென்று ஊர்ஜனங்களுக்குக் கூடத் தோன்றியது. மொத்தத்தில் ஒரு சங்கமாக இருந்தால் போதுமென்றார்கள். அதுவும் ஒரு சண்டை வரைக்கும் வந்தது. கோந்நோத்துபிள்ளை, கோடாந்திர ஆசான், சீரட்டக் கைமள் ஆகியோர் சென்று அங்கேயும் தலையிட்டதனால் சண்டையில்லாமல் போயிற்று.

கிராமத்தலைவர்கள் ஒரு தீர்ப்பைக் கூறினர்: ஒரு சங்கத்தின் பாட்டு முடிந்த பிறகுதான் மறுசங்கம் பாடவேண்டும்! இது தான் தீர்ப்பு. அப்போது யார் முதலில் பாடுவதென்ற பிரச்சனை எழுந்தது. அதிருஷ்டச்சீட்டு போட்டுத் தீர்மானிப்பதென்று கோந்நோத்து பிள்ளை தீர்ப்பு வழங்கினார்.

'கதகளி' சங்கமும் இரண்டு. ரவிப் பிள்ளை அரண்மனை கதகளி சங்கத்தை வரவழைத்தார். மாதுப் பிள்ளை வடக்கே எங்கோ உள்ள ஒரு நம்பூதிரி இல்லத்து கதகளி சங்கத்தை வரவழைத்தார்.

அவ்வாறு இரண்டு நாட்கள் 'கதகளி' யாட்டம் நடந்தது.

தாலிகட்டு கலியாணம் மிகவும் கோலாகலமாக நடந்தேறியது. இத்தகைய ஒரு கலியாணம் இந்த ஊரில் நடைபெற்றதே இல்லை. அம்மாவிமார்களின் போட்டாப் போட்டி, சோற்றிலே கல் கடிப்பது போலிருந்ததென்றாலும், அதனாலே கூட இந்தக் கலியாணம் சிறப் பெய்தியது.

பால்க்கஞ்சி தினத்தன்று பெண்கள் மத்தியில் ஒரு சலசலப்பு ஏற்பட்ட போதிலும் அது ஆண்கள் காதுகளுக்கு எட்டாமல் போய் விட்டது.

கொச்சுகுஞ்சியம்மா ஐந்து பறை பச்சரியும், அதற்குத் தேவையான தேங்காயும் கொண்டு வந்தாள்.

கொச்சுமாணியம்மா ஏழுபறை அரிசியும், அதற்கான தேங்காயும் கொண்டுவந்தாள்.

இப்போது நிலவரத்தில் தோற்றது யார்? கொச்சுஞ்சியம்மாவே தான்.

மங்கலச்சேரிக் குடும்பத்தின் பழைய காலம் முதற்கொண்டு இருந்து வருகின்ற உறவினர்கள்தான் தோற்றுப் போயினர்.

கொச்சுகுஞ்சியம்மாவைத் தவிர்த்து, வாரிக் கச்சேரியிலுள்ள நான்கு பெண்களை மங்கலச்சேரியிலுள்ள இளையவர்கள் 'சம்பந்தம்' செய்திருக் கிறார்கள்.

கொற்றியில் காரர்கள் நிலவரத்தில் வெற்றி பெறுவதா?

இன்னும் ஐந்து பறை அரிசிகொண்டு வர ஒரு சில நிமிடங்களே போதுமாயிருந்தது.

அப்போது கொற்றியிலிருந்து மறுபடியும் ஐந்து பறைஅரிசி வந்து சேர்ந்தது.

இந்தப் போட்டியுடன் சிறிது சொற்போரும் நடைபெற்றது.

அப்போது கூட கிராமத்தலைவர்கள் தலையிட்டனர்.

* *** *

மங்கலச் சேரிக் கரிசல் விவசாயம், மங்கலச்சேரிக் குடும்பத்தைச் சேர்ந்தது அல்ல, ரவிப்பிள்ளைக்கு மட்டும் சொந்தமானது என்கிற

நிலைமையாயிற்று.

மாதுப் பிள்ளையின் தாய்வழியைச் சேர்ந்தவர்கள் அந்தப் பக்கம் திரும்பிக் கூடப் பார்ப்பதில்லை. அவர்கள் வேறு நிலங்களுக்குச் சென்று உழைக்கின்றனர். அதைப் போலவே ரவிப் பிள்ளையின் தாய் வழியினர் ஏனைய வயல்களுக்குச் செல்வதில்லை. அவர்கள் மங்கலச்சேரிக் கரிசலில் தான் உழைத்து வருகின்றனர். பிரச்சினை அவ்வாறாகப் பரிணமித் திருக்கிறது.

தண்ணீர் ஏற்றிக் கழுவிய பின்னரும் நிலத்தின் கெடுதல்கள் தீர்ந்த பாடில்லை. அது மட்டுமல்ல; நிலமே அழியக் கூடிய நிலைமையில் இருக்கிறது.

கன்னிமண் தோல்வியைக் காணுமா?

கரிசல்மண் தானே? கன்னிமண் ஆனால் கூட கரிசல் மண்ணுக்கு நெறியே கிடையாது. காட்டுத்தீ படர்ந்து ஏறிய இடமாகும். சபிக்கப் பட்ட இடம் போன்றதாகும்.

சில வயல்களில் ஆங்காங்கே பச்சை நிறமுண்டு. நெற்கால் உருகித் தாழ்ந்துபோன வெள்ளை வயல்கள் காணப்படுகின்றன. அங்கே அறுவடை நடைபெறுமா? அறுவடை செய்ய என்ன இருக்கிறது?

எங்கிருந்தோ என்று தெரியவில்லை - ஒரு புகார் உயர்ந்து வந்திருக்கிறது. மாதுப் பிள்ளையின் முகாமிலிருந்து கிளம்பியிருக்கலாம்.

எதற்காக மங்கலச் சேரிக் கரிசலை வளைத்தெடுத்திருக்கிறது? கெட்ட பூமி ஒரு சொத்தாகிவிடுமா? கெட்ட பூமியில் உழைப்பது வீணானதல்லவா? அழிவதில்தான் அது சென்று முடியும். கிளாசிப்பேரும், நாகம் பிள்ளையும் வேண்டுமென்றே பெயரில் சேர்த்து அளந்து போட்டது அல்ல. காணிக்கை செலுத்தி எழுதி வாங்கியதாகும்.

"கரிசலில் எவ்வளவு முதல் போட்டிருக்கிறீர்கள், அண்ணா?" அடுத்ததாகத் தலைவராய் வரக்கூடியவர்தான் கேட்கிறார். சரிதான். அவருக்குக் கேட்க உரிமையுண்டு. ஆனால் கணக்கைக் கேட்கிறாரென்று தான் ரவிப்பிள்ளைக்குத் தோன்றியது. அதன் கிளர்ச்சியைச் சற்று அடக்கிவிட்டு ரவிப் பிள்ளை சொன்னார்:

"நான் அதோட கணக்கு மட்டுமாக, பிரத்தியேகமா எழுதலே."

"ஆயினும் அதிகச் செலவு ஆகியிருக்குமில்லையா?"

இளையவர் கணக்கைக் கேட்கத்தான் வந்திருக்கிறார் என்பது அடுத்த கேள்வியினால் உறுதியாயிற்று.

"மங்கொம்பு சாமிக்கு முதலும் வட்டியுமாக எவ்வளவு நெல் அளக்க வேண்டியதிருக்கு?"

ரவிப் பிள்ளையால் அந்தக் கணக்கையும் சொல்ல முடியாத நிலைமை தான். ஆனால் இப்படிச் சொன்னார்:

“சாமி திருட்டுக் கணக்கு எழுதமாட்டார்.”

மாதுபிள்ளை பின்னர் எதையும் கேட்கவில்லை. தற்போதைக்கு நிறுத்திக்கொள்ளுகிறேன் என்கிற முறையில்தான் போன்றிருந்தது. இளம் தலைவர் அந்த விஷயத்தைப் பற்றியெல்லாம் கேட்கலாம். எப்போது? பெரியவர் காரியாலோசனைக்குக் கூப்பிடும்போதுதான். நுழைந்து வந்து என்ன கடன் உண்டு என்று கேட்பது கணக்குக் கேட்பதுதான்.

மங்கலச் சேரிச் சொத்துக்களைத் தன் விருப்பம்போல் செலவு செய்யலாம் என்கிற எண்ணம் ரவிப் பிள்ளைக்குக் கிஞ்சிற்றுமில்லை. அது குடும்பச் சொத்தேதான். இன்றுள்ளவர்கள், இனி பிறக்க உள்ளவர்கள் ஆகிய அனைவருடையவும் சொத்துதான் - ரவிப்பிள்ளை அங்கீகரித்திருக்கிற நிலைபாடும் அதுதான்.

ரவிப்பிள்ளையின் மனம் சற்று கலங்கியது. அவர் தழுதழுத்த குரலில் சொன்னார்:

“நான் குடும்பத்துக்குச் சொத்தைச் சேர்த்து வைத்ததுதான்!”

* ** *

சூரத்ர வயல் வரப்புக்குள்ளும், கோட்டோத்துத் துறையிலு மெல்லாம் அருமையான விவசாயமாகும்.

ஒரே நிரப்பாக நெல் விளைந்திருக்கிறது. பதர் இருக்குமென்கிற அறிகுறியுமில்லை. கதிர்கள் வளைந்து குனிந்து நிற்கின்றன.

ஆனால், அதனால் என்ன ஆகப் போகிறது? ஏராளமான செலவு ஏற்பட்டு விட்ட மங்கலச்சேரிக் கரிசலில் பெரிய நஷ்டம் தான் ஏற்பட்டிருக்கிறது. இந்த நஷ்டத்தை அந்த லாபத்தினால் தீர்த்து விட முடியுமா?

* ** *

மாதுப்பிள்ளையின் தாய் வழியைச் சேர்ந்தவர்கள் என்று சொல்ல முப்பது பேர்கள் இருக்கிறார்கள். இருபத்தாறு பேர்கள் ரவிப் பிள்ளையின் தாய்வழியைச் சேர்ந்தவர்களாவார்கள். அவர்களில் பெண்கள் எண்ணிக்கை தான் கூடுதலானது. அந்த முப்பது பேர்களுக்கு ஓர் அபிலாஷை - தனியாக, ஒரு கிளையாக விலகிச் சென்று வாழவேண்டு மென்று. மாதுப் பிள்ளையே அதைப் பற்றி ரவிப் பிள்ளையிடம் கூறினார்.

* ** *

போட்டியில் தோற்றுவிட்ட கொச்சுமாணியம்மா தாலிகட்டு கலியாணத்துக்குப் பிறகு வாடித் தளர்ந்துவிட்டாள். சிரிப்பில்லை.

முகத்திலே களையில்லை. விறுவிறுப்பில்லை. வேடிக்கைப் பேச்சுக்களில்லை. கறுத்து நீலநிறமாகிவிட்ட முகம். உடைந்து களைப்படைந்து போன உடல்.

"என் கொச்சுமாணிக்கென்ன வேணும்?" மாதுப்பிள்ளை வினவினார்.

"நான் மங்கலச்சேரி பெரியம்மாவியாயிடணும்." அதுதான் அவள் அபிலாஷை.

சற்று யோசித்த பின்னர் மாதுப்பிள்ளை சொன்னார்:

"அதுக்கு உனக்கு ஒரு நல்ல காலமுண்டு. என் கொச்சுமாணி மங்கலச்சேரிப் பெரியம்மாவியாகி விடுவா!"

கொச்சுமாணிக்கு ஏதாவதொரு காலத்தில் ஆனால் போதாது. இப்பொழுதே பெரியம்மாவியாகி விடவேண்டும்.

ரவிப்பிள்ளை இந்த ஒரு வாரக்காலத்துக்குள்ளேயே உப்புமாங்காய் மாதிரி சுருங்கிவிட்டார்.

12

கிளாசிப்பேர் தங்குமிடத்தில் என்றும் புனித கருமங்கள் நடைபெற்று வருகின்றன. தினசரி பகவதி சேவை; கணபதிஹோமம். பௌர்ணமி-அமாவாசை நாட்களில் விசேஷமான பூஜைகள். பரமு ஆசான் யோசனைப்படிதான் எல்லாம் நடந்து வருகிறது.

குஞ்சுலட்சுமியம்மா கருத்தரித்திருக்கிறாள். ஜோதிடம் கூறியபடி அவளுக்கு இப்போது கோளாறுகள் கொண்ட காலம். இந்தக் காலத்தில் தான் கருத்தரிப்பாளாக்கும். கோளாறுகளைத் தீர்த்திடப் புனித கருமங்கள் செய்திடவேண்டும். மாதமொருமுறை ஐந்து பிராமணர்களை அழைத்துவந்து அவர்களின் கால் கழுவி ஊட்டியனுப்பி விடவேண்டும். அது பிரத்தியேகமாக நிறைவேற்ற வேண்டிய விசயம்.

ஐந்து என்ன? ஐம்பது பிராமணர்களின் கால்களைக் கழுவியூட்டியனுப்பக்கூடத் தயார்தான் கொச்சுபிள்ளையும், குஞ்சுலட்சுமி அம்மாவும். பெயர் பெற்ற ஈசுவரக்குறுப்பு ஆசானுடைய சிகிச்சைதான் குஞ்சுலட்சுமியம்மாவுக்கு. முறைப்படி மருந்து; முறைப்படி உணவு- உற்சாகத்தின் விறுவிறுப்பினை, ஆவலை சமன் செய்யும் நிலையடையச் செய்திருந்தது. ஜாஸ்தியாகச் சிரிக்க வேண்டாம். அது அழச் செய்துவிடும்.

பிரசவம் இங்கேயா, திருவனந்தபுரத்திலா? - எங்கே நடைபெற வேண்டும்?

திருவனந்தபுரத்தில் அரண்மனை வைத்தியர் உண்டு. அம்மாவும்

ஏனைய உறவினர்களுமிருக்கிறார்கள். இந்தப் பட்டிக்காட்டில் என்ன வசதியுண்டு?

திருவனந்தபுரத்திற்கான பயணம் - அது திருப்படகிலே ஆனால் கூட - மிகுந்த கஷ்டப்பாடுகள் கொண்டது. கர்ப்பிணிகளால் அந்தக் கஷ்டங்களைத் தாங்கமுடியாது. அது ஒரு சரியான காரணமாகும்.

இங்கே கிடைக்கிற மருத்துவ உதவி சிறந்ததுதான். ஈசுவரக்குறுப்பு அவர்கள் இறந்து போன வயஸ்கர மூஸ்ஸது திருமேனியின் பிரதான சீடராவார். பலவருடங்கள் வரையிலும் வயஸ்கர இல்லத்திலே தங்கியிருந்து மருத்துவ வித்தை கற்றுக் கொண்டவர். திருமேனிக்குத் தமது புத்திரரான இன்றைய திருமேனியை விடவும் அதிகமான பாசம் குறுப்புவிடமிருந்தது.

தன்வந்தர மூர்த்தி குறுப்புவினையும் ஆசீர்வதித்திருந்தார். அப்படித் தான் ஜனங்கள் பேசுகின்றனர். வயஸ்கரைத் திருமேனியின் சித்திகள் குறுப்புவுக்கும் கிடைத்திருந்தன. வயஸ்கரையிலே போன்று ஒற்றை மூலிகைச் சிகிச்சைகளை குறுப்பு வைத்தியரும் செய்து வருகிறார்.

வயஸ்கரை போகவேண்டாம். குறுப்புவைத்தியரிடம் போனால் போதும். பாண்டித்யம் போன்று பிரயோக ஞானமும் உண்டு. வயஸ்கரை போகவேண்டுமா, அல்லது அரண்மனை வைத்தியரிடம் போக வேண்டுமா? தீர்மானித்துக் கொண்டால் போதும். வயஸ்கரை என்றால் குறுப்பு வைத்தியரே போதும்.

அதெல்லாமிருக்கட்டும்- எங்கே, எந்த மூர்த்தியின் கடாட்சத்தினாலே கருத்தரித்திருக்கிறாள்?

தருமசாஸ்தா, சேவை செய்வோருக்கு ஆனந்தமூர்த்தியாகும். அந்தப் பாதத்தினைத்தான் கட்டியணைத்திடவேண்டும். அங்கேதான் சரண மென்று வைத்துக் கொள்ளுங்கள்! அதன் பலன் நிர்ணயமானது. ஆனால் கவனத்தில் கொள்ளவேண்டிய இன்னொரு விசயமுண்டு. சாஸ்தாவைச் சேவிக்கின்றவர்கள் இன்னோரிடத்தில் கும்பிடக் கூடாது. கும்பிடவேண்டிய அவசியமுமில்லை. அந்தக் கோவிலில் ஒரே ஒரு தேவன் மட்டும்தான். அவனைக் கும்பிட்டால் போதும். விநாயகர் இல்லாத கோவில் உண்டோ? உண்டு. அதுவும் இந்த ஊரிலேதான். அப்போது இங்குள்ள தேவன் சிறிது பொறாமை கொண்டவன்தான்.

தருமசாஸ்தாவினையே சரணமடைவது; அந்தத் திருப்பாதத்தினையே கட்டியணைத்துக் கொள்வது. அனைத்துமே நல்லபடி நடந்துவிடும்.

பவதிப்பிள்ளையை திருவனந்தபுரத்திலிருந்து அழைத்துவர முயன்றனர். தம்பிராட்டியால் ஒரு நிமிடம் கூட அவளைப் பிரிந்திருக்க முடியாதாம்! தம்பிராட்டி பவதிப்பிள்ளையை விட மாட்டாளாம். எனவே

பவதியின் தங்கை நாராயணிப் பிள்ளை எருமத்ர மடத்துக்கு வந்து விட்டாள்.

சீலாந்திப்பிள்ளி கல்யாணியம்மாவுக்கு எருமத்ர மடத்தில் இன்னொரு பிரத்தியேகமான பொறுப்பு கூட ஆயிற்று. கல்யாணியம்மா ஊரிலே மிகத் திறமைவாய்ந்த மருத்துவச்சியாவாள். குஞ்சுலட்சுமியம்மாவை எண்ணெய், குழம்பு பெரட்டிக் குளிப்பாட்ட வேண்டும். எங்காவது சுளுக்குப் பிடித்தால் அதைத் தேய்த்துக் குணப்படுத்த வேண்டும். கர்ப்பத்தைப் பராமரிப்பது மிகவும் இன்றியமையாதது. மருத்துவச்சி கர்ப்பப் பராமரிப்பினையும் செய்து வருகிறாள்.

* ** *

எருமத்ர மடத்தில் கணவரும் மனைவியும் இப்போது தரையிலன்றி ஆகாயத்தில் பறக்கிறார்கள்.

"நான் மலடியில்லை!" என்றாள் குஞ்சுலட்சுமியம்மா.

"ஆண் குழந்தை வேணுமா? பெண் குழந்தை வேணுமா?"

குஞ்சுலட்சுமியம்மாவுக்குப் பெண்குழந்தைதான் வேண்டும். கொச்சு பிள்ளைக்கு வேண்டியதோ ஆண்குழந்தைதான். வழக்கமாக அதுக்கு நேர்மாறாகத்தான் இருக்கும். அப்பாவுக்குப் பெண்குழந்தையும், அம்மாவுக்கு ஆண் குழந்தையும்தான் வேண்டியிருக்கும்.

"மூத்தது ஆண் குழந்தை என்றால் இரண்டாவதாகப் பிறக்கும் பெண் குழந்தைக்கு அவன் ஒரு பாதுகாவலனாக இருப்பான். அண்ணன் இருப்பது ஒரு பெண்ணுக்கு எப்போதும் ஆறுதல்தான்." இதுதான் கொச்சு பிள்ளையின் நியாயவாதம்.

பெண் குழந்தை வேண்டுமென்று அம்மா சொல்லக் காரணமுண்டு. ஒரு பெண் கருத்தரிப்பது எதுக்கு? அவள் பிரசவிப்பது எதுக்கு? வம்சம் நிலைபெற வேண்டுமென்பதற்காகத்தானே? குஞ்சுலட்சுமியம்மா வழியாக ஒரு வம்சம் நிலைபெறவேண்டும். அதுக்குத்தான் பெண் குழந்தை வேண்டு மென்பது.

"மகனுக்குப் பிறக்கின்ற சந்ததிகள் என் குடும்பத்தைச் சேர்ந்தவர் களாவார்களா?" என்றாள் குஞ்சுலட்சுமியம்மா.

கொச்சுபிள்ளைக்கு ஒரு பெண்குழந்தை உண்டு. குஞ்சு லட்சுமியம்மா ஓர் ஆண் குழந்தையை ஈன்றெடுக்கட்டும். அப்போது பெண்ணுக்குப் பெண்ணும், ஆணுக்கு ஆணுமாயிற்று. ஆண் குழந்தைக்கான வாதத்தின் ஆணிவேர் உள்மனத்தின் அந்த மையத்தில் சென்று பதிந்துவிடுகிறதா? என்னவோ, இருக்கலாம்.

அந்தக் குழந்தை யார் போன்று இருக்கவேண்டும்? அங்கே யாருமே வாய்திறக்கவில்லை. வழக்கமாகக் காணப்படுகிற ஒரு விசயமுண்டு. அம்மா, குழந்தை அப்பாபோன்று இருக்கவேண்டுமென்று விரும்புவாள். அப்பா விரும்புவது அம்மா போன்று இருக்கவேண்டுமென்று. அது உண்மையான விருப்பம்தானா? அல்லது ஒரு பேச்சுக்காகச் சொல்வதுதானா?

ஆணானாலும் பெண்ணானாலும் குழந்தை குஞ்சுலட்சுமி போன்று இருக்கவேண்டுமென்று கொச்சுபிள்ளை விரும்பவே மாட்டார்.

கொச்சுபிள்ளையின் முகத்தில் இரண்டு கண்கள் இருக்கின்றன. அந்தக் கண்களுக்கு அழகானதையும் அழகற்றதையும் வேறுபடுத்திப் பார்க்கத் தெரியும்.

அப்படியென்றால் அவர் எப்படித்தான் குஞ்சுலட்சுமியம்மாவை மணம் புரிந்தார்? தம்பிரான் உத்திரவு பிறப்பித்திருக்கலாம். அரச கட்டளையை மறுக்கக் கூடாதல்லவா? 'பவதியின் மகளுக்குப் புடவை வாங்கிக் கொடு!' இது அரசகட்டளை மட்டுமின்றி விதியின் கட்டளை ஆயிருக்கலாம்.

கொச்சுபிள்ளை அவளுக்குப் புடவை கொடுத்தது மனப்பூர்வ மாகத்தானா?

விதியின் கட்டளையாக இருப்பினும் அது மனமில்லா மனமுடன் தான் நடந்திருக்கவேண்டும். சாதாரணமான வழக்கத்தில் அப்படியல்லாமலும் இருக்கலாம். அந்த விகார உருவம் அவர் பார்வைக்கு அழகானதாகத் தோன்றியிருக்கலாம்.

அழகுக்கு ஏதேனும் அளவுகோல் உண்டா? இது விகாரமானதென்று ஒருவன் சொன்னால் அப்படியல்லவென்று சொல்ல இன்னொருவனுக்கு உரிமையுண்டு.

பிரக்காட்டு மணற்பரப்பிலுள்ள மணம் பிரக்காட்டு கிராமாதி காரியின் மூக்கினை உண்டது போன்று, கொச்சுபிள்ளையின் கண் களுக்கு எண்ணெய் மயமற்ற, குஞ்சுலட்சுமியம்மாவின் கறுப்பு நிறம் கொச்சுபிள்ளையைக் கவர்ந்த நிறமாக இருந்திருக்கலாம்.

அழகு என்றால் அது கறுப்புநிறம்; சப்பையான மூக்கு; அகலமுள்ள, அகன்று நிற்கின்ற பற்கள் ஆகியவைதான்.

ஆயினும் குழந்தை அந்த அழகில் பிறக்கக் கூடாது. கொச்சு பிள்ளையின் குழந்தை எவ்வாறிருக்கவேண்டும்? குஞ்சுலட்சுமியம்மா ஈன்றெடுக்கிற குழந்தையிடம் அவருக்குப் பிரியமிருக்குமா? அந்தக் குழந்தை குஞ்சுலட்சுமியம்மாவைப் போலவே இருப்பதென்றால்.

* ** *

இப்போது 'பந்தீரடி'க்குப் (காலைப் பூஜையின் கோவில் கோபுர வாசலில் முழக்குகிற மங்கல வாத்தியம்) பிறகுதான் கொச்சு பிள்ளையும் மனைவியும் கோவில் தரிசனத்திற்கு வருகிறார்கள். காரணம், குழம்பைத் தேய்த்து, பச்சிலைகள் போட்டுக் கொதிக்கச் செய்த நீர் ஊற்றியுள்ள ஒரு ஸ்நானமுண்டு. பொழுது விடியுமுன்னரே கல்யாணியம்மா எருமத்ர மடத்திற்கு வந்துவிடுவாள்.

அந்த நேரத்திலேயே கண்விழித்து, முற்றத்தில் வளர்ந்து தழைத்துப் பந்தலாய் நிற்கிற 'கூவள' மரத்தடியில் கிளாசிப்பேர் எதற்காக வந்து நிற்கிறார்? யாரையோ எதிர்பார்க்கிறவர் போன்று! அந்த நேரம், இன்பமளிக்கிற பாதிமயக்கத்தில் லயம் பூண்டு படுத்தவாறு அழகான கனவுகள் காண்பது போன்ற நிலையில் மூழ்கியிருப்பதற்காகவேதான். அப்படியென்றால், ஏன் இப்படி வெளியே வந்து நிற்கிறார்?

சற்று தாமதமாகிவிட்டதே என்ற பதட்டத்தோடுதான் கல்யாணியம்மா வருகிறாள். சற்றுத் திகைத்துப் போய் அக்கம் பக்கம் பாராத துரித நடையில் சென்று நிற்பதோ கொச்சுபிள்ளையின் முன்னால்! ஏமாற்றம்தான். என்பதோடு மட்டும் அல்ல, இப்படி ஆண்கள் முன்னால் பாய்ந்து சென்று விழுவதும் தவறானதுதான்!

பதட்டமுற்ற மான்குட்டிபோல், தப்பித் தடுமாறிச் செல்கிற வண்ணத்துப் பூச்சியைப் போல் கல்யாணியம்மா வடக்குப் புறத்திற்குப் பாய்ந்து செல்கிறாள். தனக்கு ஒரு தவறு நேர்ந்துவிட்டதெனக் காட்டும் முறையில்!

கூவளமரத்தடியிலும் சுற்று வட்டாரத்திலும் கஸ்தூரியின் சுகந்தம் பரவுகிறது. ஓர் அப்ஸர சுந்தரி அங்கே வந்தாளா? கொச்சு பிள்ளைக்குச் சந்தேகம்தான். வந்ததாகத்தான் தோன்றுகிறது. கொச்சு பிள்ளையின் நாசி, மணம் பிடிக்க மலர்கிறது.

நாளைக்கு இன்னும் ஜாக்கிரதையாய் இருக்கவேண்டுமென்று கருதுகிறார் போலிருக்கிறது. அங்கே வந்து போன அப்ஸர வனிதையைப் பிடிக்க வேண்டும். கை நீட்டி வசப்படுத்த வேண்டும்.

எருமத்ர மடத்தின் முன்னாலுள்ள கூவளமரத்தடியில் பொழுது விடிந்து மலரும்போது ஒரு தேவதையின் சுற்றுலா நடைபெற்று வருகிறது.

பயந்து நடுங்குகிற இந்தப் பெண்மான் தினசரி அந்த வேட்டைக் காரன் முன்னால் வந்து குதித்து விழுவதேன்?

ஒருமுறை வந்து விழுந்ததென்றால் மீண்டும் மீண்டும் அப்படியே நிகழ்வதேன்?

பெண்மான்தானே? பாவம்! அறிவோ நினைவோ இருக்காது. கள்ளங்கபடமற்றது. அத்தகைய பிராணிதான் ஆபத்தில் சென்று

விழுந்து விடும். ஒருமுறை நேர்ந்த அனுபவம் பின்னர் படிப்பினையாகி விடுவதுமில்லை.

* ** *

பந்தீரடி நடைபெற்ற பின்னர் நடைபெற்றுவந்த தொழுகை பந்தீரடிக்கு முன்னரே நடைபெறலாயிற்று. சில நாட்கள் வரையிலும் நடைபெற்றுவந்த அந்தத் தொழுகை இப்போது காலைப் பூஜையின் போதே நடைபெறத் தொடங்கியது. கொச்சுபிள்ளையும் குஞ்சுலட்சுமியம்மாவும் தேவதரிசனம் செய்து வந்த நேரங்கள் இவ்வாறாக மாறுபட்டுவந்தன. அதற்குக் காரணமுமுண்டு.

கல்யாணியம்மா குஞ்சுக்குட்டியம்மாவைக் குளிப்பாட்ட வருகிற நேரம் இன்னும் இன்னும் முன்னர் முன்னராகிவிட்டது. எனவே அதிகாலையிலேயே ஸ்நானம் முடிந்துவிடுகிறது. நேரத்திலேயே கணவர் மற்றும் மனைவியால் கோவிலுக்குச் சென்றுவிட முடிகிறது. கல்யாணியம்மா இன்னும் நேரத்திலேயே வரத் தொடங்கினாள்.

* ** *

கிழக்கே வெள்ளி நட்சத்திரம் உதிக்கிற நேரம் உற்சாகம் நிறைந்த தாகும். இயற்கை அயர்ந்த நித்திரையிலிருந்து உணர்வது அந்த நேரத்தில் தான். அப்போது ஓர் இளம் காற்று கீழ் திசையிலிருந்து வீசும். பூம்புதர் களில் கிளிகள் கலகல அரவமுதிர்க்கும்.

சிறிது நேரத்திற்குள் அஸ்தமனமாக இருக்கிற முழுமதி தெளிந்த வானத்தில் கூட வெளிறிக் காட்சி தரும்.

வெள்ளி நட்சத்திரத்தின் பிரகாசத்தில், புஜத்திலே தளர்ந்து கிடக்கிற காதலியின் வதனத்தைச் சரிவரக் காணமுடியாது. ஆனால் அந்தத் தெளிவின்மை உத்வேகமளிக்கக் கூடியதாகும். கை நீட்டினால் அவள் அரவணைப்பிலாகிவிடும் பின்னர் தாமரைத் தண்டுபோல் தளர்ந்து முன்னம் கைகளில் விழுந்துவிடும்.

அவளுக்கு நொந்துவிட்டதோ? அல்லது அவளை நோக வைத் தோமோ? அவள் அவர் காதோரமாகச் சொன்னாள்:

“இங்கே வந்த நாளிலிருந்தே நான் மோகம் கொண்டதுதானுங்க!”

அவள் காதுக்குள்ளே என்ன பகிர்ந்தளிப்பதென்று அவருக்குத் தெரியவில்லை. அவர் பதிலளிக்கவில்லை. அவள் குரல் அமுத தாரையாகச் சென்று அவர் காதுகளில் ரீங்கரிக்கச் செய்தது.

“இதுதான் காமதேவன்!”

அவளை எதைச் சொல்லியழைக்கவேண்டும்? அவளிடம் எதைப்

பேசவேண்டும்? அவளுக்குக் காமதேவன் என்றால் ஒரு கற்பனையுண்டு; யார் அவள்? கொச்சுபிள்ளைக்குத் தெரியாது.

அவளைச் சொந்தமாக்கினால்? அது ஒரு புதையலேதான். ஒரு போதும் அதைக் கைவிடக்கூடாது.

ஒரு நாள் அவர் சொன்னார்:

"நான் உனக்குப் புடவை தரட்டுமா?"

அவள் சிரித்தாள். அடக்கமான சிரிப்பு. ஒலியெழும்பாத சிரிப்பு!

"ஏன், பேசாமெ இருக்கிறே?"

கல்யாணியம்மா சொல்வதற்கென்று ஒன்றுமில்லை.

கொச்சு பிள்ளையைத் தனக்குச் சொந்தமாக்க வேண்டுமென்பதில்லை. அவள் யாரையும் சொந்தமாக்க எண்ணவுமில்லை. தனது சொந்தமெனச் சொல்லத் தகுந்தவன் போனபோது கூட அவள் கவலைப்படவில்லை. அவள்தான் கல்யாணியம்மா!

* ** *

குஞ்சுலட்சுமியம்மா உடலெங்கும் ஒரு வெளிறிய நிறம். கறுத்த மேனியில் அது தெளிவாகத் தென்பட்டது. உடலெங்கும் வீக்கம். பாதங்களில் நீர் கோத்து வீங்கியிருக்கிறது. சில கர்ப்பிணிகளுக்கு அத்தகைய நிலைமை ஏற்படுவதுண்டு. சிறிது களைப்படைந்து காணப்பட்டாள். பெரிய முகம் ஒரு பெரிய கரிப்பானை போல் காணப்பட்டது.

குஞ்சுலட்சுமியம்மா ஒரு நாள் குளிக்கவில்லை. அன்று குளிக்க வேண்டாமென்று சொல்லப்பட்டது. உடனடியாக தேவடி முல்லக்காரனே இரண்டுதண்டுத் துடுப்புடைய படகில் வைத்தியரை அழைத்து வரக் கிளம்பினான்.

பல்வேறு கர்ப்பிணிகளைப் பராமரித்திருக்கிறாள்; பல்வேறு பிரசவங்களை எடுத்திருக்கிறாள். அத்தகைய தேர்ச்சிபெற்ற ஒரு மருத்துவச்சிதான் கல்யாணியம்மா. வீட்டின் முன்னால் நின்ற கொச்சு பிள்ளை விசாரித்தார்:

"என்ன கல்யாணியம்மா, என்ன நினைக்கிறே?"

அவள் கிளம்பிக் கொண்டிருந்தாள்.

கூவளத்தடியில் மறைந்து நின்றவாறு சொன்னாள்: "இந்த மாசத்திலே இப்படியெல்லாம் ஏற்படுவது சகஜம்தாங்க. கன்னி கர்ப்ப மானதனாலே கொஞ்சம் கஷ்டமிருக்கும்."

அவள் தலைகுனிந்து நின்றிருந்தாள்.

யார் பார்த்தாலும் தவறாகச் சொல்லமாட்டார்கள். அவர்களிடையே வேறு ஏதேனும் உறவு இருப்பதாகவும் தோன்றாது. கர்ப்பிணியான மனைவிக்குப் பணிவிடை செய்ய ஏற்படுத்தப்பட்ட ஒரு பெண்ணிடம் மனைவியின் நிலை குறித்து கணவர் விசாரிக்கிறார்!

கொச்சுபிள்ளை சுற்றிலும் ஒரு முறை பார்வை செலுத்தினார். அவருக்கு அவளிடம் ரகசியமாக ஏதோ விசாரிக்கவேண்டியிருந்தது; சொல்ல வேண்டியிருக்கிறது.

சிற்றாள்தேவி வருகிறாள்.

"வைத்தியர் வரும்போது நீ இங்கே வருவியா?"

"வர்றேன்."

"இல்லாட்டா, இப்போ ஏன் போறே? வைத்தியர் வந்த பிறகு போனால் போதாதா?"

"போயி கொஞ்சம் வேலையிருக்கு!" ஆனால் அந்த வேலை என்ன வென்று சொல்லமுடியாத நிலைமை. எஜமானனின் உத்தரவு அல்லவோ? அங்கேயே தங்கினாள்.

முன்னால் தேவியும் பின்னால் கல்யாணியம்மாவுமாக வடபக்க மாகச் சென்றனர்.

குஞ்சுலட்சுமியம்மாவுக்குச் சிறிது மூச்சுத் திணறல்.

* ** *

'கீதாகோவிந்த'த்தின் நல்லதோர் சுவடி நகலைத் தயாரித்துக் கொண்டிருந்தாள் கல்யாணியம்மா. சீலாந்திப்பிள்ளியிலுள்ள 'கிரந்தசேகர'த்திலிருந்து இரண்டு நாள் அமர்ந்து தேடியெடுத்துத்தான் நகலைத் தயாரிக்கிறாள். அனைத்து ஓலைகளிலும் கண்ணன் மற்றும் ராதையின் உருவங்களை அவள் எழுத்தாணியால் வரைந்தாள்.

அந்த அரிச்சுவடியை முடிந்த அளவு அழகுபடுத்த அவள் முயன்றிருக்கிறாள். அது ஒரு காணிக்கைப் பொருளாக இருந்தது.

வேறு யாருக்காவது இவ்வளவு கவனமுடன் ஒரு நகலை கல்யாணியம்மா தயாரித்திருப்பாளோ? அவளுக்குப் புடவை கொடுத்த அந்த மனிதன் ஏதாவது நினைவுக்காக எடுத்துக் கொண்டு போயிருப்பானோ? தெரியாது. கிரந்தங்களை (சுவடி) நகலெடுக்கும் போது அவள் பேரம் பேசுவதில்லை. தருவதை வாங்கிக் கொள்வாள். தராவிட்டாலும் கேட்க மாட்டாள். சுவடியின் நகலெடுக்காவிட்டால் அவளால் ஒரு நாள் கூடக் கழிக்கமுடியாது.

யாருக்காக கீதாகோவிந்தத்தின் நகலெடுக்கிறாளோ, அந்த மனிதன் பிரதிபலனாய் என்ன கொடுப்பான்?

ஒரு முத்தமா? அல்லது அன்புடன் ஒரு செல்லப் பெயரா? அல்லது கிளுகிளுக்கச் செய்கிற ஒரு செயலா?

குஞ்சுலட்சுமியம்மா படுத்த படுக்கையாகக் கிடக்கிறாள். சில நாட்கள் வரையிலும் அசையாமல் படுத்துக்கொள்ள வேண்டுமென்பது தான் வைத்தியரின் கட்டளை. கஷாயமுண்டு. பால் கஷாயமுண்டு. சூர்ண முண்டு. மாத்திரைகள் உள்ளன. கஷாய நீரில் சமைத்த கஞ்சிதான் குடிக் கிறாள்.

வீக்கம் குறைந்து வருகிறது. ஆனால் உடம்பு மெலிந்து வருகிறது. பார்த்தால் ஒரு பேய்க் கோலம்தான் இப்போது. கர்ப்பத்துக்குக் கோளாறு ஏதுமில்லை. ஆறன்முளைக் கண்ணாடியில் தனது முகத்தின் பிரதிபிம்பத்தைப் பார்க்கும்போது அவள் கண்கள் நிறைந்து ததும்புகின்றன. தள்ளிவருகிற வயிற்றைக் காணும் போது ஆறுதலடைகிறாள். இவ்வாறாக நாட்கள் கழிந்தன. சுகப்பிரசவம்தான் என்பது வைத்தியர் கருத்து. பிரசவத்துக்குப் பின் இன்றைய அவலமெல்லாம் தீர்ந்து விடும். ஆயுளுக்கு எந்த விதமான தோஷமுமில்லையென்றுதான் பரமு ஆசான் உறுதியாகச் சொல்கிறார்.

* ** *

குஞ்சுலட்சுமியம்மாவுக்கு இடுப்புவலி ஆரம்பமாயிற்று. மாதமாக வில்லை. இன்னும் சில நாட்கள் கூடக் கழியவேண்டும். பிறக்க இருக்கிற குழந்தை மாதம் பூர்த்தியாகாமல் பிறந்துவிடுமோ?

கல்யாணியம்மா பக்கத்திலிருக்கிறாள். வைத்தியரை அழைத்து வந்திருக்கிறார்கள். பரமு ஆசானையும் வரவழைத்திருக்கின்றனர்.

நீடித்த வேதனையாக இருந்தது. கும்மிருட்டு கெட்டி தட்டி நிற்கிற இரவு. வானத்தில் ஒரு நட்சத்திரம் கூடக் காணப்படவில்லை. ஆலிலைகள் கூட அசைவற்றுப் போயின.

பிரசவத்திற்கான நேரம் நெருங்கவில்லை. பொழுது விடியுமென்று தான் பரமு ஆசான் சொல்கிறார்.

வைத்தியர் கைவிளக்குடன் வளாகத்தில் சுற்றி நடந்து சில பச்சிலை களைப் பிடுங்கிக் கொண்டு வந்து சாற்றைப் பிழித்தெடுத்தார். அந்தச் சாறினைத் தலையில் தளம்கட்டி ஊற்றிவைக்க வேண்டுமாம்.

குஞ்சுலட்சுமியம்மாவால் அழுத்த முடியவில்லை. கல்யாணியம்மா சொல்கிற புகார் அதுதான். கல்யாணி வயிற்றைத் தடவிப் பார்த்தாள். குழந்தை தலைகீழாக வரவில்லை. எந்த நிமிடமும் அது நடை பெறலாம். கர்ப்பிணி சிறிது அழுத்திக் கொண்டால் போதும்.

கல்யாணியம்மா பன்முறை வென்னீர் ஒத்தடம் கொடுத்தாள். குழந்தை தலைகீழாயிற்று.

அப்போது வெளியே பரமு ஆசான் வைத்தியரிடம் சொன்னார்: “நேரம் நெருங்கியிருக்கும்னு தோணுது.”

பனிக்குடம் வெடித்தாகிவிட்டது.

திறமைசாலியான மருத்துவச்சி, குழந்தை தடையின்றி வெளிவர ஒரு முறை தடவினாள்.

ஒரு பெண்ணின் வாழ்க்கை. அபிலாஷை உருவம் பெற்றுப் பூவுலகுக்கு வருகிறது.

காற்றும், வெளிச்சமும், இந்தப் பூவுலகின் தட்பவெப்பநிலையும் சேர்ந்து அதை வரவேற்கத் தயாராகி நிற்கின்றன.

முழுவதுமாக வெளிவரு முன்னரே அந்தக் குழந்தை ஒரு கிறீச்சுக் குரலினால், ‘நான் வந்தேன்’ என்று பிரகடனம் செய்யக்கூடும். குளிரினால் நடுங்கியவாறு கை -கால்களை அசைத்து உதறுவது, ‘நான் போராடுவேன்’ என்று சொல்வதாகும்.

முதன் மூச்சு உள்ளே இழுப்பது - இறுதிமூச்சு வெளியே விடுவது - இவற்றினிடையில் நடைபெறுவது போராட்டமல்லவா? கல்யாணியம்மா புதுவிருந்தினனைக் கைகளில் வாங்கிக் கொண்டாள்.

அது ஒரு பயங்கர - உருவமாக இருந்தது. வெறும் ரத்தக் கட்டி யினால் ஒரு மனிதக் குழந்தையின் உருவம் கொடுக்கப்பட்டிருக்கிறது. சிரம் மேலே செல்லச் செல்லக் கூர்மையாகக் காட்சி தருகிறது. அதற்குப் பல் உண்டு. கண்கள் மூடிக்கிடக்கின்றன.

தொப்புள் கொடியைத் துண்டித்துக் குழந்தையை வேறுபடுத்தி யெடுத்தாள். அதற்கு உயிர் இல்லை.

தளர்ந்து கிடந்த தாய் விசாரித்தாள்:

“குழந்தை ஆணா, பெண்ணா?”

“ஆண்!”

அவள் பந்தயத்தில் தோற்றுவிட்டாள். ஆயினும் ஆறுதலடைந்தாள்.

அடுத்த கேள்வி கவலையைக் கிளப்புவதாக இருந்தது.

“என் குழந்தை ஏன், அழாமெ இருக்கு?”

* ** *

அப்போது கல்யாணியம்மாவின் உதரத்தில் ஓர் அசைவு அனுபவமாகியது. என்னவோ அசைகிறது.

* ** *

ஊரிலுள்ள பெண்களான பெண்கள் அனைவரும் ஒரே குரலில் கூறினர்:

“அந்தப் பொம்புளே எத்தனை மனிசனுங்களைக் கசக்கிப் பிழிஞ்சு எவ்வளவு தங்கத்தை அள்ளியெடுத்திருக்கிறா. அந்தக் கண்ணீர் வீண் போகாது!”

13

பொதுவாக அந்த வருடத்திய விவசாயம் நன்றாக இருந்தது. ஊரெங்கும் மனநிறைவுதான். தேவஸ்தானத்திலுள்ள அனைத்து அறைகளிலும் நெல் நிறைந்து விட்டது. நெல் போட்டுவைக்க இடமில்லை. ஏழுகட்டின் கூடத்திலே மீதி நெல்லை அள்ளிக் கூட்டிப் பாய்போட்டு மூடி வைத்திருக்கிறார்கள்.

பதினைந்து வருடத்திற்கு முன்னர் ஒரு முறை இத்தகைய விளைச்சல் ஏற்பட்டதுண்டு. அது மக்கள் நினைவிலுமிருக்கிறது.

அன்று இந்த வருடத்தை விட விவசாயம் செழிப்பாயிருந்ததென்று சொல்கின்றவர்களும் உள்ளனர்.

எப்படியென்று தெரியாது; ஊரில் ஒரு கருத்து மட்டும் உருவாகி வந்திருக்கிறது. ஒரு யானையை வாங்கவேண்டும். அப்போது இன்னொரு பகுதியினருக்குத் தேவை தங்கக் குடை!

யானையா, தங்கக் குடையா?

பெரிய யானையாக இருந்தால் திருச்சூர் பூரம், ஆறாட்டுபுழைப் பூரம் போன்ற பெரிய பெரிய திருவிழாக்களுக்கான அழைப்பு வரும்.

வடக்கத்திய நம்பூதிரிமார்கள் கேட்பார்கள், “அந்த யானை ஏது?” என்று!

அது ஊருக்குப் புகழைத் தேடித் தரும்... அவர்கள் யானையைக் கண்டு மகிழ்ந்து தலையாட்டுவார்கள்.

“நல்ல யானை! அதன் தலை நிமிர்ந்து நிற்பதைப் பார்த்தீங்களா?”

பகவான் பிம்பத்தை அதன் தலையிலேற்றுகிற போது அதுக்கு அழகு அதிகரிக்கிறது.

அருமையான லட்சணங்கள் கொண்ட யானை!

திருச்சூர் பூரத்துக்கு வருகிற மக்கள் கூட்டம் இவ்வாறெல்லாம் சொல்லுவது இந்த ஊருக்கே பெருமையல்லவா? புகழை உண்டு பண்ணாதா?

ஆனால், அத்தகைய லட்சணங்களுடைய யானை எங்கே கிடைக்கும்?

யானை வாங்குவதில் ஜாக்கிரதை வேண்டும். அவலட்சணமானதை வாங்கினால் வாங்குகிறவன் அழிந்துவிடுவான்.

பார்த்துத்தான் வாங்கவேண்டும். யானையின் லட்சணங்கள் அறிகின்றவர்களைத் தேடிக் கண்டுபிடிக்க வேண்டும்.

அப்படியெல்லாம் பார்க்கும்போது தங்கக் குடைதான் பரவாயில்லை. யானை ஒரு நீர்ப்பண்டம். ஒரு ஜுரம் வந்தாலே போதும், சில சந்தர்ப்பங் களில் மூலதனமும் மானமும் எல்லாம் போய்விடும் அது ஒரு கைவிட்ட விளையாட்டு.

ஓ! அப்படிச் சொல்வதற்கில்லை. மனிதன் கூட அப்படித்தான். ஆடுமாடுகள் அப்படியல்லவே? அப்படி யோசித்துப் பார்த்தால் அதற்கு ஒரு எல்லையே கிடையாது. செத்துப் போய்விடுமென்று எண்ணி உருப்படிகளை வாங்காமலிருக்க முடியுமா?

தங்கக் குடையென்றால் பகவான் மெறமணைக்கு மதிப்புப் பெருகி விடும். தருமசாஸ்தாவுக்குத் தங்கக் குடை! எல்லாவற்றிற்கும் மேலாக அதற்கு எந்தக் காலத்திலுமே மதிப்பு குறைந்துவிடாது. தங்கத்திற்கு எந்தக் காலத்திலாவது மதிப்பில்லாமற் போய்விடுமா? செத்துப் போகிற யானையை விட நல்லது, என்றும் பளிச்சிடுகிற தங்கக் குடைதான்.

யானையை வாங்கினால் அதற்குக் கிடைக்கிற வாடகையாலேயே போட்ட பணம் கைவந்துவிடும். தங்கக் குடையால் வருமானமேதும் கிட்டாது. இப்படி ஊரில் எதிரும் புதிருமான வாதங்கள் நீடித்து நடை பெற்றன.

* * *

வேலுச் சோவனுடைய கள்ளுக்கடை இயங்குகிற வளாகத்தில் அந்திமயங்கி இருள் சூழ்ந்த போது ஓர் அடிதடிச் சண்டை நடந்தது. ஆறு நபர்களும் அந்திமயக்கத்திற்காக அங்கே வந்து சேர்ந்தவர்கள்தான்.

யானை வேண்டுமா? தங்கக் குடை வேண்டுமா? சர்ச்சை ஆரம்ப மாயிற்று, அதுதான் அடிதடித் தகராறில் சென்று முடிந்தது. அதைத் தொடர்ந்து நான்கைந்து நாட்களாக ஊரில் ஆங்காங்கு சில சில்லரைச் சச்சரவுகள் நடைபெற்றன.

கோவில் சிற்றாட்களான பெண்களிடையே கூட அது பரவியது. குஞ்சுதேவிக்கும் குஞ்சம்மாவனுக்குமிடையே இருந்து வருகிற உறவு மிகவும் வெட்கக் கேடானது. மாதுச்சார் மாணியைவிட வயதில் மிகவும் இளையவன்.

மாணிக்கு வெட்கமில்லையா?

இதற்கெல்லாம் காரணம் அது தான். யானை வேண்டுமா? தங்கக்குடை வேண்டுமா? அந்தச் சண்டை, பரஸ்பரம் நபர்களைப் பற்றி மிகவும் மோசமாகப் பேசுகிற நிலைமைக்கு இட்டுச் சென்றது.

* ** *

ஒவ்வொரு மாதமும் முதல் தேதியன்று கிராம மக்களின் கூட்டம் நடைபெறுவதுண்டு. அது மாளிகைக்குக் கீழே தான் நடைபெற்று வருகிறது. அனைத்துக் குடும்பத் தலைவர்களும் வந்து குழுமுவார்கள்.

யானை வேண்டுமா? தங்கக் குடை வேண்டுமா?

இந்தக் கூட்டத்தில் யோசிக்கவேண்டிய விசயம் அதுவாகத்தான் இருந்தது. குடும்பத்தலைவர்களே ஆஜராகிவிட்டனர். யோசிக்க வேண்டிய விசயம் மிகுந்த காரியார்த்தமானது. முக்கியமானது. எனவே அன்றைய சாப்பாட்டுக்கு வழக்கமான காயும், ஊறுகாயும், புளிக்காயும், புளிக் குழம்பும் போதாது. ஓர் அவியலும் அப்பளமும் கூட இருக்கட்டும்.

ஊருக்கே நாதனான கோடாந்திர பெரிய ஆசான் சமைக்கும் பொறுப்பை சேஷையனுக்கு வழங்கினார். செலவு எல்லாம் தேவஸ்தானத்தி லிருந்துதான் நிர்வகிக்கப்படுகிறது.

பணப்பெட்டி வாய்பரச்சேரி கேசவபிள்ளையிடம்தான். மீதி யிருப்பினை நாணயங்களாகவே கூட்டத்திற்குக் காண்பிக்க வேண்டும். வழக்கம் அப்படித்தான்.

அன்றைய தினம் இன்னொரு விசயத்தைப்பற்றிக் கூடத் தீர்மானிக்க வேண்டியிருந்தது. வேழப்ர குடும்பத்தினரை ஊர் விலக்கி வைத்திருக்கிறது. அந்தத் தண்டனை விதிக்கப்பட்டு ஓர் ஆண்டு நிறைவு பெறுகிறது. வேழப்ர குடும்பத்தலைவன் சென்ற திருவிழாவின்போது பொது விருந்திற்காகச் சமைக்கப்பட்ட அன்னத்தை வேண்டுமென்றே சென்று தொட்டுவிட்டாராம். வேழப்ரத் தலைவர், கிராமத்தின் தலைவர்களான கோணோத்து பிள்ளை, கோடாந்திர குறுப்பு மற்றும் சீரட்டக் கைமளை அசிங்கமாகப் பேசவும் செய்தார். மதம் கொண்டதொரு யானை போன்று தான் அவர் அன்றையதினம் நடந்துகொண்டார். பின்னர் சோற்றுக் குவியலிலிருந்து சோற்றை அள்ளியெடுத்துச் சுற்றிலும் வீசியெறிந்தாராம். ஊர்ஜனங்கள் அனைவரும் பொதுவிருந்துச் சாப்பாட்டை வாங்கிச் செல்லப் பாத்திரங்களுடன் வந்து நின்று கொண்டிருந்தனர்.

வேழப்ரக் குடும்பத்தினர் 'பள்ளிச்சான்' இனத்தைச் சேர்ந்தவர்கள். அவர்களை ஊர்மக்களில் மிகப் பெருவாரியானவர்கள் தொடமாட்டார்கள். (நாயர் ஜாதியிலே பல இனத்தவர்கள் உண்டு. மேல் ஜாதி, கீழ் ஜாதி என்று. பள்ளிச்சான் நாயராக இருந்தும் கீழ் ஜாதியினர். அவர்கள் தொட்டதைப்

பிறர் சாப்பிடமாட்டார்கள்.)

அவ்வாண்டுத் திருவிழாவின் போது ஊர்ஜனங்களுக்குப் பொது விருந்துச் சாப்பாடு கிடைக்கவில்லை. பகவானுடைய நைவேத்தியம் அவ்வாறு இல்லாமற் போய் விட்டது.

அடுத்த கூட்டத்தில் வேழப்ரக்காரர்களை ஊர் விலக்கி வைத்தது.

அந்தப் பக்கமாக யாரும் வழிநடந்து கூடச் செல்லமாட்டார்கள். அவர்களிடம் யாரும் பேசவுமாட்டார்கள். இவர்களிடம் பேசினால் கூட அவர்களிடம் பேசமாட்டார்கள்.

வேழப்ரக் குடும்பத்தலைவர் பிராயச்சித்தம் செய்யத் தயாராக இருக்கிறார். என்ன பிராயச்சித்தமென்பதை மட்டும் ஊர்ஜனங்கள் கூடி முடிவு செய்யவேண்டும். ஊர் முழுவதிலுமுள்ள குழந்தைகளுக்கு எழுத்துச் சொல்லிக் கொடுக்கிறவர் வேலு ஆசான் ஆவார். மங்கலச்சேரி வாசுவின் தந்தை. எழுத்தை ஒட்டி மேலும் கல்வி கற்கவேண்டியிருக்கிறது. வாக்கியம், அட்சர எண்ணிக்கை, நீதிசாரம் ஆகியவை. அதன் பின்னரும் கற்றுக்கொள்ளலாம். அமரகோசம், சித்ரரூபம், ஸ்ரீராமமோதந்தம் முதற்கொண்டு காவியம் அல்லது ஜோதிடம் படிக்கலாம். தர்க்கம், வியாகரணம் ஆகியவற்றையும் கற்றுக் கொள்ளலாம். அதெல்லாம் உயர் ரகக் கல்வி. சீலாந்திப்பிள்ளி பரமு ஆசான் தான் ஊரிலேயே கல்விக்கு குருநாதர். அந்த முதல் தேதிக் கூட்டத்திற்கு அவர் வந்து விடுவாராம். வேழப்ரக் குடும்பத்தினர் செய்யவேண்டிய பிராயச்சித்தம் விதிமுறைப்படி என்னவென்று முடிவு செய்ய அவருக்குத்தான் தகுதி.

பரமு ஆசான் கீழ்மாளிகை வாசலைக் கடந்து வந்தபோது ஊர் மக்கள் அனைவரும் எழுந்து நின்றனர். உட்கார யாருக்குமே மனம் வரவில்லை. அவர் அனைவருக்கும் குருநாதர். மனத்திற்குப் பார்வையளிக்கிற மனிதரை வணங்கவேண்டும். குருசாபம் தெய்வ சாபத்தை விடக் கடினமானது.

* ** *

ஆசான் உள்ளபோது சொல்லவேண்டியதைச் சொல்ல முடியாமற் போயிற்று. குருநாதரின் சன்னிதானத்தில் தமது சொந்தக் கருத்துக்கள் மூழ்கித் தாழ்ந்துவிடும். கூட்டத்திற்கு வருகின்றவர்கள் தங்கள் தங்களுக்குச் சொல்லவேண்டியதைச் சொல்லி ஊருக்குத் தேவையானவற்றைத் தீர்மானிக்கவேண்டும்.

எனவே முதலில் வேழப்ரக் குடும்பத்தினரின் குற்றத்தை விசாரணைக்கு எடுத்துக் கொண்டது. ஆசான் அந்தக் குற்றத்திற்கு பிராமணங்களைச் சொல்லி பிராயச்சித்தமென்னவென்று எடுத்துரைத்தார். கூட்டமும் அதை ஒப்புக்கொண்டது. ஒரு பிராமணனுக்கு என்றென்றைக்கும் மதிய வேளையில் 'நமஸ்காரம்' கொடுக்க வேண்டும். அதற்காக ஒரு நாளைக்கு ஒன்றரைப் படி அரிசி வேண்டும். அந்தக் கணக்கின் பிரகாரம் ஓர் ஆண்டில் ஐம்பத்து

ஐந்து பறை நெல் குத்தகையாகக் கிடைக்கிற நிலத்தை தேவஸ்தானத்திற்கு எழுதி வைக்கவேண்டும். அதற்கு 'காணம்' என்று பெயர்.

வேழப்ரத் தலைவர் அதை ஒப்புக்கொண்டார். ஒப்புக்கொள்ளாமலிருக்க முடியாது. ஒரு மாதத்திற்குள் இருபது பறை நிலம் ஓலையெழுதி கடவுள் சன்னிதானத்தில் அர்ப்பணிக்க ஒப்புக் கொள்வதாக ஆணையிட்டார்.

பரமு ஆசான் பயணமானார்.

* ** *

யானை வேண்டுமா? குடை வேண்டுமா?

ஊர்ஜனங்களுக்கு யானைதான் வேண்டும். அது தீர்மானமாயிற்று.

தென்னடி சிரயகம் கரையைச் சேர்ந்தவர்களின் கூட்டம் கூடியது. அலங்கோலமாய்த்தான் அது கலைந்தது.

கரையினருக்குத் தலைவரான சீரட்டக் கைமள் ஒரு பிரகடனம் செய்தார்:

"தேவஸ்தானத்தை இன்ன முறையில் நடத்த வேண்டுமென்று சொல்ல யாருக்கடா, உரிமை? நாங்கள் பிரமுகர்கள் நடத்துவோம். ஏண்டா, கடவுளைப் பூசித்துப் பூசித்து கடைசீலே கோவிலையே சொந்தமாப் பண்ணிக்கலாங்கிற எண்ணமா? என்னவோ, நம்ம கரையைச் சேர்ந்தவங்களைக் கூப்பிட்டுக் கேக்கலாம்னு ஒரு நல்லெண்ணம் தோணிச்சு. அப்போ பாருங்க, முறத்திற்குள்ளேயே ஏறிக் கொத்தித் தின்னுது. நீங்க குளத்தைத் தூறெடுங்க; கட்டடக் கூரைகளைக் கட்டி வேயுங்க. முதல்தேதிக் கூட்டத்துக்கு வந்து ஒவ்வொரு சோற்றுக் கட்டியையும் வாங்கிக்கிட்டு போங்க.

"அதுக்குக் குறைவு ஏற்பட்டுடுத்துன்னா கேளுங்க! அதல்லாமே தேவஸ்தான விஷயமா எட்டிப் பார்க்காதுங்க. அதெல்லாம் நாங்க பாத்துக்கறோம்."

"ஆனாலும் கூட ஆசானுங்க தீர்மானிக்கறது என்னவோ?" கூட்டத்தில் ஒருவன் வினவினான்.

"எங்க மனசுக்குத் தோணறதைச் செஞ்சிடுவோம்."

மூன்று 'கரை' களின் தலைவர்தான் கோந்நோத்து பிள்ளை. அந்தக் கரைகளைச் சேர்ந்தோரின் முதல் தேதிக் கூட்டம் கூடியது.

கூட்டத்திற்கு ரவிப் பிள்ளைக்குப் பதிலாக மாதுப்பிள்ளைதான் பங்கெடுத்துக் கொண்டார். ரவிப் பிள்ளைக்கு உடல் நலமில்லை. வெளியே வருவதேயில்லை.

மாதுபிள்ளை மிகவும் தந்திரமாகப் பணிவான குரலில் வினவினான்.

“சும்மாதான் கேக்கறேன். தெரிஞ்சிக்கலாமல்லவா? நாம்ப, யானை வேணுமா, தங்கக் குடை வேணுமாங்கற பிரச்சினையைக் கிளப்பி யிருக்கோம். எது வேணும்னாலும் பணம் வேணும். தேவஸ்தானத்தில் என்ன கையிருப்பு இருக்கு?”

கோந்நோத்து ஆசானுக்குத் தெரியாது. அதைக் காரியஸ்தர்தான் அறிவார்:

“ஆசான் அதைக் கொஞ்சம் கேட்டுத் தெரிஞ்சுக்கணும்.”

“அது அவ்வளவு சீக்கிரம் அறியக் கூடிய விசயமா, மாதுப்பிள்ளை?”

“கணக்கைப் பார்த்தால் தெரிஞ்சிடுது.”

“அது சாத்தியப்படாது. தினசரி செலவு எழுதிக்கிட்டுருக்கு.”

“வரவும் எழுதறதுண்டல்லவா?”

“பின் இல்லாமே?”

“பின் கையிருப்பைத் தெரிஞ்சுக்க என்ன கஷ்டம்?”

“அது திட்டப்படுத்தணும்.”

“கணக்குப்படி பார்த்தா கையிருப்பு என்னன்னு தெரிஞ்சுக்கலாமல்ல?”

“கையிருப்புன்னா, அதுவா?”

கோந்நோத்து ஆசானுடைய குரல் உயர்ந்தது. ஆசானுக்கு ஆத்திரம் வருகிறதோ என்கிற சந்தேகம்.

மாதுப்பிள்ளை விட்டுக் கொடுக்கிற ஆள் அல்ல!

“இல்லை ஆசான்! ஆசான் கிட்டே கணக்கைக் கேக்கறதா எண்ணிடாதுங்க நம்ம தேவஸ்தானம்! தேவஸ்தானம் செழிப்பா யிருந்தாத்தானே, நம்ம குடும்பங்களெல்லாம் செழிப்பாயிருக்கும்? தேவஸ்தானத்தில் நெருக்கடி வந்திட்டா, இந்த ஊரிலே எந்தச் சமையற்கட்டிலும் நெருப்பு எரியாது. அதனால்தான் கேக்கறேன். கணக்கைத் தெரிஞ்சிக்கறதுக்கு அல்ல; கணக்குப்படி மீதியிருப்பு-கையிருப்பு என்னன்னு தெரிஞ்சுக்கிட்டா, திட்டப்படுத்றப்போ குறைவு இருக்கும்னாலும் அது பரவாயில்லை. அதுக்குப் பொறுப்பாளியிருக் காரல்லவா?”

மாதுப்பிள்ளை சொல்லி முடிக்கு முன்னரே கோணோத்து பிள்ளை இடை மறித்துக் கூறினார்:

“காரியஸ்தர் பகவானுடைய சொத்தைத் திருடமாட்டார். அந்தச் சொத்தைத் திருடினா, என்ன ஆகும்னு அவருக்கே தெரியும்.”

கூட்டத்திலிருந்து இன்னொரு குரல்.

“யார் திருடிச் சாப்பிட்டாலும் பலனை அனுபவிக்கத்தான் வேண்டியிருக்கும்.”

* ** *

ஒரு கதையுண்டு. அது எல்லோருக்கும் மனப் பாடமாக்கும்.

ரொம்ப ரொம்ப நாட்களுக்கு முன்னர் இது ஒரு காட்டுக்குள்ளே மிகமிகச் சிறியதான ஒரு கோவிலாக இருந்தது. ஒருவர் அங்கே ‘பஜன’ த்திற்காகச் சென்று சேர்ந்தார். அவர் அறுபது வருடக்காலம் பஜனமிருந்தார். பஜனக்காரர் ஒரு மாந்திரீகனாக இருந்தார். பெரிய வைத்தியருமாகவும் இருந்தார். இந்தக் கோவிலுக்கு இரண்டு பறை கொள்ளளவுடைய ஒரு தங்கக் குடம், யானைக்குத் தங்கத் தலையலங்காரம், தங்கச் சட்டம், விலைமதிப்பதற்கரிய ரத்தினங்கள் பதிக்கப்பெற்ற திருதங்க நகைகள், வெள்ளி நகைகள் எல்லாமாயிற்று. அந்தச் சிறு கோவில் பெரும் கோவிலாகப் பரிணமித்தது. பெரும் நிலச்சொத்து சேர்ந்தது. இதற்கெல்லாம் மூலகாரணமாயிருந்தவர் அந்த பஜனைக்காரர் குடியிருந்த இடத்திற்குச் சென்று கும்பிட்ட பின்னர்தான் முன்னே செல்லவேண்டும். அது தேவனுக்குக் கூட நிர்ப்பந்தமான விசயமாகும்.

அந்த பஜனைக்காரர் ஒரு நாளைக்கு ஒன்றரைப் படிஅரிசிச் சாதம் சாப்பிடுவார். இரவிலே படுக்கற இடத்திற்குப் பாய் விரித்துப் படுக்கச் செல்லும்போது ஒரு திரியைத் தேங்காய் எண்ணெயில் போட்டு எடுத்துப் பற்றவைத்துக் கொண்டு போவார். அவர் எடுத்துக் கொள்கிற பிரதிபலன் இதுவேதான் அவர் ஒருநாள் சமாதியடைந்தார்.

அப்போது அந்த பஜனைக்காரருடைய குடும்பத்திற்கு ஏதோ காலதோஷம் அனுபவமாகத் தொடங்கியது. ஜோதிடம் பார்க்கப்பட்டது. பார்த்ததென்னவென்று தெரியுமா? தினசரி ஒன்றரைப் படியரிசிச் சோறு எடுத்துக் கொண்டது போகட்டும். அதை கடவுள் பொறுத்துக் கொண்டார். ஆனால் தினசரி ஒரு திரி நனைவதற்கான தேங்காய் எண்ணெயை அறுபது வருடத்திற்கும் ஒன்று சேர்த்துப் பார்க்கும்போது எவ்வளவாகிறது? அந்த முதல் திரும்பக் கிடைக்க வேண்டும். தேவனுக்கு அது தேவையாம்! தேவன் மட்டுமின்றி இப்போது அங்கே உபதேவனாகி விட்ட அந்த பஜனைக்காரரும் கோருகிறார்.

பஜனைக்காரர் குடும்பத்தினர் அந்தத் திருட்டுப் பொருளுக்கானதைத் திருப்பிக் கொடுத்தனர். தவிரவும் பிராயச்சித்தமும் செய்தனர்.

ஒவ்வோர் ஆண் - பெண் குழந்தைகள் மனத்திலும் இந்தக் கதை உண்டு.

எனவே தருமசாஸ்தாவின் பொருளைத் திருட யாருக்குத்தான் துணிச்சல் வரும்? அனைவருக்கும் பயமேதான். இன்னும் ஒன்றுண்டு. சாப்பிடலாம். பொன்னம்பேற்றிக் (சாஸ்தா)குச் சொந்தமானதை வயிறு நிறையத் தின்னலாம்.' அதனால்தானே, ஜோதிடத்தில் அந்த ஒன்றரைப்படியரிசிச் சோறு தென்படாமல் போனது? அது கூடச் சில சமயங்களில் தப்பிதமாய் வந்துவிடலாம். பகவானுடைய விருப்பு-வெறுப்புக்களை யாரறிவார்? அவருடைய சொந்தப் பொருளைத் தொடாமலிருப்பதுதான் நல்லது.

ஆயினும் மனிதன்தானே? வெல்லப் பானையில் போட்ட கையை நக்காதவர் உண்டோ? ஆனால் அது சுட்டுப் பொசுக்குகிற பொருள். தேவஸ்தானத்தின் சொத்து திருட்டுபோனதாக மாதுப்பிள்ளை சொல்லவில்லை. திட்டப்படுத்தப்பட்ட கையிருப்பு என்ற ஒன்று இருந்து வர வேண்டுமென்று மட்டும்தான் சொல்கிறார். குடும்பங்களிலேயே கூட அது தேவையான விசயம். மாதுப்பிள்ளை அந்த விசயத்தை சேர்த்துக் கொண்டார்.

அது வேண்டுமா, வேண்டாமா என்று சொல்லும் நிலையில் கோந்நோத்துபிள்ளை இல்லை. ஊர் ஜனங்கள் அனைவருமே மாதுப் பிள்ளையின் பக்கம் சேர்ந்துகொண்டனர். மொத்தமாய் கையிருப்பினைத் திட்டப்படுத்திவிட்ட பின்னர் யானை வேண்டுமா, குடை வேண்டுமா என்கிற விசயத்தை எடுத்துக் கொண்டால் போது மென்றார். ஜனங்களும் அதற்குப் பக்கபலமாய் நின்றனர். இத்தகைய ஒரு நிலைமை இதற்கு முன்னால் ஏற்பட்டதில்லை.

கோந்நோத்து பிள்ளை யோசித்தார்:

"இவர்களுக்கு இதைச் சொல்ல என்ன உரிமை?" ஆனால் இவர் சீரட்டக் கைமள் மாதிரி சீறிவிடவில்லை.

* ** *

சீரட்டக்கைமள் தனது கருத்தில் உறுதியாக நிற்கிறார். முதல் தேதிகளில் நடைபெறுகின்ற கூட்டங்களிலே தேவஸ்தான விசயத்தில் தலையிட யாருக்கும் உரிமையில்லை. தலைவர்கள் சேர்ந்து தீர்மானங்கள் எடுப்பார்கள்- யானை வேண்டுமா? குடை வேண்டுமா? என்பதைப் பற்றி! இரண்டும் வேண்டாமென்றோ, இரண்டும் வேண்டுமென்றோ எதுவாயிருந்தாலும்! வெறுமனே ஒரு கேள்வியெழுப்பிவிட்டால் அது உரிமையளிப்பதாகி விடுமோ? என்ன நியாயம் இது?"

ஆழமான யோசனையில் மூழ்கியிருக்கிறார் போன்று காட்சி தருகிறார் கோந்நோத்துபிள்ளை. அவர் சீரட்டக் மைகள் சொல்லும் ஒவ்வொரு வாசகத்திற்கும் 'ஆமாம் ஆமாம்' போட்டுக் கொண்டிருக்கிறார்.

கோடாந்திரப் பெரிய ஆசான் அன்றைய தினம் செம்மையாக 'உஷ:பாயசம்' சாப்பிட்டிருக்கிறார். அதனாலேயே அவருடைய புத்திக்கு நல்ல தெளிவு ஏற்பட்டிருக்கிறது. விளைவுகளையும் நிலைமைகளையும் நன்றாக எடுத்துச் சொல்லமுடியும். ஆசான் மதி நுட்பமடைவதெப்போ?

உஷ: பாயசம் சாப்பிட்டு முடித்த நேரத்தில்! அது பிரமுகர்கள் ஒன்று சேர்கிறார்கள். அன்றைய உஷ:பாயசம், கதளிப்பழம் வெல்லம், முற்றின தேங்காய் ஆகியவற்றைத் தேவையான அளவில் சேர்த்து அருமையாகச் செய்யவேண்டுமென்று காரியஸ்தர் ஏற்பாடு செய்திருந்தார். எனவே அன்றைய உஷ: பாயசம் வெகு ஜோராக இருந்தது.

"எங்கள் முதல் தேதிக் கூட்டத்தில் மங்கலச்சேரி மாதுப்பிள்ளை தேவஸ்தானத்தின் கணக்கைக் கேட்டார்." என்றார் கோந்நோத்து பிள்ளை.

"அப்பறம்?" சீரட்டக்கைமள் வினவினார்.

"எனக்குக் கோபம் வந்தது. அதை எல்லாம் கேட்க அவருக்கு என்ன உரிமையோ?" என்றார் கோந்நோத்துப் பிள்ளை.

"ஆமாம்! ஆமாம்! அதைத்தான் நானும் கேக்கறேன்."

"பிள்ளை அவன் முகத்தை நோக்கித் 'த்தூ'னு துப்பியிருக்கக் கூடாது?"

"அவன் கணக்கைக் கேட்டு ரவிப் பிள்ளையைப் பரணையிலே ஏற்றி வச்சான். அந்தக் குடும்பத்தையே ரெண்டாப் பிரிச்சிட்டான்" என்றார் சீரட்டக்கைமள்.

"ஆமாம்! ஆமாம்! அவன் ஆளு ரொம்ப போசம்!"

கோடாந்திர ஆசான் எதையும் பேசாமலிருந்தார். இப்போது கோவில் காரியஸ்தரிடம் விசாரிக்கிறார்:

"காரியஸ்தரே, இப்போ என்ன கையிருப்பு இருக்கு?"

"அதைப் பார்த்துத்தான் சொல்லமுடியும்."

"இருப்பினும்?"

"இந்த வருஷத்தில் விவசாயச் செலவுக்கும், தேவஸ்தானச் செலவுக்கும் எடுத்திட்டாக் கூட நம்மால் யானையும் குடையும் வாங்க முடியும்."

"அப்படீன்னா ரெண்டையும் வாங்கிக்குவோம். அப்புறம் எவனுக்கும் புகார் இருக்காதல்லவா?" என்றார் கோந்நோத்து பிள்ளை.

கோடாந்திர ஆசானுடைய கருத்து இன்னொன்றாகும். தேவஸ்தானத்தில் எப்போதுமே கொஞ்சம் கையிருப்பு இருந்தாக வேண்டும் இப்போதைக்கு ஏதாவது ஒன்றுபோதும். அப்புறம் அடுத்த ஆண்டில் பார்த்துக் கொள்ளலாம்.

“அடுத்த ஆண்டிலே விவசாயம் மோசமாயிட்டதுன்னு வச்சுக்கோங்கோ. என்ன செய்ய முடியும்? கொஞ்சம் கையிருப்புன்னு ஒன்னு வேணாமோ?” என்றார் ஆசான்.

“எவ்வளவுதான் மோசமாயிட்டாக் கூட தேவஸ்தானச் செலவுக்கும், அடுத்தாண்டு விவசாயச் செலவுக்கும் இருக்கத்தான் செய்யும்” என்றார் கோந்நோத்து பிள்ளை.

சீரட்டக் கைமளுக்குத் திடீரென்று ஒரு ஞானோதயமுண்டாயிற்று.

“நாம் இந்தக் கரையாளர்னு சொல்லறவங்க சொல்லறதைக் கேட்டு ஏதாச்சும் செஞ்சோம்னு சொல்லறது தப்புத்தான். அவங்களுக்கு இந்த தேவஸ்தானம் விசயத்திலே எந்த உரிமையும் கிடையாது. எதையும் கொடுக்கக் கூடாது! இப்போ பகவான் என் மனசிலே அப்படியொரு எண்ணத்தைத்தான் உருவாக்கியிருக்கார்” என்றார் கைமள்.

“ஆமாம்; ஆமாம்!” என்றார் கோந்நோத்து பிள்ளை, சீரட்டக் கைமள் தொடர்ந்து பேசினார்:

“அப்புறம் ஜோதிடம் பார்க்கச் சொல்லறதும் நல்லது தான். நாம் இப்போ யானை வாங்கவோ, குடை வாங்கவோ பேறோம். ஆனா பகவானுக்கு இது சம்மதம்தானான்னு தெரிஞ்சிக்க வேண்டாமா? கரையாளுங்கிற போக்கிரிப் பசங்களை விட்டுத் தள்ளுங்க!”

“ஆமாம்; ஆமாம்!” என்றார் கோந்நோத்து பிள்ளை.

கோடாந்திர ஆசான் சீரட்டக்கைமளை உபதேசிப்பது போல் சொன்னார்: “இது பகவானோட காரியம். நம்ம விசயம் மட்டுமல்ல. ஊர்ஜனங்க எல்லாருடைய விசயமும்கூட. அதனாலே அவங்களைத் தள்ளிவச்சு பேசக்கூடாது. நமக்குக் கரையாளுங்க வேணும். எப்பவும் வேணும். ஒரு திருவிழாவை அலங்கோலம் பண்ண ஒருத்தன் போதும். அதனாலே அவங்களை அணைச்சு கொண்டு போறதுதான் சரி.”

ஆசான் தொடர்ந்து பேசினார்:

“ஜோசியம் பாக்கறது ரொம்ப அவசியம். அதை நாம் முன்னமே பார்த்திருக்கணும். தேவனோட பிரியம் என்னங்கிறதை அறியணும். ரெண்டும் வேணும்னு பகவான் விரும்பினா ரெண்டையும் வாங்கணும். ஒண்ணு மட்டும் தான் அவருக்குப் பிரியம்னா அது போதும். அது எதுன்னு பார்க்கணும். அப்போ நம்ம இஷ்டம் போல செஞ்சோம்னு வராது. யாருக்கும் புகாரும் இருக்காது.”

“புகார்! அதை விட்டுத் தள்ளுங்க! அவங்க என்ன பண்ணப் போறாங்க? பகவானோட விருப்பம்போல் நடந்துக்கணும்னு சொல்லறது சரிதான்” கைமள் விட்டுக் கொடுப்பதாக இல்லை.

அது தேவஸ்தானத்தின் வரலாற்றிலேயே நினைத்திராத ஒரு திசை திருப்பமாக இருந்தது. ஆனால் யாருமே அதை அறியவில்லை என்று தோன்றுகிறது.

ஒருவேளை காலத்தின் காற்று வீசியதாக இருக்கலாம். ஊர்த் தலைவர்கள் கட்டளையிடுகிறார்கள். ஊர் ஜனங்கள் அதை அங்கீகரிக்கிறார்கள். அவ்வாறு நடந்து வருகையில் ஊர்ஜனங்களுக்கு இதில் என்ன காரிய மென்று தலைவர்கள் கேட்கத்தான் செய்வார்கள்.

மேலும் என்ன?

யாருக்குத் தெரியும்?

ஊர்த் தலைவர்கள் தீர்மானமெடுக்கத் தொடங்கியது என்னவாக இருக்கும்?

நூறு வருடங்களுக்கு முன்னால்?

இரு நூறு வருடங்களுக்கு முன்னால்?

இதற்கு முன்னர் காரியங்கள் எப்படித்தான் நடந்தேறியிருக்குமோ?

யாருக்குத் தெரியும்? காடாந்திர ஆசான் சிறிது பதட்டமடைந்தவர் போல் தோன்றியது.

14

ஊரில் உயர்கல்வி நின்றுவிடப் போகிறது! கற்பதற்கு ஆள் இல்லாமற் போகவில்லை.

இனிமேல் கற்றுக் கொடுக்க யார் இருக்கிறார்கள்? கற்றவர்கள் உள்ளனர்தாம். சிற்சில குடும்பங்களில் பரம்பரையாகவே கற்றவர்கள் உள்ளனர்தாம். ஆனால் கற்றவர்களால் கற்றுக் கொடுக்கமுடியாது. காவியமும் ஜோதிடமும் படித்தவர்கள் இருக்கிறார்கள். அவர்கள் மேற்படிப்பு படிக்கவில்லை. கற்றுக் கொடுப்பதை ஒரு குலத் தொழிலாகவும் அவர்களில் ஒருவரும் அங்கீகரிக்கப் படவுமில்லை.

கற்றதை வைத்துக்கொண்டு மேலும் கற்பது. அவ்வாறு கற்றதை வைத்துக் கொண்டு மேலும் கற்பது - அவ்வாறு நிரந்தரமாய் மேலும் மேலும் கற்றபின்னர் கற்றுக்கொடுக்கும் தகுதிக்கு வர யாருமே முயன்ற தில்லை. கற்றவர்களெல்லோரும் அரிச்சுவடிகளை மூட்டை முடிச்சாகக் கட்டிவைத்தனர். புதிய புதிய அரிச்சுவடிகளைக் கட்டவிழ்க்க யாரும் முயன்றதில்லை. கற்றுக் கொடுக்கத் தகுதி படைத்த மனிதர் சீலாந்தி வீட்டுக் கூடத்தில் எந்தக் காலத்திலும் இருந்திருக்கிறார். பின்னர் எதற்காகக் கற்றுக்கொடுப்பதற்கென்று கற்றுக் கொள்ளவேண்டும்? கற்றுக்கொடுப்பதற்காகவே கற்றுக்கொண்ட ஒருவர் என்றுமே சீலாந்திப் பிள்ளியில் இருக்கத் தான் செய்வர். ஊருக்கு ஒருவர் போதாதா?

கோடாந்திர பெரிய குறுப்பு ஆசானும், பரமு ஆசானும் ஒரே குருமுகத்திலிருந்து வித்தையைக் கற்றுக்கொண்டவர்கள். பரமு ஆசான் சாகுந்தலம் கற்றுக் கொண்டிருந்தபோது இன்றைய கோந்நோத்து பெரிய குறுப்பு அட்சரமாலை படித்தவர்.

மங்கலச்சேரிக் குடும்பத்தில் ரொம்பப் பேர்கள் எழுத்தறி வற்றவர்களாக இருந்திருக்கின்றனர். வேலு ஆசான் மகன் வாசு கூட அ ஆ எழுதிப் படித்ததில்லை. ரவிப் பிள்ளைக்கும் மாதுப் பிள்ளைக்கும் சேர்த்து வாசிக்கத் தெரியும். கணக்கு கூட்டவும் தெரியும். அவர்களுக்கு எண் கவடியும் மனப்பாடம் தான். முந்திரியும், மாகாணியும், அரைமாகாணியும் கூட்டவும், பெருக்கவும், வகுக்கவுமெல்லாம் மாதுப்பிள்ளைக்குத் தெரியும். ரவிப்பிள்ளை அந்த அளவு கற்றுக் கொண்டதில்லை.

புல்லாட்டு இரட்டிராரிச்சக் கைமள் ஸ்ரீராமமோதந்தம் வரையி லும் படித்திருக்கிறார்.

சீலாந்திப்பிள்ளிக் குடும்பத்தில் ஆண்-பெண் உள்பட அனைவரும் எழுதப்படிக்கத் தெரிந்தவர்களே. பெண்களுக்குத் தொழில் இரண்டு.. எந்தக் காலத்திலும் அந்தக் குடும்பத்தில் மருத்துவச்சியாக ஒருத்தி இருப்பாள் ராமாயணம், பாரதம், பாகவதம் மற்றும் கிருஷ்ணப் பாட்டு - ஆகியவற்றில் எந்த அரிச்சுவடி வேண்டுமென்றாலும் சீலாந்திக் குடும்பத்திலிருந்து விலைக்கு வாங்கலாம். நகலெடுத்து வைத்திருப்பார்கள். விலைகொடுத்து வாங்கிக் கொண்டு போகலாம். அது பெண்களின் தொழில். அவர்களின் வருமானம் அது.

ஈச்சரன் ஆசான் பரமு ஆசானைவிடப் பண்டிதராக இருந்திருக் கிறார். மகாபண்டிதர்! வீட்டின் தென் கட்டடத்தில் கட்டுக் கட்டாக பனையோலை அரிச்சுவடிகள்தான். அங்கே ஒரு மகாவைத்தியர் இருந்தார். ஈச்சரன் ஆசானுடைய தாய்மாமன்!

ஊரில் கல்வியறிவுடைய ஒரு தலைமுறையினர் முழுவதுமே ஈச்சரன் ஆசானுடைய சீடர்களுமாவார்கள்.

சீலாந்திப்பிள்ளிக் குடும்பத்துப் பெண்கள் வெள்ளை வேஷ்டியுடுத்திக் கொண்டு தான் நடப்பார்கள். வேஷ்டி பாதங்கள் வரையிலும் நீண்டு கிடக்கும். அவர்கள் அழகிகள். களைபொருந்தியவர்கள். எல்லோரும் எப்போதுமே கொஞ்சநஞ்சம் தங்க நகைகளணிந்திருப்பார்கள். எங்கே, எப்படி எப்போதெல்லாம் பெண் அணியவேண்டுமென்று அவர்களுக்குத் தெரியும். அது அழகாகவுமிருக்கும். வருமானமுள்ள பெண்களாயிற்றே!

வேறு குடும்பத்துப்பெண் மக்கள், தங்கநகையணிகின்றவர்களும், அழகிகளும், வெள்ளை வேஷ்டியுடுத்தி நடக்கின்றவர்களுமாக இருந்தால் அவர்களுடைய தாய்மார்கள்-

“என்னடீ, இது? இப்படியா, முடிகட்டிவைக்கிறே? நீ வந்து சீலாந்தி வீட்டுப் பொம்புளை மாதிரியாவப்போறியா?” என்று அதட்டிக் கேட்பார்கள்.

சீலாந்தி வீட்டுப் பெண்கள் வீட்டிலிருக்கும்போது கூடத் திலக மணிவார்கள்.

சீலந்தி வீட்டுப் பெண்களுடைய இதழ்கள் சிவந்தவை. அங்கே கறுத்த பெண் இல்லை.

அவர்கள் தங்க நகையணிந்தால் அந்த நகைகளே உற்சாகம் கொண்டு சிரிக்கும்.

அவர்கள் நடந்து நகர்ந்து போனால் அவ்வழியெங்கிலும் நறுமணம் பரவும். அவர்கள் மேனியின் சுகந்தம் அது. பிடிக்கக் கை நீட்டினால் அவர்கள் கூனிக் குறுகியிருந்து போகின்ற கிளிகள் போல் ஆகிவிடும்.

அங்கே சிலர் பாடகிகளாகவும் இருந்திருக்கின்றனராம். தம்புரு, வீணை போன்ற இசைக் கருவிகள் சீலாந்திப்பிள்ளியில் உண்டு.

அவர்கள் ஜாதியிலே மிகவும் தாழ்ந்தவர்கள். எந்த ஜாதியெனச் சொல்லமுடியாது. அப்படியிருந்தால் மட்டும் என்ன? நம்பூதிரி இல்லங்களிலோ, ஆசான்மார்கள் வீடுகளிலோ நடைபெறுகின்ற சடங்கு களில் கலந்துகொள்ள பரமு ஆசான் சென்றால், அங்குள்ள அனைவரும் எழுந்து நிற்பார்கள். வெள்ளை- கம்பிளி விரிப்புக்களை விரித்து வைப்பார்கள். கல்விக்கு மதிப்பு உண்டு. கல்விக்கு ஆதரவளிக்கப்படுகிறது. இவ்வாறாக சீலாந்திப்பிள்ளி வீட்டு ஆண்கள் மதிக்கப் பட்டனர். எந்த ஜாதி என்கிற பார்வையே அவர்கள் மேல் இல்லை.

குருநாதர்தான்! எல்லோருக்கும் குருவின் ஆசிவேண்டும். அந்த ஆசி கிடைக்கப் பெற்றவனுக்குத் தவறுகள் நேராது. விபத்துக்கள் ஏற்படாது. குருசாபம் ஒரு பக்கமிருக்கட்டும். குருவின் முகம் சிறிது வாட்டமடைந்தால் கூட போகிற வழி எங்கிலுமே நன்மை நேராது. கடவுள் பிரீதியை விடக் கனிசமானதாகும் குருப்பிரீதி. குரு எந்த ஜாதியைச் சேர்ந்தவராகத்தான் இருக்கட்டுமே! ஆனால் சீலாந்தியினர் தொட்டுவிட்ட தண்ணீரை அருந்தினால் யாருக்குமே ஜாதிப்பிரஷ்டம்தான். அதுதான் சம்பிரதாய முறை.

சீலாந்திப் பெண்கள் எந்த வீட்டிலும் சாப்பிடலாம். அவர்களை விட மோசமான ஜாதியினர் நாயர் ஜாதியில் இல்லை. அவர்கள் சமைத்ததை யாரும் சாப்பிட மாட்டார்கள். சீலாந்தியினர் அதைக் கடைபிடிக்கவும் செய்து வந்தனர். ஒருபோதும், ஓர் இடத்திலும் அவர் களுக்குச் சோற்றுக்குப் பஞ்சமேற்படாது. ஆனால் அவர்கள் வீட்டில் இதரர்களுக்கென்று சாப்பாட்டுச் செலவில்லை.

கல்யாணியம்மா எந்த வீட்டுக்குச் சென்றாலும் அவளுக்கு மானம் -மரியாதையுடன் இலைபோட்டு அப்பளம் - புளிச்சேரி சகிதமாய் சாப்பாடு பரிமாறிக் கொடுப்பார்கள். மதிப்பிற்குரிய ஒரு விருந்தினருக்கு அளிப்பது போல்! ஊரிலே இன்று காணப்படுகின்ற வாலிபர்கள் அனைவரும் கருப்பையிலிருந்து பூமிக்கு வந்தது அவள் கைவழியாகத்தான். கல்யாணியம்மா அனைவருக்கும் இன்னோர் அம்மாதான்.

அவள் கல்யாணியம்மாதான். அதற்கும் மேலாக பல பேருடைய வெறும் அம்மாகூட!

கல்யாணியம்மாவிடம் பேசும் போது எந்த ஓர் ஆடவனுக்கும் பாதிப் பெண் சுகமனுபவமாகி விடும். ஏனென்றோ, எங்ஙனமென்றோ கேட்டால் - அது அப்படித்தானென்றுதான் சொல்லமுடியும். அவளை அம்மாவென்றழைக்கும் வாலிபனுக்குக் கூட அப்படிப்பட்ட ஓர் அனுபவம்தான். அது தவறுதானே? இருக்கலாம். ஏன் அவள் அப்படிப் படைக்கப்பட்டாள்? இது தான் பதில்.

மிகுந்த முரட்டு மனிதரான சீரட்டக் கைமள் வேஷ்டியைச் சுருட்டியேற்றி பெரிய தடியுமாய் வருகிறார். முன்னால் எதிர்வருகிற கல்யாணியம்மா பாதையிலிருந்து விலகி வினயமுன் பக்கத்து வளாகத்தில் நிற்கிற வாழைமரத்தோடு மறைந்து நின்றாள். எதிரில் வருகிறவர் கிராமத்தவலை, ஆண்கள் கூட வழி விலகி நிற்பார்கள். அப்புறம் பெண்கள் விசயத்தைக் கேட்கவா, வேண்டும்? அவர்களும் மறைந்து நிற்க வேண்டும்தான்.

கைமள் முகத்தில் தன்னையறியாமலே ஒரு மந்தகாசம் மலர்ந்தது. அத்தகையதொரு நிகழ்ச்சி மிகவும் அபூர்வமானது தான். அந்தக் கண் களில் கூட நீலவண்ணச் சாயல் படர்ந்தது.

“கல்யாணி, எங்கேபோய் வர்றே?”

அந்தக் கேள்வி கைமளுக்கு உகந்ததல்ல.

“புல்வளாகத்துக்கு!”

செவ்விதழ்களில் மலர்ந்த இனிய புன்னகையால் கைமள் உள்ளத்தில் ஒலி வேலியேற்றம் நிகழ்ந்தது.

பின்னர் எதுவும் சொல்வதற்கில்லை.

கைமள் ஸ்தம்பித்து நின்றுவிட்டார். எதையும் பேசாமல் தளர்ச்சியுடன் நிற்கிற கல்யாணியம்மா வாழைநாரினைக் கிழித்துக் கொண்டிருந்தாள்.

கை நீட்டினால் அந்தக் கிளி கைமேல் வந்து அமர்ந்துவிடும். நடு வழியில் எப்படிக் கை நீட்டமுடியும்?

ஓர் இடத்தை நிர்ணயித்துச் சொல்லிவிட்டால்?

சீரட்ட மாடக் கட்டடத்துக்கு வரச் சொன்னால்? வளவரப் படகுடன் இரவில் கோரனை அனுப்பி வைத்தால்? - இந்த ஒரு நிமிடத்திற்குள் கைமள் இப்படியெல்லாம் யோசித்துப் பார்த்தார். அறுபது பறை நெல்லையும் அளந்து வைத்துவிடலாம்.

நான்கைந்து சொற்களாலே சமிக்ஞை பண்ணினால் போதும் காரியத்தை நடத்தி விடலாம்.

கல்யாணியம்மா அருகில் இப்படி எவ்வளவு நேரம்தான் சும்மா நிற்பது?

அவள் நடந்துபோகும்போது ஒரு பிரத்தியேகமான நறுமணம் அங்கெல்லாம் பரவியிருந்தது. புனுகுமணமா? கஸ்தூரி சுகந்தமா? குடியிருக்கும் முல்லைப் பூவின் பரிமளமா? அது ஒன்றுமல்ல; அந்த மேனியின் தூமணம் தான்.

இல்லை; இல்லை! அவளது வியர்வையின் இனியமணம்தான். இன்னமும் அவள் தனங்கள் கீழே சாயவில்லை. சொப்புக்கள் போன்று காட்சி தருகின்றன. அந்தப் பின்பகுதி பிறுபிறுவெனத் துள்ளுவதில்லை. உறுதியாகக் குலுங்குகின்றன. இப்படியும் ஒரு புட்டமா?

இவள்தான் கல்யாணியம்மா!

ஆடவனாய் எவனைப் பார்த்தாலும் ஒரு வினயமுண்டு; பயமுண்டு. என்னைக் கை நீட்டிப் பிடிக்கமாட்டானா என்று கேட்பது போலிருக்கும். அடுத்த கணம் என்னைப் பிடிக்காதே என்று வேண்டுவது போலுமிருக்கும்.

கல்யாணியம்மா நகலெடுக்கின்ற புராணங்களுக்கு ஒரு பிரத்தியேக கிராக்கியிருக்கும். எழுத்துக்கள் வடிவானவையாக இருக்கும். பிழையேது மிருக்காதாம். சில சந்தர்ப்பங்களில் சித்திரங்கள் கூடத் தீட்டியிருப்பாள்.

அவளுக்கு அசலூரான் ஒருவன் சிறுவயதில் புடவை கொடுத்திருந்தான். அவன்ஒரு புலவனாக இருந்தான். காவியப் புலமையில் எல்லை கண்டவனாய் இருந்தானாம். அடர்த்தியான குடுமி-வெள்ளைக் கல் காதணி-சிவந்த மேனியுடைய அழகன். கணவனும் மனைவியும் சேர்ந்து நடந்து போகும் போது எவனுமே அதைப் பார்த்து நிற்பான். அவ்வளவு பொருத்தம்.

அந்தக் கொடி தகுந்த ஒரு மரத்தில் சுற்றிப் பற்றிக்கொண்டது. தம்பதிகளிடையே புராணங்களைப் பற்றிப் பேசுவதற்கு மட்டும்தான் நேரமிருந்தது. சில சந்தர்ப்பங்களில் பிடிவாதமான விவாதங்கள் நடைபெறுமாம். கணவன் சுலோகம் சொல்லிப் பொருள் கூறுவான். மனைவி புராணத்திலிருந்து கிளிப்பாட்டு அல்லது கிருஷ்ணப்பாட்டு அல்லது பதிநான்கு விருத்தம் ஆகியவற்றை எடுத்துச் சொல்லுவாள்.

இருவரும் மிகவும் ஒற்றுமையுடன் தானிருந்தனர்.

ஒரு நாள் அவன் போய்விட்டான். பின்னர் திரும்பிவரவில்லை.

ஏன் வரவில்லை? தெரியாது!

புலவர்கள் அவ்வாறு ஊர் ஊராகச் சுற்றி நடப்பார்கள். அப்படித் தான் வழக்கமாம். ஓர் இடத்தில் கொஞ்சகாலம் வரையிலும் 'சம்பந்த'மாக இருப்பார்களாம். அப்புறம் அங்கிருந்து போய் விடுவார்கள். இன்னொரு தோழி அவனுக்குக் கிடைத்துவிடலாம்.

கவிதை புனைகிறவனாக இருந்தானாம் அவன். கல்யாணியம்மா வின் தலைத் 'திருவாதிரை'க்காக அவன் புனைந்த பாடல்களை அவள் பாடினாள். அண்டை வீடுகளிலுள்ள ஒத்த பருவத்தினரான பெண்கள் 'திருவாதிரை' வருமுன்னரே அந்தப் பாடல்களைக் கற்றுக் கொண்டனர்.

அருமையான பாடல்கள்! பெண்களைக் கிளுகிளுக்கச் செய்கிற நயமுடைய பாடல்கள்!

இன்று கூட திருவாதிரையின்போது அந்தப் பாடல்களைப் பாடுவதுண்டு.

'சம்பந்த'க் காரன் போய்விட்டான்!

அவன் வருவானென்று கல்யாணி காத்திருந்தாளா? என்னவோ? தெரியாது. அவன் போய்விட்டானே என்கிற கவலை அவளுக்கு இருந்ததா என்பதும் தெரியாது. அவள் எப்போதும்போல் களை பொருந்திய முகத்தினளாகத்தான் இருந்தாள்.

பிரிவாற்றாமை என்னவென்றறியாத அவள் அதிருஷ்டக்காரிதான்!

சிறுவயதிலிருந்தே சீலாந்திப்பிள்ளி வீட்டில் ஏழரை நழிகை இருட்டிவிட்ட பின்னர் ராமாயணம், பாரதம் மற்றும் பாகவதத்தை வாசிப்பது கல்யாணியம்மாதான். மாதத்தில் நான்கு நாட்கள் மட்டும் அதை வாசிப்பது அவள் தங்கை பாப்பியாவாள். பாப்பியின் குரல் நன்றாக இல்லை. அவளுக்கு மெட்டு, தாளம் ஆகியவை இல்லை. ஆனால் அவளுக்குப் பொருள் நன்றாகத் தெரியும். பாப்பி கூட அழகியாகத்தான் இருந்தாள். கல்யாணியைவிட அவளுக்குத்தான் அதிகக் கவர்ச்சி.

இருவருக்கும் தாயான குட்டியம்மா முதுமைபெற்று போதெல்லாம் சுருங்கியிருந்தும், அவருக்கும் நல்ல முகக்களைதான். அவள் பரமு ஆசானுடைய தங்கையாவாள்.

இந்தப் புராணங்களில் எல்லாம் எவ்வளவோ பிரிவாற்றாமைக் கதைகள் உண்டு! அவற்றைப் படித்துப் புரிந்து கொள்ளும் திறமை கல்யாணியம்மாவுக்கு உண்டு. விரகவேதனைகள் மனத்தில் படும் படியாக எழுத்தச்சன் எவ்வளவோ வருணித்திருக்கிறார்!

விரகமென்னவென்று எப்படித் தெரிந்து கொள்ளாமற் போயிற்று?

ஒரு வேளை புராணப் பரப்பிலே கல்யாணியின் இதயம் கண்ட நிலையங்கள், ஊர்வசி-மேனகை-ரம்பை-திலோத்தமைமார்களின் காதற்கேளிக்கை அரங்கங்களாக இருந்திருக்கலாம். அப்படியும் நிகழலா மல்லவா?

அவர்களில் யாருக்காவது விரகவேதனை ஏற்பட்டதுண்டா? அவர்கள் நடனமாடி நடந்தனர். மலர்பாணன் அவர்களுக்குச் சேவை புரிந்தான். அப்ஸ்ர-அங்கனைமார்களுக்கு விரகமென்னவென்றறியாமற் போயிற்று.

* ** *

சீலாந்திப்பிள்ளி பரமு ஆசான் கொஞ்ச காலம் வரையில் ஸ்ரீ பத்மநாபனைச் சேவித்தார்.

அவர் ஆலப்புழையில் மிளகாய் மண்டியில் கணக்கப்பிள்ளையாக இருந்தார். பரமு ஆசானுடைய முதலாளி ஒரு கிருஷ்ணன்- கோவிந்தன் என்கிறவராக இருந்தார்.

கிருஷ்ணன்- கோவிந்தனுடைய மனைவியின் சகோதரர்களான நான்கு பேர்கள் அதே மண்டியிலேயே கணக்கப்பிள்ளைகளாக இருந்தனர். இப்படி ஆலப்புழை மிளகாய் மண்டியில் சிப்பந்திகளாக இருந்தவர்கள் ஒரே குடும்பத்தைச் சேர்ந்தவர்கள். அந்நியனாக ஒருவர்- அன்றைய தினம் இருந்தார் என்று சொல்வதானால் பரமுபிள்ளையைத்தான் சொல்ல வேண்டும். ஆனால் அவரும் அந்நியனாக இருக்கவில்லை. அப்படி அவர்கள் ஒன்றாக வாழ்ந்து வந்தனர். சகோதரர்களாகவே! கிருஷ்ணன்- கோவிந்தன் பெரியண்ணன். மற்றவர்கள் தம்பிமார்கள்.

திருவம்பாடியில்தான் கிருஷ்ணன் - கோவிந்தன் வாழ்ந்து வந்தார். கூடவே மைத்துனர்களும் தங்கியிருந்தனர். அன்றைய நாட்களிலும் பரமுபிள்ளை கற்றுக் கொடுத்து வந்தார். முல்லக்கல் கோவில் போஜன சாலைதான் பாடசாலையாக அமைந்திருந்தது. பக்கத்திலுள்ள ஒரு தமிழ் பிராமணனின் இல்லத்தில் தங்கி இருந்தார்.

வாந்தி பேதி பரவியிருந்த காலம். இளங்காற்றில் பழுத்த இலைகள் போன்று மனிதர்கள் மரணமெய்தி விழுகின்றனர். இன்று காண்பவர்கள் நாளை இல்லை. நடந்துசெல்கிறவன் குறிப்பிட்ட இடத்தை அடையுமுன் செத்துவிழுகிறான். யார் உயிர் வாழ்வார்; யார் உயிர் இழப்பார் எனச் சொல்ல முடியாத நிலைமை.

மனிதனை பயம் கவ்விக்கொண்டது. ஆனால், பயந்து ஓடியொளிந்திட இடமெங்கே? பயந்துதான் என்ன பலன்?

கணவன் இறந்தால் மனைவிக்கு துக்கமில்லை. தாய் இறந்து விட்டால் மகனுக்குக் கவலையில்லை. சகோதரன் இறந்து விட்டால் சகோதரிக்குச் சங்கடமில்லை. மகன் இறந்துபோனால் அம்மாவுக்கு மனவேதனையில்லை. பயம்.. பயம்! பயமிருக்குமிடத்தில் துக்கம் வந்து விடாது. மகன் இறந்தான். தாய் உறுதியாக நம்பலாம், அடுத்த நிமிடமே தனக்கும் மரணமுண்டென்று! அப்போது மகனுடன் சேர்ந்து விடலாம். மனைவி கணவனுடன் சேர்ந்துகொள்ளலாம். கணவன் மரணமடைந்த மனைவி தனது மரணம் எவ்வளவு தூரத்திலிருக்கிறதென்று கழுத்தை நீட்டியவாறு அழவேண்டியதில்லை. மரணம் சுற்றிலும் நர்த்தனமாடுகிறது. ஒரு வேளை தன்னையே அடுத்த கணத்தில் அது அரவணைத்துக் கொள்ளலாம். அல்லது அதற்கு அடுத்த கணத்தில்!

சவத்தை அடக்கம் செய்ய ஆளில்லை; நேரமில்லை. நடந்து போகிறவன் பேதிவந்து வாந்தியெடுத்து துடிக்கிறான். அதை யாரும் கவனிப்பதில்லை. அது ஒரு காட்சியுமன்று. எல்லோரும் ஓடுகின்றனர். எங்கே? மரணத்தை நோக்கி! தப்பித்துச் செல்வதற்கான ஓட்டமாயிருப்பினும்.. அது தான் வாந்தி... பேதி!

ஆலப்புழை மிளகாய் மண்டிக்கு கிருஷ்ணன் கோவிந்தனும் மைத்துனர்களும் ஒரு நாள் வரவில்லை. அங்கே பரமுபிள்ளை தனியாக இருந்தார்.

வரவேண்டிய நேரம் கடந்து சென்றது. மேலும் ரொம்ப நேரம் வரையிலும் பரமுபிள்ளை காத்திருந்தார். வாரியம் தறையிலுள்ள அவர்கள் வீட்டுக்கே செல்வதென்று கருதினார்.

முதலாளியும் இதரர்களும் செத்துக் கிடக்கின்றனர்! ஒரு மனிதன் கூட அங்கில்லை. கிருஷ்ணன் கோவிந்தனுடைய வாழ்க்கைத் துணைவி- கொச்சிட்டூலியம்மா- அந்தப் பிணங்களுக்கிடையே மயக்கமுற்றுப் படுத்துக் கிடக்கிறாள். பார்த்தால் அவளும் செத்துப் போய் விட்டாள் என்று தான் தோன்றியது. ஆனால் மூச்சிழுக்கிறாள்.

* ** *

கிருஷ்ணன் - கோவிந்தன் மனைவி கொச்சிட்டூலியம்மா கண்ணைத் திறந்தபோது தேவதூதன் போன்று நீண்டு நிமிர்ந்து வானளாவியவாறு ஒரு மனிதர் நிற்கிறார். ஆஜானுபாகு!

அது பரமுபிள்ளை. சீலாந்திப்பிள்ளியில் பரமு ஆசான்!

* ** *

நீண்ட நாட்களுக்கு முன்னர் நடந்த கதை. அங்கே, வடதிசையில் வாத்தியார்களும், 'ஓதிக்கர்'களும் ஆகிய தம்பிரான்மார்கள் வாழ்கிற ஊரில் நடந்த கதை!

கப்ளங்காட்டு வைதீகருடைய இல்லத்தில் தென்பிராந்தியத்தைச் சேர்ந்த ஓர் உண்ணிநம்பூதிரி (குமார நம்பூதிரி) 'ஒத்து' (வேதபாடம்) கற்றுக் கொள்ளவந்து சேர்ந்தான். அந்த உண்ணி வெகுபுத்திசாலியும் அழகனுமாக இருந்தான். அவன் வைதீகருடைய மனத்தைக் கவர்ந்தான். தென்பிராந்திய உண்ணிமார்களில் இவ்வளவு நல்லவர்கள் இருக்கமாட்டார்கள். வைதீகர் சொல்லுவார்.

கப்ளங்காட்டு இல்லமுடன் மிக நெருக்கமான உறவுகொண்ட ஒரு நாயர் குடும்பத்துப் பெண் கொச்சிட்டீரை இல்லத்து வளாகத்திலுள்ள ஒரு மாமரத்தடியில் ஒரு வண்ணத்துப் பூச்சியைப் போல் ஓடி விளையாடிக் கொண்டிருப்பாள். அவள் முல்லைப் பூ பறிக்க மரக்கிளையில் ஏறிவிடுவாள். நாற்பக்கமும் பார்த்து யாருமில்லை என்று அறிந்துவிட்டால் மதம் கொண்ட பூங்குயிலைக் கூவித் தோற்கடிப்பாள். கொச்சிட்டீரை பருவ மங்கையாக வளர்ந்திருந்தாள்.

தென் திசை உண்ணி நம்பூதிரியின் இதயத்தை அவள் கவர்ந்து கொண்டாள். கொச்சிட்டீரை என்ற சூத்திரப் பெண் இதயத்தை உண்ணி நம்பூதிரியும் கவர்ந்துகொண்டான்.

தென்திசையைச் சேர்ந்தவனென்றாலும் நம்பூதிரியேதான். கொச்சிட்டீரை நம்பூதிரி இல்லத்து உறவுடைய சூத்திரப் (நாயர்) பெண் ஆவாள். கொச்சிட்டீரையின் பெரியம்மாவன் கோந்தி நாயரிடம் ஓர் உண்ணி நம்பூதிரி பேசுகிறான் என்று வைத்துக் கொள்ளுங்கள்!

"கோந்தீ, உங்க இட்டிச் சீரையிடம் நமக்குப் பெரிய மோகம்!"

கோந்தி நாயர் சொல்லும் பதில் இப்படித் தானிருக்கும்.

"எறான்!" (சம்மதபாவத்தில் சொல்லும் பதில். நம்பூதிரிகள் ராஜாக்கள் ஆகியோர் சூத்திரர்களிடம் பேசும்போது அவர்கள் மதிப்போடு உச்சரிக்கும் சொற்கள் தான் 'எறான்' 'அடியேன்' ஆகியவை.)

அன்றைய நாட்களில் இப்படித்தான்.

கொச்சிட்டீரையின் தாயார் மணியறை அலங்கரிப்பவள்.

ஊரில் வேரில்லாத உண்ணி நம்பூதிரியானால், அவனுக்கு கோந்தி நாயரிடம் சொல்லச் சிறிது ஐயப்பாடு இருக்கலாம். நம்பூதிரி என்பதைத் தவிர வேறு எந்த அதிகாரமுமில்லையென்று தோன்றலாம். ஆனால் அவளிடம் நேரடியாகச் சொல்லலாம்.

"கொச்சிட்டீரா, உம்மேலே எனக்கு ரொம்ப மோகம்!"

அதற்கு அவள் அளிக்கும் பதில் இதுவாகத் தானிருக்கும்.

"எறான்!"

இது மோகமாயிருக்கவில்லை. காதலாகத்தானிருந்தது. அப்படி யென்றால் ஒரே பாத்திரத்திலிருந்து இருவரும் சாப்பிட வேண்டுமா? ஆனால் அவ்வாறுதான் நடைபெற்றது. உண்ணி நம்பூதிரியும் கொச்சிட்டீரையும் சிரித்து, விளையாடியவாறு ஒரே பாத்திரத்திலிருந்து தான் சாப்பிட்டனர். அவள் ஓர் உருண்டையுருட்டினாள். அப்போது அவன் ஆவென்று வாயைத் திறந்தான். அவள் அந்த உருண்டையை அவன் வாயில் திணித்தாள். அதற்குப் பிரத்தியேகமான ஒரு ருசி. அப்போது அவளுக்கும் ஓர் உருண்டைக்கு உரிமையுண்டு. அவள் ஆவென வாயைத் திறந்தாள். ஆண்கள் உருட்டுகிற சோற்றுருண்டை பெண்கள் உருட்டுவதை விடப் பெரிதாக இருக்கும். உண்ணி நம்பூதிரியளித்த சோற்றுருளை அவள் வாய்க்குள் நுழையவில்லை. அவள் சிணுங்கினாள்.

"ஓ...! இது என்னவாம்? எனக்குச் சிறிசாக் கொடுங்க!"

இந்தக் காட்சியை எவனாவது பார்த்திருப்பானோ? பார்த்திருக்கலாம். அன்பிலே புடம் போட்டு எடுத்தபோது அவள் சூத்திரப் பெண் அல்லாதாகி விட்டிருக்கலாம். வெறும் பெண்! அந்த இயல்பினில்தான் உண்ணி நம்பூதிரியும் வெறும் ஆண் ஆகி விட்டான். தான் செய்வது பாபச்செயல் தவறு என்றெல்லாம் நினைத்துப் பார்க்கிற நிலையில் அவள் இல்லை. அவள் பிரக்ஞை யிழந்து விட்டாள். உண்ணி நம்பூதிரியும் இதன் விளை வென்ன என்றறியவில்லை; நினைத்துப் பார்க்கவுமில்லை.

ஆனால் இதை யாராவது பார்த்து விட்டார்களோ? நிமிடத்திற்கு நிமிடம் சந்தேகம் அதிகரித்தது. யாரோ பார்த்திருக்கிறார்கள். கப்ளங் காட்டுப் பெரிய தம்பிரான் அறிந்துவிட்டால்- அப்போது அவள் சூத்திரப் பெண் ஆகிவிடுவாள். குடும்பத்திற்கு பிரஷ்டம்! பின்னர் 'ஓதிக்கன்' மார்கள் (வைதீக புரோகிதர்கள) சேர்ந்து தீர்ப்பைக் கூறுவார்கள். ஊரிலிருந்து போய்விடவேண்டும் தாய்மாமன் உள்பட 'மாப்பிள' (முஸ்லிம்) ஆகிவிடவேண்டும். அம்மா, சின்னம்மா முதலியோர்களும் மாப்பிளச்சிமார்களாகிவிட வேண்டும்.

நம்பூதிரியைத் தவறிழைக்கச் செய்ததற்காக திருநாவாயைச் சேர்ந்த ஒரு குடும்பத்திற்கு அத்தகைய அனுபவமேற்பட்டிருக்கிறது. கொச்சிட்டீரையும் அந்தக் கதையைப் பாட்டி சொல்லக் கேட்டிருக்கிறாள். இன்று அவர்கள் பொன்னானியில் மாப்பிளகளாய் வாழ்ந்து வருகின்றனர்.

அவள் பயந்து நடுங்கினாள்.

உண்ணி நம்பூதிரியும் நம்பூதிரியாகிவிட்டான். அவன் வெறும் உண்ணி நம்பூதிரி அல்ல. ருதுமதியான ஒரு பெண்ணை நேசிக்கும் பருவத்திற்கு வந்துவிட்டவன். விளைவுகளை முற்றிலும் அறிந்து கொள்ளத் தகுந்த வயதினை அடைந்திருக்கிறவன். ஒரு சூத்திரன் பிராமணனுடைய பிராமணீயத்தைச் சீரழித்துவிட்டால், அதற்கான தண்டனை என்ன வென்று ஸ்மிருதி திட்டவட்டமாய் சொல்லியிருக்கிறது. எந்த வைதீகன்

நினைத்தாலும் தண்டனையை எளிமைப் படுத்திவிட முடியாது. அப்போது அவர்களிடையே ஒரு விவாதம் நடைபெற்றது.

உண்ணி நம்பூதிரி சொன்னான்:

“அப்படி செய்திருக்கக் கூடாது. அப்படியானாலும் எவனாவது பார்த்திருப்பானா? அல்லது சந்தேகமா?”

அவள் தன்னை மறந்த நிலையில் பேசினாள்:

“அதைச் செய்திருக்க வேண்டியதில்லை. நான் சொல்லலியா?”

“நான் அதைப்பற்றிக் கொஞ்சம் கூட நினைத்துப் பார்க்கவில்லை.”

“நாம்ப ரெண்டுபேருமே நினைச்சுப் பார்க்கலே. இனி இப்போ என்ன பண்ணறது?”

“எவனாச்சும் பார்த்தானான்னுதானே, சந்தேகம்?”

“எவனாச்சும் பார்த்திருப்பான்.”

“சந்தேகம் வேணாம். நான் ஒண்ணைத் தீர்மானிச்சுட்டேன்.”

“என்ன அது? ரொம்ப சுகம் கூடாது. அதன் விளைவு தான் இந்த மன எரிச்சல்”

‘பரவாயில்லை கொச்சிட்டீரா! பரவாயில்லை.”

உண்ணி நம்பூதிரி அவளை அணைத்துப் பிடித்து உச்சியில் முத்த மிட்டான். ஆறுதலின் தட்பமென்னவென்பதை அவள் அறிந்து கொண்டாள்.

ஒருநாள் காலைவேளையில் உண்ணி நம்பூதிரியையும் கொச்சிட்டீரை யையும் ஊரிலேயே காணவில்லை.

* ** *

திருவாம்பாடி வாரியம் தறையில் கொச்சிட்டீரை வாசம் புரியத் தொடங்கினாள். அந்த உண்ணி நம்பூதிரி தங்கத்தைப் போன்று அவளைப் பாதுகாத்துக் கொண்டான். அவன் கோவிலில் அர்ச்சகனாகப் பணிபுரிந்தான். அவன் வேறு எந்தவொரு நம்பூதிரிப் பெண்ணையும் மணந்து கொள்ளவில்லை.

பின்னர் ஒருபோதும் கொச்சிட்டீரையும் கப்ளங்காட்டுக்குப் போன தில்லை.

அங்கே குடும்பத்தில் என்ன நேர்ந்திருக்குமோ? அந்தக் குடும்பம் இன்று அங்கிருக்குமா? அல்லது பொன்னானி சென்று மாப்பிளகளாய் வாழ்கின்றார்களோ?

கொச்சிட்டீரையின் வாழ்நாள் முழுவதிலும் அவள் மனத்தில் அந்த துக்கம் நிறைந்து நின்றது.

அவள் ஓர் ஆண் குழந்தையையும் ஒரு பெண் குழந்தையையும் ஈன்றெடுத்தாள்.

நம்பூதிரி இறந்தபோது அவனை கோவிலிலேயே பிரதிஷ்டை செய்தனர்.

அந்தப் பெண் குழந்தை பெற்றாள். பின்னர் பல தலைமுறைகள் வாழ்ந்து மடிந்தன. அதைச் சேர்ந்த பெண்தான் இப்போது வாந்தி - பேதியி லிருந்து தப்பித்துக் கொண்டு மறுபிறவியெடுத்த கொச்சிட்டூலியம்மா.

* ** *

அந்த ஊரிலுள்ள அனைத்து வேர்களும் அற்றுப் போய் சொச்சிட்டூலியம்மா தனியாளாகிவிட்டாள்.

அனைத்தையும் விற்றுவிட்டு பரமுபிள்ளை அவளை அழைத்துக் கொண்டு தனது ஊருக்கு வந்து சேர்ந்தார். கோடாந்திரப் பெரிய குறுப்பு ஆசான், கோணோத்து பிள்ளை, மற்றும் சீரட்டக் கைமளிடம் அனுமதி கேட்டு தேவஸ்தானத்திற்குச் சொந்தமான ஒரு வளாகத்தில் ஒரு மண் வீட்டை அமைத்தார். கொச்சிட்டூலியம்மாவை அங்கே குடியேற்ற வைத்தார்.

கொச்சிட்டூலிக்குச் சந்ததியில்லை. பரமு ஆசான் ஜோதிடம் பார்த்தார். அவருடைய சகபாடியான அரிப்பாடு மூஸ்ஸதைக்கொண்டு ஜோதிடம் பார்க்கச் செய்தார்.

'நம்பிக் கூறுநாபம்' என்கிற பாபமாம்!

அந்தப் பழைய கொச்சிட்டூரை கப்ளங்காட்டிலிருந்து கிளம்பி வந்த பின்னர் அவளோ, அவளிலிருந்து உற்பத்தியான தலைமுறையினரோ அந்த ஊருக்குச் செல்லவில்லை.

நூறு தங்கநாணமுடன் பரமு ஆசானும், கொச்சிட்டூலியும் கப்ளங் காட்டுக்குச் சென்றனர்.

கொச்சிட்டூரையின் குடும்பம் அங்கே இப்போதுமுண்டு. அந்தக் குடும்பத்திற்கு ஒன்றும் நேர்ந்துவிடவில்லை.

வயோதிகையான பாட்டி சொல்லிக் கேட்ட கதை உண்டு. வேத பாடம் கற்றுக் கொள்ளத் தென்திசையிலிருந்து வந்த ஒரு உண்ணி நம்பூதிரியுடன் ஒருத்தி கிளம்பிச் சென்றிருக்கிறாள் என்று அந்த ஊரில் ஒரு கதையுண்டு. சென்றவள் பெயர் என்னவென்று கூட இப்போது யாருக்கும் தெரியாது.

கப்ளங்காட்டு வைதீகர் வாழையிலையில் வைத்திருந்த தங்க நாணயங்களை எடுத்துக் கொண்டு கொச்சிட்டூலியை ஆசீர்வதித்தார்.

"உனக்குச் சந்ததியுண்டாகும்! சொத்து சுகங்களும் உண்டாகும்."

"நம்பிக்கூறு நாப'த்திற்கு அவ்வாறு பரிகாரமுண்டாயிற்று.

15

பரமு ஆசான் காசிக்குப் போகிறார். காசிக்குப் போக வழி கேட்க வேண்டாம். நீர்ப்பாத்திரம் தொங்கவிட்டு, மூட்டை முடிச்சை முதுகிலேற்றி, காவியுடையணிந்து, தடியை ஊன்றியவாறு நடந்து சென்றால்-பாதையோரத்தில் எங்காவது விழுந்து சாகவில்லையென்றால் -அந்தக் கால்நடைப் பயணம் காசிக்குச் சென்று சேர்ந்து விடும். அது தான் காசியாத்திரை!

சீலாந்திப்பிள்ளியிலுள்ள தென்கட்டடத்தில் பரம்பரையாகச் சேர்த்து வைத்துப் பாதுகாக்கப்படுகின்ற ஏராளமான அரிச்சுவடிக் கட்டுகள் இருந்து வருகின்றன. வைத்தியம், ஜோதிடம் தர்க்கம் மீமாம்சை, காவியம், மந்திரம், தந்திரம் இத்தியாதி விசயங்களைக் குறித்து எழுதப்பட்ட பிரமாண அரிச்சுவடிகள்! அங்கே யாரெல்லாம் வாழ்ந்திருந்தார்கள் என்றா, கேட்கின்றீர்கள்?

நியாய சாஸ்திரவாதிகள்!

வைத்தியர்கள்!

மாந்திரீகர்கள்!

வேதாந்த பண்டிதர்கள்!

காவிய நிபுணர்கள்!

ஜோதிடர்கள்!

அந்த விஞ்ஞானப் பொக்கிஷத்திலிருந்து ஆசான் இரண்டு அரிச்சுவடிகளைத் தேடியெடுத்துக் கொண்டார். ஒன்று பகவத்கீதை; இன்னொன்று சங்கராச்சாரியாரால் எழுதப்பட்ட ஒரு நூல்! இனிமேல் இவை இரண்டே போதும்; சம்ஸாரமுடன் உறவு இருக்கும் போது மட்டும் வைத்தியராக இருந்தால் போதும்; மாந்திரீகராக இருந்தால் போதும்; இலக்கணவாதியாக இருந்தால் போதும்!

அந்தச் சிறு சுமையுடன் ஆசான் கிளம்பினார். படிவாசலை அடைந்தபோது இறுதியாக ஒருமுறை குடும்பத்தைத் திரும்பிப் பார்த்தார். தென்பகுதியிலே வரிசையாக அமைந்திருக்கின்ற, பூர்விகத் தலைவர்களுடைய நினைவுச் சின்னங்கள் நெடுமூச்சு வாங்கியவாறு நிற்பதைக் கண்டார். ஒவ்வொன்றுக்கும் முன்னாலுள்ள அந்தித் திரிவிளக்குகள் ஒளியின்றி எரிகின்றன. ஆசான் நெஞ்சைத் தடவிக் கொண்டார். அவர் கண்களில் நீர் மல்கியதோ? நேற்று இந்நேரத்தில், காசிக்குப் போகவேண்டுமென்ற எண்ணமே அவருக்கு இருக்கவில்லை. திருச்சாற்றுக் குளத்துக் கோவிலில் நடைபெறுகிற, கடவுள் சம்பந்தமான ஜோதிட காரியத்திற்கு அழைக்கப்பட்டதற்கிணங்க அங்கே செல்ல ஆசான் ஆயத்தமாயிருந்தார். வண்ணாத்தி சலவை செய்துகொண்டு

வந்த மல்வேஷ்டியையும், பிரம்மதேசம் மேல்வேஷ்டியையும் எடுத்தும் வைத்திருந்தார். காயப்போட்ட போர்வையையும் மடித்து வைத்திருந்தார். மறுநாள் மதியத்திற்குப் பின் புறப்படவேண்டும்.

பெண்களிடையே மட்டும் பரவிப் பரவிச் செல்கின்ற சில செய்திகள் இருக்கின்றன. அது ஆண்கள் மத்தியிலும் பரவி விடலாம். அவ்வாறுதான் ஒரு செய்தி ஊர்முழுவதிலும் பரவுகிறது. ஆனால், அது ஆசான் காதில் மட்டும் வந்து விழவில்லை. விழவும் விழாது. ஆசானிடம் அதைச் சொல்ல யாருக்குமே துணிச்சல் வராது. பகிரங்கமான அந்த ரகசியத்தை ஊரிலுள்ள ஒருவர் மட்டும் அறியவில்லை. அந்த ஒருவர்தான் பரமுபிள்ளை ஆசான்.

காலை பத்துமணியளவில் ஸ்நானம், ஜெபம் ஆகியவற்றை முடித்துக்கொண்டு ஆசான் வந்து விடுவார். அன்றைய தினமும் அப்படித் தான் நடைபெற்றது. அரைக் கதவுக்கு வடக்குப் பக்கத்திலுள்ள உட்காரும் பலகைக்கு முன்னால தளிகையில் சோறும், இலைக் கீற்றுக்களில் பதார்த்தங்களும், சிறிய சீனஜாடியில் மோரும், குடிநீரும் வைக்கப்பட்டிருந்தன. சீலாந்திப்பிள்ளிக் குடும்பத்தில் மட்டுமின்றி எல்லாக் குடும்பங்களிலும் இப்படித்தான் நடைபெற்று வருகிறது. மருமகள்மார்களும், இளைய தங்கையினரும் அம்மாவன் அல்லது பெரியண்ணன் முன்னால் வரமாட்டார்கள்.

குடும்பத் தலைவர்கள் மருமகள்மார்களைக் காணும் வழக்கமில்லை. அண்ணன்மார்கள் தங்கையினரையும்! அவர்கள் அம்மாவனைத் தூரத்தில் கண்டால் போதும்– ஓடியொளிந்து கொள்வார்கள். பருவத்திற்கு வந்த மருமகள்மார்கள் முகத்தைக் கூட எந்த ஒரு தாய்மாமனும் பார்க்கவே மாட்டான். எந்த ஓர் அண்ணனும் பருவத்திற்கு வந்த தங்கையின் முகத்தைக் கண்டதில்லை. முற்றி நிற்கும் அங்க அவயவங்களுடைய பெண்பிள்ளைகள் பெரிய அண்ணன் அல்லது தாய்மாமன் முன்னால் எவ்வாறு சென்று நிற்கமுடியும்? ஊரெங்கும் பரவியிருக்கிற அந்தச் செய்தி கொச்சிட்டூலியம்மாவுக்குத் தெரியும். அன்பு செலுத்திய கணவனும், நான்கு சகோதரர்களும் வாழ்ந்திருந்த காலத்தில் கொச்சிட்டூலியம்மா களை பொருந்திய முகமுடன் வாழ்ந்திருந்தாள். ஒரே நாளில் வாழ்க்கையின் அனைத்துத் துன்பங்களையும் அவள் அனுபவித்தவள். வாழ்க்கையிலே தனிமை– அதாவது துணையாக யாருமில்லாத ஒரு நிலைமை - என்ன வென்பதையும் அவள் அறிந்தவள்தான்.

அந்த நிலைமையில் ஒரு துணைக்கரம் தன்னை நோக்கி நீண்டு வருவதை அவள் கண்டாள். அந்த உதவிக்கரத்தைப் பிடித்துக் கொண்டாள். இந்த நாளில் கூட இந்த உலகம் அவளுக்கு மகிழ்ச்சியளிப்பது இதனால்தானா? இல்லை– புலர்வேளை அவளுக்கு மங்கலாக இருக்கிறது. முழுமதியில் சாம்பல் விழுந்தது. காற்று அழுகிறது. உலகம் வாடிப் போகிறது.

கொச்சிட்டூலியம்மா பரமு ஆசானை நேசித்திருப்பாளா? அவளை நேசிக்கவும், அவள் நேசிக்கவும் செய்த ஒரு கணவர் இருந்திருக்கிறார். அவர்கள் குடும்பத்தின் அஸ்திவாரக்கல்லே ஆணும் பெண்ணும் பரஸ்பரம் நேசிப்பது என்பதாகத்தான் இருந்தது.

நம்பூதிரி சூத்திரச்சியுடன் சேர்ந்து ஒரே பாத்திரத்திலிருந்து உணவருந்தினான்! அது தான் அஸ்திவாரக் கல்!

வாரியந்தரைக் குடும்பத்துப் பெண்களும் பரம்பரையாய் அவ்வாறே தான் வாழ்ந்து வந்திருக்கின்றனர். ஒருவன் வந்து சேர்ந்தான். அவனை நேசித்தாள்; ஆராதனை செய்தாள். உயிர் துறக்கும் வரையிலும் அந்த ஆடவன் அவளுக்கு ஆண்டவனாகும். அவன் இறந்துபோனால் அவனை மனத்தில் பிரதிஷ்டை செய்து பூஜை செய்வாள்.

வாரியந்தரைக் குடும்பத்துப் பெண்கள் இன்னொரு ஆடவனுடைய முகத்தைப் பார்த்ததில்லை. பச்சை மண் உருட்டிக் குடமாக்கிய அந்தப் பழைய ரிஷிபத்தினியின் பரம்பரைக் குணாதிசயத்தைத்தான் வாரியந்தரைப் பெண்மணிகள் கடைபிடித்து வந்திருக்கின்றனர்.

பெண்கள் அதிருஷ்டசாலிகளாக இருந்தனர். அவர்களுக்குப் புருஷர்களாய் வந்து சேர்ந்தவர்கள் அவர்கள் மனத்திலே குடியிருக்கத் தகுந்தவர்களாக இருந்தனர். இன்னொரு ஆடவனைப் பற்றி நினைக்க அவர்களுக்கு நேரமில்லை; தேவையுமில்லை. மனைவி இறந்துவிட்டால் கணவன் இன்னொரு பெண்ணை நினைக்கமாட்டான். அவள் அவனுடைய இதயமேடையில் பிரதிஷ்டை பெற்றிருப்பாள். அந்தப் பழைய பாட்டியின் பரம்பரைக் குணாதிசயம் அது. அத்தகைய கதைகளைத்தான் கொச்சிட்டூலியம்மா கேட்டறிந்திருக்கிறாள்.

அந்தப் பரம்பரைக் குணாதிசயம் தொடர்ந்து நீடித்து வந்து கொண்டிருந்தபோதுதான் அதிருஷ்டம் கெட்ட ஒருத்தி பிறவியெடுத்தாள். அவள் பெயர்தான் கொச்சிட்டூலி என்பது. அவளுக்கு இரண்டாவதொரு கணவன் ஏற்படலானான். உண்மையாகவே அவள் மனதில் குடியிருப்பவன் கிருஷ்ணன் கோவிந்தனேதான். அந்தப் பிரதிஷ்டையைப் பெயர்த்தெறிய முடியாதுதான்.

எனவே பரமு ஆசான் என்பவர் யார்? பாதுகாவலன்!

இன்னொரு சங்கதி கூட உண்டு - அவளுடைய செல்லப் புதல்வியின் தந்தை!

வாரியந்தரைக் குடும்பத்தின் அழியாநிலை அவளைச் சார்ந்திருக்கிறது. எனவே குடும்பத்தின் நிரந்தரத் தன்மையை நினைத்துத்தானா, அவள் பரமு ஆசானுடைய நீட்டிய கரத்தைப் பிடித்துக் கொண்டது?

கொச்சிட்டூலியம்மா உயிர்போகும் வரையிலும் பரமு ஆசானிடம் கடமைப்பட்டிருக்கிறாள்.

கொச்சிட்டூலியம்மா சிரித்ததேயில்லை. அவளுக்குச் சிரிக்கச் சக்தியில்லை. உரத்த குரலில் அவள் பேசியதேயில்லை. குறிப்பிட்ட ஓர் எல்லைக்கப்பால் அவள் குரல் ஒலி கேட்டதேயில்லை. அவளுக்குக் கோபமே வராது- எதுவும் போதாதென்ற நினைப்பே இல்லை. முறையீடுகள் இல்லை. யாரிடமும் எதைப்பற்றியும் வருத்தமில்லை. தனக்குத் தெரிந்து அந்த விசயத்தைக் கூட அவள் பரமு ஆசானிடம் சொல்லவில்லை. சொல்ல அவளுக்கு நா எழவில்லை. அவ்வளவுதான். மனப்பூர்வமாக அல்ல. அப்படியிருக்க, அவள் தவறிழைத்திருக்கிறாளா?

இன்னும் ஓர் இரு அரிச்சுவடிகள் திருச்சாற்றுக் குளத்திற்கு எடுத்துச் செல்லவேண்டுமா?

தேவனைப் பற்றிய ஜோதிடம்தான் நடைபெறுகிறது. மகா பண்டிதர்கள் வந்து குழுமுகிற இடம். அரிச்சுவடிகளெடுத்துச் செல்வது தர்க்கம் பண்ணுவதற்காக அல்ல. ஜோதிடம் பொருத்தப்படுவதற்கு அவை இன்றியமையாதவையாகும்.

ஜோதிட அரிச்சுவடிக் கட்டுக்களை அவிழ்த்து ஆசான் சில அரிச்சுவடிகளைத் தேர்ந்தெடுக்க முயன்றுகொண்டிருந்தார். அவர் அங்கே உட்கார்ந்திருப்பதை கல்யாணியம்மா அறியவில்லை. அவள் அவர் முன்னால் சென்று விழுந்து விட்டாள்.

அந்த நேரத்தில் ஆசான் சீலாந்திப்பிள்ளி வீட்டிலிருக்கும் வழக்க மில்லை.

நிறைவயிறுடன் தன் முன்னால் திடீரெனத் தோன்றிய கல்யாணியம்மாவைப் பார்த்தார் பரமு ஆசான்.

அவர் தலைக்குள்ளே ஒரு மின்னல் பாய்ந்தது.

தன்னை மறந்த நிலையாகிவிட்டார்.

அருகிலிருந்த தடியைக் கையிலெடுத்துக் கொண்டு ஆசான் அலறிக் குதித்தார். தடியை ஒரு முறை வீசினார். ஓர் அங்குலம் தவறி விட்டது. ஆசான் திரும்பக் குதித்தார்.

எந்த ஒரு மகாபண்டிதனும் சில நேரங்களில் பாமரனாகிவிடுவான் போலிருக்கிறது. அனைத்துச் சாதனைகளும் அந்த நேரங்களில் கை நழுவிப் போவதுமுண்டு. ஒரு நிமிட நேரத்திய பலவீனம்! எத்தனை எத்தனை மகாமுனிவர்கள் ஆயிரமாயிரம் வருடங்களாக ஈட்டியிருந்த, தங்கள் அனைத்துச் சாதனைகளையும் ஒரு நிமிட நேரத்திய பலவீனத்திலே இழந்திருக்கின்றனர்! அவர்கள் சாதாரண மனிதர்களை விடவும் மோசமானவர்களாகி விடுகின்றனர்.

கண்கள் சிவந்து விட்டன.

ஆசான் சம்ஹார ருத்திரனாக மாறிவிட்டார்.

அவருடைய தடிவீச்சுக்கு அப்பாற் செல்ல கல்யாணியம்மாவால் முடியவில்லை.

உயிரைப் பாதுகாப்பது இயல்பானது.

இந்த சம்ஹார ருத்திரனிடமிருந்து எப்படித் தப்பித்துக்கொள்வது?

அவள் நிறைவயிற்றினைச் சுற்றியுடுத்தியிருந்த மல்வேஷ்டியை அவிழ்த்து விட்டாள். அது ஊர்ந்து சென்று கீழே வீழ்ந்தது. கர்ப்பிணிகள் அடியில் தார்பாய்ச்சியுடுத்துவதில்லை.

ஆசான் மறுபக்கம் திரும்பவேண்டிய நிலையாயிற்று. அவர் தடி கைநழுவிக் கீழே விழுந்தது.

* ** *

ஆசான் காசிக்குப் போகிறார் என்ற செய்தி காட்டுத் தீ போல் ஊரெங்கும் பரவிவிட்டது.

அதை அறிந்து கவலைப்படாத ஆளே இல்லை. ஒரு முடிவை எடுத்துக் கொண்டால் அதை நிறைவேற்றியே தீரவேண்டுமென்கிற பிடிவாத குணமுள்ளவர்தான் ஆசான். என்ன நேரிடினும் அந்த முடிவில் மாறுதல் ஏற்படாது. தவிரவும் ஒருவர் காசிக்குப் போக வேண்டுமென்று தீர்மானித்துக் கொண்டால் அதிலிருந்து பின்வாங்கவும் கூடாது!

ஆசான் சீலந்திப்பிள்ளி வீட்டிலிருந்து வெளியே வந்தார்.

கோவிலைச் சேர்ந்த பஜனைமடத்தில் தங்கியிருந்தார். காலையிலிருந்தே அவரைப் பார்க்க மக்கள் வந்துகொண்டிருந்தனர். வந்தவர்கள் அனைவரும் நீர் மல்கிய கண்களுடன்தான் திரும்பிச் சென்றனர். அனைவரும் காசிக்கு வழிபாட்டுக்காகவும் காணிக்கைக்காகவும் ராசி மற்றும் பணத்தை ஆசானிடம் தட்சிணையாக அர்ப்பணித்தனர்.

சீரட்டக்கைமள் ஐம்பது ராசியை வாழையிலையில் வைத்துக் கொடுத்தார். கோணோத்துப்பிளையும் அந்த அளவிலே அளித்தார். பணம், வெள்ளிச் சக்கிரம், வெள்ளி, தங்கம் என்றிவ்வாறாக ஏராளமான பொருட்கள் ஆசான் முன்னால் வந்து விழுந்தன. அவர் அனைவரையும் ஆசீர்வதித்தார். சீடர்கள் சாஷ்டாங்கப் பிரணாமம் செய்தனர்.

காசிக்குப் போகத் தயாரான ஒருவரிடம் காசிக்குப் போகக் கூடாதென்று சொல்லக் கூடாது. அது பாபம் மட்டுமின்றிக் குடும்பத்துக்கும் தோஷம் அளித்து விடும். காசிக்குப் போக வேண்டுமென்று தான் சொல்லவேண்டும். ராசி, பணம் முதலியவற்றை முன் வைத்துத் தொழுதவாறு எல்லோரும் அவ்வாறே கூறினர்.

"காசிக்குப் போய் வாருங்கள் ஆசான்!"

* ** *

மனைவிக்கு அவரைக் காண உரிமையில்லை.

காசிக்குப் போகத் தீர்மானித்த பின்னர் மனைவி முன்னால் வரக் கூடாது. கொச்சிட்டூலியம்மா செல்லவில்லை. புதல்வர் - புதல்வியருக்கும் வந்து பார்க்க உரிமையில்லை. ஆசானுக்கு ஒரு பேத்தியுண்டு. அவள் பாட்டனுக்கு உயிருக்குயிரானவள். அவளுக்குப் பாட்டனும்!

அந்தக் குழந்தைக்குப் பாட்டனைப் பார்க்க உரிமையுண்டோ? யாராலும் பதில் சொல்ல முடியாத விசயம் அது. முறையறிந்தவர்கள் யாருமில்லை. அறிந்த ஒருவரும் ஆசான் மட்டும்தான்.

* ** *

பரமு ஆசான் காசிக்குப் போவதன் குற்றமெல்லாம் கொச்சிட்டூலியம்மா தலையில்தான் வந்து விழுந்தது. அவர் ஒரு பெரியம்மாவின் கடமையை நிறைவேற்றவில்லை. மாதங்களுக்கு முன்னரே சேஷையனை வரவழைத்து கல்யாணிக்கு ஒரு புடவை வாங்கிக் கொடுக்கச் செய்திருக்கவேண்டும். அதற்கான ஏற்பாடினைச் செய்திருக்க வேண்டியவள் கொச்சிட்டூலியம்மாவே தான். ஆசானுக்கு ஆறுதல் கூறி அவருடைய ஆவேசத்தைத் தணியச் செய்திருக்க வேண்டும்.

கொச்சிட்டூலியம்மாவுக்கு அது தெரியாமல் போயிற்று. ஆனால் யார் அதை நம்புவார்கள்?

* ** *

கல்யாணியம்மாவுக்கு ஒரே ஒரு விசயத்தைப் பற்றி மட்டும் சொல்லவேண்டியிருந்தது. தான் வேஷ்டியை அவிழ்த்துப் போட்டது அம்மாவனை அவமதிப்பதற்காக அல்ல; உயிரைப் பற்றிய ஆவலினால் மட்டும்தான். என்னவோ தெரியவில்லை - அது ஓர் உபாயமாகத்தான் தோன்றியது. இல்லாவிட்டால் அம்மாவன் அவளை அடித்தே கொன்றிருப்பார்.

அண்டை வீட்டினளான குஞ்சி வினவினாள்:

"ஆமாம் கல்யாணீ, இதுக்கு யாரம்மா, காரணம்?"

"நீ ஏன் அதைத் தெரிஞ்சுக்கணும், குஞ்சக்கா?"

தனது கர்ப்பத்துக்கு யார் காரணமென்று எவ்வளவோ வற்புறுத்திக் கேட்டபோதிலும் கல்யாணி அதைச் சொல்லவில்லை.

"நான் அந்தப் பெயரைச் சொன்னா, அம்மாவன் காசிக்குப் போக மாட்டார்னு சொன்னாக் கூட அதைச் சொல்லமாட்டேன்."

அது ஏன்? ஆனால் அதைச் சொல்ல கல்யாணிக்குத் தயக்கமில்லை.

"நான் அந்த மனிதனை நேசிச்சேன்."

அந்தக் குழந்தை வளர்ந்து வரும்போது அதன் தந்தை யாரென்று கேட்டால்? அப்போது கூட அவள் அதைச் சொல்லமாட்டாள்.

தந்தை யாரென்று தெரியாத ஒரு சந்ததியாக அது வளர்ந்து வரட்டும்!

அது ஒரு பெரிய விசயமில்லையே!

* ** *

ஒன்று, இரண்டு, மூன்று, நான்கு-என்றிவ்வாறாக ஏழு நாட்கள் கழிந்துவிட்டன. மூன்று நாட்களுக்குள்ளாகவே பார்க்க வேண்டியவர்களெல்லாரும் பார்த்தாகிவிட்டது. மனைவி வீட்டினரும், சொந்தக் குடும்பத்தினரும் மட்டும் வந்து பார்க்கவில்லை. அங்கே 'சம்பந்த' மானவர்கள் வந்து சாஷ்டாங்கமாய் விழுந்து வணங்கினர். அவர்களை ஆசீர்வதிக்கவும் செய்தார்.

ஆசான் இன்னமும் ஏன், காசிக்குப் புறப்படவில்லை? ஒருவேளை போகாமலேயே இருந்துவிடுவாரோ? மனம் மாறுதலடைந்திருக்குமோ? ஒன்றைத் தீர்மானித்துவிட்டால் மாறுதல் செய்யக் கூடிய மனிதர் அல்லவே பரமு ஆசான். தன் தீர்மானத்தினின்று பின்வாங்கவும் மாட்டாரே!

ஒருவேளை அத்தகைய ஒரு பெரும்புலவர் முன்கோபத்தினால் செய்துவிட்ட ஒரு முடிவின் விளைவாக திடீரென உறுதிப்படுத்திய தீர்மானம் குறித்து மறுபரிசீலனை ஏற்பட்டிருக்கலாம். புலவராக இருப்பதால் யோசிக்க முடியும். அவர் ஒரு சாதாரண மனிதர் அல்லவே!

ஆயினும் காசிக்குப் போகத் தீர்மானித்து விட்டால் போகாமலிருப்பது பாபமாகும். அவருக்கு அந்த விசயமும் நன்கு தெரியும்.

ஊரில் ஆண் பெண் அனைவருமே பேசிக் கொள்கிற ஒரு விசயமாகி விட்டது அது!

* ** *

பரமு ஆசான் என்கிற உருக்கு மனிதனை ஒரு பெரிய விசயம் துன்புறுத்திக் கொண்டிருந்தது. அது என்னவென்பது ஊரில் யாருக்கும் தெரியாது. நூறு வருடங்களுக்குப் பின்னரும் கூட அது யாருக்கும் தெரிந்து விடாது. ஆசான் வாய்விட்டுச் சொன்னால் மட்டுமே அதைத் தெரிந்துகொள்ளமுடியும்.

ஒரே ஒரு மகள் என்பதால் அவளைக் காணவேண்டுமென்கிற ஆசை இருந்திருக்கலாம். அது மிகவும் தீவிரமானதாகவுமிருக்கலாம். ஆனால் அது அந்த உறுதியான தீர்மானத்தை ஒரு சில நிமிடங்கள் வரையிலும்

கூட ஒத்திப்போடத் தக்கதாய் இருக்கவில்லை. உயிருக்குச் சமானமாய் நேசிக்கிற சின்னப் புதல்வியைக் காண்பதற்கான மோகமும் அல்ல. எந்த ஓர் ஆதரவற்ற பெண்மணியை அன்புக் கரம் நீட்டிக் கரையேற்றினாரோ அவளைக் காண்பதற்கான அபிலாஷையுமல்ல. ஊரிலுள்ள யாராலும் அதைப் புரிந்துகொள்ள முடியாது.

சீலந்திப்பிள்ளிக் குடும்பத்தில் பல தலைமுறைகளாய் எத்தனையோ புலவர்கள் பிறவியெடுத்திருக்கின்றனர். சீலந்திப்பிள்ளிக் குடும்பத்தில் இரண்டு நூற்றாண்டுகளாக சொத்துக்கள் ஏதும் பெருகியிருக்கவில்லை. நூறுபறை நிலமும், குடியிருக்கிற வீடும்தான் உண்டு. வீடு அமைந்திருக்கிற வளாகம் தருமசாஸ்தாவுக்குச் சொந்தமானது. ஊரே பெருமதிப்பினைச் செலுத்திவந்த இந்த மகான்களின் சம்பாதனை என்னவாக இருந்திருக் கிறது?

தெற்குப் பகுதியிலுள்ள அறையில் தொங்கவிடப்பட்டிருக்கின்ற பலகைகளில் கட்டுக் கட்டுக்களாக அடுக்கிவைக்கப்பட்டிருக்கின்ற அரிச்சுவடிகள். பனையோலை அரிச்சுவடிகள். அங்கே மட்டுமின்றி மத்திய அறையிலுள்ள பெரிய பெட்டிக்குள்ளேயும் அரிச்சுவடிக் கட்டுக்கள் இருந்து வருகின்றன. அவை என்னென்னவாக இருக்கும்?

மனித சமூகத்தின் வாழ்க்கையில் அனுபவமாகிய விஞ்ஞானங்கள் பல எழுதப்பட்டு வைத்திருக்கின்றன.

வைத்தியத்தில் அறியப்பட்டவை மட்டுமின்றி அறியப் படாதவையும் இருக்கின்றன .சிலவற்றைப் படிக்கவே கடினமாக இருக்கும். அதிபுராதன காலத்திய எழுத்துக்கள் அவை. ஏதோ ஒரு மாமுனிவரால் படைக்கப் பெற்றவை. அந்த முனிவரின் பெயர் பிற்கால அரிச்சுவடிகள் பலவற்றில் ஆங்காங்கே காணப்படுகிறது. அந்த நூலை யாரும் எங்குமே பார்த்த தில்லை.

இலக்கிய சம்பந்தமான அரிச்சுவடிக் கட்டுதான் மிகவும் பெரியது. இலக்கணம், தர்க்கம் ஆகியவை சம்பந்தமான அபூர்வ அரிச்சுவடிகள் உள்பட்ட பெரிய இரண்டு அடுக்குகள்தான் இன்னொரு பலகையில் இருக்கின்றன.

மாந்திரீக அரிச்சுவடிகளில் சித்திரங்களும் களங்களும் உள்ளன. தீயச் செயல்களையும், நல்ல கருமங்களையும் எவ்வெவ்வாறு நடத்த வேண்டுமென்பதை அவற்றில் விரிவாகக் கூறியிருக்கிறது. உண்மையில் ஞானத்திற்காகவே அந்த அரிச்சுவடிகள் சேகரித்து வைக்கப் பட்டிருக் கின்றன. அந்தக் குடும்பத்தில் துர்மாந்திரீகர்கள் இருந்ததே கிடையாது.

ஶ்ருதிகள் உண்டு; ஸ்மிருதிகள் உண்டு!

அந்தப் பெட்டியிலுள்ள அரிச்சுவடிகளைச் சோதித்துப் பார்க்கக் கூட முடிந்ததில்லை. மற்றவற்றைப் பார்த்து முடிக்கவும் முடியவில்லை.

அறையிலே பிரத்தியேகமாகப் பாதுகாத்து வைக்கப் பட்டிருக்கின்றவை விலைமதிப்பற்றவையாகும். வேறு எங்கும் கிடைக்கப் பெறாதவையுமாகும்.

ஒரு குடும்பத்தில் நூற்றாண்டுகளாக ஈட்டப்பட்டிருக்கிற சம்பாதனையாகும்! அவை மனித சமுதாயத்தினுடைய சாதனைகளு மாகும்.

அவற்றைக் காலாகாலங்களில் எடுத்துத் தூசி தட்டிச் சுத்தமாகப் பாதுகாக்கவேண்டும் நவராத்திரிகளின் போதாவது அவ்வாறு செய்ய வேண்டும். கரப்பான் பூச்சிகள் அரித்துத் தின்னலாம். எலிகள் துண்டித்து விடலாம். பாச்சைகள் துளைபோட்டுவிடலாம். காலம் அவற்றை மக்கிப் போகச் செய்யலாம். எழுத்துக்களை மட்டும் தின்னு கின்ற ஒரு விதமான பூச்சிகள் இருக்கின்றன.

அந்த அரிச்சுவடிகள் தலைமுறை தலைமுறையாகப் பாதுகாக்கப் பெற்று வந்தவை. அவற்றை நாதியின்றி விட்டுப் போகிறார் பரமு ஆசான். அவற்றைப் பாதுகாத்திட இனி யார் இருக்கிறார்கள்?

இருக்கிறாள் ஒருத்தி – கல்யாணி!

அரிச்சுவடிகளின் மதிப்பினை அவள் அறிவாள். அவள் செய்யத் தகாததைச் செய்துவிட்டாள். தரம் கெட்டுப் போய்விட்டாள். பாபி அவள்! ஆயினும் விலைமதிப்பதற்கரியவைதான். அவளிடம் சொல்லி அவற்றைப் பாதுகாக்க ஏற்பாடு செய்யலாமா? ஏன் கூடாது? ஆனால் எவ்வாறு அதைச் செய்ய முடியும்? பரமு ஆசான் யோசிப்பது அதைப் பற்றித்தான். நாட்கள் தள்ளிப்போட்டு வருவதற்கும் காரணம் அதுவேதான்.

இந்த விசயத்தைச் சொல்லி ஏற்பாடு செய்ய கல்யாணியைத் தவிர வேறு யார் இருக்கிறார்கள்? யாருமில்லை. அவற்றைத் தங்கம் போன்று பாதுகாக்கவேண்டும். ஓர் ஓலைக்குக் கூட ஊனம் ஏற்பட்டு விடக் கூடாது.

அந்தப் பொக்கிஷம் சீலாந்திப்பிள்ளிக் குடும்பத்துக்கு மட்டுமாய் இருக்கவேண்டியது அல்ல!

* ** *

நல்லதொரு காலைவேளையில் காசியில் வழிபாடு செய்வதற்கென்ற முறையில் தன்னிடம் அளித்திருக்கின்ற தங்கம் மற்றும் வெள்ளியை தருமசாஸ்தாவின் சன்னிதானத்தில் காணிக்கையாய் அர்ப்பணித்துவிட்டு பரமு ஆசான் பயணத்தை மேற்கொண்டார். அந்த நேரத்தில் பயண மாவாரென்று யாரும் எதிர்பார்க்கவில்லை. எனவே வழியனுப்ப மக்கள் கூட்டம் வந்து சேரவில்லை.

ஒரு சீடனை ஆளனுப்பி வரவழைத்துச் சொன்னார்:

“அரிச்சுவடிகளை நன்கு பாதுகாக்கணும்னு அந்தச் சண்டாளியிடம் சொல்லு! அவை அழியாமலிருக்கட்டும்!

* ** *

தாய் தந்தையருக்குத் தெரியாமல் குஞ்சுமாளூ வீட்டிலிருந்து ஓட்டமெடுத்தாள். ஆசான் மூட்டை முடிச்சுக்களைத் தோளிலேந்தி, தடியை ஊன்றியவாறு நடந்து செல்கிறார். பாட்டனை குஞ்சுமாளூ கண்டாள்.

"தாத்தா...!" அவள் குரலெழுப்பினாள். தாத்தா திரும்பிப் பார்த்தார். ஆயினும் நடந்து சென்றார்.

"குழந்தை, காசிக்குப் போகிறவரைப் பின்னாலிருந்து கூப்பிடுதே...!" ஒருவர் ஆத்திரமுற்றுக் கூறினார்.

16

கோவில் குளத்துக்குக் கிழக்குப் பகுதியில் அமைந்திருக்கின்ற இரண்டு விளையாட்டு மேடைகளிடையே சன்னிதானத்துக்கு நேராக இருக்கிற இடத்தில் சித்திரை மாதம் முதல் தேதியிலிருந்து பத்தாம் தேதி வரையிலும் 'படையணி' (ஒரு திருவிழா) நடைபெற்று வருகிறது. இரவு 'திருப்பூதபலி'க்குப் பின்னர் படையணிக்கு முன்னர் ஓர் இரு மணி நேரம் வரையிலும் ஒரு சடங்கும் நடைபெற்று வருகிறது.

தாவதி துள்ளூதல்!

இரு பக்கங்களிலும் மும்மூன்று தப்பட்டையினர், எரிகிற நெருப்பு அருகே தப்பட்டைகளைச் சூடுபண்ணி முறுக்கேற்றி அவற்றில் 'சொல்த்தாளம்' போடுவார்கள். முன்னால் ஒருவரும், அவரைப் பின்பற்றி எட்டோ, பத்தோ, பதினைந்தோ பேர்களும் தாளத்திற் கேற்றவாறு காற்சுவடுகளை வைத்து நகர்ந்து செல்வார்கள். முன்னால் நிற்கின்றவர் பதினைந்து பலம் எடையுள்ள 'இலைத்தாள்'த்தை தப்பட்டைளின் சொற்தாளத்துக் கேற்றவாறு தாள ஓசையெழுப்புவார். அந்தத் தாளத்திற்க் கிசைந்த முறையில் காற்சுவடு வைத்து நடனமாடுவார்கள்.

அந்த ஆட்டம் துவங்குவது இவ்வாறாக இருக்கும்:

"தூவி தூவி தித்தோ தை தை தா...!"

வருடங்களாக 'தாவதி' துள்ளிக்கொண்டிருந்தவர் மங்கலச்சேரி ரவிப்பிள்ளையாவார். கால் முட்டிக்குக் கீழிறங்கிய துண்டுவேஷ்டி மற்றும் கழுத்தில் பொன்மாலையணிந்து ரவிப்பிள்ளை தாவதி துள்ளுவதைக் காண இன்பமாக இருக்கும். ஆறுகரைகளைச் சேர்ந்த மக்களும் அங்கு வந்து சேருவார்கள்.

ரவிப்பிள்ளை அன்றைய தினம் பொன்- அரைஞாண் அணிந்திருப்பார். இடுப்பின் ஒரு பகுதியில் வேஷ்டிக்கு வெளியே அது சிறிது காட்சி தரும்.

ரவிப்பிள்ளை துள்ளுதலுக்கும், 'வேலைவிளையாட்டு'க்கும் 'கச்சை கட்டி'ப் பயின்றவர். இந்த வருடம் அவர் தாவதி துள்ளுவதற்கில்லை. உடல்நலமில்லை. அதிகமாக வீட்டுக்கு வெளியே வருவதும் கூட இல்லை. அவர் மனம் தளர்ந்துவிட்டது. உடல்நலத்தையும் அது பாதித்திருக்கிறது. சிறகொடிந்த பறவைபோல் அவர் பொந்துக்குள்ளேயே அடைந்து கிடக்கிறார்.

புல்லாற்று இட்டிராரிச்சக் கைமள் கூட்டத்தினின்று முன்னே வந்தார். இலைத்தாளத்தைக் கையிலெடுத்தார். கைமள் ஓர் ஆஜானுபாகு. அவர் வந்து தாவதி துள்ள முன் நின்றால் அது ஒரு சிறப்புத்தான்.

குறைவின்றி கைமளும் தாவதி துள்ளினார்.

* ** *

அன்றைய தினம் "சோவன் புறப்பாடு" என்ற நிகழ்ச்சி.

புளியமரத்தடி வீட்டு நாணுச்சார்தான் சோவன் வேடமணிந்து இருக்கிறார். மாந்நாட்டு சங்கு, வெட்டத்தில் காட்டு ஆகியோர் 'சோவத்தி'கள் வேடத்தில் அரங்கத்திலே தோன்றியிருக்கிறார்கள். 'சோவன் புறப்பாடு' நிகழ்ச்சி அருமையாக இருக்கும். நாணுச்சார் நல்ல துள்ளல் ஆட்டக்காரர். பாடவும் தெரியும். எனவே பாடலும் நன்றாக இருக்கும். கிட்டு இயல்பாகவே ஒரு கிண்டல் பேர்வழி. சங்கு எந்தக் காலத்திலும் சோவத்தி வேடமணிகிறவன்.

"ஹோ ஹோ ஹோயியோ"

சோவன் அரங்கிற்குள் வருகிறான்.

கள் பானை தோளில் உண்டு. இரு மருங்கிலும் சோவத்திகளால் புடைசூழப்பட்டு வருகிறான்.

மேடை மீது ஏறிநின்று வழக்கம் போல் வந்தவனைப் பாடலைப் பாடியாடினான். பின்னர் சோவனுக்கும் சோவத்திக்குமிடையே விவாதம் நடைபெறுகிறது.

சோவனுக்குச் சோவத்திகள் இரண்டு பேர்கள்.

கறுத்த சோவத்தியை சோவன் அழைத்தான்.

'அடியே...!"

"ஓ...!"

"அடியே, அந்த கிறிஸ்தவன் யாருக்கடீ, கள் வாங்கிக் கிட்டுப் போறான்?"

"மாளிகை வீட்டுக்கு!"

“மாளிகை மேலே உக்காந்துடு கள்குடிச்சா, வாந்தியெடுத்தா, என்னடி பண்ணுவா?”

“வாந்தியெடுக்காத கள்ள கொடுத்தனுப்பிச்சிடுவேன்.”

ஒரு மனைவியிடம் இவ்வளவு நேரம் பேசியதைக் கண்டு இரண்டாம் மனைவி வருத்தமுற்றாள். அவள் முகம் வீங்கி விட்டது.

மக்கள் மத்தியில் எங்கும் ஒரு முணுமுணுத்தல் பரவியது. யாரைப் பற்றி அது வென்று அனைவருக்கும் தெரிந்துவிட்டது. ஆயினும் அறியாதது போல் வினவியபோது எங்கிருந்தோ ஒரு குரல்–

“நாகம் பிள்ளை!”

“அந்த கிருஸ்தவன்?”

“அவன்தான் ஔத!”

ஒருவன் சொன்னான்:

“அது பொய்! நாகம் பிள்ளை குடிக்கமாட்டார். ஒரு தமிழன் இங்கு வந்திருக்கிறானேங்கறதனாலே நமக்கு இருக்கிற எதிர்ப்புதான்!”

இன்னொருவன் அத்துடன் சேர்த்துச் சொன்னான்:

“அந்த கிளாசிப்பேர் பண்ணற அவதூறுதான் இது. அவங்களுக் குள்ளே ஒரே கெடுபிடிதான்.”

மூன்றாமவன் வினவினான்:

“அவரு நல்லவரா?”

பாரபட்சமில்லாத ஒருவனுடைய கருத்து இப்படி இருந்தது:

“கிளாசிப்பேரைப்பற்றியும் வரப் போவுது. நாணுச்சாரல்லவா, மேடை மேலே சோவன் வேடமணிஞ்சு நிக்கறா?”

கூட்டத்தில் பேரிரைச்சல் கிளம்பியது.

பிணக்குற்றுக் கன்னத்தை வீங்கவைத்து நிற்கிற இரண்டாம் சோவத்திக்கு அவன் ஆறுதலளித்தது இப்படித்தான்:

“கண்ணே, வருந்தாதே! நீ எடுத்துக் கொடுத்த கள்ளைக் குடிச்சா, தமிழ் பேசுவது மலையாளமாய்விடுமா?”

“நான் கொடுத்தனுப்பிச்ச கள்ளைக் குடிச்சா கொடும் தமிழ் கூட மலையாளமாயிடும்.”

அப்போது குழுமியிருந்த அவையினரின் சந்தேகம் தீர்ந்து விட்டது.

முதன் மனைவியைப் பார்த்து சோவன்குறை கூறினான்:

"நீ நாசமாப் போனவ!"

அவள் சோவன் கன்னத்தில் குத்தினாள்.

இரண்டாம் மனைவியை நோக்கி சோவன் சொன்னான்:

"நீ கெட்டுப் போனவ!"

அவளும் அவன் கன்னத்தில் குத்தினாள்.

இரண்டு பெண்களும் தாளத்துக்குத் தகுந்தபடி கால்வைத்தவாறு இரு பக்கங்களிலும் அவன் கன்னத்தைக் குத்தத் தொடங்கினர். அவனால் நிற்கமுடியவில்லை. ஓட்டமெடுத்தான்.

* ** *

இரண்டாம் அரங்கத்தில் சோவன் மட்டும்தான் இருந்தான்.

"ஹோய் ஹோயியோ..."

கள் குடித்துத் தள்ளாடி வருகிறான்.

ஜனக் கூட்டத்தின் மத்தியில் நிற்கிற கட்டகத் தரை மாதுவை நோக்கித் தலை நிமிர்ந்து கூவியழைத்துக் கேட்டான் சோவன்.

"யானை வேணுமா; குடை வேணுமா?"

மாது கூட்டத்தினிடையே நழுவி மறைந்துவிட்டான்.

வேலுச்சோவனின் கள்ளுக்கடையில், 'யானை வேணுமா; குடை வேணுமா?' என்கிற சர்ச்சையைக் கிளப்பி ரகளை பண்ணியவர்களிலே ஒருவன்தான் இந்த மாது.

இன்னொருவன் மக்கோத.

சோவன் கூவியழைத்துக் கேட்டான்:

"மக்கோத இருக்கானா? பறையத் தரை மக்கோத!"

யாரோ ஒருவன் கூவிச் சொன்னான்:

"மக்கோத கள்ளுக்கடையிலே இருக்கான்!"

'ஐயகோ! அப்டீன்னா, என் கறுத்த பொண்ணு அங்கிருக்கிறா - நான் இங்கிருக்கேன். நாசமாப் போச்சு!"

கள்ளுக்கடையில் சோவத்தியும் மக்கோதவும் காதல் பண்ணு கிறார்களா?

ஒரு ஐயப்பாடு.

* ** *

அடுத்ததாக ஒரு துள்ளுதல். பாடல், நாணுச்சார் நின்ற நிலையிலேயே புனைந்ததாகும். மத்தளமுள்ளிட்ட மேள தாளங்களுடன்தான் அந்தத் துள்ளுதல் தொடங்கியது.

சீரட்டையென்று புகழ் பெற்ற வீட்டின்
தலைவராம் கைமளின் பாதங்கள் தொட்டு
கும்பிட்டு வந்தனை செய்த பின் ஏழையாம் நாள் துள்ளலாய்
    பாடறேன்; பாடறேன்.
நம்பியார் என்னும் என் குருநாதரும், என்னோட
தம்பிரான் ஐயப்பச் சாமியும், சான்றோர்களாகிய ஊரார்
    அனைவரும்.
என் மேலே அடி உதை விழாமல் காத்திட வேண்டும்...!

என்று மேடை வணக்கம் முடித்து சோவன் பாடத் தொடங்கினான்:

-யானை வேணுமா; குடை வேணுமா?
யாரடா, நீ அதைக் கேட்க?
நாதனாம் என் எண்ணத்தில்
நடப்பாகும் காரியமெல்லாம்
ஊராரோ? அவர்கள் யார்? அவர்களுக்கென்னடா, உரிமையிருக்கு?
அடிப்பேன், உதைப்பேன், உடைப்பேன் பல்லை. ஊரார் என்கிற
    வர்க்கத்தை.
நான் புல்லாய் அறுப்பேன், புல் போல் மதிப்பேன்.
தந்தைக்குப் பொறந்தவன் யாராச்சுமிருந்தா வாங்கடா, வாங்கடா,
    வாங்கடா...!"

சீரட்டக்கைமளுக்கு வேண்டியது கிடைத்தது.

குழுமி நின்ற மக்களும் நன்றாக ரசித்தனர்.

* ** *

நம்பியார் என்ற மகாகவி இந்த விளையாட்டு அரங்கத்தில் நின்றவாறு அன்றைய ஆசானைப் பற்றியும் ஊர்ஜனங்களைப் பற்றியும் ஏராளமான கவிதைகள் புனைந்து பாடியிருக்கிறார். ஆனால் நாணுச்சார் என்கிற மனிதனுக்குக் கவிதை வராது. ஆனால் அவர் சொல்வதெல்லாம் பாணங்கள் போல் சென்று லட்சியத்தைத் தாக்கிவிடும்.

படையணி விழா அரங்கத்தில் யாரைப்பற்றிச் சொன்னாலும் புகார் சொல்ல முடியாது. யாரைப்பற்றியும் எதை வேண்டுமானாலும் சொல்லலாம்.

இது ஒரு நல்ல ஏற்பாடுதானே?

சீதங்கள் அரங்கேறுவது எங்ஙனமென்று தெரியுமா?

"போய்விடுங்கள்! போய்விடுங்கள்! போய்விடுங்கள்!" என்று திரும்பத் திரும்பக் கூவியழைத்தவாறுதான்.

சீதங்கனுக்கு இரண்டு மனைவியர். இருவருக்கும் இடையில் இருவருடைய அழகினைப் பருகியவாறுதான் அவன் வருவான். ஒருத்தியைப் பார்க்கும் போது இன்னொருத்தியின் முகம் கறுத்துவிடும். அதைப் புரிந்துகொண்டு பின்னர் யாரையும் பார்க்காமல் நடந்து வந்து விடுவான். அப்போது இருவரும் சோர்வுடன் சீதங்கனைப் பார்ப்பார்கள். சீதங்கன் பார்வையோ ஆங்கே தூரத்தில்தான் இருக்கும்!

வழக்கமான பாடலைப் பாடுவான். அப்போது சிறியதொரு நடனத்தின் தாளமுடன் காலெடுத்து வைத்துக் கொண்டு ஒரு நடிப்பும் உண்டு.

வயலிலுள்ள பள்ளத்தில் வலை வைத்து மீன் பிடிக்கிற நடிப்பு.

வயலில் பெண்கள் வேலை செய்கின்றனர். நடவுப் பாடலை சீதங்கனின் மனைவி பாடுகிறாள். தொலைவில் நிற்கிற சீதங்கன் சிறிது பதட்டமுடன் ஓடிவருகிறான்.

அவன் கேட்கிறான்: "யாரடி, அது யாரடீ?"

அருகில் சென்றபோது சீதங்கனுக்கு ஏற்பட்டிருந்த சந்தேகம் தீர்ந்தது.

"அடியே, இது மங்கலச்சேரி சின்னத் தம்பிரான்டீ! எனக்கும் தம்பிரானுக்கும் என்னடீ, வேற்றுமை? நானும் தம்பிரானும் சேற்றிலும் சகதியிலும் படுத்துக் கிடக்கிறோம். நானும் தம்பிரானும் ஒரே நீரைக் குடிக்கறோம். நானும் எழுத்துப் பள்ளிக்குப் போகலே. தம்பிரானும் போகலே. எனக்கு எண்ணத் தெரியாது. தம்பிரானுக்கும் எண்ணத் தெரியாது."

அத்துடன் மட்டும் சீதங்கன் நிறுத்திக் கொள்ளவில்லை. தொடர்ந்து கூறினான்:

"நானும் ராத்திரீலே மூட்டையிலே அள்ளியெடுத்துத் திருடிக் கிட்டுப் போறேன். தம்பிரானும்! மங்கலச் சேரிக் குடும்பம் அழியுது. அழிக்கிறாங்க."

மங்கலச்சேரி இளம் தலைமுறையினரை சீதங்கன் அவ்வாறு சித்தரித்தான். பின்னர் புலையனும் புலையச்சியும் சேர்ந்து நடத்துகிற விவாதப் பாடல். அது சிவன், பார்வதி மற்றும் கங்கையை வருணிக்கிற பாடல்!

பின்னர் சீதங்கன் ஊருக்கு வந்தான். அது மங்கலச் சேரிக் குடும்பம் இரண்டுபட்ட கதை.

* ** *

அறிந்து கொள்ளாதவர்கள் அறிந்துகொள்ளுங்கள்!

கோந்நோத்து வீட்டு அறையில் நெல் இல்லை. செலவுக்கு நெல் கிடையாது. சென்ற ஒரு நாள் நான்கு படி நெல் தேவஸ்தானத்திலிருந்து நள்ளிரவில் வாங்கிச் சென்றனர். பொன்குடைக்கு எட்டு பகுதிகள் உண்டு. எட்டாவது பகுதிக்கானது கோந்நோத்துக்கு வந்து சேர்ந்தது.

"ஏழு பகுதிகளை எட்டு பகுதிகளாக்கினால் என்ன?"

"அப்படின்னா, அப்படியே ஆகட்டும்."

சீதங்கனுக்கு எந்தப் புகாருமில்லை. அதிருப்தியுமில்லை.

அந்தப் புலையத்தி விசாரித்தாள்.

"சாஸ்தாவின் சொத்தை எடுத்துக்கிட்டா பாபம் இல்லையா?"

"திருடத் திருட அழியுது. அழிய அழிய திருடறது!"

* ** *

சீதங்கன் உலகியிடம் விசாரித்தான்.

"அடியே, நான் உனக்குப் புடவை தந்து வருசம் என்னாச்சு?"

"அந்த மலைவெள்ளம் வந்தப்போ மேல் வீட்டு நாய்கள் கூரை மேலே ஏறிநின்னு குலைச்சாங்கல்ல? அந்த சித்திரை மாசத்திலே..."

"அப்போ ரொம்ப ரொம்ப நாளாச்சு, இல்லே?"

"ங்ஆ!"

உலகி தலையசைத்தாள்.

சீதங்கன் காதலித்தவாறு உலகியைச் சுற்றி, சேவல் பிடையைச் சுற்றுவது போல் வட்டமிட்டான்.

உலகிக்கும் காதல் வந்தது.

அவள் கொஞ்சிக் குழைந்தவாறு வினவினாள்.

"ஓ...! இதென்ன, கூத்து?"

"எனக்கு உன் மீது ஒரு இது. நான் உனக்குப்புடவை தரட்டுமா?"

"எனக்கு நீ தந்தது தானே?"

"அது போதாதடீ! இன்னொரு புடவை கூடத் தரும்போது நாம்ப இன்னும் வாலிபமாவோம்."

உலகி காதல் உணர்ச்சியுடன் கூறினாள்:

"அப்படீன்னா, இப்படித் தந்திடு!"

ஆர்ப்பரிப்பும் குரவையும் முழங்கின. மேளமும் ஒலித்தது. சீதங்கன் ஒரு பழைய துணியைச் சுருட்டியெடுத்து உலகிக்கு நல்கினான். அவள் வெட்கித் தலை குனிந்து அதை வாங்கிக் கொண்டாள்.

“அடியே!”

“ஓ!”

“இப்போ நான் தேவடிமுல்லக்காரன் தம்பிரான் ஆயிட்டேன்.”

* ** *

மறுபடியும் சீதங்கனும் புலையத்திகளும் சேர்ந்து வினா-விடை உருவத்தில் ஒரு நீண்ட பாடலைப் பாடினர். பாசியெடுத்தெறிவது, நிலத்தைப் பண்படுத்துவது, பறித்து நடுவது போன்ற விசயங்களாக இருந்தது அந்தப் பாடலின் உள்ளடக்கம்.

ஊரிலுள்ள பலரும் விவசாயம் பண்ணுவதில் காட்டுகிற அக்கறையின்மைதான் பின்னர் நடைபெற்ற விவாதத்துக்கு விசயமாக இருந்தது.

* ** *

அடியே!”

“ஓ...!”

கச்சியினால் உருவாக்கிய ஒரு குழந்தையின் உருவத்தை விளக்கின் ஒளியில் உயரத் தூக்கிப்பிடித்தவாறு காக்கான் கேட்டான்:

“அடியே, இந்தக் குழந்தை யாரைப் போலிருக்கு?”

“அது உங்களைப் போல் இருக்கு.”

அந்த உருவத்தின் கால்கள் இரண்டையும் பிடித்துத்திரித்து முகத்தைச் சற்று நிமிரவைத்துவிட்டு காக்கான் சொன்னான்:

“இது என் குழந்தை அல்ல.”

“அப்பறம்?”

“இதோட இடுப்புக்கு மேலே கிளாசிப்பேரு போல. நல்ல அழகு. தலைக்குக் கீழே சேஷையன் சாமி மாதிரி.”

“அதெப்படீங்க, ஒரு குழந்தை ரெண்டு பேரு மாதிரி?”

“இந்தக் காலத்திலே அப்படித்தான்டீ! நான் சொல்லறேன்- கட்டியவன் ஒருத்தன் தான் இருக்கிறான்னா, குழந்தை முழுவதுமாய் அவன் மாதிரி இருக்கும். ரெண்டு பேரு இருக்கிறாங்கன்னா, ரெண்டு பேரு மாதிரிதானிருக்கும். தினசரி ஒவ்வொருத்தன்னா எல்லார் மாதிரியும் இருக்கும்.”

காக்கான் அந்தக் குழந்தை உருவத்துக்குச் செல்லம் கொடுத்து கரங்களிலெடுத்துத் தொட்டிலாட்டுவது போல் ஆட்டினான்; முத்தம் கொடுத்தான்.

“இவன் அந்த கந்தர்வனோட பையன்தான்!”

“ஆமாமாம், பகல்வேளை முழுவதிலுமே கண்டெழுத்து வேலை. ராத்திரீலே கந்தர்வ வேலை!”

அதன் பொருள் என்னவென்றும், அது யாரை லட்சியமாகக் கொண்டு சொல்லப்பட்டதென்றும் அனைவருக்கும் புரியலாயிற்று.

* ** *

காக்கானும் காக்காத்தியும் சேர்ந்து ஒரு பாட்டிசைத்தனர். காக்கான் எழுதி வாசிக்கிற பாட்டு.

அது ஒரு கதை.

நீண்ட நாட்களுக்கு முன்னர் நடந்த கதை. ஒரு ஊரிலே ஓர் அரசன் இருந்தான். அவனுக்கு ஒரு மந்திரி. மந்திரி ஊரையும் ஊராரையும் பயமுறுத்தி எங்குமுள்ள தங்கத்தைச் சொந்தமாக்கினான்.

அந்தப் பிராந்தீயத்திலுள்ள அனைத்து வீடுகளிலிருந்தும் ராசி, பவுன், வராகன், நகைகள் அனைத்தும் மந்திரி வீட்டிற்குச் சென்று சேர்ந்தன. அந்தத் தங்கக் குவியல்களைப் பார்த்த மந்திரி மனைவியின் கண்களோ கூசிப்போயின.

மந்திரி மனைவிக்கு ஒரு மோகம். மந்திரி அரசனாக வேண்டு மென்றும்! தான் ராணியாகவேண்டுமென்றும்!

கதையின் இறுதிக்கட்டம் - மந்திரிபத்தினி மக்களிடமிருந்து அபகரித்துக் கொண்ட தங்கத்தை எடுத்துக் கொண்டு ராணியாகிவிட திருவனந்தபுரத்திற்குப் பயணமாகிறாள்.

பறித்தெடுத்த பண்டமனைத்தும் இடித்துச் சூரணமாக்கப்பட்டது. இப்போது அதன் ஓர் அணுகூட கறுத்துத் தடித்துப் பருமனான அந்த மந்திரி மனைவியிடமில்லை. மிஞ்சினதெல்லாம் மக்களின் சாபம் மட்டும் தான்.

யாரைப் பற்றிய கதை இதுவென்று அனைவருக்கும் புரிந்து விட்டது. எதார்த்தத்திலுள்ள சர்வாதிகாரியக்கார், தங்கம், வெள்ளி முதலிய பொருட்களை எடுத்துக்கொண்டு ஒரு முறை திருவனந்தபுரம் வரையிலும் சென்று வந்திருந்தார். பின்னர் சர்வாதிகாரியக்காராக நியமிக்கப்படுகிற அரசகட்டளையை எதிர்பார்த்துக் கொண்டிருந்தார், கிளாசிப்பேர்.

வெகு நாட்கள் காத்திருந்த பின்னரும் அரச உத்திரவு வர வில்லை. தேவியிடம் குஞ்சுலட்சுமியம்மா சொன்னாள்: ‘எசமானன்

சர்வாதிகாரியக்காராகி விடுவார்!"

தேவி நல்லமனதுடன் அதை எல்லோரிடமும் சொன்னாள். எல்லோரும் அதை நம்பினர்.

கோடாந்திர பெரிய ஆசான் உள்பட பலரும் கிளாசிப் பேரைச் சென்று பார்த்துப் பாராட்டினர். ஒரு சர்வாதிகாரியக்காராவதற்கான தகுதியனைத்தும் கிளாசிப்பேருக்கு உண்டு. பார்த்தால் எவருமே எழுந்து நின்றுவிடுவார்கள்.

உத்தரவு ஏன் வரவில்லை என்ற கேள்வி பிறந்தது.

இப்போது குஞ்சுலட்சுமியம்மா சொல்வதெல்லாம் இதுதான்:

"அந்த திவான்ஜி ரொம்பவும் மோசமானவர்!"

17

தலைப்பாகை, தோளில் மேல்வேஷ்டி ஆகியவற்றுடன் பொழுது விடியும் நேரத்திலேயே கைத்தடியூன்றியவாறு கோவிலுக்குச் செல்லும் கோந்நோத்துப் பெரியவரை இனிமேல் யாரும் பார்க்க முடியாது. படுத்த படுக்கையிலிருந்து இனிமேல் அவர் எழுந்து நிற்கமாட்டார். இறுதி மூச்சிழுக்கும் சேஷ்டைகள் ஆரம்பமாகிவிட்டன. இனி தாமதமில்லை. உணர்வு மங்கலாகிறது. பழமை பற்றி அறிவுடையவர்கள் அவ்வாறு சொல்கிறார்கள்.

பக்கத்திலேயே நிற்கிறார் சீரட்டக்கைமள். வாழ்நாள் முழுவதிலும் இணைபிரியாச் சக ஊழியரை விட்டுப் பிரிந்து செல்கிறார். அது வேதனை தருகிற ஒரு விசயம்தான்.

சில நாட்களுக்கு முன்னர் இன்னொரு மரணம் ஊரில் நடந்து விட்டது. கோந்நோத்துப் பெரியவரும் சீரட்டக் கைமளும் அந்தக் கண்கள் அடைந்துபோவதை நீர் மல்கிய கண்களுடன் பார்த்து நின்றனர். கோவில் உஷ:பாயசத்தின் ருசி என்னவெனச் சரிவரப் புரிந்து கொண்டிருந்த ஒருவர் கூட இன்று ஊரில் இல்லாமற் போய் விட்டார் - இப்படித்தான் ஜனங்கள் பேசிக்கொள்கின்றனர். அவர்கள் இன்னொரு விஷயத்தைக் கூடச் சொன்னார்கள். எனவே அர்ச்சகர்களின் இல்லத்துக் குழந்தைகளுக்கு கற்கண்டு, திராட்சைப் பழம் ஆகியவை வேண்டுமளவு கிடைத்துவிடும். உஷ:பாயசத்தின் சேர்க்கை வகைகளிலே மிகவும் முக்கியமானவைதான் அவை.

கோடாந்திரப் பெரிய ஆசான் மிகவும் நல்லவர். கள்ளம் கபடமற்றவர். அவரைப்பற்றி இப்படிச் சிறப்பாக யாராவது பேசியிருக்கிறார்களா? அவரைப் பற்றி உஷ: பாயசத்தின் ருசி அறிகின்றவரென்றுதான் மக்கள் அறிந்திருக்கின்றனர். உஷ: பாயசத்தைப் பற்றிய பேச்சு வரும்போதெல்லாம்

ஆசானை நினைத்துக் கொள்கின்றனர். போதும்! நல்லவரானாலென்ன? அல்லாமலிருந்தும் என்ன? வாழ்க்கையில் அவர் ஒரு சாதனையை ஏற்படுத்திக் கொண்டிருக்கிறார். உஷ:பாயசத்தின் ருசி அறிகின்றவர்!

ஆசான் என்ன செய்தார்? என்ன செய்யவில்லை? எதற்காக அதைப் பற்றியெல்லாம் அறியவேண்டும்? ஆசான் பிறந்தார்; இறந்தார். அவ்வளவும் உண்மையே. பின்னர் உஷ:பாயசத்தின் ருசி அறியவும் செய்திருக்கிறார்.

இன்னொரு பெரிய ஆசான் உற்பத்தியானார். பெயர் ஐயப்பக் குறுப்பு-பெரிய ஆசானின் அக்காள் மகன்.

இப்போது ஒரு சில விநாடிகளுக்குள், - அல்லது நாழிகைகளுக்குப் பிறகென்றே வைத்துக்கொள்ளுங்கள்! நடைபெற இருக்கிற மரணம் ஒருவருடைய வாழ்க்கையில் மிகப்பெரிய முக்கியத்துவம் வாய்ந்த முகூர்த்தமாக மாறிவிடப் போகிறது. கோந்நோத்து கல்லறைக்கல் ராமன் பிள்ளை, பெரியவர் இறுதி மூச்சிழுத்ததற்குப் பின்னர் கோந்நோத்துக் குடும்பத் தலைவராகி விடுவார். ராமன் பிள்ளை எஜமானர் கண் இமைக்காமல் பார்த்து நிற்கிறார். அந்த நிமிடத்தை எதிர்பார்த்துத்தானா?

மூச்சிழுக்கும் சேஷ்டைகளிடையே கோந்நோத்துப் பெரியவர் தலையணைக்கடியிலிருந்து எதையோ இழுத்தெடுத்தார். அது கனமான ஒரு பொருளாகும். சாவிக்கொத்து! இறக்கும் தருவாயிலிருக்கிற அந்த மனிதரால் அதை எப்படி இழுத்தெடுக்க முடிந்தது? அந்த நேரத்தில் சாவிக் கொத்தின் நினைவு எங்ஙனம் வந்தது? ஆறுகரைகளைச் சேர்ந்த மக்கள் அங்கே வந்து குழுமியிருக்கின்றனர். கோந்நோத்துப் பெரியவர் அந்தச் சாவிக் கொத்தினை என்ன செய்யப் போகிறார்?

ஆவல் நிறைந்த நிமிடங்கள்!

ஆசானுடைய மூச்சிழுப்பில் மாறுதல் ஏற்பட்டது. பல்வேறு மரணங்களைப் பார்த்துப் பழக்கமுள்ளவர்கள் சொன்னார்கள், மூச்சிழுப்பிலே இந்த மாறுதல் ஏற்படும் போது அறிவுக்கு நல்ல தெளிவு ஏற்படுமாம். உடலுக்குச் சக்தியுமேற்பட்டுவிடலாம். உயிர்த்து வரலா மென்று கூட எண்ணுவதுண்டு.

பெரியவர் சாவிக்கொத்தினை ஒரு கையினால் உயரத் தூக்கிப் பிடித்தார். அது கோல்த் தாழ்களின் சாவிக்கொத்து. பெரியவர் அதை சீரட்டக் கைமளிடம் கொடுத்தார்.

சீரட்டக் கைமள் நீர்த்துளிகள் உதிர்ந்து விழுகின்ற கண்களுடன், வினயமுடன், இருகைகளையும் நீட்டி அதைப் பெற்றுக் கொண்டார். அது பகவானுடைய பொக்கிஷம் மற்றும் நெல் அறைகளின் சாவி களாகும். சீரட்டக் கைமள் ஏங்கியேங்கி அழுதார். பெரியவர் கண்களை மூடிக்கொண்டார்.

அந்தச் சாவிக்கொத்து ஏற்கனவே கோடாந்திரப் பெரிய ஆசானிட மிருந்தது. பெரிய ஆசான் ஒரு நாள் கோந்நோத்துப் பெரியவரிடம் கூறினார்:

"பிள்ளைவாள், இது உங்களிடமே இருக்கட்டும்!"

இவ்வாறாக அது கோந்நோத்துப் பெரியவர் கைவசம் வந்தது. தேவஸ்தானப் பொக்கிஷத்தின் சாவிக்கொத்தினை வைத்துக் கொண்டிருப்பது ஒரு சாதாரணமான சில்லரை விசயமல்ல.

இறந்துபோகிற இந்த மனிதர் குடும்ப பாசமில்லாதவர். அது வெட்டவெளிச்சமாயிற்று. குடும்ப பாசமிருந்திருந்தால் சாவிக்கொத்தினை யாரிடம் ஒப்படைத்திருப்பார்? அடுத்ததாக கோந்நோத்துப் பெரியவராக வர இருந்த கல்லறைக்கல் ராமன் பிள்ளை அவ்வாறுதான் எண்ணினார்.

கோடாந்திரப் பெரிய ஆசான் ஒப்படைத்த அந்தச் சாவிக் கொத்தினைப் பெரியவர் தன்னிடம்தான் தந்திருக்க வேண்டுமென்று கோடாந்திர ஐயப்பக் குறுப்புவுக்கும் தோன்றியது.

பார்த்து நின்ற அனைவருடைய கண்களும் நிறைந்த. ஆனால் இருவருடைய உள்ளம் மட்டும் புகைந்தது - கல்லறைக்கல் ராமன் பிள்ளை, கோடாந்திர ஐயப்பக்குறுப்பு, ஆகியோரது உள்ளம்தான்!

இறந்தவர் கோந்நோத்துப் பெரியவர். ஈமச் சடங்குக்காக ஆறு கரைகளைச் சேர்ந்தவர்களும் வந்து குழுமினர். ஒரு சின்னராஜா மரண மடைந்தது போலிருந்தது. ஊரிலுள்ள பறையர், புலையர் அனைவரும் மார்பிலடித்து அழுதனர்.

அன்று ஒவ்வொரு சேரிக்கும் இருநூறு பறை நெல் அளந்து கொடுக்கப்பட்டது. கோந்நோத்து வீட்டில் அன்றைய தினம் நெல் இருக்கவில்லை. தேவஸ்தானத்துக்குச் சொந்தமான நெல் கோவிலி லிருந்து எடுத்துக் கொண்டு வரப்பட்டது. கோந்நோத்துப் பெரியவரின் ஈமச்சடங்குக்கான செலவு குறித்து யாருமே முணுமுணுக்கவில்லை. அது அவசியமானதுதான். அதைப் பற்றிக் கருத்து வேற்றுமையின் சிறு ஓசை கூட எழவில்லை.

கோந்நோத்துப் பெரியவர் அடுத்ததாக கோந்நோத்துப் பெரியவராக வரவேண்டியிருந்தவரிடம் சாவிக்கொத்தினை ஏன், ஒப்படைக்கவில்லை? குளத்திலுள்ள குளியல் துறைக்கு வந்து சேர்ந்த பெண்கள்கூட அந்த வினாவெழுப்பினர். கல்லறைக்கல் ராமன் பிள்ளைக்குப் பொறுப்புணர்ச்சி கிடையாது. இறந்துபோன ஆசானுக்கு அது தெரியும். அந்த இரண்டு வாசகங்களில் அந்தப் பெண்களே வினாவுக்கு விடையளித்தனர்.

கோடாந்திர ஐயப்பக் குறுப்பு ஆசான், சாவிக்கொத்து தன் வசமிருக்கவேண்டுமென்று ஆசை கொண்டிருக்கக் கூடாது. ஏன், கூடாது?

அவருடைய அம்மாவன் ஒப்படைத்த சாவிக்கொத்து தானே?

ஓ... அவரும் பிடிப்பு இல்லாதவராகும். பெரியவர் பிடிப்புடைய மனிதரிடம் சாவிக்கொத்தினை ஒப்படைத்தார்.

இந்தப் பொறுப்புணர்ச்சி, பிடிப்பு என்றெல்லாம் சொல்வதன் பொருள் என்ன?

எந்தக் காலத்திலும் இளம் தலைமுறையினருக்குப் பொறுப்புணர்ச்சியோ பிடிப்போ இருந்தது கிடையாது. முன் தலைமுறையினர் சொல்வது அப்படித்தான். இறந்துபோன கோந்நோத்துப் பெரியவருக்குப் பொறுப்புணர்ச்சி இருக்கிறதென்று அவருடைய அம்மாவன் சொன்னதுண்டா? முன்னர் வாழ்ந்த சீரட்டக் கைமள்களுக்கு இந்தக் கைமள் பொறுப்புணர்ச்சியுடையவர் என்ற எண்ணமிருந்திருக்கிறதா? பின்வரும் தலைமுறை மோசமெனப் பூர்வீகர்கள் சொல்லுவார்கள். இவ்வாறாகத்தான் தலைமுறை தலை முறையாக வாழ்ந்து வந்திருக்கின்றனர்.

கோவில்காரிய கர்த்தர், இறந்துபோன கோந்நோத்துப் பெரியவருக்குச் சாதகமானவர் என்கிற எண்ணம் சீரட்டக் கைமளுக்கு என்றும் இருந்து வந்திருக்கிறது. காரியகர்த்தருக்கும் கைமளுக்குமிடையே பல சந்தர்ப்பங்களில் சச்சரவுகள் எழுந்ததுண்டு. அவர்கள் ஒருபோதும் நல்லிணக்கமாக இருந்ததில்லை.

நான்கைந்து வருடங்களுக்கு முன்னால் சீரட்டக் கைமள் ஒரு தந்திரத்தைக் கையாண்டார். தேவஸ்தானம் வரப்பிற்குள்ளிருக்கும் வயலின் நெற்களத்தில் கைமள் தமது சொந்த நபரைக் காவல் காக்க நியமித்தார். கோவில் காரியகர்த்தர் அதன்பின்னர் அந்தக் களத்துக்குள்ளேயே காலெடுத்து வைக்கவில்லை. அன்றைய தேவஸ்தானம் விவசாயியாக இருந்தவர் பாலூத்ர விவசாயி ஆவார். வரப்புக்குள்ளிருக்கும் நிலத்துக்குப் பிரத்தியேகமானதொரு சிறப்பு உண்டு. அது ஐநூறுபறை நிலம். அந்த நிலத்தில் விளைகிற நெல்தான் பகவானுடைய நைவேந்தியத்திற்கானது. அந்த நெல்லின் அரிசிக்கு ஒரு பிரத்தியேகமான ருசியுண்டு. நெய் சேர்த்துக் கொண்டது போலிருக்கும் அதன் சோறு. காரியகர்த்தர் வருடாவருடம் ஒரு சிறிய பரிவர்த்தனை நடத்துவதுண்டு. வரப்புக்குள்ளிருக்கும் களத்திலிருந்து யாருக்கும் தெரியாமல் நானூறுபறை நெல் தமது வீட்டுத் தேவைக்காக அவர் எடுத்துச் செல்வார். நெல்லுக்கு நெல் தேவஸ்தானத்துக்கு அளந்து கொடுத்தால் போதுமல்லவா?

...'இந்தப் பரிவர்த்தனைமுறை வேண்டாம்; முன்னர் அப்படி நடந்தது; இனிமேல் நடக்கவேண்டாம்...' சீரட்டக் கைமள் மனத்திற்குள் சொல்லிக்கொண்டார். களத்துக்குத் தமது எடுபிடியாளையும் காவல் போட்டார்.

...'காரியகர்த்தர் பகவானுக்குச் சமானமானவராக வேண்டாம். வரப்புக்குள் விளையும் வரிக்கோலிச் சம்பா அரிசி மட்டும்தான் சாப்பிடுவோமென்கிற நிர்ப்பந்தம் வேண்டாம்!... கைமளின் மனம் சொன்னதாகும்.

பாலூத்ர விவசாயி உண்மையானவர். எந்தக் கபடு சூதுமில்லாதவர். பதினாறாவது வயதில் தேவஸ்தான விவசாயப் பணியில் சேர்ந்து கொண்டவர். முதலில் அவர், அன்றைய விவசாயியான பொட்டன் துரை விவசாயியின் சிறுபடகினை ஓட்டிக் கொண்டிருந்தார். பின்னர்தான் விவசாயியானார். பின்னர் அவர் ஒரு சின்னத் திருட்டை நடத்தி வந்தார். பகவானுடைய சொத்தைத் தானா? திட்டவட்டமாய்ச் சொல்ல முடியாது. தினசரி இருநூறு அல்லது முந்நூறு வேலையாட்களுக்குக் கூலியாக நெல் அளந்து கொடுக்கவேண்டியிருக்கிறது. தேவஸ்தானத்திலிருந்து மொத்தமாய் நெல்லை அளந்து வாங்கிக் கொள்வார். அப்புறம் வேலையாட்களுக்குக் கூலியாய் அளந்துகொடுப்பார். அனைவருக்கும் கூலியாக அளக்கும்போது அரைப்பறை நெல் மீதியாகிறது. வேலையாட்கள் ஐம்பது பேர்களாக இருந்தாலும், நூறுபேர்களாக இருந்தாலும் அரை பறை நெல் மீதமிருக்கும், அளக்கும் போது செய்கிற செப்படிவித்தைதான் அது. பாழத்ர விவசாயிக்கு மட்டும் தெரிந்திருக்கிற செப்படிவித்தை! யாருக்குமே எந்தப் புகாருமில்லை.

பகவானுடைய நெல் அறையிலிருந்து, வயலில் உழைக்கிற ஆண்களுக்கு ஐந்து படியும் பெண்ணாளுக்கு மூன்று படியுமாகக் கூலிகொடுக்க நெல் அளந்து வாங்கப்படுகிறது. அவர்களுக்கும் கூலி கிடைத்துவிடுகிறது. இவருக்கும் அரை பறை நெல் கிடைக்கிறது.

பாலூத்ர விவசாயி, பகவான் சொத்தினைத் திருடினாரா? இல்லை!

ஆயினும் பொதுமக்கள் சொல்லுவார்கள்: "பாலுத்ர விவசாயி கொஞ்சம் அனுபவிச்சிருப்பான். கொஞ்சம் உப்பைச் சாப்பிடறான்; கொஞ்சம் தண்ணியும் குடிச்சிக்குவான்."

"பகவானுக்கு."

"ஓ! அதை பகவான் பொறுத்துக்குவார்."

அளவுமிச்சம் யாருக்கு உரிமைப்பட்டது? நிர்ணயிக்கவேண்டிய சட்டப் பிரச்சினை இதுதான். அந்த விவாதம் எல்லையின்றி நீடித்துக் கொண்டேபோகும்.

ஆனால் பாலூத்ர விவசாயி அந்த் அரைப்பறை நெல்லை வீட்டுக்குத் தான் எடுத்துச் செல்கிறாரா?

இல்லை!

பின்னர் எங்கே போகிறது? வேலுச் சோவன் கள்ளுக்கடைக்குத் தான் எடுத்துச் செல்கிறாரா?

இல்லை!

பின்னர் எங்கே போகிறது? வேலுச்சோவன் கள்ளுக்கடைக்குத்தான். உடல் வலியைப் போக்கிட அங்கே கால்படி முண்டக நெல்லினாலான பொரியும், பாலூத்ர தம்பிரானுக்கு மட்டுமாய் எடுத்து வைத்திருக்கிற இரண்டு குடுவைக் கள்ளும் காத்திருக்கும்.

வரப்புக்குள்ளிருக்கும் களத்துக்கு, சீரட்டக் கைமள் காவல் வைத்திருந்த மனிதனை, பாலூத்ர விவசாயி நிறையக் குடித்துவிட்டு வந்து எக்கச்சக்கமாய வார்த்தை பேசினார். அன்று மூன்று குடுவை குடித்திருந்தாரென்று வைத்துக்கொள்வோம் அளவுமிச்சம் அரைப் பறைக்கு மேலிருந்தது. ஒரு குடுவை கூடுதலாகக் குடித்தது மனப்பூர்வ மாய்ச் செய்ததாக இருக்கலாம்.

பல பத்தாண்டுகளாய் பகவானை நேர்மையுடன் சேவித்து வந்த ஒருவர்தான் பாலூத்ர விவசாயி. பொட்டன்தரை விவசாயியின் பழக்க வழக்கங்களைத்தான் அவர் கடைபிடித்து வந்திருக்கிறார்.

பாலூத்ர விவசாயி தேவஸ்தானத்தின் அனைத்து நிலங்கள் மற்றும் களத்தினுடைய மேற்பார்வையாளராக இருக்கிறார். ‘வரப்புக்குள்ளிருக்கும் நிலத்தின் களத்துக்கு, சீரட்டக்கைமள் காவல் வைத்தது யாரைக் கவனிப்பதற்காக? தன்னைத்தான்.’ பாலூத்ர விவசாயிக்கு அப்படித்தான் தோன்றியது. கோவில் காரியகர்த்தரை கவனிப்பதற்காகத்தான் என்கிற எண்ணம் அவர் மனத்திலுதிக்கவில்லை.

எனவே இவ்வளவு காலம் புரிந்துவந்த தொண்டாற்றுதல் வீணாயிற்று! அப்படித்தானே? யாரைச் சேவித்தார்? பகவானை! பகவானா, காவல் வைத்தார்? இல்லை. சீரட்டக் கைமள்தான். யார் இந்தக் கைமள்? மூன்று குடுவை கள்ளு வெடித்துச் சிரித்தது. குட்டநாடு விவசாயியின் கள்ளு வெடித்துச் சிரிக்கும். சீரட்டக் கைமளையும், அவர் நியமித்த காவல்காரனையும் பாலூத்ர விவசாயி வாயில் வந்தபடி திட்டிப் பேசினார்.

காவல்காரன் கைமளிடம் புகார் கூறினான். புகார் என்று மட்டு மல்ல; சொன்னதையும் சொல்லாததையும் பன்மடங்காகச் சேர்த்து சொன்னான். பொய்கள்; புனைச் சுருட்டுக்கள்!

அனைத்தையும் கேட்டுவிட்டு கைமள் கூறினார்;

“ஓ! பாலூத்ர விவசாயிதானே? பாவம்! அவனுக்கு ஒண்ணுமே தெரியாது. நான் காவல் வச்சது அவனைக் கவனிச்சுக்கறதுக்குன்னுதான் நினைச்சிருக்கான். இன்னும் அவன் என்னதான் சொன்னாலும் பொறுத்துக்கோ! அதுதான் வேணும்!”

"அப்போ, உங்களை வார்த்தை பேசினா?" என்றான் காவல்காரன்.

"பேசட்டும்!"

கைமள் கவாலை நிறுத்திவிட்டார். பாலூத்ர விவசாயியின் மனம் வேதனைப்பட வேண்டாம். அப்படி களத்தின் காவல் பிரச்சினை புஸ்வாணமாயிற்று. சாவிக்கொத்தினை வைத்திருக்கிற கைமள் சில ஆட்சிச் சீர்திருத்த நடவடிக்கைகளை மேற்கொண்டார். ஊழல்கள் சில உள்ளன. அவற்றைக் களைந்தெறியவேண்டுமென்று தீர்மானித்துக் கொண்டார்.

நைவேந்தியத்திற்கான ஐந்து பறை ஐந்தேபால் படி அரிசியை வைப்பு அறையிலிருந்து அளந்தெடுத்து கீழ் அர்ச்சகரிடம் ஒப்படைத்தார். சற்று நேரத்துக்குப் பின் மேற்கீழில்லத்துச் சிற்றாளான பெண் ஒருத்தி ஒரு சிறு ஓட்டு பாத்திரம் நிறைய அரிசியையெடுத்துக் கொண்டு செல்கிறாள். கைமள் அவளைக் கையும்களவுமாகப் பிடித்துவிட்டார். பிராமணனைக் கெட்ட வார்த்தைகளால் பேசக் கூடாதல்லவா? சிற்றாளைச் சொன்ன கெட்டவார்த்தை யார் மீது சென்று விழுந்தது? கீழ் அர்ச்சகர் மீதுதான்.

அது சிரிப்பதற்கான விசயமாயிற்று. கீழ் அர்ச்சகர் வெட்கித் தலை குனிந்துகொண்டார். வைப்பு-அறைக்காரன் ஒரு சொம்பு தேங்காய் எண்ணெயை தன் வீட்டுக்குக் கடத்திச் செல்ல முற்பட்டான். கைமள் அவனைக் கையும் களவுமாகப் பிடித்துவிட்டார். அறையில் எண்ணெய் மீதியிருப்பு எவ்வளவு? காரியகர்த்தர் பிடிப்பு இல்லாதவராகி விட்டார். கணக்கைச் சரிவர ஒப்புவிக்க முடியவில்லை.

கைமள் காரியகர்த்தரிடம் அறை மற்றும் ஜாடிகள் போன்ற பாத்திரங்களைப் பாதுகாத்து வைத்திருக்கிற நிலவறையின் சாவிகளைக் கேட்டார்.

"அப்போ... நித்திய நைமித்திகத்துக்காக நெல் எடுக்க என்ன செய்யறது?"

"அதெல்லாத்தையும் நான் அந்தந்த நேரத்திலே வந்து எடுத்துத் தந்திடறேன்."

"அப்பறம் நான் இங்கே எதுக்காக இருந்துக்கணும்?"

தொடர்ந்து காரியகர்த்தர் எதிர்த்து நிற்பதற்கென்றே துணிந்து விட்டார். அந்தத் துணிச்சல் இவ்வாறாக வெளிவந்தது:

"கோந்நோத்து ஆசானும் கோடாந்திர ஆசானும் சேர்ந்து சொல்லட்டும். அப்பறம் சாவியைத் தந்திடறேன்."

கைமள் ஆத்திரமேலீட்டுச் சொன்னார்:

“அப்படியானா, நீங்க இனிமே இங்கே காரியகர்த்தராக இருக்கப் போவதில்லே!”

“இல்லாட்டி வேணாம்!”

கைமள் பூமிகுலுங்க நடந்து சென்றார். முல்லச்சேரி அதிகாரியை ஓய்வூதியமளித்து அனுப்பிவைத்த காலம். அதிகாரி கொஞ்ச காலமாகப் பிரமுகர்களின் கடாட்சத்துக்காகச் சுற்றியலைகிறார். ஒரு நாள் காலையில் முல்லச்சேரி அதிகாரி கோவில் காரியகர்த்தராகப் பதவியேற்று வந்தார்.

புதிய மனைவி மேற்கூரையைக்கூடச் சுத்தம் செய்து விடுவாள். அனைத்து விசயங்களிலும் புதிய காரியகர்த்தரின் பார்வை சென்றது. ஆனால் எவ்வளவு நாட்கள்தான் அப்படிப் பார்வையைச் செலுத்த முடியும்? இல்லாவிட்டால் கூட இரண்டு கண்கள்தானே, இருக்கின்றன? யார் பதவிக்கு வந்தாலும் புதியதிலே அப்படித்தான் இருக்கும். ஒரு புது மோஸ்தர் அது. போகப்போகப் பழையபடிதான்.

கோந்நோத்துக் கிளைக்கு இப்போது முக்கியத்துவம் இல்லை. முக்கியத்துவம் கல்லறைக்கல் கிளைக்குத்தான். அந்தக் கிளையின் பெரியவர்தான் இப்போது குடும்பத்தலைவர். கல்லறைக்கல் கிளைக்கு முக்கியத்துவமில்லாதிருந்தபோது கோந்நோத்துக் கிளை முக்கியத்துவம் பெற்றிருந்தது.

தராசின் ஒரு தட்டு தாழ்ந்தது. முன்னர் தாழ்ந்திருந்தது பின்னர் மேலே உயர்ந்தது.

கோந்நோத்துப் பிள்ளை முன்னர் குடும்பச் செலவுக்குக் கொடுத்திருந்தது இவ்விதமாக இருந்தது:

ஓர் ஆண்பிள்ளைக்கு மாதம் தோறும் மூன்று பறை நெல்.

பெண்பிள்ளைக்கு இரண்டு பறை.

குழந்தைக்கு ஒரு பறை.

ஓணம் முதலிய பண்டிகை நாட்களுக்கு இருபது பறை நெல் அளிக்கப்பட்டு வந்தது. இந்தக் கணக்குப்படி பார்த்தால் பெண்களும் குழந்தைகளும் சோற்றை உருட்டி உருட்டிச் சாப்பிட்டதேயில்லை.

அதாவது கிள்ளிக் கிள்ளியெடுத்துத்தான் சாப்பிட்டு வந்திருக் கின்றனர். இதே தோதில்தான் இப்போது ராமன் பிள்ளை கோந்நோத்துக் குடும்பத்துக்கு செலவுக்கு நெல் அளந்து கொடுத்து வருகிறார்.

ஆனால் கோந்நோத்திலும் கல்லறைக் கல்லிலும் இப்போது நெல் இல்லை. செலவுக்குக் கஷ்ட மேற்பட்டிருக்கிறது. விவசாய வேலை தடைபட்டு நிற்கிறது. இரண்டாவதாக உழவுவேலை நடைபெற்றது. வேலையாட்களுக்குக் கூலி கொடுக்க முடியவில்லை. நெல் இல்லை. தலைப்புலையன்கூட வேலை

தேடி அசலூருக்குப் போக வேண்டியதாயிற்று.

இது குடும்பத்துக்கு அவமானம்.

இத்தகைய ஒரு நிலைமை இதற்கு முன் ஏற்பட்டதேயில்லை. நெல் இல்லாதபோது தேவஸ்தானத்திலிருந்து நெல் வரவழைப்பது வழக்கம். காரியங்கள் நடந்துவிடும். சாவிக்கொத்தினை வைத்திருப்பதோ சீரட்டக் கைமள். அவரிடம் எப்படிக் கேட்பது? கேட்டால் கிடைக்கிற பதில் என்னவாகயிருக்கும்?

ராமன்பிள்ளை அவலத்துக்குள்ளாகியிருக்கிறார். மங்கொம்புக்குச் செல்வதென்று தீர்மானித்துக் கொண்டார்.

சுவாமி கணக்கைச் சோதித்துப் பார்த்தார். அனைவருடையவும் பேரேடுகளையும் பார்த்து வைத்திருந்தார். கொடுப்பதற்கான தொகை மிகவும் அதிகமாகயிருந்தது. இருபத்து ஐந்தாயிரம் பறை நெல்!

ராமன் பிள்ளை அசந்து போனார் - ஏற்கனவே இருந்த பெரியவர் இந்த அளவு கடனை வாங்கினாரா? குடும்பத்தின் சுமை இவ்வளவு இருக்கிறதா? வருமானத்தை நினைத்துப் பார்க்காமல் கடனாக அளந்து அளந்து வாங்கினாரா? கணக்கைக் கூடப் பார்த்தாரில்லை போலும்! சுவாமி சொன்னார்:

"பத்துக்கு ரெண்டு வட்டி - வட்டிக்கு வட்டி அப்படி பெருகி வந்திருக்கு கணக்கு பிள்ளைவாள்!" முன்னர் இருந்த குடும்பத் தலைவர் நினைத்த போதெல்லாம் நெல்லைக் கடனாக வாங்கிக் கொண்டிருந்தார்.

இனிமேல் ஒரு மணி நெல் கூடத் தர இயலாதென்று சுவாமி உறுதிபட அறுதியிட்டுக் கூறினார். கடனுக்கு ஏதேனுமொரு விவஸ்தை ஆன பின்னர் தான் இனிமேல் கொள்ளலும் கொடுத்தலும் சாத்தியமாகும். இதுதான் ஸ்வாமியின் நிலைபாடு.

"விவகாரம் கோந்நோத்துக் குடும்பத்தோடுதான். ஆனாக் கூட சங்கரப்பிள்ளை இல்லியே... அவரு உண்மையானவரு. நேர்மையானவரு. தேவ- பிராமண பக்தியிருக்கிறவரு. ராமன் பிள்ளைவாளை நேக்குத் தெரியும். ஆனாக் கூட விவகாரம் புதிசு. முன் விவகாரம் புதிசு. முன் விவகாரம் தீர்ந்தப்புறம் புதுசா நமக்குக் கொள்ளல் - கொடுக்கல் வச்சுக்கலாம்." என்றார்.

அவர் பல்லை இளித்துச் சிரித்தார்.

ராமன்பிள்ளையின் வழி தடைபட்டது. இதுதான் முன் தலை முறையினரின் பிடிப்பு! கண்மூடித்தனமாகக் கடன் வாங்குவது. குடும்பத்தை ஆளுவது. இறப்பது. அப்புறம் என்னவென்ற பார்வையே கிடையாது. குடும்பம் அழிந்து விடுமென்றால் அழிந்து போகட்டும். குடும்ப ஆட்சி எப்படியிருந்திருக்கிறது? இப்படியே குடும்பத்தை

ஆளுகிற ஒருவரிடம்தான், அவர் பிடிப்புள்ளவர் என நினைத்தவாறே சாவிக்கொத்தினை ஒப்படைத்திருக்கிறார்கள்!

ஊருக்குச் சென்று நிலைமையை எல்லோருக்கும் சொல்லித் தெரிவிக்க வேண்டுமென்று ராமன் பிள்ளை தீர்மானித்துக் கொண்டார். குறிப்பாக இரண்டு கிளைகளைச் சேர்ந்தவர்களையும் அழைத்துவைத்து விசயத்தைச் சொல்லிவிடவேண்டும். பழைய தலைமுறையின் பொறுப்புணர்ச்சியை யாவரும் அறியட்டும். குறிப்பாக கோந்நோத்துக் கிளையினர்!

இப்படித்தான் பின்தலைமுறைக்குப் பிடிப்பு இல்லையென்று சொல்லும் முன் தலைமுறை!

கடன்படுதல், குழப்பம் ஆகியவற்றால் உறவுகள் துருப்பிடித்துத் தகர்ந்துபோன நிலையில் குடும்பத்தைப் பின் தலைமுறையினரிடம் ஒப்படைத்துவிட்டுச் சாகும் தருவாயில் முன் தலைமுறையினர் சொல்கிறார்கள்:

"பின் தலைமுறையினர் பிடிப்பு இல்லாதவர்கள்!"

ராமன் பிள்ளை ஒரே ஒரு வாசகத்தை மட்டும்தான் சுவாமியிடம் சொன்னார்:

"இன்னைக்கு நெல்லை இங்கிருந்து கொண்டு போய்த்தான் குடும்பத்தில் கஞ்சி காய்ச்சிக் குடிக்கணும்."

"அப்படியா?"

சுவாமியின் கண்கள் உருண்டு மலர்ந்தன. அவர் மனத்தில் ஒரு விசயம் உதயமாகிறபோது அப்படித்தான். அடுத்த நிமிடத்தில் அவர் சொன்னார்:

"சரி; ஐநூறு பறை நெல்லை மடத்திலிருந்து தாறேன்." தொடர்ந்து கூறினார்:

"முன் கடன்களை எல்லாம் முற்றிலுமாய்த் தீர்த்துக்கணும்! சங்கரப் பிள்ளையும் அதுக்குமுந்தி இட்டுண்ணாம் பிள்ளையும் நடந்திண்டது மாதிரி நடந்துக்கணும்!"

தற்சமயத்துக்குப் பிடித்து நிற்க முடிந்தது. மூச்சு நேராக விழுந்தது. பெரியவர் பண்ணின கடன்சுமை முதுகினை ஒடிக்கிறது. அதை இறக்காமல் நிமிர்ந்து நிற்கமுடியாது. கடன் இருக்கும்போது தனம் இல்லை. இரண்டு கிளைகளையும் சேர்ந்த ஆண்-பெண் அனைவரையும் அழைத்து விசயங்களை விளக்கவேண்டும். அவர்களிடமிருந்து எதற்காக மறைத்து வைக்கவேண்டும்? ஊர் ஜனங்கள் கூட தேவஸ்தானத்தைப் பற்றிய விசயங்களை அறிந்துகொள்ளவேண்டுமென்று சொல்லத் தொடங்கியிருக்கிற காலம். அவர்களுக்குத் தொழுவதும், வழிபாடு

செய்வதும், திருவிழா காண்பதும் மட்டும் போதாது. விசயங்களறிய வேண்டும். எனவே முதலில் குடும்ப உறுப்பினர்களுக்குத் தகவல் கொடுப்பது. அப்புறம் ஊர் ஜனங்களிடம் கூறுவது!

“கடன் இவ்வளவு உண்டு. அதைத் தீர்க்கவேண்டும். எனவே காலையில் கஞ்சி, இரவில் சோறு - அதுவே போதும். அவ்வாறுதான் நாட்களைக் கழிக்கவேண்டும் மதியத்தில் சாப்பாடு எதுவும் வேண்டாம்.”

இருந்தால்கூடக் கடனைத் திருப்பிச் செலுத்த என்னதான் மிச்சமாகப்போகிறது? நபர் ஒன்றுக்கு ஒரு நாள் அரிசி கால் படிகூட மிச்சமாகாது.

கடன் இருக்கும்போது தனம் இல்லை!

கொஞ்சம் நிலத்தை விற்று மீதிக்கடனை முற்றாகத் தீர்த்து விடுவோம்...

* ** *

“நேற்றைய எழுத்து விவகாரங்களெல்லாம் என்னவாக இருந்தது, பிள்ளைவாள்?” கோடாந்திர புதிய குடும்பத் தலைவர், ராமன் பிள்ளையிடம் விசாரித்தார்.

“மங்கொம்புசுவாமியின் கடனைப் பூராவும் செலுத்திவிட்டேன்.”

“ஒற்றியாகவா? அல்லது விற்றுக் கொடுத்தீங்களா?”

“தற்போதைக்கு ஒற்றி -” (ஒற்றி = பணயம்)

“எந்த நிலம்?”

“ஞாய்ற்றுவா நானூறு.”

“உபயம் என்ன?” (உபயம் = வட்டி.)

“இரு நாழி நெல்.”

(நான்கு நாழி = ஓர் இடங்கழி - பத்து இடங்கழி = ஒரு பறை. இது அன்றைய அளவு கணக்கு)

“அது கொஞ்சம் ஜாஸ்திதான் பிள்ளைவாள்!”

“சுவாமிக்குக் கொடுக்கிற வட்டியை வைத்துப் பார்த்தால் இது அதிகமில்லை. கணக்குத் தீர்த்து வந்தபோது நூற்றுக்கு மூணுவட்டி.”

கோடாந்திர ஐயப்பக் குறுப்பு ஆசான் கணக்கைக் கூட்டிப் பார்த்தார். அரை உபயம் - அதாவது இரண்டு நாழி நெல் உபயமென்றால் ஒரு பறை நெல்லுக்கு இரண்டு நாழி. இரண்டு வட்டி யென்றால் நூறு பறை நெல்லுக்கு இருபது பறை நெல் வட்டி. மூன்று வட்டியென்றால் முப்பது பறை நெல். பூமியைப் பணயமாகக் கொடுத்ததே நல்லதாயிற்று.

தவிரவும், சுவாமி நெல் அளந்து எடுப்பதாயிருந்தால் நூறு பறை நெல் நூற்றிருபது பறையாகிவிடும். இந்தப் பக்கம் அளப்பதாயிருந்தால் எண்பது பறைதான் கிடைக்கும்.

"ஆனா, பிள்ளைவாள், பூமியை விட்டுக் கொடுத்திருக்கீங்களா?"

"கொடுத்திட்டேன். இல்லாட்டா அது பெரிய வினையாயிடும். நாம்ப விவசாயம் பண்ணினா, குத்தகையளக்கணும். மூணு குத்தகைதான் கேட்டார். விவசாயம் மோசமாகிவிட்டால் குத்தகை கொடுக்க முடியாம போயிடும். அப்பறம் குத்தகைப்பாக்கி. அதுக்கு மூணுவட்டி. என்னாலெ முடியாதுன்னு விட்டுட்டேன். அப்பறம் எனக்கு இந்தப் பொல்லாப்பு ஒண்ணும் வேணாங்க."

"அப்பறம் அதை யாரு வாங்கினா?" குறுப்பு ஆசான் வினவினார்

"அந்துப் பருத்திக்காட்டு கிருஸ்தவன் இருக்கான்லே, ஔத! அவனும்; அந்தோணியும் அதான், ஆற்றுத்துறையில் குடியிருக்கிறானே - அவனும்; அப்பறம் வேறு சிலரும் சேர்ந்து எடுத்துக்கப் போறாங்கன்னு கேள்விப் பட்டேன்."

"செக்கு ஓட்டற ஔதவுக்கு சுவாமி 'ஊற்றுவா நானூறு' நிலத்தைக் கொடுப்பாங்களா?"

"கதை அது அல்லவே ஆசான்! இங்கிருந்த அந்த அளவு-அதிகாரி இருக்கான்லே; தமிழன்! அவன் பேரு என்ன?"

"நாகம் பிள்ளை?"

"அந்த நாகம் பிள்ளை இடம் மாற்றமாகி இப்போ மங்கொம்பி லிருக்கான். சுவாமியும் அவனும் சேர்ந்து தமிழிலே என்னவோ பேசினாங்க. அந்த தமிழனுக்கு நிறைய உதவி பண்ணினார் இந்த சுவாமி - இந்த நாகம் பிள்ளைக்கு மிகவும் எடுபிடியாயிருந்தவன்தான் ஔத. அப்படித்தான் அது நடந்ததுன்னு தோணுது."

கோடாந்திரக் குறுப்புவினால் அதை நம்பமுடியவில்லை.

"அவன் நானூறு பறை விதை நிலத்தில் விதைப்பானா? எப்படி சாத்தியம்?"

"விதையும் நெல்லும் சுவாமியே கொடுப்பார் போல தெரியுது. அந்த கிருஸ்தவனுங்க பத்து பேரு. உழவு நடத்த நாலாளு. அப்புறம் மக்களும் மருமக்களும் வேறு இருக்காங்க. பொம்பளைங்க வேறு. அந்தப் பொண்ணு மணிக்குட்டி! அவளைப்பற்றி ஆசான் கேள்விப் பட்டதில்லையா?"

கோந்நோத்துப் பிள்ளை சொல்ல வந்தது இன்னொன்னு. இப்போது பத்திரமெழுதுவதென்றால் மிகவும் சிரமமான காரியமாகும். பத்திரத்தில் பூமியைப் பற்றிய விபரங்களைச் சேர்க்கவேண்டுமல்லவா?

எல்லைகளெல்லாம்கூட பழைய மாதிரியிலேதான். பழைய முதற் கண்ணாறு, கோலளவு எல்லாம் போய்விட்டது. ஞாற்று நானூறு அந்தக் கணக்கிலே இருந்தது. அது இப்போது அரசு சொத்து (பண்டாரவகை என்பார்கள்) ஆயிற்று. அதன் பெயர் இப்போது சர்வே 247ல் இரண்டு நாற்பது ஏக்கர் எழுபது சென்ட் என்றுதான்.

"அப்படீன்னா?"

"ஒரு ஏக்கர்ன்னா பத்து பறைவிதை விதைக்கிற பூமின்னு பொருள்."

"அப்போ இதுவும் கண்டெழுத்தின் சீர்திருத்தமா?"

பூமி பற்றிய விபரங்களை அறிந்து கொள்ள கோந்நோத்துபிள்ளை மண்டபத்து வாசலுக்குச் சென்றிருந்தார். தேவஸ்தானம் சொத்துக் களுக்கு வரிவஜா செய்யப்பட்டிருந்தது. பானத்தோள் இல்லத்துக் குடி யிருப்புக்கும் வரிவஜா உண்டு.

நாடு மாறுதல் அடைந்திருக்கிறது. எதிர்காலம் வேறு மாதிரியாகத் தானிருக்கும்.

18

கோடாந்திர மாடக் கட்டடத்தில் அகவூர் மாணிதான் தங்க வருகிறாள். கோடாந்திர ஐயப்பக் குறுப்பு ஆசான்தான் அவளுக்குப் புடவை கொடுத்திருக்கிறார். அகவூர் நாணி அழகியான பெண் ஆவாள். ஆயினும் அகவூரைச் சேர்ந்தவள்தான்.

கோடாந்திரக் குடும்பத்தில் அவ்வாறு ஓர் அம்மாவி வந்து சேர்ந்திருக்கிறாள். அங்கே ஓர் அம்மாவி இல்லாமலாகி எத்தனையோ வருடங்கள் ஆகிவிட்டன. எத்தனை நாட்களுக்கு முன்னர் அங்கே ஓர் அம்மாவி இருந்திருக்கிறாள் என்று யாருக்கும் தெரியாது. குடும்பம் என்று ஒன்று உண்டென்றால் அங்கே ஓர் அம்மாவி இருக்கவேண்டுமென்று நங்ஙையவர் எப்போதும் சொல்லி வந்திருக்கிறாள். குடும்பத் தலைவருக்குக் குடும்பத்துக்குத் தேவையான காரியங்கள் பற்றித் தெரிவிக்க யார் உண்டு? யாருமிருக்க இல்லை. அதனால் குழப்பங்களும் நேர்ந்திருக்கின்றன. நேர்ந்து கொண்டு இருக்கின்றன.

ஓர் அம்மாவி வந்து சேர்ந்தாள். நன்று. ஆனால், அது அகவூர் நாணியாயிற்றே - நங்ஙையவருக்கு அவளை உள்ளூரப் பிடிக்காது. ஆயினும் அதை வெளியே காட்டலாகாது. அப்படிச் செய்யவுமில்லை. ஆயினும் அகவூரைச் சேர்ந்த ஒரு பெண் ஏன் இப்படி அகம்பாவத்தைக் காட்டுகிறாள்? கோடாந்திரப் பெரிய ஆசான் ஒரு நாள் அவளை வேண்டாமென்று தள்ளி விட்டால்? எல்லாமே தீர்ந்துவிட்டது. அது நடக்கக் கூடிய காரியமும் தானே? ஆண் பெண்ணையும், பெண் ஆணை யும் வேண்டாமென்று சொல்ல எவ்வளவு நேரமாகும்?

சின்னப்பெண் குஞ்சம்மா தீக்கனல் போன்ற குழந்தையுமாய் அவளது தனியுலகத்தில் இருந்து வருகிறாள். கின்னர உலகத்தில்!

அகவூர் நாணிக்கு நங்ஙையவர் இன்றியமையாதவள் - சாதமும் பதார்த்தங்களும் அவள் மாடக்கட்டடத்துக்குக் கொண்டு சென்று கொடுக்கவேண்டும்.

அகவூர்க் குடும்பத்தினரை நங்ஙையவருக்கு நன்கு தெரியும். காலையில் கஞ்சி கொண்டு சென்று கொடுக்கும் போது மதியநேரத்தில் இன்ன இன்ன பதார்த்தங்கள் சமைத்துத தரவேண்டுமென்று நாணி சொல்லுவாள். அது ஒரு முன்னேற்பாடுதான்.

"ஓ... இவளோட ஒரு எசமானத்தனம்!" நங்ஙையவர் மனத்துக்குள்ளே சொல்லிக் கொள்வாள்.

அம்மாவனும் அம்மாவியும் ஒரே பாத்திரத்திலிருந்துதான் சாப்பிடு கிறார்கள் என்று தோன்றுகிறது. ஏனென்றால், ஒரு தாம்பாளமும் ஒரு கிண்ணமும் இருக்கின்றபோதிலும் ஒரு பாத்திரம் மட்டும்தான் எச்சிற்பட்டிருக்கும். தாம்பாளம் மட்டும் - கிண்ணம் அப்படியே சுத்தமாகத் தானிருக்கும்.

ஐயப்பனிடம் நேரடியாகச் சொன்னால்? நாணியின் எச்சிற் பாத்திரம் தன்னாலெடுக்க முடியாதென்று! தாம்பாளத்திலிருந்துதான் நாணியும் சாப்பிடுகிறாள். அவ்வாறாக தாம்பாளம் அவள் எச்சிற் பாத்திரமாகி விடுகிறது.

ஏன் சொல்லக் கூடாது? நங்ஙையவர் கோடாந்திரக் குடும்பத்து உறுப்பினனாகி விட்டிருக்கிறார்.

நங்ஙையவர் உயர்ந்த ஜாதியைச் சேர்ந்தவள். அதனால்தான் அவள் கோடாந்திரக் குடும்பத்துக்குச் சமையற்காரியானது. நாணியோ? அவள் தொட்டு இருப்பாள். நீரை யார் குடிப்பார்கள்? ஊரில் யாரும் குடிக்க மாட்டார்கள்.

நாத்தனார் அண்ணனுடன் எந்நேரமும் மாடக்கட்டத்திலேதான். அண்ணன் கோடாந்திர எட்டுக் கட்டு வீட்டுக்குள்ளே நடந்துவராத நாட்களும் பல.

குஞ்சம்மா அண்ணனிருக்குமிடத்துக்கு நடந்து செல்லலாமா? அது கூடாது. முறையுமல்ல. அவ்வாறு அண்ணனும் தங்கையும் ரொம்ப தூரம் விலகியிருக்கின்றனர்.

முன்னர் குறுப்பு திரிபுரசுந்தரியை தரையில் வைத்ததே கிடையாது. அவள்அம்மாவனை விட்டுப் பிரிந்திருப்பது தூக்கத்தின்போதுதான். இப்போது அவருக்கு திரிபுரசுந்தரி வேண்டாமென்றாகிவிட்டது. அளவிலிருந்துதான் இனிமேல் கோடாந்திரக் குடும்பம் தழைத்து வர

வேண்டியிருக்கிறது. அந்த நினைவு கூட குறுப்பு ஆசானுக்கு இப்போது இல்லை.

பெரிய குறுப்பு ஆசான் எப்போதாவது எட்டுகட்டு வீட்டுக்குள்ளே வந்தால் திரிபுரசுந்தரி ஓடிச் சென்று அவரைக் கட்டியணைத்துக் கொள்வாள்.

பெரிய குறுப்பு ஏதோ முதுகில் தட்டிக்கொடுத்துச் செல்லம் காட்டுவார்.

இப்போதைக்கெல்லாம் அவ்வளவுதான்.

காலம் மாறுகிறது. அகவூர் நாணி ஒரு குழந்தை பெற்றால் ஆசான் அதனைக் கீழே வைக்கமாட்டார். ஓடிச் செல்கிற திரிபுர சுந்தரியைக்கூட தட்டியகற்றி விட்டாலும் விடுவார்.

அந்தக் குழந்தையைப் பற்றி முகத்தில் கண் உள்ளவர்கள் யாருமே எந்தக் குறையும் சொல்லமாட்டார்கள். அதற்கு நா அசையாது. அவ்வளவு அழகான குழந்தை. அவள் சிரித்தால் சுற்றிலும் ஒளி பரவிவிடும். அவளைப் பார்த்துக் கொண்டேயிருக்கலாம்.

திரிபுரசுந்தரி பரமசுந்தரி! நங்ஙையவர் பக்கத்தில் அவள் நிற்கும் போது பார்ப்பவர்கள் யாருமே கேட்பார்கள்:

"இந்தக் குழந்தையின் தாய்-தந்தையர் யார்?" ஐயப்பக் குறுப்பு அருகே நிற்கும்போது குழந்தை தன்னுடைய அம்மாவனிடத்திலேதான் வளர்கிறாள் என்று நினைத்துக் கொள்வார்கள்.

சின்னப்பெண் குஞ்சம்மா அருகே நிற்கிறாள் என்றால் இந்தக் குழந்தையின் தந்தை யாரெனக் கேட்பார்கள்.

"சேஷையன்!"

அகவூர் நாணி குலுங்கிச் சிரித்துவிட்டாள்.

"அந்தப் பாண்டிப் பிராமணன் ரெண்டு புடவை வாங்கிக் கொடுத்தான் என்கிறதைத் தவிர வேறு என்ன உறவு?"

கணவருடைய தங்கையைக் குறித்து இவ்வளவுதான் சொல்ல முடியும். இது கூடக் கொஞ்சம் அதிகமான பேச்சுதான். பரவாயில்லை. கணவன் மனைவியின் சொற்படி நடக்கிறவன். எனவேதான் அவ்வளவெல்லாம் பேசமுடிகிறது. தலையணை மந்திரத்தை மிகவும் ஜாக்கிரதையாகத்தான் பயன்படுத்தவேண்டும். ஜாக்கிரதையாகப் பயன் படுத்தவில்லையென்றால் அது திருப்பித் தாக்கிவிடும். அவ்வளவு சூட்சுமமானதுதான் அந்த மந்திரம்.

கணவனின்த ாய், சகோதரிகள், அண்ணன் தம்பிமார்கள் ஆகியோர் தான் தலையணை மந்திரத்தின் முக்கியமான இலக்குகள். அந்த மந்திரம் சாதகம் செய்து உருவாக்கியெடுப்பது அல்ல. பயன் படுத்துகிற நபரின்

திறமைதான் முக்கியம். அவளது பொதுவான அறிவு. தலையணை மந்திரம் சரியாகப் பலித்ததென்றால் அதற்கு மாற்று மருந்து கிடையாது.

கோடாந்திர வீட்டு முற்றத்தில் திரிபுரசுந்தரி தனியாக விளையாடிக் கொண்டிருந்தாள். அகவூர் நாணிஸ்நானத்தை முடித்துக் கொண்டு பனங்குலை போன்ற கூந்தலைச் சிக்கெடுத்தவாறு மாடக்கட்டட முற்றத்திலே நிற்கிறாள். அருகிலேயே பெரிய குறுப்பு ஆசானுமுண்டு.

"இந்தக் குழந்தை மாதிரி இன்னொரு குழந்தையைப் பார்த்திருக் கீங்களா?" என்றாள் நாணி.

"இன்னொரு குழந்தையையா?"

"ஆமாம். வேறு எங்காவது ஒரு குழந்தையை?"

பெரிய குறுப்பு நினைத்துப் பார்த்தார். இல்லை. இது போன்ற ஒரு குழந்தை வேறு எங்கே இருக்கிறது? பார்த்ததாக ஞாபகமில்லை.

"அப்படீன்னா, நான் சொல்லட்டுமா?... சீலாந்திப்பிள்ளி கல்யாணியம்மாவோட குழந்தை. அது ஆண் குழந்தை. இது பெண் குழந்தை. அவ்வளவுதான் வித்தியாசம்!"

"என்னவோ? நான் பார்த்தாக ஞாபகமில்லே."

"அந்தக் குழந்தை எவ்வளவு அழகானது. அவன் இப்போ பள்ளிக் கூடத்துக்குப் போறான்."

அந்த வருடத்தில் தங்கத் தம்பிரான் ஊரில் ஒரு பள்ளிக்கூடம் அமைக்கக் கட்டளையிட்டார். அதற்கான முயற்சியெடுத்ததெல்லாம் கிளாசிப்பேர் தான் என்று சொல்லப்படுகிறது. கிராமக் கச்சேரி அலுவலகத்துக்கு முன்னால் தேக்குமரத் தடிகளைத் தூண்களாய் நாட்டி, மூங்கில் கம்புகளால் மேற்கூரை கட்டி, ஓலை வேய்ந்த ஒரு கட்டடம். சுற்றிலும் ஓலைக் கீற்றுகளால் மறைக்கப்பட்டிருக்கிறது. அதுதான் பள்ளிக்கூடம். 'களரி'யில் கற்றுக் கொடுப்பது போன்ற கல்வி முறை அல்ல அங்கே.

குழந்தைகளுக்கு கறுத்து கனமில்லாத பலகை போன்ற ஒன்றைக் கொடுப்பார்கள். அது ஒரு மாதிரியான கல். அதிலே எழுத சன்னமான பிரப்பு போன்ற ஒரு சாண் நீளமுடைய ஒரு குச்சியுண்டு. ஓலை கிடையாது. நாராயமில்லை.

தரையில் எழுதுவதைக் கற்றுக் கொடுத்த பின்னர் கணக்கைக் கற்றுத் தரும் முறையை அங்கு கடைபிடிப்பதில்லை. இரண்டையும் ஏககாலத்தில் கற்றுத் தருகிறார்கள்.

அந்தப் பள்ளியில் மொத்தம் ஆறு குழந்தைகள்தாம். நல்ல குடும்பங்களைச் சேர்ந்த குழந்தைகள் அந்தப் பள்ளியில் வந்து சேர

வில்லை. குடும்பத்தினர் அவர்களை அனுப்பிவைக்கவில்லை. அனுப்பவும் மாட்டார்கள்.

ஒரு தமிழ் பிராமணர்தான் வாத்தியார். கோவிலில் 'நமஸ்கார' விருந்து சாப்பிட்டு வாழ்கிறார் அந்த பிராமணர். மாளிகை வீட்டுக்குக் கீழே இரவைக் கழிக்கிறார். கல்யாணியம்மா மகன் பெயர் கேசவன். கேசவன் பள்ளிக் கூடத்திலிருந்து வந்து அம்மாவிடம் ஒரு விசேஷச் செய்தி சொன்னான்:

"இன்னைக்கு சாமி எங்கக் கிட்டே சொன்னாரு, இனிமே அவங்களைச் 'சாமீ'ன்னு கூப்பிடக் கூடாதுன்னு!"

"அப்பறம் என்ன சொல்லிக் கூப்பிடறதுன்னு சொன்னாரு?"

"சார்"ன்னு."

சார்! இதுவரையிலும் இத்தகைய ஒரு சொல் அவள் கேள்விப் பட்டதில்லை. இப்படியொரு சொல் எந்தப் புராணத்திலுமில்லை. சார்! கேட்டால் என்னவோ போலிருக்கிறது.

'சார்' என்ற சொல்லின் பொருள் என்னவாக இருந்தாலும் பிராமணனை அப்படிச் சொல்லிக் கூப்பிடுவது பாபமல்லவா?

அன்று அவன் நான்கைந்து எழுத்துக்களைக் கற்றிருந்தான். சிலேட்டில் குச்சியினால் அவன் அவற்றை எழுதிக் காட்டினான். அந்த எழுத்துக்கள்-

'ஆ-ந-அ-ற-ர!

ஹரி: ஸ்ரீ கற்றுக்கொள்ளாமல் எழுத்துக்களைக் கற்பது!

கல்யாணியம்மாவால் அதை நினைத்துப் பார்க்கவே முடியவில்லை. அப்படி ஆரம்பமாகிற கல்வி சரிதானா? 'ஹரி: ஸ்ரீ' கற்றுக் கொள்ளாமல் கல்வி வருமா?

பள்ளிக்கூடத்தின் 'சார்' ஆன சுவாமி மதியத்தில் நமஸ்கார விருந்தைச் சாப்பிட்டு விட்டு ஆலமரத்தடி மேடையில் காற்று வாங்கிக் கொண்டிருந்தார். மேல் அர்ச்சகரின் இல்லத்திலே ஒரு பிரசவத்தைப் பார்த்துவிட்டு கல்யாணியம்மா அவ்வழியே வந்தாள்.

அவள் எப்போதுமே ஒரு புன்னகையுடன்தான் பேசுவாள். அடக்க-ஒதுக்கங்கள் அவள் குணாதிசயங்களாகும்.

"சுவாமீ!"

சுவாமீ திரும்பிப் பார்த்தார். அழகிய ஒரு பெண்! லட்சுமிதேவி மாதிரி! அவள் சற்று குழைந்து ஆடினாளா என்கிற ஒரு சந்தேகம். சுவாமியின் இரத்தம் கொதித்தது.

"என்னம்மா?"

"ஹரி: ஸ்ரீ கற்றுக்கொடுக்காமலேயே, பசங்களுக்கு எழுத்துக்களைக் கற்றுத் தரலாமா?"

"இது சர்க்கார் பள்ளிக்கூடம்மா. இங்கே கற்றுக்கொடுக்கறதுக்குச் சில சட்டதிட்டங்களெல்லாமிருக்கு... நீங்க யாரம்மா?"

"நான் கேசவனோட அம்மா!"

"ஆமாமாம். கேசவன் நல்ல சமத்துப் பையன். நாலு வருஷம் இங்கே படிக்கட்டும். ஸ்ரீ பத்மநாபனோட பத்து பணம் சம்பாதிக்கமுடியும்."

கல்யாணி ஒரு சிருங்காரசேஷ்டை காட்டினாள். கிளம்ப அடியெடுத்து வைத்தாள்.

"நீங்க போறேளா? நில்லுங்க! கொஞ்சம் பேசவேண்டியிருக்கு."

அவள் திரும்பி நின்றாள்.

"நேக்கு உங்க கிட்டே ரொம்ப ரொம்ப பேசவேண்டியிருக்கு." சுவாமி புன்னகையுடன் கூறினார்.

அதுக்கு ஒரு மந்தகாசம்தான் அவளின் பதிலாக இருந்தது. முகத்தில் ஒரு வெட்கம். அது ஒரு அழைப்பாக இருந்ததோ?

"புதிய முறையிலே கற்றுண்டா, கேசவன் ஒரு அதிகாரி - அல்லாட்டா, என்னை மாதிரி ஒரு 'சார்' எல்லாம் ஆயிடுவான். அவனை நான் பிரத்தியேகமா கவனிச்சுடறேன். ரொம்ப சமத்துப் பையன். நல்லவன். சொல்லறபடி நடந்துண்டுடறான். அவன் ரொம்ப நன்னா வருவான்... அவன் அப்பா யாரு?"

கல்யாணி அதற்குப் பதிலளிக்கவில்லை. பதில் இதுவாக இருந்தது:

"சுவாமி, அவனுக்கு நல்லாக் கற்றுக் கொடுத்தாப் போதும். அவனைக் கெட்டிக்காரனாப் பண்ணிடணும்!"

சுவாமிக்குச் சொல்ல ஒரே ஒரு விசயம் மட்டும்தானிருந்தது: "இன்னும் நாம்ப சந்திக்கணுமே."

அவள் விரைந்து நடந்து சென்றாள். தப்பாகப் பேசினேனோ என்கிற சந்தேகம் சுவாமிக்கு. அப்படிச் சொன்னது சரியில்லை. ஆனால் நாவில் அப்படித்தான் பேச்சு வந்தது.

* ** *

அகவூர் நாணியின் பெயரில், அவள் வீட்டுக்கு முன்னாலுள்ள பதினைந்து பறை நிலம் எழுதி வாங்கப்பட்டது. இரண்டாயிரம் பறை நெல் தான் கிரயம். அது ரொக்கமாக அளந்து கொடுக்கப்பட்டது.

அவள் உணவு உட்கொள்ளும் போது கண்டுகளிப்பதற்காகவே கணவர் வாங்கிக் கொடுத்தார். ஊரெங்கும் அதே பேச்சாகிவிட்டது. இந்த நாள் வரையிலும் அந்த ஊரிலே எந்த ஒரு கணவன்தான் தன் மனைவிக்கு இவ்வளவு நிலம் வாங்கிக் கொடுத்திருக்கிறான்?

எந்த ஒரு கோந்நோத்துப் பெரியவரும் தன் மனைவிக்குச் சொத்தைச் சம்பாதித்துக் கொடுத்ததில்லை. வாரிக்கச் சேரியிலுள்ள அனைத்துப் பெண்களின் சம்பந்தக்காரர்களும் (கணவன்மார்கள்) மங்கலச் சேரியைச் சேர்ந்த ஆடவர்கள்தான். அவர்களில் யாருமே மனைவிக்கு அல்லது மக்களுக்கு ஒருபிடி மண்கூட எழுதி வாங்கிக் கொடுத்ததில்லை. ஊரிலே பிரதாபசாலிகளான ஆண்பிள்ளைகள் எத்தனையோ பேர்கள் இருந்திருக்கின்றனர். எவருமே இவ்வாறு செய்ததில்லை.

ஓர் ஆடவனுக்குப் பத்து பணமோ பத்து பறை நெல்லோ இருந்தால் அது அந்தக் குடும்பத்துக்கானதாகும். அப்படித்தான் இந்தக் குடும்பங்களான குடும்பங்களெல்லாம் ஏற்பட்டிருக்கின்றன. அப்புறம் எடுத்துச் சொல்லத் தகுந்த ஒரு சம்பவமுண்டு. வேதடி முல்லக்காரன் கொச்சம்மிணிக்கு தேவடி முப்பது பறை நிலத்தை எழுதிக் கொடுத்தார். அது இஷ்டதானமாக இருந்தது. தேவடிவளாகமும் வீடும் மாட்டுத் தீவனத்தைப் போட்டுவைக்க தேவஸ்தானத்திற்கு வழிபாடாக எழுதி வைத்தார். தேவடி முல்லக்காரன்கள் செய்த பாபங்களுக்கெல்லாம் பிராயச்சித்தம் செய்யவேண்டாமா? ஆரூடத்தில் கண்டதும் அவ்வாறேதான்.

கோடாந்திரப் பெரிய குறுப்பு ஆசான் குடும்பத்துக்குத் துரோகத்தைத் தான் இழைத்திருக்கிறார். எந்த ஒரு குடும்பத்தலைவனும் இப்படிச் செய்ததில்லை.

அகவூர் நாணி - அவள் கெட்டிக்காரிதான்.

ஆசானை வசீகரம் செய்து நிலத்தை எழுதி வாங்கினாள். எந்த ஒரு பெண்ணினாலும் ஆண்களைத் தனது சொற்படிக்கு வேண்டுமானால் வளைத்துக்கொண்டு வரமுடியும். அதற்கான சந்தர்ப்பங்கள் பல பெண்ணினத்திற்கு உள்ளன. ஆண்களின் மனத்தை அவர்களால் மாற்றிவிடவும் முடியும். ஆண் மனம் மெழுகு போன்றது. ஆண்களைக் கொண்டு செய்யத் தகாததைச் செய்விக்கவும் முடியும். வேண்டுமென்றால் கொலைபாதகத்தைக் கூடச் செய்யவைக்கலாம். ஆண்கள் பேதை மனம் கொண்டவர்கள். ஆனால் நல்ல குடும்பத்தைச் சேர்ந்த பெண்மணிகள் அத்தகைய செயல்களில் ஈடுபடமாட்டார்கள். செய்யவேண்டியது என்ன என்பது அவர்களுக்குத் தெரியும். அதனால் தான் நல்ல குடும்பத்தைச் சேர்ந்த பெண்ணுக்குப் புடவை கொடுக்க வேண்டுமென்கின்றனர்.

எத்தனை எத்தனை கெட்டிக்காரப் பெண்கள் இருந்திருக்கின்றனர். இன்று கூட உள்ளனர். அவர்கள் அழகிகள். நல்ல சுபாவமுடையவர்கள்.

பாடத்தெரிந்தவர்கள். கல்வியறிவுடையவர்கள்! இவர்களில் யாரேனும் இத்தகைய குடும்பத் துரோகத்துக்கு முயன்றிருக்கிறார்களா? யாரும் சொல்லிக் கேட்டதில்லை.

இவள் ஒரு குடும்பத்தில் பிறந்தவளா? அகவூராரைக் குடும்பத்தினர் என்று சொல்லலாமா? கூலிக்கு உழுகின்றவர்கள். உழுவதற்கான காளையோ கருவிகளோ இவர்களிடம் உண்டா? எருமைக்கடாயின் பின்னால் நடக்கின்றவர்களுக்கு எருமைப் புத்திதானே, இருக்கும்?

சிலர் சேர்ந்து யோசித்தனர். ஐயப்பக் குறுப்பு ஆசான் செய்தது சரிதானா என்று அவரிடம் கேட்கவேண்டும். பாவம், கோடாந்திர குஞ்சம்மா! அவளைப் பார்த்தால் யாருக்குமே பரிதாபமேற்பட்டுவிடும். ஒரு குழந்தையுடன் அவள் வேறு ஓர் உலகத்தில் வாழ்கிறாள். இந்த உலகத்திலேதான் என்றால்கூட அவளால் என்ன செய்யமுடியும்? தட்டிக் கேட்க அவளுக்கு நா இல்லை. அவர்களுக்காகப் பேச யாருமில்லை. விசயத்தை இப்படி விட்டு விடக் கூடாது. இப்படியே போய்க் கொண்டிருந்தால் கோடாந்திரக் குடும்பமே இல்லாதாகிவிடும். அகவூர் நாணி இல்லாமல் பண்ணிவிடுவாள். அவளுக்கு அன்பு, அனுதாபம் ஏதேனுமுண்டா?

சட்டமிருக்கிறது. நாணி பெயரில் வாங்கிய நிலம் கோடாந்திரக் குடும்பத்தின் சொத்தினால்தான் என்று ருசுவானால் அந்தப் பத்திரம் செல்லுபடியாகாது. பூமி கோடாந்திரக் குடும்பத்துக்குச் சொந்தமாகி விடும். ஆனால் வழக்கு நடத்த ஆளில்லை.

ஆயின், பொதுமக்கள்தான் அந்தப் பொறுப்பை ஏற்கவேண்டும். ஊரில் நடைபெறக் கூடாத காரியத்தைச் செய்யவைத்த அகவூர் நாணிக்கு ஒரு பாடம் கற்பிக்கவேண்டும். அவள் அங்கிருக்கிற வருமானத்தை நேரடியாகவோ மறைமுகமாகவோ அள்ளிக் கொண்டு சென்று தின்னட்டும். எல்லா இடங்களிலும் இப்படி நடப்பதுண்டு. நடந்திருக்கிறது. அனைத்து அம்மாவிமார்களுடைய வீடுகளுக்கும் இராக் காலங்களில் குடும்பச் சொத்துக்கள், நெல் ஆகியவற்றால் நிறைந்த படகுகள் செல்வதுண்டு. அதுவும் பதுங்கியவாறு கள்ளத்தனமாகத்தான். குடும்ப அங்கத்தினர்களுக்குத் தெரியாமல்தான்! மங்கலச்சேரி நெற்களத்திலிருந்து வாய்பரச்சேரிக்கு ஆண்டாண்டாகச் சிறிதும் பெரிதுமான எத்தனையோ படகுகள் போய்க் கொண்டிருக்கின்றன! தலைமுறை தலைமுறையாய் நடை பெற்று வரும் சமாச்சாரம் அது! ஆயினும் மங்கலச்சேரி அழியவில்லை.

ஆனால், இளையமுறை ஆசானுக்குக் கூட பத்து பறை நெல் கிடைத்துவிட்டால் அது குடும்பச் சொத்தாகிவிடுகிறது. அப்படித் தானே, மங்கலச்சேரி, கோந்நோத்து, கோடாந்திரக் குடும்பங்கள் கூட அபிவிருத்தியடைந்திருக்கின்றன!

புல்லாற்று இளைய கைமளும், வேறு மூன்று நான்கு நபர்களும் சேர்ந்து கோடாந்திரக் குறுப்பு ஆசானைக் கேட்கச் சென்றனர்.

“இது நெறிதானா, ஆசான்?” புல்லாற்றுக் கைமள் வினவினார்.

“எது?”

“குடும்பச் சொத்தை எடுத்து பொண்டாட்டிக்கு நிலம் வாங்கிக் கொடுத்தது?”

குறுப்பு ஆசான் முதலில் சிறிது தடுமாறினார். பின்னர் ஒரு பொய்யைக் கூறினார்.

“அது அவள் சொத்து. அதைக் கொடுத்து நிலம் வாங்கினாள். அதைக் கேட்க யாருக்குத்தான் உரிமை?”

இந்தப் பதில் அவர்கள் வந்த வேகத்துக்கு ஒரு தடையாக அமைந்தபோதிலும் புல்லாற்றுக் கைமள் விட்டுக் கொடுக்கவில்லை.

“அகவூர் நாணிக்கு எங்கிருந்து சொத்து வந்தது?”

“அதைக் கேட்க அதிகாரம் படைச்சவங்க கேக்கறப்போ பதில் சொல்லிக்கறேன்!” குறுப்பு ஆசானும் விட்டுக் கொடுக்கவில்லை.

இடவீட்டுச் சின்னநாணு ஒரு போக்கிரி. அவன் பின்னால் நின்றவாறு கூறினாள்:

“அப்படிக் கேட்கவைக்கறதுக்கு ஆள் இல்லாததால்தானே, இப்படி யெல்லாம் செய்யறீங்க? ...பாவம்! ஒண்ணுமே தெரியாத அப்பாவீங்க அவங்களுக்குத் துரோகம் செய்யறவங்க தலையிலே இடித் தீயே வந்து வீழ்ந்திடும்.” சின்ன நாணு பின்னர் அங்கு நிற்கவில்லை.

கேட்கச் சென்ற குழுவினரால் பதில் சொல்ல முடியவில்லை. கோடாந்திர குஞ்சம்மா தான் கேட்கவேண்டியவள். இளைய கைமள் மற்றும் அவருடன் சேர்ந்து வந்தவர்களால் நேரடியாகத் திட்ட வட்டமாய்க் கேட்டுவிட முடியுமா? வழக்கிற்குச் செல்வதென்றால் அது அவர்களால் நடத்த முடியுமா? அகவூர் நாணி குழந்தையாக இருந்த போது ஒரு சம்பவம் நிகழ்ந்திருக்கிறது.

துறையிலுள்ள பதினைந்து பறை நிலத்தில் அறுவடை செய்த நெற்கற்றைகள் அகவூருக்குத் தென்பகுதியிலுள்ள தாழ்வான களத்துக்குத் தான் வந்து சேரும். கற்றைகள் களத்துக்கு வந்து விட்டால் அவற்றில் ஒரு கற்றைநாணியைச் சேர்ந்ததாகும். அம்மா அல்லது சின்னம்மா அறுவடை செய்த கற்றைகளில் நான்கைச் சேர்த்துக் கட்டிய ஒரு கற்றைதான் அவள் எடுத்துச் செல்வது. அதுதான் வழக்கம். கிட்டுச்சார் அன்புடைய அம்மாவனாக இருந்தார். கிட்டுச்சார் நாணியை அருகே அமரவைத்துத்தான் சாப்பிடுவார். அவ்வளவு அன்பு அவள் மீது

அவருக்கு இருந்தது.

அந்தப் பெரிய கற்றையை நாணி சுமந்துகொண்டு போவதை அம்மாவன் பார்த்தால் கூட பார்த்ததாக வெளியே காட்டிக்கொள்ள மாட்டார்.

அம்மா, சின்னம்மா மற்றும் அறுவடைக்கு வந்த பெண்கள் சேர்ந்து நின்று கற்றை மிதிக்கின்ற போது நாணி ஓடிவிளையாடிக் கொண்டிருப்பாள். அறுவடை மிதி நாட்கள் அவளுக்கு உற்சவ நாட்களாகும்.

ஓர் அறுவடையின் போது கற்றைகள் அந்தக் களத்துக்கு வர வில்லை. அம்மாவும் சின்னம்மாவும் அறுவடைக்குப் போகவுமில்லை. அன்றைய தினம் அம்மா ஏங்கியழுதாள். அறுவடையான கற்றைகள் வேறு எங்கேயோ சென்றுவிட்டன.

"என்னம்மா, நம்ம நிலத்திலே அறுவடையான நெல்லு நம்ம களத்துக்கு வரலியே?"

"இப்போ அது நம்ம நிலம் இல்ல மவளே!" அம்மா தழுதழுத்த குரலில் கூறினாள்.

"அப்பறம் இப்போ யாருக்குச் சொந்தம்?"

"எரிக்கல் வீட்டுக்குச் சொந்தம்!"

இனிமேல் அந்தக் கற்றைகள் அகவூர்க் களத்துக்கு வராது.

நாணியால் மறந்து விடமுடியாத விசயமாக இருந்தது அது. துறையில் பதினைந்து பறை நிலத்தில் விளைந்த நெற்கற்றைகள்! அவற்றை இன்னோரிடத்துக்குக் கொண்டு செல்வதை அவளால் பொறுத்துக் கொண்டிருக்க முடியவில்லை.

துறையில் பதினைந்து பறை நிலத்தில் நடை பெறுகிற அறுவடை நாள் அன்று நாணி கோடாந்திரவிலிருந்து அகவூர் வீட்டுக்குச் சென்றாள்.

கணபதி ஐயன் சுவாமி கடன்பத்திரப்படி இரண்டாயிரம் பறை நெல்லைக் கொடுத்தார். அதுதான் அகவூர் துறையில் பதினைந்து பறை நிலத்தின் கிரயம்.

சின்னப் பெண் குஞ்சம்மாவோ, திரிபுர சுந்தரியோ, நங்னையவரோ ஏதொன்றுமறியவில்லை. அறியவேண்டிய அவசியமும் இல்லை.

திரிபுரசுந்தரி கொச்சுபிள்ளையின் மகள்தான் என்று பெரிய குறுப்பு ஆசான் அறிந்துகொண்டார். சேஷையன் புடவை கொடுத்து ஏழாவது மாதத்திலேயே திரிபுரசுந்தரி பிறந்தாள். நாணி தேதி அடிப்படையிலேயே அதை ஆசானுக்குப் புரியவைத்தாள். இத்தகைய விசயங்கள் குறித்து

ஆடவர்களுக்கு என்னதெரியும்? தங்கையின் புடவை கொடையைப் பற்றி நாளை எந்த அண்ணன்தான் நினைவில் வைத்திருப்பான்?

ஐயப்பக் குறுப்பு ஆசானுக்குப் பெரிய வெட்கமாகிவிட்டது. அவர் எப்படி தங்கையைச் சந்திப்பார்? அவள் மகளையும் காண்பார்?

அகவூர் நாணி தலையணை மந்திரத்தில்கூட மிகுந்த கெட்டிக்காரியவாள்.

19

நான்கைந்து தலைமுறைகளுக்கு முன்னர் மல்வேஷ்டி, பிரம்மதேசம் மேல்வேஷ்டி, தாழ்ந்த ரகக் கம்பளி, கோட்டாறன் சன்னரகத் துணிகள் சகிதமாய் பாண்டி நாட்டிலிருந்து நாணு அச்சன் என்கிற ஒரு பிராமணர் குட்டநாட்டுக்கு வந்து சேர்ந்தார். எவ்வாறு அங்கே வந்தாரோ தெரியாது - அவர் மங்கொம்பில் தான் தங்கியிருந்தார்.

மங்கொம்பு கோவிலிலிருந்து அவருக்கு 'நமஸ்கார' விருந்து சாப்பாடு கிடைத்துக் கொண்டிருந்தது. சுவாமிக்குச் செலவினங்கள் ஒன்றுமேயில்லை. சரக்குகள் விற்றுத் தீரத் தீர மீண்டும் அவர் தமிழ்நாட்டுக்குப் போய் வந்தார். புதிய சரக்கைக் கொண்டுவந்தார். அந்த வெள்ளக் குழியிலே அந்த வியாபாரம் நடந்துகொண்டிருந்தது. கடனளித்த சரக்கின் விலையில் கணிசமான ஒரு பகுதி சித்திரை அறுவடை முடிந்தபோது நெல்லாக வசூலாயிற்று. அனைத்துக் குடும்பத்தினரும் நாணு அச்சன் சுவாமியிடமிருந்துதான் சரக்குகளை வாங்கிக் கொண்டனர். நல்ல சரக்கு; சுவாமி நல்லவன். சுவாமியிடம் பேரம் பேசவேண்டிய நிலைமை ஏற்பட்டதில்லை.

நான்கு ஆயிரம் பறை நெல்லை சுவாமி என்ன செய்வது? நெல்லுக்குப் பணமாக விலைமதிப்பு ஏற்பட்டதில்லை. சரக்குக்குப் பணமாக விலைமதிப்பு ஏற்பட்டதில்லை. சரக்குக்கு விலையாக இவ்வளவு நெல் என்று சுவாமி திட்டப்படுத்தியிருந்தார். அவ்வாறாகத்தான் சரக்கு விலையாக நான்கு ஆயிரம் பறை நெல் அவரிடம் வந்து குவிந்தது. பணம்தான் இல்லை; இருக்கிற நெல்லை வாங்கவும் ஆளில்லை. எல்லோரிடமும் நெல் இருக்கிறது. சுவாமிக்கு நெருக்கடிதான். சுவாமியின் இந்த நெருக்கடியைக் கண்ட மேப்பிராக்கல் பணிக்கர், கோந்தி முற்றத்துக் குறுப்புவிடம் சொன்னார்: "ஓய், கோந்தி முற்றத்துப் பெரியவரே, சுவாமி என்னையா, பண்ணுவார்? பாவம்! சரக்கைக் கொண்டு வந்தார். விற்றுப் பணமுடன் திரும்பலாம்னு நினைச்சார். இப்போ அவருக்கு நெருக்கடி. நெல் கையிலே ஒதுங்குமா?"

சுவாமியின் இந்த அவல நிலைமையை குறுப்புவும் புரிந்திருந்தார்.

"பாவம்! அவர் கண்ணிலிருந்து ரத்தம்தான் சொட்டுது. நெஞ்சைத் தடவி அழுதுக்கிட்டு என்கிட்டே கூடச் சொன்னாரு. ஊரிலெங்கும்

ஓடி நடக்கிறாரு."

நான்காயிரம் பறை நெல். அதை தமிழ்நாட்டுக்கு எப்படியெடுத்துச் செல்வார்? ஆண்டுகள் ஆக ஆக அரிசி கறுத்து நெல் மோசமாகிவிடும். தவிரவும் கிடைக்கிற நெல் காய்ந்ததாக இருக்குமா? மக்கிப் போகவும் சந்தர்ப்பமுண்டு - பணிக்கர் கருத்தைத் தெரிவித்தார்.

"ஊர் ஜனங்களெல்லாம் சேர்ந்து பாவம் அந்த பிராமணரை ஏமாற்றியிருக்காங்க."

குறுப்புவுக்கு ஓர் எண்ணம் உதயமாயிற்று.

"பிராமணன் கண்ணீர் விழுந்தா ஊர் அழிஞ்சிடும். அதுவும் ஓர் ஏழை பிராமணன். நாம் ஒண்ணு செய்வோம். நாம்ப விதைக் காலத்திலே கோந்தங்கரில் ஆசான்கிட்டேருந்தல்லவா, கடன் வாங்கற வழக்கம்? இந்த ஆண்டிலே சுவாமியின் நெல்லை எடுத்துக்குவோம்."

அப்போது ஒரு விசயம். ஆசான் கடனைத் தீர்த்த பின்னர்தான் சுவாமியின் நெல்லை எடுக்கமுடியும். நாணு ஐயர் நெல் வைத்திருந்த அறை காலியாயிற்று. ஆசானிடமிருந்து பெறுகிற கடன் நெல் பத்துக்கு ஒன்று வட்டி. பிராமணனுடைய பொருளாக இருப்பதால் பத்துக்கு இரண்டு வட்டி செலுத்தவேண்டும். பரவாயில்லை. பிராமணாளுடைய மகிழ்ச்சி ஊருக்குச் செழிப்பைத் தரும். அவன் சந்தோசத்தைக் கண்டு நிலமும் நல்ல விளைச்சலைத் தரும்.

ஆனால், அவ்வாண்டு விவசாயம் மிகவும் மோசமாக இருந்தது. சுவாமியிடமிருந்து கடனாகப் பெற்ற நெல்லைத் திருப்பிக் கொடுக்க முடியவில்லை. விளைச்சலான போது அந்த விவசாயத்துக்கு அளித்திருந்த ஆயிரம் பறை நெல் ஆயிரத்து இருநூறு பறை நெல் முதலாக மாறியது. அடுத்த விளைச்சலின் போது அந்த ஆயிரத்து இருநூறும் அதன் வட்டியும் சேர்த்து முதலாக மாறிவிடும். அங்ஙனம் கணக்கைப் புதுக்கியது. கணக்கு பெருகிற்று. நெல்லுக்கு அகலமும் நீளமும் உயரமும் வந்தது.

நாணு ஐயருக்கு அந்த ஆண்டில் மட்டும் சரக்கு விலை பாக்கியமாக ஐயாயிரம் பறை நெல் சேரவேண்டியிருந்தது! அந்த வர்த்தகம் அவ்வாறு வளர்ந்தது.

சுவாமி மனைவி அம்மையாரையும், குழந்தைகளையும் தமிழ் நாட்டிலிருந்து அழைத்து வந்தார். வியாபாரம் நன்கு நடைபெற வேண்டு மென்றால் ஊரில் வேர்கள் உறுதியாக வேண்டும். இனிமேல் இங்கிருந்து போகமுடியாது; போகவும் கூடாது.

தலைமுறைகள் சில பின்னிட்டுப் போயின. குட்ட நாட்டில் விவசாயம் நடப்பது சுவாமியின் நெல்லினால்தான். சிறிய பெரிய விவசாயிகள் அனைவரும் சுவாமியுடன் ஈடுபாடு கொண்டவர்களாயினர்.

விவசாயத்துக்கு மட்டுமின்றி வீட்டுச் செலவுக்குக் கூட சுவாமியே சரணமாயிற்று. நெல் திடீரெனப் பெருகி விடும். அது கணக்கைக் கூட்டிப் பார்த்தால்தான் தெரியும். நெல் போன்று பெருகும் பொருள் வேறு ஒன்று இல்லை.

கண்டெழுத்தின் போது கோந்நோத்துப் பிள்ளையின் பத்திரம் தான் முதலில் முறைப்படுத்தப்பட்டது. சுவாமிக்கு ஒரு விதமான தற்காப்பு உணர்வு ஏற்பட்டுவிட்டது. பத்திரம் படித்துப் பார்த்த போது பண்டைய ஓலை வாசகங்கள் போன்று இல்லை. இப்போது நிலத்துக்குப் பெயரிடப்பட்டிருக்கிறது. அதுவும் அங்கங்களாகத்தான். எல்லைக் கோடுகள் மாறிவிட்டன. எங்கிருக்கிற நிலமாக இருந்தாலும் பத்திரத்தைப் பார்த்தால் புரிந்துகொள்ளலாம். நிலங்களுக்கு சர்வே கற்கள் போடப்பட்டிருக்கின்றன. உரிமைக்கு உறுதி கைவந்தது போல் சுவாமிக்குத் தோன்றியது.

சுவாமி யோசித்தார். வாடிக்கையாளர்களெல்லாம் நல்லவர்கள் தாம். வயலின் விளைச்சலுக்கேற்ற முறையில் ஒவ்வொருவரும் ஒவ்வோர் ஆண்டிலும் கடனாகப் பெற்ற நெல்லை அளந்து தருகின்றனர். ஆனால் கடன் தீர்ந்தபாடில்லை. கணக்கை முடித்துப் புதுக்கணக்கைத் துவக்குகின்றவர்கள் யாருமில்லை. கணக்கைப் பார்த்துக் கடனைப் புதுப்பிக்க யாருமே தயங்குவதுமில்லை.

இப்படியே நீடித்துப் போனால்? இப்போது சொத்துக்கள் சுத்தமா யிருக்கின்றன. உரிமை உறுதிப்பட்டு அரசு தஸ்தாவேஜிகளில் இடத்தைப் பிடித்துக் கொண்டிருக்கிறது. வரி பணமாக நிர்ணயிக்கப்பட்டிருக்கிறது. சுவாமிக்கு ஓலை தஸ்தாவேஜ்களில் பதியப்பெற்ற நிலங்களிலிருந்தன. அந்த நிலங்கள் குத்தகைதாரர்களிடமிருந்து வருகின்றன. குத்தகைதாரர் ஒரு கோல் அளவு நிலம் அண்டையினருக்கு விட்டுக் கொடுத்தால் அந்த அளவிலே சுவாமிக்கு இழப்புத்தான். நிபந்தனை அவ்வாறிருந்தது. கண்டெழுத்தின் போது அவ்வாறு நிகழ்ந்தது கண்டுபிடிக்கப்பட்டது. நாகம்பிள்ளை மனமுவந்து உதவினார். அதன் விளைவாக கூடுதலான நிலங்கள் சுவாமி கைக்கு வந்து சேர்ந்தன.

சில வருடங்களில் கணபதி ஐயர் சுவாமி ஒருமுறை ஊரில் சுற்றுப் பயணம் செய்வார் அறுவடைக்கு முன்னர், ஊரான ஊரிலெல்லாம், வயலான வயலிலெல்லாம் எத்தனை எத்தனையோ நிலங்களில் சுவாமியின் நெல்லை முதலீடு செய்து விவசாயம் செய்த விளைச்சல் பழுத்துப் பக்குவம் பெற்று வருகிறது. அதைப் பார்க்க என்ன ஆனந்தமாயிருக்கிறது. கணக்கின் நகல் ஒன்று சுவாமியிடமிருக்கும். மனத்தைக் குளிரவைக்கும் அந்தக் காட்சியைக் காண்பதுமட்டுமின்றி, அந்த வருடத்தில் எத்தனை பறை நெல் வசூலாகிவிடுமென்று அறியவும் வேண்டும். விவசாயம் மோசமாயிற்றெனச் சொல்லி ஆத்துக்கு அளக்க வேண்டிய நெல்லைக்

குறைத்திட எந்தக் குத்தகைதாரருக்கும் இடம் தரலாகாது. சுவாமி விவசாய விளைச்சலைப் பார்த்திருக்கிறார். சுவாமியிடமிருந்து கடனாகப் பெற்ற நூறு பறை நெல்லினால் விவசாயம் செய்த பத்து பறை நிலத்தில் விளைச்சல் வரையிலும் சுவாமி பார்த்து அறிந்து வைத்திருக்கிறார். அப்புறம் விவசாயத்தைக் குறை கூறமுடியுமா?

அந்தப் பயணத்தின் போது சுவாமி சிற்சில நிலங்களைப் பார்த்து நிற்பார். அவற்றில் ஒன்று தான் 'ஞாற்றுவா நானூறு.' எல்லா ஊர்களிலும் அத்தகைய செழிப்பான நிலங்கள் உள்ளன. அந்த நிலங்களில் நெல் விளைந்து நிற்பதை யாரும் பார்த்துக்கொண்டே நின்று விடுவார்கள். கொச்சு காட்டுங்கல், முறிஞ்சுபுழா, தண்டப்பிறா வளைவு, துருத்துமாலி - என்றிவ்வாறாகத்தான் அவற்றின் பெயர்கள். அந்தப் பெயர்களைக் கேட்கும் போதே சுவாமியின் வாயில் நீர் நிறைந்துவிடும்.

நெல் பெருகிப் பெருகிக் குவிந்து விண்ணைத் தொடுகிற நிலைமை ஏற்பட்டபோது சுவாமிக்கு மண்மீது தாகமாயிற்று. மண்ணிலே தானே, நெல் விளைகிறது? வசூலாக இருக்கிற நெல் அனைத்தும் சேர்ந்து விட்டால், அது மண்ணாக மாறி விட்டால் அதன் விஸ்தார - அளவு என்னவாகும்? சுவாமி அமர்ந்து கணக்கைப் போட்டுப் பார்த்தார். அந்த பூமியின் ஆண்டுக் குத்தகை என்ன? அந்தக் குத்தகை நெல் கடனாகச் சென்று வட்டிகூட்டிப் பெருக்கினால் மறுபடியும் அது எந்த அளவு விஸ்தீரணமுடைய பூமியாக மாறி விடும்? ஸ்வாமி இவ்வாறாகக் கணக்கைப் போட்டுப் பார்த்தார்.

சுவாமி ஊர் சுற்றுப் பயணத்துக்கு ஆயத்தமானார்.

பழைய மனிதர்கள் இறந்துபோய்க் கொண்டிருக்கின்றனர். கோடாந்திரப் பெரிய ஆசானும் கோந்நோத்துப் பிள்ளையும் இறந்து போயினர். சீரட்டக் கைமளுக்கு வயதாகிவிட்டது. இவ்வாறாக எல்லா ஊர்களிலுமுள்ள பிரமுகர்கள் இறந்துகொண்டே இருக்கின்றனர். இளைய தலைமுறையினர் இறந்தவர்கள் போன்று சத்திய சீலர்களாக இருப்பார்களா? அவர்களுக்கு இந்த அளவில் பிராமணபக்தியும் பிராமண தாபத்தைக் கண்டு பயமும் இருக்குமா? அதையும் பார்த்துத் தெரிந்துகொள்ள வேண்டியிருக்கிறது. தலைமுறை மாறுகிறது. கண்டெழுத்து வந்தது. அது ஒரு மாறுதல்தான். மனிதர்களும் மாறியிருக் கின்றார்களா? பல மனிதர்களையும் சுவாமிக்குத் தெரியும். நேரடியாகப் பழகித் தெரிந்துகொண்டது அல்ல.

கழிந்துபோன ஏழெட்டு தலைமுறைகளுக்குள்ளே தமிழ் நாட்டிலிருந்து நான்கைந்து குடும்பங்கள் கூட மங்கொம்பில் வந்து சேர்ந்திருக்கின்றன. குட்டநாடு நல்ல வளம் நிறைந்த பூமி - அங்கே அவர்களும் வேர்விட்டனர்.

அவர்களில் வெங்கிடாசலம் ஐயர் சுவாமி நெல்லை விலைக்கு வாங்கி வட்டிக்கு விட்டுக்கொண்டிருந்தார். அவருடைய பேரன் இப்போது ஐம்பதாயிரம் பறை நெல் வட்டிக்கு விட்டிருக்கிறார்.

கணபதி ஐயர் சுவாமியின் படகு சீரட்டக் குடும்பத் துறையை அடைந்தது. கைமள் அப்போது அங்கே இருந்தார். கூடத்தில் அமர்ந்திருந்தார். உயரம் குறைந்து தடித்த உடலுடன் சுவாமி ஒரு ஜாடி போலிருப்பார். நல்ல பிரகாசமுடைய இரண்டு பெரிய கண்கள். தார் பாய்ச்சியுடுத்தியிருக்கிறார். ஓர் ஓலைக் கட்டினைக் கையில் வைத்திருந்தார்.

கைமள் துறையை நோக்கி விரைந்து வந்தார்.

"ஐயகோ! இது யாரு? எங்க வீட்டுக்கெல்லாம் சுவாமி வருவதா? இதுக்கு முந்தி நடக்காத காரியமாச்சே? சிப்பந்திகளில் யாரையாச்சும் அனுப்பிவச்சிருந்தீங்கன்னா, நானே அங்கு வந்திருப்பேனே! காரியமே தாச்சும் இருந்தா, அப்படித்தானே, செய்யறது வழக்கம்?"

"சீரட்ட, கோடாந்திர, மற்றத்தில், மங்கலச்சேரி - எல்லாக் குடும்பங்களையும் பார்க்கலாம்னு வந்துட்டேன். நீங்கல்லாம் அடிக்கடி என்னை வந்து பார்க்கிறேள். நான் உங்களையும் பார்க்க வேணாமோ? அதானே, மரியாதை?"

கூடத்திலுள்ள பெரிய கொரண்டிப் பலகையில் கம்பளியும் வெள்ளை வஸ்திரமும் விரிக்கப்பட்டன.

சுவாமி அமர்ந்து கொண்டார்.

"இளனி, பழம் கொண்டாரட்டுங்களா?"

"வேணாம், வேணாம்! இப்போ வேணாம். படகிலே கொண்டு போய் வச்சுடுங்க!"

சுவாமி குடும்ப நலன்களை விசாரித்தார்.

"இருக்கட்டும் கைமள்வாள்! மருமகப் பயல்களெல்லாம் எப்படியிருக்காங்க?"

கைமளுக்குப் புரியவில்லை.

"அவுங்க உங்க சொற்படி கடவுள் நம்பிக்கை, சத்தியம், நேர்மை, பிராமண பக்தி - எல்லாம் உள்ளவங்கதானே?"

"ஓ... அதெல்லாம் ஓரளவு சொற்படி நடந்துக்கிறாங்க."

கணபதி ஐயருடைய கண்கள் கூடுதலாக மலர்ந்தன. இப்போது அவை புன்கைக்காய் அளவிலே ஆகிவிட்டன. ஒருமுறை உருண்டன.

"அதென்ன, கைமள்வாள், ஓரளவென்கிறேள்? இது ஒரு புண்ணியம் செய்த பெரிய குடும்பம். இங்கே எல்லாரும் சத்திய சீலர்களாய் இருந்திருக்காங்க. அப்பா, தாத்தா சொல்லிக் கேள்விப்பட்டிருக்கேன். ஒரு மணி நெல்லுக்குக் கூட வஞ்சனை கிடையாது. அப்படியிருக்கச்சே ஏன், ஓரளவென்கிறேள்?"

சுவாமிக்குச் சிறிது ஆவல் இருப்பது போல் தோன்றியது.

"எல்லோரும் எனக்கு அடக்கம்தான். யாருமே எல்லை மீறிப் போனதில்லை. என் முன்னே யாருமே நிக்கமாட்டாங்க. ஆனா சுவாமி கொஞ்சம் நெனைச்சுப் பாருங்க. கலி முத்தி வருதல்லவா? கலி முத்தி வரும்போது எதையும் திட்டவட்டமாய்க் கூறிவிட முடியாது. பிரமாணமும் அப்படித்தானே, இருக்கு?"

சீரட்டக் குடும்பத்தின் இளம் தலைமுறை கிட்டுண்ணிக் கைமள் ஆவார். பெரிய கைமளுக்கு நேரடியான மருமகன். வயதிலே பெரிய வித்தியாசமுண்டு. பல்வேறு விரதங்களெல்லாம் அனுஷ்டித்து, காணப்பட்ட சிலைகளுக்கெல்லாம் வழிபாடு செய்து பிறந்த கிட்டுண்ணிக் கைமளுக்கு எட்டு தம்பிமார்கள் உள்ளனர். ஈசுவர சேவை பலனளித்தது.

கிட்டுண்ணிக் கைமளுக்கு ஆற்றித்தரைக் குடும்பத்திலிருந்துதான் 'சம்பந்தம்.' ஆற்றித் தரைப் பெண்கள் பாதங்கள் வரையிலும் இறங்கிக் கிடக்கிற புடவையணிகின்றவர்கள். கட்டிப் புடவையன்று. அகலமான மல்ப் புடவைதான். குடும்பப் பெண்கள் அவ்வாறு உடுத்த மாட்டார்கள். உடுத்துவமில்லை. அப்படியுடுத்துவதென்றால் அது ஒரு மாதிரியாகக் கருதப்படும்.

சென்ற அறுவடையின்போது ஒரு படகு நிறையப் பதர் அகற்றப் பட்ட நெல்லை கிட்டுண்ணிக் கைமள் ஆற்றித் தரைக்குக் கடத்தினாராம். புல்லாற்று இட்டிராரிச்சக் கைமள்தான் பெரியவரிடம் அந்த விசயத்தைச் சொன்னார். வருடமொன்று முடிந்தபின்னரும் படகோட்டி குற்றத்தை ஏற்றுக் கொள்ளவில்லை.

அதன் பிறகு கிட்டுண்ணிக் கைமள் அம்மாவன் முன்னால் சென்றதில்லை. அவருக்குச் சோறுபோடக் கூடாதென்று பெரியவர் பெண்களுக்குக் கட்டளையிட்டிருக்கிறார். கிட்டுண்ணிக் கைமள் தகாத காரியத்தைச் செய்திருக்கிறார். களத்திலிருந்து நெல்லை அள்ளிச் சென்றிருக்கிறார். அது குடும்பத்தை அழிக்கிற வேலை.

அது கூடுதலான அவதூறுக்குக் காரணமாகிவிட்டது. கிட்டுண்ணிக் கைமள் ஆற்றித் தரைக் குடும்பத்திலிருந்து சாப்பிட்டிருக்கிறார். சீரட்டக் குடும்பத்து ஆண்-பெண்கள் ஆற்றித்தரையிலிருந்து சாப்பிட்டதில்லை. அவர்கள் தொட்ட தண்ணீரைக் கூடக் குடித்த தில்லை.

பெரிய கைமளுடைய இறுதிச் சடங்குகளை நிறைவேற்ற வேண்டியவர் கிட்டுண்ணிக் கைமள்தான். அவருக்கு இப்போது குடும்பப் பிரஷ்டம். தகாதவர்களைத் தொட்டுச் சாப்பிட்டுச் சீரழிந்தவர். மூன்றாமவனான ஆண்டிக்கைமளுக்கும் திருட்டில் கொஞ்ச நஞ்சம் ஈடுபாடு உண்டு. நெல், தேங்காய் முதலியவற்றைத் திருடி மருமக்கள் மனைவிமார்களுக்குக் கொடுக்கத் தொடங்கியிருக்கின்றனர். அதெல்லாம் கலியின் சொபாவம்தான். கலி மூத்து வருகிறான். அல்லாமல் என்ன சொல்ல?

"தருமசாஸ்தா காரியங்கள் எல்லாம் சரிவர நடந்து வருதா? இப்பவும் பனிரண்டு பிராமணாளுக்கு தவறாம 'நமஸ்காரம்' நடக்குதா?"

"அதிலே ஒண்ணும் குறை இல்லைங்க."

"மாதா மாதம் தவறாம சாஸ்தாபிரீதி நடப்பதுண்டா?"

"நடக்குதுங்க. அதை எல்லாம் குறைச்சிக்க முடியுங்களா? எத்தனை பிராமணர்கள் வந்தாலும் அவங்களுக்கெல்லாம் பாயச சகிதமாய் விருந்தளிப்பது உண்டுங்க."

சுவாமி அங்கீகரிக்கிற முறையில் தலையாட்டினார்.

"அதான் கைமள்வாள், ஊரின் செழிப்புக்குக் காரணம். பிராமணனோட மனநிறைவு; சந்தோஷம்!... கைமளோட நண்பனுங்க போயிண்டிருக்காங்க. ஆனா இப்போதைய அந்த கோந்நோத்துப் பெரியவன்... அவன் பேரென்ன? ராமன்தானே?– அவன் ரொம்பவும் உண்மையானவன்; நல்லவன் - ஆத்துக்கு வந்திருந்தான். எவ்வளவு செலுத்த வேண்டியிருக்கும்னு கேட்டான். நான் கணக்குப் பார்த்துச் சொன்னேன். அவன் மண்டபத்து வாசலுக்குப் போனான். பூமி பற்றிய விபரங்களை அறிந்து வந்தான். அவன் பூமியை பணையமாய் எழுதித் தந்தான். அவாளுக்கு நான் சாப்பாடு போட்டேன். அவன் சத்தியவான். தீர்க்காயுஸாயிருப்பான்.. ஆமாம்.. இப்போதைய கோடாந்திரக் குறுப்பு எப்படியிருக்கான்? அவன் ஆத்துக்கு வந்திருந்தான். கடன் பத்திரப் பிரகாரம் ரெண்டாயிரம் பறை நெல்லை வாங்கிண்டான். பொண்டாட்டிக்கு நிலம் வாங்கிக் கொடுக்கலாம். அது நேக்குப் பிடிக்கலே. அவன் எப்பேர்ப்பட்டவன்?"

கைமள் பதில் சொல்லவில்லை.

சுவாமி ஓலைக் கட்டினை அவிழ்த்துப் பார்த்துவிட்டுக் கூறினார்:

"இப்போ நாலாயிரம் பறை நெல் ஆத்துக்கு வந்துடும். அவாளுக்குக் கொடுத்தது தப்பாப்போச்சா, கைமள்வாள்?"

அதற்கும் பதிலளிக்கவில்லை.

சுவாமி வந்த விசயத்தைச் சொல்லத் தொடங்கினார்:

"மருமக்கள் எப்படியிருக்காங்கன்னு கேட்டப்போ ஒரு விதமான பதில். கோடாந்திரச் சின்னக் குறுப்பு எப்படியிருக்கான்னு கேட்டப்போ மௌனம். கலிகாலம் வந்தாச்சுன்னு கைமள்வாள் சொல்லறேள். கடன்கிறது தனமல்ல கைமள்வாள்! ஆத்துக்கு, இந்த ஆறு கரைகளைச் சேர்ந்த நாற்பத்தியேழு வாடிக்கைக்காரங்க இருக்காங்க. சத்தியவந்தர்களான மனிதர்களுமாய் ஈடுபாடு கொண்டோம். அது நடந்து வருது. இப்போ சொத்துப் பொத்துக்களுக்குப் பட்டாவாச்சு. அனுபவமாச்சு. வரிகொடுக்காம இருந்தா முதுகிலே கல் ஏற்றி வைக்கமாட்டாங்க. ஆத்துக்குச் செலுத்த வேண்டிய கடனுக்காக பூமி பணயமாவோ, விலைக்கோ ஆகட்டுமே. கிழக்கட்டவைச் சேர்ந்தவங்க எப்படீன்னு தெரியுமா? பிராமணனோட கடன் முதல் ராஜபோகம் போல ஈடு செய்து கொடுக்கிற காலமல்ல இனி வரப் போவது."

கைமள் இதுவெல்லாம் சரியென உணர்ந்திருக்கிறார்.

கிட்டுண்ணிக் கைமள் கடனைத் திருப்பித் தராமலிருந்து விடலாம்.

---

*கேரளத்தில் உற்சவ அணிவகுப்பு ஒரு சிறப்பான முறையில் அமையப் பெற்றிருக்கிறது. ஒன்று, ஐந்து என்கிற ஒற்றை எண்ணிக்கையில் யானைகளை ஒரே வரிசையாக அணிவகுத்து நிறுத்துவார்கள். யானையின் நெற்றியளவில் துணி தைத்து அதன்மீது பளிச்சிடுகின்ற உலோகக் குமிழிகள் பதிக்கப் பெறுகின்றன. வெள்ளிக்குமிழிகள், தங்கமுலாம் பூசப்பெற்ற குமிழிகள், தங்கக் குமிழிகள் ஆகியவை அந்தஸ்துக்கேற்றவாறு அழகாய் ஓங்காய் பதிக்கப்பெற்று, ஓரங்களில் குஞ்சங்களைத் தொங்க வைக்கின்ற தலையலங்காரங்கள் யானைகளை அணிவித்திருக்கும். மையத்தில் நிற்கிற உயரமான யானை மீதுதான் தேவன் அல்லது தேவி. கடவுளின் சிறிய உலோக உருவத்திற்குப் பின்னணியாய் அமைகிற, பாதி நீண்ட வட்ட வடிவிலான, தராதரத்திற்கேற்ற முறையில் தங்கம், வெள்ளி ஆகியவற்றினாலான பல்வேறு உருவங்களிலான பதக்கங்கள் பதிக்கப் பெற்றதுதான் கோலம். மையத்தில் நிற்கிற மிகவும் உயரமான யானை மீதுதான் கோலம் ஏற்றிவைக்கப்படும். குடை சூட்டப்படும். ஆலவட்டம் வெண்சாமரம் வீசப்படும். ஏனைய யானைகள் மீது குடையும் ஆலவட்டமும் வெண்சாமரமும் மட்டும்தான் இருக்கும். நடுவிலுள்ள யானைமீது நான்கு பேர்களும், மற்றவற்றின் மீது மூன்று பேர்களும். இந்த யானைநிரைக்கு முன்னால்தான் செண்டை மேளம், பஞ்சவாத்தியம் எனப்படும் மேளதாளங்கள். மொ-ர்.

அவர் பெண் ஜாதிக்கு பாதம் வரையிலுமிறங்கிக் கிடங்கிற புடவை வேண்டும். அப்புறம் அவர் எப்படிக் கடனைத் திருப்பித் தருவார்?

பிராமணன் முதலைக் கொடுக்காமலிருந்தால் குடும்பம் அழிந்து போய்விடும்.

"இங்கிருந்து செலுத்தவேண்டியது எவ்வளவு இருக்கும்?" கைமள் விசாரித்தார்.

"பெரிய அளவிலே ஒண்ணுமில்லை, கைமள்வாள். எட்டாயிரம் பறை நெல் ஆற்றின் அக்கரையிலுள்ள நூறுபறை நிலத்தைப் பணயமாத் தந்தாப்போதும்."

கைமள் ஒப்புக்கொண்டார். யோசிப்பதற்கு ஒன்றுமிருக்கவில்லை. கடன் முதல்-தனம்-அல்ல!

வளாகத்தில் சுற்றி நடந்து பார்த்தபோது இரண்டு நேந்திரங்காய்க் குலைகள்பக்குவமாய் நிற்பது சுவாமி பார்வைக்கு வந்தது.

"இங்கே நேந்திரங்காய்க் குலைகள் இருக்கா, கைமள்வாள்?"

"இருக்கே!"

நான்கு நேந்திரங்குலைகளுடன்தான் சுவாமியின் படகு நகர்ந்தது.

20

*ஐந்தாம் உற்சவதினத்தன்றுதான் நீராட்டுக் கோலமும், தங்கத் தலையலங்காரமும், பொன்னுடையுமெடுக்கப்படுகின்றன. ஆடம்பரமும் அன்றுதான் ஆரம்பமாகிறது. நான்காம் உற்சவதினம் வரையிலும் நடுத்தரமான கோலமும் வெள்ளிக்குடைகளும்தான் பயன்படுத்தப் படுகின்றன. யானைகள் மூன்று. ஐந்தாம் நாளிலிருந்து யானைகள் ஐந்து. உற்சவமும் சுறுசுறுப்படையும்.

நடுத்தரமான கோலமென்றால் ஐநூற்றியோர் தங்கக் கதளி மலர்கள் அந்தக் கோலத்திலுள்ள வண்ணத் துணிமீது தைத்து பதிக்கப் பெற்றிருக்கிற ஒரு சட்டமாகும். கடவுள் உருவம் மூன்று அங்குல நீளமுடைய, சாஸ்தாவின் விக்கிரகமாகும். கெட்டித் தங்கத்தாலானது. வெள்ளிக்குடை என்றால் வெள்ளியினாலேயே நிர்மாணிக்கப்பட்ட குடையாகும்.

நடுத்தரக் கோலத்தை உருவாக்கியவர் கொட்டூத்ர காரியகர்த்த ராவார். வெள்ளிக் குடைகள் நிர்மாணித்தவர் பனைக்கல் காரியகர்த்தர். ஆறாட்டுக் (உற்சவத்தின் இறுதியில் பகவான் நீராடுவதைத் தான் 'ஆறாட்டு' என்ற பெயரில் சொல்வது.) கோலத்தை உருவாக்கியவர் மாறோத்தில் காரியகர்த்தராவார். ஆறாட்டுக் கோலத்தை ஒரு சாதாரண

நம்பூதிரியினால் எடுத்து யானைத் தலையிலேற்றிவைத்துப் பிடித்துக் கொள்ள முடியாது. அந்த அளவிலே இருக்கிறது அதன் பளு. உடைத்த தேங்காயின் ஒரு பகுதியளவு பெரிதான நூற்றியோர் தாமரைப் பூக்கள் தங்கத் தகட்டில் பதிக்கப் பெற்றிருக்கின்றன. விக்கிரகத்தின் எடை இருபத்தியோர் பலமாகும். இந்தக் காரியகர்த்தர்கள் அனைவரும் எந்தெந்தக் காலங்களில் வாழ்ந்தவர்களோ? பெயர்களெல்லாம் பரம்பரையாகச் சொல்லி வருபவை. அவர்களால் உருவாக்கப்பட்ட உருப்படிகள் மட்டும் காணப்படுகின்றன.

'ஆறாட்டுக் கோலத்தைத் தலையில் வைத்தால் ஐயப்பன் யானையின் தலை மேலும் உயர்ந்து நிற்கும். நான்கு ஆட்களும் ஆறாட்டுக் கோலமும் தங்கக் குடையும் ஆலவட்டமும் வெண்சாமரமும் இல்லாமலிருந்தால் ஐயப்பன் யானைக்குப் பிடிக்காது. அது பளுவின்மை என்பது போன்று ஆடிக் குலுங்கத் தொடங்கிவிடும்.

உற்சவம் - திருவிழா- ஐந்தாவது நாள் மதிய ஸ்ரீபுத பலிக்கான மெறமணை ஆரம்பமாவது சூரியன் உதித்து ஒன்பது நாழிகை நேரமான பின்னர்தான். ஆறாட்டுக்கோலம் மற்றும் பொன்குடையைப் பெரிய பொக்கிஷத்திலிருந்துதான் எடுக்கவேண்டியிருக்கிறது. கொடியேற்று நாள் அன்று மாலையில் சீரட்டக் கைமள் வந்து பொக்கிஷத்தைத் திறந்து நடுத்தரக்கோலம் மற்றும் வெள்ளிக் குடையை எடுத்துக் கொடுத்தார். ஐந்தாம் உற்சவத் தினத்தன்று காலையிலேயே கைமள் வரவேண்டியவர்தான். பெரிய பொக்கிஷத்தைத் திறந்து ஆறாட்டுக் கோலம் மற்றும் தங்கக் குடையை எடுத்துத் தரவேண்டும்.

சீரட்டக் கைமள் வரவில்லை. என்ன காரணமோ? தேவஸ்தானத்தி லிருந்து ஆளை அனுப்பிவைத்தனர். கைமள் கூடத்தில் உறுதியான தீர்மானத்துடன் வீங்கிய முகத்தோடு அமர்ந்திருந்தார்.

"நான் வரவில்லேன்னு போய்ச் சொல்லடா!" என்றார் தூதனிடம்.

கோடாந்திரப் பெரிய குறுப்பு ஆசானும், கோந்நோத்துப் பிள்ளையும் கோவிலில் உள்ளனர். சாவிக்கொத்தினை வைத்திருப்பவர் சீரட்டக் கைமளாவார். மற்றவர்களால் என்ன செய்ய முடியும்?

ஸ்ரீபூதபலி மெறமணைக்கு நேரமாயிற்று. கோவில் காரியகர்த்தர் கோடாந்திர ஆசானிடம் வினவினார்:

"என்ன பண்ணறது, ஆசான்?"

ஆசான் கோந்நோத்துப் பிள்ளையைக் கேட்டார்:

"என்ன செய்யறது பிள்ளைவாள்?"

அவர்கள் பதிலை எதிர்பாராதவர் போல் காரியகர்த்தர் தமது தீர்மானத்தை வெளிப்படுத்தினார்:

"நான் நடுத்தரக்கோலம் மற்றும் வெள்ளிக்குடையுடன் மெறமணையைத் துவக்கப்போகிறேன். குறிப்பிட்ட நேரத்திலேயே நிகழ்ச்சி நடைபெறவேண்டும்."

சீரட்டக் கைமள்மார்கள் வஞ்சகர்கள். அவர்கள் செம்பகச்சேரி அரசனுடைய ஒரு படைக்குத் தலைவர்களாக இருந்திருக்கின்றனர். செம்பகச் சேரி அரசனின் அமைச்சர்களில் ஒருவராக இருந்தார் மணக்காட்டம்பிள்ளி மேனோன். வேணாட்டு அரசன் மார்த்தாண்ட வர்மா செம்பகச் சேரியைப்பிடித்துக்கொண்டான். குள்ளநரி ராமையன் செம்பகச்சேரி அரசனின் நம்பிக்கைக்குரித்தானவர்களை வேட்டையாடி நடக்கிறகாலம் தம்பிரான் கீழடங்கினார் என்றாலும், தான் கீழடங்க மாட்டேன் என்கிற பிடிவாதமுடன் இனியொரு போருக்காக, மணக்காட்டம் பிள்ளையைச் சேர்ந்த ஒரு சின்னமேனோன் தலைமறைவாக நடந்து தயாரிப்புக்களைச் செய்துவந்தான். கோவிலுக்குத் தென்பகுதியிலுள்ள காலியான ஒரு வீட்டில் அந்த மேனோன் ராமையனுடைய கிங்கரர்களின் கண்ணுக்குப் படாமல் தலைமறைவாகத் தங்கியிருந்தான். சீரட்டக் கைமள் அதைப் பார்த்தறிந்தார்.

"சீரட்டக் கைமளே, அபாயம் ஏதேனுமுண்டா?" மேனோன் விசாரித்தான்.

"இல்லவே இல்லை." என்றார் கைமள்.

மேனோன் மூன்று முறை விசாரித்தான். மூன்று முறையும் இல்லை என்றார் கைமள்.

ராமையனுடைய ஆட்கள் சின்ன மேனோனைத் தேடிவந்தனர்.

வேணாட்டு அரசன் பூமி வரிவஜா செய்து கொடுத்த கட்டளையும், வீரச் சங்கிலியுமாய் நிற்கிற சீரட்டக் கைமளுடைய இடது கை தென் பக்கமாய் நீண்டது; சும்மா நீண்டது போல்! வேணாட்டு அரசனுடைய ஆட்களுக்குச் சமிக்ஞை கிடைத்தது. அவர்கள் தென்பகுதியில் தேடுதலைத் துவக்கினர்.

தெற்கே ஒரு பனைமரத்தடியில் மணக்காட்டம் பிள்ளி சின்ன மேனோனுடைய சிரம் உடலிலிருந்து துண்டிக்கப்பட்டுத் தூசிப்படலத்தில் உருண்டது. அப்போது தருமசாஸ்தாவின் இடது கரம் வியர்த்துப் போயிற்றாம்.

சீரட்டக் கைமள் தென்பக்கம் நீட்டிய இடது கரத்தின் நரம்புகளில் சுடுவது போன்ற ஓர் எரிச்சல் அனுபவமாகத் தொடங்கியது.

அன்றைய நாள் முதற்கொண்டு எல்லாப் பெரிய கைமள்மார்களும் தங்கள் இடது கரத்தினைத் தண்ணீர் தொட்டு நீவியவாறு தான் நடக்கின்றனர்.

இன்றைய பெரிய கைமள் கூட அதைச் செய்து வருகிறார். நாளைய பெரிய கைமள்மார்களும் அவ்வாறு நடக்கக் கூடும். கோந்நோத்துப் பிள்ளை அந்தக் கதையை நினைவில் வைத்துக் கொண்டுதான் கூறினார்:

"சீரட்டக்கைமள் வஞ்சகர்!"

கோடாந்திரப் பெரிய குறுப்பு வினவினார்:

"நாம் என்ன செய்வது?"

"பெரிய பொக்கிஷத்தின் பூட்டினை அடித்து உடைத்து அதைத் திறக்கவேண்டும்" என்றார் கோந்நோத்துப் பிள்ளை.

கோடாந்திரக் குறுப்பு சிறிது நேரம் யோசித்தவாறு நின்று விட்டார்.

மங்கலச்சேரி ரவிப்பிள்ளை தளர்ந்து படுத்த படுக்கையாகிவிட்டார். முனை மழுங்கிய கத்திபோல் ஆகிவிட்டார். அதுதான் அவரது இன்றைய நிலை.

பின்னர் இப்போது கூர்மை இருப்பது யாருக்கு? மாதுப் பிள்ளைக்குத்தான். மாதுப்பிள்ளைக்குக் கணக்குத் தெரியும். கணக்கைக் கேட்கவும் செய்வார். அடுக்கடுக்காய்ப் பேசுவார். ஆனால் மாதுப்பிள்ளை வரவில்லை.

ஐந்தாம் உற்சவத்தின் ஸ்ரீபூதபலிக்கு ஆறாட்டுக் கோலமெடுக்க வில்லை. தங்கக் குடையுமிருக்கவில்லை. விருந்தை வாங்க வந்த ஊர் ஜனங்கள் அதை அறிந்துகொண்டனர். ஆறு கரைகளைச் சேர்ந்த ஜனங்கள் கொதித்தெழுந்தனர்.

தலையில் ஆறாட்டுக் கோலம் இல்லை என்றறிந்த ஐயப்பன் யானை வெகுண்டது மூன்று முறை. அன்றைய தினம் ஐந்தாம் உற்சவமென்று ஐயப்பன் யானைக்குத் தெரியும். யானை குலுக்கவும் ஆடவும் செய்தது.

வீடுகளிலிருந்த பெண்களுக்கு விசயம் புரிந்துவிட்டது.

"உனக்குத் தெரியுமா, கோதை? - ஆறாட்டுக் கோலம் எடுத்துக்கலே."

"இன்னைக்கு அஞ்சாம் உற்சவம் தானே?"

'ஆமாம்.'

"ஐயோ என் தெய்வமே... இதென்ன?"

கொடியேறிய போது பார்த்த லட்சணம் மோசமானது. வட்டம் சுற்றித் தான் கொடி மேலே ஏறியது. தேங்காய் உடைத்தபோது கண்ட லட்சணமும் மோசமானதுதான். ஊரெங்கிலும் கலகமென்று தான் மூத்த ஆசாரி சுலோகம் சொல்லி உறுதிப்படுத்தினார். கொடியேறிய முறை, தேங்காய் உடைத்தபோது கண்ட லட்சணம் ஆகியவற்றின்

விளைவு பிரத்தியட்சமானது. மூன்று வருடங்களுக்கு முன் தேங்காய் உடைத்தபோது கண்ட அறிகுறிகளென்ன? அந்த வருடத்தில் நல்ல விளைச்சல் ஏற்படுமென்று! அந்த வருடத்தில் ஏற்பட்ட விளைச்சல் போன்று எந்த வருடத்திலும் ஏற்பட்டதில்லை. நிலத்திலிருந்து நெல் அள்ளியள்ளித்தித்தான் கொண்டுவரப்பட்டது.

வெகு காலத்துக்கு முன்னர் ஒரு நான்காவது உற்சவ தினத்தன்று கொடி சரியாக இரண்டாகத் துண்டிக்கப்பட்டது போல் இரண்டாக அறுந்து விழுந்தது. அவ்வாண்டுதான் அம்மை நோய் பரவி ஆயிரக் கணக்கான மக்களைப் பலிகொண்டது.

ஆறாட்டுக் கோலத்தையும், தங்கக் குடையையும் பிரமுகர்கள் திருடியிருக்கிறார்களென்று யாரோ ஒருவன் கூறினான். அந்த அளவு தங்கத்துக்கு என்ன, சில்லறை விலைதானா? யாருக்குத்தான் ஆசை வராது? மனத்தின் கட்டுப்பாடு கலைந்து போய்விடும். தங்கம் கண்களைக் கூசச் செய்கிறது. சுய அறிவைத் தகர்த்துவிடுகிறது. தங்கம் மனிதனைப் பிசாசாக்கி விடுகிறது.

அந்த தங்கம் பகவானுடையதாகுமென்ற நினைவிருந்ததெல்லாம் முன்காலத்திலேதான். அந்த எண்ணம் பழம் பெரும் ஆசான்களுக்கு இருந்தது. ஒரு மணல்துகளைக் கூட அவர்கள் காலில் ஒட்டவைத்துக் கொண்டு போனதில்லை. கோவில் வளாகத்தில் அவர்கள் கால்களில் ஒட்டிவிட்ட மண்துகள்களை அங்கேயே தட்டிவிட்டுத் தான் வெளியே செல்வார்கள். இன்றைய ஆசான்கள் யார் யார்? அகவூர் நாணி மற்றும் கடம்ப நாட்டு கொச்சக்கியின் நாயர்கள்! பழையவர்கள் எல்லாம் போய் விட்டனர். காலம் மாறிவிட்டது. இன்று யாருடைய பொருளும் எவனுக்கும் ஜீரணமாகிவிடும்.

இளைஞர்களல்லவா, இன்றைய ஆசான்கள்? கோடாந்திரப் பெரிய ஆசானுக்கு வயதென்ன? கோந்நோத்துப் பெரிய பிள்ளைக்கு வாலிப மல்லவா?

கொடியேற்று நாள் அன்று அகவூர் நாணி சிற்சில தங்க நகைகளணிந்து தான் கோவிலுக்கு வந்திருந்தாள். புதிதாக ஒரு காசுமாலை செய்ய வைத்திருக்கிறாள். அகவூர் படிவாசலிலுள்ள பதினைந்து பறை நிலத்தை அண்மையில்தான் எழுதிவாங்கியிருக்கிறாள். இதுக்கெல்லாம் பணம் எங்கிருந்து? கோடாந்திரக் குடும்பத்துக்குச் செலவு போக மீதி எவ்வளவு பணமிருக்கமுடியும்? இந்தக் குறைந்த காலத்துக்குள் இவ்வள வெல்லாம் சம்பாதித்துக் கொள்ளமுடியாது.

ஏதோ திருட்டு நடை பெற்றிருக்கிறது. சீரட்டக் கைமள் மட்டும் பழைய தலைமுறையைச் சேர்ந்தவராக இருக்கிறார். அவர் கொடியேற்றிய பின்னர் கோவிலுக்கு வரவில்லை. இந்த வாலிபர்களுடன் சேர்ந்து அவரால்

செயல்படமுடியாது. அதனால்தான் வரவில்லை. கோடாந்திரக் குறுப்பு மற்றும் கோந்நோத்துப் பிள்ளையின் திருட்டினை அவரால் சகித்துக் கொண்டிருக்க முடியவில்லை - இவ்வாறாக மக்கள் கூறினர்.

ஆறுகரைகளைச் சேர்ந்த அனைத்துக் குடும்பத்து ஆடவர்களும் 'சர்வாணி'ச் சோற்றை வாங்கக் கூடையுடன் வந்திருக்கின்றனர்.

மக்கள் கூட்டம் கிளர்ந்தெழுந்தது. விசயமென்னவென்றறிய வேண்டும். அப்புறம் சர்வாணிச் சோற்றை விநியோகம் செய்தால் போதும்.

கோந்நோத்துப் பிள்ளையும் கோடாந்திரக் குறுப்புவும் ஏழு புரை வீட்டுக் கூடத்தில் உட்கார்ந்திருந்தனர். மக்கள் கிளர்ந்தெழுந்திருப்பதை அறிந்த அவர்கள் மறுபடியும் யோசித்தனர்.

கோந்நோத்துப் பிள்ளை பயந்து நடுங்கினார்.

"ஆசான், நாம்ப நெல்லறையின் பின் வழியாக நழுவிப் போய் விடுவோமே? அந்தக் குள்ளன் ஐயப்பனும், தகிலன் கிட்டுவுமெல்லாம் உள்ளனர். அவர்கள் அவமதிப்பார்கள்."

தகிலன் கிட்டுவின் குரல் உயர்ந்து முழங்கியது.

"எந்த ஆசான்? எந்தக் கரைக்கு நாதன்? இவனையெல்லாம் காளையைக் காயடிப்பது போல் அடிச்சிடணும்!"

"கேட்டீங்களா, அவங்க சொல்லறதை?" என்றார் கோந்நோத்துப் பிள்ளை.

கோடாந்திரக் குறுப்பு கற்சிலை போல் உட்கார்ந்திருக்கிறார். நா எழவில்லை. பயத்தால் முகம் வெளிறிற்று.

"போயிடுவோம் ஆசான்!"

குறுப்பு வாய்திறக்கவில்லை. குறுப்புவுக்கு ஒரு கனமுண்டு.

"எல்லாருமாச் சேர்ந்து ஆர்ப்பரிச்சு வந்தா, என்ன செய்யறது?"

ஜனங்கள் அந்த வீட்டை வளைத்துக் கொண்டனர். அட்டகாசங்கள்; அலறல் - கோடாந்திரக் குறுப்பு பதட்டமின்றி அசையாமல் அமர்ந்து கொண்டார். கோந்நோத்துப் பிள்ளை ஓர் அறைக்குள்ளே சென்று ஒளிந்து கொண்டார்.

மங்கலச் சேரி மாதுப்பிள்ளை கூடத்திலிருந்து வெளியே வந்து கிளர்ந்தெழுந்திருக்கிற மக்கள் கூட்டத்தை நோக்கிச் சொன்னார்:

"நீங்கள் இப்போது ஓசையெழுப்பக்கூடாது. நான் பிரமுகர்களைக் கேட்டுப் பார்க்கிறேன்."

நிசப்த நிலை நிலவியது.

மாதுப் பிள்ளை கோடாந்திர ஆசானை நோக்கிக் கேட்டார்:

"என்ன ஆசான், இது?"

"பெரிய பொக்கிஷத்தின் சாவி சீரட்டக் கைமள் கையிலேதான். கைமள் இந்தப் பக்கம் வந்ததேயில்லை. ஜனங்கள் சொல்லட்டும்; நீங்களும் சொல்லுங்கள்! பெரிய பொக்கிஷத்தின் பூட்டை அடித்து உடைத்திடறேன். ஆனா, ஜனங்களும் நீங்களும் என் கூட இருக்கணும்!"

மாதுப் பிள்ளை சிறிதுநேரம் பேசாமல் அப்படியே நின்று விட்டார். கோந்நோத்துப் பிள்ளை அப்போது கூட அறையின் ஒரு பகுதியில் பயந்து நடுங்கிக் கொண்டிருந்தார்.

கோடாந்திரக் குறுப்பு முன்னாலுள்ள மேஜைப் பெட்டிமீது ஒரு சுதர்சன சக்கிரத்தை வரைகிறார்.

அவருக்கு எந்தத் தடுமாற்றமுமில்லை. தைரியம் பிறந்திருக்கிறது. இப்போது ஒரு பக்கத்துக்குத் தள்ளி மாற்றியது மாதுப் பிள்ளையைத் தான். இப்போது நூற்றுக்கணக்கான குரல்கள் ஏக காலத்தில் எழும்பின.

"ஆசானுங்க என்ன சொல்றீங்க?"

சிலர் இன்னொரு கேள்வியை எழுப்பினர்.

"மங்கலச்சேரி மாதுப்பிள்ளை என்ன சொல்றாரு?"

மாதுப்பிள்ளை சிறிது தடுமாறினார். பூட்டை உடைப்பது அவ்வளவு சுமுகமான காரியமன்று. அது பெரிய காரியமாக மாறி விடலாம். கோடாந்திரக் குறுப்பு மறுபடியும் உறுதிபடக் கூறினார்.

"நீங்கள்லாம் என் கூட இருந்தீங்கன்னா, நான் பூட்டை உடைச்சுத் திறந்திடறேன்."

பூட்டை உடைத்துத் திறக்கிறவன் போன்றே மாதுப்பிள்ளையும் குற்றவாளியாகி விடுவார். வெளியே நிற்பவர்களிடம் எதையாவது சொல்லியே தான் தீரவேண்டும். இல்லாவிட்டால் அவர்கள் மாதுப் பிள்ளைக்கெதிராகத் திரும்பிவிடுவார்கள்.

மாதுப்பிள்ளை வாசல் அருகே நின்றவாறு கூவியழைத்துக் கூறினார்:

"நீங்க ஆறுகரையைச் சேர்ந்த அத்தனை பேரும் ஒண்ணாச் சேர்ந்து சொன்னா, கோடாந்திர ஆசான் பூட்டை உடைச்சுத் திறந்து ஆறாட்டுக் கோலத்தையும் தங்கக் குடையையும் உங்க முன்னாலே வெளியே எடுத்திடறேன்னாரு."

"நாங்க சொல்றோம். பூட்டை உடைச்சுத் திறக்கட்டும்!" ஒரே குரலாக முழங்கியது.

* ** *

உடைத்துத் திறந்த பொக்கிஷத்திலேயே கோலத்தையும் குடையையும் வைத்துவிட்டு, மாதுப்பிள்ளையின் மேற்பார்வையிலேயே இன்னொரு பூட்டையும் போட்டுப் பூட்டிவைத்தனர்.

ஆறாம் உற்சவத்தன்று அதிகாலையிலேயே மாதுப் பிள்ளை வந்து சேர்ந்தார்.

ஊரெங்கும் ஒரு வதந்தி பரவியது. சீரட்டக்கைமள் வழக்கைத் தொடுக்கச் சென்றிருக்கிறார். எந்த நேரத்திலும் போலீஸார் வரலாம். கூடவே கோந்நோத்து இட்டிராமன் பிள்ளை ஆசானும் ஆலப்புழைக்குச் சென்றிருக்கிறார்.

கோந்நோத்துப் பெரியபிள்ளை எங்கே சென்று மறைந்திருக்க வேண்டுமென்றறியாமல் தவிக்கிறார். எந்தக் கடுகுக்குள் மறைந்திருந்தாலும் பிடித்து விடுவார்கள். இந்தத் தகராறுக் கொன்றும் பேசாமலிருந்திருக்கலாம்.

“கோடோந்திர ஆசான், இதெல்லாம் தவிர்த்திருந்திருக்க வேண்டும்.”

“பயப்படாம இருங்க, பிள்ளை! போறதாயிருந்தா நாம்ப ரெண்டு பேரும் போவோம்!”

ஆறாம் உற்சவதினத்தன்று ஐந்தாம் உற்சவநாளன்று வந்திருந்தவர்களைவிடக் கூடுதலான மக்கள் வந்திருந்தனர். ஜனங்கள் எதுக்கும் தயாரான நிலையில்தான் இருக்கின்றனர்.

அன்று காலை ஒரு கெட்ட லட்சணம் தென்பட்டது. கொடியின் கைகள் இரண்டும், கால்கள் இரண்டும் பின்னிப் பிணைந்து கிடப்பதைக் கண்டனர்.

இவ்வளவு பெரிய கெட்ட லட்சணம் இதுவரை இல்லவே இல்லை.

மங்கலச்சேரியினர் அவ்வாறு நான்காம் ‘ஸ்தானி’ (ஸ்தானமுடையோர்)களாகிவிட்டனர். கோடாந்திரக் குறுப்பும் கோந்நோத்துப் பிள்ளையும் சேர்ந்து மங்கலச்சேரிக்கு ‘ஸ்தானி’ப் பட்டம் பெற்றுக் கொடுத்தனர். மங்கலச்சேரி மாதுப்பிள்ளை ஒரு தந்திரோபாயக் காரராவார். இனிமேற்கொண்டும் சாவிக்காரரும் ஸ்தானியும் மாதுப் பிள்ளையாகத் தானிருப்பார்.

* ** *

புல்லாற்றுக் கைமளும், கோந்நோத்து இட்டிராமன் பிள்ளையும், சீரட்டப் பெரிய கைமளும் சேர்ந்து வழக்கைத் தொடுக்கச் சென்றிருக்கின்றனராம். வதந்திதான். வழக்கை நடத்தப் பெரியதொகை செலவாகும். புல்லாற்ற இட்டிராரிச்சக் கைமள் பொக்கிஷத்திலே நாகராசியுண்டு; நாகராசி! இரண்டு நாழியளவு நாகராசியெடுத்துத் துண்டு வேஷ்டியில்

அள்ளிப் போட்டு முடிச்சாகக் கட்டிக்கொண்டு போயிருக்கிறார்கள். அவர்களுக்கு அந்த அளவுக்குப் பிடிவாதமுண்டு.

புல்லாற்றுக் கைமள் நாகராசியிருக்கிற அறையைத் திறந்தது ஏன்? அதற்கு அவசியமில்லையே. அது அல்லாமலேயே புல்லாற்றுக் குடும்பத்தில் பணமிருக்கிறதே. இருந்தும் இருப்பு-முதல் ஆன நாகராசி யையும் எடுத்துச் சென்றிருக்கிறாராம்!

21

ஞாற்றுவா வயலில் நெல் விளைந்தது போன்று அந்தப் பிராந்தியமெங்கிலும் விளைந்ததில்லை. மங்கோட்டைப் பிராந்தீயம் தோற்றுப் போய் விடும். ஔத உள்படப் பத்துபேர் சேர்ந்து நடத்தும் விவசாயம் இது. இப்போது ஞாற்றுவாய் என்கிற பெயர் பத்துப்பங்கு என்று மாறியது. செக்காட்டும் ஔதவை இப்போது ‘ஔத மாப்பிள’ என்றழைக்கத் தொடங்கியிருக்கின்றனர்.

அறுவடை முடிந்து பங்குதாரர்கள் கணக்கு பார்த்தனர். லாபமே தான்.

கோவில் மத்தாயி மற்றும் வட்டத்தரை பீலி இப்போது பங்கிலிருந்து பிரிந்து செல்கின்றனர். ஏனென்றால் அவர்கள் இன்னொரு தொழிலைத் துவக்கச் செல்கின்றனர். சண்டை போட்டுப் பிரிந்து செல்வதில்லை. சண்டைக்கான அவசியமுமில்லை. பிராந்தியப் பாதிரியின் மேற்பார்வையில் இயங்குகிற ஓர் அமைப்பாக இருந்தது இந்தப் பத்து பங்கு.

பங்குதாரர்களும், அவர்கள் குடும்பத்தினர்களும் சேர்ந்துதான் ஞாற்றுவாய் வயலில் உழைத்து வந்திருக்கின்றனர். உழவு, நீர்பாய்ச்சல் முதலிய வேலைகளை அவர்களே செய்தனர். நாற்றுநடல் போன்ற வேலைகளை அவர்கள் குடும்பத்துப் பெண்களே நிர்வகிக்கின்றனர். பெயருக்காக மட்டும் தான் ஒரு தலைப்புலையன் இருந்து வருகிறான். மத்தாயியும் பீலியும் பங்கைப் பிரித்துச் செல்வது இன்னொரு தொழிலைத் துவக்குவதற்காகத்தான். அதற்கு இன்னொரு காரணமும் இருந்தது.

மத்தாயியின் அம்மாவி மகளை முட்டாற்றுக்குத் தான் மணம் முடித்துக் கொடுத்திருந்தனர். அந்தப் புதுத் தம்பதியினர் பின்னர் மூட்டை முடிச்சுக்களைக் கட்டிக்கொண்டு பாலாய்க்குக் கிழக்கேயுள்ள ஒரு வனப்பிரதேசத்துக்குச் சென்றனர். புதுப் புது மேய்ச்சல் இடங்களைத் தேடி ஆடுமாடுகள் செல்வது போல்.

பீலியும் மத்தாயியும் சங்ஙனாச்சேரிச் சந்தைக்குச் சென்றனர். அங்கே நடந்துகொண்டிருந்தபோது யாரோ பின்னாலிருந்து அழைக் கிறான்.

“ஓ... மத்தாயி மாமா...!”

வருடங்களுக்குப் பின்னர் தான் குஞ்சச்சன் மத்தாயியைப் பார்க்கிறான். எனவே மத்தாயிக்கு அவனைத் திடீரென்று அடையாளம் தெரியவில்லை. குஞ்சச்சன் மத்தாயியைக் கட்டியணைத்த போது யார் தான் அவ்வாறு செய்கிறான் என்பதைப் புரிந்துகொள்ள முடியவில்லை.

திடீரென மத்தாயி தலைக்குள்ளே ஒரு மின்னல் மின்னியது. நினைவு வந்தது.

“குஞ்சச்சன்!”

அம்மாவி மகளை மணம் புரிந்த குஞ்சச்சன்!

குஞ்சச்சன் விசயம் ஒரு கதையேதான். அந்தக் கதையை இங்ஙனம் சொல்லலாம்.

முட்டாற்றுக்காரன் குஞ்சச்சனுக்குப் பதினாறு வயது. அவன் தந்தை சாக்கோவுக்கு வயது முப்பத்துநான்கு. அவன் தாய் மரியத்துக்கு முப்பத்தாறு வயது. விவாகத்துக்குப் பின்னர் ஒவ்வொரு வருடமும் அவள் ஒவ்வொரு குழந்தையை ஈன்றெடுத்து வந்திருக்கிறாள்.

முட்டாற்று மாதாகோவில் பாதிரி அனைத்து ஞாயிற்றுக் கிழமைகளிலும் ‘குர்பான’வை முடித்த பின்னர் கூவியழைத்துக் கூறுவார்:

“நீங்கள் மணல் துகள்கள்போன்று பெருகுங்கள்! கர்த்தரின் வசனம் இதுவே!”

மரியத்துக்கும் சாக்கோவுக்கும் கோவிலும் பாதிரி வசனமும் மிக முக்கியமானவை. பாதிரியின் வசனங்கள் கர்த்தரின் வசனங்களேதான்.

மரியத்தின் இருபதாவது வயதிலே பிறந்த கன்னிப் புதல்வன்தான் குஞ்சச்சன். இருபதிலிருந்து முப்பத்தாறு வரையிலான வயதினிடையிலே பத்தோ பன்னிரண்டோ குழந்தைகளைப் பெற்றிருக்கிறாள் மரியம். பாதிரி கூவியழைத்துச் சொன்னதைப் பாதுகாத்தாள் அவள்.

அவள் தோலில் பொதிந்த எலும்புக் கூடாக மாறினாள்.

சாக்கோ நன்றாகத் தின்கிற மனிதன். உழைக்கவும் செய்வான். என்றும் இறைச்சியே வேண்டும். இரட்டிரவின் கள்ளுக்கடையில் இறைச்சி கிடைக்கும். அங்கிருந்து அதை வாங்கித் தின்பான். வீட்டிலே தினசரி இறைச்சி சமைக்கமுடியுமா?

குஞ்சச்சனுக்குப் பதினாறு வயதிலேயே மணம் முடித்து வைத்தான் தந்தை சாக்கோ. மகனுக்காக நான்கு பெண்களைப் பார்த்தான். மூன்று பெண்களை அவனுக்குப் பிடிக்கவில்லை. ஏலியைத்தான் பிடித்தது. மகனுக்காகப் பெண்பார்த்துத் திரும்பி வந்த அன்றைய தினம் மாலையில் சாக்கோ பெண்ணைப் பற்றி ஒரு வர்ணனை செய்தான். அது மண்வீட்டு மாத்தனிடம் கள்ளுக்கடையில் வைத்துத்தான்.

"அவள் மார்பிலே ரெண்டு தங்கக் குடங்கள்தான் டோய்!"

அப்படிச் சொன்னால் புரியவில்லை என்றால், 'இதோ! பார்த்துக் கொள்' என்கிற மாதிரி அது எவ்வளவு பெரியது என்று கையினால் காட்டினான்.

அன்று ஏலிக்குப் பதினாறு வயது. குஞ்சச்சனைவிட திடகாத்திர மானவள். உயரமும் உடம்புமுடையவள்.

மண்வீட்டு மாத்தனும் சாக்கோயும் ஒவ்வொரு குடுவைக் கள்ளினை உள்ளே தள்ளினர்.

அப்புறம் ஒரு வெடிச்சிரிப்பு. தொடர்ந்து சாக்கோ ஒவ்வொரு குடுவைக் கள்ளும், ஒவ்வோர் இலை மாட்டு இறைச்சியும் வரவழைத்தான்.

குஞ்சச்சனுடைய கலியாணத்தன்று இரண்டு மாட்டுக் கடாய்களை வெட்டினான். ஒரு துலாம் ஆற்று வாளை மீன். பதினேழு வாத்துக்கள்.

பட்டக்காரர்களான பாதிரிகள் எட்டுபேர்கள்! மிக்க கோலாகலமான கலியாணம்!

உழவுப் பணி செய்யும் சாக்கோ தனது உழவுமாடுகளை விற்றுத்தான் மகனுடைய கலியாணத்தை நடத்தியது.

கிடைத்த சீதனத்தைக் கூடச் செலவு செய்தான்.

வரனுக்கு அல்ல; வரனுடைய அப்பனுக்குத் தான் கலியாணம் தடபுடலாய் நடத்தவேண்டுமென்கிற ஆவேசம் நிலவியது.

அது ஒரு கதை. இரட்டிரச் சோவன் மகன் உம்மிணி நடத்துகிற கள்ளுக்கடையில், முட்டாற்றிலுள்ள சிலர் இன்றைய தினமும் கூட அந்தக் கதையைச் சொல்லுவதுண்டு.

பதினேழு வாத்துக்கள் இல்லை; பதினாறுதான் என்று வாவா சொல்கிறபோது அந்தோணி எதிர்க்கிறான்.

"டேய், ஒவ்வொரு வாத்தின் கழுத்தையும் அறுத்தவன் நான். பதினேழு இருந்தது.

செம்மூக்கன்குட்டி வலை வைத்து, அந்த வலையில் அகப்பட்டுக் கிடைத்ததுதான் இந்த மீன்; ஒரு துலாம் மீன்!

செம்மூக்கன்குட்டி அந்தப்பக்கத்தில் கள் குடித்துக் கொண்டிருந்தான். அவன் வாவாவும் அந்தோனியும் உட்கார்ந்து குடிக்கிற பக்கம் வந்தான். செம்மூக்கன் குட்டி பேசத் தொடங்கினான். "அந்தோனியண்ணா, ஆறு வளைஞ்சு செல்லுற எடத்திலே நான் ஒரு வலை வச்சேன். கொஞ்ச நேரம்தான் ஆச்சு. வலை அறுந்திடும் போல் தோணிச்சு. என்னன்னு பதறினேன். புடிச்சுத் தூக்க என்னாலே முடியலே. அப்பத்தான் இட்டிபுரச்

சோவனோட ரெண்டு குடுவைய உள்ளே போட்டு சாக்கோ அண்ணன் வர்றா. நாங்க ரெண்டுபேரும் சேர்ந்துதான் வலையைத் தூக்கினோம். உள்ளே என்னவோ கிடந்து வலையைக் கிழிக்குது. ஒரு கை நீளமுள்ள ஆற்றுவாளை மீனுங்க. வலை கிழிஞ்சிடாம நாங்க அதைக் கரைக்கு எடுத்து வச்சோம். அப்போ சாக்கோ அண்ணன் கேக்றாரு, 'டேய் செம்மூக்கன் குட்டீ, இந்த மீனுக்கு என்ன விலை தரணுமடா?'ன்னு. 'நான் என்னத்தைச் சொல்லறது? நீயே சொல் அண்ணான்னேன்'... அந்தோனியும் வாவாவும் இந்த நேரத்திலே என்ன சொல்லுவார்கள்?"

செம்மூக்கன் குட்டி தொடர்ந்து பேசினான்:

"அண்ணனுக்குச் சரீன்னு பட்டதைக் கொடுங்கோண்ணான்னேன். ஏன் அப்படிச் சொன்னேன்னு நினைக்கிறீங்க? எட்டு பாதிரீங்க கலியாணத்துக்கு வர்றாங்க. அவங்களுக்குன்னு ஒரு மேஜை தயாரா வச்சுக்கணும். அது எனக்குத் தெரியும். சாக்கோ அண்ணன் உழவு மாடுகளை விற்றிட்டு வர்றாரு. பதினாறு வெள்ளிப் பணம் என் கையிலே வச்சுத் தந்தாரு."

அந்தோனி உம்மிணியை அழைத்துச் சொன்னான்:

"உம்மிணீ, மூணு குடுவை கள் எடுத்துவா!"

"இன்னைக்கு அந்தக் குஞ்சச்சனோட நிலைமை என்னன்னு தெரியுமா?" என்றான் வாவா.

அந்தோனி போதை மயக்கத்தில் விசாரித்தான்:

"கலியாணத்துக்கு எட்டா, ஒன்பதா பாதிரீங்க?"

அந்தக் கேள்வியை மற்றவர்கள் கவனிக்கவில்லை. செம்மூக்கன் குட்டி ஒரு குடுவையை கூடக் குடித்துவிட்டுச் சொன்னான்:

"அந்தக் குஞ்சச்சன் மெத்தைமேல் இருக்கான். அதுவும் மாடி வீட்டு மெத்தைமேலே! அவன் வனத்துக்குப் போய் வந்தவன்."

* ** *

சின்னமரியம், திரேச்யா, குடுக்க ஏலி ஆகியோர் பேசிக் கொண்டிருந்த போது திரேச்யா சொன்னாள்:

"அடி ஏலீ, சாக்கோ அண்ணனோட பொம்பளே மரியக்காவோட ஓர் அழுகைக் குரல் இப்போகூட என் காதிலே முழங்குது. அந்த எலும்புக் கூட்டுக்குள்ளேருந்து இப்படி ஒரு அலறல் வந்ததே. அன்னைக்கு நாங்க அக்கம் பக்கத்துல குடியிருந்து வந்தோம்."

"யாருமே அழுதிடுவாங்க! மகனோட பொண்டாட்டியை அப்பன் காரன் புடிச்சுக்கறான்ல?" என்றாள் ஏலி.

“ஆனா, என்ன நடந்தது? அவனைப் பாராட்டணும். அவன் பொம்புளையை அவன் அழைச்சிக்கிட்டுப் போனான். அந்த வயசிலே குஞ்சச்சனுக்கு அப்படியொரு புத்திவந்ததல்ல? அப்பனை எதிர்த்துப் பொண்டாட்டியை அழைச்சிக்கிட்டுப் போவ!”

“அந்தத் துணிச்சல்தான் அவனோட சாமார்த்தியம். அவங்க இப்போ மெத்தை வீட்டிலேதான் குடியிருக்காங்க!”

இது தான் குஞ்சச்சன் கதை.

வனம்; கொடிய வனம்!

இப்போது கூடக் காட்டு யானைகளின் தொந்திரவு உண்டு. புலியுண்டு. அனைத்து துஷ்டமிருகங்களுமுள்ளன. பாலாயிலிருந்து இரண்டு மூன்று பெரிய மலைகள் ஏறிச் செல்லவேண்டும். பெரிய வனாந்திரம்தான். சங்ஙனாச்சேரியிலிருந்து பாலாய் வரையிலும் மாட்டு வண்டியில் போகலாம்.

ஆறு அறைகளுடைய வீடு - கருங்கல் துண்டுகள், மண் ஆகிவற்றினாலான சுவர். ஒவ்வோர் அறையிலும் மிளகு, சுக்கு, மரவள்ளிக் கிழங்கு ஆகியவற்றைப் போட்டு வைத்திருக்கிறான். சேனை - காய்ச்சில் கிழங்குகள் யாருக்கும் தேவையின்றிக் கிடக்கின்றன.

இப்போது ரப்பர் மரங்களை நட்டு வைக்கப் போகிறான். சிறிது தூரத்தில் ஐரோப்பியர்கள் ரப்பர் மரங்களை நட்டு வைத்திருக்கிறார்கள்; பத்தாயிரம் பதினைந்தாயிரம் பறை நில அளவில். ஊர்ஜனங்களும் மரங்களை நட்டு அந்த விவசாயத்தைக் கற்றுக் கொண்டிருக்கின்றனர். நல்ல ஆதாயத்தைத் தருகிற விவசாயம். தங்கள் நிலவரத்திற்கேற்ற நில அளவில்தான் அவர்கள் விவசாயம் செய்கின்றனர்.

ரப்பர் மரத்தின் பாலுக்கு நல்ல விலையுண்டு.

நான்கு வருடம் முடிந்து விட்டால் குஞ்சச்சனுக்கு தினசரி ஐம்பது ரூபாய் அந்த இனத்திலே கிடைத்துவிடும். பின்னர் வருடா வருடம் அது அதிகரித்துக்கொண்டேயிருக்கும். யானை, புலி போன்ற மிருகங்கள் இப்போதே கிழக்கே காணப்படுகிற பெரிய மலைக்கப்பால் சென்று விட்டன. மனிதனைப் பயப்படாத மிருகமுண்டா?

ஆயினும் மத்தாயி சென்று சேர்ந்த அன்றைய தினம் ஓர் உறுமும் ஓசை கேட்டது. மத்தாயி பயந்து போனான். புலியோ, நரியோ என்னவோ?

மறுநாள் யானை பிளிறுவதைக் கேட்டான். மத்தாயி ஓர் எருமைக் கயிறு அளவு நீளமுடைய ஒரு பாம்பினைக் கண்டான். முள்ளம்பன்றி உடம்பை உதறி முட்களைச் சிதறிவிடும். அங்கே, ஊர்களில் மனிதர்கள் உள்ளதுபோல், கருங்குரங்குகள் உள்ளன. அது கருங்குரங்குகளின் ஊராக இருந்தது. குரங்குக்காடு என்று தான் அதற்குப் பெயர்.

அங்கே எவ்வளவு மரங்களைத்தான் வெட்டிச் சாய்த்துப் போட்டிருக்கின்றனர்! ஆஞ்சிலி, பலா, மருதி, தம்பகம் போன்ற பெரிய மரங்கள் மழையிலும் வெயிலிலும் கிடந்து மக்கிப் போகின்றன.

குஞ்சச்சன் சொன்னான்:

"மத்தாயி மாமா, நீங்க இந்தத் தடிகளை எல்லாம் எடுத்துக்கிட்டுப் போங்க!"

குஞ்சச்சன் குடியிருக்குமிடத்தில் கிடக்கின்ற மரங்களை எல்லாம் ஊருக்கு எடுத்து வந்தால், ஒருவன் பெரிய பணக்காரனாகிவிடலாம். ஆனால் எப்படி எடுத்துக் கொண்டு வரமுடியும்?

மரையாட்டின் இறைச்சி முதல் தரமானது. காட்டுப்பன்றியின் மாமிசம் தின்னவேண்டியதுதான். தேன் மற்றும் மூங்கில் அரிசியால் செய்யப்படும் ஒரு பலகாரமுண்டு. அதைச் செய்து மூங்கில் குழாயில் தான் பாதுகாத்து வைக்கின்றனர்.

நான்காவது நாள் பெரியதொரு சுமையுடன்தான் மத்தாயி ஊருக்குக் கிளம்பினான். ஒரு கொடிய வனாந்திரம் வழியாகத்தான் பயணம் செய்யவேண்டியிருந்தது. சூடு தணியாத யானை லத்திகளைப் பார்த்தான். அப்போது ஒரு சோலையில் எங்கோ உறுமுகிற ஓர் ஓசை முழங்கியது. அந்நேரத்தில் மரக்கிளைகளில் குரங்குகள் ஓசையெழுப்பின. சூரியவெளிச்சத்தின் ஒரு சிறு துளிகூட தரையில் வந்து விழுவதில்லை.

தமிழனான ஒரு வேலையாள், கூட வருகிறான், அவன் கையில் தடியும் கத்தியுமுண்டு. 'பயந்துக்க வேணாம்' என்று அவன் தமிழில் கூறினான்.

ஆயினும், ஊரைச் சென்றடைவேனா என்று மத்தாயி பயந்தான்.

ஒரு புலி பாய்ந்து வந்தால் என்ன செய்வது?

* ** *

பங்குப் பிரிவினை செய்து சென்று கோலில் மத்தாயியும், வட்டத்ர பீலியும் சேர்ந்து இரண்டு 'கொடாப்புக்களை இணைக்கத் தக்க அளவு பெரியதான ஒரு வர்த்தகப் படகினை வெள்ளோட்டம் விட்டனர். வியாபாரத்தைத் துவக்குவது தான் நோக்கம். நெல் வாங்கி பாலாய்க்குக் கொண்டு செல்வது. அங்கே நெல்லுக்கு நல்ல கிராக்கியுண்டு. தோட்டங்களில் ஏராளமானவர்கள் வேலை செய்கிறார்கள். அவர்களுக்கு அரிசி வேண்டும்.

ஐந்து சக்கிரம் கொடுத்தால் ஊரில் ஒரு பறை நெல் கிடைக்கும். அதை வாங்கி அங்கே விற்று விட்டால் ஏழுசக்கிரம் கிடைக்கும். (சக்கிரமென்பது பழைய திருவாங்கூர் நாணயம். அதன் மதிப்பு பழைய பிரிட்டிஷ் சல்லிக்காசு ஏழு) ஆறு வழியாகப் படகு அங்கே செல்ல முடியும்.

குஞ்சச்சனே பாலாயில் நெல் வியாபாரத்தைத் துவக்க இருக்கிறான்.

படகு காலியாகத் திரும்பி வரவேண்டிய அவசியமில்லை. அங்கே தேங்காய் கிடைக்கும். பாலாய்த் தேங்காய் ஆயிரத்து ஐநூறுக்கு ஒரு 'கண்டி' கொப்பரை கிடைத்துவிடும். ஊர்த் தேங்காய் இரண்டாயிரத்துக்குத்தான். அந்த அளவில் கிடைக்கும் விலையோ ஊர்த் தேங்காயை விடக் குறைவு. மூன்று ரூபாய்.

விலை கொடுக்காமலேயே சிறிய ரகமான மரத்தடிகள் கிடைக்கும். ஏதும் கிடைக்காமற் போனால் மலைச் சரக்குகளைக் கூலிவாங்கி ஆலப்புழை கொண்டு சென்று சேர்த்துவிடலாம். கையில் எப்போதும் சக்கிரமிருக்கும். சக்கிரமிருப்பவனால் ஊரில் என்னதான் செய்யமுடியாது?

கோலில் மத்தாயியின் ஆற்றுத் துறையில் கோடாந்திரக் குறுப்பு, கோந்நோத்துப்பிள்ளை மற்றும் சீரட்டக் கைமளுடைய படகுகள் வந்து சேருவதைப் பார்க்கலாம் சித்திரைமாதத்தில் நெல்லுக்கு ஐந்து சக்கிரம் விலைக்கு நெல்லை அளந்து வாங்குவது - இந்த நிபந்தனையின் பேரில் பணம் முன்கூறாகக் கொடுத்துவிடுவார்கள். அந்தப் பணத்தை வாங்கத் தான் 'ஸ்தானி'கள் செல்கிறார்கள் - மத்தாயின் கையில் ஏராளமான பணமுண்டு. நெல்விலையை நிர்ணயிப்பது கோலில் மத்தாயியும், வட்டத்ர பீலியும்தான். ஐந்து சக்கிரமென்று அவர்கள் சொன்னால், அந்த வருடம் அதுதான் விலை. ஐந்தே கால் சக்கிரமென்று விலை பேசி வாங்கக்கூட வேறு ஆள் இல்லை.

கறம்பன் செரியான் என்கிற பத்துப் பங்குதாரர்களில் ஒருவன் அடுத்த வருடம் பங்கைப் பிரித்துக்கொண்டு மணிமலைக்குக் கிழக்கே எங்கேயோ போய்விட்டான்.

மூன்று கணை குழாய்ப்பிட்டு, ஒரு கரண்டி நெய், ஒரு கப் காப்பி ஆகியவற்றை விடிந்து இரண்டு நாழிகைக்குப் பின்னர் சாப்பிடுவான். அப்புறம் தடியை எடுத்துக்கொண்டு ஊரை ஒரு முறை சுற்றிவருவான். மதியத்தில் இரண்டு நாழியரிசியின் சோற்றைத் தின்பான். மீன் அல்லது இறைச்சி இன்றியமையாதது. வேலுச் சோவனின் மகன் குஞ்சுகுஞ்சு ஒரு குடுவை கள்ளு பருத்திக் காட்டுக்குக் கொண்டு சென்று கொடுப்பான். அந்திப்பொழுதிலே சிலுவை வரைந்துவிட்டு அதை முகர்வான். அப்புறம்தான் இரவு உணவு. இதுதான் ஔதவின் தினசரி நிகழ்ச்சி நிரல்.

உடல் நலத்துக்குக் குறைவில்லை. இப்போது கூட செக்கு உண்டு. வர்க்கியின் மனைவியும், மகனும்தான் செக்கினை இழுக்கின்றனர்.

ஓறோத ஔதவைவிடக் கிழப்பருவமடைந்திருக்கிறாள்.

ஔத கண்விழிப்பது வர்க்கியை விளித்துக்கொண்டுதான். இன்று அல்ல; வர்க்கி குழந்தையாயிருந்த போதிலிருந்தே அப்படித்தான்.

"டேய் பையா...!"

அது உரத்த குரலில் செய்யும் ஒரு விளிப்புத்தான். வர்க்கி போர்வைக்குள் சுருண்டு படுத்துத் தூங்கிக் கொண்டிருப்பான். அன்று அவன் சிறு பையன்.

ஔதவுக்குக் கோபம் வந்து விடும். பின்னர் சண்டைதான்.

"பாத்தியல்ல, பையன் படுத்துத் தூங்கறதை? அடியே சைத்தான், பையனைத் தட்டியெழுப்பாமெ இருக்கிறியேடீ!"

அது பழைய கதை. இன்று இங்ஙனம்தான்:

ஔத நான்காம் யாமத்திலேதான் கண்விழித்து விடுவான். தான் உணரும் போது வர்க்கி உணரவில்லை என்றால் கேள்வி இதுவாக இருக்கும்:

"வேணாம்டா! நீ பொம்புளைக்கு சூடு பகிர்ந்து கொடுத்துக்கிட்டு படுத்துக்கோ! வயலுக்குப் போவேணாம்."

அப்பா என்ன செய்திருக்கிறான் என்று மகன் அப்பாவைக் குறித்து யோசிக்கின்ற சந்தர்ப்பங்கள் இருக்கலாம். ஆனால் அன்றாடம் ஒரு பத்து முறையாவது மகன் இந்தக் கேள்வியைச் சுயமாகக் கேட்டு விட்டால்? பின்னர் அதை உரத்த குரலில் கேட்டு விடக் கூடும். அது பலர் காதிலேயும் விழுந்து விடக்கூடும். பின்னர் பிறரிடம் மகன் இப்படிக் கேட்பான்:

"இவரு இந்த வயசுக்குள்ளே அப்படி என்னத்த செஞ்சிருக்காரு?"

அம்மாவும் மகனும் சேர்ந்து தினங்கள், வாரங்கள், மாதங்கள், வருடங்கள் என்றிவ்வாறாகச் செக்கிழுத்து வந்தனர். ஔத செக்கு அருகே வந்ததாகக் கூட வர்க்கிக்கு ஞாபகமில்லை. ஒருவேளை தாத்தா காலத்தில் அப்பா செக்கிழுத்திருக்கலாம். காலையில் வீட்டிலிருந்து கிளம்பி விடுவான். மாலையில் வந்து விடுவான். பல சமயங்களிலும் தள்ளாடியே வந்து சேருவான்.

நள்ளிரவில் அம்மா அழுவதைக் கேட்டிருக்கிறான். அப்பா அம்மாவை உதைக்கிறான். எலும்பு மட்டும்தான் உண்டு. எலும்பில் உதைக்கிறவன் கை வலிக்காதா?

உதைக்கிறவன் கள் குடித்திருக்கிறான் என்றால் வலி அறியாம லிருக்கலாம்.

இருப்பினும் அம்மாவின் எலும்பு ஒடியவில்லை. ஒடியாதவாறு பலமாகத்தான் தெய்வம் தம்பிரான் அதைப் படைத்திருக்கிறான்.

அந்த மனிதன் உழைத்து நான்கு காசை உண்டாக்கியிருக்கிறானா?

என்ன வேலை செய்திருக்கிறான்? அம்மாவும் மகனும் சேர்ந்து செக்கினை வலம் வைத்தனர்; ஆங்கே ஜெருசலேமுக்கான தூரமல்ல; ஆங்கே சொர்க்கத்திலுள்ள பத்ரோஸின் சிங்காதனம் வரையிலான தூரம் நடந்திருக்கின்றனர். அதன் பலன், பகலை இரவாக்கியும், இரவைப் பகலாக்கியும் வாழ்நாட்களைக் கழித்துவிட்டனர் என்பது மட்டும்தான்.

சகோதரிகளைக் கட்டியனுப்பி வைத்தானாம். அது அம்மா உண்டியலிலும் மூங்கில் குழாயிலுமாய் அங்காங்கு சேர்த்து வைத்திருந்த சக்கிரமெடுத்துத்தான்.

நாக்கு இல்லை; வாய் இல்லை. அதுதான் அன்னம்மா.

உடம்பு வலியெடுக்கும் போது அழுதுவிடுவாள்.

உடல் வலிக்கும்போது யார்தான் அழாமலிருப்பார்கள்?

அப்பாவைச் சந்திக்காமலிருக்கத்தான் மகனுடைய முயற்சி. பார்த்து விட்டால் குறை கூறுவதுதான் வேலை. இப்போது கூட அப்படியேதான். விசாரிப்பான்:

“நிலத்திலே நெல் எப்படியிருக்குதடா?”

ஏதாவது பதில் சொல்லவேண்டுமே.

“நல்ல நெல்தான்.”

“பொய் சொல்லி ஏமாற்றப் பார்க்கிறியாடா? ஓ... நீயும் உன் விவசாயமும்!”

அறுவடையின் போது சற்றேனும் அமைதியிருக்காது. அறுவடைக்கு இவ்வளவு ஆட்களா? தேவையில்லேயே. அதற்கு ஒரு சண்டை. அறுவடையின் போது நிலத்தில் ஏராளமான நெல் உதிர்ந்து விழுந்ததாம். அது இன்பொரு சச்சரவு.

விளைச்சலை அளந்து பார்க்கும்போது இன்னும் கூடுதலாய் விளைச்சலெடுத்திருக்கலாம் என்பதுதான் ஒரு குற்றம். வர்க்கி எதுக்கும் லாயக்கற்றவன் என்பதுதான் தந்தையின் தீர்ப்பு. அவனுக்குப் படிப்பு கிடையாது. பொறுமையிழக்கும்போது தூர விலகிச் சென்று ஒரு வாழைமரத்தின் அல்லது தென்னைமரத்தின் மறைவில் நின்றவாறு வர்க்கி கேட்பான்:

“நான் மட்டும் தானா? வேறு பங்குதாரர்களும் இல்லியா?”

“நீ தானேடா, குத்தகைதாரன்?”

முணுமுணுத்துக்கொண்டு போவதன்றி வேறு வழி?

அப்போது ஔத சொல்லுவான்:

"கேட்டியாடீ, உன் மவன் வார்த்தை பேசிக்கிட்டுப் போறதை?"

யாரும் பதில் சொல்லமாட்டார்கள். செக்கிழுத்துக் கொண்டிருக்கும் போது வர்க்கி அழுதவாறு பிரார்த்தனை செய்திருக்கிறான்: "கர்த்தரே, எங்கப்பன் செத்தே போயிடணும்...!"

கோவிலில் கன்னிமாதாவின் முன்னால் முட்டிமடித்து நின்றவாறு பிரார்த்தனை செய்வான்:

"என் மாதாவே, எங்கப்பன் செத்தே போயிடணும்...!"

அப்பா இறந்து விட்டால் வர்க்கி அழுவானா? அழுதான் என்று இராது. தந்தையைப்பற்றி நினைத்துப் பார்க்க என்ன இருக்கிறது? அப்பா இல்லாமலிருந்தால் கூட வளர்ந்து பெரியவனாயிருப்பான். சகோதரி மார்களை மணம் முடித்து அனுப்பி வைத்திருப்பார்கள். ஆனால் அம்மா இறந்து போவதைப் பற்றி அவனால் நினைத்துப் பார்க்கக் கூட முடியாது. அப்படியும் ஒருநாள் இருக்கத்தான் செய்கிறது.

* ** *

ஞாற்றுவா வயல் பங்குதாரர்களில் எட்டுபேர்களும் பிரிந்து சென்றனர். கணபதி ஐயரின் குத்தகைதாரரான பருத்திக்காட்டு வர்க்கி மற்றும் ஆற்றுவளைவில் அந்தோனி ஆகியோர் மட்டும் பிரிந்து செல்ல வில்லை. ஞாற்றுவா வயலில் விவசாயம் பண்ணுவதற்கான பணம் அவர்களிடமுண்டு. கோலில் மத்தாயி பங்கினைப் பிரித்துக்கொண்டு போனபோது ஒரு சொல் சொல்லியிருக்கிறார். அந்தச் சொல் ஔதவின் மனத்தில் கல்லில் சித்திரம் போல் பதிந்திருக்கிறது. இன்றும் அது மாய்ந்துவிடவில்லை. பங்கு சேர்ந்தபோது ஒரு கருத்து இருந்தது. ஔத அன்று எல்லோரிடமும் ஒரு விசயத்தைத் திறந்து சொல்லியிருந்தார்.

"எல்லோரும் காது கொடுத்துக் கேட்கவேண்டும். நான் எந்த ஒரு விசயத்தையும் மறைத்து வைத்ததில்லை. எந்த ஒரு காரியத்தையும் செய்ததில்லை. நான் சொல்லட்டுமா?"

"சொல்லுங்கோ, ஔதவண்ணா!" என்றான் அந்தோனி.

எல்லாரும் அதையே சொன்னார்கள்.

"சுவாமிக்கு, சுவாமியோட பறைக்கு ஆயிரத்து இருநூற்றியோரு பறை நெல்லை அவங்களோட அறைவாசலிலேயே பிழை ஏதும் சொல்லாம அளந்து கொடுத்திடணும். சுவாமியே வந்து வாங்கறதா யிருந்தா செலவை நாம்ப கொடுத்திடணும்."

எல்லோரும் ஒப்புக் கொண்ட விசயம்தான் அது. ஔத ஒரு கணம் நிறுத்திவிட்டுத் தொடர்ந்து கூறினார்.

"அரைக் குத்தகை மேற்குத்தகையாய் எனக்குத் தந்திடணும். அதாவது இருநூறு பறை நெல். அப்போ நீங்க அளக்க வேண்டியது எவ்வளவு?"

"ஆயிரத்து நானூறு பறை நெல்." என்றான் பீலி. மற்றவர்கள் வாய்திறக்கவில்லை.

"மற்றவங்க ஏன், பேசாமே இருக்கீங்க?"

"நூற்று ஐம்பது போதாதா, ஔதவண்ணா?" என்றார் மத்தாயி.

"ஏண்டா, ஐம்பது பறை எனக்குக் குறைச்சுக்கிறீங்க? நான் எல்லாவற்றையும் ஒளிவுமறைவில்லாமே சொல்றவன். நான் என்ன சம்பாதிச்சேன்? நான் என்ன வேலை பண்ணினேன்னு எல்லாம் என் பையன் வர்க்கி எண்ணறான் போலிருக்கு. நான் சும்மா சுற்றி நடக்கிறேங்கிறான். அப்போ என்னன்னா, ஓர் ஆண்டிலே இருநூறு பறை நெல் எனக்கும் என் பொம்பளைக்கும் சேர்ந்து செலவுக்கு வேணும். இது என்னோட நாகம் பிள்ளை எஜமான் சொன்னதுதான். கீழ்க்குத்தகைக்குக் கொடுத்துக் கிடைக்கிற லாபம் எங்க செலவுக்கு இருக்கட்டும்னு. ஒறோதர்வால் செக்கிழுக்க முடியாத நேரம் வரும்போது அப்பறம் பையன்தான் செலவு செய்ய வேண்டியிருக்கும். அதைத் தவிர்த்திடணும். அவ வேலை செஞ்சு எனக்குச் சோறுபோட்டா. இப்போ அவளாலே வேலை செய்ய முடியறதில்லை. என்னோட நிலைமையும் மோசம்தான். அப்போ என் எஜமான் எனக்குத் தந்தாரு. நான் சொல்ல வேண்டியிருந்ததெல்லாம் இதுதான்!"

எல்லோரும் ஒப்புக்கொண்டனர். ஔதவுக்கு இருநூறு பறை நெல். ஆயிரத்து இருநூறு பறை நெல் சுவாமிக்கு. கறாராக முதலில் அளக்கவேண்டியது இந்த இரண்டு இனத்துக்குத்தான். எல்லாக் கணக்கையும் சொல்லி முடித்துக் கலைந்து போகிற சமயத்தில் கோலில் மத்தாயி சொன்னது என்னவென்று தெரியுமா?

"அப்போ இந்த முறையிலே பார்த்தா சுவாமி கிட்டேருந்து ஆயிரம் பறை நிலம் குத்தகைக்கு எடுத்தோம்னா ஐநூறு பறை நெல்லுக்கு மேல் லாபம் கிடைச்சிடும். எந்த வேலையும் செய்யாமலிருக்கலாம். நல்லாக் கள்ளு குடிச்சிக்கிட்டு சொகம்மாச் சாப்பிட்டுக் காலம் தள்ளலாம்." காரியார்த்தமாகவோ அல்லாமலோ அவர் சொல்லியிருக்கலாம்.

மத்தாயி தந்திரக்காரர்.

"டே டேய், என் தலைக்குள்ளே சேறும் சகதியுமல்லடா! நான் பழகினது நல்ல விவரம் தெரிஞ்சவங்க கூடத்தான். நான் வெறும் மாங்காய் மடையனுமல்ல. நீ சொன்னனது புரிஞ்சதுடா! அதுக்கந்தப் பக்கமும் புரிஞ்சிக்கிறவன்தான்டா நான்!"

மத்தாயி போகும் போது கூவியழைத்துச் சொன்னார் ஔத:

"அடுப்பிலே வச்சிருக்கிற அந்தத் தண்ணியை இறக்கிவச்சுக்கோடா, மத்தாயீ...! அதுக்காகப் பனியிலே நனையவேணாம்டா!"

மத்தாயி ஏற்றி வைத்திருக்கிற தண்ணீர் என்னவோ?

யாருக்கும் தெரியாது!

22

பருத்திக்காட்டு ஔத மாப்பிளக்கு என்றென்றும் ஒரு பயமுண்டு.

கணபதி ஐயர் சுவாமி அறநெறியுள்ளவர். பிராமணம் தானே? அறநெறி விசயத்தில் சந்தேகம் வேண்டாம். நாகம் பிள்ளை எஜமானன் சொன்னதற்கிணங்க ஆற்றுவா நானூறு நிலத்தை ஔதவுக்குக் குத்தகைக்குக் கொடுத்தார். சித்திரை பதினைந்தாம் தேதியன்றே கறாராகப் படகில் ஏற்றிச் சென்று அறை வாசலில் குத்தகை நெல்லை ஒழுங்காக அளந்து கொடுக்கவும் செய்கிறார்.

ஓணம் பண்டிகை வேளையில் ஆறு சேனைக்கிழங்கு, ஆறு மஞ்சள் பூசனிக்காய், முந்நூறு நேந்திரங்காய், இரண்டு வாழைப் பழக்குலைகள், வெள்ளரிக்காய், சிறியரகக் காய்கறிகள்- என்றிவ்வாறு ஓணக் காணிக்கையளித்து வருகிறார். மூன்றாவது ஓணப்பண்டிகை நாளன்று விருந்து சாப்பிட ஔதமாப்பிள வந்து சேருவதுமுண்டு.

(கிருஸ்தவர்களின் பெயருடன் 'மாப்பிள' என்று சேர்த்துச் சொல்வார்கள்!)

ஓண விருந்து சாப்பிட்டுவிட்டு ஔத விடைபெற்றுச் செல்ல சுவாமி முன்னால் வந்து நின்றார்.

ஸ்வாமியின் உருண்டைக் கண்களின் சக்தி பெரியது. மிகுந்த அதிருஷ்டசாலியல்லவா? தார்ப்பாய்ச்சியுடுத்திய வேஷ்டிக்கு மேலே தெரியும்படி அணிந்திருக்கிற பெருவிரல் அளவு வண்ணமுள்ள தங்க அரைஞாண் கயிறு, தங்கம் கட்டிய ருத்திராட்சக் கொட்டைகளாலான, கழுத்தில் அணிந்திருக்கிற மாலை ஆகியவற்றுடன் கொரண்டிப் பலகை மீது வீற்றிருக்கிறார் கணபதி ஐயர் சுவாமி. நெற்றியில் விபூதியணிந்து அதன்மீது சந்தனம். உண்மையிலேயே அவர் ஒளியுடையவராவார்.

ஔத அந்த ஒளி முன்னால் பக்தி நிமித்தமாய் தலை குனிந்தார்.

சுவாமியின் பெயர் மிகுந்த தகுதியுடையதென்று பல்வேறு சூத்திரர்கள் ஔத மாப்பிளயிடம் சொல்லியிருக்கிறார்கள். கோவில்களில் கணபதி என்கிற பெயரில் ஒரு தெய்வமிருக்கிறது போலும். இந்த சுவாமி போல்தான் இந்த கணபதியும் இருக்கிறாராம். அவ்வாறாயின் அந்த தெய்வத்தின் முன்னால் யாருமே கும்பிட்டு விடுவார்கள்.

அந்த தெய்வத்தினை நேரடியாகப் பார்க்க வேண்டுமென்கிற ஆவல் தான் ஔத மாப்பிளக்கு. இடுப்பில் மேல்வேஷ்டியெடுத்துச் சுற்றிக்கட்டி, வாய்பொத்தி வினயமுடன் நிற்கிற ஔதவை நோக்கி வினவினார் ஐயர்:

"சாப்பிட்டாயா, ஔத மாப்பிள?"

"சாப்பிட்டேனே..."

எப்படி வந்தாய்? சிறுபடகில்தானா?

"ஆமாங்க-நானே துடுப்பிழுத்து வந்தேனுங்க."

"ஔதவுக்கு மேற்கொண்டு இரு நூறு பறைநெல் ஆதாயமுண்டா?"

நினைத்திராத நேரத்திலே வந்த கேள்வி! வெடிகுண்டு போன்றிருந்தது. ஔத நடுங்கிவிட்டார். என்ன சொல்வதென்றறிய வில்லை. உண்டு என்கிற உண்மையைச் சொல்லவேண்டுமா, அல்லது இல்லை என்கிற பொய்யைச் சொல்லவேண்டுமா? இத்தகையதொரு கேள்வியெழுந்துவிடுமென்று கிஞ்சிற்றும் எதிர்பார்க்கவில்லை. ஒரு சந்தேகமாவது இருந்திருந்தால் பதிலை முன்னாடியே தயார் செய்து வைத்திருக்கலாம். இது நினைத்திராத நேரத்தில் பட்ட அடிதான். ஔத வியர்வையில் குளித்து நின்றான். ஐயரே ஔதவைக் காப்பாற்றினார்.

"நாம்ப பேசித் தீர்மானித்துக் கொண்ட குத்தகையை நீ ஆத்துக்குச் சுத்தமா அளக்கிறே. நல்ல நெல்தான். பதர் கிடையாது. காய்ச்சலுமுண்டு. சந்தோஷம்! ஔதவுக்கு மேற்கொண்டும் ஆதாயம் கிடைக்கட்டும். ஆயினும் நீ அதை ஆத்துக்கு வந்து சொல்லியிருக்கணும். சத்தியம்தான் பெரிது ஔதா! சத்தியம் வேணும். என் பூமி. அதுல ஔதவுக்கு ஏதாச்சும் கிடைக்குது. லாபம் கிடைச்சா, பூமியின் சொந்தக்காரனுக்கும் அதை தெரிவிக்கணும்."

மேலும் வியர்வை துளிர்த்தது. அது ஒழுகத் தொடங்கியது. நாகம்பிள்ளை எஜமான் அருகே இல்லை. கணபதி ஐயர் சொன்னார்:

"பரவாயில்லை. நீ கவலைப்படவேணாம். நிலச் சொந்தக்காரர் மீது பக்திவேணும். கொடுக்கல் - வாங்கலிலே உண்மை வேணும். அதை எல்லாம் நீ அறிஞ்சிருக்கணும்." ஐயர் மேலும் வினவினார்: "ஔத விவசாயம் பண்ணறது இதுதானே, முதல் தடவை?"

"ஆமாம்."

"அதனாலேதான் தவறு நேர்ந்துட்டது. ஆத்து நிலத்தினால்தான் நீ சாப்பிடறேன்னு உணர்ந்துக்கணும். சோறு முன்னால வரும்போது நீ ஆத்தை நினைச்சுக்கணும். தெய்வத்தை நினைக்கிற மாதிரி. அதை நினைக்கிறாயா?"

"நினைக்கிறேனுங்க. இரவு உணவுக்கு முன்னாலுள்ள பிரார்த்தனையிலே கூட நினைக்கிறேனுங்க."

"அது நேக்குத் தெரியும். நீ ஒரு விசுவா. கோவிலுக்குப் போவ தெல்லாம் தெரியும். கடவுள் நம்பிக்கையிருந்தாத்தான் சத்தியமிருக்க முடியும். என் மடத்து நெல்லை வட்டிக் கடனாக் கொண்டு போனாலும், மடத்துநிலம் குத்தகைக்கு வாங்கி விவசாயம் பண்ணினாலும் மடத்தின்மீது பற்றுதல் வேணும். மடத்துக்கும் ஒரு திருப்தி ஏற்படணும். மடத்தின் உதவிபெற்றுச் செழிப்பெய்துவதென்பது கடவுள் நம்பிக்கையுள்ளவனுக்குத் தான் சாத்தியம். உன்னுடைய உணர்விலேதான் அது தெளிவாக வேண்டியது.

ஒரு நீண்ட பதில் சொல்லித்தான் ஆக வேண்டும். ஔத மாப்பிள அதற்குத் தயாரானார். அப்போது ஐயர் தொடர்ந்து கூறினார்:

"ஔத கவலைப்படவேணாம். மடத்திலிருந்து உனக்கு எந்தக் குழப்பமும் நேர்ந்துடாது. காலாகாலத்தில் மடம் என்ன சொல்லுதோ அதைக்கேட்டு நடந்துக்கணும். அப்போதுதான் ஔதவுக்கும் குழந்தைகளுக்கும் நல்லது வரும். ஔதா, இந்த மடத்தை, இந்த ஊரைச் சேர்ந்த நல்லவங்களுக்கு நன்மை பயக்குவதுக்காகவே மங்கொம்பு பகவதி அமைச்சுத் தந்திருக்கா... மங்கொம்பு பகவதியும் உங்க மேரி பகவதியும் ஒண்ணுதான்."

எல்லாமே ஒரு கந்திரகோளம்!

கணபதி ஐயருடைய விசேஷ சக்தி வாய்ந்த உருண்டைக் கண்கள் பன்முறை உருண்டு புரண்டன. அவை உருளும் போது கிளம்புகிற ஒளி ஔதவைத் தளர்த்திக் கொண்டிருந்தது.

ஔத மாப்பிள சுய உணர்விழந்தவர் போல் சொல்லத் தொடங்கினார்:

"சுவாமீ, இந்த ஔத பரம ஏழைங்க. ஔதவுக்கு யாருமில்லிங்க. ஔதவுக்குச் சோறுபோட்டுக் கொண்டிருந்தது செக்கிழுக்கிற என் பொண்டாட்டிதானுங்க. ஔத அப்படித் தன்னாரம் பாடிச்சுற்றிக் கிட்டிருந்தான். என் பொண்டாட்டி உண்டியலில், மூங்கில் குழாயில எல்லாம் போட்டுவச்சிருந்த சக்கிரத்தினால என் பொண்டுகளைக் கண்ணாலம் பண்ணி அனுப்பிவச்சேனுங்க. எனக்கு எல்லாம் எல்லாம் ஆனது அந்தப் பொம்புளைதான் சுவாமீ! அப்போ நாகம் பிள்ளை எஜமான் ந்தாரு. கர்த்தர் அனுப்பிவச்ச தூதருங்க. அவர் தான் ஔதவுக்கு எல்லாமாயிருந்தவரு. என் பையன் என்னை வீட்டிலேருந்து அடிச்சுவெளியேத்துறதுக்கு முந்தி ஆற்றுவா நிலம் எனக்குக் குத்தகையாகக் கிடைச்சது. நான் உண்மையாவே உங்க பூமியின் குத்தகைக்கு மேல்குத்தகையா இருநூறு பறை நெல்லை வாங்கிக்கிட்டிருக்கேனுங்க. அதனாலத்தான் வேலை செய்யமுடியாம ஆயிட்ட என் பொம்பளயும் நானும் உயிர்வாழறோமுங்க. பையன் மற்றவங்க கிட்டே யாசகத்துக்குப்

போவாமே இருக்கான்."

சுவாமியின் கண்கள் ஒரு முறை உருண்டன.

"நீ சத்தியமுள்ளவன்தான்" என்றார்.

இருநூறு பறை நெல் மேல்குத்தகையாக ஔத மாப்பிள வாங்குவதாக யார்தான் மடத்துககுத் தகவல் கொடுத்திருப்பான்?

கணபதி ஐயர் சுவாமி ஈசுவராதீனமுள்ளவர். ஈசுவரன்தான் வந்து சொல்லியிருப்பார். அவரால், யாரும் சொல்லாமலேயே அனைத்து விசயங் களையும் அறியமுடியும். ஈசுவராதீனமுள்ளவர்களுக்கு நேரடியாகவே தகவல் தெரிந்துவிடும். எனவே கணபதி என்கிற இந்த தெய்வத்துக்குத் தகவலறிந்துகொள்ள எந்தக் கஷ்டமுமில்லை.

இல்லை. யாரோ வந்து சொல்லியிருக்கிறான். கோலில் மத்தாயி யாகத் தானிருக்க வேண்டும்.

காலையிலே மூன்று கணை குழாய்ப்பிட்டை நெய்யிலே பிசைந்து சாப்பிட்டு, அதன் மீது ஒரு கப் கருப்பட்டிக் காப்பியையும் குடித்துவிட்டு வெளியேவந்தபோது குஞ்சு குஞ்சு சுரக்காய்க் குடவுமாய் நேர் எதிராக வருகிறான். ஔத மாப்பிளை குஞ்சு குஞ்சுவைத் தடுத்து நிறுத்தினார்.

"ஔத மாப்பிளா, இது இனிப்புக் கள்ளு."

"எனக்கு அது போதும்டா!"

ஔத ஓரளவு வரை குடித்துவிட்டார். வெயில் அதிகரித்துக் கொண்டிருக்கிறது. வயிற்றுக்குள்ளே சென்ற இனிப்புக் கள்ளு புளிக்கத் தொடங்கியது. அப்போது கோலில் மத்தாயி எதிரில் வருகிறார்.

தடிமீது மோவாய் வைத்துச் சிறிது வளைந்து நின்றவாறு ஔத மாப்பிள விசாரித்தார்.

"டேய் மத்தாயீ, நீ மங்கொம்புக்குப் போயிருந்தியாடா?"

மத்தாயி சற்றுத் தடுமாறினார்.

"ஔதண்ணன், ஏன் இப்படிக் கேக்கறீங்க?"

மங்கொம்புக்குச் சென்றது ஒரு பாபச்செயல் என்கிற மட்டிலே தான் அந்தக் கேள்வி.

என்னடா, நீ ஆறாம் பிரமாணத்தைப் பொருட்படுத்தாமே இருக்கிறே? என்ற மட்டில் ஔத மாப்பிள கேட்டது மாதிரி மத்தாயி தவித்து நின்றார்.

ஔத மாப்பிள தடிமீதிருந்து சிரமுயர்த்தியவாறு சொன்னார்:

"நீ போடா, போ... போ... போ!"

ஒரு சில அடிகள் நடந்து விட்டுத் திரும்பி நின்றவாறு சொன்னார்:

"டேய், பருத்திக்காட்டு ஔத தெய்வத்தால் ஆசீர்வதிக்கப்பட்டவர். ஔதவைக் கீழிறக்கிக் கட்ட யாருமே முயலவேண்டாம் கேட்டியாடா, மத்தாயீ? ஹிந்துக் கோவில் தெய்வங்களும், மாதாகோவில் தெய்வங்களும் ஒரு சேர எனக்கு அனுக்கிரகம் பண்ணியிருக்காங்க டோய்!"

* ** *

சித்திரையில் குத்தகை நெல்லைக் கொண்டு சென்றவர் ஔதவே தான். குத்தகை நெல்லுக்கும் மேலாக ஐந்து பறை நவரநெல்லையும் கொண்டு சென்றிருந்தார்.

"ஔதா, இந்த ஆண்டு ஞாற்றுவா விவசாயம் எப்படியிருந்தது? முன்னாண்டை விட நல்லாயிருந்ததல்ல?"

"ஆமாங்க."

"மடத்தினாலே பத்து மாப்பிளக் குடும்பங்கள் நன்னா முன்னேறி வர்றாங்கல்ல?"

"ஆமாங்க."

"இந்தச் சூத்திரனுங்கதான் (இங்கே சூத்திரன் என்றால் நாயர் ஜாதியினன் என்று பொருள்.) நன்னா முன்னேற மாட்டானுங்க. மாப்பிளமார்கள் நன்னா வர்றாங்க. மடத்தைப் பொறுத்தவரையிலும் கிருஸ்தவன் என்றோ சூத்திரன் என்றோ வித்தியாசம் கிடையாது. ஆனாக் கூட இந்தச் சூத்திரனுங்களுக்கு சத்தியமும் பக்தியும் குறைஞ்சிண்டு வருது. முந்தைய பெரியவங்களுக்கு அதெல்லாம் இருந்தது. கிருஸ்தவனுங்க அப்படியல்ல."

அதற்கு பதிலாக ஔதமாப்பிளவுக்குச் சொல்ல எதுவுமிருக்க வில்லை. அத்தகைய காரியங்களைப் பற்றி ஔதமாப்பிள இதுகாறும் யோசித்ததேயில்லை.

"ஞாற்றுவா விளைச்சல் எவ்வளவு இருந்தது?" என்றார் ஐயர்.

"அது இன்னும் தெரியலிங்க. முதலிலே மிதிச்சுக் குவிச்ச நெல்லை உணக்கிப் பதிரைக் களைந்து அப்படியே எடுத்து வந்தேனுங்க. கற்றைகள் இன்னும் மிதிக்கவேண்டியிருக்குதுங்கு."

ஐயருடைய கண்கள் மேலும் ஒருமுறை உருண்டன.

"இப்போ ஞாற்றுவா நிலத்துக்குக் கூடுதலாக் குத்தகை அளக்கிறோம்னு வந்திண்டேயிருக்காங்க." என்றார் கணபதி ஐயர்.

“நாங்க நிலத்தை நிரப்பாப் பண்ணினோமுங்க. இப்போ வெள்ளம் வற்றிய பின்பு ஞாற்றுவா நிலத்தை வந்து பார்க்கணும். எப்படி நிரப்பா யிருக்குன்னு!”

“ஆமாமாம். அதெல்லாம் சரிதான். நீங்க உழைக்கிறீங்க. மண்ணு மேலே அன்பு வச்சிருக்கீங்க. நேக்கு அதெல்லாம் தெரியும்... ஏழு எட்டு விளைச்சல் கிடைக்கிற காலத்திலேதான் அந்த நிலத்தை மூணு குத்தகை கணக்கிலே உனக்குத் தந்தேன்.”

“ஆமாங்க.”

“இப்போ பனிரண்டும் பதிமூணுமா விளைச்சல் கிடைக்குது.”

ஔத பதிலளிக்கவில்லை.

“இனிமே மடத்துக்கு மூணரை குத்தகை. உனக்கு அரை குத்தகை. என்ன சொல்லறே? ஜமீன் (நிலச் சொந்தக்காரன்) மனசு நொந்துட்டதுன்னா நிலம் விளைச்சலைத் தராது. ஜமீனுக்கு நெடு மூச்சு ஏற்பட்டதுன்னா கதிர்கள் மணியாகிவிடாது. எல்லாம் பதராய்ப் போயிடும்.”

இதை ஒப்புக் கொண்டாலென்ன? ஔத மாப்பிளக்குத் திடீரெனத் தோன்றியது அதுதான்.

“இங்க மூணரைக் குத்தகைக்குன்னு ஆளு வந்தான், நாகம்பிள்ளைச் சொல்லித்தான் மடத்திலிருந்து நிலத்தை ஔதவுக்குக் குத்தகையாத் தந்தோம். எந்தச் சொத்தும் இல்லாதவனுக்கு மடத்து நிலங்களைக் குத்தகைக்கு விடறதில்லை. ஔதவுக்குச் சொத்தில்லேன்னாக் கூட மடத்திலிருந்து நிலத்தைக் குத்தகையா உனக்குத் தந்தோம். ஔத சொத்திருக்கிறவங்களை விடக் கறாராகக் குத்தகையளந்திண்டிருக்கீக. மடத்துக்குப் புகார் ஏதும் கிடையாது. ஆயினும் இருநூறு பறை நெல் கூடுதலா அளந்திடறோம்னு வேறு சிலபேருங்க சொல்றாங்க.”

ஔத வெளிறி நிற்கிறார். ரத்த ஓட்டம் நிலைத்திருக்கிறது.

“ஔத கிட்டே கேட்டுச் சொல்றதாச் சொல்லியனுப்பிச்சிண்டேன். அப்போ நான் இன்னொரு விசயத்தைக் கூடச் சொன்னேன். அது என்னன்னு தெரியுமா?”

“இல்லே!”

“ஔதவுக்கு மேற்குத்தகையா இருநூறு பறை நெல் கூடத் தரணும்னு. அப்படி ஞாற்றுவா நிலத்துக்கு நாலுகுத்தகை வேணும்னு.”

ஔத தடுமாறுகிறார்.

“ஔத என்ன சொல்லறே?”

ஔத எதைத்தான் சொல்ல?

* ** *

ஞாற்றுவா நிலத்துக்கு நான்கு குத்தகை என்று ஒப்புக் கொண்டால் பங்குதாரர்கள் அதை ஏற்றுக் கொள்வார்களா?

தனியாக விவசாயம் செய்யமுடியுமா?

அதற்கான முதல் கைவசமில்லை.

விவசாயச் செலவுக்காக ஐயர் வட்டிக்குக் கடன் தருவாரா?

அப்படி நினைக்க நியாயமில்லை. ஒரு பிடிமண் சொந்தமாக இல்லாதவனுக்கு ஐயர் கடனளிப்பாரா?

சுவாமியே சொன்னார்:

"ஔதவுக்குக் கவலை வேணாம். மூணுகுத்தகை மடத்துக்கு அளந்திடு! மேற்குத்தகை லாபமா இருநூறு பறை நீ வாங்கிடு! விசயம் அப்படியே நடந்து போகட்டும். மூணரை குத்தகை மடத்துக்கு அளக்கிறேன்னு வந்தவன் ஔதவோட ஒரு பங்காளிதான். கூட்டத்தில் இருந்திண்டு குதிகால் வெட்டறவன் மேலே எனக்கு நம்பிக்கையில்லை. அவனைப் போன்னு சொல்லியனுப்பினேன்."

பின்னர் ஐயர் சில குணதோஷங்களை உபதேசித்தார்.

"உங்க கப்பலிலேயே திருடன் இருக்கான். ஔதா, பெரும் திருடன். அவனுக்கு நிலம் கொடுத்தா, மடத்தைக் கூட அவன் ஏமாற்றிடுவான்."

ஔத வினவினார்:

"அது யாரோ; என்னவோ?"

"அதை நான் சொல்லமாட்டேன். ஔத கேக்கவும் கூடாது. நீ ஜாக்கிரதையாயிரு!"

* ** *

அப்போது கணக்கு சொல்லிப் பிரிந்துசெல்லப் போகிற நேரத்தில் மத்தாயி சொன்னதுக்குப் பொருளில்லையா?

* ** *

மத்தாயி நாள் செல்லச் செல்லச் செல்வந்தராகிக் கொண்டிருக் கிறார்.

மத்தாயிக்குக் கடன்படாத ஆட்கள் இந்த ஊரில் யார் இருக் கிறார்கள்?

யாருமில்லை. மத்தாயிக்கு மரவியாபாரம் உண்டு. இப்போது இரண்டு படகுகள் பாலாய்க்குப் போய்வருகின்றன. அவற்றை ஊன்றிச்

செல்ல மத்தாயி, மகன், மருமகன், பீலி ஆகியோர் உள்ளனர். வியாபாரமும் அதைப் பற்றிய விவகாரங்களும் கூட்டாகத்தான் நிர்வகித்து வருகின்றனர்.

ஆயினும் மத்தாயியின் வியாபாரமென்றுதான் சொல்கின்றனர். என்ன காரியமாக இருந்தாலும் மக்கள் மத்தாயியைத்தான் அணுகு கிறார்கள்.

ஒரு கிருஸ்துவன் மட்டும் சொல்லுவான்:

"மத்தாயி திருடன்!"

மத்தாயி கணக்கில் கள்ளத்தனம் பண்ணியதாய் புகார் இல்லை. ஆயினும் அவரை 'மத்தாயி திருடன்' என்று பகிரங்கமாகச் சொல்ல ஔத மாப்பிளவுக்குக் கிஞ்சிற்றும் தயக்கமில்லை. அவர் பீலியைக் கூட ஏமாற்றிவிடுவார் என்பதுதான் ஔதவின் வாதம்.

தந்தையின் இந்தப் போக்கு வர்க்கியைச் சங்கடத்திற்குள்ளாக்கியது. வர்க்கி ஒரு முறை கேட்டான்:

"நம்ப பங்கு விவசாயத்தில் மத்தாயி அண்ணன் ஏதாச்சும் கள்ளத் தனம் பண்ணினதுண்டா, அப்பா?"

"போடா! உனக்கு அவனைத் தெரியாது. என் முன்னாலிருந்து போயிடு! அதுதான் உனக்கு நல்லது."

ஔதமாப்பிளவுக்கு மத்தாயி முன்னேறுவதில் பொறாமை கிடையாது. அவன் முன்னேறட்டும்; பணக் குவியல் மீது உட்காரட்டும்!

ஆனால், அவன் வஞ்சனை செய்கிறவன்!

* ** *

மலையளவு பெரியதொரு விபத்து ஔத மனத்தில் உருவம் கொண்டது. எப்படியாவது அதிலிருந்து தப்பிவிட வேண்டும்.

இரவில் தூக்கம் குறைவு. சிறிது நேரம் மயக்கத்தில் கண்மூடிக் கிடப்பார். திடீரெனக் கண்விழிப்பார். எழுந்து சென்று நெருப்புச் சட்டியை ஊதி நெருப்பை எரியவிட்டு விளக்கைப் பற்றவைப்பார்.

ஒரு நாள் ஔதவின் தலைக்குள்ளே ஒரு மின்னல் மின்னியது.

கல்லறைக்கல் வீடு இடிந்து தகர்ந்து கிடந்திருந்தது. இறந்து போன கோந்நோத்துப் பிள்ளை பல வருடங்களாக அதைக் கவனித்ததேயில்லை. காலாகாலத்தில் ஓலைகட்டி வேய்தல் நடக்கவில்லை. அந்தக் கட்டடத்தைப் பழுது பார்த்து முடித்தபோது கடம்ப நாட்டு வளாகத்தில் வீடு கட்டும் பணி ஆரம்பமாயிற்று. அது கோந்நோத்துப் பெரிய பிள்ளை மனைவி வீட்டாரின் வளாகம். மனைவிக்காகத்தான் அந்த வீடு

நிர்மாணிக்கப்படுகிறது. மத்தாயியிடமிருந்து குறிப்பிடத்தக்க ஒரு தொகை இந்தப் பணிக்காக கோந்நோத்துப்பிள்ளை கடனாகப் பெற்றிருக்கிறார். அவருக்குக் கடனளிக்க மத்தாயிக்குத் தயக்கமிருக்கவில்லை. கூப்பிட்டுக் கொடுப்பார்.

ஞாற்றுவா நானூறு மேல் பணயமாக சுவாமிக்கு எழுதிக் கொடுக்கப் போவதாக ஒரு வதந்தி இருந்தது. வெறும் வதந்திதான். அது வீடு கட்டுவதற்கான யோசனை நடைபெற்ற காலத்தில் தான் பரவியது. பின்னர் தான் மத்தாயியிடமிருந்து பிள்ளை கடன்பெற்றுக் கொண்டார்.

கோந்நோத்துப் பெரிய பிள்ளை கொடுக்கல் வாங்கல் விசயத்தில் மிகவும் கறாராக இருந்து வருகிறவர். நான்கு சக்கிரம்தான் கொடுக்க வேண்டியிருந்தால் கூட குறிப்பிட்ட நாளிலேயே கொடுத்துவிடுவார். அவர் பெரிய அபிமானி. கடன் உள்ளபோது தனமில்லை என்பது அவருடைய பிரமாணம். இப்போது வருடாவருடம் செலவுக்கு நெல் போதாமலிருந்து வருகிறது. எனவே கடன் பெருகிவருமல்லவா? அதனிடையில் வீடு கட்டுவதும் மராமத்தும்... மத்தாயி கோந்நோத்துப் பிள்ளையுடன் மிகவும் நெருக்கமான தொடர்பை வைத்திருக்கிறார். பரஸ்பரம் கொடுக்கல்-வாங்கல் வைத்துக்கொண்டிருப்பவர்களல்லவா? கோந்நோத்துப் பிள்ளை ஞாற்றுவா நானூறினுடைய முழு உரிமையை மத்தாயிக்கு இரண்டு கையாலும் எழுதிக் கொடுத்தாலும் கொடுத்து விடுவார். கணக்கைப் பேசித்தீர்த்தால் போதுமானது. நெல் அல்லது பணத்தைக் கொடுத்துவிட்டால் சுவாமி பணய பூமியைக் கைமாற்றித் தானாகவேண்டும். 'ஜன்மம்' (முழு உரிமை) வாங்கிவிட வேண்டியதுதான்.

இதுதான் ஔதவின் தலைக்குள்ளே மின்னிய மின்னலின் வெளிச்சத்தில் பார்த்தது.

அப்படியாயின் ஔதமாப்பிள தகர்ந்தவன்தான். முன்னால் காணுகிற விபத்து இதுதான். அது நிகழ்ந்துவிடலாம். எந்த நிமிடத்தி லும்! மத்தாயியும் ஒரு குள்ள நரிதான்.

இந்த விபத்துக்கு ஒரே ஒரு பரிகாரம்தான் உண்டு. என்ன செய்தும் ஞாற்றுவா நானூறின் 'ஜன்ம'த்தை வாங்கிவிடுவது. அதற்கென்னவழி?

ஆற்றுத்துறை அந்தோனி கூடச் சேர்ந்து விட்டால் இந்த ஆண்டு விவசாயத்தை நடத்தலாம். தனியாள் என்றால் அது நடப்பது சந்தேகமே.

ஔதவின் தலை புகைகிறது. மத்தாயி ஞாற்றுவா நானூறின் ஜன்மத்தைக் கைப்பற்றிக் கொண்டால் அப்புறம் ஔத மாப்பிள உயிர் வாழ்ந்தென்ன பயன்?

அவன் மனத்துக்குள்ளே தந்திரத்தை வைத்துக் கொண்டு தான் பங்கு பிரிந்து சென்ற அன்றைய தினம் சொன்னது. சொல்லில் மட்டு

மின்றி செயலிலும் தந்திரமிருந்திருப்பதாக ஔதவுக்குத் தோன்றியது.

மங்கொம்பு சுவாமியின் ஆயிரம் பறை நிலம் குத்தகைக்குக் கிடைத்துவிட்டால் ஐநூறு பறை நெல் குத்தகை கிடைக்கிற 'ஜன்மி'யாகி விடலாம்.'

ஜன்மியாகிவிட்டான்! அது தம்மைச் சிறுமைப்படுத்துவதல்லவா?

வண்டு ரீங்கரிப்பது போல், அந்த வாசகம் ஔதவின் சொட்டைத் தலை மண்டைக்குள்ளே ரீங்கரிக்கிறது.

* ** *

ஒரு நாள் இரண்டு வேஷ்டி, நான்கு மேல்வேஷ்டி, ஒரு கம்பிளி, ஒரு போர்வை ஆகியவற்றை ஔத மாப்பிள ஒரு மூட்டையாகக் கட்டி யெடுத்தார். வர்க்கியிடம் நூற்று ஐம்பது பணத்தைக் கேட்டிருந்தார். எதற்கென்று வர்க்கி விசாரிக்கவில்லை. மனைவியின் உண்டி முதலிய வற்றிலிருந்து பொறுக்கியெடுத்து அந்தத் தொகையை அவன் தந்தையிடம் ஒப்படைத்தான்.

தடியூன்றியவாறு ஔதமாப்பிள பயணமானபோது வர்க்கி விசாரித்தான்:

"எங்கு போறீங்கப்பா?"

"போடா, போ..."

"இந்த வயது வந்த காலத்திலே எங்கு போறீங்க?"

"எங்கு போனா, உனக்கென்ன? போறப்போ முதுகைப் பார்த்துக்கோ! வர்றப்போ முகத்தைப் பார்த்துக்கோ!"

* ** *

கருமாடியிலிருந்து காயங்குளம் வரையிலும் சரக்குப்படகு செல்கிறது. அங்கிருந்து இன்னொரு படகிலேறினால் கொல்லத்தைச் சென்று அடைந்துவிடும். சில சந்தர்ப்பங்களில் கருமாடியிலிருந்து நேரடியாக கொல்லத்துக்குப் படகு கிடைத்துவிடும்.

ஔதமாப்பிள நாகம்பிள்ளையைப் பார்க்கப் போகிறார். ஒன்று, தமது தேவதூதனைச் சந்தித்துத் தமது காரியம் கை கூட வழிகாண்பது; அல்லது அந்தப் பயணத்தின் போது ஏதேனும் பாதையோரத்தில் படுத்து உயிர்விடுவது -என்பதுதான் ஔதவின் திடமான எண்ணம்.

கோலில் மத்தாயியிடம் தாம் உயிர்வாழ்ந்து கொண்டிருக்கும் போது தோல்வியை ஒப்புக் கொள்ளமுடியாது.

ஞாற்றுவா நானூறு மத்தாயி வசமாகி விட்ட பின்னர் உயிர் வாழ்ந்து பயனில்லை.

மூட்டையைத் தோளில் போட்டு தடியூன்றியவாறு ஔதமாப்பிள இலக்கை நோக்கிய பயணத்தைத் துவக்கினார்.

கோவில் முன்னால் சென்றபோது ஔத மாப்பிள அங்கே சற்று நேரம் நின்றுவிட்டார். பிரார்த்தனை செய்யலாமா? கோவில் முன்னால் பிரார்த்தனை செய்வது தவறு அல்லவா? சந்தேகம்!

ஆயினும் கண்ணை மூடி நின்றார்.

23

சீரட்டக் கைமளிடம் ஒரு சாவிக்கொத்து உண்டு. அதற்குத் தாழ்கள் இல்லை. கோடாந்திரக் குறுப்புவிடம்தான் பெரிய பொக்கிஷத்தைப் பூட்டிவைத்திருக்கிற தாழின் சாவி.

கைமள் அண்மைக் காலமாய் கோவிலுக்கு வருவதேயில்லை. உடல் நலம் மோசமாயிருக்கிறது. மனமும் தளர்ந்துவிட்டது.

குடும்பக் காரியங்களையெல்லாம் மருமகன் கிட்டுண்ணிக் கைமள் தான் நிர்வகித்து வருகிறார்.

ஆற்றித்தரை வீட்டில் இப்போது கட்டட வேலை நடைபெறு கிறது. அதைச் சொல்லி சீரட்டக் குடும்பத்துப் பெண்கள் மத்தியில் முணுமுணுப்பு!

* ** *

உற்சவத்திற்குக் கொடியேறிய போது மாளிகையிலுள்ள கைப்பிடி வராந்தாவில் 'ஸ்தானி'கள் வீட்டுக் குஞ்சம்மாமார்கள் ஸ்தானங்களைப் பிடித்துக் கொண்டனர். ஊரிலுள்ள ஏனைய பெண்கள் யாருக்குமே அங்கே அமர்ந்துகொண்டு உற்சவம் பார்க்கப் பண்டைய காலத்திலிருந்தே உரிமையில்லை. அதுதான் கீழ்வழக்கம்.

அகவூர் நாணி, ஆற்றித்தரை பாப்பி மற்றும் கடம்மநாட்டு கொச்சி ஆகியோர் மாளிகையில் உள்ளனர். அவர்களுடைய அக்கா - தங்கையர்கள், மற்றும் அம்மா-சின்னம்மாமார்கள் கீழே தாழ்வாரத்தில் அமர்ந்திருக்கின்றனர்.

கோந்நோத்து, சீரட்ட, கோடாந்திர ஆகிய குடும்பங்களைச் சேர்ந்த குஞ்சம்மாமார்கள் ஒரு பகுதியில் ஒன்று சேர்ந்தனர். ஒரு வருடத்துக்குப் பிறகு ஸ்தானிகள் குடும்பங்களைச் சேர்ந்த குஞ்சம்மாமார்கள் பரஸ்பரம் சந்திக்கின்றனர். உற்சவ வேளையில்தான் அவர்கள் வெளியே வருவார்கள். அவர்களுக்கு அன்றைய தினம் பேசித் தீர்க்க நிறைய விசயங்கள் இருக்கின்றன. பேசினாலும் பேசினாலும் தீராது.

இப்போதைய முக்கிய விசயம். அம்மாவன்மார்கள் அம்மாவிமார் களுக்குச் சொத்துக்களைச் சம்பாதித்துக் கொடுக்கின்றனர் என்பது தான். குடும்பக் காரியங்களைக் கவனிப்பதைவிட அதிகமான அக்கறை செலுத்துவது மனைவி வீட்டுக்காரியங்களில்தான்.

அது அம்மாவன்மார்கள் குடும்பத்தை நேசிக்காமலாகி விடுவதன் கதை தானே?

இன்றைய தினம் தலையணை மந்திரத்தின் சக்தி அபாரமானது. இந்த அம்மாவன்மார்களும் அண்ணன்மார்களும் ஏன் இப்படி பத்தினி வெறிகொண்டு அலைகின்றனர்?

காலத்தின் மாறுதல்தான்.

ஆண்கள் பெண்ஜாதிப் பிரியர்களாகிவிடுவதுதான்.

மங்கலச் சேரி மாதுபிள்ளை மனைவி கூட மாளிகையில் இருக்கிறாள். ஸ்தானிகள் நான்கு பேர்களும் எட்டுக்கட்டுக் கூடத்தில் அமர்ந்திருக்கின்றனர். அந்த வருத்திய உற்சவத்திற்குப் பிரத்தியேகமானதொரு சிறப்பு இருக்கக் கூடும். கரைகளைச் சேர்ந்த அனைத்து மக்களுக்கும் விருந்தளிப்பது. அம்பலப் புழைக் கோவில் ஒன்பதாம் உற்சவ நாளன்று நாடகசாலையில் அளிக்கப்படுகிற விருந்து போன்று இங்கேயும் நடத்துகின்றனர். இந்தக் கோவிலில் கூட நாடக சாலை உண்டு. விருந்து நடத்துவது மட்டும் கூடாது.

மாதுப்பிள்ளை சொன்னதுதான் இந்தக் கருத்து:

“நமது பலமே இந்த ஊர்களைச் சேர்ந்த மக்கள்தான். அது ருசுவாகி விட்டது. மக்களை நிந்தனை செய்யக் கூடாது. அன்று ஐந்தாம் உற்சவ நாளன்று நாம் நடந்துகொண்ட முறை கொஞ்சம் வன்முறைதான். தாழை உடைப்பது என்பது எல்லாம் இலேசான காரியமல்ல. இரண்டு ‘இடங்நழி’ (ஏறத்தாழ ஒருபடி) நாகராசி எடுத்துக் கொண்டுதான் புல்லாற்றுக் குடும்பத்தலைவர் சீரட்டக் கைமளுடன் ஆலப்புழை நீதிமன்றத்துக்குச் சென்றது. போனவர்கள் எதையும் சாதிக்காமல் திரும்பி வந்தனர். அது என்ன?”

கோடாந்திரக் குறுப்பு ஆசான் அந்தக் கேள்விக்குப் பதிலளித்தார்:

“மக்கள் நம் பக்கமிருந்தனர்.”

“அம்பலப்புழை விருந்தை விட மிகச் சிறப்பான முறையில் நான்கு விதமான பதார்த்தங்களுடன் இந்த விருந்தை நடத்த வேண்டும்” என்றார் கோந்நோத்து ஆசான்.

“எங்க குடும்பத் தலைவருக்கு ஜனங்கள் என்றாலே கசப்புத்தான்.” அந்த ஆலோசனைக் கூட்டத்தில் கிட்டுண்ணிக் கைமளும் பங்கு கொண்டிருந்தார்.

அதற்கான காரணத்தை விளக்கிக் கூறினார் மாதுப்பிள்ளை:

"பழைய ஆள் தானே? அவர்களுக்கெல்லாம் அப்படித் தோன்றுவது தான் இயல்பு."

* * *

அகவூர் நாணியைச் சூழ்ந்து கொண்டுதான் பெண்கள் குழுமி யிருக்கின்றனர். மிகவும் கூடுதலான நகைகளை அணிந்திருக்கிறவள் அவள் தான். பண்டையப் பெண்கள் அணிந்திருந்த ஒருவகையான கொண்டி நகை. அது கற்கள் பதிக்கப் பெற்றது. பின்னர், ஒரு ரகத்தைச் சேர்ந்த ராசிகளாலான மாலை. பழைய கற்கள் பதிக்கப்பெற்ற 'மிடகு' நகை குதூகலமேற்படுத்துகின்ற பழைய நகைகளைத்தான் அகவூர் நாணி அணிந்திருக்கிறாள்.

ஆற்றித்தரை பாப்பி பாதம் வரையிலும் நீண்டு இறங்கிக் கிடக்கிற ஜரிகைவேஷ்டி, மடித்து மார்பினை மறைத்துச் சுற்றியணிந்திருக்கிற சன்னரக ஜரிகை மேல்வேஷ்டி ஆகியவற்றை உடுத்தி, பொட்டுவைத்து கண்ணெழுதித் தன்னை அலங்கரித்து நிற்கிறாள். அந்த மாளிகை மீது அமர்ந்திருக்கின்ற பெண்களில் எவளுமே, பாப்பியைத் தவிர, ஜரிகை வேஷ்டியணிந்தவர்கள் அல்ல. பெண்கள் என்றால் தங்களை இப்படித் தான் அலங்கரித்துக் கொள்ளவேண்டும்!

கோடாந்திர சின்னப் பெண் குஞ்சம்மாவும் குழந்தை திரிபுர சுந்தரியும் அந்தக் கூட்டத்தில் இருந்தனர். கிழவியாகிவிட்ட நங்கையவரும் கோடாந்திரக் குஞ்சம்மா கழுத்தில் ஒரு காசுமாலையும், கைகளிலே ஒவ்வொரு கெட்டிவளையலும் மட்டும்தான். திரிபுரசுந்தரியின் கழுத்திலே கொளுத்து வைத்த ஒரு ஒரு பவுனுடைய ஒரு மஞ்சள் சரடு.

அகவூர் நாணிக்கு எங்கிருந்துதான் இந்தப் பழைய நகைகள் கிடைத்திருக்கின்றன? நாணியின் சின்னம்மாவும் அக்காளும் மாளிகையின் கீழ்த் தாழ்வாரத்தில் கழுத்தில் வெறுமொரு சரடு கூட இல்லாமல் உட்கார்ந்திருக்கின்றனர்.

நாணி கோடாந்திரப் பெரிய அம்மாவனின் அம்மாவியாவாள். அதுதான் - அது மட்டும்தான்- அவள் சிறப்பு!

* * *

கோடாந்திர எட்டுகட்டு வீட்டுக்குள்ளே ஏறியிறங்கிப் பார்த்த போது நாணி திறக்காமலிருந்து வருகிற ஓர் உள்ளறையைக் கண்டாள்.

அந்த அறை குறித்துப் பெரிய ஆசான் சொல்லியிருக்கிறார். உள்ளறையைப் பார்த்தபோது நாணிக்கு ஒரு மோகம் பிறந்தது. அதை ஒரு முறை திறந்து பார்க்கவேண்டுமென்று.

அதன் தாழ் துருப்பிடித்து மக்கிப் போயிருக்கிறது.

அதைத் திறக்கச் சாவி தேவையில்லை. தாழைப்பிடித்துச் சற்றே நெரித்துவிட்டால் போதும்.

இறந்து போன பெரிய ஆசான் அதைத் திறந்து பார்த்திருக்கிறாரா? என்னவோ! அது குறித்து அவர் யாரிடமும் சொன்னதில்லை. அதை ஏன், இப்படிப் பூட்டி வைத்திருக்க வேண்டும்? யார்தான் அதைப் பூட்டி வைத்தது? எப்போதிருந்து அது திறக்கப்படவில்லை?

கோவிலில் கூட அத்தகைய ஒரு பொக்கிஷமுண்டு. மேற்குப் பிரகாரத்தின் தென்பகுதியில்தான் அது அமைந்திருக்கிறது. அதற்குள்ளே ஏதோ புதையல் உண்டு. புதையலை வைத்து விட்டுச் சுற்றிலும் கட்டி யெழுப்பப்பட்டிருக்க வேண்டும்.

கோவில் உண்டியலில் நாகராசியுண்டு; தங்கத்துகள் உண்டு; நன்மாணிக்கம் உண்டு. சொல்லித்தான் அதைக் கேள்விப் பட்டிருக் கிறார்கள். தலைமுறை தலைமுறையாய்ச் சொல்லி வருகின்றனர்.

கோடாந்திர உள்ளறையில்? யாருக்குத் தெரியும்?

கோடாந்திர, கோந்நோத்து ஆகிய குடும்பங்களிலே கூட இந்த மாதிரியான உள்ளறைகள் இருக்கலாம்.

அடுக்களையைச் சுற்றியுள்ள நான்கு அறைகளைத் தவிர, வேறு எந்த இடத்திற்கும் யாரும் போவதில்லை. அங்கே அம்மா, மகள், நங்ஙையவர் ஆகியோர் மட்டும்தானே, இருந்து வருகின்றனர்?

* ** *

பெரிய அம்மாவனும் மனைவியும் அங்கே சென்றது யாருக்கும் தெரியவில்லை. இருவரும் பதுங்கியவாறுதான் சென்றனர்.

தாழைப் பிடித்தபோது எங்கேயோ ஒரு முனகல் ஓசை எழுந்ததாக அகவூர் நாணிக்குத் தோன்றியது. அவள் பயந்து ஒரு முறை மேலே துள்ளினாள். திரும்பவும் அதே முனகல் ஓசை!

வேறு எங்கிருந்தோ ஓர் இருமும் ஓசை, இன்னோரிடத்திலிருந்து ஓர் உறுமும் ஓசை.

நாணிக்கு மூச்சுத் திணறுவது போலத் தோன்றியது. யாரோ கழுத்தைப் பிடித்து நெரித்து விடுவது போன்ற ஒரு மரணவேதனை.

பெரிய குறுப்பு காதோரமாய்ச் சொன்னார்:

“இதெல்லாம் உனக்குச் சும்மா தோணறதுதான்.”

அகவூர் நாணி இதன் முன்னர் இத்தகைய ஓர் இடத்தில் நுழைந்த தில்லை. நூற்றாண்டுகளாக அங்கே தேங்கிநிற்கிற காற்றுக்குச் சகிக்க முடியாத ஒரு வாடை இருக்கத்தான் செய்யும்.

தலைமுறை - தலைமுறையாய் மரித்து மண்மறைந்துபோன மனிதர்களின் ஆவிகள், பங்கமாகிவிட்ட மோகங்களுடன் அந்தக் கும்மிருட்டில் தேங்கியழுதவாறு காலத்தைக் கழிக்கின்றன.

அறைக்குள்ளே ஒரு கால்பெட்டி இருக்கிறது.

பெரிய குறுப்பு ஆசான் அந்தக் கால்பெட்டியைத் தோளிலேற்றியவாறு மாடக்கட்டடத்துக்குத் திரும்பி வந்தார்.

குழந்தை திரிபுரசுந்தரி வடக்குக்கட்டு அறைவாசலில் அமர்ந்து உயர்ந்த குரலில் நாமஜபம் செய்கிறாள். அம்மா மற்றும் நங்கயவர் அருகே அமர்ந்திருக்கின்றனர். அவர்களும் மெல்லிய குரலில் நாம ஜபம் செய்கின்றனர்.

கோடாந்திரக் குடும்பத்துப் பாட்டிமார்களின் ஆவிகள் அகவூர் நாணியைச் சும்மா விட்டுவிடுமா? அந்தப் பழையகாலப் பெட்டியில் அவர்கள் வைத்துச் சென்ற புதையலாக இருக்கும். அல்லது அவர்கள் அணிந்திருந்த தங்க- உருப்படிகளாக இருக்கும்!

* ** *

கொடியேற்று விழா நாளன்று மாளிகையில் வந்து குழுமிய பெண்கள் அனைவரும் அகவூர் நாணி அணிந்திருந்த அலங்கார நகைகளைப் பார்த்து நின்றுவிட்டனர். அவை எங்கிருந்து கிடைத்தன வென்று யாரும் விசாரிக்கவில்லை.

அனைவரும் பார்த்து நின்றபோது நாணி கூசிப் போனாள். அந்தத் திருட்டினை எல்லோரும் அறிந்துவிட்டனரோ?

அகவூர்நாணி நகைகளணிந்துகொள்ளலாம். ஆனால் அந்தப் பழைய நகைகளணிய அவளுக்கு உரிமையுண்டா? கோடாந்திரப் பெரிய குஞ்சம்மாமார்களின் நகைகளாகத்தான் அவை இருக்கவேண்டும்

கோடாந்திரக் குடும்பத்து நிதி அகவூர்க் குடும்பத்தின் கைவச மாயிற்று.

* ** *

கோந்நோத்து எட்டுகட்டு வீட்டில் கூடத் திறக்கப்படாத ஓர் அறை இருக்கிறதாம்.

கல்லறைக்கல் வீட்டுப் பெண்கள் கொடியேற்று விழா நாள் அன்று சமையற்கட்டில் வட்டமாக அமர்ந்து இரவு உணவருந்திக் கொண்டிருந்தனர். அப்போது அகவூர் நாணியைப் பற்றிய பேச்சாகத் தான் இருந்தது.

அந்தக் கல்பதித்த கொண்டி நகை எந்தக் காலத்தைச் சேர்ந்தது? கல்லறைக்கல் பெரிய குஞ்சம்மாவுக்கு எழுபது வயதாகிறது. அவர், தமது

பாட்டி அத்தகைய கொண்டி நகையணிந்திருப்பதைப் பார்த்ததாகச் சொல்கிறார்.

"அந்த அகவூர் நாணிக்கு அதை அணிய வெட்கமில்லே?" என்றாள் சிருதேவிக் குஞ்சம்மா.

"அகவூர்க்காரங்க உழவுவேலை பண்ணறவங்கதானே? கொண்டியையும் ராசிமாலையையும் பார்த்துப்போ அப்படியே அசந்து போயிருப்பா-அள்ளிக் கழுத்தில் போட்டுக்கிட்டு வந்திட்டா" என்றாள் இன்னொரு குஞ்சம்மா.

"அந்தத் தங்க நகைகள் அவ கழுத்தில் கிடந்து அழுதுக் கிட்டிருந்தது." என்றாள் இன்னொரு குஞ்சம்மா.

குஞ்சம்மாமார்களின் கருத்துக்களாவன:

"ஓ... அகவூர் நாணி கோடாந்திரக் குஞ்சம்மாவாகப் பார்த்தா."

"தங்கத்துக்கெல்லாம் உரிமைபடைச்ச தங்கம் போன்ற குழந்தை கழுத்திலே ஒரு தங்கக் காசு மட்டும்தான்."

"அவ கொடூர நெஞ்சம் கொண்டவ. அந்த நகைகளிலே ஒண்ணை அந்தக் குழந்தை கழுத்திலே போட்டிருக்கலாமல்ல?"

"அந்தக் குழந்தையோட தாய் - அதுக்கு நாக்கும் மூக்கும் ஒண்ணுமில்லியா? அதைப் பார்த்தா அவ மூளைக்கென்னமோ கோளாறு இருக்கிறாப்பலேருக்கு. யார்கிட்டேயும் பேசறதில்லை. யாரையும் தெரிஞ்சுக்கறதில்ல. அப்படி விழிச்சுக்கிட்டே நிக்கறா- பேயறைஞ்ச பொம்பள மாதிரி.

"எல்லாம் அந்த நங்ஙையவர்தான் அங்கே."

"நங்ஙையவர் ரொம்ப வயசாயிட்டது."

"நங்ஙையவர் கண்ணை மூடிக்கிட்டா அப்பறம் இந்தத் தாயும் மவளும் என்ன செய்வாங்க?"

"என்ன செய்யறது? கடவுள்தான் கருணை காட்டணும்."

இப்படியே சென்றது அவர்களின் பேச்சு.

இளம் பெண்ணான பார்வதிக் குஞ்சம்மா முக்கியமான ஒரு பிரச்சினையைக் கிளப்பினாள்:

"கோந்நோத்து வீட்டிலே ஓர் உள்ளறையிருக்கே அதிலே தங்க மிருக்குமில்ல?"

பெரிய குஞ்சங்ஙம்மா பிறந்ததும் வளர்ந்ததுமெல்லாம் கோந்நோத்துக் குடும்பத்திலேதான். அந்த எட்டுகட்டு வீட்டின் தென்கட்டிலே ஓர் உள்ளறை உண்டு. அதுவும் திறக்கப்படாத ஒன்று தான்.

பெரிய குடும்பங்களிலுள்ள அத்தகைய உள்ளறைகளின் கதையை குஞ்சங்ஙம்மா சொன்னாள்.

"முன் காலங்களிலே பெண்கள் இறந்துவிடுகிறபோது அவர்கள் நகைகளை உள்ளறையிலே பாதுகாப்பாக எடுத்துவைப்பாங்க. உயிரோடு இருக்கிறவங்க அவற்றைத் தொடமாட்டாங்க. அவங்களுக்கு வேண்டியதை அவங்களே செஞ்சிடுவாங்க."

பார்வதிக் குஞ்சம்மா வினவினாள்:

"அப்போ கோந்நோத்து அறையிலே ஏராளமான தங்கமும் கற்களும் இருக்கணுமே."

குஞ்சம்மா சொன்னாள்:

"இருக்கும். இருக்கும். சீரட்விலும் கோடோந்திரவிலும் இருக்கும்."

இறந்து போன கோந்நோத்து அம்மாவன் அந்த அறையைத் திறந்து பார்த்திருப்பாரோ? திறந்து பார்த்திருப்பாரென்றால், கோந்நோத்துக் குடும்பத்தினருக்கு அது கிடைத்திருக்கும்.

* ** *

கல்லறைக் கல்காரர்களுக்குத் தலைமைப்பதவி கிடைத்து என்ன பிரயோஜனம்? அந்த உள்ளறை கோந்நோத்து வீட்டில்தான் இருக்கிறது. இட்டிராமன் அம்மாவன் அதைத் திறந்தெடுத்திருப்பார். திறந்தெடுத் திருந்தால் என்ன செய்வது?

கல்லறைக்கல் பிள்ளைக்கும், இட்டிராமன் பிள்ளைக்குமிடையே பரஸ்பரப் பகைமை இருந்துவருகிறது. இரண்டு கிளைகள்; இரண்டாகத்தான் வாழ்ந்து வருகின்றன. சொத்துக்களும் அவ்வாறே பாகப்பிரிவினை செய்யவேண்டுமென்பது தான் இட்டிராமன் பிள்ளை யின் வாதம். தேவஸ்தானம் வழக்கிலே இட்டிராமன்பிள்ளை சீரட்டக்கைமள் பக்கம் சேர்ந்து கொண்டாரல்லவா?

பின்னர், ஆறேழு மாதங்கள் கழித்துத்தான் கோந்நோத்துப் பெரிய பிள்ளையும், இட்டிராமன் பிள்ளையும் ஒருவரை ஒருவர் நேரடியாகச் சந்திக்கின்றனர்.

மார்பிலே அடித்துக்கொண்டு கோந்நோத்துப் பெரியவர் கேட்டார்:

"இருந்தாலும் நீர் என் கையிலே விலங்குப்போட்டுப் பார்க்க முயற்சியெடுத்தீர் அல்லவா?"

பெரியவர் கண்கள் கலங்கின. அவர் தொடர்ந்து கூறினார்:

"என் குடும்பத்தினர் என் பின்னாலே எனக்கு இல்லாமே போய் விட்டாங்களே... கோல்க்காரனுங்க என்னைப் பிடிச்சுக்கிட்டுப்

போயிருந்தாங்கன்னா, விடுதலைபண்ணி அழைச்சுக்கிட்டுவர ஆளில்லாமே போயிருப்பேன்."

பெரியபிள்ளை மனம் நொந்து சொல்கிற விசயமாக இருந்தது அது. இட்டிராமன் பிள்ளைக்கு எந்த விதமான கூச்சமும் இருக்கவில்லை. அவர் சொன்னார்:

"என் குடும்பத்து ஆளுங்கன்னு இப்போதானே, நெனைச்சுப் பார்க்கறீங்க? அவங்க பட்டினியிலே படுத்து அவஸ்தைப் படறாங்க. குடும்பத்து ஆளுங்க வேணும்னு எப்பவுமே மனசுல இருக்கணும்."

"வரவுக்கேற்றபடி எல்லாமே எப்படி செலவு செய்யறது?"

"அப்படியானா கணக்கைக் காட்டணும்?"

"வந்து உட்கார்ந்து பாத்துக்கோ, கணக்கை!"

"அப்படிச் சொன்னாப் போதுமா? குடும்பத்தை நாசம் பண்ண ரொம்ப நாள் அனுமதிக்க முடியாது."

"நான் என்ன நாசம் பண்ணினேன்?"

"தலைமைப் பொறுப்பு ஏற்ற பிறகு எத்தனை பறை நிலத்தை விற்றுத் தொலைச்சீங்க?"

"அது பூர்வீகக் கடன்களைக் கொடுத்துத் தீர்க்கத்தான்."

"அப்புறம் பொண்டாட்டிக்கு வீடு கட்டறத்துக்குன்னும்..."

மேலும் பேசிக்கொண்டு நின்று விட்டால் இட்டிராமன் பிள்ளை இன்னும் பலவற்றைப் பற்றியும் பேசிவிடுவாரென்ற அச்சமுடன் பெரிய பிள்ளை நடக்கலானார்.

இட்டிராமன் பிள்ளை பின்தொடர்ந்து சென்று சொன்னார்:

"எங்கள் கிளைக்கானவற்றை எங்களுக்குத் தரவேண்டும்."

பின்னர் அடுத்த அறுவடையின் போதுதான் அவர்கள் பரஸ்பரம் சந்திக்கின்றனர்.

கோந்நோத்து நெற்களத்திலிருந்து நெல்லை எடுத்துச் செல்ல இட்டி ராமன் பிள்ளை சம்மதிப்பதில்லை.

வட்டிக் கடனை வசூல் செய்ய கணபதி ஐயருடைய படகும் ஆட்களும் வந்து சேர்ந்திருக்கின்றனர். நெற்குவியல் மீது அளவு பாத்திரம் (பறை) வைக்குமுன்னர் சில தீர்மானங்களெடுக்க வேண்டியுள்ளது. அதுதான் இட்டிராமன் பிள்ளையின் வாதம்.

மூன்று நாட்கள் வரையில் நெல் அவ்வாறே களத்தில் குவிந்து கிடந்தது. கோடாந்திரக் குறுப்பு, சீரட்ட கிட்டுண்ணிக் கைமள் முதலியோர் மத்தியஸ்தம் பேசிப் பார்த்தனர். போலீஸ் வரவேண்டுமென்கிற நிலைமை ஏற்பட்டுவிட்டது. இட்டிராமன் பிள்ளை எதுக்கும் இசையவில்லை. அவர் சொன்னார்:

"ஆயின், இந்தக் களத்திலிருந்து போலீஸ் நுழைந்துகொண்டு செல்வது, கோந்நோத்துக் குஞ்சம்மாமார்களையும் குழந்தைகளையுமாகத் தான் இருக்கும்."

படகோட்டி கொச்சுஞ்ஞிடம் இட்டிராமன் பிள்ளை இவ்வாறு சொன்னார்:

"டேய், போயி எல்லாரையும் அழைச்சுக்கிட்டு வாடா! மேற்கு நோக்கி நாம எல்லாருமாகப் போயிடலாம்."

புல்லாற்று இட்டிராரிச்சக் கைமளும், மங்கலச்சேரி மாதுப்பிள்ளை யும் இந்தச் சச்சரவில் தலையிட்டனர்.

மொத்தமாகக் குடும்பத்துக்குக் கிடைக்கவேண்டிய குத்தகையில் சரிபாதி இட்டிராமன் பிள்ளைக்கு வேண்டும்.

தொடர்ந்து விவசாயம் நஷ்டத்தில்தான்.

"விவசாயம் நஷ்டத்திலாகக் காரணமென்ன?" என்றார் இட்டிராமன் பிள்ளை.

பெரிய பிள்ளை சொன்னார்:

"விவசாயத்தை நடத்திச் செல்ல நான் மட்டும்தான் இருக்கேன். குடும்பத்து ஆம்புளைங்க யாருமே வயலைத் திரும்பிக்கூடப் பார்ப்ப தில்லே."

"நாங்க வந்தா உங்களுக்குப் பிடிக்காது."

"நீங்க யாராச்சும் வந்தீங்களா?"

இட்டிராமன் பிள்ளைக்குச் சொல்ல பதிலில்லை. யாருமே அழைத்த தில்லை. யாருமே போகவில்லை. விவசாயமும் நஷ்டத்திலாயிற்று.

எல்லாரும் சேர்ந்து ஒரு சமரசமுடிவுக்கு வந்தனர். எழுநூறு பறை நெல் கோந்நோத்துக் கிளைக்குத் தற்சமயம் கொடுப்பது. மற்ற விசயங்களை பின்னர் தீர்மானித்துக் கொள்வது என்று.

* * *

கடம்மநாட்டு கொச்சக்கி கல்லறைக்கல் குஞ்சம்மாமார்களுக்காக தன் கணவரிடம் ஒரு விசயத்தைப் பற்றி விசாரித்தாள்:

“கோந்நோத்து எட்டுகட்டு வீட்டின் தென்கட்டிலே ஓர் உள்ளறை இருக்கா?”

பெரியவருக்குத் தெரியாது.

“அப்படீன்னா, அங்கே ஓர் உள்ளறை உண்டு. அதிலே விலை சொல்ல முடியாத கற்களும், பழைய பழைய குஞ்சம்மாமார்களின் தங்க உருப்படிகளும் உண்டு.”

“உன்கிட்டே இத யாரு சொன்னது?”

“குஞ்ஞுங்ஙம்மா சொன்னா, குஞ்ஞுங்ஙம்மாவோட பாட்டி ‘ஆறாட்டு’ காணச் செல்லும் போது அணிந்து செல்கின்ற உருப்படி போன்ற உருப்படிகள்தான் கொடியேற்றத் திருவிழா அன்னைக்கு அகவூர் நாணி போட்டுக்கிட்டு வந்திருந்தா. அந்த உருப்படிகளை அன்னைக்குத்தான் நான் பார்த்தேன். கோடாந்திரக் குடும்பத்திலே அந்த உருப்படிகள் இருக்குதுன்னா கோந்நோத்துக் குடும்பத்திலே கூட அவை இருந்தே தீருமுங்க.”

* ** *

மறுநாள் காலையில் கோந்நோத்துப் பிள்ளைக்குக் கஞ்சி கொண்டு சென்று கொடுத்தது கூனிக்குறுகிப்போன குஞ்ஞுங்ஙம்மா தான்.

கஞ்சி கொண்டு சென்று வைத்துவிட்டு குஞ்ஞுங்ஙம்மா சொன்னாள்:

“உன் கிட்டே ஒரு விசயத்தைச் சொல்லத்தான் நான் வந்தேன்.”

“என்ன பெரியம்மா?”

“கோந்நோத்துத் தென்கட்டிலே ஒரு உள்ளறை உண்டு. அது நிறைய, மரித்து மண்மறைஞ்சுபோன பாட்டி முப்பாட்டீங்களோட தங்க உருப்படீங்கதான். அது நம்ம கிளைக்குக் கூட உரிமைப்பட்டதாக்கும். அதை நீ போய்ப் பார்த்து நமக்குரித்தானவற்றை எடுத்துக்கணும்.”

ஒரு கணத்திற்குப் பிறகு கிழவி தொடர்ந்து கூறினாள்:

“இங்குள்ள பொம்பளைப் பசங்க யாருக்குமே ஒரு பணம் எடை தங்கம்கூட இல்லையேடா!”

எழுபதுக்கும் மேலான வயதைத் தாண்டிவிட்ட அந்தத் தாய் சொன்னது, யாரோ அவள் வாயில் தள்ளிவைத்து அதை இறக்க முடியாமல் கக்கியது போன்று இருந்தது. அவள் வாயிலிருந்து விழுந்து விட்டதெனலாம்.

“அதுக்கு நான் என்ன செய்யணும்?” என்றார் கோந்நோத்துப் பிள்ளை.

"ஆ..." குஞ்ஞுங்கம்மா பல் இல்லாத வாயைத் திறந்து காட்டினாள்.

* ** *

கல்லறைக்கல் கிளையைச் சேர்ந்தவராகிவிட்ட கோந்நோத்துப் பிள்ளை கோந்நோத்து வீட்டை நோக்கி மெதுவாக நடந்து சென்றார்.

அங்கே இட்டிராமன் பிள்ளை இருப்பார். சந்தர்ப்பத்தை எப்படித் தான் பயன்படுத்துவது? இட்டி ராமன்பிள்ளை கடூர நெஞ்சம் கொண்ட ஒரு மனிதர். எதைச் செய்யவும் தயங்கமாட்டார். ஆனால் கோந்நோத்துப் பெரிய பிள்ளையல்லவா செல்கிறார். அவர் பொதுவான குடும்பத்துக்கே தலைவராவார்.

கோந்நோத்துக் குடும்பத்தலைவர் தலைவராகவே செல்கிறார்- அதாவது, குடும்பத் தலைவருடைய கம்பீரத்துடன்!

முற்றத்தில் ஓடிவிளையாடிக் கொண்டிருந்த சிறுவர் சிறுமியர் கூட வீட்டுக்குள்ளே ஓடிச் சென்று ஒளிந்துகொண்டனர். பெண்களெல்லாம் மூலையில் பதுங்கிக் கொண்டனர்.

கூடத்தில் நின்றவாறு பெரியபிள்ளை வினவினார்:

"இட்டிராமன் பிள்ளை இங்கே இருக்கிறாரா?"

அறுபதுக்கு மேற்பட்ட வயதுடைய பெரிய குஞ்ஞும்மா உள்ளிருந்து வெளியே வந்தாள்.

"இல்லை! அவன் இன்னும் வரல்லே!" சற்றே நிறுத்திவிட்டு விசாரித்தாள்: "கஞ்சி சாப்பிட்டுவிட்டுத் தானே வந்தீங்க?"

"ஆமாம்!"

பெரிய பிள்ளை பின்னர் அங்கே நிற்கவில்லை. உடனே கிளம்பினார். பெரிய குஞ்ஞும்மா ஒரு வேண்டுகோளை முன்வைத்தாள்:

"கூரை இன்னும் வேயலை. மழை பெய்ஞ்சா வீட்டுக்குள்ளே தண்ணி ஒழுகுது. நாங்க நனைஞ்சுக்கிட்டுதானிருக்கோம்."

"சித்திரை அறுவடையின்போது களத்திலிருந்து கணக்கைச் சொல்லி எழுநூறு பறை நெல்லை அளந்து கொண்டு வந்தாங்கல்ல? இனிமே செலவுக்கென்றோ, கூரை வேயறதுக்கென்றோ கேட்டா, எனக்கு எந்தப் பொறுப்புமில்லை. எல்லாம் இட்டிராமன்பிள்ளை கிட்டே சொன்னால் போதும்."

பெரிய பிள்ளை நடக்கலானார். அப்போது அவர் யோசித்தார். நேரடியாகச் சென்று உள்ளறையைக் கண்டுபிடித்துத் திறந்து பார்க்கலாமா?

ஏன், அப்படிச் செய்யக் கூடாது?

பெரிய பிள்ளை திரும்பிவந்தார். நனைந்து ஒழுகும் குடும்பக் கட்டடத்தைப் பார்ப்பதற்கென்னும் தோரணையிலே...

* ** *

அந்த உள்ளறையைக் கண்டுபிடித்தார். அறைக்குள்ளே இருக்கும் ஓர் அறை! அதற்குப் பூட்டு கிடையாது.

கதவு அடைக்கப்பட்டிருக்கிறது.

எந்த ஒரு பொருளும் அதற்குள்ளே இல்லை. வெறிச்சோடிக் கிடக்கிறது.

அறையில் ஒன்றுமில்லை என்றுமிருக்கக் கூடாது.

கண்டச் சரத்திற்கும், காசுமாலைக்குமாகக் கழுத்தை நீட்டிக் கொண்டிருந்த கல்லறைக்கல் குஞ்ஞும்மாமார்களும், கடம்ம நாட்டு கொச்சக்கியும் நெற்றியிலே நாமம் வரையப்பட்டது. முக்கோடு நாமம்.

24

வேலச்சிறையில் நடைபெறுகிற 'வேலதுள்ளுதலை' (இலைகள் மற்றும் பூக்களுடைய இளம் மரக்கிளைகளைக் கையிலேந்தியவாறு மேளதாளங்களுக்கேற்ப ஆடவர்கள் கூட்டமாய்த் துள்ளுவது. கொடி பிடித்தவர்களும் அவர்களுடன் சேர்ந்து கொள்வர். கோவில் திருவிழாவின் போது ஒரு நாள் நடைபெறுகிற ஒரு கோலாகலச் சடங்கு) முடித்துக் கொண்டு 'வேல்'க்காரர்களும், கொடிக்காரர்களும், மேளக்காரர் களும் பகவானுடைய சன்னிதானத்தை நோக்கி நடந்து வருகின்றனர்.

அன்றைய 'வேல' நிகழ்ச்சி படஹாரம் கிழக்கே முறியினரால் நடத்தப்படுவதாகும்.

அன்றைய தினம் வழக்கத்தை விடவும் கூடுதலாகக் கொடிக் காரர்கள் இருப்பார்கள். கொடிக்காரர்களுக்கிடையே கோடாந்திரக் குஞ்சம்மாவின் கண்கள் உலாவிக் கொண்டிருக்கின்றன.

அங்கே தூரத்தில் வேலச்சிறையிலிருந்து வேலக்காரர்கள் வந்து கொண்டிருந்தபோது குஞ்ஞும்மா ஒருவனைப் பார்த்தாள் -முன் குடுமி கட்டிவைத்த சிவந்தமேனியனான ஓர் அழகனை! ஒரே ஒரு நிமிஷ நேரம் தான் பார்க்க முடிந்தது. கொடிக்காரர்களின் பெரிய கூட்டத்தில் அவன் மறைந்து போனான். அவனும் கொடி பிடித்திருந்தான்.

அவன் எங்கே?

குஞ்ஞும்மாவின் கண்கள் அவனைத் தேடுகின்றன.

கோடாந்திர கந்தர்வன் குழந்தையாக வந்து ஏதோவொரு குடும்பத்தினருக்கு பதிலாகக் கொடியேந்தியிருக்கிறான்.

மாளிகைக்குக் கிழக்குப் பகுதியில் சுவாமி மெறமணைக்கு முன்னால் ஒன்றரைத் 'தாளவட்டக் காலம்' வரையிலும் வேலதுள்ளுதல் நடைபெறும். மாளிகைமேலிருந்து பார்ப்பதற்கு மிகவும் குதூகலமாக இருக்கும்.

குஞ்சம்மாவின் கண்கள் அவனைத் தேடிக் கொண்டேயிருந்தன.

அவன் எங்கே?

கொடிக்காரர்களின் இரண்டாம் வரிசையில் கீழ்க் கோடியில் அவன் கொடிபிடித்துத் துள்ளுகிறான்.

"தாத் தித் தகோ- தை தை தை தோ!"

குஞ்சம்மா கண்விழித்தவாறு அசைவின்றி, அசையமுடியாதவள் போல் நின்று கொண்டிருக்கிறாள்.

அவள் வேலதுள்ளுதலைப் பார்ப்பதில்லை. தான் எங்கே நிற்கிறோ மென்றும் அவளுக்குத் தெரியவில்லை.

குடைமுல்லைப்பூ, கஸ்தூரி மற்றும் புனுகினுடைய நறுமணத்தின் உலகில் குஞ்சம்மா தென்றலில் மிதந்து சஞ்சரித்துக் கொண்டிருக்கலாம்.

அது என்ன உலகம்?

கந்தர்வ உலகமா?

திகைத்து நிற்கிற அவளுடைய அந்த நிலை நங்ஙையவரை பயமுறுத்தியது. நங்ஙையவர் அவளை உலுக்கியழைத்தாள். அவள், காதைச் செவிடாக்குகிற வேலச் செண்டை மற்றும் கொம்பு குழல்களின் உலகத்திற்கு வரவிலலை. அவள் கந்தர்வ உலகிலே தான்...

குஞ்சம்மாவுக்கு ஏதோவொரு பேயின் ஆவேசம்தான்! நங்ஙையவர் அங்ஙனம்தான் பீதியுற்றாள்.

அகவூர் நாணி மாளிகையில் அமர்ந்திருக்கிறாள். பலாத்காரத்தைப் பயன்படுத்தியாவது குஞ்சம்மாவை அவ்விடமிருந்து அழைத்துச் செல்லவேண்டுமென்பதுதான் நாணியின் கருத்து.

நங்ஙையவர் சொல்வது அப்படியல்ல.

கடவுள் முன்னால் தான் இருக்கிறோம். கடவுள்தான் இந்தப் பேயினை விரட்டியடிக்க வேண்டும்.

குழந்தை திரிபுரசுந்தரி தாயின் நிலை கண்டு விம்மி வெடித்து அழுது விட்டாள்!

மகளின் அழுகை அம்மாவை இந்த உலகத்திற்குத் திரும்ப அழைத்து வந்தது.

தகழி சிவசங்கரப் பிள்ளை 269

அம்மா மகளை அள்ளியெடுத்து அவள்மீது முத்தமாரி பொழிந்தாள். ஆயினும் அம்மா முழுவதுமாக பூவுலகத்திற்குத் திரும்பி வரவில்லை. அவள் முத்தமிடுவதைப் பார்த்தால் அவ்வாறுதான் நினைக்கத் தோன்றும். மகள் அன்றி வேறு யாரோ அவள் கைக்குள்ளே அகப் பட்டிருப்பது போன்றதொரு தோற்றம்தான். அவளால் முத்தமிடுவதை நிறுத்தமுடியவில்லை. முத்தம், முத்தம், முத்தமேதான்! அதுவும் ஓர் ஆவியின் ஆவேசமல்லவா?

அன்பே உருவமான நங்ஙையவர் குறுக்கிட்டாள்.

“போதும்; போதும் குழந்தாய், போதும்!”

முத்தங்களால் அவதியுற்ற திரிபுரசுந்தரி அழத் தொடங்கினாள். நீண்டு நீடிக்கின்ற முத்தங்களைச் சகித்துக்கொள்ள முடியுமா?

* ** *

குஞ்சம்மா நங்ஙையவர் மடிமீது தலைவைத்துப் படுத்துக் கிடக்கிறாள். சிறு குழந்தை போன்று! நங்ஙையவருக்கு குஞ்சம்மா இன்றும் சிறு குழந்தையே தான்.

குஞ்சம்மாவுடன் ஒட்டியிணைந்தவாறு திரிபுரசுந்தரி அமர்ந் திருக்கிறாள்.

கோவிலில் வேலதுள்ளுதல் முடிந்திருக்கிறது.

வடக்குக் கட்டிலுள்ள கூடத்தில்தான் அவர்கள் அமர்ந்திருக் கின்றனர். புன்னைக்காய் எண்ணெய் நிறையப் பெற்ற தூக்குவிளக்கின் இரண்டு திரிகளும் ஒளியிட்டுப் பிரகாசிக்கின்றன.

யாருக்குமே எதையும் சொல்வதற்கில்லை. அனைவருடைய உள்ளத்திற்குள்ளேயும் இருள் சூழ்ந்திருக்கிறது.

குஞ்சம்மா நறுமணத்தை முகர்ந்துகொள்ள மூக்கினை மலரச் செய்திருக்கிறாள். சுகந்தத்தை ஆவாகித்துக் கொள்கிறாள். மூக்கு நிறைய மூச்சினை இழுத்துக் கொள்கிறாள்.

அவளுடைய கந்தர்வன் குழந்தையாக வந்து திருவிழாவின் ஐந்தாவது நாளில் கொடி மற்றும் குடையை எடுத்துப் பிடித்தான். ஒரு வேளை கோடாந்திரக் குடும்பத்திற்கு பதிலியாளாக வந்திருக்கலாம்.

‘ஸ்தானி’களின் குடும்பங்களிலிருந்து கொடியும் குடையுமெடுத்துப் பிடிக்க யாருமே வரவேண்டியதில்லை. பின்னர் எதற்காக கோடாந்திர கந்தர்வன் கோடாந்திரக் குடும்பத்திற்காக ஒரு சிறுவனாக வந்து கொடியும் குடையுமெடுத்துத் துள்ளுகிறான்?

கந்தர்வனுக்கு அத்தகையதொரு விளையாட்டு எண்ணம் மனத்திலுதித்தது- குழந்தையாக வேண்டுமென்று! திருவிழாவிற்குக் கொடியும் குடையுமெடுத்துக்கொண்டு சில இடங்களில் கண்ணபிரானே சின்னக் கண்ணனாய் வந்து குறும்புத்தனம் பண்ணவில்லையா? அது போன்று!

இன்னும் அந்த கந்தர்வனைக் குழந்தையுருவத்திலாவது பார்க்க முடியுமா?

அந்தச் சந்தனக் கூட்டு மற்றும் கஸ்தூரியின் நறுமணம் இல்லாமலாகி ஆண்டுகளாகின்றன. இப்போது அது மூக்குக்கு அனுபவமாகிறது.

கந்தர்வன் சண்டை போட்டுப் போய்விட்டான். குழந்தையாகத் திரும்பி வருகிறான்.

* ** *

நங்ஙையவர் இறந்து போகாமலிருக்கக் காரணமென்னவென்றா, கேட்கின்றீர்கள்? இறப்பதற்கு நேரமாகவில்லைதான். கணக்கின்படி பார்த்தால் நங்ஙையவர் இறந்து அங்கே செல்லவேண்டிய நாள் கழிந்து விட்டது. நங்ஙையவர் குடும்பத்தைச் சேர்ந்த எந்த ஒரு பெண்ணும் அறுபது வயதுக்குப் பின்னர் உயிர்வாழ்ந்ததில்லை. நங்ஙையவர் அறுபதைத் தாண்டி பல வருடங்களாகின்றன.

குஞ்சம்மாவை விட்டுப் பிரிந்து செல்லமுடியுமா? எனவேதான் அந்தக் கிழவி உயிர்வாழ்ந்து வருகிறாள்.

தன்னை அழைத்துச் செல்ல அதிகாரம் படைத்தவர்கள் வரும் போது அவள் கேட்கிறாள்:

"இப்போ நான் எப்படி வரமுடியும்?"

கேள்வி நியாயமானதுதான். யமகிங்கரர்கள் விசயத்தைப் புரிந்து கொள்கின்றனர். அவர்கள் திரும்பிச் செல்கின்றனர்.

நாள் செல்லச் செல்ல யமகிங்கரர்கள் ஒரு மறுகேள்வியைக் கேட்கத் தொடங்கியிருக்கிறார்கள்:

"இப்படியே நாள் கடத்திக்கிட்டுப் போனா எப்படி?"

அவர்களுக்குச் சிறிது வெறுப்பு இருக்கத்தான் செய்கிறது. அவர்கள் பொறுமைக்கும் ஓர் எல்லையில்லையா? நாட்களைக் கடத்திச் செல்வது மனப்பூர்வமாக இல்லாவிட்டாலும்.

நங்ஙையவரின் குடும்பத்துப் பெண்களுக்கு அறுபது வயதுக்குப் பிறகு உயிர்வாழ உரிமையில்லை; உண்மைதான். நங்ஙையவர் இகத்தை விட்டுப் பிரிந்து செல்லத் தயக்கம் காட்டுவதெல்லாம் இந்த உலக வாழ்க்கையிலிருக்கிற இன்பத்தினால் அல்ல. அறுத்துத் துண்டாக்கினாலும் விட்டுப்பிரியாத

ஓர் உறவு இருந்து வருகிறது. அது ஒன்றுதான் அவளை இந்த உலகத்தி லேயே கட்டுண்டு கிடக்கச் செய்கிறது.

குஞ்ஞம்மா!

குழந்தை நங்ஙையவருக்குச் சொந்தமா?

என்னவோ?

தெரியாது!

சரி; ஆயின் இன்னோர் ஏற்பாடினைச் செய்திடுவோம். குஞ்சம்மா மற்றும் திரிபுரசுந்தரியை அழைத்துச் சென்றிடுவோம். அப்புறம் இந்த உலகத்திடம் விடைபெற்றுச் செல்லத் தடையேதுமில்லையல்லவா?

ஐயகோ! அதைப் பற்றி நினைக்கவே முடியவில்லை! இந்த நல்ல பூமியிலிருந்து அவர்களை அழைத்துக்கிட்டுச் செல்லக் கூடாது!

“அப்புறம் நாங்க என்ன செய்யணும்?” யமதூதுவர்கள் கேட்கிறார்கள்.

இந்த விவாதம் நங்ஙையவருக்கு தினசரி அனுபவமாகிற விசய மாகும். நங்ஙையவர் என்றும் யமகிங்கரர்களைக் காண்கிறாள்; அன்றும் காண்கிறாள்.

சன்னிதியில் ‘வேலதுள்ளல்’ முற்றுப் பெற்றது.

இரவுமெறமணை ஆரம்பமாயிற்று.

குஞ்சம்மா தூங்குகிறாள்.

குழந்தையும் தூங்கிறது.

தூங்கட்டும்!

கந்தர்வன் வந்திருந்தானென்றால், அவனிடம் ஒப்படைத்திருக்கலாம்.

கந்தர்வனுக்கு ரோஷமேற்பட்டிருக்கலாம். கந்தர்வனை உபசரிப்ப தில்லை. கந்தர்வனுக்கு ரோஷம் வராதா?

பாட்டு மற்றும் துள்ளுதலை நடத்தி எவ்வளவோ வருடங்களா கின்றன!

கோடாந்திரக் குடும்பத்தினருக்கு என்ன லாபம்? குடும்பத்தில் சந்ததி பிறந்து காணவேண்டுமென்கிற அபிலாஷை ஐயப்பன் குஞ்சுவுக்கு இராதா? இல்லாமலிருக்கலாம்.

கோடாந்திரக் குடும்பத்தில் சந்ததியற்றுப் போக வேண்டு மென்பது தான் அகவூர் நாணியின் ஆசை. ஐயப்பன் குஞ்சுவின் புத்தி பேதலித்துப் போய்விட்டது. இப்போது பசுவுக்குப் பின்னால் வால் என்பது போல் நடந்துகொண்டிருக்கிறார்.

கோடாந்திர எட்டு கட்டு வீட்டின் நாயகி யாராக இருக்கலாம்? அகவூர் நாணியா?

இப்போதைய கோடாந்திரப் பெரிய குறுப்புவின் வாரிசாக வருகிற ‘ஸ்தானி’ யாராக இருப்பான்?

உழவுத் தொழில் புரிகிற அகவூர் குடும்பத்தைச் சேர்ந்த உழவு மாட்டுக்குப் பின்னால் ‘காசாவு’த் தடியைச் சுழற்றியவாறு,

“பூஹோ, யோஹ்புஹி ஹீயாய் ஹோயோ யோய்...” என்று காளை ராகம் ஆலாபனை செய்கிற ஒருவனாக இருப்பானோ?

மகிமை கோடாந்திரவீட்டு மண்ணுக்கும் கட்டடத்திற்கும் அன்று!

* ** *

இது மாம்பழக் காலம். ஊரெங்கிலும் அனைத்து வளாகங்களிலுமுள்ள கோலாச்சி, கடுக்காச்சி, வரிக்கைச் சக்கரைச்சி ஆகிய மாமரத் தடிகளில் எல்லாம், மூன்றுமுழ நீளமுடைய தென்னை ஓலைக் கூடைகள் மற்றும் வாழை நார்க் கூடைகளுடன் சிறுவர்கள் ஓடி நடக்கிறார்கள். புளியன் மாமரத்தடியில் கூட அவர்கள் போய் நின்று பாட்டிசைப்பார்கள்.

“ஒரு காற்றும் காற்றன்று

பெரும் காற்றும் காற்றன்று

காற்றே, நீ சென்று மோதிக் கொண்டு

மாம்பழம் ஒன்றைத் தரவில்லையென்றால்...” மாம்பழச் சாறுக் கட்டி நன்றாக இருக்கவேண்டுமென்றால், மாம்பழச் சாற்றை மட்டும் ஊற்றி உலரவைத்தால் போதாது. புளியன் சாற்றை மாம்பழச் சாறு கூடச் சேர்த்தால் தான் அதற்கு ருசியிருக்கும்.

மூன்று முழ நீளமுடைய மாம்பழக்கூடை நிறைவதற்குக் கால்மணி நேரம் கூடத் தேவையில்லை. அந்த அளவில் மாம்பழம் பொழிகிற காலம் அது.

மாம்பழம் பொழிந்து விழக் காற்று தேவையில்லை. காக்கை வந்து கிளைமீது அமர்ந்தாலே போதும் மாம்பழம் பொலபொலவெனப் பொழிந்து விழும்.

* ** *

கோடாந்திர வளாகத்திலுள்ள கந்தர்வன் கோவிலுக்குத் தென் பகுதியில் ஒரு வரிக்கை மாமரம் உண்டு. அந்த மாமரத்தடியை ஒரு முறை வலம் வைத்துவரவேண்டுமென்றால் நூறு காலடியெடுத்து வைக்கவேண்டும். அந்த மரத்தின் அடிப்பகுதி ஒரு கமுகு மர அளவு

உயரத்திலிருந்துதான் கிளைகள் நாற்பக்கமும் பரவி நிற்கின்றன. மல்லாந்து படுத்துப் பார்த்தால் கூட அதன் உச்சியைக் காணமுடியாது.

வானளாவிய ஒரு குடை போன்றுதான் அந்த வரிக்கை மாமரம் நிற்கிறது. அதிலிருந்துதான் மழைபோன்று மாம்பழம் பொழிந்து விழுகிறது. மாம்பழம் கடுக்காய் அளவில்தான் இருக்கும். கொட்டையும் குன்றி மணியளவில்தான். பழத்தைக் கடித்துச் சுவைத்துத் தின்னலாம் கொட்டையை விழுங்கிவிட்டால் கூட ஒன்றும் செய்யாது. குன்றி மணியளவு கொட்டை தொண்டை வழியாக உள்ளே சென்று விட்டால் எந்த ஒரு கெடுதலும் நேர்ந்துவிடாதல்லவா? எந்த இடத்தையும் தொடாமல் அது உள்ளே சென்றுவிடும்.

வரிக்கை மாமரத்தின் இலை சிறியதாகிவிட்டது.

ஏன், அன்றைய தினம் சிறுவர்படை வந்து குவியவில்லை? காலை முதல் மாலை வரையிலும் அங்கே ஒரு படையே தங்கிநிற்கும். நிலவொளியுடைய இரவு வேளையில் கூட சில குறும்புச் சிறுவர்கள் பார்த்துப் பதுங்கியவாறு அங்கே வந்து விடுவார்கள். மாம்பழத்தின் மீது கொண்ட ஆவல் கந்தர்வன் மீதிருக்கிற பயத்தைவிட வலுவானது.

அல்லது கந்தர்வன் சிறுவர்களுக்குத் துன்பம் விளைவிக்க முற்பட மாட்டான் போலிருக்கிறது. அவனுக்குப் பெண்கள்தான் தேவை.

மாம்பழம் பொழிந்து கொண்டிருக்கிறது. சிறுவர்கள் யாரு மில்லை.

அடர்த்தியான நீளக்குடுமி இடதுபக்கமாய்க் கீழ்நோக்கிக் கட்டிப் போட்டிருக்கிறது. கட்டிய முடிச்சுக்குள்ளே ஒரு வில்வமரத்திலை சொருகி வைக்கப்பட்டிருக்கிறது. தூயவெண்மைகொண்ட, பிரம்மதேசம் துண்டு வேஷ்டியுடுத்தியிருக்கிறான். சிவந்த வடிவமான மேனி. பின் பகுதியை மட்டும் தான் காணமுடிகிறது. கோமணத்தின் வால் கால் முட்டிக்குச் சற்று மேலே வரையிலும் தொங்கிக்கிடக்கிறது. துண்டு வேஷ்டிக் குள்ளே அதையும் பார்க்க முடிகிறது.

கோடாந்திரக் குஞ்சம்மாவின் கண்கள் மலர்ந்தன. அவள் நின்ற நிலையிலேயே சிலையாகிவிட்டாள்.

கீழே தரை மீது விழுந்துகிடக்கின்ற பழங்களை எடுத்தெடுத்துப் போட்டுக் கூடையை நிரப்புகிறான் சிறுவன். எத்தனை எடுத்துப் போட்டாலும் இன்னமும் நிறையக் கிடக்கின்றன பழங்கள்.

அவன் திரும்பிப் பார்த்தான். இமை கூட்டாமல் பார்த்தவாறு குஞ்சம்மா நிற்பதைக் கண்டான். அவள் சுயநினைவின்றிக் கைகளை நீட்டினாள். கையை ஆட்டி அழைத்தாள்.

அந்த அழகுச் சிறுவன் பீதியுற்றான். ஓட்டமெடுத்தான்.

குஞ்சம்மா கதறியழுதுவிட்டாள்.

* ** *

குஞ்சம்மாவின் கந்தர்வன் சிறுவனாக வந்திருக்கிறான். கண்ணினால் அவள் நோடியாகப் பார்த்தாள். அவ்வாறாக அவன் குழந்தையாக வந்து மாம்பழம் பொறுக்குகிறான்.

இரவில் ஜரிகைவேட்டியணிந்து சந்தனச் சாறு பூசி குடை முல்லைப் பூவின் நறுமணமுடன் அவன் இனிமேல் மிதந்து வரமாட்டான் என்று தான் நினைக்கவேண்டியிருக்கிறது. அந்தக் காலம் இனிவராமல் போய் விடலாம். இனிமேல் மாமரத்தடியில் மாம்பழத்திற்காக ஓடுகிற, 'வேலதுள்ளுதல்'க்காரர்களின் பின்னால் கொடியேந்தியவாறு துள்ளுகிற சிறுவனாகத் தான் அந்த கந்தர்வன் காட்சியளிப்பான்.

குஞ்சம்மா தளர்ந்து விழுந்துவிட்டாள்.

நங்கையவர் அவளைத் தாங்கியவாறு இட்டுச் சென்றாள்.

பின்னர்தான் நங்கையவரிடம் அவள் கந்தர்வனைக் கண்ட கதை யைச் சொல்கிறாள். அவன் மாமரத்தடியில் இன்னும் வரலாமாம்.

குழந்தை திரிபுரசுந்தரியும் கந்தர்வனைக் காணக் காத்திருந்தாள்.

மூன்று மெத்தைப் பாய் நிறைய மாம்பழச் சாறு பிழிந்து பரப்பப் பட்டுக் காய்ந்து கொண்டிருந்தது. நான்காவது பாயை விரித்துப் போட்டு அதில் மாம்பழச் சாறு பிழிந்து போட்டுக்கொண்டிருந்தாள் அம்மா. மகன் அருகில் அமர்ந்து செய்திகளைச் சொல்லிக் கொண்டிருந்தான்.

"அம்மா, அது எருமத்ரமடத்திலுள்ள கோலாச்சி மாம்பழம். இந்த வருசத்திலே மாங்காய் அவ்வளவா இல்லேம்மா! ஆனா சக்கரிச்சியிலே நிறைய மாங்காய் உண்டு."

எருமத்ரமடத்திலுள்ள கோலாச்சி! அந்த மாமரத்தில் இந்த வருடம் மாங்காய் நன்றாகக் காய்க்கவில்லையாம். நிலவொளி பரவி நிற்கிற இரவில் அந்த மாமரத்தடி எவ்வாறிருக்கும்? அம்மா நினைத்துப் பார்த்தாள்.

ஒரு வவ்வால் சிறகடித்துப் பறந்து சென்றது. மேல்வளாகத்திலுள்ள புதர்காட்டில் உட்கார்ந்தவாறு இரவுப் பறவை இணையை இசையாய்க் கூவியழைத்தது.

சக்கரிச்சி மாமரத்தின் அடிமரத்துக்கு நீளம் மிகக் குறைவு. அந்த மாமரம், அதன் கிளைகள் படர்ந்து பரவிப் பந்தலாய்ப் பரிணமித்திருக் கிறது. வட்டவடிவில் சரியானதொரு குடை போன்று காட்சி தருகிறது. அதனடியில் நின்றுவிட்டால் போதும் வெளியிலிருந்து பார்த்தால் தெரியாது.

"சக்கரிச்சிக்குத்தான் ஜாஸ்தி சாறு. இல்லியாம்மா?"

"ஆமாம் மவனே! இதபாரு, சாறு எப்படி வருதுன்னு!"

கேசவன் மனத்தில் ஒரு கதை குமுறிக்கொண்டிருக்கிறது.

"அம்மா, நானும், பரமுவும், கிட்டுவும், கோந்தியும் எல்லாருமாச் சேர்ந்து ஒவ்வொரு மாமரத்தடியிலே போய் மாம்பழம் பொறுக்கிக் கிட்டிருந்தப்போ, கோவிலில் நமக்குச் சந்தனம் தருகிற அந்த நம்பூதிரித் திருமேனியில்லியோ, அவரோட மடத்துக்குப் போனோம். அப்போ நம்ம பப்புவும் கோந்தியும் சொன்னாங்க - கொஞ்சநேரம் அங்கே நின்னிட்டோம்மா காலைச்சாப்பாடு கிடைக்கும்னு. அங்கே நிறையப் பசங்க இருந்தாங்க. மடத்திலுள்ள ஒரு பெரியம்மா–"

இந்த மட்டில் சொல்லிவிட்டு கேசவன் நிறுத்தியபோது கல்யாணியம்மா சொன்னாள்:

"இல்லை மவனே, அப்படிச் சொல்லக்கூடாது! மடத்திலுள்ள அம்மான்னு தான் சொல்லணும்!"

"பெரியம்மான்னு சொன்னா என்ன? அம்மாவைவிடப் பெரிசு தானே?"

"மடத்து அம்மான்னுதான் சொல்லணும்!"

அவன் கதை சொல்லத் தொடங்கியது நின்றுவிட்டது.

"அப்பறம் நீ காலைக் கஞ்சிய வாங்கிக் குடிச்சியா?" என்றாள் கல்யாணியம்மா.

"நான் வாங்கிக் குடிக்கலேம்மா!"

"ஏன் குடிக்கலே?"

"ஒரு சின்னத் தொண்ணையிலே ஊற்றி எனக்கு நீட்டினா. நான் வேணாம்னேன். பசங்கல்லாம் வாங்கிக் குடிச்சாங்க. எனக்கு அப்போ பசிக்கலே. மதியத்திலே சாப்பிட அவங்க வீட்டிலே ஒண்ணுமில்லையாம்."

கேசவன் செய்தது தவறா? சரியா? கல்யாணியம்மாவுக்குத் தெரியாது.

"அப்பறம் அந்தம்மா கேக்கறா... ஏண்டா பையா, கஞ்சி வாங்கிக் குடிக்கலேன்னு. எனக்கு வேணாம். நான் வீட்டிலே சோறு சாப்பிட்டுத் தான் வந்தேன்னேன். அந்த அம்மா என்னைப் பற்றிப் பசங்களை விசாரிச்சா - இந்தப் பையன் யாருன்னு!" என்றான் கேசவன்.

அந்தக் கஞ்சி வாங்கிக் குடிக்காமல் விட்டுவிட்டது பிராமணனை நிந்தனை செய்வதல்லவோ? கல்யாணியம்மா யோசித்தாள்.

மாம்பழம் பொறுக்கிக்கொண்டு நடந்தபோது நிகழ்ந்த சம்பவங்கள் இன்னுமிருக்கின்றன.

"ஆங்கே படாரத்திலே ஒரு வீட்டுக்குப் போனேம்மா! நிறைய சர்ப்பக் கோயில்கள். மத்தியிலே ஒரு கந்தர்வன் கோவிலுமுண்டு. அது ஒரு பெரிய வீடு அம்மா! அங்கே பெரிசுன்னா ரொம்பப் பெரிசா ஒரு மாமரம். அம்மா, இப்போ பிழிஞ்சுக்கற மாம்பழம் ஏராளமா தரையிலே கிடக்குது. பசங்க யாருமே அங்கே போறதில்லேன்னு தோணுது. பூரா மாம்பழத்தையும் நானே பொறுக்கியெடுத்தேன். அப்போ வெளிறித் தளர்ந்த ஒருத்தி என்னை விழுங்கற மாதிரி விழிச்சுப் பார்க்கறா. நான் பயந்திட்டேன். அவங்க கை என்னை நோக்கி நீண்டுவந்தது. அவங்க என்னைப் பிடிச்சிடுவாங்களோ என்கிற பயம் ஏற்பட்டது. அவங்க பார்வையைப் பார்த்தாலே நடுக்கமேற்படும். தொலைவிலேதான் நிக்கிறாங்கன்னாக் கூட அந்தக் கை நீண்டு நீண்டு வர்றமாதிரி எனக்குத் தோணிச்சு. கை மட்டும்தான்."

கேசவன் கல்யாணியம்மாவிடம் விசாரித்தான்:

"அம்மா, பகல்வேளையிலே மோகினிப் பிசாசுங்க வெளியே இறங்கி நடப்பாங்களா?"

"இல்லை மவனே...!"

"நான் இதைச் சொன்னபோ பப்பு சொல்றா, அது மோகினிப் பிசாசுன்னு. மோகினிப் பிசாசு பகலிலே வெளியே இறங்கி நடக்க மாட்டாதுன்னேன். அம்மா அது எப்போ வெளியே இறங்கித் திரியும்?"

"ராத்திரிலே மனிசனுங்க வெளியே இல்லாத நேரத்திலேதான் மோகினிப் பிசாசு வெளியே இறங்கித் திரிவா."

"அப்போ அது மோகினிப்பிசாசு அல்ல. அப்படின்னா பைத்தியமா, அம்மா?"

"இல்லை மவனே!"

கல்யாணியம்மாவின் குரலில் கவலை தோய்ந்திருந்தது.

* ** *

திரிபுரசுந்தரியின் பிரசவத்தின்போது மருத்துவச்சியாகச் செயல் புரிந்தது கல்யாணியம்மாதான்.

அந்தக் குழந்தை பிறந்து விழுந்தபோது தங்கக் கட்டி போன்று இருந்தது. சுற்றிலும் ஒளி வீசுவதுபோல் தோன்றியது- இது என்ன குழந்தை என்கிற வியப்பு கல்யாணியம்மாவுக்குக் கூட இருந்தது. இது யார் குழந்தை எனச் சுயமாகக் கேட்டுவிட்டாள். குளிப்பாட்டிப் படுக்க வைத்தபோது நீலக்கண் மற்றும் பொன்மேனியுடைய அந்தக் குழந்தை கை-கால்களை ஆட்டியசைத்து விளையாடியது. குழந்தையைப் பார்க்கின்றவர்கள் அப்படியே பார்த்தவாறு நின்று விடுவார்கள்.

பிறந்து விழுகின்ற எத்தனையோ குழந்தைகளை கல்யாணி பார்த்திருக்கிறாள். அந்தச் சந்தர்ப்பங்களில் குழந்தைகளின் சாயலைக் கூட அவள் நிர்ணயித்துக் கூறுவாள்.

தந்தையின் சாயல், தாயின் சாயல்- பாட்டி, பாட்டன், மாமா ஆகியோரின் சாயலெனத் தீர்ப்பைத் தருவாள். எல்லாமே அனுபவத்தினால் தான்!

இந்தக் குழந்தைக்கு யாருடைய சாயல்?

கோடாந்திரக் குடும்பத்தில் எந்தக் காலத்திலும் ஒரு பெண் கந்தர்வனுடைய காதலியாக இருந்து வந்திருக்கிறாள். அந்தப் பெண் ஒரு மோகினிப்பிசாசு போன்றிருப்பாள். பார்வையும் நடையுமெல்லாம் மோகினிப் பிசாசின் ஆவேசமுற்றவளுடையது போன்றிருக்கும். கல்யாணியம்மா இவையனைத்தையும் யார் யாரோ சொல்லிக் கேட்டது தான்.

* ** *

கேசவன் பிறந்தபோது முதற்பார்வையிலேயே அவன், தகப்பன் சாயலில் பிறந்த குழந்தை என கல்யாணியம்மா அறிந்துகொண்டாள். கடமை நிறைவேறிவிட்டதால் ஓர் உணர்வின் களை அவள் முகத்தில் ஒளிவீசியது. குளிப்பாட்டிப் படுக்கவைத்தபோது அது உறுதியாகி விட்டது. அது போன்றதொரு வதனத்தை அவள் எங்கேயோ பார்த்திருக் கிறாள்.

* ** *

மாம்பழத்தைப் பிழிந்து முடிக்கவில்லை. ஒரு வரிக்கை மாம்பழத்தைப் பிழிந்துகொண்டிருந்ததனிடையில் கல்யாணியம்மா தன்னை மறந்த நிலையில் சொல்லி விட்டாள்:

"உனக்கு ஒரு அக்கா இருக்கா."

அவ்வாறு ஏன் சொன்னாள்?

25

சென்ற வருடம் தரிசாகப் போட்டிருந்த தேவஸ்தான நிலங்களிலே இந்த வருடம் விவசாயம் பண்ணமுடியுமென்று தோன்றவில்லை. ஏனென்றால் தேவஸ்தானத்து நெல் அறைகளில் நெல் கிடையாது.

ஐந்தாயிரம் பறை விதைநெல் உலரவைக்கப்பட்டுச் சேமித்து வைத்திருக்கிறார்கள். இருமுறை உழவும் நடைபெற்றிருக்கிறது. இனிமேல் தான் செலவுகள் ஏற்பட இருக்கின்றன. அன்றாடம் நடைபெற வேண்டிய காரியங்கள் அத்தனையும் நடக்கவேண்டும். பல்வேறு சிறுசிறு வேலைகள், அர்ச்சகர், சமையல் ஆட்கள், கணக்கப் பிள்ளைமார்கள், படகோட்டிகள்

போன்ற அனைத்துத் தரப்பினருக்கும் சம்பளம் கொடுக்க வேண்டும். விதைப்பதற்கான கூலிவேறு.

'ஸ்தானி'கள் சேர்ந்து யோசித்தனர்.

கோடாந்திரக் குறுப்பு, கோந்நோத்துப் பிள்ளை மற்றும் சீரட்டக் கைமளைத் தவிர மங்கலச்சேரி மாதுப்பிள்ளை மட்டுமின்றி புல்லாற்றில் கைமள்கூட இப்போது தேவஸ்தானத்தின் ஆட்சி நிர்வாகப் பொறுப்பி லிருந்து வருகின்றனர். அவசர காரியமாய் யாருக்காவது ஆயிரம் பணம் தேவை எனில் ஒன்று, புல்லாற்றில் கைமளை அணுகவேண்டும், அல்லது கோவில் மத்தாயியைச் சென்று பார்க்கவேண்டும். அப்படியானால் புல்லாற்றில் கைமள் ஏட்டில் இடம் பெறாத 'ஸ்தானி'யாகி விட்டார்.

புல்லாற்றில் கரிசலைச் சேர்ந்த காடு விற்கப்பட்டது. கைமளுக்கு அன்றாடம் நெல்லும் பணமும் வந்து குவிகின்றன.

சென்ற ஆண்டு விளைச்சலாக எத்தனை பறை நெல் கிடைத்த தென்று யாரும் விசாரிக்கவில்லை. அதை ஒரு முக்கியமான பிரச்சினையாக யாரும் கருதவில்லைபோல் தோன்றுகிறது.

மீதி கையிருப்பு என்னவென்ற கேள்வி மட்டும் தான் பிறந்தது. கோவில் காரியகர்த்தர், விதையைத் தவிர்த்து மீதி மூன்றாயிரமிருக்கு மென்றார். விவசாய காரியம் குறித்து யோசனை சொல்வதற்காக பாலூத்ர விவசாயியையும் அழைத்திருக்கிறார்கள்.

விவசாயி சற்று விலகி தூண்மீது சாய்ந்து நிற்கிறார். இந்த ஆண்டில் விவசாயத்தைக் குறைத்துக் கொள்ளும் நோக்கமிருப்பது அவருக்குத் தெரியும். அந்த விசயத்தில் அவருக்குத் திருப்தியில்லைதான்.

முன்னரே சிற்றாள் கிட்டுவினை, அந்த விவசாயியை அழைத்து வர தானிகள் சொல்லியனுப்பியிருந்தனர். அப்போது அவர் வாய் திறந்ததே இப்படித்தான்:

"நான் என்னத்துக்காக வரணும்?"

பாவம்! கிட்டுவுக்கு என்ன தெரியும்?

"நான் வந்தா குழப்பம் தான். நான் ஏதாச்சும் சொல்லிடுவேன். ஆசான், எஜமான்னு எல்லாம் நான் பார்க்கமாட்டேன்."

ஆயினும் ஸ்தானிகள் சேர்ந்து வரச் சொல்லி அனுப்பி வைத்ததுதானே? போகத்தான் வேண்டுமென்கிற முடிவோடு வந்து சேர்ந்தவர்கள்தான். ஆனால் ஊரிலிருந்து கிளம்பியதே சற்று ஆங்கார மோடுதான்.

"எங்கு போறீங்க, விவசாயி மாமா?'

அந்த நடையைப் பார்த்தாலே எவரும் கேட்டு விடுவார்.

"கொஞ்சம் போயிட்டு வரேன்டா....!"

கேள்விக்குக் கிடைக்கிற பதில் இதுதான்.

* ** *

சென்ற வருட அறுவடையின் போது 'புன்னப் புஞ்சாரியன் நெல்' களத்திலிருந்தே முல்லச் சேரி அதிகாரி வீட்டை நோக்கிச் சென்றது. முன்னர் எல்லாம் அது கோவில் காரியகர்த்தர் வீட்டை நோக்கித்தான் சென்று கொண்டிருந்தது. இன்றைய தினம் அது புதிய காரியகர்த்தர் வீட்டுக்குத் தான் செல்கிறது. அந்த முறை என்னவோ தொடர்கிறது. வீடுதான் மாறுகிறது.

வண்டகப் புறத்துக் களத்திலிருந்து வட்டத்தரை பீலிக்கு ஒரு படகு நெல் அளந்து கொடுக்கப்பட்டது; விலைக்குத்தான் விற்றிருக்கின்றனர்.

முந்நூற்று வயலிலிருந்து இரண்டு படகுகளில் எண்ணூறு பறைநெல் கல்லறைக்கல் வீட்டுக்கு அனுப்பிவைத்தனர்.

சீரட்டக் கைமளுக்காக ஐநூறு பறை விதைநெல் உலரவைத்து, தேவஸ்தானத்தின் பெரிய நெல் அறையின் ஒரு பகுதியில் பாதுகாப்பாக வைக்கப்பட்டிருக்கிறது. பனியிலே போட்டெடுத்த விதை. அதன் சாவி கூட கிட்டுண்ணிக் கைமளிடம்தான்.

பாலூத்ர விவசாயியின் சிறு தொந்தியைச் சுற்றி சன்னரக வேஷ்டிக்கிடையில் ஓர் ஓலைக் கட்டினைச் சொருகி வைத்திருக்கிறார். அந்த ஓலையில் எழுத்தாணியினால் எதை எதையோ குறித்து வைத்திருக்கிறார். அவர் சரியான தயாரிப்புடன் தான் வந்து நிற்கிறார்.

பாலூத்ர விவசாயி வெடித்துத் துள்ளினார்:

"நான் என்னோட பதினாறாம் வயசிலேருந்து சாஸ்தாவின் விளை பூமியிலே உழைத்துவர்றவன். என்னோட அந்தத் தங்கக் கடவுள் நிலத்தைத் தரிசாப்போடறதுன்னா ஒப்புக்கொள்ள முடியாது!"

கோடாந்திரக் குறுப்பு அதிகாரத்தின் குரலில் எச்சரிக்கை செய்தார்:

"ஏய் விவசாயீ, அப்படியொண்ணும் திமிராப் பேசாதே."

"எனக்குத் திமிர்தான் ஆசான்!"

கோடாந்திர ஆசானுடைய எச்சரிக்கை இன்னும் கடுமையாயிற்று.

"நாங்க நிர்ணயிக்கிற அளவு நிலத்திலே நீ பயிர் செஞ்சாப் போதும்!"

"தருமசாஸ்தாவின் ஐயாயிரம் பறை நிலத்திலே நான் விதை விதைத்தால்?"

"அதை ஒப்புக்கொள்ள முடியாது!"

"பீலிக்கு அளந்துபோட்ட நெல்லுக்குக் கிடைத்த பணம் எங்கே, ஆசான்?" பாலூத்ர விவசாயி வினவினான்.

பீலியை மூன்று நாள் வரையிலும் நடத்திய பின்னர் தான் விவசாயி நெல் அளந்து கொடுத்திருக்கிறார்.

அதிகாரி, கோடாந்திர ஆசானுக்கு உதவ முன்வந்தார்.

"அதன் விலை முதலாய் வந்தது."

விவசாயி விட்டுவிடுகிற நிலைமையில் இல்லை.

"முல்லச்சேரிக் களத்துக்குக் கடத்திச் சென்ற புஞ்சைப் புன்னாரியன் நெல்?"

அதிகாரி உமிழ்நீர் இறக்கினார். அந்த நெல்லை அதிகாரி திரும்பக் கொடுக்க வேண்டியிருக்கிறது. இன்னும் கொடுக்கவில்லை. விவசாயி தொடர்ந்து பேசினார்:

"தருமசாஸ்தாவுக்கு வெறும் சம்பாவரிசி நைவேத்தியம். முல்லச் சேரிக் குடும்பத்தார்கள் நெய் இல்லாமலேயே நெய்யின் ருசியுள்ள புன்னைப் புஞ்சை ஆரியன் அரிசிச் சோற்றை புசிக்கிறாங்க. இப்படித்தானே, நடக்குது?"

கோந்நோத்துப் பிள்ளை கண்டிப்பான ஓர் எச்சரிக்கை செய்யக் குரலெழுப்பினார்:

"ஏய் விவசாயீ!"

விவசாயியும் விட்டுவிடுவதாக இல்லை.

"கோந்நோத்து எஜமானன்! மொதமொதலிலே அந்த எண்ணூறு பறை நெல்ல அளந்திடுங்க!"

"விவசாயீ, நீ கணக்கைக் கேக்கறியா?" கிட்டுண்ணிக் கைமள் அதட்டினார்.

"ஆமாம்-அப்படித்தான். நிலத்திலே உழுது விதைச்சு பயிரு பண்ணறது. நானும் தருமசாஸ்தாவோட புலையனுங்களும் சேர்ந்துதான். அதனால நாங்க கணக்கையும் கேட்போம். எங்க புலையனுங்களும் கூடக் கேப்பாங்க!"

விவசாயி பின்னர் அங்கே நிற்கவில்லை. நின்றால் தன்னை மறந்த நிலையில் ஏதேனும் கூடுதலாகப் பேசிவிடுவார் என்கிற சந்தேகம் அவருக்கே ஏற்பட்டுவிட்டது.

* * * *

கிராமத்து மக்கள் வேடிக்கை பண்ணுவதிலும் கெட்டிக்காரர்கள் தான். அவர்களுக்குப் பெயர் சூட்டத் தெரியும். கோடாந்திர ஆசானுக்கு 'குள்ளநரி' என்றும், கோந்நோத்துப் பிள்ளைக்கு 'பகாசுரன்' என்றும், சீரட்டக்கைமளுக்கு 'கட்டெறும்பு' என்றும், புல்லாற்றுக் கைமளுக்குப் 'பெருச்சாளி' என்றும் மாதுப்பிள்ளைக்கு 'யானைதூக்கி' என்றும் செல்லப் பெயர்கள் சூட்டப்பட்டன.

கிழவராகிவிட்டாலும் அந்த வயதிலே கூடச் சற்றேனும் களைப் பின்றி அந்த விவசாயி சுழற்காற்று போல் உழைத்து வருகிறார். ஒரு பறை நிலத்தைக் கூட தரிசாகப் போடவில்லை. தேவஸ்தானம் புலையர்களுக்குக் கூடப் பிடிவாதமாயிருந்தது. தங்கக் கடவுள்நிலம் சிறிது கூடத் தரிசு போடக் கூடாதென்று அவர்களும் முனைப்பாயிருந்தனர்.

அந்த வருடத்தில் ஆண் விவசாயத் தொழிலாளிகளுக்கு ஆறு படி நெல்லுக்குப் பதிலாக மூன்று படிதான் அன்றாடம் கூலியாகக் கொடுக்கப்பட்டது மீதி கூலி அறுவடைக்குப் பின்னர்தான் கொடுக்கப் படும். இதற்கு யாரிடமிருந்தும் புகார் கிளம்பவில்லை.

மாலையில் வேலையை முடித்துவிட்டு குஞ்சுகுஞ்சுவின் கள்ளுக் கடையிலிருந்து திரும்பிவரும்போது புலைய மேலாளன் விவசாயியை நினைவுபடுத்துவான்.

"தம்ப்றா, இன்னைக்கு வேலைநாளு ஐம்பத்தியேழு மூணுபடிக் கூலி கணக்குப் போட்டு பார்த்தா, எவ்வளவாகும்னு பெருக்கிப் பாருங்க!"

மறுநாள் அது ஐம்பத்தியெட்டாகிறது. அதுதான் கணக்கு, அப்படித் தான் ஏற்பாடு. நல்ல கள்ளுதான் உள்ளே திளைக்கிறது. விவசாயியான குடியானவன் பங்கினை மாற்றவைத்திருக்கிறான் குஞ்சுகுஞ்சு. தட்டேழத்து வளாகத்திலுள்ள இரண்டு தென்னை மரங்களிலிருந்து கிடைக்கிற கள்ளுதான் பாலூத்ர விவசாயிக்கானது. குஞ்சுகுஞ்சுதான் அந்தக் கள்ளிறக்குகிறவன்.

விவசாயி, கூலியாக மூன்று படியளந்து கொடுப்பதை நினைத்து வருந்தாமலில்லை. ஆனால் கடவுள் நிலத்தைச் சிறிதளவு கூடத் தரிசாகப் போடக் கூடாதென்பது பாலூத்ர விவசாயியின் பிடிவாதம். குடியிருக்கும் புலையருக்குக் கூட இத்தகைய பிடிவாதமிருந்து வருகிறது.

புலையர்கள் மற்றும் பறையர்கள் குறைக்கப்பட்ட அந்தக் கூலியைக் கொண்டு நாட்களை எவ்வாறு கழிக்கின்றனர்? அதை நினைக்கும் போது விவசாயிக்கு மிகப்பெரிய மனவருத்தம்தான். விவசாயியின் சிறு புதல்வர்கள் பட்டினியைத் தாங்கியவாறு உழைக்கின்றனர். ஆனால் மாலைநேரத்தில் தட்டேழத்துத் தென்னை மரத்தடியிலிருந்து கள் குடித்துத் திரும்பி வரும்போது அந்த மனச் சங்கடமெல்லாம் பஞ்சாய்ப் பறந்துவிடும். அந்தச் சங்கடம் ஸ்தானிகள் மீது ஏற்படுகிற ஆத்திரமாகப் பரிணமிக்கிறது. வாயில் வந்தபடி ஏதேனும் சொல்லிவிடுவார்.

தேவஸ்தானத்துப் பயிர் ஓகோவென்று விளைந்திருக்கிறது அண்மைக் காலத்தில் இத்தகையதொரு விளைச்சல் ஏற்பட்டதேயில்லை. தேவஸ்தானம் பூமியின் வரப்பில் இரவு நேரத்தில் இளம் காற்றில் நெல்சோலைகள் ஆலோலமாடும்போது உரக்க உரக்க இசைக்கின்ற புலையப் பாடல்களும், எழுப்பப்படுகின்ற ஆர்ப்பரிப்பு கோஷங்களும் வெகுதூரத்திலிருந்தே கேட்க முடியும். நல்ல நெல்விளைச்சலின் போது பாடல்கள் தானே கிளம்பி வந்துவிடும்.

* ** *

வட்டத்ர விவசாயியின் படகினை ஓட்டுகிற பையனை தேவஸ்தானம் விவசாயியாக என்றைய தினத்திலிருந்து யார் எங்ஙனம் நியமித்தார்கள் என்பது யாருக்கும் தெரியாது. சில சந்தர்ப்பங்களில் வட்டத்ர விவசாயி வயலுக்குப் போகமாட்டான். அன்றைய நாட்களில் வேலை செய்ய வைப்பதெல்லாம் பாலூத்ர குஞ்சன்தான். வயல்களில் தண்ணீர் ஏற்றுவதும் இறக்குவதுமெல்லாம் குஞ்சனுடைய முடிவின்படிதான் நடைபெறும்.

விதைப்பதிலிருந்து அறுவடை வரையிலான அனைத்து வேலை களையும் குஞ்சன் கற்றுக்கொண்டான். ஒரு வருடத்திய விவசாய வேலைகள் அனைத்தையும் நிர்வகித்தது பாலூத்ர குஞ்சன் தான். தனது காலம் முடிவுற்ற பின்னரும் வாரிசாக ஒருவன் இருக்க வேண்டுமென்று வட்டத்ர விவசாயியின் மனத்தில் ஓர் எண்ணம் இருந்தது. அதற்காகவே பாலூத்ர குஞ்சனை அவன் வளர்த்து வந்தான்.

வட்டத்ர விவசாயி இறந்துவிட்டான். அது தேவஸ்தானத்தின் வேளாண்மையைப் பொறுத்தவரையிலும் ஒரு நிகழ்ச்சியாகவே இருக்க வில்லை. விவசாயம் முன்மாதிரியே தொடர்ந்து நடைபெற்றது. பாலூத்ர குஞ்சன் நாயரை பாலூத்ர விவசாயி என்று சிலர் அழைக்கத் தொடங்கினர். பின்னர் எல்லோருமே அழைக்கத் தொடங்கினர். யாரால் நியமிக்கப்பட்டு அவர் விவசாயி ஆனாரோ என்னவோ?

திருமணத்தை மறந்துவிட்ட ஒருவர்தான் பாலூத்ர குஞ்சன் நாயர். அதைப் பற்றி நினைக்கவே அவருக்கு நேரமில்லாமல் போய் விட்டது. வயல்களில் விவசாய வேலைகள் தொடங்கிவிட்டால் பொழுது புலர்வது 'விவசாயி'யான குஞ்சன் வயலுக்குச் சென்ற பின்னர்தான். பின்னர் வயலான வயல்களில் எல்லாம் சிறுபடகினை ஓட்டிச் சஞ்சரிப்பார். அப்படியே வீட்டுக்குச் சென்று குளித்துவிட்டுச் சாப்பிடுவார்.

பாலூத்ர விவசாயியின் சாப்பாடு என்றால் அது மிகவும் புகழ் பெற்றதொரு நிகழ்ச்சியாகும். பாலூத்ர வீட்டில் வெள்ளி கலந்த ஒரு வெண்கலப் பாத்திரம் உண்டு. அதில் ஒன்றரைப்படி அரிசியை வேக வைத்து வடித்துவிடலாம். புன்னைப் புஞ்சை நெல்லரிசியின் மூன்றாக்கிய குருணை ஒன்றரைப் படியை அந்தப் பாத்திரத்திலேயே வேகவைத்து

வடித்து எடுத்து, கூடுதலான வெள்ளிக் கலவையுடைய தளிகையிலே ஒரு பருக்கை கூட பாக்கி வைக்காமல் சோற்றைக் கொட்டி விடுவார்.

கூழ்போன்று செய்த மோர்க்குழம்பு கட்டாயமிருக்கவேண்டும். பொரியல் மற்றும் அப்பளத்தைத் தவிர வேறு பதார்த்தங்கள் தேவையில்லை. மோரும் ஊறுகாயும் இன்றியமையாதவை.

கை கழுவுவது கால்வாயில் வந்துதான். அத்துடன் படகில் ஏறிப் பயணமாகிவிடுவார். வீட்டை நிர்வகிப்பதெல்லாம் தம்பி கொச்சுகுஞ்சன்தான். பாலூத்ரத் துறையிலுள்ள பத்துபறை நிலத்தில் தான் குஞ்சன் நாயருடைய சாப்பாட்டுக்கான புன்னைப் புஞ்சை நெல் வெள்ளாமை செய்வது.

தட்டேழத்துக்குப் போகாமலிருக்கிற ஒரு நாள்கூட அவருடைய வாழ்க்கையில் இல்லை. மூன்று குடுவை கள்ளுமட்டும்தான் வழக்கமாகக் குடிப்பது.

கோவில் குளத்திற்குச் சென்று ஸ்நானம் செய்வார். பகவானைக் கும்பிடுவார். இரவு பூஜை முடிந்த பின்னர் மூன்று சோற்றுக் கட்டிகளைப் படைத்து வைத்திருப்பான் சேஷையன். தேவஸ்தானத்தில் உப்புமாங்காய் உண்டு; மிளகாய் உண்டு; உப்பு உண்டு; குடிநீர் உண்டு. மணிக்கிணற்று நீரில் பிசைந்து கரைத்து, பகவானுடைய நைவேத்தியமான அந்தப் பச்சரிசிச் சோற்றைச் சாப்பிடுவதென்றால் அதற்கு உப்பு, மிளகாய் அல்லது குழம்பு எதுவும் தேவையில்லை. அதற்கு அவ்வளவு ருசி. அதுதான் குஞ்சன் நாயருடைய இரவு உணவு.

பெரிய நெல்லறையின் திண்ணை மீது போட்டிருக்கிற ஒரு கயிற்றுக் கட்டிலில்தான் இரவிலே படுத்துத் தூங்குவது. முன்னர் சிற்றாளான குஞ்சன் நாயரும் அந்தத் திண்ணையில் படுத்திருப்பார். இப்போது இரவில் துணையாயிருப்பவன் சிற்றாளான கிட்டன்தான்.

வயலில் விதைத்தலும் அறுவடையும் ஆனபின்னரும் விவசாயியின் வேலை முடிந்துவிடாது. ஊர் எங்கிலும் தேவஸ்தானத்திற்குச் சொந்தமான மனைகள் உள்ளன. அங்கே எல்லாம் வேலை நடைபெற வேண்டும்.

இவற்றினிடையில் திருமணத்தைப் பற்றி நினைக்க நேரமெங்கே?

நினைக்கவில்லை. மறந்துவிட்டார் என்றும் சொல்லக்கூடாது. உண்மையும் அதுவாகத்தான் இருக்கக்கூடும்.

* ** *

அறுவடை முடிந்துவிட்டது.

ஒரு புலர்வேளையில் விவசாயி துயிலுணராமல் கயிற்றுக் கட்டில் மீது படுத்திருப்பதைப் பார்த்தனர்.

கிட்டன் உலுக்கிக் கூப்பிட்டுப் பார்த்தான்.

அசைவில்லை.

குளிர்நீர் போன்று குளிர்ந்திருந்தது உடல். கிட்டன் பல்வேறு ஆட்களை அழைத்து வந்தான். விவசாயி இறந்துவிட்டார்.

முந்திய நாள் இரவிலே சற்றுக் களைப்போடுதான் வந்து படுத்தாரென்று கிட்டன் சொன்னான். சோற்றை வாங்கவில்லை என்று சேஷையனும் அறிவித்தான். சற்றுக் கூடுதலாகக் குடித்துவிட்டதனால் தான் சாப்பிடாமலிருந்தாரென்று கிட்டனும் சேஷையனும் எண்ணினர். ஒரு சில நாட்களில் அப்படியும் நடைபெற்றிருக்கிறது. வழக்கத்தை விடவும் கூடுதலாகக் குடிப்பதற்குப் பிரத்தியேகமாய் ஏதேனும் காரணமிருக்கும். ஒன்று; அளவில்லாத சந்தோஷம், அல்லது; மனக்கவலையாகத்தான் இருக்க வேண்டும்

இரவில் ஓர் ஓசை கூட எழுப்பவில்லை. குறட்டை விடுகிறவர் தான். ஆனால் நேற்றிரவு அந்தச் சத்தமும் கிளம்பவில்லை.

விவசாயி விஷமுண்டு உயிரை மாய்த்திருக்கக்கூடும். அப்படியும் நிகழ்ந்திருக்கலாமென்று சிலர் காதோடு காதாகப் பேசிக்கொண்டனர்.

அப்படித்தான் என்றால் அவர் இறப்பதற்காகக் கோவில் வட்டாரத்தைத் தேர்ந்தெடுத்திருக்கமாட்டார். இது முன்கூட்டியே தெரியாமல் நடந்துவிட்ட மரணம் தான்.

அறிவுடைய அந்த விவசாயி ஒரு 'கத்திகலச'த்தற்கான நிலைமையை ஏற்படுத்திவிடுவாரா?

தற்கொலை செய்வதற்கான ஒரு சூசகம் கூட அவரிடம் இருக்க வில்லை.

ஆனால், இந்த அறுவடை அந்த விவசாயிமீது விழுந்த பேரிடி யாகும். விவசாயியின் அனைத்துத் திறமைகளும் துணிச்சலுமெல்லாம் இந்த அறுவடையுடன் அஸ்தமித்துவிட்டன.

துணிச்சல் கைவிட்டுப் போன விவசாயி பின்னர் உயிர் வாழ மாட்டார். அதுதான் விவசாயியின் தனித் தன்மை.

பாலூத்ர விவசாயியானால் கேடுகெட்ட காரியகர்த்தராக ஒரு நிமிடம் கூட உயிர்வாழ முடியாது. காற்று தானாகவே போய்விடும். விஷமருந்த வேண்டிய அவசியமில்லை. இயல்பாகவே இறந்து விடுவார்.

பாலூத்ர வீட்டின் முன்கூடத்தில் அந்தச் சடலத்தைக் குளிப்பாட்டிப் படுக்க வைத்திருந்தனர். உறங்குவதுபோன்று படுத்திருக்கிறார்.

தேவஸ்தானத்தின் அடிமைகளான அனைத்துப் புலையக் குடிமக்களும் மாரடித்து அழுதவாறு குழந்தை-குட்டிகள் உட்பட அங்கே வந்து குழுமியிருக்கின்றனர். அது பாக்கி வரவேண்டிய மும்மூன்று கூலி நெல் கிடைப்பதற்கான அழுகையாக இருக்கவில்லை. பல்லாண்டுகாலமாக ஒன்றிணைந்து உழைத்தவர்கள்தான் அந்த விவசாயியும் இந்தப் புலையக் குடிமக்களும். இந்த மரணம் சகித்துக் கொள்ள முடியாத ஒன்றாகும்.

அந்த விவசாயியிடமிருந்து அடி-உதை படாதவர்ளாக அவர்களில் யார் இருக்கிறார்கள்? ஆடவர்களில் யாருமே இருக்க முடியாது.

ஆனால் அவர்கள் விவசாயத்தை நேசித்திருந்தனர்.

அவர்கள் மத்தியிலே யார் யார் மரணமடைந்தார்களோ, அவர்கள் அனைவருடையயும் சவக்குழிகளிலே தடித்துப் பருமனான அந்த மனிதனுடைய கண்ணிலிருந்து ஒவ்வொரு துளிக் கண்ணீர் விழாம லிருந்ததில்லை.

பாலூத்ர விவசாயியால் அழமுடியுமென்று யாருமே சொல்ல மாட்டார்கள். அந்த விவசாயி அழுவதை எந்த ஒரு மேலாளரும் பார்த்த தில்லை. புலையன் அல்லது பறையன் அழும்போது தான் பாலூத்ர விவசாயி அழுதிருக்கிறார்.

வாழ்நாள் பூராவும் அந்த விவசாயி யாருடன் பழகினார்? அவர்களோடுதான். அவர் ஒரு புலையனாகவே இருந்திருக்கிறார். மேலாளர்களில் சிலர் அவ்வாறு சொன்னதுமுண்டு.

“ஓ... அவர் ஒரு சரியான புலையனாக மாறி விட்டார்.”

மேலாளர்களில் எவரிடமும் அதிகமாய் நெருங்கிப் பழகியதில்லை.

புலையக் குடிசைகளிலே நடைபெறுகின்ற நிகழ்ச்சிகள் ஒவ்வொன்றும் அவருக்குத் தெரியும்.

புலையர்களின் கண்கண்ட தெய்வமாய்த் திகழ்ந்தார் பாலூத்ர விவசாயி.

* ** *

ஆயினும், தீண்டாமல் தூரவிலகி நின்றவாறே தான் அவர்களால் தங்கள் ‘தம்ப்றா’வைப் பார்க்கமுடியும். சடலத்திற்குக் கூட அந்தத் தீண்டாமை இருக்கிறது. அது பாலூத்ர விவசாயியின் சடலமாக இருந்தால் கூட!

தலைப் புலையன் மாரடித்துக் கண்ணீர் பொழிந்தவாறு கூவியழைத்துச் சொன்னான்:- "தம்ப்றா, தேவன்தான் கூப்பிடறான். ஒரு தடவை கண்ணைத் திறந்து பாருங்க!"

அவன் இன்னும் ஒரு முறை கூவியழைத்துச் சொன்னான்: "வரம்பினேத்து வயலிலே மடைதகர்ந்து வீழ்ந்திட்டதுங்க."

இதைக்கேட்டாலாவது விவசாயி கண்ணைத் திறந்து எழுந்து நிற்பா ரென்று தேவன் எண்ணினான்.

ஒரு நிமிடத்திற்குப் பிறகு பைத்தியக்காரன் போல் அவன் மறுபடியும் கூவியழைத்துக் கூறினான்: "தெற்குத்தரை வயலிலே பொடியிலே உழவு நடந்ததேயில்லிங்க."

ஆயினும் விவசாயி கண்ணைத் திறந்து பேசவில்லை. அடுத்த நிமிடத்தில் புலையன் தேவன் ஏக்கமுடன் கூறினான்:

"அவனுங்க அடியேன்களுக்கு மீதிக் கூலி தரலேன்னு வருத்தப்பட்டு என் தம்ப்றாவே, நீங்க ஏன் செத்திட்டீங்க? அடியேனுங்க அஃதை உங்க கிட்டே கேக்கலீங்களே. அப்பறம் ஏன் தம்ப்றா, செத்துப் போயிட்டீங்க? மீதிக்கூலி- அது அடியேனுங்களுக்கு வேணாங்க."

ஒவ்வொரு 'ஸ்தானி'யும் அறுவடையின் போது ஒவ்வொரு களத்தின் பொறுப்பாளிகளாக வந்து தங்கியிருந்தனர்.

அறுவடையாகிவிட்டது; நெல் குவிக்கப்பட்டது.

ஒவ்வொருவனும் நெல்லைப் படகிலேற்றிக் கொண்டு போனான்.

வேலையாட்களுக்குக் கொடுப்பதற்கான கூலி?

அதை தேவஸ்தானத்தில் வைத்துக் கணக்கைப் போட்டுக் கொடுக்கலாமாம்!

நெல்கொண்டு போவதைத் தடுத்து நிறுத்த விவசாயியால் முடிய வில்லை. அந்தக் கூலியை விவசாயியே கொடுத்துவிட வேண்டுமென்று பின்னர் கோடாந்திரக் குறுப்பு சொன்னார். அதையே கோந்நோத்துப் பிள்ளையும் தீர்ப்பாகக் கூறினார்.

கிட்டுண்ணிக் கைமள் சொன்னார், கூலி முழுவதையும் கொடுத்தாகி விட்டதென்று!

பின்னர் அந்த விவசாயியின் உடம்புக்குள்ளே உயிர் நிலைத்து நிற்குமா?

* ** *

தேவஸ்தானத்திலிருந்து பாலூத்ர வீட்டுக்கு நிர்வாகி வந்தார். கத்திகலசம் நடைபெற்ற பின்னர்தான் கோவிலில் பூஜையை நடத்த

முடியுமாம். அதுதான் பெரிய அர்ச்சகரின் தீர்மானம். பெரிய அர்ச்சகர் வந்திருக்கிறார். என்னென்ன கருமகாரியங்கள் செய்ய வேண்டுமென்று குறித்துக் கொடுத்திருக்கிறார்.

பாலூத்ரக் குடும்பத்தினர்தான் சுத்திகலசத்தை நடத்த கடமைப் பட்டவர்கள்.

விவசாயி விஷமருந்தித் தற்கொலை செய்து கொண்டார். தற்கொலை உளப்பூர்வமாகவே செய்த காரியமாகும். 'ஸ்தானி'களும் அவ்வாறேதான் சொல்லுகின்றனர்.

பாலூத்ரக் குடும்பம் அதற்குச் செய்யவேண்டிய பிராயச்சித்தம் தான் சுத்திகலசம்.

பாலூத்ரக் குடும்பத்தினர் தங்கள் துண்டு நிலத்திலிருந்து பத்துபறை நிலத்தை கோவில் மத்தாயிக்கு விற்றுவிட்டனர். ஒரு பணமோ அல்லது ஒரு பறை நெல்லையோ அந்தக் குடும்பத்திற்கு விவசாயி ஒரு போதும் கொண்டு வந்ததேயில்லை.

26

திருவனந்தபுரத்திலும் ஒரு சில சந்தர்ப்பங்களில் கொல்லத்திலும் தான் யாழ்ப்பாணம் புகையிலை கிடைக்கும். ஆலப்புழாவில் புதுச் சந்தைப் பகுதியிலுள்ள ஒரு செட்டியார் கடையில் சில சமயங்களில் கிடைத்தாலும் கிடைக்கலாம்.

ஔத கொல்லத்திலிருந்தே முதல் தரமான யாழ்ப்பாணம் புகையிலையை இருபத்தைந்து பலம் வாங்கிவைத்தார். யாழ்ப்பாணம் எட்டு கட்டுப் புகையிலை!

அதற்கு எத்தகைய மணம்!

பின்னர் ஔத ஒரு முறை சங்கனாச்சேரிச் சந்தைக்குப் போய் வந்தார். அருமையான நேந்திரங்காய்க் குலை நான்கும், சிறிது காய்கறி களும் அங்கிருந்து வாங்கினார். முருங்கைக் காய், வெண்டைக் காய், சேனைக்கிழங்கு, பயிறு - இவ்வாறாகப் பார்த்தால் வாயிலே நீர் நிறைந்து விடும்.

ஔத கோந்நோத்துப் பிள்ளையுடன் நெருங்கிய உறவை வைத்துக் கொண்டிருக்கிறார். காலைநேரத்தில் கடம்ம நாட்டுக்குச் செல்லுவார். அங்கே கஞ்சி குடிப்பார். கொல்லத்திலிருந்து வாங்கிய யாழ்ப்பாணம் புகையிலை, சங்கனாச் சேரியிலிருந்து வாங்கிய நேந்திரங்காய் மற்றும் காய்கறிகளுடன் ஓர் இரவில் அவர் கடம்ம நாட்டுக்குச் சென்றார். மறந்து போயிற்று - கற்கண்டு போன்ற வெல்லமும் ஒரு துலாம் எடையளவு இருந்தது.

புகையிலையைத் தவிர ஏனைய பொருட்களுக்கான பணம் எங்கிருந்து வந்தது? அதைப் பற்றிய ஒரு கதையுண்டு. மகனிடம் கேட்டு வாங்கவில்லை. அந்தப் பேமானியின் பணம் வேண்டுமா, இவருக்கு? மங்கொம்பு பெரிய ஐயரிடம் கேட்டார். ஐயர் ஔதவுக்கு இருநூறு பணம் கடனாகக் கொடுத்தார். பத்திரமெழுதிக் கொடுக்கவேண்டிய அவசியமில்லை. சுவாமிக்கு ஔத மீது நம்பிக்கை உண்டு.

* ** *

கொல்லத்திலிருந்து ஔத திரும்பி வந்தது பதினெட்டாவது நாளில் தான். நாகம் பிள்ளை எஜமானன் ஔதவை விட்டுவிட மாட்டார். ஔதவிடம், போகவேண்டாமென்று தான் சொல்லுகிறார். செத்துப்போனால் அங்குள்ள மாதாகோவிலில் செமித்தேரியிலேயே அடக்கம் செய்யப்படும். மெத்ரான் பாதிரித் திருமேனியைக் கொண்டு அந்தக் காரியத்தைச் செய்யவைப்பாராம்.

ஓர் ஏமாற்றமேற்பட்டது. அதை ஔத மாப்பிளயே சொன்னார்.

"ஒரு நாள் என்னோட எஜமான் ஒரு கண்ணாடிப் பாத்திரத்திலே ஒரு பொருளைத் தந்தாரு 'குடிச்சுக்கோ ஔதமாப்பிளே, குடிச்சுக்கோ!'ன்னு சொன்னாரு. என் தொண்டைக் குழாய் கழண்டு போறது போலத் தோணிச்சு. நான் அப்படியே படுத்துக் கிடந்தேன். தலைதூக்கவே முடியலே. என் கதையே முடிஞ்சிட்டதுன்னும் நெனைச்சேன். எஜமானுக்குன்னா, ஒரே எக்காளச் சிரிப்பு. வேலுவோட சாராயம் என்னத்துக்காகும்? அதுக்கு எதாச்சும் தனி வீரியம், இருக்குமோ?"

தொண்டாற்றுவதென்றால் அப்படிப்பட்ட ஆட்களுக்குத்தான் தொண்டாற்றவேண்டும்.

* ** *

ஒரு நாள் ஔத மாப்பிள மகனிடம் ஒரு கேள்வி கேட்டார்.

"டேய், உன்னிடத்திலே எத்தனை பறை நெல்லிருக்குடா?"

"இந்த ஆண்டு விவசாயத்துக்கு நாம் செலுத்தவேண்டியது இருக்கும்."

"இருக்குமில்லே?"

"இருக்கணும்."

அப்பா ஏன் இப்படிக் கேட்கிறார் என்று வர்க்கி யோசித்தான். அவர் யாருக்கும் தெரியாமல் ஏதோ யோசிக்கிறார். என்னவென்று கேட்டால் சொல்லுவாரோ? சொல்லமாட்டார்; சீறி விழுவார்.

புளிங்குன்று சக்கஞ்சேரி சாக்கோ நெல் வியாபார நிமித்தமாய் கிழக்கே போவதுண்டு. மணிமலையார் வழியாகத்தான் போவதும் வருவதும்.

ஔத பத்தாயிரம் பறை நெல் வியாபாரத்திற்கான ஓர் உடன் படிக்கையை சாக்கோவுடன் செய்திருக்கிறார். ஒரு பறை நெல்லுக்கு விலை ஆறு சக்கிரம். (சக்கிரம்: திருவாங்கூர் பழைய நாணயம். ஏழு சல்லிக்காசு மதிப்பு)

இன்றைய நிலையில் அது நல்ல விலைதான். நெல் கணபதி ஐயர் சுவாமியின் அறையிலிருந்து சாக்கோவின் படகுகளுக்குச் செல்கிறது. இந்த உடன்படிக்கை குறித்து யாருக்கும் தெரியாது. எல்லாமே சட்டுப் புட்டென்று நடந்துவிட்டது.

இரண்டு தண்டுத் துடுப்புடைய ஒரு படகில் அண்மையில் ஒரு நாள் அதிகாலையில் கோந்நோத்துப் பிள்ளையும் ஔதமாப்பிளவும் சேர்ந்து ஆலப்புழாவிற்குப் பயணமாயினர். ஔத மாப்பிள படகி லிருந்ததால் துடுப்பிழுக்கின்றவர்கள் புலையர்களாக இருந்தனர்.

ஆலப்புழை பதிவுக் கச்சேரியில் அன்றைய தினம் இரண்டு பத்திரங்கள், பதிவு செய்யப்பட்டன. ஒன்று, 'ஞாற்றுவாய் நானூ'றின் முழு உரிமையும் ஔத மாப்பிளவிடம் ஒப்படைப்பது சம்பந்தமானது. இன்னொன்று, கோட்டாற்றுக்காரரான நாகம் பிள்ளையின் உடமையி லிருந்த பூமி ஔத மாப்பிளவுக்கு அடகு ஆவது சம்பந்தமானது.

அன்றிரவு குஞ்சுகுஞ்சுவின் கள்ளுக்கடையிலிருந்து பருத்திக்காடு வரையிலான பாதையின் நீளம் அதிகமாயிற்று. ஔத பார்ப்பவர்களை எல்லாம் தடுத்து நிறுத்தினார். பாதையோரத்திலுள்ள வீடுகளில் வசிக்கின்றவர்களை எல்லாம் தூக்கத்திலிருந்து எழுப்பி பாதைக்கு அழைத்து வந்தார். உலகத்தை அறிவிக்கும் சிறப்புச் செய்தி ஒன்று உண்டாம்!

"ஓய் சக்கி ஈழத்தீ..., ஞாற்றுவாய் நானூறு ஔதவுக்குச் சொந்தமாகி விட்டது!"

ஐயனிடமும் அதைத்தான் சொன்னார். அனைத்துப் பிள்ளைமார் களையும் கூவியழைத்து அதைத்தான் பிரகடனம் செய்தார்.

"திருடன் மத்தாயி ஔதவுடன் விளையாட வேண்டாம்!"

பாதையில் வெடிச் சிரிப்பொலி முழங்கியது. மத்தாயிக்கான அறை கூவலும்!

"என்னை நீ உட்காரவைப்பியாடா?"

வீட்டுக்குச் சென்று மனைவி ஒரேதாவைத் தூக்கியெடுத்துத் தாளலயமுடன் நடனமாடினார். படையணி நடைபெறுமே-அதே நடனம் தான். அந்தப் படையணி துள்ளுதலை ஔதமாப்பிள எத்தனையோ வருடங்களாகப் பார்த்து வருகிறார். அதற்குப் பிரத்தியேகமான பயிற்சி எதுவும் அவருக்குத் தேவையில்லை. திமிரும் விறுவிறுப்பும் பிரதிபலிக்கிற

நடனம்.

அந்த நடனத்தின் மத்தியில் மனைவிக்கு ஒரு முத்தம் கொடுத்தாற் போன்றிருந்தது.

ஔத மாப்பிளவின் ஆலிங்கனத்திற்குள்ளே கிடந்து துடிக்கிற, தோலும் எலும்புக்கூடுமாகிவிட்ட அந்தக் கிழவி வினவினாள்:

"ஐயே... இதென்ன கூத்து? மனிசன்னா, வெட்கம்ன்னா என்னன்னு தெரிஞ்சிக்கணும். ஐயையே... இதென்ன பேயாட்டம்?"

ஆயினும் ஔதக் கிழவிக்குச் சற்றுக் கிறுகிறுப்பு ஏற்பட்டது போன்றிருந்தது.

கிழவியைக் கீழிறக்கி நிறுத்திவிட்டு அவளுடைய மோவாயைப் பிடித்து உயர்த்தியவாறு கூறினார்:

"அடியே, நீ எனக்குச் செக்கிழுத்துச் சோறு போட்டதா நினைக்கிறே. இருந்தாக் கூட உன் கணவர் என்ன மோசமா? சொல்லடீ!"

வர்க்கியின் மனைவி கதவோரமாய் மறைந்து நின்றவாறு உள்ளூரச் சிரித்துக் கொண்டிருந்தாள். வர்க்கி மட்டும் அதை ஒன்றும் கிஞ்சிற்றும் ரசிக்கவில்லை.

தடியை ஓங்கிக்கொண்டு வர்க்கியின் பால் திரும்பியவாறு ஔத மாப்பிள கேட்டார்:

"என்னடா, முகத்தை உம்முனு வச்சிக்கிட்டு நிக்கறே? இனிமே அந்த 'ஞாய்றுவாநானூறு' இருக்கே – அது எனக்குத்தாண்டா சொந்தம். நான் செத்தபின்னர் அது உனக்குத்தான் சொந்தம்."

தெளிவாகத் தெரிந்துகொள்ள முடியாத ஒரு செய்தி அது. ஆயினும் ஏதேதோ நடைபெற்றிருக்கிறதெனப் புரிகிறது.

"நான் எதுக்கும் வக்கில்லாதவன்னு நீ நினைக்கிறே. அப்படித் தானேடா? நான் கண்ணும் கருத்தும் இருக்கிறவன்தான்"

சுருட்டிய பத்திரமொன்றை எடுத்து அவர் வர்க்கியை நோக்கி வீசியெறிந்தார்.

"பாரடா, பேமானிப்பயலே, அதென்னன்னு!"

* ** *

கோலில் மத்தாயி கடம்மநாடு வந்தார். அவரிடமிருந்து கடனாகப் பெற்ற பணம் முழுவதையும் ரொக்கமாக உடனே கொடுக்க வேண்டும் கடன் திரும்பக் கிடைக்காவிட்டால் மத்தாயியின் வியாபாரம் நடைபெறாது.

"இங்கேருந்து கிடைக்கவேண்டிய பணம் கிடைச்சிட்டதுன்னா நான் ரெண்டு தபா பாலா போய்வரலாம். பத்து பணம் கையிலே கிடைச்சிடும்."

"சித்திரை மாசத்திலே நெல்லாத் திரும்பித் தர்றேன்னு சொல்லித் தானே, நான் உம்மகிட்டேருந்து கடன் வாங்கினேன்?" என்றார் கோந்நோத்துப் பிள்ளை.

"அப்புறம் சொன்னீங்கல்ல, நிலத்தத் தர்றேன்னு? நெல் எங்கேருந்து தரப்போறீங்க? மொத்தமிருக்கிறதிலே பாதி பூமி கோந்நோத்துக்குச் சொந்தமாயிட்டதல்லவா? இனி கல்லறைக்கல் குடும்பத்துக்கு என்ன இருக்கு?"

கோந்நோத்துப் பிள்ளையின் அபிமானத்தின் மீது கை வைக்கிற ஒரு கேள்வியாக இருந்தது அது.

"அப்படியொன்றும் நீர் சொல்லவேண்டாம், மத்தாயீ, இப்பவும் கோந்நோத்துக் குடும்பத் தலைவன் நான்தான். செலவுக்காக அவுங்களுக்குக் கொஞ்சம் நிலத்தைப் பங்கு போட்டுக் கொடுத்தேங்கறது மட்டும்தான். அதுக்காகக் கோந்நோத்துக்காரங்க அப்படித் திமிரோட நடந்துக்க வேணாம்."

"அதெல்லாம் மத்தாயிக்குத் தெரியாததில்லே. பதினெட்டு முழமுள்ள கழியை ஊன்றியூன்றிச் சம்பாதிச்ச காசுதானுங்க அது. சில திருப்பங்களிலே திரும்பறப்போ என்னோட பொணத்தைத்தான் காயலிலே காணமுடியும்னு நெனைச்சதுண்டுங்க. சில சமயங்களிலே நிக்கற இடத்திலே கால் சறுக்கியதுண்டுங்க. ஊன்றுகோல் ஒடிஞ்சு போறதுமுண்டுங்க. அப்படி யெல்லாம் ஒழைச்சுச் சம்பாதிச்ச பணம் தானுங்க. இப்போ இளங்கோலில்லத்திலே நாலாயிரம் பறை நெல் இருக்கு. விலையும் கொஞ்சம் சுமாராயிருக்கு. இங்கேருந்து கிடைக்க வேண்டிய பணம்கூடக் கிடைச்சிட்டா எனக்கு ரெண்டு வியாபாரமும் நடந்திடுமுங்க."

"உமக்கு பூமிதான் வேணும்னீரே?" என்றார் பிள்ளை.

"அன்னைக்கு அப்படிச் சொன்னது உண்மைதானுங்க. ஆனா இப்போ பூமி எங்கே இருக்கு?"

"மண்ணாத்துருத்திலுள்ள நாலுபறை நிலத்தை எழுதித் தந்திடறேன்."

மத்தாயி நடுங்கியவாறு கூறினார்: "ஐயோ! அது கோந்நோத்து எஜமானன் உழுது போட்டிருக்கிற நிலம் தானுங்களே?"

"இன்னைக்கு நான் பத்திரமெழுதித் தந்திட்டா அது செல்லுபடி யாகும்."

"ஓ... நல்ல காரியத்தைச் சொன்னீங்க. அது எனக்கு வேணாமுங்க. நான் தந்த பணத்தத் திருப்பித்தந்தாப் போதுங்க. நான் இப்போ கிழக்கே கொஞ்சம் பூமி வாங்கிப் போட்டிருக்கேன். அதிலே ரப்பர்த் தோட்டம் பண்ணறதா உத்தேசமுங்க. அதுக்குப் பணம் வேணும்."

"அப்படீன்னா, இப்போ உமக்குத்தர என்கிட்டே பணமில்லை." சற்று உறுதியான குரலில்தான் கோந்நோத்துப் பிள்ளை பதிலளித்தார்.

"அப்படிச் சொல்லறது நியாயம் தானுங்களா? முந்தாநான் தானே, ஞாற்றுவாய் நானூறை விற்று பணம் உங்களுக்குக் கிடைச்சது? அப்பறம் பணமில்லேன்னு சொல்றது குடும்பஸ்தனுங்களுக்கு அழகில்லிங்க."

ஒரு நிமிடத்திற்குப்பின் மத்தாயி தொடர்ந்து கூறினார்:

"நீங்கலாம் இப்படிச் செய்யக் கூடாதுங்க. ஏழைங்ககிட்டே சொன்ன வாக்க பாதுகாத்திடணுங்க. ஞாற்றுவாய் நானூறின் உரிமை எனக்குத் தாறதாச் சொன்னீங்கல்ல? நான் பட்டினிகிடந்து உசிரை அடகு வச்சுச் சம்பாதிச்ச பணம்தானுங்க. அதை நெனைச்சுப் பார்க்கணுங்க."

"உமக்கு மண்ணாத் துருத்திலுள்ள நாலுபறை நிலத்தை எழுதித் தந்திடறேன்."

"எனக்கு அது வேணாமுங்க. நான் கடனாக உங்களுக்குத் தந்த பணத்தைத் திருப்பித்தந்தாப் போதுமுங்க. அது இப்பவே கிடைக்கவும் வேணுங்க."

* ** *

ஔத வெள்ளிப் பணத்தைத்தான் எண்ணிக் கொடுத்தார். 'பணம்' என்கிற அழகிய எழுத்துக்கள் பொறிக்கப்பட்டிருக்கிற மனோகரமான சிறு வெள்ளி நாணயம். அத்தகைய ஏழுபணம்தான் ஒரு ரூபாய். அது ஒரு சிறு குவியலாகக் குவிந்துகிடப்பதைப் பார்த்தால் யாருக்குமே கண்மயங்கிப் போய்விடும்.

அத்தகைய ஒரு குவியல் 'ராசி'யாக இருந்தால் யார் கண்ணும் கூசிப் போய்விடும். ராசி என்பது தங்கநாணயம். ராசிக்குவியல் மஞ்சள் நிறமானது. வெள்ளிப்பணக் குவியலுக்கு ஒளியுண்டு.

பணம் கறையற்ற வெள்ளியாகும். வெள்ளிக்குத் தங்கத்தை விடக் கூடுதலான பிரகாசமுண்டு.

வைப்பாட்டிக்கு மனைவியைவிடக் கூடுதலான அழகுள்ளது போன்று!

ஆலப்புழையிலிருந்து கோந்நோத்துப் பிள்ளை துணிப்பைகள் நிறையப் பணத்துடன் வந்தார். படுக்கையறையில் அந்துப் பைகளைத் திறந்து கொட்டினார். சிட்டுக் குருவிகள் கலகல அரவம் கிளப்புவது போன்று

அந்த நாணயங்கள் தரையில் விழுந்து ஒலியெழுப்பின. ஒன்று, இரண்டு, மூன்று, நான்கு, ஐந்து பைகள்!

தெளிந்த தூக்குவிளக்குத் திரியின் பிரகாசத்தில் அந்த ஒளிக் கணங்கள் இசையெழுப்பியவாறு தரையில் விழுந்து உருண்டபோது கடம்ம நாட்டு கொச்சக்கி ஐந்தாவது நாளைய உற்சவத்தை நினைத்துக் கொண்டாள்.

உழவுக்காரர்களின் குடும்பத்தைச் சேர்ந்த அகவூர் நாணிக்குத் தனது கழுத்தினால் தாங்கமுடியாத அளவு தங்கநகைகள் இருந்தன. தூக்கமுடியாத அளவிலேதான் கைவளையல்கள்.

கடம்ம நாட்டு கொச்சக்கிக்கு ஒரு பவுன்மாலை வேண்டும். கெட்டிக் காப்புகள் நான்கு தேவை. கோந்நோத்து உள்ளறையிலுள்ள தங்கமனைத்தையும் இட்டிராமன் பிள்ளை தட்டிச் சென்று விட்டார்.

* ** *

கோலில் மத்தாயி கோந்நோத்துப் பிள்ளையை ஒரு மூலையில் உட்காரச் செய்துவிட்டார். மேற்கொண்டும் அவருக்கு அவமானத்தை ஏற்படுத்திவிடலாம். அந்த முறையில்தான் மத்தாயி நடந்துகொண்டார்.

கோந்நோத்துப் பிள்ளை உள்ளே சென்றார். கொச்சக்கி அங்கே பேசியது அனைத்தையும் காது கொடுத்துக் கேட்டு நின்றிருந்தாள்.

"அந்தப் பைகளை இப்படி எடுத்துவாம்மா, கொச்சக்கீ!"

"அவற்றிலே இனி அஞ்சு பணம் மட்டும்தான் பாக்கியிருக்கு."

"பணத்தை நீ என்ன பண்ணினே?"

"நகை வாங்கிவரச் சின்னத்தம்பிகிட்டே கொடுத்திட்டேன்."

பிள்ளை கற்சிலையாகிவிட்டார்.

"ஆலப்புழைக்குக் கிளம்பியபோதே நான் அதைச் சொன்னேன்ல?" என்றாள் கொச்சக்கி.

உண்மைதான்; கொச்சக்கி சொன்னதுதான். பத்திரமெழுதச் சென்ற அன்றைய தினம் யாமக்கோழி கூவியபோது, தன் மார்பினை அரவணைத்துப் படுத்திருந்த கணவரை எழுப்பி கொச்சக்கி தனது அபிலாஷையைத் திரும்பவும் வெளிப்படுத்தியது உண்மைதான்.

படகில் ஏறியபோது கூட அவள் அதை நினைவு படுத்தினாள்.

பின்னப்பட்ட பவுன்மாலை; கெட்டிக்காப்பு!

ஔத மாப்பிள அதற்குச்சாட்சி. அவர்கூட அப்போது சொன்னார்: "எஜமான், அதைச் செஞ்சு கொடுக்கணும்! ஔத தர்ற பணம் அதுக்

குன்னே வச்சுக்கோங்க!"

அந்தப் பணம் பின்னப்பட்ட பவுன்மாலைக்குக் கெட்டிக் காப்புகளுக்குமல்லாமல் பின் எதற்கு? தரையில் கொட்டி விட்ட பணத்தை அள்ளியள்ளிப் பைகளில் போட்டவள் கொச்சக்கி தான். அவற்றின் உடமையும் அவளது ஆயிற்று.

* ** *

மத்தாயிக்கு என்ன சொல்வது?

"பருத்திக் காட்டு ஔத அண்ணன் தந்த பணத்திலே முக்கால் பங்கைத் தந்துவிட்டால் நான் என் பாட்டுக்குப் போயிடறேன்" என்றார் மத்தாயி.

கோந்நோத்துப் பிள்ளை உயிர்ப் பிணமாகிவிட்டார். சிறிது நேரம் வரையிலும் அவரால் பேசவே முடியவில்லை.

வெளியே கிளம்பி வந்த கொச்சக்கி சொன்னாள்:

"மத்தாயி மாப்பிளே, பணம் செலவாயிட்டது. நீங்க இப்படி அடம் பிடிச்சு வருவீங்கன்னே நினைக்கவே."

'சொன்ன சொல்லை மீறி நடந்துக்கறது பெரிய குடும்பங்களைச் சார்ந்தவங்களுக்கு வேண்டுமானால் அலங்காரமாயிருக்கலாம்."

ஒரு கணத்திற்குப் பின் மத்தாயி தொடர்ந்து கூறினார்: "வேதனையாலே சொல்லிட்டேம்மா!"

"மத்தாயி ஏழை மனசு. இரவு சாப்பாட்டுக்குக் கூட வழியில்லே. நீங்கல்லாம் பெரியவங்க. மற்றவங்களோட கஷ்டங்களைப் பற்றித் தெரியாதவங்க. உங்களுக்கு எது வேணும்னாலும் செஞ்சுக்கலாம் போலிருக்கு. இது நெறி தவறுவதல்லவா?"

மத்தாயி திரும்பி நடத்தார். சில அடிகள் வைத்த பின்னர் திரும்பி நின்றார்:

"இந்தப் பணத்தை வாங்கமுடியுமா இல்லையான்னு நானும் பார்த்துக்கறேன்."

கோந்நோத்துப் பிள்ளையின் நல்லுயிர் திரும்பிவரச் சிறிது நேரமா யிற்று.

"என்ன செய்யலாம் கொச்சக்கீ?" என்றார்.

"மண்ணாத்துருத்து பூமி மத்தாயிக்கு வேணாம்னா, அதை வேறு யாருக்காவது எழுதி விற்க ஏற்பாடு செய்யலாமில்ல?"

"அந்த பூமி இட்டிராமன் பிள்ளையின் வசமிருக்கு. யாரும் அதை விலைக்கு வாங்கமாட்டார்கள்."

"எதாச்சும் முரடனுங்களுக்குக் கொடுத்துடறது. அதன் மூலம் இட்டிராமன் பிள்ளைக்கும் ஒரு பாடத்தக் கற்றுக் கொடுத்திடணும்."

"ஆம். அதைத்தான் செய்யணும். இட்டிராமன் பிள்ளை உள்ளறையை உடைத்து உள்ளே சென்று அங்கிருந்த பொருட்களை எல்லாம் கடத்திக் கொண்டு போனாரில்ல? கல்லறைக்கல் குடும்பத்தினருக்கு ஒரு குன்றிமணி எடை தங்கமாவது கிடைச்சுதா? கல்லறைக்கல் குடும்பத்தினருக்குக் கிடைத்தால் அல்லவா, அதில் ஒரு பங்கு எனக்கும் கிடைக்கும்?"

கொச்சக்கி சொன்னது எதுவும் கோந்நோத்துப் பிள்ளையின் காதில் விழவில்லை. அவர் தமது சொந்தமான சிந்தனையில் மூழ்கியிருந்தார். அங்கே கொச்சக்கியின் குரல் கூட வந்து விழாது.

மத்தாயி அவமானத்திற்குள்ளாக்கி விடுவார்!

"இனிமேல் எனக்குச் சொந்தமென்று சொல்ல ஒருவரம்புக்குள்ளே கூடக் கிடையாது. அஞ்சு, எட்டு, பத்துபறை என்றிப்படி ஆங்காங்கு கொஞ்சம் பூமியுண்டு. 'கொச்சித்ரக்காவு' பதினஞ்சிலே 'தெக்கேது முட்டேல்' பத்து - இதெல்லாம்தான். அவற்றில் எதையாவது அவன் வாங்குவானா?"

"கோந்நோத்துக் குடும்பத்தாருக்குக் கொடுத்ததில் ஒண்ணை எழுதிக் கொடுத்துடறது."

"அதை எவன் வாங்குவான்?"

"விலையைக் குறைச்சுக் கொடுத்தா மத்தாயியே வாங்கிடுவார்."

கணவனும் மனைவியும் சேர்ந்து கணக்குப் போட்டு பார்த்தனர். காலே அரைக்கால் 'உபயம்' மண்ணாத்துருத்து நூறுபறை நிலத்திற்குக் கூடுதலானது. அதைவிடவும் அதிகமாக மத்தாயி கோருவார். அவர் வளைப்பது மட்டுமின்றி ஒடித்தே போட்டுவிடுவார். ஞாற்றுவாய் நானூறு கிடைக்காத காரணத்தால் ஏற்பட்ட பகைமை அவருக்கு உண்டு. மத்தாயி தனக்கு வேண்டாமென்று சொன்ன நிலத்தின் உபயத்தை எதற்காகத் தான் மட்டும் கணக்குப் போட்டு பார்ப்பது? கொச்சக்கியம்மாவைப் பொறுத்தவரையிலும் எந்த நிலத்தை யாருக்குக் கொடுத்தாலும் ஒன்றுதான்.

"அந்த மண்ணாத்துருத்து நூறுபறை நிலத்தின் விலையைப் போட்டுப் பார்ப்பது எதுக்கு? அது வேணாம்னு மத்தாயி சொன்னானில்லை? நம்ம ரெண்டு பேர் புத்தியும் மட்டமாப் போச்சு. நாம்பளும் மண்ணாத்துருத்து நூறுபறை நிலத்தின் விலையைப் போட்டுப் பார்த்தோம் சும்மாதான்!" என்றாள் கொச்சக்கி.

“அப்போ நம்ம பங்கு? அது குத்தகையும் மேல் குத்தகையுமாய் சில பேருங்க கைவசத்திலே இருந்து வருது.”

“அது வாங்கினால் கூடச் சண்டையும் சச்சரவும் தான். இட்டிராமன் பிள்ளை எஜமான் விட்டு விடுவாரோ?”

கோந்நோத்துப் பிள்ளை வியர்வையில் மூழ்கினார். திடீரென்று ஒரு துணிச்சல் பிறந்தது.

“என்னதான் செஞ்சிடுவான்? பார்க்கலாமே” தொடர்ந்து பேசினார் கோந்நோத்துப் பிள்ளை:

“குடும்பத் தலைவன் நான்தான். எழுதிக் கொடுக்க எனக்கு உரிமை இருக்கிறது! பூமியும் என் கைவசத்திலேதான் இருக்கு.”

கொச்சக்கியம்மாவுக்கு இந்த விவகாரம் ஏதும் தெரியாது. கோந்நோத்துப் பிள்ளை தன்னுணர்வினை இழந்திருக்கிறார். யார் எதைச் சொன்னாலும் பிள்ளை ஒப்புக்கொள்வார். கையெழுத்துப் போட்டுக் கொடுப்பார். யார் நிலமாயிருந்தாலும் பிள்ளை விலைபேசி விற்றுவிடுவார் கோலில் மத்தாயி அவமதிப்பாரல்லவா? அதுதான் அவருக்கு இருக்கிற பயம்.

* ** *

மங்கொம்பிலிருந்து பருத்திக்காட்டுக்கு ஒரு முறையல்ல; மும்முறை ஆள் வந்தான். ஔத மாப்பிள அங்கில்லை. கொல்லத்துக்குச் சென்றிருக்கிறார்.

வர்க்கிக்குப் பெரிய ஆவல். அவன் நெஞ்சைத் தடவியவாறு ஓடோடி நடக்கிறான். ஆற்றுகவில் அந்தோணி மட்டும்தான் அவனுக்கு அபயமளிப்பதெல்லாம். அந்தோணியும் பதறி நொந்த நிலையிலேதான்.

ஐயருக்கு அவர் மீது அளவிலா ஆத்திரமேற்பட்டிருக்கலாம். ஐயருக்கு என்று ஏன்? யாருக்குமே ஆத்திரம் வந்துவிடும். பணயக் காருக்குத் தெரிவிக்காமல் பணயக்காரருடைய குத்தகைதாரர் அதன் ஜென்ம உரிமையைப் பெற்றிருக்கிறார். நல்ல நிலம்; பெயர் பெற்ற ஒன்று. தனது உடமையாளரை ஒரு போதும் வஞ்சிக்காது. ஐயர் அந்த பூமியின்மீது எப்போதோ கண்வைக்கத் தொடங்கிவிட்டார். உழைப்பவனை அந்த வயல் நன்றாக அறிந்திருக்கும். ஔத மாப்பிள ஒரு சொல் கூடச் சொல்லாமல் அந்த இடத்தை வாங்கிச் சொந்தம் பண்ணியிருக்கிறார் உண்மையில் அதைத் திருடியெடுத்ததென்றே சொல்ல வேண்டும். ஐயர் சுவாமிக்கு ஆத்திரம் வராமலிருக்குமா?

“அந்தோணியண்ணா, அந்த சுவாமி இனிமே நம்மை என்ன செய்யப் போறோரோ?” வர்க்கி வினவினான்.

"நானும் அதைப் பற்றித்தான் யோசிச்சுக் கிட்டிருக்கேன்."

"சுவாமி நம்ப கிட்டேருந்து அந்த பூமியெடுத்துக்குவார்னு எனக்குத் தோணுது."

"இந்த ஆண்டிலேயே அப்படியெடுப்பாரா?"

"எடுத்தா என்ன பண்ணமுடியும்?"

"உழுது போட்டிருக்கோமில்ல?"

"அதுக்கென்ன? உழவுக் கூலியைத் தந்திடுவாரு."

யோசித்துக்கொண்டேயிருந்தபோது வர்க்கிக்கு ஒரு சந்தேகம் பிறந்தது.

...'அப்பா கொல்லத்திலேருந்து வர்றதுக்கு முந்தி நிலத்தை யாருக்காவது கைமாற்றினாலென்ன?'...

"ஐயர்சுவாமி அப்படிச் செய்யலாமா? ஊர் ஆனப்பட்ட ஊர்கள் அனைத்திலும் பணயமாய்ப் பெற்ற நிலங்கள் ஏராளமாய் ஐயர்சுவாமி கையில் தான் சிக்கியிருக்கின்றன. அந்தப் பணய நிலங்களில் பலவற்றையும் அவற்றின் ஜென்ம உரிமை படைத்தவர்கள் மற்றவர்களுக்கு எழுதிக் கொடுப்பதும் நடைபெற்றிருக்கக் கூடும். அந்த நிலைமையில் சுவாமி எதுக்காக ஆத்திரப்படணும்?'

வர்க்கி ஒளத மாப்பிளவின் புதல்வனாகும். சிறிது முன்கூட்டியே காணும் தன்மை கொண்டவரல்லவா, ஒளத மாப்பிள? அந்த குணாதிசயம் வர்க்கிக்கு இல்லாமலா, போய் விடும்?

"சுவாமி அப்படித்தான் செய்யப்போகிறார் என்றால் நாம் என்ன செய்யமுடியும்? அதைத்தான் நான் கேட்கிறேன்."

"மாமா கொல்லத்திலிருந்து வரட்டும். அப்போ முடிவெடுத்துக்கு வோம்." வர்க்கிக்கு அமைதியேற்படுவதெல்லாம் இப்படித்தான்.

"அவர் அங்கே சொகத்தை அனுபவிச்சிக்கிட்டிருப்பார். என்னைக்குத் தான் வருவார்ன்னு யாருக்குத் தெரியும்? இதெல்லாம் அவருக்குத் தெரிஞ் சிருக்காது. இந்த நிலைமைகளை எல்லாம் எண்ணிப் பார்த்திருக்க மாட்டார்."

* ** *

நாகம் பிள்ளை வியந்துபோனார். அத்தகைய ஒரு பத்திரத்தை அவர் எதிர்பார்த்திருக்கவில்லை.

ஒரு பெரிய அளவிலான நெல்லுக்கு ஜாமீனாக நின்றவாறு ஒரு பலவீனமான நிமிடத்தில் சுவாமிக்கு ஒரு கடிதத்தைக் கொடுத்து விட்டார். அதை நினைக்கும்போது நாகம் பிள்ளையின் மனத்தில் எரிச்சல் ஏற்பட்டுவிடுகிறது. அந்தத் தொகையை உடம்பை அலட்டிக்காமல்

உண்டுபண்ண வேண்டியிருக்கிறது. அத்தகைய சூழ்நிலையிலேதான் ஒளதமாப்பிள பதிவு செய்யப்பட்ட பத்திரமுடன் வந்து சேர்கிறார்.

அதுதான் உண்மை - மனப்பான்மை!

இப்படி எவர் நடந்துகொள்வார்? நாகம் பிள்ளையின் சொத்து எங்கும் போய்விடாது.

27

வியாபாரத்தில் மத்தாயியை விட முன்னேற்றமேற்பட்டது வட்டர் பீலிக்குத்தான்.

சிறிது காலம் வரையிலும் ஒன்றுசேர்ந்து நடத்திவந்திருந்த வியாபாரத்திலிருந்து பீலி தனித்து வந்துவிட்டார். சொந்தமாக ஒரு படகைச் சம்பாதித்துவிட்டார்.

பீலிக்குப் புதல்வர்கள் மூன்று - தோம்மா இட்டிச்செறிய, பாப்பி. தோம்மாவும் மனைவியும் மணைமலையில் வசித்து வருகின்றனர். சேனப்பாடிக்கும் மணிமலைக்குமிடையிலான குட்டிவனத்திலுள்ள கொஞ்சம் பூமியைச் சுற்றிவளைத்து எடுத்துக் கொண்டனர். அங்கே யானைகளின் தொந்திரவு இல்லை. அது ஒரு பெரிய விசயம்தான்.

சேனப்பாடியில் வெள்ளைத் துரைமார்களின் கம்பெனி ஒன்று ஒரு தோட்டத்தை அமைத்து வருகிறது. அங்கே ஏராளமான கூலியாட்கள் உண்டு. தமிழர்கள்தான். பெரிய துரைமார்கள்தான் சேனப்பாடி மற்றும் செறுவள்ளியில் தோட்டங்களை அமைத்து வருகின்றனர்.

தோம்மா மிகவும் கெட்டிக்காரன். சிறுவயசிலிருந்தே சுறுசுறுப்பும் விறுவிறுப்பும் அவனிடமுண்டு. அது பிறவியிலிருந்தே உள்ளதுதான். அவனுடைய மேற்சொன்ன குணாதிசயத்தினாலேயே துரைமார்கள் எல்லோரும் அவனுக்கு அறிமுகமாகிவிட்டனர். அவர்களுக்கு அவன் மீது ரொம்பப் பிரியமாம்!

* ** *

மங்கொம்பிலுள்ள இரண்டு ஐயர்களுக்குச் சொந்தமான 'முண்டம்' வயல் குத்தகைக்கு எடுக்க பீலி தீர்மானித்துக்கொண்டார். பகிரங்கமாகத் திறந்தே சொல்லக் கூடிய விசயம் அது. எவருமே போட்டிக்கு வர மாட்டார்கள்.

ஆற்றின் கீழ்க் கரையில் நாற்றுவாய் நானூறின் நேர் எதிராகக் கிடக்கிறது அந்த நிலம்.

'ஒரு வரம்பு'க்குள்ளே தேவஸ்தானத்திற்குக் கூட அவ்வளவு பூமி கிடையாது - ஆயிரத்து ஐநூறு பறை நிலம்.

அந்த நிலம் மங்கொம்பு மற்றும் கண்டங்கரியிலுள்ள இரண்டு நாயர் குடும்பத்தினருக்குச் சொந்தமாக இருந்தது. மேபிராக்கல் பணிக்கருக்குச் சொந்தமாயிருந்த, கிழக்கே உள்ள எழுநூற்று ஐம்பது பறை நிலம்; கோந்திமுற்றத்துக் குறுப்புவிற்குச் சொந்தமான, மேற்கே உள்ள எழுநூற்று ஐம்பது பறை நிலம் - இவ்வாறாக ஆயிரத்து ஐநூறு பறை நிலம்!

இந்த நிலம் அனைத்தையும் அந்த இரண்டு குடும்பத்தினரும் கணபதி ஐயருக்கும், தறைமேல் வெங்கிடாசலம் ஐயருக்கும் அவர்களிடமிருந்து வாங்கிய கடனைத் தீர்க்கும் முறையில் எழுதிக் கொடுத்ததுதான். அல்லது எழுதிக் கொடுக்க வேண்டியதாயிற்று.

கடன் இருக்கிற போது தனமில்லை. அந்தக் காலத்திய பிரமாணம் அப்படித்தான் இருந்தது. அந்தப் பிரமாணத்தினைக் குடும்பத் தலைவர்கள் அமுல்படுத்தினர். பின்னர் பிராமண சாபம் - அது குடும்பத்திற்கு ஒரு வினையுமாகும்.

நீண்ட காலத்திற்கு முன்னர் அன்று நாணு ஐயன் சுவாமி சரக்கு விலையின் பாக்கியாகக் கிடைத்த நெல்லை என்ன செய்வதென்றறியாமல் வியாகூலப்பட்டாரே! இப்போ நெல் போட்டுவைக்க இடம் கிடைத்தது. அதுவே பெரிய விசயம். ஆனால் அந்த ஆண்டு முடிந்துவிட்டால் நெல் கெட்டுப் போய்விடும். கறுத்துப் போய்விடும். அவ்வாறாக நெல் நஷ்டமாகிவிடுமென்ற நிலைமை ஏற்பட்டபோது சுவாமி நெஞ்சைத் தடவியவாறு சுற்றியலைந்தார். யாருக்குமே நெல் தேவையில்லை. ஏழை பிராமணனுக்கு உதவுவதற்காகவே அன்றைய மேபிராக்கல் பணிக்கர் ஓரளவு நெல்லை வாங்கினார். அன்றைய நாளிலிருந்து தான் மேபிராக்கல் குடும்பத்தினர் நாணு ஐயர் மடத்துடன் பொருளாதார உறவினைத் துவக்கினர்.

அடுத்த ஆண்டில் மேபிராக்கல் பணிக்கர் சுவாமியிடம் நெல்லைக் கேட்டு வாங்கினார்.

விவசாயம் கெட்டுப்போனது, அப்புறம் அறுவடையும் சரியாக வில்லை. வயலிலே பார்த்த விளைச்சல் அளவை பறையிலே பார்க்க முடியவில்லை. பொல்லாத செலவுகள். மூன்று கூலி கொடுக்க வேண்டிய இடத்தில் ஐந்து கூலி.

மருமக்கள் அனைவரும் மேபிராக்கல் குடும்பத்தலைவருக்கு இசைந்த படி நடந்துகொள்கின்றவர்கள். அவர்கள்தான் விவசாயத்தை நடத்திச் செல்கின்றவர்கள்.

மருமகன்களுக்கும் சொந்தச் செலவுகள் இருந்து வருகின்றன. முன்னர் ஓர் ஆண்டில் ஆறுவேஷ்டி, ஆறுபடி எண்ணெய், மார்கழி மாதத்துத் திருவாதிரையின் போது நூறு நேந்திரங்காயை மனைவிக்குக் கொடுத்தால் போதுமாயிருந்தது. இன்று அது போதாது. 'ஜகந்நாதன்' புடவை வேண்டும். துண்டு வேஷ்டிக்குப் பதிலாகச் சன்னரக, ஜரிகைக் கரை போட்ட மேல்வேஷ்டி வேண்டும். இன்றைய தினம் உற்சவத்திற்குப் போகின்ற பெண்கள் மார்பினை மறைத்திட அத்தகைய மேல்வேஷ்டிகளைத்தான் பயன்படுத்துகின்றனர். காலம் மாறிப்போய் விட்டது.

கோந்திமுற்றத்து குறுப்பு ஈடுபாடு கொண்டதெல்லாம் வெங்கிடாசல ஐயரோடுதான்.

இவ்வாறாகக் கிழக்குப் படுகையும், மேற்குப் படுகையுமாய் ஆயிரத்து ஐந்நூறு பறை நிலத்தையும் இரண்டு ஐயர்களின் சந்ததிகள் பெயருக்கு எழுதிக்கொடுத்தனர். பின்னர் குடும்பத் தலைமைக்கு வந்தவர்கள்தான் எழுதிக்கொடுத்தனர். ஆயினும் கடன் மட்டும் தீர்ந்தபாடில்லை. இன்னும் பாக்கியுண்டு.

* ** *

ஐயர்கள் எழுதி வாங்கிய காலம் முதற்கொண்டு 'முண்டம்' நிலத்தில் விவசாயம் நடந்ததில்லை. யார்தான் நடத்துவது? அவ்வளவு நிலத்திலும் சேர்ந்தாற்போல் வெள்ளாமை செய்வதென்றால், அதை சாலைக் குடும்பத்தினர் அல்லது குளங்கரை மடத்தினர் அல்லது பாலத்தோள் நம்பூதிரி ஆகியோரால் தான் செய்யமுடியும். முன்னர் மேபிராக்கல் குடும்பத்தினரும் கோந்திமுற்றத்தினரும் தங்கள் தங்கள் நிலங்களைப் பிரித்துப் பயிர் செய்து வந்தனர். அதற்கான மூலதனம் அவர்களிடம் இருந்தது. ஆட்கள், நெல், பணம் ஆகியவை அவர்களிடமிருந்தன.

ஒரு படவையிலுள்ள தண்ணீரை இரைத்து வெளியேற்றுவதற்காக இருபத்துநான்கு இலைகளுடைய சக்கரங்களைத்தான் பயன்படுத்தி வந்தனர்.

கோந்தி முற்றம் மற்றும் மேபிராக்கல் குடும்பங்களிலுள்ள, சக்கரங்களைப் பாதுகாத்துவைக்கின்ற கட்டடங்கள் மழையில் பழுது பட்டுக் கிடக்கின்றன. பெரிய சக்கரங்கள் அனைத்தையும் உடைத் தெரிந்தனர்.

ஐயர்களோ நிலமிருந்தால் கூட ஒரு மணி விதை விதைக்க மாட்டார்கள். இருப்பது அனைத்தையும் குத்தகைக்குக் கொடுத்திருக் கின்றனர். விவசாயம் அவர்களுக்குச் சொல்லும்படியான தொழில் அல்ல.

விவசாயம் செய்ய விவசாயிகள் வேண்டும். அடியார்கள் தேவை. சக்கரம் வேண்டும். தண்ணீர் வேண்டும். கடப்பாரை வேண்டும். மண்

வெட்டி வேண்டும் - இவ்வாறாக என்னென்னவோ தேவைகள் இருக்கின்றன.

கணபதி ஐயருக்குக் கவலைதான். நான்கு குத்தகை கிடைக்கிற எழுநூற்று ஐம்பது பறை நிலம் எத்தனையோ ஆண்டுகளாகத் தரிசாகக் கிடக்கிறது. ஓர் ஆண்டில் குறைந்தது மூவாரம் பறை நெல் இல்லாமல் போய்விடுகிறது.

நிலத்தை எழுதிக் கைப்பற்றிய நாளிலிருந்தே குத்தகையில்லை. அப்புறம் குத்தகையிலிருந்து கிடைக்கிற வட்டி! நிலம் தரிசாகக் கிடந்து விட்டால் அப்புறம் அதை விவசாயத்திற்காகச் சீர்திருத்துவதுகூட கடினமான காரியமாகும். அது பாழ்மண்ணாகிப் போய்விடும். இப்போது அப்படித்தான். முண்டம் வயல் எழுநூற்று ஐம்பது பறை நிலத்தை வாங்கியிருக்கக்கூடாது. பாட்டன்மார்களும் தந்தையும் சிருஷ்டித்து வைத்திருக்கிற வினை. நெல்லும் பணமும் ஆதாயமில்லாமல் மரத்துப் போய்விட்டன. தனது குற்றமில்லாவிட்டாலும் எப்படிக் கவலை யில்லாமலிருக்க முடியும்? குத்தகை மற்றும் வட்டியைக் கணக்குப் போட்டுப் பார்த்தபோது அது ஒரு பெரிய தொகையாக மாறுகிறது. எல்லாமே நஷ்டம்!

மேபிராக்கல் குடும்பத்தினரின் கொஞ்சம் மனைகளை வாங்கி யிருந்தால் தேங்காயாவது கிடைத்திருக்கும்.

இந்த நிலைமையில்தான் பீலி, நிலத்தைக் குத்தகையாக எடுத்துக் கொள்வதற்காகக் காணிக்கையுடன் மடத்திற்கு வந்தார்.

* ** *

கணபதி ஐயர் கூடச் சிறிது தடுமாறினார். ஆயிரத்து ஐநூறு பறை நிலத்தை விவசாயம் செய்யத் திறன் படைத்த இவன் யாரடா! சுவாமி அசந்து போனார்.

இதில் ஏதாவது சதி இருக்கிறதா?

ஐயருடைய உருண்டைக் கண்கள் சுழன்று உருண்டுகொண்டே யிருந்தன.

பீலி அதைத்தான் கவனமாகப் பார்த்தார். யாருமே பார்த்து ரசிக்கிற காட்சி!

ஔத மாப்பிள சமயம் பார்த்து ஓர் ஏமாற்று வேலையைச் செய்தார். அதுவும் அண்மையில் தான். மடத்து நெல்லை வாங்கி விற்றுப் பணமாக்கி அந்தப் பணத்தாலேயே மடத்தின் அனுபவத்திலிருக்கிற நிலத்தின் 'ஜென்ம உரிமை'யைக் கைப்பற்றினார்.

ஒரு சொல் கூடக் கேளாமல் அந்தப் பத்திரத்தை எழுதிக் கொடுத்த கோந்நோத்துப் பிள்ளை நன்றியில்லாதவர்தான். கோந்நோத்துக் குடும்பத்தின் பூர்வீகத் தலைவர்கள் அறநெறிகளுடன் வாழ்ந்தவர்கள். சத்தியசீலர்கள். அவர்கள் வேறு யாரேனுமாக இருந்தால் இப்படிச் செய்திருக்கமாட்டார்கள். அவர்களுக்கு பிராமணபக்தியும் தெய்வ பக்தியும் இருந்தன. அன்று ஞாற்றுவாய் நானூறை பணயமாக எழுதிய போது இருந்த கோந்நோத்துப் பிள்ளை நல்லவராக இருந்தார். இப்படிச் சதிசெய்ய அவருக்கு எப்படி மனம் வந்ததோ? மனிதர்களை எப்படி நம்புவது? இது ஐயரின் இன்னொரு கவலை.

பீலியிடம் எதையும் பேசமுடிகிறதில்லை. ஔதவின் ஏமாற்று வேலை மனத்தில் நிறைந்து நிற்கிறது. அதைப் போலவே கோந்நோத்துப் பிள்ளையின் பற்றுதல் இல்லாத நிலையும்! நிலத்தைக் குத்தகையெடுக்க வந்திருக்கிறவன் எப்படிப்பட்டவன் என்று யாருக்குத் தெரியும்? கள்வனோ, நல்லவனோ? ஆயினும் அவனை விட்டுவிடவும் முடியாது.

இதனிடையே கோந்நோத்துப் பிள்ளையை மனத்தினால் சபிக்கவும் செய்துகொண்டிருந்தார்.

மாப்பிளமார்களைச் சபித்தால் பலிக்குமா?

அவர்கள் வேறு மதத்தைச் சேர்ந்தவர்கள். ஆயினும் பிராமணன் சபித்தால் பலிக்கத்தான் செய்யும். ஔதவை மனம் நொந்து சபிக்கிறார்.

"உன் பெயர் என்ன?" என்றார் ஐயர்.

"பீலி."

"உனக்கு பருத்திக்காட்டு ஔதவைத் தெரியுமா?"

"தெரியும். எங்க ஊர்க்காரரு."

அவருடன் பங்கு சேர்ந்து நடத்துகிற விவசாயத்தைப் பற்றிச் சொல்லவில்லை.

"அவன் மோசக்காரன். உனது உறவினனாயிருப்பானோ?"

"இல்லிங்க. ஒரு உறவுமில்லிங்க. ஒரே ஊரைச் சேர்ந்தவங்க தானுங்க. ஆனாக்கூட நாங்க ஒருத்தரை ஒருத்தர் சந்திப்பதேயில்லிங்க"

"அவன் மடத்துக்குத் துரோகம் பண்ணினான். ஒரு பிராமணக் குடும்பத்தையே வஞ்சித்திருக்கான். பிராமணர்களிடம் பக்திவேணும்னு உங்க புராணத்திலும் சாஸ்திரத்திலும் சொல்லப்பட்டுள்ளது. எப்படின்னா நம்மை எல்லாம் பிராமணர்கள்னு சொல்றாங்க. எங்க புராணத்திலும் சாத்திரத்திலும், உங்க புராணத்திலும் சாத்திரத்திலும் 'பிதா' ஃபாதர்னு சொல்றாங்க. அதாவது பாதிரி. பாதி பிராமணன்தான்."

அதை அங்கீகரிக்கவேண்டியதுதான். இல்லாவிட்டால், ஏன் அங்கீகரிக்காமலிருக்க வேண்டும்? அது என்னவோ ஆக இருந்து விட்டுப் போகட்டும்.

“நீ தறைமேல் மடத்தின் எழுநூற்று ஐம்பது பறை நிலத்தைக் குத்தகைக்கு எடுத்திருப்பதாகச் சொல்லறே. இப்போ இதையும் எடுத்துக்கறே. இவற்றிலே எல்லாம் விவசாயம் நடத்தறதுக்கான பணமும் ஆட்களும் உன்னிடத்திலே இருக்கா?”

“என் பெரிய பையன் மணிமலையிலே இருக்கான். அங்கே பக்கத்திலுள்ள தோட்டம் துரைமார்களை எல்லாம் அவனுக்கு நல்லாத் தெரியும். அவங்க அவனுக்கு உதவி பண்ணுவாங்க.”

“அப்போ உன் கிட்டே பணம் கிணம் கிடையாது.”

“இவ்வளவு நிலத்திலே விவசாயம் பண்ண என்கிட்டே பணமில்லே. நான் இல்லாத பெருமையை இருக்குன்னு ஏன் சொல்லிக்கணும்?”

“சரி; நீ சத்தியசீலன்தான். உனக்கு எவ்வளவு நிலபுலன்கள் இருக்கு?”

“ஐந்து பறை விதைக்கக்கூடிய ஒரு வளாகமும் வீட்டுமனையும் உண்டுங்க. அப்பறம் தொண்ணூறு பறை வயல் வேறு உண்டுங்க. வயலை நான் சொந்தமா வாங்கினது தானுங்க.”

“வளாகம்?”

“அது தேவஸ்தானத்துக்குச் சொந்தம்.”

இவ்வளவெல்லாம் சொல்லியும் இன்னும் ஏதேனும் அபாயம் மறைந்திருக்குமோ என்கிற பயம்தான் ஐயருக்கு. அது என்னவாக இருக்கும்? ஐயர் அறிவுக்கு எட்டுவதில்லை.

துரைமார்களுடன் உறவு கொண்டிருக்கிற மகனுக்காகத்தான் பீலி நிலத்தைக் குத்தகையாக எடுக்க வந்திருக்கிறார்.

ஏதோ தந்திரமிருக்கும். துரைமார்கள் தந்திரக்கார புத்திசாலிகள் ஆவார்கள். பீலியின் மகன் அவர்களிடமிருந்து தந்திரங்களைக் கற்றிருப்பான்.

“நீ ரெண்டு நாளைக்கப்பறம் வா! உன் நிலத்தின் பட்டாக்கள் பத்திரங்கள் எல்லாவற்றையும் எடுத்திண்டு வந்துடு!”

* ** *

மூண்டம் வயலை வட்டத்ர பீலி தோம்மா எடுத்துக்கொண்டு விவசாயம் பண்ணப் போகிறான். எல்லோருக்குமே ஆச்சரியம்தான்.

தண்ணீரை இரைத்து வெளியேற்றுவது ஓர் இயந்திரத்தால் ஆகும். வடகொச்சியில் ஒரு துரை ஓர் இயந்திரத்தை உண்டாக்கிக் கொண்டு

வந்திருக்கிறார். தவிரவும் இயந்திரம் இணைக்கப்பட்டிருக்கிற ஒரு படகும் அவரிடமுண்டு. அது பறவை பறக்கும் வேகத்தில் தண்ணீரைக் கிழித்துப் பாய்ந்தோடுமாம்.

காற்று வீசினாலும், அலைகள் கொந்தளித்தெழுந்தாலும் அதை எல்லாம் முறியடித்துப் பத்தோ பதினைந்தோ ஆட்களை ஏற்றிக் கொண்டு அது சஞ்சரிக்குமாம். அதற்குத் துடுப்பு இழுக்கவோ, கோல் ஊன்றவோ ஆட்கள் தேவையில்லை. சர்ர் என்று நீர்மீது பாய்ந்து செல்லுமாம்.

தோம்மாவுக்கு துரைமார்கள் மீதிருக்கிற செல்வாக்கினால்தான் அந்த இயந்திரம் இங்கே வந்தது.

இந்தக் கதையை பீலிதான் சொன்னார். அது ஊரெங்கும் பரவியது.

இரண்டு நாட்களுக்குப் பின்னர் தனது சொத்துக்களின் பத்திரங் களுடன் பீலி மடத்திற்குச் சென்றார்.

கணபதி ஐயர் பத்திரங்களெல்லாம் விரித்துப் படித்துப் பார்த்தார். அப்போது பீலி சொன்னார்:

"ஆயிரம் பறை நிலத்த எங்களுக்குக் குத்தகையாகத் தருவதாகச் சிலர் சொல்றாங்க. செக்கிடிக்காட்டு நாலு நபர்களுக்குச் சொந்தமானது. உங்க கிட்டே வந்து ஒரு சொல் சொல்லிவிட்டு உங்க அனுமதியைப் பெற்ற பிறகுதான் நாங்க வாக்குறுதி கொடுக்கறதுன்னு இருக்கோம்."

ஐயர் கடந்த இரண்டு நாட்களாக இரண்டு மூன்று வாசகங்களை மனப்பாடம் செய்து வைத்திருந்தார். அந்த வாசகங்கள்தான் இவை:

"என்னவானாலும் பீலி பெரிய அளவிலே முதலைப் போட்டு விவசாயம் பண்ணப் போறியல்ல? துரைமார்களோட உதவியுமுண்டு. பீலி, நீ நெல் வியாபாரியும் கூட குத்தகை நெல்லை முன்கூட்டியே தந்திடு. சித்திரை மாசத்திலே ஒரு மணி நெல்லைக் கூட நீ மடத்துக்கு அளந்து தரவேணாம்."

ஆனால் இதை வாய்விட்டுச் சொல்ல பயம் செக்கிடிக்காட்டு நிலம் பீலிக்குக் குத்தகையாகக் கிடைத்துவிடும். அப்படியானால் இந்த ஆண்டில் மூவாயிரம் பறை நெல்லும் ஐயர் சுவாமிக்கு நஷ்டமாகி விடும். பீலியை எப்படி விட்டு விடுவது?

வஞ்சனை ஏதேனும் நடந்துவிடுமோ? எப்படி விட்டுவிடாமலிருக்க முடியும்?

யோசித்துப் பார்த்தால் எதுவும் உருவகமாகவில்லை

பீலி விட்டுவிட்டுப் போய்விடுவாரோ என்கிற பயத்தின் மீது ஏமாற்றமேற்பட்டு விடக் கூடாதென்ற முன்யோசனை இடத்தைப்

பிடித்துக் கொண்டது. ஐயர் துணிச்சலுடன் கூறிவிட்டார்!

"பீலி, ஒண்ணு செய்! நாம் சமரசத்துக்கு வருவோம். இன்றுள்ள விலைப்படி மூவாயிரம் பறை நெல்லின் பணத்தை முன்கூறாகத் தந்திடு!"

பீலியின் பதில் திடீரென்று வந்தது:

"ஐயோ! அது முடியாது சுவாமீ. அந்த வயல் பூராவும் வளைத்துக் கட்டணும். புறவேலி இல்லவே இல்லை. தண்ணீரை இறைத்து வெளியேற்றணும். எத்தனையோ வருசமாக அந்த நிலம் சும்மா கிடக்குது. புதர்மண்டிக் கிடக்கிற அந்த நிலத்தைப் பண்படுத்தணும்னா எக்கச்சக்கமா பணம் செலவாகும். அப்படீன்னா நிலத்தை வேணாம்னு விட்டு விடறதுதான் நல்லதுன்னு நினைக்கிறேன். நாங்க அந்த செக்கிடிக் காட்டு ஆயிரம் பறை நிலத்தையே எடுத்துக்கறோம்."

"அப்படிச் செய்யவேணாம். மடத்திலுள்ள நாங்க பீலியை நம்பறோம். பீலி ஔதவாக மாறி விடாமலிருந்தாப் போதும்."

"பீலி எப்படி ஔதவாக மாறிவிடறது? உடையவரே, உங்க மடத்து வயலிலே நாங்க விவசாயம் பண்ணறோம். குத்தகை தர்றோம். மடம் சொன்னா நிலத்தை விட்டுவிடறோம்."

"சரி; அப்படீன்னா என்னைக்குக் குத்தகைப் பத்திரம் எழுதறது?"

* ** *

ஆற்றுக்கடவு அந்தோணி மற்றும் பருத்திக் காட்டு வர்க்கி பெயரில் பூமியைக் குத்தகையாக எழுதிக் கொடுக்கவேண்டியதாயிற்று. கணபதி ஐயருக்கு ஆத்திரமும் சங்கடமும் பொறுக்கவில்லை. அந்தப் பெரிய கண்களில் நீர் நிறைந்து விடுகிறது. அடுத்த கணத்திலேயே அந்தக் கண்கள் ஆத்திரத்தால் ஜொலிக்கின்றன. பின்னர் அவர் வியர்வையில் குளித்து விடுகிறார்.

கையொப்பமிடு முன்னர் ஐயர் தலையில் கைவைத்துச் சபித்து விட்டார்:

"நீ நிர்மூலமாப் போக!"

கட்டிப் போட்டிருந்த பின்முடி வீழ்ந்து நீண்டு கிடந்தது நிமிர்ந்து விடுவது போல் தோன்றியது. தடித்துக் கொழுத்திருக்கிற உடம்பில் நீல நரம்புகள் எழுந்து நிற்பதாய்க் காணப்பட்டன.

அவ்வாண்டில் ஞாற்றுவா நானூறில் விவசாயம் நடைபெற வில்லை. என்னவோ பெரிய காரியத்தை நிர்வகிப்பது போன்று நிலத்தை எழுதிவாங்கிச் சொந்தம் பண்ணினார். ஆனால் விவசாயம் பண்ணத்தான் கையாலாகவில்லை.

ஔதமாப்பிள அறுவடைமுடிந்த பின்னரிலிருந்து சொல்லத் தொடங்கினார்:

“இந்த வருசம் பாழ்நிலமாகவே கிடக்கட்டும். நிலம்னா கொஞ்ச காலத்துக்கு வெள்ளாமை இல்லாமத்தான் கிடந்திடணும். இல்லாட்டா மண்ணின் வீரியம் கெட்டுவிடும்.”

இருநூறு பறை நிலத்தின் சொந்தக்காரன் என்றால் அது சிறிய காரியமா? ஒரு வருடம் விவசாயம் நடைபெறாமலிருந்தால்தான் என்ன?

இப்போது இருநூறு பறைநிலம் யாரிடமுண்டு? ‘ஸ்தானி’ ‘ஸ்தானி’ குடும்பங்களைச் சேர்ந்த எவருக்குமில்லை. சாஸ்தாவுக்கு மட்டும்தான் உண்டு. சாஸ்தாவை விடப் பெரிய நிலச் சொந்தக்காரராக இவ்வூரில் யார் இருக்கிறார்?

பருத்திக்காட்டு ஔத!

இருந்த நெல் அனைத்தையும் துடைத்தெடுத்துத்தான் இவ்வாண்டில் ஐயருக்குச் சேரவேண்டிய நெல் அளந்து கொடுக்கப் பட்டது. இப்போது பருத்திக்காட்டில் குடும்பச் செலவுக்கே நெல் இல்லை.

வர்க்கியும் மனைவியும் செக்காட்டுகிற தங்கள் தொழிலை ஒரு போதும் நிறுத்தவில்லை. நிறுத்தி வைக்காமலிருந்ததும் நல்லதாகி விட்டது. இன்றைய தினம் அதுதான் பிழைப்பிற்கான வழியாயிற்று.

ஆற்றுக்கடவிலுள்ள அந்தோணிதான் சிக்கலில் மாட்டிக் கொண்டிருக்கிறார். முன்னர் அவருக்கு ஒரு ஏர் எருமையிருந்தது. அவற்றுக்கு வயதாகிவிட்டதால் அவற்றை விட்டு விட்டார். இன்னொரு ஏர் மாட்டை வாங்கவும் முடியவில்லை. இருப்பது அனைத்தையும் விற்றுவிட்டு விவசாயத்தில் முதலீடு செய்திருக்கிறார். நெல்போட்டு வைக்கிற பெரிய மரப்பெட்டி ஒன்று இருந்ததையும் விற்றுவிட்டார்.

என்ன தொழில் செய்வது? சம்பக்குளத்து இக்காவுடன் வியாபார நிமித்தமாய் கிழக்கே செல்லப் படகோட்டியாகச் சேர்ந்தார். கூலி கிடைத்து விடுகிறது. அப்படியும் காலம் தள்ளிவிடலாம். இரு நூறு பறை நிலத்திற்குச் சொந்தக்காரரானவர் கூலிவேலை செய்யப் போனார்.

அந்தோணியின் மனைவியான மரியம் கைநகரியைச் சேர்ந்தவள். மரியத்தின் சகோதரரான போத்தன் ஒரு நாள் ஆற்றுக்கடவிற்கு வந்தார். போத்தனுக்கு ஆலப்புழையில் கயிறு அலுவலகம் உண்டு.

சகோதரி எலும்புக்கூடாகக் காட்சியளிக்கிறாள். பட்டினியால்தான். ஒரே பார்வையில் அதைப் புரிந்துகொள்ள முடியும்.

சென்ற ஆண்டில் போத்தன் வந்தபொழுது பானை நிறையச் சோறு இருந்தது. மீன் குழம்பும் இருந்தது. அவர் சென்ற பின்னர் சமைத்தவை

அல்ல. அப்போது நிலைமை அவ்வாறு இருந்தது.

இப்போது சகோதரன் வந்தபோது சகோதரிக்குப் பதட்டம். மதிய நேரத்தில்தான் வந்திருக்கிறார்.

குழந்தைகளின் தந்தை எதிர்பாராத விதமாகக் கிழக்கே சென்றிருக்கிறார்.

கொஞ்சம் பழங்கஞ்சியிருந்ததைக் காலையில் எல்லோருமாகச் சேர்ந்து குடித்தனர். வளாகத்தின் தென்புறத்தில் ஒரு காய்ச்சில் வள்ளிக் கிழங்கு இருந்ததைத் தோண்டியெடுத்து வைத்திருக்கிறாள். அதை வேக வைத்துப் பச்சைப் புளிச்சட்டினியுடன் மதியத்தைத் தள்ளி விடலாமென்று இருந்திருக்கிறாள்.

இரவு உணவிற்கு அரிசியில்லை. இந்த நிலைமையிலேதான் சகோதரர் வந்திருக்கிறார்.

மரியம் என்ன பண்ணுவாள்?

அவள் சகோதரரிடம் அனைத்தையும் மறைக்காமல் கூறி விட்டாள். அவர் ஐந்து பறை நெல் வாங்க அப்போதே பணம் கொடுத்தார். ஒரு புதிய வருமானத்துக்கும் வழி சொன்னார்.

கயிறு திரிப்பது.

எவ்வளவு கயிறு திரித்துக் கொடுத்தாலும் அவரே எடுத்துக் கொள்வார். பக்கத்து வீட்டு பெண்களை வைத்துக் கொண்டும் கயிறு திரிக்கலாம். ஒரு நான்கு காசு வீதம் விலை வைத்து அவரே எடுத்துக் கொள்வார். ஒரு முடிக்கு முப்பத்தைந்து இழை இருக்கணும். பக்கத்து வீட்டுப் பெண்களுக்கு முடிக்கு மூணு காசு வீதம் கொடுக்கணும். அப்படின்னா ஒரு முடிக்கு ஒரு காசு லாபம்.

கயிறு சேகரிக்க பத்து ரூபாய் வெள்ளிப்பணத்தையும் குஞ்ஞன்னன் மரியத்திடம் ஒப்படைத்தார். ஆற்றுக்கடவும் ஓரளவுக்கு நிம்மதியாயிற்று.

* ** *

மூண்டம் வயல் வரப்பு கூட்டத் தொடங்கினார்கள். புல்லாற்று கரியிலிருந்துதான் அதற்கு தேவையானதை வெட்டிக்கொண்டு வந்தார்கள். அதுவும் தோம்மாவின் ஒரு வியாபாரம்தான். அது ஒரு பெருத்த லாபம் உடைய வியாபாரமாகும்.

ஒரு வட்டம் கட்டி நான்கு மூலையிலும் கால்களை நட்டுவிட்டு, தோம்மா புல்லாற்று கைமளிடம் கேட்டார்.

“இதுலவுள்ள வண்டலுக்கு எவ்வளவு விலை?”

கைமள் சிறிதுநேரம் யோசித்துவிட்டு, "ஆயிரத்து நானூறு பணம்" என்றார்.

"ஐயையோ! அது ரொம்ப ஜாஸ்திங்க."

"அப்படீன்னா, நீ என்ன சொல்றே?"

"எழுநூறு பணமுங்க."

எண்ணூறு பணமென்று சமரசமாயிற்று.

புதர்களையும் செடிகளையும் வெட்டியெடுத்துப் படகிலே ஏற்றத் தொடங்கினார். அங்கே அடர்த்தியான காடுகள்தான் இருந்தன. முண்டம் வயலுக்கான தேவை முடிந்த பின்னரும் குப்பை மீதியாகும். முன்னர் இத்தனை படகு குப்பை என்கிற கணக்கிலே கைமள் விற்பனை செய்து கொண்டிருந்தார். அந்தக் கணக்கின்படியே மூன்றாயிரம் பணத்திற்கான குப்பை மீதியானதை தோம்மா விற்று விட்டார்.

துவக்க வியாபாரத்திலே எவ்வளவு லாபம்! கொள்ளை லாபம்தான்.

தோம்மா கண்கண்டவர். நெல்மற்றும் பணத்தைச் சம்பாதிக்கத் தெரியும். அவர் அதிருஷ்டசாலியும் கூட!

எவ்வளவு துரிதமாக புறவேலியைக் கட்டி முடித்திருக்கிறார்! இவ்வளவு பெரியதொரு வேலையை அந்த ஊரில் எவருமே இவ்வளவு விரைந்து திட்டமிட்டு ஒழுங்காகச் செய்து முடித்தது கிடையாது.

தாழ்வான வயல்தான். ஆனால் எவ்வளவு சீக்கிரத்தில் இயந்திரத்தின் உதவியால் தண்ணீர் வற்றிப் போகிறது! அந்த இயந்திரம் இத்தகையதாக இருந்தது.

குகை போன்ற ஓர் அடுப்பு. அதற்குள்ளே பெரிய விறகுக் கட்டைகள் வீசியெறியப் படுகின்றன. அதன் மீது பெரியதோர் இரும்பு அண்டாவில் தண்ணீர் அது கொதித்து ஆவியாகி விடுகிறது. அண்டாவுடன் இணைந்த பல்வேறு நுட்பங்களும் இருக்கின்றன. ஒரு பெரிய சக்கரம் சுழன்று கொண்டிருக்கும். அந்தச் சக்கரத்தை ஒரு யானையால் கூட அசைக்கமுடியாது. அவ்வளவு பெரிய அது. அதனையும், சற்றுத் தூரத்திலுள்ள ஓர் உருளியையும் சுற்றியிருக்கிற பட்டை ஒன்று ஓடிக் கொண்டிருக்கும். இதுதான் அந்த இயந்திரம்.

தண்ணீர் ஓர் அகலப் பெட்டி வழியாக வெளியே பாய்ந்து செல்கிறது. போட்ட விரலை அறுக்கும் பிரவாக சக்திதான் அதற்கு.

இந்த வியப்பளிக்கும் இயந்திரத்தை அசலூர்களிலிருந்து கூட ஜனங்கள் வந்து பார்த்தனர்.

அங்கே கண்டங்கரியிலே நின்று பார்த்தால்கூட அதிலிருந்து கிளம்புகிற புகையைக் காணமுடியும். ஒரு குழாய் வழியாகத்தான் அந்தப் புகை மேலே வெளிக் கிளம்புகிறது.

எரிகின்ற கட்டைகளிலிருந்து எழுகிற புகை வெளியே போக வேண்டாமா?

இயந்திரத்தை இயக்குகிறவன் கறுத்துத் தடித்துப் பருமனான ஒரு கடா மீசைக்காரன். அவன் உடுத்தியிருப்பது வேஷ்டி அல்ல. ஒரு காலுறை. அவனுக்கு உதவ வேறு ஐந்து நபர்களும் உள்ளனர்.

நிறைய கள் ஊற்றி வைத்திருக்கிற குடம் ஒன்றிலிருந்து அவன் இடையிடையே கள் குடித்துக் கொண்டிருக்கிறான். நெருப்பு அருகிலேயே அல்லவா, நிற்கிறான்? எனவே எப்போதும் கள் குடிக்க வேண்டும்.

குஞ்சுகுஞ்சுவுக்கு நல்ல வியாபாரம். அவன் கடையிலிருந்துதான் குடம் குடமாய் கள் சென்று கொண்டிருக்கிறது.

விறகினைக் கொண்டுவந்து குன்றெனக் குவித்திருக்கின்றனர். மணிமலையிலிருந்து படகுகள் வழியாக விறகு வந்துகொண்டேயிருந்தது. ஒரு நாளைக்கு அரைப்படகு விறகாவது தேவைப்படுகிறது. அந்த இயந்திரத்தின் உணவு!

அந்த இயந்திரம் எழுப்புகிற ஓசையை வெகு தூரத்திலிருந்தே கேட்கலாம். சில சமயங்களில் அது கூவுகிற ஓசையினை எழுப்புகிறது. அதை அங்கே புளிங்குன்றிலேயே கேட்க முடிகிறதென்று அங்கிருந்து வருகின்றவர்கள் சொல்கிறார்கள்.

இந்த இயந்திரவேலை அமுலாகிவிட்டால் அப்புறம் சக்கரம் போன்ற கருவிகள் தேவையற்றுப் போய்விடும். புஞ்சை விவசாயம் எளிதிலே நிறைவேற்றக் கூடியதாக இருக்கும்.

* ** *

ஒரு வாரத்திற்குள்ளேயே தண்ணீரை வெளியேற்றியாகிவிட்டது. இனி மூன்று நாட்களுக்குள்ளே ஊற்றுநீரையும் வெளியேற்றிவிடலாம்.

ஆறு பலகைச் சக்கிரத்தை அமைத்து ஒரு மாதகாலம் மிதித்தால் கூட தண்ணீர் வற்றாது. அத்தகைய பெரிய வயல். இந்த இயந்திரத்தாலேயே மட்டும் தோம்மாவுக்குப் பெரிய லாபம் கிடைத்து விடும். இன்னுமுண்டு - தண்ணீரை ஏற்றிக் கழுவிவிடுவது போன்ற வேலைகள். அவை நெல்லின் வளர்ச்சிக்கு மிகவும் நல்லவை. நினைக்கிறபோது எந்தக் கஷ்டமுமின்றி அதனை இயக்கிவிட முடியும். விவசாயம் செழிப்படைந்து விடும். இந்த வருடத்திலேயே தோம்மாவுக்குக் கொள்ளை லாபம் கிடைத்து விடும்.

28

தோம்மாவின் விவசாயவேலை ஆரம்பமான நேரம். இயந்திரம் பொருத்தப்படுவதற்கு முன்னர் வேறு எவருக்குமே புறவேலியமைக்க வேலையாட்கள் கிடைத்ததில்லை. படகோட்டிகளும் நிலத்திலே வேலை செய்கின்றவர்களும் முதன்முதலாய் அதிகாலையிலேயே முண்டம் வயலுக்குத் தான் செல்கிறார்கள்.

காரணமென்னவென்றால், கூலி விஷயத்திலே புதிதான ஒரு முறையை தோம்மா அமுல் படுத்தினார். ஒருநாள், கூலியாக நெல் கொடுக்கப் படுகிறதென்றால் மறுநாள் பணம் நல்கப்படுகிறது.

ஊரிலே கிடைக்காத பொருள் பணம்தான். நெல் எங்கும் கிடைக்கிறது. ஊரின் நிலைமை என்றுமே இவ்வாறாகத்தானே, இருந்து வருகிறது? வேலையாட்களாக அல்லாதவர்கள் கூடப் பணத்திற்காக முண்டம் வயலுக்குச் சென்றனர். வேலையாட்கள் வேலையாட்களாகத்தானே, இருக்கின்றார்கள் என்று கவலை அடைந்தனர். ஆயினும் அவர்களுக்கும் அன்றாடம் வேலை கிடைத்து விடுகிறது.

முண்டம் வயல்வேலை எவ்வளவோ சீக்கிரத்தில் முடிந்துவிடுகிறது. வேலை செய்ய நிறைய ஆட்கள் இருக்கின்றனர். வேலை செய்வதில் அவர்களுக்கு உற்சாகமும் உண்டு. சோம்பேறித்தனமாய் நின்றுவிட மாட்டார்கள். மொத்தமாகச் சொன்னால் அனைவருக்கும் சுறுசுறுப்புத் தான். முண்டம் வயலின் தரைப் பகுதி ஒன்றில் ஆறு கால்கள் கொண்ட கொட்டகை ஒன்று எழுந்தது. அதில் இன்னொரு வியாபாரமும் நடைபெற்றது. நான்கு காசு கொடுத்தால் சாப்பாடு கிடைத்துவிடும். உப்பையிலைக் கறியும் வயிறு நிறையச் சோறும் கிடைத்துவிடுகிறது. யாருமே பட்டினியாக வேலை செய்யக் கூடா தென்பது தோம்மாவின் நிர்ப்பந்தம். வேலைக்குச் சேர்ப்பது கூட மதியத்தில் சாப்பிட்டுக் கொள்வோமென்ற நிபந்தனையில்தான்.

ஒரு காசு கொடுத்தால் வெல்லக் காப்பி கிடைக்கும். பசியும் தாகமும் இல்லாவிட்டால் வேலையும் இரு மடங்காக நடைபெற்று விடும். தோம்மா கண்கண்டவர்தான்.

ஏனைய விவசாயிகள் திக்குமுக்காடினர்.

அவர்களிடம் பணமில்லை.

தோம்மாவின் வயலில் ஒருவன் ஒன்றரையாள் வேலை செய்கிறான்.

* ** *

தோம்மா முந்நூறு 'சக்கரம்' சீதனத்தைப் பெற்றுக் கொண்டுதான் மணம் புரிந்தார்.

அந்தப் பெண் சிவந்தவள் என்றாலும், அவள் நெஞ்சில் வரட்சிதான். கன்னங்கள் ஒட்டியிருந்தன. குழி விழுந்த கண்கள்! ஏன்? பட்டினியால்தான். பார்த்தாலே தெரிந்துவிடும்.

இன்றைய தினம் அந்த இஞ்சேலிப் பெண்ணினை ஒருமுறை பார்க்கவேண்டுமே! தடித்துக் கொழுத்தக் கன்னங்கள் துடித்து மார்பில் இரண்டு பெரும் தனங்களும் சிகையலங்காரமுமாகக் காட்சி தருகிறாள். சென்ற தடவை வந்திருந்தபோது கூட அவள் நன்றாகத்தான் இருந்திருக் கிறாள். இம்முறை அதை விடவும் நன்றாக இருக்கிறாள்.

மண்ணுக்கும் பெண்ணுக்கும் அதிருஷ்டம் வந்துவிட்டால் எது வரையிலுமாகலாம் என்றில்லை. அவள் அந்தப் பழைய குஞ்சேலிதான் என்று யாருமே சொல்லமாட்டார்கள். உண்மையிலேயே சந்தேகமுற்று அவள், வேறு யாரோதான் என்று ஜனங்கள் பேசிக்கொண்டனர். யார் குற்றமும் அல்ல. அப்படிச் சொல்லிவிடுவார்கள். அவள் அலங்கார மாய் உடுத்தியிருக்கிற துணி சீமையில் உற்பத்தி செய்ததாகும். இங்கே எங்குமே அது கிடைக்காது. ஆலப்புழையிலும் கிடைக்காது. அதன் பெயர் 'எழுநூற்று மூன்று' என்றாகும்.

துணிக்கு இப்படியுமா, ஒரு பெயர்?

சீமையிலிருந்து துரை கொண்டுவந்தது. அவள் அணிந்திருக்கிற சட்டை வெண்பட்டினாலானது.

புறவேலியமைக்கத் தொடங்கியபோதே குஞ்சேலி வட்டத்தரைக்கு வந்துவிட்டாள். அலுவல்கள் அனைத்தையும் அவள்தான் நிர்வகித்து வருகிறாள். மாலைப்பொழுதில் படகோட்டிகளும் தரை வேலையாட் களும் கூலிவாங்கிச் செல்ல வட்டத் தரையின் மேற்பகுதிக்கு வந்து விடுவார்கள். குஞ்சேலி கூடவே நின்றவாறு விவசாயி போத்தனைக் கொண்டு நெல் அளந்துகொடுக்க வைப்பாள். நெல் அளவில் சற்றுக் கூடுதலாகிவிட்டதென அவளுக்குத் தோன்றினாலே அதைக் கொட்டி மறுபடியும் சரியாக அளந்து கொடுக்க வைப்பாள். அப்போது அவளிடம் ஒரு முனகல் வந்துவிடும்.

'ஹ்ற ஊம்...!'

கூலி பணமாகக் கொடுக்கிற நாளில் அவளே போட்டுக் கொடுப்பாள். சல்லிக்காசு வரையிலும் சில்லரையாக மாற்றி வைத்திருப்பாள்.

காண்வேண்டிய காட்சிதான் அது. மங்கையின் செயலாற்றும் திறமையை! இவற்றை எல்லாம் அவள் எங்கிருந்து கற்றுக் கொண்டாளோ? இந்தத் துணிச்சலை எங்கிருந்து பெற்றிருப்பாளோ?

பேஞ்சாலி குஞ்சேலியல்லவளென்று யாரேனும் சொன்னால் அது அவர்கள் குறை அல்ல. தோம்மா வேறு ஏதோ ஒருத்தியை குஞ்சேலி

யென்று சொல்லி எங்கிருந்தோ அழைத்து வந்திருக்கிறார். குஞ்சேலி இறந்து போனாள்.

இவ்வாறெல்லாம் சந்தேகிப்பவர்களும் உண்டு.

பருத்திக்காட்டு மரியம் மற்றும் கோலில் திரேசா போன்றோரெல்லாம் குஞ்சேலியைப் பார்க்க வந்தனர்.

குஞ்சேலிக்கு நின்றுபேச நேரமில்லை. ஆயினும் குழந்தைகள் எத்தனை என்றெல்லாம் குசலம் விசாரித்தாள். அது சரிதான். ஆயினும் குஞ்சேலி நடந்துகொண்ட முறை சரியல்லவென்று தோன்றியது.

"காலம் வரும்போது இப்படித்தான் நடந்து கொள்வார்கள்." மரியம் சொன்னாள்.

திரேசா சொன்னது இன்னொன்று: "என்ன இருந்தாலும் நமக்குத் தெரிந்த குஞ்சேலிதானே? இத்தனை பெருமையை ஏன், காட்டிக் கொள்ளணும்?"

அப்போது ஆற்றுத் துறை மரியம் விசாரித்தாள்: "அது குஞ்சேலியே அல்லன்னு சிலவங்க பேசிக்கிறாங்களே, திரேசா?"

"அவ நம்பளைத் தெரிஞ்சிட்டாள்ல்ல? அப்போது அது குஞ்சேலியே தான். அவ ஒண்ணும் செத்துப்போகலே. இவ இன்னொருத்தியுமல்ல!

* ** *

தோம்மா பெயருக்கு மட்டுமாம்!

கிழக்கிருந்து வரும் காற்று கதைகள் பல சொல்லும். அந்தக் கதைகளின் துண்டு-துணுக்குகள் ஊரிலேயே தங்கிவிடும்.

குஞ்சேலி நான்கு முறை கருத்தரித்துப் பெற்றிருக்கிறாள். மூன்று குழந்தைகள் உயிரோடு உள்ளனர். இரண்டு ஆண்குழந்தைகள்; ஒரு பெண்குழந்தை. இறுதியாக ஈன்றெடுத்தது ஒரு பெண்குழந்தையைத் தானாம். அது செத்துவிட்டது. சாப்பிள்ளையாக இருக்கவில்லையாம்!

அந்தப் பெண் குழந்தையின் தலைமுடி செப்புநிறமாக இருந்தாம்! அது பிறவியிலேயே மிகவும் சிவப்பாக இருந்ததாம். ஊரிலுள்ள பெண்கள் இத்தகைய குழந்தைகளைப் பெறுவதுண்டா? இரவிலே தானாம் பிரசவம். அக்கம் பக்கத்தில் வீடுகள் கிடையாது. மானோ மனிதர்களோ இல்லை. குழந்தை இறந்துவிட்டது. அது குழி தோண்டிப் புதைக்கப்பட்டது. சுற்றுவட்டாரத்தில் மாதா கோவிலோ செமிட்டிரியோ இல்லை. இது கதைதான். காட்டில் இப்படியெல்லாம் நடைபெறுவதுமுண்டு.

* ** *

மார்கழி மாதத்தின் கிறிஸ்துமஸ் திருநாளன்று ஊரிலுள்ள கிருஸ்தவர்களுக்கெல்லாமாக ஒரு மேசை ஏற்படுத்தப்பட்டிருந்தது.

ஆற்றுகாவியிலுள்ள அனைத்து கிறிஸ்தவர்களும் அழைக்கப் பட்டிருந்தனர்.

பருத்திக் காட்டு ஒளத மாப்பிள மட்டும் அந்த விருந்துக்குச் செல்ல வில்லை.

மேசையை முடித்துவிட்டு அந்தோணி, வர்க்கி, படகோட்டியான உதுப்பு மற்றும் இஞ்சிக்கல் செரியான் ஆகியோர் வீடு திரும்பிக் கொண்டிருந்தனர்.

அங்கே தொலைவில் ஓர் ஓசை எழும்புகிறது. எவரையோ பற்றி எதை எதையோ சொல்லியவாறு வருகிறார் ஒளத மாப்பிள. குஞ்சுகுஞ்சு நன்றாகப் பண்டிகை விருந்தளித்திருக்கிறான். கள்ளுக் கடையில் நிரந்தர வாடிக்கைக்காரர் அல்லவா, ஒளத மாப்பிள?

இந்த வயதில் கூட எவ்வளவு குடித்துவிட்டாலும் அவருக்குக் கால் தடுமாற்றம் ஏற்பட்டு விடாது. நாக்கு மட்டும்தான் கட்டுப்பாட்டுக்குள்ளே நிற்காது. எந்நாளும் அது அப்படியேதான். ஆனால் அந்த நாக்கு குழைவது மட்டுமில்லை.

வர்க்கி பாதையிலிருந்து நழுவி ஒளிந்துகொண்டான்.

ஒளத மாப்பிள வினவினார்:

“என்னடேய், எல்லாருமாச் சேர்ந்து தொடைச்சு நக்கிக்கிட்டு வாறீங்களா, டேய்? வெட்கம் கெட்ட தெல்லவாரிப் பசங்க!”

எல்லோருடைய உள்ளுக்குள்ளேயும் கொஞ்சநஞ்சம் வீரியமுண்டு. கள்ளு அல்ல; சாராயமும் அல்ல. அந்த ஊரில் இன்றுவரையிலும் யாரும் ருசித்துப் பார்த்திராத ஒரு போதைப் பானம். அதற்கு நல்ல மணமும் அதற்கேற்ற ருசியுமுண்டு. எல்லோருக்கும் வேண்டிய அளவு ஊற்றிக் கொடுத்தவள் குஞ்சேலியேதான்.

துரைமார்கள் பானம் செய்யும் பொருள் அது. சீமைநாட்டுக் கள்ளு. இஞ்சிக்கல் செரியானுக்கு ஒரு ஆனந்தமே வந்துவிட்டது.

“ஒளதண்ணா, அங்கே ஒரு பொருள் இருந்ததே, அது எப்படி யிருந்ததென்கிறீங்க. துரைமாருங்க குடிக்கிற பொருளுங்க.”

‘த்த்தூ! போடா! நான் குடிச்சப்பறம் தாண்டா, நீங்கல்லாம் அதன் ருசியென்னன்னு தெரிஞ்சிருக்கீங்க. தங்கமான என்னோட எஜமானன் எனக்குப் போதும்போதும்கிற வரைக்கும் ஊற்றித் தந்திருக்கிறாரடா! டேய், நீ துரையைப் பார்த்திருக்கியாடா? அந்தத் தேமை புடிச்சவங்களை எல்லாம் பார்த்தவன் தாண்டா, நான்!”

உதுப்புக்குச் சிறப்புச் செய்தி ஒன்று சொல்ல இருந்தது:

"அடடா, கோழி வறுவல் என்ன? வாத்துப் பொரியல் என்ன! அப்பறம் பஞ்சுபோல ஒரு ஆப்பம் இறைச்சிக்குத் தொட்டுக்கறதுக்குத்தான். எப்படி யிருந்ததுன்னு தெரியுமா?"

ஔத மாப்பிளயை ஆசைகொள்ளச் செய்து விடுமென்று அவர்கள் கருதினர். ஆனால் ஔத மாப்பிள சொன்னது இப்படித்தான்:

"டெடேய், அவ துரையின் வைப்பாட்டியல்லவா? தோம்மாவுக்கு இதில் என்ன காரியம்? அந்த விளையாட்டைத்தானேடா, பார்க் கிறோம்? அவளுக்கு துரை சாப்பிடுற சாப்பாட்டைச் சமைக்கத் தெரியும். கிழக்குமலையிலே குடியிருக்கிற துரைக்குப் பொண்ணு வேணாமாடா?"

ஔத மாப்பிள ஒரு முறை அட்டகாசமாகச் சிரித்தார். பின்னரும் எதை எதையோ பேசியவாறுதான் நடந்து சென்றார்.

* ** *

வர்க்கியும் அந்தோணியும் தனிமையிலானபோது அந்தோணி கதறியழுதான்.

வர்க்கி கண்ணீரைத் துடைத்தான். வர்க்கியின் கண்ணீரை அந்தோணியும் துடைத்தான்.

எப்படி அழாமலிருக்க முடியும்? ஊரானப்பட்ட ஊர்கள் அனைத்திலுள்ள நிலங்களில் விவசாயம் நடைபெறுகிறது. 'ஞாற்றுவா நானூறு' மட்டும் தெற்குக் கரிசல் நிலம் போன்று குதிரையடி வனமாகக் கிடக்கிறது.

வர்க்கி தன்னிடம் பேசுவதுபோல் பேசினான்:

"அப்பன் தான் இவ்வளவெல்லாம் சம்பாதிச்சுத் தரவும் செஞ் சிருக்கார். ஆனா, அதை எல்லாம் நாசம் பண்ணினப்பறம்தான் செத்துப் போவார்னும் தோணுது."

அந்தோணியும் அவ்வாறே பேசினான்:

"இந்த ஊரிலுள்ள கிருஸ்தவனுங்கள்லாம் முன்னேறி வந்ததுக்குக் காரணகர்த்தர் யார்னு நினைக்கிறீங்க? இருந்தும் ஏமாந்தவங்க நாம் தான்!"

"எல்லாருமே இப்போ எதிரீங்கதான். நாக்கு வாய்க்குள்ளே சும்மா கிடந்தாத்தானே? வேண்டாத சொல் தானே வாயிலிருந்து விழுது."

வர்க்கியும் அந்தோணியும் சில நாட்களாய் ஒரு திட்டத்தைத் தீட்டி வருகிறார்கள். சிந்தனை இப்போது அவர்களுக்கு அது ஒன்றுதான்.

விவசாயம் இவ்வளவு செழிப்புற்றிருக்கிற ஒரு காலம் அண்மையிலே என்றும் ஏற்பட்டதில்லை. எந்த ஒரு நெல் காலுக்கும் கெடுதல் நேர்ந்திருக்கவில்லை. ஒரு காலிலிருந்து பத்தும் பதினைந்தும் கிளைகள் தாம் முளைத்து வளர்ந்திருக்கின்றன. எந்தக் கெடுதலுமில்லை.

தேவையானபோது மழை; தேவையானபோது வெயில் - என்றிவ்வாறிருக்கிறது காலநிலை.

எனவே விவசாயம் செழிப்படையத்தான் செய்யும்.

செழிப்பானவர்கள் விவசாயத்திற்காகப் புஞ்சை நிலத்தில் கால் வைத்ததால்தான் அந்த நெருப்பு பற்றிப் படர்ந்து எரியாமற் போயிற்று. அந்த நெருப்பு யார் என்கிறீர்கள்? தோம்மாதான்! பீலி அதை ஊரெங்கும் சொல்லி நடந்தான். ரகசியமாகச் சொல்லுவார்: 'தோம்மாவின் ஜாதகம் எழுதப்பட்டாகிவிட்டது. அதிலே இந்த விசயங்கள் அனைத்தும் குறிப்பிடப்பட்டிருக்கின்றனவாம்!'

இருவர் மட்டும் நெடுமூச்சு விடுகின்றனர். வர்க்கி மற்றும் அந்தோணி! ஒரே மாதிரியான நெடுமூச்சு. அந்த நெடுமூச்சில் அவர் களின் தீர்மானமாய் உருவானது இங்ஙனமிருந்தது:-

அடுத்த அறுவடையின்போது நெல்லைக் காயவைப்பதற்காகக் களத்திற்குச் செல்வது. நானூறு பறை நிலத்தின் சொந்தக்காரர்கள் களங்களில் காயவைக்கச் செல்கின்றனர் என்று ஜனங்கள் கேலி செய்வார்கள். செய்யட்டுமே. எதையாவது பிடித்து மேலே ஏறிவர வேண்டாமா?

பெண்களை அறுவடைக்கு அனுப்பிவிடுவோம். பையன்களை வேறு வேலைகளுக்கு அனுப்பிவைக்கலாம். மொத்தமாகப் பார்த்தால் அடுத்த விவசாயத்திற்கான முதலீட்டில் ஒரு பகுதியாயிற்று. அதனால் நானூறு பறை நிலத்தில் விவசாயம் பண்ணமுடியுமா? போதாததைச் சம்பாதிக்க அவர்கள் மனத்தில் ஓர் உத்தி பிறந்தது.

...'தோம்மா அண்ணனைச் சென்று பார்ப்பது; குஞ்சேலிக்குப் பிரியமுண்டாக்குவது - அப்புறம் முறையீடு செய்வது; விவசாயத்திற்குப் போதாததை கடனாகப் பெற்றுக்கொள்வது; அறுவடையின்போது தோம்மா அண்ணனின் கணக்குப்படி நெல்லை அளந்து கொடுத்துக் கடனைத் தீர்ப்பது... வெற்றிபெற்றோம்! ஆனால் தோம்மா அண்ணனும் குஞ்சேலியக்காவும் கடன் கொடுப்பார்களா?

...'இப்போது வட்டத் தரையிலே நெல்லும் பணமும் குன்றெனக் குவிந்து கிடக்கின்றனவே! அவர்கள் கடைக்கண் வைத்தால் அடுத்த ஆண்டிலேயே ஞாற்றுவாய் நானூறிலும் விவசாயம் பண்ணலாம்.

விளைச்சல் சிறப்பாக இருக்கும். இவ்வாறாகத் தப்பித்துக் கொள்வோம். அனைத்து முன்னேற்றத்திற்கும் காரணகர்த்தரான ஔத மாப்பிளையை யாவது அவர்களால் நினைத்துப் பார்க்காமலிருக்க முடியுமா?

...'தோம்மா அண்ணனைவிடவும் குஞ்சேலியக்காவுக்குப் பிரீதி செய்வது காரியசாத்தியத்திற்கு உதவும்!...

அந்தோணி தன்னையறியாமலேயே உரத்த குரலில் சொன்னான்:

"சரி! அக்காவுக்கா?"

"இப்போ அப்படிச் சும்மா பேர் சொல்லிக் கூப்பிடுவது நல்லா யிருக்காது. நமக்குக் காரியமாக வேணாமோ?"

"அது சரிதான். நான் சில சமயங்களில் இப்படித்தான். எல்லா வற்றையும் மறந்திடுவேன். என்னோட நாக்கு இருக்கே-அது முட்டாள் தனமாப் பேசும்."

"பீலியண்ணனை இதுக்காவ ஒருமுறை அணுகிப் பார்த்தா...?' என்றான் அந்தோணி.

"அவராலே ஒண்ணும் நடக்காது. பணமும் நெல்லும் எல்லாம் தோம்மா அண்ணன்கிட்டேயும், அந்தப் பொம்பள கிட்டேயும் தானே?" என்றான் வர்க்கி.

அந்தோணி மனத்தில் இன்னோர் உத்தி உதயமாயிற்று.

"அங்கே நெல்லும் பணமும் குன்றாக் குவிஞ்சுகிடக்கு. பீலியண்ணன் நினைச்சா, தோம்மா அண்ணனுக்கும் அந்தப் பொம்பளைக்கும் தெரியாம அதிலேருந்து கொஞ்சமாவது எடுத்திட முடியும். அதை நமக்குத் தந்திடட்டும். பீலியண்ணனுக்கு ஒரு தொகையாகத் திருப்பிக் கொடுத்திடுவோம். அவருக்கு அது ஒரு சொத்தாகவுமிருக்கும்.

அந்தத் தந்திரம் பலிக்குமா என்பதில் வர்க்கிக்கு நம்பிக்கை ஏற்பட வில்லை.

"ஓ. அது நடக்காத காரியம்."

"எனக்கு இருக்கிற கவலை அதுவல்ல. நமக்கு உதவணும்னு குஞ்சேலி கிட்டே எப்படிச் சொல்றது? அதுதான்."

வர்க்கிக்கு இருந்துவருகிற கவலை அதுவல்ல. எவன் காலையாவது பிடித்து தோம்மாவை உதவ ஒப்புக்கொள்ள வைக்கணும். ஆனால் அது கூட குழப்பத்திற்குள்ளாகிவிடும். அதற்குக் காரணமானவர் ஔதவாகத்தான் இருக்கும். நாவுக்குக் கடிவாளமில்லாத அவர் வாய்க்கு வந்தபடியெல்லாம் சொல்லிவிடுவார். அது தோம்மாவின் காதுக்கு எட்டி

விடும். அல்லது உதவியளிக்க முன்வருகின்றவர்கள் காதுகளுக்குச் சென்றுவிடும்.

யாராகத்தான் இருக்கட்டுமே. அதை எல்லாம் அறிந்துவிட்டால் எவனாவது உதவ முன்வருவானா?

இந்த ஊரிலுள்ள கிருஸ்தவர்களெல்லாம் முன்னேறக் காரணமாயிருந்தவர், அந்தோணி சொல்வது போல், ஔதவேதான். ஆனால் என்ன பயன்? நாக்கினாலேயே அனைவருடைய வெறுப்பினையும் தேடிக் கொள்கிறார். ஒவ்வொரு நாளும் நான்கு முறையாவது வர்க்கியும் அந்தோணியும் இந்த வாசகங்களைச் சொல்வது வழக்கம். அவர்களுக்குப் பேச இந்த விசயம் மட்டும்தான் உண்டு. அவர்கள் நின்ற இடத்திலேயே நின்றுகொண்டிருக்கின்றனர்.

அடுத்ததாக நடத்தவேண்டிய ஞாற்றுவா நானூறு விவசாயம் எப்படி நடக்கும்.

தோம்மாவின் விவசாயத்தைப் பார்க்க வெள்ளைக்காரத் துரை வருகிறார்.

அப்படியானால் இந்த விவசாயம் துரையுடையது தானா? துரையின் விவசாயமல்ல. ஆனால் துரைக்கும் தோம்மாவுக்குமிடையே மிக நெருக்கமான உறவு இருந்துவருகிறது. எனவேதான் வருகிறது. இது பற்றி ஊரிலே இருவிதமான கருத்துக்கள் நிலவுகின்றன.

ஒரு நண்பன் இன்னொரு நண்பனுடைய விவசாயத்தைப் பார்க்க மாலைப் நேரங்களில் வரப்பு வழியாக வருவதுபோன்றுதான் என்றே வைத்துக்கொள்வோம். ஆனால் நெல் விவசாயம் குறித்து துரைக்கு என்ன தெரியும்?

அப்படியானால் குட்டநாடு பார்க்க வருகிறார் என்று இருக்கட்டுமே. என்னவாக இருந்தாலும் துரை வருகிறார்.

* ** *

இயந்திரத்தை இணைத்திருக்கிற படகில்தான் துரை வருகிறார். கோட்டயத்திலிருந்துதான் அது கிளம்பியிருக்கிறது. அதற்கு மேற்கூரையுண்டு. தண்ணீரை இறைக்கச் செய்கிற இயந்திரம் போன்று விறகினை எரித்து இயக்கும் இயந்திரம் அல்ல, படகுடன் இணைக்கப் பட்டிருப்பது. அதற்கு வண்ணம் தீட்டப்பட்டிருக்கிறது.

துரை மற்றும் படகினைக் காண ஜனங்கள் கூட்டமாய் வந்து குழுமினர்.

சீரட்ட கிட்டுண்ணிக் கைமள் ஏழுகட்டு வீட்டின் முன் கூடத்திற்குச் சென்று மாதுப்பிள்ளையிடம் சொன்னார்:

"நான் இப்போதான் முதன்முதலாக ஒரு வெள்ளைக்காரத் துரையைப் பார்க்கிறேன். அவங்களுக்கு வாலிருக்கும்னு எண்ணி யிருந்தேன்."

"அவங்க புத்திசாலிகளாகும். பெரிய புத்திபடைச்சவங்க. முண்டம் வயலிலே வச்சிருக்கிற இயந்திரத்தை அவங்க வச்சுக்கொடுத்ததுதானே?"

"என்னவானாலும் பரவாயில்லே - அவங்களைப் பார்த்தே நின்னுடுவோம். யானையைப் பார்த்து நிற்பது போன்று."

உலக விவகாரங்கள்குறித்துக் கூடுதலாயறிந்தவர்தான் மாதுப் பிள்ளை.

"நம்ப தங்கத் தம்பிரான் இந்த நாட்டை எப்படி ஆள்றாருன்னு நினைக்கிறே?" என்றார்.

கிட்டுண்ணிக் கைமள் என்ன சொல்வதென்றறியாமல் வாய் திறந்து நின்றுவிட்டார்.

"அப்படீன்னாப் புரிஞ்சுக்கோ, வெள்ளைத் துரைமார்களுக்குக் கப்பம் கொடுத்துறதுதான்!"

மாதுப்பிள்ளை தொடர்ந்து கூறினார்:

"இங்கே தீண்டாமை, ஜாதிபேங்கள், வர்ணாசிரம தருமங்கள், ஆச்சாரங்கள் எல்லாம் நிலைபெற்று வருவது அவங்களால்தானே? பழைய தருமங்களிலே கிஞ்சிற்றும் வித்தியாசம் செய்யமாட்டாங்க."

இப்போது ஊரிலே துரைமார்களின் மொழியைக் கற்றவர்கள் இருக்கிறார்கள். அவர்கள் எல்லோரும் திருவனந்தபுரத்தில் குடியிருந்து வருகிறார்கள். நீதிபதிகள் உண்டு. வக்கீல்கள் உண்டு.

"இன்னும் அவங்க பாஷைய கற்றுக்கிட்டாத்தான் ஸ்ரீ பத்மநாபனோட உத்தியோகம் கிடைக்கும்."

(ஸ்ரீபத்மநாபனுடைய உத்தியோகமென்றால் அந்தக் காலத்தில் அரசாங்க உத்தியோகமென்று பொருள். ராஜா உள்ளிட்ட அனைத்து உத்தியோகஸ்தர்களும் பத்மநாபதாசர்கள் ஆவார்கள். மொ-ர்.)

* ** *

முண்டம் வயல் விவசாயம் பார்க்க வட்டத்தரை துரை கிளம்பிப் படகில் ஏறியபோது கூடவே தோம்மாவும் ஏறிக்கொண்டார்.

"குஞ்சேலீ, நீயும் வந்திடு!" என்றார் துரை.

அவள் சற்றே தயங்கினாள். அப்போது துரை சொன்னார்:

"ஓ... இந்தச் சட்டையும் வேட்டியுமே போதும்!"

குஞ்சேலி ஒருமுறை சுற்றுமுற்றும் பார்த்தாள். பெரிய மக்கள் கூட்டம். குஞ்சேலிக்கு ஒரு சந்தேகம்.

துரையின் கட்டளைதான். நிறைவேற்றாமலிருக்க முடியாதென்கிற நிலைமைதான். தோம்மாவோ வாய் திறக்காமல் நிற்கிறார். அவருக்குச் சொல்ல ஒன்றுமில்லை.

"ஊம்! வந்திடு!" துரை வலியுறுத்துகிறார்.

குஞ்சேலி படகில் ஏறிக்கொண்டாள். உடைகூட மாற்றவில்லை. துரை அவளைப் பிடித்து அருகில் அமரச் செய்தார்.

படகு முண்டம் வயலை அடைந்தபோது சூரியன் பரந்துகிடக்கிற வயலில் தழைத்து வளர்ந்து ஆலோலமாடி நிற்கிற நெற்பரப்பிலே தாழ்ந்து விடுகிறான். மேற்கத்திய காற்று தங்கத் தூசு படிந்திருக்கின்ற நெற்செடிகளை ஆட்டி அசைத்துக் கொண்டிருக்கிறது. ஒரு மெல்லிசை இயற்கையின் முனகல்பாட்டு போல் கேட்கமுடிகிறது.

அந்தக் காட்சியைக் கண்ட துரை மிகுந்த குதூகலமடைந்தார்.

அத்தகையதொரு காட்சியை துரை பார்த்ததேயில்லை. கிழக்கே சந்திரன் தோன்றுகிறான்!

புறவேலியோரத்தில் யாருமில்லை. அதிருஷ்டம்தான். இயந்திரம் இணைக்கப்பட்டிருக்கிற அறைக்குள்ளே நுழைந்தார் தோம்மா. இயந்திரத்திற்கு என்னவோ கோளாறு.

"என்ன துரையே, வேலையாகவில்லையா?" இயந்திரத்தைப் பழுது பார்க்கிற சட்டக்காரரிடம் விசாரித்தார் தோம்மா.

துரையும் குஞ்சேலியும் வெளியே தனியாக நிற்கின்றனர்.

* ** *

"பரவாயில்லியே..." துரை புறவேலியோரத்தை நோக்கிச் சமிக்ஞை செய்தார்: "நட, குஞ்சேலீ!" அவள் துரையோடு சேர்ந்து நடந்தாள்.

துரைமார்களும் துரைசாணிமார்களும் அப்படித்தான். அவர்கள் தோளோடு தோள் சேர்ந்து நடப்பார்கள். பெரிய வெள்ள நாடி துரையும், சின்ன வெள்ளநாடி துரையின் துரைசாணியும் கை கோர்த்துப் பிடித்தவாறு நடப்பார்கள். அவர்களுக்குள்ளேதான் பேச்சுவார்த்தை. அது போலவேதான், குட்டிக்கானத்துத் தேயிலைத் தோட்டத்தின் துரை வரும்போது, தமது துரைசாணியல்லாத இன்னொரு துரைசாணியைத்தான் உலாவக் கிளம்பும் போது அழைத்துச் செல்வார். கணவர் துரை பார்த்து நிற்கும் போதே இன்னொரு துரையின் மனைவியை முத்தமிடுவார். அவர்களுடைய பழக்கவழக்கங்கள் அத்தகையவை.

இந்த விசயங்களைப் பற்றியெல்லாம் குஞ்சேலி ஊரிலுள்ள ஒவ்வொருவரிடமும் எத்தனையோ தடவை சொல்லியிருக்கிறாள். கேட்பவர்களுக்கெல்லாம் அது ஒரு புதுமையாக இருந்தது. துரைமார்களுடைய பழக்கவழக்கங்களின் கதைகளைக் கேட்க இன்பம்தான்.

பாம்பினைத் தின்கிற ஊருக்குச் சென்றால் பாம்பின் நடுக் கண்டத்தைத் தின்னவேண்டும். துரைமார்களுடன் நெருங்கிப் பழகும் போது அவர்களுடைய பழக்க வழக்கங்களுக்கேற்ற முறையில் நடந்து கொள்ளவேண்டும். குஞ்சேலி அதைப் பற்றியும் பலரிடத்திலும் சொல்லியிருக்கிறாள்.

குஞ்சேலி ஒரு துரைசாணியாகிவிட்டாள். அவர்கள் வயலின் வடக்குப்புற வேலியோரத்திற்கு வந்துவிட்டனர். அங்கே அகலமான புல் தரையுண்டு. இருவரும் தோளோடு தோள் சேர்ந்து உலாவலாம்.

தெளிவான சந்திரன். இன்னொரு பக்கத்தில் பம்பையாற்றின் சிற்றலைகள் கலகல அரவத்தினால் புறவேலியைக் கிளுகிளுக்கச் செய்கின்றன. நெல் இலைகள் வெளியிலைகளாக மாறின. துரையின் ஒரு கரம் குஞ்சேலியின் இடுப்பினைச் சுற்றிக்கொண்டது. அவளது வலது கரத்தைப் பிடித்துக் கைப்பத்தியில் முத்தமிட்டார். குஞ்சேலியின் இடதுகரம் துரையின் இடுப்பினைச் சுற்றிக் கொண்டது.

துரையின் உணர்ச்சி இவ்வாறு வெளிவந்தது:- "பரவால்லே. நல்லாயிருக்கு குஞ்சேலி!"

புறவேலியில் ஆற்றுவஞ்சி மரம் வளர்ந்து நிற்கிறது.

அழுத்தமான ஒரு முத்தத்திலேயே துரையும் குஞ்சேலியும் ஒன்று சேர்ந்தனர். இருவரும் ஒன்றாகிவிட்டனர். பிரித்துக்கொள்ள குஞ்சேலி விரும்புகிறாள். ஆனால் அவள் கரங்கள் அவளே நினைத்துக் கொண்டால் கூட அசைவதில்லை. அங்கே இயந்திர அறைக்குள்ளே தோம்மா அமர்ந்திருக்கிறார். அவர் இயந்திரத்தைப் பழுது பார்ப்பதில் கவனமாயிருக்கிறார்.

"போவோமே...!" அவள் தரையைச் சுட்டிக் காட்டியவாறு துரையிடம் கூறினாள்.

துரை மறுக்கும் முறையில் தலையசைத்தார்.

"தோம்மா... தோம்மா... அப்பறம் யாராச்சும் பார்த்திடுவாங்க."

'பரவாயில்லை' என்கிற முறையில் துரை சமிக்ஞை செய்தார்.

"ஊர் ஜனங்கள்... ஊர்ஜனங்கள்..." குஞ்சேலி குரலெழுப்பினாள். துரையால் அதைப் புரிந்துகொள்ள முடியவில்லை. துரையை எப்படிப் புரியவைப்பதென்று அவளுக்கும் தெரியவில்லை.

அவர்கள் நடந்துகொண்டிருக்கிறார்கள்.

கிழக்கே புறவேலியருகில் ஒரு புதர் உண்டு.

துரை அதைச் சுட்டிக் காட்டினார். அவர் சமிக்ஞை செய்தவாறு கூறினார்:

"நீ அங்கே வந்து மூணுமாசமாச்சு. த்ரீ மந்த்ஸ்!"

ஆம்; அது உண்மைதான். குஞ்சேலி அவரிடம் சென்று மூன்று மாதமாயிற்று.

* ** *

சந்திரன் பனைமர உயரத்திற்கு வந்துவிட்டான். இயந்திரத்தைப் பழுதுபார்த்து முடியவில்லை.

தோம்மா சட்டக்காரர் கறுத்த துரைக்கு உதவி புரிகிறார்.

"நீ..." துரை நெஞ்சில் கைவைத்தவாறு கூறினார்: "என்னோட...." குஞ்சேலி தலையாட்டினாள். "துரைசாணி!"

துரை ஒருமுறை அழகாய்ச் சிரித்தார்.

29

கோலில் மத்தாயி நெஞ்சில் அடித்துக் கொண்டார். பதினெட்டு முழமுடைய ஊன்றுகோலை ஊன்றியவாறு வடக்கனாற்றின் பிரவாகத்திற்கெதிராக உயிரைப் பணயம் வைத்துப் படகினை ஓட்டியுண்டாக்கிய பணம் தண்ணீரில் ஆழ்ந்துவிட்டது. கோந்நோத்துப் பெரியவர் சில்லரை நிலங்களை எழுதித் தருவதாகச் சொன்னபோது அதை மறுத்திருக்கக் கூடாது!

நனைக்கிற போது நெஞ்சில் நெருப்பு எரிகிறது. கையைச் சுருட்டி யாராவது நெஞ்சிலே பலமாக இடித்திருக்கலாம். 'ஐயகோ!' என்று உரக்க அழுதவாறு நெஞ்சில் இடித்துக் கொண்டால் சிறிது ஆறுதல் கிடைக்கிறது. தினசரி பத்து தடவையாவது மத்தாயி நெஞ்சில் இடித்துக் கொள்வார். யாரும் காணாமல்தான்.

சொத்தை இழந்துவிட்டார். அது கவலை தருகிற விசயம் தான். ஆனால் பீலி யாராலும் தடுக்க முடியாதவாறல்லவா முன்னேறி விட்டார். அதுதான் கூடுதலான கவலை தருகிறது. அப்போது மனத்துயரம் பெருகி விடுகிறது. நெஞ்சில் அடிக்க ஓங்கிய கரத்தைப் பிடித்துக் கொண்டு மனைவி குஞ்சாண்டம்மா வினவினாள்:

'வடக்கனாற்றின் எதிர்ப் பிரவாகத்திலே ஊன்றிச் செல்லும் போது, நெல் ஏற்றப்பட்ட படகு மூழ்கிவிட்டால் என்ன செஞ்சிருப்பீங்க?"

"இது கையிலே வந்த பணமடீ! கையிலே வந்தது கீழே விழுந்து சிதறிப் போய்விட்டதடீ! சிதறிப் போய் விட்டதே!"

இந்தப் பெரும் கவலைக்குக் காரணமென்ன?"

கோந்நோத்துப் பெரிய பிள்ளையை உரிமை ஏதுமில்லாதவராக்க வேண்டுமென்கிற நோக்கோடு இட்டிராமன்பிள்ளை வழக்கைத் தொடுத்தார். அவர் காரியகர்த்தராக இருந்துவிட்டுப் போகட்டும். ஆனால் நிலம் போன்றவற்றை விற்கக் கூடாது. மேல் குத்தகையாக வாங்கக் கூடாது. கடன் வாங்கக் கூடாது. இவற்றிற்கெல்லாமாகத் தான் வழக்கு. தடையுத்திரவுமிருந்து வருகிறது. உரிமையற்ற காரியகர்த்தராக நீதிமன்றம் தீர்ப்புக் கூறும் வரையிலும் தேவஸ்தானம் ஸ்தானியாக தேவஸ்தானத்தின் காரியங்களை நடத்திச் செல்லவும் கூடாது. அதற்குத் திறமையில்லை என்று பொருள்.

கோந்நோத்துப் பெரிய பிள்ளை கணபதி ஐயருக்குப் பெரிய தொகை ஒன்றைக் கொடுக்கவேண்டியவராக இருக்கிறார். அது கடன் பத்திரமுறைப்படிதான். தஸ்தாவேஜி இருந்துவருகிறதென்று பொருள் தான். விவகாரத்திற்குச் சொல்லலாம். ஆனால் தர்க்கமிருக்கத் தான் செய்யும். குடும்பத் தேவையோ பிரதிபலனோ இல்லை என்று குடும்பத்தினர் வாதாடலாம். உரிமைகள் இல்லாத காரியகர்த்தர் என்கிற குற்றச்சாட்டுடைய ஒருவர் செய்த அத்தகைய செயல்களுக்குப் பூரண மான அங்கீகாரமில்லை.

ஏழுகட்டு வீட்டின் முன்கூடத்தில் சீரட்டக்கைமள், கோடாந்திரக் குறுப்பு, மங்கலச்சேரி மாதுப்பிள்ளை மற்றும் புல்லாற்றுக் கோந்திக் கைமள் ஆகியோர் வழக்கம் போல் கூட்டமாய்க் கூடியிருக்கின்றனர். புல்லாற்றுக் குடும்பத்தலைவன் கோந்திக் குறுப்புத்தான்.

மங்கலச்சேரி ரவிப்பிள்ளை இறந்து நான்கு ஆண்டுகளாகிவிட்டன. இப்போது பொதுவான குடும்பத் தலைவன் மாதுப்பிள்ளைதான். முல்லப்பிள்ளை அதிகாரியும் அதிருஷ்டசாலிதான். விவசாயி குஞ்சன் நாயர் போன்று ஒருநாள் இரவு உணவை முடித்துக் கொண்டு தூங்கப் படுத்தார். மறுநாள் அவர் துயிலுணரவில்லை.

தேவஸ்தானம் கணக்குகள் அனைத்தும் ஏனோதானா வென்றிருக்கின்றன. வரவு-செலவுகளை ஒழுங்காக எழுதி வைக்க வில்லையாம். நெல் மற்றும் பணம் வருகிறது. செலவாகிறது. யாருக்கும் தெரியாது. எவ்வளவு வந்தது? எவ்வளவு செலவாயிற்று என்று!

கடவுள் பெயரால் திருட்டுத்தனங்கள் பல நடைபெற்றிருக்கத்தான் செய்யும். அதிகாரியின் குடும்பம் எந்தக் குறைவுமின்றி ஓடிக் கொண்டிருக்கிறது. திருட்டுத்தனம் எவ்வளவென்று யாருக்குத்தான் தெரியும்?

ஸ்தானிகளும் பங்குபெற்றிருக்கக் கூடும். அவர்களும் தர வேண்டியிருக்கிறது. களத்திலிருந்தும் தேவஸ்தானத்திலிருந்தும் அவர்கள் வீடுகளுக்கும் நெல் சென்று கொண்டிருந்தது.

ஒரு காரியகர்த்தர் தேவை. அதற்குத் தகுதியுள்ளவர் யார்?

அந்தப் பெயர் எப்படி உயர்ந்து வருமெனத் தெரியாது.

உப்பந்தரை குஞ்சன்பிள்ளை!

அந்தப் பெயரை யார் முன்மொழிந்தார்?

தெரியாது. ஆனால் ஊரிலே வீசியடித்த காற்றில் அந்தப் பெயர் மிதந்து கொண்டிருந்தது. மங்கலச்சேரி மாதுப் பிள்ளையின் முகம் சற்றுச் சுருங்கியது.

"என்ன மாதுப்பிள்ளாய்?" என்றார் கோடாந்திரக் குறுப்பு.

"அது வேணுமா, ஆசான்?"

"என்று நான் சொல்லவில்லை. மங்கலச் சேரி எருமைக் கடாய்க்களைக் கூலியுழவுக்காக ஓட்டிக்கிட்டிருந்தவன் தேவஸ்தானம் காரிய கர்த்தராவதா?"

"அப்புறம் யார்தான் இருக்காங்க? பத்துபறைநெல் அல்லது பத்து சக்கரம் கையிலே வச்சுக்கிட்டிருக்கிறவங்களா, யார் இருக்காங்க? கிறிஸ்தவனுங்க இருக்காங்க. அவங்களை தேவஸ்தானத்தின் காரிய கர்த்தராக்குவதா?" என்றார் புல்லாற்றுக் கோந்திக் கைமள்.

"அதெப்படி சாத்தியம்?" என்றார் கோந்நோத்துப் பிள்ளை.

மாதுப்பிள்ளை யோசித்துக் கொண்டிருக்கிறார். தம்மிடம் பேசுவது போல் பேசினார்:

"அந்த நெல் மற்றும் பணத்தின் அடிப்படை திருட்டுன்னுதான் சொல்றாங்க."

"ஓ... அது பழமையானதல்லவா?" என்றார் கோடாந்திரக் குறுப்பு ஆசான்.

"ஆம். இருந்தாலும் சொல்லிக் கிட்டிருந்தேன்."

"திரிமூர்த்திகளைச் சேர்ந்தவருதான் அவரு. உப்பம் வளாகத்துக் காரன் காரியகர்த்தராகிவிட்டால் மூணு காரியகர்த்தருங்கன்னு பொருள்." புல்லாற்று கோந்திக்கைமள் இன்னொரு விஷயத்தைக் கூடக் கண்டு பிடித்தார்.

"மூணு திருட்டுப் பேர்வழிகள்! ஆனாக் கூட ஊர் ஜனங்களுக்கு அவருதான் வேணுமாம்."

அது மனம் திறந்த யோசனையாக இருந்தது.

காரியகர்த்தர் பதவிக்கு ஒருவர் வேண்டும். வேறு ஒருவரைக் கண்டு பிடிக்க முடியவில்லை. யாருக்குமே இன்னொருவர் மனத்தில் இல்லை.

“பின் யார்?”

எல்லோரும் ஏககாலத்தில எழுப்பிய கேள்வி இது.

உப்பம் வளாகத்துக் குஞ்சனை கோந்நோத்துப் பெரியவர் முன்னறிவித்தார்.

* ** *

கடனில்லாத சேமிப்புப் பணமுடன்தான் புல்லாற்று இட்டிராரிச்சக் கைமள் இந்த உலகத்தைவிட்டுப் பிரிந்துசென்றிருக்கிறார். பின்னர் கோந்திக் கைமள் குடும்பத் தலைவராகி விட்டார்.

ரவிப் பிள்ளை சில நாட்கள் வரையிலும் தளர்ந்து படுத்துக் கிடந்தார். இடையிடையே சிற்சில கடிதப் போக்குவரத்துக்கள் நடைபெற்றிருக்கின்றன. அதெல்லாம் என்னவென்று யாருக்கும் தெரியவில்லை. இனிமேல் ஒவ்வொன்றாக அறியவேண்டியிருக்கிறது.

வாரிக்கச்சேரி அம்மாவி கிடைத்ததையெல்லாம் வாரிச் சுருட்டிக் கொண்டுதான் சாவுச்சடங்குகள் முடிந்த மறுநாளே மங்கலச் சேரியிலிருந்து கிளம்பிச் சென்றிருக்கிறாள் என்று ஊரிலே வதந்தி பரவியிருந்தது. கணவரின் வீட்டிலிருந்து ஆறு புடவையும் ஆறு துண்டு வேஷ்டியும் கொடுத்தனர். கொடுத்தவர் மாதுப்பிள்ளைதான்.

ஆனால் அவள் அவற்றை மாதுப் பிள்ளையின் முகத்தை நோக்கி வீசியெறிந்தாள். சுட்டிப் புடவையாக இருக்கவில்லை. ஆலப்புழையி லிருந்து வாங்கப்பட்ட மல்புடவைகள். அப்படியிருந்தும் அவள் அவ்வாறு செய்தாள். அன்று ஊர்ஜனங்கள் அனைவரும் அங்கே வந்து குழுமியிருந்தனர். அந்தத் துணிமுடிச்சு மாதுப்பிள்ளையின் முகத்தில்தான் வந்து விழுந்தது. அவளுக்கு அத்தகைய கருவமேற்பட்டது ஏன்? கையில் நிறையச் சொத்து இருந்தது. அதனால்தான் என்று சொல்லவேண்டும். இனிமேல் கணவர் வீட்டில் காலெடுத்து வைக்கமாட்டாள். மாடு இறந்து மோரில் இருக்கிற புளிப்பும் போய்விட்டது. அவள் அப்படித்தான் சொன்னாள்.

மாதுப்பிள்ளையின் கிளைக்காக ஒதுக்கப்பட்ட சொத்துக்களில் எதுவும் கைநழுவிப் போய்விடவில்லை. உரிமை மாற்றம் முற்றாக நடைபெறவில்லை என்று வேண்டுமானால் சொல்லலாம். ஆனால் பணயமாகக் கைமாற்றம் செய்திருக்கக் கூடும். வெறும் கடன் பத்திரப்படியும் செய்திருக்கலாம். சில சொத்துக்கள் மீது உரிமை இல்லாமலுமிருக்கலாம் கிட்டுண்ணிக் கைமளுடைய காரியங்கள்

இன்னும் தெளிவானவையாகத் தோன்றுகிறது. ஐயருக்கு மட்டும் தான் கடன் திருப்பிக் கொடுக்கவேண்டியிருக்கிறது. அது குடும்பத் தலைவனால் ஏற்பட்ட கடன் தான். பெரிய கைமள் அந்தக் கடனைப் புதிதாக்கிக் கொடுத்து வந்திருக்கிறார். ஆனால் முழுமையாகத் தீர்த்துக் கொடுக்கவில்லை.

கோடாந்திரக்குறுப்பு ஒரு பாட்டினைப் பாடலாம். அவரை உரிமையற்ற காரியஸ்தராகப் பண்ணுவதற்கு யார் இருக்கிறார்கள்? ஐம்பது பறைநிலமும், கோடாந்திர வீட்டுமனையும் அவரிடம் மிகுதியாக இருந்துவருகிறது. வீட்டுமனை பெரியது. ஐம்பது பறை நில அளவில் உண்டு. காயில்லாத் தென்னைமரங்கள்தான் பெருவாரியானவை. விழுந்து அழிந்து போன தென்னைமரங்கள் நின்ற இடத்தில் ஒரு தென்னங்கன்று கூட நட்டுவைக்கப்படவில்லை. நிலத்தை வெட்டியிளக்கிப் பண்படுத்துவது கூட இல்லை. புதர் மண்டிக் கிடக்கிறது. ஆயினும் கொஞ்சம் தேங்காய் கிடைக்கும்.

குளித்துக் கூந்தலை அவிழ்த்துப் போட்டு மார்புமீது ஜரிகை வேஷ்டியை மடித்துக் கட்டி மறைத்து குஞ்சம்மா பொட்டணிந்து நடந்துகொண்டிருப்பாள். முல்லைப் பூ பறிப்பதுதான் தொழில். பூக்களைப் பறித்துக் குவித்து வைப்பாள். கூந்தலைக் கட்டி வைப்பதே யில்லை. நங்ஙையவர் தான் சில சமயங்களில் அவளைப் பிடித்து நிறுத்திக் கூந்தலைக் கட்டிவைப்பாள். குஞ்சம்மாவின் சுயபுத்தி மங்கலாகிப் போய் விட்டது. வயோதிகப் பருவத்தில் நங்ஙையவருடைய கவலை அதிகரித்து வருகிறது.

‘கந்தர்வன் பாட்டு’ நடத்தி முடித்தாலே குஞ்சம்மாவின் புத்தி சரியாகி விடும். ஆனால அது நடைபெறாது.

நங்ஙையவர் பெரிய குறுப்புவிடம் சொன்னாள்; அகவூர் நாணியிடம் சொன்னாள். ஆனால் எந்தப் பயனுமேற்படவில்லை.

அவர்கள்தான் கவனிக்க வேண்டியவர்கள். ஆனால் கவனிக்க வில்லை, கவனிப்பதற்கான அறிகுறிகூடத் தென்படவில்லை. திரிபுர சுந்தரி அம்மாவைப் பார்த்துப் பயப்படுகிறாள். சில சமயங்களில் அம்மா அவளை உற்றுப் பார்ப்பாள். அப்போது திரிபுரசுந்தரி பயந்து கூவியழைத்து விடுவாள்: “அம்மா...!”

அப்போது அம்மா கலகலவெனச் சிரிப்பாள். கட்டியணைப்பாள். அந்த அரவணைப்பு மற்றும் முத்தமிடுதல் எல்லாம் ஒரு பிரத்தியேகமான பாணியில்தான். ஓர் அம்மா மகளைக் கட்டியணைப்பது போன்று அல்ல. கட்டியணைக்கும்போது திரிபுரசுந்தரியின் கழுத்து நெரிந்து போய்விடும். விலா எலும்புகள் ஒடிந்து போய்விடும்போல் தோன்றும். அவ்வளவு இறுக்கமாக, பலமாகத்தான் கட்டியணைப்பது. ஒரு விசில்

சப்தத்துடன்தான் முத்தமிடுவது. அம்மா மகளை முத்தமிடும்போது விசில் சப்தம் வருமா? கடல்களை ஒன்றிணைத்து அரவணைத்திடுவாளா?

தோல் அளிந்து தொங்கிய நங்ஙையவர் விரைந்தோடிவந்து தான் அம்மாவிடமிருந்து மகளைக் காப்பாற்றுவாள்.

கிண்ணத்தில் சோறு மற்றும் கறிகளைப் போட்டு பிசைந்து நடந்தவாறே தான் நங்ஙையவர் குஞ்சம்மாவுக்கு ஊட்டுகிறாள் - சிறு குழந்தைக்கு ஊட்டுவது போல்.

இந்த விசித்திர நிலைமை செவ்வாய் மற்றும் வெள்ளிக் கிழமைகளில் மட்டும்தான். ஏனைய தினங்களில் ஆறுதல் உண்டு. குஞ்சம்மாவே சாதத்தைப் போட்டு சாப்பிடுவாள். அந்தி விளக்கேற்றி வைப்பாள். மகளுக்குச் சாதம் பரிமாறிக் கொடுப்பாள். மகளுடைய கூந்தலைக் கட்டி முடித்துவைப்பாள். சில சமயங்களில் மகளைப் பார்த்துத் தேம்பியழுவாள். ஆனால் அழுவது மட்டும் மகளுக்குத் தெரியாமல்தான். புடவைத் தலைப்பினால் முகத்தைத் துடைத்துக்கொள்வாள்.

திங்கட்கிழமை இரவு படுக்கப் பாய் விரிக்கும் போது நங்ஙையவரிடம் விசாரிப்பாள். “நாளைக்கு செவ்வாய்க் கிழமைதானே?”

சனியன்று காலையில் நங்ஙையவரிடம் சொல்லுவாள்: “வெள்ளிக் கிழமை முடிந்துவிட்டது.”

இப்போது கோடாந்திர வீட்டு அறைகளினின்று முனகல் - விசும்புதல்கள் கேட்பதில்லை.

தலைமுறை தலைமுறையாய் நெருக்கமாய் நெரிசலாய் வாழ்ந்து மடிந்துபோன பாட்டிமார்கள் காலாவதியான பின்னர் பேய் உலகத்திற்குச் சென்றுவிட்டனர். இனிமேல் திரும்பி வரமாட்டார்கள். இறந்த பின்னர் சிறிதுகாலம் வரையில் இந்த பூமியில் அவர்கள் தங்கி யிருந்திருக்கலாம். அந்தக் காலத்திலேதான் முனகுகின்றனர்; விசும்பு கின்றனர்; அலறுகின்றனர்.

சுத்திகருமங்களை முடித்துவிட்டால் அவர்கள் சுவர்க்க லோகத்திற்குப் போய்விடலாம். ஆனால் எல்லோரும் பேய் உலகத்திற்குத்தான் சென்று விட்டனர்.

மதியத்தில் பச்சரிசிச் சோறு உண்டு. ஒரு புளிசாம்பார், பொரியல், ஊறுகாய், மோர் ஆகியவை ‘நமஸ்கார’த்திற்கான நிரந்தர பதார்த்தங்களாகும். ஸ்தானிகள் அனைவரும் ஏழுகட்டு வீட்டு முன்கூடத்தில் இலைபோட்டுச் சாப்பிட உட்கார்ந்தபோது ஒரு பிராமணன் வந்து நுழைந்தார். அவரை கிட்டுண்ணிக் கைமள் விசாரித்தார்:

“என்ன சாமீ, எங்கிருந்து வர்றீங்க?”

"ஊர் ஊராப் போய் வாறேன். கடவுள் தரிசனம் பண்ணினேன். 'நமஸ்காரம்' விருந்து சாப்பிட்டாச்சு." பல்லிளித்து வயிற்றை ஒட்ட வைத்துக் காட்டியவாறு தொடர்ந்து கூறினார்:

"இது தான் நமஸ்கார விருந்து சாப்பிட்ட வயிறு" பிராமணன் வயிறு முதுகெலும்புடன் ஒட்டியிருந்தது. வயிற்றில் எதுவுமிருப்பதாகத் தெரியவில்லை.

காரியகர்த்தர் உப்பம் வளாகத்து குஞ்சன்பிள்ளை. அவர் ஸ்தானி களுடன் அமர்ந்து சாப்பிட்டுக் கொண்டிருந்தார்.

யாரும் எதையும் பேசவில்லை. நீடித்த நிசப்தநிலை. ஆனால் அனைவருமே புளிசாம்பார் ஊற்றிப் பிசைந்த சோற்றை உருண்டை களாக்கி உள்ளே தள்ளிக் கொண்டிருந்தனர்.

அப்போது வறுத்த பப்படங்கள் வைத்திருக்கிற ஓர் இலையுடன் சேஷையன் அங்கே வந்து சேர்ந்தார்.

பிராமணனும் விட்டுச் செல்கிற மாதிரி இல்லை. அவர் தொடர்ந்து பேசினார்:

"ஒரு உருளைச் சோறு கிடைச்சுது. கொஞ்சம் புளிக்குழம்பு. ஒரு பலா விலையளவு பொரியல். ஒரு துண்டு மாங்காய்... இதுதான் நமஸ்கார விருந்து சாப்பாடு."

பப்படத்தை அங்கே வைத்துவிட்டு, சேஷையன் அங்கிருந்து போனார்.

ஸ்தானிமார்களில் கிட்டுண்ணிக் கைமளைத் தவிர அனைவரும் தலைகுனிந்தவாறு அமர்ந்து சாப்பிட்டுக் கொண்டிருந்தனர்.

"நாம் இப்படிக் கேட்பதென்ன, காரியகர்த்தரே?" தயக்கமின்றியே குஞ்சன் பிள்ளை பதிலுரைத்தார்: "அது அப்படித்தான். இங்கு அறையிலே நெல் இல்லை. அதுதான்."

கிட்டுண்ணிக் கைமள் மற்றும் கோந்திக் கைமளைத்தவிர ஏனையோரின் சிரம் சிமிரவில்லை. கிட்டுண்ணிக் கைமள் மேலும் விசாரித்தார்:

"காரியகர்த்தரே, காரியங்கள் இப்படியே ஈடேறிக் கொண்டிருந்தால் வேறு சில கோவில்களிலே நடைபெறுவது போல நம்ம கோவிலிலும் பெயருக்கு மட்டுமே நைவேத்தியம் என்கிற நிலைமைக்கு வர நீண்ட காலமாகாது போலிருக்கு."

காரியகர்த்தர் எந்த விதமான தயக்கமுமின்றிதான் அதற்கும் பதிலளித்தார்:

"ஆகாது; ஆகாது! ஒரு வேளை வெகு சீக்கிரத்திலேயே அந்த நிலைமை ஏற்பட்டுவிடலாம்."

காரியகர்த்தரிடம் தொடர்ந்து கேள்விகள் கேட்டால் அவரிட மிருந்து ஏட்டிக்குப் போட்டியான பதில்கள் தான் வந்து விடும் போலிருந்தது.

கிட்டுண்ணிக் கைமளுடைய கரம் கறையற்றது. கொஞ்சம் நெல்லோ அல்லது அரிசியோ அவர் காரியகர்த்தரிடமிருந்து பெற்றுக் கொண்டதில்லை. ஏதாவதொரு சமயத்தில் இப்படிச் சாப்பிட்டதுண்டு.

மாதுப்பிள்ளை, கோடாந்திரக் குறுப்பு மற்றும் கோந்நோத்துப் பிள்ளை ஒன்றுமே அறியாதவர்கள் போல் சோற்றில் மோர் ஊற்றிப் பிசைந்துகொண்டிருந்தனர். இரண்டு மூன்று மாவடுக்களையும் இலையிலே போட்டுக்கொண்டனர்.

கிட்டுண்ணிக் கைமள் நமஸ்கார விருந்து சாப்பிடவந்த பிராமணனிடம் விசாரித்தார்:

"நமஸ்காரத்துக்கு நீங்க எத்தனை பிராமணர்கள் இருந்தீங்க?"

"நாலே நாலு பேருங்க மட்டும்தான். எல்லோருமே அசலூர்க்காரங்க தான்." மேலும் அவர் சொன்னார்:

"நான் இருபது இருபத்தஞ்சு பேர்களோட இதுக்கு முந்தி இங்கே வந்து நமஸ்கார விருந்து சாப்பிட்டிருக்கேன். வெகு சுகமாயிருந்தது இங்குள்ள சோறும் மணிக்கிணற்று நீரும் போதும் புளிசாம்பாறு கிளிசாம்பாறு... அதுக்கெல்லாம் பிரத்தியேகமான ஒரு ருசியிருக்கும். பன்னிரண்டாவது மாசத்திலே சாப்பிட்ட சுகம். சாஸ்தாவின் நமஸ்கார விருந்து அப்படித்தான் இருந்தது."

"உம்! சாமி போயிடுங்க!" என்றார் கைமள். மற்றவர்களெல்லாம் சாப்பாட்டை முடித்துக் கொண்டு எழுந்தனர். காரியஸ்தரும் கைமளும் சாப்பிட்டுக் கொண்டிருக்கின்றனர்.

யாரும் எதையும் பேசவில்லை.

எல்லோரிடமும் ஒரு மந்தம் தென்பட்டது.

* ** *

காரியகர்த்தர் ஓர் அறிவிப்பைச் செய்தார்:

"ஆசான்மார்கள் யாரும் போகக்கூடாது. காலையிலேயே எல்லோரையும் ஆளனுப்பி வரவழைத்ததே ஒரு விசயத்தைப் பற்றிச் சொல்லத்தான்."

கோடாந்திரக் குறுப்பு மதியத்தில் சாப்பிட்டு விட்டால் சற்றே கண் மயங்குவது வழக்கம். அது இன்றியமையாதது. அது என்றுமே நடைபெற்று வருகிற ஒரு காரியமாகும்.

காரியகர்த்தர் ஓர் ஓலைக்கட்டினை எடுத்துவைத்தார். அது கணக்காக இருந்தது.

கிட்டுண்ணிக் கைமளும் கோந்திக் கைமளும் அதிலேயே கவனமாக இருந்தனர்.

காரியகர்த்தர் விசாரித்தார்:

"உங்களில் யாராவது சென்ற பல ஆண்டுகளிலே என்ன வரவு வந்திருக்கிறதென்று கேள்வி கேட்டிருக்கீங்களா?

சாய்வுப் பலகையில் சாய்ந்தவாறு கோடாந்திரக் குறுப்பு தூங்கி விட்டார்.

கோந்நோத்துப் பிள்ளை எதையும் பேசாமல் சாய்ந்து படுத்திருக் கிறார்.

மாதுப் பிள்ளை சொன்னார்:

"கேட்கவில்லை என்பதனாலே காரியங்கள் தெரியாதென்றாகி விடுமா?"

"தேவஸ்தானத்தை ஆள்வது அப்படித்தானா? பகவானுக்கான பூஜை தடைபட்டதென்ற பேரிலே நான் இங்கிருந்து வெளியேற முடியாது."

காரியகர்த்தர் சென்ற மூன்று வருடத்திய விவசாய வருமானக் கணக்கைப் படித்தார். அதற்குச் செலவானதையும் வாசித்தார். ஸ்தானிகளான மூன்றுபேர்கள் ஐந்தாயிரம் பறை நெல் வாங்கியிருக் கிறார்கள்.

"இதை நான் எந்தக் கணக்கிலெழுதணும்?" என்றார் காரியகர்த்தர்.

கோடாந்திரக் குறுப்பு குறட்டை விட்டுத் தூங்குகிறார்.

"அதையெல்லாம் இனி கணக்கிலெழுத முற்படவேண்டாம். விளைச்சலில் குறைவு அல்லது செலவிலே கூடுதல் என்று வைத்துக் கொண்டால் போதும். பிரச்சினை முடிந்துவிடுகிறது." என்றார் மாதுப் பிள்ளை.

கோந்நோத்துப் பிள்ளை நீண்டதொரு கொட்டாவி விட்டார்.

"அதெல்லாம் கணக்கிலேயெழுதியாச்சு. இனி கணக்கை மாற்றியெழுத முடியாது." பதிலளித்தார் காரியகர்த்தர்.

சென்ற நான்கு வருடங்களாக ஆயிரத்து ஐநூறு பறைக்கும் சற்றுக் குறைவான நிலத்தில்தான் சாகுபடி செய்து வந்திருக்கிறது. மீதியான நிலமெல்லாம் தரிசாகக் கிடக்கிறது.

"எவ்வளவு நிலத்திலே சாகுபடி செய்யணும்னு நாமெல்லாம் சேர்ந்து தீர்மானிச்சுக்கறதல்லவா, வழக்கம்?" வினவினார் கிட்டுண்ணிக் கைமள்.

"இந்த வருடம் ஆயிரம் பறை நிலத்தில் மட்டும்தான் சாகுபடி செய்யமுடியும். அதுக்கான நெல்லை நான் எடுத்து வச்சிருக்கேன். நைவேத்தியத்தைக் குறைக்கலே. நமஸ்கார விருந்திலே மட்டும் சில குறைவுகளை ஏற்படுத்தியிருக்கேன்."

ஸ்தானிகளிடம் கேட்டுத் தெரிந்த பின்னர்தான் அந்தக் குறைப்பைச் செய்திருக்க வேண்டுமென்பது கிட்டுண்ணிக் கைமள் கருத்து.

ஒவ்வொரு வருடமும் ஐநூறு பறை நெல்லுக்குக் குறையாமல் அந்த மூன்று ஸ்தானிகளில் ஒவ்வொருவரும் எடுத்துச் செல்வது வழக்கம் காரியகர்த்தர் சொன்னார்:

"நேற்று ஐம்பது பறை நெல் கொடுத்தனுப்பவேணும்னு கோந்நோத்துப் பெரியவர் சொல்லியனுப்பினார். எனக்கோ பொல்லாத ஆத்திரம். அதனால் தான் எல்லோரையும் வரச் சொன்னேன்."

கோந்நோத்துப் பெரியவர் வெளியேறினார். கிட்டுண்ணிக் கைமள் அனுதாபத்துடன் அவரைப் பார்த்தார்.

பாவம்! உரிமையில்லாக் காரியகர்த்தராகிவிட்டார்.

"என் கணக்கைப் பார்த்து வச்சிடுங்க. நான் வாங்கினதைத் திருப்பித் தந்துடறேன். எனக்கு யாருடைய தயவும் தேவையில்லை." என்றார் மாதுப்பிள்ளை.

"மாதுப்பிள்ளையண்ணன் எதுக்கு ஆத்திரப்படணும்?"

"எனக்கு ஆத்திரமோ சண்டையோ ஏதுமில்லை. ஆனா, எனக்கு ஆத்திரம் வந்துட்டுதுன்னா அப்பறம் என்ன நடக்கும்னு குஞ்சனுக்குத் தெரியாது."

"ஓ.. அதெல்லாம் அங்கேயே வச்சிடுங்கண்ணா! உங்களுக்கு ஆத்திரம் வந்தா, என்ன பண்ணமுடியும்? ஒண்ணும் நடக்காது."

இருவரும் மோதுகிற நிலைமை. கிட்டுண்ணிக் கைமள் நடுவில் வந்து விழுந்தார்.

"ஏன் இந்தத் தேவையற்ற விவாதம்?"

"அதுவல்ல கைமள்! மங்கலச் சேரியிலே உழவுவேலை செஞ் சுக்கிட்டிருந்தவன் நம் அனைவரையும் கீழிறக்கிக் கட்டறதா? உப்பம்

வளாகத்து குஞ்சனை எனக்குத் தெரியும். உழவு செய்யறவன் நம்ம மேலே ஏறவேணாம். நான் இந்த தேவஸ்தானத்திலே பல சாதனைகளைச் செஞ்சவன் தான். எனக்கும் எல்லாம் தெரியும். அப்பறம் அந்த ஆயிரத்து ஐநூறு பறை நெல் விவகாரம்தானே? அது எனக்குப் புல்லு!"

காரியகர்த்தர் விட்டுக் கொடுக்கவில்லை:

"அப்படீன்னா அதை இப்படிக் கொடுத்திடுங்க! ஆனா, ஆயிரத்து ஐநூறு பறை அல்ல!"

"சரி; ரெண்டாயிரம்னே இருக்கட்டுமே." துண்டுவேஷ்டியை உதறித் தோளில் போட்டுக்கொண்டு வெளியேறினார் மாதுப்பிள்ளை.

படிவாசலை எட்டியபோது திரும்பி நின்றுகொண்டு கூறினார்:

"இனிமே நான் இங்கே வரணும்னா..."

கைமள் சற்றுப் பதட்டமடைந்து கூறினார்:

"அப்படியொண்ணும் சொல்லாதீங்க, மாதுப்பிள்ளாய்!"

"பின் என்னங்கிறது கைமள்வாள்? நமக்குக் கொஞ்சம் பின்னடைவுன்னா, இந்த உழவாளி பாதாளம் வரைக்கும் நம்மை உழுது போடறதா?"

மாதுப்பிள்ளை போய்விட்டார்.

கோந்திக் கைமள் சொன்னார்:

"இந்த மாதுப்பிள்ளை ரொம்பப் பொல்லாதவன். காரியகர்த்தர் அப்படி இடித்துக் கூறியிருக்கவேணாம்."

காரியகர்த்தர் சும்மா சிறிது சிரித்தது மட்டும்தான். அந்தச் சிரிப்பு பொருள்படைத்ததாக இருந்தது. கனமானதும் கூட.

"அதெல்லாம் அந்தக் காலத்திலேதான் ஆசான்!"

மாதுப்பிள்ளை கோபித்துக்கொண்டுதான் சென்றிருக்கிறாரா? அதைப் பற்றிய ஒரு சர்ச்சை நடந்தது. அந்தச் சர்ச்சையில் காரிய கர்த்தர் பங்கெடுத்துக் கொள்ளவில்லை. அவர், கணக்கு எழுதிய ஓலைகளைப் புரட்டிப் பார்த்துக் கொண்டிருந்தார்.

ஒரு முக்கியமான விசயம். அதைத் தெரிவிக்க விரும்பினார் காரியகர்த்தர். அதைப்பற்றி ஸ்தானிகள்தான் முடிவெடுக்க வேண்டும் மிகவும் காரியார்த்தமான விஷயம்.

"தேவஸ்தானத்து நிலங்களிலே நடைபெறவேண்டிய விவசாயத்தைப் பற்றித் தீர்மானிக்கவேண்டும். வருடாவருடம் எத்தனை பறை நிலத்திலே சாகுபடியாவுதுன்னு ஆசான்மார்களுக்குத் தெரியுமா?"

யாருக்கும் தெரியாது.

"ஆனால் நான் சொல்றேன். ஆயிரத்து ஐநூறு பறை நிலத்தில் மட்டும் தான். அது கூட இந்த வருடத்திலே நடைபெறுமாங்கிறதே சந்தேகம்தான்."

"ஏன்? அதென்ன?" என்றார் கைமள்.

"இப்போதைய விவசாயமுறையே மாறியிருக்கு." ஆசான்மார்களுக்கு அதென்னவென்று புரியவில்லை.

"வட்டத்தரை தோம்மா இப்போ இங்கே ஒரு முறையை அமுலாக்கியிருக்கிறார். கூலியை பணமாகக் கொடுத்துடுறது. அதனால விவசாயம் பண்ண இப்போ பணமும் தேவை. பணத்தைக் கையிலே வைத்துக்கொண்டு தான் சாகுபடி ஆரம்பிக்க முடியும். இல்லாட்டா கூலியாளுங்கள் கிடைக்காது." என்றார் காரியகர்த்தர்.

"அது இந்த வேலையாட்களுக்கு நஷ்டம்தான். ஆனாலும் அவங்களுக்குப் பணத்தின் மீதுதான் அக்கறை. காரியகர்த்தர் சொன்னது உண்மைதான்" என்றார் கைமள்.

"மனிசனுக்கு இப்போ விவசாயங்கிறது வியாபாரமாயிட்டது. முன்பு சாப்பாட்டுக்காகத்தான் நெல் உற்பத்தி பண்ணிக்கிட்டிருந்தாங்க."

பெரியவர்கள் இப்படியே பேசிக்கொண்டிருப்பார்கள். விவசாயத்தின் முக்கியத்துவம் குறித்து அவர்களுக்குத் தெரியவும் தெரியாது.

"தேவஸ்தானத்திலே பணம் கிடைக்க வழியில்லை. வழிபாடாகவும் பணம் கிடைக்கிறதில்லை. குடியானவங்களும் குத்தகைய பணமாகத் தருவதில்லை." குஞ்சன் பிள்ளை சொன்னார்.

கிட்டுண்ணிக் கைமள் சற்றுக் கிளர்ச்சியுற்றார். "குத்தகைய பணமா வசூல் பண்ணனும். வீடு வீடா ஏறியிறங்கிச் சொல்லணும். பணமாத் தரலேன்னா ஓட்டிப் பாத்திரங்கள எடுத்தாந்திடணும்!" என்றார்.

ஒரு சிறுபுன்னகையுடன் கூறினார் காரியகர்த்தர்: "அந்தக் கால மெல்லாம் மலையேறிப் போச்சு."

"இந்தக் காலத்துக்கென்னவாம்?"

"இன்னைக்கு தேவஸ்தானத்தின் உடமையாளர்கள் ஊர்ஜனங்கள் தான்."

"அதுக்கு இப்போ என்ன வேணுங்கிறீங்க?"

"முடிந்த அளவு நாமே சாகுபடி செஞ்சுடறது. மீதியான நிலங்களைக் குத்தகைக்கு விட்டுடறது."

அப்போதும் ஒரு பிரச்சினை. யார் குத்தகைக்கு ஏற்றுக் கொள்வார்கள்? தோம்மா அல்லது கோலில் மத்தாயி ஆகியோர் குத்தகைக்கு எடுத்துக் கொள்ளக்கூடும். பூரா நிலத்தையும் குத்தகைக்கு எடுத்துக்கொள்ள அவர்களால் முடியுமா? அதனால மீதி இருப்பது தரிசாகக் கிடக்கட்டும்.

கிட்டுண்ணிக் கைமளுக்கு ஒரு கருத்து. மாதுப்பிள்ளையும் இருந்து தீர்மானமெடுக்க வேண்டுமென்று.

"அதெல்லாம் நீங்களே தீர்மானித்துக் கொள்ளுங்க! அதனாலே வரக்கூடிய தோஷத்தை நானே தீர்த்துக்கறேன்." என்றார் காரிய கர்த்தார்.

அவர் மேலும் கூறினார்: "தோம்மாவும் மத்தாயியும் என்ன சொல்றாங்கன்னா, அவங்களுக்குக் குத்தகையா நிலம் கொடுக்க உங்களுக்கு உரிமை இல்லையாம். இது நான் சொல்றது அல்ல."

கோந்நோத்துப் பெரியவருடைய சிரம் தாழ்ந்து விடுகிறது. உரிமையில்லாக் காரியகர்த்தர் தானே? மற்றவர்களும் அப்படியாகி விட்டால்?

30

இட்டிராமன் பிள்ளையின் வக்கீல் மிகுந்த கெட்டிக்காரர். பெயர் பெற்றவர். அவர் போன்ற இன்னொரு வக்கீல் ஆலப்புழையிலேயே இல்லை. இட்டிராமன் பிள்ளை பிடித்திருப்பது புளியங் கொம்பைத்தான்.

கோந்நோத்துப் பெரியவரைக் குடும்பத் தலைவராகச் செயல் படுவதிலிருந்து விலக்கியது மட்டுமின்றி தேவஸ்தான - ஆட்சி நிர்வாகி என்கிற முறையில் கூடச் செயல்படக் கூடாது என்று நீதிமன்றம் தீர்ப்பு வழங்கியிருக்கிறது. தீர்ப்பினைப் படித்தபோது பெரியவர் தளர்ந்து போய் விட்டார். இந்தக் கட்டினை எப்படி அவிழ்க்க முடியும்?

ஆலப்புழையிலுள்ள எந்த வக்கீலிடம் இந்த வழக்கினை ஒப்படைப்பது? கிட்டுண்ணிக் கைமள் இன்னொரு வக்கீலின் பெயரைச் சொன்னார். ஆனால் வழக்கை நடத்திட அவர் கோந்நோத்துப் பெரியவருடன் செல்லமாட்டார்.

"குடும்பத்தினரிடையே எழும்புகிற விவகாரம். அதை மத்தியஸ்தம் செய்து வைக்கலாம். பேசி உடன்பாட்டுக்குக் கொண்டுவரலாம். ஆனால் பாரபட்சமாய் நடந்துகொள்வது சரியல்ல."

புல்லாற்று கோந்திக் கைமள் இன்னொரு முறையிலே கூறினார்:

"இன்னைக்கு இது கோந்நோத்துப் பிள்ளைக்கு நேர்ந்துட்டது. நாளைய தினம் எனக்கே இது நேர்ந்துடலாம். நான் திறந்து

சொல்லிடறேனே - இந்தத் தடையுத்திரவினை எதிர்த்து வாதாடுகிற விஷயத்திலே பிள்ளையுடன் சேர்ந்துகொண்டால் எனக்கு என்ன நேரும்னு உங்களுக்குத் தெரியுமா?”

மிகவும் தளர்ந்துவிட்ட கோந்நோத்துப் பெரியவர் வினவினார்:

“என்ன நேர்ந்துடப் போறது, கைமள்? என் கூட வந்தால் என்ன நேர்ந்துடுமென்கிறீங்க?”

“அதுவா? இட்டிராமன் பிள்ளை இருக்கிறாரே, ரொம்பப் பொல்லாதவர். அல்லாட்டா இப்படி ஒரு வழக்கை உண்டு பண்ணி யிருக்கமாட்டார். இது ஒரு பொல்லாத வழக்கு. குடும்பத் தலைவர்ன்னு ஆயிட்டா சிற்சில குற்றம் குறைகள் ஏற்படத்தான் செய்யும். முற்றிலும் ஒழுங்காக குடும்பத்தை நடத்திச் செல்லமுடியாது. இளம் தலைமுறையினர் எதிரா நின்றால் எந்தத் தலைவனுக்கும் தவறுகள் நேர்ந்துடும்தான். குடும்பத்துக்கு ஏராளமாச் சொத்துச் சேர்த்தவர்கூட கெடுதல்களுக்கு இரையாயிடுவார். இட்டிராமன் பிள்ளை எங்க குடும்பத்து இளைஞனுங்களிலே யாரையாச்சும் மனமாற்றம் செஞ்சுட்டா என் நிலைமை குழப்பத்திலாயிடும். குடும்பத்தலைவரை உரிமையற்ற வராக்குகிற வழக்குன்னு அறிந்த போதே எங்க பசங்க காதைக் கூர்ந்து கவனிக்கத் தொடங்கினாங்க. தவறு ஒண்ணும் நடக்காம இருப்பதனாலே பசங்களுக்கும் சற்று மன உளைச்சல்தான்.

நெஞ்சிலே அடித்துக்கொண்டே கோந்நோத்துப் பெரியவர் கேட்டார்:

“அப்போ எனக்கு யாருமில்லையா?”

கிட்டுண்ணிக் கைமள் கிளம்பிச் சென்றார். கோந்நோத்துப் பெரியவர் அலறியழுதிருக்கக் கூடும். அதை ஒன்றும் பார்க்கச் சகிக்காது.

காரியகர்த்தர் உப்பந்தரை குஞ்சன்பிள்ளையைச் சற்று அறை கூவியழைத்தவாறு மாதுப்பிள்ளை மங்கலச்சேரித் தரைமேடைக்குச் சென்றபோது ஒருவன் ஒரு காகிதத்தை நீட்டியவாறு நிற்கிறான்.

“ஒரு ‘சம்மன்’ இருக்கு.” என்றான் அவன்.

“சம்மனா?” மாதுப்பிள்ளைக்குப் புரியவில்லை.

“ஆமாங்க. கோர்ட்டிலேருந்து தானுங்க. இதிலே கையெழுத்துப் போட்டுத் தரணுங்க.”

“என்கிட்டே கையெழுத்துக் கேக்கறதுக்கு நீ யாரடா?”

“நான் கோர்ட்டு சிப்பாயிங்க.”

“இப்போ அதுக்கு எனக்கு மனசு இல்லை!”

அப்போது அப்படிச் சொல்லத்தான் மாதுப்பிள்ளைக்கு மனம் வந்தது.

'மங்கலச் சேரியான கூடத்ர இடத்தில குடியிருக்கிற மாதுப்பிள்ளை என்கிற எதிரியை நேரடியாகப் பார்த்துச் சம்மனில் கையெழுத்துப் போடக் கோரியபோது சம்மனில் கையெழுத்தைப் போட மறுத்ததினால் சம்மனை ஒட்டவைத்திருக்கிற விபரத்தைத் தெரிவித்துக்கொள்ளுகிறேன்' என்று கோர்ட்டு சிப்பாய் எழுதிவைத்தான். அவனுக்கு அந்த விஷயத்தில் கஷ்டமேதுமிருக்கவில்லை. அது சத்தியம்.

மங்கலச்சேரி ரவிப்பிள்ளை எழுதிப் பதிவு செய்து கொடுத்த பணயப் பத்திரங்கள்படி முதல்வட்டி கணக்குப்போட்டு கணபதி ஐயர் வழக்கைத் தொடுத்திருக்கிறார். அந்த நிலமனைத்தும் மாதுப் பிள்ளையின் குடும்பச் செலவுக்காக ஒதுக்கப்பட்டிருந்ததாகும். கூடத்ர வீட்டுக் கட்டடமும் மனையும் கூடப் பணயப் பத்திரத்தில் இடம் பெற்றிருந்தன. குடும்பத் தேவைக்கும் பிரதி பலனுக்குமாகப் பதிவு செய்து கொடுக்கப்பட்டதாக இருந்தது.

ரவிப்பிள்ளை தலைவராக இருந்த காலத்தில் செய்துவைத்த காரியம் அது. வாய்ப்பரச்சேரியைச் சேர்ந்த பெண்கள் என்றுமே என்னவாக இருந்தாலும் மங்கலச் சேரியை நேசிக்கத்தான் செய்திருக்கின்றனர். ஆனால் அந்த ரகத்தைச் சார்ந்திராத, துர்போதனை செய்து அழிக்கத் தோதான ஒருத்தியுமிருந்தாள். ஒருவேளை அவளுக்கு அதன் விளைவுகள் என்னவென்றறியாமல் போயிருக்கலாம். எதிர்க்கிளை மீது கொண்ட பகைமை ஒன்று மட்டும்தான் உண்டு. வேறு எதுவும் தெரியாது. அப்படியும் இருந்திருக்கலாம்.

மங்கலச்சேரி மாதுப்பிள்ளை விபரங்கள் அனைத்தும் அறிந்த போது முற்றாகத் தகர்ந்துவிட்டார். மாதுப்பிள்ளை கெட்டிக்காரராக இருந்தவர்தான். ஆனால் இப்போது சொல்வதென்னவென்றறியாத நிலைமையிலாகிவிட்டார். ஏற்பட்ட நிலைமையைச் சமாளிக்கத் தெரிய வில்லை. வலுவுமில்லை. வழக்கை எதிர்த்து எழுதியளிக்க வேண்டிய பத்திரம் என்னவென்று கூட அறியாத நிலைமை!

கோந்நோத்துப் பெரியவர் மாதுப்பிள்ளையைச் சென்று சந்தித்த போது அவர் சொன்னது இவ்வாறாக இருந்தது.

"உரிமையற்ற காரியகர்த்தரா? சரி பரவாயில்லை. ஆனா பெரியப்பா, நீங்க மட்டும் அசையாம இருந்தாப் போதும்."

இப்படிச் சொல்லுகிற ஒருவனிடமிருந்து எத்தகைய உதவியை எதிர்பார்க்க முடியும்?

கோந்நோத்துப் பெரியவருக்குத் துணையாக ஒருவர் மட்டு மிருந்தார். கோடாந்திரக் குறுப்பு!

கோடாந்திரக் குறுப்புவுக்கு பயப்படவேண்டிய அவசியமில்லை. ஏன் தெரியுமா? குடும்பத்திலே சின்னவர்கள் இல்லை. அவரை உரிமை யற்றவராக்கவும் எவருமில்லை. கோடாந்திர ஆசானை அழைத்துக் கொண்டுதான் கோந்நோத்துப் பெரியவர் வக்காலத்து கொடுக்கச் சென்றார்.

கோந்நோத்துப் பெரியவரை உரிமையற்றவராக்க வழக்கைத் தொடுத்த செய்தி காட்டுத் தீ போல் பரவிவிட்டது. கணபதி ஐயர் பதட்டமடைந்தார். அவருடன் ஈடுபாடுகொண்டிருக்கின்ற எல்லாக் குடும்பங்களிலும் இத்தகைய நிலைமை ஏற்பட்டு விட்டால்? ஏற்படத்தான் செய்யும். காலம் மாறுகிறது. புதிய தலைமுறையிடம் சத்தியமில்லை. நியாய உணர்வு கிடையாது. பிராமணபக்தியுமில்லை. குடும்பத் தலைவரை உரிமையில்லாக் காரியகர்த்தராக்கிவிட்டால் அவர் எழுதிக் கொடுத்த பத்திரங்களுக்கு மதிப்பிருக்காது. பின்னர் குடும்பத் தேவை மற்றும் பிரதிபலனை ருசுப்படுத்தவேண்டும். அது ஒரு பெரிய சுமைதான்.

ஆலப்புழை நீதிமன்றங்களில் உன்றன் பின் ஒன்றாக வழக்குகளைத் தொடுக்கத் தொடங்கினார் கணபதி ஐயர். ஒவ்வொரு நாளும் பத்து இருபது என்ற கணக்கிலேதான் வழக்குகள்!

ஆலப்புழை நீதிமன்றங்களிலுள்ள சிப்பாய்மார்களுக்கு ஸ்ரீ பத்ம நாபன் அளிக்கிற சம்பளம் மட்டுமின்றிக் கடன் கொடுத்தவர்களின்- குறிப்பாக கணபதி ஐயரின் - கிம்பளமும் கிடைத்து வந்தது. ஐயர் கொடுக்கிற கிம்பளம் மட்டும் மாதமொன்றுக்கு முப்பது பறை நெல்.

இவற்றைப் பற்றியெல்லாம் நினைத்துக் கொண்டிருக்கிற ஐயர் வியர்வையில் குளித்துக் கொண்டிருப்பார். வியர்வை அடங்குகிற போது குளிர் பாதித்துவிடுகிறது. கை-கால்களில் குடைச்சல். அவர் கண்கள் எப்போதுமே உருண்டு கொண்டிருக்கும்.

பதட்டம்தான்.

அவரை உபசரிப்பதற்கு கோந்தி முற்றத்துப் பெரியவர் இருக்கிறார். அருகிலிருந்து விலகிச்செல்லவே மாட்டார். முண்டம் வயலின் சொந்தக்காரராக இருந்த கோந்திமுற்றத்துப் பெரியவர் இப்போது ஐயர் மடத்துச் சிற்றாளாக மாறிவிட்டார். ஐயருக்குப் புழுக்கமேற்படும் போது அவர் வீசிக் கொடுப்பார். குளிர் ஏற்படும்போது ஒத்தடம் பிடிப்பார். வியர்வை அரும்புகிறபோது துடைத்துவிடுவார். கால் குடையும் போது அழுத்திவிடுவார்.

கோர்ட்டு சிப்பாய் கோடாந்திரக் குடும்பத்துக்கு வந்தான். அகவூர் நாணியும் கோடாந்திரக் குறுப்புவும் மாடக் கட்டடத்தின் தாழ்வாரத்தில் அமர்ந்திருந்தனர். நாணி கணவருடைய காலை அழுத்திக் கொண்டிருந்தாள்.

"எங்கிருந்து வர்றே?" என்றார் குறுப்பு.

"நான் கோர்ட்டு சிப்பாய்." வந்தவன் பதிலளித்தான்.

"என்ன விசயம்?"

"சம்மனிருக்கு."

சம்மனா? குறுப்புவுக்குப் புரியவில்லை. சிப்பாய் விபரமாகச் சொன்னான். அகவூர் நாணி கவனமாகக் கேட்டுக் கொண்டிருந்தாள். பதினைந்து ஆயிரம் பறை நெல் வட்டியாகச் செலுத்தவேண்டுமென்று கணபதி ஐயர் கோர்ட்டில் வழக்கைத் தொடுத்திருக்கிறார். ஆடிமாதம் பன்னிரண்டாம் தேதிதான் காலாவதி. அன்றைய தினம் கோர்ட்டு முன் ஆஜராகி பதில் தரவேண்டும் இல்லையேல் கணபதி ஐயருக்குச் சாதகமாக ஒருதலைப் பட்சமான தீர்ப்பாகிவிடும்.

அகவூர் நாணி பெரிய குறுப்புவிடம் வினவினாள்:

"இவ்வளவு பெரிய தொகையா கொடுக்க வேண்டியிருக்கு?"

"நான் கணக்கைத் தீர்த்து எழுதிக் கொடுத்தபடியான தொகைதான்."

"இனி என்ன செய்யறது?"

பதில் இல்லை.

சிப்பாய் ஒரு துண்டுக் காகிதத்தில் எதை எதையோ எழுதினான். இறகுப் பேனா காது மீதும், கல்மை சீசா அவன் கையிலுமிருந்தது.

குறுப்பு கையெழுத்துப் போட்டார்.

அங்கே எட்டுகட்டு வீட்டில் அம்மா திருவாதிரைப் பாடலைப் பாடுகிறாள். மகள்அதை ஏற்றுப் பாடுகிறாள்.

மங்கலச்சேரி மாதுப் பிள்ளைக்குத் தூக்கம் வருவதில்லை.

கொற்றியில் கொச்சு மாணியம்மாவுக்குக் கணவரின் மனநிலை தெரியும்.

"ஏன், தூங்காம இருக்கீங்க?"

"அந்த உப்பம் வளாகத்து குஞ்சனை ஒரு வழிக்குக் கொண்டு வரணும்."

"அதிருக்கட்டும். இப்போ முதலிலே நாம் இருக்கிற இடம் கை விட்டுப் போகாம பாதுகாத்துக்கணும்." கோர்ட்டு சிப்பாயிட மிருந்து தகவல்களை அறிந்து கொண்ட மாணி கூறினாள்.

"இருக்கிற இடமா?"

"ஆமாம். நீங்க பண்ணின காரியம் அப்படித்தானிருக்கு."

இப்போது இருக்கிற இடத்திலிருந்தே வெளியேற்றுகிற ஏற்பாடு நடக்கிறது.

மாதுப்பிள்ளை எழுந்து உட்கார்ந்தார்.

இருந்தும் அதன் முக்கியத்துவத்தை மாதுப்பிள்ளை சரியாகப் புரிந்துகொண்டிருக்கிறாரா என்கிற சந்தேகம் ஏற்பட்டது.

சிப்பாய்க்கு நான்கைந்து நாட்கள் வரையிலும் அந்த ஊரில் சுற்றியலையவேண்டிய அவசியமிருக்கிறது. பல்வேறு வீடுகளில் ஏறியிறங்க வேண்டியிருக்கிறது. கோர்ட்டு நடவடிக்கைக்கு இரையாகாத குடும்பமே கிடையாது. ஊர் முழுவதுமே ஐயர் வலைக்குள்ளேதான். அதற்குள்ளே பெரிய மீன் உண்டு. நடுத்தர மீன் உண்டு. சிறு மீனும் உண்டு.

ஒவ்வொரு குடும்பத்தினரும் கையில் கிடைத்துவிட்ட காகிதத் துடன் ஒவ்வொரு நாட்களாக ஆலப்புழையை நோக்கி ஓடிக் கொண்டிருக்கின்றனர்.

எதற்காகவென்றா?

ஐயர் வழக்கைத் தொடுத்திருக்கிறாரே!

இனி என்ன வழி?

ஆலப்புழைக்குச் செல்லுமுன்னர் அந்தக் குடும்பத்தினர் ஐயன் மார்களைச் சென்று சந்திப்பதுண்டு.

ஐயர் சொல்வது நியாயம்தான். என்ன செய்வது? ஊருக்கென்று ஒருத்தனில்லாமலாகிவிட்டது. குடும்பத்திற்கும் நாதனில்லை. ஊரில் சத்தியம் என்பது இல்லை. கடன் வாங்கியதைக் கொடுக்க வேண்டாமென்பதுதான் இன்றைய பிரமாணம். பிராமணர்களை நிந்தனை செய்யத் தொடங்கி விட்டனர். கடவுள் பக்தி இல்லாமலாகி விட்டது.

சில குடும்பத்தலைவர்களை உரிமையற்றவர்களாகச் செய்திட இளம் தலைமுறையினர் வழக்கைத் தொடுத்திருக்கின்றனர். ஒன்றைத் தொடர்ந்து பலவும் நேர்ந்துவிட்டது.

கணபதி ஐயர் சுவாமி முறையிட்டுக் கொண்டார்.

"மடத்தின் சொத்து அழிந்துபோவது - மடத்தின் சொத்து மீது இவர்களுக்கு மரியாதையில்லாமலாகிவிட்டது."

சுவாமி நாயர் குடும்பங்களை வெறுத்தார். நாயர்களுக்கு இனிமேல் ஒருமணி நெல்கூடத் தரமுடியாது. இது பூணூலைத் தொட்டு செய்திருக்கிற சபதம்! யாரெல்லாம் அவரைப் பார்க்கச் சென்றார்களோ அவர்கள் முன்னிலையிலேயே இந்தச் சபதத்தைத் திரும்பத் திரும்பச் செய்து கொண்டிருந்தார்.

ஐயர் சபிக்கவும் செய்தார்.

பிராமண சாபத்தினால் குடும்பங்கள் அழிந்து போய்விடும். ஐயருக்கு அதில் உறுதியுண்டு.

கனக்குளத்து பப்புப் பிள்ளைக்கும் சம்மன் வந்திருக்கிறது.

பப்புப் பிள்ளைபோல் ஒழுங்கானவரும் சத்தியசீலருமானவர்கள் வேறு யாரும் இல்லை. ஒவ்வொரு வருடமும் கடன் வாங்கிய நெல் மற்றும் வட்டியை அளந்துகொடுக்கும் போது ஐயர் சொல்வதுண்டு. சென்ற ஆனி மாசத்திலே எண்ணூறு பறை நெல்லை பப்புப் பிள்ளை கடன் வாங்கினார். அடுத்த வருடம் சித்திரை மாசத்தில் அந்த எண்ணூறு பறை நெல் மற்றும் வட்டியை அளந்துகொடுத்தார். ஒழுங்காக நடைபெற்று வருகிற காரியம் இது. தேதி தவறாது. அளவில் குறைவு இருக்காது. திரும்பவும் ஆனி மாதத்தில் எண்ணூறு பறை நெல்லைக் கடனாக வாங்கி விடுவார். இப்படித்தான் நிகழ்ந்து வருகிறது.

பப்புப் பிள்ளைக்கு நூறு பறை நிலம் மட்டும்தான் உண்டு. அதைச் சாகுபடி செய்து குடும்பத்தை நிர்வகித்து வருகிறார். அந்த நிலம் எக்கல்வளம் வந்து விழுகிற இடத்திலேதான். ஆறு வளைந்து செல்லுமிடத்தில் நூறு விளைச்சலுக்கு ஒருபோதும் குறைவு ஏற்பட்டு விடாது.

அந்த நூறு பறை நிலத்திற்கு அந்தப் பக்கத்தில்தான் கணபதி ஐயருக்குச் சொந்தமாகிவிட்ட ஐநூறு பறை நிலமும். அந்த ஐநூறைக் குத்தகைக்கு எடுத்துக் கொண்டவரிடம் ஐயர் அரைக் குத்தகை கூடுதலாகத் தரவேண்டுமென்பார். குத்தகைதார் அப்போதெல்லாம் சொல்லுவார்:

"சுவாமீ, கனக்குளத்து நூறு பறை நிலம் கூடக் குத்தகைக்காகத் தந்திடுங்க. அந்த நூறு பறை நிலம்தான் ஐநூறு பறை நிலத்தின் தலையானது. அந்த ஐநூறுக்குத் தேவையான நீரை ஏற்றிடணும்னா நூறு பறை நிலம் கூடத் தேவை. அந்த நூறுபறை நிலத்தைத் தந்திட்டீங்கன்னா ஒரு குத்தகை கூடுதலாத் தந்திடறேன்."

அந்த ஐநூறுக்கு இந்த நூறு பறை நிலம் தேவைதான். அது சுவாமிக்குத் தேவையானது. ஆனால் சுவாமி பப்புப் பிள்ளையிடம் அதைக் கோரவில்லை. ஆனால் சுவாமியின் உருண்டைக் கண்கள் எப்போதுமே அந்த நூறு பறையின்மீது ஆவலுடன் உருண்டு கொண்டிருக்கும்.

இப்படியிருக்கையிலேதான் ஐயர் பிள்ளைமீது வழக்கைத் தொடுத்திருக்கிறார். அந்த ஆண்டில் கடனாக வாங்கிய எண்ணூறு பறை நெல் மட்டும்தான் கொடுக்கவேண்டியுள்ளது. அது சித்திரை முப்பதாம் தேதிக்குள் கொடுத்தால் போதும். வழக்கைத் தொடுத்திருப்பதோ ஆயிரத்து ஐநூறு பறை நெல்லுக்காக.

சத்திய சீலரான பப்புப் பிள்ளை உண்மை என்னவென்றறிய மடத்திற்குச் சென்றார். அப்போது வழக்கு விஷயமாக அறிந்து கொள்ளவும் பேசித் தீர்த்துக் கொள்ளவுமாகப் பல ஊர்களிலிருந்தும் ஏராளமானவர்கள் அங்கே வந்து குழுமியிருந்தனர்.

ஐயர் விசாரித்தார்: "என்ன பப்புப் பிள்ளாய்? ஒவ்வொரு வருடமும் நெல்லும் வட்டியும் அளந்து தந்துக்கிட்டிருக்கேளே. இந்த ஆயிரத்து ஐநூறு பறை நெல்லுக்காக வழக்கைத் தொடுத்திருப்பது யாருங்க?"

கணபதி ஐயரின் கண்கள் ஒருமுறை உருண்டன. நபர்கள் பலர் குழுமி நிற்கின்றனர்.

"மடத்தின் கணக்கிலே பொய் இருக்காது. சத்தியம் தான் பெரிது. அது மடத்துக்குத் தெரியும். மடத்தின் அஸ்திவாரக்கல்லே சத்தியத்திலேதான் நட்டிருக்கு." அடுத்த கணத்திலேயே ஐயர் கூறினார்: "பப்புப் பிள்ளை மடத்துடன் ஈடுபாடு கொண்டு நீண்ட வருடங்களாச்சில்ல? வருடாவருடம் நான்கோ ஐந்தோ பறை நெல் குறைஞ்சிருக்கும். 'கனக்களவன்' நெல் இங்கே கொண்டாந்து அளக்கிறீங்கல்ல? அதிலே ஏற்பட்ட குறைவும் வட்டியும் சேர்ந்திருக்கும்."

பப்புப் பிள்ளைக்கு உயரம் சற்றுக் குறைவுதான். சிறிது தடித்துப் பருமனான உடம்பு. கறுப்புநிறம். பப்புப் பிள்ளை ஒரு முறை குலுங்கித் துள்ளினார்:

"நீ என்னடா, சொல்லறே?"

அரங்கம் அசைவற்றுப் போயிற்று. மரத்துவிட்டது. அங்கே நின்றிருந்தவர்கள் கற்சிலைகளாயினர். கணபதி ஐயர் கூட சிலையானார். சிலையின் கண்கள் போன்று அவர் கண்கள் அசைவற்றுத் தள்ளி நின்றன. பப்புப் பிள்ளை தொடர்ந்து கூறினார்:

"நீயும் ஒரு பிராமணன்தானா? தமிழ்நாட்டிலெங்கெயோ கிடந்த மரமுண்டம். பறையனைவிடவும் மோசமானவன். பறையனுக்குச் சத்தியமுண்டு. மறவனுக்கு அது கிடையாது. த்த்தூ! உம் மடத்தோட ஒரு சத்தியம்....!"

பப்புப் பிள்ளை தன் நிலைமைக்கேற்றவாறு வாழ்ந்து வருகிறவர். எந்த விஷயத்திலும் தலையிடமாட்டார். காரியார்த்த மாகத்தான் பேசுவார். இப்படி ஒருவர் வாழ்ந்து வருவதாக ஊருக்கே தெரியாது. பப்புப் பிள்ளை கணபதி ஐயரை மறவன் என்றழைத்தார். அப்படி ஒருவர் தன்னை அழைப்பது இதுதான் முதன் முறை.

ஊரெங்கும் அந்தச் செய்தி பரவியது. அதற்கு நீண்ட நேரம் தேவையாக இருக்கவில்லை. காற்றுதான் அதைப் பரப்பியது.

கணபதி ஐயர் குறித்து நல்லெண்ணம் நிலவுகிற காலமாக இருக்க வில்லை அது. அவர் அனைவரையும் ஆலப்புழை நீதிமன்றத்திற்கு இழுத்துச் சென்றிருக்கிறார். சிலர் குடியிருக்குமிடத்தை இழந்துவிடப் போகிறார்கள். அந்த இடத்தைத் தவிர வேறு இடம் இல்லாதவர்கள் அந்த இடத்தையே இழந்துவிடுவர். வேறுசிலருக்கு ஒரு துண்டு நிலமிருக்கும். வேறு சிலருக்கு முன்பு வாழ்ந்ததுபோல் வாழமுடியாமற் போய்விடும். கடன் வாங்கியதுதானே? அதைத் திருப்பிக் கொடுக்க வேண்டியதல்லவா? கடன் இருக்கிறபோது தனம் இல்லையல்லவா?

ஆனால் இவ்வளவு தொகை கொடுக்கவேண்டியிருக்கிறதா? சந்தேகம்தான். எவ்வளவுதான் பெற்றுக் கொண்டது? திட்டவட்டமாகத் தெரியாது. ஆயினும் இவ்வளவு பெரிய தொகையா? அனைவரும் கேட்கிற கேள்வி இது. அதுவரையிலும் கொடுத்த நெல்லை வரவில் சேர்க்க விட்டுவிட்டாலும் போதும். கடன் பெருகிவிடும். கள்ளத்தனமாக இராது. மனப்பூர்வமாகவுமிராது. விட்டுப்போனாலும் போய்விடலாம். அப்படியும் நடைபெறலாமல்லவா? ஐயர் அவ்வளவு சத்திய சீலரென்ற உரிமை கொண்டாட வேண்டிய அவசியமில்லை. கடன் கொடுப்பதைக் கணக்கில் எழுதாமல் விட்டு விடுவதுண்டா? இல்லையே! ஏனென்றால் அதற்குத் தஸ்தாவேஜு உண்டு. மடத்துடன் ஈடுபாடுகொண்ட யாருக்காவது அளந்த நெல்லுக்கு ரசீது கிடைத்ததுண்டா? யாருக்கு மில்லை. எந்தக் கடனாளியிடத்திலும் தஸ்தாவேஜு கிடையாது. கேட்டிருக்கிறார்கள். ஆனால் கொடுத்ததில்லை. அப்படி ஏற்பட்ட போது கேட்காமலேயே இருந்துவிட்டார்கள். ஆயினும் சிலர் அவ்வப் போது கேட்டதுண்டு. அப்படி ரசீது கொடுக்கும் வழக்கமில்லை என்ற பதில்தான் கிடைக்கும். இன்று வரையிலும் யாராவது அழுத்தமாகக் கேட்காமலிருந்திருக்கிறார்களா? யாராவது துணிச்சல் பேர்வழி ஒருவர் கேட்டிருப்பார்.

"நெல் அளந்திருக்கிறேன். எனக்கு ரசீது வேண்டும்."

"இங்கே மடத்துல அந்த வழக்கமில்லே."

"நான் உங்களுக்குக் கடன் பத்திரம் எழுதித் தந்ததல்லவா? எனக்கு எழுத்து மூலமாக ரசீது வேண்டும். சுவாமிக்கு என்மீது நம்பிக்கையில்லை என்பதனால் அல்லவா, கடன் பத்திரத்தை எழுதி வாங்கினீங்க?"

"இங்கே கள்ளக் கணக்கு கிடையாது."

"எனக்கு நம்பிக்கையில்லை."

இந்த அளவுக்கு வந்துவிட்டால் அப்புறம் அவர் நிலைமை நெருக்கடிக்குள்ளாகிவிடுகிறது. ரசீது இல்லை. அப்புறம் கொடுக்கல் - வாங்குதல் தடைபட்டுப்போகிறது. மடத்துடன் கொண்டிருக்கிற உறவு முறிந்துவிட்டால் யாருக்கும் நெருக்கடிதான்.

குற்றம் சொல்ல நூறு பேர்கள் இருப்பார்கள்.

“சுவாமிகிட்டே கேட்டது தவறு. இப்போ என்ன நடந்தது? தேவைக்குப் போய் கேட்டால் பத்துபறை நெல் கிடைச்சுக்கிட்டிருந்தது இனிமே கிடைக்காது.”

சுவாமியின் கணக்கு கள்ளத்தனமானதென்று நான்கு நபர்கள் சேருமிடத்தில் பரஸ்பரம் பேசிக் கொள்வார்கள். அதனால்தான் ரசீது கொடுக்காமலிருக்கிறார். உரக்கப் பேச யாருக்கும் தைரியமில்லை.

பிராமணன் கள்ளத்தனம் செய்வானா? பிராமணீயத்தை ஒழுங்காகப் பாதுகாத்து அனுஷ்டித்து வருகிறவர்தான் கணபதி ஐயர். விடிவெள்ளி உதயமாகிற போது துயிலுணர்வார். மடத்தில் ஒரு குலதெய்வத்தைப் பிரதிஷ்டை செய்து ஆராதனை செய்கிறார். அதனால்தான் அந்த மடத்தில் இவ்வளவு செல்வச் செழிப்பு! அது எந்த தெய்வமோ? யாருக்கும் தெரியாது. பூஜை செய்வதெல்லாம் ஐயர் சுவாமியேதான். மூன்று மணிநேரம் வரையிலும் பூஜை செய்வார். அது மடத்தைச் சேர்ந்த ஒரு பெரிய ரகசியம்.

காயத்ரி மந்திரம் ஜபிக்கிற, வேதபாராயணம் நடத்துகிற நாக்கு பொய் சொல்ல வளைந்து கொடுக்குமா? எந்நாளும் பொய்யான பாதையில் சஞ்சரிக்க முடியுமா? பொய்மையின் தூசு புரண்டிருக்கிற மனிதனிடம் இத்தகைய ஒளி ஜொலிக்கமுடியுமா? சுவாமியின் முகத்தில் கண் செலுத்தமுடியுமா? கண்கூசிப் போகிறது. அந்த ஒளிக்கு மங்கலே கிடையாது.

அது என்னவென்றா, கேட்கின்றீர்கள்? அது இன்னோர் ரகசியம். சுவாமி எந்நாளும் தங்கத்தை அரைத்துச் சாப்பிடுகிறார். அதுதான் அந்த ஒளி. பல்வேறுபட்ட ஆயிரக்கணக்கானவர்களுடன் பழகுகிறவருக்கு அது வேண்டும்.

பிராமண சாபம் நெருப்பு. நெருப்பின் நெருப்பு. அப்படியானால் கனக்குளத்து பப்பு பிள்ளைக்கு என்ன நேர்ந்துவிடுமென்று அறிந்து கொள்ளலாமல்லவா? அவருக்கு அழிவுதான் என்பதைக் கண்டு அறிந்து கொள்ளமுடியும். பிராமணீயம் ஒளி சிந்துகிற முகத்தில் பார்த்துத்தான் அவரை மறவன் என்று சொன்னது. இன்று வரையிலும் எவனும் ஒரு சவுண்டிப் பிராமணனைக்கூட அந்தப் பெயர் சொல்லியழைத்ததில்லை.

கணபதி ஐயர் சுவாமியின் உள்ளம் குமுறியிருக்கிறது. அப்போது இன்னொரு கேள்வி பிறக்கிறது. வட்டிக்கு நெல்லைக் கொடுப்பது பிராமணனுக்குகந்த காரியமா? அது பிராமணீயத்திற்குப் பொருந்தாத விசயம் தானே? அந்தக் காரியம் எந்த ஜாதிக்குகந்தது? வைசியனுக்கா?

பப்புபிள்ளை பிராமணனை மறவனென்று அழைக்கவில்லை. பணமும் நெல்லும் வட்டிக்குக் கொடுக்கிற வைசியனைத்தான். பிராமணனை

நிந்தனை செய்ததன் விளைவு ஏற்படாது.

மறவனென்று அழைக்காவிட்டாலும் நேரடியாக நின்று கணக்கைக் கேட்கவேண்டுமென்று ஊரில் பலருக்கும் தோன்றியது. ஏன் கேட்கக் கூடாது? கடனாளி என்கிற முறையில் தானே? அதில் தவறு ஏதுமில்லை. ஐயர் ஒரு மணி நெல் போகுமிடத்தில்கூட நெஞ்சைத் தடவிக் கவலைப் படுவதைக் காணலாம். ஐயர் சபிக்கக் கூடும். சாபம் பலிக்காது. ஏனென்றால் நெல் மற்றும் பணத்தின் மீது ஆவல் கொண்டவன் எவனாக இருந்தாலும் அவன் சபித்தால் பலிக்காது. சுவாமிக்கு வெறும் ஆசை அல்ல; பேராசைதான். அந்த இடத்திற்கு வந்துவிட்டார்கள். பிராமணன் முகத்தை நோக்கிக் கேள்வி கேட்கலாம்.

அங்ஙனம் கணக்கைக் கேட்டுவரும்போது தங்கள் தங்களையே கட்டுப்படுத்த முடியாத நிலைமை ஏற்பட்டு விட்டால்? மறவன் என்றல்ல; அதற்கு மேலும் சொல்லத்தான் செய்வார்கள். அவ்வாறு தன்னை மறந்த நிலைமையிலேதான் பப்பு பிள்ளை பெயர் சொல்லியழைத்தது. பப்புப் பிள்ளை சண்டைக்காரப் பேர்வழி அல்ல. பப்பு பிள்ளை யாரையாவது கெட்ட வார்த்தை பேசியதாகக் கேள்விப்பட்டதேயில்லை. தன் பாட்டுக்கு வாழ்ந்து வருகிறவர் அவர் - யாரிடமும் சண்டைச் சச்சரவுகளை வைத்துக் கொள்ளாதவர். அந்த நேரத்தில் பப்பு பிள்ளையால் சகித்துக் கொள்ளமுடியவில்லை. உண்மை பப்பு பிள்ளையின் பக்கம்தான் என்றால் பிராமணனாக இருந்தாலும் மறவனென்று அழைககக் கூடாதோ?

பப்பு பிள்ளையின் அந்த விளிப்பு எட்டுத் திக்கும் எதிரொலித்தது. தூரத்து ஊர்களிலிருந்து கூட பப்புப் பிள்ளையைச் சந்திக்க ஆட்கள் வந்தனர். கணபதி ஐயர் சுவாமியை மறவன் என்று அழைத்தவர் இலேசானப்பட்டவரல்ல!

"அப்படியழைத்தது சரிதானா, பப்பு பிள்ளாய்!"

"அவன் மறவன்தான். அதனால்தான் அழைத்தேன்."

ஐயர் ஸ்நான பூஜாதிகளை முடித்துக் கொண்டு முன் கூடத்தில் அமர்ந்திருப்பார். அப்படித்தான் வழக்கம். அவருடன் விவகாரமுள்ளவர்கள் வந்தும் போயுமிருப்பார்கள். இப்போது ஐயர் அறைக்குள்ளேயேதான். வருகின்றவர்களிடம் பேசுவதெல்லாம் புதல்வன்தான். ஐயரை யாராலும் பார்க்க முடியாது.

மகனை யாராவது மறவனென்றழைத்துவிட்டால்? அதைக் கேட்க மகனுக்குத் தயக்கமில்லாமலிருக்கலாம். காலத்திற்கு மாறுதல் ஏற்பட வில்லையா?

என்னவோ?

31

த்ரிமூர்த்திகள்!

அப்படித்தான் ஊர்ஜனங்கள் பேசிக்கொண்டனர்.

அவர்கள் மூவரும் சேர்ந்துவிட்டால் ஊரில் ஏதாவதொரு நிகழ்ச்சி நடைபெறும்.

உப்பம் வளாகத்து குஞ்சன்.

முக்கோலில் பரமன்கர்த்தா.

சூதாரத்து இட்டுண்ணான்.

மூவரும் சமமான வயதுடையவர்கள்.

த்ரிமூர்த்திகள் ஒன்றாகச் சங்கமித்தவர்கள். பெயர் சூட்டத் தெரிந்த ஊர்ஜனங்கள் நல்கியிருக்கிற பெயர் அது.

மங்கலச் சேரி மாடுகளைப் பூட்டி உழுதுகொண்டிருந்தவர்தான் குஞ்சன். கோந்நோத்துப் படகோட்டி மற்றும் சிற்றாளாக இருந்தவர் தான் பரமன் கர்த்தா.

சூதாரத்து இட்டுண்ணான் யாருக்கும் எந்த வேலையும் செய்து வந்தார். ஒரு சிற்றாள். இட்டுண்ணானுக்கு 'காடிநாயர்' என்கிற ஒரு செல்லப் பெயரும் உண்டு.

நிரந்தரமாய் வேலைக்காரர்களாக இருந்த முதல் இரு நபர்களும் காலையிலேயே மங்கலச் சேரிக்கும் கோந்நோத்துக்கும் வந்து விடுவார்கள். மூன்றாமவர் காலையில் பாதைக்கு வந்துவிடுவார். யாராவது வேலைக்காகக் கூப்பிடுவார்கள். இல்லாவிட்டால் தேவஸ்தானத்திற்கு வந்து விடுவார். அங்கே ஏதாவது வேலை இருக்கத்தான் செய்யும். அதை ஆரம்பித்துவிடுவார்.

உப்பம் வளாகம், முக்கோலி, சூதாரம் இந்த மூன்று குடும்பங் களைச் சேர்ந்தவர்களும் மூன்று வெவ்வேறு ஊர்களிலிருந்து வந்து சேர்ந்தவர்கள்தான். அவர்களுக்கு ஜனங்களின் பக்கபலமில்லை. உறவினர்களின் பக்கபலமில்லை. பொருளாதார பலமுமில்லை. இத்தகைய மூன்று குடும்பத்தினர். அங்கே மூவர் பிறந்தனர்.

குஞ்சன்

பரமன்

இட்டுண்ணான்

மூன்று குடும்பத்தினரும் எந்த ஜாதியைச் சேர்ந்தவர்களென்று நிர்ணயிக்கப்படவுமில்லை.

பள்ளிச் சான்?

இடைச்சேரி?

சொரூபம்?

யாருக்குத் தெரியும்?

(இந்த மூன்றும் நாயர் சமுகத்திலுள்ள உட்பிரிவுகள். மொ-ர்.)

* ** *

முன்னொரு காலத்தில் கேளுகர்த்தா என்கிற ஒரு பிரமுகர் இருந்தார். அவர் தாய்மாமனின் திதிக்காக அம்பலப்புழை இளையதினுடைய இல்லத்திற்கு வந்தார்.

முக்கோலி கர்த்தாக்களின் புரோகிதராக இருந்தார் அந்த இளையது. பலிகருமங்கள் செய்து முடித்த பின்னர் சாப்பாட்டுக்கு இலை போடப் பட்டது.

முக்கோலிக் குடும்பத்தில் கேளுகர்த்தா மட்டும் தான் இருந்தார். வேறு உறுப்பினர்கள் யாருமில்லை. பெண்கள் கூட இல்லை.

கர்த்தா சாப்பிட்டு முடிந்து இலையை மடித்தபோது இளையது சொன்னார்:

"கர்த்தாவே, நீங்க இலையெடுக்கவேண்டாம்."

கர்த்தா இளையதுவின் முகத்தைப் பார்த்தார்.

இளையது இல்லத்து வேலைக்காரியைக் கூப்பிட்டார்.

"உம்பிட்டீ...!"

அழகியான ஓர் இளம்பெண் வந்து கதவோரமாய் மறைந்து நின்றாள்.

"உம்பிட்டீ, நீ அந்த இலையிலேயே சாப்பிட்டுக்கோ!" இளையது உத்தரவிட்டார்.

கர்த்தா அந்தப் பெண்ணினை ஒரு முறை பார்த்தார். பரவாயில்லை. ஆனால் அவள் எந்த ஊரைச் சேர்ந்தவள்? தெரியாது. அந்த விசயம் கூட அறிய வேண்டாமா?

"கர்த்தாவே, நீங்க எழுந்திடுங்க! இவள் ஒரு நல்ல குடும்பத்தைச் சேர்ந்தவள். நல்ல சொபாவ குணம். இந்த அளவிலே அறிந்து கொண்டால் போதும்." என்றார் இளையது.

கர்த்தா கையை மடித்தவாறு எழுந்தார்.

"நீ அந்த இலையிலேயே சாப்பிட்டுக்கோ! சந்தேகம் ஒண்ணும் வேணாம். உன் நன்மைக்காகத்தான்." இளையது வேலைக்காரியிடம் சொன்னார்.

உம்பிட்டி கேளுக்கர்த்தா சாப்பிட்ட இலை முன் உட்கார்ந்து கொண்டாள். இளையதுவே அவளுக்குச் சாப்பாடு பரிமாறினார்.

கர்த்தா பயணம் செய்துவந்த, தண்டுத் துடுப்புடைய படகில் உம்பிட்டி கர்த்தாவுடன் பயணமானாள்.

முக்கோலி கர்த்தா ஏராளமான நிலபுலன்களுடையவர். ஸ்தானியும் பிரமுகருமானவர். ஆனால் முன்காலத்திலே ஒரு கர்த்தா பேராசைக் கிரையானார். முந்நூற்றும் முகத்திலிருந்து தண்டப்ரா வளைவு வரையிலும் வலைபோட்டு மீன் பிடிப்பதற்கான உரிமையை செம்பகச்சேரி அரசனிடமிருந்து பதிவு செய்து பெற்றுக்கொண்டார்.

இவ்வாறாக முக்கோலி கர்த்தாக்களுக்கு மரைக்காயர் கர்த்தா என்கிற பெயர் வந்தது. உம்பிட்டியின் சந்ததி பரம்பரைக்கும் அந்தப் பெயர் மாறாப் பெயராயிற்று.

மரைக்காயர் கர்த்தா!

பரமன் கர்த்தா கூட மரைக்காயர் கர்த்தாதான்.

உம்பிட்டியின் குடும்பத்தினர் அவளை ஜாதி பிரஷ்டம் செய்து கைவிட்டனர்.

கேளுகர்த்தா இறந்தபோது மீதியிருந்த சொத்து பூராவையும் அரசு ஆர்ஜிதம் செய்து கொண்டது.

முக்கோலிக் குடும்பம் அழிந்துவிட்டது.

உம்பிட்டிக்கும் குழந்தைகளுக்கும் வாழ வழியில்லாதாகிவிட்டது. தேவஸ்தானத்திற்குச் சொந்தமான ஒரு வீட்டுமனையில் அவர்கள் குடியேறினர். ஆனால் உம்பிட்டியின் புதல்வர்கள் முந்நூற்றும் முகத்திலிருந்து தண்டப்ர வளைவு வரையிலும் படகோட்டிச் சென்று வலைக்காரர்களிடமிருந்து தங்கள் விகிதத்தை வசூலித்துக் கொண்டிருந்தனர். அவ்வாறு வாழ்ந்து வந்தனர்.

பரமன் கர்த்தா திடகாத்திரராக இருந்தார். ஆஜானுபாகு. செழிப்பான உச்சிக்குடுமி கட்டிவைத்து இடதுபக்கம் சாய்த்துப் போடுவார். அது பெண்களின் கூந்தல் முடிச்சு அளவு இருக்கும். கால்முட்டிக்குக் கீழே இறங்கிக் கிடக்கிற துண்டு வேஷ்டி வழியாக இடுப்பிலேயுள்ள வெள்ளி அரைஞானைப் பார்க்க முடியும். அதில் இணைக்கப்பட்டிருக்கிற கோமணத்தின் வாலையும் காணமுடியும்.

பரமன் கர்த்தாவுக்கு கோந்நோத்தில்தான் சேவுகம்.

சித்திரை மாசத்தில் சாகுபடியான நெல் படகுகள் படகுகளாகக் களங்களிலிருந்து கோந்நோத்துப் படகுத்துறையில் வந்து இறங்கிவிடும். இரவு முழுவதிலும் நின்று அள்ளிப்போட்டால்தான் அது தீரும்.

படகுகளும் காலியாகும். மறுநாள் காலையில் காலிப் படகுகள் தேவையா கின்றன.

கர்த்தாவும் வேறு சிலரும் சேர்ந்து தான் சுமந்து செல்கின்றனர். இரவிலே தானே? நெல் நிறைந்த கூடைகள் சில அடுக்களைக்கும் மேற்கு அறைகளுக்கும் சென்றுவிடும்.

பெரிய மாமாவுக்காகச் சமைக்கின்ற தீயல்க்கறியும், வறப் பொரியலும் கர்த்தாவுக்கும் கிடைத்துவிடும். கர்த்தா சாப்பிடுவது அடுக்களைக்கு நேர் எதிரிலுள்ள மேற்கு அறையில் அமர்ந்துதான். அதுவும் ஏனைய வேலையாட்களுக்கு தெரியாமல்தான்.

கர்த்தா அடுக்களையைச் சேர்ந்த ஆள்தான்.

பரமன் கர்த்தாவை அப்படியே பார்த்து நிற்கிற ஒரு குஞ்சம்மாவும் இருந்தாள்.

காளிக் குஞ்சம்மா!

அது மனப்பூர்வமாகப் பார்த்து நிற்பது அல்ல.

சும்மாதான் பார்த்து நின்று விடுவாள். இந்த விசயத்தை யாரும் அறிந்திருக்கவில்லை.

கர்த்தா காளிக் குஞ்சம்மாவைப் பார்த்து கண்ணுருட்டுவார். பல்லைக் கடிப்பார். அப்போது காளிக் குஞ்சம்மா ஓடி மறைந்து விடுவாள். பயத்தினால் அல்ல. பயப்படுத்துவதற்காக அல்லவே, கர்த்தா கண்ணுருட்டுவதும் பல் கடிப்பதுமெல்லாம்.

கர்த்தா கோந்நோத்து வீட்டிலிருந்தால் குஞ்சம்மா துண்டு வேஷ்டி போர்த்திக்காமல் முற்றத்திலிறங்கமாட்டாள். ஏதோ மறந்த நிலையில் அவள் கர்த்தா முன் வந்துவிட்டால் கைகளால் மார்பினை மறைத்துக் கொள்வாள். ஓடி மறைந்தும் விடுவாள்.

காளிக் குஞ்சம்மாவுக்குத் தனமுண்டு. எப்போது? பரமன் கர்த்தா வைப் பார்க்கும்போது.

அன்று கோந்நோத்துக் குடும்பத்தில் அந்தப் பருவத்திலுள்ள நான்கு குஞ்சம்மாமார்கள் இருந்திருக்கிறார்கள். அவர்களில் இருவருக்குப் பெரிய தனங்கள் இருந்தன. அவர்களில் யாருக்குமே கர்த்தா முன்சென்று 'ஒரு தேங்காய் பறித்துக் கொடுங்கோ' என்று சொல்லத் தயக்கமிருக்கவில்லை. அவர்களுக்குத் தனங்கள் இருக்கின்றனவென்று கர்த்தாவுக்குத் தோன்ற வில்லை.

ஆனால் அன்று காளிக் குஞ்சம்மாவுக்குத் தனமிருந்தது. சின்னக் காம்பு. அதைச் சுற்றி நிறவேற்றுமை. மொத்தத்தில் பார்த்தால் அது சொப்பு போலிருந்தது.

காளிக் குஞ்சம்மா சொன்னால், கர்த்தா கொன்றைத் தென்னை மரத்தினின்று ஒன்று அல்ல; பத்துத் தேங்காய் பறித்துக் கொடுத்து விடுவார்.

* ** *

அந்திநேரம் - சர்ப்பக்கோவில், கந்தர்வன் கோவில், யட்சிப் பன்னீர்மரம் ஆகியவற்றில் எல்லாம் திரிகளைக் கொளுத்திவைத்துவிட்டு காளிக் குஞ்சம்மா திரும்பி வந்துகொண்டிருந்தாள்.

பரமன் கர்த்தா எங்கிருந்தோ வந்து அவள் முன் தோன்றினார்.

காளிக் குஞ்சம்மா பயப்படவில்லை.

கர்த்தா குஞ்சம்மாவை அப்படியே அள்ளித் தூக்கியெடுத்தார். குஞ்சம்மா வாடிய சேப்பந்தண்டு போல் தளர்ந்துபோனாள்.

அப்படி ஒரு கதை!

* ** *

காளிக்குஞ்சம்மா பிரசவத்தின் போதே காலமாகிவிட்டாள். சேய் முன்னும் தாய் பின்னும் - அப்படித்தான் சொல்லப்படுகிறது.

சேயினை ஒரு முறை தாய் பார்த்தாளாம்!

குஞ்சம்மாவின் இதழ்கள் எதையோ சொல்ல முற்பட்டுக் கோணலாகி விட்டன.

'கர்த்தாவே...!' என்று அழைத்தாள் என்று மருத்துவச்சி கூறினாள். மெல்லிய குரலில் அது வெளிவந்தது அவள் காதில் விழுந்து விட்டதாம்!

குழந்தையை கர்த்தாவிடம் ஒப்படைப்பதற்காகத்தான் என்று பிரசவ அறையிலிருந்த பெண்கள் பேசிக்கொண்டனர்.

காளிக்குஞ்சம்மாவைச் 'சம்பந்தம்' செய்தவர் தொந்தி பெருத்த ஒரு போற்றியாக இருந்தார். காளிக் குஞ்சம்மாவின் மரணத்திற்குப் பிறகு அவர் அங்கிருந்து கிளம்பிச் செல்ல முற்பட்டார். அப்போது அன்றைய பெரிய மாமி சொன்னாள்:

"நில்லுங்க திருமேனி!"

திருமேனி மறுக்கவில்லை.

காளிக் குஞ்சம்மாவைவிட ஒரு வயதுக்குப் பெரியவளான இன்னொரு குஞ்சம்மா அங்கிருந்தாள். இட்டிக்குஞ்சம்மா. கறுத்துப் பருமனனா ஒரு குஞ்சம்மா.

கோந்நோத்துப் பெரியவரிடம் பெரிய மாமி சொன்னாள்:

“குண்டோதரன் போற்றி போவப் போகிறார். போகவேணாம்னு நான் அவர்கிட்டே சொல்லியிருக்கேன்.”

“அது என்னத்துக்கு?” பெரியவர் விசாரித்தார்.

“பெண் நிற்குமிடத்திலேயே தவறு நேர்ந்துடும். இந்தப் பெண்ணுக்கு அவர் புடவை கொடுக்கட்டும்!”

அவ்வாறாக அந்தப் போற்றி கோந்நோத்து மடத்திலேயே வாசம் புரியலானார்.

* ** *

காளிக் குஞ்சம்மா குழந்தைக்கு லட்சுமி என்று நாமகரணம் செய்யப்பட்டது. அது கர்த்தாவின் வலியுறுத்தலின் பேரில்தான். அதை யாருமே எதிர்க்கவில்லை. அந்த உரிமையை அனைவரும் அங்கீகரித்தனர். கர்த்தாவையும் அந்தக் குழந்தையையும் முகத்தில் கண் உள்ளவர்கள் பார்த்தால் அதை அங்கீகரிப்பார்கள்.

குழந்தை லட்சுமி நல்ல அழகி. அந்த அளவு அழகிய குழந்தை அந்தக் குடும்பத்திலேயே பிறந்ததில்லை.

குழந்தை லட்சுமியின் பருவத்திலான கோந்நோத்துக் குழந்தைகளெல்லாம் கர்த்தாவை கர்த்தாவென்றுதான் அழைத்தனர். வெறும் கர்த்தா, அவர்கள் அனைவரும் சின்னக் குஞ்சம்மாமார்களும் சின்ன எஜமானர்களுமாவார்கள்.

குழந்தை லட்சுமி அவரை எந்தப் பெயரையும் சொல்லியழைக்கவில்லை.

பரமன் கர்த்தாவை எதிர்நோக்கி நிற்பாள். அவரைக் காணும் போது அவள் முகம் மலர்ந்துவிடும். கையைத் தூக்கி விரைந்தோடி வரும் குழந்தையை அவர் வாரியெடுத்து முத்தமிடுவார்.

அந்தப் பரந்த மார்பில் ஒட்டியிணைந்து தோள் மீது முகத்தைச் சாயத்தவாறு அவள் பரமானந்தமடைவாள்.

குண்டோதரன் போற்றி அதைப் பார்த்துக் கூறுவார்:

“லட்சுமிக்குப் பரமனிடம் கொள்ளைப் பிரியம்!”

ஓணம் பண்டிகையின் போது பரமனுடைய ‘ஓணக்கோடி’ அவளுக்கு உண்டு. ஒரு ஜரிகை வேஷ்டி. ஆலப்புழையிலிருந்துதான் வாங்கிவருவார்.

திருவோண நாளன்று லட்சுமி அந்த வேஷ்டியைத்தான் உடுத்திக் கொள்வாள்.

இருந்தும் குழந்தை பரமன் கர்த்தாவினை எந்தப் பெயர் சொல்லியும் அழைக்கவில்லை. இனிமேல் அழைக்காமலுமிருந்துவிடக்கூடும்.

என்னவோ? குண்டோதரனையும் அவள் அப்பாவென்றழைத்ததில்லை. அந்த விசயம் போற்றிக்குத் தெரியாது.

இப்போது குழந்தை லட்சுமிதான் சர்ப்பக் கோவிலில் திரியேற்றி வைக்கிறாள்.

அந்தி நேரத்தில் விளக்கேற்றி வைத்துவிட்டு வருகிற குழந்தையை அள்ளியெடுத்து முத்தமிட்டுவிட்டு பரமன்கர்த்தா அவள் காதில் முணுமுணுத்தார்:

"என் செல்ல மகளே...!"

குழந்தை எதையோ சொன்னாள். அது 'அப்பா!' என்று அழைத்ததாக இருக்குமா?

என்னவோ ரொம்பரொம்பப் பழைய ஒரு கதைதான்.

* ** *

மாலை நேரம். காரியகர்த்தர் உப்பம் வளாகத்து குஞ்சன்பிள்ளை ஆலமரத்தடியில் அமர்ந்திருந்தார். இடையிடையே அவருக்குச் சிரிப்பு பொத்துக்கொண்டு வருகிறது. எங்கிருந்து எங்ஙனமென்று தெரியவில்லை - பரமன் கர்த்தா அவர்முன் தோன்றினார்.

குஞ்சன்பிள்ளை ஒருமுறை வெடித்துக் குலுங்கிச் சிரித்தார்.

"ஏய் கர்த்தாவே, உமக்கு ஆயுசு ரொம்ப ஜாஸ்தி. இப்போதான் உம்மைப் பற்றி நெனைச்சுக்கிட்டேன்."

"நான் இன்னைக்கு ஊரான ஊரெல்லாம் சுற்றி நடந்து வந்திருக்கேன். வயலான வயலும் இன்னைக்கு நானும் உம்மைப் பற்றித் தான் நெனைச்சேன்." கர்த்தா மேலும் விசாரித்தார்:

"உமக்கென்ன, இந்த வெடிச் சிரிப்பு?"

"வெடித்துச் சிரிப்பதற்கான காரியம்தான் இன்னைக்கு நடந்தது. அதிருக்கட்டும். நீர் எதுக்காக ஊரைச் சுற்றினீர்? நீர் பார்க்காத ஊர் தானா, இது?"

"சும்மா ஊரை எல்லாம் கொஞ்சம் நடந்து பார்க்கத்தான்." கர்த்தா அங்கே அமர்ந்து கொண்டார்.

"நம்ப ஸ்தானிகளைத் தேடி ஒரு வாரமா நான் அலைஞ் சுக்கிட்டிருக்கேன். யாருமே ஊரில் இல்லே. எல்லோரும் வழக்குகள் நிமித்தமாய் ஆலப்புழையிலே தான். என்ன காரியமாயிருந்தாலும் அவங்க கிட்டே கேட்டுச் செய்யணும்னு அல்லவா, மங்கலச்சேரி ஸ்தானி மாதுப்பிள்ளையின் கட்டளை?"

"கேட்டுச் செய்ய இப்போ என்னவாம்?"

"அந்தக் காரியத்தைப்பற்றி உம்மிடத்திலே கேக்கணும்னு நினைச்சுக்கிட்டிருந்தேன். தேவஸ்தான நிலங்களிலே முடிந்த அளவு சொந்தமாச் சாகுபடி செஞ்சு மீதியாவதைக் குத்தகைக்குக் கொடுத்தாலென்ன?"

கர்த்தா ஊரைச் சுற்றியபோது பார்த்த விஷயங்கள் குறித்துக் கூறினார். எந்த வீட்டுக்குச் சென்றாலும் நிலத்தைக் குத்தகைக்குக் கொடுத் திருக்கிற விஷயம் குறித்துத்தான் பேசுகிறார்கள். அப்புறம் மங்கொம்பு ஐயர் தொடுத்திருக்கின்ற வழக்குகள் விஷயமாகவும் பேசப்படுகிறது. ஐயர் இனிமேல் நாயர்மார்களுக்கு வட்டிக்கு கடன் கொடுக்கமாட்டார். பப்புப் பிள்ளை ஐயரை மறவனென்று அழைத்தார். சாகுபடிச் செலவுக்கு வழியில்லை. வீட்டுச் செலவுக்குமில்லை. எனவே நிலத்தைக் குத்தகைக்குக் கொடுத்துத்தானாகவேண்டும். முன்குத்தகை வாங்கிடலாம். கிறிஸ்தவர்கள் குத்தகைக்கு எடுத்துக்கொள்ளவும், முன் குத்தகை தரவும் தயாராக இருக்கிறார்கள்.

கர்த்தா சொல்லி முடித்தார்.

"நான் இதை எல்லாம் தெரிஞ்சுக்கலாம்னு தான் ஊர் சுற்றினேன். இந்த ஆண்டிலே ஒரு பிடி விதை நிலத்திலே விதைப்பதென்கிற பேச்சே இல்லை. அப்புறம் நாம்ப யாராச்சும் நம்ப நிலத்தை வெட்டிப் போட்டாலும் போடலாம். வயலான வயல் அனைத்தையும் மாப்பிளமார்கள் உழுது போட்டிருக்காங்க."

"தேவஸ்தானம் நிலத்தை எடுத்துக்க யாராச்சும் வந்திருக்காங்களா?" என்றார் கத்தார்.

"இருக்காங்க. இங்குள்ளவங்களும், புளிங்குன்றுக்காரங்களும் இருக்காங்க."

"அதைப் பற்றி முடிவெடுக்கவேண்டியது ஸ்தானீங்களல்லவா?"

"அதுக்காகத்தானே, நான் ஸ்தானீங்களைத் தேடி நடக்கறேன்? மைபோட்டுப் பார்த்தாக் கூட ஒருவனும் அகப்படறதில்லை. அந்த புல்லாற்றுக் கைமளுக்கு ஏதோ வேலையிருக்கு. என்னன்னு தெரியாது. எல்லாம் நீர் செஞ்ச வேலைதான்."

"நான் என்ன செஞ்சேன்?"

"நீர் திரிக்குத் தீ கொளுத்தினீர். அது இப்போ அங்காங்கே வெடிக்குது. டமால்... டுமீல்... நான் சிரிக்கறது அதனால்தான்."

"ஐயர் நெம்பர் கொடுத்தது நான் சொல்லித்தானா?"

“இந்த வழக்கெல்லாம் முதலில் எங்கிருந்துதான் ஆரம்பமானது?”

பரமன் கர்த்தாவுக்குப் பிடிகிடைக்கவில்லை. காரியகர்த்தர் வினவினார்:

“நீர் அல்லவா, இட்டிராமன் பிள்ளை ஆசானைக் கொண்டு வழக்கைத் தொடுக்க வைத்தீர்?”

“கோந்நோத்துக் கிளையைப் பட்டினி போடவும், சோத்துக்களை அழிச்சிடவும் தொடங்கினப்போ, அப்படியொரு ஷரத்து இருக்குன்னு நான் சொன்னதுதான்.”

“ஆ... அப்போதிருந்தே ஐயருக்குப் பயமாயிடுச்சி. அப்பறம் நெம்பர் மேலே நெம்பராச்சு. எல்லாக் குடும்பத் தலைவனுங்களும் உரிமை கொண்டாடத் தொடங்கிடுவாங்கன்னு ஐயர் பயந்து விட்டார்.”

அப்போ யார்தான் பட்டாசுக்கு நெருப்பு வச்சது?”

“நீர் என்ன தண்ணீரைக் கடிச்சு சுவைச்சு குடிக்கிற பூனைக் குட்டியா, என்ன?”

இருவரும் பரஸ்பரம் குறை கூறினர்.

சிறிது நேரத்திய மௌனம்.

இருவரும் தங்கள் தங்கள் உலகத்தில் சஞ்சரித்தனர்.

பரமன்கர்த்தாதான் மௌனத்தைக் கலைத்தார்:

“அப்பறம் காரியகர்த்தரே, என் பொண்ணோட நிலைமை ரொம்பமும் கவலை தருது.”

கர்த்தா கவலைப்படுகிறார்: “அதைப் பற்றித்தான் நான் எந்நேரமும் யோசிக்கறேன். என்ன செய்யறது?” என்றார்.

“குறிப்பாக இப்போ என்ன நேர்ந்துட்டது?”

“கோந்நோத்துக் குடும்பத்திலே பட்டினியோ பட்டினி! நான் ஏதாச்சும் பழம் கிழம் வாங்கி யாருக்கும் தெரியாமெ கொண்டுபோய்க் கொடுப்பேன். என் பொண்ணுக்கும் குழந்தைகளுக்கும்தான். நேராகக் கொண்டுபோய்க் கொடுத்திடலாமா? அங்கே லட்சுமியின் குழந்தைகள் பருவத்திலே நெறையக் குழந்தைகள் இருக்காங்க. எல்லோருக்குமாகக் கொடுக்கமுடியுமா? யாருக்கும் தெரியாமதான் நான் கொண்டுபோய்க் கொடுக்கிறேன். பல நாட்களுக்கு அதுவேதான் அவங்களோட உணவு.”

“நீர் வழக்கமாய் எதையும் கொடுக்கறதில்லையா?”

“கொடுக்கிறேனே. மாதா மாதம் பத்து பறை நெல் கொடுப்பேன். அவளுக்கும் குழந்தைகளுக்கும் மட்டுமாயிருந்தா அது போதும். ஆனா அவ மட்டும் தனியாச் சமைச்சுச் சாப்பிடமுடியுமா? அப்படீன்னு

வரும்போ மூணு நாலு நாளிலே அது தீர்ந்துடும். அப்பறம் பட்டினி தான். கண் குழி விழுந்து ஒண்ணுமே சாப்பிடாததால் முகமும் வாடித் தளர்ந்து என் பொண்ணையும் குழந்தைகளையும் பார்க்கும் போது என் நெஞ்சே வெடித்துவிடும் போலிருக்கும்."

மனம் நொந்து பேசுகிற பரமன் கர்த்தா தழுதழுத்த குரலில் தொடர்ந்து பேசினார்:

"அந்த இளைய பையன் - அவனைப் பார்க்கும் போதெல்லாம் நான் அழுதிடுவேன். கெட்டிக்காரப் பையன்-ஆனா பட்டினிக் கோலம்!"

கர்த்தா மேலும் தொடர்ந்து கேட்டார்:

"காரியகர்த்தரே, நான் என்ன செய்யணும்?"

"கோந்நோத்து உள்ளறை உடைச்சாங்களே, அந்தத் தங்கமும் பெட்டியுமெல்லாம் எங்கே?"

"என் பொண்ணோட பங்கு - அது என் பொண்டாட்டி கிட்டே இருக்கு. கொஞ்சம் கூடப் போகலே."

அவர் மேலும் கூறினார்: "அதனாலே என்ன செய்யறது?"

காரியகர்த்தரிடம் ஒரு யோசனை இருந்தது.

"நீர் அந்த ஈரியேத்ர மனையிலே ஒரு வீடு வையும்! அப்பறம் அவளையும் குழந்தைகளையும் அழைச்சுக்கிட்டுப் போய்க் குடியிருக்க வையும்! உம்முன் அழைச்சுக்கிட்டுப்போய் தீண்டிச் சாப்பிட வச்சேங்கிற புகார் இருக்காதப்பவா?"

கர்த்தாவுக்குச் சற்று ஆறுதல் ஏற்பட்டதுபோல் தோன்றியது. அவர் சொன்னார்:

"முந்தாநாள் எம் பொண்ணு சொன்னா, 'நாங்களும் கூட வர்றோம்'னு கஞ்சித் தண்ணி குடிச்சு மூணு நாளாச்சாம்!"

"அதெப்படி? பெரியப்பா ஆலப்புழையிலல்லவா?"

"என்னவானாலும் பரவாயில்லைன்னு நானும் நெனைச்சுக் கிட்டேன். அவளையும் குழந்தைகளையும் வீட்டுக்கு அழைச்சுக்கிட்டுப் போகலாம்னு எண்ணினேன். அப்பறம் உம்மைப் பார்த்து யோசனை கேட்டுக்கலாம்னு கருதினேன்."

"அந்தச் சண்டை - ரகளைக்கொண்ணும் போகவேணாம். கோந்நோத்துக் குஞ்சம்மாவைத் தகாத முறையில் தீண்டிச் சாப்பிட வைச்சேங்கிற தகராறு ஒண்ணும் வேணாம். நீர் ஒரு சின்ன வீட்டைக்கட்டி அந்தப் பொண்ணை அங்கே குடியிருக்கச் செய்யும். அந்தக் குழந்தைகள் பட்டினியில்லாமே வளரட்டும்."

“அப்போ... காரியகர்த்தரே, இன்னொரு விசயம்... ஓர் ஆண் துணையில்லாமே...?”

காரியகர்த்தருக்கு ஆத்திரம் வந்தது போல் தோன்றியது.

“அதுக்குத் தானே, நீர்? அல்லாமே வேறு யார்?” அவர் மேலும் வினவினார்: “அந்தப் பொண்ணுக்குப் புடவை கொடுத்த சின்னப் போற்றி இல்லையா?”

“கோந்நோத்து மடமே இல்லாமலாகிவிட்டபோது சோறு கிடைக்காமல் அந்தச் சின்னப்போற்றியும் போயிட்டான்.”

“குழந்தைகள் எத்தனை?”

“மூணு.”

அன்றைய தினம் அந்தச் சின்னப் போற்றி நல்லவனென்று அவள் கருதினாள்.

பரமன் கர்த்தா யோசித்து உறுதியடைகிறார். காரியகர்த்தருக்கும் தனது மனத்தை நோகவைக்கிற ஒரு பிரச்சினை உண்டு. தன்னிடமே சொல்வதுபோல் அவர் சொன்னார்:

“என் தேவி கூட பட்டினிதான். பட்டினியோ பட்டினி!”

“அது இதைவிடவும் மோசமான பிரச்சினைதான். கூட்டிவந்து தனியாக வேறு எங்காச்சும் தங்கவச்சுக்கலாமா? உம்ம பொம்பள பொறுத்துக்குவாளா?” அனுதாபமுடன் பரமன் கர்த்தா கூறினார்.

“அதுக்கு என்ன பரிகாரம்?”

த்ரிமூர்த்திகள்!

அவர்களில் யாராவது அழுவதென்பது இருக்கட்டும், முகம் வாடுவதைக்கூட யாரும் கண்டதில்லை. அவர்களுக்கு இதயம் என்கிற ஒன்று இல்லை என்கிற கருத்துத்தான் நிலவுகிறது. தந்திரமும் தில்லு முல்லுகளும்தான் அவர்களில் காணமுடிகிறது. ஆனால் அவர்களில் இருவர் மனம் வறட்சியுற்றிருக்கிறது. அது அவர்களுக்கு மட்டும்தான் தெரியும்.

கோவிலிலிருந்து மாலைச் சங்கொலி முழங்கியது.

“ஐயரோட வழக்கு விசயமென்னாயிற்று?” வினவினார் பரமன் கர்த்தா.

“மங்கலச்சேரிக் குடும்பக் கிளையை மனத்திலே வைத்துக் கொண்டு தான், கூடத்ரக்கிளையின் செலவுக்கான நிலத்தை அதுவரையிலுமுள்ள கடனுக்காக ரவிப்பிள்ளை அவங்களைக் கொண்டு பணயப்பத்திர

மெழுதிக் கொடுக்க வச்சது. ஆனா இப்போ யாரோ சொன்னாங்க அது கண்டெழுத்து காலத்திலேயே கூடத்ரக் கிளையைச் சார்ந்திருந்ததுன்னு." என்றார் காரியகர்த்தர்.

"அப்படீன்னா பணயப் பத்திரம் கொடுக்க ரவிப் பிள்ளைக்கு உரிமையில்லையே."

"ஆனாக்கூட ரவிப் பிள்ளை குடும்பத்துக்குப் பொதுவான தலைவனல்லவா?"

"அதெல்லாம் இனிமே கோர்ட்டுதான் தீர்மானிக்கணும்."

ஒரு நெடுமூச்சுக்குப் பிறகு காரியகர்த்தர் கேட்டார்: "தேவி விசயமா என்ன பண்ணறது?"

தேவியை அழைத்தால் அவள் பின்னாலேயே வந்து விடுவாள். ஆனால் எங்கே தங்க வைக்கிறது?

கர்த்தா விஷயத்தில் மனைவியிடம் அவரால் சொல்லமுடியும். சொல்லியதுமுண்டு.

"எனக்கு ஒரு புதல்வியுண்டு. உனக்குப் புடவை பிறந்தவள்!"

மனைவிக்கு கர்த்தாவிடம் இப்படிக் கேட்க எந்த விதமான உரிமையுமில்லை. அவள் அப்படிக் கேட்டதுமில்லை.

"எனக்குப் புடவை தருமுன் உங்களுக்கு மகள் பிறந்தது ஏன்?"

குஞ்சன் பிள்ளை விஷயம் அதுவல்லவே. மனைவி அவ்வாறு கேட்கிறாள் என்று வைத்துக்கொள்வோம்.

"இவ யாரு?"

"என்னோட பழைய சினேகிதக்காரி."

குஞ்சன் பிள்ளையால் இப்படிச் சொல்லமுடியுமா?

"வருவது வரட்டும் குஞ்சன் பிள்ளாய். உம்மோட சினேகிதக்காரி பட்டினியாகக் கூடாது. அதுக்கு என்ன செய்யணும்னு பாரும்!"

வாழ்க்கையில் பல்வேறு சாதனைகள் புரிந்த குஞ்சன்பிள்ளை கேள்வியுருவத்தில் ஒரு முறை முனகினார்.

"ஆங்! எல்லாவற்றையும் நெனைச்சுப் பார்க்கணும். பழைய காலத்திலே போன்று வருவது வரட்டும்னு இப்போ நாம்ப ஏதாச்சும் போக்கிரித்தனம் பண்ணமுடியுமா? கர்த்தாவே?"

"ஆங்!" கர்த்தா ஒரு முனகலால் ஒப்புக் கொண்டார்.

"வய்ப்பரச் சேரி நாணிப் பொம்பளயோட சாபம்தான்."

குஞ்சன் பிள்ளை ஒப்புக்கொண்டார்: "இருக்கலாம்." ஆயினும் அது பிரச்சினைக்குப் பரிகாரமாகவில்லை.

32

மங்கலச்சேரிக் குடும்பத்திற்கு எட்டு ஏர் எருமைக் கடாக்கள் இருந்தன. மங்கலச்சேரி நிலமனைத்தும் ஆறு சாலை உழுது தீர்த்துவிட வேண்டுமல்லவா? கடாய்களை மேய்க்கிறவன் ரவிச் சோவன்தான்.

ஓர் ஏர் கடாய்களைப் பூட்டி உழுது கொண்டிருந்தவர்தான் உப்பம் வளாகத்து குஞ்சன் பிள்ளை.

அவர் மங்கலச்சேரியைச் சேர்ந்த ஒரு பெண்ணினை நேசித்தார். ஆனால் மங்கலச்சேரியைச் சேர்ந்த ஒரு பெண்ணுக்கு உப்பம் வளாகத்து குஞ்சன் புடவை கொடுக்கமுடியுமா? ஏனென்றால் உப்பம் வளாகத்து நாயருடைய ஜாதி என்னவென்று நிர்ணயிக்கப்பட்டிருக்கவில்லையே!

உப்பம் வளாகத்தினரின் வரலாறு இவ்வாறானது:-

ஒரு சகோதரனும் சகோதரியும் குறிச்சியிலிருந்து வந்தனர். எதற்காக வந்தனர் என்றோ, என்ன காரணத்தால் குறிச்சியிலிருந்து வந்தனர் என்றோ தெரியாது. குறிச்சியில் அவர்கள் குடும்பம் எது? திட்ட வட்டமாகச் சொல்லமுடியாது.

பகவானுடைய நிலத்தில் ஒரு பகுதியை வளைத்தெடுத்து அதற்குள்ளே ஆறுகால்கூரை ஒன்று அமைக்கப்பட்டது. பகவானுடைய அடிமைகள் என்று எழுதிக் கொள்ளவும் செய்தனர்.

உப்பம் வளாகத்து ஆண்கள் உழவுத் தொழில் செய்கின்றவர்களாக இருந்தனர்.

குஞ்சன் மங்கலச்சேரிக்குச் சொந்தமான ஐந்து பறை நிலத்தில் விவசாயம் பண்ணினார். மங்கலச்சேரித் தொழுவத்திலுள்ள சாணி அந்த நிலத்தில் விழுந்தது.

அதன்மூலம் நூற்றி ஐம்பது பறை நெல் விளைந்தது. குஞ்சனுடைய மூலதனம் அதுதான்.

நூறுபறை நிலத்தை குஞ்சன் குத்தகை எடுத்துக்கொண்டு விவசாயம் பண்ணுகிற காலம். மங்கலச்சேரிக் குடும்பத்தின் உதவியால் தான் விவசாயம் நடைபெறுகிறது. ஒரு நாள் வாய்ப் பரச்சேரி கொச்சுஞ்சியம்மா குஞ்சனிடம் கூறினாள்:

"குஞ்சா, நீ எங்க நாணிப்பொண்ணுக்கு ஒரு புடவை வாங்கிக் கொடு. அது வாங்கக் காசில்லேன்னா நான் வாங்கித் தாறேன்."

நாணி கொச்சுஞ்சியம்மாவின் அக்காள் மகள்.

ரவிப் பிள்ளையும் சொன்னார்:

"ஆமாம்டா, அப்படியே செய்! அவள் நல்ல பொண்ணு தாண்டா."

குஞ்சன் அதை மறுக்கும் முறையில் கூறினார்:

"எங்க ஜாதி மோசமுங்க."

"யாரடா, அப்படிச் சொன்னாங்க? நீங்க குறிச்சியிலே முண்டு தோட்டில் பிள்ளைமார்கள்தானே? நல்ல ஜாதிக்காரங்கதான்."

மங்கலச்சேரியிலிருந்து யோசனை பிறந்தால் வாய்ப்பரச் சேரியினரால் மறுக்க முடியாது. குஞ்சனுடைய ஜாதி மோசமாக இருந்தாலும் அந்த 'சம்பந்தம்' நடந்தே தான் தீரவேண்டும்.

உதவியற்ற காதலன் அந்தி மயங்கும் நேரத்தில் எட்டுகட்டு வீட்டின் இருள் சூழ்ந்த 'சாய்ப்பு' அறையில் வைத்து காதலியிடம் தழுதழுத்த குரலில் வினவினான்:

"நான் என்ன செய்யணும் தேவீ?"

"என்கிட்டே என்னைக்கும் சினேகமாயிருந்தாப் போதும்." தன்னை நேசிக்கவேண்டுமென்று சொல்ல தேவிக்குத் தெரியாது.

ஒருவேளை அந்தக் காலத்துப் பெண்கள் யாருக்குமே தெரியாம லிருந்திருக்கலாம் ஆண்களுக்கும் அப்படியிருந்திருக்கலாம். குறிப்பாக மங்கலச்சேரிப் பெண்களுக்கு-அவர்களுக்கு நேசம் என்கிற சொல் கூடத் தெரியாது.

ஆண் பெண்ணை விரும்பலாம். பெண் ஆணினையும். அதுவா, நேசமென்பது?

அடுத்த ஆவணி மாசத்தில் வாய்ப்பரச்சேரி அறைவாசலில் குஞ்சன் நாணிக்குப் புடவை கொடுத்தார்.

அந்த வருடம் குஞ்சனுடைய விவசாயம் நூற்று ஐம்பது பறை நிலத்திலாயிற்று. விதை மற்றும் கூலிச் செலவில் கணிசமான பகுதியை ரவிப் பிள்ளை நல்கினார். திருப்பித் தரவேண்டாமென்று சொல்லவும் செய்தார்.

வாய்ப்பரச்சேரித் தாய்க் கட்டடத்தின் தென் மேற்குக் கோடியி லுள்ள சாய்ப்பு அறைதான் நாணிப் பெண் உறங்கும் அறை.

நாணியைவிடக் குறைந்த பருவத்திலுள்ள இளம் பெண்கள் வாய்ப்பரச்சேரியில் உள்ளனர். அவர்கள் கூடவே தான் அவள் படுத்து உறங்கிக் கொண்டிருந்தாள். புடவை வாங்கிய அன்றைய தினம் அவள்

தென்மேற்குக் கோடியிலுள்ள அறைக்குப் படுக்கையை மாற்றிக் கொண்டாள்.

எதிர்பார்ப்புக்களுடன்தான் அவள் அவ்வறைக்குச் சென்றாள்.

முதல்நாள் அவளுக்குப் பயமாயிருந்தது.

பின் நாட்களிலுள்ள இரவுகளில் அவள் அழுதாள்.

தனிமையில் படுத்துக்கொள்ள நாணியால் முடியாத நிலைமை ஏற்பட்டது.

ஆனால் புடவை தந்தவர் ஏதாவது இரவில் எப்போதாவது வந்து கூப்பிட்டால்?

பகல்வேளையில் சில சமயங்களில் குஞ்சன் பிள்ளை வாய்ப்பரச் சேரி வருவார்.

ஒரு நாள் வாய்ப்பரச்சேரித் தென்வளாகத்தில் நாணி குஞ்சன் பிள்ளையைப் பார்த்துக் கேட்டாள்:

"எனக்கு எதுக்காகப் புடவை தந்தீங்க?"

நாணியின் நீலக்கண்கள் மலர்ந்திருந்தன. அவள் அவர் முகத்திலேயே பார்வையைச் செலுத்தியவாறு நின்றாள்.

அவள் அவருடைய தோள்களில் இரண்டு கைகளையும் போட்டு விட்டாள். ஒட்டியிணைந்து நிற்கிறாள். அதுவும் அந்தப் பகல் வேளையிலேயே.

நாணிக்கு இரண்டு பெரிய முலைகள். அவற்றின் காம்புகளும் வீங்கிக் குத்திட்டு நின்றன.

குஞ்சன் பிள்ளை சொன்னார்:

"ரவிப் பிள்ளையவங்க சொன்னதானால்தான்."

"நான் இவ்வளவு நாட்களும் தனிமையில் நினைந்து நினைந்து அழுதுகொண்டே படுத்திருந்தேன்."

"நீ ஏன் அழுதே?"

எதற்காக அழுதாளென்று அவளுக்குத் தெரியாது. சம்பந்தம் பண்ணினவன் வராமலிருந்ததால் பழைய குடும்பங்களைச் சேர்ந்த எவளாவது ஒரு பெண் அழுததுண்டா?

சம்பந்தம் பண்ணின மனிதனுக்கு மனைவியின் உபசரிப்பு கிடைத்துக் கொண்டிருந்தா?

நாணி தோளிலிருந்து கையை எடுத்துவிட்டு ஓரடி பின் நகர்ந்து குஞ்சன் பிள்ளை முகத்தைப் பார்த்துக் கேட்டாள்:

"வேறு எவளாச்சும் சினேகிதகாரி இருக்காளா?"

குஞ்சன் பிள்ளைக்குத் திறந்து பதில் சொல்லத் தயக்கமிருக்கவில்லை.

"ஆமாம். எனக்கு ஒரு சினேகிதகாரி இருக்கா."

யார் அவளென்று நாணி விசாரிக்கவில்லை.

நாணி அன்றாடம் சூரியன் உதிக்குமுன் குளித்துக் கோவிலுக்குச் செல்வாள். சன்னிதிக்கு நேராக நின்று பகவானிடம் எதை எதையோ முறையீடுகளை முணுமுணுப்பாள். அவள் கண்களில் நீர் மல்கிவிடும்.

பகவான் கேட்கிறாரோ; என்னவோ?

பரமன் கர்த்தா எந்நாளும் 'நிர்மால்யம்' (நிர்மால்யம் = முந்திய இரவு அணிவித்த நகைகள் மலர்மாலைகளுடன் அதிகாலையில் கர்ப்பகிருஹக் கதவைத் திறக்கும்போது காண்கிற காட்சி. மொ-ர்) தொழுகின்றவர்தான். கர்ப்பகிருகவாசல் திறக்கும் போது பகவானுடைய பார்வைக்கு நேராகக் கண்மூடித் தொழுகின்ற கைகளுடன் நிற்கிறவர் பரமன்கர்த்தான்.

பொழுது விடியும் வரையில் அவர் கோவிலில் வலம் வந்து கொண்டிருப்பார்.

பரமன் கர்த்தா துண்டு நிலங்களிலே விவசாயம் பண்ணினார். பின்னர் நடுத்தரப் படுக்கைகளைக் குத்தகைக் கெடுத்துப் பயிர் செய்து வளர்ந்து முன்னேறி வந்துகொண்டிருந்தார். அந்த முன்னேற்றம் குஞ்சன் பிள்ளையளவு சீக்கிரகதியில் இருக்கவில்லை.

கர்த்தா பிள்ளையிடம் கேட்டார்:

"உம்ம பொம்பளை பகவானை விடாப்பிடியாய்ப் பிடிச்சிருக்காளே... அது என்னத்துக்கு?"

"என்னவோ?"

"நீர் என்னத்துக்கு அந்தப் பொம்பளையைக் கட்டிப்போட்டுக் குத்திக் கொல்றீர்?"

குஞ்சன் பிள்ளை கூறினார்:

"நான் யாரையும் கட்டிப் போடலே. அவளுக்கு வேறு யாராச்சும் வந்துடுவாங்க."

அது சரிதான்.

புடவை கொடுத்தார். யாரோ சொல்லித்தான். தவிர்க்க முடியாத ஒருவர்தான் சொன்னார். ஆனால் அந்தப் பெண்பிள்ளையும் விடாப் பிடியாகப் பிடித்திருப்பது ஏன்?

குஞ்சன் பிள்ளை ஒரு தருமத்தைக் கடைபிடித்திருக்கிறார். அவர் அவளுக்குப் புடவை கொடுத்தார் என்பது மட்டும்தான்.

நாணி எச்சில் ஆகவில்லை.

நாணியின் அம்மாவுக்குச் சில நாட்களாக ஒரு சந்தேகம் ஏற்பட்டிருக்கிறது.

அவர் மகளிடம் விசாரித்தார்:

"குஞ்சன் வர்றதில்லியாடீ?"

நாணி தயக்கமின்றியே சொன்னாள்:

"வாறாரு"

அவள் மேலும் கூறினாள்:

"நேற்றும் வந்தாரு. ஆனா இருட்டி நேரமானப்பறம்தான். வயலிலே சக்கரம் மிதிக்கிற வேலை இருந்தது." ஒரு கணம் நிறுத்தி விட்டு நாணி தொடர்ந்து கூறினாள்:

"நாலாம் யாமத்திலே கிளம்பிப்போனார். போனப்போதான் யாமக் கோழியும் கூவியது."

அந்தத் தாய் இவள் சொன்ன நேரத்தில் விழித்துக் கொண்டுதான் படுத்திருந்தாள். சாய்ப்பு அறைக்கதவு திறக்கிற ஓசையை அவர் கேட்க வில்லை.

நெருப்போடினை ஊதிப் பற்றவைத்து விளக்கேற்றியது கோழி கூவுமுன்னர்தான்.

"போடீ, போடி கழுதை!" அம்மா சொன்னார்.

பெண்மக்களுடைய தாய்மார்களுக்கு இரண்டு உரிமைகள் இருக்கின்றன. ஒன்று; பாதியோ அதன் மேலாகவோ பற்றியெரிந்து முடிந்துவிட்ட *சூட்டையின் மீதிப்பகுதி. இரவிலே 'சம்பந்த'க்காரர் சூட்டையைப் பற்றவைத்து அதன் வெளிச்சத்திலேதான் மனைவி வீட்டுக்கு வருவது. அறை வாசலில் அமர்ந்துகொண்டால் தொலைவி லிருந்து அந்தச் சூட்டைக் கற்றை, 'இதோ நான் வருகிறேன்' என்ற மட்டில் வீசப்பட்டு மின்னி ஒளி சிந்தி வருவதைக் காணலாம்.

---

* சூட்டை - பந்தம்

அது ஒரு மகளுடைய 'நாயர்' ஆகும். (இங்கே நாயர் என்றால் சம்பந்தம் பண்ணினவன் என்று பொருள். மொ-ர்.)

சூட்டைக் கற்றை குத்தியணைக்கப்பட்டது.

அம்மாமார்கள் சில சமயங்களில் பெருமையுடனும், கருவமுடனும் கூறுவார்கள்:

"எனக்கு நாலு சூட்டைக் கற்றைகள் கெடைக்கறதுண்டு."

பின்னர் இரண்டாவதாக இன்னோர் உரிமையுண்டு:

வெற்றிலைப் பாக்கு - புகையிலை சகிதமாய்! சில சமயங்களில் இரண்டு வெற்றிலை, ஒரு பாக்கு மற்றும் ஓரிலைப் புகையிலையுமாக இருக்கும்.

மகளுடைய 'சம்பந்த'க்காரர் அதை அம்மா முன்வைத்துச் சென்று விடுவார். வேறு சிலர் அதை மகளிடம் கொடுத்தனுப்புவதுமுண்டு.

நிறையச் சோறும் கறிகளுமுடைய கிண்ணத்துடன்தான் அம்மா மகளைப் படுக்கையறைக்கு அனுப்பிவைப்பாள். இருட்டிய பிறகு வருகிற மகளுடைய சம்பந்தக்காரன் இரவிலே பட்டினியாய் இருக்கக் கூடாதல்லவா?

மகளும் 'நாயர்' வரும் வரையிலும் சாப்பிடாமலிருந்து விடக் கூடும். அப்போது 'அச்சியும் நாயரும்' சேர்ந்து அமர்ந்துதான் படுக்கையறையில் சாப்பிடுவார்கள்.

நாணி சில இரவுகளில் சாப்பிடமாட்டாள். நள்ளிரவுக்கு முன்னர் சோறும் கறிகளும் நிறைந்த தளிகையுடன் அறையின் பின் பகுதிக்குச் சென்றுவிடுவாள்.

இரண்டாம் யாமம் முடிந்த பின்னர் நாணியின் அறைக்குப் பின்னால் நாய்கள் சண்டை போடுவதைக் கேட்கமுடியும். அது எச்சில் நாய்கள் சண்டை போடுவது போன்றிருக்கும்.

நாணியின் தாய் தூங்காமல் இவற்றை எல்லாம் கவனித்துக் கொண்டிருப்பாள்.

குஞ்சன் பிள்ளை வரவில்லை. நாணியும் சாப்பிடவில்லை. தளிகையிலுள்ள சோறு மற்றும் கறிகளை முற்றத்திற்கு வீசியெறிந்தாள். நாய்கள் சண்டை போட்டன.

எந்த நேரத்தில் சோறும் கறிகளும் வெளியே சென்று விழுமென்று அம்மாவுக்குத் தெரியும்.

நாணியின் தாய்க்கு மூன்று சூட்டைக் கற்றைகள்தான் கிடைக்கின்றன. நான்கு பெண்கள் இருந்தபோதிலும்.

நாணி சுமங்கலிதான். திருவாதிரைக்குப் பத்து நாட்கள் முன்னா லிருந்தே அதிகாலையில் நீரிலே அடித்து ஒலியெழுப்பிக் குளிக்கத் தொடங்குவாள். இலைக் குறிகள் அணிந்துகொள்வாள். திருவாதிரை விரதத்தை அனுஷ்டிப்பாள்.

* ** *

குஞ்சன் பிள்ளைக்குத் தனது சொந்தக் காலிலேயே நிற்க முடியு மென்கிற நிலைமை ஏற்பட்டுவிட்டது.

பகல்வேளையில் கூட அவர் வாய்ப்பரச் சேரிக்குச் செல்வதில்லை.

நாணியைப் போன்ற ஒரு பெண் ஊரிலுண்டா? ஊரில் ஆண் களுக்குப் பஞ்சம் வந்து விட்டதா?

மங்கலச்சேரியிலேயே எத்தனை இளம் காளையர் இருக்கிறார்கள்! நாணி குஞ்சன் பிளைக்காக மட்டுமாய் பகவானை விடாப்பிடியாய்ப் பிடித்துக் கொண்டு துறவியாய்க் காலம் தள்ளுவதேன்?"

காலத்திற்கேற்படுகிற மாறுதல்தான் என்னே!

பெண்ணுக்குப் புடவை கொடுத்தவன் மட்டும் போதுமாம்.

கொச்சுஞ்சியம்மாவின் அக்காள் சொன்னாள்:

"அடியே கொச்சுஞ்ஞி, குஞ்சன் நாணிக்குப் புடவை கொடுத்தப்பறம் அவன் அவகிட்டே போகவேயில்லேன்னு தோணுதே."

அதைப் பற்றி கொச்சுஞ்ஞியம்மா ரவிப் பிள்ளையிடம் சொன்னார். சொல்லிவிட்டு இது கூடச் சொல்லவேண்டியிருந்தது:

"நம்ப கிட்டேயே வேலை செஞ்சு கொஞ்சம் சொத்து சேர்ந்ததற் கப்புறம் அவன் பண்ணற நன்றிகெட்டதனத்தைப் பார்த்தீங்களா?"

ரவிப் பிள்ளை கேட்டார்:

"அவன் என்ன நன்றிகெட்டதனத்தைப் பண்ணினான்?"

"நாணிகிட்டே அவன் போகவேயில்லே."

"அவனுக்கு அவள் வேண்டாங்கிற நினைப்பாக இருக்கும். அப்படீன்னா, வேறு யாராச்சும் அவளுக்குப் புடவை வாங்கிக் கொடுக்கச் செய்யணும்."

"அதுக்கு யார் இருக்காங்க?"

"அது எனக்காத் தெரியும்?" என்றார் ரவிப்பிள்ளை.

கொச்சுஞ்ஞியம்மா மனத்தில் ஒருவன் தோன்றினான்.

"இங்குள்ள குஞ்சுவா இருந்தாலென்ன?"

"அப்படீன்னா, அப்படியே செஞ்சுக்கோ!" ரவிப்பிள்ளை சம்மதமளித்தார்.

நெற்றி நிறைய விபூதி பூசிக்கொண்டுதான் நாணி கோவிலிலிருந்து வருவாள். இருபத்தியோரு முறை கோவிலில் வலம் வருவாள். ஐந்து ஆலமரங்களை ஏழுமுறை வீதமாக வலம் புரிவாள். வீட்டுக்கு வந்தால் கூவள மரத்தைச் சுற்றுவாள். நாணியின் இதழ்கள் அசைந்து கொண்டே யிருக்கும். நாமஜெபம் தான்.

கொச்சுஞ்ஞியம்மா குஞ்சுவிடம் சொன்னார். முகத்தைப் பார்த்து எப்படித்தான் முடியாதென்று சொல்லுவது? அம்மாவி சொன்னால் அது அம்மாவன் சொல்வது போல்தான். குஞ்சு எதையும் பேசவில்லை. வெட்கத்தினாலென்று அம்மாவி நினைத்துக் கொள்ளட்டும்.

ஒரு நாளை நிச்சயித்துவிட்டு அதற்கு முந்திய நாளில் அம்மாவன் சொல்லக்கூடும்:

"நாளை நீ நாணிக்குப் புடவை கொடுக்கவேண்டும்! புடவை வாங்கி வச்சுடறேன்."

பொடலங்காய்! விபூதி பூசி கூந்தலில் கூவளத்திலையுமாய் நாம ஜெபம் பண்ணி நடக்கிற அந்தப் பெண்ணை யாருக்கு வேண்டும்?

துறவி!

அம்மாவன் சொல்வதற்கு அனுசரணையாக நடந்து கொள்ளாம லிருப்பது குடும்பத்தில் மட்டுமல்ல; ஊரிலேயே நடவாத ஒரு சங்கதி யாகும்.

குஞ்சு தலைமறைவாக நடக்கிறான்.

ஒரு நாள் பெரிய அக்காள் சொன்னாள்:

"உன்னைப் பெரியமாமா தேடிக்கிட்டிருக்காரு."

குஞ்சுவின் வயிற்றில் நெருப்புப் பற்றியெரிந்தது.

குஞ்சு ஒரு நாள் குஞ்சன்பிள்ளையிடம் விசாரித்தான்:

"ஓய், நீங்க வந்து அந்த வாய்ப்பரச்சேரி பொம்பளையை விட்டிட்டீங்களா?"

"உம்? நீ ஏன் அதை அறியணும்?"

"நான் தெரிஞ்சுக்கணும்?"

குஞ்சன் பிள்ளை எந்த விதமான மனச்சஞ்சலமுமில்லாமல் சொன்னார்:

"நீ வேணும்னா நாணிக்குப் புடவை கொடுத்துக்கோ!"

"நீ ஒரு அசிங்கம்தான்." திடீரென்று சொல்லிவிட்டான் குஞ்சு.

"அதென்னடா?"

"நீ புடவை கொடுத்த பெண் அல்லவா?"

"எனக்கு அவ வேணாம்!"

குஞ்சன் பிள்ளை மேற்கொண்டு கூறினார்:

"நீ வேணும்னாப் புரிஞ்சுக்கோ - நான் அவளைத் தொட்டதே யில்லை."

அந்தச் சம்பந்தத்தை, தான் விரும்பவில்லை என்று எப்படியும் அம்மாவிக்கு அறிவிக்க வேண்டும்.

ஆனால் அதன் விளைவு என்னவாக இருக்கும்?

ஒரு மாதம் வரையிலும் குஞ்சுவின் தாயாருக்கும் சகோதரிகளுக்கும் சாப்பாட்டுக்கு வழியில்லாமற் போய்விடும்.

* ** *

தேவிக்கு ஒரு 'நாயர்' உண்டு. கொடுப்புன்னையைச் சேர்ந்தவர். ஸ்தானம் மற்றும் மானமிருக்கிற பிள்ளை. ஆண்டிப் பிள்ளை என்று பெயர். மாதத்தில் ஒன்று அல்லது இரண்டு முறை வருவார். கொடாப்புடைய 'சுருளன்' படகிலே தான் வருவார். பொழுது விடிந்தால் திரும்பிப் போகவும் செய்வார்.

குடும்ப நிலைமைக்கேற்றவாறு ஓணம் மற்றும் திருவாதிரை பண்டிகை நாட்களில் கொடுப்புளையிலிருந்து வருவார். வருடாவருடம் உடுப்பதற்கும் தேய்ப்பதற்கும் துணி, எண்ணெய் ஆகியவற்றைத் தவறாமல் கொடுத்துவிடுவார்.

* ** *

தேவியின் இதயம் குஞ்சன் என்கிற கூலிக்கு உழுது கொடுக்கிறவனிடத்தில் எப்போதுதான் சென்று பதிந்து கொண்டதோ என்னவோ? பெரியவளுக்கு மூன்று வயசானபோதா?

அன்றைய நாட்களில் குஞ்சன் தேவிக்கு விளையாடக் கொட்டாங்கச்சி கொண்டுவந்து கொடுப்பார். இன்னும் சிறிது காலத்திற்கப்புறம் குஞ்சன் அவளை நோக்கிப் பொக்காணி காட்டத் தொடங்கினார். அப்பவும் கூட அவர் அவளுக்குப் பழம் கொண்டு வந்து கொடுப்பார்.

குஞ்சன் அவளிடம் அழகைக் கண்டது எந்தப் பருவத்தில்? அவர்கள் சிறுவயதிலிருந்தே பரஸ்பரம் பார்க்கத் தொடங்கினர். அவள் ஆணினை நோக்கினாள். அவர் பெண்ணினை நோக்கினார்.

அன்று அந்த வீட்டில் தேவி மட்டும்தான் அழகுள்ள பெண்ணாக இருந்தாள். மற்ற பெண்களெல்லாம் ஒரு மாதிரியென்றுதான் சொல்ல வேண்டும். அவளுக்கு மாநிறம்.

தேவி பருவத்திற்கு வந்தாள்.

மதியத்தில் சாப்பிட்டுவிட்டு வெற்றிலை போட்டுக்கொண்டிருந்த ரவிப் பிள்ளையிடம் குடும்பத்திலேயே வயோதிகையான இண்ணூலியம்மா சென்றார்.

"ஊம்? என்ன?" என்றார் ரவிப்பிள்ளை.

"தேவி பருவத்துக்கு வந்துட்டா."

"அதுபற்றி கொச்சுஞ்சி சொன்னா."

திரட்டிக் கலியாணம் வெகு ஆடம்பரமாய் நடந்தேறியது. குஞ்சன் சேர்த்தலை சென்று 'மண்ணார் பாட்டு'க்கு ஆட்களை அழைத்து வந்தார்.

குஞ்சனுக்கு மொத்தமாக இரண்டு வரிசை பாடல் தெரியும். 'சந்திரப் பாட்டு' கூடத் தெரியாது. அந்த இரண்டு வரிசை கூட அன்று கற்றுக்கொண்டது தான்.

கிண்ணம் கொட்டிப் பாடிய மண்ணார்கள் அவளது அங்க அவயவங்களிலிருந்து துர்த் தேவைதையை விரட்டியகற்றினர்.

ஸ்நானம் முடிந்து தார்பாய்ச்சியுடுத்தி தோடை மற்றும் கழுத்தோலை போன்ற அனைத்து நகைகளும் அணிவித்து ஆர்ப்பரிப்பும் குலவையுமாய் ஆண்கள்-பெண்கள் புடைசூழ்ந்து அழைத்து வருகிற தேவியை குஞ்சன் மலர்ந்த முகத்துடன் நோக்கி நின்றுவிட்டார்.

மூன்று நாட்களுக்குள் அவள் தோற்றமே மாறியது.

தேவியின் கன்னம் தடித்து வந்தது.

மொட்டு பூவாகிவிட்டது; பூ மலர்ந்தது.

அந்தியில் இருள் சூழ்ந்து கொண்டிருந்தபோது சர்ப்பக் கோவிலின் மறைவில் குஞ்சன் தேவிக்கு ஒரு முத்தம் கொடுத்தார். அதை வாங்கிக் கொள்வதற்காகவே அவள் அந்த நேரத்தில் அங்கு வந்தாளோ?

பருவத்திற்கு வந்த பெண்ணினை முத்தமிடுவதென்றால் அதன் குணாதிசயமே வேறுதான். பருவத்திற்கு வராத பெண்ணை முத்தமிடுவது போன்று அல்ல.

அவளுக்கும் முத்தமிடத் தெரியும். அவள் அதை எங்கிருந்து கற்றுக் கொண்டாள்? பருவத்திற்கு வந்த பெண்ணின் முத்தத்திற்கு நல்ல சூடு இருக்கும்.

முத்தமிட்டபோது அவளது உறுதியான தனங்கள் அவன் மார்பில் அழுத்தமாகப் பதிந்து கொண்டன.

ஒரு விசில் ஒலி.

உடல்கள் இரண்டும் ஒன்றாகிவிட்டன.

இன்று வரையிலும் கேட்டிராத ஒரு வாசகம் அவள் காதில் விழுந்தது:

“நீ எனக்குதான் சொந்தம்.”

அந்த பதில் எங்ஙனம் அவள் நாவில் தோன்றியதோ...

“குஞ்சன் அத்தான் எனக்குதான் சொந்தம்.”

அவர்கள் நேசிக்கத் தொடங்கியது இம்முறையில் தானா?

* ** *

ஆண்டிப் பிள்ளையின் ‘புடவைகொடை’!

கொடுப்புன்னையிலிருந்து நிறையப் பேர்கள் வந்திருந்தனர். அவர்களுக்கு விருந்து சாப்பாடு உண்டு. அதற்காக ஓடி நடந்து உழைத்தவர் குஞ்சந்தான். விருந்து நடத்த வேண்டுமென்பதில் குஞ்சனுக்கு வெகு நிர்ப்பந்தமிருந்தது. விருந்து அருமையாக இருந்தது.

தேவி ஒரு கற்சிலை போல் நின்று புடவையை வாங்கிக் கொண்டாள் ஒரு புடவை வாங்குவதில் என்ன இருக்கிறது? ஒரு புருஷனுடன் சிறிது காலம் வாழ்ந்தால்தான் என்ன? அவள் இதயம் இன்னோரிடத்தில்தான்.

தேவி குஞ்சனுக்குத்தான் சொந்தம்! குஞ்சன் தேவிக்கும் சொந்த மாவார். அது நீண்ட நாட்களுக்கு முன்னரே உறுதியாகிவிட்ட விஷயம்! பின்னர் ஏதேனுமெல்லாம் நிகழ்ந்து விடலாம். ஆண்டிப் பிள்ளை கூடப் படுத்துத் தூங்கியிருக்கக் கூடும். அவர் அவள் புடவையை அவிழ்த்திருக்கலாம்.

வாய்ப்பரச்சேரி நாணிக்கு அம்முறையில்தான் குஞ்சன் பிள்ளை புடவை கொடுத்தார். தேவி புடவை வாங்கியது போல்தான் குஞ்சன் நாணிக்குப் ‘புடவைகொடு’த்தார்.

குஞ்சன் பிள்ளை தேவிக்குதான் சொந்தம்.

* ** *

ஆண்டிப் பிள்ளையின் அம்மாவன் இறந்துபோனார். ஆண்டிப் பிள்ளை குடும்பத் தலைவராகிவிட்டார். அம்மாவி தன் வீட்டுக்குச் சென்றுவிட்டாள். அந்தக் குடும்பத்தின் மாடக் கட்டடம் காலியாகக் கிடக்கிறது. இப்போது அந்தக் குடும்பத்தின் பெரிய அம்மாவி எப்போதுமே குடும்பத்திலிருக்க வேண்டும்.

ஆண்டிப் பிள்ளை சொன்னார்: "இல்லாட்டா, நீ அந்த வீட்டின் அண்டை வீட்டுக்காரியாயிருந்திருக்கணும். குடும்பக் காரியங்கள அவ்வப் போது எனக்கு அறிவிக்க ஒரு நபர் வேணும்."

தேவி பதில் சொல்லவில்லை.

மறுநாள் அங்கிருந்து கிளம்பிச் செல்கிற நேரத்தில் ஆண்டிப் பிள்ளை சொன்னார்:

"நான் கொஞ்ச நாளைக்குள்ளேயே வந்துடுவேன். நீயும் என்னுடன் வந்துடணும். எங்கள் பெரிய படகிலே போயிடலாம். மாடக் கட்டடத்திலே சில சின்னச் சின்னவேலைகள் இருக்கு."

அப்போது கூட தேவி வாய் திறக்கவில்லை.

இரண்டு வாரங்களுக்குள் ஆண்டிப் பிள்ளை கூறினார்:

"என்ன செய்யறது?"

அவர் ஊருக்கருகிலுள்ள ஒரு குப்பத்தைச் சேர்ந்த ஒருத்திக்குப் புடவை கொடுத்தார். இவ்வாறாக குடும்பத்திற்கு ஓர் அம்மாவியாயிற்று. அவளும் மாடக் கட்டடத்தில் தங்கியிருக்கிறாள்.

* ** *

அந்த தேவியை நினைத்துதான் குஞ்ஞன் பிள்ளை கவலை கொள்கிறார்.

33

பழைய கதைதான்.

உப்பம் வளாகத்து குஞ்சனும், முக்கோலி 'மீனவன்' பரமன் கர்த்தாவும். சூதாரத்துக் 'காட்டுப் பூனை' இட்டுண்ணானும் சிறுவர்களாக இருந்த காலம்.

ஊர் ஜனங்கள் சொல்லி வந்த கதையேதான்.

தேவஸ்தானத்திற்குச் சொந்தமான ஆலப்புழை வீட்டு மனையி லுள்ள மாமரத்தடியில் குழுமியிருந்து எதையோ ஆழமாய் யோசித்துக் கொண்டிருந்தனர்.

ஊர் ஜனங்கள் கதை ஆரம்பிப்பது இப்படித்தான்.

"குஞ்சன் பிள்ளாய் என்னையா, மார்க்கம்?"

கர்த்தா அன்றாடம் கேட்கிற கேள்விதான் இது. எதற்கான மார்க்க மென்றா?

எண்ணற்ற பெருமரங்களிடையே முளைத்து வளர்ச்சியே இல்லாமல் நிற்கின்ற இரண்டு மரக்கன்றுகள்தான் உப்பம் வளாகமும், முக்கோலியும். வெப்பமும் வெளிச்சமும் அவை வளர்ந்துவிடக் கூடும். வளர்ந்து உயர்வதற்கு இடமும் விஸ்தாரமும் வேண்டும்.

ஆனால் சூதாரத்து இட்டுண்ணான் வேறுமாதிரி. பரமன் கர்த்தாவும் குஞ்சன்பிள்ளையும் என்னதான் மார்க்கமென்று யோசிக்கும் போது இட்டுண்ணான் கண்ணைத் திறந்தவாறு பேசாமல் நின்று விடுவார்.

ஐந்து பறை நிலத்தை ஒழுங்காக வெட்டியிளக்கிப் போட்டால் கூட என்ன கிடைக்கும்?

நெல்லும் பணமும் சேர்ந்து செல்வந்தராகி விடுவது எப்படியென்று தெரியுமா?

கரும்பனையில் அள்ளிப் பிடித்து ஏறுவது போல் ஆயிடணும். தளை போட்டு ஒரு குதி மேலே குதித்தால் கொஞ்சம் ஊர்ந்து கீழே வந்திடணும்."

குஞ்சன் பிள்ளை பொறுமையற்றிருக்கிறார். மங்கலச்சேரிக்கும் புல்லாற்றுக்கும் சமானமாக உப்பம் வளாகமும் வளரவேண்டும். முக்கோலியும் அவ்வாறு வளரவேண்டுமென்கிற ஆவல் கர்த்தாவுக்கும் உண்டு. செல்வந்தராவதைப் பற்றியெல்லாம் புராணம் கூறுவது ஒரு மன அமைதிக்காகவேதான்.

இட்டுண்ணான் முகத்தில் எந்த விதமான உணர்ச்சியுமில்லை.

ஆலப்புழை வளாகத்திலுள்ள மாமரத்தடியில் அமர்ந்து குஞ்சன் பிள்ளை சொன்னார்.

"ஓய் கர்த்தா, செல்வந்தனாவணும்னா பிறர் சொத்து கையில் கிடைக்கணும்."

"அது உமக்கு எப்படித் தெரியும்?"

"மங்கலச் சேரி மாதுப் பிள்ளையும், இட்டிராரிச்சக் கைமளும் சொல்லறதைக் கேட்டிருக்கேன். அவங்க ரொம்பவும் விசயம் தெரிஞ் சவங்கல்லவா?"

கர்த்தா காரியார்த்தமாய் யோசிக்கிறார்.

சிரத்திற்குள்ளே யோசனைக்குரிய பொருள் ஏதுமில்லாததுபோல் இட்டுண்ணான் அமர்ந்திருக்கிறார்.

"நமக்கு மட்டும் எப்படி பிறர் சொத்து கிடைக்கும்?" என்றார் கர்த்தா.

எதையும் சொல்லாமல் இட்டுண்ணான் எழுந்துபோய் விட்டாராம்.

எல்லோரும் சொல்லுகிற கதை. மனைவி கணவரிடமும், நண்பன் நண்பனிடமும் பேசும் கதை. அதற்கு ஒரு பழங்கதையின் தன்மையுண்டு.

இட்டுண்ணான் ஒவ்வோர் அடியும் உறுதியாக வைத்துக் கொண்டு தான் போனார்.

அவர் நடந்து செல்வதென்றால் அது பூமாதேவிக்குத் தெரியும்.

கர்த்தா குஞ்சன் பிள்ளையிடம் விசாரித்தார்:

"இவர் எங்குதான் போவாரோ?"

எங்கு வேண்டுமானாலும் ஆகட்டும். பின்னாலிருந்து கூப்பிட வேண்டாம். ஏதோ விஷயமாகப் போகிற மாதிரி இருக்கிறது.

* ** *

இட்டுண்ணானைக் காணவில்லை.

இட்டுண்ணான் எங்கு போனான்?

ஆலப்புழை வளாகத்திலுள்ள மாமரத்தடியிலிருந்து போனவர் தாம்.

யாருக்கும் எந்தத் தகவலுமில்லை. குஞ்சன் பிள்ளையும் கர்த்தா வும் ஆவலுற்றனர்.

எங்கு போய்த் தேடுவது?

சண்டையிட்டுப் போகவேண்டிய அவசிமில்லை. யாரிடம் சண்டை போடுவது?

சில நாட்கள் கழிந்தன.

நள்ளிரவு நேரம். உப்பம் வளாகத்து குஞ்சன் பிள்ளை படுத்துத் தூங்குகிறார்.

"குஞ்சன் பிள்ளாய்!"

குஞ்சன் பிள்ளை கண்விழித்தார். இட்டுண்ணான் குரல்தான். கனவிலே கேட்டது தானா? சந்தேகம்.

"யார் அது?"

"நான். இட்டுண்ணான்!"

குஞ்சன் பிள்ளை வெளியே வந்தார். மங்கலான வெளிச்சமுண்டு. தோளில் ஒரு முடிச்சினைப் போட்டுக்கொண்டு இட்டுண்ணான் நிற்கிறார்.

"நீர் எங்கிருந்தீர்?" என்றார் குஞ்சன் பிள்ளை.

பதில் இல்லை.

"இந்த முடிச்சிலே என்னவாம்?"

"நீர் வாரும்?"

இட்டுண்ணான் நடந்தார். அவரைப் பின்பற்றிச் சென்றார் குஞ்சன் பிள்ளை.

"முடிச்சிலே என்னவாம்?" நடக்கும் போது விசாரித்தார் குஞ்சன் பிள்ளை.

"நீர் சொன்னீரே, பிறர் சொத்தைப் பற்றி. நான் அதுக்காகத்தான் போயிருந்தேன்."

பிறர் சொத்தா? அதென்னவாம்? பிறர் சொத்து என்றால் என்ன வென்று தெரியும். அதற்காகப் போயிருந்தாராம். எங்காவது அது கிடைக்குமா?

இட்டுண்ணான் நடந்தது முக்கோலியை நோக்கித்தான். அவரேதான் குஞ்சன் பிள்ளையைக் கூப்பிட்டு உணர்த்தினார்.

அந்த முடிச்சுக்குள்ளே தங்க உருப்படிகள்தான் இருந்தன. கிழக்கே யுள்ள ஒரு குடும்பத்திலிருந்து திருடியவைதான்.

பிறர் சொத்து என்ற போது திருடுவதால்தான் அது கிடைக்கு மென்று தோன்றியது. அல்லாமல் எவ்வாறு பிறர்சொத்து கிடைக்கும்? இட்டுண்ணான் பிறர் சொத்தைக் கொண்டு வந்திருக்கிறார்.

த்ரிமூர்த்திகளின் அடிப்படையே அதுதானாம்! ஊர்ஜனங்கள் சொல்கிற கதைதான்; உண்மையோ பொய்யோ யாருக்குத் தெரியும்?

* ** *

இட்டுண்ணான் மொத்தமாய் மூன்று முறை சம்பந்தம் செய்திருக்கிறார்.

முதலில் மண்ணின் மேல் குடும்பத்து கொச்சுபாப்பிக்குத் தான் புடவை கொடுத்தார். கொச்சு பாப்பி ஓரளவு அழகியாக இருந்தாள். நல்ல பெண் என்றே சொல்லலாம். அப்படிப்பட்ட ஒரு தோற்றமுமிருந்தது புடவை கொடுத்த அன்றையதினம் இரவு சாப்பாட்டை முடித்துக்கொண்டு இட்டுண்ணான் மண்ணின் மேல் குடும்பத்திற்குச் சென்றார்.

கொச்சு பாப்பியின் தாய் அவரை எதிர்பார்த்துக் கொண்டிருந்தார்.

"இட்டுண்ணான் தெற்கு வீட்டுக்குப் போ! அங்கே தெற்கு வாசல் திறந்து கிடக்குது." என்றார் தாயார்.

அங்கே சென்றபோது கதவு மூடியிருந்தது. தாழ்ப்பாள் போடப் பட்டிருந்தது. வெளியே படுக்கை சுருட்டி வைக்கப்பட்டிருக்கிறது. பெண்ணுக்கு அவர் தேவையில்லை என்று பொருள்.

வாய் திறக்காமல் இட்டுண்ணான் வந்துவிட்டார்.

மறுநாள் கர்த்தா இட்டுண்ணானை விசாரித்தார்:

"சம்பந்தமெல்லாம் முடிஞ்சு இப்போ என்ன? அங்கிருந்து தான் வர்றீரா?"

"அல்ல."

"அப்பறம்?"

"அந்த அவள் கதவைத் திறக்கலே. நான் அங்கிருந்து போயிட்டேன்."

"நீர் தட்டிக் கூப்பிடலையா?"

"இல்லே."

"ஏன்?"

"அவளுக்கு நான் வேணாம்னு இருக்கும். அப்பறம் ஏன் கூப்பிடணும்?"

கர்த்தாவுக்குச் சற்று கோபம் வந்தது.

"அவ ஒரு கருவியாயிருக்காளே. மண்ணின் மேல் பெரியவருடைய சிரம் தாழ்ந்துவிடச் செய்திருக்கா."

இட்டுண்ணான் எதையும் பேசவில்லை.

சிறிது நேரத்திற்கப்புறம் சொன்னார்:

"பெரியவர் அவ கிட்டே விசாரித்தாரா, என்னை அவளுக்கு இஷ்டமான்னு?"

"அப்படிக் கேக்கற வழக்கமுண்டா? இதென்ன கூத்து?"

இட்டுண்ணானுடைய கருத்து இதுவாக இருந்தது:

"ஆ... அப்படிக் கேட்டிருக்கணும்."

பின்னர் இட்டுண்ணான் புடவை கொடுத்தது ஒற்றாங்கள் சிருதைக்குத்தான்.

ஒரு நாள் ஒற்றாங்கல் சென்றபோது சிருதையின் அறை மூடி யிருந்தது. உள்ளே தாழ்ப்பாள் போடப்பட்டிருந்தது. உள்ளே மெல்லிய குரலில் போவதும் காதில் விழுந்தது.

ஆத்திரமடைந்த இட்டுண்ணான் கதவின் மீது காலால் ஓங்கி மிதித்தான். பழைய கட்டடம் அது. மிதிபட்டும் அந்தக் கதவு அசைய வில்லை. அந்தக் கட்டடம் அப்படியே குலுங்கியது.

இட்டுண்ணான் மனம் பற்றியெரிந்து கொண்டிருந்தது. குஞ்சன் பிள்ளை ஆறுதல் மொழிகள் பல சொன்னார். இட்டுண்ணான் தீர்மானித்து விட்டாராம்.

“நான் அவளைக் கொன்னுடுவேன்.”

ஒருத்தி கதவைத் திறக்கவில்லை என்கிற காரணம் சொல்லி இவ்வளவு பிடிவாதம் வேணுமா? ஊரில் வேறு பெண் இல்லையா? இல்லாட்டாக் கூட இந்த அளவில் தீர்மானிக்கணுமா? பிரச்சினைகளை அப்படித்தான் அணுகவேண்டும்... இவ்வாறாக இட்டுண்ணானை அமைதிப்படுத்தப் பலவற்றையும் சொல்லிப் பார்த்தார் குஞ்சன்பிள்ளை.

“இந்தாப்பா, இதெல்லாம் இந்த ஊரிலே நடக்கறதுதான்” என்றார் குஞ்சன்பிள்ளை.

“இது கூடாது. ஊரிலே இப்படி நடக்கக் கூடாது. புடவை வாங்கினால் அறநெறியோடு இருக்கணும். இஷ்டமில்லைன்னா அப்படியே திறந்து சொல்லணும்! அப்பறம் ரகசியக் காதலன் இருககக் கூடாது.”

குஞ்சன்பிள்ளை வெடிச் சிரிப்புச் சிரித்தார். அந்தச் சிரிப்பு இன்னும் ஆத்திரப்படுத்தியது.

“அப்பா இட்டுண்ணான், நீர் அவளுக்குப் புடவை கொடுக்கும்போது அவளுக்கு ஒரு ரகசியக் காதலன் இருந்திருந்தால்?”

“அதை முதலிலேயே சொல்லித் தொலைக்கணும்.”

“அது பரவாயில்லையே. உமக்குப் பைத்தியம் புடிச்சுதுன்னு தோணுது. பசங்க வந்து பெரியவங்களை மறுக்கணும்னா நீர் சொல்றீர்? நல்ல காரியமாச்சே.”

இட்டுண்ணானுடைய மனத்திலிருக்கிற கருத்து வெடித்து வெளி வந்தது:

“ஒரு குடும்பத்துப் பொண்ணு - அவளுக்குப் புடவை கொடுக்கிற காரியத்தைப் பற்றி யோசிக்கறப்போ அவ மனசிலே என்ன இருக்குன்னு பெரியவங்க கேட்டுத் தெரிஞ்சுக்க வேண்டாமா?”

அனைத்துக் குடும்பத் தலைவர்களிடத்திலும் கேட்கிற கேள்வி தான் அது.

குஞ்சன் பிள்ளை அசந்து போனார்.

இன்னுமொரு கேள்வி.

“இவங்களுக்கு ரகசியக் காதலர்கள் இருக்கப்படாதோ?”

“இந்த முறையில் பார்த்தால் நீர் சொல்லுவீர் போல் இருக்கிறது- மருமகன்கள் அம்மாவனைப் பார்த்துக் கணக்குக் கேட்டாலென்னன்னு!”

இட்டுண்ணானுக்குக் கருத்து வேற்றுமையில்லை.

“ஆம்... கேட்டால் என்ன?”

பல்லைக் கடித்துக் கொண்டு இட்டுண்ணான் அலறினார்.

“புடவை வாங்கிக்கிட்டா அவ சாகிறவரையிலும் அவனுக்குச் சொந்தமாயிருக்கணும். முறை அதுவாக இருக்கணும்.”

“அப்பறம் அவன் அவளுக்குச் சொந்தமாயிருக்கணுமல்ல?”

“புடவை கொடுக்கிறவன் அவளுக்குத்தான் சொந்தமாயிருக்கணும். அவன் அவளைவிட்டுப் பிரிந்து செல்லக் கூடாது!”

“இட்டுண்ணான், நீர் என்னென்ன புதுமைகள் பற்றிப் பேசறீர்?”

“சில நெறிமுறைகளெல்லாம் வேணும்.” என்றார் இட்டுண்ணான்.

* ** *

ஒரு நாள் இட்டுண்ணான் அரைக்காட்டு கொச்சு நாணியைக் கண்டார். முன்னர் கூட அவர் அவளைக் கண்டிருக்கக் கூடும் ஆனால் கண்ணால் கண்ட காட்சியானது அன்றுதான்.

‘சக்திக்குகந்த சங்கரன்’ என்பார்கள். கொச்சுநாணிக்காக கடவுள் இட்டுண்ணானை அனுப்பிவைத்தார். அவள் நிறம் கறுப்பு. தடித்துப் பருமனானவள். தடித்தது என்றால் பிணுபிணாத் தொங்குகின்ற சதைப் பற்றுக்கள் கொண்ட உடம்பு அல்ல. வலுவான சதைப் பற்றுக்கள் கொண்ட உடம்பு. நல்ல உயரமும் உண்டு.

இட்டுண்ணானுக்கு ஓர் ஆசை பிறந்தது. அது அடக்கமுடியாத ஆசையாகவும் இருந்தது.

இட்டுண்ணான் ஒரு கேள்வி கேட்டார்:

“நீ என்னம்மா, இப்படிச் சிரிக்கிறே?”

உண்மைதான். அவள் சிரித்ததாகத்தான் இட்டுண்ணானுக்கும் தோன்றியது. அவள் உள்ளூரச் சிரிக்கிறாள்.

கொச்சுநாணி இதன் முன்னர் ஓர் ஆண்பிள்ளையைக் கண்டு இவ்வாறு உள்ளூரச் சிரிக்காமலிருந்திருக்கலாம்.

கொச்சுநாணி இதன் முன்னர் யாரையும் நேசித்ததில்லை. யாரும் அவளையும் நேசித்ததில்லை. பெண் தங்கியிருக்குமிடத்தில் பிழைகள் நேர்ந்துவிடும். ஆனால் கொச்சு நாணி தங்கியிருக்குமிடத்தில் பிழை நேர்ந்து விடுவதற்கான சாத்தியப்பாடு இல்லை.

கொச்சு நாணி யாரிடமும் பேசமாட்டாள். அவளைக் கண்டால் ஆண்கள் பயந்துவிடுவார்கள். எந்த ஓர் ஆண்பிள்ளையும் அவள் பார்வையில் தன்னை விடக் குறைந்தவர்கள்தான். ‘ச்ச் ஆ-’ என்கிற ஏளன எண்ணம் தான் அவளுக்கு. இரும்புக்கும் காந்தத்திற்குமிடையே இருப்பது போன்றதோர் ஆகர்ஷணம் கொச்சுநாணிக்கும் இட்டுண்ணானுக்குமிடையில் ஏற்பட்டு

விட்டது. ஒரு மோதல்!

இட்டுண்ணான் ஜாதியிலே (பள்ளிச்சான், கிரியத்து நாயர் நாலாம் வீட்டில் சூத்திரர் இத்தியாதி உட்பிரிவுகள் நாயர் ஜாதியிலே உண்டு. ஏற்றத் தாழ்வும் உண்டு. மொ-ர்) 'பள்ளிச்சான்' ஆவார்.

கொச்சுநாணி 'சொரூப'க் காரியாகும் பள்ளிச்சானை 'சொரூப'க் காரர்கள் கூடவே உட்காரவைத்துச் சாப்பிடமாட்டார்கள். பள்ளிச்சான் பெண்ணை சொரூபக்காரன் மணந்துகொள்ளலாம். சொரூபக்காரியை பள்ளிச்சான் மணந்துகொள்ள முடியாது. அப்படி வந்தால் சொரூபக்காரி ஜாதிப் பிரஷ்டம் செய்யப்படுவாள்.

தலைமுறை தலைமுறையாய் நடந்து வரும் முறைகள்தான் இவை.

எந்தெந்த இடங்களிலெல்லாமோ இட்டுண்ணானும் கொச்சு நாணியும் சந்தித்ததுண்டு. அது அந்திநேரத்திலாகவும் இருக்கலாம் விடியற் காலையாகவுமிருக்கலாம்.

சந்திக்குமிடங்கள் மட்டும் முன்னரே நிச்சயிக்கப்பட்டிருக்கும்.

கொச்சுநாணி கருத்தரித்தாள்.

* ** *

அரைக்காட்டு கிட்டுச்சார் சேஷய்யனை அணுகினார். வேறு யாரிடம் போவது? ஊருக்கு வெளியே சுற்றினால் ஏதாவதொரு போற்றி யைப் பிடித்துக் கொண்டுவரலாம். அது கொஞ்சம் செலவாகிற விசயம். தேடிப் போகவும் ஆளில்லை. அப்புறம் - சேஷையன்தான் சரணம்!

குடும்பத்தின் மானத்தைப் பாதுகாக்க வேண்டாமா?

சேஷையனுக்கு ஒரு மகன் உண்டு. வெங்கிடி! வெங்கிடிதான் இப்போது கோவில் அடுக்களையில் சேவுகம் செய்கிறான். மெலிந்து உயரமானவன். உடலெங்கும் அவனுடைய எலும்புகள் எழுந்து நிற்பதைக் காணலாம். மாநிறமான ஒரு பிராமண இளைஞன். சேஷையன் வெங்கிடியைக் கூப்பிட்டார்.

"மகனே, வெங்கிடீ!"

"என்னப்பா?"

"நான் இன்னைக்கு உனக்கு ஒரு 'சம்பந்தம்' பண்ணிவைக்கணும்னு நிச்சயித்திருக்கேன். அரைக்காட்டு கிட்டுவோட மருமகப் பொண்ணு. நாளை மறுநாள்தான் சம்பந்தம். என்ன சொல்றே?" என்று கேட்கிற போது கண்ணை இறுக்கிக் காட்டினார் சேஷையன்.

கிட்டுச்சார் அதைப் பார்க்கவில்லை.

வெங்கிடி அந்தக் கண்ணிறுக்குதலைக் கண்டிருக்கலாமோ. என்னவோ?

“என்னால் முடியாதப்பா! என்னால் அது முடியாது!”

வெங்கிடி முகத்தில் அறைந்ததுபோல் சொன்னான்.

கிட்டுச்சாருக்கு ‘முடியாது’ என்பதன் பொருள் புரியவில்லை. அவர் தளர்ந்து காணப்பட்டார். வெங்கிடி சம்மதிப்பான் என்று ஆவலுடன் எதிர்பார்க்கிறார்.

“ஏன் முடியாது?” என்றார் சேஷையன்.

“என்னால் முடியாது அவ்வளவுதான்.”

“காரணம் சொல்லடா!”

“முடியாதுன்னா முடியாது! அவ்வளவுதான் அப்பா!”

சேஷையன் கிட்டுச்சாரைப் பரிதாபமோடு பார்த்தார்.

“என்ன செய்யறது, கிட்டுச்சார்?” சேஷையன் கைவிரித்தார்.

கிட்டுச்சாருக்குச் சங்கதி புரிந்தது.

அவர் நெஞ்சில் அடித்துக்கொண்டு சொன்னார்:

சேஷையன் கண்கள் நிறைந்து ததும்பின. தழுதழுத்த குரலில் அவர் கதையைச் சொல்லி முடித்தார்.

“ஐயப்பசுவாமியின் பெரிய அடுக்களையிலே அனைத்து அனுபவஸ்தர்களுக்கும், வழிபாடுகள் நல்கியவர்களுக்கும் படைத்துக் கொடுத்து முடிந்து மீதியாகிற சோற்று மணிகளைப் பொறுக்கி யெடுத்துக் கொண்டுவந்து மடத்தைப் பாதுகாத்துண்டிருக்கேன் கிட்டுச்சார்!”

* ** *

இட்டுண்ணான் கொச்சுநாணியிடம் கூறினார்:

“நான் நேர்மை நெறியோடு வாழறவன்.”

கொச்சுநாணிக்கும் அந்த விஷயத்தில் நம்பிக்கை இருந்தது. ஆனால், பள்ளிச்சான் சொரூபக்காரிக்குப் புடவை கொடுத்து ‘சம்பந்தம்’ பண்ணுகிற ஏற்பாடு கிடையாது. சொரூபக்காரியின் குழந்தை பள்ளிச்சானைப் பார்த்து எப்படி ‘அப்பா’ வென்றழைக்கும்?

அவை எல்லாம் பிரச்சினைகள்தான்.

கொச்சுநாணி வினவினாள்:

“நான் என்ன செய்யணும்? நீங்க என்ன சொன்னாலும் செஞ்சுடறேன்.”

"நீ என் கூடவந்து தங்கியிருக்கச் சம்மதமா?"

அவளுக்குத் தயக்கமே இல்லை.

"ஓ... நான் வந்துடறேனே..."

கொச்சுநாணி இனிமேல் தன் வீட்டுக்குப் போக வேண்டாமென்பது தான் அதன் பொருள்.

"நான் போகமாட்டேன்" என்றாள் அவள்.

"நீ நேர்மையாயிருக்கணும்" அதைக் கூட இட்டுண்ணானுக்கு உறுதிப்படுத்த வேண்டியதிருந்தது.

கொச்சுநாணி நேர்மையாக இருப்பாள். அதற்கான காரணமும் உண்டு.

"உங்களைவிட நல்லவரான ஒரு 'நாயர்' எனக்குக் கிடைக்க மாட்டார். அப்பறம் நான் மட்டும் நேர்மை தவறி நடப்பேனா?"

"எனக்கும் உன்னைவிட நல்லதோர் 'அச்சி' கிடைக்க மாட்டாள்."

(மலையாளத்தில் பொதுவாக 'அச்சியும் நாயரும்' என்கிற பேச்சு நாயர் ஜாதியில் உண்டு. அச்சி = மனைவி. நாயர் = கணவர்.)

காதல் என்று சொல்வது அதுவாக இருக்கலாமோ, என்னவோ?

* ** *

பரமன் கர்த்தாவுக்கும், குஞ்சன் பிள்ளைக்கும் தலைவலி. இட்டுண்ணான் செய்தது ஒரு சாகஸச் செயல். 'சொரூப'க்காரியை அழைத்துச் சென்றிருக்கிறார்.

"என்ன கர்த்தாவே, அவளுக்குப் பிறக்கிற குழந்தை என்ன ஜாதி?"

"பள்ளிச்சான்தான். அல்லாமே என்ன?"

சிறிது யோசனைக்குப் பின்னர் குஞ்சன் பிள்ளை விசாரித்தார்:

"அப்போ... அந்தக் குழந்தைகள் அரைக்காட்டு குடும்பத்தைச் சேர்ந்தவங்களா?"

பரமன் கர்த்தாவுக்குச் சற்று யோசிக்கவேண்டியதாயிற்று.

"அப்படித்தான் இருக்கும்."

"அப்போ 'சொரூப'க்காரங்க வீட்டிலே பள்ளிச்சான் தங்கியிருக்க முடியுமா?"

குஞ்சன் பிள்ளை சொன்னது சரிதான் என்று பரமன் கர்த்தா வுக்குத் தோன்றியது. அவர் புத்தியில் ஓர் உத்தி திடீரெனத் தோன்றியது.

"ஜாதியைத் தாய்வழியாய் பார்ப்பதுதான் சரி. தந்தை வழியாப் பார்க்க வேணாம்."

குஞ்சன் பிள்ளை குறும்புத்தனமாய்ச் சிரித்தவாறு பரமன் கர்த்தா வின் காதோரமாக ஒரு கேள்வியை எழுப்பினார்:

"அப்போ.. ஓர் ஈழவனுக்கு அந்தக் குழந்தை பிறந்திருந்தால்? இல்லே.. அப்படியும் நடந்துடலாமில்ல?"

இன்னொரு பிரச்சினை - பரமன் கர்த்தா மூளை உணர்ந்து செயலாற்றியது.

"அப்படியும் நடந்துடலாம். அந்தப் பாடிக் குடும்பத்தைச் சேர்ந்த காளிக்கு ஓணத்தாக்கல் கொச்சு கோவிந்தனோட மூணு குழந்தைகள். அதுங்க மூணும் ஈழவக் குழந்தைகள்தான்."

ஒரு கணத்திற்குப் பின் கர்த்தா மேலும் கூறினார்:

"அப்போ... இட்டுண்ணானோட குழந்தைகள் சொரூபக்காரர்களே தான்."

பரமன் கர்த்தா அதற்கான பிரமாணத்தைத் தேடுகிறார்.

"ஓய் குஞ்சன் பிள்ளாய்! நான் ஒரு விசயத்தை மட்டும் இப்போ சொல்லுறேன். மகான்களின் தந்தை யாரென்று கேட்க வேண்டாம்! அதுதான் பிரமாணம். அப்போ, கொச்சுநாணியின் குழந்தைகளோட அப்பா யாருன்னு மட்டும் ஏன் கேட்டுக்கணும்?"

* * *

"என் குழந்தைகள் அரைக்காட்டு குடும்பத்தைச் சேர்ந்தவங்க அல்ல." இட்டுண்ணான் நண்பர்களிடம் உறுதியாகச் சொன்னார்.

"அப்பறம் அவங்க வளர்றது?" பரமன் கர்த்தா விசாரித்தார்.

"என் கூட வளந்துக்குவாங்க."

"ஜாதி என்னவாக இருக்கும்?" என்றார் குஞ்சன் பிள்ளை.

"என் ஜாதி-நீங்க இது ஒண்ணையும் கேட்டுக்கவேணாம்."

ஊரில் நூற்றுக் கணக்கான கேள்விகள் எழும்பின. கணிசமான விடைகள் கிடைக்காத கேள்விகள். "காலம் மாறுது. இன்னும் மாறிடும்." என்றார் பரமன் கர்த்தா.

34

ஓரளவு நல்ல முறையில் முன்னேறி வருகிற காலம்.

ஊரில் ஒரு சொல் இருக்கிறது. யாருக்காவது ஏதாவது விஷயமிருந்தால், யாருமே குஞ்சன் பிள்ளையை அணுகுவர். சொத்து விவகாரமாகட்டும்; கொடுக்கல்-வாங்கலில் எழுகிற தர்க்க பிரச்சினையாகட்டும்; கள்ளு கொஞ்சம் கூடுதலாக் குடித்த இருவருக்குள் ஏற்படுகிற அடிதடித் தகராறிலாகட்டும்- பிரச்சினையை தீர்த்துக் கொள்வதெல்லாம் உப்பம் வளாகத்துக்குச் சென்றுதான். குஞ்சன் மட்டும் தனியாளாக இருந்து எந்தப் பிரச்சினைக்கும் தீர்வுகாண மாட்டார். கர்த்தாவையும், இட்டுண்ணானையும் வரவழைப்பார். த்ரிமூர்த்திகள் சேர்ந்து யோசித்துத்தான் முடிவெடுப்பார்கள்.

த்ரிமூர்த்திகள் சேர்ந்துவிட்டால் தீராத பிரச்சினை என்ற ஒன்று இருக்காது. த்ரிமூர்த்திகளிடம் பிணங்கிக் கொண்டால் அமைதியாக இருக்க முடியாது. அவர்களை மறுத்தவர்களுக்கு ஏராளமான அனுபவங்கள் ஏற்பட்டிருக்கின்றன. பயம்தான்!

இருவருக்குமிடையில் ஒரு தகராறு!

'நாம்ப உப்பம் வளாகத்துக்குப் போகலாம். த்ரிமூர்த்திகளே தீர்த்து வைக்கட்டும்."

அப்போது தகராறு எல்லாம் காற்றில் பறந்தது.

த்ரிமூர்த்திகளிடம் ஏன் போகவேண்டுமென்று ஒருவன் கேட்டுவிட்டானென்று வைத்துக்கொள்வோம். அவர்கள் இந்த ஊருக்குத் தலைவர்களா? யார் அவர்கள்?

அவ்வாறு கேட்கிறவனுக்கு அப்புறம் ஒரு பந்நீராண்டு காலத்திற்கும் அவன் செய்வதெல்லாமே பெரும் குற்றமாகப் பரிணமிக்கும்.

தகவல் கிடைத்தால் போதும்-குஞ்சன் பிள்ளை இட்டுண்ணானையும், பரமன் கர்த்தாவினையும் வரவழைப்பார். யோசிப்பார்கள். படபடவென வெடிக்கும் வாணங்களுக்குத் தீகொளுத்தின மாதிரி இருக்கும் அவர்கள் முடிவுகள். இவர்களுக்கெதிரானவர்கள் அகப்பட்டால் அவ்வளவுதான்.

இந்தக் கோடியில் யாரும் கவனியாமலிருந்த வீடுகளுக்கு முக்கியத்துவம் கிடைத்துவிட்டது. அவர்கள் ஊருக்கே தலைவர்களாகிவிட்டனர். முன்னால் நிற்பது உப்பம் வளாகம்தான். மிகவும் அருமையாக வாழ்கிறவர் குஞ்சன் பிள்ளைதான். குஞ்சன் பிள்ளைக்கு ஓர் அதிருஷ்டமுண்டு. ஒரு சிட்டி விதையெடுத்து எந்தப் பாறை மீது போட்டாலும் அது நன்றாக விளைச்சல் தரும். பெரிய விவசாய பாக்கியம் படைத்தவர்.

ஓணப் பண்டிகைக் காலம் வந்தது.

குஞ்சன் பிள்ளை கர்த்தாவிடம் சொல்லுவார்:

“ஒரு முந்நூறு பறை நெல்லாவது தேவைப்படுமல்லவா; கடனைத் தீர்க்கவும், செலவுக்கு அளக்கவும் எல்லாமா?”

“போன வருசத்திலே எவ்வளவு அளந்தீங்க?”

“நானூறுக்கும் கீழேதான். விளைச்சல் நல்லாயிருந்ததல்லவா? எனவே இந்த ஆண்டிலே அவ்வளவு தூரம் அவசியமாகாது.”

“போன வருசம் கொடுத்தது கிடைச்சாச்சா?”

“ஒரு பகுதி கிடைச்சுது. இனிமேல் கிடைக்கிற மாதிரி இல்லை.”

“ஆ... நம்ம கையிலிருந்து கடனாய் வாங்கியது திருப்பித் தரலேங்கிறதுக்காக யாருக்கும் எதிராக எந்த நடவடிக்கையும் வேணாம். அது அவமானம்.”

உப்பம் வளாகத்து குஞ்சன் பிள்ளை குரலெழுப்பி அழைத்தால் அங்கே ஆட்கள் வந்து சேருவார்கள்.

“கிட்டா...!” படகோட்டியைக் கூப்பிடுகிறார். அந்தக் கூப்பிடும் குரல் ஊரெங்கும் எதிரொலிக்கும்.

“கிட்டா, நீலம் பேரூருக்குப் போகவேண்டும்.”

தண்டுத்துடுப்பினர் நான்குபேர் போதும். ஆனால் எட்டுபேர்கள் வந்துவிடுவார்கள்.

ஓர் அருமையான படகு. வெயிலும் மழையும் தடுக்கிற கொடாப்பு உண்டு. கொடாப்பிற்குள்ளே குஞ்சன் பிள்ளை அமர்ந்து கொள்வார். முன்னால் கர்த்தா இடத்தைப் பிடித்துக் கொள்வார். மத்தியிலுள்ள படிமீது கொட்டிச் சிவப்புத் துணி கோணோடு கோணாகத் தலையில் முண்டாசாகக் கட்டிக்கொண்டு இட்டுண்ணான் உட்கார்ந்திருப்பார். தண்டுத் துடுப்பிழுக்கின்ற நால்வர். இப்படித்தான் அந்துப் பயணம். பார்க்க அழகாக இருக்கும்.

இரு கரையோரங்களிலுமுள்ள பெரியவர்கள் வந்து கேட்பார்கள்:

“எங்கு போகிறீர்களோ?”

“நீலம் பேரூருக்கு!”

குஞ்சன் பிள்ளைதான் பதிலளிப்பார்.

வழியில் யாராவது இவர்களைக் கண்டு உட்காருமிடத்திலிருந்து எழுந்து நிற்காவிட்டால் பரமன் கர்த்தா சொல்லுவார்.

“பார்த்தீங்களா, அவன் உட்கார்ந்திருக்கிற ஒரு திமிரை?”

ஒரு வாரத்திற்குள் அவனுக்கு ஏதாவதொரு கஷ்டம் ஏற்படத்தான் செய்யும்.

பிரசவம் அல்லது பிறப்பு அல்லது சாவு ஆகியவற்றுக்குச் செலவு செய்ய வழியில்லையேல் அதை த்ரிமூர்த்திகள் நிர்வகிப்பார்கள். அதை அவர்களுக்குத் திருப்பித் தரவேண்டியதுமில்லை.

எங்கு போவதென்றாலும் த்ரிமூர்த்திகள் ஒருங்கேதான் பயணம் மேற்கொள்வார்கள். எதைப்பற்றி முடிவெடுப்பதும அப்படித்தான்.

பெரிய மரங்கள் பாட்டுப் பாடத் தொடங்கியபோது கீழே வளர்ச்சியற்றுப் போயிருந்த பாழ்மரங்கள் தழைத்து வளர்ந்தன. ஆன போதிலும் பள்ளிச்சானும், இன்னபிற நாயர் கீழ்ஜாதியும் ஊருக்கே தலைவர்களாகிவிட்டனர்!

காலம் மாறுகிறது.

* ** *

தேவஸ்தானத்திலே நெல் இல்லை. அன்றாடச் செலவுக்கே திக்குமுக்காட வேண்டிய நிலைமை ஏற்பட்டுவிட்டது.

களஞ்சியச் சேவுகன் அரிசியில்லை என்று முன்னெச்சரிக்கை செய்தான். அறையில் நெல் இல்லை. 'கழகக்காரர்களுக்கும், சிற்றாட் களுக்கும் சேரவேண்டிய சம்பளம் பாக்கி நிலுவையிலாயிற்று. வழிபாடாகக் கிடைப்பதை வைத்துக்கொண்டு அன்றாடம் தேவை யான எண்ணெய், வெல்லம், பழம் ஆகியவற்றை நிறைவேற்றி வருகின்றனர்.

காரியகத்தராக யாருமில்லை.

விவசாயம் நடக்கவேண்டும். பூரா நிலத்திலும் இல்லையென்றால் கூட சில பகுதிகளிலாவது விவசாயத்திற்குப் பயன்படுத்தவேண்டும். ஸ்தானிகள் வருவார்கள். அவர்களால் என்ன செய்யமுடியும்? அவர் களுக்கு அளிக்கிற சாப்பாட்டுக்கான அதிகச் செலவுதான் மிச்சம். முன்கூறாய் எடுத்துச் செலவு செய்யத் தகுதியுடைய யாராவது ஒருவர் தான் காரியகர்த்தராக வரவேண்டும்.

அப்படிப்பட்டவர் யார் இருக்கிறார்?

உப்பம் வளாகத்து குஞ்சன் பிள்ளை!

அதை நேரடியாகச் சென்று சொல்ல யார் இருக்கிறார்?

ஊரிலே வயதுக்குப் பெரியவர் தெறுமுத்து கோந்திக் குறுப்பு தான். நூறாவது வயதை எட்டியிருக்கிறார். இன்று கூடத் தடியூன்றி நடந்தவாறு கோவிலுக்குப் போய் வருகிறார்.

கோந்திக் குறுப்பு கோவிலிலிருந்து திரும்பி வருகையில் உப்பம் வளாகத்திற்குச் சென்றார். குஞ்சன் பிள்ளை அங்கிருந்தார்.

கோந்திக் குறுப்பு அருகில் சென்று சேர்ந்து நின்று குஞ்சன் பிள்ளையை கீழிருந்து மேல்வரையிலும் ஒரு முறை பார்த்தார்.

ஊரிலேயே வயது மிகவும் கூடுதலானவர். ஆனால் பிரமுகராய் இருக்கவில்லை. யாருக்கும் தெரியாத மனிதர். எந்த விதமான முக்கியத்துவமுமில்லாத ஒரு குடும்பத்துப் பெரியவர். ஒரு புல்கொடிக்குச் சமானமாய் ஒரு நூற்றாண்டு காலம் வரையிலும் வாழ்ந்திருக்கிறார். ஆனால் அவருக்கு அவ்வளவு வயதென்று மதிப்பிட முடியாது.

வாய்க்குள்ளே இருக்கின்ற இரண்டு மூன்று பற்கள் வெளியே தெரியும் முறையில் சிரித்தவாறு கோந்திக் குறுப்பு விசாரித்தார்.

"குஞ்சன் பிள்ளைதானே?"

"ஆமாம்-கோந்தி மாமா!"

"உங்களைச் சந்திக்கத்தான் வந்திருக்கேன்."

"கோந்தி மாமா இந்தப் பக்கம் வருவதேயில்லிங்களே?"

"மூணு வருசத்துக்கு முன்னாலே நான் இங்கு வந்து செலவுக்கு அஞ்சு பறை நெல் வாங்கிக்கிட்டுப் போயிருக்கேன். சித்திரையிலே அதைத் திருப்பித் தரவும் செஞ்சிருக்கேன்."

கோந்தி மாமா மேலும் பேசினார்:

"நான் வந்தது பணத்துக்காகவோ, நெல்லுக்காகவோ அல்ல. வா! உட்கார்ந்துக்குவோம். நீண்ட நேரம் நிக்கமுடியாது. கொஞ்சம் கஷ்டம் தான்."

குஞ்சன் பிள்ளை ஒரு பலகை எடுத்துப் போட்டுப் பெரியவரை அதில் உட்காரவைத்தார்.

கோந்திக் குறுப்பு தொடர்ந்து கூறினார்:

"நான் கோவிலுக்குப் போய் வாறேன். இன்னைக்கு சனிக்கிழமை யல்லவா? சனிக்கிழமைதோறும் கோயிலுக்கு வந்து சாமி கும்பிடுவேன். எனக்கு இப்போ ஏறத்தாழ நூறு வயசு இருக்கும். கோயில் இப்படியாச்சே. விளக்குமில்லை. வெளிச்சமும் இல்லை. வெறிற்சோடிக் கிடக்குது. கர்ப்பகிருகத்துக்குள்ளே ஒரு திரி கரும்திரியாகப் படர்ந்து எரியுது. சுவாமிக்கு ஒரு துளசிமாலை கூட இல்லை. அங்கே மானோ, மனிசனோ இல்லை. சூன்னியம் வந்திருக்கு. கோயிலினுள்ளே அப்படியிருக்கிற தென்றால், கோயிலுக்கு வெளியிலோ புல்பூண்டு முளைச்சுப் புதர் மண்டிக் கிடக்குது. சந்தனம் எப்போ அரைச்சதோ? பொடிப் பொடியாக உதிர்ந்து விழுது. பார்க்க ரொம்பவும் சங்கட மாயிருக்கு."

கோந்திக் குறுப்பு மனத்தில் பட்டுச் சொன்னதுதான்.

"ஊர் அழிஞ்சுது. ஆனா பகவான் ஊரைக் கைவிடலே. நீங்கல்லாம் நல்லாருக்கீங்க. பகவான் உன்னை ஆசீர்வதிக்கட்டும். இன்னும் உனக்கு பகவானோட ஆசி இருக்கும்."

கோந்திக் குறுப்பு குஞ்சன்பிள்ளையின் முகத்திலேயே கண் செலுத்தியவாறு கூறினார்:

"நான் ஒரு விசயத்தைச் சொல்றேன். அதை நீ மறுக்கக் கூடாது!"

"விசயத்தைச் சொல்லுங்கோ, கோந்தி மாமா!"

"நான் சொல்றதை மறுத்துடக் கூடாது."

"விசயத்தைச் சொல்லுங்கோ!"

"வேறு ஒண்ணுமில்லே. நீ தேவஸ்தானத்தின் காரியகர்த்தர் பதவியை ஏற்றுக்கணும்!"

குஞ்சன் பிள்ளை அசந்து போனார்.

"ஐயோ... அப்படிச் சொல்லாதீங்க, கோந்தி மாமா...!"

பதட்டத்துடன்தான் சொன்னார் குஞ்சன் பிள்ளை. கோந்திக் குறுப்பு மேலும் சொன்னார்:

"பாரப்பா! நூறு வயசான கோந்தி மாமா சொல்றேன். பகவான் உன்மீது கருணை வைத்தாரு. உனக்கு இந்த நிலைவந்தது. அப்போ நீ என்ன செய்யணும்னா நீ பகவானைச் சேவிக்கணும்! நீ சேவிக்க வேண்டியது இப்படித்தான்."

"அதைத் தொட்டால் சுட்டுடும் மாமா."

"ஒண்ணுமில்லை. நீ சத்தியசீலன். நீ தொட்டால் சுடாது. கோயில் அழிஞ்சுட்டா... ச்சி! அப்படியேதும் வராது. வராமலிருக்கட்டும்!"

"நீ அந்தப் பதவியை ஏற்றுக்கணும்!" என்று சொல்லிவிட்டு கோந்தி மாமா சென்றுவிட்டார். கூடுதலாக எதையும் பேசிக்கொண்டு நிற்கவில்லை.

குஞ்சன் பிள்ளைக்கு ஒரு சந்தேகம். அப்போது உண்டானதுதான். தேவஸ்தானத்தின் காரியகர்த்தர் பதவி தன் தோள்மீது விழுந்து விடுமோ என்பதுதான் அது. உடனடியாக கர்த்தாவுக்கும், இட்டுண்ணானுக்கும் ஆட்கள் அனுப்பப்பட்டனர்.

இட்டுண்ணான் சொன்னார்:

"நான் கூட உம்ம கிட்டே சொல்லலாம்னு இருந்தேன்."

குஞ்சன் பிள்ளை பதட்டமடைந்துவிட்டார்.

“ஐயோ! நீரும் சொல்றீரா?”

“இனிமே முடியாதுன்னு சொல்லமுடியாது” என்றார் இட்டுண்ணான்.

பரமன் கர்த்தா வாய் பொத்திச் சிரிக்கிறார். நிற்க முடியாத நிலை ஏற்பட்டவன்போல் அவர் பரமன் கர்த்தாவை நோக்கினார். கர்த்தா கூட அவரை ரெட்சிக்கிற மாதிரி இல்லை. “காரியகர்த்தராகி விட்டாலென்ன?” என்று யாராவது கேட்டிருந்தால் போதுமாயிருந்தது. சொல்ல வேண்டியதைப் பூராவும் சொல்லிவிட்டு மனத்தின் பளுவைக் குறைத்திருக்கலாம்.

இட்டுண்ணான் இதழ்களைத் தைத்து வைத்திருந்தார். குஞ்சன் பிள்ளை தேவஸ்தானம் காரியகர்த்தராக வேண்டுமென்று அவர் தீர்மானித்துக் கொண்டிருந்தார். இனி அதற்கு மாற்றமில்லை என்கிற முறையில்தான் அத்தீர்மானம் இருந்தது.

த்ரிமூர்த்திகள் விஷயத்திலும் இனி அதற்கு மாற்றமில்லை. அது நடந்தேற வேண்டியதுதான். இவ்வளவு சீக்கிரத்திலே அதைத் தீர்மானித்தனர் என்றால் அது மிகவும் அபூர்வமானதே. இட்டுண்னான் தீர்மானித்துவிட்டால் அப்புறம் குஞ்சன் பிள்ளை மற்றும் பரமன் கர்த்தாவுக்குச் சொந்தக் கருத்தே இருக்காது. அப்படித்தான் எல்லாரும் நடந்து வருகிறது. குஞ்சன் பிள்ளைக்கும் பரமன் கர்த்தாவுக்கும் ஒரு காரியத்தைப் பற்றி இருவேறு கருத்து இருக்க முடியாது. அவர்கள் சொல்வதைச் செய்வார்.

இப்போது குஞ்சன் பிள்ளை தனிமைப் பட்டுவிட்டார்.

“கை சுட்டுடும் இட்டுண்ணான்!”

“ஓ... அது ஒண்ணுமில்லே. ஒழுங்காக் காரியங்களைச் செஞ்சிட்டாப் போதும்.”

பிரச்சினை முடிந்தது.

“கர்த்தாவே, என்ன சொல்றீர்?”

“நான் என்னத்தைச் சொல்லறது குஞ்சன் பிள்ளை? இட்டுண்ணான் எல்லாவற்றையும் சொல்லலியா?”

“அப்போ நீரும் என்னைக் கைவிட்டீரா?”

“நாம்ப எல்லாவற்றையுமே பார்த்துக்கிட்டிருக்கிறவங்கதான். நாம கூட ஆட்சி செஞ்சு பார்ப்போமே?”

இவ்வாறாகத்தான் குஞ்சன் பிள்ளை காரியகர்த்தரானார்.

* ** *

குஞ்சன் பிள்ளை முதன்முதலில் செய்த தேவஸ்தானத்தின் விவசாயம் நன்றாக இருந்தது. செலவும் வட்டியும் போக நல்ல லாபமும் கிடைத்துவிட்டது.

இட்டுண்ணான் சொன்னார்:

"குஞ்சன் பிள்ளை, நீங்க ஒரு 'கண்டன்' படகினை வாங்கிக்கணும்!"

மனத்திற்குள்ளே எதையோ நுழைத்துவிட்டதுபோல் குஞ்சன் பிள்ளைக்குத் தோன்றியது.

"சுண்டன்' படகா?"

"ஆமாம். சுண்டன் படகேதான். ஏன் சுண்டன் படகு ஆகாதோ?"

"எதுக்கு?" என்றார் குஞ்சன் பிள்ளை.

"ஆற்றிலே விளையாடத்தான். அல்லாமே வேறு எதுக்கு 'சுண்டன்' படகு?"

முடியாதென்று இட்டுண்ணானிடம் சொல்லமுடியாது. சொன்னால் பிணக்குதான். இட்டுண்ணான் பிணக்கு எப்படியிருக்கும்? அது பற்றி நினைக்கவே முடியாது. அது மனத்திற்கு வேதனையளிக்கும். இட்டுண்ணான் ஒன்றைத் தீர்மானித்துக் கொண்டால் அது நடக்கத் தான் வேண்டும்.

எந்த விஷயத்தில் முன்யோசனையுடன், எச்சரிக்கையுடன் இருக்க வேண்டுமென்றால் அது இட்டுண்ணானைப் பிணக்காதிருக்கிற விஷயத்திலேதான்.

ஊர்ஜனங்கள் சொல்கிற கதை உண்மையானதுதானா?

குஞ்சன் பிள்ளைக்கும், பரமன் கர்த்தாவுக்கும் இவ்வளவு சொத்துக்கள் எங்கிருநது வந்தன?

புதிதானதொரு 'சுண்டன்' படகு, மூலம் நட்சத்திர நாளன்று, ஆற்றிலிறங்கியது. சம்பக்குளம் ஆற்றில் அன்று வந்த படகுகள் கம்பலோடியில் அந்தப் படகினை வரவேற்றன.

வண்ண வண்ணத் தோற்றங்களுடைய ஊர்வலம்!

புதிய படகின் படி மீது முத்துக் குடை நிழலில் குஞ்சன் பிள்ளை நிற்கிறார். சலவை செய்த மல்வேஷ்டியுடுத்திக் கறுப்புக்கரை போட்ட சன்னரக மேல்வேஷ்டியை தலையில் முண்டாசாகக் கட்டித் தாளத்திற் கேற்ற முறையில் கை முன்னே வீசி இலக்கினைச் சுட்டுவிரலால் காட்டியவாறு அவர் காட்சியளிக்கிறார்.

விருந்திற்குப் பிறகு படகினைச் செலுத்துகிற நேரத்தில் கர்த்தா துறையிலேயே இருந்திருக்கிறார். படகிலேறத் தயங்கினார்.

"உம்! ஏறுங்க டோய்!" இட்டுண்ணான் அலறினார்.

கர்த்தா படகில் துள்ளிக் குதித்து ஏறிக் கொண்டார்.

இட்டுண்ணானைப் பார்த்து, ஆற்றின் இரு கரைகளிலும் நின்றிருந்தவர்கள் கேட்டனர்:

"இந்த ராட்சதன் யாருடா?"

இட்டுண்ணான் குஞ்சன் பிள்ளைக்குப் பின்னால் மிக நெருக்க மாக நின்றவாறு, சிவப்பு கெட்டித் துணியை மூலையோடு மூலையாக மடித்துத் தலையில் கட்டிச் சுற்றுமுற்றும் பார்க்கிறார்.

அன்று மாலையில் இட்டுண்ணான் விசாரித்தார்:

"அடே குஞ்சன் பிள்ளாய்..! கர்த்தாவே..! எப்படியிருந்தது? படகில் பிரமுகர் எப்படி இருந்தார்?"

யாரும் பதிலளிக்கவில்லை. இட்டுண்ணான் தொடர்ந்து கூறினார்:

"உப்பம் வளாகத்து குஞ்சன் பிள்ளை! அப்பறம் நானு!"

"அதேப்படி? நம்ப மூணுபேரும்..."

குஞ்சன் பிள்ளை சொன்னார்:

"நான் ஒண்டியா பிரமுகராகிவிடமுடியாது."

ஈர்யேத்ர மனையில் ஒரு வீடு கட்ட கர்த்தா தீர்மானித்தார். குஞ்சன்பிள்ளை யோசனை கூறியது போல். கோந்நோத்து லட்சுமிக் குஞ்சம்மாவையும் குழந்தைகளையும் குடியிருக்கச் செய்வதற்காகத்தான்.

இட்டுண்ணானிடம் கேட்டுத்தான் அதைத் துவக்கவேண்டும். இல்லாவிட்டால் இட்டுண்ணான் சண்டை பிடித்துக் கொள்வார்.

இட்டுண்ணான் ஒருமுறை பல்லிளித்தார். ஏதாவதொரு சமயத்திலே அபூர்வமாகத் தோன்றும் காட்சி அது.

"முதலில் மரம்தான் வாங்கணும்." என்றார் கர்த்தா.

பதில் கிடைக்கவில்லை. கர்த்தா மேலும் கூறினார்:

"நாம்ப நாளைக்கு மரம் வாங்கப் போவலாம்."

"குஞ்சன் பிள்ளை கிட்டே சொன்னீங்களா?" என்றார் இட்டுண்ணான்.

"குஞ்சன் பிள்ளைதான் முதன் முதலிலே இதைச் சொன்னார். அப்பறம் உம்ம கிட்டே யோசனை கேட்டுத் தீர்மானிக்கலாம்னு இருந்தேன்."

"எதுக்காக என்கிட்டே கேக்கணும்? நல்ல காரியமல்லவா? அதுக்குக் கேக்கவேணாம்."

எல்லா விசயங்களையும் சொல்லவேண்டும். பூராவிசயத்தையும் இட்டுண்ணானிடம் சொல்லவில்லை.

கர்த்தா சொன்னார்:

"குழந்தையோட பத்து பவுன்தான் என்கிட்டே இருக்கு. அதை வச்சுக்கிட்டு ஒரு வீட்டைக் கட்டத்தான் குஞ்சன் பிள்ளை சொன்னாரு. அது என்கிட்டே இருக்குன்னு உமக்கும் தெரியுமே."

திடீரென வெடிக்கும் குரலில் பதில் வந்தது.

"வேணாம்! அதைத் தொலைச்சுக்க வேணாம் உம்மகிட்டே நெல்லும் பணமும் இல்லாட்டா நான் தந்திடறேன்."

இதுவும் அது சம்பந்தமான இறுதிமொழியாக இருந்தது. எதிர்க்கக் கூடாது. சர்ச்சையும் கூடாது!

மரம் கொண்டுவரப்பட்டது. செங்கல் இறக்கப்பட்டது.

இட்டுண்ணானுக்கு மேற்பார்வை மட்டுமின்றி உடல் உழைப்பும் செய்ய வேண்டியதாயிற்று.

சுண்ணாம்பைக் கலக்கிடுவார். கற்களைத் தூக்கிச் செல்வார். நான்கு நபர்கள் செய்யும் வேலையை அவர் ஒருவரே செய்துவிடுவார்.

பரமன் கர்த்தாவுக்கு அங்கே போகவேண்டிய அவசியமே ஏற்பட வில்லை. இட்டுண்ணான் தனக்காகவே ஒரு வீடு கட்டுகிறார் என்றுதான் தோன்றிவிடும்.

வேலை எவ்வளவு தூரம் முன்னேறியிருக்கிறதென்றறிந்துகொள்ள குஞ்சன் பிள்ளை அங்கே செல்வதுண்டு.

"யாருக்கு இது வீடாவுது?"

ஊரில் யாருக்கும் தெரியாது.

உத்தரம் வைக்கும் சடங்குக்கு குஞ்சன் பிள்ளை வந்தார்.

ஈர்யேத்ர வீட்டுமனையின் முற்றத்திலுள்ள மாமர நிழலில் குஞ்சன் பிள்ளை உட்கார்ந்திருக்கிறார். அவர் ஆழ்ந்த சிந்தனையில் மூழ்கியிருந்தார்.

ஒரு பிரச்சினை அவர் மனத்தை அலட்டிக்கொண்டிருந்தது.

தேவி!

அது அல்லாமல் அவர் மனத்தைக் கவலை கொள்ளச் செய்ய வேறு ஏதுமில்லை.

உத்தரம் வைக்கப்பட்டது. மரவேலைகள் அநேகமாய்த் தீர்ந்த மாதிரிதான். இன்னும் மேற்கூரையை ஏற்றவேண்டியிருக்கிறது. அப்போது வீடு வீடாகி விடும். வந்து வாசம் புரிய இன்னமும் சில வேலைகள் உள்ளன. அதுவும் தீர்ந்துவிடும்.

இட்டுண்ணான் முகத்தில் மனநிறைவு தென்படுகிறது. அவர் நடந்து குஞ்சன் பிள்ளை பக்கம் சென்றார்.

"நீர் என்னையா, அபினி சாப்பிட்டவர் மாதிரி இருக்கிறீர்,"

குஞ்சன் பிள்ளை எதையோ ஏமாந்தவர்போல் சிரித்தார்.

"நீர் சொல்லித்தானே நான் இந்த வீட்டைக் கட்டறேன்?"

"ஆமாம். நான் சொன்னதுதான்."

"அதுக்கு உத்தரம் வைக்கறப்போ நீர் ஏன், இந்த மாமரத்டியிலேயே வந்து உக்கார்ந்திருந்தீர்?"

கேள்வி சரிதான்.

இட்டுண்ணானே பதிலளித்தார்:

"உங்க மனசிலிருக்கிற கவலை எல்லாம் அந்த மங்கலச்சேரிப் பொம்பளையைப் பற்றித்தானே?"

தலைமீது கைவைத்தவாறு குஞ்சன் பிள்ளை சொன்னார்:

"இட்டுண்ணானே... அது உண்மைதான்."

இட்டுண்ணான் அப்போதும் பல்லிளித்தார்.

"நீர் ஒண்ணு செய்யும். ஒரு வீடு வையும்!"

"நானும் அதைப் பற்றித்தான் நினைச்சிக்கிட்டிருந்தேன்."

"நினைச்சாப் போதாது. வீடு வையும்!"

"அப்போ... ஒரு பிரச்சினை."

"என்ன அது?"

"எம் பொம்பள சண்டைக்கு நிற்பா..."

குஞ்சன் பிள்ளை தொடர்ந்து மேலும் கூறினார்:

"கர்த்தாவின் பொம்பளே சண்டை உண்டுபண்ணமாட்டா. அங்கிருந்து மாற்றிக் குடியிருக்கச் செய்யறது மகளைத்தான். நான் என் சிநேகிதிகாரியைத் தான் குடியிருக்கச் செஞ்சு அவளுக்குச் செலவுக்கான நெல்லும் பணமும் கொடுக்கிறேன்."

குஞ்சன் பிள்ளை சொல்லவேண்டியதைப் பூராவும் சொல்லவில்லை. தொடர்ந்து கூறினார்:

"நான் என் பொம்பளையை அனுப்பிவச்சாலும் அனுப்பிச்சிடுவேன். அதைப்பற்றித்தான் யோசிக்கிறேன்."

இட்டுண்ணான் பொறுமையிழந்தார்.

"அசிங்கமாப் பேசாதேயும்!"

குஞ்சன் பிள்ளை இட்டுண்ணான் முகத்தைப் பார்த்தார். இட்டுண்னான் மேலும் பேசினார்:

"நீர் வீடு கட்டி, மங்கலச் சேரிப் பொம்பளையை அழைச்சிக்கிட்டு வந்து செலவுக்காகவும் கொடுத்து குடிவைக்கிறப்போ அவளுக்குச் சற்று ரத்தமும் கொழுப்பும் ஏறிடும். அப்போ நீர் அங்கே அவ கிட்டே போகாம இருந்தாப் போதும். உங்க பொம்பளை கிட்டேயும் சண்டைக்கும் நிக்கமாட்டா. நீர் செய்யவேண்டியது அதுதான்."

இட்டுண்ணான் சொல்லி முடிக்கவில்லை:

"கொஞ்சம் நெறிமுறைகளையும் கடைபிடிக்கணும்."

இட்டுண்ணான் சொன்னது நடைபெறுமா?

இதுதான் இப்போது குஞ்சன் பிள்ளையின் மனத்தை அலட்டுகிற பிரச்சினை.

35

இளம் காற்றின் போதும் ஓர் ஓசையெழும். காற்று நின்று விட்டாலும் அந்த ஓசை முழங்கிக் கொண்டிருக்கும். அதற்கு முடிவு இராது.

கோடாந்திரக் குடும்பத்திலுள்ள சர்ப்பக் கோவில்கள் பரவிக் கொண்டிருந்தன. அவ்வாறாக அந்த வளாகமனைத்தும் ஒரு காடாக உருமாறியது.

எட்டு கட்டு வீட்டின் மேற்கூரையின் மரங்களெல்லாம் மக்கிப் போய் கூரை தாழ்ந்து அமர்ந்துகொண்டது. மட்டுமின்றி அதன் முதுகெலும்பு கூட முறிந்துவிட்டது. அதைக் கட்டி வேய்வதென்றால் அதற்கு மூவாயிரம் கீற்று ஓலை வேண்டும். அவ்வளவு ஓலை எங்கிருந்து கிடைக்கும்?

வடக்குக் கட்டின் அடுக்களையை மட்டும் கட்டிவேய்வதுண்டு. ஏனைய கட்டுகளுக்கு யாரும் போவதேயில்லை. எட்டிப் பார்ப்பது கூட இல்லை. தென்கோடி அறையில் ஓர் ஆலமரம் வளர்கிறது. முன் முகப்பு எங்கிலும் பச்சைப் படர்ப்புகள்தான்.

கணபதி ஐயர் தொடுத்திருந்த வழக்கின் தீர்ப்பு வரப்போகிறது.

தீர்ப்பு ஆகிவிட்டால் சொத்துக்களை ஜப்தி செய்துவிடுவார்கள்.

ஜப்தி செய்யப்பட்ட சொத்துக்களை விளம்பரம் செய்து ஏலத்தில் விற்றுவிடுவார்கள். ஒருவாறாகச் சொத்துக்கள் அனைத்தும் அந்நியா தீனமாகி விடும். அகவூர் நாணி விசாரித்தாள்:

“அப்படீன்னா இருக்கிற பொன்னை எல்லாம் எடுத்து விற்றுக்கிட்டு இந்த வழக்கை எதுக்காக நடத்தணும்?”

“ஆலப்புழை போய் வழக்கு நடத்தாமே இருப்பது சரிதானா?”

“அந்தப் பாழ் வேலைக்கே போகவேணாம்.”

மீண்டும் மீண்டும் யோசித்த பின்னர் கோடாந்திரக் குறுப்பு சொன்னார்:

“அதுவும் சரிதான்.”

* ** *

நங்ஙையவர் குரல் அண்மைக்காலமாய் நடுங்குகிறது. தலைக்கும் நடுக்கமுண்டு.

“நங்ஙையவரே!”

“என்ன குஞ்சா?”

குஞ்சம்மா வெறித்த பார்வையுடனிருக்கையில் கூப்பிட்டதுதான். குரல் கொடுத்தது குஞ்சம்மா காதில் விழுந்ததோ, என்னவோ? குண்டு வெடித்தால் கூட குஞ்சம்மா அறியமாட்டாள்.

அன்று வெள்ளிக்கிழமைதானா?

நங்ஙையவர் நினைத்துப் பார்த்தாள்.

அப்போது திரிபுரசுந்தரி எங்கே என்று நங்ஙையவருக்கு நினைவு வந்தது.

குழந்தையை அங்கே எங்கும் காணவில்லை. நங்ஙையவர் கூப்பிட்டாள்:

“சின்னக் குஞ்சா...!”

பதிலுக்குக் குரல் வரவில்லை.

நங்ஙையவர் அந்தத் திசையை நோக்கி நடந்து சென்றாள். அங்கே சற்று தூரத்தில் இரண்டு பாம்புகள் இணைந்து பிணைந்து விளையாடுகின்றன. பெரிய பாம்புகள்; ஆண்-பெண் பாம்புகள்!

நங்ஙையவர் பயந்து நடுங்கினாள். குழந்தை அந்தக் காட்சியைப் பார்த்துக்கொண்டு நிற்கிறாள்.

பாம்புகள் இணைசேருவதைப் பார்த்துக்கொண்டு நிற்கக்கூடாது. அது ஆபத்தாகும்.

நங்ஙையவர் குழந்தையைப் பிடித்து இழுத்துக் கொண்டு வந்தாள்.

கந்தர்வன் கோவில். இங்கே பன்னீர் மரம், ஆலமரம் மற்றும் ஆவிமரம் வளர்ந்து நிற்கிறது. அவற்றின் மேல் பல்வேறு கொடிகள் ஏறிப்படர்ந்து மரங்களை மூடிமறைத்துக் கொண்டிருக்கின்றன.

அந்த வளாகத்தில் இன்னும் ஈற்றைப் பாம்புகள் இருக்கும். முட்டை பிளந்து பாம்புக் குஞ்சுகள் அங்கெல்லாம் ஊர்ந்து திரியும். அவைகளும் வளர்ந்து இணை சேர்ந்து விடும். இனம் பெருகிவிடும். பெருகிப் பெருகி இந்த பூமண்டலமே பாம்புகளால் நிறைந்துவிடும்.

கந்தர்வன் கோவில் போன்று கோந்நோத்து எட்டுகட்டு வீடும் காணமுடியாததாகிவிடும். ஆலமரம், அத்திமரம், இத்திமரம் போன்ற மரங்கள் வளர்ந்துவிடும். சுண்ணாம்புக் கொடி, பாலூஜம் கொடி, பிரம்புக் கொடி முதலிய கொடிகள் மரங்களைச் சுற்றிப் படர்ந்துவிடும். யானைப் பொரிகைக்குள்ளே பாம்புகள் சுருண்டு கூடிக்கிடக்கும்.

கோடாந்திர வளாகமே பெரிய காடாகிவிடும். அங்கே குள்ள நரிகள் ஊளையிடும். மரங்களின் உச்சியில் காலன்கோழி கூடுகட்டித் தங்கிவிடும். ஒரு காலத்தில் அங்கே ஒரு வீடு இருந்ததென்று எதிர்கால சந்ததியினர் சொல்லக் கூடும். முன்னர் போர் வீரரான ஒரு குறுப்பு இருந்திருக்கிறார்.

ஒரே ஒரு இரவில் ஒரு நாலுகட்டு வீட்டுக்குத் தேவையான தேக்கு மரத்தை உருப்படிகளாக்கிக் கொண்டுவந்ததாக ஒரு கதை உண்டு. கிழக்கன் மலையிலிருந்துதான் கொண்டுவரப்பட்டன. கோலஸ் நாட்டிலே போயி சண்டைப் பயிற்சி பெற்றுத் திரும்பிய மென்வளாகத்து மேனணைப் போருக்காக அழைத்த குறுப்புவாக இருக்கலாம் அதைச் செய்தவர்.

கோடாந்திர எட்டுகட்டு வீட்டின் மேற்கூரையில் மர உருப்படிகள் இணைக்கப்பட்டிருப்பது ஒரு பிரத்தியேக முறையிலே தானாம். வாஸ்து சிற்பத்தின் வேறு எந்த இடத்திலும் காணமுடியாத அற்புதப் படைப்புதான் அந்த வீடு. அதில் எந்தக் காலத்திலும் உறுதி குலையாத வேலைப்பாடுகள் நிறைந்திருந்தன. அந்த ஆரூடத்தின் கணக்கைக் கண்டுபிடிக்க பல்வேறு தச்சர்கள் வந்து பார்த்திருக்கின்றனர். அவர்கள்

அனைவரும் பண்டைய சிற்பிகளின் சிற்பத்திறமையைக் கண்டு தலை குலுக்கிச் சென்றிருக்கின்றனர்.

அறியப்படாத ஒரு பெருந்தச்சன் அதன் ஆரூடத்தைக் குறித்திருக்கிறார். என்றென்றும் நிலைபெற்று நிற்கும்படியான ஒரு வீடு.

என்றென்றும் என்றால்?

தச்சு விஞ்ஞானத்தில் அதன் பொருள் என்ன?

வீர சூர பராக்கிரமியான அன்றைய குடும்பத்தலைவர். என்றென்றும் என்றால் என்னவென்று கேட்டிருக்கமாட்டார். என்றென்றும் என்பதற்குக் கூட எல்லை ஏற்பட்டிருக்கிறது. அதை அவர் அறிந்திருக்கமாட்டார். சூரியன் ஒரு நாள் முற்றிலும் அணைந்து போய்விட்டான் என்று வைத்துக் கொள்ளுங்கள். எனவே என்றென்றும் என்பதற்கு அப்போது என்ன பொருள்? சூரியன் ஒளியிழந்து போகக் கூடாதா?

என்னவோ கோடாந்திர வீட்டுக்கு முடிவு ஏற்பட்டுவிடலாம்.

பிரதாப சாலியான குடும்பத்தலைவர் ஆகாச மார்க்கத்தில் சஞ்சரிக்கிற கந்தர்வனைப் பிடித்துவந்து அந்த வீட்டில் பிரதிஷ்டை செய்தார். இந்தக் காலம் வரையிலும் அவன் கோடாந்திர வீட்டிலுள்ள அந்தச் சின்னக் கோவிலே கதியாக இருந்திருக்கிறான். தலைமுறைகளாய் கோடாந்திரக் குடும்பத்திலே அழகிகளாய், அல்லாதவர்களாய் பிறந்து வளர்ந்து வாழ்ந்து மடிந்த குஞ்சம்மாமார்களின் கற்பனைக் காதலனாக இருந்திருக்கிறான் அந்த கந்தர்வன். இப்போது திரிபுரசுந்தரிக் குஞ்சம்மாவின் காதலனாகயிருப்பானோ?

நடுங்கித் தடுமாறி நடக்கிற நங்ஙையவருக்கு என்ன செய்வதென்று புரியவில்லை. என்றைக்கு நிலைகுலைந்து கீழே விழுந்து விடுவாளோ. என்று சொல்லமுடியாது. எந்த நேரத்திலும் அது நிகழ்ந்துவிடலாம்.

பின்னர் குஞ்சம்மாவும் திரிபுரசுந்தரிக் குழந்தையும் என்ன செய்வார்கள்? ஒரே ஒரு வழிதான் உண்டு. நங்ஙையவர் இறந்து விடாமலிருக்க வேண்டும்.

இந்தக் குடும்பம் என்ன கொடூரச் செயலை புரிந்திருக்குமோ?

நங்ஙயவர் கோடாந்திரக் குடும்பத்துச் சமையல் அறைக்கு வரு முன்னர் ஒரு குஞ்சம்மாவைப் பற்றிக் கேள்விப்பட்டிருந்தாள்.

ஓர் அழகான குஞ்சம்மா. அவளுக்கு அழகான ஒரு மகள் இருந்தாள். மலர்ந்து வரும்போது நெட்டி பெயர்ந்து கீழே விழுகிற மலர் மொட்டுபோல் அந்த மகள் இறந்துவிட்டாள். விதியின் கொடுங்காற்று அந்தக் குழந்தையைப் பிடித்து உலுக்கிக் கொன்று விட்டது.

இடுப்பளவு தண்ணீரில் நின்றவாறு கை இரண்டிலும் நீர் நிறைத்து மேலே பார்த்து அர்ப்பணித்து அந்தக் குஞ்சம்மா கடவுளை வேண்டினாளாம்:

"கடவுளே நீ எனக்கு மட்டும் இந்தத் தலையெழுத்தைத் தந்துட்டியே..."

தொடர்ந்து நடக்கமுடியாத ஆதங்கத்துடன் கடவுளிடம் கேட்டாளாம்:

"அண்டை வீடுகளிலே பொம்பளைங்க இருந்திருக்காங்களே..."

'வேறு யாருக்குமே இத்தகைய ஒரு நிலைமை ஏற்படுத்திவிடாதே;!' என்று அவள் வேண்டிக் கொள்ளவில்லை. அண்டை வீட்டுப் பெண் களால் இதைக் கேட்டுச் சகித்துக் கொண்டிருக்க முடியுமா? அவர்கள் வார்த்தை பேசினர்.

அந்த வருடத்தில் ஏதோ ஒரு பரவும் நோய் ஊரெங்கிலும் பரவியது. மாம்பழம் உதிர்ந்து விழுவது போல் பெண்கள் இறந்து விட்டனர்.

பழைய கதைதான்.

கோடாந்திரத்து அழகி குஞ்சம்மா கடவுளை வேண்டினதால்தான் இப்படி நேர்ந்து விட்டதாம்.

அண்டை வீட்டினரின் பிரார்த்தனை இவ்வாறாக இருந்தது. "கோடாந்திரக் குடும்பத்திலே ஒரு பெண் தூசு கூட இல்லாமல் போகட்டும்!"

புதல்விகள் இறந்துபோனதால் அவர்களின் தாய்மார்களுக்குப் பகைமை ஏற்பட்டது!

* ** *

நடுவிலே படுத்திருக்கிற நங்ஙையவரின் இரு மருங்கிலும் குஞ்சம்மாவும் மகளும் படுத்திருப்பார்கள். இரவு நேரத்தில் அந்தக் குடும்பத்தில் அப்படித்தான் நடைபெற்று வருகிறது. தூக்குவிளக்கு ஒளியிட்டுத் தொங்கிக் கிடக்கவேண்டும் அம்மாவும் மகளும் நங்ஙையவரை அரவணைத்துப் படுத்திருப்பார்கள். நங்ஙையவரை விடமாட்டார்கள்.

நங்ஙையவர் மல்லாக்காகத்தான் படுத்துக் கிடக்கவேண்டும். எந்தப் பக்கமும் சரிந்து படுக்கக் கூடாது. நங்ஙையவர் இருவருக்கும் நடுவில் தான். சற்றேனும் அந்தப் பக்கமோ இந்தப் பக்கமோ சரிந்து படுத்தால் இருவரும் தங்கள் தங்கள் பக்கமிழுத்துவிடுவார்கள்.

இரண்டு நாட்களாக ஒரு விதமான சூறாவளிக் காற்று ஏதோ கெட்ட நோக்குடன் அந்த ஊரிலே வீசிக்கொண்டிருந்தது. ஒரு கணப்பொழுதுகூட அது ஓயவில்லை. எங்கோ எதையோ கடைபெயர்த்துத் தள்ளிவிடத்தான்.

இல்லாவிட்டால் இந்தப் பூமியிலுள்ள அனைத்தினுடைய சக்தியையும் பரீட்சை பண்ணிப் பார்க்கத்தான்.

காற்றின் விசில் ஓசையைப் பிளந்தவாறு ஓர் அலறும் குரல் கேட்கலாயிற்று. நங்ஙையவர் நடுங்கினாள். கண் திறந்தாள். திரிபுர சுந்தரியின் இடது கரமும், குஞ்சம்மாவின் வலது கரமும் அவளைக் கட்டியணைத்துக் கொண்டிருக்கின்றன. அவர்கள் இருவரும் அந்த அலறல் ஓசையை அறியவில்லை.

அந்த அலறல் என்னவாக இருக்கும்?

எமகிங்கரர்கள் எவ்வளவோ நாட்களாக நங்ஙையவரிடம் மரியாதையாக நடந்து கொள்கின்றனர். நீண்ட நாட்களாகப் பொறுமை யுடன் இருந்து வருகின்றனர். அவர்கள் மேலிடத்திலே பதில் சொல்ல வேண்டியவர்களல்லவா? அன்பே உருவான அவள் முகத்தைப் பார்க்கும் போது ஒரு வேளை அவளை இழுத்துச் செல்ல அவர்களால் முடியாத நிலைமை ஏற்பட்டிருக்கலாம். சூறாவளிக் காற்றினை அந்தக் கிங்கரர்கள் கோடாந்திர வளாகத்திற்குள்ளே வீசச் செய்திருக்கவேண்டும். அலறல் ஓசை எமகிங்கரர்களுடையதாகத்தான் இருக்கவேண்டும்.

மறுநாள் புலர்வேளை தெளிவானதாக இருந்தது. எதுவும் நடவாதது போல் இயற்கை நிசப்த நிலையிலிருந்தது. மரங்களும் செடிகொடிகளும் ஆறுதலடைந்திருந்தன. ஓர் இலைகூட அசையவில்லை. கடினமான உழைப்பிற்குப் பிறகு அனைத்தும் ஓய்வெடுத்துக் கொண்டிருக்கின்றன.

ஆனால் கோடாந்திரக் குடும்பத்திலுள்ள வரிக்கை மாமரம் கடை பெயர்ந்து விழுந்து விட்டது.

கோடாந்திர வளாகம் தோன்றுமுன்னரே அது அங்கே முளைத்து வளர்ந்திருக்கலாம். முதலில் உண்டானது எதுவென்று சொல்வதும்கூட கஷ்டமான விசயம்தான்.

நங்ஙையவர் முந்திய நாள் இரவு படுத்ததுபோலவே படுத்துக் கிடக்கிறாள். மல்லாக்காகவேதான்.

திரிபுரசுந்தரியும் குஞ்சம்மாவும் கண்விழித்துப் பார்த்தனர்.

நிசப்த நிலைதான்!

பொழுது நன்றாக விடிந்திருந்தது.

கீழ்த் திசை சிவக்கு முன் ஏற்றிவைக்கப்படுகிற விளக்கினை ஏற்றி வைக்கவில்லை.

வடதிசையிலுள்ள சமையற்கட்டிலிருந்து தென்திசையை நோக்கிய ஒரு கதவு உண்டு. அந்தக் கதவு வழியாக வெளியே வந்தால் பல்வேறு ரகமான கொடிகள் வளர்ந்து படர்ந்து மேற்கூரையாய் அமைந்து ஒருவர்

ஓரளவு நடந்து செல்லக் கூடிய ஒரு குகைபோலிருந்தது. அது கோடாந்திர வீட்டின் நடுவறைக்கு முன்னால் சென்று முடிகிறது. கீழே புல்பூண்டுகள் வளர்ந்து நிற்கின்றன என்றாலும், நடந்து நடந்து தெளிவுற்ற ஓர் ஒற்றையடிப் பாதை மட்டும் அங்கு ஏற்பட்டிருக்கிறது.

அறைவாசலுக்குத் தெற்கே அடர்த்தியாகப் புதர்மண்டிக் கிடக்கிறது. யாரும் அந்தப் பக்கமே போவதில்லை.

அன்று அதிகாலையில் மட்டும்தான் அங்கே விளக்கேற்றி வைக்காமலிருந்திருக்கிறது.

"என்னம்மா, நங்ஙையவரு பேசாமெ படுத்துக் கிடக்கிறா?" என்றாள் திரிபுரசுந்தரி.

குஞ்சம்மா பார்த்துக் கொண்டிருக்கிறாள்.

திரிபுரசுந்தரி மரணம் என்னவென்று பார்த்து அறிந்தவள் அல்ல.

குடும்பத்துப் பெரியவரைக் கட்டை மீது வைத்துத் தீகொளுத்தியது அவளுக்கு நினைவில் இல்லை.

மாடக் கட்டடத்திற்குச் சென்று பெரிய ஆசானிடம் சொன்னாள் திரிபுரசுந்தரி:

"நங்ஙையவர் பேசவில்லை."

அந்தச் சூறாவளிக் காற்று வரிக்கை மாமரத்தைக் கடைபெயர்த்துக் கீழே தள்ளிவிட்டது. அத்துடன் நங்ஙையவரையும் அடித்துச் சென்றது.

கோடாந்திர வளாகத்துத் தென்கிழக்கு மூலைப் பகுதியிலுள்ள புதர்கள் வெட்டியகற்றப்பட்டன. ஊரிலுள்ள பெண்கள் நங்ஙையவரைக் குளிப்பாட்டிச் சந்தனம் பூசினர். புடவையணிவித்து மார்பகத்தை மூடிக் கட்டினர். ஆண்கள் அந்தச் சடலத்தைச் சிதைக்குத் தூக்கிச் சென்றனர்.

வாய்க்கரிசிபோட ஆள் இல்லை. சிதைக்குத் தீ கொளுத்தியது அந்த ஊரைச் சேர்ந்த யாரோ ஒருவர்தான். கருமாதிகள் செய்வதற்கும் ஆள் இருக்கவில்லை.

நாற்புறமும் வளர்ந்து நிற்கின்ற புதர்களைத் தாண்டி மேலே படர்ந்து எரிய அந்தச் சிதை போதுமானதாய் இருக்கவில்லை. அவ்வளவாகக் கெட்டியானதோ குறுப்பு நிறமானதோ அல்லாத புகை மந்தம் மந்தமாக மேலே ஊர்ந்து ஏறிப்படர்ந்து உயர்ந்து போய்க் கொண்டிருந்தது.

குஞ்சம்மாவோ, திரிபுரசுந்தரியோ அழவில்லை. திரிபுரசுந்தரிக்கு அழத் தெரியாமலிருந்தது. குஞ்சம்மாவுக்குக் கண்ணீர் இல்லாமலிருந் திருக்கலாம்.

நங்ஙையவரைத் துணியால் பொதிந்துத் தென் பக்கமாய்த் தூக்கி யெடுத்துச் சென்றபோது கூட நனையாத கண்களுடன் தான் குஞ்சம்மா பார்த்து நின்றாள், என்ன தான் நடைபெறுகிறதென்றோ, நடைபெற்ற தென்றோ அறியாதவள் போன்று!

அத்தகைய நிலைமை ஆறுதலளிப்பதுதான்.

கோடாந்திர மாடக்கட்டடத்திலுள்ள ஒரு சாய்வுநாற்காலியில் மூத்த குறுப்பு ஆசான் சாய்ந்தவாறு உட்கார்ந்திருக்கிறார்.

அவரும் ஏதேனும் யோசிக்கிறாரா என்று சொல்லமுடியாது.

மனைவி அகவூர் நாணி வந்து அவர் முன்னால் நின்றாள். ஆசானும் கண்விழித்தவாறே நடந்தது எதையும் அறியாதவர் போல் உட்கார்ந்திருந்தார். அதுவும் ஆறுதலளிக்கும் விசயம்தான்.

"இனி என்ன செய்வது?" வினவினாள் நாணி.

ஆசான் வாய் திறக்கவில்லை. இரண்டு மணிநேரத்திற்குப் பிறகு சூரியன் அஸ்தமித்துவிடும்.

"குஞ்சம்மாவையும் மகளையும் என்ன செய்வது?" என்றாள் நாணி.

பதில் இல்லை.

அந்தக் காட்டுக்குள்ளே ஒரு தாயாரையும் மகளையும் எப்படித் தனிமையிலே விட்டுவிடுவது? அவர்கள் இன்றைய தினம் எதையும் சாப்பிடவேயில்லை. எதையாவது கொடுக்கவேண்டாமா?

என்ன செய்வது?

பிரக்ஞையற்றவர்போல் ஆசான் உட்கார்ந்திருக்கிறார்.

நாணி பதட்டமடைந்து உலுக்கியழைத்துக் கேட்டாள்:

"ஏன், பேசாமே இருக்கிறீங்க?"

பதிலாக ஒரு முனகல் மட்டும்தான்.

ஆசான் உதவியற்ற முறையிலே மனைவி முகத்தைப் பார்த்தார்.

அந்தப் பார்வை கோடாந்திரக் குஞ்சம்மாவும், மகள் திரிபுர சுந்தரியும் கொஞ்ச நேரத்திற்கு முன்பு நாணியைப் பார்த்தது போலிருந்தது. எந்த வித்தியாசமுமிருக்கவில்லை. அந்தக் குடும்பத்து மனிதர்களின் பார்வை அது.

குறிப்பிட்ட சில நேரங்களில் மரபு வழிவந்த பார்வை அது.

நாணி பயந்துவிட்டாள்.

பெரிய குறுப்பு எதையும் பேசுவதில்லை. நாக்கு இறங்கிவிட்டதா?

திடீரென்று குண்டுவெடிப்பது போன்றதொரு ஓசை! நாணி நடுங்கிவிட்டாள். பெரிய குறுப்புவும் நடுங்கிவிட்டார்.

நங்ஙையவரின் தலையோடு வெடித்த ஓசை அது. முற்றி முற்றி கெட்டிதட்டிப் போன ஒரு தலையோடாக இருந்தது அது.

அந்திநேரம் வந்து இருள் சூழ்ந்திட இன்னும் நேரமிருக்கிறது.

"நான் ஓர் உபாயத்தைச் சொல்லட்டுமா?" என்றாள் நாணி.

அதுவும் கூட பெரியகுறுப்புவின் மந்தமாகிப் போன மூளையை இயங்கச் செய்ததாகத் தோன்றவில்லை.

"அண்ணா, மடத்திற்கு போயி சேஷையனை அழைச்சுக்கிட்டு வர்றீங்களா?" என்றாள் நாணி.

சேஷையன் அன்றைய தினம் தனது பிராமண மனைவியுடன் அண்ணாமடத்தில் தங்கியிருந்தார். அவருடைய வட்டிக் கடன் அதிகரிக்க வில்லை. கோவில் அடுக்களைச் சேவுகமும், வேறு சிற்சில தொழில்களும் - இவ்வாறாகக் கொஞ்சம் கொஞ்சமான சம்பாதனையுடன் காலத்தைக் கடத்துகிறார். இப்போது சில காலமாகச் சாப்பாட்டு அரிசிக்காக அவர் கோடாந்திரவுக்குச் செல்வதில்லை.

"ஏன், ஒண்ணும் பேசாமே இருக்கிறீங்க?" ஆயினும் பதில் இல்லை.

அகவூர் நாணி ஒரு பயமுறுத்தும் வேலையில் ஈடுபட்டாள்.

"அப்புறம் என்னைச் சொல்லிக் குற்றமில்லை. நான் ஒரு முடிவுக்கு வந்திருக்கேன். கேட்டுக்குங்க!"

நாணி பொறுமையிழந்து சொன்ன சொல் அது. அவள் பெரிய ஆசான் முகத்திலேயே பார்வை செலுத்தி நின்றாள். தான் எண்ணி யிருப்பது என்னவென்று பெரிய குறுப்பு விசாரிப்பார் என்று தான் அவள் நினைத்திருந்தாள்.

"அந்தக் காட்டுக்குள்ளிருந்து அந்தத் தாயையும் மகளையும் நான் இங்கு அழைச்சுக்கிட்டு வருவேன். அப்புறம் கோடாந்திரக் குஞ்சம்மாமார்களைத் தீண்டிச் சாப்பிடவச்சுக் குடும்பப் பெருமையை அழிச்சிட்டேன்னு சொல்லக் கூடாது!" என்றாள் நாணி.

(நாணி நாயர் ஜாதியிலேயே கீழ் ஜாதியென்று ஏற்கனவே சொல்லப் பட்டிருக்கிறது. மொ-ர்)

அந்தப் பயமுறுத்தல் கூட ஆசானுடைய மூளைக்குள் நுழைந்து சென்றது எனத் தோன்றவில்லை.

* * *

கணபதி ஐயர் தொடுத்த வழக்கிற்குத் தீர்ப்பு கூறப்பட்டது. ஐயருடைய கணக்கு சரியில்லை என்று எதிர்த்தரப்பினர் வாதாடினர். அந்த அளவிற்குத் தொகை தரவேண்டியதில்லை; செலுத்தப்பட்ட தொகையை ஐயர் கணக்கிலேயே சேர்த்துக்கொள்ளவில்லை - என்றெல்லாம் கோடாந்திரக் குறுப்பு வாதம் பண்ணினார். ஐயர் கணக்கு விசயமாக எல்லோரும் எதிர்வாதம் புரிந்தனர். நிரூபிக்க வேண்டிய பொறுப்பு குறுப்புவினுடையதாக இருந்தது. திருப்பிச் செலுத்தப்பட்ட கடனுக்குத் தஸ்தாவேஜு இல்லை. நிரூபிக்கப்படக் கூடிய வாதமாக இருக்கவில்லை அது.

ஒவ்வொரு சமயத்தில் ஒவ்வொரு நடவடிக்கையாக வந்து கொண்டிருந்தது. தீர்ப்பினை அமுலாக்கும் அறிக்கை, ஜப்தி, ஏல விளம்பரம், ஏலம்-இவ்வாறாக அன்றாடம் ஒவ்வொரு நிகழ்ச்சிகள்.

அகவூர் நாணியைச் சொல்லிக் குற்றமில்லை. அவளிடத்திலும் ஒன்றுமில்லை. இருந்ததெல்லாம் தீர்ந்துவிட்டது.

மாடக் கட்டடத்திலிருந்து வெளியேற்றியது கோடாந்திரப் பெரிய குறுப்புவை மட்டும்தான். வழக்குகளைத் தொடர்ந்த நடவடிக்கை களிடையே முதலில் குஞ்சம்மாவும் பின்னர் திரிபுரசுந்தரியும் இறந்து போயினர்.

* ** *

அன்றாடம் அதிகாலையிலேயே கோடாந்திரப் பெரிய குறுப்பு கோவிலுக்கு வந்து விடுவார்.

வரும்போது கோடாந்திரக் குளத்திலிருந்து கிள்ளியெடுத்த ஒரு தாமரையிலை கையிலிருக்கும். கோவிலின் பெரிய சமையற்கட்டு வாசலுக்குச் சென்றுவிடுவார். சேஷையன் உஷ: பாயசத்தின் படை ஒன்றை இலையில் வைத்துக் கொடுப்பார்.

கோடாந்திரக் குறுப்புவுக்கு ஒரு படை உஷ: பாயசத்திற்கான உரிமை இருக்கலாம்.

ஏழு கட்டுவீட்டின் முகப்பிலேயே உட்கார்ந்துகொள்வார்.

மதிய நேரத்தில் 'நமஸ்கார விருந்துச் சாப்பாடு' உண்டு.

கோடாந்திரக் குடும்பம் அழிந்து விட்டதென்றாலும் 'ஸ்தானி'யாகிய கோடாந்திரக் குறுப்பு இருந்து வருகிறார்.

ஆண்டுதோறும் நூறுபறை நெல் அகவூர் வீட்டுக்குச் சென்று கொண்டிருந்தது, கோடாந்திரப் பெரிய ஆசானுக்கு ஆகவேண்டிய செலவு கோவிலிலிருந்து கிடைத்துக் கொண்டிருந்தபோதிலும்!

எந்த விசயத்திற்கும் கோடாந்திரக் குறுப்புவின் கையெழுத்து வேண்டுமே!

இன்னும் ஒரு சமயத்தில் கோடாந்திரக் குறுப்பு என்பவரே இல்லாமற் போய்விடுவார்.

36

சேஷையனை 'அப்பா' வென்று அழைக்கவேண்டிய சில சிறுவர்கள் ஊரில் இருக்கிறார்கள். அவர்களில் ஒருவன்தான் அரங்கத்துச் சின்ன ராமன்.

சீலாந்திப் பிள்ளை வீட்டு கேசவனும், அரங்கத்துச் சின்னராமனும் ஒருங்கேதான் பள்ளிக்கூடத்தில் சேர்ந்து படிக்கத் தொடங்கினர்.

சின்னராமன் ஒரு நாள் கேசவனிடம் வினவினான்.

"என்னோட அப்பா யாருன்னு தெரியுமா?"

கேசவனுக்குத் தெரியாது. சின்னராமனே சொன்னான்:

"கோவிலிலுள்ள பெரிய சமையற்கட்டிலே சோற்றைப் படைக்கிற அந்தச் சாமிதான்."

கோவிலிலுள்ள பெரிய சமையற்கட்டின் வாசல் வழியாகத்தான் அணக்கேழத்தே பெரிய சக்கரை மாமரத்தடிக்குச் செல்வது. கேசவனும் சின்னராமனும் பரஸ்பரம் தோள்மீது கை போட்டவாறு அவ்விடத்தை நோக்கிச் சென்று கொண்டிருந்தனர். சேஷையன் பெரிய சமையற்கட்டின் வாசலில் அமர்ந்து பாக்கைத் துண்டித்துக் கொண்டிருந்தார். சேஷையனையும் பார்த்தனர். பார்த்தால்தான் என்ன? சின்னராமன் மாமரத்தடியை நோக்கிச் சென்றுவிட்டான். ஐயர் பாக்கைத் துண்டித்துக் கொண்டிருந்தார்.

அவர்களிடையே எவ்விதமான உறவும் இருக்கவில்லை. அப்படித் தான் ஏனையோர் எண்ணுகின்றனர்.

தந்தையும் புதல்வர்களும் - இந்த விசயத்தில் உண்மை என்ன வெனப் பார்க்கவேண்டுமா? இயற்கை உண்மை என்னவென்று சொல்லி யிருக்கிறதா?

சின்னராமன் கரிய நிறமுடையவன். சேஷையன் மாநிறம்.

சின்னராமன் தந்தை யாராகத் தான் இருக்கட்டுமே. அம்மா மட்டும் தான் உண்மை.

அம்மா உண்மை?

அப்பா பொய்!

அப்படித்தான் இயற்கை சொல்கிறது.

கிளாசிப்பேர் கொச்சுபிள்ளை என்கிற ஒருவரைப் பற்றி கேசவன் கேள்விப்பட்டிருக்கிறான். எங்கே, எங்ஙனம், யார் சொல்லிக் கேள்விப் பட்டதெனச் சொல்லமுடியாது. பலர் பல்வேறு இடங்களிலே சொன்னது காதில் விழுந்திருக்கலாம்.

கொச்சுபிள்ளை நல்லவராக இருந்தார்.

அவர் நல்ல மனம் கொண்டவராக இருந்தார்.

கொச்சு பிள்ளை அனைவருக்கும் தங்கள் தங்கள் துண்டு நிலங்களை உறுதி செய்து கொடுத்திருக்கிறார். அனைவருக்கும் அவரைப் பற்றிய அருமையான நினைவுகள்தான் உள்ளன. கிளாசிப் பேர் கொச்சுபிள்ளை!

ஒருவர் விளையாட்டு மேடை மீது அமர்ந்துகொண்டு ஒரு நாள் இன்னொருவரிடம் சொன்னார்:

"கொச்சுபிள்ளை அவங்க எப்படியிருப்பாங்கன்னு கேட்டா, அதோ பாருங்க, அந்தப் பையனைப் போல் இருப்பாங்க."

கேசவன் அப்போது அந்தப் பக்கமாய் நடந்து வந்து கொண்டிருந்தான்.

சிலர் பாசமுடன் கேசவனிடம் விசாரிப்பார்கள்:

"என்ன கொச்சுபிள்ளை எஜமான், எங்கே போயிட்டு வாறீங்க? இப்போ எங்கு போறீங்க!" இவ்வாறாக கேசவன் தனக்குப் புரியாத பல வற்றையும் பிறர் சொல்லக் கேட்டிருக்கிறான்.

கேசவன் வகுப்பிலே ஒரு பெண் படிக்கிறாள். அந்தப் பள்ளியில் அந்த ஒரே ஒரு மாணவிதான் உண்டு.

அவள் பெயர் கொச்சுதேவி.

கடுக்காத்ர கொச்சுதேவி.

தலைமுடியை உச்சியிலே சேர்த்துக் கட்டிவைத்து, கழுத்திலே சிவப்புநூலில் கோர்த்துப் போட்டிருக்கிற அரை பவுனை அணிந்து கமுகுமட்டையைக் கோமணமாக உடுத்திக்கொண்டு ஒரு சிறுமி கேசவனுடன் பள்ளியில் சேர்ந்துகொண்டாள். அந்த நாளில் கேசவன் கூட மோமணத்தைத் தான் உடுத்தியிருந்தான். அவனுக்கு இடுப்பில் வெள்ளி அரைஞாண் இருந்தது சின்னராமனுக்கும் மாதுவுக்கும் இடுப்பில் வெறும் சரடும் கோமணமும்தான்.

பள்ளிக்கூடத்தில் சிறுவர்கள் வந்து சேர்ந்துகொண்ட அன்றைய தினமே சுப்பையன் பிரகடனம் செய்தார்:

"இன்று பள்ளிக்கூடமில்லை. நாளை அனைவரும் துண்டு வேஷ்டியுடுத்தித்தான் பள்ளிக்கு வரவேண்டும்!"

மறுநாள் கேசவனும் கொச்சுதேவியும் மட்டும்தான் பள்ளிக்கு வந்தனர். வேறு யாரும் வரவில்லை. கேசவனுக்கு உடுத்திக் கொள்ள ஜரிகைக் கரையுள்ள ஒரு மஞ்சள் வேஷ்டியைத் தாயார் வாங்கிக் கொடுத்தாள். ஒவ்வொரு ஓணம் பண்டிகையின் போதும் அம்மா அவளுக்கு ஜரிகைக் கரையுடைய துண்டுவேஷ்டி ஒன்றை வாங்கிக் கொடுப்பதுண்டு. கொச்சுதேவி ஒரு சுங்கிடிப் புடவையின் ஒரு துண்டை உடுத்தி வந்தாள். அவள் தாயின் புடவையிலுள்ள ஒரு பகுதி.

* ** *

கொச்சு தேவியுடன் சேர்ந்து செல்ல ஒரு போட்டி உருவெடுத் திருந்தது. சின்னராமனுடன்தான் கொச்சுதேவி சேர்ந்து வரவேண்டும். போட்டி அதுவாக இருந்தது.

சிறிது நேரம் கற்றுக் கொடுத்த பின்னர் சுப்பையன் வாத்தியார் சொல்லுவார்:

"இனி நீங்கல்லாம் ஒண்ணுக்குப் போயிட்டு வாங்க!"

அது இடைவேளை. அப்போது சென்று சிறுநீர் கழிக்கவேண்டும் கற்றுக் கொடுக்கிற நேரத்தில் யாரும் எழுந்து செல்லக் கூடாது. 'எனக்கு ஒண்ணுக்குப் போகணும்' என்ற யாரும் சொல்லவும் கூடாது- அதுதான் முறை.

கொச்சுதேவியுடன் சேர்ந்து கேசவன்தான் செல்லவேண்டும். சின்னராமனுக்கும் அதுவேதான் வேண்டும்.

ஒரு நாள் கொச்சுதேவியின் ஒரு கரத்தை கேசவன் பிடித்து இழுத்தான். மறுகரத்தை சின்னராமன் இழுத்தான். அவளுக்கு வலி யெடுத்தது. அழுதுவிட்டாள்.

ஆனால் பொக்காணி காட்டியது சின்ன ராமனை நோக்கித்தான். ஒரு வேளை ஒரு பெண்ணைப் பிடிப்பது இப்படியில்லாமலிருக்கலாம். அது சின்னராமனுக்கும் தெரியாமலிருந்திருக்கலாம்.

சின்னராமனுடைய பிடிப்புக்குத்தான் அதிகமான வலுவிருந்தது. கொச்சுதேவி அந்தப் பக்கம் சாய்ந்துவிட்டாள்.

பள்ளி நிகழ்ச்சிகள் குறித்து கலியாணியம்மா மகனிடம் விசாரிப்பாள்.

அன்றைய தினம் என்னென்ன கற்றுக்கொண்டான் என்பதை எல்லாம் கேசவன் அம்மாவிடம் சொல்லவேண்டும். சிலவற்றை எழுதிக் காட்டவும் வேண்டும். கூடுதலாகச் சிலவற்றை அம்மா சொல்லிக் கொடுப்பாள். சிலதெல்லாம் சரிதானா என்கிற சந்தேகம் அவளுக்கும் உண்டு.

வாத்தியர் கேள்விகள் கேட்பார்.

“அம்மா, இன்னைக்கு நான் எல்லாக் கேள்விகளுக்கும் பதில் சொன்னேன். வாத்தியார் என்னைச் சமத்துன்னு சொன்னாரு.”

கலியாணியம்மா அவன் மீது முத்தமாரி பொழிந்தாள். வாத்தியார் தன் மகனைச் சமத்து என்று சொன்னதாகச் சொன்னதைக் கேட்கும் போது ஓர் அம்மா வேறு என்னதான் செய்வாள்?

கேசவன் கொச்சுதேவி விசயமாகச் சொன்னபோது கலியாணியம்மா விசாரித்தாள்:

“யாருடா, இந்தக் கொச்சுதேவி?”

“என் சிநேகிதி!” என்றான் கேசவன். கேசவன் வதனம் மலர்வதாக கலியாணியம்மாவுக்குத் தோன்றியது.

அவன் அம்மா மடிமீது தலைவைத்துப் படுத்திருந்தான். கலியாணியம்மா முகத்தை நோக்கியவாறு கேசவன் வினவினான்:

“அம்மா, என் அப்பா எங்கே?”

தயக்கமின்றிய பதில் கேசவனுக்குக் கிடைத்தது:

“ஆங்கே... திருவனந்தபுரத்திலே!”

அப்பாவைப் பற்றிய ஒரு கேள்வியை சின்னராமன் கிளப்பி யிருந்தான்.

ஏன் இந்தக் கேள்வியை இவன் எழுப்புகிறான்? கலியாணியம்மா யோசித்தாள். சின்னராமன் கேட்டதை அவள் அறிந்திருக்கவில்லை.

கேசவனும் கொச்சுதேவியும் கிடைக்கிற நேரத்தை வைத்துக் கொண்டு பல்வேறு விசயங்களைப் பற்றிப் பேசுவார்கள். பேசிப் பேசி முடியாத விசயங்கள்.

பேசுவதற்கிடையில், முந்தியநாள் இரவில் தன்னுடைய தகப்பனார் பலகாரம் கொண்டுவந்து கொடுத்த கதையைச் சொன்னாள் தேவி. தகப்பனார் வீட்டில் பலகாரம் பண்ணினார்கள். அதை எடுத்துவந்து தூக்கத்திலிருந்து எழுப்பி அவளுக்குப் பலகாரம் கொடுத்தாராம் அப்பா. அது ஒரு ரசமான கதையாக இருந்தது.

சோற்றை வடிக்கிற ஐயரைச் சுட்டிக்காட்டியவாறு அதுதான் தனது தந்தை என சின்னராமன் சொல்வது போன்று அல்ல. அது அழகில்லாத கதை!

மறுநாள் தேவி சொன்னாள்:

"நேற்று அப்பா வெல்ல உருண்டையும் பழமும் கொண்டுவந்து தந்தார்."

அப்போது கேசவன் சொன்னான்:

"என்னோட அப்பா திருவனந்தபுரத்திலே இருக்கார்."

அன்றாடம் தங்கள் குழந்தைகளிடம் வருகின்ற தந்தையர் இருக்கிறார்கள் என்றும் ஒருபோதும் வராதவர்கள் உண்டு என்றும் கேசவனுக்குத் தெரியாது.

மறுபடியும் அவன் அம்மாவிடம் வினவினான்:

"அம்மா, ஒருத்தர் எப்போதும் என்னை நோக்கிச் சிரிச்சுக்கிட்டுக் கேப்பாரு. 'கொச்சுபிள்ளை எஜமான் எங்கே போறீங்க'ன்னு! என்னம்மா, அது?"

"உன்னோட அப்பா பெயரு அதுதான்" என்றாள் கலியாணியம்மா.

கேசவன் எதையோ நினைத்தவாறு படுத்துக் கொண்டான்.

இன்னும் பல்வேறு கேள்விகள் அவனிடமிருந்து கிளம்பத்தான் செய்யும். ஒரு வேளை அந்தக் கேள்விகள் அவனது பிஞ்சுமனத்தில் உருவகமாகிக் கொண்டிருக்கலாம்.

* ** *

"இந்த கொச்சுதேவிங்கிறவ யாரப்பா?" என்றாள் அம்மா.

"ஆ..."

"அவ குடும்பப் பெயர் என்ன?"

மகனுடைய சினேகிதியல்லவா? அம்மாவுக்குத் தெரிந்துகொள்ள ஆவல்.

கேசவனுக்குத் தெரியாது.

"அவ நல்ல பொண்ணுதானா, மவனே?"

மனமறியாமல் நாவழியாக வெளிவந்த கேள்வி அது.

கேசவன் முகம் நன்கு மலர்ந்தது. கலியாணியம்மா வியந்து போனாள். ஒவ்வொரு கேள்வியும் கேட்கக் கேட்க அவன் முகத்திலே ஒளி சிந்துகிறது.

“நல்ல பொண்ணுதாம்மா! அந்த சின்னராமன் ரொம்ப மோசம்மா! மாது கிட்டே நான் பேசறதேயில்லை.”

தனது சிறுவயதில் இப்படிப்பட்ட பையன்களிடம் தனக்கு ஏதேனும் நேசமிருந்திருக்கிறதா? இருந்ததாக நினைவில்லை. கலியாணியம்மா நினைத்துப் பார்த்தாள்.

சிறுவர் - சிறுமியரும் பரஸ்பரம் நேசிக்கலாம் போலிருக்கிறது. மகனுக்குப் பிரியமான அந்தச் சினேகத்தைக் காணக் காண அவளுக்கு ஆவல் பிறந்தது. அதுவும் ஒரு பெண் சினேகத்தை.

கலியாணியம்மா மனிதத் தன்மை படைத்த ஒரு பெண்மணிதான். எந்நேரமும் முகமலர்ச்சியுடனிருப்பாள். ஒருவேளை பல்வேறு ஏமாற்றங்களடைந்த பின்னரும் பற்றில்லா மனமுடன் பறந்து சஞ்சரிக்க திறமையுள்ளவள்தான்.

கலியாணியம்மா எழுதப் படிக்கக் கற்றுக் கொண்டவள்தான். மிகச் சிறுவயதிலிருந்தே புராணங்கள் வாசிக்கத் தொடங்கினாள். அவள் பனையோலையில் நாராயத்தினால் எழுதும் போது அந்த எழுத்துக்களுக்கு நல்ல அழகும் வடிவமும் அமைவதைக் காண முடிந்தது. ராமாயணம் அல்லது மகாபாரதம் ஆகியவற்றை வாசிக்கும் போது கேட்பவர்களுக்குப் பொருள் நன்கு புரிந்து விடுகிறது. பொருள் அறிந்தே பாராயணம் செய்வாள்.

கலியாணியம்மா ஒரு வாழ்க்கைக் காலம் முழுவதிலும் புராணங்களை நகலெடுப்பதில் ஆர்வமுற்றவளாக இருந்திருக்கிறாள். அப்புறம் பிள்ளை மருத்துவம் பார்ப்பதிலும்...

சிறுவனாக இருந்தாலும், பெரியவனாக இருந்தாலும் காதலிப்பதில் எந்தத் தவறையும் பார்த்திருக்கமாட்டாள் எனப் புலனாகிறது. இல்லா விட்டால் எதையும் அறிந்து கொள்ளாத ஒரு சிறுவன் ஒரு சிறுமியை நேசிப்பது தவறெனப் பார்த்திருக்கமாட்டாளா?

கலியாணியம்மா காதலுக்காக தாகம் கொண்டாள். அவளுக்கு எங்கிருந்தும் அது கிடைக்கவில்லை. ஏமாற்றம்தான் அடைந்திருக்கிறாள். ஆயினும் அந்த மனம் சோர்வினால் நொந்து விடவில்லை.

என்னவோ?

தாளலயமுடைய ஒரு நடனம் போன்று துள்ளி நடமாடிக் கொண்டிருந்த ஒரு கிளி - யாரிடமெல்லாமோ அகப்பட்டிருக்கிறது. யாரெல்லாமோ கையகப்படுத்தியிருக்கின்றனர். கை வீசினால் பிடியிலே அகப்பட்டு விடுவாள். பின்னர் அந்த பிடியிலேயே அமர்ந்து ‘கீகீ’யென அழுது குரலெழுப்பியும் அது ஒலியற்றுதான் போயிற்று.

எவனுடைய பிடியிலிருந்தாவது அது நழுவிச் சென்றதுண்டா? தெரியாது!

சீலாந்திப் பிள்ளி வீட்டுத் தென் அறையிலுள்ள பலகை மீதும், அறைக்குள்ளேயும் இருக்கின்ற ஓலைச்சுவடிகளை எல்லாம் சரஸ்வதி பூஜையின் போது தூசிதட்டிச் சுத்தம் செய்து வைப்பாள். இரட்டைவால்ப் பூச்சி மற்றும் கரப்பான் பூச்சி அரித்துத் தின்பதைத் தடுத்திட ஒரு விதமான தாழம் பழத்தை ஆங்காங்கே ஓலைச் சுவடிகளிடையே வைத்து விடுவாள்.

குடும்பத்தின் பரம்பரைச் சொத்துக்களாயிற்றே அந்த ஓலைச் சுவடிகள்!

* ** *

அடுத்த வருடத்தில் கோபால பிள்ளை என்கிற ஒரு வாத்தியார் கூட வந்தார்.

கொச்சுதேவியும் கேசவனும் மாதுவும் அடுத்த வகுப்புக்குத் தேறி வந்தனர். சின்னராமன் தோற்றுப்போய்விட்டான்.

ஒருநாள் அது கேசவன் பார்வைக்கு வந்தது. என்னவென்றா? கொச்சுதேவியின் மார்பு மீது இரண்டு நெல்லிக்கனிகள். அவள் சிறுநீர் கழிப்பதும் மற்றவர்களிடமிருந்து விலகிச் சென்று மறைவிடத்தில்தான். அவள் கன்னங்களும் துடுத்திருந்தன.

அவள் ஒரு சிறுபுடவையைத் தார்ப்பாய்ச்சியுடுத்தியிருந்தாள். கழுத்திலே கை சுற்றிவளைத்துப் போட்டு நடந்து செல்கிறபோது கேசவனுடைய உள்ளங்கை அவன் மனமறியாமலேயே கொச்சு தேவியின் வளர்ந்து வருகிற முலையைப் பொத்திவிடும். உண்மையாகவே அது அவன் மனமறியாமல் செய்து விடுகிற காரியம்தான். அவளுக்குள்ளும் ஒரு விதமான கூச்சம்.

ஆயினும் அது இன்பமளிப்பதாகவேயிருந்தது.

அவள் கேசவனை ஒருமுறை நோக்கினாள்.

சிறுவர்-சிறுமியரின் கண்கள் கூடப் பரஸ்பரம் மோதிக் கொள்ளக் கூடும். என்னவாக இருப்பினும் அவள் எதிர்ப்பைக் காட்டவில்லை. உள்ளங்கையினால் மெல்ல அழுத்துவது அவளுக்குச் சுகமெனத் தோன்றி யிருக்கலாம்.

சில வருடங்களுக்கு முன்னால் சீலாந்திப் பிள்ளை வீட்டின் மேற்பகுதியில் அந்தியிருள் சூழ்ந்து வந்தபோது யாரோ ஒருவர் அம்மாவின் தனத்தை உள்ளங்கையால் அழுத்துவதாகக் கண்ட ஒரு கனவு அவன் நினைவில் உண்டு.

கேசவன் எட்டு வயது வரையிலும் தாய்ப்பால் குடித்திருக்கிறான்.

அவன் குடித்துக் கொண்டிருந்த தனம் அது. நிறையப் பால் இருந்தது. காம்பிலிருந்து பால் சீறிவந்துகொண்டிருந்தது.

ஒரு கனவு! உண்மையன்று!

தோளோடு தோள் சேர்ந்து நடந்து கொண்டிருந்தபோது அவன் கன்னம் கொச்சுதேவியின் கன்னத்தோடு ஒட்டிக் கொண்டது.

ஆண்-பெண் கன்னங்கள் ஒட்டியிணைவதை அவன் பார்த்திருக்கலாம்.

கேழத்து வரிக்கை மாமரத்தடியில் வைத்து கேசவன் தேவியைக் கட்டியணைத்தான். அவளும் அப்படியே நின்றுகொண்டாள். அதை யாரும் பார்க்கவில்லை.

அது ஒரு மதியநேரம். பள்ளிக்கூடத்தின் இடைவேளை நேரம்.

இறுகக் கட்டியுடுத்தியிருந்த அவளது அடிவேஷ்டியை அவன் அவிழ்த்தான். அவள் ஓடிவிட்டாள்.

ஆறாவது வகுப்புக்குத் தேறிவந்தான். அப்புறம் வகுப்பு கிடையாது. அந்தப் பள்ளிப் படிப்பு பூர்த்தியாகிவிட்டது. படிக்க வேண்டியதை விடக் கூடுதலாகவே அவன் கற்றுக் கொண்டான்.

கேசவன் கொச்சுதேவியிடம் சொன்னான்: "நான் உன் குழந்தைக்குத் தகப்பனாயிடறேனே."

அந்தப் பேச்சு பொல்லாத ஒரு பேச்சு. பருவத்திற்கு ஒத்துவராத பேச்சு. படித்ததனால் அப்படிப் பேசியிருக்கலாம். படிப்பிற்கு அத்தகைய சில தோஷங்கள் உள்ளன.

சீலாந்திப் பிள்ளியிலுள்ள ஓலைச் சுவடிகள் அத்தகைய ஒரு கேள்விக்கு உருவம் கொடுக்குமா? ஓலைச் சுவடிகளை மட்டும் கற்றுக் கொண்ட ஓர் ஆடவன் ஒரு பெண்ணிடம் அத்தகைய ஒரு கேள்வியைக் கேட்டிருப்பானா? பள்ளியில் படித்துக்கொண்டால் அப்படியெல்லாம் இருக்குமோ?

வைக்கோல் குதிரின் மறைவில், கந்தர்வன் கோவில் சுற்று வட்டாரத்தில் எல்லாம் அத்தகைய காதல்-அரங்கங்கள் நடை பெற்றிருக்கலாம் இத்தகையதொரு காதற் கோரிக்கையை கேட்டிருப் பார்களா?

"நான் உன் குழந்தைக்குத் தந்தையாகட்டுமா?"

கொச்சுதேவி விழித்தபடியே நின்று விட்டாள்.

"நான் உன் 'நாயர்' ஆகட்டுமா?"

கேள்வி இதுவென்றால் அவளால் பதில் சொல்லமுடியும்.

"நான் உனக்குப் புடவை தரட்டுமா?" என்று கேட்டால், அவளால் இப்படியொரு பதிலைத் தரமுடியும்:

"ஐயோ, என்ன கேக்கறீங்க? இதுக்கு நான் என்ன பதிலைத் தர முடியும்? அம்மாவன் கிட்டே கேளுங்க!"

தேவிக்கு கேசவனிடம் அந்த அளவிற்குப் பாசமுண்டு. அதனால் தான் அவள், இப்படியொரு பதில் சொல்லி இருக்க வேண்டும்.

கடுக்காத்ர வீட்டில் ஒரு காரியம் நடை பெறுகிறது. கொச்சு தேவிக்கு ஓர் அக்கா ள் இருக்கிறாள்: கொச்சுட்டி! கொச்சுட்டி மற்றும் கொச்சுதேவியின் தந்தையான கொச்சக்கனுக்குச் சகோதரி புத்திரன் ஒருவன் இருக்கிறான். கொச்சுட்டியின் முறைமாப்பிள்ளை. அவன்தான் கொச்சுட்டிக்குப் புடவை கொடுக்கப் போகிறான் என்றுதான் அனைவரும் கருதியிருந்தனர். அவளை அவனுக்காகத்தான் நிச்சயம் பண்ணி வைத்திருந்தனர்.

இத்தகையதொரு சடங்கு நடை பெற வேண்டுமென்றால் கொச்சக்கன் கடுக்காத்ரக் குடும்பத்தலைவர் கொச்சுண்ணி நாயரிடம் சொல்ல வேண்டும்.

"நம்ப கொச்சுட்டிக்கு உங்க பாச்சரனைக் கொண்டு புடவை கொடுக்க வச்சா என்ன?"

அப்போது கொச்சுண்ணி நாயர் சொல்லுவார்: "அப்படியே ஆகட்டும்."

அவ்வளவுதான் நடைபெறவேண்டியிருந்தது. அது எப்போது வேண்டுமானாலும் நடத்தி வைக்கலாம்.

ஆனால் நேர்மாறாகத் தான் நடைபெற்றது.

ஒரு நாள் எல்லோர் முன்னிலையிலேயே கொச்சுண்ணி நாயர் ஒரு பிரகடனம் செய்தார்:

"இருவள்ளிப்ரவையைச் சேர்ந்த ஆச்சோமனைக் கொண்டு கொச்சுட்டிக்குப் புடவை கொடுக்க வைக்கணும்!"

கடுக்காத்ரக் குடும்பத்தைச் சேர்ந்த அனைவரும் நடுங்கி விட்டனர்:

இதை எவரால்தான் எதிர்க்கமுடியும்? குடும்பத்தலைவரின் தீர்மான மாயிற்றே அது.

ஆச்சோமன் என்பவன் யாரென்று எவனுக்கும் தெரியாது. தலைவருக்கு மட்டும்தான் தெரியும். அது போதும். பாச்சரனுக்காக நிச்சயம் செய்துவைத்திருந்த பெண்தான்.

கொச்சக்கன் கொச்சுண்ணி நாயரிடம் முன்னரே சொல்லியிருந்தால் போதுமாயிருந்தது. அத்தகைய ஒரு குரல் மட்டும் எழுந்திருக்கிறது.

கொச்சுண்ணிநாயர் அப்போது சொல்லியிருக்கக்கூடும்: "எனக்குச் சம்மதமில்லை!"

கொச்சக்கன் அப்படியொரு வெட்கக்கேடுக்குப் பாத்திரமாயிருப்பார்.

கொச்சக்கன் வாய்திறக்காமலேயே எழுந்து போய்விட்டார். கொச்சுட்டியின் தாய் சொன்னாள்: "போறாப்பலேருக்கு."

என்னவாக இருந்தாலும் கொச்சக்கன் அதன் பின்னர் கடுக்காத்ர வீட்டில் காலெடுத்து வைத்ததில்லை.

இருவள்ளிப்ரவையைச் சேர்ந்த ஆச்சோமன் தடித்துப் பருமனான ஒரு வாலிபன். கிழக்கு திக்கைச் சேர்ந்த தடியன். கரும்பனையைப் போன்ற உருவமுடையவன். புடவை வாங்க மணப்பந்தலுக்கு வந்த போதுதான் கொச்சுட்டி ஆச்சோமனைப் பார்க்கிறாள். பாச்சரன் அவள் மனத்தில் நிறைந்து நின்றிருக்கிறான். கொச்சுட்டிக்குத் தலை சுற்றியது.

அது ஒரு பேச்சுக்கே விசயமாகிவிட்டது. நல்ல பெண்! அவளை இப்படிப்பட்டதொரு ராட்சதனுக்குக் கொடுத்துவிட்டார்களே...!

பாச்சரனுக்கும் அவளுக்குமிடையே அருமையான பொருத்தமாயிருந்தது.

இனி கொச்சுதேவிக்காக கொச்சுண்ணிநாயர் யாரைத்தான் பார்த்து வைத்திருக்கிறாரோ? எல்லோர் பயமும் அதுவாகத்தான் இருந்தது.

ஆனால் இருவள்ளிப்ரவ மாப்பிள்ளை பார்வைக்குக் கரும்பனை போன்று இருந்தான் என்றாலும் பூனைமாதிரியும் பாவமாயிருந்தான். நல்லவன். குரலுயர்த்திப் பேசுவது கூட இல்லை. அருமையான உழைப்பாளி. ஒரு மலை முழுவதிலும் காச்சில் மற்றும் சேனைக் கிழங்கு போன்றவற்றைப் பயிர் செய்திருக்கிறான்.

என்னவாக இருந்தாலும் அவன் ஒரு புத்துதான்.

இப்போது கொச்சுதேவிக்குத்தான் பயம்.

குடும்பத்தலைவர் என்று தமது தீர்மானத்தை வெளியிடுவாரென்று யாருக்குத்தான் தெரியும்?

37

ஓர் ஐப்பசி மாதத்தில்தான் புடவை கொடை. சற்று ஆடம்பர மாகத்தான் நடத்தவேண்டுமென்று கொச்சுண்ணிநாயர் தீர்மானித்தார்.

"சுடுக்காத்ரக் குடும்பத்து கொச்சுண்ணி நாயர் நடத்துகிற புடவை கொடை - அதுக்குச் சில ஒழுங்கு, ஆடம்பரம் முதலியவை இருக்கத்தான் செய்யும்." கொச்சுண்ணி நாயரே இப்படிச் சொல்கிறார். மற்றவர்கள் அதைக் கேட்டுச் சிரித்தனர் என்றே சொல்லவேண்டும்.

கொச்சக்கன் அந்தப் புடவைகொடையில் பங்கெடுத்துக் கொள்ள வில்லை.

மார்கழி மாதத்துத் திருவாதிரைக்கு முன்னர் கடுக்காத்ரக் குடும்பத்துத் துறையிலே ஒரு படகு வந்து சேர்ந்தது. படகு நிறைய திருவாதிரைக் காணிக்கையாகவே இருந்தது. கொச்சுட்டியின் தலைத் திருவாதிரை.

நேந்திரங்காய், சேனைக்கிழங்கு, கூர்க்காக் கிழங்கு, காச்சில் கிழங்கு போன்றவைதான் படகிலே வந்து இறங்கின.

ஆச்சோமன் சுயமாக மலையுடைத்துப் பயிர் செய்த பொருட்கள்.

பாச்சரனாக இருந்திருந்தால்? மீறினால் நூறு நேந்திரங்காய் கொண்டு வந்திருப்பான்.

கொச்சுண்ணி நாயர் துறைக்குச் சென்றார். சிறிது நேரம் யோசித்தார். அவர் கண்கள் ஒருமுறை உருண்டு மலர்ந்து சிரித்தன.

"திருவாதிரைக் காணிக்கைகள் அறைக்குள்ளே செல்லட்டும்!" தலைவர் உத்திரவிட்டார் கடுக்காத்ரக் குடும்பத்துப் பெண்களுடைய முகங்கள் வாடிச் சுருங்கின. திருவாதிரைக் காணிக்கை பெண்களுக்கானதே. ஆண்களுக்கு அதில் அக்கறை இருக்க வேண்டியதில்லை. குறிப்பாகக் குடும்பத் தலைவருக்கு! இதுவரையிலும் நடை பெற்றிராத ஒரு விசயமாகும். யாராவது அறிந்துவிட்டால் வெட்கக்கேடுதான்.

ஏதேனும் ஓர் எண்ணம் அண்ணன் மனத்திலே இருக்க வேண்டு மென்று கொச்சுண்ணி நாயருடைய ஒரு தங்கை சொன்னாள்.

"அப்படியில்லாமே அண்ணன் இப்படிச் செய்யமாட்டாரு."

இருவள்ளிரப்ரவை நோக்கிப் படகு திரும்பியபோது கொச்சுண்ணி நாயர் ஆச்சோமனிடம் விசாரித்தார்:

"மலையிலே இன்னும் காயும் கிழங்கும் கனிகளுமிருக்குமில்லே?"

"இருக்கு."

"இன்னும் கொஞ்சம் கொண்டாந்திடேன்."

ஆச்சோமன் ஒப்புக்கொண்டான்.

இது இன்னும் வெட்கக்கேடுதான். திருவாதிரைக் காணிக்கை போதாதெனச் சொல்வது மோசமான காரியமாகும். அதுவும் குடும்பத் தலைவரே சொல்வது!

ஒரு நேந்திரம் பழக்குலை, ஓர் அடுக்கு வெற்றிலை மற்றும் நான்கு புகையிலையுடன் கொச்சுண்ணி நாயர் கோந்நோத்துப் பெரியவர் குடியிருக்கிற கல்லறைக்கல் வீட்டுக்குச் சென்றார்.

யானைத் தந்தமளவு பெரிய நேந்திரங்காய்!

துடுப்பு போன்ற புகையிலை.

தளிர் வெற்றிலை.

பழுத்த பாக்கு!

கோந்நோத்துப் பெரியவர் கேட்டார்:

"என்ன விசேஷம், கொச்சுண்ணி நாயர்?"

"மூத்த மருமகப் பொண்ணின் தலைத் திருவாதிரை." நாயர் வினயமுடன் கூறினார்.

இப்போது யாரும் கோந்நோத்துப் பெரியவரிடம் வினயம் காண்பிப்பதில்லை. பெரியவர் நடந்து வரும்போது யாரும் எழுந்து நிற்பதில்லை. முண்டாக கட்டி வருகிறவன் அதை எடுக்கமாட்டான்.

தலைத் திருவாதிரை அறிவிக்கக் குடும்பத் தலைவரே செல்வது. அதற்கு வெற்றிலைப் பாக்கு 'காணும் காணிக்கை'யாக வைப்பது - இப்படிப்பட்டதொரு நிகழ்ச்சி நடைபெற்றிருக்கிறதா? திருவாதிரை பெண்களின் பண்டிகை. பெண்கள் பெண்களை அழைப்பார்கள். ஆண்கள் வந்து அழைப்பது வழக்கிலில்லாத விசயம்.

'தாலிகட்டுக் கலியாண' மெனில் அதெல்லாம் நடைபெறக் கூடியதே. அது ஒரு கலியாணமே யாகும்.

கடம்ம நாட்டு கொச்சக்கி அந்தப் பெரிய நேந்திரங்காயைப் பார்த்து அசந்து போனாள்.

அது 'காணும் காணிக்கை'யாக வந்ததுதான். ஒரு காணும் காணிக்கை வந்து எவ்வளவு காலமாயிற்று!

கொச்சுண்ணி நாயர் கொச்சக்கியை நோக்கிச் சொன்னார்:

"கொச்சுட்டிப் பொண்ணோட தலைத் திருவாதிரையாகும்."

கோந்நோத்துப் பெரியவர் கொச்சக்கியிடம் விசாரித்தார்:

"தலைத் திருவாதிரைக்குக் 'காணும் காணிக்கை' வைக்கும் வழக்கம் உண்டா?"

அதற்கு பதிலளித்தது கொச்சுண்ணி நாயர்தான்.

"தலைத் திருவாதிரை விசயத்திலே ஆண்பிள்ளைகளுக்கு என்ன சம்பந்தம்?"

பெரியவர் அப்படிக் கேட்டது சரியில்லை என்று கொச்சக்கிக்குத் தோன்றியது. காணும் காணிக்கை கொண்டுவந்தவரிடம், 'ஏன் அதைக் கொண்டு வந்தீர்கள்?' என்று கேட்கக் கூடாது. பெரியவருக்கு விபரக் குறைவு தான்.

கொச்சக்கி நேந்திரங்காய் மற்றும் புகையிலையை எடுத்துச் சென்றாள்.

கொச்சுண்ணி நாயர் சொன்னார்:

"இல்லே... தலைத் திருவாதிரைக்கு வந்து அழைக்க வேண்டியவங்க பொம்பிளைங்கதான். அதுவும் பொம்பிளைங்க மட்டும்தான். அந்த வழக்கத்தை அறியாதவர் அல்ல இந்தக் கொச்சுண்ணிநாயர். ஆனா, பொம்பிளைங்க வந்து பொம்பிளைங்களை அழைக்கறதுக்கு முந்தி குடும்பத் தலைவரு ஊர்த் தலைவரை வந்து பார்த்தார். அவ்வளவுதான். அப்படி வருவதும் கூட வெறும் கையுடன் வேணாம்னு கருதினேன்."

கொச்சக்கி கேட்டாள்:

"ஒரு தலைத்திருவாதிரை கடுக்காத்ரக் குடும்பத்திலே நடக்குது. அந்தக் குடும்பத் தலைவர் அந்தத் தகவலை வந்து சொன்னாரு. அதுக்காக இவ்வளவு கேள்வி கேட்பானேன்?"

"இல்லே... நான் சும்மாதான் கேட்டேன்." என்றார் கோந்நோத்துப் பெரியவர்.

* ** *

கடுக்காத்ரக் குடும்பத்து கொச்சுகாளி கோந்நோத்துக் கூடத்தில் 'காணும் காணிக்கை' யாகக் கொண்டுவந்து வைத்தது இரண்டு குலை நேந்திரங்காய்தான். பச்சைக்காய் ஒரு குலை. பழம் இன்னொரு குலை. காய் அவ்வளவு பெரியதெனச் சொல்லமுடியாது. நடுத்தரமானது. காச்சில் கிழங்கு, கூர்க்காக் கிழங்க, பெரிய பயர் மற்றும் சீனச் சேப்பங் கிழங்கு கூட இருந்தது. எல்லாம் கூட்டு சமைப்பதற்கான காய்கனிகளும் கிழங்குகளும்தான். மளிகைப் பொருட்களும் தேங்காயுமில்லை என்பது மட்டும்தான்.

ஆற்றுத்துறை அந்தோணி வீட்டுத் திண்ணைமீது நான்கு நாள் படுத்துக் கிடந்து, அந்தோணியின் புதல்வர்களுடைய திட்டுச் சொற்களை வாங்கிக் கொண்ட பிறகு கிடைத்த ஐந்துபறை நெல்லை வைத்துக்கொண்டு கஞ்சி காய்ச்சிக் குடித்துக் காலத்தைக் கடத்திக் கொண்டிருந்தது கோந்நோத்துக் குடும்பம். அந்த நிலைமையில்தான் தலைத் திருவாதிரையை முன்னிட்டுக் 'காணும் காணிக்கை' வந்து சேர்ந்தது.

கோந்நோத்துக் குஞ்சம்மாமார்களுக்கு இப்போது 'சம்பந்தக் காரர்'கள் இல்லை. வறப் பட்டினியால் தோலும் எலும்புக் கூடுமாய்ப் பரிணமித்திருக்கின்ற பெண்களுக்கு சம்பந்தக்காரர்கள் எதற்கு? மாமிசமிருந்தால் மட்டும்தான் ஆடவர்கள் தேவை. எலும்புகளுக் கிடையிலிருந்து காம உணர்ச்சி கிளம்பாது. எலும்புகளுக்கிடையே அரிப்பு வராது. மாமிசத்திற்குத்தான் அரிப்பு இருக்கும்.

கோந்நோத்து மடம் வெறிச்சோடிக்கிடக்கிறது. அங்கே சம்பந்தக் காரர்களான பட்டர்மார்களோ நம்பூதிரிமார்களோ இப்போது இல்லை. பறவைகள் பறந்து சென்று காலியாகிவிட்ட கூடு. கட்டிவேய்வது ஒன்று மில்லாமல் தகர்ந்து கொண்டிருக்கிறது.

ஆயினும் கட்டிக் குஞ்சம்மா கர்ப்பிணி தான். அண்மையில் என்றோ ஒரு நாள் அவளுடைய சம்பந்தக்காரரான போற்றி அங்கே வந்து சென்றாராம்.

கணவன்மார்கள் இல்லை. எனவே அவர்களுக்கு திருவாதிரை விரதம் வேண்டாம்.

கடுக்காத்ரக் குடும்பத்துத் தலைத் திருவாதிரைக்குப் போக வேண்டுமா வேண்டாமா?

மிகவும் வயோதிகையான குஞ்சம்மா சுருண்டு படுத்துக் கிடக்கிறாள்.

மற்றவர்கள் வாய்க்கு வந்ததை எல்லாம் உரக்க உரக்கப் பேசுகிறார்கள். எவருமே மற்றவர்களிடம் பேசுவதில்லை. எல்லோரும் எல்லாரும் பேசுகிறார்கள் கோந்நோத்துக் குஞ்சம்மாமார்கள் இன்னொரு வீட்டுக்குச் சென்றதுண்டா?"

அதற்குப் பதில் இல்லை. அதைக் கேட்டது யார்?

பண்டைய நாட்களில் கோந்நோத்துக் குடும்பத்துப் பெண்களுக் காகவே திருவாதிரை பண்டிகை கொண்டாடுவார்கள். ஆனால் அந்த ஊரைச் சேர்ந்து அனைத்துப் பெண்களும் விரதமனுஷ்டிப்பது அங்கே தான்.

ஒரு குஞ்சம்மாதான் அதைச் சொன்னாள். யாருமே அதை மறுக்க வில்லை. இன்னொருத்தி சொன்னாள்:

“சம்பந்தக்காரங்க தந்து இங்கே திருவாதிரை கொண்டாடி யிருக்காங்களா?”

“இல்லை!”

“அப்புறம் குடும்பச் செலவு?”

வளைந்து சுருண்டு படுத்திருந்த பெரிய குஞ்சம்மா மனத்தில் அந்த வாசகம் சென்று பதிந்துவிட்டது.

“சம்பந்தக்காரங்க தந்து இங்கு திருவாதிரை கொண்டாடி யிருக்காங்களா?”

இது சரிதானா, இல்லையா எனத் தேடித் தேடி அந்தப் பெரிய குஞ்சம்மா பழங்காலத்தை நோக்கி முக்குழியிட்டுச் சென்றாள்.

ஆமாம்! சில பிராமணர்கள் கொண்டுவந்து தந்திருக்கிறார்கள்!

இன்னுமிருக்கிறது. முக்கோலில் பரமன் கர்த்தா திருவாதிரைக் காணிக்கை கொண்டுவந்து செலுத்தும் வழக்கமிருந்தது. ஆனால் அவர் சம்பந்தக்காரர் என்கிற முறையில் அல்ல. அது குறித்து சம்பந்தக்காரர் திருவாதிரைக் காணிக்கை கொண்டுவருகிறார் எனச் சொல்லவும் முடியாது. பரமன்கர்த்தா காளிக்குஞ்சம்மாவின் சம்பந்தக்காரராக இருக்கவில்லை. பரமன் கர்த்தாவுக்காக எந்த ஒரு குஞ்சம்மாவும் விரதமனுஷ்டிக்கவில்லை.

பின்னர் இந்த பரமன் கர்த்தாதான் யார்?

சினேகிதக்காரர்! அதை மெல்லத்தான் சொல்லவேண்டும்.

பெரிய குஞ்சம்மா அதைப் பார்த்திருக்கிறாள்.

“ஈர்யேத்ரக்காரர்களுக்கு திருவாதிரை இருக்கும்.”

ஒரு குஞ்சம்மா சொன்னாள்:

“ஈர்த்யேத்ரக்காரங்க இப்போ நமக்கு யாருமல்ல. தீண்டித் தின்னு பைத்தியமானவங்க.”

“ஓ! தீண்டித் தின்கறது. அதனாலே அவங்க பட்டினியாகறதில்லை.”

“அவங்க எப்படி தீண்டித் தின்னாங்க? அவங்க தனியாத்தானே, இருக்காங்க? பரமன்கர்த்தா அங்கே போறாரு. அவ்வளவுதானே?”

இன்னொரு குஞ்சம்மா விசாரித்தாள்:

“கடுக்காத்ர வீட்டுக்குப் போனாத்தான் என்னவாம்?”

உடனடியாக யாரும் பதிலளிக்கவில்லை. இன்னொரு குஞ்சம்மா கூறினாள்:

"என்ன இருந்தாலும் கடுக்காத்ரக்காரங்க கூப்பிட்ட முறை எப்படியிருந்தது? இந்தக் குடும்பத்துக் குஞ்சம்மாமார்களுக்கு கடுக்காத்ர வீட்டிலேதான் திருவாதிரை நோன்புன்னு அவங்கதானே, சொன்னது?"

"அதெப்படி முறை தவறிட்டது?" இன்னொரு குஞ்சம்மா பிரச்சினையைக் கிளப்பினாள்.

"யானை மெலிஞ்சு போனாக் கூட அதைத் தொழுவத்திலே கட்டிப் போடமுடியுமா?"

வேறு ஒரு குஞ்சம்மா கூறினாள்:

"கடுக்காத்ரகாரங்க சொன்னதுதான் என்ன? சாமைக் கஞ்சியும் கூட்டும் நாம்பளே சமைச்சிடணும்னுதானே?"

"அது கடுக்காத்ர வீட்டுக்குப் போய்த்தான் செய்யணுமா? ஒரு நோன்புக்கானதை இங்கே கொண்டாந்து தந்தா என்னவாம்?"

"அது அந்தக் காலம். கோந்நோத்துப் பிள்ளைமார்களுக்குக் கொலை செய்யும் உரிமையிருந்த காலம். போகட்டும்– ஊரையே அடக்கி நிறுத்தி யிருந்த காலத்தை எடுத்துக்குங்க!"

* * *

கர்ப்பிணியான குஞ்சம்மா பெயர் கொச்சிடிச்சிரி. அவளை சுட்டிக்குஞ்சம்மா என்றும் அழைப்பார்கள்.

ஒரு நாள் கட்டிக்குஞ்சம்மா அவசர அவசரமாய் தேவஸ்தானம் படகோட்டியிடம் சொன்னாள்:

"குஞ்சங்கரச்சார், எனக்கு மாதவிடாய் தவறியிருக்கு."

குஞ்சங்கரச்சாரை நான்கைந்து நாட்களாகக் காணாமலிருந்து கண்டபோதுதான் அவள் இதைச் சொன்னாள்.

அன்றாடம் அவளுக்குப் பூவன் பழமென்றால் ஆறு, காளிப் பழமெனில் நான்கு, பாளையங்கோடன் பழமெனில் எட்டு, நேந்திரம் பழமாயின் இரண்டு இவ்வாறாக எந்நாளும் கிடைத்துக் கொண்டிருந்தது.

அதனால் மாலைப் பசி அடங்கிவிடும். எதையும் சாப்பிடாமல் நாட்கள் கடந்து செல்லாது.

மாதவிடாய் தவறிவிட்டதெனக் கேட்டபோது குஞ்சங்கரச்சார் நடுங்கிவிட்டார்.

சுட்டிக் குஞ்சம்மா அவர் தோள்மீது கை போட்டு ஒரு முத்தம் கொடுத்தாள். திடீரெனக் கொடுக்கப்பட்ட முத்தம். ஒருவேளை அவருக்கு முதன்முதலாகக் கிடைக்கிற முத்தமாக இருக்கலாம். உணர்ச்சி

வசப்பட்டு விட்டால்தானே, முத்தம் கொடுப்பார்கள்? அல்லது அது ஒரு வழக்கமான சம்பவமாக மாறிவிட்டிருக்க வேண்டும். தனக்குப் பாதுகாப்பு கிடைப்பதற்காகத்தான் அவள் முத்தமிட்டாள். குஞ்சங்கரச்சாருக்கு அது ஒரு புதிய அனுபவமாக இருந்தது. அவருக்கு ஏனோதானோ என்றிருக் கின்ற பற்கள்தான்.

குஞ்சங்கரச்சார் அம்மா பெயர் இட்டூலி. தனக்கே தெரியாமல் அவள் முகமும் இதழ்களும் எப்போதும் ஏணல்-கோணலாகி விடுவதுண்டு. அவள் இடைவிடாமல் பொக்காணி காட்டிக் கொண்டிருப்பாள். யாரை நோக்கித்தான் என்றில்லை.

வாய்நாறி என்கிற ஒருவர் அவளுக்குச் சம்பந்தக்காரராக இருந்தார். அவர்களுக்கு ஒரு குழந்தை பிறந்தது. ஞாபகமிருக்கின்றவர்கள் ஆச்சரியப் படுவதுண்டு.

அது எங்ஙனம் நிகழ்ந்தது?

இட்டூலியம்மாவுக்குத் தன் குழந்தையை முத்தமிட முடியாம லிருந்து.

சுட்டிக் குஞ்சம்மாவுக்குப் புடவை கொடுத்து போற்றி அங்கிருந்து சென்று ஓர் இரு வருடங்களாகிவிட்டன. எங்கேயோ போய்விட்டார். பின்னர் அந்த பிராமணர் வரவில்லை. அவர் எங்கே என்று யாரும் தேடிச் சென்றதுமில்லை. பட்டினியால் அவஸ்தைப் பட்டுத்தான் சென்று விட்டார்.

குடும்பத்தில் ஒரு பிராமணன் பட்டினியாக இருக்கிறான் என்றால் அது மகாபாபம். அவர் சென்ற பின்னர் அனைவருக்கும் ஆறுதலாயிற்று.

முப்பத்தைந்து பணமென்றால் அது ஒரு பெரிய தொகை. குறிப்பாக குஞ்சங்கரச்சாருக்கு! அதை பிராமணனுக்கு கொடுத்தார். இரண்டு நாட்களுக்கான அரிசி மற்றும் பதார்த்தங்களுக்காக பொருட்களை குஞ் சங்கரச்சாரே கொண்டு சென்று கொடுத்தார். பாழ்பட்டு விழுந்துவிட இருக்கிற மடத்தின் சமையற்கட்டிலே அவற்றைச் சமைத்துச் சாப்பிட்டார் பிராமணர். சுட்டிக் குஞ்சம்மாவுடன் சேர்ந்து இரவில் படுத்துத் தூங்கவும் செய்தார்.

சுட்டிக் குஞ்சம்மாவின் மானம் பாதுகாக்கப்பட்டது.

குஞ்சங்கரச்சார் நிறையப் பணம் செலவு செய்தார்.

ஒரு நாள் சுட்டிக் குஞ்சம்மாவுக்கு தைரியம் வந்தது. பட்டினியி லிருந்து உருவான தைரியம்தான். வெறும் வயிற்றுக்குள்ளே குழந்தை துடிக்கிறது.

கூடத்திலே நின்று தலையில் கை வைத்தவாறு சொன்னாள்:

“நான் குஞ்சங்கரச்சாருடன் போவப்போறேன்.”

குஞ்சம்மாமார்கள் அனைவரும் நடுங்கினர்.

குடும்பத்துக்கு அவமானத்தை வரவழைக்க வேண்டாமென்று ஒவ்வொரு குஞ்சம்மாவும் அவளை வேண்டிக் கொண்டனர். எதிர்காலச் சந்ததிகளை நினைத்து அப்படிச் செய்யக் கூடாது. இதுவரையிலும் இப்படி யாருமே வெளியேறியதில்லை. லட்சுமிக் குஞ்சம்மா விசயமா? அவள் வேறிடத்திற்குக் குடியேறினாளென்பது மட்டும்தான். ஈர்யேத்ரவில் ஒரு கோந்நோத்துக் குடும்பம் உருவாயிற்று. அவ்வளவுதான்.

ஆயினும் அது அவமானமாயிற்று.

சுட்டிக்குஞ்சம்மா வேண்டுகோள்களை ஏற்றுக்கொள்ளவில்லை. அவள் போவதென்றே முடிவு செய்துவிட்டாள்.

கடுக்காத்ரக் குடும்பத்தினர் ‘காணும் காணிக்கை’ செலுத்தித் தலைத் திருவாதிரைக்கு அழைத்தனர். கோந்நோத்துக் குஞ்சம்மா இட்டூலி மகன் குஞ் சங்கரச்சாருடன் சென்றால் கடுக்காத்ரக் குடும்பத்தினரின் முகத்தில் எப்படி விழிப்பது? மேல்த்தரைக் குடும்பத்தினர் கடுக்காத்ரக் குடும்பத்தினரைவிட மோசமான ஜாதிக்காரர்கள்தான்.

சுட்டிக் குஞ்சம்மா அங்கு போவாளென்றால் கடுக்காத்ர தலைத் திருவாதிரைக்குப் போகவேண்டாமென்று கோந்நோத்தினர் முடிவு செய்தனர். அது வெட்கக்கேடான விசயம். அப்புறம் கோந்நோத்து குஞ்சம்மாமார்களும் செல்லமுடியாது. கடுக்காத்ரயினர் ஏளனம் செய்வார்கள். மானத்தைக் கெடுப்பார்கள்.

சுட்டிக் குஞ்சம்மா குஞ்சங்கரச்சாரை எதிர்பார்த்திருந்தாள். கோந்நோத்துக் கீழ்பகுதியிலுள்ள வாய்க்கால் வழியாகப் படகோட்டிப் போவதைக் கூடப் பார்க்கவில்லை. அவர் வேறு வழியைக் கண்டு பிடித்தார்.

குஞ்சங்கரச்சார் வரவில்லை; வரவும் மாட்டார். அவர் பயந்திருக் கிறார்.

கோந்நோத்துக் குஞ்சம்மாமார்களுக்கு அந்தக் குடும்பத்துக் குஞ்சம்மாமார்களாகவே கடுக்காத்ரவுக்குப் போகலாம்.

* ** *

திருவாதிரைப் பதார்த்தங்களை யார் சமைத்தாலும் சாப்பிடலாம்.

புதிய கோஷங்கள்!

கோந்நோத்து வீட்டுக்குள்ளே அந்த கோஷங்கள் முழங்கின.

* ** *

திருவாதிரை நாள் அதிகாலையிலேயே கோந்நோத்துக் குஞ்சம்மா மார்கள் கடுக்காத்ர வீட்டை அடைந்தனர். கூடவே சிறுவர் - சிறுமியருமிருந்தனர்.

ஆடவர்களுக்குத் தண்ணீர் சூடுபண்ணிக் கொடுப்பதற்காக ஒரு குஞ்சம்மா அங்கே நின்றுவிட்டாள். பெரிய குஞ்சம்மாவும் போகவில்லை.

நீரடித்துக் குறித்தல் கடுக்காத்ர விலைதான் நடைபெற்றது.

கடுக்காத்ர அடுக்களையைக் கூட்டிப் பெருக்கிக் கழுவிச் சுத்தம் செய்துவிட்டுக் கொடுத்தனர். கொச்சுகாளி சொன்னாள்:

"இனிமே நாங்க யாருமே உள்ளே நுழையமாட்டோம். எல்லாம் குஞ்சம்மாமார்களே செஞ்சிடணும்!"

காலையில் நேந்திரம் பழம் வேகவைக்க வட்டமாய் வெட்டித் துண்டுகளாக்கி அடுப்பு மீது ஏற்றிவைத்தனர். இன்னோர் அடுப்பு மீது 'கூட்டு' சமைக்கப் பயிற்றினை வெள்ளோட்டு வார்ப்புப் பெரிய பாத்திரத்தில் போட்டனர்.

மிகப் பெரிய அளவில் 'கூட்டு' சமைக்கப்படுகிறது.

ஒரு குஞ்சம்மா ரகசியமாக வினவினாள்:

"சுட்டீ, நீ குஞ்சங்கரச்சாருடன் போயிருந்தா, இந்த அந்தஸ்து உனக்குக் கிடைக்சிருக்குமா?"

"இருக்காது!" அவள் ஒப்புக் கொண்டாள்.

அந்தக் குஞ்சம்மா ரகசியமாகவே மறுபடியும் சொன்னாள்:

"நம்ப அந்தஸ்தினை எளிதிலே அழிச்சிடலாம். அது போனா குடும்பத்துடனே போயிடும்."

"பசி வந்திடப் பத்தும் பறந்திடுமல்ல?"

"எல்லோருக்கும்தான் பசியுண்டு. அதைக் கொஞ்சம் பொறுத்துக்கணும். அதுதான் வேணும்."

"என்னவானாலும் கடுக்காத்ரக் குடும்பத்தினருங்க நம்மை அவமதிக்கலே."

ஒரு விசயத்தில் ஆறுதல்தான். ஈர்யேத்ரக் குடும்பத்தினர் வரவில்லை. அவர்கள் வந்தார்களென்றால் கோந்நோத்துக் குஞ்சம்மாமார்களின் மதிப்புக் குறைந்துவிடும்.

சுட்டிக் குஞ்சம்மா சொன்னாள்:

"அவங்க அங்கே விழாவெடுப்பாங்க போலிருக்கு. அதுக்கான ஏற்பாடுகளெல்லாம் பரமன் கர்த்தா செஞ்சுகொடுப்பாரு."

"அவங்களை ஊர் ஜனங்களைப் போலவேதான் இவங்க அழைச்சிருப்பாங்க. நம்பளை அழைச்சது மாதிரி அழைக்காமே இருந்திருக்கலாம்."

ஊர்ஜனங்கள் அனைவருக்கும் மதிய விருந்து சாப்பாடுக்கான ஏற்பாடு இருந்தது. ஏராளமான பெண்கள் வந்திருந்தனர்.

கோந்நோத்துக் குஞ்சம்மாமார்கள்தான் சாப்பாடு பரிமாறினர்.

மாலை உணவுக்கு வேகவைத்த பயிறும், பாயசமுமிருந்தது. நேந்திரங்காய் வறுவல் வேறு. பண்டிகையன்று இரவில் தூங்கக் கூடாது. அதற்காக 'திருவாதிரைக் களி' ஏற்பாடு செய்யப்பட்டிருந்தது.

(பெண்கள் வட்டமாய் நின்று கைகொட்டிப் பாடியாடுவதைத்தான் 'திருவாதிரைக் களி' என்பார்கள். மங்களகரமான காரியங்கள் குடும்பங்களில் நடைபெறும்போது இந்தக் 'களி' இன்றைய தினமும் கட்டாயமாய் நடைபெற்று வருகிறது. மொ-ர்.)

செலவு நிறைய ஆகிறது. கஞ்சத்தனமேயில்லை. டின் நிறையத் தேங்காய் எண்ணெய். தாம்பாளம் நிறைய வெற்றிலைப் பாக்குடன் கடுக்காத்ரப் பெரியம்மா நடந்து கொண்டிருக்கிறார். கொச்சக்கனுடைய குடும்பத்தினர் பங்கெடுத்துக் கொள்ளவில்லை.

இரவின் முதல் யாமம் முடிந்த போது திருவாதிரைக் களிக்கான குத்துவிளக்கேற்றி வைத்தனர். அப்போதுதான் சாப்பாடு பரிமாறி முடிந்திருந்தது.

கணபதிப் பாட்டைப் பாடியது சீலாந்திப் பிள்ளி கலியாணியம்மா தான். அவள் 'கைகொட்டு'வதும் கால்வைப்பதுமெல்லாம் பார்க்க மிகவும் அழகாக இருக்கும். பிரத்தியேகமானதோர் அழகு. குரல் குயில் நாதம் போன்றது. இந்த நடுத்தரப் பருவத்திலே கூட!

சரஸ்வதிப் பாட்டைப் பாடியது கடுக்காத்ர கொச்சுதேவிதான். அருமையான இளம் பெண்! அவள் குரலும் மிகவும் அருமையானது. தாளம்தான் கொஞ்சம் கம்மி. ஆயினும் அவள் பாட்டும் ஆட்டமும் நன்றாக இருந்தது.

ஊரில் பலருக்கும் தெரிந்ததும், கலியாணியம்மா வழக்கமாய்ப் பாடிக்கொண்டிருப்பதுமான சில பாடல்கள் இருக்கின்றன. அவற்றை கலியாணியம்மாதான் பாடவேண்டுமென்று பெண்கள் வலியுறுத்தினர். பலருக்கும் அந்தப் பாடல்கள் தெரியும். ஆயினும் கலியாணியம்மா பாடினால்தான் அது நன்றாக இருக்கும்.

அந்தப் பாடல்களை முதலில் பாடியவர்கள் யார்? அவற்றைப் புனைந்தவர் யார்? யாருக்காக அவை புனையப்பெற்றன?

அந்தப் பாடல்கள் யாருக்காகப் புனையப்பட்டனவோ அவர்களே தான் அவற்றைப் பாடவேண்டும். அப்படியானால்தான் கேட்பவர் இதயத்தில் அவை பதியும். அவற்றையெல்லாம் சரியாகப் பின்பாட்டாய் ஏற்றுப் பாடியவள் கொச்சுதேவிதான். ஓர் இரு பாடல்களை கலியாணியம்மா பாடுவதைவிட மிகவும் அழகாக அவள் பாடினாள். சில பாடல்களிலுள்ள சில மெட்டுக்களை உச்சஸ்தாயிக்குக் கொண்டு செல்ல கலியாணியம்மாவால் முடியாமற் போனபோது கொச்சுதேவி ஏற்றுப்பாடினாள். அவள் இளம் பெண்!

அந்தப் பாடல்கள் கலியாணியம்மாவுக்குப் புடவை கொடுத்தவர் புனைந்தவை. அவர் யாருக்குப் புடவை கொடுத்தாரோ, அவளுக்காகவே புனைந்தவை. ஓலையில் நாராயத்தினால் எழுதுவதை அவளே நேரடி யாகப் பார்த்திருக்கிறாள்.

மூன்று பாடல்கள் அவர்களுடைய தலைத் திருவாதிரைக்காகவே எழுதப்பட்டவை.

கலியாணியம்மா கொச்சுதேவியை மகளைப் போலவே நேசித்தாள்.

எவ்வளவு அருமையான பெண் இந்த கொச்சுதேவி!

38

அது ஒரு பொல்லாப்பான காரியம்தான். ஊரெங்கிலும் அல்லோலமாகிவிடும்.

மேலாதிக்கம் படைத்த வெள்ளைத்துரைமார்கள் இவற்றிற் கெல்லாம் எப்படி அனுமதியளித்தனர் என்பதுதான் கர்த்தாவின் ஐயப்பாடு. ஊரெங்கிலும் அமுலிலிருக்கின்ற பழக்கவழக்கங்கள் மற்றும் ஆச்சார-அனுஷ்டானங்களை கிஞ்சிற்றும் மாறுதலின்றி நிலை நாட்டிட நிர்ப்பந்தமுடையவர்கள்தான் அவர்கள். தங்கத் தம்பிரான் திருமணத்திற்கு இப்படித் தோன்றக் காரணமென்னவோ? வேணாட்டுச் சொரூபம் (திருவாங்கூர் அரச வம்சம்). தருமசாஸ்திர அடிப்படையிலான வாழ்க்கையின் காவலாளியாகும்.

ஏதோ தவறான எண்ணம் தோன்றியிருக்கிறது.

பறையர், புலையர் மற்றும் ஈழவர்களுக்காக அதாவது தீண்டத் தகாத ஜாதியினருக்காக ஒரு பள்ளிக்கூடம் அமையப் போகிறது. மண்டபத்து வாசலிலிருந்து உத்திரவு ஒன்று எழுதப்பட்டு வந்திருக்கிறது. அதிகாரி வளாகத்தில் கட்டியெழுப்பப்பட்டது போன்ற ஒரு கூரை மாணிக்கத் தரைக்கு வடபுறமுள்ள புறம்போக்கு வளாகத்தில் அமைக்கப்படுகிறது. தற்போதைக்குத் தேக்குமரத் தூண்கள் மற்றும் மூங்கில்களாலானது.

"இது உமக்கெப்படித் தெரியும்?" என்றார் குஞ்சன் பிள்ளை.

கர்த்தா சொன்னார்:

"சீலாந்திப் பிள்ளி கலியாணியம்மா இருக்கிறாளே அவளுக்கு ஒரு பையன் உண்டு. அவன் மண்டபத்து வாசலுக்கு வரணும்னு உத்திரவு வந்திருக்கு. அங்கே வாத்தியாரா அவனைத்தான் நியமிக்கப் போகிறார்கள்."

அதனால் ஏற்படுகின்ற விளைவுகள் பற்றி மதிப்பீடு செய்ய குஞ்சன் பிள்ளைக்குக் கொஞ்சநேரமாயிற்று.

"ஏய் கர்த்தா, நீர் சொன்னது போல அது ஒரு பொல்லாப்பான விசயமாச்சே!" என்றார் பிள்ளை.

"ஆமாம். அதிகாரி-வளாகத்தைச் சேர்ந்த பள்ளிக்கூடமே ஒரு பொல்லாப்புத்தான். இப்போ நம்ம ஊரிலுள்ள பள்ளிக்கூடத்திலே படிச்ச சில பசங்க இருக்காங்க. ஒரு கூட்டமே இருக்கு. அவங்க யாராச்சும் உடம்பை வளைச்சு உழைக்கறாங்களா? வெள்ளை வேஷ்டிய கட்டிக்கிட்டு மேல்வேஷ்டிய தோளிலே போட்டு தூசி படாமெ நடந்துக்கறாங்க. பதினஞ்சாவது நாளிலே சவரம் பண்ணிக்கறாங்க. கைவெள்ளையிலே மண்வெட்டி பிடிச்ச தழும்புகூடக் கிடையாது. அதனால என்னன்னா, இந்த பறப்பசங்களும் புலப்பசங்களும் ஈழவப் பசங்களும் பள்ளிக்கூடத்துக்குப் போனா அவங்களும் அப்படியே தான் ஆயிடுவாங்க."

அபாயத்தின் ஒட்டுமொத்தமான விளைவுகளை ஒருங்கே சேர்த்துப் பார்ப்பது போன்று குஞ்சன்பிள்ளை சிறிது நேரம் யோசித்துக் கொண்டிருந்தார்.

"ஏய் கர்த்தாவே, அது நாம்ப கஞ்சி குடிக்கிறதுக்கு இல்லாமே பண்ணற ஏற்பாடாக்கும்." பிள்ளை மேலும் கூறினார்:

"கர்த்தாவே, அவங்க எழுதப் படிச்சா, அப்பறம் நேரடியாவே நின்று கணக்குக் கேட்டாலும் கேப்பாங்க."

"அதுவும் நடந்துடலாம்."

"கொஞ்ச நாளைக்கப்பறம் வயலிலே வேலை செய்யவும் ஆளில்லாமே போயிடும்."

"அப்படியும் நடந்திடலாம்."

"அவங்க எழுதப் படிக்கக் கற்றுக்கக் கூடாதுன்னுதான் நம்ப புராணமும் பிரமாணமும் எல்லாம் சொல்லுது. நாயரு கூடப் படிக்கக் கூடாது. அப்பறம் கீழ்ஜாதிக்காரங்க விசயத்தைச் சொல்லவே வேணாம்."

"இதை எல்லாம் நம்ப தங்கத் தம்பிரான் ஏன் யோசிக்கறதில்லேன்னு தான் நான் யோசிக்கிறேன்."

"அதைத்தான் நானும் யோசிக்கிறேன். இது தருமத்துக்கு ஒத்து வராத விசயமாகும்."

குஞ்சன் பிள்ளையும் கர்த்தாவும் சிறிது நேரம் யோசித்துக் கொண்டிருந்தனர். பிள்ளை சொன்னார்:

"யோசிக்கலேன்னா யோசிக்கச் செய்யணும்னு!"

யோசிக்கவில்லை என்றால் யோசிக்கச் செய்வதற்கான வழி வகைகளைப் பற்றி குஞ்சன்பிள்ளை யோசித்துக் கொண்டிருப்பதுபோல் தோன்றியது. அவர் வினவினார்:

"ஏய் கர்த்தாவே, இந்த ஈழவனுங்க இருக்கிறானுங்களே - அவனுங்களுக்கு பறையனும் புலையனும் தீண்டத் தகாதவங்கதானே?"

"அதைத்தான் நானும் யோசிச்சுக்கிட்டிருந்தேன்."

"புலையப் பசங்க கூடவும், பறையப் பசங்க கூடவும் ஈழவனுங்க அவங்க பசங்களை அனுப்பி வைப்பாங்கன்னு எனக்குத் தோணலே. புலையனுங்க பறையனுங்களைவிட ஒசத்தியான ஜாதிக்காரங்க."

கர்த்தா சொன்னார்: "அப்போ நாம்ப செய்ய வேண்டியதென்னன்னா..." அவர் பேசுவதை நிறுத்தினார். அதை முழுவதுமாகக் கேட்பதற்காக குஞ்சன் பிள்ளை காத்திருந்தார். கர்த்தா தொடர்ந்து பேசினார்:

"உமக்குத் தெரியுமா, ஈழவனுங்க மத்தியிலே ஜாதி-அபிமானமுள்ள சில குடும்பங்கள் இருக்குன்னு? அவங்க மத்தியிலே பெரிய அறிவாளிகள் இருக்காங்க. சீலாந்திப்பிள்ளிக் குடும்பத்தைச் சேர்ந்தவங்க மாதிரி அறிவாளிகள்!

"ஆலும் மூடு, ஆனஸ்தானம், கோமலேழம் என்றிவ்வாறாக தென்பிராந்தியத்தில் சாணார் குடும்பங்கள் இருக்கின்றன. அது போலவே வடக்கே சேர்த்தலையிலும் அத்தகைய குடும்பங்கள் உள்ளன. அவர்கள் சாதாரண ஈழவர்களைத் தொட்டு சாப்பிடமாட்டார்கள். அதற்கும் அப்பால் வடக்கே தீயர்கள் இருக்கிறார்கள். அவர்களும் ஈழவர்களேதான்.

"என் சின்னவயசிலே ஆலும்மூடு பெரிய சாணாரை நான் பார்த்திருக்கேன். ரொம்ப ஒளிமயமானவர். அங்குள்ள ஆம்பள - பொம்பளைங்க அத்தனை பேரும் ஒளிமயமானவங்கதான். வடக்கே ஆட்டிய (ஒச்சத்தி) நம்பூதிரிங்க இருக்காங்கல்ல? அவங்க போலிருப்பாங்க. குடுமிகட்டி வச்சு அதைக் காதை மூடறாப்பலே சாய்ச்சுப் போட்டு,

விபூதி-சந்தனம் பூசி, தங்கச் சரட்டிலே உருத்திராட்சம் கோர்த்துப் போட்டு, காதிலே கடுக்கணுமணிஞ்சு நடக்கிற அவங்களை நான் பார்த்திருக்கேன். அந்த சாணாருங்க தீண்டாமை போன்ற கலாச்சார விசயங்களிலே கண்டிப்பாக இருப்பாங்க. ஒரு சூத்திரரு (நாயர்) வர்றதாயிருந்தாலும் வழிமாறி நிப்பாங்க. அந்த சாணாரு என்ன சொல்லறான்னா, அவங்க பிராமணாளுக்கும் சூத்திராளுக்கும் தீண்டத் தகாதவங்கன்னுதான். அப்போ அவங்க நம்பளுக்கு வழிமாறித் தரணும். அப்படியிருந்தாத்தான் பறையன்களும் புலையன்களும் அவங்களுக்கு வழிமாறிக் கொடுப்பாங்களாம்."

"அப்போ நம்ப ஈழவனுங்க எப்படி நிப்பாங்கன்னு நீங்க நினைக்கிறீங்க?"

"பறையனும் புலையனும் அவங்களைத் தீண்டக் கூடாதது போல, அவங்க நம்பளையும் தீண்டக் கூடாது. நம்ம நாயர்க் குடும்பங்களெல்லாம் சீரழிஞ்சுக்கிட்டிருந்தாக் கூட இங்கே பெரிய குடும்பக்காரங்க இருக்கத்தானே செய்யறாங்க? அந்த ஆம்பக் காடனும் கல்லிச்சேரியுமெல்லாம்?"

சீலாந்திப் பள்ளியில் எந்தக் காலத்திலும் குருநாதன்மார்கள் இருந்திருக்கிறார்கள். சீலாந்திப்பிள்ளிக் குடும்பத்தினர் நாட்டிற்குப் புரிந்த பெரிய நற்காரியம் அதுவேதான். அங்கே பாதுகாக்கப் பட்டிருக்கின்ற ஓலைச் சுவடிகளில் கலாச்சாரம் மற்றும் தருமநீதிகள் எழுதி வைக்கப்பட்டிருக்கின்றன. இப்போது அந்தக் குடும்பத்தில் பறையர் களையும், புலையர்களையும் படிக்கவைக்க ஒருவன் பிறந்திருக்கிறான்!

குஞ்சன் பிள்ளை சொன்னார்:

"அவன் ஒரு அசிங்கமானவன். அவன் தாய்வயிற்றிலே படுத்திருந்தப் போதானே, அவன் காரணமாத்தானே, பரமு ஆசான் காசிக்குப் போனாரு?"

"அது அவனா? அல்ல, அவன் தாயா? காரணம்?"

"தாயானாக் கூட அவனை வயிற்றிலே உற்பத்தி செஞ்சதல்லவா, காரணம்? அவன் ஒரு துஷ்டசந்ததி!"

"அவன பார்த்தா நல்ல ஒளிபடைச்ச பையனா இருக்கான். பார்வையிலே அருமையான ஓர் இளைஞனாவும், தோணுதில்லே?" என்றார் கர்த்தா.

அவனைப் பார்த்து நேரடியாகக் கேட்டுவிடுவதென்னும் தீர்மானத் துடன், ஒரு சிற்றாளை அவனை அழைத்து வருவதற்காக சீலாந்திப் பிள்ளிக்கு அனுப்பி வைத்தனர். பிடித்த பிடியாக அழைத்து வரவேண்டும்!

* ** *

கேசவன் வாதம் புரிகிறான். குஞ்சன் பிள்ளையும் கர்த்தாவும் அப்படித்தான் கருதினர். பள்ளிப்படிப்பு இளைஞர்களைக் கொடுத்த தற்குச் சரியான உதாரணம் கேசவன்தான். அவன் சொல்கிறான்: “அவர்கள் ஏழைகள். ஆயினும் அவர்களும் மனிதர்கள்தானே?”

இப்படி யாருமே சொல்லக் கேட்டதில்லை.

உனக்கு இவ்வளவுதான் கூலியென்று சொன்னால், பள்ளிக் கூடத்தில் படித்த பறையனும் புலையனும் சொல்லிவிடுவார்கள்:

“அதெப்படி? இது போதாதே...”

கர்த்தா சொன்னார்:

“டேய், சீலாந்திப்பிள்ளிக் குடும்பத்தாருக்குப் பறையனும் புலையனும் படிப்பாளிகளாயிட்டா எந்தக் கெடுதலுமில்லை. அவங்க உங்களாயிட்டாலும் எந்தக் கெடுதலுமில்லே. உங்களுக்கு நிலமோ விவசாயமோ ஒண்ணுமில்லே. ஆனா ஊருக்குத்தான் கெடுதல். ஊருக்குக் கெடுதல் ஏற்படற விசயம் குறித்து உங்க பூர்வீகர்களுக்குச் சரியான பார்வை இருந்தது.”

கேசவன் வாதம் புரிவதாக இல்லை. ஊர்ப்பிரமுகர்களுடன் வாதாடுவதாகவுமில்லை.

“கொஞ்சம் பசங்களுக்குக் கண்பார்வை கொடுத்தால் அது எப்படி ஊருக்குக் கெடுதலாகும்?”

கர்த்தாதான் பேசிகிறார்:

“குட்டி நாய்க்குக் கடிக்கிறது தெரியாதுடா, பையா!”

புலையனும் பறையனும் எழுதப்படிகக்க் கற்றுக் கொண்டால் ஊருக்கு எவ்வாறு கெடுதல் ஏற்படுமென்பதை கர்த்தா அமைதியாக விளக்கிக் கூறினார். சிறுவயதுதானே? காரியகாரணங்கள் குறித்து அறியமாட்டான். அதை அறிவிக்கவேண்டும் அவற்றைப் புரிந்து கொள்கிறபோது கேசவன் கருத்து மாறிவிடும் என்கிற முறையில் கர்த்தா குணதோஷங்களை எடுத்துக் கூறிக்கொண்டிருந்தார்.

குஞ்சன்பிள்ளை பொறுமையிழந்திருந்தார். இவ்வளவெல்லாம் விபரமாக இவனிடம் பேசவேண்டியதில்லை. கர்த்தா மிகவும் சிரமப் படுவதுபோல் தோன்றியது. இன்னும் போனால் இவன் காலைப் பிடித்து விடுவாரோ?

கர்த்தா பேச்சை நிறுத்துவதாக இல்லை. சைத்தான் காதில் வேத மோதுகிறார்.

குஞ்சன் பிள்ளை இடைமறித்துக் கண்டிப்புடன் கூறினார்:

“நீ அந்தப் பள்ளிக் கூடத்திலே வாத்தியாராக வேண்டியதில்லை!”

கேசவன் அதை ஏற்றுக் கொள்வானென்று கர்த்தாவுக்குத் தோன்ற வில்லை.

“ஆமாம். நீ என்ன சொல்றே?”

“நான் வாத்தியாராயிருந்துடறேன்னு சர்க்காருக்கு எழுதிக் கொடுத்துட்டேன்.”

“குஞ்சன் பிள்ளைக்கு ஆத்திரம் வந்தது.

“ங்ஆ! அப்படீன்னா நீ யாருக்குப் படிப்ப சொல்லிக் கொடுக்கப் போறேன்னு பார்த்துக்கலாம்?”

முன்னர் ஊர்ப்பிரமுகர்களாக ஆசான்மார்கள் இருந்தபோது அவர்களது விரோதத்திற்குப் பாத்திரமாகிவிட்டால் ஊர்விலக்குத்தான். ஊர் விலக்கு என்று ஆகிவிட்டால் அப்புறம் அதைத் தாண்டிச் செல்ல முடியாது.

குஞ்சன் பிள்ளை, கர்த்தா, இட்டுண்ணான் ஆகியோர் ஊர்ப் பிரமுகர்கள். அவர்களைவிடப் பெரிய பிரமுகர்களாய் வேறு யாருமில்லை. அவர்கள்தான் தேவஸ்தானத்தை ஆளுகின்றனர். ஆனால் அவர்களுக்கு ‘ஊர்விலக்கு’ அதிகாரமில்லை. அந்தக் காலம் மலையேறி விட்டது.

ஆயினும் பிரமுகர்கள் நினைத்தால் எதையும் செய்துவிடமுடியும்.

கர்த்தா உபதேசிக்கிற உருவில் சொன்னார்:

“நீ எழுதப் படிக்கத் தெரிஞ்சவன்தானே? எல்லாவற்றையும் எண்ணிப்பாரு! அப்பறம் எது செய்யணும்னு முடிவெடு! அப்பறம் உன் அம்மா கிட்டேயும் கேளு!”

ஒரு விசயம் குறித்து கர்த்தா மற்றும் குஞ்சன் பிள்ளையிடம் சொல்லலாமா என்பது பற்றி கேசவன் சற்று நேரம் யோசித்தான். ஸ்ரீபத்மனாபனுடைய பத்து ‘சக்கரம்’ சம்பளமாய்ப் பெறவேண்டும் அது கிடைத்திருக்கிறது. வாழ்க்கையை உருவகப்படுத்த அவன் திட்ட மிட்டது தான். இனி ஒரு புதுவாழ்க்கையைத் துவக்கலாம். இவற்றைப் பற்றியெல்லாம் இவர்களிடம் சொல்லலாம்தானே?

வேண்டாம். இவர்கள் தங்கள் வாழ்க்கையைத் துவக்கியது இவர்கள் ஒவ்வொரு திட்டத்தையும் மனத்தில் வைத்துக் கொண்டுதான். கேசவன் சொல்வதை இவர்கள் புரிந்துகொள்ள வேண்டியவர்கள். ஆனால் இவர்களால் புரிந்துகொள்ளமுடியுமா?

வேண்டாம்; அதைச் சொல்லவேண்டாம்.

எதையும் சொல்லாமல் அவன் நடந்துசென்றபோது குஞ்சன் பிள்ளை கூவியழைத்துக் கூறினார்.

“டேய், உனக்கு அந்த வேலை வேணாம் டோய்!”

கேசவன் அதற்குப் பதிலளிக்கவில்லை.

கர்த்தா குஞ்சன் பிள்ளையிடம் வினவினார்:

“அவன் நாம்ப சொல்றதைக் கேட்டு நடக்காமே போனா என்ன செய்யறது?”

“அவனை அப்படி நடக்கவைக்கணும்.”

“எப்படி?”

“ங்ஙாஹா! நாம்ப சொன்னால் அந்தச் சின்னப் பையன் கேட்டு நடக்கவேண்டியதுதானே?”

கர்த்தா ஒரு குறுநகை புரிந்தார்.

“இப்போதைய பள்ளிப்படிப்பு அத்தகையதானது. நீதிசாரம் மற்றும் புராணங்களைக் கற்றுக்கொடுக்கறதில்லே. சுருதி மற்றும் ஸ்மிருதி அடிப்படையிலானதுதான் நீதிசாரம். அதெல்லாம் போயிற்று.”

“அதனாலே?”

“அதனாலேன்னா, நாம்ப சொல்றதை அவன் பின்பற்றி நடக்க மாட்டான். அவன் படித்ததெல்லாம் அதுதான்.”

“நாம்ப அந்த கலியாணியம்மாகிட்டே சொல்லிப் பார்ப்போமா?”

“சொன்னா அவளுக்குப் புரியும். ஆனா அவரு கொஞ்சம் திமிர் கொண்டவ. ஏன்னா, அந்தப் பொம்பளே ஆசானைக் காசிக்கு அனுப்பிச்சிட்டா. சொல்லிக் கொடுக்கப் போன அம்மாவன் முன்னாலே உடுத்திய வேஷ்டியை அவிழ்த்துப் போட்டு நின்னது, இந்த ஊரில் என்கிறதல்ல; வேறு எந்த ஊரிலே நடந்திருக்கு? எந்தக் காலத்திலே இப்படி ஒண்ணு நடைபெற்றிருக்கு? அதனாலத்தானே, ஆசான் காசிக்குப் போனாரு?”

குஞ்சன் பிள்ளை எதையும் பேசவில்லை.

கர்த்தா மேலும் சொன்னார்:

“இன்னும் ஒரு விசயமிருக்கே. உமக்கு நினைவிருக்கா? அவரு தெற்குக் கரிசலிலே பறக்களத்திலே ஒரு இஸ்லாம் பொண்ணுக்குப் பிரசவம் பார்க்கப் போனது? அந்தக் காலத்திலே ஆசானுங்க கொடியேற்றி வச்சு நடக்கிற காலமாயிருந்தது இன்னைக்கு அந்தப் பொம்பள ஈழவச்சிக்குப் பிரசவம் பார்க்கப் போவமாட்டான்னு யாருக்குத் தெரியும்? அந்தப்

பொம்பளகூட ஜாதியும் மதமும் பார்க்காமே நடந்துக்கிற ஒருத்திதான்."

"அப்புறம் என்ன பண்ணறது?"

குஞ்சன் பிள்ளை பதட்டமடைந்தது போலிருந்தது.

"நீர் கவலைப்படாதேயும்! ஏதாச்சும் செஞ்சிடுவோம்."

* ** *

பறையரும் புலையரும் ஏன், எழுதப் படிக்கக் கற்றுக் கொள்ளக் கூடாது?

கர்த்தா அதற்கான காரணக் காரியங்களை விபரமாகச் சொல்லி யிருந்தார். கேசவப் பிள்ளைக்கு அவை ஒன்றும் சரியெனப் படவில்லை.

அந்தக் கேள்வியை யாரிடமும் நிமிர்ந்து நின்று கேட்க கேசவ பிள்ளை தயார்தான். ஏற்றுக்கொள்ளக் கூடிய முறையில் பதிலளிக்கட்டும்.

அம்மாவுக்கு பயம்.

மகனுடைய துணிச்சல் அம்மாவைப் பயமுறுத்தியது.

பறையனும் புலையனும் ஏன், எழுதப் படிக்கக் கற்றுக்கொள்ளக் கூடாது? கலியாணியம்மா கூட யோசிக்கிறாள். அவர்களும் எழுதப் படிக்கக் கற்றுக்கொள்ள வேண்டும்தான்.

அவர்கள் கல்வி கற்றுக்கொண்டால் 'திருவஞ்சர்'களும், 'இட்டியேப்பர்'களும் ஏற்படமாட்டார்கள்.

திருவஞ்சனும் இட்டியேப்பனும் புராணத்தில் சொல்லப்படுகின்ற அரக்கர்களின் அவதாரமாக இருந்தனர் என்று கலியாணியம்மா கேள்விப் பட்டிருந்தாள். திருவஞ்சன் வருகிறான் என்று சொன்னால் அழுகிற குழந்தை அழுகையை நிறுத்திவிடும்.

ஆனால் கேசவ பிள்ளை குஞ்சன் பிள்ளையையும் கர்த்தாவினை யும் வாதம் புரிய அறைகூவி அழைக்கிறார் போலிருந்தது.

"அப்படி, வாதம் புரிய அறைகூவியழைக்காதே, அப்பனே!"

"அடிக்கவோ உதைக்கவோ மல்யுத்தத்துக்கோ நான் அவங்களை அழைக்கலையே அம்மா!"

"வாதம்புரியக் கூட அறைகூவியழைக்காதே மகனே! நாம்ப ஏழைங்க."

ஊருக்குத் தலைவர்களாக இருந்த ஆசான்மார்களை எதற்கும் உரிமையற்ற குடும்பத் தலைவர்களாக மாற்றிவிட்டனர். அவர்கள் நல்லவர்களாக இருந்தனர். கனிவுடைய மனம் கொண்டவர்களாக

இருந்தனர். கொடூரச் செயல்கள் புரிந்தவர்களாக இருக்கவில்லை. கடவுளை முன் நிறுத்தியே தான் எந்தக் காரியத்தையும் அவர்கள் செய்வது வழக்கம். தங்களைச் சென்று சந்தித்து முறையிட்டுக் கொண்டால் அவர்கள் கனிந்துவிடுவார்கள்.

அதெல்லாம்தான் குடும்பப் பெருமை.

இன்றைய பிரமுகர்கள் அப்படியில்லை.

அவர்கள் கொடூர நெஞ்சம் கொண்டவர்கள்; திமிர் கொண்டவர்கள்.

ஒவ்வொருவரும் விசாரிக்கத் தொடங்கினர்.

“கேசவ பிள்ளை, நீங்க பறையனுங்களுக்கும், புலையனுங்களுக்கும் கல்வி கற்றுக் கொடுக்கப் போறீங்களா?”

“காரியகர்த்தரையும் கர்த்தாவினையும் புறக்கணித்துவிட்டா?”

“நான் யாரையும் புறக்கணிக்கவில்லை.”

“இந்த ஊரிலே தங்கியிருக்கமுடியாது! இட்டுண்ணாச்சார் எதையும் செய்யத் துணிந்த கட்டைதான். அந்தத் திரிமூர்த்திகளுக்கும் பயப்படணும்!”

* ** *

ஊரிலே வெயிலுக்கே ஒரு நிறமாறுதல் வந்ததுபோல்தான் கர்த்தாவுக்குத் தோன்றியது. காற்று திசைமாறி வீசுகிறது. ருதுக்கள் மாறுவதும் தாளம் தவறித்தான். காற்று வேறு எதை எதையோ சொல்கிறது.

ஆற்றுமாலியிலிருந்த குச்சிக்குடிசைகளுக்கு மாறாக ஓடு போட்ட கட்டடங்கள் உருத் தோன்றியிருக்கின்றன. வளைவுக் கூரைவைத்த படகுகளில் தான் கிறிஸ்தவர்கள் பயணம் செய்கின்றனர். ஆற்றோரங்களில் எந்த ஒரு குச்சிக் குடிசையும் காணப்படவில்லை. நெல் மற்றும் பணத்திற் கென்றால் கிறிஸ்தவர்களிடம் செல்லவேண்டும். வயலான வயலில் எல்லாம் அவர்கள்தான் சாகுபடி செய்கிறார்கள். அறுவடைக் காலத்தில் ஆற்றங்கரையிலும், வாய்க்கால் ஓரங்களிலும் காணப்படுகின்ற களங்கள் அனைத்தும் அவர்களுடையதுதான். அங்கெல்லாம் குன்றெனக் குவிந்து கிடக்கிறது நெல். ஆயிரம் மற்றும் ஆயிரத்து ஐநூறு பறை நெல் கொள்ளளவிலுள்ள படகுகள்தான் ஒவ்வொரு கிறிஸ்தவ கிருகத்திற்கும் நெல் நிறைத்து ஓட்டிச் செல்கின்றனர். மிகவும் ஏழையான ஒரு கிறிஸ்தவனுக்குக் கூட நூறு பறை நிலம் கைவசமுண்டு.

அவர்கள் இயந்திரத்தினாலேதான் நீரை இறைக்கிறார்கள். துரைமார்களின் அந்த இயந்திரம் மிகவும் நல்லதுதான். சக்கரத்தை அமைத்துக் காலால் மிதிக்கும் கஷ்டமில்லை. குறிப்பிட்ட நேரத்திலேயே நீர் வற்றிவிடும்.

பருத்திக் காட்டினருக்கு எத்தனை பறை விளைநிலமுண்டு? வட்டத்ரக் குடும்பத்தின் தோட்டம் எங்கிருக்கிறது? ஆற்றுக் கடவனுக்கு பூஞ்ஞாற்றில் தோட்டமுண்டு. முண்டுதோடன் அமர்ந்து எழுந்தது போல் வளர்ந்து விட்டான். அவனுக்கு மரவியாபாரமும் உண்டு. காட்டிலிருந்து திருட்டுத் தனமாக வெட்டிக் கொண்டு வருகிறானாம்!

இந்தக் காற்று கிழக்கு-மலைகளிலிருந்து வீசுகிறது. ஆனால் அங்கே மாமுனிமார்களின் இலைக்குடிசைகள் இல்லை. அவர்கள் அனைவரும் அங்கிருந்து சென்றுவிட்டனர். இப்போது அங்கெல்லாம் தோட்டங்கள்தான். துரைமார்கள் மற்றும் கிறிஸ்தவர்களுடைய தோட்டங்கள்.

இந்தக் காற்றில் வேதவசனங்களும் மிருதிகளும் சாத்திரங்களும் லயம் பூண்டிருக்கவில்லை. ஏனென்றால் கிழக்கு மலைகளில் அவை சொல்லப்படுவதில்லை. காலம் மாறியது. இனிமேல் பறையர்களும் புலையர்களும் எழுதப் படிக்கக் கற்றுக் கொள்வார்கள்.

அதுதான் சகிக்கமுடியாதது.

சில நாட்களாக இட்டுண்ணானைக் காணவில்லை. தான் ராமேஸ்வரத்துக்குப் போகப்போவதாகச் சில நாட்களுக்கு முன்னர் அவர் சொல்லியிருந்தார். போயிருப்பாரோ?

இட்டுண்ணான் ஏன், ராமேஸ்வரம் போகிறார்?

39

கேசவனுடைய குழந்தைப் பருவம்.

அம்மா மடிமீது தலைவைத்துப் படுத்துக் கிடந்திருந்தான். அண்டை வீட்டுப் பெண்கள் நான்கைந்து பேர்கள் கூடியிருந்து பேசுகின்றனர்.

முட்டத்ர பெரியம்மா ஒரு பழைய கதையைச் சொல்கிறார்.

"அன்னைக்கு நடந்ததுபோல ஒரு காற்றும் மழையும் அப்பறம் பெய்யவேயில்லே. பத்து நாளைக்கு அதுவிடாமே ஒரேமாதிரியாகப் பெய்ஞ்சிக்கிட்டிருந்தது."

கேசவன் பத்துநாட்களாகத் தொடர்ச்சியாய்ப் பெய்கிற அந்த மழையைப் பார்த்தவாறு படுத்துக் கிடக்கிறான். காற்று மரங்களை எல்லாம் உலுக்கிக் கொண்டிருக்கிறது.

முட்டத்ரப் பெரியம்மா கதை சொல்வதை நிறுத்தவில்லை. தொடர்கிறாள்.

"கிழக்கனாறு பெருகிக் கூலம் குத்திப் பாய்ஞ்சது. அது பெரிய குன்றுகளினூடே தான் பாய்ந்து வந்தது. அப்போ என்னன்னா,

குன்றுகள்தான் கூலங்கள். குன்று மேல்வழியாக ஆறு பெருகியோடியது. அப்பறம் ஒரு மலையும் பிளந்தது.”

சுப்பையன் வாத்தியார் மலை, குன்று, பர்வதம் என்றெல்லாம் சொன்னால் என்னவென்று கற்றுக் கொடுத்திருக்கிறார். காலையில் எழுந்து கிழக்கே பார்த்தால் மலை மற்றும் பர்வதத்தை நீலநிறத்தில் பார்க்க முடியமென்று வாத்தியார் கற்றுத் தந்திருக்கிறார். ஆனால், கேசவன் தினசரி காலையில் கண்விழித்ததும் கிழக்கே பார்த்திருக்கிறான். சில நாட்களில் மலையும் பர்வதமும் பார்வைக்கும் பட்டதுண்டு. பார்த்துப் பார்த்து நிற்கையிலேயே மலை மற்றும் பர்வதத்தின் உச்சி பரந்து கொஞ்சம் கொஞ்சமாய் அவை பார்வையினின்று மறைந்து விடும்.

பெரியம்மா சொல்லும் கதையை கேசவன் காது கொடுத்துக் கேட்பதுண்டு.

“அப்படி இரைஞ்சு கீழே நோக்கிப் பாய்ஞ்சு வருகிற ஆற்றை நோக்கி மிகவும் பளுவான ஒரு பெட்டியுடன் நம்ப இட்டுண்ணாச்சாரு குதிச்சிட்டாரு. அதுக்குச் சற்று தூரத்தில்தான் அருவாள் மாதிரி ஒரு வளைவு. அங்கே ஆழமான ஒரு கயம். கயத்தில் பெரிய சுழல். அப்பறம் மழைக்காலம்னா சொல்லவா வேணும்?”

கேசவன் விசாரித்தான்:

“இந்தச் சுழல்ன்னா என்ன பெரியம்மா?”

சுப்பையன் வாத்தியார் அதைக் கற்றுக் கொடுத்ததில்லை.

“சுழல்ன்னா என்னன்னு சொல்லுறேன். நான் படகிலே ஆறன் முளைக்குப் போனப்போ பார்த்திருக்கேன். வெள்ளப் பெருக்கத்தில் சுழல் இருக்கிறப்போ அது வழியாப் படகைச் செலுத்த மாட்டாங்க. படகு வட்டம் சுற்றிச் சுற்றித் தண்ணியிலே ஒரு தூண்போலத் தலைகீழா நின்று சுற்றிடும். அதுதான் சுழல். அப்பறம் படகு தண்ணீரிலே மூழ்கி காணாமற் போயிடும்.

மூச்சுவாங்குவதற்கென்பது போல் பெரியம்மா சிறிது நேரம் நிறுத்தி விட்டுத் தொடர்ந்து பேசலானாள்.

“அது எப்படி ஏற்படறதுன்னு தெரியுமா? கேட்டுக்கோ! கிழக்கனாற்றின் வளைவுகளில் எல்லாம் பூதகணங்கள் இருக்கு. அவங்க கையினாலே தண்ணியைச் சுற்றவைக்கறப்போ சுழல் ஏற்படறது. சுழலோடு சேர்ந்து ‘மலரி’யுமிருக்கும். பெரிய குமிழிகளாய்த் தண்ணிக்குள்ளிருந்து கிளம்பி வர்றதைத்தான் மலரீன்னு சொல்லறது. நாம்ப தண்ணியைக் கொதிக்கவைக்கறப்போ குமிழி குமிழியாய்க் கீழிருந்து வர்றதைப் பார்த்திருக்கோமல்ல? இல்லாட்டா நாம்ப திருவாதிரை சமயத்துல காலையிலே நீரடித்துக் குளிக்கிறப்போ, நீருக்குள்ளே மூழ்கிக்கிடந்து,

'பச்சைக்கல் ஒத்த திருமேனி...' எனப் பாடறப்போ மேலே குமிழி குமிழியாய் வருமல்ல? அதுமாதிரி பூதகணங்களும் செய்யும்."

கோடாந்திரக் குடும்பத்துக் குளத்தில் குளிக்கிற போது அம்மா அவ்வாறு செய்திருக்கிறாள். கேசவன் கூட அதைச் செய்திருக்கிறான்.

ஆறு நிறைந்து செல்லும் போது பூதகணங்களுக்கு ஒருவிதமான மனக்கிளர்ச்சி ஏற்பட்டுவிடும். புதுவெள்ளத்திலே நாம் நீச்சலடித்து விளையாடுவதில்லையா? அது போன்று!

சுழலில் அகப்பட்டுப் போன மனிதனைப் பார்க்கவேண்டுமென்றால் புன்னைமடைக் காயலிலேதான் முடியும்.

"அங்கிருந்து தானா, இட்டுண்ணான் மாமா கரையேறிவந்தது?" என்றான் கேசவன்.

"புன்னைமடைக் காயலிலே தான் கிழக்கனாறு போய்ச் சேருது. அங்கே பொணத்தைத்தான் பார்க்கமுடியும். இட்டுண்ணாச்சாரு பொன் நிறைந்த பெட்டியோடு நீச்சலடிச்சுக் கரையேறினான்" திருத்திக் கொடுப்பது போல் கூறினாள் பெரியம்மா.

மறுநாள் கறுத்துத் தடித்துப் பருமனான அந்த மனிதன் நடந்து போவதை கேசவன் பார்த்தான். அவருடைய பாதங்கள் தரைமீது விழுகின்றபோது பூமியே குலுங்கிக் கொண்டிருந்தது. அந்த நடை கேசவனை மிகவும் கவர்ந்தது.

* ** *

கடுக்காதரக் குடும்பத்தில் நடைபெறுகிற திருவாதிரையாட்டத்தின் ஒரு பகுதி முடிந்துவிட்டது. இரண்டாம் பகுதியில் ஆடுவது இன்னொரு தரப்பினர்தான்.

கலியாணியம்மா கொச்சுதேவியைக் கட்டியணைத்தவாறு அவள் காதோரமாக முணுமுணுத்தாள்.

"கண்ணே, உனக்கு எம்மகன் ரொம்பப் பொருத்தமாயிருக்கான். ரதிக்கு மன்மதன் போல."

அவள் புளகாங்கிதமடைந்தாள்.

"உனக்குப் பிரியம் தானா?" கலியாணியம்மா வினவினாள்.

அதே வினாவை மூன்றாம் முறையாக எழுப்பியபோது, 'ஆம்!' என்றாள் தேவி.

அவள் முகமுயர்த்தியவாறு கலியாணியம்மா முகத்தை நோக்கினாள்.

"எம் மவளே...!" கலியாணியம்மா அவளை முத்தமிட்டாள்.

அந்தக் காட்சியை யாரும் பார்க்கவில்லை.

கலியாணி ஒரு பெண் குழந்தையைப் பெற்றதில்லை.

"என் மகன் உனக்காகக் காத்திருக்கான்."

தேவி தன் மனத்தையும் திறந்து காட்டினாள்.

கலியாணியம்மா அவளுக்குத் தன் தாயைவிடவும் மேலான யாரோதான்.

"நானும்தான் காத்திருக்கேன்."

அன்பின் முன்னே, எவ்வளவுதான் வெட்கக்குணமுடைய பெண்ணாக இருப்பினும் அவளாலும் இப்படிச் சொல்லமுடியும். கலியாணி தேவியை நேசிக்கிறாள். அவள் தேவியை அரவணைத்தவாறே நின்றுவிட்டாள். இருவருக்கும் அது ஓர் ஆன்மீக ஆனந்த அனுபவமாக இருந்தது.

கேசவன் காத்திருக்கிறான். கொச்சுதேவி காத்திருக்கிறாள். ஆனால் அது 'சம்பந்த' மாகிவிடுமா?

* ** *

தெற்கு அறையிலுள்ள தட்டிலிருந்து ஓர் ஓலைச்சுவடியை யெடுத்துப் பார்த்துக் கொண்டிருந்தான் கேசவன்.

இன்னொரு பக்கம் பெண்கள் குழுமியிருந்து கதையளந்து கொண்டிருந்தனர். அதுவும் இட்டுண்ணானின் கதையேதான்.

"அரைக்காட்டு நாணி செய்தது சரிதானா?" சாரிச்சந்தரைப் பெரியம்மாவின் கேள்வி இது..

இட்டுண்ணாச்சார் என்ன பண்ணினார்?

துண்டில் குடும்பத்துக் குஞ்சம்மாவுக்குப் பிடிவாதமாயிற்று.

"அவ என்ன தவறு பண்ணினா? அவளுக்கு ஒருவன் மேலே பிரியம் வந்தது. அவனுக்கு அவள் மேலேயும் பிரியம். அவ்வளவுதான்."

சாரிச்சந்திரைப் பெரியம்மாவுக்கும் பிடிவாதமாயிற்று.

"கொச்சுநாணி குடும்பத்தோட மானத்தக் கெடுத்துட்டா. பெரிய வங்க முகத்திலே கரி பூசியிருக்கா. அவங்க மீசை கீழே தாழ்ந்துடுத்து."

துண்டில் குஞ்சம்மாவும் விட்டுக் கொடுக்கவில்லை.

"இதைக் கேக்கறப்போ என் ஒடம்பு பூரா அரிக்கிறது. அவ நேசிச்ச ஒருத்தன்கிட்டேருந்து அவளுக்கு ஒரு குழந்தை பிறந்தது. அப்போ ஏதாச்சும் ஒரு பட்டரை அப்பன் ஸ்தானத்திலே வச்சுக்க ஓடோடி நடக்கற

கோந்நோத்து எஜமான் பண்ணினது போலச் செஞ்சுட்டா குடும்பத்தோட மானத்தைக் காப்பாற்றினதுபோல்தான். பெரியவங்களோட மீசையும் சிலிர்த்து மேலே தூக்கிக்கொண்டு நின்னிடும். அப்படித்தானே?"

துண்டில் சக்கி 'த்த்தூ' வெனத் துப்பினாள். உடம்பு பூராவிலும் அரிப்பேறியதன் இறுதிமுடிவு அதுவாக இருந்தது.

சாரிச்சந்தரைப் பெரியம்மா இட்டிச்சிரவும் விட்டபாடில்லை. பெரிய விவாதமே நடைபெறுகிறது.

கேசவனின் கவனம் படிக்கிற சுவடியிலிருந்து அந்தப் பக்கம் சென்றது.

"இட்டுண்ணாச்சாரு அதை நல்லாப் பார்த்து கவனிச்சுச் செஞ்சிருக்கணும். ஆம்புளைங்க செய்யற முறை அதுதான். ஒரு 'தொருவ'க்காரிப் பொம்பளையை ஒரு 'பள்ளிச்சான்' நாயரு இப்படி தவறு பண்ணவுட்டிருக்கலாமா?"

கலியாணியம்மாவுக்கும் ஏதோ சொல்ல இருக்கிறது. அது மனத்தில் நிறைந்து ததும்புகிறது. ஆனால் வெளிவருவதில்லை. வெளியே சொல்ல அவளுக்குத் துணிச்சலில்லை.

அந்தப் பெண்களில் ஓரளவு விபரம் தெரிந்தவள் கலியாணியம்மா தான். எந்த விசயத்தைப் பற்றியானாலும் சொல்வதற்கு அவளிடம் விசயமிருக்கும். ஆனால் வெளியே சொல்ல தைரியமில்லை.

துண்டில் சக்கி சொன்னாள்:

"தங்களுக்குப் பிரியமானவங்களோடு சேர்ந்துகொள்ள நாயர் மார்களுக்குத் தலையெழுத்தில்லை. எம் பார்வையிலே அரைக்காட்டு நாணிதான் கொடுத்துவச்சவ. இந்த ஊரிலேயே அவ ஒருத்திதான் கொடுத்து வச்சவ."

அது சற்று அதிகமான பேச்சுத்தான்.

கலியாணியம்மா வதனம் சிறிது மலர்ந்தது. கேசவன் அதைப் பார்த்தான்.

துண்டில் சக்கி தொடர்ந்து பேசினாள்:

"ஒருவன் ஒருத்திக்குப் புடவை கொடுத்து சொகமா வாழணும்னா அவன் அவளை அழைச்சுக்கிட்டுப் போய் பாதுகாக்கணும். அவனை அவளும் பாதுகாத்துக்கிட்டிருக்கணும். அவளுக்குப் பொறக்கிற குழந்தைங்களுக்குத் தந்தை வேணும். வெறும் தந்தையாயிருந்தாப் போதாது. கிருஸ்தவனுங்க எப்படி? ஒண்ணுமேயில்லாமே இருந்த அவங்க எப்படி முன்னேறினாங்க? எல்லா 'அம்பிக்குந்ந'னுங்களும் ஒவ்வொரு நாளும் செலவுக்கு வழிகாண ஆற்றுமாலிக்குப் போறாங்க. மோசமாப்

பேசறதை வாங்கிக்கிட்டுப் பிச்சை கிடைக்கிற மாதிரி கிடைச்சதைத் துண்டுவேஷ்டியிலே முடிச்சாகக் கட்டிக் கொண்டாந்து பச்சை நெல்லையே குத்தி அரிசியாக்கி அடுப்பு மேலே வச்சிடுவாங்க."

அந்தப் பேச்சுப் பிரவாகம் உணர்ச்சியூட்டக் கூடியதாக இருந்தது. கலியாணியம்மா முகத்தினின்று பலவீனமான ஒரு வாசகம் வெளி வந்தது. "சொல்லப் போனா நம்ப பொம்பளைங்களிலே ரொம்பப் பேருக்கு அன்புன்னாலே என்னன்னு தெரியாது."

அந்தக் குரல் தழுதழுத்திருந்தது.

அது வரையிலும் வாய் திறவாமலிருந்த நிலமேல் நீலிசொன்னாள்:

"அரைக்காட்டு நாணிக்குச் சுகம்தான். இட்டுண்ணாச்சாரு அவளைத் தங்கத்தைப் போல காப்பாத்தறாரு."

கேசவன் பார்வையில் இட்டுண்ணான் இன்னும் கொஞ்சம் மேலானவராகிவிட்டார்.

இட்டுண்ணான் தைரியமிக்கவர்!

* ** *

கேசவன் பார்த்துக்கொண்டிருந்த சுவடி சாகுந்தலமாக இருந்தது.

விரிவுரையுடைய சாகுந்தலம்.

அத்தகைய வியாக்கியானமுடைய சாகுந்தலங்கள் வேறு பலவும் இருக்கின்றன. பண்டைய சான்றோர்கள், தங்கள் அளவு அறிவுடையவர்களாகச் சாத்தியப்பாடு இல்லாத இளம் தலைமுறையினருக்காக விரிவுரை செய்ததாக இருக்கலாம்.

மலையாளமொழி மட்டும் கற்றுக் கொண்டவன் சமஸ்கிருத விஞ்ஞானம் அறிந்துகொள்ள வேண்டாமா?

மகன் அம்மாவிடம் வினவினான்:

"அம்மா, நீங்க இந்த வியாக்கியானங்களெல்லாம் பார்த்திருக்கீங்களா?"

"பார்த்திருக்கேன்ப்பா, பார்த்திருக்கேன்!"

கற்றுக் கொடுத்திருந்தால் கலியாணியம்மா கூட நல்ல பண்டிதையாக இருந்திருக்கலாம்.

அந்த சாகுந்தல வியாக்கியானத்தை கேசவன் நன்கு ரசித்துப் படித்தான்.

கடைசி ஓலையில இவ்வாறு எழுதப்பட்டிருந்தது:

"கோழிக்கோடு முரிங்கம் இல்லத்து ஈஸ்வர நம்பூதிரிப்பாடு மற்றும் திருச்சூர் குறிந்தோட்டிக்கல் உணிச்சிருதையின் புதல்வன் நாராயணனால் படைக்கப்பட்ட வியாக்கியானம்."

இந்த நாராயணன் யாராக இருப்பார்?

அந்தப் பகுதியைப் படித்துவிட்டு வினவினான் கேசவன்:

"யாரம்மா, இந்த நாராயணன்? உங்களுக்குத் தெரியுமா?"

அந்தச் சுவடி அவ்வளவு பழமையானது அல்ல. கையிலெடுத்தால் நொறுங்கிப் போகிற அளவு பழமையான ஓலைச் சுவடிகள் அங்கே உள்ளன.

புதிய ஓலை. நவீன எழுத்துக்கள்; புதிய சுவடியென்றால் அதுதான்.

அம்மாவிடமிருந்து பதில் கிடைக்கவில்லை. மறுபடியும் அதே கேள்வியைக் கேட்டான்:

"யாரம்மா, இந்த நாராயணன்? நாராயணனால் படைக்கப்பட்ட வியாக்கியானம் இங்கே எவ்வாறு வந்தது?"

கலியாணியம்மாவிடம் பதில் இல்லாமலில்லை. பதில் சொல்லவும் செய்வாள். ஆனால் அவள் ஒரு கனவுலகத்தில் சஞ்சரித்துக் கொண்டிருந்தாள்.

பழைய பழைய நிகழ்ச்சிகள் குறித்து யோசித்துப் பார்த்தபோது ஒரு கனவுலகம் அவள் முன்னால் தோன்றியது.

* ** *

"**எ**னக்கு திருச்சூர் பார்க்க ஆசையாய் இருக்கு. வடக்கு நாதனுடைய கோவிலிலே பஜனைசேவை செய்யணும்." கணவருடன் ஒட்டியிணைந்து அமர்ந்தவாறு மனைவி தனது ஆசையை அறிவித்தாள்.

"போவோமே... போவோமே... உன் போன்ற ஒரு பண்டிதையை அப்பா முன்னிலையில் கொண்டு சென்று நிறுத்திவிட்டு, இவளைத்தான் நான் சம்பந்தம் பண்ணியிருக்கிறேன் என்று சொல்லும் போது அப்பா மிகுந்த மகிழ்ச்சியடைவார். சந்தேகமே வேண்டாம்."

கணவரின் சிரிப்புக்குப் பிரத்தியேகமானதொரு கவர்ச்சியுண்டு.

ஒரு முறையல்ல; நூறு முறை தனது இந்த ஆசையை அவள் கணவனிடம் அறிவித்திருக்கிறாள். அப்போதெல்லாம் ஆம் ஆமென்று கணவரும் வாக்குறுதியளித்திருக்கிறார்.

"அங்கே போறது-ஹ ஹ ஹா! எல்லோருக்கும் பொறாமையாத்தான் இருக்கும்."

அதுக்குக் காரணமும் இருக்கும்.

"உன் உருவம்! உன் அழகு! அப்பப்பா!"

அந்த வசனங்கள் கலியாணியம்மாவின் காதுக்குள்ளே முழங்கு கின்றன. அந்த நினைவே காதுக்குள்ளே அமுத தாரையேதான்.

சாகுந்தலம் மற்றும் மேகசந்தேசத்திலுள்ள செய்யுட்களைச் சொல்லிப் பொருள் விளக்குகிறார். கலியாணியம்மா காவிய ஆனந்தத்திலே மூழ்கியிருக்கிறாள்.

இப்போது அவர் எங்கிருப்பார்?

* ** *

மகாபண்டிதரான ஒரு நம்பூதிரிப்பாடு இல்லத்தினின்று பயணத்தை மேற்கொள்கிறார். அவர் இல்லத்துப் பெரியவராக இருந்தார். அறிவாளிகளான நண்பர்கள் அவருக்கு எங்குமிருந்தனர்.

அம்பலப்புழையிலும் அவர் வந்திருந்தார் என்று கணவர் கலியாணியம்மாவிடம் சொல்லியிருக்கிறார்.

"அங்கே கூட ஒரு வேளை தந்தைக்குப் புதல்வியோ புதல்வனோ பிறந்திருக்கலாம்."

அம்பலப்புழையில் அந்த நம்பூதிரிப்பாடுக்குப் பிறந்த புதல்வன் அல்லது புதல்வி எங்கிருப்பார்கள்?

எனவே கலியாணியம்மாவுக்கு ஒரு நாத்தனார் இருக்கிறாள். அல்லது ஓர் அண்ணன் அல்லது ஒரு தம்பி. எந்தக் குடும்பத்திலிருப்பார்கள்?

திருச்சூரில் கூட அவருக்கு உறவுமுறை இருந்தது. குறிந்தோட்டிக்கல் உண்ணிச்சிருதையைத்தான் அவர் 'சம்பந்தம்' பண்ணினார். சிறிது காலம் அவளுடன் அங்கே தங்கியிருந்திருக்கிறார். உண்ணிச்சிருதை கர்ப்பிணியாகிவிட்டாள். ஒருநாள் அவர் அங்கிருந்து கிளம்பிச் சென்றார். நாராயணனுக்குப் பத்து வயசானபோது ஈஸ்வரரு வந்து சேர்ந்தார். இப்போது உண்ணிச்சிருதையின் சம்பந்தக்காரராக இன்னொரு நம்பூதிரி இருந்தார். அவர் மகா பண்டிதராக இருந்திருக்கிறார். உண்ணிச்சிருதை அப்போதுகூட கர்ப்பிணியாக இருந்தாள்.

நாராயண மேனன் அந்தக் கதையை இவ்வாறு விளக்கியிருக்கிறார்:

"இரண்டு பண்டிதர்கள் ஒன்று சேர்ந்த போது துவக்கி விட்டார்களே ஒரு சிரிப்பினை! எந்நேரமும் சிரிப்பேதான். அப்புறம் அப்பாவிடம் அந்த இன்னொரு நம்பூதிரி விசாரிக்கிறார்: 'என்ன முரிங்ஙம், உங்களுக்கு அசவுகரியமாயிட்டதா?' என்று அப்பாதான் விட்டுவிடுவாரா?" ஓ... அதெல்லாம் கிடையாது. இப்பவே நான் அங்கே போயிடறேன்."

உண்ணிச்சிருதை என்கிற பெண்மணி அப்போது எப்படி இருந்திருப்பாள்?

முரிங்ஙம் நம்பூதிரி அங்கு சென்றார்.

கோயிப்ரம் நம்பூதிரி கூப்பிட்டு விசாரித்தார்:

"என்ன, உண்ணிச்சிருதை, நல்லாருக்கேல்லே?"

பின்னர் ஒருமுறை கூட முரிங்ஙம் இல்லத்து ஈஸ்வரரு வந்திருந்தாராம். அப்போது உண்ணிச்சிருதை கிழவியாக இருந்தாள்.

நாராயண மேனன் இன்னொருமுறை சீலாந்திப்பிள்ளிக்கு வருவாரா? இப்போது கூட கலியாணியம்மா காதுக்குள்ளே ஒரு வாசகம் முழங்கிக் கொண்டிருக்கிறது.

"இந்தப் பண்டிதர்கள் என்று சொல்கிறார்களே, அவர்கள் அப்படித் தான் இருப்பார்கள் போலும். அப்படி சுற்றி நடந்து கொண்டிருப்பார்கள். 'சந்பந்த'மும் செய்து கொள்வார்கள்.... ஹ...ஹ...ஹா...!"

முரிங்ஙம் இல்லத்து ஈஸ்வரரு போன்று நாராயண மேனனும் இன்னும் வந்தாலும் வரலாம். சுற்றியலைந்து நடக்கிற ஏதேனும் ஒரு சமயத்தில்!

கலியாணியம்மா கிழவியாகிவிட்டாள்!

எல்லாம் சிறிது காலத்துக்குள்ளே முற்றுப் பெற்றது. நினைவுகள்; அபிலாஷைகள்; சோர்வுகள்-எல்லாம்.

கேசவன் கேள்வியைத் திரும்பவும் எழுப்பிக்கொண்டிருக்கிறான். கலியாணியம்மாவுக்கு அது ஒரு வலியுறுத்தல் போலாகிவிட்டது. அவளுக்குத் தனது கனவுலகத்தினின்று திரும்பி வர மனம் வருவதில்லை. எத்தனை எத்தனை மாலைப் பொழுதுகள்! எத்தனை எத்தனை பௌர்ணமிகள்! - கலியாணியம்மா ஒரு கந்தர்வ உலகத்தில் தான்.

கேசவனுடைய கேள்வி உருவம் பூண்டு நிற்கிறது.

"யாரம்மா, இந்த நாராயணன்? அம்மாவுக்குத் தெரியுமா?"

கலியாணியம்மா சொன்னாள்:

"எனக்குப் புடவை தந்த மனிதர்!"

இதைச் சொல்கிறபோது அவள் முகத்தில் ஒளி படர்ந்தது போல் தோன்றியது.

"அப்புறம் என்னாயிற்று, அம்மா?"

"அப்புறம் என்ன?"

"என்னோட அப்பா, பின்னர் அம்மாவுக்குப் புடவை தந்தாரா?"

கேசவன் கொச்சு பிள்ளையின் மகன் என்று ஊர்ஜனங்கள் சொன்னார்கள்.

அவனுக்கு அது புரிந்துவிட்டது.

கலியாணியம்மா தலையாட்டினாள். அந்தத் தலை சும்மா ஆடிக்கொண்டிருந்தது.

"என்னோட அப்பாவுக்கு சமஸ்கிருதம் தெரிந்திருந்ததா?"

கேசவன் கொச்சு பிள்ளையின் மகன் என்று ஊர்ஜனங்கள் சொன்னார்கள்.

அவனுக்கு அது புரிந்துவிட்டது.

கலியாணியம்மா தலையாட்டினாள். அந்தத் தலை சும்மா ஆடிக்கொண்டிருந்தது.

"என்னோட அப்பாவுக்கு சமஸ்கிருதம் தெரிந்திருந்ததா?"

அப்போது கூட அம்மமா தலையாட்டினாள்.

"அப்புறம் ஏம்மா, அப்பா இந்த மாதிரி ஒரு வியாக்கியான மெழுதாமலிருந்தார்?"

"உன்னோட அப்பாவுக்கு அந்த அளவிலே சமஸ்கிருதம் தெரிந்திருக்கலே."

'தான் நாராயண மேனனுக்குப் பிறந்திருந்தால்' என்று கேசவனுக்குத் தோன்றியிருக்கக்கூடும். இவ்வாறு சாகுந்தலத்துக்கு வியாக்கியான மெழுதுகிறவர் பெரிய ஆள் தான்.

கொச்சுபிள்ளை அவ்வளவு பெரிய ஆள் அல்ல.

"இங்குள்ள ஓலைச்சுவடிகள் அனைத்தையும் அவர் பார்த்திருப் பாரல்லவா?"

"அனைத்தையும் பார்த்திருக்கிறார்."

"அதுக்காகத்தான் இங்கே வந்திருப்பார்?"

"இருக்கலாம். பண்டிதர்கள் அப்படிப்பட்டவர்களாயிருப்பார்கள். ஓலைச் சுவடிகளிருக்குமிடத்தை எப்படியும் அறிந்துவிடுவார்கள். அங்கே தங்கிவிடுவார்கள்."

"பூராவையும் பார்த்துவிட்டுத் திரும்பிப் போய்விடுவார்கள்."

அடுத்தக் கேள்வியும் தன்னையறியாமல் கிளம்பியதுதான்: "அவர் போனபோது அம்மா மனம் வருந்தியதா?"

"அப்புறம் வாறதாச் சொல்லித்தான் போனாரு."

"அப்புறம் வரவில்லை. அல்லவா? வருவார் வருவார்ன்னு அம்மா எதிர் பார்த்துக்கிட்டிருந்தீங்க. ஆனா வரலே!"

"ஆமாம்ப்பா!"

அந்த மனிதர் எப்படியிருப்பார்? ஓர் உருவம் மனத்துக்குள்ளே உண்டு. எப்படி ஏற்பட்டதோ; என்னவோ? செழிப்பான குடுமி. வெள்ளைக்கல் கடுக்கண். தங்கப்பிடியமைந்த நாராயம்-இப்படித்தான் இருந்திருப்பாரோ?

அப்பாவும் போய்விட்டார்.

போன பின்னர் அவர் திரும்பி வரவில்லை.

நாராயண மேனன் என்ற அந்தப் பண்டிதர் இருந்திருந்தால் இந்தச் சுவடிகள் அனைத்தையும் படித்திருக்கலாம். ஒரு மகா பண்டிதராகி விட்டிருக்கலாம்.

அப்பா அல்லது அந்தப் பண்டிதர் - யார்தான் வேண்டும்?

"அம்மா, நீங்க அந்தப் பண்டிதரிடமிருந்து ஏதேனும் கூடுதலாகக் கற்றுக்கொண்டீங்களா?"

"இல்லை. ஆனா படிச்சு விசயங்களைச் சொல்லித் தந்து கொண்டிருந்தார்."

கேசவன் பின்னரும் தன்னையறியாமல் கேட்டுவிட்டான்:

"அப்பறம் ஏம்மா, அவருக்கு உங்களைப் பார்க்கணும்னு தோணாமே இருந்தது?"

பதில் இல்லை.

ஒருத்திக்குப் புடவைகொடுத்து அப்புறம் அவளை விட்டுவிட்டுப் போவதென்ன?

அப்படிப் போகக்கூடாது.

மகாராஜா ஒரு அறிக்கை பிரகடனம் செய்யவேண்டும்.

புடவை கொடுத்த பெண்ணினை விட்டுவிட்டுப் போகக் கூடாது!

எல்லாமே கேசவன் யோசிக்கின்ற விசயங்கள்தான்.

40

ஒவ்வொரு பறையனும் புலையனும் ஒவ்வொரு குடும்பத்தினுடையவும் அடியாளர் என்று எழுதிக்கொண்டிருந்தபோது அதை ஏற்றுக்கொள்ள மறுத்து ஒற்றையான்களாகத் அழுகின்ற குழந்தைகள்கூட அழுவதை நிறுத்திவிடும். பெண்கள் ஓடி ஒளிந்து விடுவார்கள்.

தை மாதம் இருபத்தெட்டாம் தேதியிலிருந்து 'இருபத் தெட்டிச் சாரம்' என்கிற சடங்கு ஆரம்பமாகிறது. அன்றைய தினத்திலிருந்த பறையர் சில சுயேச்சையான நடவடிக்கைகளிலே ஈடுபடுவார்கள். எழுதிக் கொடுத்திருக்கின்ற அடியாளர்கள் கூடச் செயலில் இறங்கு வார்கள். அடியாளனாய் எழுதப் படாத பறையன் இருந்தால் அவன் மதம் கொண்டவனாய் நடந்திடுவான். அவனைத் தட்டிக் கேட்க யார் இருப்பார்கள்?

மிருகத்திற்குச் சிறிது சுதந்திரமளிக்க வேண்டாமா? புரட்டாசி மாதத்தில் பாசமுடன் வளர்க்கின்ற நாய்கள் பிடிவிட்டுப் போவ தில்லையா? அப்படியிருக்கலாம் - பறையப் படை!

'இருபத்தெட்டிச்சாரம்' ஆகிவிட்டால் பறையப்படை கிளம்பும். ஜாக்கிரதையாக இருக்கவேண்டும். எதுவும் நிகழ்ந்துவிடலாம்.

'இருபத்தெட்டிச்சாரம்' ஆரம்பமாகிவிட்டால் மாலைநேர வெயில் மஞ்சள் நிறமாகிவிடும். ஊரெங்கும் மஞ்சள் நிறம் பரவியிருக்கும். ஊரான ஊரெங்கிலும் மஞ்சள் நிறம்தான். பரந்துகிடக்கின்ற வயல்கள் சன்னரகமான மஞ்சள் பட்டு அணிந்தது போலிருக்கும்.

அந்த நேரத்தில் பெண்கள் யாருமே புல் அறுக்க வயலுக்கு வர மாட்டார்கள். இருள் சூழ்ந்து விட்டால் பெண்கள் வீட்டுக்கு வெளியே வரமாட்டார்கள்.

'பறையப்படை' குறித்துப் பல்வேறு கதைகள் சொல்லப்படுகின்றன. பறையர்களை மிருகங்களைப் போன்று பழக்கியெடுத்திருக்கக் கூடும்.

நீண்ட காலத்திற்கு முன்னால் ஐந்து பறையர்கள் ஆலமரத்தில் தொங்கிக் கிடந்தனர். அது ஒரு பழைய கதை.

நீண்ட நாட்களுக்கு முன்னர் ஒருநாள் பொழுதுபோய் இருள் சூழ்ந்தபோது பெண் ஒருத்தி பசுமாட்டைக் கறந்துகொண்டிருந்தாள். பறையர்கள் வீட்டுவளாகத்துக்கு வந்துவிட்டனர். வீட்டில் ஆடவர்கள் யாரும் இருக்கவில்லை. பசுவைக் கறக்கும் பெண் அபாயத்தைப் புரிந்து கொண்டாள். பறையப் படை பற்றிய பல்வேறு கதைகளை அவள் கேள்விப்பட்டிருந்தாள். அந்தப் பறையர்களிமிடருந்து எப்படி அவள் தப்பித்துக் கொண்டாள்? அது தான் கதை.

வீட்டுக்குள்ளே நுழைய முற்பட்ட ஒவ்வொரு பறையனுடையவும் தலையில் காய்ச்சிய நெய்யினை ஊற்றிய கதை-வெட்டிக் கொல்வதற்காக அசிவாளைத் தீட்டிக் கூர்மையாக்கிய கதை. எல்லாவற்றையும் தெருமத்து வீட்டுப் பெண்பிள்ளை நினைவு கூர்ந்து பார்த்தாள்.

மாட்டைக் கறப்பது முடியட்டுமென்று பறையர்கள் காத்திருந்தனர். அவர்கள் பொறுமையிழந்தனர். இப்படியும் மாட்டைக் கறப்பதுண்டா?

பறையர்கள் தொழுவத்துக்குச் சென்றனர். அங்கே பசுமாட்டைக் கறந்து கொண்டிருந்த பெண்ணினைக் காணவில்லை. உடுத்தியிருந்த புடவையால் ஒரு மரக்குச்சி மூடப்பட்டிருந்தது. தொலைவில் நின்று பார்த்தால் அங்கே ஒருவர் அமர்ந்திருக்கிறார்போலத் தோன்றியது.

அந்தப் பெண் ஏமாற்றினாள்.

அவர்கள் அவளைத் தேடத் தொடங்கினர்.

தெருமத்து வீட்டுக்கு மிகவும் சமீபத்திலுள்ள கொடும் காளி கோவிலின் கதவைத் தள்ளித் திறந்து கோவில் கர்ப்பகிருகத்தில் அவள் அபயம் தேடிக்கொண்டாள். அவள் தொழுவத்திலிருந்து கோவில் வரையிலும் உருண்டே சென்றாளாம். மறுநாள் காலையில் அந்த தெருமத்து வீட்டுப் பெண் கொடும்காளியைக் கட்டியணைத்தவாறு இறந்து கிடந்தாள். ஐந்து பறையர்கள் கோவிலுக்கு முன்னாலுள்ள ஆலமரக்கிளையில் செத்துத் தொங்கிக் கிடக்கின்றனர்.

அவர்களில் ஒருவன் கோரந்திரக் குடும்பத்து அடியாளனாக இருந்தவனாம். பறையப்படைக்குத் தலைமை கோரந்திரப் பறையனாக இருந்தான். கோரந்திரவிலிருந்து ஒருவன் அங்கே தென்கரிசலில் மானும் மனிதனுமில்லாத இடத்தில் வசித்து வந்தான்.

அவன்தான் திருவஞ்சன்!

தலைமுறைகள் பல பின்னிட்ட போதிலும் திருவஞ்சனை மறந்து விடவில்லை.

* ** *

குஞ்சன்பிள்ளையும் கர்த்தாவும் பறையர்களான பறையர்களையும், புலையர்களான புலையர்களையும், அவர்கள் பிள்ளைகள் பள்ளிக் கூடத்துக்குப் போகாமல் தடுத்து நிறுத்தப் பார்த்தனர்.

"யாரும் பசங்களைப் பள்ளிக்கூடத்துக்கு அனுப்பக்கூடாது!"

ஒருவன் எதிர்த்தான். எதிர்த்தவன் இட்டியேப்பன். அவன் உரக்கக் கூவியழைத்துச் சொன்னான்:

"என் பையனை நான் அனுப்பிவைப்பேன்."

அது குஞ்சன்பிள்ளை மற்றும் கர்த்தாவின் காதில் விழுந்திருக்கக் கூடும். என்ன செய்வது? இட்டியேப்பனை ஒன்றும் செய்து விட முடியாது. அவன் அத்தகைய ஒருவன். படுகொடூரன் திருவஞ்சனுடைய சந்ததி.

"என் பையனுக்கு எழுதப் படிக்கத் தெரிஞ்சா, என்னவாம்?" என்றான் இட்டியேப்பன்.

மங்கலச்சேரி அடியாளனான சேந்நன் இட்டியேப்பனுடைய வாயைப் பொத்தினார்.

"வாயில் வந்தபடி உளறாதேடா!"

சேந்நன் வயதானவர். அவர் மேலும் சொன்னார்:

"தேவதானம் தம்பிரான் கட்டளையிட்டா, மறுத்துப் பேசலா மாடா?"

இட்டியேப்பன் 'த்த்தூ!' எனத் துப்பினான்.

"நீங்கள்லாம் குடியிருக்கிறவங்க. அடியாள்களுங்க. என்கிட்டே இனி எதையும் பேசாதீங்க!"

தன் மகனைப் பள்ளிக்கு அனுப்புவதென்றே இட்டியேப்பன் தீர்மானித்துக் கொண்டான்.

"போவக்கூடாதுன்னு சொல்றவங்க யாருன்னு பார்த்துக்கலாமே."

அது ஓர் அறைகூவலாகவே இருந்தது. திமிருடன் பேசிவிட்ட மறுப்பு!

அந்தப் பறையன் என்றுமே அப்படித்தானிருந்தான். திருவஞ்சனுக்கு தருமசாஸ்தா மீது பயமிருந்தது. அந்த அளவிற்கு அறிவிருந்தது. இட்டியேப்பனுக்கு தருமசாஸ்தாவிடம் பயமில்லை.

விளைந்து நிற்கிற வயலுக்குள்ளே இறங்கி அறுத்துக்கொண்டு போவான். தேங்காய் பறித்து எடுத்துச் செல்வான். முடிந்தால் களத்திலிருந்தே நெல்லை அள்ளிச் சென்றிடுவான்.

இட்டியேப்பன் திருவனை அழைத்துக் கொண்டு பள்ளிக் கூடத்துக்குச் சென்றான். முதன்முதலாகப் பள்ளிக்கு வந்தவன் திருவன் தான்.

ஒரு நாற்காலியில்தான் வாத்தியார் உட்கார்ந்திருக்கிறார். முன்னால் ஒரு கால் பெட்டி. இரண்டும் மண்டபத்து வாசலிலிருந்து கொண்டு வந்தது தான். பலகைகள் மீதுதான் மாணவர்கள் உட்கார வேண்டும்.

புலையர்-பறையர்களின் அனைத்துக் குடிசைகளிலும் ஏறியிறங்கி, அவர்கள் சிறுவர்களைப் பள்ளிக்கு அனுப்பிவைக்கவேண்டுமென்று சொல்லியிருந்தார் கேசவ பிள்ளை. சும்மா ஒப்புக்குச் சொன்னது அல்ல. கல்வியென்றால் என்ன? அதனால் ஏற்படுகின்ற நன்மைகள்; இல்லாவிட்டால் ஏற்படக் கூடிய தீமைகள் எல்லாவற்றையும் உதாரணப் பூர்வமாக விளக்கியிருந்தார்.

எந்த விசயமானாலும் அப்படித்தான் சொல்லவேண்டுமென்று சுப்பையன் வாத்தியார் அவருக்குச் சொல்லிக் கொடுத்திருந்தார்.

கேட்டவர்களெல்லாம் அதைப் புரிந்துகொண்டனர்; பையன்களை அனுப்புவதாக ஒப்புக்கொள்ளவும் செய்தனர். ஆனால் யாரும் செல்ல வில்லை.

குஞ்சன்பிள்ளை மற்றும் கர்த்தாவின் பேச்சினை யாரால்தான் மறுக்கமுடியும்?

ஒருவன் வந்தான் சிறுவனுடன். இட்டியேப்பன்! கேசவ பிள்ளைக்குச் சந்தோசமாயிற்று. சிறுவனைப் பள்ளியில் சேர்த்துக் கொண்டார்.

திருவனுக்கு சுமார் பதிநான்கு வயது பருவத்துக்கும் மேலான உடல் ஆரோக்கியமுண்டு. தடித்த உருவம். இப்போதே ஒரு வாலிபன் அளவு உயரமுண்டு. வாத்தியாரைவிடப் பெரிய சீடன்.

கேசவ பிள்ளை இட்டியேப்பனிடம் சொன்னார்: “தினசரி காலையிலேயே பள்ளிக்கூடத்துக்கு அனுப்பி வைக்கவேண்டும். சிலேட்டு, பென்சில் மற்றும் புத்தகம் வேண்டும். அதுக்கு ஒன்றரைப் பணம் வேண்டும். பணத்துடன் இட்டியேப்பப் பறையன் வரணும். அதை எல்லாம் நானே வாங்க வச்சுத் தந்திடறேன்.”

இட்டியேப்பன் ஒப்புக்கொண்டான்.

“திருவன் காலையிலே குளிச்சுக்கிட்டுத்தான் பள்ளிக்கு வரணும். முடிஞ்ச அளவு வெள்ளைவேஷ்டி கட்டிக்கணும்.”

இட்டியேப்பன் அதையும் ஒப்புக் கொண்டான்.

ஒன்றரைப் பணம். பதினைந்து தேங்காய் இருந்தால் ஆயிற்று. இல்லிச் சிறையில் குலை தள்ளி நிற்கின்ற தென்னைமரங்கள் உள்ளன. இல்லிச் சிறை தேவஸ்தானத்துக்குச் சொந்தமானது.

“என் பையனைப் பள்ளிக் கூடத்திலே சேர்த்திட்டேன்.”

திரும்பிவரும்போது இட்டியேப்பன் கூவியழைத்துக் சொன்னான். யாரிடம் என்றில்லை. யார் அதைக் கேட்கவேண்டுமோ; என்னவோ? ஆனால் எவன் காதிலாவது விழவேண்டுமென்ற நோக்கம் மட்டும் அவனுக்கு உண்டு.

* ** *

திருவன் பள்ளிக்குக் கிளம்பிச் சென்றான். எழுதப் படிக்கக் கற்றுக் கொள்ளத்தான். ஆனால் வழிநடுவில் தேவஸ்தானம் சிற்றாட்கள் அவனை விரட்டித் திருப்பி அனுப்பிவைத்தனர். அவன் தன் குடிசைக்கு வந்தான்.

பள்ளிக்குச் செல்லாமல் திரும்பிவந்த திருவனைப் பார்த்து இட்டியேப்பன் கோபத்துடன், “நீ ஏண்டா திரும்பி வந்தே?”

“அல்லாமே நான் என்ன செய்யறது?”

“என்ன செய்யணும்னா, கேக்கறே?”

“தம்பிரான்மாருங்க என்னை அடிச்சு விரட்டினாங்க.”

திருவன் சிலேட்டு மற்றும் புத்தகத்தை வீசியெறிந்தான்: "என்னால் முடியாதுப்பா!"

ஓர் அடியின் ஓசை எழுந்தது! தொடர்ந்து இட்டியேப்பன் திருவனைத் தூக்கியெடுத்து கருங்குழியாற்றில் வீசியெறிந்தான். அம்மா கதறியழுதாள். இட்டியேப்பன் அவளையும் அடித்தான்.

திருவன் நீந்திக் கரையேறினான்.

அவனை மேலும் கீழும் பார்த்தவாறு விசாரித்தான் இட்டியேப்பன்.

"நீ பள்ளிக்குப் போவாமே திரும்பிவந்தது அவங்க அடிச்சு வெரட்டியதனாலா? அல்ல, நீயாவே வந்திட்டியா?"

"என்னாலே முடியாதுப்பா! அவங்க அடிச்சுக் கொன்னுடுவாங்க."

"அப்படீன்னா அவங்க கொல்லட்டும்டா! அவங்க கொல்ல லேன்னா, நான் உன்னைக் கல்லைக்கட்டி ஆற்றிலே போட்டிடுவேன்."

திருவனின் தாய் இடைமறித்துக் கூறினாள்:

"அதென்னத்துக்கு?"

இட்டியானுக்கு யார்மீது அவ்வளவு ஆத்திரம் எனத்தெரியாது. திருவன் பள்ளி செல்லச் சோம்பல் பட்டிருக்கிறானா? அல்லது, அவனைத் தம்பிரான்கள் தான் அடித்து விரட்டியிருக்கிறார்களா?

தெரியாது.

இட்டியேப்பன் நேராகப் பள்ளிக்கூடத்தை நோக்கி நடந்தான்.

கேசவ பிள்ளைக்கு ஒரு சீடன் அகப்பட்டிருந்தான். அவன் கூட அன்று வரவில்லை. அவ்வாறாக வேலை ஏதுமில்லாமலிருந்தார்.

"எம் பையனை ஏன், தேவதான அடியாளுங்க விரட்டினாங்க?"

கேசவ பிள்ளை அதுக்கு என்ன சொல்வது? அதுதான் நடை பெற்றிருக்குமென்று அவருக்குத் தெரியும். குஞ்சன் பிள்ளை மற்றும் கர்த்தாதான் அடித்து விரட்டியிருப்பார்கள். கேசவ பிள்ளையால் அதை எப்படித் தடுக்கமுடியும்?

உதவியற்ற முறையில் அவர் சொன்னார்:

"நான் என்ன பண்ணறது? அவங்க இந்த ஊர்ப் பிரமுகருங்க."

"கோருந்தரைப் பறையனுங்க ரொம்பக் கெட்டவனுங்க. அடியேன் திருவஞ்சனோட ரத்தத்திலே பொறந்தவன். கோருந்தரைப் பறையனுங்க யாருக்கும் அடியாளுங்களல்ல. அடியாளுங்களா இருந்ததுமில்லே. அதனால யாரும் சைத்தானை வரவழைச்சுக்க வேணாம்."

ஒரு பறையன் - ஆஜானுபாகு; யானையளவு உடல் வலுவுடையவன் - நிமிர்ந்து நின்று சொல்கிறான்: 'சைத்தானை அழைச்சிக்கிட்டு வரவேணாம்” என்று. அப்போது இப்படிப்பட்ட பறையர்களும் இருக்கிறார்கள்.

“நான் யாருக்கும் அடியாளல்லே.”

அவன் சுயேச்சையானவன். அவன் யாரையும் மதிக்க வேண்டிய தில்லை என்று பொருள்.

இட்டியேப்பன் நிமிர்ந்த முதுகெலும்புடையவன்.

திருவஞ்சனைப் பள்ளிக் கேள்விப்பட்டிருக்கிறார்கள். பழங் காலத்துப் பராக்கிரம சாலி!

திருவஞ்சன் வீடுகளுக்குள்ளே நுழைந்து சென்றிருக்கிறான்.

கொடுங்காளியம்மன் அடித்துக் கொலையுண்டவன்.

அவன் ஓர் அறைகூவலாக இருந்தான். பழைய திருவஞ்சன் தைரியசாலி. அவன் அடிமையாக இருக்கவில்லை.

“நான் இனி என்ன செய்யணும், சின்னத் தம்ப்றா?” இட்டியேப்பன் வினவினான்.

என்ன செய்வதென்று சொல்ல கேசவ பிள்ளைக்குத் திறமையில்லை.

“எம் பையனை அழைச்சிக்கிட்டு நான் வர்றேன். எவன் விரட்டிடறான்னு தெரிஞ்சிக்கலாமல்ல?”

இட்டியேப்பன் கண்கள் உருண்டன. சதைப் பற்றுக்கள் துடித்தன.

“எம் முன்னால் யாரும் வரமாட்டாங்க.”

இல்லை. குஞ்சன் பிள்ளை மற்றும் கர்த்தாவினை அவன் எதிர்த்து நிற்பான். அவனை அடித்தால் அவனும் அடிப்பான்.

அடியாளன் அதைச் செய்யமாட்டான்.

“ஏன், பேசாமே இருக்கீங்க?” என்றான்.

எதைப் பேசவேண்டும்?

இட்டியேப்பன் திரும்பி நடந்தான்.

“எம் பையன் எழுதப் படிக்கக் கற்றுக்கவேணாம். ஆனாலும் ஒரு விசயம். இந்த ஊரிலே ஒரு திருவஞ்சன் உண்டாயிடுவான். நான் ஒரு திருவஞ்சன் அல்ல. எம் பையன் ஒரு திருவஞ்சனாயிடுவான்.”

* ** *

அனைத்துப் பறையக் குடிசைகளிலும் இட்டியேப்பன் ஏறியிறங்கினான். பறையர்களைப் பார்த்து வாய்க்கு வந்தபடி பேசினான்.

அவர்களெல்லோரும் அடியான்கள். முதுகெலும்பில்லாதவர்கள்!

அவர்கள் அடியான்களானது இப்போது அல்ல. தலைமுறைகளாய் அடியான்களாக இருந்து வருகின்றவர்கள். திருவஞ்சன் வம்சத்தினர் தலைமுறைகளாய் சுயேச்சையினர்.

தேவதானம் அடியாளன், கோந்நோத்து அடியாளன், கோடாந்திர அடியாளன் - இவ்வாறெல்லாம் ஆகிவிட்டது ஒரு சமூகச் சூழலிலே தான். அது ஒரு மதிப்புமிக்க நிலையாக இருந்தது. நிமிர்ந்து நின்று பேசுவார்கள்:

பறையனுக்கு உடையவர்கள் ஏற்பட்டுக்கொண்டிருந்தனர். பறையனையும் புலையனையும் அங்ஙனம் இணக்கியெடுத்தனர்.

வயது முதிர்ந்த சேந்நப் பறையன் சொல்லுகிறார்:

"டேய் பையா! நீ அப்படியொண்ணும் பேசிடாதே! எட்டும் ஒட்டும் தெரியாத நம்ப தரைக்காரங்களைப் பார்த்து வாய்க்கு வந்தபடி திட்டாதேடா!"

விசயங்களைச் சொன்னால் இட்டியேப்பன் மற்றும் அவன் தந்தைக்குப் புரியாது. தலைமுறைகளாய் தம்ப்றாக்களுக்கும் அடியான்களுக்குமிடையே இருந்துவருகிற உறவுமுறை அத்தகையது. அத்தகைய உறவுமுறையிலே அடங்காதவர்கள்தான் கோராந்திரப் பறையர்கள்.

"உமக்கு இதெல்லாம் புரிஞ்சுக்கற வலுவில்லே ஐயா!" இட்டியேப்பன் வயோதிகப் பருவத்தின் பெயரால் அவருக்கு மன்னிப்பளித்தான்.

பிரக்காடன் தரை இட்டியானி தேவதான அடியாளன். இட்டியேப்பனுக்குச் சமான வயதுடைய தடிப்பயல்.

"ஏய், சொல்லிடறேன் - என் தம்ப்றாவைப் பற்றிச் சொன்னா அது நல்லதல்ல." இட்டியானி எதிர்த்தான். இட்டியேப்பன் யாரைப் பேசினான் என்று தெரியுமா?

உப்பம் வளாகத்து குஞ்சன் பிள்ளை மற்றும் முக்கோலி பரமன் கர்த்தாவினைத்தான்.

இட்டியானியால் அதைப் பொறுத்துக் கொள்ளமுடியவில்லை. வேண்டுமென்றால் இட்டியேப்பனுடன் நேராக நின்று பேசுவதற்கான பலமும் அவனுக்கு உண்டு.'

"சொன்னா, நீ என்னடா பண்ணுவே?"

"அது அப்போ தெரியும்."

குடிசையான குடிசைகளில் எல்லாம் ஏறியிறங்கி வார்த்தை பேசிக் கொண்டிருந்தான் இட்டியேப்பன்.

எந்தப் பொறுப்புமில்லாதவன். முரட்டுத்தனம் பண்ணி முட்டாளாக நடக்கிறவன். இட்டியேப்பனுடைய தந்தை இற்றாமனும் இப்படியேதான் இருந்தான்.

* ** *

குதிரைக் காட்டுத் தரையினின்று ஒரு நாள் காலையில் கிளம்பினான். மேற்கு நோக்கித்தான் நடந்து சென்றான். எங்கே போகிறான் என்று இட்டியேப்பன் ஒருபோதும் சொன்னதில்லை. அதைப் பற்றி அவனிடம் யாரும் கேட்கவும் மாட்டார்கள்.

மதிய வேளையில் திரும்பி வரவில்லை. அந்தி நேரமான பின்னரும் வரவில்லை.

அதன்பின்னர் ஒருபோதும் இட்டியேப்பனை யாரும் கண்டதில்லை.

குஞ்சாளியும் திருவனும் மானும் மனிதனுமில்லாத கரிசல் காட்டிலிருந்து ஆற்றுத்துறை அந்தோணியின் மனையில் வந்து வசிக்கத் தொடங்கினர்.

திருவனும் குஞ்சாளியும் அந்தோணி நல்கிய வேலையைச் செய்து வந்தனர்.

எல்லாவற்றிற்கெதிராகவும் அறைகூவல் நடத்தி வாழ்ந்துவந்த இட்டியேப்பனுடைய போர் முழக்கம் குதிரைக்காட்டில் கேட்பதுண்டு.

பிந்திய காலத்திலும் பல தலைமுறைகளைச் சேர்ந்த பறையர்கள் பேசிவந்திருக்கின்றனர்:

“பறையனும் புலையனும் யாராவது ஒரு தம்ப்றானை நம்பி தான் வாழ்ந்திடணும். அதுதான் அவங்க வாழ்க்கைமுறை. அப்படி யிருந்தாத்தான் நெல்லும் விளையும்.”

கோராந்திரப் பறையர்கள் மட்டும் ஏன் அப்படி நம்பி வாழாமற் போய்விட்டனர்?

என்னவோ?

* ** *

குஞ்சன் பிள்ளையும் கர்த்தாவும் சேர்ந்து இட்டியேப்பனைக் கொல்லச் செய்து ஆற்றில் கல்லைக் கட்டிப் போட்டுவிட்டனரென்று சொல்கின்றவர்கள் உள்ளனர். சில பறையர்களிடமே சண்டையிட்டுக் கொல்லப்பட்டதாகவும் சொல்கின்றனர். என்னவாயினும் ஓர் ஒற்றையான் கதை முடிந்துவிட்டது.

41

இந்தக் கிழவன் சாகக் கூடாதா? ஔத மாப்பிளவைப் பள்ளி வர்க்கியின் மனத்தில் இப்படித்தான் தோன்றும். அடுத்த கணத்திலேயே பாவமன்னிப்புக்காகப் பிரார்த்தனை செய்வார் வர்க்கி. தெய்வம் தம்பிரான் பொறுத்தருளட்டும்!

பாவமன்னிப்புக்காகப் பிரார்த்தனை செய்யவேண்டிய பாவம் அது. அந்தப் பாவத்தைச் சொல்லிப் பிரார்த்தனை என்றாகிவிட்டால்? தினசரி பன்முறை அந்தப் பாவத்தைச் செய்து வருகிறார். வேண்டுமென்று செய்வதில்லை. ஆயினும் நிகழ்ந்து விடுகிறது.

"இந்தக் கிழவன் சாகக் கூடாதா?"

வர்க்கிக்கும் வயதாகிவிட்டது. அவருக்குப் புதல்வர்களும், பேரன்மார்களும் உள்ளனர். வர்க்கியை மட்டுமின்றி, அவர் புதல்வர்களையும் பேரன்மார்களையும் கூடச் சபிக்கிறார் ஔத மாப்பிள. தலையில் இடி விழுந்து விடுமாம். பயங்கரமான அம்மை நோய்வந்து எட்டாவது நாளிலேயே செத்துப் போய்விடுவார்களாம். இவ்வாறெல்லாம் சொல்லத் தொடங்கினால்? அதுக்காக நா செயல்படுகிறதே?

பையன்கள் என்ன நினைப்பார்கள்?

"இந்தக் கிழவன் சாகக் கூடாதா?"

அவர்களும் சொல்லத்தான் செய்வார்கள்.

வர்க்கி மனதார அவ்வாறு யோசித்திருக்கமாட்டார். பிறந்ததிலிருந்தே தந்தை திட்டுவதைக் கேட்டு வருகிறார். அது ஒரு வழக்கமாகி விட்டிருந்தது. வர்க்கி சிறுவனாகயிருந்தபோது இந்தத் தந்தை சாகவேண்டுமென்று பிரார்த்தனை செய்திருக்கிறார். இப்போது அவ்வாறு பிரார்த்தனை செய்தால் கூட அது என்றென்றும் நடைபெற்று வந்திருக்கிற ஒரு நிகழ்ச்சிதான். அதுமட்டுமின்றி தந்தையைப்பற்றி நினைக்கப் போதுமான நல்ல காரியங்களும் நடைபெற்றிருக்கின்றன.

புதல்வர்கள் விசயம் அத்தகையது அல்ல.

மூத்த மகன் கிழக்குத் தோட்டத்திலே இருக்கிறான். துரைமார்களுடன் உறவு வைத்துக் கொண்டிருக்கிறான்.

தாத்தா இவ்வாறு ஒரு காட்சிப் பொருளாக அமைந்திருக்கிறார். செத்துப் போனாலென்ன?

இரண்டாவது புதல்வன் சாமுவேல் விவசாயம் பார்க்கிறான்.

சிறுசிறு விஷயங்களுக்குக் கூட சண்டைதான். எந்நேரமும் ஓர் அமைதியின்மை நிலவுகிறது. நாக்கினை அடக்கிப் படுத்திருக்க மாட்டார். நாக்கு அசையாமற் போனாலும் பரவாயில்லை. உயிர் பிழைத்துக் கொண்டிருக்கட்டும்!

நெல்லைப் போட்டுவைக்க இடமில்லை. நெல் போட்டுவைக்கும் கட்டடம் ஒன்றை அமைத்தே தீரவேண்டும் சமையல் என்கிறவன் தெற்கே ஆறுவழியாக சென்று கிழக்கே எங்கிருந்தோ மூன்று நெல் அறைகளைக் கொண்ட கட்டடமொன்றைக் கொண்டுவந்தான். பதினைந்தாயிரம் பறைநெல்லை மொத்தமாக அதிலே போட்டு வைக்கலாம். அஸ்திவாரத்தை மட்டும் எழுப்பினால் போதும். புதிய கட்டணம். நிறம் மங்கியிருக்கவில்லை.

விலையோ மலிவானது. அந்தக் கட்டடத்தை உருவாக்கியவர்களுக்கு, அவர்கள் ஆசாரிமார்களுக்குக் கொடுத்த கூலிகூடக் கிடைக்கவில்லை. ஸ்தானம் தவறி எழுப்பிய கட்டடம். அதனால்தான் அது உறுதியாக நிற்காமற் போயிற்று.

கட்டடத்தை ஆற்றுத் துறையில் கொண்டுவந்து இறக்கினார்கள்.

ஔத மாப்பிள துறைக்குச் சென்று ஒரு முறை பார்த்தார்.

“டேய், இதுக்குப் பணம் கொடுத்தியா?” என்றார்.

‘என்ன விலை கொடுத்தாய்’ என்று கேட்கவில்லை. சமையல் எதையோ சொன்னான். சொன்னது ஔதவின் காதிலே விழவில்லை. குண்டு வெடிப்பதுபோல் பேசினாலும் காதில் விழாது.

“ஏண்டா, உன் நாக்கு இறங்கிப் போச்சா?” ஔதமாப்பிள ஆத்திரத்தால் நடுங்கத் தொடங்கினார். அப்புறம் வாயில் வந்தபடி வார்த்ததை பேசுவதுதான்.

“டேய், கட்டடம் எழுப்பறது என்னென்னைக்கும் ஸ்திரமா நிக்கறதுக்குத் தான். கேடுகாலம் வந்தாத்தான் விப்பாங்க. விற்றாங்க. ஊசிய கழற்றித் தர்றப்போ ‘ஊசிப் பணம்’ கொடுத்தியா?”

“கொடுத்தேன் தாத்தா!”

“ஓ... நீ கொடுப்பே.... உனக்கு அப்படிப்பட்ட நல்ல காரியங்கள் ஏதாச்சும் தெரியுமா? நாசமாப் போயிடுவே. சொல்லிடறேன்.”

தொடர்ந்து இன்னொரு குற்றச்சாட்டு.

“அன்னைக்கு ஒருநாள் அந்த கல்லறைக்கல் குடும்பத்துக் குழந்தை, கஞ்சிகாய்ச்ச அரிசியில்லேன்னு சொல்லி வந்தப்போ, அவளுக்கு ரெண்டு பறை நெல்லை அளந்து கொடுக்கணும்னு நான் சொன்னப்போ உம் மூஞ்சியும் முகரக்கட்டையையும் நான் பார்த்ததுதாண்டா! அந்தக்

குழந்தை எந்தக் குடும்பத்தைச் சேர்ந்தவன்னு உனக்குத் தெரியுமாமா? இல்லே... டேய், உனக்குத் தெரியாதடா! உனக்கு முன்னெப்பின்னே ஏதாச்சும் தெரியுமா?"

அது எப்பொழுதோ நடந்த ஒரு விஷயம். அப்படிப்பட்ட விஷயங்கள் பலவும் நடந்திருக்கும். இப்போது அது நினைவுக்கு வந்தது. அவ்வளவுதான்.

பின்னர் பேசத் தொடங்கியது சபிக்கிற முறையில்தான்.

"ஊசிப்பணம் கொடுக்காமே வாங்கிக்கிட்டு வந்த கட்டடம்னா-"

வர்க்கி இடைமறித்துக் கூறினார்:

"அப்பா, உங்க கரிநாக்கினாலே ஏதாச்சும் சொல்லிடாதீங்க. சொன்னா நாசம்தான்."

அது ஔதமாப்பிள காதில் விழவில்லை. அவர் பேச வந்ததைச் சொல்லிமுடித்தார்:

"அது நாசம்தான். அதோட சொந்தக்காரனோட சாபமுமிருக்கும்.

சமயலால் பொறுத்துக்கொள்ள முடியவில்லை. எதையோ முணுமுணுத்தவாறு அவன் போனான்.

எவ்வளவு நாட்கள்தான் இப்படிப் பேசிக்கொண்டிருப்பார். சொல்ல முடியாது. இன்னும் நீண்ட நாட்கள் உயிர்வாழலாம். நீடித்து நிற்கிற ஆயுள்தான்.

சாப்பாட்டுக்குப் பதார்த்தங்கள் இருந்தால் அது ஒரு குற்றம். சோற்றுக் கிண்ணத்துக்குச் சுற்றிலும் நான்கைந்து சிறுபாத்திரங்களி லிருந்தால், நெஞ்சிலடித்து அலறிவிடுவார்:

"என்ன நெனைச்சுடீ, இப்படிப் பண்ணறே? நாசமாப் போறதுன்னு தான் முடிவா?"

சில நேரங்களில் வாத்துக் கறியும், மீன்குழம்புமெல்லாமெடுத்து முற்றத்துக்கு வீசியெறிந்து விடுவார். வறுத்த குறவைமீன், கறிமீன் போன்றவை ஔதவுக்குக் கண்ணில் கரடு விழுந்தது மாதிரி.

சமயலுடைய மனைவி வெகு கெட்டிக்காரி. இந்த மாதிரி சண்டை ஏற்படுவதை மனத்தில வைத்துக்கொண்டு அத்தகைய பொருட்களை ஔத கண்ணுக்கே காட்டமாட்டாள். ஒரு சட்டினியும், ஏதாவது சிறிது மீன் குழம்பும் பரிமாறிவைப்பாள்.

அப்போதும் சண்டைதான்.

“என்னடீ, இது? இந்தக் கிழத்துக்கு நாக்குக்கு ருசியா ஏதாச்சும் சமைச்சுப் போடறது என்னத்துக்குன்னு தானேடீ?”

மேலும் பேசுவார்:

“இதுக்கெல்லாம் மூலகாரணமாயிருக்கிறது என்னன்னு உனக்குத் தெரியுமாடீ? அதெல்லாம் தெரிஞ்சு உனக்கு என்னாகணும்? அப்படித் தானே?””

பின்னர் பேசுவது வர்க்கிக்காகத்தான்.

“அவனுக்கு அதெல்லாம் தெரியுமே. அவன் இதையெல்லாம் கவனிச்சுக்க வேண்டியவனல்லவே?”

சாப்பாட்டு நேரத்தில் ஔத மாப்பிளயைச் சாப்பிட அழைப்பாள்.

அப்போது இன்னொரு கேள்வி பிறக்கும்:

“சமயல் - மவன் எங்கேடீ?”

“வயலுக்குப் போயிருக்கார்.”

“அப்படீன்னா அவன் வரட்டும்.”

அன்றைய தினம் சமயல் மகனுக்குக் கோழிக்கறி கிடையாது. மீன் வறுவலுமிருக்காது. அப்பளமுமில்லை.

அப்பளம் பொரிக்கிற மணம் அவர் மூக்கில் பட்டால் அப்புறம் ரகளை தான்.

“பொரியலும் மோர்க்குழம்பும் எல்லாம் பண்ணறா. இருந்தாக் கூட அப்பளமில்லேன்னா சோறு தொண்டைக்குள்ளே போகாது போலிருக்கு.”

இந்தக் கிழத்தை என்ன செய்வது?

பாரிசப் பாதிரிகள் பலரால் பொறுப்பளிக்கப்பட்ட ஃபாதர் வந்துதான் சர்ச்சுக்கு அஸ்திவாரக்கல் நாட்டினார். அவர் ஒரு வெள்ளையர். ஆமைவேகத்தில்தான் வேலை நடைபெற்றதென்றாலும் சர்ச்சுக்கான கட்டடத்தின் வேலை தீர்ந்தது. ஆயினும் ஔத மாப்பிளயுக்கு முறையீடுதான். ஆற்றுமாலியிலுள்ள அனைவரும் செல்வந்தர்கள். ஆனால் சர்ச்சுக்கு நன்கொடையென்று சொல்லி அவர்களை அணுகினால் இவ்வாண்டு விவசாயம் மிகவும் மோசமானதென்பார்கள்.

“துப்பினதை எடுத்துச் சாப்பிடற கஞ்சனுங்க!”

ஔதமாப்பிள அங்குள்ள கிருஸ்தவர்களை அப்படிச் சொல்வது வழக்கம். அது ஒரு பாரிசமாக வேண்டும். (ஒரு பாதிரியின் ஆன்மிக ஆட்சிக்குட்பட்ட பிராந்தியம்தான் பாரிசம்-மொ-ர்) அந்தப்

பாரிசத்திலோ ஒரு ஃபாதர் வேண்டும்.

ஒளத மாப்பிள 'த்த்தூ'வெனத் துப்பிவிடுவார்.

சர்ச்சு ஒரு பாரிச சர்ச்சு ஆகாமலிருக்க ஓர் அடிப்படை உண்டு. அது தெரியுமா?

ஒளத மாப்பிள சொல்லுவார்:

"இப்போ அந்த கல்லூர்க்காட்டு சர்ச்சிலே இருக்கிற ஃபாதர்தான் இங்கே ஒரு பாரிசச் சர்ச்சு வேணாங்கறாரு. இங்கே அது இருந்தா மாமூதீசா, இறுதிச் சடங்கு எல்லாம் இங்கேதான் நடக்குமோல்லியோ? அப்போ அவரு வருமானம் கம்மியாயிடும். அந்த ஃபாதரு பெரிய பேராசைப் பேர்வழியாக்கும்."

பட்டக்காரனைக் குறை கூறுகிறார்.

வர்க்கி மீறிப் பேசுவார்:

"அப்பா, உங்களுக்குப் பேசாம இருக்கமுடியாதா? வயசா யிடுத்துல்ல? பட்டக்காரனைக் குறை கூறலாமா?"

"ப்ப்பூ! போடா! 'ளோஹா' போட்டு நடக்கறவனெல்லாம் பட்டக் காரனாயிடுவானாடா? எவரு சத்தியமுள்ள பட்டக்காரருன்னு எனக்குத் தெரியும். எல்லாவனுங்களையும் நான் தொழமாட்டேன். தொழுதது மில்லே."

வர்க்கி முணுமுணுப்பார்.

"அதெப்படி? சிறுசிலே சர்ச்சிலே போயிருந்தாத்தானே? அன்னைக் கெல்லாம் நெனைச்சுக்கற மாதிரி நடந்துக்கிட்டிருந்தாரு. இது என்ன ஆத்மாவோ, என்னவோ?"

ஒளத மாப்பிளவின் காதில் அது விழவில்லை.

வட்டத்தரை பீலிதான் சர்ச்சு நிர்மாண பொறுப்பு வகித்திருந்தார். தினசரி வேலை நடந்துகொண்டிருந்தது. ஒளத மாப்பிளவுக்கு அது போதாது. இன்னும் வேகமாக நடந்திடவேண்டும்.

"உங்களை இந்த சர்ச்சிலேயே அடக்கம் செய்வோம். அப்போதான் நீங்க உண்மையிலேயே சாவீங்க."

"அதுக்கு நீங்க இடம் கொடுக்கமாட்டீங்க. இதை ஒரு பாரிசமாப் பண்ணமாட்டீங்க. நீங்கல்லாம் எதுக்கும் வக்கில்லாதவங்கதான். உங்களை எல்லாம் எனக்குத் தெரியும் டோய்!"

பருத்திக்காட்டு வீட்டிலிருந்து ஒளதமாப்பிள வெளியே வந்து பல வருடங்களாயின. என்றைய நாளிலிருந்து வெளியே வராமலானார் என்று

திட்டமாகச் சொல்ல முடியாது. மாலைநேரத்தில் அவருக்கு ஒரு புட்டி கள்ளு வேண்டும். அது காலையிலேயே வீடு வந்து சேரும். அது உள்ளே செல்லவில்லை என்றால் அவருக்கு இரவில் தூக்கம் வராது. குறிப்பிட்ட காரியத்திற்காக வெளிவரவேண்டிய அவசியமில்லாதாகி விட்டபோது வெளிக்கிளம்பாமலிருந்திருக்கலாம்.

இப்படியெல்லாமிருக்குமென்று தெரிந்துகொண்டு அந்தக் காலத்தில் ஔதமாப்பிள அப்படி நடந்துகொள்ளவில்லை. உண்மையிலேயே அவருக்குத் தெளிவான லட்சியம் இருந்திருக்கிறதா? அவ்வப்போது நினைத்ததைச் செய்துவந்தார். காகம் பிள்ளைக்கு எடுபிடியாக நடந்திருக்கிறார். எங்ஙனம் எடுபிடியானாரென்றுதான் சொல்லமுடியும்? ஞாற்றுவாய் நானூறினைக் குத்தகைக்கு எடுத்துக் கொண்டார். பின்னர் பங்கு சேர்ந்து விவசாயம் பண்ணினார். பின்னர் 'ஜன்ம'த்தையே வாங்கிக் கொண்டார். அது ஒரு சாகஸச் செயலாகத்தான் இருந்திருக்கிறது. அது வளர்ச்சியாகவும் இருந்தது. திட்டமிட்டு எதையும் செய்யவில்லை. ஆனால் செய்தது அனைத்தும் வெற்றிகரமாக இருந்தது.

செய்வதற்கு எதுவுமில்லாதாகிவிட்டபோது வீட்டிலேயே உட்கார்ந்து கொண்டார்போலும். அன்றைய நாளிலிருந்து வீட்டில் சண்டையும் ஆரம்பமாயிற்று.

"என்னோட ஊரைச் சுற்றிப் பார்த்து எவ்வளவு நாளாச்சு."

ஔத மாப்பிள சுயமாகச் சொல்லிக்கொள்வதுண்டு. முன்னர் நடந்து பார்த்த ஊரு இன்று எப்படியிருக்கிறது? அத்தகைய எண்ணமும் மனத்தில் எழலாம்.

ஒருநாள் காலையில் ஒரு குழாய்ப் பிட்டும் ஒரு கோப்பை கருப்பட்டிக் காப்பியும் உள்ளே போட்டுவிட்டுத் தடியூன்றியவாறு ஔத மாப்பிள வீட்டிலிருந்து வெளிக்கிளம்பி வந்தார்.

சமயல் கேட்டான்:

"எங்கு போறீங்க, தாத்தா?"

பதில் இல்லை.

"இந்த வயதான காலத்திலே தனியாகப் போயி-"

இதைச் சொன்னது வர்க்கிதான். அதற்கான பதில் இவ்வாறிருந்தது:

"தடுமாறி விழுந்து நான் சாகப் போறேன்னுதானே, நீ சொன்னது?"

சமயலின் மனைவி சொன்னாள்:

"சர்ச்சுக்குப் போறதாயிருந்தா..."

"அங்கே சர்ச்சு ஏற்படறப்போ நான் போவேன்."

ஔத மாப்பிள நடந்துகொண்டிருந்தார்.

தட்டுத் தடுமாறியல்ல; தடியூன்றியவாறு துணிச்சலுடன். கூனிக் குறுகி அல்ல; நிமிர்ந்த நடையாகத் தானிருந்தது.

சமயல் சொன்னான்:

"எந்தப் பயமும் வேணாம். வழக்கப்படி சாயங்காலத்தில் திரும்பி வந்திடுவார்."

வர்க்கிக்கு ஒரே ஒரு பயம் மட்டும்தான். பழைய நினைவில் ஏதேனும் கள்ளுக்கடையில் நுழைந்து குடித்துக் குடித்து...

அதையும் அந்தப் பழைய உடம்பு தாங்கிக் கொள்ளுமென்பதுதான் சமயல் மனைவியின் கருத்து.

கண்ணுக்கெட்டா தூரம் வரையிலும் அவர் தடியூன்றி நடந்து செல்வதை சந்ததிகள் பார்த்து நின்றனர்.

நேர் எதிராக முதலில் வந்தவன் ஒரு புலையனாவான். ஆளை அறிந்துகொண்டது போல் அவன் பாதையோரமாய் ஒதுங்கி நின்றான். ஔத மாப்பிள நின்றவாறு புருவத்தின்மீது கைவைத்து அவனை கவனமாகப் பார்த்தார். ஆள் யாரென்று அவருக்குப் புரியவில்லை.

"யாரடா, நீ?"

"நான் ஒலோம்பியோட மவனாக்கும்."

"எந்த ஒலோம்பியோட மவன்? பெலக்காட்டில் ஒலோம்பியோடவா?"

"ஆமாம்."

"நீ இப்போ யார்கிட்டே வேலை செய்யறே?"

அவன் ஏதோ ஒரு பெயரைச் சொன்னான்.

அப்போது அங்கே வந்த சோதி உபதேசம் பண்ணினான்: "இப்படி வெளியே இறங்கி நடக்கலாங்களா!"

"ப்ப்பூ!" ஆத்திரத்தில் வெளிவந்த ஔதவின் குரல்.

பலர் அவரைக் கடந்து சென்றனர். அவருக்கு யாரையும் தெரியாது. அறிமுகமில்லாத நபர்களின் ஊர். பார்த்தவர்களையெல்லாம் தடுத்து நிறுத்தி யாரெனக் கேட்கமுடியுமா?

சிலர் நின்றனர். எதை எதையோ பேசினர். புதிய குடும்பப் பெயர்கள். புதிய பெயர்கள். அவரால் ஒன்றும் புரிந்துகொள்ள முடியவில்லை. வேறு சிலர் அவரைக் கவனிக்கவேயில்லை.

பருத்திக்காட்டு ஔத மாப்பிளவைத் தெரியாது.

சாமுவேல் மற்றும் அவன் சந்ததிகளைத் தெரிந்திருக்கலாம். பாதையின் இருமருங்கிலுமுள்ள வீடுகள் அனைத்தும் ஔதவுக்குத் தெரியும். அங்கெல்லாம் அவரைத் தெரிந்தவர்கள் இருந்திருக்கிறார்கள். இன்று அத்தகையோர் உள்ளனரா; என்னவோ? பல வீடுகளிலிருந்தும் அந்த நாட்களில் புன்னைக்காய் ஆட்டி எண்ணெய் வாங்கிச் செல்வதற்காக வந்திருக்கின்றனர். சில இடங்களுக்கு எண்ணெய் எடுத்துக் கொண்டு சென்று கொடுத்திருக்கிறார்.

கொங்கணி மடத்தில் புன்னைக்காய் எண்ணெய் வியாபாரம் நடைபெற்றிருந்தது. அங்கே ஏராளமான புன்னைமரங்கள் இருந்தன. புன்னைக்காய் எண்ணெய் இல்லாதவர்களுக்கு எண்ணெய் விற்கப் பட்டிருந்தது.

கொங்கணி மடத்துப் பெரியம்மா இறந்துபோனாள். அன்றைய தினம் ஔத மாப்பிள அங்கே சென்றிருந்தார். பின்னரும் யார் யாரெல்லாமோ இறந்ததாகச் செய்திகள் வந்தன.

ஔத கோவிலின் கிழக்குவாசலில் சென்று நின்றார். மதிலில் சில இடங்களில் விரிசல் காணப்பட்டது. சில இடங்களில் புல் முளைத்திருந்தது. சில இடங்கள் தகர்ந்து கிடக்கின்றன. உள்ளே எட்டிப் பார்த்தார். முற்றமெங்கிலும் புல்படர்ந்து கிடக்கிறது. திருவிழா முடிந்த சமயம் அது. எங்கும் சுண்ணாம்பு பூசப்பட்டிருக்கவில்லை. ஒளியிழந்து காணப்படுகிற காட்சி. உள்ளே யாருமில்லை.

ஔதமாப்பிள உள்ளே கவனித்துப் பார்த்தார். அங்கே தொலைவில் ஒரு திரிமட்டும் எரிந்து நிற்பதாகக் காணப்பட்டது. அது கர்ப்பகிரகத்திற்குள்ளே தான்.

அங்கே ஒரு திரி மட்டுமா? ஆயிரம் திரிகள் ஒளியிடுவதை ஔத மாப்பிள பார்த்திருக்கிறார்.

கோவில் அழிந்துவிட்டதா?

நாகம்பிள்ளை குடியிருந்த மாளிகை வீடு?

யார்தான் இப்போது கோவில் காரியர்த்தர்?

உப்பம் வளாகத்து குஞ்சன் குஞ்சு எருமை மாடுகளை அடித்துத் துரத்திச் செல்வதை ஔத பார்த்திருக்கிறார்.

சிற்றாள் குஞ்சன் நாயர் என்றோ மண் மறைந்து போனார்!

இரவு உணவை முடித்துக்கொண்டு குஞ்சன் நாயரும் ஔதவும் சேர்ந்து கள்ளுக் கடைக்குச் சென்றிருக்கின்றனர். இப்போதைய சிற்றாட்கள் யார், யார்? என்னவோ? எவனையும் காணமுடியவில்லை.

புதியதோர் இடத்தில் நிற்பது போல் தோன்றியது. எந்த அறிமுகமும் இல்லாத ஓர் இடம்!

நீண்ட நாட்களுக்கு முன்னர் சும்மா இப்படி ஓர் இடத்தில் ஔத சுற்றியலைந்து நடந்திருக்கிறார். அன்றைய தினம் அங்கே ஆட்கள் இருந்தனர். ஆளரவமும் இருந்தது.

ஔத மாப்பிள நடந்தார்.

அது இடக்கரைவீடு. தங்கத் தம்பிரான் சாப்பிடுகிற அரிசியைக் கொண்டுபோய்க் கொடுத்துக் கொண்டிருந்த கொச்சுமிச்சார் வீடுதான் அது.

தங்கத் தம்பிரானைப்பற்றி, திருவனந்துபுரத்தைப் பற்றி, சாப்பாடு அரிசி எடுத்து செல்கிற பயணத்தைப்பற்றி-கொச்சுமிச்சார் என்னென்ன கதைகள் சொல்லியிருக்கிறார்!

ஒரு நாள் கொச்சமிச்சாரை ஒரு யட்சி (மோகினிப் பிசாசு) தடுத்து நிறுத்தினாள். ஸ்ரீபத்மநாபனுடைய முத்திரை பதித்த கூடை தலையி லிருந்ததனால் தப்பித்துக் கொண்டார்.

வாசற்படியில் நின்றவாறு ஔத மாப்பிள கூவியழைத்துக் கேட்டார்:

“இங்கே யாருமில்லேயா?”

யாரும் பதிலுக்குக் குரல் கொடுக்கவில்லை; வெளியே வரவுமில்லை.

கொச்சமிச்சார் என்றோ மரணமடைந்தார்.

திருப்படகில் தண்டுத்துடுப்பைச் செலுத்திவந்த கோந்நச்சார் வீட்டில் இன்று ஆண்கள் இல்லை.

மங்கொம்பில் கணபதி ஐயரை மறவனென்று அழைத்த பப்புப் பிள்ளை இப்போதும் உயிர் வாழ்கிறார். படுகிழவராகி விட்டார்.

ஔத மாப்பிள கூப்பிட்டார்:

“பப்புப் பிள்ளையவங்களே...!”

“ஓ...!”

பப்புப் புள்ளை வெளியே வந்தார்.

“ஓய்! யார் இது?”

“நான் பருத்திக்காட்டு ஔத!”

இருவரும் பரஸ்பரம் பார்த்தவாறே சிறிது நேரம் நின்றுவிட்டனர்.

யார் வயதில் பெரியவர்?

ஔதமாப்பிள சொன்னார்:

“இன்னமும் கனக்குளத்து நூறு பறை நிலத்திலே நீங்க விவசாயம் பண்றீங்கள்ல?”

“நான் வீட்டிலே உட்கார்ந்து விவசாயம் பண்றேன். பையன் வயலுக்குப் போறான்.”

“நான் எல்லோரையும் ஒரு முறை சந்திக்கலாம்னு கிளம்பி வந்தேன்.”

“அப்பறம் யாரை எல்லாம் சந்திச்சீங்க?”

“ஒங்களை மட்டும்தான்.”

பிள்ளை சொன்னார்:

“எல்லோரும் போயிட்டாங்க. இப்போ நாம்ப ரெண்டுபேர் மட்டும் தான். ஔத மாப்பிள, நீங்க என்னைவிடப் பெரியவரா; சின்னவரா?”

“ஆ...”

“எனக்கு என்ன வயசாச்சுன்னு தெரியுமா?”

“எனக்கு மட்டும்?”

“வெற்றிலை போடவேணாமா? வாசற்படியிலேயே நின்னு பேசினாப் போதுமா?”

முற்றத்தில் இரண்டு பலகைகள் மீது அமர்ந்தவாறு இருவரும் வெற்றிலை போட்டுக் கொண்டிருந்தனர்.

ஔத மாப்பிள சொன்னார்:

“இந்த ஊரிலே, இதோ வந்த வழியிலே, ரொம்ப பேரைப் பார்த்தேன். யாரையும் எனக்குத் தெரியாது. யாருக்கும் என்னையும் தெரியாது.”

பப்புப் பிள்ளை நிலைமையும் அதுவேதான்.

வெற்றிலை போட்டுவிட்டு ஔத எழுந்து நின்றார்.

“நான் வர்றேனுங்க. பொழுது விடியுது. வெயிலாவுது. மங்கலச்சேரி, கோந்நோத்து, கடம்மநாடு, கோடாந்திர, வாரிக்கச்சேரி, கொற்றி இப்படிப் பல வீடுகளுக்கும் போவணும்னு இருக்கேன். இன்னும் பல வீடுகளுக்கும் போவணும்னு மனசு சொல்லுது.”

பப்புப் பிள்ளை ஒரு முறை சிரித்தார்; சொன்னார்:

“என்னத்துக்கையா, அங்கே எல்லாம் போறீங்க?”

“நான் ஒரு காலத்திலே ஏறியிறங்கிய வீடுகள்தானே?”

"அங்கெல்லாம் இப்போ வீடுகளே இல்லை. அங்கே யாரைப் பார்க்கப் போறீங்க? யாருமில்லையே."

"கடம்ம நாட்டுக்கு நான் போயித்தான் தீரணும்."

"என்னத்துக்கு?"

"ங்ஆ... போன இடங்களுக்கெல்லாம் ஒரு தபா போய் வரணும். ஆமாய்யா... ஒரு விசயம். கோவிலென்ன, இப்படி வெறிச்சோடிக் கிடக்குது? மானும் மனிசனும்-யாரையும் காணோமே. விளக்கு கூட இல்லையே...?"

பிள்ளை நெடுமூச்சுவிட்டார்.

"அதனாலத் தானே, இந்த ஊரே நாசமாப்போச்சு?"

ஒளத மாப்பிளவின் முகம் கடுமையாயிற்று.

"ஆமய்யா, ஆமாம்! அதனாலத்தான்."

அதே கடுப்புடன் தொடர்ந்து கூறினார்:

"நான் இதை எங்க பகுதியிலுள்ள கிருஸ்தவப் பசங்ககிட்டே சொல்லிக்கிட்டுத்தான் இருக்கேன். ஒரு சர்ச்சை நிர்மாணம் செய்யத் தொடங்கி எவ்வளவு காலமாச்சு தெரியுமா? அவங்கள்லாம் நெல்லும் பணமும் இஷ்டம் போல வச்சிருக்கிறவங்கதான். என் மவனையும், அவனோட பசங்களையும் கூடச் சேர்த்துக்குங்க! இந்த ஊரிலே எத்தனை எத்தனை பெரிய பெரிய குடும்பங்கள் இருந்திருக்கு. தெய்வம் தான் பெரிசு ஐயா!"

பிள்ளை தலையாட்டினார்.

"அதுதான் உண்மை, ஒளத மாப்பிளா...!"

"இன்னொரு விசயம் கூட இருக்கு ஐயா! எங்க பசங்க பழைய காலத்தை மறக்கறவங்க. எங்கிருந்தாங்க; எப்படியிருந்தாங்க - இது ஒண்ணும் அவுங்களுக்குத் தெரியாது. அவங்க இப்போ அப்படிக் குதிக்கறாங்க. அதுக்கெல்லாம் நான் சண்டை பிடிச்சுக்கிட்டிருக்கேன். குழியை நோக்கிக் காலை நீட்டிக்கிட்டிருக்கிற இந்தக் கிழவன் சொன்னா எவன் கேக்கறான்?"

"எல்லாயிடத்திலும் அப்படித்தான் ஒளத மாப்பிளா....!" என்றார் பப்புப் பிள்ளை.

"காலம் மாறுதையா! நான் வர்ற வழியிலே சில சில புதிய வீடுகளைப் பார்த்தேன். மனிசனுங்க வெளிக்குப் போயிக்கிட்டிருந்த இடங்களிலே கூட புதிய புதிய வீடுகள். நட்டாச்சேரி மூலப்படத்திலே; அப்புறம் உப்பம் வளாகத்திலே. பழைய காலத்திலே அங்கெல்லாம்

என்ன இருந்தது? அப்புறம் முக்கோலீன்னா அது பழைய வீடுன்னு வச்சுக்கோங்கோ! சேந்நோட்டு வீடும் நல்லா வந்துக்கிட்டிருக்கு. எல்லாம் அந்த காரியஸ்தர் எஜமானோட உறவினாலேதான். இதெல்லாம் என்னன்னா, காலம் மாறுது."

பப்புப் பிள்ளை இதை எல்லாம் அவ்வளவு தூரம் கவனித்திருக்க வில்லை. ஆனால் ஔத மாப்பிள சொன்னபோது நன்றாகப் புரிந்து கொண்டார்.

ஔத மேலும் கூறினார்:

"இல்லே... எங்க விசயத்தையே எடுத்துக்குங்க! பள்ளம் குன்றாக மாறுது. குன்று பள்ளமாக மாறுது. ஆனா இதை எல்லாம் மனிசன் யோசித்துப் பார்க்கணும்."

ஔத மாப்பிள கிளம்பிச் செல்லவேண்டும். எல்லா வீடுகளிலும் ஏறியிறங்கவேண்டும்.

"நாம்ப பேசிக்கிட்டிருந்தா நேரம் போறது தெரியாது."

பிள்ளை அதை ஒப்புக்கொண்டார்.

"ஆமாம்; ஆமாம்! நாம்ப பழைய ஆளுங்க அல்லவா? அப்போ என்னன்னா பேச ஏராளமா விசயங்க இருக்கு."

"நான் இங்கே பழைய ஔதவாக எல்லா இடத்திலும் ஏறியிறங்கிக் கிட்டு, அப்புறம் வேலு கடையிலே போயி முன்னமாதிரி கொஞ்சம் போட்டுக்கிட்டு ஆடிப்பாடிப் போகணும். அதுக்குத்தான் வந்தேன்."

"வேலு செத்துப் போயிட்டான்."

"அது எனக்குத் தெரியும். இப்போ அவனோட கடைய நடத்தறது மகனா அல்ல, மருமகனா?"

"மருமகன் கிட்டுதான்."

"ஒரு குடுவைய உள்ளே தள்ளிக்கிட்டுப் போயிடுவேன்."

ஔத கிளம்பிச் சென்றார்.

"இனி எப்போ சந்திக்கிறது?"

"அதென்னவோ?"

ஔத வானத்தை நோக்கிக் கைவிரித்தவாறு கூறினார். மேலும் சொன்னார்:

"உங்களைக் காணக் கொடுத்து வச்சதுக்கு தெய்வத்துக்குத் தோத்திரம்!"

“எனக்குக் கூட இது ஒரு அதிருஷ்டம்தான்.”

ஔத மாப்பிள கடம்மநாட்டு வீட்டை நோக்கி நடந்தார்.

42

வர்க்கியும் குடும்பத்தினரும் எதிர்பார்த்துக் கொண்டிருக்கின்றனர். காலையில் தடியூன்றியவாறு, யார் சொல்லியும் கேட்காமல், கிளம்பிச் சென்றவர்தான். மதியமாகிவிட்டது. இன்னும் வரக்காணோமே. ரொம்ப வயதாகிவிட்ட மனிதர். மனமுடன் உடம்பு செயல்பட முடியாது. எதுவும் நடந்திடலாம்.

இன்னும் கொஞ்சம் பொறுத்துப் பார்ப்போமே.

ஏதேனும் நடந்துவிட்டால் தகவல் கிடைக்கத்தான் செய்யும். பிறந்து வளர்ந்த ஊர் தானே?

பருத்திக்காட்டு ஔதவை அறியாதவர்கள் யாரேனுமுண்டா? சாப்பாடு எங்கிருந்து கிடைக்குமோ? எங்கிருந்தெல்லாம் அவர் சாப்பிட்டிருக்கிறார்! சாப்பாட்டைப் பற்றிய கவலை வேண்டாம்.

சிறுவனாயிருந்தபோது அன்றைய குடும்பங்களின் அடுக்களை வாசலிலே போய் நின்று கெட்டியான பழஞ்கஞ்சி வாங்கிக் குடித்திருக் கிறார். அன்றைய நாளிலிருந்து பல சந்தர்ப்பங்களில் பல்வேறு முறைகளில் வாழ்ந்து அந்தஸ்துடன் இலைபோட்டுப் பரிமாறித் தந்து சாப்பிட்டிருக்கிறார்.

சமயல் சொன்னான்:

“கோந்நோத்து, இல்லாட்டா இரவிலே பட்டினிகிடக்கிற ஏதாச்சும் வீட்டிலே போயி எனக்குச் சோறு வேணும்னு கேப்பார்ன்னு தோணுது.”

வர்க்கி பேசவில்லை. அவர் கூட கோந்நோத்துக் கஞ்சித் தண்ணி வாங்கிக் குடித்திருக்கிறார்.

அந்தக் கஞ்சித்தண்ணிக்குப் பிரத்தியேகமான ஒரு ருசி இருப்பதாக வர்க்கிக்குத் தோன்றியுதுண்டு.

மாலைவெயில் போயிற்று.

இனிமேல் தேடிச் செல்லவேண்டும்.

அங்கு தூரத்தில் ஒரு குரல் கேட்கிறது.

பாதையோரத்தில் வசிக்கின்றவர்களை எல்லாம் கூப்பிடுகிற குரல்.

“நாயிப்பறக்காரரே...!”

நாயிப்பற கிட்டான் வெளியே வந்தான்.

“பருத்திக் காட்டு ஔத ஊரைச் சுற்றிப் பார்க்கக் கிளம்பி வந்ததுதான்.”

“ஐய்யய்போ! ஔதப் பெரியவரு ஏன், இப்படிக் கிளம்பி வந்தீங்க?”

“நான் இப்போ பழைய பருத்திக்காட்டு ஔதவேதான்.”

கொங்கணி மடத்தினர் குரல்கேட்டு வெளியே வந்தனர். ஔத மாப்பிள விசாரித்தார்:

“இன்னும் எவ்வளவு புன்னை எண்ணை நான் தரணும்?”

யாருக்குத் தெரியும்?

“ஒற்றைத் தென்னை மரத்து காளி ஈழவச்சியே...!”

ஒருவன் வெளியேவந்து சொன்னான்:

“காளி ஈழவச்சி செத்துப் போய் வெகு நாளாயிற்றே!”

பருத்திக்காட்டு ஔததான் வருகிறார் என்று அவர்கள் அறிந்திருந்தனர்.

காக்கைத் தரை தேவனைக் கூப்பிட்டு ஔத மாப்பிள சொன்னார்:

“என்னோடதுதான் நாற்றுவாய் நானூறு. நீ புறவேலி கட்டடித் தரணும்.”

தேவப் புலையன் செத்து வெகுகாலமாயிற்று.

ஔத மாப்பிள சக்கரம் மிதிக்கும்போது பாடுகிற பாட்டைப் பாடுகிறார். மக்களும் மற்றவர்களும் சேர்ந்து அவரைப் பிடித்துக் கொண்டு சென்றனர். ஔத அனைவரையும் திட்டுகிறார்:

“ச்சி! விடுங்கடா, வடுகப் பசங்களா! உங்களுக்குத் தெரியுமா, பருத்திக் காட்டு ஔதன்னா யார்ன்னு?”

* ** *

வர்க்கி மற்றும் சமயலைக் கூப்பிட்டு முன்னால் நிறுத்தினார்.

“டேய், எனக்கு ஐநூறு பறை நெல் வேணும்!”

சமயல் வினவினான்:

“என்னத்துக்கு, பெரியப்பா?”

“எதுக்குன்னு கேக்க நீ யாரடா? எனக்கு வேணும்- எடு சாவியை!”

“சாவி கொடு!” வர்க்கி மகனிடம் சொன்னார்.

ஔத மாப்பிளவுக்கு வேண்டியது சாவியல்ல. ஐநூறு பறை நெல் அளந்து போடவேண்டும்.

சொன்னார்: "நில்லடா! நான் கொஞ்சம் கணக்குப் போட்டுப் பார்க்கட்டும். கடம்மநாட்டுக்கு நூறு, கல்லறக்கலுக்கு எழுபத்து ஐந்து, மங்கலச்சேரிக்குக்கு ஐம்பது, கோந்நோத்துக்கு நூறு - மொத்தம் எவ்வளவாச்சுடா?"

யாரும் பதிலளிக்கவில்லை.

"எல்லா குஞ்சம்மாமாருங்களும், குழந்தைகளும் என்னைச் சுற்றிவளைச்சிட்டாங்க. கேட்டாங்க. நான் தர்றேன்னு சொன்னேன். அவங்க வரலியா?"

ஔத மாப்பிள வெளியே பார்த்தார்.

"அவங்க வரலேப்பா! வந்தப்பறம் கொடுத்துக்கலாம்." என்றார் வர்க்கி.

"ஆ... வரட்டும்."

ஔத மாப்பிளவின் முகம் சுருங்கிவிட்டது. ஏதோ வேதனை உண்டு.

"படுக்கிறீங்களா, அப்பா?" என்றார் வர்க்கி.

"ங்ஆ...!"

ஔத மாப்பிள தானாகவே நடந்து கட்டில் பக்கம் சென்றார்.

"டேய், மூலகாரணத்தை மறந்திடாதே!"

அவர் சொன்ன இறுதி வாசகம் இதுவாகும்!

* ** *

ஔத மாப்பிள இறந்துவிட்டார். கிழக்குத் தோட்டத்திலுள்ள வர்க்கி மகன் ஔசேப்பு மற்றும் தோம்மாவுக்கு ஆளனுப்பினர்.

எந்த ஓர் இழவுவீட்டிலும் இவ்வளவு ஜனங்கள் வந்து சேர்ந்திருக்க மாட்டார்கள். அனைத்து ஜாதியினரும் உண்டு. ஊரில் எல்லோரையும் விட வயதானவர்தான் ஔத மாப்பிள. கல்லறைக்கல், கடம்மாநாடு, மங்கலச்சேரி முதலிய அனைத்துக் குடும்பங்களிலிருந்தும் ஆட்கள் வந்திருக்கின்றனர். அவர்கள் கேட்ட அளவு நெல்லைக் கொடுப்பதாக ஔத மாப்பிள சொல்லியிருந்தார்.

தோம்மாவும் அவுதவும் மெத்ரான் பாதிரியின் உதவிப் பாதிரியைக் கூடவே அழைத்து வந்தனர்.

புதிய சர்ச்சினைச் சேர்ந்த ஸெமித்தேரியிலேதான் கல்லறை கட்டப் பட்டது.

சடலத்தைக் கல்லறைக்கு எடுத்துச் சென்றபோது உதவிப் பாதிரியார் ஔத மாப்பிளவுக்காகச் சொன்னார்:

“நான் போகிறேன். வாழ்ந்த காலத்திலே நீங்கள் அனைவரும் என்னை நேசித்தீர்கள். எனக்குத் தவறுகள் நேர்ந்திருக்கலாம். உலகம் அதை மன்னிக்கட்டும். அன்றாடப் பிரார்த்தனைகளிலே நீங்கள் என்னைக் கூட நினைக்கக் கூடாது!”

ஔதமாப்பிள முந்தியநாள் அனைவரிடமும் விடைவேண்டினார். வீடான வீடுகளில் எல்லாம் ஏறியிறங்கி விடைவேண்டினார். ஊரில் அறிந்திருந்தவர்கள் பலர் சென்றுவிட்டனர்.

அவர்களை எல்லாம் இவர் அங்கே சந்திக்கலாம்.

ஆற்றுமாலி இந்த அளவில் வளர்ச்சியடைய மூலகாரணம் யார்? அஸ்திவாரமாயிருந்தது ஔத மாப்பிளவேதான். எல்லோரும் உழைத்தனர் என்பது உண்மைதான்.

கண்கலங்காதவர்கள் யாருமில்லை. ஊரின் பழமையைத்தான் அடக்கம் செய்வதற்காக எடுத்துச் செல்கின்றனர்.

எல்லோரும் ஒவ்வொரு பிடி மண்ணைப் போட்டனர்.

வந்து சேர்ந்த பறையர்களுக்கும் புலையர்களுக்குமெல்லாம் நெல் வழங்கப்பட்டது. மூன்று கூலி என்ற முறையிலே. பட்டினிக் கஞ்சி படாடோபமாய் ஊற்றப்பட்டது. மெத்ரன் பாதிரியாரை வரவழைத்தது முதற்கொண்டு அனைத்துச் செலவுகளையும் ஆற்றுமாலி மாப்பிளமார்கள் நிர்வகித்தனர். ஐநூறு பறை நெல் விசயமாக வர்க்கி தோம்மாவிடம் பேசினார்.

தோம்மா சொன்னார்:

“அதை அளந்து கொடுத்திடுங்க. அது மட்டும் உங்களைச் சேர்ந்தது.”

கடம்மாநாடு, கோந்நோத்து, கல்லறைக்கல், மங்கலச்சேரி ஆகிய குடும்பத்தினருக்கு ஔதமாப்பிள சொன்னபடி நெல் அளந்து கொடுக்கப் பட்டது.

* ** *

மெத்ரான் பாதிரியாரின் உதவிப்பாதிரியார் ஆற்றுமாலிப் பிராந்திய மெங்கிலும் நடந்து பார்த்தார்.

ஆற்றுமாலி செழிப்புற்று வருகிற பிராந்தியம். ஆற்றோரமாய் உயர்த்தப்பட்ட வளாகங்களில் தென்னைமரங்கள் தழைத்து வளர்கின்றன. தாங்கமுடியாத அளவு தேங்காய் குலைகுலையாய்த் தொங்கிக் கிடக்கிறது. புது மண்ணில் வாழைமரங்கள் வளர நல்ல வாய்ப்பு வண்டு. எந்த ஒரு குடும்பமும் மோசமில்லை. கூரைக் குடிசையிலே கூடச் செழிப்பும்

களையுமுண்டு. வெகுவிரைவிலேயே கல் மற்றும் மரத்தினாலான வீடுகள் உயர்ந்துவரத்தான் செய்யும். மண்சுவர் போடாத வீட்டு வளாகங்கள் இல்லை. அதுவே நல்லதொரு மங்களச் சின்னமல்லவா?

கடவுள் கனிவுற்று அருளியிருக்கிறார். பட்டினிக் கஞ்சிக்காக பறையர்களும் புலையர்களும் வரிசையாய் உட்கார்ந்திருக்கின்றனர். உதவிப் பாதிரியார் அவர்கள் மீது ஒரு முறை பார்வையைச் செலுத்தினார். அவர் விசாரித்தார்:

"தோம்மா, இவங்கள்லாம் உங்க வேலக்காரங்களாயிருப்பாங்கள்ல?"

தோம்மாவுக்கே பதினெட்டு புலையக் குடும்பத்தினர் வேலைக் காரர்களாக இருக்கின்றனர்.

"இந்த ஆத்மாக்களை மனமாறுதல் செய்ய வச்சுக் காப்பாற்றக் கூடாதோ?"

பாதிரியார் மேலும் கூறினார்:

"சி.எம்.எஸ்"ஸினர் அந்த வேலையைத் துவக்கியிருக்கிறார்கள். அது புறக்கட்டிலேதான். நமது திருச்சபையும் மற்ற ஊர்களில் துவக்கி யிருக்கிறது. இந்த ஊரிலே இங்கே துவக்குவோம்."

'சரி!" மெத்ரான் பாதிரியும் ஒப்புக்கொண்டார்.

அந்த நாள் வரையிலும் எவனது மூளையிலும் அது தோன்ற வில்லை.

யாரோ மிகவும் தாழ்மையாகவே வினவினான்:

"அவங்களுக்கு மனமாறுதல் ஏற்பட்டு என்ன பயன்? பறையன் என்றும் பறையன்தான்."

மெத்ரான் திருமேனி ஒரு புன்னகையுடன் உத்திரவு போட்டார்:

"அவர்கள் தெய்வத்தின் மார்க்கத்துக்கு வரட்டும். பறையன் இயேசு மிசிஹாவின் மார்க்கத்துக்கு வரக்கூடாதா?"

வர்க்கி சொன்னார்:

"இங்கே அதுக்கான ஆள் இல்லை."

"நாம் நிபுணர்களான இரண்டு பாதிரிமார்களை அனுப்பி வைப்போம். மனமாறுதல் செய்வதற்குப் பிரத்தியேகமான பயிற்சி பெற்றவர்கள்."

மெத்ரான் திருமேனி தொடர்ந்து கூறினார்:

"அதற்கான செலவும் ஒத்துழைப்பும் தந்தால்போதும். அதை நீங்களெல்லாம் சேர்ந்து செய்யணும். கர்த்தர் உங்களைக் கனிந்திருக்

கிறார். பாவிகளை ரெட்சிப்பதற்காக ஒரு வீதாச்சாரம் செலவு செய்யணும். அது தெய்வத்திற்காகச் செய்வதாகும். அப்போது அதிகமான நன்மை பயக்கும்."

தோம்மாஸ் எல்லோர்முகத்தையும் பார்த்தார். வர்க்கியின் முகம் சற்று ஒளி படர்ந்ததாய்க் காணப்பட்டது. எது இல்லாவிட்டாலும் இந்த ஊரிலே கிருஸ்தவர்களின் எண்ணிக்கை பெருகிவிடுமல்லவா?

வர்க்கியின் மனத்தில் இந்த எண்ணம்தான். இப்போது கிருஸ்தவர்கள் எண்ணிக்கை மிகவும் குறைவு.

அது ஒரு நல்ல காரியம்தான்.

...அப்படியானால் அதற்கான ஏற்பாடுகளைச் செய்வோமே...

* ** *

மெத்ரான் பாதிரியாரின் பிரதிநிதி அருள்மொழி கூறியதற்குப் பல்வேறு வியாக்கியானங்கள் ஏற்பட்டன.

தோம்மாவின் தலைப்புலையன் ஔதவாக இருந்தால் எப்படி யிருக்கும்?

எப்படியிருக்கும்?

யாருக்கும் புரியவில்லை.

ஓர் உதாரணம் சொன்னால்தானே, அதை எல்லாம் புரிந்துகொள்ள முடியும்?

தெய்வத்தைக் கூப்பிட்டு முன்னால் நிறுத்தித்தானே, வயலுக்குப் புறவேலி நாட்டிடத் தொடங்குகிறோம். ஆமாம் - நிச்சயமாகச் சொல்ல முடியும் ஆமாம்! கடல் பொங்கும் போதும் வெள்ளப் பெருக்கின்போதும் புறவேலியைக் காத்து ரட்சிப்பது தெய்வம்தான். தலைநார் இழையளவு வெடித்தால் போதும்-எல்லாமே முடிந்துவிட்டது. புஞ்சை வயலில் நடைபெறுகிற எந்த வேலையும் தெய்வத்தைக் கூப்பிட்டுக் காவல் பொறுப்பினை ஒப்படைத்து விட்டுத்தான் துவங்குகிறது.

விதைவிதைக்கத் தொடங்கும் போது அந்த மங்களமூலையிலே புலையன் ஒரு பிடி விதையள்ளிப் போடுவது கூப்பிய கரமுடன் கண்மூடி நின்றபடியேதான்.

புலையன் அப்போது யாரைத்தான் நினைக்கிறான்?

ஓ... அதுவா? தனது புலையக்காட்டிலுள்ள வேதாளத்தினை!

பாதிரியார் வினவினார்:

"ஒன்று கர்த்தரான தம்பிரானைப் பிரார்த்தனை செய்து காவல் நிறுத்துவது, அல்லது ஏதாவது கல்லின் பெயரைச் சொல்லியோ, ஏதாவது காளிகூளி பெயரைச் சொல்லியோ காவல் நிறுத்துவது-இவற்றில் எது தான் மனத்துக்குக் குளிர்ச்சி தருவது?"

"அது கர்த்தரான தம்பிரானை அழைக்கிறதுதான்."

வர்க்கிதான் இதைச் சொன்னான். மேலும் சொன்னான்:

"நமக்கு மனக்கவலை ஏற்படறப்போ, நாம்ப யாரை நெஞ்சிலே கைவச்சு அழைக்கறோம்?"

பாதிரியார் சொன்னார்:

"பார்த்தீர்களா? அப்படி நினைக்கிற வர்க்கியுடைய வேலையாளும் அப்படியே நினைக்கவேண்டாமா? நமது தெய்வமான சத்தியதெய்வம் தம்பிரானைத்தான். சத்தியதெய்வம் நம்மைக் காத்து ரட்சித்திடும்."

எல்லாவற்றையும் கேட்டுக்கொண்டிருந்த உதுப்பானுக்கு ஒரு சந்தேகம்.

"அப்போ... ஃபாதர், அவங்க தெய்வம் கோவிச்சுக்கிட்டா? அந்த தெய்வத்தை விட்டுட்டுத்தானே, செய்யறாங்க?"

"ஓ... அவர்களுக்கு தெய்வமுண்டா? பிராமணங்கள் என்ன சொல்கின்றன? அவிசுவாஸிகள் பாவிகள்!"

உதுப்பானுக்குச் சரியான விசுவாஸமாகவில்லை.

"பிராமணமெல்லாம் சரிதான். ஆனாலும் வேதாளம், மருதா போலுள்ள கடவுளுங்க இருக்காங்க. சில சமயங்களிலே தென் கரிசல் வயலிலே தென்னைமர உயரத்திலே நெருப்பு எரிவதைக் காணலாம். நள்ளிரவிலே தனியா போறப்போ அந்த மருதா ஆளை அடிச்சே கொன்னிடுச்சு."

"அதெல்லாம் பிசாசுக்கள்! தெய்வம் பிசாசுகளை விரட்டியடிக்கும். தெய்வ விசுவாசமிருந்தாப் போதும்."

வர்க்கி தன் மனத்திலுள்ள ஒரு உண்மையைச் சொன்னார்:

"என்ன இருந்தாலும் ஒரு விசயத்தைச் சொல்லித்தானாகணும். நான் அதை நேரடியாகவே சொல்லிடறேனே... இந்தப் பறையனை - ஏன்? யாராத்தான் இருக்கட்டுமே - அவங்களை எல்லாம் நம்ப பெயருங்களைச் சொல்லிக் கூப்பிடறதுதான் மனசுக்குக் குளிர்ச்சி தரும் - சாண்டி, பீலி, தோம்மா - எவ்வளவு அழகான பெயருங்க. இன்னொரு பெயரைச் சொல்லிக் கூப்பிடறப்போ என்னோட நாக்கு வளைஞ்சு தர்றதில்லே. அந்தப் பெயருங்களுக்கு அது இசைந்து தர்றதில்லே."

அந்த உண்மையை எல்லோரும் ஏற்றுக்கொண்டனர்.

சில நாயர் ஜாதியைச் சேர்ந்த நபர்களின் பெயர்களைச் சொல்வதே கடினமாயிருக்கிறது.

சில பெயர்கள் மறந்து போய்விடும்.

சிலவற்றைச் சொல்லும்போது தவறிவிடுகிறது.

இரண்டு மூன்று பெயர்களை ஒன்றாக இணைத்த பெயர் உண்டு. அதை எப்படித்தான் உச்சரிப்பது? எல்லாமே ஒரு 'கசமுச'தான்.

பீலி அதுக்கு ஓர் உதாரணம் சொல்லி விளக்கினார்:

"அந்தப் புலையப் பள்ளிக்கூடத்திலே வாத்தியாரு அந்த இளைஞனில்லையா? - சீலாந்திப் பிள்ளிக் குடும்பத்தைச் சேர்ந்த அந்த நல்ல பையனோட பேரு என்னடா, வர்க்கீ? - என்னோட நாக்கு முனையிலே இருக்கு. நல்ல பையன். அவனை நான் திடீர்னு கொசவன் பிள்ளைன்னு கூப்பிட்டேன். கூப்பிட்டப்புறம் தான் எனக்கு 'ஐயடா!'ன்னாச்சு."

எல்லோரும் குலுங்கச் சிரித்தனர். அந்தோணி சொன்னார்:

"ஆனாக் கூட அந்தப் பிள்ளையாண்டான் கொசவன் இல்லே. இந்த ஊரிலே இப்போ அவன் படிச்ச படிப்பு யாரும் படிச்சதில்லே. இப்போக் கூட ஓலைச் சுவடிங்களைக் கையிலேருந்து கீழே வச்சுக்கறதில்லே."

பீலிக்கு அந்த விஷயத்தில் கருத்து வேற்றுமையில்லை. இன்னும் கூடுதலாகச் சொல்லத்தான் உள்ளது.

அந்தப் பையன் சூரியன் உதித்து வருவது போன்று இருப்பான். அவன் சிரிப்பும் பேச்சுமெல்லாம் எவ்வளவு அழகாயிருக்கும் தெரியுமா? அன்றொரு நாள் குத்தகை கணக்கு சொல்ல வந்தான். அவர்களுக்குக் கொஞ்சம் நிலமிருக்கிறதல்லவா? எவ்வளவு மரியாதையான பேச்சு!

வர்க்கி சொன்னான்:

"அந்தப் பெரிய குடும்பத்து அல்லறை - சில்லறைகள் போல இல்லை. அந்த கோந்நோத்து, சீரட்டக் குடும்பக்காரங்களைப் பார்க்கணும். தோலும் எலும்புக்கூடுமா.. அவங்களைப் பார்த்துவிட்டு ஒரு காரியத்துக்குப் போனா அது நடக்காது."

"அன்னைக்கு நெல்லு வாங்க வந்தப்போ அவங்க பண்ணின அசிங்கத்தைப் பார்த்தீங்களா? நெல் அளந்தப்போ புலையனுக்கு அளந்து போட்டப்போ பார்த்த ஆவலைவிட அதிகமான ஆவலைக் காட்டினாங்க."

பேச்சு திசைமாறிச் செல்கிறது. பீலி அதைத் திசை திருப்பினார்:

"நான் சொன்னது அதுவல்ல. வர்க்கியைப் போல எனக்கும்தான் அவங்களோட பெயரைச் சொல்ல நாக்கு அசையறதில்லேங்கறதுதான்."

"பார்த்தீர்களா? விசயத்துக்கு வரும்போது அப்படித்தான்." பாதிரியார் பேசினார்: "நாம் ஞானஸ்நானம் செய்தவர்கள் ஒரு ஜாதியினர். நாம் அப்போது ஒருங்கே நின்று பிரார்த்தனை செய்கின்றோம். ஓர் இடையனுக்குப் பின்னால் சென்று கொண்டிருக்கின்றோம். நமக்குள்ளே பரஸ்பரம் சில போட்டி பொறாமைகள் இருக்கின்ற போதிலும், ஓர் இடையன் சொல்லாலே ஒரு தெய்வத்தைப் பிரார்த்தனை செய்யும்போது அதெல்லாமில்லாமலாகிவிடும். ஓர் ஆச்சாராம்; ஒரே மாதிரியான வாழ்க்கை! இந்த ஆற்றின் கரையோரமெல்லாம் எப்படி இருந்தது? இப்போது இது தெய்வம் தம்பிரான் அருள்புரிந்த பிராந்தியமாகிவிட்டது. ஏதன் தோட்டத்தின் ஒரு பகுதி எனலாம். இது இவ்வாறாகக் காரணம் என்ன? இங்கே பிற ஜாதியைச் சேர்ந்தவன் இருக்கிறானா?"

பாதிரியாரின் சொல்வன்மை அனைவருடைய மனத்திலும் பதிந்து கொண்டது. வர்க்கி சொன்னார்:

"எம் மனசிலே கூட இந்த யோசனை இருந்தது. நான் இதை வெளியே மனம் திறந்து சொல்லலேங்கிறதுதுதான் உண்மை. எனக்கு இந்த வேறு ஜாதிக்காரங்களை-உண்மையைச் சொன்னால் வெறுப்புத் தான்."

எல்லோருக்கும் ஒரு சந்தேகம். எல்லோருக்குமே தங்கள் தங்கள் உள்ளுக்குள்ளே கொஞ்சம் வெறுப்பு இல்லையா என்று உண்டு. இல்லை என்று சொல்லமுடியாது.

மத்தாயி சொன்னார்:

"அவங்க அசிங்கம் புடிச்சவங்க. பொழுது விடியறதுக்குள்ளே நாலு அஞ்சு பேருங்க வருவாங்க. அவங்க நிலத்தை நாம்பளே வெட்டிப் பொளந்து கிளறிக்கிட்டிருப்போம். இல்லாட்டா விலைக்கு வாங்கி யிருப்போம். சரிதான். ஆனாக் கூட காலையிலே இவங்க முகத்தைத்தான் பார்க்கிறோம். அப்பறம் தண்ணி குடிக்கவேணாம்."

பீலிக்கு இன்னும் சொல்லவேண்டியிருந்தது.

"இவங்களுக்கு நேர்மையுண்டா? நெறியுண்டா? ஒழுங்கிருக்கா?"

பாதிரியார் கேட்டார்:

"ஏன் இப்படியெல்லாமாகிவிட்டார்கள் என்று நினைக்கிறீர்கள்?"

பதில் இல்லை. பாதிரியாரே பதிலளித்தார்:

"நான் சொல்கிறேன் - சத்தியதெய்வத்தின் மீது அவர்களுக்கு நம்பிக்கையில்லை. வேறு எதுவுமல்ல!"

வர்க்கி தனது அனுபவத்தை வைத்துக்கொண்டு ஒரு விசயத்தைச் சொன்னார்:

"இந்த மாசி மாசத்திலே ஒரு காரியம் நடந்தது. நாமெல்லாம் அதை அறியவேண்டும். ஞாற்று வாயிலில் ஏற்றத்தின் போது தண்ணியேற்றணும். ஒரு மடையைத் திறந்து வச்சுட்டு தேவன் போயிட்டான். இன்னொரு மடையகூடத் திறந்து வச்சுக்கணும். அதை அவன் செய்யலே. நான் வயலுக்குப் போனப்போ அதைத் தான் பார்த்தேன். ஆனா, அவனைக் கூப்பிடலாம்னு அவன் சேரிக்குப் போனேன். அங்கே போனபோது அங்கே ஒரு பூனை கூடக் கிடையாது. அப்போ புலையக் காட்டிலே பறமேளமும் பாட்டும் கேட்டது. நான் அங்கே போனேன். அங்கே இந்த ஊரைச் சேர்ந்த எல்லாப் புலையனுங்களும் கூடியிருந்தானுங்க. அங்கே 'குருதி' நடக்குது. நான் தேவனைக் கூப்பிட்டேன். அவன் வர்றதாச் சொன்னான். ஆனா வரலே. மடை திறக்கவுமில்லே."

பாதிரியார் கேட்டார்:

"பார்த்தீர்களா, அது என்ன? அவன் ஒரு பிற ஜாதிக்காரனா யிருந்ததனால் தானே? சத்தியவேதத்திலே சேர்ந்தவனாக இருந்தால்?"

வர்க்கி சொன்னார்:

"அவன் நம்ப திருநாளும் பெரும்நாளும் மட்டும் தான் பார்த்திருப்பான். நாம்ப கூப்பிற இடத்திலே வந்து நிப்பான். இந்த 'குருதி' உற்சவம் ஒண்ணுமிருக்காது. ஞாயிற்றுக்கிழமை அல்ல ஒரு பெரும் நாளைத் தவிர எந்த நேரத்திலும் வேலைக்குக் கிடைப்பான்."

வர்க்கி கண்டிப்புடன் ஒரு கருத்தை வெளியிட்டார்:

"நம்ப வேலையாட்கள் நம்ப ஜாதியைச் சேர்ந்தவங்களா யிருக்கணும். அப்போதான் வேண்டிய நேரத்திலே அவங்க கிடைச்சிடுவாங்க."

பீலி அந்தக் கருத்தை அப்படியே முழுவதுமாக ஆமோதிக்கவில்லை. அவர் விசாரித்தார்:

"நம்ப ஜாதியைச் சேர்ந்தவங்களா? புலையனும் பறையனுமெல்லாம் நம்ப ஜாதியைச் சேர்ந்தவங்களாவது எப்படி?"

அப்போது பாதிரியார் தலையிட்டார்:

"வர்க்கி சொன்னது வேறு. சத்திய தெய்வத்தின் மீது விசுவாஸம் வேண்டுமென்பது மட்டும்தான். மெத்ரான் திருமேனி சொன்ன தென்ன? அதுவேதான். எனவே அதை மட்டும் நினைத்துக் கொண்டால் போதும்."

உதுப்பு சொன்னார்: "நமக்கு இந்தத் தீண்டாமை ஒண்ணும் கிடையாது. ஆனாகூட ஜாதி ஒண்ணாக முடியுங்களா?"

வர்க்கிக்கு அந்தக் கருத்து பிடிக்கவில்லை.

"ஒரு ஜாதியாயிட்டா, என்ன?"

பீலியும் சற்று ஆத்திரமுடன் பதிலளித்தார்:

"தேவன் ஞானஸ்நானம் பண்ணினான். அவன் மகனுக்கு உங்க மகளைக் கலியாணம் பண்ணிக் கொடுப்பீங்களா?"

வர்க்கி சிறிது தடுமாறினார். பொல்லாத கேள்வி அது.

பாதிரியார் தலையிட்டார்.

"நீங்கள் ஏன், விவாதம் செய்கிறீர்கள்? விசயம் இவ்வளவுதான். எத்தனை ஆத்மாக்களை சத்திய தெய்வத்தின் மார்க்கத்துக்குக் கொண்டு வரமுடியுமோ அவ்வளவும் நல்லது. அதுதான் புண்ணியம். மெத்ரான் திருமேனி சொன்னது அதுவே. நாம் அதை மனத்தில் கொள்ளவேண்டும்."

எதையோ நினைத்துக்கொண்டிருந்த உதுப்பு சொன்னார்:

"எல்லாரும் ஞானஸ்நானம் செஞ்சிக்கிட்டுருந்தாங்கன்னா! மங்கொம்பு ஐயரு ஔசேப்பு ஆக மாறியிருந்தார்ன்னா?"

வர்க்கி சொன்னார்: "இந்தக் கோவில்களெல்லாம் 'சர்ச்சு' களாயிட்டா?"

உதுப்பு சொன்னார்:

"ஐயோ! அது வேணாம். நாசமாப் போயிடுவோம். கோவில் அந்த இடத்திலேயே நின்னுக்கட்டும்!"

43

ஆம்பக்காடனும் கல்லிச்சேரியும் ஆழமான யோசனையில் மூழ்கியிருந்தனர்.

புலையப் பள்ளிக்கூடத்திலே ஈழவச் சிறுவர்களைச் சேர்ப்பது சரிதானா? சீலாந்திப்பிள்ளியைச் சேர்ந்த அந்த இளைஞனுடைய தந்திரம்தான் இது என்பது ஆப்பக்காடன் கருத்து. புலையர்களுக்காகப் பள்ளிக்கூடம் அமைத்தான். அங்கே ஈழவச் சிறுவர்களைச் சேர்த்துக் கொள்ள ஓடிநடக்கவேண்டிய அவசியமென்ன? அது ஒரு தந்திரமே தான். ஈழவனை பறையனுக்கும் புலையனுக்கும் சமானமாக்குவதற்குத்தானா?

கல்லிச்சேரிக்கு அந்தக் கருத்து கிடையாது.

"அந்த இளைஞன் குதர்க்கக்காரன் அல்ல. அதைச் சொல்ல வேணாம். பறையனுக்கும் புலையனுக்கும் சமானமாய் ஈழவர்களைக் கொண்டுவந்து நிறுத்தணும்ங்கிற எண்ணமும் அவனுக்குக் கிடையாது."

"அப்பறம் என்ன நோக்கமாயிருக்கும்?"

பரமன்கர்த்தா ஆம்பக்காடனையும், கல்லிச்சேரியையும் மிகவும் ஆழமாகச் சொல்லிப் புரிய வைத்திருக்கிறார்.

புலயப் பள்ளிக்கூடத்தில் ஈழவச் சிறுவர்களைப் படிக்க வைக்கக் கூடாது.

கல்லிச்சேரி வினவினார்:

"ஊரார் கருத்தை மீறி நம்மால் நடந்துகொள்ள முடியுமா? அவங்களை வெல்லமுடியுமா?"

ஆம்பக்காடன் சொன்னார்:

"அது பொய்-ஈழவனுங்களுக்கு நெல்லும் பணமுமில்லேங்கிற குறை மட்டும்தான். நம்பளுக்கு ஜனங்க இல்லையா? அப்போ விசயம் அதுவல்ல; என்ன?"

"வேறென்ன?"

"வெல்லுகிற விசயம். அதை நிரூபிக்கவேண்டிய அவசியமில்லே. நாம்ப யோசிக்கவேண்டியதும் அதுவல்ல; நான் முன்னாலேயே சொன்னேனே - அதுதான். நாம்பளும் பறையனுங்களும் சமான மானவங்களா?"

அந்த விசயத்தில் கல்லிச்சேரிக்குச் சந்தேகமில்லை.:

"அது ஒருக்காலுமில்லே."

"அப்போ விசயம் என்னன்னா, பரமன் தம்ப்றான் சொன்ன தல்லவோ, உண்மை?"

"அது அப்படித்தான்."

"அப்போ, பறையப் பள்ளிக்கூடத்துக்கு நம்ப பசங்களை அனுப்பி வைக்கக் கூடாது."

"அதிலென்ன, சந்தேகம்?"

சிறிது நேரம் வரையிலும் பேசாமலிருந்து விட்டு ஆம்பக்காடன் விசாரித்தார்:

"அது இருக்கட்டும். நம்ப பசங்க யாரையாச்சும் புலையப் பள்ளிக் கூடத்திலே சேர்த்திருக்காங்களா?"

"யாரோ சிலவங்க செஞ்சிருப்பாங்க. அந்த தலைச்சேரிக்காரன் இருக்கானே - அவன் அவனோட மருமகப் பையனைச் சேர்க்கணும்னு சொல்லி நடக்கறதா பசங்க சொல்லறதைக் கேட்டேன்."

தொடர்ந்து கல்லிச்சேரி வினவினார்:

“அப்பறம் ஆம்பக் காடண்ணன்கிட்டே ஒரு விசயத்தைப் பற்றிக் கேக்கவேண்டியிருக்கு. என்னன்னா இப்போ நம்ப ஈழவக் குடித்தனங்களிலே சில இடங்களிலேருந்து மட்டுமாய் உங்க ஊருக்குப் பசங்களை எழுத்துப் படிக்க அனுப்பி வைக்கறாங்க. அந்தப் பாதிரியோட நல்ல மனசினாலே கொஞ்சம் பசங்க கணக்கையும், சேர்த்து வாசிக்கற தையும் கற்றுக்கிட்டிருக்காங்க.”

கல்லிச்சேரி சிறிது நிறுத்திவிட்டுக் கூறினார்:

ஆம்பக்காட்டு குடும்பத்தில் எந்நாளும் ஈழவர்கள் மற்றும் கிருஸ்தவர்களைப் படிக்க வைக்கிற ஒரு திண்ணைப் பள்ளிக்கூடம் இருந்தது. பின்னர்தான் சர்ச்சு ஏற்பாட்டிலே கிருஸ்தவர்களுக்கு ஒரு பள்ளிக் கூடத்தை உருவாக்கினர். ஆம்பக்காட்டுக் குடும்பத்தலைவர் என்றுமே வாத்தியாராக இருந்து வந்திருக்கிறார். அதுதான் ஆம்பக் காட்டுக் குடும்பத்தின் பெருமை.

ஆம்பக்காடன் சொன்னார்:

“ஆமாம். எல்லாக் குடித்தனக்காரங்களும் அவுங்கவுங்க பசங்களை அனுப்பிவைக்கட்டும். எனக்கு வயசாயிடுத்துன்னு நினைக்கவேணாம். எத்தனை பசங்க இருந்தாலும் அவங்களுக்கெல்லாம் கற்றுக்கொடுக்க நான் தயாராயிருக்கேன். பசங்க ரொம்ப ஜாஸ்தீன்னா எங்க கோந்தி இருக்கான். நான் இல்லாத சமயத்திலே அவன் தானே, பார்த்துக்க வேண்டியவன்?”

கல்லிச்சேரிக்கு இன்னோர் அபிப்பிராயமுண்டு:

“வற்புறுத்தினாக் கூட இவங்க யாரும் பசங்களைப் பள்ளிக்கு அனுப்பறதில்லே. அதுவல்ல; நான் சொல்லவிரும்பறது. தெற்கிலும் வடக்கிலும் எல்லாம் நம்ப ஜாதியிலே பெரிய பெரிய அறிவாளீங்க இருக்காங்க. படிக்கற பசங்களுக்கு இன்னும் கொஞ்சம் படிக்கணும்னு விரும்பமிருந்தா...? அதுக்கு என்ன வழி?”

ஆம்பக்காடனுடைய மூளையில் இன்னமும் உதிக்காத விசயம் அது. தெற்கும் வடக்கும் பெரிய பெரிய கல்விமான்கள் இருக்கிறார்கள். பெரிய வைத்தியன்மார்கள்! தலைச்சேரி மற்றும் கண்ணனூரிலுள்ள துரைமார்களைப் போல் வாழ்கின்ற தீயர்கள் (ஈழவர்கள்) இருக்கிறார்கள். அவர்களுக்கு துரைமார்கள் பேசுகிற மொழி தெரியும். தலைச்சேரிக்கார் சொல்லி இவர்கள் அதெல்லாம் அறிந்து வைத்திருக்கிறார்கள். அவர்களில் சிலருடைய எண்ணம் தாங்கள் மலையாளிகளே அல்ல என்பதாகும். துரைமார்களாம். மலையாளம் பேசுவதையே அவமானமாய்க் கருது கிறார்கள் என்று தான் தலைச்சேரிக்காரர் சொல்லுகிறார்.

என்னவோ?

இங்கே நாயர்களுக்கு மேல்படிப்பிற்கான வசதிகள் இருந்தன. சீலாந்திப்பிள்ளியில் பரமுத் தம்பிரான் இருந்திருக்கிறார். அவருக்கு முன்னரும் மகா பண்டிதர்களான தம்பிரான்மார்கள் இருந்திருக்கின்றனர்.

கல்லிச்சேரி கேட்டார்:

"என்ன ஆம்பக்காட்டண்ணா, நான் ஒரு விசயத்தைப் பற்றிக் கேட்டுக்கறேன். பரமுத் தம்பிரான் ஈழவர்களுக்குப் படிப்பு சொல்லிக் கொடுத்திருந்தாரா?"

ஆம்பக்காடன் சிறிது யோசனைக்குப் பின்னர் சொன்னார்:

"இல்லேன்னு சொல்லமுடியாது. அவரு ரொம்பப் பெரியவரா இருந்தாரல்லவா? படிக்கணும்னு சொல்லி யாரும் அவரை அணுகியிருக்க மாட்டாங்க. அதுதான் காரணமாயிருக்கலாம். கற்றுக்கணும்னு வர்றவனைக் கற்றுக்கொடுக்காம அனுப்பறது பாவம்பாரு- அவ்வளவு படிப்பிருக்கிற பரமுத் தம்பிரான் அதைத் தெரிஞ்சுவச்சிருக்கிற ஆளாயிருந் திருப்பாரு."

"அப்போ அது நம்ப குற்றம்னு சொல்லுங்க. படிக்கணுங்கிற எண்ணம் யாருக்கும் இருந்ததில்லே. சேற்றிலும் சகதியிலும் கிடந்து புரளறதுலேதான் நம்ப ஜாதிக்காரங்களுக்குப் பிரியமாயிருந்தது."

சிறிது யோசனைக்குப் பிறகு ஆம்பக்காடன் ஒரு கதை சொன்னார்!

அட்டைக்காட்டுக் குடும்ப வளாகத்தின் தென் மேற்கு மூலையில் ஒரு சிறுகோவில் உண்டு. அங்கே ஒரு குரு சுவாமியைத்தான் பிரதிஷ்டை செய்திருக்கின்றனர். அட்டைக்காட்டுக் குடும்பம் சந்ததியற்றுப் போயிற்று. ஆயினும் இன்றைய தினமும் அந்தக் கோவிலில் விளக்கேற்றி வைக்கின்றனர். ஊர்ஜனங்கள் தான் அதைச் செய்கின்றனர். பிரத்தியேகமான வழிபாடாகச் சில நாட்களில் அங்கே 'குருதியு'ம் நடைபெற்று வருகிறது.

அட்டைக்காட்டு குருசுவாமி மகாவைத்தியரும் மாந்திரீகருமாக இருந்தார். வைத்தியமும் மாந்திரீகமும் அவர் கற்றுக்கொண்டது சீலாந்திப் பிள்ளியிலிருந்துதான் என்று சொல்லப்படுகிறது.

ஆம்பக்காடன் சொன்னார்:

"பரமுத் தம்பிறான் அல்ல. அவரோட பல தலைமுறைகளுக்கு முன்னால் வாழ்ந்த ஒரு அம்மாவன்தான் கற்றுக் கொடுத்தாரு. அந்தத் தம்பிரானோட அன்புக்குப் பாத்திரமான சீடராயிருந்தார் குரு ஸ்வாமிகள்னு கூடச் சொல்லிக்கிறாங்க."

ஆம்பக்காடன் மேலும் கூறினார்:

"இல்லாட்டாக் கூட மற்ற குடும்பங்களிலேயே இருந்தது மாதிரி சீலாந்திப் பிள்ளியிலே ஜாதியோட பெரிய ஜலபிசாசு இருக்கலே. அவங்க

நாயர்கள் மத்தியிலே ரொம்பத் தாழ்ந்த ஜாதிக்காரங்க."

"நம்பளை விடக் கொஞ்சம் ஒசந்தவங்க. அப்படித்தானே?"

"அப்படியே வச்சுக்கோ. ஆனாக் கூட அவங்க நாயருங்கதான்."

"ஆனா, அந்த வடக்கிலும் தெற்கிலும் ஈழவங்க கிட்டே நாயருங்க படிக்கிறாங்களே...?"

"நான் சொல்றேன் கல்லிச்சேரீ, வித்தைகற்றுக்க ஜாதி வேற்றுமை யில்லை. அதுதான் பிராணம். ஆனாத் தீண்டாமைன்னு ஒன்னிருக்கே அது வேறு. நம்ப பசங்களை எப்படி பறப் பசங்களோடவும் புலையப் பசங்களோடவும் கூட உட்காரவைக்கறது? அது போல, நாயரோட கூட நம்ப பசங்களை உட்காரவைக்கணும்னு சொல்லறது சரி தானா?"

கல்லிச்சேரி அதை ஒப்புக்கொண்டார்.

பிரச்சினை அப்படியே இருக்கிறது. ஊரில் ஈழவர்களுக்குக் கல்வி வேண்டும். தெற்கிலும் வடக்கிலும் இருப்பதுபோல் அவர்கள் மத்தியில் அறிவாளிகள் உதயமாகவேண்டும்.

அதற்கான வழி என்ன?

ஆம்பக்காடன் சொன்னார்:

"தெற்கிலிருந்தோ வடக்கிலிருந்தோ நல்ல கல்விமான்களை அழைச்சுக்கிட்டு வரணும். அப்பறம் நல்ல பசங்களாப் பார்த்து அவங் களுக்குக் கல்வி புகட்டணும். அதைத்தான் செய்யணும்."

"இப்போ நாயர்மார்களுக்குக் கூடப் படிக்க இடமில்லேங்கிற நிலைமைதான்."

என்னவாக இருந்தாலும் பறையர் மற்றும் புலையர்ச் சிறுவர் களுடன் ஈழவச் சிறுவர்களைப் பள்ளிக்கூடத்துக்கு அனுப்பக் கூடாது. ஆம்பக்காடனும் கல்லிச்சேரியும் முடிவெடுத்தனர்.

இவர்கள் ஊர்ப் பிரமுகர்கள்.

இவர்களை மறுத்து யார் பேசுவார்கள்?

தலைச்சேரியார் கூட இந்த முடிவை ஏற்றுக்கொள்ளத்தான் செய்வார். இல்லாவிட்டால்? இறந்துபோனால் புதைக்க ஆள் இருக்காது. கலியாணமும் நடக்காது!

கல்வி கற்க மாணவர்களில்லாத பள்ளிக்கூடம். ஒரு மாணவன் கூட இல்லை.

என்ன செய்வது?

ஒரு விசயத்தில மட்டும்தான் கவலை.

ஸ்ரீபத்மநாபனுடைய பத்து 'சக்கரம்' கிடைத்தது. (சக்கரம் அந்தக் காலத்திய திருவாங்கூர் நாணயம். திருவாங்கூரைச் சேர்ந்த அனைத்தும் ஸ்ரீபத்மநாபனுடையது. ராஜா கூட பத்மநாபதாசன். அரசு ஊழியர்கள் வாங்கும் சம்பளம் ஸ்ரீபத்மநாபனுடைய சக்கரம்தான். மொ-ர்) அதை அம்மாவிடம் ஒப்படைத்துவிடுவது. தேவிக்குப் புடவை கொடுத்து அவளைக் காப்பாற்றுவது.

கனவு தான். பாதுகாத்து வருகிற கனவு.

இரண்டு காரியங்களும் நடைபெறாது.

கேசவபிள்ளை இட்டுண்ணானைக் கண்டு முறையிட்டுக் கொண்டார். ஆமாம். அவங்க மனக்கவலைகளைத் திறந்து சொல்லலாம். இட்டுண்ணான் எல்லாவற்றையும் காது கொடுத்துக் கேட்டார்.

குஞ்சன் பிள்ளையும் பரமன்கர்த்தாவும் சேர்ந்துதான் இந்த வேலை செய்ததென்று புரிந்தது. ஆனால் என்ன செய்வதென்று தெரியவில்லை. என்ன செய்வதென்று கேசவபிள்ளையாலும் சொல்ல முடியவில்லை.

"நான் என்ன செய்யணும்? அதைச் சொல்!" என்றார் இட்டுண்ணான்.

பதில் சொல்ல முடியவில்லை.

ஒரு விசயம் கேசவபிள்ளைக்குத் தெரியும். பையன்களுக்குப் படிக்க ஆர்வமில்லாமலில்லை. அவர்களை அனுப்பிவைக்கத் தாய் தந்தையர்களுக்கும் விருப்பமில்லாமலில்லை. கோவில் காரியகர்த்தரும், பரமன் கர்த்தாவும் சேர்ந்து அவர்களைத் தடுத்ததுமட்டுமின்றி, பயமுறுத்தவும் செய்தனர்.

கேசவ பிள்ளை உதாரணபூர்வமாய் திரம்பவும் உணர்த்தினார்.

"பயமுறுத்தினா பயப்படறவங்களோட பயத்தை என்னால் அகற்றி விடமுடியுமா?"

இந்தக் கேள்வி கேசவபிள்ளை என்ன பதிலளிக்க முடியும்?

"வேணும்னா நான் அவங்களை அதுக்கு மாறா பயமுறுத்தறேன். அது போதுமாடா?"

புலையக் குடிசைகளிலும் ஈழவக் குடிசைகளிலும் ஏறியிறங்கிக் கட்டளை பிறப்பிக்கக்கூடும்:

"பசங்களைப் பள்ளிக்கூடத்துக்கு அனுப்புங்க!"

மறுத்துக் கூறுகின்றவர்களை பயமுறுத்தவும் செய்யலாம்.

ஆனால், அதனாலே பயனுண்டோ? உண்டு என்று தோன்றவில்லை. அவர்கள் நெருக்கடிக்குள்ளே சிக்கிவிடுவார்கள். அதன் விளைவு என்னவாக இருக்கும்?

இட்டுண்ணான் மூளை செயல்படுகிறதெனத் தெரிந்தது. அந்தக் கண்கள் துடித்துத் துடித்து மின்னுகின்றன; மலர்கின்றன.

"டேய் பையா, உன் பெயர் என்ன?"

"கேசவன்!"

"ஆ! கேசவா, நான் காரியகர்த்தர் கிட்டேயும் கர்த்தர் கிட்டேயும் கேட்டுப் பார்க்கிறேன்." அவர் தொடர்ந்து கூறினார்:

"ஆனா, அவங்க என்னைப் பேசிப் பேசி மயக்கிடுவாங்க. அதுதான் பிரச்சினை."

இட்டுண்ணான் ஒருமுறை பல்லிளித்தார். அப்பறம் ஒரு கேள்வி கேட்டார்:

"டேய், அவங்க சொல்லறதிலே காரியமேதாச்சும் உண்டா?"

"பசங்க எழுதப் படிக்கக் கற்றுக்கறதிலே என்ன குற்றமோ?"

"அதிலே என்ன குற்றம்?"

மறுகேள்வி. அதுக்கு கேசவபிள்ளைதான் பதிலளிக்கவேண்டும்.

"எந்தக் குற்றமுமில்லை. நல்லதுதான்."

"அப்படித்தான் எனக்கும் தோணுது."

இட்டுண்ணான் தொடர்ந்து பேசினார்:

"அவங்க முட்டாளுங்க அல்ல; கெட்டவங்களுமல்ல. இருவரும் பிடிவாதக்காரங்கதான். கெட்டிக்காரங்க கூட. அனாவசியமா எந்த விசயத்திலும் தலையிடமாட்டாங்க. எனக்குத் தெரியும்."

கேசவனுடைய நோக்கங்கள் இட்டுண்ணானுக்குப் பிரியமானவை. ஒன்று; ஸ்ரீபத்மநாபனுடைய பத்து சக்கரம் சம்பளமாகக் கிடைக்க வேண்டும். இன்னொன்று, விரும்பிய பெண்ணுக்குப் புடவை கொடுக்க வேண்டும்.

இட்டுண்ணான் சொன்னார்:

"நான் அவங்க கிட்டே கொஞ்சம் பேசிப் பார்க்கட்டும்."

திரிமூர்த்திகளுக்கிடையிலான உறவு ஊரிலே மிகவும் பிரசித்த மானது. இப்போது இட்டுண்ணான் சொல்வதை குஞ்சன் பிள்ளையும் கர்த்தாவும் ஒப்புக் கொள்ளாமலிருக்கமாட்டார்கள்.

* ** *

அது வழக்கமான காரியமல்ல, மனைவியிடம் எந்த விசயத்தைப் பற்றியும் இட்டுண்ணான் சொல்வதோ, யோசனை கேட்பதோ இல்லை.

அன்று இட்டுண்ணான் மனத்தில நிறைந்து நின்றார் கேசவப் பிள்ளை.

இரவில் சாப்பிட்டுக் கொண்டிருந்தபோது இட்டுண்ணான் கொச்சுநாணியிடம் சொன்னார்:

"அடியம்மா, அந்த சீலாந்திப்பிள்ளிப் பையன் இருக்கானே, அவன் ஒரு நல்ல பையன், இல்லியா?"

"பார்வைக்கும் நல்லவன்; சுபாவத்திலும் சிறந்தவன்."

மனைவி விசயமென்னவென்று கணவரிடமும் கேட்கவில்லை. பின்னர் அவரும் அதைப் பற்றிப் பேசவில்லை.

சாப்பிட்டு விட்டு எழுந்தபோது இட்டுண்ணான் சொன்னார்:

"அவனுக்கு ஓர் ஆசை. ஒரு பெண்ணுக்குப் புடவை கொடுத்து அவளைக் காப்பாற்றணும்னு!"

அதைப் பற்றியும் நாணி எதையும் கூறவில்லை.

அதிகாலையிலேயே இட்டுண்ணான் காரியகர்த்தரின் வீட்டுக்குச் சென்றார். காரியகர்த்தர் அதிகாலையில் எங்கேயோ கிளம்பிச் சென்றவர் தான். கூடவே பரமன் கர்த்தாவுமிருந்தாராம் தேவஸ்தானத்தில் தேடிப் பார்த்தார். அங்கே அவர்கள் இருவரும் வரவில்லை.

மாலையிலும் அவர்களைக் காணமுடியவில்லை. மறுநாளும் அப்படித்தான்.

அவர்கள் எங்கே போயிருக்கிறார்கள்?

தேவஸ்தானம் படகோட்டி சொன்னான் - அவர்கள் எங்கேயும் போகவில்லை என்று.

இட்டுண்ணானுக்கு ஒரு சந்தேகம்.

அவர்கள் இட்டுண்ணானைச் சந்திக்காமல் மறைந்து நடக் கிறார்களோ?

இட்டுண்ணானுக்குப் பிடிவாதமாயிற்று.

அப்படியென்றால் அவர்களைக் கண்டுபிடிக்கத்தான் வேண்டும். எவ்வளவு நாட்கள் இப்படி மறைந்து நடந்து கொள்வார்கள்?

ஏன் இப்படி மறைந்து நடக்கிறார்கள்? இட்டுண்ணானைச் சந்திக்க அவர்களுக்கு எப்போதும் பயம்தான். ஓர் அந்திப் பொழுதில் பரமன்

கர்த்தா, அவர் வீட்டுக்குள்ளே நுழைவதை இட்டுண்ணான் தொலைவில் நின்று பார்த்தார். அவர் அங்கே சென்றார்.

அங்கே கர்த்தாவைக் காணோம்.

அறைவாசலுக்கு முன்னால் அமர்ந்து நாமஜெபம் செய்கின்ற பையன்களிடம் விசாரித்தார்:

"பரமன் கர்த்தா எங்கேடா?"

பையன்கள் பயந்து எழுந்து சென்றனர்.

யாரும் எதையும் பேசவில்லை.

இட்டுண்ணான் அலறினார்:

"நான் தேடிப்பிடிப்பேன்னு சொல்லிடு!"

பூமியே அதிருமாறு நடந்து சென்றார்.

விடியற் காலையில் கோவில் காரியகர்த்தர் எழுந்து மருமகப் பையனை 'மாதூ!' என்று கூப்பிடுவதைக் கேட்டவாறுதான் இட்டுண்ணான் உப்பம் வளாகத்துக்குள்ளே நுழைந்தது. மாது பதிலுக்குக் குரல் கொடுப்பதுவும் இட்டுண்ணான் காதில் விழுந்ததுதான்.

"காரியகர்த்தர் இங்கில்லியா?" என்றார் இட்டுண்ணான்.

மாது நேராக நின்று சொல்கிறான்: "இல்லை!" இட்டுண்ணான் ஆத்திரத்தால் நடுங்கினார்.

* ** *

புலையப் பள்ளிக் கூடத்தில் மூன்று மாணவர்கள் வந்து சேர்ந்தனர். சேந்நன் மகன் திருவன், ஒலோம்பி மகன் இற்றாமன், சீதங்கன் மகன் சீரன்.

சீதங்கன் இட்டுண்ணானுடைய திருவோணவிழா வேலையாள்.

இட்டுண்ணான் பள்ளிக்கூடத்துக்குக் காவல்புரிகிறார். பள்ளிக் கூடத்தை நடத்தச் செல்லத் தடையாக எவன் வருகிறான் என்று பார்ப்பவர் போன்று. கூடவே சேந்நனுமுண்டு.

இட்டுண்ணான் அந்தப் புலையப் பள்ளிக்கூடத்துக்கு இன்னும் சிறுவர்களை அழைத்துக்கொண்டு வருவார்.

மூன்றாவது நாள் ஓர் ஈழவப் பையன் கூடவந்து சேர்ந்தான். இறந்து போன திருடன் சின்னகோந்தியின் புதல்வன்.

இட்டுண்ணான் அன்றாடம் மாணவர்களை அழைத்துக் கொண்டு வருகிறார். அவர்களைத் திரும்பக் கொண்டு சென்று விடுவதுமுண்டு.

பகல் முழுவதிலும் ஆலமரத்தடி மேடையில் உட்கார்ந்திருப்பார். கேசவபிள்ளை உள்ளே பையன்களுக்கு அமைதியாகப் பாடம் சொல்லிக் கொடுக்கிறார்.

கலியாணியம்மாவுக்கு பயமாகிவிட்டது. ஊரை நோக்கி அறைகூவல் விடுக்கிறார். எந்த விசயத்துக்கும் எந்த நேரத்திலும் தடையாக நின்றிராத கலியாணியம்மா வாழ்க்கையில் முதன்முதலாக கேசவபிள்ளையைத் தடுத்தாள்.

காலையில் கோவிலுக்குச் சென்று ஸ்நானம் செய்து, ஸ்வாமி கும்பிட்டுவிட்டு வருகிற அம்மா பரிமாறிக் கொடுத்த கஞ்சியைக் குடித்து விட்டு பள்ளிக்குக் கிளம்பிய மகனை அம்மா முனனால் வந்து நின்று தடுத்தாள்.

"என் செல்லமே.., நீ இன்னைக்குப் பள்ளிக் கூடத்துக்குப் போகாதே."

அம்மாவின் கண்களிலிருந்து தாரைதாரையாய்க் கண்ணீர் வழிந்து கொண்டிருந்தது.

கேசவபிள்ளை சற்று நேரம் அதைப் பார்த்தவாறு நின்றுவிட்டார்.

போவதா? நின்றுவிடுவதா?

அம்மா வியாகூலத்தால் தளர்ந்துகொண்டிருந்தாள். கேசவ பிள்ளை எதையும் சொல்லவில்லை. எதைச் சொல்ல?

ஊரிலுள்ள பிரமுகர்களைப் பார்த்து அறைகூவல் விடுத்துக் கொண்டு எவ்வாறு காலம் தள்ளமுடியும்?

கண்ணீரால் தழுதழுத்த குரலில் அம்மா சொன்னாள்:

"மவனே, நாம் இந்த ஊரில் தனிமைப்படுத்தப்பட்டிருக்கோம். அதை நினைச்சுப் பாரு!"

"இன்னைக்குக் கூட நான் போய்வந்திடறேம்மா!" கேசவ பிள்ளையும் தழுதழுத்த குரலில் கூறினார்.

அவர் அம்மாவின் இடதுபக்கமாய் நழுவி நழுவிச் சென்றார்.

இட்டுண்ணான் நான்கு சிறுவர்களை அழைத்துவந்து நிற்கத் தொடங்கி சிறிது நேரமாயிற்று. அவர் சொன்னார்:

"நீ சிறிது தாமதமாக வந்திருக்கிறே."

கேசவபிள்ளை பதில் சொல்லவில்லை. இட்டுண்ணான் மேலும் சொன்னார்:

"நாளைக்கு இன்னும் ரெண்டு பசங்களைக் கூடக் கொண்டாந் திடறேன்."

காரியகர்த்தரும் கர்த்தாவும் இவ்வளவு தூரம் யோசித்திருக்க வில்லை. இட்டுண்ணான் இப்படிக் கடுமையாய் நடந்துகொள்வார் என்று! ஊரில் இது பெரிய அளவில் பேச்சுக்கு விசயமாயிற்று.

பெரிய காரியகர்த்தர் இட்டுண்ணானுக் கெதிராக என்ன செய்தார்?

எதையும் செய்யமுடியாது. கடப்பாடு அத்தகையது.

என்னவாக இருந்தாலும் திரிமூர்த்திகளின் ஒற்றுமை கலைந்தது. இனிமேல் அவர்கள் ஒன்று சேருவார்களா?

இட்டுண்ணான் ஒன்றை நினைத்தால் அதைச் செய்து முடிக்கத்தான் செய்வார்.

அன்றைய மதியவேளையில் இட்டுண்ணான் ஆலமரத்து மேடையில் தூக்கமயக்கத்துடன் உட்கார்ந்திருந்தார்.

கேசவபிள்ளை அவரை நெருங்கிச் சென்றார். கண்ணைத் திறந்து அவர் ஒரு முறை முனகினார்.

“ஊம்?”

என்ன சொல்வதென்று பிள்ளை முன்கூட்டி யோசித்திருக்கவில்லை. சொல்வதற்கு ஏராளமான விசயங்கள் உள்ளன. முதலில் எதைச் சொல்ல வேண்டும்?

விரும்பிய உத்தியோகமாக இருந்தாலும், வாத்தியார் வேலையை விட்டுவிடலாமா? ஆனால், ஒரு வாழ்நாள் பூராவும் நீடித்து நிற்கிற உறவினை இட்டுண்ணானைக் கொண்டு தகர்ந்துவிடச் செய்த பின்னர் அந்த வேலையை உதறித் தள்ளுவது சரிதானா?

அம்மாவின் சொற்கள் காதில் முழங்குகின்றன.

“ஊரை வெறுக்கச் செய்து காலம் தள்ளமுடியுமா, அப்பனே?”

முன்னால் உட்கார்ந்திருக்கிறாரே-இந்த மாமனிதனால் அதைச் செய்ய முடியும். சீலாந்திப் பிள்ளி கேசவபிள்ளையால் அது முடியாது.

அம்மா மிகவும் பீதியுற்றிருக்கிறாள்.

“ஊம்? என்ன?”

“ஊரை வெறுக்கச் செய்து வாழமுடியுமா, அம்மாவா?”

“ஊர் வெறுக்கலியே.”

“இல்லே... அதுவல்ல.”

“அப்பறம்?”

“ஊரிலே அந்தஸ்துடையவங்க வெறுத்திட்டா?”

பிள்ளை பூராவும் சொல்லி முடிக்கவில்லை. அதுக்குள்ளே இட்டுண்ணான் கேட்டுவிட்டார்.

"அதுக்கு?"

பதில் இல்லை.

"உனக்காகத்தான் நான் இதெல்லாம் பண்ணறேன். நீ என் கிட்டே ரெண்டு விசயமாப் பேசினியல்ல? அந்த ரெண்டும் நல்லது தான். என்ன, உனக்கு இந்த வேலை வேணாங்கிற எண்ணமா?"

நேரடியாக பதில் சொல்ல வேண்டிய கேள்வி. ஆனால் எப்படி அதைச் சொல்லமுடியும்?

"தினசரி இந்தச் சிறுவர்களை அம்மாவனால் அழைத்துவந்திட முடியுங்களா? அப்புறம் எங்களையும் பாதுகாத்துக்கிட்டிருக்க வேண்டியிருக்குமே?"

"ஓகோ! அதை எல்லாம் நான் செஞ்சிடறேன்."

நேரமாகிவிட்டது. பள்ளிக்கூடத்துக்குச் செல்லவேண்டும். கேசவ பிள்ளை சிறிது தூரம் செல்வதற்குள்ளே இட்டுண்ணான் கூப்பிட்டார்:

"நீ இங்கே வா!"

கேசவபிள்ளை நெருங்கிச் சென்றார்.

"டேய், இது நல்ல உத்தியோகமடா! பறப்பசங்களைன்னாக் கூட கண்ணைத் தெரியவைக்கற வேலைதானேடா? அப்பறம் உனக்கும் உங்கம்மாவுக்கும் பயம்னா - டேய், உனக்கு வேறு வேலை கிடைக்காதா?"

"கிடைக்கலாம்."

"நான் இதுக்கும் எப்பவும் உன்கூட இருப்பேன். நான் சொல்லறது அது அல்ல."

ஒரு கணநேரத்துக்குப் பிறகு அவர் மேலும் கூறினார்:

"நீ போ! நீ போயி பசங்களுக்குப் பாடம் சொல்லிக் கொடு!"

* ** *

மகன் திரும்பி வந்தபோது அம்மா பெரிதும் ஆறுதலடைந்தாள்.

தடுத்து நின்ற அம்மாவைப் புறக்கணித்து வழிமாறிச் சென்றது பெரிய தவறாகிவிட்டது. மகனுக்கிருந்த வேதனை அதுவாகும். வாழ்க்கையில் அம்மாவை மறுத்து நடந்திருக்கிறான். இதன் விளைவு என்னவாக இருக்கும்? அம்மா எதையும் பொறுத்துக்கொள்வாள். சகித்துக் கொள்வாள். ஆனால் தவறு தவறாகத்தான் இருக்கும். பரிகார மில்லாத பாவச் செயல்.

வாழ்க்கையில் மனம், வசனம் மற்றும் செயலால் ஏதேனும் ஒரு பாவத்தைச் செய்திருக்கிறோமா? இல்லை! அந்த வெள்ளையில் ஒரு கறுப்புப் புள்ளி விழுந்துவிட்டதே! எல்லாம் எதற்காக? இறுதியாகச் சொன்னால் கடுக்காத்ர தேவிக்காகத்தான்.

இரவிலே தூக்கம் வரவில்லை. காலையிலே பள்ளிக்கூடத்துக்குச் செல்லவேண்டுமா? அம்மா இன்றுபோல் குறுக்கே நின்றால், மீறிப் போகமுடியுமா? நழுவிச் செல்ல இடமிருந்தால் கூடச் செல்ல மாட்டேன். வேலை போய்விட்டாலும், இட்டுண்ணான் எதிரியாகிவிட்டாலும் செல்ல மாட்டேன்.

இட்டுண்ணான் எதிரியாகமாட்டார். நல்ல மனிதர்! அவருக்கு விசயங்கள் தெரியும்.

தூக்கம் வராமல் முற்றத்தில் இறங்கி நடந்துகொண்டிருந்தார்.

அங்கே மர உச்சிகளின் மேலே ஓர் ஒளிப்படர்ப்பு காணப்படுகிறது. எங்கேயோ நெருப்புப் பற்றி எரிகிறது. நெருப்பு எரிகிறதென்றால் சந்தடியோசைகள் கிளம்பியிருக்கவேண்டுமே.

ஆனால் நெருப்புப் படர்ந்தெரிகிறதென்பது உறுதி.

மறுநாள் கேசவபிள்ளை 'நிர்மால்யம்' தொழுவதற்காகக் கோவிலுக்குச் சென்றபோது ஒருவர் சொன்னார்: "புலையப் பள்ளிக் கூடம் தீப்பிடித்து எரிந்துபோயிற்று."

"அப்புறம்?" கேசவபிள்ளை பதற்றமுடன் விசாரித்தார்.

"அது பற்றியெரிந்து சாம்பலாயிற்று. நெருப்பணைக்க யாருமே இருக்கவில்லை.

44

கனக்குளத்து பப்புபிள்ளை நூறு பறை நிலம் குத்தகைக்குக் கொடுத்ததனால் சீதங்கன் ஆற்றுத் துறையாட்களின் வேலையாளாக மாறிவிட்டார். சீதங்கனின் பார்வை அந்த நூறுபறை நிலத்தின் மீது மட்டும் தான்.

சீதங்கன் 'சமயல்' ஆக மாறிவிட்டார்.

அது மிகவும் எளிதாக நடந்துவிட்ட காரியமாகும். ஒரு புட்டி மீது அதன் உள்ளடக்கத்தின் பெயரை மாற்றி ஒட்டவைப்பது போன்றதாகும். சடங்குகள் உண்டு. பெரிய பெரிய விசயங்கள் சொல்லப்பட்டன. பணியாட்களுக்குப் புரிந்ததோ; என்னவோ?

சீதங்கன் என்றுமே கனக்குளத்துக் குடும்பத்தின் அடியாளாக இருந்தவர். யாராவது சீதங்கனிடம், 'நீ யாரடா?' என்று கேட்டால் பதில் இதுவாக இருக்கும்.

"அடியேன் கனக்குளத்து அடியாளுங்க."

அதையே கொச்சுலகிப் புலையச்சியும் சொல்லுவாள். சீதங்கனின் தாய் தந்தையரும் அப்படித்தான் இருந்தனர்.

சீதங்கன் ஞானஸ்நானத்தை முடித்துக்கொண்டு 'சமயல்' ஆக மாறி, தலை மொட்டையடித்துக் கோடிவேஷ்டியும் உடுத்திச் சிலுவை கழுத்தில் அணிந்து வந்தபோது ஆற்றுத்துறை குட்டப்பன் விசாரித்தார்.

"கனக்குளத்துப் பெரியவங்க உன்னை சீதங்கான்னு கூப்பிட்டா மூத்த புலையனாகிய நீர் என்ன சொல்வீர்?"

"அடியேன்னு குரல் கொடுப்பேன்."

குட்டப்பன் தடுத்தார்:

"கூடாது. மூத்த புலையரான நீர் சத்தியவேதத்தில் சேர்ந்து கொண்டீர். இனிமேல் நீர் 'சமயல்' தான். பெயரு ரொம்ப முக்கியம். சீதங்கான்னு கூப்பிட்டா, 'நான் சீதங்கனில்லேன்னு சொல்லிடணும். 'சமயல்'!"

"ஓ...."

குட்டப்பன் தொடர்ந்து கூறினார்:

"இல்லாட்டி நீர் சத்தியவேதத்திலே சேர்ந்து கொண்டதனால் என்ன பயன்? இன்னமும் நீர் சீதங்கனாயிருக்கக் கூடாது!"

என்னவோ? கிறிஸ்துமார்க்கத்தில் சேர்ந்து விட்டார். இனிமேல் அதற்கேற்ற முறையில் நடந்து கொள்ள வேண்டும். மார்க்கத்தில் சேர்ந்து விட்ட பின்னர் புலையக் காட்டு வேதாளத்திற்கான 'குருதி'யில் கலந்து கொள்ளவேண்டிய அவசியமில்லை. ஒன்று, வேதாளம் அல்லது கருங்காளி அல்லது தருமசாஸ்தா! அல்லது, இயேசு மிசிஹா! (மிசிஹா: ரட்சகர். மொ-ர்) இரண்டிலொன்றாகத்தான் இருக்கவேண்டும். ஞான ஸ்நானம் பண்ணிவிட்டுச் சிலுவையணிந்து கொண்டார். இனி மேல் சமயலேதான்.

கொச்சுலகிக்கு அதில் பூரணசம்மதமில்லை. வேதாளம் ஒரு பொல்லாத கடவுள். வேதாளம் கோபித்துவிட்டால் பெரிய ஆபத்துதான். கருங்காளி வம்சத்தையே அழித்துவிடுவாள். இப்போது செலவுக்குத் தருகின்ற தம்பிரான்மார்கள் மார்க்கத்தில் சேரவேண்டுமென்று சொன்னார்கள். மார்க்கத்தில் சேர்ந்துகொண்டனர். இன்னொரு கடவுளைக் கூடக் கும்பிடவேண்டும் அவ்வளவுதான். அது நல்லதுதானே? என்றெல்லாம் பேசினாள் கொச்சுலகி.

“ஆபத்துக் காலத்திலே எந்தக் கடவுள் நமக்கு உதவி புரிவார்ன்னு தெரியுமா?”

“அதனாலே என்ன வேணும்னு நீ சொல்லறே?” என்றார் சமயல்.

“நமக்கு வேதாளமும் வேணும்; மிசிகாவும் வேணும்.”

“அடியே பொம்புளே... அது கூடாதுன்னுதான் எஜமான்கள் சொல்லறாங்க. கோவிலிலே பாதிரியாரும் அதைத்தான் சொன்னாரு.”

“அவங்க எதைச் சொன்னாங்க?”

“மிசிகா தம்பிரான் வேதாளத்தை விரட்டிடுவாருன்னு எஜமானுங்க சொல்லறாங்க.”

கொச்சுலகிக்கு ஒரே ஒரு பயம். வேதாளம் கோபித்துக்கொண்டால் இரத்தபேதி உண்டாக்கி சாகடித்துவிடும். கருங்காளி கோபித்து விட்டால் பெரியம்மை நோய் உண்டாக்கி சாகடித்து விடும். மிசிஹா தம்பிரான் கோபித்துக் கொண்டாலும் ஆபத்துதான்.

மறுநாள் குட்டப்பன் சமயலிடம் விசாரித்தார்:

“சமயல் புலையரு, பப்புபிள்ளையைப் பார்த்தீரா?”

“பார்க்கலே.”

“அப்படீன்னா பார்க்கிறப்போ துணிச்சலாப் பேசணும். இனிமே சீதங்கன்னு கூப்பிடக்கூடாது; சத்தியவேதத்திலே சேர்ந்திருக்கேன்; இனிமே பிசாசுக்களோட பெயரைச் சொல்லிக் கூப்பிடக் கூடாதுன்னு. நிமிர்ந்து நின்னுக்கிட்டே சொல்லிடலாம். சமயல் புலையன் இப்போ சத்திய வேதத்திலே சேர்ந்தவனாக்கும்.”

“ஓ!” என்றார் சீதங்கன்.

இவை அனைத்தையும் கவனித்துக் கேட்டுக்கொண்டிருந்தார். சாண்டி மாப்பிள. ஏதோ விசயமாக ஆற்றுத் துறைக்கு வந்தவர். அவர் மெல்ல நடந்து குட்டப்பன் அருகே சென்றார். அவரை நெருங்கி நின்றவாறு சாண்டிமாப்பிள அவர் காதோரமாகப் பேசினார்:

“குட்டப்பா, பறையனுங்களிடத்திலும், புலையனுங்களிடத்திலும் இப்படியெல்லாம் சொல்லிக் கொடுக்காதே!”

சொன்னாலென்னவென்ற மெட்டில் குட்டப்பன் சாண்டி மாப்பிள வின் முகத்தைப் பார்த்தார். சாண்டிமாப்பிள தொடர்ந்து பேசினார்:

“யார் முன்னால் நிமிர்ந்து நின்று யாரிடம் துணிச்சலுடன் பேச வேண்டுமென்று அந்தப் புலையனிடம் சொன்னே?”

“அதென்ன, கனக்குளத்துப் பெரியவர் அவ்வளவு பெரிய மனிதரா?”

“அல்ல; அப்படியிருப்பதனாலே அல்ல! மேலாளரிடம் நிமிர்ந்து நின்று துணிச்சலுடன் தயக்கமின்றிப் பேசவேண்டுமென்று நாம் சொல்கிறோம். இன்னைக்கு அவங்க கனக்குளத்து பப்புப்பிள்ளைகிட்டே அப்படிப் பேசுவானுங்க. நாளைக்கு இன்னொரு விசயத்தை, நிமிர்ந்து நின்று துணிச்சலுடன் தயக்கமின்றிப் பேசுவது நம்மை நோக்கித்தான் இருக்கும். நீ இப்போது சொல்லிக் கொடுத்தது மேலாளரை மறுத்துப் பேசவேதான். அவன் சத்திய வேதத்திலே சேர்ந்துகொண்டால் கூட புலையனேதான். அதை நினைத்துப் பார்க்க வேண்டும். அதனாலே அவன் கிட்டே அப்படியெல்லாம் பேசக் கூடாது.”

சாண்டி மாப்பிளவின் நீண்ட உபதேசத்தை குட்டப்பன் புரிந்து கொண்டான்.

அடுத்த நாளிலேயே அதுதான் நிகழ்ந்தது. சுக்கத்தில் பாயை மடித்து வைத்துக் கொண்டு சமயல் போகிறார். பப்புப் பிள்ளை நிற்பதை அவர் பார்த்தார். தீண்டல் தூரம் விலகித்தான் சென்றார். பப்புப்பிள்ளையின் கண்பார்வை சற்று மந்தம்தான். உற்றுப் பார்த்தார். சீதங்கன்தானோ என்று அவருக்குச் சந்தேகம்.

“யாரடா, அது? சீதங்கன்னா?” என்றார்.

சீதங்கன் அதைக் கவனிக்கவில்லை.

“சீதங்கன்தானா, டேய்?” என்றார் திரும்பவும்.

அந்தக் கூப்பிட்டுக் கேட்கும் தொனியில் அதிகாரத்தின் குரல் இழையோடியிருந்தது. கணக்கில் எழுதியிருக்கிற அடியாளர்தானே?

சீதங்கன் திரும்பி நின்றார்; சொன்னார்:

“தம்ப்ரா, அடியேன் இப்போ சீதங்கன் இல்லே. அடியேனை இனிமே சீதங்கான்னு கூப்பிடாதீங்க. அடியேன் இப்போ சமயல்!”

பப்புப்பிள்ளை மரத்து நின்றுவிட்டார். மங்கொம்பு ஐயர் முகத்தை நோக்கி ‘மறவா!’ என்றழைத்த மனிதர்தான் அவர். வயோதிகராகி விட்டா ரென்பது மட்டும்தான்.

சமயல் நடந்து சென்றார்.

நிலம் ஆற்றுத் துறையினருக்குச் சொந்தமாகிவிட்டது. வேலையாள் சீதங்கனும் இல்லாதாகிவிட்டதா? நிலத்தைத் திரும்பப் பெறும்போது அடியாள் இல்லாதாகிவிடுமா?

* ** *

புலையக்காட்டிலுள்ள கோவில் தெய்வத்தின் அருள் சொல்லும் பூசாரி (மலையாளத்தில் வெளிச்சப்பாடு என்பார்கள்- மொ-ர்)யான ஒலோம்பி, புலையர் மற்றும் பறையர்களிடையே ஏற்பட்டிருக்கிற நிலைமை

கண்டு அசந்துபோய் நிற்கிறார். அவரால் எதையும் செய்ய முடியவில்லை. அது ஒரு மடைதிறந்த பிரவாகமாய்ப் பரிணமித்திருக்கிறது. தினசரி குடிமக்கள் மார்க்கம் மாறிச் செல்கின்றனர். இவர்களுக்கென்ன, பைத்தியமா பிடித்திருக்கிறது? இவர்கள் ஏன் தலையை மொட்டையடித்துச் சிலுவை யைக் கழுத்தில் தொங்க விடுகின்றனர்?

தினசரி இரவு வெகுநேரம் வரையிலும் மேளதாளங்களும் ஆட்டமும் உண்டு. தூக்கத்திலிருந்த புலையக்காடு விழித்துக்கொண்டது. ஒலோம்பி துள்ளிக் குதித்து அருள் கூறுவதுண்டு.

"என்னை பரிட்சை பண்றீங்களா?"

நெஞ்சில் அறைந்தவாறு அந்தக் கேள்வியைத் திரும்பத் திரும்பக் கேட்கிறார். வேதாளம் மற்றும் கருங்காளியைப் பரிட்சை பண்ணு கிறார்களா என்பதுதான் கேள்வி.

யாருமே பதில் சொல்வதில்லை. புலையக்காட்டிலிருந்து மேளதாளங்களும் ஆட்டமும் அட்டகாசமும் கிளம்புகிறபோது யாருக்கும் குடிசையில் உட்கார மனமில்லை ஆயினும் ஓர் ஐயப்பாடு உண்டு. புலையக்காட்டுக்கு எவனும் போகக் கூடாதென்றுதான் பாதிரியார் சொல்லியிருக்கிறார். தம்ப்றாக்களும் சிற்சில வரையறைகளைச் செய்திருக்கின்றனர். புலையக்காட்டுக்குப் போனால் குடிசைகளைப் பெயர்த்தெடுத்து ஆற்றில் வீசியெறிவோமெனப் பருத்திக்காட்டு இளைஞர்கள் கூறியிருக்கின்றனர். அவர்கள் அதைச் செய்பவர்கள்தான்.

ஆயினும் ஒரு சந்தேகம்.

இன்றுவரையிலும் ஆராதனை செய்திருந்த வேதாளமும் கருங்காளியும் கோபித்துக்கொண்டால்? இந்தக் கேள்விதான் பிறந்தது. ஏதோ ஒரு புனிதர் இருக்கிறார். அந்தப் புனிதர் பேய்பிசாசுகளை எல்லாம் விரட்டியோட்டுகிறவர்தான். குதிரைமீது வந்து சைத்தானைக் குத்திப் பிளக்கிற புனிதருமுண்டு. மிசிஹா தம்பிரான் ரெட்சிப்பார். ஆனால் அது அனுபவமாகவில்லை.

புலையக்காட்டில் மேளதாளங்களும் ஆட்டமும் முடிகிறபோது ஓரளவு வழிபாடுகள் வந்து விழுவதுண்டு. அரிசி, செல், காசு- இவ்வாறாக! முன்போன்று இல்லை என்பது மட்டும்தான். ஆயினும் ஒலோம்பிக்கு மனச்சங்கடம்தான்.

ஒலோம்பி பட்டவர்த்தனமாகக் கூவியழைத்துச் சொன்னார்:

"நான் வேதாளத்தையும் கருங்காளியையும் திறந்துவிட்டிடுவேன்!"

துள்ளிக் குதித்து ஆடிநிற்கும் போது சொன்னதாகும். ஒலோம்பி அப்படிச் செய்கிறவர்தான்; கொடூர நெஞ்சம் கொண்டவர்!

மறுநாள் சத்தியமார்க்கத்தில் சேர்ந்துவிடத் தீர்மானித்திருந்த இரண்டு புலையக் குடிமக்கள் இரவோடு இரவாக இடத்தை விட்டுக் கிளம்பிச் சென்றனர். பொழுது விடிந்தபோது அவர்களை சர்ச்சுக்கு அழைத்துச் செல்லவந்த தும்பேக்களத்தில் வர்க்கி காலியாகக் கிடந்த குடிசைகளைத்தான் பார்த்தார்.

'இட்டியேப்பன் இப்போது இருந்திருந்தால்?" என்று ஒலோம்பிக்குத் தோன்றியது. கரிசலின் மூலையிலுள்ள தனித் தரைமீது நின்றவாறு அவர் கூவியழைத்துக் கேட்டிருப்பார்.

"டேய் பிசுநாறிப்பசங்களா, நீங்கள்லாம் கிருஸ்தவனுங்க ஆயிட்டீங்களா?"

தொடர்ந்து இன்னொரு கேள்வி கூடப் பிறக்கும்:

"பொழுது போய் பொழுது விடிந்ததும் நீங்கல்லாம் ஒசத்தி ஜாதிக்காரங்களாயிட்டீங்களாடா? த்த்த்தூ!"

இட்டியேப்பன் அவ்வாறு கேட்பதுபோல் ஒலோம்பிக்குத் தோன்றியது.

ஆனால் இப்போது இட்டியேப்பனுடைய மகனும் மருமகளும் மார்க்கம் மாறிக்கொண்டனர்.

இந்தப் பிரவாகத்தில் தானும் கூட அடித்துச் செல்லப்படுவோமோ என்று மனமறியாமலேயே ஒலோம்பி பதட்டமடைந்தார். தனியாளாய் இருந்து எப்படிக் காலம் தள்ளமுடியும்? பெண்ணுக்கு ஆண் வேண்டும். ஆணுக்குப் பெண் வேண்டும். பிரசவமுண்டு. மரணமுண்டு. உற்றார் - உறவினர் வேண்டும்.

அப்போது புலையக் காட்டின் நிலைமை என்ன? அங்கே மாதா கோவில் அமைந்து விடலாம். அப்போது ஒலோம்பி எப்படி வாழ்க்கை நடத்துவார்? என்னவாக இருப்பினும் கிறிஸ்தவப் புலையர்களுக்கு ஒரு முறை ஸ்நானம் செய்தது போன்ற களையும் சுத்தமும் உண்டு.

புதிய கிருஸ்தவர்களை மாதாகோவிலுக்குள்ளே அனுமதிக்கலாமா? சர்ச்சுக்குள்ளே வர அவர்களை அனுமதித்து விட்டால் அவர்கள் ஹிந்து கோவில்களுக்குள்ளேயும் நுழைந்து விடுவார்கள். பெண்கள்தான் தீவிரமாக எதிர்க்கிறார்கள். வேத புத்தகத்தில் ஜாதிவேற்றுமை பற்றிச் சொன்னதில்லை. ஆயினும் ஆச்சார விச்சாரங்களும் அனுஷ்டானங்களு மில்லையா?

எவருக்குமே பறையர் மற்றும் புலையர்களை மாதாகோவிலில் அனுமதிக்க அவ்வளவு சம்மதமில்லை. பாதிரியார் என்ன சொன்னாலும் பரவாயில்லை - அவர்களுக்கும் பிரார்த்தனையும் பாவமன்னிப்பும் வேண்டும். முதல் காலமானதால் அதெல்லாம் ஒழுங்குமுறைப் படியேதான்

நடைபெறவேண்டும் அப்படியானால்தான் ஆத்மா புனிதமடையும். சத்தியவிசுவாசம் சடங்குகளில்தானே, நிலைபெற்று நிற்கிறது?

ஒரு சர்ச்சு அமைந்தேதான் தீரவேண்டும்.

வர்க்கி சொன்னார்:

"நான் இடத்தைச் செப்பனிட்டு வைத்திருக்கிறேன். மற்றவங்க சர்ச்சினைக் கட்டியமைக்கவேண்டும்."

ஒரே ஒரு நாளில் சர்ச்சு ஏற்பட்டுவிடுமா? ஓலை மற்றும் மூங்கிலினால் அமைக்கப்பட்டாலும் போதும். ஆனால் அவை வேண்டாமா?

பாதிரியாரின் யோசனையை மனமில்லா மனத்துடன் பாரிசக்காரர்கள் ஏற்றுக்கொண்டனர். கொஞ்ச நாளைக்குப் போதும். ஞாயிறு அன்று முதன் முதலில் பிரார்த்தனையும் பாவமன்னிப்பும் கிருஸ்தவர்களுக்கு ஆகட்டும். இரண்டாவதாக புதிய கிருஸ்தவர்களுக்கு நடக்கட்டும் அதைத் தொடர்ந்து பாதிரியாரின் பிரசங்கம் நடைபெறவேண்டும். புதிய கிருஸ்தவர்களைப் பிரசங்கம் பேசிப் புரியவைப்பது இன்றியமையாததாகும்.

ஆயினும் மூப்பன்மார்களுக்கு ஒரு தயக்கம். அவர்கள் வேதாளம் மற்றும் மாடனை ஆராதனை செய்துவந்தவர்கள். ஞானஸ்நானம் பண்ணினதால் மட்டும் அந்த வழக்கம் அவர்களை விட்டுப்போகாது.

அரசிடமிருந்து புலையப் பள்ளிக்கூடத்தை நிறுத்தச் சொல்லி உத்திரவு வந்தது. கேசவபிள்ளையை வேலை நீக்கம் செய்யவும் செய்தது.

ஒரு ஞாயிற்றுக் கிழமையன்று முதலாவது பிரார்த்தனையும் பாவமன்னிப்பும் முடிந்தபோது பாதிரியார் மெத்ரான் திருமேனியின் கட்டளை ஒன்றைப் படித்தார். புதிய கிருஸ்தவர்கள் சம்பந்தமான கட்டளையாக இருந்தது அது. அவர்களை ஞானஸ்நானம் செய்ய வைத்து சத்திய விசுவாசத்தின் பாதைக்கு அழைத்து வந்திருக்கிறார்கள். அவர்களை வழி தவறாமல் சத்தியமார்க்கத்திலேயே இட்டுச் செல்வதற் கென்று ஒரு பள்ளிக்கூடத்தை அமைக்க வேண்டியது அவசியமாகிறது. பாதிரியார் முன் முயற்சியெடுத்துப் பாரிசக்காரர்களின் ஒத்துழைப்புடன் ஒரு பள்ளிக்கூடத்தை உடனடியாக அமைக்க வேண்டுமென்பதுதான் கட்டளையின் முக்கியமான கருத்தாகும்.

கட்டளை படித்து முடித்தபோது வழக்கப்படி அனைவரும் சிலுவை வரைந்தனர். பிரார்த்தனைக்கூடம் கலைந்து செல்லும்போது பீலி வர்க்கி யிடம் வினவினார்:

"டேய், மெத்ரான் திருமேனியின் கட்டளை கேட்டியா?"

"கேட்டேன்."

"உனக்கென்ன தோணுது?"

"தோணறதுக்கென்ன? எல்லாம் குழப்பமாவே இருக்கு.

"அது ஒரு ஆபத்துதாண்டா!"

"அதுதான் நானும் சொன்னேன்."

"மெத்ரான் திருமேனி வெள்ளைக்காரராக்கும். ஃபாதருக்கு இங்குள்ள விசயங்கள் ஒண்ணும் தெரியாது. அக்கம் பக்கத்திலுள்ளவங்க சொல்லிக் கொடுக்கறாங்களா? அதுவுமில்லே."

அந்தோணிக்கும் சந்தேகமுண்டு.

"இவங்க எழுதப் படிக்கக் கற்றிட்டாங்கன்னா அப்பறம் வேலைக்கு ஆள் கிடைக்காமே போயிடுமே."

"அதிலே சந்தேகமில்லே."

பீலி சொன்னார். வர்க்கியின் கருத்து இன்னொன்றாகும்.

"அவங் கணக்கைக் கேப்பாங்க."

அனைத்தும் பெரிய ஆபத்துதான்!

காரியகர்த்தர் எஜமானனும் கர்த்தா எஜமானனும் புத்தியில்லாத வர்களா? இல்லை. அவர்கள் அபாரமான புத்திபடைத்தவர்கள். தங்கத் தம்பிரான் கட்டளைப்படி பறையர் மற்றும் புலையவர்களுக்காகப் பள்ளிக்கூடம் அமைக்கப்பட்டது. அதன் விளைவுகளை அவர்கள் முன்னரே அறிந்துகொண்டனர். பள்ளிக்கூடம் செயல்படச் சம்மதிக்க வில்லை. இறுதியில் அந்தப் பள்ளிக்கூடத்தையே சாம்பலாக்கினர்.

அவர்கள் செய்ததுதான் சரி!

பறையனும் புலையனும் கிருஸ்தவனாகிவிட்டாலும் கூட அவர்கள் என்றுமே பறையனும் புலையனும்தான். அது மட்டுமல்ல; அப்படித்தான் இருக்கவேண்டுமென்று வர்க்கி சொல்கிறார். அது அவசியமானது. சில விவசாய வேலைகள் அவர்களால்தான் செய்ய முடியும். விவசாயத்தின் அனைத்துச் சூட்சுமங்களும் அவர்களுக்கு மட்டும்தான் தெரியும். அவர்கள் இல்லாவிட்டால் விவசாயம் நடக்காது. நெல்லுக்குப் பறையன் மற்றும் புலையனுடைய மணம் கிடைக்கவேண்டும் அப்படியிருந்தால்தான் நெல் செழிப்பாக வளர முடியும்.

யோசனைக்குப் பிறகு பீலி சொன்னார்:

"இப்போ மெத்ரான் திருமேனியோட கட்டளைப்படி நாம்ப பள்ளிக்கூடம் அமைச்சோம்னு வச்சுக்கோ! பாதிரியார் அதுக்காக ஓடோடி நடந்து அதைச் சாதிச்சிடுவாரு. அது அவரோட கடமை. நாம்ப இந்த ஊரைச் சேர்ந்த சூத்திராளையும் ஈழவனுங்களையும்

வெறுக்கவச்சுக்கறதுதான் நடக்கும். அவங்க வேணாம்னு விட்டதை நாம்ப செய்யறோம். அது சரிதானா?”

புலையருக்கும் பறையருக்கும் எதுக்குத்தான் இந்தப் படிப்பு? வேதபுத்தகத்தை மேலாளர்கள் கூடப் படிக்கக் கூடாது. அப்புறம் அவர்கள் படிக்கலாமா?

மெத்ரான் திருமேனியின் கட்டளையை எதிர்க்கவேண்டும்!

அத்தகைய ஒரு குரல் எங்கிருந்தோ கிளம்பியது. அதை எழுப்பினவர் யாரோ? என்னவோ?

அனைவர் மனத்திலும் அப்படித்தான் தோன்றியது.

மெத்ரான் திருமேனி கட்டளையை எதிர்ப்பதா? அது மரண தோஷ மாகும்.

மெத்ரான் திருமேனி வெள்ளைக்காரர்.

வெள்ளைக்காரர் ஆனதினால்தான் இப்படியொரு கட்டளையைப் பிறப்பித்தார். இந்த நாட்டைச் சேர்ந்தவராக இருந்தால் இப்படியொரு கட்டளையைப் பிறப்பித்திருக்கமாட்டார். இங்குள்ள விசயங்கள் அவருக்குத் தெரியும்.

நமக்கு நம் நாட்டைச் சேர்ந்த மெத்ரான் வேண்டும்! அது இன்று மட்டுமல்ல; என்றும் இருக்கிற ஓர் உணர்ச்சிதான்!

* ** *

புலையர் பள்ளிக்கூடம் ஓலை மற்றும் மூங்கிலால் ஆனது. மேலே மூங்கில் துண்டினாலான ஒரு சிலுவையும், பாதிரியாரே அந்தச் சடங்குகளை நிர்வகித்தார். அங்கே ஒரு செமித்தேரியும் உருவாக்கப் பட்டது.

பள்ளிக்கூடத்திற்கான, பாதிரியாரின் முயற்சி பலிக்கவில்லை. அந்த விசயத்தைப் பற்றிச் சொல்லும் போது யாரும் வாய்திறக்க மாட்டார்கள். இடம் வேண்டும். கட்டடம் வேண்டும். அதற்காகக் கோவில் பணத்தைச் செலவு செய்ய யாருக்கும் சம்மதமில்லை.

இது மெத்ரான் திருமேனியின் கட்டளையைப் புறக்கணிப்ப தாகுமா?

இல்லை!

45

கேசவபிள்ளை யோசித்துக் கொண்டேயிருக்கிறார். மகன் எதைப் பற்றி யோசிக்கிறான் என்பது கலியாணியம்மாவுக்குத் தெரியும். அவன்

பகற்கனவு காண்கிறான். பகற் கனவு ஒரு சுகமாகும். அது நீடித்துக் கொண்டேயிருக்கட்டும்! எந்தத் தடையுமின்றி விளையாட முடியு மென்றால், அது பகற்கனவில் எல்லையற்ற மண்டலத்தில்தான். அது பிரபஞ்சத்தைவிட பெரிது; பிரம்மாண்டத்தை விடவும் பெரிது!

மகன் கனவிலே என்பது போல சொன்னான்.

"தேவி ஓலைச்சுவடிகளை எல்லாம் துடைத்துச் சுத்தம் செய்வாள். ஒவ்வொரு ஓலையாக!"

கலியாணியம்மா சொன்னாள்:

"அதுக்குப் பயிற்சி வேணும் மகனே!"

"அம்மா அதைப் பயின்றவளல்லவா? அவளுக்குக் கற்றுக் கொடுக்கணும். கற்றுக் கொடுத்தேயாகணும்!"

சற்று நேரத்துக்குப் பிறகு பிள்ளை சொன்னார்:

"அம்மா, நீங்க அவளுக்கு என்னன்னவெல்லாம் கற்றுக் கொடுக்க இருக்கிறீங்க! அவளை உரைத்து ஓர் ரத்தினமாக்கிடணும்!"

தேவி தனக்குச் சொந்தமாகிவிட்டதுபோல் பின்னர் அவர் சொன்னார்:

"ஒரு நல்ல மனைவியாயிருக்க அம்மா அவளுக்குக் கற்றுக் கொடுக்கணும். அவளுக்கும் கற்றுக்கொள்ள விருப்பமிருக்கும். எனது விருப்புவெறுப்புகள் என்னென்னவென்று அம்மாவுக்குத் தெரியுமே."

மகன் தலையில் தடவியவாறு அம்மா சொன்னாள்:

"ஆனா, அது அம்மாவுக்குத் தெரியாதே மகனே!"

அம்மா போன்று நன்றாகக் குழம்பு சமைக்க தேவிக்குத் தெரியுமா? ஒவ்வொரு வீட்டிலும் குழம்புக்கு ஒவ்வொரு ருசியாகும். சீலந்திப் பிள்ளியில் சமைக்கிற அவியலின் ருசி வேறு. கடுக்காத்ர வீட்டிலே சமைக்கிற அவியலின் ருசி வேறு. கடுக்காத்ர அவியலின் ருசியை மாற்றிச் சமைக்கக் கற்றுக் கொடுக்கவேண்டும். அம்மாவால் அதைக் கற்றுக் கொடுக்க முடியும்.

ஆனால் குழம்பு சமைக்கத் தெரிந்ததனால் மட்டும் நல்ல மனைவியாகி விடமுடியாது.

ஒரு வீடு. அந்த வீடு எங்கே? அதுக்கு எத்தனை அறைகள் இருக்க வேண்டும்?

அம்மா, தேவி மற்றும் குழந்தைகள் மட்டும்தான் அந்த வீட்டிலே உள்ளனர்.

தேவி படிப்பில் சோம்பேறியாக இருக்கவில்லை. சுப்பையன் சார் கேட்கின்ற எல்லாக் கேள்விகளுக்கும் சரியான விடையளிக்காமலிருந்த போதிலும்! ஆனால் ஒரு விசயம் உறுதியானதாகும். கேசவபிள்ளை தேவிக்குக் கற்றுக்கொடுப்பார். தேவிக்குக் கற்றுக்கொடுக்கவேண்டிய நிலைமை ஏற்பட்டுவிட்டால் கேசவபிள்ளை உற்சாகமாக சமஸ்கிருதம் கற்றுக்கொள்ளுவார்.

மனமிருந்தால் சமஸ்கிருதம் படிக்கலாம். அது அவ்வளவு கஷ்டமான காரியமல்ல. சோம்பேறித்தனம் கூடாது. அலுப்புத் தோன்றக் கூடாது. குருமுகத்தினின்று சமஸ்கிருதம் கற்றுக்கொள்ள வேண்டுமென்றில்லை. அது ஒரு பழைய முறைதான்.

சமஸ்கிருதம் கற்றுக்கொள்ள எந்த ஒரு குருநாதனும் தேவையில்லை. ஆனால் தேவிக்கு ஒரு குருநாதனிருப்பார். அது அவள் கணவர் தான். தனக்கு? தனக்குத் தானேதான்.

விரிவுரை வழியாக சாகுந்தலம் கற்றுக்கொள்கிறபோது இலக்கணம் பார்க்க வேண்டிய அவசியமில்லை. சுவாரசியத்துக்குப் பின்னால் இலக்கணம் வாலாட்டி நடக்கும். இலக்கணத்தின் குரங்குப் பிடியினின்று சுவாரசியம் ஒளிந்து ஓடிவிடுகிறது. அது ஒரு ரசமான காரியமாகும்.

சாகுந்தலம் தேவிக்கு நன்றாகப் பிடிக்கும். ஏனென்றால் அது ஒரு காதல் கதை. தேவிக்குக் காதல் கதை என்றால் ரொம்பவும் பிடிக்கும்.

கணவர் சாகுந்தலம் கற்றுக் கொடுக்கிறார். மனைவி கற்றுக் கொள்கிறாள். அப்போது குழந்தை கண்விழித்து அழுதது. சாகுந்தலம் அறுந்துவிட்டது. சாகுந்தலத்தை அறுத்துவிட்ட வாள் எது? குழந்தை!

அந்தப் பக்கத்தில் ஒரு தாலாட்டு கேட்கிறது. கேசவபிள்ளையின் முகம் மலர்ந்தது.

"இதோ, நான் திரும்பி வரும்போது நீ இதையெல்லாம் படித்து முடித்திருக்கணும்." கட்டளையிட்டு விட்டுக் கணவர் கிளம்புகிறார். 'மஞ்சள் பூசணி எரிச்சேரி'க் குழம்பு என்றால் கணவருக்கு மிகவும் பிரியமானது. பழுப்புத் தேங்காய் துருவிச் சிவப்பாய் வறுத்தெடுப்பது ஒரு சங்கடமான வேலைதான். அது ஒரு திறமையுமாகும்.

மதியத்தின் போது கணவர் சாப்பிடவந்தபோது ருசியான பூசணி எரிச்சேரி இருக்கிறது. சாப்பாடு அருமையாக இருக்கும்.

கேசவபிள்ளை பூசணி எரிச்சேரி சேர்த்துச் சாப்பிடுகிறார். அப்படிச் சாப்பிடுவதைக் கண்ட மனைவி பெருமிதமடைகிறாள்.

ஆனால் மனைவி பாடம் கற்றுக் கொள்ளவில்லை.

அம்மாவுக்கு சமஸ்கிருதம் தெரிந்த ஒரு கணவர் இருந்தார். அவர் சாகுந்தலத்துக்கு விரிவுரை எழுதியிருக்கிறார். சுவாரசியத்தை நிலை நிறுத்தியவாறு!

அம்மா சமஸ்கிருதம் கற்றுக் கொள்ளவில்லை. அம்மாவுக்கு சமஸ்கிருதம் கற்றுத் தர யாரும் முயலவில்லை. அந்தக் கணவரும் முயல வில்லை. அது ஏன்?

* ** *

கலியாணியம்மா மகனுடைய கனவுகள் சரியாகப் புரிந்து கொள்ளும் நிலைமையில் இருக்கவில்லை. கேசவபிள்ளை அம்மாவிடம் அனைத்தையும் விளக்கமாய்ச் சொல்லியிருந்தபோதிலும்!

மகன் அங்ஙனம் வாழ்ந்தால்போதும். அதுதான் அவருக்குப் பிரியமானது.

ஆனால், அந்த வாழ்க்கை எவ்வாறிருக்கும்?

மகனுடைய மனத்திலிருக்கும் சங்கற்பங்களை கலியாணியம்மாவால் பூரணமாகப் புரிந்துகொள்ள முடியவில்லை. அது ஒரு புதிய வாழ்க்கை. கலியாணியம்மாவுக்கு அனுபவமாகாதது. அவளுடைய பகற்கனவுகளில் கூட அத்தகைய ஒரு வாழ்க்கை தோன்றியிருக்கவில்லை. மகனுடைய கற்பனையிலுள்ள இல்லற வாழ்க்கையினை அந்த அம்மா எங்கேயும் பார்த்ததில்லை.

எதிர்காலத்தில மகனுக்கு மருமகள் தெவிட்டிவிட்டதென்ற நிலைமை ஏற்பட்டு விட்டால்? அங்ஙனம் நிகழ்ந்து விடலாம். தெவிட்டிவிடுவது என்கிற நிலைமையில்லாத ஒரு வாழ்க்கை மரத்துப்போனதுதான். பல நாட்களுக்குப் பிறகு, ஒன்றுதான் என்றென்றைக்குமென்று ஆகி விட்டால், போதும் போதுமென்கிற எண்ணம் உருவாகக் கூடியதே. அப்போது ஆவேச உணர்ச்சி குறைகிறது. சூடு குறைகிறது. இன்னொரு பெண்ணைப் பார்க்கும் போது அவனுக்கு ஓர் ஆசை ஏற்படலாம். தேவி சமைக்கிற குழம்புக்கு முதலில் தோன்றிய ருசி இல்லாமற் போய்விடலாம். அவளுக்குக் கூட இப்படிப்பட்ட எண்ணங்கள் ஏற்படலாமல்லவா? இன்னோர் ஆடவனைப் பார்க்கும்போது அவள் மனத்திலே கூட ஓர் அசைவு ஏற்படலாமல்லவா? மகன் சொல்வதை எல்லாம் அவள் ஏற்றுக் கொண்டாள். ஆனால் சாகுந்தலம் படிக்கவில்லை என்றாகி விட்டால்? சமஸ்கிருதம் அவள் மூளையில் ஏறுவதில்லை. அதிலே அவளுக்கு அலுப்புத் தட்டியது. அவளுக்கு ஒரு ஜரிகைப் புடவை வேண்டும் அதை வாங்கித் தர அவனிடம் பணமில்லை. மனக்குறை ஏற்படலாமல்லவா?

இத்தகைய ஆயிரமாயிரம் எண்ணங்கள் கலியாணியம்மா மனத்தில் உதயமாயின. இது ஒன்றுமல்ல; ஒருவன் ஒருத்தியை அவள் வீட்டிலிருந்து அழைத்துக் கொண்டு வந்து வைத்துக்கொள்வது - அந்த

வாழ்க்கை எப்படியிருக்கும்? அப்படிப்பட்ட ஒரு வீடு உண்டு - இட்டுண்ணானுடையது. இன்னாரிடமில்லை. கிருஸ்தவர்களுக்கு - அது அவர்கள் வாழ்க்கை முறைதான்.

எதுவாக இருக்கட்டும். அவள் தன்னை நேசிக்கிறாளென்று அவன் சொல்லுகிறான்.

கேசவபிள்ளை கடுக்காத்ர கொச்சு தேவிக்குச் சுற்றிலுமாய் ஒரு சொர்க்க சாம்ராஜ்ஜியத்தினைக் கட்டியுயர்த்துகிறார். ஆனால் கடுக்காத்ரக் குடும்பத்திலே?

* ** *

கடுக்காத்ர கொச்சுண்ணி நாயர் தலைத் திருவாதிரைக்குப் பின்னர் ஒரு பெரிய பொய்க்காலில்தான் சஞ்சரிக்கிறார். அவர் என்றுமே பொய்க்காலில் சஞ்சரிப்பவர். ஒவ்வொரு நாளும் ஒவ்வொரு பொய்க்கால்.

கடுக்காத்ரக் குடும்பத் தலைவர் என்று ஊர்ஜனங்கள் பரஸ்பரம் பேசும்போது அது கொச்சுண்ணிச்சாரைக் குறித்துத்தான். ஆனால் யாருமே அவ்வாறு அழைப்பதில்லை. ஏனோ? என்னவோ?

சன்னரக வேஷ்டியும் மேல் வேஷ்டியும் அணிந்து, குடுமி சற்றுப் பின்னால் சாய்த்துக் கட்டிவைத்து, அதிலே ஒரு கூவளத்திலையும் சூடி, நெற்றியிலும் மார்பிலும் விபூதியும் சந்தனமும் அணிந்து, எருமைக் கடாய்க் கொம்பிலே பிடியானை முகம் செதுக்கியிருக்கிற, வளைந்த பிடியுடைய தடியுடன் கொச்சுண்ணி நாயர் வெளிக்கிளம்பி வரும்போது எவனும் கேட்டு விடுவான்:

"கடுக்காத்ர மூப்பனார் எந்தப் பக்கமோ?"

தடியூன்றிச் சற்று நிமிர்ந்து நின்றவாறு மூப்பனார் ஒரு மறு கேள்வி எழுப்புவார்:

"அதென்ன, அப்படிக் கேக்கறீங்க?"

"இல்லே... பார்த்தப்போ ஒரு சந்தேகம். நல்லா அலங்காரமாக் கிளம்பியிருக்கீங்களா."

"என்னை இப்படியெல்லாம் எப்பவாச்சும் பார்த்திருக்கீங்களா?"

"இவ்வளவு சன்னரகமான வேஷ்டியுடுத்தியிருக்கீங்களே - இதைப் பார்த்துத்தான் கேட்டேன்."

"நான் நல்லதைத்தான் வாங்குவேன். எனக்கு விலை ஒரு பிரச்சினை அல்ல. நான் சன்னரக வேஷ்டியுடுத்திக்காமே வெளிக் கிளம்பி வந்ததை யாரேனும் பார்த்ததுண்டா?"

இந்துப் பேச்சைக் கேட்கிற எவருக்குமே இங்ஙனம் கேட்கத் தோன்றி விடும்.

"இப்படிப் பெருமிதம் கொள்ள உமக்கு என்ன இருக்கிறது? உமக்குச் சொத்து உண்டா? ஜாதிப் பெருமை உண்டா? குடும்ப மகிமை உண்டா? என்னதான் இருக்கிறது?"

ஆனால், எவருமே அப்படிக் கேட்பதில்லை. கொச்சுண்ணி நாயரை அப்படிப் பேசவைப்பதில் எவருக்குமே ஒரு குஷி.

கோவிலுக்கு முன்னால் தடியூன்றி நிற்கிற அந்த நிலை அவரைத் தெரியாத யாரையும் அசந்துவிடச் செய்யும். ஏதோ பெரிய ஓர் அதிகாரி என்று நினைப்பார்கள். அல்லது கோவில் தரும கர்த்தாக்களில் ஒருவர் என்று.

நிமிர்ந்துதான் நிற்பார்.

பையன்கள் கூடிநின்று கூவிடுவார்கள். யாரைக் கூவுகின்றனர் என்று நாயருக்குத் தெரியாது பையன்கள் கூவுகிறார்கள்.

"குடுக்காத்ர நாற்பதிலே என்ன விளைச்சல்?"

இப்படியொரு கேள்வியைப் போட்டுப் பாருங்கள்-இன்னும் சற்று நிமிர்ந்து நின்று கொச்சுண்ணி நாயர் சொல்லுவார்:

"என் பறைக்குப் பதினைந்து விளைச்சல்"

குடுக்காத்ரக் குடும்பத்துப் பறை பிரசித்தமானது. விளைச்சலைக் கூடுதலாகக் காட்டுவதற்காக பத்துபடிப் பறைக்கு பதிலாக ஆறுபடிப் பறையைத் தான் செய்து வைத்திருக்கின்றனர்.

கொச்சுண்ணி நாயர் காக்கை அமராத இலையில்தான் சாப்பிடுவார். மதியத்தில் குளித்துவிட்டு வரும்போது இலை போட்டு வைத்திருப்பார்கள். யார் பார்த்தாலும் ஏழெட்டுவிதமான பதார்த்தங்கள் பரிமாறியிருப்பதாகத் தோன்றவேண்டும். கடுக்காத்ர அடுக்களையில் ஒரு இருவிதமான பதார்த்தங்கள் இருந்தால் போதும். அது பல்வேறு விதமான பதார்த்தங்களாகப் பரிணமித்துவிடுகிறது. அவியலை நான்கு பதார்த்தங்களாக்கி விடுவார்கள். தனி அவியல் ஒன்று; கீரை முருங்கைக்காய் இரண்டு; வெள்ளரிக்காய் மோர் சேர்க்கப்பட்டது மூன்று; பலாக்கொட்டை நான்கு - பின்னர் ஐந்தாவது பதார்த்தமாயும் அந்த அவியல் இடத்தைப் பிடிக்கக்கூடும்.

கொச்சுண்ணி நாயருக்கு உள்ளது போன்ற சாப்பாட்டு சுகம் யாருக்குத் தான் உண்டு? இலை நிலையப் பதார்த்தங்கள்!

யாராவது இப்படிக் கேட்டுவிடுங்கள்!

"எந்த எண்ணெய் தேய்த்து ஸ்நானம் பண்ணறீங்க?"

"அது ஒரு பிரத்தியேகமான கலவை. வயஸ்கரை மூஸ்ஸ், குட்டஞ்சேரி மூஸ்ஸ் மற்றும் ஔச்சே மூஸ்ஸ் ஆகிய மூவரும் சேர்ந்து செய்த கலவை அது. ஓலைச் சுவடியிலே இதைப் பார்க்கமுடியாது."

எண்ணெய் காய்ச்சுவது மாதயவர்தான். எள் ஆட்டிய எண்ணெயில் மிளகைப் போட்டுக் காய்ச்சுவாள். நாயர் அதில் சிறிது பச்சைக் கற்பூரத்தையும் புனுகினையும் சேர்த்துவிடுவார்.

நாயர் 'சம்பந்தம்' செய்தவர் அல்ல. தினசரி சலவை போட்டதை மாற்றிமாற்றியுடுத்தி நடக்கிற நாயருக்குச் சலவை செய்து கொடுப்பது வெளுங்காடத்து குட்டயவர்தான். காலையில் சலவை எடுத்துக்கொண்டு குட்டயவர் என்கிற பெண்பிள்ளைக்கு கடுக்காத்ரக் குடும்பத்தை நோக்கிய ஒரு பயணமுண்டு. அதைப் பார்க்கின்ற வாயாடிப் பெண்கள் பரஸ்பரம் கேட்டுவிடுவார்கள்:

"நேற்று ராத்திரிலே கொச்சுண்ணி நாயரு அந்த வீட்டிலேருந்து திரும்பி வர்றப்போ குட்டயவருகிட்டே கேட்டு வாங்கிக்கிட்டு வந்திருந்தால் போதாதா? குட்டயவரை இப்படி நடக்க வைக்கணுமா?"

கோந்நோத்துக் குஞ்சம்மாமார்கள் கடுக்காத்ர வந்த நாளிலிருந்து கொச்சுண்ணி நாயருக்கு ஜாதிப் பெருமை வந்துவிட்டது. நாயருக்கு மட்டுமின்றி அவர் சகோதரி மாதயவருக்குக் கூட!

* ** *

சீலாந்திப்பிள்ளி கலியாணியம்மா கடுக்காத்ரக் குடும்பத்துக்குச் சென்று சொல்லுகிறாள்:

"என் கேசவனுக்குப் பொருத்தமான பெண் கொச்சுதேவி தான்."

'சம்பந்த' ஆலோசனை!

தேவியைப் பிரசவம் பார்த்தது கலியாணியம்மாதான். அந்தப் பிரசவம் பற்றி கலியாணியம்மா சொன்னதெல்லாம் உண்மைதான். பிரசவ வேதனை நான்கு நாட்கள் நீடித்து நின்றது. முதுகுவலி பயங்கரமாயிருந்தது. மாதயவர் அப்போது அது பெண்குழந்தை என்று தீர்மானமாய்ச் சொல்லியிருந்தாள். அறிகுறிகள் கண்டபோது ஆண் குழந்தையாயிருக்குமோ என்கிற சந்தேகம் அவளுக்கு முதலில் இருந்தது. அந்த நான்கு நாட்களிலும் கலியாணியம்மா அந்தப் பிரசவ அறையிலேயே தங்கியிருந்திருக்கிறாள். இன்னொன்று கூடச் சொல்லவேண்டியிருக்கிறது. கலியாணியம்மாவின் வதனம் எந்நேரமும் களைகட்டியிருக்குமல்லவா? பிரசவவேதனையால் மூச்சுத் திணறிச் சாவே மேலானதென்று துடிக்கிற பெண் கலியாணியின் முகத்தைக் கண்டால் இப்போதே பெற்றுவிடுவோமாம் என்று ஆறுதலடைந்திடுவாள். அவள்தான்

மருத்துவச்சி. 'இது பெண்; அழகியுமாவாள்' என்று முதலில் சொன்னது கலியாணியம்மாவேதான். பெற்றுவிழுகிற குழந்தையின் தலையைத் தாங்கியவாறுதான் அவள் அதைச் சொன்னாள்.

தலை வெளியே வந்தபோது குழந்தை 'குவா குவா' என அழத் தொடங்கியது.

"என் கண்ணே, அழாதே! மகளே...!"

குழந்தை பிறக்கு முன்னரே கலியாணியம்மாவுக்கு அது எங்ஙனம் தெரிந்ததோ; என்னவோ?

ஒரு வேளை அவளுக்கு அது ஏற்கனவே தெரிந்திருக்கலாம்.

அவ்வாறாக தேவியை முதன் முதலில் 'மகளே'! என்றழைத்தது கலியாணியம்மாவேதான்.

கேசவன் பிறந்த பின்னர் எந்த வீட்டில் பெண் குழந்தை பிறந்தாலும் அது தன் மகள் என்று கலியாணியம்மா சொல்லிவந்தாள்.

கோந்நோத்துக் குடும்பத்திலே ஆகட்டும்; சீரட்டக் குடும்பத்திலே ஆகட்டும் - அவள் அதைச் சொல்லுவாள்.

தேவி பிரசவமான போதும் அதைச் சொன்னாள்.

ஆயினும் 'சம்பந்தம்' பற்றிப் பேசலாமா? தேவிக்கும் கேசவனுக்கும் பொருத்தமிருக்கலாம். சீலாந்திப் பிள்ளியைச் சேர்ந்த ஒரு பையன் கடுக்காத்ரப் பெண் ஒருத்தருக்குப் புடவை கொடுப்பதா? இதுக்கு முன்பு நடந்திருக்கிறதா? அது தகுந்த உறவுதானா? சீலாந்திப் பிள்ளி ஆடவர்களுக்கு- அவர்கள் பெரியவர்கள்தான் ஆயினும் பெண்ணைக் கொடுப்பார்களா? பரமு ஆசான் ஒருத்தியை அழைத்து வந்ததுதான்.

சீலாந்திப்பிள்ளியைச் சேர்ந்தவர்கள் பெண் கிடைக்கத் தகுதியற்ற ஜாதியினர்.

* ** *

இந்த நிலைமையில் தான் சீலாந்திப்பிள்ளி கலியாணியம்மா கடுக்காத்ர தேவிக்குச் 'சம்பந்த' ஆலோசனையுடன் சென்றிருக்கிறாள்.

பெண் வீட்டார் ஆண்வீட்டாரிடம் சம்பந்த ஆலோசனையுடன் செல்வார்கள். ஆனால் ஆடவனின் அம்மா பெண்வீட்டுக்குச் செல்வது சரியில்லை. ஆணுக்கு விலைகுறைகிறது. பெண்ணுக்கு விலை அதிகரிக்கிறது. அது அப்படித்தானே?

மாதயவர் விசாரித்தாள்:

"இருக்கட்டும் கல்யாணியம்மா! இதுக்கு முந்தி எப்போவாச்சும் சீலாந்தியைச் சேர்ந்தவர்களுக்கும் கடுக்காத்ரவைச் சேர்ந்தவர்களுக்கு மிடையே ஏதாச்சும் உறவு இருந்து வந்திருக்கா?"

(நாயர் என்பது ஒரு ஜாதி. ஆயினும் அவர்களிடையே உயர்ந்தவர் தாழ்ந்தவர் என்கிற வேற்றுமை இருக்கிறது. அதுதான் இங்குள்ள விசயம். மொ-ர்). தலைத் திருவாதிரைக்குப் பிறகு மாதயவருக்குச் சற்று பெருமை ஏற்பட்டிருக்கிறது. பேச்சுவாக்கில் அவள் அதைப் பன்முறை வெளிப்படுத்தியிருக்கிறாள்.

"அன்னைக்கு கோந்நோத்துக் குஞ்சம்மாமாருங்க வந்தப்போ–"

கோந்நோத்து இட்டிக் குஞ்சு வேலையில் நல்ல சுறுசுறுப்பானவன். நொடிப்பொழுதில் சொன்ன வேலையைச் செய்து முடித்திடுவான். அதைப் போலவே சாப்பிடவும் செய்வான்.

என்ன சொன்னாலும் அதில் கோந்நோத்துக் குஞ்சம்மாமார்களின் சிறப்புக்கள் நுழைந்துவிடும்.

கலியாணியம்மா சொல்லும் பதில் இது ஒன்றே தான்: "இல்லை!"

அப்போது மாதயவர் கேட்டாள்:

"அப்பறம் ஏன், இப்படியொரு யோசனையோடு வந்தீங்க,"

கலியாணிக்கு பதில் இல்லாமற் போயிற்று. மாதயவரின் இரண்டாவது கேள்வியின் பொருள் இதுவாக இருந்தது:

"இது ஒரு மரியாதை தவறிய செயல். கலியாணியம்மா ஆனதனாலே பொறுத்துக் கொள்ளுகிறேன். இல்லாவிட்டால் மூஞ்சியிலே காறி உமிழ்ந்து துப்பியனுப்பியிருப்பேன்."

மாதயவர் தொடர்ந்து கேட்டாள்:

"கலியாணியம்மா, உங்க ஆம்புளைங்க இந்த ஊரிலுள்ள ஏதேனு மொரு பெண்ணுக்குப் புடவை வாங்கிக் கொடுத்திருக்காங்களா?"

இந்தக் கேள்வி இன்னும் கடுமையானது. கோந்நோத்துக் குஞ்சம் மாமார்கள் அங்கே வந்து இரண்டு நாள் தங்கியிருந்ததனால் ஏற்பட்ட ஜாதிப் பெருமைதான் மாதயவருக்கு.

கலியாணியம்மா முகம் வாடியது. அதே நாணயத்திலேயே திருப்பிக் கொடுக்க அவளுக்குத் தெரியாது. இன்னொருவர் முகத்தை ஒரு போதும் அவள் கறுக்க வைத்ததில்லை. அந்த மொழி அவளுக்குத் தெரியாது. அத்தகைய முகபாவம் வராது.

அனைத்து முகங்களையும் மலரத்தான் செய்திருக்கிறாள். எதிர்த்து ஒரு சொல் கூட உச்சரித்ததில்லை. அவள் நிமித்துமாய் எந்த ஒரு வதனமும்

வாட்டமடைந்ததில்லை.

மாதயவர் கலியாணியின் முகம் வாட்டமடைவதைக் கண்டாள். அவளுக்கே தோன்றிவிட்டது.

மாதயவர் சொன்னாள்:

“இல்லே... விசயத்தை நான் அப்பட்டமாய்ச் சொல்லிட்டேன். குடும்பக் காரியங்கள் குறித்துத் தீர்மானிக்கவேண்டியது பெரியவர்தானே? நாம்ப பொம்புளங்க நெனைச்சா எதாச்சும் நடக்குமா?”

கலியாணியின் நாக்கு தளர்ந்து போவது போல் தோன்றியது. அப்போது கூட அந்த முகத்தில் புன்னகை உண்டு. ஆனால் அதுக்கு ஒளியிருக்கவில்லை.

மாதயவர் சொன்னாள்:

“அப்போ கலியாணியம்மா எழுந்திருங்க. நேரம் ரொம்ப ஆசசு. சாப்பிடுவோமே?”

வேண்டாமென்று மறுத்துக் கூறியிருக்கலாம். அப்படி அவள் செய்ததில்லை. மாறாக ஒப்புக் கொண்டாள். சொல்லைத் தட்டாமல் பின்பற்றி நடக்க மட்டும்தான் அவளுக்குத் தெரியும்.

மாதயவர் மதிப்புடன்தான் உணவு பரிமாறினாள். உட்காரப் பாய்விரித்து முன்னால் இலைபோட்டு அடுக்களையின் மேற்கு அறையில் தான் சாப்பிட வைத்தாள்.

தேவியைக் காண கலியாணியம்மா கண்கள் துடித்தன. அவள் அங்கே எங்குமில்லை.

“தேவிக் கண்ணு இங்கே இல்லியா?” கலியாணி வினவினாள்.

“இங்கே எங்கேயோ இருக்கிறா.” என்றாள் மாதயவர்.

“நான் பார்க்கலே. அதனால்தான் கேட்டேன்.”

பதில் இல்லை.

“நான் பிரசவம் பார்த்துப் பொறந்த பொண்ணு.”

“ஆமாமாம். நேற்று நடந்தது போல ஞாபகம் வருது. எனக்கு நாலு நாளைக்கு வேதனை தந்தவ.”

அப்போது கூட தேவி வரவில்லை.

* ** *

கலியாணமென்று வரும்போது பெண்ணுக்கு வெட்கமுண்டு.

தேவி தெற்கு அண்டைவீட்டு வளாகத்திலிருந்தாள். அங்குள்ள சின்னப்பெண் தேவியின் பருவத்தினள். இருவரும் வரிக்கை மாமரத் தடியில் அமர்ந்து பேசுகின்றனர்.

அவர்கள் பேசுவது என்னவாக இருக்கும்? இந்த இளம் பெண் களுக்கு இவ்வளவு தூரம் பேசுவதற்கு என்ன இருக்கிறது?

கலியாணியம்மா வராமலிருந்தால் இதுக்குள்ளேயே மாதயவர் தொண்டை வெடிக்கிற அளவு உரத்த குரலில் கூப்பிட்டிருப்பாள்:

"அடி தேவீ...!"

கலியாணியம்மா இருந்ததனால் அவள் மகளைக் கூப்பிடவில்லை.

46

மாதங்களாக கேசவபிள்ளை ஒரு பெரிய ஜோலியில் ஈடுபட்டிருக் கிறார். சீலாந்திப்பிள்ளி அறைக்குள்ளேயும் தென் பகுதியிலுள்ள கட்டடத்திலும் இருக்கின்ற ஓலைச் சுவடிகள் ஒவ்வொன்றாக எடுத்துப் பரிசோதனை செய்யும் வேலை! ரகம் ரகமாகப் பிரித்து வைக்கும் வேலை. சிந்தனை வேறு எந்த விசயத்திலும் செலுத்தப் படவில்லை.

பாகவதம் ஒன்றை நகலெடுத்துக் கொண்டிருந்தார். ஓலையில் அல்ல. காகிதத்தில்தான். தான் தயாரித்த கடுக்கா மையிலே இறகுப் பேனாவினால் தான். கேசவப்பிள்ளையின் எழுத்துக்கள் வடிவானதும் அழகானதுமாயின.

அந்த வேலை கூடத் தடைபட்டுவிட்டது.

கலியாணியம்மாவின் கை நடுங்குகிறது. அவள் பனையோலையில் எழுதி வருகிற கிருஷ்ணப் பாட்டினைப் பூர்த்தி செய்யமுடியுமா என்பது சந்தேகம் தான். எழுத்துக்களுக்கு வடிவமில்லை. ஓர் எழுத்துச் சிறிது சிறியதாகிவிட்டால் இன்னோர் எழுத்து மிகப் பெரிதாகி விடுகிறது. கை உறுதியாக இல்லை. ஓர் எழுத்தின் ஒரு பகுதி நன்றாகப் பதிந்து விட்டால் மறுபகுதி எழுதுகிறபோது நாராயம் அதிலே அடங்காமற்போய் விடுகிறது. ஓலை குத்திக் கிழிக்கப் படுகிறது.

இல்லை! அவள் அதை எழுதி முடித்து விடுவாள்.

* ** *

அறைக்குள்ளே ஒரு மூலையில் பெரியதோர் ஓலைக்கட்டு இருக்கிறது. அதென்னவென்று கலியாணியம்மா பிறர் சொல்லிக்கேட்டு அறிந்து வைத்திருந்தாள். குடும்பத்தின் வரவு-செலவு கணக்கு. அந்தக் கட்டினை அன்றளவும் யாரும் அவிழ்த்துப் பார்த்ததில்லை. அதன்

மீதுதான் கேசவபிள்ளை கைவைத்தார். கணக்கெழுதிக் குடும்பத்தை நிர்வகித்து வந்தவர்கள் இருந்திருக்கின்றனர். எழுதப் படிக்கத் தெரிந்தவர்கள் இருந்திருந்தால் அதுவும் நிகழ்ந்திருக்குமல்லவா?

எந்த நாள் முதற்கொண்டு கணக்கெழுதியிருக்கின்றனர்? சீலாந்திக் குடும்பம் எப்போது ஆரம்பமாயிற்று? இத்தகைய ஒவ்வொரு கேள்விகளை கேசவபிள்ளையே கேட்கலானார்.

அந்தக் கட்டிலுள்ள ஒவ்வோர் ஓலையினையும் பிள்ளை வெளியிலெடுத்தார். மக்கிப் போய் சூரணமாகிக் கொண்டிருக்கின்ற ஓலைகளும் அதிலே உள்ளன.

காவியம், தர்க்கம் மற்றும் வியாகரணத்துக்கிடையில் கணக்கு! பங்குனி 30ஆம் தேதி நெல்வரவு இத்தனை; ஆண்டு முழுவதற்குமாக வேகவைக்க எடுத்துக் கொண்ட நெல் இவ்வளவு.. இப்படிப் போகிறது அந்தக் கணக்கு.

சில ஓலைகளில் எழுதியிருப்பதைப் புரிந்துகொள்ளக் கஷ்டமா யிருந்தது. அந்தக் காலத்து எழுத்துக்கள் இந்தக் காலத்தவை போன்றதாக இருக்கவில்லை. பலவற்றிற்கும் சமானத் தன்மையே கிடையாது. எழுத்துக்கள் எவ்வெவ்வாறெல்லாம் மாறுதலடைந்திருக்கின்றன.

கணக்குகள் பலவற்றையும் புரிந்துகொள்ளக் கஷ்டமாயிருந்தது. சிலவற்றைப் புரிந்துகொள்ள முடிந்தது.

ஒரு விதமான பச்சிலைச் சாறினைப் புரட்டிப் பார்த்தால்தான் எழுத்துக்களைத் தெளிவாகத் தெரிந்துகொள்ள முடிகிறது.

ஓர் இடத்தில் செலவினமாக இங்ஙனம் எழுதப்பட்டிருக்கிறது:

தம்பி இட்டிக்கேளன் குழந்தையை ஞானஸ்நானம் செய்விப்பதற் காகக் கொடுத்து அனுப்பிய நெல் பத்து பறை.

மிகுந்த கஷ்டமுடன்தான் அதைப் படிக்க முடிந்தது. ஓரளவு அனுமானமும் சேர்ந்துகொண்டது. இட்டடிக்கேளன் குழந்தைக்கு ஞானஸ்நானம் நடத்துவது.

அத்தகைய ஓர் ஏற்பாடு இருந்திருக்கிறதா?

இன்னோர் ஓலையில் ஓர் இட்டிச்சிரை ஞானஸ்நானம் செய்ததாகக் காணப்படுகிறது. அவளுடைய கருமாதிகளுக்கென்று செலவு எழுதப் பட்டிருக்கிறது. சீலாந்திப் பிள்ளியில் கிருஸ்தவர்கள் இருந்திருக்கிறார்கள்!

எதையும் புரிந்துகொள்ள முடியவில்லை.

இது எந்தக் காலத்தில்? கலியாணியம்மாவுக்கே இது ஒன்றும் தெரியாது.

* ** *

தலைமுறைகளாய்ச் சொல்லப்பட்டு வருகிற ஒரு கதையுண்டு என்று தான் அது நிகழ்ந்ததென்று யாருக்கும் தெரியாது- கலியாணியின் பாட்டி, அவள் சிறுமியாயிருந்தபோது சொன்ன கதைதான். அந்தப் பாட்டியிடம் அவருடைய பாட்டி சொன்ன கதையாக இருக்க வேண்டும் அது. அதுக்கும் அப்பால் இன்னொரு பாட்டி சொல்லியிருக்கக் கூடும். மிகப் பழைய கதை.

அது ஒரு பழமை. எந்தக் காலத்தில் நிகழ்ந்ததென்று யாருக்கும் தெரியாது- நடந்தது தானா என்கிற உறுதிகூட இல்லை.

"எதுவும் நிகழாமல் கதையாகுமா?" என்றார் கேசவபிள்ளை."

"நிகழ்ந்திருக்கலாம் மகனே! இன்னொன்று கூட உண்டு. நாம் அறிந்திருப்பது போல்தானா, அது நிகழ்ந்ததென்று யாருக்குத் தெரியும்?"

அந்தக் கதையை சொல்லத் தொடங்கு முன்னர் அதுக்கு இப்படியொரு முன்னுரை வேண்டும். அந்த முன்னுரையின்றி கதை கதையாகாது.

"நாம் பழமையானதொரு குடும்பத்தைச் சேர்ந்தவர்களாகும். பழமையென்றால் மிக மிகப் பழமையானது. நம்மைத் தொட்டு அமர்ந்தவாறு யாருமே சாப்பிடுவதில்லை என்கிற நிலைமை ஏற்பட்டுவிட்டது. நம் குடும்பத்தில் எல்லாக் காலத்திலும் எழுதப் படிக்கக் கற்றுக் கொண்டு கண்ணுக்கு ஒளி படைத்தவர்கள் இருந்திருக்கிறார்கள். அத்தகையோர் யாரையும் எதையும் பொருட்படுத்துவதில்லை. நாம் உயர்ந்த ஜாதியினர். நம்மை விட உயர்ந்த ஜாதியினர் கிடையாது."

இந்த முன்னுரைக்குப் பின்னர்தான் கலியாணியின் பாட்டி அந்தக் கதை சொல்லத் தொடங்கினாள். அந்தப் பாட்டியின் பாட்டியும் இந்த முன்னுரை சொல்லியிருக்கக் கூடும். சீலாந்திப் பிள்ளிக் குடும்பத்தைச் சேர்ந்த யாராலுமே இந்த முன்னுரையின்றி அந்தக் கதையைச் சொல்ல முடிந்திருக்காதுதான்.

கலியாணியம்மா அந்த முன்னுரையுடன் கதை சொன்னாள்.

இந்தக் கோவில் நிற்குமிடத்தில் ஒரு பகவதி கோவில் இருந்தது. உக்கிர மூர்த்தியான கொடுங்காளி! மனிதனை அறுத்து 'குருதி' நடத்தப் பட்டிருக்கிறது இங்கே! இந்தப் பிராந்தியமெல்லாம் கானகமாயிருந்த காலம்.

"நாம் யாராக இருந்தோமென்று உனக்குத் தெரியுமா?" கலியாணி கேசவனிடம் ஆராய்ந்தாள்.

இதே கேள்வி அவள் பாட்டியும் கேட்டதுதான்.

யாரென்று பிள்ளைக்குத் தெரியாது. அம்மாவுக்கும் தெரியாது. கலியாணியம்மா தன் பாட்டியின் சொற்களிலேயே பதிலளித்தாள்:

"நாம் பௌத்தர்கள்!"

"பௌத்தர்களா? அப்படியென்றால் யாரம்மா? பௌத்தர்களா அவர்கள் 'மிலேச்சர்'கள் ஆயிற்றே?"

"நாம் மிலேச்சர்கள் (ஈன ஜாதியினர் மொ-ர்). அல்ல- அது உறுதி!"

சற்று நேரம் யோசித்த பின்னர் கேசவபிள்ளை சொன்னார்:

"பௌத்தர்கள் புத்தமுனிவரின் ஆட்கள். அவர்கள் மிலேச்சர்கள்? என்று தருமநீதி சொல்லுகிறது."

கலியாணியம்மா கடுமையாக எதிர்த்த ஒரு விசயமாகும் இது. வாழ்க்கையில் எந்த ஒரு விசயத்திலும் நிர்ப்பந்தமில்லாமலிருந்த அந்தப் பெண்மணி கோபம் கொண்டு அலறினாள். புலிபோன்று சீறினாள்.

"போடா, போ! நீ இந்தப் படிப்பெல்லாம் படித்தது இதுக்குத் தானா? அழகாயிருக்கிறது. நாம் மிலேச்சர்களா? எந்தச் சுவடியிலடா, அது சொல்லப்பட்டிருக்கிறது?"

அவள் முகம் வீங்கியது. அது சிவந்தது.

"எந்தச் சுவடியிலடா, நாம் மிலேச்சர்கள் என்கிறது?"

மகனிடம் ஆத்திரம் கொண்டது இது முதன்முதலாகத்தான். பிள்ளை முகம் வெளிறியது. அம்மா ஆத்திரப்படுவதை மகன் பார்த்த தில்லை. மகனிடம் ஆத்திரமாகப் பேசியதில்லை. கோபம் கொண்ட தாய்முகம் எங்ஙனமிருக்கும் என்பதை கேசவ பிள்ளை இன்று தான் பார்க்கிறார்.

மகனிடமென்றில்லை - யாரிடம்தான் கலியாணியம்மாவுக்கு ஆத்திரமேற்பட்டிருக்கிறது? யாரிடம்தான் ஆத்திரமுடன் பேசியிருக் கிறாள்? யாரிடமுமில்லை.

கலியாணியம்மாவுக்கு ஆத்திரமேற்பட்டதென்றால் அது எவ்வாறிருக்குமென்பதைக் காலம் கண்டுகொண்டது.

"கடுக்காத்ரக்காரங்க ஜாதிப்பெருமை காட்டியது சும்மா அல்ல!"

ஆத்திரம் சங்கடமாய் மாறியது. அவள் ஏங்கி ஏங்கி அழுதாள்.

* ** *

மனம் தளர்ந்து, அவமானத்தின் சோற்றையும் தின்றுவிட்டு அவள் அன்றைய தினம் கடுக்காத்ரவிலிருந்து கிளம்பிவந்தாள். அந்தச் சோறு ஜீரணமாகிவிடவில்லை. அம்மா தூது சென்றதை மகன் அறிந்திருக்க வில்லை. மகனுடைய பகற் கனவினை நனவாக்கிடத்தான் அம்மா அங்கு சென்றாள்.

அது கலியாணியம்மாவை உலுக்கிய ஒரு சம்பவம்தான்.

அம்மாவின் கவலைகண்டு பிள்ளை மிகுந்த கவலையுடன் அமர்ந்துவிட்டார். அம்மாவின் கறுத்த முகத்தை அவர் கண்டதில்லை. அம்மா மகனை அதட்டிப் பேசியதில்லை. அதற்கான சங்கதி எதுவும் ஏற்பட்டிருக்கவுமில்லை.

கேசவபிள்ளை குறும்பு காட்டாத ஒரு பையனாக இருந்திருக்கிறார். எந்தத் தவறிழைத்தோமென்று அவர் அறியவில்லை.

அம்மா இனிமேல் கதை சொல்லமாட்டாள்!

சில நிமிடங்கள்தான்! அம்மா நடு நடுங்கித் தளர்ந்து கூனிக் குறுகி, 'மகனே! மகனே!' எனக் குரலெழுப்பினாள்.

கேசவபிள்ளை நீலநிறமாய் அமர்ந்திருந்தார். அம்மா அவரை முத்தமிட்டாள்.

அம்மா நடுங்கித் தவிக்கிறாள்.

ஆத்திரமேற்படாதவர்களுக்கு அது ஏற்பட்டு விட்டால் இப்படித் தானிருக்கும்.

"மகனே, நான் கத சொல்கிறேன்டா!"

பிணக்குற்ற சிறு குழந்தையாய் கன்னம் உப்பவைத்து கேசவ பிள்ளை சொன்னார்:

"வேண்டாம்; எனக்குக் கதைகேட்க வேண்டாம்!"

"இல்லை மகனே, எனக்கு அடக்கமுடியாத மனக்கிளர்ச்சி ஏற்பட்டு விட்டதடா! இப்படியொரு நிலைமை எனக்கு ஏற்பட்டதேயில்லை. என் இளமையில் பெண்கள் என் மீது அவதூறு சொன்னபோது கூட ஆத்திரமடையாதவள் நான். எனக்குப் புடவை தந்தவர் என்னை விட்டுப் பிரிந்து சென்றபோதுகூட நான் கவலைப்பட வில்லை. அம்மாவை ஒரு நாள் ஒருவன் பலாத்..." தொடர்ந்து பேச அவளுக்குச் சக்தியில்லாதாகிவிட்டது.

அந்த நிலைமையில், ஒருவேளை ஒரு நீர்வீழ்ச்சி போன்ற சொற்பிரவாகமோடு தனது வாழ்க்கை-வரலாற்றினை அவள் சொல்லி யிருப்பாள். எத்தனை எத்தனை ஆடவர்கள் அவள் மீது மோகம்

கொண்டிருக்கின்றனர்! அவளுடைய அனுமதிக்கு மதிப்புக் கொடுக்காமல் எப்போதெல்லாமோ அவர்கள் வந்திருக்கின்றனர். 'கூடாது!' என்றோ, 'முடியாது!' என்றோ சொல்ல முடியாமல் வாழ்ந்து வந்திருக்கிற வரலாற்றினை எப்படித்தான் சொல்வது?

கேசவபிள்ளை ஒரு குழந்தை போல் தேம்பித் தேம்பி அழுதார்.

* ** *

அந்தக் குடும்பக் கதை மறுபடியும் தொடர்ந்தது. அம்மா சொல்கிறாள். மகன் காதுகொடுத்துக் கேட்கிறான்.

பௌத்தர்கள் இலங்கைக்குச் செல்லத் தொலை தூரத்திலுள்ள வடநாட்டிலிருந்து வந்தவர்கள்தான். செல்லும் வழியில் ஒவ்வோர் இடத்தில் தங்கியிருந்து விட்டுச் சென்றனர். அவர்களில் சிலர் சில இடங்களில் நிரந்தரமாய்த் தங்கியிருந்து விட்டனர். மற்றவர்கள் இலங்கைக்குச் சென்றனர்.

"இலங்கை ராவணனுடைய ராஜ்யம்."

"ஆம் மகனே, அங்கேதான்!"

நிரந்தரமாய்த் தங்கியிருந்தவர்கள் மகாவைத்தியர்களும் மகா பண்டிதர்களுமாவார்கள்.

"அவ்வாறு தங்கிவிட்டவர்கள்தான் நாம். அப்புறம்."

கதை முடியவில்லை.

"நாமென்ன செய்தோமென்று தெரியுமா? நாம் கொடுங்காளியை அறிவிலித்தனமெனச் சொல்லி விரட்டினோம். அப்பறம் இங்கே தரும சாஸ்தாவினைப் பிரதிஷ்டை செய்தோம். இந்தக் கோவில் நமக்குச் சொந்தமாயிருந்தது."

அது ஒரு புதிய தகவல். கோவில் சீலாந்திப் பிள்ளிக்குச் சொந்தமாம். பெருமை கொள்ளவேண்டிய விசயம்.

இருக்கைவிட்டு ஓடிச்சென்ற கொடுங்காளி சீலந்திக் குடும்பத்தையே அழித்துவிட்டாளாம்.

"அம்மா, அந்த சாபம் என்னவாக இருந்தது?"

"அதைப் பாட்டி சொல்லித் தரவில்லை. பாட்டிக்குத் தெரியவில்லை. சபித்தாள்!"

ரசமான கதை!

பின்னர் தருமசாஸ்தாவுக்கும் கொடுங்காளிக்குமிடையே கடுமையான போட்டி நிலவிவந்தது.

“சாஸ்தாவுக்குத்தான் கூடுதலான சக்தி. ஒவ்வொரு காலத்தில், ஒவ்வொரு கடவுளர்களுக்குதான் சக்தி. பிந்திய காலத்தில் சாஸ்தாவுக்குத் தான் கூடுதல் சக்தி. இப்போதைய தேவிக்கு சக்தி குறைவுதான். இவ்வாறாகத் தான் பிரம்மா, சிவன் மற்றும் விஷ்ணுவுக்கு ஒவ்வொரு காலத்திலும் சக்தி ஏறுவதும் இறங்குவதுமெல்லாம்.”

ஆயினும் அந்தக் கொடுங்காளியின் சாபம்தான் என்ன?

* ** *

அந்தக் கதை முடியவில்லை. கேசவபிள்ளை வினவினார்:

“அதெல்லாம் எனக்குத் தெரியாது மகனே! அதைப் பற்றி பாட்டி எனக்கு எதையும் சொல்லித் தரவில்லை. நம் குடும்பத்திலே பெரிய பெரிய பண்டிதர்கள் எல்லாம் பிறந்திருக்கின்றனர். அப்புறம் ஒரு விசயத்தைப் பற்றிச் சொல்ல மறந்துவிட்டேன். வட நாட்டிலிருந்து வந்த நாம் பௌத்தர்களென்று சொன்னேனல்லவா? அன்றைய நாட்களில் பெரிய அறிவாளிகள் எல்லாம் பௌத்தர்களாகிவிட்டனர்.”

இடைக் காலத்தில் என்ன நடந்ததென்று கலியாணியம்மாவுக்குத் தெரியாது. ஆனால் துண்டுக் கதையொன்றை கலியாணியின் தாயார் சொல்லக் கேட்டிருக்கிறாள். அது ஒரு குடும்பக் கதை. அண்ணனும் தம்பியும் பிரிந்து போன கதை!

அந்த அண்ணன்-தம்பிமார்கள் ராம-லட்சுமணர்கள் போல் இருந்திருக்கின்றனர். இருவரும் பெரிய அறிவாளிகள். அவர்களிடையே விவாதங்கள் நடைபெறும் குடும்ப விசயங்கள் அல்லது ஊர் விசயங்கள் அல்லது தனிப்பட்ட விசயங்கள் குறித்து அல்ல. தர்க்கம், வியாகரணம் (சம்ஸ்க்ருத இலக்கணம்) = ஜோதிடம் = மீமாம்சை இத்தியாதி விஷயங்கள் குறித்துத்தான். சீலாந்திப் பிள்ளிவீட்டு முகப்புக் கூடம் ஒரு பண்டித சபையாக இருந்தது. ஊரிலும் வெளியிலுமுள்ளவர்கள் வந்து குழுமிவிடுவார்கள். யார்தான் பெரிய அறிவாளியென்று நிர்ணயிப்பது கஷ்டமாக இருக்கும்.

கேட்டுக்கொண்டிருப்பவர்களும் அறிவாளிகளாகி விடுவார்கள். அதுக்காகத்தான் அவர்கள் வருகின்றனர். அவ்வாறு அந்த அண்ணன் - தம்பிமார்களின் வாத-விவாதங்களைக் கேட்டுப் பண்டிதரானவர்கள் இருந்திருக்கின்றனராம்!

சகோதரர்கள் இருவரும் ஒரே மாதிரி பெரிய பண்டிதர்களென்றால் அத்தகைய விவாதங்கள் நடைபெறும். தந்தையும் தனயனுமாக இருந்தால் கூட.

அவர்களுக்குப் பரஸ்பரம் மதிப்புத்தான்.

கேசவபிள்ளை சீலாந்திவீட்டு முகப்பிலே நடைபெறுகிற அறிவாளிகள் அவையைக் காண்கிறார்.

காவியத்தைப் பற்றிய விவாதம்!

'ரசகங்காதர'த்திலுள்ள 'ஸூக்தங் (நன்மொழி)கள் விரிவுரை செய்யப் படுகின்றன.

'ராஷ்டிர-மீமாம்சை,' 'கௌடில்யனுடைய 'அர்த்த சாஸ்திரம்' -ஆகியவற்றை அண்ணன் மனப்பாடம் செய்கிறார். தம்பி கேள்வி கேட்கிறார். எல்லாம் சமஸ்கிருத மொழியிலேயேதான். அண்ணன் பதிலளித்துவிட்டு, தம்பியுடைய கேள்வியின் நோக்கத்தை நிர்ணயித்துக் கொண்டு மறுகேள்வி கேட்கிறார்.

இவ்வாறாக விவாதம் நீடித்துச் செல்கிறது. வியாகரண சம்பந்தமான சர்ச்சைதான் ரசமானது. கேசவபிள்ளை அப்போதுகூட பகற்கனவிலேதான் இருந்தார். கலியாணியம்மா சொன்னாள்:

"அண்ணன் வேதாந்தியும், தம்பி தார்க்கிகனுமாக இருந்தனர்."

அந்தக்காலத்தில் பரங்கியர் புறக்காட்டிலே கிடங்கு நிர்மாணித்து வியாபாரம் நடத்திவந்தனர். அவர்கள் இடையிடையே வருவார்கள். சர்ச்சைகளைக் கேட்பார்கள்.

"பரங்கியருக்கு சமஸ்கிருதம் தெரிந்திருந்ததா?"

"தெரிந்திருக்கலாம். அல்லது தெரியாமலிருந்திருக்கலாம். கதை அதுவல்ல மகனே! கதை இன்னொன்றாக இருந்தது. அந்தப் பரங்கியர் துர்மந்திரவாதிகளாக இருந்தனர். துர்மந்தரத்தினால் எதிரிகளைக் கொல்வது போன்ற காரியங்களைச் செய்கின்றவர்களாக இருந்தனர். நமது மந்திர தந்திரங்களாலே அவர்கள் செய்கின்ற துர்மந்திர காரியங்களைத் தடுத்துவிடமுடியாது. அந்தப் பரங்கியர் தம்பிக்கெதிராக ஒரு துர்மந்திரச் செயல்புரிந்தனர்."

கேசவபிள்ளை ஆர்வமுடன் வினவினார்:

"தம்பி அவர்கள் மார்க்கத்திலே சேர்ந்துவிட்டாரா?"

"அதுவாக இருந்தால் கூடப் பரவாயில்லை. அண்ணன் அவ்வளவு பெரிய மனிதராகத் திகழ்ந்தார். தம்பி அந்த மார்க்கத்திலே சேர்ந்தது குறித்து வாய்திறக்கவில்லை. பின்னரும் ஒருங்கேதான் வசித்து வந்தனர். வாத விவாதங்கள் செய்துகொண்டிருந்தனர். ஆனால் நேர்ந்துவிட்ட தென்னவென்று தெரியுமா?"

கலியாணியம்மா அந்தக் கதையை விஸ்தாரமாகச் சொன்னாள். கற்றுக்கொண்டவள் போல்! பரங்கியரின் துர்மந்திரச் செயலின் கலி தம்பியை பாதித்தது. அது கடுமையான கலியாக இருந்தது. சுயம் மறந்து வெறிகொண்டு அண்ணனை ஆட்சேபணை செய்யத் தொடங்கினார். சர்ச்சையின் போது அண்ணனை அடிக்கத் தொடங்கினார். நளனுக்கும் புஷ்கரனுக்கும் இடையே சூதாட்டம் நடந்தபோது புஷ்கரனை கலி பாதிக்கவில்லையா? அது போன்று!"

அண்ணன் பொறுத்துக் கொண்டார்; கவலைப்பட்டார்.

இவ்வாறிருக்கையில் ஒரு நாள் தம்பி வீட்டைவிட்டு பரங்கியருடன் கிளம்பிச் சென்றார். அண்ணன், 'போகாதே' என்று காலைப் பிடித்து வேண்டினார். தம்பி வேண்டுகோளைப் புறக்கணித்தார்.

பின்னர் அந்த அண்ணன் சாகும் வரையிலும் வாய்திறந்து பேசிய தில்லை. நீண்ட நாட்கள் உயிர் வாழ்ந்ததுமில்லை.

"தம்பியின் கதை என்னாயிற்று?"

"தம்பி பரங்கியருடன் சென்றுவிட்டார். அப்புறம் அவரை இந்த ஊரிலே யாரும் பார்த்ததில்லை. அதுதான் பரங்கியரின் துர்மந்திரச் செயலின் சக்தி!"

கலியாணியம்மா மேலும் கூறினாள்:

"எந்தக் கருமத்தையும் பாக்கி வைக்கவில்லை. வடக்கிருந்து பெரிய பெரிய மந்திரவாதிகளை வரவழைத்துக் கருமங்களைச் செய்ய வைத்தனர். நற்காரியங்கள் செய்தனர். பயனில்லை. பதிலுக்குப் பதில் என்ற முறையிலே துர்மந்திரவாதத்தையும் செய்ய வைத்துப் பார்த்தனர். ஏன் சொல்லவேண்டும்? - நான்காம் வேதக்காரனைக் கூட வரவழைத்து அவர்கள் கிரியைகளைக் கூடச் செய்யவைத்துப் பார்த்தனர்."

* ** *

இது நடைபெற்ற ஒரு கதை போலிருக்கிறது. நீண்ட நாட்களுக்கு முன்னால் அல்ல.

கிருஸ்தவ வேதத்திலே கூட விசயங்கள் இல்லையா? உண்டு.

அறிவாளியான ஒரு மனிதனால் அந்த வேதத்திலுள்ள விசயங்களைப் புரிந்துகொள்ள முடியும். சில அறிஞர்களுக்கு அந்த வேதத்திலுள்ள விசயங்கள் நல்லவை எனத் தோன்றும். அவர்கள் அந்த மார்க்கத்தை ஏற்றுக்கொள்ளக் கூடும். நடக்கக்கூடிய காரியம்தான்.

பண்டைய நாட்களில் வடக்கிருந்து வந்தனர். வடக்கு என்றால் காசி முதலிய இடங்கள்தான். காசியில் அனைவரும் மகா பண்டிதர்கள்.

சங்கராச்சாரியார் காலடியிலிருந்து வடக்கே சென்றார். வாத விவாதங்களிலே அந்தப் பண்டிதர்களைத் தோற்கடித்து 'சர்வக்ஞ பீட'ம் ஏறினார். பின்னர் நேப்பாளத்துக்குச் சென்றார். பத்ரீநாத்துக்குப் போனார். பாண்டித்தியத்தின் திக்விஜயம் அடைந்தார்.

பௌத்தர்களென்று சொல்லப்படுகின்றவர்கள் அங்குள்ள பண்டிதர்களாக இருக்கலாம். புத்தமுனிவர் வாதாடி பண்டிதர்களை வென்றார். வாரணாசியிலேதான் அது நடந்தது.

தோல்வியுற்ற பண்டிதர்கள் புத்தமுனிவரின் சீடர்களாகி விட்டனர். பந்தயம் அதுவாக இருந்தது.

புத்தமுனிவர் என்னென்ன சொன்னார்? என்னவோ?

கலியாணியம்மா தொடர்ந்து கூறினாள்:

"பரங்கியர் நாடு பூராவுக்குமாக துர்மந்திரவாதம் செய்வார்கள். அத்தகையதொரு மயக்குவித்தை வேறு எங்குமில்லை. அது அவர்களுக்குத் தான் உரித்தானது. நான்காம் வேதத்தினருக்குக் கூடக் கிடையாது. மார்க்கம் மாறிச் சென்றவர்கள் மீது அவர்கள் அந்த மயக்குவித்தையைப் பிரயோகித்தனர். இத்தாமன் குருக்கள் எனச் சொல்லப்படுகிற ஒரு பெரிய மாந்திரீகர் இருந்தார். நான் அவரைப் பார்த்திருக்கிறேன். தமிழ்நாட்டிற்கு எல்லாம் சென்று கற்று வந்தவர். தமிழ்நாட்டிலே ஓர் அம்மன் கோவிலில் அம்மன் திருவிழாவுக்கு வந்து சேர்ந்த ஆட்கள் மீதெல்லாம் அந்த ஒரே ஒரு ராத்திரியிலேயே மயக்குவித்தையைப் பிரயோகித்தார்கள் பரங்கியர்! இரண்டு கிராமங்களைச் சேர்ந்த ஆண்-பெண்-குழந்தைகள் அத்தனை பேரும் அங்கே வந்திருந்தனர். பரங்கியரின் ஒரே ஒரு மந்திரவாதம்தான். என்ன நேர்ந்ததெனத் தெரியுமா?"

என்ன நேர்ந்ததெனக் கேட்கும் முறையிலே கேசவபிள்ளை நோக்கினார். கலியாணியம்மா மேலும் கூறினாள்:

"குருக்கள் சொன்னது தான். மறுநாள் கலிகொண்டவர்கள் போல் அனைவரும் துள்ளிக் குதித்து ஓடிக்கொண்டிருந்தனர். ஆண்-பெண்-குழந்தை-யாருக்குமே சுய உணர்வு இல்லை. எங்கே ஓடினார்கள் தெரியுமா? பரங்கியர் மார்க்கத்திலே சேர்ந்திட! அப்புறம் அடுத்த ஞாயிற்றுக் கிழமையன்று அந்த அம்மன் கோவிலை இடித்துத் தகர்த்துத் தூள் பண்ணிவிட்டு அவர்கள் அங்கே ஒரு மாதாகோவில் அமைத்தனர். குருக்கள் அத்தகைய ஊரைப் பார்த்ததாகச் சொன்னார்."

"இவ்வளவு சக்தி வாய்ந்த மந்திரவாதம் நம் ஊரிலே இல்லையா; அம்மா?"

"இருக்கலாம் மகனே! ஆனால் அது கெட்ட கருமங்களப்பனே! கெட்ட கருமங்களைச் செய்யக் கூடாதென்று சாத்திரம் சொல்கிறது. எலியைப் பிடித்து அதன் மீது அந்த மயக்குவித்தையைப் பிரயோகித்தால், அந்த எலி போகும் இடம் எல்லாம் அது பலித்து விடுமெனச் சொல்கிறார்கள். ஆனால் சத்தியவாதிகள் யாரும் அதைச் செய்யமாட்டார்கள். அப்படிச் செய்கிறவன் 'சக்கிர சுவாஸ'ம் இருந்து தான் சாகிறான்."

கேசவபிள்ளை மௌனமாய் இருந்துவிட்டார். எத்தகைய வரலாற்றுச் சிறப்புமிக்க குடும்பம் இது! ஞானஸ்நானம் பண்ணி அந்த மார்க்கத்தில் சேர்ந்தவர்களும் இங்கிருந்திருக்கிறார்கள். இந்தக் குடும்பத்திலேயே வாழ்ந்துகொண்டிருந்தனர். அப்போதைய பழக்க வழக்கங்கள் எப்படியிருந்திருக்கக் கூடும்?

காலையில் அண்ணன் எழுந்து 'நிர்மால்யம்' தொழுவதற்காகக் கோவிலுக்குச் செல்வான். தம்பி மாதா கோவிலுக்குப் போவான். ஒரே வீட்டில்தான் அனைவரும் வாழ்ந்தனர்.

கிருஸ்தவ வீடு என்றோ, சூத்திரவீடு என்றோ, ஈழவ வீடு என்றோ சொல்ல முடியாது.

எப்படித்தான் இப்படி நேர்ந்துவிட்டது? அம்மா சொல்வது போன்று பரங்கியரின் மயக்குவித்தையால்தான் நடந்திருக்கும்.

கலியாணியம்மா தொடர்ந்து கூறினாள்:

"இந்த வெள்ளைக்காரங்கள்லாம் மயக்குவித்தைக்காரங்கதான். பரங்கியர் மாதிரி இல்லையென்று சொல்லலாம். இதெல்லாம் கொஞ்சம் தணிஞ்சு கிடைக்கணும்னா என்ன செய்யணும் தெரியுமா? காலாகாலத்தில் 'தேசக்குருதி' நடத்தவேண்டும். பன்னிரண்டு ஆண்டுகள் பூர்த்தியாகிற ஒவ்வொரு சமயத்திலும் 'பள்ளிப்பானை'யும் நடத்தவேண்டும். அப்படிச் செய்தோமென்றால் ஊரைப் பூராவும் கெடுத்துவிடுகிற இந்த மயக்கு வித்தை பலிக்காது!"

47

"ஓ... புள்ளே! உங்க உம்மாதான் எங்க... என்னன்னு சொல்லிக் கறது?... எங்க வளர்ப்பு அம்மா!"

பீருக்கண்ணு முதலாளி வாய்கிழிய ஒரு முறை சிரித்தார். காதிலிருந்து காதுவரையிலும் கிழித்துத் திறந்து சிரித்தார். அப்புறம் கேசவபிள்ளையை மேலும் கீழுமாய் ஒரு முறை நோக்குகிறார். பீருக்கண்ணு முதலாளிக்கு கேசவபிள்ளையைப் பிடித்தது.

“புள்ளே, நீங்க ரொம்பப் படிச்சிருக்கீங்கன்னு சொல்லிக்கிறாங்க.”

“அப்படியொன்றுமில்லை முதலாளீ!”

“ஹ்ூம்... நம்பளுக்கு அரபு தெரியும். அரபு!”

பீருக்கண்ணு வியாபார விசயத்துக்கு வந்தார்.

“நாம்ப கொச்சியிலேருந்துதான் சரக்கெடுத்துக்கறோம். என்ன? மொத்தமா! ஆலப்புழையிலேருந்தும் எடுத்துக்கறதுண்டு. புகையிலை எடுத்துக்கறது கோயமுத்தூரிலேருந்துதான். இந்தக் கணக்கெல்லாம் நீங்களே எழுதிக்கணும். கொடுக்கறது - வாங்கறது, வரவு-செலவு-நாள்வழி, பேரேடு, குறிப்பு - எல்லாம் எப்படியெப்படி எழுதணும்னு நாம்ப சொல்லித் தர்றோம். என்ன? பெரிய படிப்பினாலே ஒண்ணும் கணக்கெழுத முடியாது.”

பீருக்கண்ணு கலகலவெனச் சிரித்தார்.

“அது எனக்குத் தெரியும்.” என்றார் பிள்ளை.

இவ்வாறாக கேசவபிள்ளை பீருக்கண்ணுவின் கணக்குப்பிள்ளையாகி விட்டார்.

* ** *

கோயமுத்தூரிலுள்ள ஆ.கோ. -செட்டியார் பீருக்கண்ணுவின் ஒரு வாடிக்கைக்காரர். கொச்சியிலுள்ள ஆதம் முகமது ஹாஜியும் ஒரு வாடிக்கைக்காரர். ஆலப்புழையிலுள்ள கோகுல்தாஸ் சேட்டின் கடையில் வரவு-செலவு கணக்கு வைத்திருக்கிறார். ஆலப்புழை முல்லைக்கல் மணி ஐயரிடமிருந்து வட்டிக்குப் பணம் கடன் வாங்குவதுண்டு. பின்னர் ஊரிலுள்ள எல்லாப் பிரமுகர்களிடமும் வர்த்தக உறவை வைத்துக் கொண்டிருக்கிறார்.

பீருக்கண்ணுவின் கடை பெரியதுதான். உப்பிலிருந்து கற்பூரம் வரையிலுமுள்ள அனைத்துப் பொருட்களும் அங்கே கிடைக்கும். தேங்காய் மட்டை, தோல் இத்தியாதி முதற்கொண்டு தங்கமும் ரத்தினமும் வரையிலுள்ள எல்லாப் பொருட்களையும் விலைக்கு வாங்குவதும் விற்பதும் உண்டு. பீருக்கண்ணு வைரம், புஷ்பராகம், மரகதம் ஆகியவற்றை விலைக்கு வாங்கி வைத்திருக்கிறார். சாணியும் வாழைக் கூம்பும் கூட விலைக்கு வாங்குவார்.

“என்ன?” பீருக்கண்ணு சொல்லுவார்:

“ஆழாக்கு அரிசி போட்டு வேகவச்சா அதிலே போடறதுக்கு உப்பில்லே. பத்து நார்மட்டை அல்ல, கொஞ்சம் சேப்பங்கிழங்கு கொண்டாந்தா உப்பாச்சு, மிளகாச்சு, இப்படித்தான் நம்ப வியாபாரம்.

மனிசனுக்கு ஒரு திருப்தி!"

* ** *

நார்மட்டையும் சேப்பங்கிழங்கும் பீருக்கண்ணுவுக்கு புஷ்பராகக் கல் மாதிரிதான்.

அங்கே சேப்பங்கிழங்கு வியாபாரம் உண்டு.

பிணத்தை எரிக்கச் சிதையில் போடுவதற்கான உமியைத் தேடி எங்கும் அலையவேண்டாம் பீருக்கண்ணுவின் கடையில் அதுவும் விற்பனைக்கு உண்டு. விலை வாங்கியும் அல்லாமலும் உமி கொடுப்பார்.

அவர் கடையில் சாணி வாங்கி வைப்பார். மாலைப் பொழுதில் வெற்றிலை, பாக்கு, புகையிலை ஆகியவை பலருக்கும் தேவையானவை. அவற்றைத் தேடி அவர்கள் அலையவேண்டாம். ஒரு தகரடப்பா அளவு சாணி கொண்டுவந்து சாய்பு கடையில் கொடுத்தால் போதும். ஒரு டப்பா சாணி என்றால் ஒரு பசுமாடு ஒரு தடவை போடுகிற சாணி!

அது தான் வியாபாரம்.

பீருக்கண்ணு எங்கிருந்து இவற்றை எல்லாம் கற்றுக்கொண்டார்?

முரிக்கல் வீட்டைச் சேர்ந்த கோந்நச்சார் அந்திப் பொழுதிலே எதுவுமில்லாமல் வெற்றிலைபோட வேறு வழியின்றி வெறிகொண்டு நடக்கிறார் என்று வைத்துக் கொள்ளுங்கள். அல்லது பப்புச்சார் இரவுப் பட்டினி என்கிற பேயினை பயந்து தடியூன்றியவாறு நடந்து செல்கிறார் என்று வைத்துக்கொள்ளுங்கள்!

கோந்நச்சார் போகும் வழியில் காய் தரும் பருவமடையாது பலா மரத்தின் கிளை ஒன்றினை ஒடித்து எடுத்துத் துண்டுகளாக்கி அவற்றை ஒரு கட்டாகக் கட்டிக் கொண்டு செல்வார்.

பப்புச் சார் கையில் காற்றிலே ஒடிந்து விழுந்த ஒரு குலை வாழைக்காய் இருக்கும். மொத்தம் எழுபத்தியேழு காய்கள். நிமிராத அவற்றின் பூகூட உதிர்ந்து விழுந்திருக்காது.

அதையும் வாங்கிவைப்பார் பீருக்கண்ணு. பண்டப் பரிவர்த்தனை நடந்திடும். அந்திப்பொழுதின் 'நிஸ்கார'த்தை முடித்துக்கொண்டு (இஸ்லாமியர் தினசரி ஐந்து முறை செய்கிற பிரார்த்தனைச் சடங்கினை 'நிஸ்காரம்' என்கின்றனர்.) உருண்டைப் பட்டுத் தலையணை மீது சாய்ந்தவாறு மெத்தைப் பாய் மீது அமர்ந்திருக்கிறார் பீருக்கண்ணு.

கடைவாசலில் பொருள் வாங்க வந்தவர்களின் நெரிசல். பறையர் களும் புலையர்களும் தான். பொருட்களை எடுத்துக் கொடுக்க நான்கு பேர்கள் மட்டும்தான். எல்லாவற்றையும் பீருக்கண்ணு கவனித்துக்

கொண்டிருக்கிறார்.

அவர்தான் வியாபாரி!

பீருக்கண்ணு துள்ளியெழுந்தார்.

“டேய் ஹம்க்கே!”

அத்துக்காவைத்தான் அப்படிக் கூப்பிட்டார். பொருட்களை எடுத்துக் கொடுக்கிறான். உண்மைதான். ஆனால் அத்துக்கா கணக்கைக் கூட்டிப் போட்டதில் தவறு ஏற்பட்டிருக்கிறது.

“டேய், ஆழாக்கு நெல்லுக்கு விலை என்னடா?”

“நாலு காசு.”

பயந்து நடுங்கியவாறுதான் அத்துக்கா பதிலளித்தான். வியாபாரம் நின்று போய்விட்டது.

“நீங்கல்லாம் ஏண்டா சும்மா நிக்கறீங்க? சாமான் எடுத்துக் கொடுங்கடா! மற்ற சிப்பந்திகளுக்குக் கட்டளையிட்டார்.

அத்துக்காவை நோக்கித் திரும்பினார். விலை கணக்குப் போட்ட போது இரண்டு காசு சும்மியாயிருக்கிறது. அத்துக்கா தவறிழைத்தவனாகி விட்டான்.

அங்கே சற்றுத் தொலைவில் இருவர் நிற்கின்றனர். ஒருவரிடம் முதிராத வாழைக்காய்க் குலை. இன்னொருவரிடம் பலாமரத்திலைக் கட்டு. அவர்களைப் பார்த்த பீருக்கண்ணு நெருங்கிச் சென்றார்.

அந்த இரண்டு பொருட்களும் பீருக்கண்ணுவுக்குத் தேவைதான். அவர்களுக்கு வெற்றிலை பாக்கு-புகையிலை தேவை. மொத்தம் ஒன்றரை ‘சக்கர’த்தின் பொருட்கள் அவர்களிடம் சென்றிடும்.

* ** *

நீண்ட காலத்திற்கு முன்னர் தான். வெளியிலுள்ள களமென்றால் இரவின் மூன்றாம் யாமத்தில் ‘மறுதா’வின் தீ வானளவு உயரப் பற்றி எரிகிற இடம்தான்.

நீல நிறமான தீ.

அந்த மறுதாவை அறைகூவியழைத்துக் கொண்டு கடுங்காலன் சேந்நன் மூன்று பெண்களுடன் அந்தக் களத்தில் வாசம் புரியலானார். அது எங்ஙனம் நடந்துவிட்டதென்றா? அதுக்குக் கூட ஒரு கதையுண்டு.

கருங்காலன் சேந்நன் சீரட்டக் கைமளுடைய ஏட்டில் எழுதிக் கொண்ட அடியாளன்.

சீரட்டக் கைமள் ஆண்டுதோறும் கருங்காலன் சேந்நனுள்ளிட்ட, தனது அடியாட்களுக்காகச் செலுத்தவேண்டிய பணத்தை கோவில் உற்சவ நீராட்டு நாளன்று தேவஸ்தானத்தில் எழுதிவிட்டு சாமி சன்னிதானத்தில் காணிக்கையாகக் கொண்டு சென்று வைப்பது வழக்கம். காவலுடைய நிலத்திலே ஒரு வருடம் விவசாயம் சீரழிந்த போது கைமள் சேந்நனைக் குறை கூறினார்.

சேந்நனுக்கு ஒன்றல்ல; இரண்டு மனைவிகள். புலையன் ஊரில் தான் படுத்துக் கிடப்பான். காவலாளியான புலையன் வயல்வரப்பில்தான் படுக்க வேண்டும். அப்போதுதான் நிலத்தின் மண்ணும் நெல்லும் அறியும்.

சேந்நனால் அதைப் பொறுத்துக்கொள்ள முடியவில்லை.

அன்றைய தினம் சேந்நன் புறக்களமென்கிற மறுதா களத்தில் குடிசை போட்டு அங்கே தங்கிவிட்டான். இது தான் கதை.

சீரட்டக் கைமளின் ஐநூறு பறை நிலத்தின் அருகேதான் புறக்களம். மறுதா ஆளுகிற புறக்களம்.

மறுதாவின் தென்னைமர உயர அளவில் உயர்ந்து எரிகிற நீல நெருப்பினை அங்கே 'படஹார' மென்கிற இடத்தில் வசிப்பவர்கள் சில இரவுகளிலே காண்பதுண்டு. சேந்நன் பல இரவுகளிலும் தூங்காமலிருந்து பார்த்தான். புறக்களத்திலே சில இரவுகளில் எண்ணற்ற மின்மினிப் பூச்சிகள் கூட்டமாகப் பறந்தன. அவ்வளவுதான். நீல நெருப்பு படர்ந்து எரிவதை அவன் பார்க்கவில்லை.

மறுதாவின் நெருப்பு சிதறுண்டு சிறு சிறு துண்டுகளாய்ப் பறந்தது. அந்த மின்மினிப் பூச்சிகள் அதுவாக இருக்கலாம்.

சேந்நனுக்கு இரண்டு மனைவிகள் ஏற்பட்டது குறித்து ஒரு கதையுண்டு.

தனக்குக் குழந்தைப் பேறு இருக்காதென்று ஆகிவிட்டபோது குஞ்சாளி சொன்னாள்:

"மலடியல்லாத ஒருத்தியைப் பிடித்துக் கொண்டுவாங்க!" சேந்நன் மறுத்தான்.

"எனக்கு அது வேணாம்!"

"அப்டீன்னா நான் ஒருத்தியைப் பிடிச்சுக்கிட்டு வருவேன்."

அவ்வாறாக குஞ்சாளி பிடித்துக் கொண்டுவந்த புலையச்சிதான் உலகி. உலகி ஒரு முறைதான் பிரசவித்தாள். அவன்தான் வட்டத்தான்.

* ** *

வட்டத்தானுக்கு இரண்டு வயதான நேரம். புறக்களத்திலுள்ள தென் சீரட்ட ஐநூறில் சம்பா நெல் விளைச்சலாயிற்று. நெல் செடிகளின் அடிப்பகுதியைக் கூடக் காணமுடியாத அளவில் நெல் படர்ந்து விளைந்தது. ஒவ்வொரு கதிரும் ஒவ்வொரு முழம் நீளம். அவை ஒன்றன் மீது ஒன்றாக விழுந்து படிந்து கிடந்தன.

மேப்ராலைச் சேர்ந்த பதினைந்து அறுவடைக் கூலியாட்கள் வந்திருக்கிறார்கள். இல்லிச் சிறையில் அவர்கள் குடிசையமைத்துத் தங்கியிருந்தனர்.

அவர்கள்தான் அறுவடை செய்கின்றனர்.

வயலில் அறுவடைக்காக அணிவகுத்து நின்றுவிட்டால் அப்புறம் வாய்திறந்து ஒரு வார்த்தை சொல்லமாட்டார்கள். இடது-வலது பக்கங்களில் ஆட்கள் நிறையாய் நிற்பது கூடத் தெரியாது. சற்றே நிமிர்ந்து நிற்பார்களா? அது கூட இல்லை. மதியவெயிலில் கதிர்கள் கண்ணுக்குப் புலப்படாமல் போயிருக்கக் கூடும். இங்கே அப்படிப் போய்விடாது.

ஓர் அறுப்புக்கு ஒரு பிடி கதிர்கள்-மூன்றுபிடி கதிர்கள் இருந்தால் ஒரு கற்றையாகி விடுகிறது. பெரிய கற்றை.

அந்தக் கூட்டத்தில் ஒரு புலையச்சி இருந்தாள். அவள் பெரிய கெட்டிக்காரி.

அறுத்து அறுத்தெடுத்து நகர்ந்து செல்கிற கோச்சிரையின் பின்னாலிருந்து விலகிச் செல்ல சேந்நனுக்கு மனம் வருவதில்லை. அவள் அறுவடை செய்வதைக் காண அவ்வளவு அழகாயிருக்கிறது.

அவள் ஒருமுறை திரும்பிப் பார்த்தாள். சற்று கோபித்துக் கொண்டவள் போல் ஒரு கேள்வி கேட்டாள்:

"இதென்ன? பின்னாலேருந்து விட்டுடாமே வந்துக்கிட்டிருக்கியே? தலைப் புலையன் இப்படியா, நடந்துக்கணும்?"

"அதென்னடியம்மா, அப்படிக் கேக்கறே? எனக்கென்ன, பின்னாலே நடக்கக் கூடாதா? இது எந்த ஊரு நியாயம்?"

தலைப் புலையன் இப்படி நயமாகத் தனது அதிகாரத்தை நிலைநாட்டும் வழக்கமில்லை. முதலில் ஒரு முறை சீறிவிழுந்துவிடுவான். அப்புறம் வார்த்தை பேசுவான். முகத்தில் ஆத்திரக் குறிகள் இருக்க வேண்டும். ஆனால் சேந்நன் அப்படியில்லை. மெல்ல நயமாகத்தான் பேசினான்.

"அதுக்கு என் பின்னாலே நின்னா மட்டும் போதுமா? அப்படி நின்னு என்னத்தைப் பார்த்தே?"

சேந்நனுக்கு வெட்கமாயிற்று.

கற்றைகள் தலையிலேற்றப்பட்டபோது அவள் நிமிர்ந்து நின்றாள்.

பின்னால் சேந்நன் நின்றிருந்தான்.

அவள் இதழ்களில் புன்னகை தவழ்ந்தது. சேந்நன் முகமும் மலர்ந்தது. சேர்ந்தாற்போல் அவர்கள் கண்கள் பரஸ்பரம் மோதிக் கொண்டன.

"ஓம் பேரன்ன?"

"கொச்சிரை..."

ஓர் அறுவடைக் காலம் முழுவதிலும் ஒரு புலையன் ஒரு புலையச்சி பின்னால் நடந்தால் பின் விளைவு இப்படித் தானிருக்கும். அவன் காவல் புலையன்தான். ஆயினும் கள் குடிக்க ஒரு கற்றையாவது அறுத்தெடுக்கவேண்டுமே. அதுதான் இல்லை.

"நீ வேலை செய்யற அழகைப் பார்த்து என்னையே நான் மறந்திட்டேன்."

அவள் புன்னகையுடன் கூறினாள்:

"ஏய்! உன் கண்பட்டு என் ஒடம்பே மரத்துப்போயிடும் போலிருக்கே?"

"நீ வேலை செய்யற அழகைப் பார்க்கிறப்போ மனசிலே ஒரு பாட்டு வந்துக்கிட்டிருக்கு. அஃதைப் பாடிக்கிட்டிருந்தேன், கொச்சிரை!"

கொச்சிரை சிரித்துவிட்டாள்.

கொச்சிரையின் சொம்பு போன்ற தனத்தின் காம்பு புடைத்துக் காணப்படுகிறது. அந்தச் சொப்பு ஈட்டி மரத்தில் கடைந்தெடுத்தது போன்றிருந்தது.

கொச்சிரையை ஒருவன் முன்னால் தாலி கட்டியிருக்கிறான். அவள் ஓராண்டு வரையிலும் அவனுடன் வாழ்ந்திருக்கிறாள். இன்னோர் அசலூரிலே தான். அவளே அவனை விட்டு வந்தவள் தான். அப்போது கொடுக்கப்பட்ட 'பெண் பணம்' திருப்பித் தர வேண்டும்.

"என் உடன் பிறப்புங்க சொன்னாங்க, 'கொடடீ, பெண் பணம்'னு. என் அம்மா அப்பா செத்துப்போயிட்டாங்க. நான் வேலை செஞ்சு பெண் பணமும் நெல்லும் கொடுத்திட்டேன்."

கொச்சிரையால் அதைச் செய்யமுடியும். அவள் வேலை செய்கிறவள்.

மேற்கே அஸ்தனமாகிற சூரியன் உலகத்தார் அனைவருக்கும் தங்கத் தூள் அள்ளி வீசிக்கொடுத்துக் கொண்டிருந்தான். அன்றைய தினம் காற்று என்னவோ, வேண்டுமென்றே மெல்ல மெல்ல வீசிக் கொண்டிருந்தது.

அறுவடை ஆரம்பமான வயல்கள் இருமருங்கிலும் விஸ்தாரமாய்ப் பரந்துகிடந்தன.

திண்டின் மீது முன்னே நடந்து செல்கிற சேந்நன் வினவினான்:

"கொச்சிரா, நான் உன்கிட்டே ஒரு விசயம் கேக்கட்டுமா?"

"கேளு!"

"உன்னைப்பற்றிய விசயம்தான். கேக்கறது முறைதானோ; என்னவோ? ஆனாக் கூட... கொச்சிரைக்கு அப்படியிருக்கிறப்போ ஒரு புலையன் வேணும்னு தோணறதில்லியா?"

"அடி ஆத்தா, இதென்ன கூத்து? காலாகாலத்திலே எருமை, பசு எல்லாம் கயிற்றை அறுத்துக்கிட்டுப் போறாப்பலே வெகுளி பண்ணறதில்லே? நானும் ஒரு பொண்ணுதானே?"

"அப்படீன்னா, நான் உன் புலையனா இருக்கேன். என்ன சொல்லறே?"

"எனக்குச் சம்மதம்தான். அன்னையிலேருந்தே எம் மனசிலே அப்படி ஒரு எண்ணம் தோணிச்சு."

"அப்படீன்னா இந்த அறுவடையும் மிதியும் முடியட்டும்."

* ** *

கொச்சிரை பசுமாதிரி, எருமை மாதிரி காமவெறி கொண்டு ரத்துவாள். அவளுக்கும் வம்சத்திடம் பொறுப்பு உண்டு. ரத்தம், மாமிசம் மற்றும் கொழுப்பும் உண்டு. சேந்நன் என்கிற காளைக்குப் பின்னால் நடக்கலானாள் கொச்சிரை.

இது காதல்தானா? இதுவல்லவோ, காதல்?

குஞ்சாளி உலகியிடம் சொன்னாள்:

"அடியே, அவ வரட்டும். நம்பளுக்கென்ன?"

"எனக்கென்ன? அவ வாறதாயிருந்தா, வரட்டும்."

"நாம்ப கூடாதுன்னு சொன்னாக் கூட அவரு அழைச்சுக்கிட்டு வந்திடுவாரு. மோந்து நடக்கிறாரு. என்கிட்டே சொன்னாரு 'அடியே, குஞ்சாளீ... நான் கொச்சிரையை நம்ப குடிசைக்கு அழைச்சுக்கிட்டு வந்திருவேன்."

குஞ்சாளி வறுத்த நெல்லைப் பாய்மீது கொட்டினாள். தென்னம் மட்டையால் அதைப் பரப்பினாள். சூடு தணிந்த பின்னர் அதைக் குத்தி அரிசி பண்ணித்தான் அன்றைய இரவுச் சாப்பாட்டைச் சமைக்க வேண்டும். வட்டத்தான் முற்றத்தில் படுத்து உருண்டு புரளுகிறான்.

உலகி சொன்னாள்:

“அப்பறம் அவரு சேவல் மாதிரி சிறகை அடிச்சுக்கிட்டு என்கிட்டே சொல்றாரு, ‘உனக்குக் காமவெறிவந்தா நான் இருக்கேன்’னு.

குஞ்சாளி தன் கருத்தைச் சொன்னாள்:

“ஓ... அதெல்லாம் சரிதானா?”

“நான் குழந்தையை எடுத்துக்கிட்டுப் போயிடுவேன்.”

“அவரு கொல்ல வருவாரு!”

“அதுக்கு என்ன காரியம்?”

வட்டத்தான் ஊர்ந்து வந்து குஞ்சாளியைப் பிடித்து எழுந்து நின்று, அவள் முகத்தைப் பார்த்துச் சிரித்தான்.

அவனுக்கு இரண்டு பற்கள் உண்டு.

“வட்டத்தான் கூட நானும் வந்திடுவேன்.”

* ** *

குஞ்சாளி வேலைக்குப் போகிறாள். கொச்சிரையும் வேலைக்குப் போகிறாள். சேந்நன் எதையும் கொண்டு வராவிட்டால் கூட அந்தக் குடும்பம் பட்டினியாகாது. பட்டினியென்றால் பட்டினி. பட்டினி யில்லாமல் செய்ய சேந்நனால் எதையும் செய்ய முடியாது.

புலயச்சிக்குப் பெண் பணம் கொடுத்துக் கலியாணம் நடத்தப் படுகிறது. புலயச்சி வருமானத்திற்கான சாதனமாகும். அவள் சொத்து ஆகும்.

இன்னும் ஒரு பெண்ணின் கூலியும் கூட அந்தப் புறக்களச் சேரிக்கு வந்தது.

அந்த அறுவடை முடிந்து, பாய்க் கூடையில் நெல்லை அள்ளிப் போட்டுக் கொண்டு சேந்நன் முன்னிலும் கொச்சிரை பின்னிலுமாய்ப் பிற்பகல் கிளம்பிவிடுவார்கள். நள்ளிரவில்தான் திரும்பி வருவார்கள். சில நாட்களில் போனால் மூன்று-நான்கு நாட்கள் வரையிலும் உறவினர் வீடுகளில் விருந்தாளிகளாய்த் தங்கிவிடுவார்கள்.

கொச்சிரையிடம் சேந்நன் விசாரித்தான்:

“உனக்கு என்னைப் புடிச்சுதா?”

“நான் சொல்றேனே, அறுவடை நெல்லைத் தலையிலே ஏற்றி வச்சுப் பார்த்த அன்னைக்கே என் மனசுக்குத் தோணிச்சு.”

"எனக்கு ஒரு வெறி புடிச்ச மாதிரி ஆயிடுச்சி. என்னாலே உன் பின்னாலேருந்து விட்டுப் போவ முடியாமலாச்சு."

"அது எனக்குத் தெரிஞ்சது."

மூன்று புலையச்சிகள்!

சண்டைசச்சரவு எதுவும் கிடையாது. அதற்கான விசயமுமில்லை. மூவரும் வட்டமாய் அமர்ந்திருப்பார்கள். மத்தியில் சேந்நன் இருப்பான். பேச்சுத்தான். ஒரு வேடிக்கை சொன்னால் மூன்று மனைவிமார்களும் சிரித்துவிடுவார்கள்.

மத்தியில் பானை வைத்திருப்பார்கள். பானை நிறையச் சோறு இருந்தால் வயிறு நிறையச் சாப்பிடுவார்கள். இல்லாவிட்டால் இருப்ப தைப் பங்கு போட்டுச் சாப்பிடுவார்கள்.

"எனக்குக் கொஞ்சம் குடிக்கணும் போலிருக்கு கொச்சிரை!"

கொச்சிரை குஞ்சாளியிடம் கேட்டாள். குஞ்சாளி உலகியிடம் சொன்னாள்.

சில நாட்களில் சேந்நன் குஞ்சாளியுடன் கள்ளுக் கடைக்குப் போவான்.

"அடி கொச்சிரை, வாடீம்மா! கள்ளுக் கடைக்குப் போவோம்."

குஞ்சாளியைத் தூக்கியெடுத்து ஆட்டமாடுவான்.

"அடியே, இதென்ன கூத்து?"

உலகியும் கொச்சிரையும் தலையில் அறைந்து கொண்டு சிரிப்பார்கள்.

அந்தக் குடிசையின் ஒரு பகுதியை மறைத்துக்கட்டி ஓர் அறை செய்திருக்கிறான். பரம்புத்தட்டி தான் அதற்குக் கதவு. மறைத்துக் கட்டி யிருக்கிற ஓலையில் துவாரங்கள் இருக்கின்றன. பெயருக்குத்தான் ஒரு மறை.

அங்கேதான் சேந்நனுக்குத் தூக்கம். மூன்று மனைவிமார்கள் இருப்பவனுக்கு ஒரு மறை தேவையாக இருக்கக் கூடும்.

இரவு உணவை முடித்துக்கொண்டு அந்த அறையில் பாய் விரித்து வைத்து சேந்நன் அழைப்பான்:

"அடியே கொச்சிரை...!"

"ஓ!"

கொச்சிரை பதிலுக்குக் குரல் கொடுத்தாளேயன்றி அவனிடம் செல்லவில்லை.

இன்னும் ஒரு முறை சேந்நன் அழைத்தான். கொச்சிரை அதற்கும் குரல் கொடுத்தாள். குஞ்சாளிதான் சொன்னாள்:

"இன்னைக்கு கொச்சிரைக்கு என்னவோ, ஒரு மாதிரியாம் உடம்புக்கு."

அன்று குஞ்சாளிதான் அறைக்குச் சென்று தட்டியை மூடியது.

அன்று காலையில் வெற்றிலைக்குச் சுண்ணாம்புத் தேய்த்துக் கொடுத்தவள் குஞ்சாளிதான். பாக்குத் துண்டினை அவளேதான் அவன் வாயில் போட்டுக் கொடுத்தாள். வேலை செய்யுமிடத்திலாகட்டும், குடிசையிலாகட்டும் - குஞ்சாளி அவன் பின்னாலிருந்து எங்கும் போக மாட்டாள். அன்றைய தினம் மூத்த புலையச்சியும் அவனும் சேர்ந்து பாட்டும் ஆட்டமுமாக இருந்தனர்.

சேந்நன் ஏதோ ஒரு கேலிப் பேச்சு பேசிய போது குஞ்சாளி அவன் கன்னத்தில் அன்பாய் ஒரு குத்துக் குத்தினாள்.

இளைஞர்கள் இப்படியொரு வெட்கக்கேடினைச் செய்ய மாட்டார்கள். ஒரு பூமரத்தடியில் புலையச்சி, புலையன் மடி மீது படுத்துக் கிடக்கிறாள். புலையன் புலையச்சி முடியைச் சிக்கலெடுத்தவாறு பேன் எடுத்துக் கொல்கின்றான். அப்படிப் படுத்துக் கிடப்பது அவன் பேனை எடுத்துக் கொல்வதற்காக அல்ல. ஏதோ ஒரு தகாத நோக்கத்தோடுதான்.

அவள் சேந்நனைக் கிசுகிசுக்கச் செய்கிறாள். அவன் துள்ளித் துள்ளி விழுந்து சிரிக்கிறான். இரையைப் பிடித்துக் கடித்துப் போட்டு விளையாடுகிற பூனை போலத்தான் குஞ்சாளி ரசிக்கிறாள்.

அவள் சுற்றுமுற்றும் பார்த்துவிட்டுத் தன் முகத்தை அவன் முகத்தருகே கொண்டு சென்றாள்.

பின்னர் சேந்நன் படுக்கையறைக்கு நுழைந்து சென்றபோது ஏன், கொச்சிரையைக் கூப்பிட்டான்?

அன்றைய தினம் பாய்விரித்து வைத்தவள் கொச்சிரைதான். பாயினை உதறி விரித்துப் போடுகிறவள்தான் அன்றைய தினம் அறைக்கு உரிமையுள்ளவள். ஆயினும் குஞ்சாளிக்குத்தான் கூடுதலான காமவெறி தலைக்கேறி நின்றது. கொச்சிரை தனது உரிமையை அவளுக்காக விட்டுக் கொடுத்தாள்.

* ** *

அறைக்குள்ளே புலையனும் புலையச்சியும் சேர்ந்து ஒரே பேச்சுத்தான். குஞ்சாளி குலுங்கிச் சிரிக்கிறாள். அவன் அவளை ரசிக்க வைக்கிறான்.

அவர்கள் இளைஞர்களாக மாறிவிட்டனர். என்றுமென்றும் புதுமை தான். எத்தனை மனைவிமார்கள் இருந்தபோதிலும் புதுமையேதான்!

குஞ்சாளி ஊர்நிலைமை குறித்துச் சொன்னாள்.

நூற்றின் சிறை ஜோதி மகன் ஒரு பெண்ணினைக் கட்டிக்கொண்டு வந்தான். அவள் எங்கேயோ ஓடி விட்டாள்.

"அதென்னடீ, அவன் நல்ல தடியனாச்சே?"

"அதனால்தான் அவள் போய்விட்டாள்."

* ** *

வெளியே மற்ற இரு பெண்களும் நிறுத்தாத பேச்சில் முழுகி யிருந்தனர். நூற்றின் சிறை ஜோதி மகன் விஷயமாகத்தான்.

கொச்சிரை வினவினாள்:

"எப்பவும் வெறிபுடிச்சு தொந்தரவு பண்ணினா அவன்கூட வாழற தெப்படி?"

உலகி அதை ஒப்புக்கொண்டாள்.

"நீ என்ன, இன்னைக்குப் பாய்விரிச்சுப் போட்டியா?"

"அப்போ எனக்குக் கொஞ்சம் ஆவேசமாகக்கானிருந்தது."

"பெரியவ வெறி புடிச்சு நடக்கிறான்னு அப்பவே சொல்லலாம்னு நினைச்சேன்." என்றாள் உலகி.

"அப்பறம்தான் எனக்குப் புரிஞ்சது. அப்பறம் எனக்குத் தூக்க மயக்கமாச்சு."

* ** *

நானூற்றின் வயலில் அறுவடைக்காக ஆட்கள் அணிசேர்ந்து நின்ற போது ஒரு குரல் எழும்பியது:

"அடி கொச்சிரை...!"

கூப்பிட்டவன் மலர்ந்த முகமுடன் சிரித்தான்.

"அடியாத்தீ, இவரு யாரு?" என்றாள் கொச்சிரை.

"கண்ணைத் திறந்து பாரடீ...!"

கொச்சிரையின் முகமும் வெள்ளைச் சிரிப்பினால் ஒளி சிந்தியது.

திண்டின் பக்கவாட்டில் சாய்த்து குத்தி நிறுத்தப்பட்டிருக்கிற ஓலைக் கீற்றின் நிழலில் ஒரு குழந்தை உட்கார்ந்திருக்கிறது.

கொச்சிரை குழந்தையை நோக்கி நடந்து சென்றாள். கூப்பிட்டவன் அவளை முதலில் மணந்திருந்த மாடன்.

கொச்சிரை மாடனுடைய இப்போதைய புலையச்சியைப் பார்த்தாள்.

"நீங்க எப்போ வந்தீங்க?" என்றாள்.

"இன்னைக்கு."

மாடன் இரண்டாம் மனைவியை நோக்கிச் சொன்னான்:

"நான் முதலிலே கட்டிய பொண்ணு!"

மாடன் மனைவி சிரித்தாள்.

"எங்கே, குடியிருக்கிறிங்க?" என்றாள்.

கொச்சிரை சேரியைச் சுட்டிக் காட்டினாள்.

திண்டில் விளையாடிக்கொண்டிருந்த குழந்தையை அவள் அள்ளி யெடுத்தாள். குழந்தை அவள் முகத்தை உற்றுப்பார்த்துவிட்டுத் தலையைக் குனிந்துகொண்டது. கொச்சிரையின் தனத்தை அது வாய்க்குள்ளாக்கியது. அவளது முலைக்காம்பு குழந்தையின் வாய்க்குள்ளே புகவில்லை. கொச்சிரைக்குக் கிசுகிசுப்புத்தான்.

* ** *

சேந்நனிடம் கொச்சிரை சொன்னாள்:

'எம் புலையன்தான்.'

சேந்நன் மாடனைப் பார்த்திருக்கிறான். மாடன் சேந்நனையும். எங்கே பார்த்தனர் என்கிற நினைவு இல்லை. இருவரும் நினைத்துப் பார்த்தனர்.

பூமரத்தடியில் அமர்ந்தவாறு பெண்கள் இருவரும் பேசுகின்றனர். அப்போது திண்டு மீது மாடனும் சேந்நனும் நடந்து கொண்டிருந்தனர். அவர்கள் எங்கே போகிறார்களென்று பெண்களுக்குத் தெரியும்.

"இருவரும் சேர்ந்து கள்ளுக் கடைக்குத்தான் போறாங்க." என்றாள் கொச்சிரை.

"அப்படித்தான் தோணுது."

"எங்கு போறீங்க?" அழைத்துக் கேட்டாள் கொச்சிரை.

"நாங்க போறோம்." மாடன்தான் சொன்னான்.

"நாங்க கூட வரட்டுமா?"

"வா!"

"ஒரு வாய் நாம்பளும் குடிச்சுக்குவோமே?" என்றாள் கொச்சிரை.

மாடனுடைய புதிய புலையச்சிக்கு ஆட்சேபணை இல்லை.

"அப்படீன்னா, எல்லோருமாச் சேர்ந்து போவோமே." என்றாள் மாடனின் புலையச்சி.

48

புறக்களத்திலுள்ள ஒரே ஒரு சந்ததி வட்டத்தான்தான். ஓர் அம்மா மடியிலிருந்து இன்னோர் அம்மா மடிக்குத் தாவித் தாவி அவன் வளர்ந்து விட்டான்.

மூன்று அம்மாமார்களும் அவனுக்குச் சந்தையிலிருந்து உளுந்து வடை கொண்டுவந்து கொடுப்பார்கள். சின்னம்மா குட்டைக் குள்ளிருந்தும் குளத்திலிருந்தும் சிரவைப்பாசியின் பெரிய மாங்காய் போன்ற காய் கொண்டுவந்து வேகவைத்துக் கொடுப்பாள். அவனுக்கு ஒவ்வோர் உருளைச் சோறாவது கொடுத்துச் சாப்பிடவைக்கவேண்டுமென்று ஒவ்வோர் அம்மாவுக்கும் நிர்ப்பந்தமாகும். பின்னர் அவன் தன் பங்கினையும் சாப்பிடவேண்டும்.

வரியரிசிச் சோற்றைத்தான் வட்டத்தான் சாப்பிடுகிறான். இரவு வெகுநேரத்துக்குப் பிறகு வருகிற சேந்நன் உறங்கிக்கொண்டிருக்கிற அவன் வயிற்றைக் குத்திப் பார்ப்பான். வயிற்றில் நிறைவு அற்றுக் குறைவு எனத் தோன்றினால் அவனைப் பிடித்துத் தூக்கி நிறுத்துவான்.

அந்தக் குன்றின் பிராந்தியத்தில் ஒரு குரல் முழங்குவதைக் கேட்கலாம்:

"போங்க! போங்க! ஆ... போயிடுங்க!"

இது வட்டத்தான் குரல்தான்.

எத்தகைய குரல் அவனுடையது!

* ** *

வட்டத்தானுக்கு வேலை கற்றுக்கொடுக்க வேண்டும்.

மூத்த அம்மா எதிர்த்தாள்.

"இப்போ அது வேணாம். குழந்தைப் பருவத்திலே வேலை செய்ய வச்சா நெஞ்சு கலங்கிப் போயிடும்."

கொச்சிரை கருத்து அதுவேயாகும்.

அவனுக்கு வயது என்ன?

என்னவோ? யாருக்கும் தெரியாது.

"எனக்கு இந்த வயசாயிருந்தப்போ வேலை செஞ்சுக்கிட்டிருந்தேன்." என்றான் சேந்நன்.

"அது உங்கம்மாவுக்கு இதயம் இல்லாமே இருந்ததுதான்." இது ஒரு ஜாடைப் பேச்சாக இருந்தது.

அவனுக்கு வேலைக்குப்போகும் பருவம் ஆகவில்லை போலும். நீரில் மூழ்கிச் சேற்றினைக் குத்தியெடுக்கும் வேலை!

* ** *

சேந்நன் கண்விழித்தெழ முன்னரே வட்டத்தான் எழுந்து வெளியே போயிருப்பான்.

"அடி பொம்பளே...! குழந்தை எங்கேடீ?"

பெண்களுக்குத் தெரியாது.

அவனை வயிறு நிறையச் சாப்பிட வைத்துவிட்டுப் போக முடியாது. அவர்களுடைய சோற்று-உருளைகளை வட்டத்தான் வாங்கிச் சாப்பிடுவதில்லை. ஆனால் அவனுக்கான சாப்பாட்டை மூடி உரியில் வைத்துவிடுவார்கள். மாலை வேலையினின்று திரும்பி வரும்போது உரி காலியாக இருப்பதைக் காண்பார்கள்.

அது ஆறுதல்தான்.

ஆனால் பையன் எங்கே? இரவில் அவன் பெயரைச் சொல்லி சேந்நன் ஒரு சண்டையை உருவாக்கி விடுவான்.

"அவன் எங்கேடீ?"

"அவன் இங்கே வந்திருந்தான். சோற்றைத் தின்னுப்பிட்டுப் போயிட்டான்." குஞ்சாளி தான் பதிலளிக்கிறாள்.

"எங்கேதான் போயிருக்கான்?"

"இளம் பருவம்தானே? எங்காவது போயிருப்பான்."

"ஏண்டீ, அவன் வேலை கத்துக்க வேணாம்?"

"அவன் வேலை கத்துக்குவான்." எதிர்க்கிற தொனியிலேதான் குஞ்சாளி சொன்னாள். மேலும் சொல்லுவாள்:

“ஓ... வேலை கத்துக்கறது! என்னத்தைக் கத்துக்கறது?”

“தண்ணீலே மூழ்கிக் குத்தற வேலைய கத்துக்க வேணாமா?”

“அவன் மூழ்கிக் குத்தவேணாம். மூழ்கிக் குத்திச் செவிடாயிட வேணாம்.”

“நீங்க பொம்புளங்க அவனைக் கெடுத்திடுவீங்க!”

சேந்நன் குறட்டை விட்டுத் தூங்குகிறான். பெண்கள் காலடி யோசையை எதிர்பார்த்துக் கொண்டு தூக்கமின்றியே படுத்துக் கிடப்பார்கள்.

வட்டத்தான் இருட்டில் வந்து இரவு உணவைச் சாப்பிடுவான்.

* ** *

வட்டத்தானைக் காணவில்லை. அவன் எங்கேயோ போய் விட்டான்.

சேந்நன் ஊரெங்கிலும் தேடி நடந்தான். எந்நேரமும் கண்கள் ஈரமாக இருக்கின்றன.

பெண்களும் அழுது அழுது தோலும் எலும்புக் கூடுமாகி விட்டனர். எவரும் எவரையும் குறை சொல்வதில்லை. அந்தச் சேரியே இருள் சூழ்ந்த நிலையைப் போலாயிற்று.

இரண்டு மாதங்கள் கழிந்தன. ஆவணி மாதத்து ஆயில்யம் - மகம் காலம். அங்காங்கு ‘போங்க போங்க!’ என்ற குரல்கள் கேட்கின்றன. புலையர் பறையர் சேரிகளில் வெளிச்சமுண்டு. அவிலிடிக்கிறார்கள். பொரி பண்ணுகிறார்கள். உரலில் உலக்கை விழுகிற ஓசை பொங்கியெழுகிறது.

சேந்நன் குடிசையில் அசைவு இல்லை.

“அம்மா...!” வட்டத்தான் குரல்போல் தோன்றியது. குஞ்சாளி துள்ளியெழுந்தாள்.

“அம்மா...!”

“எம் மவனே...!”

குஞ்சாளி குடிசைக்கு வெளியே வந்தாள்.

மங்கலான வெளிச்சத்தில் வட்டத்தான் நிற்கிறான். கொச்சிரை, உலகி, சேந்நன் ஆகியோரும் வந்துவிட்டார்கள். சேந்நன் வாய் திறவாமல் ஒரு நிமிடம் அங்கே நின்றுவிட்டு உள்ளே சென்றான்.

கொச்சிரை நெருப்போடினை ஊதி நெருப்பை எரியவிட்டாள்.

சேந்நன் உள்ளே சென்றது குஞ்சாளிக்குப் பிடிக்கவில்லை. பையன் வந்தபோது பேசாமல் மூக்கினைப் பொத்திக்கொண்டு திரும்பிச் சென்றது சரியில்லை. அவனைக் கட்டியணைத்து முத்தம் கொடுத்திருக்கவேண்டும். இல்லாவிட்டால் வார்த்தை பேசித் திட்டியிருக்கவேண்டும்.

இந்தக் கண்ணீருக்கும் கம்பலைக்கும் காரியம்தான் என்ன?

சற்று ஆறுதலுண்டு. அவனைப் பார்த்ததும் அடிக்கவோ கொல்லவோ முயலவில்லையே!

ஆயினும் வட்டத்தான் தளர்ந்துபோனான்.

மூன்று தாய்மார்களும் மகனைக் கட்டியணைத்தனர்.

அன்றைய தினமும் வட்டத்தானுக்கான சாப்பாட்டை உரியில் மூடிவைத்திருக்கின்றனர். எந்நாளும் அது அங்கே இருப்பதுண்டு.

"எனக்குச் சாப்பாடு வேணாம் அம்மா!"

சேந்நன் இரும்பு விளக்கில் மாட்டுக்கொழுப்பு தோய்ந்த திரி படர்ந் தெரிவதைப் பார்த்துக் கொண்டிருந்தான். குஞ்சாளி சென்று கேட்டாள்.

"இதென்ன மனசு! பையன் சேப்பந் தண்டுபோல் வாடியிருக்கான்."

சேந்நன் பதில் சொல்லவில்லை.

அவனைக் கைபிடித்துத் தூக்கியவாறு குஞ்சாளி சொன்னாள்:

"கொஞ்சம் எழுந்திரு. பையனைப் போய் அழைச்சுக்கிட்டு வாங்க. இல்லாட்டா அவன் அப்படியே போயிருவான். இப்போ அம்மாமாருங்களுக்கும் அப்பனுக்கும் ஆயில்யம்-மகம் காணிக்கை கொண்டாந்திருக்கான்."

பதில் இல்லை.

"இளைஞன்தானே? அப்படியெல்லாமிருப்பான். நீங்க சின்ன வயசில் எப்படி இருந்தீங்க?"

சேந்நன் மௌனம்தான்.

"அவன் மேல மீன் நாத்தம் நாறுது."

"என்ன நாறுது?"

"மீன்."

"எனக்கு அப்படித் தோணலியே."

"ஒங்களுக்கு மூக்கில்லே"

சேந்நன் தொடர்ந்து விசாரித்தான்:

“அடியே, உண்மையைச் சொல்! அவனைப் புலையனைத்தான் மணக்குதா?”

அப்போதைய உற்சாகத்தில் அவன் மேல் என்ன மணக்கிற தென்றறியவில்லை. மகனைக் கண்டாள். கண் குளிர்ந்தது. அப்போது மூக்கு உடைந்து போயிற்று. அவனுக்கு என்ன மணமானால் தானென்ன?

குஞ்சாளி வெளியே சென்றுவிட்டாள்.

உண்மைதான். வட்டத்தானை மீன் நாறுகிறது.

“மவனே, இவ்வளவு நாளும் நீ எங்கிருந்தே?”

“நான் பிரக்காட்டிலிருந்தேன்.”

“அங்கே என்ன வேலையாயிருந்தே?”

“நான் ஒரு முஸ்லீம் கிட்டே மீன் பிடிக்கிற வேலையிலே இருந்தேன்.”

“ஐயோ, மவனே! ஏண்டா, அந்த வேலை செஞ்சே?”

“அவரு காசு தந்தாரு.”

அவன் மடியிலிருந்து ஒரு துணிப்பையை வெளியே எடுத்தான். அது ஒலிக்கிறது. காசின் ஒலி.

குஞ்சாளிக்கு விஷயம் புரிந்துவிட்டது. ச்சி! கஷ்டம்! புலையனுக்கு மீன் வேலை சொல்லப்பட்டது அல்ல!

வட்டத்தான் பையினை அங்கே போட்டு விட்டு இருளில் மறைந்து போனான்.

* ** *

கதை ஆரம்பமாவது அப்படித்தான்.

வட்டத்தான் ஒரு நாள் நடந்து பிரக்காட்டை அடைந்தான். நிறைய மீனுடன் படகுகள் ஒன்றன் பின் ஒன்றாக வந்து சேர்ந்தன.

காண மிகவும் அழகாயிருந்தது. கரியாறு வழியாகச் சின்னப் படகில் மீனுடன் வியாபாரத்திற்குச் செல்கின்றவர்கள் அங்கிருந்தனர். இங்கிருந்துதான் அவர்கள் மீனைக் கொண்டு செல்கின்றனர்.

அள்ளியள்ளிப் போட்ட பின்னரும் தீர்ந்தபாடில்லை. வெள்ளை வெளேரெனக் காணப்படுகின்ற, துடிக்கின்ற அயிலைமீன்கள்; கண் விழித்துக் கிடக்கின்ற மத்திமீன்கள்-எல்லாமுள்ளன. அங்குள்ள சலசலப்பு, ஓசைகள், ரகளைகள் ஆகியவற்றைக் கண்டு வட்டத்தான் அசைந்து விட்டான்.

கறுத்துத் தடித்தவரும், நாற்பக்கமும் நீலக் கோடுடைய வேஷ்டி இடது பக்கமாய் உடுத்தித் தலையில் தொப்பியணிந்தவருமான ஒருவருக்குச் சொந்தம்தான் அந்த மீன் எல்லாம். அவர் வட்டத்தானைக் கூப்பிட்டுச் சொன்னார்:

“படகிலிருந்து அள்ளியெடுக்கிற மீனைச் சுமந்துகொண்டு போய் போடடா!

வட்டத்தான் முதலில் சற்றுத் தயங்கினான். அவர் கண்விழித்து ஒருமுறை முனகினார். வட்டத்தான் கீழ்ப்படிந்துவிட்டான்.

பின்னர் அங்கே வேலையாயிற்று.

வட்டத்தானுக்குச் சோறும் இறைச்சிக்கறியும் கிடைத்தது. இரவு நேரத்தில் கடற்கரையிலே தங்கியிருப்பது ரசமானதே. வேறு ஆறு ஏழு ஆட்களுமுண்டு. படுக்கக் கூரை ஒன்று கட்டப்பட்டிருக்கிறது.

பொழுது விடிகிறபோதே படகு கடலில் இறங்கிவிடும். பெரிய அரவமுடன்தான்.

கடலும் ரசமானதுதான்.

நாட்கள் அவ்வாறாகக் கழிந்துவிட்டன.

இரவு நேரத்தில் தனியாகக் கடலைப் பார்த்துக்கொண்டிருக்கும் போது வட்டத்தானுக்கு அம்மாமார்களைப் பற்றிய ஞாபகம் வந்துவிடும். எந்த அம்மா தான் நல்லவள்? பெரியம்மாவா? சின்னம்மாவா? இடையம்மாவும் நல்லவள் தான். எல்லா அம்மாமார்களும் நல்லவர்களே. உரியிலிருக்கிற வரியரிசிச் சோற்றுப்பானை மெல்ல மெல்ல ஆடுகிறது. கடலிலிருந்து கிழக்கே நோக்கிச் செல்லும் காற்றுபட்டு அது ஆடுவதாக இருக்கலாம்.

வானம் ஆங்காங்கு கடலுடன் சங்கமிக்கிறது. கடல்தான் வானமாய் வளைகிறது. மேலே காணப்படுகிற ஆகாயம் கடல் தான். கடல் தண்ணீர்தான் ஆகாயமும் தண்ணீர்தான். ஆனால் ஆகாயத்தில் அலைமாலைகளில்லை.

அம்மாமார்களிடம் அதைப்பற்றிச் சொல்லலாம். பெரியம்மா மடிமீது தலையும், சின்னம்மா மடிமீது காலையும் வைத்துப் படுத்திருக்கிற போது இடையம்மா கையினால் தடவித் தருவாள். அப்போது இந்தக் கதை சொல்லலாம்.

என்னென்ன ரகங்களைச் சேர்ந்த மீன்கள் கடலில் இருக்கின்றன வென்று அம்மாமார்களுக்குத் தெரியாது. குறிச்சி, குட்டன் மற்றும் கூடை ஆகியவை அல்லாமலும் வேறு எத்தனையோ ரக மீன்கள் உண்டு.

அயிலைக் கருவாடு செய்வது பற்றி அவர்களுக்குத் தெரியாது. கடற்கரையில் வியாபாரம் எவ்வாறு நடைபெறுகிறதென்று அவர்களுக்குச் சொல்லிக் கொடுக்கலாம். பிரக்காட்டில் கிடைக்கிற மீன் உணக்கிப் பாயில் போட்டு அழகாகக் கட்டிப் பெரும் படகில் ஏற்றுமதி செய்கின்றனர். எந்த நாட்டுக்கு என்பது அவனுக்குத் தெரியாது.

முதலாளி ஒரு நல்ல மனிதர்.

இந்த வியாபாரிகள் கொண்டு வருகிற ஒரு படி நெல்லுக்கு ஒரு கிள்ளு சூடை மீன் தருவது சரியான ஏமாற்றுவேலைதான். அவர்கள் சும்மா அள்ளிக் கொண்டுவருகிற 'ஆப்ப'வும், 'ஈப்ப'வும் கிள்ளிக் கொடுத்துத் தான் பெரிய படி போன்ற அளவு பாத்திரத்தில் நெல்லை அளந்து வாங்குகின்றனர்.

நாய்களின் ஒரு கூட்டம் ஓடி வருகிறது இது புரட்டாசி மாதம். இந்த மாதத்தில் கூட 'ஆயில்யம்-மகம்' இருக்கும். அம்மாமார்கள் அழுது அழுது கரைந்து போயிருப்பார்கள். இரவில் சென்று 'அம்மா!' வென்றழைத்தால் எந்த அம்மா முதலில் எழுந்து வருவாள்?

இவ்வாறாகத்தான், வட்டத்தான் காசுபணம் சேர்த்து வைத்திருக்கிற பையுடன் சேரிக்குச் சென்றிருக்கிறான்.

* ** *

சேரியிலிருந்து கிளம்பினான். தன் மேல் மீன் நாறுகிறதெனச் சொல்லி விரோதம் கொண்ட அப்பாவிடம் பிணக்குற்றான்.

"மவனே...!" என்கிற விளிப்பு அங்கே பிரக்காட்டை அடையும் வரையிலும் காதில் விழுந்து கொண்டிருந்தது. மூன்று அம்மாமார்கள் நின்று உரக்கக் கூப்பிடுகிறார்கள்.

அது புயல் வீசுகிற ஓர் இரவாக இருந்தது. கடற்கரைக் காற்றின் விசிலோசையில் அந்தக் கூப்பாடு லயித்துப் போயிற்று.

வட்டத்தான் மறுநாள் முதலாளியுடன் பொன்னானிக்குச் சென்றான். பொன்னானியில் கூட முதலாளிக்குக் கிடங்கு உண்டு. 'மவனே...!' என்கிற அந்தக் கூப்பாடு பொன்னானியில் காதில் விழாது.

கயத்தில் மூழ்கிக் குத்துவது, வயலுக்கு எல்லைத்திண்டு அமைப்பது, விதை விதைப்பது போன்ற வேலை அல்ல வட்டத்தான் செய்வது. மீன் அழுகிப் போகாமல் உப்புப் போட்டு உணக்குவது, உணங்கிய மீனைப் பாயில் போட்டு அழகாகக் கட்டுவது போன்றவைதான் அவனுடைய இப்போதைய வேலைகள். வட்டத்தான் முதலாளியுடன் தான் தாங்கியிருந்தான். கிடங்கு இப்போது முதலாளிக்குச் சொந்தமில்லை; வட்டத்தானுக்குத்தான் சொந்த மெனத் தோன்றும். நஞ்சை வயலில் வேலை செய்கிற சேந்நனுடைய

குணாதிசயம் அவனுக்கு உண்டு.

ஐந்து நபர்கள் செய்கிற வேலையை வட்டத்தான் ஒருவனே செய்வான். கூலிக்காக அவன் வேலை செய்வதில்லை.

அந்த வாழ்க்கையில் அவன் பழையவை அனைத்தையும் மறந்து விட்டான். நினைத்துப் பார்க்க நேரமிருக்கவில்லை. அவ்வாறாக மனத்திலிருந்து மாய்ந்துவிட்டது.

* ** *

முதலாளி விசாரித்தார். பொன்னானியில் இருக்கும் போதுதான்:

"உனக்குப் பொண்ணுகட்ட வேணாமா?"

வட்டத்தானுக்கு வெட்கம் வந்தது.

"நீ நம்ம கூட வந்து ரொம்ப நாளாச்சு. உனக்கு ஒரு பிடி மண் வாங்கித் தந்து, அதிலே ஒரு வீட்டையும் கட்டித் தரணும்னு நினைக்கிறேன். என்ன? உனக்குப் புரிஞ்சுதா?"

வட்டத்தான் பதில் பேசவில்லை.

"என்னடா, உன் நாக்கு கீழிறங்கிப்போச்சா?"

"எல்லாம் முதலாளியோட இஷ்டம்." என்றான் வட்டத்தான்.

முதலாளி வெடிச் சிரிப்புச் சிரித்தான்.

"உனக்குத் தங்கம் போலுள்ள ஒரு பொண்ணையும் நாம்ப தர்றோம்."

* ** *

மூன்று புலையப் பெண்கள், தங்கள் புலையனுடன் பிரக்காட்டு கடற்கரையில் அலைந்து நடந்து கொண்டிருக்கின்றனர். கடல் கிளர்ந் தெழுந்து கரை முழுவதையும் விழுங்கிவிடுவதுபோல் அலையடித்துக் கொண்டிருந்தது— அலைகள் வாய்திறந்து வருகின்றன. ஏதோ ஒரு சக்தி அதைப் பின்னால் இழுக்கிறது. கரையில் எண்ணற்ற படகுகள் பயமுடன் கடலை உற்றுநோக்குகின்றன. கடற்கரையில் ஒரு மனிதனைக் கூடப் பார்க்க முடியவில்லை.

"வட்டத்தானே...!" குஞ்சாளி உரத்த குரலில் நீட்டியழைத்தாள். உலகியும் கொச்சரையும் கதறியழுதனர். சேந்நன் சோர்வுடன் கூறினான்:

"அவன் இங்கிருந்து போயிருப்பான்."

கிழவியான ஒரு மீனவச்சி சொன்னாள்:

"இங்கே ஆளும் அசைவும் இருந்தது. கடல் கூட இப்போ இங்கே மீன் தர்றதில்லை. ஒரு முதலாளி இங்கே வியாபாரம் பண்ணிக் கிட்டிருந்தாரு. அவரு போயிட்டாரு."

எங்கு போய்விட்டார் எனத் தெரியாது.

சேந்நனும் மூன்று பெண்களும் நடைப் பிணங்கள் போன்று இல்லிச் சிறை வழியாகக் கிழக்கே நடந்து சென்றனர்.

யாரும் யாரையும் குறை சொல்லவில்லை. யாரும் யார்மீதும் குற்றம் காணவில்லை. யாருக்கும் யாரிடமும் பேசுவதற்கும் ஒன்றுமில்லை.

வட்டத்தானுக்கு வயல்வேலை வேண்டாமென்று தோன்றியிருக்கலாம். சேந்நனுக்குத் தெரியாமல் அவன் ஒளிந்துசென்றது அதனாலாகவும் இருக்கலாம்.

"அவன் புலையனாப் பொறந்திருக்கக் கூடாதவன். அவன் மரைக்காரு பொம்புளை வவுத்திலே பொறந்திருக்கணும்." என்றான் சேந்நன்.

"நானும் மரைக்கார் பொம்புளையாப் பொறந்திருக்கணும்!" கதறியழுதவாறு உலகி சொன்னாள்.

"இப்படியா, சொல்லறது ஒரு அம்மா?" என்றாள் கொச்சிரை.

"பின் அல்லாமே எப்படி? நான் நல்ல புலையனுக்குப் பொறந்தவளாக்கும்." உலகி கண்ணீர் பொங்கக் கூறினாள்.

அவன் எப்படித் தான் இந்த மீன் வேலைக்குப் போய்விட்டானே? எந்த நியாயமுமில்லை. அவன் மரைக்கானாப் பிறந்திருக்க வேண்டுமென்கிற ஒரு நியாயத்தைத் தவிர... சேந்நன் சிந்தனை இவ்வாறிருந்தது.

* ** *

'**க**லிய' சொல்லி தலையில் தொப்பியணிந்து இடது பக்கமாய் வேஷ்டியுடுத்தி 'சுன்னத்'தும் முடிந்தபோது வட்டத்தான் பரீது ஆக மாறிவிட்டான். பையன்கள் அவனை 'பரீதுக்கா' என்றழைத்தனர்.

வட்டத்தானை இனிமேல் முதலாளியென்றுதான் அழைப்பார்கள். விருந்துகளின் போது அவன் மற்றவர்களுடன் சேர்ந்து அமர்ந்து சாப்பிடலாம். ஒரே வட்டத் தாம்பாளத்தினின்று அவன் நான்கைந்து பேர்களுடன் பிரியாணி அள்ளிச் சாப்பிடலாம். மசூதிக்குள்ளே, பொன்னானியில் பிரபலரான சுலைமான் முதலாளியும் அவனும் ஒருங்கே பிரார்த்தனை செய்தனர்.

பரீதுவின் 'நிக்காஹு'ம் நடைபெற்றது. பெண் ஆலப்புழையைச் சேர்ந்தவள். பெயர் பாத்தும்மா. அவளுக்கு 'பாப்பா' இல்லை. 'உம்மா' இல்லை. சகோதரர்கள் இல்லை. அவளைப் பார்த்தபோது பரீதுவின் கண்கள் கூசின. இதழ்கள் சிவந்து ரத்தம் போன்று இருந்தன. கன்னத்திலே தொட்டால் கையிலே ரத்தம் ஒட்டிவிடும் அவள் ஒரு தங்கச்சிலை.

புதிய வாழ்க்கை மொத்தமாய் ஒரு கனவு போன்றிருந்தது. சிவந்த இதழ்களிடையே வெண்பற்கள் புன்னகையில் பார்க்கும்போது இதெல்லாம் ஓர் உண்மைதானா என்று பரீது யோசித்திடுவான்.

பாத்தும்மாவைத் தொடுவதற்கே பரீதுவுக்கு பயமாயிற்று. அவள் தன் மனைவிதானா?

ஆலப்புழை கொம்மாடிப் பகுதியிலுள்ள ஒரு வீட்டில் தான் பரீது வசித்து வருகிறான். அத்துக்கா முதலாளிக்குச் சொந்தமான மனையில் அவன் வீடு கட்டினான். பரீதுவின் மம்மூஞ்ஞு முதலாளி தான் வீட்டைக் கட்டிக் கொடுத்தார். அங்கே முதலாளிக்கு ஒரு கிடங்கு உண்டு.

பாத்தும்மா சமைக்கிற பதார்த்தம், பால் சோறு மற்றும் நெய்ச் சோற்றுக்கு என்ன ருசி! தின்னத் தின்னத் தெவிட்டாது.

ஆனால் அப்படித் தின்ன முடியவில்லை. உள்ளே போவதில்லை.

"ஏன், நெய்ச் சோறு சாப்பிடலே?" என்றாள் பாத்தும்மா.

அவர்கள் வாழ்க்கையில் அவள் முதன்முதலாகக் கேட்ட கேள்வி அதுதான்.

அதைக் கேட்டது யார்? முற்றத்தில் நிற்கிற பூவன் வாழைமரத்தில் ஒரு கிளி எப்போதும் வந்து அமர்வதுணடு. அந்தக் கிளிதானா, கேட்டது?

"என்னை வேணாம் போலிருக்கு!" என்றாள் பாத்தும்மா.

"எனக்கு- எனக்குப் போதும்." பழைய மொழியின் இடத்தில் புதிய மொழிக்காக நாக்கு இசைந்து கொடுப்பதில்லை. பொன்னானியில் உள்ளவர்கள் சொன்னது ஒன்றும் பரீதுவுக்குப் புரியவில்லை. பாத்தும்மா சொன்னது போல் சொல்லவேண்டியிருந்தது.

நிக்காஹ் பண்ணின பெண்ணின் முகம் மலர்ந்து வருகிற பூ மொட்டு போன்றிருக்கும்.

பாத்தும்மா முகம் நாள் செல்லச் செல்ல வாடித் தளர்வது போன்றிருந்தது.

பரீதுவுக்கு அவளிடம் பேச என்ன இருக்கிறது? ஒன்றுமில்லை. ஏதாவது பேசவேண்டும் போலிருந்தது. ஆனால் பேசுவதற்கு ஒன்று மில்லை. எப்படிப் பேசவேண்டுமென்றும் தெரியாது.

கட்டிய பெண் ஜாதியெனத் தோன்றுவதில்லை. ஆனால் அவளைப் பார்த்துக் கொண்டிருப்பதிலே ஒரு சுகம். பார்த்துக்கொண்டே யிருக்கலாம்.

இந்தத் தங்கச்சிலை எதுக்கு ஆகும்? பரீதுவுக்குத் தெரியாது. தின்ன முடியாவிட்டாலும் சோறும் கறியும் கிடைத்துவிடுகிறது.

இதென்ன? எங்கிருந்து வந்தோம்? எதற்காக இங்கே தங்குகிறோம்?

பாத்தும்மா ஒரு பெண் என்று பரீது அறிந்திருக்கவில்லை.

* ** *

“ஏன், ஒண்ணும் பேசாமே இருக்கே?”

எதைப் பேசவேண்டும்?

பாத்தும்மா கண்களில் நீர் மல்கியது.

“எனக்கு யாருமில்லே” என்றாள் பாத்தும்மா.

“நான் ஒரு பொண்ணு!” என்றாள்.

இதுக்கு என்ன பதிலளிக்கவேண்டுமென்று பரீதுவுக்குத் தெரியவில்லை.

பெண் என்றால் என்னவென்று கேட்கவேண்டுமா? பெண் என்றால் என்னவென்று பரீதுவுக்குத் தெரியும். அவனுக்கு மூன்று அம்மாமார்கள் இருந்தனர். அவர்கள் மூவரும் பெண்களாக இருந்தனர். ஒவ்வோர் அம்மாமார்களும் ஒவ்வொரு நாள் மாறிமாறி இரவில் அறைக்குள்ளே அப்பாவுடன் சென்று படுத்துக் கிடப்பது வழக்கம். அந்த அறைக்குள்ளே சிரிப்பொலிகள், கிசுகிசுக்கச் செய்து உருட்டுகிற ஓசை எல்லாம் எழுவதை அவன் கேட்டிருக்கிறான்.

அப்படி அவனும் கிசுகிசுக்கச் செய்து உருட்டவேண்டும் போலிருந்தது. அவளையும் யாராவது அப்படிச் செய்யவேண்டும்.

* ** *

அதிகாலையில் யாமக் கோழி கூவும் போது பரீது கடற்கரைக்குக் கிளம்பிவிடுவான். திரும்பி வருவது மதியத்தில்தான். அங்குள்ள கிடங்கினை மம்மூஞ்ஞூ முதலாளி பரீதுவிடம்தான் ஒப்படைத்திருக்கிறார். பொன்னானி, கொச்சி ஆகிய ஊர்களுக்குச் சென்றிருக்கிறார் முதலாளி. சில நாட்களுக்குப் பின்னர்தான் திரும்பி வருவார்.

கடற்கரையிலுள்ளவர்கள் பரீதுவைச் சின்ன முதலாளி என்று தான் அழைக்கின்றனர்.

அன்றொரு நாள் கடலில் ஒன்றுமில்லாமற் போயிற்று. படகோட்டிகள் ‘ஊப்ப’ என்கிற ஒரு சிறு மீன்கூடக் கிடைக்காமல் திரும்பி வந்தனர். வேலை ஏதுமில்லாததால் பரீது வீட்டுக்குத் திரும்பி வந்தான்.

* ** *

குளித்துவிட்டுத் துண்டு வேஷ்டி மட்டும் உடுத்தியவளாய் ஒரு பெண் முன்னால் நிற்கிறாள்.

அவள் கைகளால் மார்பினை மறைத்துக்கொண்டாள். அது பாத்தும்மா-அவள் ஓடியொளிந்து கொள்ளவில்லை. பரீது பெண்ணினைப் பார்த்தான். பெண் பரீதுவைக் கைநீட்டியழைத்தாள். பரீது அன்று புருடனாகிவிட்டான். அது வரையிலும் புலையனாகத் தான் இருந்தான்.

காமவெறிகொண்ட பசுமாடு ஓசையெழுப்பிக் காளையை அழைத்திடும். ஏதோ தெளிவற்றதொரு நினைவு போன்று பரீதுவுக்குத் தோன்றியது.

பரீது சொன்னான்:

“நீ எம் பொண்டாட்டி!”

“என் க்கல்பூ!”

49

குஞ்சாளிக்குத்தான் முதன்முதலில் அத்தகையதொரு சிந்தனை உதயமாகிறது. எதுக்காகத்தான் இப்படி வாழ்கின்றோமோ? பெண்ணாகப் பிறப்பதே குழந்தைப் பேறுக்குத்தான். பெண்மேனியே பிரசவத்திற்காக உருவாக்கப்பட்டதுதான். பிரசவமாகவில்லை. எனவே பிறந்ததனால் என்ன பயன்? என்றாவது ஒரு நாள் சாகவேண்டும். செத்தேயாக வேண்டும். சாகாமலிருக்க முடியாது. நினைத்திராமல் செத்துப் போகிறோம். அதை விட நல்லது அறிந்துகொண்டே சாவது தானே?

இந்தச் சிந்தனை திடீரென்று ஏற்பட்டதுதான். ஒரு கூடை பின்னியெடுக்கலாமென்று அமர்ந்து கொண்டவள்தான். தம்ப்றான் வீட்டில் வெட்டிப் போட்டிருந்த ஓலைமட்டையின் வழுக்கைகளைக் கட்டியெடுத்துக் கொண்டுவந்தான் சேந்நன். தம்ப்றான் சேந்நனிடம் சொல்லியிருக்கக் கூடும்.

“டேய், கூடை ஒண்ணுகூட இல்லை. இந்த வழுக்கை எடுத்துச் சென்று கூடை பின்னிக் கொண்டா! அங்கிருக்காங்களே மூணு மலடிகள்!”

இப்படிக் கடும் சொற்களைப் பயன்படுத்தித்தான் தம்ப்றான் பேசுவது. சேந்நனுடைய மனைவிமார்களை மலடிகளென்றுதான் சீரட்டக் கைமள் சொல்லுவார்.

அழுகை அங்கே கிடக்கிறது. ஏன் கூடை பின்னித்தரவில்லை என்று சேந்நனும் விசாரிக்கவில்லை. அழுகை கிடப்பதை யாரும கவனிப்பதுமில்லை. ஒரு நாள் கூடை பின்னலாமென்று அமர்ந்த போதுதான் எதுக்காக வாழ்கின்றோமென்று குஞ்சாளிக்குத் தோன்றியது. பெண்ணாகப் பிறந்தும் குழந்தைப் பேறு இல்லாமற் போனது ஏன்?

உலகியும் கொச்சிரையும் பூமரத்தடியில் சுருண்டு படுத்துக் கிடக்கிறார்கள்.

நினைத்தநேரத்தில் சாவதைவிட அறிந்துகொண்டே சாவது நல்லதல்லவா?

மனத்திற்கு ஒரு குளிர்ச்சி ஏற்பட்டு விடுகிறது. இப்படி இன்னும் கொஞ்சம் நாட்கள் கூட உயிர்வாழ்ந்து என்ன பயன்? ஒன்றுமில்லை ஒன்றுமில்லை!

சேந்நன் நிறையப் பெண் பணம் கொடுத்துத்தான் குஞ்சாளியை அழைத்து வந்தான். தந்தை கணக்கு சொல்லிப் பெண் பணத்தை வாங்கிக் கொண்டார். கேட்டதைக் கொடுக்க சேந்நனுடைய தந்தையும் தயாராக இருந்தார். அதுக்குக் காரணமென்ன?

என்னவோ? அன்றைய தினம் சற்று நிமிர்ந்தவாறு குஞ்சாளி நடந்துவந்தாள். அவள் நினைத்துப் பார்க்கிறாள். கறம்பி, கோதச்சி போன்றோர்க்கெல்லாம் அவள் பருவம்தான். அவர்களில் யாருக்குமே ஐம்பது பறை நெல்லும் பத்து பணமும் பெண் பணமாகச் சொல்லி யிருக்கவில்லை. அவர்கள் தந்தையர் கேட்டதுமில்லை. நெடுமுடியிலிருந்து எந்த ஒரு புலையப் பெண்ணினை இந்த அளவு நெல்லும் பணமும் கொடுத்து அழைத்துச் சென்றிருக்கின்றனர்?

யாரையுமில்லை; ஒருத்தியையுமில்லை!

குஞ்சாளி சொன்னாள்:

“எனக்குப் பெண் பணமாத் தந்தது ஐம்பது பறை நெல்!”

அதைக் கேட்டு அசந்துபோன புலையப் பெண்கள் ஏளனம் செய்தனர்.

“போடி, போ!”

அது ஒரு பெரிய பெருமை பேசுவதாக அவர்களுக்குத் தோன்றியது. அது ஓர் உண்மையென்று அவர்களுக்குத் தெரியவில்லை.

பெண்கொடை உறுதியானபோதுதான் குஞ்சாளி சொன்னது உண்மைதான் என்று அவர்கள் அறிந்துகொண்டனர். புதியோட்டுத் தம்ப்றான் பறையில்தான் நெல் அளந்துகொடுக்கப்பட்டது. சேந்நன் தந்தை குஞ்சாளி தந்தைக்கு ஐம்பது பறை நெல் அளந்து கொடுத்தார்.

தோழியாக இருந்த கோதச்சிக்குப் புதல்வர்களாய் ஆறேழு தடியர்கள் உள்ளனர். அவள் குடிசைக்குப் பெண்பிள்ளைகளைக் கொண்டுவரவும், அங்கிருந்து பெண்களை அனுப்பி வைக்கவும் செய்திருக்கின்றனர்.

கறம்பியை மூன்றுபேர்கள் மாறிமாறி ஏற்றுக்கொண்டனர். அவளுக்கு நான்கைந்து சந்ததிகள் உண்டு.

மலடி! சிறிது அழகு உண்டு. அவள் தன் உடம்பில் கண்கொண்டு பார்க்க முடிகின்ற பகுதிகளை எல்லாம் நோக்கிக் கண்டாள். இது என்ன? எப்படி உண்டாயிற்று? முகம் குனிந்துகொண்டது. கீழே மார்பிலே இரண்டு பூசணிக்காய்கள். அதுக்குக் கீழே சிறிது வெற்றிடம். கை-அது என்ன? அதன் பெயர் மறந்து போயிற்று. மூக்கு வழியாக சுவாசம் உள்ளே செல்கிறது. சுவாசத்தைச் சிறிது நேரம் நிறுத்திப் பார்த்தாள். குஞ்சாளி கை கடித்தாள்.

குஞ்சாளி இல்லாதாகி விட்டாள்!

பின் என்ன, யார் தான் இருக்கிறார்கள்?

ஒரு நெடுமூச்சு!

உலகி அழுதுகொண்டிருக்கிறாள்.

கொச்சிரை வினவினாள். அவள் தொண்டை கிடுகிடுத்துக் கொண்டிருந்தது.

"ஏம்மா, அழறே?"

"எதுக்காக வாழணுமடீ?"

மலடிகள்!

உலகிக்குக் குழந்தை பிறந்ததென்றாலும் மலடிதான். ஒரு முறை பிரசவித்துவிட்டுப் பின்னர் கருத்தரிக்காமலிருப்பவளை 'இடைமலடி' எனலாம்.

ஒரு வகுகைகூடப் பின்னவில்லை. குஞ்சாளி என்கிற ஒருத்தி இல்லாதாகிவிட்ட நிலையில் இருக்கிறாள்.

அது நல்ல குளிரடிக்கும் இரவாக இருந்தது.

* ** *

பூமரத்தடியில் சருகுகளைக் குவித்துப் போட்டு நெருப்புப் பற்ற வைத்திருந்தனர். சில சமயங்களில் அந்த நெருப்பு சுடர்விட்டெரியும். அதைச் சுற்றி நான்கு உருவங்கள் உட்கார்ந்திருப்பதைக் காணலாம். சிலைகள் போன்று! நெருப்புச் சுடர் அடங்குகிற போது மூன்று நிழல் களைத் தான் பார்க்கமுடிகிறது.

சேந்நன் பெண் ஜாதிமார்களிடம் சொன்னான்: "நீங்க போயிப் படுத்துக்குங்களே!"

ஒரு முறையல்ல; பன்முறை சொன்னான்.

சொல்லி முடிக்கிறபோது ஒரு கை தரை மீது ஊன்றி எழுந்து நின்று குஞ்சாளி சொல்லுவாள்:

“அப்படீன்னா, வா!”

“நான் வரலை.”

“அப்பறம் என்ன செய்யப் போறே?” உலகிதான் கேட்டாள்.

“நான் இங்கே படுக்கப் போறேன்.”

“அப்படீன்னா, நாங்களும் இங்கேயே படுத்துக்குவோம்.” இதைச் சொன்னது கொச்சிரைதான்.

அது ஒரு கெட்ட நோக்கம்தான். வெளியே பூமரத்தடியில் படுத்துக் கொண்டால், மறுதாவந்து அடித்துத் தீர்த்துவிடுவாள். அவ்வாறாக சேந்நன் தனியாகத் தப்பிச் சென்று விடலாம். அந்த உத்தி மனத்திலேயே இருக்கட்டுமென்று குஞ்சாளி சொன்னாள். உலகிக்கும் கொச்சிரைக்கும் அத்தகைய ஓர் எண்ணம் மனத்தில் உதயமாகவில்லை. குஞ்சாளி சொன்ன போது தான் அவர்களுக்குப் புரிகிறது.

“அப்படீன்னா ,நாம்ப எல்லாரும் இங்கேயே படுத்துக்குவோம். மறுதா வந்து எல்லாரையும் அடிக்கட்டுமே!” என்றாள் கொச்சிரை.

எழுந்து நின்ற பெண்கள் உட்கார்ந்து கொண்டனர். உறுதியாகத் தான் உட்கார்ந்தனர். பின்னர் சருகுகளை நெருப்பில் போடவில்லை. நெருப்புப் படர்ந்து எரியவில்லை. அது தணிந்து அணைந்து விட்டது.

மறுதாவுக்குச் சில சுயக்கட்டுப்பாடுகள் உள்ளன. மறுதா தீயின் வெளிச்சத்தில் பிரத்தியட்சமாகாது. குடிசைக்குள்ளே நுழைந்து செல்லாது.

அந்த நான்கு மனித உயிர்களும் மறுதாவை எதிர்பார்த்தவாறு பூமரத்தடியிலேயே படுத்துக்கிடந்தன. அன்று அங்கே படஹாரத்தி லுள்ளவர்கள் தென்னைமர உயர உளவு நீலநெருப்பு பற்றி எரிவதைப் பார்த்தார்களோ; என்னவோ?

மறுதா வருகிறாள் என்றால் சேந்நன் அசையமாட்டான். மறுதாவுக்கு அடிக்கத் தோதாக படுத்துவிடுவான். இல்லிச் சிறைக் களமிருந்தபோது காரிப்பள்ளித் தம்ப்றானை மறுதா அடித்துக் கொன்றாள். மறுதா நஞ்சைக் களங்களில் நுழையமாட்டாள். களத்திற்கப்பாலுள்ள மனையில் ஓர் எருமைக் கடாய் கத்தியது. கட்டடத்திற்குள்ளே படுத்திருந்த தம்ப்றான் எருமையை விரட்டியோட்டுவதற்காக களத்திலிருந்து வெளியே வந்தார். அந்தக் கடாய் மறுதாவாகத்தான் இருந்தது. ஒரே ஒரு அடி! மனையில் பேரரவம். களத்தில் படுத்திருந்த தலைப் புலையன் தூக்கத்திநின்று எழுந்து பார்த்தான்.

ஒரு கொடுங்காற்றின் சீற்றத்தோடு தென்னைமரத்தை விடவும் உயரமான, கெட்டியானதொரு கும்மிருட்டு தரையையோ வானத்தையோ

தொடாமல் தெற்கே மின்னல் வேகமாய்ப் பாய்ந்து போவதைத் தலைப் புலையன் பார்த்தது தான். அதுக்கு உருவமில்லை. தலையும் காலுமில்லை. இருள் மட்டுமே.

ஆங்கே குதிரைக் காட்டில் ஒளிப்பிழம்பு போல் நீலநெருப்பின் ஜுவாலைகள் வானளாவ உயர்ந்து காணப்பட்டன.

தலைப்புலையனால் வாய்திறந்து பேசமுடியவில்லை. மரத்துப் படுத்துக் கிடந்தான்.

மூச்சுத் திணறிவிட்டது.

அந்தத் தலைப்புலையனே சேந்நனிடம் சொன்ன கதை தான் இது.

சில சமயங்களில் மறுதா வருவது எருமைக் கடாய் உருவத்திலே தான். வேறு சில நேரங்களில் நாய் உருவத்திலே வருவாள்.

மறுநாள் காலையில் வாய்க்கால் கரையோரத்தில் ரத்த வெள்ளத்திலே தம்ப்றான் படுத்துக்கிடக்கிறார். அப்போது கூட அவர் உடம்பிலிருந்து ரத்தம் ஒழுகிக் கொண்டிருந்தது.

மறுதா அடித்தால் அப்படித்தான். இல்லிச்சிறைக் களப் பகுதியி லிருந்து மாலைநேரமாகி விட்டால் ஜனங்கள் ஓடிவிடுவார்கள். மறுதா அடித்தால் ஒரு குணம் உண்டு. விசயம் அப்போதே முடிந்து விடும். செத்துப்போவது தெரியாது. இடியிடித்துச் சாவதைப் போன்று தான்.

மறுதா எருமைக் கடாய் போன்று, அல்லது நாய் போன்று - எப்படியோ இருக்கட்டும் - மறுதாவை எதிர்பார்த்து சேந்நன் படுத்துக் கிடந்தான். மறுதா வந்தால் அசைவதில்லை; அழுவதில்லை; பயந்து கொள்ளப் போவதுமில்லை என்கிற முடிவோடுதான்.

ஆங்கே குதிரைக் காட்டில் ஆகாயமும் பூமியும் தொடாதவாறு ஒரு கெட்டிக் கும்மிருட்டு காணப்படுகிறது. இனிமேல் அது இந்தப் பக்கமாய்ப் பாய்ந்துவரும்.

பெண்கள் கவிழ்ந்து படுத்திருக்கின்றனர். மறுதாவைப் பார்க்க அவர்களுக்கு பயம்தான். பார்த்தால், ஒருவேளை கூச்சலெழுப்பு வார்களோ? பார்த்தால், பயந்து போய்விடுவார்களோ? அதனால்தான் கவிழ்ந்து படுத்திருக்கிறார்கள். புறமுதுகில் அடித்து நொறுக்கட்டும்! அதற்குத் தோதான முறையிலே படுத்துக் கிடப்போம்.

அன்றைய தினமும் காற்று அடங்கிவிட்டது. பிரபஞ்சமே மூச்சுத் திணறியிருந்த ஓர் இரவு அது. கட்டாயமாக ஏதாகிலும் நடக்கும். அது தான் இந்தச் சலனமற்ற நிலைமை; பூமரத்திலைகள் அசைவதே யில்லை. மரமும் மூச்சுத் திணறி நிற்கிறது.

* ** *

அப்போது, அதோ!-ஓர் ஊளைக்காற்று கிழக்கிலிருந்து வீசி வருகிறது. கிழக்கே வெள்ளி நட்சத்திரம் உதித்துவிட்டது. குதிரைக் காட்டில் பார்த்த பெட்டிக் கும்மிருட்டு வானத்திலே கரைந்துவிட்டது. பூமர உச்சியிலுள்ள கிளைகளில் கிளிகள் கலகல அரவமுதிர்க்கத் தொடங்கின.

இனி மறுதா வரமாட்டாள். அருணோதயமாயிற்று.

இனி எப்படி உயிர்விடுவது? சும்மா வாழ்ந்து என்ன பயன்?

மறுதாவுக்கு அவர்களைத் தெரியும். மறுதாவும் அவர்களும் எத்தனையோ காலமாகச் சேர்ந்து வாழ்ந்து வருகின்றனர்! அறிமுக முள்ளவர்களை மறுதா அடிக்கமாட்டாள் போலிருக்கிறது.

யாருக்கும் எதுவும் புலப்படமாட்டேன் என்கிறது. யாரெல்லாமோ, எப்படியெல்லாமோ செத்துப் போயிருக்கின்றனர். கயிற்றில் தொங்கித் தற்கொலை செய்த கதைகள் பல கேள்விப்பட்டதுண்டு. கொல்வது தான் என்றால் - அதுக்கு ஒரு வழியுண்டு.

குஞ்சாளி சேந்தனிடம் கூறினாள்:

"நான் ஒரு வழி சொல்றேன். கொச்சிரையோட அருவாளை நல்லாக் கூர்மையாச் செஞ்சு... எங்க ஒவ்வொருவரின் கழுத்தை மொதலிலே வெட்டிப்போடு! அப்பறம் நீ கயிற்றிலே தொங்கிடு!"

சேந்தன் அந்த யோசனையை கவனமுடன் கேட்டான். இறுதியாகச் சொன்னதில் அவனுக்கு உடன்பாடு.

"அப்போ நீங்க சொல்றதிலே ஒரு விசயமிருக்கு."

"உம்? என்ன அது?" என்றாள் கொச்சிரை.

"என்னன்னா, உங்க கழுத்திலே வெட்டறப்போ நீங்க துடியாத் துடிப்பீங்களே."

"துடிக்குமா?" என்றாள் உலகி.

"துடிக்கும். வரா‍லை அறுக்கிறப்போ, கோழியை வெட்டுறப்போ எல்லாம் அதுகள் துடிக்கிற துடிப்பை நாம்ப பார்த்திருக்கோம். அல்லவா? அது போலத்தான் உயிருள்ள எல்லாம் துடிக்கிறது." என்றாள் கொச்சிரை.

சேந்தன் சொன்னான்: "என்னாலே அஃதைப் பார்க்கமுடியாது."

"அதுக்குள்ளே நீங்க கயிற்றிலே தொங்கிச் செத்திடுங்க." என்றாள் உலகி.

"ஓ... அது வேணாம். என்னாலே அது முடியாது." சேந்தன் அது விசயமாக யோசித்துக் கொண்டிருந்தான். பெண்களும் அவ்வாறே தான்

யோசித்திருக்கக் கூடும்.

“முகத்திலே பார்த்துக்கிட்டு எப்படியடியம்மா, நான் உங்களைக் கொல்லறது?”

பெண்களும் அந்தக் கஷ்டத்தைப் புரிந்துகொண்டு வருகின்றனர். கொச்சிரை சொன்னாள்:

“அம்மா, பெரியவங்களான உங்க கழுத்தை வெட்டறதை நான் பார்க்கணும்னா அது என்னாலே முடியாது.”

சேந்நன் தனது உரிமையைப் பயன்படுத்தியவாறு உறுதியாகக் கூறினான்:

“அது வேணாம்!”

“அப்பறம் எப்படித்தான் காரியம் நடக்கும்?”

“எல்லாருமாச் சேர்ந்து கயிற்றிலே தொங்கிச் செத்திடுவோம்.”

“அடியே, நீ என்னதான் சொல்லறே? பொம்பளைங்க கயிற்றிலே தொங்கிச் சாகலாமா? அப்படி எதாச்சும் கேள்விப் பட்டதுண்டா?” என்றான் சேந்நன்.

“பொம்பளைங்க பண்ணினா, என்ன?” என்றாள் கொச்சிரை.

“பொம்பளைங்க மரத்திலே ஏறுவதெப்படி?”

* ** *

தானாகவே சாகவேண்டும். தானாக சாவதெப்படியென்று தெரிய வில்லை. தானாகச் சாவதென்பது வாழ்ந்திருப்பதைவிடக் கஷ்டமான காரியம்.

கயத்தில் குதித்துவிடலாம். ஆனால் நீச்சலடித்துக் கரையேறிவிடக் கூடும்.

அன்று விஷமென்பது இல்லாமலிருந்திருக்கலாம். இருந்தால் கூட அறியப்படுகிற அந்த விஷம் புலையனுக்கு எப்படிக் கிடைக்கும்? விஷம் கூட மேலிடத்தாருக்கு மட்டும்தான் வாழ்க்கையை முடித்துக் கொள்வதற்கும் வழியில்லை.

சேந்நன் நீண்டு நிமிர்ந்து படுத்துக் கொண்டு மூச்சினை அடக்கிப் பிடிப்பான். என்ன நேர்ந்திடினும் மூச்சை வெளியே விடமாட்டேன் என்கிற உறுதியோடுதான்.

மூச்சு அவனுக்குத் தெரியாமலேயே வெளியே சென்று விடும். உள்ளே நுழையவும் செய்யும். அதுக்குள்ளே கண்ணைத் திறந்திடுவான். சேந்நன் ஏமாற்றமடைந்தான். அவன் எழுந்து நிமிர்ந்து நின்றான்.

சேந்நன் இறந்துவிடவில்லை.

செத்தது போல் படுத்துக்கொண்டால், இறுதியில் செத்துப் போய் விடுமோ?

சாகவேண்டும். செத்தேதான் தீரவேண்டும். கயிற்றில் தொங்கிச் சாகிற காரியம் சேந்நன் மனத்திலிருந்து மறைந்து விட்டதுபோல் தோன்றியது. அவன் பெண்களிடம் கூறினான்:

“உங்க காரியத்தை நீங்க செஞ்சிடுங்க. என் காரியத்தை நானும் செஞ்சிடறேன்.”

இதன் நிமித்தமாய்க் குடிசைக்குள்ளே சண்டை மூண்டது.

மனைவிகள் விஷயமான பொறுப்பு கணவனைச் சேர்ந்தது. அவ்வாறு ஆண்கள் மனைவிகள் விஷயத்தில கவனம் செலுத்தாமல் தன் காரியத்தை நிர்வகிப்பது சரியில்லை. அது பெண்களின் உரிமை. தாங்கள் எவ்வாறு சுயமாகக் கொல்லப்படவேண்டுமென்பதை ஆண்கள் சொல்லித் தரவேண்டும். சொல்லித் தந்தேதான் தீரவேண்டும்.

“அதை எப்படி நான் சொல்லுவேன்டீ?” உதவியற்ற முறையில் கேட்டான் சேந்நன்.

“அப்பறம் நாங்க செய்யறது?” என்றாள் குஞ்சாளி.

“என்னய்யா, எங்களுக்கான யோசனை?” என்றாள் கொச்சிரை.

அவனுக்கு என்ன சொல்வதென்று தெரியவில்லை. “அப்படி போகிற போதே எனக்குத் தோணும். நான் அதைச் செஞ்சிடுவேன்.”

“ஆம்பளயோட கெட்டிக்காரத்தனம் அது. அது சரியில்லே. நான் சொல்லிடறேன்.” என்றாள் உலகி. அது ஒரு விமர்சனமாக இருந்தது.

அது சரியில்லை என்று சேந்நனுக்குத் தெரியும். ஆனால் அவன் என்ன செய்வது?

சேந்நன் விசயத்தை முடித்துவிடுவான் என்று பெண்களுக்குத் தோன்றத் தொடங்கியது. குஞ்சாளி சொன்னாள்:

“ஒரு முறையிலே பார்த்தா இவரு சொல்றது சரிதான். இவரு என்னா செய்யறது?”

“அதுவும் சரிதான்” என்றாள் கொச்சிரை.

“நாம்ப நம்ப காரியத்தைப் பார்த்துக்கணும்.”

“அப்படிச் சொன்னா...?”

"அப்படிச் சொன்னா அப்படித்தான்."

* ** *

கரியாறு முன்னர் என்றுமேயில்லாதவாறு கூலம் குத்திப் பாய்கிறது. இருக்கிறது நீரை ஊர்வாய்க்காலில் தள்ளிவிட்டு அது வற்றிக் கிடைப்பதற்கான நீரோட்டமோ, இது? அல்லது ஆங்கே கிழக்கு மலைகளில் எங்கோ அமைந்திருக்கிற தடாகத்தினை வற்றவைக்க வேண்டு மென்று பம்பாநதி உபநதிகளுக்கு உத்திரவு போட்டிருக்கிறது. இடைக் கால்வாய்களினால் தண்ணீரைத் தாங்கமுடியவில்லை. அவற்றின் மீது பெரும் பளுதான் சுமத்தப்பட்டிருக்கிறது. கரியாறு, கரங்குழி மற்றும் புது வாய்க்கால் நிரம்பி வழிகின்றன.

அத்தகைய நீர்ப்பிரவாகம் அது.

இந்த நீரெல்லாம் எதுக்காக வெளியே தள்ளப்படுகிறது?

நள்ளிரவு ஆனபோது தூரத்திலிருந்து ஒரு பாட்டு மிதந்து வருகிறது.

"அடியே, அது நம்ப புலையன் குரலா?" என்றாள் குஞ்சாளி.

காதைச் செலுத்திவிட்டு உலகி சொன்னாள்:

"ஆமாமாம் - அது அவரு குரலேதான்."

"பாடறாரு." கொச்சிரைக்கு வியப்புத்தான்.

சேந்நன் பாட்டு பாடி மாதங்கள் பல ஆயின. ஏன்? வருடத்துக்கு மேலே ஆயிற்று. இன்று அந்தப் பாட்டுக்கு ஒரு பிரத்தியேகத் தன்மை யுண்டு. ஒரு வலுவுண்டு. பரந்துகிடக்கின்ற வயல்கள், கரிசல் மற்றும் குதிரைக் காடு எங்கிலும் அது முழங்கி எதிரொலித்தது.

சேந்நனுக்குப் பழைய குரல் திரும்பக் கிடைத்துவிட்டது.

நெருப்பு படர்ந்தெரிவதற்காக பெண்கள் சருகுகளையும், குப்பை-கூளங்களையும் அதன்மீது அள்ளிப் போட்டனர். அவர்கள் மூவரும் பூமரத்தடியிலே அமர்ந்திருப்பதைப் பாடுகிற இடத்திலிருந்து பார்த்தால் அறியவேண்டும்.

நெருப்பு சுடர்மீது சுடர்விட்டு எரிந்தது.

"தைதை தோம் கர்க்க தக தை தை தோம்.

தித்தை தோம் தக தை தை தோம்."

சக்கிரப் பாட்டு அது. சக்கிரப் பாட்டு போல் உரக்கப்பாடறகரிய பாட்டு இல்லை.

"அடியே...! ஒரு குலவை போட்டுக்குவோமா"" என்றாள் குஞ்சாளி.

“அவரு ஏதோ சாதிச்சு வர்றார்ப்பலேருக்கு.” என்றாள் கொச்சிரை.

“அதனாலத்தான் குலவை போட்டுக்குவோம்னேன்.”

மூவரும் சேர்ந்து குலவையிட்டனர்.

“போங்க போங்க போங்கோ...

ங்ஆ.... போங்கோ...!”

* ** *

புறக்களத் தரை கிளி பறந்து போன கூடு போலாயிற்று.

ஆகாச யட்சி கிழித்துக் குடித்திருப்பாள் என்றால் தலைமுடியும் நகங்களும் அங்கிருக்கும் அவற்றையும் காணவில்லை.

சேந்நனும் மற்றும் பெண்களைக் காணவில்லை என்று சீரட்டவுக்குச் செய்தி வந்தது. கைமள் அந்தச் சேரிக்கு வந்தார். குடிசைக்குள்ளே இருக்கிற நிலைமையைப் பார்த்தால் இப்பொழுதுதான் அவர்கள் அங்கிருந்து எங்கேயோ போயிருப்பது போலத் தோன்றியது. தூரத்தில் எங்குமே போயிருக்கவில்லை. விரித்த பாய் அப்படியே கிடக்கிறது. சட்டி-பானைகள் எல்லாம் இப்போது தான் பயன்படுத்திப் போட்டிருப்பது போல் தோன்றும். உரியில் ஏதோ இருக்கிறது. முற்றத்திலே வெட்டிப் போட்டிருக்கின்ற விறகுக் கட்டைகள் காயப் போடப்பட்டிருக்கின்றன.

எங்கே சென்று தேடுவது?

கரியாறு இப்போது ஓய்வெடுத்துக் கொண்டிருக்கிறது. ஒரு பெரிய வேலையிருந்தது. அதை ஒருவாறு செய்து முடித்துக் கொண்டது. கிழக்கு மலையிலுள்ள தடாகம் வற்றிப் போயிருக்கும். இனி மழைக்காலம் வரும் போதுதான் அது செயல்படத் தொடங்கும். ஆனால் அன்றைய நாட்களில் ஊரான ஊர்களிலும், வயலான வயல்களிலுமெல்லாம் வெள்ளப் பெருக்கெடுத்து ஓடும் கரியாற்றிலும் விதிவிலக்கு இல்லை.

பரந்த வயலிலுள்ள நெல் செடிகள் சேந்நனும் அவன் பெண்களுமில்லாமலேயே வளர்ந்து ஆலோலமாடுகின்றன. வயலில் வேலை செய்கின்ற ஏனைய பறையர்களும் புலையர்களும் அவர்களைப் பற்றிப் பரஸ்பரம் விசாரித்தனர்.

“அவங்க எங்கு போனாங்க?”

அந்தக் குடிசை அப்படியே நிற்கிறது. அந்தப் பக்கம் பார்க்கின்றவர்கள் பயப்படுகின்றனர். புறக்கத்துக்கு யாருமே காலெடுத்து வைப்பதில்லை. பூமரம் ஒரு பூதம் போன்று தலைதூக்கி நிற்கிறது. என்ன நடந்ததென்று அதுக்குத் தெரியும்.

நள்ளிரவுக்குப் பிறகு கரியாற்றில் பெரிய கூச்சலும் அட்டகாசமும் தான் என்று சொல்லப்படுகிறது. கோவில் வார்ப்புப் பாத்திரங்கள் போன்ற மலரிகள் பெரும் குமிழிகளாய்க் கிளர்ந்து பொங்கியெழும். அவை அட்டகாசமாய் வெடித்துத் தகர்ந்துவிடும். சுழல்கள் ஆரவாரமுடன் தான் உருவமாகின்றன. நூறு மனிதர்கள் தண்ணீரில் கிடந்து துடித்துக் குளிப்பது போன்ற ஆரவாரம்!

சேந்நனும் மனைவிமார்களும் ஆற்றில் குதித்து உயிர் விட்டிருக்கலாம். இவ்வாறாக கரியாற்றிலுள்ள நீர்-அறுகொலைப் பிசாசுக்கள் உருவெடுத்திருக்கின்றன. நீர்-அறுகொலைகள் இருக்குமிடங்களில்தான். பெரிய சுழல்களும் மலரிகளும் இருக்குமாம். கயத்தைக் கலக்கிச் சுழற்றுகிற தண்ணீரில்தான் இந்த ஜலபிசாசுக்கள் குடியிருக்கின்றனவாம்!

யாருமே கரியாற்றில் நீச்சலடித்துச் செல்லமாட்டார்கள். குளிப்பதற்காக இறங்கமாட்டார்கள். படகுகளில் பயணம் செய்வது கூடக் கிடையாது. குளிக்க ஆற்றிலிறங்குகின்றவர்கள் மூழ்கினால் வெளியே வராது. நீர்-அறுகொலைப் பிசாசு இழுத்துச் சென்றுவிடும். அது வழியாகச் செல்கின்ற படகுகளைத் தூக்கியெடுத்து அதிலிருக் கின்றவர்களை நீருக்குள்ளே ஆழ்த்திவிடும். படகு கவிழ்ந்து குப்புறவாய் நகர்ந்து செல்வதைப் பார்க்கலாமாம்! ஆட்களைப் பார்க்க முடியாது. நீந்திச் செல்ல முயன்றால் காலைப் பிடித்து இழுத்துச் செல்லுமாம்.

சேந்நனை எல்லோருக்கும் தெரியும். குஞ்சாளி, உலகி மற்றும் கொச்சிரை எல்லோருக்கும் அறிமுகமானவர்கள்.

ஜோதி என்கிற வயோதிகப் புலையன் 'நானூறு' அறுவடையின் போது சொன்னான்:

"அடியே, அதெப்படி? ஆத்திலே குதிச்சா நீச்சலடிச்சு வந்திடலாமல்ல?"

ஏனைய ஆட்களும் வியந்துபோயினர். குட்டநாட்டைச் சேர்ந்த புலையனும் புலையச்சியும் தண்ணீரிலே குதித்து விட்டால் கை காலடித்து நீச்சலடித்து கரையேறிவிடுவார்கள். தண்ணீரிலே மரணம் என்பது அவர்கள் அகராதியில் இல்லை.

சோதிப் புலையன் அதை விரிவாகச் சொன்னான்:

"அடி பொம்பளைங்களா, சாகணும்னா அதுக்கு ஒரு வழியுண்டு. கையும் காலும் சேர்த்துக் கட்டிக்கிட்டு ஆற்றை நோக்கி உருண்டு போனாப் போதும். சாகுமா, இல்லியான்னு அப்போ தெரியும்."

எல்லோரும் சிறிது நேரம் யோசித்துக் கொண்டிருந்தனர்.

ஒரு பெண் சொன்னாள்:

“அடியே... அது சரி தாண்டீ! கை காலிலே போட்டிருக்கிற கட்டை அவுத்தாத்தான் நீச்சலடிக்க முடியும்.”

இன்னொருவன் சொன்னான்:

“அப்படீன்னா, அவங்க அப்படித்தான் செத்துப் போயிருப்பாங்க.”

50

*பீ*ருக்கண்ணு முதலாளி ஒரு முடிவுக்கு வரத் துடிதுடித்துக் கொண்டிருக்கிறார்.

கடை சார்த்திவிட நேரமாயிற்று. கணக்குப் பிள்ளை கணக்கு புத்தகங்களெடுத்து அறைக்குள்ளே போட்டு வைத்தார்.

“நான் வர்றேனுங்க.”

பிள்ளைக்காக ஒரு பந்தத்தைக் கட்டி வைத்திருக்கின்றனர். அதைக் கையிலெடுத்தார்.

முதலாளி தன் கரத்தின் சிறுவிரலால் சமிக்ஞை செய்தவாறு கூறினார்:

“நில்லு புள்ளே! நம்பளுக்கு ஒரு விசயம் கேட்டுத் தெரிஞ்சுக்க வேண்டியிருக்கு. மனசுக்கு ரொம்பக் கவலையூட்டற விசயம். ‘கிக்கல்டு’வுக்கு என்னமோ ஒரு இது- என்னன்னா- ஆலப்புழை கோர்ட்டிலே நம்ப சீரட்டை எஜமானுக்கு எதிரி போட்டு ஒரு நெப்பரு கொடுத்திருந்தேனுங்க. அதுக்காக ஆலப்புழை கோர்ட்டிலேருந்து ஒரு சிப்பாய் வந்திருக்கான். அந்த வழக்கிலே கோர்ட்டு தீர்ப்பு சொல்லியாச்சு. சீரட்ட வீட்டு மனையும் வீடும் நம்பளுக்குத் தரணும்ங்கிறதுக்காகத்தான் கோர்ட்டிலேருந்து சிப்பாய் வந்திருக்கான். அப்படீன்னா, நாம்ப அங்கே போய்க் குடித்தனம் வச்சுக்குவோம். நம்பளை அங்கே தங்கவச்சுக்கறதுக்குத்தான் சிப்பாய் வந்திருக்கான்.”

பீருக்கண்ணு ஒரு வெள்ளைச் சிரிப்பு சிரித்தார். அவர் மேலும் கூறினார்:

“சீரட்ட எட்டுகட்டு வீட்டிலே நாளையிலேருந்து நாம்பளும் நம்ப பீவியும் தான் குடியிருக்கப் போறோம். என்ன புள்ளே, எப்படியிருக்கு, சமாச்சாரம்? நாளைக்கு நாம்பள் புறக்களத்திலேருந்து வெளியேறிடணும்.”

ஒரு கணத்துக்குப் பின்னர் பீருக்கண்ணு கேட்டார்: “என்ன புள்ளே, உங்களுக்கு மனசுக்கு ஒரு சங்கடம்?”

“எனக்கு எந்தச் சடங்கடமுமில்லை.”

பீருக்கண்ணு முதலாளி மறுபடியும் வெடிச்சிரிப்பு சிரித்தார்.

"அப்படீன்னா, எம் மனசுக்குக் கொஞ்சம் சங்கடம் உண்டு. என்னன்னா, உங்க ஜாதீலே ஒரு 'கித்தாப்பு' இருக்கே - புராணம் - அது போல நாம்ப ஒரு புராணம் சொன்னா, நம்ப மனசிலிருக்கிற சங்கடம் என்னன்னு புள்ளைக்குப் புரிஞ்சிடும். புள்ளே நெறையப் படிச்சவரு. நம்மளுக்கு அரபு தெரியும்."

பீருக்கண்ணு அந்தப் புராணத்தைச் சொல்லத் தொடங்கினார். கேசவபிள்ளை அதனைக் கவனமாகக் கேட்டுக் கொண்டிருந்தார். பழமையின் உலகத்திற்கு கேசவப்பிள்ளை இழுத்துச் செல்லப்பட்டார்.

பண்டைய நாட்களில் சீரட்டக் குடும்பம் எப்படியிருந்திருக்கிறது? சுக்கிரீவாக்களை செய்கிற குடும்பத் தலைவர். அதைப் பின்பற்றி நடக்கின்ற மருமகப்பிள்ளைகள். பட்டாள ஒழுங்குதான் அங்கே நிலவியது. மருமகப் பிள்ளைகள் ஒவ்வொருவரும் ஒவ்வொரு வேலை செய்யவேண்டும். அதை எல்லாம் அவர்கள் ஒழுங்காகச் செய்து வந்தனர்.

குடும்பங்கள் செழுமைப்பட்டுக் கொண்டிருந்த காலம் அது. அன்றைய நாளில்தான் சீரட்டக் குடும்பத்தின் அறைக்குள்ளே நூற்றியோரு காய்களுடைய தங்கக் கதளிக்குலை செய்து வைக்கப் பட்டது; தேடித் தேடிச் சென்று வடக்கே வெகு தூரத்தில் எங்கிருந்தோ கொண்டுவந்த நென்மாணிக்கக்கல் யானை தந்தத்தினாலான டப்பாவுக்குள்ளே வைத்து அறையின் உள்ளறையிலுள்ள ஈட்டிமரப் பெட்டியில் பாதுகாப்பாக வைக்கப்பட்டது.

பீருக்கண்ணு முதலாளி கதை சொல்வதின் மத்தியில் விசாரித்தார்:

"இந்த நென்மாணிக்கம் எப்படியுண்டாவுதுன்னு உங்க 'கிதாப்'பில் சொல்லிருக்கு?"

அந்தக் கதை கேசவ பிள்ளைக்குத் தெரியும். களத்தில் மலை போல் குவிக்கப்பட்டிருக்கிற நெல்லுக்கிடையே தங்கநிறமுடைய உத்தம சர்ப்பங்கள் ஊர்ந்து நடக்கும். குடும்பத்திலுள்ள சர்ப்ப தேவதைகளுக்குச் சந்தோசமேற்படுகிறபோதுதான் அவ்வாறு நடை பெறுகிறது. ஆயிரக்கணக்கான பறை நெல் கிடக்கிற மரக் கூடையிலே, உத்தம லட்சணமுடைய ஒரு நென்மணியிருக்கும். அந்த நென்மணி விளைவது குடும்பத்துக்கு குலதெய்வங்களெல்லாம் மகிழ்ந்திருக்கும் வேளையிலேதான். அப்புறம் அந்த சர்ப்பங்கள் அந்த நென்மணி யூதியூதி ரத்தினமாக்கிவிடும். நென்மாணிக்கம் இருக்கிற அறையிலே அதன் பின்னர் ஒரு போதும் நெல்லுக்குக் குறைவு ஏற்பட்டு விடாது. அள்ளி யெடுப்பதன் ஒரு மடங்கு பெருகிவிடும்.

வட்டத்ர தோம்மாவுக்கு நென்மாணிக்கம் கிடைத்திருக்கிறதாம்!

பீருக்கண்ணு முதலாளியின் கண்கள் மலர்ந்தன. அது வெறும் பொய் என்கிற முறையில் கலகலவெனச் சிரித்தார். அவர் சொன்னார்:

"அப்போ என்னன்னா சீரட்டக் குடும்பத்து இளசு ஒருத்தன் குடும்பத் தலைவருகிட்டே மோதினான். எதுக்காக? எப்படி? எப்படித்தான் சண்டை வந்திடுச்சி? தலைவரு சொற்படி நடக்கிறதென்ற நிலைமை எல்லாம் போயிடுச்சி! அதுதான் கடவுளோட மாயைன்னு சொல்லறது. உங்க குடும்பத்தில் எல்லாம் பெரிய பெரிய கல்லுங்களை வச்சு பூசை நடந்துறீங்களே-அப்போ அந்த இளைஞருக்கு உள்ளேருந்து ஒரு வெளிச்சம்-கடவுளெல்லாம் ஒண்ணுதாண்டான்னு. அதனாலத்தான் சண்டை. புள்ளைக்குப் புரிஞ்சுதா?"

கேசவபிள்ளைக்குப் புரியவில்லை.

பீருக்கண்ணு முதலாளி கதையைத் தொடர்ந்து கூறினார்:

சீலாந்திப் பிள்ளிக் குடும்பத்தைப் பற்றி அம்மா கதை சொன்ன போது, கேசவபிள்ளையின் கற்பனையில் அதிபுராதனமான அந்தக் காலத்தைத் தெளிவற்ற முறையில் பார்த்தார். வடக்கே வெகு தூரத்தி லிருந்து மகாபண்டிதர்கள் மஞ்சள் நிற வேடதாரிகளாகக் கடந்து வருகின்ற ஊர்களில் எல்லாமுள்ள பண்டிதர்களுடன் வாதவிவாதங்கள் நடத்தி வருகின்றனர். பின்னர் ஒரு நம்பூதிரி வடக்கேயுள்ள பண்டிதர்களுடன் விவாதம் நடத்தப் போனதுவும் கேசவபிள்ளையின் கற்பனையில் சித்திர மாகப் பதிந்திருக்கிறது.

அந்தச் சித்திரங்கள் முழுத்தன்மை இல்லாதவை. பூரணமாகப் பார்ப்பதற்கான பாண்டித்தியம் இருக்கவில்லை.

முதலாளி கதை சொல்கிற போது சித்திரம் தெளிவடைகிறது. பூரணத்துவம் பெறுகிறது. சீரட்டக் குடும்பத்தைப் பற்றி கேசவ பிள்ளைக்குத் தெரியும். அந்த மருமகப் பையன் குடும்பத் தலைவருடன் மோதுகிறான். எதன் பெயரால்?

சர்ப்பக் கோவில்களிலுள்ள நாகராஜா மற்றும் நாகயட்சியைப் பிரதிஷ்டை செய்திருப்பதை முன்னிட்டுத்தானா? குடும்பத்தின் செழிப்புக்காக அவர்கள் தவம் புரிகின்றனர். களரியிலிருக்கிற வீரபத்திரன் குடும்பத்தைப் பாதுகாத்து வருகிறார். குடும்பத்தில் சந்ததிகள் பெருகுவதற் காகத்தான் கந்தர்வனைப் பிரதிஷ்டை செய்திருக்கிறார்கள். மருமகன் இதை எல்லாம் ஏன் எதிர்க்கவேண்டும்?

நீண்ட காலத்துக்கு முன்னால் நடந்த கதைதான்.

பீருகண்ணு தொடர்ந்து கூறினார்:

“இஸ்லாமியரின் நபி ஒரு மலையிலே போயி உட்கார்ந்திட்டாரு. அங்கே தான் அவருக்கு அருள் சுரந்தது. ‘பக்கத்திலுள்ளவர்களே, கேளீர்! படைத்தவன் ஒருவனே தான் – அந்தப் படைத்தவனின் நபிதான் நாம் பன்னாரு, புள்ளைக்குப் புரிஞ்சுதா? மக்கம் அரபு நாட்டிலேதான். எங்க கித்தாபு எல்லாம் அரபியிலே தான்.”

அரபு நாடு எப்படியிக்கும்? பிள்ளை அந்த நாட்டைக் கற்பனை செய்து பார்க்க முயன்றார்.

சீரட்ட மருமகப் பையன் பின்னர் என்ன செய்தானாம்? பீருக்கண்ணு கதையைத் தொடர்ந்து கூறினார். அவனுடைய ஆத்மா பிரகாசமாயிருந்தது. இந்தக் கல்லினாலான சிலைகளெல்லாம் ‘இபிலீஸ்’களாக்கும். இபிலீஸ் என்றால் என்னவென்று முதலாளி விரிவுரை செய்தார்.

“இபிலீஸ்ன்னா பிசாசு!”

உள்வெளிச்சம் ஏற்பட்டுவிட்ட அந்த மருமகப் பையன் வீடு, கூடு, பெற்றதாய், குலதெய்வங்கள், உற்றார்-உறவினர்கள்-யாவற்றையும் துறந்து, நபிநாயகம் தியானத்துக்காகத் தகுந்த ஓர் இடத்தைக் கண்டு பிடித்ததுபோல், புறக் களத்துக்குச் சென்றான்.

பார்வைக்கெட்டிய தூரம் வரையிலும் வீடுகளோ குடிசைகளோ இல்லை. மானும் மனிதனுமில்லை. அத்தகைய ஓர் இடம் அது. அங்கே எப்பொழுதுமே கொடுங்காற்று வீசிக்கொண்டிருக்கும். அவ்வளவு விசாலமான இடம். அது மனித நடமாட்டமில்லாமற் போவதற்கும் காரணமுண்டு. அங்கெல்லாம் ‘ஜின்’களின் நடமாட்டமுண்டு. பீருக்கண்ணு கேட்டார்:

“ஜின்னுன்னா என்னன்னு புள்ளைக்குத் தெரியுமா? இல்லே. அப்படீன்னா, ‘ஜின்’னுன்னே வச்சுக்கோ!”

மனிதர்கள் யாருமே அந்த இடத்தில் காலெடுத்து வைக்க மாட்டார்கள். ஜின்கள் அடித்து நொறுக்கிப் புதைத்துப் போடுவார்கள். படைத்தவன் அருள் பெற்றவனாக இருந்தான் அந்தப் பையன். அது காஃபர், விசுவாஸியாக மாறுகிற கதையாகும். காஃபர் என்றால் அவிசுவாஸி என்று பொருள். எனவே தெய்வத்தைத் தேடிச் செல்கிறவனை ஜின்கள் தொந்திரவு செய்யமாட்டார்கள். அது மட்டுமின்றி அந்த ஜின்கள் அங்கே நிற்க முடியாமல் ஓடிச் சென்று மறைந்துவிடுவார்கள். அந்தச் சூடு அவர்களால் தாங்கிச் கொள்ளமுடியாது. புறக்களமும், அக்கம் பக்கப் பிராந்தியங்களும், ஜனநடமாட்டமில்லா பிரதேசங்களுமெல்லாம்

ஜின்களில்லாத நல்ல பூமியாக மாறிற்று.

"அப்பறம்தான் புள்ளே, மனிசன் அங்கே குடியிருக்கத் தொடங்கினான்."

கதை முடியவில்லை: அதை கேட்பதற்கு ஒரு புராணம் போன்ற இருந்தது. கேட்க ரசமானதுமாகும். அங்க சேஷ்டைகளுடன்தான் முதலாளி கதை சொன்னார். சந்தர்ப்பங்களுக்கேற்றவாறு முகத்தில் உணர்ச்சிமாறுதல்களும் தென்பட்டன. அவர் அவ்வளவு தூரம் கதையிலே லயித்திருந்தார்.

பின்னர் மருமகப் பையன் அங்கே ஓர் ஆறுகால் கூரையை உருவாக்கினான். அன்றைய தினம் காண்டாமரத்தடிகள் சுலபமாகக் கிடைத்திருந்தன. தூண்கள் காண்டாமரத்தடியினால், கூரை அந்த மரப்பட்டியல்களால்.

ஏழு வருடங்கள், ஏழுமாதங்கள், ஏழு நாட்கள் வரையிலும் அந்த மருமகப் பிள்ளை அங்கு குடியிருந்தார். உணவோ, தண்ணீரோ உட்கொள்ளாமல் தியானத்தில் இருந்திருக்கலாம்.

அப்போது அந்த சித்தர் ஒரு குரலைக் கேட்கிறார். நள்ளிரவில் தான். சரியாகச் சொன்னால் நள்ளிரவில் மையத்தில்தான். அக்கம் பக்க மெங்கிலும் மனிதனில்லை. ஆயினும் நள்ளிரவான போது ஒரு கோழி கூவியதுகேட்டது. எங்கிருந்தோ ஓர் அழைப்புக் குரல் கேட்கிறது. அந்தக் குரல் வந்த இடத்தை நோக்கி அவர் நடந்து சென்றார்.

முதலாளி சொன்னார்:

"பிரக்காட்டு கடற்கரையிலே ஒரு மௌல்வி. எப்படீன்னு தெரியுமா? சந்திரன் மாதிரி இருப்பார். 'மகனே, வாப்பா!' என்கிற ஓர் அழைப்பு. அப்புறம் ஒரு நடை. அந்த இளம் சித்தரு, மௌல்வியைப் பின்தொடர்ந்து சென்றார். அப்புறம் அவர் சென்று நின்றுகொண்டது பொன்னானியில்தான். சீரட்டக் குடும்பத்தைச் சேர்ந்த அந்த மருமக வாலிபர் பொன்னானியில் வைத்து இஸ்லாம் மார்க்கத்தைத் தழுவிக்கொண்டார். அவர் பரீது ஆக மாறினார்.

"அந்த பரீதுக்கு ஏற்கெனவே இருந்த பெயர் என்னன்னு தெரியுமா? புள்ளைக்குத் தெரியாது. நான் சொல்றேன். வட்டத்தான்னு."

வட்டத்தான்? அப்படியொரு பொய் நாயர் ஜாதியைச் சேர்ந்தவர் களுக்கு இருந்ததாகக் கேள்விப்பட்டதில்லை. அப்படியும் ஒரு பெயர் இருந்திருக்கலாம். யாருக்குத் தெரியும்?

பீருக்கண்ணு தொடர்ந்து பேசினார்:

"நம்ப 'உப்புப்பானோட, உப்புப்பானோட, உப்புப்பானோ, என்னவோ, ஆக இருந்தார். பரீதுவை அனைவரும் நம்பினாங்க. படைத்த தம்பிரானின் அருள் பெற்றவருதான். எந்நேரமும் படச்சவனையே ஜபம் பண்ணிக்கிட்டிருப்பாரு. வாய் திறந்து சொன்னா அது நடப்பது உறுதி. சபித்தால் பலித்திடும். கருணையோடு சொன்னாலும் பலித்திடும். எல்லாருக்கும் அவரை பயம்தான். சினேகமும் கூட - காலம் அப்படிப் போயிற்று."

பரீது ஓர் உயர்ரகக் குடும்பத்திலிருந்து கலியாணம் செய்து கொண்டார். அந்தக் குடும்பத்தின் மூதாதையர் அரபு நாட்டைச் சேர்ந்தவர்களாக இருந்தனர். பரீதுவின் சந்ததி பரம்பரையைச் சேர்ந்தவர்கள்தான் பீருக்கண்ணு முதலாளி.

இந்தக் கதையை ஒரு புராணம் போல் கேட்டு நின்றார் கேசவ பிள்ளை. வட்டத்தான் என்கிற அந்த மனிதர் புறக்களத்திலே தியானத்தில் மூழ்கியிருந்த நிலை கேசவபிள்ளையின் கற்பனைக் கண் முன்னால் தோன்றியது. அந்த மனிதருடைய வாழ்க்கையில் மாறுதல் ஏற்படுத்திவிட்ட கோழியின் அந்தக் கூவுதல் பிள்ளையின் காதுகளில் எதிரொலித்தது.

"கொக்கரக்கோ.....!"

"மகனே, வாப்பா...!" என யாரோ அழைக்கிறார்.

பிரக்காட்டு கடற்கரையில் சந்திரன் போன்று ஒளி சிந்துகிற ஒரு சித்தர் நிற்கிறார்.

எல்லையில்லாப் பாதை வழியாகச் செல்கிற சித்தரைப் பின்பற்றி வட்டத்தான் செல்கிறான்.

பொன்னானி எங்கிருக்கிறது?

"அப்போ, புள்ளே! நான் எந்த வீட்டைச் சேர்ந்தவன்? சொல்லுங்க. புள்ளைக்குப் படிப்பிருக்குல்ல?"

அவரே பதிலளித்தார்!

"சொல்லப் போனா நான் சீரட்டவைச் சேர்ந்தவன்தான்."

பீருக்கண்ணு முதலாளி புறக்களத்தைச் சொந்தமாக்கி அங்கே வீடு கட்டியதற்கான காரணமும் தெளிவானதே! அங்கே தான் வட்டத்தான் தியானம் பண்ணிக்கொண்டிருந்தான். அங்கிருந்து தான் நபியின் குரல் கேட்டது!

* ** *

இருட்டி வெகுநேரமாகிவிட்டது. முதலாளி கேசவபிள்ளையை விட்டுவிடுகிற நிலைமையிலில்லை. அவர் கேட்டார்:

"இனிமே நான் என்ன செய்யணும்? நாளைக்கு சீரட் எட்டுக் கட்டு வீடு எனக்குச் சொந்தம். அது எனக்கு உரிமையானது. நான் என்ன செய்யணும்? நீங்களே சொல்லுங்க."

பீருக்கண்ணு ஓர் அறைகூவல் விடுவதுபோல் தோன்றியது. ஊரிலுள்ள பிரமுகமானதும், தேவஸ்தானம் 'ஸ்தானி'யுமான சீரட்டக் குடும்பத்திலிருந்து பெண்களும் குழந்தைகளுமெல்லாம் வெளியேறிவிட வேண்டும். வெளியேறாவிட்டால் வெளியேற்றி விடுவார்கள். வெளியே வந்து அவர்கள் எங்கு செல்வார்கள்?

சீரட்டவிலுள்ள நாகராஜா மற்றும் நாகராட்சியின் பிரதிஷ்டை களைப் பெயர்த்தெறிந்து விடுவார்கள். சர்ப்பக் கோவிலை (காடு) வெட்டியழித்து விடுவார்கள். களரி தொழுவமாக்கப்படும். கந்தர்வன் கோவில் சாம்பலைக் குவித்துப் போடுகிற இடமாக மாறிவிடும். அந்த நொடிப் பொழுதில் இவை அனைத்தும் கேசவ பிள்ளையின் மனக் கண் முன்னே தோன்றியது.

"ஏன் புள்ளே, பேசாமே இருக்கீங்க?"

"நான் என்னத்தைப் பேசணும்?"

ஒரு கணத்துக்குப் பிறகு பீருக்கண்ணு கண்மூடியவாறு தியானத்திலே மூழ்கி விட்டார். ஏதோ மந்திரம் ஜெயிப்பது போல் அவர் இதழ்கள் அசைந்தன.

கண்திறந்து முதலாளி சொன்னார்:

"அங்கே குடியிருக்கணும்னு நம்ப பீவிக்கு ஆசை. எனக்கும் நம்ப வீட்டிலே புகுந்து நடந்துக்கணும்னு ஆசையாய் இருக்கு. மனிசனுக்கு ஒவ்வொரு விசயத்திலே ஆசை வரும். எல்லாவற்றையும் படைச்சவன்தான் தோணவைக்குது."

ஒரு கணத்திற்குப் பிறகு மேலும் சொன்னார் முதலாளி:

"நாளைக்கு நான் கடையிலே இருக்கமாட்டேன். எல்லாம் உங்ககிட்டே ஒப்படைச்சுக்கறேன். உங்களை நம்பித்தான். நம்பிக்கை தான் புள்ளே, உலகத்திலே ரொம்பப் பரிசு. புள்ளையை நான் நம்பறேன். கடையை நீங்க நல்லாப் பார்த்துக்குங்க. அப்படீன்னா, புள்ளை போங்க!"

பந்தத்தைக் கொளுத்திக்கொண்டு கேசவபிள்ளை நடந்து சென்றார்.

* ** *

பந்தம் சரியாக எரியவில்லை. யாரோ அதை அணைத்திட பலமாக ஊதுவது போல் அது இடையிடையே மங்கலாகி விடுகிறது. அப்போது அதை பலமாக வீசவேண்டியிருக்கிறது.

பந்தம் அணைந்துவிட்டது. அந்த இடம் ஏது? கும்மிருட்டு. அது குருத்து ஓலையால் உண்டாக்கப்பட்ட பந்தமாக இருந்ததோ? அதை ஊதிப் பற்றவைத்தார். அதைப் பற்றவைத்து அந்த வெளிச்சத்திலே போவதைவிட நல்லது இருட்டிலே நடந்து செல்வதுதான். இருட்டில் கண்ணுக்கு இன்னும் பார்வை சக்தி கிடைத்துவிடுகிறது.

எவ்வளவு நேரமாயிருக்கும்? முதலாளியின் கதையைக் கேட்டு நீண்ட நேரம் உட்காரவேண்டியதாயிற்று. கதை சுவாரசியமாகத் தானிருந்தது.

அம்மா எதிர்பார்த்திருப்பாள். மகன் வராமல் அவள் சாப்பிட மாட்டாள். உறங்கவும் அம்மா உயிர்வாழ்வது யாருக்காக? அப்போது மகன் உயிர் விடும்வரையில் அம்மா உயிரோடு இருப்பாளா?

அவர்களை வெளியேற்றிவிட்டு வீட்டை வாங்கிக் கொடுப்பது எங்ஙனம்? நாளை அது சீரட்டவில் நடக்க இருக்கிறது. கோர்ட்டிலிருந்து வந்திருக்கிறவன் செய்யவேண்டியது என்னவாக இருக்கும்?

நாளைய தினத்திலிருந்து சீரட்டக் குடும்பத்தில் தங்கியிருக்கப் போவது யார்? பீருக்கண்ணு முதலாளியின் குடும்பமாகத் தானிருக்கும். அவர் பீவிக்கு அங்கேயே குடியிருக்கவேண்டுமென்று கொள்ளை ஆசை. எனவே அது நடக்கக் கூடியதுதான். கேசவபிள்ளை மனத்தில் ஏதோ ஓர் அமைதியின்மை தோன்றியது.

கலியாணியம்மா நடுங்குகிற நாராயத்தினால் ஓலையில் குறித்துக் கொண்டிருக்கிறாள். அந்த கிருஷ்ணப் பாட்டினை நகலெடுக்கத் தொடங்கி எத்தனையோ வருடங்களாயின. அது தீர்ந்தபாடில்லை. அந்தச் சுவடியை யார் வாங்குவார்கள்? அதன் எழுத்துக்கள் கைநடுக்கத்தால் ஒழுங்கில்லாமலாயின. ஒரு வரிசை மீது இன்னொரு வரிசை தவறாக வந்திருக்கிறது. எழுத்துக்களின் சில பகுதிகள் தெளிவாக இல்லை.

* *** *

முதலாளி சொன்ன கதையை மகன் அம்மாவிடம் விபரமாகச் சொன்னார். அத்தகைய ஒரு கதை குறித்து ஊரிலெங்குமே கேள்விப் பட்டதில்லை. கலியாணியம்மாவும் கேள்விப்பட்டிருக்கவில்லை. பெண் களில் அந்த ஊரில் அவளைப் போல் வயதானவர்கள் யாருமில்லை.

குழம்பிப்போன நினைவிலிருந்து கலியாணியம்மாவுக்கு ஒரு கதை கிடைத்தது. அது பீருக்கண்ணுவின் பிறவியைப் பற்றிய கதையாகும்.

அன்று கலியாணியம்மாவுக்கு வாலிபம். ஓர் 'உம்மா'வும் துலுக்கனும் சேர்ந்து அந்திப் பொழுதிலே வந்தனர். ஒரு பெண்ணுக்கு - அவள் முஸ்லிம் பெண் - இரண்டு நாட்களாகப் பிரசவவேதனை. குழந்தையை வாங்கச் செல்லவேண்டும். ஓர் இரு மருத்துவச்சிகள் வந்து பார்த்து நழுவிச் சென்றனர். அழைத்துச் செல்ல வந்த உம்மாவின் அழுகையைக் காணக் கண்ணுள்ளவர்களால் முடியாது. அவள் மகள்தான் பிரசவ வேதனையால் தவிக்கிறாள்.

கலியாணியம்மா அன்று வரையிலும் நாயர் ஜாதிக்கே தவிர வேறு ஜாதியினருக்குப் பிரசவம் பார்க்கப் போனதில்லை. அதன் பின்னரு மில்லை. குடும்பத்தில் அனைவரும் எதிர்த்தனர். போகக் கூடாதென்று தான் எல்லோரும் சொல்கின்றனர்.

"நான் அப்படியே யோசித்து நின்று விட்டேன். என்ன செய்வது? என் செல்லமகனே, அப்போது என் மனத்திலே ஓர் எண்ணம் ஏற்பட்டது. ஒருத்தி மூச்சு ஒழுங்காக இழுத்துவிட முடியாத நிலைமையிலிருக்கிறாள். இரண்டும் இரண்டாகப் பிரியவேண்டும். தாய் அல்லது சேய் சாகட்டும். அல்லது உயிர்வாழட்டும். இரண்டும் இரண்டாகப் பிரியலேன்னா அது ஊருக்கே கெடுதல். ஏனென்றால் நிறைவயிறுடன் ஒருத்தி இறந்து போனால் பின்னர் அந்த ஊரில் எந்த ஒரு மருத்துவச்சிக்கும் பாதுகாப்பு இல்லை. அது ஒரு பொல்லாத துர்தேவதை. அந்த துர்தேவதையை அடக்கிவிட சாதாரண மாந்திரீகனால முடியாது. அறுபத்து நான்கு அங்குல ஆழக் குழியிலே, ஒரு பிடி கடுகு எடுத்து அதிலிருந்து ஒவ்வொன்றாக எடுத்து ஜெபித்து அதையும், பெற்ற பெண்கள் சாப்பிடுகின்ற சந்தை மருந்து அறுபத்து நான்கையும் தூள் பண்ணிக் குழியில் போட்டு சில கருமங்கள் செய்யவேண்டும் வைசூரி போன்ற தொத்து வியாதிகள் வந்து சாவதை விடக் கடினமான கருமங்களை நிறைவேற்றவேண்டும்.

கலியாணியம்மா அந்தக் கதையைச் சொன்னபோது அங்கங்கு நிறுத்தி நிறுத்தித்தான் சொன்னாள். ஏனென்றால் அது ஒரு ஒரு மூச்சில் சொல்லி முடிக்கக் கூடிய கதையாக இருக்கவில்லை. அவளுடைய வாலிபப் பருவத்திலே புரிந்துவிட்ட ஒரு சாகஸச் செயல் அது.

கேசவபிள்ளை பன்முறை அந்தக் கதையைக் கேட்டிருக்கிறார். இளம் வயதுடைய அம்மா அதன்பின்னர் செய்ததென்னவென்று அவருக்கு இப்போது தெரியும். ஆனால் இப்போது அம்மா செல்கிற கதைக்கு ஒரு புதுமையுண்டு. அதன் தனித் தன்மை என்னவென்று சொல்ல முடியவில்லை.

கலியாணியம்மா தொடர்ந்து கூறினாள்:

"ஏதோ ஓர் ஆவேசமேற்பட்டவள் போன்று நான் அவர்களுடன் நடந்து சென்றேன். பிரசவம் பார்க்கின்றவர்கள் ஜாதி பார்க்கக் கூடா

தென்று தான் எனக்குத் தோன்றியது. அது எனக்குத் தெரியும். பெரிய நம்பூதிரி இல்லத்தைச் சேர்ந்த ஓர் அம்மாவும், பறச்சியும் பெறுவது ஒரே மாதிரிதான். பிரசவவேதனையும் இருவருக்கும் ஒன்றுதான். ஆவேசம் கொண்டவள் போல் நான் நடந்தேன். அம்மாவும் தங்கையுமெல்லாம் மரத்துப்போய் நின்றுவிட்டனர். "போகாதே மகளே!" "போகாதே அக்கா!" என்று அவர்களால் சொல்லமுடியுமா? பிரசவம் பார்க்கச் செல்லும் மருத்துவச்சியைப் பின்னாலிருந்து கூப்பிடக் கூடாது. போகிறவழியில் சில இடங்களிலிருந்து சில பச்சிலைகளையும், கொடி மற்றும் புல்லையும் பறித்து எடுத்தேன். அதுக்குள்ளே நேரம் என்னாயிற்றென்றா, நினைக்கிறே? இருள் சூழ்ந்திருந்தது. சன்னம் பின்னமாய்த் தூறல் மழையுமிருந்தது. நான் என் செல்ல மகனை மறந்து கொண்டிருந்தேன்."

சிறிது நேரம் பற்றை நிறுத்தினாள். கலியாணியம்மாவின் குரலில் இருந்த நடுக்கம் போயிற்று. அந்தக் காலத்து வாலிபம் அப்போது திரும்பி வந்தது போல் தோன்றியது. இப்போது வேண்டுமானால் ஒரு குழந்தையை வாங்கவேண்டுமென்று சொன்னாலும் தயார்தான். அந்தக் கதையின் புதுமை தனித்தன்மை வாய்ந்தது.

"நான் பச்சிலை பிழிந்தெடுத்துத் தளம் கட்டிவச்சேன். இன்னொரு பச்சிலைச் சாறினைத் துளித் துளியாக நாக்கிலே ஊற்றினேன். வயிற்றைத் தடவிப் பார்த்தேன். மூச்சு இழுக்கவோ விடவோ முடியாத நிலை. வயிறு ஒரு கூரைபோல் மேலே தள்ளி நிற்கிறது. முகம் வெள்ளைவெளேரென்று வெளிறியிருந்தது. உட்காரவோ, எழுந்து நிற்கவோ, படுக்கவோ முடியாத நிலை. அழுகை போய்விட்டது கூச்சல்தான்; கூச்சல்!

கலியாணியம்மாவின் சொற்களில் கூட மாறுதல் இல்லை. முன்னர் சொன்ன சொற்களேதான். ஆனால் இப்போது சொல்லும் கதைக்கு ஒரு புத்துயிரும் வலுவும் உண்டு. ஒரு மருத்துவச்சியின் கைகள் நடுங்குகிறபோது, கால்கள் நிலையாக நிற்காத போது அப்படித் தானிருக்கும். இன்றைய தினமும் அவள் மருத்துவச்சிதான். அதன் ஆவேச உணர்ச்சிதான் இது. இன்னமும் எத்தனையோ இடர்கள் நிறைந்த பிரசவம் பார்க்கக் கூட அவளால் சாத்தியமானதே. ஆனால் உடம்பு ஒத்துக்கொள்ளாது.

"நான் வயிற்றைத் தடவிப் பார்த்தேன். குழந்தைக்கு உயிருண்டு. அது இன்னும் தலைகீழாய்ப் புரண்டுவிடவில்லை. சிறிது ஆறுதல் தோன்றியது- மகனே, ஏன் சொல்லறேன்னா, 'பத்தாமுதய'த்தன்று சூரியன் உதித்து வருவதை அன்றுதான் நான் பார்க்கிறேன். அதுக்கு முன்னர் பார்த்ததேயில்லை. சூரிய பகவானுடைய முதற் கிரணமிருக்கிறதே- அது வந்து விழுந்தது குழந்தையின் தலையுச்சியிலே தான். நான் கணிசமாகப் பார்த்ததுதான்."

சிறிது நேரம் பேச்சை நிறுத்திக் கொண்டாள். அடுத்த பகுதி ஆரம்ப மாயிற்று.

“ஓர் ஆரோக்கியமான குழந்தை. குவாகுவாவென்றழுகிறது. எந்த ஜாதியைச் சேர்ந்ததாக இருந்தாலென்ன? பிறந்து விழுகிற குழந்தையைப் பார்க்கணும் மகனே! தெய்வமல்லவா, அது? நான் எந்தக் குழந்தையையும் முத்தமிட்டு விடுவேன். அப்புறம் தானே, வேற்றுமை எல்லாம் ஏற்படறது? பிறந்து விழுந்த குழந்தைக்கு ஜாதியுண்டா; மதமுண்டா? நான் அதுக்கு மூணு முத்தம் கொடுத்தேன். ஏனென்றால் ‘பத்தாமுதய’த்தின் அருணோதயத்தின்போது பிறந்த குழந்தைதான்.”

கலியாணியம்மா நினைவு கூர்ந்து பார்க்கிறாள்.

“அவங்க நான்காம் வேதத்துக்காரங்கதானே? பிறந்த நேரம் பார்ப்பதெல்லாம் அவங்களுக்கு ஏது? ஆனா, நான் சொன்னேன், “இவன் ஊரை அடக்கி வாழ்ந்திடுவான்”னு பொழுது விடிந்தபோது தான் தெரிந்துகொண்டேன், நான அன்றைய இரவைக் கழித்தது புறக்களத்திலேதானென்று! மறுதாவும், நீர் அறுகொலைப் பிசாசுக்களு முள்ள புறக்களத்திலேதானென்று!”

கேசவபிள்ளை விசாரித்தார்:

“அப்புறம் எப்படியம்மா, அவர்கள் அங்கே வாழ்ந்து வருவது?”

“அவங்க நான்காம் வேதத்துக்காரங்கதானே? அவங்களோட மாந்திரீகம் இறுதிக் கைதான். அவங்க செய்யும் கருமங்கள் சுட்ட கோழியைப் பறக்கவைத்துவிடும். நான்காம் வேதக்காரன் கட்டுகிற கட்டினை நம்ப மாந்திரீகத்தால் அவிழ்த்து விடமுடியாது. நான்காம் வேதக்காரன் செய்த வினை என்று சொன்னால் நமது மாந்திரீகர்கள் நழுவி ஒளிந்து சென்று விடுவார்கள்.”

கலியாணி கதையைத் தொடர்ந்தாள்:

“பிரசவம் பார்த்துவிட்டுத் திரும்பி வீட்டுக்கு வந்தபோதல்லவா, விசித்திரம்? தலையிலே சாணித் தண்ணீர் ஊற்றி இருபத்தியோரு முறை மூழ்கிவிட்டுத்தான் நான் வந்தேன். என்னை அடுக்களைக்குள்ளே நுழையவிடவில்லை. நுழையக் கூடாதென்று அம்மாதான் சொன்னாள். அப்போது அம்மா முகம் ஆத்திரத்தால் வீங்கிச் சிவந்திருந்தது. என்னைப் பெற்று வளர்த்தவள் என்கிற எண்ணமே அந்த முகபாவத்தில் பிரதிபலிக்க வில்லை. எங்கிருந்தோ வந்த ஓர் அந்நியப் பெண் ஒருத்தி கேட்காமல் கொள்ளாமல் அடுக்களைக்குள் நுழைய முற்பட்டது போன்றிருந்தது அந்தப் பேச்சு. “அடுக்களைக்குள்ளே காலெடுத்து வைக்காதே!” நான் கதறியழுதுவிட்டேன். அல்லாமல் என்ன செய்வது? ஒரு முறையிலே

பார்த்தால் நான் செய்தது தவறுதான். அந்த முஸ்லிமும் அவர் பீவியும் வந்து அழைத்தபோது நான் இதைப் பற்றி ஒன்றும் நினைத்துப் பார்க்க வில்லை என்பது அப்போது என் நினைவுக்கு வந்தது. ஒரு பெண்ணின் மூச்சு சரியாக விழுந்துவிடவேண்டுமென்ற எண்ணம் மட்டும் தான் அப்போது இருந்தது ஐந்து நாட்கள் அவ்வாறு கழிந்து போயின. அம்மா உரல் கூரையிலே சோற்றைக் கொண்டுவந்து தந்தாள். அங்கே தான் உட்கார்ந்து சாப்பிடுவேன். பாவம்! அம்மா மற்றும் தங்கையின் கண்ணீர் நிற்கவில்லை. அதுதான் என் தலையெழுத்தென்று நினைத்துக் கொண்டேன். ஊர்ஜனங்களுக்குத் தெரிந்து விட்டால் அவர்கள் நம்மை விலக்கிவைப்பார்கள் என்கிற எண்ணம்தான் அம்மாவுக்கு. முஸ்லிம் பெண்ணுக்குப் பிரசவம் பார்க்கப்போனேன். அது பிரஷ்டம்தான்.

* ** *

பிரஷ்டம்! நாவிதன் நாணு முன்னர் யாருக்கெல்லாம் சவரம் செய்து வந்தானோ, அவர்கள் யாரும் நாணுவுக்கு இப்போது வேலை கொடுப்பதில்லை. அவனுக்கு ஜாதிப் பிரஷ்டம்!

அதுதான் பிரஷ்டம். கலியாணியம்மாவையும், குடும்பத்தினரையும் ஜாதிபிரஷ்டம் செய்யலாம்.

நாவிதன் நாணு கோவில் மத்தாயிக்கும், வட்டப்ரதோம்மாவுக்கும் சவரம் பண்ணினான். கோந்நோத்து போன்ற பல குடும்பங்களும் அவனுக்குத்தான் வேலை கொடுத்து வந்தன. கிருஸ்தவர்களுக்குச் சவரம் செய்ததை அறிந்தபோது அவனை விலக்கி வைத்தனர். குஞ்சூட்டன் மூப்பருடைய மரணச் சடங்குகளில் அவனையும், மனைவி காளியவரையும் பங்குகொள்ள அனுமதிக்கவில்லை. கமுகுமட்டைப் பொட்டலத்தைக் கக்கத்திலே வைத்துக்கொண்டு இப்போது ஊர் சுற்றுகிறான். காளியவரும் வீடுகளுக்குச் செல்லமுடியாது. நாணுவுக்கு எப்போதாவது ஒரு கிருஸ்தவப் பையனின் தலை கையிலே கிடைத்துவிடும். இப்போது நாணுவுக்கு உற்றார் – உறவினர் இல்லை.

அது தான் ஜாதிப்பிரஷ்டம் என்பது!

சித்திரை மாசத்தில் நூறு நூற்றி ஐம்பது பறை நெல் அவன் சம்பாதித்துக் கொண்டிருந்தான்.

* ** *

இறுதியில் கலியாணியம்மா இப்படியாகக் கதையை முடித்து விட்டாள்:

“அந்தப் பெண்ணுக்குப் பிரசவம் பார்க்கப் போனல்லே தவறில்லை.” என்று பரமன் அம்மாவன் சொன்னார்.

“அப்புறம் தான் அம்மா என்னை அடுக்களைக்குள்ளே நுழைத்து விட்டாள்.”

சீரட்டக் குடும்பத்தின் கதை சொன்னபோது அவள் சொன்னாள்:

“அவன் நல்ல நேரத்திலே பிறந்தவன். அவன் கொடும் செயல்களைப் புரியமாட்டான். நல்ல நேரத்தில் பிறந்தவன் யாருக்கும் துரோகம் செய்யமாட்டான். அவனுக்கு நல்ல மனோகுணமிருக்கும். மகனே, ஒரு விசயத்தை அம்மா உறுதியாச் சொல்லறேன். மனோகுணமுள்ளவன்தான் முன்னேறுவான். முன்னேறுகிறவனுக்கு மனோகுணமிருக்கும்.”

51

மகன் கையினால் வீழ்த்தப்பட்ட தீர்த்த ஜலத்துளிகள் கலியாணியம்மாவின் வரண்டிருந்த தொண்டையை நனைத்துக் கொண்டன. கேசவபிள்ளையின் கண்ணீர் அம்மா மார்பில் துளித் துளியாய் வீழ்ந்தது. அவ்வாறாக, அந்தக் கண்கள் என்றென்றைக்குமாய் மூடிவிட்டன.

அந்த உடலுக்கு பளு இருக்கவில்லை. சிதையில் மாமர விறகின் மேலே கோடித் துணியில் போர்த்திய சடலத்தை வைத்துவிட்டு கேசவ பிள்ளை வாய்க்கரிசி போட்டார்.

மகனே சிதைக்குத் தீ கொளுத்தினான்.

அந்தச் சடலம் தகனமாவதைச் சிதையின் அடுப்பு வழியாகப் பார்க்க முடிந்தது.

விதிப்படி பதினைந்து நாட்கள் ஈமச் சடங்குகள் நிர்வகிக்கப்பட்டன. பதினைந்தாம் நாளன்று பிண்டம் பொத்திவைக்கப்பட்டது. எள், பூ மற்றும் சந்தனமெடுத்து பலிக்காக நீரை ஊற்றும் போது, அந்த நீருடன் ஒரே ஒரு புதல்வரான கேசவபிள்ளையின் கண்ணீரும் துளித்துளியாகக் கலந்து ஊற்றப்பட்டது. பதினாறு நாட்கள் வரையிலும் இந்தக் கருமாதிகள் நடத்தப்பட்டன.

அம்மா இப்போது எங்கிருக்கிறாள்?

கருமாதிகளைச் சொல்லிக் கொடுக்கிற புரோகிதரான ‘இளையது’ சொன்னார்:

“எள்ளும் பூவும் சந்தனமும் எடுத்து நீரைக் கலந்து இரண்டாகப் பகுத்து, அம்மாவின் உருவமும், நட்சத்திரமும் பெயரும் மனத்தில் தியானித்துக் கொண்டு, பேய் உலகத்திலிருந்து பூவுலகத்துக்கு ஆவாகிக் கிறேன் என்கிற சங்கற்பமுடன் எள்ளுடன் ஒரு நீர்...”

அவர்கள் உருவமில்லாதவர்களா? அவர்கள் இருக்கிறார்கள் என்றால் எப்படியிருப்பார்கள்?

பதினான்கு உலகங்கள் இருக்கின்றனவாம்!

* ** *

அம்மா இறக்கும்போது சிதைச் சாம்பலிலிருந்து பொறுக்கியெடுக்க ஒரு பல் இருந்தது. அந்தப் பல், மற்றும் பாதம், இடுப்பு போன்ற பகுதிகளிலுள்ள எலும்புத் துண்டுகள் ஒரு சிறிய மண் குடத்தில் போட்டு மனையின் தென்பகுதியில் புதைத்து வைத்திருந்தனர். ஓர் ஆண்டுத் தீட்டைக்குப் பின்னர் அவற்றை ஒரு புண்ணிய தீர்த்தத்திலே போட்டுவிடவேண்டும் அத்துடன் அம்மாவுக்குச் செய்ய வேண்டிய கடமைகள் அனைத்தும் தீர்ந்துவிட்டதென்று அமைதிகொள்ளலாம்.

அப்புறம் அம்மா எங்கிருப்பாள்? சொர்க்கத்திலா? நரகத்திலா? அம்மா நரகத்திலிருக்கமாட்டாள் என்பது உறுதி. பகவானுடைய எத்தனை எத்தனை கதைகளின் நகல்களை எடுத்திருக்கிறாள்? பக்தியுடன் எழுத்துப் பிழையின்றி எழுதியிருக்கிறாள்? அம்மா நகலெடுத்த அரிச்சுவடி களுக்குப் பிரத்தியேகமான ஒரு களையுண்டு.

எனவே அம்மா சொர்க்கத்தில் தானிருப்பாள். நரகத்திற்குக் கால் சருக்கிவிழ அந்தப் பாதையில் பாபத்தின் வழுவழுப்பான சேறும் சகதியு மிருக்காது.

"அம்மா! அம்மா...! புனிதவதியான அம்மா...!"

அம்மா பறந்து போனாள். நிமிடத்தில் பத்தாயிரம் காத தூரம் பறக்கிறாள். இனிமேல் அம்மாவின் பதில் குரலுக்காக அவளை அழைக்க நாக்கை வளைக்க வேண்டாம். அதுக்கெல்லாம் அப்பால்தான் அம்மா. அம்மா மகனை விட்டுவிட்டுப் பழைய தலைமுறைக்குப் பாய்ந்து சென்றிருக்கிறாள். அம்மா எதிர்காலத் தலைமுறையை மறந்துவிட்டாள். கேசவன் சிந்தனை வேறு. அவர் அழைப்பதைக் கவனித்தவாறு இங்கே எங்கேயோ மறைந்திருக்கிறாள். மகனை உபசரிக்க வேண்டுமென்கிற எண்ணத்துடன்தான் இருப்பாள். ஒருவேளை கூப்பிட்டால் குரல் கொடுப்பாள். குரல் தருகிறாள். ஆனால் அழைக்கிறவன் காதில் அது விழுவிதில்லை. அதுதான் அம்மா!

மோவாயை உயர்த்தி ஒரே ஒரு முறை தான் இழுத்தாள்.

எல்லாம் முடிந்துவிட்டது. அப்படித்தான் மரணம்.

அம்மா அந்த உடலாக இருந்ததா? மூச்சுத்தான் ஆயிருந்ததா? அல்லது வேறு ஏதேனுமாக இருந்ததா?

☯ தகழி சிவசங்கரப் பிள்ளை ☯ 557

"அம்மா! அம்மா! நீ யாராக இருந்தாய்?"

* ** *

இந்த வாழ்க்கையுடன் உறவுகொள்ள வைக்க என்ன இருக்கிறது? அரிச்சுவடிகளா? அவற்றுடன் இருந்து வந்த உறவினை விட்டு விட்டு நீண்ட நாட்கள் ஆகின்றன. பீருக்கண்ணு முதலாளியின் வரவு-செலவு கணக்கு எழுதத் தொடங்கிய நாள் முதற்கொண்டு அரிச்சுவடிகளைத் தொட்டதேயில்லை. அதுக்கு நேரமில்லை. நாள்வழியும், பேரேடுமெல்லாம் 'கௌடில்யனுடைய அர்த்தசாஸ்திர'த்தைவிட வலுமிக்கவை தான்.

இல்லாவிட்டால் கூட அதெல்லாம் எதுக்காகப் பார்க்கவேண்டும்? ஏராளமான அரிச்சுவடிகளை ஒரு வாழ்நாள் முழுவதிலும் படித்துத் தான் என்ன பயன்? என்றைக்காவது ஒரு நாள் மோவாயைத் தூக்கி மூச்சுவிடப் போகிறார்கள். பின்னர் சிதையை நோக்கி! நாள் வழியும் பேரேடுமெல்லாம் நித்திய சத்தியங்களே!

அம்மா வாழ்ந்திருந்தாள் என்பதற்குச் சான்று உண்டு. அவள் நகலெடுத்த சுவடிகளா? அல்லது கேசவன் என்கிற அவள் புதல்வனா? நகலெடுத்த சுவடிகள் எதிலேயாவது, சீலாந்திப்பிள்ளி கலியாணியால் நகலெடுக்கப்பட்டதென்று எழுதிவைத்திருக்கிறாளா? இருக்காது. சுவடிகளை நகலெடுப்பதில் அம்மாவுக்கு ரசமாக இருந்தது. தான்தான் நகலெடுத்ததென்று யாராவது அறியவேண்டுமென்றிருக்கவில்லை. நகலெடுப்பது! நகலெடுப்பது!

இடுப்பு ஒடிந்து உடம்பு இருகூறுகளாக நெருப்புக் கனலில் விழுந்து விட்டது.

பீருக்கண்ணு முதலாளியின் கணக்குப் புத்தகங்கள், கேசவபிள்ளை என்றொருவன் வாழ்ந்திருந்தான் என்று சான்று கூறும். ஏனென்றால் கேசவ பிள்ளை என்கிற கணக்குப் பிள்ளை பெற்றுக் கொண்டது என்று செலவுக் கணக்கில் இருக்கும்

* ** *

ஒரு சமயத்தில் ஒரு அபிலாஷை இருந்தது. எழுதப் படிக்கத் தெரிந்த ஒரு குடும்பத்திலே பிறவியெடுத்தார். நூற்றாண்டுகளாய் படித்தவர்கள் வாழ்ந்த குடும்பம். விஞ்ஞானத்தின் ஒளிவிளக்குடன் அவர்கள் சந்து-பொந்து-இரண்டு-இடுக்குகளிலெல்லாம் சுற்றி நடந்தனர். தலைமுறை தலைமுறையாய் எத்தனையோ கண்களுக்கு அவர்கள் வெளிச்சமருளியிருக்கிறார்கள்!

கொடிய கானகத்திலுள்ள அந்த தீபசிகையுடன் நுழைந்து செல்லலாமென்று கருதினார். நடக்கவில்லை. புலையப் பள்ளிக் கூடத்தில்

வாத்தியாராக இருந்திருந்தால் இன்று எத்தனை எத்தனை புலையப் பையன்கள், நான்கும் ஐந்தும் சேர்ந்தால் ஒன்பது எனச் சொல்லி யிருப்பார்கள்! 'ஈஸ்வரன்' என்று வாசித்திருப்பார்கள்! 'ராம ராம' என்று ஜெபித்திருப்பார்கள்!

புலையப் பள்ளிக்கூடத்தைச் சாம்பலாக்கினர்.

அதுதான் அபிலாஷையாக இருந்ததா?

கேசவபிள்ளை தன்னிடமே அந்தக் கேள்வியைக் கேட்டார். அம்மாவின் ஈமச்சடங்கு முடிந்த அன்று இரவிலேதான். அம்மா இப்போது எந்த உலகத்திலிருக்கிறாள் என்கிற ஆராய்ச்சி நடத்தி அந்த இரவிலேதான்.

அபிலாஷை அதுவாக இருக்கவில்லை.

அப்புறம்?

ஸ்ரீபத்மநாபனுடைய பத்து 'சக்கிரம்' பெறுவது! அந்த அபிலாஷைக்குத் தீப்பொறி போட்டது யார்? சுப்பையன் வாத்தியார்!

ஸ்ரீபத்மநாபனுடைய பத்து சக்கிரமென்கிற கருத்து அது தனது பூர்வீகர்கள் மனத்திலே உருவாகாத கருத்து! காசிக்குப் போன குடும்பத் தலைவர் அது சாரமற்றதென்று உதறித் தள்ளினவர்.

ஸ்ரீபத்மநாபனுடைய பத்து சக்கிரம் வேண்டுமென்று தோன்றியது எதுக்காக?

கடுக்காத்ர தேவிக்காகத்தான்.

* ** *

பொழுது விடிந்து சிறிதுநேரமாயிற்று. கடுக்காத்ர வீட்டின் வடபகுதியில் புகை உயர்ந்துகொண்டிருந்தது. ஓர் அடுப்பில் கொச்சுண்ணி நாயருக்கான குருணை அரிசிக் கஞ்சி வேகிறது. பிரசவமாய்ப் படுத்திருக்கிற பெண்ணுக்கு மருந்து கொடுத்து அதன் மீது ஓர் உருளைச் சுடுசோறு கூடக்கொடுக்க வேண்டும். சிறிய ஓட்டு பாத்திரத் (உருளை)தில் அந்த அரிசி வேகிறது.

அப்போதுதான் இரண்டு படகுகள் நிறைய ஆட்களுடன் கடுக்காத்ரத் துறையில் வந்து சேர்ந்தன. பிரசவமாகிப் படுத்திருக்கிற பெண் உள்பட அனைத்துப் பெண்களும் வெளியே வந்து பார்த்தனர்.

யார் வருகிறார்கள்?

எதுக்காக வருகிறார்கள்?

படகில் ஒரு கன்றுக்குட்டி உண்டு. அது காளைக் கன்றா, கிடேரிக்கன்றா என்று யாருக்கும் தெரியாது. அது கத்தோ கத்து என்று கத்துகிறது.

இவ்வாறாகத்தான் அந்தக் கதை சொல்லத் தொடங்கியது. தேவி பீதியுள்ளாள். அவளது பிஞ்சுக் குழந்தை தாய்ப்பாலைப் பருகிக் கொண்டிருந்தது. தாயின் பயத்தினால் சேய்க்குப் பால் கிடைக்காமற் போயிற்று. அது கை-கால் உதறி அழத் தொடங்கியது. 'குவா குவா' என்று அலறியது. அந்த நாடகத்தின் நினைவு கூட அவளை மரத்து விடச் செய்தது.

படகில் வந்தவர்கள் கரைக்கு இறங்கினர். அந்தக் கூட்டத்தில் அரிவாளுடன் வண்ணான் குட்டாயியுமிருந்தான். ஒருவன் முன்வந்து கேட்டான்:

"கொச்சுண்ணி நாயர் இருக்கிறாரா?"

"இல்லை." தேவியின் தாய்தான் பதிலளித்தாள்.

ஏதோ ஆபத்துடைய விசயம்தான் என்று தேவியின் தாய்க்குத் தோன்றியது. எனவே அவள் விசாரித்தாள்:

"எதுக்கு?"

"இந்த வீட்டையும் வீட்டுவளாகத்தையும் கோவில் மத்தாய்க்கு விட்டுக் கொடுக்க கோர்ட்டு உத்திவாயிருக்கிறது. அதைக் கொடுக்க வைக்கத்தான் நான் வந்திருக்கேன்."

அம்மாவுக்கோ மற்றவர்களுக்கோ அதன் பொருள் சரியாக விளங்க வில்லை. அம்மா சொன்னாள்:

"ஆம்புளைங்கல்லாம் விடியற்காலையிலேயே வெளியே போயிட்டாங்க. அவங்க வரட்டும்!"

ஆபத்தைப் பற்றிய எதார்த்த உணர்வு தேவிக்குத்தானிருந்தது. கோர்ட்டு உத்திரவு என்றால் இந்த வீட்டிலிருந்து வெளியேற்றுவது; இன்னொரு குடும்பத்தைக் குடியிருத்துவது என்பதாகும். அம்மாவன் இல்லை. எனவே தேவி சொன்னாள்:

"அவங்க ஒண்ணுமே சாப்பிடாமதான் போயிருக்காங்க. உடனே வந்திருவாங்க."

கோர்ட்டு சிப்பாய் இரக்கமின்றிக் கூறினான்: "எனக்குக் காத்திருக்க நேரமில்லை."

அவன் ஒரு காகிதத்தைக் கையிலெடுத்து ராகம் போட்டு வாசித்தான். வாசித்தது பூராவையும் தேவியால் புரிந்துகொள்ள முடியவில்லை. கடுக்காத்ர வீட்டின் நாற்பக்கங்களிலுமுள்ள நிலம் எது எதுவெனச் சொன்னான். பின்னர் குடியிருக்கிறவங்களை வெளியேற்றி மாற்றுக் குடித்தனக்காரர்களைக் குடியிருத்துவது என்று சொல்லித் தெரிவித்தான். அப்போது ஒரு 'செண்டை'யின் ஓசை எழுந்தது.

ஒருவன் தமுக்கடித்துக் கொண்டிருந்தான்.

எல்லோரும் வீட்டுக்குள்ளிருந்து வெளியேறிவிடவேண்டுமென்கிற கட்டளை பிறந்தது. வண்ணான் குட்டாயியிடம் கோர்ட்டு சிப்பாய் சொன்னான்.

"மரத்திலே ஏறித் தேங்காய் போடு!"

"மரத்திலே ஏறக் கூடாது குட்டாயி!" என்றாள் அம்மா.

குட்டாயி தயங்கினான்.

கோவில் மத்தாயி மகன் குஞ்சௌத முன்னே குதித்து வந்து அலறினான்:

"நீ ஏறமாட்டியா?"

பாவம் குட்டாயி! எதையும் செய்யமுடியாமல் திகைத்து நின்றான்.

* ** *

குட்டாயிக்கு நினைத்துப் பார்க்க நிறைய விசயங்களிருக்கின்றன. அவனுடைய இந்த உடம்பு இந்த ஊரைச் சேர்ந்த குடும்பங்களால் உருவாக்கப்பட்டதாகும். தேங்காய் பறிக்கும்போது தந்தையுடன் வந்து கொண்டிருந்தான். தாழம்புதர்களிலும், இன்னபிற மறைவிடங்களிலும் அவன் தேங்காய் திருடிவைப்பான். இரவிலேதான் வந்து எடுத்துக் கொண்டு செல்வது. குடும்பத் தலைவரும், மற்றவர்களும் ஒரு கண்ணை மூடி இன்னொரு கண்ணைத் திறந்து வைத்துக் கொண்டு தான் இருந்திருக்கிறார்கள். ஓரளவு இதெல்லாம் அவர்களுக்குத் தெரியும். ஓரளவு தெரியாமலுமிருக்கும். சில நேரங்களில் அறிந்ததை வெளிக்காட்டுவார்கள். அடிக்கக் கை ஓங்கியவாறு அவன் பின்னால் செல்வார்கள்.

ஒரு கணப் பொழுதில் ஆயிரம் நினைவுகள் கிளர்ந்தெழுந்தன. இந்தக் குடும்பங்கள் போட்ட அன்னமும் கஞ்சியும்தான் இந்த உடம்பு. சித்திரை மாதத்தில் சாக்குசாக்காகத்தான் களங்களிலிருந்து நெல்லை எடுத்துக் கொண்டு சென்றிருக்கிறான். அளக்கிறபோது வண்ணானுக்குரிய பங்குமுண்டு. பின்னர் தென்னை மரமேறியதற்கான கூலிவேறு.

குட்டாயி தங்கை கலியாணத்துக்குப் பதினைந்து பறை நெல் இந்தக் குடும்பத்திலிருந்து அளந்து கொடுத்திருக்கிறார்கள். கொச்சுண்ணித் தம்பிரான் ரொம்பத் திமிர்பிடித்தவர்.

நெல் மற்றும் தேங்காய் இந்தக் குடும்பத்திலும் தேவஸ்தானத்திலும் மட்டும்தான் இருந்தது.

இன்றைய தினம் மாதத்தில் பத்துநாட்கள் கூட இந்தக் குடும்பங் களின் தென்னை மரங்களேற வேண்டியிராது. கிருஸ்தவர்களின் தென்னை மரமேற ஒரு மாதம் போதாது. அவர்கள் பணம் தான் கூலியாகத் தருகின்றனர்.

சீரழிந்து போய்விட்டாலும் அந்தக் குடும்பத்தினர் களங்களி லிருந்து தங்கள் வேலையாட்களுக்குச் சேரவேண்டியதெல்லாம் சேர்த்துக் கொடுத்து வருகின்றனர். அவர்கள் பட்டினியால் அவதிப் படுகின்ற போதிலும் வண்ணான், புள்ளுவன், பாணன் மற்றும் கணியான் ஆகிய உரிமை படைத்த அனைவருக்கும் நிலைமைக்கேற்றவாறு கொடுக்க வேண்டியதைக் கொடுத்து வருகிறார்கள்.

ஆனால் வாழ்வது மாப்பிளமார்களால்தான். கணக்கைத் திட்டவட்ட மாகச் சொல்லமுடியும். மாப்பிளமார்கள் சொல்லுவார்கள். இந்தக் குடும்பங்களிலே கணக்கு கிடையாது. கணக்கு சொல்லுமிடத்திலே கை அறுந்து சென்றால் மருந்துக்காகச் சற்று உப்பு கூடப்போடமாட்டார்கள். சாகப்படுத்துக் கிடந்தால் செத்துப்போகட்டுமென்பார்கள். கணக்கு கணக்குத்தான்

அவர்கள் நெல் மற்றும் பணத்தை நேசிக்கின்றனர். அழிந்துபோன கடுக்காத்ரக் குடும்பத்தின் கஞ்சி மற்றும் நீரின் ருசி நாக்கிலே தங்கி நிற்கிறது.

இன்னும் வயதாகும்போது அந்தக் குடும்பங்களில் தேங்காய் பறிக்க வேண்டியிருக்காது. கோவில், வட்டத்தரை, பருத்திக்காடு மற்றும் ஆற்றுத் துறையில் எல்லாம் தேங்காய் பறித்தால் போதும்.

எனவே, யாரால் இப்போது வாழ்ந்துகொண்டிருக்கிறது? குட்டாயி மட்டுமின்றி அவனுடைய எதிர்காலத் தலைமுறையினரும் கூட.

ஒரு விநாடியில் குட்டாயி இவை அனைத்தையும் நினைத்துப் பார்த்தான்.

சென்ற ஒரு நாள் புறவளாகத்தில் தேங்காய் பறிக்க வைத்துக் கொண்டிருந்தபோது பருத்திக்காட்டு சாக்கோ வட்டத்தரை செரியானிடம் கேட்டார்:

“நாம்ப இந்த குட்டாயியை ஞானஸ்நானம் பண்ணவச்சா என்ன?”

“அப்போ ஊரிலே மண்ணான் வேணாமா?” என்றார் செரியான்.

“மண்ணான் இந்த மார்க்கத்துக்கு வந்தாலென்ன? மண்ணான் மண்ணானாகவே இருக்கட்டும். ஞானஸ்நானம் பண்ணின புலையனுங்க புலையனுங்கதானே?”

“அப்போ மாதாகோவில்? அவங்க இரண்டு குடிகளுக்குக் கோவில் வேணாமோ?”

“அவங்க புலையனுங்களோட மாதா கோவிலுக்குப் போவட்டும்!”

பின்னர் சாக்கோ சொன்னார்:

“டேய் குட்டாயீ, ஞானஸ்நானம் பண்ணிக்கோ! கண்ட கல்லும் மரமும் தெய்வம்னு சொல்லி ஏண்டா, கும்பிடணும்? சத்தியவேதம் வழியாக சத்திய மார்க்கத்துக்குச் செல்லடா!”

“எனக்கு இஷ்டமில்லை!” ஒரேயடியாய் பதிலளித்தான்.

அப்புறம் சாக்கோ வாய் திறக்கவில்லை.

இன்னும் சிறிது நேரம் சென்ற பின்னர் குட்டாயி காதில் விழக் கூடிய முறையில் சாக்கோ செரியானிடம் கூறினார்:

“ஓர் ஆத்மாவினை ரட்சிக்கலாமென்றெண்ணினேன்.”

* ** *

“மரத்திலேறித் தேங்காய் பறித்துப் போடடா!” குஞ்சௌதவின் கடுமையான உத்திரவு.

கடுக்காத்ரப் பெரியம்மா கண்களிலிருந்து கண்ணீர் பொழிகிறது.

குட்டாயி தயங்கி நின்ற போது குஞ்சாப்பி என்கிற ஒரு கிருஸ்துவப் பையன் முன்வந்தான்.

“நான் மரமேறுகிறேன்.” என்றான்.

கடுக்காத்ரப் பெரியம்மா தழுதழுத்த குரலில் கூறினாள்:

“குட்டாயீ, உன் பொழைப்புடா, அது. நீ மரமேறிடு!”

குட்டாயி கண்களும் நிறைந்துவிட்டன. மரமேறியபோது கைப்பிடி இறுகவில்லை. கால் உறுதியாக இல்லை. அவன் கீழே விழுந்து விடுவான் போல் தோன்றியது. கீழே நின்றவர்கள் பீதியுற்றனர்.

* ** *

தகழி சிவசங்கரப் பிள்ளை 563

பீருக்கண்ணு முதலாளி சீரட்ட வீட்டையும், மனையையும் ஆர்ஜிதம் செய்தெடுக்கச் சென்றபோது 'மூப்பிறக்கத் (தென்னை முதலிய கனிமரங்களில் முற்றிய காய்கள் பறிப்பதுபோன்ற காரியங்கள் செய்வதற்காக-மொ-ர்) தன்னுடன் அழைத்துச் சென்றது கொச்சூஞ்சு மண்ணானைத்தான். கொச்சூஞ்சு மண்ணான் பீருக்கண்ணுவை எதிர்த்தான்:

"சீரட்டக் குடும்பத்திலே மூப்பிறக்க இந்த கொச்சூஞ்சு வர மாட்டான். வேறு ஆளெப்பாரு!"

"அதென்னடா, கொச்சூஞ்சூ?"

"அடியேனால் முடியாது. அவ்வளவுதான்."

"உன்னை நாங்க எங்க தென்னை மரத்திலே இனிமே ஏறவிட மாட்டோம்."

"ஏறவிடவேணாம்!"

மண்ணான் மேலும் சொன்னான்:

"பாம்பு செத்துக் கிடந்தாலும் பாம்புதான்."

அன்றைய தினம் சீரட்டவிலே 'மூப்பிறக்கியது, அசனாரு என்கிற ஒரு முஸ்லீம் பையன்தான். கோர்ட்டிலிருந்து வந்த அமீனா சீரட்டக் குஞ்சம்மாமார்களுக்குக் கட்டளையிட்டான்:

"எல்லோரும் வெளியேறி விட வேண்டும்."

சீரட்டப்பெரியம்மா ஒரு வளையம் போல் கூனியாக இருந்தாள். எலும்புக் கூடு மீது சுருங்கிய தோல்போட்டு மூடிவைத்தது போன்றிருந்தது உடம்பு. மாமிசமே உடம்பில் இல்லை. காலி துணிப்பைகள் போல் தொங்கிக் கிடக்கின்றன அவள் தனங்கள். அவளை வெளியே தள்ளி விட்டது ஓர் இளம் பெண்தான். அவளும் ஓர் எலும்புக் கூடுதான். வயது இருபது எனச் சொல்லப்படுகிறது. நெஞ்சுமீது ஏதோ சின்னங்கள் போன்றுதான் அவள் தனங்களும், வயிறு மேலே தள்ளி, புட்டம் வற்றி வரண்டு, பெரிய தலையும் உயிரற்ற இரண்டு உருண்டைக் கண்களுமுடைய ஒவ்வொரு குழந்தையை இடுப்பில் ஏந்தியவாறு மூன்று குஞ்சம்மாமார்கள்!

அவர்கள் எப்படிக் குழந்தைகளைப் பெற்றார்கள்? அந்தக் கோலங்களால் பெறுவது என்பது முடியாத காரியம். அவர்களுக்குக் குழந்தைப்பேறு நல்கிய ஆடவர்கள் யாரோ? மாமிசமில்லாத இடத்தில் குழந்தை பிறக்குமா?

யாருமே இந்த பூமியிலுள்ள உயிரினமல்ல. பார்வை, நிலை மற்றும் தோற்றம் இந்த பூமியிலுள்ளவர்களுக்கு இருப்பது போன்றவையல்ல. முற்றிலும் மாறுபட்டவை. நாக்கு மூக்கு யாருக்கும் கிடையாது. கண்கள் கூட அசைவதில்லை. ஒரு குகையிலிருந்தென்பது போல் வீட்டுக்குள்ளிருந்து வெளியே வந்து நின்றனர். குகையிலேயே தங்கியிருந்த அந்த ஜீவிகளை வெளியே இறக்கிக் கொண்டு வந்தனர்.

ஆண் என்றும் சொல்லும் எவனையும் அங்கே காணவில்லை. எங்கு போனார்களோ; என்னவோ?

சீரட்டக் குடும்பத்தைச் சேர்ந்தவரென்று டமாரமடித்துக் கொண்டிருக்கிற பீருக்கண்ணு முதலாளி அசைவற்று நின்று போய் விட்டார். அவர் இதுபோல் திகைத்துப் போய் நின்ற ஒரு சந்தர்ப்பம் ஏற்பட்டதில்லை. சீரட்டக் குடும்பம் தனக்கு ஒரு சுமையாகி விடுமென்று அவர் ஒருபோதும் நினைத்ததில்லை. பாதாளத்தில் எங்கேயோ இருக்கிற ஒரு குகையிலிருந்து மனித ஜீவிகளை வெளியே இறக்கிக் கொண்டு வந்திருக்கின்றனர். இனி இவர்களை என்ன செய்வது?

இல்லை; பீருக்கண்ணுவின் பூர்விகர்கள் சீரட்டவைச் சேர்ந்தவர்கள் அல்ல. அந்தக் குடும்பத்துடன் முதலாளிக்கு எந்த உறவுமிருக்கவில்லை.

ஒரு தீர்மானமெடுத்துக் கொண்டு, அந்தப் பதட்டநிலையிலிருந்து வெளியேறிவர பீருக்கண்ணு முதலாளிக்கு நீண்ட நேரம் தேவைப்பட்டது. அவருக்கு மூச்சுத் திணறுகிறது. நெஞ்சைத் தடவிக் கொண்டார்.

சீரட்டப் பெண்களும் குழந்தைகளும் வாய்திறப்பதில்லை. என்ன நடந்ததென்று அவர்களுக்குத் தெரியாது. அப்படியே நிற்கின்றனர்!

ஒரு குழந்தை கிரீச்சிட்டது.

முதலாளி நடுங்கிவிட்டார். அந்த நடுக்கத்தில் சுயமறியாமல் சொல்லி விட்டார்:

"இந்த வீட்டை எங்களுக்கு ஆர்ஜிதம் செய்து தரவேண்டாம்!"

அமீனா சொன்னான்:

"ஆயின், இதிலே நீங்கள் ஒரு கையெழுத்துப் போட்டுத் தர வேண்டும்!"

"போட்டுத் தருகிறேன்."

முதலாளியின் மூச்சு ஒழுங்காயிற்று. நெஞ்சகம் அமைதியாயிற்று. எத்தகைய ஆறுதல் இது? ஆஹா! ஆஹா!

முதலாளி தனது வெள்ளைச் சிரிப்பினைச் சிரித்தார். மன ஆறுதலால்!

“எல்லோரும் உள்ளே போயிடுங்க! யாருமே வெளியே வரக் கூடாது. யாவும் வெளியே காணக்கூடாது!”

பறித்துப் போட்ட தேங்காய் முற்றத்தில் வந்து குவிந்தது. அதை முதலாளி எடுத்துச் செல்லவில்லை.

அன்றைய தினம் பூராவிலும் முதலாளி சுயமாகக் கேட்டுக் கொண்டேயிருந்தார்.

“இவங்களும் மனிசனுங்க தானா?”

* ** *

கடுக்காத்ர வீட்டுக்குள்ளேயே அந்தப் பசுக்கன்றின் கழுத்தை வெட்டிக் கொலை செய்தது, ஏன்? அது கத்திக் கதறிய குரல் ஊரெங்கும் எதிரொலித்தது. அது ஒரு சடங்காக இருக்கலாம். மாப்பிளமார்கள் வீட்டுக்குக் குடியிருக்க வரும்போது வாசற்படியில் பசுவின் ரத்தத்தால் ‘குருதி’ நடத்தியிருக்கவேண்டும். ஊர் ஜனங்களுக்கு அப்படித்தான் தோன்றியது. கடுக்காத்ர அடுக்களையின் வடக்கு வாசலில் வைத்துத்தான் கன்றின் தோலை உரித்தனர். ஒரு பெரிய வார்ப்புப் பாத்திரத்தில்தான் இறைச்சி சமைத்தனர். அண்டை வீட்டினர் அனைவரும் பட்டப்பகலில் கதவைச் சார்த்தி உள்ளே நுழைந்தனர். அனைவருக்கும் பயமாயிற்று.

அன்றிரவு முழுவதிலும் பேய்கள் அலறுவது போன்ற குரல்கள் எழுந்து கொண்டிருந்தன. அண்டை வீட்டினர் அனைவரும் பயந்து நடுங்கினர். தூக்கம் கண்களை அடைக்கும்போது நடுக்கமுற்று அவற்றை விழித்துக் கொள்கின்றனர். யாருமே வெளிவரவில்லை.

* ** *

கோவில் முன்னால் விசாலமானதொரு மனையுண்டு. அங்கிருந்து பறிக்கக் கிடைக்காத பச்சை மூலிகை-மருந்துகள் வேறு எங்கும் கிடைக்காது. அந்த மருந்துக் காடு நூற்றாண்டுகளாய் நிலைபெறு வருகிறது. அங்கே பெருமரங்கள், செடிகொடிகள், புதர்கள் மற்றும் புற்கள் உள்ளன.

காட்டின் நடுவிலுள்ள கிணற்றில் ‘நீலக் கொடுவேலி’ (இல்லாத ஒரு செடிமருந்து- மொ-ர்) உண்டாம். நீலக்கொடுவேலியிருந்தால் சாகமாட்டார்கள். செத்தவர்கள், உயிர்ப்பிக்கலாம். அந்தக் காட்டில் ‘மைலோசிக’ இருக்கிறதாம். தலை வெட்டிய, கட்டிப் போட்டிருக்கிற நிலையில் உடம்பின் இரு கூறுகளையும் ‘மைலேசிக’ விருந்தால் ஒட்ட வைத்துவிடலாமாம்.

கடுக்காத்ர கண்டன் அந்தக் காட்டுக்குள்ளே சென்று மருந்து பறித்தெடுப்பான். தேவஸ்தானம் பூமியில் ஒரு பகுதியை வளைத்துக் கட்டியெடுத்து அதன் நடுவில் ஓர் ஆறுகால்கூரை கட்டி கடுக்காத்ர குடும்பம் அதில் குடியிருந்து வருகிறது. குடியிறக்கப்பட்ட பின்னர் நான்கு நாட்கள் வரையிலும் அவர்கள் தேவஸ்தானத்துக்குச் சொந்தமான நாடக சாலையில் தங்கியிருந்தனர். பின்னர் தான் அந்தக் கூரைக்கு இடத்தை மாற்றிக் கொண்டனர்.

கொச்சுண்ணிநாயர் மருந்துகளை எல்லாம் ரகம் ரகமாகப் பிரித்துக் கட்டிவைப்பார். காயப் போட வேண்டியவற்றைக் காயப் போடுவார். பச்சையாகவே இருக்கவேண்டியவற்றைத் தண்ணீரிலே போட்டுவைப்பார். தேவையுள்ளவர்கள் கொடுவேலிக் கிழங்கு. நறுநீண்டிக் கிழங்கு மற்றும் தழுதாமைக்காக கொச்சுண்ணி நாயரை அணுகுவார்கள். நெல் என்றால் நெல், தேங்காய் என்றால் தேங்காய், பணமென்றால் பணம் - இப்படி எதுவாக இருந்தாலும் தருவதை வாங்கிக் கொள்வார். பிரதிப் பலனில்லா விட்டால்கூட அவர் தேவையான மருந்தைக் கொடுப்பார்.

* ** *

தேவியின் 'சம்பந்தக்காரன்' வருவதில்லை. அவள் கருத்தரித்து நான்கு மாதமாகியபோது போனவன்தான். பிரசவத்தைக் கூட அவன் கவனிக்கவில்லை. பாண்டங்கரியைச் சேர்ந்த ஒரு நல்ல ஜாதிக்காரனான நாயர் தான் அவன்.

தேவியின் அக்காள் புருஷன் ஆச்சோமன் கோவிலுக்குக் கிழக்கே ஓர் ஆறுகால் கூரை கட்டி அங்கே ஒரு தொழிலைத் துவக்கினான். அரிசியும் உளுந்தும் அந்திநேரமாகு முன்னரே அரைத்து வைப்பான். காலையில் அதைக் கல்மீது ஊற்றிப் பரப்பிச் சுட்டெடுப்பான். அதன் பெயர்தான் தோசை.

தோசை சுடுகிற போது வாயில் நீரைப் பெருக வைக்கிற ஒரு மணமுண்டு. ஒரு தோசைக்கு விலை நான்கு சல்லிக்காசு. கொத்தமல்லி மற்றும் கருப்பட்டி போட்டுக் கொதிக்க வைத்திருக்கிற ஒரு நீர்ப் பானமும் உண்டு.

தேவியும் அக்காளும் சேர்ந்துதான் மாவாட்டுகின்றனர். புறமனைகளி லிருந்தெல்லாம் தேங்காய், பாக்கு போன்றவை திருட்டுப் போகத் தொடங்கின. கொச்சொர்கு மேனன் ஒரு கடையைத் துவக்கியிருக்கிறார். பீருக்கண்ணுவின் கடையிலிருந்து உப்பு, மிளகாய், புகையிலை போன்ற பொருட்களை வாங்கிவைத்து விற்கும் ஒரு சின்னக் கடை. அந்தத் திருட்டுத் தேங்காயெல்லாம் சென்று சேருவது அந்தக் கடையில்தான். தோசைக் கடையிலும் அவை விற்பனையாகின்றன.

தோசைக் கடை ஒரு தொந்திரவாகிவிட்டது.

கோவில் காரியகர்த்தர் குஞ்சன் பிள்ளையும், பரமன் கர்த்தாவும் சேர்ந்து யோசித்தனர்.

இளைஞர்களெல்லாம் தோசைப் பிரியர்களாக மாறிவிட்டனர். கஞ்சியும் பழங்கஞ்சியும் இப்போது அவர்களுக்கு வேண்டாமென்றாகி விட்டது.

தோசை தமிழ்நாட்டினரின் பலகாரமாகும். மங்கொம்பு ஐயரின் மடத்துக்குச் சென்றால், அது காலை நேரமென்றால், அங்கே தோசை சுடுகிற மணம் கமழ்ந்துகொண்டிருக்கும்.

"ஒண்ணு சொல்லணும் - நாக்கிலே நீர் ததும்பும்" என்றார் பரமன் கர்த்தா.

குஞ்சன் பிள்ளை ஒரு நாள் ஐயர் வீட்டிலிருந்து சாப்பிட்டிருக் கிறார். தேவஸ்தானம் காரியகர்த்தருக்கு, ஐயருக்காகச் சமைத்த குழம்பு பரிமாறப்பட்டது. குஞ்சன் பிள்ளை பெருமிதமுடன் கூறினார்:

"அங்கே ஒரு குழம்பு பரிமாறினாங்க. பார்த்தா நம்ம புளிக்கறி போல இருக்கும். சோற்றிலேதான் ஊற்றறது. அதன் ருசியே வேறு தான். அதை ஊற்றிச் சோற்றைப் பிசைந்தால் ரெண்டு நாழி அரிசிச் சாதத்தை அப்படியே சாப்பிட்டுக்கலாம். காரம், புளி எல்லாம் உண்டு. அதோட பெயர் என்னன்னு கேட்டேன். அந்த அம்மையாரு சொன்னாரு 'சாம்பாருன்னு"

"அதெல்லாம் சரிதான். இந்த வினையை ஒழிக்கணுமே. எங்க வீட்டிலிருந்து தினசரி ஆறு தேங்காய் திருட்டுப் போவுது." என்றார் கர்த்தா.

"எல்லாயிடத்திலிருந்தும் அப்படித்தான்."

"அதுக்கு இப்போ என்ன வழி?"

"நாம்ப அந்த திருவல்லாக்காரனிடம் சொல்லணும், இந்த வியாபாரம் நிறுத்தணும்னு. புலையப் பள்ளிக்கூடத்தை ஒழித்துக் கட்டிய நம்ம கிட்டேயா, அதுக்கு ஒரு தந்திரமில்லாமே போச்சு? ஹ-ஹ-ஹ-ஹா...!"

"நாம் நினைத்தபடி காரியங்கள் நடவாத முறையிலே இப்போ காரியங்கள் நடக்குது." என்றார் பரமன் கர்த்தா.

52

கோடாந்திரக் குடும்பம் சீரழிந்ததற்குக் காரணமென்ன? கோந்நோத்துக் குடும்பத்தின் அடுக்களை அடுப்பில் பூனை தூங்குவதேன்? சீரட்ட வீடு முஸ்லிமுக்குச் சொந்தமாயிற்று. மங்கலச் சேரியிலிருந்தது

போன்று ஆளும் சொத்து எங்கிருந்திருக்கிறது? இப்போது அந்தக் குடும்பமுண்டா? மங்கலச்சேரிப் பெண்கள் எத்தனை எத்தனை கூரைகளில் எந்தெந்த இடத்தில் வாழ்ந்து வருகின்றனர்?

அப்புறம் ஒரு விசயமிருக்கிறது. யாருமே பட்டினியாகப் படுத்திருக் கிறார்கள் என்று சொல்லமுடியாது. சும்மா சாதாரணமாக வயிறு நிரம்பாதவர்கள். ஆணாக இருந்தாலும் சரி; பெண்ணாக இருந்தாலும் அவர்கள் வயிற்றில் உள்ள புழு அடங்க வேண்டுமென்றால் ஐந்து நாழி அரிசி அங்கே வேகவேண்டும். வட்டத்ர, பருத்திக் காடு, ஆற்றுத் துறை, தும்பேக்குளம் போன்ற இடங்களுக்குச் சென்று வேலை செய்ய வேண்டும். சக்கரம் மிதிப்பது, மலையுடைப்பது, காடு வெட்டுவது போன்ற எந்த வேலை செய்யவும் ஆடவர்கள் தயார்தான்.

புல்லாற்றுக் குடும்பத்தினர் பயந்துபோயினர். கடவுளைத் தொட்டதற்காக அவர்களுக்கும் சிறிது நஷ்டமேற்பட்டது. நிலபுலன்கள் சில போயின. குடும்பத்தில் சில தகராறுகள் கூட.

சீரட்டவில் இப்போது குஞ்சுண்ணிக் கைமள்தான் குடும்பத் தலைவர். தலைவர் பதவி வகிக்க அங்கே என்ன இருக்கிறது? சும்மா பெயருக்கு ஒரு தலைவர்.

குஞ்சுண்ணிக் கைமள் கறுத்துமெலிந்த உருவம்கொண்டவர். உடம்பைப் பூராவும் சொறிந்து கொண்டிருப்பார். கால்முட்டி, கைமுட்டி எல்லாவற்றிலும் சிரங்கு. உடலெங்கிலும் எந்நேரமும் அரிப்புத்தான். பல்லை இளித்துச் சொறிந்துகொண்டிருப்பார். பத்து நகங்கள் போதாது.

அது சர்ப்பதெய்வத்தின் கோபத்தினால் ஏற்பட்டது. சீரட்டக் குடும்பத்து சர்ப்பதெய்வங்களின் நிலைமை சற்று வருந்தத் தக்கதுதான். இப்போது சர்ப்பதெய்வங்களை பிரதிஷ்டை பண்ணி ஆராதனை செய்வதுண்டு. பாவம்! சீரட்டக் குடும்பத்து மக்கள் என்ன செய்வது? எல்லாம் அழிந்து போயிற்று. சர்ப்பதெய்வங்கள், வேண்டுமென்றால் துலுக்கனை எதிர்க்கட்டும்!

அதெப்படி? நான்காம் வேதக்காரனுக்கு கோவில், சர்ப்பம் என்றெல்லாம் சொல்வதில் ஏதேனும் உண்டா?

காக்கை நிலத்தில் கால் வைக்குமுன்னர் கைமள் தேவஸ்தானத்துக்கு வந்திருப்பார். கோந்நோத்துப் பிள்ளை அல்லது சீரட்டக் கைமள் இவர்களில் யார்தான் முதலில் கோவிலுக்கு வருகிறார் என்பதைக் கறாராகச் சொல்லமுடியாது. கோந்நோத்துப் பிள்ளையின் பெயர் கிருஷ்ண பிள்ளை.

கோந்நோத்துப் பிள்ளை காற்றில் மிதந்து செல்வது போல்தான் முன்னே போகிறார். அவர் நடக்கிறார் எனத் தோன்றாது. காற்று நின்று

விட்டது. அவரும் நின்றுவிட்டார்.

கணக்கப்பிள்ளைமார்கள் வருவது பொழுது விடிந்த பின்னர் தான். அதுவரையிலும் விளையாட்டுக் களத்தில் இருவரும் இருப்பார்கள். இருவரும் பரஸ்பரம் அறிந்தவர்கள்போல் காட்ட மாட்டார்கள். ஒரு சொல்கூட உச்சரிக்கமாட்டார்கள். கைமளுக்குப் பேச நேரமில்லை. சொறிய வேண்டும்.

கோந்நோத்துப் பிள்ளையின் கண்கள் ஈக்களைத் தேடிக் கொண்டிருக்கும். உடம்பில் எங்காவது ஓர் ஈ வந்து உட்கார்ந்து விட்டால் அங்கே வந்து விழும் ஓர் அடி. ஈ செத்ததுதான். ஓர் ஈ கூட கோந்நோத்துப் பிள்ளையின் அடியிலிருந்து தப்பமுடியாது.

அது ஒரு ரசமான வேலை. ஈக்களை வேட்டையாடுவது. அதுக்குச் சற்று திறமை கூட வேண்டும். எல்லோராலும் அது முடியாது காரியம்.

* ** *

கொட்டத்துவாக்கு ஐநூறும், அல்லறை சில்லறையாக பத்து பதினைந்து இரண்டு மூன்று - இவ்வாறாகவும் அறுநூறு பறை நிலத்தைத்தான் தேவஸ்தானம் சுயமாக விவசாயம் செய்து வருகிறது. மீதி நிலமெல்லாம் குத்தகைக்காகக் கொடுத்திருக்கிறது.

தேவஸ்தானம் நேரடியாக விவசாயம் செய்வது எதற்காக? எந்தச் சங்கடமுமின்றி, சித்திரை முப்பதாம் தியதி வந்து விட்டால், குத்தகையளந்து கிடைக்கப் பெறுகிறது. உற்சவக் காணிக்கைகள் கொடியேற்று விழா நாளன்றே குத்தகைதாரர்கள் கொண்டுவந்து தருகின்றனர். காரியகர்த்தர் குஞ்சன்பிள்ளைக்கு வயதாகிவிட்டது. பாலத்தோள் இல்லத்து கிருஷ்ணரு திருமேனி, மீதி நிலத்தைக் கூடக் குத்தகைக்குக் கொடுக்கலாமென்கிறார்.

முப்பதாயிரம் பறை நெல் மொத்தமாய்க் குத்தகையாகக் கிடைத்து விடும். அமைதியுண்டு. பல சந்தர்ப்பங்களிலும் மாப்பிளமார்கள் வந்து சொல்லுவார்கள், விவசாயம் சீரழிந்துவிட்டதென்று தும்பேல்க் களத்து இத்தாக்குவுக்குத்தான் கிருஷ்ணரு திருமேனி தனது மடத்தின் எல்லா நிலங்களையும் குத்தகைக்குக் கொடுத்திருக்கிறார். தேவஸ்தானமும் தமது நிலத்தை இத்தாக்குவிடம் ஒப்படைத்தாலென்ன? இத்தாக்கு நேர்மை யுள்ளவன். கபடு சூது வஞ்சனையில்லை.

அதன் மத்தியில் ஒரு குழப்பம். வழக்கு விவகாரம்தான். தேவஸ்தானம் தான் எதிரி. உரிமை ஏதுமற்ற, குடும்பத்தலைவர் என நாமகாரணம் செய்யப்பட்டிருக்கிற கோந்நோத்துப் பெரிய பிள்ளையிடமிருந்து கரிங்காத்ர செரியான் 'தேவஸ்தானம் நூறு' நிலத்தின் குத்தகைச் சீட்டு வாங்கிக்கொண்டார். அன்றைய சீரட்டக் கைமளும் அதிலே கையெழுத்துப் போட்டிருந்தார். பாவம் செரியான்! அவர் என்ன நினைத்தார் தெரியுமா? கோந்நோத்துப் பெரிய பிள்ளை அன்றைய தினமும் தேவஸ்தானம்

ஸ்தானியென்றுதான்!

இடுப்பில் துண்டுவேஷ்டி கட்டித் தலை சொறிந்தவாறு செரியான் ஒரு நாள் காலையில் கடம்ம நாட்டு வீட்டுக்குச் சென்றார். இளவெயிலில் காய்ந்தவாறு பெரிய பிள்ளை உட்கார்ந்திருந்தார்.

“ஊம்?” அழுத்தமாக முனகினார் பிள்ளை.

“ஒரு விசயமா வந்தேனுங்க. நான் வந்து பத்தும் நூறும் குத்தகை நிலங்களிலே உழைத்து வருகிறேன்.”

“ஊம்!”

“தேவதானம் நூறு பறை நிலம் குத்தகைக்குத் தாரீங்கன்னா நல்லாயிருக்கும்.’

“ஊம்!” அழுத்தமாகத்தான் பிள்ளை முனகுகிறார்.

சில நாட்களுக்கு முன்னர் அவருக்கு தேவஸ்தானத்திலிருந்து நமஸ்காரச் சோறு கிடைக்கவில்லை. பரிமாறுகிற சேகம் செய்கிற வெங்கிடி சோற்றைக் கொண்டு வருவானென்று எதிர்பார்த்திருந்தார். அவன் வரவில்லை. அடுக்களை வாசலை நோக்கிச் சென்றார் பெரிய பிள்ளை. மதியவேளை. அடுக்களை வாசல் அடைத்து பூட்டப் பட்டிருந்தது. யாரிடம் கேட்பது?

பட்டினி, வெறும் பட்டினி.

மறு நாளும் நமஸ்காரச் சோறு கிடைக்கவில்லை.

அந்த மாதத்தில் கடம்ம நாட்டுக்குக் குடும்பத்துக்கு வாடிக்கை யாகக் கிடைத்து வருகிற நூறு பறை நெல்லும் வரவில்லை. உரிமையற்ற தலைவருக்கு எதுக்காக நெல்லை அளந்து கொடுக்கவேண்டும்?

ராமன் பிள்ளை, பெரிய பிள்ளையை உரிமையற்றவராக்கிட வேண்டுமென்று தொடுத்த வழக்கினைக் கோர்ட்டு ஏற்றுக்கொண்டு தீர்ப்பினை வழங்கியது. ராமன் பிள்ளைக்குக் குடும்பத் தலைவர் என்கிற அந்தஸ்து கிடைக்கவுமில்லை. அதற்குள்ளே அவர் இறந்து விட்டார். பாம்பு கடித்துத்தான் மரணம்.

கடம்ம நாட்டு கொச்சக்கி சொன்னாள்:

“பாத்தீங்களா, பாத்தீங்களா, அவரு செஞ்ச துரோகத்துக்கு அவரைக் காலப் பாம்பு கடிச்சது.”

அவள் மேலும் சொன்னாள்:

“வாசல் வழியா வெளியே வந்தப்போ துள்ளிக் குதிச்சுவந்து கடிச்சது அந்தப் பாம்பு. இப்படி ஒரு சம்பவம் கேள்விப்பட்டதுண்டா? காத்திருந்து பாம்பு கடிச்சது! அஃதைத் தான் ‘காலப் பாம்பு’ என்கிறானுங்க.”

இட்டிராமன் பிள்ளை ஒரு நாள் கூட கோந்நோத்துப் பெரிய பிள்ளை அந்தஸ்துக்கு வரவில்லை. அதுக்காக அவர் கொடுத்து வைக்க வில்லை. அடுத்ததாக வந்த பெரிய பிள்ளை தான் ஈக்களைப் பிடிக்கும் கிருஷ்ண பிள்ளை.

யாரோ வந்திருப்பதை கொச்சக்கி அறிந்துகொண்டாள். அவள் வெளியே வந்தாள்.

"என்ன சமாச்சாரம்?"

செரியான் கொச்சக்கியம்மா அருகே நகர்ந்து சென்று நின்றார். வந்த விசயத்தை அறிவித்தார்.

அன்றைய விசயம் சிறிது கஷ்டத்திலே தான். அந்தக் கஷ்டம் எவ்வளவு நாட்கள், மாதங்கள் நீடித்து நிற்குமெனச் சொல்லமுடியாது. அவ்வளவு காலம் வரையிலும் நீடித்து நிற்கமுடியுமா? அவ்வளவு நாட்கள் நீடித்தால் செத்தே போய்விடும்.

வாயைக் கிழித்துப் படைத்த இறைவன் தனது படைப்புக்கள்-பறவைகள் பிராணிகள்-அனைத்துக்கும் இரையினையும் படைத்திருக் கிறார்.

பார்வதி மற்றும் சிவனிடையே ஒரு விவாதம். பிரபஞ்சத்தைப் பாலிப்பதற்கான கஷ்டங்களை பரமசிவன் எடுத்துரைத்துக் கொண்டிருந்தாரென்று வைத்துக் கொள்ளுங்கள். எல்லாமே வழக்கம் போல் ஒழுங்காக நடைபெற வேண்டியிருக்கிறது. கஷ்டங்கள் கொஞ்ச நஞ்சமா? தலைக்குள்ளே கிருமிகள் கூட்டம் அரிப்பது போன்றிருக்கும்.

பகவதி வினவினாள்:

"பகவானே, தாங்கள் அனைத்து உயிரினங்களுக்கும் உணவளிக் கிறீர்களா?"

"ஆம்!" அறுதியிட்டுக் கூறியதுபோன்ற பதில்.

"எல்லாவற்றுக்கும்?"

"அனைத்து ஜீவ ஜாலங்களுக்கும்!"

பின்னர் அவர்களிடையே விவாதம் நடைபெறவில்லை. பகவதி ஓர் எறும்பைப் பிடித்து மடிக்குள்ளே வைத்துக் கொண்டாள்.

மாலைப் பொழுதில், பிரபஞ்ச ஆட்சியை முடித்துக் கொண்டு திரும்பிவந்த பகவானிடம் பகவதி விசாரித்தாள்:

"இன்றைய தினம் அனைத்து ஜீவஜாலங்களுக்கும் உணவை அளித்தீர்களா?"

"ஆம்!"

"அனைத்துக்கும்? கிருமிகள், எறும்புகள், யானைகள், மனிதர்கள்-ஆகிய அனைத்துக்கும்?"

"அனைத்துக்கும்? தேவி, ஏன் இப்படிக் கேட்கிறீர்கள்?"

"சும்மா கேட்டேன். அவ்வளவுதான்."

பகவதி மடியைத் திறந்தாள். மடிக்குள்ளே சிற்றெறும்பு விளையாடிக் கொண்டிருந்தது. அது ஓர் அரிசிமணியைக் கவ்விப் பிடித்திருந்தது. அதை அரித்து அரித்துத் தின்கிறது எறும்பு.

பகவான் புன்னகை புரிந்தார்.

இவ்வாறாக வாயைக் கிழித்துப் படைத்த பகவான் இரையை நல்கிடுவார். கொச்சக்கியம்மா மடிமீது ஓர் அரிசி மணி வந்து விழுந்திருக்கிறது.

அவள் கணவரிடம் கூறினாள்:

"செரியான் மாப்பிளவுக்கு அந்த நிலத்தைக் குத்தகைக்குக் கொடுத்திடணும்!"

அதற்கும் பதில் கனமானதொரு முனகல் மட்டும்தான்.

"ஊம்!"

கொச்சக்கியம்மா செரியானிடம் சொன்னாள்:

"சும்மா குத்தகைச் சீட்டை எழுதமுடியுமா, செரியான் மாப்பிளவே..?"

"அப்படி செரியான் சொல்லேங்க. செரியான் வேண்டியதைச் செஞ்சிடறேனுங்க."

ஒரு பதர் கூட இல்லாமல் கொச்சக்கியம்மா சொன்னாள்:

"நூறு பறை நெல் கொண்டுவாங்க!"

"ஐயகோ! இப்போதைக்கு அவ்வளவு செரியானாலே சாத்தியப் படாதுங்க."

கோந்நோத்துப் பெரிய பிள்ளைக்கு நாக்கு வந்தது.

"உம்மாலே முடிஞ்சதைக் கொண்டுவாரும்!"

கொச்சக்கியம்மா கண்ணை உருட்டிக் காட்டினாள். இதழ்களைக் கடித்தாள். பெரிய பிள்ளை அது ஒன்றையும் கவனிக்கவில்லை.

ஐம்பது பறை நெல். இறுகப் பிடித்திருந்தால் நூறு பறை நெல் கிடைத்திருக்கக்கூடும்.

* ** *

நூறு பறை குத்தகை ஏற்றுக் கொண்டவர் பனைத்தரை ஔததான். பனைத்தரை ஔதவுக்கும் செரியானுக்குமிடையே என்றும் சண்டையும் சர்ச்சையும்தான். சர்ச்சைக்கு என்ன விசயமென்று கேட்டுவிட்டால் பதில் சொல்ல ஒன்றும் இருக்காது. ஔதவைப் பார்க்கும்போது செரியானுக்கு அவரைப் பற்றி ஒரு குறை கூற வேண்டும். செரியானைப் பார்த்தால் ஔதவுக்கும் அப்படித்தான். இறுதியில் இருவரும் பிரிந்து செல்வார்கள்.

நள்ளிரவில் செரியான் துள்ளியெழுந்து அமர்ந்திருப்பார். வெற்றிலை போடுவார்.

அன்னா விசாரிப்பாள்!

"இதென்ன? தூங்கறதில்லிங்களா?"

"நான் அந்த ஔத விசயமா யோசிச்சுக்கிட்டிருந்தேன்."

"தூங்காமே இருக்கிற மாதிரி அந்த ஔத அண்ணனைப் பற்றி யோசிச்சுப் பார்க்க என்ன இருக்கு?"

"ப்ப்பூ, சீவக்கட்டை! உனக்கென்னடீ, தெரியும்?"

மனைவியைத் தட்டியெழுப்பி ஔத கூறுவார்:

"கேட்டியாடீ?"

தூக்க மயக்கத்திலே பெலமேனப் பெண்பிள்ளை கேட்பாள்:

"என்னவாம்? என்ன கேட்டியாடீ?"

"அவன்தான். அந்த செரியானுக்கு..."

"செரியானுக்கு?"

"ப்ப்பூ! சீவக்கட்டை! மூளை வேணுமடீ, மூளை!"

ஒரே ஓர் இடத்திலுள்ள நூறு பறை நிலத்தில் விவசாயம் பண்ணுகிறார் ஔத. செரியான் பல்வேறு இடங்களில் எட்டு பறை பத்து பறை என்று நூற்றி ஐந்து பறை நிலங்களைச் சாகுபடி செய்கிறார்.

பல்வேறு இடங்களிலே எட்டுபறை நிலம், பத்துபறை நிலம் என்று சாகுபடி செய்தால், ஓர் இடத்திலே விவசாயம் மோசமாக இருந்தாலும், இன்னோர் இடத்திலே அந்த இழப்பை ஈடு செய்கிற வகையில் ஆதாயம் கிடைத்துவிடும். ஒரே இடத்து விவசாயம் மோசமாகிவிட்டால் கிடைக்கிற உதை படுமோசமானதாக இருக்கும். எனவே யார் கெட்டிக்காரர்?

ஔதவா, அல்லது செரியனானா?

ஔதவுக்கு பல இடங்களிலிருந்து நூறு பறை கிடைக்க வேண்டு மென்றிருக்கிறது. பல்வேறு இடங்களில் நடைபெறுகிற விவசாயம் கணக்கிலே லாபகரமாக இருப்பினும் மிகப் பெரிய உழைப்பைச் செலுத்த வேண்டியிருக்கிறது. அதிகமான செலவு! உழைப்புக்குத் தகுந்த லாபமில்லை.

அவ்வாறிருக்கையில்தான் ஒரு நள்ளிரவு செரியானுக்கு ஒரு மூளை உண்டாயிற்று ஔதவின் கைவசமிருக்கிற தேவஸ்தானம் நூறு பறை குத்தகை நிலத்தை ஏற்றுக் கொண்டால் என்ன?

* ** *

உரிமையற்ற குடும்பத் தலைவரான ராமன் பிள்ளையும், சீரட்டக் குஞ்சுக் கைமளும் சேர்ந்து ஒரு குத்தகைப் பத்திரத்தினை செரியானுக்கு எழுதிக் கொடுத்தனர். ஆனால் ஔத நிலத்தை விட்டுக் கொடுக்கவில்லை. வழக்கு ஆயிற்று.

எவன் விவசாயம் பண்ணினாலும் பரவாயில்லை - தேவஸ்தானத் துக்குக் குத்தகை வரவேண்டும். விவசாயம் பண்ணுகிறவன் குத்தகையளக்க வேண்டும். விளைச்சல் மீது முதல் உரிமை நிலச் சொந்தக்காரனுக்குத்தான். முதற் கடமை குத்தகையளப்பதுதான்.

குஞ்சன் பிள்ளைக்கு இந்த 'ஸ்தானிக'ள் பெரிய தலைவலியாயிற்று. அவர் கிருஷ்ணருவிடம் ஆராய்ந்தார்.

"இப்படியே போனா, இந்த ஸ்தானிகள் ஒரு வேளைக்கான அரிசிக்காகவோ, ஒரு துண்டு வேஷ்டிக்காகவோ தேவஸ்தானம் பூமியை எழுதிக் கொடுத்தால்...?"

"அதுவும் நடக்கலாம் குஞ்சன்!"

"இதுக்கென்ன, மறுமருந்து? தேவஸ்தான காரியங்கள் குழம்பிக் கிடக்குது. எனக்கு எந்நேரமும் கவலைதான். யார்கிட்டேயாவது பொறுப்பினை ஒப்படைச்சுக்கிட்டுத் தலை தப்பினால் போதும்னு இருக்கேன்."

"அதுக்குத் தகுதியுள்ளவனாக ஊரிலே யார் இருக்காங்க?"

கிருஷ்ணரு யோசிக்கிறார். குஞ்சன் பிள்ளையும் யோசிக்கிறார்: யார் இருக்கிறார்கள்?

மூலை வயலைச் சேர்ந்த கோவிந்தன் சற்றுச் செழிப்புற்று முன்னேறி வருகிற காலம் இது. ஐநூறு பறை நிலத்தில் விவாசயம் பண்ணுகிறார். அதற்கான அனுகூலச் சூழல்களுமுள்ளன. ஓர் அவசரத்திற்குத் தேவையான நெல்லும் பணமும் அவரிடமிருக்கின்றன.

ஆனால், கிருஷ்ணரு கலகலவெனச் 'சிரித்தார்.

"குஞ்சன் பிள்ளை, கோவில் சிற்றாளாக இருந்த குஞ்சக்கி இப்போக் கூட உயிருடன் இருக்கிறாள்."

குஞ்சக்கி தேவஸ்தானம் சிற்றாளாக இருந்திருக்கிறாள். கிருஷ்ணரு சேர்த்துச் சொன்னார்.

"எங்க மடத்தின் பழங்கஞ்சிதான் அவன் உடம்பு."

அவர் மேலும் சொன்னார்:

"பூஜைக்கு வேண்டிய நெல்லும் பணமும் அவனிடமிருந்து அளந்து வாங்குவதா? யோசிக்கவே முடியறதில்லை."

நட்டாச்சேரி பத்மநாபன் ஆனால் எப்படி? கிருஷ்ணரு திருமேனி யின் முகம் சுருங்கிப் போயிற்று.

"காரியகர்த்தரே, சற்று யோசித்துப் பாருங்க!"

காரியகர்த்தருக்கு பத்மநாபனைப் பற்றிச் சொல்லுமளவுக்குக் குறை ஏதுமிருப்பதாகத் தோன்றவில்லை. விசயத்தை கிருஷ்ணரு திருமேனியே விளக்கினார்.

"அவனுக்கு முன்னும் பின்னும் யோசனையில்லை. நாடாரின் கலால் (சாராயம்) குத்தகைக் காலத்தில் இவன் பணவசூல் செஞ்சுக் கிட்டிருந்தான். கள்ளுக்கடைகளில் ஏறியிறங்கி நடந்தான். கொஞ்சம் நெல்லும் பணமும் சம்பாதிச்சுட்டான். மங்கலச்சேரி - சீரட்டக் குடும்பங்களை ஏமாற்றிக் கொஞ்சம் நிலமும் மனையும் சொந்தம் பண்ணி யிருக்கான். தேவஸ்தானம் காரியகர்த்தராக அவனுக்குத் தகுதியுண்டா, காரியகர்த்தரே?"

குஞ்சன் பிள்ளைக்குப் பதில் இல்லை.

கிருஷ்ணரு தொடர்ந்து கூறினார்:

"ரெண்டு நாள்தான் ஆச்சு. நான் இந்த மேடையில் குழந்தைகளை விளையாட வச்சுக்கிட்டிருந்தேன். கூடவே இட்டிக்கோரனுமிருந்தான். பத்மநாபன் தலையில் முண்டாசு கட்டிக் கடாய் மீசை தடவிக்கிட்டுப் போறான். நம்மைக் கவனிக்கல. மீசை வச்சிருக்கிறவனை தேவஸ்தானம் காரியகர்த்தராக்கிக்கலாமா?"

திருமேனி சற்று வாய்ச்சொல் வீரராகக் காட்சியளித்தார். இட்டிகோரன் அவன் அப்படிப் போவதைப் பார்த்துக்கொண்டு நின்ற அந்த நிலையைக் காணத்தான் வேண்டியிருந்தது. கோரன் கண்கள் தீக்கனல்களாக மாறின. கேட்டீர்களா, காரியகர்த்தரே? கோரனுக்குக்

கோபம் வந்துவிட்டால் எப்படியிருப்பானென்று சொல்லித்தான் கேள்விப்பட்டிருக்கிறேன். எனக்கு நினைவு வந்தபோது அவன் கிழவனாகி விட்டான். தோலெல்லாம் சுருங்கியது. நரம்புகள் இறுகிப் போனதால் சுருட்டிய கை அப்படியே இருக்கிறது. என்னை அவமதித்தது கோரனுக்குப் பொறுக்கவில்லை.

"அதெப்படிப் பொறுத்துக்கொள்ள முடியும்?" என்றார் குஞ்சன் பிள்ளை. "உங்க மடத்துச் சோறுதானே, இட்டிக்கோரன் அம்மாவனோட உடம்பு?"

"இன்னைக்குக் கூட அம்மா சாப்பிட்டு முடிந்து அந்த இலையிலேயே அவனுக்குச் சோறு போட்டுக் கொடுக்கணும். இல்லாட்டா கோரன் சாப்பிட மாட்டான். அம்மா அவனுக்கு முந்தி இறந்துபோயிட்டா, அவன் எப்படி சாப்பிடப் போறான்னுதான் என் கவலை."

* ** *

எனவே பத்மநாபனும் ஆகாது. அப்புறம் யார்?

குஞ்சன்பிள்ளை மனத்தில் அவ்வாறு தோன்றியதுதான். தோன்றியதை பகிரங்கமாகச் சொல்லிவிட்டார்:

"அப்படீன்னா... அப்படீன்னா, திருமேனியே காரியகர்த்தரா யிடணும்!"

கிருஷ்ணரு நடுங்கிவிட்டார். அவர் அதைப் பற்றி யோசித்ததில்லை.

இருந்தாலும் அவர் முகம் மலர்ந்தது.

"ஏதாச்சும் தவறு ஏற்பட்டாக்கூட பிராமணர்னா தேவனுக்குக் கோபம் வராது."

"இல்லை... அதெல்லாம் சரிதான்."

மனத்திலிருந்து ஒரு சுமை நீங்கிவிட்டது போல் குஞ்சன் பிள்ளைக்குத் தோன்றியது. ஆயினும் சற்றுத் தயக்கமும் உண்டு. சொன்னது தப்பாயிட்டதோ?

இப்போது பாலத்தோள் மடத்துக்குச் சொந்தமாய் ஏறத்தாழ மூவாயிரம் பறை நிலமுண்டு. மாப்பிளமார்களுக்கும், இன்ன பிறருக்குமாய் கணிசமான ஒரு தொகை வருடாவருடம் வட்டிக் கடனாய் கொடுப்பதுண்டு. மடத்துக்குச் சொந்தமான நிலத்தில் விவசாயம் பண்ணுகிறவர்களுக்கு, அதுக்கு வேண்டிய விதை, கூலி, வட்டிக் கடன் ஆகியவை வழங்கப்படுகின்றன. பத்துக்கு இரண்டுவட்டி. சரியாக இவ்வள வென்று கணக்கு உண்டு. அந்த விசயத்தில் கோவிந்தரு மிகக் கராறாக இருந்து வருகிறார். ஒரு பறை மடத்து நிலம் உழுகிறவனுக்கு ஐந்து பறை நெல் என்ற தோதில் கடன் வழங்கப்படுகிறது. அதை வாங்கிச் செல்வது

குத்தகைக்கு நிலம் கிடைப்பதற்கான நிபந்தனையாகும்.

பங்குனி-சித்திரை மாதங்களில் மடத்துக்கு முன்னாலுள்ள கால்வாயில் ஒரு காட்சி தான். நெல் நிறைந்த மரக்கலங்கள் ஒரு நாழிகை தூரம் வரையிலும் வரிசையாகக் கிடக்கும். ஒவ்வொரு கலமும் காலியாகி விடுவதற்கு நான்கைந்து நாட்கள் பிடிக்கும். வந்த வரிசையிலே அளவைக் கொடுத்துப் போய்விடலாம். படகோட்டிகள் அனைவருக்கும் இரண்டு வேளை விருந்து சாப்பாடுதான்.

மடத்திலுள்ள பெரிய சமையற்கட்டு இரவு பகலாய்ப் புகைந்து கொண்டிருக்கும்.

நள்ளிரவு ஆகிறபோது இட்டிக் கோரன் கூவியழைத்து விசாரிப்பான்:

"சாப்பிடாதவங்க யாராச்சும் இருக்காங்களா?"

கோவிலில் இரவிலே முழங்குகிற காவல் விளிப்புப்போன்று அது அந்தக் கால்வாய்க்கப்பாலும் முழங்கிக் கேட்கும்.

வட்டத்தரை வேலையாள் சாண்டி, இட்டிக் கோரனது மூன்றாம் விளிப்பு முடிகிறபோது கூவிச் சொல்லுவான்: "இல்லே...!"

அந்த ஒலி எட்டு திக்கிலும் எதிரொலிக்கும். வானவிளிம்பின் சுவர் சின்னா பின்னமாய்ப் போவது போன்றிருக்கும். கறுத்த உடல் எங்கிலும் கம்பிரோமங்களுடைய சாண்டி ஒரு மாட்டுக் கன்றினை ஒரேயடியாய்ச் சாப்பிடுகிறவன். கொஞ்சம் உப்பு-மிளகாய் போட்டுக் கொதிக்க வைத்துக் கொடுத்தால் போதும்.

தேவதானத்துக்கு வருவதைவிடக் கூடுதலான நெல் மடத்தில் வந்து குவியும் எண்ணிச் சுட்டெடுத்த அப்பம் போன்றுதான் தேவஸ்தானத்துக்குக் குத்தகை-நெல் வந்து சேருகிறது. அப்புறம் சொந்தச் சாகுபடியிலிருந்து கொஞ்சம் வரும். அது பரவாயில்லை.

ஆண்டோடாண்டு நெல் பெருகி வருகிறது. மடத்துக்கு மீண்டும் மீண்டும் நிலபுலன்கள் அதிகரித்து வருகின்றன.

* ** *

கிருஷ்ணரு தம்பிமார்களுடன் மாளிகையில் அமர்ந்து ஆலோசனை நடத்துகிறார்.

காரியகர்த்தர் பதவியை ஏற்றுக்கொள்ள வேண்டுமென்பதுதான் நாராயணரின் கருத்து.

"என்னன்னா, ஸ்தானிக் எல்லோரும் சீரழிந்தாச்சு. இப்போ நம்ப மேலே அதிகாரம் செலுத்த யாருமில்லே. எனவே சச்சரவுக்கு இடமே யில்லை."

ஒரு பெரிய பொறுப்பான காரியம்தான் அது என்கிற கருத்துத்தான் கிருஷ்ணருக்கு.

கணபதி ஒரு யோசனையை முன் வைத்தார்:

"அதைப் பற்றி அண்ணன் பயப்பட வேணாம். ஒவ்வொரு காரியத்துக்கும் எங்கள் ஒவ்வொருவருக்கும் பொறுப்பைக் கொடுங்க. அப்புறம் எங்களுக்கான சம்பளமும் நிர்ணயிக்கணும். அண்ணன் அமைதியாய் உட்கார்ந்திடுங்க! நாங்க அருமையாய் நிருவகிச்சுடறோம்."

தம்பான் என்கிற தம்பியின் தோள் மீது ஒரு முறை தட்டிவிட்டு கணபதி வினவினார்:

"என்ன தம்பான், சம்பளம் நம்ப மனைவி வீட்டுக்குப் போவதற்கான செலவையாவது ஈடு கட்டுமே."

நாராயணருக்கு அதைப் பற்றிச் சொல்ல ஏராளமான விசயங்கள் உள்ளன.

"இப்போ இந்த மனைவிமாருங்க இருக்காங்களே - அவங்க நம்ப கிட்டே கோரிக்கை போடறாங்க. சன்னரக வேஷ்டி வேணும்; காம்பு வேணும்னு எல்லாம். என்ன செய்வது? கேட்டால் கொடுக்காமலிருக்க முடியுமா? கொடுக்கிறோம்னு சொல்லிடுவோம். எவனும் சொல்லத்தான் செய்வான். மடத்திலிருந்து எடுத்துக்கொள்ள வழிவகையுண்டா? அண்ணனுக்கு இது ஒண்ணும் தெரியாது. எங்க ஒவ்வொருத்தருக்கும் ஏதாச்சும் வருமானமாகட்டும். பொண்டாட்டி செலவுக்காவது ஆயிடும்."

சேர்த்தலையிலுள்ள ஒரு பிரபு குடும்பத்திலிருந்துதான் கணபதி 'சம்பந்தம்' பண்ணியிருக்கிறார். அவர்கள் சாப்பிடக் கூட அழைக்காதவர்கள். அவர் சுயம் பேசுவது போல் சொன்னார்:

"நான் சம்பந்தம் வேணாம்னு வந்திடுவேன்."

இவ்வளவு நேரம் வரையிலும் பேசாமலிருந்த தம்பான் சொன்னார்:

"எல்லாரும் பொண்டாட்டிச் செலவுக்குச் சம்பளமும், ஊரிலே செல்வாக்கும் தேடறாங்க. இது வேணுமான்னுதான் எனக்குத் தோணுது– ஸ்தானிகள் சீரழிஞ்சுட்டாங்க. ஆனா ஊர்ஜனங்கள் இருக்காங்களே? அவங்க அவ்வளவு சரியில்லை. ஊர்ஜனங்கள் முன்னொருக்கால் கிளர்ந்தெழுந்த கதை பற்றிக் கேள்விப்பட்டதில்லீங்களா? அவங்க எதிர்ப்பது - அவங்க வெறுப்பது... அப்பப்பா! என்னா கதை!"

"எந்த ஊர்ஜனங்கள்? ஏது ஊர் ஜனங்கள்? வயிற்றுப் பொழைப்புக்கு வழியில்லாதவங்க. எல்லாம் நாசமாப் போயிட்டாங்களே?" என்றார் கணபதி.

"அதுதானே, ஆபத்து? நாசமாகலேன்னா அவங்கவங்க சோலியைப் பார்த்துக்குவாங்க. இல்லேன்னா, தேவஸ்தானத்துக்கு எதிரா கிளம்பிடு வாங்க."

கிருஷ்ணரு அப்போது ஒரு யோசனை சொன்னார்:

"அப்பா கருத்து என்னவோ?"

அப்பா ஆதரிப்பாரென்றுதான் நாராயணரின் அபிப்பிராயம்.

53

பகற்கனவு கண்டு கொண்டு அமர்ந்து விடுவார் கேசவபிள்ளை. ஆனா கூனா செட்டியார் அனுப்பிவைத்த நெட்டியிலே கட்டி யிருக்கிற புகையிலைச் சிப்பம் நான்குக்கு விலை என்னவென்று கணக்கெழுதும் வேளையில்தான் பிள்ளையின் மனம் கடிவாளமற்ற குதிரையாகி விடுகிறது. ஆலப்புழை வட்டிக்கடைக்காரர் ஐயரிடமிருந்து எடுத்துக்கொண்ட பணத்தின் வட்டியைக் கணக்கிடும் போது தான் சாரநாத்தை நோக்கி மனப்பறவை பறந்து செல்லும். சாரநாதம் எவ்வாறிருக்கும்? எவ்வாறிருக்குமென்று யாரும் சொல்லிக் கேட்ட தில்லை. ஆனால் வட்டியின் கணக்கு தவறவில்லை.

சாரநாதத்தைச் சென்றடைய ஓர் ஆண்டு பிடிக்குமாம். நீண்டு கிடக்கிற ராஜபாதை வழியாகத் தடியூன்றி, காவித்துணியணிந்து தோளில் முடிச்சுடன் தாடி வளர்த்த துறவிகள் அப்படியே போய்க் கொண்டிருக்கின்றனர். பாதை நெடுகிலும் சத்திரங்கள் இருக்கின்றன. அங்கே சாப்பாடு கிடைத்துவிடும். ஓய்வெடுத்துக் கொள்ளலாம்.

கமண்டலுவில் சுத்தமான நீர் உண்டு. காசியிலுள்ள மணிகர்ணிகா கட்டத்திலே படுத்து உயிர்துறக்கவேண்டும்! அங்கே எமதூதர்கள் வரமாட்டார்கள். இறந்து போகக் கிடக்கிற மனிதருடைய இடது காதோரமாய் சிவகிங்கரர்கள் திவ்விய மந்திரம் ஓதுவார்கள். சிவனில் சமாதியடையவது அல்லது சாயூஜ்ஜியம் கிடைத்து விடும். சித்திகள் மூன்று ரசமானவை. சாமீப்பியம், சாரூப்பியம், சாயூஜ்ஜியம். மணிகர்ணிகா கட்டத்திலே உயிர் துறந்தால் சிவகிங்கரர்களே கொண்டு போய் விடுவார்கள்; சாயூஜ்ஜியம் தான். அந்த மயானத்தில் எரித்துவிட்டால் பௌதிக உடல் கங்கை நீரில் கரைந்து விடுகிறது.

அதை விடப் பெரிய சித்தி வேறு என்ன?

காசி விசுவநாதன் சிரத்தினில் கூவளத்து இலையர்ப் பணம் செய்து பூஜை செய்யலாம். தசாசுவமேத கட்டத்திலே ஸ்நானத்தை முடித்துக்கொண்டு, கமண்டலுவில் கங்கைத் தீர்த்தத்தை எடுத்து, 'ஹர ஹர மகாதேவா...!' என்று உச்சரித்தவாறு பக்த ஜனங்கள் போய்க்

கொண்டிருக்கின்றனர். லட்சக்கணக்கானவர்கள் அல்ல; கோடிக் கணக்கானவர்கள். அவர்களிடையே யாரெல்லாம் இருக்கிறார்கள்? யாரும் யாரையும் அறிந்தவர்கள் அல்ல. நெரிசலாய் முண்டியடித்துச் செல்கிற அந்த ஜனப் பிரவாகத்தில் சப்தரிஷிகள் உள்ளனர். ராஜ ரிஷிகள் வேறு. பிரம்மா உண்டு. விஷ்ணுவுண்டு. அனைவரும் காசி விசுவநாதன் சிரத்தினில் கூவள இலையர்ச்சனை செய்கின்றனர். கங்கை நீரினால் அபிஷேகம் செய்கின்றனர். அவர்கள் கூடவே சீலாந்திப்பிள்ளி கேசவனுமிருக்கிறார்.

இமயமலையின் சாரலில் தவம் புரியும் முனிபுங்கவர்கள் காசி விசுவநாதனை என்றென்றும் கங்கை நீரினால் அபிஷேகம் செய்கிறார்கள். கூவள இலையால் அர்ச்சனை செய்வதுண்டு. ரிஷிமார்களுக்கு அஷ்ட-ஐசுவரிய சித்திகள் உண்டு. அவர்களுடன் அனைவரும் கமண்டலுவில் நீருடன் செல்கின்றனர். அவர்கள் யார் யாரென்று அறிந்துகொள்ள முடியாது. கேசவபிள்ளை புளகாங்கித மடைந்தார். அது ஓர் ஆத்மீக சுகமாகத்தானிருந்தது.

காளஹஸ்தி, பூரி, ஜகந்நாதம், ராமேஸ்வரம், கபிலவஸ்து, ஹரித்துவாரம், பத்ரீநாதம், காளிகட்டம் - புனிதத் தலங்கள், புண்ணி தீர்த்தங்கள்!

மரத்தையே மரத்துவிடச் செய்கிற கடும்குளிர்! சத்திரங்களில் சாப்பாடு உண்டு. ஏழைகளுக்கு பக்தி - ஆதரவு பூர்வமாய்ப் பிச்சையளிக் கின்றனர்.

* ** *

எல்லையில்லா மணற்காடு!

பீருக்கண்ணு முதலாளி மலர்ந்த கண்களுடன் கைமற்றும் கண்களின் சமிக்ஞையுடன் எல்லையற்ற அந்த மணற் காடினை கேசவபிள்ளைக்குக் காண்பித்திருக்கிறார். ஒரு முறை அல்ல; பன்முறை! முதலாளி உணர்ச்சி வசப்பட்டிருந்தார்.

“பாருங்க புள்ளை...! பாருங்க!”

பார்க்கத்தான் செய்திருக்கும். மணற் காடினைப் பார்க்கத்தான் செய்திருக்கும்.

பீருக்கண்ணு முதலாளி பார்க்கிறார்; கேசவபிள்ளையும் பார்க்கிறார்.

ஒட்டகக் கூட்டங்கள் ஒரு மணல் மலையின் பக்கவாட்டில் நகர்கின்றன. ஒரு பச்சையிடத்தினின்று இன்னொரு பச்சையிடத்தை நோக்கி!

ஒரு சமயத்தில் சங்கராச்சாரியார் வந்தபோது ஒட்டகத்தைப் பார்த்திருக்கிறார்.

"அவங்க பெரிய வியாபாரிங்களாக்கும். தங்கம், வெள்ளி, வைரமெல்லாம் அவங்க கிட்டே நிறைய உண்டு. அஞ்சாண்டுகளுக்கப்பறம்தான் அவங்க ஊருக்குத் திரும்பறது. வியாபாரமாவே போயிக்கிட்டிருப்பாங்க."

எதையோ பார்த்தவாறு பீருக்கண்ணு நின்றுவிட்டார். பயப் படுகிறார். தப்பிவிடவேண்டும். அதற்கான உபாயத்தைப் பற்றி யோசிக் கிறார். முதலாளி பதற்றமுன் விரலைச் சுட்டிக் காட்டியவாறு கூறுகிறார்:

"பாத்தீங்களா; பாத்தீங்களா, மணற்காற்று! ஆபத்துதான். காற்றில் அந்த மணல்மலை அப்படியே பெயர்ந்து பறந்து போய் விழுந்திடும். அப்போ அதுக்குக் கீழே உள்ள மனிசனுங்க, ஒட்டகங்க எல்லாம் மணலுக் குள்ளே புதைந்து 'மையத்'தாயிடும்.

வட்டமாய்ச் சுற்றி வீசியடிக்கிற மணற்காற்று சில சமயங்களில் திசைமாறிப் போயிடும். அது வியாபாரிகளுக்குத் தெரியும். படைச்சவன் தான் அவங்களைப் பாதுகாத்துக்குறாரு!

மணல் மலைகள் காற்றில் பறந்து செல்வதை கேசவபிள்ளை காண்பதுண்டு. கடல் அலைகள் போல் மணல் அலைகள் சுருண்டு சுருண்டு அடித்து உருண்டு அடித்து உருண்டு கொண்டிருக்கின்றன. அதையும் காண்பதுண்டு.

ஆதியில்லை; அந்தமுமில்லை.

அந்த மணற்காட்டில் ஓர் இடத்திலுள்ள மசூதியிலிருந்து உயர்ந்து முழங்குகிற 'வாங்கு விளிப்பு' ஒலி ஆங்கே தொலைதூரத்திலுள்ள மசூதியை அடைந்துவிடும். படைத்தவனின் நற்செய்தி ஆதி மற்றும் அந்தமில்லாத விசாலவிசுவத்திலே பரவி முழங்குகிறது. என்னவாக இருக்கும், அந்த நற்செய்தி? 'மனிதா, பிரார்த்தனைக்கு நேரமாகி விட்டது!' என்றோ, அல்லது 'கடவுள் ஒன்றே ஒன்றுதான். அதன் தூதுவன்தான் நபி' என்றோ ஆக இருக்கலாம்.

மெக்காவிலிருந்து மதினாவுக்குச் செல்லும் வழி - அந்த வழி குறித்து உணர்ச்சிவசப்பட்டுச் சொல்கிறார் பீருக்கண்ணு.

"புள்ளே, நீங்க அரபீங்களைப் பார்த்திருக்கீங்களா? எப்படிப் பார்க்க முடியும்? நான் கோழிக்கோட்டிலே பார்த்திருக்கேன். அவங்க வேஷ்டி கட்டமாட்டாங்க. அங்கி தான். கழுத்திலிருந்து குதிகால் வரையிலும் தொங்கிக் கிடக்கிற அங்கி! அப்பறம் தலையிலே பட்டை சுற்றியிருக்கும்."

அராபிய நாட்டிலே முக்கியமான விளைச்சல் பேரிச்சம்பழமாகும். அங்கே தங்கம் எளிதில் கிடைக்கும். ஒரு தேங்காய்க்கு அந்த அளவிலுள்ள தங்கம் கிடைக்கும்.

ஒட்டகத்தின்மீது வியாபாரிகளுடன் சஞ்சரிப்பதாக கேசவ பிள்ளைக்குத் தோன்றியது.

* ** *

அங்கே அரபு நாடுகளுக்கப்பால் நபிக்கு முன்னர் இருந்த நபிகள் மத்தியில் ஒரு நபியைப் பற்றி பீருக்கண்ணு சொன்னார் - 'ஈஸா நபி'!

பீலிமாப்பிள சொல்லுகிற இயேசு அதுவாக இருக்கலாம். சமுத்திரப் பரப்பில் இயேசு நடந்தார். அவ்வாறு நடப்பதை கேசவபிள்ளை பார்த்தார். பத்ரோஸ் என்கிற மீனவனை கடற்கரையில் தான் இயேசு சந்தித்தார்.

இயேசுவைச் சிலுவையில் அறைந்தனர். கல்வாரி என்கிற மலையில் தான் அது நிகழ்ந்தது. அந்த நாட்டில் திராட்சை சாகுபடியாகிறது. கேசவ பிள்ளை கற்பனையில் ஜெருசலேமைப் பார்த்தார்.

பல்லாண்டுகளுக்கு முன்னர் ஒரு பெரியவர் இந்த வழியெல்லாம் கடந்து தேசதேசங்களும், கடற் தடங்களும், பச்சைப்புல் மைதானங்களும் தாண்டி இந்த ஊரில் வந்து தங்கினார். இன்னொரு பெரியவர் அந்த நாட்டுக்குச் சென்றார். இவை அனைத்தையும் தாண்டி, அவர் எங்கே சென்று சேர்ந்தார்? அவர் எந்த இடத்திலே விழுந்து மடிந்து விட்டாரோ?

பல்லாண்டுகளுக்கு முன்னர் காசிக்குச் சென்று, வாதத்தில் பண்டிதர்களை வென்று 'சர்வக்ஞபீட'மேறிய சங்கரன் இமயமலைச் சாரலில் மடம் ஒன்றை நிறுவினார்... அம்மாவன் அந்தப் பண்டிதர் க்ளுடன் விவாதம் நடத்தியிருப்பாரோ?

பரமு அம்மாவன் பெரிய பண்டிதராக இருந்தார்.

பரமு ஆசானுடைய மருமகன் என்றால் அது சிறப்பானதோர் அந்தஸ்தாகும். அவ்வாறுதான் அனைவரும் பார்க்கின்றனர்.

சீலாந்திப் பிள்ளியைச் சேர்ந்தவர்!

ஆனால் அந்த அம்மாவன் பயணம் செய்த வழியில் சஞ்சரிக்க கேசவபிள்ளைக்கு என்ன உரிமை?

ஒரு வாழ்நாள் காலமத்தனையும் பீருக்கண்ணு முதலாளியின் கணக்கை எழுதுவது. ஆனா கோனா செட்டியார் அனுப்பிவைத்த புகையிலைச் சிப்பங்களின் கணக்கு. அவற்றையெல்லாம் கூட்டியும் கழித்தும் எழுதி வைக்கவேண்டும். மாகாணி, அரை மாகாணி, கால் மாகாணி வரையிலும் கணக்கைக் கூட்டிப் பார்க்கவேண்டும். பல மாகாணிகள் சேர்ந்து கொண்டதுதான் ஒன்று. மாகாணி இலேசானப் பட்டதல்ல. இந்தக் காலம் பூராவிலும் கணக்கெழுதியதில் மாகாணிகள் எத்தனை? எத்தனை கால்-அரை-மாகாணிகள்விட்டுப் போயிருக்கும்? கூடுதலாகக் கூட்டியெழுதியிருக்கும்? அதெல்லாம் நிகழ்ந்திருக்கலாம். கணக்குத் தானே? தவறு நேர்ந்து விடலாமல்லவா?

கணக்கெழுதிக் கொண்டிருக்கும்போது மேக சந்தேசத்தின் சுலோகங்கள் நினைவுக்கு வந்துவிடும். கணக்கு தவறிவிடக்கூடும்.

மணி ஐயர் வட்டிக் கடையில் செலுத்தவேண்டிய வட்டி கணக்கிடும் போது காளிதாசர் சாகுந்தலம் வழியாக முன்னே தோன்றி விடுவார்:

"ரம்யாணி வீக்ஷ்ய..."

வட்டி கணக்கிடும்போது தவறே நேர்ந்துவிடக் கூடாது.

நோம்பு (விரத) காலத்திலே தான் மிகவும் கூடுதலான வேலை! அந்த வருடத்திய லாப நஷ்டக் கணக்கை வரையறுத்து எழுதியிருக்க வேண்டும்.

முதலாளிக்குக் கொடுக்கவேண்டிய 'ஸக்காத்து' என்னவென்று திட்டவட்டமாக அறியவேண்டும். அதற்கான கணக்கைச் சரி செய்ய கேசவபிள்ளைக்கு நன்கு தெரியும்.

சல்லிக் காசு தவறக் கூடாது. கறாராக இருக்கவேண்டும். கித்தாபிலுள்ளது போல் ஸக்காத்து கூடுதலாகவோ குறைவாகவோ இருக்கக் கூடாது. இஸ்லாம் போதிக்கிறபடி வாழ்ந்திடணும்.

பீருக்கண்ணுவை மதிக்கத்தான் முடிகிறது. இந்த ஊரில் எவரை யெல்லாம் மதிக்கவேண்டும்? எவனையுமில்லை - பீருக்கண்ணுவை மட்டும் தான். பீருக்கணுவிடமிருந்து யாருக்குத்தான் கெடுதல் நேர்ந்திருக்கிறது? யாருக்குமில்லை. யாருக்குவாது நஷ்டம்? அதுவுமில்லை.

பீருக்கண்ணுவுக்கு மனநிறைவுதான். எந்நேரமும் உற்சாகமா யிருப்பார். கோபமே வராது அதுக்கு விசயமிருந்தால்தானே? ஆகலே கிடையாது. காரியங்கள் நல்லபடியாகவே நடந்து வருகின்றன.

"இன்னும் நாம்ப என்ன செய்யணும் புள்ளே?"

முதலாளி இத்தகைய ஒரு கேள்வியை இதுக்கு முன்னர் ஒரு போதும் கேட்டதில்லை. என்றாவது, யாரிடமாவது கேட்ட துண்டா? தடையற்ற பயணமாக வாழ்நாள் முழுவதிலும் ஒருவர் சஞ்சரித்ததுண்டா?

வியாபாரமாகும். வியாபாரத்தின் தன்மையே லாபமும் நஷ்டமு மாகும். ஒரு சமயத்தில் ஓர் அடி விழுந்து கீழே விழுந்து விடலாம். பின்னர் மிகவும் சிரமப்பட்டுத்தான் எழுந்து நிற்க வேண்டியிருக்கும். அப்படியேதும் ஏற்பட்டதில்லை. இனிமேல் ஏற்படுமா? ஏற்படாம லிருக்கட்டும்! இவ்வளவு அருமையான இந்த மனிதருக்குத் தனது வாழ்க்கைப் பயணத்திலே காலில் ஒரு முள்கூடப் படக்கூடாது! இன்னும் முன்னே நீண்டு கிடக்கிற பாதை இதைவிடவும் நன்றாக இருக்கட்டும்!

* ** *

அன்றைய பள்ளிக்கூடம் இன்று கல்லினால் நிர்மாணிக்கப் பட்டிருக்கிறது. ஒவ்வொரு வகுப்பும் ஒவ்வோர் அறையில்தான் இன்று நடக்கிறது. நான்கு வாத்தியார்கள் உள்ளனர். இன்று ஒவ்வொரு

வகுப்பிலும் அன்றைய நாளிலிருந்ததைவிட கூடுதலான மாணவர்கள் உள்ளனர். பள்ளிக்கூடத்தில் இன்றைய தினம் ஒரு தேனீக் கூட்டின் அரவமுண்டு.

பள்ளிக்கூடத்தின் நேரமாகும்போது மாணவர்கள் கூட்டம் கூட்டமாய்ப் போவதைப் பார்க்கலாம். அது ஒரு காட்சிதான். இன்றைய தினமும் திண்ணைப் பள்ளிக்கூடங்கள் இருக்கின்றன. சங்கு ஆசான் பள்ளியில்தான் கூடுதலான மாணவர்கள் படிக்கின்றனர். 'சித்தரூபம்' 'ஸ்ரீராமோதந்தம்' முதலியவற்றைப் பல பள்ளிகளிலுமுள்ள மாணவர்கள் படிப்பதில்லை. படிக்கவைக்கவும் ஆள் கிடையாது. எழுத்துக்கள் படித்து முடிந்தால் அப்புறம் கணக்கு.

அந்தக் கணக்கைக் கற்றுக்கொள்வது இப்படித்தான்.

ஓர் ஒண்ணு ஒண்ணு.

ஈரெண்டு நான்கு.

... ...

ரெண்டிலேருந்து ஒண்ணு போனா...

ஒண்ணு.

... ... இப்படிப் போகிறது.

அப்புறம்...

'அசுவதி, பரணி, கார்த்திகை...'

நட்சத்திரங்கள் பெயரும் படிக்கிறார்கள். மாதங்கள் தெரியும். திதிகள் தெரியும்.

சங்கு ஆசானுக்கு மட்டும்தான் சித்தரூபம் மற்றும் ஸ்ரீராமோதந்தம் முதலியவை தெரியும். ஆனால் அதை எல்லாம் கற்றுக் கொடுக்க மாணவர்கள் கிடைப்பதில்லை.

பள்ளியில் பாதி மாணவர்களும் முஸ்லிம் பையன்கள்தான் என்று கிருஷ்ணபிள்ளை வாத்தியார் சொல்கிறார்.

மாப்பிளப் பையன்களைச் சேர்த்துக் கொள்ளலாமென்று மேலிடத்திலிருந்து உத்திரவு வந்தது. அவர்கள் கூட்டமாய் வந்து சேர்ந்து கொண்டனர்.

"அவங்களை எப்படி உட்கார வைக்கிறீங்க?" என்றார் கேசவ பிள்ளை.

"தனியாக ஒரு பெஞ்சு போட்டுக் கொடுத்திருக்கிறோம்." என்றார் கிருஷ்ணபிள்ளை.

பள்ளிக்கூடத்திற்கு யாரும் நெருப்பு வைக்கவில்லை. சிறுவர்களைப் பள்ளிக்கு அனுப்பக் கூடாதென்று யாரும் தடுக்கவில்லை. யாரும் கவனியாமலேயே அந்த விசயம் நடந்தேறிவிட்டது. இன்று அது ஒரு முறையாகிவிட்டது.

கேசவபிள்ளை இன்றைய தினம் தலைமை ஆசிரியராக இருந்திருப்பார்.

சண்டை சச்சரவுகள் எழாமலிருந்ததேன்? காலையிலிருந்து அனைவரும் வட்டத்தரை, பருத்திக்காடு மற்றும் தும்பேக் களத்தில் வேலைக்குப் போகிறார்கள். அப்புறம் சண்டை சச்சரவுகள் எப்படி ஏறப்டும்?

வட்டத் தரையைத் சேர்ந்த நான்கு பையன்கள் மங்கலாபுரம் என்கி ஓர் இடத்திலே படிக்கிறார்கள். வட்டத்தரையினருக்கு மலையில் தோட்டங்கள் ஏற்றப்பட்டன. ஊரிலே அவர்களுக்குத்தான் மிகவும் கூடுதலான விவசாய நிலம். விளைச்சல் நெல் பூராவையும் கிழக்கு மலைகளுக்கு எடுத்துச் செல்கின்றனர்.

அந்த மலைகளிலுள்ள தோட்டங்கள் அனைத்துக்கும் அரிசி விநேயோகம் செய்வது அவர்களேதான்.

பருத்திக் காட்டினருக்கும் தோட்டமுண்டு. இந்த ஊரைச் சேர்ந்த மாப்பிளமார்களில் தோட்டமில்லாதவர்கள் யார் இருக்கிறார்கள்? சிறியதும் பெரியதுமாக எல்லோருக்கும் தோட்டம் உண்டு.

சீரட்டக் குடும்பத்தினர் குடியிறங்கி வெளியே போகாமலிருப்பது பீருக்கண்ணு முதலாளியின் மனோகுணத்தினால்தான். கோந்நோத்து எட்டுகட்டு வீடு வடக்கே சாய்ந்து முகம் குத்தி நிற்கிறது. மங்கலச் சேரி வீடு தகர்ந்து கிடக்கிறது.

ஊர் முழுதும் காடாகிவிட்டது. எங்கும் இருள் சூழ்ந்தது போன்றதோர். அனுபவம் ஏற்பட்டு விடுகிறது. கோவில் வளாகத்தில் எங்கேயோ எங்கிருந்தோ குள்ளநரிக் கூட்டமொன்று வந்து சேர்ந்திருக்கிறது. குள்ளநரி ஊளையிடுவதை அந்த ஊரிலேயே யாரும் கேட்டதில்லை. இந்த ஊரில் குள்ளநரியே இல்லாமலிருந்தது. அது எங்கிருந்து வந்தது? குள்ளநரி என்கிற பிராணி எப்படியிருக்கும்? ஆனால் அது ஊளையிடுவதைக் கேட்கமுடிகிறது. யாரும் கண்டதில்லை. நேரம் நன்கு இருட்டிவிட்டால் குள்ளநரிகள் வட்டமாய் அமர்ந்தவாறு ஊளையிடுகின்றன. அப்போது ஊரிலுள்ள நாய்களெல்லாம் உறுமிக் குலைக்கத் தொடங்கிவிடும். எங்கெல்லாமோ தேடிப்பார்த்தும் குள்ளநரி தென்படவில்லை.

கோவில் வளாகத்து மரக்கிளைகளில் ஆந்தைகள் முனகுகின்றன.

பழமையினர் சொன்னார்கள்:

"ஏதோ பெரிய ஆபத்து வரப் போவுது."

கோவில் வளாகத்தில் குள்ளநரி நுழைந்தது.

* ** *

கேசவபிள்ளையின் முகக்களை போய்விட்டது. உள்ளதைவிட அதிகப் பருவமாகிவிட்டவர் போல் காட்சியளித்தார். முடியில் சில இழைகள் நரைக்கவும் செய்தன.

மாபெரும் பண்டிதர்களான அம்மாவன்மார்கள் வாழ்ந்து மடிந்த இடத்தில் உள்ள எலும்புக் கூரைகளில் எல்லாம் சீலாந்திப்பிள்ளி கௌரி என்கிற ஒரு கன்னிப் பெண் அந்திவிளக்கேற்றி வைக்கிறாள். அந்தத் திரிகள் ஆடாமல் அசையாமல் நின்று ஒளிவீசுவதும் உண்டு. அந்தப் பெரியவர்கள் பெயர்கள் என்னென்னவாக இருந்தன? அவர்கள் ஒவ்வொருவரும் எந்தெந்த விசயங்களில் பாண்டித்தியம் பெற்றிருந்தனர்?

என்னவோ?

பிறந்தது எப்போது? இறந்தது எப்போது?

எத்தனை தலைமுறைக் காலத்திய வாழ்க்கையின் சின்னங்கள் அவை! எலும்புக் கூரைகளில் மிகவும் பழைமையானது அதோ, அந்தக் கோடியிலுள்ள கூரைதான். அதன் மகுடம் வட்ட வடிவிலானது. உருண்டையானது. வடக்கிருந்து வந்தவர் அந்தப் பெரியவராக இருக்குமோ? அதன் அருகிலுள்ள கூரையும் சற்றுப் பெரியதுதான். அதுக்கு மூன்று கதவுகள் இருப்பது போல் தோன்றும். சட்டமும் கதவும் சேர்ந்தது போல் காணப்படுகிறது. அவை கதவுகள் அல்ல.

சீலாந்திப் பிள்ளிக் குடும்பம் ஏரேசனைக்கு வந்து சேர்ந்தது அன்றைய தினமாக இருக்கலாம்.

கடைசி கடைசியாக அமைந்த எலும்புக் கூரை அம்மாவுடையதாக இருக்கலாம். சிறியது. அடக்கமானது. எளிமையுண்டு. அம்மா! பனங்கிளி போல் பயந்து பதுங்கிப் பதுங்கி நடந்திருந்தாள். ஒதுக்கமாகவும் ஒளிந்தவாறும் எல்லாம் தான் அம்மா நடந்து செல்வது வழக்கம். யார் எதிரே வந்தாலும் அவள் கூனிக்குறுகி ஒதுங்கிப் போய் விடுவாள்.

அம்மா அழகியாக இருந்தாள் அம்மாவுக்கு இருந்தது போன்ற கூந்தல் யாருக்குமிருக்கவில்லை. அந்த முடி நரைத்ததாக இருக்கவில்லை. அம்மாவின் நிறத்துக்கு ஒரு தனிச்சிறப்பு இருந்தது. மென்மையான மேனி. வெண்ணெய் போன்றது. அந்த நிறம் இந்த ஊரில் யாருக்கு இருந்தது?

ஒரு வேளை வடக்கிலுள்ள அந்தக் குடும்பத்தின் நிறமாக இருக்குமோ இது? சீலந்திப்பிள்ளியைச் சேர்ந்த பெண்கள் அனைவருடையவும் மேனியழகும் உடல் வடிவமும் தனிச் சிறப்பு வாய்ந்தவை. வடக்கின் தனிச் சிறப்பு!

வடக்கத்திய அந்த ஊர் ஏது? பல்வேறு பிராந்தியங்களைக் கடந்து செல்லும்போது எங்காவது ஓர் இடத்தில் சீலாந்திப்பிள்ளிப் பெண்களுடைய நிறமும் உடல் வடிவமும் உள்ள பெண்களைக் காணக் கூடும்.

அம்மாவின் கண்களுடைய நீலக் கயத்தில் ஏதோ ஓர் அறியப்படாத ரகசியம் இருப்பதுபோல் தோன்றியிருந்தது. அம்மாவின் ஆத்மா எத்தகையதாக இருந்தது? மனம் எவ்வாறு செயல்பட்டது? ரகசியம்! அம்மாவுக்கு இரண்டு கணவன்மார்கள் இருந்தனர். ஒருவர், சாகுந்தலத்துக்கு விரிவுரை எழுதியவர், இன்னொருவர், இந்த ஊரைக் 'கண்டெழுதியவர். அம்மா யாரை நேசித்தாள்? யார் அம்மாவை நேசித்தார்? இருவரும் நேசிக்காமலிருந்திருக்கலாம். அம்மாவும் யாரையும் நேசிக்காமலிருந்திருக்கலாம்.

அம்மா யாரை நேசித்தாளென்று கேட்டிருக்க வேண்டியிருந்தது. யாரையும் நேசிக்கமுடியாமலும், யாரும் நேசிக்காமலுமிருந்த ஒரு நிலைமையாக இருக்கலாம் அந்த நீலக்கயத்தின் ஆழத்தில் மறைந்திருக்க அந்த ரகசியம்.

ஏன் கேட்டிருக்கக் கூடாது?

அந்தப் பேச்சுவார்த்தை எவ்வாறிருந்திருக்கும்?

"அம்மா, நான் என் தந்தையை ஒரு போதும் கண்டதில்லை. அது ஏன் அம்மா?"

அம்மா சொல்லியிருப்பாள்.

"உன் தந்தை வராமே இருக்கிறதனாலே!"

"அதென்ன?"

"எனக்கென்ன தெரியும்?"

அப்போது மகன் கறாராகக் கேட்டுவிடலாம்.

"உங்களிடையே சண்டையா?"

அங்கே அம்மாவால் பதில் சொல்ல முடியாமற் போய்விடும்.

"மகனே, அதைப்பற்றி என்னிடம் கேட்காதே!"

அப்புறம் என்னதான் கேட்கவேண்டியிருக்கிறது? ஒன்றுமில்லை.

* ** *

"அம்மா, உங்களுக்கு உங்கள் முதல் கணவரிடமா, அல்லது என் தந்தையிடமா அதிகமான பிரியமிருந்தது?"

மடிமீது படுத்துக் கொஞ்சிக் குலாவியவாறு ஏதொன்றுமறியாத ஒரு குழந்தைபோல் கேட்டிருந்தேனென்றால் எப்படியிருந்திருக்கும்? அம்மா நடுங்கியிருப்பாளா? தடுமாறியிருப்பாளா? அவசியமற்றதொரு கேள்வி கேட்டதனால் என் மீது கோபம் கொண்டிருப்பாளோ?

எந்த மூலையிலிருந்தும், எந்தப் பெண்ணின் இதயத்திலிருந்தும் ஒரு தேம்புதல் ஒலிப்பதைக் கேட்கலாம்.

"இருவரையும் நேசித்தேன்."

திருச்சூரைச் சேர்ந்த பண்டிதரைப் பற்றிப் பேசிய போதெல்லாம் அம்மா கண்கள் பளிச்சிட்டுப் பிரகாசிக்குமாயிருந்தது. என் தந்தை யைப் பற்றிச் சொல்லியபோதெல்லாம் அம்மாவிடம் பக்திதான் காணப் படுமாயிருந்தது.

"உன் அப்பா பெரிய ஆளுடா!"

'பெரிய' என்று சொல்லும் போது மலையளவு வடிவுடையவர் போல் தோன்றியிருக்கக் கூடும்.

அம்மாவிடம் நேரடியாகக் கேட்கக் கூடிய ஒரு கேள்வியிருந்தது.

'மலை போன்ற ஆளானபோதிலும், என்னைப் பார்க்க வராத அப்பாவை நான் நேசிக்கணுமா?"

அம்மா என்ன பதில் சொல்லுவாள்? 'வேண்டாம் மகனே!' என்பாளா? மகன் சொல்லுகிறான், தனது தந்தையை நேசிக்க அவனுக்கு மனமில்லை என்று!

அப்போது அம்மாவிடம் எந்த பதில் இருக்கும்?

ஒன்றுமில்லை. தந்தையை மகன் நேசிக்கிறதில்லையென்றால் வேண்டாம்!

* ** *

கடுக்காத்ர தேவிக்கு இன்னொருவன் புடவை கொடுத்தான். அவளுக்கு மேலும் ஒரு குழந்தை பிறந்தது. அவன் கிழக்கத்தியானாக இருந்தான். நேந்திரங்காய், காச்சில்க் கிழங்கு, சேனைக் கிழங்கு முதலிய வற்றைப் படகிலேற்றிக் கொண்டுவந்து வியாபாரம் செய்கிறவன். அவன் ஒரு முறை சரக்கைக் கொண்டு வந்து விற்றுவிட்டுப் போவான். அடுத்தமுறை வருவது புரட்டாசியின் கொடும் வெயில் காலத்திலேதான்.

தேவி தனது முதல் கணவனை நேசித்திருக்கக்கூடும். அவள் இரண்டாமவனையும் நேசிக்கிறாள். ஏனென்றால் அவளுக்கு நேசிக்கத் தெரியும். அவள் குழந்தைகள் ஒருவேளை கேசவபிள்ளை அம்மாவிடம் கேட்காமல் விட்டுப்போன கேள்விகள் கேட்பதாயிருந்தால் என்ன பதில்கள் சொல்லவேண்டியிருக்கும்?

இன்னொருத்தியிடம் மனம் செல்லவில்லை. ஒரு 'சம்பந்தம்' வேண்டுமென்று தோன்றவில்லை. தோன்றுவதுமில்லை. ஆண்கள் பெண்களை சம்பந்தம் செய்வது எதற்காக? காணப்படுகின்ற இந்த ஆண்கள் யாருமே 'சம்பந்தம்' பண்ணாமலிருந்தால் என்னாகும்?

ஆண் பெண்ணுடன் சேருவதில்லை. பெண் ஆணுடன் சேருவதில்லை. எப்படியிருக்கும்? மனிதவம்சமே அழிந்துபோய்விடும்.

குஞ்சன் நம்பியார் காலனில்லாத காலத்தைப் பற்றி வருணித்திருக்கிறார். அதுபோல் குழந்தைகளில்லாத காலம்! ஐம்பது வயதுடையவர் தான் கொச்சுகுஞ்சு! அரை இடுப்பில் ஏற்றி வைத்துக் கொஞ்ச வேண்டியதுதான்!

* ** *

சீலந்திப்பிள்ளி கேசவபிள்ளை காசிக்குப் போகத் தீர்மானித்து விட்டார்.

'ஐயகோ!' எனச் சொல்ல ஒருவன் கூட முன்வரவில்லை. அன்றைய தினமும் காசிக்குப் போகின்றவர்களைத் தடுப்பது பாபமாகும். அதனால் அது குறித்து துக்கமுடையவர்கள் இருப்பார்கள். துக்கம் ஒரு பாபமா? என்னவோ?

கேசவபிள்ளை போனாலென்ன? போகாமலிருந்தாலென்ன? அவராலே யாருக்கு என்ன நன்மை ஏற்பட்டது? என்ன தீமை ஏற்பட்டது? 'அவன் ஊரிலிருந்து தொலைந்துவிட்டான்' என்று சொல்லக் கூட ஆளில்லை.

அவர் ஊரிலே இருந்தாலென்ன? போனாலென்ன? ஒன்றுமில்லை.

"புள்ளே, நீங்க போயிட்டு வாங்க! நம்பளுக்கு ஹஜ்ஜுக்குப் போய்வரணும்னு இருக்கு. நீங்க முதலில் உங்க ஹஜ்ஜுக்குப் போயி வாங்க!"

பீருக்கண்ணு முதலாளி ஒருநாள் பத்து தடவையாவது ஹஜ்ஜுக்குப் போகிற விசயம் குறித்துப் பேசாமலிருக்கமாட்டார்.

பொன்னாளி மற்றும் கொச்சியைச் சேர்ந்த சில நபர்கள் ஹஜ்ஜுக்குப் போயிருக்கின்றனர். அவர்களில் சிலர் திரும்பி வரவுமில்லை. திரும்பி வந்தவர்களை பீருக்கண்ணு பார்த்திருக்கிறார்.

கணக்குப் பிள்ளை காசி போகிறார் என்கிற கவலை பீருக்கண்ணு முதலாளிக்குக் கூடக் கிடையாது.

54

சீலாந்திப்பிள்ளி கேசவபிள்ளை காசிக்குப் போகிறார். அங்கிருந்து கபிலவஸ்துவுக்குச் செல்வார். அப்புறம் மெக்கா... ஜெருசலேம்..! எல்லா நாடுகளையும் சுற்றி நடந்து பார்ப்பார். ஆங்காங்குள்ள மக்களிடம் அறிமுகமாவார். இந்த நாடு குறித்து அவர்கள் கேள்விகள் கேட்பார்கள்.

ஜெருசலேமுக்குச் செல்லும் போது நிமிர்ந்து நின்று பேச முடியும்.

"இயேசு கிறிஸ்துவின் சீடரான புனிதர் தாமஸ் தெய்வ வசனங்களைப் பிரகடனம் செய்தவாறு மணற்காடுகளையும் பர்வத நிரைகளையும் தாண்டிக் கடல்கள் கடந்து கரையில் இறங்கியது எங்கள் நாட்டிலேதான். நாங்கள் அவரை சித்தர் என அங்கீகரித்து வரவேற்று உபசரித்துக் கொண்டோம்."

இன்னும் சொல்லவேண்டியிருக்கிறது.

"எங்கள் நாட்டினர் அந்த பைபிள் வசனங்கள் கேட்டு மனத்தை மாற்றிக் கொண்டனர். தாமஸ் புனிதர் ஏழு மாதா கோவில்களை நிர்மாணித்தார்."

மேலும் சொல்லவேண்டியிருக்கிறது:

"மனமாறுதல் ஏற்பட்டவர்களுக்கு ஒரு போதும் பிரஷ்டம் இருக்கவில்லை. அத்தகைய ஒன்றுதான் எங்கள் நாடு."

ஆனால் இன்று? அந்த விசயத்தைப் பற்றிச் சொல்லும்போது இன்னொரு விசயத்தைச் சொல்லவில்லை என்பதனால் சொன்னதெல்லாம் பொய் ஆகிவிடுவதில்லை.

கபிலவஸ்துவுக்குச் செல்லும்போதும் நிமிர்ந்து நின்றவாறே சொல்லிவிட முடியும்.

"நீண்ட நாட்களுக்கு முன்னர் இங்கிருந்து தென்னகத்துக்குச் சென்ற ஒரு பேரறிஞரின் உறவினன் நான்."

அப்போது அந்த ஊரைச் சேர்ந்தவர்கள் ஒருவரை ஒருவர் பார்த்து அவர் யாராக இருப்பார் என்று கேட்பார்கள்.

"என் நாடு, யார்தான் அங்கே சென்றாலும் அவர்களை வரவேற்கும். அங்கே வரவேற்கப்படுகின்றவர்கள் அந்த ஊரைச் சேர்ந்தவர்களாகி விடுவார்கள். அவர்களை அந்த நாடு தன்னகத்தே உட்கொண்டு விடுவார்கள். அத்தகைய ஒரு நாடு வேறு எங்காவது இருக்கிறதா? அம்மா!

அம்மாதான் எங்கள் நாடு."

ஸ்ரீசங்கரனுடைய நாட்டிலிருந்துதான் தானும் வருவதாக காசியில் சென்று உரத்த குரலில் கோஷிப்போம்.

பரமு அம்மாவன் காசிக்குப் போனது அங்குள்ள மணிகர்ணிகா கட்டத்திற்குச் சென்று இயற்கை எய்துவதற்காகத்தான். சாயூஜ்ய மடைவதற்காகவேதான்.

கேசவபிள்ளை விடைபெற்றுக்கொள்ள அனைத்து வீடுகளுக்கும் சென்றார்.

அப்புறம் இருபத்தியோரு நாட்கள் கோவிலில் 'பஜன'மாய்த் தங்கி யிருக்கவேண்டும். அதன் பின்னர்தான் பயணச்சாமான்களை எல்லாம் எடுத்துக் கொண்டு கிளம்பமுடியும். அதுதான் வழக்கம்.

இரண்டு நாட்கள் கழிந்து விட்டன. இனி பத்தொன்பது நாட்கள் தான். இரண்டு நாட்களுக்குள்ளே அன்பர்கள் பலரும் வந்து கேசவ பிள்ளையைச் சந்தித்தனர். அவர்களிடையே மாப்பிளமார்கள் உண்டு; இஸ்லாமியர்கள் உண்டு; நாயன்மார்கள் உண்டு; ஈழவர்கள், புலையர்கள் மற்றும் பறையர்களும் உண்டு; அனைத்து ஜாதி-மதங்களைச் சேர்ந்தவர்கள் இருந்தனர்.

* ** *

பள்ளிக்கூடத்தில் படித்தவனாக இருந்தாலும் விவரமுள்ள ஒருவன் ஊரில் இருந்தான் - சீலந்திப்பிள்ளி கேசவன்! கேசவன் ஓலைச் சுவடிகளைக் கையிலிருந்து கீழே வைத்ததில்லை. அதன் மேன்மைதான் கேசவனிடமிருந்திருக்கிறது.

நல்லவன்! எல்லோருக்கும் நல்லவன்! கெட்டவன் என்று எவனும் சொன்னதில்லை.

கேசவபிள்ளை அறிஞராக இருக்கவில்லை. ஆனால் விவரம் தெரிந்தவராக இருந்தார். ஒவ்வொரு வீடாக ஏறியிறங்கி விடை சொன்ன போதும், ஒவ்வொரு வீட்டையும் சேர்ந்தவர்கள் வந்து சந்தித்தபோதும், எவனாவது எதற்காகப் போகிறீர்கள் என்று கேட்டிருக்கிறானா? அப்படிக் கேட்டிருந்தால் கேசவ பிள்ளை சொன்ன பதில் என்னவாக இருக்கும்?

...காசி அழைத்தது... அல்லது கபிலவஸ்துவும் ஜெருசலேமும் மெக்காவும் அழைத்தது... என்றாக இருக்குமா?

ஜனங்கள் பேசிக்கொண்டனர். "படிப்பு ஜாஸ்தியானால் அப்படித் தான். பைத்தியம் பிடித்துவிடும். எல்லாம் ஓர் எல்லையோடு நிறுத்திக் கொள்ள வேண்டும் படிப்பும் அப்படித்தான். அறிஞர்கள் பைத்தியக் காரர்கள்தான்."

* ** *

கோவிலில் 'பஜன' மிருந்ததன் மூன்றாவது நாள்; இன்னும் பதினெட்டு நாட்கள்தான். அதன் பின்னர் மூட்டைமுடிச்சுடன் ஊரை விட்டுக் கிளம்பிச் செல்கிறார்.

அன்று ஓர் அம்மாவனும், அவர் மருமகனும் சேர்ந்து கேசவ பிள்ளையைச் சந்திக்க வந்தனர். வெட்டிக்காட்டு நாணுக்குறுப்பு தான் அம்மாவன். சீலாந்திப் பிள்ளி பரமுப் பிள்ளை ஆசானுடைய சீடர். நாணுக்குறுப்புவின் சகோதரி குஞ்சாச்சியின் மகன்தான் மருமகப் பையன்.

நாணுக்குறுப்புவுக்குப் பதினான்கு வயதானபோது படிப்பை நிறுத்திக் கொண்டு அம்பலப் புழை தாசில்தாருடைய சமையற்காரராகப் போய்விட்டார். சீலாந்திப் பிள்ளி ஆசானிடமிருந்து ஆசியும் பெற்றிருந்தார். அன்று முதல் இன்று வரையிலும் நாணுக்குறுப்பு சமையற்காரரேதான். நிரந்தரமாக ஓர் எஜமான் அன்றிப் பல்வேறு எஜமானர்களின் சமையற்காரராக இருந்திருக்கிறார். குறுக்கு காளம், எரிச்சேரி, அவியல் போன்ற பதார்த்தங்களை ருசிகரமாகச் சமைத்துக் கொடுத்து அவர்களுடைய பிரியத்தைப் பெற்றுக் கொண்டு இன்றைய தினமும் வாழ்க்கையை நடத்திக் கொண்டிருக்கிறார். தனது மருமகப் பையன் ஓர் எஜமானனாகிவிடவேண்டுமென்று நாணுக் குறுப்புவுக்குத் தோன்றியது. அவ்வாறாக சாகதேரி குஞ்சாச்சியின் மகன் பரமேஸ்வரனை அவர் திருவனந்தபுரத்துக்கு அழைத்துச் சென்றார்.

இப்போது பல வருடங்களாக பரமேஸ்வரன் உண்ணித்தான் எஜமானனுடைய சமையற்காரனாக இருந்து வருகிறான். உண்ணித்தான் அவர்கள் வக்கீலாக இருந்தார்கள். இப்போது ஜட்ஜ்! மரண தண்டனை விதிக்க அதிகாரமுள்ளவர்!

பரமேஸ்வரனுக்கு ஆங்கிலம் கற்றுக் கொடுக்கிறார்கள். அவன் ஜட்ஜாகிவிடலாம். ஜட்ஜாக வேண்டுமென்பதுதான் நாணுக் குறுப்பு வின் விருப்பம். அந்த ஒரே ஒரு அபிலாஷைதான் குறுப்புவுக்கு இருந்து வருகிறது.

வட்டத் தரை, பருத்திக்காடு, தும்பேக்களம் ஆகிய கிருஸ்தவ வீடுகளைச் சேர்ந்த சிறுவர்கள் மங்கலாபுரம் போன்ற ஊர்களுக்குச் சென்று ஆங்கிலம் கற்றுக் கொள்ளுகிறார்கள். இந்த ஊரிலே ஒரு நாயர் சிறுவன் மட்டும் ஆங்கிலம் கற்றுக் கொள்ளுகிறான். வெட்டிக்காட்டு குஞ்சாச்சி மகன் பரமேஸ்வரன்.

குறுப்புவின் சொற்படி அவன் கேசவபிள்ளையின் காலைத் தொட்டு வணங்கினான்.

"நீ என்னென்ன படிக்கிறே?" விசாரித்தார் கேசவபிள்ளை.

"இங்கிலீஷ், அரித்தமாற்றிக்ஸ், ஜியோகிராஃபி, ஹிஸ்டரி நேசர் ஸ்டடீ!" அவன் தயக்கமின்றிச் சொன்னான்.

"அப்படீன்னா?"

பரமேஸ்வரனுக்கு பதில் இல்லை.

"கணக்கு படிக்கிறியா?" என்றார் பிள்ளை.

பரமேஸ்வரன் பதிலளிக்கு முன்னரே இடையில் புகுந்து பதிலளித்தார் குறுப்பு:

"அவனுக்கு ஸ்ரீபத்மநாபனுடைய பத்து சக்கிரம் கிடைக்கத்தான் நான் பாடுபடறேன். இவன் ஒரு ஜட்ஜாகணும்னு தான் என்னோட ஆசை. அதுக்கு எல்லாக் கடவுளர்களையும் நான் பிரார்த்தனை பண்ணிக் கிட்டிருக்கேன். காசிக்குப் போற நீங்களும் இவன் தலையில் கைவைத்து ஆசி கூறணும்."

கேசவபிள்ளை அவ்வாறு செய்தார்.

"நீ ஜட்ஜாக வரட்டும்!" ஆசி கூறினார். ஸ்ரீபத்மநாபனின் பத்து சக்கிரம்!

அது அம்மாவின் அபிலாஷையாக இருந்தது. தனக்கும் இருந்தது அந்த அபிலாஷை. சுப்பையன் வாத்தியார்ல கூட அதுக்காகத்தான் கல்வி கற்றுக்கொண்டார். ஆனால் அதுக்குக் கொடுத்து வைக்கவில்லை. ஸ்ரீபத்மநாபனின் பத்து சக்கிரம் கையில் வந்ததுதான். அது கை நழுவிப் போயிற்று. அந்த பத்து சக்கிரத்தை இறுகப் பிடிக்க முடியவில்லை.

இந்தப் பள்ளிக்கூடத்திலுள்ள எல்லா வகுப்புகளிலும் படித்து வெளியே சென்ற ஆண்களுக்கெல்லாம் பத்மநாபனுடைய பத்து சக்கிரம் கிடைத்து வருகிறது. வாத்தியார்கள், கிராம அதிகாரிகள், காரியகர்த்தர்கள், கணக்குப் பிள்ளைமார்கள்... இங்ஙனம் சிலர் இந்த ஊரில் உள்ளனர்! சீலாந்திப் பிள்ளை கேசவனுக்குப் பிறகு இந்தப் பள்ளியில் படித்தவர்கள்!

ஸ்ரீபத்மநாபனுடைய பத்து சக்கிரத்துக்காகத்தான் எல்லோரும் படிக்கின்றனர்.

அன்று புலையப் பள்ளிக்கூடத்தில் தொடர்ந்து உத்தியோகம் பார்த்திருந்தாரென்றால், இன்று ஒரு பள்ளிக்கூடத்தில் தலைமை ஆசிரியராக இருந்திருக்கலாம். எத்தனையோ சிறுவர்களின் கண்களுக்குப் பிரகாசம் நல்கியிருக்கலாம். வெட்டிக்காடு பரமேஸ்வரன் ஆங்கிலம் படித்து ஜட்ஜாக வரட்டும்! இந்த ஊரில் ஜட்ஜ்மார்களும் காரியகர்த்தர் களும் சர்வாதிகாரியக்காரும் உண்டாகட்டும்! எல்லோரும் ஆங்கிலம் கற்றுக்கொள்ளட்டும்!

வெட்டிக் காட்டுக் குடும்பம் செழிப்புற்று வருகிறது. கிட்டுக் குறுப்பு தான் எல்லோரையும் விடப் பெரியவர். இரண்டாமவர்தான்

நாணுக்குறுப்பு. மூன்றாமவர் கேசவக் குறுப்பு. கிட்டுக்குறுப்பு நல்ல உழைப்பாளியான ஒரு விவசாயி. நாணுக்குறுப்பு தனக்குக் கிடைக்கிற பணம் அனுப்பி வைத்துக் கொண்டிருக்கிறார். கிட்டுக் குறுப்பு அதைக் காலாகாலத்தில் பூமியாக மாற்றிவிடுகிறார். வெட்டிக்காட்டில் விவசாய வேலைக்குப் பறையன் அல்லது புலையன் தேவையில்லை. அந்த வேலையை கேசவக்குறுப்பு செய்வார். ஆனால் அவர் பெரிய சாப்பாட்டு ராமன். வயிறு நிறையக் கொடுத்தாலென்ன? வேலை செய்கிறார்.

கேசவக் குறுப்புவைப் பார்த்தால் ஒரு பறையன் போன்றிருப்பார்.

இன்னும் வெட்டிக் காட்டில் ஜட்ஜுமிருப்பார். இந்த ஊரைச் சேர்ந்த ஒருவர் ஒரு ஜட்ஜாகிறார் என்பது ஊருக்குப் பெருமை தானே?

ஊரிலிருந்த பெரிய பெரிய குடும்பங்களெல்லாம் தகர்ந்து விட்டன. சிற்றாட்கள் போன்ற தொழில் செய்கின்றவர்கள் குடும்பங்கள் சிறப்பெய்தி வருகின்றன. மூலேப்படத்து நட்டாசேரியும், வெட்டிக்காடும், அத்திப்புரைக்கலுமெல்லாம் முன்னேறி வருகின்றன. அவர்களுக்குச் சொந்தமாக நிலமுண்டு; விவசாயமுண்டு, படகுண்டு; சக்கிரமுண்டு! அவசர தேவைக்கான நெல்லும் பணமும் மிச்சமுண்டு.

சேந்நாடன் சொல்வது போல் கலியுகம் மூத்து வருகிறது. தலை கீழ் மாற்றம்தான்.

பல்வேறு வீடுகளில் ஸ்ரீபத்மநாபனுடைய பத்து சக்கிரம் வந்து சேர்ந்து கொண்டிருக்கிறது. அந்தக் குடும்பங்கள் முன்னேறவும் செய்கின்றன.

* ** *

இந்த ஊரு இன்னும் சிறிது காலத்துக்குப் பிறகு எப்படியிருக்கும்?

காசிக்குப் போகிற கேசவப் பிள்ளையைக் காண சேந்நாடன் வந்தார். பள்ளிக்கூடத்தில் படித்தவனாகிலும் கேசவனுக்கு விவரமுண்டு என்பதுதான் சேந்நாடன் கருத்து. கேசவபிள்ளையுடன் சேந்நாடனுக்கு ஓர் உறவுமுண்டு. சேந்நாடன் 'சம்பந்தம்' பண்ணியிருப்பது, காசிக்குப் போன பரமுப்பிள்ளை ஆசானுடைய பேர்த்தியைத்தான். குசலம் விசாரித்த பின்னர் சேந்நாடன் விவரம் தெரிந்த கேசவ பிள்ளையிடம் தனது பல்லவியை ஆரம்பித்தார்.

கலியுகம் மூத்து வருகிறது!

"இந்த ஊரு இன்னும் எப்படி உயிர் வாழ்ந்திடும்?" என்றார்.

கேசவ பிள்ளைக்குக் கேள்வியின் பொருள் விளங்கவில்லை. சேந்நாடன் தொடர்ந்து கூறினார்:

"இல்லே... கேசவபிள்ளை, ஊரை விட்டுப் போறீங்க. வாலிபனுங் களிடையே உங்களுக்குத்தான் விசயம் சொன்னாப் புரியும். நாங்க எல்லாம் மதியவேளை முடிஞ்சவனுங்கதான். நாட்டுக்கு நாதனுண்டா? ஊருக்கு ஆசானுண்டா?"

கேசவபிள்ளை வாய் திறக்கவில்லை. நாட்டுக்கு நாதனுண்டா? ஊருக்கு ஆசானுண்டா? என்பன போன்ற விசயங்கள் குறித்து இனிமேல் கேசவபிள்ளைக்கு யோசிக்கவேண்டிய அவசியமில்லை. எனவேதான் அவர் வாய்திறக்காமலிருந்து விட்டாரோ? கேந்நாடன் அதைத் திறந்து சொல்லவும் செய்தார்.

"விதைக்க வேண்டிய நேரம் தெரிஞ்சவங்க யார் இருக்காங்க? ஊரிலே எல்லாரும் படிச்சவங்க. குழந்தைக்குச் சோறூட்டுவது, நாம கரணம் செய்வது - இதெல்லாம் நேரம் பார்த்துச் செய்ய வேண்டிய சடங்குகள். நட்சத்திரம், திதி கூட இன்றைய வாலிபனுங்களுக்குத் தெரியாது. கிரகநிலை நோக்கி மழையா, வரட்சியான்னு காலநிலை தெரியாம நிலத்தில் எப்படி விதை விதைக்கமுடியும்? நாழி மண்ணை வாங்கவோ விற்கவோ செய்யணும்னா விலை நிர்ணயிக்கத் தெரியாது. அதனாலத்தான் நான் கேட்டேன், இந்த நிலைமையில் நாடு எங்கு நோக்கிச் செல்லுதுன்னு!"

பிராமணர்கள் கருமங்கள் செய்வதில்லை. அப்புறம் இந்த நாடு எப்படிச் செழிக்கும்? தேவன் சக்தியிழந்திருக்கிறான். காக்கும் தெய்வ மில்லாட்டா என்ன தான் நடந்திடுமோ?... சேந்நாடனுடைய கேள்விக் கணைகள்தான் இவை எல்லாம்.

அவர் மேலும் கூறினார்:

"கேசவன் பாக்கியசாலி! புண்ணியம் செஞ்சவன். இனிமே இங்கே ஏற்படவிருக்கிற நரகத்திலிருந்து புனிதத் தலத்தை நோக்கிப்போறீங்க. கொங்கைத் தீர்த்தத்திலே ஸ்நானம் செஞ்சு, காசிவிசுவநாதனை அபிஷேகம் பண்ணிப் புண்ணியத்தைப் பெற்றுக் கொண்டு மணிகர்ணிகா கட்டத்திலே படுத்து உயிர் துறக்கலாமில்லே?"

சேந்நாடன் முகம் மலர்வதை பிள்ளை பார்த்தார். அவர் ஒரு புன்னகை புரிந்தார். சேந்நாடன் விளக்கிக் கூறிய, மோட்சம் தருகிற அந்த நிலையம் பிள்ளையின் முகத்தை ஒளிசிந்தச் செய்யவில்லை. அந்தப் புன்னகையில் சற்றுக் கவலை தோய்ந்திருந்ததா?

இன்னும் பதிநான்கு நாட்கள்தான் இருக்கின்றன.

* ** *

மாளிகைக்குக் கீழே தனிமையில் அமர்ந்திருக்கிற போது பிறந்து வளர்ந்த அந்த ஊரிலுள்ள ஒவ்வொரு வீடும் மனிதர்களும் மரங்களும்

அப்படிப் பல-கேசவபிள்ளை முன்னே அணிவகுத்து நிற்கும். இந்த ஊரிலுள்ள மாமரங்களுக்கெல்லாம் தனித் தனியாகப் பெயர்கள் உள்ளன. சக்கரைச்சி, கோலாச்சி, சகிரிச்சி, கடுக்காச்சி இவ்வாறுதான் பெயர்கள். மாமரங்களெல்லாம் பெண்கள்தான். மாம்பழக்காலம் குழந்தைகளுக்கு விழாக்காலம்தான். பல்வேறு புளிச்சி, சக்கரைச்சி மாமரங்களின் நினைவு வந்தது. கர்ப்பூரச்சிகள் அபூர்வமானவை. மாமரத்தடிகள் தோறும் நடந்து பொறுக்கிக்கொண்டு செல்கின்ற மாம்பழம் பிழிந்து 'திரை'யாக உணக்கியெடுப்பாள் அம்மா. இனிமேல் 'திரை' தின்னமுடியாது- அந்த ஊர்ப் பலாமரங்களுக்கும் தனித் தனியாகப் பெயர்கள் உள்ளன. வரம்மாத்து நிலத்தில் விளைகிற புந்நஞ்சையாரியன் நெல்லின் சோற்றுக்கு நெய்கலந்த ருசியுண்டு. கோவிலிலிருந்து இன்று சாப்பிட்ட அந்த நைவேத்தியச் சோற்றுக்கு அந்தருசி இருந்தது. அந்தச் சோறும் உப்புமாங்காயும் சேர்ந்த உணவு வேறு எங்கே கிடைக்கும்? காசியிலே, கபிலவஸ்துவிலே எல்லாம் கிடைக்குமா? பரந்து பரந்துகிடக்கின்ற நெல்வயல்கள் எங்கிருக்கின்றன? ஏதாவது நாட்டில் சபரிமலை இருக்குமா? காலையிலே கண் விழித்துக் கிழக்கே பார்த்தால் பல்வேறு உயரத்திலுள்ள நீல மலைகளைக் காணக்கூடிய நாடு எங்கிருக்கிறது?

பிறந்த நாடு தன்னைக் கொக்கி போட்டு இழுப்பதாக கேசவபிள்ளைக்குத் தோன்றியது... செல்வச் செழிப்பு மிக்க ஆற்றங்கரையில் கிருஸ்தவர்களின் மாடிவீடுகள் உண்டு. வானளாவி நிற்கிற ஔசேப்பு பிதாவின் உருவச்சிலை ஊர் முழுவதற்கும் அருள் வழங்கி நிற்கிறது. எவ்வளவு நல்லவர்கள்தான் அங்கே போகின்றவர்கள்!... இந்த நாட்டிலே எல்லோரும் நல்லவர்கள். தன்னை நேசிக்கின்றவர்கள். அறிமுகமில்லாத மனிதர்கள் இருக்குமிடத்தை நோக்கித்தான் இனிமேல் செல்ல வேண்டியிருக்கிறது. அங்குள்ள மக்கள் எப்படிப்பட்டவர்களாக இருப்பார்கள்?

கேசவபிள்ளையை நேசிக்காதவர்களாக இங்கே யார் இருக்கிறார்கள்? யாருமில்லை.

மனிதர்கள் என்றில்லை - மிருகங்கள் கூடக் கிடையாது. இரவில் பீருக்கண்ணுவின் கடையிலிருந்து பந்தம் பற்றவைத்து நடந்துவரும் போது பாதையோரத்திலுள்ள வீட்டு நாய்கள் குலைத்தவாறு குதித்து வெளியே வந்து விடும். அடுத்த கணமே வாலையாட்டி முனகியவாறு பின்னால் சில கெஜங்கள் தூரத்தில் பின்பற்றி வந்து விடுகின்றன. இரவிச் சோகனுடைய, தலையுயர்த்தி உறுமி நிற்கிற எருமைக்கடாய் கூட வழிவிட்டு விலகி நிற்கும். பார்க்கும் போது ஒரு புன்னகையாவது புரியாத எவருமில்லை இந்த ஊரில்.

மாம்பழக் காலத்தில் அம்பாட்டுவிட்டுப் பெரிய சக்கரைச்சி மாமரம், அறிந்தே செய்வது போல், கேசவபிள்ளை மதிய உணவுக்குச்

செல்லும்போது ஒரு மாம்பழம் உதிர்த்துவிடும். ஆற்றுத்துறை, பருத்திக்காடு, தும்பேக் களம் மற்றும் வட்டத் தரையிலுள்ள செந்தென்னை மரங்களில் இளநீர்க் குலைகள் கேசவபிள்ளையைப் பார்க்கும் போது உதிர்ந்து விழப் போவதாகத் தோன்றியதுண்டு.

வெறும் காடுகளாகக் கிடந்த இடங்களிலெல்லாம் சிறியதும் பெரியதுமான வீடுகள் உயர்ந்து விட்டன. சிறிது காலத்திற்குள்ளேயே ஊரில் பெரிய மாறுதல்கள் ஏற்பட்டிருக்கின்றன. எல்லா வீடுகளையும் சுற்றி வேலி போடப்பட்டிருக்கிறது. வாழை செழிப்பாக வளர்கிறது. வெள்ளரிக்காய், புடலங்காய், பாகற்காய்-எல்லாம் உண்டு.

மக்கள், ஆற்றுத் துறையில் கண்டு கற்றுக் கொண்டவர்கள்.

அப்படிப்பட்ட ஒரு மனையில் ஒரு வீடு கட்டி அங்கே அடக்கமான வாழ்க்கை நடத்த, ஒரு காலத்தில் கேசவபிள்ளை எண்ணியிருந்தார். அந்த எண்ணம் இப்போது மனத்திலிருந்து அகன்று விட்டிருக்கிறது.

எதுக்காகப் புதுவீடு கட்டவேண்டும்? சீலாந்திப் பிள்ளியிலேயே இருந்து விடுகிறதுதானே? பூர்விகர்கள் அப்படித்தானே, வாழ்ந்திருக் கின்றனர்?

ஒரு புது வாழ்க்கையைத்தான் கனவு கண்டிருந்தார். அந்தக் கனவு மனத்தில் எவ்வாறு உருவமானதெனத் தெரியாது. எப்படியோ அதன் விதை உள்ளே நுழைந்துவிட்டது. பின்னர் அது முளைத்து உருவமாய் வளர்ந்தது. சுயமறியாமலே!

ஒருவேளை பள்ளிக்கூடத்தில் படித்ததனால் ஏற்பட்டிருக்கலாம்; அல்லது இந்த ஓலைச்சுவடிகளை எல்லாம் வாசித்ததனால் ஏற்பட்டிருக்கலாம். நாற்பக்கமும் வேலி கட்டியடைத்து, அதற்குள்ளே நன்கு உழைத்துச் செழிப்பாக வளர்ந்த வாழை மற்றும் தென்னை மரமுடைய ஒரு சிறுமனையில் ஒரு சிறு வீடுகட்டி அதில் தேவியுடன் வாழ்க்கை நடத்துவது! இன்றைய தினமும் அந்தக் கனவு உண்டா?

சீலாந்திப்பிள்ளிக் குடும்பத்தை மறுப்பது அல்ல அதன் பொருள், அது ஒரு புனிதமான கோவில். எத்தனை எத்தனை சமாதி மேடைகள் அங்கே! ஓலைச் சுவடிகள் வைத்திருக்கும் அறையிலே விலைமதிப்பதற்கரிய பொக்கிஷமல்லவா? கேசவபிள்ளை எந்நாளும் சீலாந்திப் பிள்ளியைச் சேர்ந்தவர்தான்!

தேவி வெறும் கடுக்காத்ர தேவியாயிருக்கக் கூடாதென்கிற ஒரு விசயம் மட்டும்தான்-அவள் கடுக்காத்ரவைச் சேர்ந்த 'கலியாணி மந்திரம்' தேவி!

அத்தகைய 'கலியாணிமந்திரம்' கேசவபிள்ளையின் சொப்பனமாக இருந்தது.

* ** *

நினைவு வந்த நாளிலிருந்து எத்தனையோ பேர் இறந்திருக்கிறார்கள்! சிலர் குழிதோண்டிப் புதைக்கப்பட்டனர். சிலர் தகனம் செய்யப் பட்டனர், பிறந்தனர், வாழ்ந்தனர், இறந்தனர், மரணத்துடன் மனிதனை மறந்தனர், மறுபடியும் பிறவி ஏற்படுகிறது.

கேசவபிள்ளை போய்விட்டால் அன்றைய தினமே அவரை மறந்து விடுவார்கள். விடியற்காலை 'நிர்மால்யம்' கண்டு தொழுவதற்கு அவருடன் கோவிலுக்குச் சென்று கொண்டிருந்தவர்கள் கூட அவரை மறந்து விடுவார்கள். அல்லது அவர் இல்லாததை அறியமாட்டார்கள்.

* ** *

மறுநாள் காலையில் கேசவபிள்ளை கிளம்புகிறார்.

கேசவபிள்ளை மாடிக்குக் கீழே ஓர் ஓலைச்சுவடியைப் பார்த்துக் கொண்டிருக்கிறார். அப்போது கூட மனத்தில் ஒரு குழப்பம்தான். கவனம் முழுதும் சுவடியிலே பதிந்து விடுவதில்லை.

யாரோ வெளியே வந்ததாகத் தோன்றியது. அவர் தலையுயர்த்திப் பார்த்தார்.

வந்தது கடுக்காத்ர தேவியாக இருந்தாள். அவள் நயனங்கள் நனைந்திருந்தன. கால்கள் மெலிந்திருந்தன. புட்டம் ஒட்டித் தலை பெரியதாய் ஒரு குழந்தை தோள்மீது சாய்ந்து கிடக்கிறது. அது தூங்குகிறதா எனத் தெரியாது.

தேவி முகம் குனிந்து கொண்டது. கன்னங்களில் கண்ணீர்த் துளிகள் உருண்டோடுகின்றன. கேசவபிள்ளை கண்ணீரைக் கட்டுப்படுத்தப் பார்க்கிறார்.

தழுதழுத்த குரலில் சொன்னார் கேசவன்:

"தலையெழுத்துத் தாம்மா!"

அவள் திரும்பி நடந்தாள். அந்தக் குழந்தை தூங்குவதாக இருக்க வில்லை. அதுக்குச் சிரிக்கவோ, அழவோ சக்தியில்லை!

55

கோவிலுக்குள்ளே குள்ளநரி புகுந்து ஊளையிடுகிறது.

ஸ்தானிகளும் மானிகளும் சீரழிந்துபோனது போகட்டும். அது பகவானுடைய பொருளை அபகரித்ததன் பயனென்று வைத்துக்

கொள்வோம். ஆனால் இது? குள்ளநரி ஊளையிடுவது?

கவலைப்படுகின்றவர்கள் ஊரிலே இருக்கின்றனர். அவர்களில் ஒருவர்தான் சேந்நாட்டுப் பெரியவர். கல்லாற்றுப் பெரியவர், புயக்குளத்து கேசவச்சார் போன்ற ஏராளமானவர்கள் நெஞ்சுருகித் தவிக்கின்றனர்.

கலியுகம் முறுக்கேறிக் கொண்டிருக்கிறது.

"புராணங்களிலே சொன்னது எதுவும் பதிரில்லே." என்றார் சேந்நாடன்.

"புராணங்களிலே என்ன சொல்லியிருக்கிறது?" கேள்வியெழுப்பியதும் சேந்நாடனேதான்.

"புராணங்களில் எல்லாவற்றையும் விரிவாகச் சொல்லியிருக்கிறார்கள்." என்றார் கேசவச்சார்.

கேள்விக்குச் சரியான பதில் கிடைத்தது. சேந்நாடன் அதிகார பூர்வமாகவே பதிலை ஏற்றுக் கொண்டார்.

"அப்படிச் சொல்லுங ்க சுனக்குளத்தாரே! தெரிந்தவனுக்குத்தான் தெரியும் - என்ன நடக்க இருக்குதுன்னு! ஒரு யுகத்தின் இறுதிக்கட்டம்தான் இது!"

சேந்நாடனுக்குப் பேச்சில் உற்சாகம் பிறந்தது. இனிமேல் தாழ்ந்த ஜாதிக்காரன் மேலே வந்திடுவான். தரும-நீதிகளெல்லாம் தலைகீழாய்ப் போயிடும். தெய்வநிந்தனை, பிராமண நிந்தனை எல்லாம்தான் அறநெறிகளாயிடும். அப்போது என்ன நடக்கும்?

கல்லாற்றுப் பெரியவர் இடையிலே புகுந்து தன் கருத்தைத் தெரிவித்தார்:

"பிராமண நிந்தனையும் தெய்வ நிந்தனையும் எப்படி ஏற்படாம லிருக்கும்? பிராமணன் பிராமண தருமம் அனுஷ்டிக்கிறானா? அந்த பாலத்தோள் மடத்துக்காரங்களையே பாருங்க. அவங்களுக்கு அதிகமான வட்டி கிடைக்கணும். சொத்து சேர்க்கணும். அதுதான் எண்ணம். கோவில் நைவேத்தியத்துக்கான அரிசியும், விளக்குக்கான நெய்யும் மடத்திலேதான் செலவாகுது."

கனக்குளத்தார் கூடவே சேர்த்துக் கூறினார்:

"சின்னச் சின்ன போற்றிப் பசங்க தானே, பூஜை பண்ணறாங்க? நேற்று தீபாராதனை பண்ணியது ஒரு சின்னப் பையன்தான். அவன் தேவன் முகத்திலே பொக்காணி பண்ணிக்கிட்டிருந்தான்."

கல்லாற்றுப் பெரியவர் சொன்னார்:

“நைவேத்திய மூட்டுகிற மந்திரம், ‘சாப்பிடுங்க தேவரே! சாப்பிடுங்க தேவரே!” என்றிப்படியிருக்குமோ?”

சொல்லவேண்டியதைச் சொல்லி முடிக்கப் பொருமிக் கொண்டிருந்தார் சேந்நாடன். அந்தக் கூட்டத்தில் புராண பாண்டித்யம் அவருக்குத்தான் அதிகமாயிருந்தது!

“இது கலியுகத்தின் இறுதிக் கட்டமாகும். பகவான் விஷ்ணு கல்கியாக அவதாரமெடுப்பார். கல்வி வருவது குதிரைமீதுதான். வாளைப் பிடித்துக்கொண்டு புயல் வேகத்திலேதான். எல்லாவற்றையும் ஹதம் பண்ணிக் கொண்டுதான் பயணம். ‘பவிஷ்யத் புராணம்’ (பவிஷ்யத் = எதிர்காலம்.) என்ன சொல்லுதுன்னு தெரியுமா?”

மற்றவர்கள் எதையும் சொல்லவில்லை. சேந்நாடனே தொடர்ந்து பேசினார்:

“ங்ஆ! அப்படீன்னா, பவிஷ்யத் புராணம் வாசிக்கணும். சும்மா இதெல்லாம் அறிஞ்சுக்க முடியாது.”

சேந்நாடன் வெற்றிலை போட்டார். சுவைத்துக் கொண்டிருந்தபோது கனக்குளத்தார் கல்லாற்றுப் பெரியவரைப் பார்த்துக் கேட்டார்:

“இப்போதைய இந்தப் பள்ளிக்கூடத்திலே படிப்புத்தான் என்னய்யா? உமக்குத் தெரியுமா?”

“ஓ! அதைச் சொல்லறேன். எல்லா வீட்டிலேருந்தும் காலையிலே பசங்க போறதைப் பாக்கிறோமே. கற்றுக் கொடுக்கிறதெல்லாம் ஒரு மாதிரித்தான். அரிச்சுவடி தெரியாது. எல்லாவற்றுக்கும் காகிதம் வேணும். வாக்கியம், காவியம் ஒண்ணும் கற்றுக் கொடுக்கறதில்லை. கணக்குக் கூட்டிப் பார்க்கணும்னா காகிதத்திலெழுதிக் கூட்டணும். அன்னைக்கு -கேக்கறீங்களா, அந்தக் கதையை? இந்தப் பள்ளிக்கூடத்தில் ஒரு வாத்தியார் இருக்காரே-குட்டன் நாயரு - அவர் வீட்டின் தென் பக்கத்திலுள்ள எங்கள் பத்துபறை நிலமிருக்கே-அதுக்கு விலை கேட்டு வந்தாரு. அது வட்டத்தரை மாப்பிளவுக்குப் பணயமாகும். திடீரென வெளியேற்றவும் முடியாது. எனவே சுயஉரிமை அவருக்கே கொடுக்கலாம்னு எண்ணினேன். நான் சொன்னேன், ‘மகாகாணி நெல் உபயம்’னா தந்துடறேன்னு. ஆறு குத்தகையும். பாருங்க, பசங்க கண்ணுக்கு வெளிச்சம் கொடுக்கிற வாத்தியாரு கண்விழித்தபடியே நின்னுட்டாரு. அவருக்கு அந்தக் கணக்குப் போடத் தெரியாது. அவரு சொல்றாரு - ‘அதுக்கு என்ன விலைன்னு சொல்லுங்கோ’ன்னு. நெல் விளையற நிலத்துக்கு ஒரு பார்வை பார்த்து விலை நிர்ணயிக்கணுமாம். எனக்கு வந்தது கோபம். சொன்னேன்: ‘அப்பறம் நீரு என்னையா, சொல்லிக் கொடுக்கிறீரு? ஒரு நிலத்தின் விலை நிர்ணயிக்க முடியாத நீரு பசங்களுக்கு என்னதான்

சொல்லிக் கொடுக்கிறீரு?... அவருக்கு வெட்கம் வந்தது."

கல்லாற்றுப் பெரியவர் விசாரித்தார்:

"அப்பறம் நீர் அவருக்கு 'மகாகாணி நெல் உபயம்'னா என்னன்னு சொல்லிக் கொடுத்து நிலத்தின் மதிப்புக்கேற்ற விலை வாங்கினீரா?"

"தண்ணி சாப்பிடறது போல ஒரு கணப்பொழுதிலே சொல்லிக் கொடுத்தேன்."

சேந்நாடன் வெற்றிலை போட்டு முடித்துக்கொண்டார். அவர் சொல்லத் தொடங்கினார்:

"தருமமும் நீதியுமிருந்த காலத்திலே நிலத்தை வாங்குவதும் கொடுப்பதுமெல்லாம் எப்படி நடந்ததுன்னு தெரியுமா? பூவும் மண்ணும் வாழையிலையிலே வைத்துக் குத்துவிளக்குக்கு முன்னாலே கொடுக்கிற ஆள் வாங்கற ஆளுக்குக் கொடுத்திடறார். தீர்ந்தது அந்தச் சடங்கு கல்லிலே வரைந்த ஓவியமாகும். கொடுக்கிற ஆள் கொடுத்திட்டார். வாங்கற ஆள் வாங்கிக்கிட்டார். தீர்ந்தது. அன்றைய தினம் நேர்மையும் அறநெறிகளுமிருந்தன. அப்பறம் தான் 'ஓலைக் கரணம்' (ஓலையிலெழுதிக் கொடுப்பது) என்கிற முறை வந்தது. இன்னைக்கு என்னன்னா, பத்திரமெழுதணும். பதிவு பண்ணணும். அப்பறம்தான், வாங்கினது வாங்கலேன்னு, கொடுத்தது கொடுக்கலேன்னு எல்லாமாயிடுச்சி. இந்தப் போக்கு எங்கே போய் முடியும்னு நினைக்கிறீங்க?"

கல்லாற்றுப் பெரியவர் மற்றும் சுனக் குளத்தாரை நோக்கி, இந்தப் போக்குக்கு எல்லாம் பொறுப்பாளிகள் அவர்கள்தான் என்பது போல், அந்தக் கேள்வி போட்டார். மேலும் சொன்னார்:

"தருமத்தை நிலைநாட்டுவதற்காகத்தான் பகவான் கல்கியாக அவதாரமெடுக்கிறார். எல்லாம் எல்லாம் துஷ்டமாகிவிடுகிறது. துஷ்டமாவது அனைத்தையும் அழித்துவிடவேண்டும். அழியவேண்டும். அழிக்கக் கூடாததாக எதுவுமிருக்காது. புற்கொடி கூட அழியவேண்டும். ஏனென்றால் அதுவும் துஷ்டமானதுதான். எனவே பகவான் அனைத்தையும் அழித்து விடுகிறார்."

சேந்நாடன் ஒரு கணம் நிறுத்தினார். இன்னும் பேசவேண்டியிருக்கிறது:

"சூரியன் புயலில் சிக்கிய சருகுபோல் பறக்கும். நட்சத்திரங்கள் பெரும் சுழலில் அகப்பட்டது போல் வட்டமாய்ச் சுற்றும். சூரியன் சிறுசிறு துண்டுகளாய்ப் பரிணமித்துப் பறந்துபோய்விடும். இருள். எங்கும் கும்மிருட்டு. பேய்மழை ஆரம்பித்து விடும். அது ஒரு யுகத்தின் ஆரம்பமாகும். ஒரு யுகம் முழுவதிலும் மழை பெய்து கொண்டிருக்கும். இப்போது பெய்கிற மழை போல் அல்ல. துதிக்கை அளவிலுள்ள

தாரையாய் ஒரு யுகம் முழுவதிலும் தொய்வில்லாமல் பெய்துவிடும். பிரளயம்!"

இப்போதும் ஒரு கணம் நிறுத்தினார். மூச்சு வாங்கிய பின்னர் சேந்நாடன் தொடர்ந்து பேசினார்:

"அது ஒரு 'கல்ப்பாந்த'மாகும். பரந்து பரந்து கிடக்கிற பிரளய சமுத்திரத்திலே, அந்த மழை நிற்கும் போது 'பிரணவ'த்தின் ஒலி கேட்கலாம்; ஓம்! பின்னர் அந்த ஒலி ஒரு பொருளாகப் பரிணமிக்கிறது. ஓர் ஆலிலை-அதிலே விஷ்ணுவின் உருவம்!"

சேந்நாடனின் முகம் மலர்ந்தது. பின்னர் மறுபடைப்பாம்!

கல்லாற்றுப் பெரியவர் விசாரித்தார்:

"அப்போ... பெரியவரே, கல்ப்பாந்தப் பிரளயத்திலே அனைத்தும் அழிந்து போவுது; அல்ல?"

அது தவறு என்கிற பாவனையில்தான் சேந்நாடன் பின்னர் பேச்சைத் துவக்கினார்:

"எதுவுமில்லாத ஒரு நிலைமையை பகவான் ஒப்புக்கொள்ள மாட்டார். காணப்படுகின்ற இந்தப் பொருட்கள் அனைத்தும் அழிகின்றன. ஆனால் அது ஒன்றுமில்லாத ஒரு நிலைமை அல்ல. தருமத்தை நிலைநாட்டத்தானே, பகவான் அவதாரமெடுக்கிறார்? தருமம் திரும்பவும் நிலைநாட்டப்பட வேண்டும். அப்போது எதுவுமில்லாத சூனிய நிலைமை ஏற்படலாகாது. சூனியநிலை இல்லை. கலிக்குப் பின்னரும் மறுபடைப்பு உண்டு. இதுக்கு முன்னரும் பற்பல கலியுகங்கள் ஏற்பட்டிருக்கின்றன. பற்பல 'யுகாந்த'ங்களையும், 'மன்வந்தர'ங்களையும் படைப்பார். இப்போது பற்பல யுகங்கள் முடிவடைகிற கல்ப்பாந்த மேற்படப் போகிறது. இன்னமும் காலம் என்கிற ஒன்று உண்டு. காலம் இல்லாமற் போய் விடுவதில்லை. எனவே ஒன்றுமில்லாத சூனியநிலை இல்லவே இல்லை."

அந்தச் சர்ச்சை முடிந்துவிடவில்லை. அது தொடர்கிறது:

"அப்போது ஈஸ்வரன்தான் என்ன? காலம்தான் ஈஸ்வரன். ஈஸ்வரன் காலச் சொரூபன். பிரபஞ்சம் இல்லாமலாகிவிடும். திரும்பவும் உற்பத்தியாகிவிடும். பின்னர், இல்லாமலாகிவிடும். காலம் இல்லாமலாகி விடுவதில்லை. அப்போது என்ன? பிரபஞ்சம் காலத்திலே மிதந்து செல்கிறது."

கனக்குளத்தார் சொன்னார்:

"இதெல்லாம் பாகவதத்திலே உண்டு."

"புராணம் வாசித்துப் புரிந்துகொள்கிறவனாய் இப்போது எவன் இருக்கிறான்? சில வீடுகளிலே இரவு உணவுக்குப் பிறகு பெயருக்காக ஏதோ கொஞ்சம் வாசிக்கிறாங்க. புரிஞ்சுக்கிட்டுப் படிக்கிறவன் எவன் தான் இருக்கான்? படிச்சா எவனுக்குத்தான் புரியும்?"

கல்லாற்றுப் பெரியவர் தனக்குத் தெரிந்த ஒரு விசயத்தை வெளியிட்டார்.

"உங்க யாருக்காச்சும் தெரியுமா? நம்ப பாளத்தோளு கிருஷ்ணரு திருமேனியை தேவஸ்தானம் காரியகர்த்தராப் பண்ண ஒரு யோசனை பிறந்திருக்கு."

"அப்படி யோசிக்கிறது யாரு?" என்றார் சேந்நாடன்.

அவர்கள் ஆழமான 'சிருஷ்டி-ஸ்திதி-சமஹாரம்' (படைத்தல்-காத்தல்-அழித்தல்) என்கிற விசயத்திலிருந்து ஊர் விசயங்களுக்குச் சறுக்கி விழுந்தனர்.

"ஈக்களைப் பிடிக்கிற கிருஷ்ண பிள்ளை எசமானா, அல்ல. எப்பவும் சொறிஞ்சுக்கிட்டிருக்கிற குஞ்சுக்கைமளா?"

கல்லாற்றுப் பெரியவர் அந்தக் கதையை விரிவாகச் சொன்னார்.

"குஞ்சன் பிள்ளை காரியகர்த்தருக்கு அந்தப் பதவியிலிருந்து விலகிப் போவணுமாம்!"

சுனக்குளத்தார் இடையிலே புகுந்து சொன்னார்:

"அவரு தருமசாத்தாவைத் திருடி நல்லாச் சம்பாதிச்சுட்டாரு. இப்போது போதும்னாச்சு." அவர் மேலும் சொன்னார்: "விசயம் அது வாக்கும்." கிருஷ்ணரு திருமேனிக்கு ஒரு தயக்கம். ஆனா அவரு தம்பீங்களுக்குப் பெரிய நிர்ப்பந்தமாம். இதுதான் நிலைமை."

சுனக்குளத்தாருக்கு ஒரு கருத்து உண்டு. ஸ்தானிகள் சீரழிந்து போயினர். இந்த நிலைமையில் கோவில் நாதியற்றுப் போய்விடும். ஈப்பிடிக்கிறவன் மற்றும் சொறிகிறவன் கையிலேதான் தேவஸ்தானம். அப்படி விட்டு வைப்பது சரிதானா? ஊர்ஜனங்கள் இதையெல்லாம் அறிய வேண்டாமா?

கல்லாற்றுப் பெரியவர் அறுதியிட்டுக் கூறினார்:

"நான் வரமாட்டேன். தேவஸ்தானம் விசயத்திலே எனக்கு ஆக வேண்டியது ஒண்ணுமேயில்லே. என் குடும்பம் இருக்கிற வரைக்கும் தேவஸ்தான விசயத்திலே தலையிட்டு மண்டையுடைய விடமாட்டேன்."

கல்லாற்றுப் பெரியவருக்கு நினைவு உண்டு. அவர் ஒரு சமயத்திலே சர்வப் பிராயச்சித்தம் செய்த குடும்பத்தைச் சேர்ந்தவர்.

ஆனால் அப்படி கைகட்டி நிற்பது தெய்வ கோபத்துக்குள்ளாகிற விசயமாகும். பாலத்தோள் இல்லத்தினர் பேராசைப் பேர்வழிகள். நெல்லுக்கும் பணத்துக்கும் 'ஆ' என்று வாய் திறந்து நிற்கின்றவர்கள். அவர்கள் கைவசத்தில் தேவஸ்தானம் வந்துவிட்டால் கோவில் குளமாக வேண்டியது தான். பிராமணன், தேவன் சொத்தை எடுத்துக் கொள்ளலா மென்ற விதியுண்டு.

கனக்குளத்தாருக்குச் சட்ட சம்பந்தமானதொரு சந்தேகம்:

"ஸ்தானிகள் இல்லாமே ஆயிட்டா அப்படீன்னா ஸ்தானிகளோட குடும்பங்கள் நாசமாயிட்டதுன்னு வச்சுக்குங்க - அப்பறம் தேவன் காரியங்கள் எப்படி நடக்கும்?"

"ஊர் ஜனங்கள் பொறுப்பை ஏற்றுக்கணும்." என்றார் சேந்நாடன்.

சுனக்குளத்தாருக்கு அது ஏற்றுக்கொள்ளக் கூடியதாகத் தோன்ற வில்லை. சும்மா சந்தேகத்தைத் தீர்த்துக் கொள்வதற்காகவே கல்லாற்றுப் பெரியவர் வினவினார்:

"அப்படீன்னா, ஊர்ஜனங்க முன்னாலே ஆசானா நிற்கிறவன் யாரு? ஒரு நாதன் வேணுமல்ல?"

அதுக்கு உடனடியாக பதில் கூற முடியவில்லை.

கல்லாற்றுப் பெரியவர் தனது இரண்டாவது சந்தேகத்தைக் கிளப்பினார்:

"அப்பறம் அவங்க ஸ்தானிகளாக மாட்டாங்களா?"

"அதெப்படி?" என்றார் சேந்நாடன்.

சுனக்குளத்தார் யோசிக்கிறார். கல்லாற்றுப் பெரியவர் சொன்னதிலே காரியமுண்டு. 'அதெப்படி'யென்று கேட்ட போதிலும் சேந்நாடனும் சந்தேகப் படுகிறார். ஊர்ஜனங்களின் முன்னே நிற்கிறவன் ஸ்தானியாக மாறிடுவான். அப்போது ஓர் உபாயம் சேந்நாடன் மனத்திலே உதயமாயிற்று. அவர் சொன்னார்:

"ஸ்தானி ஸ்தானீன்னா குலப்பெருமையும், ஆச்சாரியப் பதவியும், பொருளாதார அந்தஸ்தும் எல்லாம் அவருக்கு இருக்கணும்."

சுனக்குளத்தாருக்கு வாதம் புரிய ஒரு பிடி கிடைத்து விட்டது.

"இப்போ இந்த ஊரிலே அப்படிப்பட்டவங்க யாரிருக்காங்க? அதைத் தான் நான் கேக்கறேன்."

சேந்நாடனுக்கு பதில் இல்லாமலாகிவிட்டதுபோல் ஆயிற்று. எப்படியிருந்தாலும் பாலத்தோள் திருமேனியிடம் காரியகர்த்தர் பதவியை ஒப்படைப்பது ஆபத்தானதுதான். அவர்கள் தேவஸ்தானத்தை விழுங்கிவிடுவார்கள். அப்புறம் தேவஸ்தானம் அவர்களுக்குச் சொந்தமாகி விடும்.

"எப்படியும் காரியங்கள் நடந்தேறிடும். ஸ்தானிகள் திரும்பவும் ஏற்பட்டுடுவாங்க. கோந்நோத்து, சீரட்ட அப்பறம் மங்கலச் சேரியிலே ஆம்புளப்பசங்க இல்லாமே போயிடுமா? பின்னால் ஏற்பட்டுடலாம். மரபு அழிஞ்சிடுமா?"

கல்லாற்றுப் பெரியவருக்கு அந்த விசயத்திலே சந்தேகம் தான்.

"தெல்லவாரித்தனமாப் போயிட்ட அந்தக் குடும்பத்திலேயா, மறுபடியும் ஆம்பளப் பசங்க தோன்றிடுவாங்க? பத்துத் தலைமுறைக்கு ஏற்பட்டுவிடாது."

எனக்குத் தெரிந்த இன்னொரு விசயத்தைக் கூட வெளிப்படுத்தினார்:

"குஞ்சன் பிள்ளை காரியகர்த்தரும் அவ்வளவு குறைஞ்சவர் அல்ல. அவர் மூலப்படத்து கோவிந்தன் அல்லது நட்டாச்சேரி பத்மநாபன் கிட்டே பொறுப்பை ஒப்படைச்சு விடலாமில்ல?"

சேந்நாடன் கூறினார்:

"ஓ புதுப் பணப் பைக்காரங்க! ஆனா ஒரு விசயம் - பத்து பறை நெல் அல்லது பத்து பணம் தேவஸ்தானத்துக்காக முன்கூறாச் செலவு செய்யணும்னா அவங்க கையிலே மட்டும் தான் இருக்கு."

சுனக்குளத்தார் வினவினார்:

"பத்மநாபனா?"

"ஆட்சித் திறமை அவனுக்குத்தான். கோவிலை ஆள்வதுன்னா, அது அவனாலே சாத்தியம்தான். அவ்வளவு பிடிப்பு கோவிந்தன் கிட்டே இருக்காது. ஆனா கோவிந்தன் நல்ல விவசாயி. பத்மநாபன் இந்த நம்பூதிரிகளை நிலைக்கு நிறுத்திடுவான். அவனோட மீசையும் உருவமும் எல்லாம் கனஜோர்."

சுனக்குளத்தார் சொன்னார்:

"அப்போ, சேந்நாட்டுப் பெரியவருக்கு பத்மநாபன் மீதுதான் பிரியம்!"

"உண்மையைச் சொல்றேனே - எனக்கு அவனைப் பிடிக்கும்."

அப்போது உள்ளாட்டு இட்டிராமச்சார் வயலுக்குச் சென்று அது வழியாகத் திரும்பி வந்தார். இட்டிராமச்சார் உட்கார ஒரு பலகை

போட்டுக் கொடுத்தார் சேந்நாட்டுப் பெரியவர். ராமச்சார் வருவது ஒரு செய்தியுடன்தான். பாலத்தோள் கிருஷ்ணரு திருமேனி காரியகர்த்தார் பதவியை ஏற்றுக்கொண்டார். குஞ்சன் பிள்ளை அதை விட்டுக் கொடுத்தார்.

யாருமே வாய் திறக்கவில்லை. உள்ளாட்டுப் பெரியவர் சொன்னார்:

"அங்கேயும்தான் ஒரு தில்லுமுல்லு. கிருஷ்ணரு திருமேனிக்காக, மீதியிருப்பு, பாத்திரங்கள், நெல் மற்றும் பணத்தை ஏற்றுவாங்குவது கணபதிக் குஞ்சுதான். நெல்லை அளந்துதான் வாங்கமுடியும் என்று குரங்குப் பிடி பிடிக்கிறானாம். எல்லாம் கணிசமாயிருக்கணும்; பேசறதை மட்டும் நம்ப முடியாதாம். அறையிலிருக்கிற நெல் குறைவாயிருக்குமாம். தங்கம், தங்கநகைகளிலும் குறைவு இருக்கலாமாம்."

இன்னமும் யாரும் ஒரு சொல்கூடச் சொல்லவில்லை.

"நெல் பெரிய நெல்லறையிலிருந்து வெளியே கொட்டி அளக்கிறாங்க. அதுக்கும் பொறுப்பு கணபதிதான். அந்தப் பையன் நம்பூதிரி பெரிய கெட்டிக்காரன். நல்ல சாமார்த்தியம்." என்றார் உள்ளாட்டுப் பெரியவர்.

"ஒரு முறையிலே பார்த்தால் இப்படிப்பட்டவன்தான் ஆட்சி நடத்தணும்." என்றார் சுனக்குளத்தார்.

"நாம்ப தேவஸ்தானம் வரைக்கும் கொஞ்சம் போய் வரலாமா? எல்லாம் நேரடியாப் பார்க்கலாமே!" என்றார் சேந்நாடன்.

"ஓ! என்னத்துக்கு?" கல்லாற்றுப் பெரியவருக்கு அதிலே ஆர்வமில்லை.

ஆனால், எல்லோரும் சேர்ந்து அவரை வற்புறுத்தினர்.

"சண்டை கிண்டைக்குன்னா, நானில்லே." என்றார் கல்லாற்றுப் பெரியவர்.

56

கணபதிக்குத் தான் பணவிசயமனைத்துக்கும் பொறுப்பு. இல்லத்துக்குச் சேரவேண்டிய வட்டிக்கடனெல்லாம் ஒழுங்காகக் கணக்குப் போட்டு வைத்திருக்கிறார். இருபத்திரண்டாயிரம் பறைநெல் வட்டிக்கடன் இல்லத்துக்கு வரவேண்டியிருக்கிறது.

இரவு உணவை முடித்துக்கொண்டு அண்ணன் - தம்பி மார்களெல்லோரும் மாடியறையில் கூடியிருக்கின்றனர். எல்லோரும் கூடிக் கலந்து பேசவேண்டுமென்று கணபதிக்கு வெகு நிர்ப்பந்தமாக இருந்தது. புள்ளி விபர சகிதமாய் கடன்பாக்கி பற்றிய கணக்கு கணபதியிடமுண்டு. அவர் அந்தக் கணக்கை அப்படியே படித்துவிட்டு கிருஷ்ணரு திருமேனி யைக் கேட்டார்.

"இவ்வளவு பாக்கி நிலுவை வரக் காரணமென்னண்ணா?"

கிருஷ்ணரு திருமேனி பிடிப்பு இல்லாத குடும்பத் தலைவராக மாறி வருகிறாரா? அவர் சற்றுக் குறைந்தவராகி விட்டாரா? பதிலளிக்க விசயங்கள் அவரிடமுண்டு. பூணூலிலே விரல் ஓட்டியவாறு கூறினார்:

"நீண்ட நாளத்திய கணக்கு அப்பா, அது நெல்லுக்கும் பணத்துக்கும் வட்டியும் கந்துவட்டியும் கூட்டிச் சேர்த்துக் கணக்குப் போட்டிருப்பான் கணபதி. அப்போது வரவேண்டிய கடன்பாக்கி பெரியதொரு தொகையாக இருக்கும். ஒவ்வொரு கணக்கினுடையவும் வரலாற்றைப் புள்ளி விபரப் படியாகப் பார்க்க வேண்டியிருக்கும், தம்பீங்களா!"

நாராயணரும் தம்பானும் பேசாமலிருந்து விட்டனர். கணபதியே பதிலளித்தார்.

"நான் ஒரு முடிவுக்கு வந்திருக்கேன். ஒரு மணி நெல் கூட பாக்கி வச்சுக்காமே பூராவும் இந்த ஆண்டிலே வசூல் செஞ்சுக்குவேன். பாருங்க. கணக்கு சுத்தமாயிருக்கும். என்ன, எல்லோரும் ஒப்புக்கொள்றீங்களா?"

சொத்து வேண்டாமென்று எவனாவது சொல்லுவானா? அதுவும் குறிப்பாக வசூலாகவேண்டிய பொருட்களாக இருக்கின்றபொழுது யாருமே மறுப்பைத் தெரிவிக்கவில்லை.

"என்ன, வழக்குத் தொடுக்கப் போறீங்களா? அப்படீன்னா, ஆபத்தாக முடியும்." தம்பான் சொன்னார்.

"ஏய்... அப்படியொண்ணுமில்லை. பாருங்க! வைகாசி பதினஞ்சுக்குள்ளே ஒரு மணி நெல் பாக்கிவைக்காமே அத்தனையும் வசூல் பண்ணி அறைக்குள்ளே போட்டுடுவேன். இன்னும் அறைகளைப் பார்த்து வச்சுக்குங்க!" என்று சொன்ன கணபதி கலகலவெனச் சிரித்தார்.

* ** *

மாசிமாச ஆரம்பத்திலேதான் கோவில் திருவிழா. கிருஷ்ணரு திருமேனி காரியகர்த்தராகிவிட்ட பிறகு நடைபெறுகிற முதல் உற்சவம். உற்சவம் மிக ஆடம்பரமாக நடத்தப்படவேண்டுமென்று கணபதி நம்பூதிரி தீர்மானித்துக்கொண்டார். கிருஷ்ணருதான் காரியகர்த்தர் என்றாலும், உண்மையிலே காரியகர்த்தர் கணபதி நம்பூதிரியேதான். ஒரு முறையிலே பார்த்தால் இல்லத்தின் ஆட்சிப் பொறுப்பினைக் கூட அவர் எடுத்துக் கொண்டார் என்றே சொல்லவேண்டும்.

வல்லூரக்காட்டுக் குடும்பத்தினருக்குத்தான். அங்கே பெண்கள் இல்லை. வல்லூரக்காட்டுப் பெரியம்மாவும் ஒரு பெண் குழந்தையும் மட்டும் தான் அங்கே. மூன்று பறை நெல் அளந்தபோது பெரியம்மா கூறினாள்:

“போதும் பப்பு மாமா!”

இடும்பன் பப்புச்சார்தான் நெல் அளக்கிறார்.

“கணபதி ஒப்புக்கொள்ள மாட்டார். பத்து பறை நெல்லாவது கொண்டு போயிடணும்.”

“எங்க வீட்டிலே நானும் ஒரு பெண் குழந்தையும் மட்டும்தான். வேகவச்சுக் காயப்போட்டு குத்தியெடுக்க ஆளில்லை. திருவிழா அல்லவா? அதனால்தான் வந்தேன். முடியாத நிலைமைதான்.

“இந்த வருடம் உற்சவம் கொஞ்சம் ஆடம்பரமா நடத்தணும்னு இருக்கோம். ஆண்டோடாண்டு ஒருவிதமான பேய்க்கூத்து தான் நடக்குது. ஒரு சின்ன ‘முறைஜெபம்’ மாதிரி இந்த வருடத்திலே நடத்த வேண்டும். அதுக்கான அரிசி நீங்க குத்தித் தரலேன்னா, எப்படி நடக்கும்?”

“பெண்கள் கூடுதலா உள்ள குடும்பங்களுக்குக் கூடுதல் நெல் கொடுக்கணும்.”

“இப்படியே எல்லோரும் சொன்னால்?”

“எங்களாலே இவ்வளவு தான் முடியும். பகவான் கிருபையினாலே எங்க வீட்டிலே நிறைய பெண் குழந்தைகள் பிறக்கட்டும். இப்போ ஒரே ஒரு குழந்தை மட்டும் தான்.” என்றாள் வல்லூரக்காட்டுப் பெரியம்மா.

கணபதிக்கு வல்லூரக்காட்டுக் குடும்பத்தின் பிரயாசை புரிந்துவிட்டது.

“ஆமாமாம். அந்தக் குழந்தை பெற்றுப் பெருகட்டும் உங்க குடும்பத்திலே!” கலகலவெனச் சிரித்த கணபதி ஆக்கினையிட்டார்: “இரண்டு பறை கூட அளந்துபோடு பப்பூ!”

இப்படி ஐந்து பறை நெல்லுடன் திரும்பினாள் பெரியம்மா.

இப்படி ஒவ்வொரு குடும்பத்துடனும் வழக்காடி பாதியளவிலாவது நெல்லைக் கூடுதலாகக் கொண்டுபோகச் செய்தார்.

இந்த வருடத் திருவிழா கம்பீரமாக இருக்கும். ஒரு ‘முறை ஜெபம்’ போன்று ஆடம்பரமாக இருக்கும்!

கொடியேற்றுவிழாவுக்கு நான்கு நாட்கள் முன்னரே பதார்த்தங்களுக்கான பொருட்கள் ஏழுகட்டு வீட்டுக் கூடத்தில் வந்து குன்றெனக் குவிந்தன. சமையலுக்காக பிராமணர்களை வைக்கத்திலிருந்து அழைத்து வந்தனர். மெறமணைக்காக வடக்குத் தம்பிறாக்களின் பெரிய பெரிய யானைகள் தான் வர இருக்கின்றன. எல்லா விழா நாட்களிலும் ‘கதகளி’யுண்டு. வடக்கே புகழ்பெற்ற ஆட்டக்காரர்களும், தெற்கிருந்து அரண்மனை ஆட்டக்காரர்களும் வருகின்றனர். வடக்கத்தியான்களுக்கும்,

தெற்கத்தியான்களுக்கும் இடையே கடுமையான போட்டியிருக்கும். வடக்கிருந்து சேந்நாட்டு கேசவன் வருகிறார். 'ஓட்டன் துள்ளல்' குழுக்கள் நான்கு வரவழைக்கப்பட்டிருக்கின்றன. ஒரு மேடையில் 'துள்ளல்' முடிந்தால் அடுத்த மேடையில் ஆரம்பமாகிவிடும். அதிலே கூடப் போட்டியாம்! பிரக்கியாதி பெற்ற ஒரு சாக்கியார் வருகிறார். கணபதியை சாக்கியார் நன்றாக உலுக்கிவிடுவார். (கூத்து சொல்கிறவர் சாக்கியார். கேலிப் பேச்சில் வல்லவராயிருப்பார். புராணக் கதைகள் சொல்லி வரும்போது வாய்ப்புக் கிடைத்தால் ஊர்ப் பிரமுகர்களைக் கேலி செய்தவாறு பேசுவது வழக்கம். மொ-ர்)

"கணபதித் திருமேனி நிறையப் பணம் கொடுத்தால் எந்தச் சாக்யாராவது அவரை விமர்சனம் பண்ணிப் பேசுவாரா?" என்றார் கல்லாற்றுப் பெரியவர்.

"உமக்குத் தெரியாதா, சாக்கியாருங்களை கனகாபிஷேகம் பண்ணினாக் கூட வாய்ப்பு கிடைச்சா, அவங்க விட்டுடமாட்டாங்க. உமக்குத் தெரியணுமா, ஒரு பழங்கதை? அன்னைக்கு நான் வந்து வள்ளுவநாட்டுக் கங்கோத்து இல்லத்திலே இருந்தகாலம். அந்த ஊரிலே கெட்டிக்காரரான ஒரு சாக்கியாரு இருந்தாரு. மச்சில் நாராயணச் சாக்கியாருன்னா தெரியாதவங்க யாருமில்லை. மச்சில் குடும்பம் ரொம்பக் கஷ்டத்திலிருந்தது. இல்லத்தின் உதவியாலேதான் காலம் தள்ளிக் கிட்டிருந்தது. அப்படியிருக்கையிலே பத்து இருபது 'ஆட்டிய நம்பூதிரிமாருங்க - ஆழ்வாஞ்சேரி, தேசமங்கலம் ஆகிய இல்லங்களைச் சேர்ந்தவங்க அந்த இல்லத்துக்கு விருந்தாளிங்களா வந்தாங்க. சாப்பிட்டப்பறம் அவங்களுக்குள்ளே ஒரு விவாதம்: ராத்திரிலே 'கதகளி' வேணுமா, கூத்துவேணுமாம்னு. இல்லத்துக்குச் சொந்தமாகவே ஒரு 'கதகளி'க் குழு இருந்துக்கிட்டிருக்கு. ஆனா அன்னைக்கு ஒரு குறை - சேந்நாட்டு கேசவன் இல்லை. அப்போது ஆழ்வாஞ்சேரி தம்பிறாக்கள், 'ஹாய்! கேசவனில்லாத ஆட்ட அரங்கு என்ன அரங்கு?" என்றார்.

கல்லாற்றுப் பெரியவர் முகம் வியப்பினால் மலர்ந்தது. சேந்நாடனுடைய கடைசித் தம்பிதான் கேசவன்.

"ஓகோ...! அப்படியா?" என்றார் கல்லாற்றுப் பெரியவர்.

"கேசவனில்லாமே வடக்கே ஓர் 'ஆட்ட அரங்கு' இருக்கமுடியுமா? அவனோட 'பச்சை' வேடம் ரொம்பச் சிறந்தது." என்று சொன்ன சேந்நாடன் சொல்லி வந்த கதையைத் தொடர்ந்து கூறினார்:

"மச்சில் நாராயணச் சாக்கியாரை வரவழைக்கலாமென்றாகிவிட்டது."

கதை இங்கே நிறுத்தினார். அவருக்கு ஒரு சிரிப்பு வந்தது. இனிமேல் சொல்ல இருக்கிற கதை மிகவும் சுவாரசியமானது என்று பொருள்.

சேந்நாடன் தொடர்ந்து கூறினார்:

"இல்லத்துத் திருமேனிக்கு ஒரு சபலமுண்டு. அது அந்த வடக்கத்திய நம்பூதிரிமார்களுக்கெல்லாமிருந்து வருகிற ஒன்றுதான். பெண் விசயம்..."

அப்பறம் சேந்நாடன் வடக்கத்திய பாணியிலே பேசினார்.

"இல்லே... அது அவ்வளவு அசாதாரணமான விசயமல்ல. கங்கோத்து நம்பூதிரிக்கு அங்குள்ள ஒரு பெண் மீது வெறியாகிவிட்டது. அவளை அன்றாடம் பார்ப்பவர்தான். ஒரு நாள் கண்டபோதுதான் அந்த வெறி தலைக்கேறிவிட்டது. இறுதியிலே என்ன ஆயிற்று என்றால் அவள் கருத்தரித்தாள். திருமேனி பதட்டமடைந்தார். ஒரு பட்டர் பையனைக் கொண்டு அவளுக்குப் புடவை கொடுக்க வைக்கலாமென்று எண்ணினார். ஆனால் அவள் ஒப்புக் கொள்ளவில்லை. இந்த மாதிரியான காரியங்கள் பல்வேறு நம்பூதிரி இல்லங்களிலே நடைபெற்று வருவது வழக்கம்...."

கதை சுவையானது. கல்லாற்றுப் பெரியவர் நன்கு ரசித்தார்.

சேந்நாடன் சாதாரணமாகப் பேசுவது போல் பேசலானார்:

"சாக்கியாரு சொல்கிற கதை 'மேனகா விசுவாமித்திரம்! கூத்து மிகவும் கலகலத்துக் கொண்டிருந்தது. திருமேனி, மத்தியிலே அவையிலிருந்து சற்று வெளியே சென்று திரும்பி வந்துகொண்டிருந்தார். மேனகா குழந்தையை எடுத்துக்கொண்டு விசுவாமித்திரரைத் தேடி வருகிறாள். அதுதான் சம்பவம். சாக்கியார் திருமேனியை நோக்கித் திரும்பினார். குழந்தையைக் கையிலேந்தியவாறு மேனகை கேட்கிறாள்: "என்ன ஒளிந்து ஓடிப்போகலாமென்கிற எண்ணமா?" இதிலிருந்து சாக்கியார் தனது கேலிப் பேச்சைத் துவக்கினார்: "மறுக்கிறீர்களென்றால் குழந்தை உற்பத்தியான இடத்திலேயே விட்டுச் செல்வேன்" இல்லத்து ஆற்றுத்துறையிலே அந்த உற்பத்தி நடைபெற்றது. மேனகா மாலின் நதிக்கரையிலேதானே சகுந்தலையை ஈன்றெடுத்தது? அங்கே தானே, அந்தக் குழந்தையை விட்டுச் சென்றதும்? அத்துடன் இணைத்து கேலியாக இந்தக் கதையைச் சூசகமாகச் சொன்னபோது திருமேனியின் முகம் வெளிறியது."

கல்லாற்றுப் பெரியவர் ஆவலுடன் வினவினார்: "அப்பறம் இல்லத்திலேருந்து சாக்கியார் குடும்பத்துக்குக் கிடைத்துவந்த உதவி நின்று போயிட்டதா?"

"இல்லவே இல்லை! அதுக்கு ஒண்ணும் தடை ஏற்படலே. இப்படி கேலி பேசறதுக்கு சாக்கியார்களுக்கு உரிமை இருக்கு." என்றார் சேந்நாடன்.

அது பரவாயில்லையே என்ற கல்லாற்றுப் பெரியவர் கருத்தைத் தெரிவித்தார்: "நம்ப 'படையணி' மாதிரி எது வேணும்னாலும் சொல்லலாம் போலிருக்கு."

சேந்நாடனுக்கு அத்துடன் உடன்பாடு கிடையாது சொன்னார்:

"ச்சி! ச்சி! அது சுத்த ஆபாசம்... அசிங்கம்... அசிங்கம்! பெயரைச் சொல்லி அசிங்கமாப் பேசுவாங்க. சாககியார்கள் அப்படியல்ல; அவங்க சமஸ்கிருதத்திலே தானே, பேசறாங்க? கேலி பண்ணறாங்க?"

நமது நாட்டில் நடைபெறுகின்ற நிகழ்ச்சிகளுக்குப் 'படையணி' தான் ரொம்பப் பொருத்தமானது என்கிற கருத்துத் தான் கல்லாற்றுப் பெரியவருக்கு.

"அப்பறம் இந்த கணபதி நம்பூதிரியைப் பற்றி சாக்கியாருக்குப் பேச என்ன விசயமிருக்கு?" என்றார் பெரியவர்.

"சாக்கியாரு கெட்டிக்காரருன்னா, பேசறதுக்கு விசயத்தை உண்டாக்கிடுவாரு. அந்த நம்பூதிரி குடுமி கட்டிவைத்திருக்கிற பாங்கு, பொன்மணிமாலை, மற்ற நடை-உடை-பாவனைகள் ஆகியவை போதுமே, விசயத்துக்கு! பொன் அரைஞாண் வெளியே தெரியும் படியல்லவா, போட்டிருக்கார்?"

கல்லாற்றுப் பெரியவருக்கு சித்திரைமாசத்திலே இங்கே நடைபெற இருக்கிற 'படையணி'யிலே வைத்து இந்த கணபதியைப் பற்றி ஒரு பிடி பிடிக்கவேண்டுமென்கிற எண்ணமுண்டு.

* ** *

கொடியேற்றுவிழா நடைபெறுவதற்கு முன்னால் ஆகவேண்டிய தயாரிப்புக்கள் நடைபெற்றுக் கொண்டிருக்கும்போது ஈக்களைப் பிடிக்கிற கிருஷ்ணபிள்ளையும், எந்நேரமும் சொறிந்து கொண்டிருக்கிற கைமளும் மேற்பார்வையிடுவதுபோல் பார்த்துக்கொண்டு நிற்பார்கள். இன்னொரு தானிகூட வந்து சேர்ந்திருக்கிறார். மங்கலச் சேரி உம்மிணிப் பிள்ளை.

கிருஷ்ணரு திருமேனியைக் காரியகர்த்தராக்க வேண்டிய சந்தர்ப்பம் வந்தபோது தான் உம்மிணிப் பிள்ளைக்கு 'ஸ்தானம்' கிடைத்தது. அவர் கையெழுத்து தேவையாயிற்று.

இந்த மூன்று ஸ்தானிகளும் தேவஸ்தானத்தை விட்டுச் செல்லதேயில்லை. காலையிலே உஷப்பாயசம் கிடைத்துவிடும். மதிய வேளையில் நமஸ்காரச் சோறு உண்டு. இரவுப் பூஜையின் நைவேத்தியச் சோறும் உண்டு. கணபதி நம்பூதிரி இந்த மூவருக்கும் ஒவ்வொரு மேல் வேஷ்டியும் வாங்கிக் கொடுத்தார். பத்து நாள் நிரந்தரமாய் மூன்று வேளை சாப்பாடு உள்ளே செல்லத் தொடங்கியபோது அவர்களுக்குச் சற்று ரத்தமும் கொழுப்பும் உடம்பிலே ஏறிவிட்டது. முகத்திலே ஒரு களையும் தவழ்ந்தது. கோவிலில் தானே, குடியிருப்பு? தினசரி குளிக்கவும் செய்தனர்.

பாணர்கள் யானை-அணிகலன்களைப் பழுதுபார்க்கும் இடத்திலே, நெல் அளந்து கொடுக்கும் இடத்திலே, அரிசி அளந்து வாங்கும் இடத்திலே, ஆசாரி அகப்பை எண்ணிக்கை ஒப்படைக்கும் இடத்திலே எல்லாம் மேற்பார்வைக்கென்பது போல் இந்த ஸ்தானிகள் இருப்பார்கள். ஆனால் இவர்களை யாரும் கவனிப்பதில்லை. இவர்களுக்குச் சொல்லவும் ஏதுமிருக்கவில்லை.

பல்லை இளித்தவாறு குஞ்சுக்கைமள் சொறிந்து கொண்டிருந்தார்.

* ** *

உற்சவம் கம்பீரமாக நடைபெறத் தொடங்கியது- இப்படி ஓர் உற்சவம் நடைபெற்றதேயில்லை. ஊர்ஜனங்களுக்கு அளிக்கிற விருந்து சாப்பாட்டுக்கு வழக்கமாய் பதார்த்தங்கள் குறைவாகத்தானிருக்கும். ஆனால் இந்த வருடத்திய உற்சவ விருந்து பாயச சகிதமாகத்தான்.

உற்சவம் நடைபெற்றுக் கொண்டிருக்கும் போது கிருஷ்ணரு திருமேனி சிறிது கவலையுடன் கணபதியிடம் விசாரித்தார்:

"என்னப்பா, இப்படியெல்லாம் பண்ணிக்கிட்டிருக்கே? யானைக்கு வாடகை இவ்வளவு; கதகளி ஆட்டக்காரங்களுக்குக் கொடுக்கவேண்டிய பணம் இவ்வளவு என்றெல்லாம் இருக்கே! அதுக்கும் மேலே செலவு பண்ணினா...?"

"அண்ணன் கவலைப்படாம இருங்க. அதெல்லாம் எனக்குத் தெரியும்."

இப்போது கணபதிதான் இல்லத்துப் பிரமுகர்.

"நான் பேசறது வழக்கத்தைப் பற்றியல்ல; கடவுள் சொத்து அல்லவா, இது? இதை ஊதாரித்தனமா விரயம் பண்ணாதே! இல்லத்துக்கு வினையாகி விடக்கூடாது. அவ்வளவுதான்." என்றார் கிருஷ்ணரு.

அன்று உற்சவம் ஐந்தாவது நாள். தேவனை யானை மீது எழுந்தருளச் செய்தனர். தங்கக் குழாயுள்ள நாயனக்காரர் அதை வாசித்தார். தமிழ் நாட்டைச் சேர்ந்த தவில்காரர் தவில் வாசித்தபோது அவர் பின் குடுமி அவிழ்ந்து காற்றிலே பறந்தது.

மாளிகையிலே கணபதி நம்பூதிரியின் மனைவி, சேர்த்தலையைச் சேர்ந்த பிரமுகரான ஒரு கர்த்தாவின் மனைவி - ஆகிய இருவரும் தங்க நகைகளும் சன்னரக உடைகளுமாய்க் காட்சி தந்தனர். அவர்கள் மட்டும் தான் அங்கே.

யாருமே அந்தப் பக்கம் செல்லவில்லை. தயக்கத்தினாலென்றே சொல்லலாம்.

☯ தகழி சிவசங்கரப் பிள்ளை ☯ 613

திடீரென்று களத்தில் கொச்சுதேவி மாளிகையிலே தோன்றினாள். அவள் பெரிய குடத்திலே மோரைச் சுமந்துசென்று அம்பலப் புழையிலே விற்பவள்தான். அம்பலப் புழை கோவிலின் தென் சன்னிதானத்திலுள்ள ஐயர் வீடுகள், பிரமுகர்களான நாயர்மார்களின் வீடுகள் ஆகியவற்றிலே மட்டுமின்றி, கடற்கரையிலுள்ள மரைக்கார் குடிசைகளிலே கூட மோர் விற்பனை செய்கிறாள். கடற்கரை வியாபாரம் தான் லாபகரமானது. மாலை இருள் சூழ்ந்த பின்னர்தான் அவள் அம்பலப் புழையிலிருந்து திரும்பி வருவாள். அப்போது அவள் மடி நிறைந்திருக்கும். மோர்க் குடத்திற்குள்ளே கூட ஏதாவது அரிசி, தவிடு அல்லது குடைப்புளி இருக்கும்.

இந்த மோர் வியாபாரத்தின்போது ஒருமுறை அவள் கர்ப்பிணியானாள். ஆனால் அந்தக் குழந்தை இறந்துவிட்டது. பிறந்து நாற்பத்தியெட்டாவது நாளிலே!

கடற்கரையிலுள்ள ஏதோ மரைக்கானின் சந்ததிதான் அந்தக் குழந்தை என்று சொல்கிறார்கள். ஆனால் கரூர்ப் பகுதியிலுள்ள ஒரு பிராமணனின் சந்ததிதான் அந்தக் குழந்தை என்று தேவி சொல்கிறாள். ஒரு சாமி ஐயர். அவருக்குக் கோவிலிலே பரிமாறும் சேவுகமாம்!

அப்புறம் நேரம் கடத்தவில்லை. கொச்சுதேவியைப் பின்பற்றி மோர் வியாபாரம் செய்யத் தொடங்கிய மங்கலச் சேரி கொச்சாப்பியும் எட்டிக் குதித்து மாளிகையிலே ஏறிவிட்டாள். நொடிப்பொழுதிலே மாளிகை பெண்களால் நிறைந்தது. எத்தகைய பெண்கள் என்றா கேட்கிறீர்கள்? தெல்லவாரிப் பெண்கள்! கணபதி சாமி மெறமணை மூஸ்ஸால் ஆட்சி நடத்திக் கொண்டிருந்தபோது பார்த்தார். அந்தப் பெண்களுக்குள்ளே ஏதோ கெட்ட எண்ணமுண்டு.

கொச்சுதேவி, மோர் வியாபாரம் செய்கிற இன்னொருத்தியான கடுக்காத்ர தேவியைக் கை காட்டியழைத்தாள்.

"அடி தேவீ, இந்தப் பக்கம் ஏறி வந்திடு!"

என்ன தொண்டை அவளுக்கு! பாண்டி வாத்தியத்தின் மீது அது வெள்ளி கொண்டது.

கடுக்காத்ர தேவி கீழேதான் நின்றுகொண்டாள். அவள் மாளிகையேறிச் செல்லவில்லை.

சேர்த்தலைப் பிரமுகரின் மனைவியான குஞ்சம்மா கசமுசான்னு பேசுகின்ற பெண்களுக்கிடையே அகப்பட்டுக் கொண்டாள். ஒரு வாடை அவளுக்கு அனுபவமாகியது. இந்தப் பெண்கள் எதை நினைத்துக் கொண்டு இப்படி வட்டமாய் உட்கார்ந்திருக்கின்றனர்? தொட்டு அருகே

நிற்பவள் பல் முன்னே தள்ளி, உருண்டைக் கண்ணுடையவள். அவளது பார்வை பயமுறுத்துகிறது. சிவந்தவள் என்றாலும் ஒருத்தியுடைய இதழ்கள் வரண்டு வெடித்திருக்கின்றன. இதழ்களைத் திறந்து அவளால் பேசமுடியாது. பார்த்தால் அருவறுப்புத்தான் தோன்றும். சில பெண்களின் கைகளிலே ஒட்டிய புட்டமும், உந்திய வயிறுமுடைய குழந்தைகள் இருக்கின்றனர். எந்தப் பாதாளத்திலிருந்து இந்தக் குழந்தைகள் கிரீச்சிட்டுக் கிளம்பி வந்தனவோ? அப்பப்பா! என்ன இரைச்சல்! கீழே ஜரிகை மேல்வேஷ்டியினால் மார்பினை மறைத்துக் கொண்டு ஏராளமான பெண்கள் நிற்கிறார்கள். மானம்-மரியாதையுடன் வாழ்கின்றவர்கள்! அவர்களில் சிலர் இந்தக் குஞ்சம்மாவுக்கு அறிமுக மானவர்கள். அவர்கள் மாடிக்கு ஏறிவராமலிருப்பது ஏன்? இங்கே எல்லோரும் ஏறி வரலமா?

கணபதி நம்பூதிரியின் மனைவிக்கு மூச்சுத் திணறுகிறது. சுற்றிலும் நிற்கின்ற இவர்கள் எல்லோரும் சேர்ந்து தன்னைக் கிள்ளிக் கிழித்திடு வார்களோ?

பேய்கள்!

சிரமப்பட்டு வழியை உண்டாக்கி சேர்த்தலை பிரமுகர் குடும்பத்தைச் சேர்ந்த குஞ்சம்மா தப்பித்துக் கொண்டாள்.

* ** *

முதலில் மாளிகையேறி வந்த கொச்சுதேவி கோந்நோத்துக் குடும்பத்தைச் சேர்ந்தவள். இன்று ஊரிலே படுகிழவர்களாகிவிட்ட ஆண்களும் பெண்களும், சிறுவர்- சிறுமிகளாக இருந்தபோது கோந்நோத்துக் குடும்பத்தில் லட்சுமிபகவதி போன்ற ஒரு குஞ்சம்மாவைப் பார்த்த ஞாபகமிருக்கும். இந்தக் கிழப்பருவத்தில் கூட தங்கநிறமானவள். வெள்ளை வெளேரென்ற கூந்தல். ஒரு பல் கூட உதிர்ந்து விழுந்ததில்லை. அந்தக் குஞ்சம்மா பெயர் சிருதேவி என்றிருந்தது. சிருதேவிக் குஞ்சம்மாவின் பேர்த்திக்குப் பேர்த்தியாவாள் கொச்சுதேவி. மோர் வியாபாரம் செய்கிற கொச்சுதேவி.

கோந்நோத்துக் குடும்பத்தின், முன்கூடம் தகர்ந்துபோன எட்டுகட்டு வீட்டில் இன்று அடுக்களைகள் பல. வாழ்க்கை முறைகளும் பல. அங்கிருந்து ஒரு நாள் கொச்சுதேவி வெளியே கிளம்பிச் சென்றாள். களத்தில் என்கிற புறவளாகத்தில் ஓர் ஆறுகால் குடிசை உயர்ந்தது. அதை அமைத்தவன்தான் முண்டக்கல் சங்கு. முண்டக்கல் குடும்பத்தினர் பண்டைய நாளிலிருந்தே கோந்நோத்துக் குடும்பத்தின் தொழுவங்களுக்குப் பொறுப்பாளிகளாய் இருந்தனர்.

களத்தில் வளாகத்திலுள்ள ஆறுகால் குடிசையில் சில நாட்கள் வரையிலும் சங்கு தங்கியிருந்திருக்கிறான். பின்னர் முண்டக்கல் சங்கு என்ற நபரை அங்கே எங்கும் காணவில்லை. தும்பேக்களத்து மாப்பிளவின் முண்டக் கயத்திலுள்ள தோட்டத்தில் அவன் வேலையாகப் போனானாம்!

* ** *

திருவிழாச் சடங்குகளில் ஒன்றான 'திருமுன்பில் வேல' முடியுமுன்னரே ஈக்களைப் பிடிக்கிற கிருஷ்ணபிள்ளை என்கிற கோந்நோத்துப் பிள்ளையை கணபதி நம்பூதிரி மாளிகைக்கு வரவழைத்தார். அப்போது சீரட்ட குஞ்சுக் கைமள் சொறிந்து கொண்டிருந்தார். 'திருமுன்பில்வேல' தொடங்கு முன்னரே மங்கலச் சேரி உம்மிணிப் பிள்ளை தரை மீது படுத்தவாறு குறட்டை விட்டுத் தூங்கலானார். அன்றைய இரவு விருந்து பிரமாதமாயிருந்தது. வைக்கத்து சமையற்காரர்களின் சமையல் வெகு ஜோர்.

இரவு நேரம். ஈக்களில்லை. கிருஷ்ணபிள்ளையின் கண்கள் தரையில் ஈக்களுக்காக அலைந்து கொண்டிருந்தன. கணபதி நம்பூதிரி அடக்க முடியாத ஆத்திரமுடன் விசாரித்தார்:

"முதலில் மாளிகையேறி வந்த அந்தப் பிசாசு யார், கிருஷ்ண பிள்ளை?"

பிள்ளைக்குக் கேள்வி என்னவென்றே புரியவில்லை. அந்த நிகழ்ச்சி எதையும் கிருஷ்ணபிள்ளை கேட்டு அறியவில்லை. எனவே பதிலளிக்கவு மில்லை. தரையிலே ஈக்கள் இருக்கின்றனவா எனத் தேடுகிறார் பிள்ளை.

தம்பான் இடையிலே நுழைந்து கூறினார்:

"ஊர் ஜனங்களை நம்பணும்னு பெரியண்ணன் சொல்லியிருக்கார்ல?"

"கணபதியண்ணன் மனைவிக்காக இவ்வளவு தூரம் பொங்கியெழுவதேன்?"

இந்த நேரத்தில் கிருஷ்ணபிள்ளை மாடியிலிருந்து கீழிறங்கினார்.

* ** *

சேந்நாடன், கல்லாற்று மற்றும் கனக்குளத்துப் பெரியவர்கள் ஆகியோர் செய்தியறிந்து மகிழ்ந்தனர். ஊரிலுள்ள தெல்லவாரிப் பெண்கள் சுயமறியாமலேயே எதையோ செய்து வைத்தனர் - அது நல்லதாகிவிட்டது.

சேந்நாடன் கனக்குளத்துப் பெரியவரிடம் கூறினார்:

“நாம்ப எதையும் செய்யலே. ஆனால் பெண்கள் அதைச் செஞ்சாங்க. தெரிஞ்சு செஞ்சாங்களோ; என்னவோ?”

57

‘பங்குனி பதினைந்து’ அன்று நெல் நிறைந்த மரக்கலங்கள் பாலத்தோள் துறையை நோக்கி வரத்தொடங்கின. தேவஸ்தானம் பூமியிலிருந்து வர வேண்டிய குத்தகை நெல் கூட பாலத்தோள் துறையிலேதான் இறக்கப் பட்டது. தேவஸ்தானம் காரியகர்த்தர் பாலத்தோள் நம்பூதிரியல்லவா?

நாள் செல்லச் செல்ல மரக்கலங்களின் எண்ணிக்கை பெருகிக் கொண்டிருந்தது. தேவஸ்தானம் அளவு-வேலையாட்களும் பாலத்தோள் துறையில் வந்து சேர்ந்திருக்கின்றனர். வழக்கமான விருந்து சாப்பாடு மதியத்திலும் இரவிலும் அவர்களுக்கு அளிக்கப்படுகிறது. ஒவ்வொரு நாளும் இரவு பத்து நாழிகை ஆகிவிட்டால் கூவியழைத்துக் கேட்பார்கள்:

“ராத்திரி சாப்பிடாதவங்க யாராவது இருக்காங்களா?”

சித்திரை முப்பதாம் தேதி வரையிலும் நெல்லை அளந்து வாங்குவது தொடர்ந்து கொண்டேயிருந்தது.

தேவஸ்தானம் துறைக்கு ஒரு மரக்கலம் கூடச் சென்று சேரவில்லை. ஆனால் பெரிய நெல்லறையில் உள்ள சில பத்தாயங்களில் நெல் சென்று விழுந்திருக்கிறது. நிறைய இல்லை. கொஞ்சம் கொஞ்சமாய்மட்டும்தான். அது பாலத்தோள் துறையிலிருந்து கணபதி நம்பூதிரியின் யோசனைக் கிணங்க அளந்து கொண்டுசென்று போடப்பட்டதுதான். பருத்திக் காட்டு மாப்பிளவின் நெல்நிறைந்த மூன்று மரக்கலங்கள் வந்து சேர்ந்திருக் கின்றன. தேவஸ்தானம் குத்தகை, இல்லத்துக் குத்தகை, இல்லத்திலிருந்து வாங்கியிருக்கிற வட்டிக்கடனுக்காகச் சேரவேண்டிய வட்டி ஆகிய மூன்று இனங்களாக மூவாயிரம் பறை நெல் மாப்பிளவிடமிருந்து வந்து சேரவேண்டியிருக்கிறது. கணபதி நம்பூதிரி ஒழுங்காகக் கணக்குப் போட்டு வைத்திருக்கிறார். இரண்டு கலங்களில் வந்த நெல் அளந்து இல்லத்துப் பத்தாயத்தில் போட்டுவிட்ட பின்னர் ஒரு கலம் நெல்லை தேவஸ்தானம் நெல்லறைக்கு அளந்துகொடுக்கச் சொல்லுவார். பருத்திக்காட்டு மாப்பிளவின் கணக்கிலே, இல்லத்துக்கு அவர் செலுத்த வேண்டியது பூராவையும் செலுத்தியதாக இருக்கும்.

அப்புறம் பாக்கிதான் எங்கே?

* ** *

நஞ்சை அறுவடை முடிந்துவிட்டது. நெல் வருகை நின்று விட்டது. அண்ணன்-தம்பிமார்களை கணபதி நம்பூதிரி வரவழைத்தார். கணக்குப் புத்தகம் கையில் வைத்திருந்தார். இல்லம் இது வரையிலும் அடைந்திராத ஒரு சாதனையைத்தான் சாதித்துவிட்டதாக கணபதிக்குச் சொல்ல வேண்டியிருக்கிறது.

“இந்த ஆண்டுக் குத்தகையிலே வசூலாக இனி ஐநூறு பறை நெல் தான் பாக்கி. அது சக்குந்தரை குஞ்சூஞ்சு, ஓலேழத்து கிட்டு ஆகிய இரண்டு ஈழவர்கள் மற்றும் அணிக்காட்டில் ஆச்சோமச்சார் ஆகியோரிடமிருந்துதான். வட்டிக் கடன் வட்டியினத்தில் தொள்ளாயிரத்திப் பதினேழு பறை நெல் பாக்கியுண்டு. அது ஒரே ஒரு நபரிடம் இருந்து வருகிறது- தும்பேக் களத்தில் சௌரியிடம்! அவனிடம் சொத்து உண்டு; நேர்மை உண்டு. எப்போது வேண்டுமானாலும் கிடைத்துவிடும்.”

கிருஷ்ணரு திருமேனியைத் தவிர மற்ற அனைவரும் வியந்து போயினர். கணக்கு இவ்வளவு சுத்தமானது எங்ஙனம்? அது ஒரு பிரத்தியேகமான திறமையேதான். கிருஷ்ணரு திருமேனி மட்டும் வியப்படையவில்லை. அவர் இரு விரல்களால் பூணூலைத் தடவியவாறு அமர்ந்திருந்தார்.

நாராயணருக்கு இப்போது ஏற்பட்ட ஒரு கருத்து:

“செலவு போக மீதி நெல்லை என்ன பண்ணலாம்னு இருக்கீங்க?” என்றார்.

“வாடிக்கையாளர்களுக்கு விவசாயத் தேவைக்காக வட்டிக்கடன் கொடுத்தேயாகவேண்டும். மீதியாவதை விற்றுப் பணமாக்கிடவேண்டியது. வட்டத்தரை அல்லது தும்பேக்களம் ஆகியோரிலே யாரிடமாவது சொன்னால் போதும். அவர்கள் நெல்லை அளந்து எடுத்துக் கொண்டு பணமாகத் தந்திடுவாங்க” என்றார் கணபதி.

“அது சரிதான். இப்போ என்ன விலை கிடைக்கும்?” என்றார் தம்பான்.

“ரூபாய்க்கு ஐந்து பறை என்று விற்க வேண்டியிருக்கிறது.”

“அந்தப் பணத்தைச் சும்மா கையிலே வச்சுக்கவா?” என்றார் தம்பான்.

“அல்லாமே என்ன பண்ணறது?” வினவினார் நாராயணரு.

“பூமி மீது போட்டு வச்சாப் போதும்னு நான் நினைக்கிறேன்.” என்றார் கணபதி.

இந்நேரம் வரையிலும் கிருஷ்ணரு பேசாமலிருப்பது கணபதியின் கவனத்துக்கு வந்தது.

“அண்ணன் மட்டும் ஏன் வாய் திறக்காமலிருக்கிறீங்க?”

“ஒண்ணுமில்லே. தேவஸ்தானத்துக்கு வரவேண்டிய குத்தகையின் கணக்கு என்ன? அதைப் பார்த்துச் சொல்லு!” நிதானமாகச் சொன்னார் கிருஷ்ணரு.

“அந்தக் கணக்கை எல்லாம் நான் ஒழுங்குபடுத்தி வச்சிருக்கேன்.” கணபதி இன்னொரு புத்தகம் மற்றும் ஓலைக் கட்டினைக் கையிலெடுத்தார்.

“ஆறாயிரத்தி முந்நூற்றியேழு பறை நெல் வசூலாகியிருக்கு” என்றார் கணபதி.

“இந்தாண்டுக் குத்தகை பாக்கி?”

“அதை இன்னும் பார்த்து ஒழுங்குபடுத்தலே. இருபத்தி மூவாயிரத்துச் சொச்சமிருக்கும்.”

“அப்போ தேவஸ்தானம் குத்தகையளக்க வந்தவங்க இல்லத்துக்குச் சேரவேண்டிய பாக்கியைத் தீர்த்துக் கொடுத்துக்கிட்டுப் போயிட்டாங்க. அப்படித்தானே?”

“கணக்கிலே வரவு பதிவு செஞ்சு வச்சிருக்கேன்.” என்று சொன்ன கணபதி தொடர்ந்து பேசினார்:

“நமக்கு வரவேண்டிய குத்தகை பாக்கி இப்போது தீர்த்து வாங்கலேன்னா ஒவ்வொரு வருடமும் அது கொஞ்சம் கொஞ்சமாக அதிகரிச்சுக்கிட்டே போயிடும். அப்பறம் வழக்கு விவகாரம்னு ஆயிடும். அவங்களோட சிந்தனையும் மாறிடும். கொடுக்காம இருந்தா என்னன்னு ஆயிடும். வட்டிதானே? நீண்ட நாளத்திய ஈடுபாடிலே வந்திருக்கிற பாக்கிவட்டி. அதை அளந்து தர ஒரு தயக்கமும் வந்திடும். பத்தும் பதினஞ்சும் இருபதும் வருடத்திலே ஏற்பட்டுவிட்ட பாக்கிதானே? அது அங்ஙனம் தீர்த்துக் கொண்டது நல்லதாப் போச்சு.”

கிருஷ்ணரு சிந்தனையில் மூழ்கியிருந்தார். இந்த உத்தியெல்லாம், அவரால் மட்டுமின்றி எவராலும், புரிந்துகொள்ளக் கூடியதுதான்.

“தேவஸ்தானத்துக்குக் கிடைத்திருக்கிற குத்தகை வரவினால் இந்த ஆண்டுச் செலவை நிர்வகிக்கமுடியுமா?” என்றார் கிருஷ்ணரு.

“இன்னும் புரட்டாசியிலே வரவேண்டியிருக்குதல்ல? அப்பறம் சன்னிதானத்திலே வழிபாடு இனத்திலிருந்தும் வருமானமிருக்குல்ல? எல்லாம் சேர்த்துத்தான் செலவை நிர்வகிக்கணும்.”

“அங்கே பாக்கி அதிகரிச்சிருக்குமல்ல?”

“வசூலாகலேன்னா, வழக்கைத் தொடுக்கணும்.” என்றார் கணபதி.

“தம்பீ, தேவன் திருவுடல் வியர்வையிலே குளிச்சிடும்னு நான் கேள்விப்பட்டிருக்கேன். அப்படி வந்துட்டா அது ஊருக்கே கெடுதல். நாம்ப தினசரி பார்க்கறதனாலே நமக்கு அது கல்லாகத்தான் தோன்றும். அது அப்படியில்லே. நாம்ப குத்தகை பாக்கி பூராவையும் வசூல் செஞ்சு கெட்டிக்காரங்களாயிட்டோம்னு வச்சுக்கோ. ஆனா அது சரியில்லே.”

கிருஷ்ணருக்கு ஒரு பதிலளித்தேயாக வேண்டும்.

“அண்ணா, நீங்க பாருங்க, அடுத்த ஆண்டிலே பாக்கி பூராவையும் நான் வசூல் பண்றதை!”

“அது நல்லதுதான். ஆனால் இளம் நாய் கடிப்பது அறியாது.”

* ** *

கணபதி பயன்படுத்திய தந்திரத்தை ஊரார் அனைவரும் அறிந்து கொண்டனர். தேவஸ்தானத்துக்குக் குத்தகை பாக்கியளந்து கொடுக்க வந்த நெல்லினை இல்லத்துக்கு வசூலாகவேண்டிய குத்தகை பாக்கியாய் அளந்து எடுத்தனர். தேவஸ்தானம் குத்தகை நிலுவையாயிற்று. இல்லத்துடன் சம்பந்தமில்லாதவர்களுடைய நெல் மட்டும் தேவஸ்தானத்துக்குக் கிடைத்துவிட்டது.

இது காரியகர்த்தருக்குகந்த செயல் தானா? தேவஸ்தானத்துக்காகக் கொண்டுவந்தது அதுக்கே கிடைத்திடவேண்டும். கணபதி நம்பூதிரி செய்த காரியம், தேவனுடைய சொத்தினை மத்தியிலே நின்றவாறு அபகரித்துக் கொண்டதுதான். இதற்ப் பரிகாரமென்ன?

ஊரிலே முதல் தேதியன்று கூட்டம் நடைபெற்றதல்லவா? நீண்ட நாட்களாக அது நடைபெறாமலிருந்தது தான். ஊருக்கு நாதனில்லாத நிலைமை ஏற்பட்டபோது முதல்தேதி நடைபெற வேண்டிய கூட்டமும் நடக்காமலாயிற்று. சேந்நாடனுடைய மூளையிலேதான் அது உதயமானது. முதல் தேதிக் கூட்டம் ஏன், ஆரம்பிக்கலாகாது? ஒவ்வொருவரிடமும் தனித் தனியாகச் சொல்வதனால் எந்தப் பயனுமில்லை. கேட்பவர்கள் திகைத்துப் போய்விடுவார்கள். என்ன செய்வதென்று கேட்பார்கள். நான்கு நபர்கள் கூடினால்தான் இது பேச்சுக்கு விசயமாயிடும்.

தீர்ந்தது. எல்லாம் முடிந்தது.

முதல் தேதிக் கூட்டத்தைத் திரும்பவும் துவக்கினால் எல்லாக் கூட்டங்களிலும் இது சர்ச்சைக்கு விசயமாயிடும். கூட்டம் தடைபட்டுப் போன காலத்தில் ஒவ்வொரு கூட்டத்துக்கும் மீதியிருப்பாகக் கொஞ்சம் பணமெல்லாம் இருந்திருக்கிறது. பெட்டியை வைத்திருந்தவர்கள் யாரெல்லாமாக இருந்தனர்?

அதைப் பற்றி ஒன்றும் யோசிக்கவேண்டாம். புதிதாகவே கூட்டத்தைத் துவக்கலாம் சிறிது சிரமத்தை எடுத்துக்கொள்ளவேண்டும். சேந்நாடன், கல்லாற்றுப் பெரியவர் மற்றும் கனக்குளத்தார் அந்தப் பொறுப்பினை ஏற்றுக்கொண்டனர்.

கோவிலில் இரண்டு அர்ச்சகர்கள்தான் இருக்கின்றனர். முதல் அர்ச்சகர்-உதவி-அர்ச்சகர். இந்த மாதம் பாலத்தோளுக்குத்தான் முதல் அர்ச்சகர் பதவியென்றால், அடுத்தமாதம் கீழ்மேல் இல்லத்து நம்பூதிரிக்குத்தான் அந்தப் பதவி. இந்த மாதத்தில் அவர் உதவி-அர்ச்சகராக இருப்பார். கீழ்மேல் இல்லத்து நம்பூதிரி முதல் அர்ச்சகர் பதவியை ஏற்றுக்கொண்டு முதல் தேதியன்று கோவில் கர்ப்பகிருகத்தைத் திறந்தார். 'நிர்மால்ய'த்தினை எடுத்து மாற்றியபோது பிரதிஷ்டையின் நாளத்திலிருந்து ஏதோ கொதித்துக் கிளம்பி வருவதாகத் தோன்றியது. விடிவதற்கு ஏழரை நாழிகை இருக்கிற நேரத்தில் திரியெடுத்து உற்றுப் பார்த்தார். கிருமிகள் ஒன்றிணைந்து புரள்கின்றன. சின்னச் சின்ன கிருமிகள்!

அபிஷேகம் பண்ணினார். ரகசியமாக அதைப் பற்றி வாரியரிடம் விசாரித்தார். வாரியர் சொன்னார்:

"நான் அதைப் பத்து-இருபது நாட்களாகப் பார்க்கிறேன். நிர்மால்யம் மாற்றும்போது பழைய பூக்களையே கிருமிகள் அரிக்கின்றன."

சிறிது பதற்றமுடன் பரமேசுவரரு விசாரித்தார். "அப்பறம் நீங்க அதைப் பற்றி எவரிடமும் சொல்லாமலிருந்தது ஏன்?"

"நான் சொன்னேனே. நான் அதை முதலில் கண்ட அன்னைக்கு முதல் அர்ச்சகர் கிருஷ்ணரு திருமேனியின் மூத்த பையன்தான் பூஜைக்கு வந்திருந்தான். அந்தச் சின்னப் பையன் கிட்டே என்னத்தைச் சொல்லறது? அன்னைக்கு இல்லத்திலே கூட யாருமிருக்கவில்லை. அப்பறம் நான் தேடிச் சென்று கணபதி திருமேனியைச் சந்தித்துப் பேசினேன். அவரு என்கிட்டே சொன்னாரு, 'யார் கிட்டேயும் இதைப் பற்றிப் பேசக் கூடாது'ன்னு!

பரமேசுவரரின் திகைப்பு அதிகரித்தது.

"பேசக் கூடாதுன்னா? இது பேசக் கூடாத விசயமா; என்ன?"

பாலத்தோள் இல்லத்தினரும், மேல் கீழ் இல்லத்தினரும் ஒரே கோவிலில் அர்ச்சகர்களாக இருக்கின்ற போதிலும் அவர்களிடையே சிறிது கெடுபிடி இருந்து வருகிறது. இவ்வளவு முக்கியத்துவம் வாய்ந்த ஒரு விசயத்தைக் குறித்து யாரிடமும் பேசவேண்டாமென்று சொன்னது மேல் கீழில்லத்தினரை ஏதாவது சுருக்கில் சிக்க வைப்பதற்காகவா?

பரமேசுவரரின் சிந்தனை அதுவாக இருந்தது.

பரமேசுவரரு திறந்தே கேட்டுவிட்டார்:

“இது என்னை ஏதாவதொரு சுருக்கில் சிக்கவச்சுக்கறதுக்காக இருக்குமோ, வாரியார்?”

வாரியருக்கு அதைப் பற்றித் தெரியாது. பரமேசுவரரு தொடர்ந்து கூறினார்:

“இப்போ அவங்கதான் காரியகர்த்தர். அதிகாரமுண்டு. கீழ்மேல் இல்லத்தினரைச் சிறிது கிள்ளிநோக வச்சுக்கணும்ங்கிற எண்ணம் ஏற்பட்டிருக்குமோ?”

வாரியருக்கு அதில் எந்தக் காரியமுமில்லை.

“இருந்தாலும் வாரியர் அதை வெளியே சொல்லியிருக்கணும். தேவன் சக்தியைக் கொடுக்கிற காரியமாக்கும். ஊரையே அழித்திடும் காரியம்! இப்போது இங்கிருப்பது வெறும் கல்லுதான். ஒரு கற்சிலை. தேவன் இங்கில்லை. உற்சவம் மிகவும் ஆடம்பரமாய்க் கொண்டாடியதனாலே எந்தக் காரியமும் ஆயிடாது. உள்ளே காரியங்கள் ஒழுங்காக நடை பெறணும்.”

வாரியர் அப்போது கூட நழுவியவாறு கூறினார்:

“வெளியே சொல்ல வேணாம்னாரு. நான் அதை ஏன், மறுத்துப் பேசணும்? சொற்படி நடக்கவேண்டியது தானே?”

“பிரதிஷ்டையை மாற்றி அஷ்டபந்தன கலசத்தை நடத்தணும். இலேசான விசயமல்ல; புனர் பிரதிஷ்டை! பின்னர் ஓர் உற்சவத்தையே நடத்த வேண்டியிருக்கும்.”

பரமேசுவரரு மேலும் சொன்னார்:

“பெரிய செலவாகும்னு நினைச்சுத்தான் பேசாமலிருப்பதுன்னு எண்ணியிருக்கக் கூடும்.”

வாரியர் குரலடக்கியவாறு ஓர் ரகசியம் சொன்னார்:

“அதுக்கான நெல் ஏதும் பெரிய நெல்லறையிலே இல்லே! இந்த ஆண்டு வரவேண்டிய குத்தகை பாக்கியாக நிக்குது.”

“என்ன ஆனாலும் சரி; நான் இதை வெளியே சொல்லணும்னு தீர்மானிச்சுட்டேன். இது மூடி மறைச்சு வச்சுக்க வேண்டிய விசயமல்ல.”

“அதெல்லாம் உங்க திருமேனீங்களோட பிரச்சினை. என்கிட்டே சொன்னாரு, வெளியே சொல்லக் கூடாதுன்னு! நான் சொல்லலே.”

“இப்படித்தானா, செஞ்சிருக்கணும்?”

வாரியர் அதுக்கு பதிலளிக்கவில்லை.

* ** *

முதல் தேதிக் கூட்டம் வெற்றி கண்டது. தீயும் புகையும் நிறையக் கிளம்பியது. காரியகர்த்தராக இருந்த குஞ்சன் பிள்ளை செய்தது பெரிய துரோகம். அர்ச்சகர், மாற்றமில்லாதவராக இருந்த போதிலும் அவர் தேவஸ்தானம் சிப்பந்திதான். தேவஸ்தானம் சிப்பந்தியை காரியகர்த்தராக்கியிருக்கக் கூடாது. ஊர்ஜனங்கள்தான் தேவஸ்தானத்தின் உடமையாளர்கள். ஸ்தானிகள் ஊர்மக்களின் பிரதிநிதிகள்தான். அதைச் சொன்னவர் ஆலப்புழை வக்கீல் ஐயங்கார் சுவாமியின் குமாஸ்தாவான நாறாணத்து ஆண்டிப் பிள்ளையாகும்.

சிறிது நேரத்திய நிசப்தநிலை. அது சரிதானா என்று குட்டன் நாயரும், ஆர்யாட்டு கிராம அதிகாரி பாச்சசு பிள்ளையும் பரஸ்பரம் நோக்கியவாறு நிசப்தமாய் ஆராய்ந்தனர்.

சேந்நாடன் சொன்னார்:

"அது என்னவானாலும் பரவாயில்லை. ஊர் மக்களுக்கு வலுவுண்டு-ஒண்ணா நிக்கிறாங்கன்னா! முன்பு அங்ஙனம் நடந்ததுண்டு."

புதிதாகச் செழிப்புற்று வருகின்ற குடும்பங்களிலிருந்தெல்லாம் ஆட்கள் வந்திருக்கிறார்கள். தேவஸ்தானம் விசயத்தில் முன்னர் அவர்களில் யாருக்கும் கவனமிருக்கவில்லை. வர்க்கத்து நீலகண்டப் பிள்ளை, முல்லையில் சாத்துப் பணிக்கர், மற்றும் அரிம்பேல் குஞ்சன் குறுப்பு ஆகியோரெல்லாம் குரலுயர்த்திப் பேசினர்.

"ஈப்பிடிக்கிற கிருஷ்ணபிள்ளை எங்கே?" கூவியழைத்துக் கேட்டார் பாச்சுப் பிள்ளை.

சொறிகிற கைமள் எங்கே?

நிர்மன் உம்மிணிப்பிள்ளை எங்கே?

அவர்களைப் பிடித்துக் கட்டியிழுத்து வரவேண்டியதுதான்.

அம்பாட்டு வீட்டில் ஒரு போலீஸ்காரர் இருக்கிறார். குமாரு பிள்ளை என்று பெயர். அவர் பாஷை அதுவாக இருந்தது.

அஷ்ட பந்தன கலசமும், பட்டியலில் கூறப்பட்டிருக்கின்ற அனைத்துக் கருமங்களும் நடத்தவேண்டும். அதெல்லாம் இன்றியமையாதது. பாலத்தோள் நம்பூதிரியை காரியகர்த்தர் பதவியிலிருந்து நீக்கிவிட வேண்டும்.

கருத்து வேற்றுமையே கிடையாது.

எல்லா முதல் தேதிகளிலும் கூட்டம் நடத்தவேண்டும். ஊர்த் தலைவர் தான் முன்னர் பெட்டி வைத்திருந்தவர். இப்போது ஊருக் கென்று தலைவர் இல்லை.

"பெட்டி யார் வைத்திருக்கணும்?"

"சேந்நாட்டு அம்மாவன் பெட்டி வைத்திருக்கட்டுமே." அரும்பேல் குஞ்சன் குறுப்பு கருத்தைத் தெரிவித்தார்.

இவ்வாறாக சேந்நாடன் பெட்டிக்காரராகி விட்டார். ஆனால் அவர் ஊருக்குத் தலைவர்தானா?

எல்லா ஊர்களிலும் இப்படியெல்லாம்தான் கூட்டம் நடைபெற்றது. மூலப்படத்து கோவிந்தன் படஹாரம் கூட்டத்திற்கும், நட்டாச்சேரி பத்மநாபன் தென்னடியூர் கூட்டத்திற்கும், வெட்டிக்காட்டு கிட்டுக் குறுப்பு சிறையத்து கூட்டத்திற்கும் முன் கையெடுத்தவர்களாக இருந்தனர். அவர்கள் ஒவ்வொருவரும் அந்தந்த ஊர்ப் பெட்டிக்காரர்களாகி விட்டனர்.

எல்லோரும் எல்லாவற்றையும் பேசினர். பேசிக் கலைந்தனர். கூட்டத்தில் பங்கெடுக்காமலிருந்த திருவஞ்சியூர் நாராயணபிள்ளை சேந்நாடனைக் கேட்டார்:

"சேந்நாட்டண்ணோ...! கூட்டமெல்லாம் எப்படியிருந்தது?"

"நீங்க நேற்று கூட்டத்துக்கு வராமலிருந்தீங்கல்ல? பெருத்த ஏமாற்றம் தாணுங்க." சேந்நாடன் சற்று சுடுப்புடன் கூறினார்.

"அண்ணன், மன்னிக்கணும். அன்னைக்கு அண்ணன் இந்தக் கூட்டவிசயமா என்கிட்டே சொன்னபோது நான் ஒரு விசயம் சொல்ல மறந்துட்டேன். நான் முந்தா நாள் காலையிலேயே ஆலப்புழைக்குப் போனேன். நேற்று ராத்திரீலேதான் திரும்பி வந்தேன். படகிலேதான் போனேன்."

சேந்நாடன் உணர்ச்சிவசப்பட்டுக் கூறினார்.

"எல்லோரும் வந்திருந்தாங்க. என்னைப் பெட்டிக்காரனா தேர்ந்தெடுத்திருக்காங்க. முன்பு நீங்கதானே ஆசான் பெட்டிக்காரராய் இருந்தீங்க? இப்போ இப்படியாச்சு. நடக்கட்டும்; நடக்கட்டும்!"

"தேவஸ்தான விசயமா என்ன முடிவெடுத்தீங்க?"

"நேற்றைக்கு என்ன நடந்ததுன்னு தெரியுமா? கூட்டத்துக்கு வந்திருந்த யாருமே எதிர்க்கவில்லை. அஷ்டபந்தன கலசம் நடத்தணும். அர்ச்சகர் காரியகர்த்தராகக் கூடாது...ன்னு இப்படியெல்லாம் பேசினாங்க. 'ஸ்தானிகள் எங்கே?"ன்னார் சாத்துப் பணிக்கர். அவங்களைப் பிடிச்சு

கட்டணும்னாரு போலீஸ் குமாருபிள்ளை. அப்பப்பா! எப்படிப்பட்ட நிகழ்ச்சி!"

"அப்பறம் அஷ்டபந்தன கலச விசயம் என்னாச்சு?"

"எல்லாருமே அது வேணும்னாங்க."

கூட்டம் வெற்றிபெற்றது. இனி அடுத்த முதல் தேதியன்று கூட்டம் நடக்கவேண்டும்.

நாராயண பிள்ளைக்குச் சந்தோஷமாயிற்று.

* ** *

அனைத்து ஊர்களிலும் நடந்த கூட்டங்களின் கதை இப்படித்தான்.

சீரட்ட குஞ்சுக் கைமள் மனைவி அடிமாட்டில் இட்டிச்சிரையும், சீரட்டக் குடும்பத்தைச் சேர்ந்த நான்கு குஞ்சம்மாமார்களும் அந்த மாதம் நான்காம் தேதியன்று பொழுதுபோன அந்தி மயக்கத்தில் நட்டாச்சேரி வீட்டுக்கு வந்தனர். கோனாருடைய கலால் வகுப்பில் நீண்ட காலமாய் பணம் வசூலித்துக் கொண்டிருந்தவரல்லவா, பத்மநாபன் நாயர்? அப்போது, பொழுது போனால் நாயருக்குத் தரையில் சரியாகக் கால் நிற்காது. நட்டாச்சேரி வீட்டின் திண்ணை மீது அமர்ந்திருந்த பத்மநாபன் நாயர் விசாரித்தார்:

"யார் அது?"

அழுக்கான புடவையுடுத்திப் பட்டினிக் கோலமாய்க் காட்சி தருகிற இட்டிச்சிரையம்மாவும், சீரட்டக் குடும்பத்துக் குஞ்சம்மாமார்களும் நிற்கிறார்கள். அவர்கள் முறையீடு செய்ய வந்தவர்கள். இட்டிச்சிரையம்மா சொன்னாள்:

"மூ ணுநாளா என் பசங்களோட தந்தையைக் காணோம். இவங்கல்லாம் சீரட்டக் குடும்பத்துக் குஞ்சம்மாமாருங்கதான்."

பத்மநாபன் நாயரால் திடீரென விசயத்தைப் புரிந்துகொள்ள முடிய வில்லை. இட்டிச்சிரை தொடர்ந்து பேசினாள்:

"மூணுநாளா நாங்க பட்டினியாக்கும். முன்பு எல்லாம் தேவஸ்தானத்திலேருந்து அரிசி அல்லது நெல் தந்துக்கிட்டிருந்தாங்க. இப்போ அளக்கிற அந்த இடும்பன் அம்மாவன் வந்து சொன்னாரு, முதல் தேதி கூட்டத்துக்கு வந்தவங்க எங்க பெரியவரைப் பிடிச்சுக்கிட்டுப் போனாங்கன்னு! அதனாலே தேவஸ்தானத்திலேருந்து அரிசி, நெல் ஏதும் தரமுடியாதுன்னு! - பாலத்தோள் திருமேனி சொல்லியனுப்பிச்சாராம்!"

கதை ஏதும் பத்மநாபன் நாயருக்குப் புரியவில்லை. அந்திமயக்கத்தில் ஐந்து பட்டினிக் கோலங்கள் முன்னால் வந்து நிற்கிறார்கள். என்ன வெல்லாமோ சொல்கின்றனர்.

பின்னால் நின்றிருந்த ஒரு சீரட்டக் குஞ்சம்மா வினவினாள்: "எங்க அம்மாவனை உங்க கூட்டத்தைச் சேர்ந்தவங்க என்ன பண்ணினாங்க? அவர் எங்கே?"

பத்மநாபன் நாயர் முதல் தேதிக் கூட்டத்தில் கலந்து கொண்டவர்தான். சரிதான். ஆனால் கூட்டத்தில் கலந்துகொண்டவர்கள் யாரும் குஞ்சுக் குறுப்புவைக் கண்டதில்லை. அவர் எங்கிருக்கிறார் என்றும் தெரியாது.

கவலை தரும் உண்மை ஒன்று உண்டு. சீரட்டவிலும் அடிமாட்டிலும் மூன்று நாளாக அடுக்களையிலிருந்து மேலே புகை உயர்ந்து காண வில்லை.

பத்மநாபன் நாயர் தனது மூத்த சகோதரி இட்டிச் சிருதேவியம்மாவைக் கூப்பிட்டார்: "அக்கா...!"

இட்டிச்சிருதேவியம்மா வந்தாள். தடித்துப் பருமனான, வயோதிகத்துக்கு வந்து கொண்டிருக்கிற ஒரு பெண்மணி!

சுட்டிப்புடவை தார்ப்பாய்ச்சி உடுத்தியிருக்கிறாள்.

"அக்கா! சீரட்டக் குஞ்சம்மாமார்களும், சீரட்ட ஆசான் மனைவியும் தான் இவர்கள். மூன்று நாளாக இவங்க வீட்டு அடுப்பிலே நெருப்புப் பற்றவைக்கவில்லை."

இட்டிச் சிருதேவியம்மா அப்படியே நின்றவாறு தனது குழந்தைப் பருவத்தை நினைத்துப் பார்த்தாள். அவள் தாய் சக்கி, சீரட்டவிலே வீடு கூட்டிச் சுத்தம் செய்கிற வேலை செய்து வந்தாள். காலையில் சீரட்டவிலிருந்து கிடைக்கிற கெட்டிதுட்டிப் பழங்கஞ்சியின் ருசி இன்றைய தினத்தில் கூட நாக்கிலிருந்து போகவில்லை.

அன்றைய சாப்பாட்டுக்கானதை இட்டிச்சிருதேவியம்மா அவர் களுக்குக் கொடுத்தாள்

* ** *

உம்மிணிப் பிள்ளை, ஈப்பிடிக்கிற கிருஷ்ணப்பிள்ளை மற்றும் சொறிகிற குஞ்சன் குறுப்பு ஆகியோரைக் காணவில்லை. அவர்களை யார் இழுத்துச் சென்றனரோ?

58

பள்ளி மரக்கலம் அனந்தபுரத்து அரண்மனையில் மட்டும்தான் உண்டு. அங்கிருந்து அது வாங்கப்பட்டது. அன்று 'முறை ஜெப'த்திற்காக வடக்கிருந்து வருகின்ற நம்பூதிரிமார்களைப் பள்ளிமரக்கரத்திலேதான் அழைத்து வருகிறார்கள். இடும்பன் பப்புச்சார் மற்றும் பாலவள்ளி நாராயணச்சார் ஆகியோரெல்லாம் பள்ளி மரக்கலத்தில் தண்டுத் துடுப்பிழுத்துப் பழகியவர்கள். அனந்தபுரத்து அரண்மனைப் பள்ளி மரக்கலத்திலே, பப்புச்சார் மற்றும் குஞ்சாறணச்சார் தலைமையிலுள்ள சங்கத்தினரும் வைக்கத்துக்குச் சென்றுவிட்டனர். தந்திரி நம்பூதிரி அவர்கள் வைக்கத்திலேதான் வந்து தங்கியிருக்கிறார்கள். அவர்களை அழைத்து வரவேண்டும்.

தந்திரி நம்பூதிரி வந்துவிட்டார். அவர் தந்திரி மடத்தில்தான் தங்கியிருக்கிறார்.

அஷ்டபந்தன கலசம் நடைபெறும். ஆனால் அதுக்குப் பணம் எங்கே? நெல் எங்கே? அது தான் கூட்டத்தினரின் கேள்வி. இரண்டு மாதக் கூட்டங்கள் நடைபெற்றன. என்ன செய்வதென்ற தீர்மானமாகவில்லை. கூட்டத்தில் கணபதி நம்பூதிரியை மாற்றவேண்டுமென்று ஆவேசமாய் எல்லோரும் பேசுவர்.

ஸ்தானிகள் எங்கே? அவர்களைக் காணவில்லை. கணபதி நம்பூதிரி அவர்களை எங்கே கொண்டு சென்று பதுக்கி வைத்திருக்கிறார்.

அடிமாட்டிலும், கொச்சனங்காட்டிலுமெல்லாம் இரவில் நெல் கொண்டு சென்று கொடுத்துவந்தார் பப்புச்சார். அடிமாட்டுத் தெற்கு வீட்டைச் சேர்ந்த கொச்சுமிதான் இந்தத் தகவலைச் சொன்னாள். சில இரவில் பப்புச்சார் அங்கே படுத்துக் கொள்வதுமுண்டாம். கணபதி நம்பூதிரிதான் அதைக் கொடுத்தனுப்பியிருக்கலாம். அந்த முறையில் பப்புச் சாருக்கு அந்த வீட்டுடன் பந்தமும் சொந்தமும் ஏற்பட்டுவிட்டன.

போலீஸ் குமாருபிள்ளை இரண்டாவது கூட்டத்தில் அலறினார்:

"ஸ்தானிமார்கள் - அவர்கள் எங்கிருந்தாலும் பிடித்துக் கட்டி யிழுத்து வரவேண்டும்."

"அவர்கள் சேர்த்தலையிலுள்ள ஏதாவது பிரமுகர்கள் வீட்டிலே தங்கியிருப்பார்கள். அங்கே சென்று அவர்களைப் பிடித்துக் கட்ட முயன்றால் முயல்கின்றவர்கள் சேர்த்தலை வெண்மணலில் இரண்டு கெஜ ஆழத்திலே புதைக்கப்பட்டு விடுவார்கள்." ஒருவர் சொன்னார்.

"அங்கிருந்தும் பிடித்துக் கொண்டு வருவதுண்டு." குமாருபிள்ளை விட்டுக் கொடுக்கவில்லை.

மூன்றாவது கூட்டத்தில் ஒரு தீர்மானமாயிற்று. பெட்டிக்காரரான சேந்நாடன் தான் அதை முன்மொழிந்தார்:

"பகவான் புழுப்பூச்சிகள் மீதுதான் அமர்ந்திருக்கிறார். அஷ்டபந்தன கலசம் நடக்கட்டும்! அது எல்லோருடையவும் அவசர காரியமாகும். தந்திரித் திருமேனியைச் சந்திச்சேன் நான். விதிப்படி அதை எல்லாம் செய்வோமென்கிறார் தந்திரி. தேவன் சக்தியை இரு மடங்காகச் செய்யப் போகிறாராம். ஆகவே அந்தச் சடங்கு நடக்கிற சந்தர்ப்பத்தில் சண்டை சச்சரவுகள் எதுவும் இருக்கக் கூடாது."

அது உண்மை தான்.

"தேவ காரியம் நடக்குது. அப்போது ஏதேனும் அவலம் ஏற்பட்டு விட்டால் தேவகோபம் ஏற்படத்தான் செய்யும்."

மேலும் நடத்தப்பட்ட மூன்று கூட்டங்களிலும் எடுக்கப்பட்ட தீர்மானமும் அதுவாகத் தானிருந்தது.

* ** *

தடபுடலான தயாரிப்புக்கள்தான். கோவிலின் தென்கிழக்குப் பகுதியில் 'பாலாலயம்' நிர்மாணிக்கப்பட்டது. அதுவும் முகூர்த்த நேரம் பார்த்துத்தான். தந்திரிக்கு உதவ எட்டு-பத்து நம்பூதிரிகள் வந்தனர்.

ஆற்றுத்துறை மாத்துள்ள ஒரு படகு நெல்லுடன் தேவஸ்தானம் துறைக்கு வந்து சேர்ந்தார். சென்ற வருடத்துக்கு முந்திய வருடம் சித்திரை மாதத்துக்குப் பிறகு தேவஸ்தானம் துறைக்கு நெல் படகு வந்து சேர்ந்தது இது தான் முதன் முறை. மாத்துள்ள சட்டையும், எழுபத்துமூன்றாம் ரக மல் வேஷ்டிம் அணிந்து வந்திருக்கிறார். படகிலிருந்து கரையிறங்கிய அவர் நேரடியாக ஏமுகட்டு வீட்டை நோக்கி நடந்தார். முன்கூடத்தில் கணபதி நம்பூதிரி அமர்ந்திருந்தார். கணக்குப் பிள்ளை வெளியில் ஒரு நாற்காலி கொண்டுவந்து போட்டார். தொடர்ந்து இன்னொரு படகு கூட வந்து சேர்ந்தது. அது பருத்திக் காட்டு சவுரியாருடையதாகும். அவர் தேவஸ்தானத்துக்குச் சொந்தமான ஏழுநூறு பறை நிலத்தில் விவசாயம் பண்ணுகிறவர்.

கனக்குளத்தார் ஊரெங்கிலுமுள்ள வீடுகள் தோறும் ஏறியிறங்கிச் சொன்னார்:

"நாம்ப ஜயிச்சோம். ஒரு வருஷமும் நாலு மாதமும் கழிந்த பிறகு தேவதானம் துறையில் நெல் படகு வந்திருக்கு."

நெல் படகைக் காணச் சிலர் துறைக்குச் சென்றனர்.

சவுரியாரும் மாத்துள்ளவும் இரு பலகைகள் மீது அமர்ந்திருக்கின்றனர்.

சேந்நாடன் அவர்களை நோக்கிச் சென்றார். சுகம் விசாரித்தார்.

"எப்படியிருக்கு சவுரிமாப்பிள?"

"ஓ... ஒண்ணுமில்லே... கோவிலிலே தவிர்க்கமுடியாத ஒரு சடங்கு நடக்குதுன்னு திருமேனி வந்து சொன்னாரு. அதுக்கு நெல்லு வேணுமாம். நெல் என்கிட்டே இருக்கலே. ஆயினும் தேவகாரியமல்லவா? அதனாலே வந்தேன்."

மாத்துள்ள சேர்த்துச் சொன்னார்: "கோவில் ஆனாலும், மாதா கோவில் ஆனாலும் இரண்டும் தேவாலயங்கள்தானே? தேவகாரியத்துக்கு இடைஞ்சல் ஏற்பட்டுடக் கூடாது."

சேந்நாடன் அதை ஒப்புக் கொண்டார்.

"அப்படிச் சொல்லுங்க, மாத்துள்ளா! அப்படிப்பட்ட கருத்துத்தான் வேணும். அதுதான் உங்க செழிப்பு."

"ஏதோ உங்க மத்தியிலே சில சண்டை - சச்சரவெல்லாமிருக்குன்னு சொல்லிக்கிறாங்களே?" தெரிந்துகொள்ள வேண்டுமென்பதற்காகவே வினவினார் சவுரியார்.

சேந்நாடன் நழுவிக்கொண்டார்.

"அதெல்லாம் தேவஸ்தானம் சம்பந்தப்பட்ட விசயம்தானே; சவுரி மாப்பிள? அதெல்லாம் அப்படி நடந்துக்கிட்டேயிருக்கும். உங்க கூட்டம் நடக்கற நேரத்திலும் இப்படியெல்லாம் நடக்குமே." சேந்நாடன் ஒரு கணம் நிறுத்திவிட்டு மறுபடியும் கூறினார்:

"விசயத்தைச் சொல்லி அமைதிப்படுத்த உங்களுக்குப் பாதிரியார் இருக்காரே...!"

மாத்துள்ள சொன்னார்: "கணபதித் திருமேனி மகா கெட்டிக்காரரர். நல்ல செயல் திறன் கொண்டவர். அதுக்கெல்லாம் அவரைப் போல இன்னொருவர் இல்லவே இல்லே. எங்ககிட்டே இல்லாத நெல்லை உண்டாக்கித் தரும்படியாச் செஞ்சிட்டாரு. சவுரிமாமா தோட்டத்துக் கூலியாளுங்களுக்கு அரிசி கொடுக்கணும்னு குட்டி வந்து படாத பாடுபடுத்தறான். நான் பூஞ்சாற்று அரண்மனைக்குச் சொந்தமான மனை வாங்கியதிலே அவங்களுக்குப் பணம் கொடுக்கவேண்டியிருக்கு. நெல் வியாபாரீங்களை எதிர்பார்த்துக்கிட்டிருந்தேன். அப்போது தான் திருமேனி வந்து கழுத்திலே கயிறு போட்டுட்டாரு. கெட்டிக்காரர்ன்னா அவருதான்."

சவுரியார் மாத்துள்ள நோக்கிச் சொன்னார்:

"அந்தத் திருமேனி காரியங்களை எப்படி நிறைவேற்றறாருன்னு பாருங்க! அதெல்லாம் ஒரு சாமார்த்தியம்தான்."

சவுரியாரும் மாத்துள்ளவும் கணபதித் திருமேனியைப் புகழ்கிறார்கள்.

மாத்துள்ள சொன்னார்:

"என்னை நெல்லு தர ஒப்புக்கொள்ள வச்சது நொடிப் பொழுதிலே தான்."

சவுரியார் சேர்த்துக் கூறினார்:

"எங்க வீட்டுத் துறையிலே திருமேனியோட படகு வந்து நின்றது. கூப்பிட்டார். நான் வீட்டை விட்டு வெளியே வந்தேன். அவர் விசயத்தைச் சொன்னார். நான் ஒப்புக்கொண்டேன். படகை விட்டு அவர் கீழிறங்கவேயில்லே."

சேந்நாடனால் அங்கே நிற்கமுடியவில்லை. அவர்கள் கணபதி நம்பூதிரியைப் புகழ்கிறார்கள். எதையும் சொல்லாமல் அவர் திரும்பி நடந்தார். அது மாத்துள்ள மற்றும் சவுரியாரிடம் ஏற்பட்ட எதிர்ப்பினாலே அல்ல. காதுக்கு ரசிக்காத ஒரு விசயத்தைக் கேட்டு நிற்கப் பொறுமையில்லாததே காரணமாகும்.

* ** *

பருத்திக்காட்டு சவுரியாருக்கும், ஆற்றுத் துறை மாத்துள்ளவுக்கும் குத்தகை பாக்கியில்லை. பின்னர் அவர்கள் நெல் அளந்தனரே - அது எந்த இனத்திலே சேர்ந்ததாக இருக்கும்? அவர்கள் பாக்கிவைக்கவில்லை என்று எப்படியோ சேந்நாடன் அறிந்து கொண்டார். பருத்திக் காட்டு நிலத்திலே விவசாயம் செய்வது அமிச்சங்கரி மிதிக் களத்தைச் சேர்ந்த கோவிந்தச்சார் தான். தேவஸ்தானத்துக்குக் குத்தகையினத்திலே ஒரு மா நெல் கூட பாக்கியில்லை என்று கோவிந்தச்சார் அழுத்தமாகக் கூறினார்.

சவுரியார் கொடுக்கல் - வாங்கலிலே மிகக் கறாரானவரென்று சொல்கிறார்கள். ஆற்றுத் துறையினருக்கும் பாக்கிவைக்க வேண்டிய அவசியமில்லை. நெல் என்றால் நெல்லும், பணமென்றால் பணமும் அவர்களிடமுண்டு.

மேல் குத்தகையா? அவ்வாறாயின் அது ஒரு கடன் பொறுப்புத்தான். அந்த நெல் அளந்த கதை ஊரெங்கிலும் பேச்சு விசயமாயிற்று.

எப்படியிருந்தாலும் கோவிலில் அஷ்டபந்தன கலசம் நடக்குமல்லவா? அந்த நல்ல காரியம் நடைபெறுவதனால் கண்களை மூடிக் கொள்வோம். ஜனங்கள் அதைப் பொறுத்துக் கொண்டனர்.

* ** *

பிரதிஷ்டை இளக்கியெடுத்து பட்டினால்மூடி, தென்கிழக்குப் பகுதியில் அமைக்கப்பட்டிருக்கிற ‘பாலாலய’த்துக்கு மாற்றியபோது பக்த ஜனங்களின் கண்கள் நிறைந்துவிட்டன. கிழவிகள் தேம்பியழுதனர். அது ஒரு பிணத்தைத் தூக்கி வருவது போலிருந்தது. மனையில் ஒரு மூலையிலேதான் சிதை அமைக்கப்படுகிறது. தென்கிழக்கு மூலை! பட்டிலே பொதிந்து பிணத்தைப் போல் எடுத்துச் செல்கிற பகவான்-சிலைக்கு இன்னும் உயிர் வரவேண்டியிருக்கிறது. ஜீவன் அளிப்பவர் தந்திரி நம்பூதிரியாகும். உயிர் பிரதிஷ்டை நிர்வகித்த பின்னர்தான் ஊர்க்காவல் தெய்வமான பகவானுக்கு மக்களைக் காப்பதற்கான சக்தி பிறக்கும்.

தந்திரி நம்பூதிரி கரும சக்தி வாய்ந்தவர். நான்கு வேதங்கள் தெரிந்தவர். மந்திர தந்திரங்களை ஒழுங்கு படுத்தியிருக்கிறார். பிராணப் பிரஷ்டை செய்யத் தகுதி படைத்தவர். யாருக்கும் எந்தச் சந்தேகமும் வேண்டாம். அஷ்ட பந்தனக் கலசத்துக்குப் பின் பகவான் இருமடங்காகப் பெருகிய சக்தியுடன் ஊரைக்காத்து ரெட்சிப்பார்.

நீண்ட நாட்களாயின - ஏன், இந்த ஊர் இப்படி சீரழிந்து போயிற்று? ஸ்தானிகளான ஊர் ஆசான்மார்கள் அனைத்தையும் இழந்து விட்டனர்? பகவானுடைய சக்தி அஸ்தமித்துப் போயிற்று? பிரதிஷ்டை மேடையில் புழுப்பூச்சிகள் அரிக்கத் தொடங்கியது அண்மை நாளிலே அல்ல, நீண்ட நாட்களாயிருக்கவேண்டும். எல்லோரும் அதை அறியாமற் போய்விட்டனர்.

பகவானுடைய சக்தி அஸ்தமிக்கத் தொடங்கியது எப்போது? அந்தக் காலத்தைக் கண்டுபிடிக்கக் கஷ்டமில்லை. ஊர் சீரழியத் தொடங்கியபோதுதான்!

கருமசித்தி படைத்த தந்திரி நம்பூதிரி அஷ்டபந்தன கலசத்திற்காக உயிர்ப் பிரதிஷ்டை நடத்தும்போது ஊர் முன்னர் இருந்தது போன்ற செழிப்பைப் பெற்றுவிடும். சீரட்டக் கைமள், கோந்நோத்துப் பிள்ளை மற்றும் மங்கலச்சேரி முதலிய குடும்பங்களெல்லாம் உயிர்த்தெழுந்து விடும். ஊரெங்கிலும் ஐசுவரியம் நிறைந்து நிற்கும். ஊருக்கு நாதனும், ஊர்களுக்குத் தலைவர்களும் தோன்றுவார்கள்.

செய்யவேண்டிய காரியம் ஒன்றுதான். தந்திரி நம்பூதிரியின் கருமங்களுக்குப் பூர சித்தியேற்படவேண்டும். அதற்காக அனைவரும் ஒத்துழைப்பைத் தரவேண்டும்.

ஊரின் காவல் தெய்வத்தினை பிணத்தைச் சிதைக்கென்பது போல் எடுத்துச் செல்வதை இந்தத் தலைமுறையைச் சேர்ந்த மக்கள் பார்த்தனர்.

ஆண்-பெண்-குழந்தைகள் உள்ளிட்ட மக்கள் இத்தகையதொரு காட்சியை முன்னர் கண்டது எந்தத் தலைமுறையில்? என்னவோ? ஆனால் இந்தத் தலைமுறை இத்தகையதொரு அபூர்வ நிகழ்ச்சியைக் காண பாக்கியதோஷமுடையவர்களாக இருக்கின்றனர். அதுபோல் கஷ்டங்கள் அனுபவிக்க வேண்டிய பாக்கிய தோஷிகளாகவுமிருக்கின்றனர்.

பொழுது விடிய ஏழரை நாழிகையுள்ள போதே ஆண்-பெண்-குழந்தைகள் உள்ளிட்ட ஊர் ஜனங்கள் அனைவரும் கோவிலுக்கு வந்து விடுவார்கள். சில சந்தர்ப்பங்களில் பெண்களின் குலவை வேண்டும். வேறு சில சந்தர்ப்பங்களில் ஆண்களின் ஆர்ப்பரிப்புக் குரலெழவேண்டும். இடையிடையே பாலாலய கபாடம் திறக்கப்படும். அப்போது தொழுதிடலாம்.

சேந்நாடன், மூலப்படத்து கோவிந்தன் மற்றும் நட்டச்சேரி பத்மநாபனுக்கு புதிதாக ஒரு வேலை செய்ய வேண்டியதாயிற்று. விடியற்காலையிலேயே ஒவ்வொரு வீட்டுக்கும் சென்று ஆண் - பெண் குழந்தைகள் உள்ளிட்ட அனைவரையும் துயிலெழுப்பவேண்டும். அனைவரையும் குளிக்கவைத்துக் கோவிலுக்கு அழைத்துச் செல்ல வேண்டும். அதுதான் இப்போது பெட்டிக்காரர்களின் வேலையாயிற்று. குலவை எனும்போது குலவை; ஆர்ப்பரிப்புக் குரல் எனும்போது அது! எல்லாவற்றுக்கும் ஆக்கினையிடுகின்றவர்கள் இந்தப் பெட்டிக் காரர்களேதான்.

* ** *

கலால் குத்தகை நடைபெறுகிற காலத்தில் கள்ளுக்கடைகள் மற்றும் சாராயக்கடைகள் அனைத்திலும் ஏறியிறங்கி நடந்த பத்மநாபனுக்கு தெய்வமும் குலதெய்வமும் உண்டா? எவனும் கேட்கக் கூடும். அந்தக் காலத்திலும் பத்மநாபன் நிர்மால்யம் தொழுததுண்டாம்! ஓ... அதைச் சொல்லவேண்டாம். அவருடைய உறவு முழுவதும் கள்ளுக்கடைகளோடு தானே, இருந்தது? ஆனால், பத்மநாபன் எந்தக் காலத்திலும் ஸ்நானம் மற்றும் ஜெபதபாதிகளுடையவராகத் தானிருந்தார். நிர்மால்யம் தொழாமலிருந்ததேயில்லை.

சேந்நாடன் பத்மநாபனிடம் சொன்னார்:

"ஐயா, நாம்ப இப்போது பெட்டிக்காரங்க. முன்பு பெட்டிக்காரங்க யாராயிருந்தாங்க? ஒவ்வொரு ஊரையும் சேர்ந்த ஆசான்மார்களுங்க. ஆகவே நாம்ப இந்த விசயத்திலே முன்னால் நிற்கவேண்டும். அதுதான் செய்யவேண்டியது."

அப்புறம் சேந்நாடன் பத்மநாபன் நாயர் காதோரமாய் முணுமுணுத்தார்.

"இந்தப் புயல் எல்லாம் அடங்கிடும். பாலத்தோள் நம்பூதிரியை அந்த இடத்திலேருந்து வீசியெறிஞ்சிடுவாங்க. அப்போது காரியகர்த்தராகப் பொறுப்பேற்க ஒருவர் வேண்டாமோ? அதுக்கு நான் மனசிலே வச்சிருக்கிறது உங்களைத்தான். அப்போ, செய்யவேண்டியது என்னன்னா, எல்லா விசயங்களிலும் நீங்க முன்னணியிலே இருக்கணும்... என்ன?"

பத்மநாபன் நாயருக்கு விசயம் புரிந்துவிட்டது. அப்போது ஒரு சிரிப்புடன் சேந்நாடன் சொன்னார்:

கோவிந்தனுக்கு ஒரு புகார் உண்டு. குறிப்பிட்ட ஒருவரிடம் மட்டுமாக உள்ளது அல்ல. ஊரிலுள்ள அனைவரிடமும் இந்த ஊர் நல்லதுதான். மனிதர்களும் நல்லவர்கள்; அன்பானவர்கள். அவரும் எல்லோரிடமும் நல்ல சொல்லும் வசனமுமாக இருக்கிறார். யாருமே கோவிந்தனுக்குத் தீங்கிழைத்ததில்லை. அவரும் யாருக்கும் தீங்கு விளைவித்ததில்லை. தனக்கு இஷ்டமில்லாததைச் சொல்லும் போது கூட அவர் முகம் களையுடனிருக்கும். அதில் புன்னகை தவழ்ந்து கொண்டிருக்கும். யாருக்குமே அவர் மீது வருத்தமேற்படாது. மக்களின் நன்மையினால்தான்தன் மகன் இவ்வாறாகி நாழிக்கஞ்சிக்கு வேண்டிய பொருளை ஈட்டினான் என்று படுகிழவியான குஞ்சக்கியவர் சொல்கிறாள். அவன் சுபாவமும் பட்டுப் போன்றது. அவன் முகத்தைப் பார்த்தால் யாருக்குத்தான் கோபம் வரும்?

திருவிழாக் காலங்களில் கோவில்லே சமையலுக்கு வந்து கொண்டிருந்த வைத்தி சுவாமியின் புதல்வர்தான் கோவிந்தன். கொச்சக்கி ஒருமுறைதான் பெற்றிருக்கிறாள். வைத்தியருக்கு ஆலப்புழையில் சொந்த ஜாதியைச் சேர்ந்த புதல்வர்களிருக்கிறார்கள். அறுவடையின் போது அவர்கள் வருவார்கள். அவர்கள் குஞ்சக்கியவரை 'சின்னம்மா' என்று தான் கூப்பிடுகின்றனர். பால்பாயசம், பெரிய வட்டவடிவிலுள்ள முறுக்கு மற்றும் பொரி முதலியவற்றைச் சின்னம்மாவுக்காகக் கொண்டு வருவார்கள். பல்லில்லாத குஞ்சக்கியவர் எப்படி முறுக்கு தின்னமுடியும்? கிச்சுக்குட்டி முறுக்கைத் தூள் பண்ணிச் சின்னம்மா வாயில் போட்டுக் கொடுப்பான். அவனுக்கு சின்னம்மா மீது மிக மிக அன்பு!

சுவாமியின் மூத்த மகள் ஆலப்பழையில் இருந்து வருகிறாள். அலமேலுவின் ஆத்துக்காரருக்கு ஏதோ உத்தியோகமுண்டு. அவள் வாழ்க்கை நன்றாக இருக்கிறது. 'பன்னிரண்டுகளபத்தின் நாள் கோவிலுக்கு சாமி கும்பிட வந்தால் அவள் கொச்சக்கியவரைச் சந்திக்காமல் திரும்பிப் போகமாட்டாள்.

மடத்திலிருந்து யார் வந்தாலும் குஞ்சக்கி, அவர்களில் யாரையும் வெறும் கையுடன் அனுப்பமாட்டாள். பங்குனி-சித்திரை மாதத்திய அறுவடை முடிந்தால் அவள் நெல் மற்றும் கச்சியை சுவாமி மடத்துக்கு

அனுப்பிவைப்பாள். சுவாமியின் மக்கள் அவற்றைப் பங்கு எடுத்துக் கொள்வர்.

பட்டர்மார்களின் பல்வேறு பலகாரங்களைத் தின்கின்றவர்கள் இன்று ஊரில் யார் இருக்கிறார்கள்? மூலப்படத்து வீட்டில்தான்.

எனவே கோவிந்தனின் புகார்தான் என்ன? கோவிந்தனை யாருமே கோவிந்தன் நாயர் என்று அழைப்பதில்லை. ஒத்த வயதுடையவர்களும் அல்லாதவர்களும் அவரை வெறும் கோவிந்தன் என்று தான் கூப்பிடு கின்றனர். அவரை விடச் சின்னவர்கள் 'கோயிந் தண்ணா!' என்றும்.

ஆனால் அந்தப் புகாரினை அவர் வெளியே சொல்வதில்லை. குஞ்சக்கியவர் அதை கவனிப்பதுமில்லை.

ஒரு சமயத்தில் கோவிந்தன் நாயர் மனைவி, இடையேழுத்து கிட்டுச் சாருடன் சண்டைக்கு நின்றாள். வீடான வீடுகளில் எல்லாம் ஏறியிறங்கிக் கஞ்சித் தண்ணி கேட்டு வாங்கிக் குடித்து நடக்கிற ஆள்தான் கிட்டுச்சார். அதிகாரத்தின் குரலிலேதான் அவர் எங்கு சென்றாலும் பேசுவார். எப்போது வந்தாலும் தனக்காக அங்கே கஞ்சியிருக்க வேண்டுமென்ற பாணியிலேதான் பேச்சு.

கிட்டுச்சார் தலைவர் மாதிரி மூலப்படத்துக்குச் சென்றார். கோவிந்தன் நாயர் மனைவி லட்சுமி வேகவைத்த நெல்லைக் காயப் போட்டுக் கொண்டிருந்தாள்.

"கோயிந்தன் இல்லியா, இங்கே?" கிட்டுச்சார் சென்றதும் கேட்ட கேள்வி இது.

லட்சுமி பதில் சொல்லவில்லை. அப்படியொரு கேள்வி யாராவது கேட்டதாகக் கூடக் காட்டிக் கொள்ளவில்லை.

கிட்டுச்சார் ஊன்றுத் தடியைப் பின்னால் ஊன்றவைத்து நின்றவாறு அதே கேள்வியைத் திரும்பவும் கேட்டார்:

"உன் கிட்டேதான் கேக்கிறேன், கோயிந்தன் இல்லியா, இங்கே?"

நெல்லைப் பாயிலே பரப்பியவாறே யாரோ என்றில்லாமல் லட்சுமி சொன்னாள்:

"மடியிலே வச்சுத்தான் அவங்க பெயரு வச்சாப்பலேருக்கு."

"எனக்குத் தெரியாதா, குஞ்சக்கியவரோட மகன் கோயிந்தனை? அப்புறம் அவனை என்னன்னு சொல்லிக் கூப்பிடணும்? மூலப்படத்து எசமான்னா, கூப்பிடணும்? ஒரு கணத்துக்குப் பிறகு, "எனக்குக் கஞ்சி?" என்றார்.

“இப்போ இங்கே கஞ்சி கிடையாது. அடுப்பிலே வேவுது.”

“உம்! இங்கே நான் வரும்பொழுது கஞ்சியிருக்காது. அப்படித்தான்.” அவர் தடியூன்றியவாறு திரும்பி நடக்கத் தொடங்கியபோது, “நல்ல ஒரு பையன். எங்கிருந்தோ ஒரு மூதேவியைப் புடிச்சுக் கொண்டாந்திருக்கான். அவனுக்கோ அக்கா-தங்கை யாராச்சும் இருக்காங்களா? யாருமில்லே. என்ன பண்ணறது?” என்றார்.

விசயமறிந்த கோவிந்தன், மனைவியைத் திட்டினார். குஞ்சக்கிய வருக்குத் தன் மகனை அனைவரும் வெறும் பெயரைச் சொல்லிக் கூப்பிடுவதில்தான் பிரியம்.

“எம்மவனை எல்லோரும் அப்படித்தான் அழைச்சுக்கிட்டிருக்காங்க. இன்னும் அப்படியே கூப்பிட்டாப் போதும்.”

ஆனால் ஒரு விசயம் - காரியகர்த்தர் பதவியை விட்டுவிட குஞ்சன் பிள்ளை எண்ணியிருந்த நேரத்தில், அந்தப் பதவியிலே கோவிந்தனை நியமிக்க வேண்டுமென்கிற யோசனை ஊரில் நிலவியிருந்தது அனைவரும் அறிந்த விசயம்தான். தேவஸ்தானம் காரியகர்த்தராகிவிட்டால் அன்று கூட எல்லோரும் கோவிந்தன் என்று மட்டும் கூப்பிடுவார்களோ?

கோவிந்தன் கூட கோவிந்தன் நாயராக முடியாது. ஆனால் குஞ்சக்கியவருடைய தங்கை மகன் ராமன், ராமன் நாயர் ஆவார். அது எங்ஙனம் நேர்ந்தது?

அவ்ர் தந்தை கிராம அலுவலகத்தில் ‘மாதப்படி’ என்கிற உத்தியோகம் பார்த்து வந்தார். கூவத்தாழை மாது மாதப்படி. மாது மாதப்படியை ஊர் ஜனங்கள் மதித்து வந்தனர். எல்லா மாதப்படிமார் களையும் அவ்வாறு மதிப்பதுண்டு.

59

பிராணப் பிரதிஷ்டையும், அஷ்டபந்தன கலசமும் அதைத் தொடர்ந்து உற்சவமும் நடைபெற்றது. அஷ்டபந்தன கலசத்தின் தீபலட்சணங்கள் முதல் தரமாயிருந்தன. புகழ்பெற்ற பல்வேறு ஜோதிடர்கள் வந்திருந்தனர். ஜோதிடத்தின் அடிப்படையில் எல்லாம் மஙகளகரமாகவே இருந்தது. தேவனுக்குப் பூரணசக்தி இருக்கத்தான் செய்கிறது.

ஊரெங்கிலும் வாயுமண்டலத்தின் கெட்டித்தன்மை குறைந்து விட்டது. இப்போது காற்றின் கனம் குறைந்திருக்கிறது. லாகவமுண்டு. எதையெல்லாமோ பாடியவாறு காற்று உல்லாசமாய்ச் சுற்றி சஞ்

சரிக்கிறது. மனிதனுக்கு மூச்சுத்திணறல் இல்லை. எல்லோருமே காலையிலேயே குளித்து விபூதி சந்தனம் அணிந்து நடக்கின்றனர். சுத்தம் சுகம் எல்லாம் உண்டு.

முன்னர் மனிதர்கள் எல்லோரும் குளிக்காமலும், உடம்பில் நீர் ஊற்றாமலும் மூதேவி பாதித்தவர்களாக இருந்திருக்கின்றனர். காலையில் கண்விழித்தால் முகம் கழுவாமல் கடவாயில் ஈத்தல் ஒழுகி உலர்ந்து கண்முனையில் பூளையுடன் நடப்பார்கள். கர்ப்பகிருகத்தில் எரிகிற நெய்விளக்குக்கு ஒளியிருக்கவில்லை. கோவிலே இருள்மயமாகக் காட்சியளித்திருந்தது. இப்போது அப்படியில்லை. நட்சத்திரங்கள் போன்று தான் திரிகள் ஒளிசிந்துகின்றன. தங்கக் கவசம் அணிந்திருக்கிற பகவான் முகத்தில் புன்னகை தவழ்கிறது. முழுக்காப்பில்லாத நாட்களே கிடையாது. தீபாராதனை நேரத்தில் கண்கள் கூசிப் போய் விடுகின்றன.

ஊரிலே அனைத்து வீடுகளிலும் ஓர் ஒழுங்கு ஏற்பட்டு விட்டது. கோவில் நன்றாக இருந்தால் ஊரும் நன்றாக இருக்கும்.

ஆற்றுத்துறை மாத்துள்ளவுக்கும், பருத்திக்காட்டு சவுரியாருக்கும் ஒரு மனநிறைவு. அவர்கள் நிமித்தமாய்த்தான் அனைத்தும் நடைபெற்றது. பார்ப்பவர்கள் எல்லோரும் சொன்னார்கள்:

“சவுரியார் மாப்பிளவே, நீங்க நிமித்தமாய் கோவில் நல்லாயிற்று. அதன் குணம் நாட்டுக்கும் உண்டு.”

மாத்துள்ள சொல்லுவார்:

“சவுரியார் மாப்பிளவே, நீங்க நிமித்தமாய் கோவில் நல்லாயிற்று. அதன் குணம் நாட்டுக்கும் உண்டு.”

மாத்துள்ள சொல்லுவார்:

“மாதாகோவில் சீரழிந்துவிட்டால், அது மாப்பிளவுக்கு மட்டுமல்ல; இந்துக்களுக்கும் பாதிப்பை ஏற்படுத்திவிடும்.”

மாத்துள்ளவும் சவுரியாரும் அவைரிடமும் ஒரு விசயத்தைப் பற்றி ஒரே குரலில் பேசுவதுண்டு.

“அந்தத் திருமேனியின் சாமார்த்தியம்தான். அவங்களுக்கு நல்ல தெய்வாதீனமுண்டு.”

யாராலுமே எதிர்க்க முடியாத நிலைமைதான். எதிர்க்க வேண்டு மென்றிருந்தவர்களால் கூட எதிர்க்க முடியவில்லை.

சேந்நாடன் சொன்னார்:

“தெய்வாதீனம்னீங்களே- அது உங்க நெல் மற்றும் பணத்தினாலே தான்!”

* ** *

கோலில் குடும்பத்தாரும், தும்பேக்களத்துக் குடும்பத்தாரும் சற்ற பின் தள்ளப்பட்டனர். அவர்கள் அந்த ஆண்டு-குத்தகை விஷயத்தில் பாக்கி செலுத்த வேண்டியவர்கள். அப்போது கோலில் குடும்பத்தினர் இரண்டு காரியங்களைச் சாதித்துக்கொண்டனர். ஒன்று, பாலத்தோள் இல்லத்துக்குச் சேரவேண்டிய வட்டிக் கடன் முழுவதையும் தீர்த்துக் கொடுத்தனர். இன்னொன்று, கோடாந்திர வீட்டுமனை விலைக்கு வாங்கப்பட்டது. அதில் ஒரு வீட்டைக் கட்டி சாண்டியை அங்கே குடியிருக்கச் செய்வதுதான் நோக்கம். மூத்த மகன் வறீது மணிமலைத் தோட்டத்தை நிர்வகித்து வருகிறான்.

தும்பேக்குளத்தாருக்கும் தேவஸ்தானத்திற்கான குத்தகை பாக்கியுண்டு. பாலத்தோள் இல்லத்துக்குச் சேரவேண்டிய வட்டிக் கடன் பூராவையும் செலுத்திவிட்டனர். மங்கொம்பு சுவாமிக்குச் செலுத்த வேண்டிய குத்தகை பாக்கியும் செலுத்தப்பட்டது. முண்டக்கயத்து தோட்டத்தில் எண்பது ஏக்கரில் ரப்பர் மரங்கள் நட வேண்டியிருக்கிறது. இந்த ஆண்டில் அந்த வேலையும் முடிந்துவிடும்.

இத்தகைய முன்னேற்றமெல்லாம் ஏற்பட்டபோதிலும் ஊரில் முதல் வரிசையில் இருப்பவர்கள் பருத்திக்காட்டினரும் ஆற்றுத் துறையினரும்தான். இந்த விசயத்தில் வட்டத்ரை மற்றும் தும்பேக்குளம் குடும்பங்களைச் சேர்ந்த இளைஞர்களுக்கு மனக்கவலை இருந்து வருகிறது. தங்கள் தகப்பன்மார்களைப் பற்றித்தான் அவர்களுக்கு இருக்கின்ற புகார்களெல்லாம். சொத்து விசயத்தில் முன்னேற்றமேற்படினும் குடும்ப அந்தஸ்திலே பின்தள்ளப்பட்டவர்களே! முணுமுணுப்பதன்றி வேறு வழியில்லை. தகப்பன்மார்கள் செய்வது குறித்துக் குறை கூறவும் முடியாத நிலைமைதான்.

ஒருநாள் கோலில்சாண்டி ஐயோலிக்காட்டு வயலுக்குச் சென்று சின்னப் படகில் திரும்பி வந்துகொண்டிருந்தான். அன்றைய தினம் அங்கே இரண்டாவது உழவு நடைபெற்றுக் கொண்டிருந்தது. இந்தோந்தி வயலிலுள்ள தேவஸ்தானம் நூறுபறை நிலத்தில் உழவு நடப்பதை சாண்டி பார்த்தான். பத்து ஏறு எருமைக் கடாக்கள் உள்ளன. சிறு படகில் ஓலைக்குடை பிடித்தவாறு பருத்திக்காட்டு மத்தாயி உட்கார்ந்திருக்கிறார். நூறு பறை நிலத்துடன் சோர்ந்து கிடக்கிற இருநூறு பறை நிலத்தை மங்கொம்பு ஐயரிடமிருந்து குத்தகைக்கு ஏற்றுக்கொண்டு கோலில் குடும்பத்தினர் தான் விவசாயம் செய்து வருகின்றனர். இருநூறில் தண்ணீர் ஏற்றியிறக்குகிற வாய்க்கல் நூறு பறையிலூடேதான் செல்கிறது.

வீட்டுக்குச் சென்ற போது கோலில் ஔதமாப்பிள முற்றத்தில் நின்று கொண்டிருந்தார். முட்டையிலிருந்து வெளிவந்திருக்கின்ற கோழிக்குஞ் சுகளைப் பருந்து அல்லது காக்கை வந்து பிராண்டிக் கொண்டு போகாமலிருக்கக் காவல் காத்துக் கொண்டிருந்தார். படகினைக் கட்டிப் போட்டுக் கையில் துடுப்புடன் கரையேறிவந்து சாண்டியின் முகம் உம்மென்றிருப்பது மூத்தமாப்பிளவின் கவனத்துக்கு வந்தது. என்னவோ ஒரு விசயமுண்டு. தந்தை முகத்தில் விழிக்காமல் சற்று நிற்கக் கூடச் செய்யாமல் நடந்துசெல்லும்போது சாண்டியாரிடமென்றில்லாமல் சொன்னான்: “இந்தோந்நி வயலிலுள்ள இருநூறு பறை நிலத்தில் இனி மேல் விவசாயம் செய்ய வேண்டாம்.”

“உம்? அதென்ன? முதல் உழவு நடத்தியிருக்கோமில்ல?” என்றார் ஔத.

“அதெல்லாம் சரிதான். ஆனா அடுத்த சாகுபடிக்குத் தண்ணியேற்றி யிறக்க வாய்க்கால் எங்கிருக்கு?”

“அதென்ன, தேவஸ்தானம் நூறு பறை நிலம் வழியாக வாய்க்கால் இல்லியா?”

“உம்? அதென்ன?”

“அந்த நிலத்திலே பருத்திக்காட்டுக் காரங்கதான் சாகுபடி செய்யறாங்க. பருத்திக்காட்டு மத்தாயி அந்த நிலத்தை உழவச்சுக்கிட்டிருந்தான்.”

ஔதவுக்கு எல்லாம் புரிந்துவிட்டது. பருத்திக்காட்டினருக்கும், ஆற்றுத்துறையினருக்கும் அண்மைக் காலமாய் ஊரில் ஏற்பட்டிருக்கிற அந்தஸ்தில் பையன்களுக்கும் பொறாமை ஏற்பட்டிருக்கிறது. ஔதவின் மனத்திலே கூட அந்தப் பொறாமை இல்லாமலில்லை. ஆயினும் பையன் களுக்கு பதில் சொல்லவேண்டாமா?

“அதென்னடா, வயல் நடுவிலே பூமியிருக்கிறவங்க விவசாயம் பண்ண வேணாமா? வாய்க்கால் நம்பளுக்கு உரிமைப் பட்டதுதான்.”

“ஓ... அப்படீன்னா, அந்த உரிமை எப்படீன்னு பாத்துக்கலாமே. உரிமை இருக்குன்னு சொல்லிக்கிட்டிருந்தாப் போதுமா? காலாகாலத்தில் தேவையேற்படற போதெல்லாம் தண்ணியேற்றியிறக்க முடிஞ்சாத்தான் விவசாயம் அழிஞ்சு போகாமலிருக்கும்.”

ஔதவுக்குச் சிறிது கோபம் நடிக்க வேண்டியதாயிற்று. “போடா, சீவக்கட்டை! அவங்க சாகுபடி செய்யறதெல்லாம் வெளியே உள்ள நிலங்களிலே அல்ல. அவர்களுக்கும் வயல்நடுவில் நிலமுண்டு. மற்றவங்க உதவி அவங்களுக்கும் தேவைதான்.”

“அது அவங்களோட காரியமல்லவா?”

சாண்டி உள்ளே சென்றான்.

வாய்க்காலுக்குத் தடை ஏற்பட்டுவிடுமென்பது அல்ல, சாண்டியின் புகார். தேவஸ்தானம் நூறுபறை நிலம் முன்னர் நேரடியாகவே அவர்கள் உழுது பயிரிட்டு வந்தனர். இப்போது அது பருத்திக்காட்டினர் வசமாயிற்று. அது ஓர் அசவுகரியம் என்பது சரிதான். இணைந்தது போல் சேர்ந்து கிடக்கிற நிலம் கிடைப்பதும் சவுகரியம்தான். உண்மையான விசயம் இன்னொன்றாகும். தரம் தாழ்ந்துவிட்டதுதான்.

சாண்டி சாப்பிட்டுக்கொண்டிருக்கிறான். ஔத ஒரு பலகை எடுத்துப் போட்டு அவனை இணங்க வைப்பதற்காக அவனுக்கு நேர்முக மாய் அமர்ந்துகொண்டார்.

“டேய் பையா, அந்த நம்பூதிரி வந்து கேட்டப்போ நான் ஏன் நெல்லு கொடுக்கலேன்னு உனக்குத் தெரியுமா? இங்க அறைக்குள்ளே நெல்லிருந்ததுன்னு உனக்குத் தெரியும். எனக்குக் கல்லைப் பூசை பண்ணறதுக்கு நேரடியாகவோ, அல்லாமலோ மணமும் நெல்லும் கொடுக்கக் கூடாது? அது சாபமாக்கும். திருச்சபைக்கு எதிரானதாக்கும். சத்தியவிசுவாசிகளுக்குப் பொருத்தமானதல்ல. லாபப்பேராசையாலே அதை ஒண்ணும் செய்யக் கூடாது. அன்னைக்கு அந்தக் கோவிலிலே நடந்த பேய்க் கூத்துக்கல்லவா, நாம்ப கொடுக்கிறோம்? ஆனா பருத்திக் காட்டுக்காரங்களும் ஆற்றுத் துறைக்காரங்களும் செஞ்சாங்க. அவங்களுக்குச் சரியானநேரத்துல உதை கிடைக்கும்-பாத்துக்கோ! மிசிஹா தம்பிரான் சும்மாவிடமாட்டாரு!”

ஔதமாப்பிள ஒரு கணம் நிறுத்தினார். அப்புறம் பேசினார்:

“இன்னொண்ணு - நாம்ப ஒரு பணயம் வாங்கினோம். உனக்குத் தெரியுமல்ல?”

சாண்டி பதில் சொல்லவில்லை. அவன் கடுமையாகவே இருக்கிறான். வாத்துக் கறியூற்றிப் பிசைந்த சோற்றுருண்டையை ஒன்றன் பின் ஒன்றாக உள்ளே தள்ளிக் கொண்டிருநதான்.

“கோடாந்திர ஒரு பழைய குடும்பம். பழையதுன்னா ரொம்பப் பழையது. அப்படிப்பட்ட மனைகளுக்குச் சில சிறப்புகள் உண்டு. உனக்குத் தெரியுமா?”

சாண்டிக்குத் தெரியாது. அதனால் மட்டும் அவன் பேசாமலிருக்க வில்லை. வருத்தம் தீரவில்லை. ஔத தொடர்ந்து பேசினார்:

“இல்லாட்டாக் கூட உனக்கு எப்படித் தெரியும்? உனக்குத் தலையும் வாலும் ஏதேதுன்னு தெரியுமா? நான் சொல்லித் தாறேன். கேட்டுகோ!

ரகசியமாகவே ஔத பேசினார். அடுக்களைப் பெண்கள் கூடக் கேட்கக் கூடாதென்கிற வகையில் ரகசியமாகவே கூறினார்:

"அப்படிப்பட்ட குடும்பங்களிலே புதையலிருக்கும். கோடாந்திர ஆசானுங்களோட சொந்தமாயிருந்தது இந்த ஊர் பூராவும். தங்கம், வெள்ளி மற்றும் விலை மதிக்க முடியாத கல்லுகளும் அங்கே எக்கச்சக்கமா யிருந்தது. பெரியவங்க அப்படித்தான் சொல்றாங்க. அதை எல்லாம் புதைச்சு வச்சிருக்காங்க அந்தக் கோடாந்திர வளாகத்திலே! அதுதான் என் பார்வை. நாம்ப அந்த தேவஸ்தானம் நூறுபறை நிலத்துக்காக அந்தப் பேய்க் கூத்துக்கு நெல்லு கொடுத்திருந்தோம்னா- முதல் தவறு, அப்பறம் இந்தப் போர்கூட நடந்திருக்காது."

அப்போது கூட சாண்டிக்குச் சொல்லவேண்டியிருந்தது இதுதான்:

"நீங்க நினைச்சிருந்தீங்கன்னா எல்லாம் நடந்திருக்கும். புதையல் வச்சிருக்கிற மனையையும் வாங்கியிருக்கலாம். ஊரில் நமக்கு அந்தஸ்தும் இருந்திருக்கும்."

அஷ்டபந்தன கலசம் நடைபெற்று முடிந்தபின்னர் நடக்கிற முதல் தேதிக் கூட்டம் அது. ஓர் ஆபத்தைத் தவிர்த்துவிட்டோமென்கிற ஆறுதலுடன் தான் எல்லோரும் கூடியிருக்கின்றனர்.

குமாருபிள்ளை மற்றும் சாத்துப் பணிக்கர் வரையிலுமுள்ள அனைவருக்கும் அந்த ஆறுதலின் அனுபவம் ஏற்பட்டிருக்கிறது. என்ன ஆறுதல்!

இப்போது கோவில் வட்டாரத்திலே குள்ள நரி ஊளையிடுவதில்லை. ஆந்தை குரலெழுப்புவதில்லை. பயமின்றி வெளியே நடக்கலாம். ஆஹா; என்ன ஆறுதல்!

மீதியிருப்பு மற்றும் அந்த மாதம் வசூலான பாக்கி ஆகிய எல்லா வற்றையும் கணக்குப்போட்டு வைத்த பின்னர் தேவஸ்தானம் பற்றிய சர்ச்சை ஆரம்பமாயிற்று.

பெரும்பாத்தரை பாச்சுபிள்ளை சுயமறியாமலேயே கூறிவிட்டார்.

"என்ன ஆனாலும் சரி, ஒரு விசயத்தைச் சொல்லணுமல்லவா? சடங்கெல்லாம் ரொம்ப ஒழுங்காத்தான் நடந்தது. அதனால் எல்லாம் தான் ஜோசியப்படி தேவனுக்குப் பூரா சக்தியும் வந்துட்டதுன்னு நிருபணமாயிட்டது."

அந்த விசயத்தில் யாருக்கும் சந்தேகமில்லை. சேந்நாடன் எதையும் பேசவில்லை.

திருவஞ்சியூர் நாராயணபிள்ளை ஒரு கருத்தினை வீசியெறிந்தார். அதுவும் தன்னை அறியாமலேதான்.

"ஒரு நம்பூதிரி காரியகர்த்தராக இருப்பதனால்தான் ஒரு குற்றம் குறையில்லாமே சடங்குகள் நடந்தது."

மூலையிலிருந்த யாரோ ஒருவர் சொன்னார்:

"ஒரு நாயர் தான் காரியகர்த்தர்ன்னு இருந்தா இவ்வளவு தூரம் நடந்திருக்காது!"

சேந்நாட்டு வீட்டில்தான் கூட்டம் நடைபெற்றது.

சேந்நாடன் நடுங்கிப் போனார்.

"அப்படி யார் சொன்னாங்க?"

அது சிறியதோர் அட்டகாசமாக இருந்தது.

திருவஞ்சியூர் நாராயணபிள்ளை சொன்னார்:

"எம் மனசிலே வந்தது நான் நேராச் சொல்லிட்டேன். அவ்வளவு தான்!"

தேவஸ்தானம் சிற்றாள் கோந்தி தான் இரண்டாவதாகச் சொன்னவர். அவரும் சொன்னார்:

"நானும் அதைத் தான் சொன்னேன்."

கனக்குளத்தார் வரையிலும் அதே கருத்துடையவர்கள். கல்லாற்றுப் பெரியவரும் அத்துடன் உடன்பட்டார்.

சேந்நாடன் தனிமைப்பட்டவர்போல் ஆகிவிட்டார். அவர் கேட்டார்:

"அப்போ நீங்கல்லாம் சொல்வது அந்த நம்பூதிரியைப் பூபோட்டுக் கும்பிடணும்னு தானே?"

"சேந்நாட்டு வீட்டிலே கூட்டம் நடக்கறதனாலேயா, நீங்க இப்படிச் சொல்றீங்க?" என்றார் கோந்தி.

அனைவர் கவனமும் அவர் பக்கம் திரும்பியது. சேந்நாடன் விட்டுவிடவில்லை.

"அந்த நம்பூதிரிகிட்டேருந்து எதையோ வாங்கிக்கிட்டு கூட்டத்தைக் கலைக்க வந்திருக்கிறீரோ?"

வர்க்கத்து நீலகண்டபிள்ளை அமைதியாகத்தான் கருத்தைத் தெரிவித்தார்:

“சண்டை சச்சரவு ஒண்ணும் வேணாம். விசயத்துக்கு வருவோம்.”

எந்த விசயத்துக்கு? கணபதி நம்பூதிரி தேவஸ்தானம் காரியகர்த்தர். அவர் மிக ஆடம்பரமாக உற்சவம் நடத்தினார். அஷ்டபந்தன கலசம் மங்களகரமாய் முடிவுற்றது. ஊரிலே இப்போது சிறிது செழிப்பு உண்டு. எந்த விசயத்துக்கு வருவது? பேசவேண்டிய விசயம் எதுமில்லை.

கூட்டத்தில் உணர்ச்சி தணிந்து காணப்பட்டது. இடையிலே எவரோ சொன்னார் போல:

“ஆற்றுத்துறை மாத்துள்ள மாப்பிள சொல்லறதைக் கேக்கணும். திருமேனிபோல ஒரு காரியகர்த்ததர் இதுவரையிலும் அந்த இடத்திலே இருந்ததில்லை. இவ்வளவு திறமைசாலியான ஒரு காரியகர்த்தர்!”

மாத்துள்ள அப்படிச் சொன்னதாக வேறு சிலரும் சொன்னார்கள். சேந்நாடன் கூட அதை மறுக்கக் கூடிய நிலையில் இல்லை. சேந்நாடனுடைய தோல்வியின் பளு இப்படித்தான் வெளியே வந்தது. அவர் சுயமாகத் தன்னைக் கட்டுப்படுத்திக் கொண்டார்.

“ஆகவே இங்குள்ள அனைவருடையவும் கருத்து பாலத்தோள் கணபதி நம்பூதிரியே காரிய கர்த்தராக இருக்கட்டுமென்பதாகும். அவர் வாழ்நாள் முழுவதிலும்-அப்படித்தான் அபிப்பிராயமென்றால் அவரைப் பூ போட்டுக் கும்பிட வேண்டும்.”

கல்லாற்றுப் பெரியவர் வினவினார்:

“சேந்நாட்டுப் பெரியவர் உள்ளே அர்த்தம் வச்சுப் பேசறார்.”

அப்போது சிற்றாள் கோந்தி எடுத்த எடுப்பிலேயே சொல்லிவிட்டார்:

“உண்மையிலே அதுதான் வேணும்!”

சுனக்குளத்தாருக்குக் கோபம் வந்தது.

“யாரடா, எடுபிடீ அதைச் சொல்ல? பேசாமே உட்கார்ந்துக்கோ!”

திருவஞ்சியூர் நாராயணபிள்ளை கவலையுற்றார். நல்ல புத்திக்குத் தோன்றியதைச் சொல்லிவிட்டார். அதைத் தொடர்ந்துதான் இவ்வளவு விவாதமேற்பட்டிருக்கிறது. அவர் இவ்வளவு தூரம் நிகழுமென்று எதிர் பார்த்திருக்கவில்லை. மன்னிப்பு கோரும் தோரணையில் சொன்னார்:

“நான் சொன்னத யாரும் பொருட்படுத்தவேண்டாம். சேந்நாடன் அண்ணன்தான் நம்ம பெட்டிக்காரர். என்ன செய்யணும்னு அவரே சொல்லட்டும்.”

சேந்நாடன் கவலையுடன் பேசினார்:

“நான் சொல்ல ஒன்றுமில்லை. நான் எதையும் சொல்லப் போவது மில்லை.”

கல்லாற்றுப் பெரியவரும் சுனக்குளத்தாரும் சேந்நாடன் உட்கார்ந் திருப்பதைக் கண்டு வியாகூலமடைந்தனர். கூட்டத்தில் குழுமியிருந்தவர் களும் மனக்கலவரமடைந்தனர். இப்போது எல்லோரும், சேந்நாடன் சொல்லவேண்டியதைச் சொல்லித் தானாகவேண்டுமென்று வலியுறுத்திக் கூறினர்.

சேந்நாடன் சொன்னார். சொல்லில் ஆவேசமில்லை. கூடி யிருந்தவர்களெல்லாரும் உணர்ந்துகொள்ளவேண்டுமென்றில்லை. தோல்வியடைந்த நபர் நிரூப்பிக்கப்படாத உண்மையைச் சொல்லும் முறையில்தான் சொன்னார்.

“பாலத்தோள் நம்பூதிரி காரியகர்த்தராக இருப்பதனால் எனக்கு ஒரு பொடலங்காயுமில்லை. என் குடும்பத்துக்குமில்லை. தேவஸ்தானத்தோட நாழி நிலம் கூட எங்ககிட்டே கிடையாது. ஆனால் அர்ச்சகரான நம்பூதிரி காரியகர்த்தராயிட்டா ரத்தினங்கள் பதிக்கப் பெற்ற தங்கத் திருநகைகள், பாத்திரங்கள் மற்றும் நிலபுலன்கள் எல்லாமே அர்ச்சகர் இல்லத்திலே போய்ச் சேர்ந்திடும்.”

திருவஞ்சியூர் நாராயணபிள்ளை சொன்னார்:

“அது சரிதான். சேந்நாடன் அண்ணன் சொன்னது சரிதான்! எல்லாப் பூட்டுகளும் சாவிக் கொத்தும் இப்போ அர்ச்சகரோட கையிலேதான்.”

சேந்நாடனுக்குச் சற்று ஜீவன் வந்தது. இன்னும் சிறிது வலுவுற்ற வராய்ச் சொன்னார்:

“இப்போ தேவஸ்தானத்து திருநகைகள் என்னென்ன இருக்கு?”

யாரும் எதையும் சொல்லவில்லை. சேந்நாடனே தொடர்ந்து கூறினார்:

“எனக்குத் தெரிஞ்ச அளவிலே நான் சொல்லிடறேன். நான் சொல்றது மட்டும் பூர்த்தியான கணக்கு அல்ல. தருமசாஸ்தாவின் தங்கமேலங்கி மூன்று; வெள்ளியங்கி இரண்டு; தங்கத் தகட்டிலே பூ பதிக்கப் பெற்ற ஆறாட்டுக்கோலம் ஒண்ணு; வெள்ளிக்குடை இரண்டு; அப்பறம் பதக்கங்கள்; - அவற்றிலே எல்லாம் நவரத்தினங்கள் உண்டு- மற்றும் சொல்லிவர்றது என்னன்னா, ஆறாட்டுக்கோலத்தை அர்ச்சகர்தான் வச்சிருக்கணும். அதன் பொறுப்பாளி காரியகர்த்தர். ஆறாட்டுக் கோலத்திலுள்ள ஒரு புஷ்பராகம் காணாமப்போச்சுன்னு வச்சுக்கோ - யார் யாரிடம் விசாரிப்பாங்க? யார் பதில் சொல்லணும்?”

யாரும் பதில் சொல்லவில்லை.

சேந்நாடன் உற்சாகமாகப் பேசினார்:

"பகவானுக்கு எத்தனை பொன்மணி மாலையுண்டு?"

சிற்றாள் கோந்தி கெட்டிக்காரன். அவன் சொன்னான்: "அதெல்லாம் கணக்கிலே உண்டு."

சேந்நாடன் கோந்தியிடமே விசாரித்தார்:

"அந்தக் கணக்கு யார் கிட்டே இருக்கு? சொல்லுடா தம்பீ, அது யார் கிட்டே இருக்கு?"

போலீஸ் குமாருபிள்ளை மூளை உணர்ந்து செயல்படத் தொடங்குகிறது.

சேந்நாடன் கோந்தியை அழைத்துக்கேட்டார்:

"டேய் கோந்தீ, அந்தக் கணக்கை கணபதி நம்பூதிரி எடுத்து மறைச்சு வச்சா என்னடா, பண்ணுவே? எத்தனை பொன்மணிமாலை இருக்கும்னு யாருக்குத் தெரியும்?"

சுனக்குளத்தார் சொன்னார்:

"கணக்கும், பொன்மணிமாலையும், ஆறாட்டுக் கோலமும், தங்கக் குடமும் சேர்ந்தாற் போல் காணாமப் போயிடும்."

கோந்தி சொன்னான்:

"கணபதித் திருமேனி அப்படிப்பட்டவரல்ல. அவருகிட்டே சத்தியமிருக்கு."

"அட அப்பனே, நான் ஆட்டியன் நம்பூதிரிகளின் நாட்டைப் பார்த்தவன்தான். ஏரநாடு. வள்ளுவநாடு வட்டாரங்களிலுள்ள நம்பூதிரிமார்களை எனக்குத் தெரியும். கொச்சி பிராந்தியத்திலுள்ள நம்பூதிரிகளையும் எனக்குத் தெரியும். அங்குள்ள கோவில்களை எல்லாம் அவங்க சொந்தம் பண்ணினாங்க. எல்லாம் இந்த வேலைதான். அல்லாட்டி வேறு வேலைகள்!" என்றார் சேந்நாடன்.

கூட்டத்தின் போக்கில் சிறிது மாற்றமேற்பட்டிருக்கிறது. திருவஞ்சியூர் நாராயணபிள்ளை விசாரித்தார்:

"அப்போ சேந்நாடன் அண்ணா, நம்ப தேவஸ்தானத்துச் சொத்துக்கள் பூராவும் பாலத்தோள் இல்லத்துக்குப் போயிடும்னா, சொல்லறீங்க?"

சேந்நாடனுக்கு வெற்றி; சொன்னார்:

“என்று நான் சொல்லலே. சொல்லவும் மாட்டேன். எனக்குத் தெரியாது. ஆனா கணபதி நம்பூதிரியை காரியகர்த்தர் பதவியிலிருந்து நீக்கிவிடவேண்டும். இல்லாட்டா, தேவதானத்தில் ஏதாவது காணாமே போயிட்டா அதுக்கு எவன் பதில் சொல்லுவான்?”

“ஸ்தானிகள்தான் பதில் சொல்லணும்.” என்றார் சுனக்குளத்தார்.

“அவர்கள் எங்கே?” யாருக்கும் தெரியாது.

அப்போது சேந்நாடனுக்கு இன்னும் வலுவேற்பட்டது போல் தோன்றியது: “ஸ்தானிகள் இப்போதே நம்பூதிரிக்கு நிரந்தரப் பதவீன்னு எழுதிக் கொடுத்திருங்கன்னா?”

ஆழ்ந்த மௌனம்!

“இப்படியெல்லாம் தான் ஏரநாடு-வள்ளுநாடு நம்பூதிரிகள் தங்கள் காரியங்களைச் சாதிச்சிருக்காங்க. கணபதி நம்பூதிரி வெகு கெட்டிக்காரர்.” என்றார் சேந்நாடன்.

குமாரபிள்ளை அப்போது கூட ஆவேசமாகப் பேசினார்:

“ஸ்தானிகளைப் பிடித்துக் கட்டியிழுத்துக்கொண்டு வருவோம்.”

ஐயங்கார் சுவாமியின் குமாஸ்தா நாறாணத்து ஆண்டி இதுக் கெல்லாம் பரிகாரமாய் ஒரே ஒரு விசயத்தை மட்டும் பார்த்தார்:

“வழக்கைத் தொடுப்பது!”

60

சேந்நாடன் ஐந்து நாழிகை இருட்டு முன்னர் இரவு உணவை முடித்துக்கொண்டு மனைவி வீட்டுக்குக் கிளம்பிடுவார். ஓர் ஓலைப் பந்தம் எரிந்து முடிவதற்கான தூரம் தான் மனைவி வீட்டுக்கு. மனைவி வீட்டுப் பெயர் கோயிப்ரம். கோயிப்ரத்து வீட்டைச் சேர்ந்த குஞ்சி மாளுவம்மாதான் மனைவி.

அவர் கோயிப்ரத்து வீட்டின் முற்றத்தில் வந்து சேரும்போது ஓலைப் பந்தம் ஒரு சாணம் அளவு வரையிலும் எரிந்து முடிந்திருக்கும். அதைத் தரை மீது குத்தியணைத்திடுவார்.

பௌர்ணமி இரவில் கூட ஓலைப்பந்தம் பற்ற வைக்காமல் அவர் மனைவி வீட்டுக்குக் கிளம்பமாட்டார்.

இரண்டாம் யாமம் பாதிவரையிலும் கோயிப்ரத்து வீட்டில் நடைபெறுகிற புராண பாராயணத்தின் இசை ஒலி அக்கம் பக்கமெல்லாம்

எதிரொலித்து கொண்டிருக்கும். சேந்நாடன் புராண பாராயணத்தில் மிகவும் திறமையுள்ளவர். அன்றாடம் அதைக் கேட்க அவரைச் சுற்றி ஆறேழு பேர்கள் உட்கார்ந்திருப்பார்கள். பாராயணம் மிகத் தெளிவாக இருக்கும். அதிலே பக்திரசம் ததும்பும்.

அந்த ஆறேழு ஆத்மாக்கள் யார் யாரென்றால் - குஞ்சிமாளுவம்மா, அவள் மகன், மகள், இணைந்தது போன்றிருக்கின்ற தென்வீட்டிலுள்ள உண்ணூலியம்மா, கிழக்கு வீட்டிலுள்ள குட்டியம்மா - ஆகியோர்தான்.

உண்ணூலியம்மாவுடன் அவளுடைய சின்னமகன் இருப்பாள். குட்டியம்மா தனியாளாகத்தான் வருவாள். வாழ்க்கையிலும் அவள் தனியாளாகத்தான் இருந்து வருகிறாள். அவள் மலடியாக இருப்பதனால் அல்ல. ஒரு மகன் இருந்திருக்கிறான். பத்து வயதிலே அவன் எங்கேயோ காணாமல் போய்விட்டான். எங்கோ சென்றவன் திரும்பிவரவில்லை. எந்த நிமிடமும் அவன் வந்துவிடுவான் என்கிற எதிர்பார்ப்பிலே நாட்களைக் கழிக்கிறாள் குட்டியம்மா. இரவிலே தூக்கம்போது, ஒரு சருகு விழுந்துவிடுகிற ஓசை எழும்பினால் போதும் - அவள் துள்ளியெழுந்திடுவாள். சில நேரங்களில் 'ஐயப்பா' என்று அழுது விடுவாள். மகன் திரும்பி வருவான் என்கிற நம்பிக்கைதான் அந்தத் தாய்க்கு.

உண்ணூலியம்மா மற்றும் குட்டியம்மா ஆகியோரைத் தேடி இரவில் பந்தம் பற்றவைத்து வருகின்ற ஆண்கள் யாருமில்லை. புடவை கொடுத்து அவர்களைச் சம்பந்தம் செய்யாமலில்லை. அந்தச் சடங்கு ஒரு சமயத்தில் நடைபெற்றதுதான். ஆளுக்கு ஒவ்வொரு பிரசவமும் நடைபெற்றிருக்கிறது. சம்பந்தக்காரர்கள் வருவது நின்றுவிட்டது. பின்னர் யாருமே அவர்களுக்குப் புடவை கொடுக்க வரவில்லை.

வராமலிருப்பதற்கான காரணமும் உண்டு. திருக்களத்தில் உண்ணூலியும், கோச்சேரி குட்டியும் அவலட்சணங்களாக இருக்கவில்லை. உண்ணூலிக்குச் செழிப்பான கூந்தல் உண்டு. அந்த அளவில் கூந்தலுடைய எந்தப் பெண்ணும் அக்கம் பக்கத்தில் இல்லை. அவளுக்குச் சிவப்பு நிறம். குட்டி கறுப்பானவள். ஆனால் அது அழகான கறுப்பு. அழகிய முகம். பார்த்தால் பிரசவமானவளென்று சொல்லமாட்டார்கள். இருவரும் இளமையானவர்கள். தனங்கள் சற்றுச் சாய்ந்திருக்கின்றன. குழந்தைகள் சில காலம் வரையிலும் சுவைத்தவைதானே?

இருவரும் விலையாகாதவர்கள் அல்ல. ஆனால் ஒரு புடவை வாங்கிக் கொடுக்க யாரும் வராமலிருக்கக் காரணமென்ன? பார்த்தால் கவர்ச்சியில்லாதவர்கள் அல்ல. இரண்டு குடும்பங்களைச் சேர்ந்த ஆடவர்களும் ரவுடிகளோ, மரக்கட்டைகளோ அல்ல. கொஞ்சம் சொத்துக்களும் உண்டு. அந்த நிலத்திலே பாடுபட்டு குடும்பத்தில் பெண்களுக்கு நாழி கஞ்சிக்கு ஏற்பாடு செய்து செலவுக்குக் கொடுக்கின்றவர்கள்தான்.

உண்ணூலியும், குட்டியம்மாவும் கெட்ட பெயருக்கு ஆளானவர்களும் அல்ல.

அப்புறம் என்ன?

"அந்த உண்ணூலிக்கு ஒரு புடவை வாங்கிக் கொடுக்கக் கூடாதா?" என்கிற ஒரு கேள்வியை, கலியாணப் பருவத்தை எட்டி நிற்கிற அல்லது சம்பந்தம் விட்டுப் பிரிந்து நிற்கிற யாரிடமாவது கேட்டுவிட்டால் அவர்கள் உடனடியாகத் தருகிற பதில் இதுவாகும்.

"அந்தக் கிருமியோட பொண்டாட்டியையா? எனக்கு வேணாம்."

அந்த மனிதனுக்குச் சூட்டிய பெயர் 'கிருமி' என்று அல்ல. வேறு பெயர் கூட இருந்தது. அந்தப் பெயர் என்னவென்று யாருக்கும் தெரியாது. மறந்துவிட்டனர். அவன் 'கிருமி' என்கிற பெயரில் வாழ்ந்துவருகிறான்.

நடக்கிற வழியில் எல்லாம் அவன் கை பின்னால் வேஷ்டிக்குள்ளே இருக்கும். அப்புறம் எதையோ தோண்டியெடுத்து முகர்ந்து பார்ப்பான்.

கொல்லைக்குச் சென்று உட்கார்ந்திருக்கிற வேளையில் எதையாவது சாப்பிடுவது அவன் வழக்கம். எதையும் கிடைக்காமற்போனால் கொஞ்சம் அரிசியாவது கையிலெடுத்துக் கொள்வான். தாழஞ்செடிக் கூட்டத்திற்கிடையே, அல்லது வாழை மரங்களுக்கிடையே அவன் மறைந்திருப்பதை ஜனங்கள் பார்த்து வருகின்றனர். அவன்தான் கிருமி!

ஆனால், அந்தப் பசுமாடு இறந்து மோரிலிருந்த புளிப்புப் போயிற்று. அந்தச் சம்பந்தம் முறிக்கப்பட்டது. உண்ணூலி பொறுமையிழந்து பாயும் தலையணையுமெடுத்து வெளியே போட்டுத்தான் அந்த சம்பந்தம் முறிக்கப்பட்டது. குடும்பத்தலைவரோ அல்லது உடன்பிறப்புக்களோ அவளிடம் சண்டைக்கு நிற்கவில்லை. அவளுடைய மூத்த அண்ணன், அதை அறிந்தபோது சொன்னான்:

"அவளும் ஒரு பெண்தானே?"

முன் காலங்களிலெல்லாம் பெண்கள் இவ்வாறு பாயும் தலையணையு மெடுத்து அறைக்கு வெளியே போட்டு சம்பந்த உறவை முறித்துக் கொள்வார்கள். குடும்பத்தைச் சேர்ந்த ஆண்கள் அதை அவ்வளவாக கவனிக்கவே மாட்டார்கள். நீண்ட நாட்களாக இப்போது அது நடைபெறுவதில்லை. ஒருவன் பெண்ணுக்குப் புடவை கொடுத்துவிட்டால் அவன் பிரிந்து செல்லும் வரையிலும் அது நீடித்துநிற்கும். அவள் விட்டுப் பிரிவதில்லை. இப்போது அத்தகைய ஊர் வழக்கமில்லை. பெண்ணுக்குப் பிரிந்துசெல்லும் உரிமையில்லை. உடுத்திக்கொள்ள உடையும், தேய்த்துக் குளிக்க எண்ணெயுமாவது அவளுக்குக் கிடைத்துவிடுமல்லவா? குடும்பத்துக்கு அவளுக்கு உணவளிக்கவும், அப்புறம் எண்ணெயும்

துணியும் கொடுக்கவும் சக்தியிருக்காது. காரணம் அதுவாகத்தான் இருக்க வேண்டும். அல்லது அந்தப் பழையமுறை மாறுதலடைந்து வந்து கொண்டிருக்கலாம்.

அண்மைக் காலமாய் ஒரு பெண் பாயும் தலையணையுமெடுத்து வெளியே போட்டது இதுவாக இருக்கலாம் உண்ணூலியின் படுக்கையறைக்கு வெளியே!

ஆயினும் கிருமி பெண்ஜாதியை யாருக்கும் வேண்டாம்.

உச்சீப்புவின் மனைவியையும் யாருக்கும் வேண்டாம். அவன் குளிக்கமாட்டான். பல் துலக்கமாட்டான். நடக்கிற வழியிலே நாற்ற மடிக்கும். அவனுடைய வேஷ்டியும் மேல்வேஷ்டியும் தண்ணீரில் போட்டால் நனையாது. குட்டி, உண்ணூலி போன்று பாயும் தலையணையுமெடுத்து வெளியே போடவில்லை. உச்சீப்பு குட்டியுடைய தந்தையின் மருமகன்.

அவ்வாறு ஊரெங்கிலும் சுற்றிப் பறந்து நடந்த உச்சீப்பு அந்தப் பயணத்தினிடையில் குட்டியை மறந்துவிட்டான். அவன் அவளிடம் வராமலாயிற்று.

சம்பந்தம் செய்யாத, அல்லது சம்பந்தத்திலிருந்து விட்டுவிலகி நிற்கின்ற ஆண்கள் சொல்லுவார்கள்:

“ங்ஆ! உச்சீப்பு மனைவியல்லவா?”

கோயிப்ரத்து வீட்டில் நடைபெறுகிற புராண பாராயணத்தில் ஆறுதல் அடைகின்ற இரண்டு ஆத்மாக்களாக இருந்தனர் குட்டியும் உண்ணூலியும்.

* ** *

புராணத்தில் புரிந்துகொள்ள முடியாத பகுதி வரும்போது கேட்கின்றவர்களுக்காக சேந்நாடன் பொருளை விரிவுரை செய்வார். பாகவதத்தில் வருணனை செய்திருக்கிற கலியுகம் எவ்வாறிருக்குமென்று வாசித்துவிட்டு சேந்நாடன் அதன் பொருளை விரிவுரை செய்கிறார். சேந்நாடனுக்குப் புராணங்களிலேயே மிகவும் பிரியமான பகுதி அதுவாகும்.

குட்டி நீண்ட நேரமாய்க் குத்துக்காலில் அமர்ந்திருக்கிறாள். உண்ணூலி தூண்மீது சாய்ந்து அமர்ந்திருந்தாள். குட்டிக்கு முதுகைச் சற்று நிமிரச் செய்ய வேண்டுமென்று தோன்றியது. சற்றேசரிந்து படுத்துக் கொண்டாள்.

சேந்நாடன் பாராயணத்தை நிறுத்திவிட்டுச் சொன்னார்:

“நான் சொல்றதைக் கொஞ்சம் கவனியுங்க. பகவானுடைய கதை வாசிக்கிறப்போ படுத்துக்கிடந்தா என்னாகும்னு தெரியுமா?”

பயந்துபோன குட்டி துள்ளியெழுந்து விசாரித்தாள்: “என்னாகும்?”

“ங்ஆ! அடுத்த பிறவியிலே பெரும்பாம்பு!”

கோச்சேரி வடபுறத்தில் விஷப்பாசி படர்ந்து கிடக்கிற வாய்க்காலிலிருந்து கறுத்து வெண்புள்ளிகளுடைய, சிறியதொரு கமுகுமரம் போல் காட்சி தருகிற, அருவறுப்பை ஏற்படுத்துகிற ஒரு ஐந்து கரையேறி ஊர்ந்துவருவதை குட்டியம்மா நினைத்துக்கொண்டாள். அதை உலக்கையால் அடித்தனர். சாகவில்லை. கடப்பாறையால் குத்தினர். காயம் கூட ஏற்படவில்லை. அப்படிப்பட்ட ஒரு ஐந்து!

அது தான் பெரும்பாம்பு!

அடுத்த பிறவியில் பெரும்பாம்பாக இருக்குமாம்! இந்தப் பிறவியோ இப்படியாயிற்று. அடுத்த பிறவியில் நல்லது ஏற்படுவதற்காகவே பகவான் கதைகளை அன்றாடம் கேட்டு வருகின்றோம் மனமறிய எந்தப் பாபமும் செய்வதில்லை. ஜாக்கிரதையாகத்தான் நாட்களைக் கழித்து வருகின்றோம். மனம், பேச்சு, செயல் ஆகிய மூன்றினாலும் எந்தத் தவறும் செய்யக் கூடாதென்று புராணம் போதிக்கிறது.

ஒரு தவறு செய்துவிட்டோம். அது செய்யக்கூடாதென்று அறிந்திருக்கவில்லை.

இனி அதற்கான பிராயச்சித்தம்தான் என்னவோ?

‘பரவாயில்லை. அறியாமல் செய்ததுதானே? பகவான் அதைப் பொறுத்துக் கொள்வார்.” என்றார் சேந்நாடன்.

குட்டி மனம் நொந்து பகவானைப் பிரார்த்தனை செய்தாள்.

“தெய்வமே, என்னைப் பொறுத்துக் கொள்ளவேணுமே...! நான் முதுகு நிமிரச் செய்யத்தான் சற்றுப் படுத்துக்கிட்டேன். என்னைப் பெரும்பாம்பாப் பண்ணிடாதீங்களே...!”

இவ்வளவு ஆத்மார்த்தீகமான ஒரு பிரார்த்தனை அன்றைய தினம் பகவானுக்குக் கிடைத்திருக்காது. முன்கூடத்தில் புன்னை-எண்ணெய் ஊற்றி எரிய வைத்திருக்கிற குத்துவிளக்கு சிந்துகிற ஒளி முற்றத்தில் கூடப் பரவியிருந்தது.

யாரோ ஒருவர் நடந்து வருகிறார்.

உண்ணூலியம்மா காலடியோசை கேட்டிருக்கலாம். சிறிது பதற்றமுடன் வினவினாள்: “யாரது?”

அவள் எழுந்து நின்றாள். சேந்நாடன் பாகவததத்திலிருந்து தலையுயர்த்தி நோக்கினார்.

ஒருவர் அல்ல; இருவர்!

குட்டியம்மா ஒருவேளை அது ஐயப்பன்தான் என்று எண்ணியிருக்கக் கூடும்.

வந்தவர் தாழ்வாரத்திற்கு ஏறிவந்தார். கையில் ஒரு முடிச்சு உண்டு. சிவந்த மேனியுடைய ஒரு மனிதன்.

"யாரது?" சேந்நாடன் எழுந்து நின்று விசாரித்தார்.

மலையாளத்தின் வடக்குப் பிராந்தீய மொழியிலிருந்தது பேச்சு.

"நீண்ட காலத்துக்கு முந்தி அறிமுகமிருந்தது. சேந்நாட்டு கேசவனைத் தெரியும்."

பெண்களெல்லாரும் அறைக்குள்ளே சென்றனர். சேந்நாடன் வந்தவரை நெருங்கிச் சென்றார்.

யாரோ அப்போது கூட முற்றத்திலேயே நிற்கிறார். அந்த உருவம் தலைவழியாக மூடிப்போர்த்தியிருக்கிறது.

"கீழே நிற்கிறவங்க தாழ்வாரத்துக்கு ஏறிவாங்க!"

அந்த உருவம் தயங்கி நிற்கிறது. அது ஒரு பெண் என்று தோன்றியது.

"நான் கங்கோத்து இல்லத்துக்குப் பக்கத்திலுள்ளவன். நம்பூதிரிதான். அந்த இல்லத்துடன் உறவும் உண்டு."

சேந்நாடனுக்கு பக்தி பெருகியது. சற்றுத் தலைகுனிந்தார்.

"இப்போ என்னைப் பார்த்தா அடையாளம் தெரியாது போலிருக்கு. காலம் ரொம்ப ஆச்சு. தவிரவும் காலமும் மாறிட்டது." என்றார் வந்தவர்.

சேந்நாடன் பக்தியுடன் கூறினார்:

"திருமேனிமாருங்களைப் பார்த்து நீண்ட காலமாயிட்டுதென்றாலும், என்னைக்குமே அந்த உருவம் தெளிவாயிருக்கும். மறதி வராது. சேந்நாட்டு குஞ்சுவோட இயல்பு அப்படிப்பட்டது. காலத்தினால் அது மாறாது. தெய்வபக்தியும், நல்ல பிராமணன் மீது கொண்ட பக்தியும்தான் குஞ்சுவின் சொத்து."

வந்தவர் நெஞ்சைத் தடவியவாறு நிற்கிறார். இருப்பிடமாய் எதைக் கொடுக்க வேண்டுமென்று சேந்நாடனுக்குத் தெரியவில்லை. பலகை போட்டுக் கொடுப்பதா? அதன் மீது வருவோர் - போவோரெல்லாம் உட்கார்ந்து கொள்வதுண்டு மெத்தைப்பாய்... அல்லது 'வெள்ளையும்

கம்பிளியும்' விரித்துப் போட்டால்? ஒரு கணம் சற்றுத் தடுமாறினார்.

வந்தவர் நெஞ்சைத் தடவியவாறு நிற்கிறார். இருப்பிடமாய் எதைக் கொடுக்க வேண்டுமென்று சேந்நாடனுக்குத் தெரியவில்லை. பலகை போட்டுக் கொடுப்பதா? அதன்மீது வருவோர் - போவோரெல்லாம் உட்கார்ந்து கொள்வதுண்டு. மெத்தைப்பாய்... அல்லது 'வெள்ளையும் கம்பிளியும்' விரித்துப் போட்டால்? ஒரு கணம் சற்றுத் தடுமாறினார்.

வந்தவர் நெஞ்சைத் தடவியவாறு பேசினார்:

"காலம் மாறினது குஞ்சுநாயருக்கு அல்ல. எனக்குத்தான். அது வந்து சேர்ந்தது எனக்குத்தான்."

அவர் தழுதழுத்த குரலில் மேலும் பேசினார்:

"குஞ்சு நாயர், எனக்குக் குடுமிபோச்சு. தலை மொட்டையாச்சு. எனக்கு வந்த மாற்றத்தை நீங்க-குஞ்சு நாயரு - அறிஞ்சீங்கன்னா, 'போ, வெளியே!' என்பீங்க. இந்தத் தாழ்வாரத்திலே இப்போ ஏறக் கூடாது!"

நெற்றிமீது கைவைத்தவாறு வந்தவர் பேசினார்: "நான் இப்போ துலுக்கன். அப்படீன்னா, துலுக்கனேதான். தொப்பியணிந்தேன். அப்பறம் என்னென்னவோ செய்யவச்சாங்க. மாட்டிறைச்சி சாப்பிட்டேன். இல்லே... சாப்பிட வச்சாங்க. காயத்திரிக்குப் பதிலாக என்னென்னவோ துலுக்கத்தனமெல்லாம் உச்சரிக்க வச்சாங்க. இடது பக்கமாய் வேஷ்டி கட்ட வச்சாங்க. அப்படியெல்லாம் நடந்திருக்கு."

ஒரு தேம்புதலுடன் தொடர்ந்து கூறினார்:

"இப்படியெல்லாமிருந்தாக் கூட நாம் நாமேதான் - கோந்திரோத்து இல்லத்து பவத்ராதன்!"

தலையை மூடியவாறு முற்றத்தில் நின்றிருந்த உருவம் சொல்லியது: "அப்பா, நீங்க இப்போ முகமது. நீங்க பேசறதை நிறுத்துங்க."

வந்தவர் திக்கித் திக்கிப் பேசினார்:

"ஆமாம்; ஆமாம்... அது சரிதான். நீ ஆமினா!"

சேந்நாடன் திகைத்துப்போய் நிற்கிறார். அவருக்கு ஒன்றுமே புரியவில்லை. வந்தவர் எதை எதையோ பேசுகிறார். கோந்திரோத்து இல்லத்தைச் சேர்ந்த இளைஞரான ஒரு திருமேனி, கங்கோத்து இல்லத்துக் காரியகர்த்தர் சாமுமேனோனுடன் பிரதிநிதியாய் இருந்திருக்கிறான். இல்லத்துக் காரியங்களை நிர்வகித்து வந்தவர் அவர்தான். காங்கோத்து நம்பூதிரி, குத்தகை அல்லது அடகு விசயமாகக் குடியானவர்களிடமிருந்து புகார்கள் வந்தால் சொல்லியிருந்ததுண்டு.

"ஏய், எல்லாம் சாமுகிட்டே போய்ச் சொல்லு!"

அந்த கோந்திரோத்து நம்பூதிரிதானா, முதல் யாமத்துக்குப் பிறகு மொட்டைத் தலையனாய் வந்து நிற்கிறார்? புன்னை-எண்ணெய் விளக்கின் பிரகாசத்தில் சேந்நாடன் கண்விழித்து உற்றுப்பார்த்தபோது ஏரநாடு-வள்ளுவநாடு-பிராந்தியத்திலே முன்னால் பார்த்த ஏதோ ஒரு முஸ்லிமைத்தான் கண்டார். கோந்திரோத்து நம்பூதிரியை அல்ல; இது ஓர் ஆள்மாறாட்டமா?

ஆனால் வலது பக்கமாய் வேஷ்டியுடுத்தியிருக்கிறார். குஞ்சிமாளுவம்மா, முற்றத்திலே நிற்கிற உருவத்தை அணுகி உள்ளே அழைத்துச் சென்றாள்.

* ** *

பெரிய பிரச்சினை ஒன்று மீதியாகிறது. இரவில் விருந்தாளிகளாய் வந்தவர்களின் உணவுப் பிரச்சினை. அவர்கள் இரண்டு நாட்களாக அன்னம் உட்கொள்ளாமலிருந்த போதிலும் அவர்களுக்கு உணவு வேண்டாம். சூத்திரன் வீட்டிலிருந்து உணவளிக்க சேந்நாடன் விரும்ப வில்லை. அரிசியும் பாத்திரங்களும் கொடுக்கலாம். ஆனால் சமைத்துச் சாப்பிட சேந்நாடனுடைய மனைவி வீடான கோயிப்ரத்தில் மடமில்லை. சேந்நாடனுடைய சொந்த வீட்டிலும் மடமில்லை. அந்த ஊரில் பிராமணர்கள் சமைத்து சாப்பிடத் தோதான மடமிருக்கிற ஒரு குடும்பம் இருந்தது. கோந்நோத்துப் பிள்ளையின் குடும்பம் அந்த மடம் என்றோ மண்ணில் புதைந்துபோயிற்று. இன்னும் ஒரு வழியுண்டு. கீழ்மேல் இல்லம் அல்லது பாலைத்தோள் இல்லத்துக்குப் போகலாம்.

கோந்திரோத்து பவத்ரானன் நம்பூதிரி சொன்னார்: "ஐயா, குஞ்சு நாயர், நான் இனிமேல் ஒரு பிராமண பவனத்துக்குள்ளே போக மாட்டேன்."

ஓர் ஆட்டிய பிராமணரும், அவர் புதல்வி ஓர் அந்தர்ஜன (நம்பூதிரிப் பெண்)ணும் பட்டினியாக இருக்கின்றனர். இதைவிடப் பெரியதொரு பாபம் வேறு ஏதேனும் உண்டா?

நள்ளிரவுக் கோழி கூவியாகிவிட்டது. குத்துவிளக்குகளில் புன்னை எண்ணெய் இருமுறை ஊற்றியாகிவிட்டது. தோத்ரக்குட்டி அந்தர்ஜனம் தன் கதையை குஞ்சிமாளு, குட்டி மற்றும் உண்ணூலியிடம் விரிவாகச் சொல்கிறாள். தாங்கள்தான் சபிக்கப்பட்ட பெண்கள் என்று இதுகாறும் குஞ்சிமாளுவும் குட்டியும் கருதியிருந்தனர். இல்லை! இன்னொருத்தியும் உண்டு. தோத்ரக்குட்டி அந்தர்ஜனம். அவள் குட்டி யிடம் சொன்னாள்.

"இந்தப் பிறவியிலேயே பெரும்பாம்பு ஆயிடுவேன்னா, பாகவதம் வாசிக்கிறபோது நான் படுத்துத் தூங்கிடறேன்."

குட்டி நடுங்கிவிட்டாள்.

பவத்ரானன் நம்பூதிரிப்பாடு சேந்நாடனிடம் தன் கதையைச் சொல்லிக்கொண்டிருந்தார். சேந்நாடன் மௌனமாய்க் கேட்டுக் கொண்டிருந்தார். தப்பித்துச் சென்ற காங்கோத்து நம்பூதிரியைத் துலுக்கர்கள் தேடவில்லை. விரட்டிச் சென்று பிடித்துக் கொண்டது கோந்திரோத்து பவத்ரானனைத்தான். சாமுமேனோனையும்!

அப்போது அவர்கள் செய்தது என்னவென்றால் கோடரியை விட்டு விட்டுக் கோடரிக் காம்பினைத் துண்டுதுண்டாக வெட்டிப் போட்டனர்.

சேந்நாடன் காங்கோத்து இல்லத்தில் தங்கியிருந்த காலத்திலே அந்த ஊரைச் சேர்ந்த குடியானவர்களான முஸ்லிம்கள் அந்த இல்லத்துக்கு வந்து போவதைப் பார்த்திருக்கிறார். அவர்கள் பெயர்கள் பற்றி இப்போது ஞாபகமில்லை. ஆனால் பலருடையவும் உருவங்கள் ஞாபகத்தில் உண்டு. அவர்கள் கூட்டமாய்ச் சேர்ந்து ஏரநாடு-வள்ளுவநாடு வட்டாரங்களில் நம்பூதிரிமார்களை வேட்டையாடிக் கொண்டிருக்கிறார்கள் போலும்! வக்கீல் குமாஸ்தாவான ஆண்டிப் பிள்ளை சில தினங்களுக்கு முன்னர், வடக்கே எங்கேயோ ரகளை நடப்பதாகச் சொல்லியிருந்தார். ஆனால் அது இப்படித்தான் என்று சேந்நாடனால் நம்ப முடியவில்லை.

கோந்திரோத்து நம்பூதிரி தன் கதை சொன்னார்:

அது இப்படியிருந்தது.

பவத்ரானன் நம்பூதிரியைக் கலகக்காரர்கள் பிடித்துக்கொண்டனர். தோத்ரக்குட்டியின் கணவரான வாசுதேவன் நம்பூதிரிபாடு காங்கோத்து இல்லத்தில் சேவகம் செய்துவந்தார். அவரை அவர்கள் பிடித்துக்கொண்டு சென்று கொன்றுவிட்டனர். எதிர்த்து நின்றபோது கொன்றதுதான். பவத்ரானன் நம்பூதிரியை அவர்கள் தங்கள் மதத்துக்கு மாற்றி மாட்டிறைச்சி தின்னவைத்தனர்.

பவத்ரானன் நம்பூதிரிப்பாடு எப்படியோ அவர்களிடமிருந்து தப்பித்துக்கொண்டார். குன்றின் மீதுதான் கலகக்காரர்கள் தங்கள் முகாம் அமைத்திருந்தனர். அங்கிருந்து தப்பியோட வந்த தோத்ரக்குட்டியை குன்றின் இறக்கத்திலே நம்பூதிரி பார்த்துவிட்டார்.

தற்கொலை செய்துகொள்வதென்றே பவத்ரானன் எண்ணியிருந்தார். ஏன் இப்படி உயிர் வாழவேண்டும்? ஆனால் தோத்ரக்குட்டியின் நோக்கம் வேறாக இருந்தது - அவர்கள் இருவரும் ஒருவாறு கொச்சி சமஸ்தானத்தை வந்தடைந்தனர். எந்த வழியாக வந்தனர் என்று தெரியாது.

நம்பூதிரிப்பாடு சொன்னார்:

“அப்போது பல்வேறு வழிகளில் தப்பித்து வருகின்ற ஏராளமான நம்பூதிரிகளைப் பார்த்தேன். குழந்தைகள் சகிதமாய் அந்தர்ஜனங்களையும் பார்த்தேன். கிடைத்ததை எல்லாம் முடிச்சாகக் கட்டிக்கொண்டு கிளம்பியிருந்தனர். ஏராளமான இல்லங்கள் தீக்கிரையாயின - பொருட்களெல்லாம் கொள்ளையடிக்கப்பட்டன.

“ஒன்றுமில்லாவிட்டாலும் என்மீது அவர்களுக்குச் சிறிது மனச்சங்கடம். நான் மதம் மாறிவிட்டேனல்லவா? கொச்சியிலுள்ள எந்த ஓர் இல்லத்திலும் என்னையும் தோத்ரக்குட்டியையும் நுழைய விடமாட்டார்கள். நான் முஸ்லிமானேன் என்றால் கலகக்காரனாகி விட்டேன் என்று கருதப்பட்டது. தோத்ரக்குட்டி விசயத்திலும் அவ்வாறேதான் கருதினர். என் மனத்தில் தற்கொலை எண்ணம்தான். அவளுக்கு அதில் சம்மதமில்லை. எதுக்காகச் சாகிறீர்கள் என்று அவள் கேட்டாள். அங்கமாலியில் வந்தபோது, வேண்டுமென்றால் செத்துப் போய்விடுங்கள் என்றாள். நீ என்ன செய்யப் போகின்றாய் என்று கேட்டபோது வாழப்போவதாகச் சொன்னாள். இப்போது நான் சாவது, அவள் வாழ்வது - என்ன கதை இது! இறுதியில் வாழ்வதென்றே தீர்மானித்துக்கொண்டேன். திருவாங்கூருக்கே வந்துவிடலாம். வேணாட்டு ராஜவம்சம் முன்னரும் நம்பூதிரிகளுக்கு அபயமருளியதுதான். திப்புவின் காலத்தில். அன்றைய தினமும் பவத்ரானன்மார்களும் தோத்ரக் குட்டிமார்கள் இப்படி அபயமாய் வந்திருப்பார்கள்.”

பவத்ரானன் நம்பூதிரிப்பாடு சாமுமேனோன் கதையை தான் அறிந்தவரையில் சொன்னார்.

சேந்நாடன் சாமுமேனோனை நினைத்துப் பார்க்கிறார். மேனோன் ஓர் ஆஜானுபாகு. எவ்வளவு காலம் வாழ்ந்தாலும் அப்படியே இருப்பார். உடல் முழுவதிலும் எண்ணெய் மயமாகக் காட்சியளிப்பார். அந்த அளவில் தோளோடு தோள் மார்பாக ஒருவரைக் கண்டதில்லை. உடல் முழுவதிலும் ரோமங்கள். ஆங்காங்கு ஒவ்வொன்று வெள்ளையாகியிருக்கிறது. மாநிறம். குடுமி கட்டிப் பின்னுக்குப் போட்டிருப்பார். உச்சிக்குப் பின்னால் சிறிது சொட்டை விழுந்திருக்கிறது. ஒரு சீன மண்பாண்டத்திலிருந்து வெளிக் கிளம்பி வருவது போன்றிருக்கும் அவர் குரல். இல்லத்திலுள்ள போஜன சாலையில் சாமுமேனோனுக்கான சாப்பாட்டை எடுத்து வைத்திருப்பார்கள். ஒன்றரைப்படி அரிசியின் சாதம். நெய், காளான் மற்றும் வறுவல் இன்றியமையாதது. இல்லத்துத் திருமேனிக்கு இல்லா விட்டாலும் மேனோனுக்குப் பல்வேறு பதார்த்தங்கள் இருக்கும்.

இந்தத் துலுக்கர்களிடமிருந்து குத்தகையும் குத்தகை பாக்கியு மெல்லாம் மேனோனால்தான் வசூலிக்க முடியும்.

அந்த சாமுமேனோனுக்கு என்னதான் நேர்ந்துவிட்டது?

அவரை வெட்டிக் கொலை செய்தார்கள். அந்தக் கழுத்து ஒரு வெட்டுக்கு அறுந்து விட்டிருக்காது.

அவர் புதல்வியின் கதை என்னவென்றா, கேட்கிறீர்கள்?

61

தோத்ரக்குட்டி கண்டதும் கேட்டதும் அனுபவமானதுமான கதைகளைத்தான் சொல்லுகிறாள். அவள் பேசும் மொழி பெண்களால் புரிந்துகொள்ள முடிகிறதில்லை. ஆயினும் விசயங்கள் ஓரளவு புரியலாயின. கலியுக காலத்தைப் பற்றி பாகவதத்தில் சொல்லியிருப்பதை நேரடியாகக் காண்பதுபோல் குட்டிக்கும் உண்ணூலிக்கும் தோன்றியது.

சாமுமேனோன் மகள் பெயர் சின்னம்மு என்றிருந்தது. கலகக்காரர்கள் பிடியில் அவள் அகப்பட்டுக்கொண்டாள். சாமுமேனோனின் மருமகன் மார்கள் யாரும் அகப்பட்டுக் கொள்ளவில்லை. சின்னம்மு தாயில்லாப் பெண். தந்தை குடும்பத்தில்தான் அவள் தங்கியிருந்து வந்திருக்கிறாள்.

தோத்ரக்குட்டி கதை சொல்கிறாள். பக்கத்திலுள்ள மொய்து என்கிற மாப்பிள, (மலபாரில் மாப்ள என்றால் முஸ்லிம். கொச்சி-திருவாங்கூர் சமஸ்தானங்களில் கிருஸ்தவன் மொ-ர்) சின்னம்மு குளிக்கப்போய் வரும்போதெல்லாம் ஆளில்லாத இடத்தில் நின்றவாறு சும்மா குசலம் விசாரிப்பான். அவளுக்கு அது பிடிக்கவில்லை. 'என்ன மாப்பிள, இது?' என்று மட்டும்தான் அவள் சொல்லுவாள். அந்தக் குசலம் விசாரித்தல் அவளால் சகிக்க முடியாததாகிவிட்டது.

சின்னம்மு அழகி. தோத்ரக் குட்டி அந்தர்ஜனம் சொல்கிறாள்: "என்னைப் போல இல்லே. அவள் தங்கநிறம். கூந்தலை அவிழ்த்துப் போட்டா அது பாதம் வரையிலும் நீண்டுகிடக்கும்."

...முன்னால் நிற்கிற இந்த அந்தர்ஜனத்தை விடவும் அழகிகள் இருக்கின்றார்களா? குட்டி சிந்தித்துப் பார்த்தாள். அப்போது அந்த சின்னம்மு எப்படியிருந்திருப்பாள்?

அந்தர்ஜனம் தொடர்ந்து பேசினாள்:

"மொய்து அந்தக் கலகக்காரர்களோடு சேர்ந்துகொண்டது எதுக்குன்னு நினைக்கிறீங்க? சின்னம்முவைப் பிடிக்கத்தான். அவன் காத்திருந்து அவளைப் பிடித்துக்கொண்டான். அப்பறம் ஒரு இடத்தில் மறைத்து வைத்தான்."

பின்னர் நடந்த நிகழ்ச்சிகள் பயங்கரமானவை. சாமுமேனோன் மகள் அகப்பட்டுக் கொண்டாள் என்பதைக் கலகக்காரர்கள் அறிந்து கொண்டனர். பத்துப் பதினைந்து மாப்பிளமார்கள் சின்னம்முவை

மறைத்து வைத்திருந்த இடத்துக்குப் பாய்ந்து சென்றனர். தடியர்கள்! சின்னம்மு தனது உயிரென்றும், கல்பிலே (கல்ப் = இதயம்) வைத்துப் பாதுகாப்பதாகவும் மொய்து சொல்லிப் பார்த்தான். அந்தத் தடியர்கள் அதைப் பொருட்படுத்தவில்லை. மொய்து கத்தியைக் கையிலெடுத்தான். சண்டை நடந்தது. அவர்கள் அவனைக் கட்டிவைத்தனர். அப்புறம் என்ன நடந்ததென்று தெரியுமா? அந்தத் தடியர்கள் ஒவ்வொருவராக சின்னம்மு இருந்த அறைக்குள்ளே சென்று வந்தனர்.

கட்டிவைக்கப்பட்ட மொய்து இவை அனைத்தையும் பார்த்துப் படுத்துக் கிடந்தான்.

சின்னம்மு இறந்துபோனாள்!

கதைகேட்கும் பெண்கள் நடுங்கிவிட்டனர்.

தோத்ரக்குட்டி அந்தர்ஜனம் சொன்னாள்:

"சின்னம்மு அதிருஷ்டக்காரி. அவள் செத்துப் போய்ட்டாள்."

தோத்ரக்குட்டி ஆன்மார்த்திகமாய்ச் சொன்னதுதான். மரணத்தில் அவள் சுகத்தைப் பார்த்திருக்கிறாள். முகத்தைப் பார்த்தால் அது தெரிந்து விடும். செத்துப் போயிருந்தேன் என்றால்... என்று விரும்புகிறாள். சின்னம்மு செத்தது போல் செத்தாலும் போதும். தொடர்ச்சியாகப் பலர் பலாத்காரம் செய்து மரணமடைவது.

தோத்ரக்குட்டி அந்தர்ஜனத்தின் கதை அதுவாக இருக்கவில்லை. அதுதான் துரதிருஷ்டம். அந்தப் பெண்மணி சொல்கிறாள்:

"அவ்வளவு ஆட்கள் இல்லாட்டாக் கூட நிறையப் பேரு வந்து என்னையும் ஏதேதோ பண்ணினாங்க. ஒரு நாளைக்கு ஒருத்தன் அல்லது ரெண்டொருத்தனுங்க. ஏன்னா, நான் சாகலே, சின்னம்மு அந்தி சாயறதுக்கு முந்தியே செத்துப் போயிட்டா!"

தன்னிடம் பேசுவது போல் அவள் சொன்னாள்:

"எனக்குக் கலியாணமாயிருந்தது. சின்னம்முவுக்கு ஆகலே."

எத்தனை பேர் அவ்வாறு தன்னிடம் வந்து என்னென்ன பண்ணினார்கள் என்று அவள் யோசிப்பது போல் தோன்றியது. நபர்களின் எண்ணிக்கை எடுக்கிறாளா என்று எண்ணுகிறாள்போல் தோன்றியது.

"அவங்க என்னைத் துலுக்கச்சியாப் பண்ணினாங்க. முஸ்லிம் மதகுரு எனக்குத் தந்த பேரு என்னன்னு தெரியுமா? ஆமினா! நான் இப்போ தோத்ரக்குட்டி அல்ல. அப்பா இப்பவும் அப்படித்தான் என்னைக் கூப்பிடறாரு. அப்பா பேரு மகமது." என்று சொன்ன அந்தர்ஜனம் வினவினாள்: "இந்தத் துலுக்கச்சீங்களோட உடை எப்படீன்னீங்க? என்

முடிச்சிலே உண்டு. வேணும்னா உடுத்திக்காட்டறேன். அப்பா ஆற்றிலே வீசியெறியச் சொன்னாரு. வேணாம்னேன். இருக்கட்டும். காரியமிருக்கு."

தோத்ரக்குட்டி சற்று ஆறுதலடைந்தவள்போல் காணப்பட்டாள்.

"ஐய! எவ்வளவு நாளாச்சு, பெண் பிள்ளைங்க கிட்டே பேசி. நீங்க நல்லவங்க. கொச்சி சமஸ்தானத்திலுள்ள இல்லங்களைச் சேர்ந்த அந்தர் ஜனங்க என்னை மறைஞ்சு நின்னு பார்த்தாங்க. பேசவேயில்லே!"

ஆறுதலடைந்த தோத்ரக் குட்டி விசாரித்தாள்: "உங்களுக்குத் தூங்கற நேரமாகலியா?"

அவர்களுக்கு எப்படித் தூக்கம் வரும்? படுத்தாலும் தூக்கம் வராது. கை இரண்டும் உடம்பிலிருந்து அகன்று கால் இரண்டையும் அகலவைத்துச் செத்து மல்லாக்காகப் படுத்திருக்கிற அழகி சின்னம்முவின் உருவம் குட்டியம்மா கண்முன்னாலிருந்து ஒருபோதும் மறைந்துவிடாது.

குஞ்சிமாளுவம்மா வினவினாள்:

"ஒரு விசயம். அகத்தாளம்மா (அந்தர்ஜனம்) ஒண்ணுமே சாப்பிடலியே. பேச்சிலே இருந்துட்டோம் இனிமே என்ன செய்யணும்?"

"எனக்குப் பசியில்லே. பசி வந்து பத்து நாளாச்சு. ஆனாக் கூட எனக்குக் களைப்பு இல்லே."

தோத்ரக்குட்டி தன் உடம்பை ஒருமுறை ஏறஇறங்கப் பார்த்தாள். மேலும் சொன்னாள்:

"பசியிருந்தா சோறிருக்கான்னு கேட்டிருப்பேன். என்னன்னா, துலுக்கனோட சோறும் மாட்டிறைச்சியும் நான் சாப்பிட்டுட்டேன். அப்பறம் உங்க சோறு சாப்பிட்டா என்ன?"

'ஐயகோ!' மூன்று பெண்களும் ஒரே நேரத்தில் குரலெழுப்பினர் குட்டி.

"ஆனாக் கூட நாங்க சோறு தரமாட்டோம். அகத்தாளம்மாவைச் சோறு ஊட்டினா - அது எங்க குடும்பத்துக்கு தோஷமாயிடும்."

தோத்ரக்குட்டி குறுநகை புரிந்தாள். அது ஒரு பொல்லாத குறுநகை. அந்தர்ஜனம் விசாரித்தாள்: "இங்கே மாப்பிளமாருங்க இருக்காங்களா?"

இங்கே கிருஸ்தவர்கள் இருக்கிறார்களா என்று கேட்டது போல் முதலில் தோன்றியது. பின்னர்தான், இங்கே முஸ்லிம்களிருக்கிறார்களா என்றுதான் கேட்டதாக அறிந்துகொண்டனர்.

"இருக்காங்க. அங்கே குன்று மேலே சில குடித்தனக்காரங்க இருக்காங்க." என்றாள் குஞ்சிமாளுவம்மா.

"எனக்குச் சாகணும்னு இல்லே. அப்பாவுக்கு இருக்கு. நான் சாகாம இருந்து செய்யவேண்டிய காரியமிருக்கு." என்றாள் தோத்ரக்குட்டி அந்தர்ஜனம்.

* ** *

சேந்நாடனுக்கும் குஞ்சிமாளுவம்மாவுக்கும் ஒரு பிரச்சினையாகி விட்டது. இருவரும் இரவில் பட்டினியாக இருக்கின்றனர். ஓர் ஆறுதல் மட்டும்தான். இவர்கள் இப்போது தனி நம்பூதிரிகள் இல்லை. குடும்பத்துக்கு தோஷம் ஏற்படாது. இப்போது வேண்டுமானால் முஸ்லிம்கள் எனச் சொல்லலாம். யாராக இருந்தாலும் இரவிலே பட்டினியாகப் படுத்துத் தூங்குவது சரியில்லை, அந்தப் பாபம் வராது– என்னவென்றால் அரிசியும் பாத்திரமும் நெருப்பும் தருவதாகச் சொல்லப் பட்டது. இவர்கள்தானே வேண்டாமென்றனர். நம்பூதிரி இரவுப் பட்டினி என்கிற நிலைமை இதுவல்லவே.

குஞ்சிமாளுவம்மா சொன்னாள்:

"அவங்க மனத்தாலே மாப்பிளவானவங்க அல்ல. அவங்க சொல்லித் தான் அவங்க ஜாதி போனதா?"

அதுவும் நியாயம்தான்.

வருவது வரட்டும்!

மறுநாள்பொழுது விடிந்தால் ஊரிலுள்ள அனைத்து ஆண்களும் பெண்களும் கோயிப்ரத்திலே வந்து குழுமிவிடுவார்கள். அதுக்கு முன்னாலே இவர்களைக் கொண்டுபோய் விடவேண்டும். இந்தப் பிராந்தியத்திலுள்ள நம்பூதிரிமார்கள் எப்படியிருப்பார்களென்று அறிந்து கொள்ளலாமல்லவா?

சேந்நாடன் இவர்களை பாவத்தோளுக்கு அழைத்துச் செல்ல மாட்டார் என்பது உறுதி. கீழ்மேல் இல்லத்துக்கு அழைத்துச் சென்று விடலாம். சேந்நாடனுக்கு இது ஒரு சுமையாகத் தோன்றியது. இவர் களுடைய இந்த வருகையின் நோக்கமென்ன? இங்கேயே தங்கி யிருப்பதற்காகவா, அல்லது இங்கிருந்து போவதற்காகவா?

தம்பி கேசவன் வெகுநாட்களுக்கு முன்னரே கொச்சி சமஸ்தானத் துக்குப் போய்விட்டார். கதகளிக்கு அழைத்தால் ஏரநாடு - வள்ளுவநாடு பிராந்தியங்களுக்குச் சென்று வருவார். நிலையாகத் தங்கியிருப்பது கொச்சி சமஸ்தானத்திலேதான்.

பவத்ரானன் நம்பூதிரி கோவிலுக்குப் போக ஒப்புக்கொள்ளவில்லை. கோவிலுக்குப் போவது சரியில்லை என்கிறார். கோவில் அசுத்தமாகி

விடுமாம்! எந்த முறையில் நடந்ததென்றாலும், தான் மதம் மாறியிருப்பது உண்மைதானே?

வானம் தெளிவாகிவிடும்போது, வேதியர்கள் 'திருநாவாய் என்னும் இடத்தில் அந்நியோந்நிய'த்திற்கென ஒன்று சேர்வது போல் ஒன்று சேர்ந்து ஏதாவதொரு வழியுண்டா எனப் பார்க்கவேண்டும். இந்த முறையில் சறுக்கி விழுந்தவர்கள் ஏராளம். மந்நாத்து, மறுமனை போன்ற இல்லங்களைச் சேர்ந்த நம்பூதிரிகள் தலைமொட்டையடித்து, தொப்பியணிந்து நிற்பதைப் பார்த்ததுண்டு. தாழேக்குடத்து நம்பூதிரி மீசை வைத்திருக்கிறார். அன்றையதினம் முடிவு செய்கிற முறையில் என்ன தீர்மானமாகிறதோ, அதன்படி கோவிலுக்குள்ளே சென்று தரிசனம் செய்திடலாமாம்!

'சுத்தி கருமம்' என்கிற ஒரு சடங்கு உண்டு.

கீழ்மேல் இல்லத்தைச் சேர்ந்த அந்தர்ஜனங்கள் விலகி நின்ற போதிலும் தோத்ரக்குட்டியிடம் நடந்தவற்றைக் கேட்டறிந்துகொண்டனர். அவள் பேசும் மொழி இவர்களாலும் சரிவரப் புரிந்துகொள்ள முடியவில்லை. கோயிப்ரத்திலே சொன்னது போல் தோத்ரக்குட்டி அங்கும் பேசினாள்.

அனைத்து இல்லங்களைச் சேர்ந்த அந்தர்ஜனங்களும் கூட்டமாய்க் கூடியிருந்தனர். அவர்களுக்கு பயமாயிற்று.

பாலத்தோள் இல்லத்து நங்கையா அந்தர்ஜனம் சொன்னாள்:

"இல்லாட்டாக் கூட இந்தத் துலுக்கனுங்க இப்படித்தான். அன்னைக்கு அந்த பீருக்கண்ணு இல்லத்துக்கு வந்திருந்தான். அவனைப் பார்த்தாலே பயந்துபோயிடும். நான் ஒரு முறைதான் பார்த்தேன். அவனோட சிவந்த கண்ணும் தொப்பியுமெல்லாம் பார்த்து பயந்து நான் உள்ளே ஓடிப் போனேன்."

இன்னோர் அந்தர்ஜனம் சொன்னாள்:

"அவன் நல்லவன்தான்னு சொல்லிக்கிறாங்க. சீரட்டக் குடும்பத்தினரை வெளியேற்றாம அவங்களை அங்கேயே தங்கவச்சான்னு என் பையனோட அப்பா அன்னைக்குச் சொன்னாரு. அவசரத் தேவைகளுக்கு உதவியளிக்கிறவனாம்!"

தோத்ரக்குட்டி சொன்னாள்:

"இந்தத் துலுக்கனுங்க நல்லவங்களாத்தான் இருந்தாங்க. தனித் தனியாப் பார்த்தா நல்லவங்கதான்."

* ** *

கீழ்மேல் இல்லத்து கோவிந்தரும் தம்பி கோபாலரும் யோசிக்கின்றனர். பவத்ரானன் நம்பூதிரி மற்றும் தோத்ரக்குட்டி அந்தர்ஜனத்தை எங்கே உட்கார வைத்துச் சாப்பாடு போடுவது? இருவரும் குளிக்கவில்லை.

இல்லத்து எட்டுக் கட்டில் ஒரு வெளியறை உண்டு. அங்கேதான் பிரமுகர்களான நாயர்மார்களை உட்காரவைத்துச் சாப்பாடு போடுவது. உரல் கூரையிலும் ஓர் அறையுண்டு. அங்கே தான் கிருஸ்தவ மாப்பிள மார்களுக்குச் சாப்பாடு பரிமாறிக் கொடுப்பது. இவர்களை எங்கே உட்கார வைத்துச் சாப்பாடு போடுவது?

என்ன இருந்தாலும் பெரிய அடுக்களை அறையில் பிராமணர்கள் அமர்ந்து சாப்பிடும் இடத்தில் இவர்களை உட்காரவைத்துச் சாப்பாடு போடவே முடியாது. நாயர்மார்களுக்குச் சாப்பாடு அளிக்கிற அந்த வெளியறையில் உட்கார வைக்கலாமா?

"அவர்கள் இப்போது யாராயிருந்தாலும் பிராமணர்களாக இருந்தவர்கள்தானே? அவர்களை வெளியறையில் உட்காரவைத்துச் சாப்பாடு போட்டாலென்ன?" என்றார் கோபாலரு.

கோவிந்தரு சிறிது யோசித்த பின்னர் பேசினார்:

"இன்று அவர் குளிக்கவில்லை. அந்தப் பெண்ணும் குளிக்கவில்லை. பிராமணர்களின் அனுஷ்டானங்கள் எதையும் நிறைவேற்றவில்லை. இப்போது அவர்கள் துலுக்கனும் துலுக்கச்சியும்தான். அவர்களுக்கு நாயர்மார்கள் சாப்பிடும் இடத்தில் இலை போட்டுவிட்டால் - நமது ஊர் ஜனங்கள் இலேசானப்பட்டவர்கள் அல்ல. அவர்கள் சண்டைக்கு வந்தால்?"

அது ஒரு பிரச்சினையேதான். சற்றே யோசித்த பின்னர் கோபாலரு சொன்னார்: "அண்ணா, 'ஆட்டியத்துவமுள்ள இல்லத்திலே பிறந்தவர்கள் தான் அவர்கள். நடக்கக் கூடாதது நடந்துவிட்டது. அவர்களை கிருஸ்தவர்களை உட்காரவைத்துச் சோறு போடும் இடத்திலே உட்கார வைத்துச் சோறுபோடுவது சரிதானா?"

"அப்போது வெளியறையிலே உட்காரவைத்தால் அதை ஊர்ஜனங்கள் எதிர்த்தால் என்ன செய்வது? இப்போது பாலத்தோள் இல்லத்தினருக்கும் நமக்கும் இடையிலே சுமுகமான உறவில்லை. பாலத்தோளினருடன் ஊர்ஜனங்களுக்கு நல்லுறவு இல்லை. இந்த சந்தர்ப்பத்தைப் பயன்படுத்தி ஊர்ஜனங்களை நமக்கு எதிராக உசுப்பிவிட்டு வேடிக்கை பார்ப்பார்கள். அந்த கணபதியே சேந்நாடனிடம் கேட்பார்: "என்ன குஞ்சுநாயர், வடக்கிருந்து வந்த துலுக்கனை, கீழ்மேல் இல்லத்தினர் நாயர்கள் அமர்ந்து சாப்பிடும் இடத்திலே உட்காரவைத்துச் சோறுபோட்டது தெரியுமா?"

தம்பி சொன்னான்:

"கேட்கட்டுமண்ணா, கேட்கட்டும்!"

* ** *

இலையைச் சுற்றித் தெளித்து நீர் அருந்தவில்லை.

"ஏன், அதைச் செய்யவில்லை?" கோவிந்தரு விசாரித்தார்.

பவத்ரானன் நம்பூதிரியின் இதழ்கள் கோணலாயின.

"வேண்டுமென்றால் செய்யலாம். அப்புறம்..."

இவருக்கும் வேண்டிய சாப்பாட்டுப் பதார்த்தங்கள் ஓட்டுப் பாத்திரங்களிலே கொண்டுவந்து வைத்திருக்கின்றனர். சாப்பிட்டுக் கொண்டிருந்தபோது தோத்ரக்குட்டி அந்தர்ஜனம் சொன்னாள்:

"மாட்டிறைச்சி ரொம்பவும் நல்லதுதான்."

பவத்ரானன் நம்பூதிரி சொன்னார்:

"மாட்டிறைச்சி தின்னவேண்டுமென்று வேதங்களிலே சொல்லப் பட்டிருக்கிறது. வேண்டுமானால் வேதத்திலிருந்து மேற்கோளை எடுத்துச் சொல்லுகிறேன்."

கோவிந்தரு பதட்டமடைந்து கூறினார்:

"ஏய், வேண்டாம்; வேண்டாம்! எச்சில் வாயினாலே வேதமுச்சரிப்பதா?"

"வேண்டாமென்றால் வேண்டாம். மாட்டிறைச்சி சாப்பிடலா மென்பதற்காகச் சொல்லவந்தேன். முகமதுவுக்கு எச்சில் வாய் இல்லை. வேதமறியவும் செய்யலாம்."

சாப்பிட்டு இலையெடுத்துக் கொண்டு இருவரும் எழுந்னர். இலை யெடுக்க வேண்டாமென்று யாரும் சொல்லவில்லை. கை கழுவித் திரும்பி வந்து சாப்பிட்ட இடத்தைச் சுத்தம் செய்தனர். அப்போது இல்லத்து வேலைக்காரி கொச்சிக்காவுடன் கோவிந்தரு ஒரு விவாதத்தில் ஈடுபட்டுக் கொண்டிருந்தார்.

பவத்ரானன் நம்பூதிரிக்கும், தோத்ரக்குட்டிக்குமாக வெளியறைக்குக் கொண்டுவந்த பதார்த்தங்கள் மீதியாயிருந்தன. அது அடுக்களைக்குத் திரும்பக் கொண்டு செல்லக் கூடாது. வெளியறைக்கு எடுத்து வந்ததை அடுக்களைக்கு எடுத்துச் செல்லும் வழக்கம் இல்லை. மீதியாவதை வேலைக்காரிக்கா, அல்லது அங்கே வேறு வேலைகள் செய்யும் பையன்களுக்கோதான் கொடுப்பது வழக்கம். பதார்த்தங்கள் நிறைய

இருக்கின்றன. அது கொச்சிக்காவுக்கே கொடுத்துவிடுவதென்று கோவிந்தரு கருதினார்.

கொச்சிக்கா அந்தத் திருமேனியின் முகத்தையே பார்த்தவாறு கேட்டாள்:

“அதென்ன திருமேனீ, நாங்க இந்த இல்லத்து எச்சில் தின்கறவங்கதான். ஆனாக் கூட இஃதை எல்லாம் ஔதப் புலையனுக்கல்லவா கொடுக்கணும்?”

உரல் கூரையிலிருந்து சாப்பிடுகின்றவர்களுக்குப் பரிமாறி மீதியாவதை புலையர்களுக்குத்தான் கொடுப்பது வழக்கம். மதம் மாறாத உண்மைப் புலையர்கள் அவற்றை வாங்கமாட்டார்கள். அவர்களுக்குக் கொடுப்பதும் இல்லை.

கோவிந்தரு ஒரு மாதிரியான சிரிப்புடன் சொன்னார்.

“அவர்கள் உண்மையான ‘ஆட்டியன்’ நம்பூதிரிகளாக்கும். நமது இல்லத்தினரை விடவும் மேன்மையானவர்கள். வேத-அதிகாரிகள்!”

கொச்சிக்கா இதழ்களைக் கோணலாக்கிச் சிரித்தவாறு கூறினாள்:

“ஆமாமாம்... தண்ணிதெளிச்சு அருந்தாம சாப்பிட்டவங்க நம்ப இல்லத்தைச் சேர்ந்தவங்களைவிட மேலானவங்கதான். மாட்டிறைச்சி தின்கற துலுக்கனும் துலுக்கச்சியும்!” கொட்டைக்காடு கொச்சிக்கா வினவினாள்: “என்னை இல்லத்திலேருந்து வெளியேற்றணும்கறதுதானா, உங்க எண்ணம்?” அவள் இன்னும் கடுமையான குரலில் கூறினாள்: “இன்னைக்கு இங்கே வேலைக்காக வர்ற பசங்களுக்கு இந்தச் சோறும் கறிகளும் கொடுத்தா - திருமேனி ஒரு கூத்தைப் பார்க்கப் போறீங்க. பாலத்தோள் திருமேனி தேவஸ்தானத்த கொள்ளையடிக்கற மாதிரியா அது இருக்காது - துலுக்கன் சாப்பிட்டு மீதியானதை அந்தப் பசங்களைச் சாப்பிட வச்சுக்கறது.”

கொச்சிக்கா திரும்பி நடந்தாள். அவள் திருமேனியைப் பொருள் படுத்தவில்லை.

* ** *

எட்டுபத்து கோவில் நாய்கள் கெடுபிடியில்லாமல் சோறு தின்று கொண்டிருந்தன. உறுமுகின்றன. வெளியறையில் இருவருக்குப் பரிமாறி மீதியான சோறுதான்.

தோத்ரக்குட்டி அந்தர்ஜனம், நாய்கள் சோறு தின்பதை நோக்கி நின்றவாறு குலுங்கிச் சிரித்தாள். நங்கையா அந்தர்ஜனம் வினவினாள் - “ஏன் சிரிக்கிறே?”

"மாட்டெலும்பு தின்கின்ற நாய்கள் பரஸ்பரம் கடிச்சுக் கிழிச்சிக்குங்க." என்றாள் தோத்ரக்குட்டி.

அந்தர்ஜனங்கள் அசந்து போனார்கள்.

"இவ ஒரு குஞ்சகத்தாள் தானா?" என்றாள் நங்கையா.

"எனக்குச் சந்தேகம்தான்" என்றாள் இன்னோர் அந்தர்ஜனம்.

* ** *

சோறு தின்று முடிந்தபோது ஏழெட்டு நாய்கள் பரஸ்பரம் கடித்துக் கொண்டு உருண்டு புரள்கின்றன.

பவத்ரானன் நம்பூதிரி கோவிந்தரிடம் சொன்னார்: "எங்கே பார்த்தாலும் இப்படித்தான்." அவர் வெற்றிலை போட்டுக் கொண்டிருந்தார்.

"ஏது இப்படியென்று சொல்கிறீர்கள்?" என்றார் கோவிந்தரு.

"இல்லே- நாய்கள் ஒன்றை ஒன்று கடித்துக் கிழிக்கிறது. கொச்சி சமஸ்தானம் முதற்கொண்டு இப்படியாகத்தான் இருந்ததென்று சொன்னேன்."

கோவிந்தரு மன்னிப்புக் கேட்கும் முறையில் சொன்னார்:

"எங்களுக்கு இந்த ஊரிலே உயிர் வாழ வேண்டுமென்பதுதான்."

62

தோத்திரக்குட்டி அந்தர்ஜனம் உரல் கூரையறையிலே படுத்துத் தூங்குகிறாள். கோவிந்தரு மற்றும் பவத்ரானன் நம்பூதிரிப்பாடு பெரிய மாமரத்தடியில் உட்கார்ந்து பேசுகின்றனர். ஏரநாடு-வள்ளுவநாடு வட்டாரங்களில் நடைபெற்றதும் நடப்பதுமான காரியங்களை பவத்ரானன் விரிவாகச் சொல்லுகிறார். கோவிந்தரு கவனமுடன் காது கொடுத்துக் கேட்கிறார். அவர் விசாரித்தார்:

"இதெல்லாம் எப்படி நடந்தது?"

பவத்ரானன் நம்பூதிரிப்பாட்டுக்குத் தனதென்று சில கருத்துக்கள் இருக்கின்றன. அவற்றை கீழ்மேல் இல்லமோ மற்றவர்களோ உண்மை என்று அங்கீகரிக்கவேண்டுமென்றில்லை. தவறென்று சொன்னாலும் ஆட்சேபணை இல்லை. பவத்ரானனின் சொந்தக் கருத்துக்கள்தான் அவை.

ஒரு வெற்றிலையெடுத்து நரம்புகளை நீக்கிவிட்டுச் சுண்ணாம்பு தடவினார். அதைச் சுருட்டி வாயிலே போட்டுக் கொண்டார். பாக்குத் துண்டுகளையும்போட்டு நன்றாகச் சுவைத்தார். நீட்டித் துப்பிவிட்டு பவத்ரானன் கதை சொல்லத் தொடங்கினார்:

குடியானவர்களான முஸ்லிம் மாப்பிள மாப்பிளமார்கள் அந்த இல்லத்தின்மீது துவேஷமும் பகைமையும் கொண்டிருந்தனர். பூமியிலிருந்து வெளியேற்றுவது, எக்கச்சக்கமான வசூல் ஆகியவற்றைச் சகிக்க முடியவில்லை. என்னை அவர்கள் பார்த்தது இல்லத்துக் காரியகர்த்தரான சாமுமேனோனின் எடுபிடியாளாகத்தான். சாமு மேனோன் மீது கடுமையான பகைமை கொண்டிருந்தனர் அவர்கள்.

பல்வேறு ஊர்களிலே காங்கோத்து இல்லத்தைச் சேர்ந்த இல்லங்கள் இருந்திருக்கின்றன. முன்னர், ஆட்களும் சொத்துக்களும் நிறைந்திருந்த இல்லம் அது. ஒவ்வோர் ஊர்களிலும் காங்கோத்து இல்லங்களே உருவாயின. ஆனால் கூட எல்லாம் ஒன்று சேர்ந்த ஒரே இல்லமாய் இயங்கியது. அப்போது தான் டிப்புவின் ஆக்கிரமிப்பு நடைபெற்றது.

பவத்ரானன் விசாரித்தார்: "டிப்புவின் படையெடுப்பு என்று சொன்னால் என்னவென்று தெரியுமா?"

ஏராளமானவர்கள் தொப்பியணிந்தவர் - பலமுறைகளில்தான். பலாத்காரமாய் இழுத்துச் செல்லப்பட்டவர்கள். என்னை இழுத்துச் சென்றதுபோல்! சிலர் சுயநலன்களைக் கருதித் தொப்பி அணிந்தவர்கள். ஒருமுறை தொப்பிபோட்டு விட்டால் அப்புறம் அவ்வளவுதான்; என்றென்றும் மாப்பிளேதான். இவ்வாறாக மாப்பிளமார்களின் தொகை பெருகிவிட்டது.

கோவிந்தருக்கு விஷயம் புரிந்துவிட்டது. அவர் சொன்னார்: "அன்றைய தினம் ஏராளமானவர்கள் இந்த ஊருக்குத் தப்பியோடி வந்திருக்கின்றனர். ஆலுவாய் பெரியார் வரையிலும் டிப்பு வந்திருந்ததாகத்தானே, வரலாறு சொல்கிறது? எங்கள் திவான்ஜி ஒருவர் அந்த ஆக்கிரமிப்பைத் தடுத்து நின்றிருக்கிறார். ஆலுவாய் ஆற்றிலே வெள்ளப் பெருக்கு ஏற்பட்டது. எனவே டிப்பு திரும்பிவிட்டார் என்பதுதான் கதை."

"அன்று இங்கே வந்தவர்களில் ஏராளமானவர்கள் இங்கேயே தங்கியிருந்திருப்பார்கள்."

"இருப்பார்கள்; இருப்பார்கள்! இங்கே அம்பலப்புழைக் கோவிலிலே குருவாயூரப்பனைக் கொண்டுவந்து பிரதிஷ்டை செய்தார்களாம். இப்போது கூட ஒரு கர்ப்பகிருக அறை 'குருவாயூர் அப்பன் சன்னிதான்' என்று சொல்லப்படுகிறது. படையெடுப்பு முடிந்த பின்னர்தான் அப்பனைத் திருப்பிக் கொண்டுபோய்விட்டனர்.

“அப்படியாகத் தானிருக்கும். அப்படியும் கேள்விப்பட்டிருக்கிறேன். அப்போது நிகழ்ந்தது என்னவென்றால், ஓர் இரண்டு ஊர்களைச் சேர்ந்த காங்கோத்து இல்லத்தினர் தொப்பி அணிந்தனர். தொப்பி அணிந்தார்களோ, அணிவிக்கப்பட்டார்களோ - தெரியாது.”

அதைப் பற்றிக் கூட பவத்ரானன் நம்பூதிரிப்பாடுவிற்குச் சொல்ல ஒரு கதையே உண்டு. பல்வேறு ஊர்களிலுள்ள காங்கோத்து இல்லத்தினர்கள் தலைமுறைகள் ஆக ஆக உறவுமுறை அறுந்து அறுந்து அகன்று போய்விட்டனர். அன்றும் மையமாயிருந்தது பழைய காங்கோத்து இல்லமல்லவா? வசூல், குத்தகை, குத்தகை பாக்கி ஆகியவற்றின் கணக்கெல்லாம் மைய இல்லத்துக்குச் செல்லவேண்டும். கட்டுப்படுத்துவதெல்லாம் அங்கேதான்! அந்த ஏற்பாட்டில் பல்வேறு பிரச்சினைகளும் முரண்பாடுகளும் ஏற்பட்டன. அது இயற்கையானதே. எந்த ஓர் ஊரிலும் காங்கோத்து இல்லத்தைச் சேர்ந்தவராகத்தான் இருப்பார் வயதிலே பெரியவர். காங்கோத்து மைய இல்லத்துத் தலைவர் வயது குறைவானவராக இருக்கக்கூடும். அப்போது மைய இல்லத்தின் தலைவர் யாராக இருக்கவேண்டும்? வயதில் பெரியவர் வாழுமில்லமாக இருக்கவேண்டாமா? மூல இல்லத்திலிருந்து பிரிந்து சென்றவர்கள் அல்லவா, அத்தனை இல்லங்களும்? கணக்கும் காரியமுமெல்லாம் அங்கே சென்று சேரவேண்டும். அங்கே வாழ்கிற நம்பூதிரிதான் காரியகர்த்தராகவும் தலைவராகவும் இருக்கவேண்டுமென்கிற வாதம் எழுகிறது. சில காங்கோத்து இல்லத்தினர்கள் அதை ஒப்புக் கொள்ள முடியாதென்றாகிவிட்டனர். அப்போது ரத்தத்தில் கலந்த உறவு பலவீனமாகியிருந்தது. திருநாவாய் மடத்திலே ஓதிக்கர்’களும் புரோகிதர்களும் பன்முறை வாதங்களைக் கேட்டனர். பல்வேறு தீர்மானங்கள் எடுக்கப்பட்டன. எதுவும் நடைமுறைக்கு வரவில்லை. இவ்வாறாகப் பல பத்தாண்டுகள் கடந்துபோயின. பயன்? பல்வேறு காங்கோத்து இல்லங்களிடையே கடுமையான பகைமை வளர்ந்து வந்தது.

அப்போது திருநாவாய்மடம் கராறான சில தீர்மானங்களெடுத்து கொண்டது. காங்கோத்து இல்லத்தினர்கள் அனைவரையும் கடுமையாகக் கட்டுப்படுத்தும் முறையிலே! ஒரு காங்கோத்து இல்லம் அந்தக் கட்டுப் பாட்டுக்கு வளைந்து கொடுக்கவில்லை. அதன் தலைவர் ஒரு வீரராக இருந்தாராம்! அப்போது மடம் சில நடவடிக்கைகள் எடுத்துக் கொண்டது. அப்போது தான் டிப்புவின் படையெடுப்பு. மடத்தின் நடவடிக்கைக்குப் பாத்திரமான குடும்பம் தொப்பி அணிந்து கொண்டது.

இவ்வாறாக மலபார் பிராந்தியத்தில் சுயமாக இஸ்லாம் மதத்தை ஏற்றுக் கொண்டவர்களும், சந்தர்ப்ப நிர்ப்பந்தங்களுக்கிரையானவர்களுமான நம்பூதிரிமார்களும் நாயர்மார்களும் ஏராளமிருக்கிறார்களாம்.

“அயமது குஞ்சு என்னைப் பிடித்துக் கொண்டு சென்று தலை மொட்டையடிக்க வைத்தார். மௌலவி வந்தார். கருமங்களைச் செய்து முடித்தார். தொப்பி அணிவித்தார். பிறகு அயமது குஞ்சு சொன்னான். ‘இப்போ கோந்திரோத்திலே ஒரு முகமது கூடத் தோன்றியிருக்கான்’ என்று.”

“அப்போது இன்னொருவனாக இருந்திருந்தால் கொன்று போட்டிருப்பான் என்றுதான் சொல்கிறீர்களா?” என்றார் கோவிந்தரு.

“ஆமாம். சாமுவைக் கொலை பண்ணியிருக்கிறபோது என்னை விட்டுவிடுவார்களா?... இதுதான் கதை.”

“அப்போது ஒரு நம்பூதிரி தொப்பி அணிந்து கொண்டால் அப்புறம் எல்லா நம்பூதிரிகளும் தொப்பிபோட்டுக்கொள்ள வேண்டுமென்றுதானா, அவன் எண்ணம்?”

“ஒரு குள்ளநரிக்கு வால் போய்விட்டால் எல்லாக் குள்ளநரி களுடையவும் வால் போகவேண்டுமென்றல்லவா, நமது ஊரிலே எண்ணுகிறார்கள்?” நகைச்சுவையுடன் கூறினார் பவத்ரானன்.

* ** *

பவத்ரானன் நம்பூதிரியும், தோத்ரக்குட்டி அந்தர்ஜனமும் ஏதுக்காக இந்த ஊருக்கு வந்தனர்? அங்கிருந்து பெயர்த்தெறியப்பட்டவர்கள்! நடந்து நடந்து சென்றபோது பெரிய பாதையிலிருந்து ஒரு சிறிய பாதை கிழக்கே நோக்கிச் செல்வதைக் கண்டனர். அப்படியே திரும்பி வந்ததாக இருக்கலாம்

புயலில் சிக்குண்ட சருகுகள் ஏன் அவ்வழியே பறந்து செல்கின்றன வென்று கேட்கவேண்டிய அவசியமில்லை. பறந்து செல்கின்றன என்று மட்டும் கண்டுகொண்டால் போதும். அவற்றின் விருப்பத்திற்கேற்ப பறந்து செல்வதில்லை. அவற்றின் போக்கினைக் காற்றுதான் நிர்ண யிக்கிறது. மேலும் அவ்வாறேதான்.

திருவாங்கூர் சமஸ்தானத்திலே, பவத்ரானனுக்குத் தெரிந்து ஒருவருடைய பெயர் மட்டும்தான் நினைவுக்கு வருகிறது. சேந்நாடன் பெயர் மட்டும். வேறு பலரையும் அவர் பார்த்திருக்கலாம். ஆனால் அறிமுகமானவர் சேந்நாடன் ஒருவர் மட்டும்தான்.

இந்தப் பிராந்தியம் பாதுகாப்பானது. ஆனால் இங்கே வேரூன்றிவிட முடிகிறதில்லை. தொப்பி அணிந்திராவிட்டால் ஏதேனும் கோவிலில் அர்ச்சகராகப் பணியாற்றியிருக்கலாம். அல்லது சொத்துடைய ஏதேனும் இல்லத்தில் பகவதி சேவை அல்லது கணபதி ஹோமம் ஆகியவற்றிற்கான சேவகம் செய்திடலாம். தோத்ரக் குட்டி சமையற்காரியாகவும் காலத்தைக்

அறிந்தவாறே - தனது அனுமதி முத்திரை போட்டுக் கொடுத்து வந்தார் பவதரானன்.

வயிறு பெரிது. ஒரு போதும் நிரப்ப முடியாத பெருங்கடல்!

* ** *

பவத்ரானன் நம்பூதிரிபாடு தனது கதையைச் சொல்லத் தொடங்கினார்:

“சாமுவை மாப்பிளமார்கள் பிடித்துக்கொண்டு சென்றார்கள், நதிக்கரையிலுள்ள ஒரு புதரிலிருந்து! நான் எங்கு சென்று மறைந்திருக்க வேண்டுமென்று தெரியாமல் ஓடோடி நடந்தேன். சாமுமேனோனைக் கொன்றிருப்பார்கள் என்பது உறுதி. அகப்பட்டுவிட்டால் என்னையும்! ஓடுகிற என்னைத்தான் பிடித்துக் கொண்டனர். பிடித்தவன் யாரென்று தெரியுமா? சிவந்த மேனிபடைத்த, நம்பூதிரிபோல் தோற்றமளித்த ஒரு மாப்பிள. குள்ளமானவன். சொல்லவேண்டுமே - நல்ல ஒளிபடைத்த வதனம்; வட்டத்தாடி; தொப்பியும் அணிந்திருக்கிறான். அவன்தான் அந்தக் கூட்டத்துக்குத் தலைவன். கத்தி ஓங்கிபிடித்தவாறு பத்துப் பன்னிரண்டு மாப்பிளமார்கள் நிற்கிறார்கள். என் கதை முடிந்து விட்டதெனத் தீர்மானித்துக் கொண்டேன் - அப்பொழுதே... அடுத்த நிமிடத்திலே! அந்த மாப்பிள என்னை மேலும் கீழுமாக ஒரு முறை நோக்கினான். உண்மையைச் சொல்லவேண்டுமே - எனக்கு இரண்டும் கழிந்து விட்டன!”

பவத்ரானன் நம்பூதிரிப்பாடு உண்மையைத்தான் சொன்னார். தொடர்ந்து பேசினார்:

“அந்த மாப்பிள என்னிடம் சொன்னான், அவன் காங்கோத்து அயமது குஞ்சு என்று. அப்போது என் உள்ளம் சற்று குளிர்ந்தது. காங்கோத்து இல்லத்தைச் சேர்ந்தவன்தானே? யாரும் எதையும் செய்யக் கூடாதென்று அந்த மாப்பிள மற்றவர்களிடம் சொன்னான். என் கதையை முடிக்கக் கத்தியோங்கியவாறு அவர்கள் நிற்கின்றனர். அவர்கள் அந்த ஆக்கினைக்குக் கட்டுப்பட்டனர். யாருடைய ஆக்கினைக்கு? காங்கோத்து அயமது குஞ்சுவின் ஆக்கினைக்கு!”

பவத்ரானன் கோவிந்தரிடம் ஒரு கேள்வி கேட்டார்:

“கோவிந்தரு, நீங்கள் என்ன செல்கிறீர்கள்?”

கோவிந்தருக்குப் பூராவும் புரியவில்லை. பவத்ரானனுக்கு அது புரிந்துவிட்டது.

புரோகிதர்கள்!"

பவத்ரானன் ஒரு கணம் பேச்சை நிறுத்திக்கொண்டார்; அப்புறம் கேட்டார்:

"உங்களுக்குப் புரிகிறதா?"

'ஆம்' என்றார் கோவிந்தரு.

பவத்ரானன் தொடர்ந்து கூறினார்:

-நமது இந்த 'பரசுராமக்ஷேத்திர'த்துக்கு (பரசுராமன் பரசு எனும் தனது ஆயுதத்தை கடலுக்கு வீசியெறிந்து உற்பத்தி செய்ததுதான் கேரளம் என்கிற ஓர் ஐதீகமும் உண்டு. அதனால் கேரளத்தை பரசுராம க்ஷேத்திரம் என்று கூடச் சொல்கின்றனர். மொ-ர்) ஒரு சாபம் உண்டு. சாபம் என்றால் சாபமும் அல்ல. என்னவென்றால் என்றென்றும் தலைமைப் பொறுப்பில் புரோகிதர்கள்தான் இருந்து வந்திருக்கின்றனர். இந்துவுக்கு தலைமையில் நம்பூதிரி; முஸ்லீமுக்கு தலைமையில் மௌல்வி; கிருஸ்தவனுக்குப் பாதிரி - ஒவ்வொரு புரோகிதரும் சொல்லுவார் - முன்னர் நான் நம்பூதிரியாக இருந்தேனென்று!"

பவத்ரானன் வெடிச் சிரிப்பு சிரித்தார்.

கோவிந்தருக்கு அது அவ்வளவு பிடித்ததாகத் தோன்றவில்லை.

* ** *

பவத்ரானன் கருத்துக்கள் நன்கு யோசித்துச் சொல்லப்பட்டவையாக இல்லாமலிருந்திருக்கலாம். அவர் ஒரு சரித்திர மாணவன் அல்ல. சமூக விஞ்ஞானமோ பொருளாதார விஞ்ஞானமோ அறிந்தவரல்ல. இல்லத்து நிர்வாகி சாமுமேனோனுடன் சேர்ந்து அவருடைய எடுபிடியாளாகவும், ஆனதால் சில சமயங்களில் மேலாளாகவும், குத்தகை மற்றும் குத்தகை பாக்கிகளை வசூலிப்பவராகவும் அங்கே வாழ்ந்து வந்தார். தனது பதவியை நிலைநாட்ட இல்லத்து உறவினரென்றும் காட்டிக்கொண்டார். இல்லத்துப் பெரியவரும் அதை எல்லாம் ஒப்புக்கொண்டார். முக்கியஸ்தர் சாமுமேனோன்தான். ஆயினும் மேனோனுக்கு ஒரு கூடிவாளமாக இருக்கட்டு மென்று வைத்துக்கொண்டார்.

அவ்வாறாக ஒரு காலத்தில் ஏராளமான நெல்லும் பணமும் வருமானமாகக் கிடைத்து வந்த காங்கோத்து மூல இல்லத்தில் வாழ்ந்து வந்தவர்தான் பவத்ரானன் நம்பூதிரிபாடு.

அவருக்கு அனுபவம் மட்டும்தான் மூலதனம். சாமுமேனோனின் கொடூரச் செயல்களுக்கெல்லாம் - அவை கொடூரச் செயல்கள் என

பிரமுகர்கள் பலர் தொப்பி அணிந்தனர்.

காலச் சக்கரம் உருண்டோடியது- அதனுடன் ஒரு சரடும் நீண்டு வந்தது. முஸ்லிம்களானவர்கள் அந்தச் சரட்டினால் ஒன்றிணைக்கப் பட்டனர்.

ஒரு விசயத்தைச் சொல்லித் தானாகவேண்டும்-யார் தொப்பி அணிந்து கொண்டாலும் அவர்கள் ஒன்றுதான். ஒரு ஜாதியைச் சேர்ந்தவர்கள்!

அவர்கள் ஒன்றாகிவிட்டபோது, ஒரு சக்தி தோன்றியது. அப்படியென்றால் ஒரு கருவம். அப்புறம் என்ன நடந்ததென்றால், மற்றவர்களை அதாவது சொந்தக்காரர்களையும் பந்தக்காரர்களையும் - தொப்பி அணிவிக்க வேண்டும் என்கிற ஓர் ஆர்வம் பிறந்தது - அல்லது ஒரு பிடிவாதம். அது அவ்வாறு நீடித்துக்கொண்டே வந்தது - காலத்தோடு கூடவே! என்ன, புரிகிறதா?

கோவிந்தருக்கு நன்கு புரியலாயிற்று.

"ஆம்; எனக்குத் தெரியும்."

"உங்களுக்கு - இந்த திருவாங்கூரைச் சேர்ந்தவர்களுக்கு இத்தகைய கடுமையான அனுபவங்கள் ஏற்பட்டதில்லை. நீங்கள் அதிர்ஷ்டசாலிகள்."

கோவிந்தரு சொன்னார்:

"இன்னொரு விசயத்தைச் சொல்லுகிறேன். இந்த வட்டாரத்தில் அவ்வளவு 'ஆட்டியத்துவ'முடைய நம்பூதிரிமார்கள் அதிகமாயில்லை. அப்புறம் இருப்பவர்களெல்லாம் ஒவ்வொரு காரணத்தைச் சொல்லி வடக்கிருந்து வந்தவர்கள்தான்."

"இருக்கலாம்; இருக்கலாம். இருந்தாலும் நீங்கள் திப்புவின் படையெடுப்பு போன்றவற்றை அனுபவித்து அறிந்தவர்கள் அல்ல. இப்போது அவற்றின் விளைவுகளை நாங்கள் அறிந்துகொண்டோம்."

பவத்ரானன் நம்பூதிரி பேசினார்:

"குடியானவர்களான முஸ்லிம் மாப்பிளமார்கள் நில உடமைக்காரர் (ஜென்மி)களான நம்பூதிரிகளை எதிர்த்தனர். நம்பூதிரிமார்கள் மீது பகைமை கொள்ளக் காரணங்களும் இருந்தனவென்று வைத்துக் கொள்ளுங்கள்! யாருக்கு? குடியானவர்களுக்கு! ஒன்று, குடியானவர்கள் மாப்பிளமார்கள் மட்டுமாக இருக்கவில்லை. இன்னும்... வெள்ளைத் துரைமார்களை விரட்டுவது இந்த சர்க்கார் வேண்டாமாம்! ஆனால் மாப்பிளமார்கள்தான் அந்தக் கலகத்தைத் துவக்கினர். அந்தக் கலகத்தின் தலைமைப் பொறுப்பில் யாரெல்லாம் இருந்தனர்? இஸ்லாமியப்

கடத்தியிருக்கலாம்.

தொப்பி அணிந்த நம்பூதிரிமார்கள் ஆங்கே, ஊரிலே மாப்பிள மார்களாகவே உயிர்வாழ்ந்து கொண்டிருப்பார்களோ? ஒரு பிறவியில் இரண்டு பிறவிகள்! அந்த இரண்டாம் பிறவியுடன் பொருத்தமாகி விட்டிருப்பார்கள். இந்தக் காயம் ஆறிப் போய்விடும்.

அப்படியானால்தான் என்ன? ஒருமுறை இணைந்து சேர்ந்துவிட வேண்டும். அப்புறம் பழைய விசயங்கள் அத்தகையும் மறந்துபோய் விடுவார்கள். அப்படியே தீர்மானித்துக் கொண்டாலும் ஓர் இடையூறு இருக்கத் தான் செய்கிறது. எல்லாரும் ஒளிந்து ஓடி வந்தவர்கள்தான். மலைமீதுள்ள, கலகக்காரர்களின் தளத்திற்குத் திரும்பச் சென்று விட்டால் அவர்கள் சும்மா விட்டுவிடுவார்களா? எனவே தப்பி வந்தது ஆபத்தாகிவிட்டது.

ஊரில் அனைவருக்கும் ஒரு விதமான மூச்சுத்திணறல். இவர்களுடன் எப்படிப் பழகவேண்டும்? பவத்ரானன் நம்பூதிரிபாடும், தோத்ரக்குட்டி அந்தர்ஜனமும் யார்? சேந்நாடனே திருமேனியென்றழைப்பதில்லை. எதைச் சொல்லியும் அழைப்பதில்லை. மதிப்பினை வெளிக்காட்டுவதில் ஒரு கூச்சம். ஆனால் மதிப்பு இருக்கவும் செய்கிறது. மாப்பிளவென்று எண்ணுவதில்லை. அப்புறம் எந்த ஜாதிக்காரர்? தோத்ரக்குட்டியோ எனில் அந்தர்ஜனமல்லாதாகி விட்டிருக்கிறாள்.

கீழ்மேல் இல்லத்தினர் அவரை முகமதுவென்றழைக்க வேண்டா மென்று தீர்மானித்தனர். அப்படித்தான் அழைக்க வேண்டுமென்கிற நிலைமை உண்டு.

வட்டத்தரை சவுரியாரும், ஆற்றுத்துறை மாத்துள்ளவும் கீழ்மேல் இல்லத்துக்கு வந்தனர். ஆங்கே வடக்கே துலுக்கர்கள் நம்பூதிரிமார்களைக் கொல்லுகிறார்கள்; மதம் மாற்றித் தொப்பி அணிவிக்கின்றனர்- என்றெல்லாம் கேள்விப்பட்டு வந்தவர்கள்தான்.

ஔத ஒளிவுமறைவின்றியே கேட்டுவிட்டார்:

“ஐயா திருமேனீ, இவங்களை என்ன பெயர் சொல்லியழைக்கணும்? முதலாளீன்னு அழைக்கறதா? திருமேனீன்னு அழைக்கறதா?”

கோவிந்தரு வெடித்துச் சிரித்தார்:

“என்ன நினைக்கிறீங்களோ, பண்ணுங்க. கூப்பிடவேண்டியது முகமதுன்னுதான். ஆனா, அது சரியில்லே. இவரு தாமாகவே முகமது ஆகலயே?”

பவத்ரானன் நம்பூதிரிபாடுவே கூறினார்:

"கீழ்மேல் இல்லத்தினர் சொன்னதுதான் சரி."

"நாங்கன்னா, யார் மார்க்கம் மாறினாலும் அந்தப் புதுப் பேரைச் சொல்லித்தான் கூப்பிடுவோம்."

"அப்படியே கூப்பிட்டிடுங்க." என்றார் பவத்ரானன்.

"இத்தகைய விஷயங்களைப் பற்றிய தீர்ப்பினைச் சொல்லப் போதிய அறிவு படைத்த ஓதிக்கர்களோ, வேதபண்டிதர்களோ, சாத்திர அறிஞர்களோ இந்த ஊரில் இல்லை." என்றார் கோவிந்தரு.

* ** *

பவத்ரானன் நம்பூதிரிக்குத் திரும்பிப் போய்விட வேண்டுமென்கிற எண்ணம் ஏற்பட்டுவிட்டது. போயி அவசர காரியமேதோ இருப்பது போன்ற தோற்றம். யாரும் எதையும் சொல்லவில்லை. எங்கே போகிறீர்கள் என்றோ, எந்த வழியாகப் பயணமென்றோ கேட்கவில்லை.

சேந்நாடன் கொஞ்சம் பணம் கொடுத்தார். வெற்றிலைப் பாக்கு வைத்துக் கொடுக்கவில்லை. கையிலே வைத்துக் கொடுத்தார்.

"இப்போதைக்கு இங்கே கொஞ்சம் நெருக்கடிதான்" என்று சொல்லித்தான் கொடுத்தார்.

தந்தையும் மகளும் கிளம்பினர்.

அவர்கள் முன்னும்பின்னுமாய் நடந்துசெல்வதை சேந்நாடன் பார்த்து நின்றார்.

அவர் அந்த நாட்களில் பார்த்த ஏரநாடு வள்ளுவநாடு பிரதேசங்களை நினைவு கூர்ந்து பார்க்கிறாரோ?

63

கணபதி நம்பூதிரி மிகுந்த கிளர்ச்சியுற்றிருக்கிறார். பவத்ரானன் நம்பூதிரி கீழ்மேல் இல்லத்துக்கு வந்திருக்கிற செய்தி அவருக்கு முதலில் கிடைத்தது. சேந்நாடன்தான் அவரை அங்கு இட்டுச் சென்றார் என்று பின்னர் அறிந்துகொண்டார். அது ஒரு சதியாலோசனை என்கிற எண்ணம்தான் முதலில் அவருக்கு ஏற்பட்டது.

பாலத்தோள் இல்லத்து அந்தர்ஜனங்கள் உட்பட பலரும் சொன்ன போது அங்கு வடக்கே ஓதிக்கர்களும் வாத்தியார்களும் இன்ன பிற ஆட்டிய பிராமணர்களும் பெரிய நெருக்கடியிலே சிக்கி அவதிப் படுகிறார்கள் என்பதை கணபதி அறிந்துகொண்டார். ஆனால் அவர் பவத்ரானன் நம்பூதிரிப்பாடினைச் சந்திக்கச் செல்லவில்லை.

பாலத்தோள் இல்லத்து மாடி மீது கிருஷ்ணரு, கணபதி, நாராயணன் மற்றும் தம்பான் ஆகியோர் இரவு உணவுக்குப் பிறகு கூடிப் பேசினர். விசயம், ஊரெங்கும் பேசப்படுகிற மாப்பிள ரகளை பற்றியதுதான். அதிகப்படியான தகவல்கள் இப்போது கிடைத்திருக்கின்றன.

மாப்பிளமார்கள் மிகவும் பொல்லாதவர்கள் என்கிற விஷயத்தில் யாருக்கும் சந்தேகமில்லை. ஆனால் வடக்கே உள்ள முஸ்லிம் மாப்பிளமார்கள் விவசாயிகள்தான். அவர்களுக்கு ஜமீன்தார்கள் மீது பற்றுதல் இருந்தது. குத்தகை போன்றவற்றைச் செலுத்துவதில் மிகவும் அக்கறையுடையவர்களாக இருந்திருக்கின்றனர் இந்தப் பிராந்தியத்தைச் சேர்ந்த நாயர்மார்கள் போன்று. கிருஷ்ணரு திருமேனி பூணூலைத் தடவியவாறு கூறினார்:

"இங்குள்ள சூத்திரர்கள் எல்லோரும் பிராமண பக்தியுள்ளவர்களா யிருந்தனர்."

கணபதி நம்பூதிரி சொன்னார்:

"சேந்நாடன் அவரை இங்கு வரவழைத்தது ஒரு நோக்கத்தோடுதான். பிராமணர்கள் என்றால் இவ்வளவுதான் என்று காண்பிக்கவும் கூடத் தான். கொஞ்சம் பயமுறுத்தவும்...!"

தம்பான் அந்தக் கருத்துடன் உடன்படவில்லை. "அண்ணனுக்கென்ன, பயமா?" என்றார்.

"ஏய், அதெல்லாமொன்றுமில்லை. சேந்நாடனோட நோக்கத்தைப் பற்றித் தான் சொன்னேன். காலம் இப்படியும் மாறியிருக்குதுன்னு சொன்னேன். அவ்வளவுதான். அதாவது பிராமணர்களை என்ன வேண்டு மானாலும் பண்ணலாம்னுதான்."

நாராயணன் சொன்னார்:

"அதெல்லாம் இந்த ஊரில் நடக்காது. இங்குள்ளவங்க அப்படிப் பட்டவங்க அல்ல; ஒன்று - இரண்டு - நாம்ப பிராமணனுக்கு என்ன துரோகம் பண்ணறோம்?"

கிருஷ்ணரு சொன்னார்:

"கோவில் காரியகர்த்தராகியிருக்கக் கூடாது. இல்லத்தின் மீது ஒரு சிலருக்காவது எதிர்ப்பு ஏற்பட்டிருக்குதுன்னா அதுக்கு இது ஒரு காரண மாகும். யாருக்கும் நம் மீது எதிர்ப்பு இருக்கவில்லை. ஆனா இப்போ அப்படியல்ல."

உடனே யாரும் பதிலளிக்கவில்லை. யாருக்குமே பயமில்லை. ஆயினும் சிறிது நடுக்கமுண்டு. தொடர்ந்து ஒரு சலனமும் ஏற்பட்டது

போன்று கணபதியே சொன்னார்:

"உள்ளத்தைச் சொல்லறேனே... நாம் மட்டும் அறிந்திருந்தால் போதும். இரவிலேன்னு வச்சுக்கோங்கோ! நாம்ப யாராவது நடந்து வந்திண்டிருக்கோம். இரவு பூஜை முடித்துவிட்டுத்தான்னு கூட நினைச்சுக்குங்கோ. ஒருவன் திடீரெனப் பாய்ந்து வந்து இரண்டு உதை தர்றான். நாம்ப கூச்சல் போடறோம். ஜனங்க வந்து சேருமுன்னே அவன் ஓடீடறான். இது நடக்கக் கூடாததா?"

கிருஷ்ணரு சொன்னார்:

"தேவஸ்தான விசயத்திலே பெரிய பிடிவாதமிருந்தபோது கூட ஜனங்கள் மதிப்பைத் தந்துதான் பேசினார்கள்."

கணபதி வினவினார்:

"இனிமே, டேய் கணபதி நம்பூதிரின்னு கூப்பிடலாகாதோ?"

"அதென்ன, திட்டவும்கூடச் செய்யலாம்" என்றார் கிருஷ்ணரு.

"அதெல்லாம் நடந்திடலாம். இங்க மட்டுமல்ல; கேரளமெங்கிலும்." என்றார் நாராயணன்.

"வடக்கே இடுக்கு வழியாப் போயிண்டிருந்தேன். கடாய் மீசையை முறுக்கிண்டு எதிரே வந்தான் நட்டாச்சேரி பத்மநாபன். உண்மையைச் சொல்றேனே- என் அடிவயிற்றிலே புளி கரைஞ்சுது. நான் மேற்கு மடத்து வளாகத்துக்குள்ளே புகுந்து நடந்து போனேன். பயந்து வழி விலகிப் போவதா நினைக்க இடம் கொடுக்கலே" என்றார் கணபதி.

"அப்படியொண்ணும் பயப்படவேணாம். அது கோழைத்தனம். ஜனங்கள் சிரிப்பார்கள். அப்பறம் நம்மை கேலி பண்ற நிலைமையும் ஏற்பட்டுடலாம்." என்றார் தம்பான்.

"இல்லே... சொல்லிண்டிருந்தேன். அவன்னா, காரியகர்த்தராயிட விரதமெடுத்து நடக்கறான். அப்போ கொஞ்சம் திமிரோட நடந்தாலும் நடந்துக்கலாம்." கிருஷ்ணரு தொடர்ந்து கூறினார்: "நாம்ப நம்ப காரியத்தைப் பார்த்து நடந்துண்டாப் போதும். இந்தக் காரியகர்த்தர்ப் பதவியொண்ணும் வேணாம்."

கணபதி நம்பூதிரிக்குக் கூட அத்தகைய கருத்து ஏற்பட்டிருக்கிறது. அந்தப் பதவியை விட்டுவிட்டால் என்னவென்று எதிர்காலம் சற்று மோசமானதாகத்தானிருக்கும்.

ஆனால் யாரிடம் ஒப்படைப்பது? எந்நேரமும் சொறிந்து நடக்கிற அந்த அவனிடமா? அல்லது ஈக்களைப் பிடிக்கிறவனிடமா?

"இப்போ சேந்நாடண்டே கேட்டுப் பார்ப்பது. அவருதானே, இப்போ பிரமுகராச் சுற்றி நடக்கிறார்?"

"ஏய்... அது கூடாதண்ணா! அது நாம் தோற்றுட்டோம்னு சொல்லற மாதிரிதானுங்க. சேந்நாடண்டே யோசனை கேக்கறதுக்கு நான் இல்லை."

தம்பான் விசாரித்தார்:

"அவர் எதாச்சும் பேசி நடந்திருக்கக்கூடும். நம்மைக் காக்காய் பிடிக்க யாராவது நம்மிடம் வந்து சொல்லியிருக்கவும் கூடும். நாம் எதுக்குப் பகைத்துக் கொள்ளணும்?"

அந்தக் கருத்து புரிந்துகொள்ளக் கூடிய ஒன்றுதான். ஆயினும் வேறு பல விசயங்களும் உண்டு. முதல் தேதிக் கூட்டத்தினர் கூட்டம் சேர்ந்து தேவஸ்தானம் விசயமாகப் பேசத் தொடங்குவர். கொஞ்சநேரம் வரையிலும் பிடிவாதமாகப் பேசுவர். பரஸ்பரம் தர்க்கவாதம் பண்ணுவர். சிலர் எல்லாம் ஆத்திரப்பட்டு எழுந்து செல்வர். வேறு சிலருக்கு அவசரமாய்ச் சென்று நிர்வகிக்கவேண்டிய காரியங்கள் இருக்கும். இறுதியில் பெட்டிக்காரன் மட்டுமிருப்பான். மற்ற ஊர்களிலும் முதல் தேதிக் கூட்டம் இப்படித்தானிருக்கும். அனைத்துக் கூட்டங்களிலும் தேவஸ்தானம் சம்பந்தமான பிரச்சினை எழாமலிருக்காது.

"அப்போ நாம் ஒரு சுமையெடுத்துத் தோளிலே வச்சிருக்கோம்." என்றார் கிருஷ்ணரு.

"இப்போ ஏறத்தாழ அப்படித்தான். ஒரு சுமையேதான்." கணபதி பகிரங்கமாக ஒப்புக் கொண்டார். மேலும் கூறினார்: "என் நோக்க மெல்லாம் தவறிட்டது."

"தம்பீ, தேவஸ்தானம் மீதியிருப்பு என்ன?"

"மீதியிருப்பு குறைவுதான். இல்லை என்றே சொல்லவேண்டும்."

கிருஷ்ணரு நடுங்கிவிட்டார்.

"தேவனோட சொத்து தேவனோடதாகத்தானிருக்கணும்னு அன்னைக்கே நான் சொல்லலையா? அப்போ அன்றாடத் தேவைகளுக்கு?"

"வெகு பாடுபட்டு வசூல் பண்ணித்தான் நடக்குது."

"அப்போ எப்போ வேணும்னாலும் அதுவும் நடக்காமே போயிடலாம். அப்படித்தானே?"

கணபதி குற்றத்தை ஒப்புக்கொண்டார்.

"நான் போட்ட கணக்கெல்லாம் தவறிட்டது. அப்படியென்றால் மடத்துக்குச் சேரவேண்டிய பாக்கிக்காக குத்தகைதாரர்களும் மற்றவர்

களும் தில்லுமுல்லுகள் பண்ணலாம். அப்போ கோர்ட்டுக்குப் போக வேண்டியிருக்கும். ஐப்தியென்றும் ஏலமென்றும் பல நடவடிக்கைகள் எடுக்க வேண்டியிருக்கும். அதுக்கெல்லாம் ஒரு நபர் மட்டும் இருந்தாப் போதாது. மங்கொம்பு ஐயர்களின் விசயத்த எடுத்துக்கொண்டால் போதும். எல்லாக் கோர்ட்டுகளிலும் வழக்குகள்தான். எல்லா இடத்திலும் நிரந்தரமாய் வக்கீல்களை அமர்த்தியிருக்கிறார்கள்."

நாராயணரு தன் கருத்தைச் சொன்னார்:

"சொத்து பெருகிட, வட்டிக்கடன் கொடுப்பதுபோன்று, அதுவும் ஒரு வழிதான். ஆண்டோடாண்டு நிலச்சொத்து அதிகரித்து வருகிறது. வழக்குக்கான செலவுகளைச் சேர்த்துப் பார்த்தாக் கூட லாபகரமாய்த்தான் நிலச் சொத்து கிடைக்கிறது."

கணபதி அந்தக் கணக்கையும் பார்த்திருக்கிறார். அது சரியானது மாகும். நூறு பறை நெல் கடனாகக் கொடுத்தால் பத்தாவது வருடத்திலே ஐம்பது பறை நிலத்தைச் சொந்தம் பண்ணமுடியும். அது நல்லதொரு முதலீடுதான். ஆனால் அதற்கான உழைப்பு கடினமானது. ஐயர்கள் போல் உழைத்திட இல்லத்திலே யார் இருக்கிறார்கள்? ஒரு காரியகர்த்தரை நியமிப்பதென்றால் கூட நாசம்தான். அப்புறம் அவனுடைய திருட்டும் மற்ற தில்லுமுல்லுகளும்தான். அப்போது நாராயணரு சொன்னார்:

"அதெல்லாம் சேர்த்துப் பார்த்தால் கூட லாபமேதான்."

கிருஷ்ணரு திருமேனிக்கு அந்த விசயம் குறித்துத் தெளிவானதொரு கருத்து உண்டு.

"கணக்குக் கூட்டிப் பார்த்தால் லாபமேதான். நானும் கணக்குக் கூட்டிப் பார்த்திருக்கேன். ஆனால் தம்பீங்களா, ஒரு பிரச்சினை. ஐப்தி, ஏலம்னு எல்லாம் சொல்றாங்களே, அதெல்லாம் இல்லத்துக்கு ஒரு சாபமாயிடும். பிராமணனுக்குக் கீழ்ஜாதிக்காரனோட சாபம் பலிக் காட்டிப் போனாக் கூட சாபம் என்னைக்கும் சாபமேதான். கஷ்டகாலம் வரும்போது அதெல்லாம் ஒண்ணாச் சேர்ந்து உருவமாயிடும். அதுக்கு முகம் ஏற்படும். குடிமக்களை வெளியேற்றுவது, பூமி சொந்தம் பண்ணி யெடுத்துக்கிறது எல்லாம் ரொம்பக் கொடூரமான காரியமாக்கும். குடிகளை வெளியேற்றறது மகா பாபமாக்கும். நம்மையே எடுத்துக்கோ – நம்ம கிட்டேயிருக்கிற நிலம் நம்மகிட்டேருந்து போயிட்டா மனசுக்க என்ன வேதனை ஏற்படறது! அப்பறம் விவகாரம்னு வந்தா எப்படியிருக்கும்? அதெல்லாம் தேவையாயிருக்கும். சொத்தை இழந்திட முடியுமா? அதுவும் வேதனைதான். அதனால்தான் நான் பத்திரத்தைப் புதிது புதிதா எழுதி வச்சிண்டிருக்கேன்."

கணபதி நம்பூதிரிக்கு இன்னொரு நோக்கமுமிருந்தது. சொத்து தேவனுடையதென்றால் அதைத் திருப்பிக் கொடுக்கவேண்டுமென்கிற எண்ணம் எல்லோருக்குமிருக்கும். கிருஸ்தவர்களானால் கூட!

“அவங்ககிட்டேதான் அந்த எண்ணம் அதிகமாயிருக்கும்!” எல்லோரும் சேர்ந்து சொன்னார்கள்.

தேவன்சொத்தைத் தொட்டால் கை சுட்டுவிடும். எனவே தேவஸ்தானத்துக்கு பாக்கி செலுத்தவேண்டியிருந்தால் அதை வசூலித்துக் கொள்ளலாம். அதுதான் கணபதி நம்பூதிரியின் போர்த் தந்திரமாக இருந்தது. ஆனால் பொறுப்பை நிர்வகிக்கிறவன் சிறிது முயற்சியெடுத்துக் கொள்ளவேண்டுமென்பது மட்டும்தான். இப்போது அந்த முறையில்தான் வசூல் நடைபெற்று வருகிறது. அந்த வசூலின்போது ஒரு விசயம் நம்பூதிரிக்குத் தெளிவாகிறது. வயோதிகரான கிருஸ்தவர்களுக்கு தேவனுக்குச் சேரவேண்டியதைக் கொடுத்தேயாக வேண்டுமென்றிருக்கிறது. அவர்களுக்கு பயமுண்டு. இளம் தலைமுறையினருக்கு அவர்கள் அதைக் கற்றுக் கொடுக்கவும் செய்து வருகிறார்கள்.

அண்மையில் ஒரு நிகழ்ச்சி நடந்தது. கன்னிமேல் மத்தாயி செழிப்புற்று வருகிற ஒரு கிருஸ்தவர். சற்றே முரடனுமாவார். கன்னிமேல் துறையிலுள்ள தேவஸ்தானம் ஐம்பது பறை நிலத்தை அவர்தான் சாகுபடி செய்து வருகிறார். மூன்று ஆண்டுகளாகக் குத்தகை பாக்கி இருந்து வருகிறது. அனைவரிடமிருந்தும் வசூல் முடிந்துவிட்டால் கூட மத்தாயியைப் பார்க்க முடிகிறதில்லை. கணபதி நம்பூதிரி, சிற்றாள் கோந்தியை அனுப்பி வைத்தார்.

அப்போது நடந்ததென்னவென்று தெரியுமா? மத்தாயி சிறிது குடித்து விட்டு கன்னிமேல் வீட்டில் உட்கார்ந்திருந்தார். சிற்றாள் கோந்திதான் சென்றிருக்கிறார் என்பதை ஞாபகத்தில் கொள்ளவேண்டும். மத்தாயி கோந்தியைக் கவனிக்கவில்லை. கோந்தி தேவஸ்தானத்தின் ஆளாகச் சென்றிருக்கிறார். அதன் திமிர் அவரிடம் சிறிது காணப்பட்டது. கோந்தி சொன்னார்:

“மத்தாயி மாப்பிள, தேவஸ்தானத்துக்குச் சேரவேண்டிய குத்தகை பாக்கி அளக்கலேன்னா, இனிமே நிலம் உழவேணாம்னு திருமேனி சொல்லியனுப்பியிருக்காரு.”

கணபதி நம்பூதிரி சொல்லியனுப்பியது அப்படியல்ல. மத்தாயி தேவஸ்தானத்துக்கு வரவேண்டும்; குத்தகைபாக்கி அளந்திட வேண்டு மென்று மட்டும்தான்.

மத்தாயி அதை அவ்வளவாகப் பொருட்படுத்தவில்லை.

"இங்கே நெல்லும் புல்லும் கிடையாது. இப்போ அளக்கவும் தோதில்லை. நான் அங்கே வரவும் முடியாது" என்றார்.

கோந்தி தனது சொந்தச் சரக்கினையும் சேர்த்து நம்பூதிரியிடம் வந்து சொன்னார்.

மறுநாளிலேயே கன்னியேல் துறை ஐம்பது பறை நிலத்தை தேவஸ்தானமே உழுது விதைக்க ஏற்பாடாயிற்று. ஊர்ஜனங்கள் அனைவரும் அந்தக் காரியத்திற்காக அங்கே வந்து சேரவும் செய்தனர். கன்னியேல் துறை ஐம்பது பறை நிலத்தை தேவஸ்தானம் எடுத்துக் கொண்டது.

இந்த நிகழ்ச்சியை நினைத்தவாறு தம்பான் சொன்னார்: "கைவச மிருக்கிற நிலத்தை இழந்து விடுவோம்னு இளம் தலைமுறை நினைக்குது."

நாராயணரு தன் கருத்தைத் தெரிவித்தார்:

"இப்போதைய நிலைமையிலே, எதிர்காலத்தைக் கூட நினைத்துப் பார்த்தால், இல்லத்துக்குச் சேரவேண்டிய பாக்கியைப் பூராவும் வசூல் செய்தது ஒரு முறையிலே பார்த்தால் நல்லதாயிற்று."

அது சரிதான் என்று கிருஷ்ணரு வரையிலுமுள்ள அனைவரும் ஒப்புக்கொண்டனர். பிராமண பக்தி இல்லாதாகிவிட்டால் எதுதான் நடக்காது? பிராமணனுக்குச் சேரவேண்டியதைத் தருவதில்லை; அல்லது அபகரித்து விடுகின்றனர். அது ஒரு வேடிக்கையாக இருக்கும். பிராமணனைக் கொல்லலாமென்றால், சொத்தினை அபகரிப்பது மட்டும் ஒரு பாபமாகிவிடுமா?

* ** *

தேவஸ்தானத்துக் காரியகர்த்தர் பதவியை விட்டுவிடத் தயாரென்று சேந்நாடனுக்கு ஆளனுப்பித் தகவல் கொடுத்தார் கணபதி நம்பூதிரி. நினைத்திராத இடத்தில் ஓர் அடி விழுந்தது போலிருந்தது சேந்நாடனுக்கு. அவர் அசந்து போனார்.

கணபதி நம்பூதிரி செய்தி சகிதமாய் சேந்நாடனைச் சந்திக்க அனுப்பிவைத்த குஞ்சாண்டி மேனோன், வயலுக்குச் சென்று திரும்பி வருகிற அவரை வழி நடுவிலேயே பார்த்துத் தகவல் அளித்தார்.

குஞ்சாண்டி மேனோனிடம் எதைச் சொல்வது? ஒரே ஒரு வாசகமா யிருந்தது அந்தச் செய்தி:

"திருமேனி காரியகர்த்தர் பதவியிலிருந்து விலகத் தயாராக இருக்கிறார்."

குஞ்சாண்டி மேனோனுக்குக் கூடுதலாய்ச் சொல்ல எதுவுமில்லை. சேந்நாடனுக்குக் கேட்கவும் எதுவுமில்லை. எப்படியும் தப்பித்துக்கொள்ள வேண்டும்.

“ஊம்!” சேந்நாடன் முனகினார்.

சேந்நாடன் நடந்தார். விரைந்துதான் அந்த நடை. கிட்டத்தட்ட ஓடுவது போல்தான். குஞ்சாண்டி மேனோனும் திரும்பி நடந்தார். அவர் மெல்லத்தான் நடந்து சென்றார். தன்னிடம் ஒப்படைத்த வேலையைச் செய்து முடித்துவிட்டார். மெல்ல நடந்தால் போதும்.

சேந்நாடன் உழவு நடக்குமிடத்திற்குச் சென்றார். அவரால் அங்கு நிலைகொள்ள முடியவில்லை. அங்கிருந்து கிளம்பினார். அதுவும் இலக்கு ஏதுமில்லாத பயணம். ஒருமுறையில் அதுவும் ஓட்டமாயிருந்தது. சேந்நாடன் சென்று நின்றுகொண்டது கல்லாற்றுப் பெரியவர் வீட்டிலே தான். பெரியவர் வாழைத் தோட்டத்திலே பாத்திபோட்டுக் கொண்டிருந்தார்.

“என்ன சேந்நாட்டுப் பெரியவரே, வியர்வையிலே குளிச்சிருக்கீங்களே? விசயமென்னவோ?”

மேல் துண்டினால் வியர்வையைத் துடைத்தார் சேந்நாடன். சிறிது களைப்பாறுகிறார்.

கல்லாற்றுப் பெரியவர் மண்வெட்டியைக் கீழே போட்டுவிட்டு சேந்நாடனை அழைத்துக் கொண்டு தாழ்வாரத்தை நோக்கி நடந்து வந்தார்.

“கணபதி நம்பூதிரி காரியகர்த்தர்ப் பதவியை விட்டு விலகுவதாகச் சொல்லி ஆளனுப்பியிருக்கார்.”

கல்லாற்றுப் பெரியவரும் திகைத்துப் போய்விட்டார்.

“குஞ்சாண்டி மேனோன்தான் சொன்னார்.”

“ஓ... அது அவரோட சொந்தச் சரக்காக இருக்கலாம்.”

“இல்லீங்க. திருமேனியே சொல்லியனுப்பியதாச் சொன்னாரு.”

நண்பர்கள் சிறிது நேரம் பேசாமலிருந்து விட்டனர். சேந்நாடன் மூளை கருங்கல்லாகவே இருக்கிறது. அது செயல்படுவதில்லை. சேந்நாடனின் முகத்தைப் பார்த்தாலே அது தெரிந்துவிடும். ஆனால் கல்லாற்றுப் பெரியவரின் நிலைமை அதுவல்ல. ஆழமாக யோசிக்கிறார். அவர் சொன்னார்:

“அப்போ அவங்களோட இந்தக் காய் நகர்த்தலில் ஏதோ ஒரு திருட்டுத்தனம் இருக்கும்னு நான் நினைக்கிறேன். இல்லாட்டி கணபதி

நம்பூதிரி இவ்வளவு அவசரமாய் சொல்லமாட்டர்."

சேந்நாடன் மூளை சிறிது அசைந்தது.

"எனக்கும் அப்படித்தான் தோணுது" என்றார்.

"ஆம். ஏதோ ஒரு போர்த் தந்திரம் கணபதி நம்பூதிரியின் மனசிலே இருக்கு. பதவிய விட்டு விலகறேன்னு அவர் அப்படிச் சும்மா ஒண்ணும் சொல்லமாட்டார். அப்படிப்பட்ட பிறவி அது."

"ஆமாமாம்! அது என்னன்னு என்னாலே புரிந்துகொள்ள முடியலே."

"நாம்ப நெட்டாச்சேரியையும் மூஸேப்படத்தையும் சந்திக்கணும்."

கல்லாற்றுப் பெரியவர் உடை மாற்றிக்கொண்டு கிளம்பினார்.

"என்னவாக இருக்கும், அந்தப் போர்த் தந்திரம்?"

"எனக்கு ஒண்ணும் தெரியாது."

இருவரும் ஒவ்வொரு நிமிடமும், "ஜாக்கிரதை என்று சொல்லிக் கொண்டேயிருந்தனர். எங்களுக்காகப் பெரியதொரு பள்ளம் எங்கேயோ தோண்டி வைக்கப்பட்டிருக்கிறது என்கிற முறையிலேதான் அவர்கள் நடந்து செல்கின்றனர். பள்ளத்தின் மீது கிளைகளும் புல்லும் சருகுகளும் போட்டு வைக்கப்பட்டிருக்கின்றனவோ? யானை பிடிப்பது போல்!

"பிரத்தியேகமாய் ஒரு முதல் தேதிக் கூட்டத்துக்கு ஏற்பாடு செய்யலாமா?" என்றார் சேந்நாடன்.

"அதெல்லாம் நட்டாச் சேரியையும், மூஸ்ப்படத்தினையும் சந்திச்சுப் பேசினதுக்கப்புறம்தான்."

"இப்போ போகிற வழியிலே அவங்களைச் சந்திக்க முடியலேன்னா?"

"அவங்க வரும் வரையிலும் காத்திருக்கணும். வராமலிருப்பாங்களா? இன்னைக்கே எல்லாவற்றையும் பேசி முடிக்கணுமே."

அதிருஷ்டம்தான். நட்டாச்சேரி பத்மநாபன் அங்கே இருக்கிறார். அவர் வீட்டுச் செலவுக்கான நெல்லை அளந்துகொடுத்துக் கொண்டிருந்தார்.

கல்லாற்றுப் பெரியவர் ஒரே ஒரு வாசகத்தில் ஏன் வந்தோமென்று சொல்லி முடித்தார்:

"கணபதி நம்பூதிரி காரியகர்த்தர் பதவியைவிட்டு விலகப் போறாரு."

"அதிலே ஏதோ ஒரு வஞ்சனை உண்டு" என்று கூடச் சேர்த்துக் கொண்டார் சேந்நாடன்.

நட்டாச்சேரி பதட்டமடையவில்லை. அவர் சொன்னார்:

"கோவில் சொத்துக்களை அப்படியே விழுங்கியிருப்பார். மீதி எதுவும் இல்லாமே போயிருக்கும்."

சேந்நாடனும் கல்லாற்றுப் பெரியவரும் முகத்தோடு முகம் நோக்கிக் கொண்டனர். பத்மநாபன் மேலும் சொன்னார்:

"இப்போது அன்றாடச் செலவுக்காக தேவஸ்தானத்துப் படகு எங்கெங்கோ மாப்பிள வீட்டுத் துறைகளிலே பிச்சைக்காகப் போயிக் கிட்டிருக்கு. நெல் அறையை நல்லாச் சுத்தம் பண்ணி வச்சிருப்பாங்க."

இந்த விசயம் முதன்முதலில் சேந்நாடன் மற்றும் கல்லாற்றுப் பெரியவரின் மூளையில் உதிக்கவில்லை. அவர்கள் தங்கள் புத்தி மந்தத்தைப் பழித்தனர்.

பத்மநாபன் நாயர் தொடர்ந்து பேசினார்:

"அப்புறம் - தங்கநகைகள், பாத்திரங்கள் ஆகியவை எல்லாம் அங்கிருக்கா என்பதையும் பார்த்தறிய வேண்டும் அவற்றையும் அப்புறப் படுத்தியிருப்பாங்க."

"கணபதி நம்பூதிரி பதவியவிட்டு விலகறதாச் சொல்றாரே - அதென்ன?" என்றார் கல்லாற்றுப் பெரியவர்.

"எவன் தலையிலாச்சும் திணிச்சு, தான் தப்பிச்சுக்கறதுக்காகத்தான். அன்னைக்கன்னாடம் நடக்கவேண்டிய காரியங்கள் நடக்கவேணாமா? அது கொஞ்சம் கஷ்டமான காரியமாக்கும்" என்றார் சேந்நாடன்.

* ** *

கணபதி நம்பூதிரி பதவி விலகுகிறார் என்கிற செய்தி ஊரெங்கும் பரவியது.

"அவர் ஏன், விலகறார்?" பலரிடமிருந்தும் இந்தக் கேள்வி கிளம்பியது. இதெல்லாம் சேந்நாடனுடைய கபட தந்திரம்தான். கோவில் காரியங்களெல்லாம் ஒழுங்காக நிறைவேறி வருகின்றன. இப்போது கோவிலுக்குள்ளே சென்றால் பிரத்தியேகமானதொரு களை தென்படு கிறது. காரியகர்த்தரை ஊரார் பார்ப்பது இப்படித்தான்.

"வடக்கே ரகளை நடந்ததுகப்பறம் நம்பூதிரிங்க பயந்துக் கிட்டிருக்காங்க." வேறு சிலர் பேசினர்.

"இங்கே அவங்க எதுக்காக பயந்துக்கணும்? இங்கெல்லாம் இந்துக்கள் தானே? வடக்கே துலுக்கனுங்க பண்ணினது மாதிரி இங்கே இந்துக்கள் இந்துக்களுக்கெதிரா நடந்துக்க மாட்டாங்க."

பயப்படவேண்டியவர்கள் இங்கே பீருக்கண்ணுப் பிரகிருதிகள்தான். மற்ற சிலரது கருத்து இவ்வாறிருந்தது.

முதல் தேதி ஆகுமுன்னரே, எல்லா ஊர் முதல் தேதிக் கூட்டங்களை யும் ஓர் இடத்தில் கூட்டனர். அது நட்டாச் சேரியிலேதான் நடந்தது. குறிப்பிட்டதொரு தீர்மானமெடுக்கவேண்டுமென்று சேந்நாடன், கல்லாற்றுப் பெரியவர் மற்றும் கனக்குளத்தார் வற்புறுத்தவில்லை. எந்த முடிவாக இருந்தாலும் ஊர்ஜனங்களே எடுத்துக் கொள்ளட்டும்.

கணபதி நம்பூதிரியே தொடர்ந்து பதவி வகிக்கட்டும் என்கிற பொதுவான கருத்து நிலவியது. எதற்காக அவர் பதவி விலகவேண்டும்? அவரது ஆட்சியினால் கெடுதல் ஏதும் நிகழவில்லை. கோவிலுக்குக் களையுண்டு. தேவனுக்குச் சக்தியுண்டு.

தேவஸ்தானத்தில் மீதியிருப்பு இல்லையா? அடுத்த சித்திரை மாதத்தில் அது ஏற்பட்டுவிடும் பாக்கிகள் வசூலாகவில்லையேல் பொறுப்பானவர்கள் வசூலிப்பார்கள். நகைகள் எடுத்துச் சென்றிருந்தால் தருமசாஸ்தாவே அவற்றை வரவழைத்து விடுவார்.

இங்ஙனம் ஒவ்வொருவராய் தங்கள் தங்கள் கருத்துக்களைச் சொல்லிச் சென்றுவிட்டனர்.

சேந்நாடன், கல்லாற்றுப் பெரியவர், சுனக்குளத்தார் பத்மநாபன் நாயர் மற்றும் கோவிந்தன் நாயர் மீதியாயினர்.

"எல்லோரும் அப்படித்தான் சொல்றாங்கன்னா, அப்படியே ஆகட்டும்." கனக்குளத்தார் சொன்னார்.

"பிராமண சாபம் ஏற்படாமலாயிற்று." என்றார் சேந்நாடன்.

64

கண்டெழுத்து முடிந்து நிலங்கள் ஒழுங்குபடுத்தப்பட்ட பின்னர் அந்த நிலங்களுக்கென்றே ஏற்படுத்தப்பட்ட இலாகா புனரமைக்கப் பட்டது. சிற்சில நபர்களை அந்த இலாகா அதிகாரிகளாக நியமிக்கப் பட்டனர். கிராமங்கள் தோறும் நெற்களஞ்சியங்கள் இருந்தன. அவற்றின் பொறுப்பும் இந்த அதிகாரிகளிடம் ஒப்படைக்கப்பட்டது.

கண்டெழுதி எடுக்கப்பட்ட நிலங்கள் அத்தனையும் மகாராஜாவுக்கே சொந்தமானது.

* ** *

இன்று ஊரில் புருஷன்-மனைவி உறவு குறித்து சொல்லும்போது ஆண்-பெண் அத்தனை பேர்களும் ஓர் உதாரணத்தைச் சுட்டிக் காட்டுவதுண்டு - ஈச்சரபிள்ளை எஜமானுக்கும் உண்ணாச்சியம்மாவுக்கும் இடையே இருந்து வருகிற உறவினைத்தான். (அச்சி: மனைவி; நாயர் = புருஷன் - நாயர் ஜாதியைச் சேர்ந்த புருஷன் - மனைவிமார்களைச் சொல்லும் போது 'அச்சியும் நாயரும்' என்பார்கள் - மொ-ர்) 'அச்சியும் நாயரு'மாய் இல்வாழ்க்கை நடத்த வேண்டுமென்றால் அவர்களைப் போல் வாழவேண்டுமாம்.

அந்த உறவு பற்றி ஒரு கதை உண்டு. மாதுப்பிள்ளை என்கிற அதிகாரி குட்டமங்கலத்து ஏழம் பிள்ளிக் குடும்பத்தைச் சேர்ந்தவர். ஏழம் பிள்ளிக் குடும்பத்தினர் எந்நாளும் தம்பிரானுடைய 'சேவக'க் காரர்களாக இருந்து வருகின்றனர். அவர் தனது சகோதரிபுத்திரனை - மருமகனை - கணக்கெழுத அழைத்து வந்தார். இவ்வாறாக ஈச்சரபிள்ளை நெற்களஞ் சியத்தின் கணக்கெழுத்தாளராகி விட்டார். குடியானவர்களுக்கெல்லாம் அவர் மிகப் பிரியமானவரானார். நெல்மீதோ பணத்தின்மீதோ பேராசையுள்ளவராக இருக்கவில்லை. எந்நேரமும் மலர்ந்த முகம்தான். நற்சொற்களும் நல் வசனங்களும்தான் அவர் நாக்கிலிருந்து கிளம்புவது. கணக்கப்பிள்ளையை ஆத்திரமடைந்தவராய் யாருமே பார்த்ததில்லை. களஞ்சிய அதிகாரியின் மருமகன். அவருக்கு வேண்டுமென்றால் குடியானவர்களுக்குத் துரோகம் இழைக்கலாம் ஆனால் அவர் யாருக்கும் துரோகம் செய்ததில்லை. உதவிதான் புரிந்திருக்கிறார். இத்தகைய ஒரு குணாதிசயம் இந்த இளமையில் யாருக்காவது ஏற்படுமா?

கோந்நோத்துப் பிள்ளை, சீரட்டக்கைமள் மற்றும் மங்கலச் சேரியினருக்கெல்லாம் கண்டெழுத்தினால் கிடைத்த நிலங்கள் உள்ளன.

எல்லோரும் கணக்குப் பிள்ளை மீது அன்பு செலுத்தினர்; மதிப்பு வைத்தனர்.

ஈச்சரபிள்ளை இளைஞர். ஆனால் அந்தப் பருவத்தில் ஏற்படுவதை விடவும் அதிகமான பக்குவமுள்ளவர். சட்டப்படி ஆட்சியுரிமை மாதுப்பிள்ளைக்கேதான் என்றாலும் புனைவேலி நெற் களஞ்சியத்தின் உண்மையான அதிகாரி ஈச்சரபிள்ளையேதான்.

குட்ட மங்கலத்து ஏழம்பிள்ளி ஈச்சரன் அழகன் அல்ல. மாநிறம். சிறுவாய். செழுமையான முடி. எழுதப் படிக்கத் தெரிந்தவன். வாக்கியமும் கணக்கம் எல்லாம் புன்னேற்று மடத்துப் படிவாசற் கூரையில் உட்கார்ந்து கற்றுக்கொண்டவன். தர்க்கம் மற்றும் வியாகரணம் (இலக்கணம்) படித்துக் கொண்டிருக்கையிலேதான் மாதுப்பிள்ளை அதிகாரி மருமகனைக் கணக்கெழுத அழைத்து வந்தார். அன்றைய கண்டெழுத்துக்

காரியகர்த்தர் ஈச்சரனைக் கணக்குப்பிள்ளையாய் நியமித்தார்.

மருமகன் மாமனைவிட அதிகமான பொதுஜன ஆதரவைப் பெற்றுக் கொண்டான்.

மாதுப்பிள்ளை அதிகாரியின் கொடாப் வைத்த ஓடிப் படகின் படகோட்டி குட்டமங்கலத்து தாமத்து உம்மிணிச்சாராக இருந்தார். தலைப்பில் அமர்ந்து தண்டுத் துடுப்பினைச் செலுத்த ஓர் இளைஞனு மிருந்தான். அவன் பெயர் வேலு. குட்டமங்கலத்து புற்றேலெ வீட்டைச் சேர்ந்தவன். உம்மிணிச்சார் ஓடிப்படகின் தலையணியத்தில் நின்று கோல் ஊன்றுவது; வேலு மறுதலைப்பில் அமர்ந்து தண்டுத் துடுப்பைச் செலுத்துவது; கொடாப்புக்குள்ளே அதிகாரி எசமான் உட்கார்ந்திருப்பது - அது ஒரு காட்சியாகவே இருந்தது.

* ** *

மாதுப்பிள்ளை அதிகாரி கணக்கைப் பார்த்துச் சரியெனக் கண்டார். அளக்கிறவர்கள் எல்லோரும் தாழ்மையாய்க் கூனிக் குறுகி நிற்கிறார்கள். அம்மாவன் ஈச்சரபிள்ளையிடம் விசாரித்தார்.

“மீதியிருப்பு எல்லாம் சரிதானா?”

“ஆமாங்க.”

“வரவும் செலவும் ஒத்து வருதா?”

“வருதுங்க.”

“அப்படீன்னா, நான் கிளம்பிடறேன்.”

ஒரு நிமிடத்துக்குப் பிறகு ஈச்சரபிள்ளை வினயமுடன் மொழிந்தான்:

‘ஒரு விசயத்தைப்பற்றிச் சொல்லலாம்னு இருக்கிறேனுங்க.”

“ஊம்? என்னவாம்?”

இன்று வரையிலும் எந்த ஒரு மருமகனும் அப்படிச் சொன்னதில்லை. மாதுப்பிள்ளை மருமகன் முகத்தைப் பார்த்தார். அந்தப் பார்வை ஒரு கேள்விக்குறியாக இருந்தது.

ஈச்சரபிள்ளை முகம் குனிந்த்து. சொல்லவேண்டியதைச் சொல்ல அவருக்குத் துணிச்சல் இல்லாதது போல் தோன்றியது. மாதுப்பிள்ளை கேட்டார்:

“ஊம்? என்னவாம்? சொல்!”

பதில் சொல்ல நான்கைந்து நிமிடங்களாயின.

“நான்... நான்... சம்பந்தம் பண்ணத் தீர்மானிச்சுட்டேனுங்க.”

அன்றைய காலம். மருமகன் நேருக்கு நேர் நின்று அம்மாவனிடம் சொல்கிறான். மாதுப்பிள்ளை அசந்துபோனார்.

ஆனால் அம்மாவனுக்கு மருமகனைத் தெரியும். அவர் தெரிந்து கொள்ளும் திறமையுள்ளவராக இருந்தார். ஆயினும் ஏற்பட்ட திகைப்பி லிருந்து விடுபட அவருக்கு நீண்ட நேரமாயிற்று.

மாதுப் பிள்ளை விசாரித்தது இப்படித்தான்:

"பெண் ஏதுடா?"

"சீலாந்திப்பிள்ளி ஆசான் மகள்."

மருமகன், அம்மாவன் முகத்தைப் பார்த்தான். அது மலர்ந்து வருவதாக அவனுக்குத் தோன்றியது. அவன் முகமும் மலர்ந்தது. ஆனால் அவரிடம் சிறிது தயக்கம் தென்பட்டது.

"நீ மண்குடிசையிலேதான் படுத்துக்கணும்." மேலும் சொன்னார்: "அவங்க தண்ணியகூட நீ குடிக்கவேண்டியிருக்கும்."

ஊரானப்பட்ட ஊர் எதிலும் இத்தகையதொரு நிகழ்ச்சி அன்று வரையிலும் நடந்ததில்லை. தனக்கு 'சம்பந்தம்' வேண்டுமென்று ஒரு மருமகன் அம்மாவனிடம் சொல்வது! எந்த ஓர் அம்மாவனும் அதைக் கேட்டுப் பொறுமையாக இருப்பது நடந்திராத காரியமாகும். பெண் வீடு மண்குடிசை தான் என்பது ஒரு பக்கமிருக்கட்டும் - சீலாந்திப் பிள்ளியைச் சேர்ந்தவளுமாவாளென்றால்? எவனும் அவர்களைத் தொட்டு தண்ணீர் கூட அருந்தமாட்டான்.

அந்தப் பெண்ணை உண்ணாச்சியென்றுதான் அனைவரும் அழைக்கின்றார். ஆனால் அவளுக்கு நாமகரணம் செய்தது 'காளி' என்றாகும். சீலாந்திப் பிள்ளி ஆசானுடைய மகள் என்கிற மதிப்பைப் பெற்றிருக்கிறாள் உண்ணாச்சி.

* ** *

ஈச்சரபிள்ளை பின்னர் அதிகாரியாகிவிட்டார். அதிகாரி எஜமான் என்று தான் சொல்வார்கள். எசமானுக்கும் உண்ணாச்சிக்கும் இடையே இருந்து வருகிற உறவு அந்த ஊரிலேயே ஓர் உதாரணமாகத் திகழ்ந்தது– 'அச்சியும் நாயரும்' எவ்வாறு வாழவேண்டுமென்பதற்கு ஓர் எடுத்துக் காட்டாகக் காண்பிக்க வேண்டுமென்றால் அது ஈச்சரபிள்ளை எஜமானும் உண்ணாச்சியம்மாவும் வாழ்ந்த வாழ்க்கையாகும்.

* ** *

கணக்குப் பிள்ளையாக இருந்த ஈச்சரபிள்ளை பின்னர் அதிகாரியாகி விட்டார். அப்போது வேலு அளவு வேலைக்காரனுமாகி விட்டான். அவ்வாறாக உம்மிணிச்சாருடைய மருமகன் பியூன் ஆகிவிட்டான்.

மாதுப்பிள்ளை அதிகாரியை விட ஈச்சரபிள்ளை அதிகப்படியான பொதுஜன - அங்கீகாரத்தைப் பெற்றவிட்டார்.

அன்றைய நாட்களிலும் கோவில் நைவேத்தியத்திற்கான அரிசிக்காக நெல்குத்தும் வேலையை உண்ணாச்சியம்மா செய்து வந்தாள். பகவானுடைய நைவேத்தியத்திற்கான அரிசிக்காகத்தான் அவள் அந்த வேலை செய்கிறாள். ஆனால் அதுக்கு மேலும் அவளுக்கு ஒரு நோக்கமிருந்தது. பகவானுடைய அரிசியினாலேயே ஒரு வேளை உணவு தன் வீட்டுககுக் கிடைத்து வரவேண்டும்.

அரசாட்சிக்காக அரிசி அளந்து வாங்குவது அந்தந்த ஊர்களைச் சேர்ந்த அதிகாரிகள்தான். இங்கே அரிசி அளந்து வாங்குவதற்காக உண்ணாச்சியம்மா கூடையுடன் வந்துவிடுவாள். ஈச்சரபிள்ளை எஜமானுக்கு அதிலே எந்த ஆட்சேபணையுமில்லை. அவள் அந்த வேலை செய்வது குடும்பத்துக்காகவேதான். குடும்பச் சொத்தாக எதுவுமில்லாத ஒரு குடும்பமாக இருந்தது அவர்கள் குடும்பம்.

* ** *

“உண்ணாச்சீ, நெல் அளந்து வாங்க நீயே வரவேண்டுமா?” ஈச்சரபிள்ளை எஜமான் கேட்டார்.

“ஓ... அதுக்கென்ன?”

அவர்களுக்குள்ளே கருத்து வேற்றுமை உள்ளது இந்த ஒரே ஒரு விசயத்தில் மட்டும்தான்.

‘சம்பந்தம்’ நடந்து நீண்ட நாட்களாகின்றன. உண்ணாச்சிக்குக் குழந்தைப் பேறு இல்லை. வேளோர்வட்டத்துக் கோவிலுக்கு வருடா வருடம் போய் வருவாள். பிராயச்சித்தங்கள் அனைத்தையும் செய்வாள். ‘நம்பிக்கூறு’ பாபம் பின் தொடர்கிறதா? பழைய பாட்டிமார்கள் செய்த பாபம்!

நெல்குத்தும் வேலை செய்து ஐநூறு பணமும் நூறு பறை நெல்லும் உண்ணாச்சி சம்பாதித்தாள். எஜமானன் மனைவி வீட்டிலேயே தங்கியிருந்தார். அந்த ஊரிலே தானே, உத்தியோகம்? அதனாலே குடும்பச் சொவு நிர்வகிக்கப்பட்டு வந்தது. உண்ணாச்சியம்மாவின் உழைப்பின் பலன்தான் அந்த நெல்லும் பணமும்.

உண்ணாச்சியம்மாவுக்கு ஓர் ஆசை. பத்து பறைநிலம் வேண்டும். தனது நிலத்தில் விளைந்ததெனச் சொல்வதற்காக சித்திரை மாதத்தில் ஒரு மணி தானியம் அந்த வீட்டுக்கு வருவதில்லை. படுத்துக் கிடப்பது பகவானுடைய பூமியிலேதான். ஒரு குடும்பம் வேரூன்றி நிற்க ஊசி குத்துமளவு இடமாவது வேண்டாமா?

அந்த நெல்லுக்கும் பணத்துக்கும் பத்து அல்ல ஐம்பது பறை நிலம் உண்ணாச்சி பெயருக்குப் பத்திரமெழுதி வாங்கப்பட்டது. உண்ணாச்சியின் உழைப்பின் பலன் தான் அதன் பின்னணியிலிருந்த பொருள். அது கொடுக்காமலிருந்துவிட்டால் கூட, பெயரளவில் ஏதேனும் கொஞ்சம் பொருளை வாங்கிக் கொண்டு அந்த நிலத்தை அவள் பெயரில் பதிவு பண்ணியிருப்பார்கள்.

இரண்டு வயல்களில், மங்கலச்சேரிக் குடும்பத்துக்கு ஆயிரத்து ஐநூறு பறை நிலம் கண்டெழுத்தில் கிடைத்திருந்தது.

சீலாந்திப் பிள்ளி ஆசான் மனநிறைவு பெற்றார். மகள் ஊரில் வேரூன்றி விட்டாள் இனிமேல் அது ஒரு பெருமரமாகிவிடும். ஆசான் மகளிடம் அவ்வாறு சொல்வதுமுண்டு.

அந்த ஆண்டு சித்திரை மாதத்தில் ஐம்பது பறை நிலத்தில் விளைந்த நெல்லும் வைக்கோலும் எல்லாம் அங்கே வந்து சேர்ந்தன. ஆனால் நெல்லை எங்கே போட்டு வைப்பது? அறை கிடையாது. மண்வீடுதான்.

அந்த வருடத்திய நெல் சீலாந்திப்பிள்ளி வட அறையில் போட்டு வைக்கப்பட்டது. அறையில் ஓலைச் சுவடிகள் நிறைந்து கிடக்கின்றன.

“அடுத்த வருடத்தில் ஐம்பது பறை நிலத்து நெல் என் உண்ணாச்சி வீட்டு அறையிலே போட்டுவைப்பேன்.”

அதிகாரி எஜமானர் சபதமெடுத்தார். அதோடு இதையும் சேர்த்துக் கொண்டார்: “நெல் உற்பத்தியாகும் முன்னரே அதைப் பாதுகாத்து வைத்திட இடத்தைத் தயார் செய்யவேண்டும்.”

முறை அதுவல்லவென்றுதான் உண்ணாச்சி கருத்து.

“நெல் உற்பத்தியானப்பறம் அறை உண்டாக்கினால் போதும். இல்லாட்டா, அறையை உண்டுபண்ணி, அப்பறம் அதிலே போட்டுவைக்க நெல் உற்பத்தியாகலேன்னா அறையைப் பட்டினி போடுகிறோமல்லவா? அது கெடுதலாயிடும்.”

அதுவும் சரிதான்.”

* ** *

நல்லவளான உண்ணாச்சியம்மா, தனது எல்லாம் எல்லாமான கணவனுக்கு வெற்றிலையில் சுண்ணாம்பு தடவிக்கொண்டிருந்தபோது சுயமாகச் சொல்வது போல் சொன்னாள்:

“வீட்டுக்கு ஒரு முறை போயி எவ்வளவு நாளாச்சு!”

கட்டில் மீது போட்டிருக்கிற மெத்தை மீது கணவன் தலைக்குக் கைகொடுத்து ஒருக்களித்துப் படுத்திருக்கிறான். தூக்குவிளக்கில் போட்டிருக்கிற திரிக்கு இந்த அளவில் ஒளி ஒரு போதும் இருந்ததில்லை. கீழே சிறு மெத்தைப்பாய் மீது கால் நீட்டியமர்ந்தவாறு வெற்றிலையில் சுண்ணாம்பு தடவுகிற உண்ணாச்சியம்மாவின், தாமரை நூல் கூடப் புகுந்திட முடியாதவாறு நெருங்கித் ததும்பி நிற்கின்ற தனங்களின் காம்புகள் சிலிர்த்து நிற்கவில்லை. அது ஏன் என்று ஈச்சரபிள்ளை சுயமாகக் கேட்டுக்கொண்டார். சுட்டுவிரலினால் அந்தக் காம்பிலே சற்று நெருடினால் ஒருவேளை அந்தச் சிறு சொப்புக்குடங்கள் சிலிர்த்து உப்பி உணர்ச்சி பெற்று விடலாம். அப்புறம் மென்மையான ஓர் அழுத்தலுக்கு அவை ஆவல் கொள்ளக்கூடும்.

அப்போதுதான் அந்த வாசகம் அவள் வாயினின்று உதிர்ந்தது:

“வீட்டுக்கு ஒருமுறை போயி எவ்வளவு நாளாச்சு!”

சுண்ணாம்பைத் தடவிச் சுருட்டிய வெற்றிலையை அவள் அவர் இதழ்களை நோக்கி நீட்டினாள். அந்த இதழ்கள் மலர்ந்தன. வெற்றிலைச் சுருள் பாக்குத் துண்டுகளுடன் வாய்க்குள்ளே புகுந்தது. வெற்றிலையும் பாக்கும் சேர்த்துச் சுவைத்துப் பதம் வந்துவிடச் சிறிது நேரம் பிடிக்கும். அப்புறம்தான் புகையிலை போடுவது.

உண்ணாச்சியம்மா சொன்னாள்:

“பெற்ற அம்மா என்ன நினைச்சுக்குவா? மனவேதனையால் என்னைத் தான் சபிச்சிடுவா.”

அந்த முலைக் காம்புகள் விரல்நுனியால் நெருடினால் கூடச் சிலிர்க்காது!

வாய்குள்ளே போட்டுக் கொடுத்த புகையிலை, சுவைத்துப் பதம் செய்த வெற்றிலைப் பாக்குடன் சேர்த்து ஒரு பக்கமாய் ஒதுக்கி வைத்தார். அப்போது உண்ணாச்சியம்மா கட்டிலுக்குக் கீழிருந்து எச்சை துப்பும் கோப்பை எடுத்து மேலே தூக்கிப்பிடித்தாள். ஈச்சரபிள்ளை கோப்பைக் குள்ளே துப்பிவிட்டுக் கூறினார்.

“அம்மாவைப் பார்க்க விருப்பமில்லாமலில்லை. அம்மாவை நான் மறக்கவுமில்லை. நான் அங்கே வந்தால்”

ஈச்சரபிள்ளை பேசி முடிக்கவில்லை. உண்ணாச்சியம்மா வினவினாள்:

“அங்கு வந்தா என்ன?”

“அங்கே எனக்கு பிரஷ்டம்தான்.”

உண்ணாச்சியம்மாவின் நெற்றியிலுள்ள திலகம் கூட வெளிறி விட்டதாகத் தோன்றியது. அவள் ஒரு கற்சிலை போல் ஆகிவிட்டாள். ஆயினும் அது அழகிய ஒரு தோற்றமாகத்தான் இருந்தது.

...'யார் நிமித்தமாய் பிரஷ்டம் வந்தது? என் நிமித்தமாய்த்தான்!... என்ற கேள்வியும் பதிலும் அந்தச் சிலையின் முகத்தில் பிரதிபலித்தது. அதன் கடுமையான வேதனை இதயத்திற்குள்ளேயும் ஏற்பட்டிருக்கவேண்டும்.

உண்ணாச்சியம்மா கெட்டிதட்டி நின்ற அந்த நிசப்த நிலையை உடைத்து விட்டாள். கோப்பையை உயரத் தூக்கிப் பிடித்தவாறு கூறினாள்:

"நான் அன்னைக்கே சொன்னேனில்ல - இங்கே சாப்பிட வேணாம்னு?"

"ஆண் பிள்ளைகள் எங்கு வேண்டுமானாலும் சாப்பிடலாம். அவர்களுக்குப் பிரஷ்டமில்ல. நீ தான் என் வீட்டு அடுக்களை வாசலிலே கூட வரக்கூடாது. அதனாலதான் வீட்டுக்குப் போகவேண்டாமென்று அன்றைக்கே நான் தீர்மானித்திருந்தேன்."

ஒரு நிகழ்ச்சி நடந்திருக்கிறது. உண்ணாச்சியம்மா பெயருக்கு ஐம்பது பறை நிலப் பட்டா கிடைத்த சந்தர்ப்பம். புருஷனும் மனைவியும் சேர்ந்து குட்டமங்கலத்துக்குச் சென்றனர். அவர்கள் பயணம் செய்த படகு ஏழம் பிள்ளித் துறையை அடைந்தபோது - குறை சொல்லவே கூடாது - பூச்சரபிள்ளையின் தாய் உண்மையானதொரு பால்புன்னகையுடன் ஓடி வந்தாள். படகிலிருந்து கரையேறி வந்த மருமகளை அரவணைத்துக் கொண்டாள்; மகளைப் பார்த்துக் கூறினாள்:

"அன்னைக்கு வந்தியே - அதைவிட ஒண்ணும் நீ நல்லாவே இல்லே. வீட்டுக்குத் தூரமாறதெல்லாம் எப்படி?"

"நடக்குதுங்க."

தாயின் வதனம் வாடியது.

உண்ணாச்சியின் நாத்தனாரான மாதயம்மாவைக் காணவில்லை. அந்த எட்டு கட்டு வீட்டிலுள்ள அனைத்து அறைகளிலும் அவள் நாத்தனாரைத் தேடிப் பார்த்தாள். சத்தம் போட்டுக் கூப்பிட்டவாறு அடுக்களை வாசலை அடைந்தபோது மாதயம்மா எங்கிருந்தோ தோன்றினாள்.

"அங்கேயே நில்லுங்க நாத்தனார்!" மாதயம்மா தடுத்து நின்றாள். நாத்தனார் முகம் தேள் கொட்டியது போலிருந்தது. அவள் தொடர்ந்து கூறினாள்:

“நீங்க அங்கே போகவேணாம். இங்கே நின்னாப் போதும். எங்களுக்கு உற்றாரும் உறவினரும் எல்லாரும் இருக்காங்க. அவங்க எங்களை பிரஷ்டம் பண்ணுவாங்க.”

உண்ணாச்சியம்மா நின்றுவிட்டாள். மாதயம்மா விசயத்தைத் திறந்தே கூறிவிட்டாள்.

“அன்னைக்கு எங்க கலியாணியோட நாத்தனார் இங்கே வந்திருந்தா. அவங்க சண்டை போட்டுத்தான் போனாங்க. அங்கே நடக்கிற சடங்குக்கெல்லாம் எங்களை அழைக்கமாட்டோம்னு சொன்னாங்க. சீலாந்திப் பிள்ளிக்காரங்களோடு உட்கார்ந்து சாப்பிடறவங்க வீட்டிலிருந்து யாரும் தண்ணி கூடச் சாப்பிடமாட்டாங்கன்னு அந்தப் பொம்பளே சொன்னா. நீங்க சீலாந்திப்பிள்ளியைச் சேர்ந்தவங்கதானே?”

அப்போது அதே விசயத்தையே குறித்து அம்மா முற்றத்தில் நின்றவாறு மகனிடம் கூறிக் கொண்டிருந்தாள். அம்மா கவலையுடன் சொல்லி முடித்தாள்:

“நல்ல பொம்புளதான். ஆனா என்ன பண்ணறது? அவ சொல்லித் தான் அந்த ஜாதியிலே பிறந்தாளா? நமக்கு உற்றார் உறவினரெல்லாம் வேணாமா, மகனே?”

உண்ணாச்சியம்மா தடை செய்யப்பட்ட இடத்திலிருந்து சிறிது கூட முன்னே நகரவில்லை. அவளுக்கு அவமானமாகவும் தோன்றவில்லை. தன்னுடைய ஜாதி மோசமானதென்று அவளுக்குத் தெரியும்.

தென்பக்கக் கூடத்தில்தான் அவளுக்குச் சாப்பாடு பரிமாறியது. அங்கேயே அவளருகே உட்கார்ந்தவாறு ஈச்சரபிள்ளையும் சாப்பிட்டார். இவ்வாறாகத்தான் அவருக்கு பிரஷ்டம் வந்தது.

இவ்வளவெல்லாம் அவமதிக்கப்பட்ட போதிலும் உண்ணாச்சியம்மா அங்கே சாப்பிட்டாள்.

“இருந்தாக் கூட அம்மாவைப் பார்க்கணும்னு தோணலேங்களா? எனக்கு ஆவலுண்டு.”

“பெற்ற தாயைப் பார்க்க ஆவலில்லாமற் போயிடுமா?”

* ** *

கிழக்கிருந்து ஒரு பத்தாய அறை வாங்கி வரப்பட்டது. அது நல்ல தோர் இடத்தில் அமைக்கப்பட்டது.

உண்ணாச்சிக்கு நெல் போட்டுவைக்க ஓர் இடம் அமைந்துவிட்டது.

சீலாந்திப் பிள்ளியில் போட்டுவைக்க ஓர் இடம் அமைந்துவிட்டது.

சீலாந்திப் பிள்ளியில் போட்டு வைத்திருந்த நெல் அளக்கப்பட்டது. புதிய அறையிலே போட்டு வைப்பதற்காகத்தான்.

நூறு பறை நெல் குறைந்திருந்தது.

ஆசான்தான் எடுத்திருந்தார்.

“அடுத்த ஆண்டிலே அப்பாவுக்குத் தேவையான நெல் எடுத்து மீதியாகறதைப் போட்டு வச்சாப்போதும்; என்ன?”

ஈச்சரபிள்ளைக்கு மனைவி சொல்வதற்கு மேலாக எதுவும் சொல்வதற்கில்லை.

அதையும் எஜமானன் அங்கீகரித்தார். ஆனால் ஆசானிடம் அதைச் சொல்லமுடியுமா?

‘அப்பாவுக்குத் தேவையானதை எடுத்துக் கொள்ளுங்கள்!’... என்று சொல்வது ஒரு வகையானது. மீதியை நான் அள்ளிப் போட்டுப் பூட்டிவைப்பேன் என்றுதான் அதுக்குப் பொருள். அது ஒரு சலுகை வழங்குவது போன்றிருக்கும். மதிப்பு மிகக் சலுகை! அது சரியல்ல. கணவன் மனைவியர் தலை சூடேறி விவாதிக்கிற ஒரு விசயமாகும் அது. அவர்களுக்கு யோசிக்க அது மட்டும்தான் இருந்தது.

ஒரே ஒரு வழிதான் உண்டு. பரமு ஆசானின் அதிகாரத்தில் நெல்லைப் போட்டுவைப்பது. அதுவும் சீலாந்திப் பிள்ளியிலேயே.

அப்போது ஏன், பத்தாய அறை அமைக்கப்பட்டது?

அதைச் சொன்னபோது இருவரும் கலகலவென நகைத்தனர்.

* ** *

வேளோர் வட்டத்துக் கோவிலுக்கு நல்கிய வழிபாடுகள் பலித்து விட்டன என்றாகிவிட்டது. உண்ணாச்சியம்மாவுக்கு மாதவிடாய் தவறி விட்டது.

* ** *

சிரிப்பதையே மறந்திருந்த கொச்சிட்டூலியம்மாவின் இதழ்கள் மலர்ந்தன. முல்லைமொட்டுப் போன்ற பற்கள் வெளியே தென்பட்டன. குடும்பத்தில் ஒரு முளை துளிர்க்கிறது. அது ஆணா; பெண்ணா?

கொச்சிட்டூலியம்மா தனது இரண்டாவது வாழ்க்கையில் முதன் முதலாகத் தனது பாதுகாவலரிடம் அபிலாஷையைத் தெரிவித்தாள்:

“அந்த ஜோசியக்காரரைக் கொஞ்சம் வரவழைச்சுப் பார்த்தா நல்லா யிருக்கும்.”

சீலாந்திப்பிள்ளி பரமு ஆசானுக்குத் தனது காதுக்குள்ளே புதியதொரு குரல் ரீங்காரிப்பது போல் தோன்றியது. அவர் பார்த்தார். மனைவிக்கு இப்படியும் ஒரு குரல் இருக்கிறதா?

கொச்சிட்டூலியம்மா கூறினாள்:

"உண்ணாச்சி கருத்தரிச்சிருக்கா!"

ஒரு கணத்திற்குப் பிறகு மறுபடியும் கூறினாள்: "அது ஆணா, பெண்ணான்னு தெரிஞ்சிருந்தாத் தேவலை."

ஆசானுக்குச் சந்தேகமே இருக்கவில்லை. அவர் அதையெல்லாம் பார்த்து அறிந்திருக்கிறார்.

"கொச்சிட்டூலி, கிஞ்சிற்றும் கவலை வேண்டாம். அது ஒரு பெண் குழந்தைதான்."

கொச்சிட்டூலி முகத்தில் களை சொட்டியது.

முதல் கணவன் மற்றும் சகோதரர்களின் அடக்குமுறையால் மரத்துப் போன வாழ்க்கையினின்று தூக்கியெடுத்து மங்கலானதோர் ஒளிமய வாழ்க்கைக்கு இட்டுவந்த பரமு பிள்ளை ஆசானை கொச்சிட்டூலி கணவராகவே ஏற்றுக்கொண்டிருக்கிறாளா என்னவோ?

ஆனால் ஒரு பெண் குழந்தை பிறந்தது.

பரமு ஆசான் கொச்சிட்டூலியம்மாவை நேசித்திருந்தாரா?

கொச்சிட்டூலி பரமு ஆசானை நேசித்திருந்தாளா?

என்னவோ; ஏதோ?

ஆனால் அந்த ஆணும் பெண்ணும் சேர்ந்து ஓர் உயிருக்குப் பிறவியளித்திருக்கின்றனர். அது ஒரு பெண் குழந்தையாக இருந்தது.

அந்தக் குழந்தையின் பெயர்தான் உண்ணாச்சி. அவள் கருத்தரித்த போது கொச்சிட்டூலியின் முகத்தில் ஒளி பரவியது. ஆசான் முகத்திலும் ஒளி சிந்தியது.

பின்னரும் அவர்கள் கணவன்-மனைவியராக வாழ்ந்திருக்கிறார்களா என்னவோ?

* ** *

உண்ணாச்சி ஒரு பெண் சந்ததியை ஈன்றெடுத்தாள். அந்தச் சந்ததியை ஆசானே மடிமீது படுக்கவைத்து நாமகரணம் செய்தார். குஞ்சிமாளு!

சுறுசுறுப்பான ஒரு குழந்தை! தாத்தாவின் தங்கப்பேர்த்தி! ஈச்சர பிள்ளையின் செல்லப் புதல்வி!

அத்திப்புரைக்கல் குடும்பத்தின் அஸ்திவாரக் கல்!

அவள் பெற்றுபெருகி அந்தக் குடும்பம் பெரிதாகிவிட வேண்டும்!

65

சேந்நாட்டு குஞ்சுவா? அவன் பெரிய போக்கிரியாகும்.

அவன் பண்ணின போக்கிரித்தனம்தான் என்ன?

அவன் இரவில் மடைதிறந்து தண்ணீரைத் தனது நிலத்துக்குப் பாய்ச்சினான். தவிரவும் அன்றாடம் அண்டை வீட்டினருடன் சண்டை தான். எவரையும் பொருட்படுத்தமாட்டான். கோந்நோத்து ஆசான் என்றோ, தேவஸ்தானம் என்றோ எவனையும் சட்டை செய்வதில்லை. எவனிடத்திலும் சண்டைக்கு நிற்பான். சொல்வதென்றால் அவனிடம் எல்லோருக்கும் பயம் ;ான்.

அவன் எதையும் சொல்வான்; எதையும் செய்வான் என்கிற எண்ணம் தான் மகனிடையே நிலவுகிறது. திருட்டுத்தனமும் உண்டாம்!

கோந்நோத்து வளாகத்தின் தென்பகுதியில் நிற்கிற இளம் தென்னை மரத்தில் இருப்பத்து ஐந்துக்குக் குறையாத தேங்காய்கள் தொங்குகிற ஒரு குலை இருந்தது கீழே நின்றவாறே அந்தக் குலையை வெட்டியெடுக்க முடியும். ஒரு நாள் காலையில் பார்த்தால் அந்தக் குலை மரத்தில் இல்லை.

நள்ளிரவுக்குச் சற்று முன்னர் குஞ்சு அவ்வழியே நடந்து சென்றான். கோந்நோத்து அடியாளன் தேவப் புலையன் அதைப் பார்த்திருக்கிறான். நிலத்துக்கு நீர் இரைக்கப் போவதாகத்தான் குஞ்சு சொன்னது.

ஆயின் தேங்காய் திருடியது குஞ்சுவேதான். அவன் போக்கிரி.

வாரிக்கச்சேரி வீட்டுமனையின் தென்பகுதியில் நின்றிருந்த ஒரு வாழைக்காய் குலையையும் காணவில்லை. அதைத் திருடியதும் குஞ்சுவே தான். அவன் எதையும் செய்வான்.

எவருமே குஞ்சுவிடம் கேட்கமாட்டார்கள். அவன் வாயினின்று என்னதான் வெளியே வருமென்று சொல்லமுடியாது.

அவனுக்கு நண்பர்கள் கிடையாது. யாரிடமும் நேசமில்லை. அத்தகைய ஒரு முரடன்.

சேந்நாட்டு ஆச்சோமச்சார் எத்தகைய சாதுவாக இருந்தார்! நடந்து போனால் புற்கொடிகூடச் சிதையாது. பரம சாது! இவன் எதைக் கண்டு தான் இப்படியொரு போக்கிரியாக நடமாடுகிறான்?

சேந்நாட்டுக் குடும்பம் தனிமைப்பட்டுத்தான் இயங்கிவந்தது. சேந்நாடு என்று இன்னொரு குடும்பமில்லை. அவர்களுக்கு உற்றாரில்லை. உறவினர் பலமும் கிடையாது. குடும்பத்தில் என்றால் ஆட்களும் குறைவு. சேந்நாட்டுப் பெண்கள் இரண்டு அல்லது மூன்று குழந்தைகளை மட்டும் தான் பெற்றெடுப்பார்கள். அது குடும்ப மரபுதான். பல தலைமுறைகளாக இருண்டுக்கும் மேலான பெண்கள் அங்கே இருந்ததில்லை. எந்தப் பெண்ணும் அக்கா என்றோ தங்கை என்றோ அழைக்கக் கொடுத்து வைக்காதவர்களாய் இருந்து வந்திருக்கின்றனர்.

ஏதோ குடும்ப தோஷத்தினால்தான் அதுவென்று மற்றவர்கள் சொல்கின்றனர். ஏதோ குடும்ப பாபம்!

சேந்நாட்டுக் குடும்பத்துக்கு அவ்வளவாகச் சொத்து இல்லை. கொஞ்சம் நிலமுண்டு. அதை உழுவார்கள். விவசாயத்துக்குக் கெடுதல் வந்துவிட்டால் ஒரு வேளை கஞ்சி. இன்னொரு வேளைதான் சோறு. நபர்கள் குறைவென்பது ஓர் அதிர்ஷ்டம்தான்.

ஆச்சோமச்சார் உயிர் துறக்கும்போது இருபது பறை நிலம் அந்நிய - ஆதினமாகி விட்டது. மீதியிருந்தது பதினைந்து பறை நிலமேதான். ஆச்சோமச்சார் மருமகள்தான் கொச்சுநங்கை. அவளுக்குச் சகோதரர்கள் இருவர். குஞ்சு மற்றும் கேசவன்.

கொச்சுநங்கை குடும்ப மரபினைத் தகர்த்துவிட்டாள். அவள் வருடா வருடம் ஒவ்வொரு குழந்தை என்று ஈன்றெடுத்தாள். மூன்று குழந்தைகளைப் பெற்ற பின்னரும் அவள் பிரசவத்தை நிறுத்திக் கொள்ளவில்லை. சேந்நாட்டு வீடு குழந்தைகளால் நிறைவு பெறுகிற நிலைமையிலாயிற்று. கிண்ணங்கள் போதாமலாகிவிட்டது.

* ** *

ஆச்சோமச்சார் அதிருஷ்டமில்லாதவராக இருந்தார். வயலில் உழைத்தால் கூட விளைவு அவ்வளவாக இராது. எல்லோருக்கும் ஐந்து விளைவு என்றால் இவருக்கு மூன்றுதான். வயலிலிருந்து கரையேற இவருக்கு நேரம் கிடைத்திருக்கவில்லை. ஆயினும் கதை அதுதான்.

சேந்நாட்டுக் குடும்பத்தில் எவருமே கை நிறையச் சோற்றை உருட்டிச் சாப்பிட்டதில்லை. சோற்றைக் கிள்ளித்தான் சாப்பிட்டிருக்கிறார்கள். வயிறு நிரம்பிவிட்டதென்கிற முறையில் சாப்பிட்டுக் கை கழுவும்போது ஆச்சோமச்சார் ஏப்பமிடுவார். அவருக்கு ஒரு போதும் கோபம் வந்த

தில்லை. அருகே நிற்கிறவன் காதுக்கப்பால் இவர் குரல் சென்றதில்லை. இப்படித்தான் அந்தச் சாது மனிதரின் வாழ்க்கை அஸ்தமித்துவிட்டது.

மீதியான அந்தப் பதினைந்து பறை நிலத்தினால் தான் அந்தக் குடும்பம் உயிர் வாழவேண்டியதாக இருந்தது. குஞ்சு தீர்மானித்துக் கொண்டான். அந்தத் தீர்மானம் தவறானதா? எனவே தண்ணீரைத் திருடியிருக்கக் கூடும் அண்டை நிலத்தினருக்குத் தொந்திரவுகள் ஏற்பட்டுக் கொண்டிருக்கும். கொச்சு நங்கை வருடாவருடம் குழந்தைகளைப் பெறுகிறாள். சேந்நாட்டு வளாகமும் பதினைந்து பறை நிலமும்தான் சொத்து. அந்தச் சொத்து, கொச்சு நங்கை ஆண்டோடாண்டு ஈன்றெடுக்கின்ற குழந்தைகளுக்குப் பதில் சொல்லவேண்டும். பதினைந்து பறை நிலத்தினால் எவ்வளவு தூரம் பதில் சொல்லமுடியும்?

கோந்நோத்துத் தென்பகுதி வளாகத்தில் நிற்கிற இளம் தென்னை மரத்திலுள்ள தேங்காய்குலையைக் காணவில்லையா? வாரிக்கச்சேரித் தென் வளாகத்து வாழைக் குலை காணாமற் போய்விட்டதா? சேந்நாட்டு குஞ்சு திருடவில்லை. ஆனால் வேண்டுமானால் சொல்லலாம், குஞ்சு திருடினான் என்று!

சேந்நாட்டு குஞ்சு ஊருக்கே ஒரு சவாலாக இருந்தான். ஆச்சோமச்சாரின் மரணத்துக்குப் பிறகு கொச்சு நங்கையின் குழந்தைகள் வயிறாரச் சாப்பிடவேண்டும். சோற்றை அள்ளியுருட்டிச் சாப்பிட வேண்டும். கிள்ளித் தின்றால் போதாது. ஆச்சோமச்சார் போன்று குஞ்சுவினால் வெறும் ஏப்பமிட முடியாது. வயிறு நிரம்பி வெடித்து வெளிவருகிற ஏப்பமிடவேண்டும்.

அப்போது குஞ்சு, புலையன் செய்கிற வேலை செய்தான். ஊரெங்கிலும் நடந்து சாணியள்ளியெடுத்தான். அண்டை நிலத்தினரின் நலனைப் பார்க்கவில்லை. அவ்வாறாக சேந்நாட்டுக்குச் சொந்தமான பதினைந்து பறை நிலத்தில் இருபது விளைவெடுத்துக் கொண்டான்.

கொச்சு நங்கையின் குழந்தைகள் வயிறு நிறையச் சாப்பிட்டனர். அப்படிச் சாப்பிடவேண்டுமென்று குஞ்சு தீர்மானித்துக் கொண்டான்.

கோந்நோத்துப் பெரியவர், கோடாந்திரக் குறுப்பு, சீரட்டக் கைமள் மற்றும் மங்கலச் சேரிப்பிள்ளை ஆகியோர் ஒருவனைப் போக்கிரியென்றழைத்தால் அதன் விளைவு என்ன?

ஊரெங்கிலுமுள்ளவர்கள் அவனைப் போக்கிரியென்றழைப்பார்கள். அழைத்துத்தான் தீரவேண்டும்.

காரியகர்த்தர் குஞ்சன் பிள்ளையும் பரமுகர்த்தாவும் அந்த இளைஞனைப் போக்கிரியென்றழைக்க வேண்டுமா என்று யோசித்தனர்.

இறுதியில் வேண்டாமென்று முடிவெடுத்தனர். பரமுகர்த்தாவுக்கு குஞ்சுவை மிகவும் பிடித்தது.

* ** *

சேந்நாட்டுப் பதினைந்து நிலத்தில், அந்தக் குடும்பத்திலுள்ள எட்டு குழந்தைகளுக்கும் ஒரு வருடத்துக்குத் தேவையான நெல் விளைந்தது. குஞ்சு பரிமலைக்குச் சென்று ஒரு ஏறு எருமைக்கடாய்களை வாங்கி வந்தான். சுயமாகத்தான் உழுதான். சொந்த நிலத்தில் உழுதான். மற்றவர் களுக்குக் கூலி உழவினையும் செய்துவந்தான்.

சேந்நாட்டு குஞ்சு உழவு செய்கிறவனாகிவிட்டான். சக்கிரம் மிதிக்கினறனாகிவிட்டான். எந்த வேலைக்கும் யார் அழைத்தாலும் சென்றிடுவான். கூலி வாங்கிக்கொள்வான்.

சொச்சு நங்கை பின்னரும் மூன்று குழந்தைகளைப் பெற்றாள். அந்நிய - ஆதீனத்திலாகிவிட்ட, சேந்நாட்டுக்குச் சொந்தமாயிருந்த இருபது பறை நிலத்தை குஞ்சு மீட்டு எடுத்துக் கொண்டான்.

* ** *

சேந்நாட்டு கொச்சு நங்கையின் குழந்தைகள் பள்ளிக்கூடத்தில் சேர்ந்துகொண்டனர். குஞ்சு அவர்களைப் பள்ளியில் சேர்த்துவிட்டான். அதன் முன்னர் சேந்நாட்டு கேசவன் ‘கதகளி’ பயின்றுகொள்ள குறிச்சி ஆசான்மார்களை அணுகியிருந்தான். குஞ்சு அதையும் கவனித்தான். கேசவனை நல்லதோர் ‘ஆட்டக்கார’னாக்கிட வேண்டும்.

போக்கிரியான குஞ்சு கெட்டிக்காரரான குஞ்சுவாக மாறிவிட்டார்.

* ** *

ஈச்சரபிள்ளை அதிகாரியின் மகள் குஞ்சுமாளு மீது குஞ்சு ஆவல் கொண்டான். கெட்டிக்காரரான அவருக்கு ஒரு சம்பந்தம் வேண்டாமா?

ஊரில் மிகவும் உயர்ந்த ஓர் அதிகாரிதான் ஈச்சரபிள்ளை எஜமானன். அவர் மகளை சம்பந்தம் செய்யவேண்டுமென்று அவரிடம் சென்று சொல்ல யாருக்குத்தான் துணிச்சல்? அப்படிக் கேட்கிறவன் ஓர் அகந்தையுடையவனாகத்தான் இருப்பான்.

ஈச்சரபிள்ளை கணக்கெழுதிக் கொண்டிருந்தார். குஞ்சு அவர் முன்னால் தான் வந்ததுக்கு அடையாளமாய் மெல்ல முனகினார். அளவுவேலை செய்கிற வேலு, அதிகாரி பின்னால் நின்று விசிறியால் எஜமானனுக்கு வீசிக் கொண்டிருந்தான்.

ஈச்சரபிள்ளை தலை நிமிர்ந்து பார்த்தார்:

"ஊம்? என்னடேய்?" என்றார்.

"ஒரு விசயமாப் பேசவந்தேன்." தயக்கமின்றியே சொன்னார் குஞ்சு.

"அதென்ன விசயம்?"

குஞ்சுவின் நாக்கு அடங்கிவிட்டது போலாயிற்று. பேசச் சொற்கள் கிடைக்கவில்லை.

"ஊம்? என்ன விசயம்? சொல்லத் தயங்க வேண்டாம்!"

குஞ்சு அவர் முகத்தைப் பார்த்தார். அது கருணை ததும்புவதாகக் காணப்பட்டது. ஒரு வாசகம் உருக்கொண்டு வெளிவந்தது.

"நான் குஞ்சுமாளுவுக்குப் புடவை கொடுக்க விரும்புகிறேன்."

அதிகாரி நடுங்கவில்லை. அவர் சேந்நாட்டு குஞ்சுவின் முகத்தைப் பார்த்தவாறே உட்கார்ந்துவிட்டார். சிறிது நேரம் வரையிலும் அந்தப் பார்வையை குஞ்சுவால் தாங்கிக்கொள்ள முடிந்தது. அப்புறம் முடியாதென்றாகிவிட்டது. முகம் வெளிறியது.

பின்னால் நின்று வீசிக்கொண்டிருந்த வேலுவின் விசிறி அசைவற்றுப் போயிற்று.

அதிகாரியால் எதையும் பேசமுடியவில்லை. அவர் மனம் அசையத் தொடங்கியதோ?

சிறிது நேரமாயிற்று. எதையாவது சொல்லித் தானாகவேண்டும். குஞ்சு சற்று குழப்பமடைந்தபோதிலும் வேரூன்றியதுபோல் நின்று கொண்டிருக்கிறார். பதில் கிடைத்த பின்னர்தான் அவர் போவார். கேட்டது சற்று அதிகமாகிவிட்டதா என்பது அவருக்குத் தோன்றவில்லை.

"யோசித்துச் சொல்கிறேம்ப்பா!" என்றார் ஈச்சரபிள்ளை.

அந்த பதில் வெளிவரச் சிறிது நேரமெடுத்துக்கொண்டது.

குஞ்சு அங்கிருந்து கிளம்பினார். அவர் உடல் வியர்வையில் குளித்திருந்தது.

ஈச்சரபிள்ளை நீண்ட நேரம் அப்படியே உட்கார்ந்துவிட்டார். அவர் உடலும் வியர்வையில் குளித்திருந்தது. வேலு விரைந்து வீசிக் கொண்டிருந்தான்.

என்ன பதிலளிக்கவேண்டுமென்று உண்ணாச்சியம்மாவுக்கும் தெரியவில்லை. ஆயினும் வேண்டாமென்றுதான் அவள் உள்ளம் சொல்கிறது. கெட்டிக்காரர் குஞ்சுவெனச் சொல்கின்றபோதிலும் போக்கிரி எனப் பெயரெடுத்தவர்தானே?

ஈச்சரபிள்ளை சொன்னார்:

"அவன் கெட்டிக்காரன்தான்; சந்தேகமில்லை. அப்படிப்பட்டவன் தான் போக்கிரியாகவுமிருப்பான்."

"அவன் திருடுவான்னு சொல்றாங்க. எப்படியானாலும் அந்தப் பெயர் போயிடுமா?"

"திருடன்னு அவனைப் பிடிக்கலியே?" அதிகாரி தொடர்ந்து கூறினார்: "முற்றிலும் சீரழிந்துபோன சேந்நாட்டுக் குடும்பத்தை அவன் பரிபாலித்து வருகிறான். கொஞ்சம் நெல்லும் பணமும் அவனிடம் உண்டு. ஐம்பது பறை நிலத்தை அவன் வாங்கவும் செய்திருக்கிறான். இந்த வயதில் இவ்வளவு சாதனை புரிந்த இளைஞன் எவனிருக்கிறான்?"

அதெல்லாம் சரிதான். இப்போது சேந்நாட்டுக் குடும்பத்துக்கு ஏறத்தாழ நூறுபறை நிலம் உண்டு. சேந்நாட்டினருக்குக் கிட்டத்தட்ட இருநூறு பறை விவசாயமும் உண்டு. அதுக்குத் தேவையான எல்லா வசதிகளும் உண்டு. விதை, நெல், பணம், உரம் - எல்லாம்! ஆள் மிக்க கெட்டிக்காரனேதான்!

எல்லாம் சரிதான். ஆயினும், உண்ணாச்சியம்மா மனத்தில் ஓர் 'ஆயினும்' குறுக்கே கிடக்கிறது. அந்த 'ஆயினுமு'க்கு உருவமில்லை. அந்த 'ஆயினும்' என்பது மனத்திலிருந்து போய்விட்டால் போதுமாயிருந்தது.

"புடவை கொடுத்துவிட்டு நான்காம் நாள் அவன் போய் விட மாட்டான்னு தான் நான் கருதுகிறேன்." என்றார் ஈச்சரபிள்ளை.

"அப்படிக் கருதக் காரணமென்னவாம்?" என்றாள் உண்ணாச்சியம்மா.

"அவன் நேரடியாக வந்து கேட்டிருக்கிறான். விரும்பி வந்திருக்கிறான். அதுதான் காரணம்." ஒரு புன்னகையுடன் பிள்ளை வினவினார்: உனக்கு நான் எப்படிப் புடவை வாங்கித் தந்தேன்? நான் அம்மாவன் கிட்டே நேரடியாக வந்து அனுமதி வாங்கினது தானே?

"விரும்பி வந்தவன்தாங்கிறது சரி. ஆனா அவன் நேர்மையுள்ளவனா யிருப்பானா?"

ஒரு பெண்ணின் சம்பந்தம் குறித்துச் சொல்லும் போது அந்த விசயத்தைக் குறித்து அவ்வளவு தூரம் யோசிக்கவேண்டிய அவசியமில்லை. ஆனால் அத்திப்புரைக்கல் குஞ்சுமாளுவைப் பொறுத்தவரையிலும் அது யோசிக்கவேண்டியதுதான். அவளுக்கு அம்மாவனில்லை. அவள் சகோதரர்கள் சிறுவர்கள். அத்திப் புரைக்கல் உண்ணாச்சியம்மாவுக்கு நேர்மையான ஒரு கணவர் இருப்பதால் அவள் உயிர்வாழ்கிறாள். கணவர் அள்ளித் தந்த சோற்றின் ருசி அவள் நாக்கில் தங்கி நிற்கிறது.

அம்மாவன்மார்கள் செலவுக்காக அளந்து தந்த நெல்லின் சோற்றின் ருசி அல்ல அது.

அத்திப்புரைக்கல் உண்ணாச்சி அதனால்தான் நேர்மை பற்றி விசாரித்திருக்கலாம்.

சேந்நாட்டு குஞ்சு குறித்து சிற்சில விசயங்கள் எடுத்துச் சொல்ல வேண்டியிருக்கின்றன. அவர் குடும்பத்தை பத்திரமாய்ப் பாதுகாத்து வருகிறார். குடும்பத்துக்குச் சொத்தைச் சேர்த்து வருகிறார். பெரிய கடவுள் பக்தர். குஞ்சுவின் முன்னேற்றத்துக்கு என்ன காரணம்? அவர் தினசரி கோவிலில் 'நிர்மால்யம்' தொழுகிறார். சேந்நாட்டு குஞ்சு சென்ற பின்னர்தான் கோவில் கர்ப்பகிருகத்தின் கதவுகள் திறக்கப்படுவது. அந்த விசயம் கறாரானது. இது நாள் வரையிலும் அதுக்கு இடைஞ்சல் ஏற்பட்டதில்லை.

அப்படிப்பட்டவனுக்கு நேர்மை இல்லாமற் போய்விடுமா?

ஆனால் ஒரு விசயம். அது ஈச்சரபிள்ளை அதிகாரியின் மனத்தில் ஒரு சிறிய சுமையை ஏற்படுத்தியிருக்கிறது. குஞ்சு வழக்கு விவகாரங்களில் பிரியமுடையவர். இடையிடையே ஆலப்புழை சென்று வழக்கறிஞரைச் சந்தித்து வருகிறார். கோர்ட்டிலும் சில வழக்குகளும் உள்ளன.

ஜாதியைப் பற்றியும் யோசிக்கவேண்டியதில்லை. சீலாந்திப் பிள்ளிதான் அத்திப்புரைக்கல் குடும்பத்தினருக்குப் பிறவியளித்திருக்கிறது.

* * *

ஆனால் ஒரு விசயம். அது ஈச்சரபிள்ளை அதிகாரியின் மனத்தில் ஒரு சிறிய சுமையை ஏற்படுத்தியிருக்கிறது. குஞ்சு வழக்கு விவகாரங்களில் பிரியமுடையவர். இடையிடையே ஆலப்புழை சென்று வழக்கறிஞரைச் சந்தித்து வருகிறார். கோர்ட்டிலும் சில வழக்குகளும் உள்ளன.

ஜாதியைப் பற்றியும் யோசிக்கவேண்டியதில்லை. சீலாந்திப் பிள்ளி தான் அத்திப்புரைக்கல் குடும்பத்தினருக்குப் பிறவியளித்திருக்கிறது.

* * *

குஞ்சு ஈச்சரபிள்ளைக்குப் போதிய நேரமும் சந்தர்ப்பமும் அளித்திருந்தான். ஒரு நாள் கச்சேரியில் ஈச்சரபிள்ளை அதிகாரி தனித்து இருக்கிற நேரம் பார்த்து குஞ்சு வந்தார். தாழ்மையுடன் தலை சொறிந்து நின்றார்.

"நீ குஞ்சுமாளுவைப் பாதுகாப்பாயா?" என்றார் பிள்ளை.

குஞ்சுவுக்குச் சிறிதும் யோசிக்க வேண்டியிருக்கவில்லை.

"பாதுகாத்திடறேன்" என்றார்.

ஒருவேளை அன்றைய நாள் வரையிலும் பெண்ணுக்குப் புடவை கொடுக்க வருகிறவனிடம், பெண்ணின் பாதுகாவலராக இருக்கிற எந்த ஒரு நபரும் இத்தகைய ஒரு கேள்வியைக் கேட்டிருக்கமாட்டார். பாதுகாத்துக் கொள்வதாக எவனும் உறுதியளித்ததும் இருக்காது.

"குஞ்சுமாளுவுக்கு அம்மாவன்மார்களில்லை. சகோதரர்களோ சிறுவர்கள். அத்திப் புரைக்கல் என்கிற குடும்பம் வேர் பிடித்து வந்து கொண்டிருக்கிறது." என்று சொல்லிவந்த பிள்ளை மேலும் சொன்னார்: "தந்தை பாதுகாத்து வருகிற குடும்பம் இது. அதனால்தான் நான் கேட்டேன். அவளை நீ ரட்சிப்பாயா என்று. அத்திப் புரைக்கல் பொண்ணுக்குச் சம்பந்தக்காரன் அல்ல வேண்டியது, ரட்சகன்தான். உனக்குப் புரிகிறதா?"

"புரிகிறது."

"என்ன புரிகிறது?"

"அத்திப்புரைக்கலைச் சேர்ந்த பெண்ணுக்கு சம்பந்தக்காரன் அல்ல வேண்டியரு, ரெட்சகன்தான் என்று!"

ஈச்சர பிள்ளை உள்ளூரச் சிரித்தார்.

"நீ கிளிப்பிள்ளை பாடம் சொல்வதுபோல் பேசுகின்றாயே!"

குஞ்சு சொன்னது மனத்தைத் தொடாமல் தானா என்கிற ஒரு சந்தேகம்.

"நீ நேர்மையுள்ளவனாயிருப்பாயா?" என்றார் பிள்ளை.

அந்தக் கேள்வியின் உட்பொருள் புரியாவிட்டாலும், "அப்படித் தானிருப்பேன்." என்றார் குஞ்சு.

ஒரு விளக்கம் தருவது போன்ற ஒரு கேள்வி: "நான்கு நாட்கள் இருந்து விட்டு ஓடிப் போவாயா?" என்ற அதிகாரி குஞ்சுவின் முகத்தை உற்றுப் பார்த்தார்.

"மரணம் வரையிலும் இணை பிரியாமலிருப்பேன். என் இதயம் அசைந்து கொண்டிருக்கும் வரையிலும் குஞ்சுமாளுதான் என் மனைவி."

குஞ்சுவின் கண்கள் பளிச்சிட்டுப் பிரகாசித்தன. அந்தக் குரல் ஜீவனுடையதாய் இருந்தது. சொற்கள் சும்மா நாக்கிலிருந்து உதிர்ந்து விழவில்லை.

சிறிது நேரத்திய நிசப்தநிலை. அதைக் குலைத்தவர் அதிகாரியேதான்.

"நான் உயிருடன் இருக்கும் வரையிலும் அவளையும் அவள் சகோதரர்களையும் பாதுகாத்திடுவேன். என் மரணத்துக்குப் பின்னர்

அவளை உன் வீட்டுச் சமையற்கட்டுக்குள்ளே அனுமதிக்கவேண்டும் போன்ற விசயங்களை நான் சொல்வதில்லை. அவளுக்கு வேதனை ஏற்படக் கூடாது. வேதனையில்லாமல் வளர்கிற பெண் அவள்."

சிறிது நேரத்துக்குப் பின்னர் ஈச்சரபிள்ளை அதிகாரி சொன்னார்: "எனக்குச் சம்மதம்தான்!"

* ** *

சேந்நாட்டு குஞ்சு எதார்த்தத்தைக் கண்டறிந்தவர்; காணக் கண்படைத்தவர். அதிகாரியின் மகளை மணந்தவர். இதனால் குணமுண்டு. எல்லாவற்றுக்கும் சாதனையுண்டு - இவ்வாறெல்லாம் ஜனங்கள் பேசிக் கொண்டனர்.

குஞ்சு இன்னும் சொத்துக்கள் சம்பாதிப்பதைப் பாருங்கள்! அவர் தொடுத்திருக்கின்ற வழக்குகளில் எல்லாம் வெற்றி பெறுவார். சேந்நாட்டுக் குடும்பம் தழைத்து வளரப் போகிறது.

அனைத்தும் அந்த 'நிர்மால்யம் தொழுகை'யின் பயனேதான். பகவானுடைய அருள் உண்டு. சரண் புகுகின்றவர்களுக்கு பகவான் கற்பக விருட்சமேதான்.

* ** *

நாய், பூனை, மாடு ஆகியவை வந்து நுழைந்தால் அறிந்து கொள்ள முடியும். ஒரு நாடோடி நாய் வீட்டுக்கு வந்து நுழைந்ததென்று வைத்துக் கொள்ளுங்கள். அல்லது அந்தி மயக்கத்தில் ஊர்சுற்றும் பூனை ஒன்று பதுங்கிவந்து புகுந்ததென்று வைத்துக்கொள்ளுங்கள். விரட்டி விரட்டியடித்தால் கூட அவை வீட்டை விட்டுப் போகாமலிருக்கலாம். ஆனால் அதுக்கெல்லாம் பயனுண்டு. நன்மை அல்லது தீங்கு. பெரிய நம்பூதிரிமார்கள் லட்சணம் பார்த்துத்தான் யானை வாங்குவார்கள். யானைகளுக்கும் லட்சணங்கள் உள்ளன. பார்த்தால் அழகிய தோற்ற மிருப்பதாயினும் சில யானைகளை வாங்கினால் வாங்குகிற இல்லத்துக்கு அழிவுதான். லட்சணம் பொருந்தியதாக இருந்தால் ஐசுவரியமேதான். மாடுகள் விசயத்திலும் இப்படித்தான். பயன்கள் உறுதியானவை.

சேந்நாட்டு குஞ்சு அத்திப்புரைக்கல் வீட்டுக்குள் நுழைந்தார். அது அந்த வீட்டுக்கு நன்மைதான் விளைவித்தது. அத்திப்புரைக்கல் உண்ணாச்சியம்மா என்கிற காளியம்மா பெயருக்கு ஐம்பது பறை நிலம் எழுதி வாங்கப்பட்டது. ஈச்சரபிள்ளை எஜமானனுக்கு நெல்லும் பணமும் இல்லாமலிருந்ததால்தானா, இதுவரையிலும் வாங்காமலிருந்தது? இல்லை; வாங்கவில்லை. சேந்நாட்டு குஞ்சு வந்து சேர்ந்தார். நிலம் வாங்கப்பட்டது. நாய், பூனை, மாடு வந்து நுழைந்துவிட்டால் பயனுண்டு என்று அதனால்தான் சொல்லப்படுகிறது.

சேந்நாட்டு குஞ்சு காரியத்தில் கண்ணுடையவர்!

அத்திப்புரைக்கலுக்குச் சொந்தமான நூறுபறை நிலத்து விவசாயத்தின் மேற்பார்வையும் குஞ்சுதான் நிர்வகித்து வருகிறார். விவசாயச் செலவு மற்றும் விளைச்சலில் ஒரு பகுதியை குஞ்சு விழுங்கி விடுவார். பாவம்! ஈச்சரபிள்ளை எஜமானன் நிலத்துக்கோ களத்துக்கோ போவாரா? அதுக்கு அவருக்கு நேரமுண்டா? அவர் குஞ்சுவை நம்புகிறார்.

அடுத்த அறுவடையின்போது சேந்நாட்டுக்கு இன்னொரு பதினைந்து பறை நிலம் கூடச் சொந்தமாகி விடும்.

உண்ணாச்சியம்மாவுக்குப் புதல்வியின் சம்பந்தக்காரனை மிகவும் பிரியமாயிற்று. அவர் வந்து நுழைந்ததால்தான் இத்தகைய சாதனை ஏற்பட்டுவிட்டது. முன்னர் என்றுமே பத்து பறை நிலம் வாங்க வேண்டுமென்று யார் மூளையிலும் உதயமாகவில்லை. நெல்லும் பணமும் எல்லாம் இருக்கத்தான் இருந்தது. சிறிது கஷ்டப்படத்தான் வேண்டியிருந்தது. இவர் ராசியுடையவர்!

* ** *

அந்த அறுவடை நடைபெறுகிற சமயம். அத்திப்புரைக்கல் குடும்பத்துக்குச் சொந்தமான நிலத்தில் நெல் அறுவடைக்குப் பக்குவமாக நிற்கிறது.

ஒரு நாள் காலையில் எஜமானன் குளித்துக் கஞ்சி குடித்துவிட்டு வசூலுக்காகக் கிளம்பியபோது குஞ்சுநாயர் ஒரு மூங்கில் குழாயை அவர் கையில் வைத்துக் கொடுத்தார். குழாய் மிகவும் சிறியது. அதுக்கு மூடியுண்டு. உண்ணாச்சியம்மா, குஞ்சுமாளு மற்றும் சிறுவர்கள் குழுமி நிற்கின்றனர். எஜமானன் கிளம்புகிறபோது அப்படித்தான் வழக்கம்.

“இதென்ன, குஞ்சுநாயர்?” என்றார் எஜமானன்.

குஞ்சுநாயர் எதையும் பேசவில்லை. அடக்கமாய் விலகி நிற்கிறார். அதிகாரி அந்தக் குழாயைத் திறந்தார். அதுக்குள்ளே ஒரு பட்டயச் சுருள்.

உண்ணாச்சியம்மா பெயருக்கு முப்பது பறை நிலம் பட்டமாய் எழுதி வைக்கப்பட்டிருக்கிறது. ஊரில் மிகவும் செழுமையான நிலம் அது- நெல்தான் விலையாகக் கொடுக்கப்பட்டிருக்கிறது.

ஈச்சரபிள்ளை வியந்துபோனார். எல்லோரும் கேட்பதற்காக அவர் அந்தப் பட்டயத்தை வாசித்தார். பட்டயம் வாசிக்கிற மெட்டிலேதான் வாசித்தார். உண்ணாச்சியம்மாவும், குஞ்சுமாளுவும் மகிழ்ச்சியால் மரத்துப் போய் நின்று விட்டனர்.

யாராலும் எதையும் பேசமுடியவில்லை.

“விலை பூராவும் கொடுத்து விட்டாயா?” என்றார் பிள்ளை.

“ஆம்!” என்றார் குஞ்சுநாயர்.

“எங்கிருந்து?”

“இந்த ஆண்டு விளைச்சலிலிருந்து!”

எனவே நூறு பறை நிலத்தின் விளைச்சல் சொத்தாகிவிட்டது.

“இந்தப் பட்டயத்தையும் என் பெயருக்கு ஏன் எழுதி வச்சீங்க? இதைக் குழந்தைகளோட அப்பா பெயரில் எழுதி வச்சிருக்கலாமல்ல?” என்றாள் உண்ணாச்சியம்மா.

“அதுவாத்தான் செய்ய வேண்டியிருந்தது.”

“அதுக்கு ஒரு நோக்கம் உண்டு.” என்றார் குஞ்சு நாயர்.

அந்த நோக்கமென்ன என்றறிவதற்காகவே பிள்ளை நாயர் முகத்தைப் பார்த்தார்.

“அத்திப்புரைக்கல் குடும்பச் சொத்தாகவே இருக்கட்டுமென்றுதான்.”

அந்த நோக்கமென்னவென்று இன்னமும் யாருக்கும் புரியவில்லை.

குஞ்சு நாயர் இன்னுமொரு முறை விளக்கம் அளித்தார்.

“நான் திறந்தே சொல்லிடறேன். தப்பர்த்தம் பண்ணக் கூடாது. என்னைக்காவது ஒரு நாள் இந்தச் சொத்தெல்லாம் அம்மாவனுக்குச் சொந்தம்னு சொல்லி ஏழம்பிள்ளிக்காரங்க வந்தா என்ன பண்ணறதுன்னு தான். தனயர்களுக்குத் தந்தையின் சொத்து மீது உரிமையில்லையல்லவா? ஏழம்பிள்ளிக் குடும்பத்திலோ எனில் ஏராளமான சொத்து உண்டு. தவறிடுத்துன்னா அதுக்கு வேறு பரிகாரம் காணமுடியும்?”

ஈச்சர பிள்ளை சிறிது நேரம் யோசித்தார். குஞ்சு நாயர் தொடர்ந்து பேசினார்.

“இந்தப் பசங்களைப் பாதுகாக்கணும்னு என்கிட்டே சொன்னீங்க. அதை முன்கூட்டியே பார்த்துத்தான் நான் இப்படிச் செஞ்சுவச்சேன்.”

“இது நல்ல நோக்கம்தான் குஞ்சு நாயர்!” என்றார் ஈச்சரபிள்ளை.

* ** *

சேந்நாட்டு குஞ்சுநாயர் பதினைந்து பறை நிலத்தைக்கூட சேந்நாட்டு குடும்பத்துக்காகச் சம்பாதித்தார்.

பத்துப் பதிநான்கு பேர்களுக்கான செலவுபோக வருடாவருடம் பதினைந்து பறை நிலம் எழுதிவாங்க எந்தக் குடும்பத்தினாலாவது

முடியுமா? முடியாது. அப்புறம் இது எப்படித்தான் சாத்தியமாகிறது?

“ஈச்சரபிள்ளை அதிகாரியை ஏமாற்றித்தான்” என்று ஊரில் சிலர் பேசினர்.

66

சேந்நாட்டு குஞ்சுநாயர் அத்திப்புரைக்கல் மற்றும் சேந்நாட்டுக் குடும்பங்களுக்கென்று சொத்து சேர்ப்பது திட்டமிட்டபடியேதான். ஈச்சரபிள்ளை அதிகாரிக்கு அது ஒரு சுமையாகத் தோன்றுவதில்லை. வருடா வருடம் அளவில் பாதி நெல்லை ஏழாம்பிள்ளைக்கு அனுப்பி வைத்தார். பாதி அத்திப்புரைக்கலில் செலவு செய்வதற்காத்தான். குடியானவர்கள் செலுத்துகின்ற காணிக்கைகளையும் அவ்வாறேதான் செய்துவந்தார். உண்ணாச்சியம்மாவும் குஞ்சுமாளுவும் இப்பவும் கூட நெல் குத்தும் பணி செய்து வருகின்றனர். அந்த வருமானம் குஞ்சுமாளு வின் சிறு சம்பாதனையாக இருக்கும்.

ஈச்சரபிள்ளைக்கு ஆறு சந்ததிகள் இருக்கிறார்கள். மூன்று ஆண்கள்; மூன்று பெண்கள். இரண்டாவதாகப் பிறந்த மகன் குடும்பத்தை நிர்வகிக்க வளர்த்து வரவேண்டியிருக்கிறது.

* ** *

ஒவ்வொரு முறையும் அறுவடை நெருங்குகிற போது ஊரில் ஒரு கேள்வியெழுவதுண்டு. சேந்நாட்டு குஞ்சுநாயர் விலைக்கு வாங்கப் போகிற நிலம் எதுவாக இருக்கும்? சொத்து சேர்ப்பதன் விஞ்ஞானத்தை அறிந்து வைத்திருக்கிற ஒரே ஒரு நபர் மட்டும்தான் ஊரிலிருக்கிறார். அவர்தான் சேந்நாட்டு குஞ்சு நாயர். சரியான விலை கொடுத்துத்தான். அது சேந்நாட்டுக்கு ஆனாலும் சரி; அத்திப்புரைக்கலுக்கு ஆனாலும் சரி- நிலத்தை வாங்குவார். கபடு சூதுகளால் யாரையும் ஏமாற்றமாட்டார்.

விலை கொடுத்துப் பூரண மனநிறைவுடன்தான் சொத்து வாங்க வேண்டும். அவ்வாறு செய்தால்தான் பூமி விளைச்சலைத் தரும். நில உடமையாளனின் கண்ணீர் விழுந்த பூமி மலடாகக் கிடைக்கும். அங்கே ஒரு நெற்செடி கூட வளராது. கோர்ட்டு மூலமாகப் பிடித்து எடுக்கிற பூமியைப் பாருங்கள்- அது பம்பையாற்றின் தூர் வந்து விழுகிற பூமியாக இருந்தாலும் விளைச்சல் தராது.

சேந்நாட்டு குஞ்சு நாயர் இவ்வாறு சொல்வதுண்டு. வழக்கு விவகாரத்தில் அறிவும் அனுபவமும் இல்லாதவனை எவனும் ஏமாற்றி விடுவான். அவனை மூளையில்லாதவனாகப் பண்ணிவிடுவான். அதனால் தான் குஞ்சுநாயர் முட்டாளாகாமலிருப்பதற்காகவே வழக்கு விவகாரங் களுக்காகக் கோர்ட்டுக்குச் செல்கின்றார்.

போக்கிரியான சேந்நாட்டுக் குஞ்சுவுக்கும் அங்கீகாரம் கிடைத்தது. -அவர் கெட்டிக்காரன் குஞ்சு மட்டுமின்றி விவகாரங்களும் தெரிந்த குஞ்சுவாகிவிட்டார்.

* ** *

பத்துபறை விதைபோடுவதற்கான இடமுண்டு. நடுவிலே ஒரு சின்னத் தீவு. முன்னர் அங்கே கோயிப்ரம் என்கிற ஒரு குடும்பத்தின் கட்டம் இருந்ததாகச் சொல்லப்படுகிறது. தீவைச் சுற்றிலும் தாழம் செடிக்காடு. அடர்த்தியாக அந்தச் செடிகள் வளர்ந்து நிற்கிற காடு.

சேந்நாட்டு குஞ்சுநாயர் அனைவரையும் வியக்கச் செய்தவாறு அந்த இடத்தை அத்திப்புரைக்கல் காளியம்மா பெயருக்கு எழுதி வைத்தார். அனைவரும் ஆச்சரியமடையக் காரணமென்னவென்றால் அந்த நிலம் ஒரு தரிசு பூமியாகும். அதிலிருந்து ஆதாயமெதுவும் கிடைக்காது. முன்னர் கோயிப்ரம் என்கிற ஒரு குடும்பமிருந்தது. அது எவ்வாறு அழிந்து போயிற்றென்று யாருக்கும் தெரியாது. பூர்விகர்கள் பலர் அங்கே தகர்ந்து கிடக்கிற ஒரு கட்டத்தைப் பார்த்திருக்கிறார்கள்.

அறியப்படாத வரலாறு படைத்த ஓர் இடம்! அதை சேந்நாட்டுக் குஞ்சு கையகப்படுத்தினார்.

"அதை ஏன், வாங்கினீர்கள். குஞ்சுநாயர்? அது அழிந்துபோனதொரு குடும்பமென்று எல்லோரும் சொல்கிறார்களே..."

"நான் ஜோசியம் பார்த்துத்தான் வாங்கினேன். ராசியான இடம் தான். அழிந்துபோன ஒரு குடும்பமாக இருந்தபோதிலும், எந்நாளும் ஒன்றுபோலிருக்காது. ஒருகாலத்தில் சீரழிந்து போயிற்றென்றால் இன்னொரு காலத்தில் அது சீர்திருந்திவிடும்." இதுவாக இருந்தது குஞ்சுநாயர் பதில். அவருக்கு ஒரு யோசனை இருந்தது. அந்த நிலத்தைச் சமமாக்கிவிட வேண்டுமென்று!

* ** *

கஞ்சித் தளிகையைச் சுற்றித் தந்தை அருகிலே பாருவக்கா, லட்சுமியக்கா மற்றும் குட்டி ஆகியோர் உட்கார்ந்தனர். அவர்கள் அப்பா அருகில் அமர்ந்து கஞ்சி குடிப்பார்கள். கௌரிக்கு உள்ளே சற்றுத் தொலைவில் கிண்ணத்தில் கஞ்சியும் இலைக் கீற்றில் சட்டினியும் வைத்திருப்பார்கள். பின்னர் தந்தைக்கும் மருமகப் பெண்களுக்கும் மட்டுமாய் சிறப்புப் பொருட்கள் வேறு உண்டு. அதுதான் வாழைக்காய் பொரியல்! சேப்பங்கிழங்குக் கூட்டு! கஞ்சி குடித்துவிட்டுக் கிண்ணத்தைக் கௌரியே கழுவி வைத்திட வேண்டும்.

தந்தையின் ஒரு தங்கை அவளிடம் சொன்னாள்: "கிண்ணத்தைக் கவிழ்த்து வையடி பொண்ணு!"

கௌரிக்கு கொச்சு நங்கையிடம் மிகவும் பயம்.

கௌரி அழகான ஒரு பெண். சுருண்டு அடர்த்தியான கூந்தல். களை சொட்டும் கண்கள். நல்ல நிறம். வடித்தெடுத்த கற்சிலை போன்ற உருவம். அவள் ஈச்சரபிள்ளை அதிகாரியின் சின்னமகள்.

காலையில் தந்தையின் கையில் தொங்கியவாறு கிளம்பி வருவாள் அவ்வளவுதான். அது கோயிப்ரத்தில் தங்கியிருக்கத் தொடங்கிய நாள் முதற்கொண்டுதான். அத்திப்புரைக்கலில் குடியிருந்தபோது பாட்டன் கூட அமர்ந்து நெய் ஊற்றிய நவரைக் கஞ்சி சாப்பிட்டுக் கொண்டிருந்தாள். தாத்தாவுக்குப் பிரத்தியேகமாய்ச் சில பதார்த்தங்கள் அளிக்கப்பட்டிருந்தன. கட்டெடுத்த பப்படம். பரிமாறப்படுகிற மாவடுவுக்குக் கடுமையான காரமிருக்கும். தேங்காய்க் கீற்று மற்றும் உருண்டை வெல்லம் ஆகியவற்றை அவர் பேத்திக்கு நல்கிடுவார். அவை அவருக்குப் பிரியமான பொருட்களாக இருந்தபோதிலும்.

கோயிப்ரத்துக்குக் குடியேறி பின்னர் அவள் தந்தையுடன் காலையில சேந்நாட்டுக்கு வந்துவிடுகிறாள்; கஞ்சி, சட்டினி ஆகியவற்றைச் சாப்பிடுவதற்காகவா? இல்லை!

அப்பா கூட வருகிறாள் என்று மட்டும்தான் அதைப் பற்றிச் சொல்ல முடியும்.

சேந்நாட்டுக்கு வந்துவிட்டால் தந்தையின் தங்கை அவளைப் பயமுறுத்துவாள். கடிந்து பேசுவாள். அவள் கௌரியைப் பெண் என்று தான் அழைப்பாள்.

* ** *

ஈச்சரபிள்ளை அதிகாரி, கோயிப்ரம் வளாகத்தை வாங்கியதன் நோக்கம் குறித்து ஓர் இருகுடிகளிடம் சொன்னார்:

"குஞ்சு நாயருக்கு ஓர் ஆசை. கோயிப்ரத்தில் ஒரு கட்டடம் அமைத்து மனைவியை அங்கே குடியேற்றவேண்டுமென்று! குஞ்சு நாயர் அப்படி யோசிக்கிறார்."

அதன் விளைவு என்னவாக இருந்ததென்றா கேட்கின்றீர்கள்? புல்லாற்றுக் கைமளுடைய பறையர்களும் புலையர்களும் சேர்ந்து வெறும் தாழும் செடிக்காடாக இருந்த கோயப்ரம் வளாகத்தைச் சரிசமன் செய்தனர். அடுத்த ஓணம் பண்டிகையின்போது அங்கே தென்னங்கன்றுகள் நடப்பட்டன. இதெல்லாம் குஞ்சுமாளுவின் சிறு சம்பாதனையால் நடைபெற்ற காரியங்களாகும். அங்கே ஒரு 'ஸ்தானத்தை நோக்கி ஓர்

அடுக்களைக் கட்டடம் நிர்மாணிக்கப்பட்டது. ஈச்சரபிள்ளை இவற்றை ஒன்றும் அறிந்திருக்கவில்லை.

அடுக்களைக் கட்டடத்துககாக மரத்தை வெட்டியபோது ஒரு துண்டு இடம் தவறிச் சென்று விழுந்தது. அந்த லட்சணம் சரியில்லை. தச்சு ஆசாரி கிட்டப் பணிக்காராக இருந்தார். தச்சுவிஞ்ஞானத்திலே கிட்டப் பணிக்கர் வல்லவனாவார். அந்த விஞ்ஞானம் ஒருபோதும் தவறுவதில்லை.

"பெரிய கட்டடம் ஏற்படுவதற்கான வாய்ப்பு இல்லை." ஒரு கணம் நிறுத்திவிட்டு அவர் மேலும் கூறினார். "ஈச்சரபிள்ளை எஜமானனுக்குக் காலம் அவ்வளவு நல்லதாயில்லை. ஆயுளுக்கே சிறிது குறை காணப்படுது."

குஞ்சுமாளுவம்மாவையும் மகளையும் ஈச்சரபிள்ளை அவ்வாறாக கோயிப்ரத்தில் குடியமர்த்தினார். கோயிப்ரத்தில் குடியேறிய பின்னர்தான் கௌரி தந்தை கரத்தில் தொங்கியவாறு சேந்நாட்டுக்குச் செல்லத் தொடங்கினாள்.

* ** *

மனைவியை அவள் வீட்டினின்று அழைத்துச் சென்று 'சம்பந்தக் காரன்' பிறிதோர் இடத்தில் குடியமர்த்துவதென்ற விசயம் குறித்து யாராவது கேள்விப்பட்டதுண்டா? அது வழக்கத்தில இல்லாத நடை முறை ஆயிற்றே?

சம்பந்தக்காரன் குடும்பத்தின் தலைவனாக இருந்தால் அவர் மனைவியைத் தனது சொந்த வீட்டுக்கு அழைத்துவந்து தங்கவைத்து விடுவார். அது குடும்பத்துக்குத் தேவையான காரியமாகும். இந்த ஏற்பாடு கோந்நோத்து அல்லது மங்கலச் சேரியிலே அன்றி வேறு எங்கே நடை பெற்றிருக்கிறது?

சேந்நாட்டுக் கொச்சு நங்கை ஆராய்ந்து பார்த்தாள்.

சேந்நாட்டுக் குஞ்சு பிறரிடமிருந்து கடன்வாங்குகிற மனிதர் அல்ல. ஒவ்வொரு நாழிகை நேரத்திலும் கடன் பெருகிக் கொண்டிருக்கும். பெருகுவது தெரியாது. நாழிகையும் விநாடியும் ஆயுளைக் குறைத்து விடுகின்றனவென்றால் ஒரு நாள் ஆயுள் இல்லாதாகிவிடும். கடன் அப்படிப்பட்டது அல்ல. அது இல்லாமற் போய்விடுவதில்லை. நீண்டு பெருகிப் பெருகி வரும் அது. அப்போது செய்யவேண்டியது என்ன? கடனே கூடாது. கடன் ஒரு காலபாசம். எனவே கடன் வாங்காமல், உள்ளதை வைத்துக் கொண்டு காலம் தள்ள வேண்டும்.

"அப்பா வீட்டிலே கஞ்சிக்குத் தொடுவதற்காக என்னென்ன பதார்த்தங்கள் இருக்கும்?"

"எனக்குக் கஞ்சியும் சட்டினியும் மட்டும்தான். அப்பாவுக்குக் கஞ்சி, சட்டினி, வாழைக்காய்ப் பொரியல், பப்படம் மற்றும் கூட்டு எல்லாம் இருக்கும். அதை எல்லாம் பாருவக்காவும் லட்சுமியக்காவும், குட்டியும் சேர்ந்து எடுத்துச் சாப்பிடுவாங்க. அப்பாவுக்குப் பப்படம் கூடக் கிடைக்கறதில்லே."

குஞ்சு நாயருடைய கஞ்சித் தளிகைக்குச் சுற்றிலுமாய் நடைபெறு கின்ற நிகழ்ச்சிகள் பற்றித்தான் கௌரி சொல்லுகிறாள்.

"அம்மா, அப்பறம் அவங்க எல்லாம் சேர்ந்து வாழைக்காய் வறுவலை அள்ளிச் சாப்பிட்டாங்கள்! அப்பாவுக்குக் கிடைக்கலே. அப்பா சட்டினி யோட மட்டும் கஞ்சி குடிச்சார். நானும் சட்டினியோட மட்டும்தாம்மா, கஞ்சி குடிச்சேன்."

குஞ்சுமாளூ அம்மாவால் அந்தச் சித்திரத்தைக் காணமுடிந்தது. ஆனால் அவளுக்கு அது அனுபவமாகிய காரியமல்ல. தாய்மாமனிடமிருந்து அவளால் கஞ்சி குடிக்க முடிந்ததில்லை. அவளுக்கு மாமனிருக்கவில்லை. அப்பாவைச் சார்ந்து வாழ்ந்து வந்த குடும்பம்தான் அத்திப்புரைக்கல்.

"அப்புறம் மத்தியானத்திலே என்னென்ன பதார்த்தங்கள் இருந்தது?" என்றாள் குஞ்சுமாளூ.

கௌரி நினைவு கூர்ந்து கூறினாள்:

"வாழைப் பூப்பொரியல், சேப்பங்கிழங்கு கூட்டு- இப்படியெல்லாம் அப்பாவுக்கு. அப்பறம் வாழைக்காய் வறுவல், உப்புமாங்காய் எல்லாம் அப்பாவுக்கு - அதையெல்லாம் யார் தின்னாங்கன்னு தெரியுமா? பாச்சுமச்சுனன், கோவலன் மச்சுனன், அப்பறம் ராகவன் மச்சுனனும். அப்பாவுக்கு ஒண்ணும் கிடைக்கலே."

"மகளே, உனக்கு என்ன தந்தாங்க?"

"ரெண்டு சேப்பங்கிழங்கு."

கணவரின் மதிய உணவையும் மனைவி கற்பனைக் கண்கொண்டு பார்த்தாள். கௌரிக்கு ஒரே ஒரு புகார்தான் உண்டு. அந்த மாமி கண்ணை உருட்டிக் காட்டுவாள். உதட்டைக் கடித்துப் பயமுறுத்துவாள். அவள் சொன்னாள்:

மூன்று தடியர்களான மருமகன்கள் சுற்றிலுமிருப்பது; பரிமாறி வைத்திருப்பதை எல்லாம் அள்ளித் தின்பது - ஒரு தளிகைக்குள்ளே நான்கு கைகள் புகுந்துகொண்டால் எப்படியிருக்கும்? பாவம்; அந்த மனிதர் - அப்பா - வெறும் ஏப்பமுடன் எழுந்து செல்வது - சாப்பிட்டதாகப் பாசாங்கு சொல்லி!

சிறிது சிரித்தவாறு ஒரு நாள் மனைவி விசாரித்தாள்: "அப்பறம் ராத்திரீலே சாப்பிடலையா?"

குத்துவிளக்கு ஒளிவீசிக் கொண்டிருந்தது.

குஞ்சுமாளு குஞ்சன் நாயருடைய வயிற்றைத் தடவிக் கொண்டிருந்தாள். அப்போது அவள் கன்னம் குஞ்சுநாயர் முகத்தில் அழுந்திக் கொண்டிருந்தது.

"சாப்பிட்டேனே" என்றார் நாயர்.

"அப்பறம் ஏன் வயிறு முதுகெலும்போடு ஒட்டிச் சேர்ந்திருக்கு?"

நாயர் காதுக்குள்ளே மனைவியின் மூச்சு சொற்களாக உருவம் பெற்றுச் சென்று மோதியது.

"சோறும் கறியும் எடுத்து வரட்டுமா?"

நாயர் பதில் சொல்லவில்லை.

மனைவி மூச்சு சொல்லுருவம் பூண்டு திரும்பவும் அவர் காதுக் குள்ளே சென்று மோதியது:

'யாருக்கும் தெரிஞ்சிடாது. சோறும் கறியும் கொண்டாரட்டுமா?"

பல்லாண்டுகளுக்கு முன்னர் குஞ்சுமாளுவின் ஒரு பாட்டி ஒரு நம்பூதிரியை இவ்வாறு சோறூட்டியிருக்கிறாள். அந்த வரலாறு திரும்பவும் நடைபெறுவதாக இருக்கலாம்.

"ஓ... வேண்டாம்..."

* ** *

குஞ்சு நாயர் சாப்பிட்டார். அந்த அறைக்குள்ளே, அந்த நள்ளிரவு வேளையிலே பரிமாறிக் கொண்டுவந்த சோறு பூராவையும் சாப்பிட்டுக் கொண்டார். அன்றைய தினம் இரவு உணவைச் சாப்பிடாதவர் போல்! குஞ்சுமாளு அனுதாபமுடன் அதைப் பார்த்துக் கொண்டிருந்தாள். அப்போது என்றுமே இப்படிக் கால்வயிறாகத்தான் சாப்பிட்டு வருகிறார். எனவேதான் இப்பக் களைத்து மெலிந்து போயிருக்கிறார்.

அவளுக்கு கொச்சு நங்கை மீது அடங்காத ஆத்திரம் ஏற்பட்டுவிட்டது. அவளைப் பற்றி எதையெல்லாமோ சொல்லவேண்டுமென்று மாளுவுக்குத் தோன்றியது. நாயர் சாப்பிடுகிறார். இப்போது பேசவேண்டாம். பற்கள் நறநறவெனக் கடிக்கிற ஓசை கேட்டு அவர் விசாரித்தார்:

"என்னம்மா, பல்லைக் கடிக்கிறே?"

“ஓ... ஒண்ணுமில்லே.” தொடர்ந்து குஞ்சுமாளு சொல்லிவிட்டாள்: “ஓ... உங்க தங்கத் தங்கையை நெனைச்சுத்தான்.”

குஞ்சு நாயர் எதையும் பேசவில்லை. அவருக்கு எல்லாம் தெரிந்திருந்தது. நாத்தனார்களின் பரஸ்பர நடவடிக்கைகளை!

அவர் சொன்னார்:

“ஏழெட்டு சந்ததிகள் உள்ள குடும்பம். நான் அளவோடுதான் செலவுக்குக் கொடுத்து வருகிறேன். அப்போ என்னன்னா, சாப்பிட்டும் சாப்பிடாமலும்தான் காலத்தைக் கடத்த முடியும்.

* ** *

கௌரி வழக்கமாய் இரவைக் கழிப்பது அத்திப்புரைக்கலில்தான். எஜமானர் அந்தி சாயுமுன்னரே கோயிப்ரத்துக்கு வந்துவிடுவார். மூத்த மகளை தினசரி ஒரு முறையாவது அவர் சந்திக்கவேண்டும். கௌரியில்லாமல் அவரால் இரவு உணவைச் சாப்பிட முடியாது. அந்த உணவு அவருக்கு உணவு அல்ல. சின்ன மகள் கை போட்டு இளக்கும்போது அந்தச் சோற்றுக்குப் பிரத்தியேகமானதொரு ருசியுண்டு.

சின்னக் குழந்தையைத் தோளிலே தூக்கிவைத்து, ஆண் குழந்தைகளும் இளைய மகளும் புடைசூழ, ஈச்சரபிள்ளை நடந்துசெல்வது ஒரு காட்சியே தான்.

கௌரிக்குத் தூக்கம் வரவேண்டுமென்றால், பாட்டன் மெத்தைமீது, அவர் தொந்திமீது காலெடுத்துப் போட்டு, கை அவர் நெஞ்சுமீது வைத்து ஒட்டியிணைந்து அவர் உடம்புச் சூடினை ஏற்றுக் கொண்டு படுத்துக் கொள்ள வேண்டும். பாட்டனுக்கு நல்ல மணம். அந்த மணம் முகர்ந்தவாறு தூங்கவேண்டும்.

ஈச்சரபிள்ளை அதிகாரி ஜமாபந்தியை முன்னிட்டு ஆலப்புழைக்குச் சென்றிருக்கிறார். அன்றைய தினம் கௌரி போகவில்லை. அம்மாவன் மார்கள் வலியுறுத்தினர். பாட்டி சொல்லியனுப்பினாளென்று கூடச் சொல்லிப் பார்த்தனர்.

“நான் வரமாட்டேன். தாத்தா இல்லே. அப்பறம் சொகமே இருக்காது.”

இரவானபோது உண்ணாச்சியம்மா கௌரியை அழைத்துவர அளவுக்காரன் வேலுவை அனுப்பி வைத்தாள். அதுக்குள்ளே அவள் தூங்கிவிட்டாள்.

தூரத்திலிருந்து மின்மினிப் பூச்சிபோல் ஒரு பந்தம் வருகிறது. அது குஞ்சுநாயரின் வருகையைக் குறிக்கிறது. குஞ்சுமாளு மட்டுமிருக்கிற

போது ஏதாவதொரு பதார்த்தத்தைத்தான் சமைப்பாள். அவள் மட்டும் தானே, இருக்கிறாள்? ஆண் பிள்ளைகள் யாராவது சாப்பிட இருக்கிறார்களென்றால் மட்டும்தான் பெண்பிள்ளைகளுக்கு வேறு பதார்த்தங்கள் சமைக்க அக்கறை இருக்கும். இல்லாவிட்டால் இன்னொரு பாத்திரத்தை அடுப்பு மீது ஏற்றிவைக்க வேண்டும் என்கிற நினைப்பே ஏற்படாது. யாருக்காக? உப்பும் மிளகாயும் சேர்த்து அரைத்தெடுத்து அல்லது ஒரு சட்டினி செஞ்சி பெண்கள் சோற்றை அள்ளித் தின்பார்கள். சமைத்த கறியெல்லாம் சேர்த்து எந்த வீட்டில் எந்தப் பெண்பிள்ளை சாப்பிடுவாள்? சில நேரங்களில் சட்டியை வடித்தெடுக்க ஏதேனும் இருக்கும். அல்லது எதை எடுத்து அத்தனை பெண்களுக்கும் நிறைவாகச் சமைப்பது? ஆண்களுக்குத்தான் கொடுக்க வேண்டும்.

அன்றொரு நாள் ஈச்சரபிள்ளை அதிகாரி மகளிடம் சாப்பிட்டுக் கொண்டிருந்தபோது விசாரித்தார்:

"மகளே, என்ன நேர்ந்தது?"

"என்ன அப்பா?"

குஞ்சுமாளு மூத்த மகளாவாள். இந்தப் பருவத்தில் கூட அவள் அப்பாவிடம் கொஞ்சலாகத்தான் பேசுவாள். அவள் முகத்தை வாட்ட மடைந்து காண அவர் எந்தச் சந்தர்ப்பத்தையும் இது காறும் உருவாக்கிய தில்லை.

"என்ன மகளே, நீ கூறி ஏதும் சமைக்கலே? மறந்துட்டியா?" என்றார்.

"அதுவா? நான் ஒண்ணும் சமைச்சுக்கறதில்லை. யாருக்காகச் சமைக்கணும்? பொண்ணு அங்கே வந்திடுவா. நான் எதாச்சும் சட்டினி பண்ணிச் சாப்பிட்டுக்குவேன்."

இப்போது விசயம் மாறிவருகிறது. இரவுச் சாப்பாட்டுக்காக நான்கைந்து ரகமான கறிகளும் பதார்த்தங்களும் சமைக்கிறாள். தினசரி இரண்டு நாழி நெல் கொடுத்து மோர் வாங்குகிறாள். அதனால் மோர்க் குழம்பு பண்ணுவாள். அத்திப் புரைக்கலிலிருந்து சிறியதொரு சீன ஜாடி மாவடு கொண்டு வந்து வைத்திருக்கிறாள்.

அன்று, வெற்றிலை வள்ளிக்கிழங்கினால் 'வறுத்தெரிச்சேரி' பண்ணி வைத்திருந்தாள். வறுத்தெரிச்சேரியென்றால் குஞ்சுநாயருக்கு ரொம்பப் பிரியம்.

அறைக்குள்ளே கதவைச் சார்த்தி குஞ்சுமாறு சோறும் கறிகளும் பரிமாறி வைத்தாள். கௌரி கட்டில்மீது படுத்துத் தூங்குகிறாள்.

"இன்னைக்கு கௌரி அத்திப் புரைக்கலுக்குப் போகலியா?"

"அப்பா இன்னைக்கு ஆலப்புழை போயிருக்கார்."

கௌரிக்குட்டி ஒரு முறை புரண்டு படுத்தாள். அவள் கண்திறந்தாள். அப்பாவைப் பார்த்துத் துள்ளியெழுந்தாள். அவள் அப்பா அருகே சென்று அமர்ந்துகொண்டாள். சுயமாகச் சாப்பிடத் தொடங்கினாள்.

முதல் உருண்டையை வாயிலே போட்டுக் கொண்டு அவள் குஞ்சுநாயரை நோக்கி இனிமையாகச் சிரித்தாள்.

"சாப்பிடு! சாப்பிடு! அப்பாவே உருட்டித் தரட்டுமா?"

"உம்!"

குஞ்சு நாயர் மோர் குழம்பு சேர்த்துப் பிசைந்து நீண்ட ஓர் உருண்டையை உருட்டியெடுத்து அதன் ஒரு நுனியை கௌரி வாய்க் குள்ளே வைத்துக் கொடுத்துவிட்டு மீதியைத்தானே சாப்பிட்டுக் கொண்டார்.

கௌரி கலகலவெனச் சிரித்தாள்.

குஞ்சுமாளு மறுபடியும் சோற்றைப் போட்டுக் கொடுத்தாள். அப்பாவும் மகளும் சேர்ந்து சாப்பிடுகின்றனர். சாப்பிட்டுக்கொண்டே யிருக்கின்றனர்.

"ஏ பொண்ணு, சாப்பிட்டது போதும். நோய் வரும்" மாளு கணவரை நோக்கியவாறு, "இவ சாப்பிட்டுட்டுத்தான் படுத்துத் தூங்கியிருக்கா" என்றாள்.

"நான் இன்னும் சாப்பிடுவேன்" கௌரி ஒப்புக்கொள்ளவில்லை.

குஞ்சுநாயர் சாப்பிட்டு முடித்தார். அப்போதுதான் கௌரி எழுந்து நின்றாள்.

"பொண்ணோட வயிற்றைப் பாருங்க, எப்படி உப்பியிருக்குன்னு!" அப்புறம் மாளு ஓர் உண்மையைச் சொன்னாள்: "இந்த மாதிரி இவ வயிறு உப்பியதை நான் பார்த்ததேயில்லே."

"என் வயிறைப் பாரு! பத்து மாசமானாப் போலிருக்கு. எனக்கு மூச்சுத் திணறுது" என்றார் நாயர்.

"மகளுடன் சேர்ந்து சாப்பிட்டதனால்தான். பொண்ணுக்கு ராத்திரீலே ஏதாச்சும் வயிற்றுக்கடுப்பு வந்திடுமேன்னு பயப்படறேனுங்க" என்றாள் மாளு.

"அவளுக்கு ஒண்ணும் வராது. அவ அப்பா கூட அமர்ந்து சாப்பிட்டா" குஞ்சு நாயர் தொடர்ந்து கூறினார்:

“தத்தமது ரத்தத்திலே பிறந்த குழந்தையைக் கூடவே உட்காரவைத்துச் சாப்பிடுவது ஒரு சுகமாகும். அதனாலே பிரத்தியேகமானதொரு மன நிறைவு உண்டு.”

“அவளை முதன் முதலாத்தானே, உட்காரவச்சு சாப்பிடறீங்க?”

அது ஒரு குத்தல் வசனமாக இருந்தது.

67

இன்னுமொரு ஆறுமாதக் காலம் வரையிலும் ஸ்ரீபத்மநாபனையும் தங்கத் தம்பிரானையும் சேவித்தால் போதும். ஈச்சரபிள்ளை அதிகாரி மானியத்தைப் பெற்றுக்கொண்டு உத்தியோகத்திலிருந்து விலகிவிட வேண்டும். அதற்கான அரசு அறிக்கை எழுதி வந்திருக்கிறது. விவசாயத் திற்கான தாசில்தாரிடம் தான் மீதியிருப்பு நெல்லை அளந்து ஒப்படைக்க வேண்டும்.

இடியேற்றதுபோல் ஆகிவிட்டார் ஈச்சரபிள்ளை. ஒரு நாள் தளர்ந்து தள்ளாடியவாறு வீட்டுக்கு வந்து சேர்ந்தார். அவர் மிகவும் களைப்படைந்தாற்போல் காணப்பட்டார். வந்ததும் மெத்தைமீது விழுந்து விட்டார். தேம்பி அழுகிறார்.

குஞ்சுமாளுவும் சேந்நாட்டு குஞ்சுநாயரும் விரைந்து வந்தனர். கௌரி அழுதவாறு அழைத்துக் கொண்டேயிருக்கிறாள்: “தாத்தா! தாத்தா....!” என்று,

பாட்டன் பேத்திக்கு ஆறுதல் அளிக்கிறார்:

“என் கண்ணூ, அழாதே!”

விசயம் மிக முக்கியமானது. அறையில் நெல் குறைந்திருக்கிறது. ஆறாயிரம் பறை நெல்! கையில் விலங்கிடப்படும். தாசில்தார் குடும்பக்காரராக இருப்பதால் ஒரு வாரக்கால அவகாசம் அளிக்கப் பட்டிருக்கிறது. குறைவான நெல்லை எங்கிருந்து வாங்கியாவது அறையில் போட்டுக்கொள்ள வேண்டும்.

உண்ணாச்சியம்மாவுக்கு அது அவ்வளவு பெரிய விசயமாகப் படவில்லை.

“ஓ... இவ்வளவு தானா? இதுக்காகவா, அழறீங்க? நல்ல கூத்து!”

ஈச்சரபிள்ளை அப்போது கூட ஏங்கி அழுதுகொண்டிருந்தார்.

நீண்ட நாளைய விவகாரம்தான். நெல்லை அளந்து வாங்கிக் கொண்டிருந்தார். உத்தரவின்படி நெல்லை வெளியே அளந்து கொடுக்கவும் செய்து கொண்டிருந்தார். உள்ளே அளந்துபோடுவது வேலுவும் சின்ன சங்கரனுமாக இருந்தனர். வேலு சிறுவனாக இருந்தபோது வந்து சேர்ந்தவன் தான். சின்ன சங்கரன் நம்பிக்கைக்குரியவனாக இருந்தான். அளவெடுக்கிறபோதும் கொடுக்கிறபோதும் எல்லாம் தாசில்தார் வந்து நிற்க முடியுமா? ஒரு நம்பிக்கையின் பெயரில்தான் காரியங்கள் நடைபெறும். வேலு மற்றும் சங்கரனைத் தவிர வேறு யாரை நம்புவது?

நூற்றுக்கு மூன்று என்கிற முறையில் அளந்து வாங்குகிறபோதும், நூற்று இரண்டு என்கிற முறையிலே வெளியில் அளந்து கொடுக்கிற போதும் கொசுறாகக் கொஞ்சமாய்க் கிடைத்துவிடும். ஒரு லட்சத்து நாற்பதாயிரம் பறைநெல் அறைக்குள்ளே குத்தகையாக வந்து விழுந்து கொண்டிருக்கிறது. நன்றாக உலர்ந்த, பதரில்லாத நெல் தான் அறைக் குள்ளே வந்து விழுகிறது. தேய்மானமாய்க் குறைய எந்தக் காரணமும் இல்லை.

பின்னர் இப்படிக் குறைந்துவிடக் காரணமென்ன? வேலு ஏமாற்றி யிருப்பானா?

வேலு ஐம்பது பறை நிலம் விலைக்கு வாங்கியிருக்கிறான். சின்னச் சங்கரன் கிடைப்பது அனைத்தையும் அம்மாவனிடம் ஒப்படைத்து விடுகிறான். கிட்டுச்சார் இப்போது நல்லமுறையில் நடந்து கொண்டிருக்கிறார்.

வாடிக்கையாளர் அனைவரும் நான்கு பறை, ஐந்து பறை, பத்து பதினைந்து என்றிவ்வாறாக இவர்களுக்குக் கொடுப்பதும் உண்டு. பின்னர் ஒவ்வொரு வாடிக்கையாளர்களுடையவும் நெல் அளந்து முடிக்கிற போதும், மீதியாவதிலிருந்தும் கொஞ்சம் கிடைத்துவிடும் அளவுக்கென்று அவர்களுக்கு ஒரு வீதாச்சாரமும் உண்டு.

ஐந்தாயிரம் பறை நெல்தானே, அறையில் குறைந்துள்ளது? அத்திப்புரைக்கலுக்குச் சொந்தமாக ஐநூறு பறை நிலம் உண்டு. கோயித்ரத்தினருக்கு வீட்டுமனை உண்டு. இதெல்லாம் அவர்களுக்கு எப்படி உண்டாயிற்று?

சிலர் ரகசியமாகப் பரஸ்பரம் பேசிக் கொண்டனர்.

* *** *

"சேந்நாட்டு குஞ்சு தட்டியெடுத்ததைக் கணக்கில் சேர்க்க வேண்டாமா?"

குஞ்சுமாளு மனத்தில் ஒரு சந்தேகம் உண்டு. அந்தப் புழு அவள் நெஞ்சகத்தில் துடிக்கிறது. அது வெளியே சொல்லத் தகுந்தது அல்ல.

அவள் நாவிலிருந்து அது வெளிவரக்கூடாது. அது தவறு; தகாதது!

சேந்நாட்டினருக்கு இவ்வளவு சொத்துக்கள் சேர்ந்தது எங்ஙனம்? அவர்கள் தந்தை அறையில் நெல் குறைவானது நிமித்தமாய் தோலும் எலும்புக்கூடுமாய் மாறிவிட்டார். கொஞ்சமாவது விசயஞான முடையவன் கொச்சுகோவிந்தன் மட்டும்தான். மற்றவர்கள் அனைவரும் சிறு குழந்தைகள்.

சேந்நாட்டு குஞ்சு ஈச்சரபிள்ளையை மிகவும் ஏமாற்றியிருக்கிறார். எனவேதான் அறையில் நெல் குறைந்திருக்கிறது. இவ்வாறு யாராவது சொல்லிவிட்டால், எதிர்த்துச் சண்டை போடுவது சரியல்ல என்ற கருத்து இருப்பினும் குஞ்சுமாளு சொல்கின்றவர்களை எதிர்த்து நிற்பாள்.

அதிகாரியின் அறையில் ஏற்பட்ட குறைவினைச் சரிக்கட்டுவதற்காக ஒரு வாரம் கூட ஆகவில்லை. புதிய அதிகாரி அறையை ஏற்றுக்கொண்டார். ஆனால் அது ஈச்சரபிள்ளையின் இதயத்தைத் தகர்த்துவிட்டது.

அத்திப் புரைக்கல் உண்ணாச்சியம்மா என்று அழைக்கப்படுகிற காளியம்மா பெயருக்கு முதன் முதலாகக் கிரயம் எழுதி வாங்கிய ஐம்பது பறை நிலத்தை விற்றுத்தான் அந்தக் குறைவினைச் சரிக்கட்டினார். முதன் முதலாக அளிக்கப்பட்ட காதல் சன்மானம்!

சம்பாதித்தது அனைத்தையும் இழந்தால் கூட குஞ்சுமாளு கவலைப் பட்டிருக்கமாட்டாள்.

* * * *

ஈச்சரபிள்ளை அதிகாரிக்கு ஏற்பட்டிருக்கிற மனநோய் அந்த நாளில் வேறு எங்குமே அறியப்படாத ஒரு காரணத்தினால் ஏற்பட்டதாகும். சொந்தப் புதல்வர்களுக்குச் சொத்தைச் சேர்த்து வைக்கும் கீழ் வழக்கம் அன்றைய நாட்களில் இல்லை. புதல்வர்களை நேசிப்பதே அபூர்வமாயிருந்தது. நேசத்துக்கப்பால் சொத்தைச் சேர்த்து வைப்பதென்றால் அது வியத்தகு நிகழ்ச்சியாகும். செழுமை நிறைந்து ததும்புமிடத்திலே அப்படியும் ஏற்பட்டதென்று வைத்துக் கொள்வோம். அதை எழுதி விற்க வேண்டிய நிலைமை ஏற்பட்டபோது மனம் தளர்ந்து விட்டதென்றால் அதன் பொருள் என்ன?

ஒன்றே ஒன்றுதான்; ஒன்று மட்டும்தான்!

குடும்பப் பாசமின்மை!

ஏழம்பிள்ளி ஈச்சரபிள்ளை அதிகாரிக்குக் குடும்பப் பாசமில்லை.

இல்லாவிட்டால் கூட அத்திப்புரைக்கல் பெண்களுக்கு அத்தகைய தொரு தனித்தன்மையுண்டு. தந்தை தந்ததன்றி, அம்மாவன்மார்கள்

செலவுக்குத் தந்து அவர்கள் கை நனைத்துக் கொண்டதில்லை. அவர்களுக்கு அம்மாவன்மார்கள் இல்லை. அந்த அனுபவம் வரும் தலைமுறைக்குத்தான் ஏற்படவேண்டியிருக்கிறது.

ஈச்சரபிள்ளை அதிகாரி அழுது அழுது உப்புமாங்காய்போல் நீர் வற்றிச் சுருங்கிப் போய்விட்டார். எதற்காக அழுகிறீர்கள் என்று உண்ணாச்சி கேட்டால் பதிலாக ஒரே ஒரு பல்லவிதான் அவருக்கு இருந்தது.

“நான் என் குழந்தைகளுக்காக முதன் முதலில் வாங்கியதை இழந்து விட்டேன்.”

இன்னொரு நிலத்தை விற்றுத்தான் கடனைத் தீர்த்ததென்றால்?

அப்போதுகூட ஒரு கதை சொல்லவும், அதன்மீது கவலை கொள்ளவும் காரணமிருக்கும். ஒவ்வொரு நிலத்தை வாங்கியதற்கும் ஒவ்வொரு கதையிருக்கும். அந்த நிலத்துடன் இருக்கிற உறவைச் சொல்லியழுதிடுவார். நிலத்தைச் சம்பாதித்துக் கொண்டவர்களையெல்லாம் அத்துடன் உறவு கொள்ளச் செய்வது அத்தகைய கதைகளேயாகும்.

ஈச்சரபிள்ளை அதிகாரி எதைக் கொண்டும் ஆறுதலடையவில்லை. அது பிரத்தியேகமானதொரு குணாதிசயமாக இருந்தது. அந்த குணாதிசயம் எப்படி, எங்கிருந்து கிடைக்கப் பெற்றதென்று யாருக்கும் தெரியாது.

ஈச்சரபிள்ளை அதிகாரி மாறுதலடைந்து வரும் காலத்தின் சின்னமாக இருக்கலாம். அறுந்து போனது என்னவோ, போகட்டும். அந்த அளவிலேயாவது வேறு சம்பாதிக்க முடிந்தால் ஆறுதலடைந்து விடுவாரா? ஆறுதலடையலாமோ - என்னவோ? ஆனால், அது இந்தப் பிறவியில் முடியாத காரியமென்பதுதான் அவர் நம்பிக்கை.

ஒரு நாள் இரவு உணவை முடித்துக்கொண்ட பின்னர் உண்ணாச்சி, பிள்ளைக்கு வெற்றிலை மீது சுண்ணாம்பு தடவிக் கொடுத்தாள். கௌரி கூடவே உட்கார்ந்திருந்தால் கூட அண்மைக்காலமாய் அவர் சாப்பிடுவதில்லை. ஓர் இரு பிடிசாப்பிடக் கூடும். அன்று கூட அப்படித் தான் நடைபெற்றது.

வெற்றிலை போட்டு முடித்தபோது அவருக்குத் தலை சுற்றுவதுபோல் தோன்றியது. வெற்றிலைத் தாம்பாலத்தை எச்சை துப்பும் கோப்பையில் துப்பிவிட்டு அவர் படுத்துக்கொண்டார்.

ஈச்சரபிள்ளை அதிகாரி இறந்துபோனார்.

* ** *

வெற்றிலை பாம்பு விஷமாக இருந்ததாம். அதுவாக இருக்க முடியாது. வெற்றிலையின் சிறு நரம்பினைக் கூட அகற்றிவிட்ட பின்னர் தான் உண்ணாச்சியம்மா சுண்ணாம்பைத் தடவினாள். அது ஒன்றுமல்ல;

அனுப்பிவைத்த தம்பிரான் அவரைத் திரும்ப அழைத்துக்கொண்டார். அதற்கான காரணத்தைத் தேடவேண்டாம்.

ஊரே திரண்டது. ஊர்த்தலைவர்கள், ஈழவர்கள், மாப்பிளமார்கள், புலையர், பறையர் - அத்தனை ஜனங்களும் வந்து குழுமினர். நாடாளுகிற நாட்டரசன் இயற்கை எய்தியது போலிருந்தது. பக்கத்து ஊர்களிலிருந்தும் கூட மக்கள் செய்தியறிந்து வந்து சேர்ந்தனர். ஆட்கள் வந்து கொண்டேயிருந்தனர்.

ஈச்சரபிள்ளை அதிகாரி நல்லவராகத் திகழ்ந்தவர். தனது நீடித்த உத்தியோக வாழ்க்கையில் அவர் எவருக்கும் துரோகம் இழைத்ததில்லை. அவர் அளித்த ஏதாவது உதவி குறித்து மட்டும்தான் யோசிக்க இருந்தது. இருவருக்கிடைய சண்டை சச்சரவுகள் ஏற்பட்டுவிட்டால் இருவரையும் ஒற்றுமைப்படுத்தவே அவர் செயல்பட்டிருக்கிறார்.

கொடுப்பதை வாங்கிக் கொள்வார். கொடுக்காவிட்டால் புகாருமில்லை. கொடுத்ததனால் சட்டத்தை மீறிய எந்த உதவியும் செய்யமாட்டார். கொடுக்காததனால் எந்தத் தீங்கையும் விளைவிக்க மாட்டார். இத்தகைய விவசாய அதிகாரிகளால் பலவற்றைச் செய்யமுடியும். தங்கத் தம்பிரானுக்குச் சேரவேண்டிய குத்தகை வசூலிப்பதுதான் அவரது முக்கியமான அலுவல்.

ஈச்சரபிள்ளை அதிகாரி எஜமானன் யாவருடையவும் அன்புக்குப் பாத்திரமாகத் திகழ்ந்தவர்.

* ** *

தாயும் குழந்தைகளும் அழுதுகொண்டேயிருந்தனர். தந்தை இறந்துவிட்டால் தாயும் குழந்தைகளும் அழுகிற காலமாக இருக்கவில்லை அது. அம்மாவன் இறந்துபோனால் சகோதரிகளும் மருமக்களும் கூச்சலெழுப்பி அழுவார்கள். ஆனால் அது அழுகையாக இருக்காது. அழுவதுபோல் கூச்சலெழுப்புவதன் அவசியமுண்டு. நான்கு மனிதர்கள் அறியவேண்டும். அம்மாவன் இறந்து போன வீடு நிசப்தமாய் இருந்துவிடக் கூடாது.

தந்தை இறந்துவிட்டால் தனயர்கள் அப்படி அழவேண்டிய அவசியமில்லை.

அத்திப் புரைக்கலில் உண்ணாச்சியம்மா உணர்விழந்து படுத்துக் கிடக்கிறாள். அம்மாவும் போய்விட்டாளா என்றுதான் குஞ்சுமாளுவும் சகோதரர்களும் பயந்தனர். லேசாக மூச்சு வெளிவருகிறது. அவ்வளவுதான்.

உண்ணாச்சியம்மாவைச் சுற்றித்தான் அனைவரும் உட்கார்ந்திருக்கின்றனர். கொச்சுகோவிந்தன் கணியார் ஜோதிடருக்கு ஆளனுப்பியிருக்கிறார்கள். அவர் வந்து சேரவில்லை. கணவருக்கு ஓரடி பின்னால் மனைவியும் சென்றுவிட்டாளோ? வாழ்நாள் முழுவதிலும் அப்படித்

தான் நடைபெற்று வந்திருக்கிறது. இணைபிரியாதவர்களாய் இருந்திருக் கின்றனர். தனித்திருந்து வாழச் சாத்தியமில்லை. எந்நேரமும் ஒன்று சேர்ந்திருந்தனர். ஒன்றை விட்டு இன்னொன்றினால் பிரிந்திருக்க முடிந்த தில்லை.

உற்றுப் பார்த்து நின்றிருந்த இட்டிக்குஞ்சுப் பணிக்கருடைய முகபாவம் சற்று மாறுதலடைந்தது. அவர் ஏராளமான மரணத்தைப் பார்த்தவர்தான். அவர் முகத்தில் ஏற்பட்ட மாறுதலைக் கண்டு பக்கத்தில் நின்ற ஒருவர் விசாரித்தார்:

"என்ன பணிக்கரண்ணா?"

"ஒன்றுமில்லை. கணியார் வந்திருந்தால் ஒரு 'நஸ்யம்' செய்து பார்த்திருக்கலாம்."

பணிக்கர் பக்கம் நின்றவர் காதுக்குள்ளேதான் அதைச் சொன்னார். அவர் பணிக்கர் காதுக்குள்ளே சொன்னார்.

"அப்படித்தான் தோணுதா?"

"மூச்சு நேராக வருவதில்லை. சற்றுத் திசை மாறி வருதாங்கிற சந்தேகம் தான். சந்தேகம் மட்டும்தான் புரிஞ்சுக்குங்க. மூசசு கதி மாறினா ஆபத்து தான்."

குழுமியிருந்த அனைவருக்கும் சந்தேகம்தான். கெட்ட லட்சணங்கள் ஏதுமில்லை. சந்தேகத்திற்குக் காரணமானது அந்தக் கணவன்-மனைவியர் ஒற்றுமைதான்.

ஒன்றை விட்டு இன்னொன்று பிரிந்து செல்லாது. இணையைக் கூடச் சேர்த்துத்தான் போவார். இணைபிரிந்து வாழவே முடியாது.

துணிபோட்டு மூடிப் படுக்க வைத்திருந்த பிள்ளை அருகே யாரு மில்லை. எல்லாரும் மூச்சுவாங்குகிற உண்ணாச்சியம்மா பக்கத்திலேதான்.

ஈச்சரபிள்ளை அதிகாரியின் ஈமச்சடங்குக்கான தயாரிப்புக்கள் நீடித்துக்கொண்டே போகின்றன. மண்ணாலுனும் மாரானும் நாவிதனும் எல்லாம் வந்திருக்கிறார்கள். அவர்கள் எல்லாம் சும்மா நிற்கின்றனர். மாமரம் வெட்டுவதற்கான கட்டளை மண்ணானுக்கு இன்னும் கிடைக்கவில்லை.

* ** *

இரண்டிரண்டு கொடாப்புக்கள் இணைக்கப்பட்டிருக்கின்ற இரண்டு படகுகள் துறைக்கு வந்து சேர்ந்தன. அவற்றின் பின்னால் நான்கு விளையாட்டுப் படகுகள் வந்து சேர்ந்தன. அவற்றில் ஏறத்தாழ ஐம்பது பேர்கள் வந்திருந்தனர். விளையாட்டுப் படகுகளில் பல்வேறு

ஜாதிமதங்களைச் சேர்ந்தவர்கள் இருந்தனர். விளையாட்டுப் படகுகளைப் பாட்டுபாடியோட்டி வரவில்லை. தாளத்திற்கேற்றவாறு துடுப்புக்களைப் போட்டுவந்தனர்.

குட்டமங்கலத்தைச் சேர்ந்தவர்கள். ஏழாம் பிள்ளையிலிருந்து வந்தவர்கள்.

கொடாப்புப் படகிலிருந்து ஏழெட்டு பேர்கள் கரையிறங்கினர். ஈச்சரபிள்ளை அதிகாரியின் மூத்த மருமகன் (சகோதரி மகன்) மாதவன் பிள்ளையும் இளைய மருமகன் கேசவபிள்ளமார்கள், ஈழவர்கள் மற்றும் நாயர்மார்கள் எல்லோரும், தேர்ந்தெடுத்து அழைத்து வரப்பட்டவர்கள் போல் இருந்தனர். உடல் வலிமையில்லாதவர்களாய் யாருமிருக்கவில்லை. எல்லோரும் முரடர்கள் போலிருந்தனர்.

பெரியவர் மரணத்தை அறிந்து வருகின்றவர்கள் விளையாட்டுப் படகுகளில் வருவார்களா? இப்படித் தேர்ந்தெடுக்கபட்டவர்கள் போன்ற தடிப்பயல்களை அழைத்து வருவார்களா? ஏதோ உள்நோக்கமிருக்கிறது. இறங்கின பின்னர் நடந்துவந்த நடை கூட ஒரு பொல்லாத மட்டில் இருந்திருக்கிறது. ஒவ்வொரு முகபாவமும் அப்படியே தான் இருந்தது. சவால் விடுகிற ஒரு தோற்றம்தான்!

எல்லோருக்கும் அப்படித் தோன்றியது. அனைவரது கவனமும் அந்தப் பக்கத்துக்குச் சென்றது. பெண்கள் மட்டும்தான் இப்போது உண்ணாச்சியம்மாவைச் சுற்றியிருக்கின்றனர். அவர்களும் குட்டமங்கலத்திலிருந்து வந்தவர்களைக் கவனிக்கின்றனர்.

மாதவன் பிள்ளையும் தம்பியும் மற்றவர்களும் ஈச்சரபிள்ளையைப் படுக்க வைத்திருக்கிற இடத்துக்குச் சென்று நின்றனர். இந்தப் பக்கம் பார்த்து எதையும் கேட்காதவர்களிடம் நாம் முந்திக் கொண்டு எதையாவது பேசுவதா? புல்லாற்றுக் கைமள் யோசிக்கிறார். அவர்கள் யார் யாரெனவும் தெரியாது. அசலூர்க்காரர்கள். பேச்சைத் துவக்க வேண்டியது இவ்வூரார் தானே? அது ஒரு மரியாதை மட்டும் தானே? இறந்துவிட்டது எப்போதென்றும் எங்ஙனமென்றும் மட்டும் சொன்னால் போதும்.

புல்லாற்றுக் கைமள் முந்திக்கொண்டு பேசுவதென்று முடிவு செய்தார். ஒட்டுமொத்தமாகப் பார்த்தால் குட்டமங்கலத்தினர் சண்டைக்கு வந்தது போன்ற தோற்றமளித்தனர். எல்லோரும் வாய் திறவாமல் நிற்கின்றனர்.

“எங்க மதிப்புக்குரிய எஜமானரு போயிட்டாப்பனே...!” கைமள் மாதவன் பிள்ளையை நோக்கிச் சொன்னார்.

மாதவன் பிள்ளை பதில் சொல்லவில்லை. கைமள் தொடர்ந்து பேசினார்:

"நேற்றிரவு சாப்பிட்டுவிட்டு வெற்றிலை போட்டார். அப்பவே விசயமும் முடிந்துவிட்டது. உண்ணாச்சியக்காவுக்கு இன்னும் உணர்வு வரவில்லை. கணியார் வந்து 'நஸ்யம்' செய்தார். அபாயம் ஏதுமில்லை யென்றுதான் சொன்னார். நாங்கல்லாம் பயந்திட்டோம் தம்பீ!"

சற்று நிறுத்திவிட்டு அவர் சொன்னார்:

"ஒரே சிதையிலே இருவரையும் வைப்பதா என்று நாங்கள்லாம் பயந்துக்கிட்டிருந்தோம். இல்லே... அவங்க வாழ்ந்ததும் அப்படித்தானே?"

அதுவரையிலும் வாய் திறவாமலிருந்த மாதவன்பிள்ளை சொன்னார்:

"குஞ்சுமாளுவும் கோவிந்தனும் எங்கே?"

"அவங்க அம்மா அருகே உக்காண்டிருக்காங்க."

இருந்தும் அம்மாவின் பக்கம் செல்லாமல்தான் மாதவன் பிள்ளை நிற்கிறார். புல்லாற்றுக் கைமள் அதைப் பிரத்தியேகமாகக் கவனித்தார். பக்கம் செல்லவேண்டுமா வேண்டாமா என அவரே சுயம் விவாதிப்பது போல் தோன்றியது. மாதவன் பிள்ளை சொன்னார்:

"அம்மாவன் சடலத்தை எடுத்துச் செல்லத்தான் நாங்கள் வந்திருக்கிறோம். குஞ்சுமாளுவிடமும் குழந்தைகளிடமும் அதைச் சொல்லலாமென்றிருக்கிறோம். அம்மாவிதான் உணர்வில்லாமே படுத்திருக்கிறாளே...?"

தனது வீட்டு அறைக்குள்ளே பொன்கதளி வாழைக்குலையும் 'நாகராசி'யுமுடைய புல்லாற்றுக் கைமளுடைய அபிமானம் பொங்கிப் பெருகிற்று.

"எங்கே எடுத்துச் செல்லறது?"

"எங்க பூர்வீகக் குடும்பத்துக்கு!"

"அதுக்குத்தான் வந்தீங்களா?"

"ஆமாம்."

"அதுக்கு இந்தச் சடலத்தை நீங்க தொடமாட்டீங்க. கருமாதிகள் பண்ணறதுன்னா இங்கேயே பண்ணிக்கோங்கோ!"

"இது எந்த ஊர் நியாயம்?"

"எங்க ஊர் நியாயம்னே வச்சுக்குங்க! எங்கள் நியாயத்தைப் பற்றி நீங்க ஒண்ணும் கேக்கவேணாம்!"

மாதவன் பிள்ளைக்குப் பதிலளிக்கச் சொற்களில்லை.

"அதைச் சொல்ல நீங்க யார்?"

"நான் யாருன்னு தெரியனுன்னா..."

புல்லாற்றுக் கைமளுடைய வீரம் கிளர்ந்தெழுந்தது. அவர் ஆத்திரத்தால் நடுங்கினார்.

"இந்தச் சடலத்திலே கைவைத்துப் பாரு; அப்போ தெரியும் நான் யாரென்று!" கைமள் அலறினார்: "டேய், கொஞ்சூஞ்சே...!"

வளாகத்தில் எங்கிருந்தோ குரல் கொடுத்தான்: "என்னாங்கோ!"

"மாமரத்தை வெட்டுடா!"

விளையாட்டுப் படகுகளில் வந்திருந்தவர்கள் சற்று அசைந்தனர். அவர்களில் தடியன் ஒருவன் மாதவன் பிள்ளையை நெருங்கிச் சென்றான். அந்தக் கூட்டத்தினரிடையே ஓர் அசைவு தென்பட்டது.

புல்லாற்றுக் கைமள் உத்தரவிட்டார்:

"சிதையைக் கூட்டுங்கடா!"

* ** *

ஈச்சரபிள்ளை அதிகாரி எஜமானனை குட்டமங்கலத்துக்கு எடுத்துச் செல்ல மாதவன் பிள்ளையும் இன்ன பிறரும் வந்திருக்கின்றனர். குஞ்சுமாளுவும் குழந்தைகளும் அதை அப்போதுதான் அறிந்துகொண்டனர். உண்ணாச்சியம்மாவுக்கு இன்னமும் பிரஞ்ஞை திரும்பிவரவில்லை.

குஞ்சுமாளுவம்மா துள்ளி எழுந்தாள்.

மாதவன் பிள்ளை அந்தச் சடலத்தை குட்டமங்கலத்துக்கு எடுத்துச் சென்று எரியூட்ட முற்படுவதன் நோக்கமென்ன தெரியுமா? நோக்கமுண்டு. எஜமானன் சேர்த்து வைத்திருக்கிற சொத்தின்மீது தனது உரிமையை உறுதிப்படுத்தத்தான். இப்படி எவரோ சொன்னது சரிதான் என்று அனைவருக்கும் தோன்றியது. வழக்கு என்ற ஒன்று ஏற்பட்டு விட்டால் ஈமச்சடங்குகள் எங்கே நடைபெற்றன என்ற கேள்வி எழும். விட்டுக் கொடுக்க முடியாது. சடங்குகள் இங்கேயே நிறைவேற வேண்டும்.

குஞ்சுமாளுவம்மா முன்னிலும் குழந்தைகள் பின்னிலுமாய் அரங்கத்தின் முன்னே தோன்றினர். சற்றுத் தோல்வியுற்று நிற்கிற மாதவன்பிள்ளை மாளுவை மேலும் கீழுமாய் ஒருமுறை பார்த்தார். மாளு சற்றும் கூசவில்லை. என்ன சொல்வதென்று மாதவன் பிள்ளைக்கும் தெரியவில்லை. எதை அவரிடம் கேட்பதென்று மாளுவுக்கும் தெரியவில்லை. சிறிது நேரத்திய நிசப்த நிலை. மண்தூசி கீழே விழுந்தால் கூட அதன்

ஒலி காதிலே விழுந்துவிடும்.

“நாங்கள் அம்மாவனைக் கொண்டு செல்ல வந்திருக்கிறோம்” மாதவன் பிள்ளைதான் சொன்னார்.

“நாங்க எங்க அப்பாவை விட்டுத் தரமாட்டோம்.”

“எடுத்துக்கொண்டு சென்றுவிட்டால், நீ என்ன செய்வாய்?”

“அப்பத்தான் தெரியும் விளையாட்டு!”

“ச்சீ, மூதேவீ!”

“மச்சுனரே, நீங்க என்னைத் திட்டிக்குங்க. அதனாலே எனக்கு எந்த அவமானமும் இல்லை.”

விளையாட்டுப் படகுகளில் வந்தவர்களெல்லோரும் ஒன்று சேர்ந்து நெருங்கிநின்றனர். அதுக்குள்ளே ஊர்ஜனங்களும் வந்து குவிந்தனர். அரங்கம் சூடேறி நின்றது.

விசயம் அவ்வளவு இலேசானது அல்லவென்று மாதவன்பிள்ளைக்குத் தோன்றத் தொடங்கியது. இங்கிருந்து வெற்றி பெற்றுச் சொல்வதென்றால், அது மிகக் கடினம். தப்பித்து நழுவிச் செல்வதுதான் சிலாக்கியம். இவ்வளவு ஜனங்கள் வந்து சேர்ந்திடுவார்களென்று மாதவன் பிள்ளை எண்ணியிருக்க மாட்டார். நான்கைந்து சிறுவர் - சிறுமியர்தான். சிறிது தலையுயர்ந்தவளாய் குஞ்சுமாளு மட்டும்தான்.

“உனக்கு ஒரு பாடம் கற்பிப்பேன் நான்” என்றார் மாதவன் பிள்ளை.

“அந்தப் பாடத்தை நானும் கற்றுக்கறேன், மச்சுனரே!”

தந்தை இறந்து கிடக்கிறார். அம்மா பிரஞ்ஞையற்றுக் கிடக்கிறாள். இந்த நிலைமையில் கிஞ்சிற்றும் விட்டுக் கொடுக்காமல் அடியடியெனப் பேசும் துணிச்சல் இவளுக்கு எப்படி ஏற்பட்டது?

அதற்கு ஒரே ஒரு பதில் மட்டும்தான்.

இறந்தவர்கள் வாயில் மண்; உயிர் வாழ்ந்து வருகின்றவர்கள் வாய்க்குள்ளே செல்லவேண்டியது சோறு! வாழ்க்கை என்றால் அதுதான்.

“குஞ்சுமாளு இவ்வளவு கெட்டிக்காரியா?”

சேந்நாட்டு குஞ்சுநாயர், மனைவி பின்னால் நிற்கின்றார். அவர் எந்த யோசனையும் கொடுப்பதில்லை. அவரைக் கூட வியப்பிலாழ்த்தினாள் குஞ்சுமாளு.

அவளுடைய அறிவு தெளிவுபெற்று வருகிறது.

“என் மச்சுனனுங்க அப்பா சடலத்தை எரியூட்டிய பிறகு பதினேழு நாட்கள் வரையிலும் இங்கேயே பலிகருமாதிகள் செஞ்சு தங்கியிருந்துக் கிட்டுப் போனாப் போதும். அது தானுங்க என் விருப்பம். அது எங்களுக்கு ஓர் ஆறுதலுமாகும்” என்றாள்.

“ச்சி! உங்களைத் தீண்டிச் சாப்பிட்டு எங்களுக்கு கூடப் பைத்தியம் பிடிககணுமா?”

மாளூ அதை எதிர்க்கவில்லை.

“எங்க அப்பா அப்படிப் பைத்தியம் பிடித்துச் சாகவில்லை. அப்பறம் மச்சுனனுங்களாலே இங்கே தங்கியிருக்க முடியலேன்னா, ‘சவதாகம்’ முடிஞ்சு ‘அவசேஷ’த்தை எடுத்துக்கிட்டு அங்கே போய் பலி கருமாதி களைச் செஞ்சிடுங்க!”

“அது... என்ன செய்யணும்னு நாங்க பார்த்துக்கறோம். உன்னோட உபதேசம் தேவையில்லை.”

பின்னர் இன்னொரு விசயத்தைப் பற்றித்தான் மாதவன் பிள்ளைக்கு அறிய வேண்டியிருந்தது. அவ்வாறாக மனத்திலிருப்பு பகிரங்கமாயிற்று.

“ஏழம்பிள்ளிக் குடும்பத் தலைவர்தான் இங்கே இறந்துகிடக்கிறார். இவர் சேர்த்து வைத்திருக்கிற சொத்து எவ்வளவிருக்கும்னு எங்களுக்குத் தெரியவேண்டும்.”

அப்போதுதான் குஞ்சுநாயருக்குக் குறுக்கிட வாய்ப்புக் கிடைத்தது.

“இந்தச் சடலத்தை இப்படிப் போட்டு வைத்துக் கொண்டு பேரம் பேசவேண்டுமா, மாதவன் பிள்ளையண்ணா?”

“அதைக் கேட்க நீ யார்?”

“சொல்லித் தருகிறேன். ஒரு நியாயத்தைச் சொன்னேன்; அவ்வளவு தான்.”

“பெரியவரை ஏமாற்றி எல்லாம் கையகப்படுத்திக்கிட்டு இப்போ நியாயம் சொல்ல வந்திருக்கியா?”

“அந்தக் கணக்கை நாங்க சொல்லீடறோம். மச்சுனரு அதிலே தலையிட வேண்டாம். அப்பறம்... அப்பா சேர்த்த சொத்து - அதெல்லாம் நாங்களே பாத்துக்கறோம்” மாளூதான் கூசாமல் சொல்லிவிட்டாள்.

மாதவன் பிள்ளை அப்போது கூட நின்று துள்ளுகிறார். அவர் பற்களைக் கடித்துக்கொண்டு அலறினார்.

“உன்னை நான் ஆலப்புழை அங்காடியிலே அந்தப் பக்கமும் இந்துப் பக்கமுமாய் இழுத்தடிப்பேன்! மனசிலே வச்சுக்கோ!”

சேந்நாடன் குறுக்கிட்டார்:

"அப்போ... இவள்கூட நானும் இருப்பேன்."

"வாங்கடா!" எனச் சொல்லி மாதவன் பிள்ளை நடந்தார். குட்டமங்கலத்திலிருந்து வந்தவர்கள் எல்லோரும் அவரைப் பின் பற்றிச் சென்றனர்.

ஏதோ முட்டாள் - பையன்கள் அவர்களைக் கூவியனுப்பினர்.

68

ஈச்சரபிள்ளை அதிகாரியை விஷமூட்டிக் கொன்றுவிட்டார்களென்று ஏழம்பிள்ளி மாதவன் பிள்ளை புகார் கொடுத்திருக்கிறார். அது காற்று வாக்கிலே வந்த செய்தி. புல்லாற்றுக் கைமள் அதைப் பொருட்படுத்த வில்லை.

"அவனைப் போகச் சொல்லு!"

உண்ணாச்சியம்மா அதை அறியவில்லை. இடையிடையே அவளுக்கு உணர்வு ஏற்படுவதுண்டு. ஆனால் பிரஞ்ஞை இல்லை.

உணர்வு ஏற்படும்போது மகளைக் கூப்பிடுவாள்.

"மவளே, குஞ்சுமாளு...!"

மாளு அருகிலேயே நிற்கிறாள்.

"அப்பாவுக்குக் கஞ்சி கொடுத்தியா, மவளே?"

"ஆம்- கொடுத்தாச்சு அம்மா!"

"அப்பறம் அவரு எங்கு போனாரு?"

"அப்பா வசூலுக்காகப் போயிருக்கார்."

ஒரு நாள் உண்ணாச்சியம்மாவுக்குக் கணவரைப் பார்த்தேயாக வேண்டும் என்கிற நிர்ப்பந்தமாயிற்று.

"அப்பா ஆலப்புழைக்குப் போயிருக்கார் அம்மா!" என்றாள் மாளு.

"வேலுவை அனுப்பு! எனக்கு அவரை இப்பவே பார்க்கணும்."

கண்ணீரை உதிர்த்தவாறு உண்ணாச்சியம்மா கூறினாள்:

"நான் அவரைப் பார்த்து எவ்வளவு நாளாச்சு! எனக்கு அவரைப் பார்க்கணும். அவர் ஏன் என்கிட்டே வர்றதில்லே?"

அங்கே ஒரு பொய்யைச் சொல்லியாகவேண்டும்.

“அப்பா இன்னைக்குக் காலையிலே வந்தார். அம்மா தூங்கிக் கிட்டிருந்தீங்க. எழுப்ப வேணாம்னு எண்ணினோம்.”

“இல்லே; இல்லே - அவர் வரலே. இன்னைக்குக் காலையிலே நான் தூங்கலே.”

“அப்பாவை இப்போ அழைச்சுக்கிட்டு வாறேன்.”

அம்மாவுக்கு ஏற்படுகிற உணர்வு திடீரெனப் போய்விட்டால் போது மென்றாகிவிட்டது மகளுக்கு.

“என்கிட்டே ரொம்பப் பிரியமாயிருந்தது. என்னை மறந்திட்டாரு. என்னைப்பிரிந்து இருந்ததேயில்லை. இப்போ என்னை மறந்திட்டாரு.”

அம்மா கதறியழுகிறாள். குழுமி நின்றவர்கள் அனைவரும் அழுது விட்டனர்.

திடீரென உண்ணாச்சியம்மாவின் முகபாவம் மாறியது. முகத்தில் ஓர் ஒளி தென்பட்டது. அவள் எதையோ நினைப்பது போல் தோன்றியது. அம்மா, மகள் முகத்தை உற்று நோக்கினாள். மாளுவும் உற்றுப் பார்த்தாள். அம்மா எல்லாவற்றையும் நினைத்துப் பார்க்கிறாள். அந்தக் கண்களைகட்டி நிற்கிறது. அவளுக்குப் பிரஞ்ஞை திரும்புகிறது.

“மவளே, உண்மையைச் சொல்லு!”

“சொல்லறேம்மா!”

“பொய் சொல்லக் கூடாது!”

மகள் கரத்தினைப் பிடித்துத் தடவியவாறு அம்மா வினவினாள்.

“அப்பா இறந்துவிட்டார்; இல்லையா.”

மாளு பேசவில்லை. அவள் கண்களிலிருந்து கண்ணீர்த் துளிகள் உதிர்ந்து விழுந்து கொண்டிருந்தன.

அம்மா தொண்டையை ஏதோ வந்து அடைத்துக் கொள்கிறது. நெஞ்சுச் சளியன்று. ஒரு வாசகம்:

“எனது இணை பறந்து பறந்து சென்றது.”

அந்தக் கண்கள் அடைந்து போயின. கண்ணீர்த் துளிகள் இமை ரோமங்களில் தங்கி நின்றன.

பின்னர் அந்தக் கண்கள் திறக்கவேயில்லை. அது இயல்பான மரண மில்லை. அந்தக் கூண்டினால் உண்மையைத் தாங்கி நிற்க முடியாமற் போனதால் உண்ணாச்சியம்மமா இயற்கை எய்தினாள்!

இவ்வாறாக ஈச்சரபிள்ளை அதிகாரி இறந்து போன இருபதாம் நாளில் உண்ணாச்சியம்மா இகத்திலிருந்து விடைபெற்றுக்கொண்டாள்.

* ** *

ஆலப்புழை நீதிமன்றத்திலிருந்து அத்திப்புரைக்கல் குஞ்சுமாளூ மற்றும் குழந்தைகள் பெயருக்கு 'சம்மன்ஸ்' வந்தது. வாதி ஏழம்பிள்ளி மாதவன் பிள்ளைதான். விவகார விசயத்துக்குச் சமாதானம் போதிப்பதற்காக வைசாக மாதம் பதினேழாம் தேதி கட்சிகள் தனித் தனியாகவோ, அல்லது சட்டப்படி உரிமை வழங்கப்பட்டிருக்கிற வக்கீல் மூலமாகவோ ஆஜராக வேண்டும்.

குஞ்சுமாளூவம்மா நடுங்கிப்போனாள். ஏழம்பிள்ளிக் குடும்பத்திலிருந்து ஈச்சரபிள்ளை ஓர் அணுவைக் கூட எடுத்து வந்ததில்லை. ஏதாவதொரு சமயத்தில் அங்கே சென்று வருவார். ஒவ்வொரு வருடமும் அளவு முடிந்துவிட்டால், முந்நூறு பறை நெல் ஏற்றிச் செல்லத் தோதான படகில் முந்நூறு பறை நெல் ஏழம் பிள்ளிக்கு அனுப்பி வைப்பார். அது தவறினதேயில்லை. ஈச்சரபிள்ளை ஒருபோதும் குடும்ப ஆட்சியை நடத்தியதில்லை.

ஆலப்புழையங்காடியில் இழுத்தடிப்பேன் என்று சொன்னதன் பொருள் இதுதான்.

விவகாரப்பட்டியலில் சொல்லப்பட்டிருக்கின்ற சொத்துக்கள் ஏழம் பிள்ளிக் குடும்பத்திற்குரித்தானது. ஈச்சரபிள்ளை அதிகாரி ஏழம்பிள்ளிக் குடும்பத் தலைவராவார். குடும்பத்தை நிர்வகித்து வந்தபோது செலவு போக மீதியை மனைவி பெயரில் சொத்து சேர்த்துக் கொண்டவையாகும். ஆதாயமெடுத்துக் கொண்டது உள்பட அவற்றை ஏழம்பிள்ளிக் குடும்பத்திற்குரியதாக நடத்தித் தரவேண்டும் ஒரு ரெசீவரை நியமித்து ஆதாயங்களைக் கைப்பற்றித் தரவேண்டும். இவைதான் மனுக்கள்.

"வழக்கு சாரமற்றது" என்றார் குஞ்சு நாயர்.

"ஆனால் ருசுப்பிக்கச் சான்றுகள் வேண்டும். உண்ணாச்சியம்மா என்கிற காளியம்மாள் சொத்துக்கள்தான் இவையெல்லாமென்று ருசுப்பிக்கவேண்டும்" என்ற குஞ்சுநாயர் மனைவியை நோக்கி வினவினார்.

"அன்றைய தினம் நான் சொத்துக்களை உங்கம்மா பெயரிலே எழுதி வாங்கினப்போ அது எதுக்குன்னு நீங்கல்லாம் கேட்டீங்களல்ல? அதிகாரி எஜமான் பெயருக்கு எழுதி வாங்கியிருந்தா இப்போ எப்படியிருந்திருக்கும்? அது தான் என் போர்த் தந்திரம்."

"நான் ஒண்ணும் சொல்லலே. சும்மா சொல்லி என்னைக் கேலி பண்ணிடாதீங்க."

"இதை எல்லாம் நான் முன்கூட்டியே கண்டவன்தான்."

"முன்கூட்டியே பார்த்தீங்கன்னா, இப்போது ஏன் இந்த வழக்கு?"

"வழக்கைத் தொடுக்க யாரால்தான் முடியாது? கோர்ட்டிலே பணத்தைக் கட்டிவச்சா, அது வழக்கை எடுத்துக் கொள்ளும்."

ஏழம்பிள்ளி மாதவன் பிள்ளை வழக்கைத் தொடுத்திருக்கிற செய்தி ஊரெங்கும் பரவியது.

சேந்நாட்டு கொச்சு நங்கைக்கு பஞ்சாமிருதம் அருந்திய மனநிறைவு. அத்திப்புரைக்கல் மாளுவின் ஆணவம் அடங்கிவிட்டதல்லவா? ஆனால் ஒரு கவலை அலட்டுகிறது- ஏழம் பிள்ளிக் குடும்பத்துச் சொத்தில் சேந்நாட்டுக் குடும்பத்துச் சொத்தும் கலந்திருக்கிறது. அதனால் சேந்நாட்டினருக்கு நஷ்டமேற்படலாம்.

எந்த வழக்கறிஞருக்கு வக்காலத்து கொடுக்கலாம்? இப்போது ஆலோசனை அதுவாயிற்று. ஏழம்பிள்ளிக்காரர்களுடைய வக்கீல் குமாரபிள்ளை மிகவும் கெட்டிக்காரர். அவர் மீது கோர்ட்டு மதிப்பு வைத்திருக்கிறது.

நாறாணத்து ஆண்டிப் பிள்ளி அந்த நாளில் ராம ஐயங்கார் சுவாமியின் அலுவலகத்தில் எழுத்தராக வேலை பார்த்து வந்தார். விவகாரத்தையும் சமன்ஸையும் படித்துப் பார்த்துவிட்டு பிள்ளை சொன்னார்.

"நாம் சான்றுகளை ஆஜர் செய்யவேண்டிய நிலைமையிலே இருக்கிறோம்."

"எனக்கும் அப்படித்தான் தோன்றியது."

"சுவாமியை ஒருமுறை பார்த்துவிடுவோம். அதுக்கு இன்னொரு பிரச்சினை உண்டு. முதலிலே பாச்சுபிள்ளை அண்ணனைச் சந்தித்த பிறகு தான் சுவாமியைப் பார்க்கவேண்டும். அண்ணன் அனைத்தையும் கேட்டறிந்து சுவாமியிடம் சொல்லுவார்."

பாச்சுபிள்ளை ஐயங்கார் சுவாமியின் பிரதான குமாஸ்தாவாகும் நாறாணத்து ஆண்டிப்பிள்ளை சொன்னார்:

"அண்ணன் ஒரு வேலை செய்யணும். பத்துபறை அரிசிக்கு ஏற்பாடு செய்யணும். நல்ல குருணை அரிசி. ஒரு சாக்கு அரிசி சுவாமிக்கு. மூணு பறை அரிசி பாச்சுபிள்ளை அண்ணனுக்கு. அவங்க கிட்டேருந்து எல்லாவற்றையும் கேட்டுத் தெரிஞ்சுக்குவோம். நாள் நீட்டிக் கிடைக்க ஒரு மனுகொடுப்போம். பின்னர் பத்திரம் தயாரிக்க நாள் நீட்டிக் கிடைக்கணும். அப்பறம் சான்றுக்கான ருசுக்கள்தானே? அதை அப்பறமா

பாத்துக்கறோம். இதுக்கெல்லாமாய் மனுக்கள் கொடுத்துக்குவோமே. மெதுவாய் போனாப் போதும்...”

“அது சரிதான். ஆனால் விலங்கு அதுவல்லவே. ரெசீவரை நியமிக்கணும்னு மனு போட்டிருக்காங்களே?” என்றார் சேந்நாட்டு குஞ்சுநாயர்.

“ஓ... நான் அதை மறந்திட்டேன். அது பெரியதொரு விலங்குதான். ரெசீவரை நியமித்துவிட்டால் நிலபுலன்களெல்லாம் அவர் கைக்குச் சென்றுவிடும். அப்பறம் ஒண்ணும் சொல்லிக்க வேண்டியதில்லை.”

“அதுக்கென்ன வழி?”

“அந்த மனுமீது ஆட்சேபணையைத் தெரிவித்திடுவோம். ரெசீவரை நியமிக்காமல் பாத்துக்குவோம்.”

* ** *

அத்திப்புரைக்கல் உண்ணாச்சி என்று அழைக்கப்படுகிற காளியம்மா சம்பாதித்தவை தான் விவகாரப் பட்டியலில் காட்டப் பட்டிருக்கின்ற நிலபுலன்கள் என்பதை நிரூபிக்கவேண்டும். அத்திப் புரைக்கல் குடும்பத்துக்கு ஏதாவது சொத்து இருந்திருந்தால் போதுமாயிருந்து அப்படி ஏதாவது இருந்ததாக எந்த ருசுவுமில்லை.

சேந்நாட்டு குஞ்சுநாயர் தேடிக்கொண்டேயிருந்தார். ஒரு சமயத்தில் அம்மா அத்திப்புரைக்கல் குடும்பத்தின் கதை சொல்லியிருந்தது நினைவுக்கு வந்த மாளு, அதை அப்படியே கணவரிடம் சொன்னாள்.

“நாங்க மோசமான ஜாதிக்காரங்க அல்ல; ஆழ்வாஞ்சேரி தம்புறாக்களோடு நெருங்கிய உறவு கொண்டவங்க” என்று சொன்ன மாளு ஆலப்புழை களர்கோட்டு வாரியந்தரை வீட்டில் நடைபெற்ற பெரும் விபத்து வரையிலும் சொல்லிவிட்டாள். வாரியந்தரை கொச்சிட்டூலியம்மாவுக்கு ஜாதிப்பிரஷ்டம் ஏற்பட்டது சீலாந்திப் பிள்ளிக் குடும்பத்தின் சோற்றைச் சாப்பிட்டதனால்தான்.

குஞ்சு நாயர் மூளையில் அந்தக் கதை வந்து மோதியது. அப்போது காளியம்மாவின் தாய்க்கு ஒரு குடும்பத்திடமிருந்தது. அதன் பெயர் வாரியந்தரை என்றாகும். அது ஆலப்புழையிலுள்ள களர்கோட்டிலேதான்.

இறுதி யாமக்கோழி கூவியபோது குஞ்சுநாயர் கண்விழித்துப் பயணமானார். கிழக்கு விடியத் தொடங்கியதும் அவர் களர்கோடு வந்து சேர்ந்தார். வாரியந்தரை வீட்டு மனையை எளிதிலே கண்டுபிடிக்க முடிந்தது. அங்கு வீடு இல்லை. யாரும் தங்கியிருப்பதுமில்லை. அந்த இடம் இப்போது களர்கோட்டு மகாதேவர் கோவிலில் பூமாலை கோர்த்துக் கொடுக்கின்ற வாரியர்களுக்குச் சொந்தமாகும். முன்னர் அந்த

தகழி சிவசங்கரப் பிள்ளை 727

இடம் யாருக்குச் சொந்தமாயிருந்தது என்று கேட்டால் அதைப் பற்றி யாருக்கும் தெரியாதென்கிற பதில்தான் கிடைத்தது. அங்கே ஒரு வீடும் தோட்டமும் இருந்து வந்திருக்கிறதென்று யாரோ சொன்னார்.

அந்த மனைபற்றிய தஸ்தாவேஜிகள்தான் குஞ்சு நாயருக்குத் தேவையாயிருந்தன. அது எங்ஙனம் களர்கோடு வாரியர்களிடம் வந்து சேர்ந்தது என்பதை அறியவேண்டும். அந்தத் தகவல் பரம ரகசியமாகவும் இருக்கவேண்டும். எழம்பிள்ளி மாதவன் பிள்ளை கழுகு போல் பார்த்துக் கொண்டிருக்கிறார். ஏதாவதொரு சிறு தகவல் அவருக்குக் கிடைத்தால் போதும், அங்கே வந்து விழுந்து விடுவார். அவரிடம் பணம் உண்டு.

அன்றைய தினம் அவ்வளவுதான் அறிய முடிந்தது.

களர்கோட்டு வாரியத்தினரும், தனது ஊரைச் சேர்ந்த வாரியத்தினரும் பரஸ்பரம் உற்றார்-உறவினர்களாவார்கள். தகழி வாரியத்தைச் சேர்ந்த உண்ணிவாரியர் குஞ்சுநாயருக்கு நெருங்கிய நண்பராவார். ஒவ்வொரு வருடமும் அறுவடையாகிறபோது நாயர் வாரியத்துக்கு ஐந்து பறை நெல் அனுப்பிவைப்பார். (வாரியர்களின் இல்லத்துக்கு 'வாரியம்' என்று பெயர். (மொ-ர்)

ருசுக்கள் ஏதேனும் இருக்கின்றனவா என்பதை களர்கோட்டு வாரியத்திலிருந்து அறிந்து கொள்ளவேண்டும். அதற்கென்ன வழி? உண்ணிவாரியருடன் நட்பு இருக்கிற போதிலும் அவருக்குக் கூட விசயம் தெரியக்கூடாது.

பிற்பகல் வெயில் தணிந்தபோது நடைக்காவு வழியாக நடந்து சென்றபோது குஞ்சு நாயருக்குத் திடீரென மின்னல் போன்று ஒரு கருத்து உருவாயிற்று. வாரியந்தரை வீட்டுமனை விலைக்கு வாங்கினாலென்ன? அந்நிய ஆதீனத்திலான, குஞ்சுமாளுவின் வீடு மீட்கப்படுவது, இறந்து போன கொச்சிட்டூலியம்மாவின் ஆத்மாவுக்கு நிறைவு தருகிற காரிய மாகும். அதைத் திரும்பப் பெறுவதுடன் ஏதாவது தஸ்தாவேஜி இருந்தால் அதுவும் கிடைத்துவிடும்.

ஆனால், மனை வாங்குகிற போது அதற்கான பணத்தைக் கொடுக்க வேண்டாமா? நெல்லும் பணமும் வேண்டும். சாகுபடிக்கான நேரம் நெருங்கி வருகிறது. சேந்நாடு மற்றும் அத்திப் புரைக்கல் குடும்பங்களின் நிலங்களில் சாகுபடியைத் துவக்கவேண்டும். அத்திப்புரைக்கலில் போதுமான நெல் இல்லை. சேந்நாட்டு நிலத்தில் விதைக்க ஓரளவுதான் நெல் அறையில் இருக்கிறது. அதை எடுத்துச் சொத்து வாங்கினால்?

சேந்நாடு, அத்திப்புரைக்கல் ஆகியவற்றைச் சேர்ந்த ஏதாவது ஒரு நிலத்தை விற்றுவிட்டால்? அத்திப்புரைக்கல் நிலங்கள் அத்தனையும் விவகாரத்திற்குட்பட்டவை. எவனாவது வாங்குவானா? சேந்நாட்டு நிலத்தை விற்றுவிட்டால் கொச்சு நங்கை முணுமுணுப்பாள்.

அவளுக்கு இதில் என்ன? நிலத்தைச் சம்பாதித்தவர் குஞ்சுநாயர். அவர் அதை விற்கிறார். ஆயினும் புகார்கள் இருக்கத்தான் செய்யும். எதைச் செய்தாலும் பரவாயில்லை- வாரியந்தரை மனையைப் பற்றிய தஸ்தாவேஜுக்கள் கிடைத்தேயாக வேண்டும்.

* ** *

தென் கரையிலுள்ள, சேந்நாட்டுக்குச் சொந்தமான ஐம்பது பறை நிலத்தை ஆற்றுத் துறை மாத்து மாப்பிளவுக்கு யாருக்கும் தெரியாமல் விற்றுவிட்டார். அன்றைய நாளிலேயே வாரியந்தரைமனை குஞ்சுநாயர் பெயருக்குப் பத்திரம் எழுதிப்பதிவு செய்யப்பட்டது.

முன்பட்டயம் கிடைத்துவிட்டது. ஆனால் அது ஓலைப் பட்டயம். வாரியந்தரை கொச்சிட்டூலி, களர்கோட்டு வாரியத்தைச் சேர்ந்த கோவிந்தன் வாரியருக்கு எழுநூறு ராசி கிரயத்தைப்பெற்றுக்கொண்டு எழுதிக் கொடுத்த ஓலைப் பட்டயம்! எந்த இடமும் நொறுங்கிப் போனதில்லை. அப்போது, அத்திப்புரைக்கல் காளியம்மா என்கிற உண்ணாச்சியம்மாவுக்குக் குடும்பச் சொத்தாக எழுநூறு ராசி விலையுடைய நிலமுண்டு. அது போதும். எதாவதொரு சொத்து இருந்தால் போதுமென்றுதான் ஐயங்கார் சுவாமி சொல்லியிருக்கிறார்.

குஞ்சு நாயர் மனமகிழ்ச்சியால் மதிமறந்து போய்விட்டார். விலைமதிப்புடைய தஸ்தாவேஜுதான் அதுவென்று பாச்சுப்பிள்ளை குமாஸ்தா சொன்னார். புதிய சட்டமொன்றை உருவாக்கவேண்டும். அதை சுவாமி வாதாடித் தான் உருவாக்க வேண்டும். இப்போது சாதித்துக் கொண்டது பெரிய காரியம் தான். காளியம்மா என்கிற உண்ணாச்சியம்மாவுக்குக் குடும்பச் சொத்து இருந்தது. அதை விற்று எழுநூறு ராசியைப் பெற்றிருக்கிறாள். அது எங்ஙனம் பெருகியது என்றோ பெருக வைத்தது என்றோ ருசுப்படுத்த வேண்டிய அவசியமில்லை. இது ஒரு 'நியூகேஸ்'! ஆயினும் உண்ணாச்சியம்மா என்கிற காளியம்மா பெயருக்கு நானூறு பறையளவு நிலம் சேர்க்கப்பட்டிருக்கிறது. அது தான் விசயம்.

பாச்சுப் பிள்ளை சொன்னார்:

"இனிமேல் சாதிக்கவேண்டியதெல்லாம் சுவாமியின் நாக்கினால் தான். வாதாடுவதற்கான விசயம் அவருக்குக் கிடைத்துவிட்டது. இனி அவர் வாதாடுவார்."

பாச்சுப்பிள்ளை குஞ்சு நாயரிடம் ஓர் ரகசியம் கூறினார்.

"சுவாமியின் வாதம் கல்லிலே வரைந்த சித்திரமாகும். தீர்ப்பிலே ஜட்ஜ் எழுதுவதும் அதுவேதான். அன்றொரு நாள் யானைக்கொட்டிலில் கர்த்தாக்களுடைய ஒரு வழக்கிலே ஜட்ஜ் தீர்ப்புக் கூறினார். சுவாமி

சொன்னது எதுவோ தீர்ப்பிலே கூறப்பட்ட நியாயம் அதுவாக இருந்தது."

சேந்நாட்டு குஞ்சுநாயர் அசந்து போனாரென்றாலும், அவர் மனத்தில் ஒரு கவலை. அந்த ஓலைப் பட்டயத்தினாலும் பூரா பிரச்சினையும் தீர்ந்து விடவில்லையாம்! பாச்சுப் பிள்ளை சொல்வதில் விசயம் உண்டு. அதை நாயர் புரிந்துகொண்டார். எழுநூறு ராசி எவ்வளவுதான் பெருகினாலும் நானூறு பறை நிலம் வாங்குகிற அளவு இருக்குமா?

திடீரென சேந்நாடன் மனத்தில் ஓர் ஒளி வீசியது.

"பாச்சுப் பிள்ளையண்ணா, நான் சட்டம் தெரிந்து பேசுவதல்ல. ஒரு விஷயத்தைப் பற்றி அறிந்துகொள்ளத்தான். நான் அடுக்காய்ச் சொல்லுகிறேன். எழுநூறு ராசி ஓர் ஆண்டிலே பெருகியது. அவ்வாறு அதைக் கொடுத்து ஐம்பது பறை நிலம் காளியம்மா என்கிற உண்ணாச்சியம்மா வாங்கினாள். அப்புறம் அதிலிருந்து கிடைக்கிற ஆதாயமாயிற்று. அது பெருகியது. நாற்பது பறை நிலம் வாங்கினாள். அப்போ என்னாச்சு? தொண்ணூறுபறை நிலம். அதிலிருந்து கிடைத்த ஆதாயத்தினால் கொல்லனுடைய கரிசல் நிலம் முப்பதை வாங்கினாள். இவ்வாறாக உண்ணாச்சியம்மா சொத்து பெருகியது."

கவனமுடன் கேட்டிருந்த பாச்சுப்பிள்ளை சொன்னார்:

"சுவாமி வாதம் புரியப் போவதே அப்படித்தான். இப்படிப்பட்ட ஒரு வழக்கு நடந்ததேயில்லை. அதனால்தான் நான் சொன்னேன் - அவர் வாதம் பண்ணி ஒரு புதிய தீர்ப்பு மற்றும் ஒரு புதிய சட்டம் - இதை எல்லாம் உருவாக்க முனைந்திருக்கிறார்ன்னு! ஆனால் சமஸ்தானம் முழுவதிலும் செல்லுபடியாகிற சட்டமாகவேண்டுமென்றால் இந்தக் கோர்ட்டுத் தீர்ப்புக் கூறினால் போதாது. ஹைக்கோர்ட்டுதான் தீர்ப்புக் கூறவேண்டும். என்ன ஆனாலும் நாம் இந்தக் கேஸிலே வெற்றி பெறுவோம்."

மலை; மீண்டும் மலை என்கிற நிலையில் ஆகிவிட்டார் நாயர். இன்னொரு மலை சேந்நாடனுடைய சாமான்னிய அறிவுக்கு முன்னால் எழுந்து சிரம் உயர்த்தி நிற்கிறது. அவர் வினவினார்:

"பாச்சுப்பிள்ளை அண்ணா! நான் தெரியாமே கேட்டுக்கறேன். நாம்ப இப்படி வாதம் பண்ணறோம். அப்போ அவங்க இன்னொரு வாதத்தைப் பண்ணுவாங்கல்ல?"

"அதென்ன வாதம்?" என்றார் கவனமோடிருந்த பாச்சுப்பிள்ளை.

"உண்ணாச்சியம்மாவின் அம்மா கொச்சிட்டுலியம்மா சொத்து மொத்தம் எழுநூறு ராசிதான். அவரும், அவர் மகள் உண்ணாச்சியம்மா

என்கிற காளியம்மாவும் அதைக் கொண்டுதானே, சாப்பிடவேண்டும்? அப்பறம் சொத்து சேர்க்க என்ன மிச்சம் இருக்கும்.?"

"இது அவர்கள் புரிகிற வாதம்தானே?" என்றார் பாச்சுப் பிள்ளை. "இது தங்கள் சத்தியப் பத்திரிகையிலே அவர்கள் குறிப்பிட்டுச் சொல்லியிருக்கிறார்கள். இதுதான் சுவாமிக்கு ஏற்பட்டிருக்கிற தலைவலி. அதுக்குக் கூடப் புதிய சட்டம் வேண்டுமென்றுதான் சுவாமி சொல்கிறார்."

குஞ்சு நாயருடைய சந்தேகங்கள் ஒன்று சேர்ந்து ஒரு வாசகத்தில் அடங்கி நின்றன. நாயர் வினவினார்.

"ஆகட்டும் பிள்ளையண்ணா, நான் ஒண்ணைக் கேட்டுடறேன். கணவன்மார்கள் கொடுத்துக் குடும்பத்தை நிர்வகிக்க முடிந்தது என்று சொல்லமுடியுமா? அதிகாரி அவங்க கொடுத்து அத்திப் புரைக்கல் காரங்க உயிர் வாழ்ந்தாங்கன்னு சொல்லமுடியுமா?ன்னு பொருள்!"

தான் சொன்னது நாயருக்குப் புரியவில்லை என்ற மெட்டில் பாச்சுப் பிள்ளை சொன்னார்.

"அதனால்தான் புதிய தீர்ப்பு–சட்டம் வேண்டுமென்று சொல்கிறோம். உடுத்தவும் ஸ்நான எண்ணெய்க்காகவும் தருகிற பணம் மட்டும்தான் மனைவிக்கு உரிமைப்பட்டது. அப்பறம் ஓணம், விஷு, திருவாதிரை ஆகிய பண்டிகை நாட்களிலே மனைவிக்கும் மக்களுக்குமாய்ச் செலவுக்காகத் தந்ததாக ஒப்புக்கொள்ளலாமாங்கிறதுதான் என்னோட சந்தேகம்."

அப்போது அதுவும் ஓர் இடைஞ்சலாயிற்று. எழுநூறு ராசியினால் ஏற்படுகிற பிரயோஜனமும் சந்தேகத்துக்குரித்தாகி விட்டது.

வருவது வரட்டும்! குஞ்சு நாயர் முடிவெடுத்தார். ராமஐயங்கார் சுவாமியின் வாதம் பலித்துவிட்டால் வெற்றி பெற்றதுதான்!

"நாம் ஜெயித்தாலும் அவர்கள் ஜெயித்தாலும் இந்த வழக்கு ஹைகோர்ட்டுக்குப் போகவேண்டியதுதான். ஒரு சட்டம் உருவாக வேண்டும்." என்றார் பாச்சுப்பிள்ளை.

* ** *

நிலத்தை உழவைக்கச் சென்ற கொச்சுகிட்டன் ஒரு செய்தியுடன்தான் சேந்நாட்டு வீட்டுக்கு வந்திருக்கிறான். சாப்பிடக் கைகால் அலம்பிக் கொண்டிருந்தபோது அவன் கொச்சு நங்கையம்மாவிடம் சொன்னான்:

"ஐம்பது பறை நிலத்தை விற்றுத் தொலைச்சிட்டாங்க. அதிகாரி அவங்க இறந்து போனதுக்குள்ளே நாம்ப ஐம்பது பறை நிலத்தை இழந்தோமே...!"

கொச்சு நங்கையம்மா அசைவற்று நின்று போய்விட்டாள். நெஞ்சிலே அடித்துக் கொண்டு அவள் சொன்னாள்:

"என் கடவுளே! நான் கொஞ்சம் கொஞ்சமாச் சேர்த்து உண்டாக்கின நூற்றியெழுபது பணத்தக் கூடக்கொடுத்து வாங்கின நிலமல்லவா, அது?"

கரிசல் நிலத்தில் ஐம்பது வாங்குகிற நேரத்தில் பணம் போதாமலாயிற்று. அடுக்களைக்குள்ளே மூங்கில் குழாயிலே பாதுகாத்து வைத்திருந்த நூற்றியெழுபது பணத்தை அன்றைய தினம் கொச்சு நங்கையம்மா குஞ்சு நாயருக்குக் கொடுத்தாள். அவ்வாறாக அந்த நிலத்தின் மீது பிரத்தியேகமானதோர் அக்கறை அவளுக்கு உண்டு.

ஐம்பது பறை நிலம்!

"இப்படிப் பார்த்தா இனிமே மற்ற நிலமெல்லாம் கூடப் போயிடுமே." கொச்சு நங்கை கிட்டனிடம் விசாரித்தாள்." உனக்கெப்படியடா, இது தெரியும்?"

"உழவுக்காரங்க சொன்னாங்க. அந்த ஐம்பதினை ஆற்றுமாலி மாப்பிளமாருங்க உழ வைக்கறாங்கன்னு!"

"அப்பறம் நீ அந்தப் பக்கம் போலியா?"

"நான் என்னத்துக்குப் போவணும்?"

எதையும் பேசமுடியாமல் கொச்சு நங்கையம்மா சிறிது நேரம் வரையிலும் அப்படியே நின்று விட்டாள்.

"அப்பறம் அண்ணன் என்கிட்டே எதையும் சொல்லலியே. அதைத்தான் நினைச்சுப் பார்க்கறேன்."

"இன்னும் யாருக்கும் தெரியாமதான் நிலம் ஒவ்வொண்ணாப்போவப் போவுது. அல்லாமே என்ன சொல்லறது?"

"விற்றுக் கிடைச்ச நெல்லும் பணமும் அவங்க என்ன செஞ்சாங்க?"

"அது எனக்கெப்படித் தெரியும்? அத்திப்புரைக்கலுக்குள்ளே போய் சேர்ந்திருக்கக் கூடும்." கொச்சுகிட்டன் மேலும் சொன்னான்: "இப்போ அவங்க விசயமாத்தான் ஓடி நடக்கறாங்க. உழவற நிலத்துக்கே வாறதில்லை. எல்லா இடத்துக்கும் நானே ஓடிச் செல்ல வேண்டியிருக்கு."

கொச்சு நங்கையம்மா அதோடு சேர்த்துச் சொன்னாள்.

"வழக்கும் சண்டையும்தானே? அதுக்கு நெல்லும் பணமும் வேணாமா?"

நங்கையம்மா வேதனை அடைந்தாள். இப்படியே போனால் குடும்பம் குளமாய்விடும்.

மதியத்தில் குஞ்சுநாயர் சாப்பிட வந்தார். கொச்சு நங்கை மனம் துடித்து நிற்கிறது. அது வெடிக்கும் போலிருந்தது.

வழக்கம் போல் நான்கு குழந்தைகள் கிண்ணத்தைச் சுற்றியிருக் கின்றன.

நாயர் சாப்பிட்டுக் கொண்டிருந்தபோது அடுக்களைக் கதவோரம் மறைந்து நின்றவாறு நங்கை வினவினாள்:

“கரிசலைச் சேர்ந்த ஐம்பதினை விற்றிட்டீங்களா?”

மெல்லிய குரலில்தான். மனம் அறியாமல் வெளிக் கிளம்பிய கேள்வி. அதற்கு ஒலியிருந்ததெனச் சொல்லமுடியாது. ஆனால் குஞ்சுநாயர் காது அதைப் பிடித்துக்கொண்டது. அவர் சிரம் உயர்த்திப் பார்த்தார். நங்கை சற்றுப் பின்னால் விலகி நின்றாள்.

சிறிது நேரமாயிற்று– நாயர் இன்னமும் உருண்டை உருட்டவில்லை. குழந்தைகள் சாப்பிட்டு முடித்துக்கொண்டவர்கள் போல் உட்கார்ந் திருந்தனர். குஞ்சு நாயருக்குப் போதும் என்றாகிவிட்டது.

“அதைக் கொடுத்து வேறு நிலம் வாங்கினேன்.”

அது சமாதானம் உணர்த்துவது போலிருந்தது– என்னவானாலும் அது ஒரு துவக்கமாயிருந்தது. கணக்கைக் கேட்பதன் ஆரம்பம்.

கொச்சு நங்கையின் மகனுக்குப் பருவமாயிருந்தது. இனிமேல் அவளால் கணக்கைக் கேட்கமுடியும்.

கை உதறி விட்டு நாயர் எழுந்தார். கை அப்போதே உலர்ந்திருந்தது. நான்கு உருண்டைச் சோற்றைத்தான் அவர் சாப்பிட்டிருந்தார்.

வாய்க்காலில் கை கழுவிவிட்டு அவர் நடந்து சென்றார். நங்கைக்குப் பதட்டமாயிற்று. சாப்பிட்டுவிட்டுச் சற்று ஓய்வெடுக்க கொச்சுகிட்ன் கூடத்திலே படுத்திருந்தான். அப்படியே அவன் சற்றே தூங்கிவிட்டான். நங்கை சென்று அவனை எழுப்பினாள்.

“பெரியவரு சாப்பிடாமே போயிட்டாரு.”

கொச்சுகிட்டன் மறுபுறம் திரும்பிப் படுத்துக்கொண்டான். அவள் சொன்னதை அவன் கேட்டதாகக் காட்டிக் கொள்ளவில்லை.

அவனை உலுக்கிக் கூப்பிட்டுச் சொன்னாள் நங்கையம்மா:

"டேய், நீ கேட்டியாடா? பெரியவர் சாப்பிடாமே எழுந்து போயிட்டாரு."

"ஆ... போவட்டும். பசிக்காம இருந்திருக்கும்."

என்ன செய்வதென்றறியாமல் அவள் திகைத்துப் போய்விட்டாள்

கிட்டன் தூங்கியெழுந்தபோது நங்கையம்மா சொன்னாள்:

"தென் கரிசல் நிலத்தை விற்றிட்டீங்களான்னு மட்டும்தான் நான் கேட்டேன். பெரியவரு சாப்பிடாமே போயிட்டார். வேறு நிலம் வாங்கினதாச் சொன்னார். எனக்கு நேர்ந்துவிட்ட அவலத்தைத்தான் நான் நினைச்சுப் பார்க்கிறேன்."

கொச்சுகிட்டனுக்கு அது ஒரு பிரச்சினையாக இருக்கவில்லை. அவன் எதையும் பேசவில்லை.

அன்று குஞ்சு நாயர் இரவு சாப்பாட்டுக்கு வரவில்லை. இரண்டாம் யாமம் முடிகிற வரையிலும் நங்கையம்மா காத்திருந்தாள். நிகழ்ந்துவிட்ட பிழைக்குப் பரிகாரமென்னவென்று அவள் யோசித்துக் கொண்டிருந்தாள்.

மறுநாள் மதியத்தில் குஞ்சுநாயர் வந்தார். சோறு பரிமாறி வைத்து விட்டு அவள் கதவோரமாய் மறைந்து நின்றவாறு சொன்னாள்.

"நான் சும்மாதான் ஒண்ணு கேட்டுட்டேன்."

குஞ்சுநாயர் பதிலுரைக்கவில்லை.

69

ஊரில் தொடர்ந்தாற்போல் பல்வேறு நிகழ்ச்சிகள் நடை பெற்றன. ஊராரை நடுங்க வைக்கின்ற நிகழ்ச்சிகள்! வடக்கே நடை பெற்ற கலகத்தை யாரும் கண்முன்னால் பார்த்ததில்லை. எனவே அது யாரையும் நடுங்க வைக்கவுமில்லை. ஆயினும் அது ஒரு கொடூரமான நிகழ்ச்சிதான்.

அந்த வருடம் பள்ளிக்கூடம் திறந்தபோது அதில் ஈழவச் சிறுவர் களையும் சேர்த்துக் கொள்ளத் தொடங்கியது. சேந்நாட்டு குஞ்சுநாயர் தன் மகனைப் பள்ளியில் சேர்த்துவிடச் சென்றபோது, பண்டாரக்கீற்று குமரு, ஆம்பக்காட்டு வேலு மற்றும் மூன்று நான்கு ஈழவர்கள் பள்ளித் திண்ணையில் உட்கார்ந்திருந்தனர். குறைசொல்லக் கூடாது - நாயரைப் பார்த்தபோது அனைவரும் எழுந்து விலகி நின்றனர்.

சேந்நாடன் ஆம்பக்காடு வேலுவை நோக்கிக் கேட்டார்:

"வேலு ஏன் வந்தே?"

வேலுவுக்குப் பேசத் தயக்கம். குமருவுக்கும் ஒரு சந்தேகம். எல்லோரும் மௌனம். மானாந்தரை இட்டீர சொன்னார்:

“பையனைப் பள்ளிக்கூடத்திலே சேர்த்திடத் தானுங்க.”

இட்டீர கள்ளிறக்கிறவர். மற்றவர்கள் சொல்லத் தயங்குவதை இட்டீர சொல்லுவார். ஆண்டில் நான்கு முறையாவது யாரிடமாவது சண்டை போட்டு வாங்கிக் கட்டிக்கொள்வார் - அதுதான் அவர் நடை முறை.

சேந்நாடன் நடுங்கிப் போனார்.

“இந்தப் பள்ளிக்கூடத்திலே உங்க பசங்களைச் சேர்த்திடவா?”

“ஆமாங்க.” என்றார் இட்டீர - மற்றவர்கள் இட்டீரவின் முகத்தைப் பார்க்கிறார்கள்.

ஆம்பக் காட்டு வேலு முன்வந்து சொன்னார்.

“இங்கே சின்னத் தம்பிரான்களுக்கும் (அந்தக் காலத்தில் ஈழவர்கள் நாயர்களைத் தம்பிரான் என்று சேர்த்துத்தான் அழைக்கவேண்டும் - மொார்.) படிப்புச் சொல்லிக் கொடுக்கிற வெடிப்புரைக்கல் சின்னத் தம்பிரான், பசங்களைப் பள்ளிக்கூடத்துக்கு அனுப்பிவைக்கணும்னாரு.”

வெடிப்புரைக்கல் குஞ்சாச்சியவர் மகன் அங்கே வாத்தியாராகப் பணியாற்றுகிறார். அவர் கொஞ்சம் முந்திக் கொள்கிறவர். சேந்நாடனுக்கு அது தெரியும். நீண்ட நாட்களாகவில்லை- சேந்நாடன் நிர்மால்யம் தொழுவதற்காகச் சென்றபோது அவர் மணியடித்துத் தொழுதார். கர்ப்பகிருகத்துக்கு முன்னால் தொங்கவிட்டிருக்கிற மணியடித்துத் தொழுவதற்கான உரிமை பிராமணர்களுக்கு மட்டும்தான் உள்ளது. அன்று வரையிலும் இன்னொரு ஜாதியான் அவ்வாறு நடந்து கொண்டதில்லை.

அவர் அதைச் செய்தார்.

தேவன் நடுங்கிவிட்டான். பெரிய அர்ச்சகர் நடுங்கிவிட்டார். அங்கே தொழுது வணங்க வந்திருந்தவர்களெல்லாரும் நடுங்கிவிட்டனர். மூலப்படத்து கோவிந்தனுக்கும் அவருக்கும் இடையே சிறியதொரு சொற்போர் நடைபெற்றது. அவர் அன்று சில கேள்விக் கணைகளைத் தொடுத்துவிட்டார்.

தேஸ்தானத்திலிருந்து தந்திரியிடம் சென்று அதற்குப் பரிகாரமென்ன வென்று ஆராய்ந்தனர். ஒரு சிறு கருமத்தினாலேயே அந்தப் பிழையைத் திருத்திக்கொண்டனர். குஞ்சாச்சியவர் மகன் ஒரு போக்கிரி!

சேந்நாடன் ஆம்பக்காட்டு வேலுவை நோக்கிக் கேட்டார்:

“ஆம்பக் காட்டுக்காரங்க ‘சோவனு’ங்க (ஈழவர்களிலே சோவன், திய்யன், ஈழவன் என்கின்ற பாகுபாடுகள் உள்ளன. மொ-ர்) அல்லவே! நீங்க நல்ல ஈழத்தைச் சேர்ந்தவங்க. நல்ல குடும்பத்தைச் சேர்ந்தவங்க கூட. இந்தத் தலைகீழான ஏற்பாட்டுக்கு ஆம்பக்காட்டுக் காரங்களும் வந்திருக்கீங்களா?”

வேலு அதுக்குப் பதில் சொல்லியாக வேண்டும்.

“நாங்க - சேந்நாட்டுத் தம்பிரானுக்குத் தெரியுமே? - எங்க பசங்களைப் படிக்க வைக்கறதே, சேர்த்தலை அல்லது முட்டத்துக்குப் புராதனகாலம் முதற்கொண்டே அனுப்பிவச்சுத்தான். இப்பவும் கூட எனக்குச் சம்மதமாயிருக்கலே. அப்பறம் குமரு, கிட்டீர எல்லாம் வந்து சொன்னாங்க. அதனால் தான் நானும் பையனை அழைச்சுக் கிட்டு வந்திருக்கேன். தலைகீழாப் பண்ணற ஏற்பாட்டுக்கு ஆம்பக்காட்டு ஈழவனுங்க வரமாட்டாங்க.”

அது திருப்தியளிக்கிற பதிலாக இருந்தது. அதுக்குள்ளே இட்டீர நழுவிச் சென்றான்.

“தங்கத் தம்பிரான் திருமேனி கட்டளையிட்டிருக்காருன்னு சின்னத் தம்பிரான் சொன்னாரு. எல்லாச் சோவப் பசங்களையும் பள்ளிக் கூடத்திலே சேர்த்துக்கணும்னு! இல்லாட்டி போலீஸ் தம்பிரானுங்க வந்து பிடிச்சுக்கிட்டுப் போவாங்கன்னு!

இது நடுக்கமளிக்கிற இன்னொரு செய்தி!

“தங்கத்தம்பிரான் திருமேனியே உத்தரவு பிறப்பித்திருக்காரா?” சேந்நாடன் சுயமாகச் சொன்னார்: “அப்படி இருக்காது.”

முதல் வாத்தியார் இருக்கும் இடத்தை நோக்கிச் சென்றார் குஞ்சுநாயர். அம்பலப்புழையைச் சேர்ந்த சிறிய மடத்து உண்ணிதான் முதல்வாத்தியார். உண்ணி பிராமணக் களை பொருந்தியவர். செழுமையான குடுமியைப் பின்னால் கட்டிப் போட்டிருக்கிறார். அர்ச்சனை செய்த துளஸிப் பூச்சூடியிருக்கிறார். நெற்றி மீது விபூதி சந்தனம் அணிந்திருக்கிறார். தூயவெள்ளையான வேஷ்டியும் மேல் துண்டும்.

சிறிய மடத்துக்காரர்களின் ‘ஆட்டியத்துவம்’ தனிச் சிறப்பு வாய்ந்தது. அவர்கள் நாயர்களைச் சேர்ந்தவர்களா? இல்லை-நாயர்களைவிட மேல் ஜாதியனாவர்கள். வைசியர்கள் அல்லவென்பது உறுதி. க்ஷத்திரியர்கள் எனச் சொல்லவும் முடியாது. பிராமண அனுஷ்டானங்கள் எல்லாம் இருக்கிறதாம். அம்பலப் புழைக் கோவிலில் அவர்களுக்குப் பிரத்தியேகமான சில உரிமைகள் இருக்கின்றன.

"பள்ளிக்கூடத்தில் சோவன்மார்களைச் சேர்க்க உத்திரவாயிருக்கா?" என்றார் குஞ்சுநாயர்.

சிறிது நேரம் வரையிலும் முதல் வாத்தியார் பதிலளிக்காமலிருந்து விட்டார். அவருக்கும் சற்று வியாகூலமிருப்பது கண்கூடு. "அப்படி எழுதி வந்திருக்கிறது." என்றார் முதல் வாத்தியார்.

முதல் வாத்தியார் மேசைக்குள்ளிருந்து ஒரு காகிதமெடுத்து வாசித்தார். மகாராஜா திருமனசிலிருந்துள்ள உத்திரவுப்படி எழுதி வந்திருக்கிற உத்திரவு அது. ஈழவச் சிறுவர்கள் படிக்க வந்தால் அவர் களைப் பள்ளிக்கூடத்தில் சேர்த்துக் கொள்ளவேண்டும்! சேந்நாடன், படித்ததைக் கவனமுடன் கேட்டார். முதல் வாத்தியார் கேட்டார்:

"நான் என்ன செய்யவேண்டும்? எனக்கு ஆச்சார மரியாதைகள், அறநெறிகள், தீண்டாமை, சுத்தம் எல்லாமிருக்கிறது. எங்கள் குடும்பத்தைப் பற்றிக் குஞ்சுநாயருக்குத் தெரியுமல்லவா?"

சேந்நாடனுக்கு முதல் வாத்தியாரைப் பற்றிச் சந்தேகமேயில்லை. சின்னமடத்துக் குடும்பத்தில் பிராமணர்களுக்கு இருக்கின்ற சுத்தம் ஒழுங்கு எல்லாமிருக்கிறது. அங்கே அன்றாடம் தவறாமல் தேவாரம் உண்டு.

"அப்போ உண்ணிநாயர், இந்த மேல் ஜாதி, கீழ்ஜாதி, தீண்டாமை, சுத்தம் முதலிய எல்லாவற்றையும் வேணாட்டு அரச வம்சம் விட்டுட்டதா?" என்றார் சேந்நாடன்.

"நான் எதைச் சொல்லறது?" என்றார் முதல் வாத்தியார் உண்ணி நாயர். அவர் மனம் நீறிக்கொண்டிருந்தது.

"அப்போ மேலாதிக்கக் காரங்களான துரைமார்கள் இதை எல்லாம் அங்கீகரிச்சிருக்காங்களா?"

"இருக்கலாம்."

குஞ்சுநாயர் மனத்தில் இன்னொரு சிந்தனை எழுந்தது. இட்டீர சொன்னாரே... அது!

"சோவப்பசங்களைப் பள்ளிக்கூடத்திலே சேர்க்கலேன்னா - போலீஸ்காரங்க வந்து பிடிச்சிக்கிட்டுப் போய் விடுவாங்கன்னு சொல்லறாங்களே?"

"உத்திரவிலே அப்படியொன்றும் கிடையாது" உத்திரவை ஒரு முறை கூடப் படித்துக் கேட்கவைத்தார்.

"அபபோ அது அவனோட வேலைத் தனம்தான். அந்த வெடிப்புரைக்கல் குஞ்சாச்சியவர் மகன் அந்த குஞ்சன் இருக்கானே -

அவன் வேலைத்தனம் தான். அவன் சோவ வீடுகளிலெல்லாம் ஏறியிறங்கி இப்படித்தான் சொல்லியிருக்கான். அவன் கோவிலிலே மணியடித்துத் தொழுதவன். அவன் கோவிலுக்குச் சாமி கும்பிட வர்றவன் அல்ல. ஒரு நாள் மணியடிக்கத்தான் அங்கே வந்தான்."

முதல் வாத்தியார் அமைதியாயிருந்து தனது துன்பங்களைச் சொல்லத் தொடங்கினார்:

இந்தப் பள்ளிக்கூடத்தின் ஆண்டு இறுதி ஓய்வு நாட்களுக்கு ஒரு மாசத்துக்கு முன்பே இந்த உத்திரவு இங்கே வந்ததுதான். நான் யாருக்கும் தெரியாமல் அதை மறைத்து வைத்திருந்தேன். எனக்கு இருக்கிற கஷ்டம் நீங்கள் நினைப்பது போல் உள்ளது அல்ல. இந்தப் பள்ளிக்கூடத்தின் சுத்தமும் ஒழுங்கும் எல்லாம் போகப்போகிறது. இனிமேல் இது நாற்றமடிக்கத் தொடங்கிவிடும். எனவே நான் அந்த உத்திரவை மறைத்து வைத்திருந்தேன். குஞ்சன்நாயர் என்னிடம் வந்து கேட்டார்: "இத்தகைய ஓர் உத்திரவு இருக்கிறதா?" என்று. என்னால் இல்லையென்று சொல்லமுடியுமா?"

முதல் வாத்தியாரின் நேர்மை - உள்ளம் குறித்து குஞ்சுநாயருக்குச் சந்தேகமேயில்லை. வாத்தியாருக்கு இந்தப் புதிய உத்திரவு ஏற்புடையது அல்ல. ஆகவும் முடியாது.

முதல் வாத்தியார் தமது கஷ்டங்கள் குறித்து விளக்கமாய்ப் பேசத் தொடங்கினார்:

"குஞ்சுநாயர், நான் உண்மையைச் சொல்றேனே. எனக்குச் சில கணிசமான கருத்துக்கள் இருக்கின்றன. என் கடமை எழுத்தைச் சொல்லிக் கொடுப்பது மட்டுமல்லவென்று நான் கருதுகிறேன். இந்தச் சிறுவர்கள் வளர்ந்து பெரியவர்களாகும்போது ஒழுங்கு, தன்னடக்கம், நேர்மை, அறநெறிகள் மற்றும் சுத்தமுடையவர்களாக இருக்கவேண்டும். அதற்காகச் சில சிறுவர்களை என்னிடம் ஒப்படைத்திருக்கிறார்கள். அவர்கள் நல்லவர்களாக வேண்டும்."

சிறிது நிறுத்திவிட்டு வாத்தியார் தொடர்ந்தார்:

"இந்தப் பள்ளிக்கு வருகிற ஒவ்வொரு சிறுவனும் காலையிலே கொல்லைக்குப் போகவேண்டும். அதைச் செய்யாமல் இங்கே வந்து நாற்றமடிக்கச் செய்யக்கூடாது. குசுபோட்டு நாற்றமடிக்கச் செய்கின்ற பசங்களை நான் கையோட பிடிச்சிடுவேன். அவங்களை வகுப்பைவிட்டு வெளியேற்றிடுவேன். குளிக்காமல் வருகிறவனைக் குளிக்க வச்சிடுவேன். துவைத்துச் சுத்தம் செய்து துண்டுவேஷ்டி உடுத்தி வரவேண்டும். நான் பசங்களை அடிப்பேன். என்றும் நினைவு ஏற்படுகிற வகையிலே அடித்திடுவேன். அனைத்தும் அவர்கள் நன்மைக்காகவேதான். அப்புறம்

இப்போதைய சிறுவர்களிடையே ஒரு போக்கு காணப்படுகிறது. கௌபீனம் உடுத்தமாட்டார்கள். வகுப்பிலே அதை நான் கவனிப்பேன். எல்லாரிடமும் திரும்பி நிற்கச் சொல்லுவேன். கோமணம் உடுத்தாமல் வருகின்ற பசங்களைத் தோப்புக்கரணம் போடவைப்பேன்."

சிறிது நேரம் நிறுத்திவிட்டுப் பேச்சை இப்படித் தொடர்ந்தார்:

"முந்தியநாள் கற்றுக் கொடுத்ததை நான்றாகப் படித்து வர வேண்டும். அது எனக்கு நிர்ப்பந்தமான விசயம்தான். அன்றைய பாடத்தையும் படித்து வரவேண்டும். வீட்டுப் பாடம் செய்யாதவனை நான் விட்டு வைக்கமாட்டேன். இங்குள்ள அனைத்து வாத்தியார்களும் மேற்சொன்னபடி செயல்படவேண்டுமென்று கட்டாயப்படுத்தியிருக்கிறேன். அதை எல்லாம் ஒழுங்காக மேற்பார்வையிட்டு வருகிறேன். தவறு செய்பவர் மீது தயாதாட்சண்யமில்லை."

இனி மேற்கொண்டு நடைபெறுகின்ற விசயங்கள் குறித்து அவருக்குள் பெரிய மனக்கவலை இருந்து வருகிறது. அடக்கமான குரலில் முதல் வாத்தியார், குஞ்சுநாயரிடம் கூறினார்:

"சுத்தமோ ஒழுங்கோ இல்லாத சில சிறுவர்கள் வந்து சேரப் போகிறார்கள். மீன் தின்று வாய் கூடக் கழுவாமல், குளிக்காமல், பல் துலக்காமல், கொல்லைக்குப் போனால் கழுவாமல் வந்துவிடுவார்கள். பள்ளிக்கூடத்தின் சுத்தமனைத்தும் போய்விடும். என்ன செய்வதென்று யோசித்துக் கொண்டிருக்கிறேன்."

மகனைப் பள்ளிக்கூடத்தில் சேர்ப்பதா வேண்டாமா என்பது குறித்து நாயர் சிறிது யோசித்தார். இந்தச் சிறுவர்களோடு சேர்த்துவிட்டால் அவன் கெட்டுப் போய்விடுவான். கிட்டு ஆசான் நடத்துகிற திண்ணைப் பள்ளிக்கூடத்தில் அவன் பெருக்கல் பட்டியல் வரையிலும் படித்திருக் கிறான்.

அவனைப் பள்ளியில் சேர்க்கப் போவதாகச் சொன்னபோது, "அவன் நல்ல பையன்! பள்ளியிலே சேர்த்துக் கெடுத்திடாதே! வாலும் தலையும் இல்லாத படிப்புத்தான் அங்கே" என்றார் ஆசான்.

மணிகண்டனைப் பள்ளியில் சேர்த்துவிடாமல் குஞ்சுநாயர் வீட்டுக்கு வந்தார்.

* ** *

குஞ்சுமாளுவுடன் குஞ்சுநாயருக்கு விவாதமல்ல; ஏறத்தாழ வண்டையே ஆயிற்று.

மாளுவின் இரண்டு சகோதரர்கள் படிக்கின்றனர். ஒருவன் ஊரிலுள்ள படிப்பை முடித்துக் கொண்டு ஆலப்புழையிலும்,

இன்னொருவன் கோட்டயத்திலும் படித்து வருகின்றனர். கோட்டயத்திலே படிக்கிறவன் கேசவன். ஆலப்புழையிலே படிக்கிறவன் ராகவன். கேசவன் களர்கோட்டிலுள்ள ஒரு வீட்டில் தங்கியிருந்து படிக்கிறான். ராகவன் காராப்புழையிலுள்ள ஒரு வீட்டிலும், கோவிந்தன் மாதா மாதம் அங்காங்கே நெல்லை அனுப்பி வைப்பான்.

இந்த நிலைமையில் மணிகண்டன் படிக்காமலிருப்பது சரிதானா?

“ஸ்ரீபத்மநாபனோட பத்து சக்கிரம் சம்பளமா வாங்கறது ஒரு பாக்கியம்தானுங்க” என்றாள் மாளு.

வெறிகொண்டு நின்றிருந்தார் குஞ்சுநாயர்.

“ஓ! உன்னோட ஸ்ரீபத்மநாபனோட பத்து சக்கிரம்!”

“அதன் ருசியே ஒண்ணு வேறத் தானுங்க.”

“வேறு என்ன?”

“அது அனுபவத்தினாலேதான் அறிஞ்சுக்க முடியுங்க.” மாளு மேலும் சொன்னாள்: “அதோட ருசி என் நாக்கிலே இருக்கு. நாங்க தலைமுறையா ஸ்ரீபத்மனாபனோட சோற்றைத் தின்னு வளர்ந்தவங்க.”

“அதுக்காகப் பையனை வாலும் தலையும் ஏதுன்னு அறியாம பண்ணிக்கிறதா?”

“ஊரே ஓடும்போது நடுவாலே புகுந்து நாமும் ஓடிடணும். அல்லாமே என்ன? சோவன்மார்கள் பசங்க பக்கமிருந்து படிக்கறவங்க நம்ப பையன் மட்டும் தானா? ஊரிலுள்ள பசங்கல்லாம் படிக்கறாங்கல்ல? இதென்ன கூத்து?” கூடவே மாளுவம்மா ஒரு யோசனை கூறினாள்: ” மத்தியான இடைவேளைக்கு விடறப்போ அவன் குளிச்சுக்கிட்டு வந்து கஞ்சி குடிக்கட்டும். மாலையில் வந்து குளிச்சப்பறம் வீட்டுக்குள்ளே வந்தாப் போதும். அதிகமா ஒரு நாளைக்கு ரெண்டு முறை குளிக்கணுங்கிற மட்டும்தானே?” மேலும் வினவினாள்: “வயலிலே வேலை செய்ய போறப்போ எல்லாம் எப்படி?”

மறுநாள் குஞ்சுநாயர் பையனை அழைத்துக்கொண்டு பள்ளிக்கூடம் வந்து சேர்ந்தார். அன்றைய தினமும் சில ஈழவச் சிறுவர்கள் பள்ளியில் சேர்ந்து கொள்ள வந்திருந்தார்கள்.

முதல்வாத்தியாரிடம் குஞ்சுநாயருக்கு ஒரு வேண்டுகோள் இருந்தது.

“உண்ணிநாயர், நான் இவனை இங்கே சேர்க்கவேணாம்னுதான் இருந்தேன். இவன் அம்மா அதை ஒத்துக்கவில்லை. அதனால்தான் இட்டு வந்தேன்.”

"அது நல்லது தான் குஞ்சுநாயர்! குழந்தைகளைப் படிக்கவைக்கணும். பள்ளிக்கூடத்துக்கு அனுப்பிதான் படிக்க வைக்கணும். பழைய படிப்பிலே ஒன்றும் பயனில்லை. அப்புறம் நமது ஜாதிமுறைப்படி நடந்துகொள்வது-எல்லாம் நாமே கவனித்துக்கொள்ள வேண்டிய விசயங்கள்."

"உண்ணிநாயரிடம் எனக்கு ஒரே ஒரு வேண்டுகோள் மட்டும்தான். பையனை நான் இங்கே சேர்த்திடறேன். இவன் படிக்கட்டும். ஆனா இந்தச் சோவப்பசங்களோடு கூட்டு சேர்ந்து, அவங்க தோளிலே கைபோட்டு விளையாட நீங்க அனுமதிக்கக்கூடாது! அதைக் கவனிச்சாப் போதுமுங்கு!"

முதல் வாத்தியார் இருப்பிடத்திலிருந்து எழுந்து நாயரை அழைத்துச் சென்று ரகசியமாகப் பேசினார்.

"நான் இங்கே படிக்கிற எல்லாப் பசங்க விசயத்திலும் கவனம் செலுத்தத் தீர்மானித்துள்ளேன். ஒரு சோவப் பையன் கூட ஒரு நாயர் பையன் விளையாடுவதைப் பார்த்தால் பிடித்துத் தண்டித்திடுவேன். அப்படிப்பட்ட நட்பும் விளையாட்டுமெல்லாம் இங்கே வேண்டாம். எனக்கு வேலை அதிகமாயிற்று. என் பார்வை எல்லா இடத்திலும் இருக்கவேண்டும்."

மகாராஜா திருவுள்ளம் கொண்டு இத்தகையதோர் உத்திரவை எங்ஙனம் புறப்படுவித்தார் என்று குஞ்சுநாயர் உள்ளத்தில் முதலிலே ஏற்பட்ட வியப்பு இப்பவும் அவரைத் துன்புறுத்துகிறது. கப்பத்தைப் பெற்றுக்கொள்கின்ற மேல் ஆதிக்கத் துரைமார்கள் அதை எப்படி ஒப்புக் கொண்டனர்? அறநெறிகளும், வர்ணாசிரம தருமங்களும், கலாச்சாரமும் நிலைநாட்ட சக்கிரவர்த்தி திருவுள்ளம் கொண்டு மிகவும் கரிசனையாக இருந்தாரே!

"திருவுள்ளம் அறிந்துகொண்டுதான் இந்தக் கட்டளையிட்டிருக் கிறார்களா?" என்றார் நாயர்.

என்னவோ? முதல்வாத்தியார் கைவிரித்தார். அவருக்குத் தெரியாது. அவர் ஒரு விசயத்தைச் சொன்னார்:

"காலம் மாறுது குஞ்சுநாயர்! அங்கே மலபாரிலே இப்போ என்ன நடக்குதுன்னு தெரியுமா?"

குஞ்சுநாயர் அந்த ரகளையை நினைவு கூர்ந்து பார்த்தார். பவத்ரானன் நம்பூதிரி, தோத்திரக் குட்டி அந்தர்ஜனம் மற்றும் முத்திரங்க கோட்டு நம்பூதிரியைப் பற்றி விரிவாகப் பேசினார்.

"அதெல்லாம் நடந்தது. அது இன்னொரு பெரிய காரியத்தின் ஒரு பகுதியேதான். சக்கிரவர்த்தி திருவுள்ளம் கொண்டு நேரடியாக

ஆட்சி நடத்துகிற பிராந்தியம்தான் மலபார். வெள்ளைதுரைமார்கள் நாட்டை விட்டு வெளியேறவேண்டும். அதுக்காக ஊர்ஜனங்கள் கிளர்ந் தெழுந்திருக்கின்றனர். அங்கே மட்டுமல்ல; இந்தியா பூராவிலும்!” என்றார் முதல் வாத்தியார்.

“அப்பறம்?” குஞ்சுநாயர் அசந்துபோனார்.

“நம் தேசத்தவர்கள் ஆளுவார்கள்!”

“அதெப்படி உண்ணிநாயர்?”

“அத்தகைய ஆட்சி நடக்கின்ற நாடுகள் உண்டு.” வாத்தியார் மேலும் கூறினார்: “அது ஒரு பகுதி. இன்னும் அறிய வேண்டுமா? சோவர்கள், பறையர்கள் மற்றும் புலையர்களுக்குக் கோவிலுக்குள்ளே செல்ல அனுமதியளிக்க வேண்டுமென்ற ஒரு பிரச்சனை தலையுயர்த்தியுள்ளது.”

“அதுக்குக் கூட திருக்கட்டளைப் பிரகடனம் வருமா?” பதட்டமுடன் கேட்டார் குஞ்சுநாயர்.

“வந்தாலும் வரலாம்.”

குஞ்சுநாயர் இவ்வளவு அறிந்துகொண்டால் போதுமென்கிற மட்டில் முதல் வாத்தியார் இருப்பிடத்துக்குச் சென்று தனது அலுவல் களைக் கவனிக்கத் தொடங்கினார். சிறுவர்களைப் பள்ளியில் சேர்த்துக் கொள்கிறார். முன்னர் மங்கலச் சேரியின் ஆடுமாடுகளை மேய்த்துக் கொண்டிருந்த ரவி ஒரு சிறுவனை அழைத்துக்கொண்டு வந்திருக்கிறார். அவனுடைய முடி செப்புநிறமாகிச் சிக்குப் பிடித்திருக்கிறது. ஏதோ சகதிக் குழியில் விளையாடிக் கொண்டிருந்த அவனைப் பிடித்து வந்து உடம்பைக் கழுவி ஓர் அழுக்கான துண்டு வேஷ்டியை அணிவித்துக் கொண்டு வந்திருக்கிறார். அவன் பல் துலக்கியிருக்கவில்லை என்று கண்டிப்பாகச் சொல்லமுடியும்.

ரவியின் கையில் பூர்த்தி செய்யப்பட்ட ஓர் விண்ணப்பம் உண்டு. வெடிப்புரைக்கல் குஞ்சன் நாயர் பூர்த்தி செய்துகொடுத்த விண்ணப்பம் தான். முதல் வாத்தியார் யாரிடமென்றில்லாமல் சொன்னார்:

“இந்த விண்ணப்பங்களெல்லாமே ஒரே ஒரு நபர் எழுதியதுதான்.”

ரவிக்கு நெருங்கிச் செல்ல ஒரு தயக்கம். அங்கே சேந்நாட்டு குஞ்சுநாயர் தம்பிரானும், முதல் வாத்தியாரும் அமர்ந்திருக்கின்றனர். அவர்களைத் தீண்டிவிடுவாரில்லையா? ஏனைய ஈழவர்களும் விலகித் தான் நிற்கிறார்கள். சேந்நாடனே அழைத்துச் சென்று ரகசியம் பேசிக் கொண்டிருந்த சந்தர்ப்பம் பார்த்துத் தங்கள் விண்ணப்பங்களை வாத்தியார் மேசை மீது வைத்துக் கொண்டிருந்தனர்.

சீதரன் உண்ணி நாயர் சொன்னதற்குப் பதிலாகச் சொன்னார் ரவி:

"ஆமாம்! வெடிப்புரைக்கல் சின்னத் தம்பிரான்தான் எங்க குடிசைங்களுக்கு வந்து எழுதித் தந்திருக்காரு. அப்பறம் அவரு சொன்னாரு: "இன்னைக்கே கொண்டுபோயிச் சேர்த்திடுங்க- இல்லாட்டா போலீஸ்காரங்க வந்து புடிச்சிக்கிட்டுப் போயிடுவாங்கன்னு. பையனைத் தேடிப் பிடிக்க நேரமாயிட்டது. அதனாலத்தான் தாமதமா வந்திருக்கேன்."

சீதரன் உண்ணி சொன்னார்: "யாரும் தூரவிலகி நிற்க வேண்டாம். நான் கூப்பிடும்போது ஒவ்வொருவரா நெருங்கி வந்திடுங்க!"

ரவி ஒப்புக்கொண்டார்- "ஆகட்டுங்க."

இந்த சோவப்பசங்களைச் சேர்ப்பதைப் பார்க்கலாமென்றிருந்தார் குஞ்சுநாயர். அங்கிருந்து திரும்பும்போது சுத்தம் மாறியிருந்தால் ஒரு முறை குளித்துவிட்டால் தீர்ந்தது.

சீதரன் உண்ணி ரவியைக் கூப்பிட்டார். பள்ளிக் கூடத்தில் சேர வந்திருக்கிற சிறுவன், ரவி மகன் கறம்பனுடைய மகன். கறம்பன் இறந்து விட்டார். சிறுவனை வளர்த்தவர் ரவிதான்.

"இவன் பெயர்?" என்றார் வாத்தியார்.

"இவனுக்குப் போட்டிருக்கிற பேரு சென்னி! நேற்று வெடிப்புரைக்கல் சின்னத் தம்பிரான் சொன்னாரு, இவன்பேரு மாதவன்னு."

முதல் வாத்தியார் குஞ்சுநாயர் முகத்தைப் பார்த்தார்.

"சென்னீங்கற அந்தப் பெயரல்லவா, நல்லது ரவீ? ரவிச் சோவனோட தந்தை பேரு சென்னீன்னு தானே, இருந்தது? அவரை நான் பார்த்திருக்கேன்."

"ஆம்!" என்று ஒப்புக்கொண்ட சீதரன் உண்ணி வாத்தியார், "இப்படி இங்கு வருகின்ற பையன்கள் பெயர் மாறுது. நான் சிலவற்றைத் திருத்தி உண்மையான பெயரை எழுதி வருகிறேன். குஞ்சன் நாயர் வாத்தியாருக்கு அது பிடிக்கறதில்லை."

"அவருக்கு இந்தச் சோவன்மார்கள் கிட்டே இவ்வளவு பிரிய மேற்படக் காரணமென்ன?" குஞ்சுநாயர் சுயமறியாமல் கேட்டு விட்டார். தொடர்ந்து இன்னொரு வாசகம் வெளிவந்தது.

"அவரு கள்ளு குடிக்கமாட்டாரு."

சீதரன் உண்ணி, கறம்பன் மகன் சென்னியை பதிவுப் புத்தகத்தில் பதித்துக் கொண்டிருந்தபோது சொன்னார்:

“குஞ்சன் நாயர் வாத்தியார் பெரிய காந்தி பக்தரு. நாராயண குரு சுவாமிகளைப் பற்றி அவர் சொல்வதைக் கேட்கவேண்டும்.”

“அப்படியா, சங்கதி?” என்ற குஞ்சுநாயர் மேற்கொண்டு சொன்னார்:

“ஓகோ...! அவரும் இந்தக் கலியால் பாதிக்கப்பட்டவர்தான்.

* ** *

ஒரு முறையில் பார்த்தால் முன்னர் குஞ்சன்பிள்ளை காரியகர்த்தரும், பரமன் கர்த்தாவும் சேர்ந்து அந்தப் பள்ளிக் கூடத்தைத் தீ கொளுத்தி எரித்துவிட்டது சரிதான் என்று குஞ்சு நாயர் நினைத்துப் பார்த்தார். இன்னொரு முறையில் பார்த்தால் அது தவறாகப்பட்டது. புலையப் பள்ளிக் கூடமாக இருந்திருந்தால் இன்றைய அரசகட்டளை அதிலே சோவன் மார்களைச் சேர்க்கவேண்டுமென்றுதான் இருந்திருக்கும். குஞ்சு நாயர் சிந்தனை அவ்வழியாகச் சென்றது.

ஆனால் அன்று கூட புலையச் சிறுவர்களுடன் தங்கள் குழந்தைகளை அங்கே சேர்த்துப் படிக்க வைக்க ஈழவர்கள் விரும்பவில்லை என்று நாயர் கேள்விப்பட்டிருக்கிறார். சீலாந்திப் பிள்ளி கேசவபிள்ளை அதற்காகத் தன்னால் முடிந்த அளவு முயற்சியெடுத்திருந்தார். இப்போது நாயர் ஜாதியினர் படிக்கிற பள்ளிக்கூடம் என்ற நிலைமைக்கு அது வந்திருக்கிறது.

எல்லோரையும் சேர்த்துக்கொண்ட பின்னர் முதல்வாத்தியார் எல்லோரையும் பார்த்து ஒரு பிரசங்கத்தையே நிகழ்த்தினார். அதைக் கேட்க குஞ்சு நாயருக்கு இன்பமாயிருந்தது. குழந்தைகளின் அன்றாடச் செயல்முறை மற்றும் ஒழுங்கை எப்படிக் கடைபிடிக்க வேண்டும் என்பதாக இருந்தது அந்த விளக்கவுரை.

“இவ்வாறெல்லாம் செய்யாமல் இங்கே வருகின்ற பையன்களை நான் அடிப்பேன். இதோ, இந்தப் பிரம்புத் தடியைப் பார்த்தீர்களா? இதனால் அடித்தால் துடை வெடித்துவிடும். சில சமயங்களிலே காதுகளைப் புன் ஆக்கி விடுவேன்.”

அவர் மேலும் சொன்னார்:

“படிக்க அனுப்பி வைக்கப்படுகின்ற சிறுவர்களை மீன் திங்கவைத்து அனுப்பாமலிருப்பது நல்லது. அது சரஸ்வதிப் பிரசாதத்துக்கு இன்றியமையாது. காலையிலே இரண்டைக் கழித்துப் பல்துலக்குவதும் குளிப்பதும் அன்றாட வாழ்க்கையில் இடம் பெறவேண்டும். அப்புறம் வீட்டுப் பாடங்களைப் படித்தேயாக வேண்டும்.

“எனது இந்தத் திட்டங்கள் அனைத்தையும் குஞ்சன் நாயர் வாத்தியாரும் ஒப்புக்கொள்கிறார்.”

திரும்பிவரும்போது குஞ்சுநாயர் இந்தத் தலைகீழ் மாறுதலைப் பற்றித்தான் யோசித்தார். இன்னும் சில நாள் செல்லும்போது பறையர் களையும் புலையர்களையும் பள்ளியில் அனுமதிக்கக்கூடும். இந்தப் போக்கு எங்கே சென்று முடியப் போகிறது? ஜாதி வேற்றுமை இல்லாதாகி விடலாம். தீண்டாமை இல்லாமற் போய்விடலாம் அத்தகைய ஒரு நிலைமை ஏற்பட்டுவிட்டால் எப்படியிருக்கும்?

ஈழவர்கள் மத்தியில்கூடப் பெரிய அறிஞர்கள்! சேர்த்தலை மற்றும் ஆங்கே தென்பிராந்தியத்திலும் உள்ளனர். அவர்களிடையே பெரிய வைத்தியர்களும் இருக்கின்றார்களாம்! ஊரெங்கும் புகழ்பெற்ற பெரிய விஷ வைத்தியர்களும் இருக்கிறார்கள். மஞ்சனப்பிள்ளி கொச்சுராமச் சோவன் போன்றவர்கள். எந்தெந்த ஊர்களிலிருந்து பாம்பு கடித்தவர்களை அவரிடம் அழைத்துச் செல்கின்றனர்! கடித்த பாம்பினை வரவழைத்து விஷம் இறக்கத் திறமையுள்ளவர்தான் கொச்சுராமச் சோவன். ஆனால் அந்தக் கடைசிச் செயலை அவர் கையாள மாட்டாராம்.

கொச்சுராமச் சோவன் தனது மக்களையும், மருமகன் மார்களையும் பள்ளியில் சேர்த்துவிட ஏன், அழைத்து வருவதில்லை? அவ்வளவு மேதையான அவர் அவர்களைப் படிக்க வைக்க வேண்டாமென்றா, நினைக்கிறார்?

கொச்சுராமச் சோவனைச் சந்தித்து இது விசயமாகப் பேச வேண்டும் குஞ்சுநாயர் வர்ணாசிரம தருமங்களுக்கும் எதிரானவராயிருக்க மாட்டார்.

70

கெட்டிக்காரரான குஞ்சுவின் லட்சியம் குடும்பத்தை அபிவிருத்தி செய்ய வேண்டுமென்பதாக இருந்தது. அதற்காக அதற்கு மட்டுமாகச் செயல் பட்டார். அப்படியிருக்கையில் ஒரு ‘சம்பந்தம்’ வேண்டுமென்று தோன்றியது. அந்த உறவுக்குத் தகுதியுடைய பெண் குஞ்சு மாளுதான் என்றும் தோன்றியது. ஈச்சரபிள்ளை அதிகாரியை நேரடியாகச் சந்தித்து வேண்டினார். அவ்வாறாக அந்தச் சம்பந்தம் நடைபெற்றது- அத்திப் புரைக்கல், சேந்நாடு ஆகிய இரு குடும்பங்களுக்கும் அது குணத்தைச் செய்வதாக இருந்தது. சேந்நாட்டு குஞ்சுநாயர் என்பவர் இல்லாமலிருந்தால் அத்திப் புரைக்கலுக்கு இவ்வளவு சொத்துக்கள் சேர்ந்திருக்க முடியுமா? வசதிகள் இருந்தன. ஆனால் அவை சொத்துக்களாக உருவாக வேண்டு மென்றால் ஒருவருடைய உழைப்பு தேவை. இல்லாவிட்டால் அந்தக் குடும்பத்தினர் அந்த வசதிகளைக் கொண்டு நன்றாகச் சாப்பிட்டு முடித்திருப்பார்கள். ஈச்சரபிள்ளை அதிகாரியின் மரணத்துடன் எதுவும் மிஞ்சாமல் பழைய அத்திப்புரைக்கல் குடும்பமாகவே இருந்திருக்கும்.

தகழி சிவசங்கரப் பிள்ளை 745

சேந்நாட்டுக் குடும்பத்தினருக்கும் அந்த உறவு பயனளித்தது. ஈச்சரபிள்ளை அதிகாரியின் மருமகனாகிவிட்டபோது ஒரு நிலைமை ஏற்பட்டுவிட்டது. சேந்நாட்டு குஞ்சுநாயர் கேட்டால் பத்து பறை நெல் அல்லது பத்து பணம் கிடைத்துவிடுமென்கிற நிலைமைதான் நேர்மையுடன் முன்னேறிச் செல்லலாமென்றாகிவிட்டது. அது சொத்து இருப்பதைவிட மேலானது. சேந்நாட்டு குஞ்சு நினைத்தால் எந்தக் காரியமும் நிறைவேறிவிடுமென்ற நிலைமை ஏற்பட்டவிட்டது.

பின்னர் ஏழம்பிள்ளியுடன் நடைபெறுகிற வழக்குவிவகாரம். அதிலும் குஞ்சுநாயர் வெற்றிபெற்றார். ஏழம்பிள்ளி மாதவன் பிள்ளை ஒரு ஜகதலப் பிரதாபன். அவர்மீது ஒரு வழக்கில் வெற்றி கொள்வதென்றால் அது ஒரு வெற்றியே ஆகும். அத்திப்புரைக்கல் உண்ணாச்சியம்மா என்கிற காளியம்மா பெயரில் சேர்க்கப்பட்ட சொத்துககள் அனைத்தும், அத்திப்புரைக்கல் குடும்பத்தைச் சேர்ந்தது என்கிற தீர்ப்பினைப் பெற்றுக்கொண்டார். வக்கீல் ராமஐயங்காரின் குமாஸ்தா பாச்சுப்பிள்ளை சொன்னது போன்று, அந்த வழக்கு புதியதொரு சட்டத்தையே உருவாக்கியது- உயர்நீதிமன்றம் வரைக்கும் அந்த விவகாரம் சென்றது. அந்தத் தீர்ப்பில் சொல்லப்பட்ட நியாயங்களின் அடிப்படையில் முக்கிய மான பல்வேறு தீர்ப்புக்கள் அளிக்கப்பட்டன.

அத்திப்புரைக்கல் குடும்பத்துக்குப் பெயரவிலேயாவது சொத்து உண்டு. அது பயமாக இருந்தது. தந்தை தந்து தனயர்கள் உயிர் வாழ்ந்தனர். கணவர் மனைவியைப் பாதுகாத்துக் கொண்டார். அந்தக் குடும்பச் சொத்து பெருகிவிட ஏதுவாயிற்று. அது பூமியாக மாற்றப்பட்டது. அந்த நிலச் சொத்து குடும்பச் சொத்தெனத் தீர்மானமாயிற்று. அந்தத் தீர்ப்பின் நியாயங்கள் வேறு சில காரியங்களையும் ஏற்படுத்திக் கொண்டன. தந்தை புதல்வர்களை வளர்க்கக் கடமைப்பட்டவர் அல்ல. கணவன் மனைவியையும்! ஆனால் ஒருவர் மனைவி - புதல்வர்களைப் பாதுகாத்தார் என்பதனாலே, மனைவிக்கும் புதல்வர்களுக்கும் உயிர்வாழப் போதுமான, அல்லது அதைவிட அதிகமான ஆதாயமுடைய குடும்பச் சொத்து இருந்தால் கூட, அதன் பயன் அவர்களுக்கேயன்றி வேறு ஒருவருக்கும் உரிமை கொண்டாட உரிமையில்லை.

இவ்வாறாக, ஏழம்பிள்ளி ஈச்சரபிள்ளை அதிகாரி மனைவியையும் புதல்வர்களையும் பாதுகாத்திருக்கிறார்; அத்திப்புரைக்கல் குடும்பச் சொத்து அதிகரித்தது; ஏழம்பிள்ளியினருக்கு அந்தச் சொத்தின் மீது உரிமை இல்லை என்றாகிவிட்டது!

ஒரு வழக்கினை திருவனந்தபுரம் உயர்நீதி மன்றம் வரைக்கும் சென்று வாதாடி வெற்றிபெறுவதென்றால் அது இலேசானதொரு காரியமா? அதை நடத்தி வெற்றிபெற்றது ஒரு பிரத்தியேகமான திறமைதானே? அந்தக்

காலத்தில் அத்திப்புரைக்கல் நிலங்களில் விவசாயம் நடைபெற்றது. அந்தக் குடும்பம் பட்டினி போன்ற கஷ்டங்களை அனுபவித்ததேயில்லை.

ஆனால், கொச்சுநங்கைக்கு ஒரு முறையீடு இருந்தது. ஒரு பிடி மண்ணினை சேந்நாட்டுக்காக வாங்குவதில்லை. சேந்நாட்டுக்குக் கிடைத்து வருகிற ஆதாயமனைத்தும் வழக்கை நடத்தச் செலவு செய்யப்பட்டது. முன்னரெல்லாம் குடும்பத் தலைவர்கள் ஒரு நாழி விதைக்கான நிலமாவது வாங்குவதுண்டு.

சேந்நாட்டு குஞ்சுநாயர் தன் காரியத்தை ஒதுக்கிவைத்துவிட்டுப் பொதுவானதொரு காரியத்தில் இறங்கியது தேவஸ்தானம் விசயத்தில்தான். அதிலும் கை சுட்டுவிடவில்லை. கை சுடுகிற விசயத்தில் குஞ்சு தலையிட மாட்டார்.

* ** *

திடீரென்று முதல் தேதிக் கூட்டத்தை நடத்த ஏற்பாடு செய்து கொண்டிருந்தார். சிறிது காலமாகக் கூட்டம். நடைபெறாமலிருந்திருக்கிறது. மணிகண்டனைப் பள்ளிக்கூடத்தில் சேர்த்துவிட்டார். சரிதான். நாடே ஓடும்போது நடுவிலே புகுந்து ஓடவேண்டும் என்று குஞ்சுமாளு சொன்னாள். முதல்வாத்தியாரும் சொன்னார். அதெல்லாம் சரிதான். ஆனால் மனத்தில் ஓர் அமைதியின்மை நிலவி வருகிறது.

மணிகண்டன் சோவப் பையன்களுடன் உறவுகொள்வானா? அவர்களுடன் ஓடிவிளையாடுவானா? - எப்போதுமுள்ள சிந்தனை இதுவே தான். சிறுவர்கள்தானே? அதெல்லாம் நடைபெறக் கூடியதுதான். உண்ணிநாயர் அதெல்லாம் கவனிப்பதாக ஏற்றுக் கொண்டிருக்கிறார். ஆயினும் அவர் பார்வை எந்நேரத்திலும் எல்லா இடத்திலும் சென்று கொண்டிருக்குமா? எல்லா நாட்களிலும் பள்ளிக்கூடத்திலிருந்து திரும்பி வரும்போது குஞ்சுநாயர் பையனை விசாரிப்பார்:

“மாணி, நீ இன்னைக்கு யார்கூட விளையாடினே?”

மணியின் நாள் பார்க்க புற்றேல் குட்டனும், வர்க்கத்து மாதுவும்தான். வேறு யாரிடமும் அவன் நட்பில்லை. மணிகண்டனுக்கு விசேடமான ஒரு செய்தி சொல்ல வேண்டியிருந்தது.

“நீ இன்னைக்கு வாத்தியாரு நாலு பசங்களுக்குப் பல் துலக்கிக் அப்பா கொடுத்தாரு. ரெண்டு பசங்களைக் குளிப்பாட்டினாரு. அவரு ஈரமான துண்டுவேஷ்டியோடத்தான் வகுப்புக்கு வந்தாரு.”

அன்று கோரமாய் மழை பொழியும் நாளாக இருந்தது. குளிரடித்துக் கொண்டிருந்தது.

"இன்னைக்கு எந்தெந்த நாயர்ப் பசங்க சோவப் பசங்களோடு கூட்டு சேர்ந்தாங்க?" என்றார் குஞ்சுநாயர்.

"ஆ... நிறையப் பசங்க இருந்தாங்க. நான் கவனிக்கலே. நான் புற்றேல் குட்டனோடு சேர்ந்துதான் வந்தேன்."

"ஆம்! அப்படித்தான் நடந்துக்கணும்! சோவப் பசங்களோடு கூட்டு சேரக்கூடாது!"

"மாட்டேன்."

பிடியிலிருந்து தப்பிச் செல்வது எப்போது என்று யாருக்குத் தெரியும்?

சேந்நாட்டு கொச்சுநங்கையம்மாவின் இரண்டு புதல்விமார்கள் கிட்டு ஆசானுடைய திண்ணைப் பள்ளிக்கூடத்திலே படித்துக் கொண்டிருக்கின்றனர். அவர்களைப் பள்ளிக்கூடத்திலே சேர்க்கும் விசயம் குறித்து அவள் உடன்பிறப்புக்கு ஞாபகமூட்டினாள். அதுக்கு மிகக் கடுமையானதோர் ஆக்கினைதான் வெளிவந்தது "வேண்டாம்! பொம்பளப் பசங்களைப் பள்ளிக்கூடத்திலே சேர்த்துக்க வேண்டாம்! சோவப் பசங்களைப் பள்ளியிலே சேர்க்கத் தொடங்கியிருக்காங்க."

கொச்சுநங்கையம்மாவின் இரண்டு புதல்வர்கள் பள்ளிக்கூடத்தில் படிக்கிறார்கள். உயர்ந்த வகுப்பிலேதான். உயர்வகுப்புக்களில் சோவர் சிறுவர்கள் இல்லை.

ஊரில் ஒரே ஒரு குடும்பத்திலிருந்து மட்டும் ஒரு மாணவி பள்ளியில் சேர்ந்திருக்கிறாள். வெடிப்புரைக்கல் குட்டன்நாயர் சகோதரி குஞ்சிக்குட்டியின் மகள். வேறு எந்தக் குடும்பத்திலிந்தும் அனுப்பி வைக்கவில்லை.

முதல் தேதிக் கூட்டம் சேர்ந்தது. கோவிலைச் சேர்ந்த நாடக சாலையில் தான் கூட்டம். அநேகமாக அனைத்துக் குடும்பத் தலைவர்களும் கூட்டத்தில் பங்கெடுத்துக் கொள்கின்றனர்.

பள்ளிக்கூடத்தில் சோவப் பையன்களைச் சேர்த்துக்கொண்ட விசயம் குறித்துத்தான் சர்ச்சை செய்யப்படுகிறது. ஒரு விசயம் எல்லாக் குடும்பங்களிலும் அமுலாகிவிட்டது. பள்ளியிலிருந்து பையன்கள் திரும்பி வந்தால் குளித்துவிட்ட பின்னர்தான் வீட்டுக்குள்ளே அனுமதிப்பது. மதியத்திலும் குளித்து வந்தால்தான் கஞ்சி.

எல்லோரும் ஒரு கேள்வியை எழுப்பினர். பதிலில்லாத கேள்வி!

"என்ன செய்வது? அரசக் கட்டளை இது!"

சுனைக்குளத்தவர் சொன்னார்: "ஒரு முறையிலே பார்த்தால் காரியகர்த்தர் குஞ்சன்பிள்ளையும், பரமன்கர்த்தாவும் சேர்ந்து அன்று பள்ளிக்கு நெருப்பு வைத்தார்களே - அது தவறாகிவிட்டது. இல்லா விட்டால் அது சோவர்களின் பள்ளிக்கூடமாக இருந்திருக்கும்."

"அன்னைக்கு சீலாந்திப்பிள்ளி கேசவபிள்ளை சோவப்பசங்களை அந்தப் பள்ளியிலே சேர்த்திடத் தனக்குத் தெரிந்த தந்திரங்கள் அத்தனையும் செய்து பார்த்தாரு. சோவனுங்க அவனுங்க பிள்ளங்களை அனுப்பி வைக்கலே. எவனோ ஒருத்தன்தான் அனுப்பிவச்சான். அதை ஆம்பக் காட்டுச் சாந்நாரு போன்றவங்க எதிர்த்தாங்க" என்றார் குஞ்சுநாயர்.

அப்போது வெடிப்புரைக்கல் குஞ்சன் நாயரும், இன்னொரு வாத்தியாரான குட்டன் நாயரும் நாடக சாலையை நோக்கி வருவதை குஞ்சுநாயர் பார்த்தார். அவர்கள் வருவதைப் பார்த்தபோதே, அவர்கள் கூட்டத்தைக் கலைக்கத்தான் வருகிறார்கள் என்கிற சந்தேகம் குஞ்சு நாயருக்கு ஏற்பட்டுவிட்டது. குஞ்சன் நாயர் மட்டுமின்றி மற்ற அனைவரும் கவனித்தனர்.

குஞ்சன் நாயரும் குட்டன் நாயரும் நாடகசாலைக்குள்ளே வந்து அமர்ந்துகொண்டனர். கூட்டத்தில் நிசப்தநிலை நிலவியது. யாருக்குமே பேச எதுவுமில்லை. கூட்டத்துக்கு வழக்கமாக வராதவர்தான் குஞ்சன் நாயர். குட்டன் நாயர் ஒரு சில கூட்டங்களில் கலந்துகொண்டிருக்கிறார்.

நேரம் போய்க் கொண்டிருந்தது. யாருமே பேசுவதில்லை. இவ்வளவு நபர்கள் கலந்துகொண்டிருக்கிற அந்தக் கூட்டத்தில் யாரேனும் பரஸ்பரம் கொஞ்சம் குசுகுசுக்கக் கூடச் செய்யவேண்டாமா? இல்லை!

குஞ்சன் நாயர் எழுந்து நின்றார்:

"இன்று நமது ஊர்க்கூட்டம் நடைபெறுகிறது என்று அறிந்து கொண்டுதான் நான் வந்திருக்கிறேன். எனக்கு ஊர்ஜனங்களிடம் முக்கியமானதொரு பிரச்சினை குறித்துப் பேசவும் உண்டு. நமது நாட்டைப் பொறுத்தவரையிலும் அதிமுக்கியத்துவம் வாய்ந்த ஒரு காரியமாகும் அது. அதை விடவும் முக்கியமான எந்தக் காரியமும் இல்லை. நமது நாட்டின் கல்வி பற்றிய விசயம் அது. கல்வி நமது நாட்டை அபிவிருத்தி செய்திருக்கிறதென்பது உங்கள் அனைவருக்கும் தெரிந்த விஷயம்தான்.

குஞ்சுநாயர் உட்பட அங்கே குழுமியிருந்த பலரும் அமைதியின்றிக் காணப்பட்டனர். பலரும் பலவற்றையும் சொல்லத் துடித்தனர். ஆனால் நா எழவில்லை. இந்த அவலத்தை குஞ்சன்நாயர் புரிந்துகொண்டாரோ; என்னவோ? அவர் தொடர்ந்து பேசினார்:

“நமது பள்ளிக்கூடத்திலே முந்நூற்றி ஐம்பது மாணவர்கள் படிக்கிறார்கள். வெகுசீக்கிரத்திலேயே அது ஐநூறை எட்டும் போல் தோன்றுகிறது. நமது பள்ளியிலே இருநூற்றி ஐம்பது மாணவர்கள் படிப்பதற்கான வசதிதான் உண்டு. மேலதிகாரத்திலிருந்து இன்று எழுதி வந்திருக்கிற ஒரு விசயம் குறித்து நான் சொல்கின்றேன். நமது பள்ளியில் இப்போது ஆறு வகுப்புக்கள்தான் உள்ளன. ஏழு வகுப்புகளைக் கொண்ட பள்ளிக்கூடங்கள் இந்தச் சமஸ்தானத்திலே உள்ளன. ஒன்பது வகுப்புகளுடைய பள்ளிக் கூடங்கள் நான்கைந்து இருக்கின்றன. அப்புறம் ஆங்கிலப் பள்ளிகளும் சில நகரங்களில் இயங்குகின்றன. நீங்கள் இதை எல்லாம் அறிந்துகொள்ள வேண்டுமென்பதற்காகச் சொல்கின்றேன்.”

அப்போது யாரோ ஒருவர் கூவியழைத்துச் சொன்னார்: “நீர் எதையும் சொல்லியறிவிக்கத் தேவையில்லை.”

குஞ்சன் நாயர் சொன்னார்:

“உங்களுக்கெல்லாம் என்மீது எதனால் ஆத்திரமேற்பட்டதென்பதை நான் அறிவேன்.”

குஞ்சுநாயர் வினவினார்:

“அப்பறம் நீங்க அதுக்காக உள்ளே வந்தீங்க?”

“அதிமுக்கியத்துவம் வாய்ந்ததொரு பிரச்சனைபற்றி அறிவிக்கவே தான். நமது பள்ளியிலுள்ள ஐந்தாம் ஆறாம் வகுப்புகளை, புதிய கட்டடம் அமையும் வரையில் நிறுத்திவைக்க அரசு ஆறாவது வகுப்புகளில் படிக்கின்றவர்களுக்குப் படிப்புக்கு வசதியில்லாமல் போய் விடுமென்பது தான்.”

சுனைக் குளத்தவர் குரல் உயர்த்திக் கூறினார்:

“இந்தப் பள்ளியை அப்படியே மூடிவிடட்டும்!” அப்போது இன்னொருவர் சொன்னார்:

“அதுக்கு என்ன செய்யணும்னு சொல்றீங்க?”

“ஒரு வேளை நான்காவது வகுப்பையும் நிறுத்திவிடலாம். அரசு அந்தக் கட்டடத்தை எப்போது நிர்மாணிக்குமெனச் சொல்லமுடியாது. அதனாலே...”

“அதனாலே என்ன வேணும்?”

“நமது ஊர்ஜனங்கள் ஒன்று சேர்ந்து ஒரு கட்டடத்தை நிர்மானித்துக் கொடுத்துவிட்டால் நான்கும் ஐந்தும் வகுப்புகளைத் தொடர்ந்து நடத்தமுடியும். இல்லையேல் என்றென்றைக்குமாய் அந்த வகுப்புகளை இழந்து விடக்கூடும். மூன்று வகுப்புகளுடைய பள்ளிக்கூடம் தான் இருக்க

முடியுமென்கிற நிலைமை ஏற்பட்டுவிடும். அரசு காரியம்தான்."

"இந்த ஊரிலே பள்ளிக்கூடமே தேவையில்லை." இது யார் ஒலித்த குரல் எனத் தெரியவில்லை.

சுனைக்குளத்தவர் எழுந்து நின்றவாறே வினவினார்: "இப்படி யெல்லாம் வந்தது எப்படி?"

"பள்ளியிலே மாணவர் எண்ணிக்கை பெருகியது."

"அது ஏன் என்றுதான் உம்மிடம் கேட்டேன்."

குஞ்சுநாயர் மனத்துக்குள்ளே அடங்கியிருந்த ஆத்திரமெல்லாம் ஒன்றாகச் சேர்ந்து வெளி வந்தது:

"அதை இவரு நேரடியாச் சொல்லுவாரா?"

குஞ்சன் நாயர் கிஞ்சிற்றும் தயங்காமல் சொன்னார்:

"நான் சொல்லுகிறேன். எனக்கு எந்தத் தயக்கமும் இல்லை. அரசு உத்திரவுப்படி சோவக் குழந்தைகளைச் சேர்த்தனால்தான்."

"அதுக்காக நீங்க சோவக் குடிசைங்களில் ஏறியிறங்கினீங்கல்ல?"

"ஆம்! நான் அதை ஒப்புக் கொள்கிறேன். நான் ஒரு காந்தி பக்தன்! காந்திஜியைப் பின்பற்றுகிறவன்."

"அதிருக்கட்டும்! நீங்க கலியோட அவதாரத்தின் சீடர்தான். அப்படி ஒப்புக் கொள்ளுங்க! அப்போ மேன்மை தகு சக்கிரவர்த்தி ஆட்சி வேணாங்கிறவங்களைச் சேர்ந்தவர்ன்னு சொல்லிக்குங்க!" என்றார் குஞ்சுநாயர்.

யாரோ கூச்சலிட்டுச் சொன்னார்: "இவரு இங்கு சொன்ன விசயத்தை நாம்ப மேலதிகாரத்துக்குத் தெரிவிக்கணும். இவரு பசங்களுக்குப் பாடம் சொல்லிக் கொடுப்பது ஆபத்தாகும். குழந்தைகளோட மனசிலே இவரு, என்னென்ன நுழைச்சு விடறாரோ?"

பின்னாலிருந்து எவனோ கூவிச் சொன்னான்:

"அவனைப் பிடியுங்க!

குட்டன்நாயர் இடையில் நழுவிச் சென்றிருந்தார். எது வந்தாலும் சரி என்கிற மட்டில் குஞ்சன் நாயர் அப்படியே நின்றுவிட்டார். யாரெல்லாமோ கிளர்ந்தெழுந்தனர். குஞ்சு நாயர் எழுந்து சென்று விலக்கினார்:

"அவரை ஒண்ணும் செய்யாதீங்க!" என்று சொல்லி விட்டு குஞ்சன் நாயரை நோக்கிச் சொன்னார்:

"நீங்க போங்கோ! பள்ளிக்கூடத்துக்குப் புதிய கட்டடம் வேணும்னா சோவனுங்க கிட்டே போய் வாங்கிக்குங்க. இல்லேன்னா உங்க காந்தி கிட்டே போயி வாங்கிக்கிட்டு வாங்க! போங்கோ!" குஞ்சுநாயர் குஞ்சன் நாயரை மெல்லத் தள்ளி வெளியேற்றினார்.

* ** *

வெடிப்புரைக்கல் குஞ்சன் நாயர் ஒரு காரியத்தை நடத்தத் தீர்மானித்துக் கொண்டால் அதற்காக விடாமுயற்சி எடுப்பவராகும்.

குஞ்சன் நாயர் முஞ்சப்பிள்ளி கொச்சுராமன் வைத்தியரைத்தான் முதன்முதலாகச் சென்று பார்த்தார். நாயர் சொன்னதை எல்லாம் வைத்தியர் கவனமாகக் கேட்டார். சுத்தமும் ஒழுங்கும் இல்லாதவர்களைப் பள்ளியில் சேர்த்துக் கொண்டது சரியில்லை என்கிற கருத்துடையவர்தான் வைத்தியர்.

"இவங்களையெல்லாம் நான் என் வீட்டுத் தாழ்வாரத்திலே கூட ஏறிவர அனுமதிக்கமாட்டேன். தங்களுக்குத்தான் தெரியுமே - பள்ளிக் கூடம் என்பது சரஸ்வதி கோவில்."

கல்வியறிவு படைதத ராமன் வைத்தியர் இப்படிப் பேசுவாரென்று குஞ்சன் நாயர் நினைத்திருக்கவேயில்லை.

"உத்திரவு வந்தது. அது சரிதான். ஆனால் தாங்கள் அதுக்கு முன் கை எடுத்திருக்க வேண்டியதில்லை" என்றார் வைத்தியர்.

ஈழவ சமுதாயத்தின் பொதுவான அபிவிருத்திதான் இதனால் பாதிக்கப் போகிறது. ஜாதி வேற்றுமைதானே, நமது நாட்டின் சாபக்கேடு? நாராயணகுரு சுவாமிகள் உபதேசிப்பது என்ன?

வைத்தியர் புன்னகை புரிந்தவாறு சொன்னார்:

"சுவாமிகள் ஒரு சித்தர். பண்டிதர். ஆனால் முக்காலமும் அறிந்தவர் என்பதிலே சந்தேகம்தான். ஜாதி வேற்றுமை இந்த நாட்டை விட்டுப் போய்விடாது. விட்டுப் போகவும் கூடாது என்பதுதான் என் கருத்து. ஜாதி வேற்றுமை இருக்கவேண்டுமென்று ஸ்மிருதி சொல்கிறது. ரிஷிகள் கூறியிருப்பதும் அதுவேதான்." வைத்தியர் வினவினார்: "இப்போது ஈழவர்களைப் பள்ளிக்கூடத்தில் சேர்த்திருக்கிறீர்கள். நாளைய தினம் புலையர்களையும் பறையர்களையும் சேர்க்க வேண்டுமென்கிற கட்டளை வந்தாலும் வரலாம். அப்போது தங்களுக்கு அவர்கள் குடிசைகளிலே ஏறியிறங்க வேண்டிய நிலைமை ஏற்பட்டுவிடலாம். அன்றைய தினம் ஈழவர்கள் கூடத் தங்கள் எதிரிகளாகி விடுவார்கள்.

"அந்தக் கவலை எனக்கு இல்லை வைத்தியர்!"

வைத்தியர் சிறிது நேரம் யோசித்துவிட்டுச் சொன்னார்: "குரு சுவாமிகள் ஆலப்புழைக்கு விஜயம் செய்ய இருக்கிறார்கள். அதுக்கு நான் அங்கே போக இருக்கிறேன். அப்போது அவர் திருப்பாதங்களிலே இந்த விசயங்களை உணர்த்துவேன். அதுக்குப் பின்னர் தகவல் தருகிறேன்."

குஞ்சன் நாயர் நாடகசாலையிலிருந்து வெளியேறியபோது இருந்ததை விட அதிகமான களைப்புடன்தான் முஞ்சப்பிள்ளியிலிருந்து வெளியே வந்தார்.

மாநிறம்; தடித்துக் கொழுப்பேறிய உடம்பு; சிறு தொந்தி; பின்னால் கட்டிப் போட்டிருக்கிற குடுமி; நெற்றியிலே விபூதி; சந்தனப் பொட்டு; பொட்டின் நடுவே குங்குமம்; முகத்திலே ஒரு களை - இத்தகைய லட்சணங்களுடைய ஏதோ ஒரு மனிதனை இதற்கு முன்னர் குஞ்சன் நாயர் எங்கேயோ பார்த்திருக்கிறார். நம்பூதிரியையா? உறுதியில்லை. நாயரையா? என்னவோ? கொச்சுராமன் வைத்தியருடைய குடுமியில் ஒரு கிருஷ்ண துளஸியிலை சூடியிருக்க சோர்வுற்று நடந்து செல்கிற குஞ்சன் நாயர், புகழ்பெற்ற விஷ வைத்தியரான கொச்சுராமன் வைத்தியருக்குச் சமானரான ஒரு நம்பூதிரியையும், நாயரையும் நினைந்து நினைந்து தேடிக்கொண்டிருந்தார். 'ஆட்டியர்'கள் நம்பூதிரிகளிலும் நாயர்களிலும் மட்டுமின்றி ஈழவர்களிலே கூட இருக்கிறார்கள். இன்றைய தினம் ஆட்டியர்கள் ஈழவர்களிடையே கூட இருப்பதாக குஞ்சன் நாயர் கண்டு கொண்டார். புலையர் - பறையர்களிடையே கூட இருக்கலாம். இனிமேல் தான் அதைப் பார்க்கவேண்டும். பார்க்கக் கூடும்.

குஞ்சன் நாயர் நேரடியாக அங்கிருந்து சென்றது, மங்கலச் சேரியின் ஆடுமாடுகளை மேய்க்கிற ரவியின் ஆறுகால் குடிசையை நோக்கித்தான். கிழவரான ரவிச் சோவர் ஒரு தென்னை மரத்தடியில் அமர்ந்தவாறு வெயில்-காய்ந்து கொண்டிருந்தார்.

அவர், யார் வருகிறாரென்று உற்றுப் பார்த்தார். ஆளைப் புரிந்து கொண்டார்.

"இல்லே... வெடிப்புரைக்கல் சின்னத் தம்பிரானல்லவா, வந்திருக்கீங்க? பெரிய ஏமாற்றமாயிட்டதே, சின்னத் தம்பிரான்!"

"என்ன ஏமாற்றம், ரவிப் பெரியவரே?"

"என் பையனோட பேரு என்னன்னு எழுதி வச்சிருக்கீங்க? அடியேன் பதறிப் போனேனுங்க."

குஞ்சன் நாயரும் சிறிது பதறினார். ரவிச் சோவர் மேலும் கூறினார்:

"பையன் பேரு என்னன்னு அந்தத் தம்பிரான் கேட்டாரு. சென்னீன்னு சொன்னேனுங்க. அப்போ அங்கே சேந்நாட்டு குஞ்சுத்

தம்பிரானும் இருந்தாரு. பையன் பேரை எப்படி மாற்றிச் சொல்லறது? எதுக்கு சின்னத் தம்பிரான் அவன் பேரை மாற்றியெழுதி வச்சீங்க? அவன் பேரை மாதவன்னு ஏன் எழுதிவச்சீங்க?"

பதில் சொல்லவேண்டிய கேள்விதான். சமூகச் சீர்திருத்தத்திற்காகச் செயல்படுகிற குஞ்சன்நாயர் முகத்தை நோக்கி ரவிச் சோவர் வீசியெறிந்த கேள்வி அது. நாயர் முகம் சிறிது சுருங்கியது. சொன்னார்:

"சென்னி என்கிற பெயரை விட எவ்வளவோ நல்ல பெயர்தான் மாதவன் என்பது!"

மறுபடியும் நாயர் முகத்தை நோக்கி ஒரு கேள்வி கேட்டார் ரவிச் சோவர்:

"அடியேனோட தந்தை பேரு சென்னீன்னு. அடியேனுக்கு அந்தப் பேரு தான் நல்லதுன்னு படறது."

நாயர் தோல்வியுற்றார். ஆயினும் அவர் வந்த விசயத்தைச் சொல்லியாக வேண்டும். பள்ளிக்கூடத்திற்குப் புதிய கட்டடம் வேண்டும். அந்தத் தேவை ஏற்பட்டது ஈழவச் சிறுவர்களைப் பள்ளியிலே சேர்த்துக் கொண்டதனால்தான். ஊரைச்சேர்ந்த நாயர்களுக்கு ஈழவச் சிறுவர்களைப் பள்ளியிலே சேர்த்துக் கொண்டது பிடிக்கவில்லை. எனவே, புதிய கட்டடம் நிர்மானிக்க அவர்கள் தயாரில்லை. அதை ஈழவர்கள்தான் செய்ய வேண்டியிருக்கிறது. இதைப் பற்றியெல்லாம் குஞ்சன் நாயர் ரவியிடம் விரிவாகப் பேசினார்.

"நல்லாருக்கு சின்னத் தம்பிரான்! பள்ளியிலே பையனைச் சேர்த்திட்டீங்க. இனி பள்ளிக்கூடத்தையும் கட்டித் தரணுங்களா? ரவியாலே அதெல்லாம் முடியாதுங்க" என்றார் ரவி.

குஞ்சன் நாயர் அசந்துபோனார். எதைச் சொல்லி இவர்களுக்கு விசயத்தின் முக்கியத்துவத்தைப் புரிய வைப்பது?

மிகப்பெரியதொரு சமூகச் சீர்திருத்தம் இது. இது தடைபட்டுவிடக் கூடாது. இந்த மாறுதலின் முன்னேற்றகரமான போக்கினை விரைவு படுத்த வேண்டும்.

பகுத்தறிவினால் அல்ல; ஆவேச மிகுதியால் குஞ்சன் நாயர் சொன்னார்:

"ரவியம்மாவா"

அவ்வளவுதான் சொல்ல முடிந்தது. அதுக்குள்ளே பெரியவர் இடைமறித்துக் கேட்டார்:

“அம்மாவனா? இதென்ன, சின்னத் தம்பிரான்? அடியேன் வெடிப்புரைக்கல் குடும்பத்தைச் சேர்ந்தவனா? அடியேன் என்னைக்கும் வெறும் ரவியேதான். தம்பரான் அடியேனைப் பார்த்து ரவிச் சோவான்னு கூப்பிட்டாப் போதும்.”

நாயரின் முகம் சிறிது வெளிறிற்று. ஆயினும் வீரியத்தை விட்டு விடவில்லை.

“சரிதான் ரவிச் சோவர்! நாளைக்கு குருசுவாமிகள் ஆலப்புழைக்கு வருகிறார்கள். ரவிச்சோவர் போகிறாரா?”

ரவிச் சோவனுக்குப் புரியவில்லை.

“யாரு வர்றாரு?”

“குருசுவாமிகள்.”

“என்னவோ? அடியேனுக்கு எதுவும் தெரியாது.”

“ஸ்ரீ நாராயண குருசுவாமிகள்!” என்றார் நாயர்.

“ஆம். பெரியவங்களுக்கு அப்படியெல்லாம் இருக்கும்ங்க.” அவர் மேலும் கூறினார்: “முஞ்சப்பிள்ளி வைத்தியரு போன்றவர்களுக்கு எல்லாம் இருக்கும். நாங்க ஏழைங்க. எங்களுக்கு ஒண்ணும் தெரியாது. மங்கலச்சேரி அழியத் தொடங்கினப்போ ரவியும் அழிஞ்சுபோயிட்டான். நாங்க உழைச்சு சாப்பிடறோம். அடியேனும் குருசுவாமியைப் பற்றிக் கேள்விப்பட்டிருக்கேன். ஓரிடத்திலே இப்போ இருக்கிறார்னா கண் மூடித் திறக்கும் முன்பே ஒரு காதம் தூரத்திலே தென்படற ஆளல்லவா? எங்க ஜாதியைச் சேர்ந்தவர்னு சொல்லிக்கிறாங்க. அவங்கள்லாம் பெரியவங்க. ஒரே ஜாதியைச் சேர்ந்தவராயிருந்தென்ன பயன்?”

குஞ்சன் நாயரால் பதில் சொல்ல முடியவில்லை. ரவிச் சோவர் அறுதியிட்டுக் கூறினார்:

“பள்ளிக்கூடம் கட்டித் தரணும்னா, நாளையிலிருந்து எங்க பையனை அங்கே அனுப்பறதில்லே!”

* ** *

குஞ்சன்நாயர் எல்லா ஈழவக் குடிசைகளிலும் ஏறியிறங்கினார். குருசுவாமிகளைத் தெரியும். ஆனால் எல்லோராலும் அணுகமுடியாத பெரிய மனிதர் அவர். கொச்சுராமன் வைத்தியர் போன்றவர்களால் மட்டும் தான் சுவாமிகளைத் தரிசிக்கமுடியும். இப்படித்தான் ரவிச் சோவர் போன்றோர் எண்ணி வருகிறார்கள்.

* ** *

ஒரு கொட்டகையாவது கட்டவேண்டும் இல்லாவிட்டால் பள்ளிக் கூடம் இரண்டு மூன்று வகுப்புகளை இழக்க வேண்டியிருக்கும்.

ஊரில் வேறு யாருக்கும் இந்தச் சிந்தனையே கிடையாது. ஒரு ஜாதிக்காரனுக்கும் பள்ளிக்கூடம் வேண்டாமா?... யாருக்கும்?

குஞ்சன் நாயருக்குத் துக்கம் தலைக்கேறிவிட்டது போல் தோன்றியது. அந்தப் பள்ளியிலுள்ள ஏனைய ஆசிரியர்கள் மத்தியில் எந்த விதமான அசைவும் தென்படவில்லை.

தேவஸ்தானத்தில் சொத்து உண்டு. மீதியிருப்பு இல்லாவிட்டாலும் வருமானமுண்டு. இப்போது குத்தகை எல்லாம் ஒழுங்காக வசூலாவதில்லை. பாக்கிகளுக்காக வழக்குகள் தொடர்ந்து நடக்கின்றன. அதற்காக ஒரு பெரிய தொகை செலவாகிறது. ஆனால் கூட பள்ளிக்கூடத்திற்காக ஒரு கட்டடம் கட்டித்தர எந்த விதமான கஷ்டமும் இருக்காது.

குஞ்சன் நாயர் பாலத்தோள் இல்லத்துக்கு வந்து கணபதி நம்பூதிரியை அபயமடைந்தார்.

கோவிலுக்குச் சென்று மணியடித்துத் தொழுதவன்தான் குஞ்சன் நாயர். ஆயினும் குஞ்சன் நாயருக்குச் சொல்ல வேண்டியிருந்ததை எல்லாம் கணபதி நம்பூதிரி கவனமாகக் கேட்டார்.

71

குஞ்சன் நாயர்தான் வந்து சொன்னாரென்றாலும் அது ஊருக்குத் தேவையானதொரு விசயம் தான் என்கிற கருத்து நாராயணன் நம்பூதிரி மற்றும் தம்பானுக்கு இருந்து வருகிறது. கல்விக்கூடம்தான். அதற்காகச் செலவு செய்வது தவறாகாது.

நாராயணன் நம்பூதிரி வினவினார்:

"இல்லே... ஈழவர்கள் படிக்கிறாங்கங்கிறதனாலே நமக்கென்ன? சூத்திரங்கள் எழுத்துப் படிக்கக் கூடாதென்கிறது சுருதி. அவங்க படிக்கிறாங்க. பஞ்சமனுங்களும் படிக்கட்டுமே."

ஆனால், விசயம் அதுவல்ல. ஆறு ஊர்களைச் சேர்ந்தவர்கள் இரண்டாகப் பிளவு பட்டிருக்கின்றனர். தேவஸ்தானமே கட்டமைத்துக் கொடுக்கவேண்டுமென்று ஒரு பகுதியினர் சொல்கின்றனர். அவர்கள் இளைஞர்கள். பள்ளிக்கூடத்தில் ஈழவர்களை அனுமதித்தனர் என்பதனால் பள்ளிக்கூடமே வேண்டாமென்று சொல்லலாமா? பள்ளிக்கூடம் இன்றியமையாதது. இந்தப் பள்ளிக்கூடம் இருப்பதனால் ஸ்ரீபத்மநாபனுடைய பத்து 'சக்கிரம்' வாங்குகின்றவர்கள் இந்த ஊரில்

ஏராளமானவர்கள் இருக்கிறார்கள். வேறு வேலை செய்கின்றவர்களும் உள்ளனர். பள்ளி ஆசிரியர்கள், கச்சேரி குமாஸ்தாக்கள், எக்ஸைஸ் இலாகாவில் வேலை செய்கின்றவர்கள் - இத்தியாதி... இத்தியாதி... பல்வேறு குடும்பங்கள் செழிப்படைந்துவிட்டன. செழிப்படைந்து வருகின்ற குடும்பங்கள் இவர்களுடையவைதான். முன்னர் சீரழிந்துபோன குடும்பங்கள் இப்போது சீர்பட்டு வருகின்றன. காலச்சக்கிரம் சுழல்கிறது.

குஞ்சுநாயரும் கூட்டத்தினரும் எதிர்க்கின்றனர். எந்தப் பக்கம் சேர்ந்துகொள்வது நல்லதென்று கணபதி நம்பூதிரி யோசித்தார். இப்போது வலுவான ஒரு பகுதியினர் தமது பின்னணியில் வருவதற்கான சந்தர்ப்பமேற்பட்டிருக்கிறது. நம்பூதிரி தம் நலனைக் கருதி எடை போட்டுப் பார்க்கிறார்.

கூடாது: வேண்டும் - இதுதான் வாதம்.

பள்ளிக்கூடத்துக்குக் கட்டடமைத்துக் கொடுப்பதென்றே நம்பூதிரி முடிவெடுத்தார். அந்தப் பகுதியினருடனே சேர்ந்துகொள்வது. எண்ணிக்கையில் மறுபகுதியினர்தான் அதிகம். ஆனால் அவர்கள் என்றென்றும் நம்பூதிரியை எதிர்த்து வந்தவர்கள். அவர்கள் பல்லுக்குக் கூர்மையில்லை. கூச்சல் போடுவார்கள். அவ்வளவுதான்.

கோவில் அமைந்திருக்கிற மனையின் வடபுறத்தில் ஓர் 'ஆஞ்சிலி' மரம் நிற்கிறது. நீண்டகாலப் பழக்கம் உடையது. பல தலைமுறையினர், அது வானளாவி நிற்கிற காட்சியைப் பார்த்து வருகின்றனர். அதை வெட்டினால் பள்ளிக் கட்டடத்துக்குத் தேவையான மரம் கிடைக்கும் என்பது மட்டுமின்றி மீதியுமிருக்கும். அது கோவிலளவு பழக்கம் உள்ளது. கோவிற் சுவருக்கு வெளியே தான் நிற்கிறது.

ஆனால், அதை வெட்டலாமா? அதுக்கு ஏதேனும் முக்கியத்துவம் உண்டா? சென்ற தலைமுறையினரில் எதுவும் அதன் கடையில் கோடரி வைக்காமலிருந்தது ஏன்?

நிபுணரான ஒரு ஜோதிடரை வரவழைத்து ஜோதிடம் பார்க்க வேண்டும். அது வழியாக அனைத்துப் பிரச்சினைகளும் அறிந்து கொள்ளலாம்.

* ** *

சேந்நாடன் மற்றும் கூட்டத்தினருக்கு இன்னும் ஆத்திரம் பொங்கியது. பள்ளிக்கூடம் நிர்மாணிப்பது என்பது இருக்கட்டும்; ஆஞ்சிலி மரத்தை வெட்டப் போகிறார்கள். ஆஞ்சிலி மரம் நல்லதோர் இடத்தில் அமைந்து விட்டால் அது செழிப்பின் சின்னமாகும். அதை வெட்டினால் ஆபத்துதான். அந்த மரத்தை யாரும் நட்டு வளர்த்தியது அல்ல. யாருமே

நட்டு வளர்க்கிற மரமும் அல்ல அது.

கணபதி நம்பூதிரி தன்னிச்சையாகச் செயல்படத் தொடங்கியிருக்கிறார். தேவஸ்தானம் பாலத்தோள் இல்லத்துக்குச் சொந்தமாகிவிட்டது. ஊரில் ஆசான்மார்கள் இல்லாதாகிவிட்டனர். இனி என்ன செய்வது?

அரிப்புச் சிரங்குடையவரும், ஈப்பிடிக்கிறவரும் இறந்து விட்டனர். இப்போது கோந்நோத்துக் குடும்பத் தலைவர் யார்? யாருக்கும் தெரியாது. குஞ்சுநாயர் மற்றும் சுனைக்குளத்தவருக்குக் கூடத் தெரியாது.

"தும்பேக்குளத்து மாப்பிள வீட்டிலே எடுபிடியாளாக இருப்பது ஐயப்பன் பிள்ளைதானே? அவர்தான் பெரியவர்ன்னு நினைக்கிறேன்" என்றார் வக்கத்து நீலகண்டப் பிள்ளை.

"இல்லை... பருத்திக்காட்டு எடுபிடியா ஒருத்தர் இருக்காரே, அவர் தான் பெரியவர்ன்னு தோணுது." என்றார் இன்னொருவர்.

"எந்தக் கிளையைச் சேர்ந்தவர்? கல்லறைக்கல் அல்லது கோந்நோத்துக் கிளையா?" என்றார் சுனைக் குளத்தவர்.

"எந்தக் கிளையைச் சேர்ந்தவராயிருந்தென்ன? இருவரும் மாப்பிளேங்களோட எடுபிடீங்கதானே? கணபதி நம்பூதிரியும் மாப்பிள மார்களும் ஒண்ணாச் சேர்ந்திருக்கின்றனர். நாம்ப நினைச்சா அவங் களுக்கு கிடைக்காது" என்றார் நட்டாச்சேரி பத்மநாபன்.

அதுதான் உண்மை.

* ** *

வழக்கைத் தொடுக்கவேண்டும். அதுக்குப் பணச் செலவு உண்டு. பணமெங்கே தேடுவது?

"வசூல் பண்ணணும்" என்றார் நாறாணத்து ஆண்டிப் பிள்ளை.

குஞ்சுநாயர்தான் வழக்கைத் தொடுக்க வேண்டுமென்கிற கருத்தைத் தெரிவித்திருக்கிறார்.

"வழககைத் தொடுத்து ரெசீவரை நியமிக்கவேண்டும். அப்போது கணபதி நம்பூதிரியின் சிறகு ஒடிந்துவிடும்."

ஆண்டிப்பிள்ளை இப்போது ராம ஐயங்காருடைய இரண்டாவது குமாஸ்தாதான்.

"எதிரிகளின் பட்டியலிலே ஸ்தானிகளைச் சேர்க்கவேண்டும்" என்றார் சேந்நாடன்.

"அதை எல்லாம் ஐயங்கார் சுவாமியிடம் கேட்டுச் செய்வோமே."

ஜோதிடத்தில் கண்டது ஆஞ்சிலி மரத்தை வெட்டலாமென்றுதான். அந்த மரத்துக்குப் பிரத்தியேகமான முக்கியத்துவமெதுவுமில்லை என்று தான் ஜோதிடத்தில் காணப்பட்டிருக்கிறது.

சேந்நாடனுக்கும் சுனைக்குளத்தவருக்கும் இன்னொரு கருத்து கூட உண்டு. வழக்கைத் தொடுத்து ரெசீவரை நியமித்தால் மட்டும் போதாது. ஆஞ்சிலி மரத்தை வெட்டுவதைத் தடைசெய்யும் உத்திரவையும் பெற வேண்டும்.

* ** *

வழக்கு தொடுக்கப்பட்டது. சேந்நாடன் உள்படப் பதினைந்து பேர்கள் தான் வாதிகள். ரெசீவரை நியமிக்கவும் மனுச் செய்யப்பட்டிருக்கிறது. ஆஞ்சிலி மரத்தை வெட்டக் கூடாதென்ற தடையுத்திரவும் பிறந்தது.

கணபதி நம்பூதிரிக்கும் உதவியாட்கள் இருக்கின்றனர். மரத்தை வெட்டத் தடை இருக்கிறதென்றால் மரத்தடி வாங்கப்படும். பருத்திக்காட்டு மாப்பிளை பாலாயிலிருந்து தடி கொண்டு வருவார். அதுதான் பிடிவாத மென்பது!

பத்து நாட்களுக்குள் பள்ளிக் கட்டடவேலை செய்து முடிக்கப் பட்டது. இவ்வாறாக சேந்நாடனும் நண்பர்களும் முதல் தோல்வியைச் சந்தித்தனர்.

குஞ்சன் நாயர் வெற்றி பெற்றார். அந்த மனநிறைவு அவர் முகத்தில் தென்பட்டது.

ரெசீவரை நியமிக்க கோர்ட்டு உத்திரவு பிறப்பித்தது. அன்றையதினம் வாதிகள் வாணவேடிக்கை நடத்தினர். கதனைவேட்டுக்களும் கூவுகின்ற புஸ்வானங்களும் உள்பட வாணவேடிக்கை. அடுத்த இரண்டு நாட்களுக்குள்ளே உயர்நீதிமன்றத்தின் தடை உத்திரவு வந்தது– அன்று கணபதி நம்பூதிரி மற்றும் நண்பர்கள் வாணவேடிக்கை நடத்தினர். அவிட்டுகள், புஸ்வானங்கள், கூவுகின்ற புஸ்வானங்கள், வெள்ளிடி - ஆகியவை எல்லாம் உள்ளிட்ட வாணவேடிக்கை!

இன்னும் இரண்டு நாட்களுக்கப்புறம் என்னென்ன வாண வேடிக்கையோ! யாராவது ஒரு பகுதியினர் வெற்றி பெறுவார்களல்லவா?

எந்நாளும் ஆங்காங்கு அடிதடித் தகராறுகள் நடைபெறுகின்றன.

கணபதி நம்பூதிரியின் படகோட்டியான பாச்சுவினை முல்லையில் கொச்சுமாதுவும் நண்பர்களும் சேர்ந்து உதைத்தார்களாம். அன்றைய தினமே அரிம்பேல் குஞ்சன் குறுப்புவின் மருமகன் கொச்சு பாப்புவினை வயலுக்குத் தண்ணீர் பாய்ச்சிவிட்டுத் திரும்பிவரும் வழியில் மூன்று நான்கு பேர்கள் சேர்ந்து நையப்புடைத்தார்கள். பாலத்தோள் இல்லத்து

அடியாட்கள்தான் அடித்தார்கள். அவர்களுடன் சோவன்மார்களும் இருந்தார்களாம்.

மறுநாள் சிறையக வட்டாரத்தில் இரண்டு மூன்று அடிதடித் தகராறுகள் நடைபெற்றன. அதற்கு மறுநாளில் பட காரம் வட்டாரத்தில் ரகளைகள் நடந்துள்ளன.

ஒரு நாள் காலையில் ஒரு செய்தி பரவியது. கணபதி நம்பூதிரியின் படகோட்டியான பாச்சுவினை கோவிலிலிருந்து வடக்கே செல்லும் பாதையில் குத்திக் கொலை செய்து போட்டிருக்கிறார்கள்.

பாச்சு ரத்தவெள்ளத்தில் செத்து மல்லாந்து படுத்திருக்கிறான். முந்திய நாள் இரவில் நடந்த சம்பவம் அது.

* ** *

அன்றைய நாள்வரையிலும் அந்த ஊர் ஒரு கொலைபாதகத்தைக் கண்டதில்லை. முன்னர் அங்கே ஒரு தற்கொலை நடந்திருக்கிறது. கயிற்றில் தொங்கித் தற்கொலை செய்துகொண்டதுதான் அது. அந்த நிகழ்ச்சி குறித்து நினைவுள்ளவர்கள் சொல்லுவார்கள். குத்திக் கொலை செய்யப்பட்ட பாச்சு படுத்திருக்கிறான். பாச்சுவுக்கும் முத்தளத்து ராமனுக்கும் இடையே சண்டை நடந்தது. ராமன் குத்தினான். ஒரு குத்திலேயே பாச்சு உயிரை விட்டு விட்டான்.

முத்தளத்து ராமன் ஊருக்கு வந்து சில நாட்கள்தான் ஆகின்றன. அவன் கொல்லம் அல்லது திருவனந்தபுரத்தில்தான் தங்கியிருக்கிறான். கடாய்மீசையும் சிவந்த கண்களும் உடைய அவன் மோசமானவன். பொதுவாக எல்லோருக்கும் அவனைப் பார்த்தால் பயம்தான். யாரும் அவனிடம் பேசவே மாட்டார்கள்.

ராமன் கணபதி நம்பூதிரிக்கு எதிரானவன். வழக்கு விசயமாகப் பேசித் தான் அந்தச் சண்டை எழுந்தது.

போலீஸ் வந்தது. அனைத்து வீடுகளிலுமுள்ள ஆண்கள் ஓடி ஒளிந்து கொண்டனர். சேந்நாடன், சுனைக்குளத்தவர், மற்றும் கல்லாற்றுப் பெரியவர் போன்றோர் எங்கே ஒளிந்திருக்கிறார்களென்பது தெரியாது. வக்கீல் குமாஸ்தாவான ஆண்டிப் பிள்ளை ராம ஐயங்கார் சுவாமியின் அலுவலகத் தஸ்தாவேஜுகளைப் பாதுகாத்து வைத்திருக்கிற அறையிலிருந்து வெளிவரவேயில்லை. கணபதி நம்பூதிரி தந்திரசாலி. எதிராளிகளை ஓரளவு அடக்கி நிறுத்திக் கொள்வதற்காகக் கிடைத்திருக்கிற சந்தர்ப்பம் இது. இதைப் பயன்படுத்தாமல் விட்டுவிடுவாரா?

சோவும்புறத்து கோவிந்தனும், பரப்பில் பத்மநாபனும் கணபதி நம்பூதிரியை விடாமல் பிடித்திருக்கிறார்கள். நம்பூதிரிக்கு அது ஒரு

சுகமாக இருந்தது.

“வழக்குக்கு உட்பட வேண்டியவன் குற்றம் செய்தவன்தான். குற்றம் செய்யாதவனை வழக்கில் உட்படுத்துவது சரியில்லை. அது பாபம்!” என்றார் நம்பூதிரி.

சோவும்புறத்து கோவிந்தன் சோர்வடைந்தான்.

“இந்த நல்ல புத்தி இந்தக் காலத்திலே உதவாது திருமேனீ! அவங்கல்லாம் உங்களை என்ன பாடுபடுத்திக்கிட்டிருக்காங்க. இப்போ அவங்க எல்லோரையும் அடக்கிவிடலாம்.”

கணபதி நம்பூதிரிக்கு அவர்களை விரட்டியடிக்க வேண்டுமென்கிற ஆர்வம்தான்.

நான்கைந்து நாட்கள் வரையிலும் ஊரில் போலீஸின் அட்டகாசமாக இருந்தது. போலீசுடன் கோவிந்தனும், பரப்பில் பத்மநாபனும் சேர்ந்திருக்கின்றனர். சேந்நாட்டுக் குடும்பத்துக்கு நான்கைந்து போலீஸ்காரர்கள் சென்றனர். அவர்களில் முக்கியஸ்தரானவர் கொச்சு நங்கையம்மாவை விசாரித்தார்:

“குஞ்சு நாயர் இங்கில்லியா?”

“இல்லை!”

“எங்கு போனார்?”

“எனக்குத் தெரியாது.”

“உம். தெரியப்போவது - அவனை நாங்க சரி பண்ணிடுவோம்.”

கோயிப்ரத்திலே சென்று அவர்கள் சொன்னது:

“கொலைபாதகத்தைச் செய்ய வச்சு அவன் தலைமறைவாப் போயிட்டான். எத்தனை நாட்கள் இப்படித் தலைமறைவாச் சுத்துறான்னு பாத்துக்கலாமே.” முக்கியஸ்தர் மேலும் சொன்னார்:

“அந்த நம்பூதிரி பிராமணனை அமைதியா வாழ விடமாட்டேன்கிறீங்க. இனி அவர் தலைக்குத்தான் குறிவைப்பாங்க போலிருக்கு.”

சுனைக்குளத்து வீட்டுக்குச் சென்று வேறு விதமாகப் பேசினார். “சுனைக்குளத்தவர் கொலைபாதகத்தின் போது கூடவே இருந்திருக்கிறாராம் அப்பறம் தலைமறைவாப் போயிருக்கார். அவரை அடித்து நொறுக்கப்போறோம்.” தொடர்ந்து ஓர் உபதேசம்:

“நேர்மையுள்ளம் கொண்ட அந்தத் திருமேனியை அவர் பாட்டுக்கு விட்டுடுங்கன்னு சொல்லுங்க. இல்லே... அவர் எலும்பை ஒவ்வொண்ணாக்

கழற்றிடுவோம்.”

கல்லாற்றுக்குச் சென்று இன்னொரு விதமாய்ப் பேசினார்: கல்லாற்றுப் பெரியவர் சொல்லித்தான் ராமன் பாச்சுவைக் கொலை செஞ்சிருக்கான். நல்ல முறையிலே நடைபெற்று வருகிற தேவஸ்தானத்தை அழிக்கவேதான் கல்லாற்றுப் பெரியவர் வழக்கும் விவகாரமுமாக நடந்து கொண்டிருக்கார்.

“இன்னும் வழக்கு அது இதுன்னு நடந்தா என்ன நடக்கும்னு பாருங்க. இந்த வீட்டைக் குளமாக்கிடுவோம்.

நட்டாச்சேரி பத்மநாபனுடைய மீசையை ஒவ்வொண்ணாப் புடுங்கிடுவோம். அவனுடைய புதிய பணப்பையின் அடியில் ஓட்டை போடுவோம்.

கொலைவழக்கில் ராமன் மட்டும்தான் எதிரி. ராமனைப் பிடித்து விட்டனர். ராமனுக்காக வழக்கை நடத்த யாரும் முன்வரவில்லை.

* ** *

தேவஸ்தானம் வழக்கு தளர்ந்துவிட்டது.

“எங்களைக் குடும்பத்திலும் கோயிப்ரத்திலும் யாருமே ஒப்புக் கொள்றதில்லை.” என்றார் சேந்நாட்டு குஞ்சு நாயர்.

சுனைக்குளத்தவரின் பிரச்சினை அதுவல்ல. அவருக்குப் பயமில்லை. அன்றைய தினம் போலீஸார் வந்து கணபதி நம்பூதிரியிடமிருந்து துட்டைப் பெற்றுக் கொண்டு பயமுறுத்தினர். அது அன்றைய கோலாகலமான நிலைமையில் நடந்தது. இப்போதைய குழப்பம் அது வல்ல. சுனைக் குளத்தவர் கையில் தம்பிடி கூடக் கிடையாது.

உயர்நீதிமன்றத்தினின்று வழக்கறிஞரின் கடிதங்கள் வந்து கொண்டிருக்கின்றன. ரெசீவரை நியமிப்பதற்கான மனு இப்போது இருவரைக் கொண்ட ஒரு பெஞ்சுக்கு முன்னால் வந்திருக்கிறது. சேந்நாடன் கூட்டத்தினரின் வக்கீல் பெரிய கெட்டிக்காரர். அவர் அதை மறுபரிசீலனை செய்ய வைத்தார். மூன்று தவனை முடிவுற்றிருக்கிறது. இன்னொரு தவணை அனுமதிக்கப்பட மாட்டாது. வக்கீல் ஃபீஸுடன் நேரத்திலேயே வந்து சேரவேண்டும்.

திருவனந்தபுரத்துக்குச் செல்ல யாருமில்லை. பணத்துக்கான நெருக்கடி எல்லோருக்கும் உண்டு. யாருக்குமே போய்வர வசதி பற்றாது. வக்கீலுக்கான பணத்தை அனுப்பிவைத்தால் போதும். யாரும் போக வேண்டிய அவசியமில்லை. அவரே வாதாடியவாறு வழக்கினை நடத்துவார். ஆனால் அதற்கான பணம்? கதிரைக் கண்ட பஞ்சம்தான். வயல்களெல்லாம் கதிர் முற்றி வருகின்றன.

எதையும் பேசாமலிருந்த நட்டாச்சேரி பத்மநாபன் துள்ளியெழுந்து நின்றான்.

“நனைந்து இறங்கினால் அப்பறம் குளித்துத்தான் கரையேறணும். நான் படித்ததெல்லாம் அதுதான். பூனைக்குக் கயிறு போட்டது போன்று நடந்துகொள்ள நான் இல்லை. எல்லோரும் துள்ளிக்குதித்து நடந்தனர். இப்போ காலை மாற்றிக்கொள்வது... இதுக்கு நான் எதைச் சொல்லணும்? இந்தத் தந்தைக்குப் பிறவாத்தனத்தையா?” பத்மநாபன் துண்டுவேஷ்டியை உதறிக்கொண்டு வெளியேறினார்.

யாருமே எதையும் பேசவில்லை. சில சிலைகள் அங்கே உட்கார்ந்து கொண்டன.

“எதை நினைச்சுத்தான் பத்மநாபன் போறான்?” வினவினார் கல்லாற்றுப் பெரியவர்.

“அவன் இப்போ கணபதி நம்பூதிரி கிட்டே போய் அனைத்துப் பிழைகளையும் பொறுத்தருள்வாயாக என்பான்” என்றார் முல்லையில் சாத்துப் பணிக்கர்.

அரும்பேல் குஞ்சன் குறுப்பு அதோடு உடன்படவில்லை: “நட்டாச்சேரி அதைச் செய்யமாட்டார்.”

“ஒரு முறையிலே பார்த்தா நட்டாச்சேரி சொன்னதெல்லாம் சரிதான். நாம்பல்லம் தணிஞ்சுட்டோம். எவ்வளவு சுறுசுறுப்பாயிருந்தோம்? இப்போ குளுந்த தண்ணியிலே விழுந்த பூனைகளாயிட்டோம். இல்லே... அது கையிலே காசில்லாக் குறையினாலே தான்னு வச்சுக்குங்க.” என்றார் சுனைக்குளத்தவர்.

“நம்ப எதிராளிக்கு வழக்கை நடத்த ஒடம்பைத் தொட்டுக்காது. தேவஸ்தானத்தைத் தொட்டாப் போதும். அங்கிருந்து எடுத்துக்கலாம். யார் கேக்கப் போறாங்க?”

சாத்துப் பணிக்கர் விசாரித்தார்: “கணபதி நம்பூதிரிகிட்டே நெல்லும் பணமும் இல்லியா?”

சுனைக்குளத்தவர் சொன்னார்: “நல்ல கேள்வி இது! அவர் அதைத் தொடுவாரா? அது ஓர் அசுர விதையல்லவா?”

நட்டாச்சேரி பத்மநாபனின் அந்தப் போக்கு எந்தத் திசை நோக்கிச் செல்கிறதென்பதாக இருந்தது மூலேப்படாத்து கோவிந்தனுடைய சிந்தனை. அவர் சேந்நாடனை நோக்கி வினவினார்:

“எனக்குத் தோணறதை நான் சொல்லிடறேனே. அவர் போக்கைக் கண்டு எம் மனசிலே தோணறது... அவர் இப்போ நேரடியா நட்டாச்சேரிக்குப்

போவார். அங்கே அறையைத் திறந்து பத்தாயத்திலேருந்து கால் பெட்டியை வெளியே எடுப்பார். ஒரு பணப்பையில் தேவையான பணத்தை எடுத்துப் போட்டுக் கட்டியெடுப்பார். அப்பறம் போறது திருவனந்தபுரத்துக்குத்தான்."

எல்லோர் முகமும் மலர்ந்தது. நீலகண்டப்பிள்ளை தொடர்ந்து கூறினார்: "நட்டாச்சேரியின் இயல்பு அப்படிப்பட்டதாகும். வெட்டு ஒன்று; துண்டு இரண்டு."

சேந்நாடன் நா எழுந்தது:

"நான் ஒண்ணைச் சொல்றேனே. விசயம் நீங்க சொல்லற மாதிரீன்னா, வழக்கிலே தோல்வியானாலும் வெற்றியானாலும், நம்பகிட்டே பணமிருக்கிறப்போ- அதாவது அறுவடை முடிந்தவுடன் - நட்டாச்சேரி செலவு பண்ணின பணத்தைப் பங்குபோட்டுக் கொடுக்க வேண்டியதுதான்."

அனைவரும் ஒப்புக்கொண்டனர். யாருக்கும் எதிர்ப்பு இல்லை.

நட்டாச்சேரியில் தேடிச் சென்ற போது பத்மநாபன் எங்கேயோ போயிருக்கிறார் என்று அறியலாயினர். பத்மநாபன் சகோதரி சொன்னாள்:

"அவன் ஆத்திரப்பட்டுத் துள்ளிக் குதிச்சு இங்கு வந்தான். சமையலாயிடுச்சா அக்கான்னு கேட்டான். சாதமும் கீரை அவியலும் இருந்தது. மாவடுவும் எடுத்துக் கொடுத்தேன். அறை திறந்து பெட்டியை வெளியெடுக்கக் கண்டேன். அப்படியே கிளம்பிட்டாள். எங்கேடா, போறேன்னு கேக்கலே. அவன் மெட்டைப் பார்த்து எதையும் கேக்கத் தோணலே."

நட்டாச்சேரியின் பெட்டியில் எந்த நள்ளிரவிலேயும் உதவக் கூடிய முறையில் மீதியிருப்பாகப் பணமிருக்கும்.

ஒரு நாள் அந்திவேளையில் 'கதனைவெடி' செய்கிற ஐயப்பச்சார் பன்னிரண்டு வெடிகள் தயாரிப்பதைக் கண்டனர். நட்டாச்சேரி பத்மநாபன் அருகே நிற்கிறார். வெடிகள் சேர்ந்தாற்போல் வெடிப்பதைக் கேட்டு, வீட்டுக்குள்ளிருந்தவர்கள் விசாரித்தனர்.

"என்ன அது கூட்ட வெடிச்சத்தம்?"

ஏழுகட்டு வீட்டின் முன்கூடத்திலிருந்து கணபதி நம்பூதிரி வெளியே வந்து பார்த்தார். நட்டாச்சேரி பத்மநாபன் நெஞ்சு நிமிர்ந்து நடந்து செல்கிறார். யானைக் கொட்டிலுக்குச் சென்று தண்டனிட்டுப் படுத்தவாறு சிறிது நேரம் கிடந்தார்.

விசயமென்னவென்று நம்பூதிரிக்குப் புரியவில்லை.

இரண்டு நாட்களுக்கு முன்னர்தான் வழக்கு விசாரணை ஆரம்பமானது. அதன் தீர்ப்பு வழங்கப்பட்டிருக்குமோ? எதிர்த்தரப்பினர் யாருமே கோர்ட்டுக்குப் போகவில்லை. கணபதி நம்பூதிரி கூடப் போகவில்லை. அவர் போகாவிட்டாலும் பரவாயில்லை. வக்கீலுக்கான பணத்தைக் கொடுத்துவிட்டு அனைத்து ஏற்பாடுகளையும் செய்திருந்தார்.

ஆயினும் நம்பூதிரி நெஞ்சைத் தடவினார். தகவல் கிடைக்கவில்லை. கூட்டாக உயர்ந்த வெடிச் சத்தத்தின் விசயமென்னவோ?

யாருக்குமே தெரியவில்லை. அம்பலப் புழையிலிருந்து அஞ்சல் சிப்பாய் வந்து போவது வியாழன் மற்றம் திங்கட் கிழமைகளிலேதான். அன்று திங்கட் கிழமை. இனி சிப்பாய் நாராயண ஐயர் வருவது வியாழக் கிழமையன்றுதான். நம்பூதிரிக்கு மனத்தில் வியாகூலமாயிற்று.

சுனைக்குளத்தவர், சேந்நாடன் மற்றும் சாத்துப் பணிக்கர் போன்றோரெல்லாம் அவ்விசயத்தை அறிந்துகொண்டனர். நட்டாச்சேரி பத்மநாபனைச் சென்று பார்க்கவும் செய்தனர். பத்மநாபன் யாரையும் கண்டதாகக் காட்டிக் கொள்ளவில்லை. நேரடியாகச் சென்று அவரிடம் பேசவும் முடியவில்லை. என்னவோ ஒரு வெட்கம். அது மட்டுமல்ல; பத்மநாபன் நாக்கு எலும்பில்லாதது. அவர் நாக்கிலிருந்து எதுதான் கிளம்பும் என்று சொல்வதற்கும் இல்லை.

ஏதோ வெற்றியுடன்தான் திரும்பி வந்திருக்கிறார். அந்த நடையும் பாவனையும் பார்த்தாலே அறிந்து கொள்ளலாம். ஆனால் அதை எப்படித் தெரிந்து கொள்ளமுடியும்?

"வழக்கிலே தோல்வி அல்லது வெற்றியென்று என்ன ஏற்பட்டாலும் பத்மநாபன் செலவு செய்த பணத்தைத் திருப்பிக் கொடுத்தேயாக வேண்டும்." சேந்நாடன் சுனைக்குளத்தவரிடம் கூறினார்.

சுனைக்குளத்தவருக்கு இன்னுமொரு கருத்து இருக்கிறது. வழக்கு நடத்தியதில் எல்லோருக்கும் ஒரு பங்கு இருக்கவேண்டும்.

வியாழக்கிழமையன்று அஞ்சல் சிப்பாயை எதிர்பார்த்து நம்பூதிரி உட்கார்ந்திருந்தார். நாராயண ஐயர் வந்தார். பையிலிருந்து ஒரு கடிதம் எடுத்துக் கொடுத்துவிட்டு, "இது வக்கீலின் கடிதம். அஞ்சல் கூலி முழுதும் கட்டவில்லை. எட்டு காசு கொடுங்கோ" என்றார்.

கடிதம் படிக்குமுன் நாராயண ஐயர் சொன்னார்: "முதலிலே காசு கொடுங்கோ!" நாராயண ஐயர் விசயம் முன்னரே அறிந்திருந்தார். வழக்கிலே முதல்வாதியான சேந்நாட்டு குஞ்சுநாயருக்கும் முழுக்கூலியும் செலுத்தாத இத்தகையதொரு கடிதம் வந்திருக்கிறது. வாதியின் வக்கீல் கடிதம்தான் அது. முதல்வாதி குஞ்சுநாயர்தானே?

ரெசீவரை நியமிக்குமாறு உயர்நீதிமன்றம் தீர்ப்பளித்தது.

அண்மைக் காலமாய் கோவிலில். 'நமஸ்காரம்' மோசமாக இருக்கிறது. அனைத்துத் திங்கள் மற்றும் வியாழக்கிழமைகளில் நாராயண ஐயர் நமஸ்கார விருந்தினைத்தான் சாப்பிட்டு வந்திருக்கிறார். எனவே தகவல் அறிந்துகொண்டு ஐயர் சேந்நாடனிடம் கூறினார்:

"நம்பூதிரி பிராமணர்தான். ஆயினும் அவர் போகத்தான் வேண்டும்."

கடிதம் படித்து நம்பூதிரி பிரஞ்ஞையற்றுப் போய்விட்டால் நாராயண ஐயருடைய எட்டு காசு போனதுதான்.

* ** *

ஒரு வக்கீலினைத்தான் கோர்ட்டு ரெசீவராக நியமித்திருக்கிறது. அண்டா-குண்டா பாத்திரங்களும், பொன்குடை ஆறாட்டு அணிகலன் களும், மீதியிருப்பான நெல் மற்றும் பணமும் எல்லாம் கைமாறு செய்யும் போதெல்லாம் வாதிகள் அனைவரும் கூட இருந்தனர். அனைத்து ஊர்ஜனங்களும் வந்து குழுமியிருந்தனர்.

கோவில் ஏற்பட்ட காலத்திலிருந்தே அதன் ஆட்சியை நூற்றாண்டுகளாக ஸ்தானிகள்தான் நிர்வகித்து வந்திருக்கின்றனர். இன்றைய தினம் அது கைமாறுதல் செய்யப்படுகிறது. அதைக்கண்டு கவலை கொள்கின்றவர்கள் உள்ளனர். பிடிவாதக்காரர்கள் மகிழ்கின்றனர். கணபதி நம்பூதிரிக்கு எந்தத் தயக்கமும் இல்லை. அவர் இடையிடையே நகைச்சுவைச் சொற்களை அள்ளி வீசுகிறார்.

சோவும்புறத்து கோவிந்தன் வாதிகள் அருகே நின்றவாறு கூறினார்:

"இனிமே தேவஸ்தானம் தனக்கே சொந்தம்னு கோவிலை ஆளறதும், ஆட்சி பண்றவங்களை அதட்டறதுமெல்லாம் பார்க்கப் போறோமல்ல?"

அமைதி குலையுமோ எனக் கருதிய வக்கீல் வேலாயுதன் பிள்ளை போலீஸின் உதவியை நாடியிருந்தார். எட்டுபத்து போலீஸாரும் வந்திருந்தனர்.

அவர்கள் கோவிந்தனைப் பிடித்து நிறுத்தினர். ஹெட்கான்ஸ்டபிள், "உன்னைக் கைது செஞ்சிருக்கோம்." என்று கோவிந்தனிடம் கூறினார்.

சேந்நாடனும் மற்றவர்களும் அதைக் கண்டு குதூகலித்தனர் பாச்சுவின் கொலையைத் தொடர்ந்து போலீஸ் நடத்திய மனித வேட்டையில் போலீசுக்குப் பக்கபலமாக நின்று வீடுகளையும் ஆட்களையும் காட்டிக் கொடுத்தவர் இந்த கோவிந்தன்தான். அன்றைய முக்கிய வேட்டைக் காரராகத் திகழ்ந்தவர் இதே ஹெட்கான்ஸ்டபிளும்தான்.

கணபதி நம்பூதிரி இதை எல்லாமறிந்ததாகக் காட்டிக் கொள்ளவே யில்லை. சேந்நாடனுக்கும் நண்பர்களுக்கும் பால்ப் பாயசமுண்ட மன நிறைவு ஆயிற்று. கணபதி நம்பூதிரியின் குதித்துப் பாய்கிற நடை கண்டு அவர்கள் வியந்தனர். திருமேனிக்கு எந்த விதமான ஊசலாட்டமும் இல்லை.

* ** *

நட்டாச்சேரி பத்மநாபன் செலவு செய்த பணத்தை முழுவதுமாய்ச் செலுத்தினர். அதுவும் அறுவடையாகு முன்னரேதான். எல்லோருக்கும் மகிழ்ச்சிதான். ஆயினும் அந்த மகிழ்ச்சிக்குச் சற்று மங்கல் உண்டு. ஏதோ ஒரு சஞ்சலம் எல்லோர் மனத்திலும் உண்டு.

சாத்துப் பணிக்கர் விசாரித்தார்:

"ஐயா சேந்நாட்டுப் பெரியவரே, வழக்கிலே நாம் வெற்றி கண்டோம். உண்மைதான். கோவில் கோர்ட்டு ஆதிக்கத்திலே அகப்பட்டிருக்கிறது. இனிமேல் என்ன வழக்கு?"

அம்பாட்டு கண்டப் பிள்ளை சொன்னார்:

"வழக்கு என்னத்துக்குன்னு நினைக்கிறீங்க?"

"என்னத்துக்கு?"

"அது கணக்கெல்லாம் சரி பார்த்து கணபதி நம்பூதிரியை வெளியேற்றத்தான். தேவஸ்தான ஆட்சியை ஊர்ஜனங்களின் கையிலே ஒப்படைக்கவும் தான்."

"அதிலே ரெண்டாவது பகுதியின் பொருள் எனக்குப் புரியவே யில்லையே." என்றார் சாத்துப் பணிக்கர்.

"அது... அது... வழக்கின் நகலைக் கொண்டாந்து காண்பிக்கிறேன். சுவாமி எத்தனையோ நாள் எத்தனையோ புத்தகங்கள் படிச்சுத்தான் அந்தத் தஸ்தாவேஜைத் தயார் பண்ணினதுன்னு தெரியுமா?"

சாத்துப் பணிக்கர் சற்று நேரம் யோசித்துவிட்டுக் கூறினார்:

"எனக்கு ஒரு சந்தேகம். அதனால்தான் கேக்கறேன். ஆடிப் பாடி தேவஸ்தானம் நம்ப கைவசத்திலேருந்து போயிட்டதா? அன்னைக்கு ரெசீவர் வந்து ஏற்றுக் கொண்டதிலேருந்து எனக்கு ஓர் எண்ணம். பகவான் செய்கிறபடி அது இனிமேல் நம்ப கைக்கு வந்து சேருவதெப்படி? எப்பவும் நான் அதைப் பற்றித் தான் யோசிக்கிறேன். இரும்பு குடித்து விட்ட நீரை அது வெளியே கக்கிவிடுமா?"

சேந்நாடன் வாய் திறக்கவேயில்லை.

"ஓய், சேந்நாட்டுப் பெரியவரே, ஏன் எதையும் பேசாமே இருக்கீங்க?"

அப்போது கூட அப்படியே உட்கார்ந்துகொண்டார் சேந்நாடன்.

சாத்துப் பணிக்கர் தொடர்ந்து பேசினார்:

"மோசக்காரன்னாக் கூட சோவும் புறத்து கோவிந்தன் சொன்னது என் காதிலே இப்போது கூட ஒலிக்கிறது. இனிமே ஆட்சி நடத்தறதைப் பார்க்கலாமல்லன்னு!"

மூலேப்படத்து கோவிந்தன் சொன்னார்:

"யார்தான் ஆட்சி நடத்தினாலும் பகவானோட காரியங்கள் முறைப்படி நல்லா நடந்திடணும்."

"ஆம்; அதுதான்; அதுவேதான் எனச் சொல்லியும் பார்த்தும் நாம் சமாதானமா இருக்கோம்." என்றார் சேந்நாடன்.

72

"வெடிப்புரைக்கல் குஞ்சன் நாயர் இருக்கானே - அவன் சோவப் பொண்ணோட வயிற்றிலே பிறந்திருக்க வேண்டியவன்." இது தான் சேந்நாட்டு குஞ்சுநாயர் கருத்து. சுனைக் குளத்து கிட்டுநாயர் குழப்பமான ஒரு கேள்வி கேட்டார்:

"அல்லது, அவன் ஏதாவது சோவனுக்குப் பிறந்திருப்பானா?"

"அது நாயர்களுக்கு அவமானகரமான விசயமாகும். முன்பிறவியிலே அவன் சோவனாயிருந்திருக்கக் கூடும். 'பூர்வஜென்ம வாசனை'ன்னு சொல்லறதைக் கேட்டிருப்பீங்கல்லே? அது தான் இது. இது தொடர்ந்து நடந்து கொண்டிருக்கும்."

இந்தப் பேச்சுக்கான காரணமிருந்தது. நாராயண குரு சுவாமிகள் ஒரு கோவிலை நிர்மாணித்துப் பிரதிஷ்டை செய்யப் போகிறார்கள். அதில் பங்கெடுத்துக் கொள்ள ஊரான ஊர்களிலே எல்லாமுள்ள ஈழவர்கள் குழந்தை - குட்டிகள் சகிதமாய்ச் செல்லவேண்டும். குஞ்சன் நாயர் ஈழவ வீடுகளில் ஏறியிறங்கி அதற்கான பிரச்சாரத்தை நடத்துகிறார். அதுதான் அவருடைய இப்போதைய வேலை.

குருசுவாமிகள் ஈழவர்களுக்காகக் கோவிலைக் கட்டுகிறார்கள். ஈழவர்களுக்குக் கோவில்கள் உள்ளன. அரவுகாடு, கிடங்காம்பறம்பு போன்ற பெரிய கோயில்கள் உள்ளன. தென்பிராந்தியத்திலும் வடக்குப் பிராந்தியத்திலுமுள்ள ஈழவர்கள் நடத்துகின்ற கோவில் விழாக்கள் மிகக் கம்பீரமானவை.

சுனைக்குளத்தவருக்கு அப்போது ஒரு சந்தேகம்:

“ஆமாம் சேந்நாட்டுப் பெரியவரே, இந்தப் பிரதிஷ்டை நடத்த ‘ஆட்டிய’ர்களான தந்திரி நம்பூதிரிகளுக்கு அல்லாமல் யாருக்கும் உரிமையில்லையே?”

சேந்நாடன் சொன்னார்: “குருசுவாமிகள் ஒரு சாதாரண மனிதரல்ல. மகரிஷிக்குச் சமானமானவர். ‘அஷ்ட ஐசுவரிய சித்தி’கள் கொண்டவர். ஒரு சித்தர் அவர். இத்தகைய சித்தராக இன்னொரு சுவாமிகளும் தென் பிராந்தியத்திலே இருக்கிறார்கள் - சட்டம் பிசுவாமிகள்!”

குருசுவாமிகளுக்குப் பிராணப் பிரதிஷ்டை செய்வதற்கான ‘சித்தி’ கூட உண்டு. ஆனால் உரிமை இருக்கிறதா என்றால் - சித்தி என்பது ஒன்று; உரிமை என்பது இன்னொன்று - சாத்திரமுறைப்படி உரிமை இல்லை. அந்த உரிமை பிராமணனுக்கு மட்டும்தான். உரிமையிருக்கிற பிராமணனுக்கு ‘சித்தி’ இருக்காது. அதுதான் பிரச்சினை.”

சுனைக்குளத்தவர் விசாரித்தார்:

“அப்போ உரிமையில்லாதவர் - சேந்நாட்டுப் பெரியவர் சொல்வது போன்று சித்தியிருப்பதாகவும் வைத்துக் கொள்வோம் - பிராணப் பிரதிஷ்டை நடத்தினால் விக்கிரகத்துக்கு தெய்வக்களை இருக்குமா?”

பதில் சொல்ல முடியுமென்றால் சொல்லட்டுமென்கிற முறையில் சேந்நாடனுடைய முகத்தை நோக்கித் தொடுத்துவிட்டதொரு கேள்விக் கணையாக இருந்தது அது.

சேந்நாடன் சற்றுப் புன்னகைத்தார். பின்னர் கால்மேல் காலை ஏற்றி வைத்துக்கொண்டு சொன்னார்.

“அதுதான் விசயம். கலியுகத்தில் என்ன செய்யவேண்டுமென்று குருசுவாமிகளுக்குத் தெரியும். சட்டம்பி சுவாமிகளுக்குக்கும் தெரியும். காலத்துக்குத் தகுந்தவாறு செயல்பட சித்தர்களுக்குத் தெரியும்.”

* ** *

முஞ்சுப்பிள்ளி கொச்சுராமன் வைத்தியர் வீட்டில், குழந்தை குட்டிகள் உட்பட ஈழவர்கள் அனைவரும் வந்து குழுமினர். அது ஒரு மாலைவேளையில் தான். அன்றைய தினம் இரவு-உணவு முஞ்சப் பிள்ளியிலேதான். அதிகாலையிலேயே எழுந்து ஸ்நானம் போன்ற காரியங்களை நிர்வகித்துத் தான் கிளம்பவேண்டும். குஞ்சன் நாயர்தான் இடையன்.

அன்றைய தினம் நாட்டையே நடுங்கச் செய்த நிகழ்ச்சி ஒன்று நடந்தது. அந்த இரவு போஜனத்தை சமபந்தி போஜனமாக மாற்றினார் குஞ்சன் நாயர். ஈழவர்களுடன் சேர்ந்து அமர்ந்து இரவு போஜனம் அருந்தினார் அவர்.

ஸ்ரீ நாராயண குருசுவாமிகள் பிரதிஷ்டை செய்தது பகவதியை அல்ல; ஏனைய தேவன்மார்கள் அல்லது தேவிமார்களை அல்ல - வெறும் ஒரு கண்ணாடியை! முகம் நோக்கிக் காணும் கண்ணாடியை!

அதுவும் நடுங்கவைக்கிற செய்தியாகும். சேந்நாடனுக்குக் கீழ்க் காணும்படி இலக்கணம் கூறத் தகுந்த செய்தி!

"பாத்தீங்களா, அவர் பெருமை? பிராணப் பிரதிஷ்டை செய்யத் தமக்கு உரிமையில்லையென்று அவருக்குத் தெரியும். மகான்களின் லட்சணம் என்பது இதுதான். விதிமுறையானவற்றைத்தான் மகான்கள் செய்வார்கள். விதிமுறைகளுக்கு முரணானவற்றைச் செய்யமாட்டார்கள். அவர் சித்தர்தான் என்பது இந்த ஒரே ஒரு நிகழ்ச்சியாலேயே நிரூபண மாயிடுத்து. அவர் மகரிஷிக்குச் சமானராகிவிட்டார். அத்தகைய விதி முறையும் உண்டு."

வெடிப்புரைக்கல் குஞ்சன் நாயரை எவ்வாறு தண்டிக்க வேண்டு மென்று தெரியவில்லை. கூட்டமாகச் சேர்ந்து அந்த விசயம் குறித்துச் சர்ச்சை நடத்தினர். குஞ்சன் நாயருக்கு ஆதரவானவர்களுமிருந்தனர். ஊரிலிருந்து விலக்கி வைக்கிற தண்டனை ஒன்றுதான். அது முனை மழுங்கிய வாள் போன்ற ஒன்றுதான். பல்வேறு குடும்பத்தினர் அவருடன் ஒத்துழைக்க இருக்கின்றனர்.

குறை கூறக் கூடாது பாருங்கள் - முஞ்சப்பிள்ளி கொச்சுராமன் வைத்தியரும், வேறு சில பழமைவாதிகளும் சேர்ந்து குஞ்சன் நாயரைப் பந்திபோஜனத்திலிருந்து தடுத்து நிறுத்த வெகுவாக பாடுபட்டனர். ஆனால் குஞ்சன் நாயரின் விதண்டாவாதங்களுக்கு முன்னால் அவர்களால் நிற்க முடியவில்லையாம்.

குஞ்சன் நாயர் அத்தகையவர். அவர் நாக்கில் விதண்டாவாதங்கள் தான் முளைக்கும். அவருடைய சரஸ்வதி கடாட்சம் அத்தகையது.

சிலர் அவரைச் சடங்குகளுக்காகத் தங்கள் தங்கள் வீடுகளுக்கு அழைப்பார்கள். சிலர் அழைக்கமாட்டார்கள். ஊரே பிளவு பட்டது போலாயிற்று. ஊருக்குத் தலைவன் என்ற ஒருவன் இல்லை யென்றால் நிலைமை அப்படித்தான். கட்டவிழ்ந்து போய்விடும்.

குஞ்சன் நாயர் இப்போது ஊரில் ஓர் அஞ்சல் நிலையத்தை உருவாக்க முயன்று வருகிறார். அது ஒரு நல்ல காரியம்தான்! வீடான வீடுகளில் எல்லாம் ஏறியிறங்கிக் கையெழுத்து வாங்கிக் கொண்டிருக்கிறார். கையெழுத்துப் போடும் போது சிலர் வாதம் புரிந்தனர். அஞ்சல் நிலையம் வேண்டாமென்று அல்ல! கையெழுத்துப் போட்டுக் கொடுக்கிற காகிதத்தில் என்ன எழுதப்பட்டிருக்கிறதென்று யாருக்குத் தெரியும்? படித்துக் கேட்டு யோசித்து உணர்ந்த பின்னர்தான் அவர்கள்

கையெழுத்துப் போடுவார்கள்.

குஞ்சன் நாயர் நான்கு முறை திருவனந்தபுரம் சென்று வந்தார். சொந்தப் பணத்தைச் செலவு செய்துதான் சென்று வந்தார். சேந்நாடனுக்கும், சுனைக்குளத்தவருக்கும் குஞ்சன் நாயருடைய முயற்சியிலிருக்கிற சூழ்ச்சி யென்ன என்கிற யோசனைதான். குஞ்சன் நாயர் இவ்வளவு தூரம் பாடுபடுவதற்குப் பின்னால் ஒரு நோக்கமிருக்கத்தான் செய்யும். இல்லையேல், இப்படிச் சொந்தப் பணத்தைச் செலவு செய்வாரா? இவ்வளவு அலைச்சல்களெடுத்துக் கொள்வாரா?

அஞ்சல் நிலையம் ஏற்பட்டுவிட்டால் எதிர்காலத்தில் என்னென்ன பலன்கள் உண்டு? அதை அறிந்துகொண்டால் குஞ்சன் நாயரின் உள் நோக்கம் என்னவென்று புரிந்துகொள்ளமுடியும். இருவரும் தலையைத் தடவி யோசித்தனர். சுனைக்குளத்தவரால் குணத்தை மட்டும்தான் பார்க்க முடிந்தது.

“திருவனந்தபுரம் அல்லது ஆலப்புழையிலிருந்து வக்கீல் ஒரு தகவலைத் தருகிற கடிதம் அனுப்பி வைத்தால் நாம் நாராயண ஐயரை எதிர்பார்த்திருக்க வேண்டிய அவசியமில்லை. அது ஒரு பெரிய காரியம் தான்.”

சேந்நாடனுக்குக் கூடச் சந்தேகம் ஏதுமில்லை. ஏதோ ஒரு நோக்கம் உண்டு. ஏதாகிலும் பார்த்து அறிந்துகொள்வோம். நேரடியாக வரும் போது தடுத்து நிறுத்திவிடுவோம். சேந்நாடன் சொன்னார்:

“உண்மையைச் சொன்னா, ஒரு முறையிலே பார்த்தால் அவன் நல்லவன் தான். சற்றுத் திசை திரும்பிப் போயிருக்கான். நாட்டுக்கு நல்லது வரட்டும்னு அவன் சிந்திக்கிறான் போலிருக்கு. அத்தகைய காரியங்களுக்காக அவன் உணவு மற்றும் உறக்கத்தை விட்டுவிட்டுச் செயலாற்றுவான்.”

சேந்நாடன் மேலும் கூறினார்:

“அன்னைக்குப் பிரதிஷ்டைக்காக ஆட்களை அழைத்துக் கொண்டு சென்ற காரியத்தை எடுத்துக்குங்க. தேவையற்ற காரியமாகும். ஆயினும் அனைத்து ஈழவர்களையும் அவன் தடுத்து நிறுத்தி அழைத்துச் சென்றான். அது ஒரு சாமார்த்தியம்தானே?”

சுனைக்குளத்தவர் அதனை ஒப்புக்கொண்டார். எல்லோரையும் தடுத்து நிறுத்திக் கொண்டு வந்து குளிக்கவைத்து அழைத்துச் சென்றான். சாததாரணமாக அதை ஒரு நபரால் செய்துவிட முடியாது.

சேந்நாடன் சிறிது யோசித்த பின்னர் கூறினார்:

"சோவன்மார்களானாக் கூட அவங்களும் மனிசனுங்கல்லவா? அவர்களுக்கும் தெய்வமுண்டு. அந்த நினைப்பும் உண்டு. அது இல்லேன்னு சொல்லமுடியாது. கோவில் கர்ப்பகிருகத்துக்கு முன்னால் சென்று நின்று கடவுளை வணங்க வேண்டும் என்றும், முறையீடுகள் செய்யவேண்டும் என்றும் அவர்களுக்கும் ஆசையிருக்கும். இல்லாமல் போகாது. எனவே அவர்களுக்கும் கோவில் வேண்டுமென்கிற ஆர்வம் இருக்கும்."

அதையும் சுனைக்குளத்தவர் ஒப்புக்கொண்டார்.

"அப்போ... இது வெளியே சொல்லக் கூடியகாரியமல்ல. ஆயினும் நான் சொல்லறேனே- அத்தகைய மனிதர்களுக்காக குஞ்சன் நாயர் ஒரு பேருதவியைத்தான் செய்திருக்கிறார்."

* ** *

அஞ்சல் நிலையம் உருவாக்க அனுமதி வந்தது. ஒரே ஒரு அறையை மட்டும் கொண்ட, தேவஸ்தானத்துக்குச் சொந்தமான ஒரு பழைய கட்டடம் காலியாகக் கிடக்கிறது. இப்போது கூட அதுக்குள்ளே நெல் போடுவதில்லை. பலகை நிலையினாலானது. ஆனால், அதைப் பயன்படுத்த கோர்ட்டின் அனுமதி தேவை. ரெசீவர் கோர்ட்டுக்கு மனுச் செய்யலாமென்று ஒப்புக்கொண்டார்.

நூற்றாண்டுகளாகப் பூர்விகர்கள் சம்பாதித்து வைத்திருக்கிற சொத்து. அது ஊருக்குத் தேவையானபோது கோர்ட்டின் அனுமதியைப் பெற வேண்டும். கோர்ட்டின் ஆதிக்கத்தில் அதை ஒப்படைத்ததன் பயன் இது.

யார் ஒப்படைத்தனர்? யார் ஒப்படைக்கச் செய்தனர்?

அனுமதி பெற ஒரு மாதமாயிற்று. நாறாணத்து வக்கீல் கண்டப் பிள்ளையின் குமாஸ்தாவின் மருமகன்தான் அஞ்சல் மாஸ்டர். அஞ்சல் நிலையம் ஒரே ஒரு ஆண்டுக்கு மட்டும்தான் அனுமதிக்கப் பட்டிருக்கிறது. அஞ்சல் நிலையத்தில் கிடைக்கிற வருமானத்தினால் அதன் செலவு நிர்வகிக்கப்படுமாயின் காலாவதியை நீட்டித்துத் தருகிற விசயத்தைக் குறித்து சர்க்கார் யோசிக்குமாம்.

ஒரு மாதத்துக்குப் பன்னிரண்டு ரூபாய் செலவு வரும். அஞ்சல் மாஸ்டருக்கு ஐந்து ரூபாய் மாதச்சம்பளம். அம்பலப்புழையிலிருந்து உருப்படிகளை எடுத்து வருகிற அஞ்சலோட்டக்காரருக்கு ஏழு ரூபாய் சம்பளம். உருப்படி விநியோகத்தை அஞ்சல் மாஸ்டர்தான் நிர்வகிக்க வேண்டும். விநியோகம் செய்ய என்ன இருக்கிறது? உள்ளே எதுவுமில்லாத காலியான அஞ்சல் பையினைத்தான் எடுத்து வருகிறார். எப்போதாவது ஒரு கடிதம் இருக்கும். அல்லது இரண்டு. அம்பலப்

புழைக்கு அனுப்புகிற பையிலே கூட எதுவுமிருக்காது. ஆயினும் தைத்துக் கட்டி முத்திரையிட்டு அனுப்பி வைக்கவேண்டும். கார்டு மற்றும் கவருக்குச் செலவே கிடையாது. யார்தான் வாங்க இருக்கிறான்? அங்கிருந்து யாருமே யாருக்கும் கடிதம் எழுதுவது கிடையாது. அத்தகையதொரு வழக்கமேயில்லை. ரெசீவர் தேவஸ்தானத்திலிருந்து பதிவு செய்யப்பட்ட சில கடிதங்கள் அனுப்புவதுண்டு. சுற்றறிக்கைகள்தான். குத்தகை பாக்கி செலுத்தாதவர்களுக்கான பதிவு - அஞ்சல்கள்தான். கிராம அலுவலகத்தி லிருந்தும், நெல்லறையிலிருந்தும் வாரம் ஓர் இரு கடிதங்கள் போகும். அதுக்கும் அரசு பில்லைகள்தான் பயன்படுத்தப்படுகின்றன.

ஒரு மாதமானபோது வரவு-செலவு கணக்கைப் பார்த்தனர். வரவு மொத்தம் மூன்று ரூபாய். குறைந்த பட்சம் பன்னிரண்டு ரூபாயாவது இல்லாவிட்டால் அஞ்சல் நிலையம் நடக்காது. குஞ்சன் நாயர் தினசரி நிலையத்துக்கு வந்து தகவல் அறிந்து செல்வதுண்டு.

மாதாந்திர வரவு-செலவு கணக்கை அனுப்பச் சொல்லி எழுதி வந்திருக்கிறது. அஞ்சல் மாஸ்டருக்கான சம்பளமும் வந்திருக்கிறது. அஞ்சல் மாஸ்டரும் குஞ்சன் நாயரும் யோசிக்கின்றனர். அலுவலக வருமானத்தை அதிகப் படுத்துவதெங்ஙனம்? மாதக்கணக்கை அனுப்பி வைக்க அஞ்சல் மாஸ்டருக்கு ஒரு தயக்கம்; பயம்.

"ஓ... அது பரவாயில்லை. ஆண்டுக்கு ஒரு முறை கணக்கைப் பார்த்து சராசரி நிர்ணயிப்பார்கள். இப்போதுதானே, அலுவலகத்தைத் துவக்கி யிருக்கிறோம்?"

குஞ்சன் நாயர் அமைதிப் படுத்தினார். ஆனால், அதனால் மட்டும் பயனில்லையே.

"நான் இந்த மாதச் சம்பளம் வேணாம்னு இருக்கப் போறேன்" என்றார் அஞ்சல் மாஸ்டர்.

குஞ்சன் நாயருக்குப் புரியவில்லை. அவர் புரிந்துகொண்டது சம்பளத்தையே நிராகரிக்கப் போகிறாரென்றுதான்.

"அது என்னத்துக்கு? அது மடத்தனம்."

"அதுவல்ல; நான் ஐந்து ரூபாய்க்குக் கார்டு மற்றும் கவரை வாங்கப் போறேன்."

"அது ஒரு நல்ல புத்தியேதான். ஐந்து ரூபாய் வருமான மேற்படு மல்லவா? ஆமாம்... இவ்வளவு கார்டும் கவரும் வாங்கி என்ன செய்யப் போறீங்க?"

"என்ன செய்யறது?"

"கடிதம் எழுதுங்க."

"யாருக்கு?"

குஞ்சன் நாயருக்கு ஒரு கருத்து உருவாயிற்று.

"இந்த ஊரிலுள்ள அனைவருக்கும் கடிதம் எழுதுங்க."

அஞ்சல் மாஸ்டர் அசந்துபோனார். ஊரிலுள்ளவர்களுக்கெல்லாம் கடிதம் எழுதவேண்டும். அவர்களுக்கு என்னதான் எழுதுவது? அண்டை வீடுகளில் வசிப்பவர்கள். தினசரி பார்ப்பவர்கள் - அவர்களுக்கெல்லாம் என்ன எழுதுவது?

குஞ்சன் நாயர் சொன்னார்:

"எழுத விசயமில்லையா? அஞ்சல் நிலையத்தைப் பற்றித்தான் எழுதணும். அஞ்சல் நிலையமிருப்பதனாலுள்ள நன்மைகள்; இல்லாமலிருந்தால் ஏற்படுகின்ற இடைஞ்சல்கள் - எல்லாம் எழுதனும். அஞ்சல் நிலையத்துக்கு வருமானமில்லாதாகிவிட்டால் நிலையமே நின்று போய்விடும். எனவே எல்லோரும் கார்டு-கவர்கள் வாங்க வேண்டும்; அலுவலக வருமானத்தை அதிகப் படுத்தணும்... என்ன, எழுத விசயமில்லியோ? எல்லோருக்கும் எழுதி அறிவிக்க வேண்டிய விசயங்களல்லவா?"

அது சரிதான் என்று அஞ்சல் மாஸ்டருக்குத் தோன்றியது. எல்லோரும் கடிதம் படித்து விசயங்கள் அறிந்துகொள்வார்கள்.

அன்றிரவு குஞ்சன் நாயர் சொன்னபடி அஞ்சல் நிலைய சம்பந்தமான விசயங்கள் குறித்து அவர் முப்பது கார்டுகள் எழுதி முடித்தார்.

நாறாணத்து வீட்டின் தென்வீட்டுக்குத் தென்வீடு கறுத்தேடத்து வீடாகும். கறுத்தேடத்து குஞ்சிக்குட்டி அழகான பெண்- வழியிலே பார்த்தால் அவள் சிரிப்பதுண்டு. அந்தச் சிரிப்பு பிரகாசமுள்ள சிரிப்பாகும். நடந்து அங்கே வரும்போது அஞ்சல் மாஸ்டர் கண்கள் அவளுக்காகத் துடிப்பதுண்டு. அவள்கூட மாஸ்டர் அவ்வழியே போகும் போது பாதையோரத்திலுள்ள மாமரத்தடியில் உதிர்ந்து விழுந்து கிடக்கின்ற பிஞ்சு மாங்காய் பொறுக்கவோ, பலாமரத்தடியில் பலா விலைக்காகவோ, கள்ளல் ஒடிக்கவோ வந்து நிற்பது வழக்கம்.

அவர்கள் பரஸ்பரம் பேசியதில்லை.

விலாசம் எழுதி வந்தபோது கறுத்தேடத்து கோந்திப் பணிக்கர் என்று எழுதினார். அப்போது குஞ்சிக்குட்டியின் நினைவு வந்தது. குஞ்சிக்குட்டியம்மா, கறுத்தேடத்து வீடு என்று சும்மா ஒரு சுவைக்காக எழுதினார்.

மறுநாள் காலையிலேயே அந்த முப்பது கடிதங்களையும் அஞ்சல் பெட்டியில் போட்டுவிட்டார். பொழுது விடிந்து பத்து நாழிகையான போது மணித்தடியோசை எழுப்பியவாறு, அஞ்சல் பையினைத் தோளில் போட்டுக்கொண்டு அஞ்சலோட்டக்காரர் ஓடியே வந்துவிட்டார். அன்றைய தினம் அந்தப் பையில் இரண்டு கடிதங்கள் இருந்தன.

மாஸ்டர் கடிதங்களை வெளியே எடுத்து முத்திரையடித்தார். பையில் போட்டு அம்பலப்புழைக்கு அனுப்பி வைக்க ஒரு கடிதம் கூடக் கிடையாது. வெறும் பையைக் கட்டி முத்திரையடித்து அனுப்பப்பட்டது.

அன்றைய தினம் அஞ்சல் மாஸ்டருக்கு அலுவல்கள் நிறையவே இருந்தன. முப்பத்திரண்டு கடிதங்கள் விநியோகமாகிவிட வேண்டும். அப்போது அவருக்குச் சற்று மனக்குழப்பம் ஏற்பட்டது. தான் சுயமாக எழுதிய கடிதங்கள்; தானே கொண்டு சென்று விநியோகிப்பது... விலாசதாரர்களை நேரடியாகச் சந்திப்பதும் உண்டு. நேரடியாக விசயத் தைச் சொல்லாமல் கடிதம் கொடுப்பது - சரிதானா?

ஆயினும் கடிதங்கள் விநியோகிக்கப்பட்டன.

* ** *

கறுத்தேடத்து குஞ்சிக்குட்டிக்கு ஒரு கடிதம்! அதை அவள் தங்கை யிடம் தான் கொடுத்தனுப்பினார்.

குஞ்சிக்குட்டியின் தாய் அந்தக் கடிதத்துடன் புயல்போன்று நாறாணத்து வீட்டுக்குப் பாய்ந்து வந்தாள். மாஸ்டர் கடிதங்கள் எழுதிக் கொண்டிருந்தார். வாங்கிய கவர்-கார்டுகளெல்லாம் எழுதி முடிக்க வேண்டுமல்லவா?

கொச்சாப்பியம்மா சொன்னாள்:

"நீ நல்லவன்னுதான் எண்ணியிருந்தேன். வாய்திறவாப் பூனை பானையுடைக்கிற மாதிரியிருக்கே, உன் செயல்."

குரல் கேட்டு விசயமென்னவென வினவியவாறு அவர் தாயும் சகோதரியும் வெளியே வந்தனர்.

"இது என்ன டேய்?" என்றாள் கொச்சாப்பியம்மா.

அஞ்சல் மாஸ்டர் வெளிறிய முகமுடன் நடுங்கியவாறு சொன்னார்:

"வருமானமில்லாட்டா அஞ்சல் நிலையம் நின்னு போயிடும்னுதான் எழுதியிருக்கேன். எல்லாரும் கடிதம் எழுதிப் போடணம்னுதான் எழுதி யிருக்கேன். அப்படிச் செஞ்சாத்தான் வருமானம் கிடைக்கும்."

“குஞ்சிக்குட்டி யாருக்கடா, கடிதம் எழுதணும்?” என்றாள் கொச்சாப்பியம்மா.

அஞ்சல் மாஸ்டருக்கு பதில் இல்லை.

“டேய், பொம்புளங்கதானா, உங்க ஆபீசுக்கு வருமானம் உண்டாக்கறவங்க?”

அதுக்கும் பதில் இல்லை.

மாஸ்டர் தாயும் சகோதரியும் அப்படியே மரத்துப் போய் நின்று விட்டனர். அண்டைவீட்டுப் பெண்ணுக்குக் கடிதம் அனுப்பியிருக்கிறான்! இவன் செய்தது தவறு தான். கடிதத்தில் எதுவாக இருந்தாலும் கடிதம் கொடுத்திருக்கிறான்!

“இந்தாங்க, பக்கத்து வீட்டிலே பொண்ணு வளர்ந்து நிக்கிறா. உங்க பையன் கிட்டே ஒழுங்கா நடந்துக்கச் சொல்லுங்க. சொல்லீட்டேன்.” கொச்சாப்பியம்மா மாஸ்டர் அம்மாவிடம் கூறினாள்.

அஞ்சல் மாஸ்டர் அம்மாவுக்கு எட்டிப் பிடிக்க ஒரு கொடி கிடைத்துவிட்டது. அவள் சொன்னாள்:

“இதென்ன கூத்து? பையன் கிட்டேதான் ஒழுங்கா நடந்துக்கச் சொல்லணுமா? பொண்ணுகிட்டே சொல்லறதுதானே?”

“இவன் செஞ்சது சரிதானா?”

அது சரியில்லை என்கிற கருத்து மாஸ்டர் அம்மாவுக்கும் உண்டு. ஆயினும் பேசி நிற்க வழியுண்டு.

“அவன் என்ன எழுதினான்? தகாத விசயம் ஏதேனும் எழுதி யிருக்கானா? அஞ்சல் நிலையம் பற்றி எழுதியிருக்கான். அதிலே என்ன ஒழுங்கீனம்?”

“பொம்பளைங்களுககுத் தானா, அதை எழுதறது?”

அஞ்சல் மாஸ்டர் சொன்னார்:

“கோந்திப் பணிக்கர் மாமாவுக்குக் கூட எழுதியிருக்கேன்.”

“குஞ்சிக்குட்டிக்கு ஏன் எழுதினேன்னுதான் நான் கேக்கறேன்.”

கொச்சாப்பியம்மா அஞ்சல் மாஸ்டர் அம்மா பக்கம் திரும்பி ஓர் எச்சரிக்கை விடுத்தாள்.

“இத பாரு, பொண்ணுக்கு ஏதாச்சும் நடந்துடுச்சுன்னா... ஆமாம்... இப்பவே சொல்லி வைக்கறேன்.”

அஞ்சல் மாஸ்டர் சகோதரி அரங்கத்திலிருந்து பின்வாங்கினாள்.

அஞ்சல் மாஸ்டர் அம்மா சொன்னாள்:

"அதுக்கு இவன் காரணமாயிருக்கமாட்டான். என் மகன் அப்படிப் பட்ட ஒருவன் அல்ல. அவ எவனையாச்சும்... நான் ஒண்ணும் சொல்லிக்க மாட்டேன்."

கொச்சாப்பியம்மா ஆத்திரம் தாங்காமல் அந்தக் கார்டினைச் சுக்கு நூறாகக் கிழித்து வீசியெறிந்தாள்.

* ** *

பிரச்சினை அப்படியும் தீரவில்லை. சேந்நாட்டு குஞ்சுநாயர் வந்து சேர்ந்தார். அஞ்சல் மாஸ்டர் வினயமுடன் ஒரு பலகையை எடுத்து வந்து போட்டார். குஞ்சு நாயர் உட்கார்ந்தார். அவர் கையில் ஒரு கார்டு இருந்தது.

"உன்னைக் கொஞ்சம் விமர்சனம் பண்ணத்தான் நான் வந்திருக்கேன். எனக்கும் கண்டப்பிள்ளைக்கும் இடையிலான நட்பு என்னன்னு உனக்குத் தெரியுமா?"

ஏதோ முக்கியத்துவம் வாய்ந்த விசயம் குறித்துப் பேசுவதற்காகத்தான் குஞ்சன் நாயர் வந்திருக்கிறார்.

"தெரியும்." என்றார் அஞ்சல் மாஸ்டர்.

"நாங்கள் இருவரும் ஒன்றாகும். வழக்கு விசயமாகவும், தேவஸ்தான விசயமாகவும் நாங்கள் ஒன்றாகத்தான் செயல் படுகிறோம். அதெல்லாம் உனக்குத் தெரியும். அந்த நிலைமையிலே நீ ஏன் இப்படிப் பண்ணினே?"

அவர் ஒரு கார்டினை எடுத்துக் காட்டியவாறுதான் கேட்டார்.

அஞ்சல் மாஸ்டருக்குச் சொல்ல எதுவுமில்லை. வெட்கக் கேடான சண்டை ஒன்று இப்போதுதான் முடிந்தது. முடிந்ததெனச் சொல்ல முடியாது. அந்தப் பக்கத்தில் பெண்களின் பேச்சு நிற்கவில்லை.

குஞ்சுநாயர் கேட்டார்:

"உனக்கு ஏதாச்சும் என்கிட்டே பேசணும்னு இருந்தா நேரடியாப் பேசலாம். உனக்கு அந்த உரிமை உண்டு. உன் கடமையும் கூடத்தான். இல்லையா?"

"ஆமாங்க."

குஞ்சு நாயர் மேலும் பேசினார்:

"அந்த வாத்தியார் குஞ்சன் நாயர் இருக்காரே, அவரோட சகவாசம் தான் உனக்கும் இந்த கெதி வந்ததுக்குக் காரணம் என்பதுதான் என் நம்பிக்கை. அவருக்கு ஜாதியில்லை; குலமில்லை; மேல் கீழ் என்பதும் கிடையாது. அப்படிப்பட்டவங்களுக்குப் பெரியவங்களோட ஆசீர்வாத மிருக்காது. அப்பறம்... ஒரு விசயத்தை ஒப்புக் கொள்ளத்தான் வேணும். அவரோட முயற்சியாலேதான் இந்த அஞ்சல் நிலையத்துக்கு இங்கே அனுமதி கிடைச்சிருக்கு. அது சரிதான். அவரோடு உனக்கு இருக்கிற சகவாசத்தினால்தான் சுயமறியாமல் இந்தத் தவறை நீ செஞ்சிருக்கே. எனக்குத் தெரியும் உனக்குப் பெரியோர்களின் ஆசீர்வாதம் இருக்கும்னு. ஆனா சகவாசத்தினாலே தவறு நேர்ந்துடறது. அப்படி நேர்ந்து விடக் கூடாது."

இப்பவும் அஞ்சல் மாஸ்டர் வாய்திறக்கவில்லை.

"நீ ஏனப்பா, வாயை திறக்காமலிருக்கிறே?" என்றார் குஞ்ச நாயர்.

பின்னர் அவர் அன்பு ஒலிக்கும் குரலில் கேட்ட கேள்விக்குப் பதிலாக கண்ணீர் கலந்த சொற்களால் மாஸ்டர் நடந்தது அனைத்தை யும் கூறிவிட்டார். எல்லாம் சொன்னபோது குஞ்சு நாயருக்கு ஏற்பட்ட தவறான எண்ணம் திருந்தியது.

"அப்படியெல்லாம் தான் இருந்தபோதிலும் கடிதம் கொண்டுவந்து தந்தபோது நீ விஷயத்தை விளக்கிச் சொல்லியிருக்கவேண்டும்."

அதற்காக மாஸ்டர் மன்னிப்பைக் கேட்டார்.

"எனக்கு ஒரு தவறு நேர்ந்துவிட்டது. பொறுத்துக்கணும்."

அவர் எழுதிய கடிதங்கள் அனைத்தையும் பின்னர் அனுப்பி வைக்க வில்லை.

மறுநாள் அஞ்சல் மாஸ்டர் அலுவலகத்துக்குச் செல்கிற வழி யோரத்திலுள்ள காளிகோவிலிலிருந்து ஓர் அசரீரி ஒலித்ததைக் கேட்டார்:

"அந்தப் பொண்ணு அந்தக் கடிதத்தை அம்மாவிடம் கொண்டு சென்று கொடுத்ததை நான் அறியவில்லை. நாலு கவரை நான் வாங்கிக்கறேன். என் மீது வருத்தம் கொள்ளக் கூடாது!" அது குஞ்சிக் குட்டியின் குரலாக இருந்தது.

73

ஒரு புஸ்வாணம் வெடித்துப் பல வண்ணங்களில் சிதறியது. பச்சை, சிவப்பு, மஞ்சள் நிறங்களிலான ஒளிப்படலங்களாகக் காணப்பட்டது. வெடியோசைகளை எழுப்பியவாறு மீண்டும் மீண்டும் எழும்பியுயர்ந்தது. அது ஊரிலே நடைபெற்ற பெரியதொரு நிகழ்ச்சியாக - மாபெரும் வாண

வேடிக்கையாக - இருந்தது.

அஞ்சல் நிலையத்திலிருந்து பதினைந்து ரூபாய்க்கான கார்டுகள் விற்பனையாயின. ரொக்கமாய்ப் பணத்தைச் செலுத்தி ஒருவர் வாங்கினார். அது வேறு யாருமல்ல - வெடிப்புரைக்கல் குஞ்சன் நாயரேதான்.

கள் இறக்குகின்ற ஈழவ வீடுகளில் பெரிய எழுத்துக்களில் எழுதியிருக்கின்ற கீழ்க்காணும் வாசகங்களுடைய கடிதங்கள்!

"கள் உற்பத்தி செய்யக்கூடாது. குடிக்கக் கூடாது; யாருக்கும் கொடுக்கவும் கூடாது! ஸ்ரீ நாராயணகுரு."

கள் இறக்குகிற ஈழவன் அந்தக் கார்டைப் படித்து அசந்து போனான். கள் இறக்கும் கருவிகளும் சுரக்காய்க் குடமும் இடுப்பிலே கட்டித் தொங்கவிட்டவாறு மரமேற வந்த போதுதான் கொச்சிரச் சோவனுக்கு அந்தக் கடிதம் கிடைத்தது. அசந்து போனார்.

'கள் இறக்கக் கூடாது; குடிக்கக் கூடாது; கொடுக்கக் கூடாது!"

சொச்சிரச்சோவன் குரலெழுப்பினார்: "அடியே, காளீ!"

கள் ஊற்றிவைக்கிற பானை கழுவிச் சுத்தம் செய்துகொண்டிருந்த காளிச் சோவத்தி குரல் கொடுத்தாள்: "ஓ...!"

"இப்படி வாம்மா...!"

"என்னத்துக்கு?"

"இப்படி வாயேன்."

"நான் பானை கழுவிக்கிட்டிருக்கேன்."

"இங்கே வா!"

காளிச் சோவத்திற்கு ஒரு வேடிக்கையான சந்தேகம். சிங்காரச் சுவையுடன் சொன்னாள்:

"இப்போ போய் கள்ளை இறக்கிக்கிட்டு வாங்க. அதெல்லாம் அப்பறமா வச்சுக்கலாம்."

"அடி சீவக்கட்டையே...! உன்னை அதுக்காகக் கூப்பிடலே. இப்படி வா!"

காளிச் சோவத்தி அவர் அருகே சென்றாள். கொச்சிரச் சோவன் கார்டைப் பார்த்துப் படித்தான்.

"கள் இறக்கக் கூடாது; குடிக்கக் கூடாது; கொடுக்கக் கூடாது! ஸ்ரீநாராயண குரு."

காளச்சோவத்தி சற்று மேலே தூக்கிப் பிடித்த புடவையுடன் மரத்து நின்றுவிட்டாள்.

பின்னர் எவருமே வாய்திறக்கவில்லை. நேரம் கடந்து விட்டால் தென்னைமர உச்சியில் குலை மீது கவிழ்த்து வைத்திருக்கிற குடம் ததும்பி விடும். கள் ததும்பி விழுந்து விட்டால் மரத்தின் மண்டை புழுத்து முறிந்து கீழே விழுந்துவிடும். சரியான நேரத்திலேயே கள் இறக்க வேண்டும்.

கிடுகிடவென ஓசையெழுப்பியவாறு கொச்சிரச் சோவன் நடந்தார். கள்ஊற்றிவைக்கிற குடத்துக்கு அடியிலே ஊறுவதைக் கழுவிச் சுத்தம் செய்து குடத்தின் உட்பகுதி நன்கு காய்ந்திருந்தால்தான் பின்னர் அதில் ஊற்றிவைக்கிற கள்ளுக்கு குணமும் மணமும் ருசியுமிருக்கும். எனவே காளிச்சோவத்தி குடத்தைக் குழுவிச் சுத்தம் செய்வதற்கு அந்தப் பக்கமும் சென்றாள்.

"கள் இறக்கக் கூடாது; குடிக்கக் கூடாது;

கொடுக்கக் கூடாது - நாராயண குரு."

* ** *

அது அஞ்சல் மாஸ்டர் எழுதிய கடிதமல்ல; வேறு யாரோ எழுதியது. எனவே அஞ்சல் உருப்படிகளை விநியோகம் செய்யும் பொறுப்பையும் நிர்வகிக்கிற அஞ்சல் மாஸ்டர் விலாசதாருக்கு எந்தத் தயக்கமும் இன்றி உருப்படிகளை விநியோகம் செய்யமுடியும்.

சேந்நாட்டு குஞ்சு நாயருக்கு ஒரு கடிதம் வந்திருக்கிறது. அஞ்சல் மாஸ்டர் விலாசத்தைக் கீழ்க்காணும் படி வாசித்தார்.

"ராஜாமான்னிய ராஜஸ்ரீ: குஞ்சு நாயர் அவர்களுக்கு.

சேந்நாட்டு வீடு."

மாஸ்டர் அந்தக் கடிதத்தை குஞ்சுநாயரிடம் கொடுத்தார்; சொன்னார்:

"யாரோ எழுதியிருக்கிற கடிதம்!"

மாஸ்டர் நடந்தார். நிற்க நேரமில்லை. ஏராளமான அஞ்சல் பொருட்களை விநியோகம் செய்யவேண்டியிருக்கிறது. கை நிறையக் கடிதங்கள்!

குஞ்சுநாயருக்கு வந்த கடிதம் இவ்வாறு சொல்லியது:

"ஆலயப் பிரவேசம் அனைத்து ஹிந்துக்களின் பிறப்புரிமை!"

ஒரு முறையல்ல; பன்முறை படித்தார். கடிதம் அனுப்பியவர் காந்தி.

சுனைக்குளத்தவர், கல்லாற்றுப் பெரியவர் மற்றும் நட்டாச் சேரி ஆகியோருக்கும் கடிதங்கள் வந்திருக்கின்றன. அனைத்துக் கடிதங்களிலும் அதே வாசகங்கள்தான் எழுதப்பட்டிருக்கின்றன.

பள்ளிக் கல்வி பெற்றவர்களுக்கு வேறு வாசகங்கள்தான் எழுதப் பெற்றிருந்தன.

"இந்தியா இந்தியனுக்குச் சொந்தம். அந்நியர் ஆட்சிவேண்டாம்!"

ஆற்றின் கரையிலுள்ள அனைத்துக் கிறிஸ்தவர்களுக்கும் கடிதங்கள் இருந்தன.

ஞாயிற்றுக் கிழமை பிரார்த்தனை முடிந்து கூட்டம் கலைந்தபோது தும்பேக் குளத்து செரியான் தனக்குக் கிடைத்த கடிதம் பற்றிச் சொன்னார்:

பருத்திக் காடன், கரிங்காத்திர, ஆற்றுத் துறையினன், மற்றும் பனத்தரை ஆகியோருக்கெல்லாம் கடிதம் கிடைத்திருக்கிறது.

"ஆமாம்... இதுக்கென்ன பொருள்?" என்றான் பருத்திக்காடன்.

"அதன் பொருள் இவ்வளவு தான்- வெள்ளை துரைமார்கள் நாட்டை விட்டு வெளியேறணும்" என்றான் இளைஞன் அவுசேப்பு.

எல்லோரும் நடுங்கிவிட்டனர். அநேகமாக அனைவருக்கும் கிழக்கே தோட்டங்கள் இருந்து வருகின்றன. துரைமார்களுக்கு அறிமுகமானவர்கள் அவர்கள்.

"அப்பறம் இங்கே ஆட்சி நடத்தறது யாரு?" என்றார் தும்பேக் குளவன்.

"நம்ப நாட்டு மக்கள்." என்றான் அவுசேப்பு.

"அவங்க ஆட்சி நடத்துவாங்களா?"

"அதெப்படி? இப்போ நம்ப நாட்டில் மகாராஜா திருமேனி சக்கிரவர்த்தி திருமேனிக்குக் கப்பம் கொடுத்து ஆட்சி நடத்தறாரு. மலைக்கந்தப் பக்கத்திலே தமிழனுங்களை நேரடியா ஆளறாங்க. அப்படியிருக்கறப்போ இந்த நாட்டு மக்கள் எப்படியாளுவாங்கன்னு கேக்கறேன்."

இந்தக் கேள்விக்கு யாராலும் பதில் கூறமுடியவில்லை.

"அதெப்படீன்னுதான் கேக்கறேன்." அவுத தொடர்ந்து மேலும் கூறினார்:

"சுயாட்சிக்காக காந்தி பொதுமக்களைத் தூண்டறாரு."

இத்தாக்கின் புத்தி கொஞ்சம் அசைந்தது: "இந்த காந்தீன்னு சொல்லற அந்த மனிதர் யாரு? எந்த ஜாதிக்காரர்?"

"ஹிந்துவாம்!"

இத்தாக்கு பிடி கிடைத்ததென்ற முறையில் தலைசைத்தார் சொன்னார்:

"இந்த பிரிட்டிஷ்காரங்க கிறிஸ்தவனுங்கதான். சத்தியவேதத்தைச் சேர்ந்தவனுங்க. சக்கிரவர்த்தி திருமேனி தலையிலே சூடியிருக்கிற கிரீடத்திலே சிலுவையைத்தான் முத்திரையாகக் காணறோம். நான் அவர் சித்திரம் பார்த்திருக்கேன். அப்போ என்னன்னா, அவிசுவாசீங்க வேலை தான் இது."

குழுமியிருந்த அனைவருடைய கருத்துக்கும் ஓர் ஒருமைப்பாடு ஏற்பட்டு விட்டதாகத் தோன்றியது.

சக்கிரவர்த்தி கிருஸ்தவர். கோவிலும் பட்டக்காரரு மெல்லா முள்ளவர். சக்கிரவர்த்தி இல்லாதாகிவிட வேண்டுமென்று சொன்னால் அது சரிதானா?

தும்பேக் களத்தில் மத்தாயி சொன்னார்:

"நமக்கு - சத்தியவேத விசுவாஸிகளுக்கு - எப்படிப்பட்ட அந்தஸ்து இருக்குதுன்னா நினைக்கிறே? நம்மை ஆளற சக்கிரவர்த்தி சத்தியவேத விசுவாஸியானதால்தான். நாம்பளும் அவரும் கோவிலிலே ஒரே மாதிரியான பிரார்த்தனைச் சடங்குகளை நிர்வகிக்கிறோம். பாப மன்னிப்பை நடத்துகிறோம்."

இத்தாக்குவுக்கு ஒரு கருத்து - எல்லோருக்கும் அந்தக் கடிதம் கிடைத்திருக்கிறது. இத்தாக்கு தன் கருத்தைத் தெரிவித்தார்.

"நாம்ப அவிசுவாஸிகள் மாதிரி இருட்டிலே தப்பித் தடுமாற வேண்டாம். நம்ப பாதிரியாரைப் போய்ப் பார்ப்போமே. அவர் சொல்லட்டும். அவர்தானே, நமக்கு இடையன்? கோவிலும் பட்டக் காரனும்தானே, நமக்கு எல்லாமானது?"

பாதிரியார் கோவில் மேடையில் சிற்றுண்டி மேஜை முன்னால் அமர்ந்திருக்கிறார்.

மேஜை நிறையச் சிற்றுண்டிகள். அவலோஸ் உருண்டை, வேக வைத்த நேந்திரம் பழம், நவரையரிசிப் பொடியும் சீவிய தேங்காய்ப் பூவும் கொண்டு ஒரு முழம் நீளத்தில் செய்து வைத்திருக்கிற குழாய்ப் பிட்டு, முட்டை வறுவல், பூவன்பழம் இத்தியாதி பதார்த்தங்கள் நிரம்பிக் கிடந்தன. பாதிரியார் இன்னும் சிற்றுண்டி மேஜையைத் துவக்கி வைக்க

வில்லை.

கந்நின்மேல் மத்தாயிதான் முன்னால் வந்து நின்றார். அவர் எப்போதும் முன்னாலேதான் இருப்பார்.

"பாபமன்னிப்பை முடித்துவிட்டு நீங்களெல்லாம் ஏன் உங்க வீடுகளுக்குப் போகாமலிருக்கறீங்க?" என்றார் பாதிரியார்.

எல்லோருக்குமாகப் பேசியது இத்தாக்குதான்.

"சாப்பிடுங்க. அப்பறம் விசயத்தைச் சொல்லறோம். நாங்க வெளியே இறங்கி நிக்கிறோம்."

"விசயத்தைச் சொல்லுங்கோ. அப்பறம் சாப்பிட்டுக்கிறேன்."

"களைப்படைந்திருக்கீங்க. நாங்க கொஞ்சம் காரியமாத்தான் பேச வந்திருக்கோம்."

"ஓ... மக்களே... நீங்க சொல்லுங்க!"

"பாதிரியாருக்குச் சாப்பிட்டு முடிக்கக் கொஞ்சம் நேரமாயிடும். அமைதியாச் சாப்பிடட்டும். நாம் சொல்லவேண்டியதைச் சொல்லி முடிச்சுப் போயிடுவோம்" என்றார் கந்நிமேல் மத்தாயி.

"ஆம். ஆமாம் மக்களே! நீங்க சொல்லுங்க!"

எல்லாருக்கும் கடிதம் கிடைத்திருப்பது விசயமாக இத்தாக்கு பேச்சைத் துவக்கினார்.

பாதிரியாருக்கும் கடிதம் கிடைத்திருக்கிறது. அவர் சொன்னார்: "மக்களே, இது சைத்தானின் வேலை. பிற ஜாதிக்காரங்க செய்யற வேலை. அவங்க ஆட்சி நடத்தறது நல்லதுதான். வேதவிசுவாஸிகள் பரஸ்பரம் சந்திக்கும்போது ஒரு நெருங்கிய நட்பு ஏற்படறதல்லவா? அதைத்தான் நான் நினைக்கிறேன்."

இத்தாக்கு ஒரு முறை எல்லோரையும் பார்த்தார். அவர் சொன்னார்:

"நான் அதைச் சொன்னேன். ஆனாக் கூட உங்களைச் சந்திக்கலாம்னு தீர்மானிச்சுட்டோம். நீங்க ஒண்ணு செய்யணும். அடுத்தவாரம் பிரார்த்தனைச் சடங்கு முடிஞ்சப்பறம் நீங்க ஒரு பிரசங்கம் செய்யணும். இல்லே... இது ஆபத்து. சைத்தான் மெல்ல மெல்ல வந்து கொண்டிருக்கான்."

"நான் இந்த வாரம் மெத்ரான் பாதிரியாரின் அரண்மனைக்குச் செல்லப் போறேன். அவரைப் பார்த்து அவரிடம் கேட்டுப் பார்க்கிறேன்."

இத்தாக்குவுக்குக் கூடுதலான உறுதி ஏற்பட்டுவிட்டது.

"மெத்ரான் திருமேனி ஒரு கட்டளையையே விடுக்கட்டும்- அனைத்து விசுவாஸிகளும் ஜாக்கிரதையாக இருக்கவேண்டுமென்று."

* ** *

சேந்நாடனுக்கும், சுனைக்குளத்தவருக்கும் தங்களுக்குக் கிடைத்த கடிதங்களின் பொருள் விளங்கிவிட்டது.

சேந்நாடன் சொன்னார்:

"பறையனுக்கும் புலையனுக்கும் மற்றபல ஜாதியினருக்கும் ஆலயப் பிரவேசம் வேண்டுமென்பதுதான் பிடிவாதம். ஆனா, அந்தப் பிடிவாதத்தை ஏற்றுக் கொண்டு நடக்கிறது யாரு? நாயர்மார்களும், அது போன்ற ஜாதிக்காரங்களும்தான்."

சுனைக்குளத்தவர் அதை ஒப்புக்கொண்டார்.

"அது உண்மை. பறையனுக்கும் புலையனுக்கும் அது வேணும்னு இல்லை."

சுனைக் குளத்தவருக்கு இன்னொரு சந்தேகம்.

"அப்பறம் சேந்நாட்டுப் பெரியவரே, தங்கத் தம்பிரானும் துரை மார்களும் இதை ஒப்புக்கொள்கின்றார்களா?"

"அதுக்குத்தானே, துரைமார்கள் இங்கிருந்து போவணும்னு பிடிவாதமா நிக்கறாங்க?"

சுனைக்குளத்தவர் தலையசைத்தவாறு கூறினார்:

"இப்படி வெளியேறவேணும், வேணும்னு சொன்னா, அவங்க வெளியேறிடுவாங்களா?"

"எங்கே போவப் போறாங்க? இங்கே நின்னு குலைக்கலாம். அவங்களுக்குப் பட்டாளமிருக்குதல்ல?"

சில நாட்களுக்குப் பின்னர் இன்னுமொரு கடிதம் வந்தது. பலருக்கும் பல்வேறு முறையில் எழுதப்பட்டிருக்கிறது.

"ஒரு ஜாதி, ஒரு மதம், ஒரு தெய்வம் மனிதனுக்கு."

"சுதந்திரம் நமது பிறப்புரிமை!"

"அந்நியர்கள் நாட்டை விட்டு வெளியேற வேண்டும்."

"நாயர் ஜாதி நல்லதாவதற்கு என்ன செய்ய வேண்டும்?"

அதற்கான யோசனைகள் சில கொடுக்கப்பட்டிருக்கின்றன.

'ஒன்று, தலை எண்ணி பாகப்பிரிவினை செய்யவேண்டும்.'

இந்த யோசனை சேந்நாடனையும் சுனைக்குளத்தவரையும் சற்றுக் கிளர்ச்சிக்குள்ளாக்கியது. விளையாடி விளையாடிச் சென்று சர்ப்பத்தினைத் தொட்டு விளையாடுகிற வேலைதான் இது. குடும்பங்கள் சிதைந்து போகக் கூடிய விளையாட்டு இது. தலையெண்ணி பாகப்பிரிவினை! ஆங்காங்கு இத்தகைய குரல்கள் கேட்கத் தொடங்கியிருக்கின்றன.

சுனைக்குளத்தவர் ஒரு விளக்கத்திற்கென்பது போல் வினவினார்:

"ஆமாம் சேந்நாட்டுப் பெரியவரே, தலையெண்ணி பாகப் பிரிவினைன்னா குடும்பத்திலுள்ள சொத்துப் பத்துக்களெல்லாம் தலை யெண்ணிப் பங்குபோட்டுக் கொடுப்பது தானே?"

"ஆமாம்!"

"அப்போ, குடும்பம்னு ஒண்ணு இல்லாமே போயிடுமே?"

"ஆமாம். ஒவ்வொருவரும் தங்களுக்குக் கிடைக்கிற இரண்டு அல்லது மூன்று பறை நிலத்துடன் போயிடவேண்டும்."

சுனைக்குளத்தவருக்கு இயல்பானதொரு சந்தேகம் எழுந்தது:

"அப்போ, பெண்கள் என்ன செய்வாங்க?" திடீரென சேந்நாடனால் பதிலளிக்க முடியவில்லை.

பெண்கள் தனித்தனியாகப் பங்குகளைப் பெற்றுவிட்டால் என்ன செய்வார்கள்? அவர்களுக்குக் குடும்பமில்லை; வீடு இல்லை; சகோதரன் இல்லை; அம்மாவன் இல்லை; தனியாகக் கிடைக்கிற பங்கு மட்டும்தான் இருக்கும்.

தலையெண்ணி பாகப்பிரிவினையை ஆதரிக்கிற ஒருவருடைய உணர்வும் வாதங்களும் தனக்கு ஏற்படுவதற்கான புத்தியை சேந்நாடன் கூராக்கிக் கொண்டிருந்தார். அதற்குச் சற்று நேரம் பிடித்தது.

"பங்கினை வாங்கிக் கொண்ட பெண்களைக் கணவன்மார்கள் பாதுகாத்திடணும்."

சுனைக்குளத்தவர் கலகலவெனச் சிரித்து விட்டார். வினவினார்:

"நாயர்க் குடும்பங்களிலே கணவன்மார்களுக்கு ஏதாச்சும் பொறுப்பு இருந்திருக்கா?"

சேந்நாடனுக்கு கோபம் வந்தது.

"ஓ! நீங்க என்கிட்டே வாதம் பண்ண வர்றீங்களா?"

சுனைக்குளத்தவர் சுற்றுத் தாழ்ந்துவிட்டார். "இல்லை பெரியவரே, இந்தத் தலையெண்ணி பாகப்பிரிவினைன்னு வந்தா அது எப்படி யிருக்கும்னு அறியத்தான் கேட்டேன். உங்களுக்கு என்னை விட விசயஞானமிருக்குமல்ல? ஏற நாடு, வள்ளுவநாடு தாலுக்காக்களிலும் திருவனந்தபுரத்திலுமெல்லாம் போயி வந்தவர்தானே? அப்பறம் புராணங்களல்லாம் தெரியும். அதனாலதான் கேட்டேன்."

சேந்நாடன் அமைதியடைந்தார். அவர் கோபம் அடங்கியது. தலையெண்ணி பாகப்பிரிவினை என்று ஏற்பட்டுவிட்டால் கொச்சு நங்கையம்மா மற்றும் புதல்வர்கள் நிலைமை என்னவாகுமென்று சேந்நாடன் ஒரு கணம் நினைத்துப் பார்த்தார்.

கொச்சு நங்கையம்மா பதிமூன்றாவது வயதினிலேயே ருது மதியானவள். அவளைவிட இரண்டு வயதுக்குப் பெரியவர் கேசவன். சேந்நாட்டு கேசவன் புகழ்பெற்ற கதகளிக் கலைஞர். இவரைவிடவும் பத்து வயதுக்குப் பெரியவராவார் சேந்நாட்டு குஞ்சுநாயர். குஞ்சுநாயருக்கும் கேசவனுக்குமிடையே சேந்நாட்டு பவதியம்மா பெற்ற குழந்தைகளெல்லாம் செத்துப் போய்விட்டனர்.

அப்போது சேந்நாட்டு பவதியம்மா, பதிமூன்றாவது வயதிலேயே ருதுமதியாகிவிட்ட கொச்சுநங்கைக்கு கடம்மத்ர கொச்சுராமனைக் கொண்டு புடவை கொடுக்க வைத்தாள்.

கடம்பத்ர கொச்சுராமச்சார் இரவு வெகு நேரத்துக்குப் பிறகுதான் சேந்நாட்டுக்கு வருவார். பொழுது விடியு முன்னரே போய்விடுவார்.

கொச்சு நங்கை குழந்தைகளைப் பெற்றெடுக்கவும் தொடங்கினாள்.

பிரசவச் செலவைக் கவனிக்க வேண்டியது யார்? மூத்த சகோதரன் சேந்நாட்டு குஞ்சு! அம்மா சொல்லுவாள்:

"குஞ்சூ! பொண்ணு பெற்றிட்டா. பெண்குழந்தை!"

குடும்பத்தில சந்ததிகள் பெருகிவருகின்றனர். கொச்சுராமச்சார், நங்கை பிரசவமாகி ஐம்பத்தியாறு நாட்கள் வரையிலும் சேந்நாட்டுக்கு வரமாட்டார். வரவேண்டிய அவசியமும் இல்லை. ஆண்பூனை, பெண்பூனையுடன் இணைந்து விட்டுப் பெண் பூனை குஞ்சு போடும் நாளில் அந்தக் குஞ்சினைத் தின்பதற்காகச் சந்தர்ப்பம் பார்த்து வருவதுபோல், கொச்சுராமச்சார், ஐம்பத்தியேழாவது நாளில் பந்தம் கொளுத்தி வந்துவிடுவார். பிரசவத்தை முன்னிட்டுச் சாப்பிட வேண்டிய மருந்துகளெல்லாம் கொச்சுநங்கையும் அதற்குள் சாப்பிட்டு முடித்திருப்பாள்.

பிரசவச் செலவை நிர்வகிக்க வேண்டியது மூத்த அண்ணன். குடும்பத்தில் பெருகிவருகின்ற சந்ததிகளைக் காப்பாற்ற வேண்டியது

குடும்பத் தலைவர்.

தலையெண்ணி பாகப்பிரிவினை என்று ஆகிவிட்டால் கொச்சு நங்கைக்கும் குழந்தைகளுக்கும் பன்னிரண்டில் பத்து பங்கு கிடைத்துவிடும். ஒரு பங்கு ஊரை விட்டுச் சென்ற கேசவனுக்கு. இன்னொரு பங்கு குடும்பத் தலைவர் குஞ்சுநாயருக்கு.

அப்போது கடம்மத்ர கொச்சுராமச்சாருடைய கட்டுப் பாட்டிலாகி விடுவாள் கொச்சு நங்கை. மனைவி பத்து முறை பிரசவமான போதெல்லாம் பிரசவத்திற்காக ஒரு சக்கிரம் கூடச் செலவு செய்யாத கடம்மத்ர கொச்சுராமச்சாருடைய பாதுகாப்பில் குழந்தைகள் வந்து விடுவார்கள்.

கொச்சுராமச்சார் விவசாய வேலைகளைக் கவனிக்கவேண்டும்.

ஆனால் கொச்சுகிட்டன் இருக்கிறான். அவன் தன்னலம் கருது கிறவன். சுயேச்சையாக நடந்து கொள்கிறவன். அவன் தலையெண்ணிப் பங்குகளிலொன்றைக் கேட்டால்?

கொச்சு நங்கையின் நிலைமை என்ன? குடும்பத்தின் அடிவேரான சகோதரி!

சேந்நாட்டுக் குடும்பத்துக்கு என்ன இருந்தது? இன்று என்ன இருக்கிறது? அதை வளர்த்து வந்த குஞ்சுநாயர், அது தகர்ந்து போவது கண்டு நெஞ்சம் கலங்குகிறார். அது தகர்ந்து விட்டால் எவ்வாறிருக்கும்? சேந்நாட்டுக் குடும்பமே இல்லாதாகிவிடும்.

தென் கரையிலுள்ள ஐம்பது பறை நிலத்தை விற்றபோது கொச்சு நங்கை கணக்கைக் கேட்டாள். கணக்கைச் சோதித்துப் பார்த்தாள். கணக்கைச் சொல்ல வேண்டியதாயிற்று. தென் கரிசலிலுள்ள ஐம்பது பறைநிலத்தை எழுதி வாங்கியது யார்? அதற்கான பொருளை வழங்கியவர் யார்? குஞ்சு நாயர்! கொச்சுநங்கைக்கு அந்த விசயத்தில் எந்தவிதமான பங்கும் இருக்கவில்லை. ஆயினும் அவள் கணக்கைக் கேட்டாள். சேந்நாட்டுக் குடும்பம் சீரழிந்தது அன்று தானா?

ஒரு கணப் பொழுதில் சேந்நாடனுக்கு ஏற்பட்ட மனப் பதட்டம் அது.

சுனைக்குளத்தவர் கேட்டார்:

"என்ன சேந்நாட்டுப் பெரியவரே, குடும்பங்கள் இப்படிச் சீரழிவதை நம்ப தங்கத் தம்பிரான் அனுமதிப்பாரா?"

சேந்நாடனுக்கு இப்போது நிகழ்கின்ற அனைத்து நிகழ்ச்சிகளையும் பற்றிக் கருத்துக் கூறத் திறனில்லை. சொன்னார்:

“நானும் அதைத்தான் யோசிக்கறேன். தங்கத் தம்பிரான் இயற்கை யெய்தினால் பின்னர் அதிகாரத்தை ஏற்றுக் கொள்வது அவருடைய சகோதரிபுத்திரன்தான். அப்படியிருக்கையிலே இதைத் தங்கத் தம்பிரான் அங்கீகரிப்பாரா?”

“அதைத்தான் நானும் யோசிக்கிறேன்.”

சற்று நேரத்துக்குப் பின் சேந்நாடன் கேட்டார்:

“ஏய் சுனைக்குளத்தாரே! நான் இறந்துபோனால் பின்னர் சேந்நாட்டுக் குடும்பத்தலைவர் யாராயிருப்பார்? கொச்சுகிட்டன் ஆயிடுவானா?”

சுனைக் குளத்தவர் சொன்னார்:

“நானும் அதைத்தான் கேட்கிறேன் - எனக்குப் பின்னர் சுனைக் குளத்துக் குடும்பத்தலைவர் யாராக இருக்கும்?”

* ** *

‘பிரஜாசபை’ என்கிற ஒரு சபை இருக்கிறது. தங்கத் தம்பிரான் திருவுள்ளத்தால் உருவானதுதான் அது. குடிமக்களின் நலனுக்காக தங்கத் தம்பிரான் செயல்படுவதெல்லாம் அந்தச் சபையின் யோசனைகளைக் கேட்ட பின்னர்தான். குடிமக்களின் முறையீடுகளை எல்லாம் நாடாளும் அரசன் கேட்கவேண்டும். அவர்கள் கோரிக்கைகளைத் தம்பிரான் அறிய வேண்டும். முதலில் தகுதி வாய்ந்தவர்களை சபைக்காக நியமிப்பது தம்பிரான்தான்.

இப்போது அந்த முறை மாற்றப்படுகிறது. வரி செலுத்துபவர்கள் ஒவ்வொரு வட்டாரத்திலும் தகுதியுள்ள ஒருவரைத் தேர்ந்தெடுக்க வேண்டும். அவர்கள்தான் பிரஜாசபைக்குச் சென்று குடிமக்களுக்காகப் பேசவேண்டும்.

சேந்நாடன் சுனைக்குளத்தவரிடம் ஒரு யோசனை சொன்னார்:

“இனிமேல் பிரஜாசபைக்குத் தேர்தல் வரும்போது நாம் ஜாக்கிரதையாக இருக்கவேண்டும். தலையெண்ணி பாகப்பிரிவினைச் சட்டம் வேண்டுமா, வேண்டாமா என்பதை பிரஜாசபைதான் தீர்மானிக்க வேண்டும். அப்படியானால் தான் தம்பிரான் அதற்கேற்றபடி கட்டளை யிடுவார். அப்போ நாம் என்ன செய்யணும்னா - தலையெண்ணி பாகப் பிரிவினையை எதிர்க்கின்றவர்களைத் தான் பிரஜாசபைக்குத் தேர்ந் தெடுக்கணும்.”

சுனைக்குளத்தவர் விசாரித்தார்:

“பெரியவரே, அது நாம் மட்டும் நினைச்சாப் போதுமா? நாடு முழுவதிலுமுள்ள வரி செலுத்தறவங்க நினைக்க வேணாமோ?”

வெடிப் புரைக்கல் குஞ்சன் நாயரும், அவர் போன்ற இன்னபிறரும் சேர்ந்து வீடான வீடுகளிலே எல்லாம் ஏறியறிங்குகிறார்கள். கரைக் கூட்டங்களை உருவாக்கத்தான். (நாயர்மார்களுடைய 'கரயோக'ங்களைத்தான் கரைக் கூட்டங்கள் என்று சொல்லப்பட்டிருக்கிறது. மொ-ர்) இப்போதைய முதல் தேதிக் கூட்டம் போதாது. திருவாங்கூர் சமஸ்தானத்திலுள்ள அனைத்து - ஊர்களிலும் 'நாயர் - சர்வீஸ் - சொஸைட்டி' உருவாகி வருகிறது. அனைத்து நாயர்மார்களும் ஒன்று சேரவேண்டும். மந்நத்து பத்மநாபபிள்ளை வருகிறார்; அவர் பேசுவார்.

குஞ்சன் நாயர்தான் முன் கை எடுத்து முன்னணியில் நின்று செயல்படுகிறார். அத்திப்புரைக்கல் கோவிந்தனும் ராகவனும் முன்னணியில் உள்ளனர். இளைஞர்கள் உற்சாகமுடன் செயல்படுகின்றனர். ஏன்? மணிகண்டன் வரையிலும் தோரணங்கள் கட்டவும் பந்தல் போடவும் முன்வந்திருக்கிறான்.

பள்ளியில் படித்தவர்கள்தான் எல்லோரும். சேந்நாடனுடைய கருத்துப்படி பள்ளிக்கூடம் ஓர் இடைஞ்சலாக இருக்கிறது.

அந்த மாபெரும் கூட்டத்தில் இன்னொரு விசயம் கூடத் தீர்மானிக்க வேண்டியிருக்கிறது. தேவஸ்தானம் சம்பந்தமான விசயம்தான். அது இப்போது வழக்கு காரணமாக கோர்ட்டின் ஆதிக்கத்திலிருந்து வருகிறது. இப்போது கணபதி நம்பூதிரிக்கும், சேந்நாடனுக்கும் எல்லாம் வழக்கிலே அவ்வளவு அக்கறையில்லை. தேவஸ்தானத்துக்கு வரவேண்டிய குத்தகை வசூலாவதில்லை. இருக்கிற வருமானத்தை வழக்குக்காகச் செலவு செய்கின்றனர்.

அது ஒரு நல்ல காரியம்தான் என்ற கருத்து சேந்நாடனுக்கு உண்டு. வழி தவறி நடக்கிறவன் என்றாலும் வெடிப்புரைக்கல் குஞ்சன் நாயர் சில நல்ல காரியங்களையும் செய்வதுண்டு. தேவஸ்தானம் ஊர்ஜனங்கள் கையிலே வந்து சேரவேண்டும். அதுதான் சேந்நாடனின் கருத்து. அதைத் தான் குஞ்சன் நாயர் சொல்கிறார்.

சேந்நாடனும் குஞ்சன் நாயரும் ஒரு விஷயத்தில் ஒன்றுபட்டனர்.

தேவஸ்தானம் ஜனங்களின் கையிலே திரும்பவும் வந்துவிடுமல்லவா?

அவர்கள் அந்த விசயத்தைப் பற்றி ஒன்றாக அமர்ந்து யோசிப்பதுண்டு.

தேவஸ்தானம் மக்கள் கையில் வரவேண்டும்!

74

அத்திப் புரைக்கல் ராகவன் பிள்ளைக்கு வாத்தியார் உத்தியோகம் கிடைத்துவிட்டது. சேந்நன்கரியிலுள்ள பள்ளிக்கூடத்திலேதான். வெள்ளிக் கிழமை தோறும் மாலைவேளையில் அவர் வீட்டுக்கு வந்து விடுவார்.

ராகவன்பிள்ளைக்கு ஒரு கருத்து - கிழக்கு மலையில் ஒரு தோட்டத்தை உருவாக்கவேண்டும். சேந்நாடன் காதில் அது விழுந்தது. ஆனால் அவர் அதைப் பொருட்படுத்தவில்லை. இளைஞர்கள் கற்பனைச் சொர்க்கத்தை உருவாக்குவது போலவேதான் இதுவென்று கருதினார். குஞ்சுமாளு மற்றும் கோவிந்தப் பிள்ளை இது சம்பந்தமாக நள்ளிரவு வரையிலும் ராகவன் பிள்ளையுடன் பேசுவது காதில் விழுந்தது. தோட்டத்தை உருவாக்குகிற பிரச்சினைதான் அது என்று தெரியும். அவ்வளவுதான்.

தோட்டத்தை உருவாக்குவது நல்ல காரியம்தான். சந்தேகமில்லை. ஆற்றின் கரையிலுள்ள கிருஸ்தவர்கள் எல்லோரும் செல்வந்தர்களாகி விட்டனர். ஒன்றுமேயில்லாமல் மீன் வியாபாரம் செய்து வந்தவர்கள் கூடப் பணக்காரர்களாகி விட்டனர். தோட்டத்தினால்தான், அவர்கள் நன்றாக உழைக்கவும் செய்தார்கள்.

குஞ்சுமாளு சொன்னாள்:

"அம்பலப்புழைக்கு மோர் எடுத்துச் சென்றுகொண்டிருந்த களத்தில் கொச்சுதேவி கிழக்கு மலையிலேருந்து அன்னைக்கு ஒரு நாள் வந்திருந்தா. இப்போ அவ ஒரு பொம்பளை. கிருஸ்து மதத்திலே சேர்ந்திட்டா. இப்போ அவளைப் பார்க்கணுமே. கழுத்து நிறையத் தங்கம்தான். எல்லாமே கிருஸ்துவனுங்களோடது போலுள்ள நகைகள். அவளோட மாப்பிள முண்டக்கல் சங்கு. அவனுக்கு கூடத் தோட்டமுண்டு. சங்கு பருத்திக்காட்டுக்காரங்களோட வேலையாளாப் போயிருந்தாக் கூட இப்போ அவனுக்கும் தோட்டமுண்டு."

களத்தில் கொச்சுதேவி கோவில் திருவிழாவன்று மாடிமீது ஏறி உட்கார்ந்த கதை மறந்து போயிருந்தது. அவளையும் ஏனைய பெண் களையும் பயந்து கணபதி நம்பூதிரியின் மனைவி அங்கிருந்து கீழிறங்கிப் போன நிகழ்ச்சி அன்றைய தினம் ஊரெங்கும் பேச்சுக்கு விசயமாக இருந்தது. ஒரு நாள் கொச்சு தேவியைக் காணவில்லை. அவள் முண்டக்கல் சங்குவுடன் போய்விட்டாள். இப்போது சங்கு சவுரியாராகவும், கொச்சு தேவி கொச்சுதிரேசாவாகவும் வந்திருக்கிறார்கள். ஆரோக்கியமும் சுறுசுறுப்புமுடைய நான்கு குழந்தைகள் அவளுக்கு உள்ளனர். அவளை அடையாளம் கண்டுகொள்ள சிரமப்பட வேண்டியிருக்கிறது.

அவர்களுக்குக் கூடத் தோட்டமுண்டு! சேந்நாட்டு குஞ்சு நாயர் மனைவியிடம் கூறினார்:

"எல்லாவற்றையும் ஒப்புக் கொள்கிறேன். தோட்டமிருப்பது நல்லது தான். பூமிக்கு விலை இல்லை அங்கே. காட்டை வெட்டிவிட்டு பூமியைச் சமன் செய்தால் போதும்னுதான் சொல்லறாங்க."

"இப்போ பூமிக்கு விலை கொடுக்கணும்னு ராகவன் சொன்னா. ஆனா ரொம்பக் கம்மியான விலை கொடுத்தால் போதுமாம்" என்றாள் குஞ்சுமாளுவம்மா.

"புலியும் யானையும் நடமாடுகிற கிழக்கு மலையிலே சென்று யாரு உழைக்கப் போறாங்க? அதைச் சொல்லு!"

"அது ராகவன் செஞ்சிடுவான்."

"அவன் வாத்தியார் உத்தியோகம்?"

"அதை அவன் விட்டிடுவான்."

ஸ்ரீபத்மநாபனுடைய பத்து சக்கிரம் கிடைக்கிறது. அதை வேண்டா மென்கிறானா?

ராகவன் பிள்ளைக்கு அதைப் பற்றிச் சொலல வேண்டியிருந்தது.

குஞ்சுமாளுவம்மா சொன்னாள்:

"இப்போ மாத சம்பளம் ஏழு ரூபாய். சாகிற வரைக்கும் ஏழு ரூபாய். மேலதிகாரியைப் பார்க்கறப்போ துண்டுவேட்டியை இடுப்பிலே கட்டிக்கணும். வாய் மீது கை வைத்து நிக்கணும். அதிகாரியின் முகம் சிவந்துவிட்டால் உத்தியோகம் போயிடும். அவன் சிறுவயசிலேருந்து ஒரு துணிச்சல் பேர்வழின்னு தெரியாதா? அவனோட அதிகாரிக்கு அவனைப் பிடிக்காதுன்னு சொல்லிக்கிறான்."

"ஆனா கிழக்குமலையிலே போனா கடப்பாறை யெடுத்து வேலை செய்யணும்."

"அதை அவன் செஞ்சிடுவான்."

அக்காளும் தம்பிமார்களும் சேர்ந்து எல்லா விசயங்களைப் பற்றியும் யோசித்து உறுதி செய்திருக்கிறார்கள். சேந்நாடன் கருதுவது அப்படித்தான். சகோதரி அனுமதிக்காக அணுகுகிறாள்.

"அவன் உத்தியோகமிழந்திடுவான் போலிருக்கிறது. அதை விட நல்லது அவன் விருப்பப்படி நடந்துக்கறதுதான். அதுவும் ஒரு நல்ல காரியத்துக்குன்னு சொலலிக்கிறான்."

குஞ்சுமாளுவின் மனத்தில் தோட்டம்தான் நிறைந்து நிற்கிறது.

“தனியாளாப் போய்ப் பாடுபட்டால் தோட்டமாயிடுமா? அதுக்கு பணச்செலவு இருக்கே.”

“அது குடும்பத்திலேருந்து தான் கொடுக்கணும். அப்பறம் கேசவன் கூட எழுதியிருக்கிறான். அவன் யுத்தத்துக்காக மெசப்பெட்டோமியாவுக்குப் போயிருக்கான். அவன் பணமனுப்பி வைக்கறதா எழுதியிருக்கான்.”

பொதுவாக குஞ்சு நாயருக்கு ஒரு விதமான அரிப்புத்தான். இத்தகையதொரு காரியத்தைப்பற்றி யோசிப்பது இம்முறையில் அல்ல. குஞ்சு நாயரை அகற்றி நிறுத்திவிட்டு சகோதரியும் சகோதரர்களும் சேர்ந்து முடிவெடுத்தனர். அப்புறம் பெயருக்கு அனுமதிக்காக சகோதரி அணுகி யிருக்கிறாள். இப்படித்தான் சேந்நாடன் மனத்தில் தோன்றியது. அவர் சொன்னார்:

“உங்களுக்கு உங்க காரியங்களைக் கவனிக்கும் தகுதி ஏற்பட்டுள்ளது. எல்லாம் அழியறதுக்கு முந்தி நான் சரிவரச் செயலாற்றினேன். எல்லா வற்றையும் இழந்துவிடுவோம்னு ஆனப்போ ஒரு வழக்கையும் நடத்தி முடித்தேன். நான் பணம் போடாவிட்டாலும், அப்படியும் இப்படியுமா இவ்வளவு சொத்துக்களைச் சேர்த்து வைத்தேன். இப்போ உங்களுக்கு உங்க காரியம்தான். என்கிட்டே ஏன், கேக்கறீங்க?”

“ஓ! வருத்தப்பட்டுச் சொல்றீங்களா?”

“வருத்தமில்லே. விசயத்தைச் சொன்னேன். அவ்வளவுதான்.”

ராகவன் பிள்ளைக்குத் திடீரென்று ஏற்பட்ட எண்ணம் இவ்வாறிருந்தது.

“அப்படீன்னா நமக்கு நம்ம காரியம்தான். யாருடைய அனுமதியும் நமக்குத் தேவையில்லை.”

குஞ்சுமாளு ராகவன் வாயைப் பொத்தினாள். கோவிந்தப்பிள்ளை சொன்னார்:

“அப்படிச் சொல்லக்கூடாது ராகவன்! இவரு நம்ப மச்சான் மட்டுமல்ல; பாதுகாவலரும் கூடத்தான்.”

இதுதான் ராகவன் பிள்ளை. வெட்டு ஒன்று; துண்டு இரண்டு. அதுதான் அவருடைய இயல்பு.

* ** *

தலைமுறை தலைமுறையாய் நூற்றாண்டுகளாக நிலைபெற்று வருகிற ஒன்றுதான் தேவஸ்தானம். அதன் சொத்து எப்படிச் சேர்ந்தது?

ஒவ்வொரு குடும்பத்தினரும் வழிபாடுகளாய் சன்னிதானத்தில் சமர்ப்பித்ததுதான். அனைவரும் தேவஸ்தானத்தின் வளர்ச்சியைத்தான் கவனித்தனர். முதலில் தேவஸ்தானம். அப்புறம்தான் குடும்பம். அதுவாக இருந்தது பார்வை. அந்தப் பார்வை எல்லாம் மறைந்து போகிற நிலைமைதான்.

எதைச் சொன்னாலும் மந்நத்து பத்மநாபபிள்ளை சொல்வதைக் கேட்டு அமர்ந்து விடுவார்கள். பேசி வசீகரம் செய்ய இவ்வளவு திறமையானவர் வேறு ஒருவர் இல்லை. அதைச் சொல்லி முடித்தபோது இப்பொழுதே அது அமுலுக்கு வந்துவிடுமென்று தோன்றியது. அதை சொசைட்டியின் ஆட்சியில் கொண்டு வரவேண்டுமென்பதுதான் மந்நத்து பத்மநாபபிள்ளையின் மனத்திலிருப்பது. அது அப்பட்டமாய் வெளிவரவில்லை என்பது மட்டும்தான். இதுதான் சேந்நாடன் கருத்து.

சுனைக்குளத்தவருக்கும் சில விசயங்கள் புரிந்துவிட்டன. பள்ளிக் கூடத்தில் படித்த இளைஞர்களெல்லாம் மந்நத்துடன் சேர்ந்து நிற்கின்றனர். சுனைக்குளத்தவர் சொன்னார்:

“ஒரு விசயத்தைப் பார்த்தீங்களா, சேந்நாட்டுப் பெரியவரே? இந்த இளைஞர்களுக்கெல்லாம் இருக்கிற உற்சாகமும் சுறுசுறுப்பும் பாருங்க!”

“நான் பார்த்தேன். அதைப் பற்றித்தான் நானும் யோசிக்கிறேன். மந்நம் சொல்வது எல்லோருக்கும் வேதவாக்கு.”

(மந்நத்து பத்மநாப பிள்ளையை அவர் புகழினாலே ‘மந்நம்’ என்று சொன்னாலே அனைவருக்கும் புரியும். மொ-ர்.)

சுனைக்குளத்தவர் சொன்னார்:

“நான் சொல்றேனே, இந்தச் சோவனும் பறையனுமெல்லாம் நாளைய தினம் ஆலயத்துக்குள்ளே புகுந்திடுவாங்க. இந்த இளைஞனுங்களே அவங்களை வழிநடத்திச் செல்லுவானுங்க. அந்த விசயத்தைப் பற்றிப் பேசியபோது அவனுங்களோட உற்சாகத்தைப் பார்த்தீங்களா?”

“பார்த்தேன்; பார்த்தேன்!” என்றார் சேந்நாடன்.

“அப்பறம் தலையெண்ணி பாகப் பிரிவினை விசயமாப் பேசியபோது அந்தப் பசங்க துள்ளிக் குதித்ததைப் பார்த்தீங்களா?”

“மந்நம் அதைப் பற்றிப் பேசியபோது என்னால் அங்கே உட்கார முடியவில்லை. நான் எழுந்து போயிட்டேன்.”

“நான் உட்கார்ந்து கேட்டேன். சொல்றது என்னன்னு அறிந்து கொள்ள வேண்டாமா?”

சேந்நாடன் உணர்ச்சி வசப்பட்டுக் கூறினார்:

"உங்களால் அதைக் கேட்டுக் கொண்டிருக்க முடியும். அமைதியாக! சுனைக்குளத்துக் குடும்பத்திலே பூர்விகர்கள் தேடிவைத்த சொத்துதான் உள்ளது."

"அதுவெல்லாம் பெரிய தலைவரும் நாசம் பண்ணினாரல்லவா? பப்புப்பிள்ளை அம்மாவனுக்குப் பெரியவரு. பப்புப்பிள்ளை அம்மாவன் எதையும் நாசம் செய்யலே. மங்கெம்பு சுவாமியை மறவன்னு கூப்பிட்ட மனிதர்தான்."

"ஆயினும் மீதியுள்ளது பூர்விகனுங்க தேடிவச்ச சொத்துதானே? சேந்நாட்டுக் குடும்ப விசயம் அப்படிப்பட்டது அல்ல. அதை நான்தான் தேடிவைத்தேன். நான் மட்டும்தான். அதைப் புல்லிலே தூவிட்ட தவிடு போலாவதை என்னால் சகிக்க முடியலே."

"ஆனா, சேந்நாட்டுப் பெரியவரே, நான் ஒரு விசயத்தைப் பற்றிச் சொல்றேன் - இந்தப் பசங்க காலம் வரும்போது அது நடக்கத்தான் போவுது." என்றார் சுனைக்குளத்தவர்.

சேந்நாடன் பதிலுரைக்கவில்லை. சுனைக்குளத்தவர் தொடர்ந்து கூறினார்:

"எல்லோரும் மனைவி வீட்டிலே அவ ஊற்றறதைக் குடிக்கப்போகிற காலம் வரப்போவுது."

சேந்நாடன் அந்தக் காலத்தைக் கற்பனையில் காண்கிறார். கொச்சு நங்கை தென்கரிசல் நிலத்தை விற்றது விசயமாகக் கேட்டது முதலான காரியங்களை எண்ணிப் பார்க்கிறார்.

மந்நம் பேசிய கூட்டத்தில் சேந்நாட்டு கொச்சுகிட்டனும், அத்திப் புரைக்கல் ராகவன் பிள்ளையும் மிகவும் சுறுசுறுப்பாகச் செயலாற்றினர். சுனைக்குளத்தவர் தொடர்ந்து பேசினார்:

"அப்பறம் ஒரு நல்ல விசயத்தைப் பற்றிப் பேசினார். இளைஞனுங்க உழைக்கவேண்டும். இன்னைக்கு எல்லோரும் குடும்பத்திலிருந்து மூணு வேளை சாப்பிட்டுவிட்டு கோவில் விளையாட்டு மேடையிலே கச்சேரி வச்சுக்கறாங்க. அது போதாதுன்னாரு."

சேந்நாடன் தனது சிந்தனையிலேயே மூழ்கியிருக்கிறார். சுனைக் குளத்தவர் விசாரித்தார்:

"ஐயா பெரியவரே, இந்த வெள்ளைத் துரைமார்கள் நாட்டைவிட்டு வெளியேறிடணும்னு பேசினாரே - அவங்க போயிடுவாங்களா? அது என்ன கதை? என்னால் புரிஞ்சிக்க முடியலே."

சேந்நாடன் தனது சிந்தனையிலேயே மூழ்கியிருந்தவாறு கூறினார்:

"அவங்க போனா அப்பறம் அவ்வளவுதான். கோவில் இருக்காது; குடும்பம் இருக்காது. எல்லாம் குளமாயிடவேண்டியதுதான். கலியுகம் மூத்து வரும்போது நடக்கப்போவது, அதுவாகத்தானிருக்கும்."

* ** *

குஞ்சுமாளுவம்மா தருமசங்கடத்திற்குள்ளானாள்.

சேந்நாடன் சொல்வது இப்படித்தான்.

"நீங்கல்லாம் ஒரு நிலைக்கு வந்திட்டீங்க. இனிமே உங்க காரியத்தை நீங்களே நடத்திக்க வேண்டியதுதான். தோட்ட முருவாக்குவது, சொத்துப் பத்துக்கள் எழுதி விற்பது, அல்லது வியாபாரம் பண்ணுவது. எது வேணும்னாலும் செஞ்சிக்கலாம். என் கிட்டே ஏன் கேக்கறீங்க?"

அதுக்கு ராகவன் பிள்ளை சொல்லும் பதில் இப்படித்தான்:

"குஞ்ச வண்ணனுக்குச் சம்மதமில்லாட்டா வேணாம். கேக்க வேண்டியது நம்ப கடமை. கேட்டுட்டேன். நமக்கு நம்ப காரியத்தைக் கவனிக்கத்தான் வேண்டும்."

கோவிந்தப் பிள்ளை கூடச் சற்று தடுமாற்றத்திலேதான்.

"அண்ணன் நம்ப மச்சான் மட்டுமல்ல; பாதுகாவலருமாக இருந்தார்.

"உண்மையிலேயே இது எங்கப்பா சொத்து. அதிலே ஆறில் ஒரு பங்கினை எனக்குத் தரவேண்டும்."

ராகவன் பிள்ளை பங்கு கேட்குமளவுக்குப் போய்விடுவாரென்று யாரும் கருதியிருக்கவில்லை.

சேந்நாடன் மனைவியிடம் கூறினார்:

"அவன் அப்படியொன்றும் திமிராகப் பேசவேண்டாம். இது குடும்பச் சொத்து என்று உயர்நீதிமன்றம் தீர்ப்புக் கூறியிருக்குது. அந்த அளவு பங்கு அவனுக்குக் கிடைக்காது."

ஆனால் அது விவகாரம் தான்.

ஒரு மத்தியஸ்தத்துக்கு வந்துவிட்டனர்.

சேந்நாடனுக்குப் பூரண சம்மதமில்லைதான். அந்த ஆண்டில் வேளாண்மை சிறப்பாயிருந்தது- அடுத்த ஆண்டு விவசாயத்துக்கும், வீட்டுச் செலவுக்குமானது போக மீதி நெல்லை தோட்டத்திற்காகச் செலவு செய்வது அதாவது ராகவன்பிள்ளையிடம் ஒப்படைப்பது.

மாதச் செலவுக்காகத் தலா மூன்று பறை நெல். கோயிப்ரத்திலிருந்து கிடைக்கிற தேங்காய் விற்றுக் கிடைக்கிற பணத்தைப் பணமாகவே ராகவன் பிள்ளையிடம் ஒப்படைக்கவேண்டும்.

குஞ்சுமாளுவம்மா அன்று வரையிலும் நெல்லை அளந்து அண்டாவில் போட்டு வேக வைத்ததில்லை. அள்ளிப் போட்டுத்தான் வேக வைத்திருக்கிறாள். இனிமேல் செலவுக்காக அளந்துதான் கிடைக்கப் போகிறது. அரிசியையும் அளந்துதான் உலையிலே போட வேண்டியிருக்கிறது.

சேந்நாடன் கறாராகச் செலவுக்கு அளந்து கொடுக்கிற குடும்பத் தலைவர். எனவே அவர் சொன்னார்:

"அது நல்ல காரியம்தான். அப்படித்தான் நாள் கழிக்கவேண்டும். அதிலே கவலைப்பட்டுப் பிரயோஜனமில்லை."

ராகவன்பிள்ளை எருமேலியிலேதான் தோட்டத்தை உருவாக்குகிறார்.

அங்கே சென்று முதன்முதலாகத் திரும்பிவந்த போது காய்ச்சில் கிழங்கும், சேனைக் கிழங்கும், இன்னபிற காய் - கனிகளும் கொண்டு வந்தார். யானைத் தந்தம் போன்ற நேந்திரங்காய்கள்!

அம்முறை திரும்பிச் சென்றபோது சகோதரியின் கழுத்தில் அணிந்திருந்த பத்து பவுன் நகையை யாருக்கும் தெரியாமல் கழற்றி வாங்கினார்.

அந்த நகை ஈச்சரபிள்ளை அதிகாரி தன் மகளுக்குச் செய்து கொடுத்ததுதான். வெள்ளிப் பணத்தைப் பையில் அள்ளிப் போட்டுக் கொண்டு ஆலப்புழையிலிருந்து தங்க நகையாக வாங்கிக் கொண்டுவந்தார். சாமிப் பொற்கொல்லரும், அவர் பையனும் சேர்ந்து ஒரு மாதம் உட்கார்ந்து செய்ததுதான் அந்த நகை. அதன் பதக்கத்தை அரிச்சாட்டிலுள்ள ஓர் அம்மையார் செய்ததாகும். அது போன்ற அழகான ஒரு நகை அந்த ஊரிலேயே யாரிடமும் இருக்கவில்லை.

'முடுக்கு' என்கிற நகையைக் கொடுக்கவே மாட்டேனென்று குஞ்சுமாளுவம்மா அறுதியிட்டுக் கூறினாள். நகையைக் கழற்றிக் கொடுத்த போது அவள் சொன்னாள்:

"அப்பா எனக்காகத்தான் செய்து தந்த போதிலும், அவர் சொன்னது என்னன்னு தெரியுமா? என் பேத்திக்குத்தான் இதுன்னாரு."

ராகவன் பிள்ளை சொன்னார்:

"அதுக்கென்னக்கா? என்னோட மருமகப் பொண்ணு பருவத்துக்கு வர்றப்போ நீங்க பார்த்துக்குங்க. இதைவிட அழகான பதினஞ்சு பவுன் நகையை நான் பண்ணிக் கொடுப்பேன். இதை நீங்க இப்போ தராட்டாக் கூட."

அவர் மேலும் கூறினார்:

"இது நம்ப குடும்பம் முன்னேறுவதுக்குத்தான் அக்கா! மாப்பிள மாருங்க ஆற்றின் கரையிலே மாடிவீடுகள் கட்டறதுக்காகத்தான் இந்த முயற்சி. வெட்டிக்காட்டு நாணுக்குறுப்புவோட மருமகப் பையன் போலீஸ் இன்ஸ்பெக்டராயிட்டானே - ஆனா என்னோட மருமகப் பையன் மணிகண்டனை நான் போலீஸ் சூப்பிரண்டாக்கிடுவேன். அதுக் கெல்லாமாத்தான் இந்த நகையை வாங்கிக்கிட்டுப் போறேன்."

இதை எல்லாம் கேட்ட குஞ்சுமாளுவின் கண்கள் நிறைந்த. சங்கடத்தினாலே அல்ல; சந்தோஷத்தினாலேதான் - அத்திப்புரைக்கலிலும் கோயிப்ரத்திலும் மாடிவீடுகள் எழும்புவதை நினைத்து!

ராகவன் பிள்ளை நகைவாங்கிச் சென்றதை யாரும் அறியவில்லை. ஆறு மாதத்துக்குப் பின் திரும்பவும் வரப்போகிறார். அப்போது கால் பவுன் கொழைத்து செய்திருக்கிற, பாப்பியின் நகையையும், குஞ்சுலட்சுமியுடைய ஐந்து பவுன் மாலையையும், முடிந்தால் குஞ்சுமாளுவின் 'முடுக்கு' நகை யையும் கூட வாங்கிக் கொண்டு போகக்கூடும்.

உண்ணாச்சியம்மாவின் 'கண்டச்சரம்,' வைரஜோடி, 'கூந்தாணித் தக்கை,' இன்னபிற தங்க நகைகள் ஆகியவை பற்றி ராகவன் பிள்ளைக்குத் தெரியாது. அது குஞ்சமாளுவம்மாவுக்கு மட்டும்தான் தெரியும். அவள் பெட்டிக்குள்ளே வைத்திருக்கிற நிதி அது. கோவிந்தன், ராகவன், பாப்பி, குஞ்சுலட்சுமி ஆகியோருக்கும் அதைப் பற்றித் தெரியாது.

ஆனால் எதிர்காலத்தில் இன்னொரு நாள் ராகவன் பிள்ளை அவற்றையும் வாங்கிக் கொண்டு போய்விடக்கூடும். அத்திப்புரைக்கலிலும், கோயிப்ரத்திலும் மாடிவீடுகள் எழுந்து நிற்கும்.

ராகவன் பிள்ளைக்கு நாவன்மை உண்டு.

'வெட்டு ஒன்று துண்டு இரண்டு' என்று பேசுவது மட்டுமின்றி, தேன் போன்ற இனிமையான சொற்களை உதிர்க்கவும் செய்கிற நாக்கு அது. அந்தச் சொற்கள் யாரையும் வசீகரிக்கத்தான் செய்யும்.

* ** *

அன்றாடம் செய்து முடிக்கவேண்டிய வேலைகள் குறித்து குஞ்சுநாயர் காலையிலேயே கொச்சுகிட்டனிடம் சொல்லுவார். மாலை

நேரங்களில் கொச்சுகிட்டனைப் பார்க்கமுடியாது. அவன் வீடுவந்து சேர்ந்திருக்கமாட்டான். மறுநாளிலும் அவனைப் பார்க்கமுடியாது. தேவையுள்ளவர் குஞ்சுநாயர் தானே? அவரே சுயமாகச் சென்று பார்ப்பார். கொள்ளுக்குப் பாத்தியெடுக்கப் படவில்லை. பக்கத்து வயல்களி லெல்லாம் கொள்ளு விதைத்தாகிவிட்டது- வயலை உழுதிருக்கவேயில்லை. உழவுக்காரர்களிடம் சொன்னதுமில்லை.

கடந்த இரண்டு நாட்களாக அவன் என்ன செய்துகொண்டிருந்தான்? என்னவோ? சந்தித்தால்தானே, கேட்கமுடியும்? குஞ்சுநாயரே பாத்தி யெடுக்கவைத்தார். உழவுக்காக ஏற்பாடு செய்தார். அவன் இந்த நாட்களில் கரிசல் நிலத்திலுள்ள பாசியகற்ற வைத்துக் கொண்டிருந்தான். அதுவும் செய்து முடிக்க வேண்டிய வேலைதான். ஆனால் செய்யச் சொன்ன வேலை அதுவல்ல. உடனடியாகச் செய்து முடித்திருக்க வேண்டியதும் அது வல்ல.

அது சொற்படி நடந்துகொள்ளாத ஒரு போக்குதானா? குஞ்சுநாயர் மனத்துக்குள்ளே கேட்டுப் பார்த்தார். கொச்சுகிட்டன் பருவத்துக்கு வந்து விட்டான். அம்மாவன் சொல்வதுபோல், முன்போன்று வேலை செய்யாமலிருந்து விடக்கூடும். அவனுக்குத் தனதான உத்தியுண்டு என்பது மட்டுமின்றி எதிர்காலத்தில் அவன் தானே, இந்த வேலை எல்லாம் கவனிக்க வேண்டியவன்? எனவே அவனுக்குச் சில சுதந்திரமெல்லாம் கொடுத்தேயாகவேண்டும்.

ஆயினும் சொற்படி நடந்துகொள்ளாத போக்குதானே, இது?

சொன்னதைச் செய்யாமல் இன்னொன்றைச் செய்கிறான்.

காலம் மாறுகிறது. இன்றைய இளைஞர்கள் நேற்றைய இளைஞர் போல் அல்ல.

ஒரு நாள் சுனைக்குளத்தவர் குஞ்சு நாயரிடம் நாசூக்காக விசாரித்தார்.

“பெரியவரே, நம்ப கொச்சுகிட்டனுக்கு என்ன வயதிருக்கும்?”

“ஊம்? அதென்ன?”

கொச்சுகிட்டனுக்கு என்ன வயதென்று குஞ்சுநாயருக்குத் தெரியாது.

“அவன் திருமண வயதை எட்டியிருக்கான். அவனுக்கு ஒரு திருமணத்தை நாம் நடத்திக் கொடுக்க வேண்டாமா?”

“ஏன், அப்படிக் கேக்கறீங்க?”

சுனைக்குளத்தவர் புன்னகையுடன் சொன்னார்: “சும்மாதான் கேட்டேன்.”

"அப்படியல்ல. திடீரென இப்படிக் கேட்க ஏதோ விசயமிருக்கத்தான் செய்யுது."

தொடர்ந்து சேந்நாடன் விசாரித்தார்:

"உங்க ஆண்டிக்குக் கூட திருமணப் பருவமாகியிருக்குமே?"

"ஆயிட்டது. அதனால் தானே, கொச்சுகிட்டன் விசயமாக நான் விசாரித்தேன்?"

சுனைக்குளத்தவர் மேலும் கூறினார்:

"எங்க விசயம் இப்போ ஒரு தருமசங்கடமான நிலைமையிலேதான்."

"அதென்ன?"

"அது அப்படித்தான். அவன் ஒரு அயோக்கியத்தனம் பண்ணீட்டான். அந்த கைதச்சேரியிலே ஒரு பொண்ணிருக்கு. அவ கருவுற்றிருக்கா. அவன் தான் அதுக்குக் காரணம்னு அவ சொல்றா. அவனும் அதை ஒப்புக் கொள்றான். அப்பறம் என்ன பண்றது?"

குஞ்சுநாயர் மரத்துப் போய்விட்டார். மூச்சு ஒழுங்கான போது விசாரித்தார்:

"அவங்க 'சக்கால' நாயர்தானே?"

"ஆமாம்!"

"சக்காலப் பொண்ணுக்கு நாயர் புடவை கொடுத்ததாகக் கேள்விப் பட்டதுண்டா, பெரியவரே?"

சேந்நாடன் தொடர்ந்து கூறினார்:

"ஆம்புளப் பசங்க எந்த ஜாதியிலிருந்தும் சம்பந்தம் செஞ்சுக்கலாமல்ல? ஆனாக் கூட சக்காலப் பொண்ணுக்குப் புடவை கொடுப்பது - நான் கேள்விப்பட்டதில்லே. இன்றைய இளைஞர்கள் அப்படித்தான் இருப்பாங்க போலிருக்கு. அவங்க அப்படி ஒண்ணும் பார்க்க மாட்டாங்க போலிருக்கு."

தொடர்ந்து விசாரித்தார் சேந்நாடன்:

"அப்பறம் நீங்க என்ன தீர்மானம் பண்ணீட்டீங்க?"

"என்ன தீர்மானம் பண்ணறது? நெறியில்லாமே நடந்துக்கக் கூடாதுன்னுதான் அவன் சொல்லறான். அவனுக்கு அந்தப் பொண்ணே போதுமாம். நான் கொஞ்சம் சத்தம் கித்தம் போட்டுப் பார்த்தேன். ஒரு பெண்ணைப் பார்த்து வச்சிருக்கேன்னு சொன்னேன். ஏன் சொல்லறேன்? அது ஒண்ணும் நடக்காது."

சேந்நாடன் சொன்னார்:

"அப்படியானா எங்க பையனுக்கு ஒரு பொண்ணைப் பார்க்கணுமே. உங்க மனசிலே எவளாச்சும் தென்படுதா?"

"அதுதானே, பிரச்சினை? நாம்ப யாரும் பார்த்துப் பண்ண வேண்டிய தில்லை."

சேந்நாடன் நடுங்கிப் போனார். பதட்டமுடன் கூறினார்:

"அவனும் சகதியில் விழுந்திட்டானா?"

"எங்க பையன் மாதிரி அவன் மோசமில்லே."

"அப்பறம்?"

"கொச்சுகிட்டன் அவனுக்கான பொண்ணைப் பார்த்து வச்சிருக்கான். அந்தக் கலியாணத்தை நாம்ப நடத்திக் கொடுத்தாப் போதும். எங்க பையன் மாதிரி தாய்க்கும் சேய்க்கும் சேர்ந்து புடவை கொடுக்க வேணாம்."

"பொண்ணு ஏது?"

"அதெல்லாம் நமக்கு இசைந்ததுதான்."

"யார் அவ?"

"வாரணாட்டு கோந்தி நாயரோட மருமகப் பொண்ணு. அவளோட உடன்பிறந்தவங்க நல்ல பசங்கதான். ஒருவன் கிராம அதிகாரி. இன்னொருவன் கொல்லம் முன்சிஃப் கோர்ட்டிலே உத்தியோகம் பார்க்கிறான். பரவாயில்லைதான்."

"வாரணாட்டு கோந்தியின் மருமகப் பெண்ணினையா?"

குஞ்சுநாயர் கண்சிவந்தது. உடல் நடுங்கியது. குரல் உயர்ந்தது. கனைக்குளத்தவர் சொன்னார்:

"உம்? என்ன? அத்திப்புரைக்கல்காரங்க வழக்குக்கு கோந்திநாயர் ஏழம்பிள்ளிக்காரங்களுக்காகச் சாட்சி சொல்லியிருப்பாரு. அதனாலே சேந்நாட்டுக்கு என்ன? சேந்நாட்டுக்கு என்ன நேர்ந்தது? சேந்நாட்டுக் கெதிராக கோந்திநாயர் ஏதாச்சும் செய்தாரா?"

"என்று அவன் கேட்டானா?"

'கேட்டான்னே வச்சுக்குங்க. அல்லது கேப்பான்னு வச்சுக்குங்க."

குஞ்சுநாயர் நாக்கு அடங்கி விட்டதாகத் தோன்றியது.

சுனைக்குளத்தவர் தொடர்ந்து பேசினார்:

"அது மட்டுமல்ல, அந்தப் பொண்ணோட அண்ணன் கிராம அதிகாரி ராமனும், அத்திப் புரைக்கல் ராகவன் பிள்ளையும் நெருங்கிய நண்பர்கள். எருமேலி தேவஸ்தானம் பூமி விசயமா அவன்தான் ஒழுங்கு படுத்திக் கொடுத்தான். அவன் கூட ஒரு தோட்டத்தை உண்டாக்கப் போறதாகக் கேள்விப்பட்டேன். எல்லாம் அந்த சொஸைட்டியின் வேலை தான் பெரியவரே! அது இந்த ஊரிலுள்ள இளைஞர்களை எல்லாம் உசுப்பி விடுது."

குஞ்சுநாயர் நாக்கு அடங்கிப் போனதுதான். அது ஒலிப்பதேயில்லை.

சுனைக்குளத்தவர் தொடர்ந்து கூறினார்:

"அப்போ நான் சொல்லறது என்னன்னா, அடிக்கிற திசைக்குப் போகலேன்னா, போற திசைக்கு அடிச்சுக்கணும். அதுதான் செய்ய வேண்டியது."

மனக் கிளர்ச்சி சற்றுத் தணிந்தபோது குஞ்சு நாயர் வினவினார்:

"இதெல்லாம் உங்க கிட்டே அவன் சொன்னது தானா?"

"உண்மையைச் சொல்லணுமே எல்லாவற்றையும் அவன் சொல்லலே."

"அப்பறம்?"

"நான்தான் சொல்லிக்கிட்டிருந்தேன்."

"அவன் என்ன சொன்னான்?"

"அவன் சொன்னது இவ்வளவுதான் - வாரணாட்டுப் பொண்ணுக்குப் புடவை கொடுக்கணும். அப்போ நான்தான் கேட்டேன் - சேந்நாட்டுப் பெரியவரும் கோந்திநாயரும் நல்லிணக்கத்தில் இல்லை. அந்தப் பொண்ணு தான் வேணுமான்னு. அப்போ அவன் கேட்டான் வாரணாட்டுக்காரங்க சேந்நாட்டவங்களுக்கு என்ன துரோகம் பண்ணினாங்கன்னு. அப்பறம் தோட்டத்து விசயங்களெல்லாம் கூட அவன்தான் சொன்னான்."

சேந்நாடன் வெகு நேரம் வரையிலும் பேசாமலிருந்து விட்டார். அப்புறம் வினவினார்:

"இனிமே என்ன செய்யலாம், பெரியவரே?"

"என்ன செய்யறது? அந்தக் காரியத்தை நடத்திக் கொடுக்க வேண்டியது தான்."

"உங்க பையன் விசயத்திலும் அப்படித்தான் செய்யப் போறீங்களா?"

"அல்லாமே என்ன பண்ணறது?"

“நமக்குக் கொஞ்சம் புத்திமோசம் ஏற்பட்டுவிட்டது. நாம்ப முதலிலேயே இந்தப் பசங்களோட கலியாண விசயமா கவனிச்சிருக்கணும்.”

“அது சரிதான்.”

“என்னைப் பொறுத்தவரையிலும் கொச்சுகிட்டனோட கலியாண விசயமா இப்போதான் நினைச்சுப் பார்க்கிறேன்.”

எல்லாமே தன்னிடமிருந்து நழுவிப் போகிறது என்கிற எண்ணம் தான் குஞ்சுநாயருக்கு ஏற்பட்டது. அவர் முற்றிலும் தளர்ந்து போனார்.

75

வெடிப்புரைக்கல் குஞ்சாச்சியவர் பாலத்தோள் இல்லத்து வேலைக்காரியாக இருந்தாள். அந்த இல்லத்தில் எடுபிடி வேலையாளாக இருந்த இட்டுண்ணான் குஞ்சாச்சிக்குப் புடவை கொடுத்தார். குஞ்சாச்சி ஒரு முறைதான் குழந்தை பெற்றாள். அது ஆண் குழந்தை. அவனுக்கு குஞ்சன் எனப் பெயர் சூட்டப்பட்டது.

பாலத்தோள் இல்லத்திலிருந்து காலையில் பழைய சோறு கிடைக்கும். மத்தியானம் சாதமும் கிடைக்கும். மாதம் மூன்று பறை நெல் சம்பளம். குஞ்சன் சிறுவன். ஒரு நாள் காலையில் சொன்னான்:

“எனக்கு இல்லத்திலேருந்து கிடைக்கிற பழைய சோறு வேணாம்.”

“அப்பறம் எதைச் சாப்பிட்டுக்கிட்டு நீ பள்ளிக்கூடம் போவே?”

“ஒண்ணுமே சாப்பிடாமே போயிடறேன்.”

அவன் பிணக்கமாய்ச் சொன்னதல்ல. அந்தப் பழைய சோறு அவனுக்கு வேண்டாம். அவ்வளவுதான்.

“அம்மா உனக்கு தேங்காய் சுட்டு சட்டினி பண்ணித் தாறேன்.”

“வேணாம்மா! எனக்கு அந்தச் சோறு வேணாம்.”

குஞ்சாச்சியின் வயிறு பகீரென்றது. அவளுடைய எல்லாமான மகன் வெறும் வயிறாகப் பள்ளிக்குச் செல்கிறான்.

“அப்படீன்னா, அம்மா ஆழாக்கு அரிசி போட்டுக் கஞ்சியாக்கித் தர்றேன். சீக்கிரம் வெந்திடும். குறுணையரிசிதான்.”

“வேணாம்மா! பள்ளிக்கூடத்தில் மணியடிச்சிடும்.”

அவன் புத்தகமெடுத்துக் கிளம்பிவிட்டான். பிணக்கமாய்க் கிளம்ப வில்லை. படிவாசலை அடைந்தபோது சொன்னான்:

"அம்மா, இல்லத்திலேருந்து கொண்டு வர்ற சாதமும் எனக்கு வேணாம்."

அந்த நேரத்தில் பள்ளிமணி முழங்கியது. அவன் விரைந்தோடினான்.

குஞ்சாச்சி திகைத்து நின்றுவிட்டாள்.

குஞ்சன் ஏன், இல்லத்திலிருந்து கொண்டுவருகிற சோறு வேண்டாமென்றான்? மத்தியான சாதமும் வேண்டாமென்கிறான்? அவனிடம் விசாரித்தாள். அவனுக்கு அது இரண்டும் வேண்டாம். அந்த ஆண்டு ஓணவிழாவன்று பரிமாறப்பட்ட உணவையும் அவன் சாப்பிடவில்லை. இல்லத்திலிருந்து கொண்டு வந்த பாயசத்தைக் கூட அவன் தொடவே யில்லை. விசயமென்ன? வேண்டாமென்று மட்டும்தான் சொன்னான்.

குஞ்சன் அருமையான சிறுவனாக இருந்தான். யாரிடமும் சண்டை போடமாட்டான். நன்றாகப் படிப்பான். ஒழுங்கும் கட்டுப்பாடு முடையவன். பொய் சொன்னதில்லை. அடக்கமும் ஒழுக்கமும் உள்ளவன். அருமையான சிறுவனென்று எல்லோரும் சொன்னார்கள்.

தேர்வில் வெற்றி பெற்றான். குஞ்சனுக்கு, அவன் படித்த பள்ளியி லேயே நீண்ட நாட்கள் காத்திராமல் வாத்தியார் வேலை கிடைத்து விட்டது.

முதல் மாத சம்பளம் வாங்கிவந்த அன்றைய தினம் குஞ்சன் நாயர் அம்மாவிடம் சொன்னார்:

"அம்மா இனிமேல் இல்லத்து வேலைக்குப் போகவேண்டாம்."

"ஏன்?"

"போகவேண்டாம்!"

மேலும் கூறினார்: "அம்மாவுக்கு வயதாகிவிட்டது. இனிமேல் அந்த வேலை வேண்டாம்."

"அந்த வேலை செய்ய என்னால் முடியும்ப்பா! எனக்கு எந்தக் களைப்பமில்லை"

"அது வேண்டாம்!"

"டேய், அம்மா பத்து வயதிலேருந்து அவங்க சோற்றைத்தான் சாப்பிடறேன்."

அவள் மேலும் எதையோ சொல்ல வாயெடுத்தாள். குஞ்சன் நாயர் அதைச் சொல்ல விடவில்லை.

"வேண்டாம். போகவேண்டாம்!"

கட்டளையிடவில்லை. கணிசமாகச் சொன்னார்.

பின்னர் குஞ்சாச்சியம்மா அந்த வேலைக்குப் போகவில்லை. வேங்கத்ர கௌரி என்ற பெண் அதிகாலையிலேயே அந்த வேலையைச் செய்ய இல்லத்துக்குப் போகத் தொடங்கினாள்.

நல்ல மோர்; நல்ல நெய் எங்கு கிடைக்கும்? வெடிப்புரைக்கல் வீட்டிலிருந்துதான். நம்பூதிரி இல்லத்திலிருந்து கொடுத்த ஒரு பசுங் கன்று பெற்றுப் பெருகி இப்போது அங்கே எட்டு பசுமாடுகள் உள்ளன. என்றும் இரண்டு மாடுகளாவது கறவையிலே இருந்து வருகின்றன.

* ** *

குஞ்சாச்சியம்மா பெண்ணைப் பெறவில்லை. அவளுக்கு, குஞ்சன் நாயர் ஒரு பெண்ணை மணமுடித்து அழைத்து வரவேண்டுமென்கிற ஒரே ஒரு ஆசை தான். வெடிப்புரைக்கல் குடும்பத்துடன் உறவுகொள்ளத் தகுந்த சில குடும்பங்கள் அந்த ஊரில் உள்ளன. அங்கே சில குடும்பங்களில் மணமுடிக்கத் தகுந்த பெண்களுமிருக்கின்றனர். அவர்களை எல்லாம் குஞ்சாச்சியம்மா நினைத்துப் பார்க்கிறாள்.

இரவு உணவு பரிமாறிக் கொடுக்கும் போதெல்லாம் குஞ்சாச்சியம்மா மகனிடம் சொல்லுவாள்:

"நீ ஒரு பொண்ணுக்குப் புடவை வாங்கிக் கொடு மகனே!"

குஞ்சன் நாயர் பேசமாட்டார்.

"நீ ஏண்டா, பேசாமே இருக்கே?"

அப்போதும் பேசமாட்டார்.

அவள், தன் மனத்திலுள்ள ஒவ்வொரு பெண்ணின் பெயரையும் ஒவ்வொரு நாளும் சொல்லிப் பார்த்தாள். பதில் இல்லை.

இறுதியாக அம்மா சொன்னாள்:

"அப்படீன்னா உனக்குப் பிரியமான பெண் ஒருத்தியைக் கலியாணம் செஞ்சுக்கிட்டு வாடா!"

அதற்கும் பதிலில்லை.

"அம்மா ரெண்டு நாளைக்குப் படுத்துக் கிட்டா என்ன செய்யறது, மகனே? அம்மா பொண்ணைப் பெக்கலே."

அதற்குப் பதில் வந்தது.

"நான் அம்மாவோட மகளாயிருப்பேன்."

ஆனால், அதுக்குத் தேவையிருக்கவில்லை. அம்மா ஒரே ஒரு நாள் மட்டும் தான் படுத்துக் கிடந்தாள். அப்போது சிறுநீரோ மலமோ கழிய வில்லை..

குஞ்சாச்சியம்மா இறந்துபோனாள்.

* ** *

வெடிப்புரைக்கல் குடும்பத்தினருக்கு ஊரிலே 'மாரான்' இல்லை. (கோவில் திருவிழாக்கள் மற்றும் குடும்பத்துச் சடங்குகளுக்கு 'செண்டை' மேளம் வாசிக்கிறவன்தான் மாரான். அவனும் நாயர் ஜாதியின் ஒரு பகுதியினன் தான். மொ-ர்) வேறு மாரான்கள் இருக்கிறார்கள். அவர்கள் கோந்நோத்து, கோடாந்திர மற்றும் சீரட்டக் குடும்பங்களில் நடைபெறுகின்ற சடங்குகளில் மட்டும்தான் பங்கெடுத்துக் கொள்வார்கள். மங்கலச் சேரிக் குடும்பத்துக்கான மாரான் கொடுப்புன்னையிலிருந்து வருகிறான்.

வெடிப்புரைக்கல் குடும்பத்து மாரான் அங்கே நீலம் பேரூரில் வசித்து வருகிறான். கிட்டமாரான் என்கிற ஒருவன் இடையிடையே வெடிப்புரைக்கலுக்கு வந்து போவதுண்டு. அவனுக்கு குஞ்சாச்சியம்மா சோறு போடுவாள். கிளம்பும்போது நெல்லும் பணமும் கொடுப்பாள். அப்புறம் வேண்டிக் கொள்வாள்:

"கிட்டன், நான் சாகறப்போ நீ வரணும்!"

"நாலு நாளைக்கு முன்னரே நான் வந்திடுவேன்" என்பான்.

இப்போது குஞ்சாச்சியம்மா இறந்துவிட்டாள். அவளைத் தரையிலே படுக்க வைத்திருக்கிறார்கள்.

கேள்வி ஒன்று ஊர் ஜனங்களிடமிருந்து கிளம்பியது.

"மாரானை அழைத்து வரணும். ஆனால் இவங்க மாரான் எங்கே?"

வயோதிகரான நாணுச்சார் சொன்னார்: "வெடிப்புரைக்கல் குடும்பத்து மாரான் நீலம்பேரூரில்தான் தங்கியிருக்கான்."

சுனைக்குளத்தவர் குஞ்சன் நாயருக்கு உபதேசமளித்தார்:

"நீலம்பேரூருக்கு ஆளை அனுப்பு!"

குஞ்சன் நாயர் பதில்: "மாரான் வேண்டாம்."

"அப்பறம்?"

"மாரான் வேண்டாம்!"

சேந்நாட்டு குஞ்சுநாயர் முன்னால் வந்து கேட்டார்: "மாரானில்லாமே ஈமச் சடங்கு எப்படி? இங்கு கோஞ்சாலி மூட்டிலுள்ள மாரான்களில் யாராவது வருவாங்களா?"

கோஞ்சாலி மூட்டிலுள்ள பரமுமாரார் ஊரார் என்கிற வகையில் வந்திருக்கிறார். அவர் கேட்டார்:

"சேந்நாட்டுப் பெரியவரே, நாங்க கோந்நோத்து அல்லது கோடாந்திரக் குடும்பத்தைத் தவிர வேறு எங்காவது ஈமச் சடங்குக்காகப் போவதுண்டா?"

"பிச்சையெடுத்துத் திரிந்த கொச்சிட்டூலியம்மாவின் ஈமச் சடங்குக்கு நீங்க போனதில்லையா?"

"அவர் கோந்நோத்துக் குடும்பத்தைச் சேர்ந்தவரா இருந்தார்" என்றார் பரமுமாரார்.

குஞ்சன் நாயர் அமைதியாகச் சொன்னார்: "நாங்க ஒண்ணும் சண்டை போடவேண்டாம். சிதையை உருவாக்க ஊர்ஜனங்கள் தயார் தானா? ஆயின் சிதையை உருவாக்குங்கள்! வண்ணான் வந்திருக்கான். அவன் மாமரத்தை வெட்டிக்கிட்டிருக்கான். நீங்க சிதையை உருவாக்கினீங்கன்னா மாரானில்லாமலே என் தாயின் ஈமச் சடங்கை முடிச்சுடறேன்."

ஜனங்கள் பேசாமல் நின்று விட்டனர்.

சேந்நாடனும் நண்பர்களும் விலகிநின்று யோசிக்கின்றனர். சேந்நாடன் மனத்தில் ஒரு பகைமை எண்ணமுண்டு. குஞ்சன் நாயர் சோவன்மார்களுடன் சேர்ந்து சமபந்தி போஜனம் பண்ணியிருக்கிறார். அந்தப் பகைமையைப் போக்கிட இதுதான் சந்தர்ப்பம்.

ஆனால் சிலருக்கு வேறு கருத்துத் தான். குஞ்சாச்சியம்மா சடலம் தான் கிடக்கிறது. அவள் என்ன குற்றம் செய்திருக்கிறாள்?

சுனைக்குளத்தவர் கூறினார்.

"அப்படியானா சிதையை உருவாக்குங்க!"

வெடிப்புரைக்கல் வீட்டு வளாகத்தின் தென்கிழக்கு மூலையில் சிதை உருவாயிற்று. மாமரத்தை வெட்டி விறகாக்கினர்.

சேந்நாடனும் நண்பர்களும் விலகி நின்று யோசித்துக் கொண்டே யிருந்தனர். சேந்நாடன் சொன்னார்:

"குஞ்சன் நாயர் ஒரு சங்கராச்சாரியார் மாதிரியானவர்."

"ஊம்? அதென்ன?" என்றார் சுனைக்குளத்தவர்.

“சங்கராச்சாரியார் அம்மா சடலத்தைத் துண்டுதுண்டாக்கி தகனம் செய்தார்.”

பெண்கள் குஞ்சாச்சியம்மா சடலத்தைக் குளிப்பாட்டினார்கள். விபூதிசந்தனாதிகள் நெற்றியில் அணிவித்துப் புதுப்புடவை கட்டினார்கள்.

சிதை ஆயிற்று. அதன்மீது விறகு அடுக்கி வைக்கப்பட்டது. ‘குஞ்சன் நாயர் என்ன செய்யப் போகிறார்? பார்ப்போம் என்கிற முறையில் ஊர்ஜனங்கள் விலகி நின்றுகொண்டனர்.

மாரான் இல்லை!

குஞ்சன் நாயரும் குட்டன் நாயரும் வேறு நான்கைந்து பேர்களும் சேர்ந்து பிணத்தைத் தூக்கினர். தலையைத் தாங்கியது குஞ்சன் நாயரே தான். அதைச் சிதை மீது வைத்தனர். சிதைக்குத் தீ கொளுத்தியதுவும் குஞ்சன் நாயர் தான். வாய்க்கரிசியில்லை. வேறு கருமாதிகள் இல்லை.

ஒரு வயோதிகப் பெண்மணியின் தலையோடு அது. எட்டுத் திக்கிலும் முழங்கியவாறு அது வெடித்தது. நெஞ்சின் கூடு பற்றியெரிந்து கொண்டிருந்தது.

ஒரு சர்ச்சை மெல்லிய குரலில் நடந்தது. குஞ்சாச்சியம்மாவைச் சிதை மீது ஏற்றிவைத்தபோது குஞ்சன்நாயர் கண்ணிலிருந்து ஒரு துளிக் கண்ணீராவது உதிர்ந்து விழுந்ததா? விழுந்ததென்றும் இல்லையென்றும் வாதித்தனர். பரலோகப் பயணத்தின் போது தொண்டை நனைவதற்காக அந்த ஆத்மாவிற்கு ஒரு துளிக் கண்ணீர் கூடத் தர்ப்பணமாகக் கிடைக்க வில்லையாம்!

செத்துப் பதினாறு பதினேழாவது நாட்களில் ‘சவண்டி’ போன்ற கருமாதிகள் எதுவும் நடைபெறவில்லை. ‘புலை’ தீரும் சடங்கு நிர்வகிக்கப் படவில்லை.

அப்போது ஒரு சர்ச்சை எழுந்தது. ‘புலை’ தீரும் சடங்கை நிர்வகிக்காத குஞ்சன் நாயரைக் கோவிலில் அனுமதிக்கலாமா? அவர் கோவிலுக்குச் செல்கின்றவர் அல்ல. எனவே அந்த விசயத்தைப் பற்றி யோசிக்கவேண்டியதில்லை. அவர் தனியாள். அவரை என்ன செய்ய முடியும்?

* ** *

குஞ்சன்நாயர் ஆச்சாரங்களை மதிக்காதவர். தன்னிச்சைப் போக்குடையவர். கோவிலுக்குள் புகுந்து மணியடித்தவர். சோவன் மார்களுடன் சேர்ந்து அமர்ந்து சாப்பிட்டுக் கொண்டவர். இப்போது தாயின் கருமாதிச் சடங்குகளை நிர்வாகிக்கவில்லை. வாய்க்கரிசி கூடப்

போடவில்லை. எலும்புகளையாவது பொறுக்கியெடுத்துப் பாதுகாத்து வைக்க வேண்டாமா?

அண்டை வீட்டினருக்குப் பயமாயிற்று. குஞ்சாச்சியம்மா நேரம் கிடைக்கிற போதெல்லாம் அந்த வீடுகளுக்குச் சென்று குசலம் விசாரித்துக் கொண்டிருந்தாள்.

“என்னடீ பொண்டுகளா, சமையலாச்சா?”

“இல்லை பாட்டீ!”

“என்ன குழம்பு?”

“அவியலுங்க. ஜீரகம் இருக்கான்னு பார்த்துக்கிட்டிருந்தேன். ஜீரகம் இல்லை.”

“நான் எடுத்தாந்து தர்றேனே.” வீட்டுக்குச் சென்று ஜீரகம் எடுத்துக் கொண்டுவந்து கொடுப்பாள் குஞ்சாச்சியம்மா.

குழம்புக்கோ, தொட்டுக் கொள்வதற்கோ எதுவும் இல்லையென்று மேற்கத்திய வீட்டிலுள்ள குட்டி அரிசி வடித்து வைத்திருக்கிறாள். மனை வரண்டு கிடக்கிறது. வெயில் மிகக் கடுமை. காய்கறிகள் எதுவுமில்லை. குஞ் சாச்சியம்மா இரண்டு கூடை சேப்பங்கிழங்கு பறித்துக் கொண்டுவந்து கொடுப்பாள். அண்டை வீடுகளிலெங்காவது ஜுரம் போன்ற நோய் என்றால் அவள் அந்த வீட்டிலேயே தங்கியிருந்து பணிவிடை செய்வாள். சிவந்த துளஸி இலை, காட்டுதிருத்தால் இலை, கறுகைக் கிளுந்து இலை மற்றும் மிளகைப் போட்டுக் கஷாயம் காய்ச்சிக் கொடுப்பாள். காட்டுத் திருத்தாலச் செடி எந்தக் காட்டிலிருந்தாலும் சென்று பிடுங்கி எடுத்துக் கொண்டு வருவாள்.

அந்திப் பொழுதில் தென்புறத்து வீட்டுக்குச் சென்றால் அங்கே விளக்கேற்றியிருக்காது. குழந்தைகள் முற்றத்தில் தூசிப் படலங்களில் புரண்டு விளையாடிக் கொண்டிருப்பார்கள். மாதப் பெண்ணு அடுக்களையில் இரவு உணவைச் சமைத்துக் கொண்டிருப்பாள். மாதப் பெண்ணைத் திட்டுவதும், குணதோஷ விமர்சனம் செய்வதும்தான் குஞ் சாச்சியம்மாவின் என்றுமுள்ள வேலை.

எந்த வீட்டில் சாவு நடந்தாலும் குஞ்சாச்சியம்மா அங்கே சென்று விடுவாள். அப்படிச் சென்றால்தான், தான் இறக்கும்போது ஊர்ஜனங்கள் வருவார்கள் என்று அவள் கருதினாள்.

குஞ்சாச்சியம்மாவுக்கு எல்லாப் பெண்களிடமும் ஒரு வேண்டுகோள் இருந்தது.

“நீங்க ஒரு காரியம் செய்யணும். நான் இறந்துட்டா என்னைக் குளிப்பாட்டி விபூதி சந்தனாதிகள் அணிவித்துப் புதுப்புடவை உடுத்திக்கச் செய்யணும்”

சில குறும்புப் பையன்கள் சொல்லுவார்கள்:

“குங்குமத்தையும் அணிவிப்போம்.”

“ஐயோ! அது வேணாமடா பசங்களா! பிணத்துக்கு குங்குமமும் சாந்தும் அணிவிக்கக் கூடாது!”

இந்தப் பையன்கள் தனக்கும் குங்குமம் அணிவிப்பார்களா என்கிற பயம் குஞ்சாச்சியம்மாவுக்கு இருந்தது.

மனிதர்பால் அன்புடைய குஞ்சாச்சியம்மா செத்துப் போய் விட்டாலும் அந்த வட்டாரத்திலிருந்து போய்விடுவாளா? அதுவும் அவளுக்கான கருமாதிகள் எதுவும் நிறைவேற்றப்படவில்லை. அந்த ஆவி அங்கெல்லாம் அலைந்து நடக்கக் கூடும். கருமாதிகள் செய்யவில்லை யென்றால் அப்படித்தான். ஆவி பரலோகத்துக்குச் செல்லாது.

அந்திப் பொழுதில், அதிகாலையில், நள்ளிரவில் எல்லாம் அண்டை வீடுகளிலுள்ள நங்கை, மாத, குஞ்சி ஆகியோர் ஒரு விளிப்புக் குரலைக் கேட்பதுண்டாம்!

“மக்களே...!”

அன்றொரு நாள் மதியவேளையில் அடுக்களை அடுப்பின் கரையிலிருந்தபோது குஞ்சி அந்த விளிப்பைக் கேட்டுப் பயந்து நடுங்கி விட்டாள்: “மக்களே...!”

வெளியே வர குஞ்சிக்குப் பயமாயிற்று.

குஞ்சாச்சியம்மா மிகவும் நல்லவளாக இருந்தாள். எனவே பயப்படுவதற்கு ஒன்றுமில்லாமலிருக்கலாம் என்று சொல்லவும் முடியாது. ஏனென்றால் அவள் இப்போது இந்த உலகைச் சேர்ந்தவள் அல்ல. ஆனால் ஒரு விசயம். அவள் பிசாசு அல்ல; பிண்ட கருமாதிகளுக்குரிய ஆவி! ஆயினும் பயமேற்படாதா? உபத்திரவம் ஒன்றும் பண்ணாதுதான். ஆயினும் தொந்திரவுதான்.

குஞ்சாச்சியம்மாவைக் கட்டிவைத்து, ஹோமம் நடத்தி உபாதையைத் தவிர்ப்பது அல்ல; மாறாக ஸத்கருமங்களால் சுத்தம் செய்து பரலோகத்துக்கு அனுப்புவதுதான் கடமை. அதைச் செய்யவேண்டியவர் குஞ்சன்நாயர்தான். அவரிடம் சொல்வதுதான் என்று அண்டை வீட்டுப் பெண்களெல்லாம் சேர்ந்து தீர்மானித்தனர்.

குஞ்சன் நாயரைக் காணவில்லை!

அவர் ஏதோ ஆசிரமத்தில் சேர்ந்துவிட்டார். கோவிலோ தேவரோ பித்ரு கர்மாதியோ ஏதும் இல்லாத ஒருவனை எந்த ஆசிரமத்தில் சேர்த்துக் கொள்வார்கள்? நாயர் துறவியாகப் போகவில்லை. அவர் வேறு ஏதோ ஆசிரமத்தில்தான் சேர்ந்திருக்கிறார்.

காந்தி ஆசிரமத்தில்!

அது எங்கிருக்கிறது? வடக்கே வெகுதூரத்தில்! இந்த காந்தி என்பவர் வெள்ளைத் துரைமார்களை விரட்டவும், பறையனையும் புலையனையும் கோவிலுக்குள்ளே நுழைக்கவும் நடக்கிற மனிதர்தானே? அவருக்கு ஆசிரமமா? என்னவோ யாருக்குத் தெரியும்? குட்டன் நாயர் தான் சொன்னார்.

என்னவோ ஆகட்டும்! அவர் அப்படியே போய்விட்டார். இனிமேல் இளைஞர்களை வழிதவறி நடக்கச் செய்ய மாட்டாரல்லவா?

குஞ்சன் நாயர் தேவஸ்தானத்தை மீட்டுத் தருவதாகச் சொல்லி நடந்தது எதுக்காகவென்று தெரியுமா? அதை நாயர் சர்வீஸ் சொஸைட்டியிடம் ஒப்படைக்கத்தான். பின்னர் இங்கே பூஜை நடக்குமா?

ஒவ்வொரு காலகட்டத்திலும் ஊரில் ஒவ்வொரு சகுனிகள் தோன்றுவார்கள். ஊரை அழித்திட! அப்படிப் பிறந்தவர்தான் குஞ்சன் நாயர். சேந்நாடனும் நண்பர்களும் அவ்வாறு கருதுகிறார்கள். குடும்பங்களிலுள்ள சிறிசுகள் வழிதவறி நடக்கத் தொடங்கியதும் இந்த சகுனி நிமித்தமாகத்தான். எந்த நேரத்திலும் ஒரு சில இளைஞர்கள் நாயர் பின்னால் நடப்பதைக் காணலாம். வெல்லத்துக்குப் பின்னால் ஈக்கள் போன்று.

இருந்தாலும் இன்றைய இளைஞர்களிடம் இந்தக் கேடான மனப் போக்கு எப்படி ஏற்பட்டது? கலியுகம் முழுமை பெற்று வரும்போது அப்படித்தான்.

குஞ்சன் நாயர் சென்று விட்டார் என்றாலும் வெடிப்புரைக்கலில்தான் இளைஞர்கள் கூட்டம் கூடுவது. அவர் சாவியை அவர்களிடம்தான் ஒப்படைத்துச் சென்றிருக்கிறார். வெடிப்புரைக்கல் மனையிலுள்ள தேங்கா யெல்லாம் அவர்கள்தான் பறித்தெடுக்கிறார்கள்.

அந்த வீடு வாசகசாலைதான் போலும்! வேலை செய்யாமல் சோம்பேறிகளாகப் படுத்துக் கிடக்க அவர்களுக்கு ஓர் இடமும் கிடைத்தது. மூன்று வேளை குடும்பத்துக்குச் சென்று சாப்பிட்டு வரலாம். அப்புறம் என்ன வேண்டும்?

ஒரு மாப்பிளச் சிறுவனாவது அங்கே போவதுண்டா என்பதைப் பாருங்கள்! அவனுக்கு வேறு வேலையுண்டு. அவனுக்கு நெல்லும் பணமும் சேர்க்கவேண்டும். சேர்ந்து விடுவதும் உண்டு. அவர்கள் முன்னேறி வருகிறார்கள். இந்தப் பள்ளிக்கூடம்தான் குழப்பத்தை விளைவிக்கிறது. அங்கே படித்தவனுக்குக் கையில் சேறு ஒட்டிக்கொண்டால் அது சங்கடம் தான். பள்ளிக் கூடத்தில் சென்றவர்களுக்கெல்லாம் பெரியோர்களைப் பார்த்தால் ஏளனம் தான். முற்றிலும் எதிர்ப்பதில்லை. ஏதாவது சாப்பிட வேண்டாமா? எதிர்க்காமலிருப்பதன் காரணம் அதுவாகத்தான் இருக்க வேண்டும்.

* ** *

குஞ்சன்நாயருக்குப் பதிலாகப் பள்ளிவாத்தியாராக வந்திருப்பவர் ஒரு சோவன்தான். அந்தத் தகவலை மணிகண்டன் தந்தையிடம் சொன்னான்.

"அப்பா, அந்த வாத்தியாரு கறுப்புக்கோட்டு அணிந்து, மடிக்கக் கூடிய, கறுப்புத் துணியினாலான குடையும் பிடித்துத்தான் பள்ளிக்கு வர்றாரு."

சேந்நாடன் அந்த வாத்தியாரைப் பார்த்தார். அவர் ஆலப்புழையில் துணிக் குடையைப் பார்த்திருக்கிறார். வக்கீல்கள் அணிகிற கோட்டுடையது போன்ற துணியினால்தான் வாத்தியார் கோட்டும் தைக்கப்பட்டிருக் கிறது.

அந்த வாத்தியார் விஷவைத்தியர் கொச்சுராமன் வீட்டில்தான் தங்கியிருக்கிறார்.

உண்ணி நாயர் சேந்நாடனிடம் கூறினார்:

"நாம் என்ன செய்வது குஞ்சுநாயர்! மேலிருந்து வந்திருக்கிற உத்திரவு. அமுல் நடத்தாமலிருக்க முடியுமா?"

கலிகால விசேஷமென்று மட்டும்தான் சேந்நாடனால் சொல்ல முடிந்தது. சீதரணுண்ணி தொடர்ந்து கூறினார்:

"மனுஷன் ரொம்ப கெட்டிக்காரன். நன்றாகக் கற்றுக்கொடுப்பார். கொஞ்சம் சமஸ்கிருதமும் தெரியும். தெற்கே கார்த்திகப்பிள்ளியைச் சேர்ந்தவர். குடும்பஸ்தர்தான்."

சேந்நாடன் சொன்னார்: "தெற்கே நல்ல குடும்பஸ்தர்களான ஈழவனுங்க உண்டு. ஏதாச்சும் சாணான் குடும்பத்தைச் சேர்ந்தவராக இருக்கலாம்."

"இந்த ஈழவர் சங்கமிருக்கே - அதைப் பற்றி இவருக்கு நல்ல அபிப்பிராயமில்லை."

☯ தகழி சிவசங்கரப் பிள்ளை ☯ 811

அப்படியாகட்டுமென்கிற முறையில் சேந்நாடன் தலையாட்டினார். அப்படியானால் சற்று ஆறுதலும் உண்டு.

அந்த வாத்தியார் நீண்ட நாட்கள் வரையிலும் அங்கே உத்தியோகம் பார்க்கவில்லை. ஒரு நாள் அங்கிருந்து சென்றுவிட்டார். அது ஒரு 'பதிலி' உத்தியோகமாக இருந்தது. அவருக்குப் பதிலாக அங்கே வந்தவர் ஒரு சுப்பிரமணிய ஐயராக இருந்தார்.

* ** *

இளைஞர்கள் ஒன்றுசேருவதற்கான ஓர் இடம் கிடைத்து விட்டது. மாலை நேரங்களில் எல்லோரும் அங்கே வந்து சேருவர். சிலர் இரவில் படுத்துக் கொள்வது கூட அங்கேதான். எல்லாம் தலை கீழாய் போகிற நிலைமைதான் தோன்றுகிறது. ஆனால், அவர்களால் என்ன செய்ய முடியும்.

சேந்நாடன், கொச்சு கிட்டன் வரும் வரையிலும் இரவில் காத்திருந்தார். இரவு வெகுநேரம் சென்ற பின்னர்தான் கிட்டன் வந்தான். குடும்பத் தலைவனின் அதிகாரத் தொனியில் முழங்கினார்:

"இந்த நள்ளிரவு வரையிலும் எங்கேடா, இருந்தே?"

கொச்சுகிட்டன் பதில் சொல்லவில்லை.

திறந்தபடியாக இருந்தது அடுத்த கேள்வி:

"நீ அந்த வெடிப்புரைக்கல் வீட்டில் இருந்தியல்ல?"

ஒரு தவறு செய்துவிட்டேன் என்கிற பாவனையில் கிட்டன் அப்போது கூட வாய் திறக்கவில்லை.

"அங்கே போகக் கூடாது - அது கெட்ட இடம். கெட்ட சகவாசமும் கூட." குஞ்சுநாயர் மேலும் தொடர்ந்து கூறினார்:

"அங்கே என்னென்ன நடக்குது? நீ சொல்லாட்டாக் கூட எனக்குத் தெரியும். துரைமார்களை விரட்டியடிக்கத் திட்டம் தீட்டிக் கிட்டிருந்தியல்ல? அவங்க போனா இந்த நாட்டிலே என்ன நடக்கும்ங்கறேன். அப்பறம் கொலையும் தீ வைத்தலும்தான். அப்பறம் இங்கே மேடு பள்ளம் தெரியுமா? இந்த நாடு குட்டிச் சுவராயிட வேண்டியதுதான்." அவர் காரியார்த்தமாய் இன்னொரு விசயம் குறித்து விசாரித்தார்:

"டேய், அங்கே தலையெண்ணி பாகப் பிரிவினை பற்றி நீங்கல்லாம் பேசுவீங்கல்ல?"

கொச்சுகிட்டன் வாய்திறக்கவேயில்லை.

"ஏன்டா, பேசாமே இருக்கிறே? உன் நாக்கு இறங்கிப் போயிட்டதா?"

குஞ்சுநாயர் துள்ளியெழுந்து கிட்டனை அடித்து விடுவாரோ எனத் தோன்றியது. அவன் சொன்னான்: "இல்லை!"

"இல்லையா? நான் எல்லாம் அறிஞ்சிக்கிட்டுத்தான் இருக்கேன்." மேலும் விசாரித்தார்: "கரைக்கூட்டத்தை ஏற்படுத்தப் போறியாடா?"

அதற்குப் பதிலளித்தான் கிட்டன்:

"முதல் தேதிக் கூட்டத்துக்குப் பதிலாகக் கரைக் கூட்டம் வேணும்னு பேசுவாங்க."

சிறிது அடங்கியவாறு குஞ்சுநாயர் இணங்க வைக்கிற முறையில் கூறினார்:

"உனக்கு நிறைய வேலையுண்டு. இந்தக் குடும்பத்தைப் பாதுகாத்து வரவேண்டியவன் நீ! எனக்கு வயதாகி வருது. இங்கே சந்ததிகள் பெருகிடுவானுங்க. அதுக்கேற்ற முறையில் சம்பத்தையும் சேர்த்து வைக்கணும். அவனவன் வேலைன்னு இருக்கணும். உன் வயதிலே நான் அப்படித்தான் வாழ்ந்தேன். நினைவு வந்த நாள் முதற்கொண்டு எனக்கு ஒரு பார்வையிருந்தது. என் குடும்பம் செழிக்கணும். அதுக்காகக் கரத்தாலும் கருத்தாலும் உழைச்சேன். நான் 'சம்பந்தம்' பண்ணினது கூட அதுக்காகத்தான்."

இந்த நேரத்தில் அடுக்களையில் கொச்சுநங்கையம்மா கையும் காலும் அசைத்து சமிக்ஞைகள் பண்ணிக் கொண்டிருந்தாள்.

குஞ்சு நாயர் தொடர்ந்து கூறினார்:

"இன்னும் இதை வளர்க்க வேண்டியது உன் கடமை. நீ அப்படிக் கடமையுணர்வு கொண்டவனாயிருப்பதைக் கண்டுதான் நான் சாகணும். அது தான் எனது அபிலாஷை."

சிறிது நேரத்துக்குப் பின் உணர்ச்சி வசப்பட்டவாறு குஞ்சுநாயர் கூறினார்:

"குடும்பம் சிதைந்து விடக் கூடாது; தகர்ந்து விடக் கூடாது! அது பற்றி என்னால் நினைக்கக் கூட முடியாது."

பின்னர் அவரால் பேசமுடியவில்லை. அப்படியே இருந்துவிட்டார். அறைவாசலில் பெரிய குத்துவிளக்கு அருகேதான் அவர் அமர்ந்திருக்கிறார். சற்று விலகி இருட்டில்தான் நிற்கிறான் கொச்சுகிட்டன். அவனால் குஞ்சுநாயர் முகத்தை நன்றாகப் பார்க்க முடியும். அடுக்களையில் நிற்கிற கொச்சுநங்கையம்மாவாலும் அவர் முகத்தை நன்கு காணமுடியும். இருவர் முகங்களையும் நாயரால் காணமுடியாது.

அவர்கள் இருவரும் தன் பேச்சை எப்படிப் பிரதிபலிக்கின்றனர் என்பதை குஞ்சுநாயர் அறியவில்லை. அவர் கண்கள் நனைந்திருந்தன. ஏதோ பெரியதோர் ஆபத்தினைப் பற்றி சேந்நாட்டுப் பெரியவருக்குப் பயமுள்ளது போலத் தோன்றியது. அது தவிர்க்க முடியாதது. அது வாய் திறந்து நிற்கிறது. இருட்டு!

"கொச்சுகிட்டா....!" அழைத்தார் பெரியவர். "என்ன அம்மாவா?"

"உனக்கு ஒரு 'சம்பந்தம்' செய்யறதுக்கான பருவமாயிட்டது. அதை நான் கவனிச்சிருக்கணும். கவனிக்கலே. குடும்ப விசயமாத்தான் என் சிந்தனை எல்லாம். உடனே அதை நடத்திக்குவோம். ஆனா, பையனே, நான் ஒண்ணு கேக்கறேன் - உனக்கு அந்த வாரணாட்டு கோந்தி நாயரோட மருமகப் பொண்ணுதான் வேணுமா?"

கிட்டன் பேசவில்லை. மருமகன் அதற்கு எப்படிப் பதிலளிப்பான்? குஞ்சுநாயர் திரும்பவும் அதே கேள்வியைக் கேட்டார்.

"அந்தப் பொண்ணுதான் வேணுமா? யோசிச்சுப் பாரு!"

பதிலை எதிர்பார்த்துச் சிறிது நேரமிருந்தார். நேரடியாகப் பதில் கிடைக்கிற கேள்வியாக இருக்கவில்லை அது.

"ஒரு பெண்ணைச் சம்பந்தம் செய்கிற நிலைமையிலே நீ இருக்கிறே. முன்பு எல்லாம் எந்த ஒரு மருமகப் பையனும் எண்ணுகிற காரியமல்ல இது. பெரியோர்கள் நிச்சயிக்கிறார்கள். புடவை கொடுப்பாங்க. இப்படியிருந்தது வழக்கம். நான் ஒரு பெண்ணைப் பார்த்துப் புடவை கொடுத்தேன். அன்னைக்கு எனக்கு அம்மாவன் இருக்கலே. இருந்தா்னா அந்த சம்பந்தம் நடக்காமல் போயிருக்கக் கூடும்."

மேலும் சிறிது நேரம் போயிற்று.

குஞ்சு நாயர் மனம் திறந்து கூறினார்:

"வாரணாட்டு கோந்தி என்னோட எதிரி! அவனைப் பழிவாங்கணுங்கிற எண்ணம்தான். நான் திறந்தே சொல்லிடறேனே. அப்பறம் நீ அந்தப் பொண்ணுக்குத்தான் புடவை கொடுப்பேன்னிருக்கிறேன்னா, எனக்கு அது சம்மதம்தான். என் மனத்தாலே அல்ல!"

பின்னர் அங்கே நிலவிய நிசப்த நிலை மிகவும் கெட்டியானதாக இருந்தது. குஞ்சு நாயரே அந்நிலையைக் குலைத்தார்.

"நான் உன்னை ஆசீர்வாதம் பண்ணறேன். உனக்குப் புடவையும் வாங்கித் தருகிறேன். ஆனால் நான் அந்தப் 'புடவை கொடை'க்கு வர மாட்டேன்.

76

திடீரென ஒரு வெடிப்பு ஏற்பட்டது. அது அடுக்களையிலிருந்து கிளம்பியதுதான்.

“இதென்ன பேச்சுண்ணா?” சகோதரி கொச்சுநங்கை நேரடியாக விசாரிக்கத் தொடங்கினாள்.

அந்தக் கேள்வியின் குரல் மிகக் கடுமையாக இருந்தது. அந்தக் கேள்வி குஞ்சுநாயர் காதுக்குள்ளே இப்படித்தான் வந்து ஒலித்தது:

“நீ என்ன மரியாதையில்லாமே பேசறே?”

கொச்சுநங்கை இரண்டாவது முறையாகத்தான் குஞ்சு நாயரை நோக்கிக் கேள்வி கேட்பது.

சேந்நாடன் நடுங்கிவிட்டார்.

கொச்சுநங்கை மேலும் பேசிக்கொண்டிருக்கிறாள்.

மருமகனுடைய திருமணத்தில் குடும்பத்தலைவரான அம்மாவன் பங்குகொள்ள மாட்டார் என்று சொன்னால் அம்மா மனம் பொறுக்காது. அந்த விசயமிருக்கட்டும் - ஆனால் கொச்சு நங்கை கேட்டது அந்த மனச்சங்கடத்துடன் அல்ல. அது ஒரு கணக்கைக் கேட்கும் முறையிலிருந்தது.

சேந்நாடன் சொன்னார்:

“வாரணாட்டு கோந்தி எனக்கெதிராகச் சாட்சி எழுதியவனாகும். நான் அதைச் செத்தாலும் மறக்கமாட்டேன்.”

“சேந்நாட்டுக் குடும்பத்துக்கு எதிராக அவர் சாட்சி எழுதலையே?”

“இல்லேன்னாக் கூட நான் நடத்திய வழக்கிலேதான் அவன் சாட்சி எழுதியது.”

“உண்மையைச் சொல்லட்டுமா? வருத்தப்படக்கூடாது - அது அத்திப்புரைக்கல் காரங்களுக்காகத்தான்.”

அப்போது கொச்சுகிட்டன் குரல் கேட்டது.

“அத்திப் புரைக்கல் ராகவன் பிள்ளை அன்றாடம் வாராட்டுக்குப் போவதுண்டு. அவங்களுக்குள்ளே நல்ல சினேகிதம்தான்.”

குஞ்சுநாயர் பின்னர் வாய் திறக்கவேயில்லை. குத்துவிளக்கிலிருந்து பந்தத்தைப் பற்ற வைத்தார். இருட்டில் அதை வீசி ஒளியெழுப்பியவாறு நடந்து செல்வதைப் பார்த்தனர்.

* ** *

கொச்சுகிட்டன் இரவு உணவைச் சாப்பிட்டுக் கொண்டிருந்தான். அருகே அமர்ந்த கொச்சு நங்கையம்மா விசாரித்தாள்:

"நான் பேசினது கொஞ்சம் கூடுதலாப் போச்சா?"

"அம்மா என்னத்தைச் சொன்னா? அப்படி ஒண்ணும் சொல்லலியே!"

"என் நெஞ்சுத் துடிப்பு இப்பவும் மாறலே."

"தலையெண்ணிப் பங்குப் பிரிவினை வரப்போவுதுன்னு இன்னைக்குப் பத்திரிகையிலே பார்த்தேன்."

"அதனாலே நமக்கு என்ன கிடைக்கும்?"

"பெரியவருக்குப் பதிமூன்றிலே ஒரு பங்கு கிடைக்கும். இப்போ நம்ப பொம்பளைங்களோட குழந்தைங்க உட்பட நாம்ப பனிரண்டு பேரு இருக்கோம். அம்மாவன் ஒண்ணு. அப்படிப் பதிமூணு. அம்மாவனுக்குப் பதினஞ்சு பறை நிலம் கிடைக்கும்."

"அவ்வளவுதானா?"

"ஆம்; அவ்வளவு தான் கிடைக்கும்."

"அப்படீன்னா, கோயிப்ரத்துக்கு இப்படி அள்ளியள்ளிக் கொண்டு போறதெப்படி?" கொச்சு நங்கை தொடர்ந்து விசாரித்தாள்: "அப்போ கோயிப்ரத்து - அவளுக்கு என்ன கிடைக்கும்?"

"அங்கே எத்தனை பேர் இருக்காங்க?"

"அங்கே ஒண்ணு, ரெண்டு, மூணு, நாலு, அஞ்சு, ஆறு - அப்பறம் பாப்பிக்கு கொண்டு குழந்தைகள், - ஒன்பது - இல்லே - பத்து பேர் இருக்காங்க."

"அப்போ அம்மாவுக்கு அறுபது பறை நிலம் கிடைக்கும் - இல்லே தொண்ணூறு."

கொச்சு நங்கை வியந்து போனாள்.

"அவ்வளவு கிடைக்குமா?"

"அவங்களுக்கு முந்நூறு - நானூறு பறை நிலம் வேறு இருக்கே!"

"அப்படீன்னா, பொம்மனாட்டி - குழந்தைங்களுக்கு இருக்கிற சொத்துக்களைப் பராமரிச்சு சாப்பிட்டுக்கிட்டிருக்கட்டும். சொத்துக்கள் அந்த அளவிலே இருக்கே?"

அம்மாவுக்குத் தெரியாத ஒரு விசயம் பற்றி கிட்டனுக்குச் சொல்ல உண்டு: “இப்போ அத்திப் புரைக்கலிலே என்ன நடக்குதுன்னு தெரியுமா?”

“இல்லை.”

“அவங்க கிழக்கு மலையிலே தோட்டமுண்டாக்கறாங்க. ஆணுக்கு அஞ்சு பறை நெல்லு; பெண்ணுக்கு மூணுபறை - அப்படிச் செலவு செஞ்சது போக மீதி நெல்லை கிழக்கு மலைக்குக் கொண்டு போயிடறாங்க.”

“ஆ... செலவுக்கு அது போதுமே.”

“வேலைக்காரங்க இருந்தா அவங்களுக்குக் கூடச் சோறு போடணும்.”

“இருந்தாலும் சொத்து பெருகுதுல்ல?”

“அதெல்லாம் சரிதான். ஆனா வயிற்றை நிரப்பறது இன்னொரு வழியாகத்தான். அன்னைக்கு ஒரு நாள் உழவு நடத்தறவங்களுக்கு நெல் அளந்து கொடுத்தபோது சேந்நி, சோதர் ஆகியோர் தலையிலே இரண்டு சாக்குப் பையிலே பத்து பறை நெல் கோயிப்ரத்துக்குச் சென்றது.”

அது ஒரு பெரிய காரியம் அல்லவென்ற முறையில் கொச்சு நங்கையம்மா சொன்னாள்:

“இப்படிப் பார்த்தா எவ்வளவோ நெல் கோயிப்ரத்திலே சேர்ந்திருக்கும்!”

“அம்மாவன் என்ன சொல்றார் தெரியுமா? அங்கிருந்து ஐம்பது பறை நெல் வாங்கியிருக்கோம்னு. நான் அறியணும்ங்கிறதுக்காகச் சொன்ன பேச்சு அது. நான் எதையும் பேசவில்லை.”

கிட்டன் சாப்பிட்டுக் கை கழுவினான். கொச்சு நங்கையம்மா சாப்பிட உட்கார்ந்தாள். மகன் வந்து அருகே அமர்ந்தான். அவனுக்குச் சொந்த விசயமாகப் பேசவேண்டியிருந்தது.

“தலையெண்ணி பாகப் பிரிவினைன்னு வந்தா, பெண்களுக்குத்தான் அதிருஷ்டம்.”

“அதெப்படி?”

“அவங்க பசங்களுக்கெல்லாம் பங்கு கிடைக்குது. நான், கோபாலன், பத்மநாபன், கிருஷ்ணன் ஆகியோருக்கெல்லாம் ஒவ்வொரு பங்கு கிடைக்குது. பாரு, ஜானகி, தேவகி ஆகியோருக்கு பசங்களோட பங்கு கூடச் சேர்ந்து கிடைக்குது.”

கொச்சு நங்கை எதையும் பேசவில்லை. கொச்சுகிட்டனுக்கு முறையீடு தான் உள்ளது.

"என்னைப் படிக்க வைக்கலே. நாலாம் வகுப்பு முடிஞ்சப்போ இனிமே படிக்க வேணாம்னாங்க. வயலிலே சேற்றிலும் சகதியிலுமாய் கிடந்து புரள்றது தான் என் தலையெழுத்து. ஏதோ நாள் கடத்தறேன். மற்றவங்களுக்கெல்லாம் சர்க்கார் சம்பளமுண்டு. எனக்குத் துரோகம் பண்ணினாங்க. அன்னைக்குப் பள்ளிக் கூடத்துக்குப் போகவேணாம்னு சொன்னபோது நான் அழுததை இன்னைக்குக் கூட நெனைச்சுப் பார்க்கிறேன்."

நங்கையம்மா சொன்னாள்:

"எம் மவன் ஒரு விசயத்தைப் புரிஞ்சுக்கணும். உம் முன்னாலே இந்துப் பசங்க யாரும் நிக்கமாட்டாங்க. நீ குடும்பத்தை நிர்வாகம் பண்ணு! அவங்கல்லாம் உன் சொற்படிதான் நடந்துக்குவாங்க. உனக்கு என்னத்துக்குப் பங்கு? நம்பளுக்கு இருக்கிறதெல்லாம் உன் கையிலேதான்."

"அப்படியெல்லாம் சொல்லாதே, அம்மா! நாம்ப அம்மாவனுக் கெதிராத் திரும்பி நிக்கலே? அப்பறம் அவங்க எனக்கெதிராகத் திரும்ப மாட்டாங்களா? நான் அண்ணன்தானே?"

"அது அம்மாவன் அப்படி நடந்துக்கிட்டதனால்தானே?"

"அது சரிதாம்மா! நானும் அப்படித்தான்னு சொல்லுவாங்க. அப்படித்தான் வரப் போவுது."

"நீ அப்படியெல்லாம் நினைக்கக்கூடாது. நீ குடும்பத்திடம் அன்பாயிருந்தாப் போதும்."

"என்ன இருந்தாலும் என்னைப் படிக்க வைக்காமே விட்டுட்டது பெரிய துரோகம்தான். இப்போதான் நினைச்சுப் பார்த்து அழறேன்."

"குடும்பத்தை நிர்வாகம் பண்ண ஒருத்தன் வேண்டாமா, மவனே?"

கிட்டன் எழுந்து சென்றான்.

கொச்சு நங்கையம்மா சொன்னாள்:

"நீ அந்த வெடிப் புரைக்கல் வீட்டுக்குச் செல்லத் தொடங்கியதிலேருந்து தான் இப்படிக் கெட்ட எண்ணங்களெல்லாம் உம் மனத்திலே தோணுது. அப்படித்தானே?"

கிட்டன் அதை ஒப்புக்கொண்டான்.

"அங்கே போறப்போ சேர்ந்தாப்பலே உட்கார்ந்து பல விசயங்களைப் பேசுவோம். சில விசயங்களைப் புரிஞ்சுக்குவேன். அப்படித்தான் எம் மனசிலே எண்ணங்கள் உருவாவது."

"அப்போ, ஒரு முறையிலே பார்த்தா அம்மாவன் சொன்னதெல்லாம் சரிதான். ஏன், உனக்கு இப்படி கெட்ட புத்தியெல்லாம் தோணுது? இது நல்லாயில்லே."

"நான் விசயத்தைச் சொல்லிடறேன். என்னைக்கும் நான் சேத்திலும் சகதியிலும் படுத்து புரண்டுக்கறேன். அதுதான் என் தலைவிதி!"

சாப்பிட்டு வந்த நங்கையம்மா வெற்றிலை போட்டுக் கொண்டிருந்தாள். அறையிலுள்ள பத்தாயத்தின் மீது பாய் விரித்து கிட்டன் படுத்துக் கொண்டான்.

வெற்றிலை துப்பிவந்த அம்மா, "தூங்கீட்டியா?" என்றாள்.

"இல்லே."

பாய்மீது படுத்தவுடன் குறட்டை விட்டுத் தூங்குவதுதான் அவன் வழக்கம். இன்று அவன் தூங்கவில்லை.

"கெட்ட எண்ணங்களை மனத்திலிருந்து விட்டுவிடு, மவனே! நீ உறங்கு!"

கிட்டன் ஒரு முறை முனகினான்.

* ** *

ஊரிலே அம்மாவனுக்கும் மருமகனுக்கும் இடையிலான உறவு மாறுதல் அடையுமுன்னர் தான், பல வருடங்களுக்கு முன்னர் ஒரு வாழ்நாள் பூராவிலும் எஜமானர்களுக்குத் தங்கள் தங்கள் ரசனைக் கேற்றவாறு பதார்த்தங்களைச் சமைத்துக் கொடுத்திருக்கிறார் நாணுக் குறுப்பு. ஓர் இருவர்க்கு அல்ல; எத்தனை எத்தனையோ பேருக்கு!

ஒருவருக்கு ஒருவேளை சமைத்துப் போட்டால் அவர் ரசனையை இவருக்குப் புரிந்துவிடும். பின்னர் வெட்டிக்காட்டு நாணுக்குறுப்பு என்ன சமைத்தாலும் அது நாக்குக்கு ருசியாக இருக்கும்.

சமையற்காரராகப் பிறந்தவர்தான் நாணுக் குறுப்பு.

எனவே வெட்டிக் காட்டுக் குடும்பம் செழிப்புற்றது என்பது மட்டு மின்றி முக்கியத்துவத்துக்கும் வந்துவிட்டது.

வெட்டிக்காட்டுப் பரமேசுவரன் போலீஸ் இன்ஸ்பெக்டர். பரமேசுவரனை ஜட்ஜாக்கவேண்டுமென்கிற ஆசைதான் நாணுக் குறுப்புவுக்கு. அது நிறைவேறவில்லை. போலீஸ் இன்ஸ்பெக்டராகி விட்டார். இன்னும் மேலுத்தியோகத்துக்கு வருவார். ஜட்ஜாகவில்லை என்றால் என்ன? ஜட்ஜின் மகளுக்குத்தான் புடவை கொடுத்திருக்கிறார்.

☯ தகழி சிவசங்கரப் பிள்ளை ☯ 819

நாணுக்குறுப்புவைப் பிறந்த ஊரில் காணத்தொடங்கியிருக்கிறது. ஒவ்வொரு நாளும், ஒவ்வொரு வாரமும், ஒவ்வொரு மாதமும் குறுப்புவை ஊரில் பார்த்தபோது, ஒவ்வொருவராக அவரிடம் கேட்கத் தொடங்கினர்.

"திரும்ப உத்தியோகத்துக்குப் போறதில்லே?"

நாணுக்குறுப்பு நீண்ட காலமாய் ஊரில் ஏதாவதொரு சந்தர்ப்பத்திலே தான் தங்கியிருப்பார். ஆனால் குறுப்புவுக்கு ஊரில் முக்கியத்துவமிருந்தது. பரமுப் பிள்ளை தாசில்தாருடைய சமையற்காரர்; கேசவபிள்ளை பேஷ்காரு (கலெக்டர்)டைய சமையற்காரர்; மாதவன் தம்பி ஜட்ஜின் சமையற்காரர் - ஜட்ஜுக்கு மரணதண்டனை விதிக்க அதிகாரமுண்டு - பேஷ்கார் என்றால் யார்? ஏதாவது காரியம் நிறைவேற வேண்டுமென்றால் தாசில்தாருடைய கருணை வேண்டும்.

இவ்வளவு உயர்ந்த அதிகாரிகளின் சமையற்காரரால் எவ்வளவு நாட்கள் ஊரில் தங்கியிருக்க முடியும்? ஒரு நாள் அல்லது இரண்டு நாள். கூடுதலான நாட்கள் தங்கியிருந்தால் ஜட்ஜின் உணவுச் சுகம் போய் விடும். ஜட்ஜின் உணவு இன்பம் போய்விட்டால் என்னவாகும்? ஜட்ஜுக்குக் கோபமேற்பட்டு விட்டால் நிரபராதிகள் தூக்குமரமேறி விடுவார்கள். எனவே சமுதாயத்துக்கு நீதி கிடைக்க வேண்டுமென்றால் சமையற்காரர் இன்றியமையாதவர்.

எனவே, ஒரு நாள், மீறினால் இரண்டு நாள் என்றிவ்வாறு ஊரில் வந்து தங்கியிருந்துவிட்டுப் போவதுதான் நாணுக்குறுப்புவின் வழக்கமாக இருந்தது. ஊருக்கு நீதியும் நியாயமும் கிடைக்கவேண்டுமென்றால் எஜமானர்களுக்கு உணவுச் சுகம் வேண்டும்.

நாணுக்குறுப்பு திரும்பப் போவதாகத் தோன்றவில்லை.

* ** *

வயதாகிவிட்டது. உப்பு மிளகாய் ஆகியவற்றின் அளவு வயதாகி விட்டால் தவறிப் போய்விடும். அடுப்பில் எரிகிற தீயைக் கட்டுப்படுத்த முடியாமற் போய்விடும். எந்த ஓர் உத்தியோகத்துக்குமென்பது போல் சமையல் வேலைக்குக் கூட ஒரு பருவமுண்டு. அதைத் தாண்டினால் திறமையற்றுப் போய்விடும். சமையற்காரனுக்குப் பென்சன் இல்லை. ஆனால் சமையற்காரனின் கைராசியினால் கொலைபாதகன் தப்பித்துக் கொள்வான். அவியலுக்கு உப்பு அதிகமாகிவிட்டால் நிரபராதி கொலை பாதகனாகி விடுவான்.

நாணுக்குறுப்பு பென்சனில்லாமல் ஊருக்கு வந்திருக்கிறார்.

நாணுக் குறுப்பு இளைஞராக இருந்தபோது ஓணம் மற்றும் கோவில் திருவிழாவை முன்னிட்டு ஊருக்கு வந்து கொண்டிருந்தார்.

ஒரு முறை அவ்வாறு வந்தபோது கல்லும்புறத்துக் கலியாணியுடன் நேசமாகிவிட்டார். கலியாணி அண்டை வீட்டைச் சேர்ந்தவள். பின்னர் ஆண்டில் இருமுறை வருவது கலியாணியைச் சந்திக்கத்தான். ஆனால் வருடங்களாய் நடைபெற்று வருகிற இந்த உறவுமுறை குறித்து யாருக்கும் தெரியாமலிருந்தது. குறுப்பு வரும் நாளில் கலியாணி தன்னைச் சிங்காரித்துக் கொள்வாள். அடுத்த நாளிலும், ஏன்; அவர் அன்று திரும்பிப் போகிறார்.

யாருக்குமே தெரியாது. அத்தகைய ஓர் உறவு நிலைபெற்றிருந்தது.

இன்று கல்லும்புறத்து கலியாணியம்மா எட்டு சந்ததிகளின் அம்மா - இருபத்தியேழு பேரக்குழந்தைகளின் பாட்டி. நான்கு பேத்திகளுக்கும் குழந்தைகள் உண்டு.

கலியாணியம்மா வாயில் பற்கள் இல்லை. உடம்பில் சதையில்லை. அது எப்படித் தெரியுமென்று கேட்டால் தோல் எல்லாம் சுருங்கிப் போயிருக்கிறது. முடியெல்லாம் நரைத்துவிட்டது. அந்தப் பொக்கை வாயைத் திறந்து சிரித்தவாறு கல்லும்புறத்துக் கல்யாணியம்மா, வெட்டிக் காட்டு நாராயணக் குறுப்புவிடம் வினவினாள்:

"திருவனந்தபுரத்துக்குப் போறதில்லீங்களா?"

நாணுக்குறுப்புவுக்கு உண்மையைச் சொல்ல ஒரு நபர் மட்டும்தான் இருக்கிறார். அந்த நபர் கலியாணியம்மாதான்.

அவள் காதில் நாணுக் குறுப்பு முணுமுணுத்தார்: "இல்லை!"

"அது ஏன்?"

"அது அப்படித்தான்."

கலியாணியின் வீட்டில் யாருமில்லை. இன்ஸ்பெக்டர் பரமேசுவரக் குறுப்புவின் தம்பிமார்கள் ஆங்கிலம் கற்றுக் கொள்கிறார்கள். அது கொல்லத்தில்தான் நடைபெறுகிறது. அதற்காக பரமேஸ்வரக் குறுப்பு செய்த ஏற்பாட்டின்படி வெட்டிக்காட்டு குஞ்சாச்சியம்மா கொல்லத்தில் தான் தங்கியிருந்து வருகிறாள்- மக்களுடன்! கொல்லத்தில் ஒரு வீட்டை வாடகைக்கு எடுத்து பாச்சியம்மாவும் சந்ததிகளும் அதில் தங்கி வருகிறார்கள். வெட்டிக்காட்டுக் குடும்பத்தின் ஏகசந்ததியான மாதவியும் அவர்களுடன் தங்கியிருந்து வருகிறாள்.

மாதவிக்குப் புடவை கொடுத்த ஐயப்பப் பணிக்கர் ஒரு பள்ளி வாத்தியாராகும். வைக்கத்திலுள்ள வெச்சூர் பள்ளிக்கூடத்தில்தான் அவருக்கு வேலை. மனைவியைச் சந்திக்க அவர் கொல்லத்துக்குத்தான் செல்ல வேண்டும். அதாவது இரண்டு நாள் பயணம் செய்யவேண்டும்.

அதனால் அவர் போவதில்லை.

குடும்பத் தலைவரான பாச்சுப் பிள்ளைக்கு நிலத்தில் சாகுபடி செய்யும் வேலையுண்டு. நெல்லை அரிசியாக்கி கொல்லத்துக்கு அனுப்பி வைப்பார். வெட்டிக்காட்டு வீட்டில் கிட்டுக்குறுப்புவும், நாணுக்குறுப்புவும் தான் தங்கி வருகின்றனர். வயோதிகர்களான அந்த அண்ணன் - தம்பிமார்கள் சுயமாகச் சமைத்துச் சாப்பிடுகின்றனர்.

கலியாணியின் வாய் திறந்த படியே, மூடிவிட முடியாதபடியிருந்த போது நாணுக்குறுப்பு அவள் காதுக்குள்ளே ஓர் ரகசியத்தை ஊதி நுழைக்க ஆயத்தமானார். ஒரு வேளை அதனால் அந்த வாய் மூடிப் போய்விடுமென்று எண்ணியிருக்கக் கூடும்.

"நான் பரமேசுவரனுக்குத் தெரியாமதான் வந்துட்டேன்."

"அது ஏன்?"

அவள் வாய் மூடிக்கொண்டது. ஆனால் அந்தக் கண்கள் குழியிலிருந்து வெளியே தள்ளி வந்தன. நாணுக்குறுப்பு சொன்னார்:

"பரமேசுவரன் போலீஸ் இன்ஸ்பெக்டர். அவன் பொண்டாட்டி கோவிந்தப் பிள்ளை ஜட்ஜ் எஜமானோட மகள். நான் பதிமூணு வருடக் காலம் ஜட்ஜ் எஜமானோட சமையற்காரனாயிருந்திருக்கேன்."

கல்லும்புறத்து கலியாணியம்மாவுக்கு விசயமென்னவென்று விளங்க வில்லை. குறுப்பு விளக்கமாய்க் கூறினார்.

"என்னை அந்தப் பொண்ணு. 'டேய் நாணுக்குறுப்பு' என்றுதான் கூப்பிடுவது. இப்போ எதைச் சொல்லிக் கூப்பிடுவா? நான் அந்தப் பொண்ணோட புருஷனுக்கு அம்மாவனல்லவோ?" குறுப்பு மேலும் தொடர்ந்து கூறினார்.

"'டேய் குறுப்பு'ன்னு கூப்பிட்டுவந்த அந்த நாக்கினாலே 'அம்மாவா'ன்னு கூப்பிட முடியுமா?"

விசயத்தைப் புரிந்து கொண்டு அல்லது புரிந்து கொண்டதாகக் காட்டிக் கொண்டு கலியாணி எதையோ சொன்னாள்:

"முடியாதுதான்."

"விசயமின்னுமிருக்கு. இப்போ பரமேசுவரனோட நிலை என்னன்னு நீ நினைக்கிறே?"

"என்ன?"

"அவன் யாருன்னு நீ நினைக்கிறே?"

“யாரு?”

“எவன் கையிலும் அவனாலே விலங்கு போடமுடியும். எவனையும் பிடித்து ஜெயிலுக்குள்ளே தள்ளிவிடலாம். எவனை வேணும்னாலும் இடிக்கமுடியும். அது தான் அவனோட நிலை.

“அங்கே யாரெல்லாம் வர்றாங்கன்னு தெரியுமா? பெரிய பெரிய வக்கீல்கள், பணக்காரர்கள் எல்லாம்தான். ஜட்ஜ்கள் கூட வர்றாங்க. அதாவது அவனோட பொண்டாட்டி ஜட்ஜ் மகளல்லவா? அப்போ நாம்ப எப்படி உண்மையை வெளிப்படுத்த முடியும்?”

கலியாணியம்மாவின் வாய் திறந்தே போயிற்று.

நாணுக்குறுப்பு ஒரு நிகழ்ச்சி பற்றி விளக்கமளித்தார்.

“ஒரு நாள் ஒரு விருந்து நடக்குது- எங்கே? பரமேசுவரனோட வீட்டில்தான். மாஜிஸ்ட்டிரேட்டுமார்கள், ஜட்ஜ், வக்கீல்கள், போலீஸ் சூப்பிரண்டுமார்கள்- எல்லோரும் வந்திருந்தாங்க. அன்னைக்கு நான் அடுக்களைக்குள்ளே புகுந்தேன். அடுக்களைக்குள்ளே புகுந்தால் என்ன நிலைமைன்னு பெண்களுக்குத் தெரியுமல்ல? கரி ஒட்டிடும். ஆனாக் கூட என் பரமேசுவரன் அழைத்து வந்த ஆளைப் பார்க்க நான் வெளியே வந்தேன். அப்படி வந்திருக்கக்கூடாதுதான். அப்போது ஏதோ ஒரு எஜமான் ஒரு கேள்வி கேட்டாரு “ஏய் குறுப்பு, யார் இது?”ன்னு. அந்த எஜமான் என்னை இதுக்கு முந்தி பார்த்திருக்கலாம். பரமேசுவரன் வெளிறிப்போனதை நான் பார்த்தேன். என்னோட நாடி நரம்புகளெல்லாம் தளர்ந்து போச்சு. ஆனா, பரமேசுவரன் கெட்டிக்காரன். அவன் புத்தி சந்தர்ப்பத்துக்கேற்றவாறு செயல்படும். அவன் சொன்னான் - ‘எங்க குடும்பத்தில் பண்டைய காலம் முதற்கொண்டு வேலைக்காரனா இருக்கான்.’ என் கலியாணீ, அப்போ தான் எனக்கு உசிரு வந்தது. நான் அங்கேருந்து ஓட்டமாய் ஓடிவந்தேன்.”

கல்லும்புறத்து கலியாணியம்மா வாய் ‘டப்’பென்று அடைத்துக் கொண்டது.

நாணுக்குறுப்பு தொடர்ந்து பேசினார்:

“அப்போ நான் யோசிச்சேன். நம்ப பசங்களோட அந்தஸ்து நிலையையும் நாம்ப நினைச்சுப் பார்க்கணும். நான் பரமேசுவரன் வீட்டில் தங்கியிருப்பது சரியல்ல. அவனைப் பார்க்க வர்றவங்களெல்லாம் என்னை ஒவ்வோரிடத்தில் சமையல்காரனாகப் பார்த்திருக்காங்க. அப்போ என்னன்னா அவனோட அந்தஸ்துக்கு நாம்ப அங்கே தங்கியிருக்கக் கூடாது. இது முதல் விசயம். சமையல்காரனின் மருமகப் பையன்தான் இன்ஸ்பெக்டர் குறுப்புன்னு யாருக்கும் தெரியக்கூடாது. இன்னொண்ணு - அது அவன் பொண்டாட்டி விசயம் - அவ எப்படித்தான் என்னை,

'அம்மாவா'ன்னு கூப்பிட முடியும்? அது சரியாயிருக்காது. அவளுக்குத் தொந்திரவு பண்ணக் கூடாது. என் இடுப்பில் உட்கார்ந்து வளர்ந்த பொண்ணுதான் அது."

கலியாணி வினவினாள்:

"அப்போ அண்ணனும் தம்பியும் சேர்ந்து வெட்டிக்காட்டு வீட்டிலே குடியிருந்து சுயமாச் சமைச்சுச் சாப்பிட்டுக் காலம் தள்ளப் போறீங்களா."

"ஆமாம். அப்பறம் நீ தான் பக்கத்திலிருக்கிறியே. அதுதான் எனக்கு ஒரு மகிழ்ச்சி."

நாணுக் குறுப்புவின் மூக்கு கலியாணி வாய்க்குள்ளே நுழைந்தது.

* ** *

வெட்டிக்காட்டு நாணுக்குறுப்பு ஏன் ஊரில் வந்து தங்கியிருக்கிறார் என்று தெரியுமா? எல்லோரும் ஆராய்ந்தனர். அதற்கென்ன பதிலென்று அனைவருக்கும் தெரியும். பரமேஸ்வரக் குறுப்பு நாணுக்குறுப்புவை வீட்டு வேலையாளென்று சொன்னார். ஆங்கிலம் கற்றுக்கொண்டால் ஏற்படுகிற வேடிக்கை அதுதான். பற்றுப் பாத்திரம் கழுவும் வேலை செய்துதான் நாணுக்குறுப்பு பரமேசுவரக் குறுப்புவைப் படிக்க வைத்தார். ஆயினும் இன்றைய தினத்திலேகூட அண்ணனும் தம்பியும் சேர்ந்து சாகுபடி செய்து நெல்லை அறுவடை செய்து, அதை வேகவைத்துக் குத்தி அரிசியாக்கி கொல்லத்துக்குக் கொண்டுசென்று கொடுக்கிறார்கள். எதற்காக? பரமேசுவரக் குறுப்புவின் தம்பிமார்கள் படித்துக் கெட்டிக் காரர்களாகிவிட வேண்டுமென்பதற்காக!

ஆயினும் வெட்டிக்காட்டு குஞ்சாச்சி இப்படியாகி விட்டாளே! அன்று ஒரு நாள் அவள் கோவில் திருவிழாவுக்கு வந்திருந்தாள். அப்பப்பா! என்ன திமிர்! அவள் யாரிடமும் பேசவேயில்லை.

ஜனங்கள் நாணுக்குறுப்புவிடம் விசாரிக்கத் தொடங்கினர்.

"எல்லாமே தண்ணீரிலே வரைந்த கோடு மாதிரி ஆயிட்டதல்லவா, குறுப்பு?"

"ச்சி! அது அப்படியல்ல. உங்களுக்குத் தெரியாத விசயம் அது. பெரிய பெரிய எஜமான்களுடன்தான் நான் என் வாழ்நாளைக் கழித்திருக்கிறேன். எனவே எல்லா விசயங்களும் எனக்குத் தெரியும். உங்களால் அதைப் புரிந்துகொள்ள முடியாது."

அப்புறம் விரிவாகப் பேசுவார். எவ்வளவுதான் அவசர அலுவல்கள் இருந்தபோதிலும் நாணுக் குறுப்பு பேச்சில் அவர்களை எல்லாம் உட்கார வைத்து விடுவார்.

"நான் சொல்லறேனே.. அதாவது இந்தப் பெரிய உத்தியோகஸ்தர்களுக் கெல்லாம், அவங்க உத்தியோகம் பார்க்கணும்னா, அதுக்கேற்ற அந்தஸ்தும் கம்பீரமும் எல்லாம் வேணும். வெறும் பிச்சைக்காரன் மாதிரியிருந்தா சரிப்படாது. ஆளைப் பார்த்தாலே ஒரு களை வேணும்."

சேந்நாடன் அதை ஒப்புக்கொண்டார்.

"ரொம்பமும் தேவையானதொரு விசயம்தான் அது- ஒரு பார்வையிலேயே எவரும் தலை குனியணும். அதனால்தானே, பெரிய பெரிய உத்தியோகங்களுக்கெல்லாம் பெரிய பெரிய குடும்பங்களிலிருந்து நியமனம் பண்ணறாங்க? காரியஸ்தர்கள், சர்வாதிகாரியக்காரர் போன்ற பதவிங்களுக்கு? குடும்பக்காரனல்லாட்டா, அவன் எவ்வளவோ படித்தவனாயிருந்தாக்கூட அது ஒன்றும் எடுபடாது."

சேந்நாடன் அதுக்கு ஓர் உதாரணம் சொன்னார். சீலாந்திப் பிள்ளி பரமு ஆசான்!

நாணுக்குறுப்பு தொடர்ந்து பேசினார்:

"அப்போ, அதாவது நம்ப பரமேசுவரன் ஆதிக்க சக்தி படைத்த ஓர் அதிகாரியாகும். அவனுக்கு அந்த உத்தியோகத்தின் கம்பீரம் வேணும். இல்லாட்டா ஒண்ணும் நடக்காது- அப்பறம் ஒரு விசயம் பெரியவரே, அவனுக்கு நல்ல களையிருக்கு. வெட்டிக்காட்டுக் குடும்பத்தில்தான் பிறந்தவன்னாக் கூட அந்த வெளுத்துச் சிவந்த உடம்பு; ஆட்டுக்கடாய் மீசை; சிவந்த கண்ணு எல்லாம்தான் எந்தக் கள்வனையும் கொலைபாதகனையும் பயந்து நடுங்கச் செய்துவிடும். ஒரே ஒரு கேள்வி கேட்டாலே போதும் - உண்மையைச் சொல்லுவாங்க. அப்படியிருக்கிறப்போ நம்ப மாதிரி பிச்சைக்காரங்க அம்மாவனாகவும் அப்பாவாகவும் அவன் கூடத் தங்கியிருக்கக் கூடாது. ஜனங்க என்ன பேசிக்கிறாங்க தெரியுமா? அதோ, அந்தப் பிச்சைக்காரப் பெரியவர் மகனாக்கும்; அல்லே மருமகனாக்கும்னு. அதோடு அந்த ஆதிக்க சக்தியிருக்கே, அதிலே பாதிபோயிடும்."

"அது சரிதான் குறுப்பு!" என்றார் சேந்நாடன்.

"சேந்நாட்டுப் பெரியவருக்கு விசயம் தெரியும். இந்த ஊர்ஜனங்க என்ன சொல்றாங்கன்னு தெரியுமா? அவனுக்குப் பெரியவங்க அனுக்கிரகம் இல்லையாம். பற்றுப் பாத்திரம் கழுவி அவனைப் படிக்க வச்சாரு. பெரிய உத்தியோகஸ்தனானபோது அவரை வேலைக்காரன்னு சொல்றான். இவங்களுக்கு விசயம் தெரியாது. உத்தியோகஸ்தர்கள் அப்படிச் சொல்லி விடுவார்கள்தான்."

"சரிதான்; சரிதான்!" சேந்நாடன் தலையாட்டினார்.

நாணுக்குறுப்பு தொடர்ந்து பேசினார்:

"அப்போ நாம்ப அதைப் பார்த்துத்தான் நடந்துக்கணும். அப்பறம் நம்ப முயற்சி துளிர்த்துப் பூத்துக் காய்த்து நிற்பதைப் பார்க்கணும். அது ஓர் ஆனந்தம். நம்ப கண்ணுக்கு ஒரு குளிர்மை. இல்லாமே, அவன் காரிய விச்சாரம் செஞ்சுக்கிட்டிருக்கிறப்போ, நமக்கு உரிமை இருக்கும்னு அங்கே நுழைஞ்சு 'டேய் பரமேசுவரா!'ன்னு அழைச்சுக்கறது சரிதானா?"

"இல்லை. ஒருபோதும் சரியில்லை. குறுப்புவண்ணா, இந்த இங்கிலீசு படிக்கிறவங்களுக்கு அவங்க அந்தப் பள்ளிக்கூடத்தில் சேர்ந்து விட்டாலே ஒரு களை வந்திடும்."

"ஆமாம். அது இந்த நாட்டை ஆளறவங்களோட பாஷைதானே? இங்கிலீசு படிக்கிறவங்களுக்கு ராஜகளைதான்."

நாணுக்குறுப்பு, தான் சொல்லவேண்டியதெல்லாம் சொல்லி முடிக்க வில்லை. அவர் தொடர்ந்து பேசினார்:

"விபரம் தெரிஞ்சவனிடத்திலேதான் பேசணும். நான் சொன்னதன் பொருள் எல்லோருக்கும் விளங்காது."

அவ்வாறு விபரம் தெரிந்த ஒருவன் நாணுக்குறுப்புவுக்குக் கிடைத்து விட்டார். அவர்தான் சேந்நாட்டு குஞ்சு நாயர்.

"பெரியவரே, நாம்ப எல்லாம் ஏன் இப்படிப் பாடுபடணும்?"

எதற்காக? திடீரென சேந்நாடனால் பதில் சொல்ல முடியவில்லை. அவர் அப்படியே உமிழ்நீரை இறக்கிக்கொண்டார். அப்போது அவருடைய கழுத்திலுள்ள கழலை மேலும் கீழும் ஏறியிறங்கியது. நாணுக் குறுப்பு மறுபடியும் அந்த வினாவை எழுப்பினார்:

"எதுக்காக?"

பதில் இல்லை. நாணுக்குறுப்புவே பதில் சொன்னார்: "குடும்பம் செழிக்க!"

சேந்நாடன் கையைக் கடித்துக்கொண்டார். அந்தப் பதில் நாவின் நுனிக்கு வரவில்லை. சேந்நாடன் பாடுபடுவதும் அதுக்காகத்தான். அந்தப் பதில் நாவில் நுனியில் தங்கி நின்றிருந்ததுதான். ஏன், அது அங்கே உறுதியாக இருந்திருக்கவில்லை?

அது ஓர் ஏமாற்றம்தான். ஒரு வாழ்நாள் முழுவதிலும் குடும்பத்துக்காக ஒவ்வொரு நிமிடமும் பாடுபட்டுக் கொண்டிருந்தவர்தான். அனைத்து உழைப்பும் குடும்பத்தின் செழிப்புக்காகவே பயன்படுத்தப்பட்டது. இப்பொழுது கூட அப்படித்தான்.

அப்புறம் ஏன் அந்தப் பதில் சொல்லத் தோன்றவில்லை?

நாணுக்குறுப்பு தொடர்ந்து பேசினார்:

"இனி குஞ்சாச்சி விசயமாப் பேசுவோம். அவ இப்போ கொல்லத்தில் தங்கியிருந்து குழந்தைகளைப் படிக்க வைக்கிறாள். அவர்களைப் படிக்க வைக்க வேண்டியதல்லவா? எனவே, அவ இங்கே தங்கியிருந்து எங்களுக்குப் பணிவிடை செய்யமுடியுமா? பசங்க படிச்சு முன்னேறட்டும். நாங்க சமைச்சு சாப்பிட்டுக்குவோம். எந்நாளும் சமையல்தான் வேலையாக இருந்ததல்லவா? உண்மையைச் சொல்றேனே - சமையல் எனக்கு ஒரு வேலையே அல்ல."

நாணுக்குறுப்பு சற்றுநேரம் நிறுத்திவிட்டுத் தொடர்ந்து பேசினார்:

"இன்னொரு விசயம். அவ நகரத்தில்தான் தங்கியிருக்கிறா. அவ இன்ஸ்பெக்டர் எஜமானின் அம்மாவாகும். இனிமேல் அந்தச் சிறுவர்களும் எஜமானர்களாகி விடுவார்கள். அப்போ அவங்களோட அம்மாவாகத்தான் இருக்கணும். உண்மையைச் சொல்றேன்னா, நான் எத்தனையோ எஜமானர்களின் அம்மாமார்களைப் பார்த்திருக்கேன். அவங்களைப் போன்ற அந்தஸ்தும் கம்பீரமும் எல்லாம் பாச்சிக்குமுண்டு. அது நம்ப ஊர்ப் பொண்டுகளுக்குப் பிடிக்காது. அது அப்படி ஏற்படறது தான். எங்கேருந்துன்னு கேக்கவேணாம்."

ஒரு கதை கேட்பது போல் சேந்நாடன் கேட்டுக்கொண்டிருந்தார். நாணுக்குறுப்புவுக்கும் மனநிறைவுதான்.

"இப்படியாக ஒரு பிரத்தியேக முறையில் எங்க குடும்பம் வளருது."

"அது குறுப்புவண்ணன் எஜமான்களுக்குப் பணிவிடைச் செய்யப் போனதனால்தான்."

"இருக்கலாம். ஆனா ஒரு விசயம். அந்தப் பொண்ணு விசயம்தான். அவபுருஷன் அந்தப் பணிக்கரு எதுக்கும் லாயக்கில்லாதவர்தான். அவளுக்குப் பொறுப்பு மிக்க ஒருவன் புடவை கொடுத்திருந்தான்னா எல்லாம் சரியாவே அமைஞ்சிருக்கும்."

"அவளுக்கு அருமையான சகோதரர்கள் இருக்கிறாங்களே."

'இருக்காங்க. இருந்தாக் கூடச் சொல்றேன்."

* ** *

வெட்டிக்காட்டு நாணுக்குறுப்பு, கிட்டுக்குறுப்பு ஆகியோர் சேந்நாடன் நினைவுக்கு வந்தனர்.

பந்தத்தை வீசியவாறு கோயிப்ரத்தை நோக்கி நடந்தபோது வெட்டிக்காட்டு நாணுக்குறுப்புவின் சகோதரி குஞ்சாச்சியையும், மருமகன் பரமேசுவரனையும் பற்றிச் சொன்ன விசயங்கள் குறித்து நினைத்துப் பார்த்தார் சேந்நாடன்.

77

வைக்கம் கோவில் என்பது தென்காசி. அது மகத்தான புனிதமான கோவில். அங்கே சத்தியாக்கிரகம் நடைபெறுகிறது. சத்தியாக்கிரகமென்றால் என்ன?

தீண்டாமை ஜாதியினருக்கு ஆலயப் பிரவேசம் வேண்டுமாம். இப்போதைக்கு அதைச் சொல்வதில்லை. ஆனால் நோக்கம் அதுவாகும். தீண்டாமை ஜாதியினர் ஏழைகள். அவர்கள் அதைச் சொல்வதில்லை. சொல்வதெல்லாம் மேல் ஜாதியினர்தான்.

அங்கே வடக்கிருந்து சத்தியாக்கிரகத்தில் பங்குகொள்ள குஞ்சன் நாயர் வருகிறாராம். அவர் ஊருக்கும் வருகிறார். அவரை மேளதாளங்களுடன் வரவேற்கப் போகிறார்களாம். பின்னர்தான் அவர் வைக்கத்துக்குப் போகிறார். ஊரிலிருந்து சில இளைஞர்களையும் அவர் வைக்கத்துக்கு அழைத்துச் செல்லப் போகிறார். அப்படித்தான் சொல்லப்படுகிறது.

யாரெல்லாம் அவர் கூடச் செல்கிறார்கள்? அது பரம ரகசியம். அனைத்துக் குடும்பங்களிலுமுள்ள பெரியவர்களுக்குப் பயமாயிற்று. அவர்கள் வீட்டு இளைஞர்கள் அவர்கூடப் போய்விடுவார்களா? பெரியவர்கள் கரிசனையாகத் தடுத்தனர், இளைஞர்கள் வெடிப்புரைக்கல் வீட்டுக்குப் போகக் கூடாதென்று! அங்கே போகாமலிருந்தால் மன அமைதியிருக்கும். அந்த வீட்டுமனைக்குள்ளே காலெடுத்து வைத்தால் எவ்வளவு நல்லவனாயிருந்தால் கூடக் கெட்டுப் போய்விடுவான். ஆனால் இளைஞர்கள் சந்தர்ப்பம் வாய்க்கிற போதெல்லாம் அந்த வீட்டுக்கு விரைந்து செல்கின்றனர். படுக்கையும் உறக்கமெல்லாம் பலருக்கும் அங்கே தான்.

குஞ்சுநாயர் கொச்சுகிட்டனிடம் விசாரித்தார்:

“நீ வைக்கத்துக்குப் போகப் போறியாடா?”

“நான் போறதில்லே!”

அங்கே சத்தியாக்கிரகத்துக்குப் போனால் முழு எலும்புடன் திரும்பி வரமுடியாது. போலீஸாரும், அந்த ஊர்ஜனங்களும் சேர்ந்து அடித்து எலும்பை உடைத்து அனுப்பி விடுவார்கள். அனைத்து ஊர்களிலிருந்தும்

மக்கள் கூட்டம் கூட்டமாய்ப் பாட்டுப் பாடியவாறு சத்தியாக்கிரகத்தில் பங்குகொள்ள வைக்கத்துக்குப் போகப் போகிறார்கள்.

'யாரப்பா, இதுக்குச் சத்தியாக்கிரகமென்று பெயர் சூட்டினான்?' குஞ்சுநாயர் திகைத்துப்போனார்.

பழைய நண்பர்களில் பலருக்கும் சூடு அற்றுப் போய்விட்டது. அனைவருக்கும் கவலை உண்டு. சேந்நாடன் பலரையும் சந்தித்தார். வக்கீல் குமாஸ்தா ஆண்டிப் பிள்ளை மட்டும் சொன்னார்:

"ராஜபாதையிலே கீழ் ஜாதியினர் நடந்துபோனால் என்னவாம்?"

"ஆண்டிப்பிள்ளைவாள், நீங்க என்ன இப்படிக் கேக்கறீங்க?" சேந்நாடனுக்கு வியப்புத்தான். தொடர்ந்து விசாரித்தார்:

"வக்கீல் சுவாமி சத்தியாக்கிரகத்தை ஆதரிக்கிறாரா?"

"ரொம்ப நல்லாருக்கு. அவர்களை அடித்து விரட்டணும்னுதான் சுவாமி சொல்றார். அப்படியும் போகாட்டிப் போனா துப்பாக்கியால் சுடணும்னு அவர் சொல்றார். வெள்ளைத் துரைமார்கள் ஏன், இப்படி வேடிக்கை பார்த்துக் கிட்டிருக்காங்கன்னுதான் சுவாமி கேக்கறாரு. பட்டாளத்தை அனுப்பி வைக்கணும்னு வைசிராய்க்கும் கவர்னருக்கு மெல்லாம் சுவாமி எழுதியிருக்கிறார்."

குஞ்சுநாயர் முகம் மலர்ந்தது.

"ஓகோ!... அப்போ வைக்கத்தில் சில காரியங்கள் நடந்திடுமல்ல?"

"அப்படித்தான் நினைக்கிறேன். சுவாமி எழுதினா அது சும்மா போகாது." ஆண்டிப்பிள்ளை சற்று அடக்கமாய்த் தொடர்ந்து கூறினார்: "இதிலே ஒரு பெரிய பொருள் அடங்கிக் கிடக்குது அண்ணா! இந்த பறையனும் புலையனுமெல்லாம் இன்னைக்கு யாரு?"

கேள்வி சேந்நாடனுக்குப் புரியவில்லை. அவர் அந்தக் கேள்வியையே திருப்பிக் கேட்டார்: "யாரு?"

ஆண்டிப்பிள்ளை விளக்கினார்: "சாமியிடம் பயிற்சிபெற ஒரு சின்ன ஐயரு பையன் வந்திருக்கான். புத்திசாலி. ரொம்ப கெட்டிக்காரனான ஓர் ஐயரு பையன். இந்தத் தீண்டக் கூடாத ஜாதிக்காரங்கல்லாம் யாருன்னு அவன் என் கிட்டே விசாரித்தான். இப்போ அண்ணன் என்கிட்டே கேட்டது போல் நானும் கேட்டேன். அப்போ சின்ன ஐயரு சொல்றாரு. அவங்களிலே பாதிப் பேர் இப்போ கிறிஸ்தவர்களல்லவா? மற்றவர்களும் மதம் மாறினால் இந்துக்களின் ஜனத்தொகை குறைந்திடும். நம்ம நாடு கிறிஸ்தவர்கள் நாடாக மாறிவிடும்."

சேந்நாடன் இடைமறித்துக் கூறினார்:

"மார்க்கம் மாறினாக் கூட பறையன் என்னைக்குமே பறையன்தான். புலையன் புலையனேதான். மார்க்கம் மாறினாலும் அவங்களுக்குத் தீண்டாமை உண்டு. அவங்க வழியிலே அவங்க வழிநடக்கறது கூட தீண்டத் தகாதவன்னு கூவியழைத்துச் சொல்லித்தான்."

சேந்நாடனுக்கு சின்னஐயரின் வாதம் புரியவில்லை. சேந்நாடனுடைய வாதத்துக்குப் பதில் சொல்ல ஆண்டிப்பிள்ளையாலும் முடியவில்லை.

ஆண்டிப் பிள்ளை இன்னொரு வாதத்தைக் கிளப்பினார்:

"ராஜபாதைதானே? அவங்க கூட தங்கத் தம்பிரான் பிரஜைகள்தான். அது அவங்க உரிமை!"

"உரிமை! அது எப்படியுண்டாயிற்று? பறையனுக்கும் புலையனுக்கு மெல்லாம் இன்னின்ன உரிமைன்னு சுருதியிலும் ஸ்மிருதியிலுமெல்லாம் திட்டவட்டமாச் சொல்லியிருக்காங்க."

ஆண்டிப்பிள்ளையும் விட்டுக் கொடுக்கவில்லை:

"அது பண்டைய காலத்திலேன்னுதான் சொல்லிக்கிறாங்க."

"யாரு சொல்லிக்கிறாங்க?"

"அவங்களுக்கும் அவங்க ஜாதியிலே விபரம் தெரிஞ்சவங்க இருக்காங்க, ஈழவர்களுக்கு நாணுகுரு சுவாமிகள் இருப்பது போல."

"அதெல்லாமில்லே ஆண்டிப் பிள்ளைவாள்! அவங்க தோளிலே கைபோட்டு நம்ப ஆளுங்க நடந்துக்கறாங்க. அப்பறம் அவங்க காதுக் குள்ளே விசயங்களை ஓதறாங்க. இதெல்லாம் சேர்ந்தது அப்படித்தானே? வர இருக்கிற காலம் எப்படியிருக்கும்னு பார்த்துக்குங்க. எல்லாரும் அனுபவிக்கத்தான் போறாங்க. ஆனா, அப்போதைக்கு நாம்ப இருக்கப் போறதில்லே." நாயர் ஆவேச மிகுதியுடன் தொடர்ந்து பேசினார்:

"இப்போதைய ஈழவப் பசங்க பேரெல்லாம் என்னன்னு தெரியுமா? கொச்சிற்றாமன், இட்ராமன், சேந்தி, கோந்தன் ஆகிய பேரெல்லாம் போயி, இப்போ பத்மநாபன், பரமேசுவரன், கேசவன்னு எல்லாம்தான்."

அப்போது ஆண்டிப் பிள்ளை இடைமறித்துக் கூறினார்:

"அது இங்கத்திய பெயர்கள் தானே? ஆலப்புழையிலே பேருகள் இன்னும் விசேஷமாயிருக்கும். சித்தார்த்தன், யசோதரன், விசுவநாதன் - இப்படி யெல்லாம்தான்."

"தீண்டத்தகாத ஜாதிக்காரங்களை, அது அவங்க உரிமைன்னு ராஜபாதையிலே நடக்க அனுமதிச்சோம்னா, அப்பறம் அவங்களை

கோவிலுக்குள்ளே வர அனுமதிக்கணும்னு கேக்கப் போறாங்க."

"இப்பவே அதைத்தானே, சொல்லிக்கிறாங்க?"

சேந்நாடன் வந்த விசயத்தைச் சொன்னார்: "இந்த நாடு, அதாவது நம்ப ஊர்கள் - அதிலே இவ்வளவு குழப்பங்களைக் கிளப்பிவிட்டது அந்த வெடிப்புரைக்கல் குஞ்சன் நாயர்தான். அந்த வீட்டிலே இப்போ என்ன நடக்குதுன்னு தெரியுமா?"

"வாசக சாலை."

"அஞ்சல் சிப்பாய் பத்திரிகை கொண்டுவந்து கொடுத்தா, அம்மா இறந்து கிடந்தாக் கூட நம்ப இளைஞனுங்க அதிலேதான் ஆர்வம் காட்டறாங்க. ஒருத்தன் படிப்பான். மற்றவங்க உட்கார்ந்து கேப்பாங்க. அங்கேதான் இந்தத் திட்டங்களெல்லாம் உருவாவுது. ஏதோ நான்கைந்து பசங்கமட்டும்தான் அங்கே போகாமே இருக்காங்க. வேழப்புறத்து வீட்டைச் சேர்ந்த அந்தப் பையன், விரிப்பு வீட்டைச் சேர்ந்த இன்னொரு பையன். இப்படி நான்கைந்து பசங்க மட்டும்தான். அப்போ நாம்ப செய்ய வேண்டியது என்னன்னா அந்த வாசக சாலையை இல்லாமே பண்ணிக்கணும்."

"அது எப்படிச் சாத்தியமண்ணா?"

"நாம்ப நம்ப பசங்களை நம்ப சொற்படி நடக்கச் செஞ்சுக்கணும்."

"அதெப்படீன்னு சொல்லுங்க. இந்த வாசக சாலை போன்றது எல்லாம் இந்த நாட்டிலே எல்லாயிடத்திலும் உண்டு."

அதற்கு எப்படி பதிலளிப்பதென்று தெரியாத சேந்நாடன் சொன்னார்:

"அந்த நாசமாப் போனவன் வரப் போறான்னு கேள்விப்படறேன். வடக்கே அந்த காந்தியவிடத்திலே அவன் போயிப் படுத்துக் கிடந்தானாம். இப்போ அவனுக்குப் பெரிய வரவேற்புக் கொடுக்கப் போறாங்களாம். அவன் கூட வைக்கத்துக்குப் போகப் போறானாம். இந்த ஊரிலிருந்தும் சிலரை அழைச்சுக் கிட்டுப் போறானாம். அவன் போயித் தொலையட்டும். எலும்பை ஒடிக்க மற்றபசங்களை ஏன், அழைச்சுக்கிட்டுப் போறான்?"

அது ஆண்டிப் பிள்ளைக்கு ஒரு புதுச் செய்தியாக இருந்தது. அவர் சொன்னார்:

"அது கூடாது. அதுக்காக நாம்ப எதாச்சும் செய்யணும்!

"அதுக்குத்தான் நான் வந்தேன். நான் நட்டாச்சேரி மற்றும் மூலப் படத்தை எல்லாம் சந்திச்சேன். மூலப்படத்து கோவிந்தன் ஒரு நனைஞ்சு

பூனை மாதிரி. நட்டாச்சேரிக்குச் சுறுசுறுப்பு உண்டு. நாம்ப எல்லாம் சேர்ந்து யோசிச்சா என்ன?"

ஆண்டிப் பிள்ளை தனக்கு வசதியான நாளைப் பற்றிச் சொன்னார்.

* ** *

நாட்டைப் பூராவும் பாதித்திருக்கிற ஒரு விபத்துதான் இது. ஒரு காலத்திலே பரஸ்பரப் பகைகொண்டிருந்தாலும் ஆபத்து நேரக்கூடிய சமயங்களில் அந்தப் பகைமை எதையும் பொருட்படுத்தக் கூடாது. எல்லோரும் சேர்ந்து நடத்திய ஆலோசனைக்கூட்டம் பாலத்தோள் இல்லத்தில்தான் நடைபெற்றது.

சேந்நாடன் நீண்ட நாட்களுக்குப் பிறகு அந்த இல்லத்தில் காலெடுத்து வைக்கிறார்.

இப்போது பாலத்தோள் இல்லத்து ஆட்சியாளர் ஈசுவரன் நம்பூதிரியாவார். கிருஷ்ணருடைய மூத்த புத்திரர். அவர் கணபதி நம்பூதிரியின் சொற்படி நடந்துகொள்கிறவர் என்று சொல்ல முடியா விட்டாலும் அனைத்து விசயங்களையும் சொல்லி யோசனை கேட்பார். சாவியெல்லாம் ஈசுவரர் கையில்தான்.

அன்று அங்கே வந்தவர்களுக்கெல்லாம் விருந்து அளிக்கப்பட்டது. அது கணபதி நம்பூதிரியின் யோசனைக்கிணங்கத்தான் நடைபெற்றது.

சேந்நாடனுக்கு அங்கே செல்லச் சிறிது தயக்கமிருந்தது. கணபதி சேந்நாடனை அன்புடன் வரவேற்றார்.

"வாருங்கள்; வாருங்கள் குஞ்சுநாயர்!"

கீழ்மாடியில் கோரைப்பாய் போட்டு அமர்ந்துகொண்டனர்.

சேந்நாடனை கணபதி நம்பூதிரி அன்புடன் வரவேற்ற நிகழ்ச்சியை அனைவரும் கவனித்தனர். அது பிரத்தியேகமானதோர் அக்கறையுடன் தான்.

கணபதி நம்பூதிரி சொன்னார்:

"நாம் எல்லோரும் ஒரே ஊரைச் சேர்ந்தவங்க. சிறுவயசிலேருந்து அறிமுகமானவங்க. பரஸ்பரம் வேண்டியவங்க. ஒவ்வொரு விசயத்திலும் கருத்து வேற்றுமை இருந்தது. அது இயல்புதானே? அதெல்லாம் பொது விசயங்கள். இப்போது பொதுவானதொரு விசயம் வந்திருக்கு. பழைய விசயங்களை எல்லாம் மறந்திட வேண்டியதுதான். இப்போது ஏற்பட்டிருக்கிற பொது விசயத்திலே ஒன்றுபடுவோம். பழைய விரோதங்களையெல்லாம் மனத்திலே வைத்துக் கொண்டிருக்க வேண்டிய

காரியமில்லை. என்ன சொல்லறீங்க குஞ்சுநாயர்?"

சுனைக்குளத்தவர்தான் அதற்குப் பதிலளித்தார்.

"முன்பு கூட யார் மீதும் யாருக்கும் விரோதமிருக்கலே திருமேனி!"

"இல்லை; இல்லை! அது எனக்குத் தெரியும் சுனைக்குளத்தவரே! ஆயினும் சொல்லிக்கிட்டிருந்தேன். நாம்ப கொஞ்சம் பிடிவாதத்தி லிருந்தோம்."

தொடர்ந்து நம்பூதிரி கேட்டார்:

"குஞ்சுநாயர் வெற்றிலை போடலே?"

"போடலே; போட்டுக்கறேன்" என்றார் சேந்நாடன்.

குஞ்சுநாயர் ஒரு விசயத்தைப் பார்த்தார். அங்கே கூடப் பத்திரிகை வருகிறது. அவர் சுயமறியாமலே கேட்டுவிட்டார்:

"இங்கும் பத்திரிகை வருதா?"

ஈசுவரர் சொன்னார்:

"செய்திகள் தெரிஞ்சுக்க வேணாமா, குஞ்சுநாயர், இன்றைய உலகத்திலே என்னென்ன நடக்குது."

சேந்நாடனுக்குத் திடீரென்று ஒரு சந்தேகம் பிறந்தது. இங்கும் கலி பாதித்தவர்கள் இருக்கிறார்களா? அப்போ கலியால் பாதிக்கப்படாத எந்த ஒரு வீடும் இருக்காது போலிருக்கு.

ஈசுவரர் தொடர்ந்து கூறினார்:

"உலகமெங்கிலும் மாறுதல் ஏற்பட்டுக்கொண்டிருக்கிறது குஞ்சுநாயர்! பெரியதொரு சண்டை முடிந்துவிட்டது. அங்கே மேற்கத்திய நாடுகளிலே பல்வேறு சக்கரவர்த்திகள் இருக்கிற இடம் தெரியலே. நம்முடைய சக்கரவர்த்தி வெற்றி பெற்றிருக்கிறார். நமது நாட்டிலே கூட ஒவ்வொரு நாளும் மாறுதல் ஏற்பட்டுக் கொண்டிருக்கின்றன. இதெல்லாம் பத்திரிகை வாசித்தால்தான் தெரிஞ்சுக்க முடியும்." அவர் தொடர்ந்து கூறினார்:

"ஜெர்மானிய கைஸர் சக்கரவர்த்தி தோற்றுப் போனார். இப்போ சுயராஜ்ஜியம் வேணும்னு காங்கிரஸ் பிடிவாதமாயிருக்கு."

"காங்கிரசுன்னா? அது காந்திக்குச் சொந்தமல்லவா?" என்றார் சேந்நாடன்.

ஈஸ்வரர் உடனே பதிலளிக்கவில்லை.

ஒரு நிமிடம் இடைஞ்சல் ஏற்பட்டது.

“காந்தி அதன் தலைவர்.”

ஒரு நம்பூதிரிச் சிறுவன்-ஈஸ்வரர் திருமேனியின் மகன்- குறுக்கிட்டுக் கூறினான்.

“காந்தி சொல்றதை எல்லோரும் கேப்பாங்க.”

கணபதி கலகலவெனச் சிரித்தார்.

“இந்த விசயங்களெல்லாம் உண்ணிக்கு (நம்பூதிரிச் சிறுவன்) ஈஸ்வரரை விடவும் வெகு நன்றாகத் தெரியும். பத்திரிகை வந்தா பூராவும் படிச்சுடுவான். உண்ணி படித்து முடித்த பின்னர்தான் மற்றவர்களுக்கு வாசிக்கக் கிடைக்கும்.”

உண்ணி வெகு சமர்த்து! சுறுசுறுப்புண்டு. அழகானவன். அவன் தொடர்ந்து சொன்னான்:

“மணிகண்டன் என் வகுப்பிலேதான் படிக்கிறான். நாங்க நண்பனுங்க.”

சேந்நாட்டு குஞ்சுநாயருக்குச் சற்று நடுக்கமேற்பட்டதோ என்கிற சந்தேகம் ஏற்பட்டது. கணபதி நம்பூதிரி கலகலச் சிரிப்புடன் கூறினார்.

‘கதையைக் கேட்டீங்களா, சேந்நாடன்! நாம்ப எதிரிகள் அல்லா விட்டாலும் ஆயுதம் எடுத்துக் களத்தில் நின்னோம். நம்ப அடுத்த தலைமுறைக் குழந்தைங்க தோல் மேலே கைபோட்டு நண்பர்களா நடக்கறாங்க. பாருங்க மாற்றத்தை!”

ஈஸ்வரரு சொன்னார்:

“அப்பா சொன்னது உண்மைதான். இதெல்லாம் மாற்றத்தின் அறிகுறிகள்தான். நமக்குத் தெரியாமலேயே நாம் மாறிடுவோம். வேணாம்னு நெனைச்சாக்கூட மாறிடுவோம். மலைவெள்ளம் சீறிப் பாய்ந்து வருது. மணல் போட்டு அணைகட்டி அதைத் தடுக்கமுடியுமா? அதுதான் உலகத்தின் சரித்திரம். இப்போது வைக்கத்திலே சத்தியாக்கிரகம் நடக்குது. நானும் போயி ஒரு கண் பார்த்து வந்தேன்.”

அங்கே நடைபெறுகின்ற நிகழ்ச்சிகளை அறிய அனைவரும் காதைக் கூர்மைப்படுத்தினர். பார்த்தவர் விளக்குகிறார்:

“அப்படி பஜனைப் பாட்டு பாடிக்கொண்டு மலைவெள்ளம் போல் ஜனங்கள் வருகிறார்கள். மூங்கிலால் தடை போடப்பட்டிருக்கிறது. போலீஸ்காரர்களும் நிற்கிறார்கள். அந்தத் தடை நிற்குமா? அடிக்கிறார்கள்; சுண்ணாம்புத் தண்ணீரைப் பீய்ச்சுகிறார்கள். ஆயினும் மலைவெள்ளம்

வரத்தான் போகிறது. அவர்கள் நிராயுதபாணிகள். தாக்க மாட்டார்கள். இண்டம்துருத்தி கூடச் சொன்னாராம்: 'ச்சிச்சி! இதெல்லாம் கூடாது' என்று. மனிதனை அடித்து நொறுக்குதைப் பார்த்து நிற்கமுடியுமா? நொறுக்குகின்றவர்களும் மனிதர்கள்தானே? அவர்களும் தளர்ந்துபோய் விடுவார்கள். அதுதான் வரலாறு."

சேந்நாடன் வினவினார்:

"இந்த ஜனங்கள் இப்படி வர்றாங்க. இவங்களைக் கொஞ்சம் கட்டுப் படுத்தக் கூடாதா, திருமேனீ?"

கணபதி நம்பூதிரிதான் அதற்குப் பதிலுரைத்தார்:

"அது எப்படி சாத்தியம், குஞ்சுநாயர்? ஊருபூராவும் கிளர்ந்தெழுந் திருக்காங்களே!"

ஈஸ்வரரு சொன்னார்:

"நாள்தோறும் வந்து வந்து குவிஞ்சுக்கிட்டிருக்காங்க. தடுத்து நிறுத்தச் சாத்தியப்படாது."

நட்டாச்சேரி சொன்னார்:

"இந்தப் பறையனும் புலையனும் ஈழவனும் சேர்ந்துகொண்டால் அப்பறம் அது இலேசான காரியமா?"

"அவர்கள் மட்டுமல்ல; நாயர், நம்பூதிரி மற்றும் வாரியர் உண்டு. வடதிசைதான் கிளர்ந்தெழுந்திருக்கிறது. அங்கே காங்கிரஸ் மிகவும் பலமானது. இந்த விசயத்திலே காந்திக்கு வெகு நிர்ப்பந்தமாம்!"

கணபதி சொன்னார்:

"உங்களுக்கு சொஸைட்டியின் கரைக்கூட்டங்கள் இருக்கிறாப்பலே!"

சேந்நாடன் குறுக்கிட்டுக் கூறினார்:

"என்ன இருந்தாலும் இந்த ஊரிலே அவ்வளவா இல்லை."

கணபதி தொடர்ந்து கூறினார்:

"இல்லை; இல்லை! இருந்தாலும் வேறு பல இடங்களிலேயும் உண்டு. ஈழவர்களுக்கு 'ஸ்ரீநாராயண தரும பரிபாலன சங்க'முண்டு- நம்பூதிரிக்கு 'யோகக்ஷேம சபை' உண்டு. அது அங்கு வடக்கே. 'ஆட்டியன்'மார்கள்; 'ஓதிக்கன்'மார்கள்; மற்றும் வைதீகர்கள் இருக்கிற இடத்திலே! எல்லாரும் சேர்ந்து நிச்சயம் பண்ணியிருக்காங்க - 'எல்லோரும் வழி நடந்து கொள்ளட்டும்'னு!"

சுனைக்குளத்தவர் கேட்டார்:

"அப்பறம் அவங்க கோவிலுக்குள்ளே வரணும்பாங்களே?"

"கேட்பார்கள்; கேட்பார்கள். இது முதற்படியென்று அவங்க இப்பவே சொலலறாங்களே!"

"ஆட்டியர்களும் வைக்கத்துக்கு வர்றாங்களா?" என்றார் சேந்நாடன்.

"ஆமாம்; ஆமாம் - அப்படித்தானே, ஈஸ்வரன்?"

"ஆமாம். உண்ணி நம்பூதிரிமார்கள்."

சேந்நாடன் அசந்து போனார்; வினவினார்:

"அப்போ, அவங்களுக்குத் தீண்டாமை ஒண்ணுமில்லீங்களா?"

"கேளுங்க குஞ்சுநாயர்! யோகக்ஷேமம் தீர்மானிச்சிருக்கு - விதவை மறுமணம் பண்ணலாம்னு. அப்படீன்னா-"

"புரிந்துவிட்டது." என்றார் குஞ்சுநாயர்.

"அப்புறம் வயதுக்கு வருமுன்னர் என்பது கூடாது. நல்ல பருவத்துக்கு வந்த பின்னர்தான் கல்யாணம் பண்ணிக்கொடுப்பது. 'அந்தர்ஜன'ங்களுக்கு 'மறைக்குடை' வேண்டாம். நம்பூதிரி இல்லங்களிலுள்ள அனைத்து ஆடவர்களும் திருமணம் செய்துகொள்ள வேண்டும். 'சம்பந்தம்' என்பது கூடாது - என்பன போன்றவையாகும் தீர்மானங்கள்! சிலர் இவற்றை அமுல் நடத்தினார்களாம்! விதவை மறுமணம்..."

"அப்பறம்?"

"திருச்சூர் மடம் அவர்களை சமூகப் பிரஷ்டம் செய்தது போலும்!"

சேந்நாடனுக்கு நாக்கு தளர்ந்து போயிற்று. அப்படியே உட்கார்ந்து கொண்டார். சற்று நேரத்துக்குப் பின் சுனைக்குளத்தவர் கேட்டார்:

"அவங்கெல்லாம்தான் சத்தியாக்கிரகத்துக்கு வந்திருப்பாங்க."

ஈஸ்வரரு சொன்னார்:

"இல்லை; இல்லை! உண்ணி நம்பூதிரிகளும் பூணூல் அணிந்தவாறே...."

கணபதி சொன்னார்:

"அப்பறம் சொல்லிக்கிறாங்க - நம்பூதிரிகளை மனிதர்களாப் பண்றதுக்குத் தானாம்! கதை பாருங்க!"

நட்டாச்சேரி பத்மநாபன் நாயர் கேட்டார்:

"இதுக்கு யாரடா, சத்தியாக்கிரகம்னு பெயர் சூட்டினான்?"

கணபதி சொன்னார்: "அவர்கள் பார்வையிலே இது சத்தியாக்கிரக மாகும் பத்மநாபன் நாயர்! அல்லாமே என்ன?"

சேந்நாடனுக்கு விசாரித்து அறிய ஒன்று மட்டும்தான்: "இதுக் கெல்லாம் எப்படிப் பரிகாரம், திருமேனீ?"

"என்ன பரிகாரம்? மலைவெள்ளத்தைத் தடுத்து நிறுத்த முடியுமா? நமக்கு மனவேதனை இருக்கும். பொறுத்துக்கொள்ள வேண்டியதுதான். அல்லாமே என்ன பண்ணறது?"

சேந்நாடன் மேலும் விசாரித்தார்:

"இந்த பிரிட்டிஷாருக்கு நாம்ப கப்பம் கட்டறதில்லையா? அவங்க பட்டாளத்தை அனுப்ப மாட்டாங்களா?"

"அவங்களே இப்போ நெருக்கடிக்குள்ளேதான். காங்கிரஸ்காரங்க பெரிய மலைவெள்ளமேதான்."

"அவர்கள் இந்த விசயத்திலே ஒன்றும் தலையிடமாட்டார்கள்" என்றார் கணபதி.

"நம்ப தரும நீதிகளையும், வர்ணாசிரம தருமங்களையும் அவங்க பாதுகாப்பாங்கன்னு சொல்லிக்கிறாங்களே?" சேந்நாடன் விசாரித்தார்.

ஈஸ்வரர்தான் அதற்கு விளக்கம் அளித்தார்.

"இந்த பிரிடிஷாரின் நாடு ரொம்பச் சிறியது."

உண்ணி குறுக்கிட்டுக் கூறினார்:

"சிறிய அளவிலேதான். கடலுக்கு நடுவில் ஒரு தீவு. நமது நாடு மிகப் பெரியது."

பார்த்தவன் போல்தான் உண்ணி சொல்லுகிறான். உண்ணி பார்த்திருக்கிறானா என்று கேட்கத் தோன்றியது சேந்நாடனுக்கு. ஆனால் கேட்கவில்லை.

ஈஸ்வரர் தொடர்ந்து கூறினார்:

"அவர்கள் வியாபாரிகள். அங்கே உற்பத்தி செய்கின்ற சரக்கு களெல்லாம் - துணி, இரும்பு எல்லாம் கொண்டு வந்து விற்றுத்தான் அவர்கள் உயிர் வாழ்கின்றனர். அது, ஏதுமில்லாத இடமாம். எனவே நமது அறநெறிகளை அவர்கள் பாதுகாக்கமாட்டார்கள். நம்மை ஏமாற்றித் தான் அவர்கள் உயிர் வாழ்கிறார்கள் என்று காங்கிரஸ்காரர்கள் சொல்கிறார்கள்.

"அங்கே உற்பத்தி செய்வது எதையும் வாங்கக் கூடாதென்கிற பிடிவாதம் காங்கிரசுக்கு உண்டு" என்றார் கணபதி.

"இந்த துரைமார்களின் நாடு பெயர் என்னன்னு தெரியுமா?" என்றான் உண்ணி.

எல்லோரும் உண்ணியின் முகத்தைப் பார்த்தனர்.

"இங்கிலாந்து!"

சேந்நாடன் சோர்வுற்றுக் கேட்டார்:

"அப்போ, கணபதித் திருமேனி, இந்த விசயத்திலே நம்மால் ஒண்ணும் செய்ய முடியாதுன்னு சொல்றீங்களா? தீண்டத் தகாதவங்க கோவிலுக்குள்ளே புகுந்துக்கட்டும். அவர்கள் நம்மை 'டாவரிசை'யிட்டுப் பேசட்டும். நாம்ப அப்படியே பேசாமே நடந்துக்குவோம்."

உண்ணி குறுக்கிட்டுப் பேசினான்:

"எங்க வகுப்பிலே படிக்கற ஈழவப்பசங்கல்லாம் எங்களைப் பெயர் சொல்லித்தான் அழைககிறாங்க."

"உண்ணியும் மணிகண்டனுமெல்லாம் அவங்ககூட விளையாடு வீங்களா?"

"நாங்க 'டிரில்' விளையாடுவோம்."

சேந்நாடன் மகனிடம் அது கூடாதென்று குறிப்பிட்டுச் சொல்லி யிருந்தது தான். அங்கேயும் சொற்படி நடக்காததை அவர் பார்த்தார். எல்லாம் தலைகீழ் மாறுதல்தான்.

சேந்நாடன் ஆழ்ந்த கவலையுடன் கேட்டார்:

"நம்ப ஊரிலேயாவது பிடித்து நிற்கக் கூடாதா?" கணபதி ஈஸ்வரரிடம் விசாரித்தார்:

"ஆமாம்ப்பா! நாம் ஒன்றுபட்டு நிற்கிறோமென்றால் சேந்நாடன் சொலவதுபோல் பிடித்து நிற்க முடியாதா?"

ஈஸ்வரர் சொன்னார்:

"நாம் மட்டும் எப்படிப் பிடித்து நிற்கமுடியும்? அது நடக்குமா?"

அடுத்த கணமே ஈஸ்வரரு தொடர்ந்து கூறினார்:

"அது மட்டுமல்ல; பிடித்து நிற்க நாம் இவ்வளவு நபர்கள் தானே, இருக்கிறோம்? இளைஞர்களெல்லாம் அவர்களோடு சேர்ந்து நிற்கிறார்கள். என்ன செய்வது?"

நட்டாச்சேரி தன் கருத்தை வெளியிட்டார்.

"அந்த வாசகசாலையை இல்லாமே பண்ணினால்?"

"வாசகசாலை வேண்டுமென்பதுதான் ஈஸ்வரர் கருத்து. அதனால் ஏற்படுகிற நன்மை, உலகத்திலே நடப்பதெல்லாம் அறிந்துகொள்ள முடியும் என்பதுதான்."

"சாப்பாட்டுக்கு இலை போட்டாச்சு." தம்பான் வந்து சொன்னார்.

* ** *

அருமையான விருந்து. இரண்டு ரகமான பாயசம். சாப்பாட்டுக்குப் பிறகு வெற்றிலை போட்டனர். எல்லோரும் கலைந்து விடுகிற நேரம். கணபதி நம்பூதிரி சொன்னார்:

"இனிமேல் நமக்கிடையிலே இருந்த போட்டியில்லை. என்ன சொல்லறீங்க, சேந்நாடன்?"

"இல்லாட்டாக்கூட நமக்குள்ளே என்ன போட்டி? பொது விசயத்தைச் சொல்லித்தானே, ஏதோ இருந்தது? இல்லத்துக்கும், சேந்நாட்டுக்கும் இடையே எந்த போட்டியும் இருக்கவில்லை."

"இல்லை; இல்லை! ஆயினும் சொன்னேன்னு மட்டும்தான்."

வழியில் வைத்து சுனைக்குளத்தவர் கேட்டார்:

"அப்போ எந்த வழியுமில்லை. நாம்ப பாலத்தோள் இல்லத்துக்குப் போனது ஒரு சாப்பாட்டுக்குத்தான்."

சிந்தனையில் ஆழ்ந்து நடந்து செல்கிற சேந்நாடன் கூறினார்:

"இந்த மாற்றமெல்லாம் வரப்போவுதுன்னு சொல்லியும் கூட அந்த நம்பூதிரிகளுக்கு ஒரு பயமும் ஏற்படலையே."

நட்டாச்சேரி கருத்தைத் தெரிவித்தார்:

"அவங்களுக்கென்ன பயம்? அவங்க அர்ச்சகருங்க. பறையன் கோவிலுக்குள்ளே புகுந்தாலும் அவங்க அர்ச்சனை போயிடாது."

"என்னவோ, கணபதி நம்பூதிரிக்குப் பெரிய உற்சாகம் போல் தோணுது" என்றார் சேந்நாடன்.

"விதவை மறுமணம் போன்ற காரியங்களால் அவங்க பிராமணீயம் நழுவிப் போவுதல்ல?"

சேந்நாடன் பதிலடிகொடுத்தார்:

"அதெல்லாம் எப்பவோ நழுவிப் போயிட்டது. அங்கே பிராமணீயமா, இருக்கு? அங்கே பிராமணக் களை யாருக்கு உண்டு?"

சுனைக்குளத்தவருக்கு ஓர் ஏப்பம் வந்தது. மூலப்படத்து கோவிந்தன் தன் கருத்தைச் சொன்னார்:

"விருந்து மிக நன்றாக இருந்தது. சமையல் அருமை; அருமை!"

78

நட்டாச்சேரிக் குடும்பச் சொத்தாக ஒரு வீடும் வீட்டுமனையும் பத்து பறை நிலமும் மட்டும்தான் இருந்தது. பத்மநாபன், நாடாருடைய கலால் குத்தகை வரிவசூல் வேலையாகப் போனார். திரும்பி வருவதுக்குள்ளே நட்டாச்சேரி பத்மநாபன் பெயரில் முந்நூற்று ஐம்பது பறை நிலம் உண்டு. கை நிறையப் பணமும் உண்டு. கலால் குத்தகை வரிவசூலும் விவசாயமும் சேர்ந்து நடத்திய கெட்டிக்காரர்தான் நட்டாச்சேரி பத்மநாபன்.

கொச்சமத்துக் குட்டிக்கு பத்மநாபன் புடவை கொடுக்கவில்லை. ஆனால் குட்டி பத்மநாபன் வழியாக மூன்று குழந்தைகளை ஈன்றெடுத்தாள். இப்போது இரண்டு குழந்தைகள்தான். ஓர் ஆண்குழந்தை; ஒரு பெண் குழந்தை. பெண்ணுக்கு ஆற்றித்தர பாச்சரன் புடவை கொடுத்தார். ஆண் மகன் ஐந்தாவது வரையிலும் படித்துவிட்டு அப்பா கூட விவசாய வேலையில் ஈடுபட்டுக் கொண்டிருக்கிறான். அவன் பெயர் கொச்சு பப்பு.

நட்டாச்சேரி கொச்சபெண் பத்மநாபனுடைய மூத்த சகோதரியாகும். அவளுக்கு இரண்டு பெண்களும் ஓர் ஆணும்தான் சந்ததிகள். ஆண்தான் பெரியவன். கொச்சு பாச்சரன்.

கொச்சு பாச்சரன் தந்தை மாந்நாத்து ஊரைச் சேர்ந்தவராம். கோவில் திருவிழாவின்போது தயிரை அளந்து கொடுப்பவராக இருந்தார். இரண்டாவது குழந்தையின் தந்தை உம்மிணிக்கல் குட்டிக் கோந்தி. மூன்றாவது பெண்குழந்தையின் தந்தை கொடுப்புன்னை இளையது ஆவார்.

தலையெண்ணி பாகப்பிரிவினை வரப்போகிறது! பத்மநாபன் கணக்கைக் கூட்டிப் பார்த்தார். இரண்டு மருமகப் பெண்களுக்குமாக ஒன்பது சந்ததிகள் இருக்கிறார்கள். கொச்சுபாச்சரன் - அப்புறம் இச்சேயி. மொத்தமாய் பதிநான்கு. பத்மநாபனையும் சேர்த்துப் பதினைந்து. பதினைந்தில் ஒரு பங்கு தான் பத்மநாபனுக்கு.

தனியாக உட்கார்ந்து கணக்குப் போட்டதுதான். தலையெண்ணி பாகப்பிரிவினை வந்தால் தனக்கு என்ன கிடைக்குமென்றறிய சும்மா கணக்கைப் போட்டுப் பார்த்தார். மொத்தமான சொத்தில் பதினைந்தில் ஒரு பகுதி.

நடுங்கிப்போனார்.

பத்து பறை நிலம்தான் இருந்தது. பாடுபட்டும், ஊராரை ஏமாற்றியும் முந்நூற்று ஐம்பது பறை நிலம் சொத்து சேர்த்தார். யாருக்குத்தான் உரிமை? அப்புறம் குடும்பத்தினருக்குச் சாப்பாடு போட்டு வளர்த்தியது?

கொச்சமத்து வீட்டில் எந்தச் சொத்துமில்லை. ஒரு பறை நிலம் கூட இல்லை. அவர்கள் தேவஸ்தானம் பூமியிலேதான் குடியிருக்கின்றனர். தலையெண்ணி பாகப்பிரிவினை வந்தாலும் வராவிட்டாலும் அவர்களுக்கு ஒன்றுமில்லை. குட்டி ஒரு முதலைதான். ஒவ்வொரு நாளையும் கழிக்கவேண்டும். மறுநாளைப் பற்றிய கவலை கிடையாது. நட்டாச்சேரிக் களத்திலிருந்து சித்திரை மாதத்தில் நெல் செல்லாவிட்டால் அந்தக் குடும்பம் பட்டினியாகிவிடும். எவ்வளவு இருக்கிறதென்ற கேள்வியே கிடையாது. நெல் தீர்ந்துவிட்டால் அதைப் பற்றிச் சொல்லமாட்டாள். மகள் மாதுதான் அது சொல்லவேண்டும்.

ஒரு மாதக்காலம் பத்மநாபன் அங்கே செல்லாமலிருக்கட்டும். எங்கிருந்தாரென்ற கேள்வியே இருக்காது. முந்திய நாள் வந்து போனது போலிருக்கும். முன்னர் இரண்டு வருடத்துக்குப் பிறகு பத்மநாபன் சென்றிருக்கின்றனர். பின்னர் சென்றபோது அதுவரையிலும் எங்கிருந்திருக்கிறார் என்று கூட விசாரித்ததில்லை. அது தான் கச்சமத்து குட்டி என்பவள்.

தலையெண்ணிப் பாகப் பிரிவினை வந்துவிட்டால், முந்நூற்று ஐம்பது பறை நிலத்தின் சொந்தக்காரராயிருந்த பத்மநாபன் வெறும் ஓட்டாண்டியாகி விடுவார். இருபது பறை நிலம்தான் கிடைக்கும். அதை உழுது பயிரிட்டால் வாழ்க்கை ஒரு மாதிரியாகத் தள்ளிவிடலாம்.

அனைத்துப் பிரதாபமும் அஸ்தமித்துவிட்டது. நட்டாச்சேரி பத்மநாபன் செல்வந்தராக இருந்தார்.

அவர் நெருப்புப் பற்றிக் கொண்டவர் போலாகி விட்டார்.

அத்திப் புரைக்கல் வழக்கு சம்பந்தமான தீர்ப்பினை சேந்நாடன் விளக்கமாய்ச் சொல்லியறிவித்திருக்கிறார். அன்றைய தினம் அதைக் கேட்க வெகுஉற்சாகமாக இருந்தது. பத்மநாபன் கூடக் கட்சி சேர்ந்து நடத்திய ஒரு வழக்கு வெற்றி பெற்ற உற்சாகம்!

சேந்நாடன் அந்த வழக்கின் தீர்ப்பினை மலையாளமாக்கி வைத்திருக்கிறார். அதைப் படித்துக் காட்டவும் செய்திருக்கிறார். படித்துப் படித்து பாகவதம் போன்று அவருக்கு அது மனப்பாடமாகிவிட்டிருக்கிறது.

தீப் பிடித்துக்கொண்ட நட்டாச்சேரி பத்மநாபன் சேந்நாட்டை நோக்கி விரைந்தார். அந்தத் தீர்ப்பினை ஒருமுறை கூடப் படித்துக் கேட்க

வேண்டும். அதற்கு முன்னர் விசயங்கள் குறித்து யோசிக்கவேண்டும்.

சேந்நாடன் சொன்னார்:

“நான் கூட இந்த மாதிரியான ஓர் அவலநிலைமையிலேதான் அகப்பட்டிருக்கேன். தலையெண்ணி பாகப்பிரிவினை என்று ஆகிவிட்டால் இந்த சேந்நாடன் கூட ஓட்டாண்டிதான். வாழ்நாள் பூராவுமே உழைத்துச் சொத்து சேர்த்துக் கொண்டேன். எல்லாமே தண்ணியிலே கிழித்த கோடாகிவிட்டது.”

சேந்நாடன் தொடர்ந்து கேட்டார்:

“என்ன அந்த கொச்சுபொண்ணும் கொச்சுபாச்சரனும் எல்லாம் ஏதேனும் இடைஞ்சல் செய்யத் தொடங்கியிருக்காங்களா?”

“இல்லை. இடைஞ்சல் ஒண்ணும் ஆகலேன்னுதான் நினைக்கிறேன். நான் ஒரு நாள் அப்படியிருந்தப்போ நினைச்சுப் பார்த்தேன்.”

தொடர்ந்து பத்மநாபன் கூறினார்:

“ஆனா இடைஞ்சல் ஒண்ணுமில்லேன்னு சொல்லமுடியாது. நான் வழக்கமாய் சித்திரை மாதத்திலே களத்திலிருந்து இருநூறு பறை நெல்தான் கொச்சமத்துக்குக் கொடுத்து அனுப்பிக்கிட்டிருக்கேன். அவங்களுக்கு என்ன, நெல்லா புல்லா இருக்குது? நெல் கொடுத்தனுப்பலேன்னா பட்டினி தான். அப்பறம் அங்கே குட்டியும் குழந்தைகளும் மட்டும்தானே, இருக்காங்க?”

ஒரு கணம் நிறுத்திவிட்டுத் தொடர்ந்து கூறினார் நட்டாச்சேரி: “நெல்லளக்கிறவன் கொச்சுபாச்சரன். அள்ளிப்போடறவன் சேந்நிச் சோவன். சரியாக இருநூறு பறை அளந்தான். நான் கொட்டகையிலே அமர்ந்திருந்தேன். அவர்கள் அளப்பதை நிறுத்தினார்கள். நான் நிறுத்தச் சொல்லவில்லை. ஐம்பது பறை நெல்கூட அளந்து போடணுமென்றிருந்தது எனக்கு. எப்படியிருந்தாலும் இன்னும் அனுப்பி வைக்க வேண்டியிருக்கும். இருநூறு பறை நெல் செலவுக்குப் போதாது. நான் அவனைக் களத்திலிருந்து விரட்டினேன்.”

“ஆனா பூரா நெல்லையும் கொச்சமத்துக்குக் கொண்டு போங்கோன்னு அவன் சொன்னானா?” என்றார் சேந்நாடன்.

“அப்படிச் சொல்லியிருந்தா அவனை நான் கொன்னு போட்டிருப்பேன்.”

“இல்லே... அப்படிச் சொல்ற காலம்தான் இது. காலம் மாறிவிட்டது. கொஞ்சம் தந்திரமா நடந்துக்கணும். இங்கும் முணுமுணுப்புத்தான்.”

“என்ன செய்யறது, பாடுபட்டுச் சொத்து சேர்ந்தோம். பூர்வீகனுங்க சேர்த்து வச்சது அல்ல. அதுக்குக் கணக்குக் கேட்க வந்தா, நெஞ்சு வெடிச்சிடாது?” நட்டாச்சேரி தொடர்ந்து விசாரித்தார்: “இந்த நட்டாச் சேரியிலே என்ன இருந்திருக்கு?”

பதில் மறு கேள்வியாக இருந்தது:

“சேந்நாட்டுக் குடும்பத்திலே என்ன இருந்தது?”

நட்டாச்சேரி பத்மநாபன், தான் சிறுவயதிலே அனுபவித்திருக்கின்ற துன்பங்களைப் பற்றிப் பேசத் தொடங்கினார். எல்லாவற்றையும் கேட்ட பின்னர் சேந்நாடன் சொன்னார்:

“இந்தச் சொத்து எல்லாம் மனைவிக்கோ, குழந்தைகளுக்கோ பிறத்தியானுக்கோ கொடுப்பதற்காகவா? நாம்ப கொடுப்போமா? இல்லை. குடும்பத்துக் குழந்தை குட்டிகளுக்குத்தான் அது இருக்கும். இருக்க வேண்டும். தலைமுறையாய் அது இருக்கணும். அது அதிகரிக்கணும். அதுதான் எனது ஆசை!”

“அப்பறம் எதுக்கு இந்தத் தலையெண்ணி பாகப்பிரிவினை?”

“குடும்பங்கள் அழிந்துபோக! அல்லாமே என்னத்துக்கு?” சேந்நாடன் தொடர்ந்து கூறினார்: “இந்தத் தலையெண்ணிப் பங்குன்னு ஆகிறப்போ, ஒருத்தன்தான் பங்கு வேணும்பான். இப்போதைய இளைஞனுங்க அதை எதிர்பார்த்துக்கிட்டிருக்காங்க. கிடைத்தால் உடனே அதைப் பணமாக மாற்றிவிடலாம். பொம்பளைங்க சம்பந்தக்காரங்களும் அதை எதிர் பார்த்திருக்காங்க. அதுதான் விஷயம். அப்போது என்ன நடக்கும்? குடும்பம் இல்லாமலாயிடும்.”

“அப்போ நாம்ப பாடுபட்டுச் சேர்த்ததெல்லாம் நம்ப கண் முன்னாலேயே இன்னொருத்தன் கையகப்படுத்தறான்.” என்றார் நட்டாச்சேரி.

“அப்படியும் நடக்கலாம்.”

நட்டாச்சேரி சிறிது நேரம் யோசித்திருந்து விட்டுக் கூறினார்:

“அத்திப்புரைக்கலிலே பாகப்பிரிவினை நடந்திட்டா குஞ்சுமாளுவம் மாவுக்கும் செலவுக்கான சொத்து கிடைத்துவிடும். குட்டிக்கும் குழந்தை களுக்கும் எனக்குக் கிடைக்கிற பத்து அல்லது இருபத்தியஞ்சு பறை நிலம் மட்டும் கிடைக்கும்.”

“அதனால்தான் நான் சொன்னேன் - கொஞ்சம் தந்திரமா நடந்துக்கணும்னு.”

நட்டாச்சேரி காதிலே ரகசியமாகக் கேட்டார் "இப்போ ஏதாவது 'கரணம்' பண்ணினா என்ன?"

சேந்நாடன் சற்று யோசனை செய்த பின்னர்தான் பதிலுரைத்தார்.

"அது செல்லுபடியாயிடுமா?"

"அதென்ன?"

"இப்போ உள்ளது எல்லாம் குடும்பத்துக்குச் சொந்தம் நாம்ப சம்பாதிச்சது ஆனாலும் சரி; நமது பூர்விகர்கள் சம்பாதிச்சு வச்சது ஆனாலும் சரி, குடும்பத்தலைவருக்கு என்ன 'கரணம்' வேண்டுமானாலும் செஞ்சு வச்சுக்கலாம். ஆனா, சட்டம் இப்போ அப்படியல்ல. குடும்பத் தலைவருக்கு ஆட்சிசெய்ய மட்டும்தான் அதிகாரமிருக்கு. விற்பனை செய்வது போன்ற காரியங்களுக்கு உரிமையே கிடையாது. இனிமேல், குடும்பத்திலுள்ள அத்தனை பேர் எழுதினாக் கூட ஒரு மைனர் நினைத்தால் அது செல்லுபடியாகாமே பண்ணிடலாம்."

நட்டாச்சேரிக்கு ஒன்றுமே புரியவில்லை. மொத்தத்திலே குழப்பம் தான். அவர் கேட்டார்:

"இந்தக் குடும்பங்களை எல்லாம் அழித்துவிட்டு என்ன செய்யப் போறாங்க?"

"அதுதானே நட்டாச்சேரி, சங்கதி? நான் அன்னைக்கு ஒரு நாள் நம்ப வாத்தியாரு குட்டன் நாயரை நாசூக்கா வரவழைச்சு உட்காரவச்சுக் கேட்டேன். எப்படி? அவர் பக்கம் சேர்ந்து, தலையெண்ணி பாகப் பிரிவினையை ஆதரிக்கிறவன் போல் நடித்தவாறு விசாரிச்சேன். அப்போ தான் அவர் மனசிலே என்ன இருக்கும்னு தெரிஞ்சுக்க முடியும். அவர் அறுதியிட்டுக் கூறினார்: 'இந்தக் குடும்பங்களெல்லாம் அழிஞ்சே போயிடணும்; தாய்வழியுறவு முற்றிலுமாய்ப் போயிடணும்! கிறிஸ்தவனுங்க முன்னேறி வரக்காரணம் என்னன்னா, அவங்க தந்தை வழி உறவைத்தான் கடைபிடிக்கிறாங்க. நாம்ப நம்ப குழந்தைகளைத்தான் பாதுகாத்து வளர்த்திடணும். அதுதான் உண்மையான குடும்பம்னாரு. எவனுக்கோ பொறந்தவங்களை நாம்ப என்னத்துக்கு வளர்க்கணும்?"

நட்டாச்சேரி ஆத்திரப்பட்டுக் கேட்டார்:

"குடும்பத்திலுள்ள குழந்தைங்களுக்குக் குடும்பத்திலுள்ளவங்களே தகப்பன்களாயிட முடியுமா?"

"அதுதானே சங்கதி? அப்பறம் அவரு சொல்லறாரு கேளுங்க. ஒவ்வொருத்தனுக்கும் பங்கு கிடைச்சதுன்னா, அவனவன் பாட்டுக்கு உழைச்சிடுவான். அப்படியாக நாயர் ஜாதியும் நன்னாயிடும்."

நட்டாச்சேரிக்கு வெறி வந்துவிட்டது.

“ஆமாமாம்! நான்காம் நாளிலேயே மாப்பிளாவுக்கு எழுதி விற்றிடுவான்.” அப்புறம் அவர் கேட்டார்: “பங்கு வாங்கி பெண்கள் என்ன செய்வாங்க?”

“அவங்க ‘சம்பந்த’க்காரங்க பார்த்துக்குவாங்க.”

‘சம்பந்தக்காரங்க அதையெல்லாம் விட்டுட்டுப் போனாங்கன்னா?”

“அப்பறம் தெருவே துணை. அதைப் பற்றி நான் கேட்டப்போ குட்டன் நாயரு சொன்னாரு: அப்படிச் சம்பந்தம் விட்டிட்டுப் போகாத படி சட்டத்தை ஏற்படுத்துவாங்களாம்.”

“சட்டம்! அவனோட ஒரு சட்டம்! ஒருத்தன் புடவை கொடுத்தான். அவன் நாசத்துக்கு அவள் சொத்தை எல்லாம் விற்றுச் சாப்பிட்டுப் போனான். என்ன பண்ணமுடியும்?”

“குடும்பம்னு ஒண்ணு இருந்தா, அந்தப் பொண்ணுக்கு எவனிட மிருந்தோ கர்ப்பமுண்டாச்சு, அவள் பெற்றுவிட்டால் கூட குடும்பம் இருக்கு; அந்தக் கொழந்தை வளர்ந்திடும். அதெல்லாம் பாதுகாப்பு இல்லியா? அதெல்லாம் தகர்ந்துபோச்சு.” என்றார் சேந்நாடன்.

“ஒரு விசயம் உறுதிதான். தலையெண்ணிப் பங்குன்னு வந்தா நாயர் ஜாதிப் பெண்களுக்கெல்லாம் தெருவே துணை!” என்றார் நட்டாச்சேரி.

அவர் தொடர்ந்து விசாரித்தார்:

“அதெல்லாமிருக்கட்டும். இப்போ என்ன வழி? சாகறவரையிலும் நாம்ப கூட உயிர்வாழணுமல்ல? ‘ஓ... நட்டாச்சேரி கிட்டே நெல்லும் பணமும் இருக்கு’ன்னு எல்லாரும் சொல்லியாயிட்டது. பூ விற்ற இடத்திலே புல் விற்பது - அது கூடாது. சாகிற வரையிலும் வாழ வேணாமோ?”

வேறு ஒரு பெரிய ரகசியத்தை சேந்நாடன் நட்டாச்சேரியிடம் சொன்னார்: அது ஒரு பெரிய தந்திரமாக இருந்தது. குறி தவறாத தந்திரம்!

“ஒரு மாதிரியாக் காலத்தைக் கடத்தணும். மருமகப் பசங்களைக் கோபிக்கக் கூடாது. ஆனா, பிடியை விட்டுக் கொடுக்கவும் கூடாது! அப்படி நடந்துக்கணும். அப்பறம் தலையெண்ணிப் பங்குன்னு வந்தாக் கூட இன்னும் கொஞ்ச காலம் நீட்டிக்கிட்டே இருக்கணும். அந்தக் காலத்துக்குள்ளே ஒரு கையடக்கத்தை உண்டாக்கிடணும்.”

“ஓ... அதெல்லாம் என்னால் முடியாது. எனக்கு அப்படியொண்ணும் ஒரு மாதிரியா நிற்கமுடியாது. என் விசயம் உங்களுக்குத் தெரியுமில்ல? வெட்டு ஒன்று துண்டு இரண்டு. மருமகப் பசங்களையும், மருமகப்

பெண்களோட கணவர்மார்களையும் ஒண்ணும் என்னால் நம்பமுடியாது."
என்றார் பத்மநாபன்.

"அப்பறம் வேறு என்ன பண்ணறது?"

வருகிற இடத்தில் சந்தித்துக் கொள்வோமென்கிற போக்குத்தான் நட்டாச்சேரியிடம் காணப்பட்டது.

* ** *

இரவு உணவை முடித்துக்கொண்டு நட்டாச்சேரிக் குடும்பத் தலைவர், பந்தத்தைக் கொளுத்தி கொச்சமத்துக்குக் கிளம்பினார்.

அன்று கோதை, பாப்பி ஆகியோருடைய கணவன்மார்களும் வந்திருந்தார்கள். கொச்சு பாப்சரனுமிருந்தான். பெரியவர் கொளுத்திய பந்தம் அகன்று அகன்று போவதைப் பார்த்துக்கொண்டிருந்த பாச்சரன் சொன்னான்:

'இன்னைக்கு வாசகசாலைக்கு வந்த பத்திரிகையிலே தலையெண்ணி பாகப்பிரிவினை மசோதா இருந்தது. குட்டன் நாயர் அண்ணன் அதைப் படிக்கச் சொன்னாரு."

சங்கரன் நாயர், கேசவன் நாயர் மற்றும் அவர்கள் மனைவிமார்கள் கூடத்தில் உட்கார்ந்திருந்தனர்.

"நான் சில விசயங்களைத் தெரிஞ்சுக்கிட்டுத்தான் வந்திருக்கேன்." என்றார் சங்கரன் நாயர்.

"எனக்கும் அப்படி இப்படீன்னு கொஞ்சம் தெரியும்." என்றார் கேசவன் நாயர்.

கொச்சுபெண்ணம்மா வெற்றிலைப் பாக்கு இடித்துக் கொண்டிருந்தாள். அவள் வினவினாள்:

"நீங்க என்னத்தை கேட்டுத் தெரிஞ்சிக்கிட்டீங்க?"

சங்கரன் நாயர் தயக்கமின்றிச் சொல்லிவிட்டார்: "தலையெண்ணி பாகப்பிரிவினை வருமுன்னே சில கரணங்களைச் செஞ்சு வச்சுக்க பெரியவரு நிச்சயம் பண்ணியிருக்காராம். அதுக்காக நாலஞ்சு தடவை ஆலப்புழைக்குப் போயி வந்தாரு. நடந்ததா, இல்லியான்னு தெரியாது."

கேசவன் நாயர் அறிந்துகொண்ட விசயமும் அதுதான். சங்கரன் நாயர் பெண்ணம்மாவிடம் கூறினார்:

"கேட்டீங்களா, அம்மா? நான் எதையும் மறைச்சு வச்சுக்கறதில்லை. நேரடியாச் சொல்லிடறேன். சொல்றதைச் செஞ்சுக்கவும் செய்வேன். உங்க கிட்டே முன்னரே சொல்லிக்கலேன்னு அப்பறம் கவலைப்பட்டுக்கக்

கூடாது! 'கரணம்' பண்ணிவச்சா எல்லாரையும் நான் கோர்ட்டிலே கொண்டுபோய் நிறுத்திடுவேன்."

கேசவன் நாயர் எதையும் சொல்லவில்லை. அவரிடம் கேட்டார் சங்கரன் நாயர்:

"ஏம்ப்பா, நீ எதையும் சொல்லாமலிருக்கே?"

"அண்ணன் காரியங்கள் எதையும் திறந்து சொல்லறதில்லை. அப்பறம் நான் என்னத்தைச் சொல்ல?"

"என்னதான் சொல்றே?" என்றாள் பெண்ணம்மா.

"இங்கே ஒரு வழக்கு நடக்கும்னு!"

"வழக்கு? அது என்னத்துக்கு?"

கோதைதான் அம்மாவுக்கு விளக்கிக் கூறினாள்.

"தலையெண்ணிப் பாகப்பிரிவினை நடக்கப் போவுது. அப்போ அம்மாவனுக்கு ஒரு பங்கு மட்டும்தான் கிடைக்கும். அதுக்கு முந்தி இங்குள்ள சொத்தின் ஒரு பகுதியை அவர் சொந்தம் பண்ணப் போறார்னு!"

கோதையம்மா கணவரிடம் விசாரித்தாள்.

"அப்படித்தானே?"

"ஆமாம்."

பெண்ணம்மாவுக்கு அங்கே சொன்னது எதுவும் புரியவில்லை. தலையெண்ணி பாகப் பிரிவினை என்றால் என்னவென்று கோதை மீண்டும் ஒரு முறை விளக்கிக் கூறினாள். பின்னர் ஏற்படுகின்ற விளைவு களைக்கூடச் சொன்னாள்.

"அப்போ நீயும் பாச்சியுமெல்லாம் இங்கேருந்து போயிடுவீங்களா? அப்போ இங்கே யார் இருப்பாங்க?"

"யாரு பங்கிலே இந்த வீடு வருதோ, அவங்கதான் இருப்பாங்க."

"அப்போ நானும் பப்பனாவனும் எங்கிருப்போம்?"

"அம்மா எங்களில் ஒருவரோடு இருந்துக்கணும். அம்மாவுக்குக் கூட ஒரு பங்கு உண்டு."

"அப்போ பப்பனாவன் எங்கிருப்பான்?"

"அம்மாவன் - அம்மாவியோடு இருப்பான்."

“ஆமாமாம்! பப்பனாவனல்லவா? அவன் அவனோட பொண்டாட்டி கூட இருந்திடுவான். அவன் கொச்சமத்து வீட்டிலிருந்து இன்னைக்குத் தேதி வரையிலும் தண்ணிகூடக் குடித்ததில்லை. இனிமே குடிக்கவும் மாட்டான்.”

மேற்கொண்டு சங்கரன் நாயரும், கேசவன் நாயரும் பேசிக் கொண்டனர். கவனித்துக் கொண்டிருந்த கோதையும் பாப்பியும் இடையிடையே தங்கள் கருத்துக்களைத் தெரிவித்துக்கொண்டிருந்தனர். கொச்சுபாச்சரனுக்கு மட்டும் எந்தக் கருத்தும் கிடையாது.

கொச்சுபெண்ணம்மா யாரிடமென்றில்லாமல் அந்தப் பழைய காலத்தைப் பற்றி நினைவுக்கு வந்த காரியங்களைச் சொல்லிக் கொண்டிருந்தாள். முதலில் குடும்பத்துக்குச் சொந்தமாயிருந்தது பத்து பறை நிலம் மட்டும் தான். அது நல்ல நிலமாக இருக்கவில்லை. பத்து பறை நிலத்தில் ஐந்து பறை நெல் கூட விளையாது.

முதன்முதலில் வாங்கியது இருப்பத்து ஐந்து பறை நிலமாகும். நாடாருடைய கலால் வரிவசூல் வேலைக்குப் போய் ஆறுமாதத்துக்குப் பிறகுதான் திரும்பி வந்தான் பத்மநாபன். வந்த தேதி கூட நினைவில் உண்டு. அந்த ஆறுமாத காலத்தில் கொச்சுபெண்ணம்மா பட்டினி கிடந்த நாட்கள் ஏராளமானவை. சேப்பின் தண்டும் இலையும் உப்புப் போட்டு வேகவைத்துத் தின்று படுத்த நாட்கள் கணக்கற்றவை. உளுந்து இலையை உணவாக உட்கொண்டிருக்கிறாள். பத்மநாபன் வந்த நாளிலிருந்து இன்றுவரையிலும் அவள் பட்டினி கிடந்ததில்லை. மூன்று வேளையும் நெல்லுச் சோற்றையே சாப்பிட்டு வந்திருக்கிறாள். வந்த பத்தாவது நாளுக்குள்ளேயே பத்மநாபன் இருபத்து ஐந்து பறை நிலத்தை எழுதி வாங்கினார். விலையாகக் கொடுத்தது வெள்ளிப் பணமாகும்.

பெண்ணம்மாவுக்கு அந்த பணப்பையின் நிறம் கூட ஞாபகம் உண்டு. சிவந்த பை!

ஒவ்வொரு நிலத்தையும் வாங்கிய தேதிகள் கூட பெண்ணம்மா சொல்லுகிறாள். அது சரியா தவறா என்பதைப் பட்டயமெடுத்துப் பார்த்தால் தெரியும்.

கொச்சுபெண்ணம்மா இவ்வாறாக இடைவிடாமல் பேசிக் கொண்டிருந்தபோது சங்கரன் நாயரும், கேசவன் நாயரும் காரியார்த்த மாய்ப் பேசிக்கொண்டிருந்தனர். அவள் சொன்னது எவன் காதில் விழுகிறது?

“பெரியவரிடத்திலே நிறையப் பணமுண்டு” என்றார் சங்கரன் நாயர்.

"அறைக்குள்ளிருக்கிற உள்ளறையிலே ஒரு கால் பெட்டியுண்டு. அதுக்குள்ளேதான் அம்மாவன் பணத்தை வைத்திருக்கிறார். நான் சிறிசாயிருந்தப்போ அதைப் பார்த்திருக்கேன். எனக்குக் கழுத்திலே நகை செய்யப் பணமெடுத்தது அதிலிருந்துதான்."

அப்போது கோதம்மா புதல்வன் சொன்னான்:

"அன்னைக்கு ஒரு நாள் அம்மாவன் அதிலிருந்து பணமெடுத்ததை நான் பார்த்தேன்."

இப்போது கூட கொச்சுபெண்ணம்மா சகோதரனுடைய குண கணங்கள் பற்றிப் பேசிக்கொண்டிருந்தாள். மக்களையும் மருமக்களையும் குறை கூறியவாறுதான்.

"அவன் இந்தச் சொத்தெல்லாம் சேர்த்து வச்சான். அதிலேருந்து அவன் பெண்டாட்டிக்கும் குழந்தைங்களுக்கும் கொஞ்சம் எடுத்து கொடுத்தால் யாருக்குத்தான் நஷ்டம்? உங்க யாருடையவும் உடம்பு வருந்தியல்ல. என் தம்பி நிமித்தமாய் எந்தக் கஷ்டமும் இல்லாம வாழ்ந்துக் கிட்டிருக்கேன். அதனால் தான் நீங்க கூடச் சாப்பிடறீங்க. குடும்பத்தின் மீது இவ்வளவு பாசம் வச்சிருக்கிறவன் வேறு எவனிருக்கான்?"

சங்கரன் நாயர் கொச்சு பாச்சரனிடம் கேட்டார்:

"உன்னாலே அந்த அறையைக் குத்தித் திறந்து பார்க்கமுடியுமா?"

பாப்பி சொன்னாள்: "மெல்லப் பேசுங்கண்ணா! அம்மா காதிலே விழுந்தா, கண்டிப்பா அது அம்மாவன் காதிலே கிடைத்துவிடும்."

கொச்சுபாச்சரன் சொன்னான்: "அஃதைக் கடத்திக்கொண்டு போயிருப்பார்."

"அதுவும் குடும்பச் சொத்துதான். அது பிறத்தியான் கைக்குப் போகாம இருக்க என்ன வழி? பூமி விசயத்திலே சற்று ஆறுதலும் உண்டு."

கொச்சுபெண்ணம்மா சொன்னாள்: "நீங்கள்லாம் போயிட்டீங்கன்னா, அல்லது நீங்கள்லாம் சேர்ந்து தம்பியை வீட்டைவிட்டு வெளியே அனுப்பினீங்கன்னா - நான் அவன் கூடப் போயிடுவேன்."

கேசவன் நாயர் சொன்னார்: "இந்தப் பெரியம்மாவை எதிரிகள் கூட்டத்திலே சேர்த்திட வேண்டியதுதான்."

சங்கரன் நாயருக்குச் சட்டம் தெரியும்.

"இல்லாட்டாக் கூட ஒருவர் வாதியாவது வழக்கம். மற்றவங்கல்லாம் ஆதரிக்கிற எதிரிகள்."

அவ்வளவு அதிகமாகப் பேசாமலிருந்த கொச்சுபாச்சரன் சொன்னான்: “எனக்குக் கூட ஒரு பங்குதான் கிடைக்கும்.”

சங்கரன் நாயர் சொன்னார்:

“அதெல்லாம் அப்பறம் யோசிப்போம். இப்போது சொத்து பிறத்தியான் கைக்குப் போயி நாசமாகாமலிருக்கட்டும்.”

* ** *

தலையெண்ணிப் பங்கு என்றால் அது சுனைக்குளத்தவரை அவ்வளவு தூரம் பாதிக்காது. அவருக்கு எந்த நஷ்டமும் இல்லை. அவருடைய அம்மாவன் இறந்து அவர் ஆட்சிப் பொறுப்பினை ஏற்றுக் கொண்டபோது, குடும்பச் சொத்துக்களாக என்னென்ன இருந்தனவோ, அவை அனைத்தும் இப்போது உள்ளன. அதிகரிக்கவுமில்லை குறையவு மில்லை. சுனைக்குளத்தவர் ஒருத்திக்குப் புடவை கொடுத்திருந்தார். நடுப்பகுதி கரணம் பிள்ளில் கொச்சுசிருதை என்பவள்தான் அவள். இன்று அவள் அம்மாவன் மகனுடைய மனைவியாக இருக்கிறாள். அவளுக்குப் பேரன் - பேத்திகள் கூட உள்ளனர். கிட்டுச்சார் இப்போது நல்ல நிலையில் வாழ்கிறார். அவரைச் சில சமயங்களில் பார்ப்பதுண்டு. கொச்சு சிருதையும் சந்ததிகளும் ஆண்டுதோறும் திருவிழா நீராட்டின் போது வந்து பகவானுக்குக் காணிக்கை செலுத்துவார்கள்.

அண்மையில் ஒரு நாள் கிட்டச்சாரைப் பார்த்தார். கிட்டச்சார் குடும்பத் தலைவர் அல்ல; நான்காமவர். இளம் தலைமுறையினன் என்கிற ஹோதாவில் அவருடைய சம்பாதனை குடும்பச் சொத்தாகிவிடாது. அவர் தப்பித்துக் கொண்டார். சேந்நாடன் சொன்னதுவும் அதுவேதான்.

எனவே சுனைக்குளத்தவர் யாருக்கும் எதையும் கொடுக்க வேண்டிய தில்லை. சிறிது நெருக்கமானவள் கொச்சு சிருதைதான். அவளுக்கும் நிறையச் சொத்து உண்டு. குடும்பத்தில் பாகப் பிரிவினை ஏற்பட்டால் கூட ஏதாவதொரு மருமகப் பெண்ணோடு சேரவேண்டியதுதான். கிடைக்கிற பங்கினை சிருதையின் சொத்துக்களுடன் சேர்த்துக்கொள்ள வேண்டியதுதான். வாழ்க்கைக்கு அதுவே போதும். வயோதிகப் பருவத்தில் அவளே தன்னைப் பாதுகாக்கட்டும். சாகிறபோது சொத்து எல்லாம் அவளுடையதாகிவிடட்டும்.

ஆனால் குடும்பம் இல்லாதாகி விடுவதில் சுனைக்குளத்தவருக்குக் கவலையுண்டு. மருமக்கள் அனைவரும் அவர்கள் பங்கு கிடைக்கிற நாளை எதிர்பார்த்துக் கொண்டிருக்கிறார்கள்.

சுனைக் குளத்தவர் கூறினார்:

“இது நாசத்துக்குத்தான்னு எனக்குத் தோணுது.”

ஒரு விசயம் அவருக்குப் புரிந்துவிட்டது. அம்மாவன் யாருடன் தங்கியிருக்கப் போகிறார் என்று யாருமே அவரிடம் கேட்டதில்லை.

"பங்கை வாங்கிக்கிட்டா, நான் என்ன செய்வேன் குழந்தைங்களா?"

அதுக்கு எவருமே பதில் சொல்லவில்லை. மருமகள் ஒருத்தி சொன்னாள்:

"அதை அம்மாவன்தான் தீர்மானிக்கணும்."

"நான் என்னத்தைத் தீர்மானிக்க?"

இருந்தும் அம்மாவன் தன் கூட இருக்கவேண்டுமென்று எந்த ஒரு மருமகனோ, மருமகளோ அழைக்கவில்லை.

79

தீண்டத்தகாதவர்கள் ராஜபாதை வழியாக நடக்கத் தொடங்கினர். பறையன் இட்டியேப்பன்தான் முதலில் நடந்தார். அவர் பழைய பறையன் என்றாலும் கர்வம் கொண்டவரும், திமிர் பிடித்தவருமாவார்.

ஒரே ஒரு ஆறுதல்தான். கோவிலுக்கு முன்னாலிருந்து மேற்கே அம்பலப்புழைக்குப் போகிற பாதையின் இரு மருங்கிலும் தான் பிராமண வீடுகள் அமைந்திருக்கின்றன. அந்த வழியாகக் கக்கத்தில் புட்டிலுமாய் அவர் நடந்தார். தீண்டாமல் செல்லவேண்டும் என்றால் யார் விலகி நிற்கவேண்டும்? வழிக்கு இரண்டு கெஜம்தான் அகலம். அவர் வழிவிலகி நிற்கவேண்டுமென்றால் அந்த வீடுகளில் எதிலேயாவது நுழைந்து நிற்கவேண்டும். அது தவறு இல்லையா? வீடுகள் அசுத்தமாகிவிடும். எனவே எதிர்த் திசையிலிருந்த வருகிற மேல்ஜாதிக்காரன்தான் விலகி நிற்க வேண்டும். தன்னைத் தீண்டாமலிருக்க வேண்டுமென்பதற்காக, தான் தீண்டத்தகாதவன் என்று அறிவிக்க ஓசையை எழுப்புகிறார் இட்டியேப்பன்.

"ஏவ்வா... ஏவ்வா...!"

பறையரான திருவனுடைய மகன் இட்டியேப்பன் குரல் மிகவும் பெரியது. அது வெகுதொலைவில் கூடச் சென்று மோதிவிடும். குழந்தைகள் அதைக் கேட்டால் பயந்து அழுது விடுவார்கள்.

அந்தக் குரல் ஒரு பிரகடனமாக இருந்தது.

"நான் இந்த வழியே நடந்து செல்கின்றேன்" என்கிற பிரகடனம். பெண்கள் வீட்டிலிருந்தவாறே அதைப் பார்த்தனர். பறையன்

இட்டியேப்பனைக் கண்டால் பெண்களுக்கு வெகுபயமாகும். குறிப்பாக 'இருபத்தெட்டிச்சார'த்துக்குப் பிறகு. அன்றிலிருந்துதானே, 'பறப்பேடி' ஆரம்பமாகிறது.

அவர் திருவஞ்சன் வம்சத்தில் பிறந்தவர். இட்டியேப்பனை யாரும் தடுக்கவில்லை.

வாசகசாலையிலிருந்து யாரோ ஒருவர் இட்டியேப்பனைத் தூண்டி விட்டிருக்கிறார்.

தீண்டத் தகாத ஜாதியினர் ராஜபாதை வழியாக நடந்து செல்லலா மென்று இட்டியேப்பனுக்கு எப்படித் தெரியும்? அப்படி யாரும் சொல்லியறிந்திருக்கிறவராக மாட்டார். 'எவன் கேக்கப் போறான்?' என்கிற அகம்பாவத்தில் அவர் சுயமாக நடந்து சென்று தீண்டாமை ஓசை யெழுப்பியிருக்க வேண்டும்.

என்ன ஆயினும் அவர் நடந்தார்.

* ** *

வாசகசாலை கோலாகலமாயிருக்கிறது. குஞ்சன் நாயரும் நண்பர்களும் சிறை மீண்டு வருகின்றனர். எட்டு பத்து இளைஞர்கள் வைக்கத்துக்குச் சென்றிருந்தனர். குஞ்சன் நாயருக்கும், அவர்களுக்கும் வரவேற்பு அளிக்கப் படுகிறது. வரவேற்பு என்றால் என்ன? எப்படியிருக்கும்? பழமையினர் யாருக்குமே தெரியாது. வாலிபர்களுக்கும் தெரியாது ஊரில் இதுவரையிலும் யாருக்கும் வரவேற்பு நடந்ததில்லை. அதை யாரும் பார்த்ததில்லை. எல்லோரும் அந்த நாளை எதிர்பார்த்துக் கொண்டிருக்கிறார்கள். வரவேற்புக்குச் செல்ல பெண்களும் தயாராகி நிற்கின்றனர்.

அன்றைய தினம் சமபந்தி போஜனம் உண்டு. நம்பூதிரி, நாயர், ஈழவர், பறையன் மற்றும் புலையனுடன் உட்கார்ந்து சாப்பிடுவார்கள். நம்பூதிரிமார்கள் அதிகமாகப் பங்கெடுத்துக் கொள்ளமாட்டார்கள். வடக்கிருந்தும் நம்பூதிரிகள் வருகிறார்கள்.

விதவை மறுமணம் நடத்தி ஜாதிப் பிரஷ்டமாயிருக்கின்ற நம்பூதிரிகளாக இருக்கக்கூடும். அவர்கள் நம்பூதிரிமார்கள்தானா? இந்த ஊரிலே யார் யார் எல்லாம் பந்திபோஜனத்தில் பங்குகொள்ளப் போகிறார்கள்? எவனுமே திறந்து சொல்லமாட்டேன் என்கிறான். சரி; அது நடந்து முடிந்த பின்னர் தெரிந்துகொள்ளலாம்.

* ** *

விடிந்து பத்து நாழிகைக்குப் பின்னர்தான் குஞ்சன் நாயரும் நண்பர்களும் வந்து சேருவார்கள். இந்த ஊரின் எல்லை 'பொதுவனக்குழி' யாகும். அம்பலப் புழையிலிருந்து குஞ்சன்நாயர் வருகிறார். அன்று ஞாயிற்றுக் கிழமை. ஆண்-பெண்குழந்தைகள் உள்ளிட்ட பெரிய மக்கள் கூட்டம். வரவேற்பைக் காண அது பொதுவனக்குழியிலே கூடியது. கோவில் திருவிழா என்றுதான் கருதினர்.

அங்கே தூரத்திலிருந்து வரிசையாகப் பத்து-இருபது பேர்கள் வருகிறார்கள். அவர்கள் ஒரு பாட்டு பாடுகின்றனர். குஞ்சன் நாயர்தான் முன்னால் நடந்து வருகிறார். ஊரின் எல்லையில் நின்றிருந்த ஒருவர், 'வந்தே மாதர'மென்று கரமுயர்த்திக் கோஷமிட்டார்.

"வந்தே மாதரம்!"

ஜனங்களும் கோஷமிட்டனர்.

குஞ்சன் நாயரும் நண்பர்களும் முழங்கினர்.

"மகாத்மா காந்தீ கீ ஜய்!"

மக்களும் கோஷித்தனர்.

இந்தப் பக்கம் நின்றவர்களுக்குப் பெரிய ஆவேசமாயிருந்தது.

"பாரத மாதாகீ ஜய்!"

குஞ்சன் நாயர் நெருங்கி வந்தபோது அத்திப்புரைக்கல் ராகவன் பிள்ளை அவர் கழுத்தில் ஒரு கழி நூலை அணிவித்தார்.

இதுதான் வரவேற்பு.

இவ்வளவுதான்.

காலையில் குளித்துப் பொட்டு அணிந்து வந்த பெண்கள் பரஸ்பரம் விசாரித்தனர்:

"இவ்வளவு தானாடீ?"

"ஆ... இவ்வளவுதான்னு நினைக்கிறேன்."

வயப்பிலுள்ள தொண்ணூறு வயதுடைய பாட்டி தடியூன்றியவாறு வந்திருந்தாள்.

"சாகுமுன்னே இதையும் பார்த்துக்குவோமே."

இப்படிச் சொல்லித்தான் பாட்டி வரவேற்பைக் காண வந்தாள். அது சிறுவர்களுக்கு ஒரு வேடிக்கையாக இருந்தது. அவர்கள் தொண்டை கிழியக் கத்தலாம்.

"வந்தே மாதரம்!"

* ** *

கோவிலுக்குக் கிழக்கே அமைந்த மைதானத்தில் ஒரு பொதுக்கூட்டம் நடைபெற்றது. அங்கே வைத்துத்தான் வருடப் பிறப்புக்குப் பின்னர் தேவஸ்தானம் அடியாளர்கள் காளைகளைப் பூட்டிவந்து உழுது விதைக்கிறார்கள். கூட்டத்தில் குஞ்சன் நாயர் பேசினார். தலைமை தாங்கியது. அத்திப்புரைக்கல் ராகவன்பிள்ளைதான். வரவேற்பு வேளையில் குழுமியிருந்த அந்த அளவு ஜனக் கூட்டமில்லை. சுதந்திரம், அரிஜனோத்தாரணம் போன்ற விசயங்கள் குறித்து குஞ்சன் நாயர் ஆவேசமாகப் பேசினார். அதைவிடவும் அதிகமான ஆவேசமுடன்தான் ராகவன் பிள்ளை பேசினார்.

ஏனைய சிறுவர்களுடன் மணிகண்டனும் முன்னால் அமர்ந்திருந்தான். அவனுடைய பெரிய சின்ன மாமாதான் அன்றைய பிரமுகர். நாற்காலியில் அமர்ந்து தலைமை தாங்குகிறார். பின்னர் பிரசங்கம் புரிகிறார். மணிகண்டனுக்குப் பெருமையாயிற்று. கூட்டம் முடிந்தபோது அவன் சென்று மாமா கையிலே தொங்கிக் கொண்டான். ஏனைய சிறுவர்கள் அதைப் பார்த்து நின்றனர்.

குஞ்சன் நாயரும் வேறு சிலரும் வாசக சாலையை நோக்கி நடந்தனர். அம்மாவன் கையில் தொங்கியவாறு மணிகண்டனும் நடந்தான்.

வாசகசாலையில் பெரியதொரு பந்தல் போடப்பட்டிருக்கிறது. பந்தலில் சாப்பாட்டுக்கு இலை போட்டிருக்கிறார்கள். விருந்து போஜனம் தான். மணிகண்டன் மாமா அருகே உட்கார்ந்து சாப்பிட்டான். அது ஒரு சமபந்தி போஜனமாக இருந்தது.

கோயிப்ரத்தில் மனைவிக்கும் கணவனுக்கும் இடையே ஒரு சண்டை முடிந்துவிட்டது. அந்தச் சின்ன முகில் ஒரு முறை நன்றாக மழை பொழிந்த பின்னரும் வானம் மூடமாய்க் கிடந்தது. ஆழமான நிசப்தநிலை. மழை மறுபடியும் பெய்யக்கூடும்.

பையனைத் தொட்டுத் தின்ன வைத்திருக்கின்றனர். அதுவும் யார்? பையனுடைய மாமாவேதான். இனி என்ன செய்வது? இதுக்குப் பிராயச்சித்தம் என்னவாம்? அவனுடைய பருவத்தைச் சேர்ந்தவர்களில் அவன் மட்டும்தான் பந்திபோஜனத்தில் பங்கு கொண்டிருக்கிறான். சமபந்தி போஜனம் ஊரிலெங்குமே நடைபெற்றதில்லை.

குஞ்சுமாளுவம்மாவுக்குக் கூட பயமுண்டு. துக்கமுண்டு. கணவர் சொல்வதெல்லாம் சரியானதென்ற உணர்வும் உண்டு. என்னென்ன நடக்கப் போகிறதோ? ஆனால் குஞ்சுமாளுவம்மா என்ன தவறு செய்தாள்? தவறு செய்தவள் அவள்தான் என்று சேந்நாடன் அவள் மீது குறை சொல்கிறார். குடும்பத்தின் மீது கூட.

குஞ்சுமாளுவம்மா அழுகிறாள். சேந்நாடன் அமைதியற்றவராய் காயமுற்ற புலிபோன்று முற்றத்தில் உலாவுகிறார்.

அந்த இல்வாழ்க்கையில் முதன் முதலாக ஏற்படுகிற சண்டைதான் அது. அது ஒரு பெரிய சண்டையாகவுமிருந்தது. அன்று வரையிலும் சொல்லியிராத விசயங்களைப் பற்றித்தான் சேந்நாடன் பேசியிருக்கிறார். குஞ்சுமாளு அந்த நாக்கிலிருந்து அத்தகைய சொற்கள் உதிர்ந்துவிழுவதைப் பார்த்ததில்லை. அந்தக் காயத்தின் வேதனை பயங்கரமாக இருந்தது.

பேசிச் சிரித்து விளையாடியவாறு மாமனும், மருமகனும் வீட்டுக் குள்ளே வந்தனர். திடீரென்று மணிகண்டன் முகம் வாடியது. மூடம் போட்டிருக்கிற சூழ்நிலை அந்த வீட்டில் அவனுக்குப் பழக்கமான தல்ல.

குஞ்சுமாளுவம்மா ஒரு பெண் புலிபோல் சகோதரனை நோக்கிப் பாய்ந்து வந்தாள்.

"நீயோ எவன் கிட்டே எல்லாமோ அமர்ந்து சாப்பிட்டுக் கெட்டுப் போனே! இந்தப் பையனை நீ ஏண்டா கெடுக்கிறே?"

ராகவன் பிள்ளை சிரித்தார்; கலகலவெனச் சிரித்தார். குஞ்சுமாளுவம்மா தொடர்ந்து கேட்டாள்:

"நீ சிரிக்கிறே? சமூகப் பிரஷ்டம் பண்ணினா, என்னடா, பண்ணுவே? கோவில் விலக்கு வந்தால் என்னடா செய்வது? இங்கே ஒரு பொண்ணு பருவத்துக்கு வந்துக்கிட்டிருக்கா. இனிமே இந்தக் குடும்பம் ஈழவக் குடும்பமாயிட வேணுமா?"

ராகவன் பிள்ளைக்குச் சிரிப்பேதான். சிரித்தவாறே சொன்னார்:

"அப்படியானாத்தான் என்ன? ஜாதியே இல்லாமே போயிடப் போவுது."

அமைதியற்று முற்றத்தில் உலாவிக்கொண்டிருந்த சேந்நாடன் அப்படியே ஸ்தம்பிதமாய் நின்றுவிட்டார்.

"அப்படியானா என்னோட உறவினை இதோ இப்போதே விட்டு விடறேன். நான் போறேன்."

வாடித் தளர்ந்து கண்களைத் தேய்த்தவாறு எந்த நிமிடத்திலும் வெடிக்கிற நிலையில் நிற்கிறான் மணிகண்டன். அவன் வெடித்துவிட்டான். பூமியே குலுங்குமாறு நடந்து செல்கிற சேந்நாடன் பின்னால் "அப்பா!" என்று அழைத்தவாறு அவன் விரைந்து சென்றான். அப்பா கையைப் பிடித்துக்கொண்டான்.

"ச்சி! என்னைத் தொடாதே!"

சேந்நாடன் அலறினார். மணிகண்டன் பிடிவிடவில்லை. அப்பா கையை பிடித்தவாறே அவன் நடந்தான்.

குஞ்சுமாளுவம்மா நெஞ்சத்தில் நெருப்பு பற்றி எரிகிறது. கணவர் போனது போனதுதான். இனிமேல் திரும்பி வரமாட்டார். அல்லது உறவை முறித்துக்கொள்ள இன்னும் ஏதேனும் வேண்டுமோ? சேந்நாடனை அவளுக்கு நன்கு தெரியும். பிடிவாதக்காரர் என்கிற நினைப்புத்தான் நிலவுகிறது. இவ்வாறாக எத்தனையோ சம்பந்தக்காரர்கள் பிணங்கிச் சென்றிருக்கின்றனர். பிணக்கமெல்லாம் தம்பி மீதுதான். கௌரியின் அப்பா இன்னொருத்திக்குப் புடவை கொடுத்ததாக ஒரு செய்தி ஒரு வேளை வந்தாலும் வரலாம். தகர்ந்துபோன குஞ்சுமாளுவம்மா ராகவன் பிள்ளையிடம் வினவினாள்:

"அடப் படுபாவீ, என்னடா நீ பண்ணினது?"

ராகவன் பிள்ளைக்கு அது ஒரு வேடிக்கையாக இருந்தது. அவர் கலகலவென நகைக்கிறார்.

குஞ்சுமாளுவுக்கு ஓர் ஆறுதல் உண்டு. மணிகண்டன் பிடி விடாமல் சென்றிருக்கிறான். அவன் அவரை அழைத்து வருவான்.

* ** *

பள்ளிக்கூடத்தில் மணிகண்டன் அறிமுகமானவனாகிவிட்டான். அந்தப் பள்ளியிலிருந்து சமபந்தி போஜனத்தில் பங்கு கொண்டவன் அவன் ஒருவன் மட்டும்தான். பாலத்தோள் வாசுதேவன் நம்பூதிரி சொன்னார்:

"ஏய்! மணிகண்டன் பறையனையும் புலையனையும் தொட்டு சாப்பிட்டான். என்னைத் தொடக்கூடாது."

களப்புரைக்கல் கேசவனுடைய சிற்றப்பா குஞ்சன் நாயருடன் வைக்கத்துக்குச் சென்று வந்தவர்தான். அவர் பந்திபோஜனத்தில் பங்கு கொள்ளவில்லை என்றால் தான் என்ன?

"என் சிற்றப்பா குஞ்சன் நாயர் வாத்தியாரை வெகு நெருக்கமாய்ப் பின்பற்றி வந்திருக்காரு. உன் மாமா வைக்கத்துக்குப் போகவேயில்லையே?"

மணிகண்டனுக்குப் பெருமையடித்துச் சொல்ல விசயமுண்டு.

"என் பெரிய சின்னமாமாதான் குஞ்சன் நாயர் சாருக்கு மாலையணிவிச்சது. அப்பறம், அப்பறம், என் பெரிய சின்னமாமா பேசினாரே!"

கண்ணாட்டு பத்மநாபன் சொன்னான்:

"நீ பறையன். என்னைத் தொடக் கூடாது!"

அது பொறாமையினால் அல்ல. அவன் வீட்டில் நடைபெற்ற பேச்சினால் தான். கண்ணாட்டுப் பெரியம்மா சொன்னதை அவன் கேட்டிருக்கிறான்:

"கோயிப்ரத்துக்காரங்களை சமூகப் பிரஷ்டம் பண்ணணும். அதுவும் போதாது. பறையனை விலக்கிவைக்கிற தூரத்துக்கு அவங்களை அகற்றி நிறுத்திடணும்!" அப்புறம் பெரியம்மா சொன்னாள்:

"அதெல்லாம் எப்படி நடக்கும்? ஊருக்கு நாதனுண்டா? ஆசானும் களமும் உண்டா?"

இப்படியெல்லாமிருந்தால் கூட வரவேற்பு விளையாட்டு மீது சிறுவர்களுக்குப் பெரிய விருப்பமாயிற்று. எருமைக்காட்டு மடத்திலுள்ள வரிக்கை மாமர நிழலில் நடைபெற்ற வரவேற்பு விளையாட்டில் வாசுதேவன் நம்பூதிரிக்கு குஞ்சன் நாயராகிவிடவேண்டும். அப்போது ஒரு வாதம். நம்பூதிரிக்கு பூணூல் உண்டு. நம்பூதிரியின் வாதம் இப்படியிருந்தது:

"அன்னைக்கு வந்தவங்களுக்கிடையே பூணூல் போட்டவங்களும் இருந்தாங்க."

இன்னொரு சிறுவன் சொன்னான்:

"குஞ்சன் நாயரு சாருக்குப் பூணூல் இல்லே."

மணிகண்டனுடைய மத்தியஸ்த்தை எல்லோரும் அங்கீகரித்தனர்: "தோளிலிருக்கிற பூணூலை இடுப்பிலே கட்டினால் போதும்."

அவ்வாறாக நம்பூதிரி குஞ்சன் நாயராகி விட்டார்.

"வந்தே மாதரம்!"

"பாரத மாதாகீ ஜெய்!"

"மகாத்மா காந்திகீ ஜெய்!"

பத்து-இருபது சிறுவர்கள் முழங்கினர். மணிகண்டன் அத்திப் புரைக்கல் ராகவன் பிள்ளைப் பாத்திரத்தை நடித்தான். கை வீசியும் நீட்டியுமெல்லாம் அவன் தன்னுடைய பெரிய சின்ன மாமா மாதிரியே பேசினான்.

இந்த வரவேற்பு விளையாட்டு எருமைக்காட்டு மடத்திலே மட்டுமின்றி முட்டச்சேரி, கண்ணன் தரை ஆகிய இடங்களிலும் நடந்தது.

கண்ணன் தரை மாமர நிழலில் விளையாடிய சிறுவர்களை சுனைக் குளத்தவர் விரட்டியோட்டினார்.

* ** *

மணிகண்டனை ஆங்கிலப் பள்ளியில் சேர்க்கவேண்டும். அடுத்த வருடம் பள்ளிக்கூடம் திறக்கும்போது ஆங்கிலப் பள்ளி அம்பலப்புழை கடற்கரையில்தான் இருக்கும். ஐந்து மைல் நடக்கவேண்டியிருக்கும். மாலை திரும்பும் போதும் ஐந்து மைல். அந்தச் சிறுவனால் தினசரி பத்துமைல் நடக்கமுடியுமா? ஒரு நாளா; இரண்டு நாளா? என்றும் நடக்க வேண்டியிருக்குமே. அங்கே நான்கு வகுப்புக்கள் உள்ளன. அப்புறம் ஆலப்புழை அல்லது எடத்துவாவுக்குப் போகவேண்டும்.

மணிகண்டனுக்கு அம்பலப்புழைக்கு நடக்கத் தயக்கமில்லை.

சேந்நாடனுக்கும் குஞ்சமாளுவுக்குமிடையே அன்றைய தினமும் ஒரு சொற்போர் நடைபெற்றது.

"பையனைப் பள்ளியிலே சேர்க்க நான்தான் போகவேண்டியிருந்தது. இப்போ ஆங்கிலப் பள்ளியிலே சேர்க்கவும் நான் தான் போக வேண்டி யிருக்கு. பெரிய பெரிய படிப்பைப் படித்த குடும்பத் தலைவனுங்க இருக்காங்க. பையனைப் பந்திபோசனத்துக்கு இட்டுச் செல்றது போன்ற தகாத காரியங்களைச் செய்ய ரொம்பப் பேர் இருக்கிறாங்க."

"ராகவன் அங்கே தோட்டத்திலேதானே? கோவிந்தனுக்கு நேரமிருக்கா?"

"எனக்கு நேரமிருக்கு. இதெல்லாம் செய்யவேண்டியவர் யார்? பசங்களைப் பள்ளியிலே சேர்ப்பது போன்ற காரியங்களெல்லாம் செய்ய வேண்டியது குடும்பத் தலைவனுங்கதான். அதெல்லாம் தந்தைமார்கள் வேலையல்ல! அப்படித்தானா?"

குஞ்சுமாளுவுக்குப் பதில் இல்லை.

"பையனோட படிப்பின் செலவை நிர்வகிக்க வேண்டியது யார்?" என்றார் சேந்நாடன்.

"அதை இங்கிருந்துதான் செய்யவேண்டும்."

"இங்கிலீஷ் படிப்பு இருக்கே - ரொம்பச் செலவாகிற விசயம்."

"அதைத்தான் சொன்னேன். குடும்பத்தான் அதை நிர்வகிக்கணும்னு!"

"செஞ்சிட்டீங்க; செஞ்சிட்டீங்க! பணம் வந்து சேர்ந்தா, அதைத் தோட்டத்தை உண்டாக்க எடுத்துக்கிட்டுப் போயிடறாங்க.

"இருந்த நெல்லை எல்லாம் அப்பவே எடுத்துக்கிட்டுப் போயிட்டாங்க!"

குஞ்சுமாளுவம்மா சொன்னாள்:

"கொஞ்சமெல்லாம் பாடுபட்டாத்தான் குடும்பத்திலே சம்பாதனை இருக்கும்."

"ஓகோ!"

"ஏன், இப்படிச் சொல்லறீங்க? தோட்டத்தை உருவாக்கணும்னு ராகவன் வந்து சொன்னப்போ ஒப்புக் கொண்டீங்கல்ல? அப்பறம் இப்போ ஏன், இப்படிச் சொல்லறீங்க?"

"நான் எதையும் ஒப்புக்கொள்ளலே. உங்க கைமுதலை நீங்க உங்க இஷ்டப்படி செலவு செஞ்சுக்கிட்டுப் போவட்டும் என்கிற நிலையைத் தான் நான் கடைபிடிச்சிருக்கேன்."

குஞ்சுமாளு அசந்துபோனாள்:

"என் கடவுளே, ஏன் இப்படியெல்லாம் சொல்றீங்க? சமீபகாலமா ஏன் இந்த மாறுதல்?"

"சமீபகாலமா, எனக்கென்னவாம்? இல்லே. நீங்கல்லாம் அப்படிச் சொல்லுவீங்க. நீங்க ரொம்ப நாகரீகமானவங்க. பந்திபோஜனக்காரங்க! நான் பழமைவாதி!"

என்ன சொல்வதென்றறியாமல் நின்றுவிட்டாள் குஞ்சுமாளு, சேந்நாடன் மேலும் பேசினார்: "என் ரத்தத்திலே பிறந்த பையன். எழுத்தைப் படித்து அவனுக்குக் கண்பார்வை உண்டாகட்டும். நானே செலவு செஞ்சிடறேன். அவன் கெட்டுப் போய்விட்டால் எனக்குத் தானே, அவமானம்? நல்லவனாயிட்டான்னா அது குடும்பத்தின் புண்ணியமும்தான்."

"இது குறித்து நான் கோவிந்தன் கிட்டே சொல்றேன். ராகவனுக்குக் கடிதமும் எழுதிடணும்."

* *** *

ஆங்கிலப் பள்ளிக்கூடத்தில் சேர்த்துக்கொள்வதற்கான நடைமுறைகள் பற்றி சேந்நாடன் சீதரன் உண்ணியிடம் விசாரித்தார்: புத்தாடைகள் வேண்டும். இன்று துண்டு வேஷ்டியுடுத்திப் போவது போல் போக முடியாது - என்றெல்லாம் சொன்னார் சீதரனுண்ணி.

"முன்காலத்திலே என்றால் சட்டையும், கோட்டும், தலையிலே தொப்பியுமெல்லாம் தேவையாக இருந்தது. இல்லாட்டா வகுப்புக்குள்ளே

நுழைய விடமாட்டாங்க. வெட்டிக்காட்டு இன்ஸ்பெக்டர் போன்றவங்க படிக்கிற காலத்திலே அப்படியிருந்தது. இப்போ அந்த முறை மாறி விட்டது. ஆயினும் சட்டை வேண்டும். அப்புறம் வாத்தியாருங்க சொல்லறபடி புத்தகங்களும், நோட்டுப் புத்தகங்களும் வேண்டும்."

தீரசனுண்ணி தொடர்ந்து கூறினார்:

"ஆங்கிலக் கல்விக்கு நிறையச் செலவாகும். ஆங்கிலம் கற்றுக் கொண்டால் பழையதெல்லாம் மாறிவிடும். ஆள மாறிவிடும். குஞ்சுநாயர் மகன் புதிய மனிதனாகி விடுவான்."

மேலும் சொன்னார் சீதரனுண்ணி:

"எதிர்கால உலகம் நாம் இன்று வாழ்கிற உலகமாயிருக்காது. கோமணம் கட்டாதவர்கள் உலகம் தான் இனிமேல் ஏற்பட இருக்கிறது. நாம் கோமணம் கட்டுகின்றவர்களாக இருக்கிறோம். காலையிலேயே குளித்துச் சுத்தமுள்ளவர்களாக இருக்கிறோம். கடவுள் நம்பிக்கை, குருபக்தி, பிராமணபக்தி, ராஜபக்தி எல்லாமுள்ளவர்களாக இருக்கின்றோம். ஆனால் அடுத்த தலைமுறையினர், நாம் பிடித்து நிறுத்துகிற இடத்திலே நிற்கமாட்டார்கள்."

* ** *

ஆயினும் மணிகண்டனை ஆங்கிலக் கல்விமானாக்கிவிட வேண்டும்! கொச்சு கிட்டனுக்குக் கூட ஆங்கிலம் கற்றுக் கொடுத்திருக்க வேண்டும். வெட்டிக்காட்டு நாணுக்குறுப்பு மருமகனுக்கு ஆங்கிலம் கற்றுக்கொடுத்தார். பரமேசுவரக்குறுப்பு, அம்மாவன் நாணுக்குறுப்புவை வேலைக்காரன் என்று சொன்னபோதிலும், அந்தக் குடும்பம் பாய்ந்து முன்னேறிச் செழிப்புற்று வருகிறது. பரமேசுவரக் குறுப்புவின் தம்பிமார்கள் மலேயாவுக்குச் சென்று விட்டனர். கொச்சுகிட்டனை ஆங்கிலம் படிக்க வைத்திருந்தார்களென்றால் அவனுக்கும் இளையவர்களான பையன்கள் கூட ஆங்கிலம் கற்றிருக்கக் கூடும். சேந்நாட்டைச் சேர்ந்தவர்களும் கல்விமான்களாக இருந்திருப்பார்கள்.

ஆனால் ஒரு விசயம் - கொச்சுநங்கை குஞ்சாச்சியாகி விட்டால்? இப்போது கொச்சு நங்கை குஞ்சாச்சியைவிட மோசமானவள். அவள் கணக்கைக் கேட்கிறாள்.

* ** *

சட்டை தைக்கவேண்டும். பாணன் கொச்சு நாணு கையினால் தைக்கிற மாதிரியிலான சட்டை போதாது. அத்தகைய சட்டை தைக்கத் தெரிந்த ஒரு மாப்பிள அம்பலப்புழையிலிருந்தான். அவனிடம் அதற்கான இயந்திரமும் இருந்தது. பாணன் ஊசியால் தைப்பது போன்று அல்ல இயந்திரத்தினால் தைப்பது, கடகட அரவமுடன் நொடிப் பொழுதில்

இயந்திரத்தாலான தையல் முடிந்துவிடும். அந்தத் தையற்காரன் பெயர் மீயல். அவன் இன்று அங்கில்லை. ஆலப்புழையில் தையற்காரர்கள் இருக்கிறார்கள். அவர்களுக்குச் சட்டை தைக்கத் தெரியும்.

சேந்நாடன் ஆலப்புழை சென்று துணி வாங்கினார். 'கேம்பிரி' என்கிற துணியாகும் அது. மணிகண்டன் பருவத்தைச் சொல்லித் தைக்க வைத்துக் கொண்டு வந்தார்.

பள்ளிக்கூடத்துக்குச் செல்லவேண்டியதன் முந்திய நாளில் கிட்டுக் கணியார் நீளக் குறைவுடைய காலுள்ளதோர் அருமையான ஓலைக் குடையுண்டாக்கிக் கொண்டுவந்தார். அழகான குடை. மணிகண்டனுக்கு இஷ்டமாயிற்று. தந்தையின் பெரிய குடை போன்று இல்லை.

அன்றைய தினமே நாணுமூப்பர் கமுகுமட்டைப் பொட்டலத்தைக் கக்கத்தில் வைத்தவாறு வந்தார். சேந்நாடனுடைய ஏற்பாட்டில் வந்தவர் தான். மணிகண்டன் ஆங்கிலம் படிக்கச் செல்கிறான். அவனுக்குச் சவரம் செய்யவேண்டும்.

நாணுமூப்பர், மணிகண்டன் சிரத்தின் முன்குடுமியினிடத்தில் முடியை நிறுத்தி வைத்து, மீதியிடத்தை மழித்து இறக்கினார். அன்றைய நாகரிகம் அதுவாக இருந்தது. அங்கே முடிவளர்ந்து குடுமியாகி விட வேண்டும். அந்தக் குடுமியைக் கட்டி இடது பக்கமாய்த் தொங்க விடுமளவில் அது வளரவேண்டும். அதற்கு ஒரு வருடம் போதுமானது.

ஆலப்புழையிலிருந்து தைத்துக் கொண்டுவந்த கேம்பிரித் துணிச் சட்டை சற்றுப் பெரியதாயிற்றென்று சேந்நாடனுக்குத் தோன்றிய போதிலும் தற்போதைக்கு அதுவே போதுமென்று கருதினார்.

மணிகண்டன் துண்டு வேஷ்டியுடுத்தி, சட்டைக்குள்ளே நுழைந்து, ஓலைக்குடை பிடித்தவாறு ஆங்கிலம் கற்றுக் கொள்ளச் சென்றான்.

* ** *

வாசுதேவன் நம்பூதிரி கூட ஆங்கிலப் பள்ளியில் சேர்ந்துவிட்டான். ஆனால் அது அம்பலப்புழையில் அல்ல; மாந்நாத்துப் பள்ளியிலேதான். நம்பூதிரியின் அம்மைவீடு குட்டம்பேரூரில் உண்டு. அங்கே தங்கியிருந்து படித்துக்கொள்ளலாம்.

மணிகண்டன் ஆங்கிலம் கற்றுக்கொள்ளப் போகிறான்! களப்புரைக்கல் கேசவன் மற்றும் முட்டச்சேரி வாசு ஆகியோர் தங்கள் வீடுகளில் தொந்திரவுகளை விளைவித்தனர். அவர்கள் மட்டுமின்றி ஏனிய சில சிறுவர்களும் அவ்வாறு ரகளை செய்தனர்.

கேசவன் தனது சிற்றப்பாவைத்தான் பிடித்துக் கொண்டான். வைக்கத்துக்குச் சென்ற தொண்டர்தான் அவர்.

வைக்கத்துக்குச் சென்ற காரணத்தினால் அண்ணன் அவரை வீட்டிலிருந்து அகற்றி நிறுத்தியிருக்கிறார். களத்தில் வீட்டுப் பெரியவர், அவனுக்கு அங்கிருந்து தண்ணி கூடக் கொடுக்கக் கூடாதென்று பெண்களிடம் கரிசனையான கட்டளை போட்டிருக்கிறார்.

பெரியவருக்குத் தெரியாமல் பதுங்கிப் பதுங்கி வந்துதான் ஐயப்பன் பெண்களிடமிருந்து சோறுவாங்கித் தின்றுவிட்டுச் செல்கிறான். வாசக சாலையில்தான் தங்கி வருகிறான். அவனால் எப்படித்தான் கேசவனை ஆங்கிலக் கல்வி கற்க அனுப்பி வைத்திருக்க முடியும்?

எப்படியாவது அந்தத் தலையெண்ணி பாகப் பிரிவினைச் சட்டம் வந்தால் போதுமென்றிருக்கிறான். அதைத்தான் களத்தில் நீலகண்டனும் கவனித்துக் கொண்டிருக்கிறான்.

* ** *

அடுத்த ஞாயிற்றுக் கிழமை மணிகண்டன் உட்கார்ந்து ஒரு கடிதம் எழுதினான். அவனுடைய பெரிய சின்னமாமனுக்குத் தான். வாழ்நாளில் அவன் முதன்முதலாக எழுதும் கடிதம் அது.

இரண்டு மூன்று விஷயங்கள் பற்றி அவன் மாமாவுக்குத் தெரியப் படுத்த வேண்டியிருந்தது.

ஒன்று; அவனுக்கு இரண்டு சட்டைகள் வேண்டும். இப்போது சில மாணவர்கள் அவனைப் பாதிரியென்று ஏளனம் செய்கின்றனர்.

இரண்டு: அவனுக்கு அம்மாவன் மாதிரியிலான 'கிராப்பு' வேண்டும்.

மூன்றாவது வேண்டுகோள் துணிக்குடையைப் பற்றியதாகும். கடிதம் எழுதிக் கொண்டிருந்தபோது மணிகண்டன் குஞ்சுமாளுவம்மாவிடம் சொன்னான்:

"நான் பள்ளிக்கூடத்திலே சேர்ந்தது பற்றிப் பெரிய சின்னமாமாவுக்கு எழுதிக்கிட்டிருக்கேன்."

"அப்படீன்னா பணம் அனுப்பி வைக்கணும்; மாமாதான் படிக்க வைக்கணும்னு கூட எழுது!"

மணிகண்டன் அதையும் எழுதினான்.

அவன் அனுப்பியது முத்திரை பதிக்கப்படாத கடிதம்.

அவன் பெயரிலேதான் அதுக்குப் பதில் வந்தது. சட்டை கொண்டு வருவதாக மாமா ஒப்புக்கொண்டிருக்கிறார். குடை, படிக்க வைப்பது

ஆகிய விசயங்கள் குறித்து கடிதத்தில் குறிப்பிட்டிருக்கவில்லை.

அவன் அம்மாவனை எதிர்பார்த்திருந்தான்.

80

தேவஸ்தானம் வழக்கு நீடித்துக் கொண்டே போகிறது. நித்திய நைமித்திகங்ளும், மாதவிழாக்களும், ஆட்டபாட்டங்களும் ஒருவாறு நடைபெற்று வருகின்றன. அவ்வளவுதான். ரெசீவர் ஆட்சி நடத்துகிறார். கோவிலில் தேவையான அளவு விளக்கேற்றி வைக்கவில்லை என்றோ, கோவில் இருள் மண்டிக் கிடக்கிறதென்றோ யாருமே புகார் கூறவில்லை. திருவிழாவிலிருந்து மோசமாயிற்று என்றோ திருவிழா மெறமணைக்காகக் கொண்டுவந்திருக்கிற யானை மோசமென்றோ யாரும் குறை கூறவில்லை.

தேவஸ்தானம் கோர்ட்டின் ஆதிக்கத்தில் இருந்து வருகிறது! வழக்கு நாட்கள் தோறும் வழக்கறிஞரின் அலுவலகத்தினின்று முத்திரை பதிக்கப்படாத கடிதம் சேந்நாடனுக்கு வந்துவிடும். வக்கீல் ஃபீஸுடன் வரவேண்டுமாம். அது ஒரு தொந்திரவாகிவிட்டது. நட்டாச்சேரி, சுனைக்குளத்தவர் ஆகியோரை அழைத்துக்கொண்டு சேந்நாடன் பாலத்தோள் இல்லத்துக்குச் சென்றார். இப்போது அவர்களிடையே நட்பு நிலவுகிறது. வழக்கைப் பேசித்தீர்க்கத் தடை ஏதுமில்லை. கணபதி நம்பூதிரிக்கும் ஆட்சேபணை எதுவுமிருக்கவில்லை.

“திருமேனீ, நாம் என்னத்துக்கு இந்த தேவஸ்தானத்தின் பெயரைச் சொல்லி வழக்காடிக் கொண்டிருக்க வேண்டும்? தீண்டத் தகாதவங்க உள்ளே புகுந்திடப் போறாங்க.”

நம்பூதிரிக்குக் கூட அந்தக் கருத்துத்தான்.

“ஆனா, நாம்ப இதை யாரிடம் ஒப்படைப்பது?”

“திருமேனியே காரியஸ்தராயிருந்திடுங்க!”

“அது வேண்டாம்; வேண்டாம்; வேண்டவே வேண்டாம்! போதும் போதும்னு ஆயிட்டது. இனிமே இல்லத்துக்கு அது வேண்டாம்!” என்றார் நம்பூதிரி.

நட்டாச்சேரிக்கும் மூலப்படத்துக்கும் காரியஸ்தராக வரவேண்டு மென்றிருந்த ஆசை அஸ்தமித்திருந்தது. அவர்களும் விலகி நின்றனர்.

அப்புறம் யார்?

நீண்ட நாட்கள் வரையிலும் வடக்கே உள்ள ஓர் இல்லத்தில் காரியஸ்தராக இருந்திருக்கிறார். பின்னர் சேர்த்தலையிலுள்ள நிலப் பிரபுவான ஒரு கர்த்தாவின் காரியஸ்தராகச் செயல்பட்டிருந்தார்.

அத்தகைய ஒருவர் ஆலப்புழையிலிருந்து வருகிறார். ஆட்சி நடத்தும் திறமை படைத்தவர். நட்டாச்சேரிக்கு அவரைத் தெரியும். பெயர் கிருஷ்ணபிள்ளை. ஒரு சிறு குறையுண்டு.

“அவர் ஒரு சொஸைட்டிக்காரர்” என்றார் நட்டாச்சேரி.

சேந்நாடனுக்கு அது அவ்வளவு முக்கியமான விசயமாகத் தோன்ற வில்லை.

“காலம் அடியோடு மாறிக்கிட்டிருக்கு. அப்போதான் சொஸைட்டியா, சமபந்தி போஜனமான்னு எல்லாம் யோசிக்கிறீங்க. எவன் தலையிலாவது சுமையைப் போட்டுத் தப்பிச்சுக்குவோம். அப்பறம் காலம் மாறுவதுக்கேற்ற முறையில் வாழ்ந்திடுவோம். அல்லாமே என்ன செய்யறது?”

இப்போது ‘ஸ்தானிமார்கள் இல்லை. இன்றைய கோந்நோத்து மூத்தபிள்ளை யார்? சீரட்டக் கைமள் யார்? மங்கலச் சேரித் தலைவர்தான் தானெனச் சொல்லி ஓர் ஈஸ்வரப் பிள்ளை ஆற்றுத் துறையிலே ஒரு மாப்பிளாவின் வேலையாளாய் இருந்து வருகிறார். எனவே இருதரப்பு வழக்கறிஞர்களும் சேர்ந்து யோசித்து தேவஸ்தானம் ஆட்சி விசயமாய் ஒரு திட்டத்தை உருவாக்கி கோர்ட்டில் சமர்ப்பித்தனர்.

கிருஷ்ணபிள்ளை தேவஸ்தானம் காரியஸ்தராகிவிட்டார். இப்போது காரியஸ்தர் என்று அந்தப் பதவிக்குப் பெயர் இல்லை. மானேஜர்!

வொr ï'ı ųரைக்கல் வீட்டில் இப்போது வாசகசாலை மட்டுமல்ல; காங்கிரஸ் காரியாலயமும் அங்கேதான். ஆனால் பலகையெழுதி வைக்க வில்லை. இடையிடையே வெளியூரிலிருந்து சிலர் அங்கே வந்து போவதுண்டு. ஒருவன் கோவிலுக்கு முன்னால் நின்றவாறு பாட்டு பாடிப் புத்தகம் விற்றான். அவன் பாட்டு மிகவும் நன்றாக இருந்தது. அந்தப் பாட்டைக் கேட்க மக்கள் திரளாக வந்து குழுமினர். காங்கிரஸ் பாட்டு அது. வந்தவர்களெல்லாரும் புத்தகத்தை வாங்கிக் கொண்டனர்.

பின்னர் சிறுவர்கள் அந்தப் பாட்டைப் பாடி நடந்தனர்.

* ** *

சட்ட சபையில் தலையெண்ணி பாகப்பிரிவினை பற்றிய சட்டத்தின் விவாதம் நடைபெற்றுக் கொண்டிருந்தது. அந்தச் சட்டத்தை ஆதரிக்கின்றவர்களும் எதிர்க்கின்றவர்களும் பேசுவதெல்லாம் பத்திரிகை களில் வந்தவண்ணமிருந்தது. அது சட்டமாகி விடுமென்றுதான் பொதுவாகப் பேசப்படுகிறது.

ராகவன் பிள்ளை திடீரென்று ஒரு நாள் வீட்டுக்கு வந்தார். தோட்டத்துக்கு இன்னும் பணம் வேண்டும். பெண்களிடம் தங்கம் சிறிது கூட இல்லை. வயலில் இப்போதுதான் விதைப்பு நடைபெற்றிருக்கிறது. அறுவடை வரையிலும் காலத்தைக் கழித்திடக் கொஞ்சம் நெல்தான் இருந்து வருகிறது.

கோவிந்தப் பிள்ளை சேர்த்தலையிலுள்ள மனைவி வீட்டில் தங்கி வருகிறார். ஊருக்கு வந்த ராகவன் பிள்ளை சேர்த்தலைக்குச் சென்றார். வீட்டிலே ஒரு கணப்பொழுது கூடத் தங்கியிருக்கவில்லை.

அத்திப்புரைக்கலுக்குச் சொந்தமான ஈரியேத்ரத்துறையிலுள்ள பத்துபறை நிலம் குத்தகையாகவோ பணயமாகவோ கொடுத்திடணும். அதைப் பற்றிய தீர்மானமுடன்தான் அண்ணனும் தம்பியும் சேர்த்தலை யிலிருந்து வந்திருக்கின்றனர். அந்த வருடத்தில் அந்த நிலம் தரிசாகப் போடப்பட்டிருக்கிறது. அதை வாங்கவும் ஆள் உண்டு. ஆற்றுத் துறையிலுள்ள தோணிப்புரைக்கல் ஔசேப்பு மாத்தன் அதை வாங்கிக் கொள்வதாக ஒப்புக் கொண்டிருக்கிறார். எனவே, குஞ்சுமாளு, தங்கை மார்கள் மற்றும் கேசவன் ஆகியோர் ஒன்றாகச் சேர்ந்து பத்திரமெழுதிக் கொடுக்கவேண்டும்.

ராகவன் பிள்ளை குஞ்சுமாளுவம்மாவிடம் விசயத்தைச் சொன்னார். எல்லாவற்றையும் காது கொடுத்துக் கேட்டாள். தங்கமெல்லாம் போனது போகட்டும். இப்போது நிலமெழுதி விற்கவேண்டுமென்று வந்திருக்கிறார். அவள் அமைதியாகச் சொன்னாள்:

“கௌரியோட அப்பா வரட்டும். கேட்டுப் பார்க்கிறேன்.”

ராகவன்பிள்ளை சிறிது கடுமையான குரலில் பதிலளித்தார்:

“நம்ப விசயத்திலே குஞ்சுவண்ணன் கருத்தை ஏன் கேட்கணும்?”

குஞ்சுமாளுவம்மா பொருள்படச் சிரித்தவாறு சொன்னாள்:

“எனக்கும் பசங்களுக்கும் யாராவது வேண்டாமா?”

மணிகண்டன் சட்டையை எதிர்பார்த்து நாள் கழிக்கிறானல்லவா? அவன் பள்ளிக்கூடத்திலிருந்து வந்தான். அம்மாவன் கையில் தொங்கியவாறு வினவினான்:

“அம்மாவா, எனக்குச் சட்டை எங்கே?”

குஞ்சுமாளு ஒரு முறை முணுமுணுத்துச் சிரித்தாள். அந்தச் சிரிப்பு ராகவன் பிள்ளையை நிலைகுலையச் செய்தது. ஏதோ ஒரு தகராறு உண்டு.

மணிகண்டன் முகம் வாடியது. அவன் வாடித் தளர்ந்து போனான். சுயமறியாமலேயே மாமன் கைமீதிருந்து தன் கரத்தை விடுவித்துக் கொண்டான்.

குஞ்சுமாளுவம்மா சொன்னாள்:

"இவன் இப்போ அம்பலப்புழை இங்கிலீஷ் பள்ளிக்கூடத்திலே படிக்கிறான்."

ராகவன் பிள்ளை பதில் கூறவில்லை.

ஏதோ ஒரு பெரிய தகராறு உண்டு. சேந்நாடன் அதை அவ்வளவு சுலபமாக ஒப்புக்கொள்ளக்கூடியவர் அல்லவென்றுதான் ராகவன் நாயர் எண்ணுகிறார். கோவிந்தப் பிள்ளை சொன்னார்:

"நாம்ப என்ன பண்றதாயிருந்தாக் கூட, தம்பீ, அண்ணன் கிட்டே யோசனை கேக்கணும். நம்ப தந்தையும் தாயும் இறந்தபோது குஞ்சுவண்ணன் தான் நம்மைப் பாதுகாத்து வந்தார். குஞ்சுவண்ணன் இல்லாமலிருந்தால்... அதைக் கொஞ்சம் யோசிக்கணும்!"

ராகவன் பிள்ளைக்கு இப்போது பணம்தான் தேவை. அவர் சொன்னார்:

"விசயம் உண்மையாகத்தானிருக்கும். குஞ்சுவண்ணன் பழைய மனிதர். புதிய விசயங்களைச் சொன்னால் தலைக்குள்ளே நுழையாது."

ராகவன் பிள்ளை தொடர்ந்து கூறினார்:

"அண்ணன்தான் கேளுங்க. நான் கேட்டா எங்களுக்குள்ளே சண்டை கூட நடந்திடலாம்."

கோவிந்தப் பிள்ளை அதுக்குத் தயாரில்லை. அவரால் அது முடியாது. தேவையுள்ளவர் ராகவன் பிள்ளையாவார். கேட்டுப் பார்ப்பதென்றே முடிவு செய்தார்.

* ** *

பெயரளவில் அனுமதிக்காகவென்ற மாதிரியிலேதான் ராகவன் பிள்ளை பேச்சைத் துவக்கினார்.

"ஈரியேத்ர வடபுறத்திலுள்ள பத்துபறை நிலத்தை விற்கணும்னு சொல்லத்தான் நான் இங்கே வந்திருக்கேன்."

அவர் துவக்கம் மேற்கண்டவாறு இருந்தது. ஒரு நிமிடத்துக்குப் பின்னர் பிள்ளை தொடர்ந்து பேசினார்:

பணம் தேவையாயிருக்கு. வளைத்து எடுத்துக்கொண்ட இடத்தின் விலை கட்டிவைக்க வேண்டும். அதற்கான தவணைகள் இரண்டு முடிந்தன."

எந்த விதமான உணர்ச்சியும் வெளிப்படுத்தாமல் சேந்நாடன் வினவினார்:

"அதை விலை தந்து வாங்க ஆளுண்டா?"

"உண்டு."

"உபயமெல்லாம் ஒத்து வந்ததா?"

"ஒத்து வந்திருக்குங்க."

"அப்படியானால் எழுதிக்கொடுத்திட வேண்டியதுதான்."

பேச்சு திடீரென்று நின்றுவிட்டது. இனி எதைக் கேட்கவேண்டுமென்று தெரியவில்லை. சில நிமிடங்கள் கடந்து சென்றன.

"அக்கா கையெழுத்துப் போடணும்."

"ஓ... கோ! அவ கிட்டே கேக்கலியா?"

"கேட்டேன்."

"என்ன சொன்னா?"

"அண்ணன் கிட்டே கேட்கணும்னு!"

"ஓகோ!"

ஒரு கணத்துக்குப் பின் சேந்நாடன் கூறினார்:

"என் கிட்டே ஏன், கேக்கறே? உங்க சொத்து, நீங்க எழுதி விக்கிறீங்க. அதுக்கு நான் என்ன பண்ணணும்."

ராகவன் பிள்ளையிடம் பதில் இல்லை. குஞ்சுநாயர் எல்லாவற்றையும் ஒத்துக்கொள்கிறார். ஆனால் காரியம் கை கூடிவருவது மாதிரி இல்லை.

சேந்நாடனே அந்தத் தடையை நீக்கினார். அவர் கேட்டார்:

"இந்த விற்பனை குடும்பத்துக்குத் தேவை என்பதுவும், பிரதிப் பயன் என்ன என்பதுவுமில்லாமல் யாராவது பூமி எழுதி வாங்குவதுண்டா?"

"ஏதாச்சும் எழுதிச் சேர்க்கணும்."

சேந்நாடன் சிரித்துவிட்டார்:

"ஏதாச்சும் எழுதிச் சேர்த்தாப் போதுமா? அது சத்தியமாக இருக்கணும். சத்தியமாக இருந்தால் மட்டும் போதுமா? அது

கோர்ட்டுக்குக் கூடப் புலப்படுவதாக இருக்கணும்."

நிலத்தை வாங்குகிற மனிதன் போன்றுதான் சேந்நாடன் பேசுகிறார். கொடுக்கிற மனிதன் போன்று இல்லை. ராகவன்பிள்ளை சொன்னார்:

"மாத்தன் இப்படியொன்றும் சொல்லவில்லை."

"அவன் சொல்லாமலிருந்திருக்கலாம். ஆனா, ஒரு கைமாறுதல் செய்யும் போது அது களங்கமற்றதாக இருக்கணும். வழக்கம் அதுதான்." சேந்நாடன் தொடர்ந்து விசாரித்தார்:

'இப்போ இந்தப் பணம் எதுக்கு?"

"தரைவிலை கட்டிவைக்கணும். அப்பறம் ரப்பர் பாத்தியிலுள்ள களையெடுக்கணும். பொதுவாகத் தோட்டத்திலுள்ள காடெல்லாம் வெட்டியகற்றணும். இவ்வாறாக நிறைய வேலைகள் உண்டு."

சேந்நாடன் தலையசைத்தார்.

"அதெல்லாம் செய்யவேண்டிய வேலைகள்தான். தரைவிலை சர்க்காரில் கட்டிவைப்பதாகும். கிழக்கு மலையிலுள்ள காடுகளை வெட்டியகற்றித்தானே, தோட்டத்தை உருவாக்குவது? அப்போது அங்கே மறுபடியும் காடு தோன்றிவிடும். எனவே இப்படியெழுதுவோம். எங்கள் குடும்பச் சொத்தான, எருமேலியிலுள்ள தோட்டத்தின் தரைவிலை செலுத்தவும், அதன் காடுகளை வெட்டியகற்றவுமெல்லாமான செலவு என்று எழுதுவோம். அது உண்மையான குடும்பத் தேவையும் பிரதிபயனுமாயிடும்."

ராகவன் பிள்ளை சொன்னார்: "தோட்டம் எனக்குச் சொந்தமாகும். என் பெயரில்தான் அது."

"அதனாலென்ன? அதனால் கெடுதல் ஏதுமில்லை. அத்தகைய ஒரு வாதத்தை மாத்தன் கிளப்புகிறான் என்றால் அவனிடம் நான் பேசுகிறேன்."

ராகவன் பிள்ளை நீண்ட நேரம் பேசாமலிருந்துவிட்டார். சேந்நாடனும் பேசவில்லை.

"குடும்பத் தேவைன்னு இன்னொன்றைச் சொல்லக் கூடாதா?"

"இன்றைய நிலைமையிலே அத்திப்புரைக்கல் குடும்பத் தேவைக்கென எதைத்தான் சொல்லமுடியும்? நான் எதையும் பார்த்ததில்லை. இல்லாட்டா இந்தப் பணத்தைக் கொடுத்து அதிகமான வசதியிருக்கிற நிலத்தை வாங்கணும்."

மறுபடியும் நிசப்த நிலை.

"ஏன், இப்படியே எழுதினாலென்ன?" என்றார் சேந்நாடன்.

"எனக்கு அதிலே விருப்பமில்லை."

இன்னும் சொல்ல சேந்நாடனுக்கு ஒன்றுமில்லை. அது ஏன் என்று கேட்கவேண்டுமா? சேந்நாடனைப் பொறுத்தவரையில் அந்தக் கேள்வியைக் கேட்காமலேயே பதில் தெளிவாக இருந்தது. சேந்நாடன் குடும்பக் காரியங்களை நிர்வகித்து வந்த ஓர் அனுபவசாலி. சட்டமும் தெரியும்.

* ** *

குஞ்சுமாளுவம்மா தளர்ந்து போனாள். அவள் நெஞ்சுமீது கை வைத்தவாறு கூறினார்:

"கடவுளே...! என் அட்டியலும் கெட்டிக் காப்பும் போயிட்டதே கடவுளே! கௌரிக்குன்னு சொல்லி என் அப்பா தந்ததுதான்."

குஞ்சுமாளு உட்கார்ந்தே போய்விட்டாள். அப்புறம் தளர்ந்து படுத்து விட்டாள்.

"நான் அந்தப் பசங்க கிட்டேருந்து மின்னும் பொன்னுமெல்லாம் வாங்கிக் கொடுத்தேனே. குடும்பத்துக்காகத் தோட்டத்தை உண்டாக்குவ தாகத்தான் அவன் என் கிட்டே சொன்னான்."

அது சேந்நாடனுக்குப் புதிய செய்தியாக இருந்தது. குஞ்சுமாளு கூறினாள்:

"அதை நான் உங்ககிட்டே கேக்காமே செஞ்சுட்டேன். நான் அவனை நம்பினேன். யாரிடத்திலும் சொல்லக் கூடாதுன்னு அவன் சொன்னான். அவனோட சக்கரைச் சொற்களிலே நான் மயங்கிட்டேன். குடும்பத்துக்குச் சொத்து சேர்க்கிறேன்னானே..."

சேந்நாடன் மனைவிக்கு ஆறுதல் கூறினார்:

"ஆ... போவட்டும். போனது போனதுதான். இன்னும் கூடுதலா இழந்திட்டிருந்தேன்னா?"

"இன்னும் நான் கையெழுத்துப்போட்டுக் கொடுத்திடறேன்னா? இது அண்ணனும் தம்பியும் சேர்ந்து செய்த சதியாகும்."

சேந்நாடன் சொன்னார்:

"தோட்டம் அவனுக்குச் சொந்தமாம். அப்பறம் கோவிந்தனுக்கு எதாச்சும் துண்டுதுக்காணி கொடுக்கக் கூடும். தோட்டம் குடும்பத்துக்குச் சொந்தமானதுன்னு எழுதினா அது குடும்பச் சொத்தாயிடுமல்லவா? அவன் மனத்திலிருக்கிற சூக்குமம் அதுவாகும். என் மனத்திலே தோட்டம்

குடும்பச் சொத்தாகணும்னுதான். இல்லாட்டா திருட்டுத்தனம் அம்பலமாயிடணும்."

"இருந்தாலும் ராகவன் எப்படித்தான் இப்படியாயிட்டான்னு நினைச்சுப் பார்க்கிறேன். கேசவன்னா, ஆளே அப்படித்தான். அவன் போக்கு அந்த மாதிரி. நட்போ நேசமோ அவனிடத்திலே கிடையாது. ராகவன் இப்படிப்பட்டவனாயிருக்கவில்லை."

சேந்நாடன் விசயத்தைத் தெளிவுபடுத்தினார்:

"இது தலையெண்ணி பாகப்பிரிவினையின் காற்று ஆகும். இந்தக் காற்றிலே நட்பும் நேசமும் எல்லாம் பறந்திடும்.

"இன்னும் நடக்க இருக்கிற வேடிக்கை பாரு! பெண்களுக்குத் தெருவே துணையாயிடும். அதைப் பார்த்து ஆண்களுக்குச் சலனமே இருக்காது."

அட்டியலையும் கெட்டிக் காப்பினையும் இழந்து விட்டாள்!

* ** *

ராகவன் பிள்ளைக்குத் தன் பங்கு வேண்டும். குடும்பத்தில் தலையெண்ணிப் பிரிக்கிற பங்கு அல்ல. சொத்துக்களை ஆறு பங்குகளாக்கிட வேண்டும். தந்தை மக்களுக்காகச் சேர்த்துவைத்துக் கொடுத்த சொத்துக்களாகும். ஆறு சந்ததிகள் இருக்கிறார்கள். ஆறில் ஒரு பங்கு ராகவன் பிள்ளைக்குக் கிடைக்கவேண்டும் சந்ததிகளின் சந்ததிகளுக்கு அந்தச் சொத்து உரிமையிருக்கக் கூடாது. குஞ்சமாளுவம்மா வுக்கு இரண்டும், பாப்பிக்கு நான்கும், லட்சுமிக்கு மூன்றும் சந்ததிகள் இருக்கின்றார்கள். அவர்களுக்கு அவர்களின் தந்தையர் சம்பாதித்துக் கொடுக்கட்டும்.

ஊரெங்கும் முழங்குகிற முறையிலேதான் ராகவன் பிள்ளை இந்த வாதத்தைக் கிளப்பியிருக்கிறார். சேந்நாடன் அமைதியாகக் கூறினார்:

"இந்தச் சொத்துக்கள் அனைத்தும் அத்திப்புரைக்கல் உண்ணாச்சியம் மாவுக்குச் சொந்தமாகும். குடும்பச் சொத்து. உயர்நீதிமன்றத்தின் அத்தகையதொரு தீர்ப்பும் உண்டு."

"சத்தியத்தைக் காற்றிலே பறக்கச் செய்த தீர்ப்பு. சத்தியம் ஜெயிக்க வேண்டும். இது காந்திஜி யுகம். சத்தியம் வெற்றி பெறுமாவென்று பார்ப்போமே!"

"நீ என்னத்தைப் பார்க்கப் போறே?" என்றாள் குஞ்சுமாளு.

"நான் சத்தியத்தை வெளிச்சத்துக்குக் கொண்டு வருவேன். இங்கே சத்தியத்தை மறைத்துச் செயற்கையாய் தீர்ப்பினைப் பெற்றனர்." ராகவன் பிள்ளை ஆவேசமுடன் சபதம் செய்தார்.

"அப்போ இந்தச் சொத்துக்கள் ஏழம்பிள்ளிக் குடும்பத்தினர் கொண்டு போயிருக்க வேண்டும். அப்படித்தானே?" என்றார் சேந்நாடன்.

ராகவன் பிள்ளைக்குப் பதில் இல்லை.

"ஆயினும் இந்தச் சொத்துக்கள் யாருக்குச் சொந்தமாயிருந்தது?"

குஞ்சுமாளுவம்மாதான் அதற்குப் பதிலளித்தாள்: "அம்மாவுக்கு."

"அம்மாவுக்கு எங்கிருந்து சொத்து வந்தது?"

"அப்பா கொடுத்தது."

"அப்பாவுக்கு ஆறு மக்கள்."

"அதைப் பற்றிச் சொல்ல அதிகாரமுள்ள கோர்ட்டு சொல்லும்." இடைமறித்துக் கூறினார் சேந்நாடன்.

குஞ்சுமாளுவம்மாவுக்குச் சொல்ல வேண்டியிருந்தது.

"அம்மா சொத்து - அவங்க தாய் தந்தையர் விருப்பம் இந்தக் குடும்பச் சந்ததிகளுக்குச் சேரவேண்டுமென்பதுதான்."

"சந்ததிகளா? யார் சந்ததிகள்?"

"அப்போ நீ அந்தத் தங்கத்தை வாங்கிக் கொண்டு போனது என்னை ஏமாற்றத்தான்."

"அப்பா சொத்தான தங்கம் பெண் மக்களுக்கு மட்டும் உரியது அல்ல. ஆண் மக்களுக்கும் உரிமையுள்ளது."

சேந்நாடன் மன அமைதியுடன் சொன்னார்:

"ராகவன், உன் தலைக்குள்ளே இப்போ வெளிச்சமில்லே. நீ போ! அப்பறமாப் பேசிக்குவோம். குஞ்சுமாளுவுக்கும் அப்படித்தான். நீங்க இப்போ பேசினா அது நல்லாயிருக்காது. நீங்க சுயவுணர்வோடு இல்லை."

ராகவன் பிள்ளை நடுங்கத் தொடங்கினார்:

"நான் எங்கே போவணும்? கோயிப்ரம் என் வீடு. போகவேண்டியது சேந்நாட்டு குஞ்சுநாயர்தான்."

குஞ்சுமாளு ஆத்திரத்தால் துள்ளியெழுந்தாள்.

"டேய், நீ என்ன பேசறே?"

சேந்நாடன் குறுக்கிட்டுக் கூறினார்:

"அவன் சொன்னது உண்மைதான். சட்டத்துக்கிணங்கத்தான். எனக்கு இங்கே எந்த உரிமையுமில்லை. நான் போக வேண்டியவன்தான்."

குஞ்சுநாயர் நடந்தார். "அப்பா...!" என்று அழைத்தவாறு கௌரியும் மணிகண்டனும் அவர் பின்னால் ஓடிச்சென்றனர்.

* ** *

கோவிந்துப் பிள்ளை முதற்பெயராய் ஐந்து நபர்களை எதிரிகளாக்கிக் கொண்டு ஆலப்புழை கோர்ட்டில் ஒரு வழக்கு பதிவாயிற்று. அத்திப் புரைக்கல் கேசவபிள்ளைதான் வாதி. அத்திப் புரைக்கலுக்குச் சொந்தமான அசையும் அசையாததுமான அனைத்துச் சொத்துக்களும் பட்டியலில் அக்கமிட்டுக் கூறப்பட்டிருக்கின்றன. ஈச்சரபிள்ளை அதிகாரி பயணம் செய்திருந்த, தண்டுத் துடுப்புக்கள் இணைக்கப்பட்டிருக்கிற 'சுருளன்' படகும், பன்னிரண்டு இலைச்சக்கிரமும் அவற்றில் அடங்கும்.

கேசவப் பிள்ளை ஆறில் ஒரு பங்கு கிடைக்கவேண்டும்; அப்பா சம்பாதித்த நிலபுலன்கள், தோட்டம் எல்லாம் ஆறாகப் பங்கு போட வேண்டுமென்கிறார். சேந்நாடன் வெடித்துச் சிரித்தார். குட்டிநாய் கடிப்பது அறியாது. பையன்களுக்கு முன்யோசனை இருக்கிறதா?

குஞ்சுமாளுவம்மாவைத் தவிர்த்து ஏனையோர் வாதிக்கு ஆதரவாகப் பத்திரிகை சமர்ப்பித்தனர். சொத்துக்கள் தந்தைதான் சம்பாதித்தாரென்றும், தங்கள் ஒவ்வொருவருக்கும் ஆறில் ஒரு பங்கு கிடைக்கவேண்டும் என்றும் அதில் குறிப்பிட்டிருந்தனர். பதினைந்திலே நான்கு பங்கு கிடைக்க லட்சுமிக்கு உரிமை உண்டு. ஐந்தில் ஒரு பங்கு மட்டும்தான் குஞ்சுமாளுவம்மாவுக்கு உரித்தானது.

பாப்பி சொன்ன பதில் இதுதான்.

"உரித்தானது கிடைத்தால் போதும். சண்டையும் வழக்குமெல்லாம் எங்களால் முடியாது." மேலும் இன்னொரு விசயத்தைக் கூடச் சொன்னாள்:

"உண்மையிலேயே இது அப்பா சொத்துதானே? ஏழம்பிள்ளிக்காரங்க பறித்தெடுக்காமலிருக்கத்தானே, கோர்ட்டுக்குப் போறோம்? அப்பா சொத்து ஆறு மக்களுக்கும் சமமாக இருக்கட்டும்."

லட்சுமி சொன்னது இப்படித்தான்:

"என்ன வித்தியாசம் வரப்போவது, அக்கா? உடன்பிறப்புக்களோடு சண்டை போட நான் இல்லை."

குஞ்சுமாளு தனிமைப் பட்டாள் தனிமையில் நின்றவாறு சகோதரர்களுடன் மோதவேண்டுமா? வழக்கு வெற்றிபெறும். வெற்றி பெற்றால் கூடுதலான பிரயோஜனம் பாப்பிக்குத்தான். அப்புறம் லட்சுமிக்கு. ஆனால் அவர்களுடைய தந்திரத்தைப் பார்த்தபோது வழக்காடாமலிருந்தால் என்னவென்று குஞ்சுமாளுவம்மாவுக்குத் தோன்றியது. உடன்பிறப்புகளுடன் ஏன், சண்டைக்கு நிற்கவேண்டும்?

சேந்நாடனுக்கு அது சரியெனப்பட்டது. ஆனால் ஆண்கள் ஆறில் ஒரு பங்கினைக் கொண்டு செல்கிறார்கள். அது ஒரு தோல்வியேதான். என்னவோ ஆகட்டும் - தனியாள் என்றால் தனியாளாகவே நின்று வழக்காடுவோம்.

* ** *

அத்திப் புரைக்கல் அறையிலிருந்து கணிசமான அளவு நெல்லை ராகவன் பிள்ளை எடுத்துச் சென்றார். கோவிந்தப் பிள்ளையும் கேசவனும் சேர்ந்துதான் அளந்து கொடுத்தனர். அகமது குஞ்சுவிடமிருந்து, தேங்காய் விற்ற கணக்கிலிருந்து கொஞ்சம் பணத்தையும் வாங்கிச் சென்றதாகத் தகவல்! அந்த மாதத்துச் செலவுக்கான நெல்லை கோயிப்ரத்துக்கு அனுப்பி வைக்கவில்லை. குஞ்சுமாளுவம்மா அதைப்பற்றி கோவிந்தப்பிள்ளையிடம் விசாரித்தாள். அவர் பேசவில்லை. பேசவில்லை என்றால் ஒரு சொல்லைக் கூட உச்சரிக்கவில்லை. மாலையில் தேவப்புலையனிடம் மூன்று பறை நெல்லை கோயிப்ரத்துக்கு அனுப்பி வைத்தார்.

தந்தையின் ஆறு புதல்வர்களுக்கு மட்டும்தான் செலவுக்கான பொருளைப் பெற உரிமையுண்டு - அப்படித்தான் ஏற்பாடு. பேரப் பிள்ளைகளுக்குக் கொடுக்க வேண்டும். அந்த மாதத்துக்குத் தேவையான உப்பு, மிளகாய் கூட அனுப்பி வைக்கவில்லை. ஏனென்றால் அதுக்குப் பணமில்லை - தேங்காய் வியாபாரி அகமதுகுஞ்சுவுக்குப் பெரியதொரு தொகை கடன் செலுத்த வேண்டியிருக்கிறது. அதைக் கொடுத்தால் மட்டும்தான் மேற்கொண்டு அவரிடமிருந்து கிடைக்கும். அதை அகமது குஞ்சு சொல்லித் தெரிவித்திருக்கிறார்.

கோயிப்ரத்து வளாகத்திலே தேங்காய் பறித்தபோது ஏற்கனவே பதினைந்து தேங்காய் பறித்ததாகக் கண்டுபிடித்தனர். அதற்காக கோவிந்தப்பிள்ளை குஞ்சுமாளுவம்மாவைத் திட்டிப் பேசினார். 'அதை அங்கே போட்டுவிடு' என்று அலறினார் கோவிந்தப்பிள்ளை. தேங்காய் சுயமாக நழுவிக் கீழே விழுந்தது. மணிகண்டன் விசும்பி விசும்பி அழுதான்.

ஒரு மாதத்திய பதார்த்தச் செலவுக்காக ஐந்து தேங்காய் மட்டும் தான் கொடுப்பது வழக்கம். அத்தனைக்குத்தான் உரிமை இருக்கிறதாம்!

"இனிமே தேங்காய் தொடக்கூடாது." அது குடும்பத்தலைவரின் உக்கிரமான கட்டளையாக இருந்தது.

சேந்நாடனுக்குப் பிடிவாதமாயிற்று. அந்தப் பிடிவாதத்துடனேயே வழக்கை நடத்துவதென்று தீர்மானித்துக் கொண்டார். வெல்வதென்றால் வெல்லட்டும். எல்லோருக்கும் ஒரு பாடத்தைக் கற்றுக் கொடுக்கலா மல்லவா? அவர் பிடிவாதம் பற்றி எரிந்தது.

...'ரெசீவரை நியமிக்கக் கோரினாலென்ன?"...

அப்போது கோயிப்ரத்துக்குச் செலவுக்கானதை அனுப்பி வைக்க வேண்டும். அதைச் சேந்நாட்டிலிருந்துதான் அனுப்பி வைக்கவேண்டும் கொச்சுநங்கை கணக்கைக் கேட்டுப் பார்ப்பாள். அது வேண்டாம்.

சொந்தமாய் விவசாயம் செய்ய ஐம்பது பறை நிலத்தை சேந்நாடன் குத்தகைக்கு எடுத்துக் கொண்டார்.

81

நட்டாச்சேரி பத்மநாபனை எதிரியாகக் கொண்டு ஒரு வழக்கு ஆலப்புழை கோர்ட்டில் பதிவு செய்யப்பட்டிருக்கிறது. கோதைக்கும் அவள் சந்ததிகளுக்கும், பாப்பிக்கும் அவள் சந்ததிகளுக்கும், கொச்சு பாச்சரனுக்கும் செலவுக்குத் தரவேண்டும். எதிர்காலத்தில் தங்கள் செலவுக்காகத் தேவையான சொத்துக்களை ஒதுக்கி வைக்கவும் வேண்டும். இது பாகப் பிரிவினைக்கான விவகாரமில்லை. செலவுக்குக் கிடைப்பதற்கான வழக்கு.

வழக்குப் பத்திரத்தில் கையெழுத்துப் போடமுடியாது என்று கொச்சு பெண்ணம்மா கூறினாள். அவளுக்கு மகள் பெரிது அல்ல; சகோதரன்தான்! கொச்சுபெண்ணம்மா சகோதரனுடன் கொச்சமத்துத் தென்வீட்டுக்குச் சென்று விட்டாள். அங்கே ஒரு வீட்டைக் கட்டி மனைவி சமேதராய் பத்மநாபன் நாயர் தங்கியிருந்து வருகிறார்.

நட்டாச்சேரி கோதையும், பாப்பியும் வழக்கைத் தொடுத்ததில் தவறு ஏதுமில்லை. ஏனென்றால் பத்மநாபன் நாயர் அண்மைக்காலமாய் செலவுக்காக ஒரு மணி நெல் கூடக் கொடுப்பதில்லை. அறுவடையான நெல் அனைத்தையும் கொச்சமத்துத் தென்வீட்டுக்கே அனுப்பி வைத்து விடுகிறார். பத்மநாபன் நாயர் பகிரங்கமாகவே சொல்லிவிட்டார்:

"தலையெண்ணி பாகப் பிரிவினை வரும்போது நான் உழைத்துச் சம்பாதித்த சொத்திலே பதிமூன்றில் ஒரு பங்கு மட்டும்தான் எனக்குக் கிடைக்கிறது. அதை வைத்துக்கொண்டு என்னாலே உயிர் வாழமுடியுமா? தலையெண்ணிப் பங்கு வரும்வரையில் என்னால் சேர்த்துவைக்க முடிகிற அளவிலே சேர்த்து வைப்பேன்."

தனது உழைப்பினால் உண்டாக்கப்பட்டதெல்லாம் கைவிட்டுப் போகப் போகிறதென்று நட்டாச்சேரிக்குத் தெரியும். கைவிட்டுப் போகிற வரையிலும் உண்டாக்க முடிகிற அளவில் உண்டாக்கி வைப்போம்.

வழக்கில் பத்மநாபனுக்கெதிராகத் தீர்ப்பு கூறினால் என்னவாகுமோ?

மூலப்படத்து கோவிந்தன் நாயர் இத்தகைய சுருக்குகளிலிருந்தெல்லாம் தப்பித்துக்கொண்டவர் என்கிற கருத்துத்தான் நிலவியிருந்தது. ஆனால் அந்தக் கால பாசம் அவர் கழுத்தைச் சுற்றத்தான் செய்தது- அது எப்படி யென்றால் அவருடைய அம்மாவின் பாட்டிக்கு இரண்டு பெண்மக்கள் இருந்தனர். அவர்களில் ஒருத்தியின் மகள்தான் அவருடைய தாய். அம்மாவுக்கு ஒரே ஒரு மகள். இன்னொரு மகளுக்கு நான்கு சந்ததிகள் இருநதனர். அவர்களில் ஒருத்தியின் மகளாகப் பிறந்தவள்தான் குஞ் சளாச்சி. அவள் பேரன் மாமலசங்கு பாலத்தோள் இல்லத்து எடுபிடி வேலையாளாக இருந்து வருகிறான். அவனுக்கு ஒரு பெயர் உண்டு. செவிடன் சங்கு!

யாரோ ஒருவர் ஒரு நாள் செவிடன் சங்குவை விசாரித்தார்:

“சங்குச்சார், நீங்களும் மூலப்படத்தைச் சேர்ந்தவர்தானே?”

“இல்லாமே என்ன?”

“உங்களுக்கும் தலையெண்ணி பாகம் கிடைக்கும்.”

“கிடைக்கும்.”

“நீங்க ஏன், செலவுக்காக வழக்குத் தொடுக்கலே?”

“வழக்கைத் தொடுக்கணும். இல்லத்திலே சில பழுதுபார்க்கும் வேலைகள் இருக்கு. அதெல்லாம் முடியட்டும்னு இருக்கேன்.”

அந்த இல்லத்து வேலைகளெல்லாம் முடிந்த பின்னர் சங்குச்சார் வழக்கைத் தொடுக்கச் சென்றார். அந்த வழக்கின் பெயர், ‘பாப்பர் சூட்டு’ என்றாக இருந்தது. கோவிந்தன் நாயர் சொத்து அனைத்தும் மூலப் படத்துக் குடும்பச் சொத்துதானாம்! எதிரிகள் நாற்பத்தியேழு நபர்கள். மொத்தமாக உள்ள நாற்பத்தியெட்டில் ஒரு பங்கு மட்டும் கோவிந்தன் நாயருக்கு உரித்தானது.

நாற்பத்தியேழு பேர்களில் சிலர் எல்லாம் வாதிக்கு ஆதரவாகப் பத்திரிகை சமர்ப்பித்தனர். சொத்து கிடைக்குமென்றிருந்தால் யார்தான் வேண்டாமென்பார்? ஒரு முயற்சிதான். பலித்தால் பலிக்கட்டும்.

வெடிப் புரைக்கல் குஞ்சன் நாயருடைய துணையாளரான மாமல குட்டன் நாயர் காலில் கூட ஒரு கொடி சுற்றிக் கொண்டது. அவர் வெந்தேழத்துக் குடும்பத்தின் தலைவராம்! வெந்தேழத்துக் குடும்பத்தை ஆண்டு வந்த காலத்தில் தான் இன்று அவருக்குச் சொந்தமான சொத்துக்கள் சேர்ந்தது போலும்! அந்த வழக்கிலே குட்டன் நாயர் வெற்றி பெறுவார். ஏனென்றால் சொத்துக்களுக்கெல்லாம் ‘காண’த்தைச்

செலுத்தியது தனது சொந்த சம்பாதனையிலிருந்துதான் என்பதை அவரால் நிரூபிக்க முடியும். அவருக்குப் பெரியவரான ஓர் ஆடவர் வெந்தேழத்துக் குடும்பத்தில் இருந்து வருகிறார். பெயர் கிட்டுச்சார். கிட்டுச்சார் அம்பலப்புழை கோவில் மூலமாய் வாழ்க்கை நடத்தி வருகிறார். தரிசனத்துக்காக வருகின்றவர்களிடமிருந்து பிச்சை பெற்றுக் கொண்டுதான்.

கல்லாற்றுப் பெரியவர் ஏனையோருடன் இணைந்து கொண்டார். இளைஞர்கள் முணுமுணுக்கத் தொடங்கியபோது பெரியவர் குரல் உயர்த்திக் கூறினார்:

“நாம்ப ஏன், இப்படி ஒருத்தருக்கு ஒருத்தர் சண்டை பிடிச்சுக்கணும்? அதெல்லாம் நமக்கு வேணாம். சொத்துக்களெல்லாம் நீங்களே எடுத்துக்குங்க. எனக்குச் செலவுக்காக என்ன தர நினைக்கிறீங்களோ, அதைத் தந்திடுங்க! நீங்களே ஆட்சி பண்ணுங்க!”

மருமக்களும் சகோதரிமார்களும் பெரியவரிடமிருந்து இத்தகையதொரு பதில் வருமென்று எதிர்பார்க்கவில்லை. ஒரு மருமகன் சொன்னான்:

“கல்லாற்று அம்மாவன் சுற்றியலைந்து நடக்கக் கூடாது! அந்தஸ்துடன் வாழ்வதற்கான ஏற்பாட்டை நாம் செஞ்சு கொடுத்திடணும்!”

அனைவரும் அதுக்கு உடன்பட்டனர்.

பெரிய குடும்பங்கள் அழிந்துவிட்டால் அதுக்கு ஒரு பிரத்தியேகத் தன்மை உண்டு. அதைப் பற்றி ஒரு சொல் உண்டு: ‘வயல் போனாலும் வரப்பு மிச்சமிருக்கும்’ என்று. மங்கலச்சேரிக் குடும்பத்து வரலாறும் அத்தகைய ஒன்று தான். அங்குமிங்குமாய் சில துண்டுமனைகள் உண்டு. மங்கலச் சேரிக் குடும்பத்துப் பெண்கள் ஆறுகால் குடிசை கட்டி ஆங்காங்கு தங்கி வருகின்றனர். ஆண்களில் சிலர் உழவுவேலை செய்கின்றார்கள். பலர் பல்வேறு தொழில்களில் ஈடுபட்டிருக்கிறார்கள். படகை ஓட்டவும் சக்கரம் மிதிக்கவும் போகின்றனர். சில இடங்களில் மங்கலச் சேரிக்குச் சொந்தமான இரண்டு மூன்று பறை என்றிவ்வாறான நிலங்கள் உள்ளன. கெட்டிக்காரர்கள் அவற்றில் சாகுபடி செய்கின்றனர்.

கணவன்மார்கள் இல்லாமலும் சில பெண்கள் பிரசவமாகி விடுகின்றனர். அதெல்லாம் ஒரு பெரிய விசயம் அல்ல.

மங்கலச் சேரியான களப்புரைக்கல் கிளையில் மூன்று வேளையும் அடுக்களையிலிருந்து புகை உயர்ந்து வருகிறது. அந்தக் குடும்பத்து இளைஞன் ஒருவன் ஆலப்புழையில் ஒரு வக்கீல் குமாஸ்தாவாகத் தொழில் புரிகிறான். பெயர் நாராயணன் - வக்கீல் குமாஸ்தா நாராயண பிள்ளை! நாராயணபிள்ளை இப்போது பெரிய வேலை ஒன்றில்

ஈடுபட்டுக் கொண்டிருக்கிறார். ‘கண்டெழுத்து’ நடைபெற்ற காலத்தில் ஒவ்வொருவருக்கும் எவ்வளவு சொத்துக்கள் இருந்திருக்கின்றன; அவை ஒவ்வொன்றும் எவ்வாறு அந்நியர் கைவசமாகிவிட்டன; இப்போது சொத்துக்கள் எவ்வளவு மீதியிருக்கின்றன முதலியவை பற்றிய புள்ளி விபரக் கணக்கெடுத்து வருகிறார். கிராம அலுவலகத்திலிருந்தும், பதிவுக் காரியாலயத்திலிருந்தும் அவை பற்றி அறிந்து கொள்ளமுடியும். ஆனால் அது கஷ்டமில்லை. இன்றைய மங்கலச் சேரிக் குடும்பத் தலைவர் யார்?

இப்போது மங்கலச்சேரிக் குடும்பத்தில் மொத்தம் இருநூற்று முப்பத்து நான்கு உறுப்பினர்கள் உள்ளனர்.

சிற்சில பத்திரங்கள் குடும்பத்தேவையும் பிரதிபயனும் இல்லாததால் ரத்து ஆகிவிடும். அத்தகைய சில சொத்துக்கள் கூட மங்கலச்சேரிக் குடும்பத்துக்கு ஏற்பட்டுவிடும். பட்டயமின்றியே சில சொத்துக்கள் அந்நியரிடமிருந்து வருகின்றன. அவர்கள் தங்கள் உரிமைக்காக வழக்காடக் கூடும்.

சிலர் பேசிக்கொண்டனர்.

“மங்கலச்சேரிக் குடும்பம் செழிப்பு பெற வாய்ப்பு உண்டு.”

“எப்படி?”

“வக்கீல் குமாஸ்தா நாராயணபிள்ளை எல்லாவற்றையும் தேடி யெடுக்கிறார்.”

“ஒரு சில விசயங்களைக் கண்டெடுக்கக் கூடும். ஆனால் அதை எல்லாம் ஒழுங்குபடுத்தியெடுக்க அவரால் முடியுமா?”

“அவர் அதுக்காகவே விரதமெடுத்து நடக்கிறார்.”

கோந்நோத்துக் குடும்பத்தில் அப்படி ஒருவன் பிறக்கவில்லை. கொச்சறைக் கிளைக்கு ஐம்பது பறை நிலம் கைவசத்திலே உண்டு. அது கோந்நோத்துக் கிளைக்குக் கூட உரிமைப்பட்டதென்று அந்தக் கிளையைச் சேர்ந்த பெண்கள் சொல்வதுண்டு. யாரும் வழக்காடப் போகவில்லை. அதுக்கு ஆளுமில்லை. அந்தக் குடும்பம் எப்படித்தான் வாழ்ந்து வருகிற தென்று யாராவது விசாரித்தால் - உயிர் வாழ்கின்றனர் என்று மட்டும் தான் பதில் சொல்லமுடியும்.

ஆனால் களையில்லாத ஒரு மனிதர் உற்சவ நீராட்டு விழாவன்று மெறமணைக்கு முன்னால் துருப்பிடித்த வாளினை உருவிப் பிடித்தவாறு நடந்து சேவை செய்வதுண்டு. அது கோந்நோத்துப் பிள்ளைதான்.

சீரட்டக் குடும்பம் குடியிருக்கிற வளாகத்திலிருந்து இப்போது கூடத் தேங்காய் பறித்துச் செல்வது பீருக்கண்ணுவின் மகன் முகமது

குஞ்சு ஆகும். பீருக்கண்ணு இறக்கும் தருவாயில் மகனிடம் ஒரு விசயத் தைச் சொன்னார்:

"சீரட்டக் கைமளுங்க நம்பளுக்குத் தரவேண்டிய பணத்தைத் திரும்பத் தரும்போது அந்த மனையை அவங்க கிட்டே ஒப்படைச்சிடு!"

முகமது குஞ்சு அன்றாடம் அந்தப் பணத்தைக் கேட்டுக் கொண்டிருக்கிறார். அவருக்கு என்றுமே பணத்தேவைதான். அண்மைக் காலமாய் அவர் சொல்லத் தொடங்கியிருக்கிறார்: "பணம் தரலேன்னா, யாருக்காவது விற்றிடுவேன்" என்று.

சீரட்டவைச் சேர்ந்த ஒரு குஞ்சம்மாவுக்கு முகமது குஞ்சு போன்ற ஒரு குழந்தை இருக்கிறதாம். 'மூக்கும் முழியும்' எல்லாம் முகமது குட்டியுடையது தானாம். என்னவோ, அவன் பெயர் கிருஷ்ணன்! பதிமூன்று வயது இருக்கும்.

உப்பம் வளாகத்து குஞ்சன் பிள்ளைக்குப் பிறகு குடும்பத் தலைவர் குஞ்சுபிள்ளையாகும். அங்கே இரண்டு கிளைகளையும் சேர்ந்தவர்கள் உள்ளனர். அவர்களுக்குள்ளே ஒரு போட்டி நிலவுகிறது. குஞ்சுபிள்ளையுடன் நெருங்கிய கிளை எதுவென்பதிலேதான். குஞ்சன் பிள்ளைக்கு ஒரு சகோதரியிருந்தாள். அவளுக்குச் சந்ததிகள் பிறக்கவில்லை. சின்னம்மா, பெரியம்மா ஆகியோரின் சந்ததிகள்தான் உப்பம் வளாகத்து வீட்டில் தங்கிவருகின்றனர். அந்தப் போட்டி குஞ்சன் பிள்ளை உயிருடன் இருந்த காலத்தில் வெளியே தலைதூக்கவில்லை. இப்போது பகிரங்கமாகக் கிளம்பியிருக்கிறது. சின்னம்மா கிளையில்தான் கூடுதலான உறுப்பினர்கள் உள்ளனர். பெரியம்மா கிளையைச் சேர்ந்தவர்கள் தான் குஞ்சன் பிள்ளையுடன் அதிகமான நெருக்கமுள்ளவர்கள். இந்தச் சொத்துக்கள் பெருகப் பெரிதும் உழைத்தவர்கள் அவர்கள்தான்.

குஞ்சுப் பிள்ளையின் இளம்வயதிலேயே நன்கு வாழ்வதற்கான சொத்துக்களை குஞ்சன் பிள்ளை சம்பாதித்துக் கொடுத்திருந்தார்.

* ** *

சண்டைகள்; வழக்குகள்; விவகாரங்கள்!

தலையெண்ணி பாகப்பிரிவினை வந்தேயாக வேண்டும்.

தலையெண்ணி பாகப்பிரிவினைச் சட்டத்தை சட்டசபை நிறை வேற்றியது. மகாராஜா அதன் மீது ஒப்புதல் அளித்தார். அது சட்டமாகி விட்டது.

இனி என்ன செய்வது?

சேந்நாட்டு குஞ்சு நாயர் இரவு உணவை முடித்துக்கொண்டு முன் கூடத்தில் அமர்ந்திருந்து, அன்று வரையிலுமில்லாத முறையில் நீட்டியழைத்தார்:

"சொச்சு நங்காய்...!"

கொச்சுநங்கைக்கு அத்தகைய ஒரு விளிப்பு குறித்து ஞாபகமேயில்லை. யார்தான் கூப்பிடுகிறார் என்கிற சந்தேகம் அவளுக்கு ஏற்பட்டது. பெரியவர்தானா, கூப்பிடுகிறார்? இல்லை; இது வேறு யாரோதான் என மனம் கூறியது. சிறுவயதில் - அதாவது குழந்தையாயிருந்த வேளையிலே - அண்ணன் பெயர் சொல்லிக் கூப்பிட்டதுண்டு.

சேந்நாடன் ஒரு முறை கூடக் கூப்பிட்டார்:

"கொச்சுநங்காய்...!"

அடக்க ஒதுக்கமாய் கொச்சுநங்கை குரல் கொடுத்தாள்:

"என்னாங்க?"

"நீ இப்படி வா!"

அவள் கதவோரமாய் வந்து நின்றாள்.

சேந்நாடன் சொன்னார்:

"ஊரு பூராவும் நடக்கிற களேபரம் பற்றி உனக்குத் தெரியுமா? அந்த விசயத்தைப் பற்றிப் பேசத்தான் உன்னைக் கூப்பிட்டேன்."

கொச்சு நங்கை ஒன்றும் பேசவில்லை. சேந்நாடன் தொடர்ந்து கூறினார்:

"நான் தலையெண்ணி பாகப்பிரிவினை குறித்துத்தான் பேசறேன்."

கொச்சுநங்கையம்மா என்னத்தைச் சொல்ல? குஞ்சு நாயர் திரும்பவும் பேசினார்:

"இதுவரையிலும் நான் இந்தக் குடும்பத்தைப் பராமரித்து வந்திருக்கேன். நம்ப சிறுவயசிலே இந்தக் குடும்பத்துக்கு என்ன சொத்திருந்ததுன்னு உனக்குத் தெரியுமல்ல? அதிருக்கட்டும் - இன்னமும் பழைய முறையிலே வாழமுடியுமா?"

அதுக்கும் பதில் இல்லை.

"நீ சொல்; முடியுமா?"

கொச்சுநங்கை அந்தச் சந்தர்ப்பத்தை வீணாக்கவில்லை.

"முடியாதுதான்."

பின்னர் குஞ்சுநாயர் தான் பேசாமலிருந்து விட்டார். நங்கை தொடர்ந்து பேசினாள்:

"பசங்க முணுமுணுக்கிறாங்க. அவங்களை நான் கட்டுப்படுத்தி வச்சிருக்கேன்."

இதைச் சொல்லும்போது அவள் முகத்தோற்றம் எவ்வாறிருந்ததென்று அறியமுடியவில்லை. அவள் இருளிலேதான் நிற்கிறாள்.

"சண்டை சச்சரவு ஒண்ணும் வேணாம். அது நாசத்துக்குக் காரணமா யிடும். அம்மாவன் தகுந்த மாதிரி செஞ்சிடுவார்னு இன்னைக்குக் கூட அவங்க கிட்டே சொல்லியிருக்கேன்."

"சரி; அப்படியே செஞ்சுக்குவோம்." சிறிது நிறுத்தி விட்டுத் தொடர்ந்து உணர்ச்சிப் பரவசமுடன் பேசினார்:

"நான் சேந்நாடனாக இருந்தேன். அப்படித்தான் என்னை எல்லோரும் அழைத்திருந்தனர். இனிமேல் நான் சேந்நாடனாயிருக்கமாட்டேன். எந்த வீட்டைச் சேர்ந்த குஞ்சுநாயர்? விளையாட்டு மேடையிலே, அல்லது அரசமரத்தடியிலே, அல்லது நாடகசாலையிலே உள்ள குஞ்சுநாயர். அத்திப்புரைக்கலும் கோயிப்ரத்திலும் எல்லாம் எனக்கு சம்பந்தம் கிடையாது. இப்போது முப்பத்திரண்டில் ஒரு பங்கு எனக்குக் கிடைக்கும். ஏராளமான பணத்தையும் நெல்லையும் கையிலே வைத்துக்கொண்டு விளையாடியவன் தாண்டீ, நான்! பங்கு கிடைச்சிட்டா ஒரு வேளை கஞ்சிக்குக் கூட அது போதாது."

அவர் தொண்டை அடைந்து போயிற்று. சற்று நேரம் அப்படியே உட்கார்ந்துவிட்டார். நங்கையம்மா மனத்தை அது தொட்டுவிட்டதா? தெரியாது. அவள் பொக்காணி காட்டிக் கொண்டிருந்தாளா என்னவோ? எலி துடிப்பதைப் பார்த்தால் பூனைக்கு ரசமாயிருக்கும்.

குஞ்சுநாயரின் தொண்டையை அடைத்துக் கொண்ட கண்ணீர் ஓடிச் சென்றது.

"உனக்குத்தான் எல்லாம் தெரியும். எல்லாவற்றையும் அறிந்து வைத்திருக்கிற நீ தான் எனக்குப் பாதுகாப்பு. பசங்களுக்கு ஒண்ணும் தெரியாது. நாம் உடன்பிறப்புக்கள். ஒரு வயிற்றிலிருந்து முன்னாலும் பின்னலுமாய் வெளிவந்தவங்க. சேந்நாட்டு குஞ்சுநாயர் ஓட்டாண்டியாய் அலைவதென்றால் அது உனக்கும் அவங்களுக்கும் அவமானமாகும்."

தழுதழுத்த குரலுடன் சொல்லி முடித்தார் குஞ்சு நாயர்.

"நான் இப்பவே சாவியைத் தந்திடறேன். நிலம் மனை வீடு அத்தனையும் விட்டுத் தந்திடறேன். பசங்க கிட்டே சொல்லு - அவங்க ஒவ்வொருத்தருக்குமாகப் பிரித்துத் துண்டுகளாய் வேண்டுமென்றால் அப்படி. இல்லே... நீங்கள்லாம் ஒண்ணா வாழறதுன்னா அப்படி! எனக்கு என்ன தரப் போறீங்கன்னா தந்திடுங்க."

நங்கையம்மா சொன்னாள்:

"பொம்பளைங்க பிரசவிக்கிறப்போ, ஆம்பளைங்க பங்கு குறையும். அவங்க பிரிந்திருக்கத்தான் விரும்பறாங்க."

"நீ அதை ஒப்புக் கொண்டாயா?"

"நான் என்ன பண்றது?"

"நீ யாருடன் தங்கியிருக்கப் போறே?"

கொச்சு நங்கை சொன்னாள்: "அண்ணனும் நானும் சேர்ந்து வாழ்வோம்."

அவள் தொண்டை தழுதழுத்தது.

குஞ்சுநாயர் சொன்னார்:

"வேண்டாம். அது நடைமுறை சாத்தியமல்ல. உன்னைப் பாதுகாக்க ஆள் இருக்காது. மீறினால் உனக்குப் பட்டினி நேராமல் என்னால் பார்த்துக் கொள்ளமுடியும். அவ்வளவுதான். அப்பறம் உனக்கு நானும், எனக்கு நீயும் பரஸ்பரம் சுமையாக அமைந்துவிடும். நாம் மட்டுமாகி விடும். அதெல்லாம் ஒன்றும் வேண்டாம். நாம் பிரிந்திடுவோம் தங்காய்! பிரிந்திடுவோம்!"

சேந்நாடன் அழுகிறார். தேம்பித் தேம்பியழுகிறார். அந்த விசும்பும் குரலை இருளிலும் கேட்கமுடிந்தது. அண்ணனும் தங்கையும் அழுகின்றனர்.

மேல்துண்டினால் கண்ணீரைத் துடைத்துவிட்டு சேந்நாடன் கூறினார்:

"நீ யாராச்சும் பெண்மக்களோடு சேர்ந்துக்கோ. உனக்கு நல்லவளாகப் படறவ கூட! ஆண்பிள்ளைகளால் உன்னைப் பாதுகாக்க முடியாது. அவங்க, அவங்கவங்க பொண்டாட்டிகளோடு இருப்பாங்க."

"யார் கூடவாக இருந்தாலும், நான் யாருக்கும் வேண்டாத ஒரு மனுஷியா, ஒரு மூலையிலே பெரியம்மாவாகக் காலத்தைக் கடத்திக்குவேன்."

சேந்நாடன் சொன்னார்:

"அது தான் தலையெண்ணிப் பங்கு, தங்காய், தலையெண்ணிப்பங்கு!"

"இப்படியெல்லாம் தான்னு எனக்குத் தெரியவேயில்லை" என்றாள் கொச்சுநங்கை.

"நாம்ப தெரிஞ்சிருந்தாத்தான் என்ன? நாம்ப நினைச்சா, இதை எல்லாம் தடுத்திட முடியுமா?"

குஞ்சுநாயர் கிளம்பினார். கும்மிருட்டினைக் கிழித்துச் செல்லுகிற பந்தத்தை ஏந்தியவாறு செல்கிறார். தள்ளாடித் தள்ளாடிச் செல்கிற நடை. சேந்நாட்டுக் குடும்பத் தலைவர் என்றென்றைக்குமாக விடை பெற்றுச் செல்கிறார்.

கொச்சுநங்கையம்மா பார்த்தவாறு நின்றுவிட்டாள். இனி பெரியவர் வரமாட்டார்.

* ** *

குத்துவிளக்கின் முன்னால் அமர்ந்தவாறு மணிகண்டன் எதையோ வாசிக்கிறான். குஞ்சுமாளுவம்மா அதைக் கவனமுடன் கேட்கிறாள். படிப்பது அவன் பாடப் புத்தகம் அல்ல; ராமாயணமும் அல்ல.

"அதுவென்ன?" ன்றார் குஞ்சுநாயர்.

மணிகண்டன் வாசித்தான்:

"மகாராஜா சம்மதமருளிய நாயர் ஆக்ட்!"

முதல் தேதியன்று அம்பலப்புழை தரிசனத்துக்குச் சென்றபோது குஞ்சுநாயர் ஒரு சக்கரம் கொடுத்து வாங்கி வந்த பத்திரிகை அது. பூராவும் படித்து முடிக்க நேரம் கிடைக்கவில்லை. மணிகண்டன் சொன்னான்:

"அப்பா, இதிலே ஒரு விசயமுண்டு. சேந்நாட்டுச் சொத்துக்கள் நான்கில் ஒரு பங்கு அப்பாவுக்குக் கிடைக்கும்."

"போடா போ! அதெப்படியடா?"

குஞ்சுமாளுவம்மாதான் அதற்குப் பதிலுரைத்தாள்:

"அதிலே அப்படியெழுதியிருக்கு."

"சேந்நாட்டு குஞ்சுநாயருக்குக் குடும்பச் சொத்தின் நாலில் ஒரு பங்கு கிடைக்கும்னா எழுதியிருக்காங்க?"

"அப்படீன்னு இல்லை. விசயம் அப்படீன்னுதான் சொன்னேன்."

"போடீ, பொட்டச்சிப் பொம்பளே!"

மணிகண்டன் இதுக்குள்ளே ஒரு ஷரத்தைத் தேடியெடுத்து வாசித்தான். பாகப்பிரிவினை நடக்கும்போது குடும்பத்தலைவருடைய

சம்பாதனையில் நாலில் ஒரு பங்கினைப் பெற அவருக்கு உரிமையுண்டு. ஷரத்து இதுதான்.

குஞ்சுநாயர் பேசாமலிருந்து விட்டார். மணிகண்டனை இன்னொரு முறை கூடப் படிக்க வைத்தார். அவன் படிப்பது யாருக்கும் புரியக்கூடிய முறையில் இருந்தது. சொன்னது சரிதான். தனது சம்பாதனையில் நான்கில் ஒரு பங்குக்குக் குடும்பத் தலைவர் உரிமையுடையவராவார். ஆனால் அது தலைவருடைய சம்பாதனை என்று எப்படி நிரூபிக்க முடியும்?

மணிகண்டன் சிறுவன். ஆயினும் அவனால் சட்டத்தின் அந்த ஷரத்தைக் கண்டுபிடிக்க முடிந்தது. சேந்நாட்டுக் குடும்பச் சொத்தின் நான்கில் ஒரு பங்குக்குத் தன் தந்தை உரிமை படைத்தவர் என்பதை அவன் அறிந்துகொண்டான். அது அறிவுத் திறமைதானே? அந்தப் பருவத்திலுள்ள எந்த ஒரு பையனால் அதைக் கண்டுபிடித்து அறிந்து கொள்ளமுடியும்? குஞ்சுநாயர் கூட அதை அறிந்திருக்கவில்லை.

குஞ்சுமாளுவம்மா முகத்தில் களை சொட்டியது. அவள் வினவினாள்:

"என்னங்க, நமக்கு எத்தனை பறை நிலம் கிடைக்குமுங்க? சேந்நாட்டுக் குடும்பத்துக்குச் சொந்தமா எத்தனை பறை நிலமுண்டு?"

சேந்நாடன் நேரடியாகப் பதில் சொல்லவில்லை.

"அதெல்லாம் சட்டம்தான். அப்படி ஒரு ஷரத்து இருக்குன்னு நினைச்சு, அதெல்லாம் எப்படித் தீர்மானிக்கமுடியும்? என் சம்பாதனை அதுன்னு ருசுவாகணும்."

"நீங்க பொறுப்பிலே வந்தப்போ சேந்நாட்டுக் குடும்பத்துக்கு எவ்வளவு சொத்திருந்தது? இப்போ எவ்வளவு இருக்கு. அப்போ கைப் புண்ணுக்குக் கண்ணாடி எதுக்கு?" என்றாள் குஞ்சுமாளுவம்மா.

"இந்த ஷரத்தை எடுத்துக்கொண்டு அங்கே போனா அவங்க ஒத்துக்குவாங்களா?"

"ஒத்துக்காம என்ன?"

"நீ சும்மா கிடந்து உளறாதே! இது சட்ட சம்பந்தமான விசயம்."

சற்று நேரத்திற்குப் பிறகு குஞ்சுமாளுவம்மா சொன்னாள்:

"விசயம் அதுவல்ல. எல்லாச் சொத்தும் மருமக்களுக்கே சொந்த மாகட்டும்னுதான் மனசிலே இருக்குது. அதனால் கிடைக்க வேண்டியதைக் கேட்கத் தயக்கம்."

சேந்நாடன் அதுக்கெல்லாம் பதிலுரைக்கவில்லை. குஞ்சுமாளுவம்மா விட்டுக் கொடுக்கிற முறையில் இல்லை.

"என் தந்தையை ஏமாற்றி நிறையச் சம்பாதிச்சீங்க. அப்பா ஓர் அபபாவி மனிதராயிருந்தார்."

அது சற்றுக் கடுமையான பேச்சு. குஞ்சு நாயர் எதையும் பேசவில்லை. மனைவி மீது கடுமையானதொரு பார்வையைச் செலுத்தினார். அவள் எழுந்து சென்றாள்.

நான்கில் ஒன்று என்பது தான் அவர் மனத்திலும் இருக்கிறது.

* ** *

குஞ்சுநாயர் ஆண்டிப்பிள்ளையுடன் ஆலோசனை நடத்தினார். வக்கீல் சுவாமியின் உபதேசத்தையும் தேடிக் கொண்டார். சேந்நாட்டுக்குச் சொந்தமான அனைத்துச் சொத்துக்களின் பத்திரத்தினை குஞ்சுநாயர் சுவாமியிடம் கொடுத்தார். சுவாமியின் நெற்றி சுருங்கத்தான் செய்தது. பத்திரமெங்கிலும் குஞ்சுநாயர் பணம் கொடுத்தார் என்றிருக்கிறது. ஆனால் சொத்துக்களெல்லாம் குடும்பத்தைச் சேர்ந்ததென்று வியாக்கியானம் செய்யலாமென்கிற நிலையில் இருக்கிறது. அவர் சம்பாதித்தாரென்று ஓர் இடத்தில் கூடக் காணவில்லை.

சுவாமி விசாரித்தார்.

"ஏன் இப்படி நேர்ந்தது? குஞ்சுநாயர் புத்திசாலியாச்சே. விசயம் தெரிஞ்சவரு."

"அன்னைக்கு புத்தி அப்படித்தான் செயல்பட்டது சுவாமீ. எல்லாம் குடும்பம் என்கிற எண்ணம்தான். சொந்தவிசயம்னு ஒண்ணு இருக்கலே."

"வழக்குக்கும் கோர்ட்டுக்கும் ஒண்ணும் போகவேணாம். பேசாமே தலையெண்ணிப் பங்கினை வாங்கிக்குங்க."

"சேந்நாட்டுக் குடும்பத் தலைவனுக்கு ஏழரை பறை நிலம் மட்டும் தான் சுவாமீ!"

"ஆம்! காலம் அப்படி மாறியிருக்கு. எத்தனையோ குடும்பத் தலைவர்கள் ஒண்ணுமேயில்லாமே குடும்பத்தை விட்டு வெளியேறு கின்றனர்!"

82

அறுவடைக்காலம் ஒரு வேடிக்கையான காலம். அத்திப் பரைக்கலுக்குச் சொந்தமான களத்திலிருந்து சேந்நாட்டுக் களத்தை நோக்கி ஓடுவான்.

அன்புள்ள சமயலு புலையன் கேட்பான்:

“அடியே, சின்னத் தம்றான் எங்கேடீ?”

அவன் புலையச்சி அப்போது சொல்லுவாள்:

“அதோ பாருங்க. போட்டு ஆட்டிக்கிட்டு வர்றாரு. அது ஒரு சின்ன மிளகாய் அளவுதான் இருக்கு.”

இன்னொரு புலையச்சி சொல்லுவாள்:

“செடியை வெளியே போட்டு வேலி கட்டியிருக்காரு.”

மணிகண்டன் கோமணமுடுத்தியிருப்பது அப்படித்தான். அது ஒரு பக்கம் விலகியிருக்கும். அதுக்கு அவலமும் குறைவுதான்.

அங்கே களத்தின் ஒரு கோடியில் உயரமாகக் கட்டியிருக்கிற மேடையில் அப்பா உட்கார்ந்திருக்கிறார். மணிகண்டன் அப்பாவை நோக்கி ஓடிச் சென்றான்.

சமயலு புலையன் மற்றும் புலையச்சியின் பாசம் இப்படித்தான் வெளியே வந்தது.

அப்பா அவனை உயரத் தூக்கியெடுத்து மேடைமீது உட்கார வைத்தார்.

அங்கே காணப்படுகிற சம்பாநெற் குவியலில் தான் அதிகமான நெல். அதுக்கு இந்தப் பக்கம் தெரிகிற சிவப்புக் குவியலில் மைல நெல்.

அப்பா மடிமீது தலைசாய்த்தவாறு படுத்துக்கொண்டு மணிகண்டன் விசாரித்தான்:

“அப்பா, அந்தக் குவியல்; பெரிய குவியல். அதிலே எத்தனை பறை நெல் இருக்கு?”

அப்பா மகன் கோமணத்தை ஒழுங்குபடுத்திக் கொண்டிருந்தார்; சொன்னார்:

“ஆயிரத்து இருநூறு பறை இருக்கலாம்.”

பத்து நூறு சேர்ந்தால் ஆயிரம். பள்ளிக்கூடத்தில் வாத்தியார் அப்படித் தான் போதித்துத் தந்திருக்காரு. ‘நூறு பத்து: ஆயிரம்!’

அத்திப் புரைக்கல் வீட்டுக் களத்தில் கிடக்கும் நெற்குவியல் இதை விடப் பெரிதாக இருக்கும்.

கன்னங்கரெலென்று ஒரு நெற்குவியல் காணப்படுகிறது. மணி கண்டன் விசாரித்தான்:

“அந்த நெல்லின் பெயர் என்னப்பா?”

"கரி வெண்ணல்" என்றார் சேந்நாடன்.

அந்த ரக நெல்லை மணிகண்டன் கண்டதில்லை: "அதென்னப்பா, அப்படியிருக்கு? அதிலே கரி கலந்திருக்கா?"

"இல்லை அப்பனே! அதன் நிறம் அது."

"அதோட அரிசியும் கறுப்பாயிருக்குமோ?"

"இல்லை. எல்லா நெல்லரிசியும் போலத்தானிருக்கும்."

இப்படியும் ஒரு நெல்! கரிவெண்ணல்! இப்படிப்பட்ட நெல் அவர்கள் களத்தில் இல்லை!

அத்திப்புரைக்கல் களத்தில்!

இது தந்தையின் களம். சேந்நாட்டு வீட்டின் களம்!

மதியவேளையில் சாப்பாட்டுக்குச் செல்லும்போது மணிகண்டன் கூடவே கிளம்பி வருவான். அப்போது சேந்நாட்டுக் களத்தைக் காவல் காப்பது கொச்சுகிட்டன் மைத்துனன்தான்.

சில சமயங்களில் மாமா அவனைக் களத்தில் உட்காரவைத்துச் சென்றிடுவான். அப்போது கொச்சுகிட்டன் சொல்லுவான்:

"யாரும் நெல்லை எடுத்துக்கிட்டுப் போகாம பார்த்துக்கணும்."

ஒரு நாள் ஒரு புலைச் சிறுமி யார் கண்ணுக்கும் படாமல் கூடையில் கொஞ்சம் நெல்லை அள்ளிச் சென்றாள்.

அதை மணிகண்டன் காண நேர்ந்தது. அவன் அந்த நெல்லை வாங்கினான். அவள் பொய் சொன்னாள்.

"நான் இதை வயலிலேருந்து பொறுக்கியெடுத்தேனுங்க."

அவர்கள் களத்தில் கிடக்கின்ற நெற்குவியல்கள். தந்தை களத்தில் உள்ளவற்றைவிட மிகவும் பெரியவை, மிதித்துக் குவிப்பதற்காகக் கற்றைகள் இன்னுமிருக்கின்றன.

அம்மா சொல்லுவாள்:

"நம்ப களத்திலே கூடுதலான நெல்லும் கற்றையுமிருக்குதுன்னா, அது அதிகமான நிலத்திலே அறுவடை முடிந்ததனால்தான்."

"அந்த நெல்லை எங்கு கொண்டுபோய் வைப்பாங்க?"

அத்திப்புரைக்கல் குடும்பத்துக்கு எங்கெல்லாம் பூமியுண்டு என்பது மணிகண்டனுக்குத் தெரியும். அங்கெல்லாம் அவன் சென்றிருக்கிறான்.

கணக்கைக் கூட்டக் கற்றுக் கொண்டபோது அவர்களுக்கு இருக்கிற நிலம் எத்தனை பறை என்று மணிகண்டன் கணக்கைக் கூட்டிப் பார்த்தான். தந்தையிடம் விசாரித்தான்:

"அப்பா, உங்களுக்கு எத்தனை பறை நிலம் உண்டு?"

அவர்களுக்கு இருக்கிற அளவு நிலம் அப்பாவுக்குக் கிடையாது.

அறுவடை முடிந்த வயலில் பொடியுழவுக்கு முன்னர் கச்சிகளைக் கொளுத்திவிட வேண்டும். அப்பா பந்தங்கள் கூட்டியெடுத்துச் செல்வார். மணிகண்டன் அவருடன் வயலுக்குப் போவான். சாய்ந்து விழுந்து காய்ந்து வயலில் பரவிக்கிடக்கின்ற கச்சிக் குச்சிகளுக்குத் தீ கொளுத்துவதைக் காண வேடிக்கையாக இருக்கும். ஓர் இடத்தில் நெருப்பு வைத்துவிட்டால் போதும் - வயலெங்கிலும் நெருப்புப் படர்ந்தெரிந்துவிடும். பிற்பகலில் தான் நெருப்பைக் கொளுத்துவது.

இவ்வாறாக தந்தை நிலத்திற்கு மட்டும்தான் அவன் சென்றிருக்கிறான். அவர்கள் நிலத்திற்கு அம்மாவன் மகன் கருணன்தான் சென்று வருகிறான்.

அப்பா ஓர் எட்டிலைச் சக்கரத்தைச் செய்யவைத்தார் - மணிகண்டன் மிதிக்கக் கற்றுக் கொள்வதற்காக. சின்ன வால் நிலத்திற்கு அந்தச் சக்கரத்தை மிதித்து அவன்தான் தண்ணீர் இரைத்துக் கொண்டிருந்தான்.

பனைவளாகத்து ரவிச் சோவன் மணிகண்டனுக்கு உழவுத் தொழிலைக் கற்றுக் கொடுத்திருக்கிறார்.

அப்பா ஒரு ரூபாய் கொடுத்து ஒரு மாமரத்தோணி வாங்கித் தந்தார். வயலிலும் கால்வாய்களிலும் அவனே அதனை ஓட்டிச் செல்வான். வயலில் உழவாளர்கள் இறங்கும் போது, உழவு நடக்கின்ற இடங்களுக்கு அப்பா செல்கிற தோணியைப் பின்பற்றி மணிகண்டன் தனது தோணியை ஓட்டிச் செல்வான்.

இதெல்லாம் அந்தக் காலத்தில் நடந்த பழைய கதை!

* ** *

அப்பா கோயிப்பரத்தில்தான் தங்கியிருக்கிறார். வேறு எந்த இடத்திற்கும் போகமாட்டார்.

அது மகிழ்ச்சிக்குரிய ஒரு காரியம்.

அப்பா எந்நேரமும் வீட்டிலிருக்கிறார். காலையில் பள்ளிக்கூடத்துக்குப் போகும்போதும், திரும்பி வரும்போதும் அப்பா வீட்டிலிருப்பார்.

அப்பா தென்னங் கீற்றுகளுக்காக மட்டை கிழித்துப் போடுவார். விறகுக்காக அடிமட்டைகளைக் கிழித்துக் காயப் போட்டு விடுவார். ஓலை பின்னுவார். வாழைக் கன்றுகளைப் பிரித்து நடுவார்.

வளாகத்தில் தேங்காய் பறிக்க வைப்பது அப்பாவேதான். கொச்சுஞ்சு மண்ணானிடம், 'ஓர் இளநீர் பறித்துக் கொடு' என்று தைரியமாகச் சொன்னான் மணிகண்டன்.

மண்ணான் இளநீரைச் சீவிக் கொடுத்தான்.

அம்மா, வீட்டுச் சமையலுக்காகவும், ஆட்டி எண்ணெய் எடுப்பதற் காகவும் தேவைப்படும் தேங்காய் எடுத்துச் சென்றாள்.

முற்றத்தில் குவிக்கப்பட்டிருக்கிற தேங்காய் எடுத்துச் செல்லக் கொப்பரை வெட்டுகிறவன் வந்தான். எண்ணும்போது வீசியெறிகின்ற பேட்டுக்காயும் குருட்டுக்காயும் தோலுரித்துத் தின்னலாம்.

குருட்டுத் தேங்காய் எடுக்க அம்மா சம்மதிக்கமாட்டாள். அதைக் குழம்பில் அரைத்துச் சேர்க்க நன்றாக இருக்கும்.

தேங்காய் பொறுக்கும் வேலையில் மணிகண்டனும் கலந்து கொள்வான்.

ஒரு நாள் ஒரு வேடிக்கை நிகழ்ந்தது.

மணிகண்டன் யாரிடமும் அதைச் சொன்னதில்லை. நல்ல வேடிக்கைதான்.

மனையின் மேற்பகுதியிலுள்ள பள்ளத்தில் வளர்ந்து நிற்கின்ற தாழஞ் செடிகளிடையே ஒரு தேங்காய் கிடந்தது. தேங்காய் பொறுக்கு கின்றவர்களின் கண்ணுக்குப் படாமல் அது கிடந்தது. மணிகண்டன் அதைக் கண்டான். அப்போது மேற்கு வீட்டு ஓறோதப் பெண்பிள்ளை அங்கே நின்றிருந்தாள். படகோட்டுவது போன்ற பல்வேறு வேலைகள் செய்கிற அவரான் மாப்பிளவின் மனைவி அவள்.

"அந்தத் தேங்காய இப்படிக் கொடு, மணிகண்டன் கண்ணா!" என்றாள் அவள்.

மணிகண்டன் அப்படிச் சும்மா கொடுப்பானா?

"தரமாட்டேன்."

"நான் உனக்கு ஒரு செப்படிவித்தை செஞ்சு காண்பிச்சுத் தர்றேன்."

"என்னவாம்?"

"தேங்காய் தந்தால் காண்பிச்சுத் தர்றேன்."

மணிகண்டன் சற்று நேரம் தயங்கி நின்றான்.

மனையின் கீழ்ப் பகுதியில் தேங்காய்ப் பறிப்பு நடைபெற்றுக் கொண்டிருக்கிறது. இந்தப் பக்கம் யாருமில்லை.

அவன் சுயமறியாமலேயே அந்தத் தேங்காயை மேற்கு வீட்டை நோக்கி வீசியெறிந்தான். யாரும் பார்க்கவில்லை.

ஒறோதப் பெண்பிள்ளை என்ன செய்தாள் - தெரியுமா?

மணிகண்டன் செப்படி வித்தை காண நிற்கிறான்.

ஒறோதப் பெண்பிள்ளை உடுத்திய துணியை அவிழ்த்து உதறினாள். இது தான் செப்படி வித்தை.

அவன் பயந்துவிட்டான். தப்பித்தேன், பிழைத்தேன் என்று அங்கிருந்து ஓடிவிட்டான்.

ஒறோதப் பெண்பிள்ளை மோசம்; படுமோசம்!

* ** *

இன்று கோயிப்ரத்துக் குடும்பத்துக்கு நிலமில்லை. அப்பாவுக்கும் நிலமில்லை. கோயிப்ரத்துக்குக் களமில்லை. அப்பாவுக்கும் களமில்லை. அத்திப்புரைக்கலைச் சேர்ந்த நிலங்கள் குஞ்சம்மாமார்களுடையவும், அம்மாவன்மார்களுடையவுமாகும். அவர்கள் களங்களுமாகும். மணிகண்டனுக்கு நிலமில்லை.

குஞ்சுமாளுவம்மா யாராலும் கட்டுப்படுத்த முடியாத பிடிவாதமா யிருந்தாள்.

"என்னை என் தந்தை கோயிப்ரத்திலேதான் குடியிருத்தினார். நான் இங்கிருந்திறங்கிப் போவ மாட்டேன்."

அம்மாவன்மார்களும் குஞ்சம்மாமார்களும் இதுதான் சந்தர்ப்ப மெனக் கருதினர்.

எப்படியென்றால்-

தலையெண்ணி அல்லது ஆறு பங்கு - எதையும் சொல்ல முடியாது - ஒரு மத்தியஸ்த முடிவு போன்று சொத்துக்கள் ஒவ்வொருவருக்கும் பங்கு போட்டுக் கொடுக்கப்பட்டன. குஞ்சுமாளுவம்மா கோயிப்ரத்தி லிருந்து வெளியேற மாட்டாள். எனவே கோயிப்ரம் அவளுக்குச் சொந்தமாகிவிட்டது. ஆழாக்கு விதை விதைக்க நிலமில்லை.

அந்தச் சித்திரை மாதத்தில் சேந்நாடனுக்குக் களமிருந்தது. மங்கொம்பு சுவாமியின் ஐம்பது பறை நிலம், அப்புறம் தனக்குப் பங்காகக் கிடைத்த ஏழைப் பறை நிலம் - இரண்டிலும் சாகுபடி செய்தார். சிறிதளவில்தான நெல் கிடைத்தது.

மணிகண்டன் அழுதுவிட்டான்.

மங்கொம்பு சுவாமியின் எடுபிடியாள் வந்து கிடைத்த நெல்லிலிருந்து கணிசமான பகுதியை அள்ளிச் சென்றான்.

குத்தகை!

குஞ்சம்மாமார்களின் களத்திலிருந்து யாரும் நெல்லை அள்ளிச் செல்லவில்லை. அம்மாவன் களத்திலிருந்து அள்ளிச் செல்லவில்லை.

சேந்நாட்டு விசயம் அவனுக்குத் தெரியாது. அவன் அங்கே போவ தில்லை.

ஒரே ஒரு சுகம் மட்டும்தான். தந்தையுடமிருந்து சாப்பிடலாம்.

* ** *

அப்பா மிகவும் பலவீனமாகி விட்டார். சாப்பிடாமலில்லை. மனக் கவலை தான் காரணமென்று அம்மா சொல்கிறாள். அம்மா அப்பாவுக்கு ஆறுதல் கூறுவாள். நாடெங்கிலும் நடைபெற்ற காரியம் இது. ஒருவருக்கு மட்டும்தானா? கவலைப்பட்டு என்ன பயன்?

அம்மா சொல்லுவாள்:

"நமக்கு ரெண்டு குழந்தைகளை மட்டும்தானே, கடவுள் தந்திருக்கார்? பையனுக்கு ஸ்ரீபத்மநாபனுடைய பத்து பணம் கிடைக்கும். பெண்ணை எவனாவது கொண்டு போயிடுவான். அப்பறம் நமக்கென்ன கவலை?"

அப்பா ஆறுதலடைவதில்லை. அவர் எந்நேரமும் யோசனையில் மூழ்கியிருக்கிறார். அப்பாவைப் பார்த்தால் மணிகண்டனுக்குக் கவலை ஏற்பட்டுவிடும்.

அப்பா இப்படியிருந்ததில்லை.

இதுக்கெல்லாம் பொறுப்பாளி யார்?

மகாராஜா சட்டமாக்கியிருக்கிற 'நாயர் ரெகுலேஷன் ஆக்ட்டை' மணிகண்டன் வாசித்து அறிந்திருக்கிறான்.

எனவே யார்தான் அப்பாவை இப்படிக் கவலைக்குள்ளாக்கியவர்?

மகாராஜா!

அந்தப் பிஞ்சுமனத்திற்கு அப்படித்தான் தோன்றியது.

மகாராஜா மோசம்!

ஒரு நாள் மணிகண்டன் தந்தையிடம் கேட்டான்: "அப்பா, இந்த மகாராஜா ரொம்பவும் கெட்டவர்தானே?"

"அப்படிச் சொல்லமுடியாது. கண்களுக்குத் தெரியும் கடவுள்தான் அரசன்னு சொல்லுவாங்க."

மகாராஜாவைப் பற்றி மணிகண்டன் தனது பாட நூல்களில் படித்திருக்கிறான்.

ராஜா கண்களுக்குப் புலப்படும் கடவுள் என்று!

மணிகண்டன் சுயமறியாமல் சொல்லிவிட்டான்: "ஓ! அதெல்லாம் சும்மா."

மகாராஜாவின் அந்த ஆண்டுப் பிறந்த நாள் நெருங்கி வருகிறது. சென்ற வருடம் அந்த நாளை பள்ளிக்கூடத்தில் விமரிசையாகக் கொண்டாடினர்.

"லாங் லிவ் ஹி ஹைனஸ் ஆஃப் திருவாங்கூர்." இவ்வாறு கோஷித்தவாறு அனைத்துச் சிறுவர்களும் வரிசையாக நடந்த ஓர் ஊர்வலமுமிருந்தது.

மணிகண்டன் தொண்டை கிழியுமாறு அதைக் கோஷித்தான். "மகாராஜா நீடூழி வாழ்க!"

பின்னர் விளையாட்டுப் போட்டிகள் இருந்தன. ஓட்டம், குதித்தல், தாண்டுதல், தடையோட்டம் இத்தியாதி. மாணவிகளுக்கு நாற்காலியும் மணியும், ஊசியில் நூல் கோர்ப்பது மற்றும் மெழுகுவர்த்தியோட்டம்... இவ்வாறாகப் பல விளையாட்டுக்கள். வெற்றி பெறுகின்றவர்களுக்குச் சன்மானங்களுமிருந்தன.

மணிகண்டன் சில போட்டிகளில் கலந்து கொண்டான். அவற்றில் எல்லாம் அவன் தோற்றுப் போனான்.

கலந்து கொள்ளாமலிருந்த போட்டிகளில் கலந்து கொண்டிருந்தால் சன்மானங்கள் கிடைத்திருக்கக் கூடுமென்று அவன் எண்ணினான்.

ஊசியில் நூல் கோர்ப்பதிலும், எரியும் மெழுகுவர்த்தியோட்டத்திலும் மணிகண்டன் படிக்கிற வகுப்பில் படிக்கிற சாரதாவுக்குத்தான் முதற் பரிசுகள் கிடைக்கப் பெற்றன.

அதற்கு முன்னர் ஒரு நிகழ்ச்சி நடந்தது.

மணிகண்டனுக்கு மிகவும் நெருங்கிய ஒரு நண்பன் இருந்தான். மணிகண்டன் வகுப்பில்தான் அவனும் படிக்கிறான். பெயர் விசுவநாதன். ஒவ்வோர் இடைவேளையின் போதும் அவர்கள் இருவரும் தோள் மீது கை போட்டவாறு தான் சிறுநீர் கழிக்க மேற்கு முந்திரித் தோப்புக்குச் செல்கின்றனர்.

மணிகண்டனுக்கு ஒரே ஒரு நண்பன் மட்டும்தான். அது விசுவநாதனாவான். விசுவநாதனுக்கும் மணிகண்டன்தான் ஒரே ஒரு நண்பன்.

ஒரு நாள் பதினோரு மணிக்கு இடைவேளைக்காக மணி முழங்கியது.

மணிகண்டன் ஒரு மாணவனின் தோள் மீது கை போட்டவாறு வகுப்பிலிருந்து வெளியே வந்தான். அவனும் மணிகண்டன் தோள் மீது கைபோட்டிருந்தான். அவன் விசுவநாதன் தோள்மீது தான் கை போட்டிருக்கிறான் என்று நினைத்தான். சாரதா, கௌரிக்குட்டியின் தோள்மீது தான் கை போட்டிருக்கிறாள் என்று நினைத்தாள்.

பெரியதொரு கூச்சல் உயர்ந்தது!

மாணவர்கள் கேலிக் கூச்சலெழுப்புகின்றனர்.

கூச்சலைக் கேட்ட மணிகண்டனும் சாரதாவும் முகத்தோடு முகம் பார்த்தனர்.

நடுங்கினர்.

அவள் முகம் சிவந்தது. அவள் தந்தை அம்பலப் புழையில் ஒரு வக்கீல்.

மணிகண்டன் முகம் வெளிறிற்று.

எந்நேரமும் பிரம்பினைச் சுழற்றியவாறு நடக்கிற அனந்தராம ஐயர்தான் தலைமை ஆசிரியர். ஒரு சீற்றமுடன்தான் அவர் மாணவர்களை அடிப்பார். ஐயர் பின்குடுமியை மட்டும் நிறுத்திக்கொண்டு மற்ற பகுதிகள் அனைத்தையும் சவரம் செய்து வரும் நாளில் அவருக்குப் பெரிய கோபமாயிருக்கும். அன்றைய தினம் குற்றவாளி எவனாவது அகப்பட்டு விட்டால் அவன் உள்ளங்கை வெடித்து ரத்தம் சொட்ட வேண்டியது தான்.

ஹெட்மாஸ்டர் பிரம்பு கொடி போன்றது.

அன்றைய தினம் அவர் சவரம் பண்ணி வந்திருக்கிறார்.

குற்றமோ, கடுமையான ஒன்றாகும்.

ஒரு மாணவியின் தோள் மீது கைபோட்டு நடந்திருக்கிறான்.

அவள் கை போட்டது அவ்வளவு கடினமான குற்றமல்ல.

அனந்தராம ஐயர் வாத்தியாருடைய பக்கத்து வீட்டில் வசிக்கிற வக்கீலின் புதல்வி அவள்.

சேந்நாட்டு குஞ்சு நாயர் மகன் மணிகண்டன் தளர்ந்து போனான்.

அன்று காலையில்தான் சவுக்குமரத்தடியில் சிறுநீர் கழித்த ஆண்டி கைவெள்ளையிலே ஆறு அடி கொடுத்திருக்கிறார் ஐயர்.

யாருக்கும் தெரியவில்லை.

மாணவர்கள் எழுப்பிய கூச்சல் ஹெட்மாஸ்டர் காதில் விழவில்லை.

மணிகண்டன் பிரம்படியிலிருந்து தப்பித்துக் கொண்டான். அன்றைய நாளிலிருந்து அவனைப் பார்க்கும் போதெல்லாம் சாரதாவின் வதனம் உம்மென்றாகிவிடும். சிவந்து தடித்து உப்பிவிடும். மணிகண்டன் ஏதோ பெரிய குற்றம் செய்தது போன்ற பாவனை அது.

மணிகண்டன் விசுவநாதனிடம் கூறினான்:

"நீ என்னை ஏமாற்றினாய்."

தான் நிரபராதியென்று வெளிப்படுத்தினான் விசுவநாதன்.

"நீ அவ தோளிலே கைபோட்டுப் போகும் போது நான் ஓடி வந்தேன். அதுக்குள்ளே நீ கையை எடுத்துவிட்டாய்."

அந்த சாரதாவுக்குத்தான் மூன்று முதற் பரிசுகள் கிடைத்திருக்கின்றன.

* ** *

மகாராஜாவின் அடுத்த பிறந்த நாளன்று மணிகண்டன் எந்தப் போட்டியிலும் கலந்துகொள்ளப் போவதில்லை. இது அவனே எடுத்துக் கொண்ட தீர்மானமாகும். ஊர்வலத்திலும் கலந்து கொள்ளப் போவ தில்லை. கலந்து கொள்ளாமலிருந்தால் ஹெட்மாஸ்டர் அதைக் கண்டு பிடித்து கண்டிப்பாரா? பயமாயிற்று. சென்ற முறை ஆஜரெடுக்கவில்லை. ஆஜரெடுக்காவிடில், பிறந்த நாள் விழாவுக்கு வரவில்லை என்று எப்படி அறிந்து கொள்ளமுடியும்? ஊர்வலத்தில் பங்கெடுத்துக் கொள்கின்ற மாணவர்களைக் கவனித்தவாறு ஹெட் மாஸ்டர் ஒரு நடை நடந்து வருவார். கலந்து கொள்ளாதவனை அவர் கண்டு பிடித்து விடக் கூடும்.

ஊர்வலத்தில் கலந்துகொண்டால் கூட, "லாங் லிவ் ஹிஸ் ஹைனஸ் த மகாராஜா ஆஃப் டிராவன்கூர்" என்று கோஷம் போடமாட்டான்.

அது கட்டாயம். நாயர் ரெகுலேஷனுக்குச் சம்மதமளித்து அப்பாவையும், தன்னையும் நிலமும் களமும் நெல்லுமில்லாதவர்களாகப் பண்ணின மகாராஜாவின் பிறந்த நாளினைக் கொண்டாட மணிகண்டனுக்கு மன மில்லை.

ஆனால் ஊர்வலத்தில் கலந்து கொள்ளவில்லை என்றால் ஹெட் மாஸ்டர் அடிப்பார்.

மாணவிகளுக்கான போட்டியில் சாரதா இந்தத் தடவை நான்கு பரிசுகளையாவது தட்டிச் சென்று விடுவாள். அதைப் பார்க்க வேண்டாமா?

விசுவநாதனுடன் நட்பு ஏற்பட்டது எங்ஙனமென்று தெரியாது. முப்பது மாணவர்கள் படிக்கிற வகுப்பு அது. அவர்களில் விசுவநாதன் மட்டும் எப்படி மனமொத்த நண்பனாய் அமைந்துவிட்டான்? விசுவநாதன் தான் மணிகண்டனை எப்படி நண்பனாகத் தேடிப் பிடித்தான்? அவர்கள் நண்பர்களாகி விட்டனர்.

விசுவநாதன் சிவந்த அழகான பையன். அவன் முடி கிராப்பு செய்திருக்கிறான். அழகாக வகிடு போட்டுச் சீவி வைத்திருப்பான். அவன் கேம்பிரித் துணியினாலான சட்டையை அணியமாட்டான். நல்ல துணியினாலான, அருமையாகத் தைத்திருக்கிற சட்டையைத்தான் அணிந்து கொள்வான். அவன் கறுப்புக் கோடுடைய துண்டு வேஷ்டியணிய மாட்டான். நல்ல வேஷ்டியைத்தான் உடுத்திக் கொள்வான். அவனிடம் துணிக்குடை உண்டு.

சாரதா பெண். விசுவநாதன் ஆண்.

அந்த வயதில் ஆணையும் பெண்ணையும் வெவ்வேறாக எப்படிப் புரிந்துகொள்ள முடியும்?

சாரதாவும் கோமணமும் வேஷ்டியும் தான் அணிந்திருக்கிறாள்.

இதற்கு முன்னர் விசுவநாதன் கோட்டயத்திலேதான் படித்திருக் கிறான். கோட்டயம் ஒரு நகரம். மாவட்டத் தலைநகர். திருவாங்கூர் பூகோளத்தில் மணிகண்டன் அதைப் படித்திருக்கிறான்.

* * * *

மகாராஜாவின் பிறந்த நாளுக்கு ஏழு நாட்கள் முன்னரே, தலைமை ஆசிரியரின் சுற்றறிக்கை எல்லா வகுப்புக்களிலும் படிக்கப்பட்டது. பிறந்த நாள் விழாவுக்காக ஒவ்வொரு மாணவனும் தலா ஒரு பணம் கொடுக்க வேண்டும். திருநாள் அன்று அனைத்து மாணவர்களும் காலையில் குளித்து நல்ல உடைகளணிந்து வரவேண்டும். ஒவ்வொருவரும் குச்சியில் ஒரு கொடியுடன் வரவேண்டும்.

ஒரு பணம் கொடுக்க வேண்டும்.

கொடுத்தேயாக வேண்டும்.

ஹெட்மாஸ்டர் கட்டளை அது.

மணிகண்டன் தந்தையிடம் சொன்னான்.

அப்போது கூட அப்பா சொன்னது இப்படித்தான்:

“ராஜா காணப்பட்ட கடவுள் அப்பனே!”

அப்பா நல்கிய ஒரு வெள்ளிப் பணத்தை வகுப்பு வாத்தியாரான சர்மா சாரிடம் கொடுத்து விட்டான்.

சர்மா வாத்தியார் எந்நேரமும் பல்லை இளித்தவாறு அமர்ந்திருப்பவர். வேஷ்டியைத் தார்ப்பாய்ச்சியுடுத்தி, பச்சை நிறக் கோட்டணிந்து, தலைப்பாகை தரித்துத்தான் அவர் பள்ளிக்கு வருவார்.

சர்மா வாத்தியார் சொன்னார்:

“காலையிலே ஊர்கோலத்துக்கு வந்திடணும்! வராட்டா என்ன நடக்கும்னு தெரியுமா? கொடியும் கொண்டு வரணும்.”

சர்மா வாத்தியார் நாகர்கோவிலைச் சேர்ந்தவர்.

* ** *

பிறந்த நாள் விழாவன்று மணிகண்டன் காலையிலேயே வீட்டிலிருந்து வெளியே வந்தான். குளிக்கவில்லை. முந்திய நாள் அணிந்திருந்த வேஷ்டி சட்டைகளைத் தான் அணிந்திருக்கிறான். சோப்புப் போட்டுத் துவைத்துச் சுத்தம் பண்ணிய வேஷ்டி - சட்டைகள் இருந்தன. அவன் அவற்றை அணியவில்லை. பாதையின் இருமருங்கிலுமுள்ள மாமரங்களில் நிறையப் பிஞ்சுமாங்காய் காய்த்திருந்தது. சில மரங்களில் பெரிய மாங்காயும் உண்டு. புளிப்பு இல்லாத மாங்காய் காய்க்கும் மரங்கள் ஏதேதென்று அவனுக்குத் தெரியும்.

மரங்களில் ஏறியிறங்கி மாங்காய் பறித்துத் தின்றவாறு மணிகண்டன் நடந்து செல்கிறான்.

இப்போது ஊர்வலம் கிளம்பியிருக்கும். எல்லா மாணவர்களும் கொடியெடுத்துச் சென்றிருப்பார்கள். விசுவநாதன் கூட. அவன் கொடியாகத் தானிருக்கும் சிறந்த கொடி.

விசுவநாதனின் தாய் பெண் பள்ளிக்கூட வாத்தியார். அந்தப் பள்ளி மாணவிகள் அனைவரும் திருநாளை ஒட்டி ஒவ்வொரு பணம் செலுத்த வேண்டுமென்றும், கொடியுடன் வரவேண்டுமென்றும் விசுவநாதன் தாய் சுற்றறிக்கை பிறப்பித்திருப்பாள். விசுவநாதனைப் பெரிய கொடியுடன்

அனுப்பி வைத்திருப்பாள். அதிகாலையிலேயே அவனைக் குறிப்பாட்டித் தலை சீவித் திலகம் அணிவித்து, நல்ல வேஷ்டி-சட்டைகளுடன் அவள் பள்ளிக்குச் சென்ற விசுவநாதன் மணிகண்டனைத் தேடியிருப்பான்.

விசுவநாதன் படர்ந்து பந்தலாகிவிட்ட மாமரத்தின் உச்சாணிக் கிளையில் ஏறியமர்ந்திருக்கிறான். பள்ளிக்கூடத்தில் படிக்கிற பையன், சூரியன் உச்சிவானத்துக்கு வந்த பின்னரும் அந்த மாமரக் கிளையில் உட்கார்ந்திருக்கிறான்.

பிற்பகல்தான் போட்டி விளையாட்டுக்கள் நடைபெற இருக்கின்றன.

மணிகண்டன் அங்கு வந்து சேர்ந்தான். அப்போது நாற்காலியைச் சுற்றி மாணவிகள் ஓடிக்கொண்டிருந்தனர். சாரதாவும் உண்டு. போட்டியாட்கள் வந்து காணாத சர்மா சார் பல்லிளித்து மணியை ஒலிக்கச் செய்து கொண்டிருந்தார்.

திடீரென மணியோசை நின்றுவிட்டது. ஒரு பெண்ணுக்கு நாற்காலி கிடைக்கவில்லை. அவள் வெட்கித் தலைகுனிந்தாள். அவளை விலக்கினார்கள்.

அவள் வண்டானத்திலிருந்து வருகிற மாணவி.

அந்தப் போட்டி தொடர்ந்தது.

இரண்டு சிறுமிகள் மட்டும் மீதியாயினர்.

ஒரு நாற்காலி.

ஓட்டம் தொடங்கியது. பல்லிளித்தவாறு சர்மா சார் மணியோசை யெழுப்புகிறார். சிரங்கின் அரிப்பைச் சொறிந்தது என்பதுபோல் பல்லிளிக்கிற வாத்தியார் எவ்வளவு நேரம்தான் ஓசை எழுப்பிக் கொண்டிருப்பார்? அதை நிறுத்தக் கூடாதா?

சாரதா இப்போது நாற்காலிக்கு முன்னே வந்தாள். மணியோசை நின்று விட்டால் அவள்தான் வெற்றிபெறுவாள்... இப்போதென்றால் தோற்றதுதான். அவள் நாற்காலிக்குப் பின்னேதான்... வெற்றி பெற்றாள்... தோல்வியுற்றாள்... மீண்டும் மீண்டும் வெற்றியும், தோல்வியும்! மணியோசை நின்று விட்டது. சாரதா நாற்காலியில் அமர்ந்துவிட்டாள். அவள் மகிழ்ச்சி யுடன் சிரிக்கிறாள்.

மணிகண்டன் அவள் முன்னால் வந்து கரகோஷம் எழுப்பினான்.

அருகே ஹெட்மாஸ்டர் நிற்கிறார்.

சாரதா நான்கு போட்டிகளில் வெற்றி பெற்றிருக்கிறாள்.

* ** *

இந்து மணிக்குப் பின்னர்தான் மணிகண்டன் கடற்கரையிலிருந்து திரும்பி வருகிறான். அன்றைய தினம் கிழக்கே கெட்டியான மழை மேகங்கள் உருண்டு கூடியிருக்கின்றன. மின்னல் மின்னுகிறது.

நேரம் இருண்டுவிட்டது. கருமாடிப் பாலத்தை அடைந்தபோது அப்பா கொளுத்திய பந்தமுடன் எதிராக வருகிறார். அப்பா கையில் குடையும் உண்டு.

"ஏண்டா கண்ணு, இவ்வளவு நேரமாச்சே!"

"இன்னைக்குப் பிறந்த நாள் விழா, அப்பா!"

சிறிது முன்னே நடக்கு முன்னரே பயங்கரமாய் ஓர் இடி இடித்தது. மழை தூரத் தொடங்கியது.

வீட்டில் அம்மாவும் அக்காவும் ஆவலுடன் காத்திருந்தனர்.

மதியம் வரையிலும் மாங்காய் பிடுங்கித் தின்றான். வேறு எதையும் சாப்பிட்டதில்லை.

அன்றைய போட்டிகளில் சாரதா நாற்காலியைச் சுற்றி ஓடி முதற் பரிசினைத் தட்டியெடுத்த நிகழ்ச்சி குறித்து அவன் அக்காளிடம் சொன்னான். அக்காளுக்கும் அம்மாவுக்கும் அதைக் கேட்க ரசமாயிருந்தது.

83

மழைக்காலம் வந்துவிட்டால் குஞ்சுநாயர் மணிகண்டனைப் பள்ளிக்கூடத்துக்கு அருகாமையிலுள்ள ஏதாவதொரு வீட்டில் தங்க வைப்பார். வெள்ளிக் கிழமை மாலைப் பொழுதில் அவர் வந்து அவனை அழைத்துச் செல்வார். திங்கட் கிழமை காலையில் அழைத்து வரவும் செய்வார். மழைக்காலம் முடியும் வரையிலும்தான் இந்த ஏற்பாடு.

அனைத்து வெள்ளிக்கிழமைகளிலும் சேந்நாட்டு குஞ்சுநாயர் தலையில் ஒரு கூடையுடன் அம்பலப்புழைக்குப் போவதைப் பார்க்கலாம். அதிலே அரிசிதான். மகன் ஒரு வாரத்தில் சாப்பிட்ட சோற்றுக்கான அரிசி. எவ்வளவு அரிசியென்றோ, என்ன கணக்கு என்றோ மணி கண்டனுக்குத் தெரியாது. மாலையில் மகனைக் காலிக் கூடையுடன் அழைத்து வந்துவிடுவார்.

மணிகண்டன் ஒரு முறை வினவினான்:

"ஏன், அப்பாவே அரிசியைச் சுமந்துக்கிட்டு வர்றீங்க?"

அவன் வகுப்பிலே படிக்கிற ஒரு மாணவன் கீழ்க் காணும்படிக் கேட்டதற்கு மறுநாளில்தான் அவனுடைய இந்தக் கேள்வி.

"தலையிலே ஒரு கூடையோடு வர்றாரே, அவர்தான் உன் அப்பாவா?"

அப்பா சொன்னார்:

"யார் கிட்டே கொடுத்தனுப்பறது? இப்போ நமக்கு அப்படிப்பட்ட ஆளுங்க யாராச்சும் இருக்காங்களா? எல்லா வாரத்திலும் கொடுத்தனுப்பணுமே! அவங்களுக்குக் கூலி கொடுக்க வேணாமா?"

இன்னொரு சமயத்திலே இன்னொரு நிகழ்ச்சி நடந்தது.

விவசாயக் கச்சேரியில் உத்தியோகம் பார்க்கிற ஓர் ஐயருடைய மகன் மணிகண்டன் வகுப்பில் படித்து வந்தான்.

வெங்கிடாசலமய்ன் விசுவநாதனிடம் சொன்னான்:

"மணிகண்டனோட அம்மா எங்களுக்கு மோர் கொண்டு வந்து தர்றா."

விசுவநாதன் இதை மணிகண்டனிடம் கேட்டான். அவனுக்கு ஆத்திரம் வந்தது. பரஸ்பரம் தோள்மீது கைபோட்டவாறு அவர்கள் இருவரும் நடந்து சென்று கொண்டிருந்தனர். மணிகண்டன் திடீரெனக் கையினை எடுத்துக் கொண்டான்.

"யார் சொன்னா? எங்கம்மா ஒண்ணும் மோருகீரு கொண்டு வர்றதில்லே."

விசுவநாதன் கவலையடைந்தான். தான் நிரபராதி என்றான். "வெங்கிடாசலமய்யன்து।ன் சொன்னான்:

ஐயன் முன்னால் நிற்கிறான். சுயம் மறந்த நிலையில் அவனை ஓங்கியடித்தான் மணிகண்டன். அடியென்றால் அதுதான் அடி.

வாய்விட்டு அழுதவாறு வெங்கிடாசலமய்யன் ஹெட்மாஸ்டர் இருக்குமிடத்தை நோக்கி ஓடினான். அன்றைய தினம் ஹெட்மாஸ்டர் சவரம் பண்ணியிருக்கவில்லை. ஆயினும் குற்றம் கடுமையானது. ஒரு மாணவனை இடித்திருக்கிறான்.

ஹெட்மாஸ்டர் முன்னிலையில் வழக்கு விசாரணைக்கு வந்திருக்கிறது. மணிகண்டன், தான் ஒரு போதும் கண்டிராத தனது தாத்தாவை மனத்தில் தியானம் பண்ணியவாறுதான் ஹெட்மாஸ்டர் முன்னே ஆஜரானான்.

நடந்தது நடந்ததுபோலவே அவன் ஹெட்மாஸ்டரிடம் சொன்னான்.

அவருக்கு அவ்வளவாக ஆத்திரமில்லை என்று அவனுக்குத் தோன்றியது.

"உன் அப்பா யாரு?"

பயந்து நடுங்கியவாறு மணிகண்டன் கூறினான்:

"சேந்நாட்டு குஞ்சுநாயர்."

வெங்கிடாசலமய்யன் வேதனையால் என்பது போன்று அப்போது கூட அழுது கண்ணீரைத் துடைத்துக் கொண்டிருந்தான்.

அடித்தது யாரை?

பிராமணப் பையனை!

ஹெட்மாஸ்டரும் பிராமணர்தான்.

என்ன தண்டனை தருவாரோ?

பிரம்பு புதியது. நன்கு மூத்தது. எண்ணெயில் போட்டு பரணத்தில் வைத்திருந்ததுதான். அதன் நிறம் பார்த்தாலே தெரியும். அன்று தான் அதை எடுத்து வந்திருக்கிறார். அதனால் முதன் முதலில் அடிபடுவது மணிகண்டனாகத் தானிருக்கும்.

ஹெட்மாஸ்டர் வீட்டுப் பரணத்தில் இத்தகைய நான்கைந்து பிரம்புகள் இருந்துவரும்.

உள்ளங்கை மீது சீற்றமுடன் மூன்று அடி! அதுதான் தண்டனை.

அந்தச் சமயத்தில் குஞ்சுநாயர் அம்பலப் புழை பிராமண சமூகத்துக்குச் சொந்தமான பதினைந்து பறை நிலத்தைக் கூடக் குத்தகைக்கு எடுத்துக்கொண்டார். சமூகத்தின் ஆட்சிப் பொறுப்பினை நிர்வகிக்கின்றவர் அனந்தராம ஐயர் வாத்தியார்தான். ஹெட்மாஸ்டர்!

குஞ்சுநாயர் குத்தகைப் பத்திரம் எழுதுகிற நாள் அன்று நேந்திரம் பழக்குலையும், ஏனைய காய்கறிகளும், குஞ்சுமாளுவம்மாவிடம் சொல்லிப் பிரத்தியேகமாய் உறையூற்றியுண்டாக்கிய தயிரும் கொண்டு வந்து கொடுத்திருந்தார்.

அன்று குஞ்சு நாயர் ஹெட்மாஸ்டரிடம் சொல்லியிருந்தார்:

"என் பையன் ஒருத்தன் பள்ளிக்கூடத்திலே படிக்கிறான்."

அதனால்தான் தண்டனை மூன்று அடியாகக் குறைந்துவிட்டதோ? சீற்றமிருந்திருப்பினும் அடி அவ்வளவு பலமாக விழுந்ததில்லை. கைவெள்ளை சிறிது சிவப்பாயிற்று. அவ்வளவுதான்.

உக்கிரமானதோர் எச்சரிக்கை!

"இனிமேல் சண்டை சச்சரவுகள் இருக்கக் கூடாது!"

"இருக்காதுங்க."

வெங்கிடாசலமய்யனை நோக்கிச் சொன்னார் ஹெட்மாஸ்டர்:

"ஏண்டா, நீ அவன் கிட்டே போயி அவன் அம்மா தயிர்க்காரீன்னு சொன்னே?"

அழுகையை நிறுத்தாமலேயே வெங்கிடாசலமும் எதையோ சொன்னான்:

அந்த வெள்ளிக் கிழமை வீட்டுக்கு வந்தபோது மணிகண்டன் அம்மாவிடம் கேட்டான்:

"அம்மா, நீ அம்பலப் புழைக்கு மோர் கொண்டுபோறியா?"

"நானா? ஏம்ப்பா, இப்படிக் கேட்டே?"

அவளே தொடர்ந்து கூறினாள்: "அம்மா இது வரையிலும் கொண்டு போனதில்லை. இந்தப் பிறவியிலே கடவுள் துரோகம் பண்ணலேன்னா, போகவேண்டிய நிலையும் ஏற்படாது- அப்பறம் காலதோஷம் வந்திட்டா - ஓ... அந்தக் காலதோஷமொன்றும் ஏற்படாதுன்னுதான் நினைக்கிறேன். பின்னே எல்லாம் தலையெழுத்துத்தான்."

அம்மா தயிர் எடுத்துச் செல்லவில்லை என்று அவனுக்குத் தோன்றியது. அப்பா கூடை சுமந்துசெல்வது போல் அம்மா தயிர்க்குடமும் சுமந்து செல்கிறாளா என்ற சந்தேகமிருந்தது மணிகண்டனுக்கு.

யோசித்திருந்துவிட்டு அம்மா கூறினாள்:

"கோந்நோத்துத் தென்கோடி மூலையிலே ஒரு ஆறுகால் குடிசை கட்டி அதிலே தங்கியிருக்கிற கொச்சாப்பிக் குஞ்சுதான் நம்ம மோரை வாங்கிக் கிட்டுப் போறாள். அவ இப்போ நமக்கு ஒரு ரூபாயும் பதிநாலேமுக்கால் சக்கரமும் தரவேண்டியிருக்கு. அம்பலப் புழையிலே இப்போ யாருக்கும் மோரு வேணாமாம். சும்மா ஊற்றிக்கிட்டு வர்றாளாம். சுத்தப் பொய்! ஐந்தாறு குழந்தைங்க வயிற்றை நிரப்பவேணாமா? தந்தையோ ஒரு குழந்தைக்குமில்லே."

அவ்வாறு குஞ்சுமாளுவம்மா அந்த வியாபாரத்தைப் பற்றிப் பேசத் தொடங்கினாள். இதுக்கு முந்தி நான்கைந்து பெண்கள் அங்கிருந்து மோர் வாங்கிக்கொண்டு சென்றிருக்கின்றனர். எல்லோரும்தான் பணம் தரவேண்டியிருக்கிறது.

கொஞ்சம் ஜாஸ்தி தரவேண்டியவள் மங்கலச்சேரி கொச்சுகுட்டிதான். மூன்று ரூபாயும் சில்லரையும்.

"நாசமாப்போனவங்க!" குஞ்சுமாளு சொன்னாள்: "சில பிராமணாள் மடங்களிலும், சில வீடுகளிலும் இங்குள்ள மோருன்னா ரொம்பத்

திருப்தி. நான் உரையூற்றினா, அந்தத் தயிருக்கு நல்ல ருசீன்னு அப்பா சொல்லுவார்."

அப்பாவைப் பற்றிச் சொன்னபோது அவள் கண்களில் நீர் மல்கியது. மணிகண்டன் தாத்தாவை நேரடியாகப் பார்க்காவிடினும், அவர் கற்பனை உருவம் மணிகண்டன் முன்னே தோன்றியது.

குஞ்சுமாளுவம்மா சொல்லி முடித்தாள்:

"அவ சொல்லியிருப்பா அது நம்ப மோருன்னு. அதைக் கேட்ட அந்த பிராமணப் பையன் அது நான்தான்னு நினைச்சிருப்பான்."

* ** *

மணிகண்டன் பள்ளிக்கூடத்தில் சில பிராமணச் சிறுவர்களைத் தவிர வேறு யாருக்கும் குடுமியில்லை. எல்லோரும் பின்னால் நீளத்தைக் குறைத்து மேலே சீவி வைக்கத் தங்கள் தங்களுக்கிசைந்த முறையிலே கிராப்பு செய்திருக்கிறார்கள்.

கௌரி கூட அதுக்குச் சிபாரிசைச் செய்தாள்.

"அவன் மட்டும் அங்கே அப்படி நடப்பது அவமானமாயிருக்கும்."

'அந்த அவமானம் பிராமணப் பசங்களுக்கு இல்லியோ?' இதுவா யிருந்தது குஞ்சுநாயருடைய வாதம்.

இறுதியில் குஞ்சுநாயருக்கு ஒப்புக்கொள்ள வேண்டியதாயிற்று.

ஆங்கிலம் படிக்கிறான். சீதரனுண்ணி சொன்னதை குஞ்சுநாயர் நினைத்துப் பார்த்தார்.

காலம் மாறிவருகிறது. மனிதனின் சுபாவத்துக்கு மட்டுமின்றி நடை உடை பாவனைகளிலும் மாறுதல் ஏற்பட்டுவிடும்.

கலி மூத்து வருகிறது.

நாணுமூப்பர் வந்தார்.

பழைய மனிதரான அந்த நாவிதர் அந்த ஊரைவிட்டு எங்கும் போனதில்லை.

அவர் மணிகண்டன் தலையில் எதை எதையோ செய்து வைத்தார். குஞ்சுமாளுவம்மாவின் துணிப்பெட்டியிலிருந்த கைக் கண்ணாடி யெடுத்துப் பார்த்தான். தனது தலையின் விசித்திரத்தைக் கண்டான். பல்வேறு திண்டுகளாய்த் தலையைப் பண்ணி வைத்திருக்கிறார்.

அவன் அழுதுவிட்டான். கிராப்பு செய்யவேண்டியது இப்படியல்ல.

“அது பரவாயில்லை! அது கத்திரிப்பாடுதான். முடி வளரும்போது சரியாப் போயிடும்.”

மறுநாள் பள்ளிக்கூடம் போகமாட்டேன் என்று உறுதிபடச் சொன்னான். மாணவர்கள் கூச்சல் போடுவார்கள். அப்புறம் எப்படித்தான் வேண்டுமென்கிறாய்?

மொட்டையடித்தால் போதும்.

ஆயின் அப்படியே. மறுபடியும் நாணுமூப்பர் வந்தார்.

அது அவ்வளவு குழப்பமான விசயமல்ல. மொட்டையடித்து ஒரு மாணவன் சென்றால் ஓரிரு நாட்களில் தலையில் யாராவது ஓர் இருமுறை குட்டக் கூடும்.

குஞ்சுநாயர் மகனை அழைத்துக்கொண்டு ஆலப்புழைக்குச் சென்றார். கெட்டியான நீலநிறக் கோடுகளுடைய துணியைத்தான் சட்டைக்காக வாங்கினார். அங்கேயே அளவைக் கொடுத்துத் தைக்க வைத்தார். ஆனால் அந்த ரகத் துணியினாலான சட்டை அணிந்த எந்த ஒரு மா்ணவனும் இல்லை.

அதுவும் ஓர் ஏமாளித்தனம்!

* ** *

ஆங்கிலத்திலும் மலையாளத்திலும் மணிகண்டன் கெட்டிக்காரனா யிருந்தான்.

ஈசுவரன் நம்பூதிரி ஓணத்துக்கும், மார்கழி மாதத்திய ஓய்வுக்குமாய் ஊருக்கு வரும்போது மணிகண்டனைச் சந்திப்பான்.

எங்கே கல்வி நன்றாக இருக்கிறது?

மாந்நாத்திலா; அல்லது அம்பலப்புழையிலா?

ஆங்கிலத்துக்கு அம்பலப்புழைதான் சிறந்ததென்று மணிகண்டன் சொல்லுவான்.

மணிகண்டன் கவிதை புனைவதுண்டு.

ஓட்டன் துள்ளல் மெட்டிலே, கிளிப்பாட்டு மெட்டிலே, அல்லது கிருஷ்ணகாதை மெட்டிலே...

இப்போது வீட்டில் ராமாயணம், பாகவதம் போன்ற புராணங்களை வாசிப்பது மணிகண்டன்தான். தவறுகள் நேர்ந்து விடுவதில்லை. ஒரு வேளை எங்காவது ஒரு தவறு ஏற்பட்டுவிட்டால் குஞ்சுநாயர் ஒருமுறை முனகுவார்.

"ங்ஙஊளம்?"

கச்சேரி மூலைக்குச் சற்று தென்கிழக்கிலே ஒரு டீக்கடை தோன்றியது. சிவந்து கடாய் மீசையுடைய ஒருவர்தான் டீக்கடைக்காரர். அவர் ஒரு கோப்பையைத் தலைக்கு மேலே பிடித்து அதிலிருந்து கீழே கண்ணாடி டம்ளருக்கு டீ பகிர்ந்து கொள்வதைப் பார்க்க ரசமாயிருக்கும். வாயிலே தண்ணீர் நிறைந்து விடும் அவ்வாறு ஆசைகொண்டு எதையும் பார்த்து நிற்கக் கூடாதென்கிற உபதேசம் அவன் தாய் தந்தையர் நல்கியிருக் கின்றனர்.

ஆயினும் அந்தக் காட்சியைப் பார்த்து நின்றுவிடுவான். கண்ணாடி டம்ளருக்குப் பகிர்கிற டீ நுரைத்து ததும்பி நிற்கும். அதை வாங்கிக் கொஞ்சம் கொஞ்சமாய் ருசிபார்த்துக் குடிக்கின்றனர். மணிகண்டன் அதுவரையிலும் டீ அருந்தியதேயில்லை.

பெட்டிச் சாவி எங்கிருக்கிறதென்று தெரியும். பெட்டியைத் திறந்து பணப்பை எடுத்து அதைத் திறந்து அரைச் சக்கரம் எடுத்துக் கொண்டால் என்ன? ச்சிச்சி! அது கூடாது.

அந்திவேளையில் அப்பா அறைவாசலில் சப்பணம் கட்டியவாறு அமர்ந்து கை இரண்டையும் தொடைமீது மலரவைத்துக் கண்ணை மூடிக் கொண்டு ஜெபம் பண்ணுகிறார். நீண்டநேரம் வரையிலும் அப்படியே இருப்பார். பின்னர் உரத்த குரலில் ஸ்தோத்திரங்கள் பாடுவார். அப்போது மணிகண்டனும் கௌரியும் அப்பா பக்கம் அமர்ந்து ஸ்தோத்திரங்களைச் சேர்ந்திசைக்க வேண்டும். அதுதான் நடைமுறை.

அந்த நேரத்தில் அம்மா அடுக்களைக்குள்ளிருப்பாள். அம்மாவும் பக்கம் அமர்ந்து தோஸ்திரங்கள் பாடவேண்டியதுதான். அப்பா சொன்னார்.

"அது எப்படி? அது பாபம் செய்த ஆத்மா. நாம ஜெபத்துக்கு மனம் வருமா?"

அடுக்களைக்குள்ளே அல்லது மீன் வெட்டிக் கழுவிச் சுத்தம் செய்கிற இடத்திலே அமர்ந்தவாறு அம்மா ஓரளவு உயர்ந்த குரலிலே 'நாராயணா; நாராயணா!' என்று ஜெபம் செய்து கொண்டிருப்பாள். ஆனால் அப்பாவைப் பொறுத்தவரையிலும் அது ஜெபமாகாது.

ஒரு சமயத்தில், மீன்வெட்டிக் கொண்டிருக்கிற அம்மா சொல்லிக் கொண்டிருக்கக் கூடும்.

"அந்தக் கிழட்டுமாப்பிள கடற்கரையில் யாருக்கும் வேண்டாது கிடக்கிற அழுகிய மீனை அந்திவேளையில் கொண்டு வந்திருக்கான். ச்சிச்சி! என்ன நாற்றம்!"

மறுபடியும் தானே சொல்லிக் கொண்டிருப்பாள்:

“சோற்றுக்குப் பக்கத்திலே எதையாச்சும் வச்சுக்கொடுக்க வேணாமா?”

அடுக்களைக்குள்ளே என்றால், காயாத மட்டை விறகினைத்தான் குறை கூறிக்கொண்டிருப்பாள்.

“ஊதி ஊதித் தலை சுத்துது!”

தியானத்திலிருக்கிறபோது நிசப்தமாயிருக்கவேண்டும். ஒரு காக்கை கூடக் கத்தக்கூடாது.

அம்மா சொல்வது இப்படித்தான்:

“கௌரியப்பாவுக்கு ஏதோ இஷ்டதேவதையுண்டு.”

மணிகண்டன் பெட்டியைத் திறந்தான். சாவியைத் திருப்பியபோது ‘டிங்’ என்கிற ஓசை முழங்கியது. அவன் நடுங்கிவிட்டான்.

பணப்பையில் ஆகமொத்தம் அரை சக்கரம் இருந்தது.

அதை எங்கே வைத்துப் பாதுகாப்பது?

அதுக்கு இடமில்லை.

ஆங்கிலப் பாடநூலுக்குள்ளே வைத்துவிட்டான். அப்பாவின் தியானம் முடிந்தது. கௌரி விளையாட்டை நிறுத்தி வந்துவிட்டாள்.

இன்னும் நாம ஜெபம் வேண்டும்.

மணிகண்டனுக்குப் பதட்டம்! நீண்ட நாளைய நாம ஜெபத்தினால் ஈன்றெடுத்த புண்ணியத்தினை மணிகண்டன் காண்பதுண்டு. அதன் உருவம் எவ்வாறிருக்குமென்றா? அந்த முகில்களைத் தங்கமுலாம் பூசினால் எப்படியிருக்கும்? அதே போன்றதுதான் அவ்வுருவம். நாள் தோறும் புண்ணியம் பெருகி வருகிறது.

புண்ணியம் தங்கமுகில் போன்றது.

அப்பா புண்ணியம் எப்படியிருக்கிறது?

அவன் கேட்கவில்லை.

எல்லாம் போய்விட்டது. சம்பாதித்த புண்ணியம் அத்தனையும் ஆவியாயிற்று. காற்று வீசி மேகங்கள் சிந்திச் சிதறுவது போல் சிதறுண்டது. நீலநிறத்திலுள்ள வானம்.

வானத்தைக் கூர்ந்து பார்த்தால் அங்கே எமகிங்கரர்கள் கத்தியும் சூலமுமாய் கோரப் பற்களை வெளியே காட்டி நிற்பதைக் காணலாம். இருபத்தியோரு நரகங்கள். கும்பீபாக நரகத்தை முதற்கொண்டு எல்லா

நரகங்களும் பாகவதத்தில் வருணிக்கப்பட்டிருக்கின்றன. இருபத்தியோரு நரகங்களையும் நரககிங்கரர்களையும் சித்தரிக்கிற ஓர் ஓவியம் சுவர்மீது ஒட்டப்பட்டிருக்கிறது. நீண்ட நாட்களுக்கு முன்னர் ஒரு வைக்கத்து அஷ்டமி விழாவுக்குச் சென்ற போது குஞ்சுநாயர் வாங்கிக் கொண்டு வந்ததாகும்.

மணிகண்டன் அன்றாடம் அந்தப் படத்தைப் பார்த்து நிற்பதுண்டு. அவனுக்குப் பயமில்லை. புண்ணியத்தின் தங்கமுகில் கூட்டங்களிடையே சிவகிங்கரர்கள், விஷ்ணு தூதுவர்கள் இருக்கிறார்கள். ஆனால் இப்போது?

சிந்னிச் சிதறுண்டு போயிற்று.

எல்லாமே போய்விட்டது. நீலவண்ணம்! நீலவண்ணம் மட்டும்தான்!

அவன் துதிப் பாடல்களை தந்தையுடன் சேர்ந்து பாடினான். அவ்வளவு உச்சஸ்தாயியிலே பாடுவது அப்பாவுக்குப் பிடிக்கவில்லை. அவர் அவனைக் கடுமையாகப் பார்த்தார். அந்த நாம ஜெபம் வெறுமொரு குழந்தை விளையாட்டுபோல் அவருக்குத் தோன்றியிருக்கவேண்டும்.

ஆனால், உண்மை யாருக்குத் தெரியும்?

இன்னும் அந்தத் தங்கமுகில்கள் கூட்டம் கூட்டமாய் வந்து ஒன்று சேரவேண்டும்.

இரவில் சாப்பிட்டுக் கொண்டிருந்தபோது அப்பா சொன்னார்:

“பையன் ஆங்கிலம் கற்றுக்கத் தொடங்கியதிலிருந்து எல்லாம் மாறிட்டது. இன்னைக்கு தோத்திரம் பாடியதிலே எழுத்துக்களே தெரிய வில்லை.”

ஆம்; அது மணிகண்டனுக்குத் தெரியும்.

இரவில் மணிகண்டன் உறக்கத்திலே நான்குமுறை அழுதிருக்கிறான். கௌரி நெருப்போடினை ஊதிப் பற்றவைத்து விளக்கேற்றினாள்.

ஏதோ பயங்கரமான கனவைப் பார்த்திருக்கலாம்.

ஏற்றிவைத்த தீபம் இருக்கவேதான் மணிகண்டன் மீண்டும் மூன்று முறை கதறி அழுதிருக்கிறான்.

குஞ்சுமாளுவம்மா சொன்னாள்:

“குழந்தைக்கு திருஷ்டிதோஷ பரிகாரம் பண்ணணும். அவன் அம்பலப் புழையிலிருந்து கருமாடிப் பாலம், பொதுவனக்குழி ஆகியவை வழியாக இருள் சூழ்ந்த பின்னர்தானே, வந்து சேருகிறான்? பொதுவனக் குழியிலே நீர் அறுகொலைப் பிசாசு உண்டு.”

முந்திய நாள் இரவு கண்ட பயங்கரக் கனவுகள் என்னவென்று இன்று அவனுக்கு ஞாபகமில்லை.

* ** *

பணப்பையிலிருந்து எடுத்த அரைச் சக்கரம் காணவில்லை. ஆங்கில நூலின் அனைத்துப் பக்கங்களையும் புரட்டிப் பார்த்தான். சக்கரம் இல்லை. அது எங்கு போயிற்றோ?

கடாய் மீசைக்காரர் கண்ணாடி டம்ளர்களில் நுரைந்துயரும் டீயை நிரப்பிக் கொண்டிருந்தார்.

பிடியுடைய சிறிய நீளமான ஒரு துணிப்பை. ஒரு தகரடப்பாவிலிருந்து கரண்டியால் ஏதோ கறுப்புத்தூளைப் பையில் போடுகிறார். கீழே கொதிக்கிற பானையிலிருந்து நீரை எடுத்துப் பைக்குள்ளே ஊற்றுகிறார். துணிப்பையிலிருந்து அந்த நீர் விழுகிறது. மீசைக்காரர் பையினை ஓர் அழுத்து அழுத்திவிட்டு, சிவப்பு நீர் விழுந்த பாத்திரத்தில், பக்கத்து அடுப்பு மீதிருந்த பாத்திரத்திலிருந்து ஒரு சிறு கரண்டியால் பாலெடுத்து ஊற்றுகிறார். இன்னொரு தகரடப்பாவிலிருந்து ஒரு சிறு கரண்டியால் சக்கரையெடுத்துப் போடுகிறார்.

"கட கட கட கடபட"

அப்புறம் மேலும் கீழுமாய் ஊற்றி அதை ஆற்றுகிறார். தண்ணீரைக் கொஞ்சம் சாய்வாக ஊற்றினாலும் கீழே பிடித்திருக்கிற பாத்திரத்தில் விழுந்துவிடும். டீக்கடைக்காரருக்கு டீயடிக்கிற போது ஒரு தாளமும் லயமும் உண்டு.

ஆட்கள் டீ அருந்துகின்றனர்.

அன்று டீ குடிக்கவேண்டும் என்று எண்ணியவன்தான். இனிமேல் ஒருபோதும் சக்கரத்தைத் திருடமாட்டான்.

அன்று வரையிலும் ஈன்றெடுத்த புண்ணியமெல்லாம் பறந்து போய் விட்டது. ஒரு டம்ளர் டீயளவு உமிழ்நீர் வாய்க்குள்ளிருந்து கீழிறங்கிப் போயிற்று.

இனி என்றைக்குத்தான் டீ அருந்துவது?

* ** *

தோளோடு தோள் கைபோட்டு நடந்தபோது விசுவநாதன் மணி கண்டனிடம் கூறினான்:

"டேய், நீ சனிக்கிழமையன்னைக்கு என் வீட்டுக்கு வரணும்!"

"எதுக்கு?"

"அம்மா உன்னைப் பாக்கணுமாம்."

"எதுக்குப் பார்க்கணும்?"

"எனக்கு ஒரு நண்பன் இருக்கிறான்னு நான் அம்மாகிட்டே சொன்னேன். அப்போதே அம்மாவுக்கு உன்னைப் பார்க்கணும்னு தோணிட்டுது."

மணிகண்டன் தன் தாயிடம் தனக்குப் பள்ளிக்கூடத்தில் ஒரு நண்பன் இருக்கிறானென்று சொன்னதில்லை.

அவன் அன்று மாலையில் அம்மாவிடம் சொன்னான்:

"அம்மா, எனக்கு ஒரு நண்பன் இருக்கிறான்."

"யாரப்பா, அது?"

"விசுவநாதன். நான் அவனை இங்கே அழைச்சுக்கிட்டு வரட்டுமா?"

"அழைச்சுக்கிட்டு வாடா, என் மவனே? ஏன், அவனை அழைச்சுக் கிட்டு வராமே இருந்தே?"

சனிக்கிழமையன்று மணிகண்டன் விசுவநாதன் வீட்டுக்குச் சென்றான். அன்று பள்ளிக்கூடம் இல்லை.

அருமையான அம்மா. மணிகண்டனைக் கண்டதும் மலர்ந்த முகமுடன் அவனை அரவணைத்தவாறு அழைத்துச் சென்றாள். அவள் மணிகண்டனைத் தடவினாள்.

"அம்மா, மணிகண்டன் கவிதை எழுதுவான்."

சின்னுவம்மா ஒளி சிந்தும் சிரிப்புடன் வினவினாள்.

"அப்படியா, தம்பீ? அப்படீன்னா எழுதிய கவிதையைப் படி! கேட்போமே."

மணிகண்டன் பாடினான்:

"காமனீயக காந்தி நிகேதமே, காமதாயகா கைவல்யதாமமே, காம கோமளா சத்தியசுவரூபமே, ஆமயங்கள் கற்றுமாறாகணம்."

(மனோகரமான சோபையின் பவனமே விரும்பியதைத் தருகிறவனே, காமன் போல அழகனே, சத்தியத்தின் தனது உருவமே; நோய்களெல்லாம் அகற்றித் தரவேண்டும்.)

பின்னர் மணிகண்டன் பாடியது ஒரு புலர்வேளையின் வருணனை மற்றும் ஒரு துள்ளல் பாட்டினை!

சின்னுவம்மா சார் மணிகண்டனை இறுகத் தழுவி முத்தமிட்டாள்.

நான்கைந்து விதமான சிற்றுண்டிகள் இருந்தன.

"மவனே, உனக்குப் பால் வேணுமா; டீ வேணுமா?" என்றாள் சின்னுவம்மா சார்.

"டீ!" மணிகண்டன் துள்ளியெழுந்தவன் போல் சொன்னான்.

அவ்வாறாக மணிகண்டன் டீ அருந்தினான்.

டீக்கு என்னவோ நாவுக்கு ருசியாக ஒரு சுவை. அது, பார்ப்பது போல் ருசியான ஒன்று அல்ல. டீக்கடைக்காரர் டீயடிக்கிற முறையைப் பார்த்துத்தான் அதன் மீது ஆவல் பிறந்திருக்கவேண்டும் அப்புறம் அதன் நிறம்.

இனிமேல் டீக்காகச் சக்கரத்தைத் திருடமாட்டான்.

* ** *

அடுத்த சனிக்கிழமை காலையில் மணிகண்டன் விசுவநாதனை அழைத்து வரச் சென்றான். மதியவேளையில் அவர்கள் இருவரும் வீட்டுக்கு வந்தனர்.

விசுவநாதன் போன்று களையுடைய ஒரு சிறுவனை குஞ்சுமாளுவம்மா இதுகாறும் பார்த்ததில்லை.

பள்ளியில் படிக்கின்ற சிறுவர்கள் இப்படித்தான் இருக்கவேண்டும். இப்படிப்பட்ட உடைகளைத்தான் அணியவேண்டும்.

குஞ்சுமாளுவம்மா விசுவநாதனுக்கு அல்வா கொடுத்தாள். முறுக்கு சீடை மற்றும் ரொட்டி கொடுத்தாள். பால் கொடுத்தாள் - சர்க்கரை யில்லாத பால்.

குஞ்சுமாளுவம்மாவின் புதல்வனுடைய நண்பன். எவ்வளவு அருமையான பையன். அவன் சிரிப்பில் ஒளிச் சிந்துகிறது!

குஞ்சுமாளு விசாரித்தாள்:

"மவனே, மணிகண்டன் பள்ளியிலே நல்லாப் படிப்பானா?"

"மதிய இடைவேளைக்குப் பின்னால் இவனைப் பள்ளிக்கூடத்தில் காணமுடியாது."

அரங்கம் மாறியது. எல்லோர் முகமும் வாடியது. குஞ்சுமாளு மற்றும் கௌரியின் முகத்தில் சோகச்சாயல் பரவியது.

மதிய இடைவேளைக்குப் பின் மணிகண்டன் பள்ளிக்கூடத்துக்கு வருவதில்லை.

பின்னர் அவன் எங்கே போகிறான்?

பள்ளிக்கூடத்தில் அவனுக்கு இன்னொரு பெயர் உண்டு.

பகற்கள்ளன்!

84

குஞ்சுமாளுவம்மா மணிகண்டனிடம் விசாரித்தாள்:

"பள்ளிக்கூடத்துக்குன்னு கிளம்பிப்போற நீ எங்கேடா, போறே?"

விசுவநாதன் சொன்னான்:

"ஏண்டா, பிற்பகலிலே நீ பள்ளிக்கூடத்துக்கு வரலேன்னு கேட்டப்போ, வயிற்றுவலீன்னு மணிகண்டன் சொன்னான்."

மணிகண்டன் கவிதை புனைவான். ஆங்கிலத்தில் வகுப்பிலேயே கூடுதல் மதிப்பெண் அவனுக்குத்தான். ஆனால் கணக்கில் அவனுக்குப் பின்னடைவுதான். சர்மா சார் மணிகண்டனை அடிக்காத நாளே இல்லை. பிற்பகல்தான் கணக்கு வகுப்பு.

சர்மா சார் ஒரு வெறிபிடித்தவர் போன்ற வாத்தியார். அவர் எல்லா மாணவர்களையும் அடிப்பார். குறிப்பாக மணிகண்டனை அடிப்பார். அவன் மீது வாத்தியார் பகைமை கொண்டவர்போல் நடந்துகொள்கிறார். ஒரு வேளை அவருக்கு அவனைப் பிடிக்காமலிருக்கலாம்.

மணிகண்டன் மிகவும் தளர்ந்துபோனான். அம்மாவுக்குக் கவலையும் துக்கமும் அதிகரித்துக் கொண்டே வந்தது. அவளுக்கு எல்லாம் எல்லா மானவன் தான் தன் மகன். அவன் பள்ளிக்குச் செல்லமாட்டான் என்பது மட்டுமன்றி வீட்டில் தங்குவதுமில்லை. மறைந்திருப்பான்.

அம்மாவின் முகத்தையே மகன் பார்த்து நின்றான். அம்மா கோபமடைகிறாள்.

அம்மா அழுகிறாள்; சோர்ந்து போகிறாள். விசும்பி அழுவதை அடக்கமுடியாமலாயிற்று.

மணிகண்டன் வெடித்தே அழுதுவிட்டான்.

அம்மா ஆத்திரத்தால் நடுங்குகிறாள். அடிக்கக் குச்சியெடுக்க ஓடிய ஓட்டத்தில் தென்னை மரத்தடியில் கட்டிப் போட்டிருந்த கறுத்த பசுமாடு அப்போதுதான் போடுகிற சாணியின் ஆவி பறந்து செல்கிறது.

குஞ்சுமாளுவம்மா அதை அள்ளியெடுத்தாள். மணிகண்டனின் திறந்த வாய்க்குள்ளே அவள் அந்தச் சாணியை அப்பிப் புகுத்தினாள்.

"அட நாசமாப் போனவனே, அழறியாடா?"

மணிகண்டனுக்கு அழக்கூட உரிமையில்லை!

அவன் மூச்சே அடைந்து போனதாகத் தோன்றியது. விழிகள் வெளியே தள்ளிவந்தன. மூக்குக்குள்ளேயும் சாணி புகுந்தது போலிருந்தது.

கௌரி விரைந்து சென்று அந்தச் சாணியை அகற்றினாள்.

"செத்துப் போவட்டும் டீ! நாசமாப் போனவங்க உயிரோடிருந் தென்ன?"

விசுவநாதன் தளர்ந்துபோய் விட்டான். அவன் கண்களிலிருந்து தாரை தாரையாய்க் கண்ணீர் பிரவகித்தது.

* ** *

மணிகண்டன் அன்றைய தினம் எதையும் சாப்பிடவில்லை, தளர்ந்து போய் தூங்கிவிட்டான். குஞ்சுநாயர் தூங்குகிற மகனை ஒரு பார்வை பார்த்துவிட்டுச் சென்றார்.

அவர் இரவு உணவை முடித்துக்கொண்டு பக்திபூர்வமாய் ராமாயண மெடுத்துத் தியானத்தில் மூழ்கியவராய்ச் சிறிது நேரம் இருந்துவிட்டு அதைப் பகுத்துக் கொண்டார். வலது பக்கத் தாளில் ஏழு வரிசையையும் ஏழு எழுத்துக்களையும் எண்ணிப் பார்த்தார்.

அதிருஷ்டம் 'சூன்னிய - அட்சர'மில்லை!

குஞ்சுமாளுவம்மாவும் கௌரியும் பார்த்துக் கொண்டிருக்கின்றனர். அவர்கள் உள்ளம் பிரார்த்தனையால் நிரம்பியிருந்தது.

குஞ்சுநாயர் முகம் சிறிது மலர்ந்தது. அதை குஞ்சுமாளுவம்மாவும், கௌரியும் கவனித்தனர். அட்சரம் சூனியமல்லவென்று அவர்களும் புரிந்துகொண்டனர்.

குஞ்சுநாயர் படிக்கத் தொடங்கினார்.

அனுமார் இலங்கையை நோக்கிக் குதிக்கத் தயாராகி நிற்கிறார். கதைப் பகுதி அது. ரசமானது.

நல்லது; நல்லது! அனுமார் காரியசித்தியின் உருவம். சீதாதேவியைச் சந்திக்க இலங்கையை நோக்கிக் குதிக்கிறார்.

குஞ்சுநாயர் சொன்னார்:

"இதெல்லாம் குழந்தைப் பருவக் கோளாறுதான். காலப் போக்கில் எல்லாம் மாறிவிடக் கூடியதுதான்... பாவம்! தளர்ந்து படுத்துத் தூங்குறான்."

கௌரி சொன்னாள்:

"கணக்கு விசயத்திலே இவன் மோசம்தான். அதை இவன் எங்கிட்டேயே சொல்லியிருக்கான். கணக்கைச் சொல்லிக் கொடுக்கிற வாத்தியாரைத் தவிர மற்ற எல்லா வாத்தியார்களுக்கும் இவன்மீது ரொம்பப் பிரியமாம்! அந்த வாத்தியாரு இவனை அடித்திருப்பாரு. அடிக்குப் பயந்து இவன் மறைந்து சென்றிருப்பான்."

குஞ்சுமாளுவம்மா தலையில் கூப்பிய கரங்களுடன் பிரார்த்தனை செய்கிறாள்.

"என் கடவுளே, என் பையனுக்கு நல்ல புத்திகொடுங்க! எனக்கு ஒரே ஒரு ஆம்புளப் பையன்தான்; பகவானே...!"

கௌரி சொன்னாள்:

"அப்பா, மணிகண்டன் கவிதை எழுதுவான்."

அப்பாவின் கண்கள் மலர்ந்தன.

"ஆகா! அது உனக்கெப்படித் தெரியும்?"

"அவன் நண்பன் விசுவநாதன் சொன்னான்."

குஞ்சுமாளுவம்மா சுயம் பேசுவது போல் கூறினாள்:

"அவன் ஓர் அருமையான பையன்!"

குஞ்சுநாயர் கருத்தைத் தெரிவித்தார்:

"அப்படீன்னா, அவன் சகவாசம் நல்லாருக்கே!... அப்படின்னா... மணிகண்டன் நல்லாயிடுவான்."

எல்லோர் அனுதாபத்தையும் பெறும் நிலைமையிலிருந்தான் மணிகண்டன். இரு மருங்கிலும் வாய்க்கால்களும், தாழஞ்செடிப் புதர்களும். மத்தியில் நடந்து செல்கிற ஒரு வரப்புப் பாதை. அதில் காலையில் ஆறு மைல்; மாலையில் ஆறு மைல். இவ்வாறாகப் பள்ளிக்கு நடந்து சென்று வருகிறான். இளஞ்சிறுவன். இங்கே வந்தால் இரவிலே படிக்கவேண்டும். எனவே தவறுகள் நிகழ்ந்துவிடலாம்.

குஞ்சுநாயர் ஒரு தீர்மானத்துக்கு வந்தார். ஒரு நாள் தலைமை ஆசிரியரைச் சென்று பார்க்கவேண்டும். அவர் சமூகத்து மடத்தின் காரியஸ்தராவார். நாயருக்கு அவரைத் தெரியும். மகன் எப்படியிருக்கிறான் என்று அவரிடம் கேட்டுப் பார்க்கலாம். அவனைப் பிரத்தியேகமாய்க் கவனிக்க வேண்டுமென்று வேண்டிக்கொள்ளலாம்.

* ** *

மணிகண்டன் விசுவநாதனைப் பார்த்தபோது பேசவில்லை. ஒரு முறை பார்த்தான். மணிகண்டன் முகம் கடுமையாயிற்று. அன்று வெளியே

வந்தபோது விசுவநாதனுடன் கூட்டுச் சேரவில்லை. இனிமேல் விசுவநாதனிடம் பேசவே மாட்டான். அவனோடு சகவாசமே இருக்காது. மணிகண்டனுடைய மனப்போக்கு இப்படியிருக்கிறது.

விசுவநாதன் சோர்ந்துவிட்டான். அவனுக்கு மனம் கவலைதான்.

"என்கிட்டே சண்டையா, மணிகண்டன்?"

பதில் இல்லை.

யாருமே இல்லாத வேளையில் நாறை மரத்தடியிலே வைத்துத்தான் கேட்டான்.

"தெரியாமே சொல்லிட்டேம்ப்பா!"

அதற்கும் பதில் இல்லை.

"உனக்கு என்கிட்டே சண்டைன்னா..." சற்று நிறுத்தினான் விசுவநாதன். பின்னர் தொடர்ந்து பேசினான்:

"எனக்கு உன்கிட்டே எந்தச் சண்டையுமில்லே."

அப்போது மணிகண்டன் விசுவநாதனை ஒரு முறை நோக்கினான். அது வருத்தம் கலந்த பார்வையாக இருந்தது.

* ** *

மதியவேளையில் பல் இளித்தவாறு, அடித்தால் நிருத்தம் துள்ள வைக்கிற வேதனை அளிக்கும் பிரம்புடன் சர்மா சார் வந்தார்.

ஒரே ஒரு மாணவனிடம்தான் அவர் கேள்வி கேட்பார். அது மணிகண்டனிடம்தான்.

நன்றாகக் கற்றுக் கொடுப்பார். கற்றுக் கொடுத்துவிட்டுத்தான் வினா எழுப்புவார். அதுவும் மணிகண்டனிடம் மட்டும்தான்.

பதில் இருக்காது. சொன்னால் கூட அது பெரிய தவறு. சர்மாசாருக்கு ஆத்திரம் பொத்துக்கொண்டு வந்துவிடும். இவ்வளவு கற்றுக் கொடுத்ததெல்லாம் வீணாயிற்றே என்கிற ஆத்திரமா?

பிரம்படி!

ஆம்! செய்த வேலை பாழாயிற்றே என்கிற கோபாவேசம்தான்! எல்லா மாணவர்களுக்கும் புரியும்படியாகத்தான் அவர் கற்றுக்கொடுக்கிறார். அவர்கள் புரிந்துகொண்டார்களா என்பதை அறிந்துகொள்ள ஒரே ஒரு வழி மட்டும்தான். மணிகண்டனிடம் கேட்பது. அவன் சரியான விடையளிக்கிறான் என்றால்- அனைவரும் புரிந்துகொண்டனர் என அறிந்து கொள்ளலாம்.

மணிகண்டனுக்கு நான்கு அடி கொடுத்துவிட்டு மறுபடியும் அதே பாடத்தைக் கற்றுக் கொடுப்பார்.

எப்போதாவது ஒரு முறை மணிகண்டன் சரியான விடையளித் திடுவான். அப்போது சர்மா சாருடைய பல்லிளித்துச் சிரிப்பதில் ஒரு மாறுதல் தென்படும்.

வாத்தியார் அடுத்த பாடத்தை நோக்கிச் சென்றிடுவார். மணிகண்டனை விட்டுவைக்கக் கூடாதா? 'டூ பிளஸ் த்ரீ' என்று கேட்டால் 'சிக்ஸ்' என்று சொல்கிறவன் மணிகண்டன்.

பின்னர் அவனிடம் ஏன் கேட்கவேண்டும்? வாத்தியாருக்கு அவனிடம் தான் கேட்க வேண்டுமென்றிருக்கிறது.

கணக்கு என்கிற விசயத்துக்கு நூற்றுக்கு நூறு மதிப்பெண் வாங்கிவிட முடியும். எண்பதுக்கும் குறைவான மதிப்பெண்களைப் பெறுகின்றவர்கள் வெகுசிலரே. அரணைக்குச் சமமான புத்தி படைத்த சில மாணவர்கள் உள்ளனர். கற்றுக் கொடுக்கிற போது புரிந்துகொள்வார்கள். பின்னர் மறந்துவிடுவார்கள். கற்றுக் கொடுத்துவிட்டு உடனடியாகக் கேள்வி கேட்டால் பதிலளிப்பார்கள். மறுநாள் மறந்தே போய்விடுவார்கள். அவர்கள் தான் எண்பதுக்கும் குறைவான மதிப்பெண்களைப் பெறுகின்றவர்கள்.

மணிகண்டன் மூளையில் கணக்கு மட்டும் அவ்வளவாகப் பதிந்து விடாது. எனவே அவன் மறந்து போவதுமில்லை.

உண்மையிலேயே சில மதிய வேளைகளில் அவனுக்கு வயிற்று வலியேற்படுவதுண்டு. ஒன்றரை ரூபாய் கொடுத்து ஆலப்புழையிலிருந்து வாங்கிய ஒரு சோற்றுப் பாத்திரமுண்டு. அதில்தான் மதிய உணவை எடுத்துச் செல்கிறான். மதியத்தில் உட்கார்ந்து சாப்பிடுகிற அறையில் சோற்றுப் பாத்திரத்தை வைத்துக் கொள்வான். சாப்பாட்டு வேளையின் போது வந்து பார்த்தால் சோறு பூராவும் எறும்பு மயமாகவே இருக்கும்.

அந்த அறையின் பெயர் 'டிஃபன் ரூம்' என்று. டிஃபன் ரூம் எங்கிலும் எறும்புகள்தான். அதை கூட்டிப் பொறுக்கிச் சுத்தம் செய்வதே யில்லை. எத்தனை எறும்புகளுக்கு வேண்டுமானாலும் தின்பதற்கான சோற்றுமணிகள் அங்கே சிதறிப் பரவிக் கிடக்கும்.

எறும்புகள் வராமல் தடுப்பதற்கான ஒரு தந்திரத்தை குஞ்சுநாயர் சொல்லிக் கொடுத்தார் பாத்திரத்தின் மூடியைச் சுற்றி மெழுகினை ஒட்டிவைத்தால் போதும். மதியத்தில் அந்த மெழுகினைக் காகிதத்தில் பொதிந்து பத்திரமாகக் கொண்டுவர வேண்டும்.

அன்றாடம் மெழுகுக்கு எங்கே போவது? பாத்திரத்தில் சோற்றை நிரப்ப மூடியைச் சுற்றி மெழுகினை ஒட்டுவது கௌரியாகும்.

ஆயினும் சில எறும்புகள் உள்ளே நுழைந்து விடுகின்றன.

ஆறு மைல் நடந்து சென்று, மூன்று மணி நேரம் படித்துவிட்டு, பற்றியெரிகிற வயிறோடு டிஃபன் ரூமில் செல்லும் போது சோறு விறகுக் கட்டை போன்று இருக்கும்.

கொஞ்சம் சாப்பிடுவதற்குள்ளே போதும் போதுமென்றாகிவிடும். அப்போதிருந்து வயிற்றுவலி ஆரம்பமாகிவிடுகிறது.

சர்மா சாரின் கேள்வி பிறக்கிறது: "டூ பிளஸ் த்ரீ?" 'சிக்ஸ்' இது பதில்.

பிரம்படி! அது அன்றைய தினம் சார் கற்றுக் கொடுத்தது அல்ல. முன்னர் படிக்காமப் போனதற்கு இன்று ஏன் அடிக்கிறார்?

உண்மையிலேயே வாத்தியாருக்கு விரோதம்தான்.

சர்மாசாருக்கு ஒரு ஜுரம் கூட ஏற்படுவதில்லை. அவர் ஜுரத்தில் படுத்து விட்டால் நான்கைந்து நாட்களாவது தொந்திரவு இல்லாமற் போய்விடும்.

* ** *

சில மாணவர்களுக்கு மதியத்தில் அவர்கள் வீடுகளிலிருந்தே சாப்பாடு கொண்டுவருவார்கள். என்றுமே கோட்டு அணிந்து வருகிற ஒரு மாணவன் உண்டு. அவன் மாஜிஸ்டிரேட்டின் மகனாவான்.

தாமரவேலில் பெரிய எஜமானுடைய மகன்தான் இன்னொருவன். இப்படிப்பட்ட வேறு சில மாணவர்களும் உள்ளனர்.

வேலைக்காரன் இலைபோட்டு சோற்றைப் பரிமாறிக் கொடுப்பான்.

சாம்பார், புளிச்சேரி, அவியல், ஊறுகாய் போன்றவற்றின் மணத்தை முகர்ந்தவாறுதான் மணிகண்டன் சாப்பிடுகிறான்.

தனது வீட்டில் என்றைக்குச் சாம்பார் சமைத்தது? ஓணம் பண்டிகையை முன்னிட்டுத்தான்.

தனது வீட்டுச் சாம்பாருக்கு இந்த மணம் இருக்கவில்லை. அவியல் சமைப்பதுண்டு. கீரை அவியல்!

மாங்காய் ஊறுகாய் இருந்தது. பப்படம் இல்லை. ஓணத்தின் நாளில் இருக்கும்.

மணிகண்டன் பல சந்தர்ப்பங்களிலும் சொல்வதுண்டு.

"அம்மா, சாம்பாரு சமைச்சுத் தாம்மா!"

பல நாள் வேண்டினால் ஒரு நாள் சாம்பார் சமைப்பாள். காயாகப் போடுவது சேப்பங்கிழங்குதான்.

சோறு எடுத்துக் கொண்டு வராதவர்களும் உண்டு. அவர்கள் எப்படிப் பசியாற்றுவார்கள்?

பள்ளிமனையிலும், கச்சேரிக்கு மேற்குப் பகுதியிலும் நிறைய முந்திரி மரங்கள் உள்ளன. அவை காய்க்கும் தருணத்தில் மரங்கள் ஏறியிறங்கி முந்திரிப் பழம் பறித்துத் தின்பார்கள். நாவல் மரங்கள் காய்க்கிற காலத்தில் மனைக்கு மனை தாவிச் சென்று அந்தக் காய்களைப் பிடுங்கித் தின்பார்கள். அன்றைய நாட்களில் வாயும் இதழ்களும் ஊதாநிறமாகி விடுகின்றன. ஏறத்தெரியாதவர்களும், பெண்களும் கீழே விழுகின்ற பழங்களைப் பொறுக்கித் தின்பார்கள்.

மேலே இருப்பவர்கள் மரக் கிளையைப் பிடித்து உலுக்குவார்கள். பொலபொலவெனப் பழங்கள் உதிர்ந்துவிழும்.

கீழே விழுந்து சிதைந்து மண்ணிலே புதையுண்டு கிடக்கின்ற பழங்களை ஆசையோடு பொறுக்கியெடுத்து ஊதி ஊதித் தின்று பசியைத் தணிப்பவர்களுக்கு அது ஒரு விழாதான்.

சாம்பார் மற்றும் புளிச் சேரியின் நன்மணம் டிஃபன் ரூமுக்கு வெளியே பரவியபோது, மேற்பகுதியில் திறந்து கிடக்கிற ஜன்னல் அருகே, வழக்கமாய்க் காணப்படுகின்ற நான்கைந்து தலைகள் தோன்றின.

சோற்றுப் பாத்திரத்தின் மூடியைத் திறந்தபோது சோற்றைக் காணமுடியாதபடி எறும்புகள் நிறைந்து காணப்பட்டன. பசியால் களைப்படைந்து வந்த மணிகண்டன் மேலிருந்த சோற்றையும் சேர்த்து எறும்புகளை அள்ளியெடுத்து மூடியில் போட்டான். உள்ளங்கையில் எறும்புகள் கடிக்கின்றன; பிள்ளையார் எறும்புகள் அல்ல; கடிக்கின்ற எறும்புகள்.

பாதிக்குமேல் சோற்றை அள்ளிப்போட்ட பின்னரும் எறும்புகள் மறுபடியும் ஏராளமாய்க் காணப்பட்டன. பொறுமையிழந்தான். சோற்றை அப்படியே வீசியெறிய முற்பட்டபோது ஏழெட்டு சுழுகுமட்டைகள் முன்னே நீண்டு வந்தன.

எல்லா மட்டைகளிலும் அந்தச் சோற்றைக் கொஞ்சம் கொஞ்ச மாய்ப் போட்டுக் கொடுத்தான்.

மணிகண்டன் மட்டுமல்ல; எறும்புத் தொல்லையால் அவதிப்பட்ட அனைத்து மாணவர்களும் அவனைப் பின்பற்றினர்.

* ** *

டிஃபன் ரூமுக்கு வெளியே ஜன்னல் அருகே இடைவேளையின் போது சரியாக ஒருவன் மட்டும்தான் வருவது வழக்கம்.

அவன் கன்னங் கரேலென்றிருப்பான். அவனுக்கு உடம்பெல்லாம் சிரங்கு. ஒற்றைக் கண்ணன். தலைமுடி சடைபிடித்து ஒரு குருவிக் கூடு போன்றிருக்கும். பல்லுக்கு மஞ்சள் நிறம்.

அவன் வேஷ்டி கட்டியிருந்தானோ, என்னவோ? அவன்தான் எறும்புகள் பொதிந்த சோற்றை வாங்கித் தின்று கொண்டிருந்தான்.

இப்போது ஏழெட்டு நபர்கள் இருக்கிறார்கள்.

வரட்டுச்சிரங்கு அல்லது தொழுநோயினால் பாதிக்கப்பட்ட ஒரு பெண் அவர்களுடன் இருக்கிறாள். அந்த உருவம் பெண்தான் என்றே கருதவேண்டியிருக்கிறது. பட்டினியானால் கூட பெண்ணின் மார்பு அவள் ஒரு பருவத்திற்கு வந்து விட்டால் - முன்னே தள்ளிவரும். என்னதான் தொழுநோயினால் பாதிக்கப்பட்டாலும், பட்டினியால் வாடிவதங்கினாலும் பெண்ணின் மார்பு முன்னே தள்ளி வரத்தான் செய்யும்.

பின் தலைமுறைக்காக அது அப்படி முன்னே தள்ளிவந்துதான் தீரவேண்டும்.

பின்னர், ஒட்டிய புட்டம், உந்திய வயிறு, பெரிய தலை மற்றும் கட்டிய கூட்டின் சட்டம் போன்ற நெஞ்சுடன் ஓர் உருவம் அங்கே வந்து சேர்ந்தது. அவள் கண்கள் உருண்டையானவை. அவள் நடந்து செல்லும் போது பின்னால் தொடைவழியா நாற்றமடிக்கிற நீர் ஒழுகி விழுந்து கொண்டிருக்கும்.

மணிகண்டனுக்கும் நண்பர்களுக்கும் சோறு இல்லை; முந்திரிப் பழமில்லை. புதர்களில் வளர்கின்ற காய்கனிகள் இல்லை.

சாம்பார் மற்றும் புளிச்சேரியின் நன் மணம் கமழ்கிறபோது எட்டுத் தலைகள் எட்டிப் பார்க்கும். அந்த ஒற்றைக் கண்ணனும் அந்தப் பெண்ணும் அவற்றில் உட்பட்டு விடும்.

மாஜிஸ்டிரேட்டின் வேலைக்காரன் சொல்லுவான்:

“எல்லாரும்தான் சோற்றைத் தின்கிறானுங்க. இருந்தும் எட்டிப் பாக்கறாங்களே. குழந்தைக்கு திருஷ்டி தோஷமேற்பட்டிடும்.”

பின்னால் துர்நாற்றம் வீசுகிற நீரைக் கழித்தவாறு - நேரடியாகச் சொல்லட்டுமா? பேதியைக் கழித்தவாறு - திரிந்துகொண்டிருந்த அந்த உயிரினம் பள்ளிக்கூடத்துக்கு முன்னால் செத்து மரத்துக் கிடப்பதை மணிகண்டன் பார்த்தான்.

* ** *

பள்ளிக்கூட ஆண்டுவிழா! அத்தகைய ஒரு விழா இதன் முன்னர் அங்கே நடைபெற்றதில்லை. முதன் முதலாகத்தான் நடைபெறுகிறது.

ஆண்டு விழா என்றால் என்ன?

ராஜாவின் பிறந்த நாள் விழா மாதிரியா?

விசுவநாதன் சொன்னான்:

"இல்லை; அப்படியில்லை. அன்னைக்கு மீட்டிங் இருக்கு. பேச்சுப் போட்டியுண்டு. கவிதை படிப்பாங்க. எல்லாம்தான் உண்டு. விளையாட்டுப் போட்டிகளும் இருக்கலாம்."

மணிகண்டன் கேட்டான்:

"உனக்கெப்படித் தெரியும்?"

"அம்மா சொன்னா."

கவிதை படிக்கிறார்கள்!

சின்னுவம்மா ஆசிரியை, மணிகண்டன் எழுதிய கவிதையை வாசித்துக் கேட்டு முத்தம் கொடுத்தாள்.

அன்று முதல் என்றும் மணிகண்டன் கவிதையெழுதிக் கொண்டிருந்தான். அந்தி முடிகிற நேரத்தில் வீட்டுக்கு வந்து கஞ்சி குடித்து விட்டுச் சில தோத்திரங்கள் பாடுவான். அதை முடித்த பின்னர் கவிதை எழுதுவான். அப்புறம் இரவு-உணவு. அப்புறம் இரவு-உணவு. அப்புறம் பாடம் வாசித்தாலும் வாசிப்பான். மணிகண்டன், கோபால பிள்ளை வாத்தியாருக்குத் தன் கவிதைகளை வாசித்துக் காட்டினான். அந்தக் கவிதைகளை யாருக்கு வாசித்துக் காட்டவேண்டும்? கோபால பிள்ளை வாத்தியாருக்குத்தான் அவன் அந்தக் கவிதைகளை வாசித்துக் காட்டினான்.

ஆண்டு விழா நாளன்று நிகழ்ச்சி நிரலில் கண்டது போன்று சடங்குகள் ஒவ்வொன்றாக நடந்து முடிந்து கொண்டிருந்தது. கோபால பிள்ளை வாத்தியார் அவையினரை நோக்கி அறிவித்தார்:

"அடுத்ததாக இரண்டாவது வகுப்பு மாணவன் ஜி. மணிகண்டன் நாயர் வழங்கும் கவிதைப் பாராயணம். அவனே எழுதிய கவிதை!"

மணிகண்டன் மேடையேறினான். 'கேகா' என்கிற திராவிட விருத்தத்தில் தான் அந்தக் கவிதை எழுதப்பட்டிருக்கிறது. மதிய உணவுக்கான இடைவேளையில் டிஃபன் ரூமுக்குள்ளேயும், வெளியிலும் நடைபெறுகின்ற நிகழ்ச்சிகளைத்தான் கவிதைக்கு விசயமாய் எடுத்திருந்தான். வழியில் நடந்துகொண்டிருந்தபோது பேதியாய் மரணமடைந்த அந்தப் பெண்ணும் விசயமாயிருந்தது.

அவன் கண்ட காட்சி நிகழ்ச்சியும்கூட பள்ளிக்கூடத்திலுள்ள அனைவருக்கும் அனுபவமானவைதான்.

நீடித்த கரகோஷம். முன்னால் அமர்ந்திருக்கிற சர்மா வாத்தியார் அப்போது கூட பல்லிளித்துக் கொண்டிருந்தார். அவர் முகத்தில் எந்த உணர்ச்சி மாற்றமும் தென்படவில்லை.

அந்தப் பள்ளியிலே கவிதை புனைகின்றவர்களாய் யார் இருக்கிறார்கள்?

யாருமில்லை; மணிகண்டன் மட்டும்தான்.

அது ஒரு பெருமைதானே? பள்ளிக்கூடத்தில் பொதுவாக எல்லோரும் அவனைக் கவனிக்கத் தொடங்கினர். ‘இங்கிலீஷ் காம்போசிஷன்’ போட்டியில் அவனுக்கு இரண்டாவது பரிசு கிடைத்தது. முதல் பரிசு விசுவநாதனுக்குத் தான் கிடைத்தது.

அந்திப் பொழுதில் குத்துவிளக்கின் முன்னால் அமர்ந்து அந்தக் கவிதையைத் தாய், தந்தை மற்றும் அக்காளுக்குப் படித்துக் காட்டினான் மணிகண்டன். குஞ்சுநாயருக்கு ரசமாகத்தான் இருந்தது. குஞ்சுமாளுவம்மா மற்றும் கௌரியின் மனத்தைத் தொட்டது அந்தக் கவிதை. கௌரி பல சந்தர்ப்பங்களிலும் ‘ஐயோ கஷ்டம்’ என்று சொல்லுவது உண்டு.

அம்மா குறுக்கே புகுந்து விசாரித்தாள்:

“அவங்களுக்கு அம்மா அப்பா யாரும் கிடையாதா, மவனே?”

என்னவோ? மணிகண்டனுக்குத் தெரியாது.

படித்து முடித்தபோது அம்மா வினவினாள்:

“அப்பறம் அந்தப் பொணத்தை யாரப்பா, எடுத்துக்கிட்டுப் போனாங்க?”

மணிகண்டனுக்குத் தெரியாது. அதைப் பற்றி அவன் விசாரிக்கவில்லை. அதைக் கூட அறிந்து கவிதையெழுதியிருந்தோமென்றால், கவிதை இன்னும் சிறப்பாக இருந்திருக்குமென்று அவனுக்குத் தோன்றியது. சும்மா தோன்றியது தான்.

“இருந்தாலும் இவன் இப்படியெல்லாம் புனைந்து எழுதியிருக்கானே!” இது கௌரியின் வியப்பு!

குஞ்சுமாளுவம்மா ஒரு புன்னகையுடன் குஞ்சுநாயர் முகத்தைப் பார்த்தாள். நாயர் முகத்தில் ஓர் ஒளி பரவியிருந்தது ஆயினும் அவர் சொன்னார்:

"அவன், இந்தப் பிச்சைக்காரன், புறம்போக்கு ஆகியவர்களைப் பற்றித் தானே, எழுதறான். கடவுளைப் பற்றிய கதைகள் எழுதினால் என்ன?"

"அவன் சிறுவன்தானே? எழுதியெழுதி அப்பறம் கடவுள் கதையும் எழுதுவான்" என்றாள் குஞ்சுமாளுவம்மா.

"அதுக்கு ஆத்மாவுக்குப் புண்ணியம் கூட இருக்கணும். புண்ணிய மிருக்கிற ஆத்மாவுன்னா, கடவுள் கதைகளை மட்டும்தான் எழுதுவான். அப்படித்தான் சொல்லிக்கிறாங்க" என்றார் நாயர்.

* ** *

இருந்தும் சர்மா சார் அடிக்கிறார்.

பள்ளிக்கூடம் முழுவதும் எடுத்துக் கொண்டால்கூட கதை யெழுதுகிறவன் ஒருவன் மட்டும்தான். அவன் அடிவாங்கிக் கொள்கிறான். கவிதையெழுதினாலும் பரவாயில்லை; ஆங்கிலத்துக்கு இரண்டாம் பரிசினைப் பெற்றாலும் பரவாயிலலை- கணக்குப் படிக்கவேண்டும்.

ஆண்டு இறுதித் தேர்வு வந்தது.

மணிகண்டன் நன்றாக எழுதியிருக்கிறான். விசுவநாதனை விடக் கூடுதலான மதிப்பெண்களை மணிகண்டன் பெற்றிடுவான். எழுதியதை நினைத்துப் பார்த்து யாருக்குக் கூடுதல் மதிப்பெண்கள் என்பதை ஒப்பிட்டுப் பார்த்தனர்.

கணக்குத் தேர்வு வந்தது.

கேள்வித் தாளின் மறுபக்கத்தில் எழுதிய பதில்களைக் குறிப் பெடுத்துக் கொண்டு வந்திருக்கிறான்.

முதல் வினாவின் விடை தவறு.

இரண்டு வழிகள் சரியானவை. பதில்தான் தவறு.

மூன்றாவது வினாவுக்கு விடை எழுதவில்லை.

நான்காவது கேள்விக்குப் பதில் தெரியவில்லை.

ஐந்தாவது வினா - விடை சரிதான்.

மொத்த மதிப்பெண்ணாகிய ஐம்பதில் பன்னிரண்டுதான் கிடைக்கும்.

விசுவநாதன் சொன்னான்: "வழி தவறாயிருந்திருந்தா பாதி மதிப் பெண் கிடைத்திருக்கும்."

அப்படீன்னா ஐம்பதில் பதினாறு கிடைக்கும்.

வெற்றிபெற ஐம்பதில் இருபது பெறவேண்டும்.

ராமன் என்கிற மாணவன் சொன்னான்:

"ஐம்பதிலே பதினேழுரை போதும்."

அப்படியானால் கூடப் பதினேழரைக்கு வழியில்லை.

எனவே, தோற்றுப்போய் விடுவார்களோ?

* ** *

கிழக்கே செவ்வொளி படரு முன்னரே ஒரு நேந்திரம் பழக்குலை. காராமணிக் காய்களின் ஒரு கற்றை மற்றும் தயிரின் நிறைகுடம் ஒன்றுடன் குஞ்சுநாயர் ஒரு சிறுபடகில் அம்பலப்புழைக்குப் புறப்பட்டார். நேந்திரம் காய்க்குலை அங்கிருந்தே வெட்டியெடுத்ததுதான். அதை நட்டு வளர்த்தவன் மணிகண்டன்.

நல்ல முழுக்காய்!

பழமாக்கித் தின்னவேண்டுமென்கிற ஆவலிருந்தது. காராமணிக் காய்கள் வீட்டு மனையிலிருந்தே கிள்ளியெடுத்தவைதான்.

எதுக்கும் சக்கரம் செலவாகவில்லை.

திரும்பி வந்த குஞ்சுநாயர் மனைவியிடம் எதையோ ரகசியமாய்ச் சொன்னார். நல்ல விசயத்தைத் தான் சொல்லியிருப்பார். முகத்தைப் பார்ததாலே அது தெரியும். அங்கே களைகட்டியிருக்கிறது.

"அப்பா என்ன சொன்னார், அம்மா?" என்றாள் கௌரி.

மணிகண்டன் நல்ல சமர்த்துப் பையன்னு சுவாமி சொன்னார். கணக்குக்கு மோசம்தான். ஆயினும் பரவாயில்லையாம்.

"அப்போ அவன் ஜெயிப்பானா?"

"ஜெயிப்பான்!"

* ** *

நீண்ட ஓய்வுகாலம்.

வெடிப் புரைக்கல் வாசகசாலையுண்டு.

அங்கே புத்தகங்கள் உள்ளன. பத்திரிக்கைகள் வரவழைக்கப்படுகின்றன. அங்கே நூல் நூற்கிறார்கள். மணிகண்டன் வாசக சாலை உறுப்பினனாகி விட்டான்.

அந்த ஓய்வுக் காலத்தில் கௌரியின் 'சம்பந்தம்' நடைபெற்றது. குட்டமங்கலத்து ஏழும் பிள்ளிக் குடும்பத்தைச் சேர்ந்த ஒருவர்தான் அவளை மணந்து கொண்டார். வன இலாகாவில் உத்தியோகம் பார்க்கிறார். மூவாற்றுப் புழையைச் சேர்ந்தவர். கௌரியை அங்கே அழைத்துச் சென்றார்.

மணிகண்டன் தனியாளாகிவிட்டான்.

அக்காள் அவனுக்குத் துணையாளாக இருந்தாள்.

மணிகண்டன் அழுதுவிட்டான்.

அந்தத் துணை போய்விட்டது.

பள்ளிக்கூடம் திறந்தபோது விசுவநாதனுமில்லை. விசுவநாதன் தாயாருக்கு இடம் மாற்றலாகிவிட்டது. அவர்கள் சென்றுவிட்டனர். எந்த ஊருக்கென்று மணிகண்டனுக்குத் தெரியாது.

அந்தப் பள்ளிக்கூடத்திலும் தான் தனியாளாகிவிட்டேன் என்கிற ஓர் எண்ணம் அவன் மனத்தில் ஏற்பட்டது. ஒரு நண்பன் கூட இல்லை. யாரிடம் தான் பேசுவது?

வீட்டிலே கூட பெரியதொரு குறை ஏற்பட்டிருக்கிறது.

நாற்பக்கமும் பார்த்து யாரும் காணாமல் சற்றே புன்னகைக்க முடிகிறது. அது விசுவநாதன் தோள் மீது கை போட்டு நடக்கும்போது கிடைக்கிற சுகத்தினின்று மாறுபட்டதொரு சுகமாக இருந்தது. பள்ளிக்குச் செல்ல ஒரு தூண்டுதலுமாக இருந்தது அது.

சாரதா!

அவள் மறைந்து நின்று பார்ப்பாள். புன்னகை புரிவதாகத் தோன்றாது. ஆனால் இதழ்கள் மலர்ந்துவிடும். அது மணிகண்டனைப் பார்த்துத்தான்!

இளமைப் பருவத்தின் துடிப்புகள் அவளது அங்க அவயவங்களில் தென்பட்டன.

* ** *

கருமாடிப் பாலத்திற்கும் அப்பால் நாற்பக்கமும் தென்னங்கீற்றினால் மறைக்கப்பட்ட ஓர் ஆறுகால் குடிசையில் ஒரு டீக்கடை துவக்கப்பட்டது. சென்ற வருடம் அது இல்லாமலிருந்தது.

தலை முழுவதிலும் பஞ்சுபோல் நரைத்து, பஞ்சினை முகத்தில் ஒட்டவைத்தது போன்ற மீசையுடைய ஒரு நபர்தான் கடையை நடத்தி வருகிறார். ஒரு பெரியவர். எப்படியோ அந்தக் கடையில்தான் பரஸ்பரம் சந்தித்துப் பேசும் இடமாக அமைந்தது.

சிற்றுண்டித் தட்டில் இட்லி, அல்மாராவில் புத்தகம் போன்று அடுக்கி வைக்கப்பட்டிருக்கும். மணிகண்டனை அங்கு வந்து போகச் செய்வது ஒருவேளை அதுவாகத்தானிருக்கும்.

தீபாவளியன்று மட்டும்தான் வீட்டில் இட்லி அல்லது தோசை செய்வார்கள். சாக்குப் பை நிறைய உளுந்து இருக்கிறது. அரிசியும் உண்டு. மாவாட்டியெடுக்க யார் இருக்கிறார்கள்? "இட்லி பண்ணலாம் அம்மா!" என்று சொன்னால் அம்மா பதிலளிப்பது இப்படித்தான்.

அங்கே கொழுக்கட்டை பண்ணுவார்கள். அடை மற்றும் குழாய்ப் பிட்டு பண்ணுவார்கள். சில நாட்களில் நள்ளிரவிலே கூப்பிட்டு 'பிடியன்' தருவார்கள். அது அப்போதைக்குச் செய்ததுதான். நல்ல சூடு இருக்கும்.

இட்லி, மணிகண்டன் ஆவலைக் கிளப்பிவிட்டது. பெரியவர் இட்லியும் கருப்பட்டிக் காப்பியும் செய்து வியாபாரம் நடத்துகிற இடம் மட்டுமல்ல அது; அங்கேதான் அவர் குடியிருந்து வருகிறார். அவருக்குச் சொந்தத்தினராய் யாருமில்லையோ? தனியாளாகத்தான் இருக்கிறாரோ?

சிலசமயங்களில் ஒரு சிறுபானையிலே அரிசி கொதிப்பதைக் காணலாம். பெரியவர் சாப்பாடு அது.

எப்படியோ? ஒரு வியாபாரம் நடைபெற்றது. மணிகண்டன் எடுத்துக் கொண்டு வருகின்ற சாதத்தையும் சட்டினியையும் பெரியவருக்குக் கொடுப்பான். அதை எடுத்துக்கொண்டு அந்தப் பாத்திரத்திலே பெரியவர் மூன்று இட்லியை மணிகண்டனுக்குப் போட்டுக் கொடுப்பார். இப்போது பிற்பகலில் அவனுக்கு வயிற்றுவலி வருவதில்லை. அது ஓர் ஆறுதல்தான்.

பெரியவருக்கும் அது உதவியாறிற்று. அரிசியை வேக வைக்க வேண்டியதில்லை!

85

பள்ளிக்கூடத்திலிருந்து ஐந்து மைல் தூரம் நடந்து வருகிற பையன் நேராக வீட்டுக்கு வந்து சேருவதில்லை. இருள் சூழ்ந்து பின்னர்தான் வீட்டுக்கு வந்துவிடுவான். அவனுக்குப் பசியோ தாகமோ இல்லை. குஞ்சுமாளுவம்மா பகல் நான்கு நாழிகை இருக்கிற போதிலிருந்தே மகனை எதிர்பார்த்து நிற்கிறாள். இருள் சூழச் சூழ அவளுக்குப் பதட்டமாகிவிடும்.

மிகவும் களைப்படைந்துதான் அவன் வீட்டுக்கு வருகிறான்.

'நீ இது வரைக்கும் எங்கிருந்தே?"

"பள்ளிக்கூடம் விட்ட பின்னரும் வகுப்பு இருந்ததம்மா!"

பின்னர் அவனிடம் எதையும் கேட்கமாட்டாள்.

ஆனால் மணிகண்டன் பள்ளிக்கூடத்திலிருந்து நேராகச் செல்வது வெடிப்புரைக்கல் வாசகசாலையை நோக்கித்தான். அங்கே பஜனை

இருக்கும். அவன் அதில் பங்கெடுத்துக் கொள்வான். பஜனை கலைந்து செல்வது இருள் சூழ்ந்த பின்னர்தான். முடியும் வரையிலும் அவன் அங்கிருப்பதில்லை.

சேந்நாட்டு குஞ்சுநாயர் இந்த நிகழ்ச்சிகளை அறிந்துகொண்டார். மகனைக் கையும் களவுமாய்ப் பிடிக்கவேண்டுமென்று நிச்சயித்துக் கொண்டார். அந்தி மயங்கும் வேளையில் குஞ்சு நாயர் வெடிப்புரைக்கல் வீட்டை நோக்கி நடந்தார். அன்றைய அவருடைய நாம ஜெபம் தடையுற்றுப் போயிற்று. அங்கே பஜனையுண்டு. மணிகண்டன் அதிலே கலந்துகொள்வான். தூரத்திலிருந்தே பஜனையின் நாதம் காதில் விழுந்தவண்ணமிருந்தது. இது சாதாரண பஜனையில் கேட்டுப் பழகிய அரவமன்று. பக்திச் சுவை கலந்திருப்பதாக குஞ்சு நாயருக்குத் தோன்றியது.

'காந்தி ஆசிரமம்' என்றெழுதித் தொங்கவிட்டிருக்கிற பலகைப் பக்கம் சென்றபோது நாயர் நின்று போய்விட்டார். காலும் முகமும் கழுவிச் சுத்தம் செய்யவில்லை. உள்ளே செல்லத் தயங்கினார். அங்கே குழுமியிருக்கின்றவர்கள் பஜனையில் மூழ்கிவிட்டிருக்கின்றனர். ஒருவர் வந்து நிற்பதை யாரும் அறியவில்லை. மணிகண்டனைத் தேடி வந்த குஞ்சுநாயர் அவன் எங்கிருக்கிறான் என்று பார்க்கவில்லை. நாயர் கூட பஜனையில் லயித்து விட்டாரோ?

"ரகுபதி ராகவ ராஜாராம்..." இப்படி ஒரு பாட்டு. குழுமி யிருக்கின்றவர்கள் பக்தியுடன் ராமநாமம் ஜெபிக்கின்றனர்.

அந்த கட்டம் முடிந்தபோது, யார் பார்வையிலும் படாமல் ஓரமாய் அமர்ந்திருந்த மணிகண்டன் எழுந்து கிளம்பினான். முன்னே நிற்கிறார் அவன் அப்பா!

மணிகண்டன் அசந்துபோய் நின்றுவிட்டான்.

"வாடா கண்ணே, வாடா, முன்னிருட்டுடா!"

அப்பாவைப் பின்தொடர்ந்து மகன் நடந்து சென்றான். இன்று அடி கிடைக்குமென்பது உறுதி. வெடிப்புரைக்கலுக்குப் போகக் கூடா தென்று அப்பா பன்முறை மகனைத் தடுத்திருக்கிறார்.

ஓய்வு நாட்களில் கோவிலுக்குப் போய் வருகிறேன் என்று சொல்லி அவன் வெளியே செல்லும்போது குஞ்சுநாயர் அல்லது குஞ்சுமாளுவம்மா சொல்லுவார்கள்:

'வெடிப்புரைக்கலுக்குப் போகக்கூடாது!'

"போவமாட்டேன்."

திரும்பி வரும்போது கேள்வி பிறக்கும்.

“வெடிப்புரைக்கல் போனியா?”

“இல்லை!”

குஞ்சுவம்மாளுவம்மா மகனைப் பாசமுடன் அரவணைத்தவாறு கூறுவாள்:

“அது ரொம்ப மோசமான இடம்னுதான் அப்பா சொல்லறாரு. அங்கே போனா பசங்க கெட்டுப் போயிடுவாங்க. எம் மவன் அங்கே போகக் கூடாது.”

“போகமாட்டேன்.”

சேந்நாட்டு குஞ்சுநாயர்தான் இப்போது தரும சங்கடத்தில் அகப்பட்டுவிட்டார். மகனை உபதேசிக்கமுடியுமா? அவர் யோசனையில் மூழ்கிவிட்டார். அந்தப் பிரார்த்தனையில் கலந்துகொள்வது நல்லதுதான். பக்தி ஏற்பட்டுவிடும். ஆனால் அங்கே செல்கின்ற சில சிறுவர்கள் வழிதவறிப் போவதற்கான சாத்தியமும் உண்டு. பிரார்த்தனைக்கு மட்டும் செல்ல அனுமதித்துவிட்டால், ‘அங்கே போ!’ என்று சொல்லியனுப்பியது மாதிரியிருக்கும். நாயர் எதையும் பேசாமல் முன்னே நடந்தார். மணிகண்டன் அவரைப் பின்பற்றி வந்தான். அவர் மூளை அனைத்திலும் யோசனை மிதந்தது.

அப்பா வாய் திறப்பதில்லை. மகனும் அப்படியேதான். எல்லாம் வீட்டுக்குச் சென்ற பின்னர் பேசிக் கொள்வதென்று நினைக்கிறார்கள் போலும். வெடிப்புரைக்கலுக்குப் போகமலிருக்கவும் மனம் வருவ தில்லை. போகவேண்டாமென்ற உறுதியோடு இருந்து விட்டாலும் வெடிப்பரைக்கலுக்குச் செல்லாமலிருக்க மனம் வருவதில்லை. நாம ஜெபம் செய்வது தவறா? அங்கே நாம ஜெபம் பண்ணப்போயிருந்தேனென்று உறுதியாகச் சொல்லலாம். அப்பா அங்கே பார்த்ததுதான். அப்பாவின் இந்த மௌனம்தான் தன்னைப் பயமுறுத்துகிறது.

குஞ்சுமாளுவம்மா மகனை எதிர்பார்த்து வீட்டுவாசலிலேயே நிற்கிறாள்.

“அடியே, உன் மவனை எங்கிருந்து பிடித்துக் கொண்டு வாறேன்னு தெரியுமா?”

அம்மா எதையும் பேசவில்லை. மணிகண்டன் எங்கிருந்திருப்பான் என்று அவளுக்குத் தெரியும். வெடிப்புரைக்கல் வீட்டிலேதான். ஊரிலுள்ள சிறுவர்களெல்லாம் அங்கேதான். ஒருவன் கூட வீட்டிலிருக்கமாட்டான். எல்லாத் தாய்மார்களும் முறையிடுகிறார்கள். சிறுவர்கள் மட்டுமல்ல; இளைஞர்கள் கூட அப்படித்தான் நடந்து கொள்கின்றனர். ஆனால்,

அதனாலே மணிகண்டன் அங்கே போகவேண்டுமென்றில்லை. அவன் ஆங்கிலம் கற்றுக் கொள்கிறான். ஆங்கிலம் கற்றுக் கொள்கிறவன் ஏனைய மாணவர்கள் போன்று அல்ல. அவர்களுக்கு மேன்மையுண்டு. அவர்கள் சட்டை அணிந்து பள்ளிக்குச் செல்கின்றனர். பாடம் படிப்பதைக் கேட்டால் அங்கேயே நின்றுவிடுவோம். அந்த மொழி மற்றவர்களுக்குப் புரியாது. எழுத்துக்களும் அப்படியேதான். ஆங்கிலம் கற்றுக் கொள்கின்ற மாணவர்கள் ஏனைய மாணவர்களுடன் பழகுவதே அவமானமாகும். இங்கிலீஷ், துரைமார்களின் பாஷையாகும்.

மணிகண்டன் வயதை ஒத்த மாணவர்கள் மலையாளம் பள்ளிக் கூடத்திலேதான் படிக்கிறார்கள். மணிகண்டன் ஆங்கிலப் பள்ளியில் படிக்கிறான். ஆங்கிலப் பள்ளியல்ல; இங்கிலீஷ் ஸ்கூல்! எனவே மற்ற சிறுவர்கள் வெடிப்புரைக்கலுக்குப் போகிறார்கள் என்பதனால் மணிகண்டனும் போகவேண்டுமோ? போகவேண்டாமென்று மட்டுமல்ல போகவும் கூடாதென்பதாகும்.

அம்மா மகனிடம் வினவினாள்:

"நீ இங்கிலீஷ்தானே, படிக்கிறே? அதோட அந்தஸ்து உனக்கு இருக்க வேண்டாமா? அந்த வெடிப்புரைக்கல் தோலான் - துருத்தியான்களோட சினேகிதம் உனக்கென்னதுக்கடா, மவனே?"

குஞ்சுநாயருக்கு ஒரு கருத்து உருவாயிற்று.

"கேளடி! கேளடீ! அவனைக் கொஞ்சிக் குலவுகிற அம்மாதான் கேக்கணும். அவனுக்கும் புரியட்டும். இங்கிலீஷ் படிச்ச நீ அதிகாரியா யிருக்கிறப்போ, மலையாளம் படிச்சவங்க சிரிப்பாங்கடா!"

மணிகண்டன் களைப்படைந்துதான் வந்திருக்கிறான். கஞ்சி கொடுக்கத்தான் அம்மாவுக்குத் தோன்றியது. அப்புறம் குணதோஷ விமர்சனம் பண்ணிக்கொள்ளலாம். ஆங்கிலம்தான் கற்றுக் கொள்கிறே னென்று அவன் புத்தியில் உதயமாயிருந்தால் போதும்.

குஞ்சுநாயர் ஒரு வினா எழுப்பினார்:

"ஒண்ணு கேக்றேன்பா, நீ வெடிப்புரைக்கல் போனியான்னு நாங்க கேட்டால் இதுவரைக்கும் இல்லேன்னுதான் சொல்லிக் கிட்டிருந்தே..."

மணிகண்டன் எதையும் சொல்லவில்லை.

குஞ்சு நாயர் தொடர்ந்து கூறினார்:

"நீ தினசரி பொய் சொல்லிக்கிட்டிருந்தே..."

அதற்கும் பதில் இல்லை. அவன் முகம் வாடியது.

"பொய் சொல்லக் கூடாதுன்னு உன் வாத்தியானுங்க சொல்லித் தர்றதில்லையா? இந்தப் புத்தகம் இங்கிலீசிலேருந்தாக் கூட அதிலேயும் இருக்கணுமே. வெள்ளைக்காரங்க நீதி, ஒழுங்கு மற்றும் சத்தியம் உள்ளவங்கதான்."

நாயர் தொடர்ந்து கூறினார்:

"தினசரி பொய் சொல்லுவது - சுத்தப் பொய். கொஞ்சம் நெனைச்சுப் பாரடா, பையா! அது எப்படிப்பட்ட பாபம்! அப்பறம் பொய் சொல்லிச் சொல்லி நாக்குக்குத் தயக்கமே இல்லாமற் போயிடும். அப்படி உனக்குப் பொய் சொல்லத் தயக்கமே இல்லேன்னாச்சு."

குஞ்சுநாயர் குரலிலும் தோற்றத்திலும் அந்தத் தன்மையின் கடுமை நிழல் வீசியிருந்தது. அது ஒரு பர்வதத்தை விடவும் பெரிது! பொய் சொல்ல ஒரு தயக்கமும் இல்லையா? அப்படிப்பட்டவன் பாவி. அவனை எவனாவது நம்புவானா? அவன் உண்மையைச் சொன்னாலும் அதில் சிறப்பு எதுவுமில்லை. உண்மையும் பொய்யும் ஒன்று போலிருக்கும். ஆணையிட்டுச் சொன்னாலும் புண்ணியமில்லை. உண்மையை உணர வைக்க முடியாதது போன்ற கஷ்டமான வேலை கிடையாது. பொய் சொல்லத் தயங்காதவனால் வாழ முடியாது.

குஞ்சுநாயர் கேட்டார்:

"இருக்கட்டும் மவனே, நீ சொல்றது எதையும் அப்பா நம்பா விட்டால் நீ என்ன செய்வாய்? 'ஆ... பொய் சொல்லத் தயங்காதவன்தான் இவன்; இப்போ சொன்னது பொய்தான்னு அப்பா நினைக்க மாட்டாரா?"

இதைக் கேட்டபோது மணிகண்டனுடைய கண்கள் கண்ணீரால் மல்கின. சில துளிகள் கன்னம் வழியாகவும் உருண்டன. அவன் இதழ்கள் நடுங்கின. குஞ்சுநாயர் அதைக் கண்டார்.

"நீ அழவேண்டாம் மவனே! பொய் சொல்லக் கூடாது. அதுவே போதும். பொய் சொல்லிவிட்டு எத்தனை பஜனைகளில் கலந்து கொண்டாலும், எவ்வளவு தான் நாம ஜெபம் பண்ணினாலும் புண்ணிய மில்லை. அதிருக்கட்டும்; நீ பாடம் படிச்சியா?"

மணிகண்டன் இதழ்களை அசைத்து வாசிக்கத் தொடங்கினான். வாசிப்பது எதுவும் மூளையில் தங்குவதில்லை. சும்மா வாசிக்கிறான். அவ்வளவு தான்.

அந்தப் பக்கத்தில் தாயும் தந்தையும் பரஸ்பரம் எதையோ அடங்கிய குரலில் பேசுகிறார்கள், என்னவோ; ஏதோ?

ஐக்கரை மாமாவின் பாகவத பாராயணம் ஊரெங்கும் எதிரொலிக் கிறது. ஊர் முழுதும் கேட்கிற முறையில்தான் அந்த மாமாவின் பாராயணம். அதைக் காதில் வாங்கிக் கொண்டவர்கள் அப்படியே உட்கார்ந்து விடுவார்கள். கவனமாகக் கேட்டால் புரியவும் செய்யும். அந்த வாசிப்புக்கு ஓர் உயிரோட்டமுண்டு. துக்கமேற்படவேண்டிய இடத்தில் துக்கத்தை ஏற்படுத்திவிடும். சோகக் குரலில் வாசிக்க மாமனுக்குத் தெரியும். அப்போது கேட்பவர்கள் அழுதுவிடுவார்கள். பக்திரசமாய்ப் படிக்கவும் அவருக்குத் தெரியும். எப்படித்தான் இப்படிப் படிக்க முடிகிறதோ...

ஐக்கரை வீடு இருப்பது சற்றுத் தொலைவில்தான். நன்றாகக் கவனித்தால் அவர் எந்தப் பகுதியைத்தான் படிக்கிறாரென்பதைப் புரிந்து கொள்ளமுடியும்.

தசம ஸ்கந்தமா? ஏகாதசம் ஸ்கந்தமா? எப்படிப்பட்டவர்கள் பாகவதோத்தமர்கள்' என்பதை விளக்குகிற பகுதி அது. அது பாகவதத்தில் எங்கிருக்கிறது? நீண்ட நாள் வாழ்ந்து இந்த உலகத்திடம் விடை சொல்லிவிட்டுப் படுத்திருக்கிறபோது அந்த வாழ்வினை மதிப்பிடுவதற்கென்பது போன்று இரவு வீட்டிலே அந்தப் பகுதியை வாசித்துக் கேட்டிருக்கிறார்கள். எப்படிப்பட்டவன் பாகவதோத்தமன்? ஒவ்வொரு ஈரடி வரிசைகளும் முடிவடைவது, 'பாகவதோத்தமன்தான்' என்றுதான்.

மணிகண்டன் புத்தகத்தை மூடி வைத்தான்.

அம்மா சொன்னாள்:

"இனி நீ போய்ப் படுத்துக்கோ மவனே!"

* ** *

பருத்திக்காட்டு சவுரியாரும், தும்பேக் களத்தில் குட்டியும், எட்டு பத்து மாப்பிளமார்களும் சேர்ந்து பஜனை நடைபெறுகிற நேரத்தில் வெடிப் புரைக்கல் வீட்டுக்குச் சென்றனர். அங்கே குழப்பத்தை விளைவித்தார்களாம். அடிதடி தகராறு ஏதும் ஏற்படவில்லை. பஜனை நடைபெறுகிறபோது சவுரியாரும் குட்டியும் உள்ளே நுழைந்து சென்றனர். சவுரியார் மகன் ஜார்ஜும், குட்டியின் மகன் மத்தாயியும் பஜனையில் பங்கெடுத்துக் கொண்டிருந்தனர். அவர்கள் தங்கள் புதல்வர்களைக் கூட்டத்திலிருந்து தூக்கியெடுத்தனர். சவுரியார் கையில் வைத்திருந்த புளியங் குச்சியினால் மகனை இரண்டு மூன்று முறை அடித்தார். சிறுவன் குய்யோ முறையோ எனக் கத்தினான். குட்டி தன் மகனை அடிக்கவில்லை. பஜனையில் கலந்துகொண்டிருந்த சிலர் ஆத்திரத்தால் கிளர்ந்தெழுந்தனர். குஞ்சன் நாயர் இலேசானப் பட்டவரல்ல. கை

ஒருமுறை தூக்கியது மட்டும்தான். அனைவரும் அமர்ந்துவிட்டனர். குழப்பமேதும் ஏற்படவில்லை. பஜனையை அலங்கோலம் பண்ணியதற்குக் கேள்வி எழுப்பத்தான் அவர்கள் எழுந்தனர்.

பஜனை என்னவாயிற்று?

மேற்கொண்டு தொடர்ந்து நடைபெற்றது.

பஜனைக்குப் பிறகு குஞ்சன் நாயர் பேசினார்.

என்ன பேசினார்?

நிறைய விசயங்கள் பேசினார்.

மூலப்படத்து பத்மநாபன் நாயர் களைப்படைந்து விட்டார். எல்லாத் துறைகளிலும் அவருக்குப் பணநஷ்டம் ஏற்பட்டிருக்கிறது. வயோதிகமும் ஆகிவிட்டது. ஆயினும் செய்தியறிந்தபோது அவர் விழிப்படைந்தார்.

"இது திமிர்தான். பஜனையை அலங்கோலம் செய்தனர். ஆற்றுமாலி மாப்பிளமாருங்க முரடனுங்களாயிட்டாங்க. பணம் வந்தபோது எதையும் செய்யலாம்னு குதிக்கவேணாம்னு அவங்களுக்கு புத்தி புகட்டவேணும்."

பத்மநாபன் நாயர் அபிப்பிராயம் இது. இடது காலைத் தடவியவாறு மூலப்படத்தவர் கூறினார்.

"என்ன செய்வது? என் பழைய காலம் போய்விட்டது."

மூலப்படத்தவருடைய இடது கால் முட்டியில் வீக்கமோ; என்னவோ?

ஆற்றுமாலி மாப்பிளமார்களுக்குத் திமிர் பிடித்திருக்கிறது என்பதில் சேந்நாடனுக்குக் கருத்துவேற்றுமையில்லை. பணம் சேருகிறபோது திமிரும் ஏற்பட்டு விடும். ஆனால் அவர்களின் புதல்வர்கள் பஜனையில் கலந்துகொண்டனர். அது அவர்கள் மதத்துக்கும், ஆச்சாரத்துக்கும் பொருந்திய விசயமல்ல. சவுரியாரும் குட்டியும் வந்து தங்கள் தங்கள் புதல்வர்களை அழைத்துச் சென்றனர். அதில் என்ன தவறு?

சேந்நாடனின் கேள்வி அது.

வக்கீல் குமாஸ்தாவான ஆண்டிப்பிள்ளை விசாரித்தார்:

"அது இப்படித்தானா, செய்யணும்? ஏழெட்டு நபர்களுடன் கத்தியும் தடியும் கையிலேந்தியவாறு பஜனை நடக்கிறப்போ உள்ளே நுழைந்து வந்து கூச்சலெழுப்புவது முறைதானா? குஞ்சன் நாயர் கிட்டே அமைதியாக் கேட்டிருக்கணும். அப்பறம் பசங்களை அழைச்சுக்கிட்டுப்

போயிருக்கணும். இது இந்துக்களைச் சண்டைக்குக் கூப்பிடறதுதான். பணத்தோட திமிர். நாம்ப கொஞ்சம் களைப்படைஞ்சிட்டோம்னு இப்படி முறத்திலேயே ஏறிக் கொத்தறதுன்னா அனுமதிக்க முடியாது."

அது சரிதான் என்று சேந்நாடன் ஒப்புக்கொண்டார். பணத் திமிர் தான்.

"ஆனாக் கூட நம்மாலே என்ன செய்யமுடியும்? அதைச் சொல்லுங்க. நாம்ப நாலுபேர் இருந்தா அஞ்சு கிளையிலே இருப்போம். அப்பறம் பணக்காரங்களும் இல்லே. அப்போஇதையெல்லாம் பொறுத்துக்கத்தான் வேணும்."

கண்டப் பிள்ளைக்குப் பிடிவாதமாயிற்று.

"நாம் ஒன்று சேரவேண்டும். நாம்ப இந்துக்களெல்லாம் ஒன்று சேரவேண்டும். நாம்ப ஒன்று சேர்ந்திட்டோம்னா, இந்தப் பணத்தால் ஒண்ணுமே பண்ணமுடியாது."

சேந்நாடன் வெடித்துச் சிரித்தார்.

"நல்லாச் சொன்னீங்க... ஒன்று சேரணும்னு இருந்தா, நம்ப தேவஸ்தானம் இப்போ கோர்ட்டு ஆதிக்கத்திலே வந்திருக்குமா?"

மூலப்படத்தவர் காலைத் தடவியவாறு உட்கார்ந்திருக்கிறார். அவருக்குச் சொல்லவேண்டியது ஒன்று மட்டும்தான்:

"நான் யோசிச்சுக்கிட்டிருந்தேன் - இந்த ஆற்றுமாலி கிருஸ்தவனுங்க எப்படி வாழ்ந்தவங்கன்னு."

கண்டப்பிள்ளை சொன்னார்:

"இந்த மந்நத்து பத்மநாபன் நாயர் சொல்வதை ஒரு முறையிலே பார்த்தால் சரிதான். நாம் ஒன்று சேரவேண்டும். அதுதான் இப்போதைக்குத் தேவை."

"ஆனா அந்த நாயருக்குத் தீண்டாமை அது இதுன்னு ஒண்ணு மில்லையாம்."

அதைச் சொன்னது யார்? அனைவருக்கும் அசரீரிபோல் தோன்றியது. அதைச் சொன்ன சேந்நாடனுக்குக் கூட எங்கிருந்தோ வந்ததென்று தான் தோன்றியது.

எல்லாவற்றையும் கேட்டுக்கொண்டிருந்த சுனைக்குளத்தவர் விசாரித்தார்.

"ஆகட்டும்- நான் ஒண்ணு கேக்கறேன். நாம்ப இப்படியெல்லாம் இங்கே சொல்றோம். அங்கே நடந்தது நம்ப பஜனையா? காந்தி

பஜனையா? அதாவது ஜாதியும் மதமும் எதுவுமில்லாத துரைமார்களை வெளியேத்தறதுக்கான பஜனை."

சேந்நாடன் அதுக்குப் பதிலளித்தார்:

"அதைப் பற்றி நான் சொல்லறேன். நான் அங்கே போயிருந்தேன். என் பையனை அழைச்சிக்கிட்டு வர நான் சென்றிருந்தேன். அங்கே "ரகுபதி ராகவ ராஜாராம்'ங்கிற பாட்டைத்தான் பாடினாங்க. எல்லோரும் பக்தியோடு, திறந்தமனத்தோடு நாமஜெபம் பண்ணறாங்க. அங்கே போய்ப் பார்த்தால் யாருக்குமே பக்தி பிறக்கும். சேர்ந்திருந்து பத்து நாமம் ஜெபிக்கலாம்னு தோணும். நான் பார்த்தேனே அந்த ரவுடி வேலு, குட்டன், பாச்சரன் - இப்படி எல்லோரும் சேர்ந்து உட்கார்ந்து நாம ஜெபம் பண்ணறாங்க. குஞ்சன் நாயர் அவங்களை எல்லாம் ஒரு கட்டுப்பாட்டுக்குக் கொண்டு வந்திருக்கிறார்."

சேந்நாடன் சற்று மனப் பிரயாசையுடன் சொன்னார்:

"பறையன், புலையன் இப்படி எல்லாவங்களும் அங்கிருக்காங்க. கிறிஸ்துமார்க்கத்துக்குப் போகாதவங்க. அந்தப் போக்கிரி இட்டியேப் பனிருக்கானே... அவன் அங்கே கண்மூடியமர்ந்து ஜெபிக்கிறான்."

"அப்பறம் என்ன, அந்த குஞ்சன் நாயர் இந்த மாப்பிளேங்களோட அக்கிரமங்களைப் பார்த்தும் கண்ணை மூடிக்கிட்டிருக்கார்? அவங்க அவரோட ஆசிரமத்தில் புகுந்து அக்கிரமம் பண்ணினாங்கள்ல? ஊரிலுள்ள சிறுவர்களும் இளைஞர்களுமெல்லாம் அவர் கூடவேதான். அப்போ அவர்தானே, பழிக்குப் பழி வாங்கவேண்டியவர்? நாமெல்லாம் எதுக்காக அவஸ்தைப் படணும்?"

சேந்நாடனுக்குக் கூடுதலாக விசயங்கள் தெரியும்.

"வேலு, பாச்சரன், குட்டன் - எல்லோரும் எழுந்தனர். அவங்கள்லாம் குஞ்சன் நாயருடைய புதிய கட்டுப்பாட்டுக்குட் பட்டவங்களாயிருந்தாக் கூட அவங்க பழைய சுபாவம் வந்து விடாதா? குத்து, வெட்டு, கொலை இப்படியெல்லாம் நடக்கும்னு தோணிச்சு. குஞ்சன் நாயர் ஒரு முறை கையை உயர்த்தினார். எல்லோரும் அடங்கினர். சொல்றவங்கள்லாம் ஒரு விசயத்தைப் பற்றிச் சொல்றாங்க."

மூலப்படத்தவர் கேட்டார்: "அது என்ன?"

"அவருக்கு ஏதோ ஒன்று இருக்கிறதென்று பிரார்த்தனையின் போது அது தெளிவாகத் தெரிகிறது. எனக்கும் அப்படித்தான் தோன்றியது. உண்மையைச் சொல்வதென்றால், பிரார்த்தனையின் போது அவர் முகத்திலே பிரத்தியேகமானதோர் ஒளியுண்டு. ஏதோ ஒரு சக்தி. கோவில் கர்ப்பகிருகத்திலிருந்து சிந்துவது போன்றதொரு பிரகாசம்."

சுனைக்குளத்தவர் அப்புறம் என்ன நடந்ததென்று விசாரித்தார்.

"அப்புறம், அவர் பிரசங்கம் பண்ணினார்."

"என்ன பிரசங்கம்?"

"கேட்டு அறிந்த வரையிலும் நல்ல விசயங்கள்தான். புராணங்களில் சொல்லப்பட்ட அதே விசயங்கள் பற்றித்தான் பேசினாரென்று சொன்னாங்க. கோபம் அழிவுக்குக் காரணமென்றல்லவா, புராணம் சொல்லுது? சர்வநாசத்துக்கும் அது காரணமாகும். முக்கியமாய் இதைத்தான் பேசினார். அப்புறம் அகிம்சையைப் பற்றிப் பேசினாராம். இம்சை என்றால் கொல்வதென்றல்லவா, பொருள்? அவர் சொல்லும் இம்சை அதுவல்ல. குஞ்சன் நாயர் அதை நல்லா விளக்கிக் கூறினாராம். இன்னொருவனுக்கு வேதனையளிப்பதுவும் இம்சையே தானாம். சிரித்துக்கொண்டே நின்றுவிட்டால், அடிக்க வருகிறவன் கை தானாகத் தாழ்ந்து விடுமாம்."

மூலப்படத்தவர் புன்னகை புரிந்தார்.

"ஆமாமாம். வேண்டுமளவு வாங்கிக் கட்டிக்கொள்ளலாம்."

சேந்நாடன் சொன்னார்:

"அப்படியில்லே. நான் யோசிச்சுப் பார்த்தேன். அவரு சொல்றதிலே பலவும் உண்மைதான். நான் இந்தப் புராணங்களை எல்லாம் புரட்டிப் பார்த்தவன்தானே? அவற்றிலே சொல்வதை அடிப்படையாக வைத்துத்தான் பார்த்தேன். அப்போ நாம் தவறு செய்யக் கூடாது. நல்லதைத்தான் செய்யணும். பிறத்தியானுக்குத் துரோகம் செய்யக் கூடாது. நம்ப செயலினால் பிறத்தியானுக்கு தீங்கு நேர்ந்திடக் கூடாது."

சுனைக்குளத்தவர் வினவினார்:

"இந்த உலகத்திலே அபபடி வாழமுடியுமா, சேந்நாட்டுப் பெரியவரே?"

"அது வேறு விசயம். ஆமாம்... நான் என்ன சொல்லி முடிச்சேன்? ஆம்! அப்படியிருக்கிறப்போ ஒருத்தன் அடிக்க வந்தான். நாம்ப எந்தத் தீங்கையும் இழைத்திருக்கவில்லை. தைரியமா நின்னோம்னா அடிக்க வர்றவன் கை தானாகத் தாழ்ந்துபோயிடாதா? அவனும் மனிசன்தானே? எந்த மனிசனையும் விட அவன் ரொம்ப துஷ்டனாவே இருக்கட்டும் - ஈசுவராம்சமிருக்கு. அப்போ என்னன்னா..."

சேந்நாடன் பேசி முடிக்கவில்லை. ஆண்டிப் பிள்ளை குறுக்கிட்டார்:

"அதுதான் இப்போ காந்தி போலீஸாரோட அடியும் இடியும் வாங்கிக்கிட்டிருக்கார். இந்த குஞ்சன் நாயர் கூட நிறைய வாங்கியிருக்கார்.

அடிக்கிறப்போ இவங்க அந்த ஒவ்வொரு அடிக்கும் என்ன பதில் சொல்லுவாங்க தெரியுமா? 'பாரத மாதா கீ ஜெய்!"ன்னு."

மூலப்படத்தவர் கேட்டார்:

"அப்போ நாம்ப இந்த மாப்பிளைங்களோட திமிருக்கு ஒண்ணுமே செய்ய வேணாம்னுதானா?"

அந்தக் கூட்டத்திலே குஞ்சுநாயர்தான் விசயம் தெரிந்தவர். அவர் சொன்னார்:

"அப்படியில்லே. இப்போ அவங்களுக்குச் சொல்ல ஒரு நியாயமுண்டு. நாம்ப எல்லாம் அவிசுவாசிங்க. அப்படித்தான் அவங்க சொல்லறாங்க. நம்ப பஜனையிலே அவங்க பையன் கலந்திட்டான். நம்ப பையன் அவங்க மாதா கோவில் சடங்குகளிலே பங்கெடுத்துக்கறான்னா நமக்கு எப்படியிருக்கும்? அது மாதிரிதான். இன்னமும் இருக்கு - ஊரிலே ஏதாச்சும் நடக்கணும்னா குஞ்சன் நாயர் மனம் வைத்தால்தான்! நம்மாலே என்ன செய்யமுடியும்? வரட்டும். அப்புறம் அவரு கிட்டேயே பேசிக்குவோம்."

ஆண்டிப்பிள்ளை தன் கருத்தைத் தெரிவித்தார்:

"அப்போ அவரு தத்துவார்த்த ஞானம் பேசத் தொடங்குவார்."

ஊரிலுள்ள நாயர் ஜாதினர் யாருமே ஆற்றுமாலிக்குப் போவதில்லை. கிருஸ்தவர்கள் கோவில் வட்டாரத்துக்கும் வரமாட்டார்கள். அத்தகைய ஒரு சம்பவம் எந்நாளும் நிகழ்ந்ததில்லை. அந்த ஊர் அனைத்தும் அனைவருடையவும் ஊராக இருந்தது. ஆனால் ஆற்றுமாலியில் வேலைக்குச் சென்றவர்கள் இன்றும் போய் வருகின்றனர். கூலி வேலை செய்கின்றவர்கள் கோவில் பிராந்தியத்துக்கும் வருவதுண்டு. அப்புறம் யாருக்குத்தான் தயக்கம்? வசதி படைத்தவர்களுக்கு.

இதனிடையில் அப்பக்களத்து ஈயோக்குட்டியும், அவர் மகனும் காந்தியாசிரமத்திலுள்ள குஞ்சன் நாயருடைய பிரார்த்தனைக் கூட்டத்தில் கலந்துகொண்டனர். எல்லோருக்கும் சந்தேகமாக இருந்தது.

அப்பக்களத்து ஈயோக்குட்டி ஆற்றுமாலியிலுள்ள செல்வந்தர்களை எதிர்த்துப் போராடுகிறவர். என்றும் எல்லோரிடமும் சண்டைதான். எவரையும் பொருட்படுத்தமாட்டார். தனியாளாய்க் காலம் கழிக்கிறார். ஈயோக்குட்டி தனக்குப் பக்கபலம் தேடி வந்திருக்கலாம். அப்படித்தான் எல்லோரும் பேசினர்.

86

குஞ்சன் நாயருடைய அம்மாவின் அபிலாஷை, மகன் திருமணம் செய்து இல்லற வாழ்க்கை நடத்துவதைப் பார்க்க வேண்டும் என்பதாக இருந்தது. இன்று கூடப் பெண்கள் அதைச் சொல்லுவார்கள். குஞ்சன் நாயருக்கு ஏன் அப்படித் தோன்றாமற் போயிற்று? அந்த நல்ல தாயின் அபிலாஷை ஈடேறவில்லை.

பெரிய துறவிகள் திருமணம் செய்து கொள்வதில்லை. இதுவும் ஒரு விதமான துறவறமே. காவித்துணியணிவதில்லை என்பது மட்டும்தான். நான்கு முழ வெள்ளை வேஷ்டியுடுத்திக் கொள்வார். சுயமாகச் சமைத்துத்தான் சாப்பிடுவார். கொஞ்சம் காய்கறிகளை உப்புப் போட்டு வேகவைத்துத் தின்பார். மிளகாய், புளி எதுவும் வேண்டாம். டீ, காப்பி ஆகியவற்றைத் தொடவே மாட்டார். அதிகாலையிலேயே துயிலுணர்வார். அப்போது கூட நாம ஜெபம் உண்டு. காந்தியாசிரமத்தில் இரவிலே வந்து படுத்துக் கொள்கின்றவர்கள் உண்டு. அவர்களோடு சேர்ந்துதான் பிரார்த்தனை. அணிவதற்கான வேஷ்டிக்கு நூல் நூற்றெடுப்பார். ராட்டை உண்டு. அந்த நூலைக் கொடுத்து வேஷ்டி வாங்குவார். எல்லாம் காந்திஜி ஆசிரமத்திலுள்ள விதிமுறைகள்தான்.

ஆனால், காந்திஜிக்கு மனைவி-மக்கள் இருக்கிறார்கள். குஞ்சன் நாயருக்கு மனைவி-மக்கள் இருந்தாலென்ன?

வெடிப்புரைக்கல் வீட்டுமனையின் தாழ்வான பகுதியில் ஏராளமான புல் வளர்ந்திருந்தது.

அறுவடை முடிந்து கிடக்கிற நிலம். குஞ்சன்நாயர் தாமாக மண்வெட்டியால் மண்ணை இளக்கி விதைப்பார். அனைத்து வேலை களையும் செய்வார். குஞ்சன் நாயருடைய ஓராண்டுச் சாப்பாட்டுக்கு அங்கே விளைகிற அந்த நெல்லே போதுமானது.

தைவளாகத்து கௌரிக்குட்டி புல் அறுத்தெடுத்துச் செல்ல ஒரு பெரிய கூடையுடன் அங்கு வந்தாள். நூல் நூற்றுக் கொண்டிருந்த குஞ்சன் நாயர் அந்தப் பக்கம் பார்த்தாரா என்பது சந்தேகம்தான். கௌரிக்குட்டி தாழ்வான மனையிலே சென்று புல் அறுத்தெடுக்கிறாளென்று நாயர் அறிந்துகொண்டார். அப்போது அங்கிருந்த வேலுவிடம் அவர் சொன்னார்:

"அந்தப் பொம்பளையை அங்கிருந்து போகச் சொல்லுங்க!"

குஞ்சன் நாயர் நூற்றுக் கொண்டிருந்த நூல் அறுந்துவிட்டது. கவனம் திசை திரும்பியது. போக்கிரி வேலு அவளை நோக்கிச் சென்றான்.

மெல்லத்தான் நடந்தான். ஆயினும் கௌரிக்குட்டி கூடையையெடுத்துக் கொண்டு ஓடினான். வருகிறவன் வேலு. பெண்கள் அனைவருக்கும் அவனைப் பார்த்தால் பயம்தான். அவன் எதையும் செய்யத் தயங்காதவன்.

அவ்விடத்திலிருந்து புல்லை அறுத்திருக்கிறார்கள். ஆனால் அதை ஆடவர்கள்தான் செய்திருக்கிறார்கள். பெண்கள் புல்லறுக்க அந்தப் பக்கம் சென்றதில்லை.

கௌரிக்குட்டி பார்வைக்கு அழகானவள். இருமுறை பிரசவித்தா ளென்றாலும் அப்படித் தோன்றாது. வெடிப்புரைக்கல் மனையிலிருந்து புல்லறுத்தெடுப்பதில் ஆட்சேபணை என்றால், குஞ்சன் நாயர் அதை நேரடியாகச் சொல்லியிருக்கலாம். எதைச் செய்யவும் தயங்காத போக்கிரி வேலுவை ஏன் அனுப்பி வைக்கவேண்டும்?

“இந்தாம்மா, இங்கிருந்து புல்லறுக்க வேண்டாம்” என்று சொல்லி யிருந்தால் கௌரிக்குட்டி கூடையை எடுத்துக்கொண்டு அப்பொழுதே சென்றிருப்பாள். அது எவ்வளவு மதிக்கத்தக்க காரியமாக இருந்திருக்கும். அண்டை வீட்டினருக்குப் புல்லைக் கொடுக்க விருப்பமில்லை. அவ்வளவு தான். சோவன் போக்கிரி வேலுவை அனுப்பி வைத்தார். அது ரொம்ப மோசமாயிற்று.

தைவளாகத்து கிருஷ்ணன் மாலையில் வந்து ஒரு கூடை புல்லறுத்துக் கொண்டு சென்றார். எவரும் கவனிக்கவில்லை.

எனவே கௌரிக்குட்டியிடம் விரோதம்தான். அப்படி அவளிடம் விரோதம் ஏற்படக் காரணம் என்ன? அதற்கேற்ற முறையிலே அவள் என்ன செய்தாள்? ஒன்றுமில்லை.

பாவூத்ர ஜானகி அவளிடம் விசாரித்தாள்:

“உன்கிட்டே அவரு தகாத முறையிலே ஏதாச்சும் கேட்டிருக்காரா?”

கௌரிக்குட்டி நடுங்கிப் போனாள்.

“என் கடவுளே, ஏம்மா ஜானகீ, இப்படிக் கேக்கறே? அவர் என் முகத்தைக் கூடப் பார்த்ததில்லை. என் முகம் எப்படியிருக்கும்னு அவருக்குத் தெரியுமோ; என்னவோ? அவரு நடந்து போறதைப் பார்த்திருக்கியா? வழியிலே பெண்களைப் பார்த்தால் தலையைக் குனிந்து கொள்வார். வேறு வழியிருந்தா அந்த வழியிலே விலகிச் செல்வார். எந்த ஒரு பெண்ணின் முகத்தையும் அவர் பார்த்ததில்லை. ஒருவேளை பாதங்களைத்தான் பார்த்திருப்பார்.

ஜானகி வினவினாள்:

“அப்படி ஏதாச்சும் கேக்கணும்னா, முகத்தைப் பார்த்துத்தான் கேக்கணும்னு இருக்கா?”

“இல்லையடா! அப்படி எதுவும் நடந்தது கிடையாது.”

“அப்பறம் ஏன், உன்னை விரட்டியோட்டினாரு? அதை வைத்துக் கொண்டுதான் நான் கேட்டேன்.”

“அவருக்குப் பெண்கள்னா பிடிக்காது போலிருக்கு. அவருக்கு உடன் பிறப்பா பெண் இருக்கா? அப்பறம் எப்படி?”

“பெண்களோடு ஒருத்தன் சகஜமாப் பழகறதுக்கு உடன்பிறப்பா ஒரு பொண்ணு வேணுமா?”

இத்தகைய ஓர் அனுபவம் கௌரிக்குட்டிக்கு மட்டுமல்ல ஏற்பட்டிருக் கிறது. மாங்காய்க் காலத்திலே மாமரத்தடியில் பெண் குழந்தைகள் சென்றால், குஞ்சன் நாயர் அவர்களையும் விரட்டியோட்டுவார். ஆண் குழந்தைகள் மாம்பழம் பொறுக்கித் தின்கிறார்களென்றால் அவருக்கு எந்த ஆட்சேபணையும் இல்லை.

ஊரில் இரண்டு பெண்கள் இருந்தனர். எந்த ஒரு கன்னிப் பெண்ணைப் பார்த்தாலும் தனது மருமகளாகிவிடவேண்டுமென்று ஆசை கொள்கின்றவர்கள். ஒருத்தி சீலாந்திப் பிள்ளி கல்யாணியம்மா. இன்னொருத்தி வெடிப்புரைக்கல் குஞ்சாச்சி. பெண், பார்த்தால் அழகியாக இருக்க வேண்டுமென்று ஒன்றும் கிடையாது. குஞ்சாச்சிப் பாட்டி நேரடியாகச் சொல்லிடுவாள்.

“எம் மவனுக்கான பொண்ணுதான்.”

பெண்ணின் அம்மா அல்லது சின்னம்மா அல்லது சகோதரிகள் ஆகியவர்களுக்கு அதைக் கேட்டால் ஒன்றுமே தோன்றாது. அது குஞ்சாச்சியம்மாவின் இயல்பு. அப்படிச் சொல்லுவாள். யாருக்கும் கருத்துவேற்றுமை இல்லை. சில இடங்களில் அது நிறைவேறக் கூடியதல்லாமலிருக்கலாம். பெண்ணின் குடும்ப மகிமையும் அந்தஸ்தும் மேலானதாக இருக்கும் அப்போது பாட்டி சொன்னால், அந்தச் சொல்லுக்கு அந்தச் சொல்லின் காற்றுக்கான விலை கூட இராது. பாட்டி சும்மாதான் சொன்னாள். அப்படிச் சொல்வதுதான் அவள் வழக்கம். அப்படி உறவு கொள்ளத் தக்க இடத்திலுள்ள பெண்ணின் தாயாதிகளுக்கு மனத்தில் ஒரு கொந்தளிப்பு ஏற்படலாம். ஆனால் அது நடக்கவில்லை. இன்னொரு சந்தர்ப்பத்தில் அவர்கள் பாட்டியை அணுகினால் அவளுக்கு எந்த விதமான அதிருப்தியும் இருக்காது. ஆனால் அது அமுலாகவில்லை. அந்தஸ்து குறைவான இடத்திலுள்ள பெண்ணின் உறவினர்களுக்கு அது நடக்காதென்று தெரியும். அப்புறம்

பாட்டி எதுவேண்டுமானாலும் சொல்லட்டும்.

சீலாந்திப்பிள்ளி கல்யாணியம்மா எல்லாவற்றையும் மனத்தில் கண்டு வைப்பாள். அது எல்லோருக்கும் தெரியும். அப்படித்தான் சொல்லப்படுகிறது.

குஞ்சன் நாயருக்கு ஒரு காதல் இருந்தது. அது நீண்ட நாட்களுக்கு முன்னர்தான். ஒரு சிலர் அந்தக் கதையை அறிந்திருந்தனர். அது இங்கே அல்ல. சேர்த்தலையிலுள்ள தைக்காட்டுச் சேரியிலேதான். பெண் மீனவப் பெண். அழகானவளாம்!

மீனவப் பெண்ணுடன் ஏற்பட்ட காதல் நிறைவேறுமா? அவருக்கு அது தெரியாமலிருந்ததா? பின்னர், ஏன் காதலித்தார்? அவர் மனம் அங்கே சென்று லயித்துவிட்டது. அவருக்குக் கூட அது தெரியவில்லை. பின்னர் மனத்தை அவ்விடமிருந்து திருப்பிக் கொண்டுவர முடியவில்லை. அங்கே அது கட்டுண்டு போயிற்று. குஞ்சன் நாயர் நல்லவரல்லவா? நேர்வழிதவறி நடக்கத் தெரியாதவர். அதனால் என்ன நேர்ந்தது? அங்கே சென்று அகப்பட்டுக் கொண்ட மனத்தை அதிலிருந்து தப்பவைத்துக் கொண்டு வரவும் முடியவில்லை. இன்று கூட அவர் அவளை நினைத்து நாள் கழிக்கிறாரா?

அவர் ஒருத்தியை நேசித்தார். இன்னொருத்தியை அவரால் நேசிக்க முடியாது. அவர் சுபாவம் அது. அதனால்தான் அவர் திருமணம் செய்யாமலிருந்து வருகிறார்.

அப்போது தைக்காட்டுச் சேரியைச் சேர்ந்த அந்த மீனவப் பெண்?

அவர் தன்னை நேசிக்கிறாரென்று அவளுக்குத் தெரியாது. அன்று அவள் அவரைக் கவனித்துக் கூடப் பார்த்ததில்லை. அவள் அவரை நினைத்துக் கூடப் பார்த்திருக்கமாட்டாள். ஏதோ ஒரு மீனவன் அவளை மணந்திருக்கக் கூடும். அவள் குழந்தைகளும்கூட பருவத்துக்கு வந்திருப்பார்கள். அவள் இன்று எங்கோ உயிர் வாழ்கிறாள். சுகமாக வாழலாம். கஷ்டங்களுடன் வாழலாம். உலகத்தின் ஏதோ ஒரு பிராந்தியத்தில்!

இவர் எத்தகைய மடையன்?

அதுதான் குஞ்சந் நாயர்!

இவர் ஒரு பெண்ணிடமும் பேசியதில்லையா?

பெண்ணாகப் பிறந்தவர்களிடம் இவர் உரையாடியதேயில்லை. இப்படியும் சம்பவிக்குமா?

தைக்காட்டுச் சேரியிலிருந்து இடம் மாற்றலாகி இங்கு வந்து சில நாட்களுக்குப் பின்னர் இன்னொரு கதை காதோடு காதாய்ப் பரவிக் கொண்டிருந்தது.

குஞ்சன் நாயர் பள்ளிக்கூடம் போவதும், திரும்பிவருவதும் புது வளாகத்து வீட்டின் பின்பக்கமாகத்தான். நாயர் இன்னொரு வீட்டுக்குள் நுழைந்து செல்லாதவர். கூடுதலாக நடக்க வேண்டியிருந்தாலும் அவர் இன்னொரு வீட்டுக்குச் செல்வதை யாரும் பார்த்ததில்லை. எல்லாரும் நடந்து செல்கிற பாதை வழியாக மட்டும்தான் அவர் நடந்துசெல்வார். அத்தகைய கட்டுப்பாடுகளையும் நடைமுறைகளையும் கடைபிடிக்கிற குஞ்சன் நாயர் இப்போது புதுவளாகத்து வீட்டின் பின்பக்கமாகத்தான் சஞ்சரிக்கிறார். குறுக்குப் பாதை அது. பொதுப் பாதையில் சேறும் சகதியும் குழம்பிக் கிடக்கின்றன.

ஆனால், புதுவளாகம் வழியாக அவர் சென்று வருவது பலருடைய பார்வையிலும் பட்டது. அது ஆடவர்கள் இல்லாத வீடு. ஒரு கிழவியும் ஒரு கிழவனும் மட்டும்தான். கார்த்தியாயினி என்கிற ஒரு பெண் அங்கிருக்கிறாள். அவள் நடத்தை அவ்வளவு தூரம் சரியில்லையென்று சொல்கிறார்கள். வேறு எதுவுமில்லை. அவள் ஒரு வெகுளியாவாள். ஓர் அடக்கமோ ஒதுக்கமோ இல்லை. அவ்வழியாக யார் போனாலும் அவள் வெளியே வந்து நிற்பாள். அப்புறம் குசலம் விசாரிப்பாள். அதற்காகவே அவள் துள்ளியெழுந்து வெளியே வந்து விடுவாள். அவளைக் கட்டுப்படுத்த அந்த வீட்டில் யாருமில்லை.

ஆயினும் குஞ்சன் நாயர் தானே?

சந்தேகப்படவேண்டியதில்லை.

குஞ்சன் நாயர் ஒரு நாள் திடீரென்று அந்தத் தடத்தை விட்டு விட்டார். பொதுப்பாதை வழியாகத்தான் அவர் நடந்து சென்று வந்தார். முந்திய நாள் இரவில் பந்தவெளிச்சத்திலே அவர் புதுவளாகம் வழியாகச் சென்றிருக்கிறார்.

என்ன நிகழ்ந்தது?

கார்த்தியாயினி காத்து நின்று அவரைக் கட்டியணைத்திருக்கக் கூடும். ஆம்; அவள் அதைச் செய்வாள்! அப்படியானால் அங்கே ஓர் இழுபறி நடந்திருக்கக் கூடும். கையிலிருந்த பந்தம் எங்காவது போய் விழுந்திருக்கும். பந்தமிருந்தால் அண்டை வீட்டினர் பார்த்திருப்பார்கள். வீடுகளில் இரவு உணவை முடித்திருக்கமாட்டார்கள். குழந்தைகள் அப்போதுதான் அந்தி ஜெபத்தை முடித்திருப்பார்கள். புதுவளாகத்துத்

தென்வீட்டுப் பெரியம்மா, குஞ்சன் நாயர் பந்தவெளிச்சத்தில் வெடிப்புரைக்கல் வீட்டுக்குள்ளே செல்வதைப் பார்த்திருக்கிறாள்.

எனவே கார்த்தியாயினி அள்ளிப் பிடிக்கவில்லை. ஏதோ நடந்திருக்கலாம். ஒரு வேளை தென்பக்கத்துப் புளியமர மறைவிலே நின்றவாறு சொல்லியிருப்பாள்.

"நான் தெற்கு அறைக் கதவைத் திறந்து வைத்திருப்பேன், குஞ்சன் மாமா!"

தன்னிடம் எதையும் பேசாத ஒருவனிடம் பேசுவதா? பேசியிருப்பாள்.

"நீ எடுத்திருக்கிற அறையின் கதவைத் திறந்துவை!" என்று ஆண் ஒரு பெண்ணிடம் சொல்லலாமென்றால், அவளும் ஏன் அவ்வாறு பேசக் கூடாது?

குஞ்சன் நாயராக இருந்தாலும் ஆண்பிள்ளைதானே? புதுவளாகம் வழியாக நடந்து சென்றதே இந்த நோக்கோடுதானிருக்கும்.

"கார்த்தியாயினீ, நீ படுத்திருக்கிற அறையின் கதவைத் திறந்து வைத்து விடு!" என்று சொல்லியிருக்கலாமல்லவா?

அது நடந்திருக்காது.

அவள் சொல்லியிருப்பாள். அதை ஆபத்து எனப் புரிந்துகொண்டார். அவ்வழியே செல்வதையும் நிறுத்திவிட்டார்.

என்னவாக இருந்தாலும் அன்றைய தினம் அண்டை வீடுகளில் அது பேச்சு விசயமாயிற்று.

* ** *

மயக்கத்திலிருந்துதான் குஞ்சன் நாயர் எழுந்திருப்பது வழக்கம். நேரமாகிவிட்டதென்று பயந்தவாறு சுகமாக நித்திரையிலிருந்து சரியான நேரத்தில் துயிலுணர்வது அல்ல. உணர்ந்த பின்னர் இன்னும் சிறிது நேரம் கூடப் படுத்திருந்தால் என்னவெனத் தோன்றும். அவ்வாறு சிறிது நேரம் படுத்திருப்பார். ஏதோ ஒரு களைப்பு அனுபவமாகிறது. கூவுவதற்கு நேரம் கிடைக்காத ஒரு கோழி இங்கே எங்கேயோ உண்டு. அதைக் கேட்டு இன்னொரு கோழி கூவாது. தனிமைப்பட்டுவிட்ட ஒரு கோழியாகும் அது.

தூக்க மயக்கம் எப்போதுதான் ஏற்பட்டது? நள்ளிரவு யாமக்கோழி கூவி இன்னும் நீண்ட நேரத்திற்குப் பின்னர்தான். பின்னர் மயக்கத்திலேயே படுத்துக் கிடந்தார். அந்த மயக்கநிலையிலேயே இன்னும் சிறிது நேரம் படுத்திருக்கலாம். கடிவாளமில்லாத அந்தக் கோழிதான் ஏமாற்றியது. அதற்குக் காலமோ நேரமோ தெரியாது. தனிமைப் பட்டுவிட்ட கோழி!

அங்கே ஆசிரமத்திலிருந்தபோது சில யோகாசனங்கள் செய்யக் கற்றிருந்தார். கற்றது விதிமுறைப்படிதான். சுயக்கட்டுப்பாட்டுக்குத் தோதானவற்றைத் தேர்ந்தெடுத்து கற்றுக் கொண்டதுதான். 'காம-குரோத-லோப-மோக-மத- மாச்சரிய'ங்களை வெல்லவேண்டும். நோக்கம் அதுவாக இருந்தது. யோகாசனங்கள் பயின்று முடிந்தபோது பிரத்தியேகமானதொரு விறுவிறுப்பும், சக்தியும் ஏற்பட்டிருந்தது. இன்று அப்படித் தோன்றுவதுண்டா? அந்த அளவில் இல்லை. களைப்பு ஏற்படு கிறது. உணர்ந்த பின்னர் சும்மா உட்கார்ந்துகொண்டார். மனத்திற்கு ஏற்பட்ட களைப்புத்தானா? அல்லது உடம்பின் களைப்பா? மனத்திற்கும் உடம்பிற்கும் களைப்பு ஏற்படக் கூடாது. பயின்ற யோகாசனங்கள் அத்தகையவை என்று பயிற்றுவித்த குருநாதர் சொல்லியிருக்கிறார். அவர் ஆசிரமத்திலேயேதான் தங்கியிருந்தார். வயது எழுபத்து ஐந்துக்கு மேலிருக்கும். முகத்திலிருந்து ரத்தத்தை வடித்தெடுக்கலாம். அவர் முகத்தின் ரத்தக்களை அத்தகையது. உடம்பில் எங்கும் சுருக்கம் இல்லை. வாலிபம் தான் பளிச்சிடுகிறது. தலையில் ஆங்காங்கு ஓர் இரு முடி யிழைகள் நரைத்திருக்கின்றன.

யோகாசனங்கள் ஒழுங்காக நடைபெறுவதில்லையா? குஞ்சன் நாயருக்கு அப்படியொரு சந்தேகம். மூச்சு வாங்குவதும் விடுவதும் சரியாவதில்லை. கவனம் திசைமாறிச் செல்கிறது. கட்டுப்பாட்டில் உறுதி யில்லை. ஒட்டுமொத்தமாய்ச் சொல்வதென்றால் ஒழுங்கு தவறியிருக்கிறது. யோகாசனங்கள் ஒழுங்காக நடைபெறாமலிருப்பதால்தான் இந்தக் களைப்பு.

பிரம்மச்சரியத்தைக் கடைபிடித்து வருகின்றவர்களுக்கான யோகாசனங்களைத்தான் பயின்றிருக்கிறார். அன்று அவர் விசாரித்தார்:

"நீ பிரம்மச்சரியத்தைக் கடைபிடிப்பதென்றே தீர்மானித்துவிட்டாயா?"

"ஆம்; சுவாமீ!"

"இறுதியாகவா? இன்னொரு முறை கூட யோசி!"

சில நாட்களுக்குப் பிறகு அவர் விசாரித்தார்:

"நீ யோசித்தாயா?"

"யோசித்தேன் சுவாமீ!"

பின்னரும், சில நாட்களுக்குப் பின்னர் அவர் விசாரித்தார்:

"நீ யோசித்தாயா?"

'யோசித்தேன்' என்று அப்போதும் சொன்னார்.

குஞ்சன் நாயர் ஆசிரமத்தில் வாழ்ந்த முறைகள் குறித்துக் கவனித்த போது, அவருக்கு இவர் சபதம் உறுதியானதென்று தோன்றியது.

பிரம்மசாரிதான். ஆணையிட்டுச் சொல்லலாம். ஒழுங்குமுறை தவறியதேயில்லை. தூக்கமயக்கத்தின் போது கனவுகள் தோன்றுகின்றன. நந்தவனம்! தடாகத்திலே அன்னப் பறவைகள் நீந்தி திரிகின்றன. பாரிஜாதம் மலர்ந்து பரிமளம் பரவச் செய்கிறது. அது ஓர் அனுபவமே தான். அங்கே ஒரு பூவனத்திலிருந்து ஓர் அப்ஸரசுந்தரி மதத்தைக் கிளப்புகிற நடனமாடி நெருங்கி வருகிறாள். மனம் கட்டுப்பாட்டை மீறிச் செல்கிறது. குஞ்சன் நாயர் துள்ளியெழுந்து விடுகிறார். அப்போது வெளியே பேய்மழை பொழிகிறது.

பின்னரும் கண்களை மூடிக்கொண்டார். நித்திரை மெல்ல மெல்ல இமைகளைத் தடவித் தடவி மூடினாள். யாரோ கதவு மீது தட்டி அடக்கமான குரலில் அழைப்பதைக் கேட்டார்:

‘குஞ்சன் மாமா... மாமா...!’

“யார் அது?”

அண்டைவீட்டு இளம்பெண்! வேலிக்கப்பால் மாமரத்தடியில் அன்று பகல் வேளையில் நீண்ட நேரம் அவள் நின்றாள். ஏன் அவள் அங்ஙனம் நிற்கிறாள் என்று நினைத்தவர்கதான்.

வெளியே அடைந்துபோன கதவருகிலிருந்து அவள் போகவில்லை. கதவைத் திறந்தார். யாருமில்லை. பறவை ஒன்று சிறகடித்துப் பறந்து செல்கிறது.

‘நாசமாப் போச்சு. தூங்கமுடியலியே.’

கடவுள் நாமத்தை உச்சரித்தவாறு படுத்துக் கொள்வோம்.

மகாத்மாஜியுடன் ஆசிரமத்திலே தங்கியிருந்த நாட்களை நினைத்துப் படுப்போம். அந்தப் பிரார்த்தனைக் கூட்டங்களையும், அவர் உபதேசங்களையும் நினைத்துப் பார்ப்பதே புண்ணியமாகும். அந்தப் பிரார்த்தனையில் கலந்துகொள்வது பரமபுண்ணியமாகும். சுத்தம் என்றால் என்னவென்பதை அங்கிருந்து தான் கற்றுக் கொள்ளவேண்டும். எல்லோரும் பக்தியிலே மனமொத்து அமர்ந்திருக்கின்றனர். ஆனால் வங்கத்திலிருந்து வந்த புஷ்பா அதோ, அந்த மூலையில் அமர்ந்திருக்கிறாள்.

பாலொளி வீசுகிற வசந்த நிலவு. தென்றால் வீசிக்கொண்டிருக்கிறது. அவர் சருகுபோல் பறந்து செல்கிறார். ஓர் இடத்திலே நிலைநிற்க அவர் இளங்காற்றுடன் போட்டி போடுகிறார். ஆனால் சக்தியில்லை. அந்த அளவு பாரம் குறைந்துவிட்டது. அது எங்கெல்லாமோ இழுத்துச் செல்கிறது!

கௌரிக்குட்டியின் படுக்கையறை வாசலிலேதான் அது அவரைக் கொண்டுபோய் நிறுத்தியிருக்கிறது.

நிலவுக்கு நாக்கு இருக்கிறதா?

நிலவு அழைக்கிறது.

"கௌரிக்குட்டீ!"

"யாரடா, அது?"

அவள் கணவன்தான்.

குஞ்சன் நாயர் கண்விழித்துக் கொண்டார். காந்தியாசிரமத்தில் படுத்துத் தூங்குகிறார். அது நிலவுடைய ஓர் இரவு. தென்னங்கீற்றுக்கள் தென்றலில் அசைகின்றன.

யோகாசனம் அனுஷ்டிக்கிறபோது, கோடாந்திரக் குளத்தில் குளித்துத் துவட்டிக் கொண்டிருந்த ஒருத்தி உடைமாற்றிக் கொள்கிறாள். உடுத்திய உடை அவிழ்ந்து விழுந்தது. மாற்றுடையை இடுப்பிலே சுற்றிக் கொள்ளமுடியவில்லை. அது வேறு யாருமில்லை. புது வளாகத்து வீட்டுக் கார்த்தியாயனி. ஒரே ஒரு நிமிடம் மட்டும்தான் பார்த்தார். திடீரென முகத்தைத் திருப்பிக்கொண்டார். புதுவளாகத்து வீட்டுக் கார்த்தியாயனி புனைந்த அந்தப் பதுமை, மகாத்மாஜியின் ஆசிரமத்தில் தங்கியிருந்தபோது கூடப் பல சந்தர்ப்பங்களிலும் தன் கண்முன்னே தோன்றுவதாக இருந்தது. அது மறைந்துவிடவில்லை. இவ்வளவு தெளிவான இன்னொரு சித்திரம் தன் மனத்தில் இடத்தைப் பிடித்துக் கொண்டதில்லை.

அனைத்தும் கனவுகள்! எதார்த்தமுடன் எவ்வித சம்பந்தமும் இல்லாதவை. ஆயினும் காலையில் தியானத்தில் மூழ்கியிருக்கும்போது இளம் பெண்கள் வந்து மனத்தில் நுழைந்து கொள்கின்றனர். அவர் நடுங்கிவிடுவார். சப்பணம் கட்டி உட்கார்ந்த நிலையிலிருந்து சுயம் மேலே உயர்ந்து போகிறார். அது மகாபாபம் தானே?

பிரார்த்தனை வேளைகளில் உண்மைநிலை வெளியாகி விடுகிற தென்று பல சந்தர்ப்பங்களில் குஞ்சன் நாயர் பயந்திருக்கிறார். பதட்ட மடைகிற மனம் எல்லோரும் அறியும் முறையில் பகிரங்கமாகி விடுகிறது. அவையினர் அனைவரும் அறிந்து கொள்கின்றனர். இந்த நிலையில் தியானத்தில் கடைபிடிக்கவேண்டிய, ஒன்றையே குறிக்கோளாகக் கொண்டிருக்கிற நிலையினைப் பாதுகாக்க முடியுமா?

பிரார்த்தனைக்குப் பின் நடைபெறுகின்ற பிரசங்கங்கள் பயனைத் தருவதில்லை என்று சில சந்தர்ப்பங்களில் அவர் நினைப்பதுண்டு. யுக்திக்குப் பொருந்தியதாக அமைவதில்லை. திசை தவறிச் செல்கிறது.

சொற்களுக்கு விறுவிறுப்பு இல்லை. கேட்பவர்கள் உணர்ந்து கொள்வது மில்லை.

ஒரு வேளை இவை எதுவுமே குஞ்சன் நாயருக்குச் சொன்ன விசயமல்லாமலிருக்கலாம். சின்ன மனிதன் சின்ன மனிதனாகத்தான் வாழவேண்டும். குஞ்சன் நாயர் காந்திஜியாகிவிடப் பாடுபடவேண்டாம். சின்ன மனிதன் மாமேரு அளவு உயர்ந்து விடலாம். சின்ன மனிதர்கள் அப்படி வளர்ந்தும் இருக்கிறார்கள். அவ்வாறு வளர வேண்டுமென்பதற்கான முயற்சியும் மோகமும் இருக்கவேண்டும்.

குஞ்சன் நாயர் நடத்துகின்ற பிரார்த்தனைக் கூட்டங்களில் மக்கள் எண்ணிக்கை பெருகி வந்துகொண்டிருந்தது. தேசம் சுதந்திரமடைய வேண்டுமென்கிற ஆவல் மக்களிடம் தீவிரமாகப் பரவிக் கொண்டிருந்தது.

ஆத்மாவைப் புனிதம் செய்வதற்காக மகாத்மா காந்தி உண்ணாவிரதம் அனுஷ்டித்திருக்கிறார். ஒரு பிரார்த்தனைக் கூட்டத்தில், தான் பத்து நாளைய உண்ணாவிரதம் அனுஷ்டிக்கப் போவதாக குஞ்சன் நாயர் விளம்பரம் செய்தார்.

87

பத்து நாளைய 'அகண்ட நாமஜெபத்துடன் உண்ணாவிரதம் முடிவுக்கு வந்தது. பல்வேறு ஊர்களிலிருந்து ஆதரவாளர்கள் வந்திருந்தனர். வந்தவர்களெல்லோரும் பிரார்த்தனையில் பங்கெடுத்துக் கொண்டனர். அது ஒரு வழிபாடாக இருந்தது. பத்து நாமங்களை ஜெபித்துவிட்டு மனநிறைவுடன் ஊருக்குத் திரும்பினர். சேந்நாடன் முதற்கொண்டு பல நபர்கள் வந்து நாமஜெபம் செய்துவிட்டுச் சென்றனர். வெடிப்புரைக்கல் வீட்டின் முக்கியத்துவம் போய்விட்டது. காந்தியாசிரமமும் போய்விட்டது. அது ஓர் ஆலயமென்பது போல் மாறிவிட்டது.

குஞ்சன் நாயர் ஏன், உண்ணாவிரதமிருக்கிறார்? பொன்னைப் புடம் பண்ணித் தங்கமாக்குவதில்லையா? அதைப் போலவே உண்ணா விரதத்தால் சந்நியாசியாகிறார். அவ்வாறுதான் சந்நியாசிகள் மகரிஷிகளாகிறார்கள். வெடிப்புரைக்கல் குஞ்சாச்சிப் பாட்டியின் வயிற்றில் உருக்கொண்டது புண்ணியம் செய்ததோர் ஆத்மாதான். பாக்கியவதி! ஆனால் அவள் இதைக் கண்டுகளிக்கக் கொடுத்து வைக்கவில்லை.

குஞ்சன் நாயர் உண்ணாவிரதமாய்ப் படுத்துக் கிடந்தபோது நெருப்பில் உருகுகிற தங்கம் போன்று பிரகாசம் அதிகரித்து வருவதைப் பார்க்க முடிந்தது. களைப்பிருந்த போதிலும் அது தென்பட்டிருந்தது. ஒவ்வொரு நாளும் பளிச்சிட்டுக் கொண்டேயிருந்தது.

இவ்வாறு தன்னைத்தானே சுத்தம் செய்து யார் வேண்டுமானாலும் பெரியவராகிவிடலாம். அதற்கான சுயக்கட்டுப்பாடு தேவை.

கோவிலிலிருந்து, தந்திரியே ஜெபம் செய்து புனிதமாக்கிய தீர்த்தநீர் அருந்தித்தான் அவர் உண்ணாவிரதத்தை முடித்துக் கொண்டார். அன்றைய தினம் மக்கள் கூட்டம் அதிகமாயிருந்தது. ஆயிரக் கணக்கானவர்கள் தொண்டையிலிருந்து பக்திப் பெருக்காய் ராமநாமம் உயர்ந்து முழங்கியது.

விரதத்தை முடித்துக்கொண்ட உடனே குஞ்சன் நாயர் ஒரு பிரசங்கம் செய்தார். விரதத்திற்குப் பின்னர் சொல்லத்தரமற்ற ஒரு மன அமைதியும் சாந்தமும் தனக்கு ஏற்பட்டிருப்பது போல் தோன்றுவதாகச் சொன்னார். தனது செயல் முறையில் மாறுதலைக் கொண்டுவர அவர் தீர்மானித்திருந்தார். நூல் நூற்பு மற்றும் பிரார்த்தனையுடன் கிராமங்களுக்கான வளர்ச்சித் திட்டம் மற்றும் அரிஜனங்களை உய்விக்கும் திட்டத்தையும் செயல்படுத்தப் போவதாக அறிவித்தார். இதற்காக இரண்டு தொண்டர்படைகளை ஏற்படுத்தவிருக்கிறார். அந்தத் தொண்டர் படையினர் சுதந்திரப் போராட்ட வீரர்களாகவும் இருப்பர். மகாத்மாஜி சுதந்திரப் போருக்கு அறைகூவல் விடுக்கும் நேரங்களிலெல்லாம் இவர்கள் போர் - அரங்கத்திற்குச் செல்லவேண்டும். செயலற்ற சோம்பேறித்தனத்தைக் களைந்தெறிந்து பயன்தரத் தக்கமுறையில் செயல்படுவது; எந்நேரமும் எதையாவது செய்துகொண்டிருப்பது; இவைதான் குஞ்சன் நாயருக்கு உண்ணாவிரத நேரத்தில் ஏற்பட்ட மன உணர்வுகள்! இவற்றிற்கான திட்டமும் உருவகமாயிற்று.

ரெசீவர் ஆட்சியிலே கோவில் மிகவும் சீரழிந்திருந்தது. யாருமே அந்துப் பக்கம் எட்டிப் பார்ப்பதேயில்லை. 'நிர்மால்யம்' தொழுது வணங்க வேண்டுமென்கிற முறையைக் கடைபிடிப்பவர்கள் இப்போது இல்லை. தீபாராதனையைத் தரிசிக்க யாரும் வருவதில்லை. கருத்தைச் சொல்ல யாருக்கும் உரிமையில்லை. கருத்தை எடுத்துச் சொல்ல அங்கே செல்ல யாருக்கும் நேரமில்லை. அந்த மாபெரும் சொத்து யாருக்கும் சொந்த மில்லை. கோவிலின் சுற்றுவட்டாரமெங்கிலும் புதர்மண்டிக் கிடக்கிறது, ஒரு நாள் ஒரு தொண்டர்படைப் பகுதியினர் கொடிபிடித்தவாறு மண்வெட்டி- கடப்பாறைகளுடன் ஆசிரமத்திலிருந்து கோவிலை நோக்கிச் சென்றனர். கோர்ட்டின் அனுமதி பெறாமல் இத்தகைய காரியங்களைச் செய்யலாமா என்று ரெசீவருக்கு ஒரு சந்தேகம். அவர் இதை அனுமதிக்கலாமா? மூவர்ணக் கொடிகளேந்தி கோஷங்களைக் கோஷித்தவாறுதான் அவர்கள் செல்கின்றனர். காங்கிரஸ்காரர்கள்தான். காங்கிரஸ் செயல் திட்டத்தின் ஒரு பகுதிதான் அது.

கோபுரவாசலிலே போக்கிரி குட்டப்பனுக்கும், ரெசீவருக்குமிடையிலே ஒரு விவாதம் நடந்தது. ரெசீவர் அவர்களைத் தடுத்துப் பார்த்தார். கோவிலைச் சுற்றி ஏற்பட்டிருக்கிற அலங்கோலத்தை அகற்றத்தான் நாங்கள் வந்திருக்கிறோமென்று குட்டப்பன் சொன்னான். கோர்ட்டின் அனுமதி மிகவும் அவசியமாதென்று ரெசீவர் வாதாடினார். குட்டப்பனும், அவனுக்குப் பின்னால் வந்த ஊர்வலத்தினரும் கோவிலுக்குள்ளே நுழைந்துவிட்டனர்.

நூற்றுக் கணக்கானோர் வேலையில் ஈடுபட்டனர். மதியத்திற்குள்ளே கோவில் வட்டாரம் சுத்தமாக்கப்பட்டது. இது ஒரு நல்ல செயல்தான் என்று எல்லோரும் ஒப்புக்கொண்டனர். இப்படியெல்லாம்தான் என்றால் ஆசிரமம் இன்றியமையாததாகும். ஆனால் மாலையில் போலீஸ் வந்தது; குட்டப்பனையும் பத்துப் பன்னிரண்டு நபர்களையும் கைது செய்து அழைத்துச் சென்றது.

அவர்களை மட்டும் ஏன் கைது செய்தது? அது ஒரு குற்றமென்றால், அங்கே உழைத்த அத்தனை பேர்களையும் கைது செய்திருக்க வேண்டும். கோர்ட்டின் அனுமதியின்றி எல்லோரும்தான் உழைத்தனர்.

மறுபடியும், 'நமது தேவஸ்தானம்' என்கிற சிந்தனை மிதந்து வந்தது. அதை நாம் மீட்கவேண்டும். இது நமக்கே சொந்தமாகிவிட வேண்டும்.

அருமையானதொரு செயலைப் புரிந்தனர். அதைச் செய்யக் கூடாதா? பாலத்தோள் இல்லத்தினரும், சேந்நாட்டு குஞ்சுநாயரும், மூலப் படவனும் யோசித்தனர்.

போக்கிரி குட்டப்பனையும், இதர நபர்களையும் உடனடியாக ஜாமீனில் விடுவிக்க வேண்டுமென்று ஆண்டிப்பிள்ளை கருத்துச் சொன்னார். வழக்கை நடத்தவேண்டும். பாலத்தோள் இல்லத்தினரும், சேந்நாடனும் எல்லாம் அதற்கான பணத்தை நல்கிடத் தயார். பெண்களுக்கும் பிடிவாதமாயிற்று. பிடியரிசி வசூலித்துப் பண முண்டாக்குவோமென்றனர்.

ஆசிரிமத்திற்குச் சென்று குஞ்சுன் நாயரிடம் ஒரு சொல் கேட்க வேண்டாமா? பாலத்தோள் சொன்ன கருத்தை அனைவரும் ஆமோதித்தனர்.

குஞ்சன் நாயர் நூல் நூற்றுக்கொண்டிருந்தார். பாலத்தோள் நம்பூதிரி உள்ளிட்டவர்களை ஆதரவுடன் வரவேற்றார். சேந்நாடனுக்கு ஒரு சந்தேகம். ஆனால் வெளிப்படுத்தவில்லை. உண்ணாவிரதக் காலத்தில் கண்ட முகக்களையும், உடல் சோபையும் குஞ்சன் நாயரிடம் இப்போது காணப்படுவதில்லையே என்று. மங்கிப் போய்விட்டது. அன்றுபோல் பளிச்சிடுவதில்லை. எனவே, உணவுதான் உட்கொள்ளக் கூடாததா?

அது தானா, அவருக்கு மறுக்கப்பட்டிருக்கிற பொருள்?

எல்லாமே பிரம்மனின் இந்திரஜாலம்!

அதைத் தவிர வேறு எதைச் சொல்லமுடியும்?

தூதுகோஷ்டியினருக்காகப் பேசியவர் கணபதி நம்பூதிரியாவார்.

அவர் சொன்னதை எல்லாம் நாயர் கவனமுடன் கேட்டார்.

"இது உரிமைகளைப் பெறுவதற்கான சாத்வீகப் போராட்டமாகும். எத்தகைய அடக்கு முறையினையும் சகித்துக் கொண்டு முன்னேறுவதற்கான மனஉறுதியுடன்தான் பரிகாரம் காண்பது என்பது காங்கிரஸின் திட்டமல்ல. கோர்ட்டு நமக்குச் சொந்தமில்லை. பிரிட்டிஷாரின் நிறுவனமாகும். அந்தக் கோர்ட்டினையும் நிராகரிக்கிறோம். கோவில் நம்முடையது–கோவில் சொத்துக்களும் நம்முடையவை. அந்த உரிமையை மறுக்க எந்த ஒரு சக்தியாலும் முடியாது. இன்னும் நல்ல காரியங்கள் நிறைவேற்றிட நாம் கோவிலுக்குள்ளே புகுந்திடுவோம். அதற்கு எல்லோரும் ஒத்துழைத்தால் போதும்."

திரும்பி வரும்போது ஆண்டிப்பிள்ளை சொன்னார்: "ஓ! அவனோட ஒரு சாத்வீகப் போராட்டம்!"

சேந்நாடன் மற்றும் கணபதி நம்பூதிரிக்கு குஞ்சன்நாயர் சொல்வதில் பொருள் இருக்கிறதெனத் தோன்றியது. நமது கோவில்; அங்கிருக்கும் புற்களையும் புதர்களையும் களைந்தெறிய நமக்கு உரிமையுண்டு. இல்லையா? ஆயினும் வழக்கினை நடத்துவதும் ஓர் உரிமைதான்.

நம்பூதிரி சொன்னார்:

"நமக்கு அந்த வழக்கிலே சமரசம் செய்துகொண்டாலென்ன; குஞ்சுநாயர்?"

"சமரசம் பண்ணிக்கலாம். ஆனால் தேவஸ்தானம் யாரிடமிருக்கும்?" குஞ்சுநாயர் தொடர்ந்து கூறினார்: "ஸ்தானிகள் இல்லை. கோந்நோத்துப் பிள்ளை இப்போது மாப்பிளமார்களின் வேலைக்காரராகிவிட்டார். சீரட்டக் கைமள் எங்கிருக்கிறார் என்றே தெரியாது. அவர்களிடம் தேவஸ்தானத்தை ஒப்படைக்க முடியுமா?"

அது சரிதான். ஆனால் கோவில் என்றென்றும் கோர்ட்டின் ஆதிக்கத்திலிருந்து வருவது சரிதானா?

எல்லாவற்றையும் பற்றி யோசிக்கவேண்டியிருக்கிறது. என்ன செய்வதென்று யாருக்கும் தெரியவில்லை.

* ** *

எங்கிருந்தோ ஒரு வெறி நாய் வந்தது. நாக்கினை நீட்டி, சிவந்த கண்களுடன் எந்த இடத்திலும் தங்கி நிற்காமல் அது விரைந்தோடிச் சென்றது. பாதையில் எதிர்கொண்டு வந்த நாய்களை எல்லாம் அது கடித்தது. வெறிகொண்ட நாய்கள் ஊரிலே ஏராளமாயின. அந்த நாய்கள் மனிதர்களைக் கடிக்கத் தொடங்கின. ஓர் இருவர் இறந்துவிட்டனர். வெறிநாய் கடித்தால் அதற்கான சிகிச்சை கொல்லத்தில் மட்டும்தான் உண்டு.

ஊருக்கே ஆபத்தாகிவிட்டது. ஆசிரமத்திலுள்ள பார்சேனையின் ஒரு பகுதியினர் கோவிலுக்கு முன்னாலுள்ள ஆலமரத்தடியிலே சென்று சேர்ந்தனர். அவர்களுக்கு வேலையில்லை. பத்துக்கும் பதினான்குக்கும் இடையிலுள்ள பருவத்தைச் சேர்ந்தவர்கள்.

அந்த நேரத்தில் ஒரு வெறிநாய் அவ்வழியே ஓடிச் சென்றது.

"வெறி நாய்!"

எல்லோரும் குரலெழுப்பினர். அப்போது எல்லோரும் அதைத் துரத்திச் சென்றனர். உயிரைப் பிடித்துக்கொண்டு அது பாய்ந்து செல்கிறது. இப்போது எல்லோரிடமும் தடி, கம்பு மற்றும் கட்டைகள் உண்டு. ஏனைய நாய்களும் அதன் பின்னால் ஓடத் தொடங்கின.

வெறி நாய்கள்!

மனைகள், வளாகங்கள், வயல்கள் ஆகிய எல்லா இடங்களிலும் நாய்வேட்டை நடைபெறுகிறது.

சொந்தமாய் நாய்களை வளர்க்கின்றவர்கள் தங்கள் நாய்களைப் பிடிப்பதற்காக அவற்றின் பின்னால் ஓடிச் சென்றனர். ஆனால் அதற்குள்ளே அந்த நாய் செத்துவிட்டது. குலைத்து வந்த எந்த நாயும் தப்பவில்லை. வெறி நாய் வேட்டை!

ஊரிலே நாய் குலைக்கும் ஓசையே இல்லாமற் போய்விட்டது. மாலையில் அனைத்து பாலர்களும் பிரார்த்தனைக்காக ஆசிரமத்திற்குச் சென்றனர். வழக்கம்போல் பிரார்த்தனை நடைபெற்றது. பிரார்த்தனையின் இறுதியில் ஆசிரம அதிபதி விசாரித்தார்:

"பாலர்சேனை உறுப்பினர்கள் அனைவரும் வந்திருக்கிறீர்களல்லவா?"

"ஆம்!"

"இன்றைய தினம் நீங்கள் என்ன செய்தீர்கள்?"

சேனைத்தலைவன் சுரேந்திரன். அவன் எழுந்து நின்று சொன்னான்:

“எல்லா வெறிநாய்களையும் விரட்டிச் சென்று கொன்றுவிட்டோம். இனிமேல் வெறிநாய் இருக்காது.”

ஆசிரம அதிபதியின் முகத்தில் கடுமை காணப்பட்டது.

“நீங்கள் செய்தது என்ன? இம்சை!”

ஒரு கணத்திற்குப் பிறகு அதிபதி சொன்னார்:

“இம்சை ஒரு பாபச் செயலென்று அன்றாடம் போதித்து வருகிறோம். எத்தனை எத்தனை உயிர்களை நீங்கள் அழித்து விட்டீர்கள்! இன்றைய தினம் நீங்கள் செய்த பாபச் செயலை யாருமே மன்னிக்கமாட்டார்கள். இந்த ஆசிரமம் சத்தியத்திற்கும் அகிம்சைக்குமாக அமைக்கப்பட்டதாகும். இந்த நாட்டின் சுதந்திரத்திற்காக நாம் நடத்துகிற சாத்வீகப் போராட்டத் திற்கு அஸ்திவாரமாய் அமைந்திருப்பது அகிம்சா விரதம்தான். அகிம்சையில் நம்பிக்கை வைத்திருப்பர்களுக்கு மட்டும்தான் சாத்வீகப் போராட்டத்தில் கலந்துகொள்ளத் தகுதியிருக்கிறது. பால ஜனசேனை அமைக்கப்பட்ட பிறகு இவ்வளவு பெரிய இம்சை நடத்தியது மிகவும் வருந்தத்தக்கதாகும்.”

குஞ்சன் நாயர் உணர்ச்சிவசப்பட்டார். அவர் முகம் சிவந்துவிட்டது. பிரார்த்தனைக் கூட்டத்தில் பாலர்கள் மட்டுமின்றிப் பெரியவர்களும் கலந்து கொண்டனர். பூரண அமைதி நிலவியது.

ஆசிரமத் தலைவருக்கு இன்னும் பேசவேண்டும் போலிருந்தது. ஆனால் குரல் வெளிவரவில்லை. இதழ்கள் அசைகின்றன. ஆசிரமத் தலைவருக்கு மிகுந்த கவலையளித்த ஒரு நிகழ்ச்சியாக இருந்தது அது. அதை அனைவரும் உணர்ந்தனர்.

சிறுவர்கள் முகம் வாடியது. நாய்வேட்டையை முடித்துக்கொண்டு திரும்பிவரும் போது, தான் நான்கு நாய்களைக் கொன்றுவிட்டதாக விஜயன் சொன்னான். அவன் தலைகுனிந்து அமர்ந்துவிட்டான். அழுகிறானா? மூன்று நாய்களைக் கொன்றுவிட்டதாக உரிமைக் குரலெழுப்பிய கோவிந்தன், தான் ஒன்றைக் கூடக் கொல்லவில்லை என்று இப்போது சொல்லுவான். ஒரு நாய் குறித்து இரு சிறுவர்களிடையே சண்டை மூண்டது. கொன்றவன் யார்? இப்போது, செத்துப் போன அந்த நாயைக் கொன்றர்வகளில்லை.

சுரேந்திரன் முகம் சற்றேதான் வாட்டமடைந்திருந்தது. அவன் தகர்ந்துவிடவில்லை. அவனுக்கு ஏதேதோ சொல்லவேண்டியிருந்தது. அவன் சொன்னான்:

“எல்லாமே வெறிநாய்கள்தான்.”

"அதனாலே? வெறிநாய் என்பதனால் இம்சையல்லாதாகி விடுமோ?"

"வெறிநாய் பல பேர்களைக் கடித்தது. இருவர் செத்துப் போயினர். நாய் குலைப்பது போன்று குலைத்துக் கொண்டே செத்துப் போயினர்."

"எனவே நீங்கள் செய்தது இம்சையல்லாதாகி விடுமா?"

சுரேந்திரனுக்கு இன்னும் சொல்ல வேண்டியிருந்தது.

"அந்த நாய்கள் மேலும் மனிதர்களைக் கடித்திருக்கக் கூடும். இனிமேல் வெறிநாய்களுக்கு மனிதர்கள் பயப்பட வேண்டியதில்லை என்று எண்ணினேன்."

"நாய் ஓர் உயிரினம். மனிதனைச் சார்ந்து வாழ்கிற இனம். அதற்கு உயிரளித்தது நாம் அல்ல. அந்த உயிரை அழித்திட நமக்கு உரிமை யில்லை. நாய் வெறிகொண்ட போதிலும் அதைக் கொன்றிட நமக்கு உரிமையில்லை."

"அப்புறம்?"

சுரேந்திரன் கேள்வி சற்று எல்லை மீறிப்போயிற்றென்று அனைவருக்கும் தோன்றியது. அவன் ஆசிரமத் தலைவருடன் ஒரு விவாதத்திற்குத் தயாராகியிருக்கிறான். சுரேந்திரன் ஓர் அடங்காப் பிடாரிதானா? அவன் நேருக்கு நேர் நின்று ஆசிரமத் தலைவரிடம் பேசுகிறான்! பையன்கள் சிரம் உயரத்தொடங்கியது.

குஞ்சன் நாயருக்குக் கோபமேற்படவில்லை. அவர் சொன்னார்:

"மனிதர்கள், நாய் கடிக்காமல் சுயம் பாதுகாத்துக் கொள்ளவேண்டும்."

"சும்மா வீட்டுக்குள்ளே நிற்பதாயினும் நாய் ஓடி வந்து கடித்து விடும். அன்றைக்கு பாச்சுமாமனைக் கடித்தது அப்படித்தான். குழந்தை களையும் கடித்துவிடும்."

"ஆயினும் வெறிநாயைக் கொல்ல உரிமையில்லை."

சுரேந்திரன் உணர்ந்துகொள்வதாக இல்லை. குழுமியிருந்தவர் களுக்குக் கூட அது சரியில்லை எனப்படுவதாகத் தோன்றியது. வெறிநாயை அடித்துக் கொல்லக் கூடாதா? அப்புறம்? அவையிலிருந்து எழுந்து நின்று ஒருவர் கேட்டார்:

"பாம்பினை?"

"பாம்பினையும் கொல்லக் கூடாது."

இன்னொருவர் வினவினார்:

"மதயானையை?"

ஓர் இரைச்சல் கிளம்பியது. ஒவ்வொருவரும் அருகே அமர்ந்திருப்பவர்களிடம் முணுமுணுத்துக் கொண்டிருந்தனர்.

ஆசிரமத் தலைவர் கரமுயர்த்தினார்.

அவை அமைதியாயிற்று.

சுரேந்திரன் அமர்ந்துகொண்டான்.

அகிம்சை என்றால் என்னவென்று யாருக்கும் புரியவில்லை. தலைவர் நீண்ட நாட்களாக அகிம்சை பற்றிப் பேசிவருகிறார். அன்றைய தினமும் அவர் அதைப் பற்றித்தான் பேசினார்.

ஆனால் அன்றிரவு குஞ்சன் நாயரால் சற்றே கண்மூடக் கூட முடியவில்லை. பிரார்த்தனைக் கூட்டத்தில் உயர்ந்து வந்த கேள்விகளுடன் மேலும் பல கேள்விகள் கிளம்பிவந்தன.

"காட்டிலிருந்து ஒரு புலி ஊருக்குள் வந்தது."

அன்றைய பிரசங்கம் பயனளிக்கவில்லை. வினாக்களுக்கு விடையளித்தார். ஆனால் யாரும் உணர்ந்து கொண்டதாகத் தெரியவில்லை. பிரார்த்தனைக் கூட்டம் முடிந்து சென்றவர்கள் பரஸ்பரம் பேசிக்கொண்டனர்.

"துறவிகள் அப்படியெல்லாம்தான் பேசுவார்கள். குஞ்சன் நாயர் ஒரு துறவிதான்."

இன்னொருவர் சொன்னது குஞ்சன் நாயர் காதில் விழுந்தது.

"காந்தி கூட ஒரு துறவிதான். வேஷ்டி மட்டும் உடுத்திக்கொண்டு நடக்கிறார். அவரும் இப்படியெல்லாம்தான் பேசறார்."

அப்போது வேறு ஒருவர் சொல்கிறார்:

"இல்லாவிட்டால் கூட நமது நாடு, துறவிகள் நாடுதான். துறவிகள் வரும்போது அரசர்கள் எழுந்து நிற்பார்கள்."

வெறிநாயைக் கொன்றது சரியில்லை; அதுவும் இம்சைதான். ஆனால், அதைப் புரியவைக்க முடியவில்லை. தனக்கே அகிம்சை பற்றித் திட்டமான கருத்துக் கிடையாதா?

'இல்லை' என்று குஞ்சன் நாயருக்குத் தோன்றியது.

என்னவாயினும் சுரேந்திரன் சமர்த்துப் பையன்தான். எழுந்து நின்று கேள்வி கேட்க அவனுக்குத் தோன்றியது.

ஒருநாள் பிரார்த்தனைக்குப் பிறகு நிகழ்த்திய பிரசங்கம் சத்தியம் பற்றியதாக இருந்தது. சிறுவர்களை நோக்கிப் பேசிய போது மணிகண்டன் பெயரைச் சொல்லாமலேயே அந்த விசயத்தைச் சொன்னார்: ஆசிரமத்திற்குச் செல்கின்றீர்களா எனத் தாய் - தந்தையர் வினவினால் 'இல்லை' எனச் சிறுவர்கள் சொல்கின்றனர். அது கோழைத்தனம். அசத்தியத்திடம் வெறுப்பு இல்லை என்பதுதான்.

அண்மையில் ஒரு ஞாயிறு காலையிலே சுரேந்திரனும் மணிகண்டனும் சேர்ந்து ஆசிரமத்திற்கு வந்தனர். அவர்களுக்குச் சில சந்தேகங்கள். அவற்றை எழுப்பிட ஆசிரமத்தலைவர் அனுமதியளித்தார். சமர்த்தான இரண்டு சிறுவர்கள். அவர்கள் சந்தேகங்களைத் தீர்த்துக் கொடுக்கவேண்டும்.

மணிகண்டன மற்றும் சுரேந்திரனுக்குச் சந்தேகங்கள் உள்ளன. ஆனால் அவை உருவகமாகி வருவதில்லை. குஞ்சன் நாயர் அதை அறிந்து கொண்டதாகத் தோன்றியது.

"மணிகண்டன், நீ வீட்டிற்குச் சென்று பொய் சொல்லிக் கொண்டிருந்தாயா?" என்றார் நாயர்.

மணிகண்டனிடமிருந்து திடீரென பதில் வந்தது. அவன் சொல்ல வேண்டியிருந்ததுவும் அதுவேதான்.

"நான் உண்மையைச் சொல்லியிருந்தால், என்னால் இங்கே வரமுடியாமற் போயிருக்கும். அப்பா ஒப்புக்கொண்டிருக்க மாட்டார்."

"அது எனக்குத் தெரியும். குஞ்சுவண்ணனுக்குச் சுதந்திரப் போராட்டம். இந்த ஆசிரமம் ஆகியவை குறித்து நல்ல அபிப்பிராயமில்லை. ஆயினும் அன்றாடம் பொய் சொல்லிக்கொண்டேயிருப்பது-அதற்கு நான் பயப்படுகிறேன். நேராக அப்பாவிடம் சொல்லியிருக்கலாமல்லவா? நீ வெடிப்புரைக்கல்லுக்குச் சென்றாய் என்று?"

"அப்பறம் நான் அப்பா அம்மாப் பேச்சைப் புறக்கணித்திருக்க வேண்டுமா?"

"நான் ஒரு போதும் அப்படிச் சொல்லமாட்டேன்."

"நான் இங்கு வராமலிருக்கணுமா?"

"பொய் சொல்லாமலிருப்பது நன்று."

"அப்புறம் நான் இங்கே வராமல் போனா?"

"ஆம்; அப்படியென்றால் அப்படித்தான்."

அந்தச் சிறுவனின் அடுக்கடுக்கான கேள்விகள் குஞ்சன் நாயரை வியப்புக்குள்ளாக்கின. எந்தத் தயக்கமுமில்லை. ஒரு கணத்திற்குப் பிறகு மணிகண்டன் சொன்னான்:

“இங்கே வருவது எனக்கு மிகத் தேவையான ஒன்றாகும்.”

குஞ்சன் நாயர் நடுங்கிப் போனார். இது வரையிலும் பேசாமலிருந்த சுரேந்திரன் இன்னும் உறுதியான குரலில் கூறினான்:

“வேறு யாருக்காகவுமில்லை. எங்களுக்காகவேதான் நாங்கள் இங்கே வருகிறோம்.”

அந்தச் சிறுவர்களின் ஊசாலாட்டமில்லாத பேச்சு ஆசிரமத் தலைவரை இன்னும் வியப்பில் ஆழ்த்தியது.

“சுதந்திரப் போராட்டத்திற்காக ஒரு ஸ்தாபனத்தை உருவாக்கினேன்; அந்த ஸ்தாபனத்தின்பால் மக்களைக் கவர்ந்து அவர்களைச் சுதந்திரப் போராட்டத்திற்காகத் தயார்படுத்துகிறேன்” என்றெல்லாம்தான் குஞ்சன் நாயர் எண்ணியிருந்தார். இந்தியாவின் அனைத்துப் பகுதிகளிலும் இத்தகைய ஸ்தாபனங்கள் இருக்கின்றன. மகாத்மாஜி பொறுப்பினைத் தந்து அனுப்பி வைத்ததுதான்.

அப்போது குஞ்சன் நாயர் யாரையும் கவர்ந்துவிடவில்லையா?

அங்கே வருவது உரிமைதான் என்கிறார்கள். அது ஓர் அறை கூவலென குஞ்சன் நாயருக்குத் தோன்றியது. ‘இங்கே வருவதற்கான வழியைப் பார்த்தேன்’ என்கிறான் சுரேந்திரன்.

குஞ்சன் நாயர் சற்றுக் கடுமையாகத்தான் பேசினார்.

“நேரான வழியிலே இங்கே வருவதுதான் சிறந்தது. சத்தியத்தின் பாதையிலே!”

“பிரார்த்தனை வேளைகளிலேயும், அல்லாத வேளைகளிலேயும் என்றுமே எப்போதுமே தாங்கள் பேசுகின்றீர்களே - இந்த ஆசிரமம் சுதந்திரப் போராட்டத்திற்காகவே அர்ப்பணிக்கப் பட்டிருக்கிறதென்று!”

“ஆம்!”

“எனவேதான் நாங்கள் வருகிறோம். இந்தியா வெள்ளையனிடமிருந்து சுதந்திரம் பெற வேண்டுமென்று எங்களுக்கும் ஆர்வமுண்டு.”

“சந்தியத்தையும் அகிம்சையையும் ஆதாரமாகக்கொண்ட ஒரு நிறுவனம்தான் இந்த ஆசிரமம்.”

அந்தப் பேச்சு அம்முறையில் செல்வது அவ்வளவு நல்லதல்லவென்று நாயருக்குத் தோன்றியது.

"நாங்களும் சத்தியம் மற்றும் அகிம்சையை நம்பிடறோம்."

"அது நல்லது."

இத்துடன் பேச்சு நின்றுவிட்டது. குஞ்சன் நாயருக்கு ஓர் ஆறுதல் ஏற்பட்டது. அந்தச் சிறுவர்களுக்கு மேற்கொண்டு எதையும் பேச வேண்டு மெனத் தோன்றவில்லை.

அன்றைய தினமும் குஞ்சன் நாயர் மனம் அமைதியற்றிருந்தது. அந்தச் சிறுவர்களுக்குத் தீவிரமான சுதந்திர அபிலாஷை உண்டு. சுதந்திரம் பற்றி நீண்ட பிரசங்கம் செய்யவேண்டிய அவசியமில்லை அது வீண் சிரமம். இந்தத் தலைமுறையினர் அடைய முடியாமற் போய்விடினும் அடுத்த தலைமுறையினர் அதைக் கைப்பற்றி விடுவார்கள். சந்தேகமில்லை.

இன்று காணப்படுகின்ற சுதந்திர ஆர்வம் தன்னால் ஏற்பட்டதென்று குஞ்சன் நாயர் உரிமை கொண்டாடுவதில்லை. அந்தச் சிறுவர்கள் துணிச்சலுடன் கேள்வி கேட்டதிலும் குஞ்சன் நாயருக்கு ஆட்சேபணை இருக்கவில்லை.

அப்புறம் ஏன், இந்த அமைதியின்மை? அது உருவகமாகி வருவ தில்லை.

88

குஞ்சன் நாயர் ஆசிரமத்திற்கு வருகின்றவர்களைக் கவனிக்கவும், புரிந்துகொள்ளவும் செய்யத் தொடங்கினார். அவருக்கு அது ஒரு புதிய அனுபவமாக இருந்தது. முன்னர் பிரார்த்தனைக் கூட்டங்களில் பங்குகொண்டவர்கள் அல்ல. புதிய மனிதர்கள். சிறுவர்களான மணிகண்டனும், சுரேந்திரனும் புதிய மனிதர்களாகிவிட்டனர் என்று ஆசிரமத் தலைவருக்குத் தோன்றியது. முதற்பார்வையில் பார்ப்பதுபோல் மக்கள் இல்லை. ஒவ்வொருவருடன் ஒவ்வொரு சூழ்நிலையில் பேசிப் பார்த்தால்தான் தெரியும் அவர்கள் எத்தகையவர்கள் என்று.

சத்தியமும், அகிம்சையும் யாருக்குத்தான் ஒரு பொருட்டாக இருக்கிறது? குஞ்சன் நாயருக்குச் சந்தேகம்தான். எல்லோரும் சுதந்திரத்தை விரும்புகின்றனர். வெள்ளைத் துரை இந்த நாட்டிலிருந்து வெளியேறி விடவேண்டும். சத்தியம் வேண்டாமென்று யாரும் கருதுவதில்லை. அகிம்சை நடைமுறைப்படுத்த முடிந்தால் நல்லதெனக் கருதுகின்றனர். அதனை அடிப்படையிலேயே கறாராக அனுஷ்டிக்க முற்படுகின்றவர்கள் அல்ல. அது நல்லதுதான். ஆனால் நடைமுறை சாத்தியமா?

வெறிநாய் கொல்ல வேண்டியதல்லவா?

வெறிநாயைக் கொல்லச் சென்று வெறியில்லாத நாய்களையும் கொன்றுவிட்டு வந்திருக்கின்றனர். அது தேவையற்ற செயல்.

'வெடிப்புரைக்கலுக்குப் போகின்றாயா' என்று விசாரித்தபோது பொய் சொன்னான். 'பொய் சொல்லவில்லை' என்றால் வெடிப்புரைக்கலுக்குப் போகமுடியாது.

பொய் சொல்லியிருக்கக் கூடாதுதான். ஆனால் வெடிப்புரைக்கலுக்குப் போகத்தானே, அப்படிச் சொன்னது?

குஞ்சன் நாயர் பலரிடமும் விசாரித்தார். எல்லோரும் அப்படித்தான் பதிலளித்தனர். அவ்வளவு முக்கியத்துவம் வாய்ந்த பிரச்சினைகளாக, அவ்வளவு தூரம் யோசிக்கத் தேவையற்ற விசயங்களாகத்தான் அவர்கள் பதிலளிக்கின்றனர்.

"ஓ! வெறி நாய் விசயமா?"

"ஓ! அந்தப் பையன் தாய் தந்தையரிடம் பேசியதையா? அதெல்லாம் பெரிய பிரச்சினைகள் இல்லை."

பல உயிர்களை அழித்தது இலேசான காரியம்! பச்சைப் பொய் சொன்னது சாரமற்ற காரியம்! சத்தியம் யாருக்கும் வேண்டாமா? அகிம்சை வேண்டாமா? பின்னர் எப்படி இந்த நாடு விடுதலையடையும்? அப்போது மகாத்மாஜியின் கட்டளைகளுக்கு, மதிப்பில்லையா? குஞ்சன் நாயர் அந்த அளவிலேதான் ஐயம் கொண்டார்.

சுதந்திரப்போராட்டத்தின் இன்னொரு பகுதியாக வட இந்தியாவில் இளைஞர்கள் பயங்கரவாதச் செயல்களில் ஈடுபட்டிருக்கின்றனர். குண்டுகளை வீசித் தாக்குகின்றனர். ஆங்கிலேய அதிகாரிகளைத் துப்பாக்கியால் சுடுகின்றனர். மகாத்மாஜி அத்தகைய செயல்களைக் கண்டிக்கிறார். ஆயுதப் போராட்டத்தை அவர் ஆதரிப்பதில்லை. அவர்களுக்கு அகிம்சையில் நம்பிக்கை கிடையாது.

குஞ்சன் நாயர் நன்றாகப் படித்தார்.

ஒரு நாள் பிரார்த்தனைக் கூட்டத்தில் நாயர் நிகழ்த்திய பிரசங்கம் பயங்கரவாதத்தைப் பற்றியதாக இருந்தது. பயங்கரவாதச் செயல்கள் பற்றி காந்திஜி எழுதியதை எல்லாம் அவர் மேற்கோள் காட்டிப் பேசினார்.

அதன் பிரதிபலிப்பு எத்தகையது? அதை அறியக் காத்திருந்தார் நாயர்.

ஒன்றுமில்லை.

அதெல்லாம் காற்றிலே பறந்து சென்று மறைந்தது.

ஆசிரமத் தலைவர் மனம் தளர்ந்தது. உண்ணாவிரதத்தால் மீட்டு எடுக்கப்பட்ட வலுவினை இழந்து விட்டதாகத் தோன்றியது. உடலும் தளர்ந்தது. இப்போது உறங்கியெழுந்ததும் நீண்ட நேரம் உட்கார்ந்து விடுவார். நந்தவனம், பௌர்ணமி, கோடாந்திரக் குளத்துறை மட்டுமின்றி, நூல் நூற்றுக் கொண்டிருக்கும்போது படித்துக் கொண்டிருக்கும்போது, பிரார்த்தனையில் கலந்துகொள்ளும்போது எல்லாம் வேறு சில காட்சிகளும் பிரார்த்தனையின் போது மனத்திற்குள்ளே தோன்றுகின்றன. முன்னர் கண்டிராத வகையில் ஒரு வீடு கூடத் தென்படத் தொடங்கி யிருக்கிறது. சில சமயங்களில் இருநிலைக் கட்டடமாகத் தோன்றும். வேறுசில சமயங்களில் விசாலமான பூங்காவின் மத்தியில் அமைந்த பர்ணசாலை. அங்கே தூரத்தில் முகில்களால் மூடப்பட்ட மலைகளைக் காணமுடியும். மரக்கிளைகளில் அமர்ந்தவாறு கிளிகள் கலகல அரவமுதிர்க்கின்றன. அங்கே சுட்டுப் பொசுக்குகிற வேனலின் சூடு இல்லை. மரத்தை மரத்துப்போகச் செய்கிற பனியின் குளிர்ச்சி இல்லை. உள்ளே அம்மா குழந்தையைத் தாலாட்டுப் பாடியுறங்க வைக்கிறாள். அந்தக் காட்சிகள் ஒன்றுக்கொன்று தெளிவாகி வருகின்றன.

அந்த வீடு ஒரு வினாவை எழுப்புகிறது.

"ஒரு வீட்டை நிர்மாணிப்பது பாவச் செயல்தானா?"

பதில் இல்லை.

ஏன், இங்ஙனமெல்லாம் நிகழ்ந்துவிடுகின்றன?

அனுஷ்டானங்களாலும், உண்ணாவிரதத்தாலும் போதுமான அளவு புடம் செய்யப்பட்ட ஒளியும் நிர்மலமும் ஆத்மாவுக்குக் கிடைத்திருக்கவில்லை. மறைவிடங்களிலிருந்தெல்லாம் ஆசை காட்டும் கரங்கள் நீண்டு வருகின்றன. அந்தப் பக்கம் திரும்புகிறது கவனம்.

இனிமேல் என்ன வழி?

ஆதர்சத்தில் வேர்கொண்ட ஒரு சமுதாயம் - அதுதான் ராமராஜ்யம்! அத்தகைய ஒரு சமுதாயத்தை வடித்து எடுத்துக்கொள்வதுடன் அந்த ஜனங்கள் அடிமைத்தனத்திலிருந்து விடுதலை பெறுவார்கள். அது நீண்டதொரு நிகழ்ச்சிப் போக்கு ஆகும். அது சாத்தியமில்லாதாகி விடுகிறதா?

காந்திஜி தோல்வியடைகிறாரா?

காந்திஜி போன்று வாழ்ந்து வருகின்றவர்களும் தோல்வியடை கின்றார்களா?

பல்வேறு பெரிய தலைவர்களை குஞ்சன் நாயர் சந்தித்திருக்கிறார். உயரிய பதவிகளில் வீற்றிருந்தவர்கள் - அந்தப் பதவிகளை வீசியெறிந்து விட்டுச் சத்தியத்திலும் அகிம்சையிலும் நம்பிக்கை வைத்துச் சுதந்திரப் போராட்டத்தில் குதித்தவர்கள். அவர்கள் ஒளிமயமானதொரு வாழ்க்கை யினையே வீசியெறிந்திருக்கின்றனர். அந்த அழகிய மணிமாளிகையும், நந்தவனத்தின் மத்தியிலுள்ள வீடும் எல்லாம் அவர்கள் மனத்திலே கூட நுழைகின்றனவா?

ஒவ்வொருவருடையவும் மனப்போக்கினை எங்ஙனம் அறிந்து கொள்ளமுடியும்? மனத்திலுள்ளதைப் புரிந்துகொள்வது கடினமான காரியமாகும். கனவுகள். கனவு காண்கின்றவர்களின் சாம்ராஜ்ஜியமாகும். அனைவருக்கும் ஓர் லட்சியமுண்டு- சுதந்திரம்! அதற்குப் பின்னர் ராம ராஜ்யமோ?

ராமராஜ்யமடைய ஒரே ஒரு வழிதான் இருக்கலாம் - சத்தியத்தின், அகிம்சையின் வழி! அந்த வழியை விட்டுச் செல்ல குஞ்சன் நாயர் தயாரில்லை. அவ்வாறு செல்லும் போது வழி தடைபட்டுப் போய் விட்டால் - அங்கே வாழ்க்கை முடிவுக்கு வரவேண்டும்.

இன்னுமொருமுறை சுத்தம் செய்யவேண்டிய அவசியம் ஏற்பட்டிருக்கிறது. அதை எப்படிச் செய்யவேண்டும்? ஆசிரமத்தில் வருகின்றவர்களுக்கும் ஒரு தளர்ச்சி ஏற்பட்டிருப்பது போல் தோன்றுகிறது. விறுவிறுப்பு இல்லை. அவர்கள் நீண்ட கொட்டாவி விடுகின்றனர். தூங்கி விழுகின்றனர். அவர்களுக்கு உற்சாகம் அளித்திட, அவர்களை ஊக்குவிக்க என்னவழி? இல்லாவிட்டால் ஒவ்வொருவராக வராமல் நின்றுவிடுவார்கள். பிரார்த்தனை மட்டும் ஒழுங்காக நடைபெற்ற வருகிறது. வாரம் ஒருமுறை அகண்ட நூற்பு வேள்வி நடைபெற்று வருகிறது. நியத்திப்படி நடைபெறுகின்ற நிகழ்ச்சிகளில் மக்கள் எவ்வளவு நாட்கள் வரையிலும் பங்கெடுத்துக் கொள்வார்கள்?

புதுமை இல்லை. புதிதாய் எதுவுமில்லை.

* ** *

ஆற்றுத் துறையினரின் வேலையாட்களாகப் பதினைந்து புலையக் குடும்பங்கள் இருந்து வருகின்றன. அவர்கள் முன்னர் கோந்நோத்து மற்றும் மங்கலச்சேரிக் குடும்பங்களுக்கு எழுதியளிக்கப்பட்ட அடியாளர்களாக இருந்தனர். ஓர் ஆண்டின் முதல் தேதியன்று அந்தப் பதினைந்து புலையக் குடிமக்களும் அம்பலப் புழைக்குச் சென்றுவிட்டனர். குளித்து சுவாமிதரிசனம் செய்யப் போனார்களாம். சத்தியவேதத்தில் நம்பிக்கை கொண்டிருந்தவர்கள் கோவிலுக்குச் சென்றனர்!

ஆற்றுமாலி எங்கும் அசைந்தது.

அம்பலப் புழைக்குச் சென்றவர்களை எல்லாம் ஆற்றுத் துறையானுடைய ஆறுபறை நிலத்தில் தென்னைமரத்தோடு சேர்த்துக் கட்டிவைத்து உதைத்தார்களாம்! கொடூரமாக உதைத்திருக்கின்றனர். சிலருக்கெல்லாம் இனிமேல் உழைக்கவே முடியாத நிலைமை ஏற்பட்டிருக்கிறது. இந்தச் செய்தி காட்டுத் தீ போல் ஊரெங்கும் பரவியது. இப்போது கூட அந்தப் புலையர்கள் தென்னைமரத்தடியில் கட்டி வைக்கப்பட்ட நிலையிலேயே இருந்து வருகின்றார்களாம்.

சேந்நாட்டு குஞ்சுநாயர் முதலியோர் ஆசிரமத்தை நோக்கி விரைந்து சென்றனர். எதையாவது செய்தேதான் தீரவேண்டும். அவர்கள் அல்லது அவர்கள் மூதாதையர் தலைமுறை தலைமுறைகளாய் விசுவாசமுடன் ஒவ்வொரு குடும்பத்தையும் சேவித்தவர்களாவார்கள். குடும்பங்கள் தகர்ந்துவிட்டன. அவர்களும் இடையனில்லாத ஆட்டு மந்தைபோல் ஆகிவிட்டனர். பறையன், புலையன் ஆகியோரைத் தம்பிறாக்கள் உதைத்திருக்கின்றனர். அந்த உதையில் உடல் வலிதான் ஏற்பட்டிருந்தது- எலும்பு நொறுங்காது. என்றென்றைக்குமாய் வேலை செய்ய முடியாத நிலைமை ஏற்பட்டிருக்கவில்லை. உதைபட்ட புலையனுக்கும், அவன் குடும்பத்திற்கும் பின்னர் அதிருஷ்டம்தான். ஓர் உதை கிடைக்கவேண்டுமே என்று அவன் பிரார்த்தனை செய்து கொண்டிருந்தான்.

கட்டிப்போட்டு வைப்பதுண்டா?

ஆற்றுத் துறையினருக்கு அவர்களிடம் பற்றுதல் ஏற்பட க் காரணம் உண்டா? அவர்களில் எவனாவது செத்துப் போய்விட்டால் ஆற்றுத் துறையினர் கவலை கொள்ள அவசியமில்லை. அவர்கள் நெல்லை உற்பத்தி செய்வதெல்லாம் கிழக்கே கொண்டுசென்று விற்பதற்காகவேதான். ஊர்ஜனங்கள் சாப்பிடுவதற்காக அல்ல. பறையன், புலையன் ஆகியோருக்குக் கூடக் கூலி கொடுப்பது பணமாகத்தான்.

அனைத்தையும் காதில் வாங்கிக்கொண்டு குஞ்சன் நாயர் விசாரித்தார்:

"நம்மால் என்ன செய்யமுடியும்?"

"இது பெரிய அநீதி!"

மூலப்படவனுடைய கருத்து அதுதான். குஞ்சன் நாயர் அத்துடன் உடன்பட்டார். இங்கிருந்து எல்லோருமாகச் சேர்ந்து ஆற்றுமாலிக்குச் செல்வது என்பதுதான் மூலப்படவன் கருத்து. அப்புறம் ஆற்றுத் துறையினரிடம் விசாரிப்பது - சண்டைக்காக அல்ல. காரியார்த்தமாய்ப் பேசுவதற்காகவேதான்.

குஞ்சன்நாயர் யோசனையில் மூழ்கியிருக்கிறார். யோசிக்கவேண்டிய விசயம்தான். ஆசிரமத்தலைவர் சொன்னார்:

“சில நபர்களைப் பிடித்துக் கட்டிப்போட்டு அடித்திருக்கின்றனர். அது குற்றம்தான். இங்கிருந்து ஆட்கள் அங்கே போவதென்றால் ஒரு வேளை அது ஒரு சண்டையில் முடிந்துவிடக் கூடும்.”

“வேண்டாம். நாம் நமது கொடியைப் பிடித்துக்கொண்டு பிரார்த்தனைப் பாட்டுப் பாடியவாறு அங்கே செல்வோம். அப்போது ரகளை ஏற்படாதல்லவா?” என்றார் சேந்நாடன்.

“அது வேண்டாம். போலீஸிடம் முறையீடு செய்வோம். அங்கே ஒரு குற்றச் செயல் அல்லவா நடந்திருக்கிறது?” என்றார் தலைவர்.

ஆண்டிப் பிள்ளைக்குச் சிறிது கோபம் வந்தது போல் தோன்றியது. துப்பாக்கிக் குழாயிலிருந்து குண்டு வெடித்துக் கிளம்புவது போன்ற குரலில் பிள்ளை சொன்னார்:

“அன்றைக்கு நீங்கள் சொன்னீர்களே கோர்ட்டு போலீசுமெல்லாம் நம்முடையது அல்லவென்று; அவர்களிடம் போகக் கூடாது என்று! அப்புறம் இப்போ போலீஸிடம் முறையீடு செய்யச் சொல்கின்றீர்களே?”

உடனடியாகப் பதில் சொல்லமுடியாத கேள்வி. உண்மையிலே குஞ்சன் நாயர் சிறிது தடுமாறினார். அந்தக் கேள்விக்குப் பதில் சொல்லித் தானாக வேண்டும். பதில் அவரிடமிருக்கத்தான் செய்கிறது. சொன்னால் அவர்களால் அதை உணர்ந்துகொள்ள முடியாது. உணரக் கூடிய முறையில் சொல்லவும் முடியாது.

அவர் முகத்தில் புன்னகை தவழ்ந்தது. ஆனால் அதிலே சற்று ஏமாற்றத்தின் சாயல் படிந்திருந்தது.

அப்போது இன்னொருவர் ஒரு கேள்வியைத் தொடுத்துவிட்டார்.

“அரிஜனங்களை உய்விக்கும் பணி ஆசிரமத்திலே நடைபெறுவதாகச் சொலலறாங்களே?”

“ஆம்! போலீஸூம் கோர்ட்டுமெல்லாம் நம்முடையது அல்லவென்று முன்னர் நான் பேசவும் செய்திருக்கிறேன்.” ஒரு கணம் நிறுத்திவிட்டு குஞ்சன் நாயர் தொடர்ந்து பேசினார்:

“இந்த ஆசிரமத்தின் லட்சியம் இந்தியாவின் சுதந்திரமாகும். ஜாதி-மத சிந்தனைகளுக்கப்பால் மட்டும்தான் இதனால் செயல்படமுடியும். இங்கிருந்து சில நபர்கள் அங்கே போவதென்றால் அதற்கு வகுப்புவாதத்தின் சாயல் ஏற்பட்டுவிடும். இந்துக்கள் கூட்டமாய்ச் சேர்ந்து கிருஸ்தவர்களின் மையத்திற்கு ‘மார்ச்சு’ செய்வதென்றால், அதற்கு வகுப்புவாதச் சாயல்

ஏற்பட்டே தீரும். இந்துவல்லாத ஒருவர் கூட நம்மிடையே இல்லை. அரிஜனங்கள் விசயமாகத்தான் என்றாலும் ஆசிரமத்திலிருந்து அத்தகைய தொரு முயற்சி மேற்கொள்வது சரியில்லை."

"அப்போ ஆசிரமத்திலே வந்து கிருஸ்தவன் பஜனை வேளையில் களேபரம் பண்ணியது?" என்றார் ஆண்டிப் பிள்ளை.

"அந்த அறிவிலித்தனத்தை நாம் பொறுத்துக் கொண்டோம்."

"நாங்கள் யாரும் பொறுத்துக் கொள்ளவில்லை. வேறு வழியின்றி அடங்கியிருந்தோம்" என்றார் ஆண்டிப்பிள்ளை.

"அது ஒரு பெரிய வகுப்புக் கலவரமாக மாறிவிடலாம். வகுப்புக் கலவரம் எதிரிக்குக் கிடைத்த ஓர் ஆயுதமாகப் பரிணமித்துவிடும்."

இந்த வேதாந்தத்தை ஆண்டிப் பிள்ளையால் நீண்ட நேரம் கேட்டுக் கொண்டிருக்க முடியவில்லை. எழுந்து கிளம்பினார்.

"அப்படியானால் புலையனும் பறையனும் அங்கே கட்டுண்டு கிடக்கட்டும்."

"அதுவும் ஓர் உய்விக்கும் பணிதான்." என்றார் ஆண்டிப்பிள்ளை.

குஞ்சன் நாயருக்குத் தான் நிற்கிற பூமி தாழ்ந்துபோவதாகத் தோன்றியது. ஆயினும் தன் நிலை சரியானதுதான் என்கிற நம்பிக்கை அவருக்கு இருந்தது. இன்று அல்லது நாளையதினம் அனைவரும் உணர்ந்து கொள்வார்கள். ஆசிரமத்திலிருந்து போலீசுக்குத் தகவல் கொடுப்பதா? பிரச்சினை அதுவாக இருந்தது.

ஏதோ ஒரு நம்பூதிரி வடக்கிருந்து வந்து மதம் மாறியவர்களைச் சுத்தம் செய்து இந்துக்களாக்குகிறாராம். அதற்காகத்தான் புலையர்கள் சென்றனர்.

* ** *

கோவிலுக்கு மேற்பகுதியிலுள்ள மாமரத்தடியில் மணிகண்டன், சுரேந்திரன் மற்றும் அவர்கள் பருவத்தைச் சேர்ந்த மூன்று நான்கு சிறுவர்கள் கூட்டமாய் அமர்ந்து யோசிக்கின்றனர்.

சுரேந்திரன் மூளைதான் விரைந்து செயல்பட்டது. அவன் சொன்னான்:

"நாம் இந்தப் பறைச்சேரிக்கும், புலையச் சேரிக்கும் சென்று வருவோம்."

"போயி?" என்றான் மணிகண்டன்.

"அவர்களை ஒன்று சேர்த்திடணும். அவர்கள் ஒன்றுபட்டு நிற்கிறார்கள் என்றால் இந்த மாப்பிளமார்கள் அவர்களை ஒன்றும்

செய்ய மாட்டார்கள்."

இது ஒரு நல்ல யோசனைதான். ஆனால் மணிகண்டனுக்கு ஒரு சந்தேகம்:

"நாம் போயி எதைச் சொல்லுவோம்? சொன்னால் அவர்கள் கேட்பார்களா?"

"அவர்கள் ஒன்றுபட்டு நின்றார்கள் என்றால், அவர்களை யாரும் எதையும் செய்யமுடியாதென்று சொல்லவேண்டும். அவர்களுக்குத் தைரியமளித்திட வேண்டும்."

"நாம்ப பசங்க. என்ன தைரியமளிப்பது?"

"அப்படியெல்லாம் நினைக்க வேணாம். யாருக்கும் தெரியாம நாம்ப அவங்க குடிசைகளுக்குப் போவோம்."

"நம்ப வீடுங்களிலே தெரிஞ்சிட்டா?"

"யாருக்கும் தெரியக் கூடாது."

சின்னத் தம்பிறாக்கள் அந்தக் குடிசைகளுக்குச் சென்றது, எப்படி யிருந்தாலும் அந்தப் புலையர்களுக்கு ஓர் ஆறுதலாக இருந்தது. அவர் களின் துயரங்களை விசாரித்துச் செல்ல ஆட்கள் உள்ளனர் என்றறிவதே ஓர் ஆறுதல் அல்லவா?

புலைய இளைஞன் ஒருவன் சொன்னான்:

"என்ன ஆனாலும் சரியே, நான் இனிமே ஔதவுமல்ல; குஞ்சாதனு மல்ல!"

"அப்புறம்?" என்றான் சுரேந்திரன்.

"எனக்கு வேறு பேரு வேணும். சின்னத் தம்பிறாக்களே சொல்லுங்க!"

சுரேந்திரனுக்கோ, மணிகண்டனுக்கோ, அவர்கள் நண்பர்களுக்கோ - யாருக்குமே அவன் சொன்னது புரியவில்லை.

ஜாதிக்கும் மதத்திற்குமெல்லாமப்பால் ஒரு பெயரைக் கண்டுபிடிக்க வேண்டுமென்கிற சிந்தனையுதிப்பதற்கான வயதை அவர்கள் எட்டி யிருக்கவில்லை. அந்தப் புலைய இளைஞனுக்கு அப்படித் தோன்றியது.

* ** *

ஊரில் ஒரு பிரச்சினை எழுந்துவிட்டால் சென்று சொல்ல ஊர்த் தலைவர்கள் இருந்தனர். ஊருக்கு ஓர் உன்னத மையமிருந்தது - கோவில்! இன்று ஆசிரமம் உண்டு. ஆசிரமத் தலைவருண்டு - ஆனால் அவர் ஒரு துறவி. சாத்வீகத்தைக் கடைபிடிக்கிற மனிதர்.

தேவஸ்தானத்தை மீட்கத்தான் வேண்டும். அதற்கு குஞ்சன் நாயர் முன் கை எடுக்கவேண்டும்.

அது குஞ்சன் நாயருக்கு இயங்குவதற்கான ஸ்தாபனமாக இருந்தது. ஏராளமான சொத்துக்களுடைய ஒரு ஸ்தாபனத்தை ஒழுங்காக நிர்வகிப் போமென்கிற உறுதியில் ஏற்றுக்கொள்வதென்கிற அந்தத் திட்டத்தைத் தீட்டியவர் குஞ்சன் நாயர்தான். அந்தத் திட்டத்திற்குச் சட்டசம்மதமான அங்கீகாரம் கிடைத்து விட்டால் தேவஸ்தானத்தின் ஆட்சி பத்திரமாகி விடுகிறது.

ஆறு ஊர்களைச் சேர்ந்த வயதுக்கு வந்தவர்கள் தேர்ந்தெடுக்கிற ஒரு குழு நிர்வாகத்தை நடத்துவது; குழுவின் கால அளவு மூன்று வருடமாக இருக்கும். இதுவாகும் அந்தத் திட்டம்!

திட்டத்தை கோர்ட்டு அங்கீகரித்தது- வழக்கின் வாதிப் பிரதிவாதிகள் அந்தத் திட்டத்தை அங்கீகரித்துச் சமரஸம் செய்துகொண்டனர்.

குழுவைத் தேர்ந்தெடுத்தனர்.

வெள்ளையன் வெளியேறிவிட்டால் இந்தியாவை ஆள்வது இப்படித்தான். தேவஸ்தானத்தின் ஆட்சி உரிமை ஆறு ஊர்களைச் சேர்ந்தவர்களிடம் வந்ததுபோல், சுதந்திர இந்தியாவின் ஆட்சி உரிமை இந்திய மக்களிடமிருக்கும்.

தேர்தல் நாளன்று குஞ்சன் நாயர் பேசினார்:

நாளைய இந்தியா எவ்வாறு ஆளப்படுமென்று ஊர்மக்கள் முன் கூட்டியே காணமுடிந்ததில் தனக்கு ஏற்பட்டிருக்கிற பெருமகிழ்ச்சியை அவர் அறிவித்தார்.

மானேஜர் யாராக இருக்கவேண்டும்? அதற்குக் கூட குஞ்சன் நாயர் பெயரை முன்மொழியத் தயாராக இருந்தனர். வடக்கத்திய ஒரு நம்பூதிரி இல்லத்தின் மானேஜராகச் செயல்பட்டவர்தான் கோபாலமேனன். ஆளும் திறமை பெற்றவர். வைக்கம் சத்தியாக்கிரகத்தில் அவர் ஒரு தொண்டராகப் பங்கெடுத்துக் கொண்டவர். அதை முன்னிட்டு அவரை இல்லத்திலிருந்து நீக்கிவிட்டனர்.

கோபாலமேனன் தேவஸ்தானத்தின் சொத்துக்களுடைய ஒரு பட்டியலைத் தயாரித்தார். கைவசமாய் வைத்துக் கொண்டிருப்பவர்களுக்கே, பதிவு செய்யப்பட்ட குத்தகைப் பத்திரத்தின் அடிப்படையில் காலாவதியைக் குறிப்பிட்டு நிலங்களைக் குத்தகைக்குக் கொடுத்தார். ஓர் உறுதிக்காக ஒரு வருடக் குத்தகை பணமாகச் செலுத்தவேண்டுமென்கிற நிபந்தனை விதித்தார். குத்தகை சற்றே உயர்த்தப்பட்டது. சுயமாகச் சாகுபடி செய்வ தில்லை என்றும் முடிவெடுக்கப்பட்டது.

இப்போது தேவஸ்தானத்தில் பணமுண்டு. நெல்லும் உண்டு. காரியங்கள் நடந்தேற இடையூறு எதுவுமில்லை. குத்தகைபாக்கிகள் தவணைமுறையில் வசூலாகிவிடுகின்றன. ரெசீவர் தொடுத்துவைத்த வழக்குகளெல்லாம் சமரசமான முடிவுக்கு வந்தன.

கோவிலின் பழுதுபார்க்கும் பணிகள் அனைத்தும் செய்யப்பட்டன. இப்போது ஒரு தெய்வீகக்களை தென்படுகின்றது. ஜனங்கள் தரிசனத்திற்காக வருகின்றனர். ஊரிலேயே பிரத்தியேகமானதொரு சலசலப்பு ஏற்பட்டதுபோல் தோன்றியது.

கமிட்டிக்கும் மானேஜ்மெண்டுக்கும் இடையே எத்தகைய மோதலும் இல்லை. அனைத்து நடவடிக்கைகளும் ஒழுங்காக நடந்தேறி வருகின்றன.

அந்த வருடத்திய கோவில் திருவிழா மிகவும் கம்பீரமாக நடைபெற்றது. அவ்வாறு நடத்த வேண்டுமென்று ஆட்சிக் குழுவினர் தீர்மானித்தனர். ஒரு தொண்டர் படை ஏற்படுத்தப்பட்டதுதான் புதிதாக எடுத்துக் கொண்ட முயற்சி. கதர்சட்டையும், காலுறையும், தொப்பியும்தான் சீருடை. அவர்களுக்கு ஒரு படைத்தவர் இருக்கிறார். அவர் விசிலூதும் போது தொண்டர்கள் பட்டாளமெட்டில் வரிசையாக வந்து நிற்பார்கள். காலையில் ஓர் அணிவகுப்பு உண்டு. தொண்டர்கள் வரிசை வரிசையாக அணி வகுத்துச் செல்வதைக் காண வெகு வேடிக்கையாக இருக்கும். அத்தகைய ஒரு காட்சியை அந்த ஊரில் இதன் முன்னர் மக்கள் பார்த்ததேயில்லை. ஜனக்கூட்டத்தைக் கட்டுப்படுத்துவது தொண்டர்களேதான்.

இதுவரையிலும் நிகழ்ந்திராத சில சிறப்பு நிகழ்ச்சிகள் கூட இந்த வருடத்திய விழாவில் இடத்தைப் பெற்றுவிட்டன. புகழ்பெற்ற ஒரு பாகவதருடைய சஞ்கீதக் கச்சேரி. மானேஜர் ஒரு பக்கத்து ஊர்களிலிருந்தெல்லாம் ஜனங்கள் வந்திருந்தனர்.

தமிழ்நாட்டிலிருந்து கதாகாலட்சேபத்திற்காக கலாராணி ஒருத்தியை வரவழைத்திருந்தனர்.

திருவிழா ஆர்ப்பாட்டமாக நடைபெற்றது.

மாடிமீது ஒரு நாற்காலியில் விழா நடைபெறுகிற அனைத்து இரவிலும் குஞ்சன் நாயர் வந்து அமர்ந்திருப்பார். பாட்டுக் கச்சேரி மற்றும் கதாகாலட்சேபம் ஆகியவை நடைபெற்றபோது மாடியில் குஞ்சன் நாயர் மட்டும்தான் அமர்ந்திருந்தார்.

வயதானவர்களுக்கு அது அவ்வளவாகச் சரியெனப் படவில்லை.

ஆண்டிப்பிள்ளை சொன்னார்:

"தலைவர் இதைச் செய்திருக்கக் கூடாது. மாடிமீது நாற்காலியில் அமர்ந்துக்கறது அவ்வளவு தூரம் மேலே ஏறணுமா?"

எல்லோருக்கும் அப்படித்தான் தோன்றியது.

மாடிமீது நாற்காலிபோட்டு அமர்ந்திடணுமா? அதைப் பற்றி யாருமே பேசவேண்டியதில்லை. பகவானே அதைக் கேட்டுக் கொண்டு விடுவார்.

"நீ என்னை விடவும் உயர்ந்தவனா?" என்றுதான் கேட்டுக் கொள்வார்.

வேறு சிலர் வேறு முறையிலே யோசித்தனர். முன்னர் ஊர்த் தலைவர்கள் பலர் இருந்தனர். இன்று ஒருவர் மட்டும்தான். அவர் நாற்காலியில் அமர்ந்தவாறு விழாவை நடத்துகிறார்.

குஞ்சன் நாயருக்கு அதற்கான உரிமையில்லையா? இருக்கிறது. சீரழிவிலிருந்து தேவஸ்தானத்தைக் காப்பாற்றியது குஞ்சன் நாயர்தான். எனவே குஞ்சன் நாயர் ஒட்டுமொத்தமாய் மேற்பார்வையிடலாம்.

ஆயினும் இப்படிச் செய்திருக்கக் கூடாது!

இளைஞர்கள் வேடிக்கை பார்த்தவாறு கூட்டமாய் மாடிக்குக் கீழ் அமைந்திருக்கிற முற்றத்தில் உலாவுகின்றனர். திடீரென்று ஐம்பதுக்கு மேற்பட்ட பையன்கள் ஒன்று சேர்ந்து கூச்சல் போட்டனர். ஐம்பது குள்ளநரிகள் ஒன்று சேர்ந்து ஊளையிடுவது போன்று! சொல்லத் தக்க காரியமேதும் இல்லை. சும்மா கூவுகின்றனர். அப்போது கோவிலில் குறிப்பிட்ட நிகழ்ச்சி ஏதுமில்லை. 'கதகளி' ஆரம்பமாவதற்கான தருணம். கூச்சல் கேட்ட தொண்டர்படையினர் அவ்விடத்தை நோக்கி விரைந்து சென்றனர். பையன்கள் ஒவ்வொருவரும் ஒவ்வொரு வழியாக ஓடி விட்டனர். கூவியவர்கள் யார், யார்? எதற்காகக் கூவினர்? தெரியாது.

குஞ்சன் நாயர் மாடிமீது அமர்ந்திருந்தார். அவர் எழுந்து நின்றார். மணிகண்டனும் சுரேந்திரனும் அந்தக் கூட்டத்தில் இருந்தார்களோ? அவர்கள் தலைமையில்தான் அந்தக் கூச்சல் நடைபெற்றிருக்க வேண்டும்.

89

பையன்கள் கூட்டமாய்ச் சேர்ந்து கூவியது குஞ்சன் நாயரைத்தான். அவர்கள் வெறும் வேடிக்கை வினோதத்திற்காகக் கூவவில்லை. அவர்களிடையே மணிகண்டனுமிருந்தான்.

செய்தி சேந்நாடன் காதுக்கெட்டியது. வெடிப்புரைக்கல் வீட்டுக்கு ஒருமுறையாவது போகாத நாட்களில் மணிகண்டனுக்குத் தூக்கம் வராது. ஏன், மணிகண்டனுக்கென்று மட்டும் சொல்லணும்? ஊரிலுள்ள அனைத்துப் பையன்களுக்குமென்றே சொல்லவேண்டும். அப்போது

அந்தப் பையன்களேதான் குஞ்சன் நாயரை நோக்கிக் கூவினர். நாயரை அவமானத்திற்குள்ளாக்கவேதான். அதுக்குத் காரணமென்ன? காரணம் என்னவாகத்தான் இருக்கட்டுமே. அது தவறுதான். சிறுவர்கள் செய்யக் கூடாததுதான் அது.

குஞ்சுநாயர் மணிகண்டனைக் கூப்பிட்டு விசாரித்தார்:

"நீயும் பசங்களும் சேர்ந்து ஆசிரமத் தலைவரை நோக்கிக் கூவினீங்களா?"

"இல்லை!" ஒரே ஒரு சொல்லில்தான் பதில்.

உற்சவத்தின் உற்சாகத்தில் அவர்கள் கூட்டமாய்ச் சேர்ந்து நடந்தனர். அப்படி நடந்தபோது கூவவேண்டும் போல் தோன்றியது. ஒருவன் கூவினான். தொடர்ந்து எல்லோரும் சேர்ந்து கூவினர். அவ்வளவு தான் நடைபெற்றது.

"குஞ்சன் நாயர் அங்கிருப்பதைப் பார்த்தீங்களா?"

"பார்த்தோம்."

"அப்பறம் கூவியது?"

"உற்சவத்தின் ஒரு சடங்கு என்ற முறையில்தான் கூவினோம். அவ்வளவுதான்." பாட்டுக்கச்சேரி, அரிகதாகாலட்சேபம், கதகளி போன்ற உற்சவச் சடங்குகளின் மத்தியிலே பையன்களின் கூவுதலும் ஒரு சடங்காக இருந்தது.

எல்லாச் சிறுவர்களுமே அவ்வாறுதான் சொன்னார்கள். ஆனால்,. பையன்கள் குஞ்சன் நாயரைத்தான் கூவினர் என்று ஊர்வதந்தி.

குஞ்சுநாயர் மணிகண்டனிடம் கேட்டார்:

"எப்படியடா, கூவத் தோன்றியது? நீங்கல்லாம் குள்ளநரிக் கூட்டமா?"

இறுதியில் எல்லா வீட்டினரும் நல்கிய எச்சரிக்கை இதுதான்.

"இனிமேல் இப்படியொன்றும் நடக்கக் கூடாது! குறும்புத்தனம் பண்ணக் கூடாது!"

குஞ்சன் நாயர் நாற்காலியில் அமர்ந்தது அப்படித் தான். அதுவும் குத்துக்காலில்தான். யாருமே நாற்காலியில் அவ்வாறு அமர்ந்திருப்பதைப் பார்த்ததில்லை. நாற்காலியில் குத்துக்காலில் உட்கார்ந்திருந்தார். போர்வை ஒன்றைப் போர்த்தியிருந்தார். மணிகண்டன் ஆங்கிலப் பள்ளியில் படிக்கிறான். சுரேந்திரன் சமஸ்கிருதப் பள்ளியில் படிக்கிறான்.

அங்கெல்லாம் வாத்தியார்கள் நாற்காலியில் அமர்ந்திருப்பது எப்படியென்பதைச் சிறுவர்கள் பார்த்திருக்கிறார்கள். இப்படி உட்கார்ந்திருப்பதைப் பார்த்ததும் கூவிவிட்டதாக இருக்கலாம். சிறுவர்கள்தானே? யோசித்துச் செய்திருக்க வேண்டுமென்றில்லை. கூவினர். அவ்வளவுதான். தந்தை மற்றும் பெரியவர்களைக் கூட அவர்கள் கூவுவார்கள்.

உண்மைதான். குஞ்சன் நாயர் நாற்காலியில் அமர்ந்தது அப்படித் தான். அதுவும் குத்துக்காலில்தான். யாருமே நாற்காலியில் அவ்வாறு அமர்ந்திருப்பதைப் பார்த்ததில்லை.

ஆண்டிப் பிள்ளை சொன்னார்:

"தலைவராயிட்டாக் கூட அவர் வெடிப்புரைக்கல் குஞ்சாச்சியம்மா மகன் தானே?"

மூலப்படவனுக்கு ஒரு சந்தேகம். ஆத்மார்த்தீகமான சந்தேகம்தான். தெரிந்து கொள்வதற்காகத்தான் கேட்டார். குரலைச் சற்று அடக்கியவாறு ரகசியமாகத்தான் விசாரித்தார்.

"ஒண்ணு கேக்கறேன்-தெரிஞ்சுக்கத்தான். காந்தி இப்படித்தானா, நாற்காலியிலே உட்கார்ந்து கொண்டிருப்பது?

விபரம் தெரிந்த குஞ்சுநாயர் சொன்னார்:

"காந்தி வெள்ளைக்காரனின் ஊரிலே போய்ப் படித்து வந்தவர். வடக்கே எங்கேயோ ஒரு திவான்ஜியின் மகன்."

சிறுவர்களின் கூவுதல் இப்படியாக ஒரு சிறு அசைவினை உருவாக்கி விட்டு அப்படியே அடங்கியது. அனைத்துச் சிறுவர்களுக்கும் ஓர் எச்சரிக்கை கிடைத்துவிட்டது.

"இனிமேல் இப்படியொன்றும் செய்யக் கூடாது!"

"செய்யமாட்டோம்" அவர்கள் சொன்னார்கள்.

குஞ்சன் நாயர் ஒரு சாதாரண மனிதர் அல்ல. விசயஞானமுடையவர். நல்லவர். நாட்டுக்குச் சேவை செய்தவர். மதிக்கப்பட வேண்டியவர். அவர் வாழ்க்கையில் எந்தகம் களங்கமும் இல்லை - இத்தியாதி விசயங்களில் யாருக்கும் சந்தேகம் இருக்கவில்லை.

சாத்வீக முறையிலானதொரு ஜீவிதம்!

* ** *

தேர்வின் முடிவுகள் வெளிவந்தன.

மணிகண்டன் வெற்றி பெற்றிருக்கிறான்.

ஸ்ரீபத்மநாபனுடைய பத்து சக்கரத்தைப் பெறுவதற்கான தகுதி அவனுக்கு ஏற்பட்டுவிட்டது. குஞ்சுமாளுவம்மாவின் வாழ்க்கை பயனடைந்தது போல் தோன்றியது. இனிமேல்தான் அதைப் பெற வேண்டும். எப்படிப் பெறுவது? யார் கொடுப்பது? முன்னர் எல்லாம் பள்ளித் தேர்வில் வெற்றி பெற்றதும் விண்ணப்பம் அனுப்பி வைத்தால் போதுமாயிருந்தது. உத்தியோகம் கிடைத்துவிடும். இப்போது அப்படி யில்லை. ஆலப்புழையிலுள்ள வக்கீல் குமாஸ்தாவான கேசவபிள்ளை குஞ்சுநாயரிடம் சொன்னார்: "ஒரு வாத்தியார் வேலை கிடைக்கும். ஆனால் நியமிக்க அதிகாரம் படைத்த உத்தியோகஸ்தருக்கு இருநூறு ரூபாய் கொடுக்கவேண்டும்" என்று இவ்வாறு. ஒவ்வொரு வேலைக்கும் ஒவ்வொரு தொகையுண்டு.

சேந்நாட்டு குஞ்சுநாயர் அந்தச் செய்தி கேட்டு வியந்து போனார். அவர் வினவினார்:

"என்னங்க, அதெப்படி? நேரடியாக் கொண்டு சென்று கொடுத்துடதா?"

"வாத்தியாரு வேலை கொடுக்கிறவரு அப்படிப்பட்டவரு. விண்ணப்பமும் பணமும் சேர்த்துக் கொடுத்தாப் போதும். அப்பறம் கோர்ட்டுகளில் பேஷ்காருக்குக் கீழுள்ள வேலைக்கு அப்படியொண்ணும் சொல்லக் கூடாது. அது குற்றம். நாம்பள்லாம் அங்கே நுழைய முடியுமா? கேட்டில் போலீசும் பட்டாளமும் காவல் நிக்குது."

குஞ்சுநாயர் ஆவலுடன் வினவினார்:

"அப்பறம் அங்கே எப்படி?"

"அதுக்கு ஆளிருக்கு. அந்த ஆளைக் கண்டுபிடித்துப் பணம் கொடுக்கணும்."

"அப்போ அவருக்குக் கூடக் கொடுக்க வேண்டியிருக்குமே?"

"கொடுக்கணும். அது நஷ்டமில்லை. தாலுக்கா ஆப்பீசு அப்புறம் டிவிசன் கச்சேரி ஆகிய இடங்களில் ஏதாச்சும் வேலை கிடைத்துவிட்டால் நல்லதுதானே? சம்பளத்தோட அஞ்சு மடங்கல்லவா, கிம்பளமாக் கிடைக்குது? சில சமயங்களில் ஒரு வாழ்க்கைக்கே போதுமான சம்பாதனை ஏற்பட்டுடும். அதெல்லாம் திறமையைப் பொறுத்தது. நாம்ப முன்கூறாக் கொஞ்சம் பணம் போட்டுட வேண்டியதுதான். வாத்தியாரு வேலைன்னா தலையெண்ணிச் சுட்டெடுத்த ஆப்பம் போலத்தான் வருமானம்."

தொடர்ந்து கேசவபிள்ளை விசாரித்தார்:

"அதிருக்கட்டும். கெட்டிக்காரப் பையன்தானா?"

"ரொம்ப கெட்டிக்காரன். நல்ல புத்திசாலி."

வாத்தியார் வேலைக்கு இருநூறு ரூபாய்! அதாவது ஏழாயிரம் தேங்காய் விலை! அறுநூறு பறை நெல் விற்றால் இருநூறு ரூபாய் கிடைக்குமா? சின்ன நிலப்படுகை விற்கவேண்டும். ஆயின் அந்த வாத்தியார் வேலை கிடைக்கக் கூடும்.

'எதை வேண்டுமானாலும் செய்யுங்கள்! நம்ப பையனுக்கு ஸ்ரீபத்மநாபனோட பத்து சக்கிரம் கிடைக்கணும்' என்பதுதான் குஞ்சுமாளூவம்மாவின் கருத்து. அவள் அதில் உறுதியாக நிற்கிறாள். அவள் அந்தச் சோற்றைத் தின்றுதான் வளர்ந்திருக்கிறாள்.

மணிகண்டனுக்கு வேலை வேண்டாம். அதில் அவனும் உறுதியாக நிற்கிறான். அவனுக்கு காலேஜில் படிக்கவேண்டும். அது விசயத்தில் அவனுக்கு நிர்ப்பந்தம்தான். காலேஜில் சேர்ந்து படிக்க முடியாவிட்டால், அவன் வேறு எதையோ செய்யத் தீர்மானித்திருக்கிறான்.

மணிகண்டன் தீர்மானம்தான் என்ன? தாய்-தந்தையருக்குப் பயமாயிற்று. இந்த நிலத்தில் ஒரு பகுதியை விற்று ஏழாயிரம் ரூபாய் வாங்க குஞ்சுநாயர் தீர்மானித்திருந்தார். ஆற்றுமாலிக்குச் சென்று அவர் சில விசாரணைகள் நடத்தி வந்திருக்கிறார்.

"எனக்கு இப்போதைக்குச் சர்க்கார் உத்தியோகம் வேண்டாம்."

"அப்பறம்?"

"படிக்கணும்!"

கல்லூரிக் கல்விக்கு ஏராளமான பணம் செலவாயிடும்.

மாதா மாதம் தவறாமல் இருபத்து ஐந்து ரூபாய் செலுத்தவேண்டும். அப்புறம் வேஷ்டி, சட்டை, புத்தகங்கள் போன்றவற்றிற்கான செலவு வேறு. நான்கு வருடம் வரையிலும் தேதி தவறாமல் பணமுண்டாக வேண்டும்

என்ன செய்வது?

கோயிப்ரத்து வீட்டு மனையிலிருந்து இருநூறு அல்லது முந்நூறு தேங்காய் கிடைக்கும். படுகையை உழுது விதைத்தால் செலவுக்கான நெல் கிடைக்கும். வேளாண்மை நன்றாக இருந்தால் இன்னும் நூறு பறை நெல் கிடைக்கலாம். இவை அனைத்தும் மணிகண்டனுக்குத் தெரிந்த விசயங்கள்தான்.

"என்னைக் காலேஜுக்கு அனுப்ப முடியாவிட்டால் வேண்டாம். எனக்கு உத்தியோகம் வேண்டாம்."

அம்மா நடுங்கிவிட்டாள்.

“மவனே, நீ என்னடா, இப்படிச் சொல்லறே? ஸ்ரீபத்மநாபனோட சக்கரம் வேண்டாமா? வாய் திறந்து எதையாச்சும் சொல்லிடாதே!”

“அப்பறம் நீ என்ன செய்யப்போறே?” என்றார் குஞ்சுநாயர்.

மணிகண்டன் பதிலளிக்கவில்லை.

அவன் காங்கிரசில் சேர்ந்து கொள்ளப் போகிறான் போலிருக்கிறது.

குஞ்சுநாயருக்குப் பயமாயிற்று. அந்தச் சந்தேகம் குறித்து மனைவியிடம் சொல்லவில்லை. போலீஸ் பிடித்திடும். உதை கிடைக்கும். சிறையில் அடைக்கப்படும் - ஒரு வேளை தூக்குத் தண்டனை கிடைத்தாலும் கிடைக்கலாம். நாட்டிலுள்ள இளைஞர்களுக்கு இப்போது அந்தப் பயமொன்றும் கிடையாது. மனப்போக்கும் அப்படியிருக்கிறது. எல்லாம் உற்சாகம்தான். கொல்வதென்றால் கொல்லட்டும் என்றிருக்கிறார்கள்.

குஞ்சுமாளுவம்மா மனத்தில் ஒரு நாள் ஓர் எண்ணம் தோன்றியது.

“மவனே, நீ ஒண்ணுசெய்! சின்ன மாமனை கொஞ்சம் போயிருப்பாரு. காலேஜில் சேர்ந்துக்கணும்னும் அதுக்கு மாமாதான் படிக்க வைக்கணும்னும் சொல்லு! மாமாவுக்கு உம் மேலே ரொம்பப் பிரியமாயிருந்திருக்கல்ல?”

குஞ்சுநாயர் அதை எதிர்க்கத்தான் செய்தார்:

“பையனை ஏன், அனுப்பி வைக்கறே? திரும்பி வர்றதுக்குச் செலவுக்கான பணத்தைக் கொடுத்து அனுப்பிவை! அப்பறம் அங்கே சாப்பாட்டுச் செலவுக்கும் பார்த்துக்கோ!”

குஞ்சுமாளுவம்மாவிடம் ஓர் உரிமை வாதமுண்டு. அவள் கழுத்திலிருந்த நகைதான் அந்தத் தோட்டத்தின் மூலாதாரம். அந்த உரிமை குறித்துச் சொல்லலாம்.

“ஓ! அந்தக் கணக்கெல்லாம் அன்னைக்கே பேசி முடித்ததுதான்.”

மணிகண்டனுக்கு அந்த மலைப்பயணம் மிக்க மகிழ்ச்சியளிப்பதாக இருந்தது. காடு, மலை மற்றும் தோட்டங்களை அவன் பார்த்ததில்லை. ஆற்றுமாலியிலுள்ளவர்களுக்கெல்லாம் தோட்டமிருப்பதாக அவன் கேள்விப்பட்டிருக்கிறான்.

மணிமலை சென்று அங்கிருந்து கால்நடையாகத்தான் செல்ல வேண்டும். சிறு சிறு வனங்களின் வழியாகத்தான் செல்லவேண்டும். அவனுடைய முதற்பயணம்தான் அது. அவன் தோட்டங்களின் ஊர் வழியாக நடந்து செல்கிறான். அது ஒரு புதிய உலகம். எப்போதாவது

ரப்பர் எடுக்கிற ஒருவனைப் பார்க்கமுடியும். ஜனநடமாட்டமில்லாத ஊர். இங்குள்ள மனிதர்களெல்லாம் எங்கு போய் நெருங்கிப் படுத்துக் கிடக்கிறார்கள்?

அது ஒரு புதிய அனுபவம்.

பெரியதொரு பெயர்ப் பலகையைக் கண்டான். 'பருத்திக் காட்டு பிளாண்டர்ஸ்.' அது ஆற்றுமாலியிலுள்ள பருத்திக்காட்டினருக்குச் சொந்தமான தோட்டமாக இருக்கலாம்.

அப்பா ஓர் ஔத மாப்பிளவைப் பற்றிச் சொல்லியிருக்கிறார். அப்பாவுக்குக் கூட அவரை அவ்வளவாகப் பார்த்த ஞாபகமில்லையாம். தாத்தாவோ அம்மாவன்மார்களோ சொல்லிக் கேள்விப்பட்டதுதான். ஔதமாப்பிள ஒரு கதாபாத்திரமாக மணிகண்டன் மனத்தில் நிறைந்து நிற்கிறார். மாதா கோவில் சிமித்தேரியில் என்றென்றும் புதுமைப் படுத்துகிற ஒரு சமாதியைப் பார்த்திருக்கிறான். அதற்குள்ளே ஓர் எலும்புக் கூடினைக் காணலாம்.

பருத்திக்காட்டு ஔதமாப்பிள!

பெயர்ப்பலகைக்குக் கீழாக ஒரு பாதை செல்கிறது. அந்தப் பாதை எங்கு செல்கிறதோ என்னவோ? தோட்டத்திற்குள்ளே அமைந்திருக்கிற ரோடுதான்.

ரோட்டின் இருமருங்கிலும் வரிசை வரிசையாக ரப்பர் மரங்கள் வளர்ந்து நிற்கின்றன. அது ஒரு குன்றின் சாரல். கண்ணுக்கெட்டாத தூரம் வரையிலும் மரங்கள். எவ்வளவு மரங்கள்! ஆயிரக் கணக்கில் இருக்கலாம். சிறிது தூரம் நடந்தபோது பாதையிலிருந்து வலது பக்கமாய் இன்னொரு பாதை செல்வதைக் கண்டான். அந்தப் பாதை ஒரு பங்களாவில் சென்று முடிகிறது. அதற்கப்பால் தகரம் வேய்ந்திருக்கின்ற நீளடான கூரைகள். தோட்டமெங்கிலும் ஒருவிதமான கொடிகள் படர்ந்து கிடக்கின்றன. நட்டு வளர்க்கப்பட்டவைதான். அங்கே கீழான இடங்களில் நீளமான சில கட்டடங்கள் காணப்படுகின்றன.

மணிகண்டன் திரும்பி நடந்தான். தோட்டம் அவனுடைய ஊரைச் சேர்ந்த ஒரு குடும்பத்திற்குச் சொந்தமானது - பருத்திக்காட்டுக் குடும்பத்திற்கு! மணிகண்டனுக்குப் பெருமையாயிற்று. சில நாட்களுக்கு முன்னர் அவன் பருத்திக் காட்டு ஜோஸ் என்கிற ஒருவருடன் அறிமுக மானான். ஊரில் வைத்துத்தான். அவர் கோட்டயத்தில் மெட்ரிக்குலேசன் படித்துக்கொண்டிருந்தார். பருத்திக்காட்டுத் தோட்டத்திலேதான் தங்கிவருகிறார். பள்ளித்தேர்வு முடிந்துவிட்டால் அவர் மெட்ராசுக்குப் போவாரென்று சொல்லியிருந்தார். அப்புறம் படிப்பெல்லாம் மெட்ராசிலே தான் இருக்கும்.

இவ்வளவு தூரம் நடந்தும் ஒருவர்கூடத் தென்படவில்லை. அப்போது ஒருவர் எதிராக வருகிறார்.

மணிகண்டன் விசாரித்தான்:

“ஜோஸ் எங்கே தங்கியிருக்கார்?”

“எந்த ஜோஸ்?”

“இந்தத் தோட்டத்துச் சொந்தக்காரரோட மகன்.”

அவர் ஒரு குன்றினைச் சுட்டிக் காட்டியவாறு சொன்னார்:

“அந்தக் குன்று மேலேதான் முதலாளி தங்கியிருக்கிற பங்களா. இது சூப்பிரண்டோட வீடு!”

அவர் விசாரிக்காமலேயே அவன் சொன்னான்:

“இந்தத் தோட்டம் எங்க ஊரைச் சேர்ந்த ஒரு குடும்பத்துக்குச் சொந்தமானது. அந்தக் குடும்பத்தை நான் அறிவேன்.”

அவர் எதையும் சொல்லவில்லை.

எவ்வளவு பெரிய தோட்டம்!

தோட்டம் ரோட்டிலிருந்து பொதுப்பாதைக்கு வந்து நடக்கத் தொடங்கினான் மணிகண்டன்.

பின்னர் அவன் பார்த்த பெயர்ப் பலகையில் ‘ஆற்றுத் துறை எஸ்டேட்ஸ்’ என்றிருந்தது. எவ்வளவோ நடந்தும் அந்தத் தோட்டத்தின் எல்லை தென்படுவதில்லை. அதற்குப் பக்கத்திலுள்ளது ‘வட்டத்ர ரப்பர்’ ஆகும்.

இன்னும் சிறிது தூரத்தில் ஒரு கோவிலைக் காணமுடிகிறது. அதற்குப் பக்கத்திலேதான் அத்திப் புரைக்கல் ராகவன்பிள்ளையின் தோட்டம். அப்படித்தான் அம்மாவன் சொல்லித் தந்திருக்கிறார்.

பத்து மணியளவில் பருத்திக்காட்டு பிளாண்டேசனுடைய ஒரு கோடியிலிருந்து நடக்கத் தொடங்கினான். மணி நான்கு. இன்னும் இந்தக் கோடிக்கு வந்து சேரவில்லை.

ராகவன் பிள்ளையின் தோட்டத்தைத் தோட்டமெனச் சும்மாதான் சொல்லலாம். ரப்பர் மரங்களை நட்டு வளர்த்துகின்ற வளாகங்களைக் கூடத் தோட்டமென்பார்கள். அது ஒரு வளாகம் மட்டும்தான். ஒழுங்கு தவறாமல் வரிசை வரிசையாக மரங்களை நட்டு வளர்க்கவில்லை. அதில் ரப்பர் மரங்கள் வளர்ந்து நிற்கின்றன. கீழே பல்வேறு செடிகொடிகள் படர்ந்து கிடக்கின்றன. பிசைந்த மண்ணினால் கருங்கற் துண்டுகளை

இணைத்துச் சுவராக்கி எழுப்பிய ஒரு கட்டடத்தில்தான் சின்னமாமா தங்கி வருகிறார். அதற்கு மூன்று அறைகள் உள்ளன. பனையோலையால் வேயப்பட்ட ஒரு கட்டடத்தில் ரப்பர் ஷீட்டுக்களைக் காயப் போட்டிருக்கிறார்கள். ஒரு பலகை மீது ரப்பர் ஷீட்டுக்கள் அடுக்கி வைக்கப்பட்டிருக்கின்றன.

“நீ எதுக்காகக் காலேஜிலே சேர்ந்து படிக்கணும்? இப்போதிருக்கிற படிப்பே போதாதா?”

“போதாது.” என்று மட்டும் தான் மணிகண்டனால் சொல்ல முடிந்தது.

ராகவன் பிள்ளை சொன்னார்:

“நாலு வருஷமும் கொஞ்சம் பணமும் வீணாப் போயிடப் போவுது. இப்போதிருந்தே உழைத்து வாழணும். அப்படி நல்லா வரணும். தன்னையே சார்ந்து வாழப் பழகணும்! உனக்குத் தேவையான கல்வி கிடைச்சிருக்கு எந்த வேலையும் தரக் குறைவானது அல்ல. எந்த வேலையும் செய்யத் தயாராயிடணும். மேலும் படிப்பது எதுக்கு? சர்க்கார் உத்தியோகத்துக்குத்தானே?”

மணிகண்டன் பதிலுரைக்கவில்லை. ‘ஆம்’ என்ற பதில் கிடைத்தது போன்று அவர் மேலும் பேசினார்:

“நாலு வருஷம் படித்து, கொஞ்சம் பணமும் செலவு செஞ்சு நீ பி.ஏ., தேறிடுவாய். அப்புறம் மண்வெட்டியெடுத்து வேலை செய்ய முடியுமா? கட்டையுடைக்க முடியுமா? அறுவடை செய்வியா? மிதிப்பியா? பி.ஏ. பாஸ் பண்ணினேன்ங்கிற வீண்பெருமைதான் மீதியாயிடும். வேலை ஏதுமில்லாமே, எதுக்கும் லாயக்கில்லாதவனாய்ச் சுற்றி நடக்கணும். இன்னைக்கே உழைத்து வாழக் கற்றுக்கொள்!”

ஒருகணம் நிறுத்திவிட்டு அவர் வினவினார்:

“நீ பத்திரிகை படிப்பதுண்டா?”

“படிக்கிறேன்.”

“மந்நத்து பத்மநாபனின் பிரசங்கங்களைப் படிக்கறதுண்டா? மந்நம் சொல்வதென்ன? நாயர் நல்லா வரணும்னா வேலை செய்யணும்ங்கிறார். நாம் கிருஸ்தவர்களைக் கண்டு கத்துக்கணும். ஒரு கிருஸ்தவக் குழந்தை எழுந்து நடக்கத் தொடங்குவதிலிருந்தே வேலை செய்து சம்பாதிப்பான். கலியாணத்தின் போது சொந்தமாக வீடு உண்டாகி விடுகிறது. அதைப் பார்த்துக் கத்துக்கணும்!”

ராகவன் பிள்ளை அந்தக் கட்டத்திலும் பேசுவதைச் சிறிது நேரம் நிறுத்தினார். பின்னர் மகாத்மாஜியை மேற்கோள் காட்டித்தான் பேசினார். இன்றைய கல்விமுறை முற்றிலும் மாற்றியமைக்கப்பட வேண்டியதுதான். ஆங்கிலேயே ஆட்சி இயந்திரத்துக்குச் சில குமாஸ்தாக்கள் வேணும். அதுக்குத் தோதான வகையிலேதான் இந்த பி.ஏ., எம்.ஏ., தேர்வுகளெல்லாம் ஏற்படுத்தியிருக்காங்க. கல்லூரிகளைப் பகிஷ்காரம் செய்யணும்னு கூட அவர் பேசறாறாம்!"

ராகவன் பிள்ளை வினவினார்:

"நீ லெனினைப் பற்றிக் கேள்விப்பட்டிருக்கியா? ரஷ்யாவிலே புரட்சியை நடத்தி ஜார் சக்கிரவர்த்தியை விரட்டியடித்த லெனின்!"

அப்படி ஒரு பெயரைப் படித்திருப்பதாக மணிகண்டனுக்குத் தோன்றியது.

"அங்கே இப்போது தொழிலாளர் ஆட்சிதான் நடக்குது. முதலாளி-ஜமீன்தார் என்று இவ்வாறு யாருமில்லை. அந்த முறை உலகெங்கிலும் ஏற்பட்டுவிடும். இனிமேல் தொழிலாளி வர்க்கத்தின் காலம்தான். அவர்கள் தான் ஆட்சி நடத்தப் போகிறார்கள்.

ராகவன் பிள்ளை கண்டிப்பாகச் சொல்லிவிட்டார். காலேஜில் சேர்ந்துவிட வேண்டாம்!

ரப்பருக்கு விலை குறைந்திருக்கிறது. சிற்சில தோட்டங்களில் ரப்பர் மரங்களை வெட்டியகற்றி அந்த இடத்திலே வேறு சாகுபடி செய்யத் தொடங்கியிருக்கிறார்கள். ராகவன் பிள்ளைகூட இரண்டு ஏக்கர் நிலத்திலுள்ள ரப்பர் மரங்களை வெட்டிக் களைந்திருக்கிறார். மணிகண்டன் அதைப் பார்த்தான்.

கோவிலுக்குப் பக்கத்திலுள்ள ராவுத்தருக்கு பத்து குலை வாழைக்காய் வெட்டிக் கொடுத்து ஐந்து ரூபாய் பெற்றுக் கொண்டுதான் ராகவன்பிள்ளை மணிகண்டனைத் திரும்ப ஊருக்கு அனுப்பிவைத்தார். அப்போது கூட ராகவன் பிள்ளை சொன்னார்:

"காலேஜில் சேர்ந்துக்க வேணாம்மா, கண்ணூ!"

காலேஜில் சேர்ந்து பி.ஏ., பாஸ் பண்ணினால் மட்டும் என்ன பிரயோஜனம்?

மிகுந்த களைப்புடன்தான் அவன் நடந்தான். எவ்வளவு தூரம் நடக்கவேண்டும்? ஒவ்வொரு தோட்டத்தையும் பின்னிட்டுச் செல்லும் போதெல்லாம் சின்னமாமா சொன்ன சொற்கள் காதில் முழங்கிக் கொண்டிருந்தன.

"காலேஜிலே சேர்ந்துக்க வேணாம்டா, கண்ணூ!"

காலேஜில் சேர்ந்து பி.ஏ. பாஸ் பண்ணி விட்டால்? அப்புறம் என்ன செய்வது? விண்ணப்பம் எழுதிக் கையிலே வைத்துக் கொண்டு உத்தியோகத்தைத் தேடியலைய வேண்டும். பி.ஏ., பாஸ் பண்ணியாகி விட்டதென்பதனால் எவனுமே கூப்பிட்டு உத்தியோகம் தரப்போவதில்லை. இன்று போல்தான் அன்றும்.

மணிகண்டன் பருத்திக்காட்டுப் பிளாண்டேஷனுக்கு முன்னால் சிறிது நேரம் நின்றான். ஜோஸ் மெட்ராசிலிருப்பார். அவனுக்கென்ன? தொடர்ந்து படிக்க வேண்டியதுதான். ஜோஸின் மூதாதையர் சேர்த்து வைத்த சொத்துக்கள்தான் அதோ, தெரிகின்றன! இது போலவே ஊரிலே கூட நிறைய சொத்துக்கள் இருக்கின்றன.

ஜோஸ் எஸ்டேட்டிலிருந்து காரில் புறப்பட்டுக் கோட்டயம் வந்தார். அங்கிருந்து ஜோஸ் குடும்பத்தின் படகிலேயே ஊருக்கு வந்தார். திரும்பிப்போனதும் அப்படியாகத்தான் இருக்கவேண்டும். ஜோஸ் பி.ஏ., பாஸ் பண்ணிவிட்டால் அப்புறம் உத்தியோகத்திற்கான விண்ணப்பமெடுத்துக் கொண்டு சுற்றியலைவானா? எதற்காக? ஜோஸுக்கு அப்படி அலையவேண்டிய அவசியமில்லை. பின்னர் அவர் எம்.ஏ., பாஸ் பண்ணிடுவார்.

எம்.ஏ! அந்த அளவில் மணிகண்டனால் படிக்க முடியாது. எவ்வளவு தான் பெரிய படிப்புப் படிக்க ஜோஸ் இங்கிலாந்துக்குப் போய்விடுவார்.

மணிகண்டன் நடந்துகொண்டேயிருந்தான்.

தோட்டங்கள் துவங்கும் இடத்தில் பனையோலையால் கூரை வேய்ந்து, அதே ஓலையால் சுற்றி மறைக்கப்பட்ட ஒரு கடையுண்டு. ஒரு கிழவர் தான் அதை நடத்தி வருகிறார். நான்கு காசு கொடுத்தபோது ஒரு மண் கோப்பை நிறைய டீயும், யானைத் தந்த அளவிலான ஒரு நேந்திரம் பழமும் கிடைத்தது.

மணிகண்டன் நடந்தான். குட்டிவனத்தில் சில அருவிகள் ஓடுகின்றன. அவை அனைத்தும் ஒரே திசையை நோக்கித்தான் செல்கின்றன. மணிமலை ஆற்றை நோக்கி! ஆங்கே மலைகளிலிருந்து ஓடி வருகின்றவை யாக இருக்கலாம்.

நடந்தே போய்க் கொண்டிருந்தபோது மணிகண்டன் மனத்தில் ஓர் எண்ணம் உருவாயிற்று. அது வலுவானதாகவும் இருந்தது. உள் அந்தரங்கத்தில் ஏற்பட்ட ஒரு தீர்மானத்திலிருந்து உருப்பெற்றதோர் எண்ணம் போன்றிருந்தது.

திரும்ப ஊருக்கே போகவேண்டுமா?

போகாமலிருந்தால்?

எங்காவது ஒரு வேலை கிடைத்த பின்னர் போவது. தாய்-தந்தையர் இறந்து விடுவார்கள்.

அந்த எண்ணத்தைத் துடைத்தெறிய என்னதான் முயன்று பார்த்தாலும் முடிகிறதில்லை.

மணிகண்டன் முன்னே காண்கின்ற பாதைகள் வழியாக நடந்து செல்கிறான்.

வனப் பிராந்தியத்தைத் தாண்டிவிட்டான். பாதையோரத்தில் வீடுகள் தென்படத் தொடங்கின. பெரிய வீடுகளும், குச்சிக்குடிசைகளும் காணப்பட்டன. மிளகு, காப்பி மற்றும் ஆளவள்ளி ஆகியவை செழுமையாக வளர்ந்து நிற்கிற வட்டாரம் அது. நேந்திர வாழைகளும் உண்டு. மனிதனுடைய உழைப்பின் வியர்வைத் துளிகள்தான் அவ்விடத்தை இங்ஙனம் செழுமைப் படுத்தியிருக்கின்றன. இருபக்கமும் பார்த்து நடந்து செல்வது வினோதமாயிருந்தது.

ஒவ்வொருவன் மண்வெட்டியால் வெட்டுகிறான். மாமா சொன்ன வசனங்கள் காதுகளில் ஒலித்தன: 'வேலை செய்யவேண்டும்!' அவர்கள் வேலை செய்கிறார்கள்.

இந்தியாவின் சுதந்திரம் பற்றிய சிந்தனை ஏதும் இவர்களுக்கு இல்லையா? இருப்பதாகத் தோன்றவில்லை. கவனம் முழுவதும் மண்மீது தான்.

இங்கே எங்காவது காந்தியாசிரமம் இருக்கிறதா? இருக்கிற அறிகுறி எதையும் காணோம்.

அந்திநேரம் வந்துவிட்டது. எங்காவது நுழைந்து சென்று அன்றைய இரவைக் கழிக்கவேண்டும். காலையில் எழுந்து நடந்திடணும். எந்தத் திசையை நோக்கி? அப்போது தோன்றும் திசையை நோக்கி!

மணிகண்டன் ஒரு வீட்டுக்குச் சென்றான். குடும்பத் தலைவரும் குழந்தைகளும் அமர்ந்து நாம ஜபம் செய்கிறார்கள்!

90

கோட்டயம் நகரத்தில் வேலைக்கு ஆளை நியமிக்கும் அதிகாரம் படைத்த என்னென்ன அலுவலகங்களிலிருக்கின்றன? திவான் பேஷ்கார், ஃபாரஸ்ட் கன்சர்வேட்டர், எக்ஸைஸ் அசிஸ்டண்ட் கமிஷனர் மற்றும் கல்வி இன்ஸ்பெக்டர். இந்த அலுவலகங்கள் நினைவுக்கு வந்தன.

காலேஜில் சேர முடியாது. அந்த அபிலாஷையை விழுங்கிவிட வேண்டியதுதான். பணமில்லாதவன் அதன்மீதெல்லாம் மோகம் கொள்ளக் கூடாது. தாய் தந்தையருக்கு எந்நாளும் சிரமமாக இருக்கும். மாதா மாதம் அவர்கள் எப்படிப் பணமுண்டாக்க முடியும்? ஒரு பி.ஏ., பட்டதாரியாக வேண்டாம்!

உயிர்வாழ வழி தேடவேண்டும். ஒரு சர்க்கார் உத்தியோகம். தாய் தந்தையருக்கு அது ஆறுதலாக இருக்கும். மாமா சொன்னபோது ருசிக்கா விட்டாலும் பின்னர் யோசித்தபோது சரியெனத் தோன்றியது.

அனைத்து அலுவலகங்களுக்கும் செல்வது! வேலையில் அமர்த்துகிற அதிகாரம் படைத்த நபரைச் சந்திப்பது; முறையிடுவது - அல்லாமல் வேறு எதைச் செய்யமுடியும்? யாராவது ஒருவருடைய மனம் கரையாம லிருக்குமா?

திருநக்கரக் கோவில் முன்னாலுள்ள ஆலமரத்தடியில் நின்று கொண்டிருந்தான் மணிகண்டன். யாரோ அழைக்கிறான்.

'ஓய் மணிகண்டன்!'

பறையத்தரை பாச்சுதான் கூப்பிடுகிறான். மூன்றாவது வரையிலும் மணிகண்டனுடன் படித்தவன். அத்தோடு படிப்பை நிறுத்திக் கொண்டான். அவன் ஏதோ ஓட்டலில் வேலை செய்கிறான் என்று மணிகண்டன் கேள்விப்பட்டிருக்கிறான். எந்த இடத்தில் என்று தெரியாமலிருந்தது.

"நீ எங்கு போயிருந்தே?" என்றான் பாச்சு.

விசயங்களை விபரமாகக் கூற நீண்ட நேரம் தேவை. எல்லாவற்றையும் திறந்து சொல்ல மணிகண்டனுக்குத் தயக்கமும் உண்டு. மணிகண்டனைப் பார்த்தபோது பாச்சுவுக்கு ஏற்பட்ட மகிழ்ச்சிக்கு அளவேயில்லை.

பாச்சு கோவிலில் நெய்விளக்கு ஏற்றிவைக்க வந்தவன்தான். அந்த ஓட்டலின் சொந்தக்காரர் தினசரி செய்து வருகிற வழிபாடு அது.

"இன்னைக்குப் போகவேண்டாம். ஓட்டலுக்குப் போவோம். நாளை காலை போட்டிலே (Boat) ஆலப்புழைக்குப் போவோம்."

தன்னுடன் வேலை செய்கின்றவர்களிடமெல்லாம் அவன் மணிகண்டனைப் பற்றிய அனைத்து விசயங்களையும் சொன்னான். குஞ்சுநாயருடைய புராண பாராயணம் கேட்க வேண்டிய ஒன்றாகுமென்று தான் பாச்சுவின் கருத்து.

பன்னிரண்டு மணிவரையிலும் பாச்சுவுக்கு வேலையுண்டு. சற்றுநேரம் நிற்பதற்குக் கூடச் சந்தர்ப்பம் கிடைக்காது. அவன் விறுவிறுவென்று

இயங்க வேண்டியிருக்கிறது. மணிகண்டன் ஒரு மூலையில் அமர்ந்தவாறு அவன் செய்யும் வேலைகளைக் கவனித்துக் கொண்டிருந்தான். பாச்சுவுக்கு எந்தவிதமான சோம்பேறித் தனமும் இல்லை.

அன்று பன்னிரண்டரை மணிக்குத்தான் அவன் வேலை முடிந்தது. மணிகண்டன் நேரத்திலேயே சாப்பிட்டு விட்டான். சாப்பாட்டுக்கு இரண்டு சக்கிரம் விலை. அதைக் கொடுக்க மணிகண்டனை பாச்சு அனுமதிக்கவில்லை. அவன் கணக்கிலேயே செலவாக எழுதப்பட்டது.

ப்ரேதர வீட்டுக்கு மாதத்தின் முதல் வாரத்திலேயே தபால்காரர் வருவதை மணிகண்டன் பார்த்திருக்கிறான். மணியார்டர் எடுத்துக் கொண்டு வருகிறார். பாச்சுவின் தாயும் சகோதரியும் அந்துப் பணத்தால் தான் வாழ்ந்து வருகின்றனர். முதல் தேதியிலிருந்து ஐந்தாம் தேதி வரையிலும் அவர்கள் தபால்காரரை எதிர்பார்ததுக் கொண்டிருப்பார்கள்.

இவ்வாறாக பாச்சு வேலை செய்துதான் அந்தக் குடும்பத்தைக் காப்பாற்றி வருகிறான்.

இப்போது அம்மாவும் மகளும் இரவு உணவைச் சாப்பிட்டுக் கொண்டிருப்பார்கள். எத்தகைய இரவு உணவு? அதைச் சாப்பிட வேண்டு மென்றுதான் சொல்கிறார்கள். பாச்சுவின் சகோதரி அரிசி கழுவிச் சுத்தம் செய்வதைச் சில சந்தர்ப்பங்களில் மணிகண்டன் பார்த்திருக்கிறான். கொஞ்சம் உப்பு மற்றும் பத்து மிளகாய்க்காக அவள் கோயிப்ரத்துக்கு வருவாள். குஞ்சன் மாப்பிளவிடமிருந்து நாலு காசுக்கு 'தாடை மீன்' வாங்கினாள். அதில் சேர்த்துக்கொள்ள மிளகாய் இல்லை. இப்படிக் கடனாகப் பெறுகின்ற உப்பும் மிளகாயுமெல்லாம் மணியார்டர் வந்த பின்னர்தான் திருப்பிக் கொடுப்பார்கள்.

பாச்சுவின் தாய் மிகவும் கறாரானவள். சென்ற மாதத்திய கடனை மணியார்டர் வந்த அன்றைய தினமே திருப்பிக் கொடுத்துவிடுவாள். அடுத்த மாதம் அனுப்புகிற மணியார்டரில் இரண்டு சக்கரம் கம்மியாக இருக்கும். பாச்சு விறகைச் சுமந்து அடுக்களைக்குக் கொண்டு செல்கிறான். மறுநாள் தேவைக்காகத்தான்.

பாச்சுவின் வாழ்க்கைக்கு ஒரு நோக்கமுண்டு.

அனைத்து வேலைகளையும் முடித்துக்கொண்டு அவன் படுக்கைக்குச் சென்றான். அந்த அறையிலுள்ள அனைத்து வேலையாட்களும் படுத்துத் தூங்குகின்றனர். சிலர் குறட்டை விடுகின்றனர்.

"வாப்பா, நாம்ப பேசுவோம்."

பாச்சுவும் மணிகண்டனும் வராந்தாவில் அமர்ந்து கொண்டனர். மணிகண்டனை உபசரிக்க முடிந்ததில் பாச்சுவுக்குப் பெருமகிழ்ச்சி!

அவன் மானேஜரிடம் சொன்னான்:

"இங்கிலீஷ் படிச்சு ஜெயிச்சிருக்கான்."

மணிகண்டன் எல்லா விசயங்களையும் சொன்னான். கோட்டயத்தி லுள்ள அலுவலகங்களில் வேலைக்கான விண்ணப்பங்களைச் சமர்ப்பிக்க வேண்டும். வேலைக்கு அமர்த்துகிற அதிகாரம் படைத்த அதிகாரிகளை நேரடியாகக் கண்டு விண்ணப்பங்கள் கொடுக்க முடிந்தால் நலமாக இருக்கும்.

சிறிது நேரம் சிந்தித்துவிட்டு பாச்சு சொன்னான்:

"இங்கே தினசரி வாடிக்கையாய் வந்து சாப்பிட்டுப் போகிற ஒருத்தர் இருக்கார். டிவிஷன் கச்சேரி சிப்பாய்! நான் சொல்றேன். என்னை அவருக்கு ரொம்பப் பிடிக்கும்."

பாச்சுவினால் செய்யமுடிகிற உதவி அதுதான். அதைச் செய்ய அவன் தயாரென்பது மட்டுமல்ல; அதைச் செய்ய அவனுக்கு மகிழ்ச்சியும் கூடத்தான். பாச்சு தொடர்ந்து விசாரித்தான்:

"மணிகண்டனுக்கு ஒரு வேலை கிடைக்க என்ன கஷ்டமிருக்கு? நீ படிச்சவன்தானே?"

நான்கைந்து விண்ணப்பங்களெழுத வேண்டும். அதற்கான இடவசதியும் ஏனைய சவுகரியங்களும் வேண்டும்.

வேலையாட்களின் அறையில் அமர்ந்து எழுத முடியும். பகல் வேளையில் அங்கே யாருமிருக்க மாட்டார்கள்.

பின்னர் பாச்சு தனது விசயங்ளைப் பற்றிச் சொன்னான். இரண்டு ரூபாய் சம்பளத்திலதான் அவன் இங்கே வேலைக்குச் சேர்ந்தான். இப்போது ஐந்து ரூபாய் சம்பளமுண்டு. ஓட்டல் சொந்தக்காரர் ரொம்பமும் நல்லவர்.

ஓட்டலைத் துவக்கி நீண்ட வருடங்களாகின்றன. வேளூரில் ஒரு வீட்டைக் கட்டினார். அவ்வளவு தான் சம்பாதனை. இன்னமும் இந்த ஓட்டலைக் கொண்டுதான் காலத்தைக் கழிக்கிறார். பாச்சு சொன்னான்:

"இன்னொரு விசயம். இப்போ இங்கே சங்கம் அமைக்கணும்னு சில பேருங்க நடக்கிறானுங்க. அவங்க கிட்டே பேசினோம்னு தெரிஞ் சுக்கிட்டா, வெளியே அனுப்பிச்சிடுவாரு. அவங்க கிட்டே பேச்சுக் கொடுக்கக் கூடாதுன்னு எல்லார் கிட்டேயும் சொல்லியிருக்காரு."

தொடர்ந்து பாச்சு கூறினான்:

"முன்னே இங்கே எல்லாம் வந்து காப்பி சாப்பிட்டுப் போற ஒருத்தர் இருந்தாரு. அன்னைக்கு நான் கோவிலுக்குப் போனப்போ அவரு என்னை ரொம்ப தூரம் கூப்பிட்டுப் பார்த்தாரு. நான் அதைக் காதில் விழுந்ததாக் காட்டிக்காம சீக்கிரமா நடந்து வந்தேன். அவருகிட்டே ஏதாச்சும் பேசிக்கிட்டு நின்னேன்னு எவனாச்சும் மானேஜரு கிட்டே சொன்னா கட்டாயமா அவரு என்னை வெளியே அனுப்பிச்சிடுவாரு. அப்பறம் நான் வீட்டுக்குத்தான் போவணும். நாங்க மூணுபேரும் எப்படிச் சாப்பிடறது?"

மணிகண்டன் பேசவில்லை.

ஆயினும் பாச்சுவுக்கு ஒரு கருத்து உண்டு. அவன் தாழ்ந்த குரலில் கூறினான்:

"ஆனாக் கூட சங்கம் வேண்டியதுதான். ஆனா வேலை போயிட்டா என்ன பண்ணணுது?"

தொடர்ந்து, விபரம் தெரிந்த ஒருவரிடம் கேட்பதுபோல் கேட்டான்:

"சங்கம் தேவைதானே, மணிகண்டன்?"

"ஆம்!"

மணிகண்டன் விசாரித்தான்:

"இங்கே காங்கிரஸ் இல்லியோ?"

"இருக்கு. எப்போவாவது திருநக்கர மைதானத்திலே அவங்க வந்து பேசுவாங்க. மாத்யூ வக்கீல்தான் பிரசிடெண்டு."

மணிகண்டனுக்குத் தூக்கம் வரத் தொடங்கியது. அன்றைய தினம் அவனுக்குக் கடுமையான அலைச்சல் அல்லவா?

பாச்சு ஐந்து மணிக்குக் கண்விழிக்கவேண்டும். ஆயினும் அவனுக்கு மணிகண்டனிடம் பேசிக் கொண்டிருக்க வேண்டும்போல் தோன்றியது. வேண்டுமானால் ஐந்து மணி வரையிலும் அவன் தூங்காமல் விழித்திருப்பான்.

* ** *

மறுநாள் காலையில் மணிகண்டன் காகிதம் வாங்கினான். மூன்று வருடங்களுக்கு முன்னர் மூன்று ரூபாய் கொடுத்து வாங்கிய ஒரு 'ஸ்வான்' பேனா அவனிடம் உண்டு. அவன் எழுதும் முயற்சியில் ஈடுபட்டான். உத்தியோகத்திற்கு விண்ணப்பம் அனுப்ப வேண்டிய முறை குறித்து லட்சுமிநாராயண ஐயர் சார் கற்றுத் தந்திருக்கிறார். சர்க்கார் அலுவலகங்கள் மற்றும் கம்பெனிகளுக்கு எல்லாம் எழுத

வேண்டிய விண்ணப்பங்களை ரகவாரியாகச் சொல்லித் தந்திருக்கிறார். ஆனால் அத்தகைய விண்ணப்பங்கள் போதாது எனத் தோன்றியது. தனது நிலைமையை விளக்கமாக எடுத்துக் கூறவேண்டும். அதைப் படிக்கும் அதிகாரியின் மனத்தில் கருணை சுரக்க வேண்டும். அதுவும் போதாது. விண்ணப்பதாரர் புத்திசாலி எனவும் நிரூபிக்கவேண்டும்; உத்திரவுகளுக்கிணங்க சோம்பலின்றிச் செயல்படுகிறவன் என்கிற எண்ணத்தையும் உருவாக்கவேண்டும். மணிகண்டன் கவனமுடன் எழுதத் தொடங்கினான். விண்ணப்பம் நீளமாய்ப் போய்க் கொண்டிருக்கிறது. குடும்ப சரித்திரம் சுருக்கமாக எழுதப்பட்டது. தந்தையின்வரலாறு கூட எழுதவேண்டாமா? அப்போதுதானே அது பூரணமாயிருக்கும்? அதையும் எழுதினான். எழுதிய வரையிலும் படித்துப் பார்த்தான். தவறு இருக்கிறதா என்பதைச் சோதித்துப் பார்க்கவேண்டும். லட்சுமி நாராயண ஐயர் சார் தனக்குக் கற்றுத் தந்திருக்கிற இலக்கணத்தின் அடிப்படையில் ஒவ்வொரு வாசகத்தையும் சோதித்துப் பார்த்தான். பெரிய அளவில் திருத்துவதற்காக ஒன்றுமிருக்கவில்லை.

அது திவான் பேஷ்காருக்கான விண்ணப்பமாகும். (அந்தக் காலத்தில் பேஷ்கார் என்றால் கலெக்டர்).

இடையிடையே பாச்சு வந்து பார்ப்பான்.

அன்று - ஏனென்று தெரியவில்லை -பாச்சு சொன்ன சிப்பாய் காப்பி குடிக்க வரவில்லை. வழக்கமாய் வருகிற மனிதர்தான். ஓட்டலில் கணக்கு வைத்துச் சாப்பிடுகிறவர்.

"மாலையில் வருவாரு. இல்லாட்டா நாளை காலையில் கண்டிப்பா வந்திடுவாரு" என்றான் பாச்சு.

மதியத்தில் மணிகண்டன் சாப்பிட்டான். காசுகொடுக்க பாச்சு சம்மதிக்க மாட்டான். பாச்சுவின் மணியார்டரில் ஐந்து சக்கரம் குறைந்துவிட்டது. அது பெரிய குறைவுதான். மாமா தந்து அனுப்பிய ஐந்து ரூபாய் துட்டுக்களாகவே மணிகண்டனிடம் உண்டு. அதைப் பொட்டலமாக வேஷ்டித் தலைப்பில் கட்டிவைத்திருக்கிறான்.

மறுநாள் விண்ணப்பங்களெல்லாம் சமர்ப்பிக்கவேண்டும். வேஷ்டி-சட்டைகள் முற்றிலும் அழுக்காக இருக்கின்றன. பாச்சுவின் வேஷ்டியை உடுத்திக்கொண்டு தனது துணிகளைத் துவைத்து சுத்தம் செய்தான். மறுநாள் அந்தச் சிப்பாய் காப்பி சாப்பிட வந்தார். காலை பத்து மணி வரையிலும் அவசர அலுவல்கள் ஏராளமாக இருக்கும். ஆயினும் பாச்சு சிப்பாய் கிட்டுபிள்ளையிடம் விசயத்தை விளக்கிச் சொன்னான். வேறு எதையும் செய்யவேண்டாம். இந்த விண்ணப்பத்தை பேஷ்கார் எஜமானனிடம் நேரடியாகச் சமர்ப்பிக்க ஏற்பாடு செய்தால் போதும்.

அப்புறம் கிட்டுபிள்ளை மாமன் இன்னோர் உதவி கூடச் செய்து தர வேண்டும். அது என்னவென்றா? இந்தப் பையன் உங்களுக்குச் சொந்த பந்துவெனவும் பேஷ்காரிடம் சொல்லவேண்டும்.

பேஷ்கார் எஜமானை நேரடியாகப் பார்த்து விண்ணப்பத்தைச் சமர்ப்பிக்க வேண்டுமென்றுதான் மணிகண்டன் விரும்புகிறான்.

"அதெப்படியப்பனே? பேஷ்கார் எஜமானைச் சும்மா எல்லோரும் போய் பார்க்க முடியுமா? துப்பாக்கியால் சுட உத்திரவு கொடுக்க அதிகாரம் படைத்தவரல்லவா? அவர் போறப்போ முன்னாலும் பின்னாலும் போலீஸ் புடை சூழ்ந்து போறதைப் பார்த்ததில்லையா?"

பாச்சு கவலையுற்றான். இது அவனுக்குத் தெரிந்திருக்கவில்லை.

கிட்டுபிள்ளை சொன்னார்:

"இவரு நாயரு. நாயர்னாலே ஒரு தனிப் பார்வையுண்டு."

மணிகண்டனை விட மனக்கவலை பாச்சுவுக்குத்தான். அவன் நடைப்பிணமாக நின்று கொண்டிருக்கிறான். வேலை செய்யுமிடத்திலிருந்து வந்து வெகு நேரமாயிற்று. அதை அவன் மறந்துவிட்டான்.

"அடே பாச்சூ...!" மானேஜர் குரல். பாச்சு ஓடிச் சென்றான்.

அங்கே மானேஜர் பாச்சுவைக் குறை கூறுகிறார்.

பாச்சு போன பின்னர் கிட்டுப்பிள்ளை விசாரித்தார்:

"நீ எதுவரைக்கும் படிச்சிருக்கே?"

"மெட்ரிக்குலேசன்!"

"இந்த பாச்சுவோட வீட்டுக்குப் பக்கமா?"

"ஆம்! பக்கத்து வீடுதான்."

"உனக்கு என்ன வயசு?"

"பதினேழு!"

கிட்டுப் பிள்ளை சிறிது நேரம் யோசிப்பதாகத் தோன்றியது.

"வீட்டிலே யாரெல்லாமிருக்காங்க?"

"அப்பா, அம்மா, அக்கா!"

சற்றுநேரம் கூட யோசித்துவிட்டு கிட்டுப் பிள்ளை சொன்னார்:

"உன் குடும்பம் எப்படி?"

என்ன பதில் சொல்வதென்று மணிகண்டனுக்குத் தெரியவில்லை. அவன் குடும்பம் எப்படி? அம்மா சொல்லிக் கேட்ட ஒரு விசயமுண்டு 'நல்ல ஜாதியைச் சேர்நத் குடும்பம். சீலாந்திப் பிள்ளிக் குடும்பத்துடன் உறவு இருக்கிறது என்கிற ஒரு குறை மட்டும்தான்' - என்று!

கிட்டுப் பிள்ளை எதுக்காகக் குடும்பத்தைப் பற்றி விசாரிக்கிறார்? நல்ல குடும்பத்தினருக்கு மட்டும்தான் அரசுவேலை கிடைக்குமா?

முன்னர் எல்லாம் அப்படித்தான் இருந்திருக்கிறதென்று மணிகண்டன் கேள்விப்பட்டிருக்கிறான். நல்ல குடும்பத்தினரை மட்டும் தான் அரசுவேலையில் அமர்த்துவார்கள். இன்று கூட அதுதான் நிலைமையோ?

கிட்டுப் பிள்ளை தொடர்ந்து விசாரித்தார்:

"படித்தாய். தேர்விலே வென்றாய், அதெல்லாம் சரிதான் அப்பனே! உத்தியோகம் கிடைக்க வேண்டுமா? அது வேண்டியவங்களுக்கு மட்டும் தான். எப்படி? பேஷ்கார் எஜமான், சிரஸ்தார் எஜமான், ஹெட் கிளர்க் அவங்க, அப்பறம், எங்களைப் போன்றவங்களுக்கு எல்லாம் வேண்டியவங்களுக்கு நிலவரத்துக்கேற்றாப்பலே வேலை காலியா வரும். முறையா வேலையும் கிடைக்கும். அது அப்படித்தான். உனக்குப் புரிஞ்சுதா?"

கிட்டுப்பிள்ளை சொன்னது மணிகண்டனுக்குப் புரிந்தது. அவர் தொடர்ந்து பேசினார்:

"என்னோட எஜமானர் என்கிட்டே சொல்லியிருக்கார். 'கிட்டுப் பிள்ளைச் சொந்தமா யாராச்சும் இருந்தா அழைச்சுக்கிட்டுவா; ஒரு குமாஸ்தா வேலை கொடுக்கிறேன்னு. ஆனா நல்ல குடும்பத்தைச் சார்ந்தவனாயிருக்கணுமாம். மெட்ரிக் பாஸ்பண்ணியிருக்கணுமாம். எஜமானார் தாசில்தாராயிருக்கிற காலம் முதற்கொண்டு நான் அவருக்குச் சேவுகமா இருந்துக்கிட்டிருக்கேன். என்னோட எஜமானரு அதைச் செய்வாரு."

மணிகண்டன் மேலும் புரிந்துகொண்டான். கிட்டுப்பிள்ளை இட்டு வருகிற ஒருவனுக்கு பேஷ்கார் அவர்கள் ஓர் உத்தியோகம் கொடுப்பார்கள்.

கிட்டுப்பிள்ளை தொடர்ந்து கூறினார்:

"நான் சொல்றேன்ப்பா, அவங்க பெரிய பொண்ணுக்குத் தகுந்த ஒருத்தனை அழைச்சுக்கிட்டு வரச் சொல்லியிருக்காரு. அவனுக்கு ஒரு குமாஸ்தா வேலை கொடுப்பாரு. நீ ஒண்ணு செய் - நீ நேரா உன் வீட்டுக்குப் போய் 'சட்'னு உங்கப்பாவை அழைச்சுக்கிட்டு வந்திடு. நாங்க பரஸ்பரமாப் பேசிக்குவோம். கோட்டயம் டிவிசன் கச்சேரியிலுள்ள

டபேதார் கிட்டுப் பிள்ளை சொன்னார்னு சொல்லு!"

இப்போது மணிகண்டனுக்கு விசயம் புரிந்துவிட்டது. அதற்குள்ளே நேரத்தை உண்டுபண்ணி பாச்சு வந்து சேர்ந்தான். கிட்டுப் பிள்ளை சொன்னார்:

"என்ன ஆனாலும் ஆவட்டும். நீ அந்த விண்ணப்பமும் ஒரு பணமும் என்கிட்டே தந்திடு. நான் இதைப் பிரத்தியேகமா எஜமான் மேஜை மேலே வச்சிடறேன். அப்பறம் இன்னாரு பணமும் கூட வேணும். அது கணக்குக்குப் போவுது. மற்ற சிப்பாயிங்க என்கிட்டே கணக்கைக் கேப்பாங்க."

மணிகண்டன் வேஷ்டித் தலைப்பிலுள்ள முடிச்சை அவிழ்த்து ஒரு வெள்ளிப்பணமெடுத்தான். பாச்சு குறுக்கிட்டான். அவன் மானேஜரிடமிருந்து உடனே பணத்தை வாங்கிக் கொண்டுவரப் போகிறானாம்!

விண்ணப்பத்தையும் பணத்தையும் மணிகண்டன் கிட்டுப் பிள்ளை யிடம் ஒப்படைத்தான்.

* ** *

இன்னமும் விண்ணப்பங்கள் இருக்கின்றன.

கல்வி இன்ஸ்பெக்டர் காரியாலயம் அது. இரு நூறு ரூபாய் கொடுத்தால் ஒரு பதிலி உத்தியோகம் கிடைக்குமென்று ஒரு வக்கீல் குமாஸ்தா சொன்னதாக அப்பா சொன்னது இந்த இடம்தான். அந்த இன்ஸ்பெக்டரை நேராகச் சென்று சந்திப்பதென்று மணிகண்டன் தீர்மானித்துக் கொண்டான். எப்படியும் இருநூறு ரூபாய் கையில் வரும்போது, அப்போதைக்காக இப்போதைக்கு அவரைச் சந்திப்பது நல்லதுதானே?

இன்ஸ்பெக்டர் சுற்றுப் பயணத்தில் இருக்கிறார். நான்கைந்து நாட்களுக்குப் பிறகுதான் திரும்பி வருவார். ஒரு சிப்பாய்தான் அந்தத் தகவலைச் சொன்னது. அவன் விசாரித்தான்.

"எஜமானை ஏன், நேரடியாச் சந்திக்கணும்?"

"நேரடியா ஒரு விண்ணப்பத்தைச் சமர்ப்பிக்கத்தான்." மணிகண்டன் உண்மையைச் சொன்னான்.

"எதுக்கு? உத்தியோகத்துக்கா?"

"ஆமாங்க."

"ஏழாவதா? மெட்ரிக்கா?"

"மெட்ரிக்."

சிப்பாய் ஒரு முனகல் முனகி உறுதிப் படுத்தினான்:

"எஜமானை நேரடியாப் பார்த்திருக்கியா?"

"இல்லே."

"அப்பறம் எதுக்காக இங்கு வந்தே?"

"விண்ணபத்தை நேரடியாச் சமர்ப்பிக்க."

சிப்பாய் மனமாரச் சிரித்தான். அவன் மணிகண்டனை அழைத்துக் கொண்டு முற்றத்தில் படர்ந்து பந்தலாகப் பரிணமித்திருக்கிற மாமரத் தடியை நோக்கி நடந்தான்.

இவன் இன்ஸ்பெக்டரின் ஒரு கையாள்தானா என மணிகண்டனுக்குச் சந்தேகம். பணத்தை வாங்கிக் கொடுக்கிற நபர்! அப்படியானால் இவனுக்குக் கூட ஒரு பங்கு கொடுக்க வேண்டியிருக்கும். அப்போது இருநூறு ரூபாய் போதாது. என்னவாயினும் விசயங்களை நன்றாகப் புரிந்துகொள்ளலாமல்லவா?

"பணம் கிணம் ஏதாச்சும் கொண்டாந்திருக்கியா?" சிப்பாய் விசாரித்தான்.

"இல்லை."

"அப்படீன்னா ஏன் இங்கு வந்தே?"

"என்னோட அவலநிலைமை குறித்து எல்லாம் இதிலே எழுதி யிருக்கேன்."

"இப்படி அவலநிலைமையிலே இருக்கிறவங்கதான் இங்கே வந்து இருநூறு ரூபாய் கொடுத்துக்கிட்டுப் போறாங்க. மூணுமாசம் அல்லது ஆறுமாசம் பதிலியா வேலை கிடைக்கும். அப்பறம் வேலை இருக்காது. அப்பறம் காலியாகிறப்போ திரும்பவும் வேலை கிடைக்கும். அதுக்குக் கூட இந்த வாசலிலேயே காவல் காந்திடணும்."

அவன் அலுவலகத்தைச் சுட்டிக் காட்டினான்.

அதோ, அங்கே இருக்கிறாங்கள்ல - அவங்க பெரிய வெள்ளை யானைங்கதான். அவங்களுக்கும் கொடுக்கணும். கழுகுகள் மாதிரி பார்த்துக் கிட்டிருக்காங்க.

மணிகண்டன் கேட்டு விட்டான்:

"அண்ணன் இந்த ஆபிசிலேதானே, வேலை செய்யறீங்க?"

ஏதோ சிந்தனையிலிருந்து உருப்பெற்ற கேள்வி அல்ல அது. ஏதோ இயல்பானதோர் உணர்ச்சியில்தான் கேட்டுவிட்டான்.

சிப்பாய் சொன்னான்:

“ஆம்! நான் இங்குள்ள ஒரு சிப்பாய்தான். ஆனால், நான் அவங்க நோட்டத்திலே பட்டிருக்கிறவன். எந்த நேரத்தில் என்னை இங்கிருந்து வீட்டுக்கு அனுப்புவாங்கன்னு சொல்லமுடியாது.”

சிப்பாய் தொடர்ந்து பேசினான்:

“உடனே போயிடு தம்பீ! இங்கே ஒரு நிமிடம் கூட நிக்கக் கூடாது. அந்தக் கழுகுகள் உன்கிட்டே ரெண்டோ மூணோ இருந்தாக் கூடப் பிராண்டிக் கிட்டுப் போயிடுவாங்க. இன்னைக்கு இதுவரையிலும் ஒண்ணும் கிடைக்கலே. அதோ, அதோ, பாரு, ஒவ்வொண்ணும் ஜன்னல் வழியாத் தலையை வெளியே போட்டுக்கிட்டிருக்குதுங்க. பல்லைக்கடிச்சு என்னைச் சபிச்சுக்கிட்டிருக்குதுங்க. ஒரு மாதிரியானவங்களை ஒண்ணும் நான் அவங்களை அணுகவிடமாட்டேன். திருப்பியனுப்பி வைப்பேன். என் வேலையே போறதாயிருந்தாலும் போவட்டும்!”

கிடைத்த வேலையை வேண்டாமென்று புறக்கணிக்கிறவர்களும் இருக்கிறார்களா? மணிகண்டன் வியந்து போனான்.

மணிகண்டனை அவன் திருப்பியனுப்பி விட்டான்.

* ** *

இன்னும் ஓர் அலுவலகத்திற்குக் கூடப் போகவேண்டியிருக்கிறது. மணிகண்டன் காட்டிலாகா அலுவலகத்தை அடைந்தபோது அது மூடப்பட்டாகிவிட்டது. அலுவலர் துரை போன்று கறாரானவர். அவர் தங்கியிருக்கும் பங்களா ஒரு மைல் தூரத்திலுள்ளது. அங்கே சென்றால் கூட அவரைப் பார்க்க முடியுமா என்பது சந்தேகம்தான். வாசலில் சிப்பாய் இருப்பான். சிப்பாயிடம் விசயத்தைச் சொன்னால் அவன் எஜமானுக்குத் தகவல் கொடுப்பான். எஜமானர் மகிழ்ச்சியாக இருக்கும் நேரமென்றால் தன்னை அழைத்துச் செல்ல உத்திரவாகிவிடும். சிப்பாய் இட்டுச் செல்வான். யார் வந்தாலும் - ஒரு பிச்சைக்காரனாக இருந்தால் கூட - சிப்பாய் சென்று சொல்லவேண்டும்.

பயப்பட ஒன்றுமில்லை. அவரிடம் நிலைமையைச் சொல்லலாம். சொல்லும் விசயத்தைக் கவனமுடன் கேட்பார்.

கேட்டில் சிப்பாய் இருந்தான். அது ஒரு மாடிவீடு. அங்கணத்தில், மணிகண்டன் பருவத்தைச் சேர்ந்த சிறுவர்கள் ‘நெட்’டைக் கட்டி ‘ஷட்டில்காக்’ விளையாடுகிறார்கள். அவர்களில் இருவர் சிறுமியர்.

“உம்? என்ன விசயம்?”

“அவங்களைச் சந்திக்கணும்.”

சிப்பாய் அவனை மேல்கீழாகப் பார்த்தான். அந்தப் பார்வையில் ஒரு விசயம் தெளிவாகத் தென்பட்டது. 'எஜமானரை' என்று சொல்லவில்லை. ஆனால் மணிகண்டனுக்கு அது புரியவில்லை.

சிப்பாய் உள்ளே சென்று வந்தான். விளையாட்டைப் பார்த்துக் கொண்டு நின்ற மணிகண்டனை உள்ளே இட்டுச் சென்றான்.

சிவந்த கண்கள்; கடாய் மீசை - அதிகாரியின் முகம் அது.

அவர் விசாரித்தார்:

"உம்? என்ன?"

மணிகண்டன் விண்ணப்பத்தை அவரிடம் சமர்ப்பித்தான்.

"விசயமென்ன?" என்றார் அவர்.

"நாங்க ஏழைங்க. ஒரு வேலைக்கான விண்ணப்பமுங்க!" மணிகண்டனுக்கு அப்படித்தான் சொல்ல வந்தது.

விண்ணப்பத்தை மேஜை மீது வைத்துவிட்ட அதிகாரி அதைத் திறந்துகூடப் பார்க்கவில்லை.

"வேலை காலியில்லை; போகலாம்." என்றார். மிகவும் கவனமுடன் அரும்பாடுபட்டு எழுதிய அந்த விண்ணப்பத்தை அதிகாரி படித்துப் பார்க்காமலிருந்த போதிலும், அங்கே வேலை காலியிருக்காதென்று மணிகண்டனுக்குத் தோன்றியது.

கேட்டுக்கு வெளியே வந்த மணிகண்டன் விளையாட்டைப் பார்த்து நின்றான். அவர்களில் ஒருவன் நன்றாக விளையாடுகிறான். எதிராளிகளை அவன் 'தண்ணிகாட்டு'கிறான். விளையாட்டைப் பார்த்து நிற்க வேடிக்கையாக இருந்தது.

அதிகாரியைச் சந்திக்கச் சிலர் வந்து கொண்டும் போயிக் கொண்டு மிருந்தனர்.

இரண்டு ரூபாய் விலையுள்ள ஒரு தகரப் பெட்டியைத் தலையில் சுமந்தவாறு மணிகண்டன் திருவனந்தபுரத்திற்குப் பயணமானான்.

அம்மா மல்கிய கண்களுடன் மனம் நொந்து வேண்டிக் கொண்டாள். அந்தப் பிரார்த்தனை எதுவாக இருக்கமுடியும்? மகனுக்கு நன்மை ஏற்பட வேண்டுமென்றாக இருக்கலாம். 'கடவுளே, அவனைப் பாதுகாத்து அருள் புரிய வேண்டும்' என்றாக இருக்கலாம்.

சுரேந்திரன் கொல்லத்திற்கான போட்டில் மணிகண்டனை ஏற்றியனுப்ப கருமாடி வரையிலும் சென்றிருந்தான்.

புதியதோர் உலகை நோக்கிச் செல்வது போல் மணிகண்டனுக்குத் தோன்றியது. ஆனால் அந்த உலகில் ஒரு பட்டாம்பூச்சியைப் போன்று சுற்றிப் பறந்திட அவனால் சாத்தியமாகாது. திருவனந்தபுரம் நகரத்திலுள்ள நல்லதோர் அறையில் தங்குவது கூடச் சாத்தியப்படாது. வீட்டில் ஒரு கயிற்றுக் கட்டில் இருந்தது. டெஸ்கு மீது வைத்து எழுதியிருப்பது பள்ளி வகுப்பிலேதான். நாற்காலி பார்த்திருக்கிறான். நாற்காலியில் அமர்ந்ததுண்டா? காயங்குளம் (Back Waters) வழியாக ஆவிப்படகு நகர்ந்து செல்கிறது. குளிர்காற்று வீசுகிறது.

இல்லை. உட்காரவில்லை. பாய் மீது குனிந்து அமர்ந்தவாறுதான் வீட்டில் எழுதியிருக்கிறான். இனிமேலும் அவ்வாறேதான் எழுதவேண்டும். தரையிலே குனிந்து அமர்ந்தவாறுதான் வாசிக்க வேண்டும். ஓர் அறை வாடகைக்கு எடுக்க வேண்டுமானால் மாதா மாதம் ஐந்து ரூபாய் கொடுக்க வேண்டுமாம்!

நீண்டு வளைந்து செல்கிறது ஒரு வயல். இரு மருங்கிலும் சிறு சிறு குன்றுகள். ஒரு பகுதியை குறவன்கோடு என்கின்றனர். மறு பகுதியை நந்தன்கோடு என்றும். தேடிச் தேடிச் சென்றபோது பழையதொரு வீட்டின் படிவாசல் என்று சொல்லப்படுகிற, சுண்ணாம்பு பூசப்பெற்ற ஒரு மண் கூரையின் ஓர் அறை வாடகைக்குக் கிடைத்தது. மாதம் ஒரு ரூபாய் வாடகை.

நிறைய ஆளவள்ளி சாகுபடி செய்திருக்கிற வீட்டுமனை. ஓரமாய் வயல் அமைந்திருக்கிறது. நகரமல்ல; கிராமத்திற்குத்தான் வந்திருக்கிறான். சந்தடியேதுமில்லாத இடம். உட்கார்ந்து படிக்கலாம். எழுதலாம். காலை யில் எழுந்து ஆயத்தமாகி காலேஜுக்குச் செல்லலாம்.

ஒரு மூதாட்டியும், நடுத்தரப் பருவமுடைய மகளும், இன்னொரு மகளுடைய இரண்டு குழந்தைகளும், அந்த நடுத்தரப் பருவப் பெண்ணின் கணவரும் அங்கே குடியிருந்து வருகின்றனர்.

அந்த அறையில் அனைவரும் வந்து குழுமினர். கிழவி கதவை மறைத்து நின்றாள். கோவிந்தப் பிள்ளை மாமாவும், ஜானகிக் குட்டியம் மாவும் பக்கம் பக்கமாய் அமர்ந்து கொண்டனர். அந்தக் கிழவி மட்டும் ஏன் ஓர் இளம் கன்னிபோல் கதவை மறைத்துக் கொண்டு நிற்கிறாள்?

மணிகண்டன் எதையும் மறைத்து வைக்கவில்லை. தன்னைப் பற்றிய அனைத்து விசயங்களையும் அவன் சொல்லிவிட்டான். கிழவி கருத்தைத் தெரிவித்தாள்; "நல்ல பையன்!"

அவளுக்கு அனுதாபமேற்பட்டது.

கோவிந்தப் பிள்ளை மாமா வாழ்த்துவது போலவோ, ஆறுதலளிப்பது போலவோ பேசினார்:

"பரவாயில்லை பையா! சிரமப்பட்டுப் படிக்கிறவங்க ரொம்பப் பெரிய மனிசன்களாயிடறாங்க. பக்கத்து வீட்டில் சாப்பிட்டுவிட்டுப் பாதை விளக்கின் கீழ் அமர்ந்து படித்துக்கொண்ட சுவாமி இன்று பெரிய வக்கீலாத் திகழ்கிறார். தெற்குக் கோட்டை கெட்டிச் சாதம் வாங்கிச் சாப்பிட்டுப் படிச்சவன் இன்னைக்கு ஜட்ஜ்! அதுபோல நீ நல்லா வருவே."

ஜானகிக் குட்டியம்மா மெல்லத்தான் பேசுவாள். அந்தக் குரல் அறைக்கு வெளியே ஒலிக்காது. நல்ல களை பொருந்திய வதனம். ஒரு சில முடியிழைகள் நரைத்திருக்கின்றன. அது அவளுடைய வதன அழகை அதிகரிக்கச் செய்கிறது. ரவிக்கை மற்றும் ஜாக்கெட் அணியமாட்டாள். மார்பினைச் சுற்றி மடித்த அங்கவஸ்திரம்தான் அணிகிறாள்.

கோவிந்தப் பிள்ளை மாமா எதையோ யோசிக்கிறார்.

மூதாட்டி பேசிக்கொண்டேயிருந்தாள்.

"பையா, நீ படிச்சுப் பெரியவனாகிறப்போ எங்களை எல்லாம் நினைச்சுப் பார்ப்பியா? மறந்தாலும் மறந்திடுவே. வடக்கத்தியானுங்க இங்கு வந்து படிச்சா இங்கிருந்து பொம்பளைங்களைப் புடவை கொடுத்து அழைச்சுக்கிட்டுப் போறாங்க. திருவனந்தபுரத்திலுள்ள பொம்பளைங்க ரொம்ப அழகானவங்க. அவங்க ஆம்பளைங்களைத் தங்கத்தைப் போல பாதுகாப்பாங்க."

மறைந்து நிற்கிற கிழவியின் பேச்சு அவ்வாறுதான் இருந்தது.

கோவிந்தப் பிள்ளை மாமாவின் பெரிய கண்கள் இடையிடையே விழித்துக்கொண்டிருந்தன. ஜானகிக்குட்டியம்மா சொல்வது என்ன வென்றால் மணிகண்டன் தாய் மாதாமாதம் பணம் அனுப்பிவைக்க எவ்வளவோ பாடுபட்டுக் கொண்டிருப்பாள் என்பதைப் பற்றித்தான்.

கிழவி சொன்னாள்:

"மகனுக்குப் பெரிய உத்தியோகம் கிடைக்கிறப்போ அந்தக் கஷ்ட மெல்லாம் தீர்ந்திடுமல்லவா, ஜானகிக் குட்டீ?"

"தீர்ந்திடுங்கிறது சரிதான். ஆனா நான் சொல்றது இப்போதைக்கு இருக்கிற நிலைமை பற்றித்தான்."

கோவிந்தப் பிள்ளை மாமா எதையோ யோசித்து ஒரு முடிவுக்கு வந்திருப்பதாகத் தோன்றியது.

"நான் நாளைக்கு ஒரு விசயத்தைப்பற்றிச் சொல்றேன் பையா!"

ஒரு நல்ல காரியத்தைப் பற்றிச் சொல்ல அவர் யோசித்து வைத்திருக்கிறார்.

திருவனந்தபுரத்தில் கூட கிராமமுண்டு. கிராமத்து மக்களைப் போன்றவர்கள் இருக்கிறார்கள். இரவு உணவுக்குப் பின்னர் அண்டை வீட்டினர் குழுமியிருந்து பேசுவது போலிருந்தது அவர்கள் பேச்சு.

ஐந்து மணிக்கு ஆச்சார வெடிகுண்டு வெடிக்கு முன்னரே மணிகண்டன் கண்விழித்துக் கொண்டான். அப்போது வெளியே மண் வெட்டியால் நோண்டுகிற ஓசை கேட்டது. மணிகண்டன் ஜன்னல் வழியாக வெளியே பார்த்தான். கோவிந்தப் பிள்ளை மாமா ஆழமாய்த் நோண்டுகிறார். மங்கலான நிலவொளியில் அதைக் காணமுடிந்தது.

கோவிந்தப்பிள்ளை மாமா பழைய நாயர் பட்டாளத்தில் சிப்பாயாகப் பணியாற்றியவர். இப்போது பென்சன் உண்டு. ஆனால் பென்சனுக்கான பருவம் என்று அவருக்கு சொல்ல முடியாது.

வாசிக்கவோ, படிக்கவோ எதுவுமில்லை. கண்விழித்தவாறு சும்மா படுத்துக் கிடக்கிறான். பொழுது நன்கு விடிந்தபோது நோண்டுவதை முடித்துக்கொண்டு வியர்வையில் நனைந்த உடம்புடன் மாமா வந்து சேர்ந்தார்.

சற்றுக் கடுமையாகக் கண்ணை உருட்டியவாறு மாமா சொன்னார்.

"இளைஞனே, நீ சுயமாகச் சமைத்துச் சாப்பிடணும். நான் இன்னைக்கு 'சாலை'க்கோ, புத்தன் சந்தைக்கோ சென்று பாத்திரங்களை வாங்கியாந்திடறேன். நீ வாங்கப் போகவேண்டியதில்லை. அதெல்லாம் சிரமம்தான்."

கண்ணை இன்னும் சிறிது விழித்தவாறு மாமா மணிகண்டன் காதோரமாய்ச் சொன்னார்:

"வடபுறத்திலுள்ள அறையிருக்கே-அதிலே சமைச்சுக்கலாம். மாமிக்குத் தெரியும்போது வாடகை வேணும்பாள். பரவாயில்லை."

மாமா தொடர்ந்து கூறினார்:

"சுயமாச் சமைச்சுச் சாப்பிட்டா செலவு ரொம்பக் குறைஞ்சிடும். அரைப் பணத்துக்கும் குறைவாத்தானிருக்கும்."

சட்டி-பானைகளை வாங்கிவரப் பன்னிரண்டு பணத்தை அவன் மாமாவிடம் கொடுத்தான். மணிகண்டன் அன்றைய தினமும்

திருவனந்தபுரம் நகரைச் சுற்றிப் பார்க்கச் சென்றிருந்தான். மாலையிலே திரும்பி வந்தபோது சமைத்துச் சாப்பிடுவதற்கான எல்லா ஏற்பாடுகளும் செய்யப்பட்டிருந்தன.

கிழவி உதவி செய்ய வந்தாள்.

ஓர் ஏழை இளைஞன் படித்து முன்னேறுவதற்கான உதவிகளைச் செய்ய அந்த நல்ல மனிதர்கள் முன்வந்திருக்கின்றனர். தனக்கு ஓர் அம்மாவும் அப்பாவும் அங்கே கிடைக்கப் பெற்றதாக மணிகண்டன் நினைத்துக் கொண்டான்.

* ** *

காலேஜ் திறந்துவிட்டது. அன்றைய தினம் மணிகண்டன் விசுவநாதனைச் சந்தித்தான். அங்குள்ள மாணவர்களில் முதன் முதலாகச் சந்திக்கிற மாணவன் விசுவநாதன்தான். மலர்ந்த முகமுடன், 'டேய் மதியத் திருடா!' எனக் கூப்பிட்டுக்கொண்டு அவன் மணிகண்டனைக் கட்டியணைத்தான். நீண்ட நாட்களுக்குப் பின்னர்தான் அவர்கள் சந்திக்கின்றனர். இருவரும் வெவ்வேறு ஊர்களில்தான் படித்தனர்.

"நீ இப்பவும் கவிதையெழுதுவதுண்டா?" முதன்முதலாக விசுவநாதனுக்குக் கேட்டறிய வேண்டிய கேள்வி அதுவாகத்தான் இருந்தது.

"இல்லை!"

"அது ஏன்?"

ஏனென்று மணிகண்டனால் சொல்ல முடியவில்லை. கொஞ்ச நாட்களுக்கு முன்பு வரையிலும் கவிதை எழுதிக் கொண்டிருந்த விசயம் மணிகண்டன் ஞாபகத்திற்கு வருகிறது. ஏன், எழுதாமலிருந்து விட்டேன்? எழுதுவதை ஏன், நிறுத்தி விட்டேன்? பெட்டியில் எடுத்து வந்திருக்கின்ற பழைய புத்தகங்களிடையே, அந்தக் கவிதைகளை எழுதி வைத்திருக்கிற புத்தகமும் இருக்கக்கூடும். இருக்கிறது. எடுத்து வைத்ததாகத்தான் நினைவு. கவிதைகளை இழந்துவிடவில்லை.

காலேஜ் மாணவர் விடுதியில்தான் விசுவநாதன் தங்கியிருக்கிறான். மாணவர்களின் ஒரு கூட்டத்தின் மத்தியிலிருந்துதான் அவன் மணிகண்டனிடம் வந்திருக்கிறான். அவர்கள் எல்லோரும் தன்னை உற்றுப் பார்ப்பதாக மணிகண்டனுக்குத் தோன்றியது.

எல்லோரும் நல்ல துணியினாலான சட்டை அணிந்திருக்கின்றனர். பட்டுத் துணியினாலான சட்டைதான் பெருவாரியானவர்கள் அணிந்திருக் கிறார்கள். அருமையான வேஷ்டிகளைத்தான் உடுத்தியிருக்கின்றனர். இவை ஒன்றும் அம்பலப்புழையில் கிடைக்காது. பலர் கையிலும் கடிகாரம்

உண்டு. தான் அணிந்திருக்கின்றவை போன்ற சட்டையும் வேஷ்டியும் யாரேனும் அணிந்திருக்கிறார்கள். அருமையான வேஷ்டிகளைத்தான் உடுத்தியிருக்கின்றனர். இவை ஒன்றும் அம்பலப் புழையில் கிடைக்காது. பலர் கையிலும் கடிகாரம் உண்டு. தான் அணிந்திருக்கின்றவை போன்ற சட்டையும் வேஷ்டியும் யாரேனும் அணிந்திருக்கிறார்களா? இல்லை; யாருமில்லை! அதனால் தான் தன்னை எல்லோரும் உற்றுப் பார்க்கின்றனரா?

அவர்கள் எல்லோரும் பணக்காரக் குடும்பங்களைச் சேர்ந்தவர்கள்.

விசுவநாதன் நண்பர்களிடம் சென்று கூறினான்:

"நாங்கள் நண்பர்களாயிருந்தோம். இவன் கவிதை எழுதுவான்."

அப்போது எல்லாக் கண்களும் இன்னும் ஒரு முறை தன்னைத் துளைத்துப் பார்ப்பதாக இருந்தன. மணிகண்டன் நின்ற இடத்திலேயே சுருங்கிவிட்டான்.

தனது கோலத்தைப் பார்த்துவிட்டுத்தான், இவர்களெல்லோரும் தன்னை இப்படிப் பார்க்கின்றனரோ? தன்னை அவர்கள் காணாத நிலை ஏற்படவேண்டும் என்று மணிகண்டனுக்குத் தோன்றியது. எப்படியாவது இவர்களிடமிருந்து மறைந்து செல்லவேண்டும்.

அப்போது கூட அவர்கள் உற்றுப் பார்க்கின்றனர்.

விசுவநாதன், மணிகண்டன் எழுதிய கவிதைகள் பற்றிப் பேசிக் கொண்டிருந்தான். அவர்கள் அதைக் கவனமுடன் கேட்கின்றனர். தன்னைப் பார்க்கவும் செய்கின்றனர். எனவே அவர்கள் கவிஞனைத்தான் பார்க்கின்றனர். கவிதையை மறந்து வெகு நாளாயிற்று. இனிமேல் நான்கு வரிசைக் கவிதை எழுதமுடியுமா? மணிகண்டனுக்கு நம்பிக்கை இல்லை. எனவே கவிஞன் என்கிற வகையில் அவர்கள் நோக்கும் பார்வையை அவனால் சகிக்க முடியவில்லை. இனிமேல் கவிதை எழுத முடியாதாகிவிட்டால்?

பதட்டமுடன் சொன்னான் மணிகண்டன்.

"நான் போறேன் விசுவநாதன்!"

பின்னரும் அவனுக்குப் பயமாயிற்று. மதியத்திருடன் என்னும் செல்லப் பெயரைச் சொல்லியழைப்பானா? அது திருவனந்தபுரத்திலேயும் பரவிவிடுமா? அந்தப் பெயரைச் சொல்லித்தான் விசுவநாதன் அவனைக் கட்டியணைத்தான்.

அது இன்னுமோர் ஏமாற்றம்!

இன்னுமிருக்கிறது. வாய் நிறையச் சூடான சாணியைத் தள்ளி நுழைத்தது. மணிகண்டன் நடக்கவில்லை. ஓடுகிறான். எப்படியாவது அங்கிருந்து தப்பித்துக் கொண்டால் போதும். 'அப்போதுதான் ஓடுகிறேன் என்கிற உணர்வு மணிகண்டனுக்கு ஏற்பட்டது. அதுவும் ஓர் ஏமாற்றம்தான். அவர்கள் பார்த்துச் சிரித்துக் கொண்டிருப்பார்கள்.

பின்னாலிருந்து ஒரு வெடிச்சிரிப்பு கேட்டதாகத் தோன்றியது. அது ஓர் அட்டகாசம்தான். திரும்பிப் பார்க்க முடியவில்லை. கேட்வழியாக ஒருவன் நடந்து வருகிறான். மணிகண்டன் ஒரு முறை உற்றுப் பார்த்தான். அது வன இலாகா அதிகாரி மகன். அவனும் அங்கே படிக்க வந்திருக்கிறான். நந்தன் கோட்டை அடையும்போது மணிகண்டன் மிகவும் களைப்புற்றிருந்தான். கோவிந்தப்பிள்ளை மாமா அப்போது கூட மண்வெட்டிப் பிரயோகம் நடத்திக் கொண்டிருந்தார். கிழவி வாய் மலர்ந்து சிரித்தவாறு விசாரித்தாள்.

"ஏம்ப்பா, ரொம்பக் களைப்போடு வர்றியே?"

"களைப்பு ஒண்ணும் இல்லேம்மா!"

பெட்டியைத் திறந்து அந்தப் பழைய நோட்டுப் புத்தகங்களை வெளியே எடுத்தான். கவிதைகள்தான். எழுதிய கவிதைகள் அத்தனையும் உண்டு காகிதங்களைப் புரட்டும் போது சில கவிதைகளைப் படித்துப் பார்த்தான். தான் சுயமாகப் புனைந்த கவிதைகள்தானா, அவை என்கிற சந்தேகம் ஏற்பட்டது.

எழுத முடியுமா என்று முயன்று பார்க்கவேண்டும். எழுதமுடிந்தால் வெற்றிதான். அப்படித்தான்அவனுக்குத் தோன்றியது. ஆனால் செய்யுள் புனைய முடியுமா? எதைப் பற்றி எழுதுவது? முன்பு எதைப் பற்றித் தான் எழுதிக் கொண்டிருந்தேன்? கண்ணால் காணநேர்ந்தது குறித்து; மனத்தில் சென்று பதியப் பெற்றவை குறித்து - இன்றையதினம் அனுபவமானது குறித்து எல்லாம் எழுதலாமல்லவா?

அந்துப் பழைய 'ஸ்வான்' பேனாவைக் கையிலெடுத்தான். எடுத்துத் திறந்த புத்தகத்தில் சில காகிதங்கள் மீதியிருந்தன. எழுதத் தொடங்குவோமே. செய்யுள் எழுத வருவதில்லை. விருத்தமும் சரியாக அமைவதில்லை. காதா, கேகா, நதோன்னதா போன்ற மலையாள விருத்தங்கள் அவனிடமிருந்து விடைபெற்றுச் சென்றிருக்கின்றன. கவிதை படித்தே வெகு நாட்களாகின்றன. படித்த அந்தச் சந்தர்ப்பங்களில் முனகினால் விருத்தம் விருத்தமாக பேனாமுனையில் வந்து விழுந்திருந்தன. கேகா, காகளி, வசந்த திலகம் எல்லாம் பிணங்கி நிற்கின்றன.

மணிகண்டன் சிறிது முனகிப் பார்த்தான். அவை அவ்வளவு தூரம் பிணங்கிச் செல்லவில்லை. சற்று விலகி மறைந்தும் ஒளிந்தும் முகத்தை

'உம்' என வைத்துக்கொண்டு நிற்கின்றன. கை நீட்டியழைத்தால் வராது. பக்கம் சென்று தடுத்து நிறுத்தி அழைத்துக் கொண்டு வரவேண்டும். வருத்தப்பட்டுத்தான் நிற்கின்றன. பிணக்கமில்லை. ஏறிட்டுப் பார்க்கின்றன.

மணிகண்டன் எழுதிப் பார்த்தான். அந்த விருத்தங்களில் 'கேகா' தான் அன்பு செலுத்துகிறது. அங்கே ஊரிலுள்ள வீட்டில் அப்பா உயர்ந்த குரலிலே சொல் சுத்தமுடன் 'பாரதம்' படிக்கிறார். அது ஊரெங்கும் எதிரொலிக்கிறது.

'கேகா' வரமருளியது.

நான்கு வரிசை எழுதினான். படித்துப் பார்த்தான். விருத்தம் சரியாக அமைந்திருக்கிறது.

வெற்றி பெறும் போல் தோன்றியது.

காலேஜ் நூலகத்தில் புத்தகங்கள் இருக்கும். ஒவ்வொரு நாளும் ஒவ்வொரு புத்தகம் எடுத்து வாசிப்பது. அவ்வாறாக நாட்கள் சில செல்லும் போது கவிதை எழுதும் திறன் ஏற்பட்டுவிடும்.

மணிகண்டன் மனத்தில் ஓர் உற்சாகம் உதயமானது போல் தோன்றியது. உடற் களைப்பும் குறைந்துவிட்டது. கவிதை எழுதுவான் என்று விசுவநாதன் அங்கீகரித்தான். அதை நிரூபிக்கிறேன்- 'கவிதை எழுதுவேன்!'

ஜானகிக் குட்டியம்மா வந்து விசாரித்தாள்.

"ராத்திரி சாப்பாட்டுக்கு ஒண்ணும் பண்றதில்லியா, அப்பனே?"

"செய்யணும்மா! சற்றே இளைப்பாற்றிக் கிட்டிருந்தேன்."

இரவு உணவை முடித்துக்கொண்டு புத்தகமும் பேனாவும் எடுத்தான். நான்கு வரிசை கவிதை எழுதவேண்டும். பாட்டியும் ஜானகிக் குட்டியம்மாவும் வந்தனர். கோவிந்தப் பிள்ளை மாமா கேட்டார்:

"ஏன், எல்லாரும் வந்து உட்கார்ந்துக்கிறீங்க? காலேஜிலே படிக்கிறவங்க படிக்கணும். நீங்கள்லாம் வந்து இருந்தீங்கன்னா, அவன் எப்படிப் படிப்பான்?"

"இல்லே - படிப்பு இன்னும் ஆரம்பமாகலே. இப்போ படிக்க ஒண்ணுமில்லே" என்றான் மணிகண்டன்.

'அப்படியென்றால் சரிதான்' என்ற முறையில் மாமாவும் அமர்ந்து கொண்டார். கிழவி கதவின் மறைவில் சென்று நின்று கொண்டாள்.

அன்றைய தினம் கல்லூரி மாணவர்களின் உடைகளைப் பற்றித்தான் பேசினர். மணிகண்டன் தான் அதை முதலில் துவக்கினான். மாமாவுக்கு

அதைப் பற்றிப் பேச இருந்தது. பல்வேறு தலைமுறைகளைச் சேர்ந்த மாணவர்கள் பற்றி! அவர்களுக்கு ஆடம்பரத்தில் மிகுந்த ஆர்வம்தான். திவான்ஜிமார்கள், ஜட்ஜ்மார்கள் மற்றும் வழக்கறிஞர்களின் மைந்தர் களைப் பற்றியெல்லாம் கோவிந்தப் பிள்ளை பேசினார்:

"ஆனால், உடைகள் மோசமான பசங்க இருக்காங்களே - அவங்க தான் அப்பறம் ரொம்பப் பெரியவங்களாயிட்டாங்க. நல்லா உடை உடுத்தி வேஷம் போடறவங்கல்லாம் தவறிப் போயிடறாங்க."

* ** *

மணிகண்டன் தனிமைப்பட்ட ஒரு மாணவனாக இருந்தான் எனச் சொல்லமுடியாது. ஆனால் அவனுக்கு நண்பர்கள் இருக்கவில்லை. எல்லோருடனும் கூடிக் குலாவிடுவான். யாருடனும் சேர்ந்து கலகலச் சிரிப்பில் ஈடுபடுவதில்லை. விசுவநாதனிடம் மட்டும்தான் நட்பை வைத்துக் கொண்டிருக்கிறான்.

விசுவநாதன் சொன்னான்:

"நீ ரொம்பமும் மாறீட்டே, மணிகண்டன்!"

'மாறிவிட்டேனா?' மாறிவிட்டதாகச் சில சந்தர்ப்பங்களில் மணிகண்டனுக்குத் தோன்றுவதுண்டு. முன்னர் அவன் இப்படியாக இருக்கவில்லை. உற்சாகமும் சுறுசுறுப்பும் இருந்தன.

காலேஜ் விட்டதும் பொது வாசக சாலைக்குச் செல்வான். அங்கிருந்து ஒரு புத்தகத்தை எடுத்துக்கொள்வான். முதன்மைப் பொறியாளரின் அலுவலகத்திற்கு முன்னால் ஓர் ஓட்டலும் டீக்கடையும் உண்டு. அது நாயர் பட்டாளத்தினருக்கான கடை என்றே தோன்றி விடும். கடைக்கு முன்னால் எந்நேரமும் ஒரு பெண் நிற்பதைக் காணலாம். நல்ல ஜாக்கெட்டும் பாவாடையும் அணிந்துதான் நிற்கிறாள். மணிகண்டன் அவளைப் பார்ப்பான். அவள் அவனையும் பார்ப்பாள். ஒரே ஒரு பார்வைதான்.

மணிகண்டனுடைய உலகத்தில் இந்த இரண்டு பெண்கள் மட்டும் தானா? ஆம்; இவர்கள் மட்டும்தான். இந்த உலகத்தில் வேறு பெண்களும் இருக்கின்றனர். அவன் வகுப்பிலே கூட மாணவிகள் உள்ளனர். ஆனால் மணிகண்டன் மனத்திற்குள்ளே அவர்களில் எவளுமே இடத்தைப் பிடித்துக் கொண்டதில்லை.

ஓட்டல் பெண்ணுக்குக் கணவன் வேண்டும். மணிகண்டனுக்கு அப்படித்தான் தோன்றுகிறது. அதற்கேற்ற ஒருவனைக் கண்டுவிட்டாள். அவனை எதிர்பார்த்து நின்றாள். காலையில் அவனுக்கு முன்னே பள்ளிக்கூடத்துக்கு கிளம்பி நடந்தாள். அவள் தன் கணவனைத் தேடிப்

பிடிக்கிறாள்.

அதில் என்ன தவறு?

அவள் அவனைப் பார்த்து ஒரு புன்னகை கூடப் புரிவதில்லை. அதாவது வசீகரம் பண்ணித் தன் வலையில் சிக்க வைப்பதில்லை.

பாவம் பெண்! அவள் வாழ்ந்துதானாக வேண்டும். அதற்கான தந்திரத்தைக் கடைபிடிக்கிறாள்.

மண்குடிசையிலுள்ள கறுத்த பெண்ணா? அவளுடைய ஒரே ஒரு ஜீவாதாரமான தந்தையின் இறுதி இருமல் ஓசையாக இருக்கலாம் அது. அந்த இருமல் ஓசை நின்றுவிடுகிறபோது அவள் வாழ்க்கையும் பாலைவனமாயிடும். அந்தச் சூனியத்தை அவள் எதிர்பார்க்கிறாள். அவள் உண்மையிலேயே மணிகண்டனைத் தனது துணையாகக் கருதுவதில்லை. அனுதாபமுடைய ஒருவனைக் கண்டதாக அவளுக்குத் தோன்றியது. அது ஓர் ஆவல்தான்.

பார்வையில் படுகின்ற ஏனைய ஏராளமான பெண்களில் யாருக்குமே பிரத்தியேகத் தன்மையில்லையா? இல்லை; எல்லோருமே தனங்களும் கூந்தலும் உடையவர்கள்தான். அவ்வளவுதான். பெண்களுக்குப் பிரத்தியேகமாய் சில சிறப்புக்கள் இருக்கின்றனவோ...!

ஒரு நாள் ஒரு அரைச் சக்கிரம் செலவு செய்யலாமென்று மணிகண்டனுக்குத் தோன்றியது. கடைக்குச் சென்று ஒரு டீ வாங்கிக் குடிப்பது. மாலை நந்தன் கோர்ட்டுக்குச் செல்லும் பாதையின் ஓரத்தில் தான் டீக்கடை, அவள் கடைவாசலிலிருந்து உள்ளே சென்று விட்டாள். டீ அருந்திக் கொண்டிருந்த போது உள்ளே ஓர் அறைக் கதவு வழியாக அவள் நின்று பார்க்கிறாள்.

அதன் பின்னர் அவன் அந்தக் கடையில் காலெடுத்து வைத்ததில்லை. டீ அருந்தியதும் இல்லை. தினசரி நாலு காசு (அரைச்சக்கிரம்-ஒரு சக்கரம் = எட்டு சிறுகாசு) செலவு செய்ய வழியில்லாதது தான் காரணம். அவள் மாலை நேரத்தில் 'என்ன, டீ வேணாமா?' எனக் கேட்பது போலிருந்தது.

நடந்து சென்று கடைவாசலைத் தாண்டு முன்னரே அவள் திரும்பவும் சொல்வது போலிருந்தது.

"காசு தரவேணாம்!"

ஒரு நாள் அந்தக் கறுப்புப் பெண்ணைக் காணவில்லை. இருமலையும் கேட்கவில்லை. அவள் எங்கு போனாள்? விசாலமான இந்த உலகத்தில் அவள் மீது அனுதாபம் கொண்ட ஒருவன் இருந்தான். வரட்சியுற்றுப் போன அந்த இதயத்திற்குள்ளே ஒரு துளி நீர் துளித்து விழுந்திருந்தது.

அதுவும் அவளுக்கு மறுக்கப்பட்டு விட்டதோ?

92

சில நாட்களில் தம்பானூரில் காங்கிரஸ் பொதுக்கூட்டங்கள் நடைபெறுவதுண்டு. மகாத்மாஜி வெளியிட்ட ஓர் அறிக்கைக்கு விளக்கம் தர ஒரு நாள் ஒரு கூட்டம் கூட்டப்பட்டது. ஏராளமான ஜனங்கள் குழுமியிருந்தனர். பிரசங்கமும் அருமையாக இருந்தது. விசுவநாதன் அருகேதான் மணிகண்டன் நின்றிருந்தான். பிரசங்கத்தின் மத்தியில் விசுவநாதன் கலகலவெனச் சிரித்தான். ஏன் அப்படிச் சிரித்தான்? பேச்சாளர் பேசியது தவறாக இருந்ததா? ஆம்! அதனால்தான் அவன் அப்படிச் சிரித்தான். அதிலே என்ன தவறு? கூட்டம் முடிந்தபோது விசுவநாதன் விசாரித்தான்.

"நீ வர்றியா?"

"எங்கே?"

"எங்களுக்கு ஒரு வகுப்பு உண்டு."

"எப்போ முடியும்?"

"எட்டு மணியளவிலே."

காலையில் சமைத்த சாப்பாட்டில் கொஞ்சம் மீதியுண்டு. மணிகண்டனும் விசுவநாதனும் சென்றபோது அங்கே ஏழெட்டு நபர்கள் இருந்தனர். கத்தரிக்கப்பட்ட தாடியுடைய ஒருவர் வகுப்பை நடத்திக் கொண்டிருந்ததாகத் தோன்றியது. அவர் சிறிது தடித்துக் குள்ளமானவர். அவர்தான் குருஜி. சீடர்கள் வினாக்கள் எழுப்பிக் கொண்டிருந்தனர். தொழிலாளி வர்க்கப் புரட்சி பற்றித் தான் விவாதம் நடைபெறுகிறது.

விசுவநாதன் மணிகண்டனை அறிமுகப் படுத்தினான். அவ்வாறாக மணிகண்டன் கூட அந்தக் குழுவில் உறுப்பினனானான்.

வாரம் இரண்டு மூன்று முறை 'ஸ்டடிக்ளாஸ்' (Study Class) நடைபெறுவதுண்டு. சந்தேகங்களை எழுப்புவது; அவற்றிற்குப் பதிலளிப்பது; விவாதிப்பது - இதுதான் நடைமுறை. ஒவ்வொருவரும் படித்துத் தயாராகத்தான் செல்கின்றனர். குருஜியெனச் சொல்லப்படுகிற நபர் கற்றுக் கொடுப்பதில்லை. அவர்கூட மாணவன்தான். நான்கு நபர்கள் மாணவர்கள் தான். ஒருவன் தொழிலாளர் ஊழியன். அவன் தொழிலாளிகளை ஒன்று சேர்க்கிறான். இன்னொருவன் காங்கிரசின் முழு நேர ஊழியன். குருஜி சுதந்திரப் போராட்டத்திற்காக வட இந்தியா சென்று வந்தவர்.

அவ்வப்போது கண்டு, கேட்டு, அனுபவித்து அறிந்து வருகின்ற விசயங்களுக்கு ஒரு புத்தொளி கிடைப்பதாக மணிகண்டனுக்குத் தோன்றியது. அவற்றிற்கான காரணங்களைக் கண்டு பிடிக்க முடிகிறது. ஒரு பிரத்தியேக முறையிலான பகுத்தறிவு - உணர்வு மலர்ந்து வருகிறது. இல்லாதவர்களின் துயர்களுக்குக் காரணமென்ன என்பதை அறிந்துகொள்கிறான். பெரும் செல்வந்தர்கள் எப்படி உருவாகின்றனர் என்பதை ஓரளவு புரிந்து கொண்டான். படிக்கவேண்டும்; படித்தேயாக வேண்டும்!

லட்சியம் மற்றும் அதை அடைவதற்கான வழி ஆகியவை பற்றி ஒரு நாள் விவாதம் நடந்தது. மணிகண்டனுக்கு அந்த விசயத்தில் ஆர்வம் ஏற்பட்டது. அதைப் பற்றி ஆசிரமத் தலைவருடன் வாதம் புரிந்ததை அவன் நினைத்துக் கொண்டான். அது இன்று நடக்கிறதென்றால் சரியாகவே வாதம் புரிந்திருக்கலாம். ஊருக்குச் சென்று ஒரு நாள் வாதம் நடத்தவேண்டும். காங்கிரஸ் ஊழியன் லட்சியத்தை அடைய எந்தப் பாதையினையும் சுவீகரித்துக் கொள்ளக்கூடாது என்று குருஜி வாதம் புரிந்தார். ஆசிரமத் தலைவர் போன்று அவர் சொல்வதாக மணிகண்டனுக்குத் தோன்றியது. தீப்பொறிகளைக் கக்கும் பேச்சாளியான நாராயணன் மகாத்மாஜியை எதிர்த்துப் பேசினான்.

'உபரி மதிப்பு' என்பது கடித்தால் உடையாத பொருளாகத் தோன்றியது. குருஜி விசயத்தை நன்றாக விளக்கிக் கூறினார். அவர் நிறையப் படித்தவர்.

சுதந்திரப் போரின் நடைமுறைப் பிரச்சினை என்கிற விசயம், ஒருநாள் சர்ச்சைக்கு விசயமாயிற்று. சாத்விக வழியாகத்தான் இந்தியா சுதந்திரமடைய வேண்டுமென்பதை குருஜி விளக்கிக் கூறினார். பின்னர் கேள்விக் கணைகள்தான்.

மணிகண்டன் தற்போதைய புதிய வெளிச்சத்தில் ஒரு கவிதை எழுதினான். படித்துப் பார்த்தபோது அவனுக்கே ஒரு மனநிறைவு ஏற்பட்டுவிட்டது. நல்ல கவிதை. தனது வேறு எந்தக் கவிதைக்கும் இந்தக் களை கிடைத்ததில்லை. அந்தக் கறுத்த பெண்ணைப் பற்றி எழுதிய கவிதையை விடவும் சிறப்பான கவிதை!

காலேஜில் நடைபெற்றதொரு கூட்டத்தின் நிகழ்ச்சி நிரலில் மணிகண்டனுடைய 'கவிதை பாராயண'த்தையும் சேர்த்துவிட்டான் விசுவநாதன். மணிகண்டனுக்குப் பயமாயிற்று. காலேஜ் கூட்டத்தில்தான் வாசிக்க உள்ளது. மேடையேறி நின்ற போது நடுங்கியே போய்விட்டான். அவையில் ஒரு சலசலப்பு. அந்த நடுக்கத்திற்கு தான் அணிந்திருக்கிற அலங்கோலமான வேஷ்டி-சட்டைகள்தான் காரணமோ? காலேஜ் முழுதுமே அந்த அவையில் வந்து குழுமியிருக்கிறது. அதை நேருக்கு நேர் சந்திக்கிறான்.

குஞ்சுநாயர் வாசிப்பது நினைவுக்கு வந்தது. மணிகண்டன் கவிதை வாசிக்கத் தொடங்கினான். அவனுடைய தெளிவான குரல் மண்டபத்தில் முழங்கியது. இதயத்தைத் தொட்டு வெளிவருவதனால்தானோ; என்னவோ? - அதில் இசையும் தாளமும் லயமும் இருந்தன. விசுவநாதன் வியந்து போனான். இத்தகையதொரு கவிதை பாராயணத்தை அவன் கேட்டதில்லை.

அரங்கத்தில் பூரண அமைதி.

அவை கவிதையில் லயம் பூண்டது.

கூட்டம் முடிவுற்றது. மலையாள இலாகா அதிகாரி மணிகண்டனை அழைத்தார். கடுமையான குரலில் கேட்டார்:

“இப்போது நீ படித்த கவிதை ராஜத்துரோகமானதென்பது தெரியுமா?”

“இல்லை சார்!”

“இல்லையென்றால்... ஆம்! பிரின்சிபால் கவிதையை நன்கு கவனித்திருக்கிறார். அவர் உன்னைக் கூப்பிடுவார்.”

மேடையிலிருந்து வெற்றிக் களிப்புடன் கீழிறங்கிவந்த மணிகண்டன் வியர்வையில் குளித்து நின்றான். அதிகாரி தொடர்ந்து கூறினார்:

“உன்னைக் காலேஜிலிருந்து வெளியேற்றலாம். போலீஸுக்குத் தகவல் கொடுக்கலாம். மாணவர்களைப் புரட்சிக்குத் தூண்டியிருக்கிறாய் நீ!”

“நான் மாணவர்களிடம் எதையும் சொல்லலியே சார்!”

“அவர்களை அப்படிக் கூப்பிட்டுச் சொல்லவேண்டுமா?”

இறுதியாக அவர் சொன்னார்:

“எத்தனையோ நல்ல விசயங்களைக் கவிதைக்கு எடுத்துக் கொள்ளலாம். இயற்கை, கடவுள் - ஏன்? உங்கள் மத்தியிலெழும் காதலைக் கூட எடுத்துக் கொள்ளலாமல்லவா? அவற்றை எல்லாம் மாற்றி வைத்து விட்டு ரத்தம் தோய்கிற புரட்சியின் விளம்பரதாரனாகிவிட்டாய்!”

மணிகண்டன் அசந்து போய் நிற்கிறான். பேராசிரியர் கவிதையின் தருமம் குறித்துப் பேசினார்: மனிதனை நல்வழியிலூடே சஞ்சரிக்க உதவக் கூடியதாக இருக்கவேண்டும் கவிதை - கீழான உணர்ச்சிகளை அது தூண்டிவிடக்கூடாது. நீண்டதொரு பிரசங்கத்தையே அவர் செய்து முடித்தார். இறுதியில்,

“தவறு நேர்ந்துவிட்டது. அது ஒரு முறை மட்டும்தான் இருக்க வேண்டும். இனிமேல் நேர்ந்துவிடக் கூடாது. பிரின்சிபால் என்னைக்

கூப்பிட்டுக் கேட்காமலிருக்கமாட்டார். அவரிடம் நானே சொல்லி விடுகிறேன். நீ போகலாம்." என்றார்.

அன்று அது இன்னொரு தளர்ச்சியாக இருந்தது.

மாலையில் நீண்ட நேரத்திற்குப் பின்னர்தான் திரும்பிவந்தான். ஓட்டல் வாசலில் அவள் நிற்கிறாள். அன்றைய தினமும் அந்த அழகு நாமம் நெற்றியில் வைத்திருந்தாள். அந்த நாமம்தான் அவளுக்கு இத்தனை வசீகரத் தோற்றமளிக்கிறதா?

அந்தக் கறுப்பான பெண்ணின் வீடு, கிளி பறந்து சென்று கூடு போன்று இருந்தது. அங்கே யாருமில்லை. ஆயினும் அங்கிருந்து இருமல் ஓசை கிளம்பி வருவதாகத் தோன்றியது.

காலேஜில் மணிகண்டன் பெயர் பெற்றவனாகிவிட்டான். எல்லோரும் அவனை நோக்குகின்றனர். சீஃப் செக்ரடரி புதல்வி அவனை அப்படியே பார்த்து நிற்பாள். இன்னொரு பெண் - அவள் கூட காரில்தான் வருகிறாள் - அவள் வதனம் புன்னகையால் மலர்ந்த தாமரையாகிவிடும்.

மறுபடியும் காலேஜில் கூட்டம் நடந்தது- மணிகண்டனுடைய கவிதாபாராயணம் வேண்டுமென்று மாணவர்கள் வலியுறுத்தினர். மலையாளப் பேராசிரியர் - அவர் 'மகா மகோபாத்தியாயா' தேறினவர் - முன் எச்சரிக்கை செய்தார்.

அது ஒரு பிரத்தியேக பாணியிலான கவிதையாக இருந்தது. ஓட்டலில் காணப்படுகிற அந்தப் பெண் பாவாடை - ஜாக்கெட் ஆகியவை இல்லாமல் நிர்வாணமாய் நின்றால் எப்படியிருப்பாள் என்று அவன் பல சந்தர்ப்பங்களில் யோசிப்பதுண்டு. பூரண நிர்வாணமாய் நிற்கிற அந்த விகாரக் காட்சிதான் இந்தத் தடவை கவிதைக்கு விசயமாய் எடுக்கப் பட்டது.

மாணவிகள் தலை குனிந்தனர். அவர்கள் கூச்சல் போட்டு அதை எதிர்த்தனர். ஆயினும் அவர்கள் அமைதியடைந்தனர். அடுத்த ஈரடிவரிசையைக் கேட்கின்றனர். கவிதை இன்னும் வேண்டுமென்று அவர்கள் விரும்பினர். இன்னும் சில ஈரடி வரிசைகள் கூட எழுதியிருந் திருக்க வேண்டுமென்கின்றனர். மலையாள ஆசிரியர் அப்போது கூட மணிகண்டனுக்கு உபதேசித்தார்:

"எந்த விசயத்திலும் வெகுதூரத்திலிருக்கின்றாய் நீ. உன் கவிதை அருவறுக்கத் தக்கது."

அருவறுக்கத்தக்க ஒரு சொல் கூட அந்தக் கவிதையில் இல்லை.

விசுவநாதன் முகம் சிவந்தது. மணிகண்டனை அரைத்துக் கரைத்துக் குடிப்பதற்கான ஆத்திரம் அவனிடம் காணப்பட்டது. அவர் அழைத்ததே, 'டேய், புறம்போக்கு!' என்றுதான்.

"எப்படியடா, இவ்வளவு தூரம் கீழே போயிட்டே?"

மணிகண்டனுக்கு ஒன்றும் புரியவில்லை.

விசுவநாதன் தொடர்ந்து கூறினான்:

"நீ 'ஸ்டடீ கிளாஸி'ல் சேர்ந்துட்டியே, அப்பறம் இப்படித்தானா, கவிதையெழுதறது?"

எதையெல்லாம் பேசவேண்டுமென்று விசுவநாதனுக்குத் தெரிய வில்லை. அவனுக்கு ஆத்திரம் உண்டு; சங்கடம் உண்டு; துக்கம் உண்டு; கவலை உண்டு! எல்லாமே முண்டியடித்துக்கொண்டு வருவதனால் எதையும் தெளிவாகக் கேட்க முடியவில்லை. தான் இழைத்த குற்றமென்ன வென்று மணிகண்டனுக்குப் புரியவில்லை.

"உன் சுபாவம் கூட மோசமாச்சு. இல்லே?"

"இல்லை!" என்றுதான் மணிகண்டனால் சொல்ல முடிந்தது. ஒழுங்கு காட்டியவாறு விசுவநாதன் சொன்னான்:

"என்ன லொல்லை? நீ புடவையவிழ்ந்த பெண்ணைக் காணத் தொடங்கினாய்! அப்படித்தானே?"

"இல்லை; விசுவநாதன், இல்லவே இல்லை! ஆணையிட்டுச் சொல்றேன் இல்லை! ஒரு சின்னக் குழந்தையை மட்டும்தான் நான் முழுமையாகப் பார்த்திருக்கிறேன்."

"அப்புறம்?"

"அதைப் பார்த்தால் எனக்கு அருவறுப்பு ஏற்படும்னு நினைச்சேன்."

விசுவநாதன் நம்பவில்லை.

"நான் குஞ்சுமாமாவைப் பார்த்துச் சொல்லிக்கிறேன்."

முன்னர் விசுவநாதன் ஒரு விசயத்தைச் சொன்னவன்தான். மணிகண்டனுக்குப் பயமாயிற்று. விசுவநாதனுடைய ஆத்திரத்தைப் பார்த்தபோது அவன் தந்தையிடம் சொல்லுவான் என்றே தோன்றியது. அப்பாவும் அம்மாவும் மிகவும் கஷ்டப்படுகிறார்கள். அந்தப் பணத்தைப் பெண்களுக்குக் கொடுக்கிறேன் என்றல்லவா, நினைப்பார்கள்? தனது உண்மை நிலையை எவ்வாறு தெரியப்படுத்துவது?

ஓணவிழா விடுமுறையின்போது ஊருக்குச் சென்றான். சுரேந்திரன் அவனுக்காகக் காத்திருந்தான். மணிகண்டனுக்குச் சொல்ல ஏராளமான விசயங்கள் இருக்கின்றன. சுரேந்திரனுக்கு அதைவிடக் கூடுதலான விசயங்கள் இருக்கின்றன. 'ஸ்டடி கிளாஸ்'லே சேர்ந்து படித்துக் கொண்ட விசயங்கள் அனைத்தையும் சுரேந்திரனுக்குச் சொல்லிக் கொடுக்க வேண்டும். ஒரு சில நாட்கள்தான் இருக்கின்றன. சுரேந்திரன் பறையர் – புலையர் குடிசைகளில் ஏறியிறங்கிக் கொண்டிருந்தான். அந்த இயக்கம் பற்றி மணிகண்டனுக்குச் சொல்லிக் கொடுப்பது சுரேந்திரனின் நோக்கம். அவன் கூட சில விசயங்களைக் கற்றிருந்தான்.

சுரேந்திரன் சொன்னான்:

"நாங்கள் இங்கே சங்கம் அமைத்திருக்கிறோம்."

"என்ன சங்கம்?"

"விவசாயத் தொழிலாளர் சங்கம்!"

பலவற்றையும் படித்திருக்கிறான் என்கிற பெருமையோடு மணிகண்டன் பேசினான்:

"தொழிலாளிவர்க்க சர்வாதிகாரம்."

"தொழிலாளிகளை ஒன்று படுத்தினால்தான் அது சாத்தியம்."

வடக்கிருந்து ஒருவர் அங்கே வந்தார். அந்த மனிதரின் பெயர் பி. கிருஷ்ணபிள்ளை என்பதாகும். அவர் ஸ்டடி கிளாஸை நடத்தினார்.

"எவ்வளவு அருமையாகப் புரிஞ்சுக்கறோம் தெரியுமா? நீ போறதுக்கு முந்தி அந்தத் தோழர் வருவதாயிருந்தால் நன்றாக இருக்கும்."

மணிகண்டனுக்கு கிருஷ்ணபிள்ளை மீது அவ்வளவாக மதிப்புக் கிடையாது.

"எங்கள் குருஜி சொல்வதை எவ்வளவு அருமையாகப் புரிஞ்சுக்க முடியுதுன்னு தெரியுமா?" என்றான் மணிகண்டன்.

சுரேந்திரன் குருஜியைப் பற்றிக் கேள்விப்பட்டதில்லை.

"நீங்க யூனியனை அமைச்சுக்கறதுண்டா?" என்றான் சுரேந்திரன்.

"எங்களில் பெருவாரியானவர்கள் மாணவர்கள்தான்."

"யூனியன் இல்லாம இருந்தா இதெல்லாம் எப்படி கத்துக்க முடியும்?"

இருவரும் கற்றுக்கொண்டதெல்லாம் ஒன்றுதான். சுதந்திரப் போராட்டத்தைப் பற்றிய இருவருடைய கருத்தும் ஒன்றுதான்.

"நாங்கள் மார்க்சியத்தைக் கற்றுக்கறோம்" என்றான் மணிகண்டன்.

"நாங்களும் அதைத்தான் கற்றுக்கறோம். நான் உன்னைப் பற்றி 'சகாவு' (தோழர்) இடம் சொன்னேன். சகாவு உனக்குத் தரச் சொல்லி இரண்டு மூன்று புத்தகங்களைத் தந்திருககிறார்."

சுரேந்திரன் ஆசிரமத்துக்குப் போவதில்லை. அன்று மாலை இருவரும் சேர்ந்து பிரார்த்தனைக்குச் சென்றனர். அங்கே யாருமில்லை. சில சிறுவர்கள் உள்ளனர். 'ரகுபதி ராகவ ராஜாராம்' என்ற கை தட்டிப் பாடுவது அவர்களுக்கு ஒரு வினோதமாகும். குஞ்சன் நாயர் முன் போன்று பிரார்த்தனை நடத்துகிறார். பிரார்த்தனைக்குப் பின்னர் நடைபெற்றிருந்த பிரசங்கம் இப்போது இல்லை. அதற்கான ஆட்கள் வந்து சேருவதில்லை.

"இப்போது ஆசிரமத்திலே ஏன், ஆளில்லை?" மணிகண்டன் விசாரித்தான். சுரேந்திரனுக்கு விசயம் தெரியாது. மணிகண்டன் வினவினான்:

"ஆட்களுக்கு விரோதமேற்படற முறையிலே ஏதேனும் இங்கு நடந்ததா?"

"காரணமேதுமில்லாமலிருக்கலாம். தினசரி பிரார்த்தனை; அப்பறம் காந்திஜி சொன்னதையே பற்றிப் பேசுவது-இப்படியெல்லாம் செஞ்சா ஜனங்களுக்கு அலுப்புத் தோன்றாதா? அதுவாகத் தானிருக்கும் காரணம்."

குஞ்சன் நாயர் களையிழந்து நிற்பதாக எல்லோருக்கும் தோன்றியது. இருவரும் தூரத்தில்தான் நிற்கிறார்கள். குஞ்சன் நாயர் அவர்களைப் பார்க்கவில்லை.

குஞ்சுமாளுவம்மாவும் குஞ்சன் நாயரும் ரொம்பமும் களைப்புற்றிருக் கிறார்களென்று மணிகண்டன் சொன்னான்.

அதற்குப் பதில் சொல்லவில்லை. மணிகண்டனுக்கு விசயம் தெரியும். சாப்பாட்டுககு வரையிலும் கூடச் சுருக்கமாகத்தான் செலவு செய்கிறான். மூன்று பசுமாடுகளைக் கறக்கிறார்கள். அம்மா ஏற்றுக் கொண்ட பத்து ரூபாய். அவள் அப்படித்தான் சம்பாதிக்கிறாள். பசுமாடுகளைத் தீனி போட்டுப் பராமரிப்பதற்காக அவள் புல் அறுத்துக் கொண்டு வரக் கூடையும் அரிவாளுமாய் நடந்துகொண்டிருப்பாள். அப்பாவுக்கு இன்னொரு வேலையுண்டு. தென்னங்கீற்றைப் பின்னி விற்பனை செய்கிறார். எந்நேரமும் ஓலை பின்னும் வேலைதான். நடக்கும்போது ஒரு பக்கம் சற்றே நெளிவு தென்படுகிறதா?

இரவு உணவு முடிந்த பின்னர் குஞ்சு நாயர் விசாரித்தார்:

"நீ வந்ததும் எங்கேடா போனே?"

"சும்மா போனேன்." மணிகண்டன் பதில் இதுவாகத்தான் இருந்தது.

"இல்லையே - கோவிலருகே உன்னை அவனுடன் நடந்து செல்வதைப் பார்த்திருக்காங்களே? அதுவும் அந்த சுரேந்திரன் தோள் மீது கை போட்டு நடக்கறதை!"

மணிகண்டன் வாய் திறக்கவில்லை. குஞ்சுநாயர் சொன்னார்:

"நான் ஒரு விசயத்தை மட்டும் சொல்லிடறேன். உனக்கு அந்தப் பையன் கிட்டே சகவாசம் கூடாது. அவன் எப்படிப் பார்த்தாலும் ரொம்ப மோசம். இப்போ அவன் எங்கிருக்கான்னு உனக்குத் தெரியுமா?"

மணிகண்டன் பதிலளிக்கவில்லை.

"தெரிஞ்சுக்கோ! அவன் பறச்சேரியிலும் புலச்சேரியிலும்தான். அவங்களோட கஞ்சிய குடிச்சுத்தான் வாழறான். ஒரு புலையக் குடிசையிலே கூடக் கஞ்சி காய்ச்ச முடியாது- காய்ச்சினா அவனுக்குக் கொடுக்கணும். கொடுக்கலேன்னா கேட்டு வாங்கிக்குவான். புலையச்சிங்களை அம்மா அக்கான்னு எல்லாம் கூட கூப்பிடறான்."

குஞ்சுமாளுவம்மா கவலையுற்றாள்.

"அந்தப் பையன் ஏன், இப்படியாயிட்டான்னுதான் நான் நினைச்சுப் பார்க்கறேன். அவன் ராத்திரியில படுக்கறதும் கூட அங்கேதான்னு சொல்லறாங்க."

"ரொம்ப மோசமாயிட்டான். அல்லாமே வேறு என்ன?" என்றார் குஞ்சுநாயர்.

"நல்ல பையனாயிருந்தான்" என்றாள் மாளுவம்மா.

"அவன் இப்போ அவங்களுக்கு அதிகம் கூலி வாங்கிக் கொடுக்கப் போறானாம். அப்படியாயிட்டா நமக்கு நஷ்டம் வந்திடும். அவனோட சகவாசத்தை விட்டுடு! நீ காலேஜிலே படிக்கிறே. நான் கண்டிப்பாச் சொல்லீட்டேன்."

குஞ்சுநாயர் உறுதியாகச் சொல்லிவிட்டார். இருவரும் ஒவ்வொரு விசயங்களைக் கற்றுக் கொண்டனர். மணிகண்டன் மகிழ்ச்சியுடனிருந்தான். சுரேந்திரன் புலையக் குடிசையிலிருந்து கஞ்சியும் நெத்திலியும் சாப்பிடுகிறான். இது உண்மைதானா? அவன் தொண்டை வழியாக எப்படி அது கீழிறங்கிச் செல்கிறது? அரிஜன மக்கள் முன்னேறவேண்டியது அவசியம்தான். அதுக்கு இதெல்லாம் வேண்டுமா? சந்தேகம் ஏற்பட்டு விடுகிறது. இனிமேல் அவனுடன் சகவாசம் கூடாதென்றுதான் அப்பா கட்டளையிட்டிருக்கிறார். இதெல்லாம் முன்னரே அறிந்திருக்கவில்லை. அறிந்திருந்தால் அவனிடம் கேட்டிருக்கலாம் புலையனுக்குக் கூலி ஜாஸ்தியாக்கினால் விவசாயச் செலவு அதிகரித்துவிடும். அனுப்பப்படுகிற

பணத்திலும் கம்பி ஏற்பட்டுவிடும். ஆனால் அது சொல்லத் தகுந்த காரியமல்ல.

சுரேந்திரன் புலையக் குடிசையில் கஞ்சியும் மீனும் சாப்பிடுகிறான். இரவு முழுவதிலும் மணிகண்டன் யோசனை அதுவாகவே இருந்தது. எதுக்காக அப்படிச் சாப்பிடுகிறான்? ஏதேனும் நோக்கமிருக்கத்தான் செய்யும்.

மறுநாள் காலையில் மணிகண்டன் வீட்டிலிருந்து வெளிக் கிளம்பினான். அப்போது குஞ்சுநாயர், "எங்கேடா, போறே?" என்றார்.

"கோவிலுக்குப் போறேன்."

"அவனைச் சந்திக்கக் கூடாது."

"ஆகட்டும் அப்பா!"

அவன் போகும் பாதையிலேயே சுரேந்திரனைச் சந்தித்தான். அவன் மணிகண்டனைச் சந்திக்க வந்துகொண்டிருந்தான்.

அந்த விசயம் பற்றி இவனிடம் எப்படி விசாரிப்பது? கேட்பதிலே ஒரு சஞ்சலம். ஆயினும் அதில் என்ன இருக்கிறது என்கிற பாணியில் கேட்டுவிட்டான்:

"நீ இப்போ சாப்பிடறதெல்லாம் புலையக் குடிசையிலே தானா?"

" 'டீ கிளாஸ்' (எச்சில்) பண்ணிக்கிட்டேன்" பதில் இதுவாகத்தான் இருந்தது.

'டீ கிளாஸ்' பண்ணிக்கிட்டானா? மணிகண்டனுக்குப் புரியவில்லை. அத்தகைய ஒரு சொல் திருவனந்தபுரத்திலே கூட கேட்டதில்லை.

"எப்படியடா, அந்த நெத்திலிக் கறி தொண்டையிலிருந்து கீழே போவது?"

"அது நல்லதுதான்டா, மணிகண்டன்! அருமையான ருசி. நெத்திலின்னு நினைச்சுக்காதே! உனக்கு வேணுமா? நான், சமைச்சுத் தரச் சொல்றேன்."

"எனக்கு வேணாம். ஆமாம்... நீ கஞ்சியும் மீன்கறியும் சாப்பிட்டப்போ உனக்கு வாந்தி வரலையா?"

"ஆம்; முதலிலே கொஞ்சம் சங்கடமாத் தானிருந்தது. அப்பறம் போகப் போகச் சரியாயிட்டது."

"அதெப்படி?"

“டீ கிளாஸ் பண்ணிக்கணும்னு சகாவு வலியுறுத்திச் சொன்னார். அன்னைக்குச் சாயங்காலம் சோதரு புலையனின் குடிசைக்குப் போனேன். ஆளவள்ளிக் கிழங்கும் கஞ்சியும் தான் அங்கிருந்தது. நான் கேட்டேன். அவங்க தரலே. பெரிய சண்டையாயிட்டது. நான் பாத்திரம் எடுத்து ஒரு கரண்டிக் கஞ்சிய பரிமாறி எடுத்துக்கிட்டேன். மடக் மடக்கெனக் குடிச்சிட்டேன். அவ்வளவு தான்.”

சுரேந்திரன் தொடர்ந்து கூறினான்:

“முதலிலே ஏற்பட சங்கடம் மட்டும்தான். அப்புறம் சரியாப் போயிடும்.”

“நீ படுத்துக்கறது கூட அங்கேதானா?”

“சில சந்தர்ப்பங்களில்! கட்சியிலே சேர்ந்துக்கணும்னா ‘டீ கிளாஸ்’ செஞ்சுக்கணும். அதிருக்கட்டும் - உன்கிட்டே இதெல்லாம் சொன்னது யாரு? குஞ்சுமாளுவம்மாவாத்தான் இருக்கணும். என்மேலே அவருக்குப் பெரிய விரோதம்தான். நான் அவர் முன்னே செல்ல மாட்டேன். ஓடியொளிஞ்சுக்குவேன்.”

தொடர்ந்து பேசினான் சுரேந்திரன்:

“நீ இப்போதைக்கு இங்கே டீ கிளாஸ் பண்ணவேணாம். திருவனந்தபுரத்திலேயே பண்ணிக்கோ!”

“நாங்கள் கட்சியிலே சேரப்போவதில்லை. படிக்கிறோமல்ல?”

“ஆம்! சரிதான். நீங்கல்லாம் அறிவு ஜீவிகள்.” அடுத்த நாட்களிலும் குஞ்சுநாயர் கட்டளையிருந்தது. மணிகண்டன சுரேந்திரனைத் தேடிச் செல்லவில்லை. ஆனால் சுரேந்திரன் கண்டுபிடித்து விட்டான். அன்றைய தினம் அவனுக்கு முக்கியமானதொரு செய்தி பற்றி அறிய வேண்டியிருந்தது. மறுநாள் ‘சகாவு’ வருகிறார். சோதரு புலையனின் குடிசையிலேதான் கூட்டம். மணிகண்டன் கூட்டத்திற்கு வரவேண்டும்.

மணிகண்டனுக்குத் தரும சங்கடமாயிற்று. சுரேந்திரன் சொன்னான்: “இரவு பூராவும் கிளாஸ் நடக்கும். அந்திப் பொழுதிலே நீ அங்கே சென்று சிறிது நேரம் இருந்துவிட்டு வந்திடு!”

“ஒரு பிரச்சினையிருக்கே, சுரேந்திரன்!”

“என்ன அது?”

“நான் நாளைக்கு ஆலப்புழையிலே இருக்கணும். என்னுடன் படிக்கிற ஒரு பையன் வீட்டுக்குப் போகவேண்டும்.”

“அதை நாளை மறுநாளைக்கு ஒத்திவை!”

"அது முடியாது. நாளைக்கே வந்துடறேன்னு சொல்லிருக்கேன்."

சுரேந்திரன் முகம் வாட்டமடைந்தது. இவ்வளவு சோர்வடைந்த நிலையில் மணிகண்டன் இதுகாறும் சுரேந்திரனைப் பார்த்ததில்லை. மணிகண்டன் முகமும் வாட்டமடைந்தது. அவன் ஆறுதல் கூறினான்.

"அதிலே இவ்வளவு வருத்தப்பட என்ன இருக்கு? இனிமே இன்னொரு சந்தர்ப்பத்திலே பார்த்துக்கலாம்."

"நாளை உன்னை சகாவைச் சந்திக்க வைக்கலாம்னு எண்ணினேன். நீ வரலியான்னு அவர் நாளைக்குக் கேட்பார். விடுமுறைக் காலமல்லவா?"

அவன் வருத்தப் பட்டுப் போகவில்லை. சுரேந்திரன் மன வியாகூலத்துடன் தான் போனான்.

மணிகண்டன் கூடச் சற்றே நடுங்கினான். நின்ற இடத்திலேயே ஒரு பொய்யைச் சொன்னான். சும்மா அப்படிச் சொல்லிவிட்டான். அந்தப் பெரும் பொய்யினைப் 'பச்சிலையும் கத்திரியும், போல் சொன்னான்! இனிமேல் எந்த மனச்சங்கடமுமின்றிப் பொய்யைக் கூறிவிடலாம்.

ஓ! இத்தகைய பொய்யினால் யாருக்கு தீங்கு ஏற்படப்போகிறது.

93

சுரேந்திரனுக்குத் தாய்-தந்தையர் இருக்கின்றனர். தந்தையின் நான்காம் மனைவியில் மூத்தவனாகப் பிறந்தவன். மூன்றாம் மனைவி கர்ப்பிணியாக இருந்த நேரத்திலேதான் அப்பா சுரேந்திரனின் தாயை மணந்து கொண்டார். திருமணச் சடங்குகள் அனைத்துமே நடைபெற்றன. இப்போது ஐந்தாவது ஒரு மனைவியை அழைத்து வந்திருக்கிறார். தந்தை அவளுடன் தான் தங்கி வருகிறார். இரண்டாவது மனைவியுடனும் சிறிது காலம் தங்கியிருப்பார். அதுக்கு ஒரு காரணம் உண்டு. அவள் குடும்பத்தின் பாகப் பிரிவினை ஆலோசனைக்கு வந்தது. அவளுக்குத் தன் விசயத்தை எடுத்துச் சொல்ல ஆளில்லாமற் போய்விட்டது. மற்றவர்கள் தன்னை ஏமாற்றிவிடுவார்களோ என்கிற சந்தேகம் அவளுக்கு. அவள் தன் மூத்தமகளை அனுப்பிவைத்தாள். அவள் அங்கே போய்ச் சொன்னாள்:

"அப்பா, நீங்க அங்கே வரணும்னு அம்மா சொல்லியனுப்பியிருக்கா."

அவர் சென்றார். கொஞ்ச நாள் வரையிலும் அவளுடன் தங்கியிருந்தார்.

சுரேந்திரனை அம்மாதான் வளர்த்து வந்தாள். அறுவடை வேலைக்குச் செல்வதும், மாடு வளர்ப்பதும் எல்லாம் செய்து உயிர் வாழ்கிறாள். படிக்க வைத்ததும் அவளேதான்.

அவள் செய்யும் கடுமையான உழைப்பைக் கண்டு யாராவது அனுதாபமுடன் சொல்லக் கூடும்.

“இருந்தாக் கூட அந்தப் படுபாவி இந்தச் சிறுவனுக்கு ஒரு பென்சில்கூட வாங்கிக் கொடுக்கறதில்லையே. அவர் இன்னும் ‘சம்பந்தம்’ பண்ணுவாரு. குழந்தைகளையும் பெற்றிடுவாரு.”

காமாட்சியம்மாவிடம் பதில் உண்டு. எந்தவித உணர்ச்சிக்கும் இரையாகாமல் சொல்கிற பதில்!

“ஆம். பெற்றிடுவாரு. எல்லா ஆம்பளைங்களும் அப்படித்தான். சம்பந்தம் பண்ணி நடந்துக்கறதிலே ரொம்பப் பிரியம்தான். ஆனால் அவங்களுக்குத்தான் கிடைக்க மாட்டேங்குது.”

மீனாட்சிம்மாவுக்கு இன்னொரு வாதமும் உண்டு. தந்தைக்குத் தன் மக்களைப் பற்றிய பார்வை இல்லேன்னா, அதுக்கு அவரைக் குறை சொல்ல வேண்டிய அவசியமில்லை. ஒரு தந்தை ஒரு பெண்ணுடன் சேர்ந்து கொள்வது குழந்தை உற்பத்திக்காக அல்ல. ஒரு பெண் ஆணுடன் சேர்ந்து கொள்வதும் அதுக்காக அல்ல. குழந்தை பிறக்கிறது. அது தாயை ஒட்டித்தான் பிறக்கிறது. எனவே பெண்பிள்ளைக்குத்தான் பொறுப்பு. ஆண்பிள்ளையுடன் சேர்ந்துகொள்ளும்போது, பெண்பிள்ளைதான் மனத்திலிருத்த வேண்டும் - குழந்தை பிறக்குமென்று தந்தையும் தாயும் சேர்ந்து குழந்தையை வளர்ப்பது தான் சரியானது. குழந்தை பிறந்து விட்டதென்று புட்டத்திலுள்ள தூசியைத் தட்டிவிட்டு ஆண்பிள்ளை போவதாயிருந்தால் அது நெறியற்ற செயல் எனலாம். அவ்வளவுதான். காமாட்சியம்மா இவ்வாறு சொல்லி முடித்திடுவாள்: “நான் பெற்றேன். நான் வளர்க்கணும். நானே யோசித்திருக்கணும்.”

கொச்சப்பன் பிள்ளையின் ஏனைய நான்கு மனைவிமார்கள் இப்படித்தான் சொல்கின்றார்களா? இருக்கலாம். என்னவாயினும் யாருமே முணுமுணுக்காமல் தங்கள் தங்கள் குழந்தைகளைப் பாடுபட்டு வளர்க்கின்றனர். கொச்சப்பன் பிள்ளையை யாரும் குறை கூறிக் கேட்ட தில்லை. அவ்வாறு பக்குவம் பெற்றிருக்கின்ற பெண்களை அவர் தேடிப் பிடிக்கிறாரா? அல்லது கைவசத்திலிருக்கிற காலத்தில் அவர்களைப் பக்குவமடையச் செய்கிறாரா?

அவர் இன்னும் திருமணம் செய்யக்கூடும். எல்லாப் பெண்களும் அந்த ஊரைச் சேர்ந்தவர்கள். ஒருவருக்கொருவரை அனைவரும் அறிவர். ஊரில் நடைபெறுகின்ற அனைத்துச் சமாச்சாரங்களையும் அறிவர். முதலாமவளை மணந்துகொண்டிருப்பதை அறிந்தேதான் இரண்டாமவள் புடவை பெற்றுக்கொண்டது- ஒன்றும் இரண்டும் அறிந்துதான் மூன்றாமவள் கொச்சப்பன் பிள்ளையைக் கணவராக

ஏற்றுக் கொண்டிருக்கிறாள். அனைத்து விசயங்களும் காமாட்சிக்குத் தெரியும். கொச்சப்பன் பிள்ளைக்கு இருக்கிற சிறப்புத்தான் என்ன? அவர் போயி ஆலோசனை நடத்தினால் உடனேயே பெண்கள் திருமணத்திற்குச் சம்மதிக்கின்றனர். கொச்சப்பன் பிள்ளையின் பழைய வரலாறு குறித்து நினைக்காமல் சம்மதிக்கின்றார்களா?

ஆண்கள் எத்தனை 'சம்பந்தம்' வேண்டுமானாலும் செய்து கொள்ளலாம் என்கிற காலம் மாறிவிட்டது. பாய் மற்றும் தலையணை எடுத்து வெளியே போட்டால் உறவு முறிகிற காலமும் போய்விட்டது. ஓர் ஆணுக்கு ஒரு பெண். பிரியவேண்டுமென்றால் பதிவு செய்யப் பெற்ற உடன்படிக்கை வேண்டும். அது தான் சட்டம்.

ஆனால் சட்டம் அதுதான் என்றாலும் நடைமுறைக்கு வரக் காலதாமதமாகிவிடலாம். பழமை இப்போது கூட நிழல் வீசுகிறது. குழந்தைகளை வளர்ப்பதற்கான பொறுப்பு ஆண்களுக்கு இல்லாமலிருந்தது. கொச்சப்பன் பிள்ளையின் எண்ணம் அதுவாக இருந்திருக்கலாம். குழந்தைகளை வளர்ப்பதற்கான பொறுப்புடைய குடும்ப அமைப்பு சிதறுண்டு போனதை அவர் அறியவில்லை. பாவம்! அவரை ஏன் குறை கூறவேண்டுமென்று காமாட்சியம்மா கேட்பது அதனாலாகத்தான் இருக்கலாம்.

கொச்சப்பன் பிள்ளையின் முதல் மனைவி அவ்வழியேதான் வந்தாள். ஒரு சிறு தாழைப்பாயிலே, கூலியாகக் கிடைத்த ஒரு பறை நெல்லைக் காயப் போட்டுக் கொண்டிருந்தான் இருக்கலாம்.

கொச்சப்பன் பிள்ளையின் முதல் மனைவி அவ்வழியேதான் வந்தாள். ஒரு சிறு தாழைப்பாயிலே, கூலியாகக் கிடைத்த ஒரு பறை நெல்லைக் காயப் போட்டுக் கொண்டிருந்தாள் காமாட்சியம்மா.

"நெல்லைக் காயப்போட்டிருக்கியா?" என்றாள் குட்டியம்மா.

"ஆமாம். நேற்று அறுவடைக்குப் போனேன். அதுக்குக் கூலியாக் கிடைத்த நெல்தான். முளையிடு முன்பு காயப் போட்டு வச்சிடலாம்னு செய்யறேன். குட்டியக்கா, எங்கு போய் வர்றீங்க?"

குட்டியம்மா நின்றுவிட்டாள்.

"உனக்குத் தெரியலியா, கௌரியோட குழந்தைக்கு நோய் அதிகமாயிருக்கு. நான் அங்கேதான் போய்வர்றேன். இப்போ கொஞ்சம் பரவாயில்லை."

"எந்த கௌரியோட?"

கௌரி கொச்சப்பன் பிள்ளையின் ஐந்தாவது மனைவியாகும். அவளுடைய மூத்த குழந்தைக்குத்தான் நோய்.

"ஐயோ! இங்கு யாரும் சொல்லலியே. எனக்குத் தெரியாமே போச்சே..!" என்றாள் காமாட்சி.

"சுரேந்திரன் அங்கிருக்கான். அப்பறம் தேவகியும் இருக்கிறா" என்றாள் குட்டியம்மா.

தேவகி கொச்சப்பன் பிள்ளையின் மூன்றாம் மனைவி.

காமாட்சியம்மா உலர்ந்த நெல்லைப் பத்தாயத்தில் அள்ளிப் போட்டாள். அவள் கிளம்ப ஆயத்தமாகிறாள்.

சுரேந்திரனின் படிப்பு நின்று போனதுதான். யாருமே சொல்லி நிறுத்தவில்லை. குடிசைகளில் ஏறியிறங்கி நடந்தபோது ஒரு நாள் பள்ளிக்கூடம் செல்லமுடியவில்லை. அடுத்த நாளும் போகவில்லை. பின்னர் போகவேயில்லை. 'நீ ஏன், பள்ளிக்கூடத்துக்குப் போகலே?' என்று யாரும் கேட்கவுமில்லை. சுரேந்திரன் கூட அதைப் பற்றி அவ்வளவு தூரம் யோசித்துப் பார்க்கவில்லை.

அது அப்படியே நின்று போயிற்று.

* ** *

சுரேந்திரன் சில சந்தர்ப்பங்களில் நினைத்துப் பார்க்கிறான். ஒரு கட்டத்தில் துள்ளியெழுந்து, அல்லது நிற்கிற இடத்திலிருந்து சீக்கிரமாக நடந்தவாறு சொல்லுவான்:

"நான் பள்ளிக்கூடம் போவணும்!"

அவ்வளவு தூரம் கவர்ந்திடக் கூடிய எந்தப் பொருள் அங்கே இருக்கிறது? இடையிடையே அவனைப் பள்ளிக்கு அழைப்பது யார்?

வேறு யாருமில்லை. ஒரு பெண்!

அவள் பெயர் பொன்னம்மா. சுநேரந்திரனைக் காணாமல் அவள் கண்கள் கழன்றுகொண்டிருக்கும். அவள் படிப்பை நிறுத்திவிடுவதற்கான காரணமில்லை. ஏனென்றால் அவள் எப்போது பள்ளிக்கூடம் வருவாள் என்று தெரியாது. அம்மாவன் பள்ளிச் சம்பளம் கொடுத்து அனுப்பாமலிருந்தபோதிலும், பாவாடை கிழிந்திருந்த போதிலும் அவள் பள்ளிக்கூடம் வருவாள். வீட்டிலும் எதையாவது உடுத்தித்தானே, நிற்கிறாள்? பள்ளியிலிருந்து அவளை வெளியேற்றினாலும் அவள் வந்து விடுவாள்.

பொன்னம்மாவுக்குத் தாயில்லை; தந்தையில்லை. ஒரு தாய்மாமன் மட்டும் இருக்கிறார். அவர் கயிற்று வர்த்தகத்தில் தரகராக இருந்து

வருகின்றவர். அந்த மாமாவுடன்தான் அவளும், அவள் அக்காள் பவானி யும் வாழ்ந்து வருகின்றனர்.

சுரேந்திரன் மணம் முடிக்கப் போகிறான்.

காமாட்சியம்மாவுக்கு அவன் சொன்னது சரியாகக் காதில் விழ வில்லை என்று தோன்றுகிறது. அவள் வினவினாள்:

"என்ன செய்யப் போறதாச் சொன்னே?"

"கலியாணம் செய்ய!"

"தந்தை போல் ஆயிடப் போறியா? அதெல்லாம் முன்னைய நாட்களில் தான். இப்போ அப்படியெல்லாம் நடக்காது. பாவம்! ஒரு பொண்ணை எங்குமில்லாமே கொண்டுவந்து நிறுத்தப் போறியா?"

"இல்லை."

மகனுக்குத் தாய் சோற்றைப் பரிமாறிக் கொடுக்கிறாள். சுரேந்திரன் விசாரித்தான்:

"பெண் ஏதுன்னு அம்மாவுக்கு தெரிய வேண்டாமா?"

"எந்தப் பெண்?"

"என் கூடப் படிக்கறவதான்."

"அதுக்கு நீ இப்போ படிக்கிறியா?"

"இல்லாட்டா என் கூடப் படித்த பெண்!"

சுரேந்திரன் தொடர்ந்து கூறினான்:

'அவ சொந்த ஊரு நீலம்பேரூரு. இப்போ அவ காக்காழத்துல அவ மாமா வீட்டிலே தங்கியிருக்கிறா. தாயோ தந்தையோ இல்லை. ஓர் அக்காள் உண்டு."

காமாட்சியம்மாவுக்கு ஒரே ஒரு விசயத்தைப் பற்றி மட்டும்தான் சொல்ல இருந்தது. அது முதலிலே சொன்னதுதான். இது பழைய காலம் அல்ல. இன்னொரு விசயத்தைக் கூடச் சொன்னாள்.

"இப்போ தந்தை கொடுத்துத்தான் பசங்க வாழவேண்டியிருக்கு. அல்லாமே குடும்பம், தாய் மாமன்னு சொல்லறதெல்லாம் ஒண்ணுமில்லை."

சுரேந்திரன் கொச்சப்பன் பிள்ளையிடமும் கூறினான்.

"சரி; உனக்குக் கலியாணம் வேணும்னா அதை நடத்திட வேண்டியது தான்."

எல்லாவற்றையும் கேட்டுக்கொண்டிருந்த கௌரியம்மா சொன்னாள்:

'இப்போ எல்லாம் முன்னே மாதிரி ஒண்ணும் போதாது. திருமண ஆலோசனை, நிச்சயதார்த்தம்னு எல்லாம் நடக்கணும். அதுக்கெல்லாம் பையனோட தந்தை கூடவே இருக்கணும்."

கொச்சப்பன் பிள்ளை குறுக்கிட்டுக் கூறினார்:

"அதுக்கென்ன? நான் இவன் கூடப் போறேனே."

பொன்னம்மாவின் தாய்மாமனுக்குப் பெரியதொரு சுமை தலையிலிருந்து இறங்கிவிட்டதாகத் தோன்றியது. சிறு வயதிலிருந்தே இரண்டு பெண்குழந்தைகளையும் அவர்தான் வளர்த்து வருகிறார். சிரமமின்றி ஒருத்தியைத் தேடி ஒருவன் வந்திருக்கிறான். அதுவே ஒரு பெரிய சமாச்சாரம்.

இவ்வாறாக சுரேந்திரனுடைய திருமணம் நடந்தேறிவிட்டது. பெண்ணை அழைத்துக்கொண்டு அவன் வீட்டுக்கு வந்துவிட்டான்.

சுரேந்திரன் எப்படி ஒரு பெண்ணைப் பராமரிப்பான்? புலையச் சேரிகளில் ஏறியிறங்கி, அவர்கள் கஞ்சி மீன்கறி போன்றவற்றை வாங்கித் தின்று தான் நாட்களை ஓட்டுகிறான். அவனால் அவ்வாறுதான் வாழ முடியும். ஏதாவது வேலையுண்டா? நாலு காசு வருமானமுண்டா? எதுக்காக அவன் திருமணம் செய்து கொண்டான்?

அதற்குப் பதில் உண்டு.

கலியாணம் பண்ணியது அவசியத்தை முன்னிட்டுத்தான். அதைப் பற்றிக் கேள்வி வேண்டாம்.

காமாட்சியம்மாவுக்குத்தான் மிகுந்த சிரமம். மகனை வளர்த்துப் பெரியவனாக்கிவிட்டாள். இப்போது அவன் அழைத்து வந்திருக்கிற பெண்ணுக்கும் சோறு போடவேண்டியதாயிற்று. இனிமேல் குழந்தைகள் பிறக்கும். அவற்றைக் கூடப் பராமரித்து வளர்க்கவேண்டியிருக்கும். காமாட்சியம்மாவுக்கு ஏற்பட்டிருக்கிற இந்தக் கஷ்டமான நிலைமையே கொச்சப்பன் பிள்ளை இவளை மணந்துகொண்ட நாள் முதற்கொண்டு ஆரம்பமானதுதான்.

அவர் எதையும் அறிந்துகொள்ளாமல் நடந்துவருகிறார். மகனுடைய துவக்கமும் தந்தையுடையது போன்றேதான். ஊரில் பெண்கள் இவ்வாறெல்லாம் பேசிக்கொண்டனர்.

தனது திருமணத்தைப் பற்றிய தகவலை எழுத்துமூலமாக மணிகண்டனுக்குத் தெரிவித்தான் சுரேந்திரன். ஊருக்கு வரும்போது மற்ற விசயங்கள் பற்றி நேரில் பேசிக்கொள்ளலாமென்றும் எழுதியிருந்தான்.

மணிகண்டனுக்கு சுரேந்திரனை நேரடியாகச் சந்திக்க ஆவலாயிற்று. பத்து நாட்கள் நீடித்துக் கிடைக்கிற லீவு வேண்டுமானால் இன்னும் இரண்டு மூன்று மாதங்கள் காத்திருக்கவேண்டும்.

"நீ எதுக்காகக் கலியாணம் பண்ணினே?"

இப்படித்தான் மணிகண்டனால் கேட்க முடிந்தது. அதற்கான பதிலைச் சொல்லக் காத்திருந்தான் சுரேந்திரன். எதுக்காகக் கலியாணம் பண்ணினாய் என்று யாரும் அவனிடம் விசாரித்ததில்லை. அவன் யாரிடத்திலும் சொன்னதுமில்லை. ஆனால் அதை யாராவது ஒருவனிடம் சொல்லவேண்டும்; சொல்லித்தானாக வேண்டும். மனத்தில் நிரம்பி நிற்கிற விசயம் அது. சொல்லத் தகுந்த ஒருவனாய் மணிகண்டன் மட்டும்தான் இருக்கிறான். சுரேந்திரன் அவனுக்காகக் காத்திருந்தான்.

"விசயமிருக்கப்பா! நிறையப் பேசவேண்டும் வா!"

புதர் மண்டிக்கிடக்கிற தென்மடத்து மனையிலுள்ள மாமரத்தடியை நோக்கி மணிகண்டனை அழைத்துச் சென்றான் சுரேந்திரன்.

அங்கே தான் விசயத்தைச் சொல்லத் தொடங்கினான். புதருக்கிடையே எவனோ மறைந்திருந்தது கேட்கிறான் என்று நினைப்பது போல் தாழ்ந்த குரலில் தான் அவன் பேசினான்."

சுரேந்திரனுடைய பதட்டம் இப்போதுகூடத் தீர்ந்தபாடில்லை. அவன் சொன்னான்:

"இந்த யூனியனை அமைப்பதென்பது சற்றுக் கடினமான காரியம் தான்."

"ஆம்; அது ஒரு சங்கடமான வேலைதான்."

"அதுவல்ல மணிகண்டன்! அலைஞ்சு நடக்கறதும், ஆட்களுக்கு விசயத்தைச் சொல்லிப் புரிய வைப்பதுமெல்லாம் அவ்வளவு பெரிய கஷ்டமான வேலை அல்ல; இன்னொன்றுதான் கஷ்டமானது."

அந்த இன்னொன்று என்பது என்னவென்று மணிகண்டனுக்குப் புரியவில்லை.

"சோதரு புலையனோட குடிசையிலே நான் அவரோட இளைய மகள் இட்டிக்காளியைப் பலவந்தமாய்ப் பிடிக்கவில்லை என்பது மட்டும்தான். அவ ரொம்ப நல்ல பொண்ணு. படித்தவள் அல்ல. ஆனால் கொழுப்பு முற்றி நிற்கிறவள். என்னால் தாங்கிக்கொள்ள முடியாமலாயிற்று. ஒரு நாள் நான் என்னையே மறந்துவிட்டேன். கட்டிப் பிடிக்கவில்லை என்பது மட்டும்தான். அவள் மல்லாக்காகப் படுத்துத் தூங்குகிறாள். வேஷ்டி சற்று விலகிக் கிடக்குது. நான் அங்கிருந்து ஒரே ஓட்டமாய் ஓடிவிட்டேன்.'

சுரேந்திரனுடைய பதட்டம் தணிந்ததாகத் தோன்றியது. அவன் சோதரு புலையனின் குடிசையிலிருந்து ஒரே ஓட்டமாய் ஓடிவந்து இப்போது தென்மடத்து மாமரத்தடியில் வந்து சேர்ந்திருக்கிறான்.

அது ஒரு கதை, சுரேந்திரன் ஒரு விபத்தில் அகப்பட்டுப் போயிருக்க வேண்டிய கதை! கூடுதலாக அறிந்துகொள்ள மணிகண்டன் விசாரித்தான்:

“அப்பறம்?”

“அப்பறம் நான் பொன்னம்மாவைக் கலியாணம் பண்ணத் தீர்மானிச்சுட்டேன்.”

“அதுவல்ல நான் கேக்கறது. அப்பறம்,”

சுரேந்திரனுக்குப் புரிந்துவிட்டது. அதோ! அந்தப் பெண் - அவள் செத்துப் போனால் கூடப் பரவாயில்லை.

மணிகண்டன் சொன்னான்:

“நீ கஞ்சியும் மீனும் அங்கிருந்து சாப்பிட்டதுதான் தவறு. நீ டீ கிளாஸ் பண்ணப்போயித்தானே? அதுதான் தவறு. ‘டீ கிளாஸ்’ன்னா அது யூனியன் ஊழியர்களுக்குத் தேவை என்ற போதிலும் அவாவன் அவாவனைக் கட்டுப்படுத்தவும் கற்றுக்கணும்.

சுரேந்திரன் பேசாமலிருந்தான். மணிகண்டன் சொன்னது சரிதானா? இருக்கலாம். கஞ்சியும் மீன்கறியும் சாப்பிட்டபோது தயக்கம் தீர்ந்தது. எனவே விலக்குத் தேவைதானா? விலக்கின் ஒருகோடு!

மணிகண்டன் வினவினான்:

“இதைப் பற்றி உன் சகாவு ஒண்ணும் சொல்லித் தரலியா?”

சுரேந்திரன் பதில் சொல்லவில்லை. யோசித்தான்; வினவினான்:

“மணிகண்டன், அது கஞ்சியும் மீன்கறியும் சாப்பிட்டதனால் ஏற்பட்டதா? எனக்கு இன்னொண்ணு தோணுது.”

அது என்னவென்று கேட்டுவிட்ட மணிகண்டன், சுரேந்திரன் முகத்தைப் பார்த்தான்.

“பொண்ணு மீன் தின்னாவிட்டாலும் அவளைப் பார்த்தா அப்படித்தான் தோணும். அப்பறம் அவகிட்டே போனேன். அவ கஞ்சி கொண்டாந்து தந்தா.”

சுரேந்திரனுக்குக் கிடைத்திருக்கிற ‘கிளாஸ் சரியானதாக இல்லை என்ற கருத்துத்தான் மணிகண்டனுக்கு. இவனுடைய சகாவு திருவனந்தபுரத்தி லுள்ள குருஜிக்குச் சமானமானவர் அல்ல. திருவனந்தபுரத்தில் டீ கிளாஸ் செய்வது பற்றியும் விவாதம் நடந்திருக்கிறது.

சுரேந்திரன் சொன்னான்:

"இப்போது அப்படியொண்ணுமில்லே. அவளை அங்கு தொலைவிலே பார்க்கும்போது நான் பொன்னம்மாவை நினைச்சுக்குவேன். ஆனால் சில சந்தர்ப்பங்களிலே அது சாத்தியமாகாமயும் போயிடறது."

தொடர்ந்து சுரேந்திரன் விசாரித்தான்.

"நான் கலியாணம் பண்ணினது நல்லதுதானே?"

மணிகண்டனுக்கு ஒரு பதில் சொல்வதற்கில்லை. அது சரியானதா? தவறானதா?

அப்போது மணிகண்டன் மனத்தில் அந்தக் கறுப்புப் பெண் நுழைந்து கொண்டாள். அவளைப் பின்பற்றி அந்த ஓட்டல் பொண்ணும் நுழைந்து விட்டாள்.

"அந்த ஓட்டலிலே தினசரி சென்று காப்பி சாப்பிட்டுக் கொண்டிருந் தோமானால் எப்படியிருந்திருக்கும்? சொல்லமுடியாது!"

* ** *

சுரேந்திரனுக்குத் துணிச்சல் ஏற்படத் தொடங்கியது. விவசாயத் தொழிலாளர்களின் ஒரு கூட்டத்தைக் கூட்டலாமா? ஊரில் எதிர்ப்பு ஏற்பட்டுவிடும். இப்போதே, கூலி ஜாஸ்தியாக்கிட இயக்கம் துவங்க இருக்கிறதென்ற வதந்தி ஊரெங்கும் பரவியிருக்கிறது. தொழிலாளிக்கே ஒரு மன உறுதி ஏற்பட்டிருக்கவில்லை. எல்லோரும் யூனியன் உறுப்பினர்கள்தான். சொல்வதெல்லாம் கேட்டுக்கொண்டிருப்பார்கள். புரிந்துகொள்வதுமுண்டு. ஆனால் சோதரு கூடச் சொன்னது இப்படித் தான்:

"அன்னைக்கு எங்க தம்பிறா ஒரு கேள்வி கேட்டாரு: 'நீ யூனியனிலே சேர்ந்திருக்கியாடா'ன்னு!"

"அதுக்கு நீங்க என்ன சொன்னீங்க?"

"இல்லேன்னுட்டேனுங்க."

சுரேந்திரன் சற்றுச் சோர்வுடன் விசாரித்தான்:

"அது ஏன், அப்படிச் சொன்னீங்க?"

"அப்படித்தான் தோணிச்சு."

ஒரு கணத்திற்குப் பின் சொன்னார்:

"பெரிய தம்பிறா கேட்டாங்கன்னா, அடியேன் யூனியனிலிருக்கேன்னு எப்படிச் சொல்ல முடியுமுங்க?"

சுரேந்திரன் சில சந்தேகங்களில் அகப்பட்டுக் கொண்டிருக்கிறான். எங்கேயோ தவறு நேர்ந்திருக்கிறது. யூனியன் அமைப்பதற்காகக் குடிசைகளான குடிசைகளில் எல்லாம் ஏறியிறங்கி நடந்தபோது அவர்களிடம் பேசியதில் தவறு நேர்ந்திருக்கிறதா? யூனியன் உருவாவது ஜமீன்தாருக்கெதிராகத்தான் என்ற கருத்து எல்லோரிடமும் நிலவுகிறது. எல்லோரும் அப்படிக் கருதுகின்றனர். யூனியன் ஏற்படுத்துவது எதற்காக? உரிமைகளைப் பெறுவதற்காக மட்டுமல்ல. வேலைத் திறன் அதிகரிக்கச் செய்வதற்காகவும்கூட வர்க்கப் போராட்டம் வழியாகத்தான் புரட்சி நடத்தமுடியும். வர்க்கப் போராட்டத்தின் உள்ளடக்கம் அரசியல்தான். எனவே அரசியல் உணர்வு இல்லாததால்தானே, சோதரு அப்படிச் சொன்னார்?

படித்ததெல்லாம் வெளியே ததும்பி வருகிறது. எல்லாம் எங்கேயோ ஒத்துவராமல் போகிறதோ?

ஓர் உயர்ச்சியுண்டு. ஒரு கூட்டத்தை நடத்தவேண்டும். இவர்களை யெல்லாம் ஓர் இடத்தில் ஒன்று சேர்க்கவேண்டும். கோவில் திருவிழாவிற் காகவோ இதர கொண்டாட்டங்களுக்காகவோ அல்ல; யூனியன் பெயரால் ஓர் இடத்திலே ஒன்றெனத் திரண்டு நிற்கவேண்டும். அப்போது எல்லோரிடத்தி லும் ஓர் அசைவு ஏற்பட்டுவிடும். ‘எங்கேடா, போனேன்?’னு கேட்டால், ‘நேற்றிக்கு யூனியன் மீட்டிங் இருந்தது’ என்று சொல்லவேண்டும்.

மீட்டிங் சேருவதில் யாருக்குமே எதிர்ப்பு இல்லை. மீட்டிங் சேர்ந்தால் என்னவாம்? பறையர் மற்றும் புலையர்களின் கூட்டங்கள் பல்வேறு இடங்களில் நடைபெற்றிருக்கின்றன. பறையர் மகாசபை, புலையர் மகாசபை என்றெல்லாம் பெயர்களைக் கொண்ட ஸ்தாபனங்கள் உள்ளன. பறையருக்கும் புலையருக்கும் கூட்டங்கள் நடத்தலாம். ஆனால் யூனியன் கூட்டம் நடத்தலாமா? ஏன், கூடாது? யூனியனில் உறுப்பினர்கள் என்று அப்போது தம்பிறாக்கள் அறிந்துகொள்வார்கள். அதனாலென்ன? யூனியனை அமைப்பது தொழிலாளியின் இன்றியமையாத் தேவை.

“நாம்ப யூனியனை அமைச்சோம். அது நம்ப காரியத்துக்காக! தம்பிறாக்கள் மேலே நம்பளுக்கு எந்தவிதமான விரோதமும் இல்லே.”

இப்படி அவர்கள் பேசக் கூடாது. அதுதான் சுரேந்திரனுக்குக் குழப்பத்தை விளைவிக்கிறது.

அங்கேதான் வர்க்கப்போராட்டம் வேதனையால் முணுமுணுப்பது.

தம்பிறாக்கள் மீது யூனியனுக்கு விரோதமுண்டு என்று தான் அவர்கள் சொல்லவேண்டும்.

எதுவானாலும் வரட்டும். கூட்டம் நடத்தவேண்டுமென்றுதான் தீர்மானிக்கப்பட்டது. எல்லோருக்கும் அதற்கான ஆவேசமும் உண்டு.

கூட்டம் நடத்துவது எந்த இடத்தில்? தும்பேக்குளத்தினர் களத்திற்காகப் போட்டு வைத்திருக்கிற ஒரு மனை உண்டு - கொர வளாகம்! ஆனால் அதன் சொந்தக்காரர் கூட்டம் சேர அனுமதிப்பாரா? கூட்டம் நடத்த வசதியான இடங்களெல்லாம் ஒவ்வொரு விவசாயிக்கும் சொந்தமானவை.

சோதரு சொன்னார்: "எங்க சேரியிலேயே நடத்தலாமே."

கொச்சு காளிப் புலையன் சொன்னான்:

"அது ஆற்றுக் கடைக்குச் சொந்தமில்லியோ? நாம்ப அங்கே குடிசை கட்டித் தங்கியிருக்கோம். வெளியே போடான்னு சொன்னா வெளியே போயிடவேண்டியதுதான்."

சோதரு விரலைக் கடித்தார்.

"ஓ... அது சரிதான். நான் அதை மறந்திட்டேன்."

எல்லோரும் சிரித்துவிட்டனர். கொச்சுகாளி அதற்குப் பதிலும் சொன்னான்:

"நான் ஏன் நெனச்சேன்னா அது எங்க சேரி. எங்க பாட்டனும் பூட்டனுமெல்லாம் அங்கே தங்கியிருந்து மடிஞ்சவங்கதான்."

சோதரு சொன்னார்:

"நீ சொன்னது உண்மைதான் கொச்சு காளீ! கோந்நோத்துக்காரங்க தான் நம்பளைக் குடிவச்சாங்க. கோந்நோத்துக் குடும்பம் உண்டான காலத்திலேருந்தே புலையனுங்க அங்கே அவங்க அடியாளனுங்களா வாழ்ந்துக்கிட்டிருக்காங்க."

கூட்டம் நடத்தவேண்டும். இடமெங்கே? புலையக்காட்டில் ஆனாலென்ன? புலையக்காடு புலையவர்களுக்குச் சொந்தமானது. யாருடைய அனுமதியும் தேவையில்லை. அமைதி நிலவியது. அப்போது ஒருவர் சொன்னார்:

"அது வேண்டாம்!"

எல்லோரும் சொன்னார்கள்: "ஆம்! அது வேண்டாம்!"

"அதென்ன?" சுரேந்திரன் வினவினான்.

"அது பலிக்களம். அங்கே யூனியன் கூட்டம் வேண்டாம். வேதாளத்துக்குப் பிடிக்காது. அப்புறம் புலையனுங்க ரத்தபேதி வந்து சாக இடம் கொடுக்கக் கூடாது!"

எனவே இடமில்லை. இடமில்லாமல் கூட்டம் நடத்துவதெப்படி? எல்லோரும் மௌனிகளாயினர். யாரோ ஒருவருக்குத் தூக்கம் வந்து நீண்ட கொட்டாவி விட்டார். எந்தத் தீர்மானமுமின்றி கூட்டம் கலைகிற கட்டம் வந்தபோது ஆங்காங்கு கொசுக்களைக் கொல்லுகின்ற ஓசைகள் எழுந்தன.

நிலவு பொழிகிற இரவு.

யாரோ ஒருவன் கிளம்பிச் செல்ல எழுந்தான்.

"அன்னைக்கு நான் ஆரியாடு அம்மா கிட்டே போனப்போ கயிற்றுத் தொழிலாளிங்க வரிசை வரிசையாப் போறதைப் பார்த்தேன். அவங்க யூனியன்காரங்கன்னு அம்மா சொன்னா." அது ஒரு பெண்குரலாக இருந்தது. அவளே தொடர்ந்து பேசினாள்:

"நாம்பளும் அப்படி பாதையிலே போனாலென்ன?"

"யாரடீ, அங்கே பேசறது?" என்றான் கொச்சுகாளி.

"அது நம்ப குஞ்சாளிக் கண்ணுதான்."

குஞ்சாளி பின்னுக்கு மாறி நின்றாள்.

சுரேந்திரனுக்குப் புத்துயிர் வந்ததுபோல் தோன்றியது. குஞ்சாளி பின்னால் நிற்கிறாள்.

"ஆமாம். நமக்குக் கூட்டம் வேண்டாம். அப்படி ஊர்வலமாப் போவோமே!" என்றான் சுரேந்திரன்.

"அடி குஞ்சாளிப் பொண்ணு...!" என்றான் கொச்சுகாளி.

"என்னங்க...!"

"நீ முன்னே நடப்பியா?"

"நீங்க சம்மதிக்கிறீங்கன்னா நான் முன்னாலே நடந்துக்கறேன். கொடி கூடப் புடிச்சுக்கறேன்."

சுரேந்திரன் கூத்தாடினான்.

94

காந்தியாசிரமம் ஜீவகளையற்றுப் போயிற்று. யாரும் அந்தப் பக்கம் எட்டிப் பார்ப்பது கூட இல்லை. சிறுவர்கள் கூட வருவதில்லை- ஏன்? குஞ்சன் நாயர் தளர்ந்துபோனார். தனியாளாக அமர்ந்து பிரார்த்தனை செய்தார். கூட ஒரு குழந்தை கூட இல்லை.

அங்கு வடபுறத்து வேலியருகே ஒரு மனித உருவத்தின் நிழலாட்டம் தென்பட்டது. யாரோ இங்கே பார்த்து நிற்கிறார். அது ஒரு பெண் எனத் தோன்றுகிறது. பிரார்த்தனை செய்வதற்கென்றிருந்தால் உள்ளே வரலாம். அவளிடம் கேட்கலாம். முந்திய நாளில் அவளுடன் மூன்று குழந்தைகள் வந்தன. இன்று யாருமில்லை. இப்படி யாருமில்லாத போது ஒரு பெண்ணைக் கூப்பிட்டு வரவழைப்பது சரிதானா?

இப்போது இங்கே யாருமில்லை. அந்தப் பெண்ணும் போய் விட்டாளா? இல்லை. மரத்தை மறைத்து நிற்கிறாள். பிரார்த்தனைக்கு வருவதற்கே அவர் நிற்கிறாள் என்று குஞ்சன் நாயருக்குத் தோன்றியது. யாராவது கூட வரட்டும் என்று நினைத்துக் கொண்டார். காத்திருக்கலாம். யாராவது வருவார்கள்.

நாள் தவறாமல் பிரார்த்தனைக்கு வந்துகொண்டிருந்த அந்தப் பெண் யார்? பலரும் உண்டு. இறுதியாக வந்தவள் யார்? கார்த்தியாயினி!

அவள்தான் அங்கே மரத்தோரம் மறைந்து நிற்கிறாள். அவள் தான் என்றால் 'வா' வென்றழைக்கலாமா? இங்கே பிரார்த்தனை தொடங்கும் போது அவள் வந்து விடுவாள். பிரார்த்தனையில் பங்கெடுத்துக் கொள்வாள். பிரார்த்தனைக்கு வருகின்றவர்களை விலக்கி நிறுத்துவது சரியல்ல. அது யாராகத்தானிருக்கட்டுமே!

நீண்ட நாட்களுக்குப் பிறகு, வருடங்களுக்குப் பிறகு யாருமில்லாத ஓர் இடத்தில் கார்த்தியாயினிக்கு குஞ்சன் நாயர் தனிமையில் கிடைத்து விட்டார்.

கோடாந்திரக் குளத் துறையில் கார்த்தியாயினி வேஷ்டியை மாற்றி யுடுத்திக் கொள்கிறாள்! அத்தகைய அந்தக் காட்சியைத்தான் அவர் பார்த்திருக்கிறார். ஒரு பெண்ணின் விசுவரூபம்! அந்தச் சித்திரம் மாய்வ தில்லை; மறைவதில்லை. என்றென்றும் தெளிவாகப் பளிச்சிடுகிறது. எந்தெந்த நேரத்தில் அந்தக் காட்சி மனத்தில் தோன்றுவதெனச் சொல்ல முடியாது. நூல் நூற்கிறபோது, படிக்கும் போது, பிரார்த்தனையின் போது, படுக்கும் போது, தூங்கியெழுந்திருக்கிறபோது- இப்படி அந்தக் காட்சி எப்போதுமே தோன்றுவதுண்டு. சில சந்தர்ப்பங்களில் அவள் வீட்டை நோக்கி ஒரு சில அடிகள் கால் முன்வைத்தது கூட உண்டு. அந்தக் காட்சிக்குக் கற்பனைக்கேற்ற முறையில் சிற்சில மாறுதல்களும் ஏற்படுவதுண்டு. அவற்றில் ஒன்று - அவள் இடுப்பு முன்னும் பின்னும் ஆடுகிறது.

அவள் மரத்தை மறைத்தே நிற்கிறாள். பிரார்த்தனைக்கு நேரமாகி விட்டது. கோவில் சங்கொலி முழங்கி வெகுநேரமாகிவிட்டது. தீபாராதனைக்கான நாயனம் இசைக்கிறது. யாருமே வரவில்லை. பிரார்த்தனை தொடங்கிய பின்னர் அவள் வந்து விட்டால்?

எவருமே வரவில்லை என்றால் பிரார்த்தனைக்குப் பிறகு நடைபெற்று வருகிற பிரசங்கம் வேண்டாம். ஒரு நபராவது இருந்தால் பிரசங்கம் செய்து தானாகவேண்டும். கார்த்தியாயினி வந்தால் பிரசங்கம் பண்ணித் தானாகவேண்டும். அதுதான் முறை. தானும் அவளும் மட்டும்தான் என்றாகிவிட்டால் என்ன நடந்திடும்? அதை முன்னரே சொல்லிவிட முடியாதென்று குஞ்சன் நாயருக்குத் தோன்றியது.

ஆத்ம சக்தி மற்றும் மனச் சக்தியின் கணிசமான பகுதியைக் கட்டுப்பாட்டுக்காகச் சொவு செய்தாகிவிட்டது. என்ன சாபக்கேடு இது? ஒவ்வொரு முறையும் பின்னர் தளர்ந்து விடுகிறார். இப்போது தளர்ச்சியினால் கண்ணில் இருள் சூழ்ந்து விடுகிறது. உணர்விழந்து விடுவதுபோல் தோன்றுகிறது. சம்பாதிப்பது - செலவு செய்வது - செலவு சம்பாதனையைத் தாண்டிச் செல்கிறது. அது ஊதாரித்தனம். ஊதாரித் தனத்தால் அழிந்தது-தரை எல்லாம் கழுவிச் சுத்தம் செய்யப் பட்டது. இனிமேல் ஒன்றுமில்லை. சம்பாதிப்பதற்கான வலுவிழந்து விட்டது. அணைக்கட்டில் மடைவிழுந்தது போல் செலவின் பாதையில் ஆழம் அதிகரித்து வருகிறது. அகலமும் அதிகமாகிறது. குளித்தால் குளிர் இல்லை; அழிவு என்றால் வெட்கமும் போய்விடும். எல்லாம் அழிந்தாகி விட்டது. இனிமேல் முன்னாலும் பின்னாலும் பார்க்க வேண்டிய தில்லை. எதுவானாலும் வரட்டும்! கெட்ட பெயரோ? புகழோ கிடையாது. இல்லை. பின்னர் கெட்ட பெயரை அல்லாமல் எதை நோக்கிச் சருக்கிவிழுகிறது? நெறிமுறைகளிலிருந்து தவறியிருக்கிறதா? என்ன நெறிமுறைகள் இருந்திருக்கின்றன? சன்மார்க்கமாவதுதான் கடைபிடிக்கப்பட்டதா? ஆம் என்று சொல்லமுடியாது. யாருக்குமே தெரியாமல் மனத்தினால் விபச்சாரம் செய்வது. உடல் விபச்சாரம் பண்ணாமலிருந்திருக்கலாம். மனம் விபச்சாரம் செய்வது அதைவிட மோசமல்லவா? யாருக்கும் தெரியாமலிருந்திருக்கலாம். அது வஞ்சனை தான். உடம்பை, அதன்பாட்டுக்கு விட்டுவிடலாம். அப்போது மனத்தின் சுமை குறைந்திடும். கட்டுப்படுத்தி வைப்பதன் வேதனை இல்லாதாகிவிடும். அழிந்து ஆழத்தில் விழுந்தவன் புது முயற்சியில் ஈடுபடுவது போன்று! அது உயிரின் இயல்பு. மூழ்கிச் செத்துவிடும் நேரத்தில் குடிக்கிற நீர் நல்லதா, கெட்டதா எனப் பார்ப்பதுண்டா?

எதுவும் நடக்கட்டும்!

வருவதன் பின்னால் சென்றிடுவோம்.

அங்கே தென்படுகிற ஆஞ்சிலி மரத்தின் மறைவில் சோதனை ஒளிந்திருக்கிறது. மிகவும் அருமையானதொரு சந்தர்ப்பத்திற்காக அது காத்திருந்தது. எத்தனையோ நாட்களாகக் காத்திருக்கிறது அனைத்துச் சூழ்நிலைமைகளும் அமைந்திருக்கின்றன. மறைந்திருக்கிற சோதனை

ஆக்கிரமிப்பிற்கான தயாரிப்பில் ஈடுபட்டிருக்கிறது.

சோதனைக்கான தயாரிப்புகள் என்னவாக இருக்கும்? அம்பு, வில், வாள், கேடயம் - இத்தியாதி ஒன்றுமில்லை. அல்லது மன்மதனுடைய ஐந்து ஆயுதங்களுமில்லை. வசந்தம் வேண்டாம். நிலவு தேவையில்லை. முல்லைமொட்டுக்கள் மலரவேண்டாம். இளம் தென்றல் ஆடிப்பாடிச் சஞ்சரிக்கவும் வேண்டாம். அந்தச் சோதனைக்கு ஆடை - ஆபரணங்கள் அவசியமில்லை. கூந்தலைச் சீவி மினுக்கிச் சிங்காரித்து குடைமுல்லைப் பூச்சூடி ஆடையாபரணங்களால் அலங்கரிக்கப்பட்டு மத-உல்லாசமுடன் புகுந்து செல்லவும் வேண்டாம். அப்புறம்? ஒரு மெல்லிய வேஷ்டிமட்டும் கட்டியிருந்தால் போதும். ஒரு சிற்றொலி காற்றினால் ஏற்படுத்துகிற அசைவினால் அந்த வேஷ்டி அவிழ்ந்து கீழே விழவேண்டும். வேஷ்டி நழுவிப்போன பதட்டத்தில் அதை அள்ளி எடுத்துக் கட்டுவதற்கான பரபரப்பில் அது கையிலே கிடைக்காமல், பிடிப்பிலே நிற்காமல் எல்லாமிருக்கவேண்டும். வேஷ்டித் தலைப்பின் ஒரு பகுதியாய் முன்பகுதி மட்டும் முழுமையாக இல்லாமல் மறைந்திடணும். எல்லாமே ஒரு கணப் பொழுதின் நூறில் ஒரு பகுதியாலேயே முடிந்திடணும்.

அனைத்து ஆயுதங்கள் அணிவதையும் விடக் கஷ்டமான வேலை தான் அது. அது ஒரு பயிற்சிதான்; ஒரு மாதிரியான நடனம் அது. சாதனையால், தவத்தினால் அடையவேண்டிய காரியமாகும் அது. கூடுதலான நேரத்தை எடுத்துக் கொள்ளக் கூடாது! எடுத்துக்கொண்டால் தோல்விதான். அழகு விகாரமாகிவிடும். நேரம் குறைந்துவிட்டால் சோதனை தோல்வியைத் தழுவிவிடும். வேண்டுமென்றே செய்வதென்றால் அக்கறையும் ஆர்வமும் இல்லாதாகிவிடும். நடத்தை கெட்டவள்! நற்கலாச்சாரமும் நற்குலப் பண்பும் தான் வேஷ்டியை மறுபடியும் இடுப்பில் கட்ட முயற்சி செய்ய வேண்டியவை. எல்லாமே திடீர் திடீரென்றாகிவிட்டது. அப்புறம் வெட்கம். வேஷ்டியை இடுப்பில் சுற்றி முடிக்கவில்லை. முன்பகுதி மட்டும் ஏறக்குறைய மறைந்து நின்றது. அது தான் பெண்!

பிரார்த்தனை மேடையிலுள்ள குத்துவிளக்குகளில் திரிபோட்டு கொளுத்தப்பட்டது. எட்டு வாசனைப் பொருட்களிலிருந்து புகைந் தெழுகிற புகை எல்லா இடங்களிலும் பரவியது. ஆசிரமத் தலைவர் பிரார்த்தனையைத் துவக்கினார்:

"ரகுபதி ராகவ ராஜாராம்..."

ஆஞ்சிலி மரத்தின் மறைவினின்று கார்த்தியாயினி பிரார்த்தனை மண்டபத்திற்குள்ளே நுழைந்தாள்.

* *** *

சுதந்திரப் போராட்டத்தின்பால் மக்களுக்கு இருந்த ஆவேசம் தணிந்துவிட்டதா? குஞ்சன் நாயர் யோசித்தார். இந்தியாவின் தென் கோடியிலிருந்து வடகோடி வரையிலும் ஆர்ப்பரித்தெழுந்த, ஒன்று சேர்ந்து நடத்தப்பட்ட போராட்டங்கள் சில சமயங்களில் பலாத்காரத்தில் ஈடுபட்டன என்று காந்திஜிக்குத் தோன்றியது. மகாத்மாஜி ஒரு கை நீரூற்றி அவற்றைத் தணியச் செய்தார். மறுபடியும் அந்தத் தீ படர்ந்து பரவியது. சுதந்திரப் போரின் உயிர்மூச்சு அகிம்சைதான்; சத்தியம்தான் என்பது மட்டுமின்றிப் பின்னர் உருவாக இருக்கிற 'ராமராஜ்ய'த்தின் அஸ்திவாரம் கூட அவையேதான். காந்திஜியின் பெயரால் நடத்தப்படுகின்ற ஆசிரமங்கள் இன்றைக்கு மட்டும் தேவைப் படுகின்றவை அல்ல; எதிர்காலத்தில் கூடத் தேவையானவையாகும். அந்த ஆசிரமங்கள் புறக்கணிக்கப்பட்டனவா? ஆயின் சுதந்திரப் போரின் போக்கு எத்தகையதாக இருக்கும்? கொலையும், தீவைத்தலும், ரத்தப் பிரவாகமும் தானா? இந்திய வாழ்க்கையின் உட்பொருள் புரிந்துகொண்டு அதன் அடிப்படையில்தான் காந்திஜி சுதந்திரப்போர் பற்றிக் கற்பனை செய்தார். பிற்கால சுதந்திர இந்தியா எவ்வாறிருக்க வேண்டுமென்றும்!

காந்திஜி தோற்றுவிட்டாரா? காந்திஜியை இந்தியா கைவிட்டதா? இந்தியாவைக் கிழித்துத் துண்டாக்கும் முயற்சியும் நடைபெறுகிறது. அது வலுப்பெற்று வருகிறது. ஆங்கிலேயர் காந்திஜியின் மார்பு மீது மட்டுமல்ல; பாரதத்தாயின் மார்பு மீதும் கத்தியைக் குத்தியிறக்கினர்.

வாசகசாலையிலிருந்த புத்தகங்களில் பலவற்றையும் குஞ்சன் நாயர் படித்து முடித்தார். சத்தியம், அகிம்சை போன்ற ஆதர்சங்களைக் கற்றுத் தருவதற்காக அமைக்கப்பட்ட ஆசிரமங்கள் உயிரற்றுப் போகக் காரண மென்ன? காந்திஜியில்லாத ஒரு சுதந்திரப் போராட்டமா? அது எங்ஙனம் நடக்கும்?

அத்தகைய ஒரு சுதந்திரப் போராட்டத்தை குஞ்சன் நாயரால் கற்பனையிலே கூடக் காணமுடியாது. நாற்பது கோடி மக்கள் ஒன்று சேர்ந்து நின்றால் கூடத் தோற்றுப் போய்விடும். பின்னர் இந்தியா அழிந்து விடும். அந்த அழிவின் உற்பத்தியிடம் எங்கிருக்கிறது? இந்த விஷவாயு எங்கிருந்து கசிந்து பரவுகிறது?

பயங்கரவாதிகளின் செல்வாக்கு தேசமெங்கிலும் அதிகரித்து வருகிறது. குஞ்சன் நாயரால் வேறு எதையும் காணமுடியவில்லை. பகத் சிங்கின் தேசப் பற்றுதல் பாராட்டப் பெற்றது. மார்க்கத்தைத்தான் ஆட்சேபித்தனர். ஆனால் அந்த தேசப்பற்றுதல் எத்தனை தலைமுறைகள் ஆகிவிட்டாலும் கூட மக்கள் மனத்திலிருந்து மாய்த்துவிட முடியாதபடி ஒட்டியிணைந்திருக்கிறது. எவன்தான் மார்க்கத்தைப் பற்றி யோசிக்கிறான்? ரத்தம் சூடேறிய இளைஞர்களுக்கு அகிம்சை என்றால் புரியாது. அந்தத்

தத்துவத்தை அவர்களால் தாங்கிக்கொள்ள முடியாது- சத்தியத்திற்கு நம்பக்கூடிய, உணர்ந்துகொள்ளத் தகுந்த ஓர் இலக்கணம் - வியாக்கியானம் இல்லை. எனவே பயங்கரவாதிகளின் செல்வாக்கு பெருகியது. அவர்கள் ஊக்கம் பெறுவது ரஷ்யாவிலிருந்துதானாம். புரட்சி நடைபெற்ற நாட்களில் அங்கே ரத்த ஆறு ஓடிற்றாம்.

இந்த ஊரில் கூட பயங்கரவாதிகளுக்குச் செல்வாக்கு உண்டு. சுரேந்திரன்தான் அதற்குத் தலைவன். எங்கிருந்தெல்லாமோ பயங்கர வாதிகள் இங்கே வருகிறார்களாம். இந்தியா எங்கிலும் இந்தக் கூட்டத்தினர் இயங்குகின்றனர். மகாத்மாஜியின் ஆதர்சங்களை அவர்கள் அழித்துவிடுவார்கள்.

தேவஸ்தானம் மானேஜரைச் சில நாட்களாகக் காணமுடியவில்லை. குஞ்சன்நாயர் அவரை ஆளனுப்பி வரவழைத்தார்.

இத்தகைய சந்தர்ப்பங்களில் உபதேசங்களை நாடிச் செல்ல அவருக்கு கோபாலமேனன் ஒருவர்தான் இருக்கிறார். மேனன் ஒரு காங்கிரஸ்காரர். விபரம் தெரிந்தவர். செயல் அனுபவமுள்ளவர்.

குஞ்சன் நாயர் சொன்னார்:

"பயங்கரவாதிகள்தான் இப்போது அரங்கத்தில் குதித்திருக்கின்றனர். அவர்களின் செல்வாக்கு விரைவில் பரவிவிடும். எவ்வளவு சீக்கிரத்தில் அந்தச் செல்வாக்கை இழந்திடச் செய்கிறோமோ அவ்வளவுக்கும் நல்லது தான்."

பயங்கரவாதிகள் செல்வாக்கு பற்றி கோபால மேனன் அறிந்திருக் கிறார். அவர்கள் செயல்முறை பற்றியும்.

"பறையரும் புலையரும் புறவேலி வழியாக ஒரு நீண்ட மௌன ஊர்வலம் நடத்தினாங்க. அது உங்களுக்குத் தெரியுமா?"

"தெரியும். முன்னால் காங்கிரஸ் கொடியும், பின்னால் ஒரு பெண் செங்கொடியும் பிடித்திருந்தார்களாம். சிவப்புக் கொடி ரத்தத்தையல்லவா, சூசகம் செய்கிறது?"

"அப்படித்தான் இருக்கணும்!"

"அப்போ நமது செயல் திட்டம் எப்படியிருக்கணும்?"

குஞ்சன் நாயர் எதைப் பற்றியும் யோசித்திருக்கவில்லை. அவருக்குத் தற்போதைக்கு எடுத்துச் சொல்ல ஒரே ஒரு விஷயம் மட்டும்தான் இருக்கிறது. சுறுசுறுப்புடன் எதையாவது செய்யவேண்டும். கடந்துபோன மந்தநிலை குறித்து குஞ்சன் நாயருக்குச் சொல்லவேண்டியிருந்தது.

"நாம் அரிஜன முன்னேற்றத்துக்காகக் குறிப்பிடத்தக்க வேலை எதுவும் செய்யவில்லை. ஏறக்குறைய அதைப் புறக்கணித்தது மாதிரி இருந்துவிட்டோம். இப்போது அரிஜனங்கள் பயங்கரவாதிகள் பக்கம் சேர்ந்துவிட்டனர்."

"இனிமேல் என்ன செய்வது?"

"செயல்படணும்; அவ்வளவுதான். அதுக்கு ஊழியர்கள் வேண்டும். இன்னைக்கு எந்தக் காரியத்துக்கும் ஆளில்லை. அழைக்காமலே வந்து செயல்படுகின்ற இளைஞர்களும் சிறுவர்களும் நமக்குத் தொண்டர்களாய் இருந்திருக்கின்றனர். அவர்கள் இங்கேயே தங்கியிருந்தவர்கள். எல்லோரும் சென்று விட்டனர். இப்போ இந்தப் பக்கம் திரும்பிப் பார்ப்பதேயில்லை."

"சம்பளம் கொடுத்தால் ஆள் கிடைக்க மாட்டார்களா?"

குஞ்சன் நாயர் ஒரு புன்னகையுடன் கூறினார்:

"கிடைக்கலாம். ஆசிரமத்தில் அதுக்குப் பணமில்லை."

"வேண்டாம். தேவஸ்தானத்திலிருந்தே எடுத்துக்குவோம்."

குஞ்சன் நாயர் குறுக்கிட்டே சொன்னார்:

"அது கூடாது. அது சரியில்லை. தேவஸ்தானம் சொத்தை இந்த மாதிரியான காரியங்களுக்குச் செலவு செய்ய சட்டமோ பொது உணர்வோ அனுமதிக்காது. அது அதர்மமாகும்.

கோபால மேனனும் விட்டுக் கொடுக்கவில்லை. "பயங்கரவாதிகள் இயங்கத் தொடங்கினால் அப்புறம், கோவில் இருக்குமா? தேவன் இருப்பாரா? தேவஸ்தானம் இருக்குமா? எனவே பெரிய ஆபத்தைத் தடுத்து நிறுத்த தேவஸ்தானம் பணம் செலவு செய்தால் அது தற்காப்புக்கேதான். அது சட்ட சம்மதமுமாகும். எந்த முறையிலே பார்த்தாலும் அது சரிதான்."

அது சரிதான். ஆனால் அதில் சில சிக்கல்கள் இருக்கலாமென்று குஞ்சன் நாயருக்கு மறுபடியும் தோன்றியது.

"திருட்டுக் கணக்கெழுத வேண்டியிருக்காதா, மேனன்?"

"கணக்கு எப்படி எழுதறதுன்னு நீங்க ஏன், தெரிஞ்சுக்கணும்?"

"அசத்தியம்?"

"ஓ! எந்த அசத்தியமும் இல்லை."

"நிச்சயமாக அசத்தியம் இருக்கும்."

"நான் உறுதி கூறுகிறேன். அதில் அசத்தியம் இருக்காது." மேனன் உறுதியாகச் சொன்னார்.

வேறு வழியின்றிக் குஞ்சன் நாயர் அதை ஒப்புக்கொண்டார்.

கோபாலமேனனுக்கு இன்னொரு யோசனை இருந்தது. மிகக் கம்பீரமான முறையில் ஒரு காங்கிரஸ் சம்மேளனம் நடத்துவது. அதற்குப் புகழ்பெற்ற தலைவர்களை வரவழைப்பது. செயலற்றுப் போன பலரும் இந்தச் சம்மேளனத்தை முன்னிட்டு அரங்கத்திற்கு வந்துவிடுவார்கள். ஊரில் ஒரு புத்துயிர் பிறந்துவிடும் - குஞ்சன் நாயருக்கு அதுவும் ஒரு வழியாகப்பட்டது.

"மக்களுக்கு ஏதேனும் செயலில் ஈடுபடுவதற்குச் சந்தர்ப்பமளிக்காமலிருந்ததுதான் இந்தச் சரிவுக்கெல்லாம் காரணம். ஜனங்கள் பூராவும் பயங்கரவாதிகளின் பக்கம் போயிருக்க மாட்டார்கள்."

"கொல்லவோ, தீ கொளுத்தவோ, ரத்தம் சிந்தவோ நம் ஜனங்கள் தயாராக மாட்டார்கள். குறிப்பாக அரிஜன மக்கள்!"

குஞ்சன் நாயர் யோசித்துவிட்டுச் சொன்னார்:

"சரிதான். ஆனா அதுக்கும் பணம் வேண்டும்."

"பணத்தை உண்டாக்குவோம்."

அமையின்மையோடு வினவினார் குஞ்சன் நாயர்:

"அதுவும் தேவஸ்தானத்திலிருந்து தானா? கூடாது; கூடவே கூடாது!"

"பதறாமலிருங்க. நான் பணத்தை உண்டுபண்ணறேன். தேவஸ்தானத்திலிருந்து ஒரு சல்லிக்காசு கூட எடுக்கமாட்டேன்."

"அப்பறம்?"

"வீடுகள்தோறும் ஏறியிறங்கி மக்களைச் சந்தித்து விசயங்களெடுத்துரைப்போம். பணமும் வசூலாகும். பிரச்சாரமும் கிடைக்கும்."

குஞ்சன் நாயருக்கு நன்றாகப் புரிந்துவிட்டது. வெளிறியிருந்த முகத்தில் களைகட்டியது. இப்போது ரத்த ஒளியுண்டு. கண்கள் பளிச்சிட்டன. சற்று மலர்ந்த புன்னகை முகத்தில் தவழ்கிறதா எனத் தோன்றியது. ஒரே ஒரு விசயத்தைப் பற்றி மட்டும்தான் அவருக்குச் சொல்ல இருந்தது. அனைத்துப் பிரச்சினைகளுக்கும் பரிகாரம் ஏற்பட்டது போல் தோன்றியது. இனி ஒரு தலைமுறை வரையிலும் ஊரில் குழப்பங்கள் ஒன்றும் நேர்ந்துவிடாது. பலாத்காரத்தின் மார்க்கங்கள் தென்பட முடியாது. சத்தியம், அகிம்சை ஆகியவற்றின் புனித பாதகங்களு

டைய அழுத்தத்திற்கு இரையாகிவிடுகிற பயங்கரவாதம். தலை தாழ்த்தித் தானாகவேண்டும்.

"இத்தகைய வேலைகள் தொடர்ந்து நடைபெறவேண்டும்" என்றார் நாயர்.

"ஆம். அப்போது ஆசிரமம் புத்துயிர் பெற்றுவிடும்."

"நான் எல்லாத் தலைவர்களுக்கும் எழுதுகிறேன். மேனன், நீங்களே அமைப்பாளராக இருக்கணும்."

"இன்றைக்கே துவக்கிவிடுவோம். நாளை மறுநாள் ஒரு காரியாலோசனைக் கூட்டத்தை நடத்துவோம்."

குஞ்சன் நாயருக்குச் சந்தோஷமாயிற்று. அந்தச் சந்தோஷத்தில் விசயங்களைச் சரிவர ஒழுங்குபடுத்த முடியாமற்போய்விட்டது. அனைத்தையும் கோபால மேனன் பொறுப்பிலேயே விட்டு விட்டார்.

"எனக்கு ஒண்ணும் தோணறதில்லே, மேனன்!"

குஞ்சன் நாயர் உத்வேகமுடன் எழுந்து நடக்கிறார். அந்த நல்ல மனிதருடைய சோர்வையும், திடீரெனத் தோன்றிய மகிழ்ச்சியையும் பார்த்த கோபால மேனன் உள்ளுக்குள்ளே சிரித்துக்கொண்டார்:

"உட்காருங்க. ஒரு விசயம் கூடச் சொல்லவேண்டியிருக்கு."

குஞ்சன் நாயர் உட்கார்ந்துவிட்டார்.

"என்ன? என்ன?"

மேனன் சொன்னார்:

"நமக்கு ஒரே ஒரு எதிராளி மட்டும்தான். மற்றவர்கள் செயலற்றுப் போய்விட்டார்கள் என்பது மட்டும்தான். எதிராளிகளில்லை - எதிராளி தான். அவன் அவ்வளவு பலவான் அல்ல. சுரேந்திரன்தான் அவன்."

"ஆம்; அவன் ரொம்பச் சின்னவயசு."

"மாணவர்கள் குறும்புத்தனம் பண்ணற போது ஆசிரியர்கள் ஒரு கிள்ளு கிள்ளியோ, ஒரு சின்ன அடி அடித்தோ திருத்துவதில்லையா? அதுபோல்தான் இதுவும். சின்னப் பையன்! உலக அனுபவமே இல்லாதவன்!"

ஒரு கணத்துக்குப் பின்னர்தான் குஞ்சன் நாயர் பதிலளித்தார்:

"அவன் தந்தைக்கு அவனைப் பற்றி ஒண்ணும் தெரியாது. கவனிக்க வில்லை. அம்மாதான் வளர்த்து வந்தாள். பாவம் அவள் ஒரு பெண் பிள்ளை! அவனை உருவாக்க யாரும் எதையும் செய்ததில்லை."

"ஆமாம். அதனால்தான் நான் சொன்னேன்."

"நீங்க என்ன நினைக்கிறீங்க, மானேஜர்?" கோபாலமேனன் சொன்னார்:

"காமாட்சியம்மா குடியிருப்பது தேவஸ்தானம் பூமியிலேதான்."

"ஆம்; நீண்ட வருடங்களுக்கு முன்பிருந்தே!"

"பதிவு செய்யப்பட்ட குத்தகைப்பத்திரம்தான். அதுக்கு முன்பிருந்தே குத்தகைப் பாக்கியுண்டு. இப்போது ஒரு பெரிய தொகை ஆயிருக்கும். குத்தகையே தருவதில்லை. குத்தகைப் பத்திரத்திலே காணப்படுகின்ற நிபந்தனைகளை வைத்துக் கொண்டு அவர்களை அந்த இடத்திலிருந்து வெளியேற்றலாம். ஒரு வழக்கைத் தொடுத்துவிட்டாலென்ன?"

குஞ்சன் நாயர் நடுங்கிவிட்டார்.

"வேண்டாம் மானேஜர்! அது வேண்டாம்! வெளியேற்றிவிட்டால் அவர்கள் எங்கே போவார்கள்? அது இம்சையாகும். அக்கிரமமாகும். பூமியிலே அல்லாமல் மனிதன் எங்குதான் தங்கியிருப்பான்? வெளியேற்றுவதா? நல்ல சங்கதியாச்சே! நீங்க அதைச் செய்யக் கூடாது மானேஜர்! நம்ம விசயத்துக்குத்தான் என்றால் கூட அதைச் செய்யக் கூடாது! அது அக்கிரமம்! இம்சை - சரியான இம்சை!"

நாயர் சொல்லிக்கொண்டேயிருந்தார். மானேஜர் சொன்னார்:

"தேவஸ்தானம் காரியங்கள் நிறைவேற வேண்டாமா? குத்தகை பாக்கி செலுத்த வேண்டியவங்க நிறையபேர் இருக்காங்களே."

"பாக்கி வசூலிக்கணும். அதுக்காகக் குடியிறக்கக் கூடாது! இம்சை கூடாது!"

மானேஜர் சொன்னார்:

"குடியிறக்குவதற்காக அல்ல. சிறிது பயமுறுத்தவேதான். அப்புறம் அவனை நல்வழிக்குக் கொண்டுவர!"

குஞ்சன் நாயர் அதை மறுக்கும் முறையில் தலையசைத்தார்.

"வேண்டாம். அது இம்சைதான். கூடாது!"

* ** *

காரியாலோசனைக் கூட்டத்தில் குஞ்சன் நாயர் பேசினார். அடுக்கடுக்காக விசயங்களைச் சொல்லி, குஞ்சன் நாயர் இதுவரையிலும் இவ்வளவு பலம் வாய்ந்த ஒரு பிரசங்கம் செய்ததில்லை. அது ஆவேச மூட்டுவதாகவும் இருந்தது. அந்தப் பிரசங்கம் கூட்டத்தினரைக் கிளர்ந்தெழச் செய்தது. பயங்கரவாதச் செயல்களுக்கான மனப்போக்கு நம்

நாட்டிலெங்கும் காணப்படுகிறதென்று சொன்னபோது, பருத்திக்காடனும் ஆற்றுத் துறையனும் தும்பேக்குளத்தவரும் வட்டத்தரையும் உட்பட இரண்டு பறை நிலத்தில் விவசாயம் பண்ணுகின்றவர்கள் வரையிலும் புறவேலி வழியாகச் சென்ற அந்த மௌன ஊர்வலத்தைப் பற்றி நினைத்துப் பார்த்தனர். இனிமேற்கொண்டும் அவர்கள் குரலெழுப்புவார்கள். அறைகூவல் விடுப்பார்கள். அரிவாளை ஓங்கிக் காட்டுவார்கள்! ஒரு நாழிகைக்கு முன்னர் தகவல் எட்டியிருந்தால்... என்றுதான் வட்டத்தரை சொல்லுகிறார். ஆயின் அனைத்து ஊர்வலத்தினரையும் அடித்துத் தூக்கி ஆற்றில் வீசியெறிந்திருப்பார். அப்புறம் குறைந்தது பத்து ஆண்டு வரையிலும் எந்தக் குழப்பமும் ஏற்படாது. விளைவுகள் பற்றி நினைத்துப் பார்க்காமல் குஞ்சன் நாயர் அந்தக் கருத்தினைப் பலமாக எதிர்த்தார்: "அந்த முயற்சியை எதிர்ப்பேன். அந்தச் செயலுக்கு யாராவது முன் வந்தால் அதை எதிர்த்து முதலில் உயிர்விடத் தயாராகிறவன் நானாகத் தானிருப்பேன்" என்று குஞ்சன் நாயர் கர்ஜனை புரிந்தார்.

பருத்திக்காடன் வட்டத்தரையின் காதோரமாக முணுமுணுத்தார்.

"சந்நியாசியல்லவா, விட்டுடுங்க!"

பயங்கரவாதத்தை அக்கிரம எதிர்ப்பு, அகிம்ஸை, சத்தியம் ஆகிய வற்றினால்தான் எதிர்கொள்ளவேண்டும் என குஞ்சன் நாயர் உறுதிபடச் சொன்னார்.

அந்தக் காரியாலோசனைக் கூட்டத்துக்கு சுரேந்திரனும் வந்திருந்தான். அவனுக்கு அழைப்பு விடுத்திருக்கவில்லை. இப்போது சுரேந்திரனுக்கு இரண்டு மூன்று நண்பர்கள் கூட இருக்கின்றனர். அரவிந்தன் மற்றும் மாதவன். மூவரும் சேர்ந்துதான் கூட்டத்துக்குச் சென்றனர்.

வட்டத் தரையும் வேறு சிலரும் பேசியபோது சுரேந்திரனால் சும்மா உட்காரமுடியவில்லை. அவன் தன்னை மறந்துவிட்டான். அவனுக்கும் பேசவேண்டுமென்றிருந்தது. 'ஊர்வலத்தில் பங்குகொண்டவர்களை ஆற்றில் வீசியெறிந்திருப்பேன்.' என்று சொன்னபோது எதிர்ப்புக் குரலெழுப்ப வேண்டுமென்று தோன்றியது. 'ஷேம்!' என்கிற ஒரு சொல்லை உச்சரித்தாலும் போதுமாயிருந்தது.

குஞ்சன் நாயரின் பலமான எதிர்ப்பு அவனை அமைதிப்படுத்தியது.

கூட்டம் வெற்றிகரமாக முடிவுற்றது. பல்வேறு குழுக்கள் தேர்ந்தெடுக்கப்பட்டன. காங்கிரஸ் மீது என்றுமே பகைமை கொண்டிருந்தவர்கள்தான் இந்த காங்கிரஸ் கூட்டத்திற்கு உழைத்தவர்கள். பருத்திக் காடன்மார்கள், ஆற்றுத்துறையான்மார்கள், வட்டத்தரையினர் மற்றும் தும்பேக்குளத்தவர்கள்! சகாவு சொன்னது சரிதான் என்பதை

சுரேந்திரன் உணர்ந்து கொண்டான்.

அவன் அரவிந்தனிடம் கூறினான்:

"பார்த்தியா, காங்கிரஸின் உயர்ந்த பதவிகளில் வீற்றிருக்கின்றவர்கள் யார் யாரென்று பார்த்தியா?"

"அவர்களும் சுதந்திரப் போராட்டத்திலே பங்கு கொள்ளலாமல்லவா?" என்றான் மாதவன்.

"அவர்களுக்குத் தெளிவான நோக்கமுண்டு. ஆங்கிலேயர் காலி செய்து விட்டுச் செல்கிற நாற்காலியிலே அவங்க உட்கார்ந்துக்கணும். அதுதான் அந்த நோக்கம்."

"அதுக்கெதிரா மற்றவங்க ஒண்ணு சேர்ந்துக்கணும்." என்றான் அரவிந்தன்.

"முதலாளிகளுக்கு காங்கிரஸிடம் இவ்வளவு ஆர்வம் ஏற்பட்டது ஏன் என்று தெரியுமா?" என்றான் சுரேந்திரன்.

அதற்குப் பதில் சொல்ல அரவிந்தனுக்குத் தெரியும்.

"தொழிலாளிகள் ஒன்றுபட்டதனால்தான். அல்லாமலென்ன? அன்னைக்குப் புறவேலி வழியாகப் போனதே அந்த ஊர்வலம் - அதைக் கண்டு அவர்கள் பயந்தனர்."

இன்னொரு செய்தி கூட மாதவனுக்குச் சொலலவேண்டியிருந்தது:

"தேவஸ்தானம் மானேஜர் வீடு வீடாச் சென்று சொன்னது என்னன்னு தெரியுமா? பறையர்களும் புலையர்களும் ஒன்று சேருகின்றனர். அது அதிகப்படியான கூலிக்காக மட்டுமல்ல; இந்த நிலமெல்லாம் தங்களுக்கே சொந்தமாக்கிடத்தான். அவர்கள் கொலை, கொள்ளை போன்றவற்றிலே நம்பிக்கை வைத்திருக்கிறார்கள் என்றெல்லாம்தான். கோவில் மற்றும் தேவாலயங்களை எல்லாம் அழித்திடுவார்களாம். எனவே இதரர்களும் ஒன்றுசேரவேண்டுமாம்."

தேவஸ்தானம் மானேஜரை இங்கிருந்து துரத்தவேண்டுமென்று அரவிந்தன் சொன்னான்:

"ஆனா நாம்ப நினைச்சா அது நடக்குமா? நாம்ப இளைஞனுங்க தானே?"

சுரேந்திரன் எதையும் சொல்லாமல் உலாவிக்கொண்டிருந்தான். அவன் முக்கியத்துவம் வாய்ந்த விசயங்களைப் பற்றித்தான் யோசிக்கிறான். நடைபெற இருக்கிற சம்மேளனம் நிச்சயமாக யூனியனுக்கெதிரானதாகும். குஞ்சன் நாயருக்கு அது தெரியாது. விவசாயத் தொழிலாளி யூனியனுடைய

நோக்கங்களை அவர் அறிந்துகொண்டால் அதை அனுக்கிரகிக்கத்தான் செய்வார்.

குஞ்சன் நாயர் நல்ல மனிதர். ஓர் ஆதர்ச ஜீவி. ஆனால் நல்லவனுடைய செயல் சில சந்தர்ப்பங்களில் தீயவன் செய்கிற செயலின் பயனை விளைவிக்கும்.

நடக்க இருக்கிற சம்மேளனம் பற்றிக் கடைபிடிக்கவேண்டிய கொள்கை என்ன?

95

ஆற்றோரத்திலிருந்து சிறிது தூரத்திலுள்ள விசாலமான ஒரு வளாகத்தில்தான் பந்தல் நிர்மாணிக்கப்படுகிறது. மூங்கில், தென்னங்கீற்று போன்ற பொருட்கள் படகுகளில் ஆற்றுத்துறையில் வந்து இறங்கிக் கொண்டிருந்தன. அவற்றை வளாகத்துக்குச் சுமந்துகொண்டு சென்று சேர்க்கின்றனர். கோட்டயத்தைச் சேர்ந்த ஒருவர்தான் பந்தலை நிர்மாணிக்கிறவர். அலங்காரங்களையும் அவர்தான் நிர்வகிக்கிறார். மூன்றடுக்குப் பந்தல்!

பந்தலின் பொறுப்பு அத்தனையும் வட்டத்தரை கிரகரியின் தலைமையிலான குழுவுக்குத்தான் பந்தல் போட கோட்டயத்தைச் சேர்ந்தவர்களைத்தான் வரவழைத்திருக்கிறார்கள். ஆனால் இதர வேலைகளுக்குப் பறையர்களையும் புலையர்களையும் கூப்பிடவேண்டுமா? அந்த விசயம் கமிட்டியின் ஆழமான பரிசீலனைக்கு வந்தது. இந்த முயற்சியில் அவர்களைப் பங்கெடுக்கச் செய்யவேண்டாமென்று சிலர் கூறினர். இப்போது வேலையொன்றுமில்லாமல் குடிசைகளிலே சுருண்டு படுத்திருக்கிற சந்தர்ப்பம்தான். தவிரவும், அந்த ஊர்வலத்திற்குப் பிறகு அவர்களுக்கு வேலை கொடுப்பதில்லை. ஒரு பாடம் படிக்கட்டுமாம். மாறுபட்ட கருத்துடையவர்களும் உண்டு. எல்லோரையும் ஒன்றுபடுத்தி இயங்கவேண்டிய நேரம் இது. அவர்களையும் பங்கெடுக்கச் செய்ய வேண்டும். இவ்வளவு பெரும் தொகை இங்கே செலவாகிறபோது அவர்களை அகற்றி நிறுத்துவது சரியில்லை.

அனைத்து விசயங்களுடையவும் இறுதி முடிவெடுப்பது ஆசிரமத்தில் தான். குஞ்சன் நாயர் தீர்மானமெடுப்பார். மன்மில்லா மனத்துடன் வட்டத்தரை கிரிகரிக்கு நாயர் தீர்மானத்தை ஏற்றுக்கொள்ள வேண்டியதாயிற்று. முடிந்த அளவு அரிஜன மக்களைப் பங்கெடுக்க வைக்கவேண்டும் அவர்களுக்கு நியாயமானகூலி கொடுக்கவேண்டும். உண்மையில் அவர்களைத்தான் முன்னணியில் நிறுத்தவேண்டும்.

கிரிகரி சொன்னார்:

"அவரு தெய்வீக மனிதர் அல்லவா? புனிதரைப் போன்ற மனிதர். அவருக்கு யாரிடமும் போட்டியோ பொறாமையோ இல்லை. என் விருப்பப்படியில்லை என்றாலும் அப்படியே நடக்கட்டும்."

இந்த ஊர்த்தலைவர்கள் மட்டும் வந்து கலந்துகொண்டால் போதாது. சர்க்கார் சம்மேளனத்துக்குத் தடை உத்திரவு போட்டாலும் போடலாம். எனவே வட இந்தியாவிலிருந்து, தமிழ்நாட்டிலிருந்து, இன்னபிற மாகாணங்களிலிருந்தெல்லாம் புகழ்மிக்க தலைவர்களை வரவழைக்க வேண்டும். அவர்கள் பங்கெடுத்துக்கொள்கிற சம்மேளனத்தைத் தடைசெய்ய அரசு தயங்கத்தான் செய்யும். இந்தியா எங்கிலும் அதுவொரு பெரிய பிரச்சாரமாகிவிடும். நாடு பூராவும் ஆத்திரத்தால் கண் சிவந்து நிற்கும்.

குஞ்சன் நாயர் நேரடியாகவே பல தலைவர்களுக்கும் கடிதம் எழுதினார். மகாத்மாஜிக்கு கூட எழுதினார். அதற்குப் பதில் வந்தது. பலருக்கும் வசதியில்லாமலிருக்கிறது. யாரையாவது அனுப்பிவைக்கத்தான் வேண்டும். பருத்திக்காட்டு தாமஸ் தலைமையில் ஒரு தூதுக் குழுவை அனுப்பி வைக்கத் தீர்மானித்தனர்.

தாமஸ் கோரியபடி கதர்த் துணிகளை வாங்கிவந்தனர். எல்லா வற்றையும் எடுத்துப் பார்த்து தாமஸ் சொல்லிவிட்டார்.

"கர்த்தரே, இந்தச் சாக்குத் துணியை உடம்பிலே எப்படிப் போடறது? இதோட பளு..."

தாமஸின் தம்பி சொன்னார்:

"பட்டு கதர் உண்டு அண்ணா!"

ஆனால் அப்போது ஒரு சந்தேகம். அவ்வளவு மெல்லிய கதர் துணி அணிந்து போகலாமா? அதற்கு ஒரு வழியுண்டு. தலைவர்களைச் சந்திக்கச் செல்லும்போது மட்டும் சாதாரண கதர் ஆக இருந்தால் போதும். ஆயின் அதற்கு வேண்டிய அளவில் கதர் கொண்டுபோனால் போதும்.

குஞ்சன் நாயர் பல கடிதங்களை எழுதினார். நேரடியாக அறிமுகமானவர்களுக்கும் அல்லாதவர்களுக்கும் எழுதினார். வட இந்தியாவிலிருந்து வருகை தருகின்ற தலைவர்களின் சவுகரியங்களை இறுதியாக அறிந்த பின்னர்தான் சம்மேளனத் தேதியும் நிகழ்ச்சி நிரலும் நிர்ணயிக்கப்படும்.

கிரிகரியின் அமைதி குலைந்தது. பந்தலுக்குத் தேவையான பொருட்கள் அத்தனையும் கொண்டுவந்து போட்டிருக்கின்றனர். எந்த வேலையாக இருந்தாலும் துவக்கினால் சட்டபட்டென்று முடிக்கத் தான் வேண்டும். அதுதான் கிரிகரியின் இயல்பு. வட்டத்தரை கிரிகரி நினைத்தால் அது நடக்கும். நெல் உண்டு. பணம் உண்டு. யாரிடமும்

எதையும் கேட்கத் தேவையில்லை. அதுதான் கிரிகரியின் வழக்கம். துவக்கினால் அப்புறம் முன்பின் பார்க்கமாட்டார். இடதுபக்கமோ வலது பக்கமோ திரும்பமாட்டார். லாபமோ நஷ்டமோ பார்ப்பதில்லை.

நிர்வாகக் கமிட்டி கூடியபோது கிரிகிரி சொன்னார்:

"பொருளெல்லாம் கொண்டாந்து போட்டுக்கிட்டு பொணம் மாதிரிப் பார்த்துக்கிட்டிருக்க என்னால் முடியாது. நான் அப்படிக் கற்றுக்கலே. சட்பட்டெனக் காரியத்தை முடிச்சுடணும்."

"அது நடக்குமா? பந்தல் எல்லாம் தயார் பண்ணி வச்சுக்கிட்டு காத்திருக்கறதுன்னா, அது வெட்கக் கேடல்லவா? சம்மேளனத் தேதி நெருங்கறப்போ அவசர அவசரமாக வேலை நடக்கணும். அதுதான் முறை."

கிரிகரியின் மனம் நிலைகுலைந்திருந்தது.

கோபாலமேனன் சொன்னார்:

"இதெல்லாம்தான் சம்மேளனங்களின் நடைமுறைகள்."

"ஓ... பெரிய நடைமுறை! எனக்கு இந்த நடைமுறை ஒண்ணும் பழக்கமில்லை."

கிரிகரி மேல்வேஷ்டியை உதறியவாறு வெளியே சென்றார்.

தும்பேக் குளத்தவர் சொன்னார்:

"மனிசனோட சுபாவமே இதுதான். பாதியிலே போட்டுவிட்டுப் போயிடுவாரு."

தொடர்ந்து பருத்திக்காட்டு பைலி சொன்னார்:

"இன்னுமிருக்கு. கடந்த ரெண்டு நாளா படகுகளிலே புலையருக்கு வேலை இருந்தது. பல நாட்களா அவங்களுக்கு வேலை கொடுக்காம இருந்தது. ஊர்வலம் நடத்தினாங்களே அந்த ஆத்திரம்தான். துட்டிக்கேட்டபோது, 'நாங்க வட்டத்தரைக்கு எதிராப் போவமாட்டோம்'னு சொல்லியிருப்பாங்க. அவருக்கு அவ்வளவோண்டுபோதும். அப்போ சம்மேளனத்தின் மீது கொண்ட ஆவேசமும் தீர்ந்திட்டது."

ஆயினும் கிரிகரி திரும்பி வந்து விடுவார் என்று தும்பேக் குளத்தவர் சொன்னார். ஒருவேளை, அவர் வரும்போது இரண்டு புட்டி வயிற்றுக்குள்ளே இருக்கும்.

வட்டத்தரை கிரிகரி பிணக்கமாய்ச் சென்றுவிட்டார். செய்தி ஊரெங்கும் பரவியது. என்னவாயினும் சம்மேளனம் நடக்கத்தான் செய்யும். மற்றவர்களெல்லாம் ஓர் அணியில் திரண்டு நிற்கிறார்கள்.

அறிமுகமில்லாத சிலரை ஊரில் காணமுடிந்தது. அவர்கள் சி.ஐ.டி.கள். சம்மேளனம் பற்றிய தகவல்களைச் சேகரிக்க வந்திருக்கின்றனர். அவர்கள்- அறிக்கைப்படி சம்மேளனத்தை நடத்துகின்றவர்களைக் கைது செய்யலாம். சம்மேளனமே நடக்காமற் போய்விடலாம். அப்படியும் நிகழ்ந்துவிடலாம்.

காந்தியாசிரமம் கலகலவென்றிருந்தது. பகல் வேளையில் நிறைய ஆட்கள் வந்து சேருவார்கள். பிரார்த்தனைக் கூட்டங்களுக்கும் மக்கள் வருகின்றனர். இப்போது கிருஸ்தவ இளைஞர்கள் கூட வரத் தொடங்கி யிருக்கின்றனர்.

சி.ஐ.டி.கள் ஊர் சுற்றுகிறார்கள் என்று அறிந்ததும் சில நபர்கள் வராமலாகிவிட்டனர். இருந்தும் கூட்டத்துக்குக் குறைவில்லை. யாரைப் பற்றி எதை எழுதியெடுத்துச் செல்கிறார்கள் என்பதை யார் அறிவார்? அடுத்ததாக ஆட்களை அள்ளிச் செல்லுகிற ஒரு நிகழ்ச்சி கட்டாயம் நடைபெற இருக்கிறது. அத்தகைய ஓர் எண்ணம் ஊரில் பரவியது. யார் யாரைப் பிடித்துக் கொண்டுபோவார்களோ? தெரியாது. சி.ஐ.டி.களி லிருந்து எதையும் அறிந்து கொள்ளமுடியாது. அவர்கள் சொல்ல மாட்டார்கள்.

கடந்த பல நாட்களாக ஊரைச் சுற்றிச் சுற்றி வந்ததனால் ஊரில் சிலருக்கு அறிமுகமான சில சி.ஐ.டி.கள் இருக்கிறார்கள். அவர்கள் கூட வாய் திறப்பதில்லை.

அகப்பட்டுக்கொண்டால், அவர்கள் எத்தகைய பிரமுகர்களாகத் தான் இருக்கட்டும், கன்னத்தில் ஓர் அடியாவது வாங்காமல் திரும்பிவர மாட்டார்கள். சாமானியமானவர்களென்றால் சன்மானம் பலமாக இருக்கும். காங்கிரஸ்காரர்களாக இருந்தால் அவ்வாறெல்லாம் நடந்து கொள்ளவேண்டும் என்று சர்க்கார் போலீசுக்குச் சொல்லியிருக்கிறது.

பிரமுகர்களுக்கு அடிகொடுப்பது எதற்காக? பின்வாசல் வழியாகப் பணம் சென்று சேர்ந்திடத்தான். ஆயின் குஞ்சன் நாயர் பிரமுகரல்லவா? அவருக்காகப் பணம் கொடுக்க யார் இருக்கிறார்கள்? குஞ்சன் நாயருக்காகப் பணம் கொடுக்காதவர்களாய் இந்த ஊரில் யார் இருக்கிறார்கள்? எல்லா மாப்பிளமார்களும் அதுக்காகத் தயாராக இருக்கின்றனர். இல்லாவிட்டால் கோபாலமேனன் இருக்கவே இருக்கிறார்.

பயத்தின் சூழலெனச் சொல்லவேண்டாம், சந்தேகத்தின் சூழல்தான் ஊரில் நிலவுகிறது. சுதந்திரமடைவதற்காகச் செய்யவேண்டிய தியாகங்கள் குறித்து குஞ்சன் நாயர் பிரார்த்தனைக் கூட்டங்களில் ஆவேசமுடன் பேசுகிறார்.

வட்டத்தரை கிரிகரி ஒரு பிரகடனம் செய்தார்:

"நான் என் பறையர்களையும் புலையர்களையும் விட்டுப் பிரிந்து நிற்கமாட்டேன்." தொடர்ந்து அவர் விளக்கி உரைத்தது இவ்வாறுதான்:

"அவர்கள் தவறிழைத்தார்கள் என்றே வைத்துக்கொள்வோம். ஆனா ஆவன்னா தெரியாத அறிவிலி மக்கள். ஒரு விசயத்தை நினைத்துப் பாருங்கள். தனங்கள் விழுந்துவிட்டால் அவற்றைத் தாங்கிக்க வேண்டியது வயிறல்லவா?

கிரிகரி ஒரு சபதம் செய்துவிட்டார்:

"ஆசிரமத்திலிருக்கிற சந்நியாசிக்கு அவங்க பிரச்சினைதான் பெரிசு. நான் சந்நியாசியின் உபதேசத்தைத்தான் கேட்டு நடக்கிறேன்."

நான்கைந்து நாட்களுக்குள் வட்டத்தரை ஆற்றோர வயல் முழுவதும் சரிசமன் செய்யப்பட்டது.

ஆற்றுத் துறையான் விசாரித்தான்:

"அப்படியும் இப்படியும் பேசி கிரிகரி அண்ணன், உங்க காரியத்தை முடிச்சிட்டீங்களே?"

"டேய பையா, அதெல்லாம் கிரிகரிகிட்டே வேணாம். எந்த யூனியன் வந்தாலும் கிரிகரியின் தலை தண்ணிக்கு மேலேதான் நிக்கும்."

வட இந்தியாவுக்குச் சென்றிருந்த தூதுக் குழுவின் அறிக்கை வந்தது. தந்தியாக இருந்தது. குஜராத் பிரதேசக் கமிட்டியின் செக்ரடரியும் இன்னொருவரும் வருவதாக ஒப்புக்கொண்டிருக்கின்றனர். அவர்களின் பெயர்களைக் கேள்விப்பட்டிருக்கின்றனர். அவ்வளவுதான்.

ஏன் நேருஜி கிடைக்கவில்லையா? படேலுக்காக முயற்சியெடுக்க வில்லையா? பந்த் இந்தப் பிராந்தியத்துக்கு வந்ததே இல்லையே!

சம்மேளனத் தேதிகள் நிர்ணயிக்கப்பட்டன. ஒரு பேரணி வேண்டும். அனைத்து ஊர்களிலிருந்தும் வருகின்ற ஊர்வலங்கள் ஓர் இடத்தில் சங்கமித்துக் கொண்டு சம்மேளன நகருக்குச் செல்லவேண்டும். ஒரு தொண்டர் படை அமைக்கப்பட்டது. வேலு மற்றும் நண்பர்களின் தலைமையில்தான். அந்த விசயத்தில் அவர்கள் பயிற்சி பெற்றவர்கள்.

பந்தல் நிர்மாணிப்பதை கிரிகரியே மேற்பார்வையிடுகிறார். ஒருவன் வந்து சொன்னான்:

"கிரிகரியண்ணா, சி.ஐ.டி. ரிப்போர்ட் போயிருக்கு."

"பந்தல்போடறவனைப் போலீசு வந்து பிடிச்சுக்கிட்டுப் போவுமாடா? அப்படீன்னா கொண்டு போவட்டும்."

பல்வேறு வதந்திகள் ஊரில் பரவின. வருகின்ற தலைவர்கள் முதல் வரிசையைச் சேர்ந்தவர்கள் இல்லாததால் சம்மேளனத்துக்குத் தடைவிதிக்கப்படலாம். வருகின்றவர்களிலேயே ரொம்பப் பெரியவர் ஒரு மாகாண-காங்கிரஸ்-செக்ரடரிதான். அவரை, தலைவர் அல்ல வென்று சொல்லக் கூடாது. துப்பாக்கிப் பிரயோகம் நடை பெறலா மென்று இன்னொரு வதந்தி. எப்படி? சும்மா கூட்டத்தில் குழுமி யிருக்கின்றவர்களைப் பார்த்துச் சுடுவதா? சரியாப் போச்சு. தடியடி நடக்குமா? எதுக்கு? எல்லாம் மக்களைப் பயமுறுத்த போலீஸ் பரப்புகின்ற வதந்திகள்தான்.

ஆனால் ஒரு கேள்விக்குப் பதில் கிடைக்கவில்லை. ஏராளமான மக்கள் கலந்துகொள்கிறார்கள். பிரம்மாண்டமான பேரணியாகவுமிருக்கும். ஆனால் சர்க்கார் இவை எல்லாவற்றையும் பார்த்து சும்மா இருந்து விடுமா? பேரணி, சம்மேளனம் எல்லாம் சர்க்காருக்கு எதிரானது. சர்க்கார் செய்யப்போவது என்ன? எதையாவது செய்யத்தான் செய்யும். குஞ்சன் நாயர் முதற்கொண்டு கீழுள்ளவர்களெல்லோரும் அந்தக் கேள்வியைச் சுயமாகவும் பரஸ்பரமாகவும் கேட்டுக்கொண்டிருந்தனர்.

அகிம்சை வழியிலேதான் செயல்படவேண்டும். கட்டாயமாகப் பின்பற்ற வேண்டிய கொள்கை இது.

எவ்வளவு தான் ஆத்திரமூட்டினாலும் அதற்கு இரையாகிவிடக் கூடாது.

அகிம்சையில் நம்பிக்கை வைப்பது.

சத்தியத்தைக் கடைபிடிப்பது.

சர்க்கார் யோசித்து என்னதான் உறுதி கொண்டாலும் அதனால் எதையும் செய்யமுடியாது.

“அச்சமில்லை. அச்சம் கொள்ளாதே!” என்று குஞ்சன் நாயர் அவ்வப்போது உணர்த்தி வருகிறார். இது உரிமைப் போராட்டம். சுதந்திரத்தை விடப் பெரிய உரிமை இல்லை. இந்தப் போரில் மரண மென்றால் அது பேரதிருஷ்டம். பயமில்லையேல் தவறு நேர்ந்துவிடாது. குற்றம் ஏற்படாது. குற்றம் மற்றும் தவறு எதுவுமில்லை என்றால் எதிராளியால் எதையும் செய்துவிடமுடியாது. தவறிழைக்கச் செய்ய அரசு கடுமையான முயற்சி எடுக்கும். அந்தப் பெரும் போராட்டத்தின் அனைத்துத் தந்திரங்களையும் குஞ்சன் நாயர் சொல்லிக் கொடுத்தார். மக்கள் பிரார்த்தனைக் கூட்டங்களில் ஆவேசமுடன் பங்கெடுத்துக் கொண்டனர். ஆண்களும் பெண்களும்.

கார்த்தியாயினி ஒரு நாள் கூடத் தவறமாட்டாள்.

சுரேந்திரன், அரவிந்தன், மாதவன் ஆகியோருக்கு என்ன செய்வதென்று தெரியவில்லை. பெரியதொரு நிகழ்ச்சி நடைபெறுகிறது. அந்த நிகழ்ச்சிக்குப் பிரத்தியேகமான ஒரு குணாதிசயமுண்டு. விவசாயத் தொழிலாளர் யூனியன் மீது கொண்டிருக்கிற எதிர்ப்பு. குஞ்சன் நாயருக்கு மட்டும் அது கிடையாது. எல்லோரும் ஓர் அணியில் வரக் காரணமாயிருந்தது விவசாயத் தொழிலாளர் யூனியன்தான். ஆனால் அது சுதந்திரப் போராட்டத்தின் ஒரு பகுதியாகவும் இருந்து வருகிறது. என்ன செய்வது?

சோதரு விசாரித்தார்:

"அப்போ நாங்க என்னா செய்யணும்?"

சுரேந்திரனால் திடீரென்று பதில் சொல்ல முடியவில்லை.

"கமிட்டிக்கூட்டத்திலே யோசிப்போம்."

சோதரு விட்டுவிடத் தயாராக இல்லை.

"என்ன இது? வெள்ளைக்காரன் நம்ப நாட்டைவிட்டு வெளியேறணும்னு சொன்னா, அது யூனியனுக்கெதிரானதா? இல்லையல்ல?"

"இல்லை."

சுரேந்திரன் மணிகண்டனுக்கு மூன்று நான்கு கடிதங்கள் எழுதினான். முதல் கடிதத்தில் உடனே வரவேண்டுமென்றிருந்தது. வந்தேதான் ஆகவேண்டும். வலியுறுத்துவதாக இருந்தது. என்ன செய்வதெனத் தெரியாதென்றும் எழுதியிருந்தான். அதற்குப் பதில் இல்லை. இரண்டாவது கடிதத்தில், இந்த விசயம் அவர்கள் 'ஸ்டகிளாசி'லே வைத்து விவாதிக்கவேண்டுமென்று எழுதியிருந்தான். மீண்டும் மீண்டும் எழுதினான். பதில் இல்லை.

சேந்நாட்டு குஞ்சுநாயர் சட்டமில்லாத மூக்குக் கண்ணாடியைச் சரட்டினால் தலைவழியாகக் கட்டிவைத்து காலையில் எழுதத் தொடங்குவார். மதியத்தில் எழுதுவதை நிறுத்திவிடுவார். அப்புறம் அஞ்சல் நிலையத்திற்குச் செல்வார். விலாசம் எழுதவேண்டிய வேலையை அஞ்சல் மாஸ்டரிடமோ, வேறு எவனிடத்திலோ ஒப்படைத்துவிடுவார்.

"நேற்றுத்தானே, அவனுக்கு எழுதினீங்க?" என்பாள் குஞ்சுமாளுவம்மா.

"அடியே, இன்னைக்குக் காதிலே விழுந்ததென்ன? துப்பாக்கிப் பிரயோகம் நடக்கும்னுதானே? அப்போ... அவன் வரக் கூடாதுன்னு எழுதவேண்டியதுதானே?"

மாலையில் இன்னொரு செய்தியுடன் அவர் வீடு வந்து சேர்ந்தார்:

“கேட்டியாடீ குஞ்சுமாளூ, இளைஞனுங்களை எல்லாம் கைது செஞ்சு, நிலவரத்துக்கேற்றாப்பலே உதைகொடுத்து ஜெயிலுக்கு அனுப்பி வைக்கப் போவுதாம். நாளைக்கு எழுதணும். அவன் இங்கே வரவேண்டாம். இங்கே வந்தாத்தானே, தகராறு?”

குஞ்சுமாளுவம்மா மனம் நொந்து சொல்லுவாள்:

எப்படியாவது இந்தப் போராட்டம் முடிஞ்சாப் போதும். எம் பையனை, ஊருக்கு வந்து பார்க்கலாமல்ல?”

யோசித்தவாறே சொல்லுவார் குஞ்சுநாயர்:

“கேட்டியா, மாளூ?”

“என்னவாம்?”

“நீ இங்க வா!”

“மாட்டுக்குத் தண்ணி காட்டிட்டு வந்திடறேன்.”

அவள் வரும்போது நாயர் தாழ்ந்த குரலில் கூறுவார்:

“அந்த சுரேந்திரன் தினசரி அவனுக்குக் கடிதம் எழுதறான்.”

“நாம்பளும் எழுதறோமே?”

“ஆமாம். அதுக்காகத் தானே, எழுதறோம்?”

தொடர்ந்து விசாரிப்பார் குஞ்சுநாயர்:

“நாம்ப சொல்லறதைத்தானே, அவன் கேட்டு நடப்பான்?”

“ஐயோ! அல்லாமே? நம்ப பையன் என்னைக்காவது நம்ப சொல்லை மீறி நடந்திருக்கானா?”

“இல்லே... நான் சொல்லிக்கிட்டிருந்தேன். சில நேரங்களிலே எம் மனசு எங்கெல்லாமோ போவுது. அவன் வந்திட்டா போலீஸ் பிடிக்கிறதுன்னு எல்லாம்.”

“ஏன் இப்படி வேண்டாத விசயங்களைப் பற்றி யோசிக்கிறீங்க?”

‘அப்படியே யோசனைகள் வருது. அப்பறம் ஒரு விசயத்தப் பற்றி நினைச்சுக்குவேன். என்னன்னு தெரியுமா? அந்த சுரேந்திரனைப் போலீசு பிடிச்சுக்கணும்னு.”

“ஐயோ! என்ன இப்படிச் சொல்றீங்க? பாவம் பையன்! நம்ப பையனோட நண்பன். என்னாலே நினைச்சுக்கவே முடியாது. அவன் சிரிப்பும்; பெரியம்மாங்கிற விளிப்பும் எல்லாம் நினைச்சுப் பாருங்க!”

"ஆமாம். ஆமாம். அது தான் சங்கடம்னு நான் சொன்னேன்... ஓ! இந்தக் காலத்து இளைஞனுங்களோட போக்கு கலிகால வைபவம்னு அல்லாமே என்ன சொல்லறது?"

மணிகண்டனின் கடிதம் ஒன்று சுரேந்திரனுக்கு வந்தது. யூனியன் தன் நிலையில் பிரத்தியேகமாய் அந்தச் சம்மேளனத்தில் பங்கெடுத்துக் கொள்ள வேண்டுமென்பதுதான். அங்குள்ள 'ஸ்டட சர்க்கில்' விவாதத்திலே எடுத்துக் கொண்ட முடிவு. மணிகண்டன் வர இயலாது. தேர்வுதான் காரணம்!

சுரேந்திரன் குரலுயர்த்திக் கூறினான்:

"இப்போ என்ன தேர்வோ?"

தந்தை எழுதிய எல்லாக் கடிதங்களும் அவனுக்குக் கிடைத்தன. தேர்வு நடைபெற இருப்பதால் அண்மை நாட்களில் ஊருக்கு வர முடியாதாம்! குஞ்சு நாயர் சொன்னார்:

"இப்போ தேர்வுன்னு ஒண்ணுமில்லே. அவனுக்கு மூளை உண்டு."

* ** *

பறையரும் புலையரும் பந்தல் வேலைக்கு வந்தனர். உற்சாகமுடன் வேலை செய்தனர். மாலை வேலையில் கூலி கொடுக்க அவர்களை அழைத்தபோது சோதரு புலையன் கூறினார்:

"அடியேனுங்களுக்கு இன்னைக்குக் கூலிவேணாம்."

"அது என்ன டேய்?"

"நன்கொடை தர அடியேனுங்களிடத்திலே காசு இல்லை. அதனாலே கூலி வேணாங்கறோம்."

பறையர் மற்றும் புலையர் நன்கொடை அது. மேலாளர்களுக்கு ஒன்றுமே புரியவில்லை.

* ** *

நாளை மறுநாள்தான் சம்மேளனம் ஆரம்பமாகிறது. அதற்கு அடுத்த நாளில்தான் இறுதி சம்மேளனம். இறுதி நிகழ்ச்சியில்தான் வட இந்தியாவிலிருந்து வந்திருக்கின்ற தலைவர்கள் பேச இருக்கிறார்கள். அவர்கள் நேரத்திலேயே வந்துவிடுவார்கள். காந்தியாசிரமத்தில்தான் தங்கியிருப்பார்கள். அவர்களுக்கு குஞ்சன் நாயரை நேரடியாகத் தெரியும். அந்த நட்புறவினுடைய அடிப்படையிலேதான் அவர்கள் வருகிறார்கள். அவர்களும் காந்திஜியின் சீடர்களே.

ஊழியர்கள் ஊர்களுக்குச் சென்றிருக்கின்றனர். எல்லாம் வீடுகள் தோறும் ஏறியிறங்கிப் பேரணிக்கு ஆட்களைச் சேர்த்துக் கொள்ளத்தான். நடக்கச் சக்தியுடைய எந்த ஒரு நபரும் வீடுகளில் தங்கியிருக்கக் கூடாது. நடக்க முடியாதவர்களுக்குப் பேரணியிலே கலந்துகொள்ள ஆர்வமுண்டென்றால் அவர்களைத் தூக்கியெடுத்துச் செல்லத் தொண்டர்கள் உண்டு.

தடைசெய்வதென்றால் தடை செய்யட்டும்!

தேசத்தைத்தான் தடை செய்கிறது!

சுடுவதென்றால் சுடட்டும்!

எதற்காகச் சுடவேண்டும்?

தடியடி என்கிறார்களே!

சும்மா தடியாடி நடத்துவார்களா?

ஆயின் அப்படியே நடக்கட்டும். அப்படியென்றால் அத்தகைய அரசுக்கு அரசாளத் தகுதி கிடையாது.

குஞ்சுநாயர் சொன்னார்:

"சும்மா போறவனை அடிப்பாங்கன்னா அது அநியாயம். சுடுவாங்கன்னா 'நீதிசார'ப் படியே அப்படிப்பட்ட அரசன் கூடாது. அரசன் அக்கிரமம் பண்ணக்கூடாது."

குஞ்சு நாயர் கூடப் பேரணிக்குச் செல்கிறார்.

இப்போது யூனியன் மீது கொண்ட எதிர்ப்பு குறைந்து வருவதாகத் தோன்றியது. வட்டத்தரை கிரிகரி சோதரு புலையனிடம் கேட்டார்:

"நீங்கள்லாம் எப்படிப் போறீங்க?"

"இது என்ன கேள்வி? எல்லார் கூடவேதான்."

"போலீஸ் சுடும்."

"அப்படீன்னா, செத்திடுவோம்."

அது புண்ணியமற்றது.

மறுநாள், உறுதியுடனிருப்பதாகக் காட்டுகிற நிசப்தநிலை ஊரெங்கும் கெட்டிதட்டி நின்றது.

பந்தலுக்கு முன்னால் வானை அளாவுகிற ஒரு கம்பம் நடப் பட்டிருக்கிறது. வட்டத் தரை வளாகத்திலிருந்து கொண்டு வந்த மரம். சரிந்து விழாமலிருக்க மர உச்சியிலிருந்து நான்கு பக்கங்களுக்கும் கம்பிகள்

நீட்டிக் கட்டப்பட்டிருந்தன. அந்தக் கம்பத்தின் மீதுதான் மூவண்ணக் கொடி ஏற்றப்படுகிறது.

காந்தியாசிரமத்திலிருந்து தாளமேளங்களுடன் பதாகை கொண்டு வரப்படுகிறது. பாதையோரங்களில் வீட்டு வாசல்களில் நிறைபறை வைத்து குத்துவிளக்கேற்றியிருந்தனர். பெண்கள் குலவையொலித்தனர். பகவானுடைய ஆண்டு நீராட்டின் போது மட்டும் நடைபெறுகிற சடங்கு தான் இது.

குஞ்சன் நாயர்தான் மாநாட்டுக் கொடியை ஏற்றிவைத்தார். அப்போதுகூட அகிம்சையின் அடிப்படையிலான சாத்வீகப் போராட்டத்தைப் பற்றித்தான் குறிப்பிட்டுப் பேசினார். பாரத மக்களின் சுதந்திர தாகத்தின் சின்னமான அந்தக் கொடி நூற்கயிறு வழியாக மெல்ல மெல்ல உயர்ந்தபோது, “பாரத மாதா கீ ஜய்” என்று முழங்கிய கோஷம் திக்கெட்டும் எதிர் ஒலித்தது. நூற்றுக்கணக்கான மக்களின் தொண்டையிலிருந்து உயர்ந்த வீரகோஷம்!

கொடி மரத்தின் உச்சியை அடைந்த அந்தப் பதாகை ஊரானப்பட்ட ஊர்களை எல்லாம் பார்த்தவாறு காற்றில் ஆடிக் கொண்டிருந்தது. மல்லாந்துதான் பார்க்கவேண்டும். அப்போதுதான் அதைப் பார்க்க முடியும். எல்லோரும் பார்த்தனர். எல்லோர் கரங்களும் கூம்பிவிட்டன. பக்தியினால் கண்கள் மூடிவிட்டன.

சேந்நாட்டு குஞ்சுநாயர் கண்களை மூடி, கூப்பிய கரங்களுடன் நீண்டநேரம் அப்படியே நின்றுவிட்டார். யாரோ ஒருவர் அவரைத் தட்டியுணர்த்தினார்.

* ** *

அன்றும் சி.ஐ.டி.கள் ஊரில் இருந்தனர். போலீஸ் இல்லை. என்ன அது. அரசும் அவ்வாறு தீர்மானித்துவிட்டது போல் தோன்றியது.

சம்மேளனம் அப்படியே நடந்துகொள்ளட்டும் என்று நினைப்பார்களா? அவ்வாறு நடைபெற அரசு அனுமதித்ததில்லை.

அரசுக்கும் ஏதோ ஒரு திட்டமிருக்கிறதென்பது திண்ணம்.

96

சம்மேளனம் இன்னுமொரு நான்கைந்து வளாகங்களுக்கப்பாலுள்ள மணத்தரை மனையிலேயே நடத்தியிருந்தால் போதுமானதாகயிருந்தது. அந்த இடத்தை போலீஸ் சென்று அடைவது கஷ்டமான வேலை. மூன்று பக்கமும் வயல்கள் ஒரு பக்கத்தில் காளிகோவில். படகு வழியாக வந்து இறங்கினால் கூடச் சிறிது தூரம் நடக்கவேண்டும் இப்போதைய இடம்

ஆற்றோரமாய் அமைந்திருக்கிறது - இப்படியெல்லாமிருந்தன சிலரது கருத்துக்கள்.

இடத்தைப் பற்றித் தீர்மானித்தபோது இந்தப் புத்தி உதயமாகவில்லை. அப்போது இதரர்கள் கூறினர். எந்த இடத்திலே நடந்தாலும் போலீஸினால் அங்கே வரமுடியும். தவிரவும், இந்தச் சம்மேளனம் என்பதில்லை - எந்த ஒரு காங்கிரஸ் சம்மேளனமும் போலீஸுக்கெதிரானது அல்லவே!

மாலை 7 மணிக்கு அஜண்டா தயாரிக்கும் கூட்டம் நடைபெற இருக்கிறது. பந்தலில்தான் கூடுகிறது. நாளைய தினம் நடைபெறுகிற மகாநாட்டில் முன்மொழிந்து முடிவெடுக்கப்படவேண்டிய தீர்மானங்களை எழுதித் தயார் செய்ய வேண்டும். குஞ்சன்நாயர் தலைமையில் கூட்டம் கூடியது. நாளைய ஊர்வலத்துக்கு ஆள் சேர்க்க ஊர்களுக்குச் சென்றிருந்தவர்களெல்லாம் திரும்பி வந்துவிட்டனர். அவர்கள் கூட்டம் கூட்டமாய் அமர்ந்து தங்கள் தங்கள் அனுபவங்களைப் பகிர்ந்து கொள்கின்றனர். குஞ்சுநாயருடையவும் நண்பர்களுடையதான ஆவேசம் பிரத்தியேகமான ஆர்வத்தைக் கிளப்புவதாக இருந்தது.

மூலப்படவன் கூட ஊர்வலத்துக்கு வருவார் என்று சொல்லப் படுகிறது. இந்தச் சர்க்காரே தனக்கு எதிரிகளைச் சிருஷ்டிக்கின்றது. எல்லோர் மனத்திலும் போலீஸ் கையாளக்கூடிய தந்திரம் என்னவாக இருக்குமென்பதைப் பற்றிய ஐயப்பாடுதான். ஏதாவது நடைபெறாம லிருக்கா து. அவர்களிடம் அதற்கான தி' । மிருக்கும்.

கூட்டம் ஆரம்பமாகிச் சிறிது நேரமாகிவிட்டது. பந்தலுக்குள்ளேயும் வெளியிலும் ஏராளமான மக்கள் வந்து குழுமியிருக்கின்றனர். அங்கே ஆற்றின் வடதிசைப் பகுதியில் ஒரு சிவந்த விளக்கைப் பார்த்தது போல் தோன்றியது. அது நீராவிப் படகுதான். ஒன்று அல்ல; இரண்டு விளக்குகள். அவை நீராவிப்படகுகளேதான். முன்னே ஒளிவீசும் 'ஹெட்லைட்'டுக்கள் போட்டிருக்கவில்லை. இரவில் பதுங்கி வருகின்ற படகுகள்! சந்தேகமில்லை. அவை எங்கோ பக்கத்தில்தான் என்று தோன்றுகிறது. விளக்குகள் நகர்வதில்லை.

விளக்குகள் அணைந்து விட்டன.

குஞ்சன் நாயரிடம் யாரோ வந்து விசயத்தைக் கூறினார். அவர் கூவியழைத்துச் சொன்னார்:

"யாரும் பந்தலை விட்டு வெளியே போகக் கூடாது! எல்லாரும் அமைதியாய் இருக்கவேண்டும். படகுகள் வரட்டும்; போவட்டும்! அது நம்மைப் பொறுத்த பிரச்சினை அல்ல. நாம் செய்ய வேண்டிய கடமைகளைச் செய்தவாறு முன்னே செல்வோம்."

ஆயினும் அனைத்துக் கண்களும் வடதிசையை நோக்கித்தான் திறந்து நின்றன. இரவின் மறைவினைப் பயன்படுத்தியவாறு மறைந்தும் பதுங்கியும் போலீஸ் வருகிறது. அதன் நோக்கமெதுவாக இருக்கும்?

யாரோ ஒருவருக்கு ஓர் எண்ணம் உதிர்த்தது. போலீஸ் வீடுவீடாக ஏறியிறங்கிப் பயமுறுத்துவதாக இருக்கலாம். இரவில் காலணியணிந்த போலீஸ் கூட்டட ஓசையெழுப்பியவாறு துப்பாக்கிதாரியாய்த் தங்கள் வீட்டுக்கு வந்தால் பதறிப் போய்விடமாட்டார்களா? பேரணிக்கும் சம்மேளனத்திற்கும் செல்கின்றவர்களைச் சுடுவோமென்று பயமுறுத்துவார்கள். பயந்து விட்டால் ஜனங்கள் வரமாட்டார்களல்லவா? இந்த மேடுபள்ளங்களைத் தாண்டிக் கடந்து போலீஸ் எவ்வாறு வீடுகளுக்குச் செல்லும்?

வடக்கே பார்த்த விளக்குகள் அணைந்தே இருக்கின்றன. படகு அருகில் தான் வந்து கிடக்கிறது. அங்கே சென்று பார்த்தால்? யாருக்கும் தைரியமில்லை. வடக்கேயுள்ள வயலின் புறவேலிக்கு அருகாமையில்தான் அது வந்து நிற்கிறது.

போலீஸ் அதன் வேலையைத் துவக்கிவிட்டது. அதன் போர்த் தந்திரம் என்ன? அறிந்துகொள்ள மக்களுக்குப் பேராவல்!

வடக்கிழக்கே தேவஸ்தானம் குளமருகே கூடிநின்று கோஷிக் கின்றனர்.

ஹெட்லைட் திடீரென ஒளி சிந்தியது. ஒன்று அல்ல; இரண்டு அல்ல; மூன்று நீராவிப் படகுகள். சீறிப் பாய்ந்து வருகின்றன.

'போலீஸ்!'

"எல்லோரும் அமைதியாக இருக்கவேண்டும்." குஞ்சன் நாயர் உரத்த குரலில் கூறினார். "யாருமே பந்தலை விட்டு வெளியே போகக் கூடாது!"

படகுகள் கரைவந்து சேர்ந்தன. துப்பாக்கி, ஹெல்மெட் அணிந்த சேனை ஒன்று; வெறும் தடியுடன் வந்திருக்கின்ற சேனை இன்னொன்று. இவ்வாறாகப் பெரிய ஒரு சேனை கரையிறங்கியது. அங்கே குழுமியிருந்தவர்களை விட அதிக எண்ணிக்கையில் இருந்தனர் போலீஸ்காரர்கள்.

படகிலிருந்து குதித்து இறங்கிய போலீஸ்காரர்கள் ஏதோ தீர்மானத்துடன்தான் வந்திருக்கின்றனர். என்னவென்றால் இறங்கியதும் அவர்கள் ஓடுகின்றனர். ஜனங்களும் ஓடுகின்றனர். பந்தல் நிரம்பி வழிந்தது. போலீஸ் பந்தலைச் சுற்றி வளைத்துக்கொண்டது. எல்லாம் கண்மூடித் திறக்குமுன்னரே முடிந்துவிட்டது.

மேடையில் நின்றவாறு குஞ்சன் நாயர் முழங்கினார்:

"பாரத மாதா கீ ஜய்!"

ஒரு பகுதியினர் ஏற்று முழங்கினர்.

"மகாத்மா காந்தீ கீ ஜய்!"

ஒரு போலீஸ் அதிகாரி மேடையை நோக்கி நடந்து சென்றார். அவர் அலறினார்:

"ஷட் அப்! நிறுத்து!"

குஞ்சன் நாயர் முடிந்த அளவு குரலை உயர்த்தி முழங்கினார். அதை ஏற்று முழங்க ஆட்களும் இருந்தனர்.

அதிகாரி கோபத்தால் நெருப்பானார். குஞ்சன் நாயர் கேட்டார்:

"தாங்களும் இந்தியர்தானே?"

"ச்ச்சி! நாயே! உன் நாக்கைத் தோண்டியெடுப்போம்!"

இந்தப் பேச்சு அங்கே குழுமியிருந்தவர்களால் சகிக்கக் கூடியதாக இருக்கவில்லை எனத் தோன்றியது. முன்னர் பயத்தால் மரத்து நின்றவர்களுக்குக் கூடச் சூடேறியதுபோல் தோன்றியது.

கோஷங்கள் வானைப் பிளந்தன. நாற்றிசைகளிலிருந்தும் மக்கள் பந்தலை நோக்கி விரைந்து வந்துகொண்டிருந்தனரா?

"இவனுக்கு விலங்கு போடு!"

போலீஸ் அதிகாரி அலறினார்.

எங்கிருந்தோ தெரியாது, ஒரு கரும் பாறைத்துண்டு பந்தலில் வந்து விழுந்தது. பின்னர் பந்தலுக்குள்ளேயும், வெளியிலும் கருங்கல் துண்டுகள் வந்து விழுந்து வண்ணமிருந்தன. மழை போன்று! எல்லாம் மேற்கத்திய தென்னந் தோப்பிலிருந்துதான் சீறிவந்தன.

கல் வீச்சில் சில போலீஸ்காரர்களுக்குக் காயம் ஏற்பட்டது. வந்து குழுமியிருந்த மக்களிடையே கல்வீச்சுக்கிரையாகாதவர்கள் யாருமில்லை எனலாம். மக்கள் நாற்பக்கமும் சிதறி ஓடினர். எந்த வழியாகவும் வெளியே செல்ல முடியவில்லை. போலீஸ் தடியடி நடத்துகிறது. துப்பாக்கிக் கட்டையால் இடிக்கவும் செய்கிறது.

என்னவெல்லாம் அங்கே நடந்ததென்று தெரியாது. பந்தலில் ஆங்காங்கு கட்டித் தொங்கவிட்டிருந்த பெட்ரோமாக்ஸ் விளக்குகள் அடித்து நொறுக்கப்பட்டன. இருட்டு; கும்மிருட்டு! நான்கு - ஐந்து தடியடிகள், ஒரு துப்பாக்கிக் கட்டையிடி ஆகியவற்றைப் பெற்றுக் கொண்டு சிலரெல்லாம் ஓடி தப்பினர். நிறையபேர்கள் பந்தலுக்குள்ளேயே சிக்கிக் கொண்டனர்.

துப்பாக்கிச் சூடு நடந்தது; நாடெங்கும் நடுங்கியது.

* ** *

குஞ்சன் நாயரையும் வேறு சிலரையும் கைது செய்து அழைத்துச் சென்றனர். காயம் பட்ட சிலரையும் எடுத்துச் சென்று படகில் போட்டனர். அது ஒரு பயங்கர இரவாக இருந்தது. பயங்கரமானதோர் அலறல் போன்று துப்பாக்கி வெடிச்சத்தம் ஊரிலெங்கும் இரவு முழுவதிலும் எதிரொலித்துக் கொண்டிருந்ததாம்!

எந்த வீட்டினரும் தூங்கவில்லை. விளக்கேற்றவுமில்லை. அந்தக் காலகிங்கரர்கள் எப்போது வருவார்களென்று யாருக்குத் தெரியும்? அடி, இடி, துப்பாக்கிச் சூடு - அத்தனையும் நடந்தது. எத்தனைபேர் இறந்திருப்பார்கள்? யாரெல்லாம் உயிர்துறந்தனர்? யாரெல்லாம் உயிர் பிழைத்தனர்? எப்படித் தெரிந்துகொள்ள முடியும்? ஊர்ந்து செல்லக் கூட முடியாதவாறு தாழம் பூச்செடிகளிடையே சென்று சிலர் விழுந்திருப்பார்கள். வீட்டுக்கு வர பயந்து ஒளிந்திருப்பவர்களுமிருக்கலாம். இரவில் போலீஸின் வேட்டைதான் நடைபெற்றுக் கொண்டிருக்கும்.

அந்திப் பொழுதில் வீட்டிலிருந்து சென்றவர்கள் யாருமே திரும்பி வரவில்லை. வெளியே செல்லாதோர் பத்தாயத்தில் புகுந்து மறைந்திருக் கின்றனர்.

“இந்த ஊரில் ஆடவன் ஒருவன் கூட உயிருடனிருக்க அனுமதியோம்; எலும்போடு நடமாட அனுமதிக்கமாட்டோம்” என்று ஓர் அதிகாரி அலறினாராம். அப்படி அவருக்குத் தோன்றக் காரணம் உண்டு.

நள்ளிரவுக்குப் பின் போலீஸ் வேட்டைதான். ஒவ்வொரு வீட்டுக்கும் சென்று கதவைத் தட்டுகின்றனர்.

“இங்கே பெண்களும் குழந்தைகளும் மட்டும்தான்.” பயந்து நடுங்குகிற ஒரு பெண் வேண்டிக்கொண்டாள்.

“ச்ச்சி! கதவைத் திறடீ, தேவிடியா மவளே!”

கதவு திறக்கப்படவில்லை. மிதித்துத் திறந்தனர். குழந்தைகள் கிரீச்சிட்டு அழுதனர்.

வீட்டுக்காரரை மச்சு மீதிருந்து இறக்கிக் கொண்டுவந்தனர். மனைவி மற்றும் குழந்தைகள் முன்னிலையிலேயே அவரை ஒரு போலீஸ்காரன் குனிய நிற்கச் செய்து புறமுதுகு மீது கைமுட்டியால் குத்து குத்தென்று குத்தினார். குலை நடுங்குகிற, அவருடைய மரணக் கூச்சல் தூரத்தில் கேட்டது. அப்போது வேறு எங்கிருந்தோ ஓர் அழுகைக் குரல் கேட்டது.

அவரை இப்படியிடிக்கக் காரணம்? சி.ஐ.டி.களிலொருவன் அவரிடம் போலீஸ் பக்கம் நிற்கவேண்டும் என்று சொல்லியிருந்தான். சும்மா

இல்லை. கை நிறைப் பணம் கிடைத்திருக்கும். முகத்தைப் பார்த்து முடியா தென்று சொல்லிவிட்டாராம்! மனைவி பொய் சொன்னதற்காக அவரை நிமிர்ந்து நிற்கச் சொல்லி இதயப் பகுதியில் இடி இடியென இடித்தனர்.

இனிமேல் கொச்சுராமன் எதுக்கும் உதவ மாட்டான். அவன் நெஞ்சை இடித்துக் கலக்கியிருக்கின்றனர்.

மரமேறியொளிந்து கொண்டிருந்த தேவஸ்யாவைப் பிடித்துக் கீழிறங்கிக் கொண்டுவந்து நன்றாகப் புடைத்தனர். மாலைப் பொழுதுக்கு அரிசி, உப்பு, மிளகாய் முதலியவற்றை வாங்கச் சென்ற பணிக்கர் எங்கோ மறைந்திருந்தார். குழந்தைகள் பசியால் வாடுகின்றார்களே என்று நினைத்துக்கொண்ட அவர் வெளியே நடந்து வந்து விழுந்தது போலீஸ் முன்னால். பொருட்களைப் பிடுங்கித் தூர வீசியெறிந்துவிட்டு அவரை அழைத்துச் சென்றனர்.

பெண்களை மறுநாள்தான் பிடித்துச் சென்றனர். கோஷங்களை முழக்குகின்ற குட்டித் தேவாங்குகளையும் விட்டுவைக்கவில்லை.

மறுநாள் புலர்வேளை தெளிவாக இருந்தது பந்தல் அமைந்திருக்கிற வளாகத்தை யாரும் எட்டிக் கூடப் பார்க்கவில்லை. கொடி துப்பாக்கிக் குண்டு பட்டுக் கிழிந்தபோதிலும் அது பறந்து கொண்டிருந்தது.

* ** *

வட்டத்தரை கிரிகரி மற்றும் பருத்திக்காட்டு தாமஸ் ஆகியோரைப் பொழுது விடியுமுன்னரே விடுதலை செய்தனராம். போலீஸ் ஆலப்புழை அடையுமுன்னரே அவர்களுடைய ஆட்கள் ஆலப்புழைக்குச் சென்றிருந்தனராம். அவர்களை விடுதலை செய்யச் சொல்லி திருவனந்த புரத்திலிருந்து உத்திரவு வந்ததாம்.

கிரிகரி காலையிலே வந்து சொன்னது இவ்வாறுதான்.

"நேற்று இங்கிருந்திருந்தாக் கூடத் தூங்கியிருக்க முடியாது. கொஞ்சம் சுதந்திரமில்லேங்கிறது தானே? அவ்வளவுதான்."

யாரோ விசாரித்தார்:

"கிரிகரியண்ணனுக்கு உதை கிடைக்கும்ங்கிற பயம் தோணிச்சா?"

"எனக்கு அப்படியொண்ணும் தோணலே. இருந்தாக் கூட அங்கே போனப்போ அங்கிருந்த சிலரை எல்லாம் பிடிச்சுப் பின்பக்கத்துக்குக் கொண்டு போனாங்க. அவங்க குய்யோ முறையோன்னு அழறதைக் கேட்டபோது என் குலை நடுங்கிடுச்சு. அப்பறம் ஒரு விசயம் உண்டு. நாங்க இந்த சர்க்காருக்குச் செலுத்துற வரிப்பணம் எவ்வளவுன்னு தெரியுமா?"

கிரிகரி தொடர்ந்து பேசினார்:

"என் கர்த்தரே, நமக்கு இனிமே இந்தக் காங்கிரசும் வேணாம்; மீட்டிங்கும் வேணாம்."

தாமஸ் சொன்னார்:

"சுதந்திரம் கிடைச்சு காங்கிரஸ் ஆட்சிக்கு வந்தா?"

"டேய் தோமாச்சா, சுதந்திரம் கிடைக்குமாடா? இனிமே இந்த நாட்டிலே ஜனங்க அசைவாங்களாடா?"

தாமஸ் சொன்னார்:

"அசையவும் செய்வாங்க. இந்தியாவுக்குச் சுதந்திரமும் கிடைக்கும்."

"டேய், இந்த ஊரிலே கல்வீச்சுக்கு இரையாகாமே, போலீஸ் தடியடி படாம எவனாச்சும் இருக்கானா?"

தொடர்ந்து கிரிகரி கூறினார்:

"நான் யோசிக்கிறது அது அல்ல. அந்தக் கல்லு வீசினவங்க யாராயிருப்பாங்க? இந்த ஊரிலே கருங்கல் இருக்கா? சேறுகாய்ந்த கட்டைங்க தானே?"

அனைவருக்கும் அது வியப்பாக இருந்தது. தாமஸை அழைத்துச் சென்ற படகில் கருங்கற் துண்டுகள் நிறைய இருந்தன.

சம்மேளனத்தைக் குறித்து சர்க்கார் பத்திரிகைகளில் அறிக்கை விட்டிருந்தது. அமைதி குலையுமென்கிற சந்தேகம் இருந்தது. அமைதியைக் காக்கச் சென்ற போலீஸினைப் பலாத்காரத்தில் ஈடுபட்டிருந்த மக்கள், முன்னரே சேகரம் பண்ணி வைத்திருந்த கருங்கற் துண்டுகளால் ஆக்கிரமித்தனர். ஒரு எஸ்.ஐ. நான்கு ஹெட்கான்ஸ்டபிள்கள், பதின்மூன்று கான்ஸ்டபிள்கள் ஆகியோருக்குக் காயமேற்பட்டது. தற்காப்பிற்காகப் போலீஸுக்கு வானை நோக்கிச் சுடவேண்டியதாயிற்று. யாரும் உயிரிழக்கவில்லை. பனிரண்டு நபர்கள் கைது செய்யப்பட்டிருக்கின்றனர். கூட்டங்கள், ஆர்ப்பாட்டங்கள் ஆகியவற்றுக்குப் பத்து நாள் தடை போடப்பட்டிருக்கிறது.

* ** *

எழுதிக் கையொப்பமிட்ட ஒவ்வொருவரையும் விடுதலை செய்தனர். சிலரைக் கோர்ட்டில் ஆஜர்படுத்தினர். கோர்ட்டு அவர்களை ஜாமீனில் விடுதலை செய்தது. குஞ்சன் நாயர் மற்றும் வேலு உட்பட நான்கு நபர்கள் ஜாமீனுக்காக மனுச்செய்திருக்கவில்லை. அவர்கள் சிறையிலிருக்கிறார்கள்.

கோபால மேனனைக் கைது செய்யவில்லை. காங்கிரஸ் சம்மேளனத்தின் அமைப்பாளர்களில் ஒருவராக இருந்தார் மேனன். கமிட்டியில் உறுப்பினராகவும் இருந்தார். கல்வீச்சும் ரகளையும் நடந்த போது மேனன் பந்தலில் இருக்கவில்லை என்பது உண்மைதான். ஆனால் அங்கிருந்தவர்களை மட்டுமல்லவே, கைது செய்தனர்?

மக்கள் காரணத்தைக் கண்டு பிடித்தனர்.

சி.ஐ.டி.கள் இங்கே வரத் தொடங்கிப் பல நாட்களாகின்றன. அவர்களுக்கெல்லாம் தேவஸ்தானத்திலிருந்துதான் சாப்பாடு கொடுக்கப் பட்டது. எத்தனை பேர் வந்தாலும் அவர்களுக்கெல்லாம் சாப்பாடு நல்கப்பட்டது. மேனன் சோறு கொடுக்காமலிருந்தால் அனைவரும் பட்டினியாயிருப்பார்கள். இந்த ஊரில் சோற்றுக்கடை உண்டா? வேறு யாராவது அவர்களை அழைத்து அன்னம் கொடுத்திருக்கிறார்களா?

சிலருக்கு அப்போது ஒரு சந்தேகம். இந்தப் போலீஸ்காரர்களுக்கு நன்றியுண்டா? போட்ட கையைக் கடிக்கின்றவர்கள்தான் இந்தப் போலீஸ்காரர்கள். அவர்கள் சாப்பிடுகிற சோற்றுக்கு உப்பு இல்லை. சோற்றைத் தின்றனர் என்பதற்காகப் பார்வையைத் திருப்புகிற ஜாதியு மல்ல.

தேவஸ்தானத்துக்குச் சொத்து இல்லையா? சோற்றை மட்டுமின்றி துட்டையும் கொடுத்திருப்பார்கள். கோபாலமேனன் இலேசானப் பட்டவரல்ல. எப்படி நடந்துகொள்வதென்று அறிந்தவர்தான். நடக்க இருக்கின்ற நிகழ்ச்சிகளை முன்கூட்டியே கண்டறிவார். இந்த மாதிரி விசயங்களில் சி.ஐ.டி.களின் ரிப்போர்ட்தான் அடிப்படையானது. சி.ஐ.டி. ரிப்போர்ட் செய்யுமளவில் மேனன் எதையும் செய்யாமலிருக்கலாம்.

எனவே கோபாலமேனன் ஒரு பழுத்த பழம்தான்.

ஆம்; அப்படித்தான்!

ஆனால், மேனன் ஜெயிலிலானவர்களை ஜாமீனில் வெளியே கொண்டுவரப் பல தடவை சென்றிருக்கிறார். குஞ்சன் நாயர் ஜாமீனில் வெளிவர மறுத்துவிட்டார். வேலு உட்பட ஏனையோரும் அதற்கு இணங்கவில்லை. கோபால மேனன் வெளியே குஞ்சன் நாயருக்காகப் பல ஏற்பாடுகளையும் செய்து வைத்தார். குஞ்சன் நாயர் எதையும் ஏற்றுக்கொள்ளவில்லையாம்!

காந்தியாசிரமத்தில் இப்போது பிரார்த்தனை நடைபெறுவதில்லை. அந்திவேளையில் எப்போதாவது ஒரு விளக்கேற்றி வைப்பார்கள்.

குஞ்சாச்சியம்மாவின் எலும்பு மாடத்தின் மீது என்றும் ஒரு திரி எரிவதைக் காணலாம். அதை யார் தான் பற்றவைத்துவிட்டுச் செல்கின்றார்களோ?

அரவிந்தன் மற்றும் கோவிந்தனுக்கு இரவில் அங்கேதான் படுக்கை. சில நாட்களில் சுரேந்திரனுமிருப்பான். அவர்கள் அங்கே வந்து சேருகிற நேரம் எதுவென்று நிர்ணயமில்லை. அந்திவேளையில் அவர்கள் அங்கு வரும் நாட்களில்தான் விளக்கேற்றப்படுகிறது.

ஒழுங்காக நடைபெறுகிற இன்னொரு காரியமுண்டு. இரு வேளையும் முற்றத்தைக் கூட்டிச் சுத்தம் செய்யும் வேலைதான் அது. குஞ்சன் நாயர் போன பின்னர் கார்த்தியாயினிதான் அந்த வேலையை நிர்வகித்து வருகிறாள். குஞ்சன் நாயர் ஒப்படைத்துவிட்டுச் சென்றது போல்தான் அது ஒழுங்காக நடைபெறுகிறது.

இரண்டு மூன்று நாட்களில் ஒரு முறை கோபால மேனன் வந்து குஞ்சன் நாயரின் அறையைத் திறப்பார். புத்தகங்களெல்லாம் எடுத்துச் தூசிதட்டித் துடைத்து வைப்பார்.

எலும்பு மாடத்தின் மீது கைத் திரியேற்றி வைப்பது யாரென்று அரவிந்தன் ஒரு நாள் கண்டுபிடித்தான்.

அதுவும் கார்த்தியாயினிதான்.

அரவிந்தன் சொன்னான்:

"அக்காதான் எலும்பு மாடத்தில் மீது விளக்கேற்றி வைக்கிறான்னு நான் கண்டுபிடிச்சிட்டேன்."

கார்த்தியாயினி சொன்னாள்:

"பக்கத்து வீட்டிலே மனிசத் தன்மையுள்ள நல்ல ஒரு பாட்டியிருந்தா. நீங்க - பசங்களுக்கென்ன தெரியும்? அவருக்கு ஒரு மகன்தான். அந்த மகன் ஜெயிலில் இருக்கான். அப்போ இங்கே அந்திவிளக்கேற்றி வைக்க வேண்டாமா?"

"அப்படீன்னா, அதை எங்ககிட்டே சொல்லியிருக்கலாமே? நாங்க செஞ்சிருப்போமே!"

"அது என்னதுக்கு? என்னாலே செய்ய முடியாமே போனாத்தானே?"

* ** *

இனிமேல் காந்தியாசிரமம் உயிர்தெழுமோ? அந்த இடம் முற்றிலும் அணைந்து விடவில்லை. அணைந்து விடவும் விடாது. இப்போது கூட அந்திநேரத்தில் பல்வேறு வீடுகளில் குத்துவிளக்கின் முன்னால் அமர்ந்து

காந்தியா சிரமத்திலே கேட்டு, கற்றுக்கொண்ட பாடல்கள் பாடுவதைக் கேட்கலாம். அந்தப் பாடல்கள் கடவுளைத் தோத்தரிப்பது அல்ல. அதற்கப்பால் வேறு என்னென்னவோதான். கருமயோகத்தின் சாரம் கலந்தவை. எந்த மதத்தைச் சேர்ந்தவனாக இருந்தாலும் பாடக்கூடிய பாடல்கள் தான் அவை.

ஒன்றுமில்லாவிட்டாலும் மக்கள் ஆண்களும் பெண்களும் - அகிம்சை எனும் சொல்லை உச்சரிக்கத் தொடங்கினர். அது ஒரு வாழ்க்கைக் கடமையாகிவிட்டது. ஆத்திரத்தினிலால் யாருமே சுயம் மறந்து போவதில்லை. அகிம்சை என்றால் என்னவென்று தெரியாது. அண்டை வீட்டினரிடையே சண்டை ஏற்படும் போது, சிறிது பேசிமுடியும் போது இரு தரப்பினரும் பின்னர் பேசுவது சுயக் கட்டுப்பாட்டுடன்தான்.

சத்தியம் என்றால் என்னவென்று தெரியாது. ஆனால் சத்தியம் என்ற ஒன்று உண்டு. அது பெரியது. எல்லோரும் சத்தியத்துக்குக் கட்டுப்பட வேண்டும். அந்த அளவில் தெரியும். தீயவனுக்குத் தெரியும். நல்லவனுக்குத் தெரியும். ஏழைக்குத் தெரியும். பணக்காரனுக்குக் கூடத் தெரியும்.

பலாத்காரத்தின் வழியைக் கடைபிடிக்காதது ஒரு தந்திரமாகும். எனவே அது அகிம்சையுடன் உறவுகொண்டுதான் செல்கிறது. ஊரில் உண்மையிலேயே சண்டை - சச்சரவுகள் குறைந்து விட்டன. எங்காவது ஒரு தீப்பொறி வந்து விழுந்து பற்றிக் கொண்டால் அதை உடனடியாக அணைத்து விடுவார்கள்.

அந்த வழியே நடந்துசெல்லும் போது காந்தியாசிரமத்தை வேதனையோடுதான் பார்க்கிறார்கள். அங்கே யாருமில்லை. ஒளியில்லை. ஒலியில்லை. ஆனால் முற்றத்தில் புல் முளைத்துப் படர்ந்து காணப்படுவ தில்லை. பெருக்கிச் சுத்தம் செய்யப்பட்ட முற்றத்தில் ஒரு கால் சுவடு கூட காணப்படுவதில்லை. அங்கேயாரும் செல்வதில்லையா?

பயணிக்கு மனத்திற்குள்ளே ஒரு சுமைதான். தாங்கமுடியாத சுமை.

வாய்ப் பரச்சேரி நாராயணனுக்கும் மனைவிக்குமிடையே தகராறு தோன்றியது. வெடிப்புரைக்கலிலுள்ள மாமரத்தடியில்தான் மன அமைதிக்காகச் சென்று அமர்ந்துகொள்வது. தாயின் மரணத்தால் வேதனை அடைந்திருக்கிற ஔதமாப்பிள காந்தியாசிரமத்தின் வராந்தாவில் படுத்துக்கிடந்து தூங்குகிறார். எதிர்காலத்தை நினைத்துத் தற்கொலையைக் கனவு கண்டு நடக்கிறவன் வெடிப்புரைக்கலிலிருந்து ஒரு புத்துணர்ச்சியோடு செல்வதைப் பார்க்கலாம்.

அங்குள்ள காற்றுக்கு ஒரு தனிச் சிறப்பு உண்டு. அதை வாங்கும் போது சொல்லத் தரமற்ற ஒரு சுகம் ஏற்பட்டுவிடும். அங்கே அன்றாடம் பூக்கள் மலர்கின்றன. அங்கே, சுகம் தருகிற ஒரு குளிர்ச்சியுண்டு. காந்தியாசிரமத்தில் கூடு கட்டி உயிர்வாழ்கின்ற பறவைகள் இந்துப் பூமியைச் சேர்ந்தவைதானே?

முற்றிலும் அழிந்துபோய்விட்ட அந்த ஊருக்கு ஜீவ சக்தி பகிர்ந்து அருளியது எது? மனித சமுதாயத்தின் அனுபவங்களுடைய ஒட்டுமொத்தமான, ஒவ்வொருவரிலும் ஏற்படுத்துகிற பிரதிபலிப்புத்தான் ஆத்மா எனில், அந்தப் பிரதிபலிப்பு மறை அகன்று தெளிந்துவிடத் தொடங்கியது. அது தானா, அந்த காந்தியாசிரமத்தின் சாதனை?

97

குஞ்சன் நாயர் விடுதலை செய்யப்பட்டார். ஒரு நாள் அதிகாலையில் போலீஸ்காரர்கள் அவரை காந்தியாசிரமத்தில் கொண்டுவந்து விட்டுச் சென்றனர். பொழுது விடிந்தபோது ஆசிரமத்தில் ஆசிரமத் தலைவரைக் கண்டனர்.

அன்றைய தினம் முற்றம் பெருக்கிச் சுத்தம் செய்யப்பட்டிருந்தது.

குஞ்சன் நாயர் விடுதலைபெற்று வந்திருக்கிறார் என்கிற தகவல் ஊரெங்கும் பரவியது. குழந்தைகள் சுயமறியாமலேயே,

“பாரத மாதா கீ ஜய்”

“மகாத்மா காந்தி கீ ஜய்” என்று ஆர்ப்பரித்தனர்.

செய்தியறிந்ததும் சுரேந்திரன் மிகவும் உயர்ந்த குரலில் கோஷம் எழுப்பினான். தேவஸ்தானம் குளக்கரையில் புலையரும் பறையரும் ஒரு நிமித்திற்குள்ளே வந்து குழுமினர். அது ஒரு பேரணியாகவே அமைந்தது.

ஊர் சற்று ஆறுதல் அடைந்தது. நேராக மூச்சு வாங்கியது. அனைத்து முகங்களும் மலர்ந்து காணப்பட்டன. பொதுவாக, வாழ்க்கைப் பளு சற்று குறைந்ததாகத் தோன்றியது.

குஞ்சன் நாயர் வெகுவாகக் களைப்படைந்திருந்தார். கூட்டமாகவும், தனித் தனியாகவும் மக்கள் வந்துகொண்டிருந்தனர். குஞ்சன் நாயர் சிரித்தவாறே நின்றார். ஆனால் அந்தச் சிரிப்புக்கு ஜீவகளை இல்லை. பிணம் சிரிப்பது போலிருந்தது ஆம்; அப்படியாகத்தான் இருந்தது. அந்தக் கண்களில் ஒளியில்லை. மெல்லியதோர் ஆடை அவற்றை மறைத்திருப்பதாகத் தோன்றியது.

வந்தவர்களுக்கெல்லாம் நூற்றுக் கணக்கான கேள்விகள் கேட்க இருந்தன; பல விசயங்கள் சொல்ல வேண்டியதிருந்தன. சொந்தப் பிரச்சினைகள் பல குஞ்சன் நாயர் வந்த பிறகு தீர்த்துக்கொள்ளலாமென்று நினைத்தவர்கள் உண்டு. எல்லோருக்கும் ஒரு விசயம் ஒன்றுபோல் அவருக்குத் தெரியப்படுத்த வேண்டியிருந்தது. காங்கிரஸ் கூட்டம் நடக்கவில்லை. உண்மைதான். ஆனால் காங்கிரஸ் இங்கே வேர் பிடித்து விட்டது. எல்லோர் மனத்திலும் அது வாடாத முறையில் வேரூன்றியிருக்கிறது. இனிமேல் அது தழைத்து வளர்ந்தே தீரும். சம்மேளனம் நடந்திருக்குமேயானால் அந்த அல்லோலகல்லோலத்தில் மூழ்கியிருந்திருக்கலாம்.

இன்னொரு விசயம் கூடச் சொல்ல வேண்டியிருந்தது. இத்தனை நாள் வரையிலும் எல்லோருக்கும் என்னவோ கைமோசம் வந்தது போலிருந்தது. யாருக்கும் ஜீவன் இருந்திருக்கவில்லை. சக்தியிருந்திருக்கவில்லை.

ஆனால் குஞ்சன் நாயரைப் பார்த்தபோது யாராலும் எதையும் சொலல முடியவில்லை. அவர் அந்த அளவில் களைப்புற்றிருந்தார்.

‘என்ன இது?’ அனைவரும் கேட்டுவிட்டனர். சம்மேளனம் நடைபெறாமல் போன சோர்வு ஆக இருக்கும். இல்லை அதுவாக இருக்க முடியாது. நடந்ததெல்லாம் நடக்கக் கூடியவைதான் என்று எத்தனையோ பிரார்த்தனைக் கூட்டங்களில் அவர் பேசியிருக்கிறார்! துப்பாக்கிச் சூடினால் நூற்றுக்கணக்கானோர் இறந்து போனாலும் போகலாமென்று சொல்லவில்லையா? யாருமே சோர்வுறக் கூடாது என்று சொன்னவர் அதே காரணத்தினால் சோர்வுற்றுப் போய்விடுவாரோ? எனவே விசயம் அதுவல்ல. இதன் முன்னரும் அவர் ஜெயிலுக்குள்ளே அடைபட்டுக் கிடந்திருக்கிறார். எனவே ஜெயில் வாழ்க்கையும் அல்ல பிரச்சினை. அப்புறம் என்ன?

வந்தவர்களெல்லாரும் விசாரிப்பார்கள்:

“எப்போ வந்தீங்க?”

“அதிகாலையிலே.”

அப்புறம் சொல்வதற்கொன்றுமில்லை.

சிலர் இன்னொரு கேள்வி கூடக் கேட்கக் கூடும்.

“சிறையில் எப்படியிருந்தீங்களோ; என்னவோ?”

“ஓ!”

ஒரு சிலர் இன்னும் மேலே சென்று இன்னொன்றைக் கூடச் சொல்வார்கள்:

"இங்கே காங்கிரஸ் பலம் பெறத்தான் செய்திருக்கிறது."

அதுக்குப் பதில் இருக்காது.

நேரம் அவ்வாறு சென்றுகொண்டிருந்தது. ஆட்கள் வந்தும் போய்க்கொண்டுமிருக்கின்றனர். குஞ்சன் நாயர் நின்றவாறு அல்லது உட்கார்ந்தவாறு வருகின்றவர்களை வரவேற்றார். குளிக்கவில்லை. ஒன்றும் சாப்பிடவுமில்லை.

* ** *

கோபால மேனனும் வந்தார். சற்று நேரத்திற்குப் பின்னர்தான் அவர் வந்தார். தேவஸ்தானத்தில் அவசர அலுவல்கள் இருந்தனவாம்.

"ஏன், ஒரு மாதிரியா இருக்கீங்க?" என்றார் மேனன். உடம்பின் மோசமான நிலையைப் புரிந்துகொள்ள முடியும். "நான் அன்னைக்குப் பார்த்தப்போ கூட உடம்பு பலவீனமாயிருந்தது. சிறிது வெளிறியிருந்தது. இப்போ மனமும் களைப்படைந்திருப்பது போல் தோணுது."

இப்படியெல்லாம் விசாரிக்க மேனனுக்கு உரிமையிருந்தது.

"எனக்கு மனச் சுகமில்லை." என்றார் நாயர்.

"இங்கே வந்து போனவங்கள்லாம் என்கிட்டே வந்து சொன்னாங்க. என்னவோ உங்க மனத்தைக் கவலைகொள்ளச் செய்யுதுன்னு."

தயக்கமின்றியே பதிலளித்தார் குஞ்சன் நாயர்.

"அவர்களுக்கு அப்படித் தோன்றியிருக்கக் கூடும்."

என்ன விசயமென்று கோபாலமேனன் விசாரிக்கவில்லை. மனத்தை அலட்டுகிற பிரச்சினை என்னவாக இருந்தாலும் அதை எல்லாம் சமாளிக்கத் தகுந்த மன உறுதி படைத்தவர்தான் குஞ்சன் நாயர் என்று மேனனுக்குத் தெரியும். அவருக்கு யாரும் ஆறுதல் கூறவேண்டாம்; அறிவுரை செய்ய வேண்டியதில்லை.

இன்னொரு விசயத்திற்கு அவர் கவனத்தைத் திருப்பிவிடலாமென்று மேனனுக்குத் தோன்றியது. அது மேனனைக் கூட பாதிக்கும் பிரச்சினையாகும். அந்த விசயத்தில் குஞ்சன்நாயர் கருத்துக்கு மிக முக்கியத்துவம் உண்டு.

மேனன் விசாரித்தார்:

"இங்கே வந்தவங்களிலே யாராச்சும் தேவஸ்தானம் விசயமாக ஏதாச்சும் சொன்னாங்களா?"

"இல்லை."

அது என்னவென்று கூட குஞ்சன் நாயர் விசாரிக்கவில்லை. மேனனே அந்த விசயம் குறித்துப் பேசத் தொடங்கினார். அது என்னவென்றறிய நாயருக்கு அக்கறை இருப்பதாகத் தோன்றவில்லை. சொன்னால் கேட்கக் காதுக்கு சக்தியுண்டு என்பதனால் காதுகொடுத்துக் கேட்டிருக்கிறார்.

விசயம் மிகமிக முக்கியமானது.

“கமிட்டியின் ஏகமனதான முடிவுக்கு இணங்க, ஊரிலுள்ள முக்கியஸ்தர்களின் அபிப்பிராயத்திற்கேற்றவாறு மேற்பகுதியில் பூட்டி வைக்கப்பட்டிருந்த அந்த உண்டியலைத் திறந்தேன். திறந்து அதிலே என்ன இருக்கிறது. என்றறிய அனைவருக்கும் ஆர்வமாயிருந்தது. பூர்விகர்கள் போட்டு வைத்திருந்த புதையல் அது. திறக்கக் கூடாதென்கிற கருத்துடையவர்களும் இருந்தனர். ஊரே ஒன்றாகத் திரண்டு வந்திருந்தது.”

குஞ்சன் நாயர் முகத்தை மேனன் உற்றுப் பார்த்தார். அதிலே எந்த மாறுதலும் தென்படவில்லை.

மேனம் தொடர்ந்து கூறினார்:

“நாகராசியுண்டு; தங்கத் துகள் உண்டு; ரத்தினங்கள் உண்டு - என்றெல்லாமல்லவா, சொல்லப்படுகிறது? எனவே அதில் என்ன இருக்கிறதென்று கமிட்டியினருக்குத் திட்டவட்டமாய் அறியவேண்டும். இளைஞர்களுக்கும் அதே கருத்துத்தான்.”

குஞ்சன் நாயர் கருத்து என்னவாக இருக்கும்?

எதையும் அறியமுடியவில்லை.

கோபால மேனன் அந்த நிகழ்ச்சியை விளக்கிக் கூறினார்:

கமிட்டியின் தீர்மானத்தை அறிக்கையாக அச்சிட்டு ஊரெங்கும் விநியோகம் செய்தோம். திறக்கும் தேதி கூட அந்த அறிக்கையில் அறிவிக்கப் பட்டிருந்தது. குறிப்பிட்ட நேரத்திலேயே திறக்க ஆயத்தமாயிற்று. அந்த அறைக்குக் கதவு கிடையாது. சுற்றிலும் கருங்கற் பலகைகளாலான சுவர்கள். கீழும் மேலும் கருங்கல்தான். ஒரு பலகையை எடுத்துவிட்டுத்தான் உள்ளே நுழைய வேண்டும் ஆறு கொத்தனார்கள் சேர்ந்து பல மணிநேரம் வேலை செய்த பின்னர்தான் ஒரு கற்பலகையை இளக்கியெடுக்க முடிந்தது. எடுத்ததும் ஏதோ ஒரு விஷவாயு வெளியே வந்தது. அப்போது ஒரு சீற்றத்தின் ஓசை எழுந்தது என்று சொல்கிறார்கள். ஆவலுடன் நின்றிருந்த அனைவரும் தலையைத் திருப்பி விலகியோடினர். புதையலைப் பாதுகாக்கின்ற பாம்புகளின் சீற்றம்தான் அதுவென்று ஜனங்கள் பயந்தனர். கொத்தனார்கள் தைரியசாலிகளாக இருந்தனர். அவர்கள் எப்படியோ ஒரு பலகையைப் பெயர்த்தெடுத்தனர். உள்ளே

நூற்றியெழுபது பழைய தங்க நாணயங்கள் இருந்தன. ஒரு சிமிழியில் பச்சை, நீலம், வெள்ளை நிறக் கற்கள் காணப்பட்டன. கற்களை எண்ணி ரகவாரியாகப் பிரித்து வைத்தனர். ஆறு ஏழு ராத்தல் வெள்ளி இருந்தது. நாகராசியோ தங்கத் துகளோ காணப்படவில்லை.

இந்தக் கதையையெல்லாம் கேட்ட பின்னரும் குஞ்சன் நாயரிடம் எந்த விதமான அசைவும் தென்படவில்லை.

மேனன் சொன்னார்:

"இப்போ சிலவங்க பேசறாங்களாம். விலை மதிக்க முடியாத கற்கள் இருந்த இடத்திலே நான் கண்ணாடித் துண்டுகளை வச்சிருக்கேனாம். கற்களை நான் மாற்றிவிட்டேன்னு!"

நாயரிடத்தில் எந்தப் பிரதிபலிப்புமில்லை. ஏதாவது ஓர் அபிப்பிராயம் கிடைப்பதற்காக மேனன் கேட்டார்:

"உண்டியல் திறந்தது குறித்து உங்க கருத்து என்னவோ?"

"கமிட்டி முடிவு தானே?"

"ஆமாம்!"

அவ்வளவுதான். பின்னர் எதையும் சொல்லவில்லை.

மேனன் வினவினார்:

"பார்த்து எடுத்த பொருட்களை என்ன செய்யவேண்டும்?"

"கமிட்டியே தீர்மானிக்கட்டும்!"

அதைப் பற்றியும் அபிப்பிராயமில்லை. என்ன இது? எத்தகைய மாறுதல்!

* ** *

வேலு ஊர் எங்கிலும் ஒரு முறை சுற்றி நடந்துவிட்டு ஆசிரமத்துக்கு வந்தார். அப்போது ஆசிரம வளாகத்தில் சிலரெல்லாம் இருந்தனர். ஆசிரமத்திற்குள்ளே யாருமேயில்லை. குஞ்சன் நாயர் ஒரு சாய்வு நாற்காலியில் வந்தபடியே படுத்திருக்கிறார். குளிக்கவில்லை. எதுவும் சாப்பிடவில்லை.

"ஐயோ, இதுவரையிலும் குளிச்சு சாப்பிடலீங்களா?" என்றார் வேலு.

குஞ்சன் நாயர் பதிலுரைக்கவில்லை.

வேலு தன்னையே சபித்துக் கொண்டார். தான் ஊர் சுற்றப் போகாமலிருந்தால், அவர் குளித்துச் சாப்பிட்டிருப்பார். ஆசிரமத்தலைவர்

ஒழுங்காகக் குளித்து எத்தனை நாளாகிறது! ருசியான உணவை அருந்தி எத்தனை நாளாகிறது? சிறையிலிருந்தபோது அவர் அதை எல்லாம் சொல்லமாட்டார். ஆயினும் வேலுவுக்கு அதெல்லாம் தெரிந்த விசயமே!

"இன்னைக்குப் பிரார்த்தனை வேணாங்களா?" என்றார் வேலு.

"இல்லை; இன்று பிரார்த்தனை இல்லை."

"இன்னைக்குப் பிரார்த்தனை இருக்கும்னு ஜனங்கள் நினைக்கிறாங்களே? மாலையிலே அவங்கல்லாம் வருவாங்க."

குஞ்சன் நாயர் எதையும் பேசவில்லை. வேலு, தான் ஊர்சுற்றச் சென்றபோது அறிந்த விசயங்களைப் பற்றிச் சொன்னார்.

"ஊரெல்லாம் ரொம்ப சுறுசுறுப்பாயிருக்கு. சம்மேளனம் நடக்கலேன்னு யாருக்கும் சோர்வு இல்லை. போலீஸ்காரங்க புகுந்து அக்கிரமம் பண்ணாத வீடு இல்லை. அவங்களுக்கெல்லாம் பெரிய பகைமைதான். பெண்களுக்குத்தான் பெரிய ஆத்திரம்."

அதற்கும் பதில் இல்லை. குஞ்சன் நாயர் அசையாமல் படுத்திருக்கிறார். மூச்சு விடுகிறார். இடையிடையே இமை மூடித் திறக்கிறது. உயிரின் அறிகுறியாக அது மட்டும்தான்.

வேலு சிறிது பதட்டமுடன் விசாரித்தார்:

"ஏன், பேசாமே இருக்கீங்க?"

"ஒண்ணுமில்லை. அதுதான்!"

மனம் தளர்ந்துவிடக் காரணம் ஏதுமில்லை. ஊர்நிலைமை வேலு உணர்ந்துகொண்டதுதான். ஆனால், அதை குஞ்சன் நாயர் உணராம லிருக்கலாம். ஆயினும் எதைக் கொண்டும் சோர்வடையாத மனம் படைத்தவர்தான் ஆசிரமத்தலைவர்.

முந்திய நாள் சிறையிலே இருந்தபோது கூட இத்தகைய நிலையை அவரிடம் தென்பட்டதில்லை. போலீஸ் அவரை விலங்கிட்டு நீராவிப் படகிலே ஏற்றிக் கொண்ட அந்த நேரத்திலிருந்து நேற்றிரவு வரையிலும் அவர் பேச்சும் செயலுமெல்லாம் ஒன்று போல் இருந்தது. நேற்று மாலையிலே கூட சிறையிலே பிரார்த்தனை செய்தார்.

என்ன மாறுதல் இது?

குஞ்சன் நாயர் திடீரென்று எழுந்து விட்டார். எங்கேயோ கிளம்ப ஆயத்தமாகிறார்.

"நான் ஆலப்புழை வரையிலும் சென்று வருகிறேன். இரவு பத்து மணிக்கு முன்னரே வந்திடுவேன்."

இது ஓர் அசாதாரணமான வழக்கம். இதன் முன்னர் இத்தகைய ஒரு நிகழ்ச்சி நடந்ததில்லை. ஏதோ பெரிய பிரச்சினை ஒன்று உண்டு. சந்தேகமில்லை. இவ்வளவு பெரிய மனிதருக்கு அத்தகைய பிரச்சினை என்ன இருக்கப் போகிறது? வேலுவின் யோசனையில் எதுவும் தோன்ற வில்லை.

எதிர்பார்த்தது போல் பிரார்த்தனைக் கூட்டமிருக்குமெனக் கருதி மாலையில் ஜனங்கள் வந்து சேர்ந்தனர். ஊர் அதற்குத் தாகம் பூண்டிருந்தது. பிரார்த்தனை ஓர் ஆறுதலாகும். ஆனால் வேலு அவர் களைச் சோர்வடையச் செய்யவில்லை.

"பிரார்த்தனை நாளைக்குத்தான். நாளைக்குக் கட்டாயம் பிரார்த்தனை இருக்கும். இன்னைக்குத்தானே, வந்திருக்கார்? சிறையில் எவ்வளவு நாளாச்சு!"

"அதுக்கென்ன? அவருக்கு இங்கும் அங்கும் ஒன்றுதானே?"

"ஆமாம். ஆயினும் சொன்னேன்."

வேலுவின் மனத்தில் இன்னொரு உத்தி உதயமாயிற்று. போலீஸார் சிறையிலிருந்து அங்கே விடுதலை செய்யவில்லை. இங்கே அழைத்து வந்து விடுதலை செய்தனர். ஆலப்புழை, அம்பலப்புழை போன்ற இடங்களிலுள்ள பிரமுகர்களுக்கு இவர் விடுதலையான விசயம் தெரியாது. சிறைவாழ்க்கையின் போது அவர்கள் இவரைச் சிறைக்குச் சென்று பார்த்து வந்திருக்கின்றனர். எனவே அவர்களைச் சென்று பார்ப்பது மரியாதையல்லவா?

வேலு இந்த விசயமாக விளக்கமாக விரிவுரை செய்தார். ஆலப்புழை யில் சந்திக்க வேண்டியவர்களின் பெயர்களை எடுத்துச் சொன்னார். ஜனங்களுக்கு அது சரியெனப் படவும் செய்தது.

அன்றைய மாலைநேரம் முகில்கள் மூடியதாக இருந்தது. இயற்கைக்கு மூச்சுத் திணறுவது போல் தோன்றியது. மேற்கு வானவிளிம்பு பயங்கர உருவமாகியது. அங்கே வந்து இரவில் ஒரு போதும் தங்கியிராத ஒரு சாதகப்பறவை ஆஞ்சிலிமரத்தின் உச்சாணிக் கிளையில் உட்கார்ந்து அழுகை - ஓசை எழுப்புகிறது. கல் எடுதது வீசினால் அந்த உயரத்திற்குச் செல்வதில்லை. திரும்பிப் பார்க்கிற போது சற்றுத் தொலைவில் ஒரு பாம்பு படமெடுத்துச் சீற்றமுடன் முன்னே வருகிறது.

எல்லாமே ஓர் அபசகுனம் போல் வேலுவுக்குத் தோன்றியது.

பாட்டியின் எலும்பு மாடத்தின் மீது கைத்திரி ஒளி சிந்துகிறது. அதைக் கொண்டுவந்து வைத்தது யார்? யோசித்தபோது ஒருவர் மூளையில் கூட அது தோன்றவில்லை. ஆசிரமத் தலைவருக்குக் கூட

அங்கே திரியேற்றி வைக்கும் வழக்கமில்லை. சம்மேளனத்திற்கு முன்னர் ஒருபோதும் அங்கே திரியேற்றி வைத்ததாகக் கண்டதில்லை. இதைச் செய்தது யார்? அப்படிப்பட்ட உணர்ச்சிபூர்வமான அக்கறையுள்ள ஒரு நபர் இந்த உலகத்தில் யார் இருக்கிறார்? குஞ்சாச்சியம்மாவை உலகம் மறந்துவிட்டது. குஞ்சன் நாயர் கூட அன்றாடம் நினைக்கிறாரா என்பது சந்தேகமே. எதிர்காலத்தில் பழைய மனிதர்கள் யாரேனும் குஞ்சன் நாயரைப் பற்றிச் சொல்லும்போது ஒரு வேளை அந்தப் பாட்டியம்மாளை நினைத்தாலும் நினைக்கலாம்.

ஒரு திரி தானாகப் பற்றியெரிவதாக இருக்குமோ? அந்த அம்மாவின் மகன் ரொம்பப் பெரியவன். எனவே அவளுக்கு அந்தப் புனிதம் கிடைத்திருக்கும். நல்ல வயிற்றில் பெரியவர்கள் தோன்றுவார்கள். அந்த வயிறு கூடப் புண்ணியம் செய்ததாக இருக்கும். புனிதவதியின் எலும்புகள் இறுதி ஓய்வுகொள்ளுமிடத்தில் கைத்திரி சுயமாகப் பற்றி எரிகிறது.

ஆசிரமத்தில் விளக்கேற்றி வைத்தது அந்தக் கைத்திரிச் சுடரிலிருந்து தான். வேலு தனியாளாக இருந்து பிரார்த்தனை செய்தார். ஒரு முறை பிரார்த்தனை முடிந்தது. மறுபடியும் பிரார்த்தனை செய்தார். பிரார்த்தனை வேறு எதுவும் செய்வதற்கில்லை. மீண்டும் மீண்டும் பிரார்த்தனை செய்தார்.

ஆசிரமத்தின் வராந்தாவில் வேலு சற்று இளைப்பாறப் படுத்துக் கொண்டார். வேலுவுக்கு ஒரு விசயம் உறுதியாக இருந்தது. இரவு எவ்வளவு நேரமானாலும் கூட ஆசிரமத் தலைவர் வந்து விடுவார்.

அந்த வளாகத்திலுள்ள மரங்களின் கிளைகளை எல்லாம் அசைத்தவாறு ஓர் இளங்காற்று வீசியது. அதற்கு இதமான குளிர் இருந்தது. ஒரு விசிறியால் யாரோ வீசுவதுபோல் வேலுவுக்குத் தோன்றியது. யார் அது? அந்தக் காற்று அவரைத் தழுவித் தழுவித் தூக்கத்திற்கு இட்டுச் சென்றது.

* ** *

இரவு முழுவதிலும் பேய்க் கனவுகள் கண்டு கொண்டிருந்தார். மேல் வளாகத்தில் நிற்கிற பனைமரத்தின் ஓலைகள் ஒன்றுக்கொன்று உராய்கின்றன. அறிமுகமில்லாதவர்கள் அங்குமிங்கும் நடமாடுகின்றனர். சாதகப் பறவை கத்துகிறது. துர்தேவதைகள் அங்கெல்லாம் பறந்து நடக்கின்றன. அவை கூச்சலிடவும் செய்கின்றன. குஞ்சாச்சிப் பாட்டியின் எலும்புமாடத்தில் கைத்திரி ஒளி சிந்துவதாக வேலுவுக்குத் தோன்றியது.

கண்ணைத் திறக்கவேண்டும்போல் தோன்றியது. ஆனால் இமைகள் ஒத்துக்கொள்வதில்லை. அழுது குரலெழுப்பவேண்டுமெனத் தோன்றியது. ஆனால் குரல் வெளி வருவதில்லை. மூச்சுத் திணறுவதுபோல்

தோன்றியது. கழுத்தில் கயிற்றைப் போட்டு நெருக்குவதாகத் தோன்றியது. அந்த ஓசை வெளிவந்தது. எங்கேதான் படுத்திருக்கிறோமென்பது வேலுவுக்குத் தெரியும். ஆசிரமத் தலைவர் வந்து விட்டாரா என்பதை அறியவேண்டுமென்கிற விருப்பம் உண்டு.

குரல் எழுவதில்லை; நா அசைவதில்லை; உடல் அனைத்தும் ஸ்தம்பிதமாயிற்று.

பொழுது விடிந்தபோது வேலு துயிலுணர்ந்தார். ஆசிரமத் தலைவர் வரவில்லை. விளக்கேற்றி வைத்து அவர் காலைப் பிரார்த்தனை நடத்தினார். அது சிறையில் குஞ்சன் நாயரோடு சகவாசம் செய்ததனால் ஏற்பட்ட வழக்கம்.

பொழுது விடிந்த நேரம்தான். வேலுவின் 'ஐயோ!' என்ற குரல் அண்டை வீட்டினர் மட்டுமின்றி தூரத்தவர்களும் கேட்டனர். ஆசிரமத்தின் தென்பகுதியில் உள்ள தை மாமரத்தின் கிளையில் பிணம் ஒன்று தொங்கிக் கிடக்கிறது.

அது குஞ்சன் நாயரின் பிணமாக இருந்தது.

* ** *

புதுவளாகத்துக் கார்த்தியாயினிதான் முதலில் ஓடி வந்தாள். அன்று முற்றம் பெருக்கிச் சுத்தம் செய்ய அவள் வரவில்லை. வேலுவின் அழுகைக் குரல் கேட்டு ஓடிவந்த அவள் பிரருஞையற்றுக் கீழே விழுந்து விட்டாள்.

சிறிது நேரத்திற்குள் ஊர் முழுவதும் அங்கே வந்து குழுமியது. அந்தக் காட்சியைப் பார்த்து அதை யாராலும் நம்பமுடியவில்லை. அது ஆசிரமத்தலைவர்தானா?

உடம்பிலிருந்து ஒரு கடிதத்தைக் கண்டெடுத்தனர். அந்தக் கடிதத்தின் உள்ளடக்கம் அறிய மக்கள் ஆவலுற்றனர். ஆனால் போலீஸ் அதை வெளிக்காட்டவில்லை.

குஞ்சன் நாயர் எதற்காகத் தற்கொலை செய்துகொண்டார்?

* ** *

குஞ்சன் நாயர் சட்டப்படி எழுதிவைத்த ஓர் உயிலின்படி, வெடிப்புரைக்கல் வீடும், மனையும் புதுவளாகத்து கார்த்தியாயினிக்கும், அவள் வயிற்றில் வளர்கிற குழந்தைக்குமாய் நல்கப்பட்டிருக்கிறது.

இனிமேல் அது காந்தியாசிரமம் அல்ல.

மணமாகாமல் கருத்தரித்திருக்கிற கார்த்தியாயினியிடம் யாருமே விசாரிக்கவில்லை:

"இந்த கர்ப்பத்துக்குக் காரணமானவன் யாரடீ?"

98

குன்று குழியாகிறது. குழி குன்றாகிறது. மலஞ்சேரி என்கிற வீட்டைப் பற்றி யாருக்கும் தெரிந்திருக்காது. சீரட்டக் கைமளின் வெளிவளாகத்தில் ஒரு சிறு வீடு இருந்தது. அங்கே யாரோ வாழ்ந்து வந்தனர். கோவில் ஐந்தாம் திருவிழாவன்று எல்லோருக்கும் சாப்பாடு போடும் போது அவர்களுக்கும் ஒரு சோற்றுப் பொட்டலம் கட்டியளிக்கப்படுகிறது. கோவில் எடுபிடி வேலைகளெல்லாம் செய்யவேண்டும். இதுதான் அவர் களுக்கு இருந்த கடமைகளும் உரிமைகளும். யாருக்கும் தெரியாமலிருந்த அந்தக் குடும்பத்தின் இன்றைய நிலை என்னவென்று தெரியுமா?

இன்று அருமையான பெரியதொரு வீடு. அதோடு சேர்ந்த சிறுசிறு கட்டடங்கள். கருங்கற்களால் அஸ்திவாரம் போடப்பட்டவை.

வடக்கத்திய மஞ்சளை அறுத்துப் பார்த்தால் காணப்படுகிற நிறமுடைய பலாமரம்தான் கட்டடத்திற்குப் பயன் படுத்தப்பட்டிருக்கிறது. எல்லாம் அந்த வீட்டைச் சேர்ந்த இளைஞன் ஒருவன் முன்னேறியதால்தான்.

கடுக்காத்ரக் குடும்பமும் முன்னேறியிருக்கிறது. அந்தக் குடும்பத்தைச் சேர்ந்த ஓர் இளைஞன் எப்படியோ திருவல்லா சென்று ஆங்கிலம் படித்துத் தேறிவிட்டான். தனக்கு வயது வந்தபோது கடுக்காத்ர வீட்டு மனைக்காக வழக்கைத் தொடுத்தான். அந்த வழக்கு சமரசமாயிற்று. பெரிய தொகை அளிக்கப்பட வேண்டியதாயிற்று. ஆயினும் கடுக்காத்ரவை மீட்டுக்கொண்டான். அங்கே கூட அருமையான கட்டடம் ஒன்று உயர்ந்தது. பெரிய வீடும் அடுக்களையுமாக!

இவ்வாறாக நான்கைந்து குடும்பங்கள் சீரடைந்தன. சீரடைந்தன வென்றால் மிகவும் செழிப்புற்றன என்றுதான் கொள்ள வேண்டும். பத்து பணம் வேண்டுமென்றால் இந்தக் குடும்பங்களுக்குத்தான் செல்ல வேண்டும். மலஞ்சேரி பாப்பியம்மாவுக்கு தங்கநகை அடகு மீது வட்டிக்குப் பணம் கொடுக்கும் ஏற்பாடு இருந்தது. ஒரு ரூபாய்க்கு அரை சக்கரம் வட்டி!

எல்லாமே மலேயாவிலிருந்து வருகிற பணம்தான். இந்தக் குடும்பங்களெல்லாம் செழிப்படைந்தது அவ்வாறுதான். மலஞ்சேரியி லிருந்து இருவர் அங்கே சென்றிருக்கின்றனர். மாதா மாதம் அம்பலப் புழையிலிருந்து தபால்காரர் மணியார்டரைக் கொண்டு வருவார். நிலம் பூமி ஆகியவற்றை வாங்கவேண்டியதிருந்தால் கூடுதலாகவும் பணமனுப்பி வைப்பார்கள்.

சேந்நாட்டு குஞ்சுநாயர், திருவனந்தபுரத்துக்குப் பணமனுப்ப மிகவும் சிரமமாக இருக்கின்ற சந்தர்ப்பங்களில் மலஞ்சேரிக்குச் செல்வார். இருந்த தங்கமனைத்தும் இப்போது பாப்பியம்மா கைப் பெட்டிக்குள்ளே பாதுகாப்பாக இருந்து வருகிறது.

இனி ஒரு குன்றிமணி தங்கம் கூடக் கைவசமில்லை. பையனுக்குப் பணமனுப்பி வைக்கவும் வேண்டும் பதிநான்கு ரூபாய் கம்மி. எவ்வளவோ முயன்று பார்த்தும் பதினோரு ரூபாய்தான் ஆகியிருக்கிறது. குஞ்சு மாளுவம்மா சொன்னாள்:

"என் பங்கு பத்து ரூபாய் நான் தந்திட்டேன்."

எனவே இப்போது குஞ்சுநாயர் வீதம் ஒரு ரூபாய்தான் சேர்ந்திருக் கிறது.

"அடி சீவக்கட்டை! உனக்கு எங்கிருந்து பணம்?"

அது கடிந்து சொன்னதல்ல.

"நான் மாட்டுக் கயிற்றை இழுத்து இழுத்துச் சேர்த்து வைத்தது தானுங்க. அப்புறம் சாணி விற்று ஒண்ணே முக்கா ரூபாய் கிடைச்சது."

குஞ்சுநாயர் குறுக்கிட்டுக் கேட்டார்:

"ஏன் சாணிய விற்றே? அதை வயலிலே போட்டிருந்தா பத்து பறை நெல் கூடுதலாக் கிடைச்சிருக்குமே!"

"அப்புறம் ரூவா போதாமே வந்தா?"

குஞ்சு நாயருக்கு வாதம் புரிய விசயம் கிடைத்துவிட்டது.

"நீ கொதும்புமட்டைய விற்றிட்டே! இப்படியெல்லாம் நானும் செஞ்சிருந்தா, என் பங்கும் ஆயிருக்கும். பின்னியது நூறு கீற்று இருக்கு. வாங்க ஆளுக் கிடைக்கணுமே."

மணிகண்டனுக்குப் பணமனுப்பவேண்டிய நாள் நெருங்கி வருகிறது. இருவர் மனத்தையும் அலட்டுகிற பிரச்சினைதான். பணமனுப்ப வேண்டும். இருவருக்கும் தேவையானது. மலஞ்சேரி பாப்பியைத்தான் சரணடைய வேண்டும். கடுக்காத்ர குடும்பத்தினருடன் குஞ்சுநாயருக்கு அவ்வளவாக நெருக்கமில்லை. எடுத்துச் செல்ல ஒரு குன்றிமணிப் பொன் கூடக் கிடையாது.

ஆயினும் சென்று பார்ப்போமே / மலஞ்சேரி பாப்பிதானே? குஞ்சு நாயருக்கு ஒரு தைரியமுண்டு. அந்த நேரத்தில் அது கொஞ்சம் அவமான மாகவும் தோன்றியது. உம்! எல்லாம் ஒரு தேவையை முன்னிட்டுத்தானே?

மலஞ்சேரி பாப்பி முழுமை பெற்ற அங்க - அவயவங்களுடன் காட்சி தந்தாள். இன்று கூட, வயது அதிகமாகிவிட்டால் கூட, அவள் உடம்பு மட்டும் அப்படியே இருந்து வருகிறது. குஞ்சுநாயர் வாலிபராக இருந்தபோது மலஞ்சேரி வளாகம் வழியாக வயலுக்குச் செல்வதுண்டு. அந்தப் பெண் அவரைத் திருதிருவென விழித்துப் பார்ப்பாள். ஒரு நாள் குஞ்சுநாயர் - அவளிடம் கேட்டார்:

"சும்மாதான் பார்க்கிறேன். அறிமுகமிருக்கிறவங்க பார்த்தால் பார்த்ததாகக் காட்டிக் கொள்வதில்லை."

"உனக்கென்ன வேணும்?"

"ஓ! கேட்டாத் தருவீங்களா?"

"உன் 'நாயரு' இங்கில்லியா?"

"இல்லை. இன்னும் அஞ்சாறு நாளுக்கப்பறம்தான் வருவாரு."

"அப்படீன்னா, இருட்டி அஞ்சு நாழிகைக்கப்பறம் நான் வர்றேன்."

"பத்து நாழிகை இருட்டினப்பறம் வந்தாப் போதும். பொழுது விடியறதுக்குள்ளே போயிடலாம்."

"எதுக்குச் சட்டுபிட்டுன்னு நினைக்கிறயாக்கும்?"

"சும்மா ஒருமுறை மூழ்கிக் குளிச்சிட்டதா இருக்கவேணாம். நல்லா ஒரு எண்ணெய் ஸ்நானமே செஞ்சுட்டு போறது."

"ஆகட்டும். வந்துடறேன்."

மூன்று நான்கு மாதங்கள் வரையில் அந்த உறவு தொடர்ந்து வந்தது. அதற்குப் பிறகு ஓர் இருமுறை தான் அவர் அவளைச் சந்தித்திருக்கிறார். அன்று பாப்பி கேட்டாள்:

"இருந்தாலும் மனிசனுங்க இப்படியிருப்பாங்களா? ஞாபகங்கிற ஒண்ணு இல்லிங்களா?"

"மனிசன்தானே? ஒவ்வொரு வேலையை முன்னிட்டு ஒவ்வொரு வழியாப் போயிட்டிருப்பாங்க. அன்னைக்குன்னா அந்தப் பத்துபறை நிலத்திலே வேலை நடந்துக்கிட்டிருந்தது."

"அப்போ அந்தக் கர்ப்பம் சிதைஞ்சு போனது நல்லதாப் போச்சு."

"ஆ... பிறக்க இருப்பது பிறக்கும். வளர இருப்பது வளரும்."

"ஆனாக் கூட எனக்கு ஞாபகம்தான். எப்பவுமே - என்னாலே மறக்கவே முடியலிங்க. நீங்க என்னை மறக்கமாட்டீங்கன்னு என்கிட்டே சொன்னவர்தானே?"

அது உண்மை. குஞ்சுநாயர் நினைத்துப் பார்த்தார். அவள் அள்ளியணைத்து அசைய முடியாமல் இறுக்குவதாகத் தோன்றியது. யாருக்கும் பிடி கொடுக்காமல் நினைத்தமாதிரி சுற்றித் திரிந்து கொண்டிருந்தவர்தான் அவர். அவர் அப்படி கோவில் காளை மாடு மாதிரி எதேச்சையாக நடந்தவர்.

சில சமயங்களில் அவள் அவரைக் கட்டியிறுக்கி அணைத்தவாறு கேட்பாள்:

"அவரை அப்படியே சொல்லியனுப்பிடட்டுமா?"

யாரை? கணவனைத்தான்.

நாயர் பதிலுரைக்கவில்லை. அப்புறம் அவளே சொல்லுவாள்:

"இல்லாட்டா வேணாம். வந்து படுத்துக் கிடக்கட்டும். பாவம்!"

இதெல்லாம் நடந்தது பல வருடங்களுக்கு முன்னர்தான். எல்லாம் குஞ்சுமாளுவம்மாவை மணம் புரியுமுன்னர்தான்! எத்தனையோ வருடங்கள் உருண்டோடியிருக்கின்றன! மறந்துபோகிற காலமாயிற்று. இன்று கொதிக்கிற ரத்தம் அல்ல. சதைப் பற்றுக்களும் சிதைந்துவிட்டன. என்னென்னவோ நிகழ்ச்சிகள் நடந்திருக்கின்றன. எல்லாமே மங்கலாகி மறைந்துவிட்டன.

தெளிவாக எதுவும் ஞாபகத்திற்கு வருவதில்லை.

பாப்பிக்குக் கணக்கில் வெகு கரிசனை. அவள் அதைக் கற்றுக் கொண்டாள். ஒரு சல்லிக்காசு தவறிப் போயிடாது. ஆண்டு, மாதம், தேதி பார்த்துச் சரியாக வட்டி வாங்குவாள். பழக்கமாக இருக்கலாம். அங்கே அடகுப் பொருட்கள் எத்தனை, எத்தனை! எதுவும் தவறிப் போயி விடாது. அவள் பேரனை வைத்து ஒரு குறிப்பு எழுதிவைத்து அதைக் காப்பாற்றி வருகிறாள்.

ஒரு நாள் குஞ்சன் நாயர் ஓர் அடகை மீட்கச் சென்றார். அவர் கணக்கைச் சரிபார்த்து அசல் மற்றும் வட்டியுடன் சென்றார். பாப்பியும் கணக்கைக் கூட்டிப் பார்த்தாள். பாப்பியின் கணக்குத்தான் சரியாக இருந்தது. குஞ்சுநாயர் கணக்குப்படி கால் பணம் கம்மி. அவர் கொண்டு சென்றது அவ்வளவுதான். பணமெண்ணிப் பார்த்துவிட்டு பாப்பி சொன்னாள்:

"கால் பணம் குறைவிருக்கே, குஞ்சுமாமா?"

பதிலுக்காக பாப்பியம்மா காத்திருந்தாள்.

அப்புறம் அவள் சொன்னாள்!

"அதையும்கூடத் தந்துவிட்டு உருப்படிய கொண்டுபோனாப் போதாதா, குஞ்சுமாமா? இங்கத்திய வழக்கமும் அதுதானே மாமா?"

குஞ்சு நாயர் பேசவில்லை. சிறிது நேரத்திற்குப் பின் பாப்பியம்மாவே சொன்னாள்.

"மாமா, கால் பணம் அப்பறம் கொண்டுவந்து தந்தாப் போதும். நான் அடகுப் பொருளை எடுத்துத் தந்திடறேன்."

எனவே அவளுக்கு நினைவு இருக்கிறது. அங்கே நடைபெறுகிற வியாபார முறைகளுக்கு மாறாக அவள் தனக்காகச் செயல்படத் தயாராகி விட்டாள். தனது முற்றிப்போன சதைப் பற்றுக்களில் ஓர் அசைவு ஏற்படுவதாக குஞ்சுநாயருக்குத் தோன்றியது.

அடகை மீட்டுக்கொண்டு செல்கிற அவரையே பாப்பியம்மா பார்த்துக் கொண்டு நின்றாள்.

அன்றைய தினமே அந்தக் கால் பணத்தை அவர் மலஞ்சேரியில் கொண்டுவந்து கொடுத்துவிட்டார்.

ஒரு சோதனைதான். ஆயினும் பரீட்சை பண்ணிப் பார்க்கலாம். தங்க நகை அடகு இல்லையெனில் மலஞ்சேரியினர் கடன் தரமாட்டார்கள். கடுக்காத்ரவில் செம்புப் பாத்திரங்களும் ஓட்டுப் பாத்திரங்களும் அடகுகளாய் ஏற்றுக்கொள்ளப்படும். கிண்ணமும் இதர சிறு ரகப் பாத்திரங்களும் எடுத்துச் செல்வது வெட்கக்கேடானது.

சோதனையேதான். ஆயினும் பார்க்கலாம். ஒரு தந்திர விளையாட்டுக்கு குஞ்சுநாயர் ஆயத்தமானார்.

மலஞ்சேரி வீட்டுத் தாழ்வாரத்தில் நின்றவாறு, "வீட்டில் யாரு மில்லையா?" என்று வினவினார்.

"யார் அது?"

குஞ்சுநாயர் பாப்பியம்மாவை நெருங்கிச் சென்று அவள் முன்னால் நின்றுவிட்டார்.

பாப்பியம்மா அசையவில்லை. உடல்கள் ஒட்டியிணைந்தே நிற்கின்றன. நாசிகள் பரஸ்பரம் உராய்ந்தவாறே நிற்கின்றன எனச் சொல்லலாம்.

"ஒரு அவசரத்தேவை! பையனுக்கு நாளை பணமனுப்பி வைக்கணும்."

பதிலுக்காகச் சிறிது நேரம் காத்து நின்றார். பாப்பியம்மா குஞ்சு நாயர் முகத்தினின்று கண்ணை எடுக்காமலேயே சொன்னாள்:

"தர்றேன்."

பிரச்சினையைச் சொல்லி முடிக்கவில்லை. இன்னும் சில விசயங்கள் கூட உள்ளன. பேசி முடிக்க வேண்டியிருக்கிறது.

இருவரும் இணைந்தவாறு அப்படியே நிற்கின்றனர்.

குஞ்சுநாயர் சொன்னார்:

"தங்கம் ஓர் அணுகூடக் கைவசமில்லை. அசலும் வட்டியுமா ஒரு மாசத்துக்குள்ளே செலுத்திடறேன்."

நான்கைந்து கணங்கள் நகர்ந்தன. பாப்பியும் நகர்ந்தாள். உள்ளே சென்று பேசவேண்டிய விசயம் அது.

"அது கொஞ்சம் கஷ்டம்தான் குஞ்சுமாமா! இதெல்லாம் என் காசு கிடையாது. கடலுக்கப்பாலே போய் ஒழைக்கிற பையனோட பணம் தான். தங்க நகை அடகு இல்லாமே, ஒரு சல்லிக்காசு கூட இங்கிருந்து கடனாக் கொடுத்ததில்லை. குஞ்சுமாமாவுக்கு இதெல்லாம் தெரிந்த விசயம்தானே?"

குஞ்சுநாயர் உயிர் அற்றவர் போல் நின்றுவிட்டார். அவர் உடல் எங்கும் வெளிறியது. சொல்வதற்கு ஒன்றுமில்லை. சிறிதுநேரம் நிசப்தமாய்ச் சென்றது. அந்த அமைதியைக் கலைத்தது பாப்பியம்மாதான்:

"எதுக்கு மாமா, பையனை இவ்வளவு தூரம் படிக்க வைக்கிறீங்க? படிக்க வைக்கவேணாம்னு நான் சொல்லவில்லை. அவனுக்கு இப்போவே போதுமான அளவு படிப்பு உண்டு. இன்னும் ஏன், படிக்க வைக்கிறீங்க? மாமா வந்து மாதாமாதம் பணத்துக்காக அலையறதை நான் பார்த்திருக்கேன். மூணு மாசத்துக்கப்புறம் என் பையன் வந்திடுவான். அவன்கூட இவனை அனுப்பிவைப்போம்."

பாப்பியம்மா தொடர்ந்து சொன்னாள்:

"போன தடவை அவன் வந்தப்போ நாலஞ்சு பேரைக் கூட அழைச்சுக்கிட்டுப் போனான். படிப்பே இல்லாதவங்களை! அவங்களுக் கெல்லாம் வேலை கிடைச்சது. இப்போ மாதம்தோறும் வீட்டுக்குப் பணமனுப்பறாங்க."

பாப்பியம்மா மூன்று நான்கு குடும்பங்களின் பெயரைச் சொன்னாள்: "அந்தக் குடும்பங்களெல்லாம் செழிப்பா முன்னேறுகிறது."

உண்மைதான். அந்தக் குடும்பங்களெல்லாம் இப்போ செழிப்பாகத் தான் முன்னேறுகின்றன!

"ஆனாக்கூட அதுவரைக்கும் படிக்க வைக்க வேணாமா?"

"நான் என்ன பண்ணமுடியும் மாமா? என்னாலே எதையும் செய்ய முடியாது."

கவலையில் ஆழ்ந்தவராய் குஞ்சுநாயர் சொன்னார்:

"அப்படீன்னா, நான் வர்றேம்மா!"

அவர் கண்கள் மல்கினவா? அவர் கிளம்பி முற்றத்தைத் தாண்டிய போது பாப்பியம்மா கூப்பிட்டாள்: "குஞ்சுமாமா...!"

நாயர் திரும்பி நின்றார். பாப்பியம்மா நடந்து அவர் பக்கம் சென்றாள்.

"மாமா இப்படி மனக்கவலையோடு போறதைப் பார்த்தபோது எம் மனசுக்குச் சகிக்கலே. என்னாலே என்ன செய்ய முடியும்? நான் ஒண்ணைச் செய்யறேன். என் கையிலே எனக்குச் சொந்தமான ஒரு பவுன் உண்டு. அஃதை நான் தந்திடறேன். அது ரொம்பப் பழைய பவுன். ஆகவே கேட்ட பணத்துக்கு அது ஈடாகாது. அப்பறம் என் கையிலுள்ள இந்த வளையலும் இந்த மாலையும் மட்டும்தான். அதைக் கழற்றித் தந்திட்டா, "மாலை எங்கே? காப்பு எங்கே?"ன்னு ஜனங்க கேட்பாங்க. இதை அடகு வச்சு எங்கிருந்தாவது பத்து ரூபாய் வாங்கிக்குங்க. போதாததை எப்படியாச்சும் உண்டுபண்ணுங்க. பங்களுக்குத் தெரிய வேணாம்" என்றாள்.

குஞ்சுநாயர் உதவியற்ற நிலையில் கூறினார்:

"போதாததை நான் எங்கிருந்து உண்டுபண்ணறது? நான் நெனைச்சாலும் ஒரு சல்லிக்காசு கூட உண்டுபண்ண முடியாது."

குஞ்சுமாளுவம்மாவிடத்தில் கூட இவ்வளவு தெளிவாகத் தனது நாதியற்ற நிலைமையைச் சொல்லுவாரா என்பது சந்தேகம்தான். பாப்பியம்மாவிடம் அதைத் தெளிவாகச் சொல்லலாம் பாப்பியம்மா அதை வேறு எந்த நபரிடத்திலும் சொல்லமாட்டாள். அந்த நாதியற்ற நிலை கண்டு அவள் மனம் கரைந்து விடத்தான் செய்யும்.

பாப்பியம்மா வினவினாள்:

"நான் இந்த வளையலைக் கூடக் கழற்றித் தரட்டுமா? அப்பறம் ஒரு கையிலே தான் வளையல் இருக்கும். அம்மா கையிலே போட்டிருந்த வளையல் எங்கேன்னு பையன் கேட்டிட்டான்னா, நான் என்ன பதிலைச் சொல்லறது?"

பாப்பியம்மாவும் உதவியற்றவள்தான். பையன்களுக்குச் சொல்ல வேண்டிய பதில் கிடைத்துவிட்டால், வளையல் அல்லது மாலையைக் கழற்றிக் கொடுக்க அவள் தயார்தான். தனக்கு ஏற்பட்டிருக்கிற இந்த நிலைமை குறித்து அவள் யாரிடமும் சொல்லமாட்டாள். குஞ்சு நாயர் கூட அதை எவரிடமும் சொல்லமாட்டார்.

இருவரும் நாதியற்றவர்கள்!

நீண்ட நேரம் உருண்டோடியது!

குஞ்சுநாயர் சொன்னார்:

"அப்படீன்னா, அந்தப் பவுனை இப்படிக் கொடு!"

அவள் உள்ளே சென்று அந்தப் பவுனை எடுத்து வந்து குஞ்சுநாயர் கையில் வைத்துக் கொடுத்தாள். சற்று அழுத்தமுடன்தான் அதைக் கையில் வைத்துக் கொடுத்தாள். அப்போது அவர்கள் இருவர் விழிகளும் பரஸ்பரம் மோதிக்கொண்டன. முகங்கள் மலர்ந்தன.

அடகுவைத்துப் பத்து ரூபாயை, நாயர் வாங்கிக்கொண்டு சென்ற போது பாப்பியம்மா கூவியழைத்துச் சொன்னாள்:

"எங்க பையன் வர்றப்போ உங்க பையனை அனுப்பிவச்சிடுங்க!"

* ** *

தூக்கமின்றி யோசிக்கவேண்டிய விசயம்தான் அது. தென்னங் கீற்றைப் பின்னும்போதும், நடக்கும்போதுமெல்லாம் யோசனைதான். யாரிடமாவது பேசுகிறபோது மனத்தின் அடிப்பகுதியில் இந்த யோசனை தான். தூங்கப் படுத்தால், தூக்கத்தை அது விரட்டி விடுகிறது.

"கடலுக்கப்பால், என் பையனை அனுப்பமுடியாது. இங்கே தங்க - அடகு ஏற்பாடு எதுவும் தேவையில்லை. தங்கம் தான் கிடைக்கட்டுமே - அந்தப் பக்கம் என் மகன் போகவேண்டாம்" என்று குஞ்சுமாளுவம்மா அறுதியிட்டுச் சொன்னதுதான். அது அவளுடைய மன உறுதி. குஞ்சுமாளுவை அதிலிருந்து திருப்ப முடியாது. அது அவளுடைய தீர்மானமான முடிவுதான்.

குஞ்சு நாயரால் அத்தகையதொரு முடிவுக்கு வரமுடியவில்லை. ஒரு முடிவுக்கு வரமுடிந்தால் மன அமைதி கிடைத்திருக்கும். குஞ்சுமாளுவுக்கு எத்தகைய பதட்டமுமில்லை.

மலேயாவுக்குச் சென்றவர்கள் வீடுகளெல்லாம் செழிப்படைந்து வருகின்றன; நிலவரத்திற்கேற்ற முறையில் தழைத்து வளர்கின்றன. அது ஒரு நல்ல விசயம்தானே? வேலையுண்டு என்பது மட்டுமின்றி

மிச்சம் பண்ணுவதற்கான வருமானமும் உண்டு. கடலுக்கப்பால் என்பது ரொம்பவும் தொலைவிலேதான். அங்குள்ளவர்களும் நம் போன்ற மனிதர்கள் தானே?

ஒவ்வொரு விசயங்களாக மனத்தில் கிளர்ந்தெழுந்து வருகின்றன. அமைதியாக இருந்த மனத்தில் பாப்பியம்மா ஒரு கல்லை வீசியெறிந்தாள். அவ்வாறு உயர்ந்துவிட்ட அலைகள் அடங்குவதில்லை என்பது மட்டு மின்றிப் புதியபுதிய கற்களும் விழுந்துகொண்டிருக்கின்றன.

"அம்மா, பாப்பீ! நான் ஒண்ணு கேக்கட்டுமா?"

பாப்பியம்மா காலை நீட்டியமர்ந்தவாறு வெற்றிலை போட்டுக் கொண்டிருந்தாள். நாயர் தொடர்ந்து கூறினார்:

"நமக்கு எல்லாம் வயசாயிடுச்சி! வாழ்ந்த காலமளவு இனிமேல் வாழமுடியாது. சாகும் தருவாயில் நம் குழந்தைகள் நம் அருகே இருக்கணும்னு தோணலியா?"

"குஞ்சுமாமா, உண்மையைச் சொல்லட்டுமா? நாள் செல்லச் செல்ல என் பிரார்த்தனையும் அதுதான். இங்கே பணம் வருது. அடகை எடுத்துக்கறேன். பணம் கொடுக்கிறேன். வட்டி வாங்கிக்கறேன். அது சொத்து ஆவுது. வயல் வாங்கறேன். நெல் வருது, எல்லாம் தான் நடக்குது. ஆனா, என் மகன் கடலுக்கப்பாலே, கைக்கு எட்டாத தூரத்தில் இருக்கானே என்கிற கவலை என்னை வாட்டி வதைக்குது. இதனாலே எல்லாம் மன அமைதியே இல்லை. அப்புறம் நான் எப்படியோ வாழ்ந்துக் கிட்டிருக்கேன். சில சந்தர்ப்பங்கள்லே இரவிலே தூக்கமே வர்றதில்லை. மோசமான பொல்லாத யோசனைகளெல்லாம் வந்திடறது. ஆனா, எனக்கு சுகம்தான்னு எல்லோரும் நினைச்சுக்கறாங்க."

"அது சரிதான்" என்றார் குஞ்சுநாயர். அவரால் அதைப் புரிந்து கொள்ளமுடியும். புரிந்துகொள்கிறார். சொன்னார்:

"இதை எல்லாம் பார்த்துத்தான் எங்க வீட்டுப் பொம்பளை, 'பையனை அனுப்ப முடியாது'ன்னாள். அவ அதிகமா வேறு எதையும் சொல்லவில்லை.."

பாப்பியம்மா நீட்டித் துப்பிவிட்டுச் சொன்னாள்:

"இருந்தாக் கூட ஒரு விசயமுண்டு குஞ்சமாமா! அதைச் சொல்றேனே. பகல் பூராவும் பட்டினியா இருந்துக்கிட்டு இரவிலே மாமன் கொண்டாந்து தந்த நெல்லை அரிசியாக்கிக் கஞ்சி காய்ச்சிக் குடிச்சிருக்கேன். மாமனுக்கு ஞாபகமுண்டா?"

ஒரு சிறு நகைப்புடன் கூறினார் நாயர்.

“ஆயினும் பாப்பியைப் பார்த்தா பலவீனமாயிருப்பதாத் தோணலே, சுறுசுறுப்புக்கும் குறைச்சல் இல்லை.”

அதே சிரிப்புடன் பாப்பி சொன்னாள்:

“இதோ! காலமாடன் சொல்லறதைப் பார்த்தீங்களா? நான் அப்படி எல்லோர் கிட்டேருந்தும் நெல் வாங்கினதில்லே. ஒருவரிடமிருந்து மட்டும் தான் வாங்கியிருக்கேன்.”

ஒரு விளக்கம் தரவேண்டியிருக்கிறது. அதை குஞ்சுநாயரே விளக்கினார்:

“சந்திச்சவங்ககிட்டேருந்தெல்லாம் நீ நெல் வாங்கினாய்ன்னு நான் சொல்லவேயில்லை. அப்படி பகல் பூராப் பட்டினியாயிருந்தாக் கூட இரவிலே அது தோணலேன்னுதான்.”

பதிலுக்குப் பதிலடியாகச் சொன்னாள் பாப்பி:

“அது ஏன்னு தெரியுமா? மனசுக்குப் புடிச்ச மனிசனா இருக்கிறதனாலத் தான். அப்படிப்பட்ட ஒருத்தரைத்தான் என் மனசுக்குப் புடிச்சிருக்கு.”

சில விநாடிகளில் இருவருக்கும் வாலிபம் திரும்ப வந்திருப்பது போல் தோன்றியது. அவர்கள் பேசாமலிருந்து விட்டனர்.

“என்னவானாலும் பாப்பியை கடவுள் கனிந்து ஆசிர்வாதம் பண்ணியிருக்கார்” என்றார் நாயர்.

பாப்பியம்மாவின் கண்கள் வானை நோக்கியுயர்ந்தன.

“என் நிந்திருவடியே, நீ என்னைக் கைவிடாமே இருந்தாப் போதும். என் குழந்தைகளெல்லாம் செழிப்பாய் இருப்பதைப் பார்த்துக் கண் மூடினாப் போதும்.”

பாப்பியம்மா சொல்லி வந்ததை குஞ்சுநாயர் புரிந்துகொண்டார். அதைப் பற்றிச் சிறிது நேரம் அப்படியே யோசித்திருந்துவிட்டார். பாப்பியம்மா பிரார்த்தனை செய்கிறாள்.

குஞ்சுநாயர் மனமறியாது சொல்லிவிட்டார்:

“அப்படி குழந்தைங்க கஷ்டப்படறபோது அவங்க எங்காச்சும் போய்ப் பிழைச்சுக்கட்டும்னு நினைச்சிடுவோம்.”

“ஆம்; அப்படித்தான் இருந்தது மாமா! ஒரு நாள், ‘நான் எங்காச்சும் போய் பிழைச்சுக்குவேன்’னான் எம் பையன். ‘போயிடு’ன்னு நானும்

சொன்னேன். ரொம்ப நாள் வரைக்கும் எம் பையன் எங்கேன்னு அங்கலாய்ச்சுக்கிட்டிருந்தேன். அவன் இருக்கானா, போயிட்டானான்னு கூடச் சந்தேகப்பட்டேன். அப்பறம் சிங்கப்பூரிலேருந்து ஒரு கடிதம் வந்தது. அத்துடன் ஒரு மணியார்டரும் வந்தது."

அனுபவ ஞானமுடைய ஒருத்திபோல்தான் பாப்பியம்மா பின்னர் பேசினாள்:

"இன்னொரு விசயமிருக்கு குஞ்சுமாமா! சாவற நேரத்திலே பசங்க பக்கத்திலிருக்கணும்னு நினச்சு அவங்க முன்னேற்றத்துக்கு நாம்ப குறுக்கே நிக்கக் கூடாது! அவங்க எங்காச்சும் போயி நல்லா வரட்டும்னு நினைச்சுக்கணும். தலையெழுத்து நல்லாயிருந்தா நல்லாத் திரும்பி வந்திடுவாங்க. இல்லேன்னா கெட்டுக் குட்டிச் சுவராப் போயிடுவாஙக. எல்லாம் தலையெழுத்துத்தான்."

சிறிது நிறுத்திவிட்டு பாப்பியம்மா மேலும் கூறினாள்:

"அப்படி மனசு குழம்பிப்போன நேரமாயிருந்தாக் கூட - ஒண்ணைச் சொல்றேனே - கடலுக்கப்பாலே போறதா அறிந்திருந்தா நான் ஒப்புக்கொண்டிருக்க மாட்டேன். இன்னைக்குக் கூட உண்மையைச் சொல்றதாயிருந்தாக் கூட எனக்கு மனசிலே ஒரு கிலிதான்."

குஞ்சுநாயர் கலகலவெனச் சிரித்தார்.

99

மலஞ்சேரி பாப்பி மகன் மலேயாவிலிருந்து வந்து சேர்ந்தான். ஊரில் அது ஒரு செய்தியாகவே இருந்தது. கறுப்புக் கால்சட்டை, காலணி, மேல் சட்டை, கறுப்புக் கண்ணாடி - ஆகியவற்றை அணிந்து மலஞ்சேரித் துறையில் வந்து இறங்கினான். ஐந்தாறு தோல் பெட்டிகள் இருந்தன. அம்பலப்புழையிலிருந்து படகில் வந்திருக்கிறான். இந்தப் பெட்டிகள் அனைத்தையும் நான்கைந்து மைல்தூரம் வரையிலும் சுமந்துசெல்ல முடியுமா? அதுவும் ஒழுங்கான பாதையா? மேடும் பள்ளமும்தான். பெட்டிகளில் மூன்றினை ஒருவனால் தூக்கியெடுத்துச் செல்லமுடியாது. அந்த அளவில் பளுவானது. மூன்று பேர் சேர்ந்து தூக்கியெடுத்துத்தான் உள்ளே வைத்தனர்.

அதற்குள்ளே என்ன இருக்கிறது? நல்ல சுமை - பணமாக இருக்குமோ? மூன்று பெட்டி நிறையப் பணத்துடன்தான் கோபால கிருஷ்ணன் வந்திருக்கிறானென்று ஊரெங்கும் வதந்தி பரவியது.

அந்த நாட்டுக்குச் சென்றால் எப்படித்தான் இவ்வளவு பணம் சேர்க்க முடிகிறதோ? பணம் காய்க்கிற மரமிருக்கிறதா? அல்லது எங்காவது ஓரிடத்திலிருந்து கூட்டியள்ளியெடுத்துக் கொண்டு வருகிறானா? கோபால கிருஷ்ணனுக்கு மலேயாவில் என்ன வேலை?

கோபாலகிருஷ்ணன் வந்திருக்கிறான். அவனைச் சென்று சந்திக்க வேண்டும். ஊரில் எல்லோருக்கும் ஓர் ஆர்வம் பிறந்திருக்கிறது. சில நாட்களுக்கு முன்னர் ஒரு முறை வந்திருந்தான். அன்றைய தினம் இந்த அளவு பிரதாபத்தைக் காணமுடியவில்லை. எல்லோரும் சென்று அவனைச் சந்தித்ததுமில்லை.

அண்டை வீட்டினருக்கெல்லாம் அவரவர்கள் நிலவரத்திற்கேற்ற முறையில் பத்து, இருபது, இருபத்தைந்து என்றிவ்வாறாக ரூபாய் கொடுத்தானாம்! சிறு குழந்தைகளுக்குக் கூடக் கொடுத்தானாம்! பணத்திற்குப் பஞ்சமேயில்லை. சும்மா கூழாங்கற்களை அள்ளிக் கொடுப்பது போல் கொடுத்தானாம்! யாரும் கேட்டதனால் கொடுக்க வில்லை. சந்திக்க வந்தவர்கள் திரும்புகிற நேரத்தில், “இஃதை வச்சுக்குங்க! வெற்றிலைப் பாக்கு வாங்கிக்கலாம்” என்று சொல்லிவிட்டுக் கொடுப்பானாம்.

கோபாலகிருஷ்ணன் எவரையும் மறந்திருக்கவில்லை. அவன் போன பின்னர் பிறந்த குழந்தைகளைத்தான் தெரியாது. ஆனால் அவர்கள் எந்தக் குடும்பத்தைச் சேர்ந்தவர்கள் என்று சொன்னால் தெரியும் - தாய், தந்தை, மாமன் - ஆகியோரை எல்லாம் அவனுக்கு தெரியுமே.

சில சந்தர்ப்பங்களில் அவன் ஒரு கிறுக்கு போல் காட்சியளிப்பான். பணத்தை அள்ளி இறைக்கிறதைப் பார்த்தால் அப்படித்தான் சொல்ல வேண்டும். இப்படிப் போனால் தீர்ந்திடுவானல்ல?

கால் காசு கூட விட்டுக்கொடுக்காத பாப்பியம்மா இதை எல்லாம் பார்க்கிறபோது எப்படிப் பொறுத்திருப்பாள்? அதுதான் வியப்பைத் தருகிறது! முன்கூடத்துக்கு பாப்பியம்மா வருவதேயில்லை. தனது படுக்கையறையுடைய பகுதியில் அவள் வசித்து வருகிறாள். அவளது பெருவாரியான நேரமும் அடுக்களைக்குள்ளேதான் கழிகிறது. கால் நாழிகையாகிறபோது டீ கொண்டு செல்ல வேண்டும். வருகின்றவர்கள் அனைவருக்கும் ஒவ்வொரு கோப்பை டீ கொடுக்கவேண்டும். ‘காப்பி’ என்பதை கோபாலகிருஷ்ணன் சொல்லும் போது ‘கோப்பி’ என்றுதான், சொல்கிறான். அதைக் கேட்கும்போது சிலருக்கெல்லாம் சிரிப்பு வரும். ஆனால் யாருமே வாய்திறந்து சிரிக்கமாட்டார்கள். அடக்கி விடுவார்கள்.

ஊரில் கோழி கிடைக்காத நிலை ஏற்பட்டுவிட்டது. ஒரு நாளைக்கு இரண்டு - மூன்று கோழிகள் வேண்டும். வலைக்காரர்களைத் தேடி அதிகாலையிலேயே சென்றிடுவார்கள். கரிமீன்தான் கிடைக்கிறதா என்றால் அது; அல்லது சிறுமீன்! விலையைப் பற்றிக் கேள்வியில்லை. அப்படி நிலைமை ஏற்பட்டபோது வலைக்காரர்கள் விடியுமுன்னரே பெரிய பெரிய மீன்களுடன் வரத் தொடங்கினர். அயல் கிராமங்களிளிலிருந்து கோழிகளும் வந்து சேர்ந்தன.

ஒரு வறுவல் மணம் அந்த வட்டாரத்தில் எங்கும் எந்நேரமும் பரவி நிற்கும். இந்த இறைச்சி மற்றும் மீன்களை சமையல் செய்து முடிக்க வேண்டாமா?

யாரெல்லாமோ கடனாக அவனிடமிருந்து பணத்தைப் பெற்றிருக் கிறார்கள் என்று சொல்லப்படுகிறது. ஊரெங்கும் விநியோகம் செய்யப் பட்டிருக்கிற பணத்திற்கு அப்பாற்பட்டதுதான் இந்த ஏற்பாடு. ஐம்பது, நூறு என்ற கணக்கில் கொடுப்பானாம்! திரும்பக் கிடைக்கவா போகிறது?

கோபாலகிருஷ்ணனின் எண்ணம்தான் என்ன? என்னவோ ஒரு நோக்கம் அவனுக்கு இருக்கத்தான் செய்யுமென்று பலரும் சொன்னார்கள். இந்தச் செய்திகள் அனைத்தும் குஞ்சுநாயர் காதில் விழுந்திருக்கின்றன அவர் யோசித்தார். கோபாலகிருஷ்ணனைச் சென்று சந்தித்தாலென்ன? ஆனால் நாயருக்கு ஒரு தயக்கம். அவனைச் சந்திக்கச் செல்கின்றவர்களுக்கெல்லாம் பத்தும் பதினைந்தும் கொடுப்பது வழக்கம். அவன் அப்படிப் பணமெடுத்துத் தன்னை நோக்கி நீட்டினால், 'வேண்டாம்; எனக்கு வேண்டாமென்று சொல்லிப் புறக்கணிப்பது அவனை அவமானப் படுத்துவதற்குச் சமமாகும். அதனால்தான் நாயர் இதுகாறும் போகாமலிருந்துவிட்டார். ஆண்டிப் பிள்ளையும் கல்லாற்றுப் பெரியவரும் சென்று பார்த்தனர். கோபாலகிருஷ்ணன் குஞ்சு நாயரைப் பற்றி அவர்களிடம் விசாரித்தானாம். வேறு சிலரிடமும் விசாரித்ததாக அறிந்துகொண்டார். ஆயினும் அந்தச் சன்மானம்தான் அவரைத் தடுத்து நிறுத்துகிறது.

கொஞ்சம் பணம் சேர்ந்தது. ஊரில் எல்லோரும் அதில் பங்கு பெறப்படும் என்கிற நோக்கத்தோடு செல்வதாக இருக்கலாம். யாரையாவது அவமதிக்கவேண்டுமென்றோ, இன்ன மனிதருக்கு இன்னதைக் கொடுத்தேன் என்று பறைசாற்ற வேண்டுமென்றோ அவன் எண்ணியிருக்கமாட்டான். ஏனென்றால் ஒருவருக்குக் கொடுத்ததை இன்னொருவரிடம் சொன்னதாகத் தெரியவில்லை. கொடுப்பது சிறுமைப் படுத்துவதற்காக அல்ல. வாங்குவது அவமானமென்று அவன் எண்ணுவதாகத் தெரியவில்லை. மலேயாவை விடச் செல்வம் படைத்த இன்னொரு நாட்டிலிருந்து வந்த ஒருவர்

கொஞ்சம் பணம் கோபால கிருஷ்ணனுக்குக் கொடுத்தால் அவன் அதை வாங்கக் கூடும். இப்படியெல்லாம்தான் என்றால், வேண்டாமென்று சொன்னால், அப்படிச் சொல்லக் காரணமென்னவென விசாரிப்பான்.

குஞ்சுநாயர் அங்கே செல்ல நாள் கடத்துவது இந்தக் காரணத்தால் இருக்கலாம்.

காதில் விழுகின்ற செய்திகளெல்லாம் குதூகலமளிப்பதாக இருந்தன. வீட்டில் கூட கால்சட்டை அணிந்தே இருக்கிறானாம்! புறக்காட்டிலுள்ள ஆங்கிலோ - இந்தியர்கள் கூட எந்நேரமும் கால் சட்டை அணிவதில்லை. மலேயாவைப் பற்றி மற்றவர்கள் சொல்லிக் கேட்பது குஞ்சு நாயருக்கு வேடிக்கையாக இருந்தது. மழை, வெயில் போன்றவை எல்லாம் நமது ஊரில் இருப்பதுபோல் அங்கேயும் உண்டு. இங்கே வளர்கின்ற செடி கொடிகளெல்லாம் அங்கேயும் வளர்கின்றன. காய்கறிகளெல்லாம் அங்கே கிடைக்கின்றன. ஆனால் இவ்வளவு ருசியிருக்காதென்று சொல்கின்றனர். அது கடவுள் நமது நாட்டுக்குத் தந்திருக்கிற மிகப் பெரிய வரப் பிரசாதமாகும். அங்கே சீனர்களென்ற ஒரு பகுதியினர் இருக்கிறார்கள். மஞ்சள் நிறம். சப்பையான மூக்கு. சிறிது இறுகிய கண்கள் இந்த மாதிரியான ஆட்கள்! உழைப்பது, சாப்பிடுவது, அவன் நிலவரத்தில் சுகமாய் வாழ்வது இதுதான் அவர்கள் சுபாவம். வேலை செய்யச் சோம்பலில்லாத இத்தகையோர் வேறு யாருமில்லை. பணம் சம்பாதிக்கவேண்டும். இதுதான் அவர்கள் நோக்கம். பணத்திற்காக எதை வேண்டுமானாலும் செய்வார்கள். நேற்றையதினம் கப்பல் வியாபாரிகளாக இருந்தனர் என்று வைத்துக்கொள்வோம். இன்றைய தினம் ஒன்றுமில்லாதோர். வியாபாரத்தில் அப்படியெல்லாம் சம்பவிக்கு மல்லவா? ஆனால் அவன் இன்று குப்பை வண்டியிழுப்பதைப் பார்க்கலாம். நாளை மறுநாள் மீண்டும் செல்வந்தன். அப்படிப்பட்ட ஒரு வர்க்கம். சீனா ஒரு பெரிய நாடு. அங்கே அடிக்கடி பஞ்சம் ஏற்பட்டு விடுகிறது. வறட்சி, பெருவெள்ளம், வெட்டுக்கிளி ஆகியவை போன்ற விபத்துக்கள் ஏற்பட்டுவிடுகின்றன. அப்போது தேசம் அந்த விபத்துக்களுக்கெதிராக ஒன்றெனத் திரண்டெழும். மலேயாவில் பணத்தை உண்டாக்குகின்றவர்கள் அவர்கள்தான். பல்வேறு நபர்கள் சொல்கின்ற செய்திகளைக் கேட்பது ரசமாக இருக்கும்.

ஆண்டிப் பிள்ளை சொன்னார்:

“அவங்க நம்மை எதைச் சொல்லிக் கூப்பிடுறாங்கன்னு தெரியுமா?”

“எதை?”

“கில்லங்கோயி - அப்படீன்னா, கில்லங்கிப் பிசாசு! கோயீன்னா கோபாலகிருஷ்ணன் சொன்னதுதான். கில்லங்கீன்னா பழைய கலிங்கர்கள் என்றுதான் புராணத்தில் சொல்லப்பட்டிருக்கிறது.”

குஞ்சுநாயர் சொன்னார்:

“ஓ! புராணத்திலுள்ள கலிங்க அரசன்!”

ஆண்டிப் பிள்ளை தொடர்ந்து பேசினார்:

“அங்குள்ள ஜனங்களெல்லாம் துலுக்கர்களும் சீனர்களும் பௌத்தர்களும்தான்.”

“ங் ஆகா!”

“அங்கே துலுக்கனுங்க இருக்கிறாங்கன்னு சொன்னாங்களே - அவங்க படு சோம்பேறிங்கதான். எந்தத் தொழிலும் செய்ய மாட்டாங்க!”

வேடிக்கையான கதைகள் பலவற்றை ஆண்டிப்பிள்ளைதான் சொன்னார்:

“அந்தத் துலுக்கச்சிங்க கொள்ளையழகு. ஏழைகளுமாவார்கள். சீனப் பெண்கள் அப்படியில்லை. பெண்களுக்கு இருக்கவேண்டிய நெறிமுறைகள் அவங்களுக்குக் கிடையாது. அது எப்படி இருக்கமுடியும்? பஞ்சம் பரவிய இடத்திலிருந்து தப்பித்துச் சென்றவங்க. பணம் சம்பாதிக்கணும். அவ்வளவுதான். கள்ளுக்கடையில் வேலையாக இருந்த ஒரு பொண்ணைக் கள் குடிக்கச் சென்றவர்களில் ஒருவன் கலியாணம் பண்ணினான். அவங்க சேர்ந்து வாழ்ந்தாங்க. கோபாலகிருஷ்ணன் சொல்கிற கதையாகும். அவளும் பணத்தைச் சேர்க்கிறாள். ஒருவேளை அவள் கள்ளுக் கடைக்கே திரும்பிடலாம். கணவனுக்கு அதைப் பற்றிய கவலை ஏதுமிருக்காது. அப்பறம் இந்த சீனர்களின் இன்னொரு விசயம் - அவங்களுக்கு ஒரு குழந்தை பிறந்தா விற்றிடுவாங்க. சில சந்தர்ப்பங்களில் தந்தை தாயை விட்டுவிட்டுச் சென்றிடுவாங்க. சீனர்கள் ஆண்களும் பெண்களும் வேலை செய்வாங்க. ஆண்கள் செய்யற வேலையைப் பெண்களும் செய்வாங்க. ஆனா ஒருவன் ஒரு சீனச்சிக்குத் துரோகமிழைத்தால், அவனை ஏனைய சீனர்கள் சேர்ந்து தீர்த்துக் கட்டிடுவாங்க. அங்குள்ள கொள்ளையர் சீனர்கள்தான்னுதான் சொல்றாங்க.”

சுவாரசியமான கதை. கேட்டுக் கொண்டிருக்கத் தோன்றாது. மலேயா மக்கள் ரொம்பமும் சாதுக்கள்தான் என்று கோபாலகிருஷ்ணன் சொல்கிறான். நமது நாட்டைச் சேர்ந்த இளைஞர்கள் செய்கிற ஏமாற்று வேலை குறித்து கோபாலகிருஷ்ணன் விளக்கிக் கூறிய கதையை ஆண்டிப்பிள்ளை சொன்னார்:

"ஒரு பெண்ணுடன் சேர்ந்திடுவான். அவ ரொம்ப சாது. எதையும் நம்பிடுவா. அங்கே சுகமா வாழறதுக்காக அவன் மதம் மாறி 'மம்மது' ஆயிடுவான். அவளைக் கலியாணம் பண்ணிடுவான். ஊரிலே அவனுக்கு மனைவி-மக்கள் இருக்காங்கன்னு வச்சுக்குங்க. அவங்களுக்குப் பணத்தையும் அனுப்பி வைப்பான். அப்பறம் அந்தப் பாவம் துலுக்கச்சிக்கு ரெண்டு மூணு குழந்தைகளானப்பறம் அங்கிருந்து இக்கரைக்கு வந்திடுவான். அந்தக் குழந்தைகள் அநாதைகளாயிடுவாங்க. அப்படிப்பட்ட குழந்தைங்களை அங்கே பார்க்கலாம்னுதான் சொல்றாங்க. இங்கே மனைவி - மக்களில்லாட்டாக் கூட திரும்பி வரணுமல்லவா?"

மலேயாவில் தோட்டங்கள்தான். அவை அனைத்தும் வெள்ளையருக்குச் சொந்தமானவை. அந்தத் தோட்டங்களிலேதான் வேலை.

குஞ்சுநாயர் விசாரித்தார்:

"அவன் ஏன் இந்தப் பணமெல்லாம் அள்ளிக் கொடுக்கிறான்?"

அதன் காரணம் பற்றி ஆண்டிப்பிள்ளைக்குத் தெரியாது. ஆண்டிப் பிள்ளைக்கு இன்னொரு விசயத்தைப் பற்றிக் கூடச் சொல்ல வேண்டி யிருந்தது.

"கேட்டீங்களா, சேந்நாட்டுப் பெரியவரே! அவன் குடிப்பான். மூக்கு முட்டக் குடிப்பான். அவன் இருக்கிற இடத்துக்கு அருகிலுள்ள மேஜைமீது புட்டியிருக்கு. அதிலிருந்து டம்ளருக்கு ஊற்றிடுவான். அதிலே தண்ணியைக் கலந்திடுவான். குடிச்சுக்கிட்டேயிருப்பான். சாயங்காலமாகிறதுக்குள்ளே அவனுக்கு ஆட்டம் கொடுத்திடும். குரலுயர்த்தித்தான் பேசுவான். சாயங்காலமானால் சிரிப்பும் பேச்சும் ஊரெங்கும் எதிரொலிக்கும். பெரிய அல்லோல கல்லோலம்தான்."

"போதையேறிடும் போதுதான் கோலாகலம்."

"ஆம்! அப்போதைக்கு ஆளே மாறிடுவான். கண் சிவந்திருக்கும். பார்க்கும் போது பயமாயிடும். 'யார் அது?' என்று கேட்டாலே நடுங்கிப் போயிடுவோம். ஆனா அசிங்கப்பேச்சு எதுவும் நாக்கிலே உதிக்காது. நான் போன அன்னைக்கு பலாக்கொட்டை போல் வறுவல் பண்ணி ஒரு பொருளைக் கொண்டாந்து வச்சானுங்க. அப்பறம் என்கிட்டே ஒரு வினா. ஆண்டி மாமனுக்கு வேணுமா? இது பன்றியிறைச்சிதான். நான் கொண்டாந்ததுதான்."

குஞ்சுநாயர் முகம் சுருங்கியது.

"ஹோ! அசிங்கம்!"

"இந்த சீனர்களால் பன்றியிறைச்சியில்லாமே வாழமுடியாதுன்னுதான் சொல்றாங்க. அப்பறம், அங்கே எல்லாம் குடிப்பாங்க. பெண்களும் ஆண்களும் குடிப்பாங்கன்னு கோபாலகிருஷ்ணன் சொன்னான். ஒளிவு மறைவின்றிக் குடிப்பாங்களாம். குடிப்பது அவமானமல்ல; தவறுமல்ல!"

"நம்ப ஊரிலிருந்து போறவங்களும் குடிப்பாங்க போலிருக்கு."

"பின் இல்லாமே? அந்த நாட்டின் வாழ்க்கை முறை அப்படி யிருக்கும்னா அப்புறம் கேட்க வேண்டுமோ?"

"குளிப்பது, ஜபம் இப்படி ஏதுமில்லாமலிருக்கும் போலிருக்கு."

"அதெல்லாம் தெரியாது. ஒண்ணு ஒண்ணரை புட்டி தினசரி உள்ளே போகும் போல் தோணுது. அது சாராயத்தை விட வீரியமுள்ளது தானாம். ஒரு புட்டிக்கு விலை இருபது ரூபாய். அப்பறம் இந்த இறைச்சியும் சாப்பிட்டுக்கறான். ராத்திரியிலே அப்படியே வீழ்ந்திடுவானாம். அப்பறம் குளிக்கறதும் ஜெபிக்கிறதும் எல்லாம் நடக்குமா?"

குஞ்சுநாயர் சொன்னார்:

"வெளிக்குப் போனால் கால் கழுவ மாட்டாங்க போலிருக்கு. வெள்ளைக்கார துரைமாருங்க. அப்படித்தான்னு சொல்லிக்கிறாங்க."

படுமோசமானதொரு வாழ்க்கைதான் அதுவென்று குஞ்சுநாயருக்குத் தோன்றியது. கொஞ்சம் பணம் சம்பாதிக்க முடிகிறது என்பதை விட்டு விட்டால் வேறு என்ன இருக்குது? குஞ்சு நாயர் அதைத் திறந்தே கூறி விட்டார்:

"இப்படி வாழறது என்னத்துக்கு? இது மனிசன் வாழற வாழ்க்கை தானா?"

ஆண்டிப் பிள்ளை சொல்லவேண்டியது இதுதான்.

"என்ன ஆனாலும் பரவாயில்லே. என்ன வாழ்க்கைன்னு வேணும்னாலும் சொல்லுங்கோ - இப்படியெல்லாம்தான்."

ஆண்டிப்பிள்ளை இன்னும் சொன்னார்.

"என்ன இருந்தாலும் அவன் வழியா நம்ப ஊரில் பல குடும்பங்கள் முன்னேறியிருக்கு. மலஞ்சேரிக் குடும்பமும் நல்லாகிவிட்டது. இப்போ இன்னும் சிலரைக் கூட அவன் அழைச்சுக்கிட்டுப் போறதாக் கேள்விப் பட்டேன். இன்னும் சில குடும்பங்கள் கூட நல்லா வரட்டுமே!"

* *** *

குஞ்சுநாயர் கோபாலகிருஷ்ணனைச் சந்தித்தார். கேள்விப்பட்டதை விடக் கூடுதலான விசயங்கள் அறிந்துகொள்ள முடிந்தது என்று அவர் சொல்லுகிறார். கோபாலகிருஷ்ணன் பேசியதை ஆண்டிப் பிள்ளையோ, மற்றவர்களோ கவனிக்கவில்லை. வேறு ஏதோ பாஷை வழியாகத்தான் அவன் மலையாளம் பேசுகிறான். பேச்சுக்கிடையில் வருகின்ற முனகல்களும் சில சத்தங்களும் எல்லாம் அப்படித்தான். அந்த நாட்டு மொழிதானே, எப்போதும் பேசுகிறான்? ரூபாய்க்கு 'வெள்ளி' என்றுதான் சொல்லுகிறான். குஞ்சு நாயரைப் பார்த்தபோதே புரிந்துகொண்டான். கன்ஜுமாமா என்றுதான் கூப்பிட்டான். அப்போதே குஞ்சுநாயருக்குச் சிரிப்பு வந்தது. அவன் முதன்முதலாகப் பேசியது இப்படித்தான்:

"அம்மா சொன்னா-ங்கே-கன்ஜுமாமாவோட மகன் மணிகண்டனை அழைச்சுக்கிட்டுப் போவணும்னு. அவனை இப்போ காலேஜிலே - அப்போ - ங்கே... அவனுக்கு நல்ல வேலை கிடைச்சுட்டு. நல்ல சம்பளம்."

கன்ஜுமாமன், முன்னர் பார்த்ததுபோலவே இருக்கிறார். பெரிய மாறுதல் ஏதுமில்லை. கோபாலகிருஷ்ணன் உத்தியோகம் என்னவென்று நாயர் விசாரித்தார்.

"பெரிய தோட்டத்தோட ஒரு பிளாக்கு பொறுப்பு. எனக்குக் கீழே ஆயிரம் வேலையாளுங்க. அவங்களுக்கு சனிக்கிழமை கூலி கொடுக்கணும். வேலை செய்ய வைக்கணும். எனக்கு மேலே வெள்ளையன்தான். அவன் ஒரு நல்லவன்."

வேலையாட்களின் கூலியை ஏமாற்றுகிறான் என்று குஞ்சு நாயருக்குத் தோன்றியது. அதனால்தான் இந்த ஊதாரித்தனம். விசயம் புரிந்துகொண்டது போல் நினைத்துக் கொண்டார். இங்கே வந்துபோன பலரிடமும் கோபாலகிருஷ்ணன் இந்தத் தகவலைச் சொல்லியிருப்பான். யாருக்கும் புரிந்திருக்காது. உடம்புக்குப் படாமல் கிடைக்கிற பணம்தான். எனவே பணத்தைப் பற்றிய கவலை இருக்காது.

எம்.ஜி.கே. நாயர் மீது வெள்ளையனுக்கு மிகுந்த பிரியமாம். சில நேரங்களில் வெள்ளையன் சொல்லுவானாம்:

"உனக்கு இன்னைக்குச் சாப்பாடு என் பங்களாவிலேதான்.'

சில சந்தர்ப்பங்களில் இவன் வெள்ளையனிடம் சொல்லுவானாம்:

"உங்களுக்கு இன்னைக்குச் சாப்பாடு என் வீட்லேதான்."

அவர்கள் வாழ்க்கை இப்படித்தான்.

"ஒரு கலியாணம் பண்ணிக்க வேணாமா?" என்றார் குஞ்சுநாயர்.

“எதுக்கு? அங்கே கலியாணத் தன் தேவையே இல்லை.”

இப்படிச் சொன்ன எம்.ஜி.கே. நாயர் சிரித்தான். பொல்லாத சிரிப்பு. அது மனிதன் சிரிப்பு அல்ல. மனிதன் சிரிப்பது இப்படியல்ல. மேஜை மீதியிருந்த டம்ளரை ஒரே இழுப்பில் காலி பண்ணினான்.

அவன் பழைய கோபாலகிருஷ்ணன் இல்லை. துள்ளிக் குதிக்கறான். குஞ்சுநாயர் அவற்றை வாங்கச் சிறிது தயங்கினார். ஏன், வாங்காமலிருக்கவேண்டும்? இந்த ஊரில் யார்தான் வாங்காதவர்?

“என்னோட ஒரு வெகுமதிதான் கஞ்ஜுமாமா, இது! அவ்வளவுதான்.” தொடர்ந்து பேசினான். “கடிதம் போட்டு மணிகண்டனை வரவழைச்சுக்கணும். நான் பேசிக்கறேன். மணிகண்டனுக்கு அங்கே நல்ல வேலை உண்டு.”

இங்கே வந்திருக்கிற நிலைமையில் பாப்பியம்மாவைப் பார்க்காமல் போகக் கூடாது. அடுக்களையின் வடபுறத்து முற்றத்தில் அவள் மீனை வெட்டிச் சுத்தம் செய்கிறாள். பெரிய ஒரு ஆற்று வாளை மீன். அருமையான வேலை என்று குஞ்சுநாயர் விரலினால் சமிக்ஞை செய்தார்.

‘என்னா பண்ணறது, குஞ்சுமாமா?”

“இந்த வேலை எவ்வளவு நேரம் நீடிக்கும்?”

“ரெண்டு நாழியா நான் இப்பவே இருந்துக்கிட்டிருக்கேன். கரிமீனை வெட்டிச் சுத்தம் பண்ணிக் கொடுத்தேன்.”

இருவரும் சிறிது நேரம் வரையிலும் பேசாமலிருந்து விட்டனர். குஞ்சுநாயர் அடக்கமான குரலில் வினவினார்:

“இல்லே... நான் கேட்டுக்கறேன்... தப்பா நெனைச்சுக்கக் கூடாது. இதென்ன விளையாட்டு?”

அந்தக் கேள்வி பாப்பியம்மாவுக்கு பிடிக்காமல் போகவில்லை. முகத்தைப் பார்த்தால் தெரிந்துகொள்ளலாம். அது சிறிது எல்லையைத் தாண்டிய சுதந்திரமாக இருந்தது.

“பசங்க விருப்பம் போல நடக்கட்டும்னு நினைக்கத்தானே, நம்மாலே முடியுது?” என்றாள்.

“அது அப்படித்தான் முடியும். ஆனாக் கூடப் பழைய மனிசன்களான நமக்குப் பார்க்கும்போது கொஞ்சம் கஷ்டமாத்தானிருக்கும்.”

“நான் அதை எல்லாம் விலக்கி வச்சிருக்கேன். எதுக்காக மனசுக்குக் கஷ்டத்தைக் கொடுக்கணும்?”

வாளை மீன் தலையைத் துண்டித்து மாற்றினாள்.

பாப்பியம்மா தொடர்ந்து பேசினாள்:

"நீங்க ஏன் வராமே இருக்கீங்கன்னு நெனைச்சுப் பார்த்துக் கிட்டிருந்தேன்."

"என்ன பண்ணறது? ஒரே அலுவல்தான். நேரம் கிடைக்கலே."

"நான் உங்க பையன் விசயமா, அவன்கிட்டே பேசினேன்."

"ஆமாமாம். பாப்பி சொன்னதா அவன் இப்பத்தான் என்கிட்டே சொன்னான். மணிகண்டனை இப்பவே வரவழைச்சுக்கணும்னு சொன்னான்!"

"இப்போ ஆறேழு பேர்கள அழைச்சுக்கிட்டுப் போறதா ஏற்றுக் கிட்டிருக்கான். அவங்க எல்லாரையும் விட மணிகண்டனுக்குத்தான் படிப்பு ஜாஸ்தி! அவனுக்கு நல்ல வேலை கிடைக்கும்." என்றாள்.

கோபாலகிருஷ்ணன் அதுபற்றிச் சொன்னதையும் குஞ்சுநாயர் எடுத்துக் கூறினார்.

சிறிது நேரம் வரையிலும் இருவரும் பேசாமலிருந்து விட்டனர். பாப்பியம்மா மீன் சுத்தம் பண்ணுவதில் கவனம் செலுத்தினாள். குஞ்சுநாயர் அதைக் கவனித்துக் கொண்டிருந்தார். மீனை வெட்டிச் சுத்தம் செய்வதைக் காண வேடிக்கையாக இருந்தது.

குஞ்சுநாயர் மனத்திலிருப்பதை அறிந்துகொண்டவள் போல் சொன்னாள் பாப்பியம்மா.

"குஞ்சுமாமா ஏராளமான புராணங்களை வாசித்திருக்கீங்க. ஏராளமா விசயங்களைப் புரிஞ்சு வச்சிருக்கீங்க. மகனை அக்கரைக்கு அனுப்பிவச்சா இப்படியெல்லாமாயிருவான்னு பயந்துக்கிட்டிருக்கீங்க போல் தோணுது. மீனும் இறைச்சியும் எல்லாம் சாப்பிட்டு மதுவருந்திக் கிட்டு கடவுளைப் பற்றிய சிந்தனையே இல்லாமே போயிடுவானேன்னு பயப்படறீங்க."

குஞ்சுநாயர் குறுக்கிட்டார்:

"பாப்பிக்குக் கூட இப்படியெல்லாம் நினைப்பு ஏற்படறதில்லியா?"

"ஏற்படறது. அதனால்தானே, நான் அதை எல்லாம் சொன்னேன். அன்னைக்குக் கொஞ்சம் வசதியிருந்திருந்தா நான் அவனை அனுப்பி வச்சிருக்க மாட்டேன்."

குஞ்சுநாயர் பேசவில்லை. அவள் தொடர்ந்து பேசினாள்:

"இப்போ இப்படியெல்லாம் வாழறது, அவன் அப்படியெல்லாம் வாழறதனாலத் தான்னு நினைக்கிறேன். அங்கே போனா அப்படியெல்லாம் நடந்துக்கணும். அப்படி நடந்து கொண்டாத்தான் பணம் வந்து சேரும்.

பணத்துக்காகத்தான் இப்படியெல்லாம் நடந்துக்கறான்."

பாப்பியம்மா சொல்லுவது சரிதான் என்று குஞ்சு நாயருக்குத் தோன்றியது. பாப்பி உண்மையிலேயே இதெல்லாம் விரும்புவதில்லை. ஆயினும் அனைத்தையும் பொறுத்துக் கொள்கிறாள்.

"பணம் வந்திடும். உண்மைதான். அதுக்காக நான் இதை எல்லாம் ஒப்புக்கொள்ளணுமா? பாப்பீ, நீயே சொல்! உனக்கு அறிவு இருக்கு." என்றார் நாயர்.

"நான் ஒண்ணைச் சொல்றேன் மாமா! காலம் மாறுது- பசங்க, நாம்ப நினைக்கிற மாதிரி இல்லே."

"ஆமாம்; ஆமாம்! அப்படியில்லைதான்."

"அப்பறம் நான் என்னத்தைச் சொல்றது?"

நிசப்த நிலை.

குஞ்சுநாயர் எழுந்துவிட்டார்.

"என்னவாக இருந்தாலும் பொண்டாட்டிகிட்டே ஒரு சொல் கேட்டுப் பார்த்துக்கணும். எனக்கும் அவளுக்கும் சேர்ந்து பொறந்தவன் தானே, அவன்?"

பாப்பியம்மா பதிலுரைக்கவில்லை.

ஒரு மாதத்திற்குப் பின்னர் எம்.ஜி.கே. நாயருடன் மாதவன், அரவிந்தன் மற்றும் நான்கு பேர்கள் மலேயாவுக்குச் சென்றனர்.

100

வட்டத்ர கிரிகிரி கேட்கிறான்:

"இந்தப் பாப்பானுக்கு இவ்வளவு நெல்லும் பணமும் எங்கிருந்து வந்தது?"

பருத்திக்காட்டு கொச்சு ஔசேப்பு, ஆற்றுத்துறை கொச்சு அந்தோனி, தும்பேக்குளத்து மாத்தன் ஆகியோரால் பதில் சொல்ல முடியவில்லை. எவருடைய மூளையிலேயும் அந்தக் கேள்வி நுழைந்து விடவில்லை.

மூலாதாரமான கேள்வி அது. யாராலும் பதில் சொல்ல முடிய வில்லை. பொருள் பொதிந்தது அது. கிரிகரியே கேட்டுவிட்டார்:

"என்ன, யாரும் வாய்திறப்பதில்லையே. எல்லோர் தலைக்குள்ளேயும் சகதி தானா? ஆயின், நான் பதில் சொல்றேன். கேக்கறீங்களா?"

ஒரு விநாடிக்குப் பின் கிரிகரி சொன்னார்:

"இந்த ஊரைச் சேர்ந்தவங்களோடதுதான். அல்லாமே எங்கேருந்தும் கொண்டு வந்தது அல்ல. புதையலைத் தோண்டியெடுத்ததும் அல்ல. வானத்திலிருந்து மழையுடன் கீழே விழுந்ததும் அல்ல. வருடாவருடம் வட்டிவாங்கிப் பெருக்கிக் கொண்டதுதான். அத்துடன் நிலக் குத்தகையும் சேர்ந்து கொண்டது. ஊர் பூராவும் பாப்பானுக்குச் சொந்தமாயிட்டது. ஊர் சொத்துக்களெல்லாம் அவருக்கு அடக்கமாயிற்று. அவர்தானே, இப்போ பெரிய ஜமீன்தார்?"

கொச்சு ஔசேப்பு சொன்னார்:

"சொல்றதெல்லாம் சரிதான். ஒரு முறையிலே சொன்னால் பிடித்துப் பறித்தெடுத்ததுதான்." கொச்சந்தோனி வினவினான்:

"அதெல்லாம் சரிதான்னு இருந்தாக் கூட இப்போ என்ன பண்ண முடியும்?"

கிரிகரி சற்று கோபமுடன் கேட்டார்:

"ஏன் முடியாது? நேராகச் சொல்லக்கூடிய காரியமல்லவா? பாப்பானுக்கு இவ்வளவு பணம் எங்கிருந்து வந்தது? எப்படி வந்தது? அவரு என்ன வேலை செஞ்சாரு?"

கொச்சந்தோனி விசாரித்தான்:

"யாரிடத்திலே கேட்டுக்கறது? கோர்ட்டைப் பார்த்தா, கேட்டுக்கறது?"

"இல்லே! கோர்ட்டை உண்டு பண்ணறது யாரு?"

"அரசாங்கம்!"

"அப்படீன்னா அரசாங்கத்தையே கேட்டுக்கணும். சர்க்கார் சொல்லட்டும். நெல்லுக்கு விலையில்லே. தேங்காய்க்கு விலையில்லே. ரப்பருக்கு விலையில்லே. மிளகுக்கு விலையில்லே. அப்பறம் எப்படி இந்த நாடு நல்லாயிடும்?"

கிரிகரி தொடர்ந்து கூறினார்:

"பாப்பான் கிட்டே பணம் வாங்கித்தான் நாம்ப கிழக்கே மலையிலே ரப்பர்த் தோட்டங்களைப் பண்ணினோம். எல்லோரும் வாங்கினோம். கையிலிருப்பது போதாமே இப்போ நாம்ப என்ன பண்றது? இப்படி

விலையில்லாமே போயிடும்னு நாம்ப நினைச்சோமா? நாணயமில்லாமே நடந்துக்கணும்னு நாம்ப யாராச்சும் நினைக்கிறோமா? நெல் சாகுபடி விசயம் கூட அப்படித்தான். பாப்பான், அசலும் வட்டியும்னு சொல்லி வழக்கைத் தொடுக்கிறாரு. நாம்ப அப்பறம் என்னத்தைச் சொல்லிக்கிறது? இவருக்குப் பணம் எங்கிருந்துன்னுதான் கேட்டுக்கணும்."

கொச்சு ஔசேப்பு வினவினான்:

"அப்படிக் கேக்கறதனாலே என்ன பயன், கிரிகரி மாமா?"

"பயனில்லாமே என்னன்னுதான் நான் கேட்டுக்கறேன். இந்தக் கடனையெல்லாம் வசூலிப்பதை நிறுத்தி வைக்கணும்னு அரசாங்கம் சட்டமியற்றணும். நம்ப பையிலே பணமிருக்கிறப்ப நாம்ப கொடுத்துக்குவோம். கொடுக்கமாட்டோம்னு நாம்ப யாருமே சொல்லிக் கிறதில்லே. கடன் காலாவதியாப் போகவும் வேணாம். அப்படிச் சட்டமியற்றக் கூடாதுன்னு சொல்றப்போ நாம்ப கேட்டுக்கலாம் - பாப்பானுக்குப் பணம் எங்கிருந்து வந்ததுன்னு! தலைமுறை தலைமுறையா வட்டி வாங்கிக்கிட்டிருக்காருல்ல? இனிமே வர்ற தலைமுறைக்கு வட்டி வேணாம்."

"அதைச் சர்க்காரு ஏற்றுக் கொள்ளுமா? வாங்கினாக் கொடுக்க வேணாம்னு சர்க்காரு சொல்லுமா?"

"அப்படீன்னு நாம்ப கேட்டுக்கறதில்லியே?"

இந்தச் சர்ச்சையில் பங்கெடுக்காமலிருந்த தும்பேக்குளத்து மாத்தன் சொன்னார்:

"விவசாயம், ரப்பர் மரங்கள் நடறது, மிளகு, இப்படி எல்லாம் எல்லோருக்குமுண்டு. ஆனால் எல்லோர் தலையும் அந்த மங்கொம்பு பாப்பான் கக்கத்திலே அகப்பட்டிருக்கும். பெரியவீடு, நெல்லறை போன்றவை எல்லோருக்குமுண்டு. ஆனா எல்லாவற்றின் பத்திரங்களும் பாப்பான் பெட்டிக்குள்ளே தானிருக்கு. இதுக்கெல்லாம் பரிகாரம் வேணும்னா அது சர்க்காரினாலேதான் சாத்தியம்."

கிரிகரிக்கு உற்சாகம் பிறந்தது:

"அப்படிச் சொல்லு, மாத்தண்ணா! நான் மனசிலே எண்ணியது அதுதான். அரசாங்கம் ஓர் அறிக்கை வெளியிடணும். இப்போதைக்கு இருந்து வருகிற கடன் பூராவும் ரத்து பண்ணணும்னு! கடனில்லாத குடிமகன் எவன் இருக்கான்? குடிமகனுங்க கடன்பட்டு மூச்சுத் திணறிக்கிட்டிருக்காங்களே. பூமியிலே விளையற பொருட்களுக்கு விலை

யில்லை. அப்பறம் என்ன பண்றது? அப்போ சர்க்கார்தான் பரிகாரம் பண்ணணும். சர்க்காரை, அதை செய்ய வைக்கணும்!"

கொச்சு ஒளசேப்பு சொன்னான்:

"என்னைக்கும் இப்படியிருக்கலியே! இந்த வயலான வயல்களெல்லாம் ஒரு காலத்திலே சீரட்ட, கோடாந்திர, கோந்நோத்து - இப்படிப்பட்ட குடும்பங்களுக்குச் சொந்தமாயிருந்ததல்லவா? அதெல்லாம் பாப்பானோட வட்டியினால் நாசமானவைதானே?"

"அப்படிச் சொல்லு, மாத்தண்ணா! அப்படி காரியத்தின் வேரைப் பிடித்துப் பேசுங்கோ!"

கிரிகரியின் மூளை விரைந்து செயல்படத் தொடங்கியது. அனைத்து விசயங்களும் தெளிவுபடுகின்றன.

கிரிகரி சொன்னார்:

"நாம்ப ஊரான ஊர்களிலிருக்கிறவங்களெல்லாம் சேர்ந்து சர்க்காரு கிட்டே முறையீடு பண்ணணும். சட்டசபைக்கு நாம்ப தேர்ந்தெடுத்து அனுப்பி வச்சிருக்கோமே அவங்களைத் துணையா வச்சிக்கிடணும். அவங்களை வச்சுத்தான் நாம்ப காரியங்களை நிறைவேற்றணும்."

உற்பத்திப் பொருட்களுக்கு விலையில்லை. கிழக்கே சிறுசிறு ரப்பர்த் தோட்டங்கள் அழிந்துவிட்டன. ரப்பர் மரங்களை வெட்டியகற்றி விட்டு வேறு சாகுபடி செய்யத் தொடங்கினர். பணத்துக்காக அல்ல; வயிற்றை நிரப்பிடத்தான். கனிமரங்களும் கிழங்குக் கொடிகளும் நட்டுவைத்தனர். பெரிய பெரிய தோட்டங்களை விட்டுவைத்த மாதிரிதான். ரப்பர் வெட்டுவதில்லை. அவற்றிற்கு எந்தப் பாதுகாப்புமில்லை. துரைமார்கள் பெயரளவுக்குப் பரிபாலித்து வருகின்றனர். காடுகள் வெட்டியகற்றப்படுகின்றன. மருந்து தெளிப்பதெல்லாம் இல்லை. மலேயாவுக்குச் சென்றிருந்தவர்களில் சிலர் திரும்பி வந்திருக்கின்றனர். திரும்பிவரக் காரணமென்னவென்று விசாரிக்கும்போது அவர்கள் சொல்கிறார்கள், அங்கே 'ஸ்லப்' என்று. இந்த ஸ்லப் என்றால் என்ன?

மங்கொம்பு ஐயர் கடன் பத்திரங்கள் பிரகாரம் கிடைக்கவேண்டிய தொகைகள் ஒவ்வொன்றுக்காக வழக்குகளைத் தொடுத்துக் கொண்டிருக்கிறார். கணக்கைப் பார்க்கும் போது வழக்கைத் தொடுக்கத் தான் செய்வார். மனப்பூர்வமாக இல்லை. வாங்கினவர்கள் யாருமே திருப்பிக் கொடுப்பதில்லை. பணம் வேண்டுவோர் எண்ணிக்கை பெருகி வருகிறது. இந்த அளவு பணம் ஒருபோதும் வெளியே இருந்ததில்லை.

இப்போது நிர்வாகப் பொறுப்பிலிருப்பவர் ஸ்ரீநிசுவாமிதான். ஐயர் மடத்துக்குச் சென்றால் அவர் கணக்குப் புத்தகத்தைப் புரட்டிக் கொண்டிருப்பதைப் பார்க்கலாம். அது மட்டும்தான் அவர் வேலை என்று தோன்றிவிடும்.

வழக்கின் ‘சம்மன்ஸ்’ கிரிகரிக்குக் கிடைத்துவிட்டது. மடத்துக்குச் சென்று ஐயரைப் பார்ப்பதென்று கிரிகரி தீர்மானித்துக் கொண்டார். கொச்சந்தோனியும் கொச்சு ஔசேப்பும் அவரைத் தடுத்தனர். அவர்கள் பெயரிலும் வழக்குத் தொடுக்கப்பட்டிருக்கிறது. கிரிகரி நாக்கு எலும்பில்லாதபடிக்கு எதையாவது பேசிவிடுவார். ஸ்ரீநிசுவாமிக்குக் கோபம் வந்துவிடும். அப்பவும் சுவாமி என்னென்ன துரோகமிழைப்பாரோ - தெரியாது. ஆத்திரம் வந்துவிட்டால் சுவாமி மூர்க்கப் பாம்புதான்.

கிரிகரி சொன்னார்:

“போடா, போ! அவரு என்ன பண்ணுவாரு?” கொச்சந்தோனி சொன்னான்:

“என்ன பண்ணுவாருன்னு கேட்டா - என்னதான் அவரால் பண்ணமுடியாது? அதைச் சொல்லுங்க! நம்ப தலையெல்லாம் அவரு கக்கத்திலேதானே?”

என்ன நடக்குமென்று கிரிகரிக்கு நன்றாகத் தெரியும். சொன்னார்:

“வயலிலே நெல் விளைஞ்சு நிக்கிறப்போ ஜப்தி பண்ணலாம். அல்லது கோர்ட்டுத் தீர்ப்பைப் பெற்று நிலமெல்லாம் ஏலத்துக்கு விட்டு விடலாம். தோட்டமெல்லாம் ரெசீவர் நிர்வாகத்துக்குக் கொண்டாரலாம். இதை எல்லாம் தடுத்து நிறுத்தவும் வழியுண்டு. நமக்கும் வக்கீல்கள் கிடைக்க மாட்டார்களா?”

கொச்சு ஔசேப்பு கேட்டான்:

“அதுக்கான உழைப்பையும் வீண் செலவுகளையும் நினைச்சுப் பாருங்க, கிரிகரி மாமா!”

கிரிகரிக்குச் சற்று கோபம் வந்தது.

“அப்படீன்னா கடனே வாங்கியிருக்கக் கூடாது. நீ வந்து கொச்சு மரியத்தைக் கலியாணம் பண்ணியனுப்பி வைக்க இருபத்திரண்டாயிரம் ரூபாய் கடனா வாங்கினியல்ல? அப்பறம் என்னன்னா தேவையேற் படறப்போ கடன் வாங்கிடுவாங்க. அப்போ எல்லாருக்கும் ஒரு கணக்கு வழக்கு எல்லாமிருக்கு. திருப்பிக் கொடுக்கக் கூடாதுன்னு யாரும் கடன் வாங்கறதில்லை. கணக்குப் போடறதிலேதான் தவறு ஏற்பட்டுடறது.

கடன் தொகை பெருகிக்கிட்டேயிருக்கும். இப்படித்தான் காரியங்கள் நடக்குது."

கிரிகரி திடீரெனப் பேச்சை நிறுத்தினார். சொல்லிவந்ததை மறந்து விட்டார். உடனடியாகவே விட்டுப்போன சரடு கிடைக்கவும் செய்தது. தொடர்ந்து பேசினார்:

"அப்போ பொண்ணை நல்லமுறையில் கலியாணம் பண்ணி அனுப்பிவச்சே. கொஞ்சம் கேஸூம் வழக்குமெல்லாம் பேசணும். அல்லாமே முடியாது."

சிறிது நிறுத்திவிட்டு கிரிகரி தொடர்ந்து பேசினார்: "அப்படியொண்ணும் சுளுவாக அந்தப் பாப்பான் நம்ப சொத்துக்களைக் கொண்டு போயிடக் கூடாது. அதுக்கான சட்டதிட்டங்களெல்லாமிருக்கும். கொஞ்சம் செலவு செய்ய வேண்டியிருக்கும். சிரமப்படவும் வேண்டியிருக்கும். அப்படியாகக் கொஞ்ச காலம் கழிந்து போயிடும் அப்போ வழிகளும் தானாப் பொறந்திடும்."

இதைத் தவிர, பிடித்து நிற்க வேறு வழியில்லை என்று கொச்சு ஔசேப்பு மனத்தில் தோன்றியது. அப்போது கிரிகரியிடமிருந்து ஒரு கேள்வியெழுந்தது.

"அந்தப் பாப்பான் இந்த நிலம் பூராவும் ஏலம் போட்டு எடுத்துக்கிட்டு என்னத்தைப் பண்ணறது? இந்தத் தேதி வரையிலும் மடத்துப் பாப்பானுங்க நேரடியாச் சாகுபடி செஞ்சிருக்காங்களா? அவங்களாலே சாகுபடி செஞ்சிட முடியுமா?"

"சாகுபடி செஞ்சா என்னவாம்? அவருகிட்டே நெல்லும் பணமும் இல்லியா?"

கொச்சு ஔசேப்புதான் விசாரித்தான். கொச்சந்தோணிக்கு இன்னொரு கேள்விதான் கேட்க இருந்தது:

"சொத்தைச் சொந்தம் பண்ணிவிட்டுக் குத்தகைக்குக் கொடுத்திடுவாரு."

கிரிகரி கேட்டார்:

"நாம்ப நிலத்தை விட்டுக் கொடுக்கல்லேன்னா?"

"அதுக்கெல்லாம் சட்டமிருக்கு. கைது பண்ணி ஜெயிலுக்குள்ளே போட்டிடுவாங்க."

கிரிகரி விட்டுக் கொடுப்பதாயில்லை.

"இந்த ஊரானப்பட்ட ஊரிலே எல்லாம் நிலத்திலே உழைச்சு சாகுபடி பண்றவங்களை எல்லாம் புடிச்சு சிறைக்குள்ளே தள்ளட்டும். அந்த விளையாட்டைக் கொஞ்சம் பார்த்துக்கலாமல்ல? இந்த நாட்டிலே பாப்பான் தொடுத்த வழக்கிலே சம்பந்தமில்லாத நிலங்கள் எவ்வளவு இருக்கும்? எல்லோரும் ஒண்ணுசேரணும். ஏலம் போட்டு எடுத்துக்கிட்டாக் கூட எவனும் நிலத்தை விட்டு வெளியேறக் கூடாது. ஜெயிலுக்குப் போவணும்."

விசித்திரமானதொரு போராட்டத் திட்டம்தான் கிரிகரியின் மனத்தில் உருவம் கொள்கிறதென்று கொச்சந்தோணி மற்றும் கொச்சு ஔசேப்புக்குத் தோன்றியது. சொல்லிக் கேட்க நன்றாக இருக்கிறது. உண்மையும் கூடத்தான். ஆனால் நடைமுறை சாத்தியம்தானா?"

கிரிகரி வினவினார்:

"காங்கிரஸ்காரங்க தீர்மானப்படி ஏதோ ஒரு ஊரில் வரி கொடுக்கலேன்னு சொல்லறாங்களே - அது எங்கேடா, நடக்குது? அப்படி ஒண்ணா நின்னுக்கணும். உழுகிறவன் கைவசத்திலிருந்து பூமி போயிடக் கூடாது. உழுகிற மண் அவனதுதான். இந்தக் குத்தகைன்னு சொல்லறதே அநீதியானது. நாம்ப பாடுபட்டு உழைச்சு நெல்லை உற்பத்தி செஞ்சு கொண்டாந்து பதர் களைந்து குவித்துப் போடறோம். அதைப் பார்க்கிறப்போ மனசுக்கு ஒரு குளிர்ச்சி! அதன் பக்கத்திலே கிணறு போன்ற, குத்தகையளந்து வாங்கற பறையைக் கொண்டாந்து வைக்கறப்போ அந்தக் குவியலின் களையே போயிடறது. குத்தகையளந்து முடியும்போது மிச்சமெதுவுமிருக்காது. கூட்டிப் பொறுக்கியெடுக்க ஏதாச்சுமிருக்கலாம். விவசாயி தகர்ந்திடறான். குத்தகை, கடன் போன்ற வற்றை ரத்து செஞ்சுக்கணும்."

கொச்சந்தோணி குறுநகையுடன் கூறினான்:

"அன்னைக்கு பறையர் - புலையர் கூட்டம் நடந்தது. எங்கிருந்தோ வந்து அந்தக் கூட்டத்திலே ஒருவன் பேசினானே, அது போலிருக்கு கிரிகரி மாமா பேசறது."

கிரிகரி வினவினார்:

"ஊம்? அதென்ன? அங்கே என்ன பேசினானாம்?"

"நிலத்திலே உழைச்சு உழுது பயிரிட்டு நெல்லை உற்பத்தி செய்யறவங்க அந்த மக்கள்தான். நிலம் அவங்களுக்கு தான் சொந்தம்னு பேசினான். அப்பறம் அவன் ஒரு பாட்டு பாடினான்."

கிரிகரி 'த்த்தூ!' என்றார்.

"அது மாதிரிதானா, நான் பேசறது? அவங்க உழைக்கிறாங்கன்னா, சரியாக் கூலிகொடுக்கறாங்க. அப்பறம் அவங்களுக்கு என்ன உரிமை இருக்கும்? குத்தகைன்னு சொல்றப்போ, அது தானா? விவசாயி நெல்லையும் பணத்தையும் போட்டு நெல்லை உற்பத்தி பண்ணறான். சும்மா உக்காந்திருக்கிறவன் குத்தகைன்னு சொல்லி நெல்லை அள்ளிக் கிட்டுப்போயிடறான்."

அதுக்கு பதில் இருந்தது:

"நிலத்தை அவன் பணத்தைக் கொடுத்து வாங்கியதுதானே? போட்ட பணத்துக்கு ஆதாயம் கிடைக்கணும்."

"அவனுக்குப் பணம் எங்கிருந்து வந்தது? சொல்லுங்க!"

கிரிகரியால் உடனடியாக பதிலளிக்க முடியவில்லை.

கொச்சு ஔசேப்பு வினவினான்:

"விவசாயிக்கு நெல்லும் பணமும் எங்கிருந்தது?"

"அவன் விவசாயம் பண்ணினான்."

கொச்சந்தோணி இன்னொரு கேள்வியெழுப்பினான்:

"பறையர் - புலையர் யூனியன் கூட்டத்திலே சொன்னது போல் அவங்க உழைப்பினாலேதானே, விவசாயிக்கு நெல்லும் பணமும் உண்டாயிற்று?"

கிரிகரிக்குக் கோபம் வந்தது.

"போடா! அர்த்தமில்லாமே அதையும் இதையும் பேசாதேடா!"

கிரிகரி தீர்மானித்துவிட்டார். ஸ்ரீநிசுவாமியைச் சென்று சந்திக்கத் தான் வேண்டும். கொச்சு ஔசேப்பும் அந்தோணியும் எதை எதையோ பேசிப்பார்த்த போதிலும் கிரிகரிக்கு அசைவேயில்லை. கிரிகரி ஸ்ரீநிசுவாமியை எதிரியாக்கிவிட்டுத்தான் திரும்பி வருவாரென்பதில் அவ்விருவருக்கும் சந்தேகமேயில்லை!

* ** *

தடித்துப் பருமனான கணக்குப் புத்தகத்தைத் திறந்து வைத்துப் பார்த்தவாறு சீனிவாச ஐயர் உட்கார்ந்திருக்கிறார்.

கிரிகரி மடத்துக்குச் செல்லும் போதெல்லாம் ஐயரை அந்த நிலைமையில் தான் பார்த்திருக்கிறார் செதுக்கிவைத்த சிலைபோல் காணப் படுகிறார். பருவத்தில் மாறுதல் தோன்றுவதில்லை. களைப்புமில்லை.

களையுமில்லை. நான்கைந்து முடியிழைகள் அன்று நரைத்திருந்தன. இன்றும் அப்படியேதான். பின் குடுமிக்கு அன்றிருந்த அதே அளவு இன்றும் உண்டு. இவருக்கு வயோதிகமில்லை.

கிரிகரி சிறிது நேரம் அவரைப் பார்த்தபடியே நின்றுவிட்டார். கிரிகரி வந்து நிற்பது ஐயருக்குத் தெரியவில்லை. கணக்குப் புத்தகத்திலேயே கண்வைத்தவாறு உட்கார்ந்திருக்கிறார். சிறிது நேரத்துக்குப் பின் சிரமுயர்த்தினார். கிரிகரியை அடையாளம் கண்டுகொள்ளச் சிறிது நேரமாயிற்றென்று தோன்றியது. பாப்பானுக்குத் தன்னைத் தெரிய வில்லையா?

சிலையிலிருந்து ஓர் ஒலி வெளிக் கிளம்பியது.

"என்னவாம்?"

முதலில் கிரிகரியை அறிந்துகொள்ளவில்லை என்பது தெளிவாயிற்று. ஐயர் விசாரிக்கிறார்:

"ஓகோ! கிரிகரியா? என்ன விசேஷம்?"

கிரிகரியால் திடீரெனப் பதில் சொல்ல இயலவில்லை.

ஐயர் மனம் முழுவதிலும் நிறைந்து நின்றது அப்போது பார்த்துக் கொண்டிருந்த பேரேட்டிலே இருந்த பெயராக இருந்திருக்க வேண்டும். அதுவும் ஒரு கிரிகரியாக இருந்திருக்கலாம். வட்டத்ர கிரிகரியை அறிந்து கொண்ட மாதிரி இல்லை.

கணக்குப் புத்தகத்தின் அந்தப் பக்கத்தைப் புரட்டினார். அடுத்த பக்கத்தில் இன்னொரு நபரின் கணக்குத்தான். அந்த நபர் ஒரு நாராயணன் நாயராக இருந்திருக்கலாம். அந்தப் பக்கம் புரண்டது. ஐயர் கவனம் அடுத்த பக்கத்திற்குச் சென்றது. இவ்வாறாகப் பக்கங்கள் புரண்டு கொண்டிருந்தன. அவர் நாட்கள் இப்படித்தான் கடந்து செல்கின்றன.

இனி அவர் சிரமுயர்த்திப் பார்ப்பது இன்னொருவர் வரும்போது தான். 'என்ன விசேஷம்? என்று விசாரித்தபோது கிரிகரி விசயத்தைச் சொல்லவில்லை. சொல்லியிருந்தால் தொடர்ந்து பேச்சுவார்த்தை நடைபெற்றிருக்கலாம். பல்வேறு பத்திரங்களிலும் ஒப்பந்தங்களிலுமாய் பெரியதொரு தொகை மடத்துக்குச் செலுத்த வேண்டிய மனிதர்தான் தூண்போன்று முன்னால் நிற்கிறார். பேசுவதற்காக ஒன்றுமில்லையா?

ஐயருடன் நடைபெறுகின்ற விவகாரங்களின் தன்மை இதுதான்:

கொஞ்சம் நெல் அல்லது பணம் தேவை. அது கையிலிருந்தால், தங்கத்தை வங்கியில் அடகுவைத்துப் பணம் வாங்கி வருவது போல் காரியம் ஈடேறும். ஐயரை ஏமாற்றி வந்துவிடலாமென்றால் அது நடக்காது. நிபந்தனைகளை மீறி ஐயர் நடந்து கொள்ளமாட்டார்.

கிரிகரி நீண்ட நேரம் வரையிலும் நின்ற பின்னர் சொன்னார்:

"நம்ப விவகாரத்தைப் பற்றிக் கொஞ்சம் பேசலாம்னு வந்திருக்கேன்."

கணக்குப் புத்தகத்தினின்று கண் எடுத்துக்கொண்டு ஐயர் வினவினார்:

"என்னவாம்? கணக்கை முடிச்சுக்கறேளா?"

"ஐயோ! இல்லிங்க."

"அப்பறம்?"

"மடத்திலிருந்து நம்பர் கொடுத்திருக்கிறாங்க."

"ஆமாம்."

"அது கொஞ்சம் கவலை தரும் விசயம்தானுங்க."

"நம்பர் கொடுக்க நேரம் வரும் போது நம்பர் கொடுக்கத்தான் செய்யும்."

"அது பெரிய தகராறாயிடுமுங்க."

சிறியதொரு பயமுறுத்தல் அந்தச் சொற்களில் அடங்கியிருந்தது. என்னவெல்லாமோ சொல்ல நினைத்துத்தான் கிரிகரி வந்திருக்கிறார். 'உழுபவனுக்கே நிலம் சொந்தம்' போன்ற கோஷங்கள் மனத்திற்குள்ளே முழங்கிக் கொண்டிருந்தன. எதுவும் வெளிவருவதில்லை. ஏலம் போடுவோம்'; 'நிலத்திலிருந்து வெளியேற்றுவோம் என்றெல்லாம் ஐயர் பேசுவாரென்று கிரிகரி நினைத்திருந்தார். ஆயின், 'ஏலம் போட்டுப் பார்க்கட்டும்' என்று சொல்ல கிரிகரியும் ஆயத்தமாயிருந்தார். மடத்துக்கு இவ்வளவு சொத்து சேர்ந்தது எப்படியென்றாவது ஒரு கேள்வியைத் திரும்பிவரும்போது கேட்கவேண்டுமென்று கூட அவர் கருதியிருந்தார். படகில் ஏறுகிறபோது 'பிடித்துப் பறித்தெடுத்த சொத்துதானே இது?' என்று கூவியழைத்துச் சொல்ல வேண்டுமென்று கூட எண்ணியிருந்தார். எதற்கும் சந்தர்ப்பம் வாய்ப்பதில்லை. ஐயர் மறுபடியும் கணக்கில் கண் நட்டுவைத்தார்.

அழகுதான். சொல்லவேண்டியதைச் சொல்ல வாய்ப்புக் கிடைக்காதா? கிரிகரிக்குத் தான் சொல்லவேண்டிய விசயங்கள் ஏராளமாக உள்ளன.

வட்டத்ர கிரிகரி சொல்ல வேண்டியதைச் சொல்லித்தான் திரும்புவார். பாப்பான் அப்படி நழுவப் பார்க்க வேண்டாம்!

'யாரடா, இவன்?' கிரிகரி சுயமாக மனத்தில் கேட்டுக்கொண்டார். எண்பதாயிரம் ரூபாய் கொடுக்கவேண்டிய ஒரு நபர் வந்து நின்றும் கூட அந்த விவகாரம் சம்பந்தமாய் ஒரு சொல்கூட உரையாடுவதில்லை. ஆனால், 'உன்னை நான் உரையாட வைப்பேன்' என்று திரும்பவும் மனத்திற்குள்ளே சொன்னார். பல்லைக் கடித்தார்; உதட்டைப் பிதுக்கினார்; சிறிது முணுமுணுத்தார்.

"ஒரு விசயத்தைச் சொல்லத்தான் வந்திருக்கேன் சுவாமீ!" என்றார்.

ஐயர் சிரமுயர்த்திக் கேட்டார்:

"என்னவாம்?"

"நம்பர் கொடுத்திருக்கீங்களா?"

"ஆமாம். கொடுத்திருக்கேன்."

"ஏன், கொடுத்தீங்க?"

"பத்திரங்கள் பிரகாரம் மடத்துக்குப் பணம் செலுத்த வேண்டியிருக்கிறேன்! அதுக்காகத்தான் வழக்கைத் தொடுத்திருக்கிறேன்."

"நம்பர் தீர்ப்பு ஆயிடுமா?"

அது ஓர் அறைகூவலாக இருந்தது. வழக்கை வாதாடுவோம். சுவாமி தோற்றிடுவார். அதுதான் அறைகூவல்!

"வழக்கைக் கோர்ட்டிலே தொடுத்திருக்கேன். கோர்ட்டு தீர்ப்பை வழங்கும்." ஒரு கணத்திற்குப் பிறகு ஐயர் கேட்டார்:

"அதெல்லாமிருக்கட்டும். கிரிகரி கேட்கவந்தது என்ன?"

கிரிகரி ஒரு கணம் ஸ்தம்பித்து நின்றுவிட்டார். ஆயினும் விட்டு விடக் கூடிய நிலையில் இல்லை.

"மடத்துக்கு அனுகூலமாய்த் தீர்ப்பு வந்தால் சொத்துக்களை ஏலம் போட்டு எடுத்துக்கலாம்னு நினைக்கிறீங்களா? தெரியாமே கேக்கறேன்."

"தீர்ப்பு ஆயிட்டா நடவடிக்கையெடுக்கத்தான் செய்யும்."

"இந்தப் பணமெல்லாம் மடத்துக்கு எப்படிக் கிடைச்சது?"

ஐயர் எப்படி அதற்குப் பதில் சொல்லமுடியும்? - என்கிற வகையில் தான் கிரிகரியின் கேள்வி இருந்தது. அதற்குப் பதிலளிக்க ஐயருக்கு எந்தக் கஷ்டமும் இருக்கவில்லை.

“மடத்துக்குப் பணமிருந்தது. அது உலகில் அனைவருக்கும் தெரிந்த விசயம். அது பெருகிவந்தது. அதுதான் மடத்தின் மூலதனம். மூலதனம் எங்கிருந்து வந்தது என்று கேக்கிறீளா?”

கிரிகரி புரியாதவர்போல் நின்றுவிட்டார். ஐயர் தொடர்ந்து பேசினார்:

“மூலதனம் ஊரின் நன்மைக்காக விநியோகம் செய்யப்படுது. அது திரும்பி வருது. பெருகுது, கூடுதலான ஜனங்களுக்கு விநியோகிக்கப்படுது. வெவ்வேறு காரியங்களுக்காகத் திரும்பவும் போடப்படுது. முன்னர் நெல் சாகுபடிக்காக மட்டும் விநியோகிக்கப்பட்டு வந்தது. இப்போது தோட்டங்கள், தொழில்கள் ஆகியவற்றிலே போடப்படுது. ஏராளமான மக்களுக்கு வேலை கிடைக்குது. பல குடும்பங்கள் நன்னா வாழ்ந்து வருது. அப்படிப் போவுது. என்ன, கிரிகரிக்குப் புரியலையா?”

இரு முழம் அகலமான ஒரு வேஷ்டி மட்டும்தான் ஐயர் உடுத்தியிருக்கிறார். மிகச் சாதாரணமான ஒரு வேஷ்டி. ஆலப்புழை, சங்கனாச் சேரி மற்றும் கோட்டயத்தில் அவரைப் பார்த்தபோதெல்லாம் மலிவான துணியினாலான ஒரு சட்டையும் அணிந்திருந்தார். உடம்பில் ஒரு குன்றுமணியளவில் கூடத் தங்கமில்லை.

மடத்துச் சாப்பாடு பெயர் பெற்றது. ஒரு புளிக்குழம்பு, ஊறுகாய், ஓர் இலைக்கறி, ஒரு பொரியல் ஆகியவைதான் பதார்த்தங்கள். உள்ளிருப்பவர்களுக்கும் இவை தான். ஐயரும் இவற்றைத்தான் சாப்பிடுகிறார். நீண்ட நாட்களுக்கு முன்பிருந்தே இப்படித்தான். இன்றைய தினமும் எந்த மாறுதலும் இல்லை. இவர் எதற்காகத்தான் இப்படிப் பணத்தை அள்ளிச் சேர்க்கிறார்?

“பூமியைக் கையகப்படுத்த சுவாமீ, நீங்க அங்கே வரவேணாம்னா?”

“அப்படீன்னா வரமாட்டேன் கிரிகரீ.”

“அப்படீன்னா எங்களுக்குத் தந்த கடன் பணத்தை விட்டுடணும்.”

“அது முடியாது கிரிகரீ. இந்த மூலதனத்தை விட்டுவிட எங்களுக்கு அதிகாரமில்லை. மடத்தின் நிபந்தனைகள் அத்தகையவை. இல்லை என்று எழுதித் தள்ளிவிட முடியாது.”

“ஈடாகக் கிடைக்கலேன்னா?”

“என்னைக்குமே அப்படிச் செய்ய இயலாது.”

“கொடுக்க வேணாம்னு சட்டம் வந்துட்டா?”

“இருந்தாக் கூட ஈடு செய்ய முயலவேண்டும். அதுதான் இந்த மூலதனத்தின் தனிச் சிறப்பு.”

"இல்லாமை ஏற்பட்டுவிட்டா?"

"அப்படி ஏற்படாது."

கிரிகரிக்குப் புரியவில்லை.

"சும்மா உளறீங்களா?"

"உண்மையைச் சொல்லறேன் கிரிகரீ. இந்த மூலதனம் இல்லாதாகி விடாது."

"நெருப்பிலே எரிந்துவிட்டால்?"

"நெருப்புப் பற்றாது."

"ஓ... பைத்தியம்!"

கிரிகரி சொன்னார்:

"இதைக் கேக்கத்தான் நான் வந்தேன். எங்களுக்குத் தந்த கடனைத் திரும்பப் பெற முடியாது."

ஐயர் காதில் அது விழுந்ததா என்பது சந்தேகம்தான். மறுபடியும் அவர் கண்கள் கணக்குப் புத்தகம் மீது விழுந்தன.

101

வட்டத்ர கிரிகரி வியப்புடன்தான் திரும்பினார். ஐயர்தானே? சிறிது பயமுறுத்தித்தான் பார்ப்போமே என்று நினைத்துத்தான் சென்றார். வழக்கில் தோல்வி ஏற்படும். ஒரு வேளை வெற்றி பெற்றால் கூட ஏலமும் நடந்திடும். நடந்தால் கூட பூமியை விட்டுக் கொடுக்க முடியாது. எல்லாமே ஒரு தந்திரமாகத் தோன்றியது. அது எதுவும் சீனிவாச ஐயரை அசைக்கவில்லை.

கிரிகரிக்கு இன்னொரு பயம் ஏற்பட்டது. வழக்கு தோற்றுவிட்டாலும், நடத்தியெடுக்கப்பட்ட பூமி கைக்கு வராவிட்டாலும் அந்தப் பணம் போய்விடாதென்று ஐயர் சொல்கிறார்.

அது எப்படி?

ஐயர் ஒரு சல்லிக் காசு கூட விட்டுக் கொடுக்கமாட்டார். விட்டுக் கொடுக்கிற ஏற்பாடு அந்த மடத்தில் இல்லை. தனக்கு அதற்கான அதிகார மில்லை என்று அவர் சொல்லுகிறார். அது கெட்டியான ஒரு பிடிப்பு அல்லவென்றும் சொல்லுகிறார். புரிந்துகொள்ள முடியாத ஒரு விசயம் தான் அது. கிரிகரிக்கு ஒரு விசயம் புரிந்துவிட்டது. மடத்தின் பணம்

விவசாயத்திற்கும், வியாபாரத்திற்கும், தொழிலுக்குமாக விநியோகம் செய்யப்படுகிறது. எனவே, அது திரும்பி வந்தால்தான், அதை மறுபடியும் விநியோகம் செய்யமுடியும். மடத்திற்கான செலவுகளுக்காக அவ்வளவு ஜாஸ்தி பணம் தேவைப்படாது. மயிர் இழை கிழித்துக் கணக்கைச் சொல்லி விடாப்பிடியாக நிற்பது அவ்வாறு விநியோகம் செய்வதற்காகவேதான்.

இது என்ன ஏற்பாடு?

ஔசேப்பிடமும், அந்தோனியிடமும் வியப்பளிக்கிற ஒரு கதையைத் தான் கிரிகரியால் சொல்ல முடிந்தது.

"ஆனாக் கூட கிரிகரி மாமா பேசினது ரொம்பக் கடுமை. மரியாதை யில்லாத பேச்சு. பாப்பான் ஆத்திரப்பட்டிருப்பார்."

"அப்படியொண்ணுமில்லை ஔசேப்பு! அவருக்கு ஆத்திரமில்லே. அவருக்குச் சந்தோசமோ சந்தாபமோ இருக்காது. அவர் ஒரு மனிசனே அல்ல. நான் இவ்வளவெல்லாம் சொன்னேனே - அவர் முகத்திலே ஒரு சுளிவைக் கூடக் காணமுடியலே. ஐம்பது ஆயிரம் ரூபாய் போயிடும்னு சொல்றப்போ, நாம்பன்னா எப்படியிருப்போம்? அவருக்கு எந்த விதமான கவலையும் தென்படலே."

அந்தோனி சொன்னான்:

"அறிந்த வரைக்கும் ஒருவிசயம் உண்மைதான். அது என்னன்னா, மடத்துப் பணம் பல்வேறு காரியங்களுக்காக விநியோகிக்கிறாங்க. பொண்ணைக் கலியாணம் செஞ்சு கொடுப்பது, கடனைத் தீர்ப்பது, தொழில் மற்றும் வியாபாரம் நடத்துவது ஆகிய காரியங்களுக்காகத்தான். வங்கியிலே போனா இவ்வளவு இலேசிலே பணம் கிடைக்குமா? அவங்களுக்குச் சட்டமுண்டு. அப்போ மடம் இருப்பது நல்லதுதான். கொடுத்த பணத்தத் திரும்பப் பெற்றால்தான், மறுபடியும் காரியங்கள் நடைபெறமுடியும்."

கிரிகரி சொன்னார்:

"அதுக்கும் ஒரு பக்குவம் வேணுமில்ல? அது மட்டும் இருந்திருந்தா நாம்ப இந்தக் கடனை எல்லாம் தீர்த்திருப்போமில்ல? ஆனா, அதைச் சொன்னா, அந்தப் பாப்பானுக்குப் புரியது. என்ன சொன்னாலும் அவருக்குப் புரியாது. நான்தான் சொன்னேனே, அவரு ஒரு மனிசனே அல்லேன்னு."

இனி என்ன வழி?

* ** *

அதிகார வர்க்கத்தைச் சாராத எந்த ஒரு சட்டசபை உறுப்பினரும் அந்தக் காலத்தில் சபையில் பேசுவதென்றால், பேசிமுடிப்பது பொருளாதார நெருக்கடியைப் பற்றித்தான். எல்லோருமே விவசாயிகளின் கடன தொல்லை குறித்துப் பேசினார்கள். விளைபொருட்களின் விலை வீழ்ச்சி பற்றி அரசாங்கமே ஒப்புக்கொள்ள வேண்டியதாயிற்று. எண்ணற்ற வினாக்கள் வழியாக விவசாயிகளின் கடன்சுமை வெளியாயிற்று. எதையாவது செய்தேயாக வேண்டுமென்று சர்க்கார் உணர்ந்துள்ளதென்று தலைவரான திவான்ஜியே மறைமுகமாக ஒப்புக் கொண்டார். ஆயினும் அனைத்து விசயங்கள் பற்றியும் நன்கு ஆராய்ந்து அறிந்த பின்னர்தான் என்ன செய்யமுடியுமென அரசினால் சொல்ல முடியுமென்றார்.

கிரிகரி இரண்டு மூன்று மாதங்களாக நாடெங்கிலும் சுற்றுப் பயணமாயிருந்தார். ஔசேப்பு மற்றும் அந்தோனியைச் சந்திக்கும் போதெல்லாம் கிரிகரி சொல்லுவார்:

"நான் எனக்காகவா, இப்படியலையறேன்னு நினைச்சீங்க? உங்களுக் கெல்லாம் ஒரு விமோசனம் ஏற்படட்டும்னுதான்!"

"எதாச்சும் விமோசனம் கிடைக்குமா, மாமா?"

"அதை எல்லாம் இனிமே பார்த்துக்குங்க. சட்டசபையில் நடந்த அமளி பற்றி நீங்கல்லாம் பத்திரிகைகளிலே படிச்சிருக்கீங்கல்ல? இன்னும் என்னென்ன நடக்கப் போவுதுன்னு பார்த்துக்குங்க!"

கிரிகரிக்குப் பெரியதொரு புகார் உண்டு. அது சட்டசபை உறுப்பினர்கள் பற்றித்தான்.

"தேர்தல் காலத்திலே அவர்கள் எவ்வளவு நல்லவர்களாக ஓட்டுக்களைக் கேட்டுக்கொண்டு நம்பகிட்டே வர்றாங்க? அப்போ அவங்களுக்கு நம்ப மேலே என்ன அன்பு! குழந்தைங்களை அள்ளியணைத்து முத்தமாரி பொழியறாங்க. அப்பறம் எதாச்சும் ஒரு தேவையை முன்னிட்டு அவங்ககிட்டே போனா, நம்பளை அறிந்தவங் களாக் கூடக் காட்டிக் கொள்ளமாட்டாங்க."

கிரிகரி தனது அனுபவங்கள் பற்றி விளக்கிக் கூறினார். ஒரு சிலர் விசயங்களைக் கேட்டு அறிந்துகொண்டனர். ஆனால் அவற்றிற் கெதிராகத் தான் பேசினார்கள். வேறு சிலருக்கு விவசாயிகள் பிரச்சினை பற்றிப் பேசுவதற்குக் காசுகொடுக்க வேண்டியதாயிற்று. பணத்தை அள்ளியிறைத்துத் தான் தேர்தலில் வெற்றி பெற்றனரென்று ஒளிவு மறைவின்றிக் கூறினார்கள். அது மிகவும் சிரமமான வேலையாக

இருந்தது. என்னவாக இருந்தாலும் சட்டசபை வாயிலாக விவசாயிகளின் பிரச்சினைகள் சர்க்காரின் கவனத்திற்கு வந்திருக்கின்றன.

ஔசேப்பு விசாரித்தான்:

“எதாச்சும் நடைமுறைக்கு வருமா?”

“ஓ... அப்படிக் கேக்கறியா?”

“அல்லாமே?”

“டேய்! நீ படுமுட்டாள்தான்டா! எப்படித்தான் நடைமுறைப்படுத்தப் போவுதுன்னு கேளுங்கடா!”

அந்தோனி சொன்னான்:

“அப்படித்தான் கேட்டதா வச்சுக்குங்களேன்.”

“அப்படின்னா சொல்லுறேன். அதுக்குக் கொஞ்சம் பணமெல்லாம் செலவாயிடும். இதுவரையிலும் எனக்கு என்ன செலவாயிடுச்சுன்னு தெரியுமா? நீயும் எல்லாம் கொஞ்சம் காசு செலவு செய்யணும். இப்போ நாங்க பத்துப் பனிரண்டு பேருங்கதான் முன்முயற்சி யெடுத்திருக்கோம். நாடு எங்கிலும் நம்ப மாதிரி ரொம்பப் பேருங்க குடியிருக்கிற இடத்தையே இழந்திடப் போறாங்க. கடன்பட்டுத் தகர்ந்திருக்காங்க. அப்போ நாங்க ஒரு வசூலுக்கு இறங்கியிருக்கோம்.”

கிரிகரி அடக்கமான குரலில் மேலும் கூறினார்:

“காரியம் கைகூடணும்னா சில படிகளிலே கொஞ்சம் கொஞ்சம் காணிக்கை செலுத்த வேண்டியிருக்கு. திவான்ஜிக்கே காணிக்கை வச்சுக் கொடுக்கவேண்டியிருக்கு. அப்பறம் சீஃப் செக்ரடரி. அப்பறம் சில அதிகாரீங்களுக்கும் நாம்ப வரி செலுத்தறவங்க தேர்ந்தெடுதது அனுப்பினவங்களுக்கும்தான். இந்த சட்டசபைக்காரங்கன்னாக் கூட அவங்க தீர்மானம் நிறைவேற்றினாக் கூட ஒண்ணும் நடக்காது. அதுக்கு மகாராஜா ஒப்புதலளிக்கணும். மகாராஜா ஒப்புதலளிக்கணும்னா திவான்ஜி சிபாரிசு பண்ணனும். அப்படித்தான் சங்கதியிருக்கு. அப்போ என்னன்னா திவான்ஜியைச் சொல்ல வச்சுக்கணும்.”

கிரிகரி ஒரு பரம ரகசியம் சொன்னார்:

“திவான்ஜிக்குத் தங்கத்தினாலே ஒரு வாழைக்குலை பண்ணிக் காணிக்கை வச்சுக்கணும். அப்பறம் அவருக்குக் கீழுள்ள அதிகாரிங்களுங்கு அவங்கவங்க நிலவரத்துக்கேற்றபடி செஞ்சுக்கணும். அதுதான் வழக்கமான முறை.”

அந்தோனி விசாரித்தான்:

"அப்போ அந்தப் பாப்பானும், அவரைப் போலுள்ள மற்றவங்களும் காணிக்கை வச்சாங்கன்னா?"

கிரிகரி சொன்னார்:

"அதுதான், இதெல்லாம் யாருகிட்டேயும் சொல்லாமே ரொம்ப ரகசியமா செஞ்சுக்கணும்னு சொல்லறது."

ஆனால் அடுத்த நாள் பத்திரிகையில் முக்கியமான ஒரு செய்தி வந்தது. கடனளித்தவர்களின் ஒரு ஸ்தாபனம் சர்க்காருக்கு ஒரு விண்ணப்பம் நல்கியிருக்கிறது. விவசாயக் கடன்கள் சம்பந்தமான ஒரு விண்ணப்பம். கடனளித்தவர்களும் முன்வந்திருக்கின்றனர். அவர்களும் காணிக்கை வழங்கிடலாம் அல்லது காணிக்கை சமர்ப்பித்திருக்கின்றனர்!

* ** *

பருத்திக்காட்டினருக்கெதிராக மங்கொம்பு ஐயர் தொடுத்திருந்த வழக்கின் வாதம் நடைபெற்றிருக்கிறது. காலம் கடத்துவதற்கான வாதமென்று தான் சொல்லவேண்டும். கிரிகரியும் அந்தோனியும் வாதிடுகின்றனர். இதனிடையில் பாலத்தோள் நம்பூதிரி பருத்திக்காட்டு கொச்சு ஔசேப்பினைப் பிரதிவாதியாகச் செய்து ஒரு வழக்கத்தைத் தொடுத்துத் தீர்ப்பினைப் பெற்றிருந்தார். அதை அமுலாக்குவதற்கான நடவடிக்கை எடுக்கத் தொடங்கியிருக்கிறது.

பாலத்தோள் இல்லத்திற்குக் கடன்பட்டவர்களும் குத்தகை தாரர்களும் பாக்கி வைத்திருக்கின்றனர். அவர்கள் அனைவர் பேரிலும் ஆலப்புழை கோர்ட்டுகளில் நம்பர் பதிவாகியிருக்கிறது. கோர்ட்டுச் சிப்பாய்கள் ஒவ்வொருவரையும் தேடி நடக்கின்றனர்.

வட்டத்ர கிரிகரி ஊரில் இல்லை. எங்கிருக்கிறாரென்று தெரிய வில்லை. கொச்சு ஔசேப்பு மணிமலைக்குப் போயிருக்கிறானாம். கொச்சந்தோனியை, சீனிவாச ஐயர் கேஸின் சம்மனுடன் வந்த சிப்பாய் பார்த்துவிட்டான். அவ்வாறு அந்த சம்மனில் பிரதிவாதி கையெழுத்துப் போட்டான்.

கொள்வதும் கொடுப்பதுமெல்லாம் நின்றுவிட்டது. எவரும் எவருக்கும் கடன் கொடுப்பதில்லை. எல்லாமே முடங்கிவிட்டது. விவசாய வேலைகளே நடைபெறுவதில்லை எனலாம். காலம் கடந்து போயிற்று.

வட்டத்ரவினரின் வயல்களுக்குப் புறவேலி கூடக் கட்டவில்லை. அந்தப் புறவேலி மட்டும் கட்டாமல் விடப்பட்டிருக்கிறது. வயலைக்

காவல் காக்கும் அந்திரயேஸ் என்கிற அடிமை விவசாயி குஞ்சுண்ணிப் பிள்ளையைக் காலையிலும் மாலையிலும் சென்று சந்திப்பார்.

“இது என்ன வழக்கம், தம்பிறா?” அந்திரயேஸ் ஆத்திரமுடன் கேட்பார்.

குஞ்சுண்ணிப்பிள்ளை உதவியற்றவர்.

“நான் என்ன பண்ணறது அந்திரயேஸ்? முதலாளியில்லை. நெல்லும் பணமுமில்லே.”

குஞ்சுண்ணிப்பிள்ளையின் அறிவோ அனுமதியோ இல்லாமல் ஒரு நாள் நான்கு படகுகள் சேற்றுக் கட்டியை அள்ளும் பணியில் ஈடுபட்டன. தண்ணீருக்குள் மூழ்கிச் சேற்றுக் கட்டிகளைத் தூக்கி மேலே கொண்டுவந்து படகுக்குள்ளே போடும் வேலையில் ஈடுபட்டிருந்த புலையர்கள் மாலையில் குளிரினால் நடுங்கிப் பட்டினியாகப் படுக்க வேண்டிய நிலைமை ஏற்பட்டது. மறுநாள் அவர்களால் வேலை செய்ய இயலாமற் போயிற்று.

கிரிகரியின் மனைவி திரேசா கையை விரித்தாள்.

என்னவாக இருந்தாலும் அது ஒரு கொடிய செயலாயிற்று. நான்கு புலையர்களுக்குக் கூலியில் பாதியையாவது கொடுக்க அந்த வீட்டினருக்குக் காசு இல்லாமற் போய்விட்டதா? மறுநாள் வயலில் வேலை செய்ய வேண்டாமென்று குஞ்சுண்ணிப்பிள்ளை அறுதியிட்டுக் கூறினார்.

அந்திரயேஸ் அதிர்ந்துபோய் நின்றுவிட்டார். ‘முண்டம்’ வயலிலுள்ள ஆயிரத்து ஐநூறு பறை நிலத்தை இயந்திரத்தைப் பயன்படுத்தி நீரை இறைத்து வெளியேற்றிச் சாகுபடி செய்த கதை அந்திரயேஸின் நினைவில் இருந்து வருகிறது. அதைப் பற்றிய ஒரு பாடுகூட ஊர்மக்கள் பாடுவதுண்டு. அதன் சில ஈரடி வரிசைகள் அந்திரயேசுக்கு மனப்பாடம்.

“தம்பிறா!” அவர் கூப்பிட்டார்.

“என்ன அந்திரயேஸ்?”

“முண்டம் வயலை ‘இதோ பாரு’ன்னு சீர்செஞ்சு சாகுபடி பண்ணின வீடல்லவா, இது? இப்போ மற்றவங்களை அலைய வைக்கிறாங்களே?”

மிகுந்த ஆத்திரமுடன் கூறினார் குஞ்சுண்ணிப் பிள்ளை:

"விவசாயீங்க விவசாயீங்களாத்தான் இருந்துக்கணும். தோட்டம் பண்ணறதுக்கும் மலையிலே விளையற பொருட்களை வாங்கி வியாபாரம் பண்ணறதுக்கும் போயிட்டாங்கன்னா இப்படித்தான் இருக்கும்."

அந்த வயலில் விவசாயம் பண்ணுகின்ற விவசாயிகளுக்குப் பதில் சொல்ல வேண்டியவர் குஞ்சுண்ணிப் பிள்ளைதான். அவர்கள் இவர் மீது குதிரைச் சவாரி செய்கின்றார்கள். காலம் கடந்து செல்கிறது. காலம் கடந்து விதை விதைத்தால் பயன் ஏற்படாது. புறவேலி கூட அமைக்கப்படவில்லை. அதிகப்படியான நிலம் வட்டத்ரக் குடும்பத்திடம் தான் உள்ளது. இந்த ஆண்டிலே அதில் வேளாண்மை வேண்டாமென்றுதான் தீர்மானமா?

பெருவாரியானவர்கள் சிறு சிறு விவசாயிகள்தான். அந்த வயலில் விவசாயம் பண்ணித்தான் அவர்கள் கஞ்சி குடிக்க வேண்டியிருக்கிறது. வட்டத்ரக் குடும்பத்தினருக்கு தோட்டமுண்டு; வியாபாரமுண்டு. ஒரு வருடத்திற்கு நிலத்தைத் தரிசு போட்டால் கூட அவர்களுக்குக் சங்கடமேதுமிருக்கப் போவதில்லை.

இது ஊரை அழிக்கிற ஏற்பாடுதான்.

சிறு விவசாயிகளெல்லோரும் சேர்ந்து கையெழுத்துப் போட்டு பேஷ்காருக்கு விண்ணப்பம் செய்திருக்கிறார்கள். நாட்கள் கடந்து செல்கின்றன. விண்ணப்பத்திற்கு எந்தப் பதிலுமில்லை. கிரிகரிக்கு பேஷ்காரிடம் செல்வாக்கு உண்டு. ஆனால் பேஷ்கார் எந்த நடவடிக்கையும் எடுக்கவில்லை.

பருத்திக்காட்டுக் குடும்பத்தினர் தங்கள் புறவேலியை அமைத்து விட்டனர். அந்த நிலத்திலிருந்து நீர் இறைத்து வெளியேற்றியிருக்கிறார்கள். அவர்களுடைய பிற நிலங்களில் விதை விதைத்தாகி விட்டது. இந்த வயலைச் சேர்ந்த, அவர்களின் நிலங்களிலுள்ள பாசி கூட அகற்றப்படவில்லை. அவற்றில் சாகுபடி செய்யாமல் விட்டுவிடுவார்கள் போலிருக்கிறது. ஞாற்றுவா நாநூறிலே ஒரு வகையாக விதைத்துவிட்டனர். அது அந்த வயலிலுள்ள தலைப் புலையனின் சாமர்த்தியத்தால் நடைபெற்றதுதான்.

ஊர், செல்வந்தர்களுக்குத்தான் உகந்ததாகி விட்டது. தும்பேக்குளத்தவரும் ஓரளவு விதைத்துப் போட்டிருக்கிறார். அவரிடம் விதை மீதியாக உள்ளது. உழைக்கும் புலையர்கள் அசந்துபோய் நிற்கின்றனர். அவர்களுக்கு வேலையில்லை. எப்படி உயிர்வாழ்வது? பட்டினிதான்.

பாலத்தோள் நம்பூதிரி பருத்திக்காடனுக்குக் கடன் கொடுத்திருக்கிறார். பருத்திக்காடன் குத்தகை பாக்கியும் கொடுக்க

வேண்டியதிருக்கிறது. நம்பூதிரி வழக்கைத் தொடுத்தார். தனக்குச் சாதகமான தீர்ப்பினையும் பெற்றிருக்கிறார். நம்பூதிரி கோர்ட்டுத் தீர்ப்பினை அமுல் நடத்த ஆயத்தம் செய்து வருகிறார். ஏலத்திற்கு விடத் தீர்மானித்திருப்பது ஞாற்றுவா நானூறினைத்தான். அதை நம்பூதிரி விளைச்சல் சகிதமாய் ஏலம் போட்டு விற்பனை செய்துவிடுவார்.

கிரிகரி ஒரு நாள் காலையில் வட்டத்ரவில் தோன்றினார். அந்திரயேசு, உலகன்னான் மற்றும் அனந்தன் ஆகியோர் ஏதோ பிடிபடாதவனைப் பிடிப்பதற்கென்றே இரவில் அங்கே எங்கேயோ மறைந்திருந்தனர் போலத் தோன்றியது. அவர்கள் வழக்கமே அதுவாக இருந்திருக்கவேண்டும். இரவிலே வந்து பொழுது விடியுமுன்னர் நழுவிச் செல்லத் தயங்காதவர்தான் கிரிகரி. அவர்களுக்குத் தங்கள் 'தம்பிறா'வை நன்றாகத் தெரியும்.

"ஏன், இப்படிச் செய்யுறீங்க, தம்பிறா?"

குரல் கேட்ட கிரிகரி நடுங்கிவிட்டார். குரல்கொடுத்தவர் அந்திரயேசு. கூடவே ஏனைய புலையர்களுமிருந்தனர். குரல் தொடர்ந்தது:

"இப்படிப்பட்ட துரோகம் செஞ்சிருக்கக் கூடாது. தம்பிறா!"

கிரிகரிக்குத் தன் நிலையறியச் சில விநாடிகள் தேவைப்பட்டன. அவர் சொன்னார்:

"உங்க கூட்டத்திலிருந்து யாராவது போய் 'விவசாயி'யை அழைச்சுக்கிட்டு வாங்க!"

அது காதில் விழுந்தவுடனே அனந்தன் விரைந்து ஓடினான்.

கிரிகரி விசாரித்தார்:

"டேய், இந்த நிலங்களெல்லாம் வேணுமா? அல்ல... இந்த ஆண்டு விவசாயம் மட்டும் போதுமா?"

அதற்குப் பதில் சொல்லப் புலையர்களுக்குத் தெரியாது. ஊரெங்கும் முழங்குகிற குரலில் உலகன்னான் சொன்னான்:

"விவசாயீங்களுக்குத் தகுந்த காரியங்கள்தான் செய்யணும். தோட்டம், வியாபாரம்னு இருக்கிறதெல்லாம் அவங்களுக்குத் தகுந்த காரியங்கள் அல்ல!"

கிரிகரி வாதம் புரிய நிற்கவில்லை. நின்று விட்டால் மேற்கொண்டு பலவற்றையும் சொல்லி விடுவார்கள். அவர் உள்ளே சென்றார்.

ஆயினும் அனந்தன் சொன்னது காதில் விழுந்தது.

“ஆம்பளைங்கன்னா, குடும்பத்தை நினைச்சுப் பார்க்கணும்! என்ன ஆனாலும் புலி புல்லைத் திங்காது.”

அனந்தனும் குஞ்சுண்ணிப் பிள்ளையும் வந்தனர். குஞ்சுண்ணிப் பிள்ளை எதையாவது பேச கிரிகரி சந்தர்ப்பம் கொடுக்கவில்லை.. அவர் கூட எதையாவது மீறிப் பேசக்கூடும். ஒரு பொட்டலத்தை அவர் கையில் கொடுத்துவிட்டு கிரிகரி பேசினார்:

“இது ஆயிரம் ரூபாய். இங்கே கொஞ்சம் நெல்லுமிருக்கு. நிலத்தைச் சீர்படுத்தினாலும் இல்லாவிட்டாலும் விதைக்க ஏற்பாடு பண்ணனுங்க! நாம்ப விவசாயம் பண்ணறோம் என்கிற எண்ணத்தை உண்டாக்கிடணும்.”

பொட்டலத்தைக் கையில் வைத்துக்கொண்டு சிலைபோல் நின்று விட்டார். குஞ்சுண்ணிப் பிள்ளை. என்ன செய்வதென்று அவருக்குத் தெரியவில்லை.

“இந்தப் பணம் கமிட்டிக்காரங்களோடதுதான். ஏதாச்சும் விவசாயம் பண்றோம் என்கிற எண்ணத்தை உருவாக்கணும்னுதான் இதைச் செய்யறேன்.”

இருந்தும் குஞ்சுண்ணிப் பிள்ளையின் உயிர் சரியாக இயங்கவில்லை. இந்தப் பணத்தையும் அந்த நெல்லையும் வைத்துக் கொண்டு என்ன செய்வது? புறவேலியை மட்டும் சீர்படுத்த முடியும். ஊர்மக்களின் வாயை அடைத்துவிடவும் முடியும்.

குஞ்சுண்ணிப் பிள்ளை கூவியழைத்துச் சொன்னார்:

“அந்தியேஸ்! உலகன்னான்! அனந்தன்! ஆயிரம் ரூபாயும் எழுநூறு பறை நெல்லும் என்கிட்டே ஒப்படைச்சிருக்காங்க.”

அவர்கள் மட்டுமின்றி அந்தப் பேச்சை அண்டை வீட்டினரும் கேட்டிருக்கிறார்கள்.

கிரிகரி விசாரித்தார்:

“ஏ விவசாயீ, என்ன இது?”

குஞ்சுண்ணிப் பிள்ளை சொன்னார்:

“என்கிட்டே தந்திருப்பது என்னன்னு அவங்களும் அறியட்டுமே. இல்லாட்டா பணமும் நெல்லும் நான் தட்டியெடுத்தேன்னு என்கிட்டே ரகளைக்கு நிப்பாங்க.”

அந்திரயேஸ் சொன்னார்:

"நாம்ப புறவேலி கட்டிக்கலாம்." குஞ்சுண்ணிப்பிள்ளை சொன்னார்:

"அன்னன்னைக்கு ஆகிய செலவைக் கணக்கெழுதி நான் இங்கே ஒப்படைச்சிடறேன்."

கிரிகரிக்குப் பேச ஏதுமில்லாததாகிவிட்டது. வாழ்க்கையில் ஒரு போதும் அவர் இவ்வளவு சிறுமைப்படவில்லை.

விவசாயி நேராக நின்று இப்படிப் பேசியதில்லை. குஞ்சுண்ணிப் பிள்ளை, முதலாளி கேட்டால்தான் தன் கருத்தைத் தெரிவிப்பார். விவசாயம் சம்பந்தமாகக் கூட எதையும் முதலாளியிடம் பேசியதில்லை. ஏதாவது சொன்னால் கூடப் பதில் இப்படியாகத் தானிருக்கும்.

"வேணாம் வேணாம்! உன் கருத்தை என்மீது திணிக்க வேணாம்!"

"இவங்க எவனையும் கோட்டுக்கப்பால் விட்டுடக்கூடாது! விட்டா தலைமீது ஏறிடுவானுங்க." இப்படித்தான் கிரிகரி சொல்லுவார். புலையர்கள் வெகு தூரத்தில்தான் நிற்பார்கள். அவர்களுக்கும் நாக்கு இல்லாமலாயிற்று.

நீண்ட நேரத்துக்குப் பின் கிரிகரி விளக்கிக் கூறினார்:

"வட்டத்ர வயல்கள தரிசாப் போட்டிருக்கேன்னு யாராச்சும் சொன்னா எனக்கு எந்த விதமான அவமானமுமில்லே. நான் அதை விடப் பெரிய காரியங்களில் ஈடுபட்டிருக்கேன். பெரிய பெரிய ஆசாமீங்கள்லாம் ஒண்ணும் செய்யமுடியாமே சுற்றி நடக்கிறாங்க."

இந்த விளக்கவுரை குஞ்சுண்ணிப்பிள்ளை மற்றும் புலையர்களில் எவ்விதமான பிரதிபலிப்பையும் ஏற்படுத்தி விடவில்லை.

'உங்களுக்குச் சரீன்னு படறதைச் செய்யுங்க!" கிரிகரி வெளியே சென்றுவிட்டார்.

அப்போது தோற்றவர்கள் யார்?

* ** *

விவசாயிகளைக் கடன் சுமையிலிருந்து பாதுகாத்து, அவர்களுக்கு ஆறுதல் அளிப்பதற்கான நடவடிக்கை எடுக்க அரசு தீர்மானித்திருக்கிறது என்ற செய்தி பெரிய தலைப்பைக் கொடுத்து பத்திரிகைகள் வெளியிட்டிருக்கின்றன. செய்திக்கு விளக்கமில்லை. ஆயினும் கோர்ட்டு தீர்ப்பளித்திருக்கிற விவசாயக்கடன் சம்பந்தமான மசோதா நடைபெற இருக்கிற சட்டசபைக் கூட்டத்தில் விவாதத்திற்கு வரும். சட்ட இலாகாவில் அது தயாரிக்கப்பட்டு வருகிறது. சாதாரண ஜனங்களுக்கு ஆறுதல் தருகிற இந்தத் தீர்மானமெடுத்திருக்கிற அரசாங்கத்தின்பால் காங்கிரஸ் கடைபிடிக்கிற கொள்கையில் மாறுதல் ஏற்படலாமென்று எதிர்பார்ப்பதாகவும் அந்தச் செய்தி கூறியது.

102

திவான்ஜியின் அறுபது வயது நிறைவு நாள் நெருங்கி வருகிறது. சமஸ்தானமெங்கிலும் வரவேற்பு அளிக்கப்பட வேண்டியிருக்கிறது. விவசாயிகள் சங்கத்தின் தீர்மானம்தான் இது.

கிரிகரி ஊருக்குத் திரும்பி வந்திருக்கிறார்.

திவான்ஜிக்குத் தங்கத்தாலான வாழைக்குலை காணிக்கை வைத்தார். வேண்டியவர்களையெல்லாம் திருப்தி செய்தார். பருத்திக்காடன், ஆற்றுமாலி மற்றும் தும்பேக்குளத்தவர் ஆகியோரிடமிருந்து பண வசூல் செய்திருந்தார். விவசாயிகளுக்கு ஆறுதல் அளிக்கும் சட்டம் வரப்போகிறது. கொடுத்தது வீணாகிவிடவில்லை. இருப்பினும் இன்னும் பல படிகளைத் தாண்டவேண்டியுள்ளது. ஒரு படியைத் தாண்டிய ஆறுதலுடன்தான் கிரிகரி வந்திருக்கிறார்.

விவசாயம் - அது எப்படியிருக்கிறதென்று கிரிகரி விசாரிக்கவில்லை. குஞ்சுண்ணிப் பிள்ளையிடம் சொன்னார்:

"விவசாயம் - அது உங்களுக்கெல்லாம் செலவுக்குத் தருவதற்காகத் தானே? அல்லாமே என்னத்துக்கு? ஒரு படைக்கு என்னென்னைக்கும் கூலி கொடுக்கத்தானே? அப்படி விவசாயம் பண்ணித்தானே, நாசமாப் போச்சு? இப்போ வீட்டுக்கு வரமுடியாமே ஓடி நடக்கிறேன், பாரு!"

சமஸ்தானமெங்கிலும் சஷ்டியப்தபூர்த்தி விழாவாகக் கொண்டாட வேண்டுமென்று செக்ரட்டேரியட்டிலிருந்து எழுதப்படாத கட்டளைகள் அனைத்து ஊர்களிலுமுள்ள அலுவலகங்களை எட்டியிருக்கின்றன. விவாசாயிகள் சங்கம் அதற்கான முன்முயற்சி எடுத்திருக்கிறது. ஔசேப்பு, அந்தோனி மற்றும் தும்பேக்குளத்து செறியான் ஆகியோருடன் கிரிகரி ஆலோசனை நடத்தினார். திவான்ஜி நினைக்கிற மாதிரித்தான் காரியங்கள் நடைபெறும். எனவே இதுவெல்லாம் தேவைதான். அனைவரும் ஒப்புக்கொண்டனர்.

ஔசேப்பு வினவினான்:

"திவான்ஜியை இங்கே வரவழைக்க முடியுமா?"

கிரிகரிக்கும் அத்தகைய ஒரு நோக்கமுண்டு. சொன்னார்:

"ஆனா, அதுக்கு ரொம்பவும் செலவு இருக்கும். ஒரு பெரிய கூட்டத்தைச் சேர்க்க வேண்டும் திவான்ஜிதான் வருகிறார். சஷ்டியப்த பூர்த்தியும் கூட தகுந்த ஒரு சன்மானமளிக்க வேண்டும். எல்லாமே பிரயோசனமில்லே."

"அப்போ செலவு ஜாஸ்தியாகும்."

ஔசேப்பு சொன்னான்:

"செலவுதான் ஆகட்டுமே. அது இல்லாமே காரியம் நடக்குமா? நம்ப நோக்கம் நிறைவேற வேணாமா? கடன் பூராவையும் எழுதித் தள்ளினால் ஏற்படற ஆறுதலைப் பாருங்க! எனவே வசூல் பண்ணனும். இந்த ஊரிலே கடனில்லாதவங்க யார் இருக்காங்க? விசயத்தைப் புரிஞ்சிக்கிட்டா எல்லாரும் தருவாங்க"

அந்தோனி சொன்னான்:

"கடன் பூராவையும் எழுதித் தள்ளுவதாக ஒண்ணும் நடக்காது, ஔசேப்பு!

ஔசேப்பு சிறிது ஆவலுடன் கிரிகரியின் முகத்தைப் பார்த்தான்:

"அப்படித்தானா, கிரிகரி மாமா?"

கிரிகரி சொன்னார்:

"அதுக்குத்தானே, முயற்சியெடுக்கிறோம்? நமக்குப் பெரிய ஆறுதல் கிடைக்கும். இந்தக் கடனளித்தவங்கதான் கையைக் கட்டி உட்கார்ந் திருக்காங்களா? வெளியே சென்று பார்க்கறப்போதான் தெரியுது. அவங்களுக்குப் பணமுண்டு. ஆள் உண்டு. அவங்களும் திவான்ஜியைப் பார்த்திருக்காங்க. பத்திரிகையிலே படிக்கலே?"

ஔசேப்பின் மனம் தளர்ந்தது:

"அப்பறம் நமக்கு என்ன நன்மை பயக்கும். அதுக்கெல்லாம் மசோதா வரட்டும். அதைத் தயாரிக்கச் செய்ய நம்ப ஆட்கள் திருவனந்தபுரத்திலேயே தங்கியிருக்காங்க."

கிரிகரி மேலும் சொன்னார்:

"ஒரு விசயத்தை நினைச்சுப் பாருங்க! இந்தக் கடன் முழுவதையும் எழுதித் தள்ளிவிட்டால் கடனளித்தவங்க நிலைமை என்னவாகும்? பிச்சைக்காரங்களாகிவிட மாட்டாங்களா? அரசினால் அப்படிச் செயல்பட முடியுமா? வாங்கின கடனைத் திருப்பிக் கொடுக்க வேணாம்ன்னு சொல்ல முடியுமா?"

ஔசேப்பின் உற்சாகம் மங்கி விட்டது.

அந்தோனி வினவினான்:

"நாம்ப காங்கிரஸ் கூட்டம் நடத்தியதன் கடுப்பு திவான்ஜிக்கு இருக்குமில்ல?"

"அதனால்தானே அந்தக் கூட்டம் நடக்கவிருந்த இடத்திலேயே, திவான்ஜியை வரவழைச்சு வந்து கூட்டம் நடத்தணும்னு தீர்மானிச்சிருக்கோம்? இது நாள்வரையிலும் திவான்ஜியைத் திட்டினோம். இனிமே அவரை துதிப்போம். எல்லாம் காங்கிரஸை ஒரு பக்கம் உட்கார வைப்பதற்கான போர்தான்."

அனைவரையும் அழைத்துவந்து ஓர் ஆலோசனைக் கூட்டம் நடத்த வேண்டுமென்று தீர்மானித்தனர்.

* ** *

ஔசேப்பு தள்ளாடியவாறுதான் வீட்டுக்கு வந்தான்.

"டேய் தாமஸ்!"

அசாதாரணமான ஒரு விளிப்புத்தான் அது. இரண்டாவது விளிப்புக்குத்தான் குரல் கொடுத்தான் தாமஸ். விசயமென்னவென்று தாமஸுக்குப் புரிந்துவிட்டது.

"ஏண்டா, நீ ஆலோசனைக் கூட்டத்துக்கு வராமே இருந்தே?"

தாமஸ் பதிலளிக்கவில்லை.

ஔசேப்பு ஒரு முனகலுடன் உறுதிப்படுத்தினான். அன்றைய தினம் தும்பேக் குளத்திலும், ஆற்றுத் துறையிலும், வட்டத்ரவிலும் எல்லாம் இவ்வாறாகவே அந் நேரத்தில் நடைபெற்றிருக்கும். தந்தையர் ஒரு முறை முனகி உறுதி செய்திருப்பார்கள்.

ஔசேப்பு சொன்னான்:

"விலையுயர்ந்த ஒரு பட்டுக் கதர்சட்டை அணிந்து, கேட்கிற பணத்தையும் எடுத்துக்கொண்டு நீ ஒரு காங்கிரஸ்னு சொல்லி நடந்துக்கோ! எல்லாம் நாசமாப் போக நீண்ட நேரமாயிடாது."

இதையும் அனைத்துக் குடும்பங்களிலும் சொல்லியிருப்பார்கள்.

"டேய், இளங்கன்று பயமறியாதடா!" வேறு எங்கேயோ இன்னோரிடத்தில் மட்டுமின்றிப் பல்வேறு இடங்களில் சொல்வதாகத் தோன்றியது. உலகமெங்கிலும் மூத்தவர்கள் இளையவர்களிடம் சொல்வது தான் இது. இந்த இளம் தலைமுறையினர் அடுத்த தலைமுறையினரிடம் சொல்லுவார்கள். அவ்வாறு தலைமுறை தலைமுறையாய்ச் சொல்லி வருகிற பல்லவிதான் இது.

"இளம் கன்று பயமறியாது."

தாமஸ் வாய் திறக்கவில்லை.

பின்னர் ஔசேப்பு சொன்னது சற்றுக் கடுமையான காரியமாக இருந்தது.

"மூத்த பெரியப்பா செக்கு இழுக்கறவராயிருந்தார்னு எல்லோரும் சொல்லிக்கிறாங்க. நீயும் செக்கிழுக்கத் தயாராயிருந்துக்கோ!"

ஔசேப்பின் மனைவி அன்னம்மா குறுக்கிட்டுப் பேசினாள்:

"இதுக்கு அவனை மட்டும் ஏன், சொல்றீங்க? வேறு வாலிபப் பசங்க யாராச்சும் அங்கே வந்திருந்தாங்களா?"

"தாயும் தனயனுமாகச் சேர்ந்து செக்கிழுத்துக் கொள்ளுங்கள். அதற்கான நேரம் நெருங்கி வருகிறது."

கிரிகரியால் கூட்டப்பட்ட ஆலோசனைக் கூட்டத்தில் தலைமுதிர்ந்த சில பெரியோர்கள் மட்டும்தான் பங்கெடுத்துக் கொண்டனர். கடன் கொண்டவர்கள் அவர்கள் மட்டும்தான்; வயது வந்தவர்கள்! கடன் படாத சிலரும் வந்திருந்தனர். சேந்நாடன், மூலப்படவன் மற்றும் ஆண்டிப்பிள்ளை ஆகியோர் வந்தது திவான்ஜியின் சஷ்டியப்தபூர்த்தி கொண்டாடுவதற்கான ஆலோசனையில் கலந்துகொள்வதற்காக மட்டும்தான்.

ஔசேப்பு சற்று அடங்கிவிட்டான். உலக அனுபவமில்லாத இளம் சிறார்கள்தானே? குணதோஷ விமர்சனம் செய்தால் திருந்துகின்றவர்கள் தானே? விசயம் புரிந்துகொண்டால் மனத்தை மாற்றிக் கொள்வார்கள்.

"அடே பையா, தாமஸ்!"

அப்படிக் கூப்பிட்டும் பதிலாகக் குரல் எழவில்லை. ஔசேப்பு ஓரக்கண்ணால் ஒருமுறை பார்த்தார். தாமஸ் எதையோ படித்துக் கொண்டிருக்கிறான். தந்தை மறுபடியும் அழைத்தார்:

"டேய், இங்கு வாடா!"

அவன் உட்கார்ந்திருக்கிற அறையில் ஓர் அசைவு தென்பட்டது. புத்தகத்தை மூடுகிற ஓர் ஓசை எழுந்தது. தாமஸ் வருவான். கூப்பிட்டால் வர மறுக்கிற நிலைமைக்குச் சென்றுவிடவில்லை. தாமஸ் வந்து கதவோரமாய் நின்றான்.

ஒரு சில விநாடிகள் கடந்து சென்றன.

ஔசேப்பு விசாரித்தார்:

"டேய், நமக்கு இருக்கிற கடன் எவ்வளவுன்னு உனக்குத் தெரியுமா?"

பதில் இல்லை.

ஔசேப்பு தொடர்ந்து கூறினார்:

"டேய், நம்ப எல்லாச் சொத்துக்கள்மீதும் கடன்பாதிப்பு ஏற்பட்டிருக்கு. நாற்றுவேலை நிலம் விவகாரமாய்க் கிடக்கு. அது தான் நம்ப குடும்பத்தின் முதல் சொத்து. நம்ப ஆணிவேரு. அது போவப் போவுது. தோட்டத்தின் நிலைமையும் அதுதான்."

ஒரு கணம் நிறுத்திவிட்டு மேலும் பேசினார்:

"அப்போ என்னன்னா திவான்ஜியோட சஷ்டியப்த பூர்த்தியை முன்னிட்டு எதாச்சும் செஞ்சு காட்டினாத்தான் நமக்கு எதாச்சும் ஆறுதல் கிடைக்கும். கடன் தொல்லையிலிருந்து பாதுகாத்திடச் சட்டமியற்றப் போவதாய் திவான்ஜி ஒப்புக்கொண்டிருக்கார். சஷ்டியப்த பூர்த்தி விழாவெடுக்கணும். திவான்ஜியின் மனத்திலிருக்கிற விருப்பம் மட்டுமல்ல; அது அவரோட ஒரு தேவைன்னு கூடச் சொல்லிக்கிறாங்க. அதனாலத்தான் நாங்க இப்படிப்பட்ட ஒரு முயற்சியில ஈடுபட்டிருக்கோம். கடன் ஒழிப்பு வரலேன்னா நாம்பல்லாம் ஒழிஞ்சதுதான்."

தாமஸ் வாய் திறப்பதில்லை. எல்லாவற்றையும் காது கொடுத்துக் கேட்கிறான். ஔசேப்பு விசாரித்தார்.

"நீங்க வாலிபனுங்க எவனும் வராமே இருந்ததனாலே ஒரு சந்தேகம் ஏற்பட்டது; நீங்க எதாச்சும் வேறு நடவடிக்கையெடுக்கப் போறீங்களோன்னு."

அதுக்கும் பதில் இல்லை.

"அந்த அக்கரைக் களத்து நாணுபிள்ளையண்ணன் சொன்னாரு - சுரேந்திரன் உங்களையெல்லாம் சேர்த்துவச்சு என்னவெல்லாமோ தீர்மானமெடுத்திருக்கான்னு. உங்க தீர்மானம்தான் என்ன?"

தாமஸ் அதற்கும் பதிலளிக்கவில்லை. நின்றபடியே நின்று கொண்டிருக்கிறான்.

"தீர்மானம் பண்ணியிருக்கியாடா?"

யாரிடம் விசாரிக்கிறார்?

ஔசேப்பு சொன்னார்:

"டேய், உன்னைத்தான் கேக்கிறேன். உன் நாக்கு இறங்கிப் போயிட்டதாடா?"

அன்னம்மா அப்போது கணவன் பக்கம் சேர்ந்துகொண்டாள்.

"சொல்லுடா பையா! விசயத்தைத் திறந்து பேசக்கூடாதோ? நீங்க இளைஞனுங்க எதையாச்சும் தீர்மானிச்சிருக்கீங்கன்னா அதைச் சொல்லு! இந்த ஊரிலுள்ள இளைஞனுங்களை விட்டு நிற்க உன்னாலே முடியாவிட்டால் அதைச் சொல்லணும். அவங்க உன் மூஞ்சியிலே குத்தமாட்டாங்களா? அப்போ அது வெட்கக்கேடுதானே. ஆனா, உங்க தீர்மானம் என்னன்னு சொல்லலு!"

ஔசேப்பு பொறுமையிழந்து கேட்டார்:

"உன் நாக்கு இறங்கிப் போச்சா?"

பின்னர் பதிலுக்காக அவர் காத்து நிற்கவில்லை. சொன்னார்:

"இளைஞனுங்க எதிர்த்து நிற்கப் போவதாகத் தீர்மானிச்சிருக் காங்கன்னு தெரியுது. திவான்ஜியை அழைச்சுக்கிட்டு வந்தா கறுப்புக் கொடி காண்பிக்கப் போறீங்களாமே! மீட்டிங் நடத்தினா குழப்பம் பண்ணுவீங்களாம்! போலீசும் பட்டாளமும் வந்தா எதிர்க்கப் போறீங்களாம்! காங்கிரஸ் கூட்டத்துக்கு போலீஸ் வந்தது போல வர அனுமதிக்கப் போவதில்லேன்னு தீர்மானிச்சிருக்கீங்களாமே?"

யாரிடம் விசாரிக்கிறார்? ஒரு செவிடனிடமா?

"பார்த்தியாடீ, உம் மவனோட திமிரு?"

அம்மா, அவனருகில் சென்று மகனைத் தடவினாள்.

"சொல்லுடா மவனே, சொல்லு!"

தாமஸின் வாய் தைத்துக் கட்டியது போலிருந்தது. இதற்கும் மேலான புறக்கணிப்பு ஏதாவது உண்டா? எதிர்ப்பதை விடப் பெரிய செயல்!

எல்லாம் அழிந்து போகட்டும் ஒன்றுமில்லாமற் போகட்டும். எதிர்காலத் தலைமுறையின் பாதுகாப்பைக் கருதித்தான் இந்தச் சிரமங்களெல்லாம். அவர்கள்தான் அனுபவிக்க வேண்டியவர்கள். அவர்களுக்கு வேண்டாமென்றால் வேண்டாம். இவ்வாறாக ஔசேப்பு நழுவப் பார்த்தார்.

நிசப்த நிலை!

'எதுவும் வேண்டாம். எல்லாம் போயித் துலையட்டு' மென்கிற மனப்பான்மைதான் என்றால் அது அவன் முகத்தில் தென்பட்டிருக்க வேண்டுமே! அதுவுமில்லை. வாய் திறக்கவில்லை என்பது மட்டுமல்ல; முகத்தில் எந்த உணர்ச்சியும் காணப்படவில்லை.

அன்னம்மாவுக்குத் திகைப்புத்தான்.

"ஐயோ! என் பையனுக்கு என்ன நேர்ந்திட்டதோ? மவனே...!"

அவள் குரல் உயர்த்திக் கூறினாள்:

"அவன்மேலே ஆத்திரப்பட்டீங்க. அவன் பயந்திட்டான். மூளைக்குக் குழப்பம் ஏற்பட்டதாத் தோணுது."

ஔசேப்பும் திகைத்துப் போனார்.

"நான் என்னடா சொன்னேன் பையா?"

பையனுக்கு நாக்கு உண்டு. அது அசைந்தது:

"எனக்கு ஒண்ணும் நேர்ந்திடலே."

அப்பாடா! ஆறுதலாயிற்று.

தாமஸ் அங்கிருந்து தனது அறையை நோக்கி நடந்தான். பையன் பயமுறுத்திவிட்டானே...!

வட்டத்ர ஃபிலிப்புக்குக் கூட நாக்கு இல்லாமற் போயிற்று. கிரிகரி ஆத்திரத்தில் துள்ளினார். சிறிது நேரத்திற்குப் பின் ஃபிலிப்பு வெளியே சென்றான். அவன் தாய்க்குச் சில மோசமான கருத்துக்கள் உதயமாயின. அவள் சொன்னாள்:

"சின்னஞ்சிறுசுகள். அவங்களை இப்படி வெட்கித் தலை குனியும்படி பேசினா அவங்க எதாச்சும் செஞ்சிட்டாங்கன்னா என்ன பண்ணறது?"

'அது சரிதான்' என்கிற எண்ணம் கிரிகரிக்கும் ஏற்பட்டது.

"வெட்கித் தலைகுனியும்படியா நான் என்ன சொன்னேன்?"

"ஒண்ணும் சொல்லலே! ஆத்திரத்தினாலே துள்ளிக் குதிச்சு சொன்னது ஒண்ணும் இப்போ உங்க ஞாபகத்திலே இல்லே."

"கடன் சுமையாலே நாசமாப் போவப் போறோம். நாளைக்கு எப்படி உயிர் வாழறதுன்னு நான் கேட்டதுதான். அதனாலே எப்படி வெட்கித் தலைகுனியறது? இருந்தும் ஒரு சொல்கூட அவன் வாயிலிருந்து வெளி வரவில்லையே!"

பையன் எதையேனும் கடுமையான காரியத்தைச் செய்துவிட்டால்? இளம் வயது. அப்படிப்பட்ட செயலுக்கு அவன் முனைந்து விடுவானா? அதுதான் தாயின் பயம். பயம் கவலையாக மாறியது. அவள் அவனைக் கூப்பிட்டாள்:

"மவனே... டேய்!"

உரத்த குரல். வெகு தூரம் வரையிலும் ஒலித்தது. ஒரு முறையல்ல; மூன்று நான்கு முறை கூப்பிட்டாள். வளாகத்தில் எங்கிருந்தோ நின்றிருந்த ஃபிலிப்பு குரல் கொடுத்தான். தாய் அவ்விடம் நோக்கிச் சென்றாள். வளாகத்தில் படர்ந்து பந்தலாய் நிற்கிற ஓர் மாமரத்தடியில் ஃபிலிப்பு நின்றுகொண்டிருந்தான். வாடைக் காற்று வீசுகிறது. அந்தக் காற்றை வாங்குவது இதமாயிருந்தது.

ஆற்றுமாலி வர்க்கீஸின் வாய் கூடத் தைத்துக் கட்டப்பட்டிருக்கிறது. அவன் ஒரு காகிதத்தில் நாய், பூனை மற்றும் வாத்தின் சித்திரங்கள் தீட்டிக் கொண்டிருந்தான். அந்தோனிக்கு ஆத்திரம் தாங்கவில்லை. அவர் அவனை அடிக்க விரைந்து சென்றார். அடிக்கட்டும். வாங்கிடுவேன். எவ்வளவு வேண்டுமானாலும் அடிக்கட்டும்! உட்கார்ந்த இடத்திலிருந்து எழுந்திருக்கமாட்டேன். ஒரு சொல் கூட உச்சரிக்கமாட்டேன். அந்த உறுதியோடு உட்கார்ந்திருக்கிறான் வர்க்கீஸ். அடிபடுமுன்னரே தாய் சென்று கையைப் பிடித்தாள்.

தும்பேக் குளத்து ஜோஸ் ஊரில் இல்லை. அவன், மணமுடித்துச் சென்றிருக்கிற, தன்னுடைய அக்காள் வீட்டுக்குச் சென்றிருக்கிறான். ஆனால் மரியா, ஜோஸ் பையனுக்காகத் தனது கணவனுடைய திட்டு தலையும் ஏசுதலையும் தாங்கிக் கொண்டாள்.

அக்கரைக் களத்து சீதரன் நாணுப் பிள்ளையிடம் சொன்னான்:

"சொல்லமாட்டேன்!"

சீதரனின் வாய் தைத்துக் கட்டப்படவில்லை. நாக்கைக் கட்டி வைத்துத்ததுமில்லை. ஆனால் அவன் ஒரே ஒரு சொல்லை மட்டும் கற்று வைத்திருந்தான்.

"சொல்லமாட்டேன்!"

உறுதியுடன்தான் சொல்லுகிறான். அப்பா முகத்தைப் பார்த்து இறுமாப்புடன் சொன்னதாகத் தோன்றக் கூடும். ஒரே குரலில், 'சொல்ல மாட்டேன்!' என்று பன்முறை சொன்னபோது கார்த்தியாயினியம்மாவுக்குப் பயமாயிற்று. தந்தையை நிராகரிக்கிறான்; எதிர்க்கிறான். பையனுக்கு ஏதேனும் மூளைக் கோளாறு ஏற்பட்டு விட்டதா?

* ** *

தேடி வைத்ததெல்லாம் கைவிட்டுப் போகாமல் தக்கவைப்பது; மீண்டும் தேடுவது. இதுதான் முதிர்ந்த தலைமுறையின் நோக்கமாக இருந்திருக்கிறது. இதுவரையிலும் பெண்குழந்தைகளை மணமுடித்து அனுப்பிவைத்ததெல்லாம் ஓரளவு வசதியுடன்தான். இன்னும் இருப்பவர்களையும் நல்ல முறையில் அனுப்பி வைக்கவேண்டும். தந்தையர் அப்படி எண்ணுவதில் தவறு உண்டா? ஆண்மக்களுக்கும் வாழ்க்கையை ஆரம்பிப்பதற்கான வசதிகள் இருக்கவேண்டும். இந்த யோசனை என்று முதல் ஆரம்பமாகிவிட்டது?

கிரிகரியுடையவும், ஏனையவர்களுடையவும் லட்சியம் அதுவாக இருந்தது. கைவசத்தில் நெல்வேண்டும்; பணம் வேண்டும் - அவை பெருகவும் வேண்டும். அவர்களுக்காக மட்டுமின்றி எதிர்காலச் சந்ததி பரம்பரையினருக்கும் கூடத்தான். எத்தனை தலைமுறைகளை எதிர் பார்க்கிறார்கள்? மக்கள்; அவர்களுடைய மக்கள்; பேரன்மார்கள் - என்றிவ்வாறாக எத்தனை எத்தனை தலைமுறையினருக்கான மாளிகை களைக் கனவு காண்கின்றனர்?

“நீண்ட எதிர்காலத் தலைமுறைகளுக்காக நீங்க ஏன், இவ்வளவு கவலைப்படறீங்க?” என்று யாராவது கேட்டுவிட்டால் கிரிகரி சொல்லுவார்: “அவங்க வட்டத்ரவைச் சேர்ந்தவங்கதானே?”

ஔசேப்பு ஆறாவது தலைமுறைக்கப்பாலுள்ள சிறுவனைப் பற்றி ஆவல் கொள்வது இப்படித்தான்:

“பெரிய பெரிய தில்லுமுல்லுகளும் போட்டிகளும்தான் நடக்கப் போவுது. அதனாலே சரியான முன்யோசனை இருக்கணும்.”

அந்தோனிக்கு எதிர்காலத் தலைமுறையின் ஆற்றல் - திறன் குறித்து நம்பிக்கையே கிடையாது. தோல்விக்குமேல் தோல்விகள் ஏற்பட்டாலும் பிடித்து நிற்பதற்கான சொத்துக்களை இப்பொழுதே சேர்த்து வைக்கவேண்டும். அதற்கான முயற்சி செய்வோம் என்கிறான்.

ஆனால் ஊரில் ஒரு கரும்பாறை உயர்ந்துவிட்டது. அதை உடைத்திட எப்படி முயன்றாலும் ஒரு துண்டுகூடப் பெயர்த்தெடுக்க முடியாது. இளைஞர்கள் வாய் திறக்க மாட்டார்கள். என்னவெல்லாம் எப்படியெல்லாம் கேட்டாலும் தாமஸ் மாதிரி பேசாமலிருப்பார்கள். அவர்களை எப்படிப் பேசவைப்பது? முதிர்ந்தவர்களுக்குத் தெரியாது.

வாலிபர்களின் தீர்மானம் அதுவாக இருக்கலாம்.

பேசக் கூடாது!

எல்லோரும் அதைக் கடைபிடிக்கின்றனர். ஒருவன்மட்டும் ஒரு நாள், 'சொல்லமாட்டேன்' என்று வாய் திறந்தான். மறுநாள் அவன் இதழ்களையும் தைத்து வைத்தனர்.

அந்தக் கரும்பாறை முதிர்ந்தவர்கள் முன்னால் ஒரு பரம ரகசியமாய் உணர்ந்து நிற்கிறது. அவர்கள் தீர்மானம்தான் என்ன? அவர்கள் ஏதேனும் தகராறு விளைவிப்பார்களா?

இளைஞர்களுக்குப் பெரியவர்கள் சேர்த்துவைத்த சொத்துக்கள் ஏதும் வேண்டாமா? அதைப் பற்றி அவர்களுக்கு எந்த விதமான அக்கறையுமில்லையா? அப்புறம் இந்தத் தந்தையர் எதற்காக அதை எல்லாம் கட்டிக் காத்து வைக்கின்றனர்?

கிரிகரி சொன்னார்:

"இப்போ ஒண்ணு சொல்லறாங்களே - இந்த சர்ச்சு, பாதிரி, கோவில் ஆகியவை எதுவும் வேணாம்னு! சர்ச்சு மற்றும் கோவிலை இடித்துத் தகர்த்திடணும்னு! அதன் பெயர் சமத்துவமாம்! எல்லாமே எல்லோருக்கும் சொந்தமாம். இளைஞர்களின் நோக்கம் அதுவாக இருக்கும்."

ஒளசேப்பு வினவினார்:

இது எப்படி நடக்கும்?

"அதைப் பற்றியெல்லாம் அவங்க யோசிக்கிறாங்களா? அப்படியெல்லாமாயிட்டா எப்படியிருக்கும்னு அவங்களுக்குத் தெரியுமா? இந்தப் பறையர்களும் புலையர்களும் இதெல்லாம் கேட்டுக் கிளர்ந்தெழுந் திருக்காங்க."

காங்கிரசும் அப்படித்தான் சொல்லுகிறதா என்று அந்தோனிக்குச் சந்தேகம். கிரிகரி சொன்னார்: "சும்மா குற்றம் சொல்லக் கூடாது- காங்கிரஸ் அப்படியொண்ணும் சொல்லிக்கறதில்லை. சுதந்திரம் வேணும்! அது காங்கிரசின் குறிக்கோள். காங்கிரசின் தலைமைப் பதவியில் தகுதி வாய்ந்த பிரமுகர்கள்தானே, இருக்காங்க? அவங்க இப்படியெல்லாம் சொல்லுவாங்களா?"

* ** *

திவான்ஜியின் அறுபதாவது பிறந்த தினவிழாவைச் சிறப்பாகக் கொண்டாட வேண்டுமென்று கிரிகரியும் நண்பர்களும் தீர்மானித்தனர். கோவில்களில் பிரத்தியேகமாய்ப் பூஜைகளை நடத்துவது; சர்ச்சுகளில் பிரத்தியேகமான பிரார்த்தனைகள்; - இதை எல்லாம் யாரால்தான் தடுக்கமுடியும்? மாபெரும் கூட்டமொன்றை நடத்தவேண்டும். அதில்

குழப்பமேதும் விளைவிக்காமலிருக்கத் தகுந்த போலீஸ் பந்தோபஸ்துக்கு ஏற்பாடு செய்தனர். கூட்டத்தில் குழப்பமுண்டாக்க வருவது மக்களாகத் தானிருக்கும். அவர்களே போலீசின் அடி வாங்கட்டும். சிறைக்குச் செல்லட்டும். விழாக்குழுவினர் கண்டிப்பான ஒரு தீர்மானமெடுத்தனர். விழாவில் தகராறு செய்வதனால் கைதாகிச் சிறை செல்கின்றவர்கள் யாராக இருந்தாலும் அவர்களுக்கு உதவி செய்ய யாரும் முன்வரக் கூடாது. திவான்ஜியை வரவழைப்பதைக் கைவிட்டனர்.

இரு தலைமுறைகளைச் சேர்ந்தவர்கள் பரஸ்பரம் முகத்தோடு முகம் நோக்கியவாறு இரு அணிகளாகத் திரண்டு நிற்பது போல் தோன்றியது. தந்தையும் தனயனும்; மாமனும் மருமகனும்; அண்ணனும் தம்பியும் - இப்படிப் போகிறது. அபலைகளான பெண்களுக்குத்தான் இந்தப் போராட்டம் பற்றித் தெரியாது. அவர்கள் எவனிடம் எதைச் சொல்வது?

103

அப்பா எழுதிய கடிதம் அது. இவ்வளவு நீண்டதொரு கடிதத்தை அப்பா ஒருபோதும் அனுப்பி வைத்ததில்லை. இவ்வளவு காகிதங்களை வாழ்க்கையிலேயே அவர் எழுதியிருக்கமாட்டார்.

இதை எழுதி முடிக்க எவ்வளவு நாட்கள் ஆகியிருக்கும்? ஒரு விரலளவு நீளமுடைய ஒரு பென்சில் வீட்டிலிருந்திருக்கிறது. நாற்பது அல்லது அறுபது பக்கங்களுடைய கோடு போட்ட ஒரு நோட்டுப் புத்தகம் வீட்டிலிருந்தது. அதன் காகிதங்களில்தான் கடிதம் எழுதியிருக்கிறார். பென்சிலின் பாதியளவு நீளமாவது முடிந்திருக்க வேண்டும். அல்லது அரைச் சக்கரம் கொடுத்து புதுப்பென்சில் ஒன்றை வாங்கியிருப்பாரோ? அந்தப் பென்சிலினால் இவ்வளவு தெளிவாக எழுதியிருக்க முடியாதெனத் தோன்றியது. அப்பா இதை எந்த நேரங்களில் எழுதியிருப்பார்? அன்றாடக் கடமைகளை முடித்தபின்னர் அப்பா ஓலைக் கீற்றினைப் பின்ன உட்கார்ந்து விடுவார். அதைச் செய்யாமலிருந்தால் தனக்குப் பணமனுப்பியிருக்க முடியாது. பகல் முழுவதிலும் பல்வேறு வேலைகள் இருக்கின்றன. அந்திநேரத்தில் நாமஜெபத்தை முடித்துக்கொண்டு, இரவு உணவை அருந்திவிட்டு ராமாயணம் வாசிப்பார். இந்தக் கடிதம் எழுதப் பல நாட்களில் எத்தனையோ நேரத்தைச் செலவு செய்திருக்கக் கூடும். அந்த நேரத்தை எப்படிக் கண்டுபிடித்தார்? எழுதும் முறை பழையது. எழுத்துக்கள் ஒன்றோடொன்று தொடாமலிருக்கின்றன. சின்னச் சின்ன எழுத்துக்கள். ஃப்ரேம் கால்கள் இல்லாதாகிவிட்ட கண்ணாடியைத் தலையைச் சுற்றிச் சரட்டினால் கட்டியிருக்கிறார். இவ்வாறாக இரவு பகலாய் அப்பா எழுதுவதை மணிகண்டன் கற்பனையில் கண்டான். எழுதி எழுதி போதுமென்றாகிவிடவில்லை. ஓரிடத்தில் எழுதியதை

பல இடங்களிலும் மீண்டும் மீண்டும் எழுதியிருக்கிறார். வெவ்வேறு சந்தர்ப்பங்களில்தான். இதை அப்பா மட்டும் எழுதவில்லை. அம்மாவும் எழுதியிருக்கிறாள். அம்மா அருகே உட்கார்ந்திருப்பாள். அம்மாவின் வாசகங்கள் இதில் இருக்கின்றனவா? இருந்தால் அவற்றைப் புரிந்து கொள்ள முடியும். அம்மாவின் வாசகங்களுக்கும், அப்பாவின் வாசகங் களுக்கும் தனித் தனித் தன்மைகள் இருக்கின்றன.

நீண்டு நீடித்த எண்பதுக்கு மேற்பட்ட வருடங்களாக உயிர்வாழ்ந்து வருகிற ஒருவருடைய மகன் பெயரில் எழுதிவைத்த உயிலாக அது இருந்தது. சேந்நாட்டு குஞ்சுநாயர் எந்நாளிலும் உழைப்பாளியாகவே வாழ்ந்திருக்கிறார். என்றும் என்றும் அவருக்கு ஒவ்வொரு குறிக்கோள்கள் இருந்திருக்கின்றன. அந்தக் குறிக்கோளை அடைவதற்கான பாதையைச் செப்பனிட வைக்கிற அறிவு அவருக்கு உண்டு. மகனுக்கு அனுப்பி வைத்திருக்கிற அந்த நீண்ட கடிதத்தில் தனது குழந்தைப் பருவத்தைச் சித்தரித்திருந்தார் அப்பா. அன்றைய தினத்தில் இந்த நாடு எவ்வாறிருந்த தென்பதை இந்தக் கடிதத்திலிருந்து புரிந்துகொள்ள முடியும். அக்காலத்திய மனிதன் எப்படி வாழ்ந்தான் என்பதையும் அறிந்துகொள்ள முடியும். அவர்கள் அபிலாஷைகள் அளவுக்குள்ளே இருந்தன. சோர்வுகள் வாழ்க்கையைக் கீழே தள்ளிவிடவில்லை. உழைப்புக்கு என்ன பிரதிபயன் கிடைக்கவேண்டுமென்று அறிந்திருக்கவில்லை ஏராளமாக உழைத்தார். பிரதிபயன் கொஞ்சம் மட்டும்தான் கிடைத்தது. பாறை போன்று உறுதியான நம்பிக்கைகள்! கரிசனையான ஆச்சாரங்கள் - எல்லாம் கேள்விகேட்கப் படாதவை. அவை வாழ்க்கையை மிதந்து செல்ல வைத்தன. குஞ்சுநாயர் ஒரு வாழ்க்கையை உருவகமாக்கியெடுத்தார். அவர் தமது குழந்தைப் பருவ விளையாட்டுத் தோழர்களையும் நினைவு கூர்ந்து பார்க்கிறார். அனைத்துமே தகர்ந்துபோய் விட்டதொரு வாழ்க்கை அது. குஞ்சுநாயர் ஒரு குடும்பத்தை உருவாக்கினார். அன்றைய வழக்கம் அதுவாக இருந்தது. சகோதரியும், அவள் குழந்தைகளும் உள்ளிட்ட, ஒரு தாய்வழியுறவுக் குடும்பம்! வாழ்வதற்கான சொத்தையும் சேர்த்து வைத்தார். மனைவி வீட்டையும் கவனித்து அவர்களுக்குக் கஷ்டமில்லாத ஒரு வாழ்வளித்தார். மனைவியை நேசித்திருந்தார். தலையெண்ணி பாகப் பிரிவினை வந்ததும் அனைத்தும் தகர்ந்தன. குஞ்சுநாயர் பாகம் வேண்டுமென்றிருக்கவில்லை. தேடிவைத்த செல்வ மெதுவும் வேண்டுமென்றிருக்கவில்லை. அனைத்தும் குடும்பத்தின் சொத்தாக இருக்க வேண்டுமென்றிருந்தவர்! அப்புறம் என்னதான் வேண்டியிருந்தார்? கூட்டுக்குடும்பம்! அவ்விடமிருந்து குஞ்சுநாயர் பெயர்த்தெறியப்பட்டார். மறுபடியும் வாழ்க்கையில் குறிக்கோள் ஏற்பட்டுவிட்டது. மகன்! அவன் யாராக வேண்டுமென்பதுதான் அவர் குறிக்கோள். அது அவருக்குத் தெரியாது.

அந்தக் கடிதத்தின் ஒவ்வொரு வாசகமும் மணிகண்டன் மனத்தில் பதியப்பெற்றது. அவை குஞ்சுநாயர் இதயத்தினின்று கிளர்ந்தெழுந்தவை. யோசித்து எழுதப்பட்டவை அல்ல. தங்குதடையின்றி ஒவ்வொரு வாசகமும் வெளிக் கிளம்பிவந்ததுதான். கருணாநிதியான தந்தையை மணிகண்டன் முன்னே கண்டான். அவருக்கு வயதாகிவிட்டது. உடம்பு எங்கிலும் சுருக்கங்கள் விழுந்திருக்கின்றன. எலும்புகளெல்லாம் எழுந்து நிற்பதைக் காணலாம். தந்தை ஏன், இங்ஙனம் எழுதுகிறார்? அப்பா சொல்ல வேண்டியிருந்ததெல்லாம் அந்தக் கடிதத்தில் சொல்லி முடித்து விட்டதாக மணிகண்டனுக்குத் தோன்றியது. இனி எழுத மீதியெதுவுமில்லை. அவர் ஏன் இப்படி எழுதுகிறார்? அப்பாவின் காலம் நெருங்கிவிட்டதா? இறுதிக் கட்டத்தை நெருங்குகிறபோதுதான் இங்ஙனம் எழுதுகிறார்? அந்தக் கேள்வி எங்கிருந்தோ வந்து மணிகண்டனுடைய சிந்தனை மண்டலத்தில் தோன்றியது. தந்தை இறந்துவிடுவாரென்று முதன்முதலாக அவன் நினைத்துக் கொண்டான். அப்பா இறந்து விடுவது! தந்தை இல்லாமற் போய்விடுவது - 'அப்பா!' என அழைக்க இனிமேல் அவன் நா செயல்படவேண்டாம்.

மணிகண்டனுக்கு உரக்க அழவேண்டும் போல் தோன்றியது. இரவு-உடனடியாக ஊருக்குச் செல்லவேண்டும். வரவேண்டாமென்றுதான் அப்பா எழுதியிருக்கிறார். திவான்ஜியின் அறுபதாவது வயது நிறைவு விழாவை முன்னிட்டு, இளைஞர்கள் பெரியோர்கள் என ஊர் பிளவுண்டிருக்கிறது. பரஸ்பரம் பேச்சுவார்த்தையில்லை; மோதலுமில்லை. ஆனால், ஏதும் திடீரென ஏற்பட்டுவிடலாம். அது ஒரு வெடித்தலாக இருக்கும்.

இந்த நிலைமை திருவனந்தபுரத்தில் கூட இருப்பதாக அப்பாவுக்குத் தெரியும். திவான்ஜியின் சஷ்டியப்தபூர்த்தி விழாவைக் கொண்டாட ஒரு தரப்பினர் ஆயத்தம் செய்து வருகின்றனர். மறுதரப்பினர் எதிர்க் கின்றனர். மாணவர்கள் ஒன்றுசேர்ந்து அதை 'துக்கதினம்' என்று பிரகடனம் செய்திருக்கின்றனர். ஒரு வெடிப்பு திருவனந்தபுரத்தில் கூட நிகழ்ந்துவிடலாம். எந்தப் பக்கம் சேரக் கூடாதென்றும் அப்பா எழுதவில்லை. இத்தகையதொரு காலத்தைப் பார்க்க வேண்டி வந்ததில் அவருக்கு மனக்கவலை உண்டு. சமாதானமும் அமைதியும் நிலவாத ஒரு காலம்! போலீஸ் கைது செய்வது - அப்பாவால் நினைத்துக் கூடப் பார்க்க முடியவில்லை.

படித்துப் பாஸ் பண்ணி பத்மநாபனுடைய பத்து சக்கரம் பெறுவது - இது தாய்-தந்தையரின் அபிலாஷையாக இருந்தது. அன்றாடம் அதைச் சொல்லவும் செய்திருந்தனர். அதிமுக்கியமான இந்தக் கடிதத்தில் அதைப் பற்றி ஒன்றும் சொல்லவில்லை. இருள் சூழ்ந்த எதிர்காலத்தைத்தான்

அப்பா முன்னே காண்கிறார். மரணத்திற்கு முந்திய நீடித்த இரவுகளை! மகன் யாராக வேண்டும்; என்னவாக வேண்டும் என்று எதுவும் அப்பாவுக்குத் தெரியாது. அந்தக் கெட்டியான குற்றிருட்டை நோக்கி மகன் முக்குழியிட்டுச் செல்கிறான்.

ஒரு வாழ்நாள் முழுவதிலும் புராணங்களை வாசித்ததன் சாதனை கடிதமெங்கிலும் காணப்படுகிறது. மனத்தைத் தொடும்படியாக அவரால் எழுத முடிந்தது அதனால்தான். புராணங்களில் விளக்கப் பட்டிருக்கின்ற தருமசிந்தனை மற்றும் உறுதியான நம்பிக்கை எல்லாம் உருக்குலைந்து போகிறது. சாவின் அமைதியின்மை எல்லாவற்றையும் உலுக்கியாவிட்டது. குஞ்சுநாயர் முன்னால் காண்பது இருளைத்தான். அவர் புராணங்களால் உருவாக்கப் பெற்ற ஒருவராகத் திகழ்ந்தவர். எது சரி; எது தவறு என்பதைச் சொந்தப் பார்வையில் அறியக் கூடியவராக இருந்தார். இப்போது அவ்வாறு அறிய முடியாமலாயிற்று. மகனைப் பற்றிய ஆவல் ஒரு கும்மிருட்டினையே சிருஷ்டித்திருக்கிறது.

இனி குஞ்சுநாயருக்குப் பகல் ஒரு நாழிகை நேரம் மட்டும்தான். வாழ்க்கையுடன் இருந்து வருகிற உறவு முறிந்து வருகிறது. இன்று வரையிலும் வாழ்ந்த வாழ்க்கையைத் திரும்பிப் பார்க்கிறார். அது நீண்டு கிடக்கிற பாதை. இந்தக் காலகட்டத்திற்குள் கடந்துவந்து வாழ்க்கை நீடித்துக் கொண்டிருப்பதில் அவருக்கு துக்கம்தான்.

பாங்கோட்டுப் பாளையத்திலிருந்து வெடிச்சத்தம் கேட்டது. நேரம் ஐந்து மணி. உயிர்க்காட்சிச் சாலையிலுள்ள சிங்கங்கள் அலறத் தொடங்கின. அவற்றிற்குத் தீனிபோடும் நேரமிது.

அறை முன்னால் வந்த அம்மாவன் விசாரித்தார்:

“பையா, நேற்றிரவு ஒரு கணம் கூடக் கண்மூடவில்லையே! ஏன்?”

அம்மாவன் தொடர்ந்து கூறினார்:

“உனக்கு ஏதோ மனசு சரியில்லாமே நடப்பதும், உட்கார்ந்திருப்பதும், படுப்பதுமாயிருந்தாய்!”

‘ஜீன் கிரிஸ்தோஃப்’ என்கிற பெரிய நூல் அங்கே திறந்து கிடந்திருந்தது.

* ** *

காலேஜ் வாசலில் விசுவநாதன் நின்றிருந்தான். தன்னை எதிர்பார்த்துத்தான் நிற்கிறான் என்று மணிகண்டனுக்குத் தோன்றியது. நெருங்கிச் சென்றபோது விசுவநாதன் விசாரித்தான்:

"நீ என்னப்பா இப்படி உட்கார்ந்திருக்கிறே?"

மணிகண்டன் அதற்குப் பதில் ஏதும் கூறவில்லை. அவனுடைய அப்போதைய சிந்தனை எல்லாம் இந்தக் கடிதத்தை விசுவநாதனுக்குக் காண்பிக்க வேண்டுமா என்பதாக இருந்தது. விசுவநாதன் தொடர்ந்து விசாரித்தான்:

"நீ நேற்று பட்டினியாயிருந்தியா? தூங்கலையா? உன் கண் குழி விழுந்திருக்கே?"

விசுவநாதன் நீண்ட நேரமாக மணிகண்டனை எதிர்பார்த்துக் கொண்டிருந்தான். வழக்கமாய் வரும் நேரத்தை விடச் சற்று தாமதமாய்த் தான் மணிகண்டன் வந்திருக்கிறான்.

விசுவநாதன் அவனைப் பிடித்து ஜனசந்தடியற்ற ஓரிடத்திற்கு அழைத்துச் சென்றான். அதிமுக்கியமான ஒரு விசயம். அது அந்த முக்கியத்துவத்துடன் மணிகண்டனுக்குத் தெரியப்படுத்த வேண்டி யிருக்கிறது. சூனியமான மனத்துடன் மணிகண்டன் பின்பற்றிச் சென்றான். அவன் முற்றிலும் தளர்ந்துவிட்டான். தன்னுடைய தந்தை இறுதிவிடை சொல்வது போல் அவனுக்குத் தோன்றியது.

விசுவன் சுற்றுமுற்றும் பார்த்தான். பக்கத்தில் யாருமில்லை என்று உறுதிப்படுத்தினான். மணிகண்டனின் காதோரமாய் முணுமுணுத்தான்.

"இன்னைக்கு ரகசியமா லீகு கூட்டமிருக்கு. முக்கியமான சில தீர்மானங்களெடுக்க வேண்டியிருக்கு. நேற்று மாலையிலும் உன்னைச் சந்திக்க முடியலே. இன்னைக்குக் கூட உன்னை எதிர்பார்த்திருந்து ரெண்டு மணி நேரமாயிற்று."

மணிகண்டன் எதையும் பேசவில்லை. விசுவநாதன் சொன்னதை அவன் காது கொடுத்துக் கேட்டான். அவ்வளவுதான். அது அவன் மூளையில் எட்டியிருக்குமா என்பது சந்தேகம்தான்.

விசுவநாதன் பதிலுக்காகக் காத்து நிற்கவில்லை. மணிகண்டனுக்குத் தகவல் கொடுப்பது ஒன்றுமட்டும்தான். பதில் கிடைக்கவேண்டிய அவசிய மில்லை. காலேஜ் வட்டாரத்திலுள்ள, மக்கள் நடமாட்டமில்லாத அந்த இடத்தில் மணிகண்டன் தனித்து நின்றுகொண்டிருந்தான். எவ்வளவு நேரம் நின்றான் எனத் தெரியாது. மணியடிக்கிற ஓசை வந்தது. உருவாக்கப்பட்ட வழக்கத்தால் என்பது போன்று மணிகண்டன் நடந்தான்.

அன்று என்னென்ன கற்றுக்கொண்டான்? கற்றுத் தந்தது என்னென்ன? அவனுக்குத் தெரியாது. அப்பா எழுதிய வாசகங்கள்தான்

நினைவுக்கு வந்துகொண்டிருந்தன. வாழ்க்கையில் அனைத்து முறைகளிலும் தோல்வியுற்ற அந்த மனிதன் விடை கேட்பது போலவும் தோன்றியது.

"நான் சென்று வரட்டுமா?"

காலேஜ் அன்று முடிந்தது. மணிகண்டன் எங்கே என்றில்லாமல் நடந்துகொண்டிருக்கிறான். அந்த வழியே செல்லவேண்டுமென்று நினைத்து நடப்பதில்லை. அந்த வழிக்கு இட்டுச் சென்றது என்ன வென்றும் புரியவில்லை. மனத்தின் பிரமைதான். எங்கே செல்கிறான்? எங்கே? தெரியாது.

அன்று காலையில் விசுவனைப் பார்த்ததேயன்றி பின்னர் கல்லூரியில் கூட அவனைப் பார்க்கவில்லை. அவன் வகுப்புக்கு வரவில்லை போல் தோன்றியது. அவனைப் பார்க்காமலிருப்பதற்குத்தானா, இன்று வரையிலும் நடந்திராத இவ்வழியாகச் செல்கிறான்? இல்லை. அப்படியொன்றும் மணிகண்டன் சிந்தனையில் இல்லை. விசுவனைப் பார்த்தால் அவன் என்ன சொல்லுவான்? அதைப் பற்றி மணிகண்டன் யோசித்திருக்கவில்லை. அவனைக் காணட்டும்; காணாதிருக்கட்டும். மணிகண்டன் புதிய வழியில் நடந்து செல்கிறான்.

திருவனந்தபுரத்தில் இவ்வளவு நாட்கள் தங்கியிருந்தும் மணிகண்டன் நகரத்தின் அந்தப் பகுதியைக் கண்டதில்லை. இப்படிப் பார்த்தால் நகரத்தின் எத்தனையோ பகுதிகள் காணவேண்டியிருக்கின்றன. திருவனந்தபுரத்தில் இரண்டு மூன்று பாதைகள்தான் அவனுக்குத் தெரியும். கல்லூரியிலிருந்து நந்தன்கோடு வரையிலும்; அப்புறம் தம்பானூர் வரையிலும்தான். இத்தனை நாட்களாக அவ்வழியில் சென்றிருக்கிறான். நகரம் பரந்துபட்டுப் கிடக்கிறது!

அந்தப் பெரிய சர்ச்சின் 'ஸ்மித்தேரி' சிலுவைகளால் நிறைந்திருக்கிறது. ஒவ்வொரு சிலுவைக்கும் கீழே குழிகளில் ஒவ்வொரு வாழ்க்கை புதைக்கப்பட்டிருக்கிறது. அந்தக் குழிகள் ஒவ்வொன்றுக்கும் ஒவ்வொரு கதை சொல்வதற்கு உண்டு. தோல்வியின் ஆவலின், கைவராத அபிலாஷைகளின் கதைகள்! அந்தச் சிலுவைகள் ஒவ்வொன்றும் எழுந்து நின்று நெடுமூச்சிடுகின்றன. குழிகளில் கூட வாழ்க்கை முற்றுப் பெறவில்லையா?

தனக்கு நேராக ஏராளமான மனிதர்கள் நடந்து வருகிறார்கள். ஒவ்வொருவனுக்கும், ஒவ்வொருத்திக்கும் ஒவ்வொரு வாழ்க்கை வரலாறு உண்டு. மகிழ்ச்சிக்காக உழைக்கின்றனர். சென்றடைவது துக்கத்தில்தானா? பருவநிறைவு பெற்ற அந்த மனிதர் நல்ல வேஷ்டி

- சட்டைகள் அணிந்திருக்கிறார். கையில் ஒரு 'வாக்கிங் ஸ்டிக்' வைத்திருக்கிறார். வெற்றி பெற்றவர்தான். உயர்ந்த அரசு வேலை இருந்தது. இப்போது பென்சன். அவர் நெருங்கி வருகிறார். முகத்தில் கவலைக்குறி. கண்களில் ஆதங்கத்தின் சாயல். அவர் மகன் வழிதவறி நடக்கிறானா? அந்தக் கேள்வியைக் கேட்டுப் பார்ப்போம்.

அறுபது வயதுடைய பெண்மணி ஒருத்தி வருகிறாள். அவளுக்கு எத்தனை புதல்வர்கள், ஆண்கள் எத்தனை? பெண்கள் எத்தனை? எல்லோரும் எங்ஙனம் வாழ்கின்றனர்? கேட்டுப் பார்த்தால் அவள் நின்று கதை பேசத் தொடங்குவாள். 'குர்ர்ர்' என ஓசையெழுப்பியவாறு ஒரு சிறுவன் ஓடிவருகிறான். இவ்வாறாக அவன், வாழ்க்கைக்கு வந்துவிடுவான். அப்பறம் அவன் இப்படி ஓசையெழுப்பமாட்டான். வயதுக்கு வந்தவன் இப்படி ஓசையெழுப்பி ஓடுகிறானா? பாதையோரத்தில் இருள் கெட்டி தட்டிக் கிடக்கிற ஒரு தாழ்வான இடமுண்டு. எங்கெங்கேயோ உள்ள அழுக்கு ஓடைகள் ஒன்று சேர்ந்து ஒரு வாய்க்காலாக மாறி எங்கேயோ நோக்கி ஓடிச் செல்கிறது. அதன் கரையில் வீடுகள் உள்ளன-குடிசைகள்! மணிமாளிகைகள் அமைந்திருக்கிற நகரத்தின் இன்னொரு பகுதி இது! அங்கே சூரியஒளி நுழையாது. அண்டைக் குடிசைகளைச் சேர்ந்த இரண்டு பெண்மணிகள் பரஸ்பரம் சண்டை போடுகின்றனர். எதற்காக இந்த சண்டை?

இதோ; நடந்துவருகின்ற அனைவரும் குழியை நோக்கிச் செல்கின்றனர். என்றாவது ஒரு நாள் குழியில் அல்லது சிதைமீது வீழ்ந்து தானாகவேண்டும். அதை நோக்கித்தான் செல்கின்றோமென்று யாரேனும் நினைப்பதுண்டா?

அதுதான் கடற்கரை. 'சங்குமுகம்' கடற்கரை. அப்போது சங்கு மற்றும் முகத்தைப் பார்த்தான். அங்கே தங்கி நிற்கவில்லை. திரும்பி நடந்தான். இன்னொரு பாதை வழியாக நடந்து வந்தான். நடந்து நடந்து இறுதியில் தங்கியிருக்கும் இடத்திற்கு வந்து சேர்ந்தான். அந்த வீடு தூக்கத்திலாழ்ந்திருந்தது. யாருக்கும் தெரியாமல் அறைக்குள்ளே நுழைந்தான். விளக்கேற்றியிருக்கவில்லை. வேஷ்டி சட்டை மாற்றாமல் முந்திய நாளிலேயே விரித்துப் போட்டிருந்த படுக்கையில் மணிகண்டன் படுத்து விட்டான்.

'ஜீன் கிரிஸ்தோப்' என்கிற புத்தகம் திறந்தபடியே கிடந்தது.

இனி உறக்கம் வருமா?

இதயம் நேற்றைவிடப் பளுவானதாகத் தோன்றியது. நல்ல பளு!

* ** *

நல்லவரான அம்மாவன் வந்து கூப்பிட்டார்.

"நீ எப்போ வந்தே?"

எழுந்தேயாக வேண்டும். இரவு முழுவதிலும் மயக்கமாய்த்தான் படுத்துக் கிடந்தான். உறங்கவில்லை. பாதி மயக்கத்தில்தான் இரவு கழிந்தது. அது இன்னோர் உலகமாக இருந்தது.

மணிகண்டனை ஏறயிறங்கப் பார்த்தவாறு அம்மாவன் சொன்னார்:

"தம்பிக்கு உடம்பு சரியில்லே."

அவர் நெற்றிமீது கைவைத்துப் பார்த்தார். சூடு இல்லை. அம்மாவன் சொன்னார்:

"படுத்துக்கோ! இன்னைக்குக் காலேஜுக்குப் போகவேணாம்!"

அன்று கல்லூரிக்குச் செல்லவில்லை. கல்லூரியில் ஏதோ நடைபெறுமெனத் தோன்றியது. ஓர் அமைதியின்மை ஏற்பட்டது. அது நடைபெறுவது இன்றைய தினமா? நாளைய தினமா? கல்லூரி சிறிது தூரத்திலேதான் இருக்கிறது. ரொம்ப ரொம்ப தூரத்தில்தான் என்று அவனுக்குத் தோன்றியது. அதுவும் இன்னோர் உலகத்தில்தான். அவன் வாழ்கிற உலகத்தில் அல்ல.

அவன் அப்படியே படுத்துக்கொண்டான். மணி பத்தாகிவிட்டது. மாணவர்களெல்லாம் கல்லூரிபோய்ச் சேர்ந்திருப்பார்கள். விசுவநாதனும் வந்து சேர்ந்திருப்பான். அவன் தேடுவான். இப்போது மணிகண்டனைத் தேடி அங்குமிங்கும் அலைமோதிக் கொண்டிருப்பான். அவனுக்குத் தன்னிடம் என்ன பேசவேண்டியிருக்கிறது?

அம்மாவன் சூடான கஞ்சி கொண்டுவந்து தந்தார்.

அருமையான மனிதர்!

'ஜீன் கிரிஸ்தோஃபி'ன் இரு பக்கங்களைப் படித்தான். அதுவும் கண்ணினால் மட்டும்தான் படித்தான். புத்தியை வைத்துக்கொண்டு அல்ல. மாலையில் எழுந்து சமையல் செய்தான். அப்புறம் குளித்தான். குளித்தபோது ஒரு சுகம் தோன்றியது. பளு குறைந்தது போல் தோன்றியது. இந்த உலகத்தின் காற்றுக்கு ஒரு குளிர்ச்சியுண்டு. அந்தக் காற்று இதமாக இருந்தது. குளித்தபோது முடியை சீவி வைக்கவேண்டுமெனத் தோன்றியது. வேஷ்டி சட்டை மாற்றவேண்டுமென்றாயிற்று. அப்போது பசி வந்தது. சோறு சூடாகச் சாப்பிடுவது ருசிகரமானதாக இருக்கும்.

எங்கிருந்தோவெனத் தெரியவில்லை. விசுவநாதன் முன்னால் வந்து நிற்கிறான். பூமி பிளந்து, அல்லது ஆகாசத்திலிருந்து விழுந்து,

வந்தவன் போல்! அவன் துணிகள் மிகவும் அழுக்கடைந்திருந்தன. தலைமுடி காற்றில் பறக்கிறது. இந்த மாதிரி அலங்கோலமான நிலையில் அவனை முன்பு பார்த்ததேயில்லை. எங்கெல்லாமோ ஓடி நடந்து கொண்டிருந்தான். குளித்திருக்கவில்லை. வேளாவேளைக்குச் சாப்பிடவு மில்லை.

அன்றைய தினம் பல்துலக்கிய அறிகுறியைக் காணோம். 'உடம்புக் கென்ன'வென்று அவனிடமே கேட்கவேண்டும் போலிருந்தது.

விசுவன் விசாரித்தான்:

"ஏன், நீ ஒரு மாதிரியாயிருக்கே?"

இப்போது மணிகண்டன் ஒரு மாதிரியாக இல்லை. குளித்தபோது களைப்பெல்லாம் தீர்ந்தது. பசியும் ஏற்பட்டிருக்கிறது.

மணிகண்டன் தந்தையின் கடிதமெடுத்து விசுவனிடம் கொடுத்தான்.

"இதென்ன?"

"அப்பா கடிதம்!"

"கடிதத்தில் என்ன?"

விசுவனுக்குப் படித்துப் பார்க்க நேரமில்லைபோல் தோன்றியது. கடிதத்தைத் திறந்து பார்க்காமல், "என்ன இது?" என்று கேட்டான்.

"படித்துப் பாரேன்...!"

படுகிழவரான ஒருவருடைய கடிதம் அது! ஓலைமீது நாராயத்தால் எழுதி எழுத்துக்களைக் கற்றுக் கொண்டவர். காகிதமும் பென்சிலும் ஏற்பட்டது. தினசரி எழுதவேண்டிய அவசியமில்லை. அப்படி ஒரு வழக்கமில்லை. எப்போதாவது ஞாபகமறதியேற்படாமல் ஒரு கணக்கைக் குறித்து வைக்கவேண்டும் அவ்வளவுதான். அந்த மனிதருக்கு இத்தகைய தொரு நீண்ட கடிதம் எழுதவேண்டிய அவசியம் ஏற்பட்டது. அந்தக் காலம் வரைக்கும் ஆயுள் நீண்டிருக்கிறது. எழுத்துக்கள் இன்றுள்ளவர் களுக்குப் புரியுமோ; என்னவோ? அவற்றின் வடிவமே மாறியிருக்கிறது."

மணிகண்டனுக்கு அந்த எழுத்து புரியும். புரிந்துகொண்டேயாக வேண்டும். அது அவனுடைய தந்தையின் கடிதம்.

விசுவநாதன் கடிதத்தை விரைந்து படிக்கிறான். பூராவையும் படிப்பதில்லை. எல்லாமே அப்படி வாசிப்பதாகத் தெரியவில்லை. புரிந்துகொண்டு படிப்பதாகவும் சொல்லமுடியாது. படிப்பதற்காகவே படிக்கிறான். காகிதங்கள் ஒவ்வொன்றாகப் புரள்கின்றன.

விசுவன் படித்து முடித்தான். அது மடித்திருந்தது போலவே மடித்தான். கேட்டான்:

"ஆகவே?"

அதற்குப் பதில் மணிகண்டனுடைய இன்னொரு கேள்வியாக இருந்தது.

"நீ அந்தக் கடிதம் படிக்கலே?"

"அதென்ன?"

மற்றவர்களுடைய தந்தைமார்கள் அனுப்புகிற கடிதத்தை அப்படிப் படித்தால் போதுமென்றிருக்கலாம். ஆனால், மணிகண்டனைப் பொறுத்த வரையிலும் விசுவநாதன் அப்படியல்ல. அவன் மனத்தில் வேறு ஏதோ சிந்தனை நிறைந்திருக்கிறது. வேறு எதிலும் அவன் கவனம் செல்வதில்லை. படித்தால் மனத்தில் நிற்பதுமில்லை. அப்படியுமிருக்கலாம்.

மணிகண்டன் சொன்னான்:

"அப்பா காலம் நெருங்கியிருக்கு. அந்தக் கடிதத்திலிருந்து அதுதான் புரியுது. அவர் தமது வாழ்க்கையை முற்றிலுமாக நினைச்சுப் பார்க்கிறார்."

ஒரு சிறு சிரிப்புடன் சொன்னான் விசுவன்.

"ஓ! நீ கவிஞன்தானே?"

மணிகண்டன் மனம் மிகவும் வேதனையுற்றது. ஊசிமுனை ஏறியது போலிருந்தது.

விசுவன் தொடர்ந்து கூறினான்:

"போலீஸாரிடம் பிடி கொடுக்கக் கூடாதுன்னு அந்தக் கடிதத்திலிருக்கு. அதை நான் படிச்சேன்."

மணிகண்டன் எதையும் பேசவில்லை. அந்த வாசகத்தை மட்டும் தான் விசுவநாதன் படித்திருக்கிறான். அதை மட்டும்தான் அவன் புரிந்து கொண்டிருக்கிறான். மணிகண்டனுக்கு எதையும் பேசத் தோன்றவில்லை. அவன் பட்ட காயத்தின் வேதனை அப்படியே இருக்கிறது. அந்தக் கடிதம் பூராவையும் வாசித்துக் கேட்கவைத்தால் பரவாயில்லை எனத் தோன்றியது. ஆனால் விசுவனுக்கு விசயம் புரியும். ஆனால் அதை அவன் கேட்கமாட்டான். மணிகண்டனால் முடியவும் முடியாது.

"எனக்கு உன்னைத் தெரியும்" என்றான் விசுவன். ஒரு கணத்திற்குப் பிறகு மேலும் கூறினான்:

"குஞ்சுமாமனையும் எனக்குத் தெரியும்."

தனக்குக் குறையிருக்கட்டும். அது எதுவுமாக இருக்கட்டும். தன் தந்தைக்கு என்ன குறை? வேண்டுமென்றால் ஒரு குறையைச் சொல்லமுடியும். அவர் ஒரு பழைய மனிதர். நீண்ட காலத்திற்குமுன் பிறந்தார். மாறிமாறி வருகின்ற நிகழ்ச்சிகளைப் புரிந்துகொள்ள முடியாமல் சிரமப்பட்டுக் கொண்டிருக்கலாம். அது ஒரு தவறுதானா? அது விசுவனுக்குப் புரியவில்லையா?

"நான் போய் வருகிறேன்" என்றான் அவன்.

தனக்கு இருக்கிற ஒரே ஒரு நண்பன் பிணக்கமாய்ப் பிரிந்து சொல்வதாக மணிகண்டனுக்குத் தோன்றியது. அவன் இப்படிச் சொல்லி விட்டான்:

"அவர் என் தந்தைதான் விசுவநாதன்!"

அப்போது சொல்லவேண்டியிருந்தது அப்படித்தானா? இல்லை. ஆனால் இப்படிச் சொல்ல மட்டும்தான் அவனுக்குத் தெரிந்திருந்தது.

"நீ ஒரு கோழை!" என்றான் விசுவநாதன்.

அவன் சென்றுவிட்டான்.

104

"நீ ஒரு கோழை!"

மரங்கள் சொல்கின்றன. செடிகள் சொல்கின்றன. வானத்தில் முழங்குகிறது. நாற்பக்கமிருந்தும் கேட்கிறது.

"நீ ஒரு கோழை!"

விசுவநாதன் ஒரு நாமகரணம் செய்தான்.

ஓடிச் செல்கிற கீரி கிரீச்சிடுகிறது. நாயின் மனத்தில் அதுதான்.

"நீ ஒரு கோழை!"

விசுவன் பெயர் வைத்தான். அசைகின்ற, அசையாத பொருட்கள் அத்தனையும் சேர்ந்து ஏற்றுச் சொல்கின்றன. புல்லிடமும் புழுவிடமும் எல்லாம் மணிகண்டன் நிலையை எப்படி விளக்கிக் கூறமுடியும்? அதை ஒரு சொல்லில், அல்லது ஒரு வாசகத்தில் எப்படிச் சொல்லி உணர வைக்க முடியும்? விஸ்தாரமாய்ச் சொல்லவேண்டிய விசயம்தான். சொன்னால் கூட யாரும் நம்ப மாட்டார்கள்.

"நான் என் தந்தையை நேசிக்கிறேன்." அந்த மரம் கூடக் கலகல வெனச் சிரிக்கும்.

"கோழை!"

தந்தையின் இறுதிக் கட்டம் நெருங்கி வருகிறது.

யார் நம்புவார்கள்?

"கோழை!"

"நீங்க அந்தக் கடிதத்தைப் படியுங்க!" என்று சொல்லலாம். யாருக்குத்தான் அதற்குப் பொறுமையிருக்கும்? படித்தால் கூட அந்த இதயத் துடிப்பினை யார்தான் அறிந்து கொள்வார்கள்? விசுவனுக்குக் கூட அது புரியவில்லை.

மணிகண்டன் தன்னையே வெறுத்துக்கொண்டான். அவனே சுயமாகத் தன்னைக் 'கோழை' என அழைத்தான். பல்லைக் கடித்தவாறு கூப்பிட்டான்.

"கோழை!"

அதுக்கென்ன? கோழைதான். ஒப்புக்கொள்ளப்பட்டது. கோழை வாழக்கூடாதா? அவனால் செயல்பட முடியாதா? அவன் நேசிக்கக் கூடாதா? எவனுமே அவனை நம்பவேண்டாம். மணிகண்டன் தனது தந்தை சொல்லைப் பின்பற்றி நடக்கத் தீர்மானித்துக்கொண்டான். தந்தை இறந்துவிட்டாலும் அந்தக் கடிதத்தில் வலியுறுத்துவதுபோன்று வாழத்தான் செய்வான். கோழை ஒரு நல்ல மகனாய் மாறிவிடுவான். கோழையால் வேறு எதுவுமாக முடியாதென்றிருக்கிறதா? கோழையால் அருமையான, அனுசரணையுள்ள ஒரு மகனாக இருக்க முடியாதா?

உள்ளிருந்து மறுபடியும் 'கோழை' என்றழைப்பது யார்? ஏராளமாக வாசித்திருக்கிறான்; சிந்தித்திருக்கிறான். தனிமையில் நடக்கும் போது, தூக்கம் வராமல் படுத்துக் கிடக்கும்போது எல்லாம் நிறையச் சிந்தித்துப் பார்த்தான். படித்ததும், லீகு மீட்டிங்களில் கேட்டதுமான விசயங்கள் குறித்து யோசித்தான். அந்த யோசனை உருவம் பெற்றது. அதுதான் உள்ளிருந்து ஆத்திரமுடன் அழைக்கிறது.

"கோழை!"

படித்ததெல்லாம் மறந்துவிட்டால்? மறப்பதற்கு என்ன செய்வது? மறந்துவிட்டால் அப்புறம் யாரும் உள்ளிருந்து அழைக்க மாட்டார்.

"கோழை!"

தகழி சிவசங்கரப் பிள்ளை 1119

கல்லூரியில் அமைதியில்லை. ஆயினும் வகுப்புக்கள் நடை பெறுகின்றன. ஆனால் ஏதோ நடக்கப் போகிறது. உள்ளே மணியடித்த பின்னரும் வகுப்புக்கள் ஆரம்பமாகவில்லை. யாரும் அதைக் கேட்க வில்லை. சிறு சிறு கும்பல்களாக ஆங்காங்கு குழுமி நின்று அடக்கமாகப் பேசுகின்றனர். ஓர் இரைச்சல் கேட்கிறது. ஏதோ நடக்கப் போகிறது.

மணிகண்டன் மட்டும் துணையின்றித் தனிமையில் நின்றான். தனியாக வருகிறவன் ஏதாவதொரு கும்பலில் சேர்ந்து விடுகிறான். மணிகண்டனுக்குச் சேர்ந்து கொள்வதற்கான கும்பல் இல்லை. யாராவது ஒருவனிடம் செல்லவும் முடியாது. அது ஏன்? மனத்திற்கிணங்கிய ஒருவன் கல்லூரியிலேயே இல்லையா? இல்லை!

"கோழை!"

எல்லோரும் அதை அறிந்துகொண்டனர். கோழையால் எவனிடமும் நெருங்க முடியாது. பயம். கோழை இந்த உலகில் தனிமைப் பட்டவன்.

இன்று ஏதோ ஒன்று நிகழ்ந்துவிடும். அது என்னவாக இருக்கும்?

திறந்த கேட்வழியாக இரண்டு மூன்று வேன்கள் சீறிப் பாய்ந்துவந்து உள்ளே நுழைந்தன. வேனிலிருந்து ஆயுதபாணிகளான போலீஸ்காரர்கள் குதித்து இறங்கினர். ஒட்டுமொத்தமாய் ஓர் அசைவு ஏற்பட்டது. கூட்டம் கூட்டமாக நின்றவர்கள் நாற்பக்கமும் சிதறியோடினர்.

மணிகண்டன் சுவரைத் தாண்டி வெளியே அவ்வாறு முதன்முதலாக வெளியே வந்தவன் அவன்தான்.

கல்லூரி வளாகத்திற்குள்ளே பயங்கரமான தடியடிப் பிரயோகம் நடைபெற்றது. மாணவர்கள் பலர் காயமடைந்தனர். கல்வீச்சினால் போலீசாரும் காயமடைந்தனர்.

போலீஸ் எதற்காக வந்தது? எதற்காகத் தடியடி நடத்தியது? எதையோ அறிந்திருக்கிறது. எதுவோ உருகித் திளைக்கிறது. ஒவ்வொரு மாணவனின் முகத்திலேயும் ஓர் உறுதி தென்படுகிறது. தனது முகத்தில் மற்றவர்களால் எதைக் காணமுடிகிறது? மணிகண்டன் யோசித்தான். எதையும் காணமுடியாமலிருக்கலாம். அது மெழுகினால் அல்லது களிமண்ணினால் செய்யப்பட்ட பதுமையாக இருக்கலாம். யாரும் மணிகண்டனிடம் எதையும் பேசுவதில்லை. மணிகண்டன் யாரிடமும் எதையும் கேட்பதுமில்லை. அவனை எல்லோரும் 'கோழை' என முத்திரையடித்து விட்டனர். அவனே தன்னைக் கோழை என நினைத்துக் கொண்டான். அப்படியே இருக்கட்டும். கோழைக்கும் உலகிலே வாழ

உரிமையுண்டு.

* **. *

தலைநகரின் முக்கியமான சந்திப்பில் பிரதிஷ்டை செய்வதற்காகக் கொண்டுவரப்பட்ட திவான்ஜியின் சிலையை யாரோ அடித்து உடைத்தனர். சமஸ்தானமே நடுங்கியது. பின்னர் அது மரத்துப் போயிற்று. என்னவெல்லாமோ நடைபெறலாம். பாதையில் மக்கள் போக்குவரத்தைக் காணோம். நகரமாந்தர்களெல்லாம் சந்துபொந்துகளில் ஒளிந்துகொண்டனர். எங்கும் ஜாக்கிரதையுடன் நடமாடுகிற போலீஸ் சேனையைப் பார்க்க முடிந்தது.

மாணவர்கள் கல்லூரியில் வந்து சேர்ந்திருக்கின்றனர். ஆனால் முன்பகுதியிலுள்ள மைதானத்தில் குழுமியிருக்கிறார்கள். யாரெல்லாம் மருத்துவமனையில் அனுமதிக்கப்பட்டனர் என்பது மணிகண்டனுக்குத் தெரியாது. கேட்டுத் தெரிந்து கொள்ளவுமில்லை. தெரிந்துகொள்ள வேண்டிய விசயமுமல்ல. அங்கு நடைபெற்ற எதைப் பற்றியும் தெரிந்து கொள்ளவேண்டிய அவசியமில்லை. அத்தகைய ஓர் ஆர்வமே அவனுக்கு ஏற்படவில்லை. எங்கும் ஏதும் நடைபெறவில்லை என்ற முறையில் அவன் நடந்து கொள்கிறான்.

'புத்தன் சந்தை'க்குப் போகலாமென்றெண்ணினான். ரோடு வரையிலும் சென்ற அம்மாவன் மூச்சுத் திணறியவாறு திரும்பிவந்தார். அவர் வாசற்படியறைக்குள்ளே பார்த்தார். அறையின் ஒரு மூலையில் ஒளிந்திருப்பவன் போல் மணிகண்டன் ஒரு சிலைபோல் உட்கார்ந்திருக்கிறான். இமை மூடுவது கூட இல்லை. மூச்சுவிடுவதாகக் கூடத் தோன்றாது. உயிர் இல்லை.

அம்மாவன் விசாரித்தார்:

"நீ இன்னைக்குக் காலேஜுக்குப் போகலியா?"

"இல்லை." இயந்திர ரீதியிலான பதில்.

மணிகண்டன் மனம் சூனியமாக இருந்தது. எதையும் யோசிப்ப தில்லை. மறைந்திருக்கிறான்.

அம்மாவன் சொன்னார்:

"நல்லாப் போச்சு. அங்கே போலீஸ் தடியடியும் இடியும் நடந்தது. மாணவப் பசங்க அத்தனை பேரையும் உதைச்சது. 'புத்தச் சந்தை'யிலும், 'சாலை' சந்தையிலும் எல்லாம் ரகளைதான். கடைகள் அனைத்தும் மூடிக் கிடக்கின்றன. தம்பானூரில் துப்பாக்கிப் பிரயோகம் நடைபெற்றதாம். தம்பி அங்கே போகாமலிருந்தது நல்லதாப் போச்சு."

அது மணிகண்டன் காதில் விழுந்ததோ; என்னவோ?

அம்மாவன் பின்னரும் கதைகள் பலவற்றைச் சொன்னார். திவான்ஜி சிலையை அடித்து உடைத்த கதை முதற்கொண்டு கதைகள் பல! அம்மாவன் உத்தியோகம் பார்த்த காலத்தில் 'பக்திவிலாச'த்தின் வாசலில் காவல் புரிந்திருக்கிறார். அவர் சொன்னார்:

"ஒருவர் திவான்ஜியாயிருக்கிற காலம் வரையிலும் அந்த மனிதரை நிந்திப்பதானது தங்கத் தம்பிரானை நிந்திப்பது போலவேதான். காலம் மாறிப்போச்சு."

மணிகண்டன் எதையும் பேசவில்லை. அம்மாவன் தொடர்ந்து கூறினார்:

"தம்பி இதிலே எல்லாம் சேர்ந்துக்காமே இருப்பது நல்லது. கல்லூரியிலே படிக்கிறவங்களுக்கு திவான்ஜியை மாற்றணும்னு சொல்லக் காரியமென்ன? அவங்க பள்ளிக்குப் போகணும்; படிக்கணும். அதுதான் அவங்க வேலை. அல்லாமே திவான்ஜியை மாற்றணும்; ராசா வேணாம்னு எல்லாம் சொல்லி நடப்பதல்ல. அதெல்லாம் ஒண்ணும் நல்லதுக்காகவும் அல்ல."

பேசாமல் அசைவற்றிருக்கிற மணிகண்டனை அம்மாவன் ஒரு முறை உற்றுப் பார்த்தார். அவர் அசாதாரணமானதொரு நிலையில் அமர்ந்திருந்தான். பயந்திருக்கிறானா? அல்லது ஏதாவது மூளைக் கோளாறா?

"என்ன தம்பீ, ஒரு மாதிரியாயிருக்கியே?"

பதில் வரவில்லை.

ஒரு வைஷமயத்தினின்ற உலகம் மற்றும் வாழ்க்கை பற்றி ஏராளமான விசயங்களைக் கற்றுக் கொண்டான். அன்று மூளைக்கு ஓர் உணர்வு இருந்தது. தெளிவு இருந்தது. படித்தது எல்லாம் நல்ல காரியங்களாக இருந்தன. ஒளிமயமானதொரு சிந்தனை மண்டலத்திற்குள்ளே பிரவேசிக்க வும் செய்தான். வாழ்க்கை பற்றிய அனைத்தையும் வியாக்கியானம் செய்யலாமென்று தோன்றியது. புத்திக்கு உணர்வு இருந்தது. உஷார்த் தன்மை இருந்தது. அன்று கவிதையெழுதினான். காரசாரமான கவிதை! இன்று கவிதை எழுத முடியுமா? இல்லை!

"கோழை!"

அந்தத் தோழர்களெல்லாம் பயங்கரமான செயல்பாட்டில் ஈடுபட்டிருக்கிறார்கள். சில காலமாக அவர்கள் அதைப் பற்றி யோசித்து

வந்திருக்கின்றனர். அதன் உருவமென்னவென மணிகண்டனால் புரிந்து கொள்ள முடியவில்லை.

சிலையை அடித்து உடைத்தவன் விசுவநாதனாக இருப்பானோ?

விசுவநாதனைச் சில நாட்களாகச் சந்திக்க முடியவில்லை. அவன் பயங்கரவாதச் செயல்கள் புரிவதற்கான ஏற்பாடுகளைச் செய்வதில் ஈடுபட்டிருக்க வேண்டும்.

விசுவநாதனுடன் அங்கே சென்றிருக்கக் கூடாது. அது ஒரு வகுப்பு என்றுதான் தோன்றியது. அந்த வகுப்பில் ஆபத்து ஒளிந்திருப்பதாக தெரியவில்லை. கற்றதெல்லாம் என்ன? தான் நிரபராதியெனக் கருதக் கூடாது! எல்லாவற்றையும் கற்றிருக்கிறான் அல்லவா? கொலை என்றால் அதைக் கூடச் செய்யவேண்டியிருக்கும். குருஜி சொன்னது அதுதான். தயங்கி நின்று பயனில்லை. லட்சியத்தை அடைய பல வழிகளையும் கடைபிடிக்க வேண்டியிருக்கும். நோக்கமுடன் நடத்துகிற கொலை. கொலை கொலைக்காக அல்ல. அன்றைய தினம் அதைப்பற்றிய எதிர்ப்பு எண்ணம் தோன்றியதா? இல்லை! அன்று அது சரியானதென்றுதான் தோன்றியது.

எதிலும் பங்கெடுத்துக் கொள்ளாத தன்னைக் கூட போலீஸ் கைது செய்யக்கூடும். அடிப்பார்கள். ஜெயிலுக்கு அனுப்பி விடுவார்கள். உண்மையைச் சொன்னால் கூட அவர்கள் நம்பமாட்டார்கள். விசுவனிடம் அவர்களுக்குக் கடுமையான பகைமைதான். தான் விசுவநாதனுக்கு நண்பன்.

தலைமறைவாகி விடலாமா!

தலைமறைவாகப் போவதெப்படி? போலீஸிடம் அகப்பட்டுக் கொள்ளாமல் நடந்து கொள்வது எப்படி? நாடெங்கிலும் தேடி நடக்கின்ற அவர்கள் கண்ணுக்குப் படாமல் எவ்வாறு நடந்துகொள்வது? காட்டில் போய் ஒளிந்து கொள்வதா? அங்கே எத்தனை நாட்கள் ஒளிந்திருக்க முடியும்? அங்கே எப்படி வாழ்வது? ஏதாவது சாப்பிட வேண்டாமா? தூங்க வேண்டாமா? எவரையும் சந்திக்காமல் தனிமையில் எவ்வளவு நாட்களைத் தள்ளிவிடமுடியும்? தலைமறைவாக வாழ்வது எப்படியென்று எவ்வளவோ யோசித்த பின்னரும் மணிகண்டனுக்குப் பிடிப்புக் கிடைக்கவில்லை.

விசுவன் தலைமறைவாகிவிட்டான்.

என்றாவது ஒரு நாள் அவனைப் பிடித்து விடுவார்கள்.

'யூத்லீகுடன் தனக்கு இருந்து வருகிற உறவினை அவன் போலீஸிடம் சொல்லுவானா?

* ** *

அறை மூலையில் அமர்ந்திருக்கிற மணிகண்டன் அசையவேயில்லை. எதைப் பற்றியும் யோசிக்காமலிருந்த சந்தர்ப்பம் இருந்தது. யோசிக்கத் தொடங்கியபோது உள்ளத்தில் எரிச்சல் அனுபவமாகிறது. சகிக்கமுடியாத எரிச்சல்! சிந்திக்க வேண்டியிருந்தது. ஒரு சிந்தை இன்னொரு சிந்தையை நோக்கிச் செல்கிறது.

இரண்டு போலீஸ்காரர்களும், ஓர் இன்ஸ்பெக்டரும் முன்னால் வந்து நிற்கின்றனர். "ஐயோ!" என்று மணிகண்டனுக்கு அழத் தோன்றியது. ஆனால் குரல் வெளிவரவில்லை. நரம்புகளில் ரத்த ஓட்டம் துரிதமாயிற்று. ஏனென்றால், அவன் துள்ளியெழுந்தான்.

அவன் நின்று நடுங்குகிறான். இன்ஸ்பெக்டர் அவனை ஏற இறங்கப் பார்த்தார்.

அப்போது அம்மாவன் அங்கே வந்து சேர்ந்தார்.

இன்ஸ்பெக்டர் கடுமையான குரலில் கேட்டார்:

"ஏண்டா, துள்ளறே?"

அம்மாவன் சொன்னார்:

"பயந்துதானுங்க. இன்னைக்குப் பூராவும் இந்த மூலையிலேயே உக்காண்டிருந்தான்."

"ச்ச்சட்! வாய் மூடு! நீ யார்? உன்கிட்டே எதாச்சும் கேட்டேனா?"

அம்மாவன் முகம் வெளிறிற்று. இன்ஸ்பெக்டர் மணிகண்டனிடம் விசாரித்தார்:

"உனக்கு விசுவநாதனைத் தெரியுமா?"

"தெரியும்."

இந்துப் பதில் வெளிவந்தது எப்படியெனத் தெரியவில்லை. எப்படியோ வந்தது. அவ்வளவுதான்.

"அவன் இங்கே அடிக்கடி வர்றானா?"

"ஏதாவது ஒரு சந்தர்ப்பத்தில் வந்துகொண்டிருந்தான்."

எதையோ ஒன்றைக் கூடச் சேர்த்துச் சொல்ல வேண்டுமென்று மணிகண்டனுக்குத் தோன்றியது. அது வென்னவென்று தெரியவில்லை.

"கடைசியா அவனை எப்போ பார்த்தே?"

"கொஞ்ச நாளாச்சு."

"எதுக்காக வந்தான்?"

"சும்மா!"

அது இயல்பானதொரு பலமாக இருந்தது. தற்காப்புக்கான பலம்! தந்தையின் கடிதத்தைப் படிக்க வேண்டுமென்பதற்காக வந்தான் என்றால், அதைத் தொடர்ந்து பல்வேறு விசயங்கள் பற்றிப் பேசவேண்டியிருக்கும். யூத்லீகுடன் இருந்து வந்த உறவு வெளியாகிவிடும். அப்போதைய நிலைமை என்னவாக இருக்கும்!

இன்ஸ்பெக்டர் சிறிது தணிந்தவரைப்போல் காட்சியளித்தார். சிவந்த கண்களை மணிகண்டன் முகத்தின் மீது நட்டு வைத்தவராய் விசாரித்தார்:

"உனக்கு யூத்லீகுடன் உறவு உண்டா?"

"இல்லை!"

"இருப்பதா ரிப்போர்ட் இருக்கே? உன்னை விசுவநாதன் அடிக்கடி அழைத்துக் கொண்டு போவான்னு?"

"இல்லை!"

பதில் போதுமானதாக இல்லை. நம்பக்கூடியதாக இல்லை. மணிகண்டன் சொன்னான்:

"நான் கவிதையெழுதுறவனாயிருந்தேன். சில விசயங்கள் பற்றிக் கவிதை யெழுதணும்னு விசுவநாதன் சொல்வான்."

'ஓகோ... நீ ஒரு கவிஞன் கூடவா?"

"இல்லை. நான் இப்போ கவிதையெழுதறதில்லை."

"எதைப் பற்றிக் கவிதை எழுதணும்னு விசுவநாதன் சொல்லுவான்? மகாராஜாவுக்கும் திவான்ஜிக்கும் எதிராகவா? அந்த மீட்டிங்குகளில் எல்லாம் பாடறபாட்டு நீ எழுதியதுதானா?"

"இல்லை. நான் இப்போ எழுதுவதில்லை."

அறையின் மூலையில் அடுக்கி வைக்கப்பட்டிருந்த புத்தகங்களின் மீது இன்ஸ்பெக்டரின் பார்வை சென்றது.

"அதெல்லாம் என்ன புத்தகங்கள்?"

இன்ஸ்பெக்டர் புத்தகங்கள் ஒவ்வொன்றாக எடுத்துப் பார்க்கத் தொடங்கினார். பாடநூல்கள். பொலிடிக்ஸ் பாட நூல்களை எடுத்துப் பார்த்தபோது இன்ஸ்பெக்டர் வினவினார்:

"அப்போ... நீ அரசியல்வாதியா?"

"இல்லை. காலேஜிலே கற்பிக்கும் நூல் அது."

மாக்ஸிம் கார்க்கியின் 'மதர்'ஐ எடுத்துப் புரட்டிப் பார்த்தார். மணிகண்டன் மனம் துடித்துக் கொண்டது- பப்ளிக் லைப்ரரியின் முத்திரை அதன் மீது இருந்ததனால் ஒன்றும் கேட்கவில்லை. அதைக் கீழே போட்டார்.

மூன்று நான்கு நாட்களுக்கு முன்னர் வந்திருந்தால் "கம்யூனிஸ்ட் அறிக்கை"யைப் பார்த்திருக்க முடியும். நீண்ட நாட்களாக அது கைவசமிருந்தது. சில நாட்களுக்கு முன்னர்தான் அதன் சொந்தக்காரனுக்கு அதைத் திருப்பிக் கொடுத்தான்.

இன்ஸ்பெக்டர் சோதனையை நிறுத்திக் கொண்டார். அந்த அறை முழுவதையும் சூட்சுமமாகப் பார்த்தார். சாணி போட்டு மெழுகின தரை. கட்டில் இல்லை. மேஜை இல்லை. நாற்காலி இல்லை. ஒரு கோரைப்பாய் மட்டும் உண்டு. தலையணைகூடக் கிடையாது. சரட்டில், மலிவுத் துணியினாலான சட்டையும் வேஷ்டியும் தொங்கிக் கிடக்கின்றன. துருப்பிடித்த ஓர் இரும்புப் பெட்டியும் கரி படர்ந்த ஒரு ராந்தல் விளக்கும்தான் அவன் சொத்துக்கள். அறை எங்கிலும் ஒரு பீடிக்குச்சி கூட இல்லை.

"எங்கிருந்தடா, சாப்பாடு?"

"நானே சமைச்சுச் சாப்பிடறேன்."

அடுத்த அறையில் சட்டிப் பானைகளைப் பார்த்தார். இன்ஸ்பெக்டர் அம்மாவனுக்குக் கட்டளையிட்டார்:

"அவன்- அந்த விசுவநாதன் இங்கு வந்தா உடனடியாப் போலீசுக்குத் தகவல் வந்திடணும்."

"உத்திரவு!" அம்மாவன் வினயமுடன் சொன்னார்:

"அவன்-அந்த விசுவநாதன் இங்கு வந்தால், உடனே இந்தப் பெரியவரை ஸ்டேஷனுக்கு அனுப்பி வைக்கணும்!" இது மணிகண்டனுக்கான கட்டளை!

திரும்பி நின்று அம்மாவனிடம் கண்டிப்பான குரலில் சொன்னார்:

"அவன் இங்கே வந்து, அதைப் போலீசுக்குத் தெரிவிக்காவிட்டால் - நடக்கிறதென்னன்னு தெரியுமல்ல? - இந்த வீடு இருக்கிற இடம் குளமாயிடும். அந்தக் காலத்திலே எட்டு வீட்டுப் பிள்ளைமார்களிடம் நடந்துகொண்டது போலே!"

மணிகண்டன் பக்கம் திரும்பியவாறு மறுபடியும் கூறினார்:

"சொன்னது காதில் விழுந்ததா?"

"ஆமாங்க."

இன்ஸ்பெக்டர் அம்மாவனிடம் கூறினார்:

"இவன் வழிதவறிப் போகாமே பார்த்துக்கணும்! கேட்டீங்களா?"

"உத்திரவு!" என்றார் அம்மாவன் வினயமாக.

இன்ஸ்பெக்டர் மணிகண்டன் பக்கம் திரும்பிக் கேட்டார்:

"சொன்னதெல்லாம் காதில் விழுந்ததா?"

"விழுந்ததுங்க."

"என்ன விழுந்ததுங்க?"

"விசுவநாதன் இங்கு வந்தா போலீசுக்குத் தகவல் தரணும்னு!"

* ** *

அம்மாவி, மனைவி மற்றும் தம்பிமார்களுடன் சேர்ந்து அம்மாவன் ஆலோசனை நடத்தினார்.

'வீடு குளமாயிடும்' என்று இன்ஸ்பெக்டர் சொல்லியிருக்கிறார். விசுவநாதன்மீது சுமத்தப்பட்டிருக்கிற குற்றம் ராஜதுரோகமாகும். இவ்வளவு கடுமையான குற்றம் வேறு எதுவுமில்லை. மணிகண்டன் குற்றமற்றவனாக இருக்கலாம். ஆனால் விசுவநாதன் ராஜத் துரோகக் குற்றத்திற்காகக் கைது செய்யவேண்டிய நபராகும்.

ஆபத்தை ஏன் விலைக்கு வாங்கவேண்டும்? எல்லோரும் அப்படித் தான் சிந்தித்தனர்.

இரவில் பெரியவருக்குத் தூக்கம் வருவதில்லை. யாருக்கும் தெரியாமல் விசுவநாதன் வந்துவிட்டால்? அது நிகழ்ந்துவிடலாம். ஒரு நாள் யாரோ ஜன்னல் வழியாக எட்டிப் பார்த்தார்.

"யாரடா, அது?" என்றார் அம்மாவன்.

"சும்மா சத்தம் போடாதீங்க, பெரியவரே!" அது போலீஸ்காரராக இருந்தார்.

எனவே போலீஸார் மிகவும் ஜரூராகத் தேடி வருகின்றனர்.

நாசமாப்போச்சு!

அம்மாவன் மறுநாள் மணிகண்டனிடம் கூறினார்:

"தம்பீ, நீ இனிமே இங்கே தங்கவேணாம்! வேறு ஒரு இடத்தைக் கண்டுபிடிச்சு அங்கே தங்கிவிடு! எங்களாலே மன அமைதியில்லாமே இப்படி வாழமுடியாது."

எதையும் சொல்லமுடியாமல் மணிகண்டன் அப்படியே ஸ்தம்பித்து நின்று விட்டான்.

105

கடன் நிவாரணச் சட்டம் சட்டசபையில் நிறைவேற்றப்பட்டது. விவசாயக் கடன்களெல்லாம் தவணை முறையில் செலுத்தினால் போதும். ஏலத்துக்கு விடுவது போன்ற நடவடிக்கைகள், தவணைமுறையில் செலுத்திக்கொண்டிருக்கிறபோது நிறுத்தி வைக்கப்படுகின்றன.

பருத்திக்காட்டு ஔசேப்பு வினவினார்.

"ஓ! உயிரைக் கையிலே பிடித்துக் கொண்டு ஓடித் திரிஞ்சீங்களே. என்ன கிடைத்து – கறாராகத் தவணை தவறாம செலுத்தணும். ஒரு தவணை தவறினால் மறுபடியும் ஏலம் வந்திடும்."

கிரிக்குக் கோபம் தான் வந்தது.

"இந்தச் சட்டம் நிறைவேறலேன்னா இப்போ பார்த்திருக்கணுமே! பாப்பான் ஊரான ஊர் முழுவதையும் சொந்தமாக்கியிருப்பான்."

அந்தோணி இன்னொரு சிரமத்தைப் பற்றித்தான் சொன்னார்.

"கிரிகரி மாமா சொன்னதெல்லாம் சரிதான். உண்மையிலேயே இந்தச் சட்டம் ஓர் ஆறுதல்தான். அதை நான் ஒப்புக் கொள்கிறேன். ஆனால் அதுவல்லவே பிரச்சனை!"

"உம்? என்னவாம்?"

"தவணை தவறாம செலுத்தணுமல்ல? அதுக்கு என்ன வழி."

அதற்கான திடீர் விடை கிரிகரியிடம் இருந்தது.

"அதுக்கெல்லாம் கர்த்தர் நமக்கு வழிகாட்டுவார். வேறு என்ன வழி? கர்த்தரை இறுகப் புடிச்சிக்கோ! பிரார்த்தனை பண்ணு! அதுதான் வழி! இரவு பகலாய் கர்த்தரை மனசிலே வச்சிக்கிட்டு சொல்லு!"

பருத்திக்காட்டு ஔசேப்பு செய்துவருவதும் அதுவேதான் பிரார்த்தனை செய்ய வேறு எந்த விசயமும் இல்லை. கர்த்தர் முன்னால் மண்டியிட்டுப் பிரார்த்தனை செய்வது!

கிரிகரி சொன்னார்.

"நான் சர்ச்சிலே ஒரு 'பெரும்நாள்' விழாவைக் கொண்டாடத் தீர்மானிச்சிருக்கேன். கடன் தலைக்குமேலே வந்தாச்சு. இருந்தாலும் அதைச் செஞ்சிடுவேன்."

அந்தோணிக்கும் ஔசேப்புவுக்கும் அந்த எண்ணம் முன்னரே மனத்திலுதிக்கவில்லை.

யுத்தம்!

ஜெர்மனி போலந்தை ஆக்கிரமித்தது.

ஜெர்மனி விரைந்து முன்னேறிச் செல்கிறது. ஒரு நாடினைப் பிடிக்க ஒரு நாள் கூட ஆகவில்லை. ஜெர்மனிக்கெதிராக இங்கிலாந்து யுத்தப் பிரகடனம் செய்து. ஜெர்மனி லண்டனில் குண்டு மாரி பொழிந்தது.

கிரிகரியின் மன அமைதி கலைந்தது. யோசித்துப் பார்த்ததில் எதையும் அறிந்துகொள்ள முடியவில்லை. இந்த யுத்தத்தினால் நன்மையா, தீமையா - நன்மைதான். நெல், தேங்காய் மற்றும் ரப்பருக்கு விலையேறிவிடும். தீமை தான் என்ன? யோசித்துப் பார்த்தால், இந்த நாட்டுக்கு எந்தக் கெடுதலும் நேர்ந்துவிடுவதற்கில்லை. ஜனங்கள் நிறைய சாவதற்கான வாய்ப்பு உண்டு. இந்த நாட்டுக்கு யுத்தம் வருமா-யுத்தம் நடப்பது அங்கே ஐரோப்பாவில்தான்.

அரசிடமிருந்து ஓர் அறிக்கை வெளிவந்தது. விவசாயிகள் தங்கள் கைவசமுள்ள நெல், அரிசி ஆகியவற்றின் கணக்கை அதிகாரிகளுக்குத் தெரியப்படுத்த வேண்டும். தெரியப்படுத்தவில்லையேல் சிறைத் தண்டனை தான்.

பொடலங்காய்! நெல்லுக்கு அன்றாடம் விலையேறிக் கொண்டிருக் கிறது. எவ்வளவு தூரம் விலையேறுமென்று கிரிகரி பார்த்துக் கொண்டிருந்தார். அப்போதுதான் இந்த நிபந்தனை வருகிறது.

இன்னொன்று, ஒரு நாள் ஒருவருக்குத் தலா இவ்வளவு அரிசி யென்று விலையும் நிர்ணயம் செய்து கொடுக்கப் போகிறதாம். ரேஷன்

என்றுதான் அதற்குப் பெயர். ஓரளவு தேவையான அரிசி அரசிடமிருந்து கிடைக்கும். அரிசிக்குப் பஞ்சம் வந்துவிடாது. விலை உயர்வுக்கான ஏதுமில்லை.

கிரிகரியின் அறைக்குள்ளே ஏறத்தாழ நாலாயிரம் பறை நெல் இருக்கிறது. இப்போது எட்டியிருக்கிற விலைவாசிப்படி பார்த்தால் பத்தாயிரம் ரூபாய் கிடைக்கும். தோட்டத்திற்காகக் கொஞ்சம் பணம் தேவை. ரப்பரை வெட்டத் தொடங்க வேண்டும். ரப்பருக்குக் கூட விலை உயர்ந்து வருகிறது. இனி அதற்குக் கூட ஏதாவது கட்டுப்பாடு வந்திடுமோ; என்னவோ?

கிரிகரி என்றுமே வைத்துப் பாதுகாத்து வருகிற ஓர் அபிலாஷை உண்டு. ஒரு தேயிலைத் தோட்டம்! அது அடங்கிப்போய்விடவில்லை. சாம்பல் மூடிக்கிடக்கிறது. இந்த இளம் காற்றில் சாம்பல் பறந்து போயிற்று. இப்போது அது பளிச்சிட்டுக் காணப்படுகிறது. நெல் பறைக்கு ஐந்து ரூபாய், ரப்பர் ராத்தலுக்கு ஒன்றரை ரூபாய்- இரண்டு ரூபாய், தேங்காய் நூற்றுக்கு ஐந்து ரூபாய். இப்படி கணக்கை கூட்டிப் பார்த்தபோது, ஓ! ஒரு தேயிலைத் தோட்டம் பண்ணலாம்! தேயிலைத் தோட்டம் தான் பெருமை! ரப்பர் தோட்டக்காரன் எளிமையானவன்.

நிலங்களை விற்றுவிடலாமா? கூடாது! என்றைக்குமே மனிதனுக்கு அரிசி தேவை. அரிசிக்கு என்றுமே கட்டுப்பாடு நிலவுகிறது. மிகவும் நல்ல முதலீடு நெல் விளையும் வயல்தான். அரிசியிருந்தால் எல்லாமாயிடும். காஞ்சிரப்பள்ளி போன்ற இடங்களிலுள்ள செல்வந்தர்கள், தங்கள் பெண் குழந்தைகளை ஏன், குட்டநாட்டுக்கு அனுப்பி வைக்க விரும்புகின்றனர்? அங்கே பானையில் அரிசி அளந்து போடுவதில்லை. அள்ளிப் போடு கிறார்கள்.

தேயிலைத் தோட்டம் வேண்டும், நஞ்சை நிலமும் வேண்டும்.

யுத்தம் நன்றாக நடக்கட்டும். எண்ணியதெல்லாம் நிறைவேறிடும்.

ஒரு குடும்பத்திலுள்ள ஆட்களை எண்ணிச் செலவுக்காகவும், விவசாயச் செலவுக்காகவும் தேவையான நெல்லை வைத்துவிட்டு மீதி நெல் முழுவதையும் அரசாங்கம் எடுத்துச் செல்லப் போகிறதாம்! அதற்குப் பெயரளவிலேதான் விலை தருமாம்! இன்னும் அண்மை நாட்களில் வெளியிட இருக்கும் கட்டளைகள் என்னென்னவோ?

காவாலம் மற்றும் புளிங்குன்று போன்ற சில ஊர்களில் தாசில்தார் போலீசுடன் சென்று நெல்லறைகளைப் பூட்டி முத்திரை வைத்திருக் கிறாராம். இந்தப் பிராந்தியத்துக்கு அவர் எப்போதான் வருவாரோ?

பருத்திக்காட்டு ஔசேப்பு இரவில் யாருமறியாமல் நான்கு ரூபாய் விலை வைத்து நானூறு பறை நெல் விற்றுவிட்டார். முட்டாற்றைச் சேர்ந்த யாரோ சிலர்தான் அதை வாங்கியிருக்கிறார்கள். நெல்லை எடுத்துச் சென்ற படகினைப் போலீஸ் பிடித்ததாம். ஐநூறு ரூபாய் லஞ்சம் கொடுத்துப் பார்த்தபோதிலும், போலீசார் விட்டுவிடவில்லையாம்.

அனுமதியின்றி நெல்லை எடுத்துச் செல்லக்கூடாது. அதுதான் புதிய கட்டளை.

கிரிகரி இரவில் நான்கு ரூபாய் விலைக்கு நெல்லை விற்பனை செய்தார். புலையர்களுக்குத்தான். பருத்திக்காட்டு ஔசேப்புவின் நெல்லறையைப் போலீசார் முத்திரை வைத்தனர். கிரிகரி அறையைப் பூட்டாமலே போட்டு வைத்தார். எவன், எப்போது வேண்டுமானாலும் வரட்டும். சோதனை செய்யட்டும். கிரிகரி தப்பித்துக்கொண்டார்.

பருத்திக்காட்டினருக்கு இன்னோர் அதிர்ஷ்டமும் ஏற்பட்டது. மற்ற எவரையும்விடக் கூடுதலான ரப்பரை அவர்கள் வைத்திருந்தனர். அது யாருக்கும் தேவையில்லாமல் குவிந்துகிடந்திருந்தது. அதற்குத் தற்போதைக்கு நல்ல விலை கிடைத்தது. ஆற்றுத் துறையினருக்கும் மோசமில்லை. யுத்தம் நல்லதுதான். கடவுள் கிருபையினால் அது ஐந்தாறு வருடம் வரையிலும் நீடித்து நடந்தால் இந்த களைப்பெல்லாம் போய்விடும். பாப்பானுக்குத் தரவேண்டிய கடனைத் தீர்த்துக் கொள்ளலாம். புதிதாக ரப்பர் தோட்டம் அல்லது தேயிலைத் தோட்டத்தினை உருவாக்கிவிடலாம். நிலம் வாங்குவது கூட மிக்க நல்லது!

ஒரு ஞாயிறன்று பிரார்த்தனை முடிந்த பின்னர் பாதிரியார் செய்த பிரசங்கத்தினிடையே இவ்வாறு கூறினார்.

“இந்த நாட்டிலுள்ள சத்திய விசுவாசிகள் அனைவரும் கடவுளை மறந்திருந்தனர் என்றுதான் தோன்றுகிறது. அதற்காக கடவுள் அவர்களுக்கு ஓர் பாடத்தை போதித்தார். நெல், ரப்பர், தேங்காய் முதலிய விளைப் பொருட்களுக்கு விலையில்லாமற் செய்துவிட்டார். அப்போது தேடிவந்த சொத்துக்களின் பத்திரங்களெல்லாம் மாங்கொம்பு ஐயரின் பெட்டிக்குள்ளே சென்றுவிட்டன. அந்தக் கொட்டம் அடங்கிவிட்டது. இப்போது கர்த்தர் கனிந்திருக்கிறார். ஹிட்லரைத் தூண்டிவிட்டார். போர் மூண்டது. நல்ல காலம் பிறந்தது. ஹிட்லர் என்பவர் தெய்வம் அனுப்பிவைத்த புனிதர். கர்த்தருக்குத் தோத்திரம்!”

“ஆமென்!”

அந்த ஒலி சர்ச்சு வளாகமெங்கிலும் எதிரொலித்தது.

பருத்திக்காட்டுத் தாமஸும் நண்பர்களும் பரஸ்பரம் முகத்தோடு முகம் பார்த்தனர்.

சர்ச்சு கலைந்தது. தும்பேக் குளத்து சவுரியார் நிதானம் தவறி நிற்கிறார். அவர் பருத்திக்காட்டு தாமஸிடம் விசாரித்தார்.

"தொம்மண்ணா, பாதிரியார் பேசினதைக் கேட்டீங்களா?"

"கேட்டேன்."

"எவ்வளவு மோசமாகப் பேசியிருக்கிறார் பார்த்தீங்களா?"

"அறிவிலித்தனமாகத்தான் பேசியிருக்கார்."

"நாம்ப அவருக்கிட்டே போயிக் கேட்டாலென்ன?"

கேட்கவேண்டிய விசயம்தான் என்ற எண்ணம் தாமஸுக்கும் உண்டு. ஆனால் சவுரியார் வெறிகொண்டு நிற்கிறார். இப்போது பாதிரியாரிடம் போய்க் கேட்டுவிட்டால் சவுரியார் வாய்க்கு வந்தபடியெல்லாம் பேசி விடுவார். அது மாதிரியாரை நிபந்தனை செய்தது போலாகிவிடும்.

தாமஸ் வினவினார்:

"அது இப்பவே வேணுமாண்ணா?"

"நான் இப்பவே போறேன். ஆறினகஞ்சி பழங்கஞ்சியாகிவிடும். இந்தச் சூட்டோடுதான் அவருகிட்ட பேசணும்."

பிரார்த்தனை மற்றும் பிரசங்கத்தை முடித்துக்கொண்டு பாதிரியார் காலை-உணவுக்காக அமர்ந்திருந்தார். கிரிகரி, ஔசேப்பு, அந்தோணி மற்றும் மூன்று நான்கு நபர்கள் அங்கே இருந்தனர். ஔசேப்பு முகமலர்ச்சியோடு காணப்பட்டார். எல்லோருக்கும் உற்சாகம்தான். பிடிபடாத ஒரு விசயம் பிடிபட்டது போன்ற முறையில்தான் அனைவரும் காட்சி தருகின்றனர்.

இப்போது பாதிரியாரிடம் செல்வது சரியல்லவென்று சவுரியாருக்கு தோன்றியது. வேறு பாதிரிமார்களும் வந்து சேர்ந்தனர். அப்போதைக்கு ஒன்றும் அந்தக் கூட்டம் கலையாதென்று தோன்றுகிறது. எப்படி யிருந்தாலும் பாதிரியாரை நோக்கி நான்கு சொற்கள் உச்சரிக்காமல் வீட்டுக்குத் திரும்புவதில்லை என்கிறார் சவுரியார். ஃபாதரை மாலையில் வந்து சந்திக்கலாமென்று தாமஸ் சொன்னார். ஆனால், சவுரியார் அதற்குத் தயாராக இல்லை. சர்ச்சு அங்கணத்திலேயே நிற்கிறார். சவுரியாரைத் தனிமையில் விட்டுச் செல்ல தாமஸ் மனம் ஒப்பவில்லை.

* ** *

சவுரியார் மதியவேளையில் தும்பேக்குளத்துக்குச் சென்றபோது அறைமுன்னால் சிலுவையில் அறையப்பட்ட உருவத்துக்குக் கீழே ஹிட்லரின் சித்திரமொன்றை ஒட்ட வைத்திருப்பதைக் கண்டார். அந்தப் பெரிய சித்திரம் அன்றைய 'தீபிகை' பத்திரிகையில் வெளியானதாகும்.

அன்றைய தினம் ஜெர்மனி சோவியத் யூனியன் மீது படையெடுத்த தென்று செய்தியுமிருந்தது.

சவுரியார் தும்பேக்குளத்துக்கு வந்ததும், சர்ச்சு பரிசாரகர் பதட்ட முடன் விரைந்து வந்தார்.

"சாக்கோ திகைத்துப் போனார்.

"என்ன விசயம்?"

"இங்குள்ள சவுரியாரு கோயிலுக்குள்ள வந்து ஃபாதரைத் திட்டி யிருக்காரு. அவரை செயிலுக்கு அனுப்பி வைப்பேன்னாரு. ஃபாதர் என்கிற மரியாதைகூட இல்லாம பேசியிருக்காரு. கடவுள் நிந்தனை சைத்தான் புகுந்த மாதிரி இருந்தாரு."

திக்கெட்டும் அதிரும்படியான குரலில் சாக்கோ கூப்பிட்டார்.

"டேய்! சவுரியார்...!"

சவுரியாரின் தூசி கூட அங்கிருக்கவில்லை.

பரிசாரகர் சொன்னார்.

"அதெல்லாம் அப்புறமா வச்சுக்கலாம்ங்க. இப்போ சர்ச்சுக்கு வாங்கோ! சவுரியாரைக் கூப்பிடறதும், விசாரணை பண்ணறதுமெல்லாம் அப்பறமா வச்சுக்கலாங்க. ஃபாதர் ரொம்பவும் தளர்ந்துபோய்ப் படுத்திருக்கார்."

அவர் சாக்கோவைக் கைப்பிடியாகவே அழைத்துச் சென்றார். கிரிகரி, ஔசேப்பு மற்றும் அந்தோணி ஆகியோருக்கெல்லாம் தனித்தனியாக ஆட்களை அனுப்பியிருந்தனர்.

ஒரு ஃபாதரை ஜெயிலுக்கு அனுப்பிவிடுவானாம். அவர் முகத்தை நோக்கி 'ஜனத்துரோகி' என்று அழைத்தான். 'ஃபாசிஸ்ட்' என்றான். ஃபாதர் கண்ணிலிருந்து ரத்தம்தான் கொட்டியது. முப்பது வருடகாலம் கர்த்தரின் இடையனாகப் பல்வேறு வட்டங்களில் செயல் புரிந்திருக்கிறார். வழிதவறிப் போன பலரையும் அவர் நேர்வழிக்குக் கொண்டு வந்திருக்கிறார். ஏராளமான ஆத்மாக்களை மானஸாந்தரம் பண்ணி சத்தியதெய்வத்தின் மார்க்கத்துக்கு அழைத்து வந்திருக்கிறார்.

ஏங்கியழுதவாறு ஃபாதர் சொன்னார்.

“அவங்க என்னைப் பட்டிக்காட்டு மொழியில் அசிங்கமா திட்டலேங் கிறது மட்டும்தான் பாக்கி. அதுக்கு மேலே இனி சொல்வதற்கொன்று மில்லை.”

ஔசேப்பு விசாரித்தான்;

“வந்தவங்க யாரெல்லாம்?”

“இளைஞர்கள்! தும்பேக்களத்து சவுரியாரும், தாமஸூம் முன்னணி யில் இருந்தார்கள். அப்புறம் அந்த மீன்காரக் குரியன் மகன் சாண்டி என்றிப்படி பத்து இருபது இளைஞர்கள் இருந்தார்கள். என் ஆயுசிலேயே இதுதான் இப்படிப்பட்ட ஓர் அனுபவம்.” பாதிரியார் வானை நோக்கிச் சொன்னார்: “இது கர்த்தரின் சேனையாக இருக்கலாம்!”

பாதிரியார் மேற்கொண்டு கூறினார்.

“தாமஸையும், சவுரியாரையும் தவிர மற்றவர்கள் எல்லாரும் கம்யூனிஸ்டுகள்தான். ஆம்! அப்படித்தான் எனக்குத் தோணுது.”

கிரிகரி சொன்னார்.

“குரியன் மகன் - அவன் கம்யூனிஸ்ட்தான். அவன் சுரேந்திரனுக்கு பெரிய நண்பன்.”

ஔசேப்புக்கு புரியாத ஒரு விஷயமிருந்தது. “சவுரியாரும் தாமஸூம் கம்யூனிஸ்டுக்கு எதிரானவங்கதான். அவங்க ரெண்டு பேரும் காங்கிரஸ் காரங்க. அவங்க ரெண்டு பேரும் சர்ச்சினையும் பாதிரியையும் எதிர்த்துப் பேசறவங்க அல்ல. எப்படி அவங்க இந்த கம்யூனிஸ்ட் வலையிலே விழுந்தாங்க?”

ஔசேப்பு கிரிகரியிடம் விசாரித்தார்.

“இந்த காங்கிரஸ்காரங்களுக்கு ஹிட்லரைப் பிடிக்காதா? விரோதமா?” தளர்ந்து போன பாதிரியார் சொன்னார்:

“எனக்கு ஒன்றுமே தெரியாது. இந்த நாட்டிலுள்ள கிருஸ்தவனுங் களுக்கு யுத்தம் வந்ததும் பத்து சக்கரமும் சேரத் தொடங்கியது. கடன் தொல்லையிலிருந்து கரையேறத் தொடங்கியது. இந்த யுத்தம் ஐந்தாறு வருடம் நீடிக்குதுன்னா எல்லோரும் முன்னேறிடுவாங்க. சிலவங்க ரொம்ப செல்வந்தர்களாயிடுவாங்க. இவ்வளவுதான் என் மனசிலிருந்தது. கர்த்தரின் அருளினால்தான் யுத்தம் வந்ததென்று எனக்குத் தோன்றியது. நான் பிரசங்கம் பண்ணினப்போ ஹிட்லரைப் புனிதர்னு சொல்லிவிட்டேன்.”

அந்தோணிக்கு ஒரு சந்தேகம்.

"அதுக்கென்ன - ஃபாதர் பிரசங்கம் பண்ணினது சரிதானே?"

ஃபாதர் தயைக்குரிய முறையில் சொன்னார்.

"சரிதான். அதுக்குத்தான் என்னை ஜெயிலுக்கு அனுப்புவேன்னாங்க."

கிரிகரிக்கு விசயம் புரிந்துவிட்டது.

"அவங்க நல்ல புத்தியைப் பயன்படுத்தித்தான் சொன்னாங்க. விசயமென்னன்னு தெரியுமா? அட, கெட்ட புத்திக்காரப் பசங்களா...! அவங்க இந்த உலகத்துக்கே வேட்டு வைப்பாங்க போலிருக்கே!"

எல்லோரும் - பாதியார் உள்பட - இளைஞர்களின் பெயரறிய ஆவல் கொண்டனர். கிரிகரி சிறிது நேரம் பேசாமலிருந்து விட்டுக் கூறினார்.

"இந்த நாட்டை ஆள்வது பிரிட்டிஷ்காரங்கதானே? அப்போ; ஹிட்லரு அவங்க எதிரிதானே? ஹிட்லரைப் புனிதன்னு சொன்னது அவங்களுக்கெதிராத்தான்னு ஆயிடும். இது யுத்தகாலம். அது ராஜ துரோகம்."

பாதிரியார் நீர் மல்கிய கண்களுடன் கூறினார்.

"அதெல்லாம் நான் மனசிலே நினைச்சது கூட இல்லே, என் கன்னித்தாயே...!"

கண்களை உயர்த்தியவாறு பாதிரியார் மறுபடியும் பிரார்த்தனை செய்தார்.

"கர்த்தரே..! என்னை சோதிக்கிறீங்களா? ஆயின் உங்கள் திருச்சித்தம்...!"

"அழாதீர்கள் ஃபாதர்! கர்த்தரு அப்படிக் கைவிட மாட்டாரு- ஒரு பிழையுமில்லாமே பிரார்த்தனையும் தியானமுமாயிருக்கிற உங்களுக்கு அவர் எந்தத் தீங்கையும் விளைவிக்க மாட்டாரு. அப்படீன்னா, பரவா யில்லைதானே!" அந்தோணி பாதிரியாருக்கு ஆறுதல் கூறினார்.

பாதிரியார் குற்றமற்றதோர் இடையனாகவே இருந்து வருகிறார். அவருடைய ஆட்டுக்குட்டிகளின் ஆன்மிக விசயங்களில் மட்டுமின்றி பௌதிக முன்னேற்றத்திலும் அக்கறை கொண்டவராக இருக்கிறார். இடை வட்டத்தைச் சேர்ந்த பாதிரி என்றால் அவர்தான். இடைவட்டப் பாதிரியார் அப்படித் தானிருக்க வேண்டும்.

"கவலைப்படாதீங்க ஃபாதர்! நாங்க - இந்த இடைவட்டத்தைச் சேர்ந்தவங்க இருக்கிறப்போ ஃபாதருக்கு எந்தத் தீங்கும் நேராது" என்றார் ஔசேப்பு.

கிரிகரி, ஔசேப்பு மற்றும் அந்தோணியின் ரோஷமெல்லாம் இளைஞர்களுக்திராகத் திரும்பியது. அவர்களைக் கொஞ்சம் பார்த்தால் போதும். அவர்கள் செய்வதென்னவென்று அவர்களுக்கே தெரியாது. தலைமுறைகளாய் நடந்து வருகின்ற நிகழ்ச்சிகள் தான் ஃபாதரைக் குறை கூறுவதென்பது! சர்ச்சு விலக்கு ஏற்படலாம். துரோகிகள்! அவர்களுக்கு இப்படியெல்லாம் நடந்து கொள்ள எப்படித் தோன்றியது? பாம்பின் சந்ததிகள்!

கால் முட்டியை அடித்து ஒடிக்க வேண்டும். செத்துப் போனாலும் பரவாயில்லை. பொல்லாத சந்ததியைவிட இல்லாத சந்ததியே மேல்!

ஔசேப்பு கேட்டார்.

“இவங்க காங்கிரஸ்காரங்கதானே? காங்கிரஸ்காரங்களுக்கு பிரிட்டன் மீது விரோதம்தான். அப்போ, பிரிட்டனோட எதிரியாயிருக்கிற ஹிட்லர் மீது இவங்களுக்கு எப்படி விரோதம் வரும்?”

அந்தோணி சொன்னார்:

“அவங்க, சர்ச்சும் பாதிரியும் கோவிலும் ஒண்ணுமேயில்லாத கம்யூனிஸ்டுங்க கூடவே இருப்பாங்க.”

கிரிகரி சொன்னார்.

“அவங்களோட ரஷ்யாவுக்குள்ளே ஜெர்மன்காரங்க புகுந்திருக்காங்க.”

அந்தப் பேச்சில் ஒன்றும் கவனம் செலுத்தாமலிருந்த பாதிரியார் தானே பேசுவது போலப் பேசினார்.

“பிரிட்டிஷ்காரங்க கர்த்தரில் நம்பிக்கை வச்சிருக்கிறவங்க. அவங்க இந்த நாட்டை ஆளறாங்க. அப்போ அவங்களுக்கெதிராக எம்மனசிலே ஏதாவது தோணுமா? பிரிட்டிஷ் சக்கரவர்த்தியின் கிரீடத்தின் மேலே சிலுவையைத்தான் பார்க்கிறோம். அவங்க ஆட்சி செலுத்தறாங்கன்னா அது சத்திய விசுவாசத்துக்கும் ஒரு சுமைதாங்கிதான். கர்த்தரே, இது என்ன சோதனை?”

என்ன சொன்ன போதிலும் பாதிரியார் ஆறுதலடையவில்லை.

பாதிரியாரின் வாழ்க்கையில் அது ஒரு சிலுவையாக அமைந்தது. ஜெயிலுக்கு போகவேண்டியிருந்தாலும் போகலாம். ஆனால் இடை வட்டத்தைச் சேர்ந்த இளைஞர்களின் நடவடிக்கைகள் அவருக்கு வேதனையாளித்தன. ஒரு பாதிரியை நோக்கிச் சொல்லக் கூடிய விசயங்கள் அல்ல, அவர்கள் பேசியது. அவர்கள் அறைக்குள் நுழைந்து வந்தனர். ரகளை பண்ணினர். பின்னாலிருந்து யாரெல்லாமோ அசிங்கமாகப் பேசினர். நாளைய இடைவட்டத்தினர்தான். சத்திய விசுவாசத்தின் நாளைய பாதை இதுவாக இருக்குமோ?

பாதிரியாரை நிந்திப்பது?

பாதிரியார் கர்த்தரிடம் அந்தக் கேள்வியைக் கேட்டார். பக்தி மற்றும் அனுசரணையின் காலம் போய்விட்டதா?

* ** *

ஒரு மாநாட்டையும் பேரணியையும் பற்றிய துண்டுப் பிரசுரமொன்று மறுநாள் வெளிவந்தது. பிரசுரத்தை அச்சிட்டு வெளியிட்டிருப்பது சுரேந்திரன். சவுரியார் மற்றும் தாமஸ் ஆகியோர்தான் அந்த மாநாட்டின் 'பாசிஸ எதிர்ப்பு மாநாடு' என்றிருந்தது.

அந்த மாநாட்டை எப்படியும் நடக்காமல் செய்வதற்காக கிரிகரியின் தலைமையில் சிலர் சேர்ந்து தீர்மானித்தனர். சண்டை சச்சரவுகளை உண்டுபண்ணி அதை நிறைவேற்ற வேண்டாம். வழி தவறிச் சென்றவர்கள் என்றாலும், தங்கள் குமாரர்களும் மருமகன்களும்தானே, அவர்கள்? அவர்கள்தான் இந்தச் சம்மேளனத்தை நடத்துகின்றவர்கள். ஏதாவது அசம்பாவிதங்கள் நிகழ்ந்திடலாம். அதனால் ரகளைதானே? சட்டப் படியே அதைத் தடுக்க முடியுமாவென்று பார்க்க வேண்டும்.

கிரிகரியின் மனைவியுடைய ஓர் உறவினர்தான் பேஷ்கார். அவரைச் சென்று பார்ப்பதென்று தீர்மானிக்கப்பட்டது.

எந்த வீட்டிலும் அமைதியில்லை. எல்லாவற்றையும் சகிக்க வேண்டியவர்கள் மனைவிமார்கள்தான்.

சவுரியாரைத் தும்பேக்களத்தில் கண்டு பேசக் கஷ்டமாயிருக்கிறது. ஆனால் அவன் ஊரைவிட்டு வெளியே போயிருக்கவில்லை. அவர் களுக்குத் தங்கள் தங்கள் வீடுகளிலிருந்து சாப்பாடு கிடைக்கிறது. சவுரியாரின் தாய் கொடுக்கிறாள். சாக்கோ கண்களில் எண்ணெய் ஊற்றித் தூக்கமின்றி அதைக் கண்டுபிடிக்கக் காத்திருக்கிறார். முடியவில்லை. அம்மாவைத்தான் திட்டுகிறார்.

சம்மேளனம் நடக்காமல் தடுக்க வேண்டுமென்னும் முனைப்புடன் சென்ற கிரிகரி பயத்துடன்தான் திரும்பி வந்தார். சோர்வு இருந்தது. அந்தச் சம்மேளனத்தைத் தடைசெய்ய எண்ணுவதே ராஜத்துரோகம்தான். எதையாவது பண்ணினால் சிறைக்குப் போகவேண்டியதுதான். பேஷ்கார் எச்சரிக்கை விடுத்தார்.

106

அனைத்துத் திங்கள் மற்றும் வியாழக்கிழமைகளில் பெரியதொரு தோல்பையினைத் தோளில் தொங்கவிட்டு, காக்கிக் காலுறையும் சட்டையும் அணிந்து வழுக்கைத் தலையுடைய ஒரு நடுத்தரப் பருவத்தினர் ஊருக்கு வருவார். அவரை அனேகமாக அனைத்து வீட்டினரும் எதிர் பார்த்திருப்பார்கள். 'இன்று வியாழக்கிழமைதானே? பையன் கடித மிருக்கும்' என்கிற ஆவலோடுதான் துயிலுணர்கின்றனர். கடிதம் அல்லது அலாட்மெண்ட் மணியார்டர் ஆகியவற்றை எதிர்பார்க்கிறார்கள்.

தந்தை, தாய் மற்றும் சகோதரியின் உள்ளுக்குள்ளே ஒரு நெருப்புப் பொறி எரிச்சலூட்டிக் கொண்டிருக்கும். அதுதான் தந்தி.

பையன் ராணுவத்தில் சேரச் சென்றிருக்கிறான் நாற்றிசைகளிலிருந்து மட்டுமன்றி வானத்திலிருந்தும் பொழிகிற குண்டுமாரியின் மத்தியில்தான் ராணுவத்தினர் வாழ்கின்றனர். எந்த நேரத்திலும் குண்டு வெடிக்குமெனச் சொல்ல முடியாது. எந்த நேரத்திலும் நிகழ்ந்துவிடலாம். அப்போது எந்த நேரத்திலும் தந்தியும் வரலாம். மணியார்டரும் மட்டுமன்றித் தந்தியும் எதிர்பார்க்க வேண்டும். ஆனால் கடவுள் அத்தகைய வஞ்சனை செய்ய மாட்டார் என்கிற நம்பிக்கைதான். அந்த ஆறுதலினால் உண்கிறார்கள்; உறங்குகிறார்கள்; சிரிக்கிறார்கள்; விளையாடுகிறார்கள்!

தெய்வம் அத்தகைய கருணையற்ற செயலை செய்யாது.

கோவில் சன்னிதானத்தில் சென்று நின்று ஒரேஒரு விசயத்தைப் பற்றி மட்டும்தான் பிரார்த்தனை செய்கின்றனர்.

"பகவானே, என் பையனுக்கு எந்த ஆபத்தும் நேர்ந்திடாமல் காப்பாற்ற வேண்டுமே..."

சர்ச்சுக்குப் போனால் மண்டியிட்டுப் பிரார்த்தனை செய்வதும் அதுவே தான்.

அனைத்துத் தாய்மார்களும் தினசரி தவறாமல் கோவிலுக்குச் செல்கின்றனர். நெய்விளக்கேற்றி வைக்கின்றனர். பாயச வழிபாடும் உண்டு. தினசரி ஏதாவதொரு நேரத்தில் எவருடைய மத்தியஸ்தமும் இன்றி கிருஸ்தவத் தாய்மார்களும் பிரார்த்தனை செய்வதுண்டு.

மணியார்டரில் கையெழுத்துப் போடும்போது அந்தக் கைகள் நடுங்குகின்றன. ஆனால் அந்த மணியார்டருக்குத்தான் அவர்கள் காத்திருக்கின்றனர். பணத்தை எண்ணி வாங்கும்போது அந்தக் கண்கள் பிரார்த்தனையில் மூடிப் போகின்றன. திரும்பத் திறக்கின்றபோது அவை நனைந்திருக்கும்.

போர் நடை பெறுகிறது. பல்வேறு முனைகளில் கடுமையான போர். எத்தனை எத்தனை தாய்மார்களின் மைந்தர்கள் போர்முனைகளில் பிணமாய் விழுகின்றனர்! ஒவ்வொரு கணத்திலும் எத்தனை எத்தனை மனைவிமார்கள் விதவைகளாகி விடுகின்றனர். கணக்கு யாருக்காவது தெரியுமா?

மணியார்டர் கொண்டுவந்து தந்து நான்கைந்து நாட்கள் ஆகின்றன. அதன் பின்னர் ஒரு கடிதம் வந்தது. அந்த கடிதத்தைப் படித்துக் காட்ட வேண்டிய பொறுப்பு போஸ்ட்மானைச் சேர்ந்தது. ஏனென்றால் மணியார்டர் வரும்போதெல்லாம் ஒரு ரூபாய் அவருக்குக் கிடைத்து விடுகிறது.

நல்ல தபால்காரர்!

அம்மா மற்றும் சகோதரிமார்கள் காதைத் திறந்துவைத்திருக் கின்றனர். கதவோரமாய் மனைவி நிற்கிறாள். தபால்காரர் வாசிக்கத் தொடங்கினார்:

"எனது அன்பிற்குரிய அம்மாவுக்கும்..." அவர் வாசிப்பதை நிறுத்தி விட்டு கதவுப் பக்கம் கடைக் கண்ணினால் பார்த்தார். ஓர் இளம் பெண்ணின் வதனம். அது கதவுக்குப் பின்னால் மறைந்து விடுகிறது. அவளுக்கு வெட்கம். இனி வாசிப்பது தன் பெயரைத்தான்.

"சரோஜினிக்கும்..."

தம்பி தங்கையர் மத்தியில் போட்டி நடை பெறுகிறது. அடுத்தது யார் பெயர்?

தம்பி சொன்னார்:

"அண்ணனுக்கு என் மீதுதான் பிரியம். தபால் மாமா, அடுத்தது என் பேருதானே."

தங்கைக்குப் பிடிவாதமாயிற்று.

"அல்ல! கண்டிப்பாக அல்ல! என் பேருதான். அண்ணனுக்கு என்கிட்டேதான் அன்பு!"

தபால்காரர் வாசிப்பதை நிறுத்திவிட்டு அவர்களையே பார்த்து நிற்கிறார்.

"என்ன மாமா, படிக்காமே நிக்கிறீங்க?" என்றான் தம்பி.

"என் பேருதான்!" தங்கை சொன்னாள். குழந்தைகளின் ஆவல் பெருகியது. தபால்காரர் சொன்னார்: "நீங்க ரெண்டு பேரும் செயிச்சீங்க. ரெண்டு பேரும் தோற்றிட்டீங்க."

அது எப்படியென்றறிய எல்லோரும் காதினைக் கூர்மைப்படுத்தினர். சரோஜினியின் முகம் கதவின் மறைவைப் பற்றிக் கொண்டது.

தபால்காரர் குழந்தைகளிடம் சொன்னார்.

"அப்படீன்னா கேட்டுக்குங்க... குழந்தைகளுக்கும்..."

அவர் கலகலவென நகைத்தார். ஆயினும் தம்பி விட்டுவிடவில்லை.

"அப்படியில்லே என் பேருதான்!"

அப்போது அம்மா அந்தச் சண்டைக்கு முற்றுப்புள்ளி வைத்தாள்.

"கடிதத்தைப் படிக்கட்டும்!"

"கடவுள் கிருபையால் நான் க்ஷேமம்..." இப்படித்தான் கடிதம் ஆரம்பமாயிருக்கிறது.

நான்கே நாட்கள்தான் கழிந்து போயின. தபால்காரருக்கு ஒரு தந்தியுடன் அங்கே வரவேண்டியதாயிற்று. தந்தி கொண்டுவந்து தருவதும் கூட அவர் வேலைதான்.

தந்தியுடன் அவர் அங்கே சென்று, "ஒரு கடிதம்!" என்று கூவியழைத்துச் சொன்னார். அவர் அங்கே தொலைவில் சென்றுவிட்டார். 'மகனே...!' என்ற நீண்ட அழுகைக் குரல் அவரைப் பின்தொடர்கிறது. அப்படித்தான் அவருக்குத் தோன்றுகிறது. அன்றைய தினம் அவர் எங்கிருந்தாலும் அந்தக் குரல் அவரை வந்தடையத்தான் செய்யும். இரவில் தூங்கப்படுத்தாலும் அந்தக் குரல் தூங்கவிடாது. அம்மா, மனைவி மற்றும் தங்கை-தம்பிமார்களின் அழுகைக்குரல்!

அண்டை வீட்டினர் அந்த இழவு வீட்டுக்கு ஓடிச் செல்கின்றனர். அவர்களில் சிலருக்கெல்லாம் கடிதமுண்டு; மணியார்டர் உண்டு. அந்த விலாசத்தினர் எல்லாரும் தந்திவந்த வீட்டுக்குச் சென்று வரட்டும். நீண்ட நேரம் வரையிலும் அவர்கள் அங்கே தங்கியிருக்க மாட்டார்கள். இறந்தவர் அங்கில்லை. அவரைக் குளிப்பாட்டி அடக்கம் செய்ய வேண்டியதில்லை. முதல் கூட்ட அழுகை முடிந்த உடனே திரும்பி வந்துவிடலாம். புதுப்புது அழுகைகளை நிகழ்த்தவேண்டிய அவசியமில்லை. குளிப்பாட்டுவதற்காக எடுத்து வரும்போது, மூடிப் போர்த்து முன்னர் இறுதி உபச்சாரங்கள் நடைபெறும்போது, சிதைக்கு எடுத்துச் செல்லும்போது - இப்படிப் பல்வேறு சடங்குகள் நடக்கும் போதெல்லாம் - புதிய புதிய நீண்டு நீடித்த அழுகைக் குரல்கள் வெடித்தெழுவதுண்டு. அவர் எங்கே இறந்தார்? யாருக்குத் தெரியும்? அவர் எங்குதான் அடக்கம் செய்யப்பட்டிருக்கிறார்? என்னவோ? எங்கேயோ குழிதோண்டிப் புதைத்திருப்பார்கள்!

* ** *

கோந்நோத்து வீட்டுமனையின் ஒரு பகுதியில் தென்னை மரத்தால் மேற்கூரையும் நாற்பக்கமும் பரம்புத் தட்டியாலான மறைவுமாய் அமைந்திருக்கிற ஒரு சின்ன வீடு உண்டு. கௌரிக் குஞ்சம்மா அங்கேதான் வசித்து வருகிறாள். கோந்நோத்துக் குடும்பத்தைச் சேர்ந்த ஒரு குஞ்சம்மா! தலையெண்ணி பாகப்பிரிவினையால் துண்டு துண்டாகிவிட்ட கோந்நோத்து வளாகத்தில் இப்போது ஆறு குச்சிக் குடிசைகள் உயர்ந்து வந்திருக்கின்றன. இரண்டு ஈழவக் குடும்பங்கள்; ஒரு கிருஸ்தவக் குடும்பம். மற்றவர்கள் நாயர் ஜாதியைச் சேர்ந்தவர்கள். கௌரிக் குஞ்சம்மா தன் பங்கினை விற்றுவிடவில்லை. அங்கே ஓர் ஆறுகால் கூரையை நிறுவினாள்.

கௌரிக் குஞ்சம்மாவுக்கு இரண்டு ஆண்மக்கள் உள்ளனர். மூத்தவன் வாசுதேவனுடைய தந்தை முண்டைக்கல் குஞ்சுவெனச் சொல்லப்படுகிறது. சில காலம் குஞ்சு அங்கே வந்தும் போயுமிருந்தார். அந்தக் காலத்தில்தான் குஞ்சம்மா கர்ப்பிணியானாள். அப்புறம் சில காலம் தயிர் வியாபாரம் செய்யும் கேசவன் இரவு நேரங்களில் தனது படகினைக் கோந்நோத்துத் துறையில்தான் கட்டி வைத்தான். விற்பனை செய்தது போக மீதியாகும் தயிரை கௌரிக்குஞ்சம்மா வீட்டில் எடுத்து வைப்பார். அவ்வாறாகச் சில நாட்களுக்குப் பிறகு குஞ்சம்மா மறுபடியும் கர்ப்பிணியானாள். அந்தப் பரவசம் இன்னோர் ஆண் குழந்தையை ஈன்று கொடுத்தது.

கௌரிக் குஞ்சம்மாவின் அந்த இரு புதல்வர்களான வாசுதேவனும் கிருஷ்ணனும் ராணுவத்தில் சேர்ந்து கொண்டனர். அவர்கள் இருவருடைய அலாட்மெண்டும் மணியார்டராக வந்து கொண்டிருக்கிறது.

அப்போது கூட அங்கும் அழுகைக் குரல் தபால்காரரை நோக்கிச் செல்வதுண்டு. அம்மா, மனைவி மற்றும் சிறு குழந்தைகள் காதுகளைப் பொத்தி வைத்தாலும் குரல் உள்ளே நுழைந்து விடுகிறது. தபால்காரருக்கு அந்த அனுபவமுண்டு. அன்றாடம் தந்திகள் வருகின்றன. வருடத்தில் தந்தி வராத நாட்களே இல்லை. அன்றாடம் இளைஞர்கள் புதிதாக ராணுவத்தில் சேர்ந்து கொண்டிருக்கின்றனர். நாள்தோறும் ஒவ்வொரு ஊர்களுக்கும் சென்று கொடுக்கவேண்டிய மணியார்டர் தொகையும், தந்திகள் எண்ணிகையும் அதிகரித்துக் கொண்டே வருகின்றன.

எங்காவது படுத்துச் சிறிதுநேரம் கண்மயங்கினால் பின்னர் அழுகைக் குரல் கேட்காது. அதுதான் வழக்கம்.

தபால்காரர் கோந்நோத்துக் குஞ்சம்மா வீட்டுக்குச் சென்றார். மிகுந்த களைப்போடுதான் சென்றார். மதியவேளைக்கான சமையலை முடித்துக் கொண்டு கௌரி காத்திருந்தாள்.

அவள் மன்னிப்பைக் கேட்கும் முறையில் சொன்னாள்:

"இன்னைக்குப் பச்சரிசிச் சாதம் தானுங்க. சக்கரத்தை மடியில் வச்சுக்கிட்டு இரண்டு ஆழாக்கு அரிசிக்காக ஊரெங்கிலும் நடந்தேன். எங்கிருந்தும் கிடைக்கவில்லை."

"ஓ! அதுக்கென்ன?"

தபால்காரருக்கு ஏதோ மனச்சுகம் இல்லைபோல் தோன்றியது. கௌரிக் குஞ்சம்மாவுக்கு நீண்ட நாட்களாக அவரைத் தெரியும். அவள் வினவினாள்:

"இன்னைக்கு யாருக்கெல்லாம் தந்தி வந்திருக்கு."

"மூணு நாலு தந்தி வந்திருக்கு. எனக்குக் கொஞ்சம் படுக்கணும்."

"ஏதாச்சும் சாப்பிட்டுக்கிட்டுப் படுத்துக்குங்க."

"வேண்டாம்!"

பாதி தன்னிடம் போல் குஞ்சம்மா சொன்னாள்:

"இப்போ எல்லாம் தந்தி ஜாஸ்தியா?"

"வேலை ஒண்ணுமில்லாததனாலே ஏராளமான இளைஞர்கள் பட்டாளத்திலே சேர்ந்துக்கப் போறாங்க."

"இன்னைக்கு யாருக்கெல்லாம் தந்தி?"

தபால்காரர் பதிலளிக்கவில்லை. கௌரிக் குஞ்சம்மாவின் மனம் பதறியது. அவள் பாய்விரித்துத் தலையணை வைத்தாள். அறையின் ஒரு பகுதியில் தோல்பையினை வைத்துவிட்டுத் தபால்காரர் படுத்துக் கொண்டார். படுத்ததும் தூங்கிவிட்டார்.

அவர் முதலாவது உலகப் போரைக் கண்டவர்தான். எப்போது எவ்வாறு ஆட்கள் இறந்துபோவார்கள் என்று சொல்லமுடியாது. அடுத்த நிமிடம் குறித்து உறுதியாகச் சொல்லமுடியாது. அடுத்த கணம் மூச்சு விட்டு வாங்கினால் நலம். அது அதிருஷ்டம். ஆனால் முதல் யுத்தம் முடிந்த பின்னும் உயிர் வாழ்கிறார். ஆம்; உயிர் உண்டு. இறந்துவிட வில்லை. இவ்வாறாகத் தபால்காரராகிவிட்டார்.

உலகத்தில் இத்தகைய எத்தனையோ தபால்காரர்கள் இருக்கிறார்கள்! அவர்கள் எல்லோரும் நாள்தோறும் எத்தனையோ தந்திகளை விநியோகம் செய்கின்றனர்! அவர்களெல்லோரும் இறந்தவர்களைக் குறித்து அழுகின்ற எத்தனையோ குரல்களைக் கேட்கின்றனர். சிலரைக் காணவில்லை என்று சில தந்திகளில் காணலாம். காணவில்லை என்றால் காணக் கிடைக்குமென்று ஆறுதலும் ஏற்படலாம். அத்தகைய ஒரு சாத்தியப்பாட்டின் தொனி அவற்றில் இருக்கும். இறந்து போனார் என்று

அப்படியே அறிவிப்பதைவிடக் காணவில்லை என்று சொல்வதுதான் நல்லது. அப்போதைய அழுகை நீடிக்காது. காணக்கிடைக்கலாமென்று ஆறுதல் உண்டு அல்லவா?

அனைத்து ஞாயிற்றுக் கிழமைகளிலும் பள்ளிக்கூட வளாகத்தில் மக்கள் கூட்டத்தைப் பட்டாளத்திற்காக ஆட்களைச் சேர்க்கிறார்கள். இறந்துபோக ஆட்கள் சேர்க்கிறார்கள். பட்டாளத்தில் சேர்ந்துகொள்வது என்றால் மரணத்திற்குப் பதிவு செய்துகொள்வது என்றுதானே பொருள்? அல்லது மரணத்திற்கான சாத்தியப்பாட்டுக்குப் பெயர் கொடுப்பது என்றாவது அதற்கு அர்த்தமிருக்காதா? இதை அறிந்துதான் இளைஞர்கள் குழுமியிருக்கின்றார்களோ?

ஆம்! இருக்கலாம். முந்திய நாள் ஒரு வீட்டுக்குத் தந்தி வந்தது. இன்று அண்டை வீட்டு இளைஞன் பட்டாளத்தில் சேர வந்திருக்கிறான். பக்கத்துவீட்டு அழுகை அடங்கவில்லை. அந்த இளைஞனின் தாய் அவனை அனுப்பிவைக்க எப்படி ஒப்புக்கொண்டாள்? வயிறு பற்றி யெரியும்போது ஒருவேளை எந்த அம்மாவும் ஒப்புக்கொள்ளக்கூடும்.

ஏராளமான பேர்கள் இறந்து விடுகிறார்கள். தீமழை பொழிகின்ற போர்க்களத்தில் இறந்துபோகக் கூடியவர்களும் உள்ளனர். கடவுள் பாதுகாக்கிறார் என்றுதான் சொல்லமுடியும். எனவே தன் மகனை கடவுள் காப்பாற்றுவார் என்று அந்த அம்மையார் எண்ணியிருக்க வேண்டும். அந்த இளைஞனுக்கு, தான் சாகமாட்டேன் என்கிற நம்பிக்கை இருக்கலாம். அல்லது மரணமென்றால் மரணம் என்கிற துணிச்சல் ஏற்பட்டிருக்கலாம். இறக்கும் வரையிலும் அம்மாவும், இதரச் சொந்தக்காரர்களும் ஏதாவது வாங்கித் தின்று பசியடக்கட்டுமென்று எண்ணியிருக்கக் கூடும்.

* ** *

திங்கள் மற்றும் வியாழக் கிழமைகளில் தபால்காரர் தங்கியிருப்பது கோந்நோத்து கௌரிக் குஞ்சம்மா வீட்டில்தான். ஏனைய நாட்களில் ஏனைய ஊர்களிலே ஏதாவது ஒரு வீட்டில் தங்கியிருப்பார். அதற்குத் தோதான வீடுகளை அவர் கண்டு வைத்திருப்பார்.

அவருக்கு மனைவியில்லை. மக்கள் இல்லை. வீடு மற்றும் உறவினர்கள் இருக்கிறார்களா என்பதும் சந்தேகம்தான். சென்ற இரண்டு ஓணம் பண்டிகை நாட்களில் அவர் கோந்நோத்து வீட்டிலேயே ஓண விருந்துண்டார். கோந்நோத்துக் குடும்பம் சீரழிந்துவிட்டதென்று ஊரில் ஒரு வதந்தி நிலவுகிறது. இனிமேல் தபால்காரர் அங்கிருந்து போக முடியாது. அவரை நன்கு உபசரிக்கிறாள் குஞ்சம்மா. ஊரில் எங்குமே அரிசி கிடைக்காமற்போனால் கூட எங்கிருந்தாவது, எந்த விலை கொடுத்தாவது

தபால்காரருக்குச் சாப்பாடு போடுவாள். குளிக்க வென்னீர் தயார் பண்ணிக் கொடுப்பாள். கௌரிக் குஞ்சம்மா பயபக்தியுடன்தான் அவருக்குச் சேவை செய்து வருகிறாள்.

தபால்காரர் நல்லவர்!

இதயமுள்ளவர்!

ஆனால் தந்தி கொண்டுவந்து கொடுக்கிறார்.

அது அவர் வேலை. தந்தி வருகிறது. அவர் கொண்டுவந்து தருகிறார். ஆயினும் தபால்காரருக்கு அது துக்கமளிப்பதுதான்.

எத்தனையோ சோகச் செய்திகளை அவர் ஊர்ஜனங்களுக்குத் தெரியப்படுத்தியிருக்கிறார்! அதைவிடவும் அதிகமான அளவில் சந்தோஷச் செய்திகளையும் கொண்டுவந்திருக்கிறார். தபால்காரரின் வேலை அதுதான். தபால்காரரை யாராவது சபிக்கிறார்களா?

தந்தியைக் கொண்டுவந்த தபால்காரரின் உருவத்தை ஓர் அம்மா, மனைவி மற்றும் சகோதரி ஆகியோர் மறக்கமாட்டார்கள். அந்தக் கரிய விநாடியின் தவிர்க்கமுடியாத பகுதிதான் தபால்காரர். மதிய உணவை முடித்துவிட்டுச் சும்மா உட்கார்ந்திருந்தனர். சிறுவர்கள் குயிலினைக் கூவித் தோற்கடித்துக் கொண்டிருந்தனர். அப்போதுதான் தபால்காரர் வருகிறார். அவர் முகம் கறுத்திருந்தது. அது ஒரு மனிதனின் முகமான இருக்கவில்லை. விகாரமாயிருந்தது, அதோ வருவது, மணியார்டர் மற்றும் கடிதங்களைக் கொண்டுவரும் தபால்காரர் அல்ல. அந்தத் தாயின் அடிவயிற்றிலிருந்து ஒரு புயல் கிளம்பியது.

அந்தக் கதை சொல்வது இப்படியாக இருக்கும்.

அவர் தந்தி கொண்டுவந்து கொடுத்துவிட்டு, அப்புறம் அவரைக் காணவில்லை. எந்தப் பக்கம், எப்படி மறைந்துவிட்டார் என்று தெரியாது.

அந்தத் தபால்காரரின் உருவம் எவ்வளவு பயங்கரமானது! அந்தத் தாயின் மீதம் உள்ள வாழ்க்கை இருள் சூழ்ந்ததாகிவிடுகிறது. அந்த இருட்டின் அந்தக் கோடியில் உள்ள கரும்புள்ளி அந்தத் தபால்காரர்தான்.

எத்தனை எத்தனை தாய்மார்களின் மனக் கண் முன்னால் அந்தத் தபால்காரர் எமதூதன் போன்று காட்சி தருகிறார்! அந்தந்தத் தாய்மார்கள் பின்னர் அந்தத் தபால்காரரைப் பார்க்கும்போது வெடித்து அழுது விடுகிறார்கள். அதற்குப் பொறுப்பு அவர் அல்ல என்பது தெரியும். ஆயினும் அவரைப் பார்த்து யாராலும் ஒரு புன்னகை புரிய முடிகிறதில்லை. தவறாமல் மணியார்டர் கொண்டுவந்து தரும் போதும், கடிதங்களைப் படித்துக் கேட்கச் செய்யும்போதும் அவரைப் பற்றிய ஒரு பயமிருக்கும்.

அவர் என்றுதான் எமகிங்கரனின் பயங்கர உருவமாய்க் காட்சி தருவாரோ? அதுவும் அவருடைய வேடம்தான். அவர், சிரமங்களைத் தீர்க்கப் பணமுடன் வருகிற தெய்வதூதர் அல்ல; எமகிங்கரன்!

பயங்கரமான ஒரு யுத்தத்தைப் பார்த்த தபால்காரர் யுத்தத்திலிருந்து மீண்டு வெளியே வந்தபோது தனக்கு வயிறு இருப்பதாக அறிந்தார். இனிமேல் யாருக்கும் சோகமளிக்கக் கூடாதென்று தீர்மானித்துக் கொண்டார். மணம்புரிவதை மறந்துபோனதும் கூட அதனாலாகவும் இருக்கலாம். மணம் புரிவதென்றால் அதன் பொருள் இன்னொருவரைக் கூடத் தனது துக்கத்தில் பங்காளியாக்கிக் கொள்வது என்பதாகும். அது வேண்டாம். தபால் பையினைச் சுமந்து நடக்கிறபோது பாதையோரத்தில் விழுந்து காற்றுப் போய்விட்டால் அழுவதற்காக யாருமில்லாத நிலைமை ஏற்படுவது - அது ஒரு நல்ல விசயம்தான். அவ்வாறு உயிர்வாழ்ந்து கொண்டிருக்கும் போதுதான் இரண்டாவது உலகப்போர் மூண்டது. பின்னர் சோகச் செய்திகளைக் கொண்டுபோய்க் கொடுப்பதுதான் வேலையாயிற்று.

அறுநூறு வீடுகளிலிருந்து கிளம்பும் அழுகைக் குரல்கள் எல்லாம் சேர்ந்து தலைக்குள்ளே பேரிரைச்சலை ஏற்படுத்தி விடுகின்றன. தாய் இறந்து போன மகனைக் கூப்பிட்டு அழுகிறாள். மனைவி கணவனை, மகன் தகப்பனை! இவ்வாறாக அந்த இரைச்சலிலிருந்து ஒவ்வொரு விளிப்பும் உருவகமாகிவிடுகிறது. ஓர் அழுகைக் குரலாவது காலத்தில் லயமடைந்துவிடுவதில்லை.

யுத்தம் பரவிக் கொண்டிருக்கிறது பழைய யுத்தத்தைவிட இந்த யுத்தத்திற்கு விஸ்தாரம் அதிகமுண்டு. கொடூரமானதுமாகும். காட்டுத் தீ போல் அது பரவிக் கொண்டே செல்கிறது. உலகம் முழுவதிலுமே அந்தத் தீ பரவிப் பற்றிவிடும். யாரெல்லாம் தப்பித்துக் கொள்வார்களோ? யாரெல்லாம் செத்து மடிந்துவிடுவார்களோ? ஏதெல்லாம் மிஞ்சுமோ? பற்றிப் படர்ந்து எரிகிற தீக்குண்டத்தை நோக்கி ஈசல்கள் போன்று மக்கள் யுத்தத்தை நோக்கிப் பறந்து செல்கின்றனர். எரிந்து சாம்பலாவதற்காக! அவை எல்லாம் அவர்களுக்குத் தெரிந்தா? தெரியாமலா?

முன்னே காணப்படுகிற ஒவ்வொருவனும் அந்தப் பெரிய நெருப்பை நோக்கிப் பறக்கிறார்கள் போலத் தோன்றியது. எதற்காக, யாருக்காக, இந்த உயிர்த்தியாகம்? அதுவும் தெரியாது. உயிருக்கு மதிப்பு இல்லை. அல்லது என்ன மதிப்புத்தான் இருக்கமுடியும்? உயிர் பிறப்பதே இறப்பதற்காகத்தான். பிறந்தனர். பின்னர் நடைபெறும் ஓட்டமெல்லாம் மரணத்தை நோக்கித்தான்.

செய்வதற்கு வேறு தொழில் இல்லை. சாப்பிடுவதற்கு ஒன்றுமில்லை. எனவே ராணுவத்தில் சேர்ந்து விடுகிறார்கள். யுத்தம் என்றால் என்ன

வென்று தெரியாது. இந்த நாடு அதைப் பார்த்ததில்லை. பட்டினி என்பது உண்மைதான். அது யுத்தத்தினால்தான் ஏற்பட்டதென்றும் தெரியும். ஆனால் இங்கே ஒரு குண்டு கூட வெடித்ததில்லை. குண்டு வெடிக்கும் சத்தம்கூடக் கேட்டதில்லை. எதிரிப்பட்டாளத்தைச் சேர்ந்த ஒருவனைக் கூடக் கண்டதில்லை. இங்கே இன்று கூட ஒருவன் இன்னொருவனை அடித்தால் நாடு முழுதும் கிளர்ந்தெழச்செய்யும் நிகழ்ச்சி அது! யுத்தமென்னவென்று புரிந்துகொண்டதில்லை. எனவே பட்டாளத்தில் சேர்ந்து கொள்வதனால் என்ன என்பதும் புரியாது.

ஒரு குன்றின் மீது ஏறிநின்று கூவியழைத்துச் சொல்லவேண்டும் போல் இருக்கிறது. தபால்காரருக்குப் பல்வேறு சந்தர்ப்பங்களிலும் அப்படித் தோன்றியதுண்டு. அரிசி, நெல் மட்டுமின்றி மரவள்ளிக்கிழங்கு கூட இல்லாத காலம் இது. வயல்களெல்லாம் விளைகின்றன. நெல் உற்பத்தியாகிறது. ஆனால் ஊரிலோ அரிசியில்லை. நெல் இல்லை, எல்லாம் யுத்தத்திற்காக எந்த வழியிலோ ஒளிந்து செல்கிறது. இந்தக் காலத்தில் பல வீடுகளிலும் பத்து சக்கரம்' வந்து விழுகிறது. அது பெரிய விசயமல்லவா?

பலர் செத்துப் போய்விடுவார்கள். வேறு பலர் உயிர்வாழ்வார்கள். வாழ்வதே புதியதொரு சூழ்நிலையில்தான். யுத்தத்தின் பயன் அதுதான். எனவே யுத்தம் தேவையானதென்றா, சொல்கிறீர்கள்.

நாளைய தினம் எத்தனை தந்திகள் வரப்போகின்றனவோ? எத்தனை எத்தனையோ கொடுத்துத் தீர்க்க வேண்டியிருக்கிறதே!

தினசரி வருவதைப் பூராவும் கொடுத்துத் தீர்த்து விடுவார். ஒரு கார்டு கூட விலாசதாரருக்கு எட்டாமற் போய்விடாது. சோம்பலின்றி நாள் தவறாமல் வேலை செய்கிற மனிதர்தான் தபால்காரர். யாரிடமிருந்தும் எந்தவிதமான புகாருமில்லை.

ஒரு தபால்காரரின் பைக்குள்ளே, அந்தக் குக்கிராமப் பகுதியில் ஏற்படுகிற, யுத்தத்தின் பயங்கரமும், அதனால் ஏற்படுகிற இலாபமும் அடங்கி விடுவதாக இருந்தது.

ஒரே அளவிலுள்ள சேப்பங்கிழங்குகளைப் பொறுக்கியெடுத்து அதில் மோர் ஊற்றிச் சமைத்த மோர்க்குழம்பு; ஒரு பொரியல்; சுட்டெடுத்த தேங்காயை அரைத்து உருவாக்கிய சட்டினி; உப்புமாங்காய் ஊறுகாய்; பப்படம் ஆகிய பதார்த்தங்கள். பச்சரிசிச் சோறாக இருந்தபோதிலும் அது ஒரு பருக்கையை இன்னொரு பருக்கை தொடாதபடி வடித்தெடுத்த தாகும். கௌரிக் குஞ்சம்மாவின் சமையல் பெயர் பெற்றது. பானையில் வெறும் புல்லை அறுத்துப் போட்டுச் சமைத்தாலும் அதற்குப் பிரத்தியேகமானதொரு ருசியிருக்கும். தபால்காரரை அங்கே தங்க

வைத்திருப்பது ஒருவேளை அவளது சமையற்கலைத் திறனாக இருக்குமோ?

தபால்காரருக்குச் சாப்பாட்டில் அவ்வளவு அக்கறை தென்படுவதில்லை. கதவோரமாய் மறைந்து நின்ற குஞ்சம்மா வினவினாள்:

"கொழம்பு நல்லால்லீங்களா?"

"நல்லாருக்கு! எல்லாம் நல்லாருக்கு!"

"அப்புறம் ஏன். சாப்பிடாமெ இருக்கீங்க? ஒரு பிடிச்சோறு கூடச் சாப்பிடலீங்களே?"

"என்னமோ, வேணும்னு தோணலே."

அவர் சிந்தனையில் மூழ்கியிருந்தார். கௌரிக் குஞ்சம்மா வெற்றிலையில் சுண்ணாம்பு தடவிச் சுருட்டிக் கொடுத்தாள். அது ஒரு வழக்கம்.

வெற்றிலையை சுவைத்துக்கொண்டிருந்தபோது, "இன்னைக்கு எத்தனை தந்தியிருந்தது" என்றாள் குஞ்சம்மா.

"ஒண்ணு!"

"அது எந்த வீட்டுக்கு?"

"ஆ. அங்கே ஒரு வீட்டுக்கு!" வெற்றிலைச் சாற்றைத் துப்பிவிட்டு அவர் சொன்னார்.

"எந்த வீட்டுக்கு ஆனா என்ன? பல வீடுகளுக்கு தந்தி வருது."

போகவேண்டிய நேரமாகிவிட்டது. பையினைத் தோளில் போட்டுக் கொண்டு தபால்காரர் கிளம்பினார். குஞ்சம்மா வினவினாள்.

"மாலையிலே வருவீங்களா?"

பதிலளிக்க ஒரு விநாடியாயிற்று.

"இல்லை! அல்ல... வந்துடறேன்."

சில சந்தர்ப்பங்களில் அவருக்கு என்னவோ, ஒரு களைப்பு தென்படுகிறது. இன்று என்னவோ, தளர்ந்தவர்போல் காணப்பட்டார். வழக்கமில்லாத ஒன்று. எந்த வீட்டுக்கு என்று அவர் சொல்லவில்லை. அவருக்குத் தொடர்புடைய இன்னொரு வீடு எது? குஞ்சம்மா நினைத்துப் பார்த்தாள். இன்றுவரையிலும் அத்தகையதொரு வீட்டின் பெயர் சொல்லிக் கேட்டதில்லை. இன்னொரு வீட்டிலிருந்து ஒரு கிளாஸ் தண்ணீர்கூட அருந்தி அறியவில்லை. ஒரு தந்தியினால் இவ்வளவு தூரம் தகர்ந்துவிடக் காரணம் என்ன?

குஞ்சம்மா மனம் கூடத் தளர்ந்துவிட்டது. அங்கெல்லாம் மங்கலாகி விட்டதுபோல் தோன்றியது. ஊரெங்கிலுமுள்ள பல வீடுகளுக்கும் தந்தி வருகிறது. தர்ம சாஸ்தாவே, காத்து அருள் புரியட்டும்!

அருள் வயிறு பற்றியெரியத் தொடங்கியது. இரண்டு புதல்வர் களும் பட்டாளத்திற்கு சேர்ந்து சென்றிருக்கின்றனர். அவர்கள் எங்கிருக் கிறார்களோ? கடிதத்திலிருந்து எதையும் தெரிந்துகொள்ள முடியாது. தங்களுக்குச் சுகமென்றெழுதியிருப்பார்கள். நமது கவலைகளை அவர் களுக்கு எழுதித் தெரிவிக்க முடியாது. எழுதினால் அந்தக் கடிதம் அவர் களுக்குக் கிடைக்காது. தபால்காரர் அப்படிச் சொல்லியிருக்கிறார்.

107

சீரட்ட கோபாலனும், குன்றுதரை கேசவனும், வாசுதேவனும் நெருங்கிய நண்பர்களாயிருந்தனர். அவர்கள் யோசிப்பதெல்லாம் ஒரே ஒரு விசயத்தைப் பற்றித்தான். அரசிடமிருந்து தேவஸ்தானத்தை மீட்க வேண்டும். மீண்டு கிடைக்குமென்றுதான் விபரம் தெரிந்தவர்கள் சொல்லுகின்றனர். குன்றுதரை கேசவன் மங்கலச்சேரி இனத்தைச் சேர்ந்தவன். அவனுக்கு எந்நேரமும் தேவஸ்தானத்தை மீட்பதற்கான யோசனையேதான்.

அப்படியிருக்கையில் பட்டாளத்துக்கு ஆட்களை எடுக்கின்றனர் என்று அறிந்தனர். மூவரும் சேர்ந்துதான் சென்றனர். வாசுதேவனை மட்டும்தான் எடுத்தனர். மற்றவர்கள் திரும்பிவந்தனர்.

சீரட்ட கோபாலன் இன்று பணக்காரன். கன்னியேக் கோணில் ஜோணிக்குட்டியுடன் பங்கு சேர்ந்து நெல் வேகவைக்கும் பணியில் ஈடுபட்டான். இரண்டு வருடம்தான் ஆகிறது. குறைந்த விலைக்கு நெல் கிடைத்தது. நல்ல விலைக்கு அரிசி விற்றான். பின்னர் அவர்கள் பிரிந்துவிட்டனர். முதலீடு செய்வதற்கான ஒரு தொகை கையில் வந்தது. பின்னர் தனியாளாய் அந்தத் தொழிலில் ஈடுபட்டான். இப்போது ரகசியமாகப் பெரிய அளவில் நெல்வாங்கி வேகவைப்பதும் அரிசியாக்கி விற்பதும் நடைபெற்று வருகிறது. எல்லாம் இரவோடு இரவாகத்தான்.

போலீஸ்காரர்களுக்கு மாதாமாதம் இவ்வளவு ரூபாய் சம்பளமென்று நிர்ணயிக்கப்பட்டிருக்கிறது. நாள் தவறாமல் முதல் தேதியன்றே அந்தச் சம்பளம் ஒவ்வொருவருக்கும் கிடைத்துவிடும். அந்தத் தொழிலில் மிகவும் கெட்டிக்காரனாகிவிட்டான். சீரட்ட கோபாலக் கைமளுடைய அரிசி எங்கெங்கெல்லாமோ செல்கிறது. எந்த வழியாகச் சென்றாலும் போலீஸ்

பிடிக்காது. ஆனால் போலீசும் கைகளும் ஒன்றுசேர்ந்து போலீஸ் மீது பழி வராமல் நான்கைந்து மூட்டை அரிசி பிடித்து வழக்கைச் சிருஷ்டிப்பார்கள்.

இனிமேல் சீரட்டக் குடும்பம் முன்னுக்கு வந்துவிடும். எல்லாக் காலத்திலும் ஒரு குடும்பம் செழிப்பாக இருந்து வராது. சீரழிவு சம்பவிக்கலாம். பின்னர் சீர்பட்டு வரவும் செய்யலாம். கோபாலக் கைமளின் தொழிலில் அவர் குடும்பத்தைச் சேர்ந்த அனைவரும் வேலை செய்கின்றனர். பிற வேலையாட்களைச் சேர்த்துக் கொள்வதில்லை. எல்லாரும் முன்னுக்கு வருகின்றனர்.

புறக்களத்தில் அப்துல் ரஸாக்கின் கைவசத்திலிருந்து சீரட்ட வீடினை கோபாலக் கைமள் மீட்டுக்கொள்வார். புறத்தரை இஸ்லாமியர்கள் அழிவு நிலையிலாகிவிட்டனர். அப்துல் ரஸாக்கு கடற்கரையில் கொட்டகை கட்டி வியாபாரம் செய்து அழிந்து விட்டார்.

சீரட்ட வீடு இஸ்லாமியர் கைக்குச் சென்றது எப்போதென்று யாருக்கும் தெரியாது. நீண்ட நாட்களுக்கு முன்பிருந்தே அது அவர்கள் கைவசமிருந்து வந்தது. பெரியதோர் எட்டுகட்டு வீட்டின் கருங்கற் படிகளின் அடித்தளம் தகர்ந்துகிடப்பதைக் காணலாம். அது ஒரு பெரிய வீடாக இருந்தது. கோதானமும், கந்தர்வன் கோவிலும் எல்லாம் அங்கே இருந்தன. சர்ப்பக்கோவில்கள் பல இன்றுமுள்ளன. நாகராஜனின் நிலை புற்றுக்குள்ளே மூடிக் கிடக்கிறது. அதைப் பார்த்தவர்கள் இப்போது கூட உள்ளனர்.

சீரட்டக் கைமள்மார்கள் இப்போதும் உள்ளனர். அவர்களில் ஒருவர்தான் கோபாலக் கைமள். ஆனால் பழைய சீரட்டக் குடும்பம் இப்போது இல்லை. அந்தச் சர்ப்பங்களும், குடும்பக் கடவுள்களும் வருடங்களாகப் பூஜை புனஸ்காரங்களின்றி இருந்து வருகின்றன. அவற்றிற்கு ஒரு விமோசனமேற்படாதா? நான்காம் வேதத்தைச் சேர்ந்தவர்களாக இருப்பினும் அவர்கள் அந்தப் பக்கமெல்லாம் சென்றதேயில்லை. பயம்தான் காரணம். அந்தப் பெரிய வளாகத்தில் ஆங்காங்கு தென்னை மரங்கள் நிற்கின்றன. இரண்டு மாதத்தில் ஒருமுறை அப்துல் ரஸாக்கு அங்கே வருவார். அவர் படகிலிருந்து கரையிறங்க மாட்டார். பறித்தெடுக்கிற தேங்காயை எடுத்துச் செல்வார்.

"நாம எதுக்குப்பா, சைத்தானும் ஜின்னும் எல்லாம் இருக்கிற பக்கம் போவணும்?"

இப்படித்தான் அவர் சொல்லுவாராம். அவர் தந்தை கூட அப்படித்தான் இருந்திருக்கிறார் என்று சொல்லப்படுகிறது. தேங்காய் பறித்தெடுக்க வந்தால் கரையிறங்க மாட்டாராம்.

"பேசறதாயிருந்தா நாம்ப கூட சீரட்டக் குடும்பத்தைச் சேர்ந்தவங்க தான். அப்படீன்னா சீரட்டலைச் சேர்ந்த ஒருத்தன் கையில் தான் இந்த வீடும் வளாகமும், மதம் மாறினோம்ங்கிறது மட்டும்தான். இந்த சைத்தான்களும் ஜின்னுங்களுமெல்லாம் நம்மகிட்டே சண்டைக்கு வரத் தேவையில்லை!"

அப்புறம் அவர் ஒருமுறை சிரிப்பார். தொடர்ந்து பேசுவார்:

"சீரட்டலைச் சேர்ந்தவங்கன்னு சொல்லி கைமளுங்க பலரும் நடக்கிறாங்க. அவங்க யாராச்சும் இந்த வீட்டோட விலையைத் தந்தாங்கன்னா, நாம்ப இதைத் கொடுத்துடுவோம்."

இந்த சீரட்ட வீட்டினை வாங்குவேன் என்று கோபாலக் கைமள் சொல்லுவதற்கு அதுதான் காரணம். அதற்கான பணம் அவரிடமுண்டு.

ஆனால் காலம் மாறியது. கோபாலக் கைமள் சீரட்ட வீட்டினை வாங்கினாலும் அது பழைய சீரட்டக் குடும்பம் ஆகிவிடாது. அங்கே வசிக்கப் போவது அவர் மனைவியும் குழந்தைகளும்தான். அவருடைய சந்ததிகள் சீரட்டக் கைமள்மார்கள் அல்ல.

சீரட்டலை வாங்க அந்தக் குடும்பத்துப் பெண்கள் யாரேனுமுண்டா? யாருமில்லை.

மங்கலச்சேரி வீடு இப்போது கிறிஸ்தவர்கள் கைவசத்தில்தான். அவர்கள் அங்கே தென்னங்கன்றுகளை நட்டு வளர்த்திருக்கின்றனர். அவை தலைநிறையக் காய்குலைகளுடன் நிறைந்து நிற்கின்றன. செழிப்புமிக்க வீட்டுமனை; வாகனம்! ஒழுங்காகப் பாதுகாக்கப்பட்டு வருகிறது. குடும்பக் கட்டிடமிருந்த இடத்தில் தும்பேக்களத்தவனுடைய வேலைக்காரன் ஓர் ஈழவன் தங்கி வருகிறான் - இட்டிரவின் புதல்வன்!

மங்கலச்சேரி வளாகத்தை எவனாவது திரும்ப வாங்கிவிடுவான் என்று நினைப்பதற்கில்லை. இப்போதைக்கு தும்பேக்களத்தவர்கள் அதை விட்டுக் கொடுக்க மாட்டார்கள். அது யார் கைவசமிருந்தாலும் சிறப்பு மிக்க ஒரு சொத்தாகும்; பெருமையாகும்; அந்தஸ்தும் ஆகும்.

ஆனால் தும்பேக்களத்தவர்கள் நன்றி மறவாத கிறிஸ்தவர்களாகும். மங்கலச் சேரியைச் சேர்ந்த பையன்களுக்கெல்லாம் வேலையுண்டு. தும்பேக்களத்து விவசாயியான கொச்சு கிட்டன் பிள்ளை மங்கலச் சேரியைச் சேர்ந்தவர். ஏராளமான இளைஞர்கள் தும்பேக்களத்தினரின், கிழக்கேயுள்ள தோட்டத்தில் வேலை செய்கின்றனர். இன்றைய தினமும் கூட மங்கலச்சேரியில் ஆட்களுக்குப் பஞ்சமில்லை. அனைவரும் தடியர்கள்.

பட்டாளத்தில் சேர்ந்துகொள்ள முடியாத நிலைமை ஏற்பட்டபோது கேசவன் எங்கேயோ சென்றுவிட்டான். பின்னர் அவனை அடுத்த ஓணம் பண்டிகை நாள் அன்றுதான் காணமுடிந்தது. அவன் கிழக்கே மலையில்தான். தும்பேக்களத்தினரின் ஒரு தோட்டத்திற்குச் சென்றான். இப்போது அவனும் பணக்காரனாகி விட்டான் என்றுதான் சொல்கிறார்கள். தேயிலை வியாபாரம் செய்கிறான். வீசியெறிகின்ற தோட்டத்துச் கழிசடைகளெல்லாம் தூள் பண்ணிப் பெட்டிகளில் நிரப்பித் தேயிலை என்று அனுப்பி வைக்கிறான். கிராமங்களில் கிடைக்கிற டீத்தூள் அது தான்.

தேயிலைக்குப் பயங்கரமான விலையாயிற்றே? கிழக்கு மலைகளில் உற்பத்தியாகிற தேயிலை பூராவையும் யுத்தத்திற்காக ஏற்றுமதி செய்கிறார்கள். ஊருக்குத் தேவைப்படுகிற தேயிலை, அந்தக் குப்பைக் கூளங்களையும் தூள் பண்ணிச் சாயக்கலவை செய்து உற்பத்தி செய்யப் படுகிற ஒன்றாகும். நல்ல லாபம் கிடைக்கிறது. கேசவன் தனது இரண்டு தம்பிமார்களையும் மலைக்கு அழைத்துச் சென்றிருக்கிறான்.

பறேத் தரையில் அருமையான ஒரு வீட்டைக் கட்டினான். கோட்டயத்திலுள்ள ஏதோ ஒரு ஓட்டலில் பாச்சரனுக்கு எச்சில் இலை யெடுக்கும் வேலையாக இருந்தது. அவன் இப்போது பெரிய பணக்காரன். முன்னுக்கு வர நீண்ட நேரமாகிவிடாது. கடவுள் கொஞ்சம் கண்ணைத் திறந்தால் போதும். அவன் இப்போது பெரிய மரவியாபாரி. தடியறுப்பது இயந்திரத்தினால்தான். எவ்வளவு பெரிய தடியாக இருந்த போதிலும் நிமிடத்திற்குள்ளே எந்த அளவிலே வேண்டுமானாலும் அறுத்தெடுக்கக்கூடிய இயந்திரம்! மெல்லிய சன்னரகப் பலகையிலிருந்து பெரிய அளவிலே உள்ளது வரையிலும் அறுத்தெடுக்க முடியும். அங்கே ஏராளமாக வேலையாட்கள் உள்ளனர். எல்லோரையும் கட்டுப்படுத்தி ஒழுங்காக வேலை செய்ய வைப்பதில் ஓட்டலில் எச்சிலையெடுக்கும் வேலை செய்த அவனுக்கு இருந்து வருகிற திறமை சொல்லத் தரமற்றது. ஊரிலிருந்து சிலரெல்லாம் சென்று அவன் மரக்கடையைப் பார்த்திருக் கின்றனர்.

பறேத் தரை பாச்சரன் எப்படி இவ்வளவு தூரம் முன்னுக்கு வந்தான்? யுத்தத் தேவைக்கான மரத்தடிகளைக் கொடுக்கிறான். அதுக் கெல்லாம் அளவும் குணமும் சரியாக இருக்கவேண்டும். இந்தத் தொழிலை எப்படித் துவக்கினான்? எழுந்த கேள்விக்கு யாராலும் பதில் சொல்ல முடியவில்லை. பெரிய தொகை முதலீடு செய்யப்படுகிறது.

வனத்தின் ஒரு பகுதியை மரம் வெட்டியெடுப்பதற்காக பாச்சரனுக்குக் கொடுத்திருந்தனர். இந்த முறையில் சென்று கொண்டிருந்தால் எங்கேதான்

முடிவு? எங்காவது சென்று மோதுண்டு நிற்க வேண்டுமல்லவா?

யுத்தம் பலரையும் இவ்வாறு முன்னுக்குக் கொண்டு வந்திருக்கிறது.

* ** *

வாசுதேவன் அம்மாவைக் கேட்டுத்தான் பட்டாளத்தில் சேர்ந்து கொண்டான். தந்தி வருகிற விசயம் அம்மாவுக்குப் பின்னர்தான் தெரிகிறது. பட்டாளத்தில் சேர்ந்துகொண்டால் மரணம் நிகழ்ந்துவிடலாம் என்பது மட்டுமல்ல. மரணம் சாதாரணமானதொரு விசயமாகும். அப்படியிருக்கையில் ஒருநாள் கிருஷ்ணன் வீட்டுக்குத் திரும்பவில்லை. மறுநாளிலும் வரவில்லை. கௌரிக்குஞ்சம்மா பதட்டமடைந்தாள். சில நாட்களுக்குப் பின்னர் ஒரு கடிதத்தைப் படிக்கவைத்து விசயத்தைப் புரிந்துகொண்டாள். கிருஷ்ணனும் பட்டாளத்தில் சேர்ந்துவிட்டான். கேட்டால் அம்மா ஒப்புக்கொள்ளமாட்டாள் என்பதனால்தான் சொல்லாமல் சென்று பட்டாளத்தில் சேர்ந்துகொண்டது.

இவ்வாறாக கௌரிக்குஞ்சம்மாவின் இரண்டு புதல்வர்களும் பட்டாளத்தில் சேர்ந்து கொண்டனர். இருவருடையவும் 'அலாட்மெண்டு' வந்துகொண்டிருக்கிறது. அந்தப் பணத்திலிருந்து ஒரு காசு கூட குஞ்சம்மா செலவு செய்ததில்லை. தபால்காரர் சொல்லிப் போஸ்டாபீசில் போட்டு வைத்திருக்கிறாள். குண்டுமாரி பொழிகிற இடத்திலே மைந்தர்கள் சம்பாதிக்கின்ற பணம்! அவர்கள் திரும்பி வரும்போது அது இங்கே அப்படியே இருக்க வேண்டும். பதார்த்தங்கள் பண்ணிச் சாப்பிட்டு முடிப்பதற்கானது அல்ல. அண்மையில் வீடு தகர்ந்து விழுந்த போது அதைப் புணரமைக்க குஞ்சம்மாவின் சொந்தப் பணம்தான் செலவு செய்யப்பட்டது. புதல்வர்கள் அனுப்பிவைத்த பணத்தைத் தொடவில்லை.

அவர்கள் திரும்பி வரும்போது ஒரு மூலதனம் இருக்கட்டும்!

அவர்கள் இருவரும் போயிருக்கவேண்டிய அவசியமிருக்கவில்லை. அப்படித்தான் குஞ்சம்மா கருதுகிறாள். சீரட்ட கோபாலன் வாசுதேவனை விட கெட்டிக்காரனாக இருக்கவில்லை. குன்றுதரை கேசவனுக்குத் திறமை குறைவாகத்தான் இருந்தது. பட்டாளத்திற்குப் போகாமல் இங்கே தங்கியிருந்தால் எதையாவது செய்திருக்கலாம். அப்படித்தான் கௌரிக் குஞ்சம்மாவுக்குத் தோன்றியது. வாசுதேவன் ஒழுக்கமான பையனாக இருந்தான். அப்படித்தான் எல்லோரும் சொன்னார்கள். கிருஷ்ணனுக்கு வாசுதேவனைவிடக் கூடுதலான சாமர்த்தியமிருந்தது. 'கெட்டிக்காரப் பையன்' என்றுதான் அவனை எல்லோரும் வருணித்தனர். அத்தகைய இளைஞர்கள் ஊரில் உழைத்து வாழலாம். அவர்கள் முன்னுக்கு வந்து விடுவார்கள் - இப்படி ஊர்ஜனங்கள் சொல்லியிருப்பார்கள். எந்தத் தவறையும் அவர்கள் இழைத்திருக்கவில்லை.

“பட்டாளத்திலே சேர்ந்துக்கட்டுமா அம்மாவா?” வினவினான் வாசுதேவன். ஒருநாள் இரவில் சாப்பிடும்போதுதான் கேட்டான் அவன் மேற்கொண்டு கூறினான். “கோபாலனும் கேசவனும் வர்றாங்க.”

“அப்படீன்னா, போய்ச் சேர்ந்துக்கோ.”

அப்படிச் சொல்லியிருக்கக்கூடாது. இங்கே எங்காவது வேலை செய்து சம்பாதிக்கலாம் என்று சொல்லியிருந்தோமென்றால் வாசுதேவன் போயிருக்க மாட்டான். அண்ணனுடைய பணம் வரத் தொடங்கியபோது அந்த அளவில் இன்னொரு தொகை கூட வீட்டுக்கு வரட்டுமென்று தம்பிக்குத் தோன்றியது. அவன் அனுப்பியிருந்த கடிதத்தில் அப்படித்தான் எழுதியிருந்தான்.

சீரட்ட கலியாணிக் குஞ்சம்மாவும், குன்றுதரை பார்வதியும் மன அமைதியுடன் வாழ்ந்து வருகின்றனர். அவர்களுடைய புதல்வர்கள் அவர்கள் அருகே உள்ளனர். புதல்வர் அருகில் இருப்பதைவிடக் கூடுதலான அதிருஷ்டம் ஒரு பெற்ற தாய்க்கு வேறு ஏதேனும் உண்டா?

பட்டாளத்தில் ஒன்றுமட்டும்தான் - யுத்தம் சீக்கிரத்திலேயே முடிவுக்கு வந்துவிடவேண்டுமே! கௌரிக் குஞ்சம்மா இரவு பகலாக கடவுளைப் பிரார்த்தனை செய்து கொண்டிருந்தாள். சீரட்ட கலியாணிக் குஞ்சம்மாவும் குன்றுதரை பார்வதியும் செய்யும் பிரார்த்தனை என்னவாக இருக்கும்?

“யுத்தம் நீடித்து நடைபெறவேண்டுமே....!” என்றாக இருக்குமோ?

யுத்தம் பரவி நீடித்து நடைபெற்று வருகிறது. ஜப்பான் என்கிற ஒரு நாடுகூட யுத்தத்தில் சேர்ந்து கொண்டது. இன்னும் பல நாடுகள் சேர்ந்து கொள்ளக் கூடும். உலகம் முழுவதிலும் பரவிய யுத்தமாகிவிடும்.

அண்மை நாட்களாய் தந்திகளின் எண்ணிக்கை பெருகி வருகிறதா? ‘ஆம்’ என்றுதான் கௌரிக்குஞ்சம்மாவுக்குத் தோன்றுகிறது. தபால்காரர் முகத்தில் எப்போதும் என்னவென்றில்லாத ஒரு கவலையேதான் தென்படுகிறது. பேசுவதுகூட இல்லை. எதைக் கேட்டாலும் பதில் இல்லை. எந்நேரமும் எதையோ நினைத்துக் கொண்டிருக்கிறார். ஆனால் கௌரிக் குஞ்சம்மாவுக்கு அள்ளியணைக்க எவர்தான் இருக்கிறார்? உலகத்தில் வேறு யாருமில்லை. அவள் உள்ளம் நிறைய ஆவல்தான். யாரிடமாவது கேட்டறிந்து ஓர் எள்ளளவுகூட ஆறுதல் பெறவேண்டாமா?

மனநிம்மதியுடன் சாப்பிடமுடியவில்லை. தபால்காரருக்குப் பிரியமான சாப்பாடு எதுவென்று அவளுக்குத் தெரியும். அருமையான அரிசியும் காய்கறிகளும் தேடிப்பிடித்துக் கொண்டுவந்து சமைத்துக்

கொடுப்பாள். தூக்கம் குறைந்துவிட்டது. நள்ளிரவு ஆன பின்னரும் தூங்கியிருக்கமாட்டாள்.

"சில நாட்களா, ஏன் ஒரு கவலை போல?" அவள் அவரிடம் விசாரித்தாள்.

"ஒன்றுமில்லை!"

"அது சும்மா! சில நாட்களா அந்த முகக்குறி சொல்லுவதே?"

இரண்டாவது தடவை கேட்கிறபோது பதில் மட்டும் அல்ல. வாயையும் திறக்கவே மாட்டார்.

அப்புறம் குஞ்சம்மா எதையும் கேட்கமாட்டாள். அப்படிக் கேட்க அவளுக்கு என்ன உரிமை என்ன உரிமை இருக்கிறது? தொடர்ந்தாற் போல் கேட்டு உள்ளிருப்பதை வெளியே கொண்டுவர, அவர் அவளுக்கு என்ன சொந்தம்? 'சொல்ல மனமில்லை. நீ எனக்கு யார்?' என்று கேட்டு விட்டால் பதில் இல்லை.

திருப்தியில்லாமற் போகலாம்; வெளிக் கிளம்பிச் சென்றால் 'எங்கு போகிறீர்கள்?' என்று கேட்க முடியாது. அதற்கு உரிமையில்லை. எங்கே வேண்டுமானாலும் போகலாம். திரும்பவில்லையென்றால் ஏன் வரவில்லை என்று கேட்கமுடியாது. அதற்கும் உரிமையில்லை. 'எங்கிருந்தீர்கள்? எப்படி யிருந்தீர்கள்?' என்று ஆராய்ந்தறியத் தோதில்லை. வந்தாரென்றால், வந்தார். சாப்பாடு கேட்டால் கொடுக்கலாம். அதுதான் அந்த உறவு. 'நேற்று எங்கே சாப்பிட்டீர்கள்?' என்று கேட்கவேண்டாம். எங்கிருந்தும் சாப்பிடலாம். எங்கே வேண்டுமானாலும், எவ்வளவு நாட்கள் வேண்டு மானாலும் இருந்துவிடலாம். தபால்காரர் கௌரிகுஞ்சம்மாவுக்கு எந்த உறவுமல்ல. அவளும் அவருக்கு யாருமல்ல.

நல்ல குளிர்ச்சியான இரவு. பனிக்காலம். வெளியே மரங்களும் செடி கொடிகளும் அசைவின்றி நிற்கின்றன. சுற்றுப்புறச் சூழல் கூட மரத்து கெட்டித்தட்டி நிற்கிறது. அவள், அவர் அருகே படுத்துக்கொண்டாள். தன் கையினை அவர் மார்பு மீது ஏற்றி வைத்துக் கொண்டாள்.

தபால்காரர் சிறிதளவு விலகிப் படுத்தார். உடல்கள் தொட்டிருந்தனவோ இல்லை! ஒன்றுக்கொன்று தொட்டதில்தான். அவர்தான் அந்தக் கையினை மெல்ல எடுத்து அகற்றி வைத்தார். உடல்களுக்கிடையே சற்றே இடைவெளிதான். உடலின் எந்தப் பகுதியும் தொட்டுக்கொண்டிருக்கவில்லை. வெவ்வேறாகத்தான் இருந்தன.

உடம்பை மரத்துப் போகவைக்கும் அந்தக் குளிரில் ஒட்டியிணைந்து படுத்துக்கொள்ள அவளுக்கு உரிமையில்லை. அதிகாரமில்லை, விலகிப் படுக்கச் சொன்னால் விலகவேண்டியதுதான். ஆனால் குஞ்சம்மாவால்

ஒரு விசயம் சொல்ல முடியும். அதை அவள் சொல்லமாட்டாள், மனத்தில் கூட நினைக்கமாட்டாள். அந்த அதிகாரம்பற்றி அவளுக்குத் தெரியாது.

அவர் பெரியதொரு கம்பிளிப் போர்வையால் போர்த்தியிருக்கிறார். அது உள்ளே படுத்திருக்கின்ற அவர்கள் இருவரையும் போர்த்தி மூடி விடப் போதுமானதாகும். அதற்கு அந்த அளவில் நீளமும் அகலமும் உள்ளன. இரண்டரைக் கட்டிலின் அகலமுண்டு. அவர் அந்தப் போர்வையால் அவளையும் சேர்த்து மூடிவிட்டார்.

அந்தக் குடும் குளிரில் கூட அவளுக்கு உஷ்ணமாயிற்று. வியர்வை சொட்டியது. அந்தப் போர்வையை எடுத்து மாற்றினால் ஆறுதலாக இருக்கும். அதைச் செய்ய அவளுக்குத் தைரியமில்லை. அவர்தான் அவளைப் போர்த்தியிருக்கிறார். அதை எடுத்து மாற்றினால் அமுது கண்டனமாகும். நிந்தனையாகும். வேண்டாம் உஷ்ணத்தைச் சகித்துக் கொள்ளலாம்.

இருவரும் தூங்கவில்லை. அவர் உறங்கவில்லை என்று அவளுக்குத் தெரியும். அவள் உறங்கவில்லை என்று அவருக்கும் தெரியும். பிரபஞ்ச மெங்கிலும் நித்திரைக்கப்பாலுள்ள மரத்துப் போன நிலையில் பிரக்ஞையற்றுச் சுருண்டு படுத்திருக்கிறபோது அந்தச் சிறு குடிசையில் மட்டும் உயிரின் சூடு உண்டு. ஒருத்தி மட்டும் வியர்வையிலே குளித்துப் படுத்திருக்கிறாள்.

கோழி கூவியபோது கௌரிக்குஞ்சம்மா போர்வைக்குள்ளிருந்து வெளியே வந்தாள். விளக்கேற்றி வைத்தாள். அடுக்களைக்குச் சென்று காப்பி காய்ச்சினாள். காப்பி கொண்டுவந்தபோது அவர் மோவாய்க்குக் கை கொடுத்து உட்கார்ந்திருக்கிறார்.

"நேற்றைக்குத் தூங்கவேயில்லைங்களே?" என்றாள் குஞ்சம்மா.

"குஞ்சம்மாவும் தூங்கலேன்னு தெரியுது" என்றார் தபால்காரர்.

"காலையிலே எழுந்து கொளுத்தற இந்த வெயிலிலே கடிதங்களை எடுத்துக்கிட்டு ஊரெங்கும் சுற்றி நடக்கணுமல்ல?"

"ஊம்"

எங்கெல்லாம் சண்டை நீடிக்கிறதென்று கேட்கப் பல தடவை யோசித்தாள். ஆனால் அவள் கேட்கவில்லை. அறிந்தால் கூட இங்கிருந்தென்ன செய்யமுடியும்? அந்த இடங்கள் ஏதேதென்று அவளுக்குப் புரியாது. அது போன்று பன்முறை கேட்ட கேள்வி ஒன்று உண்டு. வாசுதேவன் எங்கிருக்கிறான். கிருஷ்ணன் எங்கிருக்கிறான்? யாருக்கும் தெரியாத விசயம் அது. தபால்காரருக்குக் கூடத் தெரியாது.

கடிதத்தில் எங்குமே இடத்தைக் குறிப்பிட்டிருக்க மாட்டார்கள். இங்கிருந்து எழுதுகின்ற கடிதங்களில்கூட இன்ன இடத்திற்கு என்று எழுதமாட்டார்கள். ஒரு தபால்நிலையத்தின் நெம்பர் இருந்தால் போதும். அந்தப் பதில்தான் தபால்காரரிடமிருந்து கிடைக்கும். ஆயினும் இன்றைய தினமும் கூட அதைக் கேட்டறிய அவளுக்கு ஓர் ஆவல். கேட்டுவிட்டாள்.

"பசங்க இப்போ எந்த ஊரிலே இருக்காங்க?"

அவர் எழுந்து வெளிக் கிளம்பினார் அப்போது கூடக் கடுமையான பனிபெய்து கொண்டிருந்தது. அவள் பின்னர் அந்தக் கேள்வியைக் கேட்க வில்லை.

* ** *

தோல்பையினைத் தோளில் கேட்டுக்கொண்டு, கையில் பெரிய குடையுடன் பொழுது விடியுமுன்னரே தபால்காரர் கிளம்பினார். படிவாசலைக் கடந்து வெளியே வந்தபோது அவர் திரும்பி நின்றவாறு அந்த வீட்டை ஒருமுறை பார்த்தார். அப்படிப் பார்ப்பது அவர் வழக்கத்தில் இருந்ததில்லை. கௌரிக்குஞ்சம்மா மனம் புழுவைப் போல் துடித்தது.

பாதைக்கு வந்த அவர் நடந்து சென்றார். குஞ்சம்மா பார்த்துக் கொண்டே நின்றாள். அந்த நடையும், இந்தப் பார்வையும் அசாதாரணமாக இருந்தன.

அன்று அவர் வேறு ஊருக்குப் போகிறார். அடுத்த நாளும் வர மாட்டார். அதற்கு அடுத்த நாள் மதியவேளையில் வருவார். சாப்பிடுவார். இரவில் தங்கியிருப்பார். இதுதான் வழக்கம்.

குஞ்சம்மா மனம் அமைதியற்றிருந்தது. நிரந்தரமான ஆவலுக்கு ஓர் உருவம் ஏற்பட்டதுபோல் தோன்றியது.

என்ன அது?

தந்தி என்கிற உருவம். தபால்காரர் தந்தியைப் படித்துக் காட்டுகிறார்.

மனத்திலிருந்து அந்தச் சித்திரத்தைத் துடைத்தெறிய எவ்வளவோ முயன்றும் பயனில்லை. அது தெளிவாகவே காட்சி தருகிறது.

அன்றிரவு விளக்கை அணைக்கவில்லை. பாயில் படுக்கவுமில்லை. சும்மா பாய்மீது அமர்ந்திருந்தாள்.

ஒரு சமயத்தில் குழைந்தாள்...!

உரத்தக்குரலில்தான் அழைத்தாள். கடும் குளிர் சூழ்ந்த நள்ளிரவு. அந்த விளிப்பு யார் காதிலும் விழவில்லை.

ஒரு தந்திதான். இன்னும் ஒரு மகன் இருக்கிறான்.

ஓ! இதென்ன கெட்ட சிந்தனை!

அப்போது ஒருவன் போய்விடட்டும் என்றா? பெற்ற மனம் ஆத்திரமுடன் முனகியது. ஆயின் எவன் போய்விட வேண்டும்?

அடுத்த வியாழக்கிழமை வரையிலும் காத்திருக்கவேண்டும். தபால் காரரிடமின்றி வேறு யாரிடம் இதைச் சொல்வது?

* ** *

வியாழக்கிழமை நல்ல சாம்பார் பண்ணினாள். வெண்டைக்காய், முருங்கைக்காய் போட்டு. நேந்திரங்காய்ப் பொரியல். பச்சைத் தேங்காய் சட்டினி, குஞ்சம்மா தபால்காரரை எதிர்பார்த்துக் கொண்டிருந்தாள். கோந்நோத்து கௌரிகுஞ்சம்மா மட்டுமல்ல; அவ்வூரைச் சேர்ந்த பலரும் காத்திருந்தனர். கடிதம் அல்லது மணியார்டரை! அவர்களில் யாருக் கெல்லாம் தந்தி வருமென்று யாருக்குத் தெரியும்?

சாம்பார் புளித்துப் போயிற்று. நேந்திரங்காய் பொரியலை பூனை தூக்கிச் சென்றது. தபால்காரர் வரவில்லை. இவ்வாறு வராமலிருக்கிற வழக்கமில்லை.

அவள் உள்ளத்தில் நெருப்புப் பற்றியெரிந்தது.

அடுத்த திங்கட்கிழமை ஒரு புதிய தபால்காரர்தான் வந்தார். பழையவர் ராஜிநாமா செய்து வேறு ஊருக்குச் சென்றுவிட்டார். எந்த ஊருக்கென்று தெரியாது. கௌரிகுஞ்சம்மாவுக்கு மணியார்டருமில்லை; கடிதமும் இல்லை. புதிய தபால்காரர் அவள் வீட்டுக்கு வருவதுமில்லை.

ஒருநாள் அவளுக்கு ஒரு நீண்ட கடிதம் கிடைத்தது. மேல்வீட்டு கொச்சப்புவை அழைத்து அதை வாசிக்கச் செய்து கேட்டாள். ஒன்றரை வருடத்துக்கு முன்னால் வாசுதேவன் வீரமரணமடைந்தான். சென்ற மாதம் வரையிலும் அவனுடைய கடிதமும் மணியார்டரும் அவளுக்குக் கிடைத்துக் கொண்டிருந்தது. கடிதத்தை தபால்காரர்தான் படித்துக் காட்டிவந்தார். தற்குறி பதிக்கச் செய்து மணியார்டரும் கொடுத்து வந்தார்.

சில நாட்களுக்கு முன்னர்தான். ஒருவருடத்துக்கு முன்பு கிருஷ்ணன் இறந்து போன தகவலும் வந்தது. நல்லவரான அந்தத் தபால்காரரைப் பின்னர் அந்த ஊர் பார்த்ததில்லை.

108

மலேயா மற்றும் அண்டை நாடுகளை ஜப்பான் கைப்பற்றிக் கொண்டது. ஊரிலுள்ள பல்வேறு வீடுகளுக்கு மலேயாவிலிருந்து பணம் வந்து கொண்டிருந்ததுதான். இப்போது அது வருவதில்லை. இனி கடிதங்களுமில்லை. மலேயா மற்றும் சிங்கப்பூரை ஆள்வது ஜப்பானியர்தான்.

மலஞ்சேரியில் பாப்பியம்மாவின் அடகு வியாபாரம் நின்றுவிட்டது. இருந்த பணத்தை எல்லாம் தங்க நகைமீது கடனாகக் கொடுத்தாள். தங்கம் இருக்கிறது. ஏதோ ஒரு சமயத்தில் அடகை மீட்டிச் செல்வதுமுண்டு. அவ்வாறு வருகிற பணத்தை அவள் வெளிக்காட்ட மாட்டாள். பாப்பியம்மா விழிப்புடைய பெண்மணிதான். ஓர் ஆண்பிள்ளைக்கு இருக்கிற சாமர்த்தியம் அவளுக்கு உண்டு.

மலேயாவுக்குச் சென்றவர்கள் நிலைமை என்ன? ஜப்பானியருக்கு இந்தியரிடம் விரோதமில்லை. எனவே இந்தியர் பாதுகாப்பாக இருப்பார்கள். அப்படித்தான் மக்கள் நினைத்துக் கொண்டனர். அந்த நாடுகளில் நடைபெறுகின்ற நிகழ்ச்சிகள் எதுவும் இந்நாட்டினருக்குத் தெரியாது.

பாப்பியம்மா தினசரி 'நிர்மால்யம்' தொழுவதற்காகப் பொழுது விடியு முன்னரே கோவிலுக்குச் செல்வாள். யாரோ கூப்பிட்டுத் துயிலுணரச் செய்வது போன்றுதான் எழுந்திருக்கிறாள். பனி மற்றும் மழை ஒன்றும் ஒரு விசயமே அல்ல. குளிர்நீரில் மூழ்கிக் குளிப்பாள். பாப்பியம்மா கோவில் விழாக்காலங்களில் மட்டும்தான் சென்று வந்துகொண்டிருந்தாள். அப்போது சன்னிதானத்தில் நின்று கைகூப்பிக் கொண்டிருந்தாள். அவளுக்கும் கடவுளுக்குமிடையே வழக்கு ஏதுமிருக்கவில்லை. அவளுக்கு முறையீடு ஏதுமில்லை. தெய்வத்திற்கும் முறையீடு ஏற்படச் சாத்தியமில்லை. பரஸ்பரப் பொருத்தமுடன் இருந்து வந்தனர். தெய்வத்தைப் பற்றி நினைக்கவேண்டிய அவசியமுமிருக்கவில்லை. தெய்வநிந்தனை என்று சொல்லக்கூடிய எதையும் திரிகரணங்களால் அவர்கள் செய்ததில்லை. நினைக்கவில்லை என்பது நிந்தனை என்று. இப்போது கடவுளை நினைக்கின்றனர். அதற்கான அவசியம் ஏற்பட்டது. வேறு யாரைத்தான் இறுகப் பிடித்துக் கொள்ள முடியும்? பாதை தடைபட்டுப் போகிறபோது மனிதனுக்குச் சரணடையவல்ல ஒன்று கடவுள்தான். அங்ஙனம் சரணடையும்போது மனநிம்மதி ஏற்பட்டுவிடுகிறது.

கர்ப்பக்கிருகத்தின் கதவுகள் திறக்கப்படும்போது எண்ணெய் விளக்குகளின் ஒளிப்படலத்திலே தோன்றுகிற பகவானுடைய உருவத்தின்

முன்னால் கரம் கூப்பிக் கண்களை மூடியவாறு பாப்பியம்மா நின்று கொள்வாள். பகவான் முதன்முதலாகப் பார்ப்பது பாப்பியம்மா வைத்தான். என்றும் அதுதான் வழக்கம். அவள் முன்னால் வந்து நிற்பாள். வழக்கமாய் நிர்மால்யம் தொழுகின்றவர்கள் அவளுக்கு அந்தச் சலுகையை அளித்திருக்கிறார்கள் போல் தோன்றுகிறது. மலேயாவுக்குச் சென்ற இளைஞனின் தாய்தானே? எவ்வளவு நேரம் வரையிலும் அவள் அப்படி நின்றுகொண்டிருப்பாள் எனச் சொல்ல முடியாது. அவள் அப்படி எதைத்தான் பிரார்த்தனை செய்கிறாளோ? மகனைப்பற்றி! வேறு என்ன? பகவானிடம் அவளுக்குச் சொல்ல வேண்டியதெல்லாம் அது ஒன்றைப் பற்றி மட்டும்தான்.

பின்னர் கண்ணைத் திறந்து பார்க்கிறபோது பகவான் தன் பிரார்த்தனைகள் அத்தனையும் ஏற்றுக் கொண்டவர் போன்று புன்னகை பூத்த முகத்துடன் தன் முன்னே நிற்பதாக அவளுக்குத் தோன்றும். பகவான் அருள் புரிந்தார். அப்போதுதான் பின்னால் கண்களை மூடிப் பிரார்த்தனை செய்கிற ஒருத்தி நிற்கிறாள். அவள் கோங்காட்டு பாரதி! அவள் கணவன் மலேயாவிலிருக்கிறான். சில மாதங்களுக்கு முன்னால் குழந்தைகளை அழைத்துக் கொண்டு அவர்கள் இருவரும் அங்கிருந்து வந்தவர்கள்தான். இப்போது கணவன் மட்டும் அங்கே சென்றிருக்கிறான். அவளையும் குழந்தைகளையும் மறுபடியும் அழைத்துச் செல்வதாகச் சொல்லிச் சென்றிருக்கிறான். எனவே பாரதிக்கும் பிரார்த்தனை செய்வதற்கான விசயங்களிருக்கின்றன. கடவுள் பிரார்த்தனையை ஏற்றுக் கொள்ளட்டும். பாப்பியம்மாவுக்கு மன ஆறுதல் கிடைக்க வேண்டும்.

சில சமயங்களில் பகவான் உருவம் அவ்வளவு களையுடையதாகத் தென்படுவதில்லை. ஏன்? அர்ச்சகர் கறுத்துப் பருமனான ஒரு நம்பூதிரியாவார். அவர் பிராமணீயமற்றுப் போனவர் என்கிற காரணமா? எதுவாக இருப்பினும் காலையில் தொழுது வந்தனை செய்து சந்தனம் அணிந்து திரும்புகிறபோது பாப்பியம்மா மன அமைதியுடன் காணப் படுவாள். மாலையில் மனம் பதறி நொந்து கொண்டிருக்கும்.

அவள் மகன் இப்போது எங்கிருக்கிறான்?

இரவில் படுக்கும்போது அவள் தெய்வத்தைப் பிரார்த்தித்து முறையீடு செய்வாள். தூக்கம் அவ்வளவு சீக்கிரமாய் வந்துவிடாது. வேறு எதைப் பற்றியும் யோசிப்பதில்லை. முன்பு மானசீகமான உற்சாகமிருந்த காலத்தில் பணம் மற்றும் வட்டியைப் பற்றியே யோசித்துக் கொண்டிருந்தாள்.

இத்தகைய ஓர் ஆவல் பல்வேறு வீடுகளிலுமிருந்து வருகிறது. இன்னொருவன் பைத்தியம் போல் அந்த ஊரில் உழன்று கொண்டிருந்தான்.

அவன்தான் சலயில் சிவராமன்! அவன் மனைவி மக்களை மலேயாவில் தங்கவைத்துவிட்டு சில நாட்கள் விடுமுறையில் வந்தவன். திரும்பிப் போக வழியில்லை. மனைவி மக்கள் நிலைமை பற்றிச் சிந்தித்து அவதிப்படுகிறான்.

பணமுண்டு. அது அவன் பெயரில் வங்கியில் கிடக்கிறது. அந்த வங்கிகள் இப்போதுமுண்டா? யாருக்கும் தெரியாது. எதிரி கைப்பற்றிய நாட்டிலுள்ள வங்கிகளின் நிலைமை என்ன? போட்டிருக்கிற பணம் திரும்பக் கிடைக்குமா? அதற்கு எந்த ஆபத்துமில்லை என்று சிலர் சொல்கின்றனர். ஆயினும் மனைவிக்கு அந்தப் பணம் எப்படிக் கிடைக்கும்?

எப்படியோ ஒரு செய்தி இந்நாட்டுக்கு நழுவி வந்தது. மலேயாவில் எல்லாப் பொருட்களுக்கும் பெரிய அளவில் விலை உயர்ந்திருக்கிறது. அங்கே சிவராமனிடம் நட்பும் நல்லுறவுமுடைய எண்ணற்ற மலையாளிக் குடும்பங்கள் இருந்து வருகின்றன. அவர்கள் மாலினி மற்றும் குழந்தைகளைப் பாதுகாப்பார்கள். அல்லாமல் யார்தான் பாதுகாப்பார்கள்? தாமஸ், உண்ணிப்பிள்ளை போன்ற பலரையும் சிவராமன் நினைத்துப் பார்த்தான். தாமஸ் கோழஞ்சேரியைச் சேர்ந்தவர். மனைவியும் அருமையான ஒரு பெண்மணிதான். உண்ணியும் நல்லவர் தான். ஆனால் மனைவி குறித்து அவ்வளவு நம்பிக்கையுமில்லை. எந்த ஒரு துணையுமில்லாத ஒரு பெண் மற்றும் இரு குழந்தைகளை அங்குள்ள மலையாளிகள் கைவிட்டு விடுவார்களா?

மனைவி-மக்களை தாமஸ் கூடத் தங்க வைத்துவிட்டுத்தான் சிவராமன் வந்திருக்கிறான். மலேயாவிலெங்கும் பரவிக் கிடக்கின்ற ரப்பர் தோட்டம் போன்ற பல்வேறு தோட்டங்களில் சிதறுண்டு வசித்து வருகின்ற மலையாளிகளுக்கு என்ன நிகழ்ந்திருக்கக் கூடுமோ? அவர்களில் யாரெல்லாம் தப்பித்துக் கொண்டிருப்பார்கள்? மலேயாவில் யுத்தம் பெரிய அளவில் நடைபெறவில்லை. எனவே யுத்தநிமித்தமாய் நிறைய ஜனங்கள் இறந்திருக்க மாட்டார்கள். வெற்றிநடையாய் முன்னேறிச் செல்கின்ற ஜப்பானியர் எப்படி நடந்து கொள்வார்களோ?

ஜன நெரிசலால் ஜப்பானிலே நின்று திரும்பக் கூட இடமில்லை. தேவைப் பொருட்களுமில்லை. பரந்துபட்டுக் கிடக்கின்ற உலகத்தில் இதரப் பகுதிகளுக்கு பரவத்தான் வேண்டியிருக்கும். குடியிருக்க இடம் வேண்டும். வாழ்வதற்கு வேண்டிய பொருட்கள் வேண்டும். எனவே தோட்டங்களிலும் சுரங்கங்களிலும் வேலை செய்து பழக்கமுள்ளவர்களைத் தேவையில்லை என்று சொல்லுவார்களா? எல்லோருக்கும் வேலையிருக்கும்.

இப்படிச் சிந்திப்பது ஓர் ஆறுதல்தான்.

ஜப்பானியர் நல்லவர்கள்தான். ஜப்பானியர் நிறையப் பேர்களை சிவராமனுக்குத் தெரியும். ஒழுக்கம், வினயம் - எல்லாமுள்ளவர்கள். யாருடனும் நட்பு கொள்வார்கள். எந்த உதவியும் செய்யத் தயங்காதவர்கள். சந்திக்கும்போதும், பிரிந்து செல்லும்போதும் அவர்கள் கலாச்சார அடிப்படையிலான உபச்சாரங்கள் மிக்க வினயமானவையாகும். ஜப்பானியரின் சிரிப்பு களங்கமற்றது. நல்ல மனிதன் பதட்டமடைந்தால் என்பது போலத்தான் பேச்சு. ஜப்பானியனை ஆத்திரமுற்றுப் பார்த்ததில்லை. ஆத்திரம் அவனுக்கு வராது. வெறுப்பை வெளியே காட்ட மாட்டான். எவனையும் வேதனைக்குள்ளாக்கமாட்டான். மலேயாவின் அனைத்து நகரங்களிலும் பல்வைத்தியர்களாகவும், புகைப்படக்காரர்களாகவும் நூற்றுக்கணக்கான ஜப்பானியர்கள் இருந்தனர். அவர்கள் அனைவரிடமும் ஒன்றிணைந்து வாழ்ந்து வந்திருக்கின்றனர்.

ஜப்பானியர் பிறருக்குத் துரோகம் விளைவிக்க மாட்டார்கள். அதற்குச் சந்தர்ப்பமிராது. சிவராமனுக்கு ஜப்பானியரைத் தெரியும். போர்க் காலத்தில் என்றாலும் அவர்களால் கொடியவர்களாக இருக்க முடியாது. அவர்கள் ஏன் இப்படி மனிதர்களைக் கொல்லத் தயாராகி விட்டனர்?

அன்று அங்கிருந்து கிளம்பிவந்ததுதான் தவறாகிவிட்டது. இன்னும் இரண்டு நாட்கள் கூட ஆகியிருந்தால் மலேயாவுக்குச் சென்றிருக்கலாம்.

சிவராமனும் அதிகமாகப் பணமேதும் ஊருக்கு அனுப்பியிருக்கவில்லை. எல்லாவற்றையும் அங்கே சேர்த்து வைத்துக் கொண்டிருந்தான். வீட்டுக்கு அனுப்பி வைக்கிற பணம் ஒழுங்கான முறையில் செலவு செய்வதில்லை. அண்ணனுக்கு என்றுமே பணத்தேவைதான். அக்காள் நிலைமை மோசமாயிருக்கிறது. தந்தைக்குச் சந்ததிகளெல்லோரும் ஒன்று போல் தான். இன்றியமையாத தேவைகளுக்காகக் கணக்கை போட்டுத்தான் பணம் அனுப்பிக் கொண்டிருந்தான்.

அங்கே சேர்த்து வைத்த சொத்து இருக்குமா?

இங்கே எப்படி உயிர் வாழ முடியும்?

சிவராமனின் ஆதங்கமெல்லாம் விண்ணப்பங்களாகப் பரிணமித்தது. யாருக்கெல்லாம் அனுப்புவதென்று அவனுக்கே தெரியாது. ஊரிலுள்ள ஆட்சியாளர்களுக்கு மட்டுமல்ல; ஜப்பான் நாட்டையே ஆட்சிபுரிகிற டோஜாவுக்குக் கூட அனுப்பி வைத்தான். கிடைக்குமென்றால் கிடைக்கட்டும்!

காலையில் சிறிது நடந்துவிட்டு வந்து விண்ணப்பம் எழுதுவான். மதியத்திற்குப் பின்னரும் அவனுக்கு அதுதான் வேலை. இரவில்

விண்ணப்பங்கள் எழுதுவதைத் தவிர வேறு வேலையே கிடையாது. உறக்கமில்லை. அது ஒரு விதமான பைத்தியமாகிவிட்டது.

எடுத்து வந்த பணம் தீர்ந்து விட்டது.

வேஷ்டி - சட்டைகள் கிழியத் தொடங்கின.

எங்காவது ஏதாவது வேலை செய்யலாம் என்றால் அவன் ஆர்வமெல்லாம் விண்ணப்பம் எழுதுவதில்தான்.

இன்னும் சில நாட்கள் ஆகிவிட்டால், அவன் முழுப் பைத்தியமே ஆகிவிடுவான்.

ஒரு செய்தி. மலேயாவில் ஓர் இந்திய ராணுவம் உருவாகியிருக்கிறது. அந்த ராணுவத்தின் பெயர் ஐ.என்.ஏ. என்றாகும். சுபாஷ்போஸ்தான் அதன் தலைவராக இருந்தார்.

மலேயாவிலுள்ள இந்தியருக்கு அது ஒரு பாதுகாப்புத்தான் என்று சிவராமனுக்குத் தோன்றியது.

* ** *

நெல்லும் அரிசியும் ஊரில் கிடைப்பதற்கில்லை. அரிசியாக்கிக் கஞ்சி காய்ச்சிக் குடித்துவந்த காலம் போய்விட்டது. அரிசி இல்லை. பெரிய விவசாயிகளின் அறைகளில் நெல் உண்டு. அபரிமிதமான விலையைப் பெற்று இரவு நேரங்களில் பெருமளவில் நெல் விற்பனையாகிறது. நெல்லை விற்பது குற்றமாகும். ஆனால் அதுதான் நடைபெறுகிறது. நெல்லைச் சாகுபடி செய்கின்ற பறையருக்கும், புலையருக்கும் பணமாகத்தான் கூலி கொடுக்கிறார்கள். நூற்றாண்டுகளாக நெல்லைக் கூலியாகக் கொடுத்து வந்த வழக்கம் நின்றுவிட்டது. விவசாயத் தொழிலாளர் சங்கம் சில போர்ப்பாதைகளைக் கடைபிடிக்கக் கட்டாயப்படுத்தப்பட்டிருக்கிறது. கூலியில் பாதியாவது நெல்லாகக் கிடைக்கவேண்டும். அரசாங்கமும் அப்படித்தான் சொல்கிறது. ஆனால் நடைமுறைக்கு வருவதில்லை. அமுல் நடத்த ஒரே ஒரு வழிதான் உண்டு. அதைத் தொழிலாளிகளே சொல்லத் தொடங்கினர். யூனியன் தலைமையிலிருந்து சொல்லப்பட்டது அல்ல!

போராட்டம்!

சுரேந்திரனால் கூடப் புரிந்துகொள்ள முடியாத சில யோசனை களைக் கட்சி சொல்லிற்று. வேலைநிறுத்தம் கூடாதாம்.

பின்னர் எவ்வாறுதான் அரிசிபோட்டுக் கொதிக்கவைத்த நீரைத் தொழிலாளிகள் குடிப்பார்கள்? வாரமொரு முறையாவது கஞ்சி காய்ச்சிக் குடிக்கவேண்டாமா? நிலச் சொந்தக்காரர்கள் மனமிரங்கி நெல்

கொடுப்பார்களா? நெல் விலை வாணம் போல் உயர்கிறது. இரவில் விற்றுப் பணமாக்கிவிடலாம்.

பஜராவும், ஆப்பிரிக்கா ராகியும்தான் கிடைக்கின்றன. கோதுமையாக இருந்தாலும் தேவலை. பஜராவை எப்படிச் சமைப்பதென்று தெரியாது. அது வயிற்றுக்கு ஒத்துவருவதில்லை. ஒரு கெட்ட சுவையுண்டு. ஆப்பிரிக்கா ராகி ஒரு விதமான சோளம் என்று சொல்லப்படுகிறது. யுத்தத்தில் மரணமடைந்த ராணுவத்தினரின் பற்களைஆவியில் வைத்துத் தூளாக்கக் கூடிய முறையில் பக்குவம் பண்ணினதுதான் அதுவென்ற ஒரு கதை ஊரில் பரவியது. அது யாருக்கும் வேண்டாத பொருளாயிற்று. மரவள்ளிக் கிழங்கு கிடைப்பதேயில்லை. அது கூட யுத்த தேவைக்காக ஏற்றுமதி செய்யப்படுகிறதாம்!

எனவே தொழிலாளி எப்படி வாழ்வது? அவன் நெல்லை உற்பத்தி செய்கிறான். ஆனால் அவனுக்குக் கஞ்சி காய்ச்ச அது கிடைப்பதில்லை.

இந்த விவசாய முதலாளிகளின் அறைகளைத் திறக்க வேண்டுமென்றால் போராட்டம்தான் வழியாகும்.

ஆனால், போராட்டம் கூடாதென்றுதான் கட்சி யோசனை சொல்லியிருக்கிறது.

ஏன், போராட்டம் கூடாது?

முதலாளிகளிடமிருந்து எப்படிக் கூலி வாங்க முடியும்?

“மக்கள் யுத்தம் இது! யுத்த முயற்சிகளுக்குக் குந்தகம் விளைவிக்கக் கூடாது!”

பறையரும் புலையரும் மட்டுமல்ல; அனைத்து ஜாதியைச் சேர்ந்தவர்களும் வயல் வேலைகளுக்கு வருகின்றனர். கோந்நோத்துக் குஞ்சம்மாமார்களும், மங்கலச்சேரி பெண்மணிகளும் பறையர் மற்றும் புலையர் பெண்களுடன் சேர்ந்து வயலில் வேலை செய்கின்றனர். அவர்கள் நாற்றுப் பாடல்களைப் பாடுவதில்லை என்பது மட்டும்தான் வித்தியாசம். எல்லோரும் உயிர்வாழ வேண்டும். மேல் துட்டுக் குடியினரும் வயல்வேலை செய்யக் கற்றுக் கொண்டனர்.

“இது மக்கள் யுத்தம்! யுத்த முயற்சிகளுக்குக் குந்தகம் விளைவிக்கக் கூடாது!”

இன்றைய நிலைமையில் கஞ்சித் தண்ணி குடிப்பதுதான் யுத்தத்திற்குச் செய்யக் கூடிய உதவி. ஆனால் கட்சிக்கு அது புரியாது.

தொழிலாளிகள், யூனியனைக் கலக்காமலேயே வேலைநிறுத்தம் செய்வோமென்றனர். வயல்வேலை செய்கின்றவர்களுக்குக் கஞ்சித் தண்ணியில்லை என்பதை அறிந்து, பாரம்பரியமிக்க சில விவசாயிகள் நான்கைந்து படியளவு நெல்லைக் கூலியாகக் கொடுத்து வந்தனர். இப்போது அந்த வழக்கத்தை நிறுத்தி விட்டனர்.

சுரேந்திரன் சொல்லிப் பார்த்தான். தொழிலாளிகளுக்குப் புரிய வில்லை.

இதைக் கட்சித் தலைமையிடம் எப்படிச் சொல்வது? தொழிலாளி களுக்கு எப்படி விளக்கிக் கூறுவது?

சுரேந்திரனுக்குத் தருமசங்கடமாயிற்று. இரண்டிலொன்று நடந்து விடும். கட்சியைப் புறக்கணித்துச் சொல்லவேண்டியிருக்கும். அல்லது யூனியன் பலவீனமாகிவிடும். எதைச் செய்வது?

* ** *

சுரேந்திரனைப் பற்றி என்றுமே புகார் இருந்து வருகிறது. தாலுக்கா கமிட்டி, ஜில்லா கமிட்டி ஆகியவை முன்னால் அவன் அதற்கெல்லாம் பதிலுமளித்து வந்தான். யூனியனையும் தொழிலாளிகளையும் முழுவது மாகக் கட்சிக் கட்டுப்பாடுக்குள் கொண்டு வருவதில்லை. புகாரின் சாராம்சம் இதுதான். அதை உணர்வுபூர்வமாகச் செய்கிறான் என்கிற குற்றச்சாட்டு இல்லை. அந்த விசயத்தில் போதிய கவனம் செலுத்துவ தில்லை என்பதுதான். அது ஒரு உணர்வுபூர்வமல்லாமல் செய்யும் தவறாகும். சுரேந்திரனுக்கு அரசியல் கல்வி போதுமான அளவில் இல்லை. அதற்காகவே அவனைச் சில முகாம்களுக்கெல்லாம் அனுப்பி வைத்திருக் கின்றனர்.

சுரேந்திரனுக்கு ஒரு குறையுண்டு.

முழுமையான கட்டுப்பாட்டுக்கு தன்னை வழங்குவதில்லை. வேண்டு மென்றே புறக்கணிப்பதுவும் இல்லை. தன்னையறியாமல் நழுவிப்போய் விடுவதுதான். பறையர்-புலையர் ஆகியோருடன் அவர்களுடைய மீன் கறியும் வெந்த மரவள்ளிக் கிழங்கும் சாப்பிட்டு வாழத் தொடங்கிய அந்தக் காலத்தில் ஏதாவதொரு சந்தர்ப்பத்தில் இட்டிப் புலையனுடன் கள்ளுக் கடைக்குச் சென்றால், அந்தக் கிழங்கு கீழிறங்கிச் செல்லத் தண்ணீருக்குப் பதிலாக அரைக் கோப்பை கள் குடித்திருக்கிறான். இப்படி ஏதாவதொரு சந்தர்ப்பத்தில் கள் குடிப்பான். சில சந்தர்ப்பங்களில் கள் கொஞ்சம் ஜாஸ்தியாகி உள்ளே சென்று வாந்தியாக வெளிவருவதுமுண்டு. புலையத் தரையிலும், பறையத் தரையிலும் இரவில் இடையிடையே

படுத்துத் தூங்கியிருக்கிறான். ஆனால் சுரேந்திரனை ஒரு குடிகாரன் என்று சொல்லமுடியாது. ஆயினும் கட்சி முன்னால் பதில் சொல்ல வேண்டி யிருக்கிறது.

தொழிலாளி வாழ்வதுபோல் வாழ்கிறான். அவனுடன் ஒன்றிணைய வேண்டும். ஆனால் அவனைக் கட்டுப்படுத்துகிறவன் என்கிற முறையில் அவனைவிடச் சற்று உயர்ந்தவனாக இருக்கவும் வேண்டும்.

சுரேந்திரன் வாழ்க்கையில் ஒரு குழப்பமான நிலைமைதான் இப்போது. ஏனோ தெரியவில்லை-அவனுக்கு சுபாஷ் போஸ் மீது மிகுந்த பற்றுதல் இருந்தது. போஸின் உருவ அழகுதான் அந்தப் பற்றுதலுக்குக் காரணமோ; என்னவோ? சுரேந்திரன் போஸை நேரடியாகப் பார்த்ததில்லை சித்திரம்தான் பார்த்திருக்கிறான். பிரசங்கங்களைப் பத்திரிகைகளில் படித்திருக்கிறான். அவற்றில் வீறும் விறுவிறுப்புமுண்டு. அப்படி வீறுடன் பேசுகின்ற தலைவர்கள் வேறு பலரும் இருக்கின்றனர். இந்தியாவுக்குச் சுதந்திரம் கிடைப்பதற்காக, துப்பாக்கியும் இதர ஆயுதங்களும் அணிந் திருக்கிற ஓர் ராணுவத்தை அவர் நிறுவியிருக்கிறார். இத்தகைய ஒரு சேனை என்றாவது ஏற்பட்டதுண்டா?

அரவிந்தன் மலேயாவிலுள்ள அந்தச் சேனையில் சேர்ந்திருப்பான். அவன் அப்போது துப்பாக்கியேந்திய ராணுவத்தினன். இத்தகைய பலர் இருக்கிறார்கள். பெரியதோர் இந்திய ராணுவம் இந்தியாவுக்குள்ளே நுழையப் போகிறது. இது இந்திய-சுதந்திரத்தைக் கைப்பற்றிவிடும்.

ஆனால் கட்சி சொல்கிறது; சுபாஷ் போஸ் ஃபாசிஸ்டு கட்சியைச் சேர்ந்தவர் என்று; அவர் தேசத் துரோகி என்று. நாய், பேய் என்றெல்லாம் சிறுவர்களை ஏவிவிட்டுச் சொல்லச் செய்கிறது. அது காதில் விழுகிற போது சுரேந்திரனுக்குச் சற்று மனச் சங்கடமேற்படுவதுண்டு. கட்சியின் இப்போதைய கொள்கை போஸைத் திட்டுவதாக மட்டுமென்றிருக்கிறது.

நேற்றைய தினம் கூட மாநிலச் செயலாளர், முகாமில் என்ன கேட்டார்?

"அவர்கள் தோள்மீது இருக்கிற துப்பாக்கி யாருடையது?"

ஜப்பானியரின் துப்பாக்கி!

அது சரிதான். பிரிட்டிஷாரைவிடக் கொடியவர்களாக இருப்பார்கள் ஜப்பானியர்.

ஆனால், ஏனோ சுரேந்திரனுக்கு அது ஜீரணமாகிறதில்லை. அரசியல் வகுப்புகள், முகாம்கள் மற்றும் பொதுக்கூட்டங்களில் கட்சித் தலைவர்கள் சாங்கோபாங்கமாய்ப் பேசுவதுண்டு; கற்றுத் தருவதுண்டு. சந்தேகம்

கேட்டால் விளக்கமும் தருவார்கள். ஆனால் அதெல்லாம் அவனுக்குப் புரிகிறதில்லை.

கட்சியின் கொள்கை இப்போது இதுமட்டும்தான்: யுத்த முயற்சிகளை வெற்றிபெறச் செய்வது! இவ்வளவு விறுவிறுப்பான செயல் முறை இதற்கு முன்னர் இருந்ததேயில்லை.

சுரேந்திரனுக்கு மட்டுமின்றி ஊர்ஜனங்களுக்குக் கூடப் புரிகிற மாதிரி இல்லை. கட்சிக்கு தவறு நேராது. விஞ்ஞான ரீதியான அணுகு முறையைத்தான் அது கடைபிடித்து வருகிறது. ஆனால் அதை ஜனங்கள் புரிந்துகொண்டதாக இல்லை. அது ஏன்?

நீண்ட நாட்களாய்த் தனக்கு அரசியல் கல்வி போதித்துத் தருகிறார்கள். அது போதாமலிருக்கலாம். வகுப்புகளில் பங்கு கொள்வ துண்டு. கட்சிப் பிரசுரங்கள் படிப்பதுண்டு. கட்சித் திட்டங்களை நடை முறைக்குக் கொண்டு வருவதுண்டு. அதெல்லாம் முறைப்படி நடந்து வருகிறது. இருந்தாலும் ஒரு தாலுக்கா கமிட்டியிலே கூட அவனுக்கு இடமில்லை. அந்த அளவில் வளர்ச்சி பெற்றிருக்கவில்லை. ஜில்லா செக்ரடரியே சொல்லியிருக்கிறார்; அந்த விசயத்தில் சுரேந்திரனுக்குப் புகார் இல்லை. ஒரு போதும் சந்தேகமெழுப்பாமலிருந்த சுரேந்திரன், சுபாஷ் போஸ் பற்றியும், ஐ.என்.ஏ. பற்றியும் சில கேள்விகளை எழுப்பி யிருக்கிறான்.

கட்சிக்குத் தவறு நேராது. அது பெரியது. ஆனால் எங்கேயோ உதைக்கிறது. அது தனது அஞ்ஞானத்தினால் ஏற்பட்டதாக இருக்கலாம். அல்லது ஊர்ஜனங்களின் அறிவிலித்தனத்தினால் உண்டானதாக இருக்கலாம். கட்சியுடன் கருத்து வேற்றுமை கொள்ளக் கூடாது. கட்சி யின் கட்டளைகளை அமுல் நடத்தியே ஆக வேண்டும். ஆனால் அது எப்படிச் சாத்தியமென்பதுதான் சந்தேகம். வாரம் ஒரு நாள் கூலியாவது நெல்லாகக் கிடைக்க வேண்டுமென்றால் பயங்கரமாகப் போராட வேண்டி யிருக்கும். போராடக்கூடாதென்றுதான் பார்ட்டி சொல்கிறது. யுத்த முயற்சி களுக்குக் குந்தகமாகிவிடும்.

தொழிலாளிகளுக்கு இது புரிகிறதில்லை. நேற்றைய தினம் கமிட்டிக் கூட்டத்தில் வாசு வினவினான்.

"கஞ்சித் தண்ணி குடிக்காமே சாகறது யுத்தத்துக்கு உதவி செய்வ தாகுமா?"

பதில் சொல்லவில்லை.

இப்போது முதலாளிகளுக்கு அருமையான சந்தர்ப்பம் வாய்த்திருக்கிறது. அவர்கள் கொள்ளை லாபமடிக்கின்றனர். தொழிலாளிகள் கட்சியைப் புறக்கணித்துவிடக் கூடும். அவர்கள் அந்த அளவில் கிளர்ச்சியுற்றிருக்கின்றனர். அரிசி போட்டுக் கொதிக்கவைத்த நீர்தான் பிரச்சினை. ஒரு சோஷலிஸ்ட் நாடு ஜீவமரணப் போராட்டத்தில் ஈடுபட்டிருப்பதோ, ஃபாசிஸம் விரைந்து முன்னேறுவதோ அல்ல பிரச்சினை. அதெல்லாம் பெரிய பிரச்சினைகள்! இங்ஙனம் ஆவேசமாகப் பேசினான் வாசு.

சுரேந்திரன் நீண்டதோர் அறிக்கை தயார் பண்ணினான். சோதருடைய குடிசையிலமர்ந்தவாறுதான் அதைத் தயாரித்தான். ஓர் இரவும் பகலும் அதற்காகத் தேவைப்பட்டது. அனைவரையும் அழைத்து வந்து அந்த அறிக்கையைப் படித்துக் காட்டினான். யாருக்கும் கருத்து வேறுமையிருக்கவில்லை.

“என்னைக் கட்சியிலிருந்து வெளியேற்றுவார்களா?” என்றான் சுரேந்திரன்.

“அதெல்லாம் என்னால் சொல்லமுடியாது!” என்றான்.

வாசு துணிச்சலுடன் கூறினான். “வெளியேற்றறதுன்னா, இங்குள்ள விவசாயத் தொழிலாளிகளைப் பூராவும் வெளியேற்றறதுன்னுதான் பொருள்.”

“அப்படிச் சொல்லக்கூடாது! யூனியன் கட்சியுடன் இணைந்துதான் நிக்கணும். என்னை வெளியேற்றினாக் கூட என்னென்னைக்கும் நான் கட்சிக்காரனாயிருப்பேன்.

“தோழர் எங்கேயோ, அங்கெல்லாம் தான் நாங்களும் நிற்போம்.” பாப்பாதான் பதிலளித்தாள்.

109

சுரேந்திரனிடம் சமாதானம் சொல்லச் சொல்லியது கட்சி. குற்றங்கள் ஏராளமானவை. அறநெறிகளுக்குப் புறம்பாக நடந்துகொண்டதுதான் முக்கியமானது. தெளிவான ருசுக்களுடைய மூன்று நான்கு வழக்குகள் உள்ளன. பாதிக்கப்பட்டவர்களின் சங்கட முறையீடுகள் வந்திருக்கின்றன. பொதுஜனக் கருத்தும் மாறுபட்டது அல்ல!

பாப்பாவைச் சில வருடங்களுக்கு முன்னால் நீலம் பேரூரைச் சேர்ந்த குட்டப்பன் மணந்து கொண்டதுதான். ஒரு வருடத்திற்குப் பின்னர் அவன் அவளை அவள் வீட்டுக்குக் கொண்டுவந்து விட்டுப் போனான்.

ஆறேழு மாதத்திற்குப் பின்னர் அவளை அழைத்துச் செல்ல வந்தான். அவளுக்கு அவனுடன் செல்ல விருப்பமில்ல. பின்னர் குட்டப்பனும் அங்கே சென்றதில்லை. அந்த உறவு முறிந்து போனதுபோல் ஆயிற்று.

குட்டப்பன் கட்சியிடம் புகார் செய்திருக்கிறான். பாப்பாவை சுரேந்திரன் மனைவியாக வைத்துக் கொண்டிருக்கிறானாம்! அதனால் தான் அவள் குட்டப்பன்கூடப் போகாமலிருந்து விட்டாளாம்! கண்ணன் மகள் நீலியின் குழந்தை சுரேந்தினுக்குப் பிறந்ததாம்! அந்தக் குழந்தையையும் சுரேந்திரனையும் பார்த்தால் அது தெள்ளத் தெளிவாகத் தெரிந்துவிடும். அந்தக் காரணத்தினால்தான் நீலியின் புலையன், அவள் உறவை முறித்துக் கொண்டான்.

ஊரிலுள்ள இளம் பெண்கள் அனைவரையும் வழிதவறி நடக்கச் செய்கிறான். அத்தகையதொரு கெட்டபெயர் பரவியிருக்கிறது. ஊரிலே யாரிடம் கேட்டாலும் இதைத்தான் சொல்கிறார்கள். இப்படிப்பட்ட ஒருவனைக் கட்சியிலும் யூனியனிலும் வைத்துக் கொண்டிருப்பது கட்சி யின் நற்பெயருக்குக் கெடுதல் விளைவிப்பதாகும்.

இந்தக் குற்றச் சாட்டுக்களின்பால் தலைமையால் ஊமையாகியிருக்க முடியாது.

கட்சியின் யோசனைக்கெதிராக வேலைநிறுத்தம் நடைபெற்றது. அதற்கு வேலைநிறுத்தமெனப் பெயர் சொல்லமுடியாது. தொழிலாளிகள் வயலுக்குச் செல்லவில்லை. முன் அறிவிப்பு எதையும் கொடுக்கவில்லை. மூன்று நான்கு நாட்கள் அது நீடித்தது. இறுதியில் சிறிது நெல்லைக் கூலியாகப் பெற்றனர். சுரேந்திரனின் மௌன சம்மதமுடன்தான் அந்த வேலைநிறுத்தம் நடைபெற்றதென்ற குற்றச் சாட்டினைக் கொண்டு வந்தது கட்சித் தலைமை. தொழிலாளிகளுக்கு நெல்லாகக் கூலி கிடைத்த போதிலும் தத்துவார்த்துமாய்ப் பாக்கும்போது அந்த வேலை நிறுத்தம் சரியானதல்ல! இந்தப் போக்கு பரவிவிடலாம். இப்போது எல்லாவற்றையும் விட முக்கியமானது யுத்த முயற்சிதான். சுரேந்திரன் அந்த வேலைநிறுத்தத்தைத் தவிர்த்திருக்கலாம்.

அவன் கட்சியைப் புறக்கணிக்கத்தான் செய்திருக்கிறான். கட்டுப் பாட்டை மீறிய கடுமையான செயல்தான் இது.

கட்சி நிதியைக் கூடக் கையாண்டிருக்கிறான்.

போதாதா?

இது குற்றப்பத்திரிகை. இன்னும் குற்றச்சாட்டுக்களிலிருக்கின்றன. தனி நபர் செல்வாக்கிற்கு முக்கியத்துவமளிக்கிறான். கட்சியின் செல்வாக்கு

தனிநபர் செல்வாக்குக்குக் கீழ்ப்படுகிறது. இது கடுமையான குற்றமாகும். இந்தப் போக்கு கட்சியுடம்பில் ஒரு 'கேன்'சராகப் பரிணமிக்கக்கூடும்.

இந்தக் குற்றச்சாட்டு என்னவென்று சுரேந்திரனுக்குப் புரியவில்லை. தனிநபர் செல்வாக்குக்குக் கட்சியின் செல்வாக்கு கீழ்ப்பட்டு விடுமென்றா? அது எப்படி? அதன் பொருள் என்ன? இன்று வரையிலும் தொண்டாற்றியது கட்சிக்காகத்தான். பி.கிருஷ்ணப்பிள்ளையுடன் அறிமுகமான நாள் முதற்கொண்டு செய்ததும் செய்வதுமெல்லாம் கட்சிக்காகத்தான். 'டீகிளாஸ்' பண்ணவேண்டுமென்றனர். அதன் பொருள் புரிகிறது. மீனும் மரவள்ளிக் கிழங்கும் அருவறுக்கத் தக்கவை அல்ல. புலையத் தரையிலும், பறையத் தரையிலுமெல்லாம் படுத்துத் தூங்கினேன். அவர்களுடன் ஒன்றிணைந்து வாழ்ந்தேன். அது வேண்டுமென்றே செய்ததுதான். கட்சிக்காகத்தான்.

கட்சிக்காக அல்லாமல் எதற்காகச் செயல்பட்டிருக்கிறேன்?

சோதர் மகள் பாப்பா ஒரு கள்ளப் புன்னகையுடன் கூறினாள்:

"இல்லியே... கட்சிக்காக அல்லாமலும் செஞ்சிருக்கீங்க."

"அதுவென்ன? சொல்!" என்றான் சுரேந்திரன்.

"நான் சொல்லட்டுமா?"

"சொல்லு."

"நீலிக்கு ஒரு குழந்தையைக் கொடுத்தீங்க."

"வேடிக்கையா பேசாதே! நான் புரிந்து கொள்ளத்தான் கேட்கிறேன். உனக்கு எல்லாம் தெரியுமல்லவா? நீயே சொல்! நான் கட்சிக்காக அல்லாமெ என்ன செஞ்சிருக்கேன்?"

"அதிலே சொல்லியிருப்பது அதுவல்ல!"

"அல்லாமே என்ன?"

"எதுவானா என்ன? இந்தக் கட்சீன்னா எதைச் செஞ்சாலும் போதாதுன்னு சொல்றவங்கதான். கொடலைப் புடுங்கி வெளியே போட்டாக்கூட அதைப் பூமாலைம்பாங்க. அதை விட்டுடுங்க!"

பெரிய ஐயப்பாடு ஏதுமன்றி சுரேந்திரன் சொன்னான்:

"கட்சியிலிருந்து என்னை வெளியேற்றக்கூடும்."

"ஓ! அதெல்லாமிருக்காது."

"வெளியேற்றினாலும் நான் பின்பற்றி நடப்பேன்." ஒரு கணத்துக்குப் பின் சுரேந்திரன் மேற்கொண்டு கூறினான்:

“வெளியேற்றினாலும் இல்லாட்டாலும் நான் கட்சிக்காக உழைப்பேன்”

பிடிவாதமுடன் விசாரித்தாள் பாப்பா:

“வெளியேற்றினப்பறமும் நான் கட்சிக்காகத்தான் உழைப்பேன்.”

“வேறு ஆளை நியமிப்பாங்க.”

ஓர் அறைகூவல்போல் சொன்னாள் பாப்பா:

“ஆகா! அழகாச்சு. இங்கே யார் வந்து விசயங்களைக் கவனிக்கப் போறாங்க? அப்படீன்னா அதையும் பார்த்துக்கப் போறேன்.”

“அப்படிச் சொல்லாதே பாப்பா! நான் இல்லாட்டாக் கூட கட்சி வேலை நடக்கத்தான் செய்யும்.”

தன்னால் புரிந்துகொள்ள முடியாத குற்றச்சாட்டு குறித்து விளக்கம் பெற சுரேந்திரன் மாவட்டச் செயலாளரை அணுகினான். கட்சி நலன் தனிநபர் நலனுக்குக் கீழ்ப்படுகிறது என்றால் என்ன பொருள்?

பழைய மாவட்டச் செயலாளர் அல்ல. ஆள் மாறியது போல் தோன்றியது. அலுவலகத்தில் பார்த்த தோழர்களுக்கெல்லாம் ஓர் அந்நியத் தன்மை இருப்பது போல் தோன்றியது. சிலரெல்லாம் பழக்கப் பட்டவர்களாக இருந்ததனால் சிரித்தனர். ஆனால் அந்தச் சிரிப்பில் சூடு இருக்கவில்லை ஜீவன் இருக்கவில்லை. மாவட்ட அலுவலகம் மாறிவிட்டது அங்கிருந்தவர்களெல்லாம் அறிமுகமில்லாதவர்களாக இருந்தனர்.

ஜில்லா செக்ரடரியே உத்தியோக தோரணயில்தான் பேசினார்.

“குற்றச்சாட்டைப் புரிஞ்சிக்கலேங்கிறதனாலே நான் விளக்கம் தந்திடறேன்.”

அவர் அதைப் படித்துவிட்டுச் சொன்னார்:

“தெளிவாத்தான் இருக்கு!”

“எனக்குப் புரியலே. நான் இதுகாறும் கட்சிக்காகத்தான் உழைச்சிருக்கேன்.”

“அது வேறு விசயம்... நீங்கள் தனிநபர் பெருமைக்காக உழைத்தீர்கள்!”

சுரேந்திரன் அசந்துபோய் நின்றுவிட்டான்.

“இல்லை! நான் கட்சிக்காகத்தான் உழைத்தேன். கட்சி வலுப் பெறுவதற்காகத்தான் உழைத்தேன். வேறு எதற்காகவும் நான் உழைத்த தில்லை.”

"அதெல்லாம் 'எக்ஸ்பிளசேனில்தான் எழுதணும்."

"அதைச் செய்யறேன். புரியாமல்தான் கேட்கிறேன். சமாதான மெழுதணும்னா குற்றத்தைப் புரிஞ்சுக்கணும்."

ஜில்லா செக்ரடரி சார்ஸ் ஷீட்டை மேலும் ஒருமுறை படித்து விட்டுச் சொன்னார்: "இது தெளிவாகத்தான் இருக்கிறது?"

"என்னாலே புரிஞ்சுக்கக முடியலே."

செக்ரடரி சொன்னார்.

"ஜில்லாக் கமிட்டியின் மனத்திலிருப்பதை நான் சொல்லிடறேன். சுரேந்திரன், நீங்க நீண்ட நாட்களாக கட்சியில் செயல்பட்டு வர்றீங்கள்ல? உங்கள் உழைப்பினால் அந்த ஊர் அடைந்த சாதனை. நீங்கதான் கட்சித் தலைவர் என்கிற எண்ணத்தை உருவாக்கிவிட்டதுதான். அதாவது-நீங்க இல்லேன்னா கட்சியில்லே; கட்சின்னா நீங்கதான். நீங்க காங்கிரஸ் ஆயிட்டீங்கன்னா யூனியனும் தொழிலாளிகளும் காங்கிரஸாயிடும். கட்சியில்லே. எல்லாம் நீங்கதான்."

சுரேந்திரன் சற்று பதட்டமுடனும், சிறிது கண்டனத் தொனியுடனும் கூறினான்:

"நான் காங்கிரஸாயிடுவேன்னா, சொல்றீங்க?"

"ஆம், உங்களுக்கு அப்படித் தோன்றக் கூடாதா?"

"இல்லை... தோன்றாது!"

"ஆம்; உங்களுக்கு அப்படித் தோன்றக் கூடாதா?"

"இல்லை. தோன்றாது!"

"நான் உங்ககிட்டே விவாதிக்கத் தயாரில்லே. நீங்க உங்க பதவியைத் தான் உறுதிப்படுத்தினீங்க. கட்சியின் நிலையை அல்ல!"

"எப்படி."

"உங்கள் செயல்பாட்டினாலே!"

"நான் கட்சிக்காகச் செயல்பட்டேன். கட்சிக்காக மட்டும்!"

"அதை நீங்க ருசுப்படுத்துங்க!"

அசந்துபோன சுரேந்திரனுக்குச் சொல்ல ஒன்றுமில்லை. அந்தக் குற்றச்சாட்டு என்னவென்றும் புரியவில்லை.

"நான் செய்த தவறுகள் என்னென்னவென்று அறிவுறுத்தினால் நான் அவற்றைத் திருத்திக்கிடறேன். தண்டனையையும் அனுபவச்சுக்கறேன்."

"சொல்லவேண்டியதை எழுதித் தெரிவியுங்கள்!"

"தவறுகள் என்றால் அவற்றை நான் ஒப்புக் கொள்ளுகிறேன். என்னவானாலும் சரி-கட்சிக்கு நான் வேணாம்னாக் கூட நான் கட்சியை விடமாட்டேன். நான் கட்சிப் பொறுப்பில் இல்லாவிட்டாலும் கூட கட்சிக்குத் தொண்டு செய்வேன்."

அங்கிருந்தவர்களில் யாருமே சுரேந்திரனை 'தோழர்' என்றழைக்க வில்லை.

* ** *

பாப்பாவுக்கு விசயம் புரிந்திருந்தது.

"விசயம் என்னன்னு தோழருக்குத் தெரியுமா?" என்றாள் பாப்பா.

சுரேந்திரன் இன்னமும் அறிந்துகொள்ள வேண்டிய விசயங்களிருக் கின்றன என்கிற முறையில் வாயைத் திறந்து நின்றான்.

"அப்படின்னா, நான் சொல்றேன்."

காரியார்த்தமாய் விளக்கிக் கூறவே பாப்பா தீர்மானித்திருந்தாள். சுரேந்திரனுக்கு விசயங்கள் அறிந்து கொள்ள வேண்டியிருக்கிறது.

"தோழரே, நீங்க யூனியன் வேலை செய்யத் தொடங்கி எவ்வளவு நாளாச்சு?"

"நீண்ட நாட்களாயிட்டது."

எத்தனை வருடங்கள் என்று சரியாக நினைவில்லை. அப்படித் திடீரென்று ஒரு நாள் விவசாயத் தொழிலாளிகளுடன் ஈடுபாடு கொண்டவனல்ல. யூனியன் எந்த நாளில் துவக்கப்பட்டது என்று ஒரு வேளை சொல்லமுடியும். அதற்கு எத்தனையோ நாட்கள் முன்பிருந்தே யூனியனுக்காக உழைக்கத் தொடங்கியிருந்தான். அது துவக்கப்பட்டது அல்ல. நடைமுறையில் உருவாகி வந்ததுதான்.

கண்களைச் சிறிதாகச் செய்தவாறு கன்னங்குழிகள் உருவாக்கிய ஒரு புன்னகையுடன் பாப்பா சொன்னாள்:

"அப்படின்னா, நான் சொல்றேன். நான் ருதுமதியான அந்த நாட்களிலேதான்."

ஒரு வினாடிக்குப் பின்னர் அவள் சுரேந்திரனுக்கு நினைவு படுத்தினாள்.

“நாள் ருதுமதியானது என்னைக்குன்னு நினைவிருக்கா?”

ஓர் இரவு பத்து நாழிகை இருட்டான பின்னர் குடிசையின் வடபுறத்தில் தழைத்து வளர்ந்து காய்த்து நிற்கின்ற சோளச் செடிகளின் மறைவில் சுரேந்திரன் பாப்பாவை இறுகக் கட்டியணைத்தான். அன்றைய தினம் அவளுக்கு தனங்கள் உருவாகத்தான் தொடங்கியிருந்தது. ஒரு விநாடி அந்த ஆலிங்கனத்துக்குக் கட்டுப்பட்டு நின்று கொண்டாள் என்று மட்டுமல்ல - அவள் அவனையும் கட்டியணைத்தாள். ஒரு முத்தமும் கொடுத்தாள் என்றுதான் சுரேந்திரனுக்குச் சொல்ல வேண்டியிருந்தது. ஒரு சில விநாடிகள் நேரம்தான். அடுத்த விநாடியிலேயே அவள் அந்த ஆலிங்கனத்திலிருந்து தன்னை விடுவித்துக் கொண்டு ஓடி விட்டாள்.

அவள் உள்ளே சென்றபோது அம்மா சொன்னாள்.

“அடி பொன்னு வயசுக்கு வந்திட்டியாடீ.”

தான் அன்றைய தினம் ருதுமதியாகக் காரணமானவன் சுரேந்திரன் தான் என்று அவள் கருதி வந்தாள். அது ஒரு குற்றம் என்பது போல் அவள் அதை என்றும் சுரேந்திரனிடம் சொல்வதுண்டு. சுரேந்திரனும் அப்படித்தான் கருதி வந்தான். அவன்தான் பாப்பாவை ருதுமதியாக்கினான்!

“இதெல்லாம் என் பெயரில் சுமத்தப்பட்டிருக்கிற குற்றம்” என்றான் சுரேந்திரன்.

“நான் நிமித்தமாய் ஏற்பட்டிருக்கிற குற்றத்துக்கு நானே பொறுப்பை எடுத்துக்கறேன். தலைவர்கள் என்னை விசாரிப்பாங்களே! நான் சொல்லுவேன்; என்னாலே அவங்களோடு சேர்ந்து வாழமுடியலேன்னு நான் சொல்லுவேன்.”

சுரேந்திரனைக் குறை கூறியவாறு பாப்பா சொன்னாள்:

“ஏன் பாப்பூ, வெந்த புண்ணிலே வேல் பாய்ச்சுறே? நான் உன்கிட்டே எல்லாவற்றையும் சொல்லியிருக்கேன். உன்னைத் தவிர யாரிடமும் நான் விசயங்களைத் திறந்து சொன்னதில்லை. உனக்கு எல்லாமே தெரியும். அப்பறம் நீ - அதுவும் இப்போ என்னைக் கட்டிப்போட இருக்கிறபோது இப்படிப் பேசறியே?”

சுரேந்திரன் மனவேதனையோடுதான் பேசுகிறான் என்பதை பாப்பா புரிந்து கொண்டாள்.

சுரேந்திரன் சொன்னான்:

"அப்படி நடந்துகொண்டிருக்கக் கூடாது. அது சரியில்ல என்கிற எண்ணமிருந்தது- ஆயினும் நான் உன்கிட்டே சொல்லியிருக்கேனல்லவா? பழமையுடன் நடத்துகிற போராட்டத்தில் இதையும் செய்யலாம்னு தோன்றியது. அப்போது எனக்கு அந்த அளவுக்கு அறிவு இருக்கவில்லை. எல்லாவற்றையும் உடைத்துத் தூள் பண்ணணும் ஆனாக்கூட நானாக ஒரு போதும் முன்கை எடுத்ததில்லை பாப்பா! நான் யார் கிட்டேயும் வேண்டிக் கொண்டதில்லை. அவங்களாகவே வந்துதான் என்னை மயக்கிக் கிட்டிருந்தாங்க."

சுரேந்திரன் குரல் தழுதழுத்தது.

"நான் உன்கிட்டே எல்லாவற்றையும் தெளிவாகச் சொல்லி யிருக்கேனல்லவா?"

"தோழருக்கும் மனசிலே புரட்சியேற்பட்டது. அந்தப் பெண்களுக்கும் உங்கமீது ஆவேசமாயிருந்தது."

சுரேந்திரன் அந்தச் சருக்கலைப் பற்றி உணர்ந்திருந்தான். அவன் சொன்னான்:

பாப்பா குறுக்கிட்டுக் கூறினாள்:

"அப்படிப் போய் ஒப்புக்கொள்றது எங்கிறது இருக்கட்டும்! எல்லா வற்றையும் மறுத்திடுங்க!"

சுரேந்திரனுக்குச் சொல்ல ஒன்றுமில்லை. கட்சிக்காக உழைத்தான். இப்போது அப்படியிருக்கவில்லை என்கிறார்கள்; எப்படித்தான் தன்னை நிரூபித்துக் காட்டுவது?

மாதமொரு முறையாவது தலைவர்கள் வந்து தொண்டர்களுக்கு 'ஸ்டடிகிளாஸ்' நடத்துவது வழக்கம். எத்தனையோ பொதுக்கூட்டங்கள் நடைபெற்றிருக்கின்றன! பிரத்தியேகமாகத் தேர்ந்தெடுக்கப்பட்ட ஊழியர் களைக் கட்சிக் கல்விக்காகப் பிரத்தியேகமான முகாம்களுக்கு அனுப்பி வைத்திருக்கின்றனர். கட்சிப் பாடநூல்களை நூற்றுக்கணக்கில் விற்றிருக் கிறார்கள். 'நான்' என்கிற அகம்பாவத்துடன் ஓர் இடத்திலும் ஒரு போதும் பேசியதில்லை. சுரேந்திரன் சொன்னான்:

"கட்சித் தேர்தல்களிலே நான் போட்டி போட்டதேயில்லை பாப்பா!"

"அது ஒண்ணுமில்லை தோழரே, விசயமே வேறுதான்."

பாப்பாவுக்குப் புத்தியுண்டு; சாமான்னியமான புத்தி. அறிவும் உண்டு. சுரேந்திரனுக்கு அது விசயத்தில் நம்பிக்கையுண்டு. அவள் சொல்வ தெல்லாம் சரியாகத்தான் பரிணமித்திருக்கிறது.

"அது என்ன, பாப்பா?"

"அதுவா? நான் சொல்றேன். இங்கே கட்சி ஏற்பட்டதும் இப்போ நிலைச்சு நிக்கறதும் எதனாலே?"

சுரேந்திரனின் புத்தி மந்தமாயிருக்கிறது. அந்த மந்தபுத்திக்கு பாப்பாவின் கேள்விக்கு ஒரு மறுகேள்வியைத்தான் பதிலாகக் கொடுகக முடிந்தது.

"எதனாலே?"

"நான் சொல்றேன். தம்பிறாக்களோட பயமுறுத்தலும் தொந்திர வும் எல்லாம் இருந்ததல்ல? இப்பவும் இருக்குதல்ல?"

"இருக்குது!"

"அப்படியெல்லாமிருந்தும் இந்தக் கட்டுப்பாடு எப்படி வந்தது?"

அதற்குப் பதிலளித்தான் சுரேந்திரன்.

"தொழிலாளிகளுக்கு விசயபோதனையளிக்கப்பட்டது. அவர்கள் உணர்ந்து கொண்டனர். அவர்கள் இப்போது பழைய ஆடுமாடுகள் அல்ல!"

"அது சரிதான். அவங்க எப்படி அப்படியாயிட்டாங்கன்னுதான் நான் கேக்கறேன். நான் சொல்றேன். ஒரு மனிதன் எப்பவும் அவங்க கூட இருந்துக்கிட்டிருந்தான். ஒருத்திக்குப் பேற்று நோய்ன்னா மருத்துவச்சியை இட்டிண்டு வர்றதுக்கு; இல்லாட்டி அவளை ஆஸ்பத்திரியிலே சேர்க்கறதுக்கு; ஒரு குழந்தைக்குச் சீதபேதி; உடனே அதை வைத்தியருகிட்டே எடுத்துச் செல்றதுக்கு; ரெண்டு பேருக்குள்ளே சண்டை மத்தியஸ்தம் பண்ணிச் சமரசம் செஞ்சு வக்கறதுக்கு இப்படித் தக்க சமயத்திலே எல்லாம் செயல்பட்டுக்கிட்டிருந்தான். இப்படி எல்லா வற்றுக்குமாக எல்லோரும் பார்த்தது யாரை?"

பாப்பா இந்த ஒரு கேள்விக் கணையைத்தான் தொடுத்துவிட்டாள். பதில் இல்லை. இதோ, இன்னொரு கேள்வியைச் கூடத் தொடுத்து விடுகிறாள்:

"இப்பவும் அதுக்கெல்லாம் யார் இருக்காங்க? அன்னைக்கு அடிமை அண்ணன் தண்ணியிலே விழுந்து செத்தப்போ அதுக்குப் பின்னாலே போக எவனிருந்தான்? அன்னைக்கு குஞ்சானி ஆம்மிக்கு வேறு பேற்று நோய்... அப்பப்பா...! எவ்வளவு கஷ்டமாயிருந்தது!"

சுரேந்திரன் பதில் சொல்லவில்லை. கன்னங்குழிகளைத் தோன்ற வைக்கற புன்னகையுடன் பாப்பா கூறினாள்.

“அப்போ என்னன்னா, அப்படி நடக்கறப்போ அழகான சுருள் முடியும் முகமும் எல்லாமுமுள்ள ஒருவனைப் பார்க்கறப்போ பொம்புளங்களுக்கு ஒரு கிளர்ச்சி. ஒரு கிசுகிசுப்பு. அவனுக்கும் தளதளவெனத் ததும்பி நிற்கும் பருவப்பெண்களைப் பார்க்கறப்போ ஒரு கிளுகிளுப்பு! விசயம் அதுதான்.”

சுரேந்திரன் சிறிது எரிச்சலுடன் சொன்னான்:

“ஓ பாப்பா..! இன்னமும் நீ அதையே சொல்லாதே! இதுதான் வெந்த புண்ணில் வேல் ஏற்றுவதென்பது! எலி பிராண வேதனையுடன் துடிக்கிறது. பூனை அதை இங்குமங்கும் தட்டி விளையாடுது. அதைத்தான் நீ செய்யறே! நான் எக்கச்சக்கமான தவறுகளைச் செஞ் சிருக்கேன். அன்னைக்கு அதெல்லாம் தவறெனத் தோணலே, புரட்சின்னு கூடப் பட்டது. ‘டீகிளாஸ்’ பண்ணுவாங்கன்னு எண்ணினேன். அதைப் பல தடவை உன்கிட்டே சொல்லியுமிருக்கேன். இனிமேல் அப்படியொரு தவறு நேரக்கூடாது. நிகழ்ந்துவிட்ட தவறை ஏற்றுக்கொள்ளப் போகிறேன். என்னைக் கட்சியிலிருந்தே வெளியேற்றி விடட்டும்!”

பாப்பா குறுக்கிட்டுக் கூறினாள்:

“அதெல்லாம் அப்பறம் நாம்ப நல்ல யோசிச்சு செய்வோம். தோழரை கட்சியிலிருந்து வெளியேற்றினப்புறம் அவங்க என்ன செய்யப் போறாங்க?”

“நீ கட்சிக்கெதிராப் பேசறியா?”

“நான் கட்சிக்கெதிராப் பேசலே”

“அப்பறம்”

“நான் ஒவ்வொண்ணாச் சொன்னேன்கிறது மட்டும்தான். தோழர் கட்சிக்கெதிராச் செயல்படுறீங்கன்னு சொல்லி அதுக்குப் பதிலளிக்கணும்னு சொன்னதைப் பற்றித்தான் சொன்னேன். வேறு எதையும் சொல்லலே. இங்கே எப்பவும் எல்லாருக்கும் தேவைப்படற மனிதன்தான் தோழர் சுரேந்திரன். அது உண்மையுங்கூட.”

ஒரு விநாடிக்குப் பின்னர் வினவினாள்:

“இப்படி எல்லோருக்கும் துணையாயிருந்தது தவறாயிட்டதுன்னு நினைக்கிறீங்களா?”

“அப்படி நான் நினைக்கவில்லை. ஆனால் அந்த இடத்திலும் ஏதேதோ தவறுகள் நேர்ந்திருக்கு. நான் உளப்பூர்வமாய் உழைச்சேன். அதெல்லாம் என் சொந்தமாயிட்டது. கட்சிக்குப் பயன்படலே. அதுதான் தவறு. அந்தத் தவறை இப்போது நான் புரிந்துகொள்கிறேன். அதுக்கு உதாரணம் நீயேதான் பாப்பா!”

பாப்பாவுக்குச் சற்று கோபம் வந்ததுபோல் தோன்றியது. அவள் சொன்னாள்:

"நல்லாச் சொன்னீங்க. இதைக் கேட்டு என் உடம்பெங்கும் அரிக்குது. இங்கே கட்சின்னா, அது என்ன?"

சுரேந்திரனுக்கு பதில் இல்லை. அவள் அந்த கேள்வியைத் திரும்பவும் கேட்டாள்.

"யாருன்னு கேக்கறேன்."

பதில் இல்லை என்று வந்தபோது அவளே சொன்னாள்:

"தோழர் சுரேந்திரன்னா அதுதான் கட்சி. தோழரைக் கொண்டுதான் இங்கே எல்லோருக்கும் குணம் கிடைக்குது."

சுரேந்திரன் மூளைக்குத் தெளிவு ஏற்பட்டதுபோல் தோன்றியது.

"பாப்பா இங்குதான் தவறு வருது. என் தவறு என்னன்னு இப்போ புரிந்துகொண்டேன்."

"அதுக்கு இங்கே யாரும் கட்சியைப் புறக்கணிச்சுப் பேசறதில்லை."

"கட்சியைச் சேர்ந்தவனுக்குத் தவறு ஏற்பட்டுவிட்டால் அதைக் கட்சி முன்னால் திறந்து சொல்லவேண்டும். அவசியமிருப்பின் தண்டனையும் அனுபவிக்கணும்! எவ்வளவு பெரிய ஆளா இருந்தாக் கூட!"

பாப்பாவுக்கு ஒரு பிடிவாதம் வந்ததுபோல் தோன்றியது. அவள் சொன்னாள்: "அப்படீன்னா தோழரைக் கட்சியிலேருந்து வெளியேற்றட்டும். பார்ப்போம்-இங்கே கட்சி எப்படியிருக்கும்னு! இந்த ஊர் ஜனங்க நினைவில்லாதவங்க அல்ல!"

சுரேந்திரன் அசந்துபோனான். தன்னிடமே சொல்லிக்கொண்டான்: "அப்போ நான் இதுவரையிலும் செய்ததெல்லாம் பாழ்வேலை."

பாப்பாவுக்கு வெறுப்பு ஏற்பட்டது. அவள் எழுந்து புட்டத்தில் படிந்த தூசியைத் தட்டிவிட்டுச் சொன்னாள்:

"இதென்ன பைத்தியமா புடிச்சு போச்சு? நல்லாருக்கே!"

அவள் கண்டனத்துடன் நடந்து சென்றாள். எதற்கெதிராக யாருக் கெதிராக கண்டனம்?

110

"குவிட் இந்தியா!"

அந்தக் குரலுக்கு எப்படிப்பட்ட பிரத்தியேகமானதொரு சக்தி இருந்துது! சுதந்திரப்போராட்டத்தில் ஒருபோதும் திக்கெங்கும் எதிரொலிக்கக்கூடிய இத்தகைய ஒரு முழக்கத்தைக் கேட்டதில்லை. சமுத்திரத்தில், துருவப் பிராந்தியங்களில், மலைக்குகைகளில் எங்குமே அது எதிரொலித்தது. வெளியேறக் கட்டளை பிறக்கிறது. முன்னர் இத்தகைய கட்டளை பிறந்ததில்லை. கட்டளை பிறப்பிக்கும் சக்தியுண்டு. வெளியேறாவிட்டால் அதுவே அடித்து வெளியேற்றிவிடும்.

போய்விடு!

காந்திஜிதான் சொன்னார். இல்லை! இந்தியாவின் ஆத்மாவே சொல்லியது. அதில் இம்சையின் இழையோட்டமில்லையா?

இந்தியாவின் ஆத்மாவே சொல்லியிருக்கிறபோது, அதில் நீதியுண்டு; தருமமுண்டு- எல்லாமுண்டு!

குவிட் இந்தியா!

பாரநாடு நடைகுடைந்து எழுந்து நின்றது.

காந்திஜி மாறிவிட்டாரா? அந்தச் சாத்வீக மனிதர் அப்படி முழங்குவார் என்று நம்பவே முடியவில்லை. காட்டு மரக்குச்சி மட்டும் தான் ஆயுதமாய் உண்டு. வெள்ளையனிடம் வெளியேறச் சொல்லுகிறார்.

அது பாரநாட்டின் குரலாகவே இருந்தது. காந்திஜியின் குரல்வளை வழியாக வெளிவந்தது என்பது மட்டும்தான்.

சுரேந்திரன் ஆவேசத்துடன் கூவிச் சொன்னான்: "குவிட் இந்தியா!"

வாய் நிறைந்து ததும்புகிற இத்தகைய ஒரு கோஷம் முழங்கிக் கேட்டதேயில்லை. 'இன்குலாப் ஜிந்தாபாத்!' என்பதுவும் மிக்க வலுவான தொரு கோஷம்தான்- சந்தேகமில்லை! ரத்தம் கொதித்திடும். அதை உச்சரிக்கிறபோது முஷ்டி இறுகச் சுருண்டுவிடும். நாடி-நரம்புகள் புடைத்து நின்றுவிடும். உருக்குக் கம்பிகள் போன்று கைகள் உயரும். ஆனால் குவிட் இந்தியாவின் ஆக்கினைச் சக்தி அதற்கு இருக்காது!

"ஊம்! வெளியேறிவிடு"

'பதினைந்தாயிரம்' என்கிற வயல்வெளியின் மறுகோடியிலிருந்து சுரேந்திரன் இரவிலே முழங்கினான்.

"குவிட் இந்தியா!"

ஒருமுறை அல்ல; பன்முறை. உள்ளம் நிறைந்துதான் அது வெளி வருகிறது. அந்தப் பக்கம் பரந்துபட்டு கிடக்கிற சமுத்திர ஜலம். சுற்றிலும் வயல்வெளிகள். ஏற்றுச் சொலல அக்கம்பக்கம் யாருமில்லா விட்டால் கூட வானவிளிம்பில் எங்கெல்லாமோ, யாரெல்லாமோ அந்தக் கோஷத்தை முழக்குகின்றனர்!

"குவிட் இந்தியா!"

குரலுக்குக் களைப்பு ஏற்படுவதில்லை. திரும்பத் திரும்ப அது முழங்குகிறது. மீண்டும் மீண்டும் முழங்க வேண்டும்-முழக்குவோம்.

* ** *

பாரதநாடு எங்கிலும் அந்த நிகழ்ச்சி நடந்தாகிவிட்டது. தாமஸ், சவுரியார் மற்றும் இன்ன பிறர் கைது செய்யப்பட்டனர்; ஜெயிலுக்கு அனுப்பி வைக்கப்பட்டனர்; தொலைவில் அமைந்திருக்கிற குக்கிராமம் வரையிலும் 'குவிட் இந்தியா!' என்கிற அந்தக் கோஷம் அசைய வைத்தது. சுரேந்திரன் ஆவேசத்தில் கொந்தளிக்கிறான். எதையாவது செய்யவேண்டிய தருணமிதுவென்று அவனுக்குத் தோன்றியது. இந்தியா முழுவதும் கிளர்ந்தெழுந்திருக்கிறது.

சந்தேகத்திற்குப் பாத்திரமான அனைவரும் கைது செய்யப்பட்டனர். சவுரியா மற்றும் தாமஸ் மீது அரசுக்குச் சந்தேகப் பார்வை இருந்தது. சுரேந்திரன் மீது சந்தேகமில்லை. அவனை விட்டு வைத்திருக்கிறார்கள். அவன் மனம் ஏதோ ஒரு மாதிரியாக இருக்கிறது. அந்த நேரத்தில் இப்படிச் சுதந்திரமாய் நடமாடுவதென்றால் அது அவமானமாக அவனுக்குப்பட்டது.

ஜனங்கள் அவனிடம் விசாரிக்கத் தொடங்கினர். ஏழை கிராமீய மக்கள்! அவர்களுக்குத் தெரியவில்லை.

"என்னப்பா, உன்னை மட்டும் போலீஸ் விட்டு வச்சிருக்கு?"

என்ன பதில் சொல்வது?

அதற்குப் பதில் உண்டு.

"எங்க கட்சி இந்தப் போராட்டத்தை எதிர்க்குது."

பின்னர் எழும் கேள்வி இதுவாகும்.

"ஐயகோ! அதென்ன?"

எவ்வளவுதான் விரிவாகச் சொன்னாலும் அது மக்கள் மண்டையிலேறுவதில்லை. சுபாஷ்பாபுவைப் பற்றிச் சொன்னதை ஏற்றுக் கொள்ளாமலிருந்தனரே - அது போன்று!

சுரேந்திரன் வெளியே நடமாடுவதற்காகவே சுயமாகக் கட்டுண்டு கிடந்தான். பகல்வேளையில் அவன் சொந்த வீட்டில் அல்லது ஏதாவதொரு வீட்டில் மறைந்திருந்து நேரத்தைக் கழித்திடுவான். இரவில் வெளியே வருவான். ஊரெங்கும் உஷாராகச் சஞ்சரிக்கிற போசுக்கு சுரேந்திரன் வேண்டாம்!

அது அவமானமல்லவா?

வேறு பலரையும் போலீஸ் தேடுகிறது. சிலரையெல்லாம் கைது செய்து அழைத்துச் செல்கிறது.

இன்றைய கட்சிச் செயலாளர் இன்னொருவர். ஜில்லா கமிட்டியிலிருந்து ஒருவரை அனுப்பியிருக்கிறார்கள். இன்று சுரேந்திரன் யூனியனில் யாருமல்ல. ஐம்பதின் குளக்கரையில் ஒரு குடிசை உண்டு. அதுதான் சங்க அலுவலகம். தினசரி ஏதாவதொரு நேரத்தில் சுரேந்திரன் அங்கிருப்பான்.

யாருக்குமே எந்த வேலையுமில்லை. செக்ரடரி தினசரி சுரேந்திரனிடம் ஆவேசமாகப் பேசுவார்.

"ஒவ்வொருவருக்கும் தனித் தனியாக நமது கொள்கையை விளக்கிக் கூறவேண்டும். ஃபாசிஸம் உலகத்தைக் கபளீகரம் செய்ய முயல்கிறது. இந்த நேரத்தில் முற்போக்குச் சக்திகளின் கடமை அதை முறியடிப்பதேயாகும். அதற்காக நாம் யாருடனும் அணி சேர்ந்து கொள்ளலாம். ஃபாசிஸத்தை ஒழிப்போம்; அப்புறம் யோசிப்போம். இதைத் தனித் தனியாக ஒவ்வொருவரிடமும் விளக்கிக் கூறியே ஆக வேண்டும்!"

தினசரி ஆவேசமாகப் பேசுவதுதான் இது. சுரேந்திரன் எந்த ஒரு நபரிடமும் இதைப் பேசவில்லை. பேச அவனுக்கே சந்தேகம். தவிரவும் அவனாலேயே அதைப் புரிந்து கொள்ள முடியவில்லை. புரிந்துகொண்ட ஒரு விசயம் உண்டு. அதைச் சொல்லிவிடலாமா என்று அவன் நினைப்பதுண்டு. உலகிலுள்ள அடக்கியொடுக்கப்பட்ட மக்களின் நம்பிக்கை நட்சத்திரம்தான் சோவியத் யூனியன். அங்கே நடைபெற்ற புரட்சி மிகவும் முக்கியமானது. சோவியத் யூனியன் தகர்ந்துவிட்டால் அது அடக்கப்பட்ட மக்கள் மீது விழுகிற பேரிடியாகும். ஆனால் இதைச் சொல்லாமா?

வாழ்க்கையில் எதுவும் சொல்வதற்கில்லாத நாட்களைக் கடத்திக் கொண்டிருந்தான். எதையும் செய்வதற்கில்லை. சொல்வதற்கு உண்டு. ஆனால், நாக்கு கட்டுப்படுத்தப்பட்டிருக்கிறது; ஆனால் செயல் விலக்கப்பட்டிருக்கிறது; செய்யக் கூடாது! மனத்தில் ஒரு கெடுபிடிப் போர் நடைபெறுகிறது.

இந்தியா, இதற்கு முன் என்றுமில்லாதவாறு கொதித்தெழுந்திருக்கிறது. பல்வேறு சந்தர்ப்பங்களில் கட்டுப்பாடு தளர்ந்து போவதாகத் தோன்று கிறது. கட்டுப்படுத்த ஆள் இல்லை. கட்டுப்படுத்தக் கூடியவர்கள் இரும்புக் கதவுகளுக்குப் பின்னால் ஆகிவிட்டனர். நிகழ்ச்சிகள் கடிவாளமற்ற குதிரைகள் போன்று சீறிப்பாய்கின்றன. செய்வதற்கு ஏராளமான காரியங்கள் இருக்கின்றன. இது நிர்ணயிக்கப்படும்படியான இறுதிப் போராகும். தோற்றுவிட்டால் இன்னும் ஒரு நூற்றாண்டு கூட அடிமைத் தளையில் கட்டுண்டு கிடக்க வேண்டியதுதான். சங்கிலிகளுக்கு வலுவேற்பட்டுவிடும். இந்த மாபெரும் புரட்சிப் பிரவாகத்தில் குதித்து விட்டால் என்ன? கட்சி அதைத் தடுக்கிறது. கூடாது! இந்தப் போக்கு தவறு என்று கட்சி சொல்வது தவறாக இருப்பினும், அதைப் பின்பற்ற வேண்டியதுதான். ஆனால் கொதிக்கிற ரத்தம் ஒப்புக்கொள்வதில்லை. கட்சி இன்னோர் ஆத்மாவாகும். ஒருவருக்கு இரண்டு ஆத்மாக்கள் ஏற்பட்டன. கட்சியிலிருந்து பிரிந்து சென்று வாழமுடியாது. அப்புறம்?

கட்சிக்கு இதனால் தவறு ஏற்படாது. கட்சி தவறுக்கெல்லாம் அப்பாற் பட்டது. இந்த ஆவேசம் தவறாக இருக்கலாம். இது தகாத சந்தர்ப்பத்தில் நடைபெறுகிற போராட்டமாக இருக்கலாம். வெற்றி பெற்றால் கூட அதனை வெற்றியெனச் சொல்லக் கூடியதும் அல்லாமலிருக்கலாம். சில சந்தர்ப்பங்களில் இப்படியும் தோன்றுவதுண்டு. எதுவாக இருந்தாலும் கட்சியைப் பின்பற்றுவதுதான் கடமை.

நாடு எங்கிலும் மக்கள் கிளர்ந்தெழுந்திருக்கின்றனர். கட்சி சொல்வதை உணர்ந்துகொள்ள முடிகிறதில்லை. ஏதோ ஒரு கோளாறு இருக்கத்தான் செய்கிறது. வரலாற்றில் பிரிட்டிஷாருக்கு இத்தகைய வலுவிழந்த ஒரு நிலைமை இது காறும் ஏற்பட்டதாக இல்லை. இப்போது தள்ளிவிட்டால் அவர்கள் வெளியேறத்தான் வேண்டியிருக்கும்.

"போ, வெளியே!"

அந்நிய ஆதிக்கம் அழிந்துவிட்டால் அப்புறம் பரஸ்பரம் கணக்கைப் பேசுவோம். தவறுதான் என்றால்கூட நாடு பூராவும் கொதித்தெழுந்திருக்கிற இந்தச் சந்தர்ப்பத்தில் அதைப் பார்த்துக் கொண்டிருப்பது அருமையான சந்தர்ப்பத்தை நழுவ விடுவதாகும்.

* * *

போராட்டம் பலாத்கார வழியைப் பின்பற்றுவதாக அரசாங்கம் கூறியது. பட்டாளத்தை ஏற்றிச் செல்கின்ற ரெயில் வண்டிகள் ஓடாமலாகிவிட்டன. தண்டவாளங்கள் பழுதடைந்திருக்கின்றன. செய்திப் போக்குவரத்துக்கள் தடைபட்டிருக்கின்றன. யுத்தக் கருவிகளை

எடுத்துச் செல்லமுடிகிறதில்லை. துறைமுகங்களில் ஏற்றுமதி-இறக்குமதிகள் நடைபெறுவதில்லை. பள்ளிகளிலிருந்து மாணவர்கள் வெளியேறி வந்திருக்கின்றனர்.

செய்திகள் அனைத்தும் வெளிவருவதில்லை. எங்கெல்லாமோ, என்னவெல்லாமோ நடைபெறுகின்றன. ஜனங்கள் ஒட்டுமொத்தமாய்க் கிளர்ந்தெழுந்துவிட்டால், பிரிட்டிஷாரால் அதை எவ்வாறு எதிர் கொள்ள முடியும்?

இந்த நாட்டில் எதுவுமே நிகழ்வதில்லை. சுற்றிலும் புயல் வீசுகிறது. ஆனால் இதன் எல்லைக்குள்ளே ஒன்றும் ஒடைபெறுவதில்லை. சலனமே யில்லை. இலைகூட அசைவதில்லை. அந்தப் புயல் திசைமாறிச் செல்கிறது. வெற்றிவிழாவைக் கொண்டாடுகிற ஒரு சமயத்தில் அதில் பங்கெடுத்துக்கொள்ள இந்த நாட்டிற்கு என்ன உரிமை இருக்கிறது? அப்போதுகூட இளிச்சவாய்த்தனமாய் நிற்கவேண்டியதுதான். கோவில் வளாகத்திலும், ஏனைய இடங்களிலும் நிற்கின்ற பெரும் மாமரங்களும், ஆஞ்சலி மரங்களும் வெளிறி நின்றுவிடும். இங்குள்ள வெயில் மஞ்சள் நிறமாகிவிடும். மனிதனின் சிரிப்பில் உண்மை உயர்வு இருக்காது.

அன்றைய தினம் கட்சி என்ன செய்யும்? எந்தப் பொந்தில் புகுந்து ஒளிந்துகொள்ளும்? போராட்டம் தவறாக இருந்ததென்று அப்போது கூடச் சொல்லுமா? இதை எல்லாம் யாரிடமாவது சொன்னால் பரவா யில்லை எனத் தோன்றுகிறது. ஆனால் சொல்லத் தைரியமில்லை. கால கட்டத்தில் சரித்திரத்தை அவமதிக்கிறது.

சுரேந்திரன் ஓர் இடத்தில் கூட அமைதியாக இருக்கமாட்டான். எல்லா ஊர்களுக்கும் சென்றிடுவான். எல்லா வயல்களுடையவும் புறவேலியோரமாய் நடந்திடுவான். இரவும் பகலும் அவனை எங்கு வேண்டுமானாலும் சந்திக்கலாம். உறக்கமில்லை; வெயில் இல்லை; பனியில்லை. அமைதியின்றிச் சுற்றி நடக்கிறான்.

ஊருக்குப் பெருமை தேடித் தரவேண்டும். இங்கே கூட ஏதோ ஒன்று நிகழ்ந்தது என்று சொல்லவேண்டும். வரலாற்றில் இந்த ஊர் கூட இடத்தைப் பிடிக்க வேண்டுமென்பதற்காக ஏதாவது ஒன்றைச் செய்ய வேண்டும். சுரேந்திரனின் மனச்சாட்சிதான் கட்சி. இன்னொரு காலத்தில் மனச்சாட்சியின் உறுத்தல் இல்லாமலிருக்க வேண்டும். கட்சியை என்ன செய்தது என்று யாரேனும் கேட்டுவிட்டால், நேரடியாகப் பதில் சொல்ல முடியாவிட்டாலும், மனத்திற்குள்ளேயாவது இன்னது செய்தது என்பதைக் காணமுடிந்தால் நல்லது என்று சுரேந்திரன் விரும்பினான்.

இங்கே சிலர் சிறைக்குச் சென்றிருக்கிறார்கள். அதனால் மட்டும் போதுமென்றாகிவிடவில்லை. இந்த ஊரில் இனனும் ஆட்களிருக் கிறார்கள். அவர்கள் என்ன செய்தனர்?

"நீ என்ன பண்ணினாய்?"

"நான் கட்சியைச் சேர்ந்தவன்."

சரித்திரம் கலகலவென நகைக்குமா? 'த்தூ'வெனக் காறி உமிழ்ந்து விரட்டிவிடுமா? அல்லது தேம்பித் தேம்பி அழுமா? சுரேந்திரனுக்குத் தெரியாது. என்னவானாலும் கட்டியணைத்துத் தழுவாது. சரித்திரம் கட்சியை அணைத்துத் தழுவவேண்டுமென்று சுரேந்திரன் விரும்பினான். கட்சியின் தத்துவார்த்த நடைமுறைப் போக்குகள் வரலாற்றின் ஆராய்ச்சியில் சரியெனக் குறிப்பிட்டால்! இல்லை; அப்படிக் குறிப் பிடாது; என்ன செய்வது?

ஆனால் சுரேந்திரனால் கட்சியைக் காப்பாற்ற முடியாது. அதைப் புறக்கணிக்கவும் முடியாது. அவன் அதை ஒரு போதும் செய்யமாட்டான்.

வயலின் புறவேலியோரமாய்ப் பல சந்தர்ப்பங்களிலும் அவனைக் காணலாம். கோவிலின் விளையாட்டு மேடையில் அவன் அடிக்கடி தோன்றுவதுண்டு. சுரேந்திரன் எங்கும் எப்போதுமிருப்பான். தேடினால், 'இப்போதுதானே, இங்கே பார்த்தேன்?' என்பார்கள். அவன் நடந்து செல்வதாக இல்லை-ஒரு வெறிநாய் போல் ஓடிக்கொண்டிருப்பான்.

* * *

பதினைந்தாயிரப் பறைநிலம் மடை விழுந்து ஒன்றாகிவிட்டது. நெல் காற்றாடிப் பருவத்துக்கு வந்துவிட்டதுதான். அன்றைய தினம் கடலலை ஏற்றமில்லை. புறவேலி மிக்க பலமாக இருந்தது. புறவேலியே அறுக்காமல் மடை விழுந்திருக்காது. எவனோ அதைச் செய்திருக்க வேண்டும்.

பதினைந்தாயிரப்பறை நிலத்தில் நான்கு பங்காளிகள் சேர்ந்து விவசாயம் செய்கின்றனர். அதை அவர்கள் கடல்நீரைத் தடுத்து வளைத்துக் கட்டிப் பதிவு செய்தெடுத்ததுதான். பருத்திக்காடு, வட்டத்தரை, தும்பேக்களம் மற்றும் ஆற்றுத்துறை ஆகிய வீடுகளைச் சேர்ந்தவர்கள்தான் அதிலே சாகுபடி செய்கின்றனர். அந்த நான்கு வீட்டினரும் சேர்ந்து, 'பருத்திக்காடு ஆண்ட் கம்பெனி' என்கிற ஒரு நிறுவனத்தை அமைத்திருக்கிறார்கள். யுத்தத்திற்கு வேண்டிய பல்வேறு பொருட்களை உடன்படிக்கைகள் அடிப்படையில் அவர்கள் சர்க்காருக்குச் 'சப்ளை' செய்து வருகின்றனர். அவற்றில் அரிசியும் உண்டு.

சரித்திரம் சுழன்று வருகிறது. முனனணியில் நிற்பது பருத்திக்காடுதான். வட்டத்தரை, தும்பேக்களம் ஆற்றுத்துறை ஆகியோருக்கு அதைப் பற்றிப் புகார் இல்லை. பருத்திக்காடு அண்ட் கம்பெனி முன்னரும் இருந்தது. ஔதமாப்பிள மற்றும் ஞாற்றுவாய் நானூறு பங்கு விவசாயம் ஆகியவை பற்றி இன்றைய தலைமுறையினர் நினைத்துப் பார்க்கிறார்களா? அந்தக் காலம் எப்படியிருந்தது? அந்தப் பூர்விகர்களின் எலும்புக் கூடுகள் மண்ணோடு மண்ணாய்ச் சேர்ந்துவிட்டன.

மடை திறந்துவிட்டு விவசாயத்தைத் தண்ணீரில் மூழ்கடித்தது யார்? போலீஸ் விறுவிறுப்பாகச் செயலிலிறங்கியது. ஏதோ காங்கிரஸ்காரராகத் தானிருக்கவேண்டும். நாடு எங்கிலும் அவர்கள் நாசவேலையில் ஈடுபட்டிருக்கின்றனர். இதுவும் அதன் ஒரு பகுதியாகத்தானிருக்கவேண்டும்.

கட்சிச் செயலர் சகாதேவன் ஒரு கண்டனப் பொதுக்கூட்டத்தை நடத்தப் போவதாகத் துண்டுப் பிரசுரம் வெளியிட்டிருக்கிறார்.

பிரசுரத்தை அச்சிட்டுக்கொண்டு வந்தவர் வட்டத்தரை கிரிகரியாகும். அதில் என்ன தவறு?

அறுவடைக் காலத்தில் தொழிலாளிக்கு நெல் பத்திலொன்று 'பத்'மாகக் கிடைக்கும். களத்திற்குப் பக்கத்திலேயே விற்பனைக் கடைகள் இருக்கின்றன. காப்பி, பல்வேறு சிற்றுண்டிகள் எல்லாம் அங்கே கிடைக்கும் அங்கேயே மளிகைக் கடையுண்டு. துணிக்கடையுண்டு. சிறிது தூரத்தில்தான் கள்ளுக்கடை நல்ல கள்ளு தரைப் பிராந்தியத்திலிருந்துதான் கொண்டு வருகிறார்கள். இந்த வியாபாரமெல்லாம் நடத்துகின்றவர்கள் 'பருத்திக்காடு அண்ட் கம்பெனி'யினர்தான்.

வடை சுடும் மணம் அறுவடை செய்யுமிடத்திலேயே வந்துவிடும். கொளுத்துகிற வெயிலில் ஒரு கிளாஸ் கள்ளு நல்லதோர் ஆறுதல்தான். வெயில் தெரியாது. எந்தப் பெண்ணின் கண்ணையும் மயக்கவல்ல துணிரகங்கள் தொங்கவிடப்பட்டிருக்கின்றன. இஞ்சி, பச்சை மிளகாய் மற்றும் நிறையவே வெங்காயம் சேர்த்துச் சுட்டெடுக்கிற பருப்பு வடையின் ருசி எல்லோருக்கும் பிடித்துவிட்டது. ஒரு பெரிய நாழி நிறைய நெல்தான். அதன் விலை பரவாயில்லை. அந்தச் சிவப்புத் துணி பட்டு ஆகும். ஒரு ஜாக்கெட்டுக்கான துணியை எந்தப் பெண்ணும் வாங்கிச் செல்வாள். ஆண்பிள்ளைக்கு ஒரு சட்டை வேண்டும். வேலை செய்கிறவன் குளித்துவிட்டு நல்ல உடையணிந்து நடக்கக்கூடாதா? மேல்வர்க்கத்தினர்களுக்கு மட்டும்தான் அது பொருந்துமோ? முன்னர் தோளில் மாறிவிட்டது. துணிக்கடைக்காரன் மிகவும் கெட்டிக்காரன். அறுவடையும் மிதிப்பும் நடந்து முடிந்துவிட்டால், எந்தத்

தொழிலாளிக்கும் ஒரு மணி நெல் கூடக் குடிசைக்கு எடுத்துச் செல்ல இருக்காது. பல்வேறு இடங்களில் அனைத்தையும் அளந்து கொடுத்தாகி விட்டிருக்கும்.

பருத்திக்காடன் அண்ட் கம்பெனிக்கு எவ்வளவு நெல் சேமித்தாலும் சப்ளை செய்யப் போதாது. அவர்களால் எவ்வளவு நெல் வேண்டுமானாலும் கடத்திச் செல்லமுடியும். அவர்கள் கடத்திச் செல்கிற நெல் யுத்தத் தேவைக்கானது.

சோதர் மகள் பாப்பா சகாதேவனிடம் கூறினாள்:

"அந்த வயல், மடை விழுந்து தண்ணி நிரம்பினால் என்ன? யாருக்கு நஷ்டம்?"

"தோழர், ஏன் அப்படிச் சொல்லறே? இன்னொருத்தர் சொல்லியிருந்தா அதைப் புரிஞ்சுக்க முடியும். தோழர் பாப்பாவைப் போல வர்க்க உணர்வு பெற்றவங்க இந்த ஊரிலே வேறுயாருமில்லேன்னு சொல்லிக்கிறியா?"

முகத்தில் அறைந்தாற்போல் சொன்னாள் பாப்பா:

"என்னோட வர்க்க உணர்வு அப்படிப்பட்டதுதான். அந்த வயலில் விளையற ஒரு மணி நெல் கூட இந்த ஊருக்குப் பயன்படறதில்லை. அப்புறம் அந்த வயல் மீது ஏன், பற்றுதல் வச்சுக்கணும்?" ஒரு கணம் நிறுத்திவிட்டுத் தொடர்ந்து கூறினாள்: "கம்பெனியாளுங்க இந்த ஊரிலுள்ள நெல் அத்தனையும் அள்ளிக்கிட்டுப் போயிடறாங்க. பணத்தை எடுத்துக்கிட்டுச் சென்றாலும் ஒரு மணி நெல்கூட இந்த ஊர்ஜனங்களுக்குக் கிடைக்கறதில்லை. மனிசனுங்க அரிசி போட்டுக் கொதிக்கவச்ச தண்ணிகூடக் குடிக்காம இருக்காங்க இந்த அக்கிரமத்துக்குப் போலீசும் துணை போவுது."

"அது யுத்தத் தேவைக்காகத்தான் தோழரே!"

"அதனாலே நமக்கெல்லாம் என்ன?" சகாதேவனால் பதிலளிக்க முடியவில்லை. யுத்த முயற்சியின் பெயரால் ஊர்மக்கள் அனைவரையும் ஒன்று சேர்த்துவிடலாமென்று சகாதேவன் எண்ணினான்.

ஆர்ப்பாட்டம் மிக மோசமாக இருந்தது. ஜனங்களில் யாருக்குமே அதில் அக்கறை இருக்கவில்லை. வயலிலிருந்த ஐந்து என்ஜின்களுடன் நான்கு என்ஜின்களைக் கூட இயங்க வைத்து நீரை இறைத்து வெளியேற்றத் தொடங்கினார்கள்.

வயலில் சாகுபடி செய்யும்போது சில சந்தர்ப்பங்களில் மடை விழுந்துவிடும், புழுபூச்சிகளின் தொந்திரவு இருக்கும். அதற்காகக்

கூட்டமோ ஆர்ப்பாட்டமோ தேவையில்லை. விவசாயி அதற்கெல்லாம் பரிகாரம் கண்டு கொள்வான். இப்படித்தான் மக்கள் மத்தியில் ஏற்பட்ட பிரதிபலிப்பு இருந்தது. யுத்தமுயற்சியா? ஓ! இருதரப்பினரிடையே சண்டை நடக்கும். ஜனங்களில் சிலர் செத்துப் போவார்கள். கொஞ்சம் பொருட்கள் அழிந்து விடும். மறுபடியும் இந்த வனம் பூத்துக் குலுங்கும்.

பெரிய விசயமேதுமல்லாமல் அந்த நிகழ்ச்சி நடந்து முடிந்தது. ஆனால் இரவுபகலாக போலீஸ் அந்த வயலைச் சுற்றி நடமாடிக் கொண்டிருந்தது. நாற்றுகளெல்லாம் நீரின்றி வறண்டு காய்ந்தபோது மடை விழுந்த வயலிலே வேளாண்மை மிக்க அமோகமாயிருந்தது. அந்த மடைவீழ்ச்சி அந்த நெல்லுக்கு ஓர் எண்ணெய் ஸ்நானமாகப் பரிண மித்தது.

பலர் கைது செய்யப்பட்டனர். பின்னர் விடுதலை ஆயினர். சுரேந்திரனைப் பற்றி யாருக்கும் சந்தேகமில்லை. அவன் ஒரு கம்யூனிஸ்ட். கம்யூனிஸ்டுகள் நாசவேலை செய்யமாட்டார்கள். ஓர் இரவில் எலும்பு நொறுங்குகிற அளவில் அந்த வேலை செய்து முடிக்கப்பட்டது. புறவேலியில் (திண்டு) ஒரு சிறு துவாரத்தை ஏற்படுத்துவது. நன்றாகக் குச்சிகள் அடித்து இறக்கிப் பலமாகச் செய்திருக்கிற புறவேலிதான். அவ்வளவு இலேசில் அதில் துவாரமுண்டாக்கி விடமுடியாது. தேர்ந்தெடுத்த இடமோ மிக்க உறுதியானது. நள்ளிரவுக் கோழி கூவியது. முயற்சி பயனளிக்காதென்று தோன்றியது. அது ஓர் ஆவேசமாக இருந்தது. அன்று அதைச் செய்து முடிக்காவிட்டால் அவன் இதயமே வெடித்துவிடும் போலிருந்தது. காயல் அலைகள் அவற்றின் மொழியில் எதை எதையோ புலம்பிக் கொண்டிருந்தன-இல்லை; அது பாடல்களாக இருந்தன. வானில் நட்சத்திரங்கள் கண் சிமிட்டிக் கொண்டிருந்தன. அது, அசாதாரணமான பனி பொழியும் இரவாக இருந்தது. அந்த இரவை அவனால் மறந்துவிடமுடியாது. கடப்பாறை ஆழமாய்த் தாழ்ந்து செல்கிறது!

துவாரம் எப்போது ஏற்பட்டது? அப்போது இருட்டி எத்தனை நாழிகையாகியிருக்க வேண்டும்? தெரியாது. சந்திரோதயம் எப்போது? அதுவும் தெரியாது. அந்தத் துவாரம் பெரிதாகிவிட்டது. அன்று கடலலை யில்லையா? நாசமாப்போக! இல்லை; - கடலலை பொங்கி வந்து கொண்டிருக்கிறது. அதோ, துவாரம் வழியாகத் தண்ணீர் வருகிறது. துவாரம் இன்னும் பெரிதாகி அது வழியாக வெள்ளப் பாய்ச்சலாயிற்று.

சுரேந்திரன் அங்கிருந்து ஓடிவிட்டான். வயலின் கிழக்குவரப்பை அடைந்தபோது வெள்ளப் பாய்ச்சலின் அலறலைக் கேட்க முடிந்தது. இரு பக்கத்திலுமுள்ள புறவேலி தகர்ந்து இடிந்து விழுகிறது. கடலலை விரைந்து பெருகுகிறது.

எங்கே மறைந்து நிற்பது? மனம் குளிர்ந்திருக்கிறது. அன்று மீதியான இரவிலும் மறுநாள் பகல்வேளையிலும் தூங்கிவிடலாம். அவ்வாறாக ஒரே தூக்கத்தினால் பல நாட்கள் உறங்காமலிருந்த உறக்கத்தை உறங்கி விடலாம். எத்தனையோ இரவுகளில் அமைதியில்லாமையோடு புறவேலியோரமாய் அலைந்து நடந்திருக்கிறான்!

எதையோ செய்து முடித்துவிட்டான்.

இதயத்தின் பளு குறைந்துவிட்டது.

ஆகா! என்ன ஆறுதல்!

"சிறை சென்றாலும் பரவாயில்லை."

ஆனால், இதை யாரிடமாவது சொல்லவேண்டும். ஒரே ஒரு நபரிடம் மட்டும். ஒருவர் அறிந்தால் போதும். அறிவிப்பதற்கு சுரேந்திரனுக்கு ஒரே ஒரு நபர் உண்டு.

சோதருடைய குடிசையில் பரம்புக் கதவு மீது உரசி ஒரு ஓசையைப் பண்ணினான். ஒரே ஒரு ஓசையை மட்டும்தான் எழுப்பினான். உள்ளே கதவைக் கட்டியிருக்கிற கயிற்றை அவிழ்க்கும் ஓசை காதில் விழுந்தது.

பாப்பா வெளியே வந்தாள்.

"நீ தூங்காமே படுத்திருந்தியா?" என்றான் சுரேந்திரன்.

"தோழரைப் பற்றி நினைச்சுப் படுத்துக்கிட்டிருந்தேன்." அவள் காதினைக் கூர்மையாக்கிப் பார்க்கிறாள்.

"அதோ, கேட்கிற அந்த ஓசை என்ன? வயலிலே எங்காச்சும் மடை விழுந்திருக்கா?"

"ஆம்... பதினைஞ்சாயிரத்தில!"

"வெள்ளத்தின் ஓசை."

"யாரிடமும் சொல்லவேணாம். நான்தான் திறந்துவிட்டேன்."

"ஆ... நல்லதுதான். அந்த துஷ்டர்களின் சொத்து அப்படியே நாசமாகப் போவட்டும்!"

"நான் மடையை விழச் செய்தது அதுக்காக அல்ல."

"அப்புறம்?"

"ஊரிலே எல்லாம் ஒவ்வொருவன் ஒவ்வொண்ணைச் செய்யறான்னா, நானும் ஏதாவது செய்யவேணாமா? அதுக்குத்தான்."

அவளுக்குப் புரியவில்லைபோல் தோன்றியது. சுரேந்திரன் மேலும் சொன்னான்:

“நான் ரெண்டு நாளாவது படுத்துத்தூங்கணும். தூக்கத்தின் பாக்கி நிறைய உண்டு. நான் வீட்டுக்குப் போறேன்.”

111

தாழ்த்தப்பட்ட அரிஜன மக்கள் கோவிலுக்குள் பிரவேசிக்கலா மென்றாகி விட்டதையும் குஞ்சுநாயர் பார்த்தார். பின்னர் அவர் கோவிலுக்குச் சென்றதேயில்லை. கோவில் வேண்டாமென்றா? குஞ்சுநாயரைப் பொறுத்தவரையிலும் இப்போது கோவில்கள் இல்லை. அப்புறம் அங்கே காண்பதென்ன? கோவில் இருந்த இடம். பிரதிஷ்டை இல்லையோ? வெறும் கற்சிலை என்றுதான் அவர் சொல்லுவார். பாலத்தோள் நம்பூதிரி அங்கே பூஜை பண்ணுகிறாரே? ஓ! அது அவர் வயிற்றுப் பிழைப்பு!

சேந்நாடன் கோவிலுக்கு முன்னால் கூடச் செல்வதில்லை. கோவில் முன்னால் அமைந்திருக்கிற பாதை என்றால், சுற்றிவளைத்துப் போக வேண்டியிருந்தாலும், அவ்வழியாகப் போகாமல் வேறு வழியாகத்தான் போவார். கோவில் முன் சென்றால் கும்பிட வேண்டியிருக்கிறது. அதைத் தவிர்ப்பதற்காகத்தான் பாதை மாறிச் செல்கிறார். அந்தப் பிரதிஷ்டைக்குத் தெய்வீகக் களை இருந்தது. கருங்கல்லுக்குக் கர்மாதிகளால்தான் தெய்வீகக் களை ஏற்படுகிறது. அந்தக் களை, ஆசார-அனுஷ்டானங்களின் குறையினால் ஒளியிழந்துவிட்டால், காலாகாலங்களில் புனர் பிரதிஷ்டை மற்றும் இதர கர்மாக்களினால்தான் பூரணசக்தியும் தெய்வீக ஒளியும் அது பெற்றுக் கொண்டிருந்தது. தீண்டாமை அமுலிலிருந்த காலத்தில நடைபெற்ற பிரதிஷ்டை அது. தீண்டிவிட்டால் அந்தக் களை போய் விடுமென்று பிராமணோத்தமர்கள் பலர் குஞ்சு நாயரிடம் சொல்லி யிருக்கிறார்கள்.

தாழ்த்தப்பட்ட மக்களுக்குக் கோவிலுக்குள்ளே வருவதற்கான உரிமை வேண்டுமென்ற கிளர்ச்சி வெகு நாட்களாக நடைபெற்று வருகிறது. குஞ்சுநாயர் வைதீகப் பிராமணர்களிடம் கேட்டு அறிந்திருக்கிறார். அத்தகைய ‘அசுத்தம்’ ஏற்பட்டுவிட்டால் பின்னர் பிராணப் பிரதிஷ்டை நிர்வகிக்க வேண்டியிருக்குமென்று அவர்கள் சொல்லியிருக்கிறார்கள். தீண்டத்தகாதவனுக்கு ஆலயப் பிரவேச உரிமை வழங்கினால் தேவன் களையிழந்து விடுவான் என்றனர். தீண்டி அசுத்தமாக்கப்பட்ட தேவனுக்குக் களையிருக்காது. அப்புறம் கர்ப்பக்கிருகத்திலிருப்பது வெறும் கற்சிலையேதான்.

ஒருசமயத்தில் ஆராதனை செய்துகொண்டிருந்த விக்கிரகம் இப்போது வெறும் கல்லாக மாறியிருக்கிறது. வெறும் கல்லைப் பார்ப்பது வேதனையளிக்கிற நிகழ்ச்சியாகும். வெறும் கல்லினை ஏன் கும்பிட வேண்டும்? ஆனால், கோவில் முன் செல்லும்போது கைகள் தாமாக கும்பிடு போட்டுக் கொள்கின்றன. மனத்திற்கு வேதனை ஏற்பட்டுவிடும். வேண்டாம்! அவ்வழியே போக வேண்டாம்!

அப்போது, கோவில்களே இல்லாமலாகி விட்டனவா? வைதீக விதிமுறைப்படி பார்த்தால் அப்படித்தான் கருத வேண்டும். அதெல்லாம் பெரிய விசயங்கள். 'கர்மசித்தி' யேற்பட்டுவிட்ட வைதிகர்கள் ஒருங்கே சேர்ந்து அமர்ந்து யோசனை செய்யவேண்டிய விசயங்கள். எதுவாக இருந்தாலும் தீப ஒளி அசுத்தமாகிவிட்ட கோவில்களுக்கு குஞ்சுநாயர் செல்வதில்லை.

குஞ்சுநாயர் பலவற்றையும் பார்த்தார்; அறிந்தார்; பொறுத்துக் கொண்டார். தாழ்ந்த ஜாதியினர் கல்வி நிலையங்களை அசுத்தம் செய்திருக்கின்றனர். அது மட்டுமின்றி அவர்கள் நியாய அநியாயங்களை விசாரணை செய்கின்ற அரசு உத்தியோகங்களையும் பார்க்கத் தொடங்கி யிருக்கின்றனர். வீதாச்சார அடிப்படையில் அரசு-உத்தியோகங்கள் தங்களுக்குக் கிடைக்கவேண்டுமென்கிற உரிமை முழக்கம் செய்கின்றனர். ஜாதி அமைப்புமுறை தகர்ந்துவிட்டது. எல்லாமே தலைகீழாக மாறி யிருக்கிறது.

இந்தக் காலகட்டத்தில பிறவி கிடைத்ததே என்று கவலை கொள்கிறார். செழிப்பான பல்வேறு குடும்பங்களைக் கண்டிருக்கிறார். பிறந்து வளர்ந்து வந்த சமூக அமைப்புமுறை, தலைகுப்புறக் கவிழ்ந்தது. அனைத்து மதிப்புகளும் அஸ்தமித்துவிட்டன. கடன் வாங்கினால் திருப்பிச் செலுத்த வேண்டாம். தேவபிராமணப் பிரீதி செழுமைக்குக் காரணமாயிருந்தது. யாருக்கும் யாரிடத்திலும் மதிப்பு கொள்ளத் தேவையில்லை. பறையன் முன்னால் பிராமணன் இடுப்பிலே துண்டைக் கட்டி வாய்பொத்தி நிற்க வேண்டும். ஏனென்றால் பறையன் அதிகாரசக்தி படைத்த அரசு அதிகாரி! அவன் இன்னும் நெஞ்சை நிமிர்த்துகிறான். பிராமணன் குனிந்து போகிறான்.

இதெல்லாம் காணவும் கேட்கவும் தனக்கு நீடித்த ஆயுள்தான் கிடைத்திருக்கிறது. இதுதான் ஒரு பிறவியில் இரு பிறவிகள். தீண்டத் தகாத ஜாதியினர் தீண்டாமையறிவிக்கும் முறையில் நடந்து வந்திருக் கின்றனர். அவர்களுக்குப் பிரத்தியேகமான வழித்தடங்கள் இருந்து வந்திருக்கின்றன. அந்த வழக்கத்தில் வாழ்ந்து வந்தவர். தீண்டத்தகாத ஒருவன் அருகாமையில் நடந்து சென்றால் அசுத்தமாகி விட்டதாக

மனத்தில் தோன்றுகிறது. என்னவோ, ஓர் அருவறுப்பு, சிறுவயதிலிருந்தே அம்முறையில் பழகியவர். அந்த வழக்கத்தைக் கைவிட்டுவிட முடியாது. உடுத்தியிருந்த துணிகளெல்லாம் கழுவிச் சுத்தம் செய்தால் தனக்குச் சுத்தமேற்பட்டதாக நினைக்கிறவர். குஞ்சுநாயரைச் சொல்லி குற்றமில்லை. எனவே குஞ்சுநாயர் வழிமாறிப் போய்விடுவார். கோவிலுக்குப் போய்வந்தால் குளித்துச் சுத்தமாகிவிட வேண்டும். அது தான் இன்றைய நிலை.

காணப்படுகிற மாறுதல் அது மட்டுமா? சமஸ்தானமெங்கிலுமுள்ள இளைஞர்கள் அரசு ஆட்சிக்கெதிராகக் கிளர்ந்தெழுந்திருக்கின்றனர். மீட்டிங்குகள் என்கிற ஓர் ஏற்பாடு ஏற்பட்டிருக்கிறது. அரசனுக்கெதிராக என்னென்ன பேசுகிறார்கள்! அதெல்லாம் பிரசங்கம் தானாம்!

அரசன் போய்விட்டால் ஊர் எப்படியிருக்கும்? கொலை, கொள்ளை, நெருப்பு வைத்தல் முதலியவைதான் நடைபெறும். அரச-ஆட்சி இல்லாவிட்டால் சட்டமும் ஒழுங்கும் பாதுகாக்கப்படுமா? ஜனங்களே ஆட்சி புரிவார்கள் என்று சொல்லுகிறார்கள். அது எப்படி? எவ்வளவோ யோசித்துப் பார்த்தபோதிலும் புரிகிறதில்லை. அந்த காலத்தைக் கூடப் பார்க்க உயிரோடு இருக்கவேண்டியிருக்குமோ? அதுதான் குஞ்சு நாயருடைய பயம்.

போதும்; போதும்-எல்லாமே பார்த்தாகிவிட்டது. இன்னும் ஏற்படுகிற தலைகீழ் மாறுதலைக் காணச் சக்தியில்லை. குஞ்சுநாயர் பருவத்தைச் சேர்ந்தவர்களெல்லாம் போய்விட்டனர். குஞ்சுநாயர் மட்டும், இதெல்லாம் மட்டுமின்றி இன்னும் நடக்கவிருப்பதைக் கூடப் பார்க்க விட்டு வைக்கப்பட்டிருக்கிறார்.

புதிய இளைஞர்கள் பழைய நிலைமைகளைக் கேட்டு வியப்படைகின்றனர். அவர்களுக்கு அது ஒன்றும் புரியாது. அது ஒன்றும் இந்த உலகத்தின் வாழ்க்கை முறை அல்ல. இளைஞர்கள் தன்னை ஒரு விசித்திர ஜீவியைப் போல் பார்க்கிறார்கள் என்று குஞ்சு நாயருக்குத் தோன்றுவதுண்டு. மிகப் பழங்காலத்து மனிதர் ஒருவர் ஒரு நூற்றாண்டினைத் தாண்டி இந்தக் கட்டத்திற்கு வந்திருக்கிறார்.

ஒன்று உச்சியில் குடுமியுண்டு. துண்டுவேஷ்டியை உடுத்தியிருக்கிறார். கோமணம் கட்டுவார். நெற்றி மற்றும் மார்பு மீது விபூதி பூசியிருக்கிறார். சிவப்புக் கல் கடுக்கன் காதில் உண்டு. இளைஞர்கள் பார்த்து நிற்க மாட்டார்களா? குதூகலமளிக்கிற காட்சியல்லவா இது? எதிராக ஓர் அரிஜன மகன் வருவதைப் பார்த்தால், குஞ்சுநாயர் பக்கத்து வீட்டு மனைக்குள்ளே நுழைந்து மறைந்து நிற்பார். தீண்டிடுவான் என்கிற ஆதங்கம். பையன்கள் பார்த்துக் கூச்சலிட்டுச் சிரிப்பார்கள்.

குஞ்சுநாயருக்கு ஒரு நிர்ப்பந்தமிருந்தது. அது கடுமையான நிர்ப்பந்தமாக இருந்தது. மணிகண்டன் தீண்டாமைக்கெதிராகவே இருக்கட்டும். அவன் குடுமி வைக்க வேண்டாம். கோமணம் கட்ட வேண்டாம். விபூதி மற்றும் சந்தனமணிய வேண்டாம். பிராமண நிந்தனையைக் கூட மனத்தில் வைத்துக் கொள்ளட்டும். ஆனால் ஒரு விசயத்தில் வெகு நிர்ப்பந்தமாகவே இருக்கிறது. மணிகண்டன் அரசனுக்கெதிரான கிளர்ச்சியில் பங்குகொள்ளக் கூடாது! சிறைக்குச் செல்லக் கூடாது! இன்றைய இளைஞர்களுக்கு அதில் எல்லாம் வெகு ஆர்வம்தான்.

அது அவ்வளவு கடுமையான நிர்ப்பந்தமாகிவிட்டது ஏன்? போலீஸ்காரன், அவன் கையிலே விலங்கினை மாட்டுவான் என்ற காரணத்தினாலா? அடி, இடி, உதை மட்டுமின்றிக் கொடூரமான சித்திரவதைகளுக்குக் கூடப் பாத்திரமாகிவிடுவான் என்ற பயத்தினாலா? மகன் கடுமையான அடக்குமுறைக்குட்படுவதை ஒரு தந்தையால் சகிக்க முடியாதென்ற புத்திர பாசமா?

இந்த இளைஞர்கள் கள்வரோ கொள்ளையரோ அல்ல. காரண மெதுவாக இருந்தாலும் அது ஒரு கடுமையான நிர்ப்பந்தமாகவே இருந் திருக்கிறது.

அப்படிப்பட்ட அடிப்படைக் காரணங்களை முன்னிட்டுத்தான் தந்தைக்குச் செல்ல வேண்டியிருந்தது அனைத்தையும் குறிப்பிட்டு எழுதிய அந்த நீண்ட கடிதம் மகனுக்குக் கிடைக்கிறது. அது குஞ்சுநாயருடைய உயிலாக இருந்தது. இவ்வளவு நீண்ட தஸ்தாவேஜு எதையும் அவர் தம் வாழ்நாளில் எழுதியதே இல்லை. அந்த வாழ்க்கையில் எழுத வேண்டிய அவசியமேற்பட்டதில்லை. இவ்வளவு நீண்ட காலம் வாழ்ந்ததனால் இப்படி ஒரு கடிதம் எழுத வேண்டியதாயிற்று. ஏறத்தாழ ஒரு நூற்றாண்டு காலத்திய பழக்கமுடைய, உயிர்த்துடிப்புடைய ரத்தத்தினால் அந்தக் கடிதம் வரையப்பட்டிருக்கிறது. புராணங்கள் மற்றும் இதிகாசங்களின் பெறுமதிகளில் உறுதிப்பட அந்த வாழ்க்கை-வேதாந்தத்தினை குஞ்சு நாயர் தம் புதல்வனுக்கு ஒரு பொக்கிஷமாக நல்குவதை விரும்பி யிருக்கலாமோ என்னவோ?

என்னவாகிலும் அந்தக் கடிதம் மிகுந்த சக்தி வாய்ந்த ஒன்றாக இருந்தது. புராணங்கள் மற்றும் தருமநீதிகளின் சிறந்த கலாச்சாரம்தான் அதை உருவாக்கியது. அந்தக் கடிதத்தைப் பொறுமையுடன் விசுவநாதனால் படிக்க முடியவில்லை. அந்தக் கடிதத்தை அவனால் புரிந்துகொள்ளவும் முடியவில்லை. அது விசுவநாதனுக்காக எழுதப்பட்டது அல்ல; மணிகண்டனுக்காகத்தான்.

"கோழை!"

அதுதான், அந்தக் கடிதம் மணிகண்டனுக்கு நல்கிய திருப்பெயர். அத்துடன் மணிகண்டன் கோழையாகிவிடவும் செய்தான். அந்த விளிப்பு அங்கே ஆழமாகப் பதியவும் செய்தது.

* ** *

அந்தக் கடிதம் எழுதி முடிக்கப்பட்டது. குஞ்சு நாயர் செய்து முடிக்கவேண்டியது அனைத்தையும் செய்து முடித்தார். இன்னும் ஏதேனும் செய்யச் சக்தியற்றும் போயிற்று. செய்யவும் ஒன்றுமில்லை. உடல் முழுவதும் தளர்ந்து விட்டது. நரம்புகளின் பலம் குன்றிவிட்டது. சதைப் பற்றுக்களிலுள்ள நீர் கசியத் தொடங்கியது. பக்கத்து வீட்டுக்காரர் கோபாலன் நாயர் பாகவதம் வாசித்தார். வாசிப்பு சரியில்லை. ஆயினும் தொடர்புகள் சரியாக உச்சரிக்கப் படுவதில்லை. சிலயிடங்களில் பொருள் விளங்காமற் போய்விடுகிறது. இடையிடையே டல்லடிக்கிறது. தற்போது வாசிப்பது அனைத்துமே குஞ்சு நாயருக்கு மனப்பாடமாகும். வாசிப்பதைத் துவக்கி ஐந்து நாட்களாகின்றன. குஞ்சுநாயர் அதைக் கேட்டுக்கொண்டே படுத்துக் கிடக்கிறார். எழுந்திருக்க முடியாது.

இனிமேல் அந்தப் படுக்கையினின்று எழுந்திருக்க மாட்டார். கயிற்றுக் கட்டிலின் தலைமாட்டில் குஞ்சுமாளுவம்மா கண்ணீர் சிந்தியவாறு அந்த ஐந்து நாட்களாக அப்படியே இருந்து வருகிறாள். நீர்கூட அருந்துவதில்லை.

'தசமகந்தம்' (பத்தாவது பகுதி) முடிந்தபோது குஞ்சு நாயர் சொன்னார்:

"ஏகாதசத்திலே நீங்க வாசிக்கறதை நிறுத்திடலாம்."

அங்கே குழுமியிருந்தவர்கள் அனைவருக்கும் அதன் பொருள் விளங்கியது.

எத்தனையோ பத்தாண்டுகளாக நாமஜபம் செய்து வருகிறவர் அவர். எத்தனையோ தடவைகளில் பாகவதத்தை ஆதியோடு அந்தமாய்ப் படித்து முடித்தவர். ஒருவேளை, எப்போது இறந்து போய்விடுவார் என்று அவருக்குத் தெரிந்திருக்கலாம். அவருடைய அறிவுக்கு அத்தகைய சித்தி யிருக்கலாம். எல்லோரும் அப்படித்தான் எண்ணினர். அதைப் புரிந்து கொண்டவர் போல் அவர் சொன்னார்.

"நான் அப்படிச் சுயேச்சையாய் இறந்துபோயிடறவன் அல்ல!"

குஞ்சுமாளுவம்மா ஒரு விசயத்தைத் தீர்மானமாக உறுதிப்படுத்தி வைத்திருக்கிறாள். பாகவதத்தின் ஏகாதச ஸ்கந்தம்தான் (பதினோராவது

பகுதி) ஒரு திருப்பமெனில் அந்தத் திருப்பத்தில் அவளும் போய்விடுவாள். பாகவதத்தை இன்னொரு முறை கூப் படிக்கவேண்டியிருந்தால்; அப்போதுதான் அந்தத் திருப்பமேற்படுமென்றால், அப்போது அது நடந்தேறிவிட வேண்டும். அவளால் அதைச் சாதித்துவிடமுடியும். அவளுக்கு இருந்துவருகிற அந்தச் சக்தியைத் தடுத்திட எந்த ஒரு சக்தியினாலும் முடியாது. அவள் பதிவிரதை- கற்புக்கரசி! கணவனின்றி அவளுக்கு வாழ்வு இல்லை. அந்த வாழ்க்கை ஒன்றிணைந்ததுதான். எவ்வாறு வாழ முடியும்? அவள் சுயேச்சையாய் மரணமடையும் தகுதி படைத்தவள்.

அவளது இந்தத் தீர்மானத்தைப் பற்றி யாருக்கும் தெரியாது.

'பாகவதோத்தமர்'கள் யாரெல்லாமென்பதை எண்ணித் திட்டமாகச் சொல்கிற அந்தப் பகுதி வந்தது.

குஞ்சுநாயர் மேலே பார்த்து வினவினார்:

"போதாதா?"

யாரோ அங்கே நிற்கிறார். நீண்ட நேரமாகிவிடவில்லை. அந்த வினா ஏற்றுக் கொள்ளப்பட்டதென்று தோன்றியது. ஒரு 'கரகர' அரவத்தைக் கேட்டனர். யாரெல்லாம் பாகவதோத்தமர்கள் என்று இலக்கணம் கூறி முடித்தாகிவிட்டது.

குஞ்சுநாயர் மூச்சும் நிலைகொண்டது.

ஆயினும் குஞ்சுமாளுவம்மா உயிருடனிருக்கிறாள். அவ்வாறு நடைபெறக் கூடாததுதான். குஞ்சுநாயரின்றி குஞ்சுமாளுவம்மா உயிர் வாழ்வதென்றால் அது நடைபெற முடியாத ஒன்று.

கீழே தரையில் தர்ப்பை விரித்து விபூதி தூவினர். குஞ்சுநாயரை அங்கே படுக்க வைக்க எல்லோரும் சேர்ந்து தாங்கியெடுத்தனர். குஞ்சுமாளுவம்மா அதைத் தடுத்தாள். கணவன் இறக்கவில்லையென்று மனைவி சொல்கிறாள்.

"இதோ, பாருங்க! நான் இறக்கலே. அப்புறம் எப்டி எம் மணிகண்டனோட அப்பா இறந்து போவாரு?"

இறந்தவரைத் தரையில் படுக்க வைக்க வேண்டும். பாய்மீது படுக்க வைக்கக் கூடாது. அது பாபம். பிரிந்து சென்ற ஆத்மாவுக்கு அது தோஷம் விளைவிக்கும். ஆனால், குஞ்சுமாளுவம்மா ஒப்புக்கொள்வதில்லை. அவளுக்கு ஏதோ ஒரு விகல்பம் (கோளாறு) ஏற்பட்டிருக்கிறது. சடலத்தைக் குளிப்பாட்ட அவள் ஒப்புக்கொள்ளமாட்டாள். சிதைக்கு

எடுத்துச் சொல்லவும் அனுமதிக்கமாட்டாள். என்ன செய்வது?

இல்லை; அவளுக்கு மூளைக் கோளாறு ஏதுமில்லை. பேச்சும் செயலுமெல்லாம் சுயஉணர்வுடன்தான் இருக்கிறது.

"என்னை விட்டுப் பிரிந்து செல்லமாட்டாள்."

அங்கேதான். அந்த விசயத்தில்தான் கோளாறு இருப்பதாகத் தோன்றியது.

* ** *

அந்தப் பிடிவாதம் வெற்றி பெற்றது. நினைக்கிறபோது சுயேச்சையாய் இறந்து விடலாமென்பதை குஞ்சுமாளூவம்மா நிரூபித்துவிட்டாள். அவள் சொன்னாள்:

"நான் கற்புடையவள். என்னை விட்டு என் மணிகண்டன் தந்தை போகமாட்டார்."

குஞ்சுநாயர் இறந்து பல காதங்களுயர்ந்து சூனிய மண்டலமடைந்தார். மேலும் அதில் எவ்வளவு தூரம் உயர்ந்து சென்றார் எனச் சொல்ல முடியாது - அங்கே சென்றபோது தான் அவர் மனைவியை நினைத்துக் கொண்டார். அவள் தனிமையில் தரையில் படுத்துக் கிடக்கிறாள்.

குஞ்சுநாயர் திரும்பி வந்தார். அவள் தன் வருத்தம் தெரிவிக்கும் முறையில் கூறினாள்:

"உம்! பரவாயில்லே, என்னைத் தனியா விட்டுட்டுப் போனீங்கல்ல? நல்ல மனிசருதானுங்க."

"அப்படியில்லேடீ! என்னைக் கொண்டுபோனதுதான்- உம்! சீக்கிரம் தயாராயிடு!"

"ஓ! தயாராவ எனக்கு என்ன இருக்கு?"

அங்ஙனம் அவர்கள் பரஸ்பரம் பேசியிருக்கக்கூடும்.

குஞ்சுமாளூவம்மா உட்கார்ந்தபடியே விழுந்துவிட்டாள். அவள் மூச்சு நிலைத்துவிட்டது. இல்லை; படுத்துக்கொண்டு ஒரு முறை குலுங்கினாள் என்று சிலர் சொன்னார்கள். நினைக்கிற போது இறந்து போவதற்கான சித்தி அந்தப் பெண்மணிக்கு எப்படிக் கைவந்தது.

ஒருவரைவிட்டுப் பிரிந்து இன்னொருவரால் வாழமுடியாது. அதைத் தவிர வேறு எந்தப் பதிலையும் தர இயலாது.

ஊர் ஜனங்களுக்கும், உறவினர்களுக்கும் இன்னொரு சந்தேகம். நினைக்கிற போது இறந்து போக முடிகின்றவர்களால் திரும்பவும் அந்தக் கூட்டுக்குள்ளே வந்து புகுந்து கொள்ளவும் முடியுமாம்!

புராணங்கள் வழியாகத் தனக்கு அறிமுகமாகிய அந்த உலகங்களில் எல்லாம் மனைவியுடன் ஒருமுறை சுற்றுலா நடத்திவிட்டுத் திரும்பி வந்தால்? இந்தக் கூடுகளை அவ்வளவு விரைந்து தகனம் செய்துவிடலாமா?

கணவர் இறந்துவிட்டார். சுய உணர்வுடன் பேசிக் கொண்டிருந்த போது மனைவியும் இறந்து விடுவது - இப்படி ஒரு நிகழ்ச்சி குறித்து எங்காவது கேள்விப்பட்டதுண்டா? கல் எடுத்து வீசியெறிவது போன்று உயிரை விட்டுவிடுவது! பலாத்காரம் இல்லை. பறித்தெடுத்துச் சென்றதும் அல்ல. பலூனிலிருந்து காற்றைத் திறந்துவிடுவதுபோன்று உயிரை விடுதலை செய்தனர். அந்த உயிர் திரும்பி வந்தாலும் வரலாம். குஞ்சுமாளுவம்மாளுக்கு விதிக்கப்பட்ட இரை தீர்ந்து விட்டதாகச் சொல்ல முடியாது. இரை தீர்ந்து விடாமல் வாழ்க்கை முற்றுப்பெறாது. இது ஒரு மயக்கமாக இருக்கலாம். மகனை விட்டுவிட்டு அந்தத் தாய் தந்தையர்கள் போகமாட்டார்கள். ஆனால் இறந்து செல்கின்ற தாய்-தந்தையரால் மகனை அழைத்துச்செல்ல முடியுமா? அழைத்துச் செல்வார்களா? மகன் இந்தப் பூமியில் யுகாந்தம் வரையிலும் வாழ வேண்டுமென்றல்லவா, தாய் தந்தையர் விரும்புவார்கள்?

இரண்டு உடல்கள். குளிர்ந்து மரத்துவிடத் தொடங்கின. இது மரணமேதான். இனிமேல் ஆத்மா திரும்பி வந்து இந்தக் கூட்டுக்குள்ளே புகுந்துவிட முடியாது. கோயிப்ரத்துக் குடும்பத்தினுடைய வீட்டு வளாகத்தின் தென்கிழக்கு மூலையில் பக்கம் பக்கமாய் இரண்டு சிதைகள் பற்றியெரிந்தன. பற்றியெரிந்து உயர்ந்த நெருப்புச் சுடர்கள் பரஸ்பரம் இணைந்து கொண்டு அரவணைத்தன. முத்தமிட்டன. சில சந்தர்ப்பங்களில் அந்தப் புகைப்படலங்கள் விலகியகலவும் செய்தன. ஒன்றுபோல் அந்தச் சிதைகள் அணைந்துவிட்டன.

சுதலம், விதலம், தலாதலம்... என்றிவ்வாறாகப் பதினான்கு உலகங்கள் இருக்கின்றன. சிறு வயதில் அப்பா படித்துக் கேட்ட துதான். அனைத்துப் பெயர்களும் தெரியும். அவை எங்கெங்கெல்லாமிருக்கின்றனவென்று, அப்பா படித்துப் பொருள் சொல்லித்தரும்போது கூறியிருக்கிறார். அப்பா வும் அம்மாவும் இப்போது எந்த உலகத்தில் இருக்கிறார்கள்?

அப்பா இறந்துவிடுவார் என்கிற எண்ணம் ஏற்கெனவே இருந்தது. அந்தக் கடிதம் அத்தகையதாக இருந்தது. ஆனால், அம்மா இறந்து விடுவாள் என்று எண்ணியிருக்கவில்லை. அம்மா உயிருடனிருந்தால்

போதுமாயிருந்தது. அவள் சுயேச்சையாக இறந்துபோயிருக்கிறாள். நேரம் வந்து இறந்து போகவில்லை. அப்பா இறந்துவிட்டார். எனவே மனப்பூர்வமாய் இறந்து போனதுதான். கடவுள் இட்ட இரை தீர்ந்து போனதால் இறந்துவிடவில்லை எனப் பெண்கள் சொல்லுகிறார்கள்.

மகனை விட்டுப் பிரிந்துசொல்வதற்கு அம்மாவுக்கு எப்படி மனம் வந்தது? மகன் மீது கொண்ட பிரியம் அவ்வளவுதானா? அம்மாவுக்கு மகன் எல்லாமாகத்தான் இருந்தான். மகன் எங்ஙனம் உயிர்வாழ்வான் என்று அம்மா நினைத்தாள்? அப்பாவைப் பிரிந்து வாழ மனமில்லாததால் மகனை விட்டுப் பிரிந்து சென்றிருக்கிறாள்.

குஞ்சுமாளுவம்மா கையில் விஷத்துடன்தான் குஞ்சன் நாயர் தலைமாட்டில் இருந்தாளென்று ஊரில் பேச்சு அடிபட்டது. அவள் யாரும் அறியாமல் விஷமருந்திக் கொண்டாள். அப்படியின்றி இப்படி இறந்திருக்க முடியாது. விஷம் எங்கிருந்து கிடைத்தது? யாருக்கும் பதில் இல்லை. யார்தான் இந்தப் பேச்சைத் துவக்கினார்? அதுவும் தெரியாது. ஊரில் பரஸ்பரம் காதோடு காதாகப் பேசினர்.

தாய்தந்தையர் தெய்வங்களாகப் பரிணமித்துக் கொண்டிருக் கின்றனர். தந்தையைப் பற்றிய நினைவுகளுக்குப் பிரத்தியேகமான பொருளும் முக்கியத்துவம் இருக்கிறதென்று தெளிவாயிற்று. அம்மா உத்தமப் பெண்மையின் நினைவுச் சின்னம். மடியில் விஷத்தை வைத்துக்கொண்டு, மரணத்தை வரவேற்கத் தயாராகப் படுத்துக் கிடக்கிற கணவரின் தலைமாட்டில் எந்த ஒரு பெண் நின்றிருக்கிறாள்? புராணங்களிலேகூட அத்தகைய ஒரு பெண்மணியை கண்டுபிடிக்க முடியாது. சிருஷ்டிகர்த்தரிடம், 'நேரமாகவில்லையா?' எனக் கேட்பதற்கான மனப்பக்குவம் எந்த ஒரு மனிதருக்கு இருந்திருக்கிறது?

ஈமச்சடங்குகள் ஒவ்வொன்றுக்கும் பிரத்தியேகமான பொருள் இருப்பதாக மணிகண்டனுக்குத் தோன்றியது. பொழுது விடிய ஏழரை நாழிகை இருக்கிறபோது துயிலுணர்ந்து குளித்துவந்து பலிகருமங்கள் செய்யுமிடத்தைச் சாணிபோட்டு மெழுக வேண்டும். காக்கையும் இதரப் பறவைகளும் தரையிறங்கு முன்னரே அதைச் செய்து முடித்திருக்க வேண்டும். அவ்வாறு துவங்குகிற நிகழ்ச்சி நிரல், தாய் தந்தையருக்காக மகன் செய்து முடிக்கவேண்டிய கடமைகள் என்பதற்கும் மேலாக வேறு என்னென்னவோ கூடத்தான். அது என்னவென்று மணிகண்டன் யோசிக்கிறான். மனத்துக்கு எட்டுவதில்லை. இருந்தாலும் ஆராய்ந்தறிய வேண்டிய விஷயம்தான். அது ஓர் ஆசார - அனுஷ்டானம் மட்டுமல்ல வென்று தோன்றுகிறது. ஒரு விரதமாகும்!

அந்தக் கடிதத்தை எடுத்துப் படிப்பான். அதற்குப் புதிய அர்த்தமும் அளவும் ஏற்பட்டுக் கொண்டிருக்கிறது. படிக்கிற ஒவ்வொரு தடவையும் புதிது புதிதான விசயங்கள் வெளிச்சம் காண்பது போல் தோன்றியது. அந்தக் கடிதம் ஓர் உயில்தான்! மகனுடைய வாழ்வுக்கு வழிகாட்டுகிற தஸ்தாவேஜு. அத்தகையதொரு புத்திலக்கணம் அதுக்கு உண்டு. மகன் எங்ஙனம் ஆகிவிடவேண்டுமென்று தந்தை அதில் யோசனை கூறியிருக்கிறார். எத்தகைய இக்கட்டான நேரத்திலும் அதன் பரிகாரத்திற்கான பிரகாரம் அதில் உண்டு. எக்காலத்திலும் மகனைக் கட்டுப்படுத்தியவாறு எந்த ஒரு தந்தையாலும் வாழ்ந்துவிட முடியாது. தந்தை இறந்து விடுவார். அப்போது சுட்டிக் காட்ட விரல் இருக்காது. அவற்றை எல்லாம் உட்கொள்ளுகிற ஒரு தஸ்தாவேஜினை மகனிடம் ஒப்படைத்திருக்கிறார்.

அந்தக் கடிதம் மணிகண்டனுக்கு மனப்பாடமாகிவிட்டது. நூறு தடவைக்கு மேல் அதைப் படித்திருக்கிறான். மகனுக்காக மட்டும் எழுதிய கடிதமல்ல. அது! மகனுடைய தலைமுறையைச் சேர்ந்த அத்தனை பேருக்காவும்தான் என்று அவனுக்குத் தோன்றியது. அத்தகைய புதிய தோர் இலக்கணம் அதற்கு உண்டு. இளைஞர்களின் வாழ்க்கையில் ஒவ்வொரு கட்டத்திலும் அதன் ஒவ்வொரு வாசகமும் உதவிக்காக வந்துவிடும்.

ஏறத்தாழ ஒரு நூற்றாண்டு கால அளவு வாழ்ந்தார். அது ஒரு சாதாரணமான காலகட்டமாக இருக்கவில்லை. நாள்தோறும் ஒவ்வொன்றும் மாறுதலடைந்து கொண்டிருந்தது. தருமநீதிகள், வாழ்க்கை நெறிமுறைகள், சட்டம், நம்பிக்கைகள் - ஆகிய எல்லாமே மாறிவிட்டது. கூலம் குத்திப் பாய்ந்து செல்கிற அந்தப் பிரவாகத்தில், எந்த ஒரு கட்டுப்பாடுமின்றி இன்றைய தலைமுறை மிதந்து செல்கிறது. வாழ்க்கை அந்தப் பிரவாகத்தில் இழுத்துச் செல்லப்படுகிறது. மனித சமூகம் உதவியற்றதாகப் பரிணமித்திருக்கிறது. உறுதியான அடிப்படையுடைய ஒரு மனிதர் வழிகாட்டுகிறார். மகனுடைய தலைமுறையினர் எவ்வாறிருக்க வேண்டுமென்கிற கற்பனை குஞ்சுநாயருக்கு உண்டு. அதன் வரைவுரைதான் அந்தக் கடிதம்.

எல்லாத் தலைமுறையினருக்கும் அது இருக்கவில்லையா? குஞ்சு நாயருடைய முன் தலைமுறையினருக்கு அது இருந்தது. அதன் முன்பிருந்த தலைமுறையினருக்கும் அது இருந்தது. இந்தத் தலைமுறையினருக்கு அது இருக்கக் கூடும் அப்படித்தான் வாழ்க்கை முன்னேறி வந்திருக்கிறது.

குஞ்சுநாயருடைய வாழ்க்கை வேதாந்தம் புராண-இதிகாச அடிப்படையிலானது. வாழ்க்கையின் எந்தக் கட்டத்திலும் புராணங்களின்

இரண்டு செய்யுட்கள் உதவிக்காக இருக்கின்றன. அந்த வாழ்க்கை ஒரு சிறுவட்டத்தில் அமைந்ததாக இருந்தது. பிரச்சனைகள் மிகக் குறைவாக இருந்தன. அதன் முந்திய தலைமுறையினருக்கு அதை விடவும் குறைவாக இருந்தன. குஞ்சுநாயருக்கு, ஏறத்தாழ ஒரு நூற்றாண்டு காலத்திய அனுபவங்களால் சொல்ல வேண்டியவை மிகத் தெளிவாகவே இருந்தன.

அந்தத் தெளிவும் ஆத்மார்த்தமும்தான் அந்தக் கடிதத்தின் சக்தியும் பிரகாசமுமாக இருக்கலாம். அதன் சிறப்பும் அதுவாகத்தானிருக்கவேண்டும்.

112

திவான்ஜியின் சிலை தகர்க்கப்பட்ட நிகழ்ச்சியைத் தொடர்ந்து நடைபெற்ற சம்பவங்களை ஒட்டிச் சிறைக்குச் சென்ற விசுவநாதன் வெளியே வந்தான். வெளியே வந்த அவனுக்கு மணிகண்டனைச் சந்திக்க வேண்டுமென்றுதான் முதன்முதலில் தோன்றியது. அவன் மனத்திலே மணிகண்டன் எவ்வாறு உதயம் செய்தானோ - தெரியவில்லை. விசுவநாதன் தலைமறைவாகச் செல்லுமுன்னர் இறுதியாக வாசித்த தஸ்தாவேஜு குஞ்சு நாயருடைய கடிதம்தான். ஒவ்வோர் எழுத்தும் வாசகமும் கவனமாய்ப் படிக்க முடியவில்லை. படிப்பது சங்கடமாக இருந்தது. எழுத்துக்கள் பழமையின் வடிவத்திலானவை. படித்துப் பழக வேண்டியிருக்கிறது. ஆயினும் படித்தது வரையிலும் அந்த வாசகங்கள் மனத்தில் பதிந்திருந்தன. அந்தப் போராட்ட ஆவேசத்தில் கூட படித்துப் புரிந்து கொண்டது வரையிலுமான விசயங்கள் பளுவினால் மிக்க ஆழத்தில் சென்று தைத்தன. பேராட்ட - ஆவேசத்துக்கு அவற்றைத் தள்ளி வெளியேற்றும் வலுவிருக்கவில்லை. அது மனத்திற்கு ஒரு சுமையாகவே கிடந்திருக்கிறது. நீண்ட காலத்திய உலக அனுபவமும், வாழ்ந்த அனுபவத்தின் அழுத்தமும் கொண்டு அது பளுவானதாக இருந்தது. சாரமற்றதென நினைத்து அதன் வீசியெறிந்தபோதிலும், அவனைக் கோழை என்றழைத்தபோதிலும், அந்தக் கடிதம் மனத்திற்குள்ளே ஆழமாக இறங்கிச் சென்று இடத்தைப்பிடித்துக் கொண்டது.

சிறையின் தனிமையில் எதையும் செய்வதற்கில்லாத நிலைமையில் குஞ்சுநாயரின் கடிதம் மனத்திற்குள்ளிருந்து உயர்ந்து வந்தது. அதை இன்னும் ஒருமுறை கூடப் படித்துப் பார்க்க ஆவலாயிற்று. படித்துப் புரிந்துகொள்ளவேண்டிய ஒன்றுதான் அது. புரிந்துகொள்ள வேண்டிய என்னென்னவோ அதிலிருக்கிறது. அந்த விசயத்திற்குத் தகுந்த சந்தர்ப்பம் தான் இது. படித்திருக்கிற பல முக்கியமான புத்தகங்களைப் போன்ற ஒன்றல்லவா இது?

ஆனால் விசுவநாதனுக்கு ஒரு பயம். எரிகிற நெருப்பில் அந்தக் கடிதம் தண்ணீர் போன்று ஆகிவிடுமா? மணிகண்டன் பனிக்கட்டியாக மாறிவிட்டான். அது அந்தக் கடிதத்தினால்தானா? அவன் சுபாவமே அதுதான். அந்தத் தாய் தந்தையர் வளர்த்துவிட்ட மணிகண்டன் அப்படியாகிவிட்டான்.

மணிகண்டனும், அவன் பெயரிலே உள்ள உயிலும் சிறையில் விசுவநாதனின் மனத்தில் நிறைந்து நின்றிருந்தது. ஒருவேளை அதனால்தான் சிறை மீண்ட உடனே மணிகண்டனை நினைத்திருக்கலாமோ!

மணிகண்டனுடைய ஞானோதயம் பலவீனமான மனத்தின் சந்தேகமாக இருக்கவில்லை. என்கிறீர்களா? கோழையின் பயம்! கோயிப்புறத்து வளாகத்தின் தென்கிழக்கு மூலையில் சிதைகளை அமைத்த அந்த இரண்டு இடங்களில் இரண்டு வாழைக்கன்றுகளை நட்டிருக்கின்றனர். நான்கு புறமும் எள்ளு கொள்ளு முதலிய தானியங்கள் முளைத்து வளர்ந்திருக்கின்றன.

விசுவநாதன் மனம் தளர்ந்தது. மணிகண்டனை எதிர்கொள்வதெப்படி? கவலை தோய்ந்த மனத்துடன்தான் விசுவநாதன் அங்கே சென்றான், அன்று பத்தாவது கருமாதி நாளாக இருந்தது. தென்னங்கீற்றினால் அமைக்கப்பட்ட பலிக்கோவிலை அகற்றியிருக்கின்றனர்!

மொட்டைத் தலை மணிகண்டன் சற்றுக் களைப்படைந்-திருக்கிறான். அதாவது, உடம்பு நன்றாக மெலிந்திருந்தது. கண்கள் ஆழக் குழியிலிருந்தன. ஆயினும் அவன் முகத்தில் ஒரு விதமான திருப்தி தென்படுகிறது. விசுவனைப் பார்த்தபோது மணிகண்டன் நடந்து அவன் அருகே சென்றான். அவன் கண்களில் நீர் மல்கியது.

என்ன சொல்வதென்று விசுவநாதனுக்குத் தெரியவில்லை. அவன் கண்களில் கூட நீர் நிறைந்தது. அவன் கண்களைத் துடைத்துக் கொண்டான். சில நிமிடங்களுக்குப் பின் விசுவநாதனே பேச்சைத் துவக்கினான்:

“இங்கு வந்தப்புறம்தான் தெரியுது.”

மணிகண்டன் பேசவில்லை. விசுவனே தொடர்ந்து கூறினான்.

“சிறையிலே உன்னைத்தான் நினைத்துக்கொண்டிருந்தேன்.”

அதற்கும் மணிகண்டன் பதிலுரைக்கவில்லை. விசுவநாதன் எதையோ கேட்க முற்பட்டான். ஆனால் கேட்டது இன்னொன்றைத்தான்.

“எனக்கு நீ ஏன், தெரிவிக்கலே? மரணம் போன்ற நிகழ்ச்சிகள் குறித்து எழுதினால் சிறையில் கடிதம் கிடைக்கும்.”

அதற்கும் பதில் இல்லை. அது ஒரு தவறாகிவிட்டதென்று நினைக்கவுமில்லை.

"பயந்துதானா?" என்றான் விசுவன்.

அதற்கும் பதில் வரவில்லை. அதைக் கேட்டிருக்கக் கூடாதென்று விசுவனுக்குத் தோன்றியதோ என்னவோ?

தாயும் தந்தையும் எவ்வெப்போது இறந்து போயினர் என்பது விசுவனுக்குத் தெரிய வேண்டியிருந்தது.

மணிகண்டன் பதிலளித்தான்:

"அவர்கள் இருவரும் ஒருங்கே இருந்தனர்! ஒருவரைப் பிரிந்து இன்னொருவர் உயிர் வாழவில்லை. ஒருவர் இறந்துவிட்டால் இன்னொருவர் உயிருடனிருக்கமாட்டார். அவர்கள் ஒன்று பட்டிருந்தனர்."

விசுவநாதனுக்குப் புரியவில்லை என்று தோன்றியது. மணிகண்டன் அந்த மரண அரங்கம் குறித்து விளக்கமளித்தான். இறுதியில் இவ்வாறு சொல்லி முடித்தான்.

"அம்மா மடிக்குள்ளே விஷமிருந்ததுன்னு சிலவங்க சொல்றாங்க. ஆனா நாங்க யாரும் பார்க்கலே."

அந்த மரண அரங்கம் இன்னோரிடத்திலும் நடை பெறாதது. அது அவ்வளவு வியப்பைத் தந்தது. குஞ்சுநாயர் அம்மாவனுக்கும், குஞ்சுமாளுவம்மாவிற்கும் சிற்சில சிறப்புக்கள் இருந்திருக்கின்றன. அவர்கள் மரணத்தில்கூட அந்தச் சிறப்புக்களைக் காணமுடிந்தது.

மகனுக்கு எழுதிய கடிதமும் அத்தகைய சிறப்புடையதாக இருந்தது.

அந்தக் கடிதமெங்கே எனக் கேட்க முற்பட்ட விசுவனை ஏதோ ஒரு சக்தி கரிசனையாகத் தடுத்தது.

"கூடாது!"

அந்த சக்தியே ஆக்கினையிட்டது.

"அதைப் படிக்கக் கூடாது! அது கொடிய விஷம்; வாழ்க்கையை மந்தமாக்கிவிடும்; மரத்துவிடச் செய்யும்."

மிக்க ஜாக்கிரதையுடன் ஒரு காவல் நாய் நிற்கிறது.

விஷயம் இனிப்பாகிவிடலாம். பார்த்தால் ஆவல் ஏற்படக் கூடும். ஆனால் அபாயத்தை ஏற்படுத்தக் கூடியது.

இன்னும் சில உள்ளன. அதையும் படித்துப் புரிந்துகொள்ள வேண்டியிருக்கிறது. அதற்கான பக்குவம் ஏற்பட்ட பின்னர்தான் படிக்கவேண்டும். எல்லாவற்றுக்கும் ஒவ்வொரு கட்டமுண்டு. இன்ன பருவத்தில் இன்னதைத்தான் புரிந்துகொள்ளவேண்டும் என்று உண்டு. படிப்படியாகத்தான் அறிவைச் சம்பாதிக்க வேண்டும். அப்படிப்பட்ட ஒரு கட்டத்தை அடைந்துவிட்டால் அந்தத் தஸ்தாவேஜினையும் படிக்க வைக்கலாம். குஞ்சுநாயருடைய உயில் இப்போது வாசிக்கத் தகுந்தது தானா என்பதை எப்படி அறிந்துகொள்ள முடியும்? சும்மா ஒரு பார்வை பார்த்தபோதிலும் அது மனத்திற்குள்ளே நிறைந்து நின்றது.

வேண்டாம்!

விசுவன் விசாரித்தான்:

"இனிமே என்ன பண்றதுன்னு யோசிச்சிருக்கியா?"

பதில் திடீரெனப் பிறந்தது:

"தாய் தந்தையருக்காக ஒரு தனயன் செய்யவேண்டியதனைத்தையும் செய்வது. பிண்டம் வைத்துப் பதினாலுபலியும், இன்னபிற கருமாதிகளும் முடித்துவிட்டு அவர்கள் எலும்புகளை முறைப்படி புனிதத் தலங்களுக்கு எடுத்துச் செல்வது - அதுதான் இப்போதைய தீர்மானம்!"

ஒரு விநாடிக்குப் பின் மணிகண்டன் தொடர்ந்து கூறினான்:

"அப்பா அதை அந்தக் கடிதத்திலே சொல்லியிருக்கிறார் எலும்புகளை எப்படி எடுப்பது என்பதிலிருந்து போகவேண்டிய வழிகள். அடைய வேண்டிய இடங்கள் ஆகியவற்றைப் பற்றியெல்லாம் அதிலே வரையறுத்துக் கூறியிருக்கிறார். புரோகிதர்களைக் கண்டுபிடிப்பதற்கான முறையினையும் எழுதியிருக்கிறார். எதற்கும் எவனிடத்திலும் உபதேசங்கள் தேடிச் செல்லவேண்டிய அவசியமில்லை. இப்போது அதுதான் என் முன்னாலுள்ள கடமை. அதைச் செய்து முடித்த பின்னர் தான் எல்லாம்!"

விசுவன் வினவினான்:

"அப்போ இனிமே நீ காலேஜுக்கு வரமாட்டியா?"

"அதைப் பற்றி நான் இன்னமும் யோசிக்கலே."

என்னதான் சொல்வது? விசுவனுக்குத் தெரியாது. என்னவெல்லாமோ கேட்க வேண்டியிருக்கிறது. ஆனால் அவை எல்லாம் என்ன என்ன என்று தெளிவு ஏற்படுவதில்லை. அறிந்துகொள்ளவேண்டிய விசயங்கள் இருக்கின்றன.

சென்ற நூற்றாண்டின் அந்த மனிதர் எழுதிய எழுத்தை ஒரு முறை படித்தாலென்ன? அந்தப் புராதன மனிதருடைய சிந்தனைப் போக்குகளை அறிந்துகொள்ள முடியும். அவரது வாழ்க்கை - வேதாந்தத்தையும் அறிந்துகொள்ளலாம். ஒரு சரித்திர நூலைப் படிப்பது போல் படிக்கலாம். வேடிக்கையாக இருக்கும்.

வேண்டாம். மணிகண்டனுடைய புத்தி திசைமாறியது. அது அவ்வளவு சக்தி மிக்கது. ஆபத்தை விளைவிக்கக்கூடியது. படிக்கக்கூடாத சில உள்ளன. அறியக்கூடாதவையும் உண்டு. அவற்றைச் சேர்ந்ததுதான் இந்தக் கடிதமும்.

இதயத்தின் அடிப்பகுதியிலிருந்து தனக்கே தெரியாமல் ஒரு வாசகம் வெளியே வந்தது. "நீ உன் வாழ்க்கையையே நாசம் பண்ணத் தீர்மானிச்சிட்டே?"

வெளிவந்தபோது அந்த வாசகத்தின் பளுவை அறிந்து கொண்டான் விசுவநாதன். அவன் மணிகண்டன் முகத்தையே பார்க்கிறான்.

அவன் முகம் வெளிறியிருப்பது போல் தோன்றியது. இதழ்கள் அசைவது போல் தோன்றியது. அவன் எதையும் பேசவில்லை.

விசுவநாதனுக்குப் பேச நிறைய விஷயங்கள் இருக்கின்றன. அவை கொடூரமானவையாக இருந்தன. சொல்லியிருக்கக் கூடாதவை.

"உன் தாயும் தந்தையும் சேர்ந்து உன்னை நாசம் பண்ணியிருக்காங்க. அவங்க சென்ற நூற்றாண்டைச் சேர்ந்தவங்க. இந்த நூற்றாண்டிலே அந்த நூற்றாண்டைச் சேர்ந்தவங்களாலே வாழ முடியாது."

தொடர்ந்து, மணிகண்டனை அவன் தந்தை கோழையாக்குகிறார் என்றான். இப்போது அழிக்கவும் செய்கிறார். சொல்லிச் சொல்லி விசுவநாதன் சுயகட்டுப்பாட்டை இழந்து விட்டான். அவனுக்கு தான் என்ன சொல்வதென்றே தெரியாமல் போய்விட்டது. விசுவன் ஆத்திரம் மற்றும் சங்கடத்தினால் நிலை தவறி விட்டான்.

"ஓ! ஒருவனின் தந்தையாகப் பிறவாமலிருப்பதே மேல் - தந்தை என்கிற ஒருவன் இல்லாமலிருக்கணும். நேசிக்கணும்னு சொல்ல ஒரு தந்தைக்கும் தாய்க்கும் என்ன உரிமை இருக்கு? அந்த நேசம் என்கிற ஒண்ணு இல்லாமே இருந்தா...!"

புரட்சிக்காரனான ஓர் இளைஞன் ஆவேசமாய் முழக்குகிற கோஷம் போன்றிருந்தது அந்தப் பேச்சு. விசுவன் அனைத்தையும் மறுக்கிறான். நேசமென்பது ஒரு மயக்க மருந்தாகுமாம்!

மணிகண்டன் எதையும் பேசமுடியாமல் நின்றுவிட்டான். அவனுக்கு ஏதேனும் புரிகிறதா என்று கூடத் தோன்றவில்லை. மூளை செயல்படுவதில்லை. நா அசைவதில்லை. தன் தாய் தந்தையரைப் பற்றி இப்படியெல்லாம் பேசக் கூடாதென்று வேண்டிக்கொள்வதற்குக் கூட அவனுக்கு வலுவிருக்கவில்லை. அந்தப் புயல் சற்றுத் தணிந்தபோது பலவீனமானதொரு குரல் வெளிவந்தது.

"என்னைப் படிக்க வைக்க இருக்காங்க."

மணிகண்டனுக்கு மூளையுண்டு, தலைக்குள்ளே ஒன்றுமில்லாத, நரம்புகளில் ரத்த ஓட்டமில்லாத ஒரு மண் பதுமை அல்ல முன்னால் நிற்பது. காரிய - காரணங்கள் உறவு பற்றிய உணர்வு உண்டு. காணவும் கேட்கவும் செய்கிறான்.

புயல் சற்றுத் தணிந்தது. விசுவநாதனும் காரிய-காரண-உறவுகளின் அடிப்படையில் சிந்திக்கத் தொடங்கினான்.

"காலேஜிலே படிப்பது மட்டும்தானா, வாழ்க்கை?" என்றான் விசுவன்.

பதில் இல்லை. மணிகண்டன் அழுதான். இல்லை! பயந்தான். கோரமானதோர் உருவம் தன் முன்னே தோன்றியது போல் தோன்றியது. அது அவனைப் பயமுறுத்துகிறது. அது ஒரு புதிய உருவம்; கொடிய உருவம்!

விசுவநாதன் சொன்னான்:

"நான் வாறேன். இப்போதைக்கு நான் ஒண்ணும் சொல்லிக்கறதில்லே."

அவன் நடந்தான். அப்போதுகூட அவன் படைத்து நிறுத்திய அந்த உருவம் மணிகண்டன் முன்னே நிற்கிறது. அதைக்கூட அவன் இட்டுச் செல்லாதது ஏன்? அதை அங்கே நிறுத்திவிட்டுச் செல்கிறான்.

* * *

மொட்டையடித்துக் காவியுடைகளணிந்து ருத்திராட்ச மாலை களும் போட்டுக் கொண்டு ஓர் இளம் யாத்திரீகன் வெகுதூரத்திலுள்ள புனித ஆலயங்களை நோக்கிச் செல்கிறான். பட்டுத் துணியில் பொதிந்த சிமிழ்களில் தாய் தந்தையரின் எலும்புத் துண்டுகள் உள்ளன. புதிய ஊர்கள்: புதிய ஜனங்கள்; புதுப்புது மொழிகள் - மணிகண்டனுக்குப் பயமாயிற்று. அது மாதங்களில் முடியாத, ஆண்டுகள் வரையிலும் நீடித்துச் செல்கிற ஒரு பயணமென்று மணிகண்டனுக்குத் தோன்றியது. வாழ்வின்

இறுதிவரையிலும் அந்த டப்பாக்களுடன் சஞ்சரிப்பது. எலும்புத் துண்டுகளைப் போட வேண்டிய இடங்களில் அர்ப்பணம் செய்ய முடிகிறதில்லை. அவ்விடங்கள் அந்த அளவிற்கு தொலைவிலுள்ளவை. துருவங்களுக்கப்பால்... கடல், மலை, மணற்காடுகள் மற்றும் பனி மூடிக்கிடக்கின்ற சமதளப் பிரதேசங்களுக்குமப்பால்! ராமேஸ்வரம், காசி மற்றும் கயா முதலிய எல்லா இடங்களும் புனிதத் தலங்களேயாம்! ஆனால் வாழ்க்கையில் இறுதிவரையிலும் சஞ்சரித்துக் கொண்டிருந்தாலும் அந்த இடங்களைஅடையமுடியாது. டிரெயினிலும், பஸ்ஸிலும், காரிலும் பயணம் செய்து கூட அவற்றைச் சென்றடைய முடியவில்லை என்று மணிகண்டனுக்குத் தோன்றியது.

இதை வேறு யாரிடமும் சொல்லமுடியாது. சொன்னால் நம்ப மாட்டார்கள். உயிலில் தந்தை யோசனை கூறியிருக்கின்ற இடங்கள் அத்தகையவை. வாழ்நாள் முழுவதிலும், பின்னர் மரணத்திற்குப் பின்னரும், அதன் பின்னர் மறுபிறவியிலும், அதன் பின்னர் வாழ்க்கை விரதம் அதுவாக இருப்பது, எலும்புத் துண்டுகளை உட்கொள்ளுகின்ற பட்டுத் துணியில் பொதிந்த டப்பாக்களுடன் சஞ்சரிப்பது!

அவற்றை இப்படி எடுத்துச் செல்லும்போது பளுவாகத் தோன்றாதா? ஓர் அணுவானால் கூட காகிதங்கள் வரையிலும் எடுத்துச் செல்வதென்றால் அது பளுவானதாகிவிடுகிறது. ஓர் ஆயுட்காலம் முழுவதிலும் அதைச் சுமந்துகொண்டு நடந்தால் முதுகெலும்பு வளைந்துவிடும். தூரம் காலம் ஆகியவை அதிகரிக்கச் செய்யும். தொலை தூரத்திற்கு அது வீசியெறிந்துவிடக் கூடியது அல்ல. அது முடியவே முடியாது. முதுகெலும்பு நிமிராமல் தரையில் ஊர்ந்து நடக்கவேண்டிய நிலைமை ஏற்படும்போதுகூட அந்தச் சுமை இருக்கும்.

* ** *

விசுவநாதன் வருத்தமுடன்தான் சென்றிருக்கிறான். பிணக்கமுண்டு. அவன் இயல்பு அத்தகையது. சிறையிலிருந்து இப்போதுதான் மீண்டு வந்திருக்கிறான். எவ்வளவு நாட்கள் வரையிலும் அவனால் இப்படி சுயேச்சையாக நடமாட முடியும்? அவனால் மேலும் சிறை புகாமலிருக்க முடியாது. அவன் செயல்படுவதே சிறை புகுந்திடத்தான்.

தேச சுதந்திரத்திற்காகப் போராட அவன் தனது உயிரையே அர்ப்பணம் செய்திருக்கிறான். இறப்பதாயின் இறந்து போகட்டுமென்று அல்ல; மரணத்தைப் பற்றி நினைப்பதேயில்லை. மரணம் ஒரு பிரச்சினையே அல்ல. மரித்துவிடலாம். அல்லது வாழ்ந்துவிடலாம். நாடு

சுதந்திரமடைவதைப் பார்க்க முடியாமற் போய்விடலாம். இந்தப் போராட்டத்தில் அனைத்துத் துன்பத் துயர்களையும் அனுபவிக்க வேண்டி யிருக்கலாம். சுதந்திரத்திற்குப் பின்னரும் போராட்டமுண்டு. இந்த நாடு எவ்வாறு அமையவேண்டுமென்று தீர்மானிக்கப் பட்டிருக்கிறது. அந்தப் போராட்டத்தை இன்றே துவக்கிட வேண்டும் இவை அனைத்தையும் சேர்த்துவிட்டால் அது ஒரு மாபெரும் முயற்சியாகி விடுகிறது. மணிகண்டன் கூட அன்று 'ஸ்டடிகிளாஸ்'களில் பங்கெடுத்திருக்கிறான். படித்திருக்கிறான். மணிகண்டனுக்கு அவற்றைப் பற்றிய சொந்தமான கருத்துக்கள் சொல்ல இருந்திருக்கின்றன. பல சந்தர்ப்பங்களிலும் விசுவநாதன் அந்தக் கருத்துக்களை எதிர்த்திருக்கிறான். விவாதத்தின் போதும் பல சந்தர்ப்பங்களிலும் விசுவநாதன் அந்தக் கருத்துக்களை எதிர்த்திருக்கிறான். விவாதத்தின்போது பல சந்தர்ப்பங்களில் விசுவனுக்குத் தனது தவறுகளை ஒப்புக்கொள்ள வேண்டியும் வந்திருக்கிறது. அதற்குக் காரணமிருந்தது. விசுவனுக்கு எப்போதும் ஆவேசம்தான். ஜொலிக்கிற ஆவேசம்! அந்த ஆவேசத்திற்குக் காரியகாரணங்களை மதிப்பீடு செய்ய முடியாமலும், போய்விடுவதுண்டு. அது எப்போதும் நேர்ந்திருக்கிறது. ஆனால் விசுவனுக்கு முன்னால் மணிகண்டன் பூனைபோல் ஆகி விடுவான். விசுவனுக்கு மேன்மையுண்டு. அவன்தான் தலைவன். அவனுக்கு அதட்டிப் பேச உரிமையுண்டு. சிறுமைப்படுத்தலாம். மணிகண்டனுக்கு எளிமை உண்டு.

இது எங்ஙனம் நிகழ்ந்தது?

விவாதத்தில் தோல்வியுற்ற ஒருவன் போலவேதான் மணிகண்டன் பேசிக்கொண்டிருந்தான். தோற்கடிக்கப்பட்ட கருத்தினைக்கொண்டு வெற்றிபெற்றவனை அடித்துக் காயப்படுத்துவது போல் தோன்றும். வெற்றிபெற்ற மணிகண்டன் வெளிறிப்போய் உட்கார்ந்துவிடுவான். தோல்வியுற்ற விசுவன் கலகலவென நகைப்பான். நடந்தது என்ன என்பது அவனுக்குத் தெரியும். நடந்தது என்ன என்பது மணிகண்டனுக்குத் தெரியாது. அவன்தான் தவறாகப் பேசியிருப்பான். தவறு ஏது சரி ஏது என்பதை மணிகண்டனால் புரிந்துகொள்ளமுடிந்திருக்கிறதா? உண்மையிலேயே தோஷங்கள் உள்ளன. இப்படித்தான் மணிகண்டன் மனம் செயல்பட்டிருக்கிறது. தவறியிருக்கிற சரியைக் கண்டுபிடிக்கத்தான் ஆர்வம். சரியிருக்கிற தவறினையும்! விசுவனுக்கு எப்போதும் சரியானது சரியானதேதான். முற்றிலும் சரி; விகற்பமில்லாத சரி. தவறு தவறேதான்; முழுமையான தவறு!

சுதந்திரப் போரின் மையப் பகுதியை நோக்கி விசுவன் குதித்து விட்டான். அவனுக்குத் தடையாக எதுவும் இருக்கவில்லை. இருந்தால் கூட அவன் அதைப் பொருட்படுத்தவில்லை. திவான்ஜியின் சிலை தூள் தூளாகிவிட்டது. சரி தவறுகளைப் பார்க்கவில்லை. தவறினை மதிப்பீடு செய்யவுமில்லை. செய்துமிருக்கிறான். ஆயினும் இந்தப் போராட்டத்தின் நெருப்புக் குண்டத்திலேயே நின்றிடுவான்.

சரி மற்றும் தவறினைத் தராசில் எடைபோட்டுப் பார்த்து, சரியின் மாற்றினை உரசிப் பார்த்து உணர்ந்து நின்றுவிட்டால், அவ்வாறாக அந்த நெருப்புக் குண்டத்தின் சூடுபடாமலிருக்கும்.

குஞ்சுநாயர்தானா, மணிகண்டனைக் கயிறு போட்டு நிறுத்தினார்? அவர் கயிறு போட்டுப் படித்திருந்தார். ஆனால் அது மட்டும்தானா எனச்சொல்ல முடியாது. விசுவநாதனும், அவன் போன்று அந்த நெருப்புக் குண்டத்திற்குள்ளே குதித்துவிட்ட லட்சோபலட்சக் கணக்கானவர் களையும் கயிறுபோட்டுப் பிடிக்கவில்லையா? அவர்களுக்குச் சரி-தவறுகளின் மாற்றினை உரசிப் பார்க்கத் திறமையில்லையா? எல்லோரும் குதித்துப் பாய்கின்ற எருமைக் கடாய்களாக இருந்தனரா?

ஒரு சமூகத்தின் எதிர்காலத்தை அது நிர்ணயிக்கப் போகிறது. மணிகண்டனும் அதனை அறிந்திருந்தான். அவனுக்கு ஆவேசமிருக்க வில்லையா? அந்த நெருப்பு அந்த ஆத்மாவில் இல்லாமற் போயிற்றா? அவன் கிணற்றுத் தவளையாக இருக்கவில்லை. அவன் வாசிக்கவும் படிக்கவும் செய்திருக்கிறான். லீக்கினுடைய ‘ஸ்டடிகிளாஸ்’களிலும், விவாதங்களிலும் சுறுசுறுப்பாகப் பங்கெடுத்துக் கொண்டவன். மற்ற எவரையும் போன்று அறிந்து கொள்ளும் ஆற்றல் கொண்டவனாகவுமிருந்தான்.

அப்புறம்?

அப்புறம் நடைபெற்றது என்ன என்பதைச் சொல்லமுடியாது.

மணிகண்டன் பாதையோரத்தில் பார்த்து நின்றான். கோடானுகோடி மக்களின் அந்தப் பெரும்படை போர்க்களத்தை நோக்கிச் செல்கிறது. அந்தக் காட்சியே ஆவேசமூட்டுவதாக இருந்தது. யாருமே அந்தப் பெரும்படையில் சேர்ந்துகொள்வார்கள். ஆனால் மணிகண்டன் பாதையோரத்தில் இதயம் நிறைய ஆவேசத்துடன் நிலைகொண்டான் பின்னால் நின்று கயிற்றைப் போட்டுப் பிடித்தது மட்டுமின்றி, அது கூடாது கூடாதென்று எந்நேரமும் அந்தத் தந்தை அவன் காதுகளில் முழங்கவும் செய்து கொண்டிருந்தார். ஓர் அடி முன்வைத்தால்தான் இரண்டாவது அடியெடுத்து வைக்கமுடியும். முதல் அடியே வைக்க

முடியாவிட்டால் அங்கேயே நின்றுவிட வேண்டியதுதான்.

ஆவேச மிகுதியால் படித்திருக்கிறான். விலகியிருந்து கவிதை சமைத்துக் கொண்டிருந்தான். தனிமையிலேயே அமர்ந்து யோசிப்பான். தடையுத்திரவு அமுலிலிருக்கிற ஓர் இடத்தில் ஓர் ஆர்ப்பாட்டம் நடைபெறுகிறது. காற்றில் வானளாவப் பறக்கிற மூவண்ணக் கொடியேந்தியவாறு மணிகண்டன் முன்னால் நடக்கிறான். பின்னால் ஒழுங்காக அணிவகுத்து வருகிற தொண்டர்படை. நெஞ்சை விரித்துக் காட்டித் துப்பாக்கி ரவைகளை ஏற்கத் தயாரான படை! அதற்கும் பின்னால் ஆரவாரத்துடன் வருகின்ற மக்கட்கூட்டம். போலீஸ் வரிசை துப்பாக்கி சகிதமாய் அவர்களை எதிர்கொள்கிறது.

முன்னே நகர்ந்துதானாக வேண்டும். அது யோசித்து முடிவெடுக்கப் பட்டது அல்ல. வேறு வழியில்லாமலுமில்லை. ஆயினும் அந்தப் படை முன்னேறித்தான் செல்கிறது. நெருப்புக் குண்டுகள் சீறிப் பாய்ந்து வரும். நெஞ்சைத் துளைத்துப் பின்புறம் வந்து அங்கிருந்து பின்னால் வருகிற தொண்டனுடைய மார்பில் கூடப் பாய்ந்துவிடும். பின்னால் வருகிறவன் யார்? ஓ! விசுவநாதன்! அந்த மாபெரும் பேரணிக்கு முன்னால் நின்று தலைமை தாங்கவேண்டியவன். அவனுக்குத்தான் அந்த உரிமை. விசுவனைத் தொட்டுப் பின்னால் வருகிறான் மணிகண்டன். குண்டுவந்து துளைக்கிறபோது அந்தக் கொடி கைநழுவிக் கீழே விழக்கூடாது. விசுவன் அந்தக் கொடியை விடமாட்டான். ஆயினும் ஜாக்கிரதை தேவை. விசுவன் குண்டடிபட்டுக் கீழே விழுவானா என்பது அல்ல பிரச்சினை. அந்தக் கொடி கீழே விழாமல் பாதுகாப்பதுதான் மணிகண்டனுடைய கடமை.

இவ்வாறாக, குடியிருக்குமிடத்தில் பாய்மீது மல்லாந்து படுத்தவாறு மணிகண்டன் அத்தகைய பல்வேறு ஆர்ப்பாட்டங்களுக்குத் தலைமை தாங்கியிருக்கிறான். தனிமையில் நடந்து செல்லும்போது ஆவேச மிகுதியுடன் பேசிப் பெரிய கூட்டத்தினருக்கு ஆவேசம் பகிர்ந்தருளியிருக் கிறான். ரகசியமாக ராணுவப் பயிற்சி பெற்றிருக்கிறான்.

மிகவும் தீவிரமானதொரு போர்த்திட்டத்தைத் தயாரிக்கிற குழுவில் அங்கம் வகித்திருக்கிறான்.

இவ்வாறாகச் சுதந்திரப் போராட்டத்தின் முன்னணியில் நின்று செயல்பட்டவன். அதுவும் தனிமையிலேதான். யாருக்கும் தெரியாது. அது ஒன்றும் நடைபெற்றதுமில்லை.

மணிகண்டன் ஒரு பெண்ணை நேசிப்பதாகக் கனவு கண்டவன் இல்லை. அறைக்குள்ளே மல்லாந்து படுத்துக்கிடக்கிறபோது, சுவர்மீது

சாய்ந்து அமர்ந்திருக்கிறபோது, எந்த ஓர் இளைஞனையும் போன்று எதிர்கால வாழ்க்கை குறித்து மணிகண்டனும் கனவு கண்டிருக்க வேண்டியவன்தான். அழகிய ஒரு மனைவி, மணிமாளிகை அல்ல-நல்லதொரு வீடு, சுறுசுறுப்பான ஒரு குழந்தை-இவற்றையெல்லாம் விரும்பிக் கனவு காண்பது ஒரு குற்றமனறு! ஆனால், அவ்வாறு நடைபெற்ற தில்லை.

போராட்டம், சமத்துவத்தினால் அழகு குன்றிய இந்தியா - இந்தக் கனவினை மணிகண்டன் எத்தனையோ முறை பார்த்திருக்கிறான். விசுவநாதன் இத்தகைய கனவுகளைக் கண்டிருக்கமாட்டான்.

113

மணிகண்டன் பின்னர் திருவனந்தபுரம் போனதேயில்லை, புத்தகங்கள் எல்லாம் அங்கேதான் இருக்கின்றன. கவிதை எழுதிய புத்தகங்களைக்கூட பின்னர் வாசிக்கவில்லை; படிக்கவில்லை.

குவிட் இந்தியா போராட்டம் படர்ந்து பரவி முன்னேறிக் கொண்டிருக்கிறது. மாணவப் போராளிகளுக்குத் தலைமை தாங்குகிறான் விசுவநாதன். அரசினால் அவனைக் கைது செய்ய முடியவில்லை.

மணிகண்டன் உட்கார்ந்து யோசிப்பான். விசுவன் இப்போது எங்கிருப்பான்? என்ன செய்து கொண்டிருப்பான்? மாறுவேடத்தில் நடந்து கொண்டிருப்பான். எந்தப் போலீஸ்காரன் பார்த்தாலும் அடையாளம் கண்டுகொள்ள முடியாது. தலைமறைவாகப் போக வேண்டுமென்றால் கஷ்டமில்லை. அவனை மறைத்துத் தங்கவைக்க யாரும் தயாராக இருப்பார்கள். உளவு சொல்கின்றவர்கள் இருக்கிறார்களா? கம்யூனிஸ்டுகள் இந்தப் போராட்டத்தை எதிர்க்கிறார்கள். ஆனால் அவர்கள் காட்டிக் கொடுக்க மாட்டார்கள். பின்னர் யார்? சந்தர்ப்ப வாதிகள் இருக்கிறார்கள். அவர்களுக்குக் கூட அதற்கு மனம் வருமா? அவர்களும் இந்த மண்ணில் பிறந்தவர்கள்தானே? கல்வி நிலையங்கள் அத்தனையும் உழைக்கிறான். விசுவனை ஒரு முறை பார்க்க வேண்டும் போல் மணிகண்டனுக்குத் தோன்றியது. அவனது செயல்பாட்டு முறை பற்றி அறிந்து கொள்ளலாம். காண்பது மற்றும் படித்து அறிந்துகொள்வதைவிட எத்தனையே காரியங்கள் குறித்து அறியவேண்டியிருக்கிறது. ஆயிரக்கணக்கில் வீரசாகஸச் செயல்கள் நடைபெற்றிருக்கின்றன. விசுவநாதனுக்குத் தெரியாமல் எதுவும் நடந்திருக்காது. விசுவன் போலீஸின் பிடியிலிருந்து தப்பிச் சென்ற கதைகள், போலீஸை ஏமாற்றிய நிகழ்ச்சிகள்? அவை அனைத்தும் எவ்வளவு ரஸமானவையாக இருக்கும்!

விசுவன் இப்போது மிகவும் களைப்படைந்திருப்பான். இப்போதைக்கு அவன் உருவம் எப்படியிருக்கும்? கண்கள் குழி விழுந்து நிற்குமோ? ஒரு காரியமென்று இறங்கிவிட்டால் உணவு பற்றி எல்லாம் அவனுக்குக் கவலையே இருக்காது. கிடைத்தால் சாப்பிடுவான். கிடைக்காவிட்டால் அதை மறந்திடுவான். பசியோ தாகமோ அறியமாட்டான். சாப்பாடு கிடைத்துவிட்டால் மூக்கு முட்டச் சாப்பிடுவான். பரிமாறிக்கொடுக்கிற வரையிலும் சாப்பிட்டுக் கொண்டேயிருப்பான். அதுதான் அவன் சுபாவம். இந்தச் சுபாவம்பற்றி அனைவருக்கும் தெரியும். குறிக்க வேண்டு மென்றில்லை. பல் துலக்கினால் உண்டு. குளித்துவிட்டால் அப்புறம் உடையை மாற்றிக்கொள்ள வேண்டும். முடி சீவி ஒழுங்குபடுத்த வேண்டும். அது சவுகரியமாக இருக்கும். சில சந்தர்ப்பங்களில் அது ஆபத்தை விளைவிக்கலாம்.

எவன் வேஷ்டி சட்டையானாலும் தனக்குப் பொருந்துமென்பான். சில சட்டைகள் உடம்பை இறுக்கும். சில தொளதொளவென்று தொங்கிக் கிடக்கும்.

விசுவனை ஒருமுறை காணவேண்டுமென்கிற ஆவல். கண் மோகம் கொள்கிறது. அவனைப் பார்க்கத் தவம் செய்யலாம். புராணங்களிலே சிலர் தவமிருந்து விஷ்ணுவையும் சிவனையுமெல்லாம் பிரத்தியட்சம் செய்திருக்கிறார்கள். விசுவனைப் பிரத்தியட்சம் செய்திருக்கிறார்கள். விசுவனைப் பிரத்தியட்சம் செய்யத் தவமிருந்தால் எந்த அலுவலிலும், எந்த நாட்டிலிருந்தபோதிலும் அவன் வந்துவிடுவான். தவத்தினால் சூடு ஏறிவிடும். தவத்தின் கடுமை அதிகரிக்க அதிகரிக்கச் சூடும் அதிகரித்துவிடும். கடவுள்களால் தங்கள் உலகங்களில் தங்கமுடியாத நிலைமை ஏற்பட்டுவிடும். கைலாசத்திலும் வைகுண்டத்திலுமெல்லாம் தங்களால் தங்கியிருக்க முடியாமல் சிவனும் விஷ்ணுவும் எல்லாம் ஓட்ட மெடுத்திருக்கிறார்கள். பின்னர்தானே, இந்த விசுவநாதன்?

எத்தகைய தவத்தைத் தான் அனுஷ்டிக்கவேண்டும்? தவம் பல்வேறு முறையில் இருக்கிறது. ராவணன் பஞ்ச-அக்னி-மத்தியிலேதான் தவம் புரிந்திருக்கிறான்.

விசுவநாதன் வருவானா? அவனுக்குத் தன் மீது வருத்தமுண்டு, வருத்தப்பட்டுத்தான் போனான். ஆயினும் நிரந்தரமாய் வருந்தி வாழ்ந்திட விசுவனால் முடியாது. அவன் வருவான்; வராமலிருக்கமாட்டான்.

இரவில் மணிகண்டன் கதவைத் திறந்து வைத்திருப்பான். தூக்கத்தில் கூடப் பிரக்ஞையுடன் படுத்துக்கிடப்பான். ஒரு சிற்றொலி காதில் விழுந்தால்

கூட எழுந்திருக்கவேண்டும் அவன் விளித்து, அந்த விளிப்பினைக்கேட்டு உணர்ந்து செல்லக்கூடாது. இருளின் சுருள்களில் கூடப் போலீஸ் உண்டு. அது செடியாகவும் மரமாகவும் நின்று கொண்டிருக்கும்.

அந்த எதிர்பார்த்தல் நீடிக்கிறது.

நாடு பூராவும் கொதித்துப் பொங்குகிறது. நாட்டில் நடைபெறுவது அத்தனையும் மணிகண்டனுக்குத் தெரியவேண்டும். அதை விசுவனிட மிருந்துதான் தெரிந்துகொள்ள முடியும். இவ்வளவெல்லாம் நடந்த பின்னரும் பிரிட்டிஷார் வெளியேறாமலிருப்பது ஏன்?

பெரியதொரு கேள்விதான். தெரிந்து கொள்ளவேண்டிய விசயங்கள் தான். மணிகண்டன் பொறுமையற்றிருந்தான். என்றுதான் நாடு சுதந்திர மடையப் போகிறது? ரகசியங்கள் அனைத்தும் விசுவநாதனுக்குத் தெரியும். விசுவன் சொல்வது சரியாகத்தானிருக்கும்.

அவன் வராவிட்டால் தவம் பண்ணுவேன். அங்ஙனம் அவனை வரவழைப்பேன். முன்னரெல்லாம் தவம் பண்ணுகின்றவர்கள் போக்கிரிகளாக இருந்தனர். ஆயினும் கடவுள் அவர்களுக்குப் பிரத்தியட்சம் வழங்கியிருக்கிறான். விசுவன் தவம் செய்தவதற்கெல்லாம் எதிரானவனாயிருந்தால் கூடத் தவம் பண்ணினால் அவனால் வராம லிருக்க முடியாது.

ஞாபகத்துடன் தூங்கினான். கதவைச் சாத்தியிருந்தான். பின்னர் அதைத் திறந்து வைத்தான். இப்போது தூக்கமேயில்லை. மக்கள் வாழ்க்கை பல இடங்களிலும் ஸ்தம்பிதமாகிவிட்டதென்று பத்திரிகைச் செய்திகள் வந்தன. நாடு, அந்நியர் வெளியேறவேண்டுமென்று ஒரே குரலாய் முழங்குகிறது. போராட்டத்தை அடக்கியே தீருவோமென்று அவர்கள் அனைத்துச் சக்திகளையும் பயன்படுத்துகின்றனர். அந்நிய சக்தி பிடித்து நிற்க முடிந்த அளவு முயன்று வருகிறது. யார் களைப்படையப் போகிறார்கள்? நாடு களைத்துப் போய்விடாது என்பது உறுதி!

மணிகண்டன் அடிக்கடி வெளியே சென்று உலாவிவிட்டு, வருவான். நாடு இப்போதுகூட போராட்டத்தில் குதித்து நிற்கிறது. இந்தப் பெரிய நாடு தூங்குவதில்லை. இப்போது நடைபெறுகின்ற காரியங்கள் என்னென்ன? நள்ளிரவுதான் ஆகியிருக்கிறது... பொழுது விடிந்து விட்டது. கோவிலில் துயிலுணர்த்தப்படுகிறது. சங்கநாதம் முழங்குகிறது. அப்பா எழுந்து நாமஜபம் பண்ணுகிற நேரம் இது. ஆலயப் பிரவேசம் பிரகடனம் செய்யப்படுமுன்னர் அவர் இந்த நேரத்தில் 'நிர்மால்யம்' தொழச் செல்வது வழக்கம். படிக்கவும் எழுதவும் இது அருமையான நேரம். உற்சாகமளிக்கிற

யாமம் இது. இப்போது இங்கே விசுவன் வந்தால் இரவு முழுவதிலும் அவன் இந்த அறையிலேயே தங்க வேண்டியிருக்கும். யாருக்கும் தெரியக்கூடாது தெரிந்துவிட்டால் பரஸ்பரம் பேசிப் பேசி ஊரே அறிந்துவிடும். காட்டிக் கொடுக்காமலேயே இந்தச் செய்தி போலீஸ் காதிலே சென்று விழும். இருள் சூழ்ந்து வருகிறபோது வருவதும், விடியத் துவங்குமுன்னர் போவதுமாக இருக்கவேண்டும். அப்புறம் பாதுகாப்பான இடத்திற்குச் செல்லவேண்டும். அப்படியிருந்தால்தான் அவன் வருவான்.

ஒரு புலர்வேளையில் வெளியே வந்தபோது ஒரு பெரும் அரவத்தைக் கேட்டான். வெள்ளம் பாய்ந்து விரைந்தோடி வருகிறது. ஊரெங்கும் முழங்கும் அரவம். ஏதோ வயலில் மடை விழுந்திருக்கிறது! மடை விழுந்ததெனில் அதனைத் தடைசெய்யும் முயற்சியில் ஈடுபட்டிருக்கின்ற மக்களின் கூச்சலும் ஓசையும் பொங்கியெழுந்திருக்கவேண்டும். அதுவு மில்லை. மேற்கிலிருந்து கடல் ஆர்ப்பரித்து வருகிறதா?

வழக்கம்போல், பொழுது விடிந்தபோது வாசகசாலைக்குச் சென்றான். பத்திரிகை பார்க்கத்தான். பதினைந்தாயிரம் பறை வயலில் மடை விழுந்திருக்கிறதென்று ஒருவர் சொன்னார். மடைவிழுந்தது அல்ல; உடைக்கப்பட்டதுதான். அதற்கான ஆதாரங்கள் உள்ளன. யார், எதற்காகச் செய்திருப்பார்கள்?

இப்போது 'குவிட் இந்தியா' போராட்டம்தானே? இதுவும் அந்தப் போராட்டத்தின் ஒரு பகுதியாகும். அங்கே விளையும் தானியமனைத்தும் யுத்ததேவைக்கு அனுப்பப்படுகிறது. ராணுவத்தினர் தின்பதற்கு பூராவும் ஏற்றுமதி செய்யப்படுகிறது. எனவே இது ஒரு நாசவேலைதான். இங்கு வேறு என்ன செய்யமுடியும்? ஒவ்வோர் ஊரிலும் அது அதற்கு ஏற்ற முறையில் போராட்டத் திட்டத்தை உருவாக்குகிறார்கள்.

* ** *

வாசகசாலையில் இவ்வாறாகப் பரஸ்பரம் பேசிக்கொண்டனர். அது சரியாகத்தான் இருக்கவேண்டும். இந்தப் பட்டிக்காட்டிலே கூடப் போராட்டம் விறுவிறுப்பாக இருக்கிறது.

அதைச் செய்தது யாராக இருக்கும்?

மணிகண்டனுக்குப் பயமாயிற்று. இனிமேல் போலீஸின் வேட்டையே தான். பார்த்தவர்களையெல்லாம் பிடித்துக் கொண்டு போய்விடுவார்கள். விசாரணையின் பெயரைச் சொல்லித்தான். நடப்பதோ பயங்கரமான அடியும் உதையும்தான். குற்றத்தை நிரூபிக்க வேண்டுமல்லவா? ஊரிலுள்ள

அனைவரையும் பற்றிய தகவல்கள் போலீஸிடம் உள்ளன. கம்யூனிஸ்ட் எனத் தெரிந்துவிட்டால் விட்டுவிடுவார்கள்.

வாசக சாலையின் ஒரு மூலையில் அமர்ந்தவாறு பத்திரிகைகளை எல்லாம் படித்து முடித்தான். அங்கே அப்போது ஒரு விவாதம் நடை பெற்றது.

“இந்தப் போராட்டம் வெற்றிபெறுமா?”

“ஏன், பெறாமெ என்ன?”

“சர்க்கார் எல்லாரையும் இடிச்சுக்கொன்னிடும்.”

“இந்தியா பூராவிலுமுள்ள எல்லோரையுமா?”

“ஆம்! இயந்திரத் துப்பாக்கியினாலே சுட்டா சீக்கிரமாவே முடிஞ் சுடும்.”

“நல்லதாப் போச்சு. இதென்ன நடக்கிற காரியமா?”

“நடந்தா?”

“அப்படியொண்ணும் செஞ்சிடமுடியாது.”

“தீர்மானிச்சிட்டாங்கன்னா, செஞ்சிடுவாங்க. ஒரு குழந்தையை மீதி வச்சுக்காமே கொல்லறதாயிருந்தா இந்திய நாடே அவங்களுக்குச் சொந்தமாயிடும். அப்புறம் அவங்க பூராவும் இங்கு குடியேறிவந்து தங்கிக்கலாம். ஒரு குழந்தை கூட மீதியாகக் கூடாது...!”

“உலகம் முழுதும் அவங்களை எதிர்த்து நிற்கும்.”

“எதுக்கு? இந்த யுத்தம்தான் என்னன்னு நினைச்சிக்கிறீங்க? கொல்றதுதானே? வேறு என்ன?”

எதிர்க்கிற நபருக்குப் பதில் இல்லாதாகிவிட்டதுபோல் தோன்றியது. அவர் பக்கம் சேர்ந்து வாதாட வேண்டுமென்று மணிகண்டனுக்குத் தோன்றியது. ஆனால் வாய் திறக்கவில்லை. வாசக சாலைக்கு வந்து விட்டால் அப்புறம் அவன் யாரிடமும் பேசமாட்டான்.

அந்தப் பேச்சு இன்னொரு விசயத்தை நோக்கித் திரும்பியது.

“இன்னைக்கோ நாளைக்கோ இந்த ஊரு போலீசின் வேட்டைக் காடா மாறப் போவது பாருங்கோ!”

“நடக்கலாம்.”

"எவங்களைத்தான் பிடிச்சுக்கிட்டுப் போறாங்களோ...? எவன் எவன் எலும்புகள் நொறுங்கப் போவுதோ? யாருக்கும் தெரியாது."

"ஆயினும், இதைச் செய்ய இங்கே யார் இருக்காங்க?"

மணிகண்டன் பத்திரிகையை மடித்துக்கொண்டான். படித்துக் கொண்டிருந்த பகுதியை முழுதும் படிக்கவில்லை. எவனோ அவனை அவசரமாய் வரும்படி அழைத்துச் சென்றது போல் வாசகசாலையை விட்டு வெளியேறினான்.

வழக்கம் இப்படியில்லை. அனைத்துப் பத்திரிகைகளையும் படிப்பான். அங்கே படிக்க வருகின்றவர்கள் பரஸ்பரம் பேசுவதைக் கவனித்துக் கேட்பான். எதையும் திரும்பப் பேசமாட்டான். அவனிடம் யாரும் எதையும் கேட்கவும் மாட்டார்கள். "பாவம்! அவன் ஒரு ஊமையாகிவிட்டான். நல்ல மூளையிருக்கிற பையனாக இருந்தான். மூளை கொஞ்சம் ஜாஸ்தியானால் கூட இப்படித்தான்!" ஜனங்கள் இப்படித்தான் பேசிக்கொண்டனர். யாரும் எதையும் கேட்டுத் தொந்தரவு பண்ணமாட்டார்கள். மணிகண்டனை அவன்பாட்டுக்கு விட்டு விட்டனர்.

அன்று அவன் வெளியேறிப் போனது அசாதாரணமானதொரு நிகழ்ச்சி. யாரோ ஒருவர் பக்கத்திலிருந்தவரிடம் விசாரித்தார்.

"ஊம்? ஏன், இப்படிப் போறான்? மடையை உடைச்சது இவனா யிருக்குமோ?"

"ஏய்... அப்படியெல்லாம் சொல்லாதே! தெய்வதோஷமேற்படட்டும்."

"அது ஒண்ணுமில்லே. இவன் அந்தக் கட்சியிலே எல்லாம் இருந்திருக்கான். பெரிய புரட்சிக்காரன்தான். குஞ்சுமாமன் தான் தடுத்து நிறுத்தினாரு."

அடக்கமான பேச்சாக இருந்தபோதிலும் அது மணிகண்டன் காதில் விழுந்திருக்குமோ; என்னவோ? அவன் காது ரொம்பக் கூர்மையானது. எந்த ஒலியினையும் ஈர்த்து எடுக்கக் கூடியது.

மணிகண்டன் நேராக வீட்டை நோக்கி நடந்தான். அந்த நடை ராமாயணம் போன்றிருந்தது. வீட்டுக்குச் சென்று கதவைச் சார்த்திப் படுத்துக்கொண்டான்.

காலையிலேயே உருக்குத் தொப்பியணிந்து ஆயுதமேந்திய போலீஸின் படையோட்டம் நடைபெறும். ஊரை வடிகட்டிச் சில நபர்களைப் பிடித்துக் கொண்டு சென்றுவிடும்.

எத்தனை எத்தனை நாசவேலைகளில் ஈடுபட்டிருக்கிறான். மனத்தில் எழுந்த கற்பனைச் சித்திரங்கள்தான். அவன் ஆயுதப் போலீஸின் பாசறைக்குத் தீ கொளுத்தியிருக்கிறான். அப்பப்பா! எவ்வளவு பெரிய இடிமுழக்கம்!... அனைத்தும் தகர்ந்தது. அவன் போலீஸ் பிடியில் அகப்படவில்லை. செக்ரட்ரியேட்டுக்கு நெருப்பு வைக்கத் தனியாளாய் சென்றிருக்கிறான். நெருப்பைக் கொளுத்தியிருக்கலாம். அனைத்தும் சாம்பலாய்ப் போயிருக்கும். செய்யக் கூடாதென்று திரும்பி வந்தான். அது சரியில்லை. அங்குள்ள தஸ்தாவேஜுக்கள் இன்னமும் தேவையானவை. என்றென்றும் தேவையானவை. இவ்வளவு சுதந்திர அபிலாஷையுள்ள இன்னொருவன் இருக்கிறானா? நெஞ்சுக்குள் வேறு எதற்குமிடமில்லை. வேறு எதையும் குறித்து மணிகண்டன் நினைத்துப் பார்ப்பதேயில்லை. நினைக்க வேறு ஒன்றுமில்லை. அவன் பொறுமையற்றவன். அமைதியற்றவன். அந்த நிலையிலுள்ள அவ்வளவு பெரிய ஒரு குற்றவாளியைப் பார்க்கமுடியாது. போலீஸ் முதலில் தேடிச் செல்வது அவனைத்தான். தனது இதயத் துடிப்புக்கள் பெரும்பறை ஓசை போன்றவை என அவன் நினைக்கிறான். அது ஊரெங்கும் முழங்கிக் கேட்கிறது. மூளையில் ஏற்படுகிற சிறு அசைவு புயல் போன்று கிளம்பி வீசுகிறது.

போலீஸ் வரும்; தன்னைப் பிடித்துக்கொண்டு போய்விடும்.

கோவிலின் விளையாட்டு மேடையிலோ, மேற்கத்திய மாமரத் தடியிலோ எங்குமே அவனைக் காணவில்லை. அந்த இரண்டு இடங்களில் சும்மா அமர்ந்திருப்பதைப் பார்த்திருக்கிறார்கள். சில சமயங்களில் வீட்டு முற்றத்திலே உலாவிக்கொண்டிருப்பான். எதையாவது யோசிப்பான். இவ்வளவு தூரம் யோசிக்க என்னதான் இருக்கிறதென்று எவனும் நினைப்பான்.

மணிகண்டன் எங்கே?

ஊரிலேதான் இருக்கிறான். கதவைச் சார்த்தி உள்ளேயே படுத்திருக்கிறான்.

ஒரு நாள் குத்துவிளக்கேற்றிவைத்து அதன் முன்னால அமர்ந்தவாறு அவன் ஒரு சபதம் செய்தான்: "இந்தியா சுதந்திரமடையும் வரையிலும் நான் என் தாடியை எடுக்கமாட்டேன்."

குரலுயர்த்தாமலேதான் அந்தச் சபதத்தை உச்சரித்தான் என்றாலும் அது ஊரெங்கும் எதிரொலித்ததாக மணிகண்டனுக்குத் தோன்றியது. அது அனைவர் காதிலும் விழுந்தது.

* ** *

ஐந்து நெருப்பு நடுவினிலே மனத்தை மையப்படுத்தியவாறு பத்மாசனத்தில் அமரவில்லை. உட்கார்ந்தபடியே உட்கார்ந்துகொண்டு இருந்ததால் கரையான் புற்றுக்குள்ளாகவில்லை. ஆயினும் அது ஒரு தவமாகத் தானிருந்தது. விசுவநாதன் முன்னால தோன்றிவிட வேண்டும். மணிகண்டனுக்கு இருக்கிற ஒரே ஒரு எண்ணம் அதுவாக இருந்தது. அது மட்டும்! அந்த எண்ணத்தில் உறுதியாக நின்றான். அது தானே, தவம்? தவம் புரியக் காட்டுக்குப் போகவேண்டுமா?

ஓர் இரவில் சார்த்தப்பட்டிருந்த கதவு திறந்தது. திறப்பதுடன் ஒரு விளிப்பின் இன்னொலியும் எழுந்தது.

"மணிகண்டன்...!"

அந்தக் குரல் கேட்டுப் பழகியதுதான். விசுவன் குரல். அவன் தோன்றினான்.

சிறியதொரு சிம்னி விளக்குத்தான் அவ்வறையில் இருந்தது.

"ஒரு ராந்தல் கூட இல்லையா?"

வளர்ச்சியுற்ற தாடி உரோமங்களிடையே மகிழ்ச்சி பொங்குகிற மணிகண்டனுடைய சிரிப்பினைக் காணலாம்.

"நீ படிக்கிறதோ எழுதுறதோ ஒண்ணும் செய்றதில்லையா?" விசுவன் ஒரு துண்டுக்காகிதம் கூட அங்கே காணவில்லை. "ராமாயணம், மகாபாரதம், பாகவதம் - ஆகியவற்றையாவது."

அப்போது கூட அந்தச் சிரிப்பு மாய்ந்து விடவில்லை. அது முன் போன்று தெளிவாகவே ஒளி சிந்துகிறது. என்றும் என்றும் அது அவ்வாறே!

அவன் விசுவனைப் பார்த்து லயம் பூண்டிருக்கிறான். எவ்வளவோ நாட்களாக அவனைப் பார்க்க ஆவல் கொண்டிருந்தான். இறுதியில் அவன் பிரத்தியட்சமாயிருக்கிறான். அந்த மகிழ்ச்சியின் சிரிப்புத்தான் அது. அந்தச் சிரிப்பு மாய்ந்துவிடும்போது மணிகண்டனுக்குக் காது கேட்கும். எதையாவது பேசமுடியும்.

மணிகண்டன் முன்னால் உட்கார்ந்திருப்பது யார்? அவன் சகபாடி தான். சந்தேகமில்லை. இவ்வாறு நிகழ்ந்தது அவன் அதிருஷ்டம்தான். முன்னர் பார்த்த அந்த விசுவநாதனில்லை இன்று! மிகவும் வளர்ந்து விட்டான். யார்தான் இந்த விசுவநாதன்? சுதந்திரப் போராட்டத்தில் களைப்படைந்து விடாத சேனைத் தலைவன். அப்படிப்பட்ட ஒருவனைப்

பார்ப்பதே பேரதிர்ஷ்டமாகும். அத்தகைய ஒருவன் தேடிவந்திருக்கிறான். பார்த்தவாறே இருப்பதில் திகட்டுவதில்லை. நாடு பூராவும் எங்கிலும் அவனை ஒரு முறை பார்க்கக் கண்கள் தாகம் கொண்டிருக்கின்றன. தலைமறைவாய் வாழ்கிற அவனை ஒரு சில பாக்கியசாலிகள்தான் காண முடியும். விசுவனைப் பார்த்து, "டேய்! போடா!" சொல்ல உரிமை கொண்டவன் மணிகண்டன் ஒருவன் மட்டும்தான். அது ஒரு பெரும் பாக்கியம்தானே?

"டேய்!"

மணிகண்டனுடைய தாடி உரோமங்களுக்கிடையிலே அந்தக் குரல் வெளிவந்தது. மகிழ்ச்சியினுடைய உச்சகட்டத்தின் குரலாக இருந்தது அது. அந்தக் குரலில் அன்பு, மதிப்பு, பெருமை ஆகிய எல்லாமிருந்தது.

"மணிகண்டன், உனக்கென்ன பைத்தியமா பிடிச்சுபோச்சு? ஏன் தாடி வளர்க்கறே?"

முதற் கேள்விக்கு மட்டும் பதிலளித்தான்.

"இல்லை!"

இரண்டாவது கேள்விக்குப் பதில் இல்லை. அதை எப்படிச் சொல்ல முடியும்? என்னவாகிலும் அதற்கும் ஒரு பதில் நாவின் நுனியில் தோன்றியது.

"இது ஒரு விரதம்!"

என்ன விரதமென்று விசுவன் விசாரிக்கவில்லை.

அப்போதுகூட மிகுந்த மகிழ்ச்சி மற்றும் குதூகலமுடன் மணிகண்டன் விசுவனையே பார்த்துக் கொண்டிருந்தான். இவ்வாறு பார்த்துக் கொண்டிருந்தால் போதுமானது. இரவு பகலாய் இப்படியே இருந்திடலாம்.

விசுவன் உடைகள் அழுக்கானவை. அவன் மெலிந்திருக்கிறான். பயணமெல்லாம் இரவிலேதான். எங்கேயோ போகிற வழியில் இங்கே வந்திருக்கிறானா?

"நீ வெளிறியிருக்கிறே.." என்றான் விசுவன். "நீ இந்த அறையிலேருந்து வெளிக் கிளம்பறதில்லையா? காற்றும் வெளிச்சமும் படாதது போலிருக்கே?"

"இல்லே!"

"அது ஏன்?"

அதற்குப் பதில் இல்லை. அத்தகைய கேள்விகளுக்குப் பதில் கிடைக்காதென்று விசுவனுக்குத் தெரியும். ஆயினும் சும்மா விசாரித்தான்.

விசுவநாதன் பின்னர் சொன்னான்.

"நீ இப்படி நாசமாப் போறியே!"

இப்போதுகூட மணிகண்டன் முகத்திலிருந்து அந்தச் சிரிப்பு பாய்ந்து விடவில்லை.

விசுவன் சொல்வதுபோல் 'நாசமாகிறான்' என்கிற உணர்வு மணிகண்டனுக்கு இல்லைபோல் தோன்றியது. அவனுக்குத் தனதென எதையும் சொல்வதற்கில்லை.

விசுவன் கிளம்பிச் செல்ல எழுந்தான்.

"நான் வரட்டுமா?"

அத்துடன் அந்தக் கதவு அடைந்துவிட்டது!

114

சோகமளிக்கிற அந்தச் செய்தியையறிந்திட பாப்பா உயிரோடு இருக்கவில்லை. கோபால கிருஷ்ணனை ஜப்பானியர் கொன்றுவிட்டனர். கோபாலகிருஷ்ணனுடைய பேச்சுத்தான் அதற்குக் காரணமாய் அமைந்தது. அவன் ஓர் அப்பாவியாக இருந்தான். சட்புட்டென்று பேசிவிடுவான். ஒரு 'புத்து'வானவன். அந்த வழக்கத்தைப் பார்த்த ஜப்பானியர், இவன் அனுசரணையில்லாதவன் என்று எண்ணியிருக்கவேண்டும் அவனை ஜப்பானிய ராணுவத்தினர் கட்டியிழுத்துக் கொண்டு சென்றனர். அவனைக் கொண்டே ஒரு குழியை வெட்டவைத்தனர். அவன் தலையை வெட்டினர். தலையும் உடலும் குழியில் விழுந்தன. அவ்வாறாக அந்தக் காரியம் முடிந்துவிட்டது.

ஊர் ஜனங்களில் பலரும் அவனைப் பிடித்துக் கொண்டு போவதைப் பார்த்திருக்கின்றனர். அவன் திரும்பி வரவில்லை. அன்று ஆட்களைக் கொல்வது இந்த முறையில் இருந்ததாம்.

யுத்தம் முடிந்து ஊருக்குத் திரும்பியவர்கள் சொன்ன கதை இது. ஆனால் மலஞ்சேரி பாப்பா அந்தக் கதையை அறியவில்லை. பாப்பா தவறாமல் செய்து வந்திருக்கிற 'நிர்மால்யம் தொழுகை'க்குப் பயன் உண்டாயிற்று. அந்தக் கதையறிந்து கொள்ளுமுன்னரே அவள் உயிர்

போயிற்று. இன்று வரையிலும் அவள் வாழ்ந்திருந்தாளென்றால்? இந்தச் சோக நிகழ்ச்சியை அவள் அறியவேண்டியிருக்கும். அந்தச் சோகத்துடன் மரிக்கவேண்டிய நிலைமை ஏற்பட்டுவிடவில்லை.

அரவிந்தன் மற்றும் மலஞ்சேரி கோபாலகிருஷ்ணனுடன் சென்றவர் களும் ஐ-என்-ஏவில் சேர்ந்துகொண்டனர். பர்மா எல்லையில் எங்கேயோ நடைபெற்ற போரில் அவர்கள் அனைவரும் இறந்து போயினர்.

அந்தக் கிராமத்திற்குப் பெருமையளிக்கிற ஒரு விசயமுண்டு. ஆறு வீரர்கள் தாய்நாட்டின் விடுதலைக்காகத் தங்கள் உயிர்களை அர்ப்பணித் திருக்கின்றனர். சுரேந்திரன் ஆவேசம் கொண்டான். அவர்கள் நினைவுக்கு அஞ்சலி செலுத்துவதற்காக ஒரு கூட்டம் நடத்த வேண்டுமென்று அவன் விரும்பினான். அவன், தான் ஒருவனாக அதைச் செய்துவிடமுடியாது. ஒருவேளை தொழிலாளத் தோழர்கள் அவன் பின்னால் அணிவகுத்து வரலாம். அது கட்சி விரோதச் செயலாகும். யூனியனில் சுரேந்திரன் யாரு மில்லை. ஆனால் யூனியன் சுரேந்திரனுடையதே!

வேண்டுமா; வேண்டாமா?

சுரேந்திரன் மிகவும் யோசித்திருக்கிற விசயம் அது. 'வேண்டு'மென்றே தான் பல சந்தர்ப்பங்களிலும் அவன் மனத்தில் உறுதியாகத் தோன்றி யிருக்கிறது. ஆனால் அதற்காக ஒரு அடி கூட முன்னே காலெடுத்து வைக்க முடியவில்லை. அதற்கான வலுவில்லை; துணிச்சல் இல்லை. வேண்டாம்!

போர்க்களத்தில் ரத்தம் சிந்தியவர்களை அவன் நினைத்துப் பார்த்தான். ஒரு போர் வீரனுக்குகந்த முறையில் அவர்கள் உயிர்ப் பலி யர்ப்பணம் செய்திருக்கின்றனர். நிசப்தமாய் அவன் செய்கிற கண்ணீர்ப் பூஜை அவனுக்கு ஆறுதலளித்து. அரவிந்தன் சுரேந்திரனுடைய நீண்ட காலத்திய சகஊழியனாக இருந்திருக்கிறான்.

கடற்படையில் சேரச் சென்ற பிரபாகரன் பம்பாய் மாலுமிகளின் வீரப்போராட்டத்தில் சிறைபிடிக்கப்பட்டான். அதுவும் பெருமையளிக்கிற விசயம் தான்.

சுதந்திரப் போராட்டத்தில் இந்த ஊர் எடுத்துக்கொண்ட பங்கு என்னவென்று கேட்டால் நிமிர்ந்து நின்று விடைசொல்ல விசய முண்டு. சுரேந்திரன் கவலையுடன் தன்னைப் பற்றி யோசித்தான். எதையும் செய்யவில்லை. செய்திருக்கலாம். வாய்ப்புக்கள் இருந்தன. கட்சியுடன் இருந்து வருகிற பற்றுதலை நிலைநிறுத்தினோமென்று

பெருமிதமடையலாம்.

இன்னமும் நேரமுண்டு; சந்தர்ப்பமுண்டு. இன்று கைவரப் போவது சுதந்திரமல்ல. அதிகாரம் முதலாளித்துவத்திடம்தான் ஒப்படைக்கப் போகிறது. கோடானுகோடி இந்திய மக்கள் அடிமைத்தனத்தின் சங்கிலியால் கட்டுண்டு கிடக்கின்றனர். அவர்கள் சுதந்திரமடைகிற வரையிலும் போராட்டமுண்டு. உண்மையான போராட்டம் அதுவாகும். இன்றைய தினம் இந்திய மக்களின் கைகளில் அல்ல; இந்திய சுதந்திரத்தை ஒப்படைப்பது. வரப் போகிற போராட்டத்தின் நடுவில் குதித்து விடலாம்.

சுரேந்திரன் ஆறுதலடைந்தான். கட்சியிடம் கொண்டிருக்கிற பற்றுதல் போதாது. கட்சிக்கு நாட்டை நிர்மாணிக்கும் பணியில் மகத்தான பங்கினை நிறைவேற்ற வேண்டியிருக்கிறது.

* ** *

இந்தியாவை இரண்டாகப் பிரிக்க முடிவு செய்தாகிவிட்டது. ரத்த ஆறு ஓடியது. பிரிவினைவாதத்தின் ஆவேசம் லட்சக்கணக்கான மக்களைக் கொன்று குவிப்பதிலே போய் நின்றது.

"இது என் நாடு. உனக்கென்ன காரியம்?"

நூற்றுக்கணக்கான நூற்றாண்டுகளாக வேர்கொண்டு வாழ்ந்துவந்த ஜனசமூகம் களைந்தெறியப்பட்டது. மிதித்து நசுக்கப்பட்டது. அதுவே இங்கேயும் நடைபெற்றது.

"இது என் நாடு; உனக்கென்ன காரியம்?"

லட்சக்கணக்கான மக்கள் மேற்கே நோக்கி ஓடினர்.

தெருவில் எதிர்வரிசையில் அமைந்திருக்கிற வீட்டை நோக்கித் தனது விளையாட்டுத் தோழனைக் காணச் சென்ற சிறுவனைக் காலைப் பிடித்துக் கல் மீது அடித்துப் பல துண்டுகளாகச் சிதறச் செய்தனர். அவன் நாடு இரண்டாகப் பிரிக்கப்பட்டதை அந்தச் சிறுவன் அறிந்திருந்தானா, என்ன? சுதந்திரத்தின் புலர்வேளையில் விடிவெள்ளி உதயமானது அப்படித்தான்-சூடான ரத்தத்தின் தடாகங்களிலிருந்து கிளம்பிய செவ்வொளியைப் பரப்பியவாறு!

அதெல்லாம் வரலாறு.

சீரட்ட கோபாலக் கைமள் அப்துல் ரஸாக்கைச் சந்திக்கப் புறக்களத் திற்குச் சென்றார். நமஸ்காரத்திற்குப் பின்னர் சூடான டீ அருந்தியவாறு உட்கார்ந்திருந்தார். மலர்ந்த சிரிப்புடன் ரஸாக் கைமளை உட்கார

வைத்தார்.

"என்ன ஐயா கைமள்வாள், வழக்கில் இல்லாமே இந்தப் பக்கம்? பிஸினஸ் எல்லாம் எப்படி நடக்குது? வியாபாரத்துக்கான நெல்லுக்குன்னா, நம்ப கிட்டே நெல் கிடையாது."

ரஸாக் கலகலவெனச் சிரித்தார்.

அவர் கோபாலக் கைமளை வரவேற்றது இப்படித்தான்.

கைமள் நெல்லுக்காகச் செல்லவில்லை. சீரட்ட வீட்டுமனையை விலைக்குக் கொடுப்பாரா என்றறியத்தான். ரஸாக்குக்கு அது சம்மதம்தான். அவர் சொன்னார்:

"விலையைச் சொல்லுங்கோ! வியாபாரத்தை உறுதிப்படுத்திடலாம். நாளைக்குப் பத்திரமும்."

"ஆயிரத்தி ஐநூறு பணம் கொடுத்துத்தான் அது வாங்கப்பட்டது. ரஸாக் முதலாளியோட வாப்பா அல்ல பெரிய வாப்பாதான் வாங்கினாங்க."

"அந்த விலைக்கு இப்போ பூமி கிடைக்குமாய்யா? பூமிக்கு விலை ஏறியிருக்கு. பணத்தோட விலை குறைஞ்சிட்டது. அந்த விலை அன்னைக்குத்தான்."

"அந்த விலைக்கு எனக்கு இப்போ தரணும்னு நான் சொல்லலே."

பெரிய சர்ச்சை ஏதும் தேவைப் படவில்லை. பேசியே இருவரும் விலையில் உடன்பாடு கண்டனர்.

ரஸாக் வினவினார்:

"முன்பணமா எதாச்சும் கொண்டாந்திருக்கீங்களா? அதை இப்படி எடுங்க! பத்திரமெழுதறது என்னைக்கு."

கைமள் சிறிது பணம் கொண்டு வந்திருந்தார். அதைக் கொடுத்தார். ஆவணி இரண்டாம் தேதி பத்திரமெழுதலாம். சுதந்திரதினத்துக்கு மறுநாள்.

எல்லாம் உறுதியாயிற்று.

ரஸாக் சொன்னார்:

"நீங்க குடியிருந்த இடம். அது கடன் பட்டு அந்நிய ஆதீனத்துக்குப் போய்விட்டது. அதை உங்களுக்கே திருப்பித் தர இவ்வளவு நாளும் நாம்ப பாதுகாத்துக்கிட்டிருந்தோம். அது நம்பளுக்குச் சொந்தம்ங்கிற எண்ணமே நம்பளுக்கு ஏற்பட்டதில்லே. ஏன்னு தெரியுங்களா?"

ரஸாக்கே சொல்லிவிட்டார். அந்தப் பழைய கதை கோபாலக் கைமளுக்குத் தெரிந்ததுதான். ரஸாக் மட்டுமின்றி வேறுசிலரும் சொல்லக் கேட்டிருக்கிறார். சீரட்டவைச் சேர்ந்த ஒருவர் இஸ்லாமிய மதத்தைத் தழுவி அவருக்குப் பிறந்த சந்ததிகள்தான் புறக்களுத்து முஸலிம்கள். கைமள் சொன்னார்:

"தெரியும். எங்க குடும்பத்தைச் சேர்ந்த ஒருவர்தான் உங்கள் வம்சத்தை உருவாக்கினார்ன்னு. அவர் இஸ்லாமிய மதத்தைத் தழுவிக் கொண்டார்."

ரஸாக் தலையசைத்தவாறு ஒப்புக்கொண்டார். சொன்னார்:

"நாம்ப ஒரே ரத்தம்தான். அப்போ உங்க வீட்டைப் பாதுகாக்க வேண்டியது நம்பள் கடமை. நம்மளுக்கு ஒரு பலவீனம் ஏற்பட்டுட்டதுன்னா நீங்களும் இதுபோல நம்பள் சொத்துக்களைப் பாதுகாக்கணும். அப்பறம் இந்தப் பணம் உங்க கிட்டேருந்து வாங்கிக்கறது என்னன்னா உயிர்வாழறதுக்குப் பணம் வேணும்."

கோபாலக் கைமள் "அது சரிதான்" என்றார்.

"நீங்க வச்சு பூசை பண்ணின எல்லாம் அங்கே உண்டு. நாம்ப அதை ஒண்ணும் தொடவே இல்லை."

கோபாலக் கைமள் ஒப்புக் கொண்டார். இனிமேல் அங்கே ஒரு வீடும் சர்ப்பக்கோவிலும் எல்லாம் புதிதாகக் கட்டவேண்டுமென்றால், அந்த இடத்தைக் குடியிருக்கத் தகுந்ததாகச் செய்யவேண்டுமென்றால் ஒரு பெரும் தொகை தேவைப்படுகிறது. ரஸாக் சொன்னார்:

"அல்லாவின் ஆசீர்வாதம் உங்களுக்கு உண்டு. அவரு அனுக்கிரகத்தினாலே காசுமுண்டு. எல்லாம் நல்லாப் பண்ணி பழைய சீரட்டக் கைமளாயிடுங்க! நம்பளுக்கும் பெரிய சந்தோசம்தான். நம்பளும் அல்லாகிட்டே பிரார்த்தனை செய்யறோம்."

ரஸாக் ஆசிர்வதித்தார். நல்ல மனத்துடன்தான்!

* ** *

இந்தப் பேச்சு முழுவதையும் காதில் வாங்கியவாறு ரஸாக்கின் தம்பி கலைமான் பக்கத்து அறையில் மறைந்து நின்று கொண்டிருந்தார். கோபாலக் கைமள் வெளியே சென்றதும், அவர் சற்று ஆத்திரமுற்றவராகக் காணப்பட்டார். அவர் சில காலமாக பம்பாயிலிருந்து வந்தார். பிரிவினை வேளையிலேயே கலைமான் பாகிஸ்தானுக்குச் செல்ல இருந்தார். ஆனால் வடக்கத்தியப் பிராந்தியங்களின் நிலைமை கண்டு அதைத் தள்ளிப் போட்டிருக்கிறார் சந்தர்ப்பத்தை எதிர்பார்த்துக் கொண்டு இங்கேயே

தங்கிவருகிறார்.

"நீங்க என்னென்ன இக்கா, சொன்னீங்க?" என்றார்.

விசயம் புரியாத ரஸாக் வினவினார்:

"என்ன டேய்?"

ஏதேனும் வீண்சொற்கள் தனது நாவிலிருந்து உதிர்ந்து விழுந்தனவா என ஐயமுற்றார் ரஸாக். சுலைமான் சிறிது நேரம் வரையிலும் மௌனியாக நின்றுகொண்டார். ரஸாக் வினவினார் "என்ன டேய்?"

"சீரட்டவளாகத்தைப் பாதுகாக்க நம்பகிட்டே ஒப்படைச்சிருந் தாங்களா? அது நம்பளுக்குச் சொந்தமானதுதான்."

"ஆமடா, பையனே! அது நம்பளுக்குச் சொந்தமாயிருந்ததுதான். ஆனா, பணத்தைத் திருப்பித் தர்றப்போ மனையைத் திருப்பிக் கொடுக்கிறோம்னுதான் முன்பிருந்தே நிபந்தனை. ஏது? ஏது? உனக்குத் தெரியுமாடா? அதைச் சம்பாதிச்ச பீருக்கண்ணு என்கிற பெரிய வாப்பா சொன்னது தான். அதனாலத்தான் நான் சொன்னேன் - அது பாதுகாக்கறதுக்கு நம்ப கிட்டே ஒப்படைச்சதுன்னு. பக்கத்துவீடு சீரழிஞ் சப்போ அது நம்ப கிட்டே வந்தது. புரிஞ்சுதா, டேய்?"

சுலைமானுக்கு அது மூளையில் எட்டியதாகத் தோன்றவில்லை. அவர் சொன்னார்:

"இக்கா! நீங்க ஒரு கிணற்றுத் தவளை. வடக்கே போயிப் பார்த்த தில்லை. அங்கே முசல்மான்கள் கட்டியெழுப்பியிருக்கின்ற அற்புதங்கள் எதையும் நீங்க கண்டதில்லே. அங்கே போயிப் பார்த்தா அது நம்ப நாடுன்னுதான் தோணும். இந்த நாட்டைப் பாதுகாக்க நம்ப கிட்டே ஒப்படைச்சது அல்ல; நாம்ப படையெடுத்துப் பிடிச்சதுதான். நம்பளே பண்ணினதுதான். நம்பளுக்குச் சொந்தம்தான்."

ரஸாக் கலகலவெனச் சிரித்தார்:

"எடேடேய், சீரட்ட மனை விசயமாப் பேசினப்போ, நீ நாட்டைப் பற்றிய விசயமா, பேசறே? பரவாயில்லையே. அப்படீன்னா, அப்படித்தான் இருக்கட்டுமே நம்பளுக்கு அப்படிச் சொல்லலாம்."

ரஸாக்குக்குச் சில விசயங்கள் பேசவேண்டியிருந்தன.

"டேய். நீ சொல்லறியே, அவங்க படையெடுத்துப் பிடிச்சதுன்னு! அவங்க என்னத்துக்கடா, இந்த தாஜ்மஹாலை எல்லாம் கட்டினது? என்னத்துக்குத் தான் இங்கே தங்கினாங்க? குழந்தைக் குட்டீங்களோட இங்கேயே தங்கி வர்றாங்கல்ல?"

சுலைமான் சொன்னார்:

"படையெடுத்துப் பிடிச்ச இடத்திலே அவங்க தங்கினாங்க."

சுலைமான் அண்ணனுடன் ஒரு விவாதத்திற்கே தயாராகிவிட்டார். ரசாக்கும் விட்டுக்கொடுக்கிறதாக இல்லை போல் தோன்றியது. சுலைமான் பாகிஸ்தானுக்குச் செல்ல விரும்புகிறவர். அவருக்குச் சில விசயங்கள் சொல்லிப் புரிய வைக்க வேண்டுமென்று ரஸாக் விரும்புகிறார்:

"சரி! அவங்க இந்த நாட்டைச் சேர்ந்தவங்களாயிட்டாங்க. அப்போ என்னென்னா அவங்க தாஜ்மஹாலும் செங்கோட்டையுமெல்லாம் கட்டினாங்க. அப்போ இது அவங்க ஊராயிடுச்சு. அப்படித்தானே!"

சுலைமான் பேசவில்லை. அதை அப்படியே ஒப்புக்கொள்ள அவருக்கு மனச்சங்கடம்தான். ரஸாக் வினவினார்:

"ஏண்டா சுலைமான், நீ ஒண்ணும் பேசாமெ இருக்கே?"

"நாம்ப முசல்மானுங்க. இங்கே வந்து படையெடுத்துப் பிடிச்சு எசமானுங்களா ஆட்சி நடத்தனவங்கதான்."

"டேய் பையா, எந்த ஒரு நாட்டிலேயும் கூட அங்குள்ள ஜனங்கள் அந்த மண்ணிலே முளைச்சு வளர்ந்தவங்க அல்ல. ஆங்காங்கு கொஞ்சம் பேரு இருந்திருப்பாங்க. அப்பறம் வெளியிலேருந்து ஆளுங்க வந்திடுவாங்க. எல்லாரும் சேர்ந்தாற்போல வாழ்ந்திடுவாங்க. அந்த நாட்டைச் சேர்ந்தவங்க வேறு நாடுகளுக்கும் போயிடுவாங்க. அப்படித்தான் இந்த நாடுகளெல்லாம் உண்டானது. பூமி பரந்ததுதான். படைச்சவன் மனிசனுங்களையும், மிருகங்களையும், மரங்களையுமெல்லாம் படைச்சான். பூமியிலே அவை அனைத்தும் பரவிவிட்டன. அப்போ என்னன்னா, இந்த மனிசனும் மிருகமும், மரமும் எல்லாம் பரந்திடறப்போ, செல்கின்ற இடங்களெல்லாம் தங்களுக்கே சொந்தம்னு சொல்லிடமுடியுமா?"

சுலைமான் அந்த வாதத்தை விட்டுவிட்டது போல் தோன்றியது. ரஸாக் சொல்வதை உணர்ந்து சரிதானா என்கிற சந்தேகமும் உண்டு. இக்காவிடம் வாதம் பண்ணிப் பிரயோசனமில்லை என்று சுலைமானுக்குத் தோன்றியது. ரஸாக் விட்டுவிடுவதாக இல்லை.

"அட சுலைமான். அந்த பாகிஸ்தான்னு சொல்லற இடத்திலே இந்துக்கள் இல்லையா? அவங்க நாடும் அதுவேதான். தலைமுறைகளாய் அவங்களும் அங்கே வாழ்ந்திடறாங்க. இங்கே நிற்கமுடியாமே முஸ்லிம்கள் அங்கே போறாங்க. அது போல அவங்களும் வர்றாங்க. இதெல்லாம் எதுக்கடா? நீயே ஏண்டா, போறே?"

சுலைமானுக்கு வாதம் பண்ண மறுபடியும் ஒரு பிடி கிடைத்தது. இக்காய்க்கு அதைப் புரிந்துகொள்ள முடியாமற்போனதுதான் ஆச்சரியம்.

"இன்னும் கொஞ்சகாலம் போனா கதை என்னன்னு தெரிஞ்சுடும்."

"என்னடா, தெரிஞ்சுடப் போவுது?"

"இங்கே இந்துக்கள் முஸ்லிம்களுக்கு துன்பங்களைக் கொடுப்பது; அவங்க சொல்லறது அவங்க நாடுன்னு. பிரிட்டிஷ்காரங்க போயிட்டாங்கன்னா அப்பறம் நம்பளாலே இங்கே வாழமுடியாது."

"பாகிஸ்தானிலுள்ள இந்துக்களுக்கும் அப்படித் தானேடா?"

"பாகிஸ்தான் முஸ்லீம் நாடு 'கித்தாப்' பினைப் பின்பற்றி காரியங்கள் நடக்கும். வேறுவிதமாக நடக்க முடியாது. அங்குள்ளவங்க முஸ்லீம்களாகலாம்! அவ்வளவு தானே?"

ரஸாக் வெடிச் சிரிப்புச் சிரித்தார்.

"நீ சொல்லறது என்னவோ, பெரிய கூத்துத்தான்."

"அதுதான் சரியானது இக்கா!"

"அது ஒண்ணும் சரியில்லேடா! இந்துவாயிருக்கிற ஒருத்தனுக்கு விருப்பம் அதுன்னா அவன் இஸ்லாமிலே சேர்ந்துக்கட்டும். அதுக்கெல்லாம் சண்டை என்னத்துக்கடா? முஸ்லிமாகணும்னா அதுக்குச் சொல்லிக்கொடுத்துப் புரியவைக்கணும். அதுதான் செய்யவேண்டியது. டேய், இதுவரையிலும் இந்த இந்துக்களும் இஸ்லாமியரும் சேர்ந்து வாழ்ந்துகொண்டுதானே, இருக்காங்க? இல்லாட்டா, ஒண்ணை நினைச்சுப் பாரடா பையா! இந்த நாட்டிலே முஸ்லிம்கள் இருந்தாங்க. அதுக்கு முந்தி அவங்க யாராயிருந்தாங்க? இந்துக்கள்! நாம்ப தான் யாராயிருந்தோம்னு சொல்றியா? ஒரு சீரட்டக் கைமள் தான் இந்தப் புறக்களத்தை அமைச்சாரு."

பயனில்லாத விவாதம்! ரசாக்கிடம் வீறும் விறுவிறுப்பும் காணோம். இக்கா எந்தக் காலத்திலும் இப்படித்தான் இருந்திருக்கிறார். சுலைமான் வாதம் இன்னொரு விசயத்துக்குச் சென்றது.

"கல்லையும் மரத்தையும் வணங்கக் கூடாதுன்னுதானே, 'கித்தாப்' சொல்லுது?"

"ஆமாம்டா, ஆமாம்!"

“சீரட்டக் கோவிலிலும் மனையிலுமெல்லாம் கிடக்கிற விக்கிரகங்களை எல்லாம் எடுத்துப் பிரதிஷ்டை பண்ணப் போறதா அவரு சொல்லலியா?”

“சொன்னாரு. அது அவங்க ஆச்சாரம்.”

“அதுக்கு இக்கா என்ன சொன்னீங்க?”

“நான் என்ன சொல்லணும்?”

“இக்கா விக்கிரக - ஆராதனைக்கு ஆதரவளிக்கிறீங்க!”

“அது எப்படியடா?”

“படைச்சவன்னு சொல்லி ஆராதனை பண்ணற விக்கிரகங்களை உடைச்சுத் தகர்த்துப் போட்டுடணும். அவரு ஆராதனை பண்ண விக்கிரகங்களைப் பிரதிஷ்டை பண்ணப் போறதாச் சொன்னப்போ நீங்க வாயைத் திறக்கலே!”

ரஸாக் பதட்டமோடு வினவினார்:

“நீ பைத்தியக்காரத்தனமா என்னென்னவோ எல்லாம் பேசறே? இல்லே... தெரியாமதான் கேக்கறேன்.”

சுலைமான் ரஸாக்கை மட்டுமின்றி, அவர் வாப்பாவையும் தாத்தாவையும், அவர்கள் பூர்வீகர்களையும் குற்றம் சொல்லிப் பேசினார்.

“அந்த மனை நம்ப கைவசத்துக்கு வந்து எவ்வளவு வருசமாச்சு? எத்தனை தலைமுறையாச்சு? ஏன் நம்ப குடும்ப செழிப்பாகலே? அழிஞ்சு போகலேன்னு மட்டும்தானே? அந்த விக்கிரகங்களை அழிக்காமே இருந்ததனாலத்தானே?”

பதில் சொல்ல முடியாமல் ரஸாக் அமர்ந்துவிட்டார். பின்னர் சொன்னார்:

“டேடேய், உன்னோட வாதம் பரவாயில்லையே! நீ இதெல்லாம் எங்கேருந்து கற்றுக்கிட்டே?”

சுலைமான் அதற்குப் பதிலளிக்காமல், வேறு விசயத்திற்குச் சென்றார்:

“முதலிலே அங்கே ஒரு மசூதி கட்டியிருந்தா, அந்த இடம் இப்போ நம்பகிட்டேருந்து போயிருக்காது.”

ஓர் அண்ணனின் அதிகாரத் தோரணையுடன் சொன்னார் ரஸாக்.

“என் பங்காகக் கிடைச்ச இடம்தான் அது. பெரிய வாப்பா விலை சொல்லி வாங்கின காரியம்தான். அந்த விலை கிடைக்கறதுன்னா சீரட்டக்காரங்களுக்கே அந்த மனையைத் திருப்பிக்கொடுக்கணும்னு அவரு சொல்லியிருந்தாரு. அதுக்காக அவரு அதை எங்ககிட்டே ஒப்படைச்சிட்டாரு. நான் இப்போ திருப்பிக் கொடுக்கிறேன். வாப்பா ஒப்படைச்ச காரியத்தை நிறைவேற்றுறேன். அவ்வளவுதான்.”

இருந்தும் சுலைமானுடைய புகார்கள் தீர்ந்துவிடவில்லை.

“அதை விக்கிறதாயிருந்தா, நல்ல விலை கிடைச்சிருக்கும். அது புதையல் இருக்கிற மனை.”

“ஒருமுறையிலே பார்த்தா, நல்ல விலைக்குத்தான் நான் கொடுத்திருக்கேன்.”

“இல்லை!”

“யாரடா சொன்னான்?”

“நான் கேள்விப்பட்டேனே...”

“அப்படீன்னா, அந்த விலைக்குக் கொடுக்கறதுதான் என் விருப்பம்னு வச்சுக்கோ!”

“நான் கேள்விப்பட்டேனே...”

“இன்னொரு பாதிவிலையை கூடவே நான் தந்திடறேன்.”

“நான் வாக்குறுதி கொடுத்திட்டேன். முன்பணமும் வாங்கிக் கிட்டேன். எனக்கு அதுதான் பெரிசு.”

தன்னுடனே பேசிக்கொண்டார் ரஸாக்.

“எம் படைச்சவனே... பூர்விகனுங்க எவ்வளவு நல்வங்களா இருந்திருக்காங்க. ஒரே ஊரிலே எல்லா ஜாதிக்காரன்களோடும் சேர்ந்து எவ்வளவு ஒற்றுமையா வாழ்ந்தோம்! அவங்களுக்கிடையிலே சண்டைகளோ சச்சரவுகளோ எழுந்தது கிடையாது. படிச்ச இளைஞனுங் களுக்கல்லவா, இந்தப் பைத்தியம்?”

* ** *

இந்தியா சுதந்திரமடைந்த பின்னர் முதன்முதலாக எழுதப்பட்ட பத்திரம் புறக்களத்து அப்துல் ரஸாக் சீரட்ட கோபாலக் கைமள் பெயருக்குக் கொடுத்ததாகும். பத்திரத்தில் புதையல் உள்பட அந்தப் பாய வாசகங்கள் அனைத்தும் எழுதவேண்டுமென்ற கட்டாயத்திலிருந்தார்

ரஸாக். வானத்திற்கும் பூமிக்கும் கீழிருக்கிற மனையும் புதையல்களும் சேர்ந்ததாக இருந்தது அந்தப் பழைய பத்திரவாசகம்.

பத்திரமெழுதுகிறவர் வினவினார்:

“அதெல்லாம் என்னத்துக்கு முதலாளீ? இப்படியெல்லாம் தனித் தனியா எழுதவேண்டிய அவசியமில்லே.”

ரஸாக் விசயத்தைத் திறந்து சொன்னார்:

“நம்ப தம்பிக்கு இந்தப் பத்திரமெழுதறது பிடிக்காது. அவன் சொல்றான்- அந்த மனையிலே புதையல் இருக்குன்னு. அப்படீன்னா அதைக் கூடச் சேர்த்துக்கணும்னுதான்.”

“அப்படி எழுத முடியாது. புதையல்னா அதுக்கு உரிமை பெற்றது அரசுதான். அதைக் கைம்மாறுதல் செய்யக் கூடாது. நமக்கு அதில் ஒரு பங்குக்குத்தான் உரிமை.”

“அப்பறம் என்ன செய்யறது? நாம்ப நல்ல மனசு பண்ணி சீரட்ட மனையை சீரட்டக்காரங்களுக்குக் கொடுக்கிறோம். நம்ப தம்பிக்கு அது இஷ்டமில்லே. அவன் இஷ்டத்தைப் பற்றி ஒண்ணும் பார்க்கவேணாம். ஆனாக்கூட நம்ப நல்ல மனசை எடுத்துக்காட்ட என்ன வழி? சொல்லுங்கோ எழுத்துப் பிள்ளாய்.”

எழுத்துப் பிள்ளை சொன்னார்:

“இவ்வளவெல்லாம் போதும். இதுவே உங்க நல்ல மனசை எடுத்துக் காட்டுது.”

சார்புப் பதிவாளர் சம்மதம் கேட்டபோது, பூரண சம்மதமென மும்முறை சொன்னார். அதனாலே கூட அப்துல் ரசாக்குக்குத் திருப்தி ஏற்படவில்லை. அதை நடத்திக் கொடுக்க ரசாக்கே நேரடியாகச் சென்றார்.

“அவன் பாகிஸ்தானுக்குப் போவப்போறான். அவனுக்கு இந்த நாடு மீது பற்றுதல் இல்லே. அப்போ என்னன்னா அவன் இந்த நாட்டைச் சேர்ந்தவன் அல்ல! அதுதான் மனசுக்குச் சங்கடமாயிருக்கு. உடன் பிறப்புத்தானே?”

115

ஆகஸ்ட் பதிநான்காம் தேதி நள்ளிரவு வரையிலும் யாரெல்லாம் தூக்கமின்றி விழித்திருந்திருக்கின்றனர்? இந்தியாவுக்குத் தூக்கம் வராத நாள் அது. எப்படித் தூக்கம் வரும்? இமயம் முதல் குமரிவரையிலுமுள்ள பாரதமக்கள் ஒன்றுசேர்ந்து வருடங்களாகப் போராடியதன் வெற்றிச் சாதனையைக் காண இருக்கிறார்கள். அந்த நீடித்த தீவிரப் போருக்கு அவன் அல்லது அவள் புரிந்திருக்கின்ற வீரச் செயல்கள் கொஞ்ச நஞ்சமா? அவர்கள் இப்போது அந்த முகூர்த்தத்தைக் கண்டறிய ஆவல் கொண்டிருப்பார்கள். அது ஓர் அணுவளவு நேரம். இரவு சரியாகப் பனிரண்டு மணி. ஏன், அந்த நள்ளிரவு நேரத்தைத் தேர்ந்தெடுத்தார்கள்? சூரியன் உதயமாகும்போதுதானே, நாள் ஆரம்பமாகிறது? பாரதத்தில் அப்படியாகத்தானிருந்தது. இரவு பனிரண்டு மணியென்றால் இங்கே நள்ளிரவு வேளை. இரண்டாம் யாமத்தின் இறுதிக் கட்டம். மூன்றாவது யாமத்தைத் தொடுகிற நேரம்.

இந்தியா முழுவதும் துயிலுணர்ந்திருப்பதாகத் தோன்றவில்லை. ஆங்கே, யாரும் சென்றடைந்திராத அந்தப் பட்டிக்காட்டு வட்டாரங்களில், சுதந்திரமென்றாலென்னவென்றறியாத ஜனங்கள் தூக்கத்திலாழ்ந்திருப்பார்கள். பகல்வேளையில் கடுமையான உழைப்பைச் செலுத்திவிட்டு அவர்களும் சுதந்திரப் போரில் பங்கெடுத்துக் கொண்டவர்களாக இருந்திருக்கின்றனர். சுதந்திரமென்றாலென்னவென்று அவர்களுக்குத் தெரியாது. அவர்கள் தூங்கினரென்றால் அது அவர்கள் குற்றமா? பதினான்காம் தேதி பகலுக்கும், பதினைந்தாம் தேதி பகலுக்கு மிடையே எவ்வளவு பெரிய வித்தியாசமிருக்கும்! எதையும் அறிய வாய்ப்பில்லை. அறிவார்ந்த மக்களின் மனத்தில் ஒரு வித்தியாசம் தெளிந்த நீரில் மூழ்கிக் குளித்துவிட்டது போன்ற ஒரு சுகம்! இது ஒரு பெரிய விசயமல்லவா?

பிரட்டிஷ் அரியணையின் கொடியான யூனியன் ஜாக் இறங்கிவிட்டது. தருமசக்கர முத்திரையணிந்த மூவண்ண வெற்றிக் கொடி ஏறிவிட்டது. அதனை நேராகப் பார்க்க மகாத்மாஜி தலைநகரிலிருக்கவில்லை. அந்த நேரத்தில் அவர் தூங்கிக்கொண்டிருந்தாரா? அல்லது உணர்ந்திருந்தாரா? அன்றாட அனுஷ்டானங்களில் கடுமையான சுயகட்டுப்பாடுடைய அவர் நள்ளிரவு வரையிலும் தூங்காமல் விழித்திருக்கமாட்டார். அவரது போன்ற சுதந்திர உணர்வு இந்தியாவில் வேறு யாருக்கு இருந்தது? அவர் சுதந்திரத்தின் சிற்பியல்லவா? சுதந்திரமே உருவகமாகிவிட்ட மனிதர்! ஒருவேளை இந்தச் சுதந்திரம் குறையுடையதெனக் கண்டு மனம் கலங்கியிருப்பதாக வரவில்லையோ? ஒருசில கோணல் மாணல்கள்

இருந்தபோதிலும், சில வீழ்ச்சிகளுமெல்லாம் ஏற்பட்டிருந்தபோதிலும் இந்தியா சுதந்திரமடைந்து விட்டது! ஆனால், வாழ்க்கை பயனற்றுப் போய் விட்டதாக அந்த மகாத்மாவுக்குத் தோன்றியிருக்கக்கூடும். மேல் ஓட்டை உடைத்துத் தனது சிருஷ்டியை வெளியே எடுக்கிறபோது அந்த உருவம் அந்த மகா சிற்பியை நோக்கி ஒழுங்கு காட்டியிருக்கக் கூடும். அது காலத்தின் அறைகூவலாக இருக்கலாம். எதுவாகிலும் கொடியேற்ற வேண்டியவர் கொடியேற்றி வைக்கவில்லை. பெரிய பூஜாரி வரவில்லை. ஏன் அவர் வரவில்லை? அவர் ஒருபோது சொன்னாராம்-

"என்னைச் சுற்றி இருள்தான்" என்று!

* ** *

அன்றைய தினம் மணிகண்டன் வெளியே வந்தான். தெருக்களில், பாதைகளில் புறவேலியோரங்களில் எல்லாம் பன்முறை சுற்றி நடந்தான். ஏதோ அவசர காரியம் நிமித்தமாய்ப் போவது போன்ற நடை; ஒரு விநாடி தவறினால் ஆபத்துதான் என்கிற முறையில் போகிற விரைந்த நடை! எங்கே போகிறான்? எதற்காகப் போகிறான்? அந்த நடையிலேயே அவனை எங்கும் எந்நேரமும் பார்க்கலாம். எங்காவது அவனை ஒருமுறை பார்த்துவிட்டால் சிறிது நேரத்திற்குள் அங்கேயே திரும்பவும் பார்க்கமுடியும்.

கோவில் மற்றும் சர்ச்சுகளில் எல்லாம் ஏதோ சில சிறப்பு நிகழ்ச்சிகள் நடைபெறுகின்றன. நள்ளிரவில்தான். அந்தச் சிறிதளவிலான முகூர்த்த விநாடியைக் கொண்டாடுகின்றனர் போலும்! அந்திப் பொழுதில் கோவிலில் விசேஷபூஜை நடைபெற்றது. நள்ளிரவில் கூட உண்டு. கர்ப்பகிருகக் கதவினை நள்ளிரவுக்குப் பின்னர்தான் மூடுவார்களாம். நள்ளிரவில் சர்ச்சில் பிரத்தியேகமாய் பிரார்த்தனை உண்டு. அப்துல் ரஸாக்கின் தலைமையில் மசூதியிலும் அந்நேரத்தில் ஏதாவது சிறப்பு நிகழ்ச்சியிருக்கும். ஆனால் சுலைமான் அதற்கெதிரானவராம்! பாகிஸ்தானும் பிறவியெடுத்திருக்கிறதே என்று அப்துல் ரஸாக் கேட்டதாகச் சொல்லப்படுகிறது.

அந்த இரவில் இந்த ஊரில் சன்னம் பின்னமாய் மழை தூறிக் கொண்டிருந்தது. காற்று ஒரே மாதிரியாக வீசிக் கொண்டிருந்தது. அந்தி சாய்ந்த பின்னரும் மணிகண்டன் தொடர் நடையில்தான் இருந்தான். ஓர் இடத்தில் கூட அவன் அஞ்சியொதுங்கியிருக்கவில்லை. மழை துவங்கிய போது ஒரு பழைய குடையைக் கையிலெடுத்தான்.

இன்னொருவன் கூட இதே மாதிரியாகச் சுற்றிச் சஞ்சரித்துக் கொண்டிருந்தான். சுரேந்திரன்! அவன் புலையர் - பறையர் - குடிசைகளில் ஏறியிறங்கிக் கொண்டிருந்தான். பிரச்சினை ஏதுமிருக்கவில்லை.

"ஆ! தோழரே, வாங்கோ!" குடிசைவாசிகள் வரவேற்பார்கள்.

சுரேந்திரன் ஏறியமர்ந்திடுவான்.

"வேலைக்குப் போனோம். ஒரு வேளையும் இல்லை. இந்த பஞ்சம் பிடிச்ச ஆடிமாசத்தை எப்படித் தாண்டுறது?" என்றாள் ஒரு பெண்மணி.

அந்தப் பேச்சை முடித்து வைப்பது சுரேந்திரன்தான்.

"இந்த மாசத்திலே என்ன வேலை இருக்கு?"

"எங்கும் வேலை கிடைக்கலை. திரும்பி வந்துக்கிட்டிருந்தேன். அப்போ முக்கோலி வீட்டுத் தம்பிராட்டி கூப்பிட்டு மாட்டுக்குப் புல்லறுத்துக் கொடுக்கச் சொன்னா. அதைச் செஞ்சு கொடுத்தேன். பத்து சக்கரம் தந்தா. அதைக் கொடுத்து ஆலுவள்ளிக் கிழங்கும் உப்பும் மிளகாயும் வாங்கினேன்" என்றாள் அதே பெண்மணி.

எனவே அன்று அந்தக் குடிசையின் அந்திநேரப் பிரச்சினைகள் எவ்வாறு சமாளிக்கப்பட்டன என்பதைப் புரிந்துகொண்டான். அசரீரி போன்று இன்னொரு வாசகம் கூடக் காதில் விழுந்தது.

"இன்னைக்கு அவங்க கூப்பிட்டாங்க. அந்தப் புல்லறுத்துக் கொடுக்கலேன்னா பட்டினிதான்."

ஓர் உறவினன் வந்துவிட்டான். அவர்கள் விசயத்திலே அக்கறையுடைய உறவினன். அவனிடம் அந்தப் பெண் தனது துன்பத் துயர்கள் பற்றிச் சொல்லுகிறாள்.

"ஆனா இந்தக் கிழங்கு ரொம்ப நல்லது. சீக்கிரமா வெந்துடறது. பிடுங்காம கிடந்து நெந் நீர் ஓடலே."

சுரேந்திரன் ஒரு முன் எச்சரிக்கை செய்தான்:

"இது ஆடிக் கிழங்கு. கடுப்பு இருக்கும். கொதிக்க வைத்துக் கொதி நீரை ஊற்றிவிட்டு மறுபடியும் நீரை ஊற்றி வேக வைக்கணும்!"

"கிழங்கு இப்போ வெந்திடும். ரெண்டு துண்டைச் சாப்பிட்டுப் போங்கோ, தோழரே!"

அவள் தொடர்ந்து கூறினாள்:

"உப்பும் மிளகாயும் அரைச்சுத் தந்திடறேன்."

ஒரு சிம்னி விளக்கின் சிற்றொளியில் பாப்பா பாய் நெசவு செய்கிறாள். அவள் ஏதோ ஒரு பாடலை முனகிக் கொண்டிருந்தாள். அண்மைக்காலமாய் பாசியகற்றும் போதும், நாற்று நடுகிறபோதும் பெண்கள் பாடுகிற ஒரு புரட்சிப் பாடல்தான். இந்தச் சுரண்டல்

அமைப்பு முறையை ஒழித்துக் கட்டுவோமென்பதுதான் பாடலின் சாராம்சம். அந்தப் பாடலை அனைவரும் சேர்ந்திசைக்கிறபோது ஆவேசம் பொங்கி யெழும்.

அங்கே கரிசல் நிலத்தில் வரிசை வரிசையாய் விளக்குகள் காணப் படுகின்றன. அது ஓர் அழகான காட்சிதான். சிறிது நேரம் பார்த்து நின்றபோது அந்தத் தீபங்கள் ஒவ்வொன்றாய் அணைந்து கொண்டிருந்தன. ஆடிமாத வேலையில் அப்படித்தான். அறுவடைக் காலத்தில் நள்ளிரவான பின்னரும் விளக்குகள் ஒளி சிந்திக்கொண்டிருக்கும். அடுப்பில் நெருப்பும் எரிவதைக் காணலாம். கிழங்கு அல்லது கஞ்சி மாலை உணவாக இருக்கும். அதைச் சாப்பிட்டனர். அன்று சீமையெண்ணெய் வாங்கக் காசு போத வில்லை. எண்ணெய் எரிந்து தீர்ந்துபோய்விட்டது. திரி தானாக அணைந்துகொண்டது. அங்கே ஓர் இரு விளக்குகளின் வெளிச்சம் தென்படுகிறது. அது எந்தக் குடிசையிலிருந்து வருகிறது? கோபாலன் அல்லது தாஸின் குடிசைகளிலிருந்து கிளம்பியிருக்க வேண்டும்.

ஆலயப் பிரவேசப் பிரகடனம் ஆனபோது சமையல் மற்றும் தாவீது போன்றோர் கோபாலன் மற்றும் தாஸ் போன்ற நாமங்களை வைத்துக் கொண்டனர். அது இன்னொரு கதை! சிலர் இன்று கூட கிறிஸ்தவர்கள்தான். யார் யாருடைய வேலையாட்கள் மதம் மாறினர்? நிற்கிற நிலையில் சுரேந்திரன் சிந்தித்துப் பார்த்தான். பிரச்னை ஏதுமிருக்கவில்லை. சும்மா நினைத்துப் பார்த்தான். பருத்திக் காட்டினரின் வேலையாட்கள் அனைவரும் மதம் மாறினர். ஆற்றுத் துறையாரின் வேலையாட்களில் ஒரு குடிசையிலுள்ளவர்களைத் தவிர மற்றவர்கள் அனைவரும் இந்துக்களாகிவிட்டனர்.

மார்க்கத்தை மாற்றிக் கொண்டு கிறிஸ்தவர்களாகிவிட்டபோதிலும் ஆண்டுப் பிறவி முதல் தேதியன்று அம்பலப்புழைக் கோவிலுக்கு வந்து வணங்கிச் செல்வார்கள். அது பரம்பரையாக நடந்துவருகிற காரிய மாகும். முதல் தேதியன்று காலையில் குளித்து ஆடையை மாற்றிக் கொண்டு ஒரு பாய்மடிப்பினையும் கக்கத்தில் வைத்தவாறு தீண்டத் தகாதவர்கள் எனச் சொல்லப்படுகின்ற மக்களுக்கான பாதையில் இல்லிச்சிறை வழியாக கடந்து செல்வார்கள். கிழக்கு வாசல் உண்டியலில் காணிக்கை செலுத்துவார்கள். கடற்கரைக்குச் செல்வார்கள். மாலையில் திரும்பி வருவார்கள். இது ஒரு வழக்கம். பரம்பரையாக நடைபெற்று வரும் இந்த வழக்கத்தை இன்றைய தினமும் கடைபிடித்து வருகின்றனர். மார்க்கத்தை மாற்றிக் கொண்டபோதிலும் அந்த வழக்கத்தை விட்டு விடவில்லை. பருத்திக்காடனும் பாதிரியுமெல்லாம் தடுத்துப் பார்த்தனர். ஆயினும் அந்த வழக்கம் தொடர்கிறது.

ஐம்பது பறை நிலத்தைத் தென்னந் தோப்பாக்கிட மண்திட்டுக்கள் உயர்த்தப்படுகின்றன. விதைப்பு வேலை துவங்கு முன்னரே மண்திட்டுக்கள் அமைந்தாகிவிடவேண்டும் வேலை மும்முரமாய் நடைபெற்றுவருகிறது. ஆவணித் திங்கள் முதல் தேதியன்று வேலை நடைபெறவில்லை. புலையர் அம்பலப்புழைக் கோவிலுக்குச் சென்றனர். பருத்திக்காட்டு சாக்கோவுக்குச் சகிக்கவில்லை. அவருக்கு ஆத்திரம் பொங்கியெழுந்தது. புலையர்களின் பதினைந்து குடிசைகளை நாசம் செய்தார். சட்டிப் பானைகளை உடைத்தெறிந்தார். கண்ணுக்குப் பட்டது அனைத்தையும் தகர்த்துவிட்டார். சாக்கோ அத்தகைய ஒருவராக இருந்தார். மாலையில் புலையர் திரும்பிவந்தபோது ஏறியமர்ந்துகொள்ள இடமில்லை. சமைக்கச் சட்டிபானைகள் இல்லை. ஆழாக்கு அரிசி கூட சாயங்காலத்துக்கென்று விட்டு வைத்திருக்கவில்லை.

புலையர் மற்றும் பறையர் இதற்கு எதிர்ப்புத் தெரிவித்தது எப்படியென்று தெரியுமா? அவர்கள் கோவிலுக்குச் சென்று 'சுத்திகருமம்' நடத்தி கோபாலன், நாராயணன் போன்ற பெயர்களை வைத்துக்கொண்டனர்.

அந்த நிகழ்ச்சி பற்றி சுரேந்திரன் இடையிடையே யோசிப்பதுண்டு. இன்றைய தினமும் யோசித்தான். தாவீது மற்றும் அவரான், கோபாலன் மற்றும் நாராயணனாகப் பரிணமித்தது, அவ்வாறு ஆகிவிடுவதற்காக அல்ல. அதன் பின்னர் எவனுமே கோவிலுக்குச் சென்றதில்லை. சர்ச்சுக்கும் போவதில்லை. அந்தப் பதினைந்து குடிசைகள் ஒன்று சேர்ந்தன. அவர்கள் எதிர்ப்பு அப்படித் தான் திரும்பியது. அம்பலப்புழைக் கோவிலுக்குப் போனதால்தானே, இந்தத் துரோகத்திற்கிரையாகி விட்டோம்? ஆயின் இனிமேல் ஆலயத்திற்கே சென்றுவிடுவோம்... இவ்வாறாக அவர்கள் யோசித்திருக்கவேண்டும்.

இந்த நாள்- ஒரு பிரத்தியேகமான நாள். நாளை புலர்வேளை மாறுபட்டதாகும். அதை இவர்கள் அறிகின்றார்களா? இவ்வளவு நாட்களாகச் செய்துவந்த முயற்சி வீணாகிப் போனதாக சுரேந்திரனுக்குத் தோன்றவில்லை. ஆனால் இந்த இரவின் முக்கியத்துவத்தை அவர்கள் புரிந்துகொள்ளவில்லை.

அனைத்து விளக்குகளும் அணைந்துவிட்டன. அனைத்து வீடுகளும் உறங்கிவிட்டன. இந்த தினத்தை கட்சி கொண்டாடியிருக்கவேண்டும் என்னவாகிலும் கடைசி பிரிட்டிஷ்காரன் இந்த நள்ளிரவில் ஊருக்குக் கப்பலேறிவிடுவான். அது ஒரு விசயமல்லவா? இந்த இரவினால் தொழிலாளி வர்க்கத்திற்கு எந்த விதமான உரிமையும் கிடைப்பதில்லையா?

சுரேந்திரன் கிளம்பினான். அவனுக்கு மனத்திற்குள்ளே ஒரு பெரும் சுமை ஏற்பட்டது போல் தோன்றியது. அனைத்துத் தொழிலாளர் குடும்பங்களும் உறங்குகின்றன. இன்றைய தினம் இந்தியா சுதந்திரமடைகிறதென்பதை யாருமே அறியவில்லையா?

தெருக்களை எல்லாம் கடந்து சென்றான். ஆங்காங்கு ஒரு சில வீடுகள் உறங்காமலிருக்கின்றன. அவை தாமதமாகத் தூங்குகின்றவையாக இருக்கலாம் இரண்டு மூன்று வீடுகளில் அலங்கார வேலைகள் நடைபெறு கின்றன. வில்லேஜ் அலுவலகத்தில் தோரணங்கள் கட்டப்படுகின்றன. காவல்நிலையம் வரையிலும் ஒரு முறை சென்று வரலாமென்று அவனுக்குத் தோன்றியது. இருட்டில் ஓர் உருவம் எதிர்கொண்டு வருவதை அவன் கண்டான். அது மணிகண்டனாக இருந்தான். அவனை சுரேந்திரன் அறிந்து கொண்டான். மணிகண்டன் சுரேந்திரனையும்.

சிறிது உத்வேகமுடன் கூறினான் மணிகண்டன்:

"போலீஸ் ஸ்டேசனிலே அலங்காரப் பந்தல் தயாராவுது."

இது ஒரு பெரிய செய்திதான். சுரேந்திரன் சொன்னான்:

"பனிரண்டு மணிக்கு அங்கே மூவண்ணக்கொடி உயர்ந்து விடும்."

"ஆமாமாம். பனிரண்டு மணிக்குப் போலீஸார் கொடிக்குச் சல்யூட்டு செய்வார்கள்."

அவசரமுள்ளது போல், உடனடியாக எதையோ செய்து முடிக்க விருப்பது போல் மணிகண்டன் விரைந்து நடந்து சென்றான். போலீஸ் நிலையத்தைக் காண சுரேந்திரனும் கிளம்பிச் சென்றான்.

* ** *

சுதந்திரத்தை நோக்கி நகர்ந்து செல்கின்ற அந்த விநாடிகளில் இருவர் நாடெங்கிலும் சுற்றிச் சஞ்சரித்துக் கொண்டிருந்தனர். ஆவேசம் நிறைந்த இதயமோடுதான்! தலைமுறைகளாய்ப் பார்த்து வந்திருக்கின்ற கனவுகளின் எதார்த்த உருவமாய் அந்த முகூர்த்தம் நெருங்கி வருகிறது. ஒரு நூற்றாண்டுக்கு முன்பு வாழ்ந்தவர்கள் 1947 ஆகஸ்ட் 14ஆம் தேதி மாலை அஸ்தமனமாகிச் சரியாக நள்ளிரவு நேரத்தில் இந்தியாவின் கொடி வானில் பட்டொளி வீசிப் பறக்குமென்று எண்ணியிருந்திருப்பார்களா? அந்த நாள் எப்போது என்று ஆவலுடன் நினைத்திருந்தார்கள். இந்தத் தலைமுறையைச் சேர்ந்தவர்கள் கூட அது எந்த நாளில் என்று ஏங்கியிருந்தனர். அந்த முகூர்த்தத்தை நிர்ணயிப்பதற்கான அதிருஷ்டமேற்பட்டது நமக்குத்தான்.

நிமிடங்களும் விநாடிகளும் நகர்வதில்லை. மணிகண்டனுக்கு அப்படித்தான் தோன்றியது. இன்னும் நேரமிருக்கிறது. துடித்து அசையாப்

பாறைகளாகிவிட்ட நிமிடங்கள்!

தேசியக் கொடி வானுயர்ந்து வருவதை எங்கே நின்று பார்க்க வேண்டும்? காவல் நிலையத்திலேதான் பெரிய ஏற்பாடுகள். சீருடையணிந்து ஆயுதம் தரித்திருக்கின்ற போலீஸ் படையினர் தாயின் மணிக்கொடியைத் தாழ்ந்து வணங்குவதைப் பார்க்க ரசமாக இருக்கும். எப்படித்தான் வணங்குவர் என்பதையும் அறிந்துகொள்ள முடியும். இன்னொரு மூவண்ணக் கொடியைச் சுட்டுப் பொசுக்கியவர்கள்தான். அந்தக் கொடியினின்றுதான் இந்தக் கொடி உருவானது.

இங்கேயே நின்றிடுவோம். ஜனங்கள் நிறைய வந்து குழுமியிருக் கின்றனர். இந்த நாடு பூராவும் அங்கே வந்து குழுமியிருக்க வேண்டாமா? ஆண்கள், பெண்கள், குழந்தைகள் அத்தனை பேர்களும் ஏன் வந்து சேரவில்லை? மணிகண்டன் ஆவேசம் நிறைந்த இதயமுடன் நடக்கிறான். அவ்வாறு ஓடி நடப்பதுதான் அவனுக்கு ரசமாயிருந்தது. அப்படித்தான் அவன் இந்த முகூர்த்தத்தைக் கொண்டாடுகிறான். இன்ன முறையில்தான் சுதந்திர விழாவைக் கொண்டாடுவதென்ற நிபந்தனை ஏதாவதுண்டா? ஒருவன் ஓர் இடத்தில் நிலைகொள்ளாமல் சஞ்சரிக்கிறான். இன்னொருவன் ஓர் இடத்தில் நிலைபெற்று நின்றவாறு அந்தச் சடங்கினைக் காண்கிறான். ஆனால், மணிகண்டனும் சுரேந்திரனும் நிறைந்து நிற்கிற ஆவேசமுடன் நடந்துகொண்டிருந்தனர்.

* ** *

சரியாக மணி பனிரண்டு.

அருகிலுள்ள கோவிலில் சங்கநாதம் முழங்கியது. சர்ச்சுகளில் கூட்டமாய் மணிகள் ஒலித்தன. எங்கேயோ எல்லாம் வாணவேடிக்கை நடைபெறுகிறது. வானமெங்கிலும் அவிட்டின் வண்ண வண்ணக் கோலங்கள் பளிச்சிடுகின்றன. ஜனசந்தடியில்லாத வயலின் ஒரு பகுதியினின்று மணிகண்டன் கோஷித்தான்: “பாரத் மாதாகீ ஜய்!”

அந்தக் கோஷம் வானவெளியினிலே எதிரொலித்திருக்கவேண்டும்.

உயர்கிற தேசியக்கொடியை சுரேந்திரன் இமை கூட்டாமல் பார்த்து நின்றான்.

அப்பப்பா! இதயத்திற்கு எத்தகைய குளிர்ச்சி!

போலீஸ்காரர்கள் துப்பாக்கியை நெஞ்சோடு சேர்த்து அசைவின்றி நிற்கின்றனர். அந்தப் பதாகையை இனிமேல் அவர்கள் பாதுகாப்பார்கள்.

* ** *

அது ஒரு தெளிவான விடியற் காலைநேரம். வழக்கம்போல் விடிவெள்ளி உதித்து உயர்ந்து நின்றது. சூரியனுக்குப் பிரத்தியேகத் தன்மை எதுவுமில்லை. பிரத்தியேகமான பிரகாசமோ தெளிவோ ஏது மில்லை. அது என்றும் போல் நடைபெற்றதொரு சூரியோதயம். சிற்சில வீடுகளில் தேசியக் கொடி ஏற்றப்பட்டிருந்தது. இளம் காற்றில் அவை அசைந்தாடுகின்றன. சமூக வாழ்க்கை நேற்று மாதிரியே இன்றும் நடைபெறுகிறது. பெரிய மற்றும் நடுத்தரக் குடும்பங்களில் அடுபபு எரிகிறது. தாய்மார்கள் முற்றத்தைக் கூட்டிச் சுத்தம் செய்கின்றனர். அடுக்களையின் வடபுறத்தில் பாத்திரங்களைத் துலக்குகின்றனர். சிறுவர்களிடையே மிகுந்த உற்சாகம் காணப்படுகிறது. அங்குமிங்குமாய்ப் பல இடங்களில் கொடிகள் பறக்கின்றன. இல்லாவிட்டாலும் சுதந்திரம் அவர்களுக்காகத்தானே? சோதரு புலையர் எழுந்து அமர்ந்து நீண்டதொரு கொட்டாவி விடுகிறார். முன்னால் வயல் நீண்டு கிடக்கிறது. கிழக்கே வயலை நோக்கியவாறு சிறிது நேரம் உட்கார்ந்து கொண்டார். வெற்றிலை-பாக்கு போட்டுவைக்கிற தகர டப்பாவைத் திறந்து பார்த்தார். ஒரு வெற்றிலையின் பாதிக் கீற்று. தேடிப் பார்த்தும் ஒரு துண்டு பாக்கு கிடைக்கவில்லை காலை துயிலுணரும் போது சோதரு புலையருக்கு ஒரு முறை வெற்றிலைப் பாக்கு சுவைக்கவேண்டும். வாயின் பழைய சுவையை அகற்றிடத் தான். புகையிலை நெடியுண்டு கடித்துச் சுவைத்திட.

“அடியே பாப்புப் பொண்ணூ!”

பாப்பா குரல் கொடுத்தாள். அவள் முற்றத்தைக் கூட்டிச் சுத்தம் பண்ணிக்கொண்டிருந்தாள்.

“என்னப்பா...?”

“நீ அந்தக் கமுகுவேரிலிருந்து கொஞ்சம் புடுங்கியெடுத்து வாம்மா!”

“பாக்கு கிடையாதா, அப்பா? அப்படீன்னா பக்கத்துக் குடிசை யிலேருந்து ஒரு துண்டு பாக்கு கேட்டு வாங்கியாந்திடறேன்.”

“அங்கே இல்லேம்மா! நேற்று ராத்திரிலே நம்ப் சீதன் ஒரு துண்டு பாக்குக்காக இங்கே வந்திருந்தான்.”

பாப்பா இளம் கமுகுவேரிலிருந்து கொஞ்சம் துண்டித்துக் கொண்டு வந்தாள்.

“நேற்று எட்டு காசுக்கு வெற்றிலை பாக்கு வாங்கினதிலே பாக்கு ஒரு சின்னத் துண்டுதான் இருந்தது” என்றாள் பாப்பு.

“பாக்குக்கு இப்போ யானை விலை.”

“இப்போ எதுக்குத்தான் விலையில்லே?”

சோதரு அந்த வெற்றிலைக் கீற்றிலிருந்து சிறிது கிழித்தெடுத்து அதன் மீது சுண்ணாம்பு தடவினார். கமுகின் வேரைப் பாக்குக்குப் பதிலாகக் கடித்துச் சுவைத்தார். அந்தச் சேர்க்கை நன்றாக இருந்ததாக அவருக்குத் தோன்றியது. நீண்ட நேரம் வரையிலும் வயலையே பார்த்துக் கொண்டிருந்தார். உதித்து உயர்ந்து வருகிற சூரியனை முகில்கள் மறைத்துக் கொண்டன. வானம் சற்று இருண்டது.

"மழை வருதா, அம்மா?"

"தென்மேற்குத் திசையிலே மேகமூட்டம் தென்படுது."

"ச்ச்ச்சோ...!"

"மழையில்லேன்னாக் கூட என்னவாம்? வேலைவெட்டியா, இருக்குது?"

"மழையில்லேன்னா வெளியே இறங்கி நடக்கலாமல்லவா? இது சும்மா குடிசைக்குள்ளே உக்கார்ந்திருந்தா எப்படி?"

மழை தூறத் தொடங்கியது. புழுதியெழுப்புகிற காற்று ஒன்று வீசியது. சோதரு புலையன் சுயம் பேசினார்:

"காற்று மோசமானது. இன்னைக்கு மழை நிக்காது. அப்பறம் என்னா செய்யறது?"

அன்று கஞ்சியூற்றுகிறார்கள். பள்ளிவளாகத்தில்தான் அது நடைபெறுகிறது. அரிசி, பருத்திக்காடன் அண்டு கம்பெனி வழங்குகிறது. ஏனைய காரியங்களெல்லாம் மக்களிடமிருந்து வசூல் பண்ணிச் செய்யப் படுகின்றன. பனிரண்டு மணிவாக்கில்தான் கஞ்சியூற்றுதல். அப்புறம் மாலையில் பெரிய பொதுக்கூட்டமுண்டு.

அங்குமிங்குமாய் பட்டாசு வெடிக்கிற சத்தம் கேட்கலாம். சிறுவர்கள் செய்யும் களேபரம்தான்.

சோதரு கூவியழைத்துக் கேட்டார்:

"அடி பொண்ணூ பாப்பூ!"

"என்னாப்பா...?"

சோதரு சற்றுத் தயங்கினார். எப்படிக் கேட்பதென்பது போல். அவருக்கு எல்லாம் தெரியும். ஆயினும் கேட்டுவிட்டார்:

"பொண்ணூ, கொதிக்கிற நீர் இருக்காடீ? வெறும் தண்ணி கொதிக்கவச்சாப் போதும்."

"அப்பா! ராத்திரீலே நான் ரெண்டு துண்டுப் பாய் நெசவு பண்ணி வச்சிருக்கேன். கடை திறக்கட்டும். சும்மா கொதிக்கவச்ச தண்ணி குடிக்கற தெப்படி?"

அவள் மேலும் வினவினாள்:

'அப்பா, நேற்றைய வாணவேடிக்கை பார்த்தீங்களா?"

"நான் ஒண்ணும் பாக்கலே. கண்விழித்துத்தான் படுத்துக்கிடந்தேன். குண்டு வெடிக்கிற ஓசையெல்லாம் கேட்டேன்."

"நிறைய அவிட்டுக்கள் இருந்தன. ஆகாயம் நிறைய நெருப்புக் குமிழிகள். வண்ண வண்ணக் குமிழிகள். அழகாயிருந்தது. நான் அப்பாவைக் கூப்பிட்டேன்."

"ஆ. காதிலே விழுந்தது. நான் அப்படியே படுத்துக் கிடந்தேன்."

ஒன்றை நினைத்துக் கொண்டவள் போல் பாப்பா சொன்னாள்:

"நான் அதை மறந்திட்டேன். இன்னைக்கு எங்கும் வேலையிருக்காது. இன்னைக்கு விடுமுறைதான். கடைகிடை திறந்திடுவாங்களான்னு சொல்ல முடியாது. அப்படீன்னா, தண்ணி காய்ச்சிக் குடிக்கறதெப்படி? அந்தப் பாய் எடுத்துப் போய் விற்றுவிடலாம்னுதான் எண்ணியிருந்தேன்."

சோதரு சொன்னாரு:

"அதுவும் இல்லேன்னாச்சே!"

* ** *

ஆற்றுத் துறையிலிருந்துதான் அரிசியளந்து கொடுக்கப்படுகிறது. எத்தனை பறை அரிசி தேவைப்படுமோ, அத்தனையும் கொடுக்க அந்தோனி தயார்தான். மிகவும் நீடித்து நடைபெறுகிற ஒரு போராட்டம் இன்று முடிவுக்கு வந்துவிட்டது. பெரிய ஆறுதலல்லவா?

ஆனால் எதிர்காலம் குறித்து அந்தோனிக்குத் தெளிவற்றதோர் ஆவல். நாளைய தினம் எப்படி அமைந்திடுமோ, சொல்லமுடியாது. ஆட்சி புரிகின்றவர்கள் ஜனப்பிரதிநிதிகளாவார்கள். மந்திரி சபை இருக்கும். அதுதான் ஆட்சி புரியும். அவை அனைத்தும் அறிந்த விசயங்கள் தாம். ஆனால், ஆட்சி எப்படியிருக்கும்? ஜனப் பிரதிநிதிகளால் உருவாக்கப்படுகிற அமைச்சரவை ஆட்சி செலுத்துவதென்பது இதுவரையிலும் நடைபெற்றிராத விசயம்தான். அதிகாரவர்க்கம் எப்படி யிருக்குமோ? காரியங்களெல்லாம் இன்று நடைபெறுவது போல்தான் நடைபெற்று வருமா? ஆயிரக்கணக்கான இத்தகைய கேள்விகள் எழுந்தன. பலர் சேர்ந்து நடத்துகிற ஆட்சி. ஒரு கட்டளை. அது அரச கட்டளைபோன்று கல்லிலே செதுக்கப்பட்ட சிற்பமாக இருக்குமா?

அதற்குப் போதுமான வலுவிருக்குமா? எதிர்ப்பவர்கள் இருப்பார்கள். அவர்களுக்குத் தங்கள் எதிர்ப்புக்களைத் தெரிவிக்கலாம். கட்டளைகளை எதிர்த்தவாறு தங்கள் கருத்துக்களை தெரிவிக்கலாம்.

அந்தோனிக்கு இந்த கம்யூனிஸ்டுகள் குறித்துத்தான் பயம். சர்ச்சுக்களில் பிரார்த்தனை முடிந்த பின்னர் பாதிரிமார்கள் செய்கின்ற பிரசங்கங்களில், கம்யூனிசம் என்றால் அது தெய்வநிந்தனைதான் என் சொல்வதுண்டு. அவர்கள் புன்னப்ர-வயலார்ப் பிராந்தியங்களில் பதின் மூன்று சென்ட் பூமிக்காக ஒன்று திரண்டனர். அன்றைய தினம் அரசு அப்படித்தான் சொல்லியது. எதுவாகிலும், இந்தப் பூமியனைத்தும் அனைவருக்கும் உரிமைப்பட்டதுதான் என்று கம்யூனிஸ்டுகள் சொல்கின்றனர். எத்தனையோ கம்யூனிஸ்டுகள் அங்கே அதற்காக உயிரிழந்திருக்கின்றனர். அந்த வர்க்கத்திற்கு உயிர்துறக்க எந்தத் தயக்கமுமில்லை. மூங்கில் ஈட்டிகளுடன் அவர்கள் ஆயுததாரிகளான போலீஸ் படையை எதிர்கொண்டனர். நெஞ்சு நிமிர்ந்து நின்றனர். இந்தப் பறையர்களும் புலையர்களுமெல்லாம் கம்யூனிஸ்டுகள்தான். இப்பொழுதே அதிகக் கூலிவேண்டுமென்றும், இதர உரிமைகள் வழங்கப்படவேண்டுமென்றும் கோரிக்கைகள். சில காங்கிரஸ்காரர்கள் கூட அப்படியெல்லாம் பேசுகின்றனர். அவர்களது உரிமைக் குரல் மேலும் உச்சத்திலாகிவிடும்.

அது ஒரு பயங்கர பூதமாக அந்தோனிக்குத் தோன்றியது; ஔசேப்புவுக்குத் தோன்றியது; சவுரியார் மற்றும் ஊரில் பலருக்கும் தோன்றியது. இவர்களை அடக்கிவிட முடியுமா? துப்பாக்கிக்குப் பயப் படாதவர்கள்தான் இவர்கள். தேர்தல் மூலமாக உருவாக இருக்கிற அரசினால் இவர்களை அடக்கியொடுக்கிவிட முடியுமா? அல்லது அதற்கு இதைச் செய்ய மனம் வருமா?

பலரும் பயங்கரமாகத்தான் பேசுகின்றனர். எல்லாவற்றையும் தலைகீழாக மாற்றவேண்டுமென்கின்றனர். ஜமீன்தாரி முறையை ஒழித்துக்கட்ட வேண்டுமென்கின்றனர். அது தேவையானதுதான். குத்தகையளப்பது போன்ற நடவடிக்கைகளை நிறுத்துவது நல்லதுதான் என்று சவுரியார், ஔசேப்பு மற்றும் அந்தோணிக்குத் தோன்றியது. அதுவுல்லாமல் சொல்வது எதுவும் நல்லதாக இல்லை. போக்கிரிகளை நிலத்திலிருந்து வெளியேற்றாமலிருக்க முடியுமா? மானம்-மரியாதையாக வாழட்டும். ஆட்சேபணையில்லை.

எல்லாவற்றையும் பார்த்த பின்னர்தான் சொல்லமுடியும்.

116

பருத்திக்காட்டு தாமஸ்தான் வேட்பாளர். ஒருவேளை அவர் மந்திரியாகிவிடுவார்.

எல்லோருக்கும் தாமஸ் மீது நல்லெண்ணம்தான். பக்குவமடைந்த சுபாவம்; நல்ல நடத்தை; நீண்ட நாட்களாக காங்கிரஸ் ஊழியராகவே இருந்து வருகிறார்.

தும்பேக் குளத்தவருக்கு ஒரு பலவீனமேற்பட்டது போலாகிவிட்டது. சவுரியாருக்கு டிக்கட் கிடைக்காது. அவருக்குச் சில குறைபாடுகள் உள்ளன. முன்கோபம்; பக்குவமில்லை; வெட்டு ஒன்று-துண்டு இரண்டு என்கிற முறையிலுள்ள கண்டிப்பான பேச்சு. யார் முகத்தையும் பார்க்க மாட்டார். ஆனால் எந்த முயற்சியையும் ஆட்களை ஒன்றுபடுத்தி வெற்றி பெறச் செய்திடுவார்.

தும்பேக்குளத்தினருக்கும் பருத்திக்காட்டினருக்குமிடையே நீண்ட நாட்களாக மனஸ்தாபமிருந்து வருகிறது. அதுமட்டுமல்ல; ஆற்றுமாலியிலுள்ள அனைத்துக் குடும்பங்களிடையேயும் பரஸ்பரம் மனஸ்தாபமிருந்து வருகிறது. சந்தர்ப்பம் கிடைத்துவிட்டால் முட்சொற்கள் சொல்லி ஊசியேற்றி விடுவார்கள். இந்த கிறிஸ்தவர்களான கிறிஸ்தவர்கள் அனைவரையும் இந்த நாட்டுக்கு அழைத்துவந்து நட்டு நீரூற்றி வளர்த்துப் பரிபாலித்து வந்தது தாங்கள்தான் என்று பருத்திக் காட்டினர் சொல்வார்கள். அதுதான் பழமை. அவர்கள் சொல்வது பருத்திக்காட்டினர் 'செக்குந்தி'கள் என்றாகும். அங்கே செக்கினை நட்டிருப்பதை இப்போதுகூடக் காணமுடியும். பருத்திக் காட்டினர் கோவில் அளவு பழமையுள்ளவர்கள். பழமை எனச் சொல்லப்படுகின்ற சீரட்ட, கோடாந்திர மற்றும் கோந்நோத்துக் குடும்பத்தையும் விடப் பழமையானது பருத்திக்காட்டுக் குடும்பம்தான் என்று உரிமை கொண்டாடுகின்றனர். அந்த மேன்மை வட்டத்ரவுக்கு உண்டு என மார்பைத் தட்டுகின்றனர் அவர்கள். அவர்கள் ரொம்பப் பெரியவர்கள். இந்த ஊரில் நீரை இறைத்து வெளியேற்றுகிற எஞ்சினை முதன்முதலாகக் கொண்டு வந்தவர்கள் தாங்கள்தான் என்று பெருமை கொள்கிறார்கள். பின்னர்தான் எண்ணெய் ஊற்றியோட்டுகிற இயந்திரம் வந்து சேர்ந்தது. இன்று மோட்டார் ஆகிவிட்டது. அவை அனைத்தும் பழைய பழைய கதைகளாகிவிட்டன. அன்று பெரியப்பாதான் சீமையிலிருந்து விறகைப் போட்டுப் பற்றவைத்து ஓட்டுகிற எஞ்சினைக் கொண்டு வந்தார். அந்த என்ஜினை அமைத்திட அமைந்த மேடையை இன்று கூடப் பார்க்கமுடியும். ஊரெங்கிலும் ஒரு பாடல் பாடுவதுண்டு. தலைமுறை

தலைமுறையாய் அந்தப் பாடல் ஒவ்வொருவரின் இதழ்களில் தங்கி நிற்கிறது.

"வயல்களில் எவ்வளவு நெல் விளையும் என்பதை முண்டம் வயலைக் கண்டுபிடியுங்கடீ, பெண்மணியே..."

அது ஒரு பாடலாக இருந்தது. நஞ்சை நிலத்தில் எவ்வளவு நெல் விளைவிக்கலாம் என்கிற கதை சொல்லும் பாடல் அது.

இந்தப் பிராந்தியத்தில் எந்த ஒரு மாப்பிளதான் பத்தாயிரப் பறைநிலத்தை முதன்முதலாக விவசாயம் பண்ணியிருக்கிறார்? அது வட்டத்ரவைச் சேர்ந்தவர்கள்தான்.

மிகப் பழமையான கதை.

மேன்மை பொருந்திய குடும்பத்தினர் யார்? தனக்குத்தான் மேன்மையென்று எல்லோருக்கும் சொல்ல உரிமையுண்டு. அதனிடையே பரஸ்பரம் குதிகால் வெட்டவும் செய்வார்கள்.

வட்டத்ரவைச் சேர்ந்த ஒரு பெண்ணினைப் பருத்திக்காட்டுக்கு மணம் முடித்து அழைத்துச் சென்றதில்லை. செக்குந்திகளின் வீட்டுக்கு வட்டத்ரவினர் பெண்ணினை அனுப்பிவைக்க மாட்டார்கள். வட்டத்ரவில் ஒரு குறைபாடு உண்டு. அந்தக் குடும்பத்துக்குப் பணம் சேர்ந்தது எப்படியென்று தெரியுமா? ஒரு வெள்ளைத் துரை கொடுத்த பணமாகும். அங்குள்ள பெண்கள் நடத்தை அவ்வளவு நல்லதில்லையாம். தும்பேக்குளத்தவர்கள் சதிகாரர்க[illegible]ம். அவர்களுக்கு ஒரு சா[illegible]முண்டு. இன்று கூட அங்குள்ள ஆடவர்கள் எதையும் செய்யத் தயங்காதவர்கள். அவர்களுக்கு சர்ச்சு, பாதிரி என்பது ஒன்றும் ஒரு பிரச்சினையே அல்ல.

தவிரவும் ஆறறுமாலியைச் சேர்ந்த பிரமுகர்களிடையே எந்நாளும் போட்டிப் பொறாமைகள் இருந்து வந்துள்ளன. பருத்திக்காடனுக்கு இன்னொருவருடைய நூறு பறை நிலம் குத்தகைக்கெடுக்கும் நோக்கமிருந்தால் தும்பேக் குளத்தவர்கள் இடைஞ்சலை விளைவிப்பார்கள். இன்னும் அதிகமாகக் குத்தகை கொடுக்க முன்வருவார்கள். வட்டத்ரவினர் வேம்பநாட்டு வயல் முற்றாறு பறை நிலம் வாங்க முன்பணம் கொடுத்தருந்தவர்கள்தான். நிலத்தின் உரிமையாளர்களில் ஒருவன் பருத்திக்காடன் வலையிலகப்பட்டு விட்டானென்று சொல்கிறார்கள். எதுவாகிலும் சரியே; ஆளைக் காணோம். கிழக்குத் தோட்டத்திலெங்கேயோ பதுக்கி வைக்கப்பட்டானாம்! அப்படிச் செய்யவில்லை என்று பருத்திக்காடன் ஆணையிட்டுச் சொல்வதுண்டு. இன்றும் சொல்கிறார். எதுவாக இருந்தாலும் வட்டத்ரவினர் பல நாட்கள் வரையிலும் தீயைத் தின்று ஓடிநடந்தனர். பத்திரம் எழுதப்பட்டது. எவனும் வளைப்பதேயன்றி ஒடிப்பதில்லை. ஆனால் கன்னியேக்கோணத்தினர்

அதுவுமல்ல; அதுக்கப்பாலும் செய்திடுவார்கள். அவர்கள் சர்ச்சினையும் பாதிரியையும் புறக்கணிக்கின்றவர்கள். புதுப்பணக்காரர்கள். அவர்கள் கம்யூனிஸ்டுகளுமாவார்கள். காஞ்சிரப்பிள்ளியிலுள்ள ஓரிடத்திலிருந்து ஐசக்குக்கு ஒரு கலியாண ஆலோசனை வந்தது. நல்ல ஆலோசனை. சீதனம் ஒரு லட்சமெனில் ஒரு லட்சம். எதைக் கேட்டாலும் கொடுக்கத் தயார். பையன் ரொம்ப கெட்டிக்காரன். ஆனால், காஞ்சிரப்பள்ளியினர் திடீரென்று அந்த ஆலோசனையை நிறுத்திக் கொண்டனர். எனென்றால் ஆற்றுத் துறையினர் பெரிய படகினைக் கோலூன்றி ஓட்டுகின்றவர்களாக இருந்திருக்கின்றனர். கன்னியேக் கோணத்தினர் அதைச் செய்வார்கள். அவர்கள் உண்மையிலேயே ஏனைய மாப்பிளமார்களை அறை கூவியழைத்துத் தான் வாழ்ந்து வருகின்றனர்.

* ** *

பருத்திக்காட்டு தாமஸ் தேர்தலில் போட்டியிடுவார். காங்கிரஸ் வேட்பாளராக இருப்பார். தலைவர்களுக்கு தாமஸ் மீது மிகுந்த அன்பு உண்டு. தாமஸ் வெற்றிபெறவும் செய்வார். காங்கிரஸ் ஒரு சீவக்கட்டையை நிறுத்தினாலும் வெற்றி பெறும். சந்தேகமில்லை. காங்கிரஸ் தவிர வேறு யார் தான் வெற்றிபெறப் போகிறார்?

தாமஸ் வெற்றி பெற்றார். மந்திரியாகக் கூடும். பலருக்கும் ஒரு நெடுமூச்சாக இருந்தது. பருத்திக்காட்டினர் முன்னரே திமிர் கொண்டவர்கள். இப்போது இன்னும் அந்தத் திமிர் அதிகரித்து விடும். அவர்கள் குடும்பத்தில் நாட்டை ஆளுகிற ஒரு மந்திரியும் ஆகிவிட்டது. மந்திரி இல்லாவிட்டாலும் ஓர் எம்.எல்.ஏ. ஆவது இருப்பார்.

இன்னொரு விசயமும் உண்டு. எந்தப் பிரச்சினையாக இருந்தாலும் அணுகி விசயத்தைச் சொல்லலாமல்லவா? நமது ஊரில் நமக்கு வேண்டியவர்களில் ஒருவர் மந்திரியாகிவிட்டால்.. என்கிற ஓர் எண்ணம் மக்கள் மத்தியில் உண்டு. ஆயினும் எல்லோருக்கும் மனத்தில் ஒரு முணுமுணுப்பு உண்டு. பிரார்த்தனையின் ரகசியத்தின் ரகசியத்தில், பருத்திக்காட்டினரின் இந்த வளர்ச்சியின் வேகத்தைச் சற்று தணித்திடணுமே என்று அனைவரும் தனித் தனியாகப் பிரார்த்தனை செய்யக் கூடும்.

தாமஸ் கெட்டிக்காரர். சொல்லாமலிருக்க முடியாது. அவர் நல்ல முன்யோசனையுள்ளவர். வீணாண ஒரு சொல் அவர் வாயிலிருந்து வெளிவராது. எதையும் முன்கூட்டிக் கண்டுதான் எதிலுமிறங்குவார். எந்நேரமும் சிந்தனையில் தான். தேர்தல் வரும்; வேட்பாளராக வேண்டும். வெற்றி பெறவேண்டும் மந்திரியாவது வரையிலும் யோசித்திருப்பார். எல்லாவற்றையும் முன்கூட்டியே கண்டு செயல்பட்டதன் விளைவுதான் இது. வேண்டியதை வேண்டிய நேரத்தில் எப்படிச் செய்யவேண்டுமென்று அவருக்குத் தெரியும் சவுரியார் அல்லது அவர் பருவத்தைச் சேர்ந்த

மற்றவர்கள்போல் அல்ல. எல்லோரும் காங்கிரஸ்காரர்களாக இருந்தனர். தாமஸை விட அதிக அளவில் காங்கிரசுக்காகச் செயல்பட்டவர்கள் உண்டு. சவுரியார் அளவு காங்கிரசுக்காக தாமஸ் உழைத்ததுண்டா? அவர்கள் யாருமே இன்று காங்கிரசில் யாருமல்ல. தாமஸ் தலைமைப் பதவியில்!

அதுதான் சாமர்த்தியம். தாமஸ் கெட்டிக்காரர். ஆயினும் அவரே வேட்பாளராகி விடுவாரா?

வயது வந்தவர்களுக்கெல்லாம் வாக்குரிமையுண்டு. பறையனுக்கு மிங்கு தீயப் புலையனுக்கும் வாக்குரிமையுண்டு. அப்போதுதான் கம்யூனிஸ்டுகள் உள்ளிட்ட இடது சாரியினர் தங்கள் வேட்பாளர்களை நிறுத்தப் போவதாக அறிந்தனர். அது ஒரு பயமுறுத்தலாக இருந்தது. ஏனென்றா, கேட்கிறீர்கள்? பூமி முழுவதையும் பதின்மூன்றரை சென்ட் என்ற கணக்கில் ஒவ்வொருவருக்கும் பகுத்துக் கொடுக்க வேண்டுமென்று அவர்கள் சொல்கிறார்கள். தலையெண்ணி பாகப்பிரிவினை, ஜமீந்தாரி உரிமை என்றெல்லாம் சொல்வதற்குப் பொருளே இல்லை. அவர்கள் அதிகாரத்துக்கு வந்துவிட்டால் அப்புறம், ‘எம்பூமி; என் நிலம்’ என்றெல்லாம் சொல்லக்கூடாது அவர்களுக்குக் கோவில் அல்லது சர்ச் அல்லது மசூதி என்கின்றவை ஒன்றுமில்லை. எல்லாரும் சமானமானவர்கள். அவர்கள் அதிகாரத்தைக் கைப்பற்றுவதற்காகப் போட்டியிடுகின்றனர். அது ஒரு பொதுவான ஆபத்து. பரஸ்பரமிருந்து வருகின்ற போட்டி பொறாமைகளை மாற்றி வைத்தேயாக வேண்டும். தாமஸ் எனில் தாமஸ். வெற்றி பெற்றேயாகவேண்டும்.

கன்னியேக் கோணத்தினர் ஆலோசனைக் கூட்டத்துக்கு வரவில்லை இல்லாவிட்டாலும் அவர்கள் கம்யூனிஸ்டுகள்தான். முன்னரும் அப்படியே தான். வெடிப்புரைக்கல் வீட்டில் நடைபெற்றுவந்த பஜனையில் அவர்கள் பங்குகொண்டிருக்கின்றனர். கன்னியேக் கோணத்தினர் நினைத்தால் என்ன நடக்கும்? அந்த வீட்டைச் சேர்ந்த எட்டுபத்து வோட்டுக்கள் நஷ்டமாயிடும். அவ்வளவுதான்.

ஆனால் தும்பேக்குளத்து சவுரியார் அதில் கலந்துகொள்ளவில்லை. ஏன்? அவர் கம்யூனிஸ்ட் இல்லை. குவிட் இந்தியா போராட்டத்தில் சிறை சென்றவர். அவருக்குச் சற்று கம்யூனிஸ்ட் சார்பு இருந்து வருகிறதாம். எப்படியென்றா? சர்ச் என்றும் பாதிரி என்றுமெல்லாம் சொன்னால் அவருக்கு மதிப்பே கிடையாது. சில நேரங்களில் அவர் சொல்வதில் கூடச் சில விசயங்கள் இருக்கத்தான் செய்கிறது. எதையும் திறந்து அடித்துச் சொல்கிறவர்தான்.

சவுரியார் ஏன், வரவில்லை?

ஓ! அது ஒரு சின்னப் பொறாமைதான்.

வேட்பாளர் ஆகமுடியாததால் ஏற்பட்ட பொறாமை! தேர்தல் களம் விறுவிறுப்படையும்போது களத்திற்கு நேராக வந்து விடுவார். சவுரியரால் அப்படி அடங்கியிருக்க முடியாது.

இடதுசாரிக் கட்சிகளின் வேட்பாளர் பெயர் வெளிவந்தது. ஒரு சதானந்தன்! புன்னப்ர- வயலாறிலே மூங்கில் - ஈட்டியெடுத்துக் கொண்டு முன்னணியில் நின்றவராம் ஏனோ, உடம்பில் துப்பாக்கிக் குண்டு பாயவில்லை. அருகே நின்றவர்கள் மரித்து விழுந்தனர். ஆயுள் பலம்தான். அல்லாமல் என்ன சொல்வது?

வயலாறில் இப்போது ஒரு குன்று உயர்ந்திருக்கிறது. பிணங்களை எடுத்துப் போட்ட பள்ளத்தினின்று உயர்ந்து நிற்கிற குன்று. அதற்குள்ளே அத்தனையும் எலும்புக் கூடுகள்தான். அங்கே கொளுத்தப்படுகிற தீபத்தை எடுத்துக்கொண்டு ஓர் ஊர்வலம். கம்யூனிஸ்டுகள் போட்டியிடுகின்ற தொகுதிகள் அனைத்திலும் சஞ்சரிக்கிறது. அந்த ஊர்வலம் இந்தத் தொகுதியிலும் சஞ்சரிக்கிறது.

கறுப்பர்களின் ஊர்வலமாக இருந்தது அது. அந்த ஊர்வலத்தைப் பார்த்தால் பயமாகிவிடும். பெண்கள் பயப்படத்தான் செய்தனர். சிவந்து அழுக்கான, களங்கள் போடப்பட்ட லுங்கியுடுத்தி, நெருப்புப் பொரி சிதறுகின்ற கண்களுடன் எண்ணெய் மயமற்ற தலைமுடியைக் காற்றில் பறக்கவிட்டவாறு கோஷங்கள் அலற அலற ஆயிரமாயிரம் மக்கள் நடந்து செல்கின்றனர். சிவப்புக் கொடிகளின் ஒரு பிரவாகமே ஆயிருந்தது அது. கண் கூசிவிடும். அது வீடுகளுக்குள்ளே புகுந்துவிட்டால்?

எதை எதைத்தான் அவர்கள் கூவியழைத்துச் சொல்கின்றனர்? காது செவிடாகி விடுகிறது.

"உழுபவனுக்கே நிலம் சொந்தம்!"

"நிலவெளியேற்றுதலைத் தடுத்திடுவோம்!"

கூலியை அதிகப்படுத்த வேண்டுமாம்!

இந்தப் பேய்கள் இதுவரையிலும் எங்கே மறைந்திருந்தனர்? இந்தப் பூமியிலேயே வசிக்கின்றவர்கள்தானா? இல்லை- நமது ஊரைச் சேர்ந்தவர்கள்தான். பாப்பா உண்டு. மற்றும் சோதரு, பப்பு, தாஸ், கோபாலன், தோம்மா... ஆம்! எல்லோரும் இந்த ஊரைச் சேர்ந்தவர்கள்! ஆனால் அவர்கள் மாறியிருக்கிறார்கள்! துள்ளுகின்றனர்; குதிக்கின்றனர்; அலறுகின்றனர்... என்ன மாறுதல் இது!

"சுதந்திரமடைந்ததன் மாறுதல் இது!" என்றார் வட்டத்ர கிரிகரி. தொடர்ந்து கூறினார்:

"கொள்ளையனையும் பாதகனையும் எல்லாம் விட்டுடறாங்கல்ல?"

ஆற்றுமாலி அந்தோனி பல்லைக் கடித்துக் கொண்டு அலறினார்:

"டேய்! உன்னை நான் பார்த்துக்கறேன்டா...!"

மகன் தோம்மா கோஷம் போடறதைப் பார்த்துத்தான் தந்தை அந்தோனி இவ்வாறு ஆக்ரோஷித்தார்.

இவர்கள் வீடு புகுந்து தாக்கக் கூடும். பெண்கள் வீடுகளுக்குள்ளே சென்றனர். அந்த ஊர்வலததைப் பார்த்து நிற்கவேண்டாம்.

இதற்கு முன்னரும் புறவேலி வழியாக ஆர்ப்பாட்டங்கள் நடைபெற்றிருக்கின்றன. ஆனால் இன்றைய ஆர்ப்பாட்டத்தில் கலந்து கொள்கின்றவர்களுடைய நடை, உடை, பாவனை - அத்தனையும் மாறி யிருக்கிறது. பேய்-பிசாசுக்கள் பாதித்திருப்பதுபோல் அலறுகின்றனர்; அட்டகாசம் புரிகின்றனர்.

ஒளசேப்பு சொன்னார்:

"இந்தப் படையெடுப்பெல்லாம் நம்ப பையனை எதிர்த்துத்தானே?"

"பின் அல்லாமே என்ன?"

ஊர்வலத்தைப் பார்த்து நின்ற வட்டத்ர கிரிகரி சொன்னார்:

"நம்மைப் பார்த்தும் அவங்க என்ன திமிரோட போறாங்க, பார்த்தீங்களா?"

"இனிமே நாம்ப சொல்லறதைக் கேட்டு நடக்கவும் மாட்டாங்க."

"இந்த காங்கிரஸ்காரங்க இதைப் பார்த்து என்ன சொல்லப் போறாங்க?"

அந்த வினாவுக்கு யாரும் விடையளிக்கவில்லை. ஒளசேப்பு தொடர்ந்து வினவினார்:

"மூங்கில் ஈட்டியெடுத்துக்கிட்டு நடந்துக்கோ! சமாதானமா இருக்கணும்னு நினைக்கிறவங்க சண்டைக்காரங்களுக்கு வோட்டு செய்வாங்களா?"

"அதோ, போறாங்களே... அவங்கல்லாம் செய்வாங்க."

அந்தோணிக்கு அது ஒரு போர் - அறைகூவலாகத் தோன்றியது.

"அப்படீன்னா, பார்த்துக்க வேண்டியதுதான்."

"அப்படி ஒரு தீர்மானத்துக்கு வந்துதான் ஆகவேண்டும். முளையி லேயே கிள்ளியெறிய வேண்டியதுதான்."

"இந்த காங்கிரஸ்காரங்க என்ன சொல்லப் போறாங்கன்னு அறியணுமே..."

* ** *

தேர்தல் அரங்கம் நாள் செல்லச் செல்லச் சூடுபிடிக்கத் தொடங்கியது. இரு சாராரின் பொதுக் கூட்டங்கள் நடக்கின்றன. பிரசங்கம் புரியப் பெரும் தலைவர்கள் வந்து போகின்றனர். ஊழியர்களுக்கு மிகுந்த உற்சாகமாயிற்று. வாய்க்கால்கள் மற்றும் ஆறுகள் வழியாக காங்கிரஸ் கொடி வகிக்கின்ற படகுகள் ஓடுகின்றன. பணம் காங்கிரஸ் காரர்களிடமுண்டு. இடது சாரியினருக்கு ஒரே ஒரு சிறுபடகு தான் உள்ளது. காங்கிரஸின் சுவரொட்டிகள் கலையழகுடன் அச்சிடப் பட்டவையாகும். எதிர்வேட்பாளரது சுவரொட்டி வெறும் வெள்ளைக் காகிதத்தில் சிவப்புச் சாயத்தினால் வேட்பாளர் பெயரை மட்டும் குறிப்பிட்டிருந்தது.

சவுரியாரின் நிலை தெளிவாயிற்று. துப்பேக்குளத்திலிருந்து அவர் வெளிவருவதேயில்லை. யாருக்காகவும் செயல்படுவதில்லை. தாமஸே பன்முறை அவரை நேராக வந்து அணுகிப் பார்த்தார். சில தலைவர்கள் கூட அவரைக் களத்திலிறக்க முயன்று பார்த்தனர். பயனில்லை. அது ஓர் உறுதியான தீர்மானமாயிருந்தது. சவுரிக்கு எந்தப் புகாருமில்லை வருத்தமில்லை. அதிருப்தியில்லை. ஆத்திரமில்லை. அவர் இதை மட்டும் தான் சொல்கிறார்:

"சுதந்திரமடைந்தோம். அதுக்காக என்னாலானது அனைத்தையும் செய்திருக்கிறேன்."

நாட்டைப் புனரமைக்க உழைக்கவேண்டாமா?... அதற்கு சவுரியார் இல்லையாம்!

சொல்லத்தரமற்ற மாறுதல் சவுரியார் திடீரென்று இந்த ஒரே ஒரு நாளில் எப்படி இப்படிச் செயலற்றுப் போனார்? அந்த நெருப்புப் பொறி ஏன் இப்படிக் குளிர்ந்தது, வேட்பாளராக முடியாமற்போன சோர்வினாலெனச் சொல்லமுடியாது. எதிர்க்கட்சியில் சேர்ந்து இயங்குவதுமில்லை. ஆனால், தாமஸுக்காகச் செயலாற்ற வேண்டியவர்தான். சவுரி எங்கே? ஏன் அசையாமலிருக்கிறார்? இந்தக் கேள்வி அனைத்துப் பகுதிகளிலிருந்தும் எழுவதுண்டு. நேராக யாராலும் பதிலுரைக்க முடியவில்லை. அவரும் கூடவே இருந்திருக்கவேண்டும். செயல்பட ஊக்கமிருக்கும். ஒரு பிரத்தியேகமான ஜீவன் இயக்கத்திற்குக் கிடைத்திருக்கும்.

தும்பேக்குளத்து ஈயோன் மாமாதான் ஏமாற்றமடைந்தார். சவுரியார் நிலை கூட்டத்திலிருந்து விலகி நிற்பது போல்தான். சந்தேக மில்லை என்ன சச்சரவுகளிலிருந்தபோதிலும் ஆற்றுமாலியைச் சேர்ந்த ஒரு நபர்தான் வேட்பாளர். அனைத்தையும் மறந்து செயல்பட வேண்டிய நேரம் இது. எந்தக் காலத்திலும் இது ஒரு குறைபாடாகவே இருந்துவரும். வருத்தமாக இருக்கும். யாருக்கு வோட்டளிப்பதென்று யாரோ கேட்டாராம். அதற்கு சவுரியார் சொன்ன பதில், 'அது பற்றி யோசிக்கலே' என்றாகும். தூரத்திலிருக்கிற உறவினரை விடப் பக்கத்தி லிருக்கிற எதிராளிதான் மிகவும் உதவிகரமாக இருப்பான்.

குடும்ப விசயங்கள் எதையும் கவனிக்காமல் சவுரியார் இதுகாறும் போராட்டமென அயராமல் செயல்பட்டுக் கொண்டிருந்தார். இதனிடை யில் பல தடவை சிறை சென்றிருக்கிறார். தும்பேக் குளத்தினருக்கு எத்தனை பறை நிலமுண்டு என்பது கூட அவருக்குத் தெரியாது. தோட்டத்திற்குச் செல்வார். அங்கே ஒளிந்திருக்க முடியும். இப்போது எல்லாவற்றிலிருந்தும் விலகியவாறு இருக்கிற இந்த நிலை பரவாயில்லை. ஆயினும் ஈயோன் மாமாவுக்கு ஒரு பயம். சவுரி கம்யூனிஸ்டாகி விடுவாரோ? இப்படிப் பேசாமலிருந்து விட்டு ஒரு நாள் ஒரு பாய்ச்சலாக இருக்கும் அது. அது கம்யூனிஸத்தை நோக்கிச் சென்றால்? சவுரியால் அடங்கியிருக்க முடியாது.

* ** *

தேர்தல் என்பது அவ்வளவு இலேசான காரியமல்லவெனத் தோன்றியது. வாக்காளர் பட்டியலை எடுத்துப் பார்க்கும் போதுதான் அந்தப் பயம் ஏற்படுகிறது. ஒவ்வொருவரையும் தனித் தனியாக அணுகிப் பார்க்கிறபோது, சதானந்தனுக்கு 'எவன்தான் வாக்களிப்பான்?' என்று தோன்றிவிடும். எல்லா வாக்குகளும் காங்கிரசுக்கே! ஆனால் பட்டியலைப் பார்க்கும் போது எண்ணித் திட்டம் செய்யலாம். அந்த வாக்குப் பதிவு நிலையத்தின் எல்லைக்குட்பட்ட இடங்களில் இடதுசாரியினரின் வாக்குறுதி எனும் வலையில் விழுந்துவிடாதவர்களாய் யார் இருப்பார்கள்? ஏழைகளுக்காகத்தான் அவர்கள் போராடுகிறார்களாம்!

'கூலியை அதிகப்படுத்த வேண்டும்!' என்கிற கோஷத்தில் எந்தப் பறையன் அல்லது புலையன் மயங்காமலிருக்க மாட்டான்? குடியிருக்கிற நிலத்திலிருந்து வெளியேற்றுபவரைத் தடுப்பார்களாம். நிலஉடைமையின் உரிமை இல்லாதாகி விடுகிறது. இந்த ஊரைச் சேர்ந்த அனைவரும் தங்கள் தங்கள் பூமியிலேதான் குடியிருக்கிறார்களா? குடியிருக்கிற பூமி தங்கள் தங்களுக்குச் சொந்தமாவதென்றால் அது இலேசான காரியமா? அங்கிருந்து வெளியேறவேண்டாம். வெளியேற்றும் உரிமை இருக்கவேண்டாமா? இவ்வாறாகப் பல்வேறு விசயங்கள் பற்றி எதிர்க்

கட்சியினர் கூறுகின்றனர்.

பருத்திக்காட்டு ஒளசேப்பு சிறிது தயக்கமுடன் கிரிகரியிடம் சொன்னார்:

"இன்னைக்கு நான் ஒரு கம்யூனிஸ்டுப் பிரசங்கம் கேட்டேன்."

கிரிகரிக்கு கம்யூனிஸ்ட் பிரசங்கம் கேட்க இதுவரையிலும் வாய்ப்பு ஏற்படவில்லை என்று சொன்னார்.

"எல்லாவற்றையும் தலைகுப்புறக் கவிழ்க்கின்ற விசயங்களைப் பற்றித்தான் பேசுறாங்க. கூலியை அதிகப்படுத்துவது; நிலம்வெளியேற்றுதல கூடாது; மரியாதையாகப் பழகணும்; எந்தப் போக்கிரித்தனத்துக்கும் உரிமைவேணும் - அப்புறம் வழக்கமான பேச்சுக்களும்! தொழிலாளியை ஏமாற்றித்தான் எல்லோரும் நெல்லும் பணமும் சம்பாதிக்கிறாங்க... இப்படியே போகிறது அந்தப் பிரசங்கம். நான் சொல்ல வந்தது அது வல்ல."

"என்னவாம்?" என்றார் கிரிகரி.

"அது கொஞ்சம் பேசவேண்டிய விசயம்தான். எனக்கு மட்டுமல்ல; பலருக்கும் ஏற்பட்ட சந்தேகம்தான். கிரிகரி மாமன் கிட்டே கேட்டா அதோட உண்மை என்னன்னு தெரிஞ்சுக்கலாம்னு வந்தேன். கம்யூனிஸ்டுகள் சொல்லறதினால் அதில் வஞ்சணை இருக்கும்னு தோணுது."

கிரிகரி பொறுமையிழந்தார்.

"விசயமென்னன்னு தெளிவாச் சொல்லுங்க!"

ஒளசேப்பு விசயத்தைச் சுற்றிவளைத்துத்தான் பேச ஆர்வம் கொண்டிருக்கிறார்.

"நம்பகிட்டே நிலத்தைக் குத்தகைக்கு விட்டிருக்காங்களே... அவங்கள்லாம் குத்தகை பாக்கிக்காகவும், நம்மை எல்லாம் நிலத்திலேருந்து வெளியேற்றவும், நிலத்துக்குள்ளே வரக் கூடாதென்று தடையுத்திரவு போடவுமாக வழக்கைத் தொடுத்திருக்காங்கள்ல? அந்த மாதிரியான ஆறு வழக்குகளை எனக்கெதிராகத் தொடுத்திருக்காங்க."

"எனக்கெதிரா பத்து வழக்கு உண்டு."

"அப்போ அவங்க பேசறது - குத்தகையை ரத்து பண்ணுவோம்; ஜமீன்தாரி முறையை ஒழித்துக் கட்டுவோம்; விவசாயம் பண்ணுகிற விவசாயிக்குத்தான் நிலம் சொந்தம்-இப்படியெல்லாம் தான். நில உடமைக்குப் பிரதிப் பயனாய் எதையும் கொடுக்கவும் வேணாம். இதிலே ஒரு வஞ்சனையில்லையான்னுதான் நான் கேக்கறேன்."

கிரிகரி அதைப் பற்றி ஒன்றும் காரியார்த்தமாய் இப்போது யோசிப்பதில்லை.

"அது என்னவோ ஆகட்டும். அவங்க எதுவேணும்னாலும் பேசட்டும். நமக்கு இப்போ நம்ப ஆளு ஜயிக்கணும். அவங்க..."

ஔசேப்பு இடை மறித்துக் கூறினார்:

"அதுவல்ல மாமா; தும்பேக்குளத்து ஈயோன் அண்ணனும், பனைத்தரை நாணு பிள்ளை மாமனும், நானும் சேர்ந்து உட்கார்ந்துதான் அந்தப் பிரசங்கத்தைக் கேட்டோம். பிரசங்கம் முடிஞ்சப்போ தும்பேக்குளத்து ஈயோன் அண்ணன் சொல்றாரு: 'இவங்க சொல்றது நல்லாத்தான் இருக்கு. நமக்கு நன்மை பயக்கிற விசயம்தானே?"

"அவங்க விசயத்தைப் பற்றிப் பேசவேணாம். அவங்க கம்யூனிஸ்டுங்க. அந்த ஒரு குடும்பத்து வோட்டுக்கள் நமக்கு வேணாம்."

இன்னும் சொல்ல இருக்கிறார் ஔசேப்பு:

"நாராயண பிள்ளையண்ணன் மேலே எனக்குச் சந்தேகமாயிருந்தது. அவரோட அக்கா பையன் அந்த சுரேந்திரன் கூடவேதான். அவரு அப்படியே மாறிப்போனாரு. எங்க பையனைப் பார்க்கட்டும்னாரு. சிறுநிலத்தை இல்லாமே பண்ணறவங்களுக்கு உதவியளிக்கிறதா? குத்தகையுமில்லே.... நிலமும் இல்லே. நல்லாயிருக்குன்னாரு."

"அதெல்லாமிருக்கட்டும். இப்போ நம்ம வெற்றி பெறப் பாடு படுவோம்."

ஔசேப்பு இன்னொரு விசயம் பற்றிப் பேசவேண்டியிருந்தது.

"நம்ப வேலையாளுங்க நம்ப அனுமதியில்லாமே போறதுன்னா, அது நமக்கு அவமானமாக்கும். அவங்க எதிர்க்கட்சிக்காரங்களோட ஊர்வலத்துக்கும் கூட்டத்துக்கும்தான் போறாங்க. அவங்களை எப்படி நம்ப கட்டுப்பாட்டுக்குள்ளே கொண்டுவர்றதுன்னுதான் நான் யோசிக்கிறேன். எனக்குத் தூக்கம் வர்றதில்லே. எங்கே போனாலும் விவசாயீங்கள்லாம் இதைத் தான் கேக்கறாங்க. பொதுவா ஒரு வழி கண்டுபிடிக்கணும்."

ஔசேப்பு சொன்னார்:

"இந்தத் தேர்தல் முடிஞ்சப்பறம் இவங்களுக்கெல்லாம் ஒரு பாடம் கற்றுக் கொடுககணும் கிரிகரி மாமா!"

"பேசாதே! இப்போதைக்கு அதை எல்லாம் மனசிலே கூட வச்சுக்கப் படாது! ஔசேப்பு, இல்லாட்டாக் கூட ஒரு வாயாடிதான்."

"நாம்ப ரெண்டு பேரு மட்டும்தானே, இங்கே இருக்கோம்? அதனாலத்தான் சொன்னேன்."

"இந்த மரத்துக்குக் கூட கண்ணும் காதுமிருக்கு ஒளசேப்பு! நாம்ப மனசிலே காணறதக் கூட இன்னொருத்தன் பார்த்திடுவான். தேர்தல் காலம்னா அப்படிப்பட்டதாகும்."

117

பிடி எங்கேயோ இறுகி வருகிறது. முதலில் தோன்றிய உற்சாகம் குறைந்து வருகிறது. தொகுதி எங்கிலும் மந்தம் தென்படுகிறது. அதுதான் சதானந்தனின் தேர்தல் அலுவலகத்தில் ஏற்பட்ட அனுபவம். முற்காலத்திய அனுதாபிகள் ஒவ்வொருவராகப் பின்வாங்குவதாகத் தோன்றியது. ஊர்வலங்கள் போன்றவை நாள் செல்லச் செல்ல மெலிந்து வருகின்றன. பொதுக்கூட்டங்களில் மக்கள் பங்கெடுத்துக் கொள்வது குறைந்துகொண்டே வருகிறது.

ஆபத்துக்களைத் தாண்டிச் செல்வதற்காக முயல்வது உயிரினங்களின் இயல்பான குணாதிசயமாகும். மனிதன் விசயத்தில் சொல்லவா, வேண்டும்? அவனுடைய நிறுவனங்களுக்கும் அந்த உணர்வு உண்டு. அபாயத்திலும் அழிவின் விளிம்பிலும் அகப்படும்போது அதிலிருந்து தப்பித்துக்கொள்வதற்கான தந்திரம் தானாக உருவகமாகிறது. தற்காப்பு என்பது இயல்பாகவே ஏற்படுகிற நிகழ்வுதான். புதிய சக்திக்கு ஆவேச மிருக்கிறது. ஆனால் அதற்கும் தனதான குறைபாடுகள் உள்ளன.

சோதரு நேராக நின்றவாறு கூறினார்:

"தோழரு சொல்றதெல்லாம் உண்மைதான். ஆனாக் கூட நான் தம்பிரான் மூஞ்சியைப் பார்த்துக்கிட்டு எப்படிச் சொல்றது? அது என்னாலே முடியாத விசயம் தானுங்க."

என்ன பதில் சொல்லமுடியும்? அது ஒரு பலவீனம்தான். சோதரு புலையனுக்குப் பேசப் பல விசயங்கள் உள்ளன. தலைமுறையாக அவர் தம்பிரானுக்கு அடிமையாக இருந்து வருகிறார். பழைய முறையிலான அடிமையல்லவென்று வைத்துக் கொள்ளுங்கள்! பழைய அடிமையைத் தம்பிரானால் கொல்லமுடியும். இன்று அந்த முறை மாறிவிட்டது. எதுவாகிலும் தம்பிரானுடன் இருந்து வருகிற உறவு பல தலைமுறைகளாய்த் தொடர்ந்து வருகிறது. அதை எப்படி அறுத்தெறிவது? நினைக்க வேண்டியிருக்கிறது; சொல்ல வேண்டியிருக்கிறது. சோதரு சொன்னார்:

"நிலத்திலே விளையறதிலே ஒரு பங்கு அல்லவா, வேலையாளுக்குத் தந்துக்கிட்டிருந்தாங்க? உற்பத்தியாகிற நெல்லின் அளவைப் பொறுத்து

வேலையாளுக்குக் கிடைச்சிடும். அப்போ என்னன்னா, வயலிலே உற்பத்தியாகிற நெல்லின் ஒரு பங்கு வேலையாளுக்கு. வேலையாளும் வயலில் உற்பத்தியாகிற தானியத்துக்கு உரிமையாளராயிடறாரு."

அதைச் சற்று ஆற அமர யோசிக்கவேண்டியதுதான். சோதரு கனவில் போன்று சொன்னார்:

"தம்பிரானும் அடியேனும் சேர்ந்து மனிசனுக்குச் சாப்பிட நெல்லை உற்பத்தி பண்ணினோம்."

அது மிகவும் பழையதொரு பொருளாதார விஞ்ஞானமாக இருந்தது. அந்த விஞ்ஞானத்தின் வழியாகச் சமூகங்கள் பல உருவாகியிருக்கின்றன. சோதரு அந்தக் கனவிலேயே மூழ்கியவாறு கூறினார்:

"அன்னைக்கு அடியேன் குடும்பம் தம்பிரான் குடும்பத்தைச் சேர்ந்ததாக இருந்தது. பொண்ணைக் கொடுப்பது, பொண்ணை இட்டாந்துடறது, பிரசவம், மரணம் - எல்லாம் தம்பிரான் குடும்பத்துக் காரியமாத்தான் நடந்துக்கிட்டிருந்தது." சோதரு தொடர்ந்து கூறினார்.

"அடியேன் செத்தேன்னா தம்பிரான் அழுவாரு." அந்தக் கனவிலேயே மூழ்கியவாறு அவர் மேலும் பலவற்றைச் சொன்னார்: எல்லாமே பழங்கால ஜமீன்தாரி முறையின் பரந்த உள்ளத்தைப் பற்றிய கதைகளாக இருந்தன. மனித உறவின் உயரிய குணாதிசயங்களை வெளிப்படுத்துகின்ற கதைகள். ஜமீன்தாரி முறைக்கு அப்படியும் சில குணாதிசயங்கள் இருந்திருக்கின்றன. அடக்குமுறை மற்றும் சுரண்டுதலின் குணாதிசயங்களுடனேயே அந்த நல்ல குணாதிசயங்கள் தற்காப்பின் கவசங்களாக மாறின; அழிவைக் கடந்துசெல்வதற்கான உபாயங்களாகிவிட்டன.

சோதரு தொடர்ந்து பேசினார்:

"தம்பிரான் இல்லாத அடியாளன் ஊரும் உடையோரும் இல்லாத வனாகும். அவிழ்த்துவிட்ட காளைக் கண்ணுபோலத்தான். கேட்கவோ சொல்லவோ யாருமிருக்காது. அவன் செத்துப்போயிட்டா யாருக்குத்தான் நஷ்டம்? இட்டியேப்பன் போல, அல்ல திருவஞ்சன் போல! அவன்தான் எதுக்குப் பொறந்தான்? அடியாளரல்லாதவன் மிருகமாகும்."

சோதரு பேசிப் பேசி இந்தக் காலத்திற்கு வந்துவிட்டார்:

"நீங்க சொல்லறதெல்லாம் சரிதான். அந்தத் தம்பிறாக்கள் எல்லாம் போயிட்டாங்க. அந்தக் காலமும் போச்சு. அன்னைக்குக் கூட கொடூர நெஞ்சம் கொண்ட தம்பிறாக்களுமிருந்திருக்காங்க. உதைச்சே கொன்னிடுவாங்க. காயலிலே கட்டிப் போட்டு மூழ்கடிச்சுக் கொன்னிடுவாங்க. ஆனா எல்லாரும் அப்படியிருக்கலே. இன்னைக்குத் தம்பிறாக்கள்னா பேராசை

கொண்டவங்களாகும். நெல்லுக்கு விலையேறினப்போ கூலியா நெல்லு தரமாட்டாங்க. அப்போ கூலி வந்து பணமாக கொடுத்திடறாங்க. மனம் கடோரமாயிட்டது. அந்தக் காலத்தில் நெல்லை உற்பத்தி பண்ணினது மனிசனுக்குத் தின்கறதுக்குன்னிருந்தா, இன்னைக்கு லாபத்துக்காகத்தான். அந்தக் காலத்திலே விவசாயம் செழிப்பாயிருந்தா இன்னும் அதிகப்படியா நெல்லு உற்பத்தி செய்ய நிலத்தைப் பண்படுத்திடுவாங்க. இந்தப் பூமியிலே பொறந்தவங்கள்லாம் சாப்பிட வேணாமா? இப்போ வியாபாரத்துக்குத்தான் நெல்லு. அப்போ என்னன்னா நீங்க சொல்லுறது சரிதான். ஆனா ஏட்டிலே எழுதப்பட்ட அடியாளராலே தம்பிரான் முகத்தைப் பார்த்துப் பேசமுடியாது."

ஓர் உண்மையைச் சரியாகவே பேசுகிறார். பறையனும் புலையனு மெல்லாம் ஒன்றும் தெரியாதவர்கள் அல்ல. அவனுக்குச் சில தருமநீதிகளும் நடந்துகொள்ளும் முறைகளும் உண்டு. அது பரம்பரையாக வந்ததுதான். எனவே எண்ணற்ற சங்கிலிகளை உடைத்தெறிய வேண்டியிருக்கிறது. இளைஞர்கள் முன்னுக்கு வரத் துடிப்பதனால் மட்டும் போதாது. பெண்கள் ரவிக்கையணிந்தனர். தலைமுடியில் எண்ணெய் மயமுண்டு. வகுத்துப் போட்டுக் கட்டிவைக்கின்றனர். இளைஞர்கள் சட்டை அல்லது பனியன் தரித்தனர். அதனால் ஆகிவிட்டதா? எண்ணற்ற சங்கிலிகள் உள்ளன எனத் தெரியும். அவற்றை உடைத்தெறிவதற்கான முயற்சி நடைபெறுகிறது. உடைவதில்லை. என்ன செய்வது?

பயம். எப்படித் தம்பிரானை விரோதம் பண்ணிக் கொள்வது? தம்பிரான் ஒரு விசயத்தைச் சொன்னார். அது தம்பிரான் யோசித்துச் சொல்கிற விசயம். ஆக்கினைதான். அதைப் புறக்கணிப்பதா? அதன் விளைவு என்னவாக இருக்கும்?

தலைமுறைகளாய், நூற்றாண்டுகளாய் ஏற்பட்டிருக்கிற ஒரு சுபாவம்தான் அது. சொன்ன சொல்லைக் கேட்டு நடப்பது; கேள்வி யெழுப்பாமலிருப்பது; தலைவனாயிருப்பவனை நம்புவது; சுதந்திர புருஷன் அன்று; இன்னொருவன் பாதுகாப்பில் தான். பாதுகாப்பு, சொன்னபடி நடப்பதிலிருந்துதான் ஏற்படுகிறது. சுயேச்சையாக நடப்பது பெரிய தவறு. 'ஸூக்த'ங்கள்தான் இவை அனைத்தும். பிரத்தியேகமானதொரு வேதத்தி லிருக்கின்ற 'ஸூக்த'ங்கள்!

தம்பிரான் கோபித்துவிட்டால் எப்படி உயிர் வாழமுடியும்? அப்புறம் வேலையிருக்காது. கூலி கிடைக்காது. சுருண்டு படுக்க இடமிருக்காது. சில ஆட்கள் புத்தாண்டு தினத்தன்று அம்பலப்புழைக் கோவிலுக்குச் சென்று வழிபட்டு வந்ததன் அனுபவம் பயங்கரமானது. எத்தனை குடிசைகள் அன்றைய தினம் ஆற்றில் மிதந்துபோயின! குஞ் சாதியின் தாயார் இறந்து போனபோது சவஅடக்கம் செய்ய இடம்

கொடுக்கப்படாததால், அங்கே, குரிக்காட்டில் அம்மைநோயினால் சாகின்றவர்களைப் புதைக்கிற இடத்தில்தான் அவள் சலடம் புதைக்கப் பட்டது. இனிமேல் நாள் தவறாமல் வேலைக்கு வருவோமென்று ஒப்புக் கொண்டனர். நெல்லாகக் கொடுக்கிற கூலியில் மூன்றில் ஒரு பங்கினைக் குறைத்தனர். அன்று பருத்திக் காட்டுப் பெரிய தம்பிரான் கேட்டார்:

"டேய், நீங்கள்லாம் இப்போ கோவிலுக்குப் போய் மேல்ஜாதியாகி விட்டீங்கள்ல? இனிமே உங்களுக்கு ஞாயிற்றுக் கிழமை, பெரும்நாள்னு சொல்லுறதெல்லாம் இருக்கா? ஆகவே எல்லா ஞாயிற்றுக் கிழமைகளிலும் வேலை செய்யலாமில்ல?"

அதையும் ஒப்புக்கொண்டனர். ஒரு வருடம் வரையிலும் மிகவும் கஷ்டமாக இருந்தது. இருள் சூழ்ந்த பின்னரும் நீருக்கடியில் சென்று சகதிக் கட்டைகளைக் குத்தித் தோண்டியெடுத்துக் கொண்டு வரவேண்டும். மழையோ பனியோ பார்க்கக் கூடாது. நோய் வந்தால் கூடக் குடிசையில் படுத்துக் கொள்ளக் கூடாது. வழக்கமான கூலியில் வெட்டு வரும். மூச்சு விடக் கூடாது. ஆற்றுமாலியிலுள்ள அனைத்துக் குடும்பங்களும் இந்த ஒரு வருடத்திற்குள்ளே வீடுகளைக் கட்டியெழுப்பியிருக்கின்றன. தங்கள் தங்கள் வசதிக்கேற்ப தென்னங்கன்றுகளை நட்டனர். அம்பலப்புழை புத்தாண்டு தின வழிபாட்டினால் கிடைத்த சலுகைகள்தான் இவை.

இந்தத் தேர்தலும் ஒரு கட்டம்தான். புத்தாண்டு தினத்தைவிடவும் முக்கியத்துவம் வாய்ந்த ஒரு கட்டம். எதிர்த்து நின்றால் விளைவு என்னவாக இருக்கும்? எதிர்ப்பது அல்ல; சொன்னபடி நடந்து கொள்ளாம லிருப்பது. அரசு அனுமதித்துத் தந்திருக்கிற சலுகைதான். சுயேச்சையாய் நாம் விரும்பும் நபருக்கு வோட்டளிப்பது. ஆனால் அப்படிச் செய்ய முடியுமா?

இந்தத் தடவை குடிசைகள் ஆற்றில் மிதந்து சென்றால்? இன்னோரிடத்தில் ஒரு குடிசை அமைப்பது சாத்தியப்படாது. யாருமே இடத்தைத் தரமாட்டார்கள். பூமி பரந்து கிடக்கிறது. எல்லா மனிதர்களும் இந்த மண்ணில் தான் பிறந்து விழுந்திருக்கின்றனர். வேறு எங்கேயோ பிறந்து, ஒரு துர்தேவதை அல்லது ஒரு பறவை தூக்கி யெடுத்துக் கொண்டுவந்து போட்டது அல்ல. ஆயினும் படுக்க இடமெங்கே?

இந்தக் கேள்வி கேட்கலாம்.

பதில் இல்லை.

* ** *

தேர்தல் பிரச்சாரப் படகுகள் அங்குமிங்கும் சீறிப் பாய்ந்து செல்கின்றன. எங்கேதான் அவை செல்கின்றன? எங்குமே மூவண்ணக் கெடிகள். செங்கொடிகளுக்கும் குறைவு இல்லை. இரவில் எங்கிருந்தோ எல்லாம் கோஷங்கள் முழங்கி வருகின்றன. பரந்து கிடக்கின்ற வயல்களின் தொலைதூரத்திலுள்ள புறவேலிகளிலும், வீட்டுவளாகங்களிலுள்ள சர்ப்பக்கோவில்களின் மறைவிடத்திலும் நூற்றுக்கணக்கான குரல்கள் எழுப்புகின்றன. பகலில் நிசப்தநிலையேதான். வயலில் உழைக்கின்ற பெண்கள் நாற்றுப் பாடலைக் கூடப் பாடுவதில்லை. பரஸ்பரம் பேசுவதில்லை. 'விவசாயி' வரப்பிலே நிற்கிறார். நாவிலிருந்து ஓர் ஓசை வெளியே வந்தால், அது இன்னோர் ஓசையாகத் தான் அவர் காதில் சென்றுவிழும். அதனாலே பேசவே வேண்டாம். நாற்பது ஐம்பது பெண்கள் சேர்ந்தாற்போல் நின்றவாறு நாற்றை நடுகின்றனர். விவசாயி கூவியழைத்துக் கேட்டார்:

"ஏ பொண்டுகளா, உங்களுக்குப் பாடக் கூடாதா?"

பாடியவாறு பணிசெய்தால் வேலை சீக்கிரமாக முன்னேறும். இந்த ஆண்டில் அவர்கள் பாடுவதில்லை. புதிய பாடல்கள் பலவற்றையும் அவர்கள் பாடியிருக்கிறார்கள். பெண்களின் நாக்கு வரண்டு போயிற்றா?

இரவு நேரம் கெட்ட நேரத்தில் எங்கிருந்தெல்லாமோ அரவங்கள் முழங்கி வருவதைக் கண்டுபிடிக்க வேண்டுமென்று காங்கிரஸ் ஊழியர்கள் தீர்மானித்தனர். இன்று கோஷங்கள் கிளம்புமிடத்தில் நாளைக்கு அது இருக்காது. நாளை மறுநாள் இன்னோரிடத்திலிருந்து கிளம்பி வருவதைக் கேட்கலாம். இதற்குத் தலைமை தாங்குகிறவர்கள் யார் யார்? இது ஒருவிதமான ஆர்ப்பாட்டம்தான். குள்ளநரிகள் இரவில் ஊளையிட்டு தொந்திரவு செய்வதில்லையா? ஒருபோது ஓரிடத்தில். இன்னொரு சமயத்தில் இன்னோரிடத்தில்! இது வந்து அவ்வளவு இலேசான முறையில் தள்ளிவிடக் கூடாது. இது நாளைய தினம் உருவகமாக இருக்கிற அறைகூவல்தான். நாளை நேரடியாகவே தோன்றுவார்கள். முளையிலேயே கிள்ளியெறிய வேண்டியதுதான்.

சர்ப்பக் கோவிலின் மறைவில் காத்து நின்றனர். அன்று இன்னோரிடத்திலிருந்துதான் முழங்கிக் கேட்டது. படகுகள் வயல்களைச் சுற்றி ஓடின. அங்கே எங்குமே மானுமில்லை; மனிதனுமில்லை. ஆனால் அங்கிருந்து கூட ஓர் அலறுதல் உயர்ந்தது.

கோஷங்கள்தான். ஆத்திரமூட்டும் கோஷங்கள்! மணிமாளிகைகளில் அவர்கள் வசிப்பார்களாம்! யாரடா, அவன்?

புலையர் மற்றும் பறையர் சேரிகளில் ஆட்கள் காவல்புரிந்தனர். யாருமே வெளிக் கிளம்பி போவதில்லை. அப்புறம் இது எவ்வாறு நடை பெறுகிறது?

புலையக்காட்டிலுள்ள மாடனும், மறுதாவும் வேதாளமுமாக இருக்கலாம். அந்தச் சாமிகளுக்கு புதிய சக்தி ஏற்பட்டிருக்கலாம். அவர்கள் உருவமற்றவர்கள். காணப்பட முடியாதவர்கள். அல்லது நூற்றாண்டுகளாய் இறந்து மண்ணாகிவிட்ட பல நூறு புலையர்களும் பறையர்களும் குழியிலிருந்து உணர்ந்து எழுந்து ஒன்று சேர்ந்து இன்றைய கோஷங்களை உச்சரிக்கின்றார்களோ? இன்றைய கோஷங்களா? ஆம்!

அவர்கள் மனிதர்களாக இருந்தார்களா? அவர்களுக்கு ஆத்மா இருந்ததா?

என்னவோ? அறியப்படாத ஒரு வாழ்க்கை வியாபாரம் போல் தோன்றியது.

* ** *

நான்கு குடிசைகளில் ஆளில்லை. அந்தக் குடிசைகள் யார் யாருடையது? பறையன் கேளன், கோரன், திருவன் மற்றும் அடிமை-ஆகியோரின் குடிசைகள். கதவை இழுத்துக் கட்டிப் போட்டுவிட்டுப் போயிருக்கின்றனர்.

வாக்காளர் பட்டியலை எடுத்துப் பார்த்தனர். அந்த நான்கு குடிசைகளில் மொத்தம் பதினெட்டு வோட்டுக்கள் உள்ளன. அவ்வளவு தானே? ஆனால் விசயம் அதுவல்ல; அவர்கள் எங்கு போனார்கள்? எதற்காக? தகவல் தரவில்லை. கேளனும், அடிமையும் வட்டத்ர பணியாட்கள். கோரனும், திருவனும் ஆற்றுத் துறையாரின் வேலையாட்கள்.

இருக்கட்டும்; தேர்தல் முடியட்டும்! அவர்கள் எங்கு போனார்க ளென்று யாருக்கும் தெரியாது. காலையில் குடிசைகளில் ஆட்கள் இருந்தனர். அவர்கள் எப்படிக் காணாமல் போய்விட்டனர்? பறந்து போயினரோ?

ஆற்றுமாலியைச் சேர்ந்த அனைத்துக் குடும்பங்களும் இரவில் தூங்கவில்லை. நான்கைந்து பெட்ரோமாக்ஸ் விளக்குகள் ஜொலித்துக் கொண்டிருந்தன. ஒவ்வொரு வீட்டிலும் விருந்து சாப்பாட்டைத் தயாரிக்கின்றனர். ஒரு விழாவின் தோற்றம்தான். ஆவிப் படகுகள் ஆட்களை ஏற்றி வருவதும் இறக்கிவிடுவதுமாக இருந்தன.

கீழ்த் திசை சிவந்துவிட்டது. வழக்கத்தைவிடக் கூடுதலாகச் செவ்வொளி கிழக்குவானத்தில் பரவியிருந்தது. சிறிது நேரத்திற்குப்

பின் சற்று இருள்மயமாகிவிட்டது. கீழ்த் திசையின் முகம் சிறிது வீங்கி யிருந்ததோ?

வறுவல்- பொரியல் மணம் அந்தப் புலர்வேளையைச் சூழ்ந்திருந்தது. இறைச்சிக் கறியுண்டு. ஆப்பமுண்டு. புத்தாடைகள் அணிந்து வயிறு நிறையக் காப்பி-பலகாரம் சாப்பிட்டு தம்பிறாக்களின் வேலையாட்கள் வரிசையாகச் சென்று படகுகளில் ஏறிக் கொண்டனர்.

மணி எட்டு. வாக்குச் சாவடியில் நீண்ட மக்கள் வரிசை காணப் பட்டது. விவசாயத் தொழிலாளரின் வரிசை.

எல்லாம்- பொரியல் மணம் அந்தப் புலர்வேளையைச் சூழ்ந்திருந்தது. இறைச்சிக் கறியுண்டு. ஆப்பமுண்டு. புத்தாடைகள் அணிந்து வயிறு நிறையக் காப்பி-பலகாரம் சாப்பிட்டு தம்பிறாக்களின் வேலையாட்கள் வரிசையாகச் சென்று படகுகளில் ஏறிக் கொண்டனர்.

மணிஎட்டு. வாக்குச் சாவடியில் நீண்ட மக்கள் வரிசை காணப் பட்டது. விவசாயத் தொழிலாளரின் வரிசை.

எல்லாம் பகிரங்க வோட்டுக்கள்தான். எழுத்தறிவில்லை. கண் பார்வையில்லை. கை நடுங்குகிறது.

“‘யாருக்கு வாக்களிக்கணும்?” கேள்வி.

“தாமஸுக்கு!” பதில்.

முன்னால் வட்டத்ர சின்னத் தம்பிரான் உட்கார்ந்திருக்கிறார் அவர் பொல்லாதவர். பார்த்தால் ஒரு பயம் வந்துவிடும். கிழக்கே மலைத் தோட்டத்திலிருந்தார். வேலையாட்களான தமிழர்கள் அவரைப் பார்த்தால் பயப்படுவார்கள். நடுங்கியவாறு அங்கேயே சிறுநீர் கழிப்பார்கள். சிலரைக் கொன்று காட்டுக்குள்ளே வீசியெறிந்திருப்பதாகச் சொல்லப்படுகிறது. வட்டத்ரத் தோட்டத்து வேலையாட்கள் அசைய மாட்டார்கள். வட்டத்ர சின்னத் தம்பிரான் இருக்கிறபோது எப்படி வேறு பெயர் சொல்வது? சொல்லமுடியாது. நா அசையாது. எதையும் செய்யத் துணிந்தவர்; வட்டத்ர ஃபிலி-பப்போஸ்தான் தாமஸின் தேர்தல் ஏஜெண்டு.

அந்தப் பக்கத்தில் இன்னொருவர் உட்கார்ந்திருக்கிறார். சதானந்தனின் ஏஜெண்டு. வேறு யாருமில்லை-சுரேந்திரன். பேசாமல் மௌனியாக முகவாட்டமுடன் காணப்படுகிறான். ஒவ்வொருவராக வந்து கிளிப் பிள்ளை போன்று ‘தாமஸ்’ என்று சொல்வதைக் கேட்டுக் கொண்டிருந்தான். எல்லோரையும் அவனுக்குத்

தெரியும். அது மட்டுமின்றி அவர்களில் ஒருவனாக வாழ்ந்து வருகிறவன். அவனிடமிருந்து அனைவரும் உதவிபெற்றிருக்கின்றனர். அன்றாடம் அவர்கள் குடிசைகளுக்குச் செல்வதுண்டு. வாழ்க்கையை அவர்களுக்காக அர்ப்பணித்திருக்கிறவன். எல்லாம் வீணாகிப் போய்விட்டதா? வெளிறியமர்ந்திருக்கிற சுரேந்திரன் ஒவ்வொருவரும் வரும்போது அவர்களைப் பார்ப்பான். அவர்கள் அவனைக் கண்டதாகக் காட்டிக் கொள்வதில்லையா? இனிமேல் சந்திக்கிறபோது, "அங்கே இருந்திருக்கீங்களா? நான் பார்க்கலே." என்று அவர்கள் சொல்லக் கூடும். சும்மா ஒரு பேச்சுக்குத்தான். தாமஸின் பெயரை உரக்கச் சொல்லித் திரும்பும்போது சிலர் அவனை ஒருமுறை பார்ப்பார்கள். எதையோ சொல்ல விரும்புகின்றவர்கள்போல் தோன்றும். பின்னாலேயே சென்று பேசினாலென்ன? அவன் யோசிப்பான்.

சொன்னதும் கற்றுக் கொண்டதுமெல்லாம் நீரில் கிழித்த கோடு ஆகிவிட்டதா? எதையும் அறியவில்லை; படிக்கவில்லை. எல்லாம் ஒரு கனவு போல் தோன்றுகிறது. பி. கிருஷ்ணபிள்ளைக்குத் தவறு நேர்ந்துவிட்டதா? இத்தகையதொரு நிலைமை குறித்து தோழர் சொல்லி யிருக்கிறாரா?

எல்லாம் வீணாகிவிட்டதென்ற உணர்வு சுரேந்திரனை ஆட் கொண்டிருக்கிறது. வாழ்க்கையில் சில வருடங்கள் இல்லாதாகிவிட்டன.

பாப்பா வருகிறாள். அவன் நெஞ்சம் துடித்தது. அது பிளந்து விடுமாவெனப் பயந்தான். நிர்ணயிக்கப் படும்படியான முகூர்த்தம் நெருங்குகிறது. அறிய வேண்டியதை அறியப்போகிறான். அதைக் கூட அறிந்து கொண்டால் பூர்த்தியாகிவிட்டது.

அத்தகைய ஒருவன் அங்கிருப்பதாகக் கூட பாப்பா கவனிக்கவில்லை. அந்த இதழ்களிலிருந்து 'தாமஸ்' என்கிற சொல் வெளிவரும். அதற்காக அந்த இதழ்கள் சாதகம் செய்திருக்கின்றன.

பாப்பா குறிப்பைக் கொடுத்தாள். தேர்தல் அதிகாரி பெயரை உச்சரித்தார். ஆளைப் பற்றி இருதரப்பினருக்கிடையிலும் சர்ச்சை இல்லை. வாக்குச் சீட்டு கொடுக்கப்பட்டது. பாப்பா சொன்னாள்:

"எனக்குப் படிக்கத் தெரியாது."

"யாருக்கு வோட்டுப் போடறே?"

குண்டு வெடிப்பது போன்ற குரலில்,

"சதானந்தன்!" என்றாள்.

ஃபிலிப்போஸ் நடுங்கிவிட்டார். அந்தக் கட்டடமே குலுங்கியது. அதிகாரிகள் அசந்துபோயினர்.

"சதானந்தன்!" என்றாள் இன்னொரு முறை கூட.

அடுத்ததாக ஒருவர் வாக்களிக்க வந்த போது கூட அங்கிருந்தவர்களுக் கேற்பட்ட அந்த நடுக்கம் நிற்கவில்லை.

சுரேந்திரன் மூச்சு ஒழுங்காயிற்று.

அங்கே முதன்முதலாக சதானந்தனுக்குக் கிடைத்த வோட்டாகும் அது.

துறையில் கிடந்திருந்த படகுகளெல்லாம் சுயமாகச் சஞ்சரிக்கத் தொடங்கின.

மறுபடியும் எட்டு பேர்கள் சதானந்தன் பெயரைச் சொன்னார்கள். திருவன், கேளன் ஆகியோரும் அப்படியே செய்தனர். ஒவ்வொரு முறையும் அந்தப் பெயர் கேட்கும்போது பின்னால் வருகின்றவர்களும் அந்தப் பெயரைச் சொல்வார்கள் என்று பயந்தனர். ஒரு முடியிழை நுழைவதற்கான துவாரம் போதும் ஓர் அணையினையே தகர்த்திட!

* ** *

திருவனும் குடும்பமும் தென்குரிக் காட்டுக்குச் சென்றனர். அவன் குடிசைக்கு தீ கொளுத்தப்பட்டது. குரிக்காடு இன்று ஒவ்வொருவருக்குச் சொந்தமாயிற்று. கல் போட்டு எல்லையைப் பண்ணி அதற்குள்ளே குப்பை கூளங்களைக் களைந்தெறிந்து அங்கே நெல் சாகுபடி நடந்திருக்கிறது. வேறு சில இடங்களைச் சும்மா போட்டிருக்கிறார்கள். ஆனால், அவற்றிற்குச் சொந்தக்காரர்கள் இருக்கிறார்கள். ஒரு குடிசை கட்டக் கூட இடமில்லை. எங்கும் உடமையிலுள்ள நிலம்தான்.

திருவன் குரிக்காட்டின் ஒரு பகுதியில் நின்றவாறு கூவியழைத்துக் கேட்டார்:

"அடியேன் எங்கு படுத்துக்கணும்?"

அந்தக் கேள்வி எல்லாயிடத்திலும் எதிரொலித்தது. இட்டியேப்பனுடைய மகனும், கல்வி கற்கச் சென்றவனுமான திருவன் மகன்தான் திருவன். அவனும், மனைவியும், இரண்டு குழந்தைகளும் சேர்ந்த குடும்பம். தேர்தல் முடிந்துபோனபோது ஆற்றுத் துறையார்களும் சங்கமும் சேர்ந்து அவன் குடிசையைச் சுட்டுச் சாம்பலாக்கினர். திருவன் திரும்பி வந்தபோது அந்தச் சாம்பலைத்தான் கண்டான்.

அவன் ஏன், கரிசலுக்குப் போனான்? அவனுக்கே தெரியாது. ஆனால், அங்கே சென்றபோதுதான் அந்தக் கேள்வியை அவன் உலகத்தின் முன்னால் எழுப்பினான்.

“நான் எங்கே குடியிருக்கணும்?”

பதிலளிக்க வேண்டியது பூமிதேவிதானா? கடவுளா? திருவன் யாரிடம் தான் கேட்டான்? அவனைப் படைத்தது கடவுள்தான். தெய்வத்தைப் பார்த்துத் தான் கேட்டிருக்கவேண்டும். படித்ததும், படிக்க வைத்ததும் தெய்வத்திடம் புகார் சொல்லத்தான். தெய்வம் இதைக் கேட்குமா? தெய்வம் எங்கிருந்தாலும் அவன் குரல் அவர் காதில் விழுந்திருக்கக் கூடும். ஏனென்றால் திருவனின் தொண்டை மிகப் பெரியது.

மூன்றாவது முறை கூவியழைத்துக் கேட்டபோது திருவன் மகன் மாணிக்கமும் சேர்ந்து கொண்டான்.

“நாங்க எங்கே படுத்துக்கணும்?”

அவன் கைமுட்டியைச் சுருட்டி உயர்த்தியவாறுதான் கேட்டான். தேர்தல் ஊர்வலங்களில் அவன் அதைக் கண்டிருக்கிறான்.

கேளன் குடிசையை அப்படியே நெருப்பு வைக்கவில்லை. அடித்து நொறுக்கி இன்னோர் இடத்திற்கு இழுத்துப் போட்டுக் குவித்துச் சுட்டுச் சாம்பலாக்கினர். கேளனும் குடும்பத்தினரும் நெடுமுடிக்குப் போயிருந்தனர். அவன் அங்கிருந்துதான் மணம் புரிந்திருக்கிறான். அவன் நெடுமுடியில் சென்று அங்கே மக்கள் யாரும் இல்லாத ஓர் இடத்தில் நின்று அப்படிக் கூவியழைத்துச் சொல்லியிருக்கக் கூடும்.

“நாங்க எங்கே படுத்துக்கணும்?”

அடிமை ஊரிலேயே ஓர் உறவினன் வீட்டுக்குச் சென்றான். அவர்களுக்குப் பணமுண்டு. தும்பேக்குளத்தினர் வந்து அவர்கள் வீட்டையும் கொளுத்தினால்? அவர்கள் விசுவாசபூர்வமாய் தாமஸுக்கு வாக்களித்தவர்கள்தான். வாவாப் புலையன் சொன்னான்:

“உப்பைச் சேர்த்துக்கிட்டுத் தான் அவங்களோட காப்பி-பலகாரங்கள நாம்ப சாப்பிட்டிருக்கோம்.”

அதுமட்டுமல்ல. அடிமைக்குத் தங்கியிருக்க இடம் கொடுத்ததே தவறு. அங்கே தங்களுக்குப் பிடிக்காத ஒரு நபரைத் தங்கவைத்திருப்தை அவர்கள் நிச்சயமாக விரும்பமாட்டார்கள். வாவாப் புலையனையே குடியிறக்கினாலும் இறக்கி விடுவார்கள்.

அடிமைக்கு அது நன்கு தெரியும். அவனுக்கு ஓர் உபாயம் தோன்றியது.

"ஒரு வேலையா ஒரு பக்கம் போகவேண்டியிருந்ததனாலே அன்னைக்கு அங்கே நான் இருக்கலே. இருந்திருந்தா தாமஸ் தம்பிரானுக்குத்தான் ஓட்டுப் போட்டிருப்போம். அப்படிச் சொன்னா தணிஞ்சிடுவாங்க."

சோதித்துப் பார்ப்போம். ஆனால் ஆகட்டும். ஆனால் வாவாப் புலையன் ஒரு ஒரு விசயத்தை அறுதியிட்டுக் கூறிவிட்டான்.

"அடிமையை வீட்டை விட்டு வெளியேற்றிடணும்னு தம்பிறாக்கள் வந்து சொன்னா, நீ வெளியேறித்தானாகணும். அதுக்குச் சம்மதம்னா, இந்தக் குடிசையிலே ஒரு மூலையிலே படுத்துக்கோ!"

கோந்நோத்துக் குடும்பத்துக்குச் சொந்தமான, ஆற்றங்கரையிலுள்ள ஒரு துண்டு நிலத்தில்தான் கோரன் தங்கியிருக்கிறான். அந்தத் துண்டு நிலம் யார் பங்கில் சேர்ந்ததென்று தெரியாது. கோந்நோத்துக் குடும்பத்தின் மண்ணில் தான் தாங்கள் குடியிருந்து வருகிறோமென்கிற பெருமை கோரனுக்கு இருந்து வருகிறது. எவனாவது 'நஸ்ராணி'யுடைய நிலத்தில் தங்குகிறவன் அல்ல. கோரனுடைய குடிசையைத் தகர்த்தெறிந்தனர். ஆனால் அந்தப் பொருட்களைக் கொண்டு அவன் இன்னொரு குடிசையைக் கட்டினான். வேய்ந்திட, மறைத்திடத் தென்னம் கீத்து கிடையாது. ஆயினும் மேலே கூரையுடைய ஓர் இடத்தில் அவனுக்குப் படுத்துத் தூக்கலாம். மல்லாந்து படுத்திருக்கிறபோது வானத்தையும் பார்க்க முடியும்.

அந்தத் துண்டு நிலம் கோந்நோத்துக் குடும்பத்தில் யாருக்குச் சொந்தம் என்று தேடிவருகின்றனர். அதன் சொந்தக்காரன் அல்லது சொந்தக்காரி எங்கேயோ கூலிவேலை செய்து வருகின்றனர். தேடிப் பிடித்துவிட்டால் அவர்களுக்கு ஏதோ கொஞ்சம் கையிலே வைத்துக் கொடுத்தால் போதும். அவர்கள் யாருக்கு வேண்டுமானாலும் எழுதிக் கொடுத்து விடுவார்கள். ஆற்றுமாலியைச் சேர்ந்த முதலாளிகள் அதைச் செய்வார்கள்.

சோதரு குடிசையிருக்கிற இடம் தேவஸ்தானத்திற்குச் சொந்தமானது. பலர் அதைச் சுற்றி நின்று சோதருவையும் குடும்பத்தினரையும் பயமுறுத்தினர்- பாப்பாவைக் கொன்று விடுவார்களாம்!

பாப்பா துணிச்சலாக இந்த பயமுறுத்தலை எதிர்கொண்டாள்.

"ஒருவன் மட்டுமாய் வந்தாலும் என் கிட்டே ஒண்ணும் நடக்காது. ரெண்டு பேரு வந்தாங்கன்னா ஒண்ணை நான் தீர்த்துக் கட்டுவேன்."

ஒரு பெண் சொல்லுகிற விசயம் பேசுகிறாள்!

அவளை நெருங்க அனைவருக்கும் பயம்!

"எதன் பலத்தினால் அவள் இப்படிப் பேசுகிறாள்? அவளோட 'புலையன்' ஒரு மேல்தட்டுக் குடும்பத்தைச் சேர்ந்தவன். அதனால்தான்!"

எல்லோரும் சொன்னார்கள்!

ஆயினும் சோதரு மற்றும் அவர் குடும்பம் அந்தக் குடிசையில் வாழ்வதென்பது அவ்வளவு பாதுகாப்பானது இல்லை. அந்த மனைக் குள்ளே யாரும் நுழையவில்லை என்பது மட்டும்தான்.

118

கூரை வேயப்படவில்லை. கூரைக் கீற்றுக்களெல்லாம் கூட மக்கிப் போய் ஈக்குமார்க்குச்சிகள் மட்டுமாய் ஆகியிருக்கிறது. முன்னால் ஒரு வேலிகூட இல்லை. இடிந்து தகர்ந்துகிடக்கிற வீடு. இங்கேதான் சுரேந்திரன் தங்கி வருகிறான்.

தாழ்வாரத்தில் ஒரு சீமை எண்ணெய் விளக்கு எரிகிறது. இரண்டு சிறுவர்கள் சிலை போன்று அசையாமலிருக்கின்றனர். வேறு யாரும் தென்படவில்லை. அவர்களோ வாய்திறப்பதில்லை அந்திப் பொழுதில் அடுக்களைக்குள்ளே நெருப்பு எரியும்; இரவு உணவுக்கு வழியில்லாத வீட்டில் கூட சிறிது வெந்நீரையாவது செய்வார்கள். அதுவுமில்லை.

இந்தச் சிறுவர்களிடம் எதைக் கேட்பது? கேட்டால் பதில் கிடைக்குமா? அவர்கள் விழித்துப் பார்க்கிறார்கள்.

வட்டத்ர கிரிகரி அந்த வீட்டு முற்றத்திற்குச் சென்று நின்றார்.

"இங்கே யாருமில்லையா?"

பதில் இல்லை. சிலைகள் அசைவதில்லை. கிரிகரி மறுபடியும் கூவியழைத்துக் கேட்டார்: "இங்கே யாருமில்லையா?"

உள்ளிருந்து ஒரு பெண்குரல் ஒலித்தது.

"யாரது?"

"தம்பி சுரேந்திரன் இருக்கானா?"

"இல்லை!"

அந்தப் பெண் ஒரு சிறு குழந்தையைக் கையிலேந்தியவாறு வெளியே வந்தாள். பிரசவமாகி நீண்ட நாட்களாகி விடவில்லை.

இது ஒரு புலையக் குடிசையைவிட மோசமானது. அந்திவேளையில் புலையக் குடிசைகளிலே வறுவலும் பொரியலும் பண்ணுகிற மணமும் ஒலியும் பரவி நிற்கும். முற்றத்திலுள்ள அடுப்பில் தீமூட்டுவார்கள். சிறுவர்-சிறுமியர் ரகளை பண்ணுவார்கள். தாய் தந்தையர் அவர்களை அதட்டுவார்கள். இது எதுவுமில்லாவிடில் ஆண்பிள்ளை பெண் பிள்ளையை அடிப்பதையும், அவள் அழுவதையும் கேட்கலாம். சில நேரங்களில் அண்டை வீட்டினருடன் செய்யும் சண்டையாக இருக்கலாம். எதுவாக இருந்தாலும் அங்கே உயிர்த்துடிப்புக்கள் உண்டு.

இங்கே வாழ்வது மனிதர்கள் இல்லை. அந்தக் குழந்தைகள் மனிதக் குழந்தைகள்தானா? அவற்றிற்கு ஜீவகளை இல்லை. சுரேந்திரன் ஏழ்மையில் தான் வாழ்ந்து வருகிறான் என்று கேள்விப்பட்டதுண்டு. ஆனால் இவ்வளவு மோசமெனக் கருதவில்லை.

கிரிகரி விசாரித்தார்:

“எப்போ வருவான்?”

“தெரியாது.” அந்தப்பெண் உருவம் கூறிற்று.

இனி என்ன கேட்பது? தான் யாரெனச் சொல்லவேண்டுமா? கிரிகரி யோசித்தார்.

விவசாயத் தொழிலாளி யூனியன் நாள் குறிப்பிட்டு இறுதி எச்சரிக்கை விடுத்துள்ளது. ஓர் ஆடவனுக்குத் தினக் கூலி மூன்று ரூபாய்; பெண்ணுக்கு இரண்டு ரூபாய்; ஏழுமணி நேர வேலை.. இறுதி எச்சரிக்கையை விவசாயிகள் அவ்வளவு காரியார்த்தமாய்க் கருதவில்லை. தொழிலாளிகள் ஓர் அணியாக நிற்பார்களா என்று சுரேந்திரனுக்குச் சந்தேகமாகயிருந்தது. கம்யூனிஸ்ட் கட்சிக்குக் கூட அவ்வளவு நம்பிக்கை இருக்கவில்லை. ஆனால் அனைவரும் வியந்தனர். வட்டத்ரக் குடும்பத்தினரின் முண்டம் வயலில்தான் முதலில் வேலைநிறுத்தம் துவக்கப்பட்டது. ஓர் ஆள் கூட வயலில் இறங்கவில்லை. யாராவது இறங்கினால் மற்றவர்கள் தடுப்பார்கள். சண்டை-சச்சரவுகளாகத் தானிருக்கும். தவிரவும், அவர்களால் வேலையும் பூர்த்தி செய்ய முடியாது. கார்த்திகை முப்பதாவது நாளில் விதை விதைக்கவேண்டும் இல்லாவிட்டால் வயலில் விவசாயம் நன்றாக இருக்காது. அதுதான் நேரம். ஏனைய வயல்களும் வற்றிக்கொண்டிருக்கின்றன.

சுரேந்திரனைச் சந்தித்துச் சில விசயங்களைப் பற்றிப் பேசத்தான் கிரிகரி வந்திருக்கிறார்.

பிரசவமாகிக் கையில் குழந்தையுடன் நிற்கிற பெண்ணிடம் முதன் முதலாக எதைக் கேட்பது? பிரசவமாகி எவ்வளவு நாட்களாகிவிட்டன என்று கேட்பதா? அதெல்லாம் பெண்கள் கேட்கவேண்டிய வினாவாகும். அது சரியில்லை. அப்புறம்? சுகப்பிரசவமாக இருந்ததா? - கிரிகரியின் மனம் இவ்வளவு தூரம் ஆழ்ந்து சிந்தனை செய்ததே கிடையாது. எந்த வினா எழுப்பவேண்டும்? அவர் எத்தனையோ ஆட்களிடம் பழகி யிருக்கிறவர்; பல்வேறு குணாதிசயங்களுடைய பல்வேறு நபர்களிடம் தொடர்பு வைத்திருக்கிறவர். நோக்கம் கைகூடாமலிருந்ததேயில்லை. ஒரு பொட்டைப் பெண்ணிடம் முதன் முதலாகக் கேட்கவேண்டிய கேள்வியென்ன என்பது கூட அவருக்குத் தெரியாமலாயிற்று. கிரிகரி மேலே பார்த்து “மாதாவே...!” என்று அழைத்துவிட்டார்.

ஓ... கிடைத்துவிட்டது. தமது மதிநுட்பம் அவரை விட்டுவிடுமா? ஒரு புன்னகையுடன் விசாரித்தார்:

“கொழந்தை ஆணா, பெண்ணா?”

“பொண்ணு!” என்றாள் பொன்னம்மா.

“எவ்வளவு நாளாச்சு?”

“இருபத்திரண்டு!”

“உனக்கு எத்தனை ஆண் குழந்தை, எத்தனை பெண் குழந்தை?”

“ரெண்டு ஆணும், ஒரு பெண்ணும்.”

இன்னும் வினாக்களெழுப்ப வேண்டியிருக்கிறது. அடுத்த வினா எதுவாக இருக்கவேண்டும்?

“முதல் குழந்தை ஆண்தானா?”

“இல்லே... இரண்டாவது.”

திடீரென நிறுத்திக்கொண்டார். ஓ... அப்படி நிறுத்தக் கூடாது. கிரிகரி ஆசான் விசாரிக்கத் தொடங்கினார். அது சந்தர்ப்பத்திற்குகந்ததா என்கிற தயக்கமேதும் அவருக்கு இருக்கவில்லை. வயதில் மிகவும் பெரியவர். தனது மகளின் பருவத்தைச் சேர்ந்த ஒருத்தியிடம் க்ஷேம லாபங்கள் குறித்து விசாரிக்கிறார்.

“உனக்கு மருத்துவச்சியா இருந்தவ யாரு? இங்கே ஒருவரையும் காணோமே?”

பொன்னம்மாவுக்கு அந்தக் கேள்வி தகாததாகப் படவில்லை.

"தெற்கேருந்து வர்ற ஒரு மாணிக்கச் சோவத்திதான். காலையிலே வருவா. இங்கே செய்ய வேண்டியதைச் செஞ்சிட்டு அவ வேலைக்குப் போயிடுவா. அப்பறம் வேலைமுடிஞ்சு வந்திடுவா அப்பறம் அந்தி சாயலிச்சப்பறம் அவ வீட்டுக்குப் போயிடுவா."

அப்போது இந்தக் குழந்தைகளைத் தீண்டத் தகாதவர்களைக் கொண்டு சாப்பிட வைத்திருக்கிறான். கிரிகரிக்குத் தோன்றியது அது தான். தீண்டத் தகாதவர்களைக் கோவிலுக்குள்ளே நுழைய வைத்திருக் கிறான். ஆனால் அவர்களை அடுக்களைக்குள்ளே பழகவைக்க வேண்டு மென்றிருக்கிறதா?

கிரிகரி மாப்பிள சொன்னார்:

"இப்போ அவங்க யாருக்கும் வேலை கீலை ஒண்ணுமேயில்லையே!"

பொன்னமா பதிலுரைக்கவில்லை. அந்த விசயங்கள் எதுவும் அவளுக்குத் தெரியாது. இனி எதைக் கேட்பது?

அப்போது கூட அந்தச் சிறுவர்கள் அசைவின்றி அமர்ந்திருக்கின்றனர். அவர்களுக்கிடையே ஒரு சண்டையாவது நடக்க வேண்டாமா? கூடப் பிறந்தவர்கள்தான். ஆயினும் சிறுவர்கள்தானே? கொஞ்சம் ஒழுங்கு காட்டினால் கூடப் போதுமாயிருந்தது.

இந்த வீடு பழுது பார்த்து வேயாமல் விட்டு வைத்திருப்பதேன் என்று கேட்டால், குழந்தையைக் கையிலேந்தி நிற்கிற இவளால் பதில் சொல்லமுடியாது. ஏன் பேசாமல் நிற்கிறாய் என்று கேட்டாலும் பதில் வராது.

இந்த வீட்டைப் பழுது பார்த்து ஒழுங்கு படுத்த எவ்வளவு ரூபாய் செலவாகும்? சுற்றி நடந்து பார்த்தால்தான் தெரியும். மேற்கூரை முழுவதும் மக்கிப் போயிருக்கிறது. தென்னமரத் தடியென்றுதான் தோன்றுகிறது. மேல் இடைவட்டம் ஒடிந்திருக்கிறது. சுவர்கள் வெடித்திருக்கின்றன. வீட்டை மொத்தமாய்த் தகர்ந்து மாற்றிவிட்டு புதிதாகக் கட்டவேண்டும். தொட்டாலே இடிந்து தகர்ந்து விழுந்துவிடும். சீராக்கிட எத்தனை ரூபாய் தேவைப்படுமென்று கிரிகரி யோசித்துப் பார்த்தார். ஆயிரம் தேவையாகுமோ? ஆயிரத்தால் வேலை பூர்த்தி செய்திட முடியாது. பக்கத்திலேதான் வாய்க்கால் ஓடுகிறது. கல், மண் முதலியவற்றை இங்கே கொண்டுவந்து இறக்கிவிடலாம். சுமைக் கூலியைத் தவிர்க்கலாம். ஆயிரத்து இருநூறு ரூபாய் ஆகட்டுமே. சுரேந்திரன் நினைத்தால் அவ்வளவு பணம் சேர்க்க முடியாது. கிரிகரி விசாரித்தார்:

“என்னைத் தெரியாது போலிருக்கே?”

“தெரியாது.”

“என்பேரு கிரிகரி... கேள்விப்பட்டிருக்கியா?” பொன்னம்மா முனகினாள்.

“வழக்கமா அவன் வர்ற நேரமென்ன?”

“அப்படியொண்ணுமில்லை. சில நாட்களிலே நேரத்திலே வந்திடுவாரு. சில நாட்களிலே வரவே மாட்டாரு. சில நாட்களில் சூரியன் உதிக்கு முன்னரே வந்திடுவாங்க.”

கிரிகரி விசாரித்தார்:

“இப்போ எங்கு போனா அவனைச் சந்திக்க முடியும்?”

“எனக்குத் தெரியாது.”

கிரிகரி இன்னொரு விசயத்தைப் பற்றிச் சிந்திக்கிறார். இத்தகைய சீரழிவிலிருக்கிற ஒரு வீட்டைப் பழுதுபார்த்துக் கிடைக்க எந்த ஒரு பெண்ணும் விரும்பமாட்டாளா? ஆனால் முன்னால் காணப்படுகிற இந்தப் பெண் உருவத்திற்கு விருப்பங்கள் எதுவும் இல்லை போல் தோன்றியது. சுரேந்திரன் இப்படியாகிவிட்டதில் வியப்படைய ஒன்றுமில்லை. வீடு இப்படித்தானே? எந்த விதமான ஒழுங்குமில்லை. இங்கே நாக்கு இல்லை; மூக்கு கிடையாது; பசியோ, தாகமோ கூட இல்லை என்று தோன்றுகிறது.

குளத்தில் ஒரு கல் போட்டுப் பார்க்கலாம். ஏதாவது அசைவு தென் படுகிறதா என்றும் பார்ப்போமே- கிரிகரிக்குத் தோன்றியது. ஆனால், எப்படித்தான் துவக்குவது? கிரிகரி விசாரித்தார்:

“இது தம்பி சுரேந்திரனோட வீடுதானே?”

“ஆமாம்!”

“இந்த வீட்டை இப்படியே விட்டுட்டா, இது தானாகத் தகர்ந்து கீழே விழாதா?”

“ங்ஆ...”

ஒரு முனகல் மட்டும்தான் பதில். தகர்ந்து கீழே விழுவதென்றால் அதன் பொருள் அவளுக்குத் தெரியாது போலிருக்கிறது.

கிரிகரி கேட்டார்:

"இதைப் பற்றி ஒண்ணும் தம்பி சுரேந்திரன் நினைச்சுப் பார்க்கற தில்லைபோல் தோணுது."

அதற்கும் பதில் ஒரு முனகலாக இருந்தது.

"இல்லே... இந்தத் தொழிலாளிங்களோட விசயத்தைச் சொல்லி ஓடி நடக்கிறவங்களுக்கு இதைப் பற்றியொண்ணும் நினைவிருக்காது!"

அதற்குப் பதிலாக அந்த முனகல் கூட இல்லை. ஏழை இளம் பெண்! அவளுக்கு, சுரேந்திரன் போரில் வழிதவறி நடப்பவனைப் பற்றி- அவன் கணவனாக இருந்தால்கூட எதை அறிந்துகொள்ளமுடியும்? புலையர்-பறையர்க் குடிசைகளில் ஏறியிறங்கி ஆலுவள்ளிக் கிழங்கு வேக வைத்ததையும், மீன்கறியையும் சாப்பிட்டு அவனுக்குப் பசியென்றா லென்னவென்பது தெரியாது. இங்கே ஜீவகளை கூட இல்லாததாயும் குழந்தைகளும், எப்போதுதான் கீழே விழப்போகிறதோ என்றறிய முடியாத கூரைக்குக் கீழே வயிறு வெந்து வாழ்கின்றனர். கிரிகரி தொடர்ந்து கூறினார்:

"தம்பி சுரேந்திரன் வரும்போது வட்டத்ர கிரிகரி இங்கே வந்திருந்தாச் சொல்லணும். இன்னொரு விசயம்-அதை உங்க கிட்டே சொல்லலாம்னு நினைக்கிறேன். அது இந்த வீட்டைப் பார்த்த போது மனசில் தோன்றியதாகும். தம்பி இப்படித்தான் வாழறான்னு தெரிஞ் சிருக்கலே. இன்னைக்குத்தான் பார்க்கிறேன். அருமையான ஓர் இளைஞன்! இப்படிப்பட்டவங்க ரொம்பப்பேரைப் பார்த்திருக்கமாட்டே. தம்பி சுரேந்திரன் கிட்டே நான் பெரும் மதிப்பும் மரியாதையும் வச்சிக்கிட்டிருக்கேன். இப்படிப்பட்டவங்க எப்பவும் ரொம்பக் கஷ்டத்தில்தான் வாழறாங்க. அவங்களுக்கு உதவி பண்ணணும். அது பணமிருக்கறவங்களோட கடமையாகும். ஆகையினாலே நான் ஒரு தீர்மானம் பண்ணியிருக்கேன். இங்கே வந்ததும்..."

கிரிகரி ஒரு வினாடி நிறுத்திவிட்டுப் பேசினார்.

"நான் சொல்றதைக் காதில் வாங்கிக்கிறியா?"

பொன்னம்மா முனகினாள்.

கிரிகரி மறுபடியும் பேசத் தொடங்கினார்:

"இந்த வீடு நிக்கிற அதே நிலையிலே புதுசா ஒரு வீடு கட்டத் தீர்மானிச்சிட்டேன்."

"வேண்டாம்!" திடீரென வந்தது பதில்.

ஒரு வெடிகுண்டு போல் அது கிரிகரியின் காதில் விழுந்தது.

* ** *

வயல்களெல்லாம் வற்றி வரள்கின்றன. இனிமேல் விதைக்கத் தோதாக வேண்டுமென்றால் தண்ணீரை ஏற்றவேண்டும். அப்படித் தண்ணீரை ஏற்றி விதைத்தால் அதனால் பல கெடுதல்களும் ஏற்பட்டு விடும். வற்றிக்கொண்டிருக்கிற போதே விதைத்திருக்கவேண்டும். அது தான் புஞ்சை நிலத்து மண்ணினுடைய இயல்பு. விவசாயிகள் பரஸ்பரம் சந்திக்கிற போதெல்லாம் விசாரித்தனர்.

"இனி என்ன செய்வது?"

பதில் இல்லை.

"சுரேந்திரன் ஒரு பாம்புக் குஞ்சு. இந்த ஊரை அழிக்கப் பிறந்தவன் தான்."

வட்டத்ர கிரிகரியை அவர் மனைவியே முகத்திலடித்ததுபோல் விரட்டியனுப்பினாள். கிரிகரி அவ்வாறு வீடுகட்டித் தருவதாகச் சொல்லியிருக்கக் கூடாது. ஆயிரம் ரூபாய் கையில் வைத்துக் கொடுத்திருந்தாரென்றால், இன்றைய தினம் வயல்களிலெல்லாம் விதை நடந்திருக்கும். அத்தகைய அபிப்பிராயமுள்ளவர்களுமுண்டு. சுரேந்திரன், ஆயிரமேன்? - பத்தாயிரம் கொடுத்தாலும் வாங்கமாட்டான் என்று கூறுகின்றவர்கள்தான் பெருவாரியான ஜனங்களும். கிரிகரியின் மதிப்பீடு தவறாக இருந்தது.

சுரேந்திரன் நினைத்தால் கூட வேலைநிறுத்தத்தை வாபஸ் வாங்க முடியாது. அவர்கள் ஒன்று சேர்ந்து தீர்மானித்துக் கொண்ட விசயம் அது. வேலை நிறுத்தம் வேண்டாமென்று சுரேந்திரன் போய்ச் சொன்னால் அதை ஏற்றுக்கொள்ள முடியாதென்று சொல்லுவார்கள்.

"சுரேந்திரன் காரியகாரணங்களுடன் சொன்னால் ஏற்றுக்கொள்ள மாட்டார்களா?"

ஆயினும் அவர்கள் ஒப்புக்கொள்ள மாட்டார்கள்.

புன்னப்ர-வயலாறில் நடந்ததென்ன? தொழிலாளிகள் ஒன்று சேர்ந்து மூங்கில்- ஈட்டிகளைக் கூர்மைப்படுத்தினர். காங்கிரஸ் தலைவர்கள் அதைத் தடுத்துப் பார்த்தனர். அவர்கள் கேட்கவில்லை. அவர்கள் உயிர்ப்பலியிடத் தயாரானார்கள். இறந்துவிடத் தயாராகின்றவர்களுக்கு எதிர்காலப் பிரச்சினைகள் ஒரு விசயமா? இந்தப் பறையனும் புலையனு

மெல்லாம் உயிர்விடத் தயார்தான். அவர்கள் இப்போது சபதமெடுப்பது எப்படியென்று தெரியுமா? அதை அல்லவா தெரிய வேண்டும்? புன்னப்ர மற்றும் வயலாரிலே குண்டடிபட்டு இறந்தவர்கள் என்ன செய்வதென்பதைக் காண்பித்திருக்கின்றனர்.

இந்த ஆண்டில் கூட எந்த வயலிலும் சாகுபடி நடைபெறுமெனத் தோன்றவில்லை. சித்திரை மாதத்தில் ஒரு மணி தானியம் கூட அறுவடை செய்து எடுக்கமுடியாது. அப்புறம் இந்த ஊரானப்பட்ட ஊரிலே எல்லாம் எப்படிச் சாப்பிடுவார்கள்?

அரசு சமரசப் பேச்சுக்காக அழைத்தது. எந்த மாறுதலுமேற்படவில்லை. விவசாயிகளோ எனில், இப்போது அளித்து வருகிற ஒன்றரை ரூபாய்க் கூலியிலிருந்து ஒரு தம்படி கூட உயர்த்தித் தரமுடியாதென்று பிடிவாதமாய் நிற்கிறார்கள். தொழிலாளிகள் மூன்று ரூபாயிலிருந்து ஒரு தம்பிடி குறைந்தாலும் ஒப்புக்கொள்ளமாட்டார்கள். சம்மேளனத்தில் மாவட்ட ஆட்சியாளர், யூனியன் சட்ட விரோதமானதெனப் பிரகடனம் செய்வேன் என்றார். சுரேந்திரன் தாழ்மையுடன் பேசினான்:

“சட்ட விரோதமானதென்று பிரகடனம் செய்யுங்கள்! அதுதான் நடக்கப் போகிறதென்று எங்களுக்குத் தெரியும். இந்த அரசு தொழிலாளி களுடைய அரசு அல்ல. எங்கள் தொகுதியின் பிரதிநிதி எங்கள் பிரதிநிதி அல்ல.”

தாமஸ் எழுந்து நின்று பேசினார்:

“தொழிலாளிகள் அனைவரும் எனக்கு வாக்களித்திருக்கின்றனர்.”

“ஓ... அந்தக்கதையைச் சொல்லாமலிருப்பதுதான் நல்லது!”

சுரேந்திரன் கலெக்டரைப் பொருட்படுத்தவில்லை. இவன் யாரடா? என்றார் கிரிகரி. இவன் பாம்பின் குஞ்சுதான். சந்தேகமில்லை.

* ** *

நடந்தது அனைத்தையும் சுரேந்திரன் பாப்பாவிடம் விபரமாகச் சொன்னான். எல்லாம் கேட்ட பின்னர் அவள் வினவினாள்:

“பெரிய கெட்டிக்காரன் போலப் பேசினீங்க. ஆனா, இந்தத் தொழிலாளிங்க எத்தனை நாளாப் பட்டினி கிடக்கிறாங்க! வயலாரில் குண்டடிபட்டுச் செத்தது போல், தொழிலாளிங்க பட்டினி கிடக்க மாட்டாங்க. பட்டினி கிடப்பதுக்கும் ஒரு எல்லையுண்டு.”

“வேலை நிறுத்தம் நடக்கும்னு முன்கூட்டியே அறிவித்திருந்தோம். அன்றைய நாட்களுக்காக எடுத்து வச்சுக்கணும்னு, இல்லாட்டா பட்டினியால் அவஸ்தைப் பட வேண்டியிருக்கும்னு எல்லாம் எச்ரிக்கை செஞ்சிருந்தோமல்ல?”

“அதெல்லாம் உண்மைதானுங்க. ஆனா, எல்லாம் உதிர்ந்து போயிடும்னு தோணுது. கூலியில்லே என்பதோ போவட்டும் - சித்திரையிலே நெல்லு கதிரு மீது அருவாள் வைக்க வேண்டாமா?”

மாவட்ட ஆட்சியாளரை எதிர்கொண்டு மாவீரனாகித் திரும்பி வந்த சுரேந்திரன் இப்போது தளர்ந்துவிட்டான். அன்றைய தினமே செயற்குழுக் கூட்டம் நடைபெற்றது. இவ்வளவு நாட்கள் தாக்குப் பிடித்து நின்றோம். இனிமேல் தொழிலாளி திரும்பிவிடுவான் என்றுதான் அனைவருடையவும் கருத்து. அந்த நிலைமை ஏற்பட்டால் யூனியன் தகர்ந்திடும். அப்புறம் ஒன்று சேர்ப்பது மிகக் கடினமானது. முதலாளிகள் கூடத் தங்கள் பேச்சுக்கு அடிபணிகின்றவர்களைச் சேர்த்துத் தொழிலாளி சங்கத்தை நிறுவுவார்கள். அங்கே, வடக்கில் அத்தகைய ஸ்தாபனங்கள் உள்ளன.

விவசாயிகளும் சேர்ந்து யோசித்தனர். ஏதோ கொஞ்சம் கூலி உயர்த்திக் கொடுத்துவிட்டால் விவசாயச் செலவில் எவ்வளவு கூடுதல் ஏற்படுமென்று கிரிகரி கணக்கைத் தயார் செய்து வைத்திருந்தார். என்னவாகிலும் கூலியை அதிகரிக்கச் செய்யாமலிருக்க முடியாது. நெல் விலையும் அதிகரித்து வருகிறது.

கிரிகரியே அனைவரிடமும் கேட்டு விட்டார்:

“மூணு ரூபாய் கூலி கிடைத்தால் கூட அதனாலே எப்படி வாழ்க்கை நடத்தமுடியும்? எனவே, யோசிக்கவேணாமா? மூணுரூவாயினால் என்ன ஆகப்போவுது?”

பருத்திக்காடனுக்கு அந்தக் கேள்வி முற்றிலும் பிடிக்கவில்லை.

“அப்படீன்னா மீனும் கறியுமாச் சாப்பிட அள்ளிக் கொடுத்திட வேண்டியதுதானே?”

ஒரு விநாடிக்குப் பின்னர் ஔசேப்பு கூறினார்:

“அந்தப் பொம்பளைங்களோட, ஆம்பளைங்களோட நடையும் உடையும் திமிரும் பார்த்தா இதெல்லாம் கொடுக்கத்தான் தோணும்.”

கிரிகரி கலகலவென நகைத்தார்.

“ஔசேப்பூ, விசயம் தெரியாமே பேசாதே! அவங்க காலம்தான் வரப் போவுது. நம்ப காலத்திலேயே நாம்ப அவங்களை நம்பவேண்டிவரும். இப்பவும் நம்பிக்கிட்டிருக்கோமல்ல? ஆனா, நாளைக்கு அவங்க நம்ப முன்னாலே தலையிலே முண்டாக கட்டிக்கிட்டு நடக்கப் போறாங்க. ‘ஔசேப்பூ!’ ‘அந்தோனி!ன்னு நம்பளைக் கூப்பிடப் போறங்க.”

அந்தோனி சொன்னார்:

“நாம்ப அவங்களை ‘தேவிடியா மவனே’ன்னு எல்லாம்தானே, கூப்பிடறோம்? இனிமே அவங்க அதைத் திருப்பிக் கூப்பிடப் போறாங்க.”

“ஆமாமாம். அதெல்லாம் நடக்கும்.”

ஔசேப்பு கடுமையான ஆத்திரமுடன் கேட்டார்:

“அப்பறம் நாம்ப என்னத்துக்கு எங்க பையனைத் தேர்ந்தெடுத்து அனுப்பினோம்? ஓ... என்ன கோலாகலமாயிருந்தது!”

கிரிகரி அப்போது கூட வெடிச்சிரிப்பு சிரித்தார்:

“ஔசேப்பு! உங்களுக்கு ஒண்ணும் தெரியாது. இப்போ காங்கிரஸ்காரங்க என்ன செய்யறாங்கன்னு தெரியுமா? அவங்க இப்போ தொழிலாளீங்களோட பின்னாலே நடக்கிறாங்க. தொழிலாளீங்கல்லாம் கம்யூனிஸ்டு வலையிலே சிக்கீட்டாங்க. கம்யூனிஸ்டுகாரங்க இந்த ஊரோட அமைதியைக் கெடுக்க நடக்கிறவங்க.”

ஆற்றுத் துறையார் இடை மறித்துக் கூறினார்.

“பறையனும் புலையனும் மட்டுமல்ல, தொழிலாளி, கிறிஸ்தவனும், சூத்திரனும், ஈழவனுமெல்லாம் தொழிலாளீங்கதான்!” கிரிகரி சொன்னார்:

“ஆமாம்! சீரட்ட, மங்கலச்சேரி, கோந்நோத்து முதலான குடும்பங்களைச் சேர்ந்தவங்கன்னு சொல்லுற நாயர்ப்பசங்கள்லாம் யாருக்கு வோட்டளிச்சாங்கன்னு நினைக்கிறீங்க?”

அவர் தொடர்ந்து பேசினார்:

“அப்போ இந்த காங்கிரஸ்காரங்க நம்ப கிட்டே சொல்லறது என்னன்னா, விட்டுக் கொடுக்கும் தன்மையோடு நடந்திடுங்கன்னுதான். கம்யூனிஸ்ட்காரங்க ஆட்சிக்கு வந்திட்டாங்கன்னா, அப்பறம் இந்த நாடு குட்டிச்சுவரானதுதான்.”

ஔசேப்பு சொல்லிவிட்டார்:

“இந்தச் சுதந்திரம் வேண்டியிருக்கலே.”

சில நேரங்களில் அப்படியும் தோன்றக் கூடுமென்று கிரிகரி ஒப்புக் கொண்டார்.

அந்தோனிக்கு ஒரு விசயத்தில் சற்று மனச்சங்கடமுண்டு. கூலி ஏதாவது கொஞ்சம் சேர்த்துக் கொடுக்கலாம். ஆனால் யூனியனுடன் ஒப்பந்தம் செய்துகொள்வது சகிக்கக் கூடியது அல்ல!

அந்தத் தெல்லவாரி சுரேந்திரனை எப்படி ஒப்புக்கொள்வது?

கிரிகரிக்குக் கூட அத்தகையதொரு மனத்தொந்திரவு உண்டு. அவர் சொன்னார்:

“பேச்சு வார்த்தைக்காக கலெக்டர் அவனை அழைத்தார். எனக்கு அவன்கூட உக்காந்திருக்கவே பிடிக்கலே. எதுக்காக அவனைக் கூப்பிடணும்?”

ஔசேப்பு ஆத்திரமுடன் கூறினார்:

“அவன் திமிரோட பேசினான்னா, சரிதான். கலெக்டர் தானே, அவனைக் கூப்பிட்டது? இப்போ அனுபவிக்கட்டும். அவர்தானே, அவனுக்குப் பதவியளித்தது?”

கிரிகரி முன்சொன்ன காலம் தொடங்குகிறது. கலெக்டர் யூனியனை யும் சுரேந்திரனையும் அங்கீகரித்துவிட்டார். அதுதான் அந்த எதிர் காலத்தின் ஆரம்பம்.

“இனிமே சுரேந்திரன் வந்தா, நாற்காலி போட்டுக் கொடுத்து ஆதரிக்காமலிருக்க முடியுமா?” என்றார் அந்தோனி.

“முன்னரெல்லாம் கோந்நோத்து எஜமானை ‘வெள்ளையும் கம்பிளியும்’ விரித்து ஆதரிச்சாங்களே, அது போல...”

கிரிகரி உண்மைவாதியாகிவிட்டார்:

“அப்படீன்னா வச்சுக்குங்க!”

எல்லோருடையவும் சிந்தனை ஒரே காலத்தில் செயல்படுகிறது. யூனினையும் சுரேந்திரனையும் கலந்துகொள்ளாமல் தொழிலாளிகளை வேலைக்கு இறக்கவேண்டும். அவர்கள் கேட்கிற மூன்று ரூபாயும் இரண்டு ரூபாயும் கொடுத்தால் கூடத் தேவலை. சுரேந்திரனுடன் பேசி ஒப்பந்தம் செய்வதை யாராலும் கற்பனையில் கூடக் காணமுடியாது.

ஔசேப்பு தன் கருத்தைத் தெரிவித்தார்.

“எவ்வளவோ காலமாக நமக்காக வெல்லாம் அவங்க உழைக்கறாங்க நாம்ப கொடுத்துக் கிட்டிருக்கோம். பறையரும் புலையரும் நன்றியுள்ளவங்கன்னு சொல்லிக்கிறாங்க. அதெல்லாம் முன்பு இருந்ததுன்னா, அந்தப் பற்றுதல்

கொஞ்சமாவது நம்பமீது இருக்கத்தான் செய்யும். நம்ப 'விவசாயீங்களை ரகசியமா அனுப்பிவச்சு, அவங்க கேட்ட கூலி உயர்வு கொடுக்கறோம்னு அறிவிச்சோம்னா, நாளைக்குக் காலையிலே அவங்க வேலைக்கு வராமே இருப்பாங்களா?"

அந்தோனிக்கு இன்னொரு கருத்துகூட உண்டு. யூனியனை விட்டு விட்டு வயலில் இறங்கினால் இன்னொரு சக்கரம் கூடக் கூடுதலாகக் கொடுத்திடுவோம்.

கிரிகரி யோசிக்கிறார். விவசாயிகளின் அபிமானத்திற்காக மட்டுமின்றி, யூனியனுக்கு அங்கீகாரமளிக்காமலிருப்பதற்காக் கூட யோசிக்கிறார்.

"கிரிகரியண்ணன் ஏன், பேசாமலிருக்கீங்க?" என்றார் அந்தோனி.

"எனக்கு ஒரு சந்தேகம்."

"என்ன அது?"

"ஆனாக் கூட அவங்க வேலைக்கு வரணும்னா யூனியன் சொல்லணும்னு சொல்ல மாட்டாங்களா?"

"எல்லாம் பட்டினியாப் படுத்துக் கிடக்கிறாங்க. சும்மா ஒரு பிடிவாதமாகத் தான் நிக்கறாங்க."

"அந்தப் பிடிவாதத்தினால்தான் நானும் பேசறேன்."

* * *

மறுநாள் காலையில் வயலானப்பட்ட வயல்களிலே எல்லாம் ஆட்கள் வேலை செய்ய வந்தனர். ஆணுக்குக் கூலி மூன்று ரூபாய் ஒரு சக்கரம். பெண்ணுக்கு இரண்டு ரூபாய் ஒரு சக்கரம்.

ஆனால் சுரேந்திரன் தோல்வியுற்றான். பாப்பா சொன்னாள்:

"நான் எல்லார் கிட்டேயும் விளக்கமா சொல்லிவிட்டேன். ஆனா, அவங்கல்லாம் வேலைக்குப் போயிட்டாங்க."

ஆயினும் யூனியன் வென்றது.

தொழிலாளிகளுக்குக் கூலியுயர்வு கிடைத்துவிட்டது.

119

சட்டம் ஒன்றும் அறிந்திருக்கவில்லை. இப்போது கூடத் தெரியாது. சட்டத்தைப் பின்பற்றி வாழ்கின்றவர்கள் எதிர்காலத்தில்

என்ன நிகழ்ந்து விடுமென்று ஆராய்ந்து கொண்டிருந்தால் எதையும் செய்துவிட முடியாது. சட்டங்கள் அத்தகையோரின் பாதுகாப்புக்காக ஏற்படுத்தப்பட்டவையாகும். அதை மறந்துவிடுவது, அப்புறம் தேவையானதைச் செய்வது. மிகவும் கஷ்டப்பட வேண்டியிருக்கும். நெருக்கடிகள் ஏற்பட்டுவிடலாம். தேவையற்ற காரியங்களைச் செய்து விட்டதாக எல்லோரும் சொல்லக்கூடும். யோசித்துப் பார்த்தால் அதைச் செய்திருக்கக் கூடாதென்று நினைப்பதுமுண்டு. ஆனால் செய்ய வேண்டியதைச் செய்தேயாக வேண்டும். அடங்கியிருக்க முடியாது. என்ன நேர்ந்துவிடுமென்கிற சிந்தனையே இருக்காது. அப்படிப்பட்டவன் தான் சுரேந்திரன்.

ஏராளமான அனுபவங்கள் உள்ளன. செய்யத் தகாததைச் செய்து விட்டான் என்று அனைவரும் குற்றம் சாட்டுவார்கள். ஆனால் அப்படிச் செய்ததாக சுரேந்திரன் எண்ணியதில்லை. பாதையோரத்தில் ஒருவன் கத்திக் குத்துபட்டுப் படுத்துக் கிடக்கிறான். என்ன செய்யவேண்டும்? அவனை மருத்துவமனைக்கு எடுத்து செல்வது; அவனுடைய உயிரைப் பாதுகாப்பது - அதுவல்லவா, தருமம்? எப்படியோ ஆஸ்பத்திரிக்கு எடுத்துச் சென்றான். அதற்காகப் பட்டபாடு ஒரு பக்கமிருக்கட்டும். அங்கே சென்ற பின்னர் நடைபெறுகின்ற நடவடிக்கைகள் அவன் கழுத்தை நெருக்குகின்றன. சிகிச்சை மற்றும் போலீஸ் தொடுத்திருக்கிற வழக்கு, எடுத்துச் சென்றவனைச் சார்ந்ததாகி விடுகிறது. அங்கே டாக்டர்கள் முதற்கொண்டு ஆஸ்பத்திரி சிப்பந்திகள் வரையிலுமுள்ளவர்கள் எந்த ஒரு விசயத்திற்கும் தேடுவது அவனைத்தான். போலீஸுக்கும் அவனைத் தவிர வேறு யார் இருக்கிறார்கள்? யாரிடத்திலும் பிரத்தியேகமான அக்கறை எதுவுமில்லாவிட்டால் கூட பிரதிவாதி எதிரியாகி விடுகிறான். வாதியும் சத்துருவாகி விடுகிறான். பல்வேறு போலீஸ் வழக்குகளில் இந்த அனுபவம்தான் ஏற்பட்டிருக்கிறது. இத்தகைய சிக்கல்கள் ஒருபோதும் ஒடுங்காதவையாகும். புதிது புதிதாக நிகழ்ச்சிகள் ஏற்பட்டுக் கொண்டிருக்கும். ஸ்டேஷன் மற்றும் நீதிமன்றத்துக்குச் செல்வதற்குக் காசுவேண்டும். சுரேந்திரன் எவன் சார்பிலுமில்லை.

ஒரு கொலை நடைபெற்றிருக்கிறது. எவனாவது அங்கே சென்று முன்கை எடுத்திடுவானா? போலீஸே இப்படிக் கேட்பது வழக்கம்.

“உனக்கென்னப்பா, ஆகணும்?”

அவர்களுக்கு அது தெரிந்த கதையாகிவிட்டது.

ஏதாவதொரு பெண் கர்ப்பிணியாகி விடுகிறாள். பிரசவம் மிகக் கடுமையான ஒன்றாகும். வேதனை ஆரம்பமாகிவிட்டது. கணவன் அல்லது தந்தை சுரேந்திரனை நோக்கித்தான் விரைந்து வருவார்கள்.

பின்னர் சுரேந்திரன் அடங்கியிருக்கமாட்டான். பிரசவம்தான். ஒவ்வொரு விநாடியும் விலைமதிப்பதற்கு அரியது.

அயல் வீட்டினருடன் எல்லைத் தகராறு. சுரேந்திரன்தான் பேசித் தீர்க்கவேண்டும் இருசாராரும் எதிராளிகளாகிவிடக் கூடும். ஆயினும் சுரேந்திரன் பேசித் தீர்த்து விடுவான்.

சீரட்டக் குடும்பத்தைச் சேர்ந்த ஒரு தாயும் மகளும் அந்தக் குடும்பத்துக்குச் சொந்தமான ஒரு துண்டு நிலத்தில் ஒரு குடிசையமைத்து வாழ்ந்து வந்தனர். அது அவர்கள் பங்காகக் கிடைத்ததாக இருக்கலாம். இடையிலே பாகப் பிரிவினை சம்பந்தமான ஓர் உடன்படிக்கை அங்கே ஏற்பட்டிருந்தது. ஒரு நாள் மங்கொம்பு ஐயருடைய காரியஸ்தர் கோர்ட்டி லிருந்து அமினாவுடன் வந்து அந்த வீட்டுமனையைக் கைவசப்படுத்திக் கொண்டார். குடியிருந்தவர்கள் அங்கேயே தங்கியிருந்து விட்டனர். அங்கே எந்தக் காரியமும் நடந்துவிடாததுபோல! அவர்களை ஏன், வெளியேற்றவில்லை? தெரியாது. ஐயரின் நன்மனம் தான் காரணமாக இருக்க வேண்டும். ஓர் அம்மாவும் மகளும் தானே? படுத்துக் கிடந்து விட்டுப் போகட்டும் என்று ஐயர் நினைத்திருப்பார். நாட்கள் சில சென்றன. அந்தத் துண்டுமனையை தும்பேக்குளத்தினர் விலைக்கு வாங்கினர். அதனிடையில் அந்தத் தாய் இறந்து போய்விட்டாள். அவளுக்குக் கணவன் இல்லை; கலியாணமானதுமில்லை. தும்பேக்குளத்தினர் அந்தக் குடிசையைத் தகர்த்தெறிந்து அந்தக் கர்ப்பிணிப் பெண்ணை வெளியேற்றவிட்டனர். அந்தத் துண்டுமனையோடு சேர்ந்து கிடக்கிற பூமிக்கு ஓர் உருவம் கிடைக்க வேண்டுமென்றால் அந்தத் துண்டுமனைகூடத் தேவையாகிறது.

ஓர் இரவு. அங்காடி வழியாக சுரேந்திரன் வந்துகொண்டிருந்தான். ஒரு முனகல் ஒலி கேட்டது. கடைத்திண்ணையில் யாரோ படுத்துக் கிடக்கிறது யாரெனப் புரிந்துகொண்டான். பிரசவ வேதனைதான். சுரேந்திரன் அவளை ஆஸ்பத்திரிக்குக் கொண்டு சென்றான்.

பிரசவமாகாது. திடீரென்று வயிற்றைக் கிழிக்கத்தான் வேண்டும். குழந்தை கிடைத்துவிடுமெனச் சொல்லமுடியாது. தாய் தப்பிவிடக்கூடும்.

டாக்டர் சுரேந்திரனிடம் சொன்னார்:

“நீங்க இவ புருசன்தானே?”

‘ஆம்’ என்றோ, ‘அல்ல’ வென்றோ அவன் சொல்லவில்லை “ஓர் அனுமதிப் பத்திரமெழுதிக் கையெழுத்துப் போட்டுத் தரணும்.”

புருசன் என்கிற வகையில் சுரேந்தரின் பத்திரம் எழுதிக் கையெழுத்துப் போட்டுக் கொடுத்தான். அந்தப் பெண்ணுக்காக வேறு

எவன்தான் அப்படிக் கையெழுத்துப் போட்டுக் கொடுப்பான்? பூமியில் எவனுமில்லை.

அறுவை நடைபெற்றது. குழந்தை சாபிள்ளையாக இருந்தது. தாய் தப்பித்துக் கொண்டாள். இப்போது கூட அந்தத் தாய் ஊரில் இருக்கிறாள். வீடுகள்தோறும் ஏறியிறங்கிச் சில்லரை வேலைகள் செய்து உயிர்வாழ்ந்து வருகிறாள். அவளுக்குப் படுக்க ஒரு குச்சிக் குடிசைகூட இல்லை. இல்லாவிட்டால் ஒருவருக்குத் தங்கியிருக்க ஓர் இடம் தேவை யில்லை போலிருக்கிறது.

தஸ்தாவேஜுப்படி யார் அவளுக்குக் கணவன்?

விசயமறிந்திருக்கின்ற சிலர் சுரேந்தரினிடம் சொல்லுவார்கள்:

"அதோ, உம் மனைவி வர்றா."

பொன்னம்மாதான் வருகிறாள் என்று சுரேந்திரன் பார்ப்பான்.

"எங்கே?"

அப்போதுதான் அவர்கள் கொல்லெனச் சிரிப்பார்கள்.

அவளுக்குக் கூட நடந்த விசயங்கள் அனைத்தும் தெரியும். அவள் சொல்லுவாள்:

"எனக்கு ஒரே ஒரு கடவுள்தான். அது அவர்தான். என் உயிரை மீட்டுத் தந்த மனிதர்!"

* ** *

பஞ்சாயத்துத் தேர்தல் நடைபெறுகிறது. ஒரு தொகுதியில் போட்டியிட சுரேந்திரன் வேட்புமனு தாக்கல் செய்திருக்கிறான். கம்யூனிஸ்ட் வேட்பாளனாகத்தான்! சுரேந்திரனை எதிர்த்து வட்டத்ர ஃபிலிப்போஸ் போட்டிபோடுகிறான்.

ஒவ்வொரு வோட்டும் பணம் கொடுத்து வாங்கிவிடலாமென்று ஃபிலிப்போஸ் தீர்மானித்திருக்கிறான். அப்படித்தான் வதந்தி உலாவு கிறது. பிரமுகர்கள் வீடுகள்தோறும் ஏறியிறங்கினர். அவர்களைத் தொடர்ந்து சுரேந்திரனும் இருக்கிறான். பஞ்சாயத்துத் தேர்தலுக்கு ஒரு தனித் தன்மையுண்டு. வாக்காளர்கள் அனைவரும் அறிமுகமானவர்கள். தேர்தல் முடிந்தபின்னரும் சந்திக்க வேண்டியவர்கள்.

ஒரு துண்டுப் பிரசுரம் வெளிவந்தது: காங்கிரஸ் அச்சிட்டு வெளியிட்டது. அது நான்கு பக்கங்கள் கொண்டது. துண்டுப் பிரசுரத்தின் தலைப்பு; 'காளிக்குஞ்சுவின் கணவன் யார்?' என்றிருந்தது- அதைவிடச்

சற்றுச் சின்ன எழுத்துக்களில், 'காளிக் குஞ்சுவின் கர்ப்பத்திற்குப் பொறுப்பாளி யார்?' என்கிற வினா எழுப்பப்பட்டிருக்கிறது.

அங்காடித் தெருவிலிருந்து ஆஸ்பத்திரிக்கு அழைத்துவந்த சீரட்ட காளிக்குஞ்சு குஞ்சம்மாவின் கதையாக இருந்தது அந்தத் துண்டுபிரசுரம். சுரேந்திரன் ஆஸ்பத்திரிக்கு எழுதிக் கொடுத்த அனுமதிப் பத்திரத்தின் நகல் கூட அதில் அச்சிடப்பட்டிருந்தது. சான்றுக்காக! அனைத்து வீடுகளி லும் அந்தத் துண்டுப் பிரசுரம் விநியோகிக்கப்பட்டிருந்தது.

சுரேந்திரனுடைய அறநெறி சம்பந்தமான நிலையைக் கேள்விக் குள்ளாக்கியிருக்கிறது. இப்படிப்பட்ட ஒருவனுக்கா, ஊர்ஜனங்கள் வோட்டளிக்கவேண்டும்?

எல்லோரும் வாசித்தனர். ஊர்ஜனங்களுக்குத் தெரிய வந்திருக்கிற கதை அது. காளிக்குஞ்சு குஞ்சம்மாவைக் காப்பாற்றியது சுரேந்திரன்தான். கர்ப்பத்திற்குப் பொறுப்பாளியானவன் உழவாளியான மாத்துதான் என்று சொல்லப்படுகிறது. தான்தான் கணவன் என்று சுரேந்திரன் எழுதிக் கொடுத்திருக்கிறான். இதென்ன ஆச்சரியம்!

சுரேந்திரன்தான்- அவன் இன்னும் பலவற்றைச் செய்வான். கையெழுத்துப் போட்டுக் கொடுத்ததனால் அவன் காளிக்குஞ்சுவின் கணவனாகி விடுவானா? ஏதோ ஒரு விசயமிருக்கும்.

இன்னொரு வெளியிடப்பட்ட துண்டுப் பிரசுரம் சுரேந்திரனையே அசந்துவிடச் செய்தது. அது, கட்சியிலிருந்து அவனுக்கு நல்கப்பட்ட 'ஷோ காஸ் நோட்டீஸ்'ஸின் நகலாக இருந்தது. அந்தக் குற்றப்பட்டியல் மிகவும் ரகசியமானதொரு தஸ்தாவேஜு ஆகும். யாரும் அறிந்தது அல்ல; பார்த்ததுமல்ல. சிலருடைய முறையீடுகளை ஆதாரமாகக் கொண்டு தயாரிக்கப் பட்டதாகும். அது எப்படி வெளிவந்தது?

அந்தத் துண்டுப் பிரசுரம் கம்யூனிஸ்ட் அனுதாபிகளின் கண் களைத் திறக்கவைப்பதாக இருந்தது. அசல் நகல். அறநெறிகளுக்குப் புறம்பானவனுக்கா, வோட்டு?

கட்சியின் ரகசியம் வெளியே அம்பலமாகியிருக்கிறது. அது சுரேந்திரனுக்குப் பல்வேறு இடையூறுகளை ஏற்படுத்தியிருக்கிறது.

முதல் துண்டுப் பிரசுரத்தைப் பார்த்தவர்கள் சுரேந்திரனைக் கண்டபோது சும்மா ஒரு முறை சிரித்தனர். கேள்வியேதும் எழுப்பவில்லை. சுரேந்திரனும் பதிலுக்குச் சிரிப்பான். அது ஒரு வேடிக்கையான விசயம் என்கிற முறையில்தான். இரண்டாவது துண்டுப் பிரசுரம் வந்தபோது கேள்வியெழுந்தது "உண்மைதானா, சுரேந்திரன்?"

சுரேந்திரனுக்குப் பதில் சொல்ல ஏதுமில்லை. தொடர்ந்து இன்னொரு கேள்வி பிறந்தது:

"கட்சி உங்களைத் தண்டிச்சிருக்கா?"

"இல்லை!"

பலவீனமானதோர் 'இல்லை' தான் பதிலாக வெளிவந்தது. கட்சி அவனைக் குற்றவாளிக் கூண்டில் நிறுத்தியது என்பது உண்மைதான். விசாரணை நடத்தியிருப்பார்கள். தண்டிக்காமலிருந்திருக்கலாம். ஆயினும் அவன் அகற்றி நிறுத்தப்பட்டிருக்கிறான். அதுவும் குழப்புகிற விசயம்தான். அனைவரும் வினவுகின்றனர். விடையளிக்க வேண்டியிருக்கிறது.

ஆனால் கட்சி அவனை விட்டுவிட முடியாது. கட்சிக்கு அவன் இன்றியமையாதவன். அவனைக் கட்சியிலிருந்து வெளியேற்றுவதென்றால் அந்தப் பிராந்தியத்தில் கட்சியை இல்லாமற் செய்துவிடுவதற்கொப்பாகும் எனவே அவன் மீது நடவடிக்கையெடுக்கச் சாத்தியமில்லை.

அந்த ரகசியத் தஸ்தாவேஜு வெளிவந்ததும், கட்சியுடைய பலத்தின் ரகசியம் அம்பலமாகிவிட்டது. அதுதான் சுரேந்திரனைக் குழப்பியது. யாரிடமிருந்து அது வெளியானது?

சுரேந்திரன் கட்சியில் எந்தவொன்றுமில்லை. அதை அறிந்திருக் கிறவன் சுரேந்திரன் ஒருவன்தான். அது யாருக்குமே தெரியக் கூடாத தாகும். அப்படியிருந்தால்தான் கட்சியால் நிலைநிற்கமுடியும். இந்தப் பேராட்டங்கள், ஆர்ப்பாட்டங்கள், கோஷங்கள் ஆகியவை அல்ல பார்ட்டி. இவற்றிலிருந்தெல்லாம் உருவாகிப் புடம் போட்டு எடுக்கப் பட்டவர்களின் ஸ்தாபனம்தான் பார்ட்டி. அவர்கள்தான் அதன் மூலாதாரம். அவ்வாறு மூலாதாரமாகிவிட சுரேந்திரனால் முடியாது. ஒரு போதும் அப்படியாகவும் மாட்டான். வேறு எந்த ஒருவனை விடவும் அதை நன்றாக அறிந்துகொண்டவன்தான் சுரேந்திரன்.

சுரேந்திரன் நல்ல மனிதன்.

அவன் மனிதனை நேசிக்கிறவன் அல்ல!

மனிதனை நேசிக்கிறவன் என்பதற்குப் புதிய பொருளாகும்.

ஊர் முழுவதிலும் அந்தச் செய்தி பரவியது. சுரேந்திரன் கட்சியில் இல்லை. காண்பவர்கள் ஒவ்வொருவரும் ஒவ்வொரு கேள்விகளைக் கேட்டனர்.

யார் செக்ரடரியாக இருந்தபோது அது நிகழ்ந்தது? சீதரன் அல்லது சுகதன் அல்லது சுகுணனா? கட்சி தனிநபர்களைவிடப் பெரியது என்கிற

பிரச்சாரமா? அது உண்மையாக இருந்தது. சுரேந்திரன் இல்லை என்றால் கட்சியில்லை என்ற நிலைப்பாடு தவறாகும். சுரேந்திரனுக்கும் அது சம்பந்தமாக இருந்தது. அவனும் ஆதரவாக நின்றான். அன்றைய தினம் இந்தக் கேள்வி பிறக்கவில்லை.

"சுரேந்திரன் இப்போது கட்சியில் இல்லையா?"

இன்றைய தினம் அதைக் கேட்கத் தொடங்கியிருக்கிறார்கள். இத்தகைய ஒரு கேள்வி இதற்கு முன் எந்நாளும் கேட்டதில்லை.

சுரேந்திரன் செய்வதெல்லாம் கட்சிக்காகத்தான். சுரேந்திரனின் செயல்பாட்டினால்தான் கட்சி இவ்வளவு தூரம் வளர்ந்தது. இப்போது சுரேந்திரன் கட்சியில் இல்லையா? அப்படித்தான் ஊர்ஜனங்களுக்குத் தோன்றியது. ஊரில் ஏழைகள் என்றில்லை; நடுத்தர வர்க்கத்தைச் சேர்ந்த யார்தான் அவனை நினைப்பதில்லை? அனைவரும் அவனிடமிருந்து உதவி பெற்றிருக்கின்றனர். சுரேந்திரன் கட்சியிலிருக்கிறான்; அதனால் பலரும் கட்சி மீது பற்றுதல் கொண்டவர்களாகிவிட்டனர்.

தற்கொலை செய்துகொண்டவன் விசயமாகவும், நோயாளியை ஆஸ்பத்திரியில் கொண்டுசென்று சேர்க்கவும், கலியாணத்திற்கான தயாரிப்புக்களைச் செய்யவும் கூப்பிட்டால் உடனே வந்து சேருகின்ற இளைஞர்கள் அவனுக்கு இருக்கிறார்கள். எந்த நள்ளிரவிலேயும் கூட அவர்கள் இருப்பார்கள். எப்போதெல்லாம் சுரேந்திரன் அவர்களைத் தியானம் பண்ணுகிறானோ, அப்போதெல்லாம் அவர்கள் அவன் முன்னிலையில் தோன்றிவிடுவார்கள்.

சுகுமாரன் மனக் கிளர்ச்சியோடு சொன்னான்: "சுரேந்திர அண்ணன் கட்சியில் இல்லாட்டா நாங்களுமில்லே!"

மாயிப் பாட்டி சொன்னாள்:

"சுரேந்திரன் இல்லாட்டா நாங்க அருவாளுக்குக் குத்தமாட்டோம்."

"அருவாளுக்குக் குத்தினால்தான் நான் வெற்றிபெறுவேன் பாட்டீ!"

சோதரு புலையன் மகள் பாப்பா சொன்னாள்:

"இந்தக் குழப்பங்களெல்லாம் பற்றி இப்போதான் எனக்குத் தெரியும். அன்னைக்குச் சில எதிராளீங்கள்லாம் சேர்ந்து மனுக்கொடுக்கறாங்கன்னும், விசாரணை நடத்தறாங்கன்னும் கேள்விப்பட்டிருக்கேன். எங்கிட்டே எவங்கெல்லாமோ வந்து கேட்டாங்க. அப்போ நான் விசயங்களை எடுத்துக் கூறினேன். அதெல்லாம் அன்னைக்கே தீர்ந்திட்டதுன்னு கருதினேன். அப்பறம் என்கிட்டே கூடச் சொல்லலீங்களே...?"

சுரேந்திரனுக்கு எதுவும் சொல்வதற்கில்லை. அந்தப் பெரிய ரகசியத்தைப் பற்றிச் சொல்லவில்லை. சொல்லவும் மாட்டான்.

பாப்பா தொடர்ந்து விசாரித்தாள்:

"அப்போ, நீங்க இப்போ தோழரில்லியா? கட்சியிலே இல்லியா?"

பாட்டியிடம் சொன்ன பதிலைத் தான் பாப்பாவிடமும் சொன்னான்.

"கட்சியிலே இல்லாட்டா, எனக்கு உயிர் ஏது?"

"அது உண்மைதான். அது எனக்குத் தெரியும். நான் கேட்டது அதுவல்ல."

அடுப்பில் அணையத் தொடங்கிய நெருப்பினை அவள் ஊதிப் பற்ற வைத்தாள். போதுமான அளவு உணராத ரப்பர் மரத்தை உடைத்த விறகைத்தான் அடுப்பில் வைத்திருக்கிறாள். தீயூதிப் பற்ற வைத்த அவள் தனக்குத் தானே சொல்வது போல் சொன்னாள்.

"அதெப்படி, கட்சியிலே இப்படிப்பட்டவங்களை எல்லாம் வச்சிக்கிட்டிருக்காங்க?" பாதி வேடிக்கையாகவும், பாதி காரியார்த்துமாகவும் தான் பாப்பா சொல்கிறாள். அவள் தொடர்ந்து கூறினாள்:

"பொண்ணை வசீகரம் செஞ்சு, பார்க்கிற பொண்டுகளை எல்லாம் கிசுகிசுக்கச் செஞ்சு, கண்டவங்களுக்கெல்லாம் வெண்ணெய் தடவி நடக்கிற பஃஸீசன்களை எல்லாம் கட்சியிலே வச்சிக்கிட்டிருக்க முடியுமா? அப்புறம் ஒரு கொணமுண்டு. பணத்தை ஏமாற்ற மாட்டாரு. அப்படித் தானே?"

ஒரு குறுநகையுடன் அந்தக் கேள்வியை முகத்தில் வீசியெறிந்துவிட்டு அவள் நோக்கினாள்.

"பாப்பூ!"

"ஆ... என்ன? உண்மைதானே? நான் என் விசயத்தையே திறந்து சொல்லிடுவேனே..."

சுரேந்திரன் தளர்ந்துபோனான். அவள் பேச்சு அவ்வளவு கொடூர மாயிருந்தது. அந்த நோக்கம் அவளுக்கு இருந்திருக்காது. தழுதழுத்த குரலுடன் சுரேந்திரன் கூறினான்:

"நான் உன்னை நேசித்தேன்."

சுரேந்திரன் அவ்வாறு வேதனைப்படுவான் என்று பாப்பா கருத வில்லை. அவள் சொன்னாள்:

"நான் சும்மா சொன்னதல்லவா? ஐயே... அழப் போறீங்களா?"

"நீ சொன்னது சரிதான் பாப்பா! அது எனக்குத் தெரியும். ஆனால் நான் செய்யறதெல்லாம் கட்சிக்காகத்தான். கட்சியில் எந்தப் பதவி வகிக்கவும் எனக்குத் தகுதியில்லை. நான் கட்சிக்கு ஓர் அவமானமா யிருப்பேன். அதுவும் எனக்குத் தெரியும். எனக்கு எந்த விதமான புகாரு மில்லை."

பாப்பா சொன்னாள்:

"அதெல்லாம் எனக்குத் தெரியாதா? இது ஒரு கூத்து! இப்போ என்ன நடந்தது? கட்சிக்காரங்க கைவிட்டாங்களா?"

தொடர்ந்து அவளே பேசினாள்:

"கை விட்டாங்கன்னா, அப்பறம் இங்கே கட்சி ஏது? இந்த மனிசன்க ளெல்லாம் ஏன், இப்படி நிக்கறாங்க?"

கட்சி தான் பெரியது. தனிநபர் இல்லை. சுரேந்திரன் இல்லா விட்டாலும் கட்சி நிலைத்து நிற்கவேண்டும். பாப்பாவைத் தவிர வேறுயாரிடமும் இதைப் பற்றிப் பேசுவதற்கில்லை. அதற்குத் தகுந்த ஒருவரைப் பார்க்கக் கிடைக்கவில்லை. இந்தத் தேர்தலில் சுரேந்திரன் வெற்றி பெற்றானென்றே வைத்துக் கொள்வோம்; எல்லா வோட்டுக்களும் அவனுக்கே கிடைத்தனவென்றும் வைத்துக்கொள்வோம். அது அனைத்தும் அவனுக்கே கிடைத்ததாகும். கட்சிக்குக் கிடைத்த வோட்டாக இருக்குமோ? சுரேந்திரன் பாப்பாவிடம் கேட்டான்.

அவள் பதிலுரைத்தாள்.

"பின் அல்லாமே என்ன?"

"அது எப்படி?"

"அது அப்படித்தான். தோழரே, நீங்க காங்கிரஸ் வேட்பாளரா நின்று பாருங்க! இப்போ இத்தனை பேருங்க வோட்டு செய்வாங்களான்னு அறிஞ்சுக்குவோமே."

நரம்புகள் வழியாக ஆறுதலின் குளிர்ச்சி உடம்பில் பரவுவதாக சுரேந்திரனுக்குத் தோன்றியது. ஒரு குளிர் காற்று வீசுகிறது. புழுக்கம் தணிகிறது.

"நீ சொன்னது சரிதான் பாப்பா! நான் நினைக்கலே. அது என் நினைப்பிலே வரலே. நான் காங்கிரஸாக இருந்தா எப்படி இருப்பேன்னு நான் நினைச்சுப் பார்க்கலே."

"அப்படித்தான் நினைச்சுப் பார்க்கணும்!"

"அப்போ, நாம் பார்க்கிறோமே இந்த ஜனங்கள்லாம் கட்சி மீது பற்றுதல் கொண்டவங்களா?"

"அதிலென்ன, சந்தேகம்?"

"எனவே கட்சி வளருது."

"ஆம்! சந்தேகமுண்டா?"

அடுத்த கணமே அவள் தொடர்ந்து பேசினாள்:

"கட்சிக்காரனா இருக்கிறதனால்தான் இப்படி எல்லோருக்கும் உதவியாளரா இருக்கீங்க."

சுரேந்திரனுக்கு ஒரு புத்தொளி கிடைத்து விட்டதாகத் தோன்றியது. கன்னங்குழிகள் தென்படுத்துகிற குறுநகையுடன் பாப்பா தொடர்ந்து பேசினாள்:

"அப்பறம் ஒரு விசயத்தைச் சொல்லிடறேன். இந்தப் பொம்பளைங்களை நோக்கிக் கிசுகிசுக்கச் செய்கிற அந்த ஏற்பாடு இருக்கே, அதை நிறுத்திக்கணும்!"

சுற்றுமுற்றும் பார்த்துவிட்டு சுரேந்திரன் சொன்னான்: "அந்த ஏற்பாடு உன்னை மட்டும் நோக்கித்தானே?"

"இல்லவே இல்லே! அன்னைக்கு ஒரு நாள் நாங்க அஞ்சாறு பொம்பளைங்க சன்னம்பின்னம் மழையிலே தூறிக்கிட்டிருந்தப்போ கடைத் திண்ணையிலே நின்னுக்கிட்டிருந்தோமே. அப்போ மழையில் நனைஞ்சிக்கிட்டு அந்தத் திண்ணையை நோக்கி வெள்ளைச் சிரிப்போடு ஓடியாந்தீங்களே... அப்போ முடியிலேருந்து துளித்துளியாத் தண்ணி கொட்டிக்கிட்டிருந்ததே... தோழர் கிளம்பிப் போனப்போ குஞ்சாதன மாமா பொண்ணு கறம்பி சொல்லறா, "தோழரோட முடி என்னா கறுப்பழகு! மழைத் துளிங்க அதுமேலே வைரக்கல்லு மாதிரியடீ!"ன்னு! அன்னைக்கு ராத்திரீலே அந்தப் பொண்ணு தூங்கியிருக்கவே மாட்டா."

சுரேந்திரன் சிரித்துக்கொண்டிருந்தான். பாப்பா ரகசியமாக விசாரித்தாள்:

"அன்னைக்கு அவகிட்டே போனியா?"

சுரேந்திரன் வாய் திறக்கவில்லை.

"அட போக்கிரீ, அன்னைக்குப் போயிருப்பீங்க. அவளை வலைக்குள்ளே சிக்கவைக்கத்தான் அன்னைக்கு நீங்க அந்தக் கடைத் திண்ணைக்கு எகிறிக் குதிச்சு வந்தீங்க. ஒரு விசயத்தை இப்பத்தான் நினைச்சுப் பார்க்கிறேன். அவகிட்டேதான் நீங்க அதிகமாப் பேசிக்கிட்டு நின்னீங்க!"

"மழைக்காகத்தான் நான் அங்கே எகிறி வந்தேன்."

* ** *

இரவு நன்றாக இருண்ட பின்னர்தான் அன்று சுரேந்திரன் வீட்டுக்கு வந்தான். அப்போது விளக்கு பிரகாசித்துக் கொண்டிருந்தது. திண்ணையில் பொன்னம்மா மட்டுமின்றி வேறு யாரோ கூட இருக்கிறார். ஒரு பெண்பிள்ளைதான். அவன் நடந்து சென்றபோது அவள் எழுந்து உள்ளே சென்றாள்.

"யார் அது?" என்றான் சுரேந்திரன்.

"சொல்லறேன். இப்போ சாப்பிடறீங்களா?"

"சாப்பாடு உண்டா?"

"இருக்கு. சோறு இருக்கு. சாப்பிடறீங்களா?"

"வேண்டாம்!"

இன்னொரு விசயத்தைத்தான் பொன்னம்மா கேட்க விரும்பினாள்:

"இங்கே யாரெல்லாமோ சொல்லிக்கறாங்க, நீங்க இப்போ கட்சியிலே இல்லேன்னு! என்ன சமாசாரம்?"

"அதெல்லாம் சொன்னா உனக்குப் புரியுமா?"

"அந்தக் கேள்வியெல்லாம் வேணாம்."

சுரேந்திரன் மறுபடியும் விசாரித்தான்.

"அது யாரு?"

"குதிக்காதீங்க! சொல்றேன்."

அது பொன்னம்மாவின் சினேகிதி. பொன்னம்மா மனத்துக்குப் பிடித்தமாய் ஒரே ஒரு சினேகிதி மட்டும் தான் இருக்கிறாள். கன்னித் துறவிகள் நடத்துகிற பள்ளியில் ஆசிரியை ஆகப் பணியாற்றுகிறாள். அவர்கள் எட்டு அல்லது பத்து ரூபாய் மாதா மாதம் சம்பளமாகக் கொடுப்பார்கள். அதனால்தான் அவளும், அவளுடைய கிழத்தாயும் உயிர் வாழ்கிறார்கள். வேறு ஆதரவு ஏதுமில்லை. அவள் பெயர் கௌரிக்குட்டி. அவளுக்கு ஓர் ஏமாற்றமேற்பட்டிருக்கிறது. அவள் ஒரு பாவம்! அவளுடன் நெருங்கிப் பழகினான் ஒருவன். அவள் அவனை

நம்பினாள். அவள் கர்ப்பிணியானாள். துறவிப்பெண்கள் அவளை வேலைவிட்டு நீக்கிவிடுவார்கள் போலிருக்கிறது. கர்ப்பத்துக்குப் பொறுப்பானவன் கைவிரிக்கிறான். வேறு வழியின்றி கௌரிக்குட்டி பொன்னம்மா வீட்டுக்கு வந்திருக்கிறாள். அவள் அந்தக் கதையைச் சொல்லிக் கொண்டிருந்தாள்.

சுரேந்திரன் விசாரித்தான்:

"அதுக்கு நான் என்ன செய்யணும்? இங்கே எதுக்கு வந்திருக்கிறா?"

"அவளைப் பதிவுத் திருமணம் செஞ்சுக்கணும். புருசன் இருக்கிறவாள்னு தெரிவிச்சுக்கணும்."

"அதுக்கு அந்தத் துறவிப் பொண்ணுங்கள் ஒத்துக்குவாங்களா?"

"அவங்க மடத்துத் தலைவி இருக்காங்களே, அவங்க கருணையுள்ளவங்க. நல்ல அறிவாளிப் பொம்பளே! அவங்க கேட்டப்போ கௌரிக் குட்டி சொன்னா, அவளைப் பதிவுத் திருமணம் செஞ்சுக்கிறேன்னு சொன்ன ஒருத்தன் மூலமாத்தான் கருத்தரிச்சான்னு. அது யார்ன்னு அந்த அம்மா கேட்டா."

"அதுக்கு?"

"உங்க பேரைச் சொன்னா!"

"பரவாயில்லையே! அப்பறம் அவ இங்கே வந்திட்டா- அழகுதான்... அப்பறம் நீ என்ன சொன்னே?"

"நான் என்னத்தைச் சொல்ல? அவளைக் காப்பாற்றணும். இல்லேன்னா அவ பொழப்பு போயிடும்." ஒரு கணம் நிறுத்திவிட்டு பொன்னம்மா தொடர்ந்து கூறினாள்:

"அப்பறம் அவ பின்னாலே போயிடக் கூடாது!"

"கலியாணம் பண்ணறதெல்லாம் அவ்வளவு இலேசான காரியமா? உனக்குத் தெரியுமா, அது? அதுக்குச் சில பொறுப்புகளெல்லாமுண்டு."

"ஓ! எதுவுமிருக்கட்டும். நாளைக்கு அதை நடத்தணும். அவ கிட்டே பணமும் உண்டு."

"எனக்குச் சொத்துபித்துன்னு ஏற்பட்டுட்டா, அவ வயிற்றிலே கிடக்கிற அந்தக் குழந்தைக்குக் கூட உரிமை இருக்கும்."

"இருந்திடட்டுமே." பொன்னம்மா தொடர்ந்து கூறினாள்: "உங்களுக்குத்தான் நெல்லும் சக்கரமும் சொத்தும் ஒண்ணும் வரப் போறதில்லையே?"

"எவனாச்சும் ஒரு சிறுவன் என்னை 'அப்பா!'ன்னு அழைப்பான்."

"பாவம்! ஒரு சிறுவன் அப்படிக் கூப்பிட்டாத்தான் என்னவாம்?"

* ** *

மறுநாள் மூன்றாவதாக ஒரு துண்டுப் பிரசுரம் வெளிவந்தது. அது ஊரெங்கும் விநியோகிக்கப்பட்டது. அதை நிரூபிக்க அதன் இணைப்பாக ஒரு பதிவுத் திருமண உடன்படிக்கையும். எல்லோரும் அதை வாசித்தனர். அந்த உடன்படிக்கையைப் படிக்க அனைவருக்கும் வேடிக்கையாக இருந்தது சுரேந்திரன் எவன் மூலமோ ஏற்பட்டிருக்கிற ஒரு கர்ப்பத்துக்கும் பொறுப்பேற்றுக் கொள்ளவும் செய்வானா? குலுங்கிச் சிரிக்கவைக்கிற விசயம் அது!

120

சத்திரத்தின் ஒரு பகுதியாக அவரைக் காணலாம். அங்கே வந்து போகின்றவர்கள் அனைவரும் அவரை அப்படித்தான் புரிந்து கொள்கின்றனர். சத்திரத்தின் வேலையாள் அல்ல. வருபவர்களிடம் பேசமாட்டார். யாருக்கும் தொந்தரவு இல்லை. அவர் கூட உட்பட்டது தான் சத்திரம். அவரைத் தவிர்த்துச் சத்திரத்தைக் கற்பனை செய்து பார்க்கமுடியாது. அவர் யார்? அவர் என்ன? எதற்காக அங்கே தங்கி யிருக்கிறார்? என்றெல்லாம் அங்கே வந்து செல்கின்றவர்கள் நினைத்துப் பார்ப்பதில்லை.

காலையில் ஒரு தூண்மீது சாய்ந்து நின்றவாறு பாதையோரத்தில் நிற்பார். அப்படியே நின்றுவிடுவார். அக்கம்பக்கத்து நிகழ்ச்சிகள் எதையும் அவர் கவனிப்பதில்லை போல் தோன்றும். எதையோ ஆழ்ந்து யோசிப்பவர் போல் தோற்றமளிப்பார். இடையிடையே வளர்ந்து தொங்கிக்கிடக்கிற தாடியைத் தடவுவார். அதுவும் அவருக்குத் தெரியாது.

வெறிச்சோடிக் கிடக்கிற மனத்துடன் அங்கே ஒன்றும் நடைபெற வில்லை யென்றால் கூட, எவ்வளவு நேரம் வேண்டுமானாலும் சிலரால் பார்த்து நிற்கமுடியும். அத்தகைய ஒருவராக இருப்பாரோ, அவர்? என்னவோ!

முந்திய நாள் தங்கியிருந்தவர்கள் போகிறார்கள். புதிய நபர்கள் வந்து, அறையை வாடகைக்கு எடுக்கின்றனர். ஒவ்வொரு காரியார்த்தமாகத் தலைநகருக்கு வந்தவர்கள் அறையைப் பூட்டிவிட்டுச் செல்கின்றனர். சென்றவர்கள் திரும்பி வருகின்றனர். அங்கே அனைவருடையவும்

நேரத்திற்கு மிகுந்த விலையுண்டு. செய்து முடிக்கவேண்டிய காரியங்கள் உள்ளன. ஒவ்வொருவரும் சோம்பேறிகள் அல்ல. வந்தவர்கள் எல்லோரும் வந்த காரியத்தை முடித்துக்கொள்ள விழைகின்றனர். போக வேண்டியவர்களுக்கு டிரெயின்-நேரமாயிற்று. பேருந்து நேரமும் ஆகிவிட்டது. அந்தப் பேருந்து சென்றுவிட்டால் பின்னர் இரண்டு மணிநேரம் வரையிலும் காத்திருக்க வேண்டும்.

ஏராளமானவர்கள் தங்க வருகிற சத்திரம் அது!

பின்னாலிருந்து சத்திரத்தின் வேலையாளான கோயா சொன்னார்:

"சார், ஒரு சிங்கிள் டீ குடிச்சுக்குங்க சார்!" அவர் தண்ணீர் கூடக் குடிக்கவில்லை என்று கோயாவுக்குத் தெரியும். கோயாவுக்கு மட்டும்தான்.

இரண்டு மூன்று நாட்களாக அங்கே தங்கிவருகிற ஒருவர் கோயா விடம் ரகசியமாக விசாரித்தார்.

"அது யாரப்பா?"

"அதுவா?"

கோயா சிறிது நிறுத்தினார். அது யாரென்று ஒரு வாசகத்தில் சொல்லி முடிக்க முடியாது. அப்போது அறிய விரும்புகிறவர் வினவினார்:

"பைத்தியமா?" கோயா வன்மையாக மறுத்தார்.

"ஏய்... இல்லவேயில்லை!"

"அந்தப் பார்வையும் நிலையும் கண்டு கேட்டேன்யா!"

கோயா சொன்னார் "எதையோ மிகக் கவனமோடு யோசிக்கிறார். இன்னைக்குப் பத்திரிகை படிச்சார். அப்போ ஏதோ விசயம் மூளைக் குள்ளே நுழைஞ்சிட்டது. அப்பறம் யோசனைதான். கவிஞனாக இருந்தார். அருமையான கவிதைகளை எழுதியிருக்கிறார். இடது சாரியாதான். கம்யூனிசம் மனப்பாடம்தான்."

"என்ன வேலையோ?"

"ஒண்ணுமில்லை. மூளையும் படிப்பும் கொஞ்சம் ஜாஸ்தியாயிட்டது. நீங்க சொன்னதுபோல் மூளைக்குக் கொஞ்சம் கோளாறுதான். துறவிகள் ஏன், அப்படி நடக்கிறாங்க? அப்படித்தான். ஆனா ஒரு பிரச்சினையு மில்லை. காவித்துணி, விபூதி, சந்தனம்-எதுவுமில்லாத ஒரு துறவி. கம்யூனிசத்திலுள்ள ஒரு துறவி. கொஞ்சம் 'பிரிலூஸ்'னு தோணும்."

"உயிர் வாழறதெப்படி?"

"அப்படியே வாழ்ந்துக்கிட்டே இருக்கார். இங்கே ஆளில்லாத அறையில் படுத்துத் தூங்குவார். எல்லா அறைகளிலும் ஆளுங்க இருந்தாங்கன்னா ஸ்டோர் ரூமிலே படுத்திடுவார். நாங்கள்லாம் சாப்பிடற கூட்டத்திலே வந்து சாப்பிடுவார். எல்லா கம்யூனிஸ்ட்களையும் தெரியும். அவங்களோடு சேர்ந்து படிச்சிருக்கார். விசுவநாதனை 'டேய்!' என்று தான் கூப்பிடுவார். மந்திரிகளையும் தெரியும். ஆள் அப்படித்தான். அவங்களுக்கெல்லாம் இவர்மீது பெரிய அன்பு."

"ஏன் தாடி வளர்க்கிறார்?"

கோயா சிரித்தார்:

"அதுவல்லவோ, வேடிக்கை? நாட்டிலே சோசலிசம் வந்தாத்தான் தாடியெடுப்பார். அதுதான் சபதம்! இதுக்கு முந்தி இந்தியாவுக்குச் சுதந்திரம் கிடைத்தால்தான் தாடியெடுப்பேன்னு பிரதிக்னையெடுத்தார். நாற்பத்தி ஏழு ஆகஸ்ட் பதினைந்தாம் தேதி தாடியெடுத்தார். அப்பறம் இப்போ சோசலிசத்துக்காகத் தாடி வளர்க்கிறார்."

"அது நடக்குமாப்பா?"

"நடக்காவிட்டால் தாடியெடுக்கவும் மாட்டார்."

கிடைத்த அளவு தகவல்களை வைத்துக்கொண்டே அந்தத் தாடிக் காரனைப் பார்த்து நிற்கக் குதூகலமாக இருக்கும்.

"எந்த ஊர்?"

"அங்கே வடக்கு! சில சமயங்களில் போய்வருவார். அங்கே நீண்ட நாட்கள் தங்கியிருக்க மாட்டார். திரும்பும் போது கொஞ்சம் பணத்தைக் கையிலெடுத்துக்கொண்டு வருவார். ரொம்ப கொஞ்சம். ஸ்டோர் ரூமுக்குள்ளே ஒரு சின்ன தகரப்பொட்டி வச்சிருக்கார். இப்படித்தான் இங்கே தங்கியிருக்கார் கல்லூரியிலே படிச்சிருக்கார். அன்றாடம் 'பப்ளிக் லைப்ரரி'க்குச் சென்று வருவார். இரவு எட்டு மணிவரையிலும் அங்கே படித்துக் கொண்டிருப்பார். அந்த முறை தவறாது. வாசகசாலை பூட்டும் போதும் திரும்பிவருவார். பொல்லாத வாசிப்பு. என்னத்துக்காக என்ன வெல்லாமோ படிக்கிறார்?'

கோயா வானத்தைப் பார்த்து கடவுளிடம் கேட்பதுபோல் தோன்றியது.

"என்ன பெயர்?" என்று அவர் கேட்டார்.

மணிகண்டன்! அந்தப் பெயர் கேள்விப்பட்டிருப்பது போல் அவருக்குத் தோன்றியது. பத்திரிகைகள், மாத இதழ்கள் ஆகிவற்றில் எல்லாம் அந்தப் பெயரைப் பார்த்திருக்கிறார். அந்தப் பெயர் மிகவும் அறிமுகமானது. கேள்வி கேட்டுக் கொண்டிருக்கிற அவர் இதழ்களில் ஒரு கவிதையின் இரண்டு ஈரடிவரிசைகள் தாவித் தாவி விளையாடின. அந்தக் கவிதை மணிகண்டன் என்கிற கவிஞனுடையதல்லவா?

“கவிஞர்கள் சில நேரங்களில் பைத்தியங்கள் மாதிரி நடந்து கொள்வார்கள். அவர்களுக்கு எதிலும் கவனமிருக்காது. இங்கே இப்படியிருக்கிறப்போ கவிதையெழுதுவதுண்டா?”

“இல்லை; இல்லை! இப்போதைக்கு எழுதறதில்லை. ஆயினும் நாங்கள்லாம் சேர்ந்து அவரை எழுத வலியுறுத்துவோம். இருந்தாலும் எழுதமாட்டார். ‘சார் கவிதையெழுதலேன்னா நாங்க சோறு தர மாட்டோம்’னு வலியுறுத்துவோம். அன்னைக்கு- பாவம்! அவர் சாப்பிடலே. நாங்க சோறு போடலே. பெரிய பரிதாபமாப் போச்சு!”

-மணிகண்டன் நடந்து சென்றார்.

“இந்த நேரத்திலே எங்கு போறார்?” என்றார் அவர்.

“எங்கேயோ ஓர் இடம் வரையிலும் நடந்து செல்வார். எந்த இடம்னு எங்களுக்குத் தெரியாது. உடனே திரும்பி வந்திடுவார்.”

* ** *

காலை மணி பத்தரை. சத்திரம் அலுவலக மணி ஒலித்தது. மணிகண்டன் கிளம்பி நடந்தார். சரியாக மணி பத்தரையடிப்பதை அவர் எதிர்பார்த்துக் கொண்டிருந்தார். பன்முறை சுவர்கடிகாரத்தைத் திரும்பித் திரும்பிப் பார்த்தார்.

புத்தன் சந்தை வழியாக நடந்து கொண்டிருந்தார். அவருக்கு ஓர் இலக்கு உண்டு. புளிமூடு, ஸ்டாச்சியூ ஜங்ஷன், காலேஜு... ஆகியவற்றையெல்லாம் கடந்து அவர் பாளையம் கேட்டின் வழியாக பழைய தலைமைப் பொறியாளர் அலுவலகத்தின் முன்னால் வந்தடைந்தார்.

இந்தப் பழைய டீக்கடை இப்போதும் உண்டு. பாதையிலிருந்து கீழிறங்கிச் செல்லவேண்டும். இன்று அந்தக் கடை நடத்துவது முன்னர் நடத்திக்கொண்டிருந்தவர் அல்ல. அவர் மண்மறைந்துவிட்டார். அவர் மகளும் மாப்பிள்ளையும் சேர்ந்துதான் இப்போது கடை நடத்தி வருகிறார்கள்.

மணிகண்டன் சென்று பெஞ்சுமீது அமர்ந்துகொண்டார். அவர் கேட்காமலேயே டீக்கடைக்காரி ஒரு டம்ளரின் பாதியளவில் டீயூற்றி அவர் முன்னால் கொண்டுவந்து வைத்தாள். அந்த டீயைக் குடிப்பதற்கான நேரத்தைவிட நீண்ட நேரத்தை எடுத்துக்கொண்டு ருசித்து ருசித்துக் குடித்தார். வாடிக்கையாளர்கள் வராத நேரம் அது- காலை வியாபாரம் முடிவுற்றிருந்தது. மதியத்தில் சாப்பிட சில ஸ்திரமான வாடிக்கையாளர்கள் வருவார்கள். சாப்பாட்டைத் தயாரிக்கிற நேரம் அது. டீ மட்டும் குடிக்க வருகின்றவர்களும் உண்டு. குடித்த பின்னர் ஒருநிமிடம் கூட அங்கே நிற்கமாட்டார்கள். டீ குடித்து முடித்த மணிகண்டனும் எழுந்து சென்று காசு கொடுத்தார். மீதி சில்லரை கிடைக்கவேண்டும். கல்லாப்பெட்டி திறந்து அவள் துட்டுக்களைத் தேடுகிறாள். மணிகண்டன் கண்கள் பார்வையைச் சிறிது வேறு திசையில் திரும்பிவிட்டனவா என்கிற சந்தேகம் உண்டு. என்ன இருந்தாலும் அவற்றில் ஓர் ஒளி தோன்றியது. சூடு ஏற்பட்டது. அந்தப் பார்வையில் ஒரு விதமான தாகம் இருப்பதாகத் தோன்றியது. தாடி தடவுகிற முறையில் பிடித்துக் கொண்டு அதனை இழுத்துக் கொண்டிருந்தார். வளர்ந்திருக்கிற மேல்மீசை வழியாக அவர் நெடுமூச்சு விடுவதைக் காணமுடியவில்லை. மெல்லிய ஒலியைக் கூடக் கேட்க முடியவில்லை. அது வெளியே எட்டவுமில்லை. அதை ஒன்றும் அவள் அறியவில்லை. பார்க்கவில்லை யாருமே அறியவில்லை; பார்க்கவுமில்லை.

ஆளில்லாத ஓர் இடத்தில் அவர் அவளைக் காணநேரிடினும் கூட இப்படிப் பார்ப்பதும் மூச்சு விடுவதும் மட்டும்தான் நடக்கும். பேச அவர் நா எழாது. அவர் கைகள் தளர்ந்து போயிருக்கும். உடல் குளிர்ந்து மரத்துப் போயிருக்கும்.

படிக்கிற காலத்தில் அவள் மணிகண்டனை எட்டிப் பார்த்திருக் கிறாள். அன்று அது அவளுக்குத் தேவையாக இருந்தது. அவளுக்கு ஒரு கணவன் தேவை. வடக்கத்தியான்; கல்லூரியில் படிக்கிறவன்- எனவே அவள் பார்க்கத்தான் செய்வாள்.

அன்றைய அந்தக் கல்லூரியில் படித்தவர்தான், இன்று டீ குடித்துவிட்டுக் கொடுத்த பணத்தில் மீதி சேரவேண்டிய காசுக்காகத் தன் முன்னால் நிற்கிறாரென்று அவள் அறிகிறாளா என்னவோ! அறிகிறாள் என்றால் கூட அவளுக்கு எந்தவிதமான சூடுமில்லை.

தடித்துக் கொழுத்திருக்கிற பெண்பிள்ளை. அவள்தான் அந்த டீக்கடையை நடத்திச் செல்கிறாள். எல்லா வேலைகளையும் அவளே

செய்கிறாள். நின்று திரும்பக் கூட நேரமில்லை. கட்டியிருக்கிற வேஷ்டியில் கரியும் அழுக்கும் படர்ந்து காணப்படுகின்றன. ஜாக்கெட் வியர்வையால் நனைந்திருக்கிறது. நீண்ட அடர்த்தியான கூந்தல், உறுதியான சதைப் பற்றுக்கள், உடல் வடிவத்திற்கேற்ற முறையிலுள்ள தனங்கள். பெரியது மல்ல; சிறியதுமல்ல.

அவள் அப்படியாகியிருக்கிறாள்.

மணிகண்டன் வெளிக் கிளம்பி வந்தான். அப்போது வாசலில் ஒரு கைவண்டி வந்து நின்றது. கடைக்குத் தேவையான பொருட்கள்தான் அதிலே இருந்தன. வண்டியுடன் ஒரு கப்படா மீசைக்காரன் வந்தான். அவனும் ஒத்த மனிதன்தான். அவளுக்கு நன்கு பொருத்தமானவன். அவளுக்கு அவன் போதுமென்று மட்டுமல்ல; அவன்தான் வேண்டும்.

முன்னரும் மணிகண்டன் அவனைப் பார்த்திருக்கிறார். கடைக்குள்ளே அவன் இருந்தால் மணிகண்டன் அங்கே இருக்கமாட்டார். திடீரென வெளிக்கிளம்பி விடுவார்.

* ** *

சில இரவுகளில் வெகு நேரம் சென்ற பின்னர்தான் மணிகண்டன் வருகிறார். கோயாவும் நண்பர்களும் சோற்றையும் கறிகளையும் எடுத்து வைத்திருப்பார்கள்.

"பாவம்! நாம்ப எடுத்து வக்கலேன்னா ராத்திரீலே அவருக்குப் பட்டினிதான்" என்பார் கோயா.

சில நாட்களில் சாப்பாடு மீதியாகிவிடும். சில நாட்களில் பாதி வயிற்றுக்குத்தான் சரியாக இருக்கும். ஒன்றுமில்லாவிட்டாலும் மணிகண்டன் படுத்துத் தூங்கிவிடுவார்.

நல்ல நிலைவுடைய இரவு. சங்குமுகம் கடற்கரையில் ஜன நடமாட்டம் ஓய்ந்துவிட்டது. அப்போதுதான் மணிகண்டன் வருகிறார். சமுத்திரம் புன்னகைபுரிந்து நிற்பதாகத் தோன்றியது. சின்னச் சின்ன அலைகள் கரைக்கு வந்து வெண்நுரையாய் மாறின.

மணிகண்டன் மௌனமாகச் சமுத்திரத்துடன் பேச்சைத் துவக்கினார். எதை எதையோ கேட்கிறார். பேசுகிறார். ஆயின் நான் கொஞ்சம் முயன்று பார்க்கிறேன் என்கிற முறையில் அவர் சற்று அசைந்து அமர்ந்துகொண்டார். வானத்தின் உச்சியை அடைந்த சந்திரனும் தயாராகிவிட்டான். அப்போது எங்கிருந்தோ ஒரு தெரு நாய் அங்கே வந்து சேர்ந்தது. அது முணுமுணுத்துக் கொண்டது.

மணிகண்டன் இடம் மற்றும் நேரத்தை மறந்துவிட்டார். ஒரு கற்சிலை போல் அமர்ந்திருக்கிறார். காற்றும் அசைவற்றுப் போயிற்று.

நேரம் அவ்வாறு சென்றுகொண்டிருந்தது. அறியப்படாத தெய்வீகமான ஒரு காரியம் நடைபெறுகிறது. காலம் அதன் அனைத்துச் சக்திகளையும் பயன்படுத்தியவாறு சந்திரனைத் தள்ளி நகர்த்துகிறது. சந்திரன் நகர மறுக்கிறான். காற்று ஒரு தெய்வீகப் பாடலுக்கு சுருதி சேர்க்கிறது. கடலின் சிற்றலைகள் தாளம் போடுகின்றன. நாய் அசைவற்று உட்கார்ந்திருக்கிறது. அந்த சுருது-தாளங்களுடன் கூடிய இசைப் பிரவாகத்தில் நாய் நீச்சலடிக்கிறது. யார் பாடுகிறார்? மணிகண்டன்தானா?

தள்ளி நகர்த்தப்பட்டதனால்தான் இருக்கவேண்டும் - மேற்கே சாய்ந்துவிட்ட சந்திரனுடைய நிறம் சிறிது மங்கலாகிவிட்டது. சற்றே சிவப்புநிறம் கலந்துவிட்டதோ என்கிற சந்தேகம் ஏற்பட்டது. தள்ளி நகர்த்தித் தான் சந்திரன் அங்கே கொண்டுவந்து சேர்க்கப்பட்டிருக்கிறான்.

கடல் சொன்னது: "ஆயின் போய்ப் படுத்துத் தூங்கு!"

"நாளைக்கும் வந்திடணும்!" காற்றுதான் சொல்வது போல் தோன்றியது.

அம்புலிமாமா சொல்லிற்று "இதோ, பார் என் துரதிருஷ்டத்தை! என்னால் அந்த இசையை நின்று கேட்க முடியாதாகிவிட்டது."

நாய் சிறிது தூரம் சென்ற பிறகு திரும்பி நின்றது. "நாளைக்கும் வந்திடணும்!" என்று அந்த நாயும் சொல்கிறது போலும்.

கோயாவிடம் மணிகண்டன் சொன்னார்:

"நான் நேற்றிரவு ஒரு கவிதை சமைத்தேன். அருமையான கவிதை!"

"அப்படியானால் அதைப் படிச்சுக் காட்டுங்க!"

"எனக்கு ஞாபகமில்லை. நேற்று நான் ஒரு கவிதை புனைந்தேன். அருமையான கவிதை!"

"இதென்ன சார், பைத்தியக்காரத்தனமாப் பேசறீங்க?"

மணிகண்டன் மீசையின் இடைவழியாய் ஒரு புன்னகை புரிந்தார். அவர் சொல்வதை கோயாவால் புரிந்துகொள்ளமுடியவில்லை. அமாவாசை நாட்களில் மணிகண்டன் கடற்கரைக்குச் செல்வார். மறுநாள் கோயாவிடம் சொல்லுவார்: "நேற்று இரவு நான் ஒரு கவிதை சமைச்சேன்." என்று.

இப்படியும் ஒரு கவிஞன் உண்டா?

மணிகண்டன் சொன்னார்:

"கோயா, நான் கவிதை புனைவது நான் ஆனந்தமடையத்தான்."

"அதைக்கேட்டு நாங்களும் ஆனந்தமனுபவிச்சுக்குவோம்."

"நான் எழுதினால் அது கவிதையல்லாதாகிவிடும் கோயா!"

"சார், நீங்க கவிதை விசயமாப் பேசறபோது- நான் உண்மையைச் சொல்லறேனே- பைத்தியக்காரத்தனமாத்தான் பேசறீங்க!"

* ** *

இந்த அரசு உழைக்கும் மக்களுடையது அல்ல. இது சுரண்டும் கும்பலுடையது. இல்லாதவர்களின் க்ஷேமலாபங்கள்தான் தங்கள் கொள்கை எனக் கூரை மீது ஏறி நின்று கொக்கரிப்பது மட்டும்தான். இதன் வர்க்கத் தன்மை என்ன? ஆராய்ந்து பார்ப்போம். அவர் தூண்மீது சாய்ந்து நிற்கும் போது இன்றைய அரசின் வர்க்கத் தன்மையை விஞ் ஞான ரீதியாக ஆராய்ந்து பார்க்கிறார். மார்க்ஸியன் சமூகப் பார்வையோடு சூக்குமமாகச் சிந்தித்துப் பார்க்கிறார். வேறு எந்த சிந்தனையுமின்றி சும்மா பார்த்து நிற்பதல்ல. வருவோர் போவோர் யாரையும் கவனியாமல், சுற்றுச் சூழலை அறிந்து கொள்ளாமல் சும்மா நிற்பதில்லை. அதுவும், ஓசையும் அசைவும் இல்லாத ஓர் இடத்தில் அல்ல; மாறாக, ஜனசந்தடி மிக்க இடத்தில் நின்றவாறு முழுமனத்துடன் அவரால் சிந்திக்கமுடியும். தவத்திற்காகக் காட்டுக்கோ, குகைக்கோ போகவேண்டிய அவசியமில்லை.

இந்த உலகத்தின் இன்றைய பொருளாதார அமைப்பினை மணிகண்டன் அலசி ஆராய்ந்து பார்த்தார். நேற்றைய தினமும் அது ஆராய்ச்சிக்குகந்ததாக இருந்தது. அதுவும் விஞ்ஞான அடிப்படையிலே தான். ஜனநெருக்கத்திடையில் கூட இந்தச் சுரண்டுதல் முறை பயங்கர உருவம் கொண்டு நிற்கிறது. கண்முன்னே காண்பதெல்லாம் சுரண்டுதல் தான். அந்தப் போக்கினைத்தான் காணமுடிகிறது. சுரண்டுதல்! நடக்கின்ற, உட்கார்ந்திருக்கின்ற அனைத்து இடங்களிலும் சுரண்டுதல் தான் காணப்படுகிறது. எதிரும் புதிருமாய் நிற்கின்ற இரண்டு வர்க்கங்களை அவர் தெளிவாகக் கண்டார். சுரண்டும் வர்க்கம் சுரண்டப்படும் வர்க்கம்! அவர்களிடையே ஒரு யுத்தம் நடைபெற்று வருகிறது.

தண்ணீர் அருந்தவில்லை என்றால், அதை அறியாமற் போவது ஓர் அற்புதம் இல்லை. செல்வச் செழிப்பு மிக்க இந்தப் பூமியில் ஏழ்மைக்குக்

காரணமுண்டா? இல்லை! இங்கே மனிதனுக்குத் தேவையானது அனைத்தும் போதுமான அளவில் இருந்து வருகிறது. பின்னர் ஏழ்மைக்கும் பட்டினிக்கும் காரணமென்ன?

உற்பத்தி, விநியோகம் ஆகிய விசயங்களுக்குள்ளே நுழைந்தார் மணிகண்டன். உற்பத்தியும் விநியோகமும் இன்றைய தினம் சுரண்டும் வர்க்கத்தின் பிடியிலே இருந்து வருகின்றன. இந்தப் பூமியிலிருக்கிற செல்வமனைத்தையும் சுரண்டும் வர்க்கம் கையகப்படுத்தி வைத்திருக்கிறது. ஏழ்மை செயற்கையாகச் சிருஷ்டிக்கப்படுவதுதான். சுரண்டப்படும் வர்க்கத்தின் அரசியல் - ஆதிக்கம்தான் அதற்கெல்லாம் பரிகாரமாகும்!

வர்க்காசமரசம்! அது ஒரு கொடிய வஞ்சனைதான். சுரண்டும் வர்க்கத்தின் ஈனத்தனமான தந்திரம் அது. வர்க்கப்போராட்டம்தான் புதிய சமூக அமைப்பை உருவாக்கத் தகுந்த பாதை. இந்தப் பூமியில் புதியதொரு சமூக அமைப்பு முறை உருவாகத்தான் வேண்டும். அதற்கான போராட்டம் நடைபெற்று வருகிறது. அந்தப் போராட்டத்தை வளர்க்க வேண்டும். அந்தப் போராட்ட நெருப்பினைத் தண்ணீர் விட்டு அணைக்கப் பார்க்கிறது சுரண்டும் வர்க்கம். வர்க்க சமரசமென்றால் அதுவாகும். இதை ஒரு க்ஷேமநலன்கள் பொருந்திய நாடாக உருவாக்கப் போகிறார்களாம்! வெறும் போலித்தனம். வர்க்கப் போராட்டத்தைத் தணிக்கச் செய்யும் சூழ்ச்சி!

ஜமீன்தாரி முறையை ஒழித்துக்கட்டப் போகிறார்களாம்! உழுவனுக்கே நிலம் சொந்தம்! சுரண்டும் கூட்டமே இந்தக் கோஷத்தை எழுப்பத் தொடங்கியிருக்கிறது. தேசத்தைத் தொழில் மயமாக்கப் போகிறார்கள். திட்டமிடுதல் (பிளானிங்) அதற்காகத்தானாம். பிளானிங்கிற்கான நடவடிக்கை எடுக்கப்பட்டாகி விட்டது. இனிமேல் இந்த நாட்டில் எங்கே பார்த்தாலும் தொழிற்சாலைகள்தான். எல்லோருக்கும் தொழில்! எல்லோருக்கும் குடியிருப்பு வசதிகள். பொய்! எதுவும் நடக்கப் போவதில்லை. மனித உரிமைகள் நிர்ணயிக்கப் பட்டாகி விட்டன. அனைவரும் சமமானவர்களாம்! இனிமேல் இங்கே குடியிருப்புக்களிலிருந்து, நிலப்பிரபுத்துவத்தை ஒழித்துக்கட்டுவோம். உற்பத்தியைப் பெருக்குவோம். அரிசிக்கோ, நெல்லுக்கோ இனிமேல் பஞ்ச மிருக்காது. குத்தகைமுறை மறைந்துபோய் விடும். பூமியின் உடமை - உரிமை இனிமேல் சமுதாயத்திற்குத்தான். உற்பத்திக் கருவிகள் மீது பொதுவுடைமை அமுலாக்கப்படும். அனைத்துமே பெரிய தந்திரம்தான். சுரண்டுகிறவன் சுரண்டப்படுகிறவனுடைய தலைமைப் பொறுப்பு வகிக்கிறான். நிலச்சீர்திருத்தம் உடனடியாக ஏற்படப் போகிறது.

அதற்கான சட்டத்தை உடனடியாக நிறைவேற்றப் போகிறார்களாம்! என்ன அது? புதிய 'கண்டெழுத்தா'?

கோயா கொடுத்த டீயைக் கையில் வாங்கிக் கொண்டார். சிறிது நேரம் வரையிலும் அதைக் கையில் வைத்துக் கொண்டிருந்தார்.

"சார், டீ ஆறிவிடும்."

அப்போது சுரண்டப்படுகிற வர்க்கம் சுரண்டல் பேர்வழிகளின் ஈனத்தனமான அனைத்துத் தந்திரங்களையும் புரிந்துகொண்டு ஒன்று பட்டு முன்னேறுகிறது. இடுக்குவழிகளிலிருந்து, காட்டிலிருந்து, தொலை தூரத்திலுள்ள பட்டிக்காடுகளிலிருந்து, தொழிற்சாலைகளிலிருந்து, வயல்களிலிருந்து, அரசாங்க அலுவலகங்களிலிருந்து, சேரிகளிலிருந்து - எல்லா இடங்களிலிருந்தும் ஆர்ப்பரித்தெழுந்து வருகிறது. இறுதியாக ஓங்கியடிப்பதற்காக! அரிவாள்-சுத்தி முத்திரையுடைய செங்கொடியுடன் யார் முன்னால் செல்கிறான்?

விசுவநாதன்?

அதற்குப் பின்னால்? மணிகண்டன்! சுரண்டும் வர்க்கம் அவர்கள் நெஞ்சுக்கு நேராகத் துப்பாக்கியேந்தி வருகிறது.

"சார், மணி பத்தரையாகப் போவுது!"

பின்னாலிருந்து கோயா சொன்னார்; ஒரு டீக்காக பாளையம் வரையிலுமுள்ள வழக்கமான பயணத்துக்கு நேரமாகிவிட்டது. அந்த டீக்கான துட்டு என்றும் அவரிடமிருக்கும். அது தவறாது.

* ** *

சுரண்டப்படுகிற வர்க்கத்தின் வரலாற்றுச் சிறப்புமிக்க அந்தப் பேராட்டத்தின் முதற் கட்டம் வெற்றி கண்டது. அந்த வர்க்கம் அரசியல் - அதிகாரத்தைக் கைப்பற்றிக் கொண்டது. இனிமேல் தேசத்தின் புனர் நிர்மாணம்தான். அதிகாரத்தைக் காப்பாற்றிக் கொள்வதும் இன்றியமையாததாகும்.

பூமி முழுவதும் சமுகத்திற்குச் சொந்தமெனப் பிரகடனமாயிற்று. ஒரேயடியாக மக்கிப்போன ஜமீன்தாரிமுறை ஒழித்துக் கட்டப்பட்டது. அது ஒரு பெரும் நாள்தான்.

தேசமெங்குமுள்ள தொழிற்சாலைகளின் புகைக் குழாய்களிலிருந்து புகைப் படலங்கள் உயர்ந்து பொங்கின. கோவில்களிலிருந்து முழங்குகிற சங்கொலியன்று-தொழிற்சாலைகளிலிருந்து முழங்கிவருகிற 'சைரன்'

நாதம் தான் மக்களை உணர்த்துகிறது. நாடு பூராவிலும் பரவிக் கிடக்கின்ற வீடுகளில் 'ஸ்விட்சு' போட்டது போல் திடீரென்று தீபங்கள் ஒளி சிந்தின.

பல்வேறு பருவத்தைச் சேர்ந்த மாணவ மாணவியர் பள்ளிக் கூடத்துக்குச் செல்கின்றனர்.

யாருமே நோயைப் பற்றிக் கவலை கொள்ள வேண்டியதில்லை. இலவசமான சிகிச்சை அமுலுக்கு வந்திருக்கிறது. சமத்துவத்தின் ராஜபாதையில் தேசம் முன்னேறிச் செல்கிறது. இன்னும் பலவேறு மைல் கற்களை அது தாண்டிச் செல்ல வேண்டியிருக்கிறது.

ஊரெங்கும் பச்சைப் பசேலென்றாகிவிட்டது. நெல்லும் அரிசியும் போதுமான அளவில் உண்டு. பாறை மீது கூட நூறு விளைகிறது. பூமி ஊசிமுனையளவில் கூட சும்மா போடப்படவில்லை. ஆனால் போதாது. இன்னும் நெல் அரிசி உற்பத்தியாகவேண்டும். உற்பத்தியாகி விடும்.

கோயா அறைக்குள்ளே வந்தார்.

"தூங்கினீங்களா, சார்?"

"இல்லை."

"அறைக்கு ஒருவர் வந்திருக்கிறார். இன்னைக்கு உங்களுக்கு ஸ்டோரில்தான் படுக்கை."

ஆள் இல்லாததால்தான் அந்த நாற்பத்து மூன்றாவது அறையிலே வந்து படுத்துக் கொண்டார். மணிகண்டன் எழுந்து ஸ்டோர் அறைக்குச் சென்றார்.

அங்கே படுத்தவாறு இன்னும் கனவு காணலாம்; தாடியைத் தடவியவாறு கனவுகள் காணலாம்.

121

மலர்ந்த சிரிப்புடன் ஒருவர் சத்திரத்தை நோக்கி நடந்து வருகிறார். நாடு முழுவதிலும் கூட்டுப்பண்ணைமுறை அமுல் நடத்தப்பட்ட காலம் அது. ஒரு நிமிடம் வரையிலும் மணிகண்டனால் தன் கண்களை நம்பவே முடியவில்லை. அதற்கான விசயம் அல்ல அது. அந்த அளவு நம்பமுடியாத விசயமும் அல்ல அது. ஒருவர் திருவனந்தபுரத்திற்கு வருவது அவ்வளவு பெரிய வியப்பளிக்கிற காரியமல்ல. ஆயினும் மணிகண்டன் வியப்படைந்தார். மணிகண்டன் ஊரைச் சேர்ந்தவர்கள்

அவ்வளவாக திருவனந்தபுரத்திற்கு வருவதில்லை. அதனாலாகவும் இருக்கலாம்.

நடந்து வந்தவர் சுரேந்திரன்தான். தூரத்திலிருந்தே சுரேந்திரன் மணிகண்டனைப் பார்த்தார். மீசையினூடே மலர்கிற புன்னகை சுரேந்திரன் கவனத்திற்கு வந்தது.

கோயா விசாரித்தார்.

"இது யாருங்க, சார்?"

மணிகண்டனிடம் திடீரென ஏற்பட்ட முகமலர்ச்சியை கோயா கவனித்தார். அது வழக்கத்தில் இல்லாதது. கோயாவுக்குப் பிரத்தியேகமாய் ஒரு மகிழ்ச்சி ஏற்பட்டது. மணிகண்டன் முகத்தை மலரச் செய்த அந்த ஆள் யாராக இருப்பாரென்று கோயாவுக்கு ஆச்சரியமாயிற்று.

மணிகண்டன் அவருக்கு சுரேந்திரனை அறிமுகப்படுத்தினார்.

"இது எங்கள் ஊர் பஞ்சாயத்துத் தலைவர்!"

கோயா சுரேந்திரனை ஒருமுறைதான் பார்த்தார். அவர் மனத்தில் திடீரென உதயமானது இதுதான்;

...'இந்த ஐயாவுக்கு ஊரிலே ஒரு பஞ்சாயத்துத் தலைவராகக் கூட வரமுடியவில்லையே....'

அது ஏன்? கோயா தன்னையே வினவினார்.

ஏராளமான பிரச்சினைகளுடன்தான் சுரேந்திரன் திருவனந்தபுரத் திற்கு வந்திருக்கிறார். எதுவும் சாரமற்ற விசயமல்ல. அம்பலப் புழையிலிருந்து ஊருக்கு ஒரு பாதை அமைப்பது; ஊரில் ஒரு மருத்துவமனையை நிறுவுவது; மின்சாரம் ஊருக்குக் கிடைக்கச் செய்வது - ஆகிய காரியங்கள்தான் உடனடியாக நிர்வகிக்கப்பட வேண்டியவை. இன்னும் பல உள்ளன. ஆயினும் உடனடியாகச் சாதிக்க வேண்டியவை மேற்சொன்ன காரியங்களாகும். அந்தந்த இலாகா மந்திரிகள் எல்லோரை யும் சந்திக்கவேண்டும்.

சுரேந்திரன் விவரித்தார்:

"உனக்கு இந்த மந்திரிகள் எல்லாரும் பழக்கமானவர்கள்தானே?"

மணிகண்டன் அன்றாடம் காலையிலும் மாலையிலும் நடந்து வந்திருக்கிற, இருமருங்கிலும் தாழஞ்செடிகள் வளர்ந்து மேடும் பள்ளமுமாகக் கிடக்கிற, நடைபாதையாய்ப் பயன்படுத்தப்படுகிற அந்த

வயல் வரப்பினை நினைத்துப் பார்த்தார். கால் தவறினால் நெஞ்சளவு சகதிப் பள்ளத்தில் விழுந்துவிடும். பின்னர் யாராவது வந்து கரையேற்றி விட வேண்டும். அவ்வாறு மணிகண்டனுக்கே நேர்ந்திருக்கிறது. ஒரு பள்ளத்தில் ஒரு பயணி சில நாட்களுக்கு முன்னர் மூழ்கிப் போய் விட்டார். இரவில்தான். பொழுது விடிந்தபோது அவர் செத்துப் போயிருந்தார். அந்தக் கதையை கேள்விப் பட்டிருக்கிறார். அவர் பேய் ஆக அவ்விடமெங்கும் சஞ்சரிக்கிறாராம்! நள்ளிரவில் அட்டகாசங்களும் அலறல்களும் கேட்கலாமாம். தனிமையில் அவ்வழியே நடக்க பயமாம். அந்தப் பேய் பிடித்துப் பள்ளத்தில் மூழ்க்கடித்து விடுமாம். யாராவது வரட்டுமென்று தனியே போகின்றவர்கள் காத்து நிற்பார்களாம். அங்கே ஒரு ரோடு அமைவது! நீண்ட ரோடு! வளைவுகளோ, திருப்பங்களோ இருக்காது. ஒரு கோடியிலிருந்து பார்த்தால் மறுகோடியைப் பார்க்க முடியும். ஆயினும் அந்தப் பேய்ப் பள்ளத்தருகே வந்தால் அந்தப் பேய் இருக்கும். ஆனால் அந்தப் பேய் ரோடு வழியாகச் செல்கின்றவர்களுக்குத் தொந்தரவை விளைவிக்காது. அது ஒரு நல்ல விசயம்தான்.

மணிகண்டன் மனத்தில் அந்த ரோடு தெளிவான உருவம் கொண்டது. பிறந்த ஊரில் அமைகிற ஆஸ்பத்திரியையும் அவர் பார்த்தார். ஆற்றங்கரையில் தான் அது. இரவில் அந்தக் கிராமம் இருள் சூழ்ந்தது அல்ல. எங்கும் மின்சார விளக்குகள் உண்டு.

இன்று வரையிலும் அது ஒன்றும் கற்பனையில் கூடத் தோன்றிய தில்லை. மந்திரிமார்களைத் தெரியுமா என்கிற சுரேந்திரனின் கேள்வி மணிகண்டனின் காதில் விழுந்திருக்கலாம். ஆனால் அது மூளையில் சென்று படிந்ததாகத் தோன்றவில்லை. ஏனென்றால் அவர் அந்தக் கேள்விக்குப் பதிலுரைக்கவில்லை அவர் பகற்கனவில் சஞ்சரிக்கிறார்.

சுரேந்திரன் தனது நிகழ்ச்சிகள் குறித்து விளக்குகிறார். நஞ்சையி லுள்ள தண்ணீரை இரைத்து வெளியேற்ற மின்சார இலாகாவினர் மேற்கு வயல் வரையிலும் லைனை நீட்டுகிறார்கள். அப்போது பிரத்தியேகமான செலவின்றியே பாதை விளக்குகளும், வீடுகளுக்கான இணைப்புக்களும் அமைக்கமுடியும். தும்பேக்குளத்தினர் மருத்துவமனைக்கான இடத்தைத் தருவதாக ஒப்புக்கொண்டிருக்கிறார்கள். ரோடு நிர்மாணத்திற்குத் தகுந்த சந்தர்ப்பம்தான் இது. வட்டத்ரக் குடும்பத்தினரின் ஓர் உறவினர்தான் இப்போதைய நிர்வாகப் பொறியாளர். தேவைப்பட்டதை அவர் செய்வார். அரசிடமிருந்து சாதிக்கவேண்டியதைச் சாதித்தால் போதும்.

அப்போது கூட சுரேந்திரன் அந்தப் பழைய கேள்வியைக் கேட்டார்:

"மந்திரிகளை உனக்குத் தெரியாதா?"

மணிகண்டன் பேசவில்லை. அந்த ரோடு வழியாகக் கார்களும் பஸ்களும் ஓடுகின்றன.

வட்டத்ர ஃபிலிப்போஸ் இரண்டு மாதத்திற்குள்ளே அந்த ரோட்டைச் செய்து முடித்துத் தருவதாக சுரேந்திரனிடம் வாக்களித்திருக்கிறார். குறைந்த தொகைக்குக் காண்டிராக்ட் எடுப்பார். வட்டத்ரவனரின் கைவசமிருக்கிற நூறு பறை நிலத்திலிருந்து மண் எடுக்கலாம். அவர்களிடம் படகுகளும் படகோட்டிகளுமிருக்கிறார்கள். அவ்வாறாகப் பாதையை உயர்த்துவதற்கான அனைத்து வசதிகளும் உள்ளன. எல்லோருக்கும் வெகு உற்சாகம்தான். நாடு சீரடைகிற விசயம்தான்.

வட்டத்ர கிரிகரி மற்றும் ஆற்றுத்துறை அந்தோனிக்கு இப்போது சுரேந்திரன் மீது மிக்கப் பிரியமாகும். பஞ்சாயத்துத் தலைவரான பிறகு கிராம வளர்ச்சிக் குழு என்கிற ஒரு ஸ்தாபனத்தை நிறுவியிருக்கிறார். அதில் அவர்கள் எல்லோரும் சேர்ந்துகொண்டனர். கிரிகரிதான் தலைவர். சுரேந்திரன் செயலாளர். அந்தக் குழுதான் அவரை இங்கே அனுப்பி வைத்திருக்கிறது.

சுரேந்திரன் தொடர்ந்து கூறினார்:

"நமக்குத் தேவையானது இப்போது இவ்வளவுதான். ஒரு 'மெம்மோரண்டம்' 'சப்மிட்' பண்ணணும். பஞ்சாயத்து கூட ஆஸ்பத்திரி, மின்சாரம், மற்றும் ரோடு ஆகியவற்றிற்கான தீர்மானம் நிறைவேற்றியனுப்பி வைத்திருக்கிறது. இவற்றிற்கான மந்திரிகளை அழைத்துச் சென்று ஒரு வரவேற்பு விழா நடத்தவேண்டும். ஆற்று மாலியைச் சேர்ந்த பணக்காரர்கள் அதற்கான பணத்தைத் தருவதாக ஒப்புக்கொண்டிருக்கின்றனர். அப்புறம் காரியங்கள் கைகூடியதுதான். வரவேற்பைப் பார்த்து இந்த அமைச்சர்கள் பெருமிதமடையவேண்டும். அப்போ நாம் என்ன செய்யவேண்டும் தெரியுமா?"

மணிகண்டனுடைய கற்பனையில் மந்திரிகளை வரவேற்க ஆற்றில் அணிவகுத்து நிற்கின்ற அலங்காரப் படகுகள்தான். அவை ஓர் ஊர்வல மாய் நகர்கின்றன.

சுரேந்திரன் தொடர்ந்து பேசினார்:

"ஒரு வரவேற்புக்காக அழைப்பதன் பேரில்தான் அவர்களை அணுக வேண்டும். கிராமவளர்ச்சிக் குழுவின் துவக்கவிழாவும், சேர்ந்தாற் போல் வரவேற்பும்."

“மூன்று மந்திரிகளுக்கும் சேர்ந்து வரவேற்பளிக்கப் போறீங்களா?” என்றார் மணிகண்டன்.

மணிகண்டன் மனத்தில் காண்கிற வரவேற்பு விசயமாய் இன்னும் சிலவற்றைக் கூட அறியவேண்டியிருக்கிறது. மூன்று படகுகளிலும் விரித்துப் பிடித்திருக்கின்ற முத்துக்குடைகளுக்குக் கீழே ஒவ்வொரு மந்திரியும் நிற்பது. அது அல்லாவிடில் ஒரு மந்திரி மட்டும்தான் வருகிறார் என்றால் மத்தியில் செல்கிற படகின் முத்துக்குடையின் கீழே இருப்பார் அவர். ஏனைய படகுகள் அந்தப் புடை சூழ்ந்து செல்கின்றன. சித்திரங்களுக்கு வித்தியாசமிருக்குமென்பது உறுதி. அப்படிப்பட்ட வித்தியாசமிருக்கக் கூடாதென்பதற்காகத்தான் மணிகண்டன் விசாரிக்கிறார் அவர் ஒரு யோசனைக்காக விசாரிக்கிறாரென்று சுரேந்திரன் கருதினார்.

“மூன்று பேரையும் சேர்ந்து வரவேற்பதுதான் லாபகரமாகாது. அந்த அளவிலே அதுக்கான உழைப்பும் குறைஞ்சிடும். ஒரேயடியாகச் சாதித்து விடலாம். ஆனால் தனித் தனியாக வரவேற்பதுதான் பயனளிப்பதாக இருக்கும். அது போதும்; என்ன? மும்முறை உழைக்கலாமல்லவா?”

மணி பத்தரையானதுபோது மணிகண்டன் எழுந்து வெளிக் கிளம்பினார்.

* ** *

சுரேந்திரன் இவ்வளவு குறுகிய கால அளவில் இதெல்லாம் எப்படிக் கற்றுக் கொண்டார்? காரியங்களை நிறைவேற்றுவதற்கான தந்திரங்கள் அவர் மூளையில் மொட்டுக்களாக உருவம் கொண்டு மலர்ந்தவைதான். வட்டத்ர, பருத்திக்காடு, தும்பேக்குளம் ஆகிய குடும்பங்களைச் சேர்ந்தவர்கள் அனைவரும் சுரேந்திரனுடன் உற்சாகமாய் ஒத்துழைக்கிறார்கள். கிரிகரி சொன்னார்:

“நல்ல திறமையுள்ள இளைஞன். பாடுபடச் சோம்பேறித்தனமில்லை.”

மின்சார இலாகா மந்திரியை மட்டும்தான் முதன்முதலில் கிடைத்தார். ஏனைய இரண்டு மந்திரிகள் ஒத்துக்கொண்டிருக்கிறார்கள். வசதிக்காக இன்னும் கொஞ்ச நாட்கள் போகட்டுமென்றார்கள். அவர்களை வரவேற்பதற்கான தேதி நிர்ணயிக்கப்படவில்லை.

தாமஸை விடவும் சுரேந்திரன்தான் கெட்டிக்காரர்.

சுரேந்திரன் நல்லவர். கழுத்தை அறுக்கின்றவர்கள் கட்சியில் சேர்ந்திருக்கிறார் என்கிற ஒரு தோசம் மட்டும்தான். நல்ல புத்திசாலி - என்றெல்லாம் அந்தோனி இடையிடையே சொல்லுவார்.

மின்சார மந்திரியை வரவேற்பது சம்பந்தமான செய்தி ஊரிலுள்ள அந்த இலாகா சிப்பந்திகளுக்குக் கிடைத்தது. கிராமவளர்ச்சிக் குழுவின் மெம்மோரண்டத்தின் மீது பிறப்பித்த உத்திரவும் வந்து சேர்ந்தது.

இவ்வளவு சீக்கிரத்தில் அந்த உத்தரவு வரக் காரணமென்னவென்று தெரியுமா?

நிர்வாகப் பொறியாளரை அறிவிக்க வேண்டுமென்று மந்திரி ரகசியமாக சுரேந்திரனிடம் சொல்லியிருக்கிறார் என்கிற ஒரு வதந்தி ஊரில் பரவியது. வரவேற்பு விழாவுக்கு முன்னரே அந்த ஊரைச் சேர்ந்த முக்கியமான சாலைகளிலும், 'வயரிங்' முடிந்திருக்கின்ற வீடுகளிலும் இணைப்புக் கிடைத்திருக்கவேண்டும். ஆனால், அது எழுத்து மூலமான உத்திரவு அல்ல.

மின்சார இலாகா சிப்பந்திகளின் வேலை விறுவிறுப்பாக நடந்தேறியது. மறுபக்கத்தில் வரவேற்புக்கான ஏற்பாடுகளும் மும்முரமாய் முன்னேறின.

வரவேற்புக்கு முந்திய நாளில் அந்தக் கிராமத்திற்கு மின்சாரம் விரைந்து பாய்ந்து வந்தது. விழாப்பந்தலில் ஆயிரம் மின்விளக்குகள் ஜொலித்தன. அது பார்க்கவேண்டிய காட்சியாக இருந்தது. அந்தத் தீபக் காட்சியைக் காண ஆண்-பெண் குழந்தைகள் அத்தனை பேர்களும் வந்து குழுமினர்.

சுரேந்திரனுடைய முதற்சாதனையாக இருந்தது அது!

* ** *

ரோடு அமைப்பதற்கான முயற்சியாகப் பன்முறை ஆலப்புழை, கொல்லம் ஆகிய நகரங்களுக்குப் போய் வரவேண்டியிருந்தது. கூடவே ஃபிலிப்போசுமிருந்தார். ஓரளவு பணச் செலவுமாயிற்று. பொறியாளர்களுக்கும் அலுவலகத்தினருக்கும் இத்தகைய காரியங்களுக்காக நிர்ணயிக்கப்பட்ட மாமூல் தொகையுண்டு. அதைக் கொடுத்தேயாக வேண்டும்.

மராமத்து இலாகா அமைச்சரும் வரவேற்புக்குக் கிடைத்துவிட்டார்.

அந்த ஊர் வெளியுலகுடன் உறவுகொள்ளத் தகுதி பெற்றுவிட்டது. இனிமேல் அது தனிமைப்பட்ட ஊராக இராது.

எல்லாம் சுரேந்திரனுடைய திறமைதான்.

சுரேந்திரனுக்கு இன்னொரு நோக்கம் கூட இருந்தது. ஓர் உயர் நிலைப்பள்ளி அமைக்கவேண்டும் எவரிடமும் அதைச் சொல்லவில்லை. மனத்தில் வைத்திருக்கிறார்.

ஊருக்குத் தேவையான வேறு பல காரியங்களும் மேற்கொள்ள வேண்டியிருக்கும். எந்தப் பொறுப்புக்கும் லாயக்கற்றவன் என்று பெயர் பெற்ற சுரேந்திரன் எவ்வாறு இப்படி உயர்ந்துவிட்டார்?

"பஞ்சாயத்துத் தலைவரானப்பறம் ரொம்ப தூரம் உயர்ந் திட்டீங்களே...!" என்றாள் பாப்பா.

அந்தக் கேள்வியில் சற்றேனும் பொறாமை இருக்கவில்லை எனலாம். அவள் வேடிக்கை பேசுகிறாள் என்றுதான் அவர் எண்ணிக் கொண்டார். ஆனால் அடுத்த கேள்வி அப்படியிருக்கவில்லை.

"ஆமாம்... இனிமே உங்களைத் தோழர்னு அழைக்கலாங்களா?"

"கூடாது; கூடாது! என்னைத் தம்பிரான்னுதான் அழைக்கணும்!"

பாப்பா பதிலடி கொடுத்தாள்:

"அப்படித்தான் நாங்கள்லாம் தீர்மனிச்சிருக்கோம்."

"பரவாயில்லையே. அது நல்லதுதான்."

பாப்பா மீன் வெட்டிக் கழுவிக் கொண்டிருந்தாள். சிறிது நேரம் வரையிலும் அவள் பேசவில்லை. எதையோ மிகக் கடுமையாகச் சொல்ல அவள் தயாரெடுத்துக் கொண்டிருந்தாள். சுரேந்திரனுக்கு அப்படித் தோன்றியது. நெஞ்சைத் துளைக்கக் கூடிய அந்தப் பாணமெதுவாக இருக்கக் கூடும்?

"இப்போ பெரிய ஆளாயிட்டீங்க. நெல்லும் பணமும் எல்லாம் நெறையக் கிடைக்குதே. பருத்திக் காட்டிலும், ஆற்றுத் துறையிலு மெல்லாமுள்ள மாப்பிளேங்களுக்கெல்லாம் சுரேந்திரன் பிள்ளையைக் காணலேன்னா அன்னைக்குத் தூக்கம் வராதாமே!"

வேடிக்கை ஒன்று வெளிக்காட்ட முயன்றார். ஆனால் எவ்வளவு நேரம் அப்படியே பிடித்து நிற்க முடியும்? அவர் திடீரெனத் தளர்ந்து போனார். பாப்பா கடுமையாகத்தான் தொடர்ந்து பேசினாள்:

"எங்கேருந்து ஆரம்பிச்சது? எங்கே மிதிச்சு இந்தக் கிளையிலே ஏறியதுன்னு எல்லாம் நினைச்சுப் பார்க்கணும்!"

பின்னரும் அவள் விடுவதாக இல்லை. அவரை ஏளனப் பார்வையுடன் அடிமுடி பார்த்தவாறு சொன்னாள்:

"மீனும் எறைச்சியும் எல்லாம் சேர்த்துச் சாப்பிட்டப்புறமும் ஒடம்பு உப்பலியே? அந்தப் பொம்பளைங்க கறந்தெடுத்திருப்பாங்க."

சுரேந்திரன் சிறிது நடுங்கினார். சிறிது குரலுயர்த்தியவாறு அவளைத் தடுக்கும் முறையில் கூப்பிட்டார்: "பாப்பா!"

பழைய பாபச்செயல்கள் பாம்புகள் போன்று விஷப்பற்களால் கடிக்கின்றன போல் தோன்றியது. அது சகிக்கக் கூடியது அல்ல. பாப்பா விட்டுவிடவில்லை.

"உம்! என்ன? இவ்வளவு நாளும் இந்தக் குடிசைங்களிலே வந்து பறைச்சி புலைச்சிப் பொம்பளைங்களைக் கிசுகிசுக்கச் செஞ்சு மீனும் ஆலுவள்ளிக்கிழங்கு வேகவச்சதும் வாங்கிச் சாப்பிட்டிட்டு... இப்போ யூனியனும் வேணாம்; முன்னாலே பழகினவங்களும் வேணாம்னு ஆயிட்டீங்க!"

சுரேந்திரனின் கண்கள் நிறைந்தன. பழைய பாபச் செயல்கள் சாட்டையடி போன்று உடம்பைக் கிழிக்கின்றன.

அவர் விம்முவதை அவள் கண்டாள்.

"இதெல்லாம் நான் சொல்றதல்ல. மற்றவங்க சொல்றாங்க."

பாப்பாவால் அதை விடக் கடுமையாகிவிட முடியாது. மற்றவர்கள் சொல்வது தனது நா வழியாக வெளிவந்ததுதானாம். அப்படியிருந்தால் கூட அதன் கூர்மை அதிகமாகியிருந்தது.

பாப்பா தணிந்தவளாய்ச் சொன்னாள்:

"நான் சொன்னதப் பொருட்படுத்த வேணாம். வேற குடிசையிலே போய்ப் பாருங்க! அப்போ கேட்டுக்கலாம். அவங்க சொல்றது நான் சொல்றது மாதிரி இருக்காது. ஒருவேளை சீவக்கட்டையும் சாணித் தண்ணியும் எடுத்துக்கிட்டு வந்தாலும் வருவாங்க."

அவளிடம் என்ன பேசுவதென்று சுரேந்திரனுக்குத் தெரியவில்லை. சொல்வதற்கு ஒன்றுமில்லை. பாப்பு மேலும் தணிந்து விட்டாள்:

"காசோ சக்கரமோ இருந்தாக் கொஞ்சம் இப்படிக் கொடுங்க. எனக்கு ஒரு லுங்கியும் ஜாக்கெட்டும் வேணும். உடுத்திக்க ஒண்ணுமே இல்லை."

சுரேந்திரன் தழுதழுத்த குரலில் சொன்னார்:

"என் வீட்டிலே போய்ப் பாரு! என் குழந்தைகள் எப்படிச் சாப்பிடறாங்கன்னு!

"பணக்காரங்க கூடத்தானே, இருக்கீங்க? அப்போ காசும் பணமும் வந்து சேர்ந்ததுன்னுதான் எல்லாரும் சொல்லிக்கறாங்க."

சுரேந்திரன் இன்னொரு வர்க்கத்தைச் சேர்ந்தவரென்று முடிவு கட்டிவிட்டார்கள். சொல்லவேண்டிய பதில்கள் ஒவ்வொன்றாகத் தெளிவாகி வருகின்றன. சுரேந்திரன் வினவினார்:

"அப்போ இந்த மின்சார விளக்குகளும் ரோடும் ஆஸ்பத்திரியும் எல்லாம் வேண்டாம் என்று சொல்லறியா?"

"இங்கே கரண்டு வந்ததனாலே பறையனுக்கும் புலையனுக்கும் என்ன பிரயோசனம்?" சேற்றிலும் சகதியிலும் கிடக்கிறவனுக்கு செங்கல்போட்டு ஜல்லிபோட்டு உயர்த்திய ரோடா, வேணும்? ஆஸ்பத்திரி கூட வந்தாத் தான் என்ன? பறையனும் புலையனும் நோய்வந்து அங்கே போனா, அவங்களைத் திரும்பிக் கூடப் பார்க்கமாட்டாங்க."

சுரேந்திரனுக்குப் பதில் இல்லை. அவள் தொடர்ந்து கூறினாள்:

"யூனியன் இப்போ யோசிக்கணும். அறுவடைக்காலம் நெருங்கி வருது. யூனியன் ஆறுக்கு ஒண்ணுன்னு, அந்த ஒண்ணிலே கால்வாசீன்னு கேட்டிருக்கல்ல? எல்லாரும் அதைக் கேக்கறாங்க. ஆனா, அந்த விசயத்தைப் பற்றிப் பேசறதுக்கு ஆளில்லே!"

"நேரம் வரும் போது நான் காணாமல் போயிடுவேன்னு நீங்கல்லாம் நினைக்கிறீங்களா?"

"அதெல்லாம் எனக்குத் தெரியாது. எப்பவும் பெரியதனக்காரங்களோடு சேர்ந்து நடக்கிற ஆளுக்கு, அவங்களைப் பார்த்து கூலியுயர்த்தித் தரணும்னு சொல்ல நாவெழுங்களா?"

"நான் அந்தப் பொது விசயங்களுக்காக மட்டும்தான் அவங்களோடு சேர்ந்து செயல்படறேன். அதெல்லாம் எல்லாருக்கும் ரொம்பத் தேவையான விசயங்களாகும்.

பாப்பாவுக்குக் கூட அது புரியவில்லை.

அவள் சொன்னாள்:

"ஓ! அதெல்லாம் நடக்கிற காரியமல்ல. இல்லே... இதெல்லாம் நான் சொன்னேன்னு நினைக்கவேணாம். மற்றவங்க நல்ல கணக்கா உங்க கிட்டே கேக்கப் போறாங்க. அப்பறம் கட்சியைச் சேர்ந்தவங்களும்!'

* ** *

கம்யூனிஸ்ட் கட்சிக்குள்ளும் சுரேந்திரனுக்கெதிரான கடுமையான விமர்சனங்கள் இருந்தன. கட்சி அவரைக் கை கழுவியது மாதிரிதான். ஒரு கம்யூனிட்டி அனுதாபி பஞ்சாயத்துத் தலைவராகிவிட்டார். குறைந்த காலகட்டத்துக்குள்ளேயே ஊருக்கு நிரந்தரமான சாதனைகளை ஈட்டிக் கொடுத்திருக்கிறார் அதன் நற்பெயர் கட்சிக்குத்தானே? கட்சியின் ஒரு சாதனையல்லவா, அது? இந்த வாதத்தைக் கட்சி ஒப்புக்கொள்வதில்லை. மாவட்டச் செயலாளர் பகிரங்கமாகச் சொல்லிவிட்டார்.

சுரேந்திரன் வர்க்க எதிரிகளுடன் உறுதியான உறவை ஏற்படுத்திக் கொண்டிருக்கிறார். ஒன்றன் பின் ஒன்றாக அறுத்தெறியவோ, விலகிச் செல்லவோ முடியாதபடி அந்த உறவு மேலும் உறுதிப்பட்டிருக்கிறது.

விவசாயத் தொழிலாளி யூனியன் ஏற்பாடு செய்திருந்த போராட்டப் பிரச்சாரக் கூட்டத்தில் பங்கெடுத்துக்கொண்டு பேசுகையில் மாவட்டச் செயலாளர் பகிரங்கமாகவே பிரகடனம் செய்த விசயம் இது- அந்தக் கூட்டத்திற்கான துண்டுப் பிரசுரத்தைப் பார்த்தபோதுதான் சுரேந்திரன் அந்த விசயத்தை அறிகிறார்.

பாப்பா சுரேந்திரனைப் பயமுறுத்தினாள். அவருக்குத் தொழிலாளி களைத் தனியாகவோ கூட்டமாகவோ சந்திக்கப் பயமாயிருந்தது. அவர்கள் என்ன சொல்வார்களோ? அவர்கள் எப்படிப் பழகுவார்களோ? அவருக்குச் சந்தேகமாக இருந்தது; பயமாக இருந்தது. அப்படிப்பட்ட நிலைமையிலேதான் பொதுக்கூட்டம் நடைபெறுகிறது. சுரேந்திரன் இல்லாத விவசாயத் தொழிலாளர் கூட்டமொன்று நடைபெறுகிறது.

அவர் மிகவும் தளர்ந்து போனார். பெரும் வேதனையடைந்தார். கட்சி, அவர் வேண்டாமென்று சொன்னால் கூடத் தனக்குக் கட்சி வேண்டும். அப்படித் தீர்மானித்திருந்ததுதான்; சொன்னதுதான். ஆனால் கட்சி சுரேந்திரனை எதிரியாகக் காண்கிறது. அவர் வர்க்க எதிரிகளின் முகாமில் இருந்து வருகிறாராம்!

அறுவடை, மிதித்தல் ஆகியவற்றிற்கான கூலியை உயர்த்துவதற்கான போராட்டத்தின் பிரச்சாரத்திற்காக நடத்தப்பட்ட அந்தக் கூட்டம் இதைத் தெளிவுபடுத்தியது. சுரேந்திரன் செயலாளரைச் சந்திப்பதென்று தீர்மானித்துக் கொண்டார்.

சுரேந்திரனுக்கெதிரான குற்றச்சாட்டுக்கள் பல. அறுவடைக்காலக் கூலியை உயர்த்துவதற்கான தொழிலாளிகளுடைய நிர்ப்பந்தம் அதிகரித்து வருகிறது. சுரேந்திரனுடைய சவுகரியத்திற்காக யூனியன் நீண்ட நாட்கள் காத்திருந்தது. அவர் அதைத் தவிர்த்து விலகிச் சென்றாராம்!

அவர் இந்தக் குற்றச்சாட்டைப் பலமாக மறுத்தார்.

“ஊரிலே ரோடு, மின்சாரம் மருத்துவமனை ஒன்றும் வேண்டாமா?”

அவர் துக்கம் மற்றும் வேதனையைத் தாங்க முடியாமல் நேரடியாகக் கேட்டுவிட்டார். செக்ரடரி ஒரு குறுநகையுடன் கூறினார்:

“வேண்டியதுதான்!”

“உட்காரக் கூட நேரமின்றி நான் அவற்றுக்காக ஓடியலைந்து கொண்டிருந்தேன். நான் விலகியகன்று செல்லவில்லை; மறைந்திருக்கவு மில்லை.”

சுரேந்திரன் தொடர்ந்து கூறினார்:

“போராட்டத்தின் முன்னணியிலே என்னைச் சந்திக்கலாம்.”

அமைதியாக, உறுதியாக, தணிந்த குரலில் செயலாளர் சொன்னார்:

“வேண்டாம்! நீங்கள் வேண்டாம்! உங்களை அனுமதிக்கவும் மாட்டோம்!”

“என்னையா?”

“ஆம்! உங்களைத்தான்!”

இருவரும் பேசாமலாயினர்.

“நீங்கள் அமைச்சர்களை வரவேற்க ஏற்பாடு செய்யவில்லையா? அவர்களுக்கு ‘ஜய்’ சொல்லவில்லையா?”

“அப்படியொன்றும் நான் செய்யவில்லை! நான் கோஷம் போடவு மில்லை!”

“நீங்கள் ஊர்மக்களைக் கோஷம் போடச் செய்யவில்லையா?”

உதவியற்ற முறையில் சுரேந்திரன் வினவினார்:

“அல்லாமல் இந்தக் காரியங்களை எப்படி நிர்வகித்திருக்க முடியு மென்று தான் தோழர் சொல்லவேண்டும்!”

"அது வேறு விசயம். உங்களுக்குத் தொழிலாளி வர்க்கத்தின் கட்சி மீது பற்றுதல் இல்லை என்றுதான் இவை அனைத்தும் நிரூபிக்கின்றன."

வாழ்நாள் முழுவதும் கட்சிக்காகச் செயலாற்றிய தன் முகத்தைப் பார்த்து செயலாளர் சொல்கிறார். என்ன பதில் சொல்வது? பற்றுதல் இல்லை என்றா? மூஞ்சியில் காறியுமிழ்ந்து துப்பினாலென்ன? எகிறிக் குதித்துச் சென்று இவர் கழுத்தைப் பிடித்து நெரித்து நசுக்கினாலென்ன? இப்படி அவர் பலவாறாக யோசித்தார். சில நிமிடங்கள் வரையிலும் சுரேந்திரன், சுரேந்திரனல்லாதாகிவிட்டார். ஒரு தோழர் மீது வெறுப்பு கொள்வது இதுவே முதன் முறையாகும். ஒரு சக ஊழியர் மீது வெறுப்பு அல்லது ஆத்திரம் அவருக்கு ஏற்பட்டதில்லை. புகாருமிருக்கவில்லை.

செயலாளர் தொடர்ந்து பேசினார்:

"யூனியன் அல்லது கட்சியின் செயல்பாடுகளிலே இனிமேல் உங்களைப் பங்குகொள்ள விடமாட்டோம்."

தன்னை மறந்த நிலையில் சுரேந்திரன் சொல்லிவிட்டார்.

"எல்லாம் அவதூறுகள்! என்னை ஒழித்துக் கட்டுவதற்கான சதியாலோசனைதான் இவையெல்லாம்!"

கட்சிக்குள்ளே சதியாலோசனை உண்டு என்று சுரேந்திரன் கட்சி வாழ்க்கையில் முதன்முதலாகத்தான் சொல்கிறார்.

செயலாளர் ஒரு குறுநகை மட்டும் புரிந்தார். சுரேந்திரன் ஓர் அறை கூவல் விடுப்பது போன்று கூறினார்.

"ஊருக்காக இன்னும் பல காரியங்களைச் செய்வேன். கட்சியின் அரசாங்கம் வரும் வரையில் காத்திருக்க மாட்டேன். நான் அடங்கியொ துங்கியிருக்கப் போவதில்லை. நான் வர்க்க வஞ்சனை செய்கின்றவர்கள் முகாமுக்குப் போகமாட்டேன். அந்த இடத்தை நான் எட்டவும் மாட்டேன். நான் சாதித்தவை அனைத்தும் கட்சியின் சாதனையாக இருக்கவும் செய்யும்."

செயலாளர் அமைதியாகச் சொன்னார்:

"நீங்கள் மனப்பூர்வமாய் எதிரிமுகாமுக்குப் போகாமலிருக்கலாம். ஆனால் நீங்கள் அவர்கள் வலையிலே அகப்பட்டு விட்டீர்கள்."

வீறுடன் ஓர் அறைகூவல் போன்று சுரேந்திரன் கூறினார்:

“நான் இங்கே ஓர் உயர்நிலைப்பள்ளியை அமைப்பேன். நீங்கள் அதை வேண்டாமென்று சொல்லப் போகிறீர்களா?”

“தவறு செய்தவர்கள் இப்படியெல்லாம் கிளர்ச்சியுற்று விடுவார்கள்.”

செயலாளர் கலகலவெனச் சிரித்தார்.

122

இந்த ஊரில் எத்தனையோ வயல்கள் இருக்கின்றன! அந்த வயல்களில் விளைகின்ற நெல் அனைத்தையும் சேர்த்துக்கு வித்தால் எவ்வளவு இருக்கும்! பைத்தியக்காரத்தனமான சிந்தனை இது. இந்தப் பூவுலகில் விளைகின்ற நெல் அனைத்தையும், ஒரு மணியைக் கூட விட்டுவைக்காமல் குவித்துப் போடுவது! அவ்வாறே தேங்காயும் சேகரம் பண்ணிவைப்பது; ரப்பரைச் சேர்த்துவைப்பது -ஏன்? உற்பத்திப் பொருட்கள் அனைத்தையும் தனித் தனியாய்க் குவித்து வைப்பது என்பது பைத்தியம்தான், கலபபடமில்லாத பைத்தியம்!

ஆனால், இந்தச் சிறு கிராமத்திலுள்ள எட்டோ பத்தோ வீடுகளில் இங்கே உற்பத்தியாகின்ற நெல்லின் பாதிக்குமேல் சென்று விடுகிறது. பாதிக்கு மேலான விளைநிலங்கள் அந்த வீடுகளுக்குச் சொந்தமானதாகும். இந்த நிலங்களெல்லாம் முன்னரும் விளைச்சலைத் தந்துகொண்டிருந்தன. ஆனால் இன்று விளைகின்ற விளைச்சலின் கால்வாசிகூட அன்றெல்லாம் விளைந்ததில்லை. புழுப் பூச்சிகள், பயிர்வாட்டம் முதலியவற்றில் ஏதாவது ஒன்று ஆண்டுதோறும் விவசாயத்தைப் பாதித்து வந்திருக்கிறது. செயற்கை உரங்களைப் பயன்படுத்திப் பண்ணுகிற விவசாயமுறை அந்தக் காலத்தில் இருந்தது கிடையாது. பண்டைய நாட்களில் விவசாய இலாகா என்ற ஒன்று இருந்ததேயில்லை. இன்றைய தினம் உரங்களைப் பயன்படுத்த வற்புறுத்தியவாறு அந்த இலாகா அதிகாரிகள் வயல்கள் தோறும் சஞ்சரிக்கின்றனர். என்னென்ன ரகத்தைச் சேர்ந்த உரங்கள்! அவை மூட்டை மூட்டையாக மார்க்கெட்டுகளில் விற்கப்படுகின்றன. பல்வேறு விதமான புழுப்பூச்சிகளை அழித்திடப் பல்வேறு ரகத்திலுள்ள விஷமருந்துகள் கிடைக்கின்றன. உதவுவதற்காக விவசாய இலாகா அதிகாரிகளும் உள்ளனர்.

இன்று பணத்தைப் போட்டுத்தான் விவசாயம் செய்யப்படுகிறது. நெல்லை விற்றுப் போட்ட பணத்தைத் திரும்பப் பெறுகின்றனர். இன்றைய தினம் விவசாயம் ஒரு தொழில்தான்.

பருத்திக் காடு, வட்டத்ர, தும்பேக்குளம் முதலிய ஒரு சில குடும்பங்களின் இன்றைய நிலை என்ன? கிழக்குமலைகளில் அவர்களுக்கு எத்தனையோ தோட்டங்கள்! பின்னர் கம்பெனிகள்; எவ்வளவு மூலதன முதலீடு! அதிலிருந்து கிடைக்கிற வருமானத்துக்குக் கணக்கு வழக்கில்லை. இந்த ஊரையே விலைக்கு வாங்கமுடியும். இப்போது பாதிதான் அவர்கள் கைவசமிருக்கிறது. மற்றவர்கள் விற்கத் தயாரில்லாததால் தான் வாங்காமலிருக்கிறார்கள். ஊர் பூராவும் அவர்களுக்குச் சொந்தமாகி விட்டால் எப்படியிருக்கும்? அதைப் பற்றி யோசிக்கவே முடியாது.

இன்னொரு பைத்தியக்காரத்தமான கற்பனை. இவர்களைப் போன்ற சில குடும்பங்கள் சேர்ந்து இந்த நாடு முழுவதையும் விலைக்கு வாங்கினால்- அவர்களில் ஒருவன் அரசனாகி விடுவானா? அவர்கள் ஒருவனை அதற்காகத் தேர்ந்தெடுக்கிறார்கள் என்று வைத்துக் கொள்வோம். ராஜ்ஜியம் ராஜாவுக்குச் சொந்தம். அந்த முறையில் அவர்களில் ஒருவன் ராஜாவாகிறான். என்ன தவறு?

ராஜாவுக்கு இருக்கிற அதிகாரம் அவர்களிடமில்லாலிருந்தாலும் ஒரு விசயம் உறுதியானதுதான். நாடு இயங்குவது அவர்கள் சொற்படியாக இருக்கும். இந்தப் பூமியில் இருப்பது அனைத்தும் ஒருவனுடைய ஆதிக்கத்தின் கீழ் வந்துவிட்டால் அவன் சொற்படித்தானே, நாடு இயங்கும்? உண்பதற்கான சேறு, தங்கியிருப்பதற்கான இடம், உடுத்துவதற்கான துணி ஆகியவை அனைத்தும் ஒருவன் கைவசமாகிவிட்டால், இந்த உலகம் எவ்வாறு இருக்கும்? ஒரு மணி நெல் கிடையாது என்பது மட்டுமின்றி மறந்தும் கூட ஒரு கிழங்கு வைத்திருக்கவில்லை. அந்த அமைப்பு முறையை நிலைநிறுத்துவதற்கான சட்டங்களையும் உருவாக்கினர். அந்தச் சட்டங்களைப் பாதுகாப்பதற்கான அமைப்புமுறையும் அதற் கெல்லாம் அடிப்படையாய் அமைந்திருக்கிற ஒரு தருமநீதியும் விசுவாசப் பிரமாணங்களுமிருந்தால் அது நிலைநிற்கும்.

தங்கள் தங்களதென்று நிரூபித்தவாறு வளச் செழிப்பு வாய்ந்த பூமியை வளைத்துக் கட்டிச் சொந்தமாக்கினர். ஒருவேளை, அதை ஆக்கிரமித்துக் கீழடக்கியதாக இருக்கலாம். அதைக் கைவசப்படுத்தியபோது கைப்பலமும் இருந்திருக்கலாம். ஏனென்றால் பலம் என்பது அன்றைய தினம் அங்கீகரிக்கப்பட்ட நீதியாக இருந்திருக்கலாம். மிகப் பழங் காலத்திய விசயம்தான். பலத்தால் கீழடக்கிக்கொண்டால், 'அது சரியே - ஒப்புக் கொள்ளலாம்' என்று 'நீதிசாரம்' யோசனை கூறியிருக்கலாம். என்னவாகிலும் வளச்செழிப்புமிக்க பூமியை வளைத்துக் கட்டி அதில் விதை விதைத்தனர். அந்த மனைகள் அவர்களுக்குச் சொந்தமாயின.

அவற்றிற்கு எல்லைகளை நிர்ணயித்தனர். இன்னொருவனால் அதுக்குள்ளே கால் வைக்க இயலாது. பூமி முழுவதையுமே வேலிகள் கட்டிப் பகுத்துக் கொண்டனர். சில நபர்கள் அவற்றில் நின்று சிரித்தனர். பூமி எத்தனை துண்டுகள் ஆயின? அவற்றை எண்ணி நிர்ணயம் செய்ய முடியும். மற்ற ஏராளமானவர்களுக்கு நிலமில்லை. எப்படிப்பட்ட சமூக நிலை?

அப்போதுதான் கடவுள் தோன்றினாரா? என்னவோ? இல்லை. அதற்கு முன்னர் கூட கடவுள் இருந்திருக்கவேண்டும். ஆனால், மாறிவரும் ஒவ்வொரு காலகட்டத்திலும் அதற்குக் காலும் கையும் கண்ணும் மூக்குமெல்லாம் ஏற்பட்டன. தெய்வத்திற்கு ஏற்கெனவே இருந்த விருப்பு-வெறுப்புக்கள் காலம் செல்லச் செல்ல மாறுதலடைந்து வந்தன. அவன் வளைத்துக் கட்டியெடுத்த இடம் அவனுக்குச் சொந்தம்; அவன் செத்துப் போனால் அவன் பின்முறையினருக்குச் சொந்தம்-என்றெல்லாம் கடவுள் சட்டமியற்றினார். கடவுள் என்று அரசனை உருவாக்கினார்? கடவுளுக்குச் சந்தோஷமும், கோபதாபங்களுமிருக்கின்றன. நீதி மீதுள்ள கடவுளின் உறுதியை எல்லோரும் அங்கீகரித்தனர். அதன் உருவத்தை அனுமானித்து அமைப்பதற்கான முயற்சி நடைபெற்றது.

சொல்கின்ற இவை அனைத்தும் சரிதானா? என்னவாகிலும் பூமிக்கு எல்லைக் கற்கள் ஸ்தாபிக்கப்பட்ட காலத்தில்தான் கடவுளுக்கு வாலிபப் பருவம் ஏற்பட்டிருக்கவேண்டும். சத்தியம் தோன்றியது எப்போது? அது தெய்வத்தின் பிரகடனம்தான் என்பது உறுதி. அந்தப் பிரகடனம் எந்த வருடத்தில் வெளிவந்தது? எந்த ஒரு சட்ட நிபுணருக்கும் புரிந்து கொள்ளாத பிரகடனம் அது. எத்தனை எத்தனை பண்டிதர்கள் அதை விரிவுரை செய்தனர்! தெளிவுபடாமலிருக்கிற சந்தர்ப்பத்தில்தான் சத்தியத்தின் பெயரால் தப்பித்துக் கொள்ளலாம். ஆயினும் சத்தியம் என்கிற ஒன்று இருக்கத்தான் செய்கிறது.

முதலில் தோன்றியது நீதியா; சத்தியமா? சத்தியமாகத் தானிருக்க வேண்டும். அதைத் தொடர்ந்துதான் நீதி பிறவியெடுத்திருக்க வேண்டும். தெய்வம் இன்னும் உருவத்தையும் பாவத்தையும் மாற்றிக் கொள்ளும். இல்லாவிட்டால் தானாகவே அவை மாறிவிடும். சத்தியமும் நீதியும் எல்லாமே மாறிவிடும். ஒரு லட்சம் வருடங்கள் கழியும்போது கடவுள் எப்படியிருப்பார்? கிழவராய்த் தடியூன்றியவாறு நரையும் சுருக்கங்களும் விழுந்து பஞ்சுபோல் வெள்ளையான முடியை நீட்டிக் கொண்டு சுவர்க்க மென்கிற பூங்காவனத்தில் உலாவிக் கொண்டிருப்பார். பல்வேறு நோய்களால் பாதிக்கப்பட்டுத் தள்ளாடிக் கொண்டிருப்பார்.

சத்தியத்திறகுக் கூட கிழப்பருவம் வந்து விடுமா?

சுவர்க்கமென்பது பெரியதொரு பூந்தோட்டம். சுவர்க்கத்தின் விஸ்தாரம் எவ்வளவு? எவ்வெவ்வாறெல்லாம் அது அமைக்கப் பட்டிருக்கிறது? சுவர்க்கத்திற்குச் சென்றிருக்கின்றவர்கள், அது எவ்வாறிருக்கிறதென்று திரும்பி வந்து சொன்னதில்லை. புத்தனோ கிறிஸ்துவோ வேறு யாராகிலுமோ இருந்தபோதிலும்! அது பெரியதொரு விவசாயப் பண்ணை. அனைத்தும் விளைகிற பண்ணை. இதுவரையிலும் ஒரு சிறு தொழிற்சாலை கூட அங்கே ஏற்பட்டதில்லை. லட்சக்கணக்கான வருடங்களுக்குப் பிறகு சுவர்க்கம் தொழில்-யுகத்தை நோக்கிச் செல்லக்கூடும். அன்றைய தினம் அவ்விடத்திலெங்கும் தொழிற்சாலைகளாக இருக்கும். எங்கும் புகைக் குழாய்கள் தலைநிமிர்ந்து நிற்பதைக் காணமுடியும். அங்கிருந்த கற்பக மரங்களெல்லாம் தொழிற் சாலைகளின் தேவைகளுக்காக வெட்டியழிக்கப் பட்டிருக்கின்றன. ஒரு கன்று கூட இல்லை. அதன் விதை முற்றிலும் அழிந்துவிட்டது. சிறு விதை ஒன்று மாதிரிக்காக ஏதோ கண்காட்சிச் சாலையில் வைக்கப்பட்டிருக்கிறது. பாரிஜாதமில்லை, பாரிஜாத மலரின் நறுமணம் எதிர்காலத் தலைமுறையினர் முகர்ந்து அறிவதற்கான ஓர் அமைப்புக்காக முயற்சி செய்யப்பட்டது. அந்த முயற்சி பலனளிக்கவில்லை. பூவின் மாதிரி உண்டு. பாரிஜாதம் என்ற ஒரு பூஞ்செடி இருந்தது. பண்டைய நாட்களில்- தேவேந்திரன் என்கிற ஓர் அரசன் ஆட்சி புரிந்த நாட்களில்! காமதேனு சரித்திரகாலத்துக்கு முன்பு உயிர்வாழ்ந்த ஒரு பிராணி. அதன் எலும்புக் கூடு கண்டெடுக்கப்பட்டிருக்கிறது. அந்தக் காலத்தில் உயிர்வாழ்ந்த தெய்வம் இறந்து போயிற்று. வயோதிகப் பருவம் வந்துவிட்டால் அது வெளியேற்றப்பட்டது. அதன் பிடிப்பு தளர்ந்து விட்டது. சீரழிந்த அந்தக் கடவுளின் இடத்தில் கம்பீரமான இன்னொரு கடவுளைப் பிரதிஷ்டை செய்தனர். அந்தக் கடவுள் கூட சத்தியத்தைப் பற்றி இன்னொரு பிரகடனம் செய்திருக்கிறார். நீதிசாத்திரம், தருமநீதி முதலியவை அனைத்திற்கும் மாற்று இலக்கணம் கூறப்பட்டிருக்கிறது. தெய்வத்தின் உடையாடைகள் நாள் தோறும் மாறிக்கொண்டிருக்கின்றன. தார்ப்பாய்ச்சியுடுத்தி நடந்த தெய்வம்; உடலமைப்புக்குத் தோதான கோட்டு, டை, பேண்டு ஆகியவற்றை அணிந்து, நெற்றியில் விபூதி சந்தனம் பூசி, அதன் மீது குங்குமப் பொட்டுவைத்து ஃபெல்ட் ஹாட் வைத்து நடக்கிற தெய்வம்! அப்புறம்?

தெய்வத்தின் வேடம் அவ்வாறு மாறி மாறி வரும். என்னதான் வேடமணிந்தபோதிலும் மனிதனுக்கு என்றென்றைக்கும் தெய்வம் வேண்டும். அணுயுகத்திலிருந்து இன்னொரு யுகத்திற்கு மாறினாலும்

சுவர்க்கம் வேண்டும்; தருமங்கள் வேண்டும்; நீதிநெறிமுறைகள் வேண்டும். அவை அனைத்தும் மாறுதலடைந்து அவற்றிற்கு வேறு மாதிரியான விரிவுரைகள் வழங்கப்படும். அது போன்று சட்டங்களும் மாற்றியெழுதப்படும்.

கிளிமானூரைச் சேர்ந்த கொச்சுபிள்ளை ‘கண்டெழுத்து’ நடத்தி ஒவ்வொருவர் பெயருக்குப் பூமி பட்டா செய்து கொடுத்தார். அதற்கு முன்னரும் அத்தகைய நடவடிக்கைகள் எடுக்கப்பட்டிருக்கின்றன. அதற்கு முன்னரும் அத்தகைய காரியங்கள் நடைபெற்றிருக்கின்றன. குத்து விளக்கேற்றி வைத்து வாழையிலையில் மண்ணும் பூவும் வைத்து அதன்மீது நீர் ஊற்றிக் கொடுத்தால் போதும், பூமி கைமாறுதல் ஆயிற்று. பூமி, வாங்குகிறவனுக்குச் சொந்தமாகி விடுகிறது. அவ்வாறு நடைபெற்றிருக்கிறது. அது ஏதோ ஊரைச் சேர்ந்த ஒரு கொச்சுபிள்ளை ‘கண்டு எழுதி’யதற்குப் பின்னர்தான். கிளிமானூர் கொச்சுபிள்ளையும் நாகம் பிள்ளையும் வந்த பிறகு பூமி கைமாறுவதைப் பதிவு செய்ய வேண்டுமென்றாகி விட்டது. இருந்தும் எழுதிக் கொடுக்கப்பட்ட நபருக்கு அதன் மீது உரிமையில்லை என்கிற வாதம் எழுந்தது. தண்ணீர்ப்பட்ட பாடாகப் பேசத் திறமை கொண்ட வழக்கறிஞர்கள் பேசிப் பேசி மனிதர் களை ஒன்றுமில்லாமற் செய்தனர்.

“கடன் இருக்க தனமில்லை.”

வலுவுடன் அமுலிலிருந்த ஒரு ‘நீதிசார’ நன்மொழி இது. எல்லோர் நாவிலும் விளையாடியிருந்த மொழி! அனைத்துப் பத்திரங்களுடையவும் பின்னாலிருந்த சக்தி அதுவாக இருந்தது. அதற்கு முன்னரும் கடன் வாங்குவதும் திருப்பிக் கொடுப்பதும் அமுலிலிருக்கவில்லையா? இருந்திருக்க வேண்டும். கடன் வாங்குவதும் திருப்பிக் கொடுப்பதும் எந்தக் காலத்தில் துவங்கின? கடன் என்பது என்று ஆரம்பமானது? கொடுப்பதும் வாங்குவதுமென்ற மனிதனின் செயல்முறையில்தான் சத்தியமென்று சொல்லப்படுகிற அந்தப் பெரிய விசயத்தை மனிதனால் காணமுடிகிறது. சத்தியமென்றாலென்னவென்று கேட்டால், கொடுக்கல் - வாங்கல்களின் அடிப்படையில் அதற்கு விளக்கம் தரலாம். மனிதனின் வேறு எந்தச் செயல்பாட்டிலும் தெளிவாகிவிடாது. ஒருவர் இன்னொருவரை நேசிக்கிறார். அந்த நேசம் கசடில்லாத, கறையற்ற ஒன்று என்று சொன்னால் அதன் சத்தியத்தைக் கண்டுபிடிக்க முடியுமா? மனைவி கணவனை நேசிக்கிறாள். உண்மைதான். ஆனால் அவள் குளிக்கக் குளத்தில் இறங்கியபோது தெளிந்த நீரில் வானசஞ்சாரியான கந்தர்வனைப் பார்த்து அவள் கண்கள் குதூகலத்திற்குமப்பால் சென்று எதனாலோ மலர்ந்துவிட்டன. அப்போது அந்த மனைவியின் நேரம் ஓர் உண்மையான

சத்தியமா? கெட்ட நடத்தையுடைய மனைவியின் கணவனோடு இருக்கிற நேசமின்மையும், அது போன்று ஒரு பரம சத்தியமாக இருக்காது. என்னவானாலும் அவன், அவள் கழுத்தில் தாலிகட்டிய மனிதன்தான். சத்தியம் ஒன்றே ஒன்றுதான். அது முழுமை பெற்றதுதான். பூரணமானது. பரமமானது. ஒருவர் இன்னொருவருக்குப் பத்துப் பறை நெல் கொடுத்தார். மற்றவர் அதை வாங்கிக் கொண்டார். அது பூரணமான பரமமான சத்தியமாகும். எனவே சத்தியம் கொடுக்கல் வாங்கலில் உருப் பெற்றது. அங்கே அது பூரணத்துவம் பெற்றது. அங்கேயே புடம்போட்டு எடுக்கப்பட்டது. அது ஒளி சிந்தியது. மனிதனுக்கு, கொடுக்கல் வாங்கல் வழியாகச் சத்தியம் பிரத்தியட்சமாயிற்று. வேறு எந்த இடத்திலும் சத்தியத்தின் உருவம் தெளிவானது அல்ல.

எனவே சத்தியத்தின் மூலகாரணமான சாட்சாத், கொடுக்கல் - வாங்கல் வாழ்த்தப் படட்டும்! கொடுக்கல் - வாங்கல் என்கிற ஏற்பாடு தானா, தெய்வம்? தெய்வம் சத்தியமானதென்று தானே, சொல்லப் படுகிறது? கொடுக்கல் -வாங்கல் தனிச் சொத்துடைமையின் சந்ததிதான். உங்களிடம் பத்து பணமுண்டு அதை நீங்கள் எனக்குத் தருகிறீர்கள். அது எனக்குச் சொந்தமாகி விடுகிறது. நீங்கள் எனக்குப் பத்து பணம் தந்தீர்கள் என்றும், நான் அதை வாங்கினேன் என்றும் சொல்லும்போது சத்தியத்தின் தெய்வீக உருவம் நம் முன்னே தோன்றுகிறது. பத்து பணம் இருக்கவில்லை என்று நானும், அது பத்து மட்டுமாக அல்லவென்று நீங்களும் சொல்லும் போது அசத்தியத்தின், பொய்யின் கொடூர உருவம் தோன்றி உயர்கிறது.

எனவே தனிச் சொத்துடைமையினின்று சத்தியம் பிறந்தது; சத்தியம் இறந்து விடுகிறது. சத்தியம்தான் தெய்வம் என்பதனால் அங்கேயே தெய்வம் பிறக்கிறது. இறப்பதும் அங்கேதான் நடைபெறலாம்.

கணபதி ஐயரும், அவர் தந்தையும் தாத்தாவுமெல்லாம் சொல்லிக் கொண்டிருந்தது, சீரட்ட, கோடாந்திர மற்றும் கோந்நோத்து ‘ஆசான்’ மார்கள் சத்தியவானகளாக இருந்தார்கள் என்றுதான். ஏனென்றால் ஒரு மணி நெல்லுக்காக அவர்கள் அசத்தியம் பேசவில்லை. மடம் சொல்கிற கணக்குத் தான் அவர்களுக்குச் சத்தியம். நாள் செல்லச் செல்ல அந்தக் குடும்பங்களைச் சேர்ந்த ஆசான்மார்களுக்குச் சத்திய மில்லாதாகிவிட்டது. கொச்சுபிள்ளையும், நாகம் பிள்ளையும் வந்து ‘கண்டு எழுதிய’போது, ‘கடனிருக்க தனமில்லை’ என்கிற கோஷம் அனைவருடைவும் தொண்டை வழியாக வெளிவந்தது. ஊரிலுள்ள கிருஸ்தவ மாப்பிளமார்கள் சத்தியவான்களாகிவிட்டனர். பருத்திக்காட்டு

ஊதுமாப்பிள ஒரு வஞ்சனை செய்தது பெரிய துரோகமாகத் தானிருந்தது என்றாலும் 'கடனிருக்க தனமில்லை' என்கிற கோஷம் சத்தியத்தின் ஓர் அவதாரமாக இருந்தது. பத்து அவதாரங்களில் ஒன்று. முண்டம் வயலும், ஞாற்றுவா நானூறும், அவ்வாறு சிறியதும் பெரியதுமான வயல்கள் 'கண்டெழுத்து'டன் எல்லை போடப்பட்டது. தெளிவான பத்திரங்கள் பிரகாரம் எல்லைகள் வகுக்கப்பட்டன. அதன்படி அவை கைமாற்றப்பட்டு மங்கொம்பு ஐயருக்கும், மற்றவர்களுக்கும் சொந்தமாகிவிட்டன. கேடு கெட்ட நிலமான மங்கலச்சேரி கரிசல் கூட வேறு யாருக்கோ சொந்தமாகி விட்டது. என்றென்றும் நெல்லும் சக்கிரமும் விளைகிற பல்லாற்றுக் கரிசலில் உள்ள வனத்தை வெட்டியகற்றிவிட்டு நெல் சாகுபடி செய்கின்றனர்.

கரிசல் நிலங்கள் நல்ல நிலங்களாகி விட்டன. எந்தக் காலத்திலும் சாகுபடி செய்யத் தோதான முறையில் அரசு 'பண்டு'க்களை நிர்ணயித்தது. புறவேலி எழுப்பவேண்டிய அவசியமில்லை. தண்ணீரை ஏற்றியிருக்கி வயலைச் சுத்தம் செய்ய மோட்டார்கள் அமைக்கப்பட்டன. சுண்ணாம்பு சுலபமாகக் கிடைக்கத் தொடங்கியது. எனவே பூமி சீர்பட்டது. கரிசலில் முப்பது-நாற்பது மேனி விளைந்தது. விவசாய இலாகா பிரத்தியேகமான அக்கரை செலுத்தியது. எனவே கரிசல் நிலங்களும் சொத்துக்களாகப் பரிணமித்தன.

ஆற்றுமாலியைச் சேர்ந்த கிருஸ்தவ மாப்பிளமார்கள் கணிசமாய் நடந்து கொள்கின்றவர்களாக இருந்தனர். ஐயரிடமிருந்து ஆயிரம் ரூபாய் வாங்கினால் குறிப்பிட்ட தேதியன்றைக்கு வட்டியும் அசலுமாய்த் திருப்பிக் கொடுப்பார்கள். அதுதான் சத்தியம். மறுநாள் அவர்கள் கேட்கிற இரண்டாயிரத்தைக் கொடுக்க ஐயருக்குத் தயக்கமிருக்கவில்லை. நெல் வட்டிக்கடனாகக் கொடுப்பது தடைசெய்யப்பட்டது. நெல்கொடுக்கவோ வாங்கவோ கூடாது. யுத்தகாலத்தில் அமுலாக்கப்பட்ட தடையுத்திரவு அது. யாரிடத்திலும் செலவுக்கான நெல் மட்டும்தான் மிச்சமாய் வைத்துக் கொள்ளலாம். அப்புறம் எப்படி நெல்லை வட்டிக் கடனாகக் கொடுக்க முடியும்?

கிருஸ்தவர்கள் கடனைப் பெறுவது ஊதாரித்தனத்துக்காக அல்ல. பத்தினை நூறாக்கிடத்தான். அவர்கள் உழைத்தனர். நுண்ணறிவுடன் காரியங்களை நிர்வகிப்பார்கள். எனவே சத்தியத்தின் பாதையிலிருந்து தவறிச் செல்லவேண்டிய அவசியமில்லை. கணிசமாகத் திருப்பிக் கொடுக்கலாம். ஆயிரத்தினால் இரண்டாயிரத்தைப் பண்ண முடியுமென்றால் இருநூறினை வட்டியாகக் கொடுத்தாலெனன்? அவர்கள் தென்னம்

கன்றுகளை நட்டு வளர்த்தினர். தோப்புக்களை உருவாக்கினர். ஏனைய தொழில்களைச் செய்தனர். ஒரு நிமிடத்தைக் கூட வீணாக்கவில்லை. ஒவ்வொரு நிமிடமும் பணத்தைப் பெற்றுப் பெருக்கினர்.

இந்த யுகத்தில் சத்தியத்திற்கு எவ்வளவு காலத்திய ஆயுள் இருக்குமெனச் சொல்ல முடியாது. நாள் செல்லச் செல்ல சத்தியம் நழுவிப் போய் விடுகிறது. நூறினைப் பெற்றுக் கொண்டால் எழுபதோ எண்பதோ திருப்பிக் கொடுத்தால் போதுமென்ற சட்டம் உருவாயிற்று. சத்தியத்தைப் பாதுகாக்க வேண்டியது அரசனுடைய கடமையாகும். அரசனின் முழுமுதற் கடமை அதுவாகும். சத்தியத்தின் ஆட்சிதான் நடைபெற வேண்டும். சத்தியத்தை முன்நிறுத்தியவாறு சட்டத்தை இயற்ற வேண்டும். சத்தியம் நிலைபெறத்தான் சட்டம். எண்பது சதவிகிதத்தை நிலைநிறுத்திக்கொண்டு சட்டத்தை இயற்றுவது அது சத்தியத்தின் ஆட்சிதானா? இப்போது இயற்றப்பட்டிருக்கிற சட்டம் உண்மையிலேயே சத்தியத்தைக் கொலை செய்வதாகும். பெற்ற கடனைப் பெற்றவன் மூன்று தவணை வரையிலும் செலுத்தாமலிருக்கலாம். இது சத்தியத்தைத் தோற்கடிப்பதற்கான தந்திரமல்லவா?

இப்போது இன்னொரு கோஷம் உச்சரிக்கப்படுகிறது. "உழுபவனுக்கே நிலம் சொந்தம்!"

பட்டா, பத்திரம் முதலியவற்றுக்கு மதிப்பில்லாதாகி விட்டது. அதெல்லாம் ஒரு சமயத்தில், அரசனும் ஆசானகளுமெல்லாமிருந்த வேளையில், கல்லில் எழுதப்பட்ட சித்திரங்களாக இருந்தன. அவை காப்பாற்றப்பட்டு வந்தன.

குத்தகை பாக்கி வைத்துவிட்டால்?

ஒன்றுமில்லை. எந்தக் கெடுதலுமில்லை. வழக்கைத் தொடுக்கலாம். குத்தகை பாக்கிக்கான வழக்கைத் தொடுக்கலாம். நெம்பர் தீர்ப்பு ஆகிவிடும். 'டிக்ரி'யாகிவிடும். அதனால் என்ன பயன்? தீர்ப்பினை அமுல் நடத்த முற்படும் போது எண்ணற்ற விவகாரங்கள் உண்டாகிவிடும். உண்மையிலேயே காகிதங்களால் என்ன பயன்? தீர்ப்பான தொகையிலிருந்து ஒரு பைசா கிடைக்குமா?

குத்தகை இல்லை. பத்திரம் உண்டு. நிலத்தைப் பயன்படுத்துகிறவன் குத்தகைதாரன். ஒரு காலத்தில் குத்தகை கொடுக்க வேண்டாமென்கிற சட்டம் வருமென்று அவன் நம்புகிறான். பாக்கியும் வஜாவாகப் போய் விடும்.

பாலத்தோள் இல்லத்திற்குச் சேரவேண்டிய குத்தகை சம்பந்தமாக ஏறத்தாழ ஆயிரம் டிக்ரிகள் இருக்கின்றன. அவற்றை அமுலாக்கப் பணம் தேவை. செலவுக்கான நெல் விலைக்கு வாங்கப் படுகிறது. வழக்கைத் தொடர வழியில்லாததால் கிடைக்கவேண்டிய தொகை எல்லாம் காலாவதியாகி விடுகிறது. குத்தகைப் பாக்கிகளின் பட்டியலைப் பார்ப்பதேயில்லை. வழக்கைத் தொடரப் பணம் வேண்டாமா?

அனைத்துக் குத்தகைதாரர்களின் வீடுகளுக்கும் வாசுதேவர் போய் வருவார். கஷ்டங்களைப் பற்றிக் கூறுவார். சில சந்தர்ப்பங்களில் நான்கு அல்லது ஐந்துபறை நெல் கிடைத்தாலும் கிடைக்கலாம்.

டிக்ரிகளில் நிலத்தை மீட்டு எடுத்துக்கொள்ளலாம் என்று சொல்லியிருக்கிறது. அமீனாவை அழைத்துக்கொண்டு நிலத்தை மீட்டு எடுக்க அந்த இடத்திற்குச் செல்வார்கள். அப்போது அதைத் தடை செய்ய மனு சமர்ப்பிக்கப்படும். அமீனா கைவிரிப்பார். தடையைத் தடை செய்து மீண்டும் நிலத்தை மீட்டு எடுக்க மறுபடியும் கோர்ட்டுக்குச் செல்ல வேண்டும். அது முதல் விவகாரத்தைவிடக் கஷ்டமான காரிய மாகும்.

ஆற்றுத்துறை அல்லது பருத்திக்காடு அல்லது வட்டத்ர-இவ்வாறு எந்தக் குடும்பம் ஆகட்டும்-அவர்கள் காரியங்கள் இயந்திரங்கள் போன்று செயல்படுகின்றன. நிலத்தை மீட்டுச் செல்ல வருமுன்னரே அவர்கள் அமீனாவைச் சந்திப்பார்கள். ஆமீனுடன் யோசனை செய்து திட்டமிட்டபடி காரியங்கள் நடைபெறுகின்றன. இப்படித்தான் நடக்கிறது. அவர்களுக்கு ஆள் உண்டு. பணமுண்டு. சில அமீனாக்களுக்காக மேஜையும் இதர விசயங்களும் தயாராக இருக்கும். நம்பூதிரியின் வாழைக்காய்ப் பொரியல் அவியல் போன்றவை யாருக்கு வேண்டும்?

'உழுபவனுக்கே நிலம் சொந்தம்!' என்கிற கோஷம் அமுலாகிவிட்டது. அதற்கு இனி சட்டத்தின் அங்கீகாரம் கிடைத்தால் போதும். குத்தகை நிலங்கள் தங்களுடையவை என்பதுபோல் தங்கள் சந்ததிகளுக்குப் பாகப்பிரிவினை செய்யத் தொடங்கியிருக்கின்றனர். குத்தகை கொடுக்க வேண்டாமென்றாகிவிட்டது. ஒரு 'டிக்ரி' பிறப்பிக்கப்படலாம். நடவடிக்கை எடுக்கக் கூடாதென்கிற முறையில் சட்டமும் வரலாம். சாத்தியமில்லை என நினைத்துக் கொண்டிருந்த எத்தனையோ சட்டங்கள் நிறைவேற்றப் பட்டிருக்கின்றன! வாங்கியதன் ஒரு பகுதி மட்டும் கொடுத்தால் போதுமென்கிற சட்டம் நிறைவேற்றப்படவில்லையா? அரசனுடைய ஆதிக்க உரிமை அஸ்தமித்து விட்டதல்லவா? இந்த நாட்டில் அரசனில்லாத காலம் ஏற்பட்டதுண்டா?

* ** *

எல்லோரும் எல்லோரும் சிறிது நேரம் சற்று நினைத்திருக்கும் போது குறைந்த கால - அளவில் வந்த மாறுதல்களை நினைத்து அசந்து போவார்கள். இன்னும் என்னென்னவோ நடைபெறலாம் போலிருக் கிறது.

நிலச் சொந்தக்காரனுக்குக் குத்தகையளக்க வேண்டாம்! இது என்ன நெறிமுறை? குத்தகையளக்கா விட்டாலும் நிலம் சொந்தமல்லாதாகி விடுகிறதே! இது என்ன நியாயம்?

சோதரு புலையனால் புரிந்துகொள்ள முடியவில்லை. பாப்பா சொன்னாள்:

"அப்போ என்னன்னா நமக்குக் கூலி உயர்த்தித் தரணும்."

சோதரு சுயமாகச் சொன்னார்:

"ஜமீன்தாருக்கு வருத்தம் ஏற்பட்டாச்சுன்னு வந்தா வயல் விளையாது. நெல்லெல்லாம் கருகிப் போயிடும்."

"அதனாலத்தான் இப்போ நாற்பது மேனி விளையுது. விளைச்சல் ரொம்ப நல்லாருக்கு. குத்தகையளக்க வேணாம். ஆனா கூலி மட்டும் உயர்த்தித் தரமாட்டாங்க. முதலாளீங்க அப்படிக் கொள்ளையடிக்க வேணாம்!"

தம்பிரான் என்பது இல்லாதாகிவிட்டது. தம்பிரான் இப்போது முதலாளியாகி விட்டான். பறையச் சிறுவர்கள் நம்பூதிரிச் சிறுவர்களைப் பெயர் சொல்லியழைக்கின்றனர். அது பள்ளிக்கூடத்திலிருந்து கிடைத்த பழக்கம்.

வாங்கிய பணம் கொடுக்கப்பட வேண்டியதில்லை என்று வாதம் புரிய ஷரத்துக்கள் இருக்கின்றன. புலையன், முன்னால் நின்று கணக்கைக் கேட்கிற நிலைமை வந்து விட்டது. மாறுதல்கள்; மாறுதல்கள்!

பருத்திக்காட்டு ஔசேப்பு சும்மா யோசித்துக் கொண்டிருந்தபோது வழக்கு விவகாரங்களின் பொறுப்பேற்று நடத்துகிற மகன் குஞ்சுவர்க்கி யிடம் விசாரித்தார்:

"பாலத்தோள் மடத்துக்குக் கோர்ட்டு தீர்ப்பின்படி எவ்வளவு பணம் கொடுக்கணும் டோய்?"

"ஆறு தீர்ப்பு உண்டு. ஆனா தொகை அதிகப் படுத்தலே" அதை ஒன்றும் பொருட்படுத்தாத முறையில்தான் குஞ்சுவர்க்கி சொன்னான்.

“முந்திய ஆண்டத்திய குத்தகை பாக்கி கொடுக்கணுமல்ல? அவங்க வயலில் விவசாயம் மோசமாயிடாது. நமக்கு நஷ்டமும் ஏற்படலயே?”

“அது நாம்ப கடுமையா உழைச்சதனாலேதானே?”

அதைக் காதில் வாங்காதவர்போல் ஔசேப்பு கூறினார்:

“மடத்திலே ரொம்பக் கஷ்டம்தான்டா!”

தந்தையின் இந்த மனப்பான்மை மகனுக்குப் பிடிக்கவில்லை.

“அப்பா சொல்றதைக் கேட்டால் உங்களுக்குக் காலம் மாறின கதை தெரியவில்லை போலிருக்கு. கூலி எவ்வளவோ அதிகரிச்சிருக்கு. இன்னும் உயர்த்திக் கொடுக்கணுமாம்! அப்படீன்னு ஆனா குத்தகை எங்கேருந்து கொடுக்கறது?”

* ** *

புனிதமெனப் பாதுகாத்து வைத்திருந்த விசயங்கள் பல இருந்தன. வாழ்க்கையைத் தாங்கி நிறுத்துகின்ற சில நெடும் தூண்கள்! அவை அனைத்தும் ஆடத் தொடங்கியிருக்கின்றன. தெய்வநம்பிக்கை இல்லாதாகி விட்டதா? இல்லை! தெய்வம் உண்டு. ஊர் ஊராகச் சர்ச்சுகள் உயர்கின்றன. வானளாவி நிற்கின்ற ஔசேப்பு புனிதர் மற்றும் கன்னி மாதாவின் உருவச் சிலைகள் ஒவ்வொரு சந்திப்பிலும் அமைக்கப்பட்டு வருகின்றன. ஒரு பாதிரியாவது இல்லாத குடும்பங்கள் இல்லை. ஒரு பெண் கர்த்தரின் மணவாட்டியாகி விடுகிறாள். இருக்கின்ற சர்ச்சுகள் அனைத்தும் பழுது பார்க்கப்படுகின்றன.

வசூல் பண்ணி உற்சவங்கள் மிகச் சிறப்பாக நடத்தப்படுகின்றன. லட்சார்ச்சனைகளும், கோடியர்ச்சனைகளும் நடத்தப் படுகின்றன. நாட்டின் நலனுக்காக யாகங்கள் வேறு!

சனாதனமான வாழ்க்கை-மதிப்புக்களை உயரத் தூக்கிப் பிடிப்பதற்கான முயற்சிகளல்லவா, இவை அனைத்தும்? பாப-புண்ணியங்கள் பற்றிய உணர்வினாலல்லவா, இவையெல்லாம்? சத்கர்மங்கள் செய்வது; புண்ணியமல்லவா? கூட்டம் கூட்டமாய் நின்று பிரார்த்தனை புரிவது; அது தெய்வ நம்பிக்கையினால் அல்லவா? நல்லது அல்லவா? ஊர்ஜனங்கள் ஒன்று சேர்ந்து பாதைகளைச் செப்பனிடு கின்றனர். பணத்தை வசூல் பண்ணி மருத்துவமனைகள் அமைக்கப் படுகின்றன. ஊர் ஊராகப் பள்ளிக்கூடங்கள் நிறுவப்படுகின்றன. இதெல்லாம் சமூக உணர்வினால்தானே? சுரேந்திரனின் முயற்சியின்

விளைவாக ஓர் உயர்நிலைப்பள்ளியே உயர்ந்து வந்தது. கட்சியை அவர் புறக்கணித்தார். மந்நத்து பத்மநாபனை வரவழைத்து கம்பீரமானதொரு வரவேற்பளிக்கப்பட்டது. அவர் தேவஸ்தானம் வாரியத் தலைவராக இருந்தார். தேவஸ்தானத்துக்குச் சொந்தமான ஒரு பள்ளிக்கூடம் அமைக்கப்பட்டது. ஆற்றுமாலியைச் சேர்ந்தவர்களுக்குச் சற்று மனவருத்தம். சர்ச்சுக்குச் சொந்தமாய் ஒரு பள்ளிக்கூடம் அமைக்க அவர்கள் முயன்று வந்தனர். அது இந்துக்கள் முயற்சியால் நிறைவேற்றப் பட்டது.

ஆயினும் எங்கெல்லாமோ என்னவெல்லாமோ பொதுவாழ்க்கையில் தகர்ந்து போயிருக்கின்றன. சத்தியத்தின்பாலிருக்கிற நம்பிக்கைக் குறைவினால்தானா? சொத்து என்கிற கருத்தின் அடிப்படையே ஆட்டம் கண்டுவிட்டது. பத்திரத்திற்குச் சுத்தமில்லை. அது வெறும் காகிதமாகி விட்டது. கோர்ட்டுத் தீர்ப்புக்கு மதிப்பு இல்லை. அதற்குப் பயப்படுவ தில்லை. கடன் ஒரு சுமையாக இல்லை. சொத்துடையவனுக்கு அந்தஸ்து இல்லை. எல்லாம் தலைகீழாகி விட்டதா என்று சொல்ல முடியாது. அதைப் பற்றிய சிந்தனையே மாறிவிட்டது.

பறையன் மந்திரியாவதில்லை? அவன் கரத்தில் அதிகாரத்தின் ஆயுதத்தைக் கொடுக்கவில்லையா?

123

எதுவும் நிகழ்ந்துவிடவில்லை. சூரியன் வழக்கம்போல் உதய மானான். வான உச்சிமீது வந்தான். மேற்கே சாய்ந்தான். அஸ்தமனமாகி விட்டான். வழக்கம்போல் காற்று வீசுகிறது. பறவைகள் ஆகாயத்தில் பறந்து திரிகின்றன. காலையில் தொழிலாளிகள் வேலைக்குச் செல் கின்றனர். அவர்கள் முகத்தில் களையுண்டு. ஒரு மலர்ச்சி, விளையாட்டும், சிரிப்பும், உற்சாகமும் தென்படுகின்றன. ஆனால் அதற்கேற்றவாறு வயல் வேலைகள் நடந்தேறுவதில்லையாம். நாற்றைப் பிடுங்கி நடுவதென்றால், அவர்கள் நிமிர்ந்து நிற்கின்றனர். விவசாயி வார்த்தை பேசினால் சிரத்தைத் திருப்பி ஒரு பார்வை செலுத்துவார்கள். எதையோ எதிர்த்துப் பேசத்தான். அது போக்கிரித்தனமாக இருக்கும். மானத்தைக் காப்பாற்ற வேண்டுமானால் சந்தர்ப்பம் பார்த்துத்தான் பேசவேண்டும்.

அவர்கள் எதுவேண்டுமானாலும் பேசலாம். செய்யலாம். அவர்கள் ஆட்சி தான் நடைபெறுகிறது. தொழில் தகராறில் போஸ் தலையிடக் கூடாது என்று தான் கட்டளை. புலையச்சி திட்டினால் அதுவும் தொழில்

தகராறுதான். விவசாயி அதைக் கேட்கத்தான் வேண்டும். இப்படித்தான் விவசாயிகள் சொல்கின்றனர்.

வழக்கம்போல் வட்டத்ர விவசாயி குஞ்சுண்ணிப் பிள்ளை எதையோ சொன்னார். நூற்றாண்டுகளாகச் சொல்கின்ற சொற்கள்தான். பெண்களின் வேலையில் சுறுசுறுப்பு இல்லை. எனவே அப்படிச் சொல்லுவார். அப்போது சொல்லவேண்டிய சொற்கள்தான். ஏறத்தாழ முப்பது பெண்கள் வேலை செய்து கொண்டிருந்தனர். எல்லோரும் ஒரு நபர் போன்று நிமிர்ந்து நின்றனர். எல்லோரும் குஞ்சுண்ணிப் பிள்ளையை நோக்கினர். எதையோ சொல்லத்தான்; 'அப்படிச் சொல்லாதீங்க!' அல்லது, "இனிமேல் இப்படியொன்றும் பேசக்கூடாது!" அதுவுமில்லாவிட்டால், "எங்களுக்கும் மானம்-மரியாதை எல்லாம் இருக்கு!" என்று சொல்வதற்காக இருக்கலாம். அல்லது எச்சரிக்கை செய்வதற்காக இருக்கலாம். குஞ்சுண்ணிப்பிள்ளை கூனிக் குறுகிவிட்டார்.

மேற்கொண்டும் அவர் அந்தச் சொற்களைப் பயன்படுத்தினால் பெண்கள் மேற்சொன்னபடியெல்லாம் பேசக்கூடும்.

கொச்சிட்டிப் புலையன் மகன் ஔசேப்பு முன்னால் தலையில் முண்டாசுடன் சென்றான். அவனுக்கு எவ்விதக் கூச்சமுமில்லை. முன்னால் இப்படி நடந்திருக்கிறதா?

கம்யூனிஸ்டுகள் அதிகாரத்திற்கு வந்ததனால், பயந்தது போன்ற, கோவில்களும் சர்ச்சுகளும் இடித்துத் தரைமட்டமாக்கவில்லை. இப்போது கூட அவை தலைநிமிர்ந்து நிற்கின்றன. கிரிகரியும் அந்தோனியுமெல்லாம் காலையில் கண் விழித்துப் பார்ப்பது கோவிலையும் சர்ச்சினையும்தான். சர்ச் தலையுயர்த்தி நிற்கிறது. அங்கே கோவிலின் கொடிமரத்திலிருந்து குதிரை குதிக்கத் தயாராய் நிற்பதைக் காணலாம். கோவிலுக்கு உயிர் இருக்கிறதென்பதைச் சங்க நாதத்திலிருந்து தெரிந்துகொள்ள முடிகிறது. 'ணிங்ணாம்' என்று சர்ச்சிலிருந்து ஒலிக்கிறது.

ஊரில் இருவர் கோவிலைச் சீர்திருத்த வேண்டுமென்று சொல்லி நடந்திருந்தனர். கேட்போரெல்லாம் அது மிகவும் அவசியமான தென்று சொன்னார்கள். பெரும் சொத்துடைய கோவில் அது. கவனமாகப் பராமரிப்பதாயிருந்தால் பணம் மீதியாக இருக்கும். அந்த மீதிப் பணத்தினால் ஏதேனும் தொழிலைத் துவக்கினால் படித்து வேலை யின்றியலைகின்ற இளைஞர்களுக்கு வேலையளிக்கலாம். இதெல்லாம் அணக்கேழத்து கேசவப்பிள்ளையின் கருத்து ஆகும்.

அதுவும் தேவைதான். நாடு நலம்பெற இத்தகைய காரியங்கள் ஏதாவது செய்யவேண்டும். ஆற்றுமாலியைச் சேர்ந்த கிறிஸ்துவர்கள் செழிப்படைந் திருக்கின்றனர். அவர்கள் மலைபோன்று பெரிதாகியிருக்கின்றனர். லாபத்தைத் தருகின்ற தொழில்கள். அவர்கள் வேறு இடங்களில்தான் நடத்தி வருகின்றனர். இங்கே வேர்விட்டிருப்பதால் அவர்கள் இங்கிருந்து கடைபெயர்ந்து போகவில்லை என்பது மட்டும்தான்.

கடவுள் இல்லை! கோவில், சர்ச் ஆகியவை ஒன்றும் தேவையில்லை - என்றெல்லாம் சொல்லுகின்ற கம்யூனிஸ்டுகள் ஆட்சி பீடமேறி யிருக்கின்றனர். நாட்டில் திடீரென்று ஓர் உணர்வு ஏற்பட்டது. கோவில் சீரழிந்து கிடக்கிறது. பிரகாரங்களில் சில இடங்களில் மழைநீர் இறங்கி விழுகிறது. கர்ப்பகிருகத்திற்குச் சொல்லுகிற அளவில் ஏனோ சீரழிவு இல்லை. பூர்வீகர்கள் நூற்றாண்டுகளைக் கணக்குப் போட்டுத்தான் கர்ப்பகிருகத்தை அமைத்திருக்கின்றனர். முற்றமெங்கிலும் புல் படர்ந்து கிடக்கிறது. மனிதன் நடந்து சென்ற அறிகுறி கூடத் தென்படுவதில்லை. குளித்து சாமி கும்பிடக் கூட எவனும் வருவதில்லை. அஷ்டபந்தன கும்பாபிஷேகம் நடந்து எத்தனையோ வருடங்களாகி விட்டன!

நீண்டதொரு வேண்டுகோள் ஊர் ஜனங்களுக்காக விடுக்கப் பட்டிருக்கிறது. அணக்கேழத்து கேசவபிள்ளையின் தொண்டுதான். மேலும் பல்வேறு நபர்கள் கையெழுத்துப் போட்டிருக்கின்றனர். பறையன், புலையன் மற்றும் ஜாதி ஹிந்துக்கள் கையெழுத்துப் போட்டிருக்கின்றனர். ஒரு கூட்டத்திற்கு அழைப்பு விடுக்கப்பட்டிருக்கிறது. அந்தக் கூட்டம் கோவில் நிர்மாணக் குழு ஒன்றைத் தேர்ந்தெடுக்க இருக்கிறது. கோவிலைச் சீர்திருத்தப் பல்வேறு வேலைகள் நடைபெற வேண்டியிருக்கின்றன. கோவிலைப் பழைய நிலைமைக்குக் கொண்டு வரவேண்டும். ஊரில் ஐசுவரியம் ஏற்படாமலிருக்கக் காரணம் கோவிலின் இன்றைய நிலைமை தான்.

அந்த வேண்டுகோள் இலக்கு தவறவில்லை. ஊரெங்கிலும் கோவில் விசயத்தில் அக்கரை ஏற்பட்டது. எல்லோரும் ஒத்துழைத்து இயங்குவர். வேண்டுகோளில் சுட்டிக் காட்டுகிற எந்த விசயமும் தேவையற்றதாக இல்லை. எல்லோரும் ஒத்துழைக்க வேண்டியதுதான்.

எல்லோரிடத்திலும் ஏற்பட்டிருக்கிற அந்த ஒத்துழைப்பு - உணர்வு உசிதமானதுதானா என்கிற ஒரு சந்தேகம் சுரேந்திரனுக்கு ஏற்பட்டது. ஒருவனாவது எதிராக வரவேண்டாமா? விசயங்களுக்கு மாற்றுப் பிரேரணை கொண்டுவர ஒருவனாவது வேண்டாமா? இப்படியும் ஓர்

ஒற்றுமையா? அவ்வாறு ஏற்படக் காரணமில்லை. ஈடுபட்டவர்தான் சுரேந்திரன். பொது விசயமென்றால் அது அவருக்கு நன்றாகத் தெரியும். ஆஸ்பத்திரி, ரோடு, மின்சாரம், பள்ளிக்கூடம் முதலிய விஷயங்களில் ஈடுபட்டவரல்லவா? இதென்ன? முகரும் சத்தியுடைய மூக்கு ஒரு மணத்தைத் தேடுகிறது. அது எங்கே? என்ன அது? என்னவோ, ஒன்று நாறுகிறது.

கோவில் நாடக சாலையில்தான் கூட்டத்திற்கு ஏற்பாடு செய்யப் பட்டிருக்கிறது. புலையன், பறையன் முதலிய அனைத்து ஜாதியினரும் பங்கெடுத்துக் கொள்கின்றனர். ஊர்மக்களிடையே இவ்வளவு பெரிய ஆர்வம் வேறு எந்த விசயத்திலும் ஒருபோதும் பார்த்ததில்லை

கம்யூனிஸ்டுகள் அதிகாரத்திற்கு வந்தனர். இயல்பாகவே கடவுள்-பக்தி புத்துயிர் பெற்றிருக்கலாம். கம்யூனிஸ்டுகளுக்கு வாக்களித்த வர்களும் தெய்வபக்தி மிக்கவர்கள்தான். அது யுக யுகாந்தரங்களாய் நிலைபெற்று வருகிற ஒன்றாகும். தெய்வமிருக்கிற கம்யூனிசம் போது மென்றிருக்கலாம்; கம்யூனிசம் வளர்வதுடன் தெய்வ நம்பிக்கையும் வளர்கிறது. ஜமீன்தாரர்களுக்கும் முதலாளிகளுக்கும் தெய்வபக்தியுண்டு. கம்யூனிசத்திற்கேற்றாற் போன்ற தெய்வபக்தியும் தேவைதானே? மனிதனால் தெய்வநம்பிக்கை இல்லாமலிருக்க முடியுமா? கம்யூனிசத்தின் தெய்வம் எப்படியிருக்கும்?

தலைமை தாங்க சுரேந்திரனின் பெயர் முன்மொழியப்பட்டது. எல்லோருக்கும் அது சம்மதமாயிருந்தது. தலைமைப் பீடத்திலிருந்தவாறு கூட்டத்தை ஒட்டுமொத்தமாகப் பார்த்தபோது, சுரேந்திரனுக்கு அதன் குணாதிசயமென்ன என்று புரியலாயிற்று. அவையினர் இரண்டு பகுதியினராகப் பிரிந்திருக்கிறார்கள் காங்கிரஸ்காரர்கள், கம்யூனிஸ்டுகள் என்றிவ்வாறாகத்தான். அப்போது ஊரெங்கிலும் பார்த்த ஆர்வத்தின் அந்தரங்கம் என்னவென்று சுரேந்திரனுக்குத் தெளிவாயிற்று. பரந்துபட்ட ஜனநாயக முன்னணிதான். அனைத்து வெகு ஜன முயற்சிகளுடையவும் தலைமையைக் கைப்பற்றவேண்டும். கோவில் நிர்மாணக் குழுவின் தலைமை கம்யூனிஸ்ட் கட்சியிடமிருக்க வேண்டும். அதுதான் இழுபறி. காங்கிரசுக்கு, அதை விட்டுக் கொடுக்க மனமில்லை. அவர்கள் அதை அங்கீகரிக்க மாட்டார்கள். அதுதான் போட்டி. எலியைக் காப்பாற்றப் பூனையிடம் ஒப்படைப்பதா?

கூட்டம் மிக்க விறுவிறுப்பாக இருந்தது. திருவிழா வருகிறது. ஜனங்களிடையே உற்சாகம் மற்றும் ஆர்வத்தை அதிகரிக்கச் செய்ய

வேண்டும். எல்லா நல்லவர்களையும் பங்கெடுக்க வைத்துக் கொண்டு திருவிழாவைச் சிறப்பாக நடத்தவேண்டும். கோவிலின் புனர்நிர்மாணம் பெரிய அளவில் செலவை ஏற்படுத்துகிற விசயமாகும். அதைத் திருவிழாவுக்குப் பின்னர் துவக்கவேண்டும். அதற்காக முனைந்து செயல்படுவதற்கான காலநிலையை ஏற்படுத்துவதுதான் முதற்கடமை. மறுபகுதியினர் புனர்நிர்மாணத்திற்கு முக்கியத்துவமளித்தனர். இரண்டும் நடக்கட்டுமென்கிற நடுநிலைமைக் கொள்கையடிப்படையில் ஓர் உடன்பாட்டை எட்டி விட்டனர். திருவிழா மோசமாகக் கூடாது. அவசர அவசியமிருக்கிற பழுதுபார்த்தலும் கூடவே செய்து பார்க்க வேண்டும். தகர்ந்து கிடக்கிற கோவிலை வைத்துக்கொண்டு திருவிழாவைக் கம்பீர மாக நடத்துவது சரியில்லையல்லவா?

விழாக்குழு, கோவில் நிர்மாணத்திற்கான குழு ஆகியவற்றைத் தேர்ந்தெடுப்பதில்தான் கடுமையான போட்டி நிலவியது. ஒருவரை முன்மொழிகிறபோதே இன்னொருவரைப் பிரேரிப்பார்கள். அதை இன்னொருவர் எதிர்க்கிறார். தனிப்பட்ட முறையில் விமர்சனங்கள் எழுகின்றன. அப்போது கைகலப்புக்கான நிலைமை ஏற்பட்டு விடுகிறது. கூட்டத்தில் தனி நபரை விமர்சனம் செய்யலாமா? அடிதடி கலாட்டா நடைபெறவில்லை என்பது மட்டும்தான். ஆயினும் பரஸ்பரம் எதிரிகளாகி விடுகின்றனர். கடும் போட்டியும் பிடிவாதமும் அந்தக் கூட்டத்தில் பற்றியெரிந்தன.

கூட்டம் முடிந்தபோது அதில் பங்கெடுத்துக் கொண்டவர்களிடையே பல சந்தேகங்கள் தோன்றின. ஏதாவது நடைபெற்றுவிடுமா? குழு உறுப்பினர்களிடையே சண்டை சச்சரவுகள் மூண்டுவிடுமா குழு ஒற்றுமை உணர்வுடன் செயல்படுமா? குழுவில் கீரி உண்டு; பாம்பு உண்டு; எலியுண்டு; பூனையுண்டு. அப்படித்தான். அவர்களிடையே சண்டை சச்சரவுகள்தான் தலையெடுக்கும்.

கம்யூனிஸ்டுகள் வெற்றிபெற்றவர்கள் போல் கலைந்து சென்றனர். அவர்கள் தனியாக விலகி நின்று கோஷங்களெழுப்பினர்.

இன்குலாப் ஜிந்தாபாத்!

கோவில் நிர்மாணக் குழு ஜிந்தாபாத்!

காங்கிரஸ்காரர்களும் விட்டுக் கொடுக்கவில்லை.

இந்தியன் நேஷனல் காங்கிரஸ் கீ ஜய்!

கோவில் நிர்மாணக் குழுவுக்கு ஜய்!

பாலத்தோள் இல்லத்து மாதவனும், வாசுதேவனும் கம்யூனிஸ்டு களோடு சேர்ந்து நின்றனர். சட்டசபைத் தேர்தலிலும் அவர்கள் கம்யூனிஸ்டுகளுக்காக உழைத்தனர். பழைய வாதங்கள் அன்றைய தினமும் தலைதூக்கின. கோவில் சிப்பந்திகள் இந்தக் கூட்டத்தில் பங்கெடுத்துக் கொள்ளலாமா? நிர்மாணக் குழுவில் அவர்களைச் சேர்த்துக் கொள்ளலாமா?

ஆற்றுமாலி ஏரியாவிலும் ஒரு புத்துணர்வு ஏற்பட்டது. சர்ச் நீண்டகாலப் பழமையுள்ள ஒன்று. மராமத்து வேலைகள் அந்தந்தச் சந்தர்ப்பங்களில் நடைபெற்று வந்தன என்பது உண்மைதான். ஆனால் அந்தப் பிரதேசத்தின் வளர்ச்சியோடு ஒப்பிடும்போது அந்தச் சர்ச் போதாது எனக் கண்டனர். யாருமே அதைப் பற்றி இதுவரையிலும் யோசிக்கவில்லையா? இல்லை என்று தான் எண்ண வேண்டியிருக்கிறது. பருத்திக்காடு, வட்டத்ர, ஆற்றுத்துறை, தும்பேக்குளம் ஆகிய பழைய கிளைகளாய் உருப்பெற்று வளர்ந்தன. அந்தக் குடும்பங்களைச் சேர்ந்த பலர் கோடீஸ்வரர்களாகி விட்டனர். அவர்கள் நாடு பூராவிலும் பரவினர். அவர்களுடைய வீட்டுப் பெயர்களுடனே மூலக் குடும்பத்தின் பெயரும் சேர்த்துக் கொள்ளப்பட்டன. வயநாட்டில் ஒரு பெரிய வீடு உண்டு பெயர் என்னவென்று நினைக்கிறீர்கள்? பருத்திக்காடு - கிரீன்வில்லா! காஞ்சிரப்பிள்ளைக்குக் கிழக்கே ‘வட்டத்ர இயேசு விஜயம்’ என்ற பெயரில் பெரியதொரு பங்களா காட்சி தருகிறது. கொச்சியில் ‘தும்பேக்குளவன்ஸ்’ என்ற பெயரில் பெரிய கம்பெனி ஒன்று தோன்றி யிருக்கிறது. கள்ளிக் கோட்டையில் ‘ஆற்றுத் துறையன்ஸ்’ என்கிற வங்கி ஒன்று இயங்குகிறது. இங்கிருந்து பாய்ந்துசென்ற வேர்கள் முளையிட்டவைதான். கிறிஸ்தவர்கள் அனைவரும் செழிப்படைந்தனர். செல்வந்தர்கள் ஆகிவிட்டனர் என்றே சொல்லவேண்டும் ஆனால் சர்ச் பழைய மாதிரியிலேதான் இருந்து வருகிறது. பாதிரி தங்கியிருக்கிற வீடு இப்போது கூட ஓலைக் குடிசைதான். கூரை நல்ல மரத்தினாலானது. அதனால் மக்கிப் போய் இடிந்து விழவில்லை.

சர்ச்சினை இடித்துத் தள்ளிவிட்டுப் புதிதாகக் கட்டியெழுப்ப வேண்டும். இரண்டடுக்கு மாளிகையாக நிர்மாணிக்க வேண்டும். கன்னிப் பெண்கள் மடம் ஒன்று உருவாக வேண்டும். ஒரு மருத்துவமனை உருவாக வேண்டும். அந்த வட்டாரத்தைச் சேர்ந்த கிறிஸ்தவர்களின் ஒரு கூட்டத்திற்கு அழைப்பு விடுக்க வேண்டுமென்று பாதிரி மீது நிர்ப்பந்தம் செலுத்தினர். அதற்குக் கூட எதிர்ப்பு ஏற்பட்டது. தும்பேக்குளத்து சவுரியாரும், அவரைச் சேர்ந்தவர்களும் தங்கள்

எதிர்ப்பை வெளிக்காட்டினர்.

திட்டம் எவ்வளவு பெரிதாக இருந்தாலும் நிறைவேற்றப்படும். கிருஸ்தவர்களிடம் பணமுண்டு. சர்ச் காரியங்களுக்காகப் பணத்தைக் கொடுக்க யாருக்கும் தயக்கமில்லை. பாதிரியிடமிருந்து ஒரு கட்டளை பிறந்துவிட்டால் அவர்கள் பணப்பை தானாகத் திறந்துவிடும்.

கவுரியாரின் எதிர்ப்பு என்ன என்னவோ? யாருக்கும் தெரியாது. அவர் முதலிலிருந்தே சர்ச்சுக்கும் பாதிரிக்கும் எதிராகக் குரல் கொடுத்து வருகிறவர்.

இவ்வளவு நாட்களாக ஏன், இவை ஏதும் நடைபெறவில்லை? குறிப்பிடத் தகுந்த காரணம் எதுவும் இல்லை. யாரும் அதைப் பற்றி நினைக்கவில்லை. அங்கு பாதிரிகளாக வருகின்றவர்கள்தான் அதை ஞாபகப்படுத்த வேண்டியவர்கள். அவர்களும் நினைக்கவில்லை என்பது மட்டும்தான்.

கம்யூனிஸ்டுகள் அதிகாரத்திற்கு வந்து விட்டனர். அப்போது மத உணர்வு தலைதூக்கியது.

ஆம்பக்காட்டு வீட்டுமனையின் தென்கிழக்குப் பகுதியில் மூன்று கரும்பனைகள் வானளாவ உயர்ந்து நிற்கின்றன. ஆங்கே பள்ளாத் துருத்தியிலிருந்து பார்த்தாலே அவற்றைக் காணமுடியும். என்றென்றும் மூன்று பனைமரங்கள் அங்கே உயர்ந்து காணப்படுமாம்! பனை மரங்களில்லாத காலமே கிடையாதாம்! இரண்டு சிறு மாதா கோவில் களின் அஸ்திவாரங்கள் அங்கே காணப்படுகின்றன.

பண்டைய நாட்களில் அங்கே ஆட்டை வெட்டிப் பலிகொடுத்து வந்தனர். கோழியை வெட்டிப் பலியிடுவதைப் பார்த்தவர்கள் இன்றுமிருக் கிறார்கள். கடந்த சில காலமாக அந்தப் பலி அங்கே நடைபெறுவதில்லை.

ஆம்பக்காட்டுப் பனைமரத்தடியில் மிருகபலி நடத்தவேண்டும்!

எங்கிருந்துதான் அந்தக் கருத்து உதயமானதோ - தெரியாது. ஆம்பக்காட்டிலேயே அதைப் பற்றிய ஓர் ஆலோசனைக் கூட்டம் நடைபெற்றது. பலியிடும் கருமத்தை ஒரு குடும்பத்தினர்தான் நடத்தி வந்தனர். அவர்கள் ஆராதனை செய்யும் ஒரு தேவதைக்காகத்தான். கோவில் போன்று இல்லை. ஆனாலும் அந்தத் தேவதை ஊரைக் காத்து வருகிறது. ஒரு காலத்தில் ஏராளமான பக்தர்கள் அங்கே வந்துபோய்க் கொண்டிருந்தனர்.

பணவசூல் ஆரம்பமாகிவிட்டது. கொடுக்காதவர்கள் யாரும் இருக்கவில்லை. ஆம்பக் காட்டில் அமர்ந்தருள்வது ஓர் உக்கிரமான தேவதை. மனித ரத்தத்தினால் மட்டும் திருப்தியடைகிற ஒரு தேவதை உக்கிரதேவதையாகத்தான் இருந்திருக்க வேண்டும். அங்கே குடிகொள்ளும் தேவதை எதுவென்பதை ஆரூடம் வைத்துத்தான் பார்த்தறிய வேண்டும் அனைவருக்கும் பயமாக இருந்தது.

அந்தத் தேவதையின் 'வெளிச்சப்பாடு' தேவதையின் எண்ணங்களை வெளிப்படுத்துகிறவர் சூரக்காடு குடும்பத்தைச் சேர்ந்தவர்களாக இருந்தனர். சூரக்காடு கோவிந்தன் வேஷ்டிக்கு மேலே சிவப்புத் துணியுடுத்தி இடுப்புக்குச் சலங்கை போன்ற இடுப்புப்பட்டை கட்டி வாளினைப் பிடித்தவாறு வீடு தோறும் நடந்தார். அது வழிபாட்டிற்காகத்தான். வசூல் பண்ணுகிறவர்களிடம் கொடுக்காமலிருந்தவர்கள் கூட 'வெளிச்சப்பாடு' விடம் வழிபாட்டைக் கொடுத்தனர்.

பலி தினத்தன்று அனுக்கிரத்தினால் வெளிச்சப்பாடுவுக்கு அந்தரங்க விளிப்பு (அருளப்பாடு) ஏற்பட்டது. அன்றைய தினம் மக்கள் திரள் திரளாக வந்தனர்.

வெளிச்சப்பாடு நின்று குலுங்கித் துள்ளி வாளினை அசைத்தவாறு அழுதார்.

ஆம்பக்காட்டுக் குடும்பப் பெரியவர் விசாரித்தார்:

"திருவுள்ளத்திலே இப்படித் துக்கமேற்படக் காரணமென்னவோ? அருள்புரிந்து சொன்னால் அடியேனுங்க அதுக்குப் பரிகாரம் காண போமுங்க."

வெளிச்சப்பாடுவின் முகபாவம் மாறியது. எல்லோரும் அவர் அருள் மொழி கேட்கக் காதைக் கூர்மையாககி நின்றனர்.

"குழந்தைகள் என்னைப் பரிட்சை பண்ணக் கூடாது!"

ஆம்பக்காட்டுப் பெரியவர் 'பண்ணமாட்டோம்' என்று உறுதியளித்தார்.

"கோவிலை நிர்மாணிக்கவேண்டும்!" அதுதான் அருட்கட்டளை.

மறுபடியும் 'வெளிச்சப்பாடு' முழங்கியது.

"இன்றைய இளைஞர்கள் என்னைப் பரிட்சை செய்கின்றனர். அவர்கள் யாருக்குமே நம்பிக்கை கிடையாது. அவர்கள் இப்போது நடந்துகொள்வது எப்படியென்று தெரியுமா?"

மூன்றுமுறை 'வெளிச்சப்பாடு' அலறியவாறு கேட்டார்:

"எதுக்கென்று தெரியுமா?"

ஆம்பக்காட்டுப் பெரியவர் தாழ்மையுடன் வினவினார்:

"தெரியாதுங்களே?"

"அவர்கள் என்னைப் பரிட்சை செய்கிறார்கள். நான் இல்லையென்று அவர்கள் சொல்கிறார்கள். பலி கருமத்திற்கெதிராக நிற்கிறார்கள்."

அந்தக் கூட்டத்திலிருந்து யாரோ கூவியழைத்துக் கேட்டார்:

"யாரைப் பற்றிச் சொல்றீங்க? கம்யூனிஸ்டுக் காரங்களைப் பற்றித் தானே?"

அருள்புரிந்துகொண்டு நிற்கிற வெளிச்சப்பாடு தலையசைத்தார்.

"அவர்கள் ஊரை ஏமாற்ற நடக்கிறார்கள்."

வெளிச்சப்பாடுவின் மகன் ராமன்தான் கம்யூனிஸ்ட் கட்சியின் வட்டச் செயலர். அவன் முன்வரிசையிலிருந்து பின்வரிசைக்குத் தன்னை இழுத்துக் கொண்டான்.

வேறு யாரோ கேட்டார்:

"அது மகன்தானே?"

அந்தக் கேள்வியெழுந்த இடத்திற்குத் திடீரென்று திரும்பினார் அருளாளர்.

* ** *

ஒரு திருவிழா நடத்தத் தோதான அளவில் கோவிலைப் பழுது பார்த்துச் செப்பனிட்டனர். பணம் வசூலாகிக் கொண்டிருந்தது. அனைவருடையவும் தேவைதான். தமது சக்திக்கு அதிகமாகவும் பலர் பணம் கொடுத்தனர். திருவிழாவை வெகு சிறப்பாக நடத்த வேண்டு மென்றுதான் கமிட்டியின் தீர்மானம். அதற்கேற்றவாறு நிகழ்ச்சி நிரலை உருவாக்கினர். போதுமான அளவு பணமும் சேர்ந்தது; சேர்ந்து கொண்டிருந்தது.

கேசவபிள்ளை மற்றும் காங்கிரஸ் வட்டச் செயலரின் கவன மெல்லாம் கோவில் கர்ப்பகிருகத்தில் நடைபெறுகின்ற நிகழ்ச்சிகள் மீதுதான் சென்றது. பாலத்தோள் இல்லத்தைச் சேர்ந்த நம்பூதிரி இளைஞர்கள்தான் முக்கிய-அர்ச்சகர்களாக இருந்தனர். அவர்கள் குறித்து

ஜாக்கிரதையாக இருக்க வேண்டும். நைவேத்தியத்திற்காக அரிசியளந்து கொடுத்தால் அதை அப்படியே இல்லத்திற்குக் கடத்திச் செல்வார்கள். நைவேத்தியத்திலோ, தேவர் மீதோ நம்பிக்கையுடையவர்கள் அல்ல அவர்கள். நெல் மற்றும் எண்ணெய் முதலியவை எக்கச்சக்கமாய் வழிபாடுகளாக வந்துகொண்டிருந்தன. கணக்கு வழக்கே கிடையாது. அவையும் பாலத்தோள் இல்லத்திற்குச் சென்றுவிடக் கூடும். கவனமாய் இருந்துதான் தீரவேண்டும். கம்யூனிஸ்டுகளான ஏனைய விழாக் குழு உறுப்பினர்கள் அந்தத் திருட்டை ஒன்றும் காணவில்லை என்கிற முறையில் நடந்து கொள்வார்கள்.

மெறமணை கம்பீரமாக நடைபெறுகிறது. அருமையான யானைகளை யெல்லாம் வரவழைத்திருக்கின்றனர். முன்னர் நடந்ததிலிருந்து மாறுபட்ட முறையில் சில சிறப்பு நிகழ்ச்சிகளுமுண்டு. ஒரு கதாகாலட்க்ஷேபம் மற்றும் நாடகம் ஆகியவை நிகழ்ச்சி நிரலில் இடம் பெற்றிருக்கின்றன.

திருவிழாவின் ஐந்தாவது நாள் அன்று முன்போன்று சமையல் மற்றும் விருந்தளிப்பு இப்போதைக்கு இல்லை. அதற்குப் பதிலாக அரிசி வாங்கிச் செல்ல அனைவரும் தயாராக நின்றனர். நாடு எங்கிலும் அந்தச் சடங்கு (சர்வாணி) நிறுத்தப்பட்டிருந்தது. அது ஊர்ஜனங்களுடைய உரிமை. எல்லா ஜாதியினருக்கும் அந்த உரிமை கிடையாதென்றும், புலையர்- பறையர்- ஈழவர்களுக்கு அது இருந்ததில்லை என்றும் நாயர் சர்வீஸ் சொஸைட்டி (NSS)யைச் சேர்ந்த ஊர்க் குழுக்கள் வாதிட்டன. கம்யூனிஸ்டுகள் அந்த வாதத்தை எதிர்த்தனர். இந்துக்கள் அனைவருக்கும் 'சர்வாணி விருந்து' அளிக்க வேண்டுமென்று அவர்கள் வாதிட்டனர். வெகுகாலத்திற்கு முன்னர் ஒருமுறை தங்கக் குடையும் தங்கத்தாலான நெற்றி அலங்காரமும் இல்லாமல் ஐந்தாம் நாள் திருவிழா நடந்தது பற்றி சண்டை நடந்திருப்பதை வயதானவர்கள் நினைத்துப் பார்த்தனர். தேவஸ்தானம் நிர்வாகி செய்வதென்னவென்றறியாமல் திக்குமுக்காடினார். ஒவ்வோர் ஊரைச் சேர்ந்தவர்களுக்கும் கொடுக்க வேண்டிய அரிசி தயாராக இருக்கிறது.

பெரியதொரு ரகளை நடைபெறும் போலிருக்கிறது. நாயர்கள் ஒன்று சேர்ந்தனர். ஈழவர்கள் ஒன்றாய் நின்றனர். புலையர்கள் குழுமி நின்று யோசித்தனர். அவர்களுக்கு இன்றுவரையிலும் அது கிடைத்த தில்லை. அதைப் புறக்கணிக்கவும் அவர்கள் தயார்தான். ஆனால் கட்சிக் காரர்கள் அதை விட்டுவிடத் தயாரில்லை. அது ஓர் உரிமை. அதை வாங்காமலிருக்கக் கூடாது!

மூலப்படத்து ஹரிக்குட்டன் நாயரும், சேந்நாத்து சீகுமாரனும் என்ன செய்வதென்றறியாமல் நின்றனர். எந்தப் பக்கம் சேருவது? ஈழவர் பக்கம் சேர்ந்துகொண்டால் நாயர்கள் எதிர்ப்பார்கள். நாயர்களில் கணிசமான ஒரு பகுதியினரை கம்யூனிஸ்டுகளுக்கு ஆதரவாக வாக்களிக்கச் செய்ய முடிந்திருக்கிறது. கட்சியின் எந்த ஒரு நிகழ்ச்சிக்கும் அவர்களில் பலர் நன்கொடையளித்திருக்கின்றனர். அவர்கள் விட்டுப் பிரிந்து போய் விடுவார்கள். வட்டச் செயலரும், இன்னபிற சிலரும் ஈழவர்கள் பக்கம் தான்.

எந்த நிலை கட்சிக்குச் சாதகம்? தகவலறிந்து வந்துசேர்ந்த சுரேந்தரன் அவர்களை எல்லாம் ஒரு முடிவுக்குக் கொண்டுவர உதவினார். இன்றைய தினம் சர்வாணி விநியோகம் இல்லை. மேலிருந்து உத்திரவு வருவதற்கேற்ப பின்னர் அரிசி விநியோகம் செய்யலாம்.

எல்லாரும் காலிப் பாத்திரங்களுடன் வீடு திரும்பினர்.

* ** *

மறுநாள் நிகழ்ச்சி கதாப்பிரசங்கமாக இருந்தது. புகழ்மிக்க ஒரு பிரசங்கியை ஏற்பாடு செய்திருந்தனர். அவர் ஆட்டபாட்டமுடன் கதை சொல்லுவார். நான்கைந்து மணிநேரம் எப்படிக் கழிகிறதென்றே கூட்டத்தினருக்குப் புரியாதபடி கதை சொல்லுவார். பெரிய ஜனத்திரள். பக்கத்து ஊர்களிலிருந்தும் ஜனங்கள் வந்து குழுமினர். கம்யூனிஸ்ட் கட்சிக்குப் பெருவாரியாக வாக்களித்த மக்களுக்கு நன்றி நவின்றவாறுதான் அவர் பிரசங்கம் ஆரம்பமாயிற்று. கணபதி ஸ்தோத்திரமில்லை. சரஸ்வதி பூஜையில்லை. கம்யூனிசத்தை வாழ்த்துகிறார். கூட்டத்தில் ஆங்காங்கிருந்து ஜனங்கள் எழுந்து நிற்கத் தொடங்கினர்.

அட்டகாசம்!

"நிறுத்தடா!"

கதாப்பிரசங்கி வீறும் பிடிவாதமும் கொண்டவர், அவர் தொடர்ந்து பாடுகிறார்.

கூட்டம் முற்றிலும் அசைந்தது.

அப்போது வேறு சிலர் எழுந்து அலறினர்:

"தொடர்ந்து பாடுங்க! பேசுங்க தோழர்...!"

அமைதிகாக்க ஒரு சில போலீஸ்காரர்கள் மட்டும்தான் இருந்தனர். அவர்கள் திக்குமுக்காடினர். இப்படி ஒரு நிலைமை ஏற்படுமென்று அவர்கள் எண்ணியிருக்கவில்லை.

கூட்டத்திலிருந்து அழுகைக் குரல்களும் கூச்சலும் உயர்ந்தது. எங்கெல்லாமோ விபத்துக்கள் நிகழ்ந்துள்ளன.

கதாப் பிரசங்கம் நின்றுவிட்டது.

ஓர் இருவருக்குக் காயங்கள் ஏற்பட்டன. அவ்வளவுதான்.

மறுநாள் நாடகம் நடைபெறவில்லை.

அதிகாரிகள்தான் முடிவெடுத்தனர். அதுவும் அமைதிக்குப் பங்க மேற்படுமென்று நினைத்துதான்.

ஊர் இருகூறாகப் பிரிந்தது. எந்த நிமிடத்திலும் எங்கு வேண்டு மென்றாலும் மோதல் நிகழ்ந்துவிடலாம். பெரியதொரு போலீஸ்படை ஊருக்கு விரைந்து வந்தது.

இந்த ஊரில் கம்யூனிஸ்ட் அனுதாபிகளாய் யாரெல்லாம் இருந்து வருகின்றனர்? காங்கிரஸ் அனுதாபிகள் யாரெல்லாம்? தெரியாது. இது அரசியல் ரீதியான பிளவுதானா? திட்டமாகச் சொல்லமுடியாது. ஊர் இரண்டாகப் பிளவுண்டது.

அம்பலப் புழையை இணைக்கிற பாதையின் நிர்மாணம் பூர்த்தியாயிற்று. அன்றைய தினமே ஸ்டேட் டிரான்ஸ்போர்ட் பஸ் - சர்வீஸும் ஆரம்பமாயிற்று. பாதையைத் திறந்து வைக்க பொது மராமத்து இலாகா மந்திரியை அழைத்து வரவேண்டுமென்பது பஞ் சாயத்துத் தலைவரின் அபிலாஷையாக இருந்தது. நூற்றியோரு சிறுமிகள் தாளத்துடன் வரிசையாக நிற்கவேண்டும். பஞ்சவாத்திய மேளம், பெண்களின் குலவை போன்ற நிகழ்ச்சிகளைக் கொண்டு, மந்திரிக்கு அளிக்கவிருக்கிற வரவேற்பு குறித்து சுரேந்திரன் கனவு கண்டுகொண்டிருந்தார். மராமத்து மந்திரிக்கு சுரேந்திரனை நன்றாகத் தெரியும். முற்காலத்தில அவர் நடத்திய அரசியல் வகுப்பில் சுரேந்திரன் பங்குகொண்டிருக்கிறார். கால்வாய் மற்றும் குளத்தில் இருவரும் நீச்சலடித்திருக்கின்றனர். சோதரு புலையன் குடிசையில் இருவரும் ஆலுவள்ளிக் கிழங்கு வேகவைத்ததையும் மீன்கறியையும் சேர்த்துச் சோறு சாப்பிட்டிருக்கின்றனர். இங்குள்ள பலரையும் மந்திரி நினைத்துப் பார்க்கிறார். இங்கே அவருக்கு ஒரு வரவேற்பளிக்க வேண்டும். கலந்து கொள்ளப் பெரிய விருப்பம்தான். ஆனால் வலுவான எதிர்ப்பு.

ஒரு நாள் பாதை வழியாக ஒரு கார் விரைந்து வருகிறது. முதன்முதலாக இந்த ஊருக்கு வருகிற கார்! அந்தக் காரைக் காண பாதையோரங்களில் மக்கள் வந்து குழுமி நின்றனர். அதைத் தொடர்ந்து ஒரு டிரான்ஸ்போர்ட் பேருந்து ஓடிவந்தது. இவ்வாறாக யாருக்கும் தெரியாமல் பாதையின் திறப்புவிழா நடந்தது. டிரான்ஸ்போர்ட வண்டிகள் ஓடத் தொடங்கின.

சுரேந்திரனுக்கு இன்னொரு பாதைகூட மனத்தில் இருந்தது.

அன்று ஒருவர்மட்டும் இந்தப் பாதையையோ, காரினையோ, பார்க்க வரவில்லை. அவர்தான் சுரேந்திரன்!

124

அந்த மந்திரி சபை தகர்ந்து விழுந்தது. இந்த நாட்டுக்கு ஏதோ அறியப்படாத ஒரு சாபமுண்டு. தேசிய சுதந்திரப் போராட்டத்திற்குத் தலைமை தாங்கிய மரியாதைக்குரிய தலைவர்கள்தான் முதலாவது மந்திரி சபையில் மந்திரிகளாகத் திகழ்ந்தனர். அரசனும் திவானும் போய் விட்டனர். மந்திரிகள் வந்துவிட்டனர். மந்திரிகள் அனைவராலும் மதிக்கப்படுகின்றவர்களாக இருந்தனர். ஆனால் அந்த மந்திரிசபை நீண்ட நாட்கள் நிலை நிற்கவில்லை. ஜனங்கள் அவர்களைத் திட்டிப் பேசத் தொடங்கினர். எல்லா மதிப்புக்களும் அஸ்தமித்துவிட்டன. அவர்கள் ‘லஞ்சம் வாங்கி’களாக இருக்கவில்லை. கெட்ட நடத்தையுடைவர்களாக இருக்கவில்லை. மந்திரிகளாக நடந்துகொள்வது எப்படியென்று தெரிந்தவர்களாக இருக்கவில்லை. மந்திரிகள் இப்படியிருக்கக் கூடா தென்று மக்களுக்குத் தோன்றியது. அவர்கள்மீது கொண்டிருந்த மதிப்பினைத் தூக்கியெறிந்தனர். கிளர்ச்சியாயிற்று.

சிறையில் பன்முறை வாசம் புரிந்தது வீணாகிவிட்டதா? ஜனங்கள் நன்றியற்றவர்கள். நன்றி என்கிற சொல் வாழ்க்கையிலிருந்து துடைத்து நீக்கப்பட்டது. நன்றி என்றால் என்ன? ஆழமாகச் சிந்தித்துப் பார்த்தால் அது ஒரு வெறும் மாயை என்றுதான் தோன்றி விடுகிறது. மாயையை வைத்துப் பூஜைபண்ணத் தேவையில்லை. அது ஒரு செயற்கையான கருத்துதான். தனிநபரை அல்லது சமூகத்தை மொத்தமாய் அடிமைப் படுத்துகிற சங்கிலிதான்!

பின்னர், ஜாதி பார்த்து மந்திரிசபை அமைப்பதற்கான முயற்சிதான் நடைபெற்றது.

இங்கே, நாயர் உண்டு; ஈழவன் உண்டு; கிருஸ்தவன் உண்டு; முஸ்லிம் உண்டு. என்றென்றும் இருந்திருக்கின்றனர். இன்னும் இருக்கத்தான் செய்வர். இவர்கள் இல்லாமலிருக்கமாட்டார்கள். அப்புறம் எப்படி ஆட்சி நடத்துவது? காங்கிரஸின் முயற்சிகள் அத்தனையும் தோல்வியுற்றன.

காங்கிரஸ் கூடத் தொண்டைக்கு ஒவ்வாத கோஷங்களைக் கோஷித்தது. அவ்வாறு கோஷிக்கவேண்டிய நிலைமை ஏற்பட்டது. அவை அனைத்தும் கம்யூனிஸ்டுகள் முழக்கிய கோஷங்கள்தான். அவற்றைத் தாங்களும் முழக்கினால்தான் நிலைநிற்க முடியுமென்று அவர்கள் உணர்ந்து கொண்டனர். விட்டுக்கொடுக்கும் தன்மைவேண்டும். இல்லாவிட்டால் எல்லாமே ஒரு பிரவாகத்தில் கலந்து ஓடிப் போய்விடும் ஏதெல்லாம் போய்விடுமென்று சொல்லமுடியாது. சர்ச், கோவில் எல்லாம் போய்விடலாம். சில நாடுகளில் அவ்வாறு நடைபெற்றிருக்கிறது. நமது போன்ற பழைய மரபுகளுடைய சீனா நாட்டில் அதெல்லாம போய்விட்டது.

* ** *

தேர்தல் தேவையாயிற்று.

கம்யூனிஸ்ட் கட்சி தனியாக நின்று போட்டியிடுகிறது. அந்த அளவுக்கு வந்துவிட்டதா?

ஆம்! அவர்களுக்கு அதற்கான பலமுண்டு.

காற்று பொல்லாத முறையில் வீசுகிறது. அதற்குத் திசைமாற்ற மேற்படுகிற சூழ்நிலை காணப்படுகிறது. இன்று வரையிலும் வீசிச் செல்லாத ஓர் இடத்தை நோக்கித்தான். அது ஒரு சக்தியுடைய காற்றாக இருக்கும்.

கிரிகரியும், ஏனைய சிலரும் வரக் கூடிய காலநிலை குறித்து உணர்ந்தவர்களாக இருந்தனர். கம்யூனிஸ்டுகள் அதிகார பீடத்துக்கு வந்துவிடுவார்களா? வருவார்கள் என்றுதான் கிரிகரி உறுதியாகச் சொல்லுகிறார். இந்தப் பறையனும் புலையனும் மட்டுமல்ல, அவர்களுக்கு வாக்களிக்கின்றவர்கள். பரந்துபட்ட ஜனநாயக முன்னணியின் பெயரைச் சொல்லித்தான்.

கிரிகரி விசாரித்தார்:

“அப்படியென்றால் எப்படியென்று புரிந்துவிட்டதா?”

அந்தோனிக்கும் ஔசேப்புவுக்கும் புரியவில்லை.

“அப்படீன்னா, நான் சொல்றேன். பிழைப்புக்கு வழியில்லாமே அலைஞ்சு நடக்கும் சூத்திரர்களும், உழைக்காமே நடக்கும் கிருஸ்தவனுங் களும் எல்லாம் இருக்காங்கல்ல? அவங்கல்லாம் அந்தக் கட்சி கூடப் போயிடுவாங்க. பாலத்தோள் இல்லத்துப் பசங்க ரெண்டு பேரு அவங்க கூடத்தான்.”

அவர்களால் எப்படிப் பறையர்-புலையர்களுடன் சேர்ந்து போக முடியுமென்று ஒளசேப்புக்குச் சந்தேகம். அது காலத்தின் மாறுதல் தான். இன்னொரு முறையில் பார்த்தால் அது தெய்வத்தைப் புறக்கணிப்பது மாகும். விசயங்களை நன்றாகச் சொல்லிப் புரியவைத்தால் - ஒரு வேளை- இந்த நாயர்களும் மாப்பிளமார்களும் எல்லாம் பறையர் மற்றும் புலையவர்களுடன் வைத்துக் கொண்டிருக்கிற நேசப்பான்மை இல்லாதாகி விடுமென்கிற கருத்து ஒளசேப்புக்கு உண்டு. ஒளசேப்பு சொன்னார்:

“பாலத்தோள் இல்லத்து நம்பூதிரிகளைப் பார்த்தால் என்ன களையாக இருந்தார்கள்! என்ன அந்தஸ்து! அவர்களைப் பார்த்தால் யாரும் எழுந்து நிற்பார்கள். கணபதி திருமேனியைப் பார்த்திருக்கீங்களா? முகத்தை உற்றுப் பார்க்க முடியாது. நான் சிறுவனாயிருந்தப்போ பார்த்திருக்கேன். இப்போ இருக்கிறவங்க எப்படி இருக்காங்க? பறையனோட, புலையனோட தோளிலே கை போட்டு நடந்தா எப்படித்தான் களையிருக்க முடியும்? பறையச் சிறுவனுங்களைப் போலிருப்பாங்க.”

கிரிகரிக்கு அரசியல் விசயங்களில் மற்றவர்களை விட அதிக-அறிவு உண்டு. அவர் சொன்னார்:

“இன்னொரு ஆறுதலிருக்கு. அது என்னன்னா, கம்யூனிஸ்டுகள் மாதிரி. கோவில் சர்ச் ஆகியவற்றின் சொத்துக்களைப் பறித்தெடுக்கணும்; செல்வந்தர்களின் சொத்துக்களைப் பிடுங்கியெடுக்கணும்னா எல்லாம் சொல்லற வேறு சில கட்சீங்க இருக்காங்க. கே.எஸ்.பி; ஆர்.எஸ். பீன்னெல்லாம் சொல்லறவங்க. அவங்களும் தொழிலாளிக் கட்சிங்கதான். அவங்க இவங்களுக்கு எதிரானவங்கதான்.”

“அதாவது அவங்களுக்குள்ளே சண்டை நடக்குதுன்னுதானே?” என்றார் அந்தோணி.

“எங்க பையன் சொல்றான், காங்கிரசுக்குள்ளே கூட பரஸ்பரம் காலுக்கடியிலேருந்து மண்ணை அள்ளி எடுத்துக்கிறாங்க.” என்றார் ஒளசேப்பு.

“ஆமாம்... அது தானே, நாசம்!”

கிரிகரி சொன்னார்: “ஒருவன் இன்னொருவனுக்கு உடன்பட மாட்டான். அது இந்த நாட்டின் இயல்பு. பண்டைய நாட்களிலிருந்தே அப்படித் தான்.”

கம்யூனிஸ்டுகள் அதிகாரத்திற்கு வந்தால் ஏற்படக் கூடிய விளைவுகள் குறித்து அந்தோனி விசாரித்தார். கிரிகரி, தனக்கு ஓரளவு தெரிந்திருக்கின்ற விசயங்களை விளக்கினார்:

“முதலிலே ஒரு குடும்பத்துக்கு இத்தனை ஏக்கர் நிலம்தான் இருக்கணும்னு நிர்ணயிப்பாங்க. அதுக்கு மேலே இருக்கிற பூமி பூராவை யும் அரசாங்கம் எடுத்துக்கும்.”

அந்தோனியும் ஔசேப்பும் நடுங்கிப் போயினர். அந்த மனப் பதட்டத்தின் மத்தியில் அவர்கள் கேட்டுவிட்டனர்:

“அப்போ ‘விவசாய பூமி விவசாயிகளுக்கே!’ ன்னு இவங்க கூச்சல் போடறது?”

“ஆ! அதெப்படி?”

மேற்கொண்டு சொல்ல கிரிகரியிடம் சரக்கு இருக்கவில்லை. அவருக்குச் சரியான தெளிவற்ற ஒரு விசயமாக இருந்தது அது.

அங்கே மனப்பதட்டம் தணியவில்லை.

“அவங்க எடுத்துக்கொண்டால் என்ன பண்றது?”

“அப்போ இந்த நிலப்பட்டாவுக்கும் ஏனைய தஸ்தாவேஜுக்களுக்கும் ஒரு மதிப்புமில்லீங்களா?” என்றார் ஔசேப்பு.

“அரசாங்கம்தானே, செய்யறது?”

“அது அநீதியல்ல?”

கிரிகரி சொன்னார்:

“அப்படீன்னா, இன்னும் கேட்டுக்குங்க? நாம்ப அவங்க ஏழைத்தனம் கண்டு மனமிரங்கி நம்ப வீட்டு மனையிலோ, வயலோரத்திலோ ஒரு குடிசை கட்டித் தங்கியிருக்கச் சிலரை எல்லாம் அனுமதிச்சிருக்கோமல்ல? அவங்களை ஒண்ணும் அங்கிருந்து வெளியேற்றிட முடியாது. அந்த இடம் அவங்களுக்குச் சொந்தமாயிடும்.”

இன்னோர் அடி!

"அதென்ன, நியாயம்?" என்றார் அந்தோனி.

"அதுக்கும் நியாயமுண்டு. அவங்க அதைச் சொல்லுவாங்க. அரசாங்கம் அவங்க கைக்கு வந்துவிட்டதல்லவா? மனிசன் பொறந்தது இந்தப் பூமியிலேதானே? மனிசன் உயிர் வாழவேண்டியது இந்தப் பூமியிலேதானே? அதுதான் நியாயம்!"

"ஓ! ஒரு நியாயம்!" என்றார் ஔசேப்பு. அந்தோணி அசந்துபோனார்:

"அப்போ அந்த மனை அவனுக்குச் சொந்தமாயிட்டதுன்னுதானா?"

"அப்படித்தான்!" என்றார் கிரிகரி.

பருத்திக்காட்டினருக்குத் தங்கள் தங்கள் வயலோரங்களிலும் வீட்டுமனைகளிலுமெல்லாம் குடிசை கட்டி வாழ்கின்றவர்கள் இருக்கின்றார்கள். குலை தள்ளிவருகின்ற ஐந்தாயிரம் தென்னைமரங்கள் அவ்விடங்களில் உண்டு. பருத்திக்காட்டு கொச்சவுத நட்டு வைத்த தென்னங்கன்றுக்கு எந்தக் கெடுதலும் நேராது. ஏனென்றால் அவற்றைப் பாதுகாக்கக் குடிசைவாசிகள் இருக்கிறார்கள். இரண்டு வருடத்திற்கப்புறம் குறைந்தது ஐம்பதாயிரம் தேங்காய் ஒரு பறிப்புக்குக் கிடைத்துவிடும். அதுதான் நிலைமை.

ஔசேப்பு மரத்துப் போய் உட்கார்ந்து விட்டார். இதை ஒன்றும் தோமஸ் கொச்சவுதாவிடம் சொல்லவில்லை. அவர் எம்.எல்.ஏ. வாக இருந்தவர்.

"அதுக்கு இப்போ என்ன வழி?" பதட்டமுடன் கிரிகரியிடம் விசாரித்தார்:

"அதைப்பற்றி அனைவரும் யோசிக்க வேண்டியிருக்கு. நயமாப் பேசியும், நேசித்தும் ஏதாச்சும் கொடுத்தும், பயமுறுத்தியும் அவங்களை எல்லாம் காலி பண்ணச் செய்யவேண்டும் வேறு வழியில்லேன்னு வந்தா, எங்காச்சும் புறம் போக்கு நிலமிருந்தா, புகுந்து குடிசை கட்டிக்குங்கடா!'ன்னு சொல்லி அவங்களை வெளியேற்றணும்! சட்டம் வர்றதுக்கு முன்னரே இந்தக் காரியங்களைச் செய்து முடிக்கவேண்டும்!"

'அதுக்கு அவங்க ஒப்புக்கொள்ளுவாங்களா? அவங்களுக்கும் இதெல்லாம் தெரியுமல்லவா?"

"முயற்சி செஞ்சு பார்ப்போம். அப்பறம் வரும்போது வர்ற இடத்தில் சந்திச்சுக்குவோம்."

* ** *

ஊரெங்கும் ஒரே பேச்சு. எங்கிருந்து கிளம்பியதெனத் தெரியாது. அந்தத் தொகுதியில் சுரேந்திரனை கம்யூனிஸ்ட் வேட்பாளராக நிறுத்தப் போகிறார்களாம். ஒரு வேளை, அது கிரிகரி மற்றும் நண்பர்களிடமிருந்து கிளம்பியதாக இருக்கலாம். ஒரு சமயத்தில் அவர்கள் குழுமியிருந்து யோசித்தபோது, சுரேந்திரன் எம்.எல்.ஏ. வாகி விட்டால் காரியங்களெல்லாம் நல்ல முறையில் நடந்தேறிவிடுமென்று எண்ணினார்கள். அவர் கம்யூனிஸ்டாக இருந்தபோதிலும் நல்லவர்தான்; விபரம் தெரிந்தவர்தான். பஞ்சாயத்துத் தலைவராக இருந்தபோது ஊருக்காக அவர் குறிப்பிடத்தக்க காரியங்கள் பல நிறைவேற்றியிருக்கிறார். ரோடு வேலை நடை பெறுகிறது; மருத்துவமனை நிர்மாணிக்கப்பட்டாகி விட்டது. கரிசல் நிலங்களுக்குப் 'பண்டு' போடப்படாகிவிட்டது. உயர்நிலைப் பள்ளி அமைந்திருக்கிறது. அனைத்து வாய்க்கால்கள் மீதும் பாலங்கள் கட்டப்பட்டிருக்கின்றன. தண்ணீரில் கால்படாமல் எங்கும் நடந்து செல்லலாம். தெருக்கள் செப்பனிடப் பட்டிருக்கின்றன. அனேகமாக அனைத்து வீடுகளிலும் மின்சார இணைப்பு உண்டு. காரியம் கைகூட அவர் எவன் காலையும் பிடிப்பார். மிகவும் கெட்டிக்காரர். கம்யூனிஸ்டாக இருந்தபோதிலும் அவருக்குக் கழுத்தை வெட்டவோ, காலை ஒடிக்கவோ தெரியாது.

அவர்கள் சொன்னது எல்லாம் சரிதான். அவர் இன்னும் குச்சிக் குடிசையில்தான் தங்கி வருகிறார். கல்வீடு இடிந்து தகர்ந்து விழுந்து விட்டது. அந்த வீட்டின் அஸ்திவாரத்தின்மீது அந்த வீட்டின் மிச்சசொச்சங்களைக் கொண்டு கட்டப்பட்ட குடிசை வீடு. அன்றாட வாழ்க்கையும் அவருக்குக் கஷ்டமானதுதான். பாவம்! அவருக்குக் கூடச் சில வசதிகள் உண்டாகட்டும்.

ஆற்றுமாலியைச் சேர்ந்த முதலாளிமார்கள் சுரேந்திரனுக்காக தேர்தல் செலவுகளை வகிக்கத் தயாராகி நிற்கின்றனர். தொகுதியிலுள்ள விவசாயிகள் பலர் அவருக்கு உதவி செய்வார்கள். சுரேந்திரனைப் பற்றிச் சொல்லப் பல்வேறு விசயங்கள் உள்ளன. சுட்டிக் காட்டுவதற்கான சாதனைகளைப் புரிந்திருக்கிறார்.

அந்த ரகசியக் கூட்டத்திலிருந்துதான் அந்த வதந்தி ஊரெங்கும் பரவியிருக்கிறது. கம்யூனிஸ்டுகள் தங்கள் வேட்பாளராக சுரேந்திரனை நிறுத்தப் போகிறார்கள் என்று!

கிரிகரிக்கும் நண்பர்களுக்கும் மனத்தில் இன்னோர் எண்ணம் கூட இருந்தது.

அந்தோனி வினவினார்:

"இந்தத் தடவை இந்தக் காங்கிரஸ்காரங்க ஜெயிச்சிடுவாங்களா, கிரிகரியண்ணா?"

"எனக்குச் சந்தேகம்தான். இந்தத் தடவை கம்யூனிஸ்டுக்காரங்க தட்டிக் கொண்டு போயிடுவாங்க."

கொச்சவுதா சொன்னார்:

"அப்போ, அவங்க சொல்றதை எல்லாம் அமுலாக்கிடுவாங்க. நிலத்தைப் பறித்தெடுத்திடுவாங்க. நிலத்திலே குடியிருக்கிறவனுக்கு அது சொந்தம்னு பதிவு செஞ்சு கொடுப்பாங்க. இப்படியெல்லாம் நடக்கப் போவுது."

"அவங்க அதையெல்லாம் செய்யாமே விட்டுடுவாங்களா? அழகாச்சு!"

கிரிகரி ரகசியமாக ஒரு விசயத்தைச் சொன்னார்:

"இனிமே நாம்ப நடந்துகொள்றதிலே மாறுதலைச் செஞ்சாகணும். இந்தத் தேர்தலில் நாம்ப முன்னே மாதிரி பிடிவாதமா நிற்கக் கூடாது. ஜெயிக்கிற கட்சி ஏதுன்னு பார்த்துக்கணும். அப்பறம் அவங்க கூடச் சேர்ந்துக்கணும். நம்ப காரியத்தை நாம்ப பார்த்துக்க வேண்டாமா?"

"அதுக்கு அவங்க நம்மளை அவங்க கூடச் சேர்த்துக்குவாங்களா?" என்றார் அந்தோணி.

"அதெல்லாம் நம்ப சாமார்த்தியத்தைப் பொறுத்ததுதான். பணம் கொடுக்கணும். அவங்க கூடச் சேர்ந்திடனும். முடிந்தவரையில் நம்ப வேட்பாளராகச் செஞ்சிடணும். நம்ப வோட்டு கூட அவங்களுக்கு வேணும்தானே?"

கிரிகரி தொடர்ந்து கூறினார்:

"அப்படி நடந்துகொண்டால் எல்லா விசயத்துக்கும் ஒரு ஏற்பாடு ஏற்பட்டுவிடும்."

எல்லோருக்கும் ஒரு சந்தேகம் உண்டு. கட்சி சுரேந்திரனை நிறுத்துமா? அவரைப் பற்றி கட்சிக்கு அவ்வளவாக அபிப்பிராயமில்லை என்றுதான் தெரிகிறது.

அணிகலன்கள் மற்றும் முத்துக்குடை களுடன் ஐந்து பந்தயப்படகுகள் பாடலின் தாளத்திற்கேற்ப துடுப்புக்களைச் செலுத்தியோட்டியவாறு சென்று மின்சார இலாகா மந்திரியை வரவேற்றிருக்கின்றன. பின்னர்

அவர் சவாரி செய்த படகினைப் புடை சூழ்ந்தவாறு அந்தப் படகுகள் சென்றன. இவ்வளவு அழகான ஒரு படகு - ஊர்வலத்தினை அந்த ஊர் ஜனங்கள் இதுகாறும் பார்த்ததில்லை மந்திரி தரையிறங்கியபோது பெண்கள் குலவையிட்டனர்; ஆண்கள் ஆர்ப்பரிப்பு செய்தனர். வான மெங்கிலும் வண்ணக்கோலங்களைப் பரப்பிய வாணவேடிக்கை நடந்தது. இவ்வளவு வண்ணத் தோற்றமுடையதொரு வரவேற்பு மந்திரிக்கு வேறு எங்கிருந்தும் கிடைத்திருக்காது.

மாலையணிவித்து வரவேற்றவர் பஞ்சாயத்துத் தலைவர்தான். வரவேற்புரை நிகழ்த்தியதும் சுரேந்திரனேதான். சுரேந்திரன் அன்றைய தினம் தன்னை மறந்துதான் பேசியிருக்கிறார். மந்திரியை வானளாவப் புகழ்ந்தார். அந்தச் சந்தர்ப்பத்துக்கு ஒரு தனி முக்கியத்துவமிருந்தது. மின்சார இலாகா சிப்பந்திகளின் யூனியனுடைய அங்கீகாரத்தை மந்திரி நிராகரித்த நாளாகும் அன்று! அந்த ஊர்வலம் மற்றும் வரவேற்புரையை யாரும் மறந்திருக்கவில்லை.

ஊரிலுள்ள பிரதான பாதைகளிலும் வீடுகளிலும் மின்சாரம் பாய்ந்து சென்றது. உண்மைதான். ஆனால் ஒரு காங்கிரஸ் மந்திரிக்குத் தான் வரவேற்பு அளிக்கப்பட்டிருக்கிறது. கம்யூனிஸ்ட் கட்சியின் எதிரியைத்தான் வானுயரப் புகழ்ந்து பேசியிருக்கிறார்.

அவ்விடத்தில் முடிந்துவிடவில்லை. மராமத்து இலாகா அமைச்சருக்கு அளிக்கப்பட்ட வரவேற்பு முன்னதை விடச் சிறந்ததாக இருந்தது. அந்த மந்திரி மந்த வரவேற்பினை வாழ்நாளிலேயே மறக்க மாட்டார். ஏனென்றால் இத்தகைய கம்பீரமான வரவேற்பு அவருக்கு வேறு எந்த இடத்தில் கிடைத்திருக்கவில்லை. இனிமேல் கிடைக்கவும் போவதில்லை.

அதை எல்லாம் மறந்துவிட முடியும். மந்நத்து பத்மநாபனை வரவேற்றனர். வகுப்பு ஸ்தாபனம் நாட்டின் சோசலிசப் பயணத்திற்கு முட்டுக்கட்டைதான். அது தனிப்பட்ட சிந்தனைப் போக்கினை உருவாக்கிவிடும். மந்நத்து பத்மநாபனை வரவேற்றதும், அவரைப் புகழ்ந்து பேசியதும் மன்னிக்க முடியாத தவறுதான். ஒரு கம்யூனிஸ்ட் அனுதாபி கூட அதைச் செய்யக் கூடாது. செய்யவும் மனம் வராது. காங்கிரஸ்காரன் கம்யூனிஸ்ட் ஆகிவிடக் கூடும். ஆனால் பத்மநாபன் என்றென்றும் கம்யூனிசத்தின் எதிரியாகத்தான் இருந்திருக்கிறார். கட்சியால் ஒருபோதும் மறந்துவிடமுடியாத ஒரு நிகழ்ச்சியாக அது இருந்தது.

சுரேந்திரன் யாரிடம் நட்பு வைத்திருக்கிறார்? விவசாய முதலாளி களிடம்தான். அதுவும் தெளிவான விசயமாகும்.

* ** *

கம்யூனிஸ்ட் கட்சியின் வேட்பாளர் சீதரன்தான். யாரை நிறுத்தினால் தான் என்ன? அவர் அங்கே அறியப்படுகிற நபர் அல்ல. ஆனால், நபர் அல்ல முக்கியம். கட்சிக்குத்தான் வாக்களிக்கின்றனர். கட்சிக்கு வோட்டு இருக்கிறதென்ற தைரியமுண்டு. பறையன் மற்றும் புலையன் முகத்தில் ஒரு தன்னம்பிக்கையின் ஒளியுண்டு.

முன்னர் என்றுமே அவர்கள் மத்தியில் காணக்கிடைக்காத நபர்கள் பலர் அவர்களுடன் காணப்படுகின்றனர். அவர்கள் வெற்றிபெறப் போகின்றார்கள்; ஆட்சி நடத்தப் போகின்றார்கள்!

'தலைப் புலையன்' மகன் கறுத்த, கிரிகரியின் முகத்தைப் பார்த்துக் கூறினான்.

"ஆம் முதலாளீ, நாங்க ஆட்சி நடத்தப் போறோம்."

கிரிகரி நடுங்கிப் போனார். காலமெல்லாம் மாறிவிட்டது. தம்பிரான் என்கிற விளிப்பு போயிற்று. ஆனால், முகத்தைப் பார்த்து 'முதலாளீ' என்று யாரும் விளித்ததில்லை. அதைக் கேட்பதற்கான சந்தர்ப்பமும் வாய்த்ததில்லை. அந்த நடுக்கத்தினின்று விடுபட கிரிகரிக்குச் சில நிமிடங்கள் ஆயின.

வெற்றிமீது கொண்ட நம்பிக்கையின் ஆங்காரம்தான் அது. அப்போது அவர்கள் ஆட்சிபீடத்தில் அமர்ந்துகொண்டால் கதை என்னவாக இருக்கும்? 'யாரடா, முதலாளீ' என்று கேட்டால் என்ன பதில் சொல்வது? அந்தக் கேள்வி நாக்கின் நுனியை எட்டியதுதான். ஆனால் வெளிவரவில்லை. அது நல்லதாயிற்று. இன்னும் பலவற்றையும் சொல்லக்கூடும். சொல்லமாட்டார்கள் என்று கருதவேண்டாம். கர்வம் முற்றி நிற்கிறது.

என்ன செய்ய முடியும்?

முன்னர் என்றால் அடித்துக் கொல்ல முடியும்.

அது குற்றம்தான். ஆனால் அதை மாய்த்துத் தள்ளிவிடலா மென்றிருந்தது. காலம் அத்தகையதாக இருந்தது. இன்று அடித்துக் கொன்றுவிட்டால் ஒரு படையின் தாக்குதலையே எதிர்கொள்ள வேண்டி யிருக்கும். குற்றம் தேய்ந்து மாய்ந்து போய்விடாது.

அவனையும், அவன் குடும்பத்தையும் வேலையிலிருந்து நீக்கிவிட முடியுமா? முகத்தைப் பார்த்து 'முதலாளீ!' என்று அழைத்தவன், அழைத்த இடத்தில் சொற்படி வேலை செய்வானா? ஆயினும் நினைத்தபடி வேலையினின்று நீக்கிவிடவும் முடியாது. அந்தப் படை முழுவதுமாய்ப் போராட்டத்தில் குதித்துவிடும். ஒரு காக்கையைக் கல்லாலடித்து வீழ்த்தினால் ஊரிலுள்ள காக்கைகளெல்லாம் குரலெழுப்பி ஒன்று சேர்ந்து விடுவது போல்தான். போராட்டம், சத்தியாக்கிரகம் எல்லாம் நடந்துவிடும்.

"நான் முதலாளியல்லடேய்!" என்று சொல்லலாம். அப்போது அவன் கேட்கக் கூடும்.

"பின்னர் யார்?"

ஒரே ஒரு பதில்தான் உண்டு.

"நான் கிரிகரி!"

அவன் முகத்தைப் பார்த்து 'கிரிகரி!' என்று கூப்பிட்டால்? அதை கேட்கத்தான் வேண்டும். அது வேண்டாம். அவ்வளவு தூரம் போக வேண்டாம்.

ஏதாவது பழிக்குப்பழி வாங்கியே தீரவேண்டும். கிரிகரியின் அபிமான உணர்வு சடைகுடைந்தெழுந்தது. நெல்லும் பணமும் எதற்கு? அபிமானத்திற்கு விலையிருக்காதா? நெல் மற்றும் பணத்தை விட அதற்கு அதிகமான விலையுண்டு. பணம், தின்னவும் குடிக்கவும்தானா? இல்லை! சந்ததிகளுக்காகவுமில்லை. அபிமானத்தைப் பாதுகாக்கவும்தான்!

மமதை கொண்ட இவனைக் கொன்றுவிட எவ்வளவு ரூபாய் வேண்டும்? ஐந்தாயிரமா? பத்தாயிரமா? ஐம்பதாயிரமா? எதற்காக ரூபாய்க் கணக்கைக் கேட்கின்றீர்கள்? எவ்வளவு வேண்டுமென்றாலும் செலவு செய்ய இருக்கிறதே! அள்ளியள்ளி யெடுத்தாலும் தீர்ந்து விடா தல்லவா? கஞ்சத்தனமாய் வாழ்ந்ததனால் வந்து சேர்ந்த செல்வம் தானே?

அவன் செத்து உடல் வீங்கிக் கவிழ்ந்து படுத்தவாறு ஆற்றில் மிதந்து செல்லவேண்டும் அல்லது காணாமற் போய்விட்டது போல் செய்து விடவேண்டுமா? முதலில் குறிப்பிட்டதுதான் சரி. ஆற்றில் மிதந்து செல்ல வேண்டும். எல்லோரும் அந்தச் சடலத்தைப் பார்க்கவேண்டும்!

அதற்கு எவ்வளவு பணம் தேவை?

கேள்விதான்.

இதற்கெல்லாம் கணக்கைக் கேட்பதா? பணத்தின் மீது கொண்ட மோகம்தானே, இப்படிக் கணக்கைக் கேட்கவைப்பது? தொகை இவ்வள வென்று நிர்ணயிக்கப்பட்டுவிட்டால், அதற்கு மேல் செலவாகிற போது முணுமுணுப்பு ஏற்பட்டு விடும். மோகமா? உனக்கு அபிமானத்தின் மீது மோகமில்லையா?

இல்லை! எவ்வளவென்று கேட்கவில்லை. அவன் ஆற்றின் பிரவாகத்தில் அலைகள் மீது மிதந்து செல்லவேண்டும் எல்லோரும் பார்க்க வேண்டும். இனிமேல் அவன் 'முதலாளீ!' என்று கூப்பிடக் கூடாது!

சரிதான். அவன் கூப்பிட மாட்டான். அவன் ஒருவன் என்ன? ஆயிரமல்ல; பத்தாயிரமல்ல; லட்சமுமல்ல; கோடிக்கணக்கானவர்கள் இருக்கின்றார்களே-இந்த வர்க்கமிருக்கிறதே - அவர்கள் கூப்பிடுவார்களே? கூப்பிட்டுக் கொள்ளட்டும்!

முதலில் கூப்பிட்டவன் இனிமேல் கூப்பிடவேண்டாம்!

* ** *

ஒரு தொழிற்சாலை முதலாளியை முதலாளியென்று கூப்பிட்டால் இவ்வளவு ஆத்திரம் வருமா? விவசாயி அங்ஙனம் கூப்பிட்டுக் கேட்ட தில்லை. விவசாயியால அதைக் காது கொடுத்துக் கேட்க முடியாது.

அழுகி வீங்கிய கறுத்தவின் பிணம் ஆற்றில் கவிழ்ந்து கிடந்தவாறே மிதந்து சென்றது. அப்போது அலைகள் இருக்கவில்லை. காற்று வீசிய போது அலைகள் உயர்ந்தன.

அன்று மாலை பிணப் பரிசோதனை செய்து திரும்பப் பெற்று சடலத்தை எடுத்துக்கொண்டு தொகுதி முழுவதிலும் ஊர்வலம் நடத்தப் பட்டது. ஒவ்வொரு வீட்டிலிருந்தும் சடலத்திற்குச் சிவப்புமாலை அணிவிக்கப்பட்டது. தொகுதி பூராவும் கிளர்ந்தெழுந்தது. சோகத்தால் மௌனிகளாய் ஆயிரமாயிரம் மக்கள் அந்தப் பிணத்தைப் பின்தொடர்ந்து ஊர்வலமாய்ச் சென்றனர். அந்தப் பிணத்திலிருந்து அழுகிய நாற்றம் கிளம்பிக் கொண்டிருந்தது. பத்தாயிரக்கணக்கான மக்களின் சோகப் பெரும் மூச்சைத் தவிர வேறு எந்த ஒலியுமிருக்கவில்லை. கோஷங்கள் உச்சரிக்கப்படவில்லை. பிரசங்கங்கள் இல்லை. எல்லோரும் வந்து கறுத்தவை ஒரு பார்வை பார்த்தனர். யாருமே மூக்கைப் பிடிக்கவில்லை.

காங்கிரஸ் வேட்பாளரின் அலுவலகங்கள் உயிரற்ற நிலையில் காணப்பட்டன. இந்தக் கொலையை யார் செய்தனர்? இது ஒரு கொலையா, அல்லது துர்மரணமா? தீர்மானமாகச் சொல்ல முடியவில்லை.

உண்மையைக் கண்டறிய வேண்டுமென்பதில் காங்கிரஸார் கூட அக்கறை செலுத்தினர். பொதுக்கூட்டங்களில் அவர்கள் அந்தக் கோரிக்கையை முன்வைத்தனர்.

காங்கிரஸ்காரர்கள்தான் கறுத்தவைக் கொன்றனர் என்று கம்யூனிஸ்டுகள் குற்றம் சாட்டினர். விபத்துமூலமாய் ஏற்பட்ட துர்மரணத்திற் கிரையான கறுத்தவின் சடலத்தை வைத்துக்கொண்டு கம்யூனிஸ்டுகள் ஆதாயம் பெறப் பார்க்கின்றனர் என்று காங்கிரஸ்காரர்கள் பதிலடி கொடுத்தனர்.

* ** *

தேர்தலில் பெருவாரியான வாக்குகள் பெற்று சீதரன் ஜெயித்தார். காங்கிரஸ் ஜாமீன் தொகையைத் திரும்பப் பெற்றுக்கொண்டது.

தேர்தல் முடிவுகள் வெளிவரத் தொடங்கிய போது கம்யூனிஸ்ட் முகாமிலிருந்து மகிழ்ச்சி ஆரவாரங்கள் உயர்ந்து முழங்கின. பட்டாசு வெடித்தது. வானைப்பிளக்கும் கோஷங்கள் உயர்ந்தன. அவர்கள் கூவியழைத்துச் சொன்னார்கள்:

“நாங்கள் ஆளுவோம்!”

காங்கிரஸ் அலுவலகங்கள் வெறிச்சோடிக் கிடந்தன.

ஆட்சி புரிவதற்கான பெரும்பான்மை கம்யூனிஸ்டுகளுக்குக் கிடைத்து விட்டது!

125

எல்லாம் முடிந்துவிட்டது. எந்தச் சந்தேகமும் ஏற்படவில்லை. தேர்தலின் சூடான சூழ்நிலையில் அது ஒரு கொலை என்ற குற்றச்சாட்டு உயர்ந்தது. ஆனால், கிரிகரியின் பெயரை யாரும் சொல்லவில்லை. அது ஒரு துர்மரணமென்றே எழுதித் தள்ளியது. அனைத்துச் செலவு களும் வட்டத்ரவிலிருந்துதான் செய்யப்பட்டன. அப்படித்தானே, செய்ய வேண்டியது? பெரும்பள்ளிச் சேரியைச் சேர்ந்த புலையர்கள் கோந்நோத்துக் குடும்பத்தின் பெயரில் எழுதப்பட்ட அடியாளர்களாக இருந்தனர். அப்புறம் இப்போது வட்டத்ர வீட்டினரின் வேலையாட்களாக இருக்கின்றனர். மூன்று நான்கு வருடங்கள் வரையிலும் அவர்களை வேலையிலிருந்து நீக்கியிருக்கின்றனர். அது ‘சத்தியமார்க்க’த்திலிருந்து அவர்கள் விலகிச் சென்ற போதுதான். பெரும்பள்ளிச் சேரியில் காலா

காலமாய்ப் பேசிவருகிற கதை இது! இரவுக் கஞ்சியைக் குடித்துவிட்டு வட்டமாய் அமர்ந்திருக்கிறபோது பழங்காலத்துப் பெரியவர் சொன்ன கதைதான். அம்பலப்புழையில் புத்தாண்டு முதல் தேதியன்று தொழுது வணங்கச் சென்றுவந்ததும், அதற்காகக் கட்டிவைத்து அடித்ததும், புலையவர்களெல்லாம் சேர்ந்து 'சுத்திகருமம்' நடத்தியதும் எல்லாம் சொன்னார். இதெல்லாம் எந்தக் காலத்தில் நடந்தது? பாட்டன் காலத்திலா? முப்பாட்டன் காலத்திலா? தெரியாது. அந்த ஊர்ப் புலையர்கள் அனைவரும் ஒன்று சேர்ந்த வீரவரலாறுதான் இது. பறையர் புலையர். சமூகத்தின் ஓர் இதிகாசக் கதை. அனைத்துப் புலையர் - பறையர் சேரிகளிலும் இந்தக் கதை சொல்வார்கள். புதிய புதிய தம்பிரான்களை எதிர்த்துப் போராடிய கதைகளாகும். அன்று கவிதை சமைக்கத் திறன் படைத்த புலையர் அல்லது பறையர் இளைஞர்கள் தோன்றியிருந்தால், அவர்கள் அவற்றைப் பற்றி நாற்றுப் பாடல்களாகப் புனைந்திருப்பார்கள். துரதிருஷ்டவசமாக அத்தகைய இளைஞர்கள் தோன்றவில்லை.

இந்தத் தேர்தல் பின்னர் நடைபெற்ற எதிர்த்தாக்குதலாக இருக்கலாம்.

வட்டத்ர வீட்டினரின் விவசாயக் கணக்குப் புத்தகத்திலுள்ள ஒரு பேரேட்டில் பெரும்பள்ளிப் புலையர்களின் பெயர்களைக் காணலாம். அந்த ஏட்டில் பல இடங்களிலும் தற்குறி விரல் அடையாளங்கள் காணப் படுகின்றன. அவை அனைத்தும் இந்தத் தலைமுறையைச் சேர்ந்தவைதான். அண்மைக் காலத்திய விரல் - அடையாளங்கள்தான். அப்போது பெரிய குஞ்சாதியின் மகன் கறுத்த, முதலாளியென்றழைத்தான். முதலாளிக்குத் தான் கணக்கும் கையெழுத்துமெல்லாமுள்ளது. பழைய நிலச் சொந்தக் காரர்களுக்கு அத்தகைய ஏற்பாடுகள் ஏதுமிருக்கவில்லை.

ஆற்றில் மிதந்து சென்ற கறுத்தவின் சடலம் கிரிகரியின் கண் முன்னாலிருந்து மறைந்து போகவில்லை. அவர் உறங்கி வெகு நாட்களாகி விட்டன. அப்படியிருக்கையில் பெரிய குஞ்சாதிப் புலையன் வந்து கூப்பிட்டார்:

"தம்பறா...!"

கிரிகரி தளர்ந்து விட்டார்.

பெரிய குஞ்சாதி திரும்பவும் கூப்பிட்டார்:

கால்கள் உடம்பைத் தாங்கி நிற்பதற்கான சக்தி ஏற்படச் சிறிது நேரம் தேவைப்பட்டது. அதனிடையில் குஞ்சாதி அவரைப் பல தடவை அழைத்தார். அந்தக் கூப்பாட்டுக்கு ஒரு தனித்தன்மை இருந்தது.

"யாரடா, அது?"

"அடியேன்! பெரிய குஞ்சாதி!"

"என்ன டேய்?"

"பையனைச் சில நாட்களாகக் காணலே."

பெரிய குஞ்சாதியைப் பார்த்துப் பேசுவதில்லை. மேடை மீது கிரிகரி உட்கார்ந்திருக்கிறார். முற்றத்தில் பெரிய குஞ்சாதி நிற்கிறார்.

என்ன பதில் சொல்வது? பெரிய தடுமாற்றம்தான். ஆயினும் ஒரு பதில் நாக்கில் வந்தது.

"அவன் என்னடா, சின்னக் குழந்தையா?" தொடர்ந்து கிரிகரி பேசினார்:

"எங்கேயோ போயிருப்பான். தேர்தல் காலம்தானே?"

அதன் மறுநாளில்தான் கறுத்தவின் சடலம் ஆற்றில் மிதந்து போவதைக் கண்டனர்.

கிரிகரி மனத்திலிருந்து கறுத்த ஒரு போதும் மாய்ந்து விடமாட்டான். அறுவடை நடைபெறுகிற வயல் வரப்பில் குந்துகாலில் உட்கார்ந்திருக்கிற சிறுவன்; அப்புறம் அதைவிட வளர்ந்து பெரியவனாகி ஆற்றிலுள்ள கப்பல் பாதையை ஆழமாக்கிட நீருக்குள்ளே மூழ்கிச் சென்று சேற்றுக் கட்டிகளைப் பெயர்த்தெடுத்துக் கொண்டு வருகிற இளைஞன்; ஆகப் படிப்படியாக வளர்ந்து வந்த கறுத்தவை கிரிகரி கண்டார். மாய்ந்து விடுவதேயில்லை. இன்னொன்றை அந்த மனத்தில் பிரதிஷ்டை செய்யவும் முடியாமலாயிட்டது.

அந்த வாழ்க்கையை அழித்துவிட்டார் என்பதனால்தானா? அப்படித் தான் என்றால் இந்த வாழ்நாள்பூராவிலும் அவன் அவரைப் பின் தொடர்ந்து சென்று கொண்டிருப்பான். தூக்கம் வந்து கண்ணை மூடித் தொடங்கும் போது கறுத்த முன்னால் வந்து நிற்பான். நடுக்கமுற்றுக் கண் திறந்து விடும்.

சும்மா உட்கார்ந்திருக்கிறபோது கறுத்த வந்து கூப்பிடுவதாகத் தோன்றும். ஆம்! அது அவன் குரலேதான்.

நள்ளிரவில், விடியற்காலையிலே எல்லாம் அவன் வருவதுண்டு. அவன் காலடியோசைதான் கேட்கிறது. கறுத்தவிடவிருந்து எப்படித் தப்பித்துக் கொள்வது?

கறுத்த கேட்கிறான்:

“முதலாளீன்னு கூப்பிட்டா அது குற்றமா?”

அவன் மேலும் பல கேள்விகளைக் கேட்கத் தொடங்குவான்.

* ** *

வட்டத்ர மாதாகோவில் வாசல், வட்டத்ர மேரி விலாஸம், வட்டத்ர இயேசு விஜயம் இத்தியாதி நாமங்களில் கீழ்த் திசையில் வட்டத்ரக் குடும்பத்திலிருந்து கிளைகளாய்ப் பிரிந்திருக்கின்ற பல்வேறு குடும்பத்தினர் உள்ளனர்.

ஏதோ நிகழ்ந்திருக்கிறது என்ற எண்ணத்தோடுதான் அவர்கள் எல்லோரும் வந்திருக்கின்றனர். கலியாணம் செய்து அனுப்பப்பட்ட பெண் மக்களும் வந்திருக்கின்றனர்.

வட்டத்ரவில் விசேஷ நிகழ்ச்சி எதுவுமில்லை. கிரிகரி மாமா வீட்டை விட்டு வெளியே செல்வதில்லை என்பதைத் தவிர்த்து அங்கே குறிப்பிடத்தக்க எந்த நிகழ்ச்சியும் நடைபெற்றதில்லை. பலர் கிரிகரியை அந்த ஊரிலிருந்து அழைத்துச் செல்ல முயன்றனர். அவர் அங்கிருந்து போகமாட்டார். கம்யூனிஸ்டுகள் அதிகாரத்தில் வந்ததனால் ஏற்பட்ட சித்தப் பிரமைதான் அதுவென்று எல்லோரும் சொன்னார்கள். ஊரில் நடைபெறுகிற எந்த நிகழ்ச்சியானாலும் அதன் முன்னணியில் கிரிகரியைக் காணமுடியும். நினைத்ததை நடத்திமுடித்த வெற்றியுடன்தான் கிரிகரி திரும்பி வருவார். இனிமேல் அவ்வாறெல்லாம் நடந்திடுமென்று எதிர்பார்க்க வேண்டாம். நினைத்த காரியங்களில் வீறும் பிடிவாதமுடைய ஆட்கள் அப்படித்தான். அது நடக்காது என்கிற நிலைமை ஏற்பட்டு விட்டால் அவர்கள் வாய்மூடி மௌனிகளாகி விடுவார்கள்.

தலைப் புலையன் பெரிய குஞ்சாதி கூறினார்:

“அவங்க அதிகாரத்துக்கு வந்தா நமக்கென்ன, தம்பிறா? நம்ப காரியங்களெல்லாம் வழக்கம் போல் நடக்குது. முண்டம் வயலை வந்து பாருங்க தம்பிறா! முதல்தரமான விளைச்சலுங்க. அடியேன் நினைப்பிலே இப்படி விளைச்சல் ஏற்பட்டதில்லிங்க.”

கிரிகரியை வீட்டிலிருந்து வெளிக்கிளம்பி வரச் செய்வதற்கான ஒரு வழி அது. அது பெரிய குஞ்சாதிக்குத் தெரியும். ஒரு வயலில் வேளாண்மை நன்றாக இருக்கிறதென்று அறிந்துகொண்டால் கிரிகரி அசைந்திடுவார். ஒவ்வோர் இடை வரப்புக்களிலும் ஏறியிறங்கி நடப்பார். அன்றாடம் வயலுக்குப் போவார். பிறர் வயல்கள்மீது பார்வை செல்லும். அவர் பார்வை பட்டால் நெல் எல்லாம் சாய்ந்து படுத்துவிடுமோ என்கிற அச்சம் பிறருக்கு ஏற்பட்டு விடும். தனது வயலில் நெல்விளைச்சல் மோச மெனச் சொல்லிவிட்டால் பின்னர் அந்தப் பக்கம் போகமாட்டார்.

பெரிய குஞ்சாதிப் புலையனுடைய தந்திரம் பயனளிக்கவில்லை. கிரிகரிக்கு அனைத்து விசயங்களிலும் ஒரு விரக்தி, ஒரு வெறுப்பு ஏற்பட்டு விட்டது.

* ** *

தவிரவும், தன்னை ஒரு பாபம் பின்தொடர்கிறதா என்கிற பயமும் கிரிகரிக்கு உண்டு. பாபச் செயல் புரிந்தோமா?

பாவமன்னிப்புக்காகப் பாதிரி முன்னால் முட்டி மடித்து நின்றவாறு பிரார்த்தனை செய்தார். அதனால பாபம் போய்விடுமா? கறுத்த, தன்னை விடாமல் பின்தொடர்கிறானே?

கறுத்தவின் மரணத்தால் என்றுமே மனவேதனைப்படுவது குஞ்சாதி தான். ஒரு மகனை வளர்த்துப் பெரியவனாக்கினார். அவனைக் கடவுள் உயிர்பறித்துக் கொண்டுபோனது அல்ல; ஆயின், அதைச் சகித்துக் கொள்ளலாம். அவன் வேலை செய்து நாலு சக்கரம் கொண்டுவந்து அதனால் கஞ்சித் தண்ணீர் அருந்தி வந்தவர்தான்.

ஃபிலிப்போஸ் குறட்டை விட்டுத் தூங்குகிறார். அவர் முன்னால் கறுத்த தோன்ற மாட்டான், ஐயகோ! வேண்டாம்- தோன்றாமலே இருக்கட்டும்! அவன் இந்த அறையிலேயே தன்னுடன் இருந்து கொள்ளட்டும்!

ஒரு நாள் திடீரென்று தான் ஒரு கருத்து மனத்திலுதித்தது. பத்து பறை நிலத்தினால் அந்தப் பாபத்திற்குப் பரிகாரம் செய்துவிடலாம். பெரிய குஞ்சாதிக்குப் பத்து பறைநிலம் இஷ்டதானமாகக் கொடுத்துவிடலாம். அதில் சாகுபடி செய்து அவன் உயிர்வாழட்டும். கறுத்த வேலை செய்து கிடைத்து வந்ததைத் தந்தைக்குக் கொடுத்து வருகிறோம். அப்புறம் என்ன பாபம்?

கிரிகரிக்கு ஓர் ஆறுதல் ஏற்பட்டது. வேத நூல்கள் எதிலும் சொல்லப்படாத ஒரு பிராயச்சித்தம் இது. இதைக் கண்டுபிடித்த ஆறுதல்! அவருக்கு மயக்கம்தானே தவிர உறக்கம் வந்ததில்லை. இன்று சற்றுநேரம் உறங்கினார். ஓ... பாபமென்றால் என்ன பயங்கரம் அது! அதற்குப் பரிகாரம் கண்டுபிடிப்பதென்றால் அது பெரிய ஆறுதலாகும்.

உறக்கத்திலிருந்து உணர்ந்து எழுந்தபோது ஒரு கேள்வி முன்னே வந்து நின்றது. பெரிய குஞ்சாதிக்குப் பத்து பறைநிலம் இஷ்டதானமாகக் கொடுக்கப்படுகிறது. எதற்காக? பெரிய குஞ்சாதி நீண்டநாட்களாகத் தலைப்புலையனாக இருந்து வருகிறார். ஒப்புக்கொள்ள வேண்டியதுதான். ஆனால் அவரைவிடவும் கூடுதலான நாட்களாக உழைத்து வருகின்ற புலையர் பறையர்கள் இருக்கிறார்கள். எனவே அவர்களுக்கும் கொடுக்க வேண்டாமா? சீரன் இருக்கிறான் - இரவு பகலாகக் கடுமையாக உழைப்பான். விவசாயத்தின் தந்திரமுறைகள் தெரியாது. பத்து பேர்களை வைத்து வேலை வாங்கவும் தெரியாது. ஒரு காண்டாமிருகம்தான். மலையைப் புரட்டிப் போடுவான். அவ்வாறு கொடுக்கத் தொடங்கினால் பதினைந்து பேர்கள் இருக்கிறார்கள்.

நூற்றி ஐம்பது பறை நிலம்!

ஐயகோ! அது முடியாது!

கூடாது; கொடுக்கக் கூடாது. ஒரு போதும் கூடாது. இத்தகைய ஒரு நடவடிக்கை குறித்து ஊரில் எங்காவது கேள்விப்பட்டதுண்டா? அடியாளர்களுக்கு நிலம் வழங்குவது! எனவே அதற்கு ஒரு நோக்கமிருக்க வேண்டும். அந்த நோக்கம் என்னவாக இருக்கமுடியும்? மக்கள் ஆராய்ந்து பார்க்கத் தொடங்குவார்கள்.

இப்போதே ஊரெங்கிலும் ஏதோ குசுகுசுக்கப் பேசுகின்றனர். கறுத்த, இயற்கையாக உயிரிழந்தானா? அவன் உயிர் இழந்து போனது தான். ஆனால் அது கொலை செய்ததனால்தானே? ங்ஏ? கொலை செய்யப்பட்டானா? ஆம்! ஆனால் யாரால்? அதை எல்லாம் சொல்ல வேண்டாம். இன்னொரு விசயத்தைச் சொல்லலாம். வட்டத்ர கிரிகரியால் என்னதான் செய்யமுடியாது? அடக்கமான அந்தப் பேச்சு இன்னமும் தொடர்கிறது. இன்னும் சில நாட்கள் கூடத் தொடர்ந்து நடக்கும். பின்னர் அது ஒரு பழைய கதையாக மாறிவிடும். பாட்டிமார்கள் அந்தக் கதையைச் சொல்வார்கள்.

அப்போது பெரிய குஞ்சாதிக்குப் பத்துபறை நிலம் இஷ்டதானமாகக் கொடுத்தது அல்ல. பாபத்திற்கான பிராயச்சித்தமாகும். வட்டத்ரக் குடும்பத்திற்காக ஒரு வாழ்நாள் முழுவதிலும் உழைத்துக் கொடுத்த புலையனுக்கு நல்ல மனம் வந்து கொடுத்தது அல்ல!

* ** *

குடும்பத்தைக் கட்டியுயர்த்துவது சந்திரனும் தாரகைகளும் உள்ளது வரையிலும் சந்ததி பரம்பரையை நிலைநாட்டத்தான். அடிக் கல்லினைக் குளிப்பாட்டி விபூதி -சந்தனமணிவித்துத்தான் ஸ்தாபிக்கின்றனர். கால் நாட்டுகிற அன்றைய தினம் பாயச சகிதமாய் விருந்தளிக்கப்படும். எல்லோரும் மகிழட்டும்! பறித்தெடுத்த பணத்தினால்தான் கட்டடம் கட்டப்படுவதென்றாலும், அடிக்கல்லைக் குளிப்பாட்டி விபூதி மற்றும் சந்தனமணிவிக்கப்படும். மரியாதையோடுதான். அந்த அத்திவாரக்கல்லை நாட்டுவார்கள்.

சுத்தமில்லாத பணம், சுத்தமுடைய பணம் - என்றிவ்வாறாகப் பணத்தை வேறுபடுத்திப் பார்க்கலாமா? கைவசத்தில் வந்து சேர்ந்த பணம் தனம்தான். அதைப் பாதுகாக்க முடிந்தால் போதும்! பணத்தைப் பாதுகாப்பதென்றால், அது ஒரு பிரத்தியேகமான சாமார்த்தியம்தான். பணத்தைக் காப்பாற்றும்போது அது பெருகிவிடவேண்டுமென்று நினைப்பார்கள். அப்போது பாபச் செயல்களிலிறங்க வேண்டியிருக்கும்

பல்வேறு குடும்பங்களில் ஒரு விதமான பேய் என்றென்றும் பயமுறுத்திக் கொண்டிருப்பதாக கிரிகரி கேள்விப்பட்டிருக்கிறார்.. அந்தப் பேயின் பெயரென்ன? நினைவுக்கு வரச் சிரமப்படவேண்டியதாயிற்று. அதெல்லாம் மூடநம்பிக்கைதான். பேயை வைத்துப் பூஜிப்பதுதான். அது தெய்வ நிந்தனைதான். ஆம்! அதன் பெயர் நினைவுக்கு வந்தது! ‘அறுகொலைப் பிசாசு!’ அங்கே புறக்களத்து வழியாக ஓடுகிற கால்வாயில் ‘நீர் அறுகொலைப் பிசாசு’ உள்ளதாகக் கேள்விப் பட்டிருக்கிறார். நீண்ட காலத்திற்கு முன்னர் ஒரு புலையனும் புலையச்சியும் அதில் குதித்துச் செத்து ‘அறுகொலை’யாகிவிட்டதாகச் சொல்லப்படுகிறது. இரவு நேரங்களில் அந்தக் கால்வாயில் பெரிய அட்டகாசமென்று மக்கள் தெரிவிக்கின்றனர். பொய்! சுத்தமான பொய்! ‘சத்தியவேத’த்தை நம்புகின்றவர்கள் அப்படித்தான் சொல்லவேண்டும்; நம்பவேண்டும்! ‘அறுகொலை’யைத் திருப்தி செய்ய இந்துக்கள் பல்வேறு கர்மங்கள் அனுஷ்டிக்கின்றனர். அந்தக் கர்மங்களின் பெயர்கள் என்னென்னவோ? என்னவாயினும் இரவு நேரங்களில் புறக்களத்துக் கால்வாயில் நீச்சலடித்து அக்கரை செல்லமாட்டார்கள். ஒரு பயம் - அறுகொலைப் பிசாசு பிடித்து நீருக்குள்ளே ஆழ்த்திவிடுமென்ற பயம்தான்! இரவில் அந்தக் கால்வாய் வழியாகப் படகைச் செலுத்திச் செல்லவும் பயம்தான். புலையர்கள் மூங்கில் தடியை ஊன்றிப் படகினைச் செலுத்தி வரமாட்டார்கள். கிறிஸ்தவர்களுக்குக் கூடத் தயக்கம்தான். எல்லோருக்கும் ஓர் ஆதங்கம்!

குருதி! ஆம்; அதுதான் அறுகொலைப் பிசாசினைத் திருப்தி செய்கிற

ஒரு கர்மம். இன்னொன்று 'தண்ணிகுடிப்பது.' அதுக்கு அவல், பொரி முதலியவை உண்டு. கிரிகரி அதைத் தின்றிருக்கிறார். கறுத்த, ஒரு நீர் அறுகொலைப் பிசாசாக மாறியிருப்பானா?

நீரில் மூழ்கி மரணமடைகின்றவர்கள் எல்லாம் 'நீர்- அறுகொலைப் பேய்' ஆக மாறிவிடுகின்றனர். அவை இப்போது ஆற்றில் இரவிலே அட்டகசிக்கின்றன; அலறுகின்றன. படகுப் பயணிகள் பயந்து கொண்டிருப்பார்கள். ஆற்றின் அந்தக் குறிப்பிட்ட பகுதியில் ஒரு நீர் - அறுகொலைப் பேய் உற்பத்தியாயிருக்கிறது.

கறுத்த, இளைஞனாக இருந்தான். வாழ்க்கையை நோக்கிக் காலெடுத்து வைக்கவில்லை. ஆனால் அழகிய பூங்காவினைக் கனவு கண்டு கொண்டிருந்திருப்பான். ஒரு பெண், குழந்தைகள், ஒரு குடிசை. அவனுக்குக் கலியாண- ஆலோசனைகள் வந்ததுதான். எனவே அந்த அறுகொலைக்கு அதிக வலுவிருக்கும். விறுவிறுப்புமிருக்கும். ஏனென்றால் அவன் அபிலாஷைகள் அத்தகையவையாக இருந்தன. ஆற்றை அவன் இளக்கிடுவான். எதையும் அனுபவியாமல்தான் அவன் அறுகொலையாகி விட்டிருக்கிறான். பழிக்குப் பழியின் உக்கிர உருவமெடுத்துக் கொள்வான்.

அந்த அறுகொலை ஆற்றை ஒரு கலக்குங்க கலக்கிக் கால்வாய் வழியாக வந்து துறையினூடே கரையேறி வந்து... கிரிகரி அழுகைக் குரலெழுப்பினார்... ஐயகோ...!

அது கும்மிருட்டு கெட்டி தட்டி நின்ற இரவாக இருந்தது. முற்றத்தில் இருட்டைவிட்டுக் கரியதோர் உருவம் வானளாவி நிற்பதாய்த் தோன்றியது. பக்கத்து அறையில் ஃபிலிப்போஸின் குறட்டை - ஓசை குலுக்குகிறது - அந்த இருள் - உருவம் நகர்ந்து வருகிறதா?

அப்போது ஒரு கோழி கூவியது. அந்த உருவம் கணப் பொழுதில் மறைந்துவிட்டது போல் தோன்றியது. குளிர்க் காற்று வீசுகிறது. அந்தக் காற்றில் அது லயித்துப் போயிற்று.

'குருதி'யினால் அந்த அறுகொலைப் பேயினைத் திருப்தி செய்ய முடியுமா? சிறு வயதில் இறந்துபோனவன். அறுகொலைப் பேய் மிகவும் உக்கிரமானதாக இருக்கும். குருதி அதற்கேற்றாப்போன்று இருக்க வேண்டும். வழக்கமான குருதி போதாது. மிகவும் பெரிய அளவிலே இருக்கட்டும்.

ஆனால், ஒரு சத்திய விசுவாசி 'குருதி' நடத்தலாமா? பாதிரிக்குத் தெரிந்து விட்டால் அது பெரிய குற்றமென்பார். ஊர் ஜனங்களுக்கும் தெரியக்கூடாது. ரகசியமாக நடத்தவேண்டும். அத்தகைய சில கர்மங்கள்

ரகசியமாக நடத்தப்படுகின்றன. அது கிரிகரிக்குத் தெரியும். பருத்திக்காட்டு சின்ன அவுதமாப்பிள பாலத்தோள் நம்பூதிரியைக் கொண்டு ஒரு கர்மத்தை நடத்தியிருக்கிறார். தும்பேக்குளத்தினரும் நடத்தியிருக்கின்றனர். பருத்திக் காட்டினர் செழிப்படையத்தான் நடத்தினர். ஆற்றுத் துறையினர் சில நாட்களுக்கு முன்னர்தான் இடத்தைப் பாதுகாக்க ஒரு கர்மத்தை நடத்தியிருக்கின்றனர். எனவே அவர்களெல்லாம் அவற்றை நடத்தலாம். பாதிரி அறிந்துகொண்டாரென்றாலும் அறியாதவர் போல் நடந்து கொள்கிறார்.

அது ஏதும் சத்தியவேதத்தினருக்குச் சொல்லப்பட்டது அல்ல. செய்யக் கூடாததுமாகும். ஆனால் அதெல்லாம் கர்த்தர் பிறந்து வாழ்ந்து சஞ்சரித்திருக் கின்ற நாடுகளில்தான். இந்த நாட்டில் அப்படியில்லை. இங்கே மாடனும், அறுகொலைப் பேயும், குறத்தரை காளியும், குழந்தைகளைத் தின்னும் காளியும் எல்லாம் உள்ளனர். அந்த துர்தேவதைகளை விரட்டுவதற்கான மந்திர தந்திரங்களும் உள்ளன.

* ** *

இறந்தவர்களுக்கு மறுபிறவியுண்டென்று இந்துக்கள் கூறுகின்றனர். கிரிகரியிடம் மறுபிறவி குறித்து சிலர் சொல்லவும் செய்திருக்கின்றனர். கொலையுண்டு இறந்தவன் மறுபிறவியெடுத்து வந்து கொலை செய்தவனைக் கொன்று விடுவான். அடியேற்றவன் பின்னர் பிறக்கும்போது அடித்தவனுக்குத் திருப்பிக் கொடுப்பான். கொள்ளையடித்தவனே மறுபிறவியில் போலீஸ்காரனாகிவிடுவான் போலிருக்கிறது. இப்படிப் பார்ப்பதாயிருந்தால் இந்தப் பிறவியில் ஏழையானவன் மறுபிறவியில் செல்வந்தனாயிடுவான். ஆம்! அப்படியே சிலர் நம்புகின்றனர். இந்தப் பிறவியில் துன்பத் துயர்களுக்கு ஆளாகின்றனர். அடுத்த பிறவியில் அது நன்மையாக இருக்கும்.

இப்போது அமுலுக்கு வருகிற கம்யூனிசம் அதுவாக இருக்கும். பறையன் மற்றும் புலையன் அதிகாரியாவது; உடமையாளராகிவிடுவது; தண்டிப்பது; காப்பாற்றுவது; கட்டளையிடுவது போன்ற காரியங்களைச் செய்ய வைப்பது! உழைக்கிறவன் காலம்தான் வரப்போகிறது. அவன் மேலே நின்றவாறு வேலை செய்ய வைப்பான்.

அப்போது, கறுத்தவுக்கு இன்னொரு பிறவி ஏற்பட்டு விட்டால்?

126

வளர்ந்த உரோமங்களால் மறைந்திருந்தபோதிலும் அந்த முகத்தில் ஒரு மலர்ச்சி காணப்பட்டது. கண்கள்தான் அதை அறிவிக்கின்றனவா? ஆமென்றே தோன்றுகிறது. கம்யூனிஸ்ட் ஆட்சி நடை பெறுகிற நாட்டிலே அப்படியேதான். இயற்கையும் சுறுசுறுப்பாகக் காணப்படுகிறது. பச்சிலைகளுக்குப் பிரத்தியேகமானதொரு பசுமையழகுண்டு. காற்றுக்கு மென்மையும் மேன்மையும் காணப்படுகிறது. மணிகண்டன் தேசத்துடன் சேர்ந்து ஒரு புதுயுகத்திற்கு வந்துவிட்டான். சத்திரத்தின் வராந்தாவில் நின்றவாறு வெளியுலகத்தைப் பார்த்து பொது வாழ்க்கைக்கு ஓர் இலாவகம் வந்து விட்டது போல் தோன்றியது.

கோயா விசாரித்தார்:

"இந்த கம்யூனிஸ்டு மந்திரங்களை சாருக்குத் தெரியாதா?"

மணிகண்டன் ஒரு முறை தலையசைத்தார். மீசையினிடை வழியாகக் காணமுடியாவிட்டாலும், ஒரு குறுநகை புரியவும் செய்தார்.

கோயா தொடர்ந்து வினவினார்:

"அதனாலென்ன? பல காங்கிரஸ் மந்திரிங்களுக்கும் உங்களைத் தெரிஞ் சிருந்தது. உங்கமேலே அன்புமிருந்தது. அதனாலே என்ன பிரயோசனம்? சார் அவங்க கிட்டே போகவே மாட்டீங்களே_ ஒவ்வொருத்தனும் முன்பு மந்திரிங்க தங்களைப் பார்த்துச் சிரிச்சிருக்காங்கன்னு சொல்லிக் கூட்டாய் வந்து மக்கள்கிட்டேருந்து பணம் வசூல் பண்ணிக்கிட்டுப் போறதை சார் பார்த்திருக்கிங்கல்ல? மந்திரியைச் சந்திக்கப் போறேன்ம்பான். பார்த்தேன்னு திரும்பி வந்திடுவான். துட்டைப் பிடுங்கிக்குவான்."

அந்தச் சத்திரத்தில் நடைபெறும் அன்றாட நிகழ்ச்சி அது. மணி கண்டன் கண்முன்னால் நடைபெற்றவை.

கோயா தொடர்ந்து பேசினார்:

"சார், நீங்க கொஞ்சம் கண்ணைத் திறந்து பார்க்கணும் சார்! நடக்கக் கூடிய காரியங்களை மட்டும் ஏற்றுக் கொண்டாப் போதும். ஏற்பாடெல்லாம் நானே செஞ்சுக்கறேன் சார்! யாரோடும் பிணக்கு ஏற்படாம மரியாதையாப் பணத்தை நான் வாங்கித் தர்றேன். சார் நீங்க வந்து நின்னுக்கிட்டாப் போதும்."

மணிகண்டன் அப்போது கூட கோயாவை நோக்கிப் புன்னகை புரிந்தார்.

இன்றும் பத்தரை மணியளவில் அந்த ஓட்டலை நோக்கிய ஒரு பயணமுண்டு. ஓட்டல் முன்போன்று நடந்து வருகிறது. ஒரு டீ மட்டும்தான் குடிப்பாரென்றாலும், வாடிக்கைக்காரராகி விட்டதனால் ஓட்டல்காரி அவரைப் பார்த்துச் சிரிப்பாளோ? ஒரு வேளை கேட்காமலேயே ஒரு டம்ளர் டீ கொண்டுவந்து வைத்து விடுவாள். என்னவாகிலும் அறிமுகமிருப்பதாகக் காட்டிக்கொள்வாள். மணிகண்டனுக்கு அதுவே போதும்.

சங்குமுகம் கடற்கரை இருள் சூழ்ந்த இரவாக இருந்தாலும் தெளிவாகத் தான் காணப்பட்டது. அங்கே தூரத்தில் தென்படுவது பயணமாய்ச் செல்கிற கப்பலின் விளக்குத்தான். வானத்தில் தென்படுகின்ற தாரகைகளுக்கு இவ்வளவு கூடுதலான ஒளி இதுகாறும் பார்த்ததேயில்லை. எண்ணித் தீர்க்கமுடியாத அளவு எண்ணற்ற நட்சத்திரங்கள். மனத்தில் இனிமையானதோர் இசை உருவமாகிறது. கவிதை பிறப்பது அங்ஙனமாக இருக்கவில்லை. அந்த நேரத்தில் மனத்திற்குள்ளே ஒரு கவிதை பிறக்கிறது. அதன் குளிர்ச்சி அனுபவமாகிறது. எழுத்துக்கள் மற்றும் அழகுச் சொற்கள் ஓர் இசைப் பிரபஞ்சத்தில் எங்கிருந்தோ உருவமெடுத்து மிதந்து வந்து ஒன்று சேர்கின்றன.

கவிதை!

எத்தனையோ காவியங்கள் அன்றைய நாட்களில் புனையப் பட்டிருக்கின்றன! ஆனந்தமயமான அந்த மாயாப் பிரபஞ்சத்தின் அதிபதி! இசைத் தரங்களில் துள்ளித் துள்ளி மிதந்து வருகின்ற வரிசைகளைக் கட்டுப்படுத்துவது அவரேதான். சின்னங்களை அணிவகுக்கச் செய்கிறார். இசையலைகளைக் கூடக் கட்டுப்படுத்துவது மணிகண்டன்தான். ஆம்! அவர் ஒரு பாடகரும்தான். அவ்வாறாகக் கலையின் ஒரு பிரபஞ்சத்தில் நாயகனாய்த் திகழ்ந்து படைப்புக்களைப் புனைந்து கொண்டிருக்கிறார்.

சந்திரன் தோன்றவில்லை. இரவு அளக்கப்படுவதில்லை. அது இரவு அன்று. பிரத்தியேகமானதோர் உலகம். என்னவோ ஓர் ஓசை! அங்கே தொலைவில் யாரோ நிற்கிறார். மனிதப் பிராணிதான். அவர் நடந்து வந்தார். அன்று நாய்கள் கூட அங்கிருக்கவில்லை. அவர் மணற்பரப்பிலே சாய்ந்து விழுந்து விடுவார்போல் தோன்றியது. தனிமையைத் தேடிவந்த யாரோ ஒருவர்தான். அவர்கூட ஒரு கவிஞராக இருக்கலாம். அவரும் கவிதை புனைய வந்தவராக இருக்கலாம். சோர்வடைந்த காதலனாக இருக்கலாம். அல்லது வாழ்க்கை மீது வெறுப்பு கொண்டு அலைகிற அலைச்சலில் இங்கே வந்து சேர்ந்தவராக இருக்கலாம். என்னவோ?

கலையின் பிரபஞ்சம் மாய்ந்துவிட்டது. இப்போது சற்றே ஆத்திரமடைந்திருக்கிற சமுத்திரம் முன்னால் உண்டு. நட்சத்திரங்கள் உருகித் துளித்துளிகளாய் விழுவது போலிருக்கின்றன. அவற்றின் நிலைக்கு உறுதியில்லை. அந்த ஒளியின் துளிகள் உருகியுருண்டு குமிழிகளாய் விழுந்துவிட்டால் வானம் எப்படியிருக்கும்? சூனியம்! நட்சத்திரங்களும் ஸ்திரமற்றவையா?

மணிகண்டன் எழுந்து நடந்தார். அப்போது வந்தவருக்காகக் கடற்கரையை விட்டுக் கொடுத்தார்.

அடுத்த நாள் மாலைப் பத்திரிகையில் ஒரு செய்தி வந்தது. சங்குமுகம் கடற்கரையில் ஓர் இளைஞன் தற்கொலை செய்துகொண்டான்!

மறுநாள் மணிகண்டன் கோயாவிடம் சொன்னார்:

"நான் கொஞ்சம் போய்வரட்டுமா!"

நீண்ட நாட்களுக்குப் பின்னர் மணிகண்டன் வாயினின்று ஒரு சொல் வெளிவருகிறது.

* ** *

"குடிசையைப் பெயர்த்து மாற்றிடணும். படுக்க இடமில்லாமல் கேட்டபோது அனுமதியளித்ததுதான். அப்போது கேட்கிறபோது வெளியேறி விடுவதாக ஒப்புக்கொண்டவன்தான். நிலம் எனக்குச் சொந்த மானது" நிலச் சொந்தக்காரர்கள் சொல்வதுதான் இது.

குடிபெயர்ந்து வெளியேறினால் எங்கே போவது? மனிதனாக இந்த மண்ணில் பிறந்தேன். மண்ணில் தவிர வேறு எந்த இடத்தில் சென்று படுத்துக் கொள்வது?

குடியிருப்புக்காரர்கள் மேற்சொன்னவாறு கேட்கத் தொடங்கினர். முன்னர் இப்படிக்கேட்டது கிடையாது. குடியிருப்பிலிருந்து வெளியேறச் சொன்னால் 'ஐயனே! மகராஜனே!' என்றெல்லாம் சொல்லிக் காலைப் பிடிப்பார்கள். கூரையைப் பிய்த்தெறிந்தால் இன்னொருவனின் காலைப் பிடித்து ஒரு குடிசை கட்டிவிடுவார்கள்.

"மண்ணிலே தவிர மனிசன் வேறு எந்த இடத்திலே படுத்துக்கறது?"

நின்றவாறே இந்தக் கேள்வியைக் கேட்கின்றனர்.

"எங்கே போகணும்?"

நிலச் சொந்தக்காரர்தான் பதிலளிக்க வேண்டும்.

நிலச் சொத்துரிமை மீது நடத்துகிற தாக்குதல் அல்லவா, இது?

ஆம்! உண்மையேதான்!

சட்டத்தின் பாதுகாப்பு கிடைக்க வேண்டாமா?

ஒரு மௌனம்தான் அதற்குப் பதில். சட்டத்தின் இணைப்பு - உறவுகள் பழக்கம் வந்து மக்கிப் போயின. சட்டத்தை மாற்றவேண்டும். சட்டம் இறந்துவிட்டது மாதிரித்தான்.

லட்சோப லட்சக்கணக்கான மக்களுக்குக் குடிசைகட்டி உயிர்வாழ இடம் வேண்டும். இவ்வளவு நாளும் அவர்கள் உயிர்வாழ்ந்துதானே, வந்திருக்கின்றனர்? கருணையினால் அல்ல; உரிமையோடு வாழவேண்டும்.

லட்சக்கணக்கான மக்களுக்கு ஏன் அந்த உரிமை இருக்கவில்லை? அவர்களுக்குக் குடியிருக்க இடமில்லாமற்போனது ஏன்? குடியிருக்க இடம் வேண்டுமென்பதைப் பற்றி அவர்கள் யோசிக்கவில்லை. அதனால் தான். நிலச் சொந்தக்காரனுக்குச் சொல்ல ஏராளமான விசயங்கள் இருக்கின்றன. அவர்கள் உடமையாளர்களாகிவிட்ட கதை. உடமை உரிமை பெற்ற கதைகளுமுண்டு. இன்றுவரையிலும் உடமை-உரிமை இல்லாமலிருந்ததன் கதைகளும் உண்டு. அவற்றைப் பற்றி இதுகாறும் சொன்னதில்லை. இப்போது எழுந்து நின்று அந்தக் கதைகள் சொல்வது மட்டுமின்றி, உடமை-உரிமை உறுதிப்படுத்துவதுமுண்டு.

அது சட்ட விரோதமானது!

அந்தச் சட்டமெல்லாம் இறந்தது போலாகிவிட்டது.

அது பேசுவதில்லை!

உடமை-உரிமை மறுக்கப்பட்டிருந்தவனுக்குப் பத்து சென்ட் பூமி கொடுத்தால் போதுமா? அவ்வாறு உடமையாளராக்கினால் போதுமா?

போதாது! அவன் சொல்வது வாழ்வதற்கான உரிமை வேண்டுமென்று தான். எங்கும் உரத்தகுரலில் அவன் அதைச் சொல்கிறான். அதன் ஒரு பகுதிதான் குடியிருக்குமிடத்திலிருந்து வெளியேற முடியாது என்பது!

அறுவடையின்போது பத்துக்கு ஒன்று என்பதற்குப் பதிலாக எட்டுக்கு ஒன்று என்றாகி விட்டது. அது ஒரு பெரிய போராட்டத்தின் கதையாகும். வட்டத்ரவினரின் களத்தில்தான் முதன்முதலாக அது அமுலுக்கு வந்தது. எட்டுக்கு ஒன்று என்கிற கோஷம் நள்ளிரவில், விடியற்காலையில், நண்பகலில் எல்லாம் புறவேலியோரமெங்கும் முழங்கிக் கொண்டிருந்தது. மூவந்திப் பொழுதில் எல்லாக் குடிசைகளிலிருந்தும்,

'சாமியே, சரணம்' என்பது போல் ஒலித்துக் கொண்டிருந்தது. குழந்தைகளும் அதை எதிரொலித்தனர்.

முண்டம் வயல் அறுவடையாயிற்று. நெல் மிதித்துக் குவிக்கப்பட்டது. அளவெடுக்கச் செய்ய யாரும் தயாராகவில்லை. அவர்களுக்கு விளைச்சலின் எட்டில் ஒரு பகுதி வேண்டும். எழுநூறு தொழிலாளர்கள் காவல் காத்தனர். பதிநான்கு நாட்கள் வரையிலும் நெல் களத்திலேயே குவிந்து கிடந்தது. தொடாமல் நெல்லை அப்படியே போட்டு வைத்தால் அரிசி கெட்டுப் போயிவிடும்.

ஃபிலிப்போஸ் கணக்கைப் போட்டுப் பார்த்தார். ஏற்படக் கூடிய நஷ்டம் மிகக் குறைவுதான். நெல் முழுவதும் கெட்டுப் போய்விடும். அவர் எட்டில் ஒன்றை அளந்து கொடுத்தார். பின்னர் எல்லோரும் கணக்கைப் போட்டுப் பார்த்தனர். ஏற்படக் கூடிய நஷ்டம் மிகக் குறைவுதான்.

நூற்றாண்டுகளாய் அமுலிலிருந்துவரும் சட்டத்தை மாற்றலாம்.

அப்போது குடியிருப்பவன் எதிர்த்து நின்றான். அவன் பருத்திக் காட்டு ஔசேப்புவை நோக்கி உரத்த குரலில் கூறினான்:

"இப்போ முடியாது!"

"ங்ஏ? முடியாதா?"

"முடியாது!"

அந்த வளாகத்துத் தென்னை மரங்கள், ஒரு குலையில் நூறு நூற்று ஐம்பது என்ற கணக்கில் தேங்காய்களைத் தாங்கி நிற்கின்றன. அந்த இடத்திலிருந்து தான் வெளியேற முடியாதென்கிறான். கோசி என்கிற குடியிருப்புக்காரர் வசித்துவரும் குடிசையிருக்கிற வளாகத்திலுள்ள அந்தத் தென்னை மரங்கள் மீது உரிமை கொண்டாடுகிறார்.

பத்து செண்ட் பூமி அவருக்கு வேண்டுமாம்!

முன்னால் நின்று எந்தத் தயக்கமுமின்றிச் சொல்கிறார். அந்தத் தென்னம் கன்றுகளை வடக்கே எங்கிருந்தோ ஔசேப்பு கொண்டுவந்து நட்டுவைத்ததாம். விசேஷமான தென்னைமரங்கள். அவற்றிலிருந்து அந்த இனத்தைச் சேர்ந்த தென்னம் கன்றுகளை உருவாக்க வேண்டுமென்றும் அவர் திட்டமிட்டிருந்தார்.

ஔசேப்பினால் கோசியைப் புரிந்துகொள்ள முடியவில்லை.

"கேட்கிறப்போ காலிபண்ணித் தருவதாக நீ சொல்லியிருந்தியல்ல?"

“காலி பண்ணி நான் எங்கே போவது?” என்கிறார் கோசி.

ஔசேப்புவுக்குப் பதில் சொல்வதற்கும் அவர் திட்டமிட்டிருந்தார்.

ஔசேப்பினால் கோசியைப் புரிந்துகொள்ள முடியவில்லை.

“கேட்கிறப்போ காலிபண்ணித் தருவதாக நீ சொல்லியிருந்தியல்ல?”

“காலி பண்ணிட்டு நான் எங்கே போவது?” என்கிறார் கோசி.

ஔசேப்புவுக்குப் பதில் சொல்வதற்கில்லைபோல் தோன்றியது. கோசி சொல்வதைப் புரிந்துகொள்ள முடியவில்லை. எங்கே போக வேண்டுமென்று சொல்லிக் கொடுப்பது ஔசேப்புவின் கடமைதானா?

“நான் குடிசையை ஆற்றிலே பிய்த்தெறிந்திடுவேன்.”

“ஓ! அதெல்லாம் நடக்காது!” என்றார் கோசி.

திமிர்!

ஔசேப்பு நாதியற்றவர் போல் ஆகிவிட்டார்.

* ** *

பாலத்தோள் இல்லத்திற்கு இப்போது புறவளாகங்கள் இல்லை. இல்லத்தின் செலவுகள் நிர்வகிக்கப்படுவது குத்தகையினால அல்ல.

அன்று கஞ்சி காய்ச்சிக் குடிக்கக் கொஞ்சம் அரிசியிருந்தது. மறுநாள் பட்டினிதான். இல்லம் வளாகத்தில காய்ப் பருவத்திற்கு வந்த தேங்காய் ஒன்று கூட இல்லை. இதனிடையில் ஓர் அவமானமேற்பட்டது. வேறு எந்த வழியுமில்லாத சந்தர்ப்பத்தில் பக்குவம் பெறாத இருபது தேங்காய் பறித்தெடுத்தார் கோவிந்தரு. அவற்றை யாரும் வாங்கமாட்டார்கள். கோவிந்தரு புத்திசாலிதான். அந்தக் காய்களை வெயிலில் போட்டுக் காய வைத்தார். அப்போது பக்குவம் வந்த தேங்காய் போல் காட்சியளித்தது. உள்ளே நீர் குலுங்கும் ஓசை கேட்கலாமென்றாயிற்று. அவர் அதைக் கடையில் கொடுத்து அரிசி வாங்கினார். அன்றைய தினம் அப்படிக் கழிந்தது. ஆனால் இரண்டு நாட்களுக்குப் பிறகு, அந்தத் தேங்காய் வாங்கினவன் ஆபாச வசனங்கள் சொல்லித் திட்டினான்.

அதை விட நல்லது பட்டினியாகப் படுத்துக் கிடப்பதுதான் என்று கிருஷ்ணரு சொன்னார். உணவருந்த ஒன்றுமில்லாத நாட்களில் கிருஷ்ணரு நெஞ்சைத் தடவியவாறு வெளியே வருவார்; அங்குமிங்கும் நடப்பார். நெஞ்சுக்குள்ளே நெருப்புப் பற்றியெரிவதனால்தான் அவ்வாறு நடந்து கொள்வது. இல்லத்தில் பரம்பரையாகக் குடும்பத்தலைவர்கள்

இருந்து வந்திருக்கிறார்கள். ஆனால் இப்போதைய தலைவரான கிருஷ்ணருக்குத்தான் இந்த அனுபவமேற்பட்டிருக்கிறது. இன்று அவர் சர்க்கார் தஸ்தாவேஜிகளில் ஜமீன்தார் என்றுதான் காணப்படுகிறார். முன்பிறவியில் கிருஷ்ணருடைய ஆத்மா எந்தப் பாபம் செய்திருக்கிறதோ?

தெற்கு வாய்க்கால் வரையிலும் நீண்டுகிடக்கின்ற மனைகளில் குடிமக்கள் வாழ்ந்து வருகின்றனர். எல்லோரும் இல்லத்து வேலையாட்களாக இருந்தனர். அவர்கள் அனைத்து ஜாதி-மதங்களையும் சேர்ந்தவர்கள். கிருஷ்ணரு நெஞ்சைத் தடவியவாறு வெளிக் கிளம்பிவரும் போது அந்தக் குடிமக்களுக்கு விசயமென்னவென்று தெரியும்.

இப்பவும் தீண்டாமை தூரத்திலேயே நின்றவாறு வள்ளுவன் கேட்பான்.

"எங்கு போறீங்க, பெரியதம்பிறா?"

விசயத்தைச் சொல்ல கிருஷ்ணருக்குத் தயக்கமில்லை.

"இன்னைக்கு இல்லத்து அடுப்பிலே நெருப்பு எரியலே, வள்ளுவா!"

வள்ளுவன் உள்ளமறியக் குடிசைக்குள்ளே ஒரு பறை நெல் உண்டு. அதைக் கொடுத்தால் அவனும் அன்றைய தினம் பட்டினிதான். ஆனால் வள்ளுவனுக்குத் துணிச்சலுண்டு. எங்காவது சென்று ஒரு படி அரிசிக்கு ஏற்பாடு செய்யலாம். இல்லாவிட்டால் இரவு-உணவுக்காக ஆற்றிற்குச் சென்று மீன் பிடிக்கலாம்.

கோபாலன் தனது மனைவியின் தாலியை அடகு வைத்து இரவில் பட்டினியைத் தவிர்த்தான்.

அவர்கள் அனைவரும் இல்லத்தை நேசித்திருந்தனர். அவர்கள் அறிய இல்லம் பட்டினியாகாது.

அவர்கள் ஒவ்வொருவரும் அந்தந்தச் சந்தர்ப்பங்களில் உதவி வந்தனர். கிருஷ்ணரு அந்தக் கணக்கைக் குறித்து வைத்தார். அவர்கள் பொருட்கள் அவர்களைச் சேர்ந்தவை. அவை இல்லத்திற்கு வேண்டாம். இல்லத்திற்கு ஏராளமான கடன் திரும்பக் கிடைக்க வேண்டியிருக்கிறது. ஆனால் இல்லம் கொடுத்துத் தீர்க்கவேண்டிய கடன் இல்லை. கடன் பாத்தியதை இந்த ஜன்மத்திற்கு மட்டும் உரித்தானது அல்ல. அது ஜன்ம-ஜன்மாந்தரங்களாய் நீடித்துச் செல்லும். கடனாளி கடன்பளுவைச் சுமந்தவாறுதான் மரணமடைவான். கடனாளிக்கு எளிதில் மரணமேற்படாது. அவன் செல்லுமிடம் நரகம் தான். அந்த நரகம் கடனாளிக்காகத்தான்.

அனுபவம் என்ன? கடன்கள் கழுகுகளாக வந்து மாமிசத்தைக் கொத்தித் தின்றுவிடும்.

ஒரு நாள் கிருஷ்ணரு கோபாலனை ஆளனுப்பி வரவழைத்தார்.

"இல்லத்திலிருந்து எவ்வளவு பணம் உனக்குத் தரவேண்டியிருக்குன்னு தெரியுமா?"

கோபாலனுக்கு மலைப்புத்தான்.

"ஒண்ணுமே தரவேண்டியதில்லையே!"

"இருக்குது. முந்நூற்றியறுபது ரூபாய்."

எந்த இனத்தைச் சேர்ந்தது அந்தக் கடன் தொகை என்று கோபாலனுக்குத் தெரியாது! அத்தகைய பெரியதொரு தொகை வர வேண்டியிருப்பதாக அவன் நினைத்ததே இல்லை. தெரியவும் தெரியாது. பலப் பல தலைமுறைகளாக கோபாலனுடைய குடும்பம் இல்லத்துக்குச் சொந்தமான பூமியில் குடியிருந்து வருகிறது. தந்தையும் தாத்தாவுமெல்லாம் மடத்து வேலையாட்களாக மட்டும் இருந்திருக்கின்றனர். இத்தகையதொரு கடனிருப்பதாக எவருமே சொல்லியதில்லை.

கிருஷ்ணரு தொடர்ந்து கூறினார்:

"அப்படீனாச் சொல்றேன். நெல், அரிசி மற்றும் பணமாக நீயே மடத்துக்குத் தந்ததுதான். உன்னிடத்தில் கணக்கு இருக்காது. நான் அவ்வப்போது குறித்து வைத்திருக்கிறேன். மொத்தமாகக் கூட்டிப் பார்த்த போது இவ்வளவு தொகைன்னு தெரிஞ்சது. நீயே தந்தது தான். அந்தத் தொகையைத் திருப்பித் தர இல்லத்தால் இயலாது."

"அதைத் திருப்பித் தரணும்னு தந்தது அல்லீங்க." என்று கோபாலன் சொல்லத் தொடங்கு முன்னரே கிருஷ்ணரு சொன்னார்:

"அதுக்காக நான் ஒரு விசயத்தை நினைச்சிருக்கேன். நீ குடியிருக்கிற அந்தச் சின்ன வளாகத்தில் வீட்டுமனை இருக்குதல்ல? அதை எழுதித் தந்துடறேன். அதுக்கான செலவை நீயே ஏற்றுக்கணும். என்னாலே அதைச் செய்ய முடியாது. கடனை வைத்துச் செல்வது சரியில்லை. ஆத்மாவைக் கட்டிப் போடுவது தான் கடன். பயணம் எப்போதுன்னு தெரியாது."

கோபாலன் மரத்துப்போய் நின்று விட்டார். சிறிது நேரத்திற்குள்ளே ரத்த ஓட்டம் ஆரம்பமாயிற்று என்று உறுதியானபோது அவன் சொன்னான்:

"அதை திரும்பப் பெற்றுக்கத் தந்ததில்லீங்க."

"ஏய்! அப்படி நினைக்கக் கூடாது. நான் பெற்றுக் கொண்டதுதான் அது. பிராமணர்கள் தட்சிணை பெற்றுக்கொள்ளலாம்; தானமும் வாங்கிக்கலாம். அந்த இனத்தில அல்ல, நான் வாங்கியது."

கிருஷ்ணரு ஒவ்வொருவரையும் அழைத்து இப்படிக் கணக்கைச் சொன்னார். வள்ளுவன் குடிசை முற்றத்திலிருந்து வெட்டியெடுத்த வாழைக்குலைக்குக் கூடக் கணக்கை வைத்திருந்தார்.

சங்கடம்தான்! இல்லத்துக்குச் செலுத்தவேண்டியதன் பத்தில் ஒரு பகுதியாவது செலுத்தியிருந்தார்களென்றால்? மாறிவிட்ட காலம் இது! கொடுப்பதற்கான பணம் இல்லத்துக்கு எப்படிக் கிடைத்தது? காரியார்த் தமான கேள்விதான். இல்லத்தினர் விவசாயம் பண்ணினார்களா? இல்லத்தினரின் ஒரு துளி வியர்வையாவது நிலத்தில் விழுந்திருக்கிறதா? உழைக்கிறவனுக்குத்தான் நிலம் சொந்தம். அதுவன்றி, சாப்பிட்டு விட்டுச் சும்மா உட்கார்ந்திருப்பவனுக்கு அல்ல! இதைக் கேட்கிறபோது கொடூரமெனத் தோணலாம். ஆனால் கொடூரமான பல விசயங்களும் நியாயமானவையாக மாறுகின்றன. நியாயமானவை கொடூரமானவையு மாக மாறிவிடுகின்றன.

கடன்!

கடனைச் சுற்றிப் பல்வேறு விசுவாஸப் பிரமாணங்கள் உருவாக்கப் பட்டிருக்கின்றன. ஒரு நீதி சாத்திரமே மலர்ந்தது. அதனை ஆத்மா வுடன் இணைத்தனர். அது ஜமீந்தாரி அமைப்பு முறையின் படைப்புத் தான். கடனைப் பெற்றுக் கொள்கிறவன் அதைத் திருப்பிக் கொடுக்க வில்லையென்றால், அவனுக்கு நரகமாம்! கடனாளி பாத்தியதையுடன் பிறக்கிறான். கடன் திருப்பிக் கொடுத்து முடியும் வரையிலும் அவனுக்குப் பிறவியும் மறுபிறவியும் ஏற்பட்டுக் கொண்டேயிருக்கிறது. கடனாளிக்கு இறுதி விமோசனமான 'ஜீவன் முக்தி' கிடைக்காது.

ஆனால், அந்த நீதி சாத்திரத்தை இறுகப் பிடித்தவாறு ஒரு பிராணி இன்னமும் உயிர்வாழ்கிறார். கடனிலிருந்து விடுதலைபெற்று உயிர் துறக்கவேண்டும். பூமியிருந்தது. அதில் சுயமாக விவசாயம் பண்ணாமல் விட்டுவிட்டது தவறு என்று அறிந்திருக்கவில்லை.

இன்றைய தினமும் கூட சித்திரை மாதம் முடிவுபெறும்போது பூர்வீகமாய்க் குடியிருந்து வருகின்றவர்கள் வசூல் செய்து நூறுபறை நெல்லைச் சேமித்து மடத்தின் அறைக்குள்ளே கொண்டு சென்று

போடுவார்கள்ள. கிருஷ்ணருவின் ஒரு வருடத்திய செலவுக்காகத்தான். அதை அப்படியே வாங்கிக் கொள்வதில் அவருக்கு விருப்பமில்லை. அந்த வீடுகளின் செழிப்புக்காக ஒவ்வொரு வீட்டிலும் அவர் ‘பகவதி சேவை’ நடத்துவார். அல்லது சுதர்சன ஹோமம்! எனவே நூறுபறை நெல் சும்மா அல்ல. சுதர்சன ஹோமம் கணபதி ஹோமம் ஆகியவற்றுக்கான தட்சிணை; அல்லது தானம்!

அந்த வீடுகள் முன்னேறி வருகின்றன.

* ** *

ஊர்களின் பெயர்ப் பலகைகளுடன் பேருந்துகள் ஓடுகின்றன. பாதையில் நிலவைப் பரப்புகின்ற பாதைவிளக்குகள் ஒளிசிந்துகின்றன. பிறந்த நாடு ஒளிமயமாகிவிட்டது. பேருந்து எங்கே சென்று நிற்கிறதோ, அந்த இடத்தில் இறங்கிக்கொண்டார். ஆற்றுமாலிதான். ஏராளமான கடைகள்; பெரிய துணிக்கடைகள்! இவ்வளவு துணிகளையும் யார் வாங்கப் போகிறார்கள்? முன்னர் எல்லாம் அம்பலப்புழையிலிருந்துதான் துணிச்சரக்குகள் வாங்கிச் சென்றிருக்கின்றனர். அங்கே மட்டும்தான் சரக்குகள் கிடைத்து வந்தன. அலங்கரிக்கப்பட்ட ஓட்டல்கள், கண்ணைக் கூசவைக்கும் வியாபாரப் பொருட்கள்! குன்றெனக் குவித்து வைத்திருக்கின்ற இந்தக் காய்கறிகளை எல்லாம் யார் வாங்குகிறார்கள்? விலை கொடுத்துக் காய்கறிகளை வாங்குகின்ற வீடுகளும் உள்ளனவா?

ஆற்றங்கரை இரு மருங்கிலும் கண்ணுக்கெட்டாத தூரம் வரையிலும் அடுக்கு மாடிக் கட்டடங்களும் வீடுகளும்தான். அங்குள்ள விளக்குகளின் பிரகாசம் ஆற்றில் பளிச்சிடுகிறது. ஆறு ஓர் ஒளிப்பரப்பாய்த் திகழ்கிறது. அது ஆற்றுமாலி. செல்வந்தர்களின் நகரம்!

அந்தத் தாடிக்காரரை யாரும் அறியவில்லை. யாரும் கவனிக்கவுமில்லை. அறிமுகமில்லாத எத்தனையோ ஜனங்கள் அங்கே பேருந்துகளில் வந்து சேருகின்றனர். அங்கே வந்து பேருந்துகளில் செல்கின்றனர். யாருக்கு யாரைத்தெரியும்?

மணிகண்டன் ஒரு புதிய உலகத்திற்கு வந்திருக்கிறார். அவருக்கு மூச்சுத் திணறுவது போல் தோன்றியது. அங்குள்ள காற்று கூடுதல் கெட்டியானது. காற்றுக்குக் கெட்டி குறைந்த இடத்திற்குச் செல்லவேண்டும். அங்கே நிற்கமுடியாது.

மணிகண்டன் நடந்தார். அனைத்து வீடுகளிலும் மின்சார விளக்குகள் ஒளி சிந்துகின்றன. அங்கே வயல் நடுவிலுள்ள வீடுகளில் பிரகாசமான

விளக்குகள் ஜொலிக்கின்றன. அவற்றிற்குப் பிரத்தியேகமானதொரு பிரகாசமிருப்பதாகத் தோன்றியது.

காற்று அவரை அடித்துக்கொண்டு சென்றதுதான். தானாக நடந்து செல்லவில்லை. இன்ன இடத்திற்குச் செல்லவேண்டுமென்கிற நிர்ணயிப்புடன் செல்லவில்லை. மணிகண்டன் கோயிப்ரத்தில்தான் சென்றடைந்தார். கோயிப்ரம் வீடு எவன் கையிலோ அகப்பட்டு வருடங்கள் பல ஆயின. இருந்தது அனைத்தையும் விற்று விட்டு சகோதரி மலபாருக்குச் சென்று விட்டாள். மலபாரில் எங்கிருக்கிறாள்? என்னவோ! அங்கே புதியதொரு கட்டடம் உயர்ந்து வருகிறது. அங்கே தென்கிழக்கு மூலையில் ஒரு சிதை படர்ந்தெரிவதுபோல் தோன்றியது. திரும்பி நடந்தார்... கோவில், குளிரிலே என்பதுபோல் கூனிக் குறுகி நிற்கிறது. அந்தப் பக்கம் வானளாவ உயர்ந்து நிற்கிற ஓர் இருள்மலை. வெளிச்சமே கிடையாது. மின்மினிப் பூச்சிகள் பறக்கின்றன. அது பாலத்தோள் இல்லம்தான். வெடிப்புரைக்கல் வீட்டிலும் ஒலியோ ஒளியோ இல்லை. அங்கணத்தில் குள்ளநரி ஊளையிடுகிறது.

அப்போதுகூட மூச்சுத்திணறுகிறது. எங்கு சென்றால் இந்த மூச்சுத்திணறல் தணியும்? திடீரென்று இருள் பரவியது. தெருவிளக்குகள் அணைந்து விட்டன. கோவிலிலிருந்து காவலாளியின் குரல் கேட்கிறதா? எங்கிருந்து புராண பாராயண இசை மிதந்து வருகிறது? இல்லை. எல்லாம் வெறும் எண்ணங்கள்தான். பெருமரங்கள் எங்கும் இல்லாததால்தான் காறறு இசைக்காமலிருக்கலாம். என்னவோ ஒரு முழக்கம் முழங்கி எதிரொலிப்பதாகத் தோன்றியது. காவலாளியின் கூப்பாடு இல்லாததால் துர்தேவதைகள் தன்னிச்சை போல் சஞ்சரித்துக் கொண்டிருக்கக்கூடும். அவற்றின் மூச்சைத் திணறடிக்கிற புராண பாராயணமுமில்லையா? இது ஒரு மாயை உலகம். மாயை அல்லாத உலகம் வேறு எங்கிருக்கிறது?

கோவிலின் விளையாட்டு மேடை மீது தான் சென்று நின்றார். தூண் மீது சாய்ந்து உட்கார்ந்துகொண்டார். கண்மூடியது. சும்மா மூடியதுதான். பழைய ஊரைக் காண்கிறார். பழைய ஊரின் ஓசைகள் கேட்கின்றன. அந்தப் பழைய ஊரின் நன்மணம் அனுபவமாகிறது. நீண்ட நாட்களுக்குப் பின்னர் மணிகண்டனுடைய ஐம்புலன்களும் மனமும் உணர்வும் பெறுகின்றன. அவர் திரும்பி வருகிறாரா? நீண்ட நாட்களாக வேறு எங்கேயோ இருந்திருக்கிறார்.

பதட்டமுடன் எழுந்து நின்றார். நீண்ட நாட்களாக மணிகண்டன் பதட்டமடையவில்லை. அதுவும் திரும்பி வருகையின் அறிகுறிதானே? விளையாட்டு மேடையின் இன்னொரு மூலையில் ஒருவர் உட்கார்ந் திருக்கிறார். அங்குள்ள தூண்மீது சாய்ந்து உட்கார்ந்திருக்கிறார்.

இந்தப் பயணத்தில் செல்லுமிடமெல்லாம் அறியப்படாத ஒருவரைப் பார்த்திருக்கிறார். சங்குமுகத்திலே, கொல்லத்திலே, கள்ளிக் கோட்டையிலே வைக்கத்திலே எல்லாம் பார்த்திருக்கிறார். அவர்கள் யாரெல்லாம்? அவர்களில் எவருமே மணிகண்டனிடம் எதையும் கேட்க வில்லை. அப்படி ஒருவர் இருக்கிறார் என்று இருவரும் பரஸ்பரம் அறிந்து கொண்டதில்லை.

மணிகண்டன் இப்போது அதை எல்லாம் நினைவு கூர்ந்து பார்க்கிறார். ஒருவர் படுத்துத் தூங்கினார். ஒருவர் உட்கார்ந்தவாறே தூங்கினார். இன்னொருவர் தூங்கியதேயில்லை. அமர்ந்து ஆடிக் கொண்டிருந்தார். இன்னொருவர் முனகிக் கொண்டிருந்தார் அது ஒரு பாடலாக இருந்ததெனத் தோன்றுகிறது.

இந்த நினைவுகள் தெளிவாகத் தென்படுவது கூட மணிகண்டன் திரும்பி வருவதன் அறிகுறியல்லவா?

அது யாராக இருக்கலாம்?

மணிகண்டன் தன்னையே கேட்டுப் பார்த்தார். அவர் மனம் அப்படிக் கேள்வி கேட்கிற முறையில் இல்லை.

அவர் தன்னையறியாமலேயே அவ்விடத்தை நோக்கிச் சென்றார். அவர் ஊரை அடைந்தபோது திரும்பி வந்தவர் போன்ற "நீங்கள் யார்?"

"நீங்கள் யார்?"

பதில் மறுகேள்வியாகத் தானிருந்தது.

மணிகண்டன் பின்னர் எதையும் கேட்கவில்லை.

அறியப்படாத அவர்கூடத் தாடி வளர்த்திருந்தார். முடி வளர்க்கவும் செய்திருந்தார்.

சங்குமுகத்தில் பார்த்த மனிதர் போன்று இவரும் உயிர் துறக்க இடம் தேடி வந்தவர்தானா?

அந்த இரவு முழுவதிலும் மணிகண்டன் தெருத் தெருவாக நடந்தார்.

கிழக்கே விடிவெள்ளி தோன்றியபோது மணிகண்டன் அந்த ஊரிலிருந்து திரும்பிச் சென்றிருந்தார்.

* ** *

மின்சார மயமாக்கப்பட்ட, வெளியுலகுடன் தொடர்புகொண்ட, விசாலமான இந்த உலகத்தின் ஒரு பகுதியாகிவிட்ட இந்த ஊரில் இவ்வாறு தாடி வளர்க்கப் பெற்ற அறிமுகமில்லாத இளைஞர்கள் வந்து கொண்டிருப்பார்கள். மணிகண்டன் போன்று அவரும் கிடைத்த பங்கினைப் பணமாக்கிச் சட்டைப் பையில் போட்டு ஊரான ஊர்களி லெல்லாம் நடந்து வாழ்ந்துகொண்டிருக்கக் கூடும். அந்த அந்நியன் நீங்கள் யாரென்று திருப்பிக் கேட்டார்.

உதயனாபுரத்தில ஒருவர் மணிகண்டனிடம் யாரெனக் கேட்டபோது அவர் எதையும் பேசாமல் நடந்து சென்றதைத்தான் பார்த்தார். பொழுது விடிந்தபோது மணிகண்டனது மூச்சு ஒழுங்காக இயங்கத் தொடங்கியது. அது கடற்கரைதான்.

127

பழைய கோடாந்திரப் பெரிய ஆசானும், கோந்நோத்துப் பெரிய வரும் இன்றைய தினம் இந்த ஊரைப் பார்க்க வருகிறார்கள் என்று வைத்துக் கொள்ளுங்கள்! பரலோகத்தில் அவர்கள் ஓய்வெடுத்துக் கொண்டிருக்கிறார்களல்லவா? பரலோகத்தில அவர்கள் எங்கிருப்பார்கள்? சுவர்க்கத்திலா? நரகத்திலா? நரகத்தில் இருக்கமாட்டார்களென்று விரும்புவோம். அவர்கள் பாபங்கள் சிறிதளவிலேதானிருக்கும்? அல்லவென்ற வாதமும் இருக்கலாம். தெய்வத்தின் சொத்துக்களை அபகரித்தார்கள் என்று சொல்லக் கூடும். அது மிகப் பெரிய பாபமாக இருந்தது. நரகம்தான் அதற்கான தண்டனை. அப்போது ஒரு விசயத்தைப் பற்றி யோசிக்க வேண்டியிருக்கிறது. ஒரு காலத்தில் பாபமாக இருந்தது பிற்காலத்தில் பாபமல்லாதாகி விடுகிறது. தேவநிந்தனையும் பிராமண நிந்தனையும் பாபமாக இருந்தது. ராஜநிந்தனை இக-பரங்களில் தண்டனைக்குரித்தானதாக இருந்தது. இவ்வாறாக, நரகம் அமைக்கப்பட்ட காலத்திலிருந்து பாபம் காலத்திற்குக் காலம் மாறிக் கொண்டிருக்கிறது. அரசியல் கட்சி மற்றும் தருமஸ்தாபனங்களின் சொத்துக்களை அபகரிப்பது இன்று பாபம்தானா? முன்னர் தேவனுடைய சொத்துக்களை அகபரிப்பது பாபமாகுமென்று இருந்தால், இன்று எந்தச் சொத்தை அபகரிப்பது பாபமாகும்?

கோந்நோத்துக் குடும்பத் தலைவரும், சீரட்டக் கைமளும், கோடாந்திரக் குறுப்பு ஆசானும் நீண்டநாள் நரகவாசம் செய்வதற்கான பாபம் செய்யவில்லை. அவர்கள் ஏதோ கொஞ்ச நஞ்சம்தான் அபகரித்திருக்கிறார்கள். இன்னமும் நரகத்தில் படுப்பதற்கான பாபம் செய்திருக்கவேயில்லை. பொதுவான நீதி நரகத்திற்கும் பொருந்தும். ஐந்து பறை நெல்லைத் திருடியவனுக்கும், ஐந்தாயிரம் பறை நெல்லைத் திருடியவனுக்கும் ஒரே மாதிரியான தண்டனையா? அப்படியிருக்காது. ஈயைக் கொன்றவனுக்கும் மனிதனைக் கொன்றவனுக்கும் தண்டனை சமமானதா? அது நீதியாகாது. தெய்வத்தின் ஆட்சியில் அவ்வாறு நேர்ந்து விடாது. தெய்வ-நீதிசாத்திரத்தின் அடிச் சுவட்டைப் பின்பற்றித்தான் மனிதன் இயற்றுகின்ற சட்டங்களும் என்றல்லவா, சொல்கின்றனர்?

நரகதண்டனை நிறைவேற்றுவதில் ஒரு தனித் தன்மையுண்டு. கொதிக்கிற எண்ணெயிலே போட்டு வறுத்தெடுத்த பின்னர் நீரூற்றி உயிரளிப்பார்கள். மேற்கொண்டும் வறுக்கத்தான். கந்தக நெருப்பில் போட்டு வாட்டியெடுத்துத் திரும்பவும் நீரூற்றி உயிரளிப்பார்கள். மறுபடியும் வாட்டுவதற்காகத்தான். திரும்பவும் தண்ணீர் தெளித்து ஜீவனளிப்பார்கள். புழுப் பூச்சிகள் அரித்துத் தின்று வெறும் எலும்புக் கூடு மட்டுமாக மிஞ்சுகிற நேரத்தில் திரும்பவும் உயிரளிப்பார்கள். ஏனென்றால் புழுப்பூச்சிகளுக்கு நிரந்தரமான உணவு வேண்டுமல்லவா? கோடாந்திர ஆசானுக்கும், சீரட்டக்கைமளுக்கும், கோந்நோத்துப் பெரியவருக்கும் அவ்வாறு உயிர்கிடைக்கிற இடைவேளையில் ஊரை வந்து காணச் சந்தர்ப்பம் கிடைத்ததென்று வைத்துக்கொள்ளுங்கள்-அவர்கள் வருகிறார்கள்.

இந்த மின்சார விளக்கொளியில் அவர்களுக்குக் கண்தெரியாமல் போய் விடும். இருளில் தடுமாறி விடுவார்கள். வானைத் தொட்டு வளர்ந்து நின்ற பெருமரங்கள் ஏதுமில்லை. அனைத்தையும் வெட்டியகற்றி யிருக்கின்றனர். பழகி முத்தலான மாமரங்களாக இருந்தன. இன்றைய தினம் படர்ந்து பந்தலாய் நிற்கின்ற இளம் மாமரங்களைக் காண முடியும். மாங்காய்களும் மாறியிருக்கின்றன. 'சக்கரச்சி' 'சகிரிச்சி' போன்ற மாங்காய்கள் இன்றில்லை. வெவ்வேறு ரகங்களைச் சேர்ந்த மாங்காய்கள். ஊரின் பழமையினை அறிவித்துத் தர அங்கே என்ன இருக்கிறது? ஒன்றுமில்லை. அனைத்தும் புத்தம் புதிது. நூற்றாண்டு காலப் பழக்கமுடைய அந்த மாமரங்களில்லாமல் அந்த ஊர் உண்டா? 'சக்கரச்சி'யும் 'கோலாச்சி'யும், கோடாந்திரவும் கோந்நோத்தும் போன்று இருந்தன.

இன்று கோடாந்திர இல்லை; கோந்நோத்து இல்லை; சீரட்ட எட்டுகட்டு வீட்டைக் காணோம். அங்கே ஒரு கட்டடம் உண்டு. கோவிலில் காவல் குரல் இல்லை. ஊருக்கு எவ்வாறு பாதுகாப்பு இருக்கும்? துஷ்ட தேவதைகள் இல்லாமற் போயிருக்கக் கூடும். அவை ஊரை விட்டுச் சென்றிருக்கலாம். எங்கே சென்றார்கள்?

கந்தர்வன் எங்கே? அனைத்துக் குடும்பங்களிலும் கந்தர்வன் இருந்திருக்கிறான். அந்தக் கந்தர்வர்களும் போயிருப்பார்கள். அவர் களுக்கு இவ்வுலகில் இடமில்லை.

அவர்கள்தானா, பெண்கள்? கட்டிப் புடவை தார்ப் பாய்ச்சியுடுத்தி, உடலில் வேறு துணியெதுவுமில்லாது நடந்தவர்களுடைய சந்ததிகள்? நம்பமுடியவில்லை. இது வேறு ஏதோ உலகத்துப் பிராணிகள். அப்படித்தான் தோன்றுகிறது. தலைமுடியுண்டு. எதையோ வைத்துக் கட்டித் தனங்களை மூச்சுத் திணறடிக்கின்றனர். கலியாணியம்மாவின் சொப்பு போன்ற தனங்கள் கண்டு பட்டம் பதவிகள் மறந்து அவற்றை உற்றுப் பார்த்துப் பேசி நின்றுவிட்ட சீரட்டக் கைமளுக்கு அந்தப் பகுதியைக் கொஞ்சம் திறந்து பார்க்க ஆவல் ஏற்பட்டிருக்கக் கூடும். அது தனங்கள் தானா என்று உறுதிப் படுத்தினால் பரவாயில்லை என்று கோநோத்து ஆசானுக்கும் தோன்றியிருக்கக் கூடும். அவற்றை எதற்காக இப்படி இறுகக் கட்டி வைத்திருப்பது? கிளாசிப்பேர் எஜமானனுடைய மனைவி இவ்வாறு மார்பினை மறைத்து வைத்திருந்தாள் என்று கோந்நோத்துப் பெரியவர் சொல்லியிருப்பார் வண்ணவண்ணத் தோற்றமளிக்கிற புடவையைச் சுற்றியுடுத்தியிருக்கிறார்கள். தார்ப் பாய்ச்சியுடுத்தியிருக்கவில்லை. என்ன கருவமிது? தார்ப்பாய்ச்சியுடுத்திக் கொள்ளாமல் நடப்பது! ஒருத்தியால் எங்ஙனம் இவ்வாறு நடந்து கொள்ள முடிகிறது? வளையல்கள் மற்றும் நகைகள் உள்ளன. பண்டைக்காலத்திய 'கொண்டி,' 'கண்டச்சரம்' போன்றவை அல்ல. ஆகா! எப்படிப்பட்ட வேலைப்பாடுகள்!

வேண்டாம்; இவர்களுக்கு கந்தர்வன் வேண்டாம்!

ஆண்பிள்ளைகளில் ஒருவனுக்குக் கூடக் குடுமியில்லை. ஆண்களுடன் தோளோடு தோள் சேர்ந்து பெண்கள் நடக்கின்றனர். உடம்பைச் சுற்றி ஏதேதோ துணிகள் அணிந்திருக்கின்றனர். அவற்றையெல்லாம் அவிழ்த்துத் தூர வீசியெறிந்து விட்டால் இந்தப் பெண்கள் எப்படியிருப்பார்களோ? பழைய பெண்கள் மாதிரி இருப்பார்களா? அல்லது ஏதேனும் வித்தியாசமான தோற்றமளிக்குமா? ஏதாவது இருக்கலாம். பழையபெண்கள் போன்று இல்லை. இந்தப் பெண்கள் கொஞ்சிக் குலாவுகின்றனர். கண்களை வெட்டித் திருப்புகின்றனர். ஊறியூறிச் சிரிக்கின்றனர். வெட்கமடைகின்றனர்.

இத்தகைய பெண்கள் மோசமானவர்கள். சீலாந்திப்பிள்ளி கலியாணியம்மா இப்படித் தான் இருந்திருக்கிறாள். இவர்களுக்கு உள்ளங்காலிலிருந்து உச்சந்தலை வரையிலும் பெண்கள் என்கிற உணர்வுதான். பெண்களுக் குரித்தானவை தங்களிடமிருக்கிறதென்கிற உணர்வு.

சீலாந்திப்பிள்ளி கலியாணியம்மாவை இப்படியெல்லாம் அலங்காரம் பண்ணி மேற்கூரையுடைய படகில் வரவழைத்திருக்க வேண்டியிருந்ததாக சீரட்டக் கைமள் விரும்பியிருக்கக் கூடும். துரதிருஷ்டம்தான். அவள் உடம்பு அழிந்துவிட்டது. அவள் உள்ளமும் அப்படியே!

இரவு நேரங்களில் படுக்கையறையில் நுழைந்து, இந்தப் பிராணிகள் பெண்கள்தானா என்று பார்த்தறிய வேண்டும். ஆனால் எவ்வாறு அறையில் நுழைந்துகொள்வது? இன்றைய வீடுகள் மரத்தினால் அமைக்கப்பட்டவை அல்ல!

துணிக்கடைகள் மற்றும் கண்ணைக் கூச வைக்கின்ற ஏனைய பொருட்கள் நிறைந்த கடைகள் கண்டு அசந்து போனார்கள்.

எங்கும் பணம்தான். நெல்லைக் காண முடியவில்லை. வாழ்க்கையில் நெல்லின் பங்கினை அறிந்துகொள்ள முடிகிறதில்லை. துணிக் கடைக்காரர் மேஜை திறந்து பணமெடுத்து எண்ணுகிறார். வண்ணங்களில் அச்சிட்ட காகிதத் துண்டுகள். அவற்றைப் பெற்றுக் கொண்டுதான் அவர் துணி களைக் கொடுக்கிறார். அந்தத் துண்டுக் காகிதங்களுக்கு என்ன மதிப்பு! அவை தானா, பணம்?

எண்ண எண்ண முடிந்து விடுவதேயில்லை. கவனமாக எண்ணி மனநிறைவோடு அடுக்கிக் கட்டி வைக்கிறார்கள். அது மதிப்புடையது. பணமே தான்.

நாட்டில் பணம் ஏராளமாகப் புரள்கிறது.

மிகுந்த விலைமதிப்புடைய பொருளை நெஞ்சோடு சேர்த்துப் பிடித்துக்கொண்டு ஒரு வியாபாரி வெளியே வந்தார். விளக்குகள் ஒளி சிந்துகிற பாதை வழியாகச் சிறிதுதூரம் நடந்தபின்னர் அவர் ஒரு சந்துக்குத் திரும்பினார். அந்தச் சந்தில் விளக்கு இல்லை. அவர் இவ்வழியே சிறிது தூரம்தான் நடந்தார். ஒரு அழுகைக் குரல் எழுந்தது. அது அலறலாக மாறியது. மீண்டும் அழுகைக் குரல்!

அது பொருளைப் பறித்தெடுக்கும் நிகழ்ச்சி. எவனோ காத்திருந்து வியாபாரியைக் காயப் படுத்திவிட்டு நெஞ்சோடு சேர்த்துப் பிடித்திருந்த பொட்டலத்தைப் பறித்துக்கொண்டு போய்விட்டான். முதலில் அவன்

பொட்டலத்தைப் பிடித்தபோது அவர் விட்டுக் கொடுக்கவில்லை. அப்போது காயப்படுத்தினான். யார் அவன் என்று தெரியாது.

கோந்நோத்துப் பெரியவரும், கோடாந்திர ஆசானும், சீரட்டக் கைமளும் நடுங்கிவிட்டனர். அவர்கள் உட்கார்ந்து யோசித்தனர். அவர்கள் வாழ்ந்த காலத்திலே இத்தகைய ஒரு நிகழ்ச்சி நடந்ததுண்டா? முன்னர் நடந்திருப்பதாகக் கேள்விப்பட்டிருக்கின்றனர்.

கோடாந்திர ஆசான் சொன்னார்:

"அதெப்படி? அந்தக் காலத்திலே இவ்வளவு பணமிருந்ததா?"

சீரட்டக் கைமள் சொன்னார்:

"அன்னைக்கு நம்ப கிட்டே இருந்த ஐம்பது பணத்துக்கு இந்தப் பொட்டலத்தின் மதிப்புதான் இருந்தது."

கோந்நோத்து ஆசானுக்குத் திரும்பிப் போகவேண்டுமென்றாயிற்று. அவர் பயந்துவிட்டார்.

கோடாந்திர ஆசான் யோசித்தவாறே கூறினார்:

"கொள்ளையர் இருந்ததாகக் கேள்விப்பட்டிருக்கேன். திருவஞ்சனைப் போன்றவங்க."

"இது பறித்தெடுத்து ஓடறதுதான். கொள்ளைன்னா கொள்ளையனுங்க கூட்டமாச் சேர்ந்து வர்றதுதான். அவங்க தங்கியிருக்கிற இடம் நம்பளுக்குத் தெரியும். இது பறித்தெடுத்து ஓடறதுதான்."

"ஆமாமாம். மறைஞ்சு நின்னு பிடுங்கியெடுத்துக்கிட்டு ஓடறான்."

யார் அந்த மொள்ளமாரி?

யாருக்கும் தெரியாது!

ஊரில் ஒரு கதை பரவியது. வியாபாரி வியாபாரம் துவக்கிய காலத்தில், ஜவுளி வியாபாரத்தில் பரிச்சயமுடைய ஒருவனை உதவிக்காக வைத்திருந்தார். அவன் வியாபாரத்தின் அனைத்துத் தந்திரங்களையும் அறிந்தவனாக இருந்தான். வியாபாரி அவை அனைத்தையும் கற்றுக் கொண்ட பின்னர் அவனை வேலையை விட்டு நீக்கினார். அப்போது ஒரு பைசா கூடக் கொடுக்கவில்லை. அவன் பகைமையை மனத்தில் வைத்துக் கொண்டிருந்தான்.

அவன் சந்தர்ப்பம் பார்த்திருந்தான்.

அது வாய்த்தது.

பகைமையைத் தீர்த்துக் கொண்டான்.

கிடைக்கவேண்டியது அவனுக்குக் கிடைத்துவிட்டது. கணக்கு தீர்ந்துவிட்டது.

அசரீரிகளுக்கு அதைச் செய்தது யாரென்று தெரியும். ஆனால் அவர்கள் அசரீரிகள். இந்த அக்கிரமச் செயலை வெளிக்கொணர வேண்டுமென்று கோடாந்திர ஆசானுக்கு இருந்தது. என்ன செய்வது? உரத்த குரலில் அறை கூவியழைத்துச் சொல்லலாம். ஆனால் யாரும் கேட்க மாட்டார்கள்.

சில நாட்களாக அங்கே ஒரு தாடிக்காரர் அலைந்து திரிந்தார். அவருடைய சடலம் ஆற்றில் துள்ளிக் குதித்து மிதந்து செல்வதாகப் பார்த்தனர். முன்னர் கறுத்த மிதந்து சென்றது போல்! வட்டத்ர எஸ்டேட்டின் சுற்று வட்டாரங்களில் கிழக்கு மலைகளில் அவரைப் பார்த்த ஊர்ஜனங்கள் உள்ளனர். ஃபிலிப்போஸ் செல்லுமிடத்திலெல்லாம் அவரைப் பார்த்திருக்கின்றனர். ஃபிலிப்போஸ் பன்முறை அவரை இலக்காக்கித் துப்பாக்கியை நீட்டியிருக்கிறாரென்று சொல்கின்றனர். துப்பாக்கியைத் தனக்கு நேராக நீட்டியபோதிலும் அவர் சிரித்துக்கொண்டே நிற்பாராம். ஃபிலிப்போஸின் ஜன்னல் அருகிலும் அவரைப் பார்த்திருக்கின்றனர். அவர் ஃபிலிப்போஸை நிழல் மாதிரி பின்தொடர்ந்து கொண்டிருந்தார். அந்த வாலிபர் ஃபிலிப்போஸுக்கு ஒரு பேடிக்கனவாக இருந்தார்.

“என்னடா...!” என்று அலறினாலும் அவர் சிரிப்பார்.

ஃபிலிப்போஸ் ஒரு முறை குன்னூரில் சில நாட்கள் தங்கியிருந்தார். அங்கேயும் அவர் சென்றிருக்கிறார். அக்கிரமக்காரராக இல்லை. அவர் ஒரு விரலைக் கூட அசைக்கவில்லை. எதையோ சொல்ல நினைப்பவர் போலக் காட்சி தந்தார். ஆனால் வாய் திறந்து ஒரு சொல் சொன்னதில்லை.

அவர் ஏன், இப்படி நடந்துகொள்கிறார்?

வட்டத்ரத் தோட்டமுடன் தொடர்புடையவர்கள் ரகசியமாய் முணுமுணுத்துப் பேசுகிற ஒரு கதை உண்டு. ஃபிலிப்போஸ் ஒரு பொல்லாதவர். ஒரு பெண்மீது கண் வைத்துவிட்டால் எப்படியும் அவளைத் தன் வலையில் வீழ்த்தி விடுவார். ஓர் அழகிய தமிழ்ப் பெண் வட்டத்ரவினரின் தேயிலைத் தோட்டத்திலே வேலை செய்து வந்தாள். அவள் கருத்தரித்தாள். அவர் அந்தப் பெண்ணின் காதலனாம். அவள் பிரசவமுடன் இறந்து விட்டாளாம்.

கிழக்கு மலைக் காட்டில் நடந்த நிகழ்ச்சி இது. அங்கே பல்வேறு நிகழ்ச்சிகள் நடைபெறுவதுண்டு.

அந்தக் காதலியின் பேய் காதலனுக்குள்ளே புகுந்தது. அவர் அவர் அல்ல. அவருடைய உருவம் மட்டும் தான். அவள் ஆடவனாக ஃபிலிப்போஸைச் சுற்றி வந்து கொண்டிருக்கிறாள். எதையாவது சொல்லவோ, செய்யவோ அல்ல. அப்படியே நடந்துகொண்டிருக்கிறாள். வாழ்க்கையை நோக்கி ஒரு காலச்சுவடு வைத்தாள். அவள் இறந்து விட்டாள்.

எனவே அது அவர் அல்ல!

அவள்தான்.

கிழக்குமலைகளில் காடுகளில் தடம் பண்ணியும், குன்றுகள் ஏறியிறங்கியும் நடந்த அவர் ஆறு, வாய்க்கால் மற்றும் வயல்கள் நிறைந்து ஊருக்கு வந்தார். அவருக்கு - இல்லை அவளுக்கு நீரில் நீச்சலடித்துப் பழக்கமுண்டா? இல்லை!

கால் சருக்கி ஆற்றில் விழுந்து விட்டாள்.

வானத்தில் சஞ்சரிப்பவர்களால் கீழே பூமியில் நடைபெறுகின்ற நிகழ்ச்சிகளைக் காணமுடியும். அவர்கள் பலவற்றையும் பார்த்தனர்.

பிச்சிக்கும் முல்லைக்கும் தாங்கள் வாழ்ந்த காலத்திலிருந்ததை விட இன்று கூடுதலான மணமுண்டு. இதமான மணமுடைய எண்ணற்ற பூக்கள் இன்று பூக்கின்றன. கடவுள் சன்னிதானத்தில் அர்ச்சனை செய்யப் பட்டிருந்த துளசி முதலிய செடிகொடிகள் எந்த வீட்டிலுமில்லை. அந்த இலைகளை இப்போது தலையில் சூடுவதில்லை. அவற்றை மறந்துவிட்டனர்.

இந்த நாட்டின் காற்றினுடைய ராகமும், தாளமும், லயமும் மாறி விட்டன. வானளாவி நின்ற மரங்கள் நிறைந்த காலமாக அது இருந்தது. மாங்கன்றுகளால் உச்சஸ்தாயியில் பாடமுடியாது. இங்கே ஆந்தைகள் இல்லையா? அவற்றின் அரவமெதையும் கேட்க முடிகிறதில்லை. சர்ப்பக் கோவில்களில் வளர்கின்ற வாகை மரங்களின் உச்சாணிக் கிளைகளில்தான் அவை கூடு அமைத்துத் தங்கி வந்தன. இப்போது படர்ந்து வளர்கின்ற சர்ப்பக் கோவில்கள் இல்லை. சாத்தான்கள் எங்கே போய்விட்டார்கள்?

வயல்கரையில் பெரிய தென்னந்தோப்பு. எல்லாம் தென்னம் கன்றுகள்தான். குலை நிறையத் தேங்காய்கள். அது தேவஸ்தானத்திற்குச் சொந்தமான நூறுபறை நிலமாயிருந்தது. இப்போது அது தென்னந் தோப்பு.

அந்திவேளை வந்தது. அன்று பௌர்ணமியாக இருந்தது. அந்தி வேளையில் மோகினிப் பிசாசுகள் வெளியே சஞ்சரிப்பார்களா? தென்னந் தோப்பில் அபூர்வமானதொரு நன்மணம் பரவுகிறது. பரலோகத்தினின்று வந்தவர்கள் இகலோகத்திலே வாழ்ந்திருந்தபோது மோகினிப் பிசாசினைப் பார்த்ததில்லை. மனிதனுடைய கண்களால் மோகினிப் பிசாசினைக் காணமுடியாது. இந்த உடல் இல்லாதாகிவிட்டால் பூவுலகிலுள்ள மோகினிப் பிசாசினைக் காணலாமாம்!

சிறந்ததொரு சுகந்தம் உருப் பெற்றது போல் தோன்றுகிறது. தென்னந் தோப்பில் அழகியதொரு விக்கிரகம் காணலாயிற்று. அது மோகினிப் பிசாசு தானா?

அது, அந்தத் தென்னந் தோப்பின் தேவதைதான் என்று கோடாந்திரப் பெரியவர் கருதுகிறார். கேர-உத்தியான லட்சுமி! (கேரம்: தென்னை மரம்) ஒரு கந்தர்வன் அங்கே வெளித்தோன்றினான். எங்கிருந்து வந்தான் என்று தெரியவில்லை. அவர்கள் இருவரும் ஒன்றாகிவிட்டனர். கோடாந்திர ஆசானும், கோந்நோத்துப் பெரியவரும், சீரட்டக் கைமளும் உயிர் வாழ்ந்திருந்த காலத்தில் பூமியில் இப்படியொரு காட்சியைக் கண்ட தில்லை. அவர்கள் மூச்சையடக்கியவாறு பார்த்து நின்றனர்.

(யட்சி - மோகினிப் பிசாசு)

யட்சி - கந்தர்வச் சந்திப்புத் தானா)

இல்லை. அவள் அருகாமையிலுள்ள பங்களாவை நோக்கிச் சென்றாள். அவள் ஒரு மனிதப் பெண்தான். அது கந்தர்வன்தான். எனவே கந்தர்வன் இப்போது கூட இருக்கிறான்.

இரவில் சஞ்சரிக்கிற கந்தர்வன் ஒரு பெண்ணின் படுக்கையறைக் குள்ளே சென்றதை அவர்கள் இரவிலே பார்த்தனர். இந்த ஊரில் இப்போது கூட கந்தர்வ நடமாட்டமுண்டு. என்றும் எங்கும் கந்தர்வ நடமாட்டமிருக்கும்.

கோந்நோத்துப் பெரியவர், கோடாந்திர ஆசான் மற்றும் சீரட்டக் கைமள் ஆகியவர்களின் தலைமுறைகளுக்கு முன்னர் வாழ்ந்திருந்த பூர்விகர்கள், பரலோகத்திலிருந்து நாட்டைக் காண வந்த போது, இடிச் சிருத மற்றும் கோடாந்திரக் கொச்சுபெண்ணு குஞ்சம்மா ஆகியோரின் படுக்கையறையை நோக்கி கந்தர்வன் செல்வத்தைப் பார்த்திருக்கலாம்.

பெண்ணைப் பொறுத்த வரையிலும் அவள் புருஷசுகத்தின் சின்ன மாகும். கந்தர்வன் எந்தக் காலத்திலும் இருந்திருக்கிறான். இருக்கவும் செய்வான். கந்தர்வனின் உருவம் மாறியிருக்கிறது. பாவம்? அறியப்படாத காதலனை ஆராதனை செய்திருந்தனர். இன்றைய தினமும் அறியப்படாத காதலன் இருக்கக் கூடும்.

இந்த ஊரில் எங்கும் சகோதரியின் புதல்வர்கள் இல்லை. சகோதரிமார்கள் இல்லை. மனைவியும் மக்களும்தான் உள்ளனர். குடும்பத்தில் யாரும் தங்குவதில்லை. குடும்பம் என்ற ஒன்று இல்லாதாகி விட்டது. மனைவி கணவனை விரும்புவதில்லை எனில், "எனக்கு நீங்கள் வேண்டாம்!" என்று சொல்லமுடியாது.

மனைவி கணவனுடைய அடிமை என்பதைத்தான் எங்கும் காண முடிகிறது. கணவன் கொடுக்கவில்லையேல் மனைவி பட்டினி! அவளைப் பாதுகாக்கக் குடும்பமில்லை. பெண்ணின் துணிச்சல்குணம் போய் விட்டதா?

புதிய குடும்பங்கள்; புதிய சம்பிரதாயங்கள் - வாழ்க்கை முற்றிலும் மாறிவிட்டது.

பெயர்ப் பலகையுடைய ஓர் அலுவலகம். காரிய விசாரணை நடைபெறுகிற இடம் போலிருக்கிறது. உயர்ந்த நாற்காலியில் ஒருவர் அமர்ந்திருக்கிறார்.

ஒருவர் அலுவலகத்திற்கு வந்தார்.

"முறையிடத்தான் வந்திருக்கிறார் போலிருக்கு!" என்றார் கோந்நோத்துப் பெரியவர்.

"அப்படித்தான்னு நினைக்கிறேன்." என்றார் சீரட்ட.

"அவர்தான் ஊருக்கு நாதன்னு தோணுது. அவர் எந்தக் குடும்பத்தைச் சேர்ந்தவர்? கோந்நோத்து அல்லது சீரட்டக் குடும்பத்தைச் சேர்ந்தவர் அல்ல."

கோந்நோத்துப் பெரியவருக்கு இன்னொரு சந்தேகம். முறையிட வந்திருக்கிறவர் ஏன், காணிக்கை ஏதுமில்லாமல் வந்திருக்கிறார்?

அது நாட்டை ஆளுகிற கட்சியின் அலுவலகம். அங்கே உட்கார்ந்திருப்பவர் செயலாளராகும்.

ராமன் முறையிட வந்தவரின் முறையீட்டைக் காதுகொடுத்துக் கேட்டார். மங்கலச் சேரிக் குடும்பத்தின் ஆடுமாடுகளை மேய்த்திருந்த

ரவியின் மகனுடைய பேரன்தான் செயலாளர். பெயர் ராமன்.

"நான் விசாரிக்கிறேன் கிருஷ்ணபிள்ளாய்!" என்றார் ராமன்.

முறையிட வந்தவர் மங்கலச்சேரியைச் சேர்ந்தவராகும்.

கோந்நோத்துப் பெரியவர் விசாரித்தார்:

"ஊருக்கு நாதனான செயலாளர் ஏன் அப்படிச் சொன்னார். காணிக்கை எதையும் செலுத்தாமலிருந்ததனால் தானா?"

சீரட்டக் கைமள் சொன்னார்:

"நாமும் இப்படியெல்லாம் சொல்லியிருக்கோமல்லவா?"

"அதனால்தான் நான் கேட்டேன்."

"அதனால்தான் செயலாளர் அப்படிச் சொல்லியிருப்பார். காணிக்கை வரட்டும்; அப்பறம் முறையீட்டைப் பற்றி யோசிப்போம்னு இருக்கலாம்."

கோடாந்திர ஆசான் சுயமாகச் சொல்லி விட்டார்:

"நமக்கும் இவங்களுக்குமிடையிலே எந்த வித்தியாசமுமில்லே."

"இல்லை!" என்றார் சீரட்க்கைமள்.

கோடாந்திர ஆசான் இன்னொரு விசயத்தைப் பற்றித்தான் நினைத்துக் கொண்டிருந்தார். முல்லச்சேரி அதிகாரி சொன்ன விசயம் கண்டெழுத்து ஆன உடனே முல்லச்சேரிக் குடும்பத்திற்கு இருந்த அதிகாரப் பதவி பறியோயிற்று. அதிகாரிகள் மாறிமாறி வந்து கொண்டிருப்பார்கள். அவ்வாறாக இன்றைய தினமும் ஊருக்குத் தலைவர்கள் மாறி மாறி வருகிறார்கள். இதன் முன்னர் ஊருக்குத் தலைவர் யாராக இருந்திருப்பார்? அந்தப் பக்கத்தில் இன்னோர் அலுவலகம் உண்டு. அங்கும் ஒருவர் உட்கார்ந்திருக்கிறார். ஒரு காலத்தில் ஊருக்குத் தலைவர் அவராக இருந்திருப்பார். இப்போது அவர் சும்மா உட்கார்ந்திருக்கிறார். அவருக்கு இன்னும் நல்ல காலம் வருவதற்கு வாய்ப்பு உண்டு.

கண்ணைக் கூசச் செய்கிற ஒளியைப் பாய்ச்சியவாறு ஒரு வாகனம் பாதையினூடே பாய்ந்து வருகிறது. அது ஒரு கார். காரின் விளக்குக்கு இந்த அளவு பிரகாசமுண்டா? யாருக்கும் வியப்பில்லை. அந்தக் கார் அனைவருக்கும் மிகவும் அறிமுகமானது. அது இடையிடையே இங்கே வந்து போகிறது. அது பறையத் தரை பாச்சுவினுடைய சிறப்பு மிக்க கார் ஆகும்.

பறையத் தரையில் ஒரு மாடிக் கட்டடம் கட்டப்படுகிறது. மரத்தைச் சேர்க்கவில்லை. முழுவதுமே வார்ப்புத்தான். வேலை நடப்பதைச் சோதித்துப் பார்க்க வருகிறார் பாச்சு.

அவர்தான் ஊரிலுள்ள பழைய பெரிய மாமரங்களை எல்லாம் வெட்டியகற்றச் செய்தவர். அதனால்தான், முதல் பார்வையிலேயே ஊருக்குப் பழக்கமில்லை எனத் தோன்றி விடுகிறது.

நான்கைந்து பேர்கள் காத்துநின்ற இடத்தில் கார் வந்து நின்றது. ஒருவன் காரின் கதவைத் திறந்தான். பாச்சு காரிலிருந்து கீழிறங்கினார்.

பறையத்தரை என்றென்றும் ஓர் ஏழைக் குடிசையாக இருந்து வந்திருக்கிறது. சிறிது காலம் வரையிலும் அது மண்சுவரைக் கொண்ட கூரையாக இருந்தது. என்றோ ஏற்பட்டுவிட்ட மழைவெள்ளத்தில் அது இடிந்து தகர்ந்து விழுந்தது. பறையத் தரையினருக்குத் தங்கள் சரித்திரம் ஒன்று உண்டு. அதை அவர்கள் சொல்லுவார்கள். பரம்பரையாக அந்தக் கதை சொல்லும் போது நழுவிப் போகாத ஒரு விசயம்தான் அது. அந்த மண்சுவர் இடிந்து விழுந்தது பற்றித்தான். கோந்நோத்துப் பெரியவர் உதயனாபுரத்தில அஷ்டமி விழாவுக்குச் சென்றபோது ஒரு பையனைப் பார்த்தார். அவன் யாரென்று விசாரித்தார். அவன் தடித்துச் சுறுசுறுப்புமிக்கவன். பெரியவர் அவனை அழைத்து வந்தார் அவன் தாயும் சகோதரியும் பின்னர் வந்தனர். பறையத்தரையைச் சேர்ந்த பெண்கள் கோந்நோத்து வீட்டு அடுக்களை வேலைக்காரிகளாகி விட்டனர். ஆடவர்கள் பல்வேறு வேலைகளைச் செய்தனர். இன்றைய தினம் கோந்நோத்துக் குடும்பத்தைச் சேர்ந்த ஆண்களையோ பெண்களையோ பறையத்தரையில் வேலைக்குச் சேர்த்துக் கொள்ளமாட்டார்கள். அது உசிதமில்லை. அந்தப் பெட்டியைத் தூக்கிச் செல்கிறவன் ஒரு சீரட்டக் கைமள் பையன்தான்.

பறையத் தரையில் உயர்ந்துவருகிற கட்டடத்தின் அளவில் ஆற்றுமாலியில் எந்த ஒரு கட்டடமுமில்லை. அந்த ஊரிலேயே அதுதான் மிகப் பெரிய கட்டடம். இத்தகைய ஒரு கட்டடத்தை நிர்மாணிக்க, சும்மா பணத்தை வைத்திருப்பவர்களால்தான் முடியும். பணத்தை வைத்துக் கொண்டு என்ன செய்வதென்றறியாமலிருப்பவர்களால்தான் அதைச் செய்யமுடியும். “குடும்பமல்லவா? ஒரு கட்டடம் இருந்துவிட்டுப் போகட்டுமே” என்றுதான் பாச்சு சொல்கிறார்.

பாச்சுவுக்கு இவ்வளவு பெரிய தொகை எங்கிருந்து வந்தது? பணம் அவர் கைக்கு வந்துகொண்டுமிருக்கிறது. அந்தத் திசையை நோக்கித்தான்

அதன் பிரவாகம்.

கள்ள நோட்டு அடித்தாரா? அல்லது திருடினாரா? என்னவாயினும் இந்தப் பணத்தின் துவக்கம் அத்தகைய ஏதாவது ஒன்றாகத்தானிருக்க வேண்டும்.

என்ன படித்திருக்கிறார்? பணம் சேர்ந்துவிடப் படிப்புத் தேவையில்லை. படிப்பு இருக்கிறவனுக்குப் பணம் சேர்ந்துவிடாது. படிப்பு வேண்டாம்; சாமார்த்தியம் இருந்திருக்கிறதா? அதுவுமில்லை. இன்று அவர் சாமார்த்தியசாலி. பணம் வந்து குவியும் போது சாமார்த்தியம் ஏற்படத்தான் செய்யும். பாச்சுவின் அதிருஷ்டம்தான். அவருடைய பிறவி நேரம் அத்தகையது. எவன் நினைத்தாலும் அதைத் தடுத்துவிட முடியாது.

பாச்சு அவ்வளவு சாதுவானவரல்ல. பணக்காரராக இருந்தபோதிலும் பாச்சுவினால் யாருக்கும் எந்த நன்மையுமில்லை. அவரைச் சார்ந்து நிற்கின்றவர்களுக்குச் சிற்சில உதவிகள் கிடைக்கலாம்.

பாச்சுவும், அவர் சேவகர்களும் நடந்து போவதைப் பார்த்து நின்றவர்களில் ஒருவர் இன்னொருவரிடம் கேட்டார்:

“பார்த்தீங்களா, அவனோடே அந்த மெறமணை?”

முண்டக்கல் நாராயணன் தான் கேட்டது. “அவனுக்கென்ன? ஏன் அப்படி நடக்கக் கூடாது? தெய்வத்தின் வரப் பிரசாதம்தான்.”

“நான் தான் அவனை கோட்டயத்திலுள்ள ஓட்டலிலே கொண்டு போய் வேலை வாங்கிக் கொடுத்தவன். இப்போ என்னைப் பார்தது, பார்த்ததாக் கூடக் காட்டிக் கொள்ளலே.”

நாராயணனுக்கு ஆத்திரம் பொங்கியது. “யாராச்சும் அவன் முகத்தை நோக்கி நாலு வார்த்தை பேசினா, அவனுக்கு அஞ்சு ரூபாய் கொடுக்கிறேன்.”

கேட்டு நின்றவர்களில் ஒருவன் சொன்னான். அது இட்டமக்கள் பரமனாகும்.

“துட்டைக் கொடுங்க. நான் பேசறேன்.”

பரமன் கை நீட்டினான். அவன் அதைச் செய்வானென்று நம்பலாம்.

நாராயணன் கையில் பணமிருக்கவில்லை.

கோட்டயத்திலிருக்கிற பாச்சுவின் மரக்கடையில் எந்த நாளும் தொழில் தகராறுதான். அவர் யாருக்கும் கூலி கொடுப்பதில்லை. யாரை

வேண்டுமானாலும், எப்போது வேண்டுமானாலும் வேலையைவிட்டு நீக்கிவிடுவார். என்றென்றும் கொடியும் சத்தியாக்கிரகமும்தான்.

நாராயணன் பரமனிடம் கேட்டான்:

"அவன் கன்னத்திலே ரெண்டு போடுவியா?"

"அதுக்குப் பணம் ஜாஸ்தி தரணும்!"

"எவ்வளவு ரூபாய்! அப்பறம் கேஸ் வந்தா அதை நடத்தவும் வேணும்." பரமன் தொடர்ந்து பேசினான்: "இன்னைக்கு இப்போ என் கையிலே பணமில்லை. அதனாலதான் அஞ்சு ரூபாய்க்கு வார்த்தை பேச ஒப்புக் கொண்டது."

கையில் பணமில்லை என்பதனால் நாராயணனுக்குப் பெரிய வருத்தமுண்டு. பறையத்தரை பாச்சுவுக்குப் பாடம் கற்பிக்க இது தக்க தருணமாயிருந்தது.

அந்த மனச் சங்கடத்தை அகற்றிட நாராயணன் பரமுவிடம் சொன்னான்: "நீ கோட்டயத்துக்குப் போய் போராட்டக்காரங்களோட அறிமுகமாயிடு! அவர்கள் ஆயிரம் ரூபாய் தருவார்கள்."

128

இன்று ஊரில் ஏராளமான அரசாங்க ஊழியர்கள் இருக்கிறார்கள். ஆசிரியர்கள், குமாஸ்தாக்கள், சிப்பாய்கள், பதிவாளர்கள், மணியக்காரர்கள் இத்தியாதி இத்தியாதி. கேரளத்திற்கு வெளியே சென்னை, பம்பாய் முதலிய இடங்களுக்குச் சென்றவர்களுமுண்டு. அனேகமாக அனைத்து வீடுகளிலும் ஓர் அரசு ஊழியர் இருப்பார்.

தேக்கின் தூண்கள் மீது உயர்த்தப்பட்ட அந்தப் பள்ளிக்கூடத்தின் தஸ்தாவேஜிகள் இன்றைய தினமும் காணக் கிடைக்கலாம். நுழைவுப் பதிவுப் புத்தகத்தில் முதலில் காணப்படுவது சீலாந்திப்பிள்ளி கேசவ பிள்ளை, கடுக்காத்ர கொச்சுதேவியம்மா என்றிவ்வாறாக - ஆறு பெயர்களாக இருக்கும். அதன் பின்னர் அந்தப் பதிவுப் புத்தகங்கள் எவ்வளவு பெரிய 'வால்யூ'ம்களாக மாறியிருக்கும்! எல்லாம் அங்கே காணக்கிடைக்குமோ; என்னவோ!

ஊரில் அனைவரும் எழுதவும் வாசிக்கவும் கற்றுக்கொண்டவர்களாக இருக்கின்றனர். கல்வி என்பது சகலருக்குமாயிற்று. கணிசமான பகுதியினருக்கு ஆங்கிலம் எழுதவும் வாசிக்கவும் தெரியும். ஓரளவு படித்துப் புரிந்துகொள்ளவும் முடியும். அந்த ஓலைக் கட்டடம் சரித்திரத்தை

உருவாக்கியது. சுப்பையனை எவனாவது நினைத்துப் பார்க்கிறானா? சுப்பையனின் வம்சாவழியினர் இப்போது எங்கிருக்கிறார்கள்? மனித வாழ்க்கையைச் செழுமைப்படுத்த சுப்பையன் தனது தொண்டினை ஆற்றியிருக்கிறார். கோவில் நமஸ்காரச் சாப்பாட்டைச் சாப்பிட்டு விட்டு விளையாட்டு மேடைமீது அமர்ந்தவாறு மோகனமோ, சங்கராபரணமோ சற்றே முனகிக் கொண்டிருந்தபோது சீலாந்திப்பிள்ளி கலியாணியம்மா அவ்வழியே நடந்து சென்றாள். சொப்புக்கள் போன்ற, அவருடைய தனங்களின் முகம் சுப்பையனைப் பார்த்துப் புன்னகை புரிந்தவாறு துள்ளித் ததும்பின. அவற்றின் காம்புகள் சிலிர்த்தன. தன்னையறியாமல் சுப்பையன் சொல்லிவிட்டார்:

“ஒரு விசயம் பற்றிப் பேசணுமே, கலியாணியம்மா.....!”

அந்த விசயம் பற்றி சுப்பையன் சொன்னாரா? அது நடந்ததா? தெரியாது.

சுப்பையன் சாருடைய வாழ்க்கையில் அது ஒரு பிரதான நிகழ்ச்சியாக இருந்தது.

‘சார்’ என்கிற சொல்லை அந்த ஊருக்கு முதன்முதலாகக் கொண்டு வந்தவர் சுப்பையன்தான். இன்று தொழிலாளி முதலாளியையும், விவசாயத் தொழிலாளி விவசாயியையும் கூப்பிடுவது ‘சார்’ என்று சொல்லித் தான். சுப்பையன் அந்தச் சொல்லைக் கொண்டு வரவில்லையென்றால், தம்பிரான், எஜமானன், திருமேனி இத்தியாதியான சொற்கள் வழக்கிலில்லாமற் போனபோது அந்த இடத்தில் எந்தச் சொல்லைப் பயன்படுத்துவது? சுப்பையன் அளித்த நன்கொடை தான் ‘சார்’ என்பது என்கிற விசயத்தைப் பற்றி யாருக்காவது நினைவிருக்கிறதா? ஒன்றுமில்லாவிட்டால் கூட அதையாவது நினைவிலிருத்திக்கொள்ள வேண்டாமா?

குடும்பங்களைச் சேர்ந்த சிறுவர்கள் எழுதவும், சேர்த்துவாசிக்கவும், கணக்குப் போடவுமெல்லாம் கற்றிருந்தனர். கற்றுக் கொடுக்க வாசு எஜமானன் இருந்தார். கிட்டு ஆசான் இருந்திருக்கிறார். உயர்கல்வி பெற்ற ஓர் இருவர் போதும். ஒரு ஜோதிடர், ஒரு வைத்தியர், ஒரு புரோகிதர் - படிப்பதற்கான இடமாக சீலாந்திப்பிள்ளி இருந்தது. அந்த ஊரின் கல்வித் தேவை இவ்வாறாக நிறைவேறி வந்தது.

ராமாயணம், பாரதம் மற்றும் பாகவதம் ஆகியவற்றின் நகல்கள் சீலாந்திப் பிள்ளியிலிருந்து கிடைப்பதாக இருந்தது. பின்னர் ரெட்டியார் அச்சிட்ட புத்தகங்கள் கிடைக்கப் பெற்றன. அவ்வாறு புத்தகத் தேவையும் நிறைவேறி வந்தது.

* ** *

மது ரசாயனத்திலே எம்.எஸ்.ஸி. விருதினைப் பெற்றிருந்தான். அவன் நட்டாச்சேரிக் குடும்பத்தைச் சேர்ந்தவன். தந்தை ராமச்சந்திரன் பிள்ளை. மது படிப்பிலே கெட்டிக்காரனாக இருந்தான். ஒரு வகுப்பில் கூடத் தோற்கவில்லை. கல்வி முடிந்து நான்கு வருடமாயிற்று. தொடர்ந்து படிக்க வேண்டுமென்கின்றான். ஆனால் தந்தை சொன்னார்:

"இனி படிக்க வைக்க அப்பாவால் முடியாது மகனே!"

மதுவைப் படிக்க வைக்க ஏராளமான பணம் செலவாயிற்று. எவ்வளவென்று கணக்கெழுதி வைத்திருக்கவில்லை. விவசாயம் பண்ணுகிறார். வெளியிலிருந்து தேங்காய் வாங்கிக் கொப்பரையாக்கி விற்பனை செய்கிறார். அப்படித்தான் மகனைப் படிக்க வைத்தார். இனி படிக்கவைக்க முடியாது. ஒரு பெண் பருவத்திற்கு வந்து நிற்கிறாள். அவளையும் படிக்க வைத்திருக்கிறார். பி.ஏ.பாஸ் பண்ணியிருக்கிறாள். பிஏக்.காரிக்குத் தகுந்த ஒருவனுடன்தான் அவளை அனுப்பிவைக்க முடியும். இன்னும் இரண்டு சிறுவர்கள் உண்டு.

எம்.எஸ்.ஸி. பட்டதாரியாகி ஒரு வருடத்துக்குப் பின்னர்தான் மது மேற்கொண்டு படிக்கவேண்டுமென்று கோரியிருக்கிறான். அந்த ஒரு வருடத்தில் அவன் நாள் ஒன்றுக்கு ஒரு விண்ணப்பம் என்கிற கணக்கில் வேலைக்காக மனுச் செய்துகொண்டிருந்தான்.

இன்னும் படிக்க வேண்டுமென்கிறான்! இன்னும் படிக்க என்ன இருக்கிறதென்று தந்தைக்குப் புரிகிறதில்லை. அப்போது, தொடர்ந்து படித்தால் கூடப் படிப்புக்கு ஓர் எல்லையில்லையா? கற்றுத் தருகிறவன் யாரடா?

எதுக்காக இவ்வளவு படிக்கின்றாய்? யோசிக்க வேண்டிய விசயம் தான். மனிதன் உயிர்வாழ இவ்வளவெல்லாம் படிக்கவேண்டுமா? படிக்கிறான்; படிக்கிறான்; என்னதான் படிக்கிறான்? எதுக்காகப் படிக் கிறான்?

படித்தவனால் கோலை ஊன்றிப் படகைச் செலுத்திச் செல்ல முடியுமா? தேங்காய்த் தோலை உரிக்க முடியுமா? அவமானம்தான். ஆயினும் அது ஒன்றும் அவனுக்குத் தெரியாது. தொட்டியிலிருந்து கொப்பரையினைக் கழற்றியெடுக்கக் கூடத் தெரியாது. அப்போது படித்தவன் உயிர் வாழவேண்டாமா? பின்னர் எதற்காக இந்தப் பள்ளிக் கூடம், கல்லூரி எல்லாம் நிர்மானித்திருக்கிறார்கள்?

ராமச்சந்திரன் பிள்ளை யோசித்துக்கொண்டேயிருந்தார். சிந்தனை திசை திரும்பிச் சென்றுகொண்டிருந்தது. இந்தப் பயல்களை எதுக்கும் உதவாக்கரைகளாக்கினேன். தாய் கூடையெடுத்துக் கொண்டு பசு மாட்டுக்குப் புல்லறுக்கப்போகும் போது, மகள் சீவி மினுக்கிச் சிங்காரித்துக் கொண்டு மேவரத்திலுள்ள மாமரத்தடியில் காற்று வாங்கிக் கொண்டு நிற்பாள். தாய் முற்றம் பெறுக்குகிறாள். மகள் பத்திரிகை படிக்கிறாள். மகளுக்கு முற்றம் பெறுக்கத் தெரியாது. அது அவள் குற்றமல்ல. செய்து பழக்கமில்லை.

சில நேரங்களில் அம்மா மகளைக் குறை கூறுவதைக் கேட்கலாம். என்ன தான் சொல்கிறாள்? பெண்ணாகப் பிறந்துவிட்டால் இதெல்லாம் பழகியிருக்க வேண்டுமென்றாக இருக்கலாம். உத்தியோகம் பார்க்கின்ற பெண்கள் இருக்கின்றார்கள். ஒரு ஜட்ஜ் கூட இருக்கிறாள். அவளுக்குச் சமைக்கத் தெரிந்திருக்கலாமா?

கௌரிக்குட்டியம்மா மிக முக்கியமான ஒரு விசயத்தைச் சொல்ல அவரிடம் வந்தாள்.

"பொண்ணு சொல்றதைக் கேட்டீங்களா?"

"உம்? என்னவாம்?"

"அவளை எதுக்காகப் படிக்க வச்சோம்னு!"

அது அவ்வளவு பெரிய விசயமென்று ராமச்சந்திரன் பிள்ளைக்குத் தோன்றவில்லை.

"ஓ! அதுவா, விசயம்?"

"என்ன, அது ஒரு விசயமல்லவா? அது திமிருதான்."

"திமிரு இல்லை. காரியம்தான். அவ படித்துக்கொண்டேயிருந்தா - நாம்ப படிக்க வச்சோம். இப்போ சும்மா நிக்கிறா. ஏன் படிக்க வச்சீங்கன்னு கேக்கறா."

கௌரிக்குட்டியம்மாவுக்குக் கோபம் வந்தது.

"நல்லாப் போச்சு. தந்தையும் மகளும் ஒழுங்குதான்."

"ஏன், ஒழுங்கில்லையா? நீ அவளைத் திட்டியிருப்பே. அப்போ அவ அப்படிச் சொல்லியிருப்பா."

"இங்கிருந்து போயிடறேன்னு அவசொன்னா?" ஒரு கணத்திற்குப் பின் அவள் தொடர்ந்து கூறினாள்:

"அவ பி.ஏ. படிச்ச பொண்ணு. அப்படிச் சொல்றதுக்கு மட்டு மல்ல; போறதுக்குக் கூட அவளுக்குத் தைரியமிருக்கும்."

பிள்ளைக்குப் பதில் இல்லாமலாகிவிட்டது. ஒரு பெண் சண்டை போட்டு வீட்டைவிட்டு வெளியேறினால் எப்படியிருக்கும்? பி.ஏ. என்ன, அதற்கு மேலும் படித்தவள் என்றிருக்கட்டும். பின்னர் அவளை எங்கு காண்பது? அவள் எங்கேல்லாம் போய்ச் சேர்ந்து விடுவாளோ?

படித்த பெண் அதைப் பற்றியொன்றும் யோசிக்காமலிருப்பாளா?

நள்ளிரவில் யாருக்கும் தெரியாமல் ஒரு முடிச்சுடன் வெளிக்கிளம்பு கிறாள். பேய்-பிசாசுகளின் யாமம் அது. தனியாக யாரும் வெளியே வரமாட்டார்கள். ஏதேனும் பேய் பல்லை இளித்துக்கொண்டு பயமுறுத்தினால்?... ஒரு வேளை படித்தவர்களுக்கு அதிலே ஒன்றும் நம்பிக்கையில்லாமலிருக்கலாம். படிப்பு பேய் பிசாசுகளுக்கு எதிராகக் கூடத்தான். முன்னர் ஒரு நாள் 'மறுதா தீ' என்றால் என்னவென்று விளக்கிக் கூறினாள்.

முடிச்சுடன் செல்கிற நளினி புலர்வேளையில் ஏதோ ஒரு ஊரையடைந்தாள். அவள் முதன்முதலில் யாரைச் சந்திப்பாள்?

இப்படியே யோசித்துச் சென்றால் ஒரு முடிவுமிருக்காது.

"அவள் அப்படிச் சொன்னாளா?" என்றார் ராமச்சந்திரன் பிள்ளை.

"இல்லை. அப்படி ஏதாச்சும் சாகஸம் பண்ணினா?"

"ஆம், கௌரிக்குட்டீ, நீ சொன்னது சரிதான்." தொடர்ந்து கூறினார்:

"மது, தான் போறேன்னு சொன்னா, இவ்வளவு சங்கடமிருக்காது."

"அவனுக்குக் கூட வெறுப்புத்தான்."

"ஆம். எல்லோருக்கும் வெறுப்புத்தான்!"

கௌரிக் குட்டியம்மா சொன்னாள்:

"மத்தவங்க விசயத்தைச் பற்றி நாம்ப ஏன், கவலைப் படணும்? நாம்ப நம்ப விசயத்தைக் கவனிச்சுக்குவோம்."

ராமச்சந்திரன் பிள்ளை அதையும் ஒப்புக்கொண்டார். ஆனால் ஒரு விசயம்.

"நாம்ப எப்படி நம்ப விசயத்தைக் கவனிச்சுக்கறது?"

"மதுவுக்கு ஒரு வேலை. பெண்ணுக்கு ஒரு கலியாணம்."

“ஊரிலே படிச்ச பிள்ளேங்களோட எல்லா தாய் தந்தையரும் யோசிக்கிற விசயம்தான்.”

ஒரு சில நிமிடங்கள் வரையிலும் அங்கே மௌனம் நிலவியது. தலைநிமிர்ந்து மனைவியின் முகத்தைப் பார்த்தவாறு பிள்ளை கூறினார்:

“இது வேண்டியிருந்ததில்லை. இல்லையா, கௌரிக்குட்டீ?”

அவளுக்கு அது புரிந்துவிட்டது. எதுதான் வேண்டியிருந்ததில்லை என்பது அவள் மூளையில் தோன்றியது. ஒரு வேளை அவள் கூட அதைப் பற்றி யோசித்துக் கொண்டிருந்திருக்கக் கூடும்.

“ஆம்!” என்றாள் அவள்.

“உனக்குத்தான் நிர்ப்பந்தமாயிருந்தது.”

“இத பாருங்க. இப்படி ஏதாச்சும் சொன்னீங்கன்னா... குற்றம் என்னோடதுதானா?”

“இல்லே... நான் குற்றம் சொல்லலே. சும்மா சொல்லிக்கிட்டிருந்தேன். பெண்பிள்ளை குழந்தையைப் பெறவே கூடாது. ஆண்பிள்ளை அவளைப் பெற வைக்கவும் கூடாது!”

சோர்வுடன் சொன்னாள் கௌரியம்மா.

“ஓ... அது நடவாத காரியமுங்க.”

* ** *

ராமச்சந்திரன் பிள்ளையும் கௌரிக்குட்டியம்மாவும் - இவர்கள் போன்ற எல்லா ஆணகளும் பெண்களும் - வாழ்க்கையில் ஒரு போதாவது, “அது வேண்டியிருந்ததில்லை” என்று சொல்லாமலிருந்திருக்கிறார்களா? இப்போது வாழ்க்கையில் ஒரு போது அல்ல; தினசரி பத்துத் தடவை நினைத்துப் பார்க்கிறார்கள். நாய்கள் இணைந்துகொள்ளலாம். நாய் எட்டும் பத்தும் குஞ்சுகளை ஈன்றெடுக்கும். பறவைகள் எட்டும் பத்தும் முட்டையிடும். அவற்றை வளர்ப்பதென்றால் சிரமம்தான். இரை தேடிச் செல்வதற்கான நிலைமை ஏற்பட்டுவிட்டால் குஞ்சுகள் பறந்துபோய்விடுகின்றன. கூட்டிலிருந்து உற்சாக ஆரவாரமுடன் வானில் பாணம் போல் பாய்ந்துசெல்கிற பறவையைப் பாருங்கள்! அதற்கு எங்கே செல்லவேண்டுமென்ற இலக்கு கிடையாது. வானம் எல்லையற்றது. அது பறக்கின்றது. அங்கே எங்குமே தலையுயர்த்தி நிற்கின்ற மரங்களில்லை. தூரத்தில் காணப்படுகிற முகில் மீது சென்று அமர்ந்து கொள்ளலாமென்ற பிரமையாக இருக்கலாம். இல்லை பறவை

அதற்குமப்பால் சென்றாகிவிட்டது. எட்டுத் திக்குகளில் எங்கிருந்தோ ஒரு பறவை ஆவேசமுடன் கலகல அரவமோடு அதனை நெருங்குகிறது. அது ஆண் பறவை. ஆங்கே தூரத்தில் காணப்படுகிற பனைமரத்தை நோக்கி அவை இரண்டும் நெருங்கியுரசிப் பறந்து செல்கின்றன.

அந்தப் பனைமரத்தில் ஒரு கூடு அமைந்துவிட்டது. அதில் முட்டை விரிந்தது. மனிதன் இவ்வாறாக என்றாவது வாழ்ந்ததுண்டா? மனிதனுடைய வரலாறில் கூட இத்தகைய சந்தர்ப்பங்கள் ஏற்பட்டிருக்கக் கூடும். இரை தேடிச் செல்லச் சக்தி வாய்த்தபோது குஞ்சு, தனக்குத் தோன்றிய இடம் நோக்கிச் செல்வது; தாய் தனது வழியிலே செல்வது; மத்தியில் ஓர் ஆண்பிள்ளையைச் சந்திப்பது, இணை சேர்ந்து கொண்டது; ஏதேனும் ஒரு குகையில் பிரசவமாவது; அதனை வளர்ப்பது - இவ்வாறாகச் சரித்திரம் மறுபடியும் உருவெடுத்தது. அந்தக் காலம் எதுவாக இருந்தது?

'வாயினைக் கிழித்த கடவுள் இரையினையும் தந்தருளியிருக்கிறது!' என்ற சொல் என்று உருவாகியது? என்னவோ!

எதுவாகிலும் மனிதன் இதுவரையிலும் வந்திருக்கிறான். மகனை எம்.எஸ்.ஸி. தேற வைத்திருக்கிறான்.

அது வேண்டியிருந்ததில்லை.

ஆனால் அன்றிரவு கௌரிக்குட்டி நகர்ந்து சென்று கணவருடன் சேர்ந்து படுத்துக்கொண்டு அவர் மீது கை போட்டாள்.

'வேண்டாம்; அது வேண்டாம்!' என்கிற விவாதம் நடை பெற்றிருக்குமா?

* * * *

சீரட்ட கோபாலக் கைமள் மகனைப் படிக்க வைத்தார். உத்தியோகத் திற்காகக் கொஞ்சம் பணத்தையும் செலவழித்தார். அதிகாரத்திற்கு வந்த கட்சிகளுக்கு நன்கொடை என்கிற பெயரில் பணம் கொடுத்தார். தாமோதரன் இன்னமும் வீட்டில்தான் இருக்கிறான். நெல்லை வேக வைத்துக் கொண்டிருக்கிறார். உலையிலுள்ள உமித்தீயின் சூடு சகிக்க முடியாதது. சிறிது நேரம் விலகி நின்றால் உடம்புக்குச் சிறிது ஆறுதல் கிடைக்கும். தாமோதரன் எதையோ படித்துக் கொண்டிருந்தான். கோபாலக் கைமள் அவனைக் கூப்பிடவில்லை. கூப்பிடாமலேயே அவன் வரவேண்டியவன். ஒரு சாக்கின் மூலையைப் பிடிக்கவாவது அவன் இதுவரையிலும் வந்த தில்லை. ஒரு சாக்கின் மூலையைப் பிடிக்கவாவது அவன் இதுவரையிலும் வந்ததில்லை.

அவன் பெரிய படிப்பு படிக்கிறவன்!

உமித் தீயின் சூடேற்ற கோபாலக் கைமள் எதை எதையோ பேசுகிறார். கஷ்டநஷ்டங்கள் பற்றிப் பேசியிருக்க வேண்டும். ஒன்று மில்லாத நிலையிலிருந்து ஒரு வாழ்க்கையை உருவாக்கியதன் சரித்திரமாக இருக்கலாம். அதுதான் என்றால், சொல்வதற்காக ஏராளமான விசயங்கள் இருக்கின்றன.

தாமோதரன் எல்லாவற்றையும் கேட்டுக்கொண்டிருந்தான். அவன் இடையில் ஒரு முறை வெடித்தெழுந்தான்:

“பிறந்து விழுந்த உடனே கழுத்தை நெருக்கிக் கொன்றிருந்தா அது இதைவிட நல்லா இருந்திருக்கும்!”

அது இடிமுழக்கம் போன்று கைமள் காதில் வந்து மோதியது. அதன் பொருள் கைமளுக்குப் புரியவில்லை.

“என்னடா, சொல்லறே?”

தாமோதரன் முன்பு சொன்னதைத் திரும்பவும் சொன்னான்.

“உன்னை வளர்த்துப் படிக்க வச்சு ஆளாக்கினது இதுக்குத் தானா, டேய்?”

கைமள் வினவினார். அதற்கு விடையளிக்க வேண்டாமென்று தாமோதரனுக்குத் தோன்றியது. தாமோதரன் சொன்ன சொற்கள் அப்போது கூட அங்கே எதிரொலித்துக் கொண்டிருந்தது.

கைமள் மனைவி ஜானகியம்மா திடீரென்று அங்கே தோன்றினாள்.

“அவன் கிட்டே எதையும் பேசாதீங்க! பேசினா, அவன் மேலே பேசத் தொடங்கிடறான். என்னதான் பேசறான்னு அவனுக்கே தெரியாது.” அவள் தொடர்ந்து கூறினாள்:

“சற்றே விலகி நில்லுங்க. நான் நெருப்பைப் போடறேன்.”

ஓர் இரு நாட்களுக்கு முன்னர்தான் அது நிகழ்ந்து விட்டது. வேறு யாரும் தெரிந்துகொள்ளக் கூடாத சமாச்சாரம்தான். அங்கே அம்மாவும் மகனும் மட்டும்தான் இருந்தனர்.

தாமோதரன் ஜானகியம்மாவிடம் நேரடியாகக் கேட்டு விட்டான்:

“அம்மா! நான் தேவஸ்யா மாப்பிளவின் மகனா?”

கோபாலக் கைமள் நெல்குத்தும் வேலையைத் துவக்கியது புதுவயலில் தேவஸ்யாவுடன் பங்கு சேர்ந்துகொண்டுதான். அன்று ஊரில் எல்லாம் ஒரு பேச்சு இருந்தது. தேவஸ்யாவுக்கு ஜானகியம்மாவுடன் தொடர்பு இருக்கிறதென்று தாமோதரன் பிறந்தபோது பெண்கள் சொன்னார்கள். அந்தக் குழந்தை தேவஸ்யாவின் தனிச்சாயல் என்று. அந்தப் பேச்சு இப்பவும் தொடர்கிறது.

தாமோதரன் தேவஸ்யாவின் மகன்தான்.

கோபாலக் கைமள் அவனை வளர்க்கிறார்.

தாமோதரன் நேரடியாகக் கேட்டுவிட்டான்.

ஜானகியம்மா என்ன பதில் சொன்னாளோ; என்னவோ? அதை யாரும் அறிந்திருக்கவில்லை. அல்லவென்று வாதம் பண்ணிப் புரிய வைப்பதற்கான ஒரு மனப் பக்குவம் எந்த அம்மாவுக்கு இருக்க முடியும்? வெறும் அவதூறுதான்; உண்மை அன்று! அவன் கோபாலக் கைமள் மகனேதான். வேறு எவனுடையவும் அல்ல-என்றெல்லாம் வாதம் பண்ணி உறுதிப்படுத்த உத்தியும் மன அமைதியும் வேண்டும். அது ஒரு தாய்க்கு இருக்குமா? அவன் கேள்விக்குப் பதிலாக ‘ஆம்’ என்று சொல்லியிருக்க முடியாது. எந்தப் பெண்ணும் அங்ஙனம் ஒப்புக் கொள்ளமாட்டாள். வினாவிடைகள் முடிந்துவிட்டனவா? சொல்ல முடியாது. ஒரு வேளை அந்தத் தாய் அழுதிருப்பாள். அவன் திரும்பத் திரும்ப அந்த வினாவை எழுப்பியிருப்பான். பூனை எலியைக் கொல்வது போன்று! ஆணையிடுவது; மாறடிப்பது - எல்லாம் நடந்திருக்கும். ஆம் மகனே!’ என்று சொல்லியிருக்கமாட்டாள். அப்போது மகன் எதைச் சொல்லியிருப்பான்?

அந்த அரங்கம் எப்படி முடிவு பெற்றதோ; என்னவோ? அன்றைய தினம் அவ்வளவோடு நிறுத்திக் கொண்டனரோ? இனி இன்னொரு நாளைக்கு வைத்துக் கொள்ளலாம். என்றென்றும் அம்மாவை நடுங்க வைப்பதற்கான ஒரு தடி கையிலிருக்கட்டும். அதைக் கையில் வைத்துக் கொண்டு நடக்கிறான் தாமோதரன். தந்தையை அந்தத் தடியால் அடிக்க முடியுமா?

முடியும். தந்தையென்ற ஆளினையும் தகர்த்துவிடலாம்; தூள் பண்ணிவிடலாம். உண்மையான தந்தையையும் வேதனைப் படுத்தலாம். விஞ்ஞானத்தைக் கற்றுக்கொண்ட ஓர் இளைஞனின் கையில் ஒருதடி கித்தால் அது ஆபத்தாகும். ஒருக்காலும் முனை மழுங்காத முட்களைக் கொண்ட, ஒடியாமலிருக்கிற தடியாகும் அது.

ஜானகியம்மா கோபாலக் கைமளை அமைதிப்படுத்தினாள்.

"அவனுக்குத் தான் தெரியும் அவனோட மனவேதனை. நம்பளுக்கு அது புரியாது."

ஜானகியம்மா தொடர்ந்து கூறினாள்:

"இந்தப் படிப்பெல்லாம் படிச்சுக்கிட்டு வேலை ஒண்ணுமில்லாமே இருக்கிறனல்ல? அப்போ வெறிதான் வரும் அப்பறம் துக்கம் வரும். நாம்ப செய்யற வேலை ஒண்ணும் அவனுக்குத் தெரியாது. செய்யறது அவமானமுமாக்கும்."

இப்படி, ஒரு முற்றுப்புள்ளி கூட இல்லாமல், எதையும் சொல்ல கைமளுக்கு இடம் கொடுக்காமல், முடிவே இல்லாமல் ஜானகியம்மா தொடர்ச்சியாகப் பேசிக்கொண்டிருந்தாள். எங்காவது ஒரு முற்றுப் புள்ளி இருந்தாக வேண்டுமே; அதுதான் இல்லை.

கோபாலக் கைமள் விலகியிருந்து காற்று வாங்கிச் சூட்டினைத் தணித்துக் கொண்டார். ஜானகியம்மா சொல்வதைக் காதுகொடுத்துக் கேட்டாரா என்பது சந்தேகம்தான். ஒரு பிரத்தியேகமான சுகானுபவத்தில் மூழ்கியிருந்தார்.

தன்னுடைய தந்தை ஓர் 'இளையது' (நாயர்களுக்குக் கர்மானுஷ்டானங்களைச் சொல்லிக் கொடுக்கிற புரோகிதர்) ஆக இருந்தார் என்று கைமள் கேள்விப்பட்டிருக்கிறார். ஒரு சமயத்தில், தனக்கு நினைவு வந்த தருணத்தில் அவர் வந்திருந்தது பற்றியும் ஞாபகமுண்டு. வந்த உடனே போய்விட்டார். அவர்தான் தன் தந்தை என்று சொன்னவர். யாரென்று நினைவில்லை. இருந்தாலும் அந்த நிகழ்ச்சி மனத்தில் தங்கிநிற்கிறது. தந்தையைப் பற்றி கைமள் நினைப்பதே யில்லை. அதற்கான அவசியமிருந்தால்தானே?

ஜானகியம்மாவின், சங்கிலிபோல் நீடித்துச் செல்கிற பேச்சு இந்த மாதிரியான ஒரு கட்டத்தை அடைந்தது;

"அவன் மனவேதனையால் தூக்கிட்டுச் செத்தான்னா என்ன பண்ணுவோம்? இல்லே... விஷத்தைக் குடிச்சிட்டா? ஆற்றிலே குதிச்சிட்டா? இன்னைக்கு இருக்கிற இளைஞனுங்க மனசு ரொம்பப் பலவீனமாகும். ஏதோ ஒரு நினைப்பு வந்தா அப்படியே செஞ்சுக்குவாங்க."

அது கைமள் காதில் விழுந்தது. "அது சரிதான் ஜானகி!"

பின்னரும் ஜானகியம்மா பேசுகிறாள்.

நெல் வெந்துவிட்டது. மேற்கொண்டு ஆகவேண்டிய காரியங்களைப் புருசனும் மனைவியும் சேர்ந்து செய்தனர். அப்போது கூட தாமோதரன் படித்துக் கொண்டிருந்தான்.

* ** *

தேவஸ்தானம் நூறுபறை என்கிற தென்னந் தோப்பில் கந்தர்வ சஞ்சாரமுண்டு. அங்கே கந்தர்வன் வருவான். கோடாந்திர வீட்டுமனை ஆற்றத் துறையினரின் கைவசத்திலாயிற்று. கோடாந்திர கந்தர்வனுக்குத் தங்குமிடமில்லாதாயிற்று. கோடாந்திர வீட்டுமனையின் இப்போதைய சொந்தக்காரரின் வீட்டைச் சுற்றி இப்போது இரவுநேரங்களில் சஞ்சரிக் கிறான்.

நூறுபறைத் தோப்பிலுள்ள பங்களாவின் சுற்று வட்டாரங்களில் சில இரவுகளில் சந்தனச் சாறு மற்றும் கஸ்தூரியின் சுகந்தம் பரவிக் கொண்டிருக்கும். ஏதோ வெளியூரில் படிக்கச் சென்ற ரோஸிக் குட்டி திரும்பிவந்து நீண்ட நாட்களாகவில்லை. அவள் வந்த பின்னர் தான் கந்தர்வ சஞ்சாரம் ஆரம்பமாயிற்று. நூறுபறை நிலத்திலுள்ள பங்களாவில் அவள் வந்த பின்னர் அந்த வட்டாரத்திற்கே அலௌகீகமானதோர் ஒளிவட்டம் ஏற்பட்டது போல் தோன்றியது. ஓர் அழகி உலாவுகிற வீட்டுக்கு ஒரு தனிச் சிறப்பு இல்லையா? அவள் அங்கே தங்கியிருப்பது, சுற்றுவட்டாரத்தை உற்சாகப்படுத்துகிற ஒரு சக்தியை ஏற்படுத்திவிடும். அவளது இனிமையான குரல் கேட்கிற யாருமே நின்றுவிடுவார்கள். சில நேரங்களில் அவள் பாடுவாள். அது ஓர் அப்ஸர உலகத்தின் சூழ்நிலையைச் சிருஷ்டித்து விடும். நூறுபறை பங்களாவின் சுற்றுச் சார்பே மாறிவிட்டது. அப்போது அங்கே கந்தர்வ சஞ்சாரம் ஆரம்ப மாயிற்று.

மறியாம்மா ரோஸிக்குட்டியை உபதேசித்தாள்.

"மகளே, இது ஒண்ணும் சரியில்லை."

"ஏது?"

"இளைஞனுங்களோடு பேசிக்கிட்டு நடக்கறது!"

"அதனாலே என்னம்மா?"

"நீங்க சிரிக்கிறீங்க - விளையாடறீங்க. இவ்வளவு நேரமா என்னதான் பேசிக்கிட்டிருக்கீங்க."

"நாங்க பல விசயங்களைப் பற்றிப் பேசுவோம். அணுகுண்டு முதற்கொண்டு அனைத்து விசயங்களையும் பற்றி. உனக்கு அதெல்லாம் புரியுதாம்மா!"

"ஜனங்க என்ன சொல்லுவாங்க?"

"என்ன சொல்ல? நாங்க பேசறதனாலே என்ன குற்றம் ஏற்படப் போவுது?"

சிறிது கூச்சமுடன் கூறினாள் மறியாம்மா:

"குற்றம் ஒண்ணும் ஏற்படாமலிருக்கலாம். ஆனாக் கூட அது சரியில்லை."

மது ரோஸிக்குட்டியுடன் பேச்சைக் கொடுத்து நிற்கிறவன் தான்.

நூறுபறை பங்களாவிலுள்ள ஜான் மதுவிடம் மரியாதையாகப் பேசினார்:

"அப்பனே, உன் கிட்டே ஒரு விசயம் பேசவேண்டியிருக்கு. நீ அதைக் கேட்டுக்கணும்."

கேட்கிறேன் என்கிற முறையில் மது நின்றுகொண்டான்.

"பேச வேண்டியது என்னன்னா, இனிமே நீ இங்கே வரக்கூடாதுன்னு தான்."

மது பதிலுரைக்கவில்லை. தவிரவும் அவன் முகத் தோற்றத்தில் எந்த மாறுதலும் தென்படவில்லை. ஜான் சொன்னதைக் கேட்டதாகக் கூடக் காட்டிக் கொள்ளவில்லை.

"வர்றது மோசமாகும். நல்லதுக்காகவும் இல்லை."

சில விநாடிகளுக்குப் பின் ஜான் தொடர்ந்து பேசினார்:

"உங்களுக்கு மோசமான எண்ணமெதுவும் இல்லாமலிருக்கலாம். நீங்க படிச்சவங்க. விபரம் தெரிஞ்சவங்க. நீங்க பேசறதெல்லாம் நல்ல விசயங்களாகத்தான் இருக்கும். ஆயினும் இந்த ஊரு அந்த அளவுக்கு வளர்ச்சியடையலே. வெள்ளைக்காரத் துரைங்க மாதிரீன்னு நினைச்சுக்கோ!

ஜானுக்கு மேலும் சொல்லவேண்டியிருந்தது.

"உனக்கு ஒரு தங்கச்சியிருக்கா. படிச்சிருக்கா. இளைஞனுங்களோடு அவ இப்பப் பேசிக்கிட்டு நடந்தா, ஊர்ஜனங்க எதாச்சும் அவதூறு பேசினா உன்னாலே சகிக்க முடியுமா?"

மதுவின் நாவெழுந்தது.

"அவ கூட இளைஞனுங்களைப் பார்த்தா வீட்டுக்குள்ளே ஓடி

ஒளிஞ்சுக்க மாட்டா. பேசுவா, வேடிக்கை விளையாட்டுக்களைப் பேசுவா. சிரிப்பா."

"அப்படீன்னா அது மோசம்தான். ரோஸிக் குட்டிக்குச் சில கல்யாண ஆலோசனைகள் வந்துகிட்டிருக்கு. நல்ல இடத்திலிருந்துதான். அவங்க யாராச்சும் இதைப் பற்றிக் கேள்விப்பட்டா, அப்பறம் அவங்க இந்தப் பக்கம் திரும்பிப் பார்ப்பாங்களா? உங்க தங்கச்சி விசயத்திலே கூட இப்படித்தான் பார்க்கணும்."

ஜானிடம் குவிந்துள்ள பணத்தின் அளவில் அந்த ஊரிலேயே பணம் யாரிடமுமில்லை. தொழில் இல்லை. வியாபாரமில்லை. தோட்டமில்லை. கொஞ்சம் நிலமும் சில தென்னந் தோப்புக்களுமுண்டு. ஆண்டோடாண்டு நிறையத் தென்னங்கன்றுகளை நட்டுவைப்பார். அவ்வளவுதான். அடக்க-ஒதுக்கமான வாழ்க்கை கடன் கொடுப்பதோ வாங்குவதோ இல்லை. ஓர் அவசரத்திற்காகவென்று சென்றால் கூடக் கொடுக்கமாட்டார். ஜானுக்கு ஒரு பெயர் உண்டு. கஞ்சன்! பையன்கள் நூறுரூபாய் வேண்டுமென்று கேட்டால் தொண்ணூற்று ஐந்து ரூபாய்தான் கொடுப்பார். அந்தத் தொண்ணூற்று ஐந்தினாலே நூறு ரூபாய்க் காரியத்தை நிர்வகிக்க வேண்டுமென்பார். வேஷ்டியும் ஒரு மேல்துண்டும்தான் உடைகள். அதற்கேற்ற மனைவிதான். இரண்டு வகையான ககிளுக்கு மேல் அங்கே சமைக்காது. தெரியாது. அதற்கு நேரமில்லை. பொருட்களுமில்லை. ரோஸிக்குட்டி வந்துவிட்டால் காரியங்களில் மாறுதல் ஏற்படலாம். ஜான் மற்றும் மரியாம்மாவைப் பொறுத்தமட்டில் அது ஒரு பிராண வேதனைதான்.

கேட்கிற பணம் கொடுக்கத் தயார். ரோஸிக் குட்டிக்கு நல்லதொரு கலியாணம் நடத்திட எந்தக் கஷ்டமுமில்லை. எவ்வளவு பெரிய பணக்காரன் வந்தாலும் வரட்டும். எதைவேண்டுமானாலும் கேட்கட்டும். பெட்டியிலிருந்து அள்ளியெடுத்துக் கொடுத்தால் போதும்!

* ** *

மறுநாள் கோதமங்கலத்திலிருந்து ஒரு பையன் ரோஸிக்குட்டியைப் 'பெண்ணுகாண' வருகிறான். பொழுது விடிந்தது. வீட்டில் ரோஸிக் குட்டியில்லை. தேடத் தொடங்கினர்.

ராமச்சந்திரன் பிள்ளை மகன் மதுவுமில்லை.

நூறுபறை பங்களாவைச் சேர்ந்த ஜான், ஆற்றுத் துறைக் குடும்பத்துக் கிளை ஒன்றைச் சேர்ந்தவர். ஆற்றுத்துறையினருக்குப் பொதுவாக அது ஓர் அவமானமாயிருந்தது.

129

பறையத் தரை கட்டட நிர்மாணம் முடிந்து விட்டது. அவ்வளவு பெரியதொரு கட்டடம் அந்த ஊரிலே மட்டுமின்றிப் பக்கத்து ஊர்களிலேயே கூடக் கிடையாது. உள்ளே சென்று பார்த்தால் ஒரு மாயாலோகத்திற்குள்ளே நுழைந்துசென்றது போலிருக்கும். ஓர் அறையில் சென்று பார்த்துவிட்டு, பின்னர் வேறு இடங்களைப் பார்த்து விட்டுத் திரும்ப முதல் அறையிலே வந்து பார்த்தால் அது ஒரு புதிய அறை போல் தோன்றும். அங்கே சுற்றி நடக்கும் போது வழி தவறிவிடும். ஜாக்கிரதையாக நடந்து செல்லவேண்டும். இல்லாவிட்டால் கால் தவறிப் போயிடும். அத்தகைய ஒரு கட்டடம்.

மனிதன் குடியிருக்க அத்தகைய கட்டடம் தேவையில்லை. இந்தக் கட்டத்தில் எப்படித் தங்கியிருக்க முடியும்? வசதிகள் மற்றும் சவுகரியங்களைப் பற்றிய கற்பனைகளுக்கெல்லாம் அப்பாற்பட்டதாக இருக்கிறது அந்தக் கட்டடம்.

பாச்சுவுக்கு கோட்டயத்திலும் எர்ணாகுளத்திலும் வீடுகள் உள்ளன. பிறந்த ஊரில் கூட ஒரு வீடு இருக்கட்டுமென்றுதான் இந்தக் கட்டடத்தை நிர்மானித்தார். இப்போது பறையத்தரைக் கட்டத்தில்தான் தங்கி வருகிறார். ஊரையும் ஊர்மக்களையும் பாச்சு மறக்கவில்லை.

பறையத்தரை பாச்சுவை ஊர்மக்கள் அனைவருக்கும் தெரியும். பார்த்திருக்கிறார்கள். ஊர் மக்கள் பார்த்தவர்களிலேயே பரமபாக்கியசாலி! இந்த மண் தோன்றிய காலத்திற்குப் பிறகு இவ்வளவு நல்ல முகூர்த்தத்தில் பிறந்த ஒருவனுமில்லை. தொடுவதெல்லாம் லாபகரம். நஷ்டம் என்கிற ஒன்றைப் பற்றி பாச்சுவுக்குத் தெரியாது. இப்படியுமா, ஒரு வாழ்க்கை? இருக்கலாம். அதிர்ஷ்டம் என்ற சொல்லைத் தவிர வேறு எதுவும் சொல்வதற்கில்லை. பணம் வருகிறது. செலவாகிறது. மிச்சமேற்படுகிறது. வாழ்க்கை இப்படித்தான் செல்கிறது. பாச்சுவுக்கு நேரம் போதாது. நிமிடங்களுக்கு விலையுண்டு என்பது அல்ல; பெரிய விலைதான். அப்படித்தான்.

இப்படிப்பட்ட ஒரு பெரிய வீட்டின் வாழ்க்கை எப்படியிருக்குமென்று ஊர்ஜனங்கள் பார்த்தனர். குழந்தைகள் எத்தனை என்று கேட்டால் பாச்சு உடனே பதிலளிக்கமாட்டார். அவ்வளவு குழந்தைகள் இருந்ததனால் அல்ல. அது நினைவில் எப்பொழுதும் அப்படித் தங்கி நிற்பதில்லை. ஜனங்கள் சொல்லும் கதை அது. உண்மையா, அல்லது மிகைப்படுத்திக்

கூறுவதா? தெரியாது.

"தம்பீ, உனக்கு எத்தனை பசங்க?" பாச்சுவின் தாய்ப்பருவத்திலுள்ள, தடியூன்றி நிற்கிற ஒரு படுகிழவி விசாரித்தாள். திடீரென்று பதில் இல்லை. ஒரு தடுமாற்றம்தான். அப்புறம் ஒரு சிரிப்பு. பேச்சைக் கேட்டு நிற்கிற ஒருவர் சொல்லுவார்.

"நாலு."

மற்றவர்களுக்குத்தான் தெரியுமாம்!

இது ஒரு விடுகதையாம்!

புதல்வர்கள் அனைவரும் வளர்ந்து விட்டனர்.

சில நேரங்களில் இளைஞர்களின் ஒரு கூட்டம் அங்கே வருவதைக் காணலாம். அந்தக் கூட்டத்தில் பாச்சுவின் மகனுமிருப்பான். அவர்கள் இரண்டு மூன்று நாட்கள் சேர்ந்தாற்போல் அங்கே தங்கி விடுவார்கள். அப்பொழுதே போனாலும் போய் விடுவார்கள். பாச்சு அங்கே இருக்க மாட்டார். அல்லது இருப்பார். அலுவல்களில் மூழ்கியிருக்கிற பாச்சுவின் கண்முன்னால் தான் அந்த இளைஞர்கள் போவதும் வருவதும். பாச்சுவுக்குத் தெரிந்திருக்கலாம். அல்லது தெரியாமலிருக்கலாம். தெரிந்து விட்டால் அவர்களைப் பார்த்துச் சிரிப்பார். அதில் மகனைக் குறிப்பாக அறிந்திருப்பார்.

பாச்சுவுக்கு வெளியே கிளம்பிச் செல்லவேண்டும். ஒரு நிமிடம்தான் இருக்கும். அதை உடனடியாக எடுத்து மாற்றிவைக்க வேண்டும்.

மூத்த மகன் என்ன செய்கிறான்?

படிக்கிறான்.

என்ன படிக்கிறான்?

என்னென்னவோ?

தொடர்ந்து பேச இருக்கிறது. பெரியவன் ஓர் ஊதாரி. உலகமெங்கும் சுற்றி வருவான். பல்வேறு ரகத்தைச் சேர்ந்த, பல்வேறு தேசங்களைச் சேர்ந்த ஏராளமான நண்பர்கள் அவனுக்கு உள்ளனர். இங்கே வந்தால் சில நாட்கள் வரையிலும் தங்கியிருப்பான். வேறு சில சமயங்களில் வந்ததும் திரும்பிவிடுவான். அப்படிப்பட்ட ஒரு நபர் அவன். இரண்டாவது புதல்வனுக்கு யாருடனும் எந்த உறவுமில்லை. மனிதநேயமுள்ளவன் போலும் இல்லைபோலும் தோன்றுகிறது. வடக்கே எங்கேயோ படிக்கிற

மகளைப் பற்றி யாருக்குமே அவ்வளவாகத் தெரியாது. இளைய மகளும் படிக்கிறாள். ஓய்வு நாட்களில் வீட்டுக்கு வருவதுண்டு. அந்தப் பெண் கடவுள் பக்தியுள்ளவள் போல் தோன்றுகிறது. கோவிலுக்குப் போவாள். சந்தனக்குறி அணிவாள். அவள் ஆத்மா அத்தகையதாக இருந்தது.

அந்தப் பெரிய வீட்டில் ஏதோ ஒரு குறை இருந்தது. மூத்தமகன் வந்துபோனான். தந்தைக்குத் தெரியவில்லை. அவர் அலுவல்களில் மூழ்கியிருந்தார். அப்பாவைத் தொந்திரவு பண்ணக் கூடாது என்கிற நோக்கத்தோடு மகன் சந்திக்காமலிருக்கவில்லை. அப்பா அங்கே இருக்கிறாரா என்று விசாரிக்கவில்லை. சந்திக்க முயலவுமல்லை. அப்பா, மகன் வந்ததை அறிந்தபோதிலும் விசாரிப்பதில்லை. பார்க்கவில்லை என்றிருந்தார். கோபம் இல்லை. சந்தோஷமுமில்லை.

சில சமயங்களில் அப்பாவும் மகனும் சந்தித்துப் பேசியிருப்பார்கள். அப்போது உபதேசம் பண்ணினார் என்றுமிருக்கும். மகனுக்குப் பணம் வேண்டுமென்றால் அதற்கான ஏற்பாடு செய்வார். இதெல்லாம் ஒரு குறைதானே? குழந்தைகளின் முன்னேற்றத்தில் தந்தைக்கு எந்துப் பங்கும் இல்லாததுபோல் தோன்றும். பாச்சு முதலாளி குழந்தைகளை நேசித்திருக்கவில்லையா? பிராணிகளுக்கு இயல்பான நேசம் இருக்க வில்லையா? இல்லை. அப்படிச் சொல்லக் கூடாது. குழந்தைகளை நேசியாத தந்தைகள் உள்ள பிராணி வம்சங்கள் இருக்கின்றன. நேசிக்கிற வர்க்கம் மிகக் குறைவானது. ஆண்பூனை பெண்பூனையைக் கருத்தரிக்கவிட்டு பெண்பூனை பிரசவமாகிற நாளை எதிர்பார்த்துக் கொண்டிருக்கும். அந்த நாள்! அதற்கு நன்றாகத் தெரியும். ஆண் நாயும் காளைமாடும் அதை அறிந்துகொள்வது கூட இல்லை. சென்ற பிறவியில் பாச்சு முதலாளி ஒரு காளைமாடாக இருந்திருக்கலாம்.

இது சும்மா சொல்வதல்ல. மதனுடைய நெருங்கிய நண்பன் ஒருவன் அவனிடம் சொன்னது தான். மதனுடைய பிரதிபலிப்பு இதுவாக இருந்தது.

“டேய், அது ஒரு வசதி தானே? தொந்திரவு இல்லையே.”

பாச்சு முதலாளி பணத்தாசை கொண்டவராக இருக்கவில்லை. பணம் சேர்க்க எல்லாவற்றையும் மறந்து செயல்படுவதில்லை. அதற்காக எதையும் செய்வதுமில்லை. ஒன்றைத் தொடர்ந்து இன்னொரு பிஸினஸ் தேவையாக இருக்கும். இவ்வாறாக தொழில் துறை விஸ்தாரமாயிற்று. ஒரு வர்த்தக மண்டலமே உருவாயிற்று. அனைத்திலும் பார்வை செலுத்த வேண்டும். அது ஒரு வழக்கமாகிவிட்டது. ஏழையாக இருந்த ஒருவன் வளர்ந்து முன்னேறியதுதான் காரணம். பரம்பரையாக வளர்ந்து வந்திருக்கிற

தொழில் கைக்கு வந்து சேர்ந்தது அல்ல. எல்லாம் அவராகவே உருவாக்கி வளர்த்துக்கொண்டதுதான். லாபம் வந்து சேருகிறது. லாபத்தில் மட்டும் தான் கண் என்று சொல்லமுடியாது. ஆனால் பாச்சு முதலாளிக்கு நஷ்டமே ஏற்பட்டதிலலை. தகர்ந்துவிடவுமில்லை.

அது குழந்தைகளைக் கவனிக்காமலிருந்ததனால் தானா? இருக்கலாம்.

பாச்சு முதலாளி ஒரு தொழில் சாம்ராஜ்ஜியத்தையே உருவாக்கினார். அதன் எதிர்காலத்தக் குறித்து அவர் எதையும் யோசிக்கவில்லை. அது அவ்வாறு விரிவடைந்து வருகிறது. அதன் பரப்பு அளவைப் பற்றியும் சிந்தித்து உணர்வதில்லை. ஒரு சிறு பிழை ஏற்பட்டால் போதும் கீழே விழுந்து தூள் தூளாகிவிடும். அதைப் பற்றியொன்றும் பாச்சு முதலாளி சிந்திப்பதில்லை.

ஒரு கொடும் காற்றுபோல் செயல்பட்டு வருகிறார். மேற்பரப்பில் மட்டுமின்றி கீழே சந்து பொந்து, இண்டு, இடுக்கு-எல்லா இடங்களிலும் அந்தக் காற்று கடந்து செல்கிறது. பிரச்சினைகளென்று ஏற்பட்டுவிட்டால் உடனடியாகத் தீர்மானமெடுத்திடுவார் அதை அமுலாக்கிடுவார் அதை விடவும் மேலான தீர்மானமெடுத்திருக்கலாமென்று ஒரு போதும் சிந்திக்க மாட்டார். அவசரமாகச் செயல்பட வேண்டுமா? செயல்படுவார். கஷ்டங்களைப் பொருட்படுத்தமாட்டார். பிரச்சினைகளுக்குப் பரிகாரம் காண்பர். சோம்பல் இல்லை. சோர்வு கிடையாது. ஓய்வு தேவையில்லை. சுகம், துக்கம் ஆகியவை குறித்துக் கற்பனையில்லையா? இல்லை என்று சொல்லமுடியாது இவ்வளவு பெரிய வீடுகள் எதற்காக நிர்மாணிக்கப்பட்டிருக்கின்றன? சுகமாக வாழ வேண்டு மென்பதற்காகத்தானே? ஆனால், அந்தச் சுகத்தை அனுபவிப்ப தில்லை. அங்கே சாப்பிடுகிறார். படுத்துத் துங்குகிறார். அதெல்லாம் சகமென்று தோன்றவில்லை போல் தோன்றுகிறது. எது கிடைத்தாலும் சாப்பிடுவார். எங்கேயும் படுத்துத் தூங்குவார். அதுபோலவே வீட்டிலும் சாப்பிடுவார்; தூங்குவார். அவ்வளவுதான்.

பாச்சு முதலாளிக்குக் குழந்தைகள் பிறந்தது எப்படி? யாருமே யோசித்துப் பார்ப்பார்கள். ஒரே ஒரு பதில்தான் உண்டு. அது அவருடைய சாமார்த்தியம்தான். வேலையாட்கள் பாச்சு முதலாளியிடமிருந்து சம்பளம் பெறுகிறார்கள். உரிமைகளைப் பெறுகிறார்கள். வசதிகளைக் கேட்டுப் பெறுகிறார்கள்.

குழந்தைகள் காமாட்சியம்மாவுக்கு உரிமைப்பட்டவர்கள். அதை அவள் கேட்டுத்தான் பெற்றுக் கொண்டாள். முதலாளிக்குக் கொடுப்பதில் ஆட்சேபணை இல்லை. குழந்தைகள் பிறந்தனர். அவர்கள் வளரவேண்டும்.

சரிதான். அவர்கள் வளர்ந்தனர். வளருகின்றனர். அவர்களுக்குச் செலவுகள் இருக்கின்றன. அதற்கான பணம் அவர்களுக்குக் கிடைத்து விடுகிறது. அவர்கள் படிக்கவேண்டும் ஆம்! படிக்கட்டும். எது வேண்டுமானாலும், எதுவரை வேண்டுமானாலும் படிக்கட்டும். கலியாணமா? அதுவும் தேவைதான். அதையும் நடத்தி வைக்கச் சித்தம்தான். அப்பாவே தேடிக் கண்டுபிடித்து நிச்சயம் பண்ணவேண்டுமென்றால் அப்படியே நடத்தவும் தயார்தான். அவர்களுக்குச் செல்லம் கொடுக்கவில்லை என்றா? செல்லம் வேண்டுமென்று அவர்கள் கேட்கவில்லை. செல்லத்திற்காக ஊர்ந்து வந்தபோது தூக்கியெடுத்து முத்தம் கொடுத்திருக்கிறார். அது அல்லாமல் செல்லம் கொடுக்க அவருக்கு நேரமிருக்கவில்லை. குழந்தைகள் அருகே வரக் கூடாதென்று பாச்சு முதலாளி தடுத்ததில்லை. ஆனால் அவர்கள் அவர் அருகே செல்லமாட்டார்கள். கூப்பிட்டதில்லை உண்மைதான். அதற்கு அவருக்கு நேரமில்லை.

பாச்சு முதலாளியைப் பிடித்து நிற்கவைத்து இந்தக் குறைபாடுகளை ஒவ்வொன்றாக எடுத்துக் கேட்டுவிட்டால், அவற்றை அவர் ஒப்புக் கொள்ளாமலிருக்கமாட்டார்.

தாய் தந்தையரும் குழந்தைகளும் ஒன்றாகச் சேர்ந்து உல்லாசமாய் விளையாடி மகிழ்ந்த ஒரு சந்தர்ப்பம் அந்தக் குடும்பத்தில் ஏற்பட்ட துண்டா?

இல்லை!

ஆனால் பாச்சு முதலாளியிடம் அதற்கான விடை இருக்கும்.

"இந்தக் குழந்தைகளுக்குத் தந்தையின் அன்பும் அரவணைப்பும் கிடைக்கவில்லை என்று, சொல்கிறார்கள். நீங்கள் என்ன சொல்கிறீர்கள்?"

பாச்சு முதலாளியால் ஒரே ஒரு பதில்தான் சொல்லமுடியும்.

"நான் அவர்களை நேசிக்கிறேன். தந்தை தன் குழந்தைகளை நேசிக்காமலிருப்பாரா?"

"அவர்கள் என்னவெல்லாமாக வேண்டுமென்று நினைக்கிறீர்கள்?"

அந்த வினாவுக்கும் அவரிடம் ஒரே ஒரு பதில் தான் உண்டு. வேறு எந்தத் தந்தையும் சொல்லும் பதில்தான் அது.

"அவங்க நல்லா வரணும்."

* * *

எங்கும் ஒரு முரண்பாடு. அது எப்படியோ ஏற்பட்டு விடுகிறது. ஒரு வேளை அது தவிர்க்க முடியாததாக இருக்கலாம்.

முதலாவது தேர்தல் நடைபெற்ற காலத்தில் பறையர்களையும் புலையர்களையும் ஆடுமாடுகளைப் போன்று திரட்டிவந்து ஓர் இடத்தில் வைத்துக் கொண்டனர். மறுநாள் அவர்களைக் கொண்டு வாக்களிக்கச் செய்யவில்லையா? அன்று சில குடியினர் தம்பிறாக்களின் பிடிப்பிலிருந்து நழுவிச் சென்றார்களல்லவா?

கேளன் தன் மகன் வாசுவைப் பள்ளிக் கூடத்திற்கு அனுப்பி வைத்தார். அவன் படித்தான். அந்தப் படிப்பை நிறுத்த கேளன் முயன்று பார்த்தும் முடியவில்லை. ஏனென்றால், வாசு தோற்காமல் படிக்கிறான். படிக்க நேரம் கிடைக்காமல் செய்யவும் முயன்றார். ஒவ்வொரு வேலையையும் செய்ய வைத்தார். ஆயினும் அவன் வெற்றி பெறுகிறான்.

"பறையனும் புலையனும் எழுதக் கற்றுக்கணும். ஆனா இப்படிப் படிக்கத் தொடங்கினால்? கண்ணாலம் பண்ணிப் பொம்பளையோடு குடித்தனம் பண்ணவேண்டிய காலம் வந்தாக் கூட பள்ளிக்கூடத்திலே படிக்கிறதா?" கேளன் கேள்வியெழுப்பிக் கொண்டிருந்தார்.

"இவ்வளவு படிக்கறதுக்கு என்னடா, இருக்கு?"

ஆனால், அப்படிப் படித்துவிட்டால் மேல் தட்டுக் குடியினரைப் போன்று உத்தியோகம் கிடைக்கும். மேல்தட்டு இளைஞர்கள் படித்து வேலையின்றி நிற்கின்றனர். அப்படிச் சும்மா நிற்கவேண்டாம். சீக்கிரத்திலேயே வேலை கிடைத்துவிடும்.

வயல் வேலைக்குப் போக வேண்டாம். அரசு வேலை கிடைத்தால் போதும்.

ஒரு நாள் கட்சிச் செயலாளர் கொச்சுராமன் கேளனைச் சந்திக்க வந்தார். ராமனுக்குச் சொல்ல ஒரு புகார்தான் இருந்தது.

"நம்ப வாசு நடந்துக்கறது அவ்வளவு சரியில்லே தோழரே!"

படிக்கிற பையனின் நடத்தை சரியில்லையாம்! வழக்கமாக, படிக்கின்ற பையன்கள் நல்ல நடத்தையுள்ளவர்கள். பறையர் மற்றும் புலையர் மத்தியில அவ்வாறுதான் காணப்படுகிறது.

"என்ன விசயம்? அதைச் சொல்லுங்க தோழரே!"

"வாசு நடந்துக்கற முறை கட்சிக்கெதிரானது."

"அதென்ன, அவன் காங்கிரசாயிட்டானா?" கேளன் திடீரெனக் கேட்டார்.

"ஆனாக் கூட நான் இப்படிப் புகார் சொல்லியிருக்கமாட்டேன்."

"அப்பறம் என்னவாம்?"

"அவன் பகிரங்கமாகவே கட்சியை எதிர்க்கிறான்."

"அவன் ஏன், அப்படிச் செய்யறான்?"

"கொஞ்சம் கேளுங்க. நான் வந்தது அதுக்காகத்தான்."

கேளன் மகனிடம் விசாரித்தார். வாசுவுக்குச் சொல்லப் பல விசயங்கள் இருந்தன.

"அவங்க எல்லாம் சேர்ந்து கட்சியைக் கெடுத்துட்டாங்க."

கேளன் மகன்மீது கோபம் கொள்ளவில்லை. சொல்லிப் புரிய வைக்கத் தான் முயன்றார்.

"நீ என்னடா, சொல்லறே? இளநாய் கடிப்பது தெரியாது. உனக்கு அதெல்லாம் தெரியாது. கட்சி தானேடா, இந்தத் தொழிலாளீங்களை எல்லாம் ஒண்ணு சேர்ந்தது? அதனாலே ஏற்பட்ட நன்மையைத் தவிர தொழிலாளிக்கு என்னடா, இருக்கு? உனக்கு சென்ற காலத்தைப் பற்றி யெல்லாம் ஒண்ணுமே தெரியாது."

பதில் சொல்ல முடியாதவன் போல வாசு நின்றுகொண்டான். கேளன் தொடர்ந்து கூறினார்:

"இப்போ எந்த வழியானாலும் அந்த வழியா சட்டை போட்டு, தலையிலே முண்டாசு கட்டி, பீடிகுடிச்சுக்கிட்டு பாட்டுப் பாடி யாரும் நடக்கலாமில்ல? இப்போ கூலி என்னன்னு பாரு! கணக்கு சொல்லிப் பச்சை நோட்டு வாங்கறோமில்ல? இதெல்லாம் நினைச்சுப் பார்க்கணும் கட்சி ஆட்சி நடத்தவும் செஞ்சது. டேய், நம்ப குடிசைங்களையெல்லாம் சுட்டுச் சாம்பல் பண்ணினாங்க. அதெல்லாம் உனக்குத் தெரியாது. இப்போ எந்தக் கொடியைக் கட்டிப் பறக்கவிடறவனா இருந்தாக் கூட குடியிறக்க முடியுமாடா? இவ்வளவுக்கு வந்தாச்சா? இனி பட்டா பதிச்சுத் தரணும்னு கேக்கறோம்."

வாசுவுக்குப் பேச ஒரு சிறுவாய்ப்பு கிடைத்தது போல் தோன்றியது. அவன் சொன்னான்:

"ஓ! பத்து செண்டு கிடைத்தது. அதுக்குள்ளே மக்களும் பேரன்களும் எல்லாம் சேர்ந்து குடியிருக்கணும். பத்தாண்டுக்குப் பிறகு மனிதனுக்கு நின்று திரும்ப அங்கே இடமிருக்காது. அப்போ என்ன பண்ணுவீங்க?"

"டேய், காலங்கிறது நாலுகால் பாய்ச்சலில் ஓடுது."

"காலம் முன்னேறியிருக்கு! இப்போ சொத்துடையவங்க அள்ளிச் சேர்த்து கொடியேத்துறாங்க. இல்லாதவன் பாதாளத்தை நோக்கிப் போயிக்கிட்டிருக்கான். அப்பா சொல்றதெல்லாம் அவங்க ஏன் நமக்குத் தந்தாங்கன்னு தெரியுமா? சண்டையைத் தள்ளிப்போடறதுக்கு நம்ப உதட்டில் இனிப்பைப் புரட்டினாங்க. அவங்க தவறான கொள்கையின் மூலமாகப் புரட்சியை நீண்ட நாளைக்கு ஒத்திப்போட்டிருக்கு. தலைவர் களுக்குக் கொடிபறக்கிற காரில் சுற்றித் திரியணும்னு இருந்தது. உணர்ச்சி யெல்லாம் தணிஞ்சு போச்சு. அவ்வளவுதான்.

புரிந்து கொள்ளாதவர் போல் கேளன் கேட்டார்.

"என்னென்ன பேசறேடா, நீ?"

"அதை அப்பாவால் புரிஞ்சுக்க முடியாது."

"ப்ப்பூ! போடா! அப்பறம் உனக்குத்தான் புரியம் போலிருக்கு. ஒரு படிப்பாளி வந்திருக்கான்."

ஒரு விநாடிக்குப் பிறகு அவர் தொடர்ந்து பேசினார்:

"டேய், நான் சொல்றதைக் கேளு! எம் மனசிலே பட்டதைச் சொல்றேன். அதுவும் ரொம்பமும் யோசனை பண்ணினப்பறம்தான். நீ நல்லாவறதுக்குத்தான் சொல்லறேன். நீ இப்போ படிக்கிறியல்ல? படிடா! கட்சி மேலிருக்கிற பற்றுதலும் புரட்சியையெல்லாம் மனசிலே வச்சுக்கோ! வெளியிலே காமிக்கக் கூடாது. அப்படியாக கட்சிக்காரன் இல்லேங்கிற பெயரை வாங்கணும். அபபறம் உனக்கு சர்க்காரிலே வேலை கிடைக்கும். உன்னைப் படிக்க வச்சிட்டேன் பாரு! இனிமே நீ வாழறத்துக்கு வழி உத்தியோகம் சம்பாதிக்கறதுதான். உனக்கு வயல்வேலை எதுவும் தெரியாது. அப்பறம் சர்க்காரு வேலைதான் பார்க்க வேண்டியிருக்கு. அதனாலே என்ன சொல்றேன்னா, அடக்க ஒடுக்கமா நடந்துக்கோ! கட்சிக்காரங்க வெறுப்புக்கும் ஆளாயிட வேணாம்..."

வாசு இடைமறித்துக் கேட்டான்:

"காங்கிரஸ்காரங்க வெறுப்புக்கும் ஆளாயிடவேணாம்னு தானே?"

"அவங்களையும் எதிரீங்கன்னு நினைக்க வேணாம்" கேளன் தொடர்ந்து கேட்டார்:

"ஊம்? என்ன, அவங்களும் மனிசனுங்கதானே? அவங்க கூடவும் எவ்வளவோ ஏழை ஜனங்க இருக்காங்கள்ல?"

வாசுவுக்கு கோபம் வந்தது. அவன் தன்னை மறந்து அலறினான். .ஆம்! அலறத்தான் செய்தான்:

"நீங்க ஒரு பிற்போக்காளரு!"

கேளன் நடுங்கிவிட்டார்.

"என்னடா, சொன்னே? நீ என்னைப் பற்றி என்னடா, சொன்னே?"

பதில் இல்லை.

விசயத்தைப் புரிந்துகொண்டவர் போல் கேளன் கேட்டார்:

"ஓ! நீ வந்து திருவஞ்சன் பசங்களோட சேர்ந்திட்டியா?"

ராமன் வந்து முன் எச்சரிக்கை செய்து சென்றது இதைப் பற்றிய தாகத்தான் இருக்க வேண்டும். அவர் எல்லாவற்றையும் திறந்து சொல்ல வில்லை. திருவஞ்சனுடைய குதிரைக் காட்டிலுள்ள குடிசையில் இந்த ஊரிலுள்ள இளைஞர்கள் கூட்டத்தை நடத்துகிறார்கள் என்று சொல்லப் படுகிறது. அங்கே மனித நடமாட்டமே இல்லை. சும்மா பரந்துகிடக்கிற இடம். இன்னொரு குடித்தனமில்லை. திருவஞ்சனுடைய மரபினைத் தலைமுறைகளுக்குப் பின்னால் ஓர் இளைஞன் கடைபிடித்து வருகிறான்.

கேளன் விசாரித்தார்:

"நீ திருவஞ்சன் குடிசைக்குப் போறதுண்டா?"

பதில் வரவில்லை.

"நீ போறதுண்டான்னுதான் கேக்கறேன்!"

அப்பவும் பதில் இல்லை.

வாசு சொல் பேச்சைக் கேளாதவனாக மாறிவிட்டான்.

அருகே கிடைந்த குச்சி ஒன்றைக் கையிலெடுத்தார் கேளன். அவருக்கு ஆத்திரம் பொங்கியது. வாசுவுக்கு எந்தக் கூச்சமுமில்லை. அந்தக் குச்சியினால் அடிக்க ஓங்கினால் வாசு அதைப் பிடுங்கியெடுப்பான். அதனாலேயே தந்தையை அடித்து விடுவான் போலிருக்கிறது.

கேளன் அவனை அடிக்க முற்படவில்லை.

பல்லைக் கடித்தவாறு கூறினார்:

“டேய் பிசாசு! நீ பொறந்தப்பவே இப்படியொரு பாம்புன்னு தெரிஞ்சிருந்தா, கழுத்தை நெரித்துக் கொன்னிருப்பேன். அதைத்தான் செஞ்சிருக்கணும்.”

அதைப் பொருட்படுத்தாதவன் போன்று அவன் நடந்து சென்றான். கேளன் சொன்னார்:

“உன்னோட ஒரு படிப்பு! இனிமே நீ இந்தக் குடிசைக்குள்ளே காலெடுத்து வச்சுக்காதே!”

வாசுவின் காதில் அது விழுந்ததோ; என்னவோ? அவன் அதைக் கேட்டதாகக் காட்டிக்கொள்ளவில்லை.

* ** *

சீலாந்திப் பிள்ளியில் வரிசையாக நின்றிருந்த சமாதிகள் அனைத்துமே இடிந்து தகர்ந்துவிட்டன. அங்கே இப்போது அந்தி நேரத்தில் விளக்கேற்றி வைப்பதில்லை. எத்தனை சமாதிகளிலேதான் விளக்கேற்றி வைப்பது? அது ஒரு சங்கடமான விசயம்தான். ஆடிமாதத்து அமாவாசையன்று பூர்வீகர்களெல்லாம் வெளிக்கிளம்பி வருவார்கள். அன்றைய தினம் அந்தச் சமாதிகளில் விளக்கேற்றி வைக்கும் சடங்கினை பரமுபிள்ளை அமுலாக்கினார்.

சீலாந்திப் பிள்ளியிலே தற்போது ஒரு சகோதரன், சகோதரி மற்றும் சகோதரிக்கு ஒரு புதல்வி ஆகியோர் மட்டும்தான் இருக்கிறார்கள். சகோதரன்தான் பரமுபிள்ளை. அவருக்கு கொச்சியிலுள்ள ஒரு கம்பெனியில்தான் உத்தியோகம். சகோதரியின் பெயர் கௌரியம்மா. அவள் கணவர் இறந்துபோனார். ஒரு மகள் இருக்கிறாள். அவள் பிரசவமாகிதான் இனி சீலாந்திப்பிள்ளிக் குடும்பம் நிலைநிற்க வேண்டியிருக்கிறது.

சுற்றிலும் எழுந்த புயல் ஒன்றும் சீலாந்திப்பிள்ளியில் நுழைந்துவிடவில்லை. தலையெண்ணி பாகப் பிரிவினை அமுலுக்கு வந்தது. பிரிவினை செய்வதற்கான சொத்துக்கள் இல்லாமலிருந்ததனால் பங்கினைப் பற்றிய சச்சரவுகள் அங்கே எழவில்லை. இன்றைய தினமும் எழுவதில்லை. பரமுபிள்ளைக்குத் திருமணமாகவில்லை. சகோதரனின் உதவியால் அந்தக் குடும்பம் உயிர் வாழ்கிறது.

மிகப் பழமையான வீட்டின் மாதிரி ஒன்று இன்னமும் ஓர் இடத்தில் காணப்படுகிறது. ஊரில் வேறு எந்த இடத்திலும் பழைய கட்டடங்கள் இல்லை. அதிலுள்ள அறைகளில் நெல் இல்லை. பழைய ஓலைச் சுவடிகள்தான் பாதுகாக்கப்பட்டு வருகின்றன.

பொதுவாக அந்தக் கட்டடத்திற்குச் சற்று உருவமாற்றம் ஏற்பட்டது போல் தோன்றியது.

கௌரியம்மா சகோதரனிடம் கூறினாள்:

“தம்பீ, நாம்ப இனி என்னடா, செய்வோம்?”

“என்ன அக்கா?”

“நம்ப வீடு விழுந்திடக் கூடிய நிலைமையிலே இருக்கு. விழுந்திட்டா எங்காச்சும் படுத்துக்கணுமல்ல? ஒரு குடிசையாவது பண்ணி வைக்க லேன்னா, நாம்ப என்னடா, செய்யறது? அதுக்குக் கூட வழியில்லாமே இருக்கு.”

பரமுபிள்ளை வீட்டை ஒட்டுமொத்தமாக ஒரு முறை பார்த்தார். ஒரு பட்டியல் கூட மக்கிப் போகாமலில்லை. மேற்கூரை மரங்களைக் கரையான் அரித்துத் தின்கிறது. எந்நேரத்தில் வேண்டுமானாலும் வீடு கீழே விழுந்துவிடலாம். ஒரு மரத்துண்டுக்கு இன்னொன்றுடன் தொடர்பு இல்லை. சத்தியத்தின் பெயரால் அந்த வீடு நிலைநின்று வருகிறதெனச் சொல்லலாம்.

பரமுபிள்ளை திகைத்துப் போனார். அக்காள் சொன்னது உண்மை தான். வீடு விழுந்துவிடும் தருவாயிலிருக்கிறது.

பரமுபிள்ளைஅறையைத் திறந்தார். ஓலைச் சுவடிகளிலிருந்துதான் கரையான் அரித்துத் தின்னத் தொடங்கியிருக்கிறது. நீண்ட வருடங்களான போதிலும் அவற்றைத் தின்று முடிக்கவில்லை. கரையானுக்கு உணவு இன்னுமிருக்கிறது. எனவே, எவ்வளவு சுவடிகள் இருந்திருக்க வேண்டும்?

அண்ணனும் தங்கையும் அறையை முதன் முதலாகத் தான் திறந்து பார்க்கிறார்கள். அவர்கள் தாய் பார்த்திருக்கிறாளா? கடைசியாக அந்த அறைக் கதவு திறக்கப்பட்டது எந்த நாளில் என்று யாருக்கும் தெரியாது. அதுகூட, யார்? எதற்காக என்று கூடத் தெரியாது.

பல்லாண்டுகள் பனையோலையினால் மட்டும் கரையான் உயிர் வாழ்ந்தது. அதைத் தின்று அதன் தலைமுறைக்கே மடுத்து விட்டது. அப்புறம் தான் அது மரத்தை அரித்துத் தின்ன தொடங்கியது. செயல்

முறை அப்படியாகத்தான் இருந்திருக்க வேண்டும்.

வருடாவருடம் கூரைவேய்கிறபோது அந்த வேலையாட்கள் சொல்லி வந்திருக்கின்றனர். கரையான் அரித்துத் தின்னத் தொடங்கி யிருக்கிறதென்று. என்ன செய்வது? அன்றெல்லாம் அதைப் பற்றிக் கவனிக்கவேயில்லை. இப்போது இந்த நிலைமைக்கு வந்திருக்கிறது.

கௌரியம்மா சொன்னாள்.

“சுட்ட கோழியைச் சிறகடித்துப் பறக்க வைக்கின்ற கருமங்களை விளக்குகிற சுவடி அதிலே உண்டு.”

பரமுபிள்ளை பதிலளித்தார்:

“அதெல்லாம் பண்டைய காலத்திலேதான்.”

சீலந்திப்பிள்ளித் தென்புறத்தில் ஒரு நெருப்புக் குண்டம் எரியத் தொடங்கியது. கூடை கூடையாக மண்ணும் பனையோலைத் துண்டுகளும் அந்தக் குண்டத்தில் வந்து விழுந்தன. அவற்றில் கரையானிடமிருந்து தப்பித்துக் கொண்ட முழுச் சுவடிகளுமிருந்தன.

நள்ளிரவுடன் அந்த நெருப்பு அணைந்து விட்டது. அவ்வாறாகப் பழமை பற்றியெரிந்து சாம்பலாயிற்று. அதைப் பற்றியெரியூட்டும் அதிர்ஷ்டம் பரமுபிள்ளைக்குக் கிடைத்தது.

130

கலப்பு மந்திரி சபையில் விசுவநாதன் ஒரு மந்திரியாக இருந்தார்.

“சத்தியப் பிரமாணச் சடங்கு முடிவுற்றது. பழைய நண்பர்கள் பலரும் விசுவநாதனை வாழ்த்தினர். விசுவன் ஒருவரைச் சந்திக்க விரும்பினார். குறிப்பிடத்தக்க காரணமெதுவுமில்லை. அப்படியொரு விருப்பம் ஏற்பட்டு விட்டது தான். மணிகண்டனுக்குத் தனது அந்தஸ்தினை எடுத்துக் காட்டுவதற்காக அல்ல. ஒரு பதவியை அடையும் போது இதயத்துடன் நெருக்கமான நண்பர்கள், கூட இருப்பது மிகவும் மகிழ்ச்சியளிப்பதாகும். நீ இப்படி ஆகவில்லையே என்கிற சூசனை அந்த மகிழ்ச்சியில் உண்டா? இருக்கலாம். மணிகண்டனைப் பார்க்கவில்லையே என்கிற சிந்தனை விசுவனை அலட்டிக் கொண்டிருக்கக் கூடும்.

அது நெருக்கத்தினால் ஏற்பட்டிருப்பதாக இருக்கலாம். மணிகண்டன் கூட மந்திரியாகப் பதவியேற்றிருக்கலாம். வாழ்க்கையை அவர் நாசம் செய்திருக்கிறார். அது எப்படிச் சீரழிந்தது? அதற்குக் காரணமென்ன?

கோழைத்தனமா? கவனக்குறைவா? மணிகண்டனை இப்போதைய நிலைமையிலிருந்து பாதுகாக்க வேண்டும். எதையும் செய்யாமல் செயலற்று வாழ்ந்து வருகிறாரென்று விசுவனுக்குத் தெரியும். இந்த நிலைமையில் அது எப்படி சாத்தியம்? பாதுகாக்க வேண்டுமென்கிற எண்ணம் விசுவனுக்கு மட்டுமிருந்தால் போதுமா? காப்பாற்றப்பட வேண்டுமென்கிற எண்ணம் மணிகண்டனுக்கு மிருக்கவேண்டும்.

மணிகண்டனுக்கு நட்பும் பாசமுமில்லாதாகி விட்டனவா? அவர் இதுவரையிலும் விசுவனை வந்து பார்த்ததில்லை. மறந்து போயிருக்கலாம். அல்லது மூளைக் கோளாறு ஏதேனும் ஏற்பட்டிருக்குமா?

சத்திரத்திலுள்ள கோயாவிடமிருந்து கிடைத்த தகவல், கம்யூனிஸ்ட் அமைச்சரவை பதவிப் பிரமாணம் செய்வதற்கு முந்திய நாளில் அங்கிருந்து கிளம்பிச் சென்றவர் திரும்பி வரவில்லை என்பதுதான். அன்றைய தினம் கோயா அவரை விமர்சனம் பண்ணினார். அதன் மீது கொண்ட வெறுப்பினால் அங்கிருந்து கிளம்பிச் சென்றுவிட்டாரோ? ஆனால் அத்தகைய நிகழ்ச்சியேதும் சம்பவிக்கவில்லை. அதாவது இறந்து விடுவது ஒன்றும் நேர்ந்துவிடவில்லை. பூவுலகில் எங்கேயோ உயிர் வாழ்ந்து வருகிறார். அருமையான பௌர்ணமி நாளன்று சங்குமுகம் கடற்கரைக்குச் சென்றால் அங்கே அவரைக் கண்டுபிடிக்கலாம். அமாவாசை நாள் அன்றும் ஒருவேளை அங்கிருக்கலாம். வேறு எந்த நாள் குறித்தும் கோயாவினால் சொல்லமுடியவில்லை. மணிகண்டன் வழக்கமாகச் சென்று வருகிற வேறு எந்த இடமும் திருவனந்தபுரத்தில் இல்லை. யாரிடம் எத்தகைய உறவினை வைத்துக் கொண்டிருக்கிறாரோ?

ஆனால் சரியாகப் பத்தரை மணிக்கு வளர்த்த தாடி, மீசை மற்றும் தலையைச் சுற்றிலும் வளர்ந்து நீண்டு கிடக்கிற தலைமுடியுடன் ஓர் உருவம் அந்தப் பழைய பொறியாளர் அலுவலகத்தின் முன்னாலுள்ள நாற்சந்தியிலே வந்துவிடும். கண்பார்வை தெரியவேண்டுமென்றால் கண் முன்னாலிருந்து முடியை நீக்கி விடுகிறதோ; என்னவோ? ஒரு காட்டு ஜீவிதான். ஆனால் வேஷ்டியுடுத்தியிருக்கிறது. சட்டை அணிந்திருக்கிறது. அதைப் பார்த்தால் எவனும் நோக்கி நிற்பான். ஆனால் யாருக்கும் அடையாளம் தெரியாது.

அந்த நகரத்தில் எத்தனை எத்தனை அறியப்படாத மண்டலங்கள் இருக்கின்றன! அங்கே எங்கு வேண்டுமானாலும் ஒளிந்து கொள்ளலாம். அது ஒரு கீழுலகம். அங்கே ஒருவன் சென்றுவிட்டால் கண்டுபிடிப்பது மிகவும் கஷ்டமானதாகும். நகரத்தில் ஆங்காங்குள்ள தாழ்வான பகுதிகள் துர்நாற்றம் கிளம்புகின்ற சேகரிகள்தான். நகரத்திலுள்ள பெரிய

ஓடைகள் அவ்வழியாக ஆர்ப்பரித்தோடுகின்றன. அவற்றின் கரைகளில் மனிதப் புழுக்கள் துடிக்கின்றன. அது இன்னொரு லோகம். அங்கே சென்றுவிட்டால் யாராலே கண்டுபிடிக்க முடியும்? அங்கிருந்து ஊர்ந்து வெளியே வந்தாலும் யாரும் அறியமாட்டார்கள். பேரிய கோவிலின் சுற்றுவட்டாரத்தில் சுற்றி நடக்கலாம். இரவில் உற்சவ-பலிப்பந்தலிலுள்ள கருங்கல் தரையில் படுத்துத் தூங்கலாம். யாராலும் கண்டுபிடிக்க முடியாது. வாயு கெட்டிதட்டி நின்றுவிட்டால் ஏற்படுகிற ஒரு மணம்தான் அங்கே. சங்கநாதம் மற்றும் மணியோசை வெளியே நின்று கேட்கிறபோது காதுக்கு இன்பமாகத் தானிருக்கும் அந்த உலகத்தில் சின்னச் சின்ன வஞ்சனைகள், திருட்டுக்கள் மற்றும் கபடகூடம்தான். அங்கிருந்து சில நேரங்களில் மகாசித்தர்கள் தோன்றி வெளியே வருவார்கள். இன்னும் பல்வேறு உலகங்கள் உள்ளன. பெண்களைக் கூட்டிக் கொடுக்கின்றவர்கள் உலகம். கள்ளச் சாராயம் காய்ச்சுவோர் உலகம். தெல்லவாரிகள் உலகம். தெருக்களில் காணப்படுகின்ற நூற்றுக்கணக்கான மனிதர்கள் அந்த உலகங்களிலிருந்து வெளிக் கிளம்பி வருகின்றவர்கள்தான்.

சரியாகப் பத்தரை மணிக்கு அந்த டீக்கடையில் வந்து சேருகிற அந்தக் காட்டு மனிதன் கூட ஒரே இருள் சூழ்ந்த உலகத்திலிருந்து வெளிக் கிளம்பி வெளிச்சத்திற்கு வருகிறவன்தான். அங்கிருந்து மறுபடியும் அந்த இருள் சூழ்ந்த உலகத்திற்குள் சென்று மறைந்து விடுகிறான்.

டீக்கடைக்குள்ளே நுழைகிற போது அவன் இதழ்களில் அறிமுகத்தின் புன்னகை தவழ்வதுண்டு. மீசை மறைப்பதனால் அதனை வெளியே காணமுடியாது. ஆனால் மீசையிடையினூடே அந்தப் புன்னகையின் பிரகாசம் பரவி வரும்.

"ஒரு டீ!"

அன்றாடம் சொல்வதுதான். டீக்கடைக்காரிக்குக் கூட அந்த வாடிக்கையாளரைப் பற்றிய கணிப்பு உண்டு. எத்தனை எத்தனை நாட்களாக அந்த வாடிக் கயாளர் அந்த நேரத்தில் வருகிறார்!

டீக்கடைக்காரியின் தடியனான கணவன் மேஜையருகே உட்கார்ந்திருக்கிறான். அவள் உள்ளிருந்து கூவிச் சொல்லுவாள்:

"ஒருவர் பற்று ஒண்ணேமுக்கால் சக்கரம்!"

அதற்கேற்ப அவன் காசை வாங்கி மேஜையில் போட்டுக் கொள்வான். அவன் மணிகண்டனை மிகவும் கவனமாகப் பார்ப்பதுண்டு. மணிகண்டனை மட்டுமல்ல; மனைவியையும்!

அவள் மணிகண்டனுக்காக டீ போடுவதை அவன் கவனிக்கிறான். பைக்குள்ளே இருக்கிற டீச் சண்டியைக் கொட்டிவிட்டு புதிய டீத்தூளைப் போடுகிறாள். பின்னர் சூடு நீர் ஊற்றுகிறாள். இரண்டு கரண்டிப் பாலை அதிகமாக ஊற்றுகிறாள் அப்படியேதான் சக்கரையும். டீயடிக்கிறபோது அதுக்குப் பிரத்தியேகமன ஒரு தாளமிருப்பதாகத் தோன்றுகிறது. மேலும் கீழுமாய் டீ ஆற்றுவதில் கூட ஒரு பிரத்தியேகத் தன்மையுண்டு. மனைவியின் முகத்தில் ஓர் ரத்தக் களை பரவுகிறது. புன்னகை அல்லது வேறு எதனுடையவோ சோபை அவள் முகத்தில் உண்டு. எடுத்துக்காட்டுகிற முறையில் அவள் முகத்தோற்றத்தில் ஒரு மாறுதல் ஏற்பட்டுவிடுகிறது.

அவன் அதை எல்லாம் கவனித்தான்.

அவள் மணிகண்டன் முன்னால் டீயைக் கொண்டுவந்து வைத்தாள். அப்போது அவர் அவள் முகத்தைப் பார்த்தார். அவள் கண்களில் சிறிது ஈரம் ஏற்பட்டது போல் தோன்றியது. அந்தக் கண்கள் பரஸ்பரம் மோதிக் கொண்டன. ஆம்- மோதிக்கொள்ளத்தான் செய்தன.

ஒரு டீ குடிக்க இவ்வளவு நேரமா? கொஞ்சம் நேரத்தைப் போக்கிடத்தான் அவர் இங்கே வந்திருக்கிறார். ஒரு டீ குடிக்க வந்தவன் இவ்வளவு நேரமா, உட்கார்ந்திருப்பது? வாடிக்கையாளர்கள் அதிகமாக வருகிற நேரமல்ல அது. டீ குடித்தவன் குடிக்க வருகின்றவர்களுக்கு இடத்தைக் காலி செய்து கொடுக்கவேண்டி அவசியமில்லாத நேரம். ஆயினும் இவ்வளவு நேரம் அங்கே உட்கார்ந்திருப்பதா?

அவளுக்கும் ஓர் உணர்ச்சியிருப்பதாகத் தோன்றியது. ஒரு பிரத்தியேகமான விறுவிறுப்பு.

அந்த ஓட்டலில்தான் அவள் பிறந்து வளர்ந்திருக்கிறாள். அங்கே டீயடித்தும், சிற்றுண்டிகள் தயாரித்தும் வாழ்ந்துதான் அவள் இறந்து விடுவாள். ஒரு பெண் வளர்ந்து மார்பிலுள்ள தனங்கள் முளைத்து முகமேற்பட்ட உருண்டைகளாய் வருகிற நேரத்தில் ஆண்பிள்ளையைக் கண்டால் ஓர் உணர்ச்சி ஏற்பட்டு விடலாம். ஒன்றுமில்லை. சிறிது துள்ளிக் குதித்து நடப்பாள். ருதுமதியாகிறபோது கனவுகள் கிளர்ந்தெழும். பின்னர் அவள் பார்க்கின்ற ஆடவர்களில் ஒருவன் அவள் மனத்தில் இடத்தைப் பிடிக்கக் கூடும் அவனே கிடைத்துவிடலாம். கிடைக்காமல் போனாலும் போய்விடலாம். கிடைக்காமற்போய்விட்டால் - அவன் மனத்தில் பதிந்துவிட்டவன்தான். சமயங்களில் மனத்தில் தோன்றி விடுவான். மறுபடியும் மறைந்துவிடுவான். குழந்தைகளுடன் வாழ்க்கை

முன்னேறிக் கொண்டிருக்கிறபோது அவன் தோன்றுகிறான். அப்போது அந்தப் பெண்ணுக்குப் புத்துயிர் ஏற்பட்டுவிடும். முகத்திலே ஒரு களை. சிரிப்பிலே ஓர் ஒளி. அவள் இளம் பெண்ணாக மாறிவிடுவாள். அது கணவனின் பார்வையில் படுவது உறுதி!

வயோதிகத்திற்குக் காலெடுத்து வைத்திருக்கிறவரும், குழந்தைகளின் தந்தையுமாகிய அந்த மனிதர் கேட்கக் கூடும்:

"யாரடீ, அது?"

பதிலை விழுங்கி விடுவாள்.

அந்த அந்நிய மனிதரிடம் இவர் கேட்கக்கூடும்:

"நீங்கள் யார்?"

அவ்வாறுதான் நிகழ்ந்தது. ஓட்டல்காரியினுடைய தடிமனான கணவன் மணிகண்டனிடம் கேட்டான்:

"நீங்க யாரு?"

ஒரு நிமிடம் அவன் பதிலுக்காகக் காத்திருந்தான். பின்னர் சற்று நயமாக வினவினான்:

"இல்லே... நீங்க கொஞ்சநாளா இங்கே இந்நேரத்தில் தினசரி வர்றீங்க."

அவள் குறுக்கிட்டாள்:

"ஒரு வாடிக்கையாளர் கிட்டே ஏன் இப்படிக் கேக்கறீங்க?"

அவனும் அவளிடம் அதே குரலில் கேட்டான்:

"அதைத்தானேடி, கேக்கணும்?"

மணிகண்டன் பதிலளிக்கவில்லை. டீக்காசைக் கொடுத்துவிட்டு அங்கிருந்து கிளம்பிச் சென்றார்.

அவள் வினவினாள்:

"வழக்கமா டீ குடிக்க வர்ற ஒரு மனிசன் கிட்டே ஏன், சண்டைக்கு நிக்கறீங்க?"

அவனுக்குக் கோபம் வந்தது.

"நான் என்ன சண்டைக்கு நின்னிட்டேன்? உனக்கு ஒரு அரிப்பு. அவன் உனக்கு யாராகணும்?"

ஒரு சண்டைக்கான ஆரம்பம் போலிருந்தது. அவள்தான் அடங்கி விட்டாள். அவன் சொன்னான்:

"உன்னோட பழைய காலத்து நண்பன் போலிருக்கானோ?"

* ** *

கீழிறங்கிச் செல்கிற பாதை வழியாக மணிகண்டன் நடந்து சென்றார்.

மறுநாள் மணிகண்டன் வரவில்லை. கொஞ்ச நாட்களாக நடந்து வருகிற அந்த வழக்கம் நின்றுவிட்டது. ஒரு டீ விற்பனையாகவில்லை என்பது அல்ல. ஒரு வாடிக்கையாளர் போய்விட்டார். அது டீக்கடைக்கு ஒரு நஷ்டம்தான்.

மணிகண்டன் எங்கே நோக்கிச் செல்கிறார்? அந்தப் பாதை வழியாகப் பல வருடங்களாக அவர் நடந்து சென்றதில்லை. முன்பு மாணவனாக இருந்தபோது அவ்வழியே சென்றதுதான். பாதையின் இருமருங்கிலும் புதிய புதிய கட்டடங்கள் உயர்ந்து நிற்கின்றன. அது ஒரு புதிய இடம் போல் தோன்றியது.

அது ஏதோ ஒரு மனப்போக்குத்தான். அது வழியாகப் போக வேண்டும் என்ற கருதியது அல்ல. அந்தப் பக்கம் நகர்ந்து செல்கிறார். யாரோ எங்கிருந்தோ கூப்பிட்டது போல! நாய் நாக்கை நீட்டி ஓடுவ தில்லையா? மாடுகள் தலைகுலுக்கி ஓடுவதில்லையா? அங்கே ஒரு பெண் நாய் உண்டு. அல்லது ஒரு காளைமாடு இருக்கும். அதுவுமில்லாவிட்டால் அங்கே ஓர் எலும்புத்துண்டு இருக்கும். பசுமாட்டுக்கு என்றால் பச்சைப்புல் இருக்கும்.

கண்காட்சிச் சாலைக்குப் பின்னாலுள்ள தாழ்வான அந்த இடத்தை அடைந்தபோது மணிகண்டனுடைய நடை–வேகம் குறைந்து விட்டது. அங்கே யாரையோ சந்திக்க வேண்டும்போல் தோன்றியது.

அங்கே ஒரு பெண் இருந்தாள்!

இரண்டு பெண்கள்தான் இந்த உலகத்தில் உள்ளனர். இரண்டே இருவர். ஒருத்தியிடமிருந்து பிரிந்து வந்தார். இனிமேல் அந்தப் பக்கம் போகவேண்டாம். இன்னொருத்தி எங்கிருக்கிறாள்? அங்கே ஒரு வீடு இருந்தது. அந்த வீட்டில் அவள் குடியிருந்தாள். இப்போது அவள் எங்கே? அவளைத் தேடித்தானா, அவர் வந்திருக்கிறார்? பெண்ணின் மணத்தை முகர்ந்தவாறு ஆடவன் செல்கிறான். இப்போது கூட அவள் மணம் அங்கே தங்கியிருக்கலாம்.

மணிகண்டனை இரண்டு பெண்கள் மட்டும்தான் கவனித்திருக் கிறார்களா? அவ்வளவுதான் இருக்கலாம். இந்தப் பரந்த உலகத்திலே எத்தனை எத்தனை பெண்கள் இருக்கிறார்கள்! அவர்களிலே இருவர் மட்டுமா? அப்படித்தானிருக்கலாம். எந்த ஒரு பெண்ணும் கவனியாதவர்களாக இவ்வுலகில் எத்தனையோ பேர்கள் இருக்கிறார்கள்! ஆயிரங்கள் - ஆணாகப் பிறந்தான். ஒரு பெண்ணின் முகத்தின் மணம் அறியாதவர்களாக! பெண்ணின் தனத்தினுடைய கெட்டித் தன்மையை உடைத்திட ஆணின் கரம் வேண்டும். நேரம் வரும் போது அவன் கை அதற்காகத் துடிக்கும். ஆடவனால் என்றும் எப்பொழுதும் அடங்கியொதுங்கியிருக்க முடியாது. அவனது உணர்ச்சி பொங்கித் ததும்பும். அப்போது?

பெண்ணை என்றென்றைக்குமாய் நிராகரித்திருக்கிற ஒரு பிராணியுண்டா? பறவையுண்டா? வாழ்நாள் வீணாகிவிட்ட ஓர் ஆண்மலர் உண்டா? இருக்காது. ஆனால் மனிதர்கள் மத்தியில்? அத்தகைய ஆண்கள் எண்ணற்றவர்கள். பெண்கள் எண்ணற்றவர்கள். பெண் கிடைக்க வேண்டுமென்றால் தகுதிவேண்டும். கை முதல் வேண்டும் இவை அனைத்தும் இருக்கவேண்டும் உண்டாக்கவேண்டும். அதற்குப் போட்டியுண்டு. போட்டியென்று வந்துவிட்டால் வெல்வதற்கான சூழ்நிலைமை வேண்டும் கிடைக்காமற் போனாலும் போகலாம்!

பெண் எப்படியிருப்பாள்? மணிகண்டன் அறிந்ததில்லை. நிர்வாணமாய் நிற்கிற ஒரு பெண்ணை அவர் பார்த்ததில்லை. ஒரு டீ குடிக்க அன்றாடம் ஓட்டலுக்குப் போய்க் கொண்டிருந்தார். டீ தான் அவரை அங்கே இழுத்துச் சென்றதா? அது மட்டுமாக இருக்கவில்லை. அல்லது அங்கே செல்வதற்கான ஓர் உபாயமாக இருக்கலாம் டீ! நிர்வாணமான ஒரு பெண்ணைக் காண்பதற்காக இருக்கலாம். அவள் கணவன் அதை மோப்பம் பிடித்து அறிந்துகொண்டான் போலிருக்கிறது.

சில சந்தர்ப்பங்களில் சங்குமுகம் கடற்கரையில் இளைஞர்கள் பெண்ணுக்காக விஷத்தைக் குடித்து இறந்திருக்கிறார்களாம். கடற்கரையில் மட்டும்தானா? எங்கெல்லாமோ அவர்கள் தூக்குப் போட்டுச் சாகின்றனர். பெண்களும் தூக்குக் கயிற்றில் தொங்குவதுண்டு. விஷத்தைக் குடித்துச் சாவதுண்டு. அது ஆணைச் சொல்லித்தான்.

கடற்கரையில் இப்போது ஏராளமான ஜனங்கள் வந்து குழுமு கின்றனர். இரவில் நிழல்கள் போன்று நகர்வதைக் காணலாம். அந்தக் கூட்டத்தின் மத்தியில்தான் விஷமருந்துகின்றனர். அல்லது கடலை

நோக்கி நடந்துசென்று காணாமற்போய் விடுகின்றனர். ஒருவன் விஷமருந்தினால் அதை இன்னொருவன் கவனிக்கமாட்டான். விஷமருந்துவது அவன் சொந்த விசயம். அதைக் கவனிக்கவேண்டிய அவசியமில்லை. அது தவறான குறுக்கீடுதான். அங்கே வருகின்றவர்கள் யாருமே ஒருவரை ஒருவர் அறியாதவர்கள்.

இந்த மனிதர்கள் எங்கிருந்தெல்லாம் வருகின்றவர்கள்? மாலை வேளையில் காற்று வாங்க வருகின்றவர்கள் இருக்கிறார்கள். அவர்கள் தேவலோகத்திலிருந்து வருகின்றவர்கள். சூரியோதயத்தையும், அஸ்தமனத் தையும் கண்டறியாதவர்கள். மரங்களின் கிளைகள் அசைந்தாடுவதை அவர்கள் பார்த்திருக்கிறார்கள். தேவலோகத்திலிருந்து பார்க்கும் போது முகில்கள் நகர்ந்து செல்வதைக் காணலாம். அது காற்றினால் தான். அந்தக் காற்றை வாங்கத்தான் அவர்கள் வருகின்றனர். காற்று வாங்குவது பிரத்தியேகமானதோர் அனுபவம்.

தேவலோகத்துக் குழந்தைகள் சுறுசுறுப்பானவர்கள். வண்ணத்துப் பூச்சிகள் போன்று அவர்கள் கடற்கரையில் பறந்து திரிவார்கள். மணலில் அவர்கள் கோட்டைகள், மலைகள் மற்றும் சுரங்கங்களை நிர்மாணிப்பார்கள். மணலை அள்ளி வீசியெறிந்து பரஸ்பரம் சமர் புரிவார்கள். தாய் தந்தையர்தான் மணலில் அமர்ந்திருக்கின்றனர். அவர்கள் முகமலர்ச்சியோடு காணப்படுகின்றனர். அவர்களுக்கு வாழ்க்கை அன்றைய ஆனந்தமயம். கண்ணீர் இல்லாத வாழ்க்கை. அது கொடும் குளிரானது. கண்ணீரை விட்டுத் தள்ளுங்கள். மனத்தில் சற்று எரிச்சலாவது வேண்டாமா? அவர்களுக்கு அதுவுமில்லை. தேவலோகத்தில் ஏற்படுகிற அலுப்பினைத் தீர்த்துக் கொள்வதற்காகவே அவர்கள் மனிதலோகத்திற்கு வருகிறார்கள். இருள் சூழ்ந்து வரும்போது அவர்கள் தங்கள் உலகத்திற்குத் திரும்புகின்றனர். பின்னர் இருட்டின் சந்ததிகளுக்காக அவர்கள் அந்த இடத்தை விட்டுக் கொடுக்கின்றனர்.

பதிநான்கு உலகங்களிலே ஒன்றுதான் பூமி. சுவர்க்கலோகம் இன்னொன்று. பாதாள உலகம் வேறென்று. இவ்வாறாக, பதிநான்கு உலகங்களிலும் வாழ்க்கை உண்டு. பேய் உலகம் பற்றிக் கேள்வி ஞானம் உண்டு. அனைத்து உலகங்களிலுமுள்ள வாழ்க்கை இந்த பூலோகத்தின் மண்ணில்தானா உதயமாகிறது? என்னவோ! உலகிலே இவ்வாறு இரவில் அலைந்து நடக்கின்றவர்கள் எந்த உலகத்திலிருந்து வந்தவர்கள்? இந்தப் பதிநான்கு உலகங்களிலுமுள்ள ஜீவஜாலங்கள் இங்கும் அங்கும் வந்தும் போயுமிருக்கிறார்கள். காணும் முறையிலும், காணாத முறையிலும்! இந்த உலகில் அறியப்படாத வாழ்க்கை வியாபாரங்கள் நடைபெறுகின்றன.

நாம் காண்பதில்லை. ஆனால் நமக்கு அனுபவமாகிறது.

இந்த உலகத்திலிருந்து வேறு உலகத்திற்குச் சென்று திரும்பி வந்தவர்கள் யாரெல்லாம்? தலாதலம், விதலம், பேயுலகம் மற்றும் பாதாளத்திலுள்ள விசயங்கள் குறித்து அவர்களிடம் கேட்டுத் தெரிந்து கொள்ளலாம் போலிருக்கிறது. அங்கே இத்தகைய மரங்கள் இருக்கின்றனவா? செடி-கொடிகள் உள்ளனவா? நதிகள் மற்றும் புல் மைதானங்கள் இருக்கின்றனவா? பிராணிகளும் பறவைகளும் எவ்வாறிருக்கும்? சுவர்க்கத்தைப் பற்றிப் புராணங்களில் வருணனை செய்யப்பட்டிருக்கிறது. அதைப் பற்றிய ஓர் அளவிலான உருவம் கிடைத்து விடுகிறது. வேறு எந்த உலகத்தைப் பற்றியும் நமக்குத் தெரியாது.

இந்த உலகங்களுக்கெல்லாம் அடிதானம் பூவுலகமாம்! பூமி பரந்தது? சமுத்திரங்களின் சந்துக்களில் அது நுழைந்து சென்றிருக்கிறது. தனித் தீவுகளாகவும் அமைந்திருக்கிறது. தீபகற்பத்தின் கூரிய முனையிலே கூட வாழ்க்கையுண்டு. நாற்பக்கமும் எல்லையில்லாச் சமுத்திரங்கள் அலறி அட்டகசித்து அடிக்கிற அந்தச் சிறு தீவிலேகூட ஜீவிதமுண்டு. சமுத்திரம் அந்தச் சின்னத் தீவினை விழுங்கப் பார்க்கிறது. ஒவ்வோர் அலையும் உருண்டு திரண்டு வருவது அதற்காகத்தான். உருண்டு சுருண்டு வந்து மோதியவாறு அது தகர்ந்து விடுகிறது. எனவே கிளர்ச்சிகரமான ஒரு வாழ்க்கைதான் அந்த தீவில் உள்ளது. அவர்களிடம் வினவினால் கூடச் செய்திகள் அறியலாம். சில தரங்கங்கள் அந்தத் தீவின் மேற்பகுதியினூடே மிதந்து சென்றிருக்கும். அந்தப் பிரவாகத்தில் பட்டுத் தகர்ந்து போகாமல் அவர்களால் எங்ஙனம் வாழமுடிந்தது? அந்த உலகத்தில் வாழ்கின்றவர்களிடம் என்னென்னவெல்லாமோ கேட்டறிய வேண்டியிருக்கிறது!

பதிநான்கில் ஓர் உலகத்திற்குச் செல்லும் தடம் தெரியாது. நடையாக வெகுதூரம் சென்றால் அந்தக் கூரிய முனையைச் சென்றடையலாம். அதன் அந்த ஊசிமுனையிலிருந்து ஒரே ஒரு குதி! எந்த உலகத்திற்குச் செல்லமுடியும்? விதல உலகத்திற்கா? தலாதலத்திற்கா? ஆயிரமாயிரம் தீபகற்பங்கள் இருக்கின்றன. அவற்றில் எந்தத் தீபகர்ப்பத்திற்குச் செல்ல வேண்டியிருக்கிறது?

மணிகண்டன் நடந்தார். அது ஒரு ராஜபாதை. நூற்றாண்டுகள் அல்லது ஆயிரமாண்டுகள் பழமையான பாதை. எந்த இடத்தில் ஆரம்ப மாகிறது? எந்தப் பக்கம் செல்கிறது? எதுவும் தெரியாது- அந்தப் பெரும் பாயின் இருமருங்கிலும் பெரிய பெரிய ஆலமரங்கள் வளர்ந்து படர்ந்து

பந்தலாக நிற்கின்றன. நூற்றாண்டுகாலப் பழக்கமுடையவை. அவற்றிற்குச் சொல்லப் பல்வேறு கதைகள் உள்ளன. அங்கெல்லாம் காடாக இருந்த காலத்தில் பயணிகளைக் கொள்ளையடிக்கிற கொள்ளையர் கூட்டம் ஆங்காங்கு ஒளிந்து மறைந்திருந்தது. எத்தனையோ கொள்ளைகள் நடைபெற்றிருக்கின்றன! அதோ, அந்தப் பக்கம் தெரிகிற நான்காவது ஆலமரமிருக்கே - அதில் அறுகொலைப் பிசாசு வாசம் புரிகிறது. எழுவரை அங்கே வெட்டிக் கொலை செய்திருக்கின்றனர். அன்று அந்த ஆலமரம் ஒரு கன்றுதான். அதன் தென்கோடிக்கிளையில் ஒரு காதலனும் காதலியும் தூக்குப் போட்டுத் தற்கொலை செய்திருக்கின்றனர்.

ஆயிரமாண்டுகளாக அந்த ராஜபாதை வழியாகப் பயணம் செய்தவர்கள் குறித்து ஆயிரமாயிரம் கதைகள் சொல்வதற்கு உள்ளன. ஓர் ஒற்றைமாட்டு வண்டியில் ஒரு கிழவனும் கிழவியும் எங்கிருந்தோ வந்தனர். அவர்கள் இந்த ஊரைச் சேர்ந்தவர்களாக இருக்கவில்லை. அங்கே எங்கேயோ ஓர் உலகத்திலிருந்து வந்தவர்கள். அது அவர்களுடைய வேடமும், உடல் வடிவமும் பார்த்தால் தெரியும். மலைகள், ஆறுகள், பச்சைப் பசேலென்று விவசாய பூமிகள், பாலைவனங்கள், நகரங்கள் மற்றும் காடுகளைத் தாண்டி வந்தவர்கள். நீண்ட பயணம்! எந்த இடத்திற்கென்று தெரியாது. கிழட்டுக் காளை வரும் வழியில் செத்து விழுந்தது. ஆயினும் வண்டி நகர்ந்தது. எப்படி? கிழவியும் கிழவனும் சேர்ந்து வண்டியிழுத்தனர். ஆலமரத்தினால் அதைப் பார்க்க முடிந்தது. அதனால் வானவிளிம்புக்கப்பாலுள்ள நிகழ்ச்சிகள் கூடக் காணமுடிகிறது. அந்த அளவில் அதற்கு உயரமுண்டு. இதனிடையில் கிழவியும் செத்து விழுந்தாள். பின்னர் கிழவன் தனியாளானார். அவர் தனியாக அந்த வண்டியை இழுக்கத் தொடங்கினார். அந்தப் பக்கம் காணப்படுகிற தண்ணீர்ப் பந்தலுக்கு அருகில் அவரும் செத்து விழுந்தார்.

நீண்ட நாட்களாகவில்லை. ஒரு கார் அந்த ஆலமரத்தின்மீது சென்று மோதியது. அது விரைந்து பாய்ந்துகொண்டிருந்தது. எல்லையில்லா இந்தப் பெரும் பாதையில் அந்த அளவுக்கு விரைந்து செல்ல வேண்டிய அவசியமிருக்கவில்லை என்று இரு மருங்கிலும் நின்றிருந்த ஆலமரங்கள் சொல்லின. அந்தப் பாதையின் கடைகோடியைச் சென்று அடையமுடியாது. அது பல்வேறு இடங்களில் வளைந்து வளைந்து செல்கிறது. ஆதியும் அந்தமுமில்லை. பின் ஏன், இந்த அவசரம்? காலமும் முன்னால் நீண்டு கிடக்கிறது. கார் அதை ஒன்றும் கவனியாமல், எதையும் புரிந்து கொள்ளாதது போல் ஓடியது.

இதோ, பாருங்கள்! ஆலமரத்தின் தோல் சிதைந்து சின்னாபின்ன மாயிற்று. பின்னர் அந்த இடத்தில் தோல் வந்து மூடவில்லை. அந்தக் காரில் கணவனும் மனைவியுமிருந்தனர். இருவரும் உடனடியாகப் பரலோகம் சென்றனர்.

மணிகண்டன் அந்தப் பெரும்பாதையின் ஒரு பகுதியாகிவிட்டார். பல்வேறு ரகங்களிலுள்ள வாகனங்கள் ஓடுகின்றன. தடியின் நுனிப் பகுதியில் முடிச்சினைக் கட்டித் தோள் வழியே தொங்கவிட்டவாறு செல்கின்ற பயணிகள் உள்ளனர். நீண்ட தூரம் வரையிலும் கொளுத்துகிற வெயில்தான். பின்னர் பெரிய பெரிய மரங்களின் நிழல் உண்டு. அந்தப் பாதையைப் பழுது பார்க்கின்றவர்கள் இருக்கிறார்கள். அங்கே தொலைவில் தகர்ந்து கொண்டிருக்கிற ஒரு தண்ணீர்ப் பந்தல் உண்டு. வெயிலில் களைப்படைந்தும், நிழலில் ஆறுதலடைந்தும் மணிகண்டன் நடந்து செல்கிறார். எங்கே என்று கேட்கவேண்டாம்! அந்தப் பெரும் பாதை வழியாக நடப்பதன்றி வேறு நோக்கமிருக்கவில்லை.

அந்தத் தண்ணீர்ப் பந்தலில் இருவர் அமர்ந்திருக்கின்றனர். ஓர் ஆணும் பெண்ணும்தான். இருவரும் இளைஞர்களே. ஏதோ அறியப் படாத உலகிலிருந்து வந்தவர்கள்போல் தோன்றியது. இந்த உலகுடன் உறவு ஏதுமிருப்பதாகத் தோன்றவில்லை. பரஸ்பரம் பார்த்தவாறு அமர்ந்திருக்கின்றனர். இருவர் கண்களிலும் நெருப்பு ஜொலிப்பது போல் தோன்றியது. பரஸ்பரம் பார்த்தும் பார்த்தும் தெவிட்டவில்லையா? ஒவ்வொரு நிமிடமும் புதிய ஆட்கள்தான். இருவர் முன்னால் தோன்று கின்றனர் போல் தோன்றியது. கண்களிலெழுகிற நெருப்பு அதனால்தான்.

அழுக்கான உடைகள். அவை ஒருகாலத்தில் மிகுந்த விலைமதிப்புடைய துணிகளாக இருந்தன. ஆடவனும் முடிவளர்த்திருக்கின்றான். அவன் தாடியும் வளர்ந்திருக்கிறது. பெண் பொட்டு வைத்திருந்தாள். அதன் மங்கலானதோர் அடையாளம் மட்டும்தான் தெரிகிறது. அவள் கூந்தலில் குடியிருந்த பூமாலை கருகியிருக்கிறது. முகம் தூசியும் அழுக்கும் பட்டு மங்கியிருக்கிறது. அந்தப் பெரும் பாதை வழியாக வந்த பயணிகள் அவர்கள். ஏதோ உலகத்திலிருந்து வந்தவர்கள்.

மணிகண்டன் அவர்களைப் பார்த்திருக்கிறார். எங்கே? எந்த நாளில்? அந்தத் தண்ணீர்ப் பந்தலில் தங்கியிருந்து பயணிகள் சென்றதன் அறிகுறிகள் தென்படுகின்றன. உடைந்த சட்டிப் பானைகள் காணப் படுகின்றன. கருகிய இலைகள் காணப்படுகின்றன. அந்தப் பெரும் பாதை யில் ஓய்வெடுத்துக் கொள்ளுமிடம்தான் அது.

மணிகண்டன் சிறிதுநேரம் பார்த்து நின்றுவிட்டார்.

அது மதுவா? ரோஸிக்குட்டியா?

மணிகண்டன் நடந்தார்.

இருவருக்கும் பரஸ்பரம் விழுங்கிக் கொள்வதற்கான ஆவேசமிருந்தது.

131

அன்றைய தினம் நிலச் சீர்திருத்தச் சட்டம் அமுலுக்கு வருகிறது. இனி நான்கு நாட்கள் மட்டும்தான். அன்று முதல் யாருக்கும் பூமி இருக்காது. அது முழுவதும் அரசுக்குச் சொந்தமாகி விடுகிறது. குத்தகைதார், ஜன்மிமார்கள் மற்றும் குடியிருக்கிறவன் இருக்காது. குடியிருப்புக்குச் சுற்றிலுமுள்ள பத்து செண்டு நிலம் குடியிருக்கிறவனுக்குச் சொந்தமாகி விடுகிறது. அந்த இடத்தில் கால்வைக்க நிலச் சொந்தக்காரனுக்கு உரிமையில்லை. அன்று முதல் குத்தகைதாரனும் ஜன்மியுமில்லை. குத்தகைதார் கைவசமிருக்கிற பூமி அவனுக்கே சொந்தமாகி விடுகிறது. இன்னுமிருக்கிறது. பதினைந்து ஏக்கருக்குக் கூடுதலான பூமி ஒரு குடும்பத்திற்கு இருக்கக் கூடாது. பதினைந்து ஏக்கர் பூமி ஒரு குடும்பத் திற்கு அரசு வழங்கியுள்ளது.

எருமத்ர மடத்தின் பழகித் தகர்ந்து விழுந்த நாலுகட்டு வீடு பெயர்த்து மாற்றப்பட்டது. அதன் அஸ்திவாரம் இன்னமும் அங்கே காணப்படுகிறது. அங்கிருந்த பெரிய மாமரங்களெல்லாம் வெட்டியகற்றப்பட்டன. அவற்றின் அடையாளங்கள் கூட அங்கில்லை. மைதானமாகிவிட்ட அந்த வளாகத்தில் ஒரு கால்பந்து மைதானமும், ஒரு கைப்பந்து கோர்ட்டும், பாட்மின்டன் கோர்ட்டுமுள்ளன. மாலை நேரங்களில் இளைஞர்களும் சிறுவர்களும் அங்கே விளையாட வந்துவிடுவார்கள். ஊரிலுள்ள விளையாட்டு மைதானம்தான் அது இப்போது!

விளையாட்டுக்களைக் காண பஞ்சாயத்துத் தலைவர் எருமத்ர மடத்திற்கு வந்தார். அன்று அந்த ஊரிலுள்ள வாலிபால் டீமுக்கும் சம்பக்குளத்து வாலிபால் டீமுக்குமிடையே ஒரு விளையாட்டுப் போட்டி நடைபெற இருக்கிறது. சம்பக்குளம் டீமில் அருமையான விளையாட்டு வீரர்கள் இருப்பதாகச் சொல்லப்படுகிறது. விளையாட்டைக் கொஞ்சம் பார்க்கலாமென்று பஞ்சாயத்துத் தலைவர் வந்திருக்கிறார்.

அப்போது பஞ்சாயத்து நிர்வாக அதிகாரியும், பஞ்சாயத்து மெம்பர் தொம்மியும் அந்த இடத்திற்கு விரைந்துவந்திருக்கின்றனர். மிக முக்கியமானதொரு பிரச்சினை. ஒரு 'டெலிஃபோன் மேஸேஜ்' வந்திருக்கிறது. நிலச் சீர்த்திருத்த சட்டத்திற்கேற்ப 'லாண்டு டிரைபூனல்' இந்த ஊருக்குத்தான் அனுமதிக்கப்பட்டிருக்கிறது. அதன் அலுவலகத்திற்கான இடம் இனாமாகக் கொடுப்பதாக பஞ்சாயத்து போர்டு ஒப்புக் கொண்டிருக்கிறது. அடுத்த மாதம் முதல் தேதியிலிருந்து லாண்டு டிரைபூனல் அமுலுக்கு வருகிறது. இடத்தைத் தயார் செய்யவேண்டும் என்று கலெக்டர் ஃபோன் பண்ணியிருக்கிறார்.

நிர்வாக அதிகாரி விசாரித்தார்:

"நாம் எந்த இடத்தைக் கொடுப்பது?"

சுரேந்திரனுக்கு அது ஒரு பிரச்சினையாகிவிட்டது. லாண்ட் டிரிபூனல்களை ஏற்படுத்தப் போவதாக அறிந்தபோது, அவற்றில் ஒன்று நமது ஊரில் இருக்கட்டுமென்று சுரேந்திரன் தீர்மானித்திருந்தார். அதற்கான முயற்சி எடுக்கப்பட்டு வந்தது. மங்கொம்பைச் சேர்ந்தவர்களும் முயற்சியெடுத்து வருகின்றனர். அந்தப் போட்டியில் சுரேந்திரன் வென்றிருக்கிறார். ஏழெட்டு தடவை இதற்காக அவர் திருவனந்தபுரம் சென்று வந்திருக்கிறார். இங்கேதான் டிரிபூனல் அமையவேண்டுமென்று தொம்மிக்குக் கூட நிர்ப்பந்தமாயிருந்தது. அதனால் நன்மையுண்டு.

தொம்மி சொன்னார்:

"லாண்ட் டிரிபூனல் அதிகாரிக்கும், சிப்பந்திகளுக்கும் தங்கியிருக்க வசதி செய்துகொடுக்க வேண்டும்."

சுரேந்திரனுக்கு இக்கட்டான நிலைமை ஏற்பட்டுவிட்டது. தனக்குத் தானே சொல்வது போல் அவர் சொன்னார்:

"லாண்ட் டிரிப்பூனல் என்று சொன்னபோது ஒன்று நமக்கும் இருக்கட்டுமென்று தோன்றியது. இடவசதி செய்து கொடுப்பதாக நானே சொல்லிவிட்டேன். எந்த இடத்தைக் கொடுப்பது?"

மெம்பர் 'தொம்மி மற்றத்தில்' தான் இந்த விசயத்தில் தலைவரைத் தலையிட வைத்தார். அதற்காகக் கொஞ்சம் பணச்செலவுகூட ஏற்பட்டிருக் கிறது. அந்தச் செலவை வகித்ததுகூட தொம்மிதான்.

லாண்ட் டிரிபூனல் இந்த ஊரில் அமைந்துவிட்டால் அதனால் பல நன்மைகளும் உண்டு. இங்கே கேஸ் இல்லாத எந்த வீட்டினரும்

இல்லை. அப்போது இன்னோர் இடத்தில் அது அமைந்துவிட்டால் பல கஷ்டங்களும் இருக்கும். ஊரிலே இருந்தால் இங்குள்ளவர்களுக்கு அது பெரிய ஆறுதலாக இருக்கும். தொம்மி இலக்குத் தவறவில்லை. சுரேந்திரனுக்கு ஒரே ஒரு ஆர்வம்தான். தனது ஊருக்கு நன்மை பயக்க வேண்டும்.

பஞ்சாயத்துக் கூட்டம் நடைபெறுகிற ஹால் டிரிபூனலுக்கு விட்டுக் கொடுப்பது. டிரிபூனல் என்பது ஒரு கோர்ட்டுதான் என்றே பத்திரிகைகளில் செய்தி வந்திருக்கிறது. அப்போது இடம் பெரிய அளவிலுள்ளதாக இருக்கவேண்டும். நிர்வாக அதிகாரி வினவினார்:

"அப்போ பஞ்சாயத்து எங்கே கூடுவது?"

சுரேந்திரன் திடீரெனப் பதிலளித்தார்:

"அது நாம்ப எங்கேயாவது கூடுவோம். ரிக்கார்டுகள் வைத்திருக்கிற அறையிலே கூடுவோம்."

"அங்கே காற்றும் வெளிச்சமும் இல்லை."

"ஒரு ஃபேன் போட்டுடறது"

நிர்வாக அதிகாரி பின்னர் எதையும் பேசவில்லை. தலைவரின் தீர்மானங்கள் அத்தகையவை. எதையும் சட்டெனத் தீர்மானித்து விடுவார். எந்த இடையூறினையும் சமாளித்து விடுவார்.

முன்னர் எருமத்ர மடம் கிளாசிப்பேரைத் தங்கவைக்கப் பழுது பார்த்துக் கொண்டிருந்தபோது கோடாந்திர ஆசான் விரைந்து வந்தது போல், இன்னொரு பஞ்சாயத்து மெம்பரான நாராயணப் பணிக்கரும் விரைந்து வந்தார்.

"தலைவரே, இது என்ன? பஞ்சாயத்து கூடுகிற ஹாலை யாருக்குக் கொடுக்கப் போறீங்க?"

"லாண்ட் டிரிபூனலுக்கு."

பணிக்கருடைய உத்வேகம் தலைவரின் கவனத்திற்கு வரவில்லை. வினாவுக்கு விடையளித்தார். பஞ்சாயத்துக் கமிட்டிக்கு ஒரு வார்டிலிருந்து தேர்ந்தெடுக்கப்பட்டவர்தான் பணிக்கர். அவர் ஒரு கணம் நிசப்தமாய் நின்றுவிட்டார். அசந்துபோன அவருக்கு ஒன்றுமே புரியவில்லை. தலைவர் திரும்பவும் அலட்சியமாகச் சொன்னார்:

"லாண்ட் டிரிபூனலுக்கு."

"அப்படீன்னா, என்ன ஆப்சீசு?"

"ஒரு பஞ்சாயத்து கோர்ட்டாக இருக்கும்."

பிரசிடெண்ட் அதையும் யூகமாகச் சொன்னதுதான். திட்டமாகத் தெரியாது. நிலச் சீர்திருத்த சட்டத்தை அமுலாக்குவதற்கான ஓர் அலுவலகம்தான். அதற்கு ஒரு கோர்ட்டின் தன்மை இருக்கவேண்டும். குறைந்த பட்சம் ஒரு பஞ்சாயத்து கோர்ட்டின் சாயல்!

"அப்போது பஞ்சாயத்துக் கூட்டம் கூடுவது?" என்றார் பணிக்கர்.

"ரிக்கார்டு அறையிலே."

பணிக்கரின் கோபம் சிறிது தணிந்தது. ஆயினும் அங்கே கூட்டம் எப்படி நடத்துவது? அதற்கான இடவசதி அங்கே உண்டா?

"பாஸீ!"

வில்லேஜ் அலுவலகத்திலும், இன்னபிற அலுவலகங்களிலும், வளடெப்போவிலும் பிரசிடெண்டின் அந்த அழைப்புக் குரல் எதிரொலித்தது. பிரசிடெண்ட் உரத்த குரலில் கூப்பிட்டால் அப்படித் தான்.

சொசைட்டிக் கிடங்கின் தென்புற வீட்டிலுள்ள ஆனந்தவல்லியுடன் பாஸி சல்லாபத்தில் ஏற்பட்டிருந்தான். யாரும் அதைக் காணமுடியாது. சல்லாபத்திற்குத் தோதாக இத்தகைய ஓர் இடம் வேறு இல்லை.

ஆனந்தவல்லியின் கணவன் அன்றிரவு வருவானா என்ற பாஸி வினவினான். அப்போது அவள் குறும்புத்தனமான சிரிப்புடன் சொன்னாள்:

"வரமாட்டான்."

அப்போது தான் பிரசிடெண்ட் அழைக்கிறார். குரல் கொடுத்தால் அந்தக் குரல் எங்கிருந்து வருகிறதென்பதை அறிந்து கொள்வார்கள்.

அவன் குரல் கொடுக்காமல் விரைந்தோடிச் சென்று பிரசிடெண்ட் முன்னால் நின்றான்.

பிரசிடெண்ட் கட்டளையிட்டார்.

"நீ அந்த ராஜப்பன் கடைக்குச் சென்று நாலு இட்லியும் அது மேலே நிறைய வெங்காயத் தீயலையும் ஊற்றி -அப்பறம் நல்லா இரண்டு டீயும் வாங்கிக் கொண்டுவா!"

* ** *

நாராயணப் பணிக்கர் கேட்டார்:

"அப்போ தலைவரே, இந்த ஆபீசு வர்றதனாலே என்ன நன்மை?"

'நிலச்சீர்திருத்தக் கொள்கையை அமுல்படுத்தறதுக்கான ஆபீசு" என்றார் பிரசிடெண்டு சுரேந்திரன்.

ஹால் சாயம் பூசி அழகு படுத்த தூசியும் சிலந்திவலையுமெல்லாம் அகற்றிச் சுத்தம் செய்கிறார்கள்.

பணிக்கர் விசாரித்தார்:

"அப்படீன்னா?"

"குடியிருப்பை ரெஜிஸ்டர் செய்து பத்து செண்டு பூமி பதிவு செய்து கொடுப்பது குத்தகைதாரர்களுக்கு அவர்கள் உழுகிற பூமி பதிவு செய்து பட்டா வழங்குவது; மிச்சபூமியை எடுத்துக்கொண்டு பூமியில்லாதவர்களுக்குப் பதிவு செய்து பட்டா வழங்குவது - இதெல்லாம்தான்."

சிறிது நேரம் யோசித்த பின்னர் பணிக்கர் கேட்டார்:

"அப்போ தலைவரே, நான் கேக்கறேன் எனக்கு எந்நேரமும் சந்தேகமிருந்த ஒரு விசயம் தான் - அதைத்தான் கேக்கிறேன். ஒருத்தருக்கு ஐம்பது ஏக்கர் பூமியிருக்குன்னு வச்சுக்குங்க. பாடுபட்டு எக்கச்சக்கமாய் விலைகொடுத்து வாங்கினதுதான்; எந்த விதமான உரிமை - விவகாரமும் இல்லே; களங்கமில்லாத சொத்து - அப்போ பதினஞ்சு ஏக்கர் நிலத்தை மாற்றி வச்சு மீதியிருக்கிறதெல்லாம் எடுத்துக்குவாங்களா?"

"எடுத்துக்குவாங்க."

"அப்போ பத்திரம், பட்டா, சொந்தபூமின்னு சொல்றதுக்கெல்லாம் அர்த்தமேயில்லை."

"இல்லை!"

ஒரு விநாடிக்குப் பின் பணிக்கர் கேட்டார்:

"பாலத்தோள் இல்லத்தைச் சேர்ந்த ஐநூறு பறை நிலத்தை தும்பேக் களத்தினர் சாகுபடி செய்யறாங்க. நிலம் இல்லத்துக்குச் சொந்தம். அரசுக்கு வரி செலுத்தி வந்ததெல்லாம் இல்லத்துக்காரங்கதான். அது சும்மா தும்பேக் குளத்தவனுக்குச் சொந்தமாயிடுமல்ல?"

"ஆயிடும்."

"அது அக்கிரமம். பகற்கொள்ளை. அப்போ பாலத்தோள் இல்லத்துக்கு ஊசி குத்தக் கூட மண் இல்லை."

"இல்லை!"

பரம்பரையாகச் சொல்லி வந்த கதைகள் குறித்து பணிக்கர் யோசித்தார். மங்கலச்சேரிக் குடும்பத்துக்கு அந்தக் 'கண்டெழுத்து' காலத்தில் கரிசலில் ஆயிரம் பறை நிலத்தைப் பதிவு செய்து கொடுத்தனர். அன்று ஆட்களைத் தேடிப் பிடித்து அவர்களுக்கு நிலத்தைப் பதிவு செய்து கொடுத்தார்களென்றால், இன்று அதை எல்லாம் பறித்தெடுக்கின்றனர்.

பணிக்கர் சொன்னார்:

"பிரசிடெண்ட், அப்போ எல்லாம் தலைகீழா மாறுது. இல்லிங்களா?"

"ஆமாம்."

"இன்னைக்கு சட்டப்படி என்னோடதுன்னு சொல்லறது நாளைக்கு என்னோடதல்ல."

"அல்ல!"

சிறிது நேரம் யோசித்த பின்னர் பணிக்கர் சொன்னார்:

"உம்! சர்க்கார் காரியம்தானே? எல்லாம் முறைப்படி நடக்கட்டும். ஆனாக்கூ ஒவ்வொண்ணையும் நினைச்சுப் பார்க்கறப்போ எனக்கு அநியாயம்னு படுது."

பிரசிடெண்ட் பதில் சொல்லவில்லை.

பணிக்கர் தொடர்ந்து பேசினார்:

"அப்பறம் கொஞ்சம் வேறுமுறையிலே யோசித்துப் பார்த்தா நியாயமும் தான். இந்தப் பூமியெல்லாம் ஒரு சிலருக்கே சொந்தம்னு இருப்பது; பத்திரத்துக்கும் பட்டாவுக்கும் எல்லாம் மதிப்பில்லேன்னாயிடறது - அப்பறம் சர்க்கார் காரியம். நடக்கட்டும்!"

சுவருக்குச் சுண்ணாம்பு அடிக்க வந்தவர்களிடம் பணிக்கர் சொன்னார்:

"சுண்ணாம்பிலே நீலம் கலந்தது போதாது. இது பளிச்சென ஆகாது. இன்னும் கொஞ்சம் நீலம் சேர்த்துக்குங்க!"

தகவல் அறிந்து ஔத அங்கே வந்தார். சுண்ணாம்பு அடிப்பதையும், ஜன்னலுக்குச் சாயம் பூசுவதையும் பார்த்து நின்ற ஔதமாப்பிள

வேலையாட்களுக்குத் தனதான யோசனைகள் கொடுத்தார். இடையே அவர் சுரேந்திரனிடம் சற்றுப் பணிவான குரலில் விசாரித்தார்.

“சுரேந்தன் பிள்ளாய், இப்போ வர்ற அதிகாரி யாரு?”

“திருவனந்தபுரத்திலிருந்துதான் வருகிறார்” என்றார் தலைவர் சுரேந்திரன்.

“இல்லே... என்ன ஜாதிக்காரர்?”

“அது இப்போ தெரியாது.”

“இல்லே... நாயரா; கிறிஸ்தவரா?”

“என்னவோ!”

ஒரு வேடிக்கைகாக சுரேந்திரன் சேர்த்துச் சொன்னார்.

“அரசுக்கு நம்பிக்கையான ஆளாக இருக்கலாம்.”

சிறிது நேரத்திற்குப் பின் பருத்திக்காட்டு ஔசேப்பு கேட்டார்:

“அப்போ தலைவரே, இந்த நிலச் சீர்திருத்தக் கொள்கையை அமுலாக்கற மந்திரி யாராயிருப்பார்?”

“அது வருமான இலாகா மந்திரியாகும்.”

தனக்கு ஏற்பட்டிருக்கிற வியப்பினை வெளிக்காட்டாதபடி ஔசேப்பு சொன்னார்:

“ஐயகோ! அது புலையன்னல்லவா?”

“ஆம். அதுக்கென்ன?”

“இல்லே கேட்டேன். அப்போ வரக்கூடிய அந்த அதிகாரியும் புலையனாயிருக்கணுமே?”

தலைவர் அதற்கு நேரடியாகப் பதில் கூறவில்லை. அவர் கேட்டார்.

“ஔசேப்பு மாப்பிளவுக்கு மிச்ச பூமி எவ்வளவு இருக்கும்?”

“எனக்கு ஒண்ணும் மிச்ச பூமி கிடையாது.”

“சமாச்சாரமெல்லாம் முதலிலேயே தெரிஞ்சுக்கிட்டு எல்லாம் சரி பண்ணி வச்சிட்டீங்களா?”

“ஓ! நான் ஒண்ணும் பண்ணலே. நிலங்களெல்லாம் வாங்கற காலத்திலேயே அதை எல்லாம் பசங்கதான் வாங்கினாங்க. அப்பறம்

பங்கு சம்பந்தமான ஒரு உடன்படிக்கையும் செஞ்சிருக்கோம். எனக்கு ஒரு செண்ட் மிச்ச பூமி கூடக் கிடையாது."

"சட்டம் ஆறு வருடத்திற்கு முந்தியே அமுலாகிற மாதிரியாத்தான் இயற்றியிருக்காங்க. இதுக்கிடையிலே நடந்திருக்கிற கொடுக்கல் - வாங்கல் எல்லாம் செல்லாது.

ஔசேப்பு மாப்பிளவுக்குப் புரிந்தது. அவர் ஆர்வமுடன் வினவினார்:

"இது எப்படிப்பட்ட துரோகம்?"

"சட்டம் அப்படித்தான்."

"எங்காவது இப்படி ஒரு சட்டமுண்டா?"

தலைவர் பதில் சொல்லவில்லை.

"அப்போ ஒவ்வொருத்தன் செஞ்சு வச்சிருக்கிறதெல்லாம் தண்ணியில கிழிச்ச கோடு ஆயிட்டதே?"

"அப்படித்தானிருக்கு!"

ஔசேப்புவிற்கு இன்னும் தெரிய வேண்டியிருக்கிறது. அது லாண்ட் டிரிபூனல் பற்றித்தான்.

"அப்போ பிள்ளாய், அப்போ மற்றவங்க நிலத்திலே குடியிருக்கிறவங்க விசயத்தைப் பற்றித் தீர்மானம் பண்ணறது இங்கே வரப்போற அதிகாரி தானே?"

"ஆமாம்."

"அதுதான் இப்போ தலைவலி. நல்ல இளம் தென்னைமரங்கள் நிக்கிற இடத்திலே தான் அவங்கல்லாம் குடியிருக்காங்க. அது தான் குடியிருப்புக்கான பத்து செண்டா கொடுக்க வேண்டியிருக்கு. எவ்வளவு தேங்காய் அவங்களுக்குப் போவுது!"

அதைக் கொடுத்துத்தானாக வேண்டுமென்றார் சுரேந்திரன். லாண்ட் டிரிபூனலுக்காக வருகிற அதிகாரி யாரென்று தெரியாமல் ஔசேப்பு கிளம்பிச் சென்றார்.

* ** *

ஔசேப்பு, அந்தோனி, கிரிகரி மற்றும் தொம்மி மற்றத்தில் ஆகியோரெல்லாம் வட்டத்ர களத்தில் வந்து குழுமியிருக்கின்றனர். லாண்ட் டிரிபூனல் யாரென்று தெரிந்துகொள்ள முடியவில்லை. எந்த

ஊர்க்காரரென்றும் தெரியவில்லை. யாராக, எந்த ஊர்க்காரராக வேண்டுமானாலும் இருந்துவிட்டுப் போகட்டும். தமது பக்கமாய்க் கிடைத்தாற் போதுமென்ற கருத்துத்தான் பஞ்சாயத்து மெம்பர் தொம்மிக்கு உள்ளது. அவர் தொடர்ந்து பேசினார்:

"என் மனசிலிருந்த தந்திரம் அதுவாகத்தான் இருந்தது- அதுக்குத் தான் நான் பிரசிடெண்டினைக் கையகப்படுத்தி அந்த வேலையைக் கையிலெடுத்தது. பிரசிடெண்டுக்கு ஒரு தூக்குமரமேற்படப் போறதுன்னா அது நம்ப ஊரிலேயே முதலில் வேணுங்கிற நிர்ப்பந்தம் தான் எனக்கு. என்ன இருந்தாலும் என்னோட தந்திரம் பலித்தது."

கிரிகரி களைப்படைந்தவராகச் சொன்னார்:

'என் காலமெல்லாம் முடிந்துவிட்டது. எந்தப் பலமுமில்லாத ஓர் எலும்புக்கூட மட்டும்தான் நான் இப்போ. இல்லாட்டி எந்த கொம்பனையும் நான் சரிப்படுத்தியிருப்பேன். தொம்மீ, இனிமே நீங்கதான் எல்லாம் பார்த்துக்கணும். அவரை நம்ப வலையிலே சிக்கவைக்கணும்." தொம்மி மற்றத்தில் கிரிகரிக்கு ஆறுதலளித்தார்:

"கவலைப்படாதீங்கண்ணா! மனுஷன் இங்கே வரட்டும். நம்ப வலையில் வந்து விழாமலயா போயிடுவார்?"

ஔசேப்புவுக்கு இன்னொரு சந்தேகம்:

"யாராச்சும் புலையனா இருந்துட்டானா?"

"ஏன் ஔசேப்பு, நீங்க கொஞ்சம் பேசாமே இருங்க. புலையனா இருந்தாலென்ன? புலையன்னு ஆனா குடியிருப்பு சம்பந்தமான தீர்ப்பு சொல்லும் போது ஜாதிப் பற்றுதல் அல்லது மேல் தட்டுக்காரன்களோடு ஏற்படுற பகைமை-இதெல்லாம் மனசிலே வச்சுக்கிட்டு குடியிருக்கிறவனுக்குச் சாதகமா நடந்துக்குவான்னுதானே, சொல்லிக்கறீங்க? அப்படி பயப்படத் தேவையில்லை."

அந்தோனிக்குக் கூடச் சந்தேகம்தான்:

"அப்படியில்லாமே இருக்குமா?"

தொம்மி சொன்னார்:

"அதுதானே, உங்க அப்பாவித்தனம்? புலையனாவட்டும்; பறையனாவட்டும் - படிச்சவங்களுக்குத்தானே, இந்த உத்தியோகம் கிடைக்கும்?"

அதை எல்லாரும் ஒப்புக்கொண்டனர். ஒப்புக்கொண்ட பின்னர் தான் தொம்மி மற்றத்தில் அடுத்தபடியாகப் பேசுவார். அவர் அடுக்கடுக் காகப் பேசப் போகிற விசயம்தான்அது.

"அப்போ என்னன்னா, இப்போதைய கல்வி கிடைச்சிட்டா, அவன் யாருன்னாலும் சரி. அவங்க ஜாதிக்காரங்களிலே உயர்ந்தவனாயிடுவான். மேலே மேலே உயர்ந்து போயிடுவான். படிப்பாளியல்லவா? மற்றவங்களை விட மேன்மை வந்திடும். அது கிறிஸ்தவனானாலும், நாயர் ஆனாலும், ஈழவன் ஆனாலும், நம்பூதிரியானாலும் அப்படித்தான். அல்லவா?"

அந்தோனி ஒப்புக்கொண்டார்.

"மற்றவங்க அதை அங்கீகரிக்கவும் செய்வாங்க."

தொம்மி மற்றத்திலுக்குத் திருப்தியாயிற்று. தான் சொன்னதை அனைவரும் புரிந்து கொண்டனர்.

"அப்போ புலையன் மேலதிகாரியாயிட்டா, ஏனைய மேல் ஜாதிக்காரங்க அதிகாரிகள் ஆகற மாதிரித்தான். அவனவன் காரியத்தை அவனவன் பார்த்துக்குவான்; அவனவனுக்குப் பணம் சேரணும்; அவனவன் நல்லா வரணும்; பெரிய பங்களா வேணும்; கார் வேணும் - அப்படியே போவுது. நீங்க ஒண்ணு பண்ணுங்க. டிரிபூனல் வரும்போது, அவர் தங்கியிருக்க நல்லா ஒரு வீடு பாருங்க. நம்ப கைக்கு எட்டிய பாங்குலே இருக்கணும்."

வீடு எங்கிருக்கிறது?

காலி வீடு எங்குமில்லை.

ஔசேப்பு சொன்னார்:

"எங்க ஔதக் குட்டி குடியிருக்கிற வீடு இருக்கே. பரவாயில்லையா?"

நல்ல வீடு. எல்லோருக்கும் சம்மதமாயிற்று. பெரிய வார்ப்பு வீடு. அனைத்து வசதிகளும் உள்ளன.

அப்போது ஔதக் குட்டி எங்கே தங்கியிருப்பான்? ஔசேப்பு சொன்னார்:

"தேவஸ்தானம் நிலத்திலே ஒரு வீட்டைக் கட்டுவோம்."

தொம்மி மற்றத்தில் சொன்னார்:

"அப்படீன்னா, அதை உடனே கட்டுங்க! அவர் வர்றப்போ வீடு காலியாயிருக்கணும்."

ஔசேப்பு சொன்னார்:

“கொஞ்சநாளைக்கு அவன் பருத்திக் காட்டிலே தங்கியிருக்கட்டும்.”

கிரிகரி முன் எச்சரிக்கை பண்ணினார்:

“அவரை அப்படி தந்திரமாத்தான் நம்ப பக்கம் இழுக்கணும்.”

தொம்மி மற்றத்திலுக்கு அதெல்லாம் ரொம்பப் பெரிய காரியமாகப் படவில்லை.

“யாரும் அதைப் பற்றி ஒண்ணும் பயப்படவேணாம்! டிரிபூனலை நான் நமக்கு ஆதரவாப் பண்ணிடறேன்.”

* ** *

சட்டம் அமுலுக்கு வர இன்னும் நான்கு நாட்கள்தான் உள்ளன. அன்றைய தினம் ஒரு சில நிகழ்ச்சிகள் நடைபெறும் நூற்றாண்டு காலமாக அமுலிலிருந்த ஓர் அழைப்பு முறை ஒரே இரவில் தலைகீழாக மாறிவிடுகிறது. அதுவும் ஒரு நிமிடத்திலே!

மறுநாள் சூரியன் உதிப்பது புதிய சட்டத்தின் ஓர் உலகிலேதான்.

ஆயிரம் பறை நிலத்தின் சொந்தக்காரனுக்கு எண்ணூற்று ஐம்பது பறை நிலம் இல்லாதாகி விடுவிறது. ஊசி குத்தக் கூட நிலமில்லாதவன் பத்து செண்டுக்குச் சொந்தக்காரனாகி விடுகிறான். ஊர்கள் தோறும் வரியும் மேல் வரியும் வாங்கி வந்த ‘ஜன்மி’க்கு ஒன்றுமில்லாமலாகி விடுகிறது. குத்தகைதாரர்கள் விவசாய பூமிக்குச் சொந்தக்காரராகி விடு கிறார்கள்.

பெரிய மாறுதல் அல்லவா?

எனவே ஏதாவது நடக்காமலிருக்குமா?

இன்னும் மூன்று நாட்கள்.

இன்னும் இரண்டு நாட்கள்.

இன்னும் ஒரே ஒரு நாள்.

நாளை காலையிலே...

பருத்திக்காடன், ஆற்றுத்துறையான், வட்டத்ர, தும்பேக்குளத்தவன் - இப்படி எல்லோரும் பயந்தனர். நாளைய தினம் என்ன நடைபெறுமோ?

நல்ல பனிபெய்கிற இரவு. தெளிந்த கீழ்வானத்தில் விடிவெள்ளி உதித்தது. காற்று துயிலுணர்ந்தது. தரைக் காற்றில் தென்னங் கீற்றுக்கள் அசைந்தாடின. எங்கிருந்தோ ஓர் அரவம் முழங்கி வருகிறது.

“இன்குலாப் ஜிந்தாபாத்!”

இன்னோர் இடத்தில் நூறு குரல்கள் அதை ஏற்றுச் சொல்லின:

“இன்குலாப் ஜிந்தாபாத்!”

பருத்திக்காட்டு ஔத அன்றிரவு ஒரு நிமிடம் கூடத் தூங்கியிருக்க வில்லை. உருண்டு புரண்டு படுத்துக் கொண்டிருந்தார். சில நேரங்களில் எழுந்து உட்கார்ந்திருப்பார். வெற்றிலை போடுவார். பீரோ திறந்து ஒரு காகிதக் கட்டினை எடுத்து அவிழ்த்துப் பார்ப்பார். தனது சொத்துக்களின் பத்திரங்களும் பட்டியலும்தான். சர்வே நெம்பர்களும் அளவுகளும் உள்ளன. பத்து மணிக்கு எடுத்துப் பார்த்தார். அப்போது அது பூராவும் ஔசேப்புவிற்குச் சொந்தமாயிருந்தது. ஔதவே விலை கொடுத்து வாங்கியது. எத்தனை ஏக்கர் இருக்கிறதெனக் கணக்கைப் போட்டுப் பார்த்தார். தேவஸ்தானத்திற்குச் சொந்தமானது எவ்வளவு? பாலத்தோள் நம்பூதிரியிடமிருந்து பெற்றுக்கொண்டது எவ்வளவு?

மணி பதினொன்று.

பட்டியலை எடுத்து நெஞ்சோடு சேர்த்துக் கொண்டார். நெஞ்சத்தில் நெருப்பு எரிவதாகத் தோன்றியது. சுவர்க்கடிகாரத்தின் விநாடி ஊசி குதித்துக் குதித்து நகர்கின்ற நிமிடங்கள் அப்படியே நகர்ந்து செல்கின்றன.

மணி பனிரெண்டு!

அந்தப் பட்டியல் ஔதவின் கையை விட்டு நழுவிக் கீழே விழுந்தது.

மேலும் பதினைந்து ஏக்கர் நிலம் மட்டும் தேடிச் சேர்த்துக்கொண்டது அனைத்தும் கூட கை நழுவிப் போயிற்று. இனிமேல் யாரும் எதையும் தேடிக்கொள்ள வேண்டாம்! மக்கள், பேரன் - பேத்திகள் அவர்கள் பேரன் பேர்த்திகள்-இவ்வாறாக எத்தனையோ தலைமுறைகள் ஔதவின் கற்பனையில் இருந்திருக்கின்றன! ஒவ்வொரு குழந்தையும் எவ்வாறிருக்குமென்று அவர் கற்பனையில் கண்டதுதான். அவர்கள் எவ்வாறு வளரவேண்டுமென்றும் அவர் திட்டம் தீட்டி வைத்திருந்தார். ஏதேது நிலங்கள் ஐந்தாம் தலைமுறையினரில் யாருக்கெல்லாமிருக்க வேண்டுமென்கிற சங்கற்பமும் அவருக்கு இருந்திருக்கிறது. எதிர்காலத் தலைமுறை ஒவ்வொன்றும் தமது சாதனைகளையும் உருவாக்கிவிடும்.

அனைத்தும் தகர்ந்துவிட்டது!

சென்ற எத்தனையோ தலைமுறைகளின் சாதனைகள் ஒரு விநாடியில் தகர்ந்து போயிருக்கின்றன. அவர்கள் அனைவரும் செத்து மண்ணோடு மண்ணாகச் சேர்ந்து போயிருப்பினும் அவர்கள் கனவுகள் இன்று கூடப் பச்சைப்பசேலென்று விளங்குகின்றன. அவர்கள் வாழ்க்கை வீணாகிவிட வில்லை.

பதினோரு மணியிலிருந்து பனிரண்டுக்குத் தாண்டிய அந்த விநாடி யில் பல தலைமுறையினரின் கனவுகள் கருகிவிட்டன.

எல்லாம் மாய்ந்து மறைந்து விட்டது. ஊதாரித்தனமாக நடந்து கொள்ளவில்லை. யாரும் தவறு செய்யவில்லை. தேடிக்கொண்டதைப் பூமியில் போட்டது ஒரு பாபமாகக் கருதப்படவில்லை. தவறு என்று ஒரு விலக்கு இருந்திருந்தால் அதைச் செய்திருக்க மாட்டார்கள். தவிரவும், பத்து பணமிருந்தால் அதைப் பூமியில் போட்டுக்கொள்ள அரசாங்கமும் ஊக்கமளித்திருந்தது.

நெல்லும் தானியங்களும் கணக்கின்றி உற்பத்தியாகட்டும்!

தான் ஒரு குற்றவாளியாக நிற்பதுபோல் ஔதவுக்குத் தோன்றியது. நாளைய தினம் போலீஸ் வந்துவிடும். கைகளில் விலங்கினைப் போட்டு விடும். சொத்துடையவன் குற்றவாளியாகிறான்.

செல்லுமிடமெல்லாம் மக்கள் அவரை வெறுப்புடன் பார்க்கின்றனர்.

வஞ்சனை செய்தவன்!

அவனைச் சிறையில் தள்ளவேண்டும்.

ஔதவை வஞ்சகராக்கியது யார்? அவர் தானாகவே வஞ்சகராகி விடவில்லை. அவர் கண்ணீர் வழியாக அந்த உண்மையைச் சொல்லி விட்டார். ஆனால் யாரும் நம்புவதில்லை.

போனது போகட்டும். அவரை நம்பினால் போதுமானதாகயிருந்தது. இப்போது அதுவுமில்லை. அவர் மட்டுமல்ல; அவர் தந்தையும் தாத்தாவும் வஞ்சகர்களாக இருந்தனர். அவர்களையும் விடுவதில்லை.

132

கடுக்காத்ர குஞ்சிக்குட்டன் சற்று வேகமாய் நடந்து செல்கிறான். குறிப்பிட்ட நேரத்தில் எங்கேயோ சென்று சேரவேண்டியிருக்கிறது. சிறிது

நேரமாகிவிட்டது. குறிப்பிட்ட நேரத்தில குறிப்பிட்ட இடத்திற்குச் சென்று சேர்ந்திட அவன் விரைந்து செல்கிறான்.

ஒரு மஞ்சள் நிற பனியனும் வேஷ்டியும்தான் உடைகள். தலையில் ஒரு துண்டு வேஷ்டியை முண்டாசாகக் கட்டியிருக்கிறான். குட்டன் இந்த உடையில நடந்து செல்வதை அந்த ஊரில் இதுவரையிலும் யாரும் பார்த்ததில்லை. சலவை செய்து பெட்டிபோட்ட சட்டையும், வேஷ்டியும் உடுத்தியவாறு தலைமுடி சீவி அழகுபடுத்திக் கொண்டுதான் நடப்பான். குட்டன் ரொம்ப நல்லவன். அவனைப் பற்றி யாருக்கும் எந்தப் புகாரு மில்லை. மானம்-மரியாதையைப் பாதுகாத்து நடக்கின்றவன். இப்போது அணிந்திருக்கிற உடை அவனுக்குப் பொருத்தமானதாக இல்லை.

எம்எஸ்சி. படிக்கிறான். எனவே அதன் அந்தஸ்தினைப் பாதுகாத்து நடப்பான். அறிமுகமுள்ளவர்களில் எவரும் குஞ்சிக்குட்டன் இப்படிப் போவதைக் கவனித்திருப்பார். இப்படிப் போவதை யாரும் பார்த்த தில்லை. அந்தஸ்தை விட்டுவைத்து நடக்கிற நடை இது. வீட்டில் கூட இத்தகைய உடையில் யாரும் அவனைப் பார்த்ததில்லை. கோவிலுக்கு முன்னாலுள்ள ஒரு சந்திப்பில் அவன் சென்று நின்றுகொண்டான். யாரையோ எதிர்பார்த்து நிற்கிறான்.

பல்வேறு ஊர்களுடன் அந்த ஊர் உறவு வைத்துக்கொண்டிருக்கிறது. எர்ணாகுளம், கொல்லம், கோட்டயம், காயம்குளம் - முதலிய பல்வேறு ஊர்களிலிருந்து இந்த ஊருக்குப் பேருந்துகள் வருகின்றன; பல்வேறு ஊர்களுக்கு இங்கிருந்தும் செல்கின்றன. ஊருக்குப் புதிய ஆட்கள் வருகின்றனர்; போகின்றனர். வருவோரையும் போவோரையும் எப்படி வேறுபடுத்தி அறிந்துகொள்ளமுடியும்?

யாருக்கோ காத்து நிற்கிறான். ஓர் இருவர் அவனிடம் விசாரித்தனர்.

"என்ன குஞ்சிக்குட்டன், இங்கே நிக்கிறே?" என்று கேட்டார் ஒருவர்.

"யாரை எதிர்பார்த்து நிக்கிறே?" என்றார் இன்னும் ஒருவர்.

யாருக்கும் பதிலளிக்கவில்லை.

முக்கால் மணி நேரத்திற்குள்ளே அவ்வழியாகப் பலரும் சென்றனர். யாருமே குட்டன் அருகே வரவில்லை. யாரையும் கண்டதாக குட்டனும் காட்டிக்கொள்ளவில்லை. குஞ்சிக்குட்டன் திடீரென்று அங்கிருந்து சென்றான். அவன் திரும்பிச் செல்கிறான்.

திரும்பும் போது குட்டனுக்கு ஒரு சந்தேகம் உதித்தது. வந்ததை யும், அங்கே நின்றயும், திரும்பிப் போவதையுமெல்லாம் யாராவது

கவனித்திருப்பார்களோ? அவனைக் குறிப்பாகக் கவனிப்பவர்களிருந் திருந்தால் அவர்கள் கவனித்திருப்பார்கள். ஒரு கோளாறு உண்டு. ஒருவன் மிக்க வேகத்துடன் வருவது; சிறிதுநேரம் வரையிலும் யாரிடமும் எதையும் பேசாமல் நின்று கொள்வது; அப்புறம் வந்த வழியே திரும்பிச் செல்வது-இது ஒரு கிறுக்கு; அல்லது ஏதோ ஓர் ரகசியமான நோக்கம் -அந்தச் செயல் சந்தேகப் படத்தான் செய்யும்.

அப்படி நடந்து கொண்டிருக்கக் கூடாது. சந்திப்பிலுள்ள ஏதேனும் ஒரு கடைக்குச் சென்று ஏதாவது வாங்கியிருக்கவேண்டும். அப்போது யாராவது இந்த வேடத்தைப் பற்றி விசாரித்திருப்பார். அப்போது பொய் சொல்லவேண்டும் முண்டாசு அவிழ்த்தெடுக்க வேண்டியிருக்கும்.

முண்டாசுடன் அவ்வாறு நிற்பது என்பது மட்டும்தான் அவன் செய்ய வேண்டியது. வேடத்தில் எந்த மாறுதலையும் செய்யக் கூடாது. ஓர் இடத்திலேயே நிற்கவேண்டும். கடைக்குச் செல்வதோ முண்டாசை அவிழ்ப்பதோ ஒன்றும் கூடாது. அவனுக்குக் கிடைத்திருக்கிற கட்டளை அத்தகையது. அதன்படி நடக்கவில்லையேல் இயக்கம் முற்றிலுமாய் ஸ்தம்பித்துவிடும். ஆங்கே நெடுமங்காட்டில், அல்லது பெரும்பாவூரில், அல்லது தலைச்சேரியில் நடைபெறவேண்டிய ஒரு நிகழ்ச்சி முண்டாசு எடுப்பதனால் நடை பெறாமல் போய் விடலாம். கடைக்குச் சென்று ஏதேனுமொரு பானம் வாங்கிக் குடித்ததனால் மிகப் பெரிய தவறு ஏற்பட்டிருக்கலாம். இத்தனை மணியிலிருந்து இத்தனை மணிவரையிலும் இன்ன இடத்தில் நிற்க வேண்டுமென்பதுதான் கட்டளை. அந்த இடத்தி லேயே நிற்கவேண்டும்.

எதற்காக அங்கே நின்றான்?

என்னவோ? தெரியாது!

எதற்காகவென்று கேட்கக் கூடாது!

அறியவேண்டிய அவசியமுமில்லை.

கண்டிப்பான நிபந்தனைகள்தான். ஆயினும் குட்டன் தன்னிடமே விசாரித்தான்.

...'எதற்காக அங்கே நிற்கவேண்டுமென்று சொல்லப்பட்டது?"

ஒரு பதில் உயர்ந்து வந்தது.

யாராவது ஒரு தோழர் அவ்வழியே சென்றிருக்கலாம். அப்போது வழிகாட்டியாக அங்கே நிற்க வேண்டும் போலிருக்கிறது. சேர்த்தலையில்

வைத்து குஞ்சிக்குட்டனுக்கே அத்தகையதோர் அனுபவம் ஏற்பட்டிருக்கிறது. நீலச் சட்டை போட்ட ஒரு தோழர் அன்று காத்து நின்றிருந்தார். அவருக்கு குஞ்சிக்குட்டனைத் தெரியாது. ஆனால் குட்டனுக்குத் தடம் தெரிந்து விட்டது. அர்த்துங்கல் பகுதியைச் சேர்ந்த தோழர்கள் காத்திருக்கின்றனர் என்பதைப் புரிந்துகொண்டான்.

அறியப்படாத ஒரு தோழருக்காகத்தான் அந்த வேடத்தில், அந்த இடத்தில் நிற்கவேண்டுமென்ற கட்டளை பிறந்திருக்கிறது. அறியப்படாத அந்தத் தோழர் அவ்வழியே சென்று விட்டார். அவர் குஞ்சிக் குட்டனைத் தமது கட்சியைச் சேர்ந்த நம்பிக்கையான தோழர் என்பதை அறிந்துகொண்டார். அந்தத் தோழர் யார்? எந்த ஊரைச் சேர்ந்தவர்? தாய் தந்தையர் வைத்த ஒரு பெயர் இருக்குமல்லவா? அது என்ன?

அறியவேண்டுமென்கிற ஆவல் மறுபடியும் ஏற்படுகிறது. விலக்கப் பட்டதன் அடிமையாகிவிடுகிறான். ஒரே லட்சியம்; ஒரே விதமான செயல்முறை அத்தகைய தோழர்களைக் கொண்ட சேனையின் ஓர் உறுப்பினன் இன்னொருவனை அறிந்துகொள்வது நல்லதல்லவா? சகோதர பாசத்தின் உறுதிமிக்க சக்தி அப்போது அந்தச் சேனைக்கு ஏற்படுமல்லவா? ஒருவன் இன்னொருவனுக்காக உயிர்த் தியாகம் செய்யத் தயாராயிடுவானல்லவா?

குஞ்சிக்குட்டனுக்குத் திடீரென்று ஓர் ஆவேசம் பிறந்தது. கட்சியின் ஸ்தாபன அமைப்பு முறையில் அத்தகையதொரு மாறுதலை ஏற்படுத்த வேண்டும்.

அந்த ஆவல் தன்னை எங்கு கொண்டுசென்று விட்டதென்று குஞ்சிக்குட்டன் அடுத்த நிமிடத்திலேயே உணர்ந்து கொண்டான். கல்வி தான் அவனை அங்கே கொண்டுசென்று விட்டது. கல்வி இல்லாமலிருந்தால் அந்த ஆவல் ஏற்பட்டிருக்காது. கல்வி ஒழுங்கினைப் பின்தள்ளியது.

நடந்து போகும்போது குட்டன் யோசித்தான். இந்த ஊரில் தன்னைத் தவிர வேறு யாராவது கட்சியிலிருக்கிறானா? புரட்சி வெல்லட்டு மென்று முஷ்டியைச் சுருட்டியவாறு தொண்டை கிழியக் கோஷம் போட்டிருக்கின்ற இளைஞர்கள் ஏராளமானவர்கள் இருக்கிறார்கள். இதன் முன்னர் முதன்முதலாய் இந்த கோஷத்தை உச்சரித்தவர்கள் கண் களிலிருந்து நெருப்புப் பொறிகள் சிதறியிருந்தனவாம்! அத்தகைய கவிதைகள் உள்ளன. இன்று வரையிலும் அந்தக் கோஷம் முழக்கிய போதிலும் அதன் விளைவு என்ன?

விளைவு என்ன?

பெரியதொரு கேள்வி அது.

ஏதாவது ஏற்பட்டுத்தான் தீரவேண்டும்.

அதற்காக ஒரு தலைமுறை உயிர்த்தியாகம் செய்யத் தயாராகிவிட வேண்டும்.

அடுத்த தலைமுறைக்காக!

விரலை அறுத்து அந்த ரத்தத்தால் பிரதிக்கினையில் விரல் அடையாளம் வைத்தவர்கள் இந்த ஊரில் வேறு யார் இருக்கிறார்கள்? காணப்படுகின்ற ஒவ்வோர் இளைஞனுடையவும் விரலைக் கவனித்துப் பார்க்கவேண்டும். ஆறிவிட்ட காயத்தின் தழும்பு இருக்கிறதா என்றறிய வேண்டும். அங்கத்தினர்கள் சம்பந்தமான இந்த ரகசியம் இவ்வளவு தூரம் பத்திரமாயிருப்பதன் காரணமென்னவென்று குட்டனுக்குத் தெரியும். பலவீனமான உறுப்பினன் இருக்கலாம். அவன் அனைவருடையவும் பெயர்களைச் சொல்லக் கூடும். அந்த ஆபத்து மிகப் பெரியது. எனவே பரஸ்பரம் யாரும் அறிந்துகொள்ளவேண்டாம். ஆயினும் இவ்வளவு ரகசியம் தேவையா? மனித இயல்புக்கு ஒத்துவராதது போல் தோன்றுகிறதே. ஆளுக்குப் பெயரில்லாவிட்டால் ஆளே இல்லை. பெயரினால்தான் 'ஆள்' உருவாகிறான். இயந்திரத்தினால் நிர்மாணிக்கப்பட்ட இயந்திரமா, மனிதன்?

இது அறியவேண்டுமென்கிற ஆவல் அல்ல. கேள்வியெழுப்புவதுதான். அனுசரணையில்லாமைதான். அது அழிவாகும். அது எல்லாவற்றையும் அழித்துவிடும். மனமறியாமல் சிந்தித்ததுதான். சிந்தனைக்குக் கடிவாள மிட என்ன வழி?

என்றாவது ஒரு நாள் கட்சியுடன் மோதவேண்டியிருக்கும். ஏதோ உள்ளத்திலிருந்து சொல்கிறது. குட்டன் விரும்பாத விசயங்கள்தான். ஆனால் அவை அவன் மனத்தைத் தாக்குகின்றன.

"நீ கட்சியுறுப்பினனாயிருக்க லாயக்கற்றவன்."

யாரோ விரலைச் சுட்டிக் காட்டியவாறு சொல்கிறார்.

"நீ அடிப்படையிலேயே ஒரு பூர்ஷ்வாதான்."

'இல்லை' என்று சொல்லவேண்டும் போலிருக்கிறது. தாழ்மையுடன் பேசவேண்டும் போல் தோன்றுகிறது. நா குழைகிறது. செல்லமுடிய முடிய வில்லை.

“நீ வஞ்சகன்!”

‘அல்ல!”

நா அசைந்தது. ஓசையெழுப்பாமல் அதைச் சொன்னான்.

“உன்னைத் தீர்த்துக்கட்டிடறோம். வஞ்சகனுக்கு வழங்கப்படுகிற தணடனை அதுதான்.”

குஞ்சிக்குட்டன் ஒருவாறு வீட்டைச் சென்றடைந்தான். அறைக் குள்ளே நுழைந்து படுத்துக்கொண்டான்.

* ** *

பாலத்தோள் இல்லத்து ஆர்யா ‘அந்தர்ஜனம்’ (நம்பூதிரிப் பெண்= அந்தர்ஜனம் = அகமுடையாள்.) கணவரிடம் வினவினாள்:

“பையன் எங்கிருக்கிறான். பார்த்து வெகு நாளாச்சு!”

வாசுதேவர் கைவிரித்தார்:

“எனக்கென்ன தெரியும்?”

“போயி எவ்வளவு நாளாச்சு! எங்கேதான் போயிருக்கான்?”

“என்னவோ? எனக்கு ஒண்ணும் தெரியாது. ஏதாவது ஒரு நள்ளிரவுலே வந்து புகுந்திடுவான். அதுதானே, வழக்கம்? அப்படித்தான் வருவான்.”

“வழக்கமெல்லாம் அப்படித்தான். ஆனா, இப்படியே போயிக் கிடிருந்தாப் போதுமா?”

‘போதாதுதான்.”

“அந்தப் பார்ட்டிக் காரங்ககிட்டே கேட்டுப் பாருங்களேன்... எங்கிருக்கான்னு.”

வாசுதேவருக்குச் சில நாட்களாகத் தெரிய வந்திருக்கிற ஒரு விசயத்தைச் சொன்னார்:

“அவன் இப்போ கட்சியிலே இல்லையாம்.”

“அப்பறம்?”

“அவன் கட்சி மாறீட்டானாம்.”

“எந்தக் கட்சிக்கு மாறீட்டான்?”

"இன்னும் கொஞ்சம் காரசாரமான கட்சிக்குப் போயிட்டான்னு சொல்லறாங்க."

"அது எந்தக் கட்சி?"

"அதோட பெயரு நக்ஸல்ன்னு என்னவோவாம்! இந்தக் கட்சியைப் பிடிக்காதவங்கல்லாம் அந்தப் பக்கம் போறாங்களாம்! இவங்களுக்குச் சுறுசுறுப்புப் போதாதுன்னு அவங்க நினைக்கிறாங்க."

ஆர்யா அந்தர்ஜனம் வினவினாள்:

"அந்தக் கட்சியோட ஆளுங்க இங்கே இல்லிங்களா?"

"இருப்பாங்க அல்லது இல்லாமலும் இருப்பாங்க, அவங்களை அறிஞ்சுக்க முடியாது. இனி ஒருவேளை அறிஞ்சுக்கிட்டாக் கூட இன்னொருத்தன் எங்கேன்னு இன்னொருத்தனுக்குத் தெரியாது."

ஆர்யா சொன்னாள்:

"அட கடவுளே... இப்படியும் ஒரு கட்சியா? என்னென்ன கேட்க வேண்டியிருக்கு; காணவேண்டியிருக்கு?"

"ஆ! அப்படியும் ஒரு கட்சி இருக்கு. அவங்க செய்யறதெல்லாம் பரம ரகசியமாம்! அவங்களுக்குள்ளேயே ஒருத்தனுக்கு ஒருத்தனைத் தெரியாதாம்!"

பேச்சைக் கவனித்துக் கொண்டிருந்த சுபத்திரை சொன்னாள்:

"அவங்க மனிதனைக் கொன்னிடக் கூடத் தயங்கமாட்டாங்க. ஒருத்தனைக் கொல்லணும்னாக் கொன்னிடுவாங்க."

"அப்படியுமா?" என்றாள் ஆர்யா-

"ஆம்!"

"உண்ணி எதுக்காக அந்தக் கட்சிக்குப் போனான்? உன் கிட்ட சொன்னானா?"

"என்கிட்டே சொல்லலே. கேள்விப்பட்டது தான். அவங்க அப்படித் தான். சொல்ல மாட்டாங்க."

"அப்போ உண்ணிக்கு கம்யூனிஸ்டுகளோடு விரோதமா?"

"கம்யூனிஸ்டுகளுக்கும் இவங்களுக்கும் பரஸ்பரம் விரோதம்தான்."

ஆர்யா சிறிது நேரம் யோசித்துவிட்டுச் சொன்னாள்:

"அன்னைக்கு கம்யூனிஸ்டுகள் இங்கே வந்தப்போ சொன்னாங்க - குத்தகை நிலங்களுக்குக் கொஞ்சநஞ்சம் பணம் கிடைக்கும்னு. அதை வாங்கித் தர்றதாகவும் சொன்னாங்க. இப்போ அதுக்காக ஒரு ஆபீசு இருக்குன்னும் சொல்றாங்களே?"

வாசுதேவர்தான் அதற்குப் பதிலளித்தார்:

"அதெல்லாம் இப்போ கிடைக்காது."

"அப்பறம் எப்போ?"

"என்னைக்காவது கிடைக்கலாம்."

"முன்பு எல்லாம் வறுவலும் பொரியலுமெல்லாமாச் சாப்பிட்டோ மல்ல?" என்றாள் சுபத்திரை.

"அதனாலே இப்போ பட்டினியாப் படுப்போம்னு சொல்றியா? நல்ல நியாயம்தான். இதுதானா, எல்லாரும் சமம்னு சொல்லிக்கிறது? பருத்திக்காடனுக்கும் வட்டத்ரக்காரனுக்கும் ஆற்றுத்துறையானுக்கு மெல்லாமல்லவா, ரொம்பச் சீப்பாக நிலத்தைப் பதிவு பண்ணிக் கொடுக்கிறாங்க? அவங்க கிட்டே பணமா, இல்லே?"

"அந்தக் காரணங்களால்தான் புதிய கட்சி ஏற்பட்டது!"

"அவங்க எல்லாவற்றையும் ஒழுங்கு பண்ணித் தருவாங்களா?"

பதில் வரவில்லை.

நிலத்திற்குக் கிடைக்கிற நஷ்டயீட்டில் ஒரு பகுதியாவது கிடைக்கு மானால் சுபத்திரையைக் கலியாணம் பண்ணியனுப்பியிருக்கலாம். ஆர்யாவுக்கு இருக்கிற அவசரம் அதுதான். இல்லத்து கட்டடம் இடிந்து தகர்ந்திருக்கிறது. அதைப் பூராவும் பழுது பார்க்கலாமென்று எண்ண வேண்டாம். சர்ப்பத்திற்கு நீரும் பாலும் ஊற்றவேண்டும். வாசுதேவருக்கு உடம்பெல்லாம் அரிப்பு. அது சர்ப்பகோபத்தினால்தான். இவ்வாறாக ஆயிரம் காரியங்கள் ஆர்யாவின் மனத்தில் உள்ளன. இதெல்லாம் இப்போதைக்கு ஈடேறுமா?

"எதையும் தீர்மானிக்கவே வேணாம். நடக்குமென நினைக்கவும் வேணாம்! நடந்தா நடந்தது" என்றார் வாசுதேவர்.

ஓர் இரவில் ஒரு குரல்:

"அம்மா!"

ஒரு முறைதான் அந்தக் குரல் கேட்டது.

அது யாரென்று ஆர்யாவுக்குப் புரிந்துவிட்டது. உண்ணி!

பசி தீர்க்க ஏதாவது எப்போதுமிருக்கும்.

ஆலுவள்ளிக் கிழங்கும் காப்பியுமென்றால் அது. சேப்பங்கிழங்கும் கஞ்சியுமென்றால் அது- இரவு உணவுக்குச் சோறு என்றால் அதிலே ஒரு பங்கு. அன்றைய தினமும் அது இருந்தது. வேகவைத்த காய்ச்சல் கிழங்கும் கஞ்சியும்.

அம்மா மகனிடம் கூறினாள்:

"காய்ச்சில் கிழங்கு 'கூட்டு' ஆகச் செய்யலாம்னா, மிளகாய், தேங்காய் இல்லை."

கஞ்சி குடித்துக் கொண்டிருந்தபோது அவள் சொன்னாள்:

"உண்ணீ, நீ எங்கிருந்தே? நான் நெருப்பைத் தின்னுக்கிட்டிருந்தேன். இங்கே அப்பா சொல்லிக்கிட்டிருந்தார் - நீ கட்சி மாறீட்டேன்னு. வேற கட்சிலே சேர்ந்துட்டாய்ன்னு. எனக்கு ஒரே பயம்தான் உண்ணி!"

கிருஷ்ணன் பதில் சொல்லவில்லை.

அம்மா தொடர்ந்து கூறினாள்:

"இப்போ இங்கே ஒரு ஆபீசு தெறந்திருக்கு. குத்தகைதாரங்க தரவேண்டிய பணம் தந்திட்டாங்கன்னா பெண்ணைக் கல்யாணம் பண்ணி அனுப்பிவச்சிருக்கலாம். அப்பாவாலே ஒண்ணும் முடியாது. உடல் நலமில்லை. அப்பறம் கோவிலிலே பூஜைக்குப் போய் வருவாரு. அதுவும் இப்போ கஷ்டமாயிருக்கு. கோவிலிலே இப்போ நைவேத்திய மில்லே. உனக்குத் தெரியுமே - வழிபாடுகளுமில்லே. காலையிலேயும், மாலையிலேயும் போயிட்டு வர்றாரு."

அன்றாடம் சொல்வதுதான். இப்போதும் அதைத்தான் சொல்லு கிறாள். லாண்ட் டிரிப்யூனல் வந்து விட்டது என்பது மட்டும்தான் புதிய விசயம். மீதியுள்ளதெல்லாம் தினசரி சொல்லி வருவதுதான். தேவனுக்கு சக்தி குறைந்துவிட்டது. அஷ்டபந்தன கலசம் நடத்தப்படவில்லை. அப்படியாகக் காலாகாலத்தில் நடத்தவேண்டிய காரியங்கள் எதுவும் நடப்பதில்லை. ஊர் ஜனங்களுக்கு இதெல்லாம் தேவையற்றதாகிவிட்டது. ஆர்யா சொன்னாள்:

"அப்பறம் ஒரே ஒரு விசயம் மட்டும்தான். தேவருக்கு ஏதாவது சக்தி இருக்குன்னா, அது உங்கப்பா ரெண்டு வேளையும் ஒழுங்காக நடத்தற பூஜையினால் மட்டும்தான்."

அண்ணன் வந்ததைத் தங்கை அறிந்து கொண்டாள். தூக்கத்தினின்று எழுந்து சமையற்கட்டுக் கதவோரமாய் வந்து நிற்கிறாள்.

அம்மா இவ்வளவு சொன்னபோது தங்கைக்கும் சிறிது சொல்ல வேண்டியிருந்தது.

"அப்பா இவ்வளவு ஒழுங்காக ஏன், பூஜை பண்ணறாரு? விடியற் காலையிலே ஏன், குளிக்கிறாரு? தான் பட்டினியாய் இருந்து கொண்டு தேவரை ஏன், பூஜை பண்ணறாரு?"

ஆர்யா மகளைத் தடுத்தாள்.

"தெய்வ நிந்தனை செய்யக் கூடாது மகளே!"

கிருஷ்ணன் எதையும் பேசவில்லை. அங்கே சொன்னதையெல்லாம் கேட்டது போலவும் காட்டிக்கொள்ளவில்லை. வாசுதேவர், மகன் வந்ததை அறியவில்லை.

கிருஷ்ணனுக்கு அன்று தூங்காத இரவாக இருந்தது. பாலத்தோள் இல்லத்துச் சர்ப்பக்கோவிலில் நிற்கிற வாகைமரத்தின் உச்சியிலிருந்து ஏதோ ஒரு பயங்கரமான பறவையின் அழுகைக் குரல் மிதந்து வந்தது. அந்த ஊரில் இத்தகையதொரு பறவையின் அழுகைக் குரலைக் கேட்டதில்லை. ஏதோ பேய் அலறுவது போல் தோன்றியது. அங்கே கிழக்கு வனங்களில் இத்தகைய பறவைக் கூட்டங்கள் ஓசையெழுப்புவதைக் கேட்டிருக்கிறான். கிழக்குமலையிலிருந்து பறந்து வந்ததுதான். இலக்கு தவறிப் பறந்து வந்த பறவை!

ஆர்யா நடுக்கமுற்று உறக்கத்திலிருந்து எழுந்துவந்து விசாரித்தாள்:

"உண்ணீ, அதென்ன?"

"ஒரு விதமான மலைக்கொக்கு!"

பாலத்தோள் இல்லத்துப் பெருமரங்களில் தங்கியிருக்கின்ற பறவைகள் விழித்துக்கொண்டு ஓசையெழுப்பியவாறு சிறகடித்துப் பறப்பதைக் கேட்க நேர்ந்தது. இத்தகைய ஓர் ஓசையை அவை கேட்டதில்லை. ஊர்ப் பறவைகள் அனைத்தும் கூட்டிலிருக்கும் குஞ்சுகளை விட்டுவிட்டுப் பறந்தன. பின்னர் அவற்றின் கூட்ட-அழுகைக் குரல் உயர்ந்தது.

அந்த மலைக் கொக்கு தன்னுடன் வந்ததா என்று கிருஷ்ணன் யோசித்தான்.

"நான் இதைக் கேட்டதில்லை. ஏதோ பேய்! கஷ்ட காலம்தான்" என்றாள் ஆர்யா.

"இதைவிடப் பெரிய துயரம் இனி என்ன இருக்கு?" என்றாள் சுபத்திரை.

"ஆமாம். சரிதான். இனிமேல் இதைவிடவும் கூடுதலாக எதுவும் ஏற்படறதுக்கில்லை. அப்பறம் ஏன், பயப்படணும்?" என்றாள் ஆர்யா.

பறவையின் குரல் இன்னமும் ஓயவில்லை. கிருஷ்ணன் கூறினான்:

"இந்த மலைக்கொக்கு மிக்க உயரமான மரத்தின் உச்சாணியில்தான் உட்கார்ந்திருக்கும். இந்த ஊரிலேயே மிகப் பெரிய மரம் நமது வாகை மரமாகத்தானிருக்கும். அப்படி வந்து உட்கார்ந்து கொண்டதுதான்."

நான்காம் யாமத்தை அறிய முடியவில்லை. கோழி கூவவில்லை. பயத்தினால் அதன் தொண்டை அடைந்துவிட்டது போல் தோன்றியது. ஆயினும் பெரிய நம்பூதிரி கண்விழித்தார். எத்தனையோ வருடங்களாக அவர் இந்த நேரத்தில் கண்விழித்துக் கொள்வதுண்டு. அந்த நேரத்திற்குச் சென்று ஸ்நானம் செய்வார். பூஜைக்குப் போகவேண்டும். அன்றைய தினமும் அது நடைபெற்றது.

பூஜை முடித்துக் கொண்டு மதியத்தில் அவர் வந்து சேர்ந்தார். இரண்டு நாழி அரிசி கொண்டு வந்திருக்கிறார். ஒரு பாதி தேங்காயும் உண்டு.

"இன்னைக்கு ஒருவேளை சாப்பாட்டுக்கானதை பகவான் தந்திருக்கிறார்."

திண்ணை மீது ஏறி உட்கார்ந்தவாறு அவர் சொன்னார்: அன்று நான்கு பாயச நைவேத்தியமிருந்தது. கூடுதலாக வேலை செய்ய வேண்டி யிருந்தது.

முந்திய நாள் இரவு வாகை மரத்தில வந்து அமர்ந்துகொண்ட மலைக்கொக்கு இப்போது கூட அங்கிருக்கிறதா? வாசுதேவர் அந்த மரமருகே சென்று மேலே பார்த்தார். இலைப்படர்ப்பு வழியாக எதையும் பார்க்க முடியவில்லை. கிருஷ்ணன் அப்போது அங்கே சென்றான். வாசுதேவர் அதை அறியவில்லை.

"அப்பா, எனக்கு ஒரு பூணூலு வேணுமே!"

வாசுதேவர் அப்போதுதான் கிருஷ்ணன் வந்ததை அறிகிறார். அவன் சொன்னது அவர் காதில் சரியாக விழுந்ததாகத் தோன்றவில்லை.

"நீ என்ன சொன்னே?"

"எனக்கு ஒரு பூணூலு ஜெபம் பண்ணித் தரணும்."

அவர் அவனை ஒரு முறை பார்த்தார். அவர் முகத்தில் சிறிது ஒளி பரவியது.

"தர்றேனே."

ஒரு விநாடிக்குப் பிறகு அவர் வினவினார்:

"இப்போ ஏன், உனக்கு இப்படியொரு சிந்தனை?... நீ பிராமணனாகத் தீர்மானித்து விட்டாயா?"

"கோவில் பூஜைக்கு அப்பாவுக்கு உதவி செய்யலாமே... அப்பறம் குடும்பங்களில் நடக்கிற பகவதிசேவை, கணபதி ஹோமம் ஆகியவற்று கெல்லாம் போகலாமல்லவா?"

"அதுக்காக நீ ஏதேனும் படிச்சிருக்கியா? படிப்பு இருக்கட்டும். உன்னாலே அதெல்லாம் முடியுமா?"

கிருஷ்ணன் பதில் சொல்லவில்லை. வாசுதேவர் சொன்னார்:

"சிறுவயசிலிருந்தே ஒழுங்காகப் படித்து 'சித்தி' செய்யவேண்டிய காரியங்கள் அவை. பூஜை பண்ணவும் சித்தி வேணும். மனம் ஒருமுனைப் படணும். அசையக் கூடாது! அப்படியில்லாமே பூஜை பண்ணக் கூடாது! இல்லாமே பண்ணினால் அது பாபம். குடும்பத்துக்கே தோஷம் வந்துடும். இல்லே... இப்படியெல்லாமானது கூட, ரொம்ப நாட்களாகச் சித்தி யில்லாதவங்க பூஜை பண்ணினதால்தான்னு தோணுது."

வாசுதேவர், பாலத்தோள் இல்லத்தில் சித்திபெறாத சிலரின் கதைகளைச் சொன்னார். அவர்கள் பூஜை செய்திருக்கிறார்கள். வாசுதேவர் தந்தையான நம்பூதிரியே அத்தகைய சித்திபெறாத ஒருவராக இருந்தார். அவர் பூஜை பண்ண முன்வருவார். எதையுமே படித்திருக்கவில்லை. உட்கார்ந்து வேத-மந்திர பாடங்கள் கூட உச்சரித்திருக்கவில்லை. ஸ்நானம் பண்ணிவிட்டுத் தர்ப்பணம் செய்ததில்லை. பெயருக்குச் சிறிது தண்ணீரை உடம்பு மேலே ஊற்றிவிட்டு வருவார். அவ்வளவுதான்! வாசு தேவர் சொன்னார்:

"தாத்தா அப்பாவிடம் சொல்லுவார். நீ பூஜை பண்ண வேணாம்னு. நீ பூஜை பண்ணினா இல்லம் அழிந்துபோயிடும்."

கிருஷ்ணன் சொன்னான்:

"மந்திரமும், கிரியைகளும் நீங்க எனக்குச் சொல்லித் தந்தாப் போதும்."

சிறிது யோசனைக்குப் பின்னர் வாசுதேவர் சொன்னார்:

"அது கஷ்டமான காரியமல்ல. அது சாதகம் மட்டும்தான். சித்தி?"

கிருஷ்ணன் என்ன சொல்வது? சித்தி என்றால் என்னவென்று அவன் அறிந்திருந்தான். வாசுதேவர் சொன்னார்:

"உபநயன காலத்திலிருந்தே அதைத் துவக்கியிருக்க வேண்டும். இன்னும் துவக்கலாம்னு வைத்துக்கொண்டால் கூட எந்த அளவு சாத்திய மென்பது சந்தேகம்தான். அசாதாரணமான மன உறுதி வேணும். இந்தப் பருவத்திலே அது முடியுமா? மனம் ஒரு நிலையில நிற்குமா? மனத்திலே பல்வேறு சிந்தனைகள்-துஷ்டமான சிந்தனைகள்னே வச்சுக்கோ! புகுந்திருக்கிறப்போ பூவெடுத்து அர்ச்சனை செய்யறதனாலே என்ன பயன்?"

கிருஷ்ணன் உறுதிபடக் கூறினான்:

"நான் சித்தியை வரவழைத்துக் கொள்வேன்!"

நம்பிக்கையில்லை. ஆனால் சந்தோஷம்தான்.

"உண்மையா? அப்படீன்னா நல்லதுதான்!"

இன்னமும் பிரச்சினைகள் இருக்கின்றன.

"உண்ணீ, நீ விலக்கப்பட்ட பலவற்றையும் செய்தவன். பிராமணீயத் தைப் புறக்கணித்தவன். ஸ்நானமில்லை; தேவாரமில்லை. தகாதவர்களைத் தொட்டுச் சாப்பிட்டிருக்கிறாய். இறைச்சி, மீன் போன்றவற்றைச் சாப்பிட்டு உண்டான ரத்தம்தான் உன் உடம்பில். எனவே உன்னையே முதலில் 'சுத்திகர்மம்' செய்து புனிதமாக்க வேண்டியிருக்கு. அதுக்கு ஒரு விதியுண்டு. செய்வோம். பின்னரும் ஒரு கோளாறு உண்டு."

"அதென்னவாம்?"

"சுத்திகர்மம் பண்ணினால் கூட ஜனங்கள் நம்புவார்களா? உன்னை ஊர்ஜனங்களுக்குத் தெரியும். நீ கம்யூனிஸ்டாக இருந்தாய். உன் சகவாசம் மட்டுமல்ல; பறையன் மற்றும் புலையனுடைய உணவை உட்கொண்டாய்.

உன்னைக் கோவில் அர்ச்சகராக அனுப்பி வைத்தால் ஜனங்கள் என்ன சொல்லுவார்கள்? நல்ல கதை!"

வாசுதேவர் தொடர்ந்து கூறினார்:

"எப்போவாவது ஒரு வழிபாடு வருவது கூட இல்லாமல் போயிடும்."

கிருஷ்ணன் எதுக்கும் பதில் சொல்லவில்லை.

வாசுதேவர் வினவினார்:

"இப்போ இப்படி நினைக்கக் காரணமென்ன? கம்யூனிசம் எல்லாம் போதும்னாயிட்டதா? அதிலிருந்து விடுபட்டு வந்துட்டியா?"

"நான் பிராமணனாக வேண்டும்!"

"அப்படி நீ நினைக்கிறதாயிருந்தால் இல்லத்தின் புண்ணியம் முற்றிலும் போகலேன்னுதான் பொருள்."

சிறிது நேரம் யோசித்திருந்துவிட்டு வாசுதேவர் சொன்னார்:

"அப்போ அந்த மலைக்கொக்குவின் வருகை தீமையுடையதல்லவே?"

கிருஷ்ணனுக்குச் சுத்திகர்மம் செய்ய நிறையச் செலவாகுமே.

"அதை எப்படியாவது உண்டு பண்ணணும்."

கிருஷ்ணன் தன்னையறியாமல் சொல்லிவிட்டான்:

"பணத்தைப் பற்றி நீங்க கவலைப்பட வேண்டாம்."

"உன் கிட்டே பணமிருக்கா?"

கிருஷ்ணன், இருக்கிறதென்றோ, இல்லை என்றோ சொல்லவில்லை.

133

ஒருவனிடம் பணமுண்டு. ஆனால் அந்தப் பணப்பையின் சரட்டை அவிழ்க்க முடியாது. அப்புறம்தானே, அதிலிருந்து ஒரு நாணயம் தேவைக்காக எடுத்துக் கொள்வதென்ற விசயம் முன்னுக்கு வருவது? அவனிடம் பணமுண்டு என்று சொல்லமுடியுமா?

கிருஷ்ணன் முன்னால் எழுந்து நிற்கிற பிரச்சினை அதுதான். ஓர் அவசரத் தேவை வந்துவிட்டது. அதை விடப் பெரிய தேவையில்லை. அவ்வளவு பெரிய தேவை. அன்றைய தினம் மிளகாயில்லை. உப்பு இல்லை. முந்திய நாள் வாசுதேவருக்குக் கிடைத்த அரிசியுண்டு. அதைப் போட்டு வேகவைத்த கஞ்சியுண்டு. அதைக் குடிக்க வேண்டாமா? இருபது

பைசா வேண்டும். அவனிடம் பைசா உண்டு. ஆனால் அது அவனுக்கு உரிமைப்பட்டது அல்ல! உப்பு வாங்க இருபது பைசா எடுத்துக் கொள்ளலாமா?

கேள்வி அதுதான். பெரிய கேள்வி!

பிராயச்சித்தத்திற்கும் சுத்தி கர்மத்திற்கும் வேண்டிய பணத்தைச் சேர்த்துத் தருவதாக கிருஷ்ணன் சொன்னான். அது அப்போதைக்கு அப்படிச் சொன்னதுதான். அது ஒரு பலவீனமாக இருந்தது. இருக்கிற பணம் யாருக்குச் சொந்தமானது? கிருஷ்ணனுக்குச் சொந்தமா? ஆமென்று சொல்லலாம். ஆனால் கிருஷ்ணனால் அதை எடுத்துச் செலவு செய்ய முடியாது.

இல்லத்தில் உப்புக்கும் மிளகாய்க்கும் மட்டுமல்ல; கஞ்சிக்கான அரிசிக்கும் கூடத் திண்டாடிக் கொண்டிருக்கின்றனர். ஒவ்வொரு வேளையும், ஒவ்வொரு நாளும் எப்படிக் கடந்துசெல்கிறதென்று கேட்டால் அப்படிச் சென்றுகொண்டிருக்கிறது என்றுதான் சொல்ல முடியும். வாயைக் கிழித்த இறைவன் இரையினையும் தந்தருள்வான். கூரை இருந்தால் சில நேரங்களிலாவது புகை உயர்ந்து வரும்.

ஆர்யா அந்தர்ஜனம் சொன்னாள்:

பிராயச்சித்தத்துக்கும் சுத்தி கர்மத்துக்குமாகப் பணமிருக்குன்னு சொன்னானே உண்ணி; அதிலிருந்து ஒரு ரூபாய் அல்லது எட்டணா எடுத்துக்குங்க. உப்பு- மிளகாய் வாங்கலாம்."

"பணத்தைத் தயார் பண்ணறதாத்தான் நான் சொன்னேன் - என் கையிலே பணமில்லை."

சுபத்திரை கிருஷ்ணனிடம் சென்று சொல்லுவாள்:

"பசிக்குதண்ணா. நல்ல ஆலுவள்ளிக்கிழங்கு வந்திருக்கு. ரெண்டு கிலோ வாங்கிக்கலாம்." சொன்ன சுபத்திரை கேட்டாள்:

"அண்ணனுக்குப் பசிக்கிறதிலலையா?"

"பசிக்கிறது."

ஆனால் கிழங்கு வாங்கமாட்டான்.

கிருஷ்ணன் மனம் ஊசலாடுகிறது. ஒரு தங்க நாணயமெடுத்துப் பணமாக்கினாலென்ன? வீடு பட்டினியால் தவிக்கிறது. கிழங்கை வாங்கத்தான். உப்பு-மிளகாய் வாங்கத்தான். எங்கே வேண்டுமானாலும்

சொல்லலாம். செய்துவிட்டேன். நியாயப் படுத்தலாம். அல்லது மன்னிப்பைக் கோரலாம்.

கட்சியின் ஒழுங்கும் சட்டதிட்டங்களும் அதை அங்கீகரிக்காது. கண்டிப்பாகச் சொல்லியிருக்கிறது. இதற்கு முன்பு கட்சிப் பணத்திலிருந்து எவனாவது அனுமதியின்றி ஒரு பைசாவாவது எடுத்துச் செய்ததுண்டா? கீழ்வழக்கம் அப்படியேதுமிருப்பதாக நினைவுகு வரவில்லை. எதையாவது எடுத்துக் கொள்ளவும் கிருஷ்ணனுக்கு உரிமையளிக்கப்படவில்லை. அந்தப் பணம் அவனிடம் ஒப்படைக்கப் பட்டிருக்கிறது என்பது மட்டும்தான். அதன் பொருள், அந்த முடிச்சினை அவிழ்க்கக் கூடாது; திரும்ப ஒப்படைக்க வேண்டுமென்றுதான். எல்லோரும் அப்படித்தான் செய்கின்றனர். அந்தச் சட்டம் மிகவும் கண்டிப்பானதாகும். எல்லோருக்கும் கஷ்டங்கள் இருக்கின்றன. அப்படிப்பட்டவர்கள் ஒன்று சேர்ந்து உருவம் கொடுத்ததுதான் கட்சி. பட்டினிக் கும்பல்! அரிசியோ கிழங்கோ வாங்க வழியில்லாதவர்கள். கட்சிதான் அவர்களுக்குப் பெரியது. எனவே யாரும் கட்சிப் பணத்தின் மீது கைவைக்க மாட்டார்கள். கை வைத்ததான வரலாறே இல்லை!

ஆர்யா முன் எச்சரிக்கை செய்தாள்:

"ஒன்று பட்டினிதான் உண்ணீ! சாப்பாட்டுக்கு ஒன்றுமில்லை!"

அம்மாவுக்கும் தங்கைக்கும் பட்டினி கிடந்த வழக்கமுண்டு. அப்பாவுக்கு ஸ்நான பூஜாதிகள் செய்துவிட்டால், வயிற்றுக்கு ஒன்று மில்லாவிட்டால் கூட மனநிறைவு உண்டு. ஏதோ திருப்தியாகச் சாப்பிட்ட தாகக் கருதுவார் ஆலமரத்தடியில் உட்கார்ந்து தோத்திரம் சொல்லிக் கொண்டிருப்பார். இதழ்கள் தான் அசையும். ஒலி வெளிவராது– அந்தத் தோத்திரங்களை ஜபித்துக் கொண்டிருந்தால் பசியறியாதாம். அப்படிச் சொல்லுகிறார்கள். வயிற்றில் எரிகிற நெருப்பினை அணைத்திட அப்பா வாய்க்குள்ளே தண்ணீர் ஊற்றிக் குடிப்பது காண வேடிக்கையாக இருக்கும்,. ஏதோ ருசியான பொருள் உள்ளே செல்வதாகத் தோன்றும். வெறும் தண்ணீருக்குக் கூட ருசியுண்டு. கிருஷ்ணனுக்குப் பல சந்தர்ப்பங்களில் அவ்வாறு தோன்றியிருக்கிறது. இப்படி ருசியாகத் தண்ணீர் அருந்தினால் பரவாயில்லை என்று!

அப்போது கூட அந்தப் பொட்டலம் கிருஷ்ணனிடமுண்டு. நிரந்தர மான வறுமையில் கூட அவனிடம் பணமிருக்கிறது.

அந்தச் சிறு முடிச்சுக்குள்ளே என்னென்ன இருக்கிறதென்றறிய ஓர் ஆவல் பொங்கியெழுந்தது. அவிழ்த்துப் பார்த்தால் என்ன?

பாதுக்காப்பதற்காக ஒப்படைக்கப்பட்ட முடிச்சு அது. உள்ளடக்கம் என்னவென்று அறிந்திருக்கவேண்டும். முடிச்சினை அவிழ்க்காமல் வைத்துக் கொண்டிருப்பவன் புத்திசாலி அல்ல. திருடியெடுப்பதற்காக அல்ல. பாதுகாப்பதற்காக ஒப்படைக்கப்பட்ட பொருள் அது. ஆனால் அது என்ன? அதிலே என்ன இருக்கிறது? எல்லாம் அறிந்திருக்கவேண்டும். ஒப்படைத்தவர்களுக்கே தெரியுமா என்பது சந்தேகம்தான்.

விசித்திரமான நகைகள், மிகவும் பழைய நாணயங்கள். தங்கம் பளிச்சிடுவதாக இல்லை. எல்லாம் தனித் தங்கத்தினாலானவை. ஆனால் பளிச்சிடாமல் மஞ்சள் நிறமாயிருக்கின்றன. அது ஒரு புதையலாக இருந்தது. பாதுகாக்கப்பட்டு வைத்திருந்ததாகும். அதை விற்றுப் பணமாக்க வேண்டிய அவசியமில்லாத ஏதோ ஒரு செல்வந்தர் பாதுகாத்து வைத்திருந்ததாகும்.

ஒரு சிந்தனை கிருஷ்ணன் மனத்தில் உதித்தது. ஒப்படைத்தவர்கள் அதை எண்ணித் திட்டம் செய்து வைக்கவில்லை. அதற்கு நேரமோ, வசதியோ இருந்திருக்காது. திட்டம் செய்திருந்தால் சொல்லியிருப்பார்கள். சிறிது எடுத்துக்கொண்டு மீதியை வைத்து விடுவது. திருப்பிக் கொடுக்கும் போது இவ்வளவுதான் என்று கொடுத்தாலென்ன?...

இது சத்தியத்தை மீறுவதல்லவா?

சத்தியம்!

செல்வத்தின் விசயத்தில் சத்தியம் என்கிற ஒன்று இருப்பதாக எங்காவது எழுதி வைக்கப்பட்டிருக்கிறதா? ஒருவனுக்குச் செல்வமிருக்கிற தென்றால் அது பிறர் சொத்தினைக் கைவசப்படுத்தியது அல்லவா? அது சத்தியத்தை அடிப்படையாகக் கொண்ட விசயமா? பணமும் நெல்லும் உண்டான காலத்திலிருந்தே வட்டியும் உண்டாயிற்று. வட்டியென்பது சத்தியத்தின் அடிப்படையில் உருவானதுதானா?

கடன் கொடுத்தவன் கடனாளியிடம் கடனைத் திருப்பிக் கேட்கிறான். கடன் கொடுத்தவனுக்குத் திருப்பிக் கேட்பதற்கான உரிமை இல்லாமலிருக்க வேண்டும். கடனாளிக்கு, நிமிர்ந்து நின்று ‘கிடைக்கும் தருவேன்’ என்று சொல்வதற்கான துணிச்சல் ஏற்படவேண்டும். அப்போது பணத்தின் வீரியம் சற்றுக் குறைந்துவிடும்.

சத்தியம்!

அது போல் சுரண்டுதலின் கருவியாகிவிட்ட ஒரு சங்கற்பம் வேறு ஏதேனுமுண்டா? அது ஒரு வாழ்க்கை ‘வேல்யூ’வாக வளர்க்கப் பட்டிருக்கிறது.

உண்மை பேசாத ஒருவனுக்கு அந்தஸ்து கிடையாது. அவன் செத்து விட்டால் நரகத்திற்குப் போய்விடுவான என்றெல்லாம் சொல்லி பயமுறுத்தப்படுகிறது. சத்தியவானாக இல்லாதவன் செல்வந்தனாகி விட்டால் அவனுக்கு அந்தஸ்து ஏற்பட்டு விடுகிறது. பணம் சேர்க்க வேண்டுமா? அதற்கு என்ன வழி? வத்திய விரதமில்லாதாயிடணும். சத்தியவிரதத்திற்கும் சொத்துக்கும் சரித்திரத்தில் என்றுதான் பொருத்த மேற்பட்டிருக்கிறது?

நல்லதொரு சங்கற்பம்!

பரவாயில்லை.

இப்படியும் ஒரு கள்ளநாணயமுண்டா? சந்திரன் என்கிற கள்ள நாணயம் என்னவென்று தெளிவாயிற்று. இனி செவ்வாய்க்கிரகம் தான். அப்போது சத்திய சங்கற்பம். நரகம் என்றிவ்வாறாகச் சொல்லி நடக் கின்றனர்.

ஏதோ ஒரு கள்ளநாணயமுண்டா? சந்திரன் என்கிற கள்ள நாணயம் என்னவென்று தெளிவாயிற்று. இனி செவ்வாய்க்கிரகம் தான். அப்போது சத்திய சங்கற்பம், நரகம் என்றிவ்வாறாகச் சொல்லி நடக்கின்றனர்.

ஏதோ மிகப் பழைய நாணயங்களாலான ஒரு 'காசுமாலை' உண்டு. ஒரு சோதனை என்ற வகையில் அதிலிருந்து ஒரு தங்க நாணயமெடுத்து விற்றாலென்ன? எப்படியிருக்குமென்று அறிந்து கொள்ளலாமல்லவா?

ஒப்படைத்தவர் வந்து கேட்கும்போது ஒன்று அல்ல; ஏன்? பத்து நாணயம் வரையிலும் எடுத்தால் கூட அறியமாட்டார். அவ்வளவு பெரிய மாலை அது. அவ்வளவுதான் இருந்தது என்று சொல்லிவிடலாம். அதை விடக் கூடுதலாக இருந்தது என்று சொல்ல என்ன சான்று?

பழமையானதொரு பிராமணகுடும்பத்தினால் அந்தப் பொட்டலத்திலுள்ள எந்தப் பொருளையும் எடுத்து விற்கமுடியும். சந்தேகப்படமாட்டார்கள். ஆனால் பலவற்றை எடுக்கக் கூடாது. ஏனென்றால் நீண்ட வருடங்களாகப் பட்டினியாகக் கிடக்கிற குடும்பம் இது. இது எல்லோருக்கும் தெரியும். ஒன்று அல்லது இரண்டை எடுத்து விற்கலாம். அதை நம்புவார்கள்.

ஆயினும் கிருஷ்ணன் தயங்குகிறான். காசுமாலையிலிருந்த ஒன்றை எடுத்துக் கொள்வது மோசமானதொரு துவக்கமாகும். ஒன்றன் பின் ஒன்றாக எடுத்துக்கொண்டேயிருக்க வேண்டியதாயிருக்கும். கை நடுக்கம் தீர்ந்து விடுகிறது. நல்லதையும் கெட்டதையும் ஒரு முடியிழை வித்தியாசத்தில்

தான் வேறு படுத்துகிறது. ஓர் அருவறுப்பு - அதை அறுத்துவிட்டால் கெட்டதை நோக்கிச் செல்லும்.

நல்லதும் கெட்டதும்! எது நல்லது? எது கெட்டது? நல்லதையும் கெட்டதையும் அந்தந்த காலகட்டம் நிர்ணயிக்கிறது. பண்டைய காலத்தில் நல்லதாக இருந்தது இன்றைய நாளில் கெட்டதாகி விடுகிறது. முன்னர் கெட்டதாக இருந்தது இன்று நல்லதாகி விடுகிறது.

இந்த ஒரு நாணயத்தை எடுத்துக் கொள்வது நல்லதா? அல்லது கெட்டதா? ஒரு பெரிய கேள்வி அது. அதன் பரிமாணம்-அளவு- பெரிது. அப்போது இன்னொரு கேள்வி கூடக் கிளம்பி விடுகிறது. இந்த நகைகளெல்லாம் உட்கொண்டிருக்கிற இந்தப் பொட்டலம் கையில் வந்திருக்கிறது. இது சரியா? தவறா? சாதாரணமாகச் சொல்வதென்றால் இது கொள்ளையடித்த பொருட்களின் பொட்டலம். சில நாட்களாகக் கொள்ளை மற்றும் கொலைபாதகத்தை நியாயப்படுத்த வேண்டிய அவசியம் ஏற்பட்டிருக்கிறது. இவை இரண்டும் ஓர் அவசியமாகி விடுகின்றன. இரண்டையும் செய்தேயாக வேண்டிய நிலைமை ஏற்பட்டிருக்கிறது-அதிலே அருவறுப்பு கொள்ளத் தேவையில்லை. லட்சியமடைய இவை அனைத்தும் தேவைப்படுகிறது.

சந்தேகம் தீர்ந்து விடுவதில்லை. அந்துப் புரட்சிக்காரன் முற்றத்திலிருந்து சில கூழாங்கற்களைப் பொறுக்கியெடுத்தான். அவற்றை மடியில்போட்டுக் கொண்டு கண்ணை மூடியவாறு எதையோ தியானிக்கிறவன்போல் நின்று கொண்டான். அப்புறம் மெதுவாகச் சொன்னான்:

“ஒற்றை என்றால் எடுத்துக் கொள்ளலாம். இரட்டை என்றால் கூடாது!”

மடியிலிருந்து கூழாங்கற்களை அள்ளியெடுத்துக் கொண்டான். எண்ணிப் பார்த்தான். பதினேழு! ஒற்றைதான்.

ஒற்றையாகவேண்டுமென்று பிரார்த்தனை செய்யவில்லை. இரட்டையாகக் கூடாதென்றும் பிரார்த்தனை செய்யவில்லை. அப்புறம் கண்ணைமூடித் தியானித்துக் கொண்டது? சும்மா பிரார்த்தனை செய்தான் என்றும் சொல்ல முடியாது. அவசியமானது ஏற்படவேண்டும் என்று விரும்பினான். அவ்வளவுதானா என்றும் சொல்லமுடியாது.

ஒன்று விட்டால் மூன்று!

ஒரு முறை கூடப் பார்த்தான்.

அந்த முறையில் வந்தது இருபத்திரண்டு கற்கள்.

கூடாது!

இன்னுமொரு சந்தர்ப்பம் இருக்கிறது. மூன்றாவது சந்தர்ப்பம்.

மேலும் மடியிலிருந்து கற்களை அள்ளியெடுத்தான். எண்ணிப் பார்த்தான். பதினைந்து!

செய்யலாம்.

இன்னொரு முறைகூடச் சேர்த்துப் பார்க்கலாம். உடைந்த பானையின் ஒரு துண்டு கிடக்கிறது. அதன் ஒரு பக்கம் உருகிக் கரி புரண்டிருக்கிறது. மறுபக்கம் தவிட்டு நிறமாயிருக்கிறது. அதைக் கையிலெடுத்தான். கரிநிறமான பக்கம் விழுந்தால் அந்தப் பொட்டலம் பூராவையும் அப்படியே எடுத்துக் கொள்ளலாம். தவிட்டு நிறமென்றால் கூடாது!

அந்தத் துண்டினை மேலே வீசியெறிந்தான். அது கீழே விழுந்தது. மேற்பகுதி கரிநிறம்தான். பொட்டலத்தை சொந்தமாக்கிடலாம்.

இருந்தும் திருப்தியேற்படவில்லை.

யாரிடமாவது கேட்டு அறிந்துகொள்ளலாமா? அதற்குத் தோதான நபர் யார்? நம்பிக்கையாளனவராக இருக்கவேண்டும். விளைவுகள் பற்றி உணர்வுடையவராக இருக்கவேண்டும்.

கட்சித் தலைமை இதை அறிந்து விட்டால் நிலைமை என்னவாகும்? கட்சியில் சேர்ந்து விட்டு, பின்னர் கருத்து வேற்றுமை ஏற்பட்டு விலகிக் கொண்டால் கூடக் கொன்றுவிடக் கூடும். பின்னர் அவன் மாற்றான் மட்டுமின்றி எதிராளியாகக் கருதப்படுவான். நா சிறிது அசைந்தால் கூட வர்க்க எதிரியாகிவிடுவான். அப்புறம் தீர்த்துக் கட்டப்பட வேண்டிய வர்களின் ஜாபிதாவில் இடம் பெற்றுவிடுவான். கட்சியில் சேர்த்துக் கொள்வதே அதே முன் எச்சரிக்கையுடன்தான். ஒரு முறை சேர்ந்து விட்டால் பின்னர் விலகிச் செல்ல உரிமையில்லை. அப்போது கட்சிச் சொத்தினை அபகரிக்கிறவன் நிலைமை என்னவாக இருக்கும்!

கொன்று விடுவார்கள். வர்க்க எதிரியை விட மோசமானவன். கொல்லப்படுவான். கொல்லப்படட்டும். இறந்துவிடலாம். எதற்காக உயிர் வாழவேண்டும்? வாழ்ந்து என்ன பயன்? கிருஷ்ணனுக்கு மரணத்தைப் பற்றிய பயமில்லை. மரணம் எப்போதென்று தெரியாது. வாழ்க்கை வீணான தென்று நினைத்து இதைச் சொல்லவில்லை. நீண்ட நாட்களுக்குப் பின்னர் செத்துப் போனாலும், இன்றே இறந்து விட்டாலும் எல்லாம் ஒன்றுதான்.

* ** *

கிருஷ்ணன் வாசுதேவரிடம் சொன்னான்.

"அப்பா, ஒரு பூணூல் வேண்டுமே!"

அதற்குத் தடையில்லை. அது எதற்கென்று அவர் கேட்கவுமில்லை. மகன் பூணூலுக்குத் தகுதியுடையவன்தான். அவன் அதைக் கேட்டால் கொடுக்க வேண்டியதுதான்.

விதிமுறைப்படி ஜெபம் பண்ணிக் கட்டின பூணூலைப் போட்ட போது ஆர்யா அந்தர்ஜனம் சொன்னாள்:

"அப்பப்பா! ஏதோ நல்ல காலம் வரப் போவதுன்னு தோணுது."

மலர்ந்த சிரிப்புடன் சுபத்திரை சொன்னாள்:

"அண்ணனை இப்போ பார்த்தால் வேறு ஆளு மாதிரி தோணுது."

கிருஷ்ணன் ஸ்நானம் பண்ணி விபூதியும் சந்தனமும் அணிந்திருந்தான்.

"இந்த மாறுதலுக்கு என்னப்பா, காரணம்? மறுபடியும் பிராமணீயத் துக்கு வர்றதா நினைச்சுக்கோ! என்ன கதை இது?"

அதன் விளைவுகளைச் சொல்லவும் அவர் மறந்துவிடவில்லை.

"விளைவு பட்டினிதான். அதை நினைத்துக் கொண்டால் போதும். பிராமணீயத்துக்குத் திரும்பி வருவது நல்லதுதான். என் மனம் குளிர்ந்தது. அதைப் போலவே எரியவும் செய்யுது."

"அண்ணா இனி நீங்க ஒரு குடுமி கூட வைத்தா நன்னாருக்கும்."

ஒரு புன்னகையால் அவன் இதழ்கள் விரிந்தன.

அங்கே வந்தபின்னர் கிருஷ்ணன் இதழ்களில் முதன்முதலாக புன்னகை தவழ்கிறது.

சுத்த பிராமணனாகத்தான் கிருஷ்ணன் இல்லத்தினின்று வெளிக் கிளம்புகிறான். அந்த வேடத்தில் அவன் எங்கு செல்கிறான்? ஆர்யா விசாரித்தாள். வாசுதேவர் சொன்னார்:

"நானும் அதைத்தான் யோசிக்கிறேன்."

சுபத்திரைக்கு இன்னொரு கருத்துத்தான் தோன்றியது:

"அவங்க கட்சி அப்படித்தான் தீர்மானிச்சிருக்கலாம். நம்பூதிரி நம்பூதிரியாகத்தான் நடந்துக்கிறது. கிருஸ்தவன் சிலுவை போட்டு நடந்துக்கறது–அப்போ யாருக்கும் சந்தேகம் ஏற்படாதல்லவா? திட்டம்

அப்படித் தானிருக்கும்."

"அவன் அர்ச்சகனாகக் கூட விரும்பறான் போலிருக்கு."

"ஆம். அவனவன் தங்கள் தங்கள் குலத் தொழிலைச் செஞ்சுக்கிட்டு கட்சிவேலை செஞ்சுக்கறது" என்றாள் சுபத்திரை. வாசுதேவருக்கு நம்பிக்கை ஏற்படவில்லை.

"ஏய்... அது இரண்டும் நடக்காது!"

இரண்டாம் நாள் இரவில் கிருஷ்ணன் திரும்பி வந்தான். அவனிடம் ரூபாய் உண்டு. ஜாதியில்லை. கொஞ்சம் அரிசியும் காய்கறிகளும்கொண்டு வந்திருக்கிறான். அம்மாவிடம் பத்து ரூபாய் கொடுத்தான். சுபத்திரைக்கு ஒரு புடவையும் ரவிக்கையும் வாங்கி வந்திருக்கிறான். மொத்தமாகப் பார்த்தால் குடும்பத்தை சம்ரட்சணை செய்யத் தீர்மானித்திருக்கிறான் போலிருந்தது.

"உண்ணீ, அப்போ நீ அதைச் செய்யத் தீர்மானிச்சுட்டியா?" என்றாள் ஆர்யா.

"எதைச் செய்ய?"

"இல்லத்து விசயங்களைக் கவனிக்கிறதுன்னு!"

அதற்குப் பதில் வரவில்லை.

"இதுக்கெல்லாம் எங்கிருந்து அண்ணா, பணம்?"

அதற்கும் பதில் இல்லை.

"குத்தகைக்காரங்க யாராச்சும் நல்ல மனசு பண்ணிக் கட்டி வச்ச பணம் தானா, உண்ணீ?"

"இல்லை!"

அப்புறம் எங்கிருந்து?

* ** *

தென்புறத்துக் குளத்துறையிலுள்ள பெரிய கல் மீது அமர்ந்தவாறு வாசுதேவர் நாமஜெபம் பண்ணிக் கொண்டிருந்தார். கிருஷ்ணன் அவர் அருகே சென்றான். அவனுக்கு ஏதோ சொல்லவேண்டியிருக்கிறது. அதற்காகத்தான் அங்கே சென்றிருக்கிறான். வாசுதேவர் எண்ணமுடன் நாமஜெபம் பண்ணுகிறார். இடையில் எதைக் கேட்டாலும் பதில் வராது. ஒரு சுற்று முடிந்து விட்டது. அவர் தலைநிமிர்ந்து விசாரித்தார்:

"என்ன உண்ணீ?"

என்ன சொல்வது. கேட்கவேண்டிய விசயங்கள் பல. ஆனால் அவற்றிற்கு உருவமாகவில்லை.

நேரம் கடந்து சென்றது.

அடுத்த சுற்று ஜெபம் தொடங்கவேண்டியிருந்தது. தொடங்கி விட்டால் அந்தச் சுற்றினை முடிக்காமல் யாரிடமும் பேசமாட்டார். வாசுதேவர் வினவினார்:

"உனக்கு என்ன சொல்லவேண்டியிருக்கு?"

கிருஷ்ணன் நாவில் கேள்வி இப்படித்தான் உருவம் கொண்டது:

"பொண்ணை அனுப்பிவைக்க வேண்டாமா?"

"வேணும். காலம் கடந்துவிட்டது. இந்த வயசு வரையிலும் நம்ப இல்லத்தில் பெண்கள் நின்றதில்லே. இது ஸ்மிருதிக்கு விரோதமானது. என்ன செய்வது? குத்தகைதாரனுங்க பணம் செலுத்தறப்போ வச்சுக்கலாம்னு இருக்கேன். அப்பறம் என்ன பண்ணறது?"

"என்கிட்டே தங்கமுண்டு" என்றான் கிருஷ்ணன்.

வாசுதேவர் நடுங்கிவிட்டாரா? அவர் கண்கள் மலர்ந்தன. தமது காதுகளை அவரால் நம்ப முடியவில்லை.

"என்ன சொன்னே?"

சொன்னதைத் திரும்பச் சொன்னான் கிருஷ்ணன்.

"எங்கிருந்து?"

கிருஷ்ணன் சொன்னது அதற்கான பதில் அல்ல.

"பழைய நகைகள்; பழைய நாணயங்கள். ஒருவேளை அவை இல்லத்திலேயே பாதுகாக்கப்பட்டு வைத்திருக்கலாம். இப்படிப்பட்ட இடத்திலே தான் அவற்றைக் காணமுடியும். அவை கைமாறிக் கைமாறிப் போயிருக்கலாம்."

"உங்கிட்டே அது எப்படி வந்தது?"

பதில் கிடைக்காததால் வாசுதேவர் கேட்டார்.

"செய்யத் தகாததைச் செஞ்சுட்டியா? திருடினியா?"

"இல்லை; இல்லை! நான் திருடவில்லை!"

"அப்பறம்?"

"என்கிட்டே ஒருவர் ஒப்படைத்தார்."

"யாரது? அவருக்கு எப்படிக் கிடைத்தது?"

மிக முக்கியமான பிரச்சினை. பூராவும் பேசுவதென்றால் நாமஜெபம் தடைப்பட்டுவிடும். அது கூடாது. வாசுதேவர் சொன்னார்:

"அப்புறம் ராத்திரி பூஜை முடிஞ்சு வர்றப்போ பேசலாம். நாமஜபம் தடைபடக் கூடாது."

வாசுதேவர் ஜெபத்தைத் தொடங்கினார்.

* ** *

கிருஷ்ணனின் மனப்பளு தீர்ந்துவிட்டது. அப்பப்பா! என்ன ஆறுதல்! அப்பா எப்படித் தீர்மானித்துவிட்டாலும் பரவாயில்லை. அந்த முடிச்சுடன் மனத்தில் வந்து விழுந்த சுமைதான்.

நீண்ட நேரம் வரையிலும் வாசுதேவர் பேசாலிருந்தார். அவர் யோசிக்கிறார். நீண்ட மௌனத்திற்குப் பிறகு அவர் சொன்னார்:

"உன் நடவடிக்கைகள் முதலிலிருந்தே சரியாக இருக்கவில்லை."

அவர் என்றும் இப்படி விமர்சிப்பதுண்டு. ஒருபோதும் திட்டியதில்லை. கிருஷ்ணன் அந்தப் புதிய விஞ்ஞானம் படித்துக் கிடைத்த விறுவிறுப்புடன் அப்பாவுக்குச் சொல்லிப் புலப்படுத்த முயல்வான். கவனமுடன் அதைக் கேட்கிற அவர் சொல்வதுண்டு.

"நீ சொல்வது சரிதான் உண்ணீ! ஒப்புக்கொள்கிறேன். பூமியில் பிறந்தவர்களுக்கெல்லாம் இதிலே விளைகின்ற பொருட்கள் மீது சம உரிமை உண்டு. தெய்வ விருப்பம், புண்ணிய - பாபங்கள் இவை அனைத்தும் மறுக்கப்பட முடியாதவையாகும். பின்னர் மனிதனுடைய வாழ்க்கையை நிலைநிறுத்தச் சில சட்டங்களெல்லாம் உள்ளன. என்றென்றைக்குமாய் உருவாக்கப்பட்டவை என்று கருதிகளும் ஸ்மிருதிகளும் சொல்கின்றன. உன் கட்சிக்காரர்கள் சொல்வது உண்மைதான். ஆயினும் அவை தெய்வ விருப்பத்தைப் புறக்கணித்து நிந்தனை செய்வதல்லவா, என்கிற சந்தேகம் உண்டு."

வாசுதேவர் ஒரு பிராமணர். அவர், கிருஷ்ணன் சொல்வதைப் புரிந்து கொள்கிறார். ஆனால் அது அவரை உணர்த்தவில்லை. உணர்த்தவும் முடியாது. வாசுதேவருடைய பார்வையில் காரல் மார்க்ஸ் ஒரு மகரிஷியாவார்.

பூஜிக்கத்தக்கவர். புதிய சுருதி-ஸ்மிருதிகளின் கர்த்தராவார். கடவுளைப் பற்றிக் கேள்வியெழுப்பிய முனிவர்கள் முன்னரும் இருந்தனர். பகுத்தறிவு பூர்வமாய் அவர்கள் வாதம் புரிந்திருக்கின்றனர். அந்த வாதங்களைக் கேட்கிறபோது தெய்வமில்லை என்று எவருக்கும் தோன்றிவிடும். ஆனால் தெய்வத்தை மறுத்ததில்லை. மார்க்ஸுக்குக் கூட மகரிஷிப் பட்டமளிக்க வாசுதேவருக்குத் தயக்கமில்லை. தெய்வத்தை மறுத்திருந்த மகரிஷிகளுக்கும் சீடர்கள் இருந்தனர்.

ஆனால் வாசுதேவருக்கு இப்போது கிருஷ்ணன் சொல்கின்ற விசயங் களுடன் உடன்பாடு இருக்கவில்லை. அவர் உறுதியாகச் சொன்னார்:

"அந்தப் பொருட்கள் நமக்கு வேண்டாம்! அவை நம்முடையவை அல்ல! உன்னிடத்தில் அவற்றைத் தந்தவரிடமே திரும்பிக் கொடுத்துவிடு! நீ அவற்றை ஏற்றுக்கொண்டிருக்கக் கூடாது!"

"ஏற்றுக் கொள்ளவில்லை என்றால் அது ஒழுங்கை மீறிய செயலாகும்."

"அப்படியுமிருக்கா?"

"ஆமாம்!"

"ஆயின் பாதுகாத்து வை! என்றுதான் இன்னொருவரிடம் ஒப்படைக்க வேண்டியிருக்குமோ அது வரையிலும்!"

கிருஷ்ணன் உண்மை உள்ளத்துடன் திறந்து பேசினான்.

"அதற்கான மனவலிமை எனக்கு இல்லையப்பா! என் மனம் என்னிடமிருந்து நழுவிச் செல்கிறது."

"நாமஜெபம், தியானம் முதலியவற்றால் மனவலிமையை ஏற்படுத்திக் கொள்! அதுதான் தவபலம்!" அவர் தொடர்ந்து கூறினார்: "இன்றைய தினமே துவக்கிவிடு! உனக்கு அதற்கான துணிச்சல் ஏற்பட்டுவிடும்!"

134

கோடாந்திர வீட்டுமனையை அரசு முறையிலான விலை கொடுத்து வாங்கப் போகிறார்கள். அங்கே ஒரு தொழிற்சாலை நிர்மாணிக்கப் போகிறார்கள். இரும்புக் கருவிகளை உற்பத்தி செய்கிற தொழிற்சாலையாகும். சுரேந்திரனுடைய இன்னொரு கனவு நனவாகப் போகிறது.

நாட்டிற்காகப் பல்வேறு காரியங்களை சுரேந்திரன் சாதித்திருக்கிறார். நாடு சுரேந்திரனிடம் கடமைப்பட்டிருக்கிறது. அதெல்லாம் சரிதான். ஆனால் சுரேந்திரனுக்குக் கூட அதனால் நன்மை ஏற்பட்டிருக்கிறது. அவருக்கு என்ன இருந்தது? புலையக் குடிசைகளிலிருந்து கிழங்கு மற்றும் மீனைத் தின்று நடந்தவர். அவருடைய இன்றைய அந்தஸ்து என்ன? தொழிற்சாலையில் கணிசமான பங்கு இருப்பதாகச் சொல்லப்படுகிறது. பணம் ரொக்கமாகக் கொடுத்துச் சம்பாதித்திருக்கின்ற பங்குகள்தான். அவர் வீட்டுக்கு என்ன செலவாகியிருக்கிறது? பலர் பல்வேறு விதமாகச் சொல்கிறார்கள். சிலர் ஐம்பதாயிரமென்று மதிப்புப் போட்டனர். அதற்கு மேலும் செலவாயிருக்குமென்று வேறு சிலர் கூறுகின்றனர். என்னவாகிலும் அவர் கஷ்டமின்றி வாழ்கிறார். எங்கிருந்து? எவ்வாறு? சுரேந்திரனிடம் பணமுமுண்டு.

பொது விசயங்களுக்காக வாழ்க்கையை அர்ப்பணித்தார். உளப்பூர்வ மாக ஓய்வின்றி உழைத்தார். நாட்டுக்கு நன்மைகள் ஏற்பட்டன. நாடு அவருக்குச் சம்பளம் கொடுத்ததா? அவரும் வாழ வேண்டாமா?

உண்மைதான். இவை அனைத்தும் பொது மக்களின் பணம்தான். தொண்டு எனக் கொண்டாட வேண்டாம்.. வாழ்வதற்காக, பணம் சேர்ப்பதற்காக உழைத்தார். தியாகமென்றோ, கடமை உணர்வு என்றோ சொல்லவேண்டாம்! அந்த உரிமை வாதங்களை அங்கீகரிக்க முடியாது. ஊர்ஜனங்கள் முன்னால் கணக்கைக் காட்டவேண்டும்.

சென்ற பஞ்சாயத்துத் தேர்தலில் சுரேந்திரன் தண்ணி சாப்பிட்டார். எதிர்ப்பு அவ்வளவு பலமாக இருந்தது. வீடு வீடாக ஏறிச் சென்று காலைப் பிடித்தார். யாருக்கும் அவரைப் பார்த்துக் கருணை ஏற்பட வில்லை எனத் தோன்றுகிறது. சிறிது தொந்தியுண்டு. உடம்பில் சிறிது சிவப்பு ஏறியிருக்கிறது. கையில் கடிகாரமுண்டு. பீடிக்குப் பதிலாக சிகரெட் பிடிக்கத் தொடங்கினார். பல சந்தர்ப்பங்களில் கலெக்டர் மற்றும் என்ஜினியருடன் காரில் செல்வதைப் பார்க்கலாம். சுரேந்திரன் வளர்ந்துவிட்டார். முதலாளியானார். யாராவது ஏதாவது விசயமாக அவரைச் சந்திக்கச் சென்றால் வந்த விசயமென்னவென்று விசாரிக்கச் சிறிது நேரமாகிவிடும். முன்னர் போன்று காவல் நிலையம் மற்றும் மருத்துவ நிலையங்களுக்கு அவர் போவதில்லை. வேறு வழியில்லை என்றால் தொலைபேசியைச் சுழற்றுவார்.

அன்றைய தினம் கோழத்து கொச்சும்மிணியம்மா காதில் கிள்ளி வைத்த ஒரு விசயமிருந்தது. அவளுடைய மகள் கௌரிக்குட்டிக்கு மூன்று

நாட்களாகப் பிரசவவேதனை. மருத்துவச்சி கைவிரித்தாள். அரசு ஆஸ்பத்திரிக்கு கௌரிக்குட்டியைக் கொண்டு சென்றார்கள். கூடிய சீக்கிரத்தில் அங்கிருந்து ஆலப்புழைக்குக் கொண்டு செல்லவேண்டுமென்று சொல்லப்பட்டது.

சுரேந்திரனின் வீட்டுக்குச் சென்றனர். வோட்டைக் கேட்டு வந்த சுரேந்திரன் முகத்தைப் பார்த்துச் சொன்னாள் கொச்சும்மிணியம்மா:

"அன்னைக்கு எங்க கூட வராமே நீங்க நழுவிப் போனீங்க. செத்தாக் கூட நான் அதை மறக்கமாட்டேன், சுரேந்தரின்!"

மன வேதனையுடன்தான் கொச்சும்மிணியம்மா கூறினாள். கௌரிக்குட்டி இறந்துவிட்டாள், குழந்தை தப்பித்துக் கொண்டது. அந்தக் குழந்தையைப் பார்க்கும்போதெல்லாம் இனி அவளைத்தான் நினைப்பாளாம்.

சுரேந்திரன் செல்லாதது நிமித்தமாய் ஒரு முறை கொச்சுகுட்டன் மகன் கோவியையும் போலீசார் அடித்தனர்.

அவர் போயிருந்தால் கௌரிக்குட்டி தப்பித்திருப்பாளா? அவள் இறந்துவிட்டாள். ஒருவேளை இவர் காவல் நிலையத்துக்குச் சென்றிருந்தால் கொச்சுகுட்டன் மகன் அடி-உதைகளிலிருந்து தப்பித்துச் சென்றிருப்பான்.

அதைப் போலவே சுரேந்திரன் தலையிட்டிருந்தால் கௌரிக்குட்டி கூட உயிர் பிழைத்திருப்பாள்.

முன்னர் புலையக் குடிசைகளிலிருந்து மீனும் கிழங்கும் சாப்பிட்டு திரிந்தான். இப்போது சோறு உண்டு. மீன்கறியுண்டு. தேவைப்பட்டால் இறைச்சியுமிருக்கும்.

மேற்குக் கரையோர ரெயில்வே அது வழியாகச் செல்கிறது. சர்வே பார்ட்டியை வசீகரம் செய்து பாதை அவ்வழியே செல்ல ஏற்பாடு செய்தார். ஆனால் சுரேந்திரன் மக்களிடமிருந்து தனிமைப் பட்டார். ஆஸ்பத்திரி அமைந்தது. உயர்நிலைப் பள்ளி ஏற்படுத்தப்பட்டது. ரோடு நிர்மாணிக்கப்பட்டது. ஆயிரம் தொழிலாளிகளுக்கு வேலை கிடைக்கிற தொழிற்சாலை உருவாகிறது. அதெல்லாம் ஒரு பொருட்டு அல்ல.

சுரேந்திரன் கடைசியாக ஒரு வோட்டுக்குப் பத்து ரூபாய் விலை கொடுத்து வாங்கினார் என்றுகூடச் சொல்கிறார்கள். ஏராளமாக பணமிருக்கிறது. செலவு செய்யட்டுமென்று ஜனங்களுக்குத் தோன்றியது.

தொழிற்சாலையில் ஆயிரத்துக்கு மேற்பட்டவர்களுக்கு வேலை கிடைக்குமாம்! அதனால் லாபம் யாருக்கு? சுரேந்திரனுக்குத்தான். அவர் பங்கு போட்டிருக்கிற தொழிற்சாலை. கைவசமிருக்கிற பணம் போடு வதற்கான ஒரு வழி. அதனால் லாபமும் கிடைக்கும்.

பஞ்சாயத்துத் தலைவர் பதவிக்கான தேர்தலுக்குக் கூட நிறையப் பணம் செலவு செய்ததாக ஒரு வதந்தி உலாவுகிறது. சில உறுப்பினர்களை விலைகொடுத்து வாங்க வேண்டிய நிலைமை ஏற்பட்டது.

* ** *

பொதுத் தொண்டு ஒரு வாழ்க்கையாகி விட்ட ஒருவன் நன்றாகச் சாப்பிடக் கூடாதா? அவன் நல்ல உடையணிந்து கொள்ளக் கூடாதா? நல்லதொரு வீட்டில் குடியிருப்பது தவறாகிவிடுமா?

ஆகாது!

ஆனால் கணக்கைக் காட்டவேண்டும். எங்கிருந்து, எந்த முறையில் இந்த வாழ்க்கை மலர்ந்தது?

பழையபடி அவ்வாறு அலைந்து, உடுத்திக் கொள்ளத் துணி யில்லாமல் உண்ண உணவின்றி நடந்துகொள்ள வேண்டுமா?

வேண்டாம்!

அப்புறம்?

கணக்கைக் காட்டவேண்டும்.

அதைச் சொல்ல முடிகிறதில்லை. இவை அனைத்தும் அப்படி நடந்தேறியவை. அப்படித்தான் சொல்ல இருக்கிறது.

கம்பெனிக் கணக்கில் ஒரு கார் வாங்கப்பட்டது. சுரேந்திரன் இப்போது அதிலேதான் பவனி வருகிறார்.

வாழ்க்கைப் பிரவாகமென்பது தனக்குத் தெரியாமலேயே திசை மாறிச் செல்கிறது. வாழ்க்கையின் ஒவ்வொரு நாளையும் ஆழமாகப் பரிசீலனை செய்து பார்த்தால் இன்றைய தினம் காணப்படுகிற மனிதன் எவ்வாறு இந்த நிலைக்கு வந்துவிட்டான் என்பதைப் புரிந்துகொள்ள முடியும். அவன் வாழ்வின் துவக்க நாட்களில் எப்படியிருந்தான் என்பதையும் புரிந்துகொள்ள முடியும். எவனும் நல்லவனோ கெட்டவனோ ஆக வாழ்க்கையைத் துவக்கவில்லை. தியாகியாக வாழ்க்கையைத் துவக்கியவன் இல்லை. அதைப் போலவே பேராசைக்காரனாகவும்!

சுரேந்திரன் நன்றாக உழைத்திருக்கிறான். பணத்திற்காக அல்ல. பிரதிபலன் மீது மோகம் கொண்டவனாக இருக்கவில்லை. கட்சியை அணுகியது எதற்காக? கோடானுகோடி எழை மக்களில் ஒருவனாக இருந்ததினாலா? அவர்கள் விழித்தெழுந்த சமயத்திலா? பி. கிருஷ்ண பிள்ளையின் முகத்தில் கண்ணை நட்டுக்கொண்டு, அவர் சொல்வதைக் கேட்டு அமர்ந்திருந்தபோது புதியதொரு வெளிச்சம் கிடைத்திருக்கலாம். புதியதோர் உணர்வு ஏற்பட்டுவிட்டது. ஒரு துண்டுப் பிரசுரத்தை முதன் முதலில் அச்சிடுவதற்கான பணவசூலை நடத்தி வந்தபோது தொண்டை வரண்டு ஒரு டீ வாங்கிக் குடித்தான். அந்த வசூல் பணத்திலிருந்துதான் அதன் விலை கொடுக்கப்பட்டது. முதற்சருக்குதல் அதுவாக இருந்தா? அது ஒரு சருக்குதலாக இருந்ததா?

ஒரு முறையல்ல, பன்முறை அந்த விசயங்கள் குறித்து விவாதங்கள் நடைபெற்றிருக்கின்றன. புலையக்குடிசை மற்றும் பறையக் குடிசையிலிருந்து மீனும் கிழங்கும் வாங்கித் தின்னது தரத்தைத் தாழ்த்திக் கொள்வதற்காக மட்டுமல்ல; பசியைத் தீர்த்துக் கொள்வதற்காகக் கூடத்தான். பத்து ரூபாய் வசூல் பண்ணி எட்டு ரூபாய் என்று வரவு வைத்தது வாழ்க்கையின் எந்த நாளாக இருக்கும்? அத்தகைய சந்தர்ப்பங்கள் ஏற்படத்தான் செய்திருந்தன. மனப்பூர்வமாய்ச் செய்த காரியமல்ல. எட்டு ரூபாயின் செலவு மட்டும்தான் இருந்தது. வசூல் கணக்கில் பத்து ரூபாய் இருந்தது. இரண்டு ரூபாய்க்கான செலவினங்கள் காப்படுவதில்லை. எத்தனையோ நினைத்துப் பார்த்தும் ஞாபகத்திற்கு வருவதில்லை. அப்போது ஒரு தீர்மானமெடுத்தார். எட்டு ரூபாய் வரவு வைத்தால் போதும். பத்து ரூபாய் வரவு வைத்தால் மீதியிருப்பினைக் குறித்துக் கேள்வியெழும். வேண்டாம் அந்த இரண்டு ரூபாய்க்கு டீ சாப்பிட்டதாக இருக்கலாம். அல்லது யாருக்காவது கிழங்கு வாங்கக் கொடுத்ததாக இருக்கலாம். ஒரு வேளை வீட்டில் பொன்னம்மா எடுத்திருக்கலாம். அவள் வழக்கமாக அப்படிச் செய்வதில்லை. வேறு வழியில்லாத போது யார்தான் செய்யாமலிருக்க மாட்டார்?

எனவே எட்டு ரூபாய் என்று கணக்கெழுதினார். காசுக்கு அன்று இன்றையவிட மதிப்பு ஜாஸ்தி. இரண்டு ரூபாய் பெரிய தொகைதான். இரண்டு ரூபாயைச் சொல்லிப் பயங்கரமான சர்ச்சையும் விமர்சனமும் ஏற்படும். தனது செலவு என்று கணக்கெழுதக் கூடாது. இரண்டு டீ என்றால் கேள்வியெழும். எனவேதான் தப்பித்துக்கொள்ள இரண்டு ரூபாயை வசூலில் குறைத்துக் கொண்டார்:

இப்படிக் கணக்கில் வராமல் செய்த காரியங்கள் பலப் பல இருக்கலாம். இல்லாவிட்டால் வாழ்க்கையில் இத்தகைய வீழ்ச்சி

ஏற்பட்டிருக்காது. வீட்டிலிருந்து கிளம்பும்போது பொன்னம்மா கேட்டிருப்பாள்:

"பசங்க கண் விழிக்கும்போது நான் என்ன செய்வது?"

காக்கைகளோ, இன்ன பிற பறவைகளோ தரையிறங்கியிருக்காது. எப்போது திரும்பி வருவேன். என்று சொல்லமுடியாது. ஒருவேளை வராமலிருந்தாலும் இருக்கலாம்.

உண்மையான ஒரு பிரச்சினையைத்தான் பொன்னம்மா முன்வைத் திருக்கிறாள். மனமறிய இரண்டு ரூபாய் கையிலுண்டு. கட்சி வேலைக் காகத்தான் அதை இடுப்பில் சொருகி வைத்திருக்கிறார். ஒரு ரூபாய் பொன்னம்மா விடாமல் கொடுத்துவிட்டுச் சென்றார்.

அது கணக்கில் சேர்க்கக் கூடியது அல்ல. ஏனென்றால் தன்னை விடவும் கஷ்டப்படுகின்றவர்கள் தந்த துட்டு அது. வீட்டில் கொடுத்துவிட்டேன் என்று சொல்லமுடியாது.

பஞ்சாயத்துத் தலைவரானார்!

ஒவ்வொரு காரியார்த்தமாய் திருவனந்தபுரத்திற்கெல்லாம் சென்றிருக் கிறார். எல்லாம் வசூல் செய்த பணத்தைச் செலவு பண்ணித்தான். வாழ்க்கை பூராவையும் அப்படித்தான் கழித்திருக்கிறார். அதுவன்றி வேறு என்ன வழியிருந்தது? மக்களுக்காக உழைத்தவர். அவர்கள் சாப்பாட்டைத் தந்தனர்.

சுரேந்திரனுக்கு ஒரு விசயம் குறித்துக் கண்டிப்பாக உரிமை கொண்டாடலாம். நாட்டுக்காகப் பலவற்றையும் செய்திருக்கிறார். நாடு அவரை வளர்த்தது. அதையும் சுரேந்திரன் ஒப்புக் கொள்கிறார். ஆனால் நாடு, பணக்காரன் முதல் பாமரன் வரையிலும், இன்னொரு வியாக்கியானம்தான் நல்குகிறது. நாட்டுக்காகச் சிலவற்றைச் செய்திருக்கலாம். இல்லை! - செய்தாரென்றே வைத்துக் கொள்வோம். வாதத்திற்காக ஒப்புக்கொள்கிற முறையிலேதான். பின்னர் இன்னொரு கேள்வி. சுரேந்திரனுடைய இன்றைய ஆஸ்தி என்ன? அவர் இன்று யார்?

நல்ல செல்வந்தர். கைவசம் ஏராளமான பணமுண்டு.

இதெல்லாம் எங்கிருந்து வந்தது? விவசாயம் பண்ணினாரா? வியாபாரம் பண்ணினாரா? புதையல் கிடைத்து விட்டதா? ஒவ்வொரு விசயத்திற்குமாய் ஓடி நடந்து காரியங்களைச் சாதித்திருக்கலாம். இல்லாமலு மிருக்கலாம். அதெல்லாம் எதற்காக? நாட்டைச் சீராக்க மட்டுமாக

இருந்ததா? ஒருவர் விவசாயம் பண்ணக் கிளம்பினார். இன்னொருவர் வர்த்தகம் பண்ணப் புறப்பட்டுச் சென்றார். மூன்றாமொருவர் ஆசிரியராகிவிட்டார். இன்னொருவர் அரசு ஊழியரானார். எல்லாம் வாழ்வதற்காகத்தான். சுரேந்திரனும் ஒரு தொழிலைச் சுவீகரித்தார். நாட்டைச் சீராக்குவது. அது நல்ல வருமானமுடைய தொழிலாகவுமிருந்தது. எதிர்பார்த்ததை விடவும் அதிக வருமானமுடையது.

சுரேந்திரன் பொதுச் சொத்திலிருந்து அபகரித்தெடுத்திருக்கிறாரா? லஞ்சம் வாங்கியிருக்கிறாரா?

அதுவும் விசாரிக்க வேண்டிய விசயம்தான். யார்தான் கணக்கைச் சரியாக வைத்திருக்கிறார்? கணக்குகள் பொதுக் கூட்டத்தில் சமர்ப்பிப்பதும், அச்சிட்டுப் பிரசுரிப்பதும் எல்லாம் நடைபெற்றதுண்டு. யார்தான் அதைப் பற்றியெல்லாம் ஆழமாய்ச் சிந்தித்திருக்கிறார்? கரகோஷம் செய்து நிறைவேற்றியிருக்கிறார்கள்.

சுரேந்தின் பணத்தை அபகரித்துக்கொண்டார் என்று சொல்ல முடியுமா?

நீண்ட நாட்களாக உழைக்கிறார். சிறுவயதிலிருந்தே பணியாற்றி வருகிறவர். பழகக் கற்றுக் கொண்டார். பேசக் கற்றுக் கொண்டார். ஆட்களை அறிந்து கொள்ளவும் முடிகிறது. செல்வந்தர் முதற்கொண்டு இல்லாதவர்கள் வரையிலுமுள்ள நண்பர்கள் இருக்கிறார்கள். நேசிப்பவர்கள், மதிப்பு வைத்திருக்கின்றவர்கள் எல்லாம் உள்ளனர். பொது விசயங்களில் ஈடுபட்டிருக்கின்றவர்கள் சொத்து அது- சுரேந்திரன், தான் நடித்து வருகின்ற பாத்திரங்களில் ஒன்றாகத் தோன்றுவார். தாழ்மையுடையவனாய், சமானமான தோற்றமுடன், அதிகார தோரணையில், ஒரு சண்டை என்றால் சண்டை என்ற நிலையில்-இவ்வாறாகப் பல்வேறு உருவங்களில் நிலவரத்திற்கேற்ற முறையில் தோன்றிவிடுவார். எங்ஙனம் ஆரம்பிப்பது, எவ்விதம் பேசுவது- என்றெல்லாம் அவருக்குத் ‘தண்ணிப்பட்ட பாடு.’ இந்தச் சாதனைகளுக்கெல்லாம் பிரதிப் பயன் கிடைக்க வேண்டாமா? அதுதான் அவரிடமிருக்கிற சொத்து. அதனால் அவர் வாழவேண்டும். அதுதான் நிர்ணயிப்பு. அப்படித்தான் வாயைக் கிழித்த கடவுள் இரையை நல்கியிருக்கிறார்.

அது லஞ்சமாகுமா? ஊழலாகுமா?

காரியம் நிறைவேறவேண்டுமென்றால் காசினைச் செலவு செய்ய வேண்டும். சிலருக்கு என்றில்லை; பலருக்கும்! கையூட்டு கொடுக்க வேண்டியிருக்கும். அப்போது கட்சியிலிருந்து பணம் வாங்கிக் கொடுக்க

வேண்டியிருக்கும். ஓர் இடைநிலைக்காரராக ஆயித்தான் தீரவேண்டும். அதற்குக்கூட சுரேந்திரன் தயாராகவே இருக்கிறார்.

அவ்வாறு முதன்முதலாக அவர் ஓர் இடைநிலைக்காரராக இயங்கியது. எப்போது? ஏதோ ஓர் அதிகாரிக்கு நூறு ரூபாய் கொடுக்க வேண்டிய இடத்தில் எண்பது ரூபாய் கொடுத்தார். இருபது ரூபாயை இடுப்பில் சொருகினார். மனப்பூர்வமாகச் செய்யவில்லை. நூறு வேண்டாம்; எண்பது கொடுத்தால் போதும். இடுப்பில் சொருகிய இருபது ரூபாயைக் கட்சிக்குக் கொடுக்கவில்லை.

சுரேந்திரனுடைய நண்பர்கள் வட்டம் மிகப் பெரியதாயிற்று. அறிமுகமாகின்றவர்களெல்லாம் அவரை மிகவும் விரும்பினர். பியூனிலிருந்து அமைச்சர்கள் வரையிலும் அவரிடம் நன்கு பழகினர். நல்ல சொல். சிரிப்புக்கு நல்ல வசீகரம் அவர் சொல்லுகிற விசயத்தை யாரும் மறுக்கமாட்டார்கள். அநியாயமான விசயங்களில் தலையிடமாட்டார். சிறிதளவு நியாயமிருந்தால்கூட அதிலே நுழைந்துவிடுவார்.

சுரேந்திரன் எதுக்கும் பிரதிபயன் கேட்கமாட்டார். இன்னது கிடைக்க வேண்டுமென்று சொல்லவும் மாட்டார். கொடுத்தால் வாங்கிக் கொள்வார். இல்லாவிட்டால் முகத்தைக் கறுக்கலாகக் காட்டமாட்டார். அவ்வாறு கொடுக்காதவனுடன் மறுபடியும் செல்வார். அத்தகைய நிகழ்ச்சிகள் ஏராளம்; ஏராளம்!

ஆற்றுமாலியைச் சேர்ந்த கிறிஸ்தவர்களுக்கு எது வேண்டுமானாலும் சுரேந்திரனிருக்கிறார். ஓர் ஆண்டுக்கு மேலும் சாப்பிடுவதற்கான நெல் அறுவடைக் காலத்தில் சுரேந்திரன் வீட்டுக்குத் தானாக வந்துவிடும். அவருக்கு அது தெரிந்துவிடாது. எல்லோரிடமிருந்தும் பணத்தைக் கடனாகப் பெற்றிருக்கிறார். திரும்பக் கொடுக்கவேண்டுமென்ற நோக்கத்தோடுதான் வாங்கியிருக்கிறார். முடிந்தால் சில சமயங்களில் திருப்பிக் கொடுப்பார். திருப்பிக் கொடுக்காத கடன்களுமிருக்கின்றன. அவர்களிடம் மறுபடியும் கேட்டால் கொடுப்பார்கள்.

இப்போது இக்கட்டானதொரு நிலைமைதான். பருத்திக்காட்டு ஔத மாப்பிள விடாப்பிடியாக நிற்கிறார். ஒரு கட்டத்தில் ஐம்பதாயிரம் தேங்காய் கிடைத்துக் கொண்டிருந்தது. இப்போது நாற்பதாயிரத்திற்கே கோளாறுதான். ஏனென்றால் நன்றாக விளைகின்ற தென்னைமரங்கள் குடியிருப்புகளுக்குச் சுற்றிலும்தான். குடியிருப்பவர்கள் அவற்றைப் பறித்துச் செல்கின்றனர். அதையும் பொறுத்துக் கொள்ளமுடியும். எந்த ஒரு தோப்பும் ஒழுங்காக இல்லை. பத்து பத்து செண்ட் பூமி ஆங்காங்கு

குடியிருக்கின்றவர்களுக்காகப் போகிறது. அவர்கள் தங்கள் குடியிருப் பிடங்களுக்கு அருகிலுள்ள மரங்களிலிருந்தும் காய் பறித்தெடுக்கின்றனர்.

எல்லாம் நாசமாகிவிட்டது.

குடியிருப்பவர்களுக்குப் பழிவாங்க வேண்டுமென்கிற எண்ணம்தான்.

ஊழல் புரிய உற்சாகம்தான்!

சுரேந்தரன் இப்போதும் கூட கம்யூனிஸ்டுதான். கட்சிக்குத் தேவைப் படும் போதெல்லாம் பணம் கொடுத்தும் அல்லாமலும் உதவி வருகிறார். கட்சித் தலைவர்களைச் சந்திப்பதுண்டு. அலுவலகம் ஒழுங்காகச் செயல்படுவது சுரேந்திரனுடைய உதவியால்தான். குடியிருக்கின்றவர்களின் செயல்கள் சுரேந்திரனைக் கூட ஆத்திரமடையச் செய்கின்றன. ஒரு வீட்டுமனையின் மத்தியிலேதான் குடியிருப்பு இடமென்று வைத்துக்கொள்ளுங்கள். ஓரமாகப் பதினைந்தாகத் தருவதாகச் சொன்னால் கூட அவர்களுக்குச் சம்மதமில்லை. தாங்கள் குடியிருந்த இடத்திலேயே இருந்தால் போதுமாம். பிடிவாதம்தான். நிலச் சொந்தக்காரனுக்கு நிலம் பயனற்றதாகச் செய்ய வேண்டும். அதுதான் அவர்கள் எண்ணம். நடைப்பாதை, கழிவிடம் ஆகிய எல்லாம் பிரச்சினைகளாக மாறுகிறது. என்ன செய்யமுடியும்? சட்டம் அத்தகையதாக இருக்கிறது.

பருத்திக்காட்டு ஔதவுக்கு ஒரே ஒரு வேண்டுகோள் மட்டும்தான். ஒரு தோப்பாவது காலிபண்ணிக் கிடைக்கவேண்டும். அங்கே குடியிருக் கின்றவர்களுக்கு வேறு இடத்தைக் கொடுக்கலாம். குடிசையை மாற்றிய மைக்கக் கேட்கிற பணத்தையும் கொடுக்கலாம்.

அவர்களிடம் சொல்லிப் பார்த்தார். சுரேந்திரனால் கண்டிப்பாகச் சொல்லமுடியும். அவர் இப்போதுகூட கம்யூனிஸ்ட்டுதானே? கம்யூனிஸ்டுக்குச் சாமான்னிய நீதி சொல்லக் கூட உரிமையில்லையா? அது தொழிலாளிக் கெதிரானதாகத் தோன்றியது.

பிடிவாதம்தான். நிலச் சொந்தக்காரனுடன் என்றென்றும் போராட்டம் வேண்டும். அவனைப் பயமுறுத்தி வைக்கவேண்டும்.

பருத்திக்காட்டு ஔதவின் இப்போதைய கோரிக்கை வேறு ஒன்றாகும். லாண்ட் டிரிபூனல் நியாயமான நடவடிக்கை எடுக்கவேண்டும். அது நியாயமாக நடந்துகொண்டால் மட்டும் போதும்.

சுரேந்திரன் தருமசங்கடத்தில் அகப்பட்டு விட்டார்.

ஆற்றுமாலியைச் சேர்ந்த அனைத்துக் குடும்பத்தினருக்கும் டிரிபூனலைக் கொண்டு காரியங்களை நடத்தச் செய்யவேண்டும். அநியாயமாக எதையும் செய்யவேண்டாம். நியாயம் மட்டும் போது மென்றுதான் எல்லோரும் சொல்கின்றனர். அவர்களுக்கு வாதம்புரிய விசயங்கள் உள்ளன. காரணங்கள் உள்ளன. அது நியாயமானது கூடத்தான். இன்றைய நில உடமைச் சம்பிரதாயத்தின் அடிப்படையில் அல்லவென்றிருக்கலாம். இன்றைய சங்கற்பங்களை அவர்கள் உணர்வ தில்லை.

இத்தகைய விசயங்களைப் பற்றி சுரேந்திரன் யோசிப்பதில்லை. யோசனை செய்ய அவருக்கு நேரமில்லை. அதற்கு உட்கார்ந்து யோசனை செய்ய வேண்டாமா? எல்லோருக்கும் புகார்கள் உள்ளன. ஜன்மிக்கும், குத்தகைதாரனுக்கும், குடியிருக்கின்றவர்களுக்குமெல்லாம்! எல்லாப் புகார்களையும் கேட்டுக்கொள்வார். எதையெல்லாமோ சாதித்துக் கொடுக்க ஆர்வமுண்டு. எல்லோரும் வேண்டியவர்கள்தான்.

எதுவும் பணத்திற்காக அல்ல. பணத்தைப் பற்றிய ஆர்வமுமில்லை. யாருக்காகவும் உழைப்பார். அதுவும் உளப்பூர்வமாகவேதான்.

சுரேந்திரனை ஊர் முழுவதும் மதித்து வந்தது. அதைவிடவும் நேசித்திருந்தது எனலாம். யாருக்காவது எந்தப் பிரச்சினையாவது ஏற்பட்டு விட்டால் அவர்கள் இவரிடம்தான் ஓடி வருவார்கள். சுரேந்திரன் இறந்துவிட்டால் எப்படியிருக்கும்? ஊர் முழுதும் அங்கே வந்து குழமிவிடும். எல்லா வீட்டுக் கூரைகள் மீதும் கறுப்புக் கொடிகள் உயர்ந்துவிடும். ஊரெங்கும் 'பந்த்' ஆக இருக்கும். வயல்களில் வேலை நடக்காது. கடைகள் மூடப்பட்டிருக்கும் அது ஒரு சோக நிகழ்ச்சியாகத் தானிருக்கும்.

ஆதரிப்பவர்களும் நேசிப்பவர்களும் தனித் தனியாகக் கூடிநின்று குற்றங்களையும் கூறுவார்கள். திருடனாக்கும்; தந்திரசாலியாக்கும் என்றெல்லாம் கருத்துக்களைச் சொல்வார்கள். அந்த வெள்ளைச் சிரிப்பினை நம்பவேண்டாம். அழுகை வராமலேயே அழுதுவிடுவார். சிரிப்பு வராமலேயே சிரித்துவிடுவார். கூட வருவது; பிரச்சினையிருப்பவனைவிட ஆர்வம் காட்டுவது - எல்லாம் நடிப்புத்தான்.

ஆயினும் எல்லோருக்கும் சுரேந்திரன் தேவை.

வேறு சிலர் சொல்வது பாய சுரேந்திரன் இறந்துவிட்டான் என்று தான். இது புதிய சுரேந்திரன்தானாம்! இந்த சுரேந்திரனே நாள்தோறும் மாறிக்கொண்டிருக்கிறான். நேற்றைய சுரேந்திரன் இன்று இல்லை. நாளை புலர்வேளை இன்னொரு சுரேந்திரனைத்தான் பார்க்கப் போகிறது.

பொது ஊழியன் என்றால் அதுதான். அவன் இன்றைய வாழ்க்கையின் படைப்புத்தான். அவனின்றி வாழ்க்கை முன்னேறாது. எந்தக் காரியமும் நடக்காது.

சுரேந்திரனைப் பார்த்து விரலைச் சுட்டிக் காட்டியவாறு சமுதாயம் ஒரு விசயத்தைக் கேட்கிறது. அவருடைய முற்கால வாழ்க்கையின் ஒரு பக்கம்தான்.

பத்துப் பதினெட்டு வருடங்களுக்கு முன்னர் நடைபெற்ற ஒரு சம்பவம் தான். சோதரு மகள் பாப்பா கருத்தரித்தாள். அவளுக்குப் புலையனில்லை. அப்புறம் யார் அதற்குப் பொறுப்பு? யாரென்று அவளிடம் யாரும் கேட்டதுமில்லை. அவள் சொன்னதுமில்லை அனைவருக்கும் கணவனுடைய ஒரு பெண் கர்ப்பவதியாகிவிட்டால் அந்தக் கர்ப்பத்திற்கு யார் பொறுப்பென்று யாராவது கேட்பார்களா? கேட்பது சரிதானா? அவ்வாறு கேட்டுவிட்டால் அவள் கேட்பவனின் கன்னத்தில் அடித்துவிடவும் கூடும். பாப்பாவிடம் யாரும் கேட்கவில்லை. அவள் சொல்லவுமில்லை. ஏனைய புலைச்சிகள் இங்ஙனம் கேட்டிருக்கக் கூடும்.

"எத்தனை மாசமாச்சு?"

அதக்கு அவள் பதிலையுமளித்திருப்பாள்.

ஆனால் சுறுசுறுப்பும் சாமர்த்தியமுமுடைய ஒரு பெண்ணாக இருந்தாள் பாப்பா. அவள் யாருக்கும் எந்த விசயத்துக்கும் விட்டுக் கொடுக்கிறவளாக இருக்கவில்லை. ஆனால் இப்போது தணிந்து போய்விட்டாள். திடீரென்று நேர்ந்துவிட்ட நிகழ்ச்சி அது. யூனியன் ஊர்வலங்களில் அவளை முன்னணியில் காணமுடிந்திருந்தது. அவள் குரல் வயல் எங்கிலும் முழங்கிக் கொண்டிருந்தது. எந்த விசயத்தைப் பற்றியும் அவள் தன் கருத்தைத் தெரிவித்து வந்திருக்கிறாள். மேலாளர்களிடம் சொல்லுவதில் கூட தயக்கம் காட்டியிருக்கவில்லை. அதுவும் திட்டவட்டமாக, ஒழுங்காகச் சொல்லிவிடுவாள். எல்லாம் திடீரென்று நின்று விட்டது. அவள் ஒதுங்கிவிட்டாள். நாக்கு இல்லை; மூக்கு இல்லை. எதைக் கேட்டாலும் பதில் இல்லை.

தன் கர்ப்பத்திற்கு யார் பொறுப்பென்று கேட்டிருந்தால் அவள் சொல்லியிருப்பாளோ? கேட்டிருந்தால் அவளது இயல்பின்படி இப்படிச் சொல்லியிருப்பாள்.

"நீங்க ஏன், அறியணும்? கடவுள்னே வச்சுக்கோ! என் வயிற்றிலல்லவா, குழந்தை கிடக்குது?"

யாரால் எதைச் சொல்லமுடியும்? அது யாரென்று எல்லோரும் அறிந்திருக்கையில் யாராவது இப்படிக் கேட்டுவிட்டால்?

"குழந்தைக்குத் தந்தை ஆவணுங்கிறதுக்காக எதாச்சும் செய்யச் சொல்லுடீ!"

அப்போது கூட அவள் சொல்லியிருக்கக் கூடும்:

"தந்தையில்லாமே ஒரு குழந்தை பொறந்து வளருமா இல்லையான்னு தெரிஞ்சுக்கலாமே."

எல்லாரும் ஒரு விசயத்தைப் பற்றிச் சொன்னார்கள்.

"ஒரு பொண்ணு ஓர் ஆம்பளையை நேசிக்கறதுன்னா இப்படித் தானிருக்கணும்."

அது நேரமாக இருந்தது.

பாப்பு ஓர் ஆண் குழந்தையை ஈன்றெடுத்தாள். பெண்கள் அந்தக் குழந்தையின் தந்தை யாரென்று தீர்ப்புக் கூறவில்லை. ஆனால் அவர்கள் சொன்னார்கள்.

"குழந்தை, சுரேந்திரன் குழந்தையாயிருந்தப்போ இருந்த மாதிரி இருக்கு."

135

கோடாந்திர வீட்டுமனையில் தொழிற்சாலைக்கான கட்டட வேலை வெகுமும்முரமாய் நடைபெற்று வருகிறது. அவ்விடத்தில் பல்வேறு புதையல்கள் இருக்கலாம். அவற்றைப் பெறுவதற்கான அதிருஷ்டம் சுரேந்திரனுக்குத்தான் வாய்த்திருக்கிறதென்று தோன்றுகிறது. ஆனால் அது கிடைக்கப் பெற்றால் கூட சுரேந்திரனுக்கு இருக்காது. சட்டப்படி அது அரசுக்குத்தான் சொந்தம். அதில் ஒரு பகுதி அவருக்குக் கிடைத்தாலும் கிடைக்கலாம்.

கட்டட வேலை வெகு துரிதமாய் முன்னேறுகிறது. ஒரு கான்ட்ராக்டர் தான் நிர்மாணத்தின் பொறுப்பை வகிக்கிறார். பல்வேறு தொழில்களில் ஐநூறுக்கு மேற்பட்டவர்கள் பணிபுரிகிறார்கள். பெரியதொரு திருவிழாவின் தோற்றம் தான் அங்கே நிலவுகிறது. அங்கே சென்று நின்று விட்டால்

திரும்பிவர மனம் வராது. ஒவ்வொரு தொழிலுக்கும் இயந்திர உதவியுண்டு. மனிதன் பெரியதோர் இயந்திரத்தின் பகுதியாய் மாறியதாய்த் தோன்றுகிறது. எந்தவிதமான ஈவு இரக்கமில்லாத இயந்திரம். கம்பிகள் அங்கே குன்றெனக் குவிந்து கிடக்கின்றன.

கோடாந்திர கந்தர்வனும் யட்சியும் சர்ப்பங்களுமெல்லாம் எங்கே போய் விட்டன? இன்றைய தினமும் கூட புதையலைப் பாதுகாக்கின்ற பூதங்கள் பூமிக்கடியில் இருக்கலாம். புதையல் கிடைப்பதில்லை பூமியின் ஆழத்திற்கு அவற்றை இழுத்துக் கொண்டுபோயிருக்கக் கூடும். யாருக்குத் தெரியும்? சுதேசிகளும், கதைகள் கேட்டுத் தெரிந்திருக்கின்ற அயல்நாட்டினரும் புதையலை எதிர்பார்த்துத்தான் வேலை செய்கின்றனர். பெரிய வார்ப்பு யாரது கடப்பாறையின் குத்துப் பட்டு 'ஜிலும்' என்ற ஒலியைக் கிளப்பப் போகிறதோ? அதுதான் இலக்கு புதையல் கிடைக்கிற ஆளுக்குப் பயனேதும் இல்லாவிட்டால் கூட, அவன் அதிருஷ்டக்காரனல்லவா?

சுற்றுவட்டாரமெல்லாம் நகரமாயிற்று. புதிய புதிய கட்டடங்கள் உயர்ந்து வந்தன. என்னதான் சொன்னால் கூட சுரேந்திரன் நிமித்தமாய்த் தான் எல்லாமே நிகழ்ந்திருக்கின்றன.

* ** *

சுரேந்திரனுக்கு என்று எப்படித்தான் இப்படி செல்வமுண்டாயிற்று? பொன்னம்மாவும் குழந்தைகளும் கஷ்டப்பட்டது போல் வேறு யாரும் கஷ்டப்பட்டிருக்க முடியாது. நிறையப் பட்டினி கிடந்திருக்கிறார்கள். நனையாமல் ஒரு மழைக்காலம் கூட கடந்து சென்றதில்லை. மேற்கூரை ஈக்குமார்க் குச்சிகள் மட்டுமாய்ப் பரிணமித்திருக்கிறது. ஊர்ஜனங்கள் அதை நினைத்துப் பார்க்கின்றனர். பொன்னம்மாவுக்கு உடுதுணிக்கு மறுதுணியிருக்கவில்லை. குழந்தைகள் பட்டினிக் கோலங்களாகத்தான் இருந்து வந்திருக்கின்றன.

ஊரிலுள்ள பெண்கள் பரம ரகசியமாகப் பேசிக் கொண்டனர்.

"சோதரு மகள் பாப்பா பிரசவமான பின்னர்தான்."

இதை முதலில் கண்டுபிடித்தவர் யாரோ; என்னவோ சற்றுச் சிரமப்பட்டுத்தான் கணக்கைப் போட்டுப் பார்த்திருக்க வேண்டும். பாப்பா பிரசவமான வருடம் ஏதென்று அறியவேண்டுமல்லவா?

ஜோசியம் அப்படிச் சொல்கிறது. சிலருடைய ஜனனத்தினாலே தந்தைக்கு நன்மை நேர்ந்து விடுகிறது. வேறு சிலர் பிறவியால் தாய்க்குத் தான் நன்மை! சிலர் கெட்ட நாட்களில் பிறக்கின்றனர். அதன் பயன்

உறுதியானது. அம்மா காலில் பிறந்துவிட்டால் அவள் இறந்துவிடுவாள். அப்பா காலில் பிறந்து விட்டால் அவர் செத்துப் போவார். வேறு சிலர் தாய் மாமன் காலில் பிறக்கின்றனர். இவ்வாறாகச் சிலருடைய பிறவியால் குடும்பம் செழிப்படையும். அதைப் போலவே தங்கள் பிறவியால் தாய் தந்தையருக்கு நாசத்தை விளைவிக்கின்றவர்களும்கூட இருக்கிறார்கள்.

பாவம்! அந்தத் தாய் மிகவும் துன்பப்படுகிறாள். சுரேந்திரன் ஒரு துரோகி. நல்ல காலம் வந்த பின்னரும் அந்தத் தாய்க்கும் மகனுக்கும் எந்த உதவியும் செய்யவில்லையே. ஆண்களே இப்படித்தானா? சில பெண்கள் பேசினர்: உண்மையறிந்தவர்கள் சொன்னார்கள்:

"சுரேந்திரனைச் சொல்லிக் குற்றமில்லை. என்ன வேணும்னாலும் செய்யறேன்னு அவர் சொன்னாராம். கருத்தரித்தபோது கலியாணம் பண்ணறதுக்கும் தயார்னாராம். ஆனா, அவள் வேணாம்னு சொன்னாளாம்!"

ஏன் அப்படிச் சொன்னாள்? யாருக்கும் திட்டமாகத் தெரியாது. சுரேந்திரன் என்ன சொன்னார்? அவள் என்ன சொன்னாள்? ஒன்றும் தெரியாது. ஓர் இடம் வாங்கிக் கட்டடம் கட்டித் தருவதாகச் சொன்னார். அதையும் அவள் ஒப்புக் கொள்ளவில்லையாம்! மாதா மாதம் தவறாமல் ஒரு தொகை தருவதாகவும் சொன்னாராம். அவளுக்கு வேண்டாம் போலும்!

சலீலினை தானே வளர்க்கிறேன் என்று பொன்னம்மா சொன்னாள் தான். அவனைக் கூடவே வைத்துக் கொள்வதற்கும் அவளுக்குச் சம்மதம் தான். பாப்பாவுக்குத்தான் சம்மதமில்லை. அவள் அவனைப் பெற்ற தாய். எந்தத் தாயும் தனையனை விட்டுக் கொடுக்கமாட்டாள். ஆயினும் எதையாவது சுவீகரித்துக்கொள்ள வேண்டாமா? அவள் மனத்தில் என்ன இருக்கிறதென்று யாருக்கும் தெரியாது.

குழந்தை பிறக்கும் போது சுரேந்திரனுக்கு மனைவி-மக்கள் இருந்தனர். அது பாப்பாவுக்குத் தெரியும். மனைவி-மக்கள் இருக்கிறவனுடன் தொடர்பு கொள்ளும்போது அவனைப் பற்றி நன்கு தெரிந்திருக்கவேண்டும். சுரேந்திரனும் அதைப் பற்றியெல்லாம் யோசித்திருக்க வேண்டாமா? ஒரு தவறு நேர்ந்துவிட்டது. அதற்கு எந்தப் பரிகாரமும் செய்ய அவர் தயாரானார். அவள் ஒப்புக்கொள்ள வேண்டுமே!

பாப்பாவின் மனத்திலிருப்பது என்ன? யாருக்குத் தெரியும்? ஊரில் அனைத்து ஜாதியினரும் சொல்கிற ஒரு விசயமுண்டு-சலீல் சுரேந்திரன் மகன் தானென்று! ஆனால் பாப்பாவின் நாக்கிலிருந்து அது வெளிவர

வில்லை. அவளிடம் யாரும் கேட்டதில்லை. அவள் யாரிடமும் சொன்னது மில்லை.

சலீலுக்குத்தான் தெரியுமா?

என்னவோ?

அம்மாவிடம் அவன் கேட்டிருப்பானா?

யாராவது அந்த ரகசியத்தை அவனிடம் சொல்லியிருப்பாரா?

அம்மாவிடமிருந்து அறிந்து கொள்ளவில்லையென்றாலும் வேறு யாரிடமாவது அவன் கேட்டிருப்பானா?

யாருக்குத் தெரியும்? அவன் முகச்சாயல் சுரேந்திரனுடையது தானென்றாலும், அவன் மனமும் ஆத்மாவும் வேறு வேறுதான். எதையெல்லாமோ நினைத்து உறுதிகொண்டவன்தான். அவனுக்குக் கருணை, அன்பு, பயம், பக்தி ஆகியவை ஒன்றும் இருப்பதாகத் தோன்ற வில்லை. அவன் யாரையும் பொருட்படுத்துகிறவன் அல்லன். ஒரு போதாவது அவனைச் சிரித்துப் பார்த்ததில்லை. புன்னகைத்துக் கூடப் பார்த்ததில்லை. ஏதோ கொடியது ஒன்று அவன் மனத்தில் கரைந்து போகாமல் கிடப்பதுண்டு. கண்கள் அசைவது கூட அப்படித்தான். 'இவன் யாரடா?' என எவனும் வினவுவான்.

சுரேந்திரன், தன் பிதாவென்று அவனுக்குத் தெரியுமா? தெரியாம லிருக்கலாம்; அல்லது, தெரிந்துமிருக்கலாம். எப்படித் தெரிந்திருக்க முடியும்? அவன் தாய் சொல்லியிருக்கமாட்டாள். அது திண்ணம்! அம்மாவைத் தவிர எல்லாரும் சொல்கிற விசயம் ஒன்று உண்டு. அப்படித் தான் அவன் அதை அறிவான். விளையாடிக் கொண்டிருக்கும் போது பையன்களுக்குள்ளே சண்டை சச்சரவுகள் எழுவதுண்டு. அப்போது ஒரு சிறுவன் ஒழுங்காட்டியவாறு கேட்டால் போதுமே.

"உன் அப்பா சுரேந்திரன்தானே?"

அப்பா யாரென்று அவன் அம்மாவிடம் கேட்டிருப்பானா? ஆயின் அவனுக்கு உதை கிடைத்திருக்கும். இப்போது கூடத் தந்தையில்லாமல் ஒரு குழந்தையால் வளர முடியும். எதிராக வருகிற சுரேந்திரன் தன் தந்தை என்று அறிந்து கொண்டால் அவன் மனம் எவ்வாறு இருக்கும்? என்னவோ; யாருக்குத் தெரியும்? எவனோ நடந்து வருகிறான். அது தந்தைதான் அதனாலென்ன? தந்தை என்கிற சொல்லுக்கு சலீல் விசயத்தில் விலையில்லையோ? அப்படி இருக்காது. எல்லாச் சமுதாயங்களிலும் அதற்கு விலை இருக்கிறது; பொருள் உண்டு; முக்கியத்துவமுண்டு. அவன்

மனத்தில் பகைமை தோன்றுவதாக இருக்கலாம். அதுவும் திட்டமானது அல்ல.

அவனைப் பார்க்கும்போது சுரேந்திரன் வழிவிலகிப் போய் விடுவாரா? முகம் குனிந்து நடந்து செல்வாரா? அதையும் யாரும் பார்த்த தில்லை.

* ** *

சலீலினை சுரேந்திரனுக்கு எதிர்கொள்ள வேண்டியிதாயிற்று.

கம்பெனி ஒரு வேலைநிறுத்தத்தை எதிர்கொள்கிறது. தொழிலாளி களின் ஒன்றுபட்ட வேலைநிறுத்தம். பிரச்சினை எளிமையானது. கூலி அதிகரிக்கவேண்டும். யூனியன் செயலாளர் சலீல்தான். தொழிலாளிகள் அவனை வேண்டுமென்றே செயலாளராக்கியதல்ல. இயல்பாகவே அப்படி ஆனதுதான்.

சலீலின் ஸ்தாபன அமைப்புத் திறமை பிறவியிலேயே உருவானது தான்.

"அது அப்படித்தானே, ஆகமுடியும்? அவன் தந்தையல்லவா இந்த ஊரிலே தொழிலாளி ஸ்தாபனங்களை முதன் முதலில் உருவாக்கியவர்?

சலீலின்ஸ் தாபன அமைப்புமுறை ஒரு பிரத்தியேகத் தன்மை வாய்ந்த தாகும். அது சாதாரண ஒரு கம்யூனிஸ்ட் யூனியன் அல்ல. அதற்குத் தனிப்பட்டதொரு வீறும் விறுவிறுப்புமுண்டு. அந்த யூனியனிலிருந்து யாரும் விலகிப் போகமாட்டார்கள்.

கான்டிராக்டருடன் நீடித்த பேச்சுவார்த்தைகள் பன்முறை நடைபெற்றிருக்கின்றன. அந்த அரங்கத்தில் சுரேந்திரன் நுழைந்து வரவேயில்லை. மனப்பூர்வமாகவே விலகி நிற்கிறாரென்றுதான் தோன்றும். வேலைநிறுத்தம் தவிர்க்கப்பட முடியாதது.

துவக்கத்தில் வேலைக்காக ஏராளமானவர்கள் முண்டியடித்துச் சென்றனர். அவர்கள் குறைந்த கூலிக்கு வேலை செய்யத் தயாராக இருந்தனர். அன்று அவர்கள் ஒப்புக்கொண்டதின் மீது தான் கான்டிராக்டர் பிடிவாதமாக இருக்கிறார்கள். எந்த ஒரு முயற்சிக்கும் சில உடன்படிக்கைகள் மற்றும் நிபந்தனைகள் தேவைதான். எந்தச் சமூக அமைப்பிலும் உடன்படிக்கை போன்றவற்றிற்கு முக்கியத்துவமுண்டு. கான்டிராக்டரின் வாதம் அதுதான். யூனியன் அதற்கு மதிப்பு அளிப்பதில்லை. மேற்சொன்ன சங்கற்பங்களெல்லாம் ஏழைகளை ஏமாற்றுவதற்காகத்தான். ஆழாக்கு அரிசிக்காகத் தனது கழுத்தையே துண்டித்தெடுத்துக் கொள்ளக்

கையெழுத்துப் போட்டுக் கொடுப்பான். அப்போதைய பிரச்சினை பசிதான். ஒன்றுமில்லாதவனுக்கு நிரந்தரத் தன்மை குறித்தான சங்கற்பமில்லை. யூனியனுடைய வாதங்கள் கோர்ட்டு எல்லாம் காண்டிராக்டருடையதாம்!

சலீல் எதற்கும் மசியக் காணோம். அவன் அறியப்படுகிற எந்தக் அரசியல் கட்சியையும் சேர்ந்தவன் அல்லன்; யூனியனுடையவும் அல்லன். வெட்டு ஒன்று; துண்டு இரண்டு - என்ற முறையிலேதான் பேசுகிறான். காண்டிராக்டர் அவனிடம் தோல்வியுற்றார். இனிமேல் சுரேந்திரன் பேசிப் பார்க்கட்டும்!

ஒரு முடிவுக்கு வரவில்லை என்றால் காண்டிராக்டர் இந்தக் காண்டிராக்டையே விட்டுவிடுவார். கம்பெனிக்குத் தேவைப்பட்டால் நஷ்டஈடு வழங்கிடுவார்.

கம்பெனி செயல்பாடு ஸ்தம்பித்து விட்டது!

* ** *

வேலை நிறுத்தத்தைத் தவிர்த்திட முடிந்த அளவு முயற்சி செய்யப் பட்டது. பல்வேறு வழிகள் கையாண்டு பார்க்கப்பட்டன. பேராட்டத்தை எதிர்கொள்ளத் தான் வேண்டும். சிறுவயதிலிருந்தே எத்தனையோ போராட்டங்களைச் சந்தித்தவர்தான் சுரேந்திரன். எத்தனையோ தொழில் தகராறுகளில் தலையிட்டிருக்கிறார்! தொழிலாளர் பக்கம் நின்று வாதம் புரிவதுதான் வழக்கம். எந்தெந்த முறைகளில் வாதம் புரியவேண்டும் என்று நன்கு அறிந்து கொண்டவர்தான். அதற்குப் பிரத்தியேகமான தயாரிப்பு ஒன்றும் தேவையில்லை. படித்து அறியத் தேவையில்லை. கூட்டுபேரத்தின் அனைத்துத் தந்திரங்களையும் அறிந்துகொண்டவர். இப்போது வாழ்க்கையில் முதன்முதலாக முதலாளியாக வந்து பேச்சுவார்த்தை நடத்த வேண்டிய நிலைமைக்கு வந்திருக்கிறார். தவிரவும் சலீனைத்தான் எதிர்கொள்ள வேண்டிய நிலைமை ஏற்பட்டிருக்கிறது.

சுரேந்திரன் சற்றுக் கூசிப்போனார். சலீல் முன்னால் வந்தபோது சுரேந்திரனுடைய நெஞ்சம் முன் எப்போதும் ஏற்படாத முறையில் துடித்துக் கொண்டது. அது ஏன்? அப்படித் துடிக்கவேண்டிய அவசிய மில்லை. அங்கீகரிக்கப்படாத புதல்வர்களைத் தந்தைமார்கள் சந்தித்த தில்லையா? தந்தைக்குத் தெரியும். தனையர்களுக்குத் தெரியாமற் போகலாம். பதட்டமா?

பாப்பா எந்த ஒரு வேண்டுகோளுக்கும் இணங்காமல் இவனை வளர்த்துக் கொண்டு வந்தது இதற்காகத்தானா? சுரேந்திரனை எதிர் கொள்ள ஒருவன் வேண்டுமென்று அவள் எண்ணியிருக்கலாம். அவள்

சுரேந்திரனின் நடவடிக்கைகளை எதிர்த்திருந்தவள்தான். ஆனால் அவள் என்றென்றும் அவர் காதலியாகவே இருந்திருக்கிறாள். சுரேந்திரனைத் தவிர்த்து வேறு எந்த ஓர் ஆடவனையும் அவள் விரும்பியதில்லை. அவளுக்கு வேறு எந்த ஓர் ஆடவனுடனும் உறவு இருந்திருக்கவில்லை.

அனைத்துத் திறமைகளையும் ஒன்றிணைத்தவாறுதான் பேச்சு வார்த்தையைத் துவக்கினார்.

ஒரு கட்டத்தில் சுரேந்திரன் கூறினார்:

"நான் தொழிலாளர் இயக்கமுடன் உறவு கொண்டவன்."

சுரேந்திரனுக்குச் சற்று மனக் கிளர்ச்சி ஏற்பட்டிருந்ததா? அல்லது கிளர்ச்சியுற்றவராக நடத்துக் காட்டுகிறாரா?

சலீல் அமைதியாகக் கூறினான்:

"அதெல்லாம் அந்தக் காலத்தில்…"

சுரேந்திரன் முற்றிலும் எதிர்பாராத பதில்.

பேச்சுவார்த்தை எந்த முடிவையும் காணவில்லை. அது வெகுதூரம் அகன்று செல்வதாக சுரேந்திரனுக்குத் தோன்றியது. அப்படி முடிவுக்கு வராமல் போவது சரியில்லையே. பழையகாலத்துப் பேச்சுவார்த்தையின் தந்திரம் அதுவாக இருந்தது. அவர் சலீலைச் சற்றுப் பயமுறுத்தலாமென்னும் நோக்கத்துடன் ஒரு கேள்வியைத் தொடுத்து விட்டார்:

"நீ ஒரு நக்ஸலைட்டா?"

அவன் சிரித்தான். அந்தச் சிரிப்பு பொருள் படைத்ததாக இருந்தது.

"ஆம்! அதைத் தங்களிடம் கூறிக் கொள்ளத் தயக்கமில்லை."

சுரேந்திரன் தலை தாழ்ந்துவிட்டது. நீண்ட நேரத்திய மௌனத்திற்குப் பிறகு அவர் கூறினார்:

"பேச்சு வார்த்தையைத் தொடர்ந்து நடத்த நாளைய தினம் என் வீட்டுக்கு வருவியா?"

எந்தத் தடையுமின்றி ஒப்புக் கொண்டான்:

"வருகிறேனே…"

* ** *

அவனை எதற்காக வீட்டிற்கு அழைத்தார்? அதற்கு அவசிய மிருந்ததா? தான் அவன் தந்தை என்று அவனுக்குத் தெரியுமா? தெரிந்தா

லும் தெரியாவிட்டாலும் அவனைத் தன் வீட்டுக்கு அழைத்திருக்கக் கூடாது!

பொன்னம்மா என்றும் எந்நேரமும் சொல்கிற ஒரு விசயமுண்டு. என்றும் என்றும் என்றால் அவன் பிறந்த நாள் முதற்கொண்டு! அவனை அங்கீகரிப்பது; சொத்தின் மீது தன் குழந்தைகளுக்கு இருக்கிற உரிமை அவனுக்கும் கூட வழங்குவது. அவனும் உரிமை படைத்தவன்தானே?

அவள் சொல்வதற்கு அவர் இதுவரையிலும் பதில் சொல்லவில்லை. அந்த ஒரு விசயத்தில் மட்டும் அவர் ஒரு பொம்மையாக இருந்தார். அவள் இந்த விசயத்தில் ஆத்திரமுற்றிருக்கிறாள். அண்மைக் காலமாய் அவள் சொல்வதுண்டு.

"நீங்க உங்க எதிரி ஒருவனை வளர்த்து வர்றீங்க!"

அவள் சொல்வதில் உண்மையுண்டு என்று அவருக்குத் தோன்றாம லில்லை. அவன் நடந்துகொள்வது ஓர் உறவின் போன்று அல்ல. பாரபட்சமற்ற முறையிலுமல்ல. எதிரி என் முறையில் என்பது தான் உண்மை. தான் ஒரு நக்ஸலைட்தான் என்பதை அவன் ஒப்புக்கொண்டு விட்டான்.

பாப்பாவிற்கு இருக்கிற கருத்து வேற்றுமையை அவள் அவரிடம் வளர்த்து வந்தாள். ஒவ்வொரு சமயத்திலும் அவள் காலைப் பிடித்து ஒவ்வொரு பரிகாரங்களைச் சொல்லி வந்திருக்கிறார். என்றென்றும் ஆழமான வேற்றுமையைக் கைமாற்றிக் கொண்டுதான் அவளுடன் உடன்பட்டு வந்திருக்கிறார். கழுத்தில் கட்டியணைத்துச் சூடான முத்தங்களை அவள் அளித்து வந்திருக்கிறார். அவளுக்கு வாழ்க்கையில் ஒரு கணவர் மட்டும் தான் உண்டு. அது சுரேந்திரனேதான்.

தனது சிந்தனைப் போக்கினை பொன்னம்மா அறிந்துவிடக்கூடும். பாப்பா சுரேந்திரனுக்கு யார்? எல்லாம் எல்லாமாக இருந்திருக்கிறாள்.

ஆனால் அவள் ஒரு மனைவியாக அமைந்திட விரும்பவில்லை. சலீல் பிறந்திராவிட்டால் அவர் இன்று கூட அவளுக்குச் சொந்தமாய் இருந்திருப்பாள். அந்த உணவு அப்படியே தொடர்ந்திருக்கும். கர்ப்பிணியான போது அவள் இடது கரத்தை உயர்த்தி உள்ளங்கையை விரித்துத் தடுத்து விட்டாள். மிக்க ஆவேசமளிக்கின்ற அந்த அனுபவங்கள் அன்றைய தினமே முடிந்துவிட்டன.

சுரேந்திரன் நினைந்து நினைந்து உணர்ச்சிப் பரவசமடைந்தார். பொன்னம்மாவை பாப்பாவாக எண்ணிக் கொண்டார்.

பின்னர் அவள் எந்த விவாதத்திலும் ஈடுபட்டதில்லை; கட்சி விசயங் களையும், தத்துவார்த்த விஞ்ஞானங்களையும் விவாத விசயங்களாக்கிக் கொள்ளவில்லை; அவரை விமர்சனம் செய்ததில்லை; கேலி செய்ததில்லை; திருத்த முற்பட்டதில்லை!

சுரேந்திரன் அவளுக்கு அந்நியனாகிவிட்டார்.

பின்னர் அவள் ஒரு போதும் உணர்ச்சிப் பரவசமடைந்ததில்லை.

குழந்தை பிறந்தது அவர் செய்த தவறு நிமித்தமாய்த்தானா? அவர் போன்று அவளும் பொறுப்பாளியல்லவா? இப்படி விரோதம் கொள்ளக் காரணமென்ன?

சுரேந்திரனுக்குப் புரியவில்லை. இன்றுகூடப் புரிந்துகொள்ள முடிய வில்லை. பின்னர் எட்டோ பத்தோ தடவை மட்டும்தான் அவளிடம் பேசியிருக்கிறார். அன்றைய நிராகரித்தல் அவ்வளவு சக்தி வாயந்ததாக இருந்தது.

தான் இல்லாமல் பாப்பாவால் எப்படி வாழமுடியுமென்று எண்ணுகிற சுரேந்திரனுக்கு வியப்புத்தான். அவள் எப்படி அடங்கிக் கொண்டாள்? இன்னொருவனால் அவளைக் கீழடக்கவும் முடியவில்லை.

பாப்பாவுக்கு ஏதோ அறியப்படாத ஒரு நோக்கமிருந்ததா? அதைப் புரிந்துகொள்ள முடியவில்லை. அவளது இயல்பு விசித்திரமாக இருந்தது. நினைக்க நினைக்கக் கூடுதல் கூடுதலாக விசித்திரமாகிக் கொண்டிருக்கிறது.

கணவனில்லாத எந்த ஒரு பெண்தான் தனது கர்ப்பத்திற்குப் பொறுப்பானவன் மணந்து கொள்கிறேன் என்று சொல்லும் போது அதை மறுத்துவிடுவாள்?

உறுதியாக 'வேண்டா'மென்று மறுத்த அந்தச் சொல் இப்போது கூடக் காதில் முழங்குகிறது.

"குழந்தையைச் சுவீகரித்துக் கொள்ளுகிறேன்."

"வேண்டாம்!"

"வாழ்வதற்குப் போதிய பணத்தைத் தருகிறேன்."

"வேண்டாம்!"

பரஸ்பரம் அந்நியர்களாக வாழ்ந்து கொண்டால் போதும்!

* *** *

இப்போது ஓர் எதிரி முன்னே வந்து நிற்கிறான். சுரேந்திரனுக்கு ஓர் எதிரியைச் சிருஷ்டிப்பதுதான் அவளது நோக்கமாக இருந்ததா? ஆயினும் அது ஒரு பகைமை உணர்வுதான். அதில் அவள் வெற்றி பெற்றிருக்கிறாள்.

இந்த எதிரி ஓர் இளைஞன்தான். இலேசானவனென்று நினைக்கக் கூடாது!

சுரேந்திரன் சொன்னார்:

"தனிப்பட்ட முறையிலுள்ள சில விசயங்களைப் பற்றிப் பேசத்தான் நான் உன்னை இங்கே வரவழைத்திருக்கிறேன்."

அதன்மீது தனக்கு ஏற்பட்டுவிட்ட பிரதிபலிப்பினை சலீல் உடனடியாக வெளிப்படுத்தினான்:

"தனிப்பட்ட முறையில் எனக்கு எதுவுமில்லை."

"உனக்கு இருப்பதாக நான் சொல்லவில்லை. எனக்கு இருக்கிறது."

"அதைக் கேட்கவேண்டிய அவசியம் எனக்கு இல்லை."

சுரேந்திரன் மறந்து போனார்.

சலீல் தொடர்ந்து சொன்னான்:

"அவ்வாறு சொல்லியிருந்தால், நான் இங்கே வந்திருக்க மாட்டேன்."

சிரத்தை மரத்துவிடச் செய்கிற இன்னோர் இடி!

சலீல் தொடர்ந்து கூறினான்:

"யூனியனின் இறுதி எச்சரிக்கை சம்பந்தமாக ஏதேனும் பேசவிருந்தால் பேசுங்கள். யூனியனுக்காகச் சொல்லவேண்டியதை நானும் சொல்கிறேன்."

கதவருகில் பொன்னம்மா தோன்றினாள். மலர்ந்த முகத்துடன் நிற்கிறாள். உருவாக்கிய மலர்ச்சி அல்ல! உருவாகியதேதான்.

பொன்னம்மா சொன்னாள்:

"வா தம்பீ, உள்ளே வா!"

அடிப்பது போன்ற பதில்:

"இல்லை; நான் வரமாட்டேன்!"

அவள் முகம் வாடியது.

சுரேந்திரன் விசாரித்தார்:

"நீ என்னிடம் பகைமை கொள்கிறாயா?"

"வர்க்க எதிரியிடம் பின்னர் என்னதான் கொள்வது?"

தனது உள்ளத்திலெங்கேயோ உறங்கிக் கிடக்கின்ற வாசகங்கள் உணர்வு பெற்றுத் தலை தூக்குகின்றனவென்று சுரேந்திரனுக்குத் தோன்றியது. புத்தி மந்தமாகி விட்டவர் போல் விசாரித்தார்:

"நீ என்ன சொன்னாய்? எனக்குப் புரியவில்லை."

சலீல் தான் சொன்னதைத் தெளிவு படுத்தியவாறு மறுபடியும் சொன்னான்:

"வர்க்க எதிரியுடன் நாங்கள் ஒத்துழைப்பதில்லை. பகைமையேதான்."

பொன்னம்மா சொன்னாள்:

"தம்பீ, உன்கிட்டே எங்களுக்கு வெறுப்போ விரோதமோ கிடையாது. இங்கிருக்கிற பசங்க நீ இவ்வழியாப் போறப்போ பார்த்துக் கிட்டே நிப்பாங்க. முந்தாநேற்று போனப்போ உன்கிட்டே பேசறதுக்கு ஓடியாந்தாங்க. நீ பார்க்காமே கூடப் போயிட்டே!"

"அவங்களுக்கு என்கிட்டே பேச என்ன இருக்கு?"

இந்தப் பேச்சு சுரேந்திரன் காதில் விழவில்லை போல் தோன்றியது.

அவர் பாதி சுயமாகவும், பாதி வெளிப்படையாகவும் சொன்னார்:

"உன்னை இப்படிப் பண்ணியிருக்கிறாள்."

"என்னை அல்ல; எங்களை!"

"நானும் ஒரு புரட்சிக் கட்சியில் சேர்ந்து உழைத்தவன்தான். யூனியனுக்காகச் செயலாற்றியவனும் கூடத்தான்!"

"அதனால்தான் வர்க்க எதிரியாகி விட்டீர்கள்!"

தாங்கமுடியாத நிலைமை ஏற்பட்டது. சுரேந்திரன் சிறிது கட்டளை யிடும் தொனியில் சொன்னார்:

"நீ போகலாம்!"

கதவருகே நிற்கிற பொன்னம்மா கணவனைக் குறை கூறினாள்:

"ஏன் இப்படிச் சொல்றீங்க? அவன்கிட்டே இப்படித்தான் பேசறதா?"

பதில் இல்லை. பொன்னம்மா தொடர்ந்து பேசினாள்:

"விரோதம் கொண்டிருக்கிறவங்களிடத்தில் நயமாகப் பேசி அந்த விரோதத்தை தணிக்கவல்லவா, செய்யணும்?"

சுரேந்திரன் உலாவிக்கொண்டிருந்தார். அவருடைய மனத்தில் உணர்ச்சி பொங்கிக் கொண்டிருந்தது.

"அவனது பகைமை உணர்வு கருப்பையிலிருந்து ஆரம்பமானதுதான்."

* ** *

வேலைநிறுத்தம் சிதைந்து போயிற்று. பலமான போலீஸ் உதவி இருந்தது. வேலைநிறுத்தத்தில் ஈடுபட்டவர்களே தனித் தனியாக வேலைக்குத் திரும்பினர். அவர்கள் விசுவாஸமுள்ளவர்கள்தானா எனச் சோதனை பண்ணித்தான் வேலைக்கு மறுபடியும் எடுக்கப்பட்டனர்.

சுரேந்திரன் அரங்கத்திற்கு வரத்தான் செய்தார். தயக்கமெல்லாம் போய்விட்டது. சலீலும், கறுத்தவின் தம்பியும் சில நாட்கள் சிறையில் கழித்தனர்.

சுரேந்தரின் மனைவியிடம் சொன்னார்:

"அவர்கள் இலக்கு என் உயிராகத்தானிருக்கும்." ஏதோ பழைய நினைவுகள் வந்து, சுரேந்திரன் தொடர்ந்து பேசினார்: "வர்க்க எதிரியை விட்டு வைக்கக் கூடாது!"

136

நேந்திரங்காய் போட்டுச் சமைத்த எரிச்சேரி, காராமணியினாலான பொரியல், புளிச்சேரி, நாரத்தங்காய் ஊறுகாய், வறுவல்கள் - சாப்பாடு வெகு கம்பீரமாயிற்று. அண்மைக் காலத்தில் ஒரு நாளும் இத்தகைய சாப்பாடு சாப்பிட்டதில்லை. வாசுதேவர் சப்பணம் கட்டியமர்ந்து சாப்பிட்டார். வயிற்றில் கிஞ்சித்தும் இடமில்லாதபடி சாப்பிட்டார். குளியல் துறைக்குச் சென்று உட்கார்ந்தவாறு நாமஜெபத்தைத் துவக்கிய போது கண்கள் தானாக மூடிக்கொள்கின்றன. ஜெபத்தின் போது தூக்கம் வருவது பாபசக்தியினால்தான். அது ஒரு கெட்ட சகுனமாகும். எவ்வளவு தான் மூக்கு முட்டச் சாப்பிட்டபோதிலும் அவருக்கு ஜெபத்தின்போது தூக்கம் வருவதில்லை. இன்று அது நிகழ்கிறது. என்ன இது? வாசுதேவர் நினைத்துப் பார்த்தார். ஆயினும் அந்த பிராமணர் தூக்கத்திற்குப் பணிந்து விடவில்லை. நல்ல காற்று. இன்றைய காற்று கெட்ட காற்று ஆகும்.

அப்படியும் இருக்கலாமல்லவா?

இரவு பூஜையை முடித்துக் கொண்டு இல்லத்திற்கு வந்தபோதும் நல்ல சாப்பாடு ஆகவே இருந்தது. 'முளகுஷ்யன்' இருந்தது. அருமையான சோறு. ஒட்டுமொத்தமாகப் பார்த்தால் இல்லத்தில் நல்லதோர் உணர்வு தென்பட்டது. பெரிய செழிப்பு அல்ல. தேவையானதெல்லாம் இருப்பதாகத் தோன்றியது. ஆர்யாவுக்கும் சுபத்திரைக்கும் நிறைய வேலை.

ஒரு நாள் பாயசம் சமைக்கப்பட்டது. மிக்க அருமையாகவுமிருந்தது.

மதியத்தில் கோவில் பூஜையை முடித்துக் கொண்டு வந்தபோது எல்லோரும் புத்தாடை அணிந்திருக்கின்றனர். சுபத்திரை இன்னொரு புது வேஷ்டியெடுத்து வந்து சொன்னாள்:

"அப்பா, இதைக் கொஞ்சம் மாற்றியுடுத்திக்குங்க!"

வாசுதேவர் ஆர்வத்தைக் காட்டாமல் வினவினார்:

"இதெல்லாம் எங்கிருந்து கிடைத்ததம்மா?"

"அண்ணன் கொண்டு வந்தார். அம்மாவுக்குமுண்டு. எனக்குப் புது வேஷ்டியும் ஜாக்கெட்டுமுண்டு. அப்பறம் பிரத்தியேகமா ஒரு சாரியும் உண்டு. அப்பா பார்க்கணுமல்ல?"

வாசுதேவர் நெஞ்சைத் தடவியவாறு கூறினார்:

"என்னுடைய அம்பலப்புழை கிருஷ்ணா...!"

சுபத்திரை மிகுந்த உற்சாகமுடன் காணப்பட்டாள். வாசுதேவர் கடவுளைக் கூப்பிட்டதை அறியவில்லை. அவர் சொன்னார்:

"வேட்டியை மடித்து வையம்மா. அப்பறம் உடுத்திக்கிறேன்."

அதுவும் சுபத்திரை காதில் விழவில்லை. சாப்பாடு முடிந்தது– அன்றைய சாப்பாடும் நன்றாக இருந்தது.

குளியல் துறைக்குச் செல்லும் போது கிருஷ்ணனை அழைத்தார். அண்மைக்காலமாய் கிருஷ்ணனைப் பார்க்கக் கிடைப்பதில்லை. அவன் வாசுதேவரிடமிருந்து மறைந்து நடப்பதாகத் தோன்றியது.

கிருஷ்ணன் அழைப்புக்குக் குரல் கொடுத்தான். அவர் முன்னால் இவன் பின்னால் ஆக நடந்து சென்றனர்.

குளத்துறையை அடைந்தபோது வாசுதேவர் சொன்னார்:

"இதெல்லாம் என்ன உண்ணீ?"

அவர் அப்போது கூட நெஞ்சைத் தடவினார்.

"இந்தச் சாப்பாடெல்லாம் எனக்கு ஜீரணமாவதில்லை."

பொருள் புரிந்ததோ, இல்லையோ கிருஷ்ணன் சொன்னான்:

"வைத்திய சாலையிலிருந்து அரிஷ்டமோ குளிகையோ வாங்கிக்கலாம்."

வாசுதேவர் நேராக, தெளிவாகச் சொல்லிவிட்டார்:

"அதுவல்ல, உண்ணீ! அந்தச் சோற்றிலிருந்து உருவாகிற ரத்தம் என் உடம்புக்கு ஒத்துக்கறதில்லை. அது என்னை எங்கே கொண்டுசென்று விடும்னு தெரியாது."

வாசுதேவர் சற்று நேரம் பேச்சை நிறுத்தினார். கிருஷ்ணன் எதையும் பேசவில்லை.

"அந்த ரத்தம் எனக்குத் துன்பமளிக்கும். இப்போதே அரிப்பு படருது. ஆத்மாவுக்குக் கூட ஒரு சுத்திகர்மம் தேவைப்படும்.

ஒன்றும் புரியாதவன் போல் கிருஷ்ணன் நின்றுவிட்டான்.

நாமஜெபத்தைத் துவக்கவில்லை. அவர் வினவினார்:

"நீ அதை விற்று விட்டாயா?"

"ஒன்றை மட்டும்தான் விற்றுவிட்டேன்."

"அப்போ, அதுக்கு இவ்வளவு விலையிருக்கா?"

"அது தங்கம் தானுங்க. பழைய நாணயமாக இருந்ததால் அதுக்கு நல்ல விலை கிடைத்தது."

"அது தேவையில்லையே!" ஒரு முறை அழுத்தமாக முனகிவிட்டுத் தொடர்ந்து கூறினார்:

"வாழ்க்கையின் இத்தனை நாட்களும் சுத்தமாக இருந்தன. கண்டிப்பாக அனுஷ்டானம் செய்து வந்திருக்கிறேன். இப்போ சில நாட்களாக அதுவும் தேவையாயிடுத்து. நான் சுயேச்சையான மரணத்துக்காகத் தயார் செய்து வருகிறேன். ரொம்ப நாளாச்சு. உங்க யாருக்கும் தெரியாது. சுயேச்சையான மரணம்னா என்னன்னு தெரியுமா?"

"இல்லை!"

“விரும்பற நேரத்திலே இறப்பது. அது கூட இப்போ கோளாறிலே தான்னு புரிஞ்சிண்டது. கெட்ட ரத்தமிருகிறப்போ அப்படி நடக்காது. நீண்ட நாளைய நிஷ்டை - அனுஷ்டானம் வீணாயிடுத்தோ என்னவோ?”

அப்பா இப்படிச் சொல்லுவாரென்று கிருஷ்ணனுக்குத் தெரியும். அவர் ஒரு சனாதனியாகும். தானாகவே இறப்பது - அது சாத்தியமாகுமா? தற்கொலைதான் செய்து கொள்ளவேண்டும் அவர் மிகப் பழைய சங்கற்பத்தைப் பிடித்து நிற்கிறார்.

வாசுதேவர் நாமஜெபத்தை ஆரம்பித்தார். பாதிமூடிய கண்களுடன் புனிதமான ஏதோ மந்திரத்தை உச்சரிக்கிறார். கிருஷ்ணன் அவரைச் சற்று விலகி நின்று பார்த்தான். ஏதோ ஒரு புதுமை அந்த நாமஜெபத்திற்கு இருப்பதாகத் தோன்றியது. இதன் முன்னரும் அவர் நாமஜெபம் செய்வதை அவன் பார்த்திருக்கிறான். வெறும் நாமஜெபம் அல்ல. எங்கோ ஓர் இடத்தில் அவர் சித்தம் ஒரு முனைப்பட்டிருக்கிறது.

பிராமணீயம் என்கிற ஒன்று உண்டு என்று பார்த்து நிற்கையிலேயே கிருஷ்ணனுக்குத் தோன்றியது. விழிகள் மேலே உயர்ந்து நிற்கின்றன. மூச்சு நின்று விட்டதா? அல்லது கட்டுப்படுத்தப் பட்டிருக்கிறதா? ஓர் ஒளிவட்டம் அவரைச் சுற்றி உருவம் கொள்வதாக கிருஷ்ணனுக்குத் தோன்றியது.

அவன் கண்களைச் சிறிது நேரம் வரையிலும் இறுக மூடிக் கொண்டான். பின்னர் திறந்து பார்க்கையில் வாசுதேவர் கண்ணை மூடியமர்ந்திருப்பதாகக் கண்டான். சாதுவான மனிதர்! பழமையின் சின்னம். அவர் சிலவற்றை நம்புகிறார். அதிலிருந்து அவரைத் திருப்புவது சாத்தியமில்லை. சிலவை எல்லாம் தவறுதான். சிலவை சரியுமாகும். என்னவாகிலும் அவரிடம் வாழ்க்கை முறையும் ஒழுங்குமுண்டு. இதைவிட அதிகமாக வாசுதேவரைப் பற்றி ஆராய்ந்து சொல்ல கிருஷ்ணனால் முடியாது.

* ** *

இரண்டு நாட்களுக்குப் பின் வாசுதேவர் கிருஷ்ணனை வீட்டு மனையின் தென்கிழக்கு மூலைக்கு அழைத்துச் சென்றார். ஓர் இடத்தைச் சுட்டிக் காட்டியவாறு சொன்னார்:

“உண்ணீ, இங்குதான் சிதையமைக்க வேண்டும். என் தாய் தந்தையரைத் தகனம் செய்தது இந்த இடத்திலேதான். அதன் அருகிலே எனக்கான சிதையும் அமைய வேண்டும்.”

"அப்பா, இப்போ ஏன் அதைப் பற்றிப் பேசறீங்க?"

வாசுதேவர் நெஞ்சைத் தடவியவாறு கூறினார்:

"மனிதன் எப்போதுமே மரணத்தை எதிர்பார்த்திருக்க வேண்டும். பிறவியிலிருந்தே..."

தொடர்ந்து பேசினார்:

"காரியமெல்லாம் ஒரு மாதிரியாக முடித்துக்கொண்டவர்கள் மரணத்தை எதிர்பார்த்துத்தான் இருக்க வேண்டும் சுபத்திரையின் காரியம்தான் என்னை இந்த உலகத்துடன் உறவுகொள்ளச் செய்திருந்தது. அந்தக் கயிற்றினையும் நான் அறுத்துக்கொண்டேன். அவள் தலையெழுத்து போல் நடக்கட்டுமென்று தீர்மானித்து விட்டேன். எனவே அந்த உறவும் முறிந்துவிட்டது. மரணத்துக்குப் பின்னர் அவசியமான காரியங்களை உன்னிடம் ஒப்படைக்கலாமென்றிருக்கிறேன்."

கிருஷ்ணன் சொன்னான்:

"சுபத்திரையின் திருமணம் முடிந்து மேலும் சில காலம் வரையிலும் துன்பமேதுமின்றி மன அமைதியுடன் வாழ்ந்தபின்னர் தாங்கள் இறக்கலாம்."

"அதை நீ தீர்மானம் பண்ணறியா?"

"எனக்கு நினைவு வந்த நாள் முதற்கொண்டு தாங்கள் மிகவும் கஷ்டப்பட்டுத்தான் நாட்களைக் கழித்திருக்கீங்க. அதுக்கு ஒரு மாறுதல் வேணாம்கிறீங்களா?"

"அது விதியப்பா! வருத்தப்பட்டோ, புகார் சொல்லியோ பயனில்லை. முன்பிறவியைப் பார்த்தால் போதும். அப்படியொன்றும் விவாதம் பண்ண நீ முற்படவேண்டாம்! உனக்கு மனமிருந்தால் நான் சொல்லறது போல் நடந்துக்க!"

கிருஷ்ணன் பேசவில்லை. வாசுதேவர் தொடர்ந்து கூறினார்:

"நீ நாத்திகர்களின் கூட்டத்தைச் சேர்ந்தவன். உனக்கு கருமாதிகளிலோ, தெவசத்திலோ ஒன்றும் நம்பிக்கை கிடையாது. ஆத்மாவென்ற ஒன்று இல்லேன்னுதானே, நீங்கள்லாம் சொல்றீங்க? ஆயினும் நான் உன்கிட்டே சொல்றேன் - நீ செய்கிற அந்தக் கருமங்களால்தான் எனக்கு விடுதலை கிடைக்கும். நான் அதை நம்பறேன். அதனாலே நீ அதை எல்லாம் விதிமுறைப்படி செய்தால் நல்லாருக்கும்."

கிருஷ்ணன் அதற்கும் பதிலளிக்கவில்லை.

வாசுதேவர் சொல்லவேண்டியது அனைத்தையும் சொல்லி முடிக்க வில்லை.

“நான் செத்துப் போனால் நீ கீழ்மேல் இல்லத்து கோவிந்தனுக்குச் செய்தி சொல்லணும். அவர் சொல்வது போல் எல்லாம் நடந்துக்கணும். வைதீக முறைப்படிதான் அவர் சடங்குகளை நிர்வகிக்கச் செய்வார். உனக்கு நம்பிக்கை ஏற்பட்டால் பரவாயில்லேன்னு நான் விரும்பறேன். இல்லாவிட்டாலும் நீ அதை எல்லாம் செய்யணும்!”

இனிமேல் சொல்லவேண்டியவை மிக முக்கியத்துவம் வாய்ந்த காரியங்களாகும்.

“படாடோபமோ ஆர்ப்பாட்டமோ கூடாது! அதுக்கெல்லாம் அர்த்தமே கிடையாது. ஆயினும் கருமாதிகளுக்குப் பணச் செலவு இருக்கத்தான் செய்யும். ஊரிலே நல்லவங்க இருக்காங்க. இந்த இல்லத்திடம் அனுதாபமுள்ளவங்களும் இருக்காங்க. அவங்ககிட்டே கேளு! என் காரியம்னு சொல்லு! அதுக்கான தொகை கிடைச்சுடும்.”

குரலைச் சிறிது உயர்த்தியவாறு வாசுதேவர் உறுதியாகச் சொன்னார்:

“உன்கிட்டே இருக்கிற அந்தப் புதையலிலிருந்து ஒரு தம்பிடி கூடச் செலவு செஞ்சுக்காதே! கடந்த சில நாட்களாக என் உடம்பிலே ஊறியிருக்கிற ரத்தம் என்னைச் சித்திரவதை செய்யுது. அதைத் தண்ணீராக வெளியே விடுவதற்காக இந்த வயோதிகப் பருவத்திலே நான் படற பாடு கொஞ்சமா? என் ஜெபமும் தவமும் எல்லாம் அதுக்காகத் தான். என் ஆத்மாவுக்குப் புண்ணியம் கிடைப்பதற்காக அல்ல; மாறாக அதைக் காப்பாற்றத்தான். உன் அம்மாவுக்குக் கூட நீ இதெல்லாம் செஞ்சுக்கணும். பாவம்! (அந்தர்ஜனம்) அகமுடையாள் தானே? இந்த விசயங்கள் ஒண்ணும் அவளுக்குத் தெரியாது. அவள் ஆத்மாவுக்குக் கூட சாந்தியுண்டாகணும்.”

வாசுதேவர் கிருஷ்ணனுக்குக் கிளம்பிச் செல்ல அனுமதியளித்தார்.

வாசுதேவர் தமது மரணத்தைப் பற்றிய அறிவு இருப்பதனால்தான் இதை எல்லாம் சொல்லுகிறாரா? கிருஷ்ணன் யோசித்தான். அப்படி அறிந்து கொள்ளமுடியுமா? விரும்புகிற போது இறந்துவிடமுடியுமென்று தந்தை சொல்லுகிறார்.

சிறிது நேரம் நடந்துசென்ற அவன் திரும்பிவந்து அப்பாவை விசாரித்தான்:

"தற்கொலை செய்து கொள்வது பாபம் தானே, அப்பா?"

"ஆம்; கொடும் பாபம்!"

சிதையமைக்கச் சொன்ன இடத்திலேயே வாசுதேவர் நின்று கொண்டார். அங்கேதான் அந்த மண்குடம் விழுந்து உடைய வேண்டிய இடம். எல்லோருக்கும் எங்கெங்கேயோ அத்தகைய இடங்கள் இருக் கின்றன.

* ** *

வாசுதேவர் திடீரென்றுதான் படுத்த படுக்கையாகிவிட்டார். மூன்று நான்கு நாட்கள் கடுமையான வேதனையனுபவித்தார். அங்ஙனம் இழுத்தபடி கிடக்கவில்லை. உடலிலிருந்து உயிர் பிரிந்து செல்லத் தயங்குவது போல் தோன்றியது. உயிர் அந்த உடலை அள்ளியணைக்கிறது. ஜீவனைப் பிடித்து இழுக்கிறது. பார்த்தால் அப்படித்தான் தோன்றும். அது வேதனை தரும் விசயமாகும்!

கிருஷ்ணன் பார்த்துக்கொண்டே நின்றான். ஒரு விநாடிகூடத் தலைப் பக்கமிருந்து விலகி நிற்கவில்லை. தந்தையின் ஒவ்வோர் அசைவினையும் அவன் கவனமாகப் பார்க்கிறான். அந்தப் பிராமணர் சொன்னது போலவே சுயேச்சையான மரணம் தான். நினைக்கும்போது மரணத்தைத் தழுவத் திறமை கொண்ட மனிதர்தான்... அதற்கான சித்தியைப் பெற்றிருக்கிற மனிதர்தான். அவர் உயிர் துறந்திடத் தீர்மானித்துக்கொண்டார். பிராணனைத் தள்ளி வெளியேற்றிட முயல்கிறார். உடலும் பலவீனமடையவில்லை. போராடுகிறதென்று கிருஷ்ணனுக்கு ஒவ்வொரு கணமும் தோன்றியது.

ஆயுள் முடிந்துவிடவில்லை. எனவே அது ஒரு தற்கொலைதானே? தற்கொலை பாபம்தானே? அப்பா பாபகர்மம் அனுஷ்டிப்பாரா?

வாசுதேவர் இடையிடையே யாரையெல்லாமோ பார்த்து விசாரிக் கிறார்.

"இன்னும் போதவில்லையா?"

அந்தக் கட்டத்தைக் கையாளத் திறமை கொண்ட எவரோ ஒருவர் மற்றவர்களால் காணமுடியாத நிலைமையில் அருகே உள்ளார். வாசுதேவரால் மட்டும்தான் அந்த நபரைக் காணமுடியும். கேட்கிறார்:

"இன்னும் போதவில்லையா?"

பின்னர் அந்தத் தந்தை தனயன் முகத்தைப் பார்க்கிறார். அந்தப் பார்வை பொருள் படைத்தது. அந்தப் பொருளைத் தந்தையும் தனயனும் மட்டும் அறிந்து கொள்கின்றனர். அப்பா மகனிடம் சொல்கிறார்:

"அந்தச் சோற்றைத் தின்றதனால் உற்பத்தியான ரத்தம் செய்கிற சித்திரவதைதான் இது. பார்த்தாயா?"

மகன் வாய் திறக்கவில்லை. அப்படி இருக்கலாம். தங்கக் காசில் அழுக்கு ஏற்பட்டு விடுமா? அது ஓர் உலோகம். அது கைமாறிக் கொண்டேயிருக்கும். அந்தக் கைம்மாறுதலிலிருந்து பாப புண்ணியங்கள் உருத்தோன்றலாம். நம்ப முடியாத விசயம்.

இறுதியாக அந்த உயிர் பிரிந்து சென்றது. எல்லாமே அசைவற்றுப் போயிற்று!

அது தற்கொலைதான்!

சித்தியினால் சாதித்துக் கொண்ட தற்கொலை!

* ** *

கருமாதிகள் அனைத்தையும் தந்தை சொன்னபடி ஊரிலிருந்து கிடைத்த பணத்தினாலேயே நிர்வகித்துக் கொண்டான்.

பருத்திக்காட்டிலிருந்து பத்து ரூபாய் நல்கப்பட்டது. ஔத செய்தது பாபமா? புண்ணியமா?

வட்டத்ரவிலிருந்து ஐந்து பறை நெல் கிடைத்தது- தும்பேக்குளத்தில் எந்த நபருமிருக்கவில்லை.

ஆற்றுத் துறையைச் சேர்ந்தவர்கள் இருபது தேங்காயளித்தனர்.

கிருஷ்ணன் எவ்விதமான உணர்ச்சி மாறுதலுமில்லாமல் எல்லாவற்றையும் வாங்கிக் கொண்டான்.

இவ்வாறாக பாலத்தோள் இல்லத்து நிலங்களைக் குத்தகைக்கு எடுத்திருந்தவர்களுக்கும், பாலத்தோள் இல்லத்திற்குமிடையே இருந்து வந்திருக்கிற உறவு முற்றுப் பெற்றது.

அவர்களுக்கெல்லாம் லாண்ட் டிரிபூனலிலிருந்து நிலப்பட்டாக்கள் வழங்கப்பட்டன.

* ** *

ஆண்டு தீட்சை இல்லை. அதை எல்லாம் பனிரண்டாவது நாளிலேயே செய்து முடித்தான்.

சுபத்திரைக்குத் திருமண நிச்சயம் செய்ய தந்தையின் மரணத்தை எதிர்பார்த்துக் கொண்டிருந்ததுபோல் தோன்றியது. திருமண நிச்சயம் திடீரென்றுதான் நடைபெற்றது. வடக்கே எங்கேயோ உள்ள ஒரு நம்பூதிரிதான். கடலுக்கு அக்கரையில் எங்கேயோதான் அவனுக்கு உத்தியோகம் என்று சொல்லப்பட்டது. நம்பூதிரியேதானா? கிருஷ்ணனுக்கு அந்த வகையிலான பாகுபாடு எண்ணங்கள் இருக்காது. அவன் சிறுவயதி லிருந்தே கம்யூனிஸ்ட்! இப்போது நக்ஸலைட் என்று சொல்லப்படுகிறது. தந்தை இறந்துவிட்டார். ஒரு தங்கை இருக்கிறாள். அவளை யாருக்கோ மணம் முடித்து அனுப்பி வைத்தான். இனிமேல் கைவீசியவாறு அவனால் எங்கே வேண்டுமானாலும் போகமுடியும். அந்த மகள் அம்மாவைப் பாதுகாக்கிறவள்தான்.

சிற்சில பழுதுபார்க்கும் பணிகள் இல்லத்தில் நடைபெற்றன. கலியாணமல்லவா நடைபெற இருக்கிறது?

எல்லாமே மிகவும் துரிதமாகவே நடைபெற்று வருகிறது. அவனுக்கு அங்கிருந்து வெகு சீக்கிரத்தில் கிளம்பிச் செல்லவேண்டும் போல் தோன்றியது. ஒருவேளை வரனுக்கு லீவு கிடைக்காத காரணமாக இருக்குமோ?

சுபத்திரைக்குச் சில நகைகளைச் செய்து கொடுத்தான். சீதனத்தைப் பற்றிய பேச்சு எழவில்லை. எத்தனை ரூபாயோ? ஒரு வேளை சீதனமே இல்லாமலிருக்கலாம். அவன் வெளிநாட்டில் உத்தியோகமுடையவன் தானே? பணம் ஒரு பிரச்சினையாக இராது. பிராமணர் மத்தியில் இன்னொரு வழக்கமிருந்தது. 'ஆட்டிய'த்தன்மை குறைந்தவர்களுக்கு மணம் செய்து கொடுப்பதாயின் சீதனம் வேண்டாம் போலும்! மணந்து கொள்ள வருகிறவன் ஆட்டியத் தன்மை குறைந்தவனா?

யாருக்குத் தெரியும்?

* ** *

சுரேந்திரன் உணர்வுபூர்வமாகத்தான் செயல்படுகிறார். அவர் அரங்கத்தில் வந்து விட்டார். அந்த ஊரில் நான்கு தீவிரவாதிகள் தான் இருக்கின்றனர். போலீஸின் உளவுப் பகுதியுடன் சுரேந்திரன் தொடர்பு வைத்துக் கொண்டிருக்கிறார்.

போலீஸ் அதிகாரியை அவர் ரகசியமாக வரவழைத்தார். சலீலைப் பற்றிய தகவல் எதுவுமில்லை. குதிரைக் காட்டைச் சேர்ந்த சீதரன் எங்கேயோ சென்று மறைந்திருக்கிறான். மலபாருக்குச் சென்றிருப்பதாக வதந்தி.

"அவன் இங்கே எங்கேயோதான் இருப்பான்" என்றார் சுரேந்திரன்.

"விசயமில்லாமே தலைமறைவாய்ப் போயிடுவானா?"

"ஏதோ காரியமாத்தான் அவன் தலைமறைவாக இருக்கிறான்."

"இப்போதைக்கு அவன் மீது எந்த வழக்குமில்லை."

"வழக்கு வேண்டாம். ஏதாவது திட்டமிருக்கும்.. ஒரு வேளை, அவன் இலக்கு என் உயிராக இருக்கலாம்."

அதிகாரி சிரித்துவிட்டார்:

"நாங்கள் கவனித்து வருவதும் அதுவேதான்."

"உங்கள் கவனத்திற்கும், அவர்கள் உஷார்த் தன்மைக்குமிடையே பெரிய வித்தியாசமுண்டு."

அதிகாரி ஒப்புக் கொண்டார்:

"அவர்கள் லட்சியம் அது மட்டுமாகத் தானிருக்கும்."

சுரேந்திரன் சிந்தனையில் மூழ்கினார். பஞ்சாயத்துத் தலைவரைத் துன்புறுத்துவது எதற்கென்று அதிகாரிக்குப் புரிகிறது. தீவிரவாதியின் இலக்கானவர்களாகச் சிலர் இருக்கலாம். ஆனால் மகனுடைய இலக்கா யிருப்பது தந்தை– இது ஓர் அபூர்வமான விசயமல்லவா?

சிந்தனையிலிருந்து உணர்ந்துகொண்ட சுரேந்திரன் வினவினார்:

"வேறு இருவரின் விசயமென்னவோ?"

"கடுக்காதர குஞ்சுகுட்டன் ஊரிலேயே இருக்கிறான். அவன் வீட்டை விட்டு வெளிக்கிளம்பாமலிருக்கிறான். அப்புறம் இன்னொருவன் அந்த நம்பூதிரியாகும்."

"அவனுக்கு இந்தப் பணமெல்லாம் எங்கிருந்து கிடைத்தது?" என்றார் சுரேந்திரன்.

"அதைப் பற்றித்தான் விசாரித்துக் கொண்டிருக்கிறோம்."

"எங்கிருந்தோ கொள்ளையடித்திருப்பான்."

"அது அல்லாமே வேறு இருக்காது. அப்படியானால் கூட அவன் மட்டும் சுயமாகச் செலவு செய்ய முடியுமா? அது பொதுச் சொத்து தானே? தவிரவும் இப்படிக் கலியாணத்துக்கெல்லாம் செலவு செய்ய அனுமதிப்பார்களா?"

"ஆனால் அவன் கோவிலிலும் இல்லத்திலுமாக இருந்து வருகிறான்."

சுரேந்திரன் சிறிது நேரம் யோசித்து இருந்துவிட்டுக் கூறினார்:

"ஓர் இடத்திலே எதையாவது நடத்த வேண்டுமென்றால், அதை அந்த ஊரைச் சேர்ந்தவர்கள் செய்யமாட்டார்கள்."

உளவுப் பகுதியினர் அவர்கள் செயல் முறைகளைப் பற்றி அறிந்து கொண்டனர் என்று தெரிந்துவிட்டால் அவர்கள் வேறு மாதிரியான செயல்முறைகளைக் கையாளுவார்கள். அண்மைக் காலமாய் சுரேந்திரன் மனத்தில், காரணமின்னதெனச் சொல்லமுடியாத ஒரு பயம் ஏற்பட்டிருக் கிறது. சலீலின் தலைமறைவுதான் காரணமோ? அவன் எங்கிருக்கிறான்? என்ன செய்கிறான்? எங்கே தோன்றுவான்? எதுவும் தெரியாது.

ஒரு நாள் நள்ளிரவில் உயரத் துக்கிப் பிடித்திருக்கிற பிச்சுவாவுடன், சுரேந்திரனின் படுக்கையறைக்குள்ளே, அவன் தோன்றி விடலாம்.

* ** *

கணவரின் மரணத்தால் ஏற்பட்டிருக்கிற சோகம் தணியவில்லை. ஆனால் மனத்திற்கு ஓர் ஆறுதலுண்டு. மகளை மணம் முடித்து அனுப்பி வைத்திருக்கிறார்கள். கிருஷ்ணன் கோவில் பூஜாரியாகச் செயல்பட்டு வருகிறான். வீட்டுக் காரியங்களை நிர்வகிக்கவும் தொடங்கியிருக்கிறான். இன்னும் ஒரு காரியம்கூட நடந்தேற வேண்டியிருக்கிறது.

அம்மா மகனிடம் நாள் ஒன்றுக்கு நூறு தடவை சொல்லுவாள்:

"இனி நீயும் ஒரு கலியாணம் பண்ணீக்கோ மகனே! இனிமே என்னாலே சமைச்சுப் போட முடியாதப்பனே!"

"செஞ்சுடலாம் அம்மா!" மகன் சொல்லுவான்.

அன்றைய தினமும் இரவு - உணவைப் பரிமாறிக் கொண்டிருந்தபோது அம்மா அதைச் சொன்னாள்! வழக்கமாய் அவன் சொல்கிற பதிலும் வந்தது.

"ஆகட்டும்மா!"

அன்று அந்தத் தாய் குறிப்பாக மூன்று நான்கு பெண்களைப் பற்றிக் கூடச் சொன்னாள். எல்லோரும் அருமையான பெண்கள்.

"நீ சென்று பாரடா!"

"ஆகட்டும்மா!"

மறுநாள் பொழுது நன்கு விடிந்த பின்னரும் கோவில் திறக்கப்பட வில்லை. சுற்றுவேலையாட்கள் இல்லத்தை நோக்கி விரைந்து சென்றனர்.

இல்லத்துக் கதவுகளெல்லாம் திறந்து கிடக்கின்றன. ஆர்யா அந்தர்ஜனம் நாவசைக்க முடியாமல் தளர்ந்து படுத்துக் கிடக்கிறாள். கிருஷ்ணனை அங்கே எங்கும் காணவில்லை. கர்ப்பகிருகத்துக் கொல்லனை அழைத்து வந்து திறக்கச் செய்ய வேண்டியதாயிற்று.

முந்திய நாள் இரவில் பாலத்தோள் இல்லத்தில் என்ன நடந்தது? யாருக்கும் தெரியாது. ஆர்யாவுக்கு உயிர் மட்டும்தான் உண்டு.

இல்லத்து மனையின் ஒரு மூலையில் நிற்கிற புளியமரக் கிளை ஒன்றில் ஒருவன் தூக்கிலே தொங்கி இறந்துகிடக்கிறான் என்று யாரோ வந்து சொன்னான். அது கிருஷ்ணன்தான்!

சடலத்தைச் சோதனை செய்து பார்த்தபோது ஓர் கடிதம் கிடைத்தது. கிருஷ்ணன் எழுதிய கடிதம்: தான் சுயேச்சையாகத்தான் வாழ்க்கையை முடித்திருக்கிறானாம்!

137

சாய்வு அறையிலுள்ள கயிற்றுக் கட்டிலில் போட்டிருக்கிற பாய்மீது இரவு பகலாக எழுந்திராமல் படுத்துக் கிடப்பது - ஒரு நாள் முழுவதும் அப்படியே படுத்துக்கொள்வது - அன்று காலையில் மனத்திலே தோன்றியதுதான். ஒரு தீர்மானமெடுக்குமுன்னர் அதன் அனைத்துப் பிரச்சினைகளையும் பற்றி யோசிக்கவேண்டும். விளைவுகள் பற்றி முன்கூட்டியே பார்க்கவேண்டும் இடையூறுகள் பற்றியும் முன்னதாகத் தெரிந்து கொள்ளவேண்டும். அப்புறம் தான் அதை அமுலாக்கவேண்டும். எல்லா இடங்களிலும் - லாபரேட்டரியில், பள்ளி வகுப்பு அறையில், கட்சியின் வகுப்புக்களில் - கற்றுக் கொண்டதுதான்.

அப்போது சாய்வு அறையிலுள்ள கயிற்றுக் கட்டில் மீது இருபத்து நான்கு மணிநேரமும் மல்லாந்து படுத்துக்கிடப்பது. காலையில் காப்பி சாப்பிட்டான். மதிய சாப்பாட்டு வேளையில் அம்மா வந்து கூப்பிடுவாள். மதியத்திற்கு வேண்டிய அரிசியில்லை என்றும் காதில் விழுந்தது. அயல் வீட்டிலிருந்து கடனாகப் பெற்றுக்கொண்டு அல்லது தென்புறத்தில் நிற்கிற வாழைக் குலையை வெட்டி விற்று - எப்படியாவது அரிசிக்கு ஏற்பாடு செய்வாள். அப்போது படுத்த படுக்கையிலேயே படுத்துக் கொண்டு, “வேண்டாம்!” என்று சொன்னாலென்ன? - என்கிற கேள்வி எழுகிறது. பதட்டமடைந்து விடுவார்கள். ஏதேனும் நோய்தானா என்றறிய ஆவல் பிறந்து விடும். பின்னர் அது ஒரு தொந்திரவாகிவிடும். இந்தத் தீர்மானத்தைப் பற்றிச் சொன்னால் எதற்காக இப்படியொரு தீர்மானமென்று எல்லோருக்கும் அறியவேண்டும். என்ன பதில் சொல்வது?

அல்லது ஏன் அப்படியொரு தீர்மானமெடுத்துக் கொண்டான்? குஞ்சிக்குட்டனுக்கே தெரியாது. மனத்தில் அது வந்து புகுந்து கொண்டது எப்படி? எதற்காக? வந்து புகுந்துகொண்டது என்று சொல்லத்தான் முடியும். எந்த வழியாக என்றோ, எதைத் தொடர்ந்து வந்தது என்றோ தெரியாது.

பெருவாரியான நேரத்தில் அந்தக் கட்டிலில் படுத்துக் கிடக்கிறான். சிறிது நேரம் மட்டும்தான் நிற்பான். அப்படியே படுத்துவிட்டால் என்ன வென்று கூடத் தோன்றியிருக்கக் கூடும் அப்போது அம்மாவிடம் அதை எல்லாம் விளக்கிக் கூறவேண்டியிருக்கும். அண்டை அயல் வீட்டினருக் கெல்லாம் தெரிந்துவிடும்.

எதையும் சாப்பிடவேண்டாமென்ற முடிவுக்கு வரவேண்டும். அதற்குக் கஷ்டமிருக்காது. இல்லாவிட்டால் கூடப் பசியில்லை; ருசியு மில்லை. எதற்காகச் சாப்பிடுவதென்று தோன்றியதுண்டு. ஆனால் அம்மாவும் மற்றவர்களும் தொந்திரவு செய்வார்கள். அதைச் சகித்துக் கொள்ளலாம். எழுந்திருக்க வேண்டாம்.

மல்லாக்காகப் படுத்துக் கிடக்கிறதா? அந்த விசயத்தில் பிடிவாதம் வேண்டாம். சரிந்து அல்லது கவிழ்ந்து படுத்துக் கொள்ளலாம். அப்போது இன்னொரு விசயத்தைப் பற்றி யோசிக்க வேண்டியிருக்கிறது. சிறுநீர் கழிக்க வேண்டியிருந்தால்? எழுந்து செல்லவேண்டும். இருபத்து நான்கு மணிநேரம் வரையிலும் சிறுநீரை அடக்கி வைத்துக் கொண்டிருக்க முடியுமா? தெரியாது. ஒருவேளை அடக்க முடிந்தால் கூட அந்த வேதனையைச் சகித்துக்கொள்ள வேண்டியதன் அவசியமென்ன? பிரத்தியகேமானதொரு நோக்கம் இப்படிப் படுத்துக் கிடப்பதற்கு இல்லை. அந்த நிலைமையில் மூத்திரத்தை அடக்கிப் பிடிப்பதனால் ஏற்படுகிற ஏக்கத்தை ஏன் பொறுத்துக் கொள்ளவேண்டும்?

ஆயின் மதியம் மற்றும் மாலை வேளைகளில் எழுந்து சென்று எதையாவது சாப்பிட்டுக் கொள்ளலாம். அம்மா மற்றும் ஏனையோரின் தொந்திரவுமிருக்காது. அவர்களுக்கு ஆவலுமில்லாதாகிவிடும். யாருக்கும் தெரியாமல் அந்த விசயம் நடந்தேறிவிடும். இப்போதே பெருவாரியான நேரமும் அந்தக் கட்டிலில் படுத்த படுக்கையேதான். எப்போதாவது எழுந்து வெளிக் கிளம்பிடுவான். சிறிது நேரம் கட்டில் மீது உட்கார்ந்து கொள்வான். மீதி நேரம் முழுவதும் படுத்த படுக்கையேதான்.

அனைத்துப் பிரச்சினைகளையும் இவ்வாறு யோசித்தபோது இந்த நிலைமைக்கு வந்து விட்டான். குஞ்சிக்குட்டன் விரதமாகக் கட்டிலேறிப்

படுத்துக்கொண்டான். அப்போது ஏதோ ஓர் உணர்வும் உற்சாகமும் ஏற்பட்டன. ஒரு முயற்சியில் ஈடுபட்டான். இனிமேல் அந்த முயற்சியில் வெற்றிபெறுவது. புரண்டு உருண்டு எல்லாம் படுத்துக் கொள்ளலாம். இது முதலாவது சோதனை. அடுத்த சோதனையில் மல்லாக்காகப் படுத்துக்கொள்வது மட்டும்தான்; பின்னர் கவிழ்ந்து படுப்பது. ஒரு நாள் என்பதை இரண்டு நாட்களாக்குவது. பின்னர் மூன்று நாட்கள். அவ்வாறே போகவேண்டும்.

நரம்புகளில் ரத்தம் ஓடுகிறது. சதைப்பற்றுக்கள் அசைவு தருகின்றன. ஒரு புத்துணர்வு ஏற்பட்டு விடுகிறது. இந்த முயற்சி வெற்றிபெறும். மல்லாக்காகப் படுத்துக் கிடந்தபோது சாய்வறைக் கூரையின் பட்டிகள் பார்வைக்கு வந்தன. அன்றாடம் பார்த்துக் கொண்டிருப்பதுதான். தாய்க் கட்டத்தினின்று சாய்த்து இறக்கிக் கட்டப்பட்டது தான் அந்தச் சாய்வு அறை. அதன் கூரைக்கு எத்தனை பட்டிகள்? எண்ணிப் பார்த்தான். பனிரண்டு. தாய்க்கட்டட நிர்மாணத்திற்குப் பிறகு ஏற்பட்டதாகத்தான் இருக்க வேண்டும் சாய்வு அறை பற்றிய யோசனை.

கடுக்காத்ரக் குடும்பத்தில் முன்னர் ஒரு குடும்பத் தலைவர் இருந்தார். அவர் நடந்துபோகும் போது, 'யாரிவர்?' என்று யாரும் கேட்டு விடுவார்கள். நல்ல கலையழகு வாய்ந்தவர். அவர் நடந்து செல்கிற வழியில் கஸ்தூரி முதலியவற்றின் நன்மணம் பரவியிருக்கும். அவை அனைத்தும் கலந்த எண்ணெய் தேய்த்துத்தான் ஸ்நானம் பண்ணுவார். சின்னக் குஞ்சுவம்மாவனுக்குச் செழிப்பான சாப்பாடுதான். ஆறேழு பதார்த்தங்களின்றிச் சாப்பிடமாட்டார். கடுக்காத்தர சின்னக் குஞ்சுவம் மாவன் சாப்பாடு மிகப் புகழ்பெற்றது.

சின்னக் குஞ்சு நாயர் திறமை மிக்கவராக இருந்தார் பாட்டி சொல்வதுண்டு. கோந்நோத்துக் குஞ்சம்மாமார்களை கடுக்காத்ர அடுக்களைக்குள்ளே உட்காரவைத்துச் சாப்பிடச் செய்திருக்கிறார். பழைய பாட்டி ஒருத்தியின் 'பூத் திருவாதிரை'யன்று கோந்நோத்துக் குஞ்சம்மாமார்களை அழைத்துவந்து சாமைக் கஞ்சி குடிக்கச் செய்திருக்கிறார். சாமைக் கஞ்சிக்கும் அரிசிக் கஞ்சிக்குமிடையே என்ன வித்தியாசமோ? அது பெரியதொரு சாமர்த்தியமெனக் கருதப்பட்டது.

தொட்டுத் தின்னவைப்பது! இன்று கூட அது நடைபெறுகிறது.

மாப்பிளவின் சோற்றை நாயர் உண்ணுவது; சோவனின் சோற்றை நம்பூதிரி உண்ணுவது; புலையன் சோற்றை சோவன் (ஈழவன்) உண்ணுவது-அதற்கெல்லாம் என்னவெல்லாமோ இருக்கிறது. உண்ணாமல்

நழுவிச் செல்லப் பார்ப்பார்கள். உண்டனர் என்றால் ஏதோ ஒரு பெரிய காரியம் செய்ததாகக் காட்டிக் கொள்வார்கள். மாப்பிள, சோவன், நாயர், நம்பூதிரி ஆகியோர் இன்றைய தினமும் உள்ளனர். என்றென்றும் இருக்கத் தான் செய்வார்கள்.

சின்னக் குஞ்சுவம்மாவன் மிக்க கெட்டிக்காரராக இருந்தார். கோந்நோத்துக் குஞ்சுமாமார்களைத் தீண்டச் செய்து சாப்பிட வைத்தார். அன்றைய தினம் அது பெரியதொரு காரியமாகவே மதிப்பிடப்பட்டது.

அதனாலே அந்தக் குஞ்சம்மாமார்களை ஜாதிபிரஷ்டம் செய்தார்களா? என்னவோ? அந்த விசயத்தைப் பற்றி பாட்டி சொல்ல வில்லை. அதனால் சின்னக் குஞ்சுவம்மாவன் என்ன சாதித்துவிட்டார்? அதைப் பற்றியும் பாட்டி சொல்லவில்லை. தொட்டுச் சாப்பிடக் கூடாது என்கிற சட்டத்தை ஒழுங்கு காட்டியிருக்கக் கூடும். அன்றைய தினம் அது பெரியதொரு சாமார்த்தியமாக எண்ணியிருக்கக் கூடும். அப்புறம் ஒரு காரியத்தைச் சாதித்துக் கொண்டார். இல்லை என்று சொல்ல வேண்டாம். கடுக்காத்ரக் குடும்பத் தலைவர் மிகத் திறமைசாலி என்ற புகழினைப் பெற்றுக் கொண்டார்.

இன்னும் கூட அந்தக் கதையை கடுக்காத்ரவில் தொடர்ந்து பிறக்கின்ற சந்ததிகள் கேட்பார்கள். அறிந்துகொள்வார்கள். சின்னக் குஞ்சுவம்மாவன் அவ்வாறாக வாழ்ந்து வருவார்.

அம்மா கதவருகே வந்தாள்.

"ஏண்டா, இப்படிப் படுத்துக் கிடக்கிறே?"

"சும்மா!"

"உனக்கு ஏதாச்சும் சாப்பிட வேணாமா? எழுந்து வா!"

"பசிக்கிறதில்லே."

"அதென்ன? மணி பனிரண்டாச்சே! பஞ்சாயத்து சங்கு ஊதியாயிற்று. உனக்கு ஏன், பசியில்லே?"

"நல்லாப் பசிக்கலே. இருந்தாலும் சாப்பிடறேன். இன்னைக்கு என்ன குழம்பு?"

"அடைமாங்காய் போட்ட அவியல். வெள்ளரிக்காய் போட்ட மோர்க் குழம்பு. அப்புறம் சட்டினி... அவியல் நல்லாருக்கு."

குஞ்சிக்குட்டன் படுக்கையிலிருந்து எழுந்தான்.

குஞ்சிக்குட்டன் இந்தளவிற்கு பேசுவதில்லை. யாராவது எதையாவது கேட்டால் ஒரே ஒரு சொல்லிலேயே பதிலளிப்பான். மற்றவர்களைப் பார்த்து எதையும் கேட்பதில்லை. இன்று என்ன குழம்பு என்று எத்தனை நாளைக்குப் பின்னர்தான் கேட்கிறான். சாப்பிடுவதற்காக அம்மா வந்து கூப்பிடும்போது சென்று உட்கார்ந்துகொள்வான். பரிமாறியதைச் சாப்பிடுவான். எந்த வினாவையும் எழுப்ப மாட்டான். ருசிக்கிணங்க விரும்புவதைச் சாப்பிட அவனுக்கு உரிமையில்லை. கேட்கவும் கூடாது கிடைப்பதைச் சாப்பிட்டுக் கொள்ளவேண்டும்.

அப்புறம் இன்று கேட்டுவிட்டானே?

எதையோ செய்வதாகத் தோன்றியது. அதனால் ஏற்பட்ட உற்சாகமாக இருக்கலாம்.

அவியலுக்குப் பிரத்தியேகமானதொரு ருசி இருந்தது மோர்க் குழம்பு பிரமாதமாக இருந்தது. அருமையான சாப்பாடு. நன்றாகச் சாப்பிட்டு விட்டான்.

எதையோ செய்ததன், அல்லது செய்து கொண்டிருப்பதன் உற்சாகம் தான். சும்மா மல்லாக்காகப் படுத்துக் கிடப்பதுவே ஒரு வேலையாகும். அதுவும் உறுதியாகத் தீர்மானித்துப் படுத்திருக்கும் போது மட்டும் தான்.

சும்மா இப்படிப் படுத்துக் கிடக்கக்கூடிய இத்தகையதோர் உத்தியோகம் எங்காவது உண்டா?

சாப்பிட்டு வந்து திரும்பவும் படுத்துக் கொண்டான். தீர்மானம் அப்படித் தானே? படுத்தவாறே கண்மயங்கினான். திடீரென நடுங்கியவாறு கண்விழித்தான். முனங்குவதோ உறங்குவதோ கூடாதென்று தீர்மானம் பண்ணியிருக்கிறானா? உறங்கக் கூடாதென்ற தீர்மானமில்லை. உறங்க வேண்டுமென்றுமில்லை. பின்னர் நடுங்கிக் கண்விழிக்கக் காரணமென்ன? இந்த விரதத்தில் அதைக் கூடச் சேர்த்திருக்க வேண்டியிருந்தது. ஆயின் விரதம் பூரணத்துவம் பெற்றுவிட்டிருக்கும்.

யாரோ ஏளனமாய் இதழ்களைத் திறந்து கை விரித்துக் காட்டியவாறு வினவுகிறார்:

"ஓர் இரவும் பகலும் உன்னாலே உறங்காமல் மல்லாந்து படுத்துக் கிடக்க முடியாதா?"

அத்தகைய நிபந்தனை ஏதும் அங்கீகரிக்கப்பட்டதில்லை.

"உன் ரத்தத்தினால் கையெழுத்துப் போட்டு நீ தீவிரவாத ஸ்தாபனத்திலே சேர்ந்துகொண்டவனல்லவா?"

"ஆம்!"

அப்போது உறங்கமாட்டேனென்று உறுதியாகத் தீர்மானித்திருக்க வேண்டும்.

குஞ்சிக்குட்டன் தன்னையே சிறிது சோதித்துப் பார்க்கத் தீர்மானித்து விட்டான். இதில் வெற்றிபெற்றால் இதைவிடக் கடுமையான இன்னொரு விரதத்தை அனுஷ்டிக்க வேண்டும். அது எத்தகையதாக இருக்க வேண்டும்? அதை அப்போது தீர்மானித்துக் கொள்ளலாம். பின்னர் இன்னொன்று; அதை விடக் கடுமையான இன்னொன்று! அப்படி ஆத்மத் தியாகத்திற்கு கூடத் தயங்கமாட்டான் என்று நிரூபிக்கிற இன்னொன்று!

குஞ்சிக்குட்டன் இதழ்களில் ஒரு புன்னகை தவழ்ந்தது. இந்தச் சோதனை எல்லாம் எதற்கு? யாருக்குத் தெரியப்படுத்த? என்றோ உறுதியாகத் தீர்மானித்துவிட்ட காரியமது. என்றாவது ஒரு நாள் உயிர் துறக்க வேண்டியிருக்கிறது. இறந்துவிடத்தான் பிறக்கிறோம். அல்லாமல் வேறு எதற்குமல்ல! இடையில் உண்ணவேண்டும்; உறங்கவேண்டும். குழந்தைகளை ஈன்றெடுக்கவேண்டும். இதெல்லாம் எதற்கென்று கேட்பதாயின், பிறந்ததனால் ஏற்பட்ட சாபங்கள் இவையென்று பதிலளித்து விடலாம். பிறந்த போதே பசியெடுக்கத் தொடங்கியது. உறங்கத் தொடங்கியது. ஆண் குழந்தையென்றால் லிங்கம் பொங்கத் துவங்கியது. அந்த நெருப்பு பற்றியெறிந்து கொண்டேயிருக்கிறது. சிதையிலெழும் நெருப்பு அணைவதுடன் அந்த நெருப்பும் அணைந்து விடுகிறது. எல்லாமே முடிந்து விடுகிறது.

எதற்காக இவ்வுலகிற்கு வந்தோம்? அப்படிப் பார்க்கும் போது எங்கேயோ இருந்திருக்கிறோமென்றல்லவா, ஆகிவிடுகிறது? எங்கேயோ இருந்திருக்கிறோம். இங்கே வந்து நுழைந்து கொண்டோம். எங்கேயோ இருந்தோம். அது எங்கே? எதற்காக அங்கிருந்து வந்தோம்? சும்மா இந்த உலகத்தில் சிலகாலம் துள்ளி நடந்துவிட்டுச் சிதை வழியாக மறுபடியும் வேறு இடத்திற்குப் போவதற்காகவா? அப்படிப் போவதாயிருந்தால் அது எந்த இடத்திற்கு? வந்த உலகமும் போகிற உலகமும் ஒன்றுதானா? ஓர் இடத்திலிருந்து வந்துவிட்டு சில காலம் இங்கே இருந்துவிட்டு இன்னோரிடத்திற்குப் போகிறோம். எதற்காக?

அப்படியெல்லாம் அல்லவென்ற முறையில் சிலவற்றைக் கற்றிருக் கிறான். உயிரின் உற்பத்தி குறித்து எதை எதையோ எல்லாம் சுற்றி

யிருக்கிறான். லட்சோப லட்சக்கணக்கான வருடங்களுக்கு முன்னர் இந்தப் பூமியில நிலவியிருந்த பிரத்தியேகமான சூழ்நிலையில் உயிரின் சலனமேற்பட்டதாம்! அந்தச் சூழலில் அத்தகைய அசைவு ஏற்பட்டு விடுமாம்! லாபரேட்டரிக்குள்ளே அந்தச் சூழ்நிலையை உருவாக்கலாம் அப்போது அங்கே உயிரின் அசைவு ஏற்பட்டுவிடுமாம்! சோதித்துப் பார்த்து அறிந்துகொண்ட காரியம் போலும்! பின்னர் ஏற்பட்ட சூழ்நிலைகளினூடே இன்றையதினம் காணப்படுகின்றன அனைத்து உயிரினங்களும் உருவகமாகி விட்டனவாம்! ஒப்புக்கொள்கிறோம். எதற்காக?

பதில் இல்லை.

உண்டு; பதில் உண்டு!

தெய்வத்தை வாழ்த்திட!

வெடித்துச் சிரித்து விடுவோம். தெய்வத்தை ஸ்தோஸ்திரம் செய்வதற்குத்தான் பறவைகள், புழுப்பூச்சிகள், யானை மற்றும் மரங்கள் உற்பத்தி செய்யப்பட்டன. எல்லாம் சேர்ந்து ஸ்தோத்திரம் சொல்கிறது. எதற்காக? சும்மாதான்!

அறியப்படாத எங்கிருந்தோ வந்து, இங்கிருந்து இன்னோரிடத் திற்குப் போவதாயிருந்தால் இங்கே எதற்காக வந்தோம்? அப்படி வந்தேயாக வேண்டும் போலிருக்கிறது. அப்புறம் இங்கே சில காரியங்களை நிறைவேற்றவும் வேண்டியதிருக்கும். முன்னர் புகுந்து வந்ததும், இன்னும் புகுந்து வரவேண்டியதுமான ஜீவிதங்களின் தன்மை என்னவாக இருக்கும்?

இதெல்லாமான பின்னரும் இங்கு நுழைந்து வருதலும், கிளம்பிப் போதலுமெல்லாம் எதற்காக? அதைத்தான் புரிந்துகொள்ள முடிகிற தில்லை. இந்த உலகைச் சீர்படுத்தவா? அப்போது இந்த ஆணும் பெண்ணும் சேர்ந்து கட்டியணைப்பதின் நோக்கம் இவ்வுலகைச் சீர்திருத்தவா? ஆணும் பெண்ணும் உண்பதும் உறங்குவதுமெல்லாம் பரஸ்பரம் கட்டியணைக்கவும், அது வழியாக உலகைச் சீர்படுத்தவும்தானா? அழகா யிருக்கிறது! அதனால் இந்த உலகம் எவ்வளவு தூரம் சீர்பட்டது? வாழத் தகுதியுடையன வாழ்கின்றன.

அம்மா அறைக்குள்ளே வந்து சொன்னாள்:

"மணி அஞ்சாயிட்டதே தம்பீ! நீ இப்படிப் படுத்த படுக்கையாப் படுத்திருக்கிறியே?"

அம்மா கையில் டம்ளர் உண்டு. அதில் கட்டன் காப்பியுண்டு.

"பால் இல்லை. கட்டன் காப்பிதாம்ப்பா!"

குஞ்சிக்குட்டன் கையில் காப்பியுடன் தன் முன்னால் நிற்கிற பெண் மணியை உற்றுப் பார்த்தான். தலை உண்டு; கால் உண்டு. விசித்திரமாக இருக்கிறது. வருடங்களுக்கு முன்னரும் இந்த உருவம் இத்தகையதாகத் தானிருந்திருக்க வேண்டும். என்று, எப்போது, எங்கே வைத்து இந்தப் பிராணி அப்பா என்கிற ஆடவனைக் கட்டியணைத்தது? அப்பா மேற்குப் பகுதியில் நின்று மண் வெட்டுகிறார்.

குஞ்சிக்குட்டன் உள்ளத்தில் ஓர் எரிச்சல் உண்டாயிற்று. அவன் தன்னை நினைக்காமல் புரண்டு படுத்தான்.

"இப்படிப் படுத்திருந்தா, பித்தம் வந்திடும் தம்பீ!"

அவள் அவனை நோக்கிக் காப்பியை நீட்டினாள்.

குட்டன் எழுந்து உட்கார்ந்து கட்டன் காப்பியைக் கையில் வாங்கினான்.

"வேலை கிடைக்கலேன்னு இப்படி வந்து படுத்திண்டா? கிடைக்கும். இல்லாட்டா இல்லை. அதை நெனைச்சு இப்படிப் பண்ணக் கூடாது!"

அன்றைய தினம் கருப்பையில் நுழைந்துகொண்டான். தந்தை வழியாகத்தான் நுழைந்து கொண்டானோ? அல்லது அம்மாவிலேயே லயித்திருந்தானோ? அந்த விநாடியில் இவ்வாறு ஒன்று உருவம் கொண்டது. தந்தை வழியாகவும் அம்மாவில் லயமாகவுமிருந்த ஒன்று மூன்றாவது ஒன்றாகப் பரிணமித்தது. அது ஓர் அற்புதமான நிகழ்ச்சி. இரண்டுமில்லாமலிருந்தால் கடவுளால் படைத்திருக்க முடியாது. இரண்டு மில்லாமலிருந்தால் உயிர் உதயமாயிராது.

அவர்கள் இருவரும் சேர்ந்து எதற்காகக் கட்டியணைத்தனர்? கட்டியணைத்திராவிட்டால் இந்தப் பிராணி உருப்பெற்றிருக்காது. கடவுளே நினைத்திருந்தாலும் சாத்தியமாயிருக்காது.

சாதுக்கள்! அது அவர்கள் குற்றமல்ல. பிறந்து விழுந்தபோதே, அதோ, விறைத்து நிற்கிற, மனிதனுடைய லிங்கம் உயரத் தலைதூக்கியது. அந்தப் பெண்ணின் உள்ளூறுப்பிலேயும் அரிப்பு ஏறியது.

குஞ்சிக்குட்டன் உடம்பு தளர்ந்தது. இத்தகைய வலுவான சிந்தனைப் போக்கு இதன் முன்னர் ஒருபோதும் ஏற்பட்டதில்லை. அது நரம்புகளால் தாங்கக் கூடியதாக இருக்கவில்லை. அவன் உடல் வியர்வையில் குளித்துக் கொண்டது. ஜன்னல் வழியாக அன்போடு ஒரு சிறுகாற்று வீசி வந்தது. இந்த இயற்கை எப்போதும் இப்படித்தான். ஆறுதல் தரும்.

எதற்காக இவ்வாறு இருபத்துநான்கு மணிநேரமும் மல்லாந்து படுக்கத் தீர்மானமெடுத்தான்? சமத்தன் என்பதைக் காட்டிக் கொள்வதற் காகவா? என்ன சாமர்த்தியமிருக்கிறது?

முன்னர் என்றோ படித்த ஒரு கதை குஞ்சிக்குட்டன் நினைவுக்கு வந்தது. தெளிவாகத் தோன்றவில்லை. பல சந்தர்ப்பங்களில் அந்தக் கதை நினைவுக்கு வந்துவிடும். யாரோ பெரியதொரு எழுத்தாளர் எழுதியது தான்.

'ஏ' 'பி' என்ற இருவர் குடித்துக் கொண்டிருந்தபோது ஒரு பந்தயம் கட்டினர். பணமா, சுதந்திரமா? எது பெரியது? இந்த உலகத்தில் இத்தகைய முட்டாள்தனமான காரியங்கள் நடைபெறும்.

பணமா? சுதந்திரமா?

சுதந்திரம்தான் பெரிதென்று 'ஏ' வாதம் பண்ணினான். பணம் தானென்று 'பி' வாதம் புரிந்தான். ஒரு பெரிய தொகை பந்தயமாகவும் வைத்தான். அவன் பனிரண்டு வருடம் ஒரு சிறையறைக்குள்ளே படுத்துக் கிடப்பது. அதன் பின்னர் அவன் வெளியே வரும்போது மிகப் பெரியதொரு தொகை 'ஏ' 'பி'க்குக் கொடுப்பது என்பதுதான் அப்பந்தயம். பந்தயத்தை இருவரும் ஒப்புக்கொண்டனர். அதிகாரிகள் முன்னிலையில் அவர்கள் கையொப்பமிட்டனர். சிறையறைக்குள்ளே உணவை அனுப்பி வைக்க வேண்டும். உடைகள் அனுப்பி வைக்க வேண்டும். உறங்குவதற்கான மெத்தை போன்றவற்றையும் கொடுக்க வேண்டும். புத்தகங்களும் கொடுக்க வேண்டுமென்றிருந்தது. இவ்வாறாக ஒரு நாள் 'பி' சிறையறைக்குள்ளே புகுந்தான். அறையின் கதவு எந்நேரமும் திறந்து கிடக்கும். எந்த நேரத்தில் வேண்டுமானாலும் 'பி' அறைக்கு வெளியே செல்லலாம்.

நாட்கள், வாரங்கள், மாதங்கள் வருடங்கள் கழிந்து கொண்டே யிருந்தன. புத்தகங்களைப் படித்தவாறே 'பி' நாட்களைக் கடத்துகிறான். படிக்கத் தேவைப்படுகின்ற புத்தகங்களின் தன்மையில் மாறுதல் ஏற்பட்டு வந்ததாகச் சொல்லப்பட்டது. பனிரண்டாவது வருடத்திற்கு வந்து விட்டான். ஏ'க்கு மனப் பதட்டமாயிற்று. 'ஏ'க்கு இருந்த எல்லாச் சொத்துக்களும் இழக்கப் போகின்றன. இந்தப் பந்தயத்திற்கு அவசியமிருக்கவில்லை. எதற்காக இந்த அவல நிலைமை? 'பி' கிழவனாகிவிட்டான். தலை நரைத்தது. உடம்பு வெளிறிவிட்டது. அதில் சுருக்கங்கள் ஏற்பட்டு விட்டன. சிறிதளவு கூனும் வந்துவிட்டது.

இனி இருபத்துநான்கு மணிநேரம் மட்டும்தான்.

'ஏ'க்கு நாசம்தான்.

இருபத்து நான்கு மணிநேரமென்பது நீண்டதொரு காலமா?

அடுத்த நாள் முதல் 'ஏ' முற்றிலும் ஒன்றுமில்லாதவனாகிவிடப் போகிறான்.

இனி ஒரு முதல் 'ஏ' முற்றிலும் ஒன்றுமில்லாதவனாகிவிடப் போகிறான்.

இனி ஒரு நிமிடம்தான் பாக்கி!

அறுபது விநாடிகள்!

'பி' எதையும் பேசாமல் அறையின் திறந்த கதவு வழியாக வெளியே வந்தான். சூரிய ஒளியில் குளித்து நின்றான். அவன் அந்தப் பெரிய தொகையை வேண்டாமென்றான்.

அது கபட உள்ளம் கொண்ட திருடனான ஒரு பூர்ஷ்வாவின் கதை. பணமும் உலகத்தில் உற்பத்தியாகிற அனைத்துச் செல்வமும் தனது கைவசத்திலாக்கியவாறு நின்று சுதந்திரத்தை வாழ்த்துகிற வஞ்சகக் கூட்டத்தின் தத்துவார்த்த விஞ்ஞானம்!

பணம் புல்லுக்குச் சமானம்!

சுதந்திரம் பெரிது. வானம்பாடிபோல் பறந்து சஞ்சரிப்பதுதான் பெரிது!

'பி' ஒரு முட்டாளாக இருந்தான். படுமுட்டாள். படித்துப் படித்து அப்படியாகி விட்டான். இந்தப் புத்தகங்கள் அனைத்தும் மயக்க மருந்துகள். மனிதனை எதற்கும் லாயக்கற்றவனாக்கி விடுகின்றன.

பாருங்கள்- 'பி' போன்ற ஒரு முட்டாள் உண்டா?

எதற்காக இப்படி மல்லாந்து படுத்துக் கிடக்கவேண்டும்? இது படு முட்டாள்தனம். இவ்வாறாக, மனிதனை எதற்கும் லாயக்கற்றவனாக்குகிற சோதனைக்கு குஞ்சிக்குட்டனும் இரையாகி விட்டான்.

அவன் துள்ளியெழுந்தான்.

தாய்தந்தையர் ஒரு பத்திரிகையுடன் முன்னால் வந்து நிற்கின்றனர். அவர்களின் வதனங்கள் எதிர்பார்த்தலால் மலர்ந்திருக்கின்றன. குஞ்சிக் குட்டனுக்கும் ஏதோ உத்தியோகம் கிடைத்துவிட்டது போன்றிருந்தது.

"தம்பீ, அதைப் பாரு! இங்குள்ள மருந்துக் கம்பெனியிலே உனக்குத் தகுந்த ஓர் உத்தியோகம் கிடைக்கும். எம்.எஸ்.ஸி. படித்தவர்கள் தேவையாம்."

சொல்வதைக் கேட்டால் உத்தியோகம் கிடைத்துவிட்டது போல் தோன்றும்.

குஞ்சிக் குட்டன் பத்திரிகையை வாங்கி விளம்பரத்தைப் படித்துப் பார்த்தான். வேண்டாவெறுப்புடன்தான் படிக்கிறான். அவன் முகத்தில் மலர்ச்சியில்லை. அவர்கள் முகம் வாட்டமடைந்தது. அவர்களுக்குத் தெரிந்ததை வைத்துப் பார்த்தால் அவனுக்கு அந்த வேலைக்கான தகுதி யுண்டு. ஏதேனும் குறையுண்டா? அப்படித்தான் அவர்களுக்குத் தோன்றியது.

குட்டன் பத்திரிகையைக் கீழே போட்டு விட்டான்.

"என்ன தம்பீ?" என்றார் தந்தை.

"ஓ?"

"அதென்ன?"

"நான் இதிலே கண்டுள்ளபடி எங்கேயெல்லாமோ விண்ணப்பித்திருக் கேன். எத்தனையோ 'இன்டர்வியூ'க்களுக்குச் சென்றிருக்கேன்."

"இது நம்ம ஊரிலேதானே, தம்பீ? தீர்மானம் பண்ண சுரேந்திரனு மிருப்பார். நம்ம விசயத்தை அவர் புறக்கணிக்கமாட்டார். அவர் வந்து கொன்னபோதெல்லாம் நாம்ப வோட்டு போட்டிருக்கோம்."

அம்மாவுக்கு இன்னொரு கருத்துக் கூட உண்டு.

"சுரேந்திரன் ரொம்ப நல்லவர்தான்."

குட்டனின் இதழ்களில் ஒரு சிறு புன்னகை தவழ்ந்தது. தந்தை சொன்னார்:

"இந்த ஊரைச் சேர்ந்தவர்களை விட்டு விட்டு அசலூர்க்காரங்களை எடுத்திடுவாங்களா? இந்த அளவு பாஸ் பண்ணினவங்க இந்த ஊரிலே வேறு யார் இருக்காங்க?"

அம்மா சொன்னாள்:

"பங்கு எடுத்துக்கணும்னு அல்லது லஞ்சம் கொடுக்கணும்னு சொன்னா நம்ம வயலிலே பத்துபறை நிலத்தை விற்றுவிடலாம். நிலம் இன்னும் வரும்."

"அது வேண்டாம்!" என்றான் குட்டன்.

"ஏன் வேணாம்?"

அதற்கு குட்டன் பதிலளிக்கவில்லை.

* ** *

ஸ்தாபனத்திலிருந்து ராஜிநாமாச் செய்யவேண்டும். அப்படியிருந்தால் தான் விண்ணப்பித்துக் கொள்ளலாமென்றிருக்கிறதா? அப்படியொரு நிலைமை குறித்து யோசித்ததில்லை. ஆனால் ஒன்று தோன்றுகிறது. ஸ்தாபனத்திலிருந்து நீக்கிவிடுவதென்கிற ஒரு நிலையுண்டா? நீக்கப்பட்டு விடுகிறவனும் தனக்குத்தானே விலகிச் செல்கிறவனும் வர்க்க எதிரிகளாக இருப்பார்கள். அவ்வாறு மதிப்பிடத் தான் வாய்ப்பு இருக்கிறது. விலக்கி விடப்படுகிறவனும், விலகிச் செல்கிறவனும் ஸ்தாபனத்தைப் பற்றிய பல்வேறு ரகசியங்களை அறிந்துகொண்டுதான் செல்கின்றனர். அப்படித் தான் அவர்கள் வர்க்க எதிரிகளாகி விடுகின்றனர். வர்க்க எதிரியை விட்டு வைக்கலாமா?

ஒன்று நடைபெறலாம். அனுமதியுடன் பிரிந்து செல்கிறவனைக் கவனிப்பார்கள் போலிருக்கிறது. அவனைப் பின்தொடர்ந்து சென்று கவனிப்பார்கள். கட்சிக்கு எதிராகி விட்டால்தான் கோளாறு. நடைமுறை யில் கவனித்துக் கொண்டால் போதும். என்னவோ, தெளிவு ஏற்படுவ தில்லை.

கம்பெனிக்கான இயந்திரங்கள் சில வந்துவிட்டன. சிலவற்றைப் பொருத்தப் படுத்தினர். வேறு சில பொருத்தப்பட்டு வருகின்றன. விரைந்து செயல்படுகின்றனர்.

விண்ணப்பித்துக் கொள்ள வேண்டிய இறுதி நாளன்று குஞ்சிக் குட்டன் விண்ணப்பித்துக் கொண்டான்.

138

பண்டைய நாட்களில் இரவில் பேய்-பிசாசுகள் நடமாடிக் கொண்டிருக்கும். அவற்றைப் பயப்படுத்த வேண்டும். மறுதை, அறுகொலைப் பிசாசுக்களும் சஞ்சரிக்கும். துர்மணமடைந்த ஆத்மாக்கள் அடங்காத வாழ்க்கை-தாகம் கொண்டு ஓடி நடந்துகொண்டிருக்கும். உயிர் வாழ்கின்றவர்களினுள் புகுந்துகொள்ளும். வாழ்வதற்காக; இந்த உலகமுடன் தொடர்பு கொள்வதற்காக!

பகல்வேளையில் பயப்படவேண்டியிருக்கவில்லை. இன்று எல்லோருக்குமே பகல் வேளையில் கூடப் பயமாகும். இரவில் தூக்கம்

வராது. தலையணைக்கடியில் கத்தியை வைத்துக் கொண்டுதான் படுக்கிறார்கள். அறையின் மூலையில் உலக்கை, தடி போன்றவை இருக்கும். ஆயுதங்களுடன் எச்சரிக்கையோடு இரவைக் கழிக்கின்றனர். யாரும் அயர்ந்து தூங்குவதில்லை. தூக்கத்தில் கூட உணர்வுண்டு. சிற்றொலி யொன்று கேட்டால் போதும் - நடுங்கி விழித்துக் கொள்வார்கள்.

அந்தி சாய்கிற நேரத்திலேயே பெரிய வீடுகளின் கதவுகள் அனைத்தை யும் மூடித் தாழ்ப்பாள் போட்டுப் பத்திரப் படுத்திக் கொள்வார்கள். இரவில் காவல் காக்க ஆட்களை நியமித்துக் கொள்கின்றனர். யார் வந்து கூப்பிட்டாலும் கதவைத் திறக்க மாட்டார்கள். கூப்பிட்டது யாரென்று தெளிவாகத் தெரியவேண்டும் அறிமுகமில்லாதவர்களென்றால், அது எந்தக் காரியமாக இருந்தாலும் பொழுது விடியட்டுமென்பார்கள். பஞ் சாயத்துத் தெருவிளக்குகள் விடியும் வரையிலும் எரியவேண்டுமென்று தீர்மானித்திருக்கின்றனர்.

பல்வேறு இடங்களிலும் கொலை கொள்ளைகள் நடைபெறுகின்றன. இன்றைய தினம் மலபாரில் நடைபெற்றதென்றால் நாளைய தினம் நெடுமங்காட்டிலே நடைபெறுகிறது. அன்றாடம் அத்தகைய நிகழ்ச்சிகள் குறித்து பத்திரிகைகளில் செய்திகள் வருகின்றன. அந்தக் கொலையும் கொள்ளையுமெல்லாம் அரசியல் தூண்டுதலின் பெயரில் நடைபெறுகின்றவைதானாம்! தீவிரவாதிகள்! பெரிய செல்வந்தர்கள் வீடுகளைத்தான் கொள்ளையிடுகின்றனர். சில தனிப்பட்ட நபர்களைத் தான் கொலை செய்கின்றனர். அவர்களில் பலருக்கும் அரசியலே கிடையாது. எப்போது, யாரைத்தான் கொலை செய்வார்கள். கொள்ளையடிப் பார்கள் என்று தெரியாது.

ஏழை மக்களையும் கொன்றிருக்கின்றனர். அது ஓர் அரசியல் ஸ்தாபனம். குறிப்பிட்ட கொள்கை- நடைமுறைகளுடைய ஸ்தாபனம். அதைப் பற்றிய பல்வேறு கருத்துக்கள் நாட்டில் நிலவுகின்றன. ஒவ்வொரு வருக்கும் அவற்றின் அடிப்படையில்தான் சந்தேகங்கள் ஏற்படுகின்றன. பயமும்! குடியிருப்புத் தகராறுகளைப் பற்றிச் சொல்கின்றவர்களுக்கு, இரவில் ஆயுத தாரிகளாய் வந்துவிடுவார்களோ என்கிற அச்சம். நூறு ரூபாய்க்கு மாதமொன்றுக்கு ஏழு ரூபாய் வட்டிக்குக் கடன் கொடுத்தனர் கடனைத் தீர்க்கும் போது வட்டி விசயமாகத் தர்க்கம் ஏற்படுகிறது. கடனைப் பெற்றுக்கொண்டவன் ஒப்புக்கொண்டதுதான். கடனைக் கொடுத்தவனுக்குப் பயம். அவர்கள் கொன்று விடுவார்களோ என்று! அட்டைக்குளத்துக் குடும்பத்தினர் அடங்கியொடுங்கி வாழ்கின்றவர்கள். அங்கே ஏராளமான பணமுண்டு. அந்தக் குடும்பத் தலைவர் யாருக்கும்

உதவி செய்யமாட்டார். அறுந்து போன கைக்கு உப்பைக் கேட்டால்கூட கொடுக்க மாட்டார்கள். அண்டை வீட்டில் ஒருவர் சாகபடுத்துக் கிடக்கிறார். மருந்து வாங்கிச் சாப்பிட்டால் தப்பித்துக் கொள்வார். காசு இல்லை. கேட்டால் ஒரு தம்பிடிக் காசைக் கூடக் கொடுக்கமாட்டார். அட்டைக்குளத்தினருக்கு இன்னொருவனுடைய ஒரு துட்டுக் கூடத் தேவையில்லை. வேண்டிய அளவு அவர்களிடமுண்டு.

பயம்! நள்ளிரவில் கத்தி -கடாக்களுடன் வந்துவிட்டால்? அழுது கூச்சல் போட்டால் கூட அட்டைக் குளத்து வீட்டுக்கு யாரும் ஓடிவர மாட்டார்கள். அந்த வீட்டுக்கு யாராவது வருவதையும் அவர்கள் விரும்புவ தில்லை.

ஓர் ஊரிலே குடித்தனமாய்த் தங்கியிருப்பவர்கள் பல விசயங்களிலும் பரஸ்பரம் ஈடுபாடு கொள்வார்கள். அதுதானே, வாழ்க்கை? மத்தியில் சர்ச்சைகள் எழுவதுண்டு. நலன்கள் பரஸ்பரம் மோதுகின்றன. அதெல்லாம் பேராசையினால் தானென்று கணக்கைப் போடாதீர்கள். பிடிவாதமிருக்கலாம். அதற்கெல்லாம் நியாயமுமிருக்கும். அப்படி ஒவ்வொருவருக்கும் மனத்தில் சற்றுச் சுமையிருக்கும். எல்லோருக்கும் பயமிருக்கும். அண்டை வீட்டின் எல்லைத் தகராறில் இரு பகுதியினரிடத் திலும் நியாயமிருக்கும்.

அவர்கள் நுழைந்து வருவார்களா?

இரு தரப்பினருக்கும் பயம்தான்!

தும்பேக்குளத்தினர் ஒரு புலையர் குடும்பத்தை வேலையினின்று நீக்கிவிட்டனர். ஓர் இருதலைமுறையாக அவர்கள் வேலையாட்களாகவே அந்த வீட்டில் இருந்திருக்கின்றனர். ஆனால், வெறும் கையாகத்தான் வெளியேயனுப்பப்பட்டனர். கணக்கு சொல்லிக் கேட்கக் கூட ஒன்று மில்லை. புலையர்கள் கம்யூனிஸ்ட் கட்சிக்கு மனுச் செய்தனர். கட்சிச் செயலாளர் மத்தியஸ்தம் பேச வந்தபோது சவுரியார் சொன்னார்:

“நீங்க உங்க பாட்டுக்குப் போங்க!”

கட்சி சில ஊர்வலங்கள், சத்தியாகிரகங்கள் எல்லாம் நடத்திப் பார்த்தது. கடைசியில் வழக்கு லேபர் கோர்ட்டுக்கு வந்தது. வழக்கு இப்பொது கூட விசாரணையிலிருக்கிறது.

அங்கே, வடக்கே எங்கேயோ ஒரு ஜன்மியை வீட்டிற்குள் புகுந்து வெட்டிக் கொன்றுவிட்டனர். அதை அறிந்தபோது சவுரியார் பயந்து விட்டார். இறந்துபோன அந்த ஜன்மி வேலையாட்களைக் கிழித்த கோட்டில்

நிறுத்தியிருந்தாராம். இந்தக் காலத்திய வேலையாட்களின் திமிர் அவரிடம் நடக்காதாம். கூலி முதலியவற்றை ஒழுங்காகக் கொடுப்பாராம். வேலையும் ஒழுங்காகச் செய்யவேண்டும். ஆயினும் அவரைத் தொழிலாளர் துரோகி என்று கம்யூனிஸ்ட்டுகள் சொல்வார்கள்.

தும்பேக்குளத்தினர் பயந்து நடுங்கினர்.

சோதருவின் மகளுடைய மகன் சலீல் இருக்கிறான். அவன்தான் அவர்களுடைய இங்குள்ள பிரதிநிதி. சவுரியார் பலரிடத்திலும் சலீலைப் பற்றி விசாரிப்பதுண்டு. இந்த ஊரில் ஏதேனும் பயங்கரவாதச் செயல் நடைபெற்றால் அதை சலீல் செய்யமாட்டான் என்பது தும்பேக் குளத்தினருக்குத் தெரியும். ஆயினும் சலீலைப் பற்றி விசாரிக்கிறார்.

ஆற்றுத் துறையான், பருத்திக்காடன் மற்றும் வட்டத்ரவினருக் கெல்லாம் பயம்தான். எல்லோருக்கும் வேலையாட்களுடன் பிரச்சினைகள் இருக்கின்றன. ஒரு பிரச்சினை அல்ல; பல்வேறு பிரச்சினைகள்! எல்லோருக்கும் பயம்தான். அன்றாடம் நடைபெறுகின்ற காரியங்கள் குறித்து சலீல்தான் தகவல் கொடுக்கிறான்.

ஊரில் ஒரு காவல் நிலையத்தை ஏற்படுத்தவேண்டுமென்று விண்ணப்பமளித்தனர். பயனில்லை. தொழிற்சாலை நிர்மாணம் பூர்த்தியாகி வருகிறது. ஆயினும் அசைவு ஏதுமில்லை. இருந்தும் காவல் நிலையமேற்பட்டபோதிலும் என்ன பயன்? மின்னல் போல் வந்து காரியம் நடத்திவிட்டு நிமிடத்திற்குள் பயங்கரவாதிகள் மறைந்து விடுகின்றனர். அனைத்தும் நடந்து முடிந்த பின்னர்தான் போலீஸார் விரைந்து வருகின்றனர்.

இங்கே பேருந்து, பிளஷர் கார் ஆகியவை ஒன்றும் வரத் தேவை யில்லை என்று கூடத் தோன்றுகிறது. ஒரு போதும் கண்டிராதவர்கள் வந்து போகின்றனர். யார், ஏது என்றெல்லாம் கேட்க முடியுமா? பயங்கரவாதிகளுமிருப்பார்கள். பலருக்கும் பகல்வேளையில் கூட வெளிக் கிளம்பி வரபயம்தான்.

எல்லோர் மனத்திலேயும் ஆதங்கம்தான். ஆதங்கமில்லாத மனிதன் இருப்பானா? எல்லோரும் எந்நேரமும் ஜாக்கிரதையுடன்தான் நடந்து கொள்கின்றனர். எப்போதும் முன்னெச்சரிக்கையுடன் எப்படி வாழ முடியும்?

ஃபிலிப்பு தான் எச்சரிக்கையுடன் வாழவேண்டியவர். ஊரில் அனைவரும் அதைத்தான் சொல்கின்றனர். இந்த ஊரில் யார்மீதாவது

அவர்கள் பார்வை இருக்குமெனில் அது ஃபிலிப்பு மீது தானிருக்கும். இரண்டாவதாகத்தான் வேறு நபர் மீது இருக்கும். கிழக்குமலைகளில் ஃபிலிப்பு பலரைக் கொன்றிருக்கிறார். கொன்று எடுத்துக் காட்டிலே போட்டால் யாருக்குத்தான் தெரியப் போகிறது? இங்கு கூட அவர் வந்த பின்னர் இரண்டு கொலைபாதகங்களைச் செய்திருக்கிறார். கறுத்த இறந்தது எப்படி? பறையருக்கும் புலையருக்கும் ஃபிலிப்பு மீது பயம்தான். ஆனால் கூலி ஒழுங்காகக் கொடுப்பார். வேலையும் வாங்குவார்.

இந்தக் காலகட்டத்தின் பயம் ஃபிலிப்பினைப் பாதிக்கவில்லையா? அவர் இதை ஒன்றும் அறியாதவர் அல்ல. சாகஸக்காரர்தான். வருவது வரட்டும். அப்போது சந்திப்போம் என்றிருக்கிறாராக்கும். தாக்குதல் வந்தால் எதிர்கொள்வார். சாகவேண்டியிருந்தால் செத்திடுவார். அப்படியொன்றும் பயப்படுகிறவர் அல்ல. இதற்கு முன்னிருந்தே அவர் ஆயுததாரியாகத்தான் வீட்டிலிருந்தே வெளியே வருவார். துப்பாக்கி, கத்தி போன்றவை கைவசமிருக்கும். எச்சரிக்கையுடன்தான் நடந்துகொள்வார். அப்போது, இப்போதைய நிலைமை குறித்துக் கேட்கவும் வேண்டுமோ?

ஃபிலிப்பின் வீட்டில் என்றும் எட்டு பத்து நபர்கள் காவல் காத்து வருகிறார்கள். ஒரு போதும் அந்த வீட்டில் இருள் சூழ விடுவதில்லை. இரவில் எங்கும் வெளிச்சமிருக்கும்.

அண்மையில் ஒரு நாள் ஃபிலிப்பு வழக்கம் போல் நள்ளிரவில் கண்விழித்தார். வீட்டைச் சுற்றி வந்தார். துப்பாக்கி கையிலிருந்தது. பின்னர் காவலாளிகளில் ஒருவனைத் தட்டியெழுப்பினார். அவன் 'கவலமத்த்னாக இருந்தான். அவன் சிறிது கள் குடித்திருந்தான். ஆயினும் கூப்பிட்டவுடன் கத்தியைக் கையிலேந்தியவாறுதான் கண்விழித்தெழுந்து நின்றான். முன்னால் முதலாளி நிற்கிறார்!

மத்தனின் கையிலிருந்து கத்தி கீழே விழுந்தது.

"அசந்து போனேன் முதலாளீ!" என்றான் மத்தன்.

'ஃபிலிப்பு அவனை மேலும் கீழுமாக ஒரு முறை பார்த்தார்.

"ஊம்! நீ உன் வீட்டிலே போயிப் படுத்துத் தூங்கிக்கோ!"

ஆக்கினைதான். எதையும் திருப்பிச் சொல்லக் கூடாது! அதுதான் முதலாளியின் சட்டம். மத்தன் நினைத்தது கத்தியைக் கையிலெடுத்தது தவறாகிவிட்டது என்றுதான். அவரைக் குத்துவதற்காகத்தான் கத்தியைக் கையிலெடுத்ததென்று அவர் நினைத்திருப்பார் என்றுதான். மத்தனுக்குப் பதில் சொல்ல விசயமுண்டு. அக்கிரமச் செயல்களின் காலம் இது. காவல்

காத்திட எட்டுபத்து நபர்களை நியமித்திருக்கிறார். ஒரு ஓசை கேட்டுக் கண்விழித்து உணர்ந்தவுடன் முதலாவதாகச் செய்ய வேண்டியது ஆயுதத்தைக் கையிலெடுப்பதாகும். அது முதலாளியே சொல்லி வத்திருக்கிற ஏற்பாடு ஆகும்.

மத்தன் என்ன தவறிழைத்தான்?

அவனை வேலையினின்று நீக்கிவிட்டார். கூலி பாக்கி நூறு ரூபாயை யும் கொடுத்தார்.

வட்டத்ர கிரிகரியே இந்தப் பிரச்சினையில் தலையிட்டார். ஃபிலிப்பு சொன்னார்:

“அவனை நம்ப முடியாது.”

“அப்படி நினைக்கக் காரணம்?”

“நான் அப்படியே படுத்திருந்தபோது யாரோ என்னிடம் சொல்வது போல் தோன்றியது. எதுவாகிலும் மத்தன் வேண்டாம். எனக்கு அவன் மீது நம்பிக்கையில்லை.”

என்ன செய்வது?

அன்று வரையிலும் காவல் காத்திருந்தவர்களை எல்லாம் ஃபிலிப்பு வேலையிலிருந்து நீக்கிவிட்டார். காரணம், நம்பிக்கையில்லை என்பது மட்டும்தான். அதைத் திறந்து சொல்லவும் அவருக்குத் தயக்கமில்லை.

* ** *

மனிதனும் பிராணிவர்க்கத்தைச் சேர்ந்தவன்தான். மனிதனும் ஒரு மிருகம்தான். ஆயினும் தான் செய்ததெல்லாம் அவனுக்கு நினைவிருக்கும். பார்த்ததெல்லாம் ஞாபகமிருக்கும். நினைவுகள் அவனைத் துன்புறுத்தும். ஆராச்சார் (தூக்கு மரமேற்றுகிறவன்) எத்தனையோ பேர்களைத் தூக்கிலிட்டுக் கொன்றிருப்பான்! ஒவ்வொரு தூக்குத் தண்டனை நிறைவேற்றுதலுக்கும் அதன் தன் பிரத்தியேகத் தன்மையிருக்கும். ஒருவன் சிரித்துக் கொண்டே தூக்குமரமேறுவான். இன்னொருவன் அலறியவாறு தூக்குமரத்தை நோக்கிச் சென்றிடுவான். வேறு ஒருவன் தெய்வத்தைக் கூப்பிட்டவாறு செல்வான். இவ்வாறாக ஒவ்வொருவனுக்கும் ஒரு பிரதியேகத் தன்மை இருக்கும். இன்னொருவனுக்குத் தன் காதலி அந்தக் காட்சியைக் காண வேண்டுமென்றிருக்கும்.

ஆராச்சார் கூடக் கண்டிப்பாகக் கனவு காண்பான். சிரித்தவாறே இறந்தவன் கனவில் தோன்றினால் எப்படியிருக்கும்? உயிர்வாழும் போது

ஏற்படுகிற சிரிப்பாக இருக்காது இறந்தவனின் சிரிப்பு. அது பயங்கரமாக இருக்கும். உயிருடனிருந்த காதலன் இறந்த பின்னர் தோன்றும் போது காதலிக்கு அது ஒரு பயங்கரமான காட்சியாக இருக்கும். ஆராச்சார் பயந்து அலறிவிடுவான்.

ஆராச்சார் பென்சன் வாங்குகிறான். வாழ்நாள் முழுவதும் அவன் செய்து வந்த வேலை மனிதர்களைத் தூக்குமரமேற்றிக் கொன்று விடுவதுதான். வேறு எந்த வேலையும் செய்ததில்லை. அவன் சாப்பிட்டது மனிதனைத் தூக்கிலிட்டுக் கொல்வதற்காகத்தான். உறங்கியதும் அதற்காகத்தான். வாழ்ந்ததே அதற்காகவென்று சொன்னால் தீர்ந்தது. எனவே தூக்குத் தண்டனை இல்லையென்றாகிவிட்டால் அவன் என்ன பண்ணுவான்? உண்ண வேண்டாமா? உறங்க வேண்டாமா? கொல்லப்பட்டவர்களெல்லோரும் தங்கள் தங்கள் பிரத்தியேகத் தன்மைகளுடன் கனவில் தோன்றினால்?

அந்நிய உலகத்தின் உயிருடன் அவர்கள் வந்துவிட்டால்?

ஃபிலிப்பினை அனைத்து ஆயுதங்களுடன் எந்த நேரத்திலும் எந்த இடத்திலும் காணலாம். கையில் கத்தியிருக்கும்; துப்பாக்கியிருக்கும். ஊன்றி நடக்கிற தடிக்குள்ளே இருப்பதுகூட வாள் ஆகும். அவருக்குச் சுற்றிலும் கண்கள் இருக்கின்றன. முன்னே வருகிறவனையும், பின்னால் வருகிறவனையும் வேறுபடுத்திப் பார்க்கமுடியும். இடது பக்கமும் வலது பக்கமும் ஜாக்கிரதைதான்.

முன்னால் தென்படுகிற மனிதன் யாரென்று அறிந்துகொள்வார். அவன் நண்பனா; எதிரியா? பின்னால் வருகிற மனிதனுடைய மனத்திற் குள்ளே என்ன இருக்கிறது? தூரத்தை ஒரே அளவில் அளந்து பார்த்து வருகிறான். அவன் எந்த இடத்தில் வைத்துத் தாக்குதலை நடத்திடுவான்? பாதையோரத்தில் மேய்ந்து நடக்கிற பசுமாடு தலையுயர்த்திப் பார்க்கிறது. அது பாய்ந்து வந்துவிட்டால்? மரங்கள்மீதும் கூட ஃபிலிப்புக்குச் சந்தேகம்தான். நடந்து போகும்போது ஒரு கிளை ஒடிந்து கீழே விழுந்து விட்டால்? பகைமையில்லாத ஒன்றையும் அவரால் காண முடியவில்லை.

பின்னர் எங்கே வாழவேண்டும்? பூமியில் பிறந்து பூமியிலேதான் வாழ வேண்டும்!

சென்ற காலத்தின் சுருள்கள் தொடர்ந்து அவிழ்ந்து கொண்டிருந்தன. அவிழ்ந்து நிமிர்ந்தவை சுருண்டு விடவும் செய்தன. அது சகித்துக் கொள்ள முடியாததல்லவா?

மறந்துவிட முடிகிறதென்றால் அது அதிருஷ்டம்தான். நினைக்க நேர்ந்துவிடுவது, அல்லது சும்மா நினைவிலே தெளிவாகத் தோன்றுவது சாபம்தான். அவ்வாறு, குட்டிவனத்தின் அருவிக்கரையில் வைத்து முருகனுக்கு ஓர் அடி கொடுத்தார். ஒரே ஒரு அடிதான். அவன் விழுந்து துடித்தான். பின்னர் அசையவில்லை. ஃபிலிப்பு நினைத்துக் கொள்கிறார்.

முருகன் எழுந்து வருகிறான்.

அவன் எதற்காக எழுந்து வருகிறான்?

'பெல்ட்'டிலிருந்த துப்பாக்கியை எடுத்து ஒரு முறை சுட்டுவிட்டால்?... அவன் பின்னரும் அந்தக் காயத்துடன் எழுந்து வருவான்.

கொழுந்தைக் கிள்ளுகிற அலமேலு கருவுற்றாள்.

அவள் தோட்டத்தை விட்டுச் சென்றாள்.

அவள் பிரசவமாகியிருப்பாள்.

குழந்தை ஆணா? பெண்ணா? ஆண் குழந்தையெனில்?...

இங்கே இருட்டில் தலைமறைவாகி வாழ்கின்ற நக்ஸலைட்டுக்களில் ஒரு தமிழன் இருக்கிறானே... அது அவனாக இருப்பானா?

அங்கே தூரத்திலிருந்து, தடியூன்றியவாறு ஒற்றைக் காலில் தத்தித் தத்தி வருகிற சுப்பு, சின்னவெள்ளனாடிக் தோட்டத்து வேலையாளாக இருந்தவனாகும்.

இந்த ஊரில் தனக்கு மட்டும்தான் இத்தகைய எதிரிகள் இருக்கிறார்கள். பலரிடத்திலும் கேட்க வேண்டியிருக்கிறது. ஆனால் எவனும் பதில் சொல்லுவான் எனத் தோன்றவில்லை.

எதிரிகளின் அணியை எதிர்கொள்கின்றவர்கள் அனைவரும் ஒன்றாக அணிவகுத்து நின்றால்?... வேண்டாம்!

தனியாளாக நின்று போராடலாம்.

கத்தியுண்டு.

கைத் துப்பாக்கியுண்டு.

வாள் உண்டு.

ஃபிலிப்பு எதற்கும் தயாராகத்தான் இருக்கிறார்.

* ** *

மேலென்றும், கீழென்றும் இருக்கவேண்டும். ஒழுங்கு மிகத் தேவையானது. சிலர் பிறந்தது அடிமைகளாக இருக்கத்தான். சிலர் உடமையாளர்களாகவும்! அது கடவுள் போட்ட கட்டளை. அதை மாற்றி விட முடியாது.

தொழிலாளியைத் தண்டிப்பது முதலாளியின் உரிமையாகும்.

சமானநிலை எங்குமில்லை. அதுவும் கடவுளின் கட்டளைதான்.

தலைமுறைகளாய் இவ்வாறு நம்பி வந்தனர். ஃபிலிப்பு கூட அவ்வாறு நம்பினார்.

செய்வது தவறென்று ஃபிலிப்புக்குத் தோன்றவில்லை. இப்போது தலைமுறைகளின் பாபச் சுமை ஃபிலிப்பின் தலை மீது வந்து விழுந்திருக் கிறது. இத்தகைய ஃபிலிப்புமார்கள் இந்த உலகத்தில் எத்தனை பேர்கள் இருக்கிறார்கள்?

உதைபட்டு, மிதிபட்டுச் செத்துப் போனவர்கள், அவமதிக்கப் பட்டவர்கள், துரோகத்திற்கு இரையானவர்கள் எல்லோரும் கைக் குண்டும், துப்பாக்கியும், வாளுமேந்தியவாறு உயிர்த்தெழுந்து வருவார்கள்.

ஒருவன் சிரத்தை எங்கேயோ பாதையோரத்தில் காட்சிப் பொருளாக வைத்து விட்டார்களாம்.

இல்லை! தன் சிரத்தை அத்தகைய காட்சிப்பொருளாக வைத்து விட ஃபிலிப்பு வாய்ப்பளிக்க மாட்டார்! அதற்காக வருகிறவன் எங்கிருக் கிறான்?

எந்த இடத்திலுமிருக்கிறான்!

பார்க்க முடியாது! செய்த காரியங்களில் எதுவும் தவறாகிவிட்ட தென்று அவருக்குத் தோன்றவில்லை. ஆயின் முன்னோர்கள் செய்தவை அனைத்தும் தவறுதான்.

ஒரு காலகட்டத்தின் நீதி பிற்காலத்தில் குற்றமானதென்று சொல்வதில் என்ன நியாயமிருக்கிறது?

தந்தை, பாட்டன் மற்றும் முப்பாட்டன்மார்களைக் கொலை பாதகர் களென்று அழைக்கலாமா? கொள்ளையர் என்று முத்திரையடிக்கலாமா? துரோகிகள் என்று பழி போட்டுப் புறக்கணிக்கலாமா? அதுதான் தவறு.

அதற்காக இறந்துவிடவேண்டுமென்றால் இறந்து விடுவதுதான் சிலாக்கியமானதாகும்.

ஃபிலிப்பு எவனையும் பொருட்படுத்த மாட்டார். எதையும் எதிர் கொண்டு விடுவார்.

அது ஒரு தர்மயுத்தம். இந்தத் தருமயுத்தத்தில் பங்குகொள்ள ஒருவனுமில்லையா? எல்லோரும் கோழைகள்!

தேடிய செல்வமனைத்தையும் காணிக்கையாக அர்ப்பணம் செய்யத் தயாராகி முட்டிமடித்து நிற்கின்ற படுகோழைகள்!

* ** *

அந்த ஜீவிதம் முடிவுற்றது. தனது மட்டுமின்றிப் பழைய தலைமுறையினரின் பாபமனைத்தையும் சுமந்தவாறு நடந்துகொள்ள யாராலும் முடியாது. சுமை தாங்குவதிலே கூட ஓர் எல்லையுண்டு. எல்லைக்கும் அப்பால் சென்றுவிட்டால் நசுங்கியமர்ந்து போய்விடும்.

ஃபிலிப்புவை யாரும் கொலை செய்யவில்லை. எந்த ஒரு நக்ஸலைட் தாக்குதலும் நடைபெறவில்லை. எந்த ஒரு பேயும் வந்து கழுத்தை நெரித்துக் கொல்லவில்லை.

ஒரு துப்பாக்கி ரவை வயிற்றுக்குள்ளே பாய்ந்து சென்றது. அதனால் இறந்துவிட்டதாகத் தோன்றவில்லை.

கழுத்தின் வலது பக்கத்தில் மேலிருந்து கீழே சீவிச் சென்ற ஒரு வெட்டுக் காயமிருந்தது. அதனாலும் ரத்தக்குழாய் அறுபடவில்லை. நெஞ் சிலே கத்தியை இறக்கிப் பார்த்தார். கத்தி போதுமான அளவு இறங்கிச் செல்லவில்லை. நெஞ்சைக் குறிவைத்துச் சுட்டது வயிற்றைத் துளைத்தது போன்று கத்திப் பிரயோகமும் குறி தவறிவிட்டது. இறுதியில் காரியம் நிறைவேறியது.

சிறியதொரு பிளேடினால் முக்கியமான ரத்தக் குழாய் அறுந்து விட்டது.

இவையனைத்தும், கதவுகளும் ஜன்னல்களும் அடைத்துப் பூட்டப் பட்ட பங்களாவின் ஓர் அறையில்தான் நடைபெற்றது.

தற்கொலைக்காக ஒருவரால் இவ்வளவு சாகஸச் செயல்களைப் புரிந்துகொள்ள முடியுமா? இறந்து விடவேண்டுமென்று தீர்மானித்துக் கொண்டால் அந்தத் தீர்மானத்தை அமுலாக்குவது. உறுதிமிக்க அந்த மனத்தினால் பல நபர்களைக் கொன்று விடமுடியும். பலருக்குத் துரோகம் செய்ய முடியும். அதற்கெல்லாம் மூலாதாரமாக ஒரு நீதி சாத்திரமும் இருந்தது.

139

அந்த ஆண்டில் வழக்கத்திற்கும் மேலாகத் தென்மேற்குப் பருவமழை பொழிந்தது. மூன்று முறை ஜலப் பிரளயம் உண்டாயிற்று. கிழக்கு மலைகளைக் கலக்கி ஓடி வந்த ஆறுகள் மேற்கு சாகரத்தில் சென்று சங்கமமாயின. ஆற்றுவெள்ளம் கன்னங்கரேலென்றிருந்தது. ஆனால் குட்டநாட்டு வயல்களில் அந்த மலைவெள்ளம் சென்று பிரவேசிக்கவில்லை. வயல்களின் எல்லைத் திண்டுகள் கருங்கல் சுவர்களாக அமைந்திருக்கின்றன. விவசாய சீர்திருத்தும் தான் காரணமாகும். எந்த ஒரு மலைவெள்ளப் பாய்ச்சலாலும் நுழைய முடியாதவாறு 'பண்டு'கள் உயரமாய்க் கட்டப்பட்டிருக்கின்றன. கடந்த சில ஆண்டுகளாக தரிசு நிலமில்லை. தவிரவும் இருபோக விளைச்சலும் ஏற்பட்டுக் கொண்டிருக்கிறது.

அரசாங்கத்தின் யோசனைக்கேற்ற சம்பிரதாய முறை.

வட்டத்ர கிரிகரி, கலக்கமடைந்து ஓடிச் செல்கிற மலைவெள்ளத்தைப் பார்த்துச் சொன்னார்:

"மலையிலேருந்து கலந்தோடி வர்ற இந்த மண்ணும் வளமுமெல்லாம் அங்கு கடலிலே போய்ச் சேருது."

கிரிகரிக்கு ஆசைதான். வீட்டு வளாகத்திற்குள்ளே, வயலுக்குள்ளே இந்த வெள்ளம் புகுந்துவிட்டால் பத்து மேனி விளைச்சல் கூடுதலாகக் கிடைத்துவிடும். மழை சற்று ஓய்ந்து விட்டால் யாரையாவது நாலு பேரை அழைத்து வந்து பண்டினைச் சிறிது வெட்டிவிடச் செய்திருக்கலாம். மலைவெள்ளத்தின் குணாதிசயமென்னவென்று இன்றைய விவசாயிகளுக்குத் தெரியாது. அந்த வெள்ளம் வயலில் நுழைந்து ஓடிச் சென்றால் போதும். தேங்கி நிற்கவேண்டாம். கிழக்கே தெய்வின்றி மழை பெய்து கொண்டிருக்கிறது. மலையாள நாட்டின் மலைவெள்ளத்தினை மக்கள் மறந்துவிட்டனர்.

ஆற்றுத் துறை அந்தோனி, வட்டத்ர கிரிகரி மற்றும் பருத்திக்காட்டு ஔசேப்பு ஆகியோர் படுகிழவர்களாகி விட்டனர். மூவருக்கும் பல் இல்லை. சதை எலும்புகளிலிருந்து பிரிந்து நிற்கிறது. தோலில் சுருக்கங்கள் விழுந்து விட்டன. கண்கள் குழிவிழுந்து விட்டன. மலை வெள்ளம் தணிந்து விட்டபோது நண்பர்கள் மூவரும் ஒன்று கூடினர். அந்தோனி வினவினார்:

"மலைவெள்ளத்தைப் பார்த்தீங்களா, கிரிகரியண்ணா?"

உதவியற்றவர் போல் கிரிகரி சொன்னார்: "ஓ... பார்த்தேன்."

"ஓ... அதுக்கு இப்போ என்ன செய்யறது?" பொதுவாகச் சொன்னார் ஔசேப்பு.

"கடவுள் கருணை புரிந்தார். மனிசனுக்கு அது வேணாம்." கிரிகரி பெரிய நஷ்டமொன்றை முன்னே பார்த்தவாறு கூறினார். "ஒரு துளி நீர் வயலுக்குள்ளே விழவில்லை. இருக்கிற ரசாயன வளமும் விஷமும் போட்டு மண்ணைக் கொடுத்தாச்சு. இப்போ இந்த மண்ணிலே புல்லு கூட முளைக்காது."

ஔசேப்பு சிரித்தார்.

"ஒண்ணும் முளைக்காமே இருக்கிறதினால் தானே, இந்த வயலை யெல்லாம் சும்மா போட்டிருக்காங்க."

* ** *

கார்த்திகைக் காற்று வழக்கத்தை விடவும் முன்னதாக வீசத் தொடங்கியது. பருத்திக் காட்டு ஔசேப்பு பச்சைச் சால்வையைப் போர்த்தியவாறு வெளியே வந்தார். விடிவெள்ளி உதயமாகவில்லை. வானத்தில் நட்சத்திரங்களெல்லாம் தெளிவாகத் தென்படுகின்றன. கார்த்திகை நட்சத்திரம் எங்கே? எந்தப் பகுதியில் நிற்கிறது ஆதிரை? நட்சத்திரங்களின் ஸ்தானங்கள் மாறிவிட்டன. புரட்டாசி மாதத்திலேயே கார்த்திகைக் காற்று வீசுகிறது. இதென்ன, கூத்து? அடுத்த நாளிலும் அதுவே நடந்தது.

மண்ணில் விதை விதைப்பதற்கான நேரமாயிற்று. புரட்டாசியில் விதையை ஏற்றுக்கொள்ள மண் தயார்தான்.

மூன்று கிழவர்களும் பரஸ்பரம் முகத்தைப் பார்த்தவாறு பேசாம லிருந்து விட்டனர். காலம் மாறுகிறது. இயற்கையும் மாறுகிறது.

எந்த வயலிலும் எந்த வேலையும் ஆரம்பமாகவில்லை. விவசாயம் பண்ண எவனும் முன்வருவதில்லை.

இதென்னவாம்?

மூன்று வருடமாக அழிவுதான். 'அரணி'ச் செடிகள் வளர்ந்ததன் விளைவாக அறுவடை நடைபெறவில்லை. பல வயல்களிலும் நெற்கால்கள் குழாய்களாக மாறின. நெல் முழுவதும் அழுகி அமர்ந்து போய்விட்ட வயல்களுமுள்ளன. அரசு சொன்னபடி ரசாயன வளங்கள் போடப்பட்டன. விஷமடிக்கப்பட்டது. எந்தப் பயனுமில்லை. விவசாயம் பண்ண யாருக்கும் சக்தியில்லை. நெல்லும் பணமுமில்லை.

அடுத்த வருடம் விவசாயமே இல்லையென்றாகிவிடுமோ? இல்லாம லிருக்கலாம்.

கிரிகரி நண்பர்களிடம் விசாரித்தார்:

"அப்படீன்னா, இந்த ஊரிலுள்ள ஜனங்களெல்லாம் கஞ்சித்தண்ணி குடிக்கிறதெப்படி?"

"அரிசி தரவேண்டியது அரசாங்கமல்லவா? அரசாங்கம் எங்கிருந்தாவது அரிசி கொண்டாந்து தந்திடும். அதை வாங்கிச் சாப்பிட்டுக்குவோம்" என்றார் ஔசேப்பு.

"காசெங்கிருந்து?" என்றார் அந்தோணி.

பதில் வரவில்லை. அவர் தொடர்ந்து வினவினார்:

"வேலைவெட்டியிருந்தாத்தானே, காசிருக்கும்?"

அதற்கும் பதிலில்லை.

"மிச்சபூமி கிடைச்சவனுக்கும் விவசாயம் பண்ணிப் போதும்ன்னாச்சு."

அது தூரத்திலெங்கிருந்தோ யாரோ சொல்லிக் கேட்டது போல் தோன்றியது.

அங்கே யாரும் சொன்னது அல்ல!

மலைநாட்டின் மண் எந்த நாளிலிருந்து தானிய விதையை ஏற்றுக் கொள்ளத் தொடங்கியது? முதல் விவசாயி எப்படி மண்ணை இளக்கினான்? மரத்தின் கம்பினை தாய்த் தடியின் பகுதியோடு சேர்த்து ஒடித்து எடுத்து அதனால் மண்ணினை இளக்கினான். ஆதிகாலத்தில் அவ்வாறு மண்ணினை இளக்கி விதைத்திருக்க வேண்டும். மலை நாட்டின் ஆற்றோரங்களில் அப்படித்தான் விவசாயம் ஆரம்பமானதா?

விதைக்கவேண்டிய நேரம் எது என்று நமது முன்னோர்கள் எப்படி அறிந்து கொண்டனர்? வானத்தில் நட்சத்திரங்களைப் பார்த்து செய்திருக்க வேண்டும். அல்லது காற்றின் போக்கினைப் புரிந்து கொண்டு செய்திருக்க வேண்டும். அல்லது வெயிலின் இயல்பினை அடிப்படையாக்கிக் கொண்டிருக்கலாம்.

விவசாயத்தைப் பற்றிய ஒரு பாடலை அவர்கள் கற்றிருந்தனர். மண்ணினைப் பற்றி எல்லாமெல்லாம் அவர்கள் அறிந்திருந்தனர்.

புரட்டாசி மாதத்தின் சில நாட்களில் கார்த்திகைக் காற்று வீசிய காலநிலை மாறிவிட்டது. வடகிழக்குப் பருவமழையின் தூரத்து இடி முழக்கத்தைக் கேட்க முடிகிறது. அது மேற்கு மலைத் தொடருக்கப்பாலிருந்து வருவதாக இருக்கலாம்.

அந்தப் பருவமழை பெய்யவில்லை. இயற்கை மாறுதலடைகிறது.

வட்டத்ர கிரிகரி ஆற்றுத் துறை அந்தோனியிடம் வினவினார்:

"காலம் என்ன நினைக்குது அந்தோனி?"

"என்னவோ? எனக்கு ஒண்ணும் தெரியாது."

கார்த்திகை நட்சத்திரம் உதித்தது. ஆனால் தரைக் காற்று வீச வில்லை.

எந்த வயலிலும் எந்த ஒரு வேலையும் ஆரம்பமாகவில்லை. கார்த்திகை நீரேற்றம் ஏற்படவில்லை. அந்த ஏற்றத்தின் போதுதான் பல்வேறு வயல்களில் மடை விழுந்து விடுகிறது. பழைய விவசாயிகள் அதை நினைத்துக்கொண்டனர்.

* *** *

புல்லாற்றுக் கரிசல் நிலம் பல்வேறு செடிகொடிகள் முளைத்து வளர்ந்து படர்ந்து காடாகப் பரிணமித்துவிட்டது. அது இப்போது பல நபர்களுக்குச் சொந்தமாகிவிட்டது. யாருமே புறவேலித் திண்டு அமைக்க இங்கே வருவதில்லை.

தெளிந்த நீர் நிலமாகிவிட்ட வயல்களாக இருந்தன. ஏன், சாகுபடி செய்யவில்லை? அரசாங்கம் அதை எடுத்துக் கொண்டு விவசாயத்திற்கு ஏலம் போடுவதற்கான விளம்பரம் எல்லா ஆண்டிலும் செய்வதுண்டு. விவசாயம் செய்ய யாரும் தயாரில்லை. அந்த மண்ணில் விதைத்தால் முளைக்காது.

மங்கலச்சேரிக் கரிசல் நிலத்தின் பல பகுதிகள் சின்னச் சின்ன வீட்டுமனைகளாகிவிட்டன. அங்கெல்லாம் குடியிருப்புக்களும் ஏற்பட்டு விட்டன. நிலத்தில் விவசாயம் நடைபெறுவதில்லை. அது பாழ் நிலமாகி விட்டது. என்றும் அது பாழ்நிலமாக இருந்ததுதானே!

மூன்று வருடங்களாகப் பாழ்நிலமாகக் கிடக்கிற 'முண்டன்' வயலைக் குத்தகைக்கு எடுத்துக்கொள்ள யாரும் முன்வரவில்லை.

'முண்டன்' வயல் இன்று ஒருவருக்கு மட்டும் சொந்தமில்லை. ஞாற்றுவாய் நானூரில் முன்பு ஒரு காலத்திலே நிகழ்ந்தது போன்று,

ஆற்று வாளைமீன் கூட்டங்கள் முட்டை போட்டுக் குஞ்சுகளுடன் நீச்சலடித்துத் திரிகின்றன.

அதைப் பார்த்த பருத்திக்காட்டு ஔசேப்பு நெஞ்சிலடித்துக்கொண்டு அழுதார்.

ஞாற்றுவாய் நானூறு இன்று நாற்பது பேருக்குச் சொந்தம். எல்லோருக்கும் நிலப்பட்டா கிடைத்துவிட்டது. ஆயினும் அந்த நிலத்தின் இன்றைய நிலைகண்டு ஔசேப்புவால் பொறுத்துக்கொள்ள முடியவில்லை.

'வரம்பினகம்' வயலை யாரெல்லாமோ சேர்ந்து விவசாயம் செய்யத் தயாராகிவிட்டனர்.

வட்டத்ர கிரிகரி ஒரு நெடுமூச்சு விட்டார். அவருக்கு அந்த வயலில் முந்நூறு பறை நிலமுண்டு.

பருத்திக்காட்டு ஔத கிரிகரியிடம் சொன்னார்:

"கிரிகரியண்ணன் முந்நூறிலே அறுவடையாகும் போது முந்நூறு பறை நெல் எனக்குத் தரணும். புஞ்சைநெல்லின் அரிசியை வேகவைத்த தண்ணியைக் குடிக்க எனக்கு ஆசையாயிருக்கு."

கிரிகரி ஒப்புக் கொண்டார்:

"அதைக் கேக்கணுமா ஔசேப்பு? அப்பறம் நான் எதுக்காக விவசாயம் பண்ணனும்? நாம்பல்லாம் கஞ்சித் தண்ணி குடிக்கத்தான்."

ஆற்றுத்துறை ஔதவுக்கு வேறு ஏதோ வயலில் நூறு பறை நிலத்தில் விவசாயமுண்டு.

வரம்பினகம் வயலில் மோட்டார் வைத்துத் தண்ணீர் வெளியேற்றப் பட்டது. கார்த்திகை மாதத்திலேயே விதைத்து விடலாம்.

பாசியகற்றிடப் பெண்களுடன் சென்ற தம்புரான் புலையன் வட்டதரவை நோக்கி ஓடி வந்தான்.

"என்னடேய், ஓடிவர்றே?" என்றார் கிரிகரி.

"அவங்க பொண்டுகளை வயலுக்குள்ளே விட மாட்டேங்கறாங்க."

"யாரடா, அப்படிச் செஞ்சவன்?"

"பூவச்சாலில் பைலிதானுங்க."

வட்டத்ர கிரிகரி நடுங்கி நின்றுவிட்டார். அந்தக் கிழவர் நெஞ்சில் அறைந்தவாறு, பீலி தன் முன்னால் நிற்கிறான் என்பது போல் வினவினார்.

“நீ என்னை ஏமாற்றிக்கிட்டிருந்தியா, டேய்ய்!”

தம்புரான் புலையனுக்கு மேற்கொண்டும் சொல்ல வேண்டியிருந்தது.

“தெற்கேயுள்ள நூற்றிஐம்பது நிலத்திலே கூட வேலை செய்யப் பொண்டுகளை இறங்க அனுமதிக்கலே.”

அது யாரென்று கிரிகரி விசாரிக்கவில்லை. அது யாரென்று அவருக்குத் தெரியும். கொடிய நம்பிக்கைத் துரோகம்!

நில உச்சவரம்பு நிர்ணயிக்கப்பட்டபோது நம்பத் தகுந்தவர்கள் பெயரில் கிரிகரி நிலத்தை எழுதி வைத்தார். அவர்கள் இந்த மாதிரி ஏமாற்றுவார்கள் என்று அவர் நினைக்கவில்லை. இது ஒரு வஞ்சனை தான். இந்த வஞ்சனைக்கு கடவுளே அவர்களிடம் கேட்டுவிடுவார். கிரிகரி கண்ணீருடன் கடவுளை வேண்டினார். கிரிகரிக்கு வேறு வழி ஏது?

இப்படி நம்பினவர்களாக வேறு சிலர் கூட உள்ளனர். இவ்வாறாகத் தலைமுறைகளாய்த் தேடி வைத்த சொத்துக்கள் கைநழுவிப் போகின்றன.

* ** *

எந்த நாள் முதற்கொண்டு மனிதன் பூமியை நேசிக்கத் தொடங்கினான்? வரலாறு அந்தக் காலத்தைப் பற்றிச் சொல்வதில்லை.

வனவிலங்குகளை வேட்டியாடித் திரிந்திருந்த காலத்திலேயே மனிதன் பூமியை நேசித்திருக்கலாம். ஏராளமான மிருகங்கள் இருந்த காட்டில் அவன் தங்கியிருந்த சந்தர்ப்பத்தில் அவனுக்குப் பூமியிடம் நேரமிருந்ததா? காட்டுத் தானியங்களைப் பிடுங்கித் தின்று ருசியறிந்த மனிதன் பூமியை நேசிக்கத் தொடங்கியதாக இருக்கலாம். பிறகு தானியத்தைச் சாகுபடி செய்தபோது அவன் கண்டிப்பாகப் பூமியை நேசித்திருக்க வேண்டும். மனிதன் பூமியை நேசித்த தேதியைக் கண்டு பிடிப்பதற்கான இந்தப் போக்கு நேரான வழியில்தானா?

கடவுள் ஆதாமையும் ஏவாலையும் படைத்தார். அவர்களின் சந்ததிகள் பூவுலகமெங்கிலும் பரவினர். அப்படிப் பார்த்தால் எப்போது மனிதன் பூமியை நேசித்தான்? ஆயிரக்கணக்கான நூற்றாண்டுகள் வழியாகக் கடந்துவந்திருக்கிற அந்த நேசம் ஆசையாக, தாகமாக, இன்னபிற உணர்ச்சிகளாக எத்தனை எத்தனை யுத்தங்களும், எத்தனை எத்தனை சாகஸச் செயல்களுக்கும், வேறு பலவற்றிற்கும் காரணமாகப் பரிணமித்திருக்கும்?

மனிதனுடைய வரலாறே, அவன் பூமி மீது கொண்ட பேராசை மற்றும் தாகமோகங்களின் சரித்திரம்தான்.

ஏகாதிபத்தியங்கள் உருவானதே பூமி மீது கொண்ட தாகத்தினால் தான்.

ஏகாதிபத்தியங்கள் சிதறுண்டதும் வேறு காரணங்களினால் அல்ல!

மனிதனுடைய அனைத்துப் பரிணாமங்களுக்கும் அடிப்படையானது பூமி மீதுள்ள தாகமேதான்.

மனிதன் அழிகிறான் என்றால் அதற்குக் கூடக் காரணமானது வேறு எதுவுமாக இருக்காது.

சமூக நீதியை எப்படிப் பெற்றுக் கொள்ளலாம்? சமத்துவமின்மைக்கு எப்படிப் பரிகாரம் காணலாம்?

தெய்வராஜ்ஜியம் எப்படி உருவாகும்? எல்லாவற்றிற்கும் பூமி தான் பதில் சொல்ல வேண்டியிருக்கிறது.

பூமியால் பதில் சொல்ல முடியாது. பூமி வேண்டிய அளவு தானியத்தை உற்பத்தி செய்து தருகிறது. தேவைப்படுவதெல்லாம் பூமியில் விளைகிறது. அதுவன்றி பூமாதேவி என்ன செய்ய வேண்டும். அந்தத் தாய் கருணாமயமானவள் கூடத்தான். பூமியைப் பறித்து எடுப்பதனால் நீதி அமுலாகுமா? சகோதரத்துவம் ஏற்பட்டு விடுமா? பிரச்சினைகள் பரிகரிக்கப்பட்டு விடுமா?

பூமி கை மாறுவதால் மனித சமுதாயத்தின் பிரச்சினைகள் தீர்ந்து விடுமா? பூமிக்காக மனிதனுக்கு ஏன் இந்தத் தாகம்? ஏன் இந்த நேசம்? பூமியை அதன் பாட்டுக்கு விட்டு விடுங்கள்! பூமி விளைவித்துத் தருவது எல்லோருக்குமாகத்தான் என்று வைத்துக் கொள்ளுங்கள்!

கிளாசிப்பேர் கொச்சுபிள்ளையும், அளவெடுக்கும் நாகம் பிள்ளையும் வந்து எதையெல்லாமோ செய்தனர்.

இன்று எவனுமே கொச்சுபிள்ளையை நினைப்பதில்லை.

பூமிக்கு எல்லை நிர்ணயம் செய்து கல் போட்ட நாகம் பிள்ளையை இன்று யாருக்கும் தெரியாது.

அந்தத் தலைமுறை செத்து மண்ணோடு மண்ணாகிவிட்டது.

பருத்திக்காட்டு ஔதவும், கோடாந்திர மூத்த ஆசானும், புல்லாற்றுக் கைமளும், தங்கத் தம்பிரானுடைய 'திருவுணவு'க்கான அரிசி தலைச்

சுமையாய் தேதி தவறாமல் கொண்டு சென்று கொடுத்துவந்த கொச்சுமிச் சாருமெல்லாம் உயிர்த்தெழுந்து குட்டநாடன் வயல் வரப்புக்களில் அலைந்து திரிகின்றனர்.

கிளாசிப்பேர் கொச்சுபிள்ளையும், நாகம் பிள்ளையும் உத்தியோகம் பார்த்திருந்த காலத்தில், அதற்கு முன்னர் எங்கேயோ இருந்த தலைமுறையைச் சேர்ந்த மனிதர்கள் உயிர்த்தெழுந்து புறவேலித் திண்டுகள் தோறும் அலைந்து திரிந்திருக்கவேண்டும். அவ்வாறாக மிகப் பழைய காலத்திற்குச் செல்லும்போது மனிதன் பூமியை நேசிக்கத் தொடங்கிய காலத்தைக் கண்டுபிடிக்கலாம். அவ்வாறாகத்தான் கண்டுபிடிக்க முடியும்.

* ** *

புதல்வர்கள் யாரும் வரவில்லை. பேரன்பேர்த்திமார்களும் வர வில்லை. அவர்கள் எல்லோரும் பெங்களூரிலும் சென்னையிலும் கிழக்கு மலைத் தோட்டங்களிலுமெல்லாம்தான்.

வட்டத்ர கிரிகரி உரத்த குரலில் கூவியழைத்துக் கேட்டார்: "இவர்கள் யாருக்கும் வேண்டாமா?" விடியற் காலையில் விடிவெள்ளி உதயமாகிறபோது அந்தக் கேள்வி, 'வரம்பினகம்' வயலிலும், 'முண்டன்' வயலிலும், புல்லாற்றுக் கரிசல் நிலங்களிலும் எதிரொலித்துக் கேட்டது. மாலைப் பொழுதிலும் அந்தக் கேள்வி முழங்குவது கேட்டது.

ஒரு நாள் அதற்குப் பதில் தொலை தூரத்திலெங்கிருந்தோ முழங்கி வந்ததாக கிரிகரிக்குத் தோன்றியது.

"வேண்டாம்."

"வேண்டாமாடா?"

"வேண்டாம்!"

உறுதியான பதில்தான்.

பிற்காலத் தலைமுறைக்கும் வேண்டாம்!

திரும்பத் திரும்ப அந்தப் பதில் காதில் விழுந்து கொண்டிருந்தது: "வேண்டாம்! வேண்டாம்!"

கிரிகரி வினவினார்:

"அப்பறம் எப்படி நெல் விளையும்? இந்த மனிதர்களின் வயிறு நிறைய வேண்டாமா?"

எங்கிருந்தோ பதில் வந்தது.

"நிலத்தை உழுகிற வண்டியுண்டு.
கோணிப்பைக்குள்ளே வளமுண்டு.
நெல் தானாகவே விளையும்."

கிரிகரி அலறினார்:

"பூமி துர்ப் பூமியாகி விட்டது"
பருத்திக்காட்டுச் சந்ததிகள் வரவில்லை.
அவர்களுக்குப் பூமி வேண்டாம்.
ஆற்றுத் துறையைச் சேர்ந்த இளைஞர்களும் வரவில்லை.
அவர்களுக்கும் பூமி வேண்டாம்!
யாருக்கும் பூமி வேண்டாம்?"

உயிருள்ள பேய்கள் போன்று, அந்த மூன்று கிழவர்களும் ஒன்று கூடிய போது கிரிகரி சொன்னார்:

"அப்பனே அந்தோனி, மண்மீது மனிதனுக்கு இருந்த நேசம் போய் விட்டது. இனிமேல் ஒருவன் மண்மீது தாகம் கொண்டு நடக்க மாட்டான்."

உடனடியாகச் சொல்வதற்கு ஒளதவிடம் பதில் இருந்தது:

"ஒருவகையிலே பார்த்தால் அதுவும் நல்லதுதான்!"

"ஊம்? அதென்ன?"

"இனிமேல் வழக்கு இல்லை. சண்டை சச்சரவுகள் இல்லை. அடிதடித் தகராறுகள் இல்லை. நான் இன்னொரு விசயத்தைக் கூடச் சொல்லுகிறேன். துப்பாக்கிப் பிரயோகமில்லை. வெடிகுண்டு இல்லை. யுத்தமுமில்லை!"

கிரிகரி எட்டிப் பிடித்துக் கொண்டார்:

"அந்த நிலைமை உலகமெங்கிலும் ஏற்படவேண்டும். ஏற்பட வேண்டாமா?"

"ஆம்! ஏற்படவேண்டும்! ஏற்படத்தான் செய்யும்."

பூமிக்கடியிலிருந்தென்பது போல் ஒரு கேள்வி உயர்ந்தது.

"காணப்படுகின்ற இந்த மனிதர்களுக்கெல்லாம் உணவு வேண்டாமா?"
பருத்திக்காட்டு ஒளத மாப்பிளதான் அந்த வினாவை எழுப்பினார்.

-முற்றும்-